சுந்தர ராமசாமி சிறுகதைகள்

சுந்தர ராமசாமி (1931-2005)

நவீன தமிழ் இலக்கியத்தின் முக்கியமான எழுத்தாளர்களில் ஒருவரான சுந்தர ராமசாமி 1931ஆம் ஆண்டு நாகர்கோவிலில் பிறந்தார். பள்ளியில் மலையாளமும் ஆங்கிலமும் சமஸ்கிருதமும் கற்றார். மூன்று நாவல்கள், 74 சிறுகதைகள் 110 கவிதைகள் 100க்கு மேற்பட்ட கட்டுரைகள் ஆகியவற்றை எழுதியிருக்கிறார். தகழி சிவசங்கரப் பிள்ளையின் இரண்டு நாவல்களை மலையாளத்திலிருந்து மொழிபெயர்த்திருக்கிறார். 1988இல் காலச்சுவடு இதழை நிறுவினார்.

புனைவு வடிவங்களில் குறிப்பிட்ட எந்த வகைமையிலும் தங்கி விடாமல் தொடர்ந்து புதிய முயற்சிகளில் ஈடுபட்டுவந்தவர் சுந்தர ராமசாமி. இவருடைய இரண்டாவது நாவலான ஜே.ஜே.: சில குறிப்புகள் மாறுபட்ட வடிவத்திற்காகவும் உள்ளடக்கத்திற் காகவும் இன்றளவிலும் பேசப்பட்டுவருகிறது. சு.ரா.வின் இலக்கிய அலசல்கள் இலக்கியத்தில் தர வேற்றுமைகளின் அடிப்படைகளை விரிவாக விவாதிக்கின்றன. இவர் முன்வைத்த இலக்கிய அளவு கோல்கள் தமிழ் விமர்சனப் பரப்பில் ஆழ்ந்த தாக்கத்தைச் செலுத்தியிருக்கின்றன.

சுந்தர ராமசாமிக்கு டொரொன்டோ (கனடா) பல்கலைக் கழகம் வாழ்நாள் இலக்கியச் சாதனைக்கான 'இயல்' விருதை (2001) வழங்கியது. வாழ்நாள் இலக்கியப் பணிக்காகக் 'கதா சூடாமணி' விருதையும் (2003) பெற்றார்.

சுந்தர ராமசாமி 14.10.2005 அன்று அமெரிக்காவில் காலமானார். மனைவி: கமலா. குழந்தைகள்: தைலா, கண்ணன், தங்கு. (மூத்த மகள் சௌந்தரா 1996இல் காலமானார்.)

சுந்தர ராமசாமியின் பிற நூல்கள்

சிறுகதைகள்

சுந்தர ராமசாமி சிறுகதைகள் (2006) (முழுத் தொகுப்பு)
அக்கரைச் சீமையில் (2007) (முதல் சிறுகதை வரிசை)
அழைப்பு (2003), பள்ளியில் ஒரு நாய்க்குட்டி (2008),
பல்லக்குத்தூக்கிகள் (2010), வாசனை (2011), பள்ளம் (2012)

நாவல்கள்

ஒரு புளியமரத்தின் கதை (1966)
ஜே.ஜே: சில குறிப்புகள் (1981)
குழந்தைகள் பெண்கள் ஆண்கள் (1998)

குறுநாவல்கள்

திரைகள் ஆயிரம் (2008)

கவிதை

நடுநிசி நாய்கள் (2008)
சுந்தர ராமசாமி கவிதையை (முழுத்தொகுப்பு) (2005)

விமர்சனம்/கட்டுரைகள்

அந்தரத்தில் பறக்கும் கொடி (2014) (தமிழ் கிளாசிக்)
ந. பிச்சமூர்த்தியின் கலை: மரபும் மனிதநேயமும் (1991)
இவை என் உரைகள் (2003)
வானகமே இளவெயிலே மரச்செறிவே (2004)
மனக்குகை ஓவியங்கள் (2011) (கட்டுரைகள் உரைக விவாதங்கள்)
வாழ்க சந்தேகங்கள் (2004) (கேள்வி – பதில்)
புதுமைப்பித்தன் கதைகள்: சு.ரா குறிப்பேடு (2005)
வாழும் கணங்கள்(2005) (படைப்புகளின் தொகுப்பு)
புதுமைப்பித்தன்: மரபை மீறும் ஆவேசம் (2006)
ஒரு கலை நோக்கு (ஆளுமைகள் தோழமைகள்) (2019)

நேர்காணல்கள்

சுந்தர ராமசாமி நேர்காணல்கள் (2011)

பிற நூல்கள்

மூன்று நாடகங்கள் (2006)
தமிழகத்தில் கல்வி (2000) (வசந்தி தேவியுடன் உரையாடல்)
இதம் தந்த வரிகள் (2002) (கு. அழகிரிசாமி – சுந்தர ராமசாமி கடிதங்கள்)
ஒரு தடா கைதிக்கு எழுதிய கடிதங்கள் (2006)
இந்திய இலக்கியச் சிற்பிகள்: கிருஷ்ணன் நம்பி (சாகித்திய அக்காதெமி, 2006)

நினைவுக் குறிப்புகள்

ஜீவா (2003), கிருஷ்ணன் நம்பி (2003), க.நா.சு. (2003),
சி.சு. செல்லப்பா (2003), பிரமிள் (2005), ஜி. நாகராஜன் (2006),
தி. ஜானகிராமன் (2007), கு. அழகிரிசாமி (2011), தொ.மு.சி. ரகுநாதன் (2014),
ந. பிச்சமூர்த்தி (2016), நா. பார்த்தசாரதி (2016), கவிமணி (2019)
மௌனி வெ. சாமிநா சர்மா என்.எஸ். கிருஷ்ணன் (2019)

மொழிபெயர்ப்புகள்

செம்மீன் (1962) (தகழி சிவசங்கரப்பிள்ளையின் சாகித்திய
அகாதெமி பரிசுபெற்ற மலையாள நாவல்)
தோட்டியின் மகன் (2000) (தகழி சிவசங்கரப்பிள்ளை)
தொலைவிலிருக்கும் கவிதைகள் (2004)

சுந்தர ராமசாமி சிறுகதைகள்

முழுத்தொகுப்பு

காலச்சுவடு பதிப்பகம்

அன்பார்ந்த வாசகருக்கு,

வணக்கம்.

காலச்சுவடு நூலை வாங்கியமைக்கு நன்றி.

நூலின் உள்ளடக்கம், உருவாக்கம், அட்டைப்படம் இன்ன பிற அம்சங்கள் பற்றிய உங்கள் கருத்துகளையும் ஆலோசனைகளையும் காலச்சுவடு வரவேற்கிறது. தகவல், எழுத்து, வாக்கியப் பிழைகள் தென்பட்டால் கட்டாயம் தெரிவித்து உதவுங்கள். நூல் தயாரிப்பில் கடும் குறைபாடு இருப்பின் மாற்றுப் பிரதி உங்களுக்குக் கிடைக்கக் காலச்சுவடு ஏற்பாடு செய்யும்.

மின்னஞ்சல்: publisher@kalachuvadu. com

காலச்சுவடு நாகர்கோவில் அலுவலகத்திற்குக் கடிதம் அனுப்பலாம்.

தங்கள்
எஸ். ஆர். சுந்தரம் (கண்ணன்)
பதிப்பாளர் —நிர்வாக இயக்குநர்

சுந்தர ராமசாமி சிறுகதைகள் • ஆசிரியர்: சுந்தர ராமசாமி • © கமலா ராமசாமி • முதல் பதிப்பு: நவம்பர் 2006 • ஒன்பதாம் பதிப்பு: டிசம்பர் 2023 • வெளியீடு: காலச்சுவடு பப்ளிகேஷன்ஸ் (பி) லிட்., 669 கே.பி. சாலை, நாகர்கோவில் 629001

suntara raamasaami ciRukataikaL • Sundara Ramaswamy • © Kamala Ramaswamy • Language: Tamil • First Edition: November 2006 • Ninth Edition: December 2023 • Size: Demy 1 x 8 • Paper: 18.6 kg maplitho • Pages: 904

Published by Kalachuvadu Publications Pvt. Ltd., 669 K.P. Road, Nagercoil 629001, India Phone: 91-4652-278525 • e-mail: publications@kalachuvadu.com • Printed at Mani Offset, Chennai 600077

ISBN: 978-81-904647-4-1

12/2023/S.No.568, kcp 4918, 18.6 (9) 9ss

பொருளடக்கம்

முதலும் முடிவும்	9
தண்ணீர்	17
அக்கரைச் சீமையில்	29
பொறுக்கி வர்க்கம்	40
கோவில் காளையும் உழவு மாடும்	48
கைக்குழந்தை	61
அகம்	73
அடைக்கலம்	100
செங்கமலமும் ஒரு சோப்பும்	107
பிரசாதம்	113
சன்னல்	129
லவ்வு	136
ஸ்டாம்பு ஆல்பம்	148
கிடாரி	156
சீதைமார்க் சீயக்காய்த்தூள்	176
ஒன்றும் புரியவில்லை	185
வாழ்வும் வசந்தமும்	195
ரயில் தண்டவாளத்தில் ஓடும்	207
மெய்க்காதல்	219
மெய்+பொய் = மெய்	232
எங்கள் டீச்சர்	237
பக்த துளசி	248
ஒரு நாய், ஒரு சிறுவன், ஒரு பாம்பு	256
தயக்கம்	263
லீலை	287

தற்கொலை	304
முட்டைக்காரி	314
திரைகள் ஆயிரம்	328
இல்லாத ஒன்று	371
காலிப் பெட்டி	386
அழைப்பு	402
போதை	408
பல்லக்குத் தூக்கிகள்	417
வாசனை	424
அலைகள்	436
ரத்னாபாயின் ஆங்கிலம்	447
குரங்குகள்	454
ஓவியம்	461
பள்ளம்	466
கொந்தளிப்பு	475
ஆத்மாராம் சோயித்ராம்	482
மீறல்	494
இரண்டு முகங்கள்	502
வழி	508
கோலம்	522
பக்கத்தில் வந்த அப்பா	540
எதிர்கொள்ளல்	549
காணாமல் போனது	559
விகாசம்	563
காகங்கள்	573
மேல்பார்வை	585
பட்டுவாடா	595
நாடார் சார்	603
நெருக்கடி	621
இருக்கைகள்	629
டால்ஸ்டாய் தாத்தாவின் கை	636
மயில்	650
பையை வைத்துவிட்டுப் போன மாமி	658

தனுவும் நிஷாவும்	666
களிப்பு	676
நண்பர் ஜி.எம்.	687
ஒரு ஸ்டோரியின் கதை	697
கூடி வந்த கணங்கள்	707
கதவுகளும் ஜன்னல்களும்	714
மறியா தாமுவுக்கு எழுதிய கடிதம்	726
அந்த ஐந்து நிமிடங்கள்	786
ஈசல்கள்	794
கிட்னி	800
பிள்ளை கெடுத்தாள் விளை	811
கொசு, மூட்டை, பேன்	823
ஜகதி	834
உணவும் உணர்வும்	838
கோழை	848
பிள்ளை வரமா? பிறவா வரமா?	858
பின்னுரை : அரவிந்தன்	864
பின்னிணைப்புகள் :	
இதுவரை வெளிவந்துள்ள சுந்தர ராமசாமியின் சிறுகதைத் தொகுப்புகளின் சமர்ப்பணம், முன்னுரை, கதைப் பட்டியல் விவரங்கள்	883

இரண்டாம் பதிப்பின் பதிப்புரை

சுந்தர ராமசாமி 1990 வரையிலும் எழுதியிருந்த சிறுகதைகளில் 48 கதைகள் அடங்கிய 'சுந்தர ராமசாமி சிறுகதைகள்' (க்ரியா, 1991) என்ற தொகுப்பு வெளிவந்தபோது, அதில் 'அக்கரைச் சீமையில்' தொகுப்பில் இடம்பெற்றிருந்த 'உணவும் உணர்வும்' சிறுகதை சேர்க்கப்படவில்லை. அத்தொகுப்புக்கு சுந்தர ராமசாமி எழுதிய முன்னுரையிலும் அதுபற்றி எதுவும் குறிப்பிடவில்லை. தொகுப்பில் சேர்க்கப்படாத 'பலவீனமானவையாக'த் தான் கருதிய நான்கு கதைகளையும் அந்த முன்னுரையில் குறிப்பிட்டுள்ளார் சுந்தர ராமசாமி. 'உணவும் உணர்வும்' கதையையும் சேர்க்க வேண்டாம் என அவர் கருதியிருந்தால், கண்டிப்பாக அந்த முன்னுரையில் அதைக் குறிப்பிட்டுச் சொல்லியிருப்பார். எனவே அதை ஒரு விடுபடலாகவே கொள்ள வேண்டும். பின்னர் காலச்சுவடு பதிப்பக வெளியீடுகளாக வந்த 'காகங்கள்', 'சுந்தர ராமசாமி சிறுகதைகள்' (முழுத் தொகுப்பு) ஆகியவற்றிலும் அந்தக் கதை இடம்பெறவில்லை. 'சுந்தர ராமசாமி சிறுகதைகள்' (முழுத் தொகுப்பு) இரண்டாம் பதிப்பில் 'உணவும் உணர்வும்' சிறுகதை சேர்க்கப்பட்டுள்ளது.

மேலும், 'பின்னிணைப்பு'ப் பகுதியில், 'அக்கரைச் சீமையில்' தொகுப்புக்குத் தொ.மு.சி. ரகுநாதன் எழுதிய முன்னுரையும், 'பல்லக்குத் தூக்கிகள்' தொகுப்பின் முன்னுரையாகச் சேர்க்கப்பட்டிருந்த நா. ஜெயராமன் ('அஃ' 1974) கட்டுரையும், க்ரியா வெளியிட்ட 'சுந்தர ராமசாமி சிறுகதைகள்' தொகுப்புக்கு சுந்தர ராமசாமி எழுதிய முன்னுரையும், சுந்தர ராமசாமியின் முந்தைய தொகுப்புகளில் இடம் பெற்றிருந்த சிறுகதைகளின் பிரசுர விவரங்களும் புதிதாக இப்பதிப்பில் சேர்க்கப்பட்டுள்ளன.

o

ஐந்தாம் பதிப்பின் பதிப்புரை

சு.ரா.வின் பழைய கோப்பிலிருந்து அவரது ஆறு சிறுகதைகளின் பத்திரிகை கத்தரிப்புகள் கிடைத்தன. அவற்றில் 'சுந்தர ராமசாமி சிறுகதைகள்' (1991) பதிப்பில் தொகுக்க விரும்பாத கதைகளாக சு.ரா.வே குறிப்பிட்டுள்ள நான்கு கதைகளைத் [1. 'கடன் கொடுத்தார் நெஞ்சம்போல்' (கல்கி), 2. 'செல்லப்பன்' (கல்கி), 3. 'நானும் மனிதன்' (மனிதன்), 4. 'தபாலில் வேலை வரும்' (தாமரை)] தவிர்த்து, 'பிள்ளை வரமா? பிறவா வரமா?' (சாந்தி, 1955), 'கோழை (சதங்கை, 1971) ஆகிய கதைகளை சேர்த்திருக்கிறோம். இப்பதிப்பில் சு.ராவின் 74 சிறுகதைகள் தொகுக்கப்பட்டுள்ளன.

முதலும் முடிவும்

"வரமாட்டேன் போ! நீ இளு இளுன்னு இளுத்தாலும் வரமாட்டேன்!" அழகு தொண்டைக் கிழிய கத்தினாள். தாய் மரகதத்திற்குக் கோபம் வந்தது. அடக்கிக் கொண்டாள்.

"ஏட்டி, முரண்டு பண்ணாதே. போயிட்டு நாளைக்கு வரலாமின்னா. இருட்டிடிச்சு பாரு. அப்பா வந்தா கோவிச்சுப்பாரு."

"நான் வரமாட்டேன் போ. என்னை இளுக்காதே. எனக்கு நம்ம வீடு புடிக்கலே; இந்த வீடுதான் புடிச்சது."

மரகதத்திற்குச் சிரிப்பு வந்தது.

"ஏட்டி, நம்ம வீட்டுக்கு என்ன குத்தமாம்?"

"வீட்டத்தான் பாரு வீட்டெ. நல்லாவேல்ல. இது எவ்வளவு பெரிசா இருக்கு! தரையெல்லாம் பாரு, வெண்ணக் கட்டியாட்டம். நம்ப வீட்டுலெ சாப்பிடச்சே சோத்திலெ மண்ணுல்லா விளுது!" அழுகையின் இடையே அபிநயத்துடன் சொன்னாள் அழகு.

பட்டுப் புடவைக்காரி நாயகியின்முன், தன் வீட்டை இப்படி வர்ணிப்பதில் குன்றிப்போனாள் மரகதம்.

"நான் ஒன்னெ விட்டுட்டுப் போயிடுவேன், ஆமா."

"போ போ! நான் இங்கியேருப்பேன்."

வாசலில் நாயகியின் கணவர் காரில் வருவதைப் பார்த்தாள் மரகதம்.

"அழுதேன்னா உரிச்சுப்போடுவாரு."

"எனக்கொண்ணும் பயமில்லெ அவரெ."

கையைப் பிடித்துப் பலமாக இழுத்தாள் மரகதம். இடுப்பில் தூக்கி வைத்துக்கொண்டாள். திமிறினாள் அழகு. வில்லாய் வளைந்து கீழே இறங்கினாள். சேலையில் தொங்கினாள். தரையில் விழுந்து புரண்டாள்.

"யெ... ம்... மோவ், நான் வரல்லெ."

மரகதத்திற்குக் கோபம் தலைக்கேறிவிட்டது. படபடவென்று குழந்தையின் முதுகில் அறைந்தாள். நாயகி தடுத்தாள். ஒன்றிரண்டு

அடி அவள் கையிலும் விழுந்தது. அதைப்பற்றிக் கவலையில்லை மரகதத்திற்கு. குழந்தைகூடச் சொல்லும்படி தன் வீட்டின் முன்னால் 'கொட்டார'த்தை எழுப்பிக்கொண்ட நாயகியின்மேல் அவளுக்கு உள்ளூரக் கோபம்தான்.

மரகதம் குழந்தையை இழுத்துக்கொண்டு வீடு போய்ச் சேர்ந்தாள். குழந்தை வீட்டை அடைந்த பின்பும் அதன் அழுகை மட்டும் நாயகிக்குத் தெளிவாகக் கேட்டுக்கொண்டிருந்தது.

நாயகியின் கணவர் ஆறுமுகம் பிள்ளை புதுப் பணக்காரர். ஏழையை ஆண்டியாக்கிய யுத்தம் ஆறுமுகம் பிள்ளையைப் பணக்காரராக்கி விட்டது. அவருக்கே தெரியாது அவரிடம் பணம் எப்படிக் குவிந்தது என்று.

செய்து கொண்டிருந்த வியாபாரத்தில் தான் முதன்முதலில் கேட்ட 'பிளாக் மார்க்கெட்' என்ற வார்த்தையின் பொருளைச் செயல் முறையில் பார்த்ததென்னவோ உண்மைதான். இருந்தாலும், 'அது' இவ்வளவு சக்தி வாய்ந்தது என்று அவரால் நம்பமுடிய வில்லை - இன்று கூட.

புதுப் பணக்காரர்களின் வாழ்க்கையே தனியாக இருக்கும். செய்யும் எந்தக் காரியத்திலும் ஒரு எடுப்பு. எதிலும் ஒரு அலட்சியம். காரில் போவது ஒரு தனி தினுசு.

அதிலும் காரில் போகும்பொழுது நண்பர்கள் வெயிலில் குடை கூட இல்லாமல் எதிரே வந்துவிட்டால் ஒரே குஷி - ஒரு திருப்தி.

இவர்தான் காரில் வருகிறார் என்று தெரிந்து கொண்டு நண்பர் வேறு பக்கம் முகத்தைத் திருப்பிக்கொள்வதும், கார் கண்ணெதிரே வந்தவுடன் ஆவலின் மேலீட்டால் காரினுள் பார்த்துவிடுவதும், அதே தருணத்தை எதிர்நோக்கியிருக்கும் 'புதுப் பணம்' தங்கப் பல்லைக் காட்டி ஒரு பெரிய கும்பிடு போடுவதும், கார் மறைந்த வுடன் நண்பர், "நேத்துக் கணவனும் மனைவியும் மொட்டை வண்டியில் திருவிழாவுக்குப் போனது ஞாபகமிருக்கோ?" என்று கூடவருபவரிடம் கேட்டுவிட்டுத் தன்னையே ஏமாற்றிக்கொள்ளும் ஒரு சிரிப்புச் சிரிப்பதும் சாதாரணமாக நடைபெறும் விஷயங்கள்.

திடீரென்று ஒரு ஆசை பிறந்துவிட்டது ஆறுமுகம் பிள்ளைக்கு. 'ஜோக்கா' ஒரு பங்களாக் கட்ட வேண்டுமென்று.

பிள்ளை சென்னை சென்றிருந்தார். வியாபார விஷயமாகத் துரையைப் பார்க்க வேண்டியிருந்தது.

நல்லமிளகை உள்நாட்டில் வாங்கி வெளிநாட்டிற்கு அனுப்பும் வியாபாரம் பிள்ளைக்கு - தற்சமயம். நம்நாட்டில் பிறக்கும் நல்ல மிளகு, நம் நாட்டு மக்களைவிட அமெரிக்காவிலிருக்கும் வெள்ளை யனுக்குப் பிடிக்கும் பொருளாக அமைந்துவிட்டது பிள்ளையின் அதிர்ஷ்டம். அமெரிக்கன் யந்திரத்தினால் நல்லமிளகு செய்யும்வரை பிள்ளைக்கு யோகம்தான்!

வியாபாரத்திற்காகச் சென்னையிலிருக்கும் ஒரு பிரபல ஆங்கிலக் கம்பெனியுடன் தொடர்பு வைத்துக் கொண்டிருந்தார் பிள்ளை. பிள்ளையைத் துரை கூப்பிட்டுவிட்டார். கடவுள் கூப்பிட்டதுபோல் ஓடினார் சென்னையை நோக்கி. உள்ளூர் பி. ஏ. யும் கூட உண்டு - தமிழாக்க வேலைக்கு.

துரை, பிள்ளைக்குத் தான் புதிதாகக் கட்டிமுடித்திருந்த பங்களா வில் 'கார்டன் பார்ட்டி' ஒன்று வைத்திருந்தார். 'பார்ட்டி' முடிந்ததும் புதிய வீட்டைச் சுற்றிக் காண்பித்தார் துரை. மலைத்துப்போனார் பிள்ளை.

நாற்காலியில் உட்கார்ந்துகொண்டு மாடிக்குப் போகும் விதமும், சுவரில் அலமாரிகள் முளைப்பதும், ஸ்விட்சைத் தட்டினால் குளிர் வருவதும் பிள்ளைக்கு ஆச்சரியத்தை உண்டுபண்ணின. உடனே மனதில் ஒரு சங்கல்பம் செய்து கொண்டார் - ஏறக்குறைய இதைப் போல் ஒரு வீடு கட்டிவிடுவதென்று. துரைக்கும் துரைச்சானிக்கும் கையைக் கொடுத்துவிட்டுக் காரில் ஏறிக்கொண்டது முதல் அதே சிந்தனை.

காறை இடிந்து, பொங்கலுக்கு வரிக்குதிரையாகி, சித்தோசியின் 'ஸிக்னேச்சர்' தாங்கி, வணங்காதவன் தலையைப் பதம்பார்க்கும் நிலைகளும், பகலை இரவாக்கும் அறைகளும், அறைக்கு ஒரு தூணும் கொண்ட தன் ஊர் வீடுகளைத் துரையின் பங்களாவுடன் ஒப்பிட்டு ஏளனச் சிரிப்புச் சிரித்தார் பிள்ளை.

ஊருக்கு வந்த பின்பும் ஒரே பேத்தல் இதுதான். துரையின் பங்களாவின் ஒவ்வொரு அம்சத்தையும் வர்ணிப்பார். "அந்தப் பயகளெ குத்தம் மட்டும் சொல்லத் தெரியும். அடி அம்மா! வீடாவா கட்டியிருக்கான் பொட்டி மவன்! அதிருக்கட்டும், அண்ணைக்கு 'புஸ்கோத்து' ஒண்ணு வச்சிருந்தானே 'காட்டன் பாட்டி'க்கு இங்கி லாந்திலெ செய்தது . . ."

பக்கத்திலிருந்த பி. ஏ. குறுக்கிட்டான்.

"சேச்செ. அது சக்கரவள்ளிக் கிழங்கிலெ உசிலம்பட்டிலெ செய்யறது மாமா."

பிள்ளைக்குக் கோபம் வந்துவிட்டது.

"போலெ. அவ்வளவும் தெரியும். செய்யறான் உசிலம்பட்டிலெ சேவநாழி. சும்மா கதைக்காதே." ஒரு அதட்டல் போட்டார் பிள்ளை.

பங்களாவை ஆறே மாதத்தில் கட்டி முடித்துவிட்டார் பிள்ளை. வீடு 'அப்படி இருக்கு, இப்படி இருக்கு' என்று ஊரெல்லாம் பேச்சு. கார் மாடிக்குப் போவதைத் தான் கண்ணால் பார்த்ததாகக் கூடைக்காரி ஒருத்தி மரகதத்திடம் வந்து சொன்னாள்.

மரகதமும் நாயகியும் பால்ய தோழிகள். ஒன்று அரை மரகதத்தி டம் கடன் வாங்கும் நிலைதான் நாயகிக்கு அன்று.

குழந்தை அழகுடன் புது வீட்டைப் பார்க்கச் சென்றாள் மரகதம். பழைய சிநேகத்தை முற்றும் மறந்து விடாமல் வீட்டைச் சுற்றிச்

காண்பித்தாள் நாயகி. அழகு வெண்ணக்கட்டித் தூண்களைத் தொட்டுப் பார்த்த வண்ணமிருந்தாள். மரகதம் விளையாட்டாகச் சொன்னாள்.

"அக்கா, ஒருவிதத்திலெ நான்தான் இதுக்கெல்லாம் சொந்தக் காரியா இருந்திருக்கணம் தெரியுமா?"

"எப்படி?"

"மொதல்ல அவரு என்னத்தான் 'பாக்க' வந்தாரு. நான் கருப்பாருக் கேண்ணு வேண்டான்னுட்டாரு. அப்புறம்தான் இந்தத் துரைச் சானியைக் கெட்டிக்கிட்டதும் இப்பம் போடு போடுண்ணு போடுற தும்." விரலை நாயகியை நோக்கிச் சுட்டிக் காட்டிச் சிரித்தாள் மரகதம். நாயகி பதில் பேசவில்லை. என்னவோ போலிருந்தது அவளுக்கு.

மரகதம் நாயகியிடம் விடைபெற்றுக்கொண்டு புறப்பட்டாள். அதைத் தொடர்ந்துதான் அழகு பங்களாவை விட்டு வர மறுத்து அடம் பிடித்ததும், தாய் மகளுக்கு 'பூசை' கொடுத்து இழுத்துச் சென்றதும்.

அடுத்த நாள் மாலை தாய்க்குத் தெரியாமல் பங்களா வீட்டை அடைந்தாள் அழகு. வாசல் திண்ணையில் நாயகி உட்கார்ந்து கொண்டிருந்தாள். அழகுடன் கொஞ்சினாள். நேற்று அழுத கார ணத்தை மீண்டும் கேட்டாள். அவள் வாயால் சொல்லிக் கேட்பதில் ஒரு சந்தோஷம். திரும்பவும் முன் சொன்னதையே சொன்னாள் அழகு.

"அப்பம் இண்ணைக்கும் போகமாட்டே?"

அழகு பலமாக மண்டையாட்டினாள்.

"போவே மாட்டே?"

"ஊஹூம்."

"உங்கம்மா வந்து கூப்பிட்டாலும்?"

"போமாட்டேன்."

திடீரென்று புருவத்தை நெளித்துக் கண்ணைச் சுழற்றிவிட்டுக் கேட்டாள் அழகு:

"நான் இங்கேயே இருக்கலாமோ?" - சந்தேகம் வந்துவிட்டது அவளுக்கு.

"தாராளமா இருக்கலாம்."

அழகுவை இழுத்து அணைத்துக் கொண்டாள் நாயகி. அழகு வுக்குச் சொல்லமுடியாத சந்தோஷம்.

நாயகியின் மகன் ராசா பள்ளி விட்டு வீட்டினுள் நுழைந்தான்.

"ராசா வந்தாச்சு" என்றாள் அழகு. இருவரும் விளையாடலாமென் பது பொருள்.

நாயகி, "இங்கெயே இருக்கணுமிங்கியே, நான் ஒண்ணு சொல் வேன். செய்வியா?" என்றாள்.

"ஓ, செய்வேனே!'

"எங்க வீட்டு ராசாவெக் கெட்டிக்கிடு, இங்கெயே இருக்கலாம்."

அழகு புரியாததுபோல் விழித்தாள்.

"கல்யாணம்டீ! ராசாவெக் கல்யாணம் பண்ணிக்கிட்டா இங்கியே இருக்கலாங்கறேன். தெரிஞ்சுதா? . . . என்னடா ராசா, ஒனக்குச் சம்மதம்தானா?"

ராசா உள்ளே ஓடிவிட்டான். கல்யாணமென்றால் என்னவென்று தெரியாவிட்டாலும் அது ஒரு வெட்கப்பட வேண்டிய விஷயமென் பது மட்டும் அவனுக்குத் தெரிந்திருந்தது.

அழகுவுக்கு இது பெரிய ஏமாற்றம். நாயகி சொன்ன வார்த்தைகள் அவள் பிஞ்சு மனதில் வேரூன்றிவிட்டது. எனவே எப்படியாவது ராசாவைச் சம்மதிக்க வைத்து விடுவது என்று கங்கணம் கட்டிக் கொண்டாள்.

காப்பி குடித்துவிட்டு கொல்லையில் பந்தைக் கீழே தட்டி விளையாடிக் கொண்டிருந்தான் ராசா. மெதுவாக அங்கு சென்றாள் அழகு.

"ராசா, என்னைக் கல்யாணம் பண்ணிக்கடா. ஒன்னெக் கல் யாணம் பண்ணிக்கிட்டா நான் இந்த வீட்டிலேயே இருக்கலாமாம், அத்தெ சொல்லுதா."

"போட்டி இங்கிருந்து, உளறாதே."

அழகுவுக்கு கண்ணில் நீர் வந்துவிட்டது. தன் ஆசை ஏமாற்றத்தில் முடிந்து விடுமோ?

"ராசா, கல்யாணம் பண்ணிக்கமாட்டியா? இதோ பாரு, எனக்கு இங்கெயே இருக்கணும்ன்னு ஆசையா இருக்குடா. செய்வயா, சொல்லுடா . . . சொல்லு" என்று அவன் சட்டையைப் பற்றிக் கொண்டாள் அழகு.

'ஹூஃப்' ஒரு கிழட்டுச் சிரிப்பு பின்னாலிருந்து வந்தது. வேலைக் காரி தாயி நின்றுகொண்டிருந்தாள்.

"ஏ கள்ளி, நீ எங்க வீட்டுப் பிள்ளெய வளச்சுப்போடுவே போலிருக்கே!" - வாயைக் காட்டிச் சிரித்தாள் தாயி.

ராசாவுக்கு வெட்கம் அரித்தது. இதற்கிடையில் அழகு தாயிடம் சிபாரிசுக்கு வந்துவிட்டாள், ராசாவிடம் தன்னைக் கட்டிக்கச் சொல்லவேண்டுமென்று. ராசா ஓடி மறைந்தான்.

அழகு பதினைந்து வயதுப் பெண் இன்று. கிராமிய அழகு அவளிடம் வீசிற்று. இப்பொழுதெல்லாம் பங்களா வீட்டின் மோகமும், அதைத் தொடர்ந்து மற்ற விஷயங்களும் ஞாபகம் வந்துவிட்டால் அவளறியாமலே உரக்கச் சிரித்துவிடுவாள்.

அன்று அவள் ஆசை பங்களாவின் மேலிருந்தது. ராசாவைக் கட்டிக்கொண்டால் அது சாத்தியமாகிவிடுமென்று எண்ணினாள். இன்று பங்களாவின் மேலிருந்த ஆசை குறைந்து ராசாவை மணந்து கொள்ள வேண்டுமென்ற ஆசைதான் தலைதூக்கி நின்றது.

ஆனால் ராசாவுடன் தன் அழகை ஒப்பிட்டுப் பார்க்கும்பொழுது அவள் மனது சஞ்சலப்படும். அடிக்கடி கண்ணாடியில் தன் முகத்தைப் பார்த்துக்கொள்வாள். எல்லாக் கண்ணாடிகளும் சேர்ந்து கொண்டு அவள் நிறத்தைக் கறுப்பாகவே காட்டின. கறுப்பென்றால் அப்படி இப்படியென்று இல்லை. தொட்டுப் பொட்டு இட்டுக் கொள்ளலாம்.

இப்பொழுதெல்லாம் அவள் பங்களா வீட்டுக்குச் செல்வதென்றால் அது ராசாவைப் பார்க்கத்தான். அதற்கு ஏதாவது ஒரு நொண்டிச்சாக்கைச் சொல்லிக் கொள்வாள். ஏதாவது ஒரு சாமானை எடுத்துக்கொண்டு ராசா வீடு சென்று, வரும்பொழுது வேண்டுமென்றே அதை வைத்துவிட்டு வந்து, அடுத்த நாள் மறந்து வைத்துவிட்டதை எடுக்கச் சென்று, வரும்பொழுது ஒரு புத்தகம் வாங்கி வந்து, அதைக் கொடுக்க அடுத்த நாள் சென்று... இப்படி இப்படி.

அன்று எதிர்பாராமல் அந்தச் சந்திப்பு நேர்ந்தது - தனிமையில். வீட்டில் வேறு யாருமில்லை, ராசாவைத் தவிர.

ராசா அவள் பக்கத்தில் வந்து நின்றான். அவள் முகத்தை அள்ளிப் பருகுவதுபோல் பார்த்தான். அழகுக்கு நெஞ்சு படபடத்தது. ராசா இன்னும் கொஞ்சம் நெருங்கினான். அழகு அசையவில்லை - முடியவில்லை. அவள் தோள்மேல் கை வைத்தான் ராசா. எதிரே இருந்த பெரிய நிலைக்கண்ணாடியைப் பார்த்தாள் அழகு. அதில் அவர்கள் இருவரும் தெரிந்தார்கள் - பௌர்ணமியும் அமாவாசையும் ஒரே நாள் ஏற்பட்டது போல்.

ஒரு சந்தர்ப்பத்தில் காதலர்கள் துணிந்து சந்தித்துக் கொண்டுவிட்டால் பின்னால் அவர்களுக்குத் தைரியம் வந்துவிடும் போலிருக்கிறது. ராசாவும் அழகுவும் இப்படித்தான் அடிக்கடி சந்தித்துக் கொண்டார்கள்.

ராசாவுக்குக் காதலைப்பற்றித் தெரிந்துகொள்ளும் வயது ஒன்றும் அப்படி ஆகிவிடவில்லை. பிஞ்சு வயதில் ஊறும் ஒரு இனம் தெரியாத

ஆசைதான் அவனுக்கு ஏற்பட்டது அழகுவின் மேல். அதனால்தான் அழகு கூட அவன் கண்களுக்கு அழகாகப் பட்டாள்.

எப்பொழுதாவது தான் கறுப்பாக இருப்பதை அழகு குறிப்பிட்டாலும், "கஸ்தூரிகூட கறுப்புத் தானே, அழகு? எனக்குக் குணம்தான் பெரிசு" என்று ஏதோ நாவலில் படித்ததை ஒப்புவிப்பான் அவளிடம்.

ராசாவுக்கு உள்ளூரில் படிப்பு முடிந்துவிட்டது. மகன் வெளியூர் சென்று படிக்க வேண்டுமென்ற ஆசை ஆறுமுகம் பிள்ளைக்கு. தாய்க்கு விருப்பமில்லை. இருந்தாலும் ராசா பட்டணம் செல்வது என்று தீர்மானமாகி விட்டது.

ராசா புறப்படுவதற்கு முந்தின நாள் இரவு ஒன்பது மணி. அழகுவும் ராசாவும் அழகுவின் வீட்டுக் கொல்லையில் சந்தித்துக் கொண்டார்கள் - பேசி வைத்திருந்தபடி. ராசா படபடவென்று ஏதேதோ பேசினான். தான் படித்து முடித்து டாக்டராக வந்து அழகுவைக் கட்டிக்கொள்வதாகச் சொன்னான். "நாலு வருஷம் எப்படியும் பொறுத்துக்கொள் அழகு. நான் வந்து யாரு என்ன சொன்னாலும் சரி. . ." வார்த்தையை முடிக்கவில்லை. உணர்ச்சி மேலிட்டு விட்டது. அவளை இழுத்து அணைத்துக் கொண்டான். இருளோடு இருளாய் இருவரும் ஒன்றினர்.

அழகு கண்ணீர் வடித்தாள். இருந்தாலும் சிரித்து விடை கொடுத்தாள்.

நான்கு வருடங்கள் சென்றன. ஒருநாள் ராசாவிடமிருந்து ஆறுமுகம் பிள்ளைக்கு ஒரு கடிதம் வந்தது. கடிதத்தைப் படித்துவிட்டு எகிறிக் குதித்தார் பிள்ளை. தான் வடநாட்டுப் பெண் ஒருத்தியைக் காதலிப்பதாகவும், இன்னும் ஒரு வாரத்தில் பம்பாய் சென்று பதிவு மணம் செய்துகொள்ளப் போவதாகவும் எழுதியிருந்தான். நாயகி, பிள்ளை இறந்துவிட்டதுபோல் அழுதாள். உடனே ஊர் புறப்பட்டு வர வேண்டுமென்று தந்தியடித்தார் பிள்ளை. பதிலில்லை. ராசா வரவுமில்லை. பம்பாய்ப் பத்திரிகையில் அவன் கல்யாணப் போட்டோ வெளி வந்தது. போட்டோவை அழகுவும் பார்க்க நேர்ந்தது. அழுது பயனில்லை. கொடுத்து வைத்தது 'அவளுக்குத்' தான் என்று மனதைத் தேற்றிக்கொண்டாள். ராசாவினருகே நின்று கொண்டிருந்தவள், அவளைவிட எவ்வளவோ அழகுதான். ஒன்று மட்டும் அவளுக்குப் பிடிக்கவேயில்லை. ராசா அழகு சுந்தரனாகப் பக்கத்தில் நிற்கும்பொழுதே தலையில் எதற்கு முட்டாக்கு?

நாயகி துரும்பாக இளைத்துப்போனாள். மகனின் வருங்காலத்தைப் பற்றி எவ்வளவோ கோட்டைகள் கட்டி வைத்திருந்தாள். இந்த எதிர்பாராத சம்பவத்தால் அவள் மனம் முறிந்துவிட்டது. பொது

வாகவே பலவீனம். கூட இப்பொழுது ஒரு இருமல். படுத்த படுக்கை தான். திடீரென்று ஒருநாள் நாயகிக்கு அதிகமாகிவிட்டது. மேல்மூச்சு கீழ்மூச்சு வாங்கிற்று. பக்கத்தூருக்குக் கார் பறந்தது-டாக்டரை அழைத்து வர. நாயகி வீட்டில் ஊர் கூடிவிட்டது. அழகு பக்கத்தில் உட்கார்ந்து கொண்டிருந்தாள்.

டாக்டர் அரைமணி நேரம் சோதித்துவிட்டு பிரயோஜன மில்லை யென்று கையை விரித்தார். தன் வருகை பிரயோஜனப்பட இரண்டு ஊசிகள் போட்டுவிட்டுப் போனார்.

கூடியிருந்தவர்கள் ஒப்பாரியை நினைவுபடுத்திக் கொள்ள வேண் டிய தருணம் வந்துவிட்டது. சிறிது நேரத்தில் நாயகியின் ஆவி பிரிந்தது. எல்லோரும் அழுதார்கள். நாயகியின் 'சண்டைக்காரிகள்' கூடத் தங்கள் சொந்தத்தில் இறந்தவர்களை நினைத்துக் கொண்டா வது அழுது தீர்த்தார்கள். நாயகியின் பிரிவில் உண்மையான துயரம் அடைந்த ஒரு ஆத்மா அங்குண்டு. அவள்தான் அழகு.

பெரிய வீட்டில் தனியாக வாழ்க்கை நடத்துவது மரண வேதனை யாக இருந்தது பிள்ளைக்கு. இரண்டு வருடங்கள் பொறுத்துப் பார்த்தார். ரொம்பக் கடினமாயிருந்தது. வயது காலத்தில் படுக்கையில் விழுந்துவிட்டால் யார் 'தண்ணி' தருவது?

கி. மு. தணிகாசலம் தன் நண்பரான பிள்ளையிடம் ஒரு அருமை யான யோசனை சொன்னார். பிள்ளை முதலில் சிறிது தயங்கினாலும் கடைசியில் ஒப்புக்கொண்டார். அதன்படி கி. மு. மரகதத்துடன் பேசினார். மரகதத்துக்கு வேறு போக்கு?

ஒரு நல்ல நாளில் அழகுவை ஆறுமுகம் பிள்ளை மனைவியாக ஏற்றுக்கொண்டார்.

மறுநாள் அந்திவேளை. அழகு பங்களாவின் திண்ணையில் - நாயகி தன் மகன் ராசாவுக்கு அழகுவை முடிச்சுப்போட்ட அதே திண்ணை யில் - உட்கார்ந்து சிந்தனையில் ஆழ்ந்திருந்தாள்.

வேலைக்காரி தாயி அங்கு வந்தாள்.

"இருந்தாலும் நீ பொல்லாதவதான். அண்ணைக்கு இந்த வீட்டிலெ தான் இருப்பேன்னு அடம் பிடிச்சே, அதையே சாதிச்சுப்புட்டியே" என்று சொல்லி அழகுவின் நெற்றியில் கை கொடுத்து உருவிவிட்டு விரலைச் சொடுக்கித் திருஷ்டி கழித்தாள்.

அழகுவின் கண்களில் நீர் சுரந்தது.

"ஆனந்த பாஸ்பம்" என்றாள் தாயி.

புதுமைப்பித்தன் நினைவு மலர், 1951

தண்ணீர்

ஊர்ப் பெரிய குளத்தில் பையன்கள் பந்து விளையாடிக் கொண்டிருந்தார்கள். பெரிய குளமல்லவா? அதனால் விளையாடச் சௌகரியமாக இருந்தது.

பூமிதேவியின் மார்பு அந்த இடத்தில் காய்ந்து பாளம் பாளமாக வெடித்திருந்தது. எனவே, சமயா சமயங்களில் காலும் பந்தும் அதில் அகப்பட்டுக் கொள்ளும். இருந்தாலும் வரவர அவற்றில் மண்ணேறி வந்தது. அவர்களும் விளையாட ஆரம்பித்து ஒன்றிரண்டு நாட்களா ஆகிறது?

பையன்கள் கனகுஷியாக விளையாடிக் கொண்டிருந்தார்கள்.

கரையில், தலையிலும் மீசையிலும் வெள்ளிமுலாம் ஏறிவிட்ட கிழவனார் ஒருவர், பையன்கள் விளையாடுவதைப் பார்த்துக் கொண்டிருந்தார். அவர் நீண்ட பெருமூச்சு விட்டார். துக்கம் தோய்ந்த முகத்தோடு திரும்பி நடந்தார்.

இரண்டு கரையையும் ஆவித்தழுவிக்கொண்டு ஓடும் நதி, வண்டிக் காளை போடும் ஜலபாதை மாதிரி வற்றி வறண்டு அஸ்தமனத்தை அடுத்துவிட்டது.

இடுப்புவரை தண்ணீர் சுழித்துக்கொண்டு ஓடுவது போல் வேஷ்டியைத் தூக்கிக் கட்டிக்கொண்டு ஒருவன் மண்வெட்டியால் மண்ணைத் தோண்டிவிட்டுக் குழியையே உற்றுப் பார்த்துக் கொண்டிருந்தான். பக்கத்தில் மண்பானையும், வயிற்றில் ஓட்டையுள்ள கொட்டாங்கச்சி ஒன்றும் இருந்தன. குழியில் அணு அணுவாக தண்ணீர் ஊறிற்று. விரலை ஓட்டையில் வைத்து அடைத்துக்கொண்டு தண்ணீரையும் அதோடு மண்ணையும் ஏந்திப் பானையில் ஊற்றினான். பானை நிறையுமா?

வீட்டுக் கிணறுகளில் வாளியைப் போட்டால் கீழே இடித்தது. வெளியே இழுத்தால் வாளி மட்டும் வந்தது.

கிணறுகளில் நெல் போட்டுப் பத்திரமாக வைக்கலாம். ஆனால் அவர்கள் வீடுகளில் மணி நெல்கூட இல்லை. கிணறு, கிணறாக இருந்திருந்தால் பானைகள் காலியாகவும் இருந்திராது.

தவிப்பு என்றாலே சாதகப்பட்சியின் நிலைதான். தவிப்பு, தவிப்பு, ஓயாத தவிப்பு. தண்ணீர் குடித்தால்தான் தாகம் தணியும். குடிக்கும் நீர் கழுத்துத் துவாரம் வழியாக வெளியே வழிந்துவிடும். தணியாத தாகத்தைத் தீர்த்துக்கொள்ள மழைதான் ஒரே கதி. வானை நோக்கி வாயைத் திறந்து விடலாம். தாகித்து வறண்டு போய், மழையை எதிர்நோக்கி ஏங்கிக் கிடக்கும் சாதகப்பட்சியின் நிலைமை சோக மயமானது.

கிராமத்து மக்கள் சாதகப்பட்சிகளாக மாறி விட்டனர்.

கிராமத்து மக்களுக்கு நானாவிதமான சிந்தனையும், பலவிதமான பேச்சும் என்றுமே கிடையாது. இருந்தாலும் ஓரளவு சிந்தனையும் குறுகிய வரம்புக்குள் பேச்சுமுண்டு. இன்று சிந்தனையும் பேச்சும் ஒன்றாகத் திரண்டு ஒரே கேள்வியாகப் பிறந்துவிட்டது. பல்வேறு ரூபங்கொண்ட ஆண் - பெண் முகங்களில் அந்த ஒரே ஒரு கேள்வி தான்:

“மழை வருமா?”

கிராமத்திற்குள் நுழையும் பாதையில் பெரிய வீதியில் ஒரே பெண்கள் கூட்டம். அவர்களைச் சுற்றிச் செம்பும் குடமும் பானையும் நிறைய இருக்கின்றன. அவர்கள் எல்லோரும் காலை எட்டு மணிக்கு அங்கு வந்தவர்கள்; கால்மாற்றிக் கால்மாற்றித் தவம்புரிந்து விட்டார்கள். வெயில், அக்கினியின் மாயா ரூபத்தில் கனன்று கொண்டிருந்தது. நிழல் காலடியில் பதுங்கும் வேளை. வெளியூர் முனிசிபாலிட்டி லாரியில் பெரிய பீப்பாயில் தண்ணீர் வரும். அவ்வளவு பேர்கள் திருஷ்டியும் வீதித் திருப்பத்தில் லயித்திருந்தது. இதோ லாரி வரும் சப்தம். எல்லோரும் தங்கள் தங்கள் பாத்திரங்களைத் தூக்கிக் கொண்டு ஒருவரை ஒருவர் இடித்துத் தள்ளிக்கொண்டு ஓடினார்கள். கண்களில்தான் என்ன ஒளி! எவ்வளவு ஆவல்!- கூட்டம் விரைவாக முன்னேறிற்று.

காட்டுமரத்தைப் பாரமேற்றிய லாரியொன்று அவர்களைத் தாண்டிச் சென்றது.

புறப்பட்ட இடத்திலிருந்து நெடுநீளமான ஜலதாரையை வார்த்துக் கொண்டு தண்ணீர் லாரி வந்து சேர்ந்தது. பெண்கள் ஒருவருக்கொருவர் முட்டி மோதிக்கொண்டு லாரியைச் சூழ்ந்து கொண்டார்கள். ஒரே ஆரவாரம்; மீன் சந்தை இரைச்சல். ஆளுக்குக் கொஞ்சம் தண்ணீர் கிடைத்தது. எந்த சிறிய குடமும் நிறையவில்லை. பெண்கள் கெஞ்சினார்கள். கிழவி ஒருத்தி லாரிக்காரன் நாடியைத் தாங்கினாள். முறை பேசி அன்பாகக் கூப்பிட்டாள். லாரிக்காரன் அசைந்து கொடுக்கவில்லை. அவனுக்கு இன்னும் எவ்வளவோ ஊர்களுக்குத் தண்ணீர் காட்டவேண்டுமாம்.

லாரி புறப்படுகிறபொழுது கிழவி கூப்பாடுபோட்டுச் சொன்னாள்:

“ஐயா, இந்தப் பீப்பாய் ஓட்டையெ அடைக்கப்பிடாதா? தண்ணி பாளாப்போகுதே!”

இதே வார்த்தைகளைக் கிழவி தினம் தினம் சொல்லிக்கொண்டிருந்தாள். அவளுக்கோ உடம்பிலிருந்து சதா ரத்தம் ஒழுகிக்கொண்டிருப்பதுபோல் வேதனை. அந்த ஓட்டையை அடைக்க, சுண்டுவிரலைக் கேட்டால் கூட வெட்டிக் கொடுத்துவிடுவாள் கிழவி! தண்ணீர் வீணாகிறது. தண்ணீர்! தண்ணீர்!!

மழை வருவதற்கான கடைசி ஆயுதத்தைக்கூடக் கையாண்டு பார்த்துவிட்டார்கள். ஊரில் எல்லோரிடமும் பணம் பிரித்துக் கொடும்பாவி கட்டி இழுத்தார்கள். இனிமேலும் மழை வராமலிருக்குமா?

அன்று நிம்மதியாக எல்லோரும் படுத்துக்கொண்டனர்.

நடுச் சாமம்.

வெளியே நார்க்கட்டிலில் படுத்துக்கொண்டிருந்த சந்தன மூப்பனார் எழுந்தார். தடியை ஊன்றியவாறே வாதக்கோளாறு கொண்ட காலை பம்மிப் பம்மி வைத்து, ஒன்றுக்குப் போய்விட்டு மீண்டும் கட்டிலில் வந்து உட்கார்ந்துகொண்டார். வானத்தைத் தலைதூக்கிப் பார்த்தார். அவர் தலைக்கு மேல் வானம் வெளுத்திருந்தது. ஆனால் மேல்கோடியில் பார்த்தபொழுது அவர் முகம் மாறிற்று. கண்களைத் தடவிக்கொண்டு மீண்டும் பார்த்தார். அங்கே... அங்கே... மேகம் திரண்டிருக்கிறது! 'கறுகறு'வென்று மேகம் திரண்டு பரவி வருகிறது!

கிழவருக்குத் திடீரென்று பத்து வயது குறைந்து விட்டது போலிருந்தது. இருப்புக்கொள்ளவில்லை. பக்கத்து வீட்டுத் திண்ணையில் படுத்திருந்த சண்முக அடவியார் பையன் சுப்பிரமணியனை எழுப்பிக் காண்பித்தார்.

"சரிதான்; மழை வருகிறது! மழை வருகிறது!"

இருள் ஒன்றுதான் இரவுக்குச் சாட்சியாக இருந்தது. குழந்தை முதல் கிழவி வரை எல்லோரும் எழுந்து விட்டார்கள். எல்லோரும் வெளியே வந்து அண்ணாந்து பார்த்தார்கள்.

சூல் கொண்டு திரளும் கருமேகம்!

புதிய ஜீவன் எல்லோர் உடம்புகளிலும் ஊறிற்று. பட்டப் பகல் அரவம். பெண்கள் பெரிய பாத்திரங்களைக் காலி செய்து வீட்டுக் கூரை முகட்டுக்குக் கீழ் வைத்தார்கள். சொட்டு ஜலமும் வீணாகக் கூடாதே!

சட்டென்று இருண்டுவிட்டது. மை இருள்.

மழைக் காற்று வீசிற்று.

கொடும்பாவி கட்டி இழுத்த பின்பும் மழை பெய்யாமலிருக்குமா?

கிழக்கே வெகு தூரத்தில் வானம் பொத்துக்கொண்டு கொட்டுவதை ஒருவன் சுட்டிக்காட்டினான்.

"அதோ, அதோ! தெரியுதா... தெரியுதா?"

மின்னல்!

கடைசியில் லேசாகக் கொசுத்தூறல் போட ஆரம்பித்து விட்டது! அவர்கள் தலையிலெல்லாம் விழுந்தது. ஒருவருக்கும் வீட்டுக்குள் ஏறி வர மனமில்லை. மழை பெய்யட்டும்; தலையிலும் உடம்பிலும் விழட்டும்; வீடும் கரையும் காடும் கழனியும் மழையில் குளித்தெழட்டும்!

மறுநாள் காலை வயலும் கரையும் எப்படி இருக்கும்? காலை இளம் வெயிலில் சிரிப்பும் பசப்புமாகக் குளித்தெழுந்த குமரி மாதிரி...

மண்வெட்டி சகிதம் காலையிலே எல்லோரும் வயலுக்குப் போகவேண்டியதுதான். கால் வெட்டிவிட வேண்டும்; நீர் தங்கி நின்றுவிடக் கூடாது. இந்த வருஷம் நல்ல அறுவடைதான்!

ஒவ்வொருவரும் களஞ்சியத்தில் நெல் குவியும் காட்சியை மனக் கண்ணால் கண்டு களித்துக் கொண்டிருந்தார்கள்.

சந்தன மூப்பனார் வீட்டுக்குள் இருந்தவாறே கைநீட்டிப் பார்த்தார். சாரல் விழ ஆரம்பித்துவிட்டது.

சாரல் தூற்றலாக மாறும். தூற்றல் மழையாகி, பேமாரியாகக் கொட்டும்!

ஆனால்...?

சூறாவளி!

தெருக் குப்பையும், சருகும், வீட்டுக் கூரையில் சுழன்றடித்தது.

காற்று. பேய்க்காற்று!

மேகம் சிதறுகிறது; விண்ணென்று ஒதுங்குகிறது.

பொழுது விடிந்ததும் வானம் வெளுத்துவிட்டது.

அன்று சாயங்காலமும் ஊர்ப் பெரிய குளத்தில் பையன்கள் பந்து விளையாடிக் கொண்டிருந்தார்கள்.

நியாயமாக ஊர் ஜனங்களுக்குத் தண்ணீர்த் தவிப்பு ஏற்படக் கூடாது. ஏனெனில் அவர்களுக்கு அணை வசதி உண்டு. சில மைல் தள்ளி ஒரு அணை; பெரிய அணைதான். இந்த மாதிரி தண்ணீர்த் தட்டுப்பாடு அவர்களுக்கு முன்பெல்லாம் ஏற்பட்டதில்லை. வருண பகவானை மட்டும் ஒரே போக்காக நம்ப வேண்டிய நிர்ப்பந்தம் வந்ததில்லை. அணை மூலம் தண்ணீர் செழிப்பாக வந்துகொண்டு தானிருந்தது. இப்பொழுதும் அணைக்குக் குற்றம் எதுவுமில்லை. அணை, அணையாகத்தானிருந்தது. ஆனால் அதற்குள் ஜலம் மட்டும் தங்காது. சேறும் சகதியும் நிறைந்துபோயிருந்தது. அந்தப் பிராந்தியத்திலிருந்து பெரிய புகார் கிளம்பிற்று. வயலின் சொந்தக்காரர்கள் புகார் செய்யவில்லை; விவசாயிகள் புகார் செய்தார்கள். சம்பந்தப்பட்டவர்களின் கவனத்திற்குக் கொண்டுவருவதற்குச் செய்த பிரயத்தனத்தில் கங்கையையே கொண்டுவந்துவிடலாம். கடைசியில் ஒரு தீர்மானம் ஏற்பட்டது. பழைய அணையைத் துப்புரவு செய்வதில் லாபம் இல்லை; புது அணை கட்ட வேண்டும்.

புதிய அணையைக் கட்டினார்கள் கட்டினார்கள் வருடக் கணக்கில் கட்டினார்கள். கடைசியில் கட்டி முடித்தேவிட்டார்கள்!

இனிமேல் விவசாயிகளுக்கு என்ன கவலை? அவர்கள் ஒவ்வொரு நாளும் பட்ட துன்பத்திற்கெல்லாம் முடிவு வரப்போகிறது. அணை கட்டி முடிந்துவிட்டால் விமோசனம்தான். தண்ணீர் நெருக்கடி இனிமேல் அவர்கள் ஆயுளில், அவர்கள் சந்ததியர்கள் ஆயுளில் வரப்போவதில்லை. தண்ணீர் தேவைக்குமேல் வந்து பாயப்போகிறது. வயலில் தண்ணீர் ஏறி, பயிரை அடித்துக்கொண்டு போகாமல் பார்த்துக் கொள்ளவேண்டும். நீர் நின்று இளம் பயிர்கள் அழுகிப் போகாமல் கவனித்துக்கொள்ள வேண்டும்.

விவசாயிகள் பாக்கியசாலிகள்!

அணைதிறப்பு விழா பிரமாதமாக நடந்தது. ஒரு பெரிய மனிதர் நிறையப் பேசினார். உட்கார்ந்த இடத்திலிருந்தவாறே அணையைத் திறந்துவைத்தார். மறுநாள் அவர் பேச்சும் படமும் பத்திரிகையில் வெளிவந்தன. சம்பந்தப்பட்டவர்கள் படங்களெல்லாம் வந்தன. அணையின் படம் வந்தது. ஆனால் அணையில் தண்ணீர் மட்டும் வரவில்லை.

விவசாயிகள் கண்டு கேட்டிராத ஊரிலிருந்து மூன்று பேர் பறந்து வந்தார்கள். அணையின் நோயைக் கண்டுபிடிக்க வேண்டாமா? விவசாயிகள் திரளாகக் கூடினார்கள். வந்தவர்கள் நீண்ட நேரம் பேசினார்கள்; போய்விட்டார்கள்.

அவர்கள் என்ன பேசினார்கள் என்பது மட்டும் விவசாயிகளுக்குப் புரியவில்லை!

இப்படி, விவசாயிகள் ஒவ்வொரு நாளும் மனத்தில் ஆசையாக, அணு அணுவாக, ஏக நம்பிக்கையாக வளர்த்துக்கொண்டு வந்த கற்பனைக் குழந்தை செத்துப் பிறந்தது!

ஒருநாள் காலை ஊரில் பெரிய ரகளை.

வரி பிரிக்க ஆட்கள் வந்தார்கள். தண்ணீர் வரி!

ஏற்கெனவே ஒரு அணை இருந்தது; புதிய அணையும் கட்டி முடிந்தது.

இப்பொழுது அணைகள் இருக்கின்றன; ஆனால் தண்ணீர் இல்லை.

தண்ணீர் இல்லை; ஆனால் தண்ணீர் வரி இருக்கிறது!

சில இளைஞர்கள் வரி கொடுக்க மறுத்தார்கள். ஒரே அடியாகத் தரமுடியாது என்று சாதித்தார்கள். இது ஒரு புதிய அனுபவம்!

ஆனால் இந்தக் காலத்தில் போக்கிரிகள் எங்கும் மலிந்து விட்டார்கள். தண்ணீர் இல்லையென்றால் தண்ணீர் வரி இல்லை என்கிறார்கள். அக்கிரமம் அல்லவா இது? தேசத் துரோகம் அல்லவா? எனவே, வரி பிரிப்பவர்கள் அவர்கள் வீட்டில் புகுந்து அங்கிருந்த அரிய பெரிய பொக்கிஷங்களையெல்லாம் அள்ளி வெளியே போட்

டார்கள். கிழிந்த சட்டை, ஒடிந்த குடை, மூன்றுகாலுள்ள நாற்காலி, சட்டி, பானை - இவற்றையெல்லாம் அவர்கள் ஏலம் போட்டார்கள். இப்படி, போக்கிரிகள் கட்டவேண்டிய வரியை வசூலித்தார்கள்.

தண்ணீர்த் தட்டுப்பாட்டினால் போன தடவை அறுவடை என்பதே இல்லை. அறுவடைச் சமயத்தில் எருமையும் மாடும் வயலில் மேய்ந்து கொண்டிருந்தன. எனவே, விவசாயிகளின் வாழ்க்கை மார்க்கம் குலைந்து சீர்கெட்டுவிட்டது. வீடுதோறும் வறுமை. ஊரில் பஞ்சம்.

இந்தத் தடவையும் ஏறக்குறைய அதே நிலைமைதான். கதிர்கள் தலைக்கனம் ஏறி நிற்கும் சமயம் ஒரே ஒரு தடவை தண்ணீர் பாய்ந்துவிட்டால் நல்ல போகம் கண்டுவிடும். மகசூலுக்குக் குறைவு ஏற்படாது. போன தடவைக்கு வட்டியும் முதலுமாக வாரித் தட்டி விடலாம். ஆனால்... ஆனால்... தண்ணீர் வேண்டும். ஒரே ஒரு தடவை தண்ணீர் பாய்ந்துவிட்டால் போதும் - அப்புறம் விவசாயி கள் 'இந்நாட்டு மன்னர்கள் தான்.'

அணையில் கால்வாசி நீர் இருக்கிறதாம். ஆனால் மடையைத் திறந்து விடுவாரில்லை. அதற்கென்று தனியே ஒரு உத்தியோகஸ்தர் நியமிக்கப்பட்டிருந்தார். அவர் உத்தரவின் பேரில்தான் மடை திறக்கப்படும்.

சாதாரண விவசாயிகளுக்கு அவரைப் பார்த்துப் பேசவே முடிய வில்லை. பேசினவர்களுக்குப் பிரயோஜனமும் ஏற்படவில்லை. அவர் வீட்டுக்குமுன் சதா பெரிய பண்ணைகளின் புதிய கார்கள் காவல் நின்றன. அணையிலிருந்து வரும் ஈவிரக்கமற்ற தண்ணீர் பெரிய பண்ணையார் முகுந்தப்பிள்ளையின் நூறு ஏக்கரா புஞ்சையில் சர்வ சாதாரணமாகப் பாய்ந்துவிட்டு, கோவில் பூசாரி ஆண்டியப்ப ரின் மஞ்சக்காணித் துண்டத்தில் பாயாமல் நின்று கொண்டது. இன்றும் சுவாமியை அனாதையாக விட்டுவிட்டு, காலையிலும் மாலையிலும் ஆண்டியப்பர் உத்தியோகஸ்தர் வீடு தேடி நடந்து கொண்டிருக்கிறார்.

துண்டு துண்டாக நிலத்தை வைத்துக் கொண்டிருக்கும் ஏழை விவசாயிகளுக்கு விழி பிதுங்கிற்று. அவர்கள் ஒன்று சேர்ந்து பேசினார் கள். ஒன்று சேர்ந்து பிராதுகள் தயாரித்து அனுப்பினார்கள். கூட்டங் கள் போட்டார்கள். திறக்க வேண்டிய கதவைத் தலையால் முட்டித் திறந்தார்கள். கடைசியில் எல்லாவற்றிற்கும் சேர்ந்து ஒரு பதில் கிடைத்தது. அணையில் சொட்டுத் தண்ணீர்கூடக் கிடையாது!

அவர்கள் வயல்கள் வறண்டு கொண்டிருந்தன. பயிர் கரிந்து கொண்டிருந்தது. வயல் பக்கம் போனால் கண்களில் நீர் முட்டிற்று. ஏதோ ஒரு பயங்கரமான ஆவேசம் மனத்துள் தோன்றி பூதாகாரமாக வளர்ந்து வந்தது. மனத்துள் எரிமலை புகைய ஆரம்பித்து விட்டது. அது எந்த நிமிஷமும் வெடிக்கலாம். வெடித்து விட்டால்...?

அதே சமயம் மறுபக்கம், சாம்பிப்போன மனத்தில், எல்லையில் லாத துக்கம் பீறிடும். சில சமயம் அது ஆக்ரோஷமாக மாறும்.

ஆனால் அதை யாரிடம் காட்டுவது? யாரிடம் காட்ட வேண்டும்? யாரிடம்...?

அணையில் தண்ணீர் இருக்குமென்றால் -பெரிய புள்ளிகள் நிலங்களிலெல்லாம் ஏற்கெனவே பாய்ந்து விட்டபடியால் - மீதித் தண்ணீர் அவர்களுக்குக் கிடைக்குமென்ற நம்பிக்கையுண்டு.

ஆனால் அணையில்தான் தண்ணீரே இல்லையே!

நாளுக்கு நாள் பயிர்கள் கருகிக்கொண்டே வந்தன. விவசாயிகளும் பயிரின் நிலையை அடைந்து கொண்டிருந்தார்கள்.

தண்ணீர் கிடைக்கிறதென்றால் அன்று - அன்றே - கிடைக்க வேண்டும். இல்லாவிட்டால் அதோகதிதான். இந்த வருடமும் மாடுகள் மேயவிடலாமா?

அவர்களுக்குத் தண்ணீர் கிடைக்குமா? அணைதான் வறண்டு போய்க் கிடக்கிறதாமே!

மழை பெய்யுமா? வருண பகவான் திருக்கண் திறந்து கடாட்சிப்பானா?

வீட்டுக்கு உடையவன் செத்துப்போன மாதிரி விவசாயிகளின் வீடுகள் சோகத்தில் அமுந்திப்போயிருந்தன. அவர்கள் செய்த வேலை, உழைப்பு, ஆசை, அபிலாஷைகள் - எரியும் வெயிலில் வாடி வதங்கிக் கருகிப்போய்க் கொண்டிருந்தன.

அவர்கள் கண் முன்னால் அவர்களின் ஒரே சொத்து எரிந்து கொண்டிருந்தது. அன்றே தண்ணீர் கிடைக்க வேண்டும். இல்லாவிட்டால் எல்லாம் இதோடு முடிந்தது. நாசம்தான்! அழிவுதான்!

அவர்களுக்குத் தண்ணீர் கிடைக்குமா?

இரவு ஏழு மணி. மேலக்கரை வேலப்பன் வீட்டை ஒருவன் படபடவென்று தட்டினான். வேலப்பன் பசியோடு படுத்துத் தூங்கிக் கொண்டிருந்தவன் எழுந்து வந்து கதவைத் திறந்தான்.

வந்தவனுக்கு மூச்சுத் திணறியது. நெற்றியிலிருந்து வியர்வை வழிந்துகொண்டிருந்தது. அவன் தணிந்த குரலில் சொன்னான்:

"அண்ணேய், சங்கதி தெரியுமா? அணையிலே தண்ணி கெடக்குதாம்!"

"தண்ணி கெடக்கா? சும்மா ஏதாவது சொல்லாதே."

"எங் கண்ணாணெ! தெரிஞ்சில்லா சொல்லுதேன்!"

வேலப்பன் ஒரு துண்டைத் தலையில் சுற்றிக்கொண்டு வந்தான். இரண்டு பேரும் வெளியேறினார்கள்.

ஊர் ஆலமரத்தடி. அங்கு பழனி, ஆறுமுகம், இன்னும் ஒன்றிரண்டு பேர் இருந்தார்கள். இவர்களும் அங்குபோய்ச் சேர்ந்தார்கள். அதே விஷயம் பலர் வாயில் பல ரூபங்களில் வெளிவந்து கொண்டிருந்தது.

"அணையில் தண்ணீர் இருக்கிறது!"

"அணையில் தண்ணீர் இருக்கிறது!"

அந்தத் தண்ணீர் அவர்களுக்குக் கிடைத்துவிட்டால் போதும் - நிலம் விளைந்துவிடும்; தலை தப்பிவிடும்.

மடை திறக்கும் உத்தியோகஸ்தர் வீடு அங்கிருந்து நான்கு மைல் தள்ளி இருந்தது. தலையில் முண்டாசை வரிந்து கட்டிக் கொண்டு மூன்று பேர் ஓடினார்கள் - இல்லை - பறந்தார்கள்!

மீதியுள்ளவர்கள் அங்கேயே இருந்தார்கள். ஒரு கணம் ஒரு மணியாக இழைந்துகொண்டிருந்தது. மனத்துள் ஒரே துடிப்பு; தண்ணீர் கிடைக்குமா கிடைக்குமா என்ற தவிப்பு.

ஊருக்கு வெளியே பெரிய மாதா கோயிலில் மணி ஒன்பதடித்தது. அவர்கள் மௌனமாக உட்கார்ந்து கொண்டிருந்தார்கள். கும்மிருட்டு. மனித சீவன்கள் உட்கார்ந்திருப்பதையே தெரிந்து கொள்ளமுடியாது. மையிருட்டில், தரை மட்டத்திற்கு இரண்டடி உயரத்தில், நான்கு தீப் புள்ளிகள் கனன்று கொண்டிருப்பது மட்டும் தெரிந்தது.

பொழுது ஊர்ந்து கொண்டிருந்தது.

திடீரென்று கால் அரவம் மாதிரிக் கேட்டது.

சடக்கென்று மடியிலிருந்து தீக்குச்சியை எடுத்து ஒருவன் உரசிப் பார்த்தான். சாக்கடைப் பக்கம் படுத்திருந்த அனாதைக் கழுதை ஒன்று எழுந்து நொண்டி நொண்டிப் போய்க்கொண்டிருந்தது.

குப்பென்று எழுந்த சிரிப்பு மனத்துள்ளேயே அடங்கிவிட்டது. வடிவேலு சமாதானம் சொன்னான்.

"நல்ல சகுனம்தான்."

பெரிய கோயிலில் மணி பத்தடித்தது.

பேச்சுக்குரல் காற்றில் நெருங்கி வந்துகொண்டிருந்தது.

"அண்ணன் சத்தம்தான் கேட்குது!" என்றான் பழனி. எல்லோரும் காதைத் தீட்டிக்கொண்டார்கள். "அண்ணன் குரல்தான்" என்று சொல்லியவாறே வேலப்பன் சாடி எழுந்தான். மூன்று பேரும் குரல் வரும் திசையை நோக்கி ஓடினார்கள். கட்டுப்படுத்த முடியாத ஆதங்கம், ஆவல், நெஞ்சுத் துடிப்பு!

இரண்டு கூட்டமும் நெருங்கிற்று.

"என்னாச்சு...? தண்ணி கெடக்கா?" வேலப்பனுக்கு ஸ்பஷ்டமாகப் பேசமுடியவில்லை. நெஞ்சு முரசடித்தது.

காளியப்ப பிள்ளை நிதானமாகச் சொன்னான்:

"தண்ணி கெடக்குது நெசந்தான்."

"சபாஷ்!" என்று உரக்கக் கூவிவிட்டுத் துள்ளினான் பழனி. காரிருளில் எதிர்நோக்கிக் காத்துக் கிடந்தவர்களின் பற்கள் பளிச் சென்று தெரிந்தன.

"தண்ணி இப்பம் வந்திருமில்லெ? நாம் வீட்டுக்குப் போய் மம்மட்டியை எடுத்திட்டு வந்துருலாம், வாங்க" என்றான் வேலப்பன்.

"தண்ணியை நமக்குத் தரமுடியாதாம்!" என்றான் ஆறுமுகம்.
"என்ன! தரமுடியாதா?"
பலர் வாயிலிருந்து ஒரே கேள்வி வெடித்தது.
"ஆமா, தர முடியாதாம்."
"ஏன்? தந்தா என்ன கொள்ளையாம்?"
"தர முடியாதாம். சொட்டுத் தண்ணிகூடத் தரமுடியாதாம்!"
"ஏனாம்?"
"..."
"ஏன்னு கேக்கறேன்?"
"..."
"ஏய்! ஏன்னு கேக்கறேன், சொல்லேன் ஏன்னு?"
"..."

சுசீந்திரம் கோயிலில் திருவாசம் புரியும் தாணுமாலயர் சக்தி கொண்டவர். மும்மூர்த்தியின் திரு அவதாரம். அந்தப் பக்கத்தில் செல்வாக்கும் மதிப்புமுள்ளவர். மேலும் பெரிய பண்ணை. தேரூர்ப் பற்றில் நூறுகோட்டை விதைப்பாட்டுக்குமேல் இருந்தது. தேர்திருநாள் என்றால் ஆயிரக்கணக்கில் கூட்டம் கூடும். சித்திரை மாதம் தெப்பத் திருவிழா. அந்தப் பிராந்தியத்திலேயே அவ்வளவு கூட்டம் வேறு எந்த விசேஷத்திற்கும் திரளாது. பூக்களால் பிரமாதமாக அலங்கரித்து, ஒளியில் ஜகஜ்ஜோதியாகத் திகழும் தெப்பத்தில் ஸ்வாமி குளத்தைச் சுற்றி வருவார்.

தெப்ப விழா நெருங்கிவிட்டது. ஆனால் தெப்பக் குளத்தில் தண்ணீர் கிடையாது. ஸ்வாமியின் சொந்தத் தேவைக்கான குளமும் வறண்டிருக்கிறது. என்ன அநியாயம்!

குளத்தில் தண்ணீர் இல்லையென்று தெப்ப விழாவை முடக்கிவிட முடியுமா? தெய்வ தோஷம் கிட்டவா?

மேற்படி விஷயத்தை சுசீந்திரம் தேவஸ்தானம் அரசாங்கத்தின் கவனத்திற்கு ஏற்கெனவே கொண்டு வந்துவிட்டது. தெப்பத்திற்குத் தண்ணீர் வேண்டுமே, என்ன செய்வது? அதற்கு ஒரே வழி - இருக்கிற தண்ணீரை மறைத்து வைப்பதுதான். இந்த விஷயம் பரம ரகசியமாக இருக்கவேண்டும். ஏனென்றால் தெய்வத்திற்காக ஒதுக்கி வைத்திருக்கும் தண்ணீரையும் வயலுக்கு விடுங்கள் என்று சொல்ல நீசர்கள் கூசமாட்டார்கள். எப்படி! வயலுக்கு ஜலத்தைக் கொடுத்துவிட்டுத் தெப்ப விழாவை முடக்கிவிட வேண்டுமாம்! இந்தப் புத்தி கெட்ட குழந்தைகளைக் கடவுள்தான் காப்பாற்ற வேண்டும்.

பட்டப்பகலில் அணையைத் திறந்து விட்டால் தண்ணீர் குளத் திற்கு வந்து சேரவேண்டாமா? வெளிக்குத் தெரியாமல் விஷயம் நடந்தேற வேண்டும். கடைசியில் ஒரு முடிவு ஏற்பட்டது. தெப்பத்

திருவிழாவுக்கு முந்திய நாள் அர்த்த ராத்திரியில் ரகசியமாக அணையைத் திறந்து விட்டு விடுவது! காலையில் குளம் நிறைந்து விடும். இரவில் தெப்பத் திருவிழா!

அன்று இரவுதான் வேலப்பனும் கூட்டாளிகளும் கொண்ட கடைசி நம்பிக்கையிலும் மண் விழுந்தது. திரிசங்கு சொர்க்கத்தில் விழி பிதுங்க நின்று கொண்டிருந்தார்கள். தண்ணீரை என்ன செய்யப் போகிறார்களென்று சம்பந்தப்பட்டவர்கள் சொல்லவில்லை. இருந் தாலும் விஷயம் அங்கு வேலை பார்க்கும் வேலையாள் மூலம் வெளியே கசிந்து விட்டது. துப்பு இவர்கள் கைக்கு சிக்கிவிட்டது.

இப்பொழுது என்ன செய்வது? என்ன செய்ய முடியும்?

வேலப்பன் திடமான குரலில் சொன்னான் :

“வீட்டுக்குப் போயி எல்லோரும் மம்மட்டியை எடுத்திட்டு வாங்க!”

“எதுக்காம்?” என்றார் தாணு மூப்பனார்.

“அதெல்லாம் அப்புறம் சொல்லுதேன். எடுத்திட்டு வாங்க. சட்டுனு.”

“நீ போற வளி எனக்குத் தெரியுதுலே!” என்றார் மூப்பனார்.

“என்ன வேய் குத்தம், போற வளியிலே?”

“லேய், சின்னப் பிள்ளைகளா வெளையாடாதீங்க. தெய்வ தோஷம் புடிச்சிடும்.”

வேலப்பனுக்கு முகம் சிவந்தது. இருந்தாலும் சாந்தமாக, நம்பிக்கை தரும் குரலில், அழுத்தமாகச் சொன்னான் :

“ஓய் மூப்பனாரே, விஷயத்தைத் தெரிஞ்சுக்கிடும். நாங்க கடவுளெ எதுக்கலெ! அது எங்க வேலை இல்ல. தண்ணி தெய்வத்துக்குப் போகக் கூடாதுன்னு நாங்க சொல்லலெ. நமக்குப் பயிருக்குத் தண்ணி வேணும்னு சொல்லுதோம். எங்கே போவுதுங்கிறதெப் பத்தி எங்களுக்கு அக்கறை இல்லெ. எங்களுக்கு இல்லாமப் போகுது - அதுதான் விஷயம். நமக்குத் தண்ணியில்லாமெ அடிக்கது எதுவோ அதைத்தான் நாங்க எதுக்கறோம்.”

இரவு மணி பன்னிரண்டடித்தது.

ஐந்து வாலிபர்கள் வரப்போடு தட்டுத் தடுமாறி நடந்து கால்வாய் ஓரம் அடைந்தார்கள். ஒருவருக்கொருவர் ஒன்றுமே பேசிக்கொள்ள வில்லை. வாயில் நெருப்பில்லை. தோளில் மண்வெட்டியிருந்தது. தலையில் முண்டாசு சுற்றி, வேஷ்டியைத் தார்ப்பாய்ச்சிக் கட்டியிருந் தார்கள். வாடைக்காற்று பயிர்களின் தலையைத் தடவிக்கொண்டு வருவதில் ஏற்படும் இன்ப இசை. மரங்களிலிருந்து ஆந்தைகளின் முணுமுணுப்பு. அவ்வப்பொழுது பட்சிகளின் சலசலப்பு. சிறிது நேரத்திற்கெல்லாம் அவர்கள் வயலுக்கு மேல் பக்கத்தில் மண்ணைத் துரிதமாக வெட்டிப்போட்டு அணைபோட்டார்கள். அதை அழுத்தி, மீண்டும் மண்போட்டுத் திடப்படுத்தினார்கள். கால்வாய் ஓரம்

மல்லாந்து விழுந்து கிடந்த குத்துக்கல்லின் மேல் உட்கார்ந்து கவனித்துக் கொண்டிருந்தார்கள்...

பொழுது நகர்ந்துகொண்டிருந்தது. ஒவ்வொருவரும் காதைக் கூர்மையாக வைத்துக்கொண்டிருந்தார்கள். பொழுது ஏறஏற ரத்தத்திற்கு சூடேறிக்கொண்டு வந்தது. தண்காற்று வீசிற்று. காதோரம் சில்லிட்டது. சில சமயம் இனம் தெரியாத ஒரு பயமும் தோன்றிற்று. ஆனால் மறுநிமிஷமே அது மறைந்தது.

சலசலப்பு!

தண்ணீரின் சலசலப்பு. தண்ணீர் வருகிறது. தண்ணீர் நெருங்கி வந்துகொண்டிருந்தது. வேலப்பன் வறண்ட கால்வாயினுள் இறங்கி நின்றுகொண்டிருந்தான். காதலி மாதிரித் தண்ணீர் வந்துகொண்டிருந்தது. மயான நிசப்தத்தில் நீர் வரும் சப்தம் சங்கீதமாகக் கேட்டது. ஏதோ ஒரு சக்தி அவனுள்ளிருந்துகொண்டே வேலப்பனை முன்னால் தள்ளிற்று. பொடிந்த சிப்பிகள் காலைப் பதம் பார்த்தன. அவன் பாதத்தைத் தட்டிவிட்டுக்கொள்ளவில்லை.

வேலப்பன் காலில் லேசாகக் குளுமை. தண்ணீர்!

வேலப்பனுக்கு அடிமுதல் முடிவரை மயிர் சிலிர்த்தது. வாயைத் திறந்து கூப்பாடு போட்டான். சப்தம் குதிக்கவில்லை. மறு நிமிஷம் அவனை மீறிய வேகத்தில், உரத்த குரலில் சப்தம் வெடித்தது.

"தண்ணி வந்துடுச்சு!"

வெகுதூரத்தில் மலையடிவாரத்திலிருந்து இனம் தெரியாத மனிதன் அந்தச் சந்தோஷச் செய்தியை உலகத்திற்கு அறிவித்தான்.

மறுநிமிஷம் பழனி தீக்குச்சியை உரைத்தான். தண்ணீர் மளமள வென்று வருகிறது. ஒளியில் ஒரே நிமிஷத்தில் மடையின் வாயை நிதானித்துக் கொண்டார்கள். கணமும் தாமதியாமல் மடையை வெட்டிவிட்டார்கள். பிரக்ஞையின்றி ஜலம் வயலில் நுழைந்தது. ஒவ்வொரு வயலிலும் பாய்ந்தது. இனம் தெரியாத பக்கத்து வயல் களையெல்லாம் அவர்கள் திறந்து விட்டார்கள். எல்லா வயலிலும் தண்ணீர் நிறைந்தது...

மறுநாள் காலை, ஊருக்குள் ஒரு இடி வண்டி புகுந்தது. இடி வண்டி என்றால் தெரியுமா? ஒரு வண்டி. அதனுள் ஆயுதபாணிகளாக காக்கி உடை போட்டுக் கொண்டு சிலர் இருப்பார்கள்; அவர்களுக்கு ஏழைகளை இடிக்கவும், அடிக்கவும், உதைக்கவும் அதிகாரமுண்டு.

அவர்கள் ஊருக்குள் பிரவேசித்து, ஒவ்வொரு வீடாக ஏறி இறங்கி, குற்றவாளிகளை இழுத்துக்கொண்டு வந்தார்கள். வேலப்பன், பழனி, ஆறுமுகம், காளியப்ப பிள்ளை எல்லோரும் போலீசாரின் கைக்குள்!

இடி வண்டிக்கு முன் கூட்டம் கூடிவிட்டது. எல்லோரும் அங்கு கொண்டுவரப்பட்டார்கள். அந்தக் கூட்டத்தில் வேலப்பன், பழனி கூட்டாளிகளின் தாயும் தகப்பனும், மனைவி குழந்தைகளுமிருந்தார்

கள். முறுக்கிய மீசையும் தொப்பியுமாக, ஆஜானுபாகுவாய் ஒருவர் வண்டிக்குள்ளிருந்து இறங்கி வந்தார். "இவங்கதான் ஆசாமிங்களா?" என்று அதிகாரத் தோரணையில் கேட்டார். "ஆமாம்" என்று பதில் கிடைத்தது.

அவர் சிறிது நேரம் வேலப்பனின் முகத்தையே கூர்மையாக, கண் இமைக்காமல் முறைத்துப் பார்த்துக் கொண்டிருந்தார். திடீரென்று அசுர பலத்துடன் வயிற்றில் ஆழமாகக் குத்தி, நாடியை மறுகையால் அலக்காகத் தள்ளி, காலையும் தட்டி விட்டார். வேலப்பன் "ஐயோ!" என்று பயங்கரமாக அலறிக் கொண்டு கீழே சுருண்டு விழுந்தான். மண்ணில் தலையை முட்டிமுட்டிப் புரண்டான். சக்கர வளையம் சுற்றினான். கூட்டத்திற்குள்ளிருந்து நெஞ்சைப்பிளக்கும் அலறல் கேட்டது. மறுநிமிஷம் வேலப்பனின் தாய் கீழே விழுந்தாள். அவர் அடித்த அடியின் வேதனையை அவளும் அனுபவித்திருப்பாளோ? பழனி, ஆறுமுகம் போன்றவர்களுக்கும் படபடவென்று தொடர்ந்து அடி விழுந்தது. மிருகத்தனமான உதை. பூட்சுக் காலால் நெஞ்சில் மிதித்தார்கள். கீழே குனிய வைத்து முட்டு எலும்பால் முதுகில் குத்தினார்கள். தலை மயிரைக் கையால் அள்ளிப்பிடித்து உசுப்பிக் கொண்டு இரண்டு கன்னத்திலும் மாறிமாறி அறைந்தார்கள்.

கூட்டத்திற்குச் சூடேறிவிட்டது. அவர்கள் ஊர்வாசிகளல்லவா? அவர்கள் சுக துக்கங்களில் பங்கெடுத்தவர்களல்லவா? எங்கிருந்தோ ஒன்றிரண்டு கற்கள் போலீசு லாரியின்மீது விழுந்தன. சிப்பாய்கள் மீது விழுந்தன. இன்ஸ்பெக்டரின் தொப்பி கீழே விழுந்தது. மறுநிமிஷம் அவர் கூப்பாடு போட்டு உத்தரவு கொடுத்தார். ஜவான்கள் கழியால் கூட்டத்தைத் தாக்கினார்கள். கூட்டம் வெருண்டு ஓடிற்று. காசநோய்க்காரர் ஒருவரும், எலும்பாடிப்போன ஒரு கிழவியும், வேடிக்கை பார்த்து நின்ற ஒரு சிறு பெண்குழந்தையும் அடியால் தாக்கப்பட்டார்கள்.

கீழே விழுந்து கிடந்த குற்றவாளிகளைப் போலீஸ் படை வண்டியில் தூக்கிப் போட்டுக்கொண்டு புறப்பட்டது. வண்டி ஊரைச் சுற்றிப் போகிறபொழுது அடிபட்டு அவலநிலையிலிருந்த வேலப்பனின் கூட்டாளிகள் சிரமப்பட்டு எழுந்திருந்து, லாரியின் வலை வழியே தங்கள் வயல்களைப் பார்த்தார்கள்.

பூர்ண திருப்தியில், எக்களிப்புடன் தலையாட்டியவாறே, கதிர்கள் வீர வணக்கம் சொல்லி அவர்களை வழியனுப்பி வைத்தன.

சாந்தி, 1953

அக்கரைச் சீமையில்

அதிகாலையில் கண் விழித்தேன்.

ரயில் ஓடிக்கொண்டுதானிருந்தது. படுத்தபடியே ஜன்னல் வழியாக வெளியே பார்த்தேன். மரங்கள் ஓடிக்கொண்டிருந்தன; விளக்குக் கம்பங்கள் ஓடிக்கொண்டிருந்தன.

ஆப்பிரிக்காவில், தென் ரொடீஷ்யாவின் தலைநகரமான ஸாலிஸ்பரியிலிருந்து புலுவாயோறாவுக்குச் செல்லும் ரயில் வண்டியில் நான் யாத்திரை செய்துகொண்டிருந்தேன். இந்தியாவிலிருந்து கிட்டத்தட்ட ஆறாயிரம் மைல் தூரத்தில்! எண்ண எண்ண எனக்கே ஆச்சரியமாக இருந்தது.

திடீரென்று என் பெட்டிக்கு அடுத்த பெட்டியிலிருந்து கர்ண கடூரமான சங்கீதம் எழுந்தது. கிட்டத்தட்ட ஐம்பது பேர் சேர்ந்து அலறுவது போலிருந்தது. நான் எழுந்து ஜன்னல் வழியாக வெளியே தலையை நீட்டிப் பார்த்தேன். எஞ்சினுக்கு அடுத்த பெட்டியிலிருந்து இரைச்சல் வந்துகொண்டிருந்தது. அந்தப் பெட்டியின் வாசலில், "உள்ளூர்க்காரர்கள் மட்டும்" என்று கொட்டை எழுத்தில் எழுதியிருந்தது. அந்தப் பெட்டிக்குள் கிட்டத்தட்ட ஐம்பது காப்பிரிகளை - நீக்ரோ ஜாதியினரை - அடைத்திருந்தார்கள். வண்டியில் உட்காருவதற்கு பெஞ்சுகூடக் கிடையாது. விளக்கும் இல்லை. ஆணும் பெண்ணும் சரிசமமாக நின்று கொண்டிருந்தார்கள். தங்களுடைய அவஸ்தையை மறப்பதற்காகத்தான் அவர்கள் பாடிக் கொண்டிருந்தார்கள் போலிருந்தது.

வண்டி நின்றது.

காப்பிரிகள் வண்டியின் கதவைத் திறக்காமலே ஜன்னல் வழியாக 'தொம் தொம்'மென்று கீழே குதித்தார்கள். நானும் பெட்டி படுக்கையை எடுத்துக்கொண்டு கீழே இறங்கினேன். ஒரு காப்பிரி போர்ட்டர் என் அண்டையில் வந்து நின்று கொண்டு தன் பாஷையில் ஏதோ கேட்டான். நான் ஒன்றும் புரியாமல் விழித்தேன்.

பின்னாலிருந்து, "ஸார், உங்களுக்குத் தமிழ்நாடு தானே?" என்ற தமிழ்க்குரல் கேட்டுத் திரும்பிப் பார்த்தேன். ஒரு தமிழன் நின்று

கொண்டிருந்தான்! உடம்பு புல்லரித்தது. மீண்டும் அவனையே கூர்ந்து கவனித்தேன். தமிழன்தான். பாரத மாதாவின் தவப்புதல்வன்தான். அவனுக்கு ஐம்பது ஐம்பத்தைந்து வயது இருக்கும். கடின உழைப்பால் சக்கையாகிப்போன உடம்பு. காக்கிச் சட்டையும், காக்கி அரை நிஜாரும் அணிந்திருந்தான். சட்டைக் காலரின் பின்புறத்திலும் விளிம்பிலும் நித்திய உபயோகத்தால் வியர்வையின் கறை ஏறிப் போயிருந்தது. உடைகளும் தம் சுய நிறத்தை இழந்து பழுப்பு நிறமாக மாறிவிட்டிருந்தன. காலில் பழைய ஜோடு போட்டுக் கொண்டிருந்தான். நரைத்த மீசை. நரைத்துக் கொண்டிருக்கும் புருவம். தலையில் முன்பாதி வழுக்கை விழுந்துவிட்டது.

"என்ன ஸார், அப்படியே நிக்குறீங்க? வாங்க போவோம்" என்று சொல்லிவிட்டு, உரிமையோடு என் சாமான்களை எடுத்துத் தலையில் வைத்துக்கொண்டு நடந்தான். முன்னால் நடக்கிறபொழுது அடிக்கடி திரும்பிப் பார்த்துக் கொண்டான். வாய்நிறையச் சிரித்தான். சந்தோஷ மிகுதியால் பேசுவதற்குக்கூட சக்தியற்றுப் போய்விட்டான் போலிருந்தது.

நான் மிகுந்த சிரமத்துடன், "உன் பெயரென்ன?" என்று கேட்டேன்.

"நம்ம பெயர் ராஜு நாயுடு ஸார். நாயுடுன்னு சொன்னாத்தான் தெரியும் இங்கே. நமக்கு ஊரு களக்காடு. திருநெல்வேலிப் பக்கம் களக்காடு ஸார். ஸாரு எந்த ஊரு?"

"உன் ஊர்ப் பக்கம்தான்."

"நானும் அப்படித்தான் நெனச்சேன். நம்ம மண்ணுன்னு நெத்தி யிலே எழுதி ஒட்டியிருக்கு பாத்துக்கிடுங்க. அது என்ன மாயமோ, ஆண்டவனுக்குத்தான் வெளிச்சம்" என்றான்.

ஸ்டேஷன் வாசலில் ஒரு பீடாக் கடையில் நாயுடு நின்றான். "நாயர்! நாயர்!" என்று கூப்பிட்டான். ஒரு ஆசாமி வெளியே வந்தான். பட்லரின் தடபுடல் வேஷம்.

"நாயர், நம்ம ஊர் ஆளு வந்திருக்கு பாத்தியா"

நாயர் என்னை ஏற இறங்கப் பார்த்தான். சிரித்தான்.

திடீரென்று, "விக்டோரியா அருவியெல்லாம் பாத்துட்டுப் போக லாமென்று வந்திருக்கிறீர்களா?" என்று பச்சைத் தமிழில் ஒரு போடு போட்டான்!

"உங்களையும் பார்க்கத்தான்."

"எங்களை என்ன பார்வை ஸார்? நாங்களெல்லாம் இன்னும் உயிரோடுதானே இருக்கிறோம்" என்றான்.

நாயரின் பேச்சு எனக்கு விசித்திரமாக இருந்தது.

"ஏய் நாயர், என்னப்பா கதை அளக்கிறாய்? வந்த ஆளுக்கு ஒரு கப் டீ கொடு. 'பெஷலா'ப் போட்டுக் கொடு" என்றான் நாயுடு.

நாயர் உள்ளே சென்று ஒரு கப் டீ எடுத்துக் கொண்டு வந்தான். நான் வெளியே நின்றவாறே அதைக் குடித்து முடித்தேன். பர்சை

எடுத்ததும், "பின்னாலே வாங்கிக் கொள்கிறேன் ஸார். இங்கே இரண்டு நாட்கள் தங்குவீர்களில்லையா? இந்தியாவிலிருந்து வருகிற வர்கள் பார்க்க நிறைய இருக்கு ஸார். பார்த்துப் படிக்கணும். எங்க சொர்க்கத்தையெல்லாம் கொஞ்சம் சுத்திப் பாருங்க!" என்றான்.

எனக்கு அவன் பேச்சு மேலும் ஆச்சரியத்தை அளித்தது. ஏதோ எல்லையற்ற கசப்புணர்ச்சியுடன் பேசுவது போலிருந்தது. ஒற்றையடிப் பாதை வழியாக நடந்து செல்கிறபொழுது நாயுடு சொன்னான்.

"அவன் ஒரு தினுசான ஆசாமி ஸார். பெரிய சலுப்பன். ஆனா நல்ல ஆளு பாத்துக்கிடுங்க. இங்கெ வந்து ரொம்ப அடிபட்டுப் போனான். மனசு நொடிஞ்சு போயுட்டான்."

நான் அங்கும் இங்கும் பார்த்தவாறே நடந்து கொண்டிருந்தேன். கட்டாந்தரையில் காப்பிரிக் கோழிகள் திரிந்து கொண்டிருந்தன. எங்கு பார்த்தாலும் நிறைமாதக் கர்ப்பிணி மாதிரி வயிற்றைத் தள்ளிக் கொண்டு நிற்கும் பவோபாப் மரங்கள். தொலை தூரத்தில் பற்றாக்குறை உடைதரித்து, காப்பிரிப் பெண்கள் புகையிலைத் தோட்டத்துக்குச் சாரி சாரியாகச் சென்று கொண்டிருந்தார்கள்.

வெளிநாட்டுக் கறுப்பு யாத்ரீகர்களுக்கென்று ஒதுக்கப்பட்டிருக்கும் ஒரு சத்திரத்தில் என்னைக் கொண்டு சேர்த்தான் நாயுடு. அங்கிருந்த ஒரு நீக்ரோ வேலைக்காரனிடம் நீக்ரோவின் பாஷையில் ஏதேதோ சொன்னான். அவன் சொல்லி முடிந்ததும் நீக்ரோ மிகுந்த பயபக்தி யுடன் என் பெட்டி படுக்கைகளை ஒரு அறையில் கொண்டு வைத்து, வேண்டிய சௌகரியங்கள் செய்து தந்தான்.

"ஸார்! நான் நீக்ரோவிடம் என்ன சொன்னேன் தெரியுமா? நீங்க இந்தியாவிலெ பெரிய போலீசு ஆபீசர், ரொம்ப அதிகாரமுள்ளவர், அப்படி இப்படீன்னு கதை விட்டேன். இந்தப் பயக போலீசுன்னாத் தான் பயப்படுவானுக. வேறு யாரா இருக்கட்டும், சட்டை செய்ய மாட்டான்" என்றான்.

நான் நாயுடுவுக்குக் கூலி கொடுத்தேன்.

"பின்னாலெ வாங்கிக்கிறேன் ஸார். அப்புறமா வாறேன் ஸார்" என்று சொல்லி ஒரு கும்பிடுபோட்டுவிட்டுப் போய்விட்டான் நாயுடு.

நான் காலைக் கடன்களை முடித்துவிட்டு என் அறையில் படுக்கை யில் சாய்ந்தேன்.

மனம் ஏனோ கட்டுக்கடங்காமல் தவித்தது. நாயுடுவின் முகம் மனத்தில் ஆடிக்கொண்டிருந்தது. அந்தக் கண்களில்தான் எவ்வளவு துயரம் தேங்கி நிற்கிறது! திடீரென்று நாயரின் பேச்சு ஞாபகம் வந்தது. அவன் ஏன் அப்படிப் பேசினான்? நாயுடுவைக் கூடவே இருக்கச் சொல்லி சகல சமாச்சாரங்களையும் விசாரித்துத் தெரிந்து கொள்ளாமல் அனுப்பிவிட்டோமே என்று என் முட்டாள்தனத்தை நொந்துகொண்டேன். நாயுடு வருவானோ? ஒரு சமயம் வராமலேயே இருந்து விடுவானோ?

எப்பொழுது தூங்கினேன் என்று எனக்கேத் தெரியாது. கண் விழித்தபோது எதிரே தரையில் நாயுடு உட்கார்ந்து கொண்டிருந்தான். நான் சட்டென்று எழுந்து உட்கார்ந்துகொண்டு, "வந்து ரொம்ப நேரமாகிறதோ?" என்றேன்.

"இல்லெ ஸார், இப்பொத்தான் வந்தேன். நல்லாத் தூங்கினேளா ஸார்? ஊதைக் காத்து அடிக்குதே, சன்னலெ சாத்திக்கக்கூடாதா ஸார்" என்றான்.

நாயுடுவிடம் நான் கேள்விமேல் கேள்வி அடுக்கினேன். நாயுடு சொன்னான் :

"நான் இந்தியாவிலிருந்து வந்து இந்த மண்ணுலெ காலெ வச்சு, வர்ற செப்டம்பருக்கு இருபத்தஞ்சு வருஷம் ஆயிடும் ஸார். வந்தா, அஞ்சாறு வருஷத்திலே சம்பாரிச்சு மடி நெறையக் கட்டிக்கிட்டு போயுடலாம்னு வந்தேன். இங்கே என்னமோ தேனா ஒளுகுது டான்னாங்க. வந்த பின்னாலெல்லா வெசயம் தெரியுது. நானும் ஊரான ஊரெல்லாம் சுத்தி அலஞ்சிட்டேன். கொஞ்ச கஷ்ட மில்லெ ஸார், அவ்வளவும் பட்டாச்சு."

"இங்கே வந்ததிலிருந்து ரயில்வே போர்ட்டராகத்தான் இருக்கிறாயோ?"

"சேய், நல்லாக் கேட்டீங்க. நான் பாக்காத வேலெ பாக்கியில்லெ. இந்தச் சீமையிலெ அய்யா காலு படாத புகையிலெத் தோட்டம் இருக்கவா செய்யுது? ஒண்ணு ரெண்டு வருஷமில்லெ ஸார், இருபது வருஷம் வேலெ பார்த்தேன். ஒருநா ஒரு துண்டு புகையிலையைக் கிள்ளி வாயிலெ போட்டுக்கிட்டதெ ஒரு வெள்ளைக்காரப் பய பாத்துப்புட்டான். பெரிய திருட்டாம் ஸார் அது! அந்தாலெ ஒரு மேசையிலெ குப்புறக் கெட்டிப்போட்டு, காண்டாமிருகத் தோலால செஞ்ச சவுக்கு ஸார், அதாலெ பளீர் பளீர்னு பதினஞ்சு அடி கொடுத்தான். பாவி அடிச்ச அடியெப் பாருங்க" என்று சொல்லியவாறே சட்டையைக் கழற்றிக் காண்பித்தான். முதுகில் தழும்புகள் பளிச்சென்று தெரிந்தன.

"அன்னித் தேதியிலேயே ஒன் வேலெயுமாச்சு நீயுமாச்சுன்னு வெளிலே வந்தேன். ஆப்பிரிக்காவையே திருடித் திங்கறவன், நான் வச்சு வளத்த பொகையிலையைத் திருடினேன்னு அடிக்கிறான் ஸார். நாயத்தைக் கேளுங்க. இதெல்லாம் இங்கே சர்வ சாதாரணம் ஸார். ரெண்டுநா முன்னாலெ ஒரு நீக்ரோ வெள்ளெக்காரிச்சியைக் கையைப் புடிச்சு இழுத்தான்னு சுட்டுக் கொன்னுப்புட்டான்! இந்தப் பயலுகளோ காப்பிரிச்சிக்கு கொழந்தெ கொடுத்து ஒரு தனி சாதியையே உண்டாக்கிப்புட்டான் பாத்துக்கிடுங்க.

"நாங்கெல்லாம் சொந்த மண்ணெ விட்டுட்டு இம்மாந்தூரம் கண்காணாத சீமயிலே வந்து என்னத்தெ ஸார் கண்டுப்புட்டோம்? இந்த இருபது வருஷத்திலெ ஒரு சல்லி மிச்சம் பாக்கலெ ஸார். சின்ன வயசிலெ எங்கம்மா சொல்லுவாங்க, 'டேய் ராஜு', காதறை

கூதறையாத் திரியாதே. கெட்டுப்போவே. நமக்கு இருக்குது இந்த ரெண்டு கைதாண்டா. அதுதாண்டா நமக்குச் சொத்து' அப்படீம்பாங்க. மாராசி வாக்குப் பலிச்சுப் போச்சு. இண்ணைக்கும் இந்த ரெண்டு கைதான் ஸார் இருக்கு. ஆனா அதுக்கும் வலு கொறஞ்சு போச்சு ஸார். சின்ன வயசிலே இப்படியா இருந்தேன்? கையும் தோளும் மொளுமொளுன்னு வஸ்தாத் மாதிரி இருக்கும் பாத்துக்கிடுங்க. ஒரு மூட்டை அரிசியை வெளக்கு வச்சாலெ களக்காடு சூனா ராவன்னா மானா கடையிலிருந்து தூக்கினேன்னா, திர்நேலிலிருந்து கடைசி வண்டி வருதுக்கு முன்னாலெ டாண்ணு வள்ளியூரிலெ கொண்டு தள்ளிப்புடமாட்டேனா தள்ளி! ஆமா, லேசுப்பட்ட ஆளுன்னு நெனக்காதீங்க. இண்ணைக்கு இந்த ஒடம்பிலெ வலு இல்லெ. எல்லாம் போச்சு ஸார், போச்சு. எங்கெ போச்சு? ஒரு இடம் போலெ. எல்லாம் நோட்டா மாறி வெள்ளைக்காரன் ஜேப்ல இருக்கு ஸார்.

"நான் என்னமோ என் கதையையே அளந்துக்கிட்டிருக்கேன். ஒங்களப்பத்தி ஒண்ணும் விசாரிக்கலெ. நம்ம ஊர் முகத்தெப் பார்த்து ரொம்ப வருஷம் ஆயிருச்சு ஸார். அதுதான் எனக்கு ஒங்களெப் பார்த்ததும் ஒரே குஷி கிளம்பிடுச்சி. ஆமா, நம்ம ஊரைப்பத்திக் கேக்கவே மறந்துட்டேனே! இந்த மூளையை ஒடப்பிலெதான் வைக்கணும். ஏன் ஸார், நம்ம ஊரெல்லாம் எப்படி இருக்கு ஸார்? ஒரு நூஸ் கூட தெரியமாட்டேங்குது. அந்த நாயர்தான் பேப்பரைக் கீப்பரைப் படிச்சுட்டு ஏதோ சொல்லுவான். ஆனா அவன் ரொம்ப 'ராங்' சைடில போறவன். நீங்க சொல்லுங்க ஸார், நம்ம தேசத்துக்குச் சொதந்திரமெல்லாம் கெடச்சுப் போச்சே. இப்போ எங்கே பார்த்தாலும் ஒரே செளிப்பா இருக்கும்தானே ஸார்? கிட்டத்தட்ட முப்பது வருஷத்துக்கு முன்னாலெ சத்தியமூர்த்தின்னு ஒரு பெரிய தலைவரு பாளையங்கோட்டையிலெ வந்து பேசினாரு. நான் ராவோட ராவா நடையை விட்டேன். அப்பவெல்லாம் நீங்க சின்னக் கொளந்தையா இருப்பீங்க. மனுசன் என்ன பேச்சுப் பேசினாங்கிறிய? அம்மாடி! இந்த வெள்ளைக்காரப் பயதான் எதுக்கும் குறுக்கே நிக்கான்; அவன் தொலைஞ்சிட்டா நமக்கு அது வந்திடும் இது வந்திடும், அது கெடச்சிடும் இது கெடச்சிடும் அப்படீன்னு பேசினார் ஸார். இப்போ எல்லாம் கெடச்சிருக்குமே ஸார். என்ன ஸார் பேசாம இருக்கீங்க? லூஸு கணக்காகப் பேசுதானேன்னு நெனக் கிறீங்களா...?

"நான் ஊருக்குத் திரும்பிடலாம்னு பாக்கறேன் ஸார். சல்லிக் காசுகூடக் கையிலெ இல்லை. அது வேற வெசயம். அட, கப்பல் செலவுக்குத் துட்டுப் பாத்துட்டேன்னே வையுங்களேன். அங்கே வந்தா வண்டி ஓடணுமில்லெ. அதுதான் கேக்கறேன். இது என்ன அர்த்தமில்லாத கேள்வின்னு யோசிக்கிறீங்களா? நான் என்னமோ இன்னும் வெள்ளைக்காரன் சர்க்கார்ன்னெ நெனச்சுப் பேசறேன்.

வேலை ரெடியாக் கொடுப்பாங்க இல்லையா ஸார்? எல்லாம் நம்ம சர்க்கார் தானே ஸார். நாம் வேறே, சர்க்கார் வேறயா? என்ன நான் கேக்கிறது . . . ?

"நம்ம கதையெ பெரிசா சொல்ல வந்துட்டேன். இன்னும் இந்த தேசத்திலே எங்கே வேணும்னா போங்க. லிவிங்ஸ்டன், நுஸலாண்டு, உம்தாலி, டங்கானி - எங்கே வேணும்னா போங்க ஸார். நம்ம ஆள்தானே ஸார் உழைச்சு உழைச்சுச் சாவுறான்! தமிளன்னா கூலின்னு அர்த்தம் ஸார் இங்கே. இவங்களுக்கெல்லாம் விடியுணும்னா நம்ம சர்க்கார் கண் வச்சாத்தானே முடியும் ஸார்? என்ன நான் சொல்றது? நான் பாட்டுக்கு வளவளன்னு பேசிக்கிட்டே போறேன்; நீங்க பாட்டுக்கு 'கம்'னு இருக்கிங்களே . . .? "

எனக்குத் தொண்டையை அடைத்தது. பேச்சை மாற்றுவதற்காக, "உனக்கு மனைவி குழந்தைகள் எல்லோரும் இருக்கிறார்களா?" என்றேன்.

நாயுடுவின் முகம் சட்டென்று கன்றிற்று. அவன் என்னுடைய கேள்வியே காதில் விழாததுபோல் பாவித்துக்கொண்டு எழுந்திருந்தான்.

"பதினோரு மணி வண்டிவற டயமாயிருச்சு. நான் போயிட்டு வரேன் ஸார்" என்று சொல்லி வெளியேறினான்.

மனம் ஒரே சஞ்சலமாக இருந்தது. நாயுடு அவனறியாமலேயே பல்வேறு எண்ணங்களைத் தூண்டிவிட்டுச் சென்று விட்டான். வெகுநேரம் அவன் பேச்சையே எண்ணிப் பார்த்துக்கொண்டிருந்தேன். எனக்கு அவன் முகத்தில் விழிக்கக்கூட யோக்கியதை இல்லை என்று தோன்றிற்று. அவன் அவஸ்தையைக் கற்பனை பண்ணிப் பார்ப்பதுகூடச் சாத்தியமில்லை. கல்யாணமாகிவிட்டதா என்று கேட்டதும் அவன் முகபாவம் ஏன் மாற வேண்டும்? அதில் என்ன ரகசியம் இருக்கும்?

மாலை வரை சுற்றிச்சுற்றித் திரிந்து கொண்டிருந்தேன். குஜராத்தி வியாபாரிகள் வாழும் மாடமாளிகையெல்லாம் பார்த்தேன். தமிழர்களைப் பார்த்தேன். எல்லோரும் கூலிகள். புலுவாயோறாவிலேயே சினிமா தியேட்டர், பெரிய ஹோட்டல் எல்லாம் இருந்தன. ஆனால் அங்கு கறுப்பனுக்கு அனுமதி கிடையாது என்பதைத் தெரிந்து கொ.ண்டேன்.

கடைசியில் கடைத்தெருவில் ஒரு குஜராத்தியின் 'டூக்கா'(கடை)வில் ஏறி உட்கார்ந்து முதலாளியிடம் பேச்சுக் கொடுத்துக் கொண்டிருந்தேன்.

அப்பொழுது அங்கு ஒரு காப்பிரிப் பெண் வந்தாள். கிட்டத்தட்ட நாற்பது வயதிருக்கும். அவள் ஆடை அலங்காரம் ரொம்ப விசேஷமாக இருந்தது. சூலி வயிறு தெரிய சாணிச் சுருணைபோல் ஒரு கறுப்புத் துணியைச் சுற்றிக்கொண்டிருந்தாள். மற்றபடி உடம்பில் வேறு எங்கும் நூலிழைகூடக் கிடையாது. மறைவில்லாத மார்பகம்;

அறுந்துவிட்ட குதிரைவாலிப் புல் மாதிரி குச்சி குச்சியாகத் தலை மயிர்; காதில் கைவளையல் போன்ற காதணிகள்.

அவள் கறுப்புத் துணி கேட்டாள். கடை முதலாளி துணியை அளந்து கத்திரியைக் கையில் எடுத்ததும் அந்தப் பெண், "பீடா பஞ்சாரா, பீடா பஞ்சாரா" (சிறிது தயவு காட்டுங்கள்) என்று கெஞ்சினாள். உடனே அந்த குஜராத்தி ஒரு அரை கெஜம் தள்ளி வெட்டிக்கொடுத்தான்.

"இப்படி அதிகமாக வெட்டிக்கொடுப்பது நஷ்டமல்லவா?" என்று கேட்டேன்.

"நாலு கெஜம் கொடுப்பதற்கு முதலில் மூன்று கெஜம் அளந்து விட்டு அப்புறம் அரை கெஜம் கூட்டிக் கொடுத்தால் யாருக்கு நஷ்டம்?" என்று கேட்டான்.

"அவள் முன்னால் வைத்துத்தானே அளந்தீர்கள்?"

"அவளுக்குத்தான் எண்ணத் தெரியாதே" என்று சொல்லிச் சிரித்தான் குஜராத்தி.

குஜராத்தி ஏன் மாடி வீட்டில் இருக்கிறான் என்பது எனக்குப் புரிந்தது.

சட்டென்று அந்தப் பெண், "நாயுடு, நாயுடு" என்று கூப்பிட்டாள். நான் திரும்பிப் பார்த்தேன். நாயுடு கடைக்குள் நுழைந்தான். என்னைக் கண்டதும் அவன் முகம் சிவந்தது. அந்தப் பெண் அவனருகே சென்று செல்லம் கொஞ்சி ஏதோ பேசினாள். உடனே நாயுடு ஜேபிலிருந்து கொஞ்சம் பணமெடுத்து அவள் கையில் கொடுத்தான்; சட்டென்று வெளியேறினான்.

நான் குஜராத்தியிடம் கேட்டேன்.

"ஸார், இப்பொழுது வந்தானே, அந்த போர்ட்டருக்கு இந்தப் பெண் யார் ஸார்?"

"மனைவி."

நான் மீண்டும் அறையில் சென்று படுத்தேன். மனம் நிலையின்றித் தவித்தது. நாளை எப்படியும் ரயிலேறி விட்டால் போதுமென்றாகி விட்டது. விண்டு சொல்ல முடியாத எண்ணங்கள் மனத்தை அழுத் தின. இரவு ஒன்பது மணிக்கு மீண்டும் நாயுடு வந்தான். "கொஞ்சம் வெளியே லாந்திட்டு வரலாம் ஸார், வாங்க" என்றான். இரண்டு பேரும் வெளியே கிளம்பினோம்.

நல்ல நிலவு. ஒற்றையடிப் பாதை வழியாகப் பள்ளத்தில் இறங்கிக் கொண்டிருந்தோம். வெட்டவெளியில் மின்மினிப் பூச்சிகள் தீக் கோலம் போட்டுக்கொண்டிருந்தன. அந்த அகால வேளையில்கூட கர்ப்பிணியான ஒரு காப்பிரிச்சி மிகுந்த சிரமத்தோடு குனிந்து புல் அறுத்துக் கொண்டிருந்தாள். நாங்கள் சென்றுகொண்டிருந்த இடம் மிக மோசமாக இருந்தது. ஊரிலுள்ள சாக்கடையெல்லாம்

சங்கமமாகி அகண்ட சாக்கடையாகப் பரிணமிக்கும் புண்ணிய ஸ்தலம் போலிருந்தது.

சிறிது தூரம் நடந்ததும் தொலை தூரத்தில் தமுக்கின் மெல்லிய ஓசை கும்கும்மென்று கேட்டது. தமுக்கோசை பயங்கரத்தை மிகைப்படுத்திற்று.

"இண்ணைக்குத்தான் எஸ்டேட்டிலெ சம்பளம் போடற நாள் ஸார். ஆணும் பெண்ணும் இண்ணைக்கு மூக்குமுட்ட தண்ணியப் போட்டுட்டு ஆடும். இதெல்லாம் ஒரு ஆட்டமா ஸார்? இந்த மூதிகளுக்கு ஒரு எழவும் தெரியாது. அதெல்லாம் நம்ம ஊரிலெதான் ஸார் இருக்கு."

எனக்கு அவர்கள் நடனத்தைப் பார்ப்போமே என்று தோன்றிற்று. நாயுடுவிடம் சொன்னேன்.

"ஐயோ வேண்டாம். மகா கண்றாவியாக இருக்கும். அப்படியே காறி உமிழ்ந்திடுவீங்க."

நான் விடவில்லை. என் நிர்ப்பந்தத்தின்பேரில் நாயுடு என்னை அங்கு கூட்டிக்கொண்டு போனான்.

ஆணும் பெண்ணுமாக காப்பிரிகள் ஒருவரை ஒருவர் அணைத்து ஆடிக்கொண்டிருந்தார்கள். நடனம் என்ற பேரில் காமக் கேளிக்கை. முத்திரைகள் எல்லாம் பச்சைக் காம சேஷ்டைகள்.

நாங்கள் அங்கிருந்து நடந்தோம். சிறிது தூரம் சென்றதும், "அதோ தெரியுது பார்த்தீர்களா? அதுதான் நம்ம குடிசை" என்றான் நாயுடு.

"அதுவரை போயுட்டு வருவோமே" என்றேன் நான்.

"எதுக்கு ஸார்? நம்ம குடிசேலெ உங்களுக்குத் குந்த நாற்காலிகூடக் கெடயாது ஸார்."

"பரவாயில்லை, போவோம்" என்றேன்.

சிறிது நேரம் மௌனமாக இருந்துவிட்டு நாயுடு கேட்டான்:

"ஆமாம் ஸார், அந்தக் குஜராத்தி வியாபாரி என்னெப்பத்தி உங்கள்ட்ட ஏதாவது சொன்னானா?"

"இல்லையே!"

"ஸார், அந்தக் கடையிலெ வச்சு ஒரு பொண்ணு நம்மட்டேருந்து காசு வாங்கிச்சே, அந்தப் பொண்ணு நம்மகூடத்தான் இருக்குது ஸார். பொஞ்சாதின்னு வச்சுக்குங்களேன். ரெண்டு கொளந்தையும் இருக்கு ஸார்."

நான் ஒன்றுமே பேசவில்லை. நாயுடு இந்த விஷயத்தைச் சொல்லும்பொழுது அவமான உணர்ச்சியால் குன்றிப்போனது போல் எனக்குத் தோன்றிற்று.

"நான் என்ன செய்வேன் ஸார்? எப்படியோ எல்லா வெசயமும் நடந்து போச்சு. நான் மட்டுமில்லெ ஸார். பேர்பாதி தமிளன் இங்கெ காப்பிரிச்சியெத்தான் கெட்டியிருக்கான். இன்னைக்கு காலை

யிலெ பார்த்தோமே நாயர், அவனும் ஒரு காப்பிரிச்சியெத்தான் கெட்டிக்கிட்டிருக்கான். அவனுக்கு அஞ்சு கொளந்தை இருக்கு. ஆனா நீங்க ஊருக்குப் போய் நம்ம ஆசாமிகள்ட்டெ இந்த விஷயத்தைச் சொல்ல வேண்டாம் ஸார்.''

காப்பிரிச்சிகளைக் கல்யாணம் செய்துகொள்வது அங்கு வழக்கம் என்பதை எடுத்துச்சொல்வதன் மூலம் தன்னுடைய அவமான உணர்ச்சியைத் தணித்துக் கொண்டான் நாயுடு.

இரண்டு பேரும் நாயுடுவின் குடிசையை அடைந்தோம். வெளியே ஒரு லாந்தர் விளக்குத் தொங்கிக் கொண்டிருந்தது.

மிஸிஸ் நாயுடு ஒரு குழந்தையை மடியில் போட்டு, பேன் சொடுக்கிக்கொண்டிருந்தாள். பக்கத்தில் மற்றொரு குழந்தை சாளை வாய் வழியத் தூங்கிக் கொண்டிருந்தது.

நாயுடு ஒரு பலகையைக் கொண்டுவந்து வெளியே போட்டுவிட்டுத் தன் மனைவியிடம் ஏதோ கடுமையாகச் சொன்னான். உடனே அவள் எழுந்திருந்து கொடியில் கிடந்த நாயுடுவின் காக்கிச் சட்டையைத் தன்னுடைய மார்பில் போட்டு மூடிக்கொண்டாள். நான் கீழே உட்கார்ந்தேன்.

“நம்ப ஊரு பொம்புளைங்க மாதிரி இல்லெ ஸார். இதுக தலையிலெ சாமான் கெடயாது. வள்வள்னு விழும். ஒரேயடியா எல்லாத்தையும் கைகளுவிப் போட்டு இந்தியாவுக்கு வந்துடலா முன்னு பாக்கிறேன். அதெ நெனச்சு நெனச்சுத்தான் ஸார் ஏங்கறேன்! இந்த மண்லெ கால் தரிக்கலெ ஸார். ஒடம்பெ சூளையிலெ சொருகி வச்சாப்லெ இருக்கு ஸார். ஊருக்கு வந்து தாமிரவர்ணிலெ விளுந்து குளிக்கணும்; அந்த ஆத்து மணலிலே கெடந்து பொரளணும் ஸார். செத்தா அந்த மண்லெதான் சாகணும். அந்த மண்லெ எரிச்சாத்தான் ஸார் என் நெஞ்சு வேகும்.''

நாயுடுவின் கண்களில் நீர் நிறைந்துவிட்டது. அவன் தலையை மறுபுறம் திருப்பிக்கொண்டான்.

திடீரென்று காப்பிரிச்சி உள்ளேயிருந்து எழுந்து வந்தாள். நாயுடு முன்னால் வந்து என்ன என்னமோ பொரிந்து கொட்டினாள். அப்புறம் என் முன்னால் வந்து தோளைச் சிலுப்பிக் கொண்டே ஏதேதோ சொன்னாள்.

என்ன சொல்கிறாள் என்று நாயுடுவிடம் விசாரித்தேன்.

“ஸார், அவ சொல்றா, நான் சதா இந்தியா இந்தியான்னு ஏங்கிக்கிட்டுக் கெடக்கேனாம். நான் இந்தியாவுக்குப் போறதெப்பத்தி அவளுக்கு ஆச்சேபனை கிடையாதாம். கல்யாணம் பண்ணிக் கொளந்தைகளையும் பெத்துட்டோமே எப்படீடா ஊருக்குப் போறதூன்னு நான் சுணங்க வேண்டாமாம். புகையிலெத் தோட்டம் இருக்கிறது வரை காப்பிரிச்சிக்கு அவ கொளந்தயெக் காப்பாத்தத்

தெரியுமாம். என்னைக் கையோடெ கூட்டிட்டுப் போங்கன்னு ஒங்ககிட்ட சொல்லச் சொல்றா!''

அதற்குமேல் என்னால் அங்கிருக்க முடியவில்லை. விடை பெற்றுக் கொண்டேன்.

அன்று இரவு நான் உறங்கவில்லை.

மறுநாள் ஸ்டேஷனுக்கு நாயுடுதான் சாமான் கொண்டு வந்தான். நான் நாயரிடம் விடைபெற்றுக்கொள்ளச் சென்றேன். ஒரு கப் டீ தந்து நாயர் உபசரித்தான்.

"நாயர், நான் இந்தியாவுக்குப் போகப் போறேண்டா" என்றான் நாயுடு.

"டேய் நாயுடு, ஒன்னெ யாருடா அங்கே கூப்பிட்டா? யாரோ வெத்திலை பாக்கு வச்சு அளச்ச மாதிரி பேசறியே! அங்கே போயி என்னடா செய்யப் போறே? ஓட்டெத்தான் தூக்கணும். பத்திரிகை கித்திரிகை படிச்சாத்தானே ஒனக்கு ஏதாவது தெரியும்? டேய், இந்தியாவிலிருந்து பீஜிக்கும் அந்தமானுக்கும் கழுத்தைப் பிடிச்சுத் தள்ளறான். நீ என்னமோ மூட்டை கெட்டறியே?''

"நெசந்தானா ஸார்?'' என்று கேட்டான் நாயுடு.

நான் பதில் சொல்லவில்லை.

"பின்னே என்ன டூப்பா விடறேன்? டேய், இங்கே வேலை காலியிருக்குன்னா சொல்லியனுப்பு. ஸார் ஊருக்குப் போய் ஒரு ஆயிரம் பேரை அனுப்பி வைப்பார்.''

நாயர் கடகடவென்று சிரித்தான்.

"டேய் நாயுடு, இங்கெ வேலை பார்க்கிறது ரொம்பக் கஷ்டமா யிருக்குன்னா ஒண்ணு சொல்றேன், செய்யி. விக்டோரியா அருவி யிலெ போய் விளுந்து சாவு. இந்தியாவுக்குப் போயுடாலாமுங்கற நெனப்ப மட்டும் விட்டுடு. இல்லெ போனயோ அரைவயத்துக் கஞ்சிக்கும் லாட்டரிதான் அடிப்பே, ஆமா.''

"அப்படியா ஸார்?'' என்று கேட்டான் நாயுடு.

நான் பதில் சொல்லவில்லை.

கறுப்பர்களுக்காகத் தனியாக ஒதுக்கி வைத்திருக்கும் பெட்டியில் என் சாமான்களைக் கொண்டு வைத்தான் நாயுடு.

வண்டி புறப்படுவதற்கு ஐந்து நிமிடங்கள்தானிருந்தன. நாயுடு தன் ஜேப்பிலிருந்து ஒரு பாக்கெட் கோல்டு லீப் சிகரெட்டை எடுத்து என் கையில் தந்தான்.

"உங்களுக்காக வாங்கிக்கிட்டு வந்தேன் ஸார்'' என்றான். நான் கொடுத்த கூலியையும் அவன் வாங்கிக் கொள்ள மறுத்து விட்டான்.

"கூலிக்கு என்ன ஸார்? எனக்கு எப்படியும் இந்தியாவுக்கு வரணும் ஸார். நீங்க ஊருக்குப் போனதும் எனக்கு ஒரு வேலை பார்த்து எழுதுவீங்களா ஸார்?'' என்று கேட்டுக்கொண்டே தமிழில்

அவன் விலாசம் எழுதிய ஒரு சீட்டை என்னிடம் கொடுத்தான்.

ரயில் விசில் ஊதிவிட்டது.

"என்ன ஸார்? நான் கேட்டுக்கிட்டே இருக்கேன் நீங்க பதிலே சொல்லாம இருக்கீங்களெ! எனக்கு இந்தியாவுக்கு வரணும் ஸார். அந்த மண்ணிலெதான் சாவணும் ஸார். ஒரு வேலை பார்த்து எழுதுவீங்களா ஸார்?"

ரயில் நகர்ந்தது.

"சொல்லுங்க ஸார்? வேலை பார்த்து எழுதுவீங்களா ஸார்? எழுதுவீங்களா ஸார்? ... ஸார், எழுதுவீங்களா ...?"

என் கண்களில் நீர் நிறைந்தது. நான் முகத்தை மூடிக் கொண்டேன்.

சாந்தி, 1953

பொறுக்கி வர்க்கம்

இதுதான் ஹோட்டல்.

அடேயப்பா, என்ன கூட்டம்! சர்வர் மிஷின்கள் பம்பரக் காய்கள் மாதிரி சுழலுகின்றன. அன்றைய வேலையால் சக்கையாகி உமிழ்ந்துவிட்ட மாஜி மனித ஆத்மாக்கள் வம்பளந்தவாறே சுயப்ரக்ஞையின்றித் தட்டைக் காலிசெய்கிறார்கள். பக்ஷணங்கள்தான் எத்தனை தினுசுகள்!

வெளியே...

ஓட்டல் எச்சில் தொட்டி. அதைச் சுற்றி இவர்கள் - இவை என்ன நமது சகவர்க்கமா? பிராணி வர்க்கத்தைச் சேர்ந்ததாக இருக்குமோ? சே, அவை கௌரவமாக வாழ்பவை!

நீங்கள் இவற்றைப் பார்த்திருக்கிறீர்களா?... உங்களுக்கு எந்த ஊர்? நம்ம பக்கம்தானே? சரிதான். அப்பொழுது நீங்கள் இவர் களைப் பார்க்காத நாளே இருந்திருக்க முடியாதே!

ஓட்டலில் ஏதாவது தின்று தொலைக்கிறோமென்றால் இலையைத் தொட்டியில் போட வேண்டாமா? இங்கு அதற்குக் கூடச் சுதந்திரம் கிடையாது. தொட்டிக்குள்ளே இவர்கள். ஒன்று ... இரண்டு ... மூன்று ... ஸ்திரவாசம் இங்கேயேதான். கண்களில்தான் என்ன ஆவல்! உங்களைப் பார்க்கவில்லை. உங்கள் கையை, கை இலையைப் பார்க்கிறார்கள். ஏதாவது மிச்சம் மீதி வைத்திருக்கிறீர்களா? நீங்கள் தானே! நன்றாக வைத்தீர்களே! அதெல்லாம் பெரிய இடத்தில்.

தொந்தரவுதான். நன்றாக, ருசியாக, தேவாமிர்தமாக (இதெல்லாம் வயிற்று நிலையைப் பொறுத்தது) சுவைத்துக் கொண்டிருக்கிறபொழுது அதோ, அதோ தலையைத் தூக்கிப் பார்க்கிறார்கள். என்ன பார்வை அது! உங்கள் இலையிலிருப்பது அப்படியே அவன் வாய் வழியே கீழ் இறங்குவது மாதிரி தோன்றுகிறதல்லவா? முதல் பார்வையிலேயே ஆழமான வெறுப்புத்தானே ஏற்படுகிறது. இயற்கைதானே! ஒரு நாய்தான் பார்த்துக் கொண்டிருக்கிறதென்றால் இந்த அருவருப்பு உங்களுக்கு ஏற்படவே ஏற்படாது. அது மட்டுமல்ல; சில சமயங்களில்

ஒரு கவளம் உருட்டி எறிந்தாலும் எறிந்து விடுவீர்கள். ஆனால் இங்கு அப்படியெல்லாம் ஒன்றும் தோன்றிவிடாது. சகவர்க்கம்தான் என்பதற்கு இதைவிட வேறு என்ன ருசு வேண்டும்?

அவர்கள் பார்த்துக்கொண்டே நின்றுவிட்டுப் போகட்டும். நீங்கள் சாப்பிடுங்களேன். சும்மா சாப்பிடுங்கள். ஓட்டலில் எவ்வளவோ பேர் உங்களைப் பார்த்துக் கொண்டிருக்கவில்லையா? இதையெல் லாம் பார்த்தால் முடியுமா? அதுவும் நம் புண்ணிய தேசத்தில்! சாப்பிடுங்கள். என்ன, முடியவில்லையா? ஒரேயடியாக மறந்தே விடுங்களேன். சாத்தியமில்லையா? ருசி குறைந்து கொண்டே போகிறதா? ஆமாம், வாஸ்தவம்தான். அந்தக் கண்கள் . . . அந்த முகம். . . இவற்றை மறக்க முடியாது. அது அசட்டை செய்ய வேண்டிய, செய்யக்கூடிய பொருளல்ல.

கண் தெரியாத தோஷத்தாலோ, புத்தி சுவாதீனக் குறைவாலோ, ஒருவர் ஒரு முழு ரசவடையை இலையில் மடக்கிக் கொண்டு எச்சில் தொட்டியை நெருங்கி விட்டார். ஒரு நிமிஷம், 'லோ, லோ' என்ற கூப்பாடு. மறுநிமிஷம் வயிறு வளர்த்திருந்த துணிச்சலில் ஒருவன் வந்தவர் கையிலிருந்தே அதைத் தட்டிக் கொண்டு போய் விட்டான். பொறுக்கியின் கை அவரது எச்சில் கையில் பட்டுவிட் டது! மானம் மரியாதையோடு வாழ்பவர்களால் இதைத் தாங்க முடியுமா? தாங்கக் கூடியதா? அவர் ஓட்டல் கல்லாப்பெட்டியில் இருந்த பையனிடம் சற்றுக் காரமாக விஷயத்தைச் சொல்லிவிட்டுப் போய்விட்டார். பையனுக்குக் கோபம் பொத்துக்கொண்டு வந்து விட்டது. அதிலும் கல்லூரி மாணவன். தமாஷுக்காகவும், சில்லறை தட்டுப்படுகிற சமயமும் அப்பாவுக்கு உதவி செய்ய ஓடோடி வருவான். ஓட்டலுக்குள் நுழைந்துவிட்டால் ஒரே ரகளைதான். சர்வர்களுக்கு வரிசையாக நாமார்ச்சனை. மேஜை துடைக்கும் பையன்களின் தலை வீங்கிவிடும். பிறர் துன்பத்தில் இன்பம் காணக் கூடிய தன்மையை நன்றாக உரம்போட்டு வளர்த்திருந்தான் அந்தப் பையன்.

பையன் மெதுவாகக் கல்லாப்பெட்டியை விட்டிறங்கி அடுக் களையை அடைந்தான். நீளமான வால்கரண்டி இருந்தது. தூக்கிப் பார்த்தான். நல்ல கனமான கரண்டி. தனது இடது கையிலேயே அடித்துப்பார்த்தான். சதையைச் சுள்ளென்று பிடித்தது. அப்படியே கால் அரவமின்றிப் புழக்கடை வழியே வெளியே வந்தான்.

எச்சில் தொட்டியில் ஒரே ஒரு பொறுக்கி மட்டும் 'டிபன்' சாப்பிட்டுக் கொண்டிருந்தான். வயிற்றைத் தொட்டியின் விளிம்பில் அழுத்தி ஒடிந்து படுத்துக்கொண்டு தொட்டிக்குள் கிடக்கும் இலை களை அளைந்து கொண்டிருந்தான். மண்ணில் கால் கட்டை விரல்களை மட்டும் அழுத்தமாக ஊன்றியிருந்தான்.

முதலாளி மகனுக்கு இதைப் பார்த்ததும் இன்னும் தமாஷான ஒரு 'வேலை'யும் ஞானோதயமாயிற்று! மனத்துள் சிரித்துக் கொண் டான். வால்கரண்டியை முதுகில் மறைத்துக் கொண்டு பம்மிப்

பாய்மி முன்னேறினான். பக்கத்தில் நெருங்கினதும் சிறிது நேரம் அசைவின்றி நின்றான். பொறுக்கியோ சுயப்பிரக்ஞையின்றி போஜனம் பண்ணிக் கொண்டிருந்தான்.

முதலாளி மகன் லேசாகத் திரும்பிப் பார்த்தான். பின்னால் ஒருவரும் இல்லை. லேசாகக் குனிந்தான். அசிங்கத்தையும் பாராமல் அப்படியே பொறுக்கியின் இரண்டு கால்களையும் பிடித்து மேலே வாரிவிட்டான். ‘தொப்’பென்று தொட்டிக்குள் தலை குத்தியிடிக்கும் சப்தம் கேட்டது. பையன் அலறி அடித்துக் கொண்டு எழுந்தான். விழுந்தது அடி!

பளீர்!

“ஐயோ!”

பையனுக்கு என்னவென்றே விளங்கவில்லை. எதிர் பார்க்காமல் தாக்கப்பட்டதில் பரபரப்பு; படபடப்பு. அதற்குள் மீண்டும் அடி விலா எலும்புகளில் விழுந்தது. பையன் கோரமாக மனமே விண்டு விடும்படி சப்தம் போட்டான்.

அவனால் தொட்டியிலிருந்து வெளியேறவும் முடியவில்லை. சுவரில் காலைத் தூக்கி வைத்தால் காலில் அடி விழுந்தது. மூன்றாவதாக ஒரு அசுர அடி முதுகில் விழுந்தது. பையனால் பொறுக்க முடியவில்லை. ராக்ஷஸ பலம் அவனுள்ளே வந்து புகுந்துகொண்டது போலிருந்தது. அப்படியே முதலாளி மகன்மேல் தாவி விழுந்தான். ‘சின்ன’ முதலாளி இந்தத் தாக்குதலைக் கொஞ்சமும் எதிர்பார்க்கவில்லை. அவனுக்கு நிலை தடுமாறிவிட்டது. பொறுக்கி அப்படியே தலையைத் திருகிப்போட்ட கோழியின் உடல்மாதிரி தரையில் கால் பாவாமல், ஓட்டலுக்கு வெளியே வீதி மண்ணில் வந்து விழுந்தான். முதலாளி மகனின் வெள்ளைச் சட்டையில் பொறுக்கியின் ஐந்து எச்சில் கைவிரல் அடையாளங்களும் பதிந்திருந்தன.

வீதியோரத்தில் நின்றுகொண்டு பரிதாபகரமாகப் பிலாக்கணம் தொடுத்துக் கொண்டிருந்தான் பொறுக்கி. கையிலும் விலாவிலும் முதுகிலும் வீறு வீறாய்த் தடித்திருந்தது. தலையில் நெற்றிக்கு மேலே வீங்கிப் பளபளத்திருந்தது. குய்யோ முறையோ என்று கூப்பாடு போட்டான். இடையிடையே நடந்த சம்பவத்தையும் அரைகுறையாகப் புரியாத அவனது சொந்தப் பாஷையில் வெளியிட்டான். அவன் முன் யாரும் இல்லை. அவன் சொல்வதைக் கேட்க அங்கு யாரும் இல்லை. ஒரு சமயம் அவன் நடந்த விஷயத்தை உலகத்துக்கே அறிவித்துக் கொண்டிருந்தானோ என்னவோ! உடம்பில் வீங்கியிருப்பதைப் பார்த்து இன்னும் பெரிதாக ஓலமிட்டான். சிறு பையன். நோஞ்சலான உடம்பு. அந்தப் பேயறையை அவனால் தாங்கமுடியுமா? பொறுக்கி என்றாலும் குழந்தைதானே? அவன் மண்ணில் விழுந்து விழுந்து புரண்டான். தலைமயிரைப் பிடித்து இழுத்துக் கொண்டான். மண்ணை அள்ளி உடம்பெல்லாம் போட்டுக் கொண்டான்.

ரோட்டில் எவ்வளவோ பேர் போய்க் கொண்டிருந்தார்கள்; வந்து கொண்டிருந்தார்கள். நின்று விசாரிக்க அவர்களுக்கென்ன பைத்தியமா? வேறு வேலை கிடையாதா? மேலும் ரோட்டில் நின்று பொறுக்கியிடம் துக்கம் விசாரிப்பது கௌரவக் குறைவான காரியமல்லவா?

எதிர்ப்புறத்தில் அவிழ்த்துப் போட்டிருந்த வண்டிக்குள்ளிருந்து ஒரு கிழவன் இறங்கி ஆடி ஆடி வந்தான். பையனின் அருகில் வந்து நின்றுகொண்டான். பொறுக்கியின் நீர் மல்கிய கண்கள் கிழவன் நிற்பதைக் கவனித்துவிட்டன. இப்பொழுது பொறுக்கி, கிழவனின் இரக்கத்தை இன்னும் அதிகமாகக் கவர்வதற்காக உச்சஸ்தாயியில் கூப்பாடு போட்டான். அந்த இளம் உள்ளம் தன் பக்கம் யாராவது வருவார்களா என்ற ஆதங்கத்தில் துடித்துக் கொண்டிருந்தது போலும்!

"ஏம்'லெ அளுதே?" என்று கிழவன் கேட்டான்.

"அடிச்சுப் போட்டாரு" என்றான் பையன், ஓட்டலை சுட்டிக் காட்டிக் கொண்டே.

சந்தைக்கு சாமான் வாங்குவதற்குப் போய்க்கொண்டிருந்த ஒருவனும் நின்று கவனித்தான். அவன் தலையில் ஒரு கூடையைக் கவிழ்த்திருந்தான். பையன் உடம்பில் அவன் கண்கள் ஓடிக்கொண்டிருந்தன. பையனின் கோலம் எந்தக் கல்மனத்தையும் இளக்கிவிடும்.

"லேய்! நான் சொல்வதுபோலெ கேப்பியா?" என்றான் கிழவன்.

பையன் அழுகையை நிறுத்தினான்.

"அன்னா நிக்கான் பாரு, போலீசுக்காரன். அவன் கிட்டப்போயிச் சொல்லு. சும்மா அளுதுகிட்டு நின்னா முடியுமாலே, பயித்தியாரப் பயலெ!"

தலையில் கூடையைக் கவிழ்த்துக் கொண்டிருந்த மனிதன் குப்பென்று சிரித்தான். அவனுக்கு உலக விவகாரம் தெரியும் போலிருந்தது.

"வேய்! போலீசும் படையும் இவனுக்காகவா இருக்கு? பொறுக்கிப் பயல்களைக் கவனிக்கவா அவங்க இருக்காங்க? என்னய்யா சொல்லுதீரு, பயித்தியம் புடிச்ச மனிசா!"

கிழவனுக்குச் சற்று கோபம் வந்தது. இருந்தாலும் அவன் சொல்லுவது சரிதான் என்று பட்டது. அவனுடைய ஐம்பது வருட அனுபவத்தில் போக்கற்றுப் போனவர்களுக்குப் போலீஸ் வக்காலத்து வாங்கினதாகத் தெரியவில்லை.

சந்தைக்குப் போகவேண்டியவன் சந்தையைப் பார்த்துப் போய்விட்டான். கிழவன் வண்டிக்குள் போய்ப் படுத்துக் கொண்டான். பையனுக்கோ வெறும் ஏமாற்றம்தான் மிஞ்சிற்று. அவன் இன்னும் பலமாகக் கூக்குரல் போட்டு அழுதான். அடிபட்டிருந்த இடத்திலெல்லாம் லேசாக ரத்தம் கசிந்து நின்றது. தலையில் வீங்கியிருந்த இடம் அதன் பளபளப்பை இழந்து, நீலம் பாரித்துக் கன்றிப் போய்விட்டது.

கூட்டம் சாரிசாரியாகப் போய்க்கொண்டிருந்தது. சிலர் நின்று விசாரித்தார்கள்; இரக்கப்பட்டார்கள்; போய்விட்டார்கள்.

பொறுக்கி மண்ணில் புரண்டு அழுதுகொண்டிருந்தான்.

திடீரென்று அடுத்த சந்திலிருந்து ஒருவன் வெளிப்பட்டான். திடகாத்திரமான சரீரம். இடுப்பு சுருங்கி மார்பு நன்றாக விரிந்து கம்பீரம் கொடுத்திருந்தது. வயிரம் பாய்ந்த புஜங்கள். இடுப்பில் பச்சைக் கட்டம் போட்ட கைலியைச் சுற்றி அதை உள்நிஜாரின் விளிம்பு தெரியும்படி தூக்கிக் கட்டியிருந்தான். தலையில் முண்டாசு. காதில் பாதிக் குடித்துத் தீய்ந்து போயிருந்த கட்டைப் பீடித் துண்டு ஒன்றைச் சொருகி இருந்தான். முகத்தில் மொத்தமாக ஒன்றரைக் கண்தான் இருந்தது.

பொறுக்கி அவனைக் கண்டதும் நம்பிக்கையின் ஒளி அவன் கண்களில் தெரிந்தது. அவனிடம் ஓடினான். தன் பாஷையில் விஷயத்தைத் தாளித்துக் கொட்டினான். வந்தவன் விஷயத்தை உடனே புரிந்துகொண்டான். அவன் உதடுகள் துடித்தன.

இப்பொழுது அதே வர்க்கத்தைச் சேர்ந்த மற்றொருவன் எங்கிருந்தோ வந்துசேர்ந்தான். அடிபட்ட பொறுக்கியின் சம வயதுள்ள இரண்டு பொறுக்கிகளும் அவர்களுடன் சேர்ந்து கொண் டார்கள். அடிபட்டவன் 'ஓ'வென்று அழுதுகொண்டிருந்தான். உடம் பில் வலி சற்றுத் தணிந்திருந்தாலும் மனவலி அதிகரித்துக் கொண்டே இருந்தது போலிருக்கிறது. மேலும் இப்பொழுது பதில் கேட்க, விசாரிக்க ஆள் வந்திருக்கிறது. பதில் கேட்க வேண்டும்! அடிபட்ட எத்தனை பொறுக்கிகளின் சார்பில் பதில் கேட்க வேண்டியிருக்கிறது!

சிறிது நேரத்திற்கெல்லாம் ஓட்டல் முன் ஒரே கூட்டம். எங்கிருந்து தான் வந்து கூடினார்களோ - பொறுக்கிகள்... பொறுக்கிகள்... பொறுக்கிகள்... பொறுக்கி வர்க்கமே திரண்டுவிட்டது. அவர்களைச் சுற்றிலும் பாதசாரிகள்; வழிப்போக்கர்கள். எல்லோருடைய முகத் திலும் 'என்ன, என்ன?' என்ற கேள்விக் குறி.

ஒன்றரைக் கண்ணன் பலமான குரலில் கூப்பாடு போட்டுக் கொண்டிருந்தான்.

"பாருங்கய்யா, பையன் முதுகைப் பாருங்கய்யா! அடியான அடியா இது? எருமை மாடு தாங்குமா? ஒங்களுக்கெல்லாம் கொளந்தெ குட்டி கெடையாதா? இவன் என்ன குத்தம் பண்ணிப்புட்டான் தெரியுமா? தொட்டியிலெ எச்சிலெ பொறுக்கிப் போட்டான். என்ன அநியாயம் பாருங்கய்யா!"

கூட்டத்தின் இரக்க உணர்ச்சியைத் தட்டி எழுப்பி தன் பக்கம் திருப்புவதற்குரிய ஏதோ ஒரு சக்தி அவன் முகபாவத்திலும் குரலிலும் இருந்தது. கூடியிருந்தவர்களும் மனிதர்கள் தானே!

கூட்டத்தில் நின்றுகொண்டிருந்த கிழவன் கரகரத்த குரலில் சொன்னான்.

"அக்குருமம்தான். பணக்கொளுப்பு. கையை மொறிச்சுப் போடணும்." ரத்தினச் சுருக்கமாகக் கிழவன் சொல்லி முடித்துவிட்டுக் கூட்டத்தைச் சுற்றிப் பார்த்தான். எல்லோரும் முகபாவத்தினாலேயே அவன் கூற்றை ஆமோதித்தார்கள்.

இடுப்பில் கூடை வைத்துக்கொண்டிருந்த ஒரு கிழவி வருத்தப் பட்டாள்.

"என்னா அடி அடிச்சிருக்கான், சண்டாளன்! கொளந்த குட்டி அத்தவன் போலிருக்கு. வெளங்கவா போறான்."

கூட்டம் அதிகரித்துவிட்டது.

ஒன்றரைக் கண்ணன் அலறிக்கொண்டிருந்தான். அவன் கூப்பாடு போடுவதைப் பார்த்தால் காலம் காலமாக அடிவாங்கி, உதைபட்டு, அனாதையாக அழுது ஓலமிட்டு ஓய்ந்த நூற்றுக்கணக்கான பொறுக்கி களுக்கெல்லாம் சேர்த்துப் பதில் கேட்பது போலிருந்தது.

ஓட்டல் சர்வர் ஒருவன் வெளியே வந்து விசாரித்தான். சமாதானம் சொன்னான்.

ஒன்றரைக் கண்ணன் அலறினான். "நீரு ஓம்ம சோலியப் பாத்து கிட்டுப் போம் வேய்! அடிச்ச ஆளுதான் வந்து சமாதானம் சொல்லணும்."

கூட்டத்தில் அவனுக்கு நல்ல பின்பலமிருந்தது. பொறுக்கி மட்டும் விட்டு விட்டு அழுதுகொண்டிருந்தான்.

இப்பொழுது ஓட்டலுக்குள் ஆள் நுழைய முடியாதபடி கூட்டம் வாசலை அடைத்துவிட்டது. ஓட்டலுக்குள் இருந்தவர்கள் உள்ளேயே அடைந்துவிட்டார்கள். வெளியே வர வழி இல்லை.

ஒன்றிரண்டு போலீஸ் தொப்பிகளும் கூட்டத்திடையே தென்பட்டன. கூட்டத்தின் பலத்த அனுதாபத்தைத் தெரிந்துகொண்டு அவர்கள் வாய் திறவாமல் நின்று கொண்டிருந்தார்கள்.

ஹோட்டல் கல்லாப்பெட்டியில் முதலாளி மகனைக் காண வில்லை. அவன் புழக்கடை வழியே நழுவி விட்டான்.

ஹோட்டல் சர்வர் ஒருவன் முதலாளி வீட்டுக்கு ஓடினான். கையோடு அவரைக் கூட்டிக்கொண்டும் வந்துவிட்டான்.

முதலாளி வந்ததும், கூட்டத்தின் மனப்பான்மையைத் தெரிந்து கொள்ளாமலே கூப்பாடு போட்டுப் பார்த்தார். ஒன்றரைக் கண்ணன் மசியவில்லை. இப்பொழுது அவனோடு ஒன்றிரண்டு பேர்களும் சேர்ந்துகொண்டு வாதாடினார்கள்.

முதலாளி போலீஸ் ஜவான்களைச் சாடை காட்டிவிட்டு உள்ளே சென்றார். அவர்கள் பின்னால் போனார்கள்.

சிறிது நேரத்திற்கெல்லாம் ஜவான்கள் திரும்பி வந்து ஒன்றரைக் கண்ணனை அதட்டினார்கள். பொறுக்கி வர்க்கமும் கூட்டமும் இப்பொழுது ஒன்றுசேர்ந்து கொண்டது. வீறு கொண்டு எழுந்த ஆட்சேபக் குரலை ஜவான்களால் சமாளித்துக்கொள்ள முடிய

வில்லை. மேலும் விஷயம் பெரிய ரகளையாக வளர்ந்துவிடக் கூடாதே என்று அஞ்சினார்கள். பொறுக்கிக்கு அவர்கள் பயப்பட மாட்டார்கள் என்றாலும் பொறுக்கி வர்க்கத்திடம் சிறிது பயமிருந்தது. இப்பொழுது அது ஒன்றுதிரண்டு நிற்கிறது. ஒரே குரலில் பேசுகிறது. என்ன செய்ய முடியும்?

போலீஸ் ஜவான்கள் தலையைத் தொங்கப் போட்டுக் கொண்டு திரும்பியதும் கூட்டத்தின் பின்புறமிருந்து ஓலம் மெதுவாகக் கிளம்பிற்று.

"ஓஓ... ஓஓ... கூஊ கூஊ!"

ஆனால் ஒன்றரைக் கண்ணன் பொறுப்புணர்ச்சியுடன் கை உயர்த்தி வாயைப் பொத்திக் காட்டி அதை அடக்கினான்.

சிறிது நேரத்திற்கெல்லாம் மீண்டும் முதலாளி வந்தார்.

அவர் முகம் அவமானம் தாங்கமாட்டாமல் சிவந்து போயிருந்தது. அவர் குரல் சுருதி தாழ்ந்து ஒடுங்கிப்போய்விட்டது. அவருக்கு எப்படியாவது கூட்டம் கலைந்துவிட்டால் போதுமென்றாகிவிட்டது. அவர் மெதுவாகத் தாழ்ந்த குரலில் பேசினார். கலைந்து போகும்படி தாழ்மையாக வேண்டிக் கொண்டார். இப்படி ஒரு பொறுக்கியின் முன் தலைகுனியவேண்டி வருமென்று அவர் கனவிலும் எண்ணியதில்லை. காலம் மாறி விட்டது. கலி முற்றி விட்டது.

அவர் முகத்தைப் பார்த்து ஒன்றரைக் கண்ணன் கேட்டான்.

"இவன் திருடினானா?"

"இல்லை" என்றார் முதலாளி.

"அல்வாவும் சிலேப்பியும் தின்னுபோட்டு துட்டுத்தராமெ நளுவிட்டானா?"

"இல்லை."

"பின்னே ஏன் வேய் இவனெ அடிச்சீரு?"

முதலாளி பதில் பேசவில்லை.

"எச்சில் தின்னதுக்கு அடியா?" என்றது கூட்டத்திலிருந்து ஒரு குரல்.

"எச்சில் இலை தின்னவனுக்குத்தான் சொந்தம். இவர் அதற்கும் சேர்த்துத்தான் காசு வாங்கி இருப்பாரே!" மற்றொரு குரல் பொருளாதார நுணுக்கத்தோடு பேசிற்று.

முதலாளி மெதுவாக ஒரு ஐந்து ரூபாய் நோட்டை எடுத்து ஒன்றரைக் கண்ணன் முன் நீட்டினார்.

ஒன்றரைக் கண்ணன் மறுநிமிஷம் அதை அவர் கையிலிருந்து பிடுங்கி வீசி எறிந்தான்.

"இப்படி ரூபாயைத் தந்து ஏமாத்திப்போடலாம்னு நெனைக்க வேண்டாம். இந்த ரூபாயை நம்பி எதை வேணும்னாலும் செய்யலாம்கிற திமிரு வந்து போச்சுல்லே? உம்ம மாதிரி ஒரு அம்மைதான்

வேய் இவனையும் பெத்துப் போட்டிருக்கா. இவன் உடம்பிலேயும் ரத்தம்தானே ஓடுது? வேய், சின்னஞ்சிறு வயசிலே நானும் பொறுக்கியாத் திரிஞ்சவன்தான். இந்த ஓட்டல்லெ எச்சில் பொறுக்கி ஒம்ம கையாலெ அடிவாங்கி இருக்கேன். அது ஒமக்கு மறந்து போயிருக்கும். ஆனா எனக்கு மறக்கலெ. இண்ணைக்கு ஒம்ம மவன் இவனெ அடிச்சிருக்கான். அண்ணைக்கு நான் அடிபட்டு அளுதுக்கிட்டு ஓடினேன். இண்ணைக்கு அப்படியில்லெ. காலம் மாறிப் போச்சு. தெரிஞ்சுக்கிடும்!''

“பின் என்ன செய்யணும்னு சொல்லு.''

“ஒம்ம மவனெக் கூட்டிக்கிட்டு வாரும்'' என்றான் ஒன்றரைக் கண்ணன்.

மகனை ஹோட்டல் பூராவும் தேடினார்கள். காணவில்லை.

கடைசியில் எங்கிருந்தோ கூட்டிக்கொண்டு வந்தார்கள்.

“மன்னிப்புக் கேக்கச் சொல்லும் வேய், ஒம்ம மவனே!” ஒன்றரைக் கண்ணன் சொன்னான். சொல்லிவிட்டு கூட்டத்தைப் பார்த்து, “நான் சொல்லுவது நியாயம்தானே?'' என்று வினயமாகக் கேட்டுக் கொண்டான். “நியாயம்தான், நியாயம்தான்'' என்று குரல் எழுந்தது.

ஒன்றரைக் கண்ணன் சொல்லும் வாசகத்தை அதே பாஷையில் முதலாளி மகன் விக்கி விக்கித் திரும்பச் சொன்னான்.

கூட்டம் வேடிக்கை பார்த்தது.

அடிபட்ட பொறுக்கி சிரித்தான்.

சாந்தி, 1953

கோவில் காளையும் உழவு மாடும்

அன்னக் காவடியிலுள்ள மணி இன்ப ஓசையை எழுப்பிக் கொண்டிருந்தது. அந்தச் சமயத்தில் மணியோசை கேட்டால், வைரவன் பண்டாரம் அன்றைய அலுவல் முடிந்து மாடன் கோயிலுக்குத் திரும்பிக் கொண்டிருக்கிறான் என்று அர்த்தம். ஒற்றையடிப் பாதை வழியே பண்டாரம் வேகமாக நடந்து கொண்டிருந்தான். இருள்தான் என்றாலும் அவன் கால்களுக்கு மேடு பள்ளம் தெரியும். பழக்கப்பட்ட பாதை. வில்லுப்பாட்டிலுள்ள சில அடிகள் சிதைந்து குற்றுயிராய் வாயிலிருந்து தப்பியோடிக் கொண்டிருந்தன.

அந்த ஒற்றையடிப் பாதை வழியே போனால் மாடன் கோயில் வாசலில் கொண்டுபோய் விடும். பழைய கோவில்தான். மாடனுக்கு மாஜிப் பெருமைகள் நிறைய உண்டு. வைரவன் பண்டாரத்தின் தியாக புத்தியில் ஏதோ விளக்கு மட்டும் எரிகிறது. சுவர்கள் இடிந்து கரைந்து, பழையபடி குரங்காக எண்ணும் மனிதனைப்போல் மண்ணில் கலந்து ஐக்கியமாகிக் கொண்டிருந்தது. வலது பக்கத்தில் காலம் காலமாக நின்றுகொண்டிருந்த கல்தூண் இப்பொழுது படுத்து இளைப்பாறுகிறது. கோவிலைச் சுற்றி எங்கே பார்த்தாலும் வெள்ளெருக்கும் புல்பூண்டும் காடாய் வளர்ந்து கிடக்கிறது. தரையில் கால் வைத்தால் நெருஞ்சிமுள் அப்பிவிடும். இப்பொழுதும் சகல சக்திகளும் கொண்ட மாடனுக்கு வெயில் அடித்தால் காயவேண்டாம்; மழை பெய்தால் நனைய வேண்டாம். இந்தக் குறைந்த பட்ச சௌகரியத்தில் ஆசை வைத்துத்தான் வைரவன் பண்டாரமும் மாடன் கழுத்தைக் கட்டிக்கொண்டான்.

இப்பொழுது இரண்டு பேருமே அனாதைகள். இரண்டு பேருமே சக்தி வாய்ந்தவர்கள்.

மாடன் சன்னிதானத்துக்கு முன்னால் இரண்டடி உயரமுள்ள குச்சியில் ஒரு பெட்டி உட்கார்ந்திருக்கிறது. அதற்குள்ளே மாடனுக்குச் சொந்தமானதும் வைரவன் பண்டாரத்திற்கு அனுபவ பாத்தியதையும் கொண்ட 'சேமிப்பு நிதி' அடக்கம். கோவில் கற்படியில் பெண் நாயொன்று மயங்கியபடி கனவு கண்டுகொண்டிருந்தது.

திடீரென்று நாய் எழுந்து நின்று குரைத்தது. வாசலில் வைரவன் பண்டாரம் நிற்பது நட்சத்திர ஒளியில் நிழல்படம் மாதிரித் தெரிகிறது. என்ன கம்பீரமான தோற்றம்! ராஜ களை. நல்ல மேனி வளப்பம். மகான்களுக்கே உரித்தான தாடி. நெற்றி, மார்பு, புஜங்களில் விபூதிப் பட்டை. சந்தனப் பொட்டு. அதற்கு மேல் குங்குமம். வேஷ்டியின் மேல் ஒரு காவித்துண்டை வரிந்து கட்டியிருக்கிறான். தோள்மேல் சம நிறையிலுள்ள தராசுக் கம்பி மாதிரி அன்னக்காவடி லேசாக ஆடிக் கொண்டிருக்கிறது.

பண்டாரம் வாசற் கதவை அலாக்காகத் தூக்கி, உள்ளே நுழைந்து மீண்டும் கதவைச் சாய்த்து வைத்தான். சுறுசுறுப்பாக வேலையை ஆரம்பித்தான். தினசரி நடைபெறுகிற வேலை. எனவே, முடுக்கிவிட்ட யந்திரம்தான். கைவைத்த இடத்தில் சாமான் இருக்கிறது. அடுப்பை மூட்டினான். சமையல் மும்முரமாக நடந்தது.

சோற்றை வடித்து வைத்தான். குழம்பு அடுப்பில் தாளம் தப்பாமல் கொதித்துக் கொண்டிருந்தது. நாய் எழுந்து உடம்பை விகாரமாக நீட்டி முதுகை வளைத்துச் சோம்பல் முறித்தது. 'ஹிஸ் மாஸ்டர்ஸ்' நாய் மாதிரி உட்கார்ந்து குழம்பின் வாசனையை ரசித்துக்கொண்டி ருந்தது. பண்டாரம் சிரட்டை அகப்பையில் எடுத்து ஊதி ஒரு சொட்டு நாக்கில் விட்டுப்பார்த்தான். கண்ணை மூடிக்கொண்டு ருசியை மூளைக்கு அனுப்பினான். இரண்டு உப்புக்கல்லை எடுத்துக் குழம்பில் போட்டு மீண்டும் கிளறினான்.

நாய் திரும்பிநின்று வாசலைப் பார்த்துக் குரைத்தது. பண்டாரம் திரும்பிப் பார்த்தான். வாசலில் யாரோ நிற்பது தெரிந்தது. "யாரு?" என்றான்.

வந்த மனிதனுக்கு வாசலின் விசேடச் சூத்திரம் தெரியாது. அவன் கதவைத் தள்ளினான். கதவு படீரென்று கீழே விழுந்தது. ஒரு கிழ உருவம் மண்வெட்டியும் கையுமாக உள்ளே வந்தது. பண்டாரம் கிழவனைக் கூர்ந்து கவனித்தான்.

கருவாடு மாதிரி உடம்பு. லாபத் தேவதைக்கு சத்தைக் காணிக்கை கொடுத்து மிஞ்சிய சக்கை. முழங்காலில் நரம்பு முடிச்சுமுடிச்சாய்ப் புடைத்துக்கொண்டிருந்தது. சிகை காடாய் வளர்ந்து கிடந்தது. அரையில் அழுக்குத் துண்டு. காது கொஞ்சம் மந்தம்தான். அந்தக் 'களை' முகத்தில் தெரிந்தது.

"தொலை தூரத்திலிருந்து நடையிலேயே வாறேன். ராத்திரி தலை சாய்க்கணும்."

"எழவு இங்கே வந்து ஏறிடுத்தே" என்று பண்டாரம் முணுமுணுத் தான். கிழவன் அடுப்பு எரிவதைப் பார்த்துக் கொண்டிருந்தான். முகத்தில் செம்மை படர்ந்தது.

"எந்தூரு?"

"பனைவிளை."

"எங்கே போறே?"

"பேரா...?"

"எங்கே போறேன்னு..."

"நானா? நான் எங்கே போறேன்னு யாருக்குத் தெரியும்? போக்கத்துப் போறேன்." மேலே கையைக் காட்டியபடி, "எல்லாம் அவனுக்குத்தான் வெளிச்சம்" என்று சொல்லிவிட்டுச் சிரித்தான். கண்ணீருக்குப் பதில் வருமே, அந்தச் சிரிப்பு.

அன்று சமையல் முடிந்ததும், பண்டாரம் கிழவனுக்கும் சோறு போட்டான்.

நாய் ஏமாற்றத்தில் பிரலாபித்துக் கொண்டிருந்தது.

"கிழவன் ஒரு பருக்கையில்லாம வளிச்சிட்டான். சீ, போ!" நாயின் வயிற்றில் எட்டி மிதித்தான் பண்டாரம். நாய் வேதனை தாங்காமல் அழுதது.

"வயத்திலே மிதிக்காதே. அது கொளந்தெ உண்டாயிருக்கு" என்றான் கிழவன்.

"பொல்லாத கிழவன்!" என்றான் பண்டாரம்.

பண்டாரம் மாடக்குழியிலிருந்து சுருட்டை எடுத்து பற்றவைத்தான். வாயிலிருந்து மேகம் மேகமாகப் புகை வெளியேறிக் கொண்டிருந்தது.

கிழவன் தரையைத் தட்டிவிட்டுப் படுத்தான். மறுகணம் தூங்கி விட்டான்.

பண்டாரம் விடியற்காலையில் எழுந்தபொழுது கிழவன் எழுந்திருக்கவில்லை. "கட்டைக்கு நல்ல அலுப்பு" என்று சொல்லிக் கொண்டான்.

என்றுமே காலையில் பண்டாரம் ரொம்ப மும்முரமாகத்தான் இருப்பான். இருட்டு நீங்குவதற்கு முன்னால் பக்கத்துக் குளத்தில் போய் விழுந்துவிட்டு வருவான். சிகையைச் சிக்கெடுத்து மேலே கோதிவிடுவான். சந்தனம் அரைப்பான். மேக்கப் முடியக் குறைந்தது ஒருமணி நேரமாகும். அன்னக்காவடிச் செம்பையும் மணிகளையும் பளபளவென்று துடைத்துவிட்டு வெளியே கிளம்புகிறபொழுது சூரியோதயமாகிவிடும். சந்துத் திருப்பத்திலுள்ள முஸ்லீம் ஹோட்டலில் ஸ்ட்ராங் டீ வாங்கிக் குடித்துவிட்டு நடையைக் கட்டுவான்.

அதோடு அன்றைய அலுவல் ஆரம்பமாகிவிடும்!

அன்று பொழுதோடு பண்டாரம் திரும்பிவிட்டான். அவனுக்கு அன்று நல்ல வசூல். கோவிலுக்குள் நுழைந்ததும் ஆச்சரியத்தில் ஸ்தம்பித்துப் போனான். கோவிலைச் சுற்றிப் புல்பூண்டு இல்லை. துப்புரவாக இருந்தது.

கிழவன் ஈர்க்குச்சியால் பல்லைக் குத்தியபடி ஒன்றுமே அறியாதவன் போல் உட்கார்ந்து கொண்டிருந்தான். வாயைத் திறக்கவில்லை. பண்டாரமும் தானாக விசாரிக்கக்கூடாதென்று எண்ணினான். ஆனால் வாயை அடக்க முடியவில்லை.

"என்ன கிழவனாரே, கையும் காலும் எதைச் செய்வோம்னு துருதுருன்னு வருதோ?"

கிழவன் சிரித்தான்.

"சும்மா எவ்வளவு நேரம்தான் சோம்பிக்கிட்டு இருக்க முடியும் சொல்லு. சூம்படைஞ்சு போச்சு. கொஞ்சம் அங்னே இங்னே லாந்திக்கிட்டிருந்தேன். பெறவு, வேலையை ஆரம்பிச்சேன் பாரு. என் மம்மட்டி பளசு, கௌடு தட்டிப் போச்சு. இல்லையின்னா இன்னும் துப்புரவா வேலை செய்யலாம்."

பண்டாரம் எண்ணெய் ஸ்நானம் செய்கிற நாளை சனிக்கிழமை என்று எல்லோரும் சொல்வார்கள். அன்று அவன் வெளியே செல்லவில்லை. கௌபீனத்தை மட்டும் கட்டியபடி எண்ணெய் தேய்த்துக் கொண்டிருந்தான். திரும்பத்திரும்ப உடம்பை உருவி உருவித் தேய்த்தான். பிடரியை எண்ணெய் போட்டுப் புரட்டினான். தொடையைத் தட்டிவிட்டுக் கொண்டான். முழங்கால் குதிரைச் சதையைப் பிசைந்துவிட்டான்.

கிழவன் சிறிது மண்ணை அள்ளி அதை ஊதி, பொடி மணலைக் கற்படியில் போட்டு, கத்தி தீட்ட ஆரம்பித்தான். பண்டாரத்தின் முகத்தைப் பாராமலே பேசிக்கொண்டிருந்தான்.

"நாங்க, எங்கப்பன், பாட்டன், பூட்டன் காலத்திலிருந்தே பனையேறிக. கையைப் பாரு, குத்தினா கத்தி எறங்காது. நம்ப வட்டாரத்திலே ஐயா பேரு சொல்லிக் கேட்டாத் தெரியும். பனை எங்கிட்ட பேசும். விடிய விடிய சளைக்காமே ஏறி இறங்குவேன். ஆனா பாரு, போனவருஷம் அநியாயமா சூலைலெ படுக்கையிலெ உளுந்திட்டேன். மண்டைக்காடுக் கொடை நடக்கிற சமயமெல்லாம் ஐயா படுக்கேலெ கெடக்காரு. இப்போ வாசியாயிடுத்து. இருந்தாலும் இப்பம் பனை ஏறக் களியலெ. தெம்பு இத்துப் போச்சு. ஆனா இண்ணைக்கும் ஐயா மண்லெ சொகமா வேலை செய்வாரு. ஆனா யாரு வேலைக்குக் கூப்பிடுதா?"

கத்தி முனையில் லேசாக விரலையோட்டிக் கூர்மை பார்த்தான் கிழவன். பண்டாரம் கொப்பூழில் எண்ணெயை விட்டுக் குடைந்து கொண்டிருந்தான்.

கிழவன் தொடர்ந்து பேசினான் :

"நான் கொளந்த குட்டிக பெத்து சமுசாரியா வளர்ந்தவன். சவுகரியமா, ராஜா கணக்கா இருந்தேன். எப்பமும் எட்டணா சில்லறை முந்தியிலே குலுங்கிக்கிட்டுக் கெடக்கும். அண்ணண்ணாடம் வடிச்சுச் சாப்பிடுவேன். ஆமா, என் பொஞ்சாதி, மாராசி. அவ தங்கம். பத்தரை மாத்துத் தங்கம். சும்மா சொல்லப்படாது. பாக்கியவாட்டியெ நெனச்சாலே சோறு கிடைக்கும். மொகம் சுளிக்கமாட்டா. நான் சூலை வந்து உளுந்ததும் கைப்புள்ளே கணக்கா என்னைப் பாத்தா. அவளுக்குச் சாக்கோட்டி வந்தா நான் பொறுக்க மாட்டேன். திடீர்னு ஒருநா மண்டையைப் போட்டுட்டா."

சிறிதுநேரம் கிழவன் மௌனம் சாதித்தான். திடீரென்று உரத்த குரலில் உணர்ச்சி பொங்க, "சண்டாளி! நான் திண்டாடணும்னு தானே தன்னந் தனியாத் தவிக்க விட்டுப்போட்டுப் போயிட்டே! என்ன பாடு படுதேன்னு ஒனக்குத் தெரியுமா? கடவுளுக்குத்தான் பொறுக்குமா?" என்றான்.

கண்களில் நீர் துளிர்த்துவிட்டது.

பண்டாரம் பாதி வாயைத் திறந்தபடி தன்னை மறந்து, தொலைவில் நடந்துகொண்டிருந்த கோழிகளின் கூட்டுக்களியைப் பார்த்துக் கொண்டிருந்தான்.

கிழவன் உதட்டைக் குவித்து, கத்தியை லேசாக உதட்டில் அழுத்திக் கூர்மை பார்த்தான்.

"நமக்குப் புள்ளைக ஒண்ணும் கூறில்லை. நமனா வந்து பொறந்திருக்கு. ஒரு பய பனையிலேருந்து வுளுந்து செத்தேபோனான். இன்னொரு பய பெரிய சம்புலிங்கம். பய ஒரு அவிசாரியைக் கூட்டி வச்சுக்கிட்டிருக்கான். அவனெ நெனச்சா எரியுது. தாய்க்காரி செத்ததும், பய எங்கிருந்தோ வந்து சாடிட்டான். அவ காதிலே ஒரு பாம்படம் கெடந்தது பாத்துக்க. அதெக் களத்த முடியலெ. எக்கச் சக்கமா சிக்கிக்கிட்டது. இந்தத் துரோகிப் பய, சண்டாளப் பயலுக்குப் பொறந்த பய, நாய்க்கு ... நான் சொல்லலெ ... சாமிக்கு முன்னாலெ சொல்லப்படாது ... காதெ அறுத்து அதை எடுக்கணும்னு 'ப்ளான்' போட்டுட்டான். இது தெரிஞ்சுது எனக்கு. அந்தாலெ எனக்கு மூதேவி வந்துடுத்து. அரிவாளை வீசிக்கிட்டுப் போனேன். லேய், அவ காதெத் தொட்டியோ, என் ஐயாவாணெ, துண்டு துண்டாக் கொத்திப் போட்டுடுவேன். வெம்பா செத்துப் போகாதே அப்பிடீன்னேன். பய பயந்து, மறுநா நைஸா பம்மிட்டான்."

பண்டாரம் சூள்கொட்டிவிட்டு, குளிக்கப் புறப்பட்டான்.

"பாரு, எனக்கு நாதியில்லெ. வேறெ யெல்ப்புக்கு ஆளில்லை. இருபது வருஷம் பனைவிளை பெரியநாடார் பனைகளிலெ ஏறி ஏறி எறங்கினேன். இண்ணைக்கு சீவனில்லேனு தெரிஞ்சும் திரும்பிக்கூடப் பாக்கமாட்டேங்காரு. நானும் அவரிட்டெ அளாத வண்ணம் அளுதாச்சு. காலணாத் தர முடியாதுன்னு கண்டிஸனா சொல்லிப் போட்டாரு."

பண்டாரம் குளிக்கப் போனான். கிழவன் மண்வெட்டியை எடுத்துக்கொண்டு புறப்பட்டான்.

"கொஞ்சம் வெளியிலெ லாந்திட்டு வாறேன்" என்றான்.

பண்டாரம் கடைத்தெருவில் ஒரு நோட்டு வாங்கி, பள்ளி மாணவனொருவனைக் கொண்டு ஒரு விண்ணப்பம் எழுதச் சொன்னான். "மாடன் கோவில் கொடை வருது. எல்லா வருஷம்போல் இந்த வருஷமும் சிறப்பாகக் கொண்டாட வேணும். பெரிய மனுசாள் உதவி பண்ண வேணும்."

இரவு ஒரு மூட்டைச் சாமானோடு பண்டாரம் கோவிலுக்குத் திரும்பினான். பலசரக்கு, அலங்கார சாமான்கள், வேஷ்டி, துண்டு...

அன்று சமையல் வெகு விசேஷம். பிரியாணி வைத்தான். மீன் சாப்பிட்டு ரொம்ப நாட்கள் ஓடிவிட்டது. அன்று அருமையான சாளைமீன் வாங்கிக்கொண்டு வந்திருந்தான். ஒரு அடுப்பில் இறைச்சி வெந்துகொண்டிருந்தது. மசாலையின் வாசனை கமகமவென்று வீசிக்கொண்டிருந்தது.

கிழவன் அன்று வெகுநேரம் பிந்தி வந்தான்.

"என்ன இண்ணைக்கு இவ்வளவு நாளி?"

"வெசயம் இருக்கு."

பண்டாரம் திரும்பிப் பார்த்தான். கிழவன் ஈரத்துண்டைப் பிழிந்துகொண்டிருந்தான்.

"என்ன, இப்பொத்தான் முளுகினயோ? பாதி ராத்திரி!"

"எனக்கு இப்பொத்தான் சவுகரியம் பாத்துக்க. உடுமாத்துக்கு வேட்டியில்லெ. இருட்டில குளிச்சா, படித்துறையிலே ஒக்காந்து சொகமா வேட்டியே காயவச்சுக் கட்டிக்கிட்டு வரலாம்."

இருவரும் சாப்பிட அமர்ந்தனர்.

"மீன்குழம்பு ரொம்ப பிரமாதம். ஆஹா, ரொம்ப ஜோர்" என்று சொல்லியவாறே பண்டாரம் சமத்காரமாகச் சாப்பிட்டான். கிழவனும் பசியைத் தணித்துக்கொண்டான்.

அன்றும் நாய் ஏமாந்தது.

"ஆமா, இண்ணைக்கு எங்கே போயிருந்தே, மம்மட்டியையும் தூக்கிக்கிட்டு?"

"இண்ணைக்கு நெடுக வடக்கே பாத்து வண்டியை வுட்டேன். நம்ம மாந்தோப்பிலிருந்து தெக்கே மலையைப் பாத்து ஒரு பாதை போகுது பாரு, அங்னெ ஒரு எடத்திலே ஐயா வேலை ஆரம்பிச் சிருக்காரு."

"ஐயா என்ன வேலை ஆரம்பிச்சிருக்காரோ?"

"பாரு, அந்தப் பாதையிலே வண்டித்தடம் கெடக்கு. குடிசனங்க நடமாட்டமுள்ள எடமாத் தெரியுது. அடிக்கடி பார வண்டியும் போகுது. வில் வண்டியும் போகுது, சைக்கிளு வண்டியும் போகுது. பக்கத்து மலையிலே ஆணும் பெண்ணும் குஞ்சும் குளுவானுமா கல் ஒடைக்குது. என்ன, கேக்கியா?"

"ம் . . ."

"நானும் சுத்திப் பார்த்தேன். ரோசிச்சு ரோசிச்சுப் பார்த்தேன். சரி அப்டினு வேலையைத் தோக்கிட்டேன். ரெண்டாவது மைல் கல்லுக்கிட்டே ஒரு ஆலமரம் கிளை வீசி நிக்குது பாரு, அங்கேயே தான் . . ."

"என்ன வேலைன்னு சொல்லு, கதை அளக்காமெ."

“சரியாப் போச்சு. கதையா அளக்கேன்? சம்சாரமில்லா பேசுதேன். பாரு, அந்தச் சுத்து வட்டாரத்திலெ ரெண்டு மைலுக்கு ஒரு கிணறு இல்லை. தண்ணியில்லாக் காடு. மலையிலெ வேலை செய்யுற பொம்புளைங்களெல்லாம் ரெண்டு மைல் தொலையிலேருந்து தண்ணி கொண்டாருதெப் பாத்தா பாவமாயிருக்கு., இண்ணைக்கு ஒரு பொம்புளை தண்ணியெப் பூராவும் குடிச்சிட்டியே, பாவிப் பயலே அப்படீன்னு வைதுகிட்டுக் கொளந்தயெப் போட்டு அடி அடீன்னு அடிச்சா பாரு, எனக்கு மனசு நொடிஞ்சுபோயிட்டு. நீதான் சொல்லு, தண்ணியில்லாம ஒரு நாளி களியுமா?”

பண்டாரம் சுருட்டை எடுத்துப் புகைத்தான்.

கிழவன் மண்ணிலிருந்து ஒரு சிப்பியை எடுத்து, காலைச் சொறிந்து கொண்டான். காலில் வெள்ளைக் கோடுகள் விழுந்தன.

“எப்படியும் அங்னெ ஒரு கிணறு தோண்டணும்... ஆமா.”

“ஓஹோ” என்றான் பண்டாரம் கேலியாக.

மறுநாள் காலையில் தான் புதிதாக வாங்கிக்கொண்டு வந்திருந்த வேஷ்டியைப் பண்டாரம் கட்டிக்கொண்டான். பண்டாரத்தின் பழைய வேஷ்டியைக் கிழவன் எடுத்துக்கொண்டான். பண்டாரத்திடம் தயங்கித் தயங்கி இரண்டணா வாங்கிக் கொண்டு போய் க்ஷவரம் பண்ணிக்கொண்டு வந்தான்.

“ஏய் கிழவா, துட்டுக்கு மாச்சப்பட்டுத் தலையை மழுங்கச் செரச்சிட்டியே.”

“இனிமே ரெண்டு மாசத்துக்குக் கவலை இல்லை.” கிழவன் மண்டையைத் தடவிவிட்டுக் கொண்டான்.

“மம்மதக் கொரங்காட்டாம் இருக்கு!” என்றான் பண்டாரம்.

ஒவ்வொரு நாளும் கிழவன் தவறாமல் வேலைக்குச் சென்றான். பகல் முழுவதும் வெயிலில் கடினமான உழைப்பு. இரவு மட்டும் ஒருவேளைச் சாப்பாடு.

கிழவனுக்கு இப்பொழுது எந்த நேரமும் ஒரே சிந்தனை. எப்படியும் கிணற்றை தோண்டிவிடவேண்டும்.

அதே சிந்தனை. அதே பேச்சு. அதே வேலை.

“இண்ணைக்கு கிட்டத்தட்ட ஓரடி தோண்டிப் போட்டேன், ஆமா!”

“மேலாக மண்ணு புலுபுலுனு இருக்கும். போகப்போக, குறுக்கு அத்துப்போகும். கரிசல் காடாக்கும். இருந்தாலும் கிழவன் தோண்டிப் புடுவான். உயிர் கெடந்ததுன்னா தண்ணியைப் பாத்துடுவான்.”

“ஒனக்கு வேறே சோலியில்லே? வயசு காலத்துலே சும்மா கெடந்து களியாமே... ஒன்னாலே கிணறு தோண்டக் களியுமா? அட பயித்தியாரக் கெளவா!”

“பொறு பொறு, போகப் போகத் தெரியும்.”

நாட்கள் யாருக்காக நிற்கும்?

ஒவ்வொரு நாளும் கிழவன் தன்னுடைய கிழட்டு மண் வெட்டியைப் பழுதுபார்த்தவாறே சுயவேலையைப் பற்றிப் பேசிக்கொண்டிருந்தான்.

"இப்பம் பாரு, மம்மட்டி மண்லே லேசா புடிக்க மாட்டேங்குது. ஒரு மாதிரி செவப்பு மண் வருது. மம்மட்டியே அலாக்காக தூக்கித் தள்ளுது, பாத்துக்க."

"தள்ளும் தள்ளும், கையிலே வலுவில்லேன்னா தூக்கித் தள்ளத்தானே செய்யும்."

"பண்டாரம், இன்னா பாரு. ஒரு மாதிரி எடக்குப் பேச்செல்லாம் எங்கிட்டே வச்சுக்கிடாதே. பொடி வச்சுப் பேசுறதெல்லாம் எனக்கு வள்ளிசாப் புடிக்காது. இந்த உடம்பு வைரம்டா, வைரம். பழைய மண்ணாக்கும்." கிழவன் வலது கையால் இடது தோள்பட்டையில் தட்டிக்கொண்டான்.

பண்டாரத்திற்குக் கிழவனுடைய பேச்சு அலுத்து விட்டது. கிழவன் வாய் ஓயாமல் கிணற்று வேலையைப் பற்றியே பேசிக் கொண்டிருந்தான்.

அன்று காலை நல்ல மழை.

பண்டாரம் வேஷ்டியை அவிழ்த்து முகத்தையும் மூடிப் போர்த்தியபடி தூங்கிக்கொண்டிருந்தான்.

கிழவன் வழக்கம்போல் எழுந்திருந்து செங்கற்பொடியால் பல்லை விளக்கினான்.

மழை விடாது பெய்துகொண்டிருந்தது.

"குழியிலே தண்ணி தேங்கிட்டா வேலை முடங்கிப் போயிடுமே" என்று முணுமுணுத்தான் கிழவன். நிலை கொள்ளாமல் குமைந்தான். தலையை நீட்டி, வானத்தைப் பார்த்தான். ஏதோ தனக்குத்தானே சொல்லிக் கொண்டான்.

மழை சற்று ஓய்ந்தது.

பண்டாரம் லேசாகக் கண்ணைத் திறந்து பார்த்தான். கிழவனைக் காணவில்லை. "கிழடுக்குப் பயித்தியம் புடிச்சிட்டுது. கிணறு தோண்டுதானாம்! மழை பெய்யுது. சொகமா இழுத்துப் போத்திக்கிட்டுத் தூங்காமே மம்மட்டியையும் தூக்கிட்டு ஓடியிருக்கு. இதுகள்ளாம் உலகத்திலே சொகத்துக்குப் பொறக்கலே. எப்படியும் நாசமாப் போகட்டும், நமக்கென்ன" என்று முணுமுணுத்தான்.

இரவு கிழவன் உற்சாகத்தோடு விஷயத்தைச் சொல்ல ஆரம்பித்தான்.

"எங்கண்ணாணெ, எனக்குப் பயம் புடிச்சுட்டு. போய்ப் பாக்கேன், தண்ணி துளும்பி நிக்கு. மளையானதாலே கல் ஒடச்சிட்டிருந்த பொம்புளைங்களெல்லாம் திரும்பிச்சு. அதுக வந்து வேடிக்கை பாத்துட்டு நின்னுது. பெறவு அதுகளும் கூட பட்டையாலே

தண்ணியெ எடுத்து ஊத்த ஆரம்பிச்சுதுங்க. ஒரு நொடியிலே வேலை முடிஞ்சு போச்சு.''

''ம் . . .''

''பாரு, என்னைக் கேலி பண்ணுது, குட்டிக. இன்னும் அஞ்சாறு அடி தோண்டாமே தண்ணியைப் பார்க்க முடியாதே, நீ என்னமா இந்த வேலையை இளுத்துப் போட்டுக்கிட்டே அப்டீனு கேக்குது. சிரிக்குது குட்டிக.''

''ஓஹோ.''

''தன்னந்தனியா ஒரு கெளவன் கிணறு தோண்டினான்னு அவ கேள்விப்பட்டதேல்லையாம். ஒரு வயசான பொம்புளை சொல்லுதா. நீ இதைத் தோண்டிப்புட்டயோ! ஒரு சரியான ஆம்புளெதான் அப்டீங்கா.''

''நானும் அதைத்தான் சொல்லுதேன். ஒனக்கு வயசு காலத்திலே சிவனேன்னு இருக்கப்படாதா?''

''இன்னாப்பாரு, திரும்பத் திரும்ப அந்தப் பேச்சையே பேசுதியே. நான் நாப்பது வருஷம் சளைக்காமெ வேலை செய்தவன். ஒரு நா குந்தியிருந்து தின்னவனுல்லை. இண்ணைக்கு மட்டும் அப்படி இருக்கணும்னா முடியுமா சொல்லு. எனக்கு அது பளக்கமில்லை.''

கிழவன் ஒரு நாள் இரவு வெகுநேரம் வரவில்லை. எப்பொழுது வந்து படுத்துக்கொண்டான் என்பதும் பண்டாரத்திற்குத் தெரியாது.

''நேத்து நல்ல நிலா, பாரு. என்னையே மறந்து வேலை செஞ்சிட்டிருந்தேன். போகப் போக ரொம்பக் கயிஷ்டமாகத்தான் இருக்குது பாத்துக்க. ஒவ்வொரு கூடையா மண்ணை அள்ளி வெளியே ஏறிவந்து தட்டணும். திரும்பவும் உள்ளே எறங்கணும். திரும்பவும் மண்ணை வாரிக்கிட்டு மேலே ஏறணும் . . . எத்தனை மட்டம் ஏறி எறங்கவேண்டியிருக்கு . . . கூட ஏந்தலுக்கு ஒரு ஆள் இருந்தா சுளுவா இருக்கும். இல்லாட்டாலும் கெளவன் விடமாட்டான். ஐயா கடேசி வரை ஒரு கை பார்க்கத்தான் போறாரு.''

சில நாட்களுக்குப் பின்னால் ஒரு நாள் கிழவன் ஒரு நீளமான கயிற்றைக் கால் கட்டைவிரலில் இடுக்கியவாறு முறுக்கிக் கொண்டிருந்தான்.

''இது எதுக்கு?''

கிழவன் லேசாக சிரித்துக் கொண்டான்.

''இப்பம் கயிறு போட்டுத்தான் கீழே எறங்கணும்.''

''அப்படியா? நாலடி தோண்டியிருப்பயா?''

''நாலடியா? நான் இப்பம் குளிலே நின்னா என் தலை வெளியிலே நடமாடறவங்களுக்குத் தெரியாது வேய், தெரியாது!''

''சபாசு!''

கிழவனுக்கு தாடி வளர்ந்துவிட்டது.

கோயிலைச் சுற்றிப் பழையபடி புல் பூண்டு, எருக்கு . . . ஒரே குப்பை.

சற்றுத் தொலைவில் நாய் மூன்று குட்டி போட்டு, பால் கொடுத்துக் கொண்டிருந்தது.

ஒற்றையடிப் பாதை வழியாகக் கிழவன் வந்துகொண்டிருந்தான். பழைய உடம்பில் பாதி இல்லை. நடையில் ஆட்டம் கண்டுவிட்டது.

கோவில் உள்ளே சென்றதும், தன் தோள்மேல் போட்டிருந்த மூட்டையைப் பண்டாரத்தின் முன்னால் வைத்தான்.

"என்னது?"

கிழவன் சிரித்தான்.

"அட என்னது? சமயலுக்கு எதனாச்சும் வாங்கிக்கிட்டு வந்திருக்கியா?"

பண்டாரம் மூட்டையைத் தொட்டுப் பார்த்தான்.

"என்னது? அவலா? நனஞ்சுப்போய்க் கெடக்கே."

கிழவன் இடிஇடியென்று சிரித்தான்.

பண்டாரம் மூட்டையை அவிழ்த்து விளக்கடியில் கொண்டுபோய் பார்த்தான்.

"அட கிழவா, மண்ணைப்போய் அள்ளிக்கிட்டு வந்திருக்கியே! வெயில் அடிக்க அடிக்க ஒரு மாதிரியா வருதோ?"

"ஒரு மாதிரியும் வல்லே தம்பி. கொஞ்சம் கையிலே எடுத்துப் பாரும். ஈரமா இருக்குதான்னு பாரும்."

பண்டாரம் புரிந்துகொண்டான்.

"ஈரமா இருக்கில்லே? ஊத்து கண்டுடுத்து. அருமையான ஊத்து. கன்னுபோட்ட கறாச்சி மாட்டுக்குச் சொரப்பு வந்தாலே வருது. இன்னும் ரெண்டு நாளிலே தண்ணி சுர்னு மேலே ஏறிடும். கொஞ்சம் ஆழமாத்தான் தோண்டணும். இந்த வட்டாரத்திலே வேறே எந்தக் கிணத்திலே தண்ணி வத்தினாலும் அய்யா தோண்டின கிணத்திலே தண்ணி வத்தப்படாது. வைரவன் பண்டாரம் குடத்தைத் தூக்கிக் கிட்டு ஓடணும். அண்ணைக்குக் கேலி செஞ்ச பொம்புளைங்கெல் லாம் தண்ணியெ அள்ளி அள்ளிக் குடிக்கணும் . . . ஆமா."

ஒவ்வொரு நாளும் கிழவன் தெம்பாக நனைந்து வந்தான்.

ஒருநாள் இரவு.

"நான் இண்ணைக்கு உன் வேலையை வந்து பாக்கலான்னு இருக்கேன்."

கிழவனுக்கு ரொம்ப சந்தோஷம்.

"வாய்யா வா! ரெண்டு பேரும் சேர்ந்து போகலாம். நீ வந்து பாக்கணும் அய்யா அங்கே செஞ்சிருக்க வேலையெ!"

பண்டாரம் கிணற்றுப் பக்கம் போனதும் ஸ்தம்பித்துப் போனான். வண்டி வண்டியாய்ப் பல நிறங்களில் மண் அம்பாரமாகக் குவிந்து

கிடந்தது. இவ்வளவு மண்ணையும் கிழவனே வெட்டி, கிழவனே கூடையில் வாரி, கிழவனே வெளியே ஏறித் தட்டியிருக்கிறான் என்பதை அவனால் நம்ப முடியவில்லை. கற்பனை செய்தும் பார்க்க முடியவில்லை.

"அட பாவி மனுசா! இந்தத் தள்ளாத வயசுலே ராட்சச வேலை யில்லா செய்திருக்கே! மனுச காரியமா? அம்மாடி!"

இருட்டு பரவிக்கொண்டிருந்தது.

"இன்னா பாரு" என்று சொல்லியவாறே கிழவன் ஒரு கல்லைத் தூக்கி கிணற்றில் போட்டான்.

'களுக்.'

"சத்தம் கேட்டுதா? கேட்டுதா?"

"கேட்டுது. நிறைய தண்ணி கெடக்கு!"

மறுநாள் கிழவனுக்கு நல்ல இருமல். சாப்பிடாமல் படுத்துக் கொண்டான்.

பண்டாரம் வெளியே செல்கிறபொழுது, "இண்ணைக்கு நீ வெளியே போகவேண்டாம். பேசாமக் கெட. நல்ல இருமல் புடிச் சிருக்கு" என்றான்.

ஆனால் இரவு அவன் வருகிறபொழுது கிழவனைக் காணவில்லை. அவனால் போகாமல் இருக்க முடியாது என்று பண்டாரம் சொல்லிக் கொண்டான்.

ம்றுநாள் கிழவனுக்கு நல்ல காய்ச்சல். எழுந்து நிற்கக்கூடச் சீவனில்லை. பண்டாரம் நெற்றியில் கை வைத்துப் பார்த்தான். அனல்!

பண்டாரம் உள்ளூரப் பயந்தான்.

"டாக்டரெ கூட்டிக்கிட்டு வரட்டுமா?"

"வேண்டாம். டாக்டர் மருந்தெ நாங்க தலைமுறை தலை முறையாக் குடிச்சதில்லெ. என் பெஞ்சாதி உசிரு போனாலும் தொடமாட்டேன்னா. எனக்கு மட்டும் எதுக்கு?"

அன்று இரவு முழுவதும் கிழவன் புலம்பிக் கொண்டிருந்தான்.

"இன்னும் கொஞ்சம் ஆளமாத் தோண்டியிருக்கலாம் . . . இப்போ ஒண்ணும் குத்தமில்லே . . . தண்ணி லேசுலெ வத்தாது . . . ஆனா . . ."

"பொலம்பாமக் கெட."

மறுநாளும் காய்ச்சல் தணியவில்லை. அன்று பண்டாரம் வெளியே போகாமல் கிழவன் பக்கத்திலேயே உட்கார்ந்து கொண்டிருந்தான்.

வெயில் ஏறஏற காய்ச்சல் ஏறிக்கொண்டிருந்தது.

பகல் இரண்டு மணிக்குக் கிழவன் கண் விழித்தான் "வைரவன் பண்டாரம்" என்று தெளிவாகக் கூப்பிட்டான். பண்டாரம் பக்கத்தில் வந்து உட்கார்ந்துகொண்டான்.

"பண்டாரம், நீ ரொம்ப நல்ல மனுசன்தாய்யா. இவ்வளவு நாளும் எனக்கு தண்டச்சோறு போட்டே பாரு, என் மனசுக்கு ரொம்ப

ஆறுதலு. கடேசிக் காலத்திலே நான் ஆரம்பிச்ச வேலையும் அளகா முடிஞ்சுபோச்சு. நீ எனக்கு ரொம்ப ஏந்தலா இருந்தே. நான் ஒண்ணு சொல்லுவேன், செய்வியா?''

“செய்யறேன்.''

“அந்தக் கிணத்திலிருந்து ஒரு குடம் தண்ணி எடுத்துக்கிட்டு வருவியா?''

பண்டாரம் கோயில் குடத்தையும் கயிற்றையும் எடுத்துக் கொண்டு ஓடினான். மாலையில் தண்ணீரோடு திரும்பினான்.

“கொஞ்சம் தண்ணி கொடு'' என்றான் கிழவன்.

“காய்ச்சலில்லா?''

“காய்ச்சலுக்கு அதுதான் மருந்து.''

பண்டாரம் தண்ணீரைக் கிழவன் வாயில் ஊற்றினான்.

“தண்ணி நல்லாயிருக்கு. கடுப்பு ஒண்ணுமில்லே. இன்னும் கொஞ்சம் ஊத்து. நீயும் குடிச்சுப் பாரு.''

பண்டாரம் தண்ணீரைப் பருகினான்.

“எப்படியிருக்கு?''

“அமிர்தமா இருக்கு'' என்றான் பண்டாரம்.

பண்டாரம் கிழவன் நெற்றியில் விபூதியைப் பூசியவாறே சொன்னான்.

“நான் தண்ணி எடுக்கப் போயிருந்தேனில்லே? அப்ப ஒரு கல்யாணக் கோஷ்டி ஆலமரத்தடியிலே வண்டியெ அவுத்துப் போட்டுக் கட்டுச்சாதம் சாப்பிட்டுக்கிட்டிருந்தது. நான் தண்ணி எடுத்ததும் ஆணும், பெண்ணும், கொளந்தகளும் என்னை வந்து சுத்திட்டுது. எல்லாம் தாகமெடுத்துத் தவியாத் தவிச்சுக் கெடந்திருக்கு. ஒரு சின்னக்குட்டி ஓடியாந்து தண்ணியெ ஆசையோடே குடிச்சுப் போட்டு, தண்ணி நல்லாருக்கு நல்லாருக்குன்னு சொல்லிச்சு!''

“அப்படியா?''

“பெறவு அந்த வூட்டுக்கார அய்யாவே வந்தாரு. ரெண்டு வருஷம் முன்னாடி அவங்க அந்தப் பாதை வளியா போனாங்களாம். அப்பம் கிணறு இல்லியே, இப்பம் எப்படி வந்ததுன்னு கேட்டாரு. நான் கதையைச் சொன்னேன். ரொம்ப சந்தோஷப்பட்டாரு. ஒரு கெளவன் தன்னந் தனியாகத் தோண்டிப்புட்டானா! அப்படீனு எல்லோருக்கும் ஒரே ஆச்சரியம். அவரு தன் சொந்தச் செலவிலே கல்லும் சுவரும் கட்டி, கயிறும் பட்டையும் போட்டுத் தாறேன்னு சொல்லியிருக்காரு.''

“அப்படியா!''

“ஆமா.''

“நெசம்தானா? அப்படீன்னா ரொம்ப நல்லாப் போச்சு. பெரிய வங்க பல நெனப்பிலே இருப்பாங்க. நீதான் போய் முடுக்கி எதமா விஷயத்தை முடிச்சுப்போடணும். செய்வியா?''

“செய்யறேன்.”

“அரைச் சுவரைக் கொஞ்சம் ஓசரமாக் கெட்டச் சொல்லு. குஞ்சும் குளுவானுமா மலைக்கு வேலைக்குப் போற பாதை.”

“சரி.”

அன்று இரவு கிழவன் கண்ணை மூடினான்.

மறுநாள் இரவு வழக்கம்போல் பண்டாரம் சோறு பொங்கிக் கொண்டிருந்தான். ஆனால் அவனால் சாப்பிட முடியவில்லை. ஏதோ ஒரு மகத்தான சம்பத்தை இழந்தது போன்ற நினைவுகள் மனத்தைப் பிழிந்தெடுத்தன. திடீரென்று அவனுக்கு உணர்ச்சி பொங்கிற்று. கல்தூணில் தலையைச் சாய்த்துக் கொண்டு அழுதான்.

நாய்க்கு மட்டும் அன்று ஏமாற்றமில்லை.

சாந்தி, 1955

கைக்குழந்தை

"ஹச் . . ."

"ஒண்ணு . . ."

"ஹச் . . ."

"ரெண்டு."

"ஹச் . . ."

"மூணு."

"ஹச் . . . ஹச்."

"நாலு . . . அஞ்சு."

ராஜி சிரித்தாள்.

சாமுவும் சிரித்தார்.

துண்டால் முகத்தைத் துடைத்தார் சாமு. காகிதம் மாதிரி வெள்ளை வெளேரென்றிருந்த முகம் குங்குமமாயிற்று. மூக்கைப் பிழிந்தார். மூக்கு நுனி குப்பென்று சிவந்தது.

"நான் சொன்னது சரியாப் போச்சா?"

"என்னாது?"

"காத்தாலெ என்ன சொன்னேன்?"

"என்ன சொன்னே?"

"சொன்னேன், நெல்லுக்குள்ளே அரிசி இருக்குன்னு. கேக்கறதெப் பாரு, குழந்தை மாதிரி."

சிரிப்பு.

"எடுத்து எடுத்துச் சொன்னேன். குழந்தைக்குச் சொல்றாப்லெ. கேட்டேளோ? மோறையும் மூஞ்சியும் பாத்தா நன்னால்லே, ஜிவ்ஜிவ்னு சிவந்துண்டிருக்கு. குளிக்காதெங்கோ. குளிக்காதெங்கோனு அடிச்சுண்டேன். படிச்சுப் படிச்சு நூறாயிரம் தடவை சொன்னேன். கேட்டாத்தானே?"

"ம் . . ."

“என்னாது ‘ம்’? காகறி வாங்கப் போனேன் வாசலுக்கு. கண் தப்பித்து. என்னை யார்டா அடக்கறதுனு மார்தட்டிண்டு குளுந்த தண்ணியெ ஊத்திண்டேள்.”

“ஹச்.”

“பாத்ரூம் வாசலெ வந்து தொண்டை கிழிய, வெளியிலே வாங்கோ வாங்கோனு முட்டிண்டேன்.”

“ம்.”

“மடப்பள்ளிக்காரனாட்டமா சொட்டச் சொட்ட தலையும் தண்ணியுமா வந்து நின்னேள். வச்ச எண்ணையும் தலையிலே அப்படியே இருந்தது. அப்பவே நெனச்சேன்.”

“நீ தான் தலையெ துவட்டிவிட்டியே.”

“துவட்டினேன்.”

“தலையிலே பொடிவச்சு தேச்சியே.”

“தேச்சேன்.”

“என்னாச்சு?”

“அதெத்தான் நானும் கேக்கறேன். இப்போ என்னாச்சு?”

“ம், என்னாச்சு?”

“என்னாச்சுனு கேக்கறேன்.”

“ஒண்ணும் குடிமுழுகிப் போயிடலெ . . . ஹச்.”

“ஹச் . . . ஹச்.”

“ஹச் . . . ஹச்.”

சிரிப்பு.

சிரிப்பு.

சாமு கட்டிலில் போய்ச் சாய்ந்தார். ராஜியின் பார்வை அவர் உடம்பில் ஓடிற்று. நல்ல குளிர்ந்த சரீரம். நல்ல சதைப் பிடிப்பு. தளதளப்பு. அங்க அவயவங்களில் நிறைந்த பெண்மை. சதா வியாதிதான். கொல்கிற வியாதியுமில்லை; வதைக்கிற வியாதி யுமில்லை. ஏதோ வந்துவிட்டு வந்த சுவடு தெரியாமல் போய்விடும். நோய் படுத்துகிற உடம்பு என்று சொன்னால் நம்பமாட்டார்கள். லேசான சிச்ருஷையா! பராமரிப்பு அப்படி. யாருக்கு நடக்கும் . . .?

நெஞ்சில் கைவைத்துப் பார்த்தாள். லேசான உஷ்ணம்.

எதிரே இருந்த சுவர் அலமாரியைத் திறந்தாள். மருந்துக் கொலு. தினுசு தினுசாகப் புட்டிகள். விதவிதமாக மருந்துகள். அலோபதியும், ஹோமியோபதியும், தன்வந்திரியும், அஷ்டாங்கிருதமும் கூடிக் குலவுகின்றன.

ஒரு புட்டியை எடுத்துக்கொண்டு வந்தாள். மூடியைத் திறந்துவிட்டு முகர்ந்து பார்த்தாள்.

“எழுந்திருங்கோ.”

எழுந்து உட்கார்ந்து கொண்டார்.

புட்டியிலிருந்து தைலத்தை உள்ளங்கையில் விட்டு, உச்சியை அழுத்திப் பிடித்தவாறே நெற்றிப்பொட்டில் கரகரவென்று தேய்த்தாள்.

குப்பென்று தைலத்தின் வாசனை வியாபிக்கிறது.

சாமுவின் கண்களில் நீர் தேங்கிற்று. ராஜி உள்ளங்கையை அவர் மூக்கிற்கு அடியில் வைத்துக் கொண்டாள்.

"மூச்சை மேலே இழுங்கோ."

இழுக்கிறார்.

"நன்னா இழுங்கோன்னா."

"தலையைக் கிறுகிறுங்கிறது."

"சரி சரி . . . இழுங்கோ மேலே."

"ஹச் . . . ஹச் . . . அம்மாடி!"

புட்டி அலமாரிக்குள் சென்றது.

"உடம்பு அடிச்சுப் போட்டாப்லே வலிக்கிறது."

"இன்னிக்குப் பூரா படுத்துண்டிருக்கணும், அலட்டிக்காமே."

சாமு கால்களை மடக்கி, கையைச் சொருகியபடி படுத்துக் கொண்டார்.

ராஜி போர்வையால் போர்த்தினாள்.

"நிம்மதியா தூங்குங்கோ. முழிச்சதும் எல்லாம் விட்டுடும். நான் போய்க் கஞ்சி போடறேன்."

"கஞ்சியா . . .? உவ்வே . . ."

"அம்மாடி . . . சின்னக் குழந்தை கஞ்சி குடிக்குமோ?"

"ஐயோ, கஞ்சி வேண்டாம், கஞ்சி கஞ்சி காடி."

"ஆமாம். வியாதி வந்தா கஞ்சி குடிப்பாளோ? சேச்சே! தப்பு, தப்பு. பாயாசமும், வெங்காய சாம்பாரும், பொடிமாஸும் பண்ணி சமைக்கிறேன். சட்டமா சாப்பிடுங்கோ. சாப்பிட்டுட்டு நூத்திநாலு டிகிரி காய்ச்சலிலே, எங்கேயோ கொண்டு போறதே, எங்கேயோ கொண்டு போறதேனு பொலம்பிண்டு கெடங்கோ. நானும் கிட்ட உட்கார்ந்து அழுது கொண்டிருக்கேன்."

சாமு அயர்ந்தார்.

அன்று ஞாயிற்றுக்கிழமை.

"எனக்கு வாழ்க்கேலே இந்த ஒரு சமயத்திலேதான் தற்கொலை பண்ணிக்கணும்னு தோணறது."

"எப்போ?"

"கஞ்சி மொகத்திலே விழிச்சதும்."

"கஞ்சி கைகண்ட மருந்து. வியாதியை வெரட்டி அடிச்சிடும்."

"கஞ்சி குடிச்சு வியாதியை வெரட்டி அடிக்கறதை விட, கஞ்சி குடிக்காம வியாதிலே அவஸ்தைப்படறது தேவலைனு படறது எனக்கு."

"படும், படும். கெட்டின பெண்டாட்டி நர்ஸா மாறிட்டா எல்லாம் படும்."

முன்னால் வெள்ளிக் கும்பா நிறையக் கஞ்சி. ஒரு சிறு இலையில் சுண்டைக்காய்ப் பருமன் துவையல் உட்கார்ந்து கொண்டிருக்கிறது.

சாமு இரண்டு கண்களையும் கை விரல்களால் அகலத் திறந்து பிடித்துக்கொண்டு "துவையல் எங்கிருக்கு தெரியலையே! வரவர பார்வை மங்கிப்போச்சு" என்றார்.

"கஞ்சி எங்கிருக்குனு தெரியறதோ இல்லையோ? சூடு ஆறறதுக்கு முன்னாலே மடமடனு எடுத்து விட்டுக்குங்கோ, கண்ணை மூடிண்டு."

"ராஜி, இன்னிக்கு அப்பளாம் பொறிச்சிருக்கியோ?"

"ஓஹோ!"

"இல்லே, கேக்கறேன்."

அவள் ஒரு பெருமூச்சு விட்டாள்.

"நான் நெனச்சேனா இப்படி ஆயுடும்னு. உங்களுக்கும் வியாதி திடீர் திடீர்னு முளைச்சுடறது. தினசரி ஆபீஸ் ஆபீஸ்னு அடிச்சுண்டு ரெண்டு பருக்கை கொறிச்சுட்டுப் போவேள். இன்னிக்கு ஞாயிற்றுக் கிழமையா இருக்கே, ஆற அமர சாப்பிடுவேள்னு ரெண்டு கறி வச்சு சமைச்சேன். பொங்கின சோறு அப்படியே இருக்கு. இனிமே யாரு தீண்டப்போறா அதெ? பசி அடைச்சாச்சு எனக்கும்."

"அப்பளாம் பொரிச்சிருக்கயோ?"

"எதுக்காம்?"

"இல்லெ, கஞ்சிக்கு அப்பளாம் தொட்டுண்டு குடிக்கிறது சிலாக்கியம்னு சொல்வா."

"ஆமாமாம். சாஸ்திரத்திலேகூடச் சொல்லியிருக்கு. பத்து வருஷமாச்சு கல்யாணம் கழிஞ்சு. பத்து வருஷமா இப்படிப் படுத்தறேள். வெளயாடாமே குடிச்சுட்டுப் போங்கோ. குழந்தை மாதிரி அடம் பிடிக்கறேளே."

ஒரு வாய்க் கஞ்சியை விட்டுக்கொண்டார். முகம் அஷ்ட கோணலாகிறது.

முகத்தைத் திருப்பிக்கொண்டு சிரிப்பை விழுங்கினாள் ராஜி.

"ராஜி!"

"ம்."

"ஒரே ஒரு அப்பளாம்."

"பேசப்படாது."

"பாதி."

“ஊஹூம்.”

“ஒரே ஒரு துண்டு . . . சின்னதா.”

“ஐயோ, ஐயோ! இப்படியா படுத்துவேள்?”

அப்பளாம் ஒரு துண்டு வருகிறது.

கும்பாவில் கஞ்சி மட்டம் கொஞ்சமாக இறங்க ஆரம்பிக்கிறது.

வெயில் தணியும் வேளை.

“ராஜி!”

“ஓவ்.”

“இங்கே வாயேன்.”

தூக்கிக் கட்டிக்கொண்டிருந்த புடவையைக் கீழே இழுத்து விட்டுக்கொண்டே வந்தாள். உள்ளங்கையில் கரி.

சாமு தன் உடம்பை ஏற இறங்கப் பார்த்துக்கொண்டே சொன்னார்:

“இப்போ கொஞ்சம் தேவலை. உடம்பு வலியும் விட்டிருக்கு.”

“கஞ்சி மகாத்மியமாக்கும்!”

“உடம்பு நன்னா தணுத்துடுத்து. மலையா வந்துடும்னு பயந்தேன்.”

“ராத்திரி ஒரு வேளையும் கஞ்சி குடிச்சிட்டேளோ சிட்டாப் பறந்துடும், ஆமாம்.”

“அதெச் சொல்லத்தான் வாயெடுத்தேன். இன்னிக்கு ராத்திரி இங்கே இல்லெ.”

“பின்னே எங்கேயாம் போடறா உங்களுக்கு?”

“இல்லேடி. நாங்கள்ளாம் இன்னிக்கு பிக்னிக் போறதுன்னு ப்ளான் போட்டிருக்கோம்.”

“பிக்னிக் போறாளாமே பிக்னிக். எழுந்து நிக்க சீவனெக் காணலே, பிக்னிக்காம்! நல்ல மூர்த்தம் பார்த்தேள்.”

“ஆபீசிலெ பிரண்ட்ஸ் ரெம்ப நாளா சொல்லிண்டிருக்கா. நாலஞ்சு வாரமா போணம் போணம்னு புறப்படறோம். ஒண்ணு இல்லேன்னா ஒண்ணு குறுக்கே வந்துடறது. நேத்து எல்லாரும் முடிவு செஞ்சுட்டோம் இன்னிக்குப் போறதுன்னு. அட்வான்ஸூம் கொடுத்தாச்சு டாக்ஸிக்கு.”

“ஓஹோ! அதுதான் உடம்புக்கு ஒண்ணுமில்லேனு பீடிகை போடறேளோ? சரிதான்.”

ராஜி பக்கத்தில் வந்து நெஞ்சில் புறங்கை வைத்துப் பார்த்தாள்.

“சூடு இருக்கே!”

“ச்சேச்சே, ஒண்ணுமில்லே. மெத்தச் சூடு.”

“ஒண்ணுமில்லையா? கதகதனு இருக்கு. இன்னிக்கு நீங்க படி தாண்டப்படாது, சொல்லிப்புட்டேன்.”

“வரேன்னு ஒப்புக்கொண்டுட்டேனே! என்ன சேறது சொல்லு.”

“அதுக்காக? உடம்பு சரியில்லே, வரலேன்னா, தலையைச் சீவிடுவாளோ உங்க சிநேகிதா?”

“இருந்தாலும் . . .”

“ஒண்ணும் இழுக்கவேண்டாம். நான் சொல்றதே கேளுங்கோ. வியாதி உங்களைத் தேடி அலையறது. இழுத்து விட்டுக்காதேங்கோ. இன்னிக்கு ஒரெடம் போகவேண்டாம். நான்தான் சொல்றேன்.”

“அதுக்கு இல்லே, பாரு. நான் போலைன்னா சாஸ்திரி கேலி பண்ணுவார். என்னடா, பெண்டாட்டி தடை உத்தரவு போட்டுட்டாளோம்பர்.”

“ஆமான்னு சொல்லுங்கோ. அந்தப் பாவத்தை நான் கட்டிக்கறேன். ஏன்தான் நீங்க உங்க சிநேகிதா கையிலே இப்படி பொம்மையா ஆடறேளோ?”

“ஆரு ஆடறா?”

“நீங்கதான்.”

“ஐயோ! ரெம்ப தெரிஞ்சுண்ட்டா, பெரிய மனுஷி.”

“சாஸ்திரி கேலி பண்ணுவாராம். அவருக்கு நீங்க ஈடோ? அவர் உடம்பைப் பார்த்தேளா? கருங்காலி மரம் கணக்கா. குத்தினா குத்து எறங்காது. மழைனு பாராமே வெயில்னு பாராமே எருமை மாடா அலையறது. ஆத்துலே, கெணத்துத் தண்ணெயெல்லாம் வத்த வைக்கிறது. உடம்புக்கு ஒண்ணு வரணுமே - கெடயாது!”

“ம்.”

“அன்னைக்கு கொட்ற மழையிலே குடையுமில்லாமே போச்சு. பாத்தேன். ஏது இந்தத் தடவெ நிமோனியாதான்னு நெனச்சேன். மறுநா வெயிலெ ஓடறது. ஒரு தும்மல் போடணுமே! ஊஹூம்.”

“போயுட்டு காரெவிட்டுக் கீழே எறங்காமே பூத்தாப்லெ வந்துடறேன்.”

“ஐயோ, ரொம்ப அக்கறையாப் பார்த்துப்பேள்ளியோ உடம்பெ! போறும் எனக்கு.” நெஞ்சுக்குக் கை சென்றது.

சிறிது மௌனம்.

“இனிமே வரலைனு சொன்னா நன்னாருக்காது. ஏற்கனவே அவர் என்னெ ‘ஹென்பெக்டு’ அப்டீனு கேலி பண்றா.”

“அப்படீன்னா?”

“பெண்டாட்டி தாசனாம்.”

“சொல்லிட்டுப் போட்டுமே.”

“நாலுபேர் கேலி செய்ய வச்சுக்கலாமா?”

“அப்பொ உங்களுக்கே அப்படிப் படறதுனு சொல்லுங்கோ.”

மௌனம் மீண்டும்.

“அவா சொல்றது சரிதான்னு படறது இல்லியா? விட்டுச் சொல்லுங்களேன்.”

தணிக்கை செய்யாது வார்த்தைகள் குதித்தன.

“பூரா தப்புன்னு படலெ.”

ஏதோ காரமாகச் சொல்லிவிட்ட உணர்ச்சி ஏற்பட்டது அவருக்கு.

அவள் முகத்தை ரகஸ்யமாகப் பார்த்தார்.

அவள் கண்கொட்டாமல் பார்க்கிறாள்.

அவர் உருவம் அவளுக்கு மங்கிற்று.

சரேலென்று உள்ளே சென்றாள்.

அழுகிறாளோ?

அழட்டும்.

*

மாலை.

வாசலில் பழைய கார் ஒன்று வெடித்து விட்டு நிற்கிறது.

அட்டகாசமாக உள்ளே வந்தார் சாஸ்திரி. வாய் நிறையத் தாம்பூலம். ஜரிகைத் துப்பட்டா. கையில் திருப்பதி காப்பு. தடபுடல்.

“என்னடா, இப்படி இஸ்பேடு ராஜா மாதிரி உக்காந்துண்டிருக்கே? கிளம்புடா அவதாரம், சட்டையை மாட்டிண்டு.”

“வந்து . . . வந்து . . .”

“வரட்டும்.”

“உடம்பு ஒரு மாதிரியா இருக்கு.”

“சரிதான், நூத்தி நாற்பத்திநாலு போட்டாச்சா? சொல்லு, நீ என்ன செய்வே, பாவம்!”

“ச்சேச்சே, அப்படி ஒண்ணுமில்லே.”

“இல்லை; அம்மன் உத்தரவு போட்டுட்டாள்னா அப்பீல் இல்லையே? உன்னை நம்பிண்டு டாக்ஸி வேற பிடிச்சோமே. நம்பினா காலை வாரிவிடுவாய் போலிருக்கே? கிளம்புடா. எல்லாம் மலைக் காத்துலெ மாயமா மறைஞ்சுடும். உடம்புக்கு செல்லம் கொடுத்துக் கொடுத்துக் கெடுத்துப்புடாதே. அப்புறம் உடம்பெ ஒடப்பிலேதான் வைக்கணும். கிளம்பு கிளம்பு.”

சாமு உள்ளே நுழைந்தார்.

“போய் சட்னு உத்தரவு வாங்கிண்டு வா. பல்லைக் காட்டு, நாடியைத் தாங்கு.”

“ராஜி, நான் போயுட்டு வந்துடறேன்.”

பதிலில்லை.

"என்ன? சொல்லு."

குரலில் கனம்.

"நீங்க போகவேண்டாம்னு எனக்குப் படறது."

"ஏனாம்?"

மௌனம்.

"எதுக்கெடுத்தாலும் குறுக்கே நிக்கறதுதான் உன் வழக்கம். எங்கே கிளம்பினாலும் நொண்டு நொஸுக்குனு ஏதாவது சொல்றது. சதா உன் காலடியிலே படுத்துண்டு இருக்கணும்னு நெனக்கிறியோ?"

கண்ணீர்.

சாமு காரில் ஏறிக்கொண்டார்.

கார் கனைத்துவிட்டுப் புறப்பட்டது.

இரவு மணி பன்னிரண்டு.

ராஜி தூங்கவில்லை. தூங்க முடியவில்லை.

வாசலில் கார் வந்து நின்றது.

எழுந்திருந்து விளக்கைப் போட்டாள். கதவைத் திறந்தாள்.

சாஸ்திரியின் கைத்தாங்கலில் வருகிறார் சாமு. வந்தவர் கட்டிலில் சாய்ந்தார்.

"பயந்து பிராணனை விட்டுடாதேடா. ஜொரமொண்ணும் பிரமாதம் இல்லை. எழவு மலைக்காத்து ஆகலெ உனக்கு. தூளிக் குழந்தையா வளர்ந்திருக்கே. டாக்டரைக் காட்டி தண்ணி வாங்கிக் குடி. வரட்டுமா நான்? நாளைக்கு லீவு தானே? ஆபீசிலே சொல்றேன்."

சாஸ்திரி மறைந்தார்.

ராஜி தர்மாமீட்டரை வைத்துப் பார்த்தாள்.

நூத்தி நாலு டிகிரி!

வீட்டுக்காரி புடைப்பாள் என்றுதான் சாமு எதிர்பார்த்தார். கண்டிப்பாள், நிர்த்தூளி பண்ணுவாள் என்றெல்லாம் எண்ணினார். அவள் வாயைத் திறக்கவே இல்லை!

"பத்து மணி வரைக்கும் ஒண்ணுமில்லே. திடீர்னு வெடவெடக்க ஆரம்பிச்சுதே பார்க்கணும்! ரெண்டு பேர் பிடிச்சா நிக்காது. ஆட்டிப் புடுத்து ஆட்டி. இப்பொ கொஞ்சம் தேவலை."

கம்பளிப் போர்வையைக் கொண்டுவந்து போர்த்தினாள் ராஜி.

"ராத்திரி ஒண்ணும் செய்யெல. அவாள்ளாம் ஓட்டல்லெ சாப்பிட்டா. நான் லங்கணம் போட்டுட்டேன்."

மப்ளரைக் கழுத்தில் சுற்றினாள்.

"என்ன, பேச மாட்டியோ?"

"பேசாம என்ன!"
"இல்லை, வாயைத் திறக்கமாட்டியோ?"
"ஹூம்... அப்படியொண்ணுமில்லே."
"நீ சொன்ன மாதிரி நடந்து போச்சுங்ற ரசிப்போ?"
கண்களிலிருந்து பொலபொலவென்று நீர்கொட்டிற்று. உள்ளே மறைந்தாள்.

காய்ச்சல் ஒரு வாரம் விளாசிவிட்டது. மறுவாரத்தில் விடைபெற்றுக் கொண்டது. அந்த ஒரு வாரமும் ராஜி, ராஜியாக இல்லை. நர்சு மாதிரித்தான். அதிலும் வெறும் கூலிக்கு அமர்த்திய நர்சு. முகத்தில் ஒன்றுமேயில்லை. ஒரு வார்த்தை அரைவார்த்தை பேசினாள்.
"இன்னிக்கு என்ன ஆகாரம் எனக்கு?"
"எது வேண்டுமோ அது."
"சாப்பிடலாமோ?"
"சாப்பிடலாம்னு படறதுன்னா சாப்பிடுங்கோ."
சாமு பெருமூச்சு விட்டார்.
"ராஜி!"
"ம்."
"ஒண்ணுமில்லெ... வந்து..."
நிசப்தம்.
"மருந்து ஆயுடுத்தா?"
"ஒரு வேளைக்கு இருக்கு."
"போறும். இனிமே வாங்க வேண்டாம்."
"சரி."
"உடம்பு வலி மட்டும் லேசா இருக்கு."
"ம்."
"கூட ஒரு பாட்டில் மருந்து வாங்கினாலும் நல்லதுதான்."
"சரி."
முகத்தைச் சுளித்துக் கொண்டார்.
"நாளைக்குக் குளிக்கலாமோ?"
"உடம்புக்கு ஒண்ணுமில்லேன்னா குளியுங்கோ."
பெருமூச்சு.
"ஒரு வாரமா ஆபீசிலெ வேலை மலையா குவிஞ்சிருக்கும். நாளைக்கு ஆபீசு போயுட்டா என்னான்னு யோசிக்கிறேன்."
"சரி."

ராஜி உள்ளே சென்றாள்.

சாமு கண்களை மூடிக்கொண்டார்.

சாமு சாய்வு நாற்காலியில் சாய்ந்து கொண்டிருந்தார்.

முகத்தில் நல்ல சோர்வு.

அறையைக் கூட்டிக் கொண்டிருந்தாள் ராஜி.

"பிக்னிக் போனது தப்புனு படறது இப்பொ. அப்போ தோணலை."

". . ."

"இப்படித்தான் ஒவ்வொண்ணும் பட்டாத்தான் தெரியும். சும்மாவா பெரியவா சொல்லியிருக்கா, அடிபடணும்னு."

ராஜி ஒரு தடவை ஏறிட்டுப் பார்த்துவிட்டு வேலையில் முனைந்தாள்.

"நீ என்ன சொல்றே ராஜி?"

"நான் என்ன சொல்றது? அவாவா தங் காரியத்தைப் பார்த்துண்டிருக்கிறதுதான் சரின்னு தோண்றது. நாம் நல்லதுக்குச் சொல்வோம்; கேக்கறவாளுக்கு இதேதுடா துன்பம்னு படும். வீணா மனஸ்தாபம். வாயைப் பொத்திட்டு அக்கடானு இருப்போம்னா, மனஸு கேக்கறதா? அடிச்சுக்கறது."

"எதுக்கு அப்படி இருக்கணும்?"

"அதுதான் நல்லது."

சில நிமிஷங்களுக்கு அவரால் பேச முடியவில்லை.

ராஜி உள்ளே செல்லப் புறப்பட்டாள்.

"ராஜி!"

"ம்."

"உள்ளே காரியம் இருக்கோ?"

"ஆமா."

". . ."

"என்ன வேணும்?"

"ஒண்ணும் வேண்டாம் . . ."

ராஜி உள்ளே நகர்ந்தாள்.

சாமு தனக்குள் முணுமுணுத்துக்கொண்டார். முகத்தைத் தலையணையில் புதைத்துக் கொண்டார்.

இரவு.

நடுநிசி.

விடிவிளக்கு தன்னை மட்டும் காட்டிக்கொண்டிருந்தது.

சாமு கட்டிலில் புரண்டார்.

கட்டில் முணுமுணுத்தது.

ராஜியின் படுக்கை கீழே. அவள் இருபுறமும் மாறிமாறிப் புரளு வதை சாமு கவனித்தார். தூக்கம் கொள்ளவில்லை போலிருக்கிறது.

ராஜியின் கைகளை இழுத்து வைத்துக்கொண்டார். அவள் விரல்கள் பேசவில்லை.

"ராஜி!"

"ம்."

"கோவமா எம்மெலே?"

"ஊஹூம்."

"வெறும் வார்த்தை . . . பசப்பறாய்."

". . ."

"ராஜி . . . ராஜி! நான் என்னமோ தெரியாத்தனமா உளறி விட்டேன்."

அவள் விரல்களை விடுவித்துக்கொண்டாள். முகத்தை மூடிக் கொண்டு கவிழ்ந்து படுத்தாள். பொருமும் சப்தம் அமைதியில் கனத்தது. அவர் மனதில் சப்த அலை பெருகி எதிரொலித்தது.

அவள் காதோரத்தில் அவர் வாய் கூடிற்று.

"ராஜி! இதோப் பாரு, என்னெ . . . என்னெ . . . மன்னிச் . . . சுடு."

அவள் சட்டென்று அவர் வாயைப் பொத்தினாள்.

மார்பில் விழுந்து பொருமினாள் அவள். அவர் கைகள் அவளைச் சுற்றி இறுகின. அவள் முதுகு விரிவதைத் தாங்க முடியாமல் கைவிரல்கள் துடித்தன.

சாமுவுக்கு நெஞ்சை அடைத்தது. தமிர் போடுவது மாதிரி நெஞ்சில் வேதனை.

அமைதியிலும் அமைதி.

அவர் முகத்தில் அவள் கை ஊர்ந்தது. விரல்கள் கண்களைத் தொட்டுச் சோதித்தன.

கண்களில் நீர்!

அவள் அவரைக் குழந்தை மாதிரி இழுத்து அணைத்துக் கொண் டாள். அவளுடைய மார்புக் குவட்டில் முகத்தைப் புதைத்துக் கொண்டார் சாமு. அவள் வாய் திறந்தது.

"அழுவாளா, குழந்தை மாதிரி!"

அவள் அணைப்பில் தாய்மை தன் உடம்பில் இறங்குவது மாதிரிப் பட்டது அவருக்கு. மயிர்க்கால்கள் தித்தித்தன.

விடிந்தது.

அன்றோடு சாமுவுக்கு லீவு முடிகிறது.

வீட்டுக் கொல்லைப்புறம்.

ஒரு முக்காலியில் சாமு உட்கார்ந்து கொண்டிருக்கிறார்.

"க்ரிச் . . . க்ரிச் . . . க்ரிச் . . ."

நாவிதனின் ஆயுதம் தலையை மேய்ந்து கொண்டிருக்கிறது.

சாமு சவர சுகத்தில் கண்ணை இறுக்கித் தியானித்துக் கொண்டிருக்கிறார்.

"சாமி! சரியா இருக்கா பாருங்க."

கண்ணாடியைத் தூக்கிப் பார்த்தார்.

"ஏய்! கட்டையா அடிச்சுப்புட்டியே . . . கொஞ்சம் வச்சிருக்கப் படாது?"

"இதுதான் சாமீ சரி . . . சம்மரு கிராப்."

"சரி போ."

எழுந்திருந்தார்.

ராஜி வந்தாள்.

"எதுக்கு இவ்வளவு மயிர் வச்சுண்டு இருக்கேள், டிராமாக்காரன் மாதிரி? வேர்வை எறங்கி சளி புடிச்சுக்கவா? ஒட்ட வெட்டிங்கிங்கோ?"

"இவ்வளவு இருக்கட்டும் ராஜீ . . . திருப்பதி மொட்டை மாதிரி . . ."

"சாமி கட்டுக்கு இதுதான் ஷோக்கா இருக்குது அம்மா."

"ஐயோ! தலையைக் கொஞ்சம் எடுத்துப்புட்டா அழகு அம்புட்டும் வழிஞ்சோடிடுமாக்கும்! ஏய், இதோப்பாரு . . . இவ்வளவு போல இருக்கட்டும், போறும்." ஆள்காட்டி விரலின் முதல் மடக்கில் கட்டைவிரலை அழுத்திக் காட்டினாள்.

"ஐயோ, இத்துனூண்டா!" சாமு ஏங்கினார்.

"போறும், போறும் . . . சட்னு வெட்டிண்டு வாங்கோ."

மீண்டும் உட்கார்ந்துகொண்டார்.

"க்ரிச் . . . க்ரிச் . . . க்ரிச் . . ."

சரஸ்வதி, 1957

அகம்

மரத்தடியில் பச்சைக் கார் கோணலாக நின்று கொண்டிருக்கிறது.

மாடிக் கதவு சாத்தியிருக்கிறது.

அம்மாவைக் காணோமே!

எங்கே போய்விட்டாள் அம்மா?

"அம்மா!"

இந்த அம்மாவே எப்பொழுதும் இப்படித்தான்! சில சமயம் மாதக் கணக்கில் வீட்டிலேயே அடைந்து கிடப்பாள். சில சமயம் காலையிலும் மாலையிலும் வெளியே போய்விடுவாள். வெளியே சென்றால் திரும்புகிற பொழுதுதான் திரும்புவாள். எங்கே போவாள்? யாருக்கும் தெரியாது. எப்பொழுது வருவாள் என்பதும் யாராலும் சொல்ல முடியாது. சீதா மாமி வீட்டிற்குக் குழந்தையைப் பார்க்கப் போகிறேன் என்று போவாள். போகிற வழியில் ஜவுளிக்கடையில் ஐம்பது ரூபாய்க்குத் துணிமணி வாங்கிக்கொண்டு, காமாட்சி மாமி வீட்டிற்குச் சென்று சாயங்காலம் வரை அங்கேயே இருந்துவிட்டு வந்துவிடுவாள். ஐயோ அம்மா, அம்மா . . .!

சீ, என்ன தலைவலி இது! மண்டையைப் பிளக்கிறதே. ஞானமணி டீச்சர் பாடம் எடுத்தாலே தலைவலி வந்துவிடும். ஞானமணி டீச்சர் . . . ஞானமணி டீச்சர் முகத்தை நினைத்தாலே சிரிப்பாய்த் தானிருக்கிறது. குழி விழுந்த கண்கள்; எலுமிச்சங்காய்ப் பருமன் கொண்டை; தொளதொளவென்று தொங்கும் ஜம்பர் கைகள்; துவைத்துத் துவைத்துப் பழுப்பேறிப்போன புடவை; புரூச்; பாதத்திற்கு மேல் படிந்திருக்கும் புழுதி; செருப்பு வேறு அந்த அழகுக்கு! டாக்டர் மாமா கார் போகிறதே என்று சற்று எட்டிப் பார்த்ததற்குத்தான் என்ன கோபம் வந்துவிட்டது அவளுக்கு!

"ஜானு, என்னெத்த அங்ன உத்து உத்துப் பாக்கே?"

பாக்கறேன், உன் கோழிக் கொண்டையை!

"ஒன்னுமில்லே, மேடம்."

"சரி, உக்காரு."

தலைவலி பிளக்கிறதே! மணி அடித்ததும் டாக்டர் மாமா காரில் வரலாமென்று நினைத்துக் கொண்டிருந்தால் இவர் என்னடா என்றால் முன்னாலேயே வந்திருக்கிறார்! டாக்டர் மாமா - இரண்டு நிமிஷம் பிந்தி வந்திருக்கக்கூடாதா, டாக்டர் மாமா? நானும் ஜம்மென்று காரில் ஏறிக்கொண்டு வந்திருப்பேனே! என்ன மாமா இது, ஜானு மேலே கொஞ்சம்கூடத் தயவு இல்லையே உங்களுக்கு?

வாசலில்தான் கார் நிற்கிறதே. எங்கே போய் விட்டார்? ஒரு சமயம் அம்மா இவர் கூட ஊர் சுத்தப் போய்விட்டாளோ? ஜானு பள்ளிக் கூடத்திலிருந்து வருவாளே, அவளுக்குக் காப்பி கொடுக்க வேண்டுமே என்ற எண்ணமே கிடையாதா அம்மா உனக்கு? என்னம்மா இது? ஆனால் கார்தான் இங்கு நிற்கிறதே! மண்ணை மிதிக்காத துரை யாச்சே டாக்டர்.

தலையை ஏன் இப்படிப் பிளக்கிறது? காப்பியைக் கொண்டா கொண்டா என்று கேட்கிறதே. சரிதான், அடுக்களையிலும் அம்மாவைக் காணோம். நெருப்புமில்லை அடுப்பில். அடுப்பு மூட்டிக் காப்பி போடத் தெரியாதா எனக்கு? நான் போட்டால் காப்பி ‘பிரமாதம்’ என்பார் அப்பா. அன்று குப்பச்சிப் பாட்டிதான் என்ன சொன்னாள்: ‘ஏ`விட்டி, நீயா காப்பி போட்டே? அமிர்தமா இருக்கே! அமிர்தமா இருக்கே! சமத்து. சமத்துக்கட்டி! சுருக்கக் கல்யாணமாகணும்.’ குப்பச்சிப் பாட்டிக்கு எதற்கெடுத்தாலும் கல் யாணம்தான். தோசை வைத்தால் கல்யாணம். நமஸ்காரம் பண்ணி னால் கல்யாணம். காப்பி கொடுத்தால் கல்யாணம்! ஆமாம், குப்பச்சிப் பாட்டி இப்பொழுது வருவதே இல்லை. செத்து கித்துப் போய்விட்டாளோ? ஐயோ பாவம்! சே, அப்படி இராது. அம்மா கோபித்துக்கொண்டு விரட்டி அடித்திருப்பாள். அடிக்கடி லடாய் வருமே. இருந்தாலும் இந்த அம்மா பாட்டியை இப்படியெல்லாம் சொல்லியிருக்கக் கூடாது.

“வீடுவீடாய் பிச்சை எடுத்துத் திங்கிற நாய்க்கு, என்ன வாய், என்ன வாய்! படி மிதிக்க விடப்படாது.”

அப்படிச் சொல்லும்படி குப்பச்சிப் பாட்டி என்னதான் சொல்லி விட்டாள்? இல்லாவிட்டாலும் இந்த அம்மா எப்பொழுதுமே இப்படித்தான். பட் பட்டென்று ஏதாவது பேசிவிடுவாள். சட்டென்று முகம் தொங்கிவிடும். இதைத்தான் செய்வாள், இதைத்தான் சொல்வாள் என்று யாராலுமே நிதானிக்க முடியாது. அப்பாதான் அடிக்கடி சொல்வாரே:

“அம்பு, உன்னெ அளக்கவே முடியாதடீ! கோவித்துக் கொள்வாய் என்று நினைக்கிற இடத்தில் சிரிக்கிறாய். சிரிப்பாய் என்று நினைக்கிற இடத்தில் எரிந்து விழுகிறாய். ஜானு, உங்கம்மா, அடேயப்பா பெரிய ஆள்தான்.”

குப்பச்சிப் பாட்டியும் என்ன இலேசான உருப்படியா? வந்தாள், தோசைக்கு அரைத்தாள், போனாள் என்றிருந்தால் தானே? நோன்படி

நோண்டிப் பேச்சைக் கிளப்புவாள். போடுவாள் போடுவாள் பீடிகை - அப்படிப் போடுவாள். பேச்சு வளர்ந்துகொண்டே போய் சண்டை கூட வந்துவிட்டதே அன்று!

"இதோ பாரு அம்பு, என்னதான் சொல்லு . . . அந்தக் கரிமாடன் இங்கே அடிக்கடி வறது நன்னால்லே. ஆம்பிளெ இல்லாத ஆத்திலே என்னடீ ஜோலி அவனுக்கு? அவன் வாழா வெட்டியாக்கின குடும்பத்துக்குக் கணக்கில்லை வழக்கில்லை. தெரிஞ்ச சங்கதி. ஊர்வாய் பொல்லாதடீ அம்மா, ஊர்வாய் பொல்லாதது."

"என்ன சேறது பாட்டி? நானும் ஜாடைமாடையாய்ச் சொல்லி யாச்சு. ஜானு கண் முழிக்காமல் கிடக்கறச்சே, இவரை விட்டா கலியுக பிரம்மா வேற இல்லைன்னு கூட்டிண்டுவந்து காட்டினேன். ஜானுவிடம் அவருக்குப் பாசம், பெத்த குழந்தையாட்டமா. வெடுக் வெடுக்னு பேசறதோல்லியோ?"

"என்ன வேணா சொல்லு அம்பு. நன்னால்லெ. நன்னால்லைன்னா சுத்தமா நன்னால்லை. அவ்வளவுதான் நான் சொல்வேன். நீ என்ன பச்சைக் குழந்தையா? நாலும் தெரிஞ்சவள். கெழவி என்னமோ உளர்றதேன்னு நெனச்சுக்காதே. என் சொந்தப் பொண்ணா நெனச்சுச் சொல்றேன். ஊர்வாய் பொல்லாதது. ஊர்றதுன்னா பறக்கறதும்பா."

அம்மா முகத்தைத் தூக்கிக்கொண்டு மாடிக்குப் போய்விட்டாள். அன்றிலிருந்து பாட்டியைக் காணோம். நான் ஸ்கூலுக்குப் போயிருக் கும்பொழுது பாட்டி வந்திருப்பாள். குப்பச்சிப் பாட்டியானால் என்ன, யாரானால் என்ன அம்மாவுக்கு! பேச்சு என்றால் பேச்சுதான், அசைக்க முடியாது.

"பாட்டி, இன்னியோடெ நின்னுடுங்கோ."

"என்ன அம்பு, ஏது இப்படிச் சொல்றாய்? பட்னு கத்திரிக்கறயேடி அம்மா. நான் என்ன செய்வேன்? உன்னை நம்பிண்டு . . ."

"அதிகமாக வார்த்தையைச் செலவழிக்காதீங்கோ. உழைச்சதுக்குக் காசை வீசி எறிஞ்சுட்டேன். எடுத்துக்கொண்டு போங்கோ."

ஐயோ, பாவம் பாட்டி!

சீ, என்ன தலைவலி! காப்பி போட்டுக் குடித்துவிட்டு வாசலில் போய் பூனை மாதிரி படுத்துக் கொண்டிருக்க வேண்டும். அம்மா வருவாள்.

"ஜானு, நீ வந்தாச்சா? மணி தெரியாமப் பேசிண்டு இருந்துட் டேண்டீ. வா. காப்பி தறேன்."

உம், நீ தான் என்னை மறந்தே போயுடறியே. அப்பவே பிடிச்சு இப்படிப் படுத்துக்கொண்டிருக்கேன். தொண்டை வறண்டு போயாச்சு. தலைவலி வேறே மண்டையைப் பிளக்கிறது.

அம்மாவுக்குத் தெரியாமல் அடுப்பில் வைத்திருக்கும் காப்பியை எடுத்துக்கொண்டு, முதுகுக்குப் பின்னால் போய் நின்று கொள்ள வேண்டும்.

“இந்தாம்மா, சாப்பிடு ஏ - ஒண் காப்பி.”

“ஏதுடீ?”

“நான் போட்டுக் குடிச்சிட்டு, உனக்கும் போட்டு வச்சிருக்கேன்.”

“அடி என் கண்ணு!”

கண்ணுவாம், மண்ணாங்கட்டி! உன் சர்ட்டிபிக்கெட் ஒன்றும் வேண்டாம். சே, என்ன இது, கையெல்லாம் ஒரே மை? துவைக்கிற கல்லில் போட்டுத் தேய்க்கவேண்டும். பள்ளிக்கூடம் விட்டு வந்தால் தினசரி இது ஒரு வேலை. லீக் அடிக்கிறது பேனா. தரித்திரம். எத்தனை நாட்கள்தான் இதை வைத்துக்கொண்டு மாரடிப்பது? நிப்பை கருங்கல்லில் ஓங்கி ஒரு குத்து. அப்படியே வாயைப் பிளந்துகொண்டு ‘ஈ’ என்று இளிக்கும். டாக்டர் மாமா ஒரு பேனா வாங்கித் தரு கிறேன் என்று சொன்னாரே? எத்தனை நாட்களாய்ச் சொல்லிக் கொண்டிருக்கிறார்! அவ்வளவும் பொய். ஜாலம். ‘கண்டிப்பாய் நாளைக்கு வாங்கிக்கொண்டு வந்துவிடுறேன்’. ‘வாங்கியாச்சு, கொண்டு வர மறந்துவிட்டேன்.’ ‘த்ஸோ த்ஸோ! இன்னிக்கும் மறந்துவிட் டேனே.’ ஓஹோ! ஏய்த்துவிடலாமென்று ப்ளான் போட்டிருக்கிறீரோ? அப்படியா விஷயம். சரி, வாரும் பார்த்துக் கொள்கிறேன். பாக்கெட் டில் வைத்துக் கொண்டிருக்கிறீரே தங்கமூடி போட்ட பேனா, அதைத் தட்டிக்கொண்டு போய்விடுகிறேன். தட் . . . தட் . . . தட். பின்னால் ஒன்றும் ஓடி வரவேண்டாம். அதெல்லாம் முடியாது. ஊஹூம். தரவே மாட்டேன். எனக்கேதான் இது. எனக்கேதான்.

டாக்டர் மாமா யாரு, பேனா தருவதற்கு! இந்த அம்மாவுக்குத் தான் ஒரு பேனா வாங்கித் தந்தால் என்ன கொள்ளையாம்! ரூபாய் இல்லையோ? அப்பாதான் சுளை சுளையாய் அனுப்புகிறாரே மாதா மாதம்? இந்த அம்மாவே இப்படித்தான். அப்பாவானால் . . .!

“ஜானுக் குட்டி, பேனாதானே வேணும் உனக்கு? டிரஸ் பண்ணிக் கொள்; புறப்படு. க்யுக், க்யுக் . . .” அவ்வளவுதான்.

“இந்தக் கடையில் உயர்ந்த பேனா என்ன விலையில் இருக்கிறது?”

“ஐம்பது ரூபாய்.”

“அதற்கு மேல்?”

“அறுபத்தைந்து.”

“அதற்கு மேல்?”

“தொள்ளாயிரம்.”

“அதற்கு மேல்?”

அடி சக்கே!

அப்பா விஷயமே அலாதிதான்.

சீ, என்ன தலைவலி இது! ஐயோ, தலைவலி மண்டையைப் பிளக்கிறதே! எங்கெடீ அம்மா போயுட்டே?

கட்டிலில் போய் விழுந்து விட வேண்டும். இந்த அம்மா எப்பொழுது வேண்டுமானாலும் வரட்டும். அல்லது வராமலே

போகட்டும். ஆள் அரவம் இல்லாவிட்டால்தான் ஒவ்வொரு அறையும் எவ்வளவு பெரிது பெரியதாய் இருக்கிறது! அடேயப்பா! இவ்வளவு பெரிய பங்களாவில் நான் மட்டும் தன்னந்தனியாகவா ... என்ன இது? மாடியில் என்ன சப்தம் கேட்கிறது? யாரது? யாரது? கதவு ஏன் சாத்தியிருக்கிறது?

பட் ... பட் ... பட் ...

கதவை யார் தாளிட்டிருக்கிறார்கள்? உள்ளே பேசுவது யார்? டாக்டர் மாமா குரலா? அடடே, டாக்டர் மாமா! நீர் இங்கேயா இருக்கேர்? பலே ஆளய்யா நீர்! வீட்டில் யாரையும் காணோமென்று நீர்பாட்டிற்கு ஜம் என்று மாடியில் போய் உட்கார்ந்து கொண்டி ராக்கும்?

"டாக்டர் மாமா!" தட் ... தட் ... "டாக்டர் மாமா!"

கதவு திறந்தது.

எதிரில் அம்மா!

"எதற்கடீ பேய் மாதிரி கத்துகிறாய்! வா உள்ளே, காப்பி தருகிறேன்."

"இங்கேயா இருந்தாய் அம்மா! நான் அப்ப'வே வந்தாச்செ. உன்னைத் தேடுதேடுன்னு தேடிண்டிருந்தேம்மா.

"சரி சரி; வா, வாடி ... ஏண்டி கையைப் பிடிச்சு இழுக்கறே?"

"அம்மா, டாக்டர் மாமா வந்திருக்கிறாராடீ?"

பளீர் ...

"ஐயோ! ஏம்மா அடிக்கறே?"

"வாயேண்டி, சனியனே!"

ஜானுவின் வாயைப் பொத்தியபடி கீழே இழுத்துக்கொண்டு போனாள் அம்புஜம்.

அழுகை ஓய்ந்தது. காப்பி குடித்துவிட்டு ஜானு வராண்டாவிற்கு வந்தாள்.

மரத்தடியில் பச்சைக் கார் கோணலாக நின்ற இடம் வெறிச் சென்றிருந்தது.

கார் கனவேகமாகப் போய்க் கொண்டிருந்தது.

காரை ஓட்டிக்கொண்டிருந்த டாக்டரின் முகத்தை ஏறிட்டுப் பார்த்தாள் ஜானு. இடதுபுறம் உட்கார்ந்து கொண்டிருந்த அம்மாவின் முகத்தையும் பார்த்தாள். டாக்டர் முகத்தில் ஒரு அலட்சியம். அம்மாவின் முகம் யோசனையில் ஆழ்ந்திருப்பது போலவும், மனச் சந்துஷ்டி இல்லாதது போலவும் இருந்தது.

"எங்கே அம்மா போகிறோம்?"

"எத்தனை தடவை சொல்லியாச்சு, தேயிலைத் தோட்டத்தைச் சுத்திப் பார்க்கப் போறோம்னு?"

அம்மாவைத்தான் பாரேன் அம்மாவை! எரிந்து எரிந்து விழுகிறாளே!

மீண்டும் டாக்டர் முகத்தைப் பார்த்தாள் ஜானு.

என்ன கறுப்பு! நிறைய பவுடர் அப்பிக்கொண்டு விட்டால் கறுப்பெல்லாம் வழிஞ்சோடிப் போயுடுமாக்கும். அப்பா பவுடரா போட்டுக் கொள்கிறார்? எவ்வளவு அழகாக இருக்கும் அப்பா முகம்! இரண்டு கன்னங்களிலும் பச்சை படர்ந்திருக்கும். காலையில் எழுந்ததும் முதல் வேலையாக க்ஷவரம் பண்ணிக்கொள்ள உட்கார்ந்துவிடுவார் அப்பா. கையில்லாத பனியன். கறுப்புக் கரை வேஷ்டி. உள்ளங்கையும் உள்ளங்காலும் வெள்ளை வெளேரென்றிருக்கும். தோளில் சதா ஒரு டர்க்கி டவல். கண்ணாடி இல்லாமல் அப்பா எப்படித்தான் க்ஷவரம் பண்ணிக் கொள்கிறாரோ?

"டாக்டர் மாமா, நீங்க கண்ணாடி இல்லாம க்ஷவரம் பண்ணிப் பேளா?"

"ஊஹூம்."

"எங்கப்பா பண்ணிப்பர். அப்புறம் எங்கப்பா வந்து . . ."

"வாயெ மூடிண்டு இருடீ ஜானு."

ஜானு முகத்தைச் சுளித்துக்கொண்டாள்.

அப்பா, என்ன லோஷன் மணம்! டாக்டர் மாமா பக்கத்திலிருக்கும் பொழுதெல்லாம் இப்படித்தான். லோஷன் மணம் சுகமாகத் தானிருக்கிறது. என்ன காற்று! டாக்டர் மாமா தலை மயிர் பூராவும் முகத்தில் வந்து விழுந்திருக்கிறது. ஒதுக்கி விட்டுக்கொள்ள மாட்டாரோ? அடேயப்பா, என்ன பெருமை! அப்பாவைவிட டாக்டர் மாமாவுக்குத் தலைமயிர் ஜாஸ்திதான். நேர்பாதிகூட இராது அப்பாவுக்கு. முன்பக்கம் வழுக்கைதான். அம்மா கூட கேலி பண்ணுவாளே!

"என்னது, உங்களுக்குத் தலைமயிரெல்லாம் இப்படிக் கொட்டிப் போகிறது?"

"வயசாச்சோ இல்லையோ அம்பு? காடு வாவா என்கிறது, வீடு . . ."

"ஐயோ, ஐயோ!"

அப்பா வழுக்கை தெரியாமல் மூடிமூடி வைத்துக் கொள்வார். பாவம் அப்பா! இப்படி இருக்கிறதே என்று வெட்கம்தான் அப்பாவுக்கு. குளித்துவிட்டு வந்ததும் நாற்காலியில் வந்து உட்கார்ந்து கொண்டு "ஜானு சீப்பு எடுத்துக்கொண்டா" என்பார்.

"உங்களுக்கு எதுக்கு சீப்பு?" என்பாள் அம்மா.

"போடி கழுதெ" என்று சொல்லிக்கொண்டே, ஒருநாள் அப்பா அம்மாவின் காதைப் பிடித்துத் திருகிவிட்டார். நான் பார்த்தேன் என்பது அம்மாவுக்கும் தெரியாது அப்பாவுக்கும் தெரியாது.

நன்றாக வேண்டும் அம்மாவுக்கு. சபாஷ் அப்பா!

க்ளுக்.

"எதுக்குடி ஜானு சிரிக்கிறே?"

"எதையோ நெனச்சு சிரிக்கிறேன்."

"ஒண்ணுலெ நெனச்சு நெனச்சு சிரிப்பே, இல்லே நெனச்சு நெனச்சு அழுவே."

வலதுபுறம் வேகமாகத் திரும்பிற்று கார். அம்மாவின் மடியில் போய் விழுந்தாள் ஜானு.

கார் போகும் பாதையின் இருபுறமும் ஒரே பள்ளமாக இருந்தது.

அகலம் குறைந்த பாதை வழியாகக் கனவேகமாகப் போய்க் கொண்டிருந்தது கார்.

எங்கு பார்த்தாலும் மரங்கள், மரங்கள்.

இருட்டிவிட்டது.

காரின் முன்விளக்குகளைப் போட்டார் டாக்டர். காருள் விளக்கைப் போடவில்லை.

ஜானு வேகத்தைக் காட்டும் ஊசியைப் பார்த்துக் கொண்டிருந்தாள் சிறிதுநேரம்.

காரின் வேகம் கூடுகிறது.

"அம்மா, எனக்குப் பயமா இருக்கு!"

"எதுக்கு?"

"இல்லே, சக்கரம் கழன்று..."

சட்டென்று பிரேக் போட்டுக் காரை நிறுத்தினார் டாக்டர்.

அம்மாவும் டாக்டரும் ஜானுவின் முகத்தை முறைத்துப் பார்த்தார்கள். ஜானு தலையைக் குனிந்துகொண்டாள்.

கார் மீண்டும் புறப்பட்டது.

அம்புஜம் தன் விரல்களால் ஜானுவின் துடையை அழுத்தினாள்.

பேசக்கூடாதாம். பேசவேண்டாம். அவ்வளவுதானே? யார் பேசக் காத்துக் கொண்டிருக்கிறார்களாம்! இருந்தாலும் இந்த அம்மாவுக்கு ரொம்ப கர்வம்தான். டாக்டர் மாமாவைப் பார்த்து விட்டாலே அப்படித்தான். கண் தலை தெரியாது. இல்லாவிட்டாலும் அப்பா மாதிரி என்றைக்குத் தான் அம்மா அன்பாகப் பேசிக் கொண்டிருந்தாள்? அப்பா மட்டும் இப்போது இங்கிருந்தால் டாக்டர் மாமாவின் லொடக்குக் காரில் யார் ஏறப்போகிறார்களாம்! அப்பா நினைத்தால் அமெரிக்காவுக்குக்கூட காரில் கூட்டிக்கொண்டு போய்விடுவாரே! இந்தப் பாடாவதி கார் யாருக்கு வேண்டும்? 'என்னுடனே இருங்கள்' என்று இந்த அப்பாவிடம் எத்தனை தடவை சொல்லியாச்சு. கேட்டால்தானே? கல்கத்தாவில் இவருக்கு என்ன வேலையாம்? எப்படா வரப்போகிறார், எப்படா வரப்போகிறார் என்று வருடம்

சுந்தர ராமசாமி சிறுகதைகள் 79

பூராவும் காத்துக்கொண்டு கிடக்கவேண்டும். வந்து விட்டாலோ - ஒரே ஒரு மாதம் லீவு. "அதற்கு மேல் லீவு கிடையாது என்று சொல்லிவிட்டான்'' என்பார். யார் அப்படிச் சொல்வது? அவன் மூஞ்சியில் ஒரு குத்து குத்துங்களேன் அப்பா. அப்பாவா குத்து விடுகிறவர்? முழித்துப் பார்த்தால் அப்படியே அம்மாவின் தலைப்பில் வந்து ஒளிந்து கொண்டுவிடமாட்டாரா? ஐயோ அப்பா ... அப்பா. நீங்க ஒண்ணு.

அப்பா வந்தால் ஒரே குஷிதான். தினமும் காலையிலும் மாலையிலும் வெளியே போகலாம். அப்பா இல்லாவிட்டால் அம்மா அசந்து போய், மக்கடித்துக் கிடப்பாள். பழைய புடவை, பழைய ஜம்பர் . . . அப்பா வந்து விட்டால் போதும். பீரோவுக்குள் இருக்கும் பட்டுப் புடவை, பட்டு ஜம்பர் எல்லாம் கொடிக்கு வந்துவிடும். வேளைக்கு ஒரு டிரஸ். ஒரு கூடைப் பூவை வாங்கித் தலையில் வைத்துக் கொண்டுவிடுவாள். தினசரி ஏதாவது ஒரு புரோகிராம். சினிமா, டிராமா, வெளியூர்ப் பயணம், ஐவுளிக்கடை, அம்மாவுக்குப் புடவை, ஜம்பர், எனக்குத் துணிமணி - எவ்வளவு வேணுமோ அவ்வளவு.

"போறும் என்கிறேன். நீங்க பாட்டுக்கு எடுத்துண்டே இருக்கேளே, என்ன அர்த்தம்?''

"ஜானுவுக்கு கூட ஒண்ணு இருக்கட்டும், அம்பு.''

"ஐயோ போறும். இவ்வளவையும் கட்டிக்கிறதுக்கு முன்னால கிழவி ஆயுடுவாளே அவள்!''

''ஒண்ணே ஒண்ணு ... இந்தாப்பா, கொட்டடி போட்ட பாவாடைத் துண்டிருந்தாக் காட்டப்பா.''

வந்தது முதல் ஒவ்வொரு நாளும் காலண்டரைப் பார்த்துப் பார்த்து எண்ண ஆரம்பித்து விடுவார் அப்பா. 'ஓ, இன்னும் பத்து நாள் தானே இருக்கிறது? பறக்கிறது. நாள் பறக்கிறது.' பார்க்கிற வர்களிடமெல்லாம் இதேதான் பேச்சு.

"லீவு எடுத்துக் கொண்டு வந்தா நாள் நொடியாப் பறக்கிறது ஸார். பாதி நாள் ரயிலிலே போயுடறது. அங்கே எப்படியோ, மனசை அடக்கிண்டு இருக்கோம்னு வையுங்கோ. இங்கே வந்துட்டு கிளம்பறதுன்னா ரொம்ப மனக் கஷ்டமா இருக்கு.''

ஒவ்வொரு நாள் கண் விழித்ததும், அப்பா பாட ஆரம்பித்துவிடு வார். 'இன்னும் ஆறு நாள்தான் பாக்கி', 'இன்னும் அஞ்சு நாள் தானிருக்கு', 'நாலுநாள்', 'மூணுநாள்', 'நாளை மறுநாள் புறப்பட வேண்டியதுதான்.' புறப்படுகிற ஆயத்தம் ஆரம்பமாகி விட்டாலோ, அப்புறம் இருப்பதாகவே தோன்றாது. அப்பா கிளம்புகிற நாள் ஒரே அழுகைதான்.

"ஜானு, அழாதே, அழாதே ... சமத்தில்லையா! அம்பு, ரெயில் புறப்படலாச்சு. குழந்தையைக் கூட்டிண்டு போ. அட, நீ ஒண்ணு.

சின்னக் குழந்தையாட்டமா அழறயே! அம்பு, எல்லோரும் திரும்பிப் பாக்கறா, அடி அசடே.''

ஜானுவுக்குப் பட்டென்று கண்களிலிருந்து நீர் வழிந்தது. அம்மாவையும் டாக்டரையும் ரகசியமாகப் பார்த்தாள். நல்ல வேளை, யாரும் கவனிக்கவில்லை. கீழே குனிந்து பாவாடை விளிம்பால் கண்களைத் துடைத்துக்கொண்டாள்.

கார் கனவேகமாகப் பறந்துகொண்டிருந்தது.

கார் விளக்குகளின் ஒளி, விருட்சங்கள் மேல் விழுவதைக் கண் கொட்டாமல் பார்த்துக் கொண்டிருந்தாள் ஜானு. கண்ணைக் கிறக்குவதுபோலிருந்தது. அம்மா பக்கத்தில் நெருங்கி, அவள் உடம்பில் உரசியபடி உட்கார்ந்துகொண்டாள். முகம் அம்மாவின் தோளில் சாய்ந்தது.

“தூக்கம் வறதாடீ?''

“ம்.''

கார் நின்றது.

டாக்டர் இறங்கி, பின்புறக் கதவைத் திறந்தார்.

ஜானு பின்சீட்டில் படுத்துக் கொண்டாள். கார் மீண்டும் புறப்பட்டது மட்டும் அவளுக்குத் தெரியும்.

கண் விழித்துப் பார்த்தபோது காரில் யாருமே இல்லை. காருக்குள் விளக்குமட்டும் எரிந்துகொண்டிருந்தது. வெளியே எட்டிப் பார்க்கத் தலையை நீட்டினாள். கண்ணாடிக் கதவில் தலை மோதிற்று.

ஐயோ, எந்த இடம் இது? என்னைத் தன்னந் தனியாக விட்டு விட்டு எங்கே அம்மா போய்விட்டாய்?

“அம்மா!''

. . .

“அம்மா!''

ஜானுவுக்கு வயிற்றைப் பிசைந்தது.

‘ஓ' என்று அழ ஆரம்பித்தாள்.

“எதுக்கடீ இப்போ அழறெ? தப்பு தப்புன்னு ஒத்துண்டாச்சோ இல்லையோ . . . அப்புறம் என்ன அழுகை வேண்டி இருக்கு?''

“தப்புன்னு ஒத்துண்டுட்டா எல்லா இடமும் பாத்தாப்லெ ஆயுடுமோ? தோட்டமெல்லாம் பாக்கலாம்னு ஸ்கூல்லெ லீவு எடுக்கச் சொன்னே. எடுத்துண்டு வந்து என்ன பாத்துட்டேனாம்? ஒண்ணும் பாக்கலே.''

“நான் மட்டும் என்னெத்தே பாத்துட்டேனாம்?''

“பாக்கலையாக்கும்? நீ தான் என்னெ விட்டுவிட்டு, டாக்டர் மாமாகூட சுத்தி அடிச்சுட்டு வந்தியே! தூங்கி முழிச்சுப் பாத்தா

யாரையுமே காணோம்! தன்னந்தனியா இருட்டிலே அந்தக் காரிலே உக்காந்துண்டு என்ன பயம் பயந்தேன்னு உனக்குத் தெரியுமா?"

ஜானு முகத்தை மூடிக்கொண்டு கேவினாள். துக்கம் தாங்கமுடியாமல் முகம் கோணி வலித்தது.

"இருந்தாலும் நீ என்னெ தன்னந்தனியா விட்டுட்டுப் போயுட்டியே."

அம்புஜம் ஒன்றுமே பேசவில்லை.

"இனிமே நீ என்னை ஓரெடமும் கூட்டிண்டு போக வேண்டாம். நீயும் டாக்டர் மாமாவும் எங்கே வேணும்னாலும் போங்கோ."

"நானும் போகலெ. அவ்வளவுதானே?"

"இப்போ எல்லாம் சொல்லுவே. டாக்டர் மாமா வந்ததும் டிரஸ் பண்ணிண்டு கிளம்பிடுவே."

"இனிமே போகலைன்னு சொல்றனே!"

"எதுக்குப் போகாமெ இருக்கணும்? எனக்காக நீ போகாமெ இருக்கவேண்டாம். நீ போய்க்கொ. எங்கே வேணும்னாலும் போய்க்கொ. நான் வரலெ. நான் வறது டாக்டர் மாமாவுக்குப் புடிக்கலெ."

"..."

"உனக்கும் நான் வறது புடிக்கலெ."

"ஜானு!"

"வரவர என் முகத்தைக் கண்டாலே புடிக்கலெ உனக்கு."

"ஜானு வாயை மூடு."

"என்னைப் பார்த்தாலெ எரியறது உங்களுக்கு."

"வாயை மூடு என்றால் மூடேன், சனியனே!"

'பளீ'ரென்று ஜானுவின் முதுகில் ஒரு அடி விழுந்தது.

ஜானு அலறிக்கொண்டே தன் அறைக்குச் சென்றாள்.

டாக்டர் ஒவ்வொரு வாசலுக்கும் தலையைக் குனிந்தபடி வந்து கொண்டிருந்தார்.

ஜானுவின் வீட்டையும் பள்ளிக்கூடத்தையும் தாண்டித்தான் ஆஸ்பத்திரிக்குப் போகவேண்டும் டாக்டருக்கு. ஜானு வழக்கமாக வீட்டு வாசலில் காத்துக் கொண்டிருப்பாள். டாக்டர் காரில் ஏற்றிக்கொண்டு செல்வார்.

அன்று ஜானு பள்ளிக்கூடத்துக்கு நடந்தே சென்றாள்.

'இனிமேல் என் ஆயுஸில் இவர் காரில் ஏறமாட்டேன்.'

ஜானுவின் இருபுறமும் பேசியபடி வந்து கொண்டிருந்த தோழிகள் 'கார்' 'கார்' என்று கத்திக்கொண்டே ஒருவருக்கொருவர் முட்டி மோதிய வண்ணம் ஒதுங்கினார்கள்.

கார் 'க்ரீச்' சென்று பிரேக் போட்டு நின்றது.

ஜானுவின் காலண்டையில் காரின் முன் சக்கரம்.

ஜானு பல்லைக் கடித்துக்கொண்டு விறைப்பாக நின்றாள்.

"ஜானு, ஏறு வண்டியிலே."

ஜானு திரும்பிப் பார்த்தாள்.

பச்சைக்காரின் முன்புறக் கதவு திறந்து கிடந்தது.

"ஜானு!"

"நான் வரலெ."

கார் ஊர்ந்து முன்னால் வந்தது.

"ஏன்?"

"நான் நடந்தே போறேன்."

"ஏறுன்னா."

"ஓங்க காரிலே ஓசி சவாரி போறதுக்கு யாரும் இங்கே காத்துக் கிடக்கலெ."

"அடி ராங்கி!"

கார் புறப்பட்டுப் போய்விட்டது.

அன்று மாலை ஜானு பள்ளிக்கூடம் முடிந்து வீட்டுக்கு வந்து கொண்டிருந்தபொழுது பச்சைக் கார் மீண்டும் அவள் பக்கத்தில் வந்து நின்றது.

"ஜானு, ஏறு."

ஜானு வரவில்லையென்று சொல்ல வாயெடுத்தாள்.

சட்டென்று அடக்கிக் கொண்டாள்.

டாக்டர் கதவைத் திறந்தார். ஜானு ஏறி உட்கார்ந்து கொண்டாள்.

கார் புறப்பட்டது.

"காலையிலெ ஒரே கோவமா இருந்தியே ஜானு, என்ன விஷயம்?"

"சேச்சே! சும்மா விளையாட்டுப் பண்ணினேன்."

"நான் சொல்லட்டுமா?"

"உம்."

"அன்னிக்கு உன்னைத் தன்னந் தனியா காரிலே விட்டுப் போயுட்டேன் என்றுதானே?"

"அப்படி யொண்ணுமில்லே."

"இன்னிக்கு நானும் அம்மாவும் சினிமாவுக்குப் போகப் போகிறோம். ரெடியா இரு. உன்னையும் கூட்டிண்டு போறேன்."

ஜானு சும்மா இருந்தாள்.

சுந்தர ராமசாமி சிறுகதைகள் 83

"ஆறு மணிக்கு நான் வருவேன்னு அம்மாவிடம் சொல்லு."

ஜானுவுக்கு மூளை வேலை செய்தது.

"மாமா! அம்மா சாயங்காலம் ஆத்திலெ இருக்கமாட்டாளே!"

"ஏன்?"

"மத்தியானம் அம்மா சொன்னா, 'நான் சாயங்காலம் இங்கே இருக்கமாட்டேன். டாக்டர் மாமா வந்தா, நான் இல்லேன்னு சொல்லிடு' அப்டீன்னா."

"அப்படியா?"

"ஆமாம்."

ஜானுவை இறக்கி விட்டுவிட்டுக் கார் சென்றது.

ஜானு புத்தகத்தை மேஜைமீது விட்டெறிந்து விட்டு மாடிக்குச் சென்றாள்.

அம்புஜம் கண்ணாடியின் முன் நின்றுகொண்டு பின்னல் போட்டுக் கொண்டிருந்தாள்.

சினிமாவுக்கா புறப்பட்டிருக்கிறாய்? இன்றைக்கு சினிமாவுக்குப் போய்விட்டு வந்துதான் மறுகாரியம் பார்ப்பாய் இல்லையா? என்னை விட்டுவிட்டு தினம் தினம் சினிமா, டிராமா...

தெரு வீதியில் ஹார்ன் சப்தம் கேட்டது.

அம்புஜம் ஜன்னல் வழியாக எட்டிப் பார்த்தாள். திரும்பி வந்து கண்ணாடியின் முன் நின்றுகொண்டு பவுடர் போட்டுக் கொள்ள ஆரம்பித்தாள்.

ஜானு கட்டிலில் படுத்துக் கொண்டிருந்தாள்.

"ஜானு."

"ம்."

"உனக்குப் பரீட்சை வந்தாச்சோல்லையோ? நீ ஆத்துல படிச்சுண்டிரு. வேலைக்காரி துணைக்கு இருப்பா. நான் வெளியிலே போயுட்டு வந்துவிடுகிறேன்." தயங்கித் தயங்கிச் சொன்னாள் அம்புஜம்.

"சரி அம்மா."

"வரக் கொஞ்சம் நேரம் ஆனாலும் ஆகும். என்ன?"

"சரி அம்மா."

"என் கண்ணு, சமத்து." ஜானுவின் கன்னங்களில் உள்ளங்கையை அழுத்தினாள்.

"வா, கீழே போய்க் காப்பி சாப்பிடுவோம்."

ஜானு சாதுக் குழந்தையாய் அம்மாவைப் பின்தொடர்ந்தாள்.

மறுநாள் சாயங்காலம் வழக்கம்போல் பச்சைக் கார் மரத்தடியில் வந்து நின்றது.

ஜானுவுக்கு நெஞ்சு படபடக்க ஆரம்பித்துவிட்டது. மடமட வென்று தன் அறைக்குள் புகுந்துகொண்டாள்.

அறைக்குள் நிலைகொள்ளாமல் குமைந்தாள் ஜானு. அம்மா அறைக்குள் வருவதை ஒவ்வொரு நிமிஷமும் எதிர்பார்த்துக் கொண்டிருந்தாள். இப்பொழுது என்ன செய்வது? எங்கேயாவது வெளியே போய்விடுவோமா? போனால் என்ன புண்யம்? இரவு திரும்பி வருகிற பொழுது . . .

இரவு ஏழு மணிக்கு டாக்டர் கார் புறப்படும் ஓசை கேட்டது.

"ஜானு."

மாடியிலிருந்து குரல்.

"ஜானு."

அம்மா ஒவ்வொரு அறையாகப் பார்த்துக் கொண்டே வருகிறாள்.

"ஜானூ."

கோபத்தின் உக்ரம் குரலில் தெரிகிறது.

"ஜானு!"

அம்மா அறைவாசலுக்கு வந்துவிட்டாள். திரும்பிப் பார்ப்பதற்கேப் பயமாக இருந்தது ஜானுவுக்கு. மேஜை விளிம்பை அழுத்திப் பிடித்துக் கொண்டாள்.

"ஜானு, டாக்டர் மாமாவிடம் என்னடீ சொன்னே?"

முகத்தைப் பிடித்து வெடுக்கென்று திருப்பினாள் அம்புஜம். ஜானு அம்மாவின் கண்களைப் பார்த்தாள். காளியின் கண்கள்! திடீரென்று ஜானுவின் உடம்பிலிருந்து பய உணர்ச்சி கழன்றோடிற்று. மனது நிமிர்ந்தது.

"என்னது?"

"டாக்டரிடம் என்ன சொன்னே?"

"பொய் சொன்னேன்."

"என்னது?"

"பொய்."

"எதுக்கு?"

"அப்படித்தான் சொல்வேன்."

அம்புஜத்திற்குத் தலையில் யாரோ அடித்தது போலிருந்தது.

"இனிமேல் சொல்லாதே?"

"சொல்வேன்."

முதுகில் ஒரு ராட்சஸ அடி விழுந்தது.

"அப்படித்தான் சொல்வேன்!"

அடி. அடிக்குமேல் அடி. முதுகில், முகத்தில், தலையில் . . .

"இனிமே பொய் சொன்னா கொன்னுடுவேன்."

"கொன்னுடு. நிறையப் பொய் சொல்வேன். அப்படித்தான் சொல்வேன்."

"அவ்வளவு திமிரா நாயே உனக்கு?"

படீரென்று கீழே பிடித்துத் தள்ளினாள்.

"ஐயோ!" என்று அலறிக்கொண்டே தடாலென்று கீழே விழுந்தாள் ஜானு.

கூடத்தைப் பெருக்கிக்கொண்டிருந்த வேலைக்காரி ஓடி வந்தாள்.

"அந்தப் பொண்ணே அடிச்சுக் கொன்னுப்புடாதேங்கம்மா." வேலைக்காரி அம்புஜத்தின் கையைப் பிடித்தாள்.

"ஒண்ணுலே அவ சாகணும்; இல்லேன்னா நான் சாகணும்... இனிமே பொய் சொல்வாயாடீ?"

"சொல்வேன்."

காலால் ஓங்கி உதைத்தாள் அம்புஜம்.

"அம்மா! என்னெ கொன்னுடு, என்னெ கொன்னுடு."

"ஐயோ, அந்தப் பொண்ணே கொன்னுடாதேங்கம்மா." வேலைக்காரி அம்புஜத்தைத் தள்ளிக்கொண்டு வெளியே வந்தாள்.

அம்புஜம் மாடிக்குச் சென்று தலையில் அடித்துக்கொண்டு அழ ஆரம்பித்தாள்.

மாடியிலிருந்தும் கீழே இருந்தும் கேவிக்கேவி அழும் சப்தம் வெகுநேரம் கேட்டுக்கொண்டிருந்தது.

மறுநாள் ஜானுவுக்குப் பள்ளிக்கூடம் போக முடியவில்லை. அவள் அம்மாவும் விசாரிக்கவில்லை. அன்று பூராவும் ஜானு அறையில் அடைந்து கிடந்தாள். அம்புஜம் மாடியிலிருந்து கீழே வரவில்லை.

இரவு வழக்கம்போல் டாக்டர் வந்தார். ஒவ்வொரு வாசலுக்கும் தலையைக் குனிந்துகொண்டே வந்து, மாடிக்குச் சென்றார்.

ஜானு மெதுவாக அறையைவிட்டு வராண்டாவுக்கு வந்தாள். வெளியே சீதளமான காற்றடித்துக் கொண்டிருந்தது.

டாக்டர் காரைப் பார்த்ததும் முதல் நாள் நடைபெற்ற சம்பவங்கள் நினைவுக்கு வந்தன.

கோள் சொல்லி டாக்டர். அம்மாவிடமிருந்து உதை வாங்கித் தர வேண்டுமென்றே கோள் சொல்லிக் கொடுத்திருக்கிறார். அம்மா ஒரு நாளும் இப்படி என்னை உதைத்ததில்லை. கோபித்துக் கொள்வாள், கூப்பாடு போடுவாள். ஆனாலும் ஒரு நாளும் இப்படி அடித்ததில்லை. அப்பா, உடம்பெல்லாம் என்ன வலி வலிக்கிறது!

நிலவு காய்ந்து கொண்டிருந்தது.

சுயப்பிரக்ஞை இல்லாமலே காரின் அருகில் சென்றாள் ஜானு. காரில் வைத்திருக்கும் கண்ணாடியில் முகத்தைப் பார்த்தாள்.

ஐயோ, என்ன இது! முகமெல்லாம் வீங்கிப் போயிருக்கே! டாக்டர் மாமா, பார்த்தீர்களா உங்கள் கைங்கரியத்தை? தாங்ஸ்

மாமா. இன்றும் கோள் சொல்லிக்கொடுத்து என்னைக் கொன்றுவிட முடியுமா என்று பாருங்கள். அதோடு சனி தொலைந்து விடும்.

ஜானுவின் மனதில் புகைச்சல்; அடக்க முடியாத புகைச்சல். எல்லையில்லாத குரோத உணர்ச்சி மனதுள் பேய்க்கூத்தாடியது.

மரத்தடியில் நிழலும் ஒளியும் பூக்கோலம் போட்டுக் கொண்டிருந்தன. காற்று, கோலத்தை அழித்துக் கோலம் போட்டுக் கொண்டிருந்தது.

ஜானு மாடியை அண்ணாந்து பார்த்தாள். அம்மா டாக்டர் பக்கத்தில் நின்றபடி ஏதோ சொல்லிக் கொண்டிருக்கிறாள். என்ன தான் சொல்வாள்?

'நேற்று ஜானுவை நொறுக்கிப்புட்டேன்.'

'சபாஷ்! அப்படித்தான் வேண்டும் அவளுக்கு. தினசரி மாலை பூசை கொடுத்தால் சரியாக வந்துவிடும் உடம்பு.'

'இருந்தாலும் பாவம், குழந்தை.'

'என்ன பாவம்...? கள்ளி!'

நீங்கதான் கள்ளன். திருடன். எங்கள் வீட்டில் உங்களுக்கு என்ன ஜோலியாம்? வெட்கமில்லையா? மானமில்லையா? டாக்டராம் டாக்டர். குரங்கு... கருங்குரங்கு.

காருக்குள் எட்டிப் பார்த்தாள் ஜானு. முன் சீட்டில் டாக்டரின் மருந்துப் பெட்டி இருந்தது. அப்படியே அதைத் தூக்கினாள். என்ன கனம்!

நேராக பின்புறம் ஓடினாள்.

மாடியில் பேசுவது கேட்கிறது. சருகுகள் பறக்கும் ஓசையும் அமைதியில் கனத்தது. ஜானுவின் நெஞ்சு படபடவென்று அடித்துக் கொண்டது. கால்கள் ஏதோ பாதாளத்தில் இறங்குவது போல் தோன்றிற்று. பின்னால் யாரோ ஓடிவருவது மாதிரி ஓசை கேட்டது. திரும்பிப் பார்த்தாள். யாருமில்லை. மாதுளஞ்செடியின் மீது யாரோ உட்கார்ந்து கொண்டிருக்கிறான். "ஐயோ!" சப்தம், குதிக்கவில்லை. ஒன்றுமில்லை, ஒன்றுமில்லை. வேலைக்காரி கிளிசல் துண்டை உலர்த்தியிருக்கிறாள்.

நேராகக் கிணற்றடிக்குச் சென்றாள். கிணற்றுச் சுவரில் மருந்துப் பெட்டியை வைத்தாள்.

மாடி விளக்கு அணைந்ததும் பின்புறமெங்கும் லேசாக இருட்டுப் பரவிற்று.

பெட்டியைக் கிணற்றுக்குள் தள்ளினாள். ஒரே ஓட்டம். சில கஜ தூரம் ஓடி வந்ததும் கிணற்றுள் பொத்தென்று ஓசை கேட்டது.

நேராகத் தன் அறைக்கு வந்து, போர்வையைத் தலை வழி போர்த்திக்கொண்டு படுத்தாள் ஜானு.

அப்பொழுதும் நெஞ்சு கொதித்துக் கொண்டுதானிருந்தது.

ஜானுவுக்கு உடம்பில் காயங்கள் ஆறிவிட்டன. உடம்புக் காயங்கள் ஆறாதா என்ன?

ஜானு இப்பொழுது எங்கும் வெளியே செல்வதில்லை. அம்மா உத்தரவு அப்படி. தன்னந் தனியாக அறையில் அடைந்து கிடப்பதும் ஜானுவுக்குப் பழகிவிட்டது. திருப்தியாகவும் இருந்தது என்று சொல்லலாம்.

அவளுக்கு ஒரே ஒரு ஆசை. அம்மாவையும் டாக்டரையும் சதா கிளறிக் கிளறிப் பார்க்கவேண்டும். வேறொன்றும் வேண்டாம். அதுவே அவளுக்குத் திருப்தி.

வீட்டில் தினம் ஒரு ரகளை ஏற்பட வேண்டும். அதில் பரம சந்தோஷம். சண்டையும் சச்சரவும், அழுகையும், உதையும், கண்ணீரும், வேதனையும் முடிவில் நிம்மதியைத் தேடிக் கொடுத்தது அவளுக்கு. நிரந்தரமான நிம்மதியா? தற்காலிகமாகத்தான். எப்படி யேனும் மனதைச் சித்ரவதை செய்யும் குரோத உணர்ச்சிக்குப் போக்குக் காட்ட வேண்டுமே!

ஜானு, தன் வழியே சாந்தியைத் தேடிக்கொண்டுதானிருந்தாள். அதற்கும் சந்தர்ப்பம் இல்லாமலா போகும்? நிகழ்ச்சிகள் தானாகவே விளையும். அல்லது சிருஷ்டித்துக்கொள்ள வேண்டியதுதான்.

இரண்டிலும் ஜானுவின் கவனம் சென்றது.

ஒருநாள் பள்ளி விட்டு, தோழிகளுடன் வந்துகொண்டிருந்தாள் ஜானு. மெதுவாகப் பேச்சைக் கிளப்பினாள்.

“சுப்பு, ஏண்டி நீ இப்பொ எங்காத்துக்கு வறதே இல்லெ?”

“சும்மாதான்.”

“சும்மாதான்னா என்ன அர்த்தம்?”

“எங்க அம்மா விளையாட விடமாட்டாங்க.”

“பாப்பா ஆத்துக்கு மட்டும் விளையாடப் போறியே?”

“அவுங்க வீட்டுக்குப் போனா ஒண்ணும் சொல்ல மாட்டாங்க.”

“எங்காத்துக்கு வந்தா என்ன சொல்வா?”

“கோவிச்சுக்கறாங்க. அவுங்க வீட்டுக்குப் போனியா, காலெ வாங்கிடுவேங்கறாங்க.”

“ஏன்?”

“ஏனோ.”

“சொல்லுடீ.”

“எனக்கு என்ன தெரியும்?”

“தெரியும் உனக்கு. மறைக்கிறே.”

“இல்லெ.”

“சரி, ஆணை போடு பார்க்கலாம்.”

“அது மாட்டேன்.”

“பாத்தியா, பாத்தியா! சொல்லமாட்டெல்லெ? சுப்பு, சொல்லுடீ, இல்லென்னா ...”

‘வந்து ... வந்து ...”

“சும்மா சொல்லு.”

“எங்கம்மாவுக்கு உங்கம்மாவெப் புடிக்கலெ.”

“ஏன் புடிக்கலெ?”

“பாத்தியா? இப்படியெல்லாம் கேட்டா, நான் என்ன சொல்வேன்? உங்கம்மாவைப்பத்தி எங்கம்மா என்ன என்னமோ சொல்றாங்க. ஒண்ணும் வெளங்கலெ எனக்கு.”

“என்ன சொல்றா?”

“நீ ஒண்ணு. போடீ.”

“சுப்பு, சொல்லுடீ, நான் யாரிட்டேயும் சொல்லமாட்டேன்.”

“உங்கம்மாவிடம் அளப்பெ.”

“சத்தியமா மாட்டேன்.”

வெடுக்கென்று சுப்புவின் கையை இழுத்து உள்ளங்கையில் அடித்தாள் ஜானு.

சுப்பு காதோடு சொன்னாள் : “உங்க வீட்டுக்கு ஒரு டாக்டர் வறாரில்லே, அவரு ரொம்ப மோசமாம். உங்கம்மாவும் ரொம்ப மோசமாம்.”

“மோசம்னா?”

“கெட்டவங்கனு.”

“அப்டீனா?”

“போடி போ” என்று சொல்லிக்கொண்டே ஓடிவிட்டாள் சுப்பு.

ஜானுவிற்கு எல்லையில்லாத மனக்கிளர்ச்சி. ஆனால் அதனுள் ஒரு மனச்சாந்தி. ஒரளவு திருப்தியுடன் வீட்டிற்கு வந்தாள். குறைந்த பட்சம் மனதைக் கிளறி விடுவதற்கும் கிளறி விட்டுக்கொள்வதற்கும் ஒரு சந்தர்ப்பம். அம்மாவிடம் போய்ச் சொல்வதற்கும் ஒரு விஷயமிருக்கிறதென்பதில் அற்பக் குஷி.

வீட்டிற்கு வந்ததும், ஜானு அம்மா எங்கே என்றுதான் தேடினாள்.

இப்பொழுதெல்லாம் ஜானுவைப் பார்ப்பதற்கே பயந்தாள் அம்புஜம்.

அந்த பலவீனத்தையும் ஜானு புரிந்து கொண்டு விட்டாள்.

“அம்மா!”

“என்னடீ?”

“சுப்பு இனிமேல் நம்மாத்துக்கு வரவே மாட்டாளாம்மா.”

ஆரம்பமாகிறது என்பதைப் புரிந்துகொண்டாள் அம்புஜம். எப்படியாவது தப்பித்துக்கொள்ள வேண்டுமென்ற எண்ணத்தில்

“வராவிட்டால் போகிறாள்” என்று சொல்லிக்கொண்டே அறையை விட்டு வெளியே கிளம்பினாள்.

ஜானுவுக்குப் புரிந்துவிட்டது. அப்படியா சங்கதி, விடுகிறேனா பார்.

ஜானு பின்தொடர்ந்தாள்.

“அவ அம்மா, நம்மாத்துக்கு வரக் கூடாதுன்னு சொன்னாளாம்.”

“ஏன்?”

“நான் சொல்ல மாட்டேன்.”

“சரி, வேண்டாம்.”

அம்புஜம் உள்ளே சென்றாள்.

ஜானு பின் தொடர்ந்தாள்.

“அம்மா! சுப்புவோட அம்மா நீ கெட்டவள்னு சொன்னாளாம். டாக்டர் மாமாவும் ரொம்பக் கெட்டவர்ன்னு சொன்னாளாம்.”

“சீ, வாயை மூடு! தினம் தினம் எதையாவது மூட்டை கட்டிண்டு வந்து அவுக்கறது சனியன். போ இங்கிருந்து.” அம்புஜம் ஜானுவை லேசாகப் பிடித்துத் தள்ளினாள்.

ஜானு ஓவென்று அழுதுகொண்டே அறைக்குச் சென்றாள். சிறிது நேரம் நினைத்து நினைத்து அழுததும், அன்று காலையிலிருந்து தலையில் வைத்துக்கொண்டிருந்த பாரத்தைக் கீழே வைத்தது போலிருந்தது.

மறுநாள் ஜானு பள்ளிக்கூடத்துக்குப் புறப்பட்டு நிற்கிற பொழுது. “ஜானு, ஸ்கூல் விட்டு நேராக வீட்டுக்கு வந்துவிடு” என்றாள் அம்புஜம்.

மாலை மணி அடித்ததும் அம்மா சொல்லி அனுப்பியது ஜானுவுக்கு ஞாபகம் வந்தது.

‘நீயும் டாக்டரும் ஊர் சுற்றுவதற்கு நான் வீட்டில் காவல் இருக்கணும். இன்று எங்காவது சுத்திவிட்டு மெதுவாக வீட்டிற்குப் போனால் போதும்.’

பாப்பா வீட்டில் கொலு. நேராக அங்கு சென்றாள் ஜானு. ஒரு பாட்டுப் பாடி, சுண்டல் வாங்கிக்கொண்டாள்.

“அம்பு பொண்தானேடீ இது?” என்று கேட்டுக் கொண்டே உள்ளேயிருந்து ஒரு பாட்டி வந்தாள். முழங்கையில் உலர்ந்த தோசை மா ஒட்டிக்கொண்டிருந்தது.

“ஆமாம் அம்மா” என்றாள் பாப்பாவின் தாயார்.

“இந்தப் பொண்ணெ நெனச்சாத்தான் எனக்கு அடிவயத்தே என்னமோ சேறதுடீ அம்மா. தங்கமான பொண். ஏண்டி அம்மா, உங்காத்துக்கு அந்த பட்டுவிழுவான் வரானோடி?”

“யாரு பாட்டி?”

“அந்த டாக்டர்டீ டாக்டர்.”

"நீ ஒண்ணு. குழந்தையிடம் போய் வேண்டாத கேள்வியெல்லாம் கேட்காதே?"

"இப்போ என்ன குத்தமா கேட்டேன்? ஆம்படையான் இல்லாத ஆத்திலெ அன்னியனெ ஆத்தோட வைச்சிண்டிருக்கலாம்; நான் கேட்கப்படாது இல்லையோ? எல்லாத்தையும் ஒருவன் பாத்துண்டிருக்கான். அதெ மட்டும் மறந்துடறா மனுஷா. பாவம், இந்தப் பொண் முகத்தைப் பார்த்தாத்தான் எனக்குக் கண்றாவியா இருக்கு."

"போயுட்டு வரேன் மாமி."

"போயுட்டு வாடீ அம்மா."

ஜானு வெளியே வந்தாள்.

லேசாக சாரல் தூறிக்கொண்டிருந்தது. குடையில்லாதவர்கள் அக்கம்பக்கம் ஓடி ஒண்டினார்கள்.

ஜானு நட்ட நடுவில் நடந்து போய்க் கொண்டிருந்தாள். திடீரென்று டாக்டர் நினைவு வந்தது.

டாக்டர் கார் இப்பொழுது இங்கு வந்தாலும் வரலாம். வந்தால் யார் ஏறப்போகிறார்கள் அதில்?

'ஜானு, காரில் ஏறு.'

'ஒண்ணும் வேண்டாம். நீங்கபாட்டுக்குப் போங்கோ.'

'ஏண்டி?'

'ஏண்டியும் தோண்டியும்! உங்கள் காரை நம்பிண்டுதான் ஜானு வெளியிலே கிளம்பினாளோ? வேலையைப் பாத்துண்டு போங்கோ. உங்க மூஞ்சியைப் பார்த்தாலே எரியறது எனக்கு.'

'இரு இரு, அம்மாவிடம் சொல்றேன்.'

'எங்கவேணும்னாலும் போய்ச் சொல்லுங்கோ. நாய் குரைச்சுதுன்னா யார் கவனிக்கப்போறா?'

பக்கத்தில் பச்சைக் கார் வந்து நின்றது. திடுக்கிட்டுத் திரும்பினாள்.

"ஜானு, மழையிலே நனயறயே?"

திரும்பிப் பார்த்துவிட்டு ஓட ஆரம்பித்தாள்.

"ஜானு, ஏண்டி மழையிலே ஓடறே? ஜானு . . . ஜானு . . ."

ஜானு திரும்பியே பார்க்காமல் ஓடினாள்.

மழை கொட்டிக் கொண்டிருந்தது.

ஜானுவுக்குக் காய்ச்சல். படுக்கையோடு படுக்கையாய்க் கிடந்தாள். கண் விழிக்கவே இல்லை.

மணி ஆறு அல்லது ஏழு இருக்கும்.

வாசலில் கார் நிற்கும் சப்தம் கேட்டது.

ஜானு லேசாகக் கண்ணைத் திறந்து பார்த்தாள்.

டாக்டர் உள்ளே போய்க் கொண்டிருந்தார்.

டாக்டர் ... டாக்டர். ஒரு நாள் தவறாமல் வந்துவிடுகிறாரே. வந்தால் ஆசார உபசாரம்தான். காப்பி, பட்சணம் . விதவிதமாகச் செய்து போடுகிறாள் அம்மா. முன்னால் எல்லாம் அப்பா ஊரிலிருந்து வந்தால் எப்படி நடந்துகொள்வாளோ அப்படியே நடந்துகொள்கிறாள். இப்பொழுது காய்ச்சலில் படுத்துக்கொண்டிருக்கும் என்னைத் திரும்பிக்கூடப் பார்க்கவில்லையே அம்மா! இல்லை, இன்று காலையில் வந்தாளே ... ஆமாம் வந்தாள்.

“ஜானு, உடம்புக்கு என்னடீ?”

என்ன பதில் சொல்லவேண்டி இருக்கிறது இவள் கேள்விக்கு!

“சாயங்காலம் டாக்டர் வந்தால் பார்க்கச் சொல்லலாம்.”

டாக்டர் வந்தால் ... வராமலிருந்துவிடுவாராக்கும் டாக்டர்! தினம் டிராமா சினிமா என்று தொலைய வேண்டாமா? நான்தான் ஒரு பெரிய இடைஞ்சல். டாக்டருக்கு என்னைக் கண்டாலே வயிறு எரிகிறது. இனிமேல் இங்கு எனக்கு என்ன வேலை? போய்விட வேண்டியதுதான். எங்கே போவது? எங்கேயாவது போய் வேலை செய்து பிழைக்கவேண்டும். காமாட்சி மாமி வீட்டில் ஒரு பெண் வேலை செய்கிறாளே, அவளும் என்னை மாதிரித்தானே? அதுபோல் எங்கேயாவது தொலைய வேண்டியதுதான். குழாயிலிருந்து தண்ணீர் பிடித்துக் கொடுக்கவேண்டும். கறிக்கு அரைத்துக் கொடுக்க வேண்டும் ... குறுக்கை முறித்துவிடுவார்கள். கண்டபடி பேசுவார்கள். கேட்டுக்கொள்ள வேண்டியதுதான்.

‘சனியனே, குழம்பாடி வச்சிருக்கே? உன் மூஞ்சியிலே கொட்ட.’

‘இனிமே கவனிச்சு வைக்கிறேன் மாமி.’

‘கவனிக்கப்போறே. தினசரி முட்டிக்கறெனே, காதிலே விழலை பொணத்துக்கு?’

கல்கத்தாவிலிருந்து அப்பா கடிதமெழுதியிருக்கிறார். ‘ஜானுவைப் பார்க்காமலிருப்பது மிகவும் சிரமமாகத்தானிருக்கிறது. நேற்று பார்க்பக்கம் போயிருந்தேன். வங்காளப் பெண்ணொன்று நின்று கொண்டிருந்தது. அசல் நம்ம ஜானு மாதிரியே இருந்தது. அப்படியே கண்கள் நிறைந்துவிட்டது. ஒரு பாக்கெட் பிஸ்கட் வாங்கிக் கொடுத்தேன் அந்தப் பெண்ணிற்கு. ஜானுவிடம் அன்பாய் நடந்துகொள். கோபித்துவிட்டு, பின்னால் வருந்தாதே. மாலை வேளைகளில் அவளை வெளியே கூட்டிக்கொண்டு போ. என்னுடைய உடல் மட்டும்தான் இங்கு திரிந்துகொண்டிருக்கிறது. ரூபாயும் அனுப்பி வைக்கிறேன்.’ - செல்லமாக இருக்க வேண்டுமாம். இங்கு காலையிலும் மாலையிலும் உதைபடுகிறது அப்பா, உதைபடுகிறது!

ஐயோ பாவம் அப்பா நீங்கள். உங்களுக்கு என்ன தெரியும் இங்கு நடக்கிற கூத்தெல்லாம்? இப்பொழுது இந்த வீடு எப்படி

இருக்கிறது என்று நினைத்துக் கொண்டிருக்கிறீர்கள்? இங்கே புதிசா ஒரு கருங்குரங்கு முளைச்சிருக்கு. அதுக்குத்தான் எல்லா அதிகாரமும். அது கோள் சொல்லிக்கொடுத்து எனக்கு உதை வாங்கித் தருகிறது. நீங்கள் வந்தால்கூட அது உங்களை வீட்டில் நுழையவிடாமல் விரட்டிவிடும்.

'டாக்டர், இந்த வீட்டிலே உங்களுக்கு என்ன அதிகாரம்?'

'இது யாருடைய வீடு? என்னுடையதுதானே?' (அட அநியாயமே!)

டாக்டரும் அம்மாவும் வரண்டாவில் நின்று கொண்டிருக்கிறார்கள். அம்மா என் கையைப் பிடித்துக் கொண்டிருக்கிறாள்.

அப்பா வெளியே படியில் நின்று கொண்டிருக்கிறார். கையில் ஒரு சிறு பை. குதிரை வண்டிக்காரன் பின்னால் நிற்கிறான்.

'உங்களுடைய வீடா இது? டாக்டர் என்ன சொல்லுகிறீர்கள்?'

'ஆமாம் என்னுடைய வீடுதான். எனக்கே சொந்தம்.'

'அம்பு. என்ன இது? என்ன சொல்கிறார் டாக்டர்?'

'டாக்டர் சொல்வது சரிதானே? (அடி பாவி!) அவருடைய வீடுதானே இது?'

'அப்பொழுது நான்?'

'எனக்குத் தெரியாது.'

'தெரியாது?'

'தெரியாது.'

'அப்பா' என்று கத்திக்கொண்டே, அம்மா கையை விடுவித்துக் கொண்டு அப்பா பக்கம் ஓடுகிறேன். அப்படியே அப்பாவை அணைத்துக்கொள்கிறேன். அப்பா என் முதுகைத் தடவுகிறார்.

'ஜானு, வா போவோம். நமக்கு இந்த வீட்டில் வேலை இல்லை.'

தலையைக் குனிந்தபடி சென்ற அப்பாவின் கையைப் பிடித்துக் கொண்டு போகிறேன். நானும் தலையைக் குனிந்து கொள்கிறேன்.

அம்மாவுக்குத் தெரியாமல் அப்பாவுக்கு ஒரு கடிதம் எழுதிப் போட்டுவிட வேண்டும்.

'நீங்கள் இங்கு வந்து என்னைக் கூட்டிக்கொண்டு போய் விடுங்கள் அப்பா. உடனடி வாருங்கள். இனிமேல் என்னால் ஒரு நிமிஷம்கூட இங்கு இருக்க முடியாது. என்னைக் கரித்துக் கொட்டுகிறாள் அம்மா. அழுக்கு ஜம்பரையும் பாவாடையையும் கட்டிக்கொண்டு நான் ஸ்கூலுக்குப் போகிறேன். எனக்கு இப்பொழுது காய்ச்சல். அம்மா என் பக்கம் வருவதே இல்லை. சத்தியமாய்ச் சொல்கிறேன் : நீங்கள் வந்து என்னைக் கூட்டிக்கொண்டு போகாவிட்டால் டாக்டரும் அம்மாவும் சேர்ந்து என்னைக் கொன்றேவிடுவார்கள்.'

அறையில் விளக்கு விழுந்தது.

ஜானு கண்களைத் துடைத்துக்கொண்டாள்.

எதிரே அம்மாவும் டாக்டரும் நின்றுகொண்டிருந்தார்கள்.

"எதற்கடீ காய்ச்சல் அடிக்கிறபோது சதா சமயமும் அழுது கொண்டிருக்கிறாய்?"

"கண் சிவந்திருக்கே!" என்றார் டாக்டர்.

சோதனை செய்து பார்த்தார்.

"ஜானு, தொண்டை வலி இருக்கா?"

பதிலில்லை.

"என்ன செய்கிறது சொல்லு."

பதிலில்லை.

"நாக்கை நீட்டு."

ஜானு வாயைத் திறக்கவில்லை.

"ஜானு காது கேக்கலியோ?" அம்புஜம் இரைந்தாள்.

ஜானு அசைந்து கொடுக்கவில்லை. அம்புஜத்திற்குக் கோபம் மூளையைத் தாக்கிற்று.

"மருந்து கொடுத்தனுப்புகிறேன்" என்று சொல்லிவிட்டு டாக்டர் போய்விட்டார்.

ஜானு கண்களை மூடிக்கொண்டிருந்தாள். கன்னத்தில் நீர் வழிந் தோடியது.

"ஜானு கண்ணைத் திற."

ஜானு கண்ணைத் திறந்தாள்.

"ஏண்டி, என்ன சேறது?"

ஜானு பதில் சொல்லவில்லை.

"டாக்டர் கேக்கக் கேக்க வாயைத் திறக்கவே மாட்டேன்னு சாதிச்சுட்டியே, என்னமா மருந்து தரதாம்?"

"ஆரு மருந்து தரணும்னு சொல்றா? தந்தா ஆரு குடிக்கப் போறா?"

அசந்துபோனாள் அம்புஜம்.

இரவு மருந்து வந்து சேர்ந்தது.

அம்புஜம் ஜானுவை எழுப்பினாள்.

"ஜானு, சமத்தில்லையா? மருந்தை மட்டும் குடிச்சுடுடீ அம்மா."

"வேண்டாம்."

"குடிக்கமாட்டே?"

"மாட்டேன்."

"ஏனாம்?"

"விஷம்."

"என்னது?"

"டாக்டர் என்னைக் கொன்னுடுவர்."

அம்புஜம் விக்கி விக்கி அழுதாள்.

அன்று இரவு முழுவதும் ஜானுவின் பக்கத்திலேயே உட்கார்ந்து கொண்டிருந்தாள் அம்புஜம்.

நடுநிசியில், "அப்பா, வந்துவிட்டேன்!" என்று கத்திக்கொண்டே ஜானு எழுந்து ஓட ஆரம்பித்தாள்.

அம்புஜம், ஜானுவை இழுத்துப் படுக்கையில் போட்டு, பக்கத்தில் அவளை அணைத்தபடி படுத்துக்கொண்டாள்.

மறுநாள் காய்ச்சல் இன்னும் உக்ரமாக அடித்தது.

காலையில் டாக்டர் வந்தார். ஜானுவிடம் அவர் ஒன்றுமே கேட்கவில்லை. சோதனைசெய்து பார்த்துவிட்டு அம்புஜத்தை நோக்கி "ஊசி போடவேண்டும்" என்றார்.

ஜானு கைகளை இழுத்து உடம்பிற்கு அடியில் வைத்துக் கொண்டாள்.

"ஜானு, ஊசி போட்டால்தான் காய்ச்சல் குறையும்னு டாக்டர் சொல்றார். கையைக் காட்டம்மா."

"வேண்டாம்."

"ஜானு, எனக்காகக் காட்டுடீ."

"நீ யாரு எனக்கு?"

"அம்மா."

"இல்லே. நீ டாக்டரோட சேந்துண்டு என்னெக் கொன்னுடுவே."

"ஈச்வரா! என்னைச் சோதிக்காதே" என்றாள் அம்புஜம்.

கடைசியில் டாக்டர், அம்புஜம், வேலைக்காரி மூன்று பேர்களும் சேர்ந்து பலாத்காரமாக ஜானுவின் கையை நாற்காலியோடு கட்டி வைத்தார்கள். டாக்டர் நரம்பில் ஊசி போட்டு விட்டுப் போனார்.

அன்று ஜானுவின் அருகிலிருந்து அசையவில்லை அம்புஜம். ஜானு பார்க்கிற பொழுதெல்லாம் அம்மாவின் கன்னத்தில் நீர் வழிந்தோடிக் கொண்டிருந்தது.

இழந்து போன தாய் மீண்டும் கைக்குச் சிக்கியது போல் இருந்தது ஜானுவுக்கு. சிறிது மன அமைதி.

காய்ச்சல் தணிய ஆரம்பித்துவிட்டது.

மாலை நேரம்.

ஜானு கண் விழித்துப் பார்த்தாள்.

அம்மாவைக் காணோம்!

மெதுவாகப் படுக்கையில் எழுந்து உட்கார்ந்து கொண்டு சுற்றும் முற்றும் பார்த்தாள். எங்கும் காணவில்லை. ஜன்னல் வழியாக வீதியில், தொலைதூரத்தில் பச்சைக் கார் வருவது தெரிந்தது.

ஜானு மெதுவாகக் கீழே இறங்கினாள். தலை சுற்றியது. கால்கள் நிதானமிழந்து தடுமாறின. சுவரைப் பிடித்துக்கொண்டே வந்து, வாசல் கதவைப் படீரென்று சாத்தித் தாளிட்டாள்.

சுவரைப் பிடித்துக்கொண்டே பின்புறம் சென்றாள். மாடியில் அம்மாவின் அரவம் கேட்டது. குழந்தைபோல் இரு கைகளையும் ஊன்றியவாறே படிக்கட்டுகளில் ஏறினாள். மாடிக் கதவையும் இழுத்துச் சாத்தி தாளிட்டாள். சாத்திய நிமிஷத்தில் கதவைத் தட்டினாள் அம்புஜம்.

“யாரது? யாரது?”

ஜானு வாயத் திறவாமல் கீழே இறங்கி, பழையபடி படுக்கையில் போய் விழுந்தாள்.

கார் மரத்தடியில் வந்து நின்றது.

“டக் . . . டக் . . . டக் . . . டக்.”

வாசல் கதவைத் தட்டும் ஓசை.

“அம்பு . . . அம்பு!”

மாடிக்கதவைப் பலமாகத் தட்டும் ஓசை கேட்டது.

“ஜானு . . . ஜானு . . . ஜானு!”

ஜானு இரண்டு காதையும் பொத்திக்கொண்டு கவிழ்ந்து படுத்துக் கொண்டாள்.

“அம்பு . . . அம்பு!”

“ஜானு . . . ஜானு!”

வாசல் கதவைத் தட்டும் ஓசை.

மாடிக் கதவைத் தட்டும் ஓசை.

“அம்பூ, கதவைத் திற.”

“ஜானூ, கதவைத் திற.”

“அம்பூ . . .”

“ஜானூ . . .”

சிறிது நேரத்திற்குப் பின்னால் கார் புறப்படும் ஓசை கேட்டது.

மாலையில் வீடு கூட்ட வந்த வேலைக்காரி மாடிக் கதவைத் திறந்தாள்.

அன்று அம்புஜம் ஜானுவிடம் ஒன்றுமே பேசவில்லை. அவள் அறைக்கும் வரவில்லை.

நடுநிசியில் அயர்ந்து தூங்கிக்கொண்டிருந்த ஜானு ஏதோ சொப்பனம் கண்டு விழித்தாள்.

பக்கத்தில் இரு உருவங்கள் நிற்பது தெரிந்தது.

டாக்டரும் அம்மாவும்!

ஜானு கண்ணை மூடிக்கொண்டாள்.

"இருந்தாலும் இப்படியெல்லாம் நடக்குமென்று நான் எதிர்பார்க்கவே இல்லை டாக்டர்."

"நான் எதிர்பார்த்தேன்" என்றார் டாக்டர்.

"நீங்கள் இனிமேல் திரும்பியே வரமாட்டீர்கள் என்றுதான் நான் நினைத்தேன்."

"அப்படி நினைத்துக்கொண்டுதான் நானும் போனேன். இருந்தாலும் வந்தேன்."

"ஜானு" என்று கூப்பிட்டாள் அம்புஜம்.

ஜானு கண்களை இறுக மூடிக்கொண்டாள்.

"அம்பு, நான் ஊரை விட்டேப் போவதாகத் தீர்மானித்து விட்டேன்."

யாரோ பெருமூச்சு விடுவது கேட்டது.

"அம்பு, மாடிக்கு வா."

"வேண்டாம். குழந்தை கண் விழிக்காமல்... குழந்தை ஏன் பல்லைக் கடிக்கிறாள்?"

"காய்ச்சல் வேகம். பயப்படுவதற்கு ஒன்றுமில்லை."

சிறிது நேரம் மௌனம்.

"அம்பு, மாடிக்கு வா."

"ஐயோ வேண்டாம். குழந்தை இப்படிக் கிடக்கிற பொழுதா? எனக்கு மனதை என்னவோ செய்கிறது. உடம்பெல்லாம் பறக்கிறது."

"அம்பு, நான் நாளைக் காலை ஊரை விட்டேப் போகப் போகிறேன். இனிமேல் ஜன்மத்திலும் உன் முகத்தில் விழிக்கமாட்டேன்... வா."

"வேண்டாம்."

"வா மாடிக்கு. கெஞ்சிக்கொண்டிருக்க வேண்டுமோ உன்னிடம்? ரொம்ப உத்தமிதான், தெரியும்."

இருளில் டாக்டரின் அதிகாரக் குரலைக்கேட்டு நடுநடுங்கிப் போனாள் ஜானு.

லேசாகக் கண்ணைத் திறந்து பார்த்தாள்.

ஒரு குழந்தையை இழுத்துக்கொண்டு போவது மாதிரி அம்மாவைக் கறகறவென்று மாடிக்கு இழுத்துக்கொண்டு போகிறார் டாக்டர்.

உதட்டை ரத்தம் கசியும்படி கடித்துக்கொண்டே படுக்கையை விட்டு எழுந்திருந்தாள் ஜானு.

தள்ளாடித் தள்ளாடி, ஓசைப்படாமல் சென்று மாடிக் கதவைச் சாத்தினாள். வெளியே தாளிட்டாள்.

நேராக வெளியே வந்தாள்.

உணர்ச்சிகள் அங்கசேஷ்டைகளாக உடம்பை நெளித்தன. தனக்குத் தெரிந்த கெட்ட வார்த்தைகளால் மனத்தில் டாக்டரை திரும்பத் திரும்பத் திட்டிக்கொண்டே இருந்தாள்.

மரத்தடியில் கார் கோணியபடி நின்றுகொண்டிருந்தது.

நன்றாக வேண்டும். மருந்துப் பெட்டியைத் தூக்கிக் கிணற்றில் போட்டுவிட்டேன். பெட்டி எங்கே போயிற்று என்றே தெரியாது கருங்குரங்குக்கு.

யாராவது கருங்குரங்கைத் தூணோடு தூணாகக் கெட்டி போட்டுத் தரவேண்டும். ஒரு நாற்காலியில் ஏறி நின்றுகொண்டு ஆசைதீர முகத்தில் குத்தவேண்டும். மூக்கிலிருந்து, வாயிலிருந்து, கண்களிலிருந்து, நெற்றியிலிருந்தெல்லாம் ரத்தம் குப்குப்பென்று பாயும்.

'ஐயோ, ஐயோ!'

'ஐயோ ஐயோன்னு கத்தினா யாரு விடறா?'

குத்து, குத்து, குத்து!

'இனிமேல் இங்கே வருவாயா?'

'மாட்டேன், மாட்டேன்! ஐயோ, குத்தாதே குத்தாதே...'

தன்னுணர்வில்லாமல் கால்கள் நகர்ந்தன. கார் பக்கம் சென்றாள் ஜானு. முன் சீட்டில் ஏறி உட்கார்ந்து கொண்டாள். ஏதோ சாமான் கையில் இடறிற்று. எடுத்துப் பார்த்தாள். ஒரு வெள்ளிப் பெட்டி. ஒரு தீப்பெட்டி. இது என்னது? பெட்டியைத் திறந்ததும் வெள்ளை வெளேரென்று ஐந்தாறு கீழே சிதறிற்று. சிகரெட். மண்ணாங்கட்டி, கருங்குரங்குக்கு சிகரெட் வேறு கொள்ளை!

எதிரே, கண்ணாடியின் மேல்பக்கம், வட்டமாக டாக்டரின் படம். ஒரு சிகரெட்டைக் கொளுத்தி, படத்தின் வாயில் வைத்தாள். "இந்தா சிகரட் குடி. குடி சிகரெட்டை."

கொஞ்சம் நகர்ந்து உட்கார்ந்தபொழுது கால் ஒரு டப்பாவில் இடறியது. டப்பா கீழே சரிந்தது. பெட்ரோல் மணம்!

ஒரு குச்சியைக் கிழித்துப் பார்த்தாள். கீழே பெட்ரோல் ஒழுகி ஓடிக் கொண்டிருந்தது.

சட்டென்று மூளையில் மின்னல் பாய்ந்தது.

ஒரு குச்சியைக் கிழித்து வைத்துவிட்டால்...? குப்பென்று பற்றி எரியும். எரியட்டுமே! எரிந்து சாம்பலாகட்டும். டாக்டர் வந்து பார்ப்பார் - ஐயோ, என் கார் போச்சு! ஐயோ, ஐயோ! - வயிற்றில் அடித்துக்கொள்கிறார். அடித்துக்கொள்ளுங்கள். ஓங்கி ஓங்கி அடித்துக் கொள்ளுங்கள். கிழியட்டும் வயிறு.

ஒரு குச்சியைக் கிழித்துக் கீழே போட்டாள்.

குப்பென்று பற்றி எரிந்தது. ஒரு நிமிஷம் கண்ணே தெரியவில்லை.

"ஐயோ கால் எரிகிறதே!"

ஜானுவின் பாவாடையிலும் தீ.

ஜானு வெளியே சாடி ஓடினாள்.

விரித்துக் கவிழ்ந்த குடைமாதிரி தீ நாக்குகள் ஜானுவின் உடம்பில் ஏறிப் படர்ந்தன.

மாடிப் படியில் சென்று விழுந்தாள் ஜானு.

"ஐயோ, அம்மா!"

காரிலிருந்து நெருப்பு பக்கத்து வேனல் பந்தலுக்குத் தாவிற்று. அங்கிருந்து வீட்டிற்குள் புகுந்து புறப்பட்டது.

விடியற்காலம் வெகுநேரம் வரை மாடிக்கதவைத் தட்டும் ஓசை மட்டும் கேட்டது.

விடிவெள்ளி சமயத்தில், தீ உணவின்றி மடிந்தது.

மாமூல்படி தீ அணைக்கும் வாகனம் வந்து சாம்பல் கரைத்து விட்டுப் போயிற்று. கூடியிருந்தவர்கள் அழுதார்கள்.

அரையும் குறையுமாக எரிந்து நின்ற பங்களாவுக்குள்ளிருந்து இனங்கண்டு கொள்ள முடியாத மூன்று பிணங்களையும் கண் டெடுத்து சர்வ மரியாதையுடன் குழிதோண்டிப் புதைத்தார்கள்.

வெகுநாள் வரை அந்த பங்களாவுக்கு நாதி ஏற்படவில்லை.

சில நாட்களுக்குப் பின் சில இளைஞர்கள் சேர்ந்து அதில் ஒரு சங்கம் ஆரம்பித்தார்கள். சுவர்களின் உள்ளும் புறமும் கரி பிடித்தி ருந்தது. வெளிப்புறம் மட்டும் கரியைச் சுரண்டிவிட்டு அவசர அவசரமாக போர்டை மாட்டினார்கள் இளைஞர்கள்.

சரஸ்வதி, 1957

அடைக்கலம்

மணிமேடை ஜங்ஷனில் பாகீரதிப் பாட்டி போய்க்கொண்டிருந்தாள். மணி ஏழு அடிக்க ஆரம்பித்ததும் ஓட ஆரம்பித்து விட்டாள். பூதாகாரமான சரீரம் குலுங்கக் குலுங்க, மண்டை உருள, நாலடி பாய்ந்தாள்; இரண்டடி நடந்தாள். வாண்டுக் கூலியும் பின் தொடர்ந்து ஓடினான். 'சீன்' வேடிக்கையாகத்தான் இருந்தது. பார்த்து ரசிக்கத் தான் மகாஜனங்கள் அதிகமில்லை. மணிமேடைச் சுற்றுப்புறம் இன்னும் சுறுசுறுப்பு அடைந்தபாடில்லை. கண்விழித்தும் காலை ஆட்டிக்கொண்டு படுக்கையில் சோம்பிக் கிடப்பது போலிருந்தது.

பாட்டி ஓடிக்கொண்டிருந்தாள்.

லாலா மிட்டாய்க்கடை ஓட்டுத்திண்ணையில் கால் முட்டுகளைக் கைகளால் பிணைத்து, இடுப்பு வேஷ்டியைக் கழுத்துவரை சுற்றிக் கொண்டிருந்த கூலி, புகையேறிய பல்லைக்காட்டி இளித்தான். தெருக்கூட்டிக்கொண்டிருந்த தோட்டிச்சியும் ரசித்து மகிழ்ந்தாள். ஓரிருவர் இதைக் கவனிக்காமலே சந்தைக்குப் போய்க் கொண்டி ருந்தனர்.

திருப்பத்தில் குதிரைவண்டி வரிசை. கோச்சுப்பெட்டியில் தலை வைத்து வளையமாய்ப் படுத்துக்கொண்டிருந்த வண்டிக்காரன் தலையைத் தூக்கி, "அம்மா, துரிசமாப் போங்க, வண்டி நகர்ந்தாச்சு" என்று விஷமத்தனமாக முடுக்கியும் வைத்தான்.

குரல் எங்கிருந்து வந்தது என்பதைக்கூடப் பாட்டி கவனிக்க வில்லை. அசரீரிக்குப் பணிந்த மாதிரி மேலும் வேகமாக ஓட முயன்றாள். பழைய வேகம்தான். தலையும் ஊளைச்சதை ஆட்டமும் தான் 'ஓஹோ'வென்றிருந்தது.

திருப்பம் தாண்டியதும் தொலைவில் பஸ் நிற்பது தெரிந்தது. தன்னுணர்வின்றி வேகம் குறைந்து, நடையிலும் அசட்டு நடை போட ஆரம்பித்தாள் பாட்டி. அவளால் நடக்க முடியவில்லை. மேலும் கீழும் இரைத்தது. வேர்த்துக் கொட்டிற்று. வாயை மூட முடியவில்லை.

நின்று கொண்டிருந்த பஸ் எங்கு செல்கிறதோ, யாருக்குத் தெரியும்? ஒரு பஸ் நிற்பதைப் பார்த்த மட்டும் திருப்தி; அவ்வளவு தான்.

திருக்கணங்குடி செல்ல ஏழு மணிக்கு வண்டி உண்டென்று எண்ணிப் பாட்டி புறப்பட்டு வந்துவிடவில்லை. பஸ் எப்பொழுது போகிறது என்பதும் அவளுக்குத் தெரியாது. அவள் பாட்டுக்கு வந்து கொண்டிருந்தாள். மணி அடிக்க ஆரம்பித்ததும் அவசரம் குடிபுகுந்து விரட்டியது. ஏன் ஓடினோம் என்பது அவளுக்கே தெரியாது.

நின்று கொண்டிருந்த வண்டி நகர ஆரம்பித்தது. மீண்டும் ஓட எத்தனம் கூட்டினாள் பாட்டி.

"இந்தா அம்மா, எங்கே போகணும்?"

"திருக்கணங்குடி போணம்டா அப்பா."

"அந்த வண்டி திர்நேலி போகுது. வீணா ஏன் பாயறீங்க."

நின்றாள் பாட்டி.

கூலியுடன் கணக்குத் தீர்ப்பதற்குமுன் ஒரு ஆவர்த்தனம் சண்டை. டிரைவரும் கண்டக்டரும் ஸ்டாண்டு ஏஜெண்டும் சமரசம் செய்து வைத்தார்கள். போனால் போகட்டும் என்று, கூட அரை அணாவை வீசினாள் பாட்டி. நடுரோட்டில் நின்று தாவா செய்து கொண்டி ருப்பதற்கு வெட்கமாகத்தான் இருந்தது அவளுக்கு.

"திருக்கணங்குடிக்கு வண்டி எப்போடா அப்பா?" என்று கேட்டாள் பாட்டி.

"எட்டேகாலுக்குத்தான்" என்றார் டிரைவர்.

பாட்டி ஒரு டிக்கட் வாங்கிக்கொண்டாள்.

"ஏன் நட்ட நடுவிலே நின்னுக்கிட்டிருக்கீங்க. அன்னா அந்த ஓட்டுத் திண்ணையிலெ இருங்க."

பாட்டி சாமான்களை ஒவ்வொன்றாக ஓட்டுத் திண்ணைக்கு நகர்த்தினாள்.

செண்பகராமன்புதூர் கீரைத்தண்டு ஒரு கூடை நிறைய. அதை ஈரத்துணி போட்டு மூடிக் கட்டியிருந்தாள். ஒரு பெரிய டப்பா, அதற்கு மூடியும் பூட்டுமிருந்தது. துணி மூட்டை; புடவைகள் இரண்டு இணை சேர்ந்த பாம்புகள் மாதிரி முறுக்கிக் கொண்டு ஒன்றை ஒன்று பார்த்தபடி நின்றன. மாஜி வெள்ளை நிறம். ஒரு அரிவாள் மணை. புத்தம் புதிசு. மணைக்காம்பு மஞ்சள் மசேலென்றிருந்தது. அரிவாளைப் பழந்துணியால் சுற்றியிருப்பது சகப் பிரயாணிகளுக்குத் திருப்தி தரும் விஷயம்.

நாலு சாமான்களும் ஓட்டுத் திண்ணையில் ஏறிக்கொண்டால் பாட்டி நிற்கத்தான் வேண்டும். டப்பாவையும் கீரைக்கூடையையும் காலடியில் சேர்த்து வைத்துக்கொண்டாள். அரிவாள் மணையையும்

துணிமூட்டையையும் இருபக்கமும் வைத்து இரு கைகளாலும் செல்லமாக அணைத்தபடி திண்ணையில் அமர்ந்தாள்.

ஜங்ஷனில் நிற்பவர்களின் முதல் பார்வையில் தட்டுப்படும்படி வீற்றிருந்தாள் பாட்டி.

நுங்கு மாதிரி உருண்டை முகம். வளைந்த மேட்டு நெற்றி கண்களைப் பாதாளத்தில் தள்ளிவிட்டது. குடமிளகாய் மூக்கு. மூக்கிற்கு இரு புறமும் ஆழமான கோடுகள் தோன்றும் படி உப்பிய கன்னங்கள். காதோரங்களில் பூனை மயிர். கறுத்த உதடுகள். வெள்ளி விளிம்பு கட்டிய சிறிய மூக்குக் கண்ணாடி. காதில் மாட்டக் கம்பி இல்லாததால் நூலைக் கட்டித் தலை வழியே சுற்றிக் கொண்டி ருந்தாள். குளுகுளுவென்று ஊளைச்சதை கைகளிலும் வயிற்றிலும் மடிப்பு மடிப்பாய்த் தொங்கிற்று.

இளம் வெயில் நிழலை விரட்டிக்கொண்டிருந்தது.

ஒவ்வொரு பஸ் புறப்படுகிறபொழுதும் வயிற்றைக் கலக்கிற்று. பாட்டிக்குத் தன்னை ஏற்றிக்கொள்ளாமலே பஸ் போய் விடுமோ வென்ற பீதி. ‘கிழடு கிடக்கட்டும்’ என்று விட்டுவிட்டு போய்விடு வார்களாம். ஒருவருக்குத் தெரியாமல் ஒருவர் மாற்றி ஒருவரை விசாரித்துக் கொண்டிருந்தாள் பாட்டி.

சட்டென்று பக்கவாட்டில் திரும்பியபொழுதுதான் கவனித்தாள். ஒரு துரைச்சானி ‘டிப்டாப்’பாக நின்று கொண்டிருந்தாள். அட!

பாட்டி பார்த்துக்கொண்டிருக்கும் பொழுதே மூக்குக் கண் ணாடியைச் சட்டென்று எடுத்துக் கண்களுக்கு நேராக வைத்து வானவெளியைப் பார்த்தாள். கணப்பொழுதில் கண்ணாடிகளின் முன்னும் பின்னும் நக்கினாள். கைக்குட்டையை உருவித் துடைக்க ஆரம்பித்தாள்.

பாட்டிக்கு வயிற்றைக் குமட்டிக்கொண்டு வந்தது. அட ஜென் மமே! அருவருப்பில் முகம் நெளிந்து கோணிற்று. சீ, தரித்திரம்!

திரும்பவும் துரைச்சானி முகத்தை ஏறிட்டுப் பார்த்தாள். அழகான முகம். சிவப்பு என்றால் வெளுப்பல்ல. சிவப்பு. சுருள் சுருளாக மயிர். அடர்த்தியும் அப்படி; விரலை விட முடியாது. தலைமயிரின் வனப்பைக் கண்டதும் ஆசையாக இருந்தது பாட்டிக்கு. தாழம்பூ வைத்துப் பின்னிவிட வேண்டும் போலிருந்தது. கழுதை! குதிரைவால் மாதிரி வெட்டிவிட்டுக் கொண்டிருக்கிறதே. எப்படித்தான் மனசு வருமோ!

உம். காலம் தலைகீழாய்ப் போய்விட்டது.

காலையில் ஆறு மணிக்கு மஞ்சள் பூசிக் குளித்துவிட்டு, கொண்டையில் ஈரத்துண்டு சுற்றியபடி எச்சுமி, துளசிமாடத்தில் மண்டியிட்டு உட்கார்ந்திருப்பதைப் பார்த்தால் கை தானாகக் குவிந்து விடுமே! வைத்த கண்ணை வாங்கமுடியாது. பெற்ற குழந் தையைத் தாயே திருஷ்டி போடுவதா என்று மனதைக் கலைத்துக் கொள்வாள் பாட்டி.

வருந்தி வருந்தி அழைத்தாள். கடிதத்திற்கு மேல் கடிதம் எழுதினாள். சரி, போய்ப் பார்த்துவிட்டுத்தான் வரலாமே என்று துணை வாய்த்த சமயம் டில்லிக்குக் கிளம்பினாள் பாட்டி. போதும், பார்த்த அழகு.

ஸ்டேஷனுக்கு மாப்பிள்ளையும் குழந்தைகளும் வந்திருந்தார்கள். மாப்பிள்ளை உதட்டில் சிகரெட் தொங்க இடது கையைத் தூக்கி வரவேற்றான் மாமியாரை. பதினாலு வயதான லில்லி, ஒரு கவுனைப் போட்டுக்கொண்டு, கழுத்தில் மப்ளரைச் சுற்றிக்கொண்டு பாட்டியைப் பார்த்துப் பல்லைக் காட்டிற்று.

ஆசையோடுதான் டில்லிக்குச் சென்றாள் பாட்டி. மாப்பிள்ளை ரயில்வே ஸ்டேஷன் 'கான்டீன்' மானேஜர். காசிக்கு வேறு அழைத்துச் செல்வதாகச் சொல்லியிருந்தான். சல்லிக் காசு செலவில்லை. தரிசனத்திற்குக் கொடுத்து வைத்திருக்க வேண்டும். லேசாகக் கிட்டக் கூடியதா?

இருந்தும் இரண்டு வாரத்தில் புறப்பட்டுவிட்டாள் பாட்டி.

"காசிக்கும் போக வேண்டாம், கருமமும் தீர வேண்டாம். நல்ல துணையாய்ப் பாத்து என்னை ஊருக்கு அனுப்பிச்சுடு."

"என்ன, டில்லி ஸிட்டி லைஃப் பிடிக்கலையோ?" என்று கேட்டான் மாப்பிள்ளை.

பிடிக்கவில்லைதான். பிடிக்கவில்லை என்று முகத்தில் அறைந்தாற்போல் சொல்ல முடியுமோ? டில்லி பிடிக்கவில்லையோ? கேள்வியைப் பார். டில்லி என்ன செய்யும்? பட்டை பட்டையாய் விபூதியிட்டுக்கொண்டு பஞ்சகச்சமும் கட்டிக்கொண்டு நிற்குமா? மனுஷாள் விதரணை கெட்டுப்போய்விட்டால் ஊர் என்ன செய்யும்?

யாரைக் குறை சொல்ல? பெற்றதில் குற்றமில்லை, வளர்த்ததில் குற்றமில்லை. ஆசார சீலங்கள் சொல்லித் தராத குற்றமில்லை. அதிகாலையில் எழுந்திருந்து அகத்துக்காரியம் பூராவும் ஓடியாடிப் பார்த்துக் கொண்டிருந்தவள்தானே? இப்பொழுது பெண்களும் புருஷாளும் ஏகமாகக் கூடத்தில் படுத்துக்கொண்டு 'ஆ ஊ' என்று கொட்டாவி விட்டுப் புரண்டுபுரண்டு எழுந்திருப்பதற்கு மணி எட்டாகிறதே! படுக்கை சுருட்டி வைக்கிற வழக்கமே மறந்துபோய் விட்டது. எழுந்ததும் சின்னதிலிருந்து பெரிசுவரை நேராக அடுக்களைக்கு வந்துதான் கண்ணைத் திறக்கிறார்கள். சூடா காபி, ஸ்ட்ராங் காப்பி... சூடா காப்பி, ஸ்ட்ராங் காப்பி... பல்லும் தேய்க்கவேண்டாம் கில்லும் தேய்க்க வேண்டாம். பயித்தியமா அவர்களுக்கு பல் தேய்க்க?

"டேய், உன்னிடம் எத்தனை தடவை சொல்லியாச்சு நகத்தைக் கடிக்காதேன்னு?"

"ஷட் அப்!"

உழக்குமாதிரி ஒரு பிள்ளை. பெயர் ரோமியோ. அது பேசுகிற பேச்சு இது. ஒன்று சொன்னால் உடனே 'ஷட் அப்!' ஷட் அப்போ கிட் அப்போ!

"அடியே லில்லி, இந்தத் தாவணியைப் போட்டுக் கொண்டு வெளியே போடி. அடியே, உனக்கு இந்த ஆவணிக்குப் பதினாலு வயசு ஓடியாச்சு."

"போ பாட்டி, உனக்கு ஒண்ணும் தெரியாது. இங்கு எல்லாரும் சிரிப்பா. அம்மாமி வந்துட்டான்னு கேலி பண்ணுவா."

ஆமாம், சிரிக்கமாட்டார்களா பின்னே? மிராட்டிச்சி மாதிரித் திரிந்தால்தான் ஜாதியிலே சேர்த்தி. சமத்துக் குடம்!

குழந்தைகளைப் போய்ச் சொல்வானேன்! தாய் எட்டடி பாய்ந்தால் குட்டி பதினாறு அடி பாயும்.

எச்சுமி போட்டுக் கொள்கிற ஜம்பரும் புடவையும் பார்க்கச் சகிக்காது. சீச்சீ!

ஒருநாள் விடியக் கருக்கில் வாசல் திண்ணையில் உட்கார்ந்து கொண்டிருந்தாள் பாட்டி.

சாமான்காரன் ஒருவன் திண்ணையில் கூடையை இறக்கினான்.

"என்னதுடாப்பா?"

விளங்காத பாஷையில் ஏதோ சொன்னான் அவன். பாட்டி கையை விரித்தாள். கூடைக்காரன் துணியை விலக்கிக் காட்டினான்.

கோழி முட்டை!

அப்படியே கண்ணைப் பொத்திக்கொண்டு உள்ளே வந்துவிட்டாள் பாட்டி. பின்னால் ஒருநாள் பெண் ஜாடைமாடையாகச் சொன்னாள். அவருக்கு அது தான் காலை ஆகாரமாம். அது இல்லாமல் முடியாதாம். குளிருக்கு அதுதான் ஏற்றதாம்.

ஆமாம். அம்பாசமுத்திரம் விஸ்வநாத கனபாடிகளின் சீமந்த புத்திரனுக்கு கோழிமுட்டை இல்லாமல் தீராதுதான். ஐயோ உலகமே!

ஒன்றும் சொல்ல வேண்டாம். நாமே நம்முடைய குழந்தைகளை இளப்பமாக நினைக்கக்கூடாது. குறைவாகப் பேசக்கூடாது. இருந்தாலும் இப்படிக் கண்டதுமில்லை, கேட்டதுமில்லை.

புகை நாற்றம் மூக்கைத் துளைத்தது. திரும்பிப் பார்த்தாள். துரைச்சானி புகை உறிஞ்சிவிட்டுக் கொண்டிருந்தாள். இதுவேறா இந்த லட்சணத்திற்கு!

இருந்தாலும் இத்தனை ஆண் பிள்ளைகளுக்கு மத்தியில் நட்ட நடுவில் நின்று கொண்டு பீடி குடிக்கக் குறைவாக இராதோ ஒரு பெண்ணுக்கு! எந்தத் தேசத்து வழக்கமோ?

சிறிது நேரத்திற்குப்பின்தான் பாட்டி துரைச்சானி பக்கம் திரும்பினாள். பக்கவாட்டில் எதிர்ப்புறம் நோக்கி கொண்டிருந்தவள் இப்போது பாட்டியை நோக்கி நின்று கொண்டிருந்தாள். அப்பொழுது தான் பாட்டி கவனித்தாள். துரைச்சானிக்கு நிறை மாதம்.

ஐயோ பாவம்!

எதற்கு இந்தச் சமயம் பார்த்துப் பயணம் போகிறாள்? என்ன அவசரமோ? அவசரமாகத்தான் இருக்கட்டுமே! இந்த மாதிரி

வேளையில் புறப்படுவாளோ ஒருத்தி? சிறிசு. இதுக்குத் தெரியாது; இதுபாட்டுக்குப் புறப்பட்டு வந்திருக்கிறது. பெரியவர்கள் இருந்தால் படிதாண்ட விடமாட்டார்கள். அவளும் என்னைப் போல ஒரு அனாதை போலிருக்கிறது.

கிளம்பினாளே, கூட வேண்டிய மனுஷாளை அழைத்துக் கொள்ளக்கூடாதோ? கட்டியவன் ஒருவன் இருக்கத்தானே இருக் கணும்? இல்லாவிட்டாலும் குழந்தைகள் இராதா? அக்கா, தங்கை, நாத்தனார், மாமியார் என்று யாராவது இருக்கத்தானே இருப்பார்கள்.

ஆயிரம் இருக்கட்டும், வேளை கெட்ட வேளையில் புறப்பட்டு வரக்கூடாது. ஒருநாள் மாதிரி ஒருநாள் இராது. உசிர் உலகத்தைப் பார்க்கணும் என்று புறப்பட்டுவிட்டால் யாரால் நிறுத்திவைக்க முடியும்? பஸ்ஸில் வைத்துத் தலையைக் காலை வலித்தால் சிரிப் பாய்ச் சிரித்துப் போகுமே. அடி அசடே!

உம், அவர்களுக்குத் தெரியாததா? நாலு எழுத்து வாசிக்கிற ஜாதிதானே. நமக்குத்தான் மனசு அடித்துக்கொள்கிறது.

மீண்டும் துரைச்சானியைக் கூர்ந்து கவனித்தாள் பாட்டி.

அவள் நின்றுகொண்டிருந்த இடத்தில் வெயிலேறி விட்டது. வேர்வை கழுத்தில் விழுந்தது. முகம் மேலும் குங்குமம் போல் சிவந்தது. அடிக்கடி கைக்குட்டையால் முகத்தை ஒத்திய வண்ணமி ருந்தாள்.

கால் மாற்றி நின்றாள் துரைச்சானி. முழங்காலில் பச்சை நரம்புகள் புடைத்துக் கொண்டிருப்பதைப் பார்த்தாள் பாட்டி.

பாட்டி தன்னையறியாமல் சூள் கொட்டினாள்.

கண்கொட்டாமல் துரைச்சானி முகத்தைப் பார்த்தாள் பாட்டி. ஒற்றை நாடி சரீரம். உடம்பில் ரத்தம் என்பதே இல்லை. இந்த மாதிரி கேஸுகளுக்குக் கொஞ்சம் சிரமப்படத்தான் செய்யும். சண்டி வலி ஜாதி இது. வயிறு கீழிறங்கித் தள்ளிவிட்டது. கழுத்து நரம்புகள் எழும்பி நின்றன. குரல்வளைக்குக்கீழ் பள்ளம்.

எப்படியும் இருந்துவிட்டுப் போகட்டும். நல்லபடியா ஒரு தோஷ மும் இல்லாமல் இரண்டு பாத்திரம் ஆக்கிவிடு, பகவானே! தாயையும் குழந்தையையும் பிரிச்சு விட்டுவிடு - அது போதும். அப்புறம் மனுஷா பாடு.

என்ன நினைத்துக் கொண்டாளோ பாட்டி, ஓட்டுத் திண்ணை யிலிருந்து சறுக்கிக் கீழே இறங்கினாள். அரிவாள்மணையையும் துணி மூட்டையையும் தூக்கிக் கீழே வைத்தாள்.

“அடியே!” என்று கூப்பிட்டாள் துரைச்சானியை.

துரைச்சானி வேறு யாரையோ கூப்பிடுகிறாள் என்ற பாவனையில் பாட்டியைப் பார்த்தாள்.

“அடியே, உன்னைத்தாண்டி! நானும் ஒரு நாழியாப் பாத்துண் டிருக்கேன். நட்டுவச்ச மரம் கணக்கா நிக்கிறியே! ஒரு ஜீவன்

வயத்திலே தொங்கறது என்கிற நெனப்பில்லையோ? இதோப் பாரு! சமத்தா இப்படி உட்காரு" என்று திண்ணையைச் சுட்டிக் காட்டினாள்.

பாட்டி திண்ணையில் ஒட்டிகொண்டிருந்தாள். அவளை இடித்த படி உட்கார்ந்தாள் துரைச்சானி.

சரஸ்வதி, 1958

செங்கமலமும் ஒரு சோப்பும்

உலகமெங்கும் வியாதிக் கிருமிகள் மயம். இலேசாகச் சொல்லி விடலாம். நாலைந்து ஆண்டுகள் இதைப் பற்றி ஆராய்ச்சி செய்து பட்டம் பெற்ற செங்கமலத்திற்கு அல்லவா அதன் பயங்கர விளை யாட்டுகள் தெரியும். வியாதிக் கிருமிகளைப் பூதக்கண்ணாடி வழி சோதனை செய்து, எண்ணிக் கணக்கிடுவது அவள் வேலை.

ரோகாணுக்களின் சம்காரத் திருவிளையாடல்களைப் பற்றி எத்தனை தடவை கௌரிக்குட்டியிடம் சொன்னாலும் அலுக்காது செங்கமலத்திற்கு. அரைமணி நேரம் மூச்சு விடாமல் சொற்பொழிவு ஆற்றிவிட்டுக் கேள்விகள் தொடுப்பாள்.

"இன்று துடைப்பக்கட்டையை லோஷன் விட்டுக் கழுவினாயோ?"

"ம்."

"கொல்லையில் மாமரத்தடியில் பத்து அவுன்ஸ் தண்ணீர் தேங்கி நிற்கிறது. இந்த உலகம் அழிய அதுவே அதிகம்."

"கவனிக்கிறேன்."

"இன்று காலையில் குளித்தாயோ?"

"ஆமாம்."

"மருந்து சோப்புத் தேய்த்துத்தானே?"

"ஆமாம்."

வாசலில் கார் வந்து நின்றது. செங்கமலம் கிளம்பி விட்டாள், பூதக்கண்ணாடி வழி அணுவை எண்ணிக் கணக்கிட.

கௌரிக்குட்டி வேலைக்கு வந்து ஐந்தாறு மாதங்கள் தானாகிறது. வேலைக்காரி என்று வந்தவள். இப்பொழுது தோழி என்ற பதவி உயர்வு பெற்றுவிட்டாள்.

வேலைக்கு வந்த முதல்நாள் நடந்த கூத்தையெல்லாம் தனிமையில் உட்கார்ந்திருக்கிறபொழுது எண்ணிப் பார்த்துச் சிரிப்பாள் கௌரிக் குட்டி.

முதல்நாள் வந்து நின்றதும் இன்டர்வியூ ஆரம்பமாகி விட்டது.

செங்கமலம் : உலகமெங்கும் வியாதி அணுக்கள் நிறைந்திருக்கிறது என்பது தெரியுமா?

கௌரிக்குட்டி : தெரியாது.

செங்கமலம் : தெரிந்து கொள். உலகமெங்கும் ரோகாணுக்கள் மயம். நீ எந்த நிமிஷமும் இறந்து போகலாம். நானும் அப்படியே.

கௌரிக்குட்டி கண்ணை உருட்டி உருட்டி விழித்தாள். பேட்டி தொடர்ந்து நடைபெற்றது.

செங்கமலம் : தேவலோகத்தில் முப்பத்திமூன்று கோடி தேவர்கள் இருக்கிறார்களாம். பூலோகத்தில் அதே அளவு அணுக்கள் உனது உள்ளங்கையில் இருக்கின்றன. மிகவும் கவனமாக இருக்க வேண்டும்.

தொடர்ந்து, கௌரிக்குட்டியின் அன்றாட அலுவல்கள் பற்றியும் சில சொன்னாள் செங்கமலம்:

சுடு தண்ணீரில் மருந்து சோப்புத் தேய்த்துக் குளிக்க வேண்டும். சாப்பாட்டு இலைகளை மூன்றரை வினாடி கிருமிநாசினியில் ஊற வைக்க வேண்டும். ஐந்து தடவை பல் விளக்க வேண்டும். வாய்க்குள் ளிருக்கும் கிருமிகள் இரண்டு லக்ஷம் யானைகளை விழத் தட்டு வதற்குப் போதுமானதாகும்.

மறுநாள் இரவு அன்றைய அலுவல் மிகுதியால் கண்ணெரிச்ச லோடு வீட்டுக்கு வந்த செங்கமலம் கௌரிக்குட்டியை அழைத்தாள். அவள் வந்தாள்.

"குனிந்து நின்று கொள்."

நின்றாள்.

முதுகில் கிடந்த பின்னலைக் கீழே தள்ளி, தலைமயிரை அளைந்து பார்த்தாள் செங்கமலம்.

செங்கமலம் : இன்றோடு நின்றுகொள். கணக்குத் தீர்த்துச் சம்பளம் தந்துவிடுகிறேன்.

கௌரிக்குட்டி : என்ன விஷயம்?

செங்கமலம் : தலையில் பேன் இருக்கிறது.

கௌரிக்குட்டியின் கண்களில் நீர் நிறைந்து விட்டது. இதைப் பார்த்ததும் மனமிரங்கி விட்டது செங்கமலத்திற்கு.

செங்கமலம் : சரி, இரண்டு நாள் அவகாசம் தருகிறேன். ஒழித்துக் கட்டி விட வேண்டும்.

கௌரிக்குட்டி : ஒழித்துக்கட்டுவேன். உறுதி.

இதெல்லாம் பழைய கதை. பின்னால் கௌரிக்குட்டியும் எவ்வ ளவோ மாறிப்போய் விட்டாள். பூதக்கண்ணாடி இல்லாமலே எங்கும் அணுக்கள் நிறைந்திருப்பது அவள் கண்களுக்கும் தெரிந்தது.

சென்னையும் செங்கமலமும் சேர்ந்து ரொம்பவும் மாற்றிவிட்டார் கள் கௌரிக்குட்டியை. பழைய பட்டிக்காட்டுப் பெண்ணா அவள்!

மாமூல் உடையைக் கழற்றி எறிந்து விட்டு வாயில் ஸாரி கட்டிக் கொண்டாள். வெளியே கிளம்பினால் கையில் பை சுழலும். குடையைச் சுழற்றிக் கொண்டே ஒயிலாய் நடந்தாள். இருமுகிற பொழுது விரல்களைச் சுருட்டி வாய் அருகே வைத்துக் கொள்ளும் அழகு அற்புதமாக இருக்கும். இங்கிலிஷ் கூடத் தெரிந்து கொண்டாள். யாராவது அழைப்பிதழ்கள் கொண்டு கொடுத்தால் 'எக்ஸ்க்யூஸ்மீ' என்பாள். பஸ்ஸில் பிரயாணிகள் காலை மிதித்துவிட்டால் 'தாங்க்யூ' என்பாள். தோள் குலுங்க வாய்விட்டுச் சிரிப்பாள். செங்கமலத்தோடு வைத்தியர்கள் சங்க விருந்துக்குச் சென்றால் சகல பண்டங்களையும் எச்சில் ஆக்கி விட்டு அப்படி அப்படியே வைத்துவிட்டு வரவும் தெரிந்து கொண்டாள். நவநாகரிக யுவதி ஆனாள் கௌரிக்குட்டி. செங்கமலம் அவளைத் தோழியாக ஏற்றுக்கொண்டுவிட்டாள்.

கௌரிக்குட்டியும் செங்கமலமும் ஒரே உயிர் என்றாகிவிட்டார்கள். இரவில் இருவரும் சிரித்துச் சிரித்துக் கும்மாளம் போடுவார்கள். முதல் நாள் பார்த்த சினிமாவில் வந்த ஹாஸ்ய நடிகர் போல் நடித்துக் காட்டி, தமிழ் வசனங்களை மலையாளக் கொச்சையுடன் பேசிக் காட்டுவாள் கௌரிக்குட்டி. செங்கமலம் சிரிப்பாய்ச் சிரித்து, வயிற்றைப் பிடித்துக் கொண்டே 'போதும்டீ போதும்' என்று குழறியடித்துக்கொண்டு கௌரிக்குட்டியின் வாயைப் பொத்துவாள்.

எனினும், நீண்ட நாட்களாகவே செங்கமலத்திற்கு ஒரு சந்தேகம். கௌரிக்குட்டி தினமும் மருந்து சோப்புத் தேய்த்துக் குளிக்கிறாளோ? அல்லது கள்ளப் பாடம் போடுகிறாளோ? இந்தச் சந்தேகத்தை எப்படித் தீர்ப்பது? யோசித்துப் பார்க்க வேண்டியதுதான்.

ஆனால் ஒரு சிக்கல். காலையில் எட்டு மணிக்குத்தான் கண் விழிப்பாள் செங்கமலம். இருபத்தேழு ஆண்டுகளாக இந்தப் பழக்கம். அதிகாலையில் கௌரிக்குட்டி மருந்து சோப்புத் தேய்த்துக் குளிக் கிறாளா என்பதை எப்படித்தான் தெரிந்து கொள்வது?

செங்கமலம் நல்ல மூளைக்காரி. யோசித்தாள். வழி பிறந்தது. சொடக்கு விட்டு, தனக்கே 'சபாஷ்' போட்டுக்கொண்டாள்.

வீட்டில் கௌரிக்குட்டிக்குத் தனி அறை. அதில் சுவர் அலமாரி. சுவர் அலமாரிக்குள் மருந்து சோப், மருந்து எண்ணெய், கிருமி நாசினி முதலியன.

அன்று இரவு நடுநிசிவரை கண் விழித்திருந்தாள் செங்கமலம். மணி ஒன்றடித்தது. அறை விளக்கை அணைத்தாள். டார்ச் விளக்கை எடுத்துக்கொண்டு கால் அரவமின்றி கௌரிக்குட்டியின் அறைக்குள் வந்தாள். நெஞ்சு படபடவென்றடித்தது. அன்னிய வீட்டில் திருடச் செல்வதுபோல் பீதி.

கௌரிக்குட்டி ஆனந்த நித்திரையில் லயித்திருந்தாள். அவள் அருகே குனிந்து டார்ச் ஒளியைத் தரையை நோக்கி அடித்தாள். கழுத்து மாலையில் சாவி தெரிந்தது. மெதுவாகச் சாவியைக் கழற்றினாள். பதட்டத்தில் கை ஆடி மோவாயில் இடித்தது. கௌரிக்

குட்டி உடம்பை உசுப்பினாள். சமயோஜித புத்தி கைலாகு கொடுத்தது. அருகிலிருந்த விசிறியால் வீசினாள் செங்கமலம்.

கௌரிக்குட்டியின் அலமாரியைத் திறந்து ஒரே நிமிஷத்தில் சிவப்பு மருந்து சோப்பை மடியில் கட்டிக் கொண்டாள். அடுத்த நிமிஷத்திற்குள் பழையபடி சாவி கௌரிக்குட்டியின் மாலையில் தொங்கிற்று.

இப்பொழுது தைரியம் பிறந்தது. குறும்பும் கூடவே பிறந்தது.

அறைக்கதவை திறந்து வைத்துக்கொண்டு, வாசலைப் பார்த்தபடியே கையை நீட்டி கௌரிக்குட்டியின் பாதத்தில் ஒரு குத்து விட்டுவிட்டு ஒரே ஓட்டமாய்த் தன் அறைக்குள் வந்தாள். மருந்துச் சோப்பைத் தனது அலமாரியில் வைத்துப் பூட்டினாள். படுக்கையில் விழுந்து கண் அயர்ந்தாள்.

காலை எழுந்ததும் முதல்நாள் இரவு நடந்த நாடகம்தான் ஞாபகத்திற்கு வந்தது. சிரித்துக்கொண்டாள். 'கௌரிக்குட்டி பரட்டைத் தலையோடு பாத்ரூம் வாசலில் உட்கார்ந்து கொண்டிருக்கும். பார்ப்போமே?'

பின்கட்டுக்கு வந்தபொழுது, தலையில் உளுந்து வடைக்கட்டுப் போட்டுக்கொண்டு திவ்ய அலங்காரத்தோடு அமர்ந்து சினிமாப் பத்திரிகையைப் புரட்டிக் கொண்டிருந்தாள் கௌரிக்குட்டி.

கோபம் பீறிட்டுக்கொண்டு வந்தது செங்கமலத்துக்கு.

"கௌரிக்குட்டி, இன்று நீ குளித்தாயா?"

"ஓ, குளித்தேனே!"

"சோப்புத் தேய்த்தா?"

"ஆமாம்."

என்ன நெஞ்சழுத்தம்! அடிப்பாவி, பச்சைப் புளுகு புளுகுறாயே! நாக்கு அழுகிப் போகாதா?

சட்டென்று ஒரு குயுக்தி பிறந்தது செங்கமலத்திற்கு. மௌனம் சாதிப்போம். இப்படியே எத்தனை நாட்கள்தான் மருந்து சோப் தேய்த்துக் குளிப்பாளாம்?

மறுநாள் காலை எட்டு மணி.

செங்கமலம் கண் விழித்ததும் முதல் கேள்வி:

"கௌரிக்குட்டி, இன்றும் குளித்தாய் அல்லவா?"

"ஆஹா, குளித்தேன்."

"சோப்புத் தேய்த்தா?"

"ஆமாம். ஆமாம்."

"பேஷ். அருமையான திமிர்! இரு, இரு. உன்னை ஒரு கை பார்க்கிறேன்.

மறுநாளும் அதே கேள்வி. அதே பதில்.

செங்கமலத்தின் கண்கள் கோவைப் பழங்களாயின.

"ஏ, கழுதை! இங்கே வா. இன்று நீ சோப்புத் தேய்த்துக் குளித்தாயா?"

"குளித்தேன்."

"சரி, சோப்பைக் காட்டு பார்க்கலாம்" என்று சவால் விட்டாள் செங்கமலம்.

கௌரிக்குட்டி தனது அறையை நோக்கி விரைந்தாள். அவள் முதுகிற்குப் பின்னால் அழகு காட்டிச் சென்றாள் செங்கமலம். 'பேஸ்து' அடிக்கப்போகிறது கழுதைக்கு!.

கௌரிக்குட்டி பட்டென்று அலமாரியைத் திறந்து, 'லபக்'கென்று சிவப்பு சோப்பை எடுத்துக் காட்டினாள். செங்கமலத்தின் முகம் வெளிறிற்று.

"என்னம்மா இது? என்ன விஷயம்?"

"என் அலமாரியில் நான் எடுத்து வைத்திருந்த சோப் பழையபடி உன் அலமாரிக்குள் எப்படி வந்தது?"

"நான்தான் எடுத்தேன். திடீரென்று சோப்பைக் காணவில்லை. கைதவறி வைத்துவிட்டோமோ என்று தேடிப் பார்த்தேன்; காணோம். கடைசியில் உங்கள் அலமாரியில் கண்டெடுத்தேன்."

"என் அலமாரியை நான் பூட்டியல்லவா வைத்திருந்தேன்?"

"விடியற்காலை வேளையில் எழுப்ப வேண்டாமென்று உங்களுக்குத் தெரியாமலே, மாலையிலிருந்து சாவியை கழற்றி எடுத்துக் கொண்டேன்."

செங்கமலம் 'கொல்'லென்று சிரித்தாள். கௌரிக்குட்டியும் சேர்ந்து சிரித்துவைத்தாள்.

"உன்னை வீணாகச் சந்தேகப்பட்டு எரிந்து விழுந்துவிட்டேன். மனதில் போட்டுக்கொள்ளாதே. வா கேரம் விளையாடுவோம்."

கௌரிக்குட்டியின் இரு கரங்களையும் பற்றி இழுத்துக்கொண்டு போனாள் செங்கமலம்.

இருவரும் கேரம் ஆட உட்கார்ந்தனர். அப்பொழுது கௌரிக்குட்டி மெதுவாகக் கேட்டாள்:

"நான் ஒன்று கேட்டால் கோபித்துக்கொள்ளக் கூடாது. நீங்கள் இரண்டு மூன்று நாட்களாகவே குளிப்பதில்லையோ?"

சட்டென்று பதில் சொன்னாள் செங்கமலம் :

"குளிக்கிறேனே. நானா குளிக்காமலிருப்பேன்?"

"சோப்புத் தேய்த்தா?"

"அதில் என்ன சந்தேகம்?"

"சோப்பைக் காட்டுங்கள் பார்க்கலாம்."

செங்கமலம் தனது அறையை நோக்கி ஓடினாள். சிரித்துக் கொண்டே பின்னால் சென்றாள் குட்டி.

செங்கமலம் அலமாரியைத் திறந்து மேலும் கீழும் பார்த்தாள். அவளுடைய சோப்பைக் காணவில்லை!

"சோப்பைக் காணவில்லையே!"

"என் கையில் அல்லவா இருக்கிறது. அன்று என் சோப்பைத் தேட உங்கள் அலமாரியைத் திறந்தேன் அல்லவா? அப்பொழுது உங்கள் சோப்பை எடுத்து முகர்ந்து பார்த்தேன். பிரமாதமாக இருந்தது. சரி, இதைத் தேய்த்துதான் குளித்துப் பார்ப்போமே என்று எடுத்து வைத்துக்கொண்டேன். உங்கள் சோப்புத் தேய்த்துதான் இரண்டு நாட்களாகக் குளித்துக் கொண்டிருக்கிறேன். ஆஹா, என்ன மணம்!"

தனது உள்ளங்கையை முகர்ந்து பார்த்துக்கொண்டாள் கௌரிக் குட்டி.

செங்கமலம் மெதுவாக அறையைவிட்டு நழுவினாள். அவள் பின்னாலேயே வந்து பிடித்துக்கொண்டாள் கௌரிக்குட்டி.

"ஆமாம், இரண்டு நாட்களாக நீங்கள் எப்படி குளித்தீர்களாம்?"

முகம் சிவந்தது செங்கமலத்திற்கு. தொண்டை இடறிற்று. கூரையைப் பார்த்துக்கொண்டே சொன்னாள் அவள்:

"நீ குளிக்கிறாயோ என்று சோதித்துப் பார்த்துக் கொண்டிருந்ததில் நான் குளிக்க மறந்துபோய்விட்டேன்."

சொல்லி முடித்ததும் கண்களில் ஈரம் கசிந்துவிட்டது.

கௌரிக்குட்டி செங்கமலத்தின் வலதுகையை தனது கரங்களால் பிடித்துக்கொண்டு சொன்னாள் :

"என்னம்மா இது! இதெல்லாம் பெரிய விஷயமா? இரண்டு நாட்கள் குளிக்காமல் இருப்பதற்குக்கூட நமக்கு சுதந்திரம் கிடையாதா? அணுக்கள் அண்டாமலே எத்தனையோ வியாதிகள் உண்டு நமக்கு. வாருங்கள், சந்தோஷமாகக் கேரம் விளையாடுவோம்."

அடுத்த சில வினாடிகளில் இரண்டு பேர்களும் காய்களைக் குழிக்குள் தள்ளிக்கொண்டிருந்தனர்.

சரஸ்வதி, 1958

பிரசாதம்

ஏழுபத்திமூன்று நாற்பத்தியேழு சுற்றிச் சுற்றி வந்தான். அன்றிரவுக்குள் அவன் ஐந்து ரூபாய் சம்பாதித்தாக வேண்டும். அப்பொழுதுதான் தலைநிமிர்ந்து வீட்டை நோக்கிச் செல்ல முடியும். பொன்னம்மையின் முகத்தை ஏறிட்டுப் பார்க்க முடியும். அவள் சிரிப்பதைப் பார்க்க முடியும். எல்லாவற்றிற்கும் மேலாகக் குழந்தையின் பிறந்தநாளைக் கொண்டாட முடியும்.

ஜங்ஷனுக்கு வந்தான். ஜங்ஷனிலிருந்து புறப்பட்டு வளைய வளையச் சுற்றிவிட்டு வந்தான். அதே ஜங்ஷன்தான்.

மெயின் ரஸ்தா ஓரத்தில் ஒரு புருஷனும் மனைவியும் ரஸ்தாவைத் தாண்டுவதற்குப் பத்து நிமிஷமாக இரண்டு பக்கமும் மாறிமாறிப் பார்த்துக்கொண்டு நின்றார்கள். அவள் ஒக்கலில் ஒரு குழந்தை. கோயிலுக்குப் போய்விட்டு வருகிறார்கள் என்பது தெளிவாகத் தெரிந்தது.

'இப்படித்தான் நானும் அவளும் நாளை கோயிலுக்குப் போய் வரவேண்டுமென்று நினைக்கிறாள் அவள்' என்று எண்ணினான் அவன். குழந்தையின் பிறந்தநாளை எவ்வளவு கோலாகலமாகக் கொண்டாட ஆசைப்படுகிறாள் அவள்! அன்று மாலை பொன்னம்மை சொன்ன ஒவ்வொரு சொல்லும் அவன் ஞாபகத்திற்கு வந்தது. அவளுடைய ஆசையே விசித்திரமானதுதான். தெருவழியாகக் குழந்தையைத் தூக்கிக்கொண்டு நடந்து போகிற காட்சியை அவள் வியாக்கியானம் செய்ததை அவன் எண்ணிப் பார்த்துக்கொண்டான்.

'நாளை விடியக் கருக்கலில் எழுந்திருக்க வேண்டும். சுடு தண்ணீரில் குழந்தையைக் குளிப்பாட்ட வேண்டும். பட்டுச்சட்டை போட்டு, கலர்நூல் வைத்துப் பின்ன வேண்டும். அந்தப் பின்னலில் ஒரு ரோஜா - ஒன்றே ஒன்று - அதற்குத் தனி அழகு. நாம் இருவரும் குழந்தையைக் கோயிலுக்கு எடுத்துச்செல்கிறபொழுது தெருவில் சாணி தெளிக்கும் பெண்கள், கோலம் இழைக்கும் பெண்கள் எல்லோரும் தலைதூக்கித் தலைத்தூக்கிப் பார்க்க வேண்டும். அவர்கள் தலைதூக்கிப் பார்ப்பதை நான் பார்க்க வேண்டும். நான்

பார்த்து, உங்களைப் பார்க்க வேண்டும். நீங்கள் எல்லோரும் பார்ப்பதைப் பார்க்கவேண்டும். பார்த்துவிட்டு என்னைப் பார்க்க வேண்டும்.'

எழுபத்திமூன்று நாற்பத்தியேழு ஒரு நிமிஷம் தான் நிற்கும் இடத்தை மறந்து சிரித்தான். சட்டென்று வாயை மூடிக்கொண்டான். தம்பதிகள் ரஸ்தாவைத் தாண்டிப் போய்விட்டார்கள்.

ஆனால் பொன்னம்மை போட்ட திட்டமெல்லாம் நிறைவேறுவதற்கு இன்னும் ஐந்து ரூபாய் வேண்டும். ஐம்பது ரூபாய் செலவாகும். ஆனால் பொன்னம்மை அவனிடம் ஐந்து ரூபாய்தான் கேட்டாள். துணிமணி கடனாக வாங்கிக் கொண்டு வந்துவிட்டாள். அதை இரவோடு இரவாகத் தைக்கவும் கொடுத்து விட்டாள். சீட்டுப் பணம் பிடித்து குழந்தைக்கு மாலை வாங்கி விட்டாள். பால் விற்று அதையும் அடைத்து விடுவாள். பிறந்தநாளை ஒட்டிய சில்லறைச் செலவுக்காகத்தான் அவள் பணம் கேட்டாள். ஐந்து ரூபாய்க் காசு. வீட்டில் காலணா கிடையாது. காலணா என்றால் காலணா கிடையாது. அன்று தேதி இருபத்தைந்து.

கைத்தடியைப் பூட்சில் தட்டிக்கொண்டே நின்றான் எழுபத்தி மூன்று நாற்பத்தியேழு. அவனைப் பார்ப்பதற்கு வேடிக்கையாக இருந்தது. ஒரு தடவை பார்த்தவர்கள் அவன் முகத்தை மறக்க முடியாது. முகத்தில் ஆறாத அம்மைத் தழும்பு. அடர்த்தியான புருவம். மண்டி வளர்ந்து இரு புருவமும் ஒன்றாக இணைந்து விட்டது. காது விளிம்பில் ரோமம். மூக்கிற்குக் கீழ் கருவண்டு உட்கார்ந்திருப்பதைபோல் பொடி மீசை.

அவன் பார்வை தாழ்ந்து பறக்கும் பருந்தின் நிழல் மாதிரி ஓடிற்று. நீளமாக ஓடிற்று. வட்டம் போட்டது. குறுக்கும் மறுக்கும் பாய்ந்தது.

'ஒன்றும்' அகப்படவில்லை.

கழுத்தில் வேர்வை வழிந்தது. முகத்தில் சோர்வு. அங்கமெல்லாம் அசதி.

சர்வீஸில் புகுந்த பின்பு இன்றுபோல ஒருநாளும் விடிந்ததில்லை. யார் முகத்தில் விழித்தோமென்று யோசித்தான். கண் விழித்ததும் எதிரே சுவர்க் கண்ணாடியில் தன் முகம் தெரிந்தது ஞாபகத்திற்கு வந்தது. சிரித்துக்கொண்டான்.

பகற்காட்சி சினிமா முடிந்து மனித வெள்ளம் தெருவெங்கும் வழிந்தது. நெரிசலிலிருந்து விலகி நின்றுகொண்டான். கூட்டம் குறைந்ததும் மீண்டும் நடந்தான்.

நாலு மணிக்கு ஆரம்பித்த அலைச்சல். மணி ஏழு அடித்துவிட்டது. இன்னும் சில நிமிஷங்களில் எட்டு அடித்துவிடும்.

பொழுது போய்கொண்டே இருந்தது. 'ஒன்றும்' அகப்படாமலேயே பொழுது போய்க்கொண்டிருந்தது.

அன்று சைக்கிளில் விளக்கில்லாமல் போவாரில்லை. சிறு நீர் கழிப்பதற்குப் பிரசித்தமான சந்துகள் ஒன்று பாக்கியில்லாமல் தாண்டி வந்தாகிவிட்டது. சந்துக்குள் நுழைபவர்களின் கண்களுக்குத் தென்படாமல், நின்று நின்று பார்த்தாகிவிட்டது. கால்வலி எடுத்தது தான் மிச்சம். ஒரு குழந்தைகூட ஒன்றுக்குப் போகவில்லை.

முன்பெல்லாம் நம்மவர்கள் சாதாரண மனிதர்களாக இருந்தார்கள். இப்பொழுது பிரஜைகளாகி விட்டார்கள். பொறுப்பு உணர்ச்சி கொண்ட பிரஜைகள் நீடூழி வாழ்க!

எழுபத்திமூன்று நாற்பத்தியேழு முகத்தைச் சுளித்துக் கொண்டான்.

மீண்டும் ஜங்ஷனிலிருந்து கிளம்பி, வடதிசை நோக்கி நடந்தான். நின்று நின்று நடந்தான். சிறிது நடந்துவிட்டு நின்றான். நடந்தான். நின்றான்.

கோபம் கோபமாக வந்தது.

எதிரே வந்த டாக்சி கார்களை எல்லாம் பட்பட்டென்று கை காட்டி நிறுத்தினான். எல்லோரும் ஒழுங்காக லைசன்ஸ் வைத்திருக்கிறார்கள். ஐந்துபேர் போக வேண்டிய வண்டியில் மூன்றுபேர் போகிறார்கள். நாலுபேர் போக வேண்டிய வண்டியில் டிரைவர் மட்டும் போகிறான்.

பேஷ்! இனிமேல் இந்த தேசத்தில் போலீஸ்காரர்கள் தேவையில்லை.

கூலிகள் யாரையாவது அதட்டிப் பார்க்கலாம். ஒருவரையும் காணோம். புது சினிமா ஆரம்பமாகிற நாள். ஒருவரையும் காணோம்.

எல்லாக் கழுதைகளும் சினிமாவில் காசைக் கரியாக்குகிறார்கள்.

அந்தி மயங்குகிற சமயம் 'கூல்டிரிங்' கடையில் 'ஸ்பிரிட்' வியாபாரம் ஆரம்பமாகும். மதுவிலக்கு அமுலிலிருக்கும் பிராந்தியம் இது. கடையின் வாசலில் போய் நின்றுவிட்டால் போதும். மாதாந்திரப்படி கையில் விழுந்துவிடும். பிறந்தநாளை ஜமாய்த்துவிடலாம்.

ஆனால் கடை பூட்டியிருக்கிறது!

அவன் பாட்டிக்குக் குழந்தை பிறந்திருக்கும்! வியாபரத்தைக் கண்ணுக்குக் கண்ணாகக் கவனிக்க வேண்டாமோ?

சந்திலிருந்து ஒரு குதிரை வண்டி திரும்பி மெயின் ரஸ்தாவில் ஏறிற்று. சாரதி சிறுபயல். மீசை முளைக்காத பயல். அவனும் விளக்கேற்றி வைத்திருக்கிறான்!

வண்டி அருகே வந்தது.

"லேய், நிறுத்து."

குதிரை நின்றது.

"ஒங்கப்பன் எங்கலே?"

"வரலே."

"ஏனாம்?"

“படுத்திருக்காரு.”

“என்ன கொள்ளே?”

“வவுத்தெ வலி.”

“எட்டணா எடு.”

“என்னாது?”

“எட்டணா எடுலெ.”

“ஒம்மாண இல்லை.”

“ஒங்கம்மெ தாலி. எடுலே எட்டணா.”

“இன்னா பாரும்” என்று சொல்லிக்கொண்டே பயல் நுகக்காலில் நின்றுகொண்டு வேஷ்டியை நன்றாக உதறிக் கட்டிக்கொண்டான்.

“மோறையெப் பாரு. ஓடுலெ ஓடு. குதிரை வண்டி வச்சிருக்கான் குதிரை வண்டி. மனுசனாப் பொறந்தவன் இதிலே ஏறுவானாலே.”

குதிரை நகர்ந்தது.

தபால் ஆபீஸ் பக்கம் வந்தான் எழுபத்திமூன்று நாற்பத்தியேழு. எதிர்சாரி வெற்றிலைப் பாக்குக் கடை பெஞ்சில் அமர்ந்தான். தொப்பியை எடுத்து மடியில் வைத்துக்கொண்டான். தலையைத் தடவிவிட்டுக் கொண்டான். கையெல்லாம் ஈரமாகி விட்டது. எரிச்சல் தாங்க முடியவில்லை. தொடை நோவும்படி நிக்கரில் பிசைந்து பிசைந்து துடைத்துக் கொண்டான். மேற்கும் கிழக்கும் பார்த்தான்.

அப்பொழுது தபால் நிலையத்தை நோக்கி ஒரு கனமான உருவம் வருவது தெரிந்தது. எங்கோ பார்த்த முகம் போலிருந்தது. கிருஷ்ணன் கோயில் அர்ச்சகரோ?

கிருஷ்ணன் கோவில் அர்ச்சகர் தபால் ஆபீசில் நுழைந்தார். கூர்ந்து கவனித்தான் எழுபத்திமூன்று நாற்பத்தியேழு.

அர்ச்சகர் கையில் ஒரு நீள உறை. எழுந்து பின்னால் சென்றான். அர்ச்சகர் தபால் பெட்டியருகே சென்று விட்டார்.

“வேய்!”

சட்டென்று திரும்பினார்.

“இங்கே வாரும்.”

“இதெ போட்டுட்டு வந்துடறேன்.”

“போடாமெ வாரும்.”

அர்ச்சகர் ஸ்தம்பித்து நின்றார்.

“வாரும் இங்கே.” - ஒரு அதட்டல்.

அர்ச்சகர் தயங்கித் தயங்கி வந்தார்.

நல்ல கனமான சரீரம். மொழுமொழுவென்று உடம்பு. உடம்பு பூராவும் எண்ணெய் தடவியதுபோல் மினுமினுப்பு. வளைகாப்புக்குக் காணும்படி வயிறு.

அர்ச்சகர் முன்னால் வந்து நின்றார்.

"அதென்னது கையிலே?"

"கவர்."

"என்ன கவரு?"

"ஒண்ணுமில்லை. சாதாக் கவர்தான். தபால்லே சேர்க்கப் போறேன்."

"கொண்டாரும் பாப்பம்."

வாங்கிப் பார்த்தான். உறையோடு ஒரு கார்டுமிருந்தது. கார்டு, யாரோ யாருக்கோ எழுதியது. நீள உறை உள்ளூர் டி. எஸ். பி. அலுவலகத்திற்குப் போகவேண்டியது.

எழுபத்திமூன்று நாற்பத்தியேழு அர்ச்சகர் முகத்தை வெறிக்கப் பார்த்தான்.

அர்ச்சகர் முகம் சிவந்தது.

இமைக்காமல் பார்த்துக்கொண்டே இருந்தான். அர்ச்சகர் முகம் மேலும் சிவந்தது.

எழுபத்திமூன்று நாற்பத்தியேழுக்கு ஒரே சந்தேகம். ஒரே சந்தோஷம்.

அவனுடைய மகள் அதிருஷ்டசாலிதான்!

"இந்தக் கவர் உம்ம கையிலே எப்படி சிக்கிச்சு?"

குரலில் அதிகார மிடுக்கேறி விட்டது.

அர்ச்சகர் உதட்டைப் பூட்டிக்கொண்டு நின்றார். முகம் தொங்கிப் போய்விட்டது.

"வாயிலே கொளுக்கட்டையோ?"

அதற்கும் பதிலில்லை.

"மயிலே மயிலே எறகு போடுன்னா போடாது. நடவும் ஸ்டேஷனுக்கு."

'ஸ்டேஷனுக்கு' என்ற வார்த்தை காதில் விழுந்ததும் உடம்பை ஒரு உலுக்கு உலுக்கியது அர்ச்சகருக்கு.

அர்ச்சகர் முதுகைப்பிடித்து இலேசாகத் தள்ளினான் எழுபத்திமூன்று நாற்பத்தியேழு.

அர்ச்சகர் தட்டுத்தடுமாறிப் பேச ஆரம்பித்தார்.

"நான் சொல்றதெ கொஞ்சம் பெரிய மனஸு பண்ணி தயவாக் கேக்கணும். எனக்குப் போராத காலம். இல்லைன்னா . . ."

"இழுக்காமெ விசயத்துக்கு வாரும்."

"எனக்குப் போராத காலம். இல்லென்னா இந்த ஸந்தி வேளையிலே, நட்ட நடுக்க ஏதோ திருடன் மாதிரி, ஏதோ கொள்ளைக்காரன் மாதிரி, ரவுடி மாதிரி, ஜேப்படிக்காரன் மாதிரி . . ."

“அட சட்! விசயத்தை கக்கித் தொலையுமே. இளு இளுன்னு இளுக்கான் மனிசன்.”

“இதோ இந்த கார்டெ சேக்கப்போனேன். கோவிலுக்குப் பக்கத்திலெ தபால் பெட்டி தொங்கறது. தொங்கற தபால் பெட்டியிலெ இந்தக் கார்டெ சேக்கப்போனேன்.”

“போற வளியில இந்தக் கவர் ரோட்டிலே படுத்துக்கிட்டு, அர்ச்சகரே வாரும் வாரும்னு கூவி அளச்சுதாக்கும்!”

“நான் சொல்றத கொஞ்சம் பெரிய மனஸு பண்ணி தயவாக் கேக்கணும். தொங்கற தபால் பெட்டியிலெ இந்தக் கார்டெ போடப் போனேன். போட முடியலெ.”

“கை சுளிக்கிடிச்சோவ்?”

“இல்லெ. இந்த நீளக்கவர் தொங்கற தபால் பெட்டியிலெ வாயெ மறிச்சுண்டிருந்தது.”

“ஆமாய்யா! அப்படி கொண்டாரும் கதெய.”

“கதை இல்லை. நெஜத்தெ அப்படியே சொல்றேன். தொங்கற தபால் பெட்டியிலெ் இந்த நீளக்கவர் வாயெ மறிச்சுண்டு வளஞ்சு கெடந்தது.“

“அட . . . டா . . . டா!”

“இந்தக் கார்டெ ஆனமட்டும் உள்ளே தள்ளிப் பார்த்தேன். தள்ளித் தள்ளிப் பார்த்தேன். உள்ளே போகமாட்டேன்னு சொல்லிடுத்து.”

“சொல்லும் சொல்லும்.”

“தொங்கற தபால் பெட்டி வாய் நுனியிலே அப்படியே ரெண்டு விரலெ மட்டும் உள்ளே விட்டு நீளக்கவரெ வெளியிலே எடுத்தேன்.”

“அபார மூளெ!”

“சொல்றதெ கொஞ்சம் கேளுங்களேன். நான் ஒரு தப்பும் பண்ணலெ. தப்புத் தண்டாவுக்குப் போறவனில்லே நான். ஊருக்குள்ளெ வந்து விசாரிச்சா தெரியும். நாலு தலமொறயா நதீக்கிருஷ்ணன் கோவில் பூசை எங்களுக்கு. இன்னித் தேதி வரையிலும் . . . .”

“அட விசயத்தை சுருக்கச் சொல்லித் தொலையுமே அய்யா. செக்குமாடு கணக்கா சுத்திச் சுத்தி வாறான் மனுசன்.”

“தொங்கற தபால் பெட்டி வாயிலெ ரெண்டு விரல் மட்டும் விட்டுக் கவரை வெளியிலெ எடுத்து, கார்டையும் கவரையும் சேத்துப் போடப் பாத்தேன். முடியலெ.”

“முடியாது முடியாது.”

“தள்ளித் தள்ளிப் பார்த்தேன். கவர் மடிஞ்சு மடிஞ்சு வாயெ அடச்சுது. என்ன சேறதுனு தெரியலெ. திருதிருன்னு விழிக்கிறேன். மேலையும் கீழையும் பாக்கறேன். முன்னும் பின்னும் போகலெ எனக்கு. என்னடா சேறதுன்னு யோசிச்சேன். சரி, அந்த நதீக்கிருஷ்

ணன் விட்டது வழின்னு மனசெ தேத்திண்டு, பெரிய தபாலாபீஸிலெ கொண்டு வந்து சேத்துப்புடறதுனு தீர்மானம் பண்ணிண்டு வறேன்."

"அவ்வளவும் கப்ஸா, அண்டப் புளுகு!" என்றான் எழுபத்திமூன்று நாற்பத்திதேழு.

"ஒரே அடியா அப்படிச் சொல்லிடப்படாது. நான் சொன்னதெல் லாம் நெஜம். கூட்டிக் கொறச்சுக் சொல்லத் தெரியாது எனக்கு. மந்திரம் சொல்ற நாக்கு இது. பொய் வராது."

"சரி சரி. ஸ்டேசனுக்குப் போவோம்."

அர்ச்சகர் எழுபத்திமூன்று நாற்பத்தியேழின் கைகளைப் பிடித்துக் கொண்டு கெஞ்சினார். அவர் அடைந்த கலவரம் பேச்சில் தெரிந்தது. ஸ்பரிசத்தில் தெரிந்தது. முகத்தில் பிரேதக்களை தட்டிவிட்டது.

"நான் பொய் சொல்லலெ; நான் ஒரு தப்பும் பண்ணலெ. நான் சொல்றது சத்தியம். நதீக்கிருஷ்ணன் கோவில் மூலவிக்கிரகம் சாட்சியாச் சொல்றேன். நான் சொல்றது பொய்யானா, சுவாமி சும்மாவிடாது. கண்ணெப் புடுங்கிப்புடும். கையெயும் காலையும் முடக்கிப்புடும்."

"உடம்பெ அலட்டிக்கிடாதெயும். ஸ்டேஷனுக்கு வாரும்."

அர்ச்சகர் கையைப் பிடித்துக்கொண்டு நடக்க ஆரம்பித்தான் அவன்.

அர்ச்சகர் மெதுவாகக் கையை இழுத்துக்கொண்டு பின் தொடர்ந் தார். அவருக்கு உடம்பெல்லாம் கூசியது. அவமானத்தால் உள்வாங்கி நடந்தார். அவருக்குத் தெரிந்த ஆயிரமாயிரம் பேர்கள் சுற்றிச் சூழ நின்றுகொண்டு வேடிக்கைப் பார்ப்பது போலிருந்தது. எல் லோரும் அதிசயத்தோடு பார்த்துக்கொண்டு நின்றார்கள்.

பஜாரைத் தாண்டித்தான் ஸ்டேஷனுக்குப் போகவேண்டும். எல்லா வியாபாரிகளையும் அவருக்குத் தெரியும். வியாபாரிகளின் ஜென்ம நக்ஷத்திரத்தன்று கோயிலில் பூசை செய்து பிரசாதம் கொண்டுபோய் கொடுப்பார். எல்லோருக்கும் அவரிடத்தில் மதிப்பு. அவர்கள் முன்னால் நடந்துபோக வேண்டும். எல்லோரும் கடை வாசலில் நின்று பார்ப்பார்கள்.

அர்ச்சகருக்குத் தான் ஜெயில் கம்பிகளைப் பிடித்துக் கொண்டு நிற்பது மாதிரித் தோன்றிற்று. மனைவியும் குழந்தைகளும் முன்னால் நின்று நெஞ்சிலடித்துக்கொண்டு அழுகிறார்கள். போலீஸ் சேவகன் வந்து தடியால் அவர்களை வெளியே தள்ளுகிறான்.

எழுபத்திமூன்று நாற்பத்தியேழின் காலில் சாஷ்டாங்கமாக விழுந்து விடுவோமா என்று எண்ணினார் அர்ச்சகர். குய்யோ முறையோ என்று கத்தி கூட்டத்தைக் கூட்டுவோமா என்றும் எண்ணினார். நூறுபேர் கூடத்தானே செய்வார்கள். நூறுபேர் கூடினால் தெரிந்தவர் கள் பத்துபேர் இருக்கத்தானே செய்வார்கள். 'இது என்ன அநியாயம்' என்று முன்வந்து சொல்ல மாட்டார்களா?

ஆனால் வாயைத் திறந்தாலே முதுகில் அறை விழுமோ என்று பயந்தார். மேலும் அவருக்குத் தொண்டையை அடைத்தது. நிமிஷத்திற்கு நிமிஷம் வயிற்றிலிருந்து கனமான ஏதோ ஒன்று மேலெழும்பி நெஞ்சைக் கடைந்தது. துக்கத்தை விழுங்கி விழுங்கிப் பார்த்தார். ரோட்டிலேயே அழுதுவிடுவோமோவென்று பயந்தார்.

மெயின் ரஸ்தா இன்னும் வரவில்லை. இருமருங்கிலும் ஓங்கி வளர்ந்திருந்த வேப்பமரங்கள் இருளைப் பெய்துகொண்டிருந்தன. அர்ச்சகர் துண்டால் முகத்தைத் துடைத்துக்கொண்டார்.

சிறிது தூரம் சென்றதும் நின்றார் அர்ச்சகர். தெரு விளக்கின் ஒளி அவர் முகத்தில் விழுந்தது. எழுபத்திமூன்று நாற்பத்தியேழு அவர் முகத்தைப் பார்த்தான். கண்கள் சிவந்திருந்தன. அர்ச்சகர் துண்டால் மூக்கைத் துடைத்துக்கொண்டு சொன்னார்:

"நான் ஒரு தப்பும் பண்ணலெ. ஒரு தப்பும் பண்ணலெ." இதைச் சொல்லும்போது அழுதுவிட்டார் அவர்.

"நான் என்ன வேய் செய்ய முடியும்? நான் என் ட்யூட்டியெ கரெக்டா பாக்கிற மனுஷன்."

"நான் சொல்றது நம்பிக்கையில்லையா?"

"நம்பிக்கையெப் பொறுத்த விஷயமில்லே வேய் இது. ஸ்டேஷனுக்கு வாரும். இன்ஸ்பெக்டருக்கிட்டே விஷயத்தைச் சொல்லும். இன்ஸ்பெக்டரு விட்டா நானா பிடிச்சுக் கட்டப் போறேன்?"

"இன்ஸ்பெக்டர் விட்டுடுவாரோ?"

"எனக்கு என்ன ஜோஸ்யமா தெரியும்?"

"இன்ஸ்பெக்டர் வெறொண்ணும் செய்யமாட்டாரே?"

"என்னது?"

"இல்லே . . . வந்து . . . அடிகிடி இந்த மாதிரி . . ." அதைச் சொல்வதற்கே வெட்கமாயிருந்தது அவருக்கு.

இத்தனை பெரிய சரீரத்தில் அதைவிடவும் பெரிய கோழைத்தனம் குடிபுகுந்திருப்பதை எண்ணி மனதுள் சிரித்துக்கொண்டான் எழுபத்திமூன்று நாற்பத்தியேழு.

"அடிகிடியெல்லாம் கேஸைப் பொறுத்தது. அடிக்கப்படாதுன்னு சட்டமா? சந்தேகம் வந்திடுச்சின்னா எலும்பெ உருவி எடுத்துடுவாங்க. அதிலேயும் இப்ப வந்திருக்கிற இன்ஸ்பெக்டரு எமகாதகன். நச்சுப் புடுவான் நச்சு."

"ஐயோ, எனக்கு என்ன செய்யணும் தெரியலையே" என்று அர்ச்சகர் பிரலாபித்தார். அந்தக் குரல் எழுபத்திமூன்று நாற்பத்தியேழின் மனதைத் தாக்கிற்று.

"உம்மைப் பார்த்தா எனக்கு எரக்கமாகத்தான் இருக்குது."

"அப்படீன்னா என்னெ விட்டுடுமே. உமக்கு கோடிப்புண்ணியம் உண்டு."

“அது முடியுமா? கேஸிலே புடிச்சா விடமுடியுமா? வெளெ யாட்டுக் காரியமா? உத்தியோகம் பணயமாயுடுமே.”

அர்ச்சகர் சிலைபோல் நின்றார்.

மீண்டும் எழுபத்திமூன்று நாற்பத்தியேழுதான் பேச்சை ஆரம்பித்தான்.

“ஒண்ணு வேணாச் செய்யலாம்; அதும் பாவமேணு பாத்துச் செய்யணும்.”

“என்னது?”

“எச். ஸீ. ட்டெச் சொல்லிக் கேஸை ஒரு மாதிரியா வெளிக்கித் தெரியாமெ ஒச்சுடலாம்.”

“அதாரு எச். ஸி?”

“ஹெட் கான்ஸ்டபிள்.”

“அப்படின்னாச் சொல்லும். நீர் நன்னா இருப்பேள். நதீக்கிருஷ்ணன் ஒம்மைக் கண் திறந்து பாப்பன்.”

“எச். ஸி. முன்னாலெ போய் இளிக்கணும். அதிலேயும் பெரிய சீண்ட்றம் புடிச்ச மனிசன் அவன். உடனே கொம்புலெ ஏறிடுவான். கால் மேலே காலெப் போட்டுக்கிடுவான்.”

“நீர் எனக்காகச் சொல்லணும். இல்லைன்னா நான் அவமானப் பட்டு அழிஞ்சி போயுடுவேன். இது பணத்தாலெ காசாலெ நடத்தற ஜீவனமில்லெ. கேஸு்கீஸு்ன்னு வந்துடுத்தா உத்தியோகம் போயுடும். நான் சம்சாரி. அன்னத்துக்கு லாட்டரியடிக்கும்படி ஆயுடும். ஒரு மனுஷன் முகத்திலே முழிக்க முடியாது. நீர் எச். ஸிட்டெ சொல்லும். இந்த ஆயுஸு் பூராவும் நதீக்கிருஷ்ணனோடெ சேத்து உம்மையும் நெனச்சுப்பேன்.”

“அது சரிதான் வேய். உம்ம வயித்திலே மண்ணடிக்கணும்ங்கற ஐடியா கெடயாது எனக்கு. எச். ஸி. ஒரு மாதிரி ஆளு. ஈவு இரக்கம் அவன் போன வளியிலே கிடையாது. மேலும் பெரிய துட்டுப்பிடுங்கி.”

“என்னது?”

“துட்டுப்பிடுங்கி. காணிக்கை வச்சாத்தான் சாமி வரம் தரும். இந்த எளவுக்காகச் சுட்டித்தான் அந்த மனுசங்கிட்டே வள்ளிசா சிபாரிசுக்கு போறதில்லை நான்.”

“என்ன கொடுக்கணும்?”

“அஞ்சு பத்து கேப்பான்.”

“அஞ்சா? பத்தா?”

“பத்து ரூபாய்க் காசில்லாமெ ஒரு கேஸெ ஒய்ப்பானா?”

“பத்து ரூபாயா!”

“ஏன் வேய்?”

“பத்து ரூபாய்க்கு இப்போ நான் எங்கே போறது?”

“வேணும்னா செய்யும். இல்லைன்னா வருது போலே பாத்துக் கிடணும்.”

அர்ச்சகர் வாய் திறவாமல் நடந்தார். மீண்டும் எழுபத்திமூன்று நாற்பத்தியேழுதான் பேச்சை ஆரம்பித்தான்.

“என்ன? என்ன சொல்லுதீரு?”

“ஊஹூம். நான் எங்கே போவேன் பத்து ரூபாய்க்கு?” கணீரென்ற குரலில் சொன்னார் அர்ச்சகர். எழுபத்திமூன்று நாற்பத்தியேழுக்கு கோபம்தான் வந்தது.

“இப்போ யாரு வேய் தரணும்னு களுத்தெப்புடிக்கா? யாரோ லஞ்சம் புடுங்குதாப்லெ படுதீரெ. துரிசமா நடவும். இன்ஸ்பெக்டர் வீட்டுக்குப் போகுதுக்கு முன்னாடி போயுடணும். கொஞ்சம் கஷாயம் குடிச்சாத்தான் உடம்புக்கு சரிப்பட்டு வரும் உமக்கு.”

“ஒடனெ கத்தரிச்சுப் பேசறேரே.”

“கத்தரியுமில்லெ இடுக்கியுமில்லெ. வாய் பேசாமெ நடவும்.”

சிறிது தூரம் சென்றதும் மீண்டும் பேச்சை ஆரம்பித்தான் எழுபத்தி மூன்று நாற்பத்தியேழு.

“இப்பம்தான் ஞாபகம் வருது. அன்னைக்கு டி. எஸ். பி., ஆபிஸிலேருந்து ஒரு கடிதாசி வந்துச்சு. டி. எஸ். பி. ஆபிஸிலேருந்து காயிதமெல்லாம் மாயமா மறஞ்சு போகுதாம். காக்கிச் சட்டைக் காரங்க நாந்துக்கிட்டு சாகப்படாதாங்கற தோரணையிலே எழுதி யிருந்தாங்க. இப்பம்தாலா விஷயம் தெரியுது?”

“என்ன தெரியுது?”

“சட், வாயெ மூடிட்டு வாரும். வாயைத் தொறந்தீர்னா பொட திலே வச்சிடுவேன். ஸ்டேஷனுக்கு உள்ளே ஏத்தினம் பெறவுல்லா இருக்கு.”

“பகவான் விட்டது வழி.”

இருவரும் ஸ்டேஷன் பக்கம் வந்துவிட்டார்கள். எழுபத்திமூன்று நாற்பத்தியேழுதான் மீண்டும் பேச்சை ஆரம்பித்தான்.

“நல்ல மனுசங்களுக்கு இது காலமில்லே. எத்துவாளி பய தளுக்குத்தான் காலம். ஈவு இரக்கம் இருக்கப்படாது.”

“ஏனாம்?”

“பாருமே, மலைமாதிரி குத்தம் பண்ணிப்புட்டு நிக்கேரு. நீரு உடற கதெயெல்லாம் ஒரு பயவுளும் நம்பப்போவதில்லை. கோயில் குளிக்கிற மனுசன் தெரியாத்தனமா ஆம்பிட்டுக்கிட்டு முளிக்காரு. அடியும் உதையும் பட்டு, அவமானமும் பட்டு அலக்களிஞ்சிப் போகப் போறார்னு ஐடியா சொன்னா, காதிலெ ஏறமாட்டேங்குது. உம்ம கூட்டாளிக்கெல்லாம் பட்டாத்தான் தெரியும். உம்மெச் சொல்லிக் குத்தமில்லெ, காலம் அப்படி.”

அர்ச்சகருக்குச் சிரிப்பு வந்தது.

"உம்மெ நைஸா கை தூக்கிவிட்டுப் போடணும்னு நெனச்சேன் பாரும். அந்தப் புத்தியெ செருப்பாலே அடிக்கணும்" என்றான் எழுபத்திமூன்று நாற்பத்தியேழு.

"நீர் சொல்றது சரி. என்னெக் காப்பாத்தணுங்கற நெனப்பு ரொம்ப இருக்கு உமக்கு. அந்த எச். ஸி. தான் பெரிய பேராசைக் காரனா இருக்கான். அவன் பேராசைக்காரனா இருக்கட்டும், நான் அஷ்டதரித்திரமா இருக்கணுமோ?"

"ஆசாமியெ ஸ்டேஷனுக்கு உள்ளே விட்டுப் பூட்டாத் திருகித்திருகி எடுத்தால்ல தெரியும் அஷ்டதரித்திரம் படறபாடு."

"பகவான் விட்டது வழி. பதனஞ்சு வருஷமா தினம் தினம் அவனெக் குளுப்பாட்டறேன். விதவிதமா அலங்காரம் பண்ணிப் பாக்கறேன். சாஷ்டாங்க நமஸ்காரம் பண்ணிப்பண்ணி நெத்தியிலே தழும்பு விழுந்துடுத்து. அந்த நன்னிகெட்ட பயல் அடி வாங்கித் தறதுன்னா தரட்டும். கம்பி எண்ண வச்சான்னா வைக்கட்டும்."

அர்ச்சகர் அமைதியாகப் பேசினார்.

எழுபத்திமூன்று நாற்பத்தியேழு அர்ச்சகர் முகத்தைத் திரும்பிப் பார்த்தான். அவர் முகத்தில் பயத்தின் சாயலே இல்லை. அவர் இப்பொழுது வேகமாக நடந்தார். கைகளை ஆட்டிக்கொண்டு நடந்தார்.

"அப்பம் ஒரு காரியம் செய்வமா?" என்று கேட்டான் எழுபத்தி மூன்று நாற்பத்தியேழு.

"என்ன?"

"நீரும் அப்படியொண்ணும் டாட்டாவுமில்லே பிர்லாவுமில்லே. ஏதோ ஒரு மாதிரியா காலத்தைத் தள்ளிட்டிருக்கீரு. உமக்காகச்சுட்டி ஒண்ணு வேணாச் செய்யலாம்."

"விஷயத்தைத் தெளிவாகச் சொல்லலாமே. ஏன் சுத்திச்சுத்தி வளைக்கணும்?" என்று கேட்டார் அர்ச்சகர்.

எழுபத்திமூன்று நாற்பத்தியேழுக்கு பிடரியெத் தாக்கிற்று. "எச். ஸீட்டெ ஒம்ம நெலமெயெ எடுத்துச் சொல்லி சுளுவா முடிக்கப் பாக்கறேன். அஞ்சு ரூபா எடும். சட்னு எடும். எனக்கு வேற வேல இருக்கு."

அர்ச்சகர் முன்பின் யோசிக்கவிடாமல் பணத்தை வாங்கி விட எண்ணினான் அவன்.

அர்ச்சகர் முன்னைவிடவும் அமைதியாகச் சொன்னார்:

"இதென்ன பேச்சு இது! அஞ்சு ரூபாய் தரலாம்னா பத்தாத் தந்துடப்படாதா? அம்புட்டுக்கெல்லாம் இருந்தா நான் ஏன் நதீக் கிருஷ்ணனெ குளுப்பாட்டப் போறேன். மேலும் இப்போ நான் என்ன திருடினேனா, கொள்ளையடிச்சேனா, இல்லெ ரோட்டிலெ போறவ கையைப் புடிச்சு இழுத்தேனா – என்ன தப்புப் பண்ணிப்பிட் டேன்னு சொல்லட்டுமே, உம்ம எச். ஸி. தலையெ சீவறதுன்னா சீவட்டுமே."

எழுபத்திமூன்று நாற்பத்தியேழுக்கு அந்த இடத்திலேயே அர்ச்சகரைக் கண்டதுண்டமாக வெட்டிப்போட்டுவிடலாம் போலிருந்தது.

"மகா பிசுநாறி ஆசாமியா இருக்கீரே!" என்றான்.

"என்ன சேறது? அப்படித்தான் என்னெ வச்சிருக்கான் அவன்."

"அவன் யாரு அவன்?"

"மேலே இருக்கான் பாரும், அவன்."

இருவரும் ஸ்டேஷன் முன்னால் வந்துவிட்டார்கள். ஸ்டேஷனுக்கு முன்னாலிருந்த வெற்றிலைப் பாக்குக் கடையில், கடைக்காரரிடம் பேசிக்கொண்டிருந்தவரை, 'அண்ணாச்சி' என்று கூப்பிட்டுக் கொண்டே அவரிடம் வலியப் பேச ஆரம்பித்தான் எழுபத்திமூன்று நாற்பத்தியேழு.

அர்ச்சகர் பின்னால் நின்றுகொண்டிருந்தார். அண்ணாச்சியிடம் சளசளவென்று பேச்சை வளர்த்திக்கொண்டிருந்தான் அவன். அர்ச்சகர் நின்றுகொண்டிருந்த இடத்தை அவன் அசைப்பிலும் திரும்பிப் பார்க்கவில்லை. அவர் போவதானால் போகட்டும் என்ற தோரணையில் நிற்பது போலிருந்தது. ஆனால் அவர் கற்சிலை மாதிரி அங்கேயே நின்றார்.

அண்ணாச்சிக்குப் பேச்சு சலித்துவிட்டது.

எழுபத்திமூன்று நாற்பத்தியேழு அர்ச்சகர் பக்கம் திரும்பி, "சாமி, நீங்க போறதுன்னாப் போங்க, பின்னாலெ பார்த்துக்கிடலாம்" என்றான்.

"கையோட காரியத்தை முடிச்சுடலாமே" என்றார் அர்ச்சகர்.

"அட போங்க சாமி, நான்தான் சொல்லுதேனே பின்னாலெ பாத்துக்கிடலாம்னு. உடாமெ பிடிக்கீரே."

"என்னப்பா விஷயம்?" என்று கேட்டார் அண்ணாச்சி.

"ஒண்ணுமில்லெ. என் கொளந்தெக்குப் பொறந்த நாளு நாளைக்கு. பூசை கீசை பண்ணி கொண்டாடணும்னு சொல்லுது அது. அதுதான் இவரிட்டே கேட்டுக்கிட்டே வாறேன். சாமான் கீமான் வாங்கணுங் காரு. ஆனா பணத்துக்கு எங்கே போகுது?"

'அடி சக்கே' என்று மனதில் சொல்லிக்கொண்டார் அர்ச்சகர்.

பணம் சம்பந்தமான பேச்சு வந்ததாலோ என்னமோ அண்ணாச்சி சட்டென்று விடைபெற்றுக்கொண்டு சென்றுவிட்டார்.

எழுபத்திமூன்று நாற்பத்தியேழும் அர்ச்சகர் நின்ற திசைக்கு நேர் எதிர்த்திசை நோக்கி மடமடவென்று நடக்க ஆரம்பித்தான்.

அர்ச்சகர் பின்னால் ஓடிஓடிச் சென்றார்.

"இந்தாரும் ஓய், கொஞ்சம் நில்லும். என்ன இது? நடுரோட்டிலெ நிக்கவச்சுட்டு நீர் பாட்டுக்குக் கம்பியெ நீட்டறேரே?"

"அட சரிதான், போமய்யா."

“என்னய்யா இது, எனக்கு ஒண்ணும் புரியலையே.”

“வீட்டெப் பாத்துப் போமய்யா. போட்டு பிராணனெ வாங்குதீரே.”

“என்னன்னமோ சொன்னேர். ஆ ஊ ஆனை அறுபத்தி ரெண்டுன்னு சொன்னீர். இப்போ போ போன்னு விரட்டறேரே.”

எழுபத்திமூன்று நாற்பத்தியேழுக்கு அசாத்தியக் கோபம் வந்துவிட்டது. கண்கள் சிவந்தன. நெற்றிப் பொட்டில் நரம்புகள் புடைத்தன. அர்ச்சகர் முகத்தையே இமைக்காமல் வெறிக்கப் பார்த்தான். அர்ச்சகரும் இமைக்காமல் பார்த்தார். அவருக்கு சற்று பயமாகத்தான் இருந்தது. ஆனால் அதே சமயத்தில் அடக்க முடியாத சிரிப்பும் வந்தது. இலேசான புன்னகை உதட்டில் நெளிந்தது. அர்ச்சகர் சிரிப்பை அடக்குவதையும் அவர் உதட்டில் சிரிப்பு பீறிட்டு வழிவதையும் கவனித்தான் எழுபத்திமூன்று நாற்பத்தியேழு. சிரிப்புப் பொத்துக் கொண்டு வந்தது அவனுக்கு.

எழுபத்திமூன்று நாற்பத்தியேழு கடகடவென்று சிரித்தான். சப்தம் போட்டு சிரித்தான். வாய்விட்டுச் சிரித்தான். குழந்தைபோல் சிரித்தான்.

அர்ச்சகரும் அவனுடன் சேர்ந்து அட்டகாசமாகச் சிரித்தார்.

எழுபத்திமூன்று நாற்பத்தியேழு அர்ச்சகரிடம் மிக நெருங்கி நின்றுகொண்டு, அவர் முகத்தைப் பார்த்துச் சிரித்தபடி சொன்னான்:

“வீட்டுக்குப் போம். நானும் வீட்டுக்குத்தான் போறேன்.” குரல் மிக அமைதியாக இருந்தது. அர்ச்சகர் அவன் முகத்தைப் பார்த்தார். சற்று முன்னால், அவர் முன் நின்ற ஆள் மாதிரியே இல்லை.

“நானும் அந்தப் பக்கம்தானே போகணும், சேர்ந்தே போறது” என்று கூட நடந்தார் அர்ச்சகர்.

“ஆமாம், அந்த ஆசாமீட்டே ஏதோ ஜென்ம நக்ஷத்திரம்னு சொன்னீரே, வாஸ்தவம் தானா? இல்லெ எங்கிட்டெக் காட்டின டிராமாவுக்கு மிச்சமோ?” என்று கேட்டார் அர்ச்சகர்.

“உண்மைதான் வேய், நாளைக்குப் பொறந்த நாள்.”

“என்ன கொழந்தே?”

“பொம்புளெப் புள்ளே.”

“தலைச்செனா?”

“ஆமா. கலியாணம் முடிஞ்சு பதினொண்ணு வருசமாவுது.”

“ஓஹோ, பேரென்ன?”

“கண்ணம்மா.”

“நம்ம ஸ்வாமிக்கு ரொம்ப வேண்டிய பெயர்” என்றார் அர்ச்சகர்.

எழுபத்திமூன்று நாற்பத்தியேழு சிரித்துக் கொண்டான்.

“ஆமாம், அதுக்கு என்ன பண்ணப்போறீர்?”

“வீட்டுக்காரி எதை எதையோ செய்யணும்னு சொல்லுதா. நான்தான் இளுத்துக்கிட்டிருக்கேன்.”

"ஏன் இளுக்கணும்? தலைச்சன் கொழந்தே. ரொம்ப நாளைக்கப் பறம் ஸ்வாமி கண் திறந்து கையிலெ தந்திருக்கார். அதுக்கு ஒரு குறைவும் வைக்கப்படாது; வைக்க உமக்கு அதிகாரம் கிடையாது" என்று அடித்துப் பேசினார் அர்ச்சகர்.

"அது சரிதாய்யா. யாரு இல்லைன்னு சொல்லுதா? ஆனா கைச்செலவுக்கில்லா திண்டாட்டம் போடுது."

"போயும் போயும் ராப்பட்னிக்காரன், ஸ்வாமி குளுப்பாட்டற வனைப் பிடிச்சா என்ன கெடைக்கும்? பிரசாதம் தருவன். கொழச்சுக் கொழச்சு நெத்தியிலெ இட்டுக்கலாம். ஜரிகைத் துப்பட்டா, மயில்கண் வேஷ்டி, தங்கச்செயின் இந்த மாதிரி வகையாப் பிடிச்சா போட் போட்னு போடலாம். என்ன ஆளய்யா நீர், இதுகூட தெரிஞ்சுக் காமெ இருக்கேரே" என்றார் அர்ச்சகர்.

எழுபத்திமூன்று நாற்பத்தியேழு வாய்விட்டுச் சிரித்தான். "ஒரு பயலும் கையிலெ சிக்கலெ. நாயா அலஞ்சு பார்த்தேன். பிறந்தநாள் அயிட்டம் வேறே மனசிலெ உறுத்திக்கிட்டு இருந்தது. அர்ச்சகரானா அர்ச்சகர்னு பாத்தேன். கையெ விரிச்சுட்டீரே! பொல்லாத கட்டை தாய்யா நீரு."

"நானும் விடிஞ்சு அஸ்தமிச்சா பத்து மனுஷாளிடம் பழகறவன் தானே? எழுபத்திமூன்று நாற்பத்தியேழு என்ன துள்ளுத்தான் துள்ளிருவான்னு தெரியாதாக்கும்."

"அடி சக்கையின்னானாம்! கொஞ்ச முன்னாலே யாரோ அழுதாளே, அதுயாரு? யாருக்கோ பல்லு தந்தி அடிச்சுதே, யாருக்கு? யாருக்குக் கையும் காலும் கிடுகிடான்னு வெறச்சுதாம்?"

"மொதல்ல கொஞ்சம் பயந்துதான் போனேன். ஏன் பொய் சொல்லணும். இருந்தாலும் என்ன உருட்டு உருட்டிப் புட்டீர்!"

"என்ன செய்யுது சாமீ? இந்த சாண் வயத்துக்காகத் தானே இந்த எளவெல்லாம். இல்லாட்டி மூக்கெப் பிடிச்சுக்கிட்டு உக்காந் திரலாமே."

"சந்தேகமா? நான் என்ன பாடுபடறேன் கோவில்லே? கோவிலுக் குள்ளே ஏறி வந்தாலே புண்ணியாசனம் பண்ணணும். ஸ்வாமி எழுந்திருந்து பின்புறம் வழியா ஓடியே போயுடுவர். அந்தமாதிரி பக்த சிகாமணிகள்ளாம் வருவா. அவாளிடம் போய் ஈ ஈன்னு இளிச்சுட்டு நிக்கறேன். உங்களெ விட்டா உண்டா என்கிறேன். ஆழ்வார் நாயன்மார்கள் கெட்டது கேடு என்கிறேன். கடைசியா, போறத்தே ரெண்டணா வைக்கிறானா, நாலணா வைக்கிறானான் னும் கவனிச்சுக்கறேன். அணாவெ தீர்த்தத்திலே அலம்பி இடுப்பிலெ சொருகிக்கறேன்" என்றார் அர்ச்சகர்.

இருவரும் சேர்ந்து சிரித்தார்கள்.

இரண்டு பேரும் நடந்து நடந்து போஸ்டாபீஸ் ஜங்ஷனுக்கு வந்துவிட்டார்கள்.

"இந்த லெட்டரே போட்டுட்டு வந்துடறேன்" என்றான் எழுபத்தி மூன்று நாற்பத்தியேழு.

"பாத்துப் போடும். யாராவது காக்கிச் சட்டைக்காரன் வந்து புடிச்சுக்கப் போறான். யார் வீட்டிலெ நோவு எடுத்திருக்கோ?" என்றார் அர்ச்சகர்.

கடிதங்களைத் தபாலில் சேர்த்துவிட்டு எதிர் சாரியிலிருந்த வெற்றிலை பாக்குக் கடைக்கு வந்தான் எழுபத்திமூன்று நாற்பத்தி யேழு. மட்டிப்பழக் குலையிலிருந்து நாலைந்து பழங்களைப் பிய்த் தான். "இந்தாரும், சாப்பிடும்" என்று அர்ச்சகரை நோக்கி நீட்டினான்.

அர்ச்சகர் இரண்டு கைகளையும் நீட்டி வாங்கிக் கொண்டார். இரண்டுபேரும் வெற்றிலை போட்டுக்கொண்டார்கள்.

"கணக்கிலே எளுதிக்கிடுங்க" என்றான் எழுபத்திமூன்று நாற்பத்தி யேழு, கடைக்காரரை நோக்கி.

"எழுதிக்கிட்டே இருக்கேன்'' என்றார் கடைக்காரர்.

"சும்மா எழுதுங்க. ரெண்டுநாள் களியட்டும். செக்கு கிளிச்சுத் தாறேன்.''

நடந்து, இரண்டு பேர்களும் பரஸ்பரம் பிரியவேண்டிய இடத்திற்கு வந்துவிட்டார்கள்.

"சாமி, அப்பொ எனக்கு விடைகொடுங்க. ஒண்ணும் மனசிலே வச்சுக்கிடாதீங்க'' என்றான் எழுபத்திமூன்று நாற்பத்தியேழு.

"என்ன நெனக்கிறது. காக்கி ஜாதியே இப்படித்தான்'' என்றார் அர்ச்சகர்.

"எல்லாம் ஒரே ஜாதிதான்" என்றான் எழுபத்திமூன்று நாற்பத்தி யேழு.

"அதுசரி, நாளைக்கு என்ன செய்யப்போறேர்?"

"என்ன செய்யுதுனு விளங்கெலெ. அதுக்கு முகத்திலே போய் முளிக்கவே வெக்கமாயிருக்கு. ஆயிரம் நெனப்பு நெனச்சுக்கிட்டு இருக்கும். சரி, நான் வாறேன்'' என்று சொல்லிவிட்டு நடந்தான் எழுபத்திமூன்று நாற்பத்தியேழு.

"ஓய், இங்கே வாரும்'' என்றார் அர்ச்சகர்.

வந்தான்.

அர்ச்சகர் அரை வேஷ்டியை இலேசாக அவிழ்த்துவிட்டுக் கொண்டார். இப்பொழுது வயிற்றில் ஒரு துணி பெல்ட் தெரிந்தது. துணி பெல்ட்டில் ஒவ்வொரு இடமாகத் தடவிக் கொண்டே முதுகுப்புறம் வந்ததும் சட்டென்று கையை வெளியில் எடுத்தார்.

ஐந்து ரூபாய் நோட்டு!

"இந்தாரும், கையெ நீட்டும்" என்றார் அர்ச்சகர். எழுபத்திமூன்று நாற்பத்தியேழு ஒரு நிமிஷம் தயங்கிவிட்டு கையை நீட்டி வாங்கிக் கொண்டான்.

“கொழந்தை பிறந்தநாளுக்கு குறை ஏற்படாதுன்னு தறேன்” என்றார் அர்ச்சகர்.

“சாமி, ரொம்ப உபகாரம், ரொம்ப உபகாரம்” என்றான் எழுபத்தி மூன்று நாற்பத்தியேழு. அவன் குரல் தழதழத்தது.

“ஆனந்த பாஷ்பம் ஒண்ணும் வடிக்க வேண்டாம். ஒண்ணாம் தேதி சம்பளம் வாங்கினதும் திருப்பித் தந்துடணும்” என்றார் அர்ச்சகர்.

“நிச்சயமா தந்துடுதேன்.”

“கண்டிப்பாத் தந்துடணும்.”

“தந்துடுதேன்.”

“தரலையோ, எச். ஸிட்டெச் சொல்லுவேன்.”

இருவரும் சிரித்துக்கொண்டார்கள்.

“நாளைக்கு நம்ம கோயிலுக்கு கூட்டிண்டு வாரும் கொழந்தெயெ. கண்ணம்மா வந்தா ரொம்ப சந்தோஷப்படுவன் நதீக்கிருஷ்ணன். நானே கூடயிருந்து ஜமாய்ச்சுப்புடறேன்.”

“சரி, அப்படியே கூட்டிட்டு வாறேன்.”

“அப்பொ நான் வறேன். முதல் தேதி ஞாபகமிருக்கட்டும்” என்று சொல்லிக்கொண்டே இருட்டில் நடந்தார் அர்ச்சகர்.

எழுபத்திமூன்று நாற்பத்தியேழு அவர் மறைவதைப் பார்த்துக்கொண்டே நின்றான்.

சரஸ்வதி, 1958

சன்னல்

நான் படுத்திருந்த கட்டில், சன்னல் அருகே கிடந்தது. சில மாதங்களுக்கு முன் ஒருநாள் அந்திவேளையில் இழைந்து இழைந்து படுக்கையில் போய் விழுந்தேன். பின்னால் எழுந்திருக்கவே முடியாமல் போய்விட்டது. இவ்வளவு நீண்ட நாட்கள் கட்டிலோடு கட்டிலாய்க் கிடக்க நேருமென்று எண்ணவேயில்லை. ஐந்தாறு மாதங்களாய் விட்டன. இல்லை இன்னும் அதிகமாகவே இருக்கும். என்னால் நிச்சயமாகச் சொல்லமுடியாது. இது எந்த மாதம் என்று எனக்குத் தெரியாது. தேதியும் தெரியாது, கிழமையும் தெரியாது.

நீண்ட நாட்களாக சன்னல் அருகே கிடக்கும் இந்தக் கட்டிலில் விழுந்து கிடக்கிறேன்.

என் காலும் கையும் குச்சி மாதிரியாகிவிட்டன. உடம்பு இளைத்து விட்டது. ஒருநாள் என் தங்கை கட்டிலின் பக்கத்தில் வந்து வெகுநேரம் என்னை இமைக்காமல் பார்த்துவிட்டு என்ன தோன்றிற்றோ தெரியவில்லை, 'அண்ணா, நீ பல்லி மாதிரி இருக்கிறாய்' என்று சொல்லி விட்டு ஓடிவிட்டது. கட்டிலிலிருந்து முழு உயரம் மேலே சென்று மீண்டும் பொத்தென்று விழுந்ததுபோல் இருந்தது எனக்கு. நான் என்னைக் கண்ணாடியில் பார்த்து வெகு நாட்களாகிவிட்டன. எனக்குக் கண்ணாடி கொண்டு தருவாரில்லை. ஒரு தடவை என் முகத்தைப் பார்த்துக்கொள்ள ஆசை. மனதிற்குள் ஒரே நமைச்சல். நான் சொல்வது யாருடைய செவியிலும் விழவில்லை. ஒரு வேளை நான் என் முகத்தைப் பார்த்தால் கண்ணீர் சிந்துவேன் என்று எண்ணுகிறார்கள் போலிருக்கிறது. இருந்தாலும் ஒரு தடவை என் முகத்தைப் பார்த்துக்கொள்ள கொள்ளை ஆசையாக இருக்கிறது.

விலா எலும்புகள் கூடைப்பின்னல் மாதிரியாகி விட்டதால் கனமான பஞ்சு மெத்தை உறுத்திற்று. சதை வற்றவற்ற எலும்புகள் துருத்திக்கொண்டு வந்ததில், கழுத்துக்குக் கீழ் ஒரு பள்ளம். ஆழாக்குத் தண்ணீர் பிடிக்கும்.

எனக்கு கையைக் காலை மடக்க முடியாது; அசைக்க முடியாது. கை கால்களில் கணுவுக்குக் கணு வீக்கம். படுக்கைதான். படுத்த படுக்கை.

சில சமயம் வலி சுருட்டிச் சுருட்டிப் பிசைந்துவிடும். கண்களி லிருந்து தாரை தாரையாய்க் கண்ணீர் வழியும். இருந்தாலும் வாயைத் திறக்கமாட்டேன். வாயைக் கட்டிக்கொண்டு வலியை, வேதனையை மென்று தின்பதில் எனக்கு நீண்டகாலப் பயிற்சியுண்டு.

ஒருநாள் நடந்த சம்பவம்.

கூரையிலிருந்து ஒரு குளவி பொத்தென்று என் நெஞ்சில் வந்து விழுந்துவிட்டது. ஆள் மாற்றி ஆள் மாற்றி அக்கா, தங்கை, அம்மா, அப்பா என்று யாராவது காவலிருப்பார்கள் என்னருகில். விபரீதம் அன்று யாருமே இல்லை. என்ன செய்வேன் நான்?

மேல் கூரையிலிருந்து ஒரு குளவி நெஞ்சில் - நட்ட நடுவில் விழுந்துவிட்டது. விழுந்த குளவி நெஞ்சில் சுற்றிச்சுற்றி வந்தது. சுற்றிக் கழுத்தில் ஏறிவிட்டது. நான் இமை தாழ்த்திப் பார்த்தேன். தெரிய வில்லை. குளவியின் ஊரல் புலன்களைத் தாக்கிக்கொண்டிருந்தது.

அறையில் ஒருவருமில்லை.

சப்தம் போடலாம். சப்தம் எழாது. தொண்டையில் வீக்கம், சப்தம் குதிக்காது. வலியோ துடித்துவிடும்.

ஊர்ந்து ஊர்ந்து குளவி காதருகே வந்துவிட்டது.

காதிற்குள் போய்விட்டால் . . .?

'அம்மா!'

சப்தம் கிளம்பவில்லை.

கண்களிலிருந்து நீர் தாரை தாரையாக வழிந்து தலையணை நனைந்தது.

அந்த வயதிற்குள்ளாகவே எவ்வளவோ கண்ணீரைக் குடித்து வளர்ந்தவன்.

கண்களுக்குப் புலப்படாத எந்த மகாசக்தி அம்மாவின் காதில் சென்று ஓதியதோ - ஓடோடி வந்தாள். என் அறையில் தீப்பற்றிக் கொண்டதுபோல் வந்தாள். யாரோ கையைப்பிடித்து இழுத்து வந்ததுபோல் வந்தாள்.

குளவி நாசியில் ஏறி, நெற்றிப்பொட்டை நோக்கி ஊர்ந்துகொண் டிருந்தது.

"அம்மா!"

என்னுடைய உட்செவிக்குள்தான் என் குரல் எதிரொலித்தது.

அப்பொழுதுதான் என் தாய் வாசலில் வந்து நின்றாள்.

"அம்பீ!" என்று கத்திக்கொண்டே எனக்கருகே வந்தாள்.

புடவைத் தலைப்பால் முகத்தை விசிறினாள். புடவைத் தலைப் பால் முகத்தைத் துடைத்தாள்.

அவள் கண்களிலிருந்து குருதிதான் வழிந்தது.

என் அறை எனது கண்களுக்குப் புளித்துவிட்டது.

மஞ்சள் பூசிய சுவரை எத்தனை நேரம்தான் பார்த்துக் கொண்டிருப்பது? அந்தச் சுவரில் தெளிவாகத் தெரிந்த நாலு கறுப்புப் புள்ளிகளைப் பார்த்துக்கொண்டே இருந்தேன். இரண்டு இடங்களில் சுண்ணாம்பு வெடித்து சிப்பி மாதிரி உயர்ந்து இப்பவா அப்பவா என்று விழக் காத்துக்கொண்டிருந்தது. இரண்டு மாதங்களுக்கு முன் ஒன்று உதிர்ந்துவிட்டது. இதுவும் உதிர்ந்துவிடும். கட்டிலின் உயரத்திற்கு ஒரே ஒரு இடத்தில் மட்டும் மூக்கை வழித்துத் தேய்த்திருந்தது. அது உலர்ந்து பார்ப்பதற்கு அருவருப்பாக இருந்தது. அதைப் பார்க்கவே கூடாது என்று தினம் தினம் சங்கல்பம் செய்து கொள்வேன். ஒவ்வொரு நாளும் பார்க்கத் தவறவுமில்லை.

கட்டில் பக்கத்தில் ஒரு முக்காலி. கையை நீட்ட முடியுமென்றால் தொட்டுவிடலாம். அதில் நோயாளியின் ஏகபோகச் சொத்துகள். காப்பித் தம்ளர் வைத்த இடத்தில் வட்டக்கறை வளையங்கள். இரண்டு தெளிவாகத் தெரியவில்லை.

என் கண்களுக்கு மேல் பதினொன்று உத்தரக் கட்டைகள். அந்தக் கட்டைகளில் . . . போதும்! எனக்கு அலுத்து விட்டது. என் கண்களுக்கு என் அறை புளித்துப் போய் விட்டது. அதே காட்சிகள், அதே மாதிரி ஒவ்வொரு நாளும் எனக்கு வெறுப்புத் தட்டி விட்டது.

ஆனால் . . .

நான் படுத்திருந்த கட்டில் சன்னல் அருகே கிடந்தது.

அந்தச் சன்னல் பெரிது என்பதில்லை; சிறிது என்பதுமில்லை. ஆனால் என் கண்களுக்கு அந்தச் சன்னல் பெரிதாகத்தான் காட்சி தந்து கொண்டிருந்தது. அன்று எனக்கு அது மதிக்க முடியாத ஒன்றாக இருந்தது.

சன்னலுக்கு நாலு கம்பிகள். அதற்கு முன் ஒரு பந்தல். வெக்கைக்குப் போட்ட வேலி.

அந்தப் பந்தலில் சாய்ப்பு மூங்கிலைப் பார்த்துக்கொண்டே இருப்பேன். அதில் பிளக்கப்படாத உருண்டை மூங்கில்களில் பல துவாரங்களைக் கவனித்தேன். யார் போட்ட துளைகள் அவை? ஒருநாள் துவாரங்களை எண்ணிப் பார்த்தேன். ஏழு. பத்து நாட்கள் கழிந்தன. மீண்டும் எண்ணிப் பார்த்தேன். பத்து . . . அடிசக்கை! இதென்ன மாயம்? ஒவ்வொரு நாளும் கவனித்தேன். அப்பொழுது ஒருநாள் மத்தியானம் ஒருவர் வந்தார். வேறு யாருமில்லை. ஒரு வண்டு. கன்னங்கரேலென்று. ஓஹோ, நீரா இந்த வேலை பண்ணுகிறீர். பலே ஆளய்யா நீர்! வண்டுகள் 'ஸ்ஸ்' என்று சப்தம் செய்துகொண்டே அந்தரத்தில் சுழன்றபடி நாட்கணக்கில் துளைகள் போடுகின்றன . . . பேஷ், அப்படியா சங்கதி!

பந்தலை அடுத்தாற்போல் காம்பௌண்டுச் சுவர். அதையொட்டி இரண்டு ரோஜாச்செடிகள். ஒன்று பெரியது; மற்றொன்று சிறியது. அம்மா ரோஜா; குழந்தை ரோஜா.

காலையில் கண் விழித்ததும் ரோஜா மொக்குகளை எண்ணுவேன். மறுநாள் அவை மலர்ந்து தென்றலில் ஊசலாடும். மீண்டும் புது மொக்குகள். காலையில் ரோஜா. மழை பெய்தால் சொட்ட சொட்டக் குளித்துவிட்டு என்னைப் பார்த்துச் சிரிக்கும். சிரிப்பாய் சிரிக்கும்.

ஒருநாள் பால்காரியின் பெண் ரோஜாச் செடி பக்கத்தில் வந்து நின்றாள். வழக்கமாக அந்தப் பெண்ணின் தாயார்தான் பால் கொண்டுவருவாள். இத்தனை மணிக்கு இன்னார் சன்னலைத் தாண்டிப் போவார்கள் என்பது எனக்கு அத்துப்படி. காலோசை கேட்டால், இன்னார் என்று மனதில் தீர்மானித்துக் கொண்டே திரும்பிப் பார்ப்பேன். நான் நினைத்தபடிதான் இருக்கும். இதில் எனக்குப் பெருமை.

அன்று பால்காரிப் பெண் ரோஜாச் செடியின் பக்கம் வந்தாள். அங்கு சன்னலோரத்தில் நான் படுத்திருப்பது அவளுக்கு எங்கே தெரியும்? அக்கம் பக்கம் பார்த்துவிட்டுச் சட்டென்று ஒரு ரோஜா மலரைப் பறித்துப் பால் செம்பில் போட்டுக்கொண்டாள். தலை நிமிர்ந்து சன்னலைப் பார்த்தாள். முகம் சுண்டிப்போய் விட்டது. எனக்குத் தர்மசங்கடமாகப் போய்விட்டது. 'யாரிடமும் சொல்ல மாட்டேன்' என்று கண்களால் செய்தி சொன்னேன். சிரித்துக் கொண்டே ஓடிவிட்டாள் அவள்.

சில சமயம் எதிர்வீட்டு வாழைத் தோட்டத்தைப் பார்த்துக் கொண்டிருப்பேன். நான் படுக்கையில் விழுந்த அன்றுதான் கன்றுகள் நட்டார்கள். அவை என் கண் முன்னே வளர்ந்தன. வளர்ந்து பெரி தாயின. அந்த வீட்டு மாமி மாதிரி புஷ்டியாக இருந்தது ஒவ்வொரு வாழையும். இலை மிகப் பெரியது; என் மெத்தையைவிடப் பெரியது. பின்னால் குலை தள்ளிற்று. அழகான குலைகள். அந்தி வேளையில் வௌவால்கள் வாழைத் தோட்டத்தில் சுற்றிச் சுற்றி வரும். வாழைப் பூவிலிருந்து தேனைப் பருகும் காட்சி அற்புதமாக இருக்கும். எனக்குச் சொல்லத் தெரியவில்லை. மிகவும் அற்புதமாக இருக்கும்.

என் கண்களுக்கு ரோடு தெரியாது. ஆனால் மின்சாரத் தூண் களின் தலையும் தலையோடு ஓடும் கம்பிகளும் தெரியும். நான் படுக்கையில் விழுந்த புதிதில் கவனித்திருக்கிறேன். முன்னை விடவும் கம்பிகள் மிகவும் தொய்ந்துபோய்விட்டன இப்பொழுது. கம்பியை இழுத்துக்கட்ட ஆட்கள் வருவார்கள் என்று எண்ணினேன். பின்னால் ஒரு சமயம் பார்த்த பொழுது பழையபடி விறைப்பாக இருந்தது. ஆச்சரியம்தான். எனக்கு மர்மம் புரியவில்லை. அம்மாவிடம் சொன் னேன். அவளுக்கும் புரியவில்லை. என்ன மாயமோ என்று சொல்லி விட்டாள்.

சாரல் சமயங்களில் தண்ணீர்த் திவலைகள் மின்சாரக் கம்பி வழியாகச் சிறிது தூரம் கீழ்நோக்கி ஓடிவிட்டு உதிரும். அப்பொழுது இளம் வெயிலும் அடித்துவிட்டால் போதும். அற்புதமாக இருக்கும். ஒரு திவலைத் தண்ணீரில் ஓராயிரம் நிறங்கள். அப்படி ஒரே ஒரு தடவைதான் பார்க்கக் கிடைத்தது எனக்கு.

சடக் சடக்கென்று ஓயாமல் வண்டிகள் நகரும். ஆனால் வண்டிகள் போவது என் கண்களுக்குத் தெரியாது. வைக்கோல் வண்டிகள் போனால் வைக்கோல் மட்டும் தெரியும். சில சமயம் அதன் மேல் ஒருவன் 'நான்தாண்டா ராஜா' என்கிற தோரணையில் வீற்றிருப்பான். உடம்பு சொஸ்தமானதும் ஒருநாள் வைக்கோல் வண்டியில் சவாரி போக வேண்டுமென்று நானும் தீர்மானித்துக் கொண்டேன். குத்தகைக்காரன் தாணுமாலயனிடம் சொல்லி வைக்க வேண்டும்.

அய்யரின் வீட்டுக்கூரையில் ஒரு பக்கம் மட்டும் தெரியும். அங்கு சில சமயம் காக்காய்க் கூட்டம் கூடிவிடும். காக்காய்ப் பள்ளிக்கூடம் போலிருக்கிறது. சற்று பெரிய - காக்கை ஜாதியிலும் கறுப்பாக - ஒரு காக்காய் கூட்டத்தில் தனித்துத் தெரியும்படி உட்கார்ந்து கொண்டிருக்கும். அவர்தான் ஹெட்மாஸ்டராக இருக்கவேண்டும். நான் பார்த்துக் கொண்டிருக்கிறபொழுதே அந்தப் பெரிய காக்காய் ஒரு சிறு காக்கையை அலகால் கொத்திற்று. வீட்டுப் பாடம் செய்யாவிட்டால் அவ்வளவுதான்!

சில சமயம் அய்யர் வீட்டுக் கூரை பெரிதாகப் புகையும். அடுக்களையிலிருந்து கம்மென்று வாசனை வீசும். நான் இன்ன கறி, இன்ன பட்சணம் என்று முடிவு செய்துகொள்வேன். அப்பொழுதெல்லாம் வாயில் நீர் ஊறிவிடும். என்னை அறியாமல் கன்னத்தில் வழிந்துவிடுவதும் உண்டு. அம்மா வந்து துடைத்து விடுவாள்.

வானத்தை மணிக்கணக்காய்ப் பார்த்துக் கொண்டிருப்பேன். ஆஹா, எவ்வளவு அழகு! மேகக்கூட்டம் கும்பல் கும்பலாக யாத்திரை செய்த வண்ணமிருக்கும். எங்கு செல்கிறதோ? சில சமயம் சோம்பல் பிடித்தாற்போல் பதிந்துவிடும். அசைவே இராது. எனக்கு மேகத்தின் மேல் படுத்துக்கொள்ள வேண்டும் போல் இருக்கும். மேகத்தை வாரி வாரித் தலைவழியே போட்டுக்கொள்ள வேண்டும் போல் இருக்கும். தூய வெள்ளையாக, மங்கிய கறுப்பாக, ஒரே கறுப்பாக, சாம்பல் வெள்ளையாக . . . புதுசு புதுசாக வேஷம் போட்டுக்கொண்டு வரும். உருமாறி உருமாறி, உருவத்திற்குள் வந்து விழுந்துவிடும். மயில் மாதிரி, ஒரு ராட்சசன் படுத்துக்கிடப்பது மாதிரி, குதிரை நாலுகால் பாய்ச்சலில் பறப்பது மாதிரி, மிகப் பெரிய ஆல விருட்சம் மாதிரி . . .

. . . ஒருநாள் ஒரு தங்கரதம். ஆறு குதிரைகள். சாரதியில்லாமலே தேர் ஓடுகிறது. மறுநிமிஷம் உருக்குலைந்துபோய் விட்டது.

ஒரே ஒருநாள் மட்டும் ஏனோ, மேகம் ஒரு கட்டில்போல் திரண்டு விட்டது. அதில் நோஞ்சலாக, குச்சி மாதிரி ஒரு குழந்தை படுத்துக் கிடக்கிறது. அன்று அதைப்பார்த்து, நான் ஏங்கி ஏங்கி அழுதேன்.

அம்புலியை எப்பொழுதும் பார்க்க முடியாது. எப்பொழுதாவது ஒரு தடவை சன்னலோடு தெரியும் சுற்று வட்டத்திற்குள் வரும். சிலநாட்களில் மறைந்துபோகும். மீண்டும் ஒருநாள் திடீரென்று வடகோடியில் அம்புலியின் விளிம்பு தெரியும். அன்று நான் பூரித்துப்போய்விடுவேன். பின்னால் தினம் தினம் தென்கோடியை

நோக்கி நகர்ந்து நகர்ந்து சன்னலின் நடுமையத்தில் வரும். அன்று ஒரே கொண்டாட்டம்தான். அம்புலி என் முகத்தையே பார்த்துக் கொண்டிருப்பது போலிருக்கும். என்னைப் பார்த்து வா வா என்று அழைப்பது போலிருக்கும். சில நாட்களில் மீண்டும் மறைய ஆரம்பித்துவிடும். இரண்டொரு நாட்கள் மிகுந்த சிரமத்தோடு உன்னி உன்னிப் பார்ப்பேன். பின்னால் அப்படிப் பார்த்தாலும் தெரியாதபடி மறைந்துவிடும்.

நக்ஷத்திரங்கள் முதல் பார்வையில் ஒன்றிரண்டுதான் தெரியும். பார்க்கப் பார்க்கப் பெருகும். கண்களைச் சுருக்கிக் கொண்டு பார்த்தால், கண்ணிற்கும் தாரகைக்கும் ஒரு ஒளிக்கதிர் விட்டுவிட்டு இணையும். கண்ணிற்குள்ளேயே நக்ஷத்திரங்கள் பூத்து மலருவது போலவும் இருக்கும்.

அந்தி நேரத்தில் சன்னலருகே கூட்டல் சின்னங்கள் போல் குஞ்சுக் குஞ்சுத் தும்பிகள் பறக்கும். மேலும் கீழுமாகச் சுற்றிவந்து சூனியத்தில் கோலங்கள் போடும்.

கண்கள் விண்டது முதல் இறுகுவதுவரை சன்னல் வழியாகப் பார்த்துக்கொண்டே இருப்பேன்.

எனக்கு அலுக்காது; சலிக்காது.

போன பொழுதிற்கெல்லாம் அர்த்தம் கொடுத்துக் கொண்டிருந்தது அந்த சன்னல்தான்.

ஆனால்...

ஒருநாள் கண்ணை விழித்ததும் சன்னலைப் பார்த்தேன். பார்த்த இடத்தில் சுவர்தான் இருந்தது. என்ன இது? சன்னல் எங்கே?

என் அம்மா பக்கத்தில் நின்றுகொண்டு சொன்னாள் :

"நேற்று நீ தூங்கிய பின்பு டாக்டர் வந்திருந்தார். தணுப்புக் காற்று ஆகாதாம். கட்டிலை இழுத்துச் சுவர் ஓரம் போடச் சொல்லி விட்டார்."

நான் 'ஓ' வென்று அழுதேன். கேவிக் கேவி அழுதேன்.

அறையில் குடும்பமே கூடிவிட்டது. அம்மா, அப்பா, அக்கா, தங்கை, அண்ணா, தம்பி...

"ஐயோ, குழந்தைக்கு என்ன செய்கிறதோ தெரியவில்லையே?" என்று கையை உதறினாள் அம்மா.

எல்லோரும் அழ ஆரம்பித்துவிட்டார்கள்.

அப்பா படபடத்தார்.

"எதற்கு அழுகிறாய்? என்ன செய்கிறது சொல்லு? சொல்லுடா சொல்லு. இதோ டாக்டரைக் கூட்டிவந்து விடுகிறேன்."

என் கன்னத்தில் கண்ணீர் வழிந்துகொண்டிருந்தது.

"எதற்கு சொல்லு? என் கண்ணல்லவா நீ, சொல்லு" என்று அம்:மா கெஞ்சினாள்.

நான் முணுமுணுத்தேன். அம்மா அவள் காதை என் வாயருகே வைத்துக்கொண்டாள்.

நான் முணுமுணுத்தேன்:

"எனக்கு மூச்சு முட்டுகிறது."

எல்லோரும் "டாக்டர்! டாக்டர்!" என்று கத்தினார்கள்.

சரஸ்வதி, 1958

லவ்வு

சிவகாமி ஆச்சியின் பேரன் அணஞ்சபெருமாளுக்குத் திருமணமாகி ஏழு மாதங்களானதும், மருமகள் கோசலை ஒரு குழந்தையைப் பெற்றெடுத்தாள்.

பிறந்த குழந்தை இறந்து பிறக்கவில்லை; பிறந்தபின் இறக்கவு மில்லை.

குழந்தை பிறந்ததும் போட்ட கூச்சல் தெருவைக் கலக்கிவிட்டதாம்.

பேறு பார்த்த அம்பட்டத்தி பாக்கியம், வீட்டுக்கு வீடு இந்தச் செய்தியை ரகசியமாகச் சொல்லிக்கொண்டே வந்தாள். சகல விஷயத்தையும் தெளிவாகவும் விரிவாகவும் வர்ணித்து விட்டுக் கடைசியாகச் சொல்வாள்:

"எனக்கு எதுக்கு இந்தப் பொல்லாப்பு. நாளைக்கு நாந்தான் இதை டமாரம் போட்டோமின்னும் கூசாமெச் சொல்லிருவா கௌவி. எனக்கு என்ன வேணும்? யாரும் எக்கேடும் கெட்டு எரந்து குடிச்சுப் போனா எனக்கு என்ன மண்ணாங்கட்டி? ஆனா ஒண்ணு மட்டும் சொல்லுதேன். என் ஊட்லெ மட்டும் இப்டி நடந்திருக்கும்னா பளம் வாரியலாலே அவ முதுகிலே சாத்தி, சாணியும் கரைச்சு அவ தலையிலெ ஊத்தி, தாய்க்காரி முன்னாலெ இளுத்துக்கிட்டுப் போய் ஒன் அருமாந்த புள்ளெ ஒங்கூடவே இருக்கட்டும்னு தள்ளிப் புட்டு வந்திருவேன், ஆமா. கௌவி கொளந்தெயெ அணைச்சு கொஞ்சிக்கிட்டிருக்கா கொஞ்சிக்கிட்டு. மனுஷம்னு சொன்னா கொஞ்சம் ரோசம் மானம் வேணும். தூ!" என்று சொல்லி முடிப்பாள் பாக்கியம்.

எங்கும் இந்தப் பேச்சுப் பரவிவிட்டது.

குளக்கரையில் இந்தப் பேச்சு; கோயிலிலும் இதே பேச்சு; சூடடிக் களத்திலும் இந்தப் பேச்சுதான். மந்தையில் மாடு மேய்க்கும் சிறுவர் களும் இதைத்தான் பேசிக்கொண்டிருந்தனர்.

இரண்டு பெண்கள் சந்தித்தார்கள் என்றால் எல்லாம் இந்தப் பேச்சுப் பேசுவதற்கே சந்தித்தார்கள்; சந்தித்து இதையே விடாமல்

பேசினார்கள். மறுநாளும் தொடர்ந்து பேசிக்கொண்டார்கள். பேசுவதற்கும் கேட்பதற்கும் எவ்வளவோ இருந்தன. செய்திக்குள் செய்தி பூத்து இதழ் இதழாக விரிந்துகொண்டிருந்தது.

வள்ளியம்மை வீட்டில் பெண்கள் மகாநாடு கூடிவிட்டது. எல்லோரும் அதே பேச்சுப்பேசி அலுத்துப்போய்விட்டார்கள். ஆனால் அந்தப் பேச்சை விட்டுவிட்டால் தொடர்ந்து எதைப்பற்றிப் பேசுவது என்பதும் அவர்களுக்குத் தெரியவில்லை. எனவே அந்தப் பேச்சையே தொடர்ந்து பேசிக்கொண்டிருந்தனர்.

"புள்ளெயெப் பாத்த ஒரு பொம்புளெ இங்கெ உண்டுமா? ஏன் வீணாய் பேசறீங்க?" என்று கேட்டாள் வள்ளியம்மை. தான் இந்தப் பேச்சு எதையுமே நம்பாதது மாதிரியும், வீண் வம்பு பேசுவது முறையா என்பது மாதிரியும் இருந்தது அவள் தோரணை. அந்த தோரணையிலாவது எப்படியேனும் பேச்சை நீட்டியடித்துக் கொண்டிருக்க வேண்டுமென்பதுதான் அவளுடைய ஆசை.

எல்லோரும் மௌனமாக இருந்தனர்.

வள்ளியம்மை தொடர்ந்து சொன்னாள்:

"புள்ளெயெப் பாக்கமுன்னுக்கு நம்ம வாயாலெ ஒண்ணு சொல்லுது நல்லாருக்காது. ஊருலெ பலதும் பேசுவா. கண்ணு வச்சு காது வச்சுப் பேசுவா. அந்தாலெ நெசம்னு எடுத்திரப்படாது. நானும் பெண்ணும் பேத்தியும் எடுத்தவ. பொசுக்குன்னு ஒரு பேச்சு வுட்டுரலாம். திரும்ப எடுத்திர முடியாது பாத்துக்க" என்றாள் வள்ளியம்மை.

"புள்ளெயெத்தான் கௌடு வெளியிலே காட்டமாட்டேங்காமே. அதுக்கு என்ன செய்யுது?" என்று வனசம் கேட்டாள்.

"முந்தியிலெ முடிஞ்சு வச்சிருக்காளோவ்? போச்சு போ" என்று ஏளனத்துடனும் அலட்சியமாகவும் கையை வீசியபடிச் சொன்னாள் கோலம்மை.

கோலம்மையின் உடல் நல்ல வஜ்ரம் பாய்ந்த ஆண் பிள்ளையின் தேகம் போலிருந்தது.

"அப்படீன்னா நீ போய் புள்ளெயப் பாத்திட்டு வந்திரேன் பாப்பம்" என்றாள் கட்டியம்மை.

"வந்துட்டாலோவ்?"

சவாலுக்கு பட்டென்று பதில் கிடைக்கவில்லை. ஒரு நிமிஷம் மௌனம் நிலவியது.

வள்ளியம்மைக்குப் பேச்சு முறுக்கேறுவதில் உற்சாகம் பிறந்துவிட்டது. அதோடு கோலம்மையின் வாலை உருவி விட்டுக் குழந்தையைப் பார்த்துவர அனுப்பிவிட வேண்டுமென்று மனதினுள் தீர்மானம் செய்துகொண்டாள்.

"இன்னா பாரு கோலம், நான் நேத்து சிவகாமி வீட்டுக்குப் போயி நாள் முச்சூடும் காவலு கெடந்தேன் பார்த்துக்க. புள்ளெயப் பாக்கவுட்டாள்ளெ, ஆமா!"

கட்டியம்மையும் அதை ஆமோதித்துப் பேசினாள் :

"ஆஸ்பத்திரிக்காரி புள்ளெய அசைச்சிரக் கூடாதுன்னு சொல்லி யிருக்கா, மூடி வச்சிருக்கணும்னு சொல்லியிருக்கா, அப்டீ இப்டீனு புள்ளெ பக்கமே நகரவுட மாட்டேங்காளே!"

"நான் போய் பாத்திட்டு வந்திட்டாலொவ்?" என்று மீண்டும் தீர்மானமான குரலில் சவால் விட்டாள் கோலம்மை. வள்ளி யம்மைக்கு தான் இழுத்த கோட்டிற்குள் பேச்சு வருவது இதமாக இருந்தது. ஆனால் அதை வெளியே காட்டிக் கொள்ளாமல் ஆத்திரம் வந்துவிட்டது போல் போலித்தனமாக அபிநயித்துக்கொண்டு சொன்னாள் :

"நீ புள்ளெயப் பாத்துட்டு வந்துட்டா என் கொளந்த பேரு சத்தியமா எங்காதெ அறுத்து வைக்கேன்." வலது காதைப் பிடித்த படியேதான் இதைச் சொன்னாள் வள்ளியம்மை.

"ஒங் காது எனக்கு என்னாத்துக்கு? சுட்டுத் திங்கவா? பாம் படத்தெ மட்டும் களத்தித் தந்துட்டாப் போதும்" என்றாள் கோலம்மை.

எல்லோரும் சிரித்தனர்.

"தாறேன். வேறொண்ணு வேண்டிக்கிட்டாப் போச்சு. ஒண் ணாணெ தாறேன். நீ பாத்துட்டு வந்திரு பாப்பம்" என்று விசையை விடாது முடுக்கினாள் வள்ளியம்மை.

கோலம்மை மெதுவாக எழுந்து சென்றாள்.

அணஞ்சபெருமாளுக்கு அவனுடைய தாய் முகமோ தகப்பன் முகமோ நினைவில் இல்லை. அவனுக்குச் சிறு வயதிலிருந்தே தெரிந்த முகம் அவனுடைய பாட்டி சிவகாமி ஆச்சியின் முகம்தான். அணஞ் சிக்கு மூன்று வயதிலிருந்தே அவனைச் சம்ரட்சிக்கும் பொறுப்பு ஆச்சியின் தலையில் விழுந்துவிட்டது. தாய் இறந்து போனாள். தகப்பன் எங்கோ ஓடிப்போய்விட்டான். இன்றுவரை துப்பு இல்லை.

அணஞ்சிக்கு இப்பொழுது வயது முப்பதாகிவிட்டது. குழந்தை களின் சுறுசுறுப்பையோ பெரியவர்களின் அறிவு வளர்ச்சியையோ அவனிடம் காண முடியாது. வயதுக்கு அடையாளமாக உயரமி ருந்தது. சவரம் செய்துகொள்ளவேண்டிய அவசியமிருந்தது. ஆச்சி முன்னைவிடவும் பெரிய பானை வடித்தாள்.

அணஞ்சிக்குப் படிப்பே வரவில்லை. இருபத்தைந்து வயது வரையும் கிட்டிப்புள்ளும் கோலியும் விளையாடினான். எட்டு வயது, பத்து வயது குழந்தைகளுடன் சகஜமாக விளையாடுவான். சிறு பெண்களைப் பார்த்தால் முகத்தை வலித்துக் காட்டுவான். பக்கத்தில் யாருமில்லை என்றால் ஒரு தடவை அக்கம் பக்கம் பார்த்துவிட்டுப் பெண்ணின் துடையைப் பிடித்து ஒரு அழுத்து அழுத்திவிட்டு ஓடியே போய்விடுவான்.

ஆச்சி ஆயிரம் சிபாரிசு பிடித்து ரைஸ்மில் ஒன்றில் வேலை வாங்கிக் கொடுத்தாள் அணஞ்சிக்கு. காலையில் எட்டு மணிக்குப் போனால் இரவு பத்து மணிக்குத்தான் வீடு திரும்பமுடியும். ரைஸ் மில் எழுப்பும் பேரோசை மிகவும் பிடித்திருந்தது அவனுக்கு. உற்சாகமாக வேலை செய்தான். நிக்கரை மட்டும் போட்டுக்கொண்டு மில்லின் பக்கத்தில் நின்று கொண்டிருப்பதில் அவனுக்குப் பேரானந்தம்.

இரவு, மில் வேலை முடிந்ததும் ஜங்ஷனில் வந்து நின்று கொண்டிருப்பான். சவாரி ஏற்றிக்கொண்டு குதிரை வண்டி ஏதாவது வந்தால் அதைப் பிடித்துக்கொண்டே பின்னால் ஓடிவருவான். சில நாட்கள் வண்டி ஏதும் வராது. அப்பொழுதெல்லாம் அணஞ்சி வீடு வந்து சேருவதற்கு நடுச்சாமமாகிவிடும். 'ஏம்லெ இவ்வளவு நாளி?' என்று பாட்டி கேட்டால் 'குதிரை வண்டி கெடைக்கலெ' என்பான். 'சவம் பொலம்புது' என்று சொல்லிக்கொண்டே சோற்றைப் போடு வாள் பாட்டி.

ஒருநாள் இரவு ஒரு பெண்ணுடன் வீட்டுக்கு வந்தான் அணஞ்சி. அவனுக்குக் கல்யாணமாகிவிட்டதாம். விலக்கு அம்மன் கோயிலில் வைத்துத் தாலி கட்டினானாம். பெரியவர்கள் இருந்து நடத்தி வைத்தார்களாம்.

அதிர்ச்சியில் ஸ்தம்பித்துப் போனாள் பாட்டி.

"பாட்டி, கோசலை அளகுபோல இருக்கா பாத்தியா? சினிமாப் பாட்டெல்லாம் அளகாப் பாடுதா" என்று சொல்லிக் கொண்டே "கோசலே, பாட்டிக்கு ஒரு பாட்டு பாடிக் காமி பாப்பம்" என்றான் அணஞ்சி.

இரண்டு நாள் வீட்டில் சண்டையும் சச்சரவுமாக இருந்தது. பாட்டி அணஞ்சியிடமும் கோசலையிடமும் எரிந்து எரிந்து விழுந் தாள். பின்னால் பாட்டிக்கு இரண்டு விஷயங்கள் தட்டுப்பட்டன. ஒன்று, கோசலை வந்தது அவளுக்கு மிகவும் ஏந்தலாக இருந்தது. இரண்டு, அணஞ்சிக்கும் கல்யாணம் நடந்தேறிவிட்டது.

நாள்பட எல்லாம் சரியாய்ப் போயிற்று. பூசலும் புகைச்சலும்தான் இருந்தது.

அப்பொழுதுதான் கோசலை ஒரு குழந்தையைப் பெற்றெடுத்தாள்.

"லேய் மொண்ணையா, அண்ணைக்கே முட்டிக்கிட்டேனே ஒங்கிட்டெ. எளவு எடுப்பானுக்குத் தெரியலே. எங்கிருந்தோ அவிசாரி மூதியெ ஊட்டுக்குள்ளே கொணாந்துட்டியே. தலெயெ பொறத்தாலே நீட்ட முடியலையே பாவி!" என்றாள் ஆச்சி.

அணஞ்சி அப்பொழுதுதான் மதியம் சோறு உண்ண வீட்டுக்கு வந்திருந்தான். இலைமுன் உட்கார்ந்ததும் பாட்டி கூப்பாடு போட ஆரம்பித்துவிட்டாள்.

அறையின் ஒரு மூலையில் சுவருக்குச் சுவர் கயிறு இழுத்து, அதில் பழஞ்சீலைத் திரை தொங்கவிட்டிருந்தது. திரைக்குப் பின்னால்

குழந்தையின் சிணுங்கலும் தாயின் அரவணைப்பும் கேட்ட வண்ண மிருந்தன.

பாட்டி திரும்பத் திரும்ப அதையே சொல்லிக் கொண்டிருந்தாள்.

அணஞ்சிக்கு கோபம் வந்துவிட்டது.

"வாயெ மூடிக்கிட்டு கெடக்கியா, எந்திரிச்சுப் போட்டுமா? பொலம்பிக்கிட்டு கெடக்கியே, பொலம்பிக்கிட்டு. ஒன்னே கட்டேலெ கொண்டு வச்சம் பொறவுதான் எனக்கு ஜாளியா இருக்க முடியும். கொளம்புக்கு உப்பே இல்லை. கொளம்புக்குக் கூடக்கொஞ்சம் உப்புப் போடுனு எத்தனை மட்டம் சொல்லியாச்சு? செவிட்டு எளவுக்குக் காதிலே உளமாட்டேங்கு."

ஆச்சிக்கு பொத்துக்கொண்டு வந்துவிட்டது. "கொண்டு வய் யேம்லெ, இப்பமே கொண்டுபோய் வச்சிரு. இருபத்தேளு வருசமா உனக்காகச்சுட்டி ஒடம்பே சந்தனமா அரைச்சேம்லா! அதுதான் சொல்லுதே. சொல்லு. நல்லாச் சொல்லு. உசுரு போகமாட்டேங்கே ஆண்டவனே. எண்ணைக்குத்தான் என் உசுரே கொண்டு போவப் போவுதையோ" என்று நெஞ்சில் ஓங்கி ஓங்கி அடித்துக்கொண்டே பிரலாபிக்க ஆரம்பித்துவிட்டாள் பாட்டி.

அணஞ்சி இலை முன்னாலிருந்து எழுந்து கையை ஓங்கிக்கொண்டு ஓடிவந்தான்.

"வாயெ மூடு, மூடு வாயெ. வச்சிருவேன். பளீர்னு முதுகிலெ சாத்திருவேன். ஒண்ணாணெ அறைஞ்சிருவேன். ராக ஆலாபனை யில்லா பண்ணுதா. நீ சோறும் வைக்க வேண்டாம் மண்ணும் வைக்கவேண்டாம். கொளம்பு வச்சிருக்கா கொளம்பு, உப்புமில்லை எளவுமில்லை" என்று சொல்லிக்கொண்டே வெளியே நடந்தான் அணஞ்சி.

பாட்டி தனது அழுகையைத் துண்டாக நிறுத்திவிட்டு, "லேய் மக்கா, பசியா போவாதலெ. கோர்விச்சுக்கிட்டுப் போவாதலெ. ஒன் வயிறு வாடிக் கெடக்கவாலெ நான் உசிரப் புடிச்சுக்கிட்டிருக் கேன். லேய் மக்கா, அணஞ்சி, லேய்" என்று இழுத்து இழுத்துக் கத்திக் கொண்டே வாசலை நோக்கி ஓடினாள்.

கோலம்மை உள்ளே ஏறி வந்துகொண்டிருந்தாள்.

பாட்டி முகத்தைத் திருப்பி, முந்தானையால் முகத்தைத் துடைத்துக்கொண்டே, "வா, கோலம், வா" என்றாள்.

புலவன் கோலப்பனுக்குத் தலைக்கு நாள் கண்விழிப்பு. ஒப்பன விளை மாடசாமி கோவிலில் அவனுடைய வில்லடி இருந்தது. தூக்கம் விழித்ததில் கண்கள் கோவைப் பழமாகச் சிவந்திருந்தன. அதோடு காலையில் எழுந்ததும் முதல் சோலியாக, மலையாளத்து நண்பன் ஒருவன் வடக்கே இருந்து ரகசியமாக அனுப்பிவைத்த

அசல் மருந்தையும் கொஞ்சம் ருசி பார்த்திருந்தான். கிறுக்கம் களைகட்டி நின்றது.

வாசல் திண்ணையில் உட்கார்ந்து வாயில் பெருக்கெடுத்து ஊறிநின்ற தம்பலச்சாற்றை உம்மென்று அடக்கிப் பிடித்துக் கொண்டு, வில்லில் ஏதோ பழுதுபார்த்துக் கொண்டிருந்தான் கோலப்பன். அப்பொழுதுதான் அவன் மனைவி, ஆச்சி வீட்டில் குழந்தை பிறந்த செய்தியை சுடச்சுடத் தாங்கிக்கொண்டு ஓடி வந்தாள். அந்த நிலையில் மனைவி சொன்னது அரையும் குறையுமாகத்தான் அவன் காதில் விழுந்தது. இடையிடையே அவன் தன்னையறியாமல் 'உம்' போட்டுக் கொண்டிருந்தான்.

மறுநாள் காலைக்கடனைத் தீர்க்கத் தோப்பில் உட்கார்ந்து கொண்டிருந்தபொழுது பார்வத்தியக்காரர் அம்மையப்ப பிள்ளை மேற்படி கதையை நீட்டி நீட்டிச் சொன்னார். அதைக் கேட்பதற்கே பிரம்மானந்தமாக இருந்தது கோலப்பனுக்கு. மண்டையை ஆட்டியும் சப்த ஓசைகள் எழுப்பியும் ரசித்தான். அன்று இரவு தன் வீட்டில் நடக்கும் வம்புக் கச்சேரியில் இந்த விஷயத்தை எடுத்துப்போட்டுத் தனியாவர்த்தனம் பண்ணவேண்டுமென்றும் நினைத்துக்கொண்டான். ஆனால் அதற்கு வழி இல்லை. அன்று இரவு அவனுக்குப் பணகுடி அம்மன் கோயிலில் புரோகிராம். அச்சாரமும் வாங்கிவிட்டான். எனவே மாலையிலேயே வில்லும் கோஷ்டியுமாகப் புறப்பட்டான்.

பாதிதூரம் போய்க்கொண்டிருக்கும் பொழுது எதிரே நெல்வண்டி ஒன்று வந்தது. நெல் மூடை அம்பாரத்தின் மேல் அணஞ்சி உட்கார்ந்து சிரித்துக் கொண்டிருந்தான்.

"லேய் அணஞ்சி, உன் பெண்சாதி கொளந்தே பெத்திருக்காளாமே" என்று விசாரித்துவிட்டு கூட வந்துகொண்டிருந்த சிஷ்யனைப் பார்த்துக் கண்ணைச் சிமிட்டிச் சிரித்தான்.

குறும்பும் குண்டுணியும் கோலப்பனோடு உடன் பிறந்த அம்சங்கள். பரம ஆபாசமான விஷயங்களைத் துணிச்சலாகவும் அழகாகவும் பேசுவான். இதைக் கேட்டு மகிழ அவன் வீட்டு வாசலில் சதா ரசிகர் கூட்டம் பழிகிடையாய்க் கிடக்கும்.

கோலப்பன் நல்ல ஆஜானுபாகு. குழவிக் கல் மாதிரி தோள்கள். நெஞ்சில் மயிர்க்காடு. அதை இரண்டு கைகளாலும் ஏக காலத்தில் பக்கவாட்டிலிருந்து நடு நெஞ்சிற்குத் தடவி விட்டுக்கொள்வான். வெண்கலக் குரல். ஓயாமல் வெற்றிலை போடுவதாலோ என்னவோ வாயோரம் சற்றுக் கிழிந்திருக்கும்.

பணகுடி கச்சேரி முடிந்து, சத்திரத்தில் படுத்துக் கொண்டிருக்கிறபொழுது, ஆச்சி வீட்டில் குழந்தை பிறந்த கதையை சகாக்களிடம் விதவிதமாய்ச் சொல்லி, எல்லோரையும் சிரிக்கடித்தான்.

"நாளைக்கு ஊருக்குப் போனதும், மொத சோலியா ஆச்சியைப் போய்ப் பார்க்கணும்" என்றான்.

"ஏதாம் பொடி வைக்கப் போறியோவ்?" என்று கேட்டான் ஒரு சிஷ்யன்.

ஏதோ தேவ ரகசியத்தைத் தனது சிஷ்யன் விண்டு சொல்லி விட்டது போல், வெற்றிலைத் தம்பலம் கொசுத்தூறல் போடாமல், கூரை முகத்தைப் பார்த்தபடி தலையை ஆட்டிக் கடகடவென்று சிரித்தான் கோலப்பன்.

கோலம்மை திரும்பி வந்துவிட்டாள். எல்லோரும் புற்றீசல் மாதிரி அவளைச் சுற்றிக்கொண்டனர்.

"என்ன பாத்தியா? பாத்தியா?" என்ற கேள்வி கோரஸாக எழுந்தது.

"பார்த்தேன்" என்று தணிந்த குரலிலும், 'கெத்' விடாமலும் பதில் சொன்னாள். மேற்கொண்டு ஒன்றும் சொல்லாமல் இரண்டு நிமிஷம் மௌனத்தை நிலவ விட்டு எல்லோரும் பொறுமை இழப் பதை உணர்ந்து மகிழ்ந்தாள்.

"அதுதானே கேட்டேன். கோலம் போனா பாக்காமெ வந்திரு வாளாக்கும். கெங்கெயெ கொணந்துருவாளெ கெங்கெயெ" என்றாள் குட்டிப்பிள்ளை ஆச்சி.

கோலம்மை கையை அகல வைத்துக்கொண்டு சொன்னாள்.

"பிள்ளெ இந்தா வண்ணமிருக்கு. அந்த மாந்தயன் சாடையேல்லே. அவ சாடையாத்தான் தெரியுது. நல்ல வெளச்சலு கொளந்தைக்கு. எம்புட்டு தலையிங்கே? ஆத்தாடி! சுட்டியும் பூவும் வச்சுப் பின்ன லாம், ஒன்னாணெ."

"நீ சொலுதெ பாத்தா ..." என்று ஒருத்தி இழுத்தாள்.

"அதொண்ணும் எங்கிட்டெ கேக்காதே. எனக்கு அசிங்கியம் சொல்லக் களியாது" என்று முகத்தைச் சுளித்துக் கொண்டாள் கோலம்மை.

"அந்தக் குட்டியெ மொதமொத பாத்தாலெ ஒரு மாதிரியாத்தான் பட்டுது எனக்கு. நம்ம வாயாலெ ஒண்ணும் வந்திரப்படாதேனு கம்னு இருந்தேன். இன்னாப் பாரு வனசம், அவ ஒரு மாதிரித்தான். நெத்தியிலேயே எளுதி ஒட்டியிருக்கே மேப்படிதான்ணு" என்றாள் வள்ளியம்மை.

"புதுசாத் தெரிஞ்சு சொல்லிட்டா! மயிலாடிலேருந்து பூ கொண்டு வாராள்ளா பங்கோசம், அவ அண்ணைக்கே சாரிச்சு வந்து சொன் னாளே. நான் வெளியிலே உடலே. இவ ரெண்டு வருசத்து முன்னியே குட்டி அளிச்சவளாமே! சுசீந்திரம் தேரோட்டம்னு ஒரு மட்டம் போனாளாம், மூணு நா ஆளையே காங்கலையாம்."

பெண்கள் எல்லோரும் ஏககாலத்தில் கையைத் தட்டிக் கன்னத்தில் கைவைத்தனர்.

"அப்படிச் சொல்லு, அதுதானே பார்த்தேன். கலியாணம் கட்டி ஏழாம் மாசத்திலே பயில்வான் கணக்க கொளந்தே பொறக்கணும்னா

சில்லறைக் காரியமா? அடிபட்ட கச்சிதாம்னு சொல்லு. சரிதான், சரிதான்'' என்று முகத்தை வலித்தாள் குட்டிப்பிள்ளை.

வீட்டுப் புருஷர் தடபுடவென்று படியேறி வந்தார். மகாநாடு கலைந்தது.

அணஞ்சியின் மனைவி கோசலை வாயில்லாப் பிராணி. நல்ல கறுப்பு. மூக்கும் முழியும் திருத்தம் என்று சொல்ல முடியாது. இருந்தாலும் உடம்பில் அசாத்திய பூரிப்பு, மதமதப்பு. தனித் தனியாகப் பிரித்துப் பார்த்தால் அங்கங்கள் அத்தனையும் குறை. எல்லாம் சேர்ந்து அழகின் பூர்ணத்துவம் பொருந்தியது போன்ற மயக்கத்தைத் தந்து போதை ஊட்டிவிடும். அழகல்ல; கவர்ச்சி. கட்டிக்கொண்டு வாழ ஆசை தோன்றாது; அனுபவிக்கத்தான் வெறி ஏற்படும்.

கோசலை வாசல் திண்ணைக்குக்கூட வரமாட்டாள். ஊரில் எந்தப் பெண்ணுடனும் அவளுக்கு சிநேகம் கிடையாது. அவள் பாட்டியுடன் பேசுவதை அணஞ்சியோ, அணஞ்சியுடன் அளவளாவுவதைப் பாட்டியோ பார்த்தது கிடையாது. முகத்தில் சோகமும் இராது, சிரிப்பும் இராது. முகத்திலிருப்பது ஆழ் மனசின அழுத்தமா அல்லது வெள்ளை மனதின் பேதமையா என்று நிதானிக்க முடியாதபடி இருக்கும். பார்ப்பவர்களுக்கு இரண்டுமே மாறிமாறித் தோன்றும்.

கோசலை மாட்டுக்குப் புல்கொண்டு வைக்கும் பறைச்சியுடன் ரசமாய்ப் பேசிக்கொண்டிருப்பாள். மத்தியான வேளையில் அணஞ்சி ரைஸ்மில்லில் இருப்பான். சில சமயம் பாட்டியும் படுத்துறங்கிவிடு வாள். அப்போதெல்லாம் தனது தலை வெளியே தெரியாமல் வாசல் நிலையை ஒட்டி உட்கார்ந்து கொண்டு தாலியால் பல்லைக் குத்தியபடி வானவெளியை வெறிச்சிட்டுப் பார்த்தவண்ணமிருப்பாள். சில சமயம் வாசலில் வரும் பிச்சைக்காரியுடனோ சாமியாருடனோ பேசிக்கொண்டிருப்பாள்.

குழந்தை பிறந்த செய்தி தெருவெல்லாம் முழங்கி ஊரும் வீடும் இரண்டுபடுகிறபொழுதும் கோசலையின் முகத்தில் ஒன்றுமே இல்லை. பழைய நடை, பழைய பார்வை, பழைய முகம்.

சிவகாமி ஆச்சி ஓயாமல் குத்திக் குத்தி எடுத்துக்கொண்டிருந்தாள். குத்திய இடத்திலேயே மீண்டும் குத்திக் கிளறிப் பார்த்தாள்.

"ஏட்டி, இன்னா பாரு. நா ஒரு நாளியா லோலோன்னு கத்தித் தொண்டைத் தண்ணியெ வத்த வச்சுக்கிட்டிருக்கேன். நீ சொவத்தெப் பார்த்துக்கிட்டு இருக்கியே. சொவத்திலே ஒன் ஆளுக்குப் படமா எளுதி வச்சிருக்கு?''

வேண்டுமென்றே காரத்தைக் கூட்டிக்கூட்டிப் பேசிப் பார்த்தாள். தெரிந்த வித்தை அத்தனையும் கையாண்டு பார்த்தாள். வேறு எந்தவிதமான பலனளிக்காவிட்டாலும், கோசலை எதிர்த்து நின்று ஒரு மூச்சு சண்டைக்கு வந்தாலாவது போதுமென்றிருந்தது ஆச்சிக்கு.

கோசலை தலையைத் தொங்கப்போட்டு உட்கார்ந்து கொண்டிருந்தாள்.

"ஏட்டி நீ ஊமையா? இல்லே செவிடா? நான் பாட்டுக்கு அவயம் போட்டுக்கிட்டே இருக்கேன். நீ இடிச்ச புளி கணக்க இருக்கியே."

கோசலை திரைக்குப்பின் மறைந்துவிட்டாள்.

சிறிது நேரம் கழிந்ததும் திரைக்குள்ளிருந்து விசும்பும் சப்தம் கேட்டது.

"ஐயோ, சாதுக் கொளந்தே அளுது. வாயிலே வெரலெ வச்சாக் கடிக்கத் தெரியாது. ஏளாம் மாசத்திலே கொளந்தே மட்டும் பெத்துடுவா. தூ!"

திரைக்குள் சப்தம் அடங்கிவிட்டது.

"எக்கேடும் கெட்டு கட்ட மண்ணாப் போங்க. ஓம்பாடு, அந்தப் 'பிரிலூஸ்' இருக்காம்லெ அவம்பாடு" என்று சொல்லிக் கொண்டே வெற்றிலைப் பையை எடுத்துக்கொண்டு வாசலுக்கு நகர்ந்தாள்.

வாசலில் நிழலாடிற்று.

"ஆரு?"

"நாந்தான் கோலப்பன்."

"வா, வா, இரி" என்று வரவேற்றாள் ஆச்சி.

கோலப்பன் மடமடவென்று உள்ளே வந்து பாட்டியின் முன்னால் அவள் மூச்சுப்படும்படி நெருக்கமாக உட்கார்ந்து கொண்டான். பாட்டியின் கைகளைத் தன் கையால் நகர்த்தி, வெற்றிலை இடிக்கும் கல்லைத் தன் பக்கம் இழுத்துக்கொண்டு இடிக்க ஆரம்பித்தான்.

"நான் வரயிலெ உள்ளார என்னமோ சத்தம் கேட்டுதே, என்ன விஷயம்?" என்று பேச்சைத் துவக்கினான் கோலப்பன்.

'ஒண்ணுமில்லெ. நான் பொறந்து வளந்த கதெயெத்தான் சொல்லிப் பொலம்பிக்கிட்டிருக்கேன். பூமிக்குப் பாரமா, வான்னு கூப்பிட ஆளு அத்துப் போயி இருக்கேனே, எண்ணைக்குடா என்னெ அளச்சிக்கிடப் போறேனு, அவனெக் கேக்கேன்."

"சீச்சீ. அதெல்லாம் என்ன பேச்சு. பயித்தாரப் பேச்சு. இன்னம் நீ ஒன் கண்ணாலெ என்னமெல்லாம் பாக்கக் கெடக்கு!"

"இப்பம் பாக்கத்தானெ செய்யுதேன். கோலப்பா, என் ஜாதகத்தெப் பாத்து சாக்காலம் வந்திரிச்சான்னு சொல்லேன். நீ நல்லா இருப்பே."

"அதையும் இதையும் பொலம்பிக்கிட்டிருந்தா பொறவு நான் எந்திரிச்சுப் போயுருவேன், ஆமா" என்று செல்லமாக அதட்டிவிட்டு இடித்த வெற்றிலையைப் பாட்டியின் உள்ளங்கையில் கொடுத்தான்.

பாட்டி வெற்றிலையை வாயில் ஒதுக்கிக்கொண்டு சொன்னாள்:

"ஒன்ன எம்மவனா நெனச்சு சொல்லுதேன் பாத்துக்க. ஊரெல்லாம் சிரிப்பாச் சிரிக்குது. எனக்கு அந்த மேனிக்கு நாக்கெப் புடிங்கிக்கிட்டு உசிரை விடலாம்னு வருது."

"எதுக்கு ...? கிறுக்கோவ்."

"நீ என்ன சமுசாரம் பேசுதே? இதெக் காட்டியும் ஒரு அவமானம் உண்டா ஒலகத்திலெ? தலமொறை தலமொறையா இந்த எளவு ஒண்ணும் கேட்டதில்லே பாத்துக்க."

"இப்பம் என்ன வந்திட்டுது? சங்கதி தெரியாமெ பொலம்புதியே."

"வருதுக்கு இன்னம் மிச்சங் கெடக்காக்கும்."

"அட எளவே, இது லவ்வுல்லா!" என்றான் கோலப்பன்.

"என்னாத்தெ?"

"லவ்."

"லவ்வு" என்றாள் ஆச்சி.

"அளுத்திட்டியே" என்றான் கோலப்பன்.

"லவ்வு" என்றாள் மீண்டும்.

"தொலைய வச்சிட்டியே! இன்னா பாரு, லேசாச் சொல்லணும். அப்படி லேசா லேசா ... 'லவ்' அவ்வளவுதான்."

பாட்டி கோலப்பன் முகத்தைத் தனது வாயெதிரே திருப்பிக் கொண்டே சொன்னாள் :

"இன்னா பாரு கோலப்பா, அளுத்தலெ, லேசாச் சொல்லுதேன், நுனி நாக்காலெ பூப்போலெ சொல்லுதேன், பாரு" என்று சொல்லிக் கொண்டே முகத்தை குழந்தை மாதிரி வைத்துக்கொண்டு சொன்னாள் :

"லவ்."

"அத் - தான்! அத் - தான்!" என்றான் கோலப்பன்.

"அது என்ன எளவு?" என்று கேட்டாள் ஆச்சி.

"அடேயப்பா, அதில்லா இந்தப் பாடு படுத்துது. அணஞ்சி நெல்லு மூட்டை கொண்டார மயிலாடி போனாம்லா ..."

"ஆமா."

"அப்பம் பொசுக்குன்னு வந்து புடிச்சுகிட்டு."

"என்னது?"

"லவ்."

"எளவுதான் ... பொறவு?"

"பொறவு என்னத்தெ? இந்தக் கதைதாலா. 'லவ்' பயங்கரமில்லா!"

"நீ சொல்லுதெக் கேட்டாலே பயமா இருக்கே."

"பின்னே? லேசுபட்ட சங்கதியா? பொல்லாதில்லா. பெரும் பாடு படுத்திப்போடுமே. நம் ஊருப் பொம்புளைங்களுக்கு என்ன தெரியும்?

ஆக்கணம் கெட்ட மூதிக. வாயிலெ வந்ததப் பேசும். அதுகப் பொலம்பிக்கிட்டுத் திரியட்டும். நீ சிவனேண்ணு இரி.''

''கோலப்பா, இப்பமில்லா எனக்கு சங்கதி தெரியி. மருங்கூரு சுப்பிரமணியன் எளுந்திச்சு வந்தாலெ வந்து சொல்லுதியே. நான் ராத்தூக்கமில்லாமெப் படுதேனே பதினஞ்சு நாளாட்டு. நீ தான் பொட்டுப் போட்டாலெ சொல்லிப்புட்டியே.''

''இப்பம் தெரிஞ்சுதா?'' என்றான் கோலப்பன்.

''இன்னம் தெரியாமெ இருக்குமாக்கும். பயித்தாரச் சவம்னு நெனச்சுக்கிட்டியோ?'' என்றாள் ஆச்சி.

''என்னது? இன்னொரு மட்டம் சொல்லு பாப்பம்'' என்றான் கோலப்பன்.

''லவ்வுல்லா'' என்றாள் ஆச்சி.

கோலப்பன் எழுந்திருந்தான்.

''இரி, ஒரு நேரத்துக்கு வெத்தலையாவது போட்டுக்கிட்டுப் போ'' என்றாள் ஆச்சி.

கோலப்பன் மீண்டும் உட்கார்ந்துகொண்டான்.

சிவகாமி ஆச்சியும் பிரமு ஆச்சியும் நெடுநாள் சினேகிதிகள். ஒன்றாகப் புழுதி அளைந்து விளையாடியவர்கள். இரண்டு பேருக்கும் பொதுவாகப் பால் வியாபாரம், சில்லறை கொடுக்கல் வாங்கல், பழம் பெருமைகள், விதவைப் பிரச்னைகள் முதலியன உண்டு.

மதியம் சாப்பாடு முடிந்ததும் மிச்சம் சோற்றில் வெந்நீரை ஊற்றி மூடி வைத்துவிட்டு சிவகாமி ஆச்சியின் வீட்டுக்கு வந்துவிடுவாள் பிரமு. இரண்டு பேரும் சாணம் மெழுகி ஜில்லென்றிருக்கும் தரையில் உட்கார்ந்து பேசுவார்கள். வெற்றிலையை இடித்துப் போட்டுக்கொள்வார்கள். கீழே படுத்துக்கொண்டு புருஷ பயமின்றி உருளுவார்கள். தங்களை அறியாமலேயே மயங்குவார்கள். கண் விழித்து வெற்றிலை போட்டுக் கொண்டு மீண்டும் விட்ட இடத்திலிருந்து பிடித்துப் பேசுவார்கள்.

அன்று பிரமு எப்போது வருவாள் என்று துடித்துக் கொண்டிருந்தாள் சிவகாமி ஆச்சி.

'பெரமுவெ காங்கெலெ' என்று வாசல் திண்ணைவரை சென்றுவிட்டுத் திரும்புகையில் தனக்குத்தானே சொல்லிக் கொண்டாள்.

பிரமு ஆச்சி வழக்கமாக 'ஆஜர்' கொடுக்கும் நேரமாகவில்லை. சிவகாமி ஆச்சிக்கு இருந்த ஆத்திர உணர்ச்சியில் அவளுக்கு அப்படித் தோன்றிற்று.

கடைசியாக ஒருமட்டும் பிரமு ஆச்சி வந்து சேர்ந்தாள். வழக்கம் போல் இரண்டு பேரும் உட்கார்ந்து பேச ஆரம்பித்தனர். பிரமு ஆச்சியிடம் கோலப்பன் சொன்ன விஷயத்தையெல்லாம் சவிஸ்தார

மாகக் கூறினாள் சிவகாமி. பிரமு ஆச்சிக்கு ஆச்சரியத்தில் பேச முடியவில்லை. கண்கள் மலர்ந்தன.

“அப்படிச் சொல்லு. அதுதாலாப் பார்த்தேன். இந்தக் குடும்பத் துக்கு ஒரு கொறவு வராதே. சரிதான். இப்பமில்லா தெரியுது” என்றாள் பிரமு ஆச்சி.

“பெரமு, அண்ணைக்கு கோலப்பன் கதெ கதெயாச் சொன்னான் பாத்துக்க. லவ்வுல்லா. பயங்கரமாமே அது.”

“அந்த எளவு இங்கெ வந்து ஏறிட்டெ?” என்று அங்கலாய்த்தாள் பிரமு ஆச்சி.

“ஏறுமாம். அது எங்னெயும் நொளஞ்சு ஏறிடுமாம். கோலப்பன் சொன்னானே. நாலு எளுத்து படிச்சவனில்லா கோலப்பன். ராமா யணமும் பாரதமும் தலெகீளாச் சொல்லுவானே.”

“சந்தேகமா? பேப்பரெ கையிலெ எடுத்தா படிக்கான், படிக்கான் வுடாமெ நாலு நாளி படிக்கான் பாத்துக்க. என்னதான் படிக்கானோ எப்படித்தான் படிக்கானோ” என்று ஆமோதித்தாள் பிரமு ஆச்சி.

நீண்டநேரம் அதையே இரண்டு பேரும் வியந்து வியந்து பேசிக் கொண்டிருந்தனர்.

பின்னால் சிறிதுநேரம் மௌனம் நிலவிற்று.

வெற்றிலையில் சுண்ணம் தேய்த்து மடித்து வாயருகே கொண்டுபோன பிரமு ஆச்சி சட்டென்று கையை இழுத்து விட்டு உரக்கச் சொன்னாள்:

“யெக்கா, இப்பமில்லா எனக்குத் தெரியுது!”

“என்னது?”

“என் வூட்டு எருமெ கண்ணு போட்ட ரகசியம்.”

“எருமெ கண்ணு போடுதும் அதிசயமாப் போச்சாக்கும் உனக்கு. எளவுதான்” என்றாள் சிவகாமி ஆச்சி.

“ஒரு வருசமா ஒத்தையா கெட்டுலெ நிக்க எருமெயில்லா. மேய்ச்சலுக்கும் உடலியே. முந்தாநா ஆனைக் குட்டியாட்டம் கண்ணு போட்டிருக்குங்கேன்! ரெண்டு நாளா யோசிச்சு யோசிச்சு மண்டை புண்ணாப் போச்சே. இப்பமில்லா தெரியுது” என்றாள் பிரமு ஆச்சி.

“என்ன தெரியி?” என்று கேட்டாள் சிவகாமி ஆச்சி.

“லவ்வுல்லா!” என்றாள் பிரமு ஆச்சி.

“ஆட்சேபனை உண்டுமா? மனுசெனெப் புடிக்குது மாட்டெப் புடிக்காமெ வுடுமா?” என்று கேட்டாள் சிவகாமி ஆச்சி.

சரஸ்வதி, 1958

ஸ்டாம்பு ஆல்பம்

ராஜப்பாவின் புகழ் மங்கிப்போய்விட்டது. மூன்று நாட்களாக நாகராஜனைச் சுற்றிக் கூட்டம். நாகராஜனுக்குக் கர்வம் வந்து விட்டது என்று ராஜப்பா எல்லாப் பையன்களிடமும் சொன்னான். பையன்கள் அதை ஒப்புக்கொள்ளவில்லை. நாகராஜன் சிங்கப்பூரிலிருந்து அவன் மாமா அனுப்பி வைத்த ஆல்பத்தை எல்லோரிடமும் காட்டினான். பள்ளிக்கூடத்தில் காலை முதல் மணி அடிப்பதுவரை பையன்கள் நாகராஜனைச் சுற்றிச்சூழ நின்றுகொண்டு ஆல்பத்தைப் பார்த்தார்கள். மதியம் இடைவேளையிலும் அவனை மொய்த்தார்கள். கோஷ்டி கோஷ்டியாக வீட்டிற்கு வந்தும் பார்த்துவிட்டுப் போனார்கள். பொறுமையோடு எல்லோருக்கும் காட்டினான் அவன். யாரும் ஆல்பத்தைத் தொடக்கூடாது என்று மட்டும் சொன்னான். அவன் மடியில் வைத்தபடி ஒவ்வொரு பக்கமாகத் திருப்புவான். பையன்கள் பார்த்துக்கொள்ள வேண்டும்.

வகுப்புப் பெண்களுக்கும் நாகராஜனின் புதிய ஆல்பத்தைப் பார்க்க வேண்டுமென்று ஒரே ஆசை. பெண்கள் சார்பில் பார்வதி வந்து கேட்டாள். அவள் தைரியத்திற்குப் பெயர் போனவள். ஆல்பத்திற்கு அட்டைபோட்டு அவள் கையில் கொடுத்தான் நாகராஜன். எல்லாப் பெண்களும் பார்த்த பின் மாலையில் ஆல்பம் கைக்கு வந்து சேர்ந்தது.

இப்பொழுது ராஜப்பாவின் ஆல்பத்தைப்பற்றிப் பேசுவாரில்லை. அவனுடைய புகழ் மங்கித்தான் போய்விட்டது.

ராஜப்பாவின் ஆல்பம் மாணவர்கள் வட்டாரத்தில் மிகவும் பிரசித்தி பெற்றது. தேனீ தேன் சேர்ப்பது மாதிரி ஒவ்வொரு ஸ்டாம்பாகச் சேர்த்து வைத்திருந்தான். இதைத் தவிர வேறு எந்த விஷயத்திலும் கவனமில்லை அவனுக்கு. காலையில் எட்டு மணிக்கே வீட்டைவிட்டுக் கிளம்பிவிடுவான். ஸ்டாம்பு சேர்க்கும் பையன்கள் வீடுதோறும் ஏறி இறங்குவான். இரண்டு ஆஸ்திரேலியாவைக் கொடுத்துவிட்டு ஒரு பின்லண்டு வாங்குவான். இரண்டு பாகிஸ்தான் வாங்கிக்கொண்டு ஒரு ருஷ்யாவைக் கொடுப்பான். மாலையில்

வீட்டுக்கு வந்து புத்தகத்தை மூலையில் எறிந்துவிட்டு, முறுக்கைக் கையில் வாங்கி நிக்கர் பையில் அடைத்து, நின்றபடியே காபியை விட்டுக்கொண்டு கிளம்பிவிடுவான். நாலு மைல் தொலைவில் ஒரு பையனிடம் கானடா இருப்பதாகத் தகவல் கிடைத்திருக்கும். முறுக்கைக் கடித்துக்கொண்டே வயல்காட்டு வழியே குறுக்குப் பாதையில் ஓடுவான்.

அந்தப் பள்ளிக்கூடத்திலேயே அவனுடைய ஆல்பம்தான் பெரிய ஆல்பம். சிரஸ்தார் பையன் அவன் ஆல்பத்தை இருபத்தைந்து ரூபாய்க்கு விலைக்குக் கேட்டான். பணக் கொழுப்பு! பணத்தைக் கொடுத்து ஆல்பத்தை விலைக்கு வாங்கிவிடலாமென்று நினைத்தான். ராஜப்பா சுடச்சுட பதில் கொடுத்தான். “உங்க வீட்டிலெ ஒரு அழகான குழந்தை இருக்கே. முப்பது ரூபாய் தறேன். விலைக்குத் தாயேன்” என்று கேட்டான். கூடியிருந்த பையன்கள் எல்லோரும் கைதட்டி, விசில் அடித்து ஆமோதித்தார்கள்.

ஆனால் இப்பொழுது அவன் ஆல்பத்தைப்பற்றிப் பேச்சே இல்லை. அதுமட்டுமல்ல, நாகராஜனின் ஆல்பத்தைப் பார்த்தவர்கள் எல்லோரும் அதை ராஜப்பாவின் ஆல்பத்தோடு ஒப்பிட்டுப் பேசினார்கள். ராஜப்பாவின் ஆல்பத்தைத் தூக்கி அடித்துவிட்டதாம்!

ராஜப்பா நாகராஜனின் ஆல்பத்தைக் கேட்டு வாங்கிப் பார்க்கவில்லை. ஆனால் மற்றப் பையன்கள் பார்க்கிறபொழுது அந்தப் பக்கமே திரும்பாதது போல் பாவித்துக்கொண்டு ஓரக்கண்ணால் பார்த்தான். உண்மையாகவே நாகராஜனின் ஆல்பம் மிகவும் அழகாகத்தான் இருந்தது. ராஜப்பா ஆல்பத்திலிருந்த ஸ்டாம்புகள் நாகராஜனின் ஆல்பத்தில் இல்லை. எண்ணிக்கையும் குறைவுதான். ஆனால் அந்த ஆல்பமே அற்புதமாக இருந்தது. அதைக் கையில் வைத்துக்கொண்டிருப்பதே பெருமை தரும் விஷயம்தான். அந்த மாதிரி ஆல்பமே அந்த ஊர் கடைகளில் கிடைக்காது.

நாகராஜனின் ஆல்பத்தின் முதல் பக்கத்தில் முத்து முத்தான எழுத்தில் கீழ்கண்டவாறு எழுதியிருந்தது. அவன் மாமா அப்படி எழுதி அனுப்பியிருந்தார்.

ஏ. எஸ். நாகராஜன்

வெட்கம் கெட்டுப்போய் இந்த ஆல்பத்தை
யாரும் திருட வேண்டாம். மேலே எழுதியிருக்கும்
பெயரைப் பார். இது என்னுடைய ஆல்பம்.
புல் பச்சை நிறமாக இருப்பதுவரை, தாமரை
சிவப்பாக இருப்பதுவரை, சூரியன் கிழக்கில்
உதித்து மேற்கில் அஸ்தமிப்பதுவரை இந்த
ஆல்பம் என்னுடையதுதான்.

மற்ற பையன்கள் எல்லோரும் இதைத் தங்களுடைய ஆல்பத்திலும் எழுதிக்கொண்டார்கள். பெண்கள் தங்களுடைய நோட் புத்தகத்திலும்

பாடப் புத்தகத்திலும் எழுதிக் கொண்டார்கள். "எதுக்கடா அவனைப் பார்த்துக் காப்பி அடிக்கணும்? ஈயடிச்சான் காப்பி" என்று எல்லாப் பையன்களிடத்திலும் இரைந்தான் ராஜப்பா.

ஒருவரும் பதில் பேசாமல் ராஜப்பா முகத்தையே பார்த்தார்கள். கிருஷ்ணனுக்குப் பொறுக்கவில்லை.

'போடா அசூயை பிடிச்ச பயலே" என்று கத்தினான் கிருஷ்ணன்.

"எனக்கு எதுக்குடா அசூயை? அவன் ஆல்பத்தைவிட என் ஆல்பம் பெரிசுடா" என்றான் ராஜப்பா.

"அவனிடம் இருக்கிற ஒரு ஸ்டாம்பு உன்னிடம் இருக்கா? இந்தோனேஷியா ஸ்டாம்பு ஒண்ணு போருமே. கண்ணில் ஒத்திக்கடா அவன் ஸ்டாம்பெ" என்றான் கிருஷ்ணன்.

"என்னிடம் இருக்கிற ஸ்டாம்பெல்லாம் அவனிடம் இருக்கா?" என்று கேட்டான் ராஜப்பா.

"அவனிடம் இருக்கிற ஒரு ஸ்டாம்பு ஒண்ணு காட்டு பாப்பம்" என்றான் கிருஷ்ணன்.

"என்னிடம் இருக்கிற ஒரு ஸ்டாம்பு அவன் காட்டட்டும் பாக்கலாம். பத்து ரூபா பெட்."

"உன் ஆல்பம் குப்பைத்தொட்டி ஆல்பம்" என்று கத்தினான் கிருஷ்ணன். எல்லாப் பையன்களும் 'குப்பைத்தொட்டி ஆல்பம், குப்பைத்தொட்டி ஆல்பம்' என்று கத்தினார்கள்.

தன்னுடைய ஆல்பத்தைப் பற்றி இனிமேல் பேசிப் பயனில்லை என்று தெரிந்துகொண்டான் ராஜப்பா.

அவன் அரும்பாடுபட்டுச் சிறுகச் சிறுகச் சேர்த்த ஆல்பம். சிங்கப்பூரிலிருந்து ஒரு தபால் வந்து நாகராஜனை ஒரே நாளில் பெரியவனாக்கிவிட்டது. இரண்டிற்குமுள்ள வேற்றுமை பையன் களுக்குத் தெரியவில்லை. சொன்னாலும் அசடுகளுக்கு மண்டையில் ஏறாது.

ராஜப்பா தன்னிலையின்றி குமைந்துகொண்டிருந்தான். பள்ளிக் கூடம் போவதற்கே பிடிக்கவில்லை.

மற்றப் பையன்கள் முகத்தில் விழிப்பதற்கே வெட்கமாக இருந்தது. வழக்கமாக சனி ஞாயிறுகளில் ஸ்டாம்பு வேட்டைக்கு அலையாத அலைச்சல் அலைபவன் இந்தத் தடவை வீட்டை விட்டு வெளியே தலை நீட்டவில்லை. ஒரு நாளில் ராஜப்பா அவன் ஆல்பத்தை எத்தனை தடவை திருப்பித் திருப்பிப் பார்ப்பான் என்பதற்குக் கணக்கே கிடையாது. இரவு படுத்துக்கொண்ட பின் திடீரென்று ஏதோ நினைத்துக் கொண்டு டிரங்குப் பெட்டியைத் திறந்து ஆல்பத்தை எடுத்து ஒரு புரட்டு புரட்டிவிட்டு வருவான். அதை இரண்டு நாட்களாக வெளியிலேயே எடுக்கவில்லை. ஆல்பத்தைப் பார்ப்பதற்கே எரிச்சலாக இருந்தது. நாகராஜனின் ஆல்பத்தைப் பார்க்கிறபொழுது தன்னுடைய ஆல்பம் வெறும் அப்பளக் கட்டு என்றுதான் தோன்றிற்று அவனுக்கு.

அன்று மாலை ராஜப்பா நாகராஜனின் வீடு தேடிச் சென்றான். அவன் ஒரு முடிவுக்கு வந்துவிட்டான். இந்த அவமானத்தை அவனால் அதிக நாட்கள் தாங்கிக் கொள்ள முடியாது.

திடீரென்று ஒரு புதிய ஆல்பம் நாகராஜன் கைக்கு வந்து சேர்ந்திருக்கிறது. அவ்வளவுதான்! ஸ்டாம்பு சேகரிப்பதிலுள்ள தந்திரங்கள் அவனுக்கு என்ன தெரியும்? ஒவ்வொரு ஸ்டாம்புக்கும் ஸ்டாம்பு சேர்க்கிறவர்கள் மத்தியில் என்ன மதிப்புண்டு என்பது அவனுக்குத் தெரியுமா என்ன! பெரிய ஸ்டாம்புதான் சிறந்த ஸ்டாம்பு என்று நினைத்துக் கொண்டிருப்பான். அல்லது பெரிய தேசத்து ஸ்டாம்புதான் அதிக மதிப்புள்ளது என்று எண்ணிக் கொண்டிருப்பான். எப்படியும் அவன் அமெச்சூர்தானே? தன்னிடம் இருக்கும் உதவாக்கரை ஸ்டாம்புகள் சில கொடுத்து மணியான ஸ்டாம்புகளைத் தட்டிவிட முடியாதா என்ன? எத்தனையோ பேருக்கு நாமம் சாத்தவில்லையா? இதிலிருக்கிற தந்திரமும் மாயமும் கொஞ்சமா? நாகராஜன் எந்த மூலைக்கு!

ராஜப்பா நாகராஜன் வீட்டை அடைந்து மாடிக்குச் சென்றான். அவன் அடிக்கடி வருகிற பையன் என்பதால் யாரும் ஒன்றும் சொல்லவில்லை. மாடியில் சென்று நாகராஜனின் மேஜைக்கு முன் உட்கார்ந்தான். சிறிது நேரம் கழிந்ததும் நாகராஜனின் தங்கை காமாட்சி மாடிக்கு வந்தாள். "அண்ணா டவுனுக்குப் போயிருக்கிறான்" என்று சொல்லி விட்டு, "அண்ணா ஆல்பத்தைப் பாத்தியா?" என்று கேட்டாள்.

"உம்" என்றான் ராஜப்பா.

"அழகான ஆல்பம் இல்லையா? ஸ்கூல்லெ வேறெ யாரிட்டேயும் இவ்வளவு பெரிய ஆல்பம் இல்லையாமே?"

"யாரு சொன்னா?"

"அண்ணாதான் சொன்னான்."

பெரிய ஆல்பம் என்றால் என்ன? பார்க்கப் பெரிதாக இருந்தால் போதுமா?

சிறிது நேரம் அங்கிருந்துவிட்டு, காமாட்சி கீழே சென்று விட்டாள்.

ராஜப்பா மேசையில் கிடந்த புத்தகங்களைப் பார்த்துக் கொண்டிருந்தான். திடீரென்று டிராயர் பூட்டில் கைபட்டது. பூட்டை இழுத்துப் பார்த்தான். பூட்டித்தான் இருந்தது. திறந்து பார்த்தால் என்ன? மேஜை மேலிருந்து சாவியைக் கண்டெடுத்தான். ஏணிப்படியோரம் சென்று ஒரு தடவை கீழே குனிந்து பார்த்துவிட்டு, சட்டென்று டிராயரைத் திறந்தான். மேலாக ஆல்பம் இருந்தது. முதல் பக்கத்தைத் திருப்ப, அதில் எழுதியிருந்ததை வாசித்தான். நெஞ்சு படக் படக் கென்று அடித்துக்கொண்டது. ஒரு நிமிஷத்தில் டிராயரைப் பூட்டினான். ஆல்பத்தை எடுத்துச் சட்டைக்குள் நிக்கரில் செருகிக்கொண்டு கீழிறங்கி வீட்டைப் பார்த்து ஓட்டமாக ஓடினான்.

நேராக வீட்டிற்குள் சென்று புத்தக அலமாரிக்குப் பின்னால் ஆல்பத்தை மறைத்து வைத்தான். வாசல் பக்கம் வந்தான். உடம்பு பூராவும் கொதிப்பது போலிருந்தது. தொண்டை உலர்ந்தது. முகத்தில் ஜிவ் ஜிவ்வென்று ரத்தம் குத்திற்று.

இரவு எட்டு மணிக்கு எதிர்வீட்டு அப்பு வந்தான். கையையும் தலையையும் ஆட்டிக்கொண்டு விஷயத்தைச் சொன்னான். நாக ராஜன் ஸ்டாம்பு ஆல்பத்தைக் காணவில்லையாம்! அவனும் நாகராஜனும் டவுனுக்குச் சென்றிருந்தார்களாம். திரும்பி வந்து பார்க்கிறபோது மாயமாக மறைந்து விட்டதாம் ஆல்பம்.

ராஜப்பாவுக்கு ஒன்றும் பேச முடியவில்லை. அவன் எப்படியாவது போய்விட்டால் போதுமென்றிருந்தது. அப்பு சென்றதும் அறைக்குள் வந்தான். கதவைச் சாத்தினான். அலமாரிக்குப் பின்னாலிருந்து ஆல்பத்தை எடுத்தான். கை விறைத்தது. ஜன்னல் வழியாக யாராவது பார்த்துவிடுவார்கள் என்று பயந்து மீண்டும் ஆல்பத்தை அலமாரிக்குப் பின்புறம் திணித்தான்.

இரவு சாப்பிட முடியவில்லை. வயிற்றை அடைத்துக் கொண்டு விட்டது. வீட்டிலுள்ள எல்லோரும் அவன் முகத்தைப் பார்த்து, "என்னடா, என்னடா" என்று கேட்டார்கள். தன்னுடைய முகம் பயங்கரமாகக் கோணியிருப்பது மாதிரித் தோன்றிற்று அவனுக்கு.

எப்படியாவது தூங்கிவிடுவோம் என்று படுக்கையை விரித்துப் படுத்தான். தூக்கம் வரவில்லை. தான் தூங்கும்பொழுது யாராவது அலமாரிக்குப் பின்னாலிருந்து ஆல்பத்தைக் கண்டெடுத்துவிட்டால் என்ன செய்வது என்று பயந்து, ஆல்பத்தை எடுத்துவந்து தலையணைக்கடியில் வைத்துக்கொண்டான்.

இரவு எப்பொழுது தூங்கினான் என்பது அவனுக்கேத் தெரியாது. காலையில் கண் விழித்த பின்பும் தலையணைக்கடியில் இருந்து ஆல்பத்தை எடுக்க முடியவில்லை. அம்மாவும் அப்பாவும் ஒருவர் மாற்றி ஒருவர் அங்கு வந்து கொண்டிருந்தார்கள். ஆல்பத்தோடு பாயைச் சுருட்டி அதன் மேல் உட்கார்ந்து கொண்டான்.

காலையில் மீண்டும் அப்பு வந்தான். அப்போதும் ராஜப்பா பாய்மேல்தான் உட்கார்ந்துகொண்டிருந்தான். அப்பு காலையில் நாகராஜன் வீட்டுக்குப் போய்விட்டு வந்திருந்தான்.

"நீ நேற்று அவனுடைய வீட்டுக்குப் போனியோ?" என்று கேட்டான் அப்பு.

ராஜப்பாவுக்கு வயிற்றைக் கலக்கிற்று. ஒரு தினுசாக மண்டையை ஆட்டினான். எப்படி வேண்டுமென்றாலும் அர்த்தம் எடுத்துக்கொள் ளும்படி தலையை அசைத்தான்.

"நாங்க வெளியில் போன பின் நீ மட்டும்தான் அங்கே வந்தாய் என்று காமாட்சி சொன்னாள்" என்றான் அப்பு.

தன்னை சந்தேகப்படுகிறார்கள் என்பது தெரிந்துவிட்டது ராஜப்பாவுக்கு.

"நேற்று ராத்திரியிலிருந்து இதுவரை அழுதுகொண்டே இருக்கிறான் நாகராஜன். அவன் அப்பா போலீஸுக்குச் சொன்னாலும் சொல்லுவார் போலிருக்கிறது" என்றான் அப்பு.

ராஜப்பா பேசாமலிருந்தான்.

"அவன் அப்பாவுக்கு டி.எஸ்.பி ஆபீஸிலெதானே வேலை? அவர் விரலை அசைத்தால் போலீஸ் படையே திரண்டுவிடும்" என்றான் அப்பு. நல்லவேளை, அப்புவைத்தேடி அவன் தம்பி வந்தான். அப்பு சென்றுவிட்டான்.

ராஜப்பாவின் அப்பாவும் காலை உணவை முடித்துக்கொண்டு சைக்கிளில் ஆபீஸ் சென்று விட்டார். வாசல் கதவு சாத்தியிருந்தது.

ராஜப்பா படுக்கையிலேயே உட்கார்ந்து கொண்டிருந்தான். அரை மணி நேரமாயிற்று. அப்படியே அசையாமல் உட்கார்ந்திருந்தான்.

அப்பொழுது வாசல் கதவைத் தட்டும் ஓசை கேட்டது.

'போலீஸ், போலீஸ்' என்று தனக்குள் சொல்லிக் கொண்டான் ராஜப்பா. வாசல் கதவில் உள்ளே சங்கிலி போட்டிருந்தது.

வாசல் கதவைத் தட்டும் சப்தம் தொடர்ந்து கேட்டது.

ராஜப்பா பாய்க்குள்ளிருந்து ஆல்பத்தை வெளியே எடுத்துக் கொண்டு மாடிக்கு ஓடினான். அங்கே நிற்க முடியவில்லை. அலமாரிக்குப் பின்னால் ஆல்பத்தைத் திணித்தான். சோதனை போட்டால் அகப்பட்டுவிடுமே! ஆல்பத்தை எடுத்து சட்டைக்குள் மறைந்தவாறே கீழே வந்தான்.

அப்பொழுதும் வாசல் தட்டும் ஓசை கேட்டுக்கொண்டிருந்தது.

"யாருடா பாரு. கதவைத் திறயேன்" என்று அம்மா உள்ளேயிருந்து கத்தின. இன்னும் சில வினாடிகளில் அம்மாவே வந்து திறந்து விடுவாள்!

ராஜப்பா பின்புறம் ஓடினான். மடமடவென்று ஸ்நான அறைக்குள் சென்று கதவைத் தாளிட்டான். வெந்நீர் அடுப்பு தகதகவென்று எரிந்துகொண்டிருந்தது. படென்று ஆல்பத்தை அடுப்பில் போட்டான். ஆல்பம் பற்றி எரிந்தது. அவ்வளவும் மணிமணியான ஸ்டாம்புகள். எங்கும் கிடைக்காத ஸ்டாம்புகள். தன்னையறியாமலே கண்களில் நீர் துளிர்த்துவிட்டது ராஜப்பாவுக்கு.

அப்போது ஸ்நான அறைக்கு வெளியே அம்மாவின் குரல் கேட்டது.

"சட்டென்று குளித்துவிட்டு வாடா. உன்னைத் தேடி நாகராஜன் வந்திருக்கிறான்" என்றாள் அவன் தாயார்.

ராஜப்பா நிக்கரைக் கழற்றி ஸ்நான அறைக் கொடியில் போட்டுவிட்டு ஈரத்துண்டைக் கட்டிக்கொண்டு வெளியே வந்தான். வீட்டிற்குள் வந்து புதுச்சட்டையும் நிக்கரும் போட்டுக்கொண்டு மாடிக்குச் சென்றான். நாகராஜன் நாற்காலியில் உட்கார்ந்திருந்தான். ராஜப்பாவைப் பார்த்ததுமே, "என் ஸ்டாம்பு ஆல்பம் தொலைந்து

போய்விட்டதடா" என்று ஈனமான குரலில் சொன்னான். முகத்தில் வருத்தம் தெரிந்தது. அழுது குளித்திருக்கிறான் என்பதையும் கண்கள் சொல்லிற்று.

"எங்கே வைத்தாய்டா?" என்று கேட்டான் ராஜப்பா.

"டிராயரில் பூட்டி வைத்திருந்ததாகத்தான் ஞாபகம். டவுனுக்குச் சென்றுவிட்டுத் திரும்பி வந்து பார்க்கிறபோது காணவில்லை."

நாகராஜன் கண்களிலிருந்து கண்ணீர் வழிந்தது. அவன் ராஜப்பா முகத்தைப் பார்ப்பதற்கு வெட்கப்பட்டு முகத்தை வேறு பக்கம் திருப்பிக்கொண்டான்.

"அழாதேடா, அழாதேடா" என்று தேற்றினான் ராஜப்பா.

ராஜப்பா சமாதானம் சொல்லச் சொல்ல மேலும் மேலும் பெரிதாக அழுதான் நாகராஜன்.

ராஜப்பா சட்டென்று கீழே சென்றான். ஒரு நிமிஷத்திற்குள் நாகராஜன் முன்னால் வந்து நின்றான். அவன் கையில் அவனுடைய ஆல்பம் இருந்தது.

"நாகராஜா, இந்தா என்னுடைய ஆல்பம். இதை நீயே வைத்துக் கொள். உனக்கே உனக்குத்தான்... என்ன அப்படிப் பார்க்கிறாய்? விளையாட்டில்லை. உனக்குத்தான். உனக்கே தான்."

"சும்மா சொல்கிறாய்" என்றான் நாகராஜன்.

"இல்லையடா. உனக்கேத் தருகிறேன். நெஜமாகத்தான். உனக்கே உனக்கு. வைத்துக்கொள்."

ராஜப்பா, தன் ஸ்டாம்பு ஆல்பத்தைக் கொடுத்துவிடுவதா? நடக்கக் கூடியதா? நாகராஜனால் நம்ப முடியவில்லை. ஆனால் ராஜப்பா அதையே திரும்பத் திரும்பச் சொல்லிக் கொண்டிருந்தான். அவனுக்கு குரல் கம்மிவிட்டது.

"எனக்குத் தந்துவிட்டால், உனக்கு?"

"எனக்கு வேண்டாம்."

"ஒரு ஸ்டாம்புகூட வேண்டாமா?"

"ஊஹூம்."

"நீ எப்படியடா ஸ்டாம்பே இல்லாமலிருப்பாய்?" என்று கேட்டான் நாகராஜன்.

ராஜப்பா கண்களிலிருந்து கண்ணீர் பெருக்கெடுத்தது.

" ஏண்டா அழுகிறாய்? எனக்கு ஆல்பத்தைத் தர வேண்டாம். நீயே வைத்துக்கொள். நீ எவ்வளவு கஷ்டப்பட்டுச் சேர்த்த ஆல்பம்" என்றான் நாகராஜன்.

"இல்லை, நீ வைத்துக் கொள். உனக்கே இருக்கட்டும். எடுத்துக் கொண்டு வீட்டுக்குப் போய்விடு. போ, போ" என்று ராஜப்பா அழுதுகொண்டே கத்தினான்.

நாகராஜனுக்கு ஒன்றுமே புரியவில்லை. ஆல்பத்தை எடுத்துக் கொண்டு கீழே இறங்கி வந்தான்.

சட்டையைத் தூக்கிக் கண்களைத் துடைத்தபடி பின்னால் இறங்கி வந்தான் ராஜப்பா.

இருவரும் வாசல்படிக்கு வந்துவிட்டார்கள்.

"நீ ஆல்பத்தைக் கொடுத்ததற்கு ரொம்ப தாங்க்ஸ். நான் வீட்டுக்கு போகட்டுமா" என்று படியில் இறங்கினான் நாகராஜன்.

"நாகராஜா" என்று கூப்பிட்டான் ராஜப்பா.

நாகராஜன் திரும்பிப் பார்த்தான்.

"அந்த ஆல்பத்தைக் கொண்டா. இன்னிக்கு ராத்திரி ஒரே ஒரு தடவை பூராவையும் பார்த்து விட்டு, காலையில் உன் வீட்டில் கொண்டுவந்து தந்துவிடுகிறேன்" என்றான் ராஜப்பா.

"சரி" என்று ஆல்பத்தைக் கொடுத்துவிட்டுப் போனான் நாகராஜன்.

ராஜப்பா மாடிக்குச் சென்று கதவைச் சாத்திக்கொண்டு ஆல்பத்தை நெஞ்சோடு அணைத்தவாறு ஏங்கி ஏங்கி அழுதான்.

சரஸ்வதி, *1958*

கிடாரி

மிகப் பெரிய காம்பௌண்டு அது. கற்சுவர். நடுவில் மிகப் பெரிய வீடு. மாடி வீடு.

மாடி வீட்டுக் கொல்லையின் இடதுமூலையில் உரக்கிடங்கும், அதையொட்டி, கன்றுகளை மறிக்க கம்பழிக் கூண்டும் தொழுவமும்.

தொழுவத்துக்கு அடுத்தாற்போலிருந்த அறையைத்தான் கிழவர் தனது வாசஸ்தலமாக்கிக் கொண்டார். சில மாதங்கள் முன்னால் வரை அங்கு விறகு குவித்திருந்தது. அதைக் காலி செய்து கைவசப் படுத்திக் கொண்டார் கிழவர்.

இப்போது கொல்லைப்புறம்தான் அவரது ஆட்சிக்குட்பட்ட சாம்ராஜ்யம். வேலைக்காரன் சம்முகம், சமையல்காரி செல்லம்மா, வேலைக்காரி, ஒரு கறவைப் பசு, ஒரு கர்ப்பிணிப் பசு, ஒரு காளைக் கன்று ஆகியோர் குடை நிழல் பிரஜைகள். அதிலும் கால்நடைகள் தான் முக்கியமான பிரஜைகள். அவற்றின் மத்தியில்தான் கிழவருக்கு நல்ல செல்வாக்கிருந்தது. அவருடைய அற்ப எண்ணங்கள்கூட அங்கு விதிகளாகி அமலாகிவிடும். அபிப்ராய வேற்றுமைக்கு இடமேயில்லை.

சில மாதங்கள் முன்னால்வரை மாடிவீட்டில் மாப்பிள்ளை சபேசய்யர், மகள் குஞ்சம்மாள், பேரன் பேத்திகள் ஆகியோருடன் கூடி வாழ்ந்திருந்தார் கிழவர். மனத்துக்கு ருசிக்கவில்லை. மாப்பிள்ளை மகா முன்கோபி என்பது கிழவர் அபிப்பிராயம். கிழவருக்கு இங் கிதமே தெரியாதென்பது சபேசய்யர் தீர்மானம். சபேசய்யர் வருமான வரி ஆபீஸர் வேலையிலிருந்து ரிட்டயராகி பொழுதை வீட்டிலேயே செலவு செய்யும் நிலை ஏற்பட்டதும், அரமும் அரமும் உரைந்தாற் போல் இருவர் உறவும் கீறிச்சிட்டது. முகதரிசனம் வாய்த்த மறுவினா டியே பரஸ்பரம் வெட்டிக் கொண்டார்கள். மடக்கி மடக்கித் தாக்கிக் கொண்டார்கள். படீரென்று விலாவில் மடக்கிக் குத்துவார் மாப்பிள்ளை. மண்டையில் ஓங்கி அறைவார் மாமனார். எல்லாம் வார்த்தைகளில்தான். பெண்ணை வைத்துத்தானே கிழவருக்கு

அந்த வீட்டில் மதிப்பு. பெண் குஞ்சம்மாளோ மாடியில் அடைபட்டுக் கிடந்தாள். கீழே இறங்கி வரக்கூடாது.

முன்கட்டில் செல்வாக்கு இழந்துவிடவே மெதுவாகக் கொல்லைப் புறம் நகர்ந்தார் கிழவர். விறகு அறையையும் தன்னுடைய அறையை யும் காலிசெய்தார். விறகும் ஓட்டை உடைசலும் நெல்குத்தும் கொட்டகைக்கு இடம் மாறின. வெற்றிலைப் பையும் வறுவல் டப்பாவும், எண்ணெய்க் குப்பியும், செம்பும், மர ஜோடும், விசிறியும், நார்க்கட்டிலும் விறகு அறைக்கு வந்தன.

சிறுவயதிலிருந்தே மாட்டுப் பைத்தியம் கிழவருக்கு. இடமாற்றம் அதற்கு மேலும் சுருதி கூட்டிற்று. அன்பையும், அரவணைப்பையும், ரத்தபாசத்தையும் தொழுவத்திலேயே கண்டு ஆனந்தக் களிப்பில் அழுந்திப்போனார் கிழவர்.

தொழுவத்தில் சலசலப்புக் கேட்டுக்கொண்டிருந்தது. இரவில் கண் விழிக்கும் போதெல்லாம் மாடுகளின் கால் அரவம், சிறுநீர் கழிக்கும் சுர் . . . ர் . . . ர்ர், வைக்கோல் பிடுங்கும் சரசரப்பு, கன்றின் கழுத்து மணி ‘ணிங் ணிங்’ - இத்யாதி ஓசைகள் கேட்டவண்ணம் இருக்கும். கிழவருக்கும் இந்தப் பின்னணி ஓசை பழக்கப்பட்டு விட்டது.

ஆனால் அன்று விடிவெள்ளிப் பொழுதில் ஏதோ அசாதார ணமான சூழ்நிலை தொழுவத்தில் உருவாகி வருவதாக உணர்ந்தார் கிழவர். கண்மூடியபடியே கட்டிலில் உட்கார்ந்து எழுந்து நின்று, இரவில் போர்வையாக மாறியிருந்த வேஷ்டியை இடுப்பில் சுற்றிக் கொண்டார். அறைக் கதவைத் திறந்தார். இருளில் இருள்தான் தெரிந்தது. பெரிய குடையொன்றை விரித்துவைத்தது போலிருந்தது. அறை முன்னால் நின்ற ஒட்டு மா இலைகளிடையே இருள் துண்டு துண்டாகத் தேங்கிக் கிடந்தது. வானத்தைப் பார்த்தார். உம், விடிய ஒருமணி நேரமாகலாம் . . .

தொழுவத்தில் அரவம் கேட்டது.

சுவரைத் தடவியபடியே சுவர் அலமாரியைத் திறந்தார். மேல் தட்டிலிருந்து வெற்றிலைப் பையையும் கீழ்த்தட்டிலிருந்து ஓவல்டின் டப்பாவையும் எடுத்தார். நார்க்கட்டிலில் உட்கார்ந்தபடி டப்பாவைத் திறந்து ஏத்தங்காய் வறுவலை ஒவ்வொன்றாக வாயில் போட்டு மென்றார். ‘ஸ்டாக்’ சிறிதுதானிருந்தது. டப்பா காலி. பையை அவிழ்த்து இரும்பு உரலையும் உலக்கையையும் எடுத்து நிலைப்படியில் வைத்துக் கொண்டார். சிறிதுநேரத்திற்கெல்லாம் ‘ணங், ணங்’ என்ற ஓசை தாள லயம் தவறாமல் கேட்க ஆரம்பித்தது. விடிவெள்ளி நேரத்தில் இந்த ஓசை எழுவது பக்கத்து வீட்டுக்காரர்களுக்கும், சமையல் செல்லம்மாவுக்கும், சம்முகத்துக்கும், மாடு கன்றுகளுக்கும் பழக்கப்பட்டுப் போன விஷயம். சம்முகத்துக்கும் செல்லம்மாவுக்கும் அதுதான் அலாரம். இந்த ஓசை எழுந்ததும் படுத்திருக்கும் மாடுகளும் எழுந்து நின்று சோம்பல் முறிக்கும். சம்முகம் எழுந்து வந்து சாணியை

வழித்தெறிந்துவிட்டுச் செம்பையும் எண்ணெய்க் கிண்ணத்தையும் எடுத்துக்கொண்டு வருவான். கட்டில் நிற்கும் கன்று பின்வாங்கி முன்பாய்ந்து கயிற்றை வெட்டி வெட்டி இழுக்கும்.

ணங்... ணங்... ணங்...
சம்முகம் எங்கே?
காணோம்.
"சம்முகம், சம்முகம்" என்று கூப்பிட்டார் கிழவர்.
பதிலில்லை.

'நர்ஸைக் கொண்டுபோய் வீட்டில் சேர்த்துவிட்டுப் படுக்கிற பொழுது மணி இரண்டு அடித்திருக்கும். அசந்து தூங்குகிறான் பாவம் . . .'

கொம்பை வைக்கோல் அழியில் முட்டிமோதும் ஓசை கேட்டது.
'இந்த விஷமம் இரண்டுக்கும் கிடையாதே! புதிய பாடமோ . . .?'
கிழவர் வெற்றிலையை மென்றுகொண்டே தொழுவத்துக்கு வந்தார். இருளின் திட்பம் ஒரு சொல்லுக்குக் குறைந்து மெல்லிய கறுப்புத் திரை போர்த்தியது போலிருந்தது. உத்திரக் கட்டையைத் துழாவித் தீப்பெட்டியை எடுத்து அரிக்கன் லாந்தரை ஏற்றினார்.

கன்றுக்குட்டியின் கூண்டையொட்டி, கறவைமாடு நின்று கொண் டிருந்தது. அறைச் சுவரையொட்டி, சினைமாடு நின்று கொண்டிருந்த து. இரண்டு மாட்டுக்கும் நடுவில் கூரையிலிருந்து லாந்தர் தொங் கியது. தரையில் கிழவர் நின்றுகொண்டிருந்தார்.

லாந்தரின் இலேசான அசைவில் மாடுகளும் கிழவரும் கருநிறம் பூண்டு சுவரில் குறுக்கும் மறுக்கும் ஓடிக்கொண்டிருந்தார்கள். கிழவர் லாந்தரைத் தொட்டு ஆட்டத்தை நிறுத்தினார்.

கறவைமாட்டுக்கு மடுவில் பால் குத்த ஆரம்பித்துவிட்டதால் தொடர்ந்து அலறிற்று. கிழவர் குனிந்து பார்த்தார். காம்புகள் 'உன்னைப் பார் என்னைப் பார்' என்றிருந்தன.

கூண்டினுள் முன்னுடம்பு தணியும்படி காலை அகல விரித்து மூஞ்சியைக் கம்பழிக்குள் துருத்திக்கொண்டிருந்தது கன்று. இந்தப் 'போஸைக்' கண்டாலே அசாத்திய கோபம் மூளும் கிழவருக்கு. வேறு எதற்கோ செல்லும் பாவனையில் அதன் பக்கம் நெருங்கி கரிய மூக்கில் நறுக்கென்று சுண்டி விட்டுவிடுவார். இரண்டு நிமி ஷம் கழித்துப் பார்த்தால் மீண்டும் மூஞ்சியைத் துருத்திக்கொண்டு தான் நிற்கும் அது. கறவை மாடு நின்ற நிலையில் அதன் மடுவுக்கும் கன்றின் மூஞ்சிக்கும் நாலு விரல்தான் இடைவெளியிருக்கும். ஆனால் அதற்கு மேல் ஒரு அங்குலம் பின்வாங்கக் கழுத்துக் கயிறு கறவை மாட்டுக்கோ ஒரு அங்குலம் முன்னேற அழிக்கம்பு கன்றுக்கோ இடம் தராது. இந்த நிலையை மிகவும் ரசித்தார் கிழவர்.

கொம்பால் அழியைத் தட்டும் ஓசை மீண்டும் கேட்டது. சினைமாடுதான்!

கிழவர் இந்தப் பக்கம் வந்தார். கர்ப்பிணியை மேலும் கீழும் பார்த்தார். எல்லாம் விபரீதமாகப் பட்டது. அடிக்கொரு தரம் வைக்கோல் அழியைக் கொம்பால் தட்டுகிறது. நிலைமாற்றி நிலை மாற்றி நின்று, நிலைகொள்ளாமல் தவிக்கிறது. பின்னங்காலை உதறிற்று. இரவு வைத்த வைக்கோல் அப்படியே இருக்கிறது. கண் இமைகளில் ஈரம் படிந்து கன்னத்தில் ஈரக்கோடும் விழுந்திருக்கிறது.

வாலைத் தூக்கிப் பார்த்தார். மாசு தொங்கிவிட்டது. தீர்மானம் செய்துவிட்டார் கிழவர்.

மறுகணம் எக்களிப்போடு "சம்முகம், சம்முகம்" என்று கத்தினார். பதிலில்லை. குரலில் பதற்றம். மேற்கொண்டு என்ன செய்யவேண்டு மென்பதும் தட்டுப்படவில்லை. நின்ற இடத்திலிருந்து தன்னுணர்வில் லாமல் முன்னும் பின்னும் சென்றார்.

கயிற்றில் தொங்கிய லாந்தரை அவிழ்த்து எடுத்துக்கொண்டு ஒட்டுமாவைச் சுற்றி நெல்குத்துச் சாவடிக்கு நகர்ந்தார்.

சந்தோஷம் தாங்க முடியவில்லை. அவர் ஜோஸ்யம் பலிக்கப் போகிறது. அமாவாசை தாண்டாது என்பது அவருடைய கணிப்பு. நோவு எடுத்துவிட்டதே. மாதக் கடைசிவரை இழுக்கும் என்றான் சம்முகம். அவனுக்கு என்ன தெரியும்? வஜ்ர மடையன்.

கிழவர் அடிவைக்க வைக்க வலதுபுறத்தில் கிணற்றடியும் கம்பி வலைபோட்ட அடுக்களையும் ஸ்நான அறைக்குப் பின்னால் நின்ற ஐந்தாறு தென்னம்பிள்ளைகளும் விளக்கொளியில் புலப்பட்டன.

கொட்டகையின் ஒரு பக்கம்தான் சுவர். நாலு தூண்கள் மேல் எழுப்பிய கூரைதான் அது. மூலையில் பிரம்மாண்டமான கல்யாண ஆட்டுக்கல் யானைக்குட்டி படுத்திருப்பது போலிருந்தது. மறுபக்கம் கூரையில் முட்டும்படி விறகு அட்டி, தட்டு முட்டுச் சாமான்கள். பின்புறம் சுவரையொட்டி நாலைந்து அடுப்புகள். நெல்லைப் போட்டுக் குத்துவதற்குக் கொட்டகையின் நடுவில் அடுப்புக்கு முன்புறம் சமசதுரமான கல்லைத் தரையோடு தரையாய்ப் பதித்திருந் தது. கிழவர் விளக்கைத் தூக்கிப்பார்த்தார். கருங்கல்லில் தேங்காய்ப்பூ டவல் விரித்தபடியிருந்தது. டவலில் முதுகு அழுத்தத்தின் சுவடும் தெரிந்தது. அடுப்பின் மேல் சாய்வாக வைத்திருந்த பலகையில் தலை எண்ணெய் படிந்து உள்ளங்கை அகலத்துக்கு அழுக்கு அடையாய் அப்பியிருந்தது.

சம்முகத்தைக் காணவில்லை!

கிழவருக்கு ஏமாற்றமும் கோபமுமாக வந்தது. என்ன இது? மாட்டுக்கு வலியெடுத்துவிட்டது. எங்கே தொலைந்து போனான்? மடசாம்பிராணி. மனத்துள் திட்டி நொறுக்கினார். கோபத்தை நேரில் காட்ட முடியுமா? திரும்பக் காட்டிவிடுவான். ஆனால் சபேசய்யர் வருகிறார் என்றாலோ அரையோடு நீரைக் கழித்துவிடு வான். நர்ஸை வீடு கொண்டுபோய்ச் சேர்க்கப் போனவன் அப்படியே தொலைந்து போயிருப்பானோ?

சம்முகத்தை எழுப்பி, தனது ஹேஷ்ய சூட்சுமத்தையும் பிரதாபத்தையும் ஒரு பாட்டம் பாட எண்ணியவர் ஏமாந்து அடுக்களைப் பக்கம் சென்றார்.

அடுக்களையில்தான் செல்லம்மா படுப்பது வழக்கம். இருபது வருடமாக அந்தக் குடும்பத்தோடு ஒட்டிப்போன ஜீவன். கிழவர் கண்விழிக்கும் தறுவாயில் எழுந்திருந்து வெந்நீர் அடுப்பைப் பற்ற வைத்து அடுக்களை அடுப்பையும் மூட்டுவாள்.

இன்று என்ன, எல்லாம் விபரீதமாக இருக்கிறது. செல்லம்மாவும் எழுந்திருக்கவில்லையே!

கிழவர் அடுக்களைக் கம்பி வலைமேல் லாந்தரைத் தூக்கிப் பார்த்தார். வழக்கமாகப் படுத்திருக்கும் இடத்தில் செல்லம்மாவைக் காணவில்லை. அப்போதுதான் கிழவருக்கு நினைவில் தட்டிற்று. பிரசவ அறையில் படுத்திருப்பாள். பாவம் செல்லம்மா. தன் வயிற்றுப் பெண்ணுக்குப் பார்ப்பது போல் பார்த்தாள். கோயிலில் வைத்துக் கும்பிட வேணும் செல்லம்மாவை. அவளுக்காகத்தான் கோமதி நேற்று தப்பிப் பிழைத்தாள். ஆமாம். அந்த மகராசிக்காக. அவள் கைராசி அப்படி. டாக்டரே மேலும் கீழும் பார்க்க ஆரம்பித்து விட்டாரே. ‘பகவானே, எனக்கு அபகீர்த்தி தேடித் தராதே. என்னை இந்த வீட்டைவிட்டுத் துரத்திவிடாதே’ என்று செல்லம்மா புலம்பினாளே, அந்தப் புலம்பலுக்குச் செவிமடுத்து, அபகரித்த உயிரைத் திரும்பத் தந்துவிட்டது தெய்வம். ஒவ்வொரு தடவையும் இந்தப் பாடுதான் கோமதிக்கு. டாக்டர்தான் வரவேண்டும். ஆயுதம்தான் போடவேண்டும். ஒவ்வொரு தடவையும் ‘போச்சு போச்சு’ என்றிருக்கும். பன்னிரண்டு மணிக்குள்ளாக டாக்டர் நாலு தடவை வரும்படியாகிவிட்டதே. ஒருமட்டும் ஒரு மணிக்குக் குழந்தை இறங்கி வந்தது. ரத்தக் கசிவு ஜாஸ்தியாம். இரண்டு கையையும் மாறி மாறிச் சல்லடையாகத் துளைத்துவிட்டார்கள். இன்னும் ஒரு வாரத்துக்கு இமைக்குள் வைத்துப் பார்க்க வேண்டுமென்று சொல்லிவிட்டார் டாக்டர். யார் பார்க்கப் போகிறார்கள் இமைக்குள் வைத்து? பெற்ற தாயை மாடியில் உட்கார்த்தி வைத்திருக்கிறது ஐந்து வருடமாக. ஐந்து வருட மென்ன, அதற்கு மேலுமிருக்கும். துரதிர்ஷ்டம் பிடித்தவள். பிரசவ வேளையில்கூட பெற்ற பெண் பக்கத்திலிருந்து வயிற்றைத் தடவக் கொடுத்துவைக்கவில்லை. ம் . . . இப்பொழுது இவள் எழுந்திருக்க வேண்டுமே . . . எழுந்திருப்பது என்ன? எழுப்பிவிட்டுத்தானே கீழே உட்காருவாள் செல்லம்மா!

பச்சைக் குழந்தை ‘வீல்’ என்று கத்திற்று. கிழவர் சிரித்துக்கொண்டார். சம்முகம் கட்டிடத்தின் வலதோரமாக விறுவிறு என்று வருவதைப் பார்த்துவிட்டு, கட்டிடத்தின் இடதோரமாக நகர்ந்தார் கிழவர். அவனாகக் கண்டுபிடிக்கிறானா என்றுதான் பார்ப்போமே!

கொய்யாமரத்துக்கும் பலாமரத்துக்குமிடையே இருக்கும் தேன் கூட்டுக்கு முன்னால் வந்ததும் கிழவர் தலையைத் தூக்கிப் பார்த்தார். கட்டிடத்தின் அந்த இடத்தில் கீழே ஒரு பெட்ரூமும் மாடியில்

ஒரு பெட்ரூமுமிருந்தன. கீழறையில்தான் தலைக்கு நாள் நடுநிசியில் கோமதி ஐந்தாவது பெண் குழந்தையைப் பெற்றெடுத்திருந்தாள். மாடியறைதான் பல ஆண்டுகளாகக் குஞ்சம்மாளுடைய உலகம். குஞ்சம்மா கட்டிலையொட்டி ஒரு சாளரம். அப்பொழுது சாளரக் கதவு சாத்தியிருந்தது.

கிழவர் கோமதி படுத்திருந்த அறைப் பக்கமாக வந்து சன்னலின் ஒரு பகுதியைத் திறந்தார். திறந்த இடத்தில் கோமதியின் முகம் தெரிந்தது. சன்னல் விளிம்பில் ஒரு மெழுகுவர்த்தியை ஏற்றிவைத்தது போல் முகத்தில் மட்டும் பிரகாசம் பரவிற்று. அறைக்குள் அப் பொழுதும் இருள் சன்னமாகத் தேங்கிக் கிடந்தது.

கோமதி கைகளைக் கட்டியபடி தூங்கிக்கொண்டிருந்தாள். இமை கள் பெரிதாய் சாத்தியிருந்தன. இரண்டு நிமிஷம் அவள் முகத்தையே பார்த்துக்கொண்டிருந்தார். தலைக்கு நாள் மாலையில் பின் வராண் டாவில் தலையைக் கோதிக்கொண்டிருந்த பெண்தானா இவள்? கிழவரால் நம்ப முடியவில்லை. என்ன மாற்றம்! ஒரே இரவில் குழந்தை மாதிரியாகிவிட்டதே முகம். முகத்தில்தான் என்ன பேதமை!

கால்மாட்டில் கட்டிலைச் சற்றுத் தூக்கி வைத்திருந்தது. மீண்டும் குழந்தையின் சிணுங்கல் கேட்டது.

"கோமதி" என்று ரகசியமாகக் கூப்பிட்டார் கிழவர்.

கோமதி அதிர்ச்சியடைந்து கண்விழித்ததைப் பார்த்தபொழுது தான் கூப்பிட்டெழுப்பியிருக்க வேண்டாமென்று எண்ணினார் கிழவர்.

"என்ன தாத்தா, என்ன?" என்று பதறினாள் கோமதி.

"ஒண்ணுமில்லையம்மா, சும்மாத்தான். பசுவுக்கு வலியெடுத் திருக்கு" என்றார் கிழவர்.

குழந்தையின் சிணுங்கல் அழுகையாயிற்று.

"மாமீ, மாமீ" என்று கூப்பிட்டாள் கோமதி.

"செல்லம்மா, செல்லம்மா" என்று கூப்பிட்டார் கிழவர்.

தான் சொன்னது கோமதியின் காதில் விழவில்லையோ என்று சந்தேகப்பட்ட மாதிரி மீண்டும் ஒரு தடவை, "பசுவுக்கு நோவெடுத் திருக்கு. இன்னும் ஒரு மணி நேரத்தில் கன்று போட்டுவிடும்" என்றார்.

கோமதியின் முகம் சிலை மாதிரியிருந்தது.

செல்லம்மா எழுந்திருக்கும் ஓசை கேட்டது. அறையுள் ஒளி பரவிற்று. கட்டில் பக்கம் வந்தாள் செல்லம்மா. கை நிறைய வைத்துக்கொண்டிருந்த வெண்மையான துணிகளிடையே வெண்மை யான இரு கால்களைக் கண்டார் கிழவர். உதட்டோரம் கன்னம்வரை விரிந்தது. மேல் வரிசையில் இரண்டு பற்கள் இல்லாத அதே இடத்தில் கீழ் வரிசையிலும் இரண்டு பற்கள் இல்லை கிழவருக்கு. அவர் சிரிக்கிறபொழுது மேலும் கீழுமாக இடைவெளியைப்

பார்ப்பதில் ஏற்படும் அனுபூதியை அனுபவித்தவர்கள் அத்தகைய தருணத்திற்காகக் காத்திருந்து வாய்க்கிற பொழுதை வீணாக்க மாட்டார்கள். கோமதி கிழவருடைய வாயைப் பார்த்துக்கொண்டிருந்தாள்.

குழந்தையைப் பக்கத்தில் கிடத்தினாள் மாமி. மார்பிலும் கையிடுக்கிலுமாகப் புதைந்தது குழந்தை. அழுகையும் அவரோகணத்தில் தேய்ந்தது.

தன்னுடைய பேச்சை ஓரளவேனும் செவிகொடுத்துக் கேட்கும் கோமதியும் அவள் அப்பாவைப் போலாகிவிட்டாளா என்ன? கிழவர் நம்பிக்கையிழக்காமல் மீண்டும் சொன்னார்:

"பசுவுக்கு வலியெடுத்திருக்கு. இந்த தடவையாவது கிடாரி பிறக்குமின்னு நினைக்கிறேன்."

பதில் பேசவில்லை கோமதி.

கிழவருக்கு ஒரே ஏமாற்றம். இரண்டு பக்கமும் திரும்பித் திரும்பிப் பார்த்துக் கொண்டார். சிறிது நேரம் கழித்து, "ஒரு மட்டும் செத்துப் பிழைத்தாய்!" என்றார்.

"பிழைத்திருக்க வேண்டாம்" என்றாள் கோமதி.

உள்ளங்கால் வழி மின்சாரம் பாய்ந்து உடம்போடு தலை வரை ஓடியது கிழவருக்கு.

"ஏண்டி பெண்ணே இப்படிப் பேசறே?" என்றார் கிழவர்.

கோமதியின் கன்னத்தில் கண்ணீர் வடிந்தது.

கிழவருக்கு விஷயம் மங்கலாகப் புரிய ஆரம்பித்தது.

"அழாதே, ஈச்வர சங்கல்பம்" என்று சொல்லிக்கொண்டே மெதுவாகச் சன்னலைச் சாத்தியவர் மீண்டும் திறந்து, "பசு கன்னு போட்டதும் வந்து சொல்றேன்" என்று சொல்லிவிட்டு அவள் முகத்தையே பார்த்தார்.

அப்பொழுது நடு ஹாலில் அலாரம் அடிப்பதும் அதைத் தொடர்ந்து, "யாரது அங்கே? என்ன சத்தம்?" என்று சபேசய்யர் அதட்டும் குரலும் கேட்டன.

"தாத்தாதான் அப்பா" என்றாள் கோமதி. அதற்கு மேல் அங்கு நிற்காமல் மடமடவென்று பின்வாங்கினார் கிழவர்.

தரை வெளுக்க ஆரம்பித்துவிட்டது. கிழக்கிலிருந்து கிரணங்கள் தங்க ஊசிகள்போல் காம்பௌண்டுச் சுவரைத் தாண்டி கொய்யா மரத்தில் விழுந்துகொண்டிருந்தன.

கிழவர் தேன்கூட்டுப் பக்கம் வந்ததும் மீண்டும் தலையைத் தூக்கிப் பார்த்தார். அப்போதும் சாளரக்கதவு சாத்தியிருந்தது.

"குஞ்சம்மா, குஞ்சம்மா" என்று கூப்பிட்டார் கிழவர்.

தாழ்ப்பாளை அகற்றும் ஓசை. சாளரக் கதவு திறந்தது. குஞ்சம்மாள் தலையை வெளியே நீட்டினாள்.

குஞ்சம்மாள் பல வருடங்களாக மாடியில்தான் அடைந்து கிடந்தாள். டி. பி. என்று டாக்டர்கள் சொன்னார்கள். ஆனால் கிழவர் இருமல் என்றுதான் சொல்லுவார். வீட்டுக்கு வருகிறவர்களிடமெல்லாம் 'என் மனைவிக்கு டி. பி. , என் மனைவிக்கு டி. பி.' என்று சபேசய்யர் சொல்லுவது கிழவருக்குப் பிடிக்காது. 'என் பெண்ணுக்கு இருமல்' என்றுதான் அவர் சொல்லுவார். சபேசய்யரும் அப்படிச் சொன்னால் போதுமென்பது கிழவருடைய அபிப்ராயம். இதை வியாஜமாக வைத்தே மாமனாருக்கும் மாப்பிளைக்கும் லடாய் மூளும்.

சபேசய்யரின் மருத்துவ ஞானம் குஞ்சம்மாளை மாடியில் ஒதுக்கித் தள்ளிவிட்டது. வியாதிக்காரி போலவா இருப்பாள் குஞ்சம்மாள்? ஜம்பர் கை நுனியில் சதை பிதுங்கும். யாராவது பார்த்தால் 'மாராசி உடல் அசையாமல் தின்று கொழுத்திருக்கிறாள்' என்பார்கள். சீவி முடிந்த தலை. நிறைய ஜரிகை போட்ட காஞ்சீபுரம் பட்டுச் சேலை. வைர மூக்குத்தியையும் தோட்டையும் அடிக்கடிக் கழற்றித் துடைத்துக் கொண்டிருப்பாள். உடம்பு காகித வெளுப்பு. சில சமயம் வறட்டு இருமல் கிளம்பிவிட்டதென்றால் சிரட்டையைப் பாறை மேல் தேய்ப்பது மாதிரி சொர சொரவென்று இருமித் தள்ளிவிடும். குளிமுறையன்று மட்டும் கீழே வருவாள். வாரத்தில் ஒருநாள் ஸ்நானம். குளித்துவிட்டு மாலைவரை கீழே உட்கார்ந்திருப்பாள். அப்பாவுடைய மாட்டுப் பைத்தியம் பெண்ணுக்கும் சிறிது உண்டு. மாட்டை அவிழ்த்துக் கொண்டு வந்து துளசி மாடம் பக்கம் நிறுத்திக் காட்டுவார்கள். மாலையில் மீண்டும் மாடிக்குள் புகுந்துவிடுவாள் குஞ்சம்மா.

விடியற்காலம் ஆறரை மணிக்குக் கிழக்கு வெயிலடிக்கையில் ஏற்றிய லாந்தருடன் அப்பா நிற்பதை விழிபிதுங்கப் பார்த்தாள் குஞ்சம்மா.

"இதென்ன கோலம் அப்பா?"

"குஞ்சம்மா, விசேஷம் தெரியுமோ?"

"என்னப்பா, என்ன விஷயம்?"

"பசுவுக்கு நோவெடுத்திருக்கு. இன்னும் ஒரு மணி நேரத்தில் கன்னு போடும்."

"அப்பா, கோமதிக்குத் திரும்பவும் பெண் குழந்தைதானா பிறக்கணும்? நமக்கு ஏன் இந்தச் சோதனை?"

கிழவர் தேன்கூட்டைப் பார்த்துக்கொண்டிருந்தார். ஒவ்வொரு ஈயாகக் கூட்டின் முற்றத்திற்கு வந்து, ஒரு கணம் தயங்கிவிட்டுச் சட்டென்று உயரப் பறந்தது.

கிழவர் தேனீயைப் பார்த்தபடியே தலையைத் தூக்காமல் மெல்லிய குரலில் சொன்னார்:

"இந்தத் தடவையாவது கிடாரி போடும்னு நினைக்கிறேன். ஈச்வர சங்கல்பம் எப்படி இருக்கோ தெரியலை."

“அதிர்ஷ்டம் கெட்ட பெண். வரிசையா நாலு பெண் பிறந்தாச்சே போறாதோ? இந்தத் தடவையும் இப்படியாகும்னு நான் நினைக்கவே இல்லை. நேத்து ரா முச்சூடும் கண்ணைக் கொட்டலை நான். அது பிறந்த வேளை. தலையெழுத்துக் கட்டை. யார்தான் என்ன செய்ய முடியும்?'' என்றாள் குஞ்சம்மா.

“இதுவரையும் பிறந்த ஒரு கன்னையாவது வீட்டோடெ வச்சுக் கலை. தவிட்டு விலைக்குப் பத்திண்டு போகச் சொல்லிட்டார் மாப்பிள்ளை. எனக்குத்தான் வயத்தெ எரிஞ்சுது. எதிரே நின்னு ஒருவார்த்தை சொல்ல முடியுமோ? துர்வாசர் சதா மூக்கிலே நின்னுண்டிருப்பர். ‘காளைக்கன்னை வச்சிண்டு சாணம் வாரிண்டிருக்கப் போறேரோ’ன்னு ஒரு வார்த்தை கேட்டுட்டா வாயடைச்சுப் போயுடுமே. என்ன செய்வே சொல்லு? வாஸ்தவந்தானே! நமக்கென்ன வயலா கரையா வண்டியா? ஆனால் இந்தத் தடவை நான் சொல்றேன் குஞ்சம்மா, நீ வேணாப் பாத்துக்கோ, எப்படியப்பா இப்படிச் சொன்னே பொட்டுப் போட்டாப்லெனு கேக்கப்போறே. கிடாரிதான் பிறக்கப்போறது. ஆமாம். கிடாரிதான் பிறக்கப்போறது” என்றார் கிழவர்.

“நான் ஒண்ணெச் சொல்றேன், நீர் வேறெதையோ சொல்றேரே?” என்றாள் குஞ்சம்மா.

கிழவர் அதற்குப் பதில் சொல்லவில்லை. தேன்கூட்டின் வாசலையும் மங்கி எரிந்துகொண்டிருந்த லாந்தரையும் மாறி மாறிப் பார்த்துக் கொண்டார்.

கிழவர் இரண்டு எட்டு வைத்துவிட்டுத் திரும்பிப் பார்த்தபோது குஞ்சம்மா தலையைக் காணவில்லை.

“குஞ்சம்மா, குஞ்சம்மா” என்று மீண்டும் கூப்பிட்டதும் மாடியில் தலை முளைத்தது.

“டப்பா காலி'' என்றார் கிழவர்.

“ஓமப்பொடி பிழிஞ்சிருக்கு, போட்டுத் தரச் சொல்றேன்.''

கிழவர் தலையைச் சரித்துக்கொண்டு யாருக்கோ சொல்வது போல் சொன்னார்:

“குஞ்சம்மா, வருத்தப்படாதே. எல்லாம் ஈச்வர சங்கல்பம். இதெல்லாம் நம்ம கையிலே இல்லை. அவன் பிறக்கணும்னு நெனக்கறதுதான் பிறக்கும். இப்பொ நான் கிடாரி பிறக்கும்னு சொல்றேன். நான் சொல்றேங்கறதுக்காக பிறந்திடாது; அவன் நினைக்கணும். ஆனா அவன் இந்த தவா கிடாரி பிறக்கும்படியாத்தான் நினைப்பாங்கற நம்பிக்கை இருக்கு எனக்கு. எப்படினு கேப்பே? பதில் கிடையாது. நம்பிக்கை. அவ்வளவுதான் . . .''

கிழவர் பேசிக்கொண்டே போனார்.

குஞ்சம்மா தலையை இழுத்துக்கொண்டாள்.

தொழுவத்தில் மாடு அலறும் ஓசை கேட்டது. கிழவர் வேகமாக முன்னேறும் பாவனையுடன் தொழுவத்தை நோக்கி நகர்ந்தார்.

கிழவர் தொழுவத்துக்கு வருகிறபொழுது சம்முகம் பால் கறந்து கொண்டிருந்தான்.

லாந்தரை அணைத்துக் கயிற்றில் கட்டிக்கொண்டே, "ஏய் சம்முகம், ராத்திரிப்பூரா இருமல் கேட்டுதே. பனிலெ சளி புடிச்சுண்டிருக் கோடா?" என்று கேட்டுவிட்டு அடக்க முடியாமல் சிரித்தார். சம்முகம் கிழவர் வாயைப் பார்த்துவிட்டுத் தலையைக் குனிந்து கொண்டான்.

"நர்ஸம்மாவை கொண்டுபோய் வீட்டிலே தள்ளிப்போட்டு அப்படியே சுசீந்தரத்தைப் பார்த்து நடையைக் கட்டினேன். நேத்து ரிஷப வாகனமில்லா. பெரிய வாசிப்பு" என்றான் சம்முகம்.

கிழவர் அவன் பக்கத்தில் வந்து கண்களில் விஷமம் பொங்க, "ஏய் சம்முகம், 'கீப்' ஏதாவது வச்சிருக்கியோ 'கீப்'?" என்றார்.

"போங்க சாமீ" என்று சிரித்தான் சம்முகம்.

கிழவர் திடீரென்று குரலை ஏற்றிக்கொண்டு, "டேய், ஆனை மடையா, வஜ்ரசும்பா, இருளடிச்சுப் போச்சோடா உன் கண்ணிலெ" என்று கத்தினார்.

குரலில் மிடுக்கு, போலித்தனம்.

பால் செம்பைப் பதனமாக மூலையில் வைத்துவிட்டு, கண்கள் விரிய, இமைக்காமல் கிழவரைப் பார்த்தான் சம்முகம்.

"அட சாம்பிராணி மடையா" என்று கத்தினார் கிழவர்.

சம்முகத்துக்கு ஒன்றுமே புரியவில்லை. தலையைச் சாய்த்துக் கொண்டு, பிடரியைச் சொறிந்தபடி 'எதையாவது மறந்து போனோமா' என்று யோசித்தான்.

"விரிசம் பழம், விரிசம் பழம்" என்று சொல்லிக்கொண்டே சினைமாட்டுக்குப் பக்கத்தில் சென்று நின்றுகொண்டு, "இங்கே வா" என்று கூப்பிட்டார்.

சம்முகம் வந்தான்.

"குருட்டுக் கண்ணெத் திறந்து பாரு" என்றார் கிழவர்.

சம்முகம் இரண்டு நிமிஷம் மாட்டைக் கூர்ந்து பார்த்தான். விஷயம் பிடிபட்டது.

"வலி கண்டுடுச்சுப் போலிருக்கே" என்றான்.

"என்னது?"

"வலி கண்டுடுச்சு."

"வலி கண்டுடுத்து இல்லையா! அடேயப்பா, எப்படியடா சம்முகம் சொல்லிப்புட்டே? அந்த வித்தெயெ கொஞ்சம் சொல்லித் தாடா எனக்கு." குத்தலான குரலில் சொல்லிக்கொண்டே வந்து குரலை மாற்றி, "டேய் வலி கண்டுடுத்துனு அந்த ரூமிலே இருந்தமேனிக்குத் தெரிஞ்சுண்டுதானேடா நான் எழுந்து வந்தேன். கூப்பிட்டுச் சொல் லித்து எங்கிட்டெ! நீயெல்லாம் 'காளை பெத்துதின்னா கயிறு

எடு'னு சொல்ற ஜாதி. மாடில்லாத ஊரிலே பிறந்தவன். இன்னிக்குக் கன்னு போட்டுடுமாம். கண்டுபிடிச்சுச் சொல்லிப்புட்டான் பிரகஸ்பதி!" குரலையும் வலித்து, முகத்தையும் வலித்தார் கிழவர்.

சம்முகத்துக்கு முகம் தொங்கிப்போய் விட்டது. கிழவர் மேலும் வெற்றி வாகை சூடிக்கொண்டே போனார்.

"நீ என்ன சொன்னே? இந்த மாசம் கடைசிலேதான் பார்க்கணு மின்னே. நான் என்ன சொன்னேன்? அமாவாசை தாண்டினா உன்னைத் தூக்கிண்டு இந்த வீட்டைச் சுத்தி நாலு தரம் வரேன்னு சொன்னேன். சொன்னேனா? என்னாச்சு? என்னடாய்யா பேச்சு மூச்சில்லெ? வெத்தலை போட்டுண்டிருக்காயோ?"

சம்முகத்துக்கு அவமானம் தாங்கமுடியவில்லை.

சிரித்துக்கொண்டே அவசியமில்லாமல் அங்குமிங்கும் சென்றார் கிழவர். சம்முகத்தை வெற்றிகொண்ட பெருமிதம் முகத்தில் விளை யாடிற்று.

"என்னுது நின்னுண்டிருக்கே, சோளக் கொல்லை பொம்மை மாதிரி? சரசரன்னு ஜோலியைப் பாரு. சாணத்தை அள்ளிப்போடு. ரெண்டு சாக்குத் துண்டு எடுத்துண்டு வா. கொஞ்சம் பொடி வைக்கோலைச் சுருட்டி வச்சுக்கோ. மொண்ணைக் கத்தி ஒண்ணு வச்சிண்டிருந்தாயே, அதெ சித்தெ தீட்டிக்கறயா? கன்னு பிறந்து விழுந்ததுமே சித்ரவதை ஆரம்பிக்க வேண்டாம்."

"இந்தத் தடவையாவது கிடாரி பிறக்கும், சாமீ" என்றான் சம்முகம்.

"சந்தேகப்பட்டு சந்தேகப்பட்டு அழுதுவழியாதேன்னு எத்தனை தடவைதான் சொல்றது? நம்புடா, பிறக்கும். நான் சொல்றேன். இந்தத் தவா கிடாரிதான் பிறக்கப்போறது. அப்படிப் பிறக்காட்டா, இதோ பாரு, என்னை இப்படிச் சொடக்குப் போட்டுக் கூப்பிடு." கிழவர் சொடக்குப் போட்டுக்கொண்டே நாலு வீடு கேட்கும்படி இரைந்தார். உற்சாகம் கரை புரண்டுவிட்டது.

சம்முகம் மடமடவென்று வேலையைக் கவனித்தான். கிழவர் தொழுவத்தில் உட்கார்ந்துவிட்டார்.

கிணற்றடியிலிருந்து வாளியை எடுத்துக்கொண்டு வருகிறபொழுது சம்முகம் கிழவர் பக்கம் மிகவும் நெருங்கி வந்து, "இருந்தாலும் இந்தத் தாவவும் கோமதியம்மைக்குப் பொட்டைப்புள்ளே பொறக் கணுங்குதில்லே. அய்யருக்கு ரொம்ப வருத்தம். அசந்துபோயிட்டாரு அசந்து" என்று சொல்லிக் கொண்டே வாளியைக் கீழே வைத்தான்.

"அம்புட்டும் கண்டே, போடா போ" என்றார் கிழவர்.

"உடனே அப்படிச் சொல்லிப்புட்டேளே. நானும் பதினொரு வருசமாட்டு இதுக்குள்ளேதாலா லாந்திக்கிட்டு வாறேன். அய்யரு 'நேச்சர்' எனக்கும் கொஞ்சம் கொஞ்சம் தெரியும்னு வையுங்க."

"ஆமாம் நான் பிறக்கறதுக்கு முந்தியே நீ இங்கேதான் இருக்கே. மாட்டுக்கு வலியெடுத்ததெ பாக்கத் தெரியலெ, அளக்கறான்."

அசப்பில் மாட்டுப் பக்கம் திரும்பிய கிழவர், "டேய், மாடு படுத்தாச்சு. சாக்குத் துண்டெ எடுத்துண்டு வா. ஓடு" என்று கத்திக்கொண்டே மாட்டுப் பக்கம் விரைந்தார்.

அதே சமயம் கட்டிடத்தின் முன் பகுதியிலிருந்து "சம்முகம், சம்முகம்" என்று இரண்டரைக் கட்டையில் சபேசய்யர் குரல் கேட்டது.

சம்முகம் வாசலைப் பார்த்து ஓடினான்.

குழந்தைகள் எழுந்திருக்கும் சமயம் அது. பாயைச் சுருட்டிப் பாய்த் தூக்கில் வைப்பதற்காகச் சம்முகத்தை அந்த நேரத்தில் சபேசய்யர் கூப்பிடுவது வழக்கம்தான்.

குழந்தைகள் வரிசையாக நடு ஹாலில் படுத்திருப்பார்கள். கோமதியின் பெண் குழந்தைகளில் சச்சு, பங்கஜம், கனகம் மூன்று பேரும் அம்மாவுடன் வந்திருந்தார்கள். மூத்த பெண் அன்னபூர்ணி மட்டும், படிப்பு வீணாக வேண்டாமென்ற எண்ணத்திலும், கூப்பிட்ட சத்தத்திற்கு என்ன என்று கேட்பதற்கும் அப்பாவுடன்தான் இருந்தாள்.

சபேசய்யரின் பிள்ளை வயிற்றுப் பேரன் வெங்குவின் தாயார் பிரசவத்திற்குத் தாய்வீடு சென்றிருந்தாலும் அவன் இங்கேதான் இருந்தான். செல்லம்மாவிடம் நல்ல ஒட்டுதல். அவனுடைய அப்பா சீட்டாடக் குற்றாலம் சீசனுக்குச் சென்றிருந்தார்.

குழந்தைகளில் பங்கஜமும் வெங்குவும் ஒரு ஜோடி. சேர்ந்தே திரிவார்கள். சச்சுவும் கனகமும் மற்றொரு ஜோடி.

வெங்கு பிறந்த மேனிக்கு பங்கஜம் பின்னால் திரிந்து கொண்டிருப்பான். அரையில் துணியோடு அவனைப் பார்க்க முடியாது. நிஜாரைப் போட்டால் மறுகணம் அதை அவிழ்த்துத் தோளில் போட்டுக்கொள்வான். அப்படியிருப்பதில் அவனுக்குப் பேரானந்தம். அதோடு அவனுடைய இரட்டை மாடி பஸ்ஸை அரைஞாணில் கட்டிக்கொள்ளவும் நிஜார் போடுவது இடைஞ்சலாக இருந்தது.

குழந்தைகள் நால்வரும் தலைக்கு நாள் இரவு வேதனைக் குரலையும் அலறலையும் கேட்டபடியே தூங்கியவர்கள். ஏழு மணிக்கெல்லாம் இடுப்பு வலி எடுக்க ஆரம்பித்துவிட்டது. அதற்கு முன்னாலேயே அம்பிப் பாப்பா பிறக்கப் போகிறது என்ற பேச்சு அடிக்கடி அடிபட்டுக்கொண்டிருந்தது.

அறையிலிருந்து கிளம்பிய ஓலம் அலை அலையாய் வீடு முழுவதும் பரவிற்று. குழந்தைகள் இருளடித்த முகத்தோடு வளைய வந்தன. அவசரமாக அங்குமிங்கும் பாய்ந்து கொண்டிருந்த பெரியவர்களை வழியில் இடைமறித்துப் பேசவும் முடியவில்லை அவர்களால்.

பங்கஜமும் வெங்குவும் சாத்தியிருந்த அறைக்கதவு முன்னால் நின்று செல்லம்மா மாமி வருகிறாளா என்று காத்துக் கொண்டிருந் தனர். இரண்டு தடவை நர்ஸ் வெளியே வந்தபோதும் மலையாளத் தில் பேசி விரட்டிவிட்டாள். அவள் கண் முன்னால் விலகிக்

கொண்டு, உள்ளே மறைந்ததும் பழையபடி கதவண்டை வந்து நின்றுகொண்டார்கள் குழந்தைகள்.

காலால் கதவைத் தள்ளிக்கொண்டு ஒரு பெரிய ‘பேஸின்’ பாத்திரத்தைக் கையிலேந்தியபடி பிரத்யக்ஷமானாள் மாமி.

இரண்டு குழந்தைகளும் பின்னால் சென்றார்கள்.

“அம்பிப் பாப்பா பிறந்தாச்சா மாமீ?” என்று கேட்டாள் பங்கஜம்.

“இன்னும் பிறக்கலடி, நீங்க ரெண்டுபேரும் படுத்துண்டு தூங் குங்கோ. காலம்பற அம்பிப் பாப்பாவைக் காட்டறேன்” என்றாள் மாமி.

உடனடியாகக் குழந்தையைப் பார்க்கலாமென்றுதான் வெங்கு எண்ணியிருந்தான். மாமியின் பதில் ஏமாற்றமாக இருந்தது. அவன் கிழவி மாதிரி முகத்தை வைத்துக் கொண்டான். மாமி ஏமாற்றத்தைப் புரிந்து கொண்டு சொன்னாள்:

“டேய், பங்கஜத்துக்கு அம்பிப் பாப்பா பிறக்கும். நாளைக்கு பாயாசமுண்டு.”

“பால் பாயாசமா” என்று கேட்டான் வெங்கு.

“ஆமாம், பால் பாயாசம்தான். நிறைய சர்க்கரைபோட்டு” என்றாள் மாமி.

பங்கஜம் படுக்கச் சென்றாள். வெங்குவும் பின்னால் சென்றான். படுத்ததும் தூங்கிப்போனார்கள் இருவரும்.

அம்பிப் பயலைப் பார்த்துவிட்டுதான் தூங்குவது என்று கங்கணம் கட்டிக்கொண்டது போல் கண்ணைக் கசக்கியபடியே வளைய வளைய வந்தார்கள் சச்சுவும் கனகமும். கோமதி அலறுகிறபொழு தெல்லாம் சச்சுவுக்குத் தூக்கித்தூக்கிப் போட்டது. எக்கச்சக்கமாய் சபேசய்யர் முன்னால் போய் விழுந்துவிட்டால் படுக்கையில் பிடித்துத் தள்ளிவிடுவாரேயென்ற பயத்தில் அவருக்கு டிமிக்கி கொடுத்துக்கொண்டே இருவரும் சுற்றிச்சுற்றி வந்தார்கள். தூக்கம் இமையை அழுத்தித் தலையைக் கிறுக்கியபொழுது சச்சு குழா யடிக்குச் சென்று குளிர்ந்த நீரை முகத்தில் விட்டுக் கொண்டாள். அதை அப்படியே காப்பியடித்தாள் கனகம்.

பின்னால் காலரவம் கேட்டுத் திரும்பிப் பார்த்தபோது சபேசய்யர் நின்று கொண்டிருந்தார். இருவருக்கும் உடம்போடு வெலவெலத்தது.

“இன்னுமா முழிச்சுண்டிருக்கேள், ஏண்டி ?” என்று கேட்டார் சபேசய்யர்.

“அம்பிப் பாப்பாவைப் பார்க்கணும்” என்றாள் கனகம்.

சபேசய்யர் சிரித்துக்கொண்டார்.

“அம்பிப் பயலை காலையிலே பார்க்கலாம்மா. இப்பொ ரெண்டு பேரும் படுத்துண்டு தூங்குங்கோ” என்றார்.

இரண்டு குழந்தைகளும் சேர்ந்து நடந்தன. சபேசய்யர் கைகளி ரண்டும் குழந்தைகளின் தோள்களில் தொட்டும் தொடாமலும் படுக்கைவரை வந்தன.

படுக்கையில் படுத்த பின்பும் அறையிலிருந்து எழுந்த பேரொலி குழந்தைகள் மனத்தைத் தாக்கி, பீதியைக் கிளறிவிட்டுத் தூங்கவிடா மல் வருத்திற்று. சச்சு பக்கத்தில் மிக நெருங்கிப் படுத்துக்கொண்டு அவள் கையைப் பற்றிக்கொண்டாள் கனகம். ஒருதடவை கோமதியின் அவலக்குரல் மிகப் பயங்கரமாக எழவே, "சச்சு, அம்மா செத்துப் போவாளோ?" என்று கேட்டாள் கனகம்.

"மாட்டா, அம்பிப் பயல் பிறக்கப்போறான்" என்றாள் சச்சு.

"அம்பிப் பயல் பிறந்தப்புறம் அம்மா செத்துப்போனா, அம்பிப் பயலுக்கு அம்மா இருக்கமாட்டாளே?"

"அம்பிப் பயலுக்காக அம்மா செத்துப்போகமாட்டா" என்றாள் சச்சு.

இந்தப் பதில் கனகத்துக்கு மிகுந்த திருப்தியைத் தந்தது.

சிறிது நேரத்தில் அவள் தூங்கிப்போனாள்.

அதற்குப் பின்பும் சச்சுவால் தூங்க முடியவில்லை. இரவு பதி னொரு மணிக்குமேல் 'ஐயோ, அம்மா' என்ற கூப்பாடு வலுத்தது. அடிக்கொருதரம் 'என்னடா, என்னாச்சு?' என்ற குரல் மாடியிலிருந்து கேட்டுக் கொண்டிருந்தது. மீண்டும் டாக்டருக்கு போன் பண்ணினார் சபேசய்யர். சம்முகம் கடைத்தெருவுக்கும் வீட்டுக்குமாக ஓடிக் கொண்டிருந்தான். அறைக்குள் ஏக களேபரமாக இருந்தது. சபேசய்யர், சாத்தியிருந்த கதவு முன்னால் நின்றுகொண்டு, 'டாக்டர், டாக்டர்' என்று கூப்பிட்டார். டாக்டர் வெளியே வரவில்லை. கதவு திறக்கப் படவில்லை.

தாயின் வேதனைக் குரல் மனத்தைத் தாக்கியபொழுது, கண்ணீர் உகுத்தாள் சச்சு. தலையணையை வாயினுள் திணித்துக்கொண்டு முகத்தைப் புதைத்தபடி தேம்பினாள். பின்னால் அவளும் சோர்ந்து நித்திரையில் ஆழ்ந்துபோனாள்.

தாயின் துன்பக் குரலலைகள்தான் காலையில் எழுந்ததுமே மனத்தில் எதிரொலித்துக் கொண்டிருந்தன குழந்தைகளுக்கு. மூன்று பேரும் எழுந்து பாயில் உட்கார்ந்து, தாயின் கூக்குரல் கேட்கிறதா என்பதை முதலில் ஆராய்ந்து பார்த்துக் கொண்டார்கள். அப்போது பச்சிளம் குழந்தையின் சிணுங்கல் கேட்டது. முகமெல்லாம் சிரிப் போடு ஒருவர் முகத்தை ஒருவர் பார்த்துக்கொண்டார்கள். கண்களில் ஒளி கூடி, களை வழிந்தது முகத்தில்.

சச்சு, சாத்தியிருந்த அறைக் கதவை நோக்கி ஓடினாள். பங்கஜமும் கனகமும் பின்னால் பாய்ந்தார்கள்.

வெங்கு எழுந்திருந்து தலைமாட்டில் அவிழ்த்துப்போட்டிருந்த இரட்டை மாடி பஸ்ஸை மீண்டும் அரைஞாணில் கட்டிக்கொண்டு

பாயாசம் தயாராகிவிட்டதா என்று பார்க்க அடுக்களைக்குச் சென்றான்.

அறைக் கதவு இலேசாகத் திறந்திருந்தது. சச்சு இடுக்கு வழியாகப் பார்த்தாள். குழந்தையின் கால்கள் தெரிந்தன. முக்காலியில் வைத்திருந்த தர்மாஸ் பிளாஸ்க் குழந்தையின் முகத்தை மறைத்தது.

"அம்பிப் பாப்பா, அம்பிப் பாப்பா" என்று களிப்புடன் ஓசையெழாமல் கையைத் தட்டினாள் சச்சு. அவளுக்கு நிலை கொள்ளவில்லை. அவளை இடித்துத் தள்ளிக்கொண்டு பார்த்தாள் பங்கஜம். கனகம் பார்த்துவிட்டு, "அம்பிப் பாப்பா கால் வெண்ணெய்க் கட்டியாட்டமா இருக்கு. ஐயோடி! எனக்குத் தொட்டுப் பாக்கணும்'' என்றாள்.

குழந்தைகள் ஆசை தீராமல் ஒருவரையொருவர் இடித்துத் தள்ளியபடி, மாறி மாறிப் பார்த்துக்கொண்டிருந்தனர்.

"யாருடா அங்கே?"

குரல் இடிபோல் முதுகில் பாயவே, திடுக்கிட்டுத் திரும்பிப் பார்த்தார்கள். சபேசய்யர் நின்று கொண்டிருந்தார்.

"கழுதைகளா, அங்கே என்னுது எட்டி எட்டிப் பார்க்கிறேள்?"

மூன்று பேருக்கும் வாய் கட்டிவிட்டது.

"என்னதுடா, என்னது?"

"அம்பிப் பயலைப் பார்க்கறோம்" என்றாள் பங்கஜம்.

"அம்பிப் பயலை பாக்கறேளாக்கும்!" ஒரு இழுப்பு, ஒரு வலிப்பு. குழந்தைகளுக்குப் புரியவில்லை.

மூன்றும் தலையாட்டின.

"அம்பிப் பாப்பா, மண்ணாங்கட்டிப் பாப்பா, தெருப்புழுதிப் பாப்பா . . . போங்கோடி இங்கிருந்து."

மூன்றும் பின்கட்டை நோக்கித் தெறித்தன.

வெங்கு அடுக்களையில் நிலையையொட்டி விசுப்பலகையை எடுத்துப் போட்டுக்கொண்டு நிர்வாணமாகப் பத்மாசனத்தில் அமர்ந்திருந்தான். இரட்டைமாடி பஸ் நிலைக்கு அந்தப்பக்கம் நின்றது. இடுப்புக்கும் பஸ்ஸுக்குமான நூல் கயிறு அரையடி உயரத்தில் நிலை வாசலுக்குக் குறுக்கே பாலம் போட்டிருந்தது. செல்லம்மாள் ஒவ்வொரு தடவையும் கயிற்றைத் தாண்டியபடியே அந்தப் பக்கமும் இந்தப் பக்கமும் போய்க் கொண்டிருந்தாள்.

சச்சு, பங்கஜம், கனகம் மூன்று பேர்களும் முகத்தைத் தொங்கப் போட்டபடியே அடுக்களை வந்து சேர்ந்தார்கள்.

அவர்களைக் கண்டதும் "பாயாசம் இன்னும் ஆகலை" என்றான் வெங்கு.

"மாமி, எங்களுக்கு அம்பிப் பாப்பாவை எடுத்துக்காட்ட மாட்டியா'' என்று கேட்டுக்கொண்டே மாமியின் முன்னால் சென்று நின்றாள் சச்சு. பங்கஜமும் கனகமும் மாமியின் பக்கவாட்டில் வந்து நின்றார்கள்.

மாமி குழந்தைகளின் முகத்தைப் பார்த்தாள். அவள் கண்கள் நிரம்பின.

"அப்புறம் காட்டறேண்டி அம்மா. நீங்க மூணுபேரும் பல் தேச்சுட்டு வாங்கோ" என்றாள்.

குழந்தைகளுக்கு ஒன்றும் விளங்கவில்லை. காலையில் அவர்கள் முகத்தில் தோன்றிய பூரிப்பின் சாயலைக்கூட இப்போது காண முடியவில்லை. குழந்தைகள் படியிறங்கிக் கிணற்றடிக்குச் செல்வதைக் கண்டதும் மேலும் துக்கம் பொங்கிற்று மாமிக்கு.

வெங்குவுக்கு ஒன்றும் சுவாரஸ்யப்படவில்லை. அவனும் கிளம்பி விட்டான். சில நிமிஷங்களுக்கெல்லாம் இரட்டை மாடி பஸ் ஒட்டுமாவைச் சுற்றித் தொழுவத்தை நோக்கி ஓடிக்கொண்டிருந்தது.

செல்லம்மாள் தோசையும் பாலும் எடுத்துக்கொண்டு மாடிக்குச் சென்றாள்.

அப்பொழுது குஞ்சம்மா பல் தேய்த்துவிட்டு முகத்தைத் துடைத்துக்கொண்டிருந்தாள்.

"செல்லம், கோமதி எப்படியிருக்கா?" என்று கேட்டாள் குஞ்சம்மா.

"ஒண்ணுமில்லே, ஒண்ணுமில்லே" என்றாள் மாமி.

"அவளைப் பார்க்க மனஸு அடிச்சுக்கிறதடி எனக்கு. செல்லம்மா, என்ன ஜென்மமடீ இது? கீழே பெண் இடுப்புவலியிலெ மாயறத்தெக் கூட மாடியைவிட்டு இறங்க முடியாத ஜென்மம்!"

"மனஸை எதுக்கு அலட்டிக்கிறேள்? இன்னிக்கு நேத்திக்கு ஏற்பட்ட விஷயமா இது? பத்து வருஷமா இந்த நாடகந்தானே நடக்கிறது. எதுக்கும் மத்யானம் கீழே வரத்தானே வரணும். அப்போ ரெண்டு நாழி கோமதி பக்கத்திலே உட்கார்ந்துண்டுருங்கோ."

அன்று குஞ்சம்மாவுக்குக் குளிமுறையானதால் கீழே வர வேண்டி யிருந்தது.

குஞ்சம்மாள் தோசையை விண்டு போட்டுக்கொண்டாள்.

"நேத்து 'டக்கு' வாங்கிப்போச்சு. ஏது இந்தப் பெண் எல்லோரையும் அனாதையாக்கிடுமோனு பயந்துபோனேன்" என்றாள் செல்லம்மாள்.

"இவ்வளவு சிரமப்பட்டதுக்கு ஆண் குழந்தையாப் பிறந்திருந்தா அவளுக்காவது ஆறுதலாயிருந்திருக்கும்" என்றாள் குஞ்சம்மா.

"என்ன சேறது சொல்லுங்கோ. நாலோடு இப்போ அஞ்சாச்சு."

நீட்டிய கையில் பால் தம்ளரைக் கொடுத்தாள் செல்லம்மா. ஒரு மடக்குக் குடித்துவிட்டுத் தம்ளரை முக்காலியில் வைத்தாள் குஞ்சம்மா.

"போகப்போக நேத்து ரொம்ப சிரமப்பட்டுப் போச்சு. பேச்சு மூச்சில்லை. கூப்பிடக் கூப்பிடப் பதிலில்லே. காலும் கையும் ஜில்லிட்டுப் போச்சு. கடேசியிலெ தன் போதமில்லாமல் தான் குழந்தை பிறந்தது. அரைமணி நேரம் கழிச்சு கண்ணை முழிச்சுப்

பாத்தா. திருதிருனு முழிச்சா, ஆட்டுக்குட்டி மாதிரி. பக்கத்திலே போய், கோமதீ என்னம்மா வேணும்? பெத்துப் பிழைச்சாய் போன் னேன். காதொடெ, மாமி, என்ன குழந்தைனு கேட்டா. மாமி, நீங்களே சொல்லுங்கோ, நான் என்ன பதில் சொல்லுவேன்? எனக்கு அப்ப டியே தொண்டையை அடைச்சுண்டு நெஞ்சோடு பொருமல் வந்துடுத்து. ஐயோ, இந்த ஒண்ணும் தெரியாத குழந்தையையுமா பாவி தெய்வம் இப்படிச் சோதிக்கணும்?''

குஞ்சம்மாள் கன்னத்தில் கண்ணீர் வழிந்தது. புடவைத் தலைப் பால் முகத்தைத் துடைத்துக்கொண்டாள்.

"நீங்க வேறே மனசிலே போட்டுக்காதேங்கோ. உங்க உடம்புக்குத் தாங்காது. பால் ஆறிப்போறது'' என்றாள் செல்லம்மா.

குஞ்சம்மாள் பால் தம்ளரைக் கையில் எடுத்துக்கொண்டாள்.

"இன்னிக்கு எல்லோருக்கும் கடுதாசு போட்டாகணுமே. ஒருத்தருக் கும் போடவேண்டாங்கறா கோமதி. அவளுக்கு அவமானமா இருக்குமாம். இந்தத் தடவையாவது சமத்தா ஒரு ஆண் குழந்தையைப் பெத்துண்டு வாடீனு சொல்லியனுப்பிச்சானாம் ஆம்படையான் காரன். ஏண்டி, இந்த வசையாவது எங்காத்துக்காரா பெயர் போட முடியுமோடி? மனஸு இரங்குமா தேவிக்குன்னு ரயில் நகர்ந்ததும் மாமியார்க்காரி கத்தினாளாம். பெண் குழந்தை பிறந்திருக்குனு தந்தி கிடைச்சதுமே இந்த மூதேவி முகத்திலேயே முழிக்க வேண் டாம்னு தீர்மானிச்சாலும் தீர்மானிச்சுடுவர் அவர் என்று சொல் லிண்டே 'ஓ'வென்று அழறா கோமதி ...''

குஞ்சம்மா முகத்தில் பன்னீர் தெளித்த மாதிரி வியர்த்து விட்டது. காலும் கையும் பறந்தன. சரேலென்று தலையைப் பிடித்துக் கொண்டாள்.

''அப்படியே தலையணையில் சாச்சுடு செல்லம்மா'' என்றாள் குஞ்சம்மா.

"போயும் போயும் உங்கள்ட்டெ வந்து சொல்றேன் பாருங்களேன், இந்த மூடத்துக்கு என்னிக்குத்தான் புத்தி வரப் போகிறதோ? புத்திகெட்ட மூடம்'' என்று நெஞ்சில் கை வைத்தபடி தன்னைத் தானே நொந்துகொண்டாள் செல்லம்மா.

அரைமணி நேரம் குஞ்சம்மா பக்கத்தில் உட்கார்ந்துவிட்டு செல்லம்மா கீழே வந்தாள்.

செல்லம்மா பின் வராண்டாவில் வந்ததும் வெங்கு கொல்லையில் நின்றுகொண்டு, ''மாமி, மாமி, மாடு செத்துப் போயுண்டிருக்கு'' என்று கத்தினான்.

செல்லம்மா தொழுவம் பக்கம் சென்றாள்.

மாடு படுத்தபடி காலைத் தரையில் 'பட் பட்'டென்று அடித்துக் கொண்டிருந்தது. கிழவர் முன்னால் உட்கார்ந்து முகத்தைத் தடவிக் கொடுத்துக் கொண்டிருந்தார். சம்முகம் பின்னால் நின்று கொண்டி ருந்தான்.

மூன்று பெண்குழந்தைகளும் சற்றுத் தொலைவில் வரிசையாக முட்டுக்குத்தி உட்கார்ந்திருந்தனர். காலையில் அடைந்த ஏமாற்ற உணர்வுக்கு இந்தக் காட்சி இதம் கொடுத்தது.

“எழுந்திருந்து போங்கடி இங்கிருந்து” என்று கத்தினாள் மாமி.

“சும்மா இருக்கட்டும். குடி முழுகியா போகும்? காலா காலத்திலே எல்லாம் தெரிஞ்சுக்க வேண்டியதுதானே” என்றார் கிழவர்.

“இவரொருத்தர்” என்று சொல்லியபடி முகத்தை இழுத்துக் கொண்டே அடுக்களைக்குச் சென்றாள் மாமி.

குழந்தைகள் அங்கேயே உட்கார்ந்து கொண்டிருந்தன. வெங்கு மட்டும் கிழவர் பக்கம் நின்றான்.

மாடு தலையைத் தூக்கி ஒரு தடவை அலறிற்று. கன்றின் முகம் வெளிவந்து கொண்டிருந்தது.

“முகத்தைப் பாத்தா காளங்கன்னு மாதிரி இருக்கு” என்றான் சம்முகம்.

“வாயை மூடு, அபசகுனமா ஏதாவது உளறாதே. முகத்தைப் பார்த்தாத் தெரியுமோ? மண்டூஸ், மண்டூஸ்” என்றார் கிழவர்.

“ஒரு பார்வைக்கு அப்படிப் படுது” என்று இழுத்தான் சம்முகம்.

“நீர் ஒரு பார்வையும் பார்க்க வேண்டாம். நான்தான் சொல்றேனே கிடாரிதான் போடும்னு. மேற்கொண்டு என்ன பார்வை வேண்டி ருக்கு, மண்ணாப்போன பார்வை.” கிழவருக்கு ஆங்காரம் அடிவயிற்றி லிருந்து வந்தது.

மாடு படக்கென்று எழுந்து நின்று இருபுறமும் பக்கவாட்டில் அசைந்தது.

“ஹாவ் ஹாவ்” என்றான் சம்முகம்.

முகத்தைத் தடவிக் கொடுத்தவாறே, “ஹாவ் ஹாவ்” என்றார் கிழவர்.

மாடு மீண்டும் படுத்தது.

“தாத்தா, பசுவுக்கு வாலிலே என்னது தொங்கறது?” என்று கேட்டான் வெங்கு.

“கன்னு போடப்போறதுடா, கிடாரிக் கன்னு. கிடாரி பிறக்கும். உனக்கும் பாலைக் கறந்து தொந்திக்கு விட்டுக்கலாம்டா, யோகம் தாண்டா பயலெ” என்றார் கிழவர்.

மாடு ‘ம்பே’ என்று பயங்கரமாக அலறிற்று. உடம்போடு ஒரு தடவை நெளிந்து புரண்டது.

“கன்னு விளுந்திட்டு” என்று கத்தினான் சம்முகம்.

“என்ன கன்னு?” என்று கேட்டுக்கொண்டே கிழவர் பின்பக்கம் வந்தார். அதே சமயம் மாடு சட்டென்று எழுந்து மிகுந்த பரபரப்புடன் பின்புறம் திரும்பிக் கன்றை மோந்து பார்த்தது.

சம்முகம் வாலைத் தூக்கிப் பார்த்துவிட்டு, "கிடாரி" என்றான்.

"கிடாரி... கிடாரி" என்று கத்தினார் கிழவர்.

ஏமாற்றத்திலும் மனச்சோர்விலும் ஆழ்ந்திருந்த குழந்தைகள் கணப்பொழுதில் இந்த உற்சாகத்தை வாங்கிக்கொண்டன.

மூன்று பெண்களும் கையைத் தூக்கிக் குதித்தபடி, "கிடாரி, கிடாரி" என்று கத்தினர்.

வெங்கு ஒருபடி மேலே சென்று, "கிடாரிக்கு ஜே" என்று கோஷ மெழுப்பினான். பெண் குழந்தைகளும் அதை ஏற்றுக் கொண்டார்கள்.

"கிடாரிக்கு ஜே!"

இந்த சந்தோஷச் செய்தியை அறிவிக்க அடுக்களையைப் பார்த்து விரைந்தார் கிழவர். அவசரத்தில் வேஷ்டி நெகிழ்ந்து விட்டது. அதைச் சரியாகக் கட்டிக்கொள்ளவும் பரபரப்பு இடங்கொடுக்க வில்லை. வயிற்றோடு துணியை அழுத்திப் பிடித்துக்கொண்டே, "செல்லம்மா, கிடாரி... கிடாரி!" என்று கத்தினார்.

ஊர்வலம் கிணற்றடியைச் சுற்றிச் சென்றுகொண்டிருந்தது. கிணற் றடியில் துவைக்கப் போட்டிருந்த ஐம்பரையும் கையிலெடுத்துக் கொண்டு விசிறினான் வெங்கு. ஏக காலத்தில் நாலு புஜங்கள் வானத்தில் நிமிர்ந்தன.

"கிடாரிக்கு ஜே!"

கிழவர் தேன்கூடு பக்கம் வந்து, "குஞ்சம்மா, குஞ்சம்மா" என்று கூப்பிட்டார். சாளரம் திறந்தது. தலை முளைத்தது.

"கிடாரி!"

"அப்படியா!"

குஞ்சம்மாள் சிரித்தாள்.

வாசல்பக்கம் வந்தபொழுது சபேசய்யர் இல்லையென்பதை உணரவே, கோஷம் வலுத்தது.

பங்கஜம் திடீரென்று, "கிடாரிக்கண்ணுக்கு ஜே" என்று கோஷத்தை விஸ்தரித்தாள்.

தொடர்ந்து, "கிடாரிக்கண்ணுக்கு ஜே" என்ற குரல்கள் எதி ரொலித்தன.

கோமதியிடம் அறிவிக்க முடியாமல் போனதில் வருத்தம்தான் கிழவருக்கு. அவள் அசந்து தூங்கிக்கொண்டிருந்தாள்.

கிழவர் கொல்லைப்புறம் வந்தார்.

குழந்தைகளும் வீட்டைச் சுற்றிப் பின்பக்கம் வந்து சேர்ந்தார்கள்.

செல்லம்மா, பின் வராண்டாவில் நின்றபடி ஊர்வலம் வரும் அழகைக் கண்டு அகம் மகிழ்ந்துபோனாள். வெங்குவின் கை உதறலையும் முகபாவத்தையும் பார்த்து உடம்பு குலுங்கச் சிரித்தாள். அப்படியே படி இறங்கிவந்து அவனைக் கட்டிக்கொண்டு,

"போதும்டா கண்ணு சத்தம் போட்டது. தொண்டை கட்டிக்கப் போறது" என்றாள்.

வெங்கு, அவள் முகத்தை ஏறிட்டுப் பார்த்து, "பாயசமாச்சோ?" என்று கேட்டான்.

"நன்னா கேட்டே போ. கிடாரி பிறந்திருக்கு. நான் வச்சுத்தரேன் உனக்கு" என்றாள் செல்லம்மா.

சரஸ்வதி ஆண்டு மலர், 1959

சீதைமார்க் சீயக்காய்த்தூள்

நூறு ரூபாய் முன்பணமும் கொடுத்துவிட்டுச் சென்றார் குமாரவேலு பணிக்கர். ஒரு மாத காலத்தில் படத்தை முடித்துத் தந்துவிடவேண்டும் என்பது பேச்சு. சுப்பையா ஆசாரி ஒப்புக் கொண்டார்.

சரியான 'சான்ஸ்' அடித்துவிட்டது. சீதையின் முழு உருவப்படம் ஐநூறு ரூபாய். முன்பணம் ரூபாய் நூறு வேறு. திருப்தியாக இருந்தால் மேலும் ஒரேயடியாக இருபது படத்துக்கு ஆர்டர்.

மனசில் குதூகலம் பொங்கி வழிந்தது. தமிழ்நாட்டின் முக்கிய நகரங்களின் முக்கியச் சந்திப்புகளில் தொங்கப்போகிறது, நாடகத் திரைபோல் ஒரு படம். கூடிக் கூடிப் பார்க்கமாட்டார்களா ஜனங்கள்? 'சீதை மார்க் சீயக்காய்த்தூள்' என்ற கொட்டை எழுத்துகள் கண்களைக் கவ்வினாலும் படத்தின் அடிப்பக்கம், வலது கோடியில் 'சுப்பையா ஆசாரி' என்ற பெயர் புலப்படாமலா போய்விடும்? தேய்த்துக் குளித்த பின்தானே சொல்லமுடியும் சீயக்காய்த் தூளின் மகிமையை. பார்த்த மாத்திரத்திலேயே 'சபாஷ்' விழுந்து விடாதா ஆசாரிக்கு? பத்துப்பேர் 'சபாஷ்' போடும்போது அதற்குத் தனி மவுசுதான். தெரிந்தோ தெரியாமலோ எல்லோரும் 'ஆஹா' என்பார்கள். ஆர்டர்கள் வந்து குவியும். இல்லாவிட்டாலும் என்ன? மனிதன் வாழ்க்கை என்றால் ஒரே அதல பாதாளம்தானா? என்றும் வாழைத் தண்டுக் கறியும் மோர் விட்ட சோறும்தான் விதியா? ஒட்டுப்போட்ட சட்டையும் கோரம்பாயும் சதமா என்ன? பள்ளம் என்றால் மேடும் உண்டு. கிரகம் சுற்றிவரத்தான் செய்யும். இப்போது கிரகம் சுற்றுகிற சுற்றில் எங்கேயோ இருந்த குமாரவேலு பணிக்கர், காரைப் போட்டுக் கொண்டு வீடு தேடி வந்து, இரு கைகளாலும் ஏணிப்படி அரைச் சுவரை ஒரே பக்கத்தில் பற்றிக்கொண்டு உடம்பை ஒருக்களித்தபடியே மேலேறி வந்து விட்டாரே. இருபது படம். படம் ஒன்றுக்கு ஐநூறு ரூபாய்; அட்வான்ஸாக ரூபாய் நூறு வேறு.

சாமக்கிரியைகளைக் கையெடுத்து வணங்கிவிட்டு வேலையை ஆரம்பித்தார் சுப்பையா ஆசாரி.

அவர் மனதிலேயே இருக்கிறாளே சீதை. பர்ணசாலையின் முன்னால் காலை மண்டி போட்டு, இடது கையைத் தரையில் ஊன்றியபடி அமர்ந்திருக்கிறாள். உடம்பெல்லாம் அழகு, உடம்பெல்லாம் சோகம். ஒரு கட்டுத்தலை தோள் வழியாய் ஆலம் விழுது மாதிரி சரசரவென்று கீழிறங்கி, பாம்புப் பத்தி போன்ற நுனி மயிர் புழுதியில் புரளுகிறது.

பென்சிலால் இலேசாகக் கோடு போட ஆரம்பித்தார் அவர். போன பொழுது அவருக்குத் தெரியாது. இருட்டி விட்டது. அவர் அதை உணரவே இல்லை. அவர்தான் விளக்குப் போட்டார். விளக்குப் போட்டதும் அவருக்குத் தெரியாது.

"இருந்தாலும் இப்படியும் ஒரு அப்பன் உண்டுமா உலகத்திலே? கண்டதும் இல்லை கேட்டதும் இல்லை" என்று கூறிக்கொண்டே உள்ளே நுழைந்தாள் சுப்பம்மாள்.

அந்த வீட்டில் அவர்கள்தான் கணவனும் மனைவியும். அவர்கள் தான் குழந்தைகள்.

உணர்வு உலகத்துக்குத் திரும்பி வந்தார் ஆசாரி. உடம்பெல்லாம் ரத்தம் உறைந்துவிட்டாற்போலிருந்தது. கைகள் இரண்டையும் கோத்துத் தலைக்குமேல் தூக்கி வில்லாய் உடம்பை வளைத்து முறித்துவிட்டுச் சாய்வு நாற்காலியில் சாய்ந்தார். சுப்பம்மாள் வெற்றிலைப் பெட்டியைத் திறந்து ஒரு பார்வை பார்த்துவிட்டு அவர் முன்னால் கொண்டுவந்து வைத்தாள்.

"ஆமா, என்னமோ கேட்டியே. எந்த அப்பனை சொல்தே நீ?" என்றார் அவர்.

"ஜனகரைத்தான் சொல்லுதேன்."

"எந்த ஜனகரு?"

"சீதைக்கு அப்பன்."

"ராமருக்கு மாமனாரைத்தானே?"

"ஆமா, ஆமா."

"இப்பம் அவருக்கு என்ன வந்துட்டுது திடீருன்னு. எங்கிருந்தோ இழுத்துட்டு வாறியே."

"கோவில்லே ஒரு மாசமாட்டு கதை கேக்குதேமில்லா. நேத்தோடெ பட்டாபிஷேகம் முடிஞ்சுபோச்சு. திண்ணையிலே படுத்துக்கிட்டு எதை எதையோ நெனச்சிக்கிட்டிருந்தேன். அப்பம் பட்னு இந்தக் கேள்வி மனசுலே வந்துட்டுது."

"என்னது, சொல்லு."

"சீதையை கெட்டிக் கொடுத்தாரில்லெ, ஜனக மகாராசா..."

"அவரெங்கே கெட்டிக் கொடுத்தாரு. அவரு மாப்பிள்ளை தேடி அலஞ்சாரா? ஜாதகம் பார்த்தாரா? இல்லை, வரதட்சிணை பேசினாரா? கையிலே ஒரு வில்லை வச்சுக்கிட்டு வர்றவங்கிட்டெ எல்லாம் நீட்டிக்கிட்டிருந்தாரு. ராமரு வந்தாரு. வில்லை ஒடிச்சாரு.

இல்லைன்னா சீதை கன்னிப்பொண்ணாகத்தானே நிக்கணும் கடைசி வரைக்கும்.''

"நின்னாத்தான் இப்பம் என்ன கொறஞ்சுபோயுடுமாம். ராமரெ கட்டிக்கிட்டு என்ன சுகத்தைக் கண்டுட்டா சீதை?" என்று கேட்டாள் சுப்பம்மாள்.

சுப்பையா ஆசாரி பதில் சொல்லவில்லை.

"நான் கேக்க வந்தது அதில்லெ. பட்டத்து மகிஷியா ஜம்னு இருக்கவேண்டியவதானே சீதை?''

"சந்தேகமா?''

"அவ காட்டுக்குப் போறா. கஷ்டப்படுதா. அந்தப் படுபாவி வந்து தூக்கிட்டுப் போறான். சித்திரவதை செய்யுதான். எல்லாம் தெரிஞ்ச இந்த ராமரு கடைசியிலே 'தீயிலே குதி' என்கிறாரு. இவ்வளவும் நடந்திருக்குதே, இந்த ஜனகரு எங்கதான் போயுட்டாரு? அட, பொண்ணை கட்டிக்கொடுத்தோமே, அவதான் இருக்காளா செத்தாளான்னு கூட பாக்கமாட்டாரா ஒரு அப்பன்?''

"சாட்சாத் ராமருக்கு கெட்டிக்கொடுத்தம் பொறவு அவருக்கு என்னட்டீ கவலை? அவர் பாட்டுக்கு நிம்மதியா இருந்திருக்காரு."

"ராமருக்கு இப்படியா மாமனார் வாய்க்கணும்?'' என்று அங்கலாய்த்துக் கொண்டாள் சுப்பம்மாள்.

"அவருக்கும் எனக்கு வாச்சாப்லே வாச்சிருக்காரு, மாமனாரு."

"அய்யோ வாய் கிழியுது. சொல்லமாட்டேளாக்கும்! இண்ணிக்குக் குடியிருக்கிற வீடு யாருக்கு வீடு? பாகம் பண்ணிக்கிட்டு வந்தியளோ? எங்கப்பா அறுப்புக்கு அறுப்பு நெல்லு அனுப்பிவைக்குதாரு, சாப்பிடுதோம். இன்னா கட்டியிருக்கேனே, இந்தச் சீலை அவரு போன பொங்கலுக்கு எடுத்துத் தந்தது. இந்த மஞ்சச் சாயம், பச்சைச் சாயம், நீலச் சாயம், ஒடஞ்ச பென்சிலு இத்தனையும் உங்களது'' என்றாள் சுப்பம்மாள்.

ஆசாரி சந்தோஷ ஆரவாரத்துடன் சிரித்துக்கொண்டார்.

"அப்பம் எங்கப்பா மட்டும் சினிமா தியேட்டரிலே சோடா வித்துக்கிட்டு இருந்தவரோ? எங்க தாத்தா அந்தக் காலத்திலே குதிரெலேல்லா போவாராம்?''

"குதிரெலெ போவாரு. ஆனா மரத்தாலெ செய்த குதிரை அது. பாத்திருக்கேன். 'சத்தியவான்' டிராமாவிலே மரக்குதிரையிலே ஏறி உட்கார்ந்துக்கிட்டு, கிடுகிடான்னு காலையும் ஆட்டிக்கிட்டு 'ஓ'னு கத்துவாரே.''

"இளப்பமா பேசிக்கிட்டு இரி. இன்னும் கொஞ்சம் நாளிலெ அய்யாவெ ஒரு பயலாலெ புடிக்க முடியாது. காலம் வந்துட்டு. லெச்சுமி வந்து கதவைத் தட்டிக்கிட்டு நிக்கா. பொறு. அவசரப் படாதே, மெதுவா வந்து கதவைத் திறக்கேன்னு சொல்லிக்கிட்டிருக்கேன் நான்.''

"பேச்சுக்குக் கேப்பானேன்! கோவணத்தைக் கொடியிலே கட்டிப் பறக்கவிடற கூட்டமில்லா உங்க கூட்டம்."

"சரி, அப்பம் ஒரு காரியம் செய். எளுந்திரு. அந்தச் சின்ன அலமாரியைத் திற. அதுக்குள்ளார ஒரு சோப்புப் பெட்டி இருக்கில்லா, அதெத் திறந்துபாரு, அப்பம் தெரியும்."

சுப்பம்மா சோப்புப் பெட்டியைத் திறந்தாள். அவள் கையில் ஒரு நூறு ரூபாய் நோட்டு!

"என்னது இது?"

"நூறு ரூவா நோட்டு."

"நல்ல நோட்டுத்தானா? இல்லெ காகிதத்தை வெட்டி சாயம் பூசி வச்சிருக்கேளா?"

மீண்டும் ஆர்ப்பாட்டமாகச் சிரித்தார் ஆசாரி.

"இண்ணைக்குத்தான் குமாரவேலு பணிக்கரு வீடு தேடி வந்து கையிலே திணிச்சுட்டுப் போறாரு."

"அதாரு அது குமாரவேலு பணிக்கர்?"

"அவர்தான், 'சீதை மார்க் சீயக்காய்த்தூள்' போடறாரே அவரு. உலகம் பூராவும் அனுப்பறாரு சீயக்காய்த்தூளை. அமெரிக்கா, இங்கிலாந்து, சௌதி அரேபியா, மெஸபொட்டோமியா, அண்டார்டிக்கா எங்கும் போகுது. போயி, சோப்பு மார்க்கெட்டை அப்படி கீழே தள்ளுது. ஹாலிவுட் சினிமா நடிகைங்களெல்லாம் சோப்பைக் கண்ணாலகூட பார்க்கமாட்டாங்களாம் இப்பம். 'சீதை மார்க் சீயக்காய்த் தூள்' கிடைக்கலேன்னா செத்தோம் அப்படீன்னு சொல்லுதாளாம். பணிக்கர் சொல்லுதாரு."

"பெரும்புள்ளிதான் போலிருக்கு."

"சந்தேகமா? இண்ணைக்குக் காலையிலே வந்தாரு. ஒரு உதவி பண்ணனுமின்னாரு. சரி, பாப்போம் அப்படீன்னேன். ஒரேயடியா இருபது படம் வேணுமாம் அவருக்கு. சீதை படம். பெரிசு பெரிசாத் தொங்கவிடணுமாம். உங்க படம்தான் நல்லாருக்கும்னு கேக்கிறவங்க எல்லாம் சொல்லுதாங்க. சித்தெ வரைஞ்சு கொடுங்க சிரமத்தைப் பார்க்காமெ, அப்படீன்னாரு."

"ரொம்பவும் கூடிப்போய்விடாம பவிசு."

"அட, சர்தான் அய்யா, எல்லாம் வரஞ்சு தரலாம். மென்னியைப் பிடிக்காதேயும்னு நூறு ரூபாயையும் களத்திக்கிட்டு அனுப்பிவச்சேன்."

"அதுதான் ரூமிலே சந்தடியே காணோமென்னு பாத்தேன். இல்லைண்ணா நிமிஷத்துக்கு நூறு மட்டம் 'சுடு தண்ணீ, சுடு தண்ணீ'னு அடுக்களைக்கு வந்த வண்ணமா இருக்குமே."

"சுப்பம்மா, ரொம்ப நாளா நெனச்சிட்டு இருந்தேன் பாத்துக்க. ஒரு ராமரு - சீதெ படம் வரய்க்கணுமின்னு. இப்பம் ஆர்டரே வந்துட்டுச்சு. ஆனா ஒரு சங்கடம் பாத்துக்க."

"என்ன, சாயமில்லையா?"

"அதுல்லே. அந்த மனுசன் சொல்லுதுதான் வேடிக்கையா இருக்குது."

"என்ன சொல்றாரு?"

"அவருக்கு சீதையம்மா படம் மட்டும் போதுமாம்."

"அப்படின்னா?"

"ராமரு பக்கத்திலெ நிக்கவேண்டாங்கிறாரு."

"ராமரு சீதை கிட்ட நின்னா இவருக்கு என்ன வந்ததாம்?"

"அவருக்குக் கொஞ்சமும் இஷ்டமில்லே ராமர் சீதே பக்கத்தில் நிக்கிறதிலெ."

"ராவணனுக்குக் கூடப்பிறந்த அண்ணமில்லா போலிருக்குது."

"இல்லெ, அவனேதான். சீதையில்லாத உலகத்திலெ திரும்பவும் பிறந்து சீயக்காய்த்தூள் யாவாரம் பண்ணிக்கிட்டு இருக்காரு அவ்வளவுதான்."

"காட்டுலெ சீதையோடுதானே ராமரும் இருந்தாருன்னு கேட்டேளா?"

"கேட்டேனே. ராமர் மான் பிடிக்கப்போனாரில்லா அப்படின்னு சொல்லுதார்."

"அப்பம் லெச்சுமணரு இருந்தாரே?"

"அதையும் கேட்டேன். அவனையும்தான் சீதை விரட்டிப்புட் டாளேன்னு சொல்லுதாரே பாப்பம்!"

"அப்பம்தான் ராவணன் வந்துட்டானே?"

"லெச்சுமணன் போன பொறவு ராவணன் வருதுக்கு முன்னாலெ இருந்தாளே - அந்த சீதை படம்தான் வேணுமின்னு பிடிவாதம் பிடிக்கிறாரு மனுசன்."

"எதுக்கு அப்படி இருக்கணுமாம்?"

"அப்பம்தான் 'அட்ராக்ஷனா' இருக்குமாம், சொல்லுதாரு."

"அவ அம்மை தாலி! வெள்ளிக்கிளமெ காலம் கார்த்தாலே வீட்டுக்குள்ளே வந்து ஏறிட்டாராக்கும்."

"என்ன செய்யது? கையிலெ ரூபாயெ வச்சுக்கிட்டுப் பேசுதாரு. நீயானா விடிஞ்சி எந்திரிச்சா சம்பாதிக்கத் தெரியலைனு சொல்லிச் சொல்லிக் காட்டுதே. வந்த பணத்தை விடவேண்டாம்னு வாங்கி வச்சுக்கிட்டேன். இன்னம் ஒரு மாசம் களிஞ்சு பாரு. சீதையே வந்து உக்காந்திருப்பா நம்ம ரூமிலே" என்றார் சுப்பையா ஆசாரி.

ஒரு மாதமும் கடினமான உழைப்புத்தான். அந்தரங்க சுத்தியோடு வேலையில் முனைந்திருந்தார் அவர். மனதில் இருக்கும் உருவத்தை வர்ணத்துக்குள் அடக்கிவிட வேண்டும் என்ற வேட்கையில் சன்னம் சன்னமாக வேலை செய்தார்.

அரைகுறைப் படத்தைப் பார்க்கக் கூடாது என்று சுப்பம் மாளுக்குத் தடை உத்தரவு. அறை வாசலில் நின்றுகொண்டே

“உள்ளே வரலாமா?” என்று கேட்பாள் அவள். படத்தைத் திரை போட்டு மூடிவிட்டு, “உள்ளே வா” என்பார் அவர். அறைக்குள் வந்ததும் படத்துக்குப் பக்கத்தில் போய் நின்றுகொண்டு திரையைத் தொட்டவாறே “காலை மட்டும் பாத்துடறேன்” என்பாள்.

“கொஞ்சி வளிஞ்சா செவியை முறுக்கி படீலே உருட்டிருவேன்” என்பார் சுப்பையா ஆசாரி.

“மனசு துடியாத் துடிக்குது.”

“துடிக்கட்டும். இன்னும் பத்து நாள் பொறுத்துக்க. அப்புறம் நின்னு பாத்துகிட்டே இரு.”

பத்து வினாடிகள் போல் கழிந்தன பத்து நாட்களும்.

அன்று மாலை கொல்லையில் பாத்திரம் தேய்த்துக் கொண்டிருந்தாள் சுப்பம்மாள்.

“சுப்பம்மா, வந்து பாரு! படம் வேலை முடிஞ்சுட்டுத்து” என்று மாடிச் சன்னலின் முன் நின்றுகொண்டு கூப்பிட்டார் ஆசாரி.

கையைக்கூடக் கழுவிக்கொள்ளாமல் மாடிப்படியேறி அறைக்குள் வந்தாள் அவள். படத்தின் பக்கம் நெருங்குவதற்கு முன், “அங்கேயே நின்னுக்கிட்டுப் பாரு” என்று சொல்லியபடியே திரையை விலக்கினார் அவர்.

சுப்பம்மாள் படத்தைப் பார்த்தாள். பார்த்துக்கொண்டே இருந்தாள். அவள் முகத்தில் ஒரே பரவச உணர்ச்சி!

“எப்படி இருக்குது?” என்று கேட்டார் அவர்.

சுப்பம்மாள் பதில் சொல்லவில்லை. அவர் பக்கம் நெருங்கி “உங்க வலது கையைக் காட்டுங்களேன் பாப்பம்” என்றாள்.

வலது கையை அவள் முன்னால் விரித்தார். விரல்களைத் தொட்டபடியே “இந்த விரலுக்குள் இருந்தா இந்தப் படம் வந்தது? இந்த விரலுக்கு என்ன விசேஷம்? நீளம் நீளமா இருக்குது. ஆயிரம் பேருக்கு இப்படி இருக்குதே” என்றாள் அவள்.

“விரலுக்குள்ளிருந்து அது வரலை. மனசுக்குள்ளிருந்து வந்தது” என்றார் அவர்.

“யாராவது பாத்தா ‘கண்’ விளுந்திடும்.”

“யாருக்கு சீதைக்கா, எனக்கா?”

“ரெண்டு பேருக்கும்தான்” என்றாள் சுப்பம்மாள்.

மறுநாள் குமாரவேலு பணிக்கருக்கு ஆள் சொல்லி விட்டார். மாலையில் அவரும் வந்தார். சுப்பம்மாள் காபியும் பலகாரமும் தயார்செய்து வைத்திருந்தாள். காபி குடித்து முடித்ததும் “படத்தைப் பார்ப்போம்” என்றார் பணிக்கர்.

சுப்பம்மாள் பாத்திரங்களை எடுத்து உள்ளே கொண்டு வைத்துவிட்டு நிலையை ஒட்டி நின்றுகொண்டாள்.

சாய்வு நாற்காலியைப் படத்துக்குப் பத்தடி தூரத்தில் இழுத்துப் போட்டார் ஆசாரி.

“இப்படி உட்கார்ந்தே பாருங்கள்” என்று சொல்லிவிட்டுத் திரை விலக்கியவர், பணிக்கர் முகத்தையே கவனிக்கவில்லை. தனது சிருஷ்டியைப் பார்த்து அதன் அழகிலேயே லயித்து நின்றார். ஐந்து நிமிஷத்துக்கு மேலேயே ஆகி விட்டது.

தொண்டையைக் கனைத்துக்கொண்டார் பணிக்கர். சுப்பையா ஆசாரி பணிக்கர் பக்கம் திரும்பினார்.

“படம் நல்லாத்தான் இருக்குது. ஆனா ...” என்று இழுத்தார் பணிக்கர்.

“என்ன? சும்மா சொல்லுங்க.”

“சீதெ ரொம்பவும் இளச்சாப்லெ தெரியுதில்லே?”

“லேசா வாட்டம் தெரியத்தானே செய்யும், காட்டுலெ இல்லே இருக்கா சீதெ.”

“காட்டுலெ இருந்தா என்ன? வயத்துக்கு இல்லாமெ பட்டினியா கிடக்குதா? காட்டுலெ கெடைக்கிற மாம்பழம், கொய்யாப்பழம், ஆரஞ்சுப்பழம், டொமாட்டோஸ் எல்லாம் தின்னுக்கிட்டுத்தானே இருக்கா? பழங்களிலெதான் சத்து நெறய இருக்குதூன்னு டாக்டருங்கள்ளாம் கூவறானுங்க.”

“இருந்தாலும் ராமர் கஷ்டப்படறாரேன்னு ஏக்கம் இருக்குமில்லா?”

“இருந்தாலும் ரொம்ப ஏங்கிட்டா உம்ம சீதெ. என்னமோ பத்துப் புள்ளே பெத்து பஞ்சத்துலெ அடிப்பட்டாப்லெ தொஞ்சு போய்க் கிடக்காளே.”

ஆசாரி ஒன்றும் பதில் சொல்லவில்லை. சுப்பம்மாளும் அவர் முகத்தையே பார்த்துக்கொண்டு நின்றாள்.

“நான் சொல்றேனேன்னு வித்தியாசமா எடுத்துக்கிடப்படாது. படத்தெ கொஞ்சம் ‘ரிப்பேர்’ பண்ணணும்.”

“ரிப்பேரா?”

“ஆமாம். லேசா ரிப்பேர் பண்ணணும். அப்படியே மேலாகக் கொஞ்சம் சாயத்தைப் பூசி சொஞ்சம் வாளிப்பா பண்ணுங்க.”

“வாளிப்பா?”

“ஆமாம். கொஞ்சம் மதமதனு இருக்கவேண்டாம் சீதெ?”

“இப்பம் அதுக்கு என்ன அவசரமாம்? ராமரெப் பாத்ததும் தனியே மதமதனு ஆயுட்டுப்போறா.”

“நீர் ராமாயணத்துக்குள்ளேயே நின்னு பேசுதீரு. இந்த உலகத்துக்குக் கொஞ்சம் வாரும். இது விளம்பரத்துக்காக வைக்கப்போற படம். கொஞ்சம் ‘அட்ராக்ஷனா’ இருக்க வேண்டாமா?”

“அதுக்கு இப்பம் என்ன செய்யுணுமாம்?”

“சொன்னேமில்லா, மேலாக ...”

“நீங்க சொல்றபடி செய்யமுடியாது.”

குமாரவேலு பணிக்கர் ஒரு நிமிஷம் அமைதியாக இருந்துவிட்டுச் சொன்னார் :

"அப்பம் ஒரு காரியம் செய்யுங்க. கால் கை எல்லாம் இப்படியே இருக்கட்டும். கொஞ்சம் எடுப்பா வரஞ்சு கொடுத்திருங்க."

"எதே ?"

"சின்னக் குழந்தைக்குச் சொல்லுது போல சொல்லணும் போலிருக்கே உமக்கு."

"உங்களுக்கு சொல்லிச் சொல்லிப் பழக்கம் இருக்கும். எனக்குக் கேட்டுப் பழக்கமில்லை. சொல்லவேண்டாம்" என்றார் ஆசாரி. அவர் குரல் சற்று கனத்தது.

"அப்பம் நான் சொல்றாப்லெ படம் தரமாட்டேராக்கும்."

"சீதை படம் வேணுமின்னிய. நான் படிச்ச சீதை, கேட்டுத் தெரிஞ்சுக்கிட்ட சீதை இவதான்."

"அப்பம் உம்ம படம் எனக்கு வேண்டாம். அட்வான்ஸு பணத்தைத் திரும்பத் தந்திரும்" என்றார் பணிக்கர்.

"பணம் செலவளிஞ்சு போச்சு. இப்பம் என் கையில் இல்லெ. ஒரு வாரத்திலெ திரும்பத் தந்துகிடுதேன்."

"கையிலே சல்லியில்லாமத்தான் சீதையையும் ராமனையும் காப்பாத்தப் புறப்பட்டிருக்கிறீரோவ் ?"

"தந்துகிடுதேன்னு சொல்லுதேனெ. உங்க வீட்டுக்கே கொணாந்து தந்துடறேன்."

"பணத்தெ இப்பம் என் முன்னாலெ எண்ணணும்" என்று கத்தினார் குமாரவேலு பணிக்கர்.

"தரமுடியாது" என்று பதில் சொன்னவர் ஆசாரி அல்ல - சுப்பம்மாள்.

பணிக்கர் தலைநிமிர்ந்து பார்த்தார்.

"நான்தான் சொல்லுதேன்... தரமுடியாது" என்று மீண்டும் சொன்னாள்.

"ஏன் ?"

"நீரு சீத படம்தானே வரையச் சொன்னீரு ?"

"இப்பம் நானும் அதைத்தானே கேக்குதேன்."

"இல்லை. சீதெ படம் வரைக்கச் சொல்லிப்போட்டு இப்பம் வந்து சூர்ப்பனகை படம் வேணுங்கீரு. சீதை படம் வரைக்கத்தான் அவரு முன்பணம் வாங்கினாரு. வேணுமின்னா படத்தே எடுத்துக் கிட்டுப் போம். இல்லன்னா வீட்டெப் பாத்துக் கம்பிய நீட்டும்."

சண்டைக்கோ சத்தத்திற்கோ சற்றும் பின்வாங்க மாட்டாள் என்பதை உணர்ந்தார் பணிக்கர். "சரி, பாத்துக்கிறேன்" என்று சொல்லிக்கொண்டே வெளியேறினார்.

சிறிது நேரம் கழிந்ததும் "சுப்பம்மா, அவன் என்ன சொல்லு தான்னு உனக்கு விளங்கிச்சோ ?"

"விளங்காமெ என்ன? இருந்தாலும் கூசாமெ சொல்லுதான் பாருங்களேன்."

"நீ நின்னுக்கிட்டிருந்ததனாலே பம்மிப் பம்மிச் சொன்னான். இல்லைன்னா . . ."

"வாய்விட்டுச் சொல்லுவான், தெரியாதா?"

"கதையிலே ஆம்புட்ட சீதையையே இந்தப் பாடு படுத்துதானே, உசிரோடெ அவ முன்னாலே வந்துட்டா என்ன செய்வானோ?"

"என்ன வேணா செய்வான். திருகல்லு முன்னாலே உக்காத்தி ரெண்டு மரக்காலு சீயக்காயையும் முன்னாலே கொட்டிடுவான்."

"போறான் பிச்சைக்காரப் பய" என்றார் சுப்பையா ஆசாரி.

"இருந்தாலும் கடைசிவரையும் அவன் சொல்லுதே கேட்டுக் கிட்டுத்தானே இருந்திய. மூலையிலெ செருப்பு கெடக்கத்தானே செஞ்சுது. கையை அலம்பிக்கிட்டாப் போச்சுன்னு கன்னத்திலே வாங்கிடவேண்டாம்?"

"செருப்பை அசுத்தம் பண்ணுவானேன்னு பாத்தேன் நான்."

"மன்னன் எப்படிப் பேரு வச்சிருக்கான்னு பாருங்களேன், சீதை மார்க் சீயக்காய்த்தூளாம்."

"அவன் பொழைக்கத் தெரிஞ்சவண்டீ."

"பாம்பு யாரை யாரையோ பிடுங்குது. தேளு யாரையெல்லாமோ கொட்டுது."

"இவனெக் கடிச்சா பாம்பு செத்துப்போவும். கொடுக்கு முறிஞ்சு போவும் தேளுக்கு. உனக்கு இவனெத் தெரியாது. இவன் பெரிய எமப் பளூவன். இருபது வருஷமா நானும் பாத்துக்கிட்டிருக்கேன். அண்ணைக்கு பாத்த மேனிக்கு அழியாமெ இருக்கான், மைல் கல்லு கணக்க. அவனெ ஒண்ணும் பண்ண முடியாது. ஆலகால விஷத்தையே கொடேன். பசும் பாலா வாந்தி எடுத்துருவான்!"

சுப்பம்மாள் சந்தோஷமாகச் சிரித்துக்கொண்டாள்.

"போயிட்டுப் போறான். நீங்க அரும்பாடுபட்டு வரைச்ச படம். நாலு காகிதத்தைத் தந்து ஒருத்தன் இதெ எடுத்துக்கிட்டு போயி ருவானேன்னு நெனச்சதும் மனசெச் சுருக்குன்னு ஏதோ தச்சுது. இந்தப் படம் நம்ம வீட்டோட இருக்கட்டும். பாத்துக்கிட்டு இருந்தா பசி ஆறிப்போமே" என்றாள் அவள்.

"பணத்தை எப்படித் திரும்பக் கொடுக்கது? அதுக்கு வழி சொல்லு" என்று கேட்டார் சுப்பையா ஆசாரி.

சுப்பம்மாளால் அந்தக் கேள்விக்குப் பதில் சொல்ல முடியவில்லை.

தாமரை பொங்கல் மலர், 1959

ஒன்றும் புரியவில்லை

"அக்கா, அழாதே" என்று வண்டிக்குள் பார்த்துச் சொல்லிவிட்டு முன்புறம் திரும்பி கிழட்டுக் காளைகளின் ஓட்டத்தில் மனத்தை லயிக்கவிட்டான் அம்பி. ஓடுகிற சிரமம் தாளாமல் எலும்பெடுத்துப் போன காளைகளின் பின்னுடம்பு இரு பக்கமும் சாய்ந்து அலைக் கழித்தன.

கோச்சுப்பெட்டியில் உட்கார்ந்துகொண்டிருந்த அம்பியின் வலது கால் கீழே தொங்கிக்கொண்டிருந்தது. தேவர் கவனியாத சந்தர்ப்பங் களில் அவனுடைய கால் கட்டைவிரல் மாட்டுக்குப் பலமான குத்துக்களை விட்டவண்ணமிருந்தது. அப்பொழுதெல்லாம் அம்பி யுடைய தலை தானாக உயர்ந்து வானத்துக் காட்சிகளைப் 'பராக்' பார்த்துக் கொண்டிருக்கும்.

வண்டிக்குள் முனகல் கேட்டது.

காற்று வண்டிக்குள்ளோடி வெளியேறிய போதெல்லாம் அதற்கு என்ன மணம்! வெகு சுகமாக இருந்தது அம்பிக்கு. எல்லாம் சந்தோஷப்படும்படி இருப்பதாகவும் அதனால் நிறைய சந்தோஷப்பட வேண்டுமென்றும் அவனுக்குத் தோன்றியது.

"நாங்குநேரிக்கு இன்னும் ரெண்டு மைல்" என்று உரக்கத் திடீர் அறிவிப்பு விடுத்தான் அவன். மைல் கல் வண்டியின் முன்னால் வந்து, பின்னால் செல்கிற ஒவ்வொரு சமயத்திலும் அவன் இப்படி அறிவித்துக் கொண்டிருந்தான்.

வண்டிக்குள் விசும்புவது கேட்டு "அக்கா, அழாதே அக்கா" என்றான் அம்பி. 'நாங்குநேரிக்கு ரெண்டு ௱மல்' என்று சொன்னது போல் இதையும் சொன்னான் அவன்.

தலையை வண்டிக்குள் திருப்பிப் பார்த்துவிட்டு, 'இஞ்சளே' என்று மாட்டை விரட்டினான் தேவர்.

முன்தினம் அம்பி கற்பனை செய்து பார்த்துக்கொண்டபடிதான் அதுவரை எல்லாம் நடந்துகொண்டிருந்தன.

அவன் சலவை செய்த சட்டைதான் போட்டுக்கொண்டிருந்தான். நிக்கரும் சலவை செய்ததுதான். சட்டை நுனியை நிக்கருக்குள்

போகுமட்டும் திணித்துக்கொண்டது அவனுக்குப் புது விஷயம். வெளியூர் செல்கிறபோது ஏதாவது வித்தியாசமாகச் செய்துகொள்ளத் தானே வேண்டும்! இரண்டணா இருந்தது பையில். அவனுக்கே சொந்தமான அணா. அவன் என்ன வேண்டுமென்றாலும் அதைச் செய்து கொள்ளலாம். நாங்குநேரியிலிருந்து அற்புதமான சாமான் ஏதாவது வாங்கவேண்டும். பஸ் ஸ்டாண்டில் அபூர்வமாக ஏதாவது ஒன்று இருக்கவேண்டும். வேண்டுமென்றால் புதுசாக ஒரு பிளேடு வாங்கிக் கொள்ளலாம். பென்ஸிலைக் 'கிறிச் கிறிச்'சென்று சீவுகிற போது வெகு சுகமாக இருக்கும். எல்லாம் ரொம்ப ஜோர்தான். காளை மாட்டை இப்படி அடிக்கொரு தரம் குத்த முடியுமென்று அவன் கற்பனையிலும் எண்ணவில்லை. இருந்தாலும் இந்த அக்கா இப்படி அழுகிறாளே. சீ, என்ன இது . . . பாவம் அக்கா . . . என்ன செய்வாள்? அம்மா, சச்சு, செல்லம்மா மாமி, லக்ஷ்மி, பிரண்ட்ஸூகள் லலிதா, சீதைக்குட்டி, வெள்ளைப் பாப்பா எல்லோரையும் ஒரே நாளில் 'கட்' பண்ணிக்கொண்டு புறப்படவேண்டுமென்றால் கஷ்ட மாகத்தானே இருக்கும். கொஞ்சநேரம் அழுதுவிட்டு அப்புறம் அவள் பாட்டுக்கு அழாமல் இருந்துவிடுவாள். எல்லாம் சரியாகி விடும். எல்லாம் சரியாகிறபொழுது ஒரே சந்தோஷமாக இருக்கும் . . .

இடதுபுறம் ஒரு தடவை கண்ணோட்டமிட்டுவிட்டுப் பட்டென்று காளையைக் குத்தினான் அம்பி. வானம் அவனுடைய கண்களுக்கு ஒரே வெள்ளையாகத்தான் தெரிந்தது.

தனக்குத்தானே சிரித்தபடியிருந்தான் அம்பி. அவனுடைய பார்வை எதிலும் தீர்க்கமாகக் கவியவில்லை. கணத்துக்குக் கணம் அவனுடைய தலை அசைந்து கொண்டிருந்தது.

சிறிதுதூரம் செல்வதற்குள்ளாகவே அம்பி மீண்டும் வண்டிக்குள் திரும்பி, "என்ன அக்கா இது!" என்றான்.

"எதுக்கம்மா அழுறீங்க? போயி மூணே மூணு நாளு இருந்துப் போட்டு வரப்போறீங்க. கூட அம்பியும் இருக்கப் போறாரு. இல்லெ, அவசரம்னு சொன்னா தெக்கே வர காரிலே அம்மா ஒரு நொடியிலே வந்துட்டுப் போறாங்க. களக்காட்டுக்கும் நாங்குநேரிக்கும் தொலை யாத தூரமா? சத்தம் போட்டுக் கூப்பிட்டாக் கேக்குமே" என்றான் தேவர்.

தேவர் இப்படிச் சொன்னது அம்பிக்கு மிகவும் பிடித்தது. 'அம்பி யும்கூட இருக்கப்போகிறார்' என்றானே அவன்!

உலக நியதி ஒன்றைக் கூறும் மனோபாவத்திலும் முக பாவத்திலும் தேவர் சொன்னான்:

"என்னதான் பெண் கொளந்தைகளை ஆசையா அருமையா வளர்த்தினாலும் ஒருநா இல்லாட்டா ஒருநா வெளியிலே போன்னு பிடிச்சுத் தள்ளத்தானே வேண்டியிருக்குது. என்ன செய்யும் பாவங்க!"

சிமெண்டுத் திண்ணையில் தேங்கி நிற்கும் தண்ணீரை விரலால் இழுத்துவிட்டால் படியில் வழிவது மாதிரி தேவரின் சொற்கள்

பங்கஜத்தின் மனத்தில் விம்மிக்கொண்டிருந்த துன்பத்தை வெளியே பாயவிட்டன.

அம்பிக்குக் கோச்சுப் பெட்டியில் உட்கார்ந்து கொண்டிருக்க முடியவில்லை. அவனது முகம் வண்டிக்குள் பார்த்து வெறித்தது.

பங்கஜம் கால்களைக் கைகளால் கட்டிக்கொண்டு முகத்தைக் கால் முட்டுக்களில் புதைத்துக்கொண்டிருந்தாள். முதுகு அதிர்ந்து கொண்டிருந்தது.

அம்பியின் கண்களிலிருந்து காளையும், ரோடும், மைல் கற்களும் மறைந்தன. ஆஹா, பிரயாணம் என்ற உணர்வும் மறைந்துபோய் விட்டது.

அவன் பின்புறம் திரும்பி இரு கைகளையும் கீழே ஊன்றியபடி நார்ப்பெட்டி, பெரிய சம்புடம், டிரங்குப்பெட்டி, காய்கறிக்கூடை என்று எல்லாவற்றையும் தாண்டி அக்காளின் பாதத்தை ஒட்டி வந்து ஒடுங்கிக்கொண்டான். அக்காளைப் பார்க்கும்போதே அவனுக் கும் உள்ளூற அழுகை வந்து கொண்டிருந்தது. அவளைப் பார்ப்பதைத் தவிர வேறு எதுவும் அவனால் செய்யமுடியவில்லை.

மாமா அளித்த புடவைதான் பங்கஜம் கட்டிக்கொண்டிருந்தாள். பட்டு ஜம்பரும் மாமா கொடுத்ததுதான். கோடிப் புடவையின் மணமும் மொரமொரப்பும் இதமாக இருந்தன. அக்காளுக்குப் பட்டுப்புடவையும் பட்டு ஜம்பரும் கொடுத்த மாமா அவனுக்குப் பட்டு வேஷ்டி கொடுத்தார். குடுமி வைத்துக் கொள்ளாமல் தப்பித்துக் கொண்டதுகூட மாமா தயவால்தான்.

அம்பி அக்காளின் கழுத்தைப் பார்த்தான். பிடரியில் மஞ்சள் கயிறு தெரிந்தது. கழுத்தெல்லாங்கூட ஒரே மஞ்சளாக இருந்தது. தலை வகிட்டில் வைத்திருந்த பொட்டுக்கும் நெற்றிப் பொட்டுக்கும் மத்தியில் அம்மா பாம்பு விரலால் குங்குமத்தைப் பதித்திருந்தாள். ஏற்கனவே வைத்துக்கொண்டிருந்த பூவுக்கு மேல் அம்மா சூடிய கட்டுப்பூ பொதியாய்ச் சுமந்து தனியாய்த் தெரிந்தது. காலில் நலுங்கு மஞ்சள் அழிந்துவிடவில்லை. தவிட்டு மஞ்சள் நிறம் பூண்டு அற்புதமான காலணி போல் பாதத்தோடு இழைந்திருந்தது.

அம்மா படித்துப்படித்துச் சொல்லிய பின்பும் அக்கா ஏன் முகத்தைக் கவிழ்த்தபடி இருக்கிறாள்?

"பங்கஜம்! அழாதே. விளக்கேற்றப் போகிறாய். அழாதே. எல்லோ ரையும் நமஸ்காரம் பண்ணிவிட்டு வண்டியில் வந்து ஏறிக்கொள். நாழியாகிறது" என்றாள் அம்மா.

அக்கா ஆள் ஆளாய் நமஸ்காரம் பண்ணிக்கொண்டே வந்தாள்.

"நீ எதற்குடா நமஸ்காரம் பண்ணுகிறாய்? நீயும் அங்கே மாட்டுப் பெண்ணாக இருக்கப்போகிறாயா என்ன?" என்று கேலி செய்தாள் செல்லம்மாள்.

அம்பிக்கு ஒரே வெட்கமாய்ப் போய்விட்டது.

சுந்தர ராமசாமி சிறுகதைகள்

"பங்கஜம், கண்ணைத் துடைத்துக்கொள். அழுது கொண்டே செய்ய வேண்டிய காரியமல்ல இது" என்று கண்டிப்பான குரலில் சொன்னாள் அம்மா.

அங்கு கூடியிருந்த மாமிகள் எல்லோரும் தாங்கள் வெளியேறிய அந்த நாட்களில் அழுததைப் பற்றிச் சிரித்துப் பேசிக்கொண்டனர்.

"இந்தாடா அம்பி, சம்பந்தி அம்மாளிடம் சொல்லு. வெள்ளிக் கிழமை சுமங்கலிப் பிரார்த்தனையாம். அதற்கு அக்காளைக் கூட அனுப்பணுமாம். பின்னால் நல்ல நாள் பார்த்துக் கொண்டுவிடு கிறேன் என்று சொல்லு, தெரிந்ததா?"

"சரி, அம்மா."

"வியாழக்கிழமை தேவரை வண்டியுடன் அனுப்பி வைக்கிறேன், என்ன?"

"சரி, அம்மா."

வாசல் திண்ணைக்கு வராமல் வீட்டுக்குள்ளிருந்து வழியனுப்பி வைத்தாள் அம்மா.

அப்பொழுதெல்லாம் வண்டியில் பிரயாணம் செய்யப் போகி றோம் என்ற எண்ணமே அம்பியின் மனத்தில் நிறைந்திருந்தது.

ஆனால் இப்போது அவன் சற்றும் எதிர்பாராத காரியமல்லவா நடந்துகொண்டிருக்கிறது! அக்காளைக் கூட்டிக்கொண்டு போவதில் இப்படி ஒரு சூழ்நிலை உருவாகும் என்று சற்றும் எதிர்பார்க்க வில்லையே! எல்லோரையும் போல் அவனுக்கும் அப்பா இருந்திருந் தால் அவனுக்கு ஏன் இந்தக் கவலை?

"அக்கா!" என்று கூப்பிட்டான் அம்பி. பங்கஜம் தலை தூக்க வில்லை.

"நீ அழுதால் நானும் அழுவேன்" என்று சொல்லிக் கொண்டே முகத்தை மூடியிருந்த அவளுடைய விரல்களைப் பலவந்தமாக அகற்ற முயன்றான்.

அவள் அவனுடைய கையை வெடுக்கென்று தள்ளினாள்.

அம்பியும் அழ ஆரம்பித்தான். அழுதுகொண்டே, "அக்கா நானும் அழுகிறேன்" என்றான்.

பங்கஜம் தலையை உயர்த்திப் புறங்கையால் கண்களைத் துடைத்து விட்டு அவனைத் தன்னோடு இழுத்து அணைத்துக்கொண்டாள்.

"அம்பி அழாதேடா, நான் அழலை... இதோ என்னைப் பாரு, சிரிக்கிறேன்... அழலை..." என்றாள் பங்கஜம்.

காலையில் கண்ணை விழித்துப் பார்த்தபோது பக்கத்தில் அத்திம்பேரைக் காணவில்லை.

முன்தினம் இரவு அவர்தான் அவனுக்குப் படுக்கை போட்டுக் கொடுத்தார்.

“நீரும் என் பக்கத்திலே படுத்துக்கும் ஓய்” என்றான் அம்பி.

பன்மையில் தன்னை அழைத்துக் கேட்பது மணிக்கு அதுதான் முதல் தடவை. சிரிப்பாக இருந்தது அவனுக்கு. விளையாட்டாகவும் வெட்கமாகவும் இருந்தது.

மணி அம்பியின் பக்கத்தில் படுத்துக்கொண்டான்.

“ஒரு கதை சொல்லும் ஓய்” என்றான் அம்பி.

மணி, ‘ஹவுண்ட் ஆப் தி பாஸ்கர்வில்’ கதையைச் சொல்ல ஆரம்பித்தான். கதையில் வேட்டைநாய் வருவது அம்பிக்கு ருசிக்கும் என்ற எண்ணம். கதையில் வேட்டைநாய் வருவதற்கு முந்தியே அம்பி தூங்கிவிட்டான்.

அம்பி படுக்கையைச் சுருட்டி வைத்துவிட்டு அதன்மீது உட்கார்ந்து கொண்டான். அவனுக்கு இடது பக்கம் வாசல். வாசலுக்கு இடது பக்கம் மாடிப்படி.

சம்பந்தி அம்மாள் வந்து வாசற்படியை ஒட்டி நின்றுகொண்டு மாடிப்படியின் மேலே பார்த்து, “மணி, காப்பி போட்டாச்சு” என்று கத்திவிட்டுச் சென்றாள்.

அம்பி மாடிக்குச் சென்றான்.

அழகான கட்டிலில், புத்தம் புதிய வெல்வெட் மெத்தையில் அத்திம்பேர் கவிழ்ந்து படுத்துக்கொண்டிருந்தார்.

அவன் அடுத்த அறைக்குச் சென்றான். அங்கிருந்தும் கீழே செல்ல ஓர் ஏணிப்படி இருந்தது அவனுக்கு மிகவும் பிடித்தது. அந்த ஏணிப் படியின் முதல் படியில் இறங்கிக் குனிந்து நின்று கொண்டு கால் முட்டுக்களின் இடைவழியாகக் கீழே பார்த்தான். அடுக்களை வாசலில் சம்பந்தி அம்மாள் கறிகாய் நறுக்கிக் கொண்டிருப்பது தெரிந்தது. சம்பந்தி அம்மாள் கொலுவில் வைத்த பொம்மை மாதிரி அமுங்கிப்போய் இருந்தாள். வெகு ரசமாய் இருந்தது.

அம்பி திரும்பவும் கட்டிலின் அருகே வந்து டீபாயில் இலேசாக உட்கார்ந்துகொண்டான்.

மணி எழுந்திருந்து மெத்தையைச் சுருட்டப்போனான்.

“மெத்தையில் குட்டிக்கரணம் போட்டால் வலிக்காது” என்றான் அம்பி, மெத்தையைப் பார்த்துக்கொண்டே.

“போடு, பார்ப்போம்” என்றான் மணி. அம்பி தயங்குவதைப் பார்த்து, “சும்மா போடு. நான்கூட சின்ன வயசில் ஜோராய்ப் போடுவேன்” என்றான்.

மெத்தையில் ஒரு கரணம் அடித்துக் கீழே துள்ளிக் குதித்தான் அம்பி.

“சபாஷ்!” என்றான் மணி.

மணி ஏணிப்படியில் இறங்கினான்.

“நான் அப்படி வருகிறேன்” என்று சொல்லிக்கொண்டே அடுத்த அறைக்கு ஓடினான் அம்பி.

அம்பி சம்பந்தி அம்மாளின் பின்னால் வந்து இறங்கினான். சம்பந்தி அம்மாள் கீரை ஆய்ந்துகொண்டிருந்தாள். பின்னாலிருந்து அழகு காட்டிவிட்டு அம்பி அடுக்களைக்குள் எட்டிப் பார்த்தான்.

பங்கஜத்தைக் காணவில்லை.

அக்கா எங்கே? இன்னுமா தூங்கி எழுந்திருக்கவில்லை?

அம்பி கிணற்றடிக்கு வந்தான். ஸ்நான அறைக்குள்ளிருந்து கருமேகங்கள் வெளியாகிக்கொண்டிருந்தன. அம்பி ஸ்நான அறையின் வாசல் முன் வந்தான்.

என்ன ஆச்சரியம்!

பங்கஜம் வெந்நீர் போட்டுக்கொண்டிருந்தாள். குளிகூட ஆகி விட்டது. ஈரத்தலை, நெரிசலின்றிப் பதிந்து கீழிறங்கியிருந்தது. நுனியில் நாடா முடிச்சு. கோடிப்புடவை மொர மொரவென்றிருந்தது.

ஐந்து மணிக்கே எழுந்து குளித்துவிட்டாளா?

அம்பி வந்தது பங்கஜத்துக்குத் தெரியாது. அவள் அடிக்கடி தனக்குத்தானே சிரித்துக்கொண்டிருந்தாள். முகத்தில் 'குப் குப்' என்று சிரிப்பு வந்து வந்து மறைந்து கொண்டிருந்தது.

தனியே சிரித்துக்கொள்கிறாளே!

"ஸிஸ்டர்!" என்று கூப்பிட்டான் அம்பி.

தூக்கிவாரிப்போடத் திரும்பிப் பார்த்தாள் பங்கஜம்.

"தனியே சிரிச்சுக்கறியோ?" என்று கேட்டான் அம்பி.

"யாரு தனியே சிரிக்கறா?"

"நீதான். நேத்து வண்டியிலே வறச்செ ரொம்பச் சமர்த்தா இருந்தோமேன்னு சிரிக்கறயோ?"

"போடா!"

பல தடவைகள் ஊதிப் பார்த்தும் அடுப்புப் பற்றுவதாக இல்லை. புறங்கையால் கண்ணைத் தேய்த்துக்கொண்டு மீண்டும் குனிந்து ஊதினாள் பங்கஜம். ஊஹூம்.

அம்பி அடுப்பண்டையில் வந்து குத்தியிட்டு உட்கார்ந்து கொண்டான்.

"விறகு ஈரமாயிருக்கே" என்றான்.

"அதொண்ணுமில்லை" என்றாள் பங்கஜம்.

"இல்லையா? யாரு சொன்னா? இதோ பாரு" என்று சொல்லிய வாறு ஒரு விறகுத் துண்டை எடுத்து அவள் முன்னால் நீட்டினான் அவன்.

"சரி சரி. தள்ளிப் போ."

"ஈர விறகை வச்சு வெந்நீர் போடச் சொல்லுவாளோ?" என்று கேட்டான் அம்பி. அவனுக்குக் கெட்ட கோபம் வந்து விட்டது.

"வாயை மூடிக்கொண்டு இரு" என்றாள் பங்கஜம்.

"இல்லெ கேக்கறேன். ஈரவிறகை வச்சுதான் வெந்நீர் போடச் சொல்வாளோ?" என்று சற்று உரக்கக் கேட்டான் அம்பி.

பங்கஜம் அவன் வாயைப் பொத்தினாள்.

"சரி சரி. நான் போட்டுக்கறேன். நீ போ" என்றாள் அவள்.

"அந்த அம்மாளுக்குப் போட என்ன கொள்ளையாம்?"

"இந்தப் பாரு அம்பி, அடி விழும்" என்று ஓமக்குழலை அவன் தலைக்குமேல் தூக்கினாள் அவள்.

"சரி, நான் போடறேன்."

அம்பி, பங்கஜம் கையிலிருந்து ஓமக்குழலைப் பிடுங்கி, கன்னத்தை முடிந்த மட்டும் உப்ப வைத்துக்கொண்டு 'பூ'வென்று ஊதினான்.

பக்கென்று பிடித்துக்கொண்டது அடுப்பு.

"தெரிஞ்சுதாம்மா? இப்படித்தான் அடுப்புப் பத்த வைக்கணும்."

"மகா கெட்டிக்காரன்தான் போ."

"பல் தேய்ச்சுட்டு வரேன். நீதான் காப்பி தரணும்" என்றான் அம்பி.

"அம்மா தருவா."

"அதாரு அம்மா?"

"அவர்தான்."

"எவர்?"

"அவர் அம்மா."

"எவர் அம்மா?"

"தடியா தடியா" என்று கத்தினாள் பங்கஜம்.

மணி அங்கே வந்தான்.

அவனைப் பார்த்துச் சிரித்தவாறு உள்ளே சென்றாள் பங்கஜம்.

மறுநாள் மத்தியானம் வெளியே தோதாத்திரியுடன் விளையாடிக் கொண்டிருந்த அம்பி உள்ளே வந்து பார்த்தபோது அக்காவையும் காணவில்லை அத்திம்பேரையும் காணவில்லை. கூடத்தில் மரக் கட்டையைத் தலைக்கு வைத்தபடி சம்பந்தி அம்மாள் பூனைத் தூக்கம் போட்டுக்கொண்டிருந்தாள்.

"மாமி! அத்திம்பேர் எங்கே?" என்று கேட்டான் அம்பி.

மாமி தலையைத் திருப்பிப் பார்த்துவிட்டுப் பதில் பேசாமல் இருந்தாள்.

"மாமி! எங்க அக்கா எங்கே?"

"போய் விளையாடிண்டிரு. உங்க அக்காவை யாரும் முழுங்கிட மாட்டா."

முகத்தை வலித்துக்கொண்டே அம்பி வாசல் திண்ணைக்கு வந்து ஏணிப்படியில் காலை வைத்ததும், "அம்பி, வாடா ஒரு விஷயம்" என்று பின்னாலிருந்து தோதாத்திரி கூப்பிட்டான்.

அம்பி அவன் பின்னால் சென்றான். தோதாத்திரியோடு கிராமத்தை இரண்டு தடவை சுற்றி அலைந்தான். கோவிலில் மணி அடித்ததும் அவனும் நெற்றியில் நாமம் கிழித்துக் கொண்டு திருக்கண்ணமுது வாங்கி உண்டான்.

ஏழு மணிக்கெல்லாம் அவன் வீட்டுக்குள் நுழைகிறபோது அத்திம்பேர் வெளியே சென்றுவிட்டிருந்தார். அக்கா தோசைக்கு அரைத்துக் கொண்டிருந்தாள். 'இந்த அக்காளிடம் ஒரு நிமிஷம் பேசவேண்டும் என்றால்கூட முடியாது. சதா சமயம் ஏதாவது செய்துகொண்டேயிருக்கிறாள்' என்று மனத்தில் சொல்லிக்கொண்டான் அம்பி.

மறுநாள் மாலையில்தான் மீண்டும் அக்காளோடு இரண்டொரு வார்த்தைகள் பேசமுடிந்தது.

பங்கஜம் தண்ணீர் இறைத்துக்கொண்டிருந்தாள்.

"அக்கா, உன்னைப் பார்க்கவே முடியவில்லையே!" என்றான் அம்பி.

"இங்கேதானே இருக்கிறேன்" என்றாள் பங்கஜம். குடத்தைத் தூக்கி அண்டாவில் கவிழ்த்தாள்.

"எதுக்குத் தண்ணீர் இழுக்கறே?"

"புடவை துவைக்க."

"யாரோட புடவை?"

"அவர் அம்மாவோடது."

"நீதான் துவைக்கணுமோ?"

பங்கஜம் ஒன்றும் பதில் சொல்லாமல் சிரித்தாள்.

என்ன சிரிப்பு வேண்டியிருக்கிறது!

அம்பிக்கு ஒன்றும் புரியவில்லை. எல்லா வேலைகளையும் அக்காதான் செய்யவேண்டுமோ!

அண்டாவில் கையை முக்கி ஈரக் கையை அவளை நோக்கி உதறிவிட்டுச் சென்றான்.

அம்பி வாசலுக்கு வந்தான். அழித்திண்ணையில் விளக்கு இல்லை. சுருட்டி வைத்திருந்த பாயில் தலையை வைத்து ஏணிப்படி அருகில் படுத்துக்கொண்டான். அவனுக்கு ஒன்றுமே பிடிக்கவில்லை. அந்த நிமிஷத்திலேயே அந்த இடத்தை விட்டுத் தப்பிச் சென்றுவிட வேண்டுமென்று இருந்தது.

அக்காளுடன் ஒரு நிமிஷம் பேசமுடியாதபடி அவளுக்கு வேலை. எல்லா வேலையும் அவள் தலையில்தான். வீட்டில் அக்கா தண்ணீர் இறைத்து அவன் பார்த்ததில்லை. புடவை துவைத்தும் அவன் பார்த்ததில்லை. 'இப்போதிருந்தே அவள் காரியம் செய்து உடம்பைக் கெடுத்துக்கொள்ளணுமா?' என்பாள் அம்மா. இங்கே எடுத்ததற்கு எல்லாம் அக்காதான். 'பங்கஜம், சோத்தை வடிச்சயோ?' 'பங்கஜம், கறிக்கு நறுக்கினயோ?' 'பங்கஜம், பெருக்கித்தள்ள வேண்டாமோ?'

என்ன மாமி இது? எல்லா வேலைகளையும் எங்க அக்காதான் செய்ய வேண்டுமோ? நீங்கள் மட்டும் காலை நீட்டி வம்பளந்து கொண்டிருப்பீர்களாக்கும்!

அக்கா அழுததில் தப்பில்லை.

அம்மாவையும், தங்கையையும், பக்கத்துவீட்டு மாமிகளையும், அருமைத் தோழிகளையும் பிரிகிறோம் என்பதற்காக மட்டும்தான் அக்கா அழுதாள் என்றல்லவா அவன் எண்ணிக்கொண்டிருந்தான்.

'இப்படி வந்து அகப்பட்டுக்கொண்டு இடுப்பு முறிய வேலை செய்ய நேரும் என்பது தெரிந்தால் யார்தான் அழமாட்டார்கள்? நான்கூட அழுவேன்' என்று சொல்லிக்கொண்டான் அம்பி.

பாவம், அக்கா!

ஆயிற்று. நாளைக்கு 'ஜம்'மென்று தேவர் வந்துவிடுவான் வண்டியுடன். அக்காவைக் கூட்டிக்கொண்டு ஓடியே போய்விடலாம். தொல்லை தீர்ந்தது. வீட்டுக்குச்சென்று 'ஹாயா' இருக்கலாம் அக்காளுக்கு. நடுக்கூடத்தில் படுத்துக்கொண்டு ஆனந்தமாகத் தொடர்கதை பைண்டு புத்தகத்தைப் படிக்கலாம். வெள்ளைப் பாப்பாவுடன் குஷியாகப் பல்லாங்குழி ஆடலாம்.

இனிமேல் உங்களால் என்ன செய்யமுடியும், மாமி? நீங்கள்தான் இரைக்க இரைக்கத் தண்ணீர் இழுத்துக்கொள்ள வேண்டும். குனிந்து குனிந்து பெருக்கவேண்டும். கண்களைக் கசக்கிக்கொண்டு ஈரவிறகால் அடுப்பை எரியவிட்டுக் கொண்டிருங்கள். நாங்கள் போகிறோம். குட் பை!

"களக்காட்டுக்கு இன்னும் மூணுமைல்" என்று அறிவித்தான் அம்பி.

அவனது சந்தோஷத்துக்கு இப்போது என்ன தடை? அவனுக்கும் சந்தோஷம். அவனுடைய அக்காளுக்கும் சந்தோஷம். எல்லாம் ஒரே சந்தோஷமயம்தான். இன்னும் ஒரு மணிநேரம் ஆகும் களக்காடு போய்ச் சேர. அந்த ஒரு மணி நேரத்தையும் முடிந்த மட்டும் அனுபவித்துவிட வேண்டும்.

கிழட்டுக் காளைகள் கிழட்டோட்டம் ஓடிக்கொண்டிருந்தன.

திருப்பங்களில் தேவரின் விரல்கள் அசைவது மூலம் எப்படிக் காளைகளுக்குச் செய்தி எட்டுகின்றது என்ற ஆராய்ச்சியில் ஈடுபட்டிருந்தான் அம்பி. முந்திய திருப்பத்தில் கவனித்தபோது தேவர் எதுவுமே செய்ததாகத் தெரியவில்லை. இருந்தும் காளைகள் திரும்பத்தான் செய்தன. காளைகளுக்குக் கண் இல்லையா? தேவரைப் போல் அவைகளுக்கும் கண் உண்டே? இருந்தாலும் அதில் என்ன ரகசியம்? அடுத்த திருப்பத்தை எதிர்பார்த்துக் கொண்டிருந்தான் அம்பி.

காளையை ஒரு தடவை காலால் குத்திவிட்டு வண்டிக்குள் திரும்பிப் பார்த்தான் அம்பி.

பங்கஜம் வண்டிக்கு வெளியே பார்த்துக் கொண்டிருந்தாள். அவளுடைய கன்னத்தில் கண்ணீர் வழிந்தபடி இருந்தது. இப்பொழுது எதற்கு அழுகிறாள்?

அம்பி அசந்து போனான்.

அவன் பின்புறம் திரும்பித் தவழ்ந்தவாறே அவள் முன்னால் வந்தான்.

"அக்கா, ஏன் அழறே?"

பங்கஜம் சட்டென்று புடவைத் தலைப்பால் முகத்தைத் துடைத்துக்கொண்டாள்.

"இப்பொ எதுக்கு அக்கா அழறே?"

"அழலியே."

"அழுதாய், நான் பார்த்தேன்."

"சத்தம் போடாதே" என்று சொல்லிக்கொண்டே தேவரின் முதுகைச் சுட்டிக் காட்டினாள் பங்கஜம்.

"இப்பொ மட்டும் தேவருக்குத் தெரியப்படாதோ?"

"இல்லை, நான் அழலை."

"சொல்லு அக்கா, எதற்கு அழுதெ? இனிமேல் நீ ஹாய்யாக இருக்கலாமே. தோசைக்கு அரைக்க வேண்டாம். தண்ணி இறைக்க வேண்டாம்."

பங்கஜம் பேசாமல் வானவெளியைப் பார்த்துக் கொண்டிருந்தாள்.

"பின்னே ஏன் அழுதே சொல்லு. நான் யார்கிட்டேயும் சொல்ல மாட்டேன், அக்கா!" என்று சொல்லிக்கொண்டே அவளுடைய கரங்களைப் பற்றி இழுத்தான் அம்பி.

பங்கஜம் அம்பியைத் தனது உடம்போடு சேர்த்து அணைத்தவாறு அவனது காதருகில் குனிந்து, "அம்பி, நீ சின்னக் குழந்தையடா. இப்பொ சொன்னால் உனக்குத் தெரியாது. பெரியவன் ஆனதும் உனக்கே தெரியும்" என்றாள்.

அம்பிக்கு ஒன்றும் புரியவில்லை.

கல்கி தீபாவளி மலர், *1960*

வாழ்வும் வசந்தமும்

அந்த பேங்குக் கட்டிடத்தின் வலது பக்கம் தார் ரோடு. தார் ரோட்டிலிருந்து ஒரு பாதை பிரிந்து இந்தக் கட்டிடத்தின் பின்புறம் வழியாகச் செல்கிறது. அகலம் குறைந்த பாதை. கட்டிடத்தின் வலது பக்கத்து அறையிலிருந்து பார்த்தால் தார் ரோடு மேற்கே செல்வது ஒரு பர்லாங் தூரத்துக்குத் தெரியும். பின்புறம் பாதை அரை பர்லாங் கூடத் தெரியாது.

அந்த அறையில் வேலை பார்க்கும் குமாஸ்தாக்கள் ஐந்து பேர். இதில் நான்கு பேர் பிரம்மச்சாரிகள்.

வெங்கடராமனுக்குக் கல்யாணம் முடிந்த இந்த நான்கு வருஷங்களில் இரண்டு குழந்தைகள் பிறந்து மூத்தது தவறிப்போய்க் கைக் குழந்தை மட்டும்தான் இருந்தது. இப்போது மனைவிக்கு ஏழுமாசம். அவளுக்கு உடம்புக்கு ஏதாவது வந்து கொண்டே இருக்கும். ஒன்று குணமானால் மற்றொன்று. வெங்கடராமன் வாயைத் திறந்தால் மனைவியின் சுகவீனத்தைப் பற்றித்தான் சொல்லுவான். அவன் தனது மனைவியைப் பற்றி நண்பர்களிடம் பேசுகிறபோதெல்லாம், ராஜாமணிக்குக் கூச்சமாகவும் வெட்கமாகவும் இருக்கும். மென்மையான மனசு இல்லாத குறையாக இதை எடுத்துக் கொண்டான். இதே மாதிரி, வெங்கடராமன் பொடி போட்டுக் கொள்வதிலும் ராஜாமணிக்கு அசாத்திய வெறுப்பு. கல்யாணமான பின்பும் பொடி போட்டுக் கொள்கிறவன் மனைவியின் கழுத்தைத் திருகிக் கொல்லவும் கூசமாட்டான் என்று எண்ணுவான். வெங்கடராமனைத் தன் மனசில் நன்றாக மட்டம் தட்டித்தான் வைத்திருந்தான். அவனைப் பற்றி நினைக்கிறபொழுதெல்லாம் 'தாத்தா' என்றுதான் நினைப்பான். இன்னும் முப்பத்தைந்து வயதாகாத தாத்தா.

ராஜாமணிக்குப் பத்தொன்பது வயதுகூட ஆகவில்லை. எஸ். எஸ். எல்.சி. யை முடித்துக்கொண்டு அவன் 'புக் கீப்பிங்' படித்தான். பதினெட்டு வயதில் வேலை கிடைத்துவிட்டது. ஆனால் அவனைப் பார்த்தால் பதினாறு வயதுகூட மதிக்க முடியாது. வயதுக்குத் தக்க உயரம் இல்லை. முகத்தில் குழந்தைத்தனம் நிறைய இருந்தது.

சவரம் செய்துகொள்ள வேண்டிய அவசியங்கூட இன்னும் அவனுக்கு ஏற்பட்டுவிடவில்லை. வெண்மையான முகத்தில் கருமை தட்டாத பூனை மயிர் மீசை பளிச்சென்று தெரியும். முதலில் பார்க்கிறவர்கள் அவனது கன்னத்தில் தெளிவாகத் தெரியும் பச்சை நரம்புகளைக் கூர்ந்து கவனிப்பார்கள். உதடு நல்ல ரோஸ் நிறம். எடுப்பான தோற்றத்துடன் அந்த அறைக்குள் யாராவது நுழைகிற போதெல்லாம் மேல்வரிசைப் பற்களால் கீழ் உதட்டை இரண்டு தடவை உரசி எடுத்துவிட்டானென்றால் பவழச் சிவப்பாகிவிடும் அது. அவனுடைய அழகை அவன் ரசிப்பது போலவே பிறரும் ரசிக்கிறார்கள் என்பதில் அவனுக்குச் சந்தேகமே இல்லை. காதுகள் இரண்டும் சற்று முன்புறம் ஏந்தினார்போல் வளைந்திருப்பது அவனுக்கு ஒரு குறை. ஆனால் அது அறிவின் தீட்சண்யத்தைக் காட்டுகிறது என்று சொல்லிக் கேட்கிற போதெல்லாம் அவனுக்கு மிகுந்த திருப்தி ஏற்படும். பின்னால் ஜொலிக்கப் போகிறவர்களிடம் முன்னாலேயே குறிப்பிட்டுச் சொல்லும்படி ஒரு அங்க லட்சணம் இருக்கத்தானே செய்யும்!

ஒரு ஆள் உயரம் கொண்ட நாற்காலியில் அமர்ந்து ஒரு மேஜை அளவு அகலம் கொண்ட பேரேட்டில் பாதி உடம்பு விழுந்து கிடக்கும்படி அவன் கணக்கு எழுதுவதைப் பார்த்தால், 'போடா கண்ணு, போய் கிட்டிப்புள் விளையாடு' என்று சொல்லவேண்டும் போல் இருக்கும்.

பேங்கில் அன்றாடம் பட்டுவாடா முடிய மூன்று மணி ஆனதும் பியூன் அருணாசலம் இரும்புக் கதவை இழுத்துச் சாத்தி விடுவான். பணத்தை எண்ணித் திட்டப்படுத்த கூட ஒரு மணி நேரம் ஆகும். பணம் இரும்புப் பெட்டிக்குள் அடைபட்டதும் ஏஜண்டும் காஷியரும் வீட்டுக்குப் போய்விடுவார்கள். கணக்கு வழக்குகள் முடிய அவர்கள் போன பின்பும் ஒரு மணி ஒன்றரை மணி நேரம் ஆகும் - ஒழுங்காக வேலையைக் கவனித்தால்.

ஆனால், ஏஜண்டின் தலை மறைய வேண்டியதுதான் தாமதம், கவுண்டரில் பேச்சும் சிரிப்பும் கும்மாளமும் அல்லோல கல்லோலப் படும். சில சமயம் சூடான விவாதங்களும் நடைபெறும். கிருஷ்ண மூர்த்திக்கு பகவான் கொடுத்தது கீச்சுக்குரல்தான் என்றாலும் அதை வைத்துக் கொண்டே 'ஓ' என்று அலறுவதில் சமர்த்தன். கவுண்ட்டரில் தட்டி அவ்வளவு பெரிய சத்தத்தை எழுப்பவும் வேறு யாராலும் முடியாது. இதனால் விவாதங்களில் அநேகமாக அவன்தான் வெற்றி பெறுவான். வீரகுமாருக்கு அஹிம்சையில் நம்பிக்கை கிடையாது. பேச்சிலும் அவன் நம்பிக்கை வைக்கிறவன் அல்ல. அதனால் அவனுக்கும் நாகராஜனுக்கும் கைகலப்புக்கூட ஏற்படுவதுண்டு. அது உண்மையான கைகலப்பு ஆகிவிடக்கூடாது என்ற பயத்தில் அதில் சம்பந்தப்பட்டவர்களும் சம்பந்தப்படாதவர்களும் 'ஈ' என்று இளித்துக்கொண்டே இருப்பார்கள். சமாதானம் ஏற்பட இது ஒன்றுதான் வழி என்பது அவர்களுக்குத் தெரியும். இந்த மாதிரி சந்தர்ப்பங்கள் வாய்த்துவிட்டால் ராஜாமணிக்குக்

கன குஷி கிளம்பிவிடும். நாற்காலியில் உட்கார்ந்தவாறே இரண்டு கட்சியையும் பாரபட்சம் இல்லாமல் உற்சாகப்படுத்துவான். வெங்கட ராமன் மட்டும், "என்னடா இது! அடங்கி உட்கார்ந்து வேலையைப் பார்க்கிறேளா, போலீஸுக்குப் போன் பண்ணட்டுமா!" என்று கத்துவான். 'தாத்தா புறப்பட்டாச்சு' என்று மனசுக்குள் சொல்லிக் கொள்வான் ராஜாமணி.

அந்த அறைக்குப் பின்புறம் ஒரு சிறு முற்றம். ஒரு தேர்க்கோலம் போடக்கூடிய அளவுக்கு இட விஸ்தாரம். அறையிலிருந்து முற்றத்தில் இறங்கும் சிமெண்டுப் படிகள் சுத்தமாக இருக்கும். மாலையில் ஏஜண்டு சென்ற பின்பு நாகராஜன் இந்தப் படியில் உட்கார்ந்துதான் சிகரெட் பிடிப்பான். சட்டைக் காலருக்குப் பின்புறம் மடித்து வைத்திருக்கும் கைக்குட்டையை உருவி எடுத்து முகத்தைக் கறகற வென்று துடைத்தவாறே கிருஷ்ணமூர்த்தியும் அவன் பக்கத்தில் வந்து உட்கார்ந்துகொள்வான். இரண்டு பேரும் பெண்களைப் பற்றிப் பேசிக்கொள்வார்கள். அரைமணி நேரத்தில் ஒரு டஜன் பெண்களைப் பற்றிய விஷயங்கள் அடிபடும். மறுநாள் அதுவரை பேசாத புதுப் பெண்களைப்பற்றிப் பேசுவார்கள். வீரகுமார் அவ்வள வாக இந்தப் பேச்சில் கலந்துகொள்ளமாட்டான். பெண்களைப்பற்றிச் சும்மா பேசிக்கொண்டிருப்பது அவனுக்குப் பிடிக்காது. அவன் கோழையல்ல. அபவாதத்திற்கு அஞ்சுகிற ஆசாமியும் அல்ல. அதனால் பேசத்தான் வேண்டும் என்ற அவசியம் அவனுக்குக் கிடையாது.

அன்று மாலை நாலரை மணிக்கு நாகராஜன் பேரேட்டிலிருந்து தலையைத் தூக்கிப் பார்த்தான். அப்போது கிருஷ்ணமூர்த்தி நிலைப் படியில் சாய்ந்து நின்றவாறே தார் ரோட்டை வெறிக்கப் பார்த்துக் கொண்டிருப்பதைக் கண்டான். இதைப் பார்த்ததும் முன்னாலேயே தான் போய் நின்றிருக்கலாமே என்ற எண்ணம் ஏற்பட்டதுபோல், பட்டென்று ஓசையெழ பேரேட்டை மூடிவைத்துவிட்டு நாகராஜன் கிருஷ்ணமூர்த்தியின் பின்னால் சென்று நின்றான்.

தார் ரோட்டில், தூரத்தில் ஒரு பெண் வந்துகொண்டிருப்பது தெரிந்தது. அத்தனை தூரத்திலேயே அவள் அழகி என்பதைக் காட்டிக்கொண்டு வந்தாள். இதில் ஆச்சரியமில்லையென்பது மட்டு மல்ல; சர்வசாதாரண விஷயமும் தான். ஆனால் அவள் பக்கத்தில் நெருங்கி வந்த பின்பும் அழகாகவே இருந்தாளே, அது ஆச்சரியம். சொல்லப் போனால் அவள் அருகே வரவர அவளுடைய அழகில் வட்டி ஏறிக்கொண்டே வந்தது.

தார் ரோட்டிலிருந்து திரும்பிய அவள் பின்புறப் பாதை வழியாக நடந்து சென்றாள். ஒரு குறிப்பிட்ட நிமிஷத்தில் அவளைப் பதினைந்து அடி தூரத்தில் பார்க்க முடிந்தது. அந்த நிமிஷத்துக்கு அழிவில்லை.

"என்ன பார்க்கிறாய்?" என்று கேட்டான் நாகராஜன்.

"மழை வரும்போலிருக்கிறது" என்றான் கிருஷ்ணமூர்த்தி.

நாகராஜனும் மழை வருமா என்று பார்த்துக்கொண்டு நின்றான்.

அவள் நடந்து போவதைப் பின்னாலிருந்து பார்க்க அழகாக இருந்தது. படபடவென்று ஒரு நடை; தபாலாபீஸுக்குத் தந்தி கொடுக்கப் போவது மாதிரி. நீண்ட பின்னலில் பெரிய குஞ்சம் வைத்துக்கொண்டிருந்தாள்.

அவள் நடந்து செல்கிற அசைவில் குஞ்சம் ஒரு அரைவளையம் போட்டு, துள்ளித் துள்ளித் தொட்டுக்கொண்டிருந்தது. சின்னஞ் சிறிய யானைக் குட்டியொன்று தனது துதிக்கையை ஆட்டி அசைத்து விளையாடுவது மாதிரி இருப்பதாகக் கற்பனை செய்துகொண்டான் கிருஷ்ணமூர்த்தி. பாதையில் வேறு யாருமே இல்லை. பாதை அப்படி இருக்க வேண்டியதும் அவசியம்தான் என்று பட்டது நாகராஜனுக்கு. அவள் எதையுமே கவனிக்காமல்தான் நடந்து சென்றாள். அக்கம்பக்கம் திரும்பிப் பார்க்கவில்லை. அவளைத் தாண்டிச் சென்றவர்கள் எல்லோருமே அவளைப் பார்த்துவிட்டுத் தான் சென்றார்கள் என்பதுகூட அவளுக்குத் தெரியாது. எதிர்ப்படுகிற பெண்களைக்கூட அவள் ஏறிட்டுப் பார்க்கவில்லை. பின்னால் கார் வந்தபோதெல்லாம் அதன் ஓசையைக் கேட்டு அவள் யந்திர ரீதியில் பாதையின் விளிம்பு வரையிலும் ஒதுங்கிக்கொண்டாளே ஒழிய தாண்டிச் செல்கிற கார்களை அவள் திரும்பிப் பார்க்கவில்லை.

அவள் மறைந்து வெகு நேரம் கழிந்த பின்பும் கிருஷ்ண மூர்த்தியாலோ நாகராஜனாலோ பேசமுடியவில்லை. மௌனமாக இருப்பது மூலம்தான் அவளுக்குரிய பாராட்டைச் செலுத்த முடியும் என்று பட்டதும் ஒரு காரணமாக இருக்கலாம்.

“தினசரி வருகிறாளா?” என்று கேட்டான் நாகராஜன். தனக்கு அன்று வரையிலும் நஷ்டம் ஏற்பட்டிருந்தால் அது எவ்வளவு என்பது அவனுக்குத் தெரியவேண்டும்.

“இன்றுதான் வந்தாள்” என்றான் கிருஷ்ணமூர்த்தி.

அவன் சொன்னதும் அது உண்மைதான் என்று நாகராஜனுக்குப் பட்டது.

இரண்டு பேரும் தமது ஆசனங்களில் ஏறி உட்கார்ந்து குறை வேலையையும் அழுதுதீர்க்க முயன்றார்கள். அடிக்கடி தலையைத் தூக்கிப் பார்த்துப் பரஸ்பரம் சிரித்துக் கொண்டார்கள்.

வீரகுமாருக்குத் தெரியாது. ‘தாத்தா’வுக்குத் தெரிவதும் தெரியாததும் ஒன்றுதான். ராஜாமணி குழந்தை!

தங்களுக்குள்ளே அந்த அனுபவத்தைக் கட்டிக்காத்துவிட வேண்டும் என்றும், இனி வரும் நாட்களிலும் அதில் யாரும் பங்கு பெறாமல் பார்த்துக்கொள்ள வேண்டும் என்றும் அவர்கள் இரண்டு பேருக்கும் தோன்றிற்று.

மறுநாள் சரியாக நாலே முக்காலுக்கு நாகராஜன் நிலைப்படியில் போய் நின்றான். கிருஷ்ணமூர்த்தி அவன் முன்னால் சென்று சிமெண்டுப் படியில் நின்றுகொண்டான்.

அவள் மறைவதுவரை கவனித்துக்கொண்டிருந்து விட்டு இருவரும் திரும்பிப் பார்த்தபோது வீரகுமார் கால் கட்டை விரல்களில் நின்றவாறு அவள் நடந்து சென்ற பாதையிலிருந்து கண்களை அகற்ற முடியாமல் நிற்பது தெரிந்தது.

அன்றிலிருந்து அது வழக்கமாகிவிட்டது. அவளுக்கு 'ஒயில்' என்று யார் பெயர் வைத்தார்கள் என்பது நினைவில்லை. ஆனால் அவளுடைய தாயார் இட்ட பெயர் மாதிரி அதைச் சொல்லிக் கொண்டார்கள்.

நாகராஜன் காலையில் ஆபீசுக்கு வருகிறபோது காலேஜ் ரோடு வழியாக வரத் தலைப்பட்டான். இதனால் ஒன்றரை மைல் சுற்று என்பது உண்மைதான். வெங்கடராமன் "டேய், உனக்குப் பயித்தியமா?" என்று கேட்டான். ஆனால் நாகராஜன் சைக்கிளில் வந்து இறங்கியதும் 'ம்' என்று கிருஷ்ணமூர்த்தி கண்ணைச் சிமிட்டுவதற்கும், 'ம்' என்று பதில் வருவதற்கும் என்ன அர்த்தம் என்பது ராஜா மணிக்குத் தெரியும்.

நாகராஜனுக்கும் கிருஷ்ணமூர்த்திக்கும் அவளுக்கு எத்தனை ஜம்பர் உண்டு, அது என்ன என்ன கலர், வாயில் சாரிகள் எத்தனை, கிரேப் சாரிகள் எத்தனை என்பவை எல்லாம் தளபாடமாகிவிட்டன. அவள் ஒரே சமயத்தில் மூன்று ஜோடி உடைகள் எடுத்து தினத்துக்கு ஒன்றாக ஒன்பது நாட்கள் அவற்றை மாற்றி மாற்றி உடுத்திக்கொண்டு வருகிறாள் என்பதையும் தெரிந்து கொண்டார்கள். திங்கட்கிழமை போட்டுக்கொண்ட ஜம்பரும் சாரியும் மீண்டும் வியாழக்கிழமை வரும். அவர்கள் ஜோஸ்யம் அநேகமாகப் பலிக்கும்.

நாகராஜன் ஒருநாள் ஆபீஸுக்கு வரவில்லையென்றால் மறுநாள் வந்ததும் கிருஷ்ணமூர்த்தியிடம் எல்லாம் விபரமாக விசாரிப்பான். என்ன சாரி என்ன ஜம்பர்? கனகாம்பரமா? பச்சையா?... ரொம்ப அழகா? பிரமாதமா?

வெங்கடராமன் அன்று ஒரே சந்தோஷமாக ஆபீஸுக்கு வந்தான். அன்று காலை அவனுக்கு ஆண் குழந்தை பிறந்திருந்தது. வருகிற போதே அவன் மடியில் சர்க்கரைப் பொட்டலத்தைக் கட்டிக் கொண்டு வந்திருந்தான். அருணாசலத்திடம் ஒரு குலைப் பழம் வாங்கிக்கொண்டு வரச்சொன்னான். பழம் - சர்க்கரை விநியோகம் நடைபெற்றது.

குழந்தை பிறந்து ஒரு வாரம்கூட ஆகவில்லை. வெங்கடராமனுக்கு இடமாற்ற உத்தரவு வந்துவிட்டது. இரண்டுவாரம் லீவு எடுத்துக் கொண்டு லீவு நாட்கள் முடிவடைந்ததும் அவன் திருவனந்தபுரம் போய்ச் சேர்ந்தான். திருவனந்தபுரம் சென்ற பின்பு அவன் எழுதிய முதல் கடிதத்தில் திருவனந்தபுரம் ஆபீசில் பாம்பே கக்கூஸ் இருக்கிற தாகவும், குழந்தை காய்ச்சலில் அவதிப் படுவதாகவும் எழுதி யிருந்தான்.

“நாகராஜா, இன்றுதான் காலேஜுக்கு லீவு விடுகிறார்கள்” என்று கத்தினான் கிருஷ்ணமூர்த்தி. ஏஜண்டு அப்போதுதான் வெளிப்புற கேட்டைத் தாண்டிச் சென்றுகொண்டிருந்தார்.

நாகராஜனுக்குத் தூக்கிவாரிப் போட்டது. அவன் முகம் களை இழந்ததை எல்லோரும் கவனித்தார்கள். அன்றுதான் கடைசி நாள்!

நாலரை மணிக்கே வேலை ஓடவில்லை கிருஷ்ணமூர்த்திக்கு. மொத்தத் தொகை போடுகிறபோது இரண்டாவது தடவை கூட்டினால் முதல் தொகைக்கு வித்தியாசமாக வந்தது. மூன்றாவது முறை கூட்டினால் இரண்டு தொகைக்கும் சம்பந்தமில்லாத புதிய தொகை ஒன்று வந்தது.

அன்றும் அவள் வந்தாள். தார் ரோட்டிலிருந்து பாதையில் திரும்பினாள். மறைந்தாள்.

அவள் மறைந்ததும் கிருஷ்ணமூர்த்திக்குக் கண்ணில் நீர் துளிர்த்து விட்டது. அன்றுவரை ராஜாமணி அவர்கள் பேச்சையும் தினசரி மாலை அவர்கள் படும் பாட்டையும் கவனித்துக்கொண்டே வருகிறான். நாகராஜனும், கிருஷ்ணமூர்த்தியும், வீரகுமாரும் நிலைப் படியில் நின்றுகொண்டிருப்பதை ராஜாமணி தனது இடத்திலி ருந்தவாறே கவனிப்பது வழக்கம். அவர்கள் முகத்தில் ஏற்படுகிற பரவசத்தைப் பார்த்து ஆச்சரியப்படுவான். அவள் மிகவும் நெருங்கி வந்துவிட்டாள் என்பதை அவர்கள் முகத்தைப் பார்த்தே அவன் அனுமானித்து விடுவது உண்டு. அன்று அவள் வருகிற கடைசி தினம் என்ற எண்ணம் அவன் மனதில் எதிரொலித்துக் கொண்டிருந் தது. மாலையில் அவர்கள் எல்லோரும் நிலைப்படி அருகில் நின்ற வாறு கண்களில் ஆவல் பொங்கப் பார்த்துக்கொண்டிருந்த போது ராஜாமணி தன்னையும் அறியாமல் நாற்காலியில் முட்டுக் குத்தி உட்கார்ந்து எட்டிப் பார்த்தான். அவன் அப்படிப் பார்ப்பதை வீரகுமார் கவனித்துவிட்டான். “இதோ ராஜாமணியைப் பார்” என்று அவன் கத்தினான். எல்லோரும் திரும்பிப் பார்த்தார்கள். ராஜாமணிக்கு முகம் சிவந்து அழுகைகூட வந்துவிடும் என்று தோன்றியது. தன்னுடைய கற்பு அழிந்துபோனது மாதிரியும், முக மூடியைக் கிழித்து யாரோ அம்பலப்படுத்திய மாதிரியும் இருந்தது அவனுக்கு. ஒரு வாரம் எல்லோரும் அவனைக் ‘கோட்டா’ பண்ணினார்கள்.

நாகராஜனுக்குக் கல்யாணம் ஆகப்போகிற விஷயம் ஆபீஸுக்கு எப்படித் தெரிந்தது என்பதை அவனால்கூட அனுமானிக்க முடிய வில்லை. ஆனால் ஆபீஸில் ஒரே பேச்சாக இருந்தது.

ராஜம் நாகராஜன் குடியிருந்த அதே கிராமத்தில்தான் இருந்தாள். தெருவில் நாகராஜன் வீட்டுக்கு முன்னால் குழாய் இருந்தது. அதே குழாய் இரண்டு வீடு தள்ளியிருந்திருக்குமென்றால் ராஜத்திற் கும் நாகராஜனுக்கும் இத்தனை நெருங்கிய பரிச்சயம் ஏற்பட்டிருக்க முடியாது. நாகராஜன் வீட்டு உள் திண்ணை ஏணிப்படியில்

உட்கார்ந்து கொண்டிருந்தால் ராஜம் தண்ணீர் பிடிக்க வருவாள். ஞாயிற்றுக்கிழமை மட்டும் ஒருமணி நேரம் இடைவிட்டு, நாள் பூராவும் தண்ணீர் பிடித்துக்கொண்டிருப்பாள்.

ராஜத்தைப் பற்றிப் பல விஷயங்கள் கிருஷ்ணமூர்த்தியிடம் நாகராஜன் சொல்லியிருக்கிறான். 'ஒயி'லின் அழகு ராஜத்துக்கு உறை போடக் காணாது என்றுகூட ஒரு நாள் அவன் சொன்னான். கிருஷ்ணமூர்த்தி இதை நம்பவில்லை. 'உளறுகிறான் கண் தலை தெரியாமல்' என்று எண்ணிக்கொண்டான்.

நாகராஜனின் மாமி ஐம்பது பவுன் நகையை விட்டுவிட்டு இறந்துபோய் விட்டாள். அவர்களுக்கு ஒரே பெண். மாமாவுக்கும் வயதாகிவிட்டது. திரும்பவும் கல்யாணம் செய்து கொள்ள அவர் எண்ணினாலும்கூட பெண்கொடுக்க யாரும் முன்வரமாட்டார்கள். கிணறு இருக்கிற வீட்டிலிருந்து அவருக்குப் பெண் கொடுக்க யாரும் வரமாட்டார்கள் என்றார் நாகராஜனின் தகப்பனார். நாகராஜனின் தாயாருக்கு அந்த நகையை விட மனமில்லை. பெண் கறுப்புத்தான் என்றாலும், ரொம்பவும் அழகில்லை என்றாலும், ரொம்பவும் அவலட்சணம் இல்லை. கல்யாணம் நிச்சயமாகிவிட்டது.

நாகராஜன் ஒரு வாரம் சவரம் பண்ணிக்கொள்ளாமல் ஆபீசுக்கு வந்தான். தலையைக்கூடச் சரிவரச் சீவிக்கொள்வதில்லை. சட்டைப் பொத்தானும் போட்டுக்கொள்வதில்லை. கிருஷ்ணமூர்த்தியிடம் ராஜம் தற்கொலை செய்துகொண்டு விடுவாளோ என்று பயமாக இருக்கிறது என்றான் நாகராஜன்.

ஆனால் நாகராஜனுக்குக் கல்யாணம் ஆவதற்கு முன்னாலேயே ராஜத்துக்குக் கல்யாணம் ஆகிவிட்டது. மதுரையிலிருந்து மாப்பிள்ளை. கணவனுடன் புறப்படுகிற அன்று நாகராஜனின் தாயாரிடம் சொல்லிக்கொண்டு போக அவள் அவன் வீட்டுக்கு வந்தாள். அவள் நன்றாக அலங்காரம் செய்து கொண்டிருந்தாள். சிரித்துக் கலகலப்பாகப் பேசினாள். துக்கத்தை வெளியே காட்டிக்கொள்ளாமல் தன்னையே ஏமாற்றிக்கொள்கிறாள், பாவம், என்று வியாக்யானம் செய்து கொண்டான் நாகராஜன். அவன் வீட்டுப் படியைவிட்டு இறங்குகிறபோது ராஜம் நாகராஜனைப் பார்த்து, "வருகிறேன். உன் கல்யாணத்துக்கு இருக்க முடியவில்லையே என்ற குறைதான் எனக்கு. முடிந்தால் அவரைக் கூட்டிக்கொண்டு வருகிறேன்" என்று சொல்லிவிட்டுச் சென்றாள். 'அவர்' கூடவே பிறந்த மாதிரிதான் இருந்தது அவள் பேசியது.

பரீட்சையில் ஒயில் முதல் வகுப்பில் வெற்றிபெற்று விட்டாள். அவளுடைய நம்பரைத் துப்பறிந்து கண்டுபிடித்தவன் கிருஷ்ண மூர்த்தி. மாலை ஐந்து மணி ஆனதும் பத்திரிகை வாங்கிக்கொண்டுவர அருணாசலத்தை விரட்டினார்கள் எல்லோரும். பேப்பரைத் திருப்பிப் பார்த்துவிட்டு "பாஸ்" என்று கத்தினான் கிருஷ்ணமூர்த்தி. அன்று அந்த வெற்றியைக் கொண்டாட ஓட்டலிலிருந்து டிபனும் காப்பியும் வரவழைக்கப்பட்டது. வெங்கடராமனுக்குப் பதில் வந்திருந்த நரசிம்

மாச்சாரி இதில் விசேஷ அக்கறை காட்டவில்லை. தோசைக்குப் பதில் உப்புமா தருவித்திருக்கலாம்; உடம்புக்கும் நல்லது என்று மட்டும் சொன்னார்.

வீரகுமார் பேங்குப் பரீட்சை ஒன்று எழுதச் சென்னை சென்றிருந்தான். சென்னையில் சின்னஞ் சிறிய அறை ஒன்றில் கையால் நெஞ்சில் இடித்துக்கொண்டு அவன் வட்டிக் கணக்குப் படிக்கிற போது இங்கு நாம் 'ஒயில்' வெற்றி பெற்ற தினத்தைக் கொண்டாடு கிறோம் என்று கிருஷ்ணமூர்த்தி சொன்னபோது எல்லோரும் அதை ரசித்துச் சிரித்தார்கள்.

இடம் பற்றாது என்ற காரணத்தால் பேங்கு புதிய கட்டிடம் ஒன்றுக்கு மாறிற்று. பழைய ஏஜண்டு போய் புதிய ஏஜண்டு வந்து சேர்ந்தார். வீரகுமாருக்கு அக்கௌண்டண்டாகப் பதவி உயர்வு கிடைத்தது. அவனுக்குத் தனி அறையும் ஒதுக்கப்பட்டது. அவன் முன்போல் சிப்பந்திகளிடம் கூடிக் குலவுவதில்லை. தனது அறையிலிருந்தவாறே மணியை அடித்துக் கொண்டிருந்தான். நாகராஜனுக்கு ஆண் குழந்தை பிறந்தது.

'ஒயில்' என்ற பெண்ணைப் பற்றி இப்போது யாருக்கும் ஞாபகம் இல்லை. நடுவில் அவளுடைய கல்யாணப் படம் பத்திரிகை ஒன்றில் வெளிவந்தது. அவளுடைய கணவன் மீசை வைத்துக்கொண்டிருந்தான். அவன் பெரிய முரடன் என்றும், பெரிய குடிகாரன் என்றும், அவனுடன் அவளுக்கு சந்தோஷமாக வாழ முடியாது என்றும், தினசரி அவன் அவளைத் தூக்கிப் போட்டு அடிப்பான் என்றும் கிருஷ்ணமூர்த்தி சொன்னான். அதை யாரும் கவனிக்கவில்லை, நம்பவுமில்லை.

ஒருநாள் புதிய ஏஜண்டு அந்த அறைக்குள் நுழைந்தார். அவர் பின்னால் 'ஒயில்' வந்தாள். எல்லோருக்கும் ஆச்சரியமாகப்போய்விட்டது! "இவள்தான் புது டைப்பிஸ்டு. பெயர் கல்யாணி" என்று அறிமுகப்படுத்தினார் ஏஜண்டு. அவளை யாரும் விசேஷமாகக் கவனிக்கும்படி அவள் இருக்கவும் இல்லை. கிருஷ்ணமூர்த்தி மட்டும் அவள் ஏதோ சுயம்வர மாலையுடன் உள்ளே பிரவேசித்திருப்பது மாதிரியும் தன்னை அவள் பார்க்காத தோஷத்தால் வேறு யார் கழுத்திலாவது மாலையை போட்டுவிட்டுப் போய்விடக் கூடாதே என்று எண்ணிக்கொண்டது மாதிரியும் தலையை முன்னால் தள்ளிக்கொண்டிருந்தான். இது தெரிந்திருந்தால் சவரம் செய்து கொண்டு வந்திருக்கலாமே என்று எண்ணி வருத்தப்படவும் செய்தான்.

ஆபீஸில் கல்யாணிக்கு விசேஷ 'மவுசு' எதுவும் ஏற்படவில்லை. அவளிடம் அசட்டுத்தனம் நிறைய இருந்தது. அவள் டைப் அடித்த கடிதங்களில் யாராலும் கற்பனை செய்து பார்க்க முடியாத தவறுகள் விழும். நாகராஜன் அந்தத் தவறுகளைப் பொறுமையாக எடுத்துக் காட்டுவான். அவன் யந்திர ரீதியிலும் கடமை உணர்வுடனும் அவளிடம் பழகினான். ஏதாவது ஒரு தப்பைச் சுட்டிக்காட்டுகிறபோது

அவள் உதடு அசிங்கமாகக் கோணும். எதற்கு உதட்டை இப்படிக் கோணிக்கொள்கிறாள் என்று எண்ணுவான் ராஜாமணி. 'பாவம், என்ன செய்வாள். அவளுக்கு அப்படித்தான் கோணும்' என்று தனக்குத் தானே சமாதானம் தேடிக்கொள்வான். "பார்த்து அடிக் கணும்டீ அம்மா" என்பார் நரசிம்மாச்சாரி. அவர் குரலில் வெளி யாகும் குழைவு எல்லோர் மனசையும் தொடும். கிருஷ்ணமூர்த்தியின் மேசை முன்னால் சென்று கல்யாணி ஏதாவது சாமான் கேட்டால் அவன்கூட அவள் முகத்தைப் பார்க்காமலே டிராயரிலிருந்து எடுத்துக் கொடுப்பான். இதையெல்லாம் நினைத்து மிகவும் ஆச்சரியப்படுவான் ராஜாமணி. அவனுக்குப் பல விஷயங்கள் ஒரே குழப்பமாக இருந்தன.

கல்யாணிக்குப் பிரசவ லீவு கொடுக்கும்படித் தலைமை காரியால யத்திலிருந்து உத்தரவு வந்துவிட்டது. எல்லோரும் சேர்ந்து அவளை வழியனுப்பி வைத்தார்கள். எந்த ராத்திரி வேண்டுமென்றாலும் என்ன உதவி வேண்டுமென்றாலும் செய்யத் தயாராக இருக்கிறோம் என்று எல்லோர் சார்பிலும் சொன்னான் நாகராஜன். அவன் அப்படிச் சொன்னது எல்லோருக்கும் திருப்தியாக இருந்தது.

ஆபீசில் சூழ்நிலை வரவர ரொம்பவும் மாறிக்கொண்டு வருவது மாதிரிப்பட்டது ராஜாமணிக்கு. கிருஷ்ணமூர்த்திக்கு இன்ஷூரன்ஸ் கம்பெனி ஒன்றில் நல்ல வேலை கிட்டவே பேங்கு வேலையை ராஜினாமா செய்துவிட்டுப் போய்விட்டான். ஆபீசில் ராஜாமணிக்கு வலதுபுறம் நரசிம்மாச்சாரி உட்கார்ந்து கொண்டிருப்பார். நாற்காலி யில் காலைத் தூக்கி மடித்து சம்மணம் கூட்டி உட்கார்ந்துகொள்வார். தும்பைப் பூவாய் நரைத்த தலைக்கு மொட்டை அழகாகத்தானே இருக்கும். காலர் இல்லாத சட்டை. சட்டையின் கைகள், கை முட்டோடும் நிற்காமல் மணிக்கட்டுக்கும் வராத தனி ஜாதி. அரைமுழம் குறைவாகவோ அதிகமாகவோ எடுத்தால் அழகான சட்டையாகிவிடுமே!

நாகராஜனோ வேறு ஜன்மம் எடுத்துவிட்டான் என்று தோன்றிற்று. அவன் வெற்றிலை போட்டுக்கொண்டு தலையைத் தூக்காமல் பொறுமையாக வேலை செய்தான். குழந்தை தவழ்ந்து விளையாடு கிறது சார் என்று நரசிம்மாச்சாரியிடம் சொல்லுவான். எல்லாக் குழந்தைகளும் தவழ்ந்து விளையாடத்தானே செய்யும்!

முன்னெல்லாம் நாகராஜன் மத்தியான உணவைப் பொட்டல மாகக் கட்டித் தோல்பைக்குள் நாசூக்காக வைத்துக் கொண்டு வருவான். இப்போது தோல்பை போன இடம் தெரியவில்லை. அதற்குப் பதில் கையில் ஒரு தூக்குப் பாத்திரம்! சற்றுப் பெரியது. அதை தூக்கிக்கொண்டு மணிமேடை வழியாக எப்படி நடந்து வருகிறான் என்பது ராஜாமணிக்குப் புரியவே இல்லை. வளைந்த பிடி கொண்ட குடையைத் தோளில் தொங்கப் போட்டுக்கொண்டு அவன் ஆபீசை விட்டு இறங்கிச் செல்கிறபோது கன்னத்தில் ஒரு அறைவிடவேண்டும் போலிருக்கும் ராஜாமணிக்கு. தன்னைச் சுற்றி

நாலு புறமும் கிழடுகள் சூழ்ந்து கொண்டுவிட்டது மாதிரி இருந்தது அவனுக்கு.

இதையெல்லாம் எண்ணுகிறபோது கல்யாணியின் குழந்தைக்குத் தொட்டில் போடுகிற அன்று நடந்த விஷயங்கள்தான் அவன் மனதில் திரும்பத் திரும்ப ஞாபகத்துக்கு வரும்.

கல்யாணியின் கணவர் எல்லோரையும் உட்காரவைத்து ஆளுக்கு ஒரு தம்ளர் ஷர்பத் மட்டும் கொடுத்தார். விசேஷமாக எதுவும் தயார்செய்ய ஆள் வசதி இருக்கவில்லை. குழந்தையைக் கொண்டு வரச் சொல்லுங்கள் ஸார் என்றான் நாகராஜன். கல்யாணி குழந்தை யுடன் வந்தாள். நாகராஜன் தோளில் கிடந்த டர்க்கி டவலை எடுத்து மடியில் விரித்து குழந்தையைப் பதனமாக வாங்கி மடியில் போட்டுக் கொண்டான். ராஜாமணிக்கு ஒரே கூச்சமாக இருந்தது. நரசிம்மாச்சாரியும் நாகராஜனும் குழந்தையின் முகத்தை வெகுநேரம் கூர்ந்து பார்த்துக் கொண்டிருந்தார்கள். குழந்தை அவள் அம்மா ஜாடைதான் என்றார் நரசிம்மாச்சாரி. கல்யாணி சிரித்தாள். நாக ராஜனுக்குத் திடீரென்று என்ன தோன்றிற்றோ, ஜேபியில் கையை விட்டு ஒரு முழு ரூபாய் நாணயத்தை எடுத்துக் குழந்தையின் பிஞ்சு விரல்களிடையே திணித்தான். எதுக்கு ஸார் என்று தணிந்த குரலில் சொன்னார் கல்யாணியின் கணவர். கல்யாணியின் முகத்தில் ஏற்பட்ட பரவசத்தை ராஜாமணி கவனித்தான். நரசிம்மாச்சாரிக்கும் உற்சாகம் கிளம்பி விட்டது. அவர் குழந்தையைக் கையில் எடுத்துத் தொட்டிலில் கிடத்தியபடி ஒரு தாலாட்டுப் பாடலை முனக ஆரம்பித்தார். வாயைத் திறந்து பாடுங்களேன் ஸார் என்றான் நாகராஜன். இதை அவன் கேலியாகச் சொல்லவில்லை. அப்படி யார் சொல்லப் போகிறார்கள் என்று காத்துக் கொண்டிருந்த மாதிரி உடனேயே அவர் தாலாட்டுப் பாட ஆரம்பித்துவிட்டார். தெலுங்கு பாஷையிலுள்ள ஒரு தாலாட்டு அது. எல்லோரையும் பார்த்துக் கொண்டே அவர் உரக்கப் பாடினார். கல்யாணியும் அவள் புருஷனும் சிரிப்பாய் சிரித்தார்கள். ராஜாமணிக்கு அங்கு நிற்க முடியவில்லை. அவன் உடம்பிலிருந்து சதையை யாரோ பிய்த்துப் பிய்த்து எடுப்பது போலிருந்தது. அவன் வாசல் திண்ணைக்கு வந்து கைக்குட்டையால் வாயைப்பொத்திக் கொண்டு சிரிப்பதும் சன்னல் வழி உள்ளே பார்ப்பதுமாக இருந்தான். பாடல் தெய்வகானம் போலிருந்தது என்று நாகராஜன் நரசிம்மாச்சாரியைப் பாராட்டினான். அவள் இருந்து பாடணும் கேட்கணும் என்றார் நரசிம்மாச்சாரி. காலஞ் சென்ற அவர் மனைவி தாலாட்டு, கீர்த்தனங்கள், அஷ்டபதி எல்லாம் மிகவும் அருமையாகப் பாடுவாள் என்று அடிக்கடி அவர் சொல்வார். அப்படிச் சொல்கிற ஒவ்வொரு சந்தர்ப்பத்திலும் அவர் கண்கள் நிறைந்துவிடும். அன்றும் நிறைந்தது. அதை மறைத்துக் கொண்டார் அவர்.

எல்லோரும் விடைபெற்றுக் கொள்கிறபோது கல்யாணி நாக ராஜனைப் பார்த்து, ஸார், உங்கள் பையனுக்குத்தான் இவளைத்

தரப்போகிறேன் என்றாள். நம்ம பயல் அதிருஷ்டகாரன் என்றான் நாகராஜன். எல்லோரும் சந்தோஷமாகச் சிரித்தார்கள்.

'தனிமைப்பட்டுப் போனோம்' என்ற உணர்வு ராஜாமணிக்கு நாளுக்குநாள் அதிகமாகிக்கொண்டே வந்தது. கல்யாணிக்கும் நாகராஜனுக்கும் நரசிம்மாச்சாரிக்கும் பொதுவான விஷயங்கள் எவ்வளவோ இருந்தன. குடும்ப விஷயங்களைச் சலிக்காமல் பேசிக் கொண்டிருந்தார்கள் மூவரும். கல்யாணியின் குழந்தைக்குச் சுக மில்லை என்றால் நாகராஜன் தன்னுடைய குழந்தைக்கு வாங்கியதில் மிச்சமிருக்கும் மருந்தைக் கொண்டு வந்து கொடுப்பான். நரசிம்மாச் சாரிக்கு அலோபதியில் நம்பிக்கை கிடையாது. அவர் தமது பேரன் பேத்திகளுக்கு ஹோமியோபதி மருந்துதான் கொடுத்துவருவதாகச் சொன்னார். பேங்கில் தங்கள் பெயருக்குப் புதிய கணக்குகள் திறந்து அதில் பணத்தைப் போட்டு வந்தார்கள் நாகராஜனும் கல்யாணியும். தன்னுடைய பெண்ணின் பதினைந்தாவது வயதில் திரும்பக் கிடைக் கும்படி கல்யாணி இன்ஷுரன்ஸுக்குப் பணம் கட்டி வந்தாள்.

ராஜாமணிக்கு இதொன்றும் பிடிக்கவில்லை. எப்படியும் போகட் டும் என்று விட்டுவிட்டான் அவன். தன்னைப்பற்றி எண்ணுவதற்கே அவனுக்கு நேரம் சரியாக இருந்தது. தான் ரொம்பவும் உயரமாக வளர்ந்திருப்பதாக அவனுக்கே தோன்றிற்று. அன்றாடம் சவரம் செய்துகொள்வதால் கன்னத்தில் பாசி படர்ந்திருந்தது. ரகசியமாக சிகரெட் குடித்தாலும் உதடுகள் கறுக்கத் தானே செய்யும்! கைக் குட்டையில் நிறையப் பவுடரைப் போட்டுத் தேய்த்துச் சதா ஜேப்பில் வைத்திருப்பான். அடிக்கடி முகத்தைத் துடைத்துக் கொள்வதால் அவன் முகத்தில் எண்ணெய் வழிந்த நாளே கிடையாது. தினசரி தூய வெள்ளைச் சட்டை போட்டுக் கொள்கிறான் என்பதைத்தானே பார்க்கிறவர்கள் தெரிந்து கொள்ள முடியும்? ஆபீஸ் விட்டு வீட்டுக்குச் சென்றதும் அவன் வண்ணானாக மாறிவிடுவது அவனுக்கு மட்டும் தெரிந்த ரகசியம்.

வருடக் கடைசி. இன்னும் இரண்டு தினங்களுக்குள் கணக்குகள் முடிவடைய வேண்டும். ஏஜண்டுகூட ஆறு மணிக்குத்தான் பேங்கை விட்டுச் சென்றார். வீரகுமார் அவன் அறையிலிருந்தவாறே அதைக் கொண்டா இதைக் கொண்டா என்று சத்தம் போட்டுக்கொண்டி ருந்தான்.

ராஜாமணிக்கு வேலை ஓடவில்லை. அவன் தலையைத் தூக்கிப் பார்த்தான். மணி ஆறரை. இரண்டு கைகளையும் உயரத் தூக்கி முதுகை வளைத்துச் சோம்பல் முறித்தான். கைக்குட்டையை எடுத்து முகத்தைத் துடைத்துக்கொண்டே நிலைப் படியில் சென்று நின்றவாறு தார் ரோட்டைப் பார்த்தான்.

அப்படி அவன் பார்த்துக்கொண்டிருக்கும்போது தூரத்தில் ஒரு பெண் வருவது தெரிந்தது. அவளைப் பார்த்துவிட்டுப் போவோம் என்ற எண்ணத்தில் அங்கேயே நின்றான்.

அந்தப் பெண்ணுக்குப் பதினைந்து அல்லது பதினாறு வயதிருக்கும். இரட்டைப் பின்னல் போட்டுக்கொண்டு மிலிட்டரி நடை போட்டு வந்தாள். அந்தப் பெண்ணின் தேகஅமைப்பு ராஜாமணியின் தேக அமைப்பு மாதிரிதான் இருந்தது. தன் சகோதரி என்று சொன்னால் யாருமே நம்பிவிடுவார்கள் என்று எண்ணிக்கொண்டான் ராஜாமணி. பக்கத்தில் வந்தபோதுதான் அவன் கவனித்தான். அந்தப் பெண்ணுக்கும் காது சற்று முன்புறம் வளைந்திருந்தது. அதை அவள் தலைமயிரால் மூடி மறைக்க முயன்றிருந்தாள். அவனுக்கு நேர் எதிராக வந்ததும் யதேச்சையாக அவன் நின்று கொண்டிருந்த திசையைப் பார்த்தாள் அவள். ராஜாமணி அவளைப் பார்த்துச் சிரித்தான். அந்தப் பெண்ணும் பதிலுக்குச் சிரித்துவிட்டுச் சென்றாள். அவள் சிரித்த வினாடியில் உள் நெஞ்சை ஏதோ சுட்டுக்கொண்டு இறங்குவது மாதிரி இருந்தது. அன்றுதான் அவன் ஒரு பெண்ணைப் பார்த்துச் சிரித்திருக்கிறான். இந்த தைரியம் அவனுக்கு எப்படி வந்தது என்பது அவனுக்கே தெரியவில்லை. அவளும் சிரித்தாளே!

"டேய் அப்பா, கொஞ்சம் டிரையல் பாலன்ஸைப் பார்த்துச் சொல்லு" என்றார் நரசிம்மாச்சாரி.

ராஜாமணி தனது ஆசனத்தைப் பார்த்து ஓடினான்.

"என்ன ஸார் சொன்னேள்?" என்று தயங்கியவாறு கேட்டுக் கொண்டே ஒரு நீண்ட பெருமூச்சு விட்டான் ராஜாமணி.

நரசிம்மாச்சாரி அவன் கேட்ட கேள்விக்குப் பதில் சொல்லாமல் நாகராஜனைப் பார்த்து, "ஏன் ஸார், இந்தப் பயல் அடிக்கடி பெருமூச்சு விட்டுக்கொண்டே இருக்கிறான்?" என்று கேட்டார்.

நாகராஜன் ராஜாமணியின் முகத்தைப் பார்த்துச் சிரித்தான். பியூன் அருணாசலமும் சிரித்தான்.

கல்யாணிதான் பதில் சொன்னாள்:

"ராஜாமணி தேடறான் ஸார். அவனுக்கு இன்னும் அகப்படவில்லை."

இப்படிச் சொல்லிவிட்டு, அவன் உஷ்ணமாக எடுத்துக் கொண்டு விடாமலிருக்க, அவனைப் பார்த்துச் சிரித்தாள்.

ராஜாமணி தலையைக் கவிழ்த்துக்கொண்டான்.

நவசக்தி வார இதழ், *1960*

ரயில் தண்டவாளத்தில் ஓடும்

முப்பது வருடங்களாகப் பார்த்து வரும் இந்த வேலையிலிருந்து ஓய்வு பெற இன்னும் இருப்பதெல்லாம் இரண்டே இரண்டு மாதங்கள் தாம். ஒரு ரயில்வே டிரைவராக இத்தனை வருடங்கள் உழைத்ததை இன்றுகூட என்னால் நம்ப முடியவில்லை. சிறு பிராயத்தில் எந்த வேலைக்கும் என் மனசு வளைந்து கொடுக்கவில்லை. மேடையில் தோன்றி நடிக்க வேண்டும் என்று ஓர் ஆசை இருந்தது. அப்பா 'அது ஆகவே ஆகாது' என்று குறுக்கே நின்றுவிட்டார். உதவாக்கரை என்று ஊரில் பெயர் எடுத்துவிட்டேன். ஊரார் பார்வையைத் தாங்க முடியாமல் கசப்புணர்ச்சியில் சாமியார் ஆகிவிடும் உத்தேசத் துடன் வீட்டைத் துறந்து ஓடினேன். தகப்பனார், அடுத்த ரயிலில் புறப்பட்டு வந்தவர் என்னைக் கையோடு இழுத்துச் சென்று இந்த வேலையில் மாட்டிவிட்ட பின்புதான் கண்ணை மூடினார். நீல நிறச் சட்டையும் நிஜாரும் அன்று மாட்டிக் கொண்டது. இனிமேல் தான் கழற்றியெறிய வேண்டும். கரிப்பொடியும் அழுக்கும் அடையாய் அப்பிவிட்டன.

ஒரே பாதையில் வருடக்கணக்காகச் சென்று அலுத்துப்போய்விட் டது எனக்கு. இரவு கண்ணை மூடினாலும் அன்றாடம் செல்கிற திருவனந்தபுரத்துக்கும் கொல்லத்துக்குமான இடைவெளி தூரம்தான் ஒரு குடிசை விடாமல், ஒரு பாலம் விடாமல், ஒரு குளம் விடாமல், ஒரு தென்னை மரம் விடாமல் மனத்திலே ஓடிவரும். சுருள் விரிந்து கொண்டே செல்லும் காட்சிக்கு இப்போது கண் மூட வேண்டிய தில்லை. மனசே போதும். இதுவரையிலும் கோடிக்கணக்கான பிரயாணிகளை அவரவர்களுடைய லட்சிய ஊர்களுக்கெல்லாம் அழைத்துச் சென்றிருக்கிறேன். நான்தான் இதைச் சொல்லி பெருமைப் பட்டுக் கொள்ள வேண்டும். பிரயாணிகளில் ரொம்பப் பேர்கள் என் முகத்தைக் கூட ஏறிட்டுப் பார்த்திருக்க மாட்டார்கள். குறித்த நேரத்துக்கே கொண்டு போய்ச் சேர்த்தாலும் பாராட்டு என்னவோ ரயிலுக்குத்தான். 'ரயில் இன்று ரொம்பக் கரெக்டாக வந்துவிட்டது ஸார்.' ரயிலுக்குத்தானே சக்கரங்கள் உண்டு? எனக்கு உண்டா? என்னையும் ரயில்தானே சுமக்கிறது? நான் என்ன வெளியே நின்று கயிற்றால் இழுக்கிறேனா?

என் வேலையே விசித்திரமானது. மனித வெள்ளத்தின் மத்தியில் ஒளிந்து கொண்டிருக்கும் வேலை. எல்லோருக்கும் முன்னால் எல்லோருடைய பயணத்தையும் இயங்க வைப்போனாக இருந்தும் ஒருவருக்காவது என் ஞாபகம் இலேசில் வந்து விடுவதில்லை. பஸ் டிரைவர் வேலை, டாக்ஸி டிரைவர் வேலை மாதிரி இல்லை இது. ஓர் உறவு, ஒட்டு, மனுஷத்தன்மை, ஒரு பசை, பாராட்டு ஒன்றும் இராது. பிரயாணிகள்தான் என்ன செய்வார்கள்? அவசரம் அவர்களை முந்திக் கொண்டு ரயிலடிக்கு வந்துவிடுகிறது. மேலும் ரயில் ரொம்பப் பெரிசு, உலகம் மாதிரி. அகப்பட்ட பெட்டிக்குள் முண்டியடித்து நுழைந்து இடத்தைப் பிடிக்கும் ஆத்திரத்தில் முன்னும் பின்னும் பார்க்க நேரம் ஏது? என் நினைவு எங்கே வரும்?

தண்டவாளத்தில் ரயில் ஒழுங்காக ஓடிக்கொண்டிருக்கும் வரையிலும் என் நினைவு எழ வேண்டிய அவசியமும் அவ்வளவாக இல்லைதான்.

இன்று வரையிலும் என் வாழ்வில் பளிச் பளிச்சென்று எதுவும் நிகழ்ந்துவிடவில்லை. சிலர் வாழ்க்கையில்தான் ஏணிப்படிகள் வந்து கொண்டேயிருக்கும். படிகள் அத்தனையும் ஏறிய பின்பும் அவர்கள் கண்களுக்கு மட்டும் மேலேயும் ஓர் ஏணிப்படி புலப்படும். எனக்கு அந்த அதிருஷ்டம் எல்லாம் கிடையாது.

இந்த முப்பது வருஷ சர்வீஸில் என் மனசைத் தொட்ட சில அனுபவங்களை நான் சபையோருக்குச் சொல்ல வேண்டுமாம். எனக்கு மேடையேறிப் பேசிப் பழக்கமா என்ன? வேண்டாம் என்றாலும் விடமாட்டேன் என்கிறார்கள். கூட்டம் கூட்டிப் பிரிவுபசாரம் பண்ணப் போகிறார்களாம். உடன் வேலை செய்யும் நண்பர்களின் உற்சாகத்துக்கு நான் வளைந்து கொடுக்க வேண்டியிருக்கிறது. இந்தக் காலத்து இளைஞர்களுக்கெல்லாம் நன்றாகப் பேச வருகிறது. என்னாலெல்லாம் அப்படிப் பேசமுடியாது. வந்திருக்கிறவர்கள் அத்தனை பேரையும் சொந்த மச்சான்களாகப் பாவித்துச் சல்லாபம் செய்து பார்க்க வேண்டியதுதான். பொழுதுவிடிந்து அஸ்தமிப்பது வரையிலும் புத்திசாலித்தனமான பேச்சையே கேட்டுக் கேட்டு அலுத்து போயிருக்கும் ஜனங்கள் ஒரு கால் மணி நேரம் உளறலைப் பொறுத்துக் கொள்ள மாட்டார்களா என்ன? எதற்கும் மனசுக்குள் ஒரு தடவை சொல்லிப் பார்த்து விடுவது நல்லது . . .

. . . மனசைத் தொட்ட அனுபவம் என்று நான் எதைச் சொல்லுவது? வேலையில் அமர்ந்த சில நாட்களுக்கெல்லாம் ஓர் எருமை மீது ரயில் ஓடிவிட்டது. பிராணாவஸ்தையில் எழுந்த அதி பயங்கரமான அலறல், என்னை அப்படியே ஒரு முழம் மேலே தூக்கிப் போட்டுக் கீழே தள்ளியபோதும் நிலைகுலைந்து போய் விடாமல், மனசை இரு கைகளாலும் ஏந்திச் சுருட்டிப் பிடித்துக்கொண்டு கண்ணை விழித்துப் பார்த்தேன். ரயில் தண்டவாளத்தில் அமைதியாக ஓடிக்கொண்டிருந்தது. அப்பா! அந்த நிமிஷத்தில் ஏற்பட்ட நிம்மதி இருக்கிறதே, அது விலைமதிக்க முடியாதது.

இந்த வேலையைப் பொறுத்த வரையில் மலையே புரண்டு வந்தாலும் முதல் விசாரம் அதுதான். ரயில் தண்டவாளத்தில் ஓடிக் கொண்டிருக்கிறதா என்பதுதான். என்னதான் கண்ணில் எண்ணெய் விட்டுக் கொண்டு கட்டிக் காத்தாலும் ஏதாவது ஒரு விக்கினம் வரத்தான் செய்யும். அதை அலட்சியப்படுத்த வேண்டும் என்று நான் சொல்லவில்லை. ஆனால் ரயில் தண்டவாளத்தில் ஓடிக்கொண்டி ருக்கிறதே, அதுதான் முக்கியம் - எல்லாவற்றையும் விட.

நான் ரொம்பப் படித்தவன் இல்லை. ஏதோ அனுபவம். குறைப் புத்தியை அனுபவம் சாணை பிடித்துத் தந்திருக்கிறது. அதை நம்பித்தான் பேசுகிறேன். சொல்ல வந்த விஷயத்தை விட்டு வேறு எங்கோ சென்று விட்டேன். தண்டவாளம் இல்லாத ரயில் மாதிரி அல்லவா இந்த மனசும் ஓடுகிறது.

என் வாழ்வில் மனசைத் தொட்ட அனுபவம் ஒன்றே ஒன்றுதான். அதை எந்த நாளும் என்னால் மறக்க முடியாது. என் நினைவில் அடிக்கடி எழுந்து இன்ப வேதனையைத் தந்து கொண்டிருக்கிற அனுபவம் அது. எஞ்சின் கரி படிந்த நீல நிறச் சட்டையோடும், எண்ணெய்ப் பிசினும் தூசியும் ஏறிப் போயிருந்த நீல நிற நிஜா ரோடும், ஒருநாள் ஓடுகிற ரயிலில் கண்ணீர் விட்டு அழுதேன். பசுமையற்ற என் வாழ்விலும் கண்ணீர் சிந்த ஒரு சந்தர்ப்பம் வாய்த்ததே! தெய்வம் என்னை மறந்து விடவில்லை. என்னையும் அழ வைத்து விட்டது அது. அந்த அனுபவத்தையும் என் வாழ்வையும் ஒன்றாக இணைத்துப் பார்க்கிறபோதெல்லாம் கடைக்காவூர் ஸ்டேஷன் பக்கம் நூற்றுக்கணக்கான பூவரசு மரங்களுக்கிடையே ஒரு தென்னை மரம் தலையைத் தூக்கி நிற்கும் காட்சிதான் என் நினைவில் எழும்.

பிரமாத விஷயம் ஒன்றும் அல்ல. முன்பின் பார்த்திராத பழக்க மில்லாத ஒரு குழந்தையிடம் என் மனசைப் பறி கொடுத்து விட்டேன். அதற்கான தண்டனையையும் அனுபவித்தேன். பாசம் பலமாகச் சொடுக்கிவிட்டது.

ஆனால் மனசு கண்ணன் பேரில் - அவனுடைய உண்மைப் பெயர் இன்றுவரை எனக்கோ என் குடும்பத்தாருக்கோ தெரியாது - கவிந்து நின்ற நாட்களில் எல்லாம் உடம்புக்குள் ஓர் ஆனந்த மயக்கம் அலை அலையாய் எழுந்தவண்ணம் இருக்கும். அதிமதுரத்தைக் கடைவாயில் ஒதுக்கிக் கொண்டதுபோல் சதா ஒரு தித்திப்பு.

உலகத்தில் எந்தக் காரியமுமே நாம் எண்ணுவது போலத்தான் நிகழ வேண்டும் என்பதில்லை. அதற்கு நேர்மாறாகவும் நிகழலாம் என்பது எத்தனை பட்டாலும் நம் பிரக்ஞையில் ஒலித்துக் கொண்டி ருப்பதில்லை. நிகழ நிகழத்தான் பழையபடி நினைவில் வருகிறது. எத்தனை தடவை ஒத்திகை நடந்திருந்தாலும், மேடையில் அப்போது தான் நிகழ்கிறது என்ற பாவனையில் நடிக்கிறானே நடிகன், அது போலத்தான் நாமும் நடித்தாக வேண்டுமோ?

எருமை மீது ரயிலேறிய விஷயத்தை அந்தரத்தில் விட்டு விட்டேன். அது ஒன்றும் அத்தனை பெரிய விஷயமும் அல்ல. இருந்தாலும் சொல்லி முடித்துவிடுகிறேன்.

அந்தச் சம்பவம் நடந்த இரண்டு மூன்று நாட்களுக்குப் பின் ஒரு நாள், வேளி ஸ்டேஷனில் ஒரு கிராமத்தானிடம் விசாரித்தேன். 'மாதவப் பணிக்கர் என்பவரின் எருமைதான் அது' என்றான் அவன். மடியில் விரல் பட்டதும் 'சொர் சொர்' என்று ஒரு வேளைக்குப் பத்துப் படி வரையிலும் பொழியுமாம். பணிக்கர் துக்கம் தாங்காமல் தண்டவாளத்தின் மீது தலையை முட்டியபடி அழுது புலம்பிவிட்டுக் கூடையில் வழித்துப் போட்டுக் கொண்டு சென்றாராம். கொம்பு மட்டும் இரண்டு ரூபாய்க்குப் போச்சு என்றும் அவன் சொன்னான். சற்றுப் பெரிய கொம்பு போலிருக்கிறது. நாற்பது ஐம்பது சீப்பாவது தேறியிருக்கும். அவ்வளவுதான். பெரிய விஷயமாகச் சொல்லப் போகிறேன் என்று எதிர்பார்த்து ஏமாந்து போனீர்களோ என்னவோ?

சுற்றிச் சுற்றி வந்து கொண்டிருக்கிறேன். கண்ணனைப் பற்றி அல்லவா சொல்ல வந்தேன்? அதைச் சொல்லி விடுகிறேன்.

நாலைந்து வருஷங்களுக்கு முன்னால் ஒரு நாள் ரயில் பேட்டை ஸ்டேஷனைத் தாண்டி, நடுவில் ஒரு பெரிய வளைவும் மரம் அறுக்கும் டிப்போவும் வருகின்றனவே, அவற்றையும் தாண்டிப் போகையில் வானவெளியில் நாதசுர இசை கேட்க ஆரம்பித்தது. தொலை தூரத்தில் நிறையக் குடைகள் ஊர்ந்து வருவதையும் கவனித்தேன். ஒரு கல்யாண கோஷ்டி.

அந்த இடத்தில் தண்டவாளம் மேட்டுப் பாங்கான இடத்தில் ஓடுகிறது. இரு பக்கமும் பள்ளம். சரிவில் பச்சைப் புற்கள் அடர்த்தியாக வளர்ந்திருக்கும், அநாதைக் குளத்தில் பாசிபடர்ந்த மாதிரி. ஒவ்வொருவராக வலது பக்கத்தோடு ஏறித் தண்டவாளத்தைத் தாண்டி இடது பக்கமாக இறங்கிச் சென்றார்கள். மாப்பிள்ளையும் பெண்ணும் கண்ணுக்கு லக்ஷணமான ஜோடிதான். பெண் சற்று ஸ்தூலமாக இருந்தாள். அநேகமாக அப்படித்தானே அமைகிறது. கறுகறுவென்று மையில் தோய்த்த புருவம். நெற்றியில் நேர் கோட்டில் நீளமான சந்தனப் பூச்சு. பிள்ளைக்கும் பெண்ணுக்கும் நடுவில் ஒரு கிழவனார் சவரம் செய்த முகத்தோடும் சலவை செய்த வெண்ணிற ஆடைகளோடும் வெகு சுத்தமாகக் காட்சி அளித்தவர் - தனது வேஷ்டியோ உத்தரீயப் பட்டோ பெண்ணின் மேல் பட்டுவிடக் கூடாது என்ற ஜாக்கிரதையில் அதிகப்படி கவனத்துடன் இருவருக்குமாகக் குடை பிடிக்கும் முயற்சியில் இருவரையும் முழுதும் நனையவிடாமல் தனக்கும் பட்ச பாதம் காட்டிக் கொள்ளாமல் வேண்டிய மட்டும் நனைந்து கொண்டு பின்னால் வந்தார். அப்போதே அவருக்கு எண்பது வயசுக்குக் குறைவில்லை. இப்போ இருக்கிறாரோ என்னவோ!

ரயில் அருகே வந்ததும் பெண்ணின் முகம் சிவந்தது. மணப்பெண் கோலத்தில் அவளைக் காண ஒரு ரயில் நிறைய அல்லவா கூட்டம் வந்துவிட்டது! வெட்கமாக இராதா அவளுக்கு?

இரண்டு வருடங்களுக்குப் பின் மீண்டும் அவளைக் கண்டேன். அந்த இடமே அதி அற்புதமானது. தங்கச்சேரி ஸ்டேஷனையொட்டி இருந்த ஒரு சிற்றூர் அது. எங்கு பார்த்தாலும் அடர்த்தியான தென்னந்தோப்பு. முகம் பார்க்கும் கண்ணாடி உடைந்து சிதறியது போல் சூரிய ஒளி சில்லுச் சில்லாய் மண்ணில் இறைந்து கிடக்கும். இடையிடையே தீப்பெட்டிகள் மாதிரி சிறு குடிசைகள். பள்ளத்தை நோக்கிப் பாதாளம் வரையில் பாயும் பாதையோரங்களில் கூட முதுகைக் காட்டியபடி குடிசைகள் ஒட்டிக் கொண்டிருக்கும், காற்றடித்தால் புரண்டு விடும் என்று எண்ணும்படி. நீள நீளமான கயிற்றில் கட்டப்பட்டிருந்த மாடுகள் பரிபூர்ண சுதந்திரத்துடன் மேய்ந்து திரிவதைக் காணலாம்.

சற்றுத் தொலைவில் ஒரு குளம் தெரியும். காலை வேளையில் பெண்கள் கூட்டமாகக் குளித்துக் கொண்டிருப்பார்கள். கரையில் உடம்பைத் தேய்த்தபடி நிற்கும் இளம் பெண்கள் ரயில் அருகே நெருங்கி வருவது வரையிலும் கழுத்தைத் திருப்பித் திருப்பிப் பார்த்துக் கொண்டிருந்துவிட்டுக் கடைசி நிமிஷத்தில் தொப்பென்று தண்ணீரில் குதிப்பார்கள். ஒன்று குதிக்க, இன்னொன்று குதிக்க, ஒன்றன்பின் ஒன்றாக எல்லாக் குட்டிகளும் தண்ணீருள் தொப் தொப்பென்று விழும். சில பெண்கள் கழுத்தளவு தண்ணீரில் நின்றபடி ரயிலைப் பார்த்து விஷமத்தனமாகச் சிரிப்பதும் உண்டு. என் மனத்தை வெகுவாகக் கவர்ந்த இடம் அது.

அந்த இடத்தில் ரயில் தண்டவாளத்தை ஒட்டியிருந்த ஒரு சிறு வீட்டின் முன்வாசலில் ஒரு நாள் ஒரு பெண் குனிந்து நின்றவாறு கோலமிடும் காட்சி கண்ணில் விழுந்தது. அப்போது மணி ஆறு ஆறரைதான் இருக்கும். புகைப்படம் பிடிக்கும் ஸ்டூடியோ விளக்குகள் போல் அந்த வீட்டுக் கொல்லையிலிருந்து இருளைக் கிழித்து முன்னேறிக் கொண்டிருந்த கிரணங்கள் அவளுக்கு இருபக்கமுமாக வந்து தண்டவாளத்தைத் தொட்ட இடத்தில் எல்லாம் வெள்ளி முலாம் பூசியது. நாற்புறமும் சூழ்ந்திருந்த மங்கிய ஒளியில் ஒளிக் கற்றையின் நடுவே அவள் காட்சி அளித்தது இயற்கையின் ஒரு விசித்திரமான ஏற்பாட்டின் விளைவே என எண்ணினேன். அந்த நேரத்திலேயே அவள் குளியை முடித்து விட்டிருந்தாள். ஈரத் தலை ஒரு வெறும் நாடா முடிச்சில் கட்டுண்டு கிடந்தது. அப்போதும் என்ன அகலமான அடர்த்தி! குனிந்து நின்ற கோலத்தில் அவள் கறுப்பு நிறப் பட்டு ஜம்பர் அணிந்து கொண்டிருப்பதாக நான் எண்ணியது தவறு என்பது, எழுந்த வேகத்தில் அவளுடைய கேசபாரம் தோள்பட்டையில் ஒதுங்கியபோதுதான் தெரிய வந்தது.

பின்னால் எத்தனையோ தடவை அவளைப் பார்த்தேன். ஒவ் வொரு தடவையும் மனசில் ஒரு முடிச்சு உறுத்தும். திடீரென்று ஒரு நாள் ஏதோ ஒரு நிமிஷத்தில் அது அவிழ்ந்தது. மணப்பெண் கோலத்தில் இரண்டு வருடங்களுக்கு முன் நான் பார்த்த அதே பெண்தான் அவள் என்பது நினைவில் உதித்துவிட்டது.

முன்னைவிட அவள் உடம்பு அப்போது சற்றுக் குளுமையாக இருந்தது. கன்னக் கதுப்புக்களில் செம்மை படர்ந்திருந்ததா என்பது என் கண்களுக்குத் தெரியவில்லை. ஆனால் அவளுடைய முகத்தையும் உடம்பையும் கவனித்த நான் வெகு சுலபமாக ஊகித்துவிட்டேன். ஐந்து பெண்களுக்குத் தகப்பனும் ஏழெட்டுக் குழந்தைகளுக்குப் பாட்டனுமாகிய நான் அதை உணர்ந்து கொண்டதில் ஆச்சரியம் எதுவுமில்லை.

அதற்கு முன், அந்த வீட்டையொட்டிய தென்னந் தோப்பில் கட்டியிருந்த கயிற்றுக் கொடியில், ஜம்பரும் வேஷ்டியும் பெரிய சட்டையும் பனியனும்தான் தொங்குமே தவிர சின்னச் சொக்காய் தொங்குவதைக் கண்டதே இல்லை. என் மனசுக்கு இது குறையாக இருந்தது. இரண்டு வருஷங்கள் ஆகிவிட்டதே என்று கூட எண்ணுவேன். எதற்கும் ஒரு வேளை கூடி வர வேண்டாமா?

அந்த வேளையும் வந்துவிட்டது. என் மனைவியிடம் இதைச் சொன்னபோது 'கடவுள் அவளுக்கு ஆண் குழந்தையைக் கொடுக்கட்டும்' என்று ஆசீர்வாதம் பண்ணி வைத்தாள்.

ஏழெட்டு மாதங்களுக்குப் பின்னால் அதே கொடியில் உள்ளங்கை அகலத்தில் சின்னச் சொக்காய்கள் இரண்டு மூன்று தொங்குவதைக் கண்டு ரொம்பவும் சந்தோஷப்பட்டேன். 'என்ன குழந்தை?' என்று எனக்கு நானே கேட்டுக் கொண்டேன். தோப்பில் வீசிக் கொண்டிருந்த காற்று ஒரு பதிலும் சொல்லவில்லை.

அன்று என் மனத்தில் எழுந்த கேள்விக்கு விடை கிடைக்க எத்தனையோ மாதங்கள் காத்திருக்கும்படி ஆகிவிட்டது.

இத்தனைக்கும் ஒவ்வொரு நாளும் அந்தக் குழந்தையைப் பார்க்கத் தவறியதும் இல்லை. தாயாரின் மடியில் ஊனக் கண்களுக்குப் புலப்படாத ஏதோ ஓர் அரிய சம்பத்தைப் பிஞ்சு விரல்களிடையே இறுகப் பற்றியபடி நிஷ்டையில் ஆழ்ந்து கிடக்கும் நாட்களிலிருந்து ரயிலின் ஓசை கேட்ட மாத்திரத்தில் அவசரம் அவசரமாய் உள்ளே யிருந்து முன் வாசல் வரையிலும் தவழ்ந்து வந்து தலையைச் சரித்தபடி வேடிக்கை பார்க்கும் நாட்கள் வரையிலும் எத்தனையோ தடவைகள் அந்தக் குழந்தையைப் பார்த்திருக்கிறேன். சில சமயம் தாயார் முற்றத்தில் பிச்சிப்பூ பறித்துக் கொண்டிருக்கும்போது இடுப்பில் உட்கார்ந்து தோளில் ஈற்றின் தினவைத் தீர்த்துக் கொண்டி ருக்கும். ரயிலைக் கண்டால் அதற்கு என்ன சந்தோஷம்! தாயாரின் முகத்தை இரண்டு கைகளாலும் மாறிமாறி அடித்து இடுப்பிலிருந்து திமிறிக் குதிக்கும். வில்லாய் வளைந்து பின்பக்கம் சரிகிறபோது அவள் நிலைகுலைந்து தடுமாறி அப்படியே கீழே உட்கார்ந்து விடுவாள்.

என்ன அற்புதமான குழந்தை! ஒரு குறுநகையில், ஒரு கை வீச்சில் மனத்தை அள்ளிக் கொண்டு போய்விடும். தெய்வத்தின் சிருஷ்டி மகோன்னதத்தை மண்ணில் பறைசாற்ற வந்த குழந்தை போலும்! இந்த மோகன உருவத்தைப் படைத்தவன் எப்படி இதை

விட்டுப் பிரிந்தான்? கடவுளைக் கலைஞன் என்றும் துறவி என்றும் கவிஞர்கள் போற்றுகிறார்களே அதன் காரணமே இதுதானோ?

பல நாட்களாக மனசை உறுத்திக் கொண்டிருந்த கேள்விக்கு ஒருநாள் விடை கிடைத்துவிட்டது.

தென்னந் தோப்பில் வெய்யிலில் சூடேற்றிய நீரில் அவள் குழந்தையைக் குளிப்பாட்டுவதை ஒருநாள் கண்டேன். என் மனைவியின் ஆசீர்வாதம் பலித்துத்தான் இருந்தது!

இரவு வீட்டுக்குச் சென்றால் ஒருநாள் கூட அந்தக் குழந்தையைப் பற்றி என்னால் பிரஸ்தாபிக்காமல் இருக்க முடியாது என்றாகிவிட்டது. நாளடைவில் 'குழந்தை குழந்தை' என்று மொட்டையாக அழைப்பதே எங்களுக்குப் பிடிக்கவில்லை. என் மூத்த பெண் அவனுக்குக் கண்ணன் என்று பெயர் வைத்தாள். அவனுடைய உண்மைப் பெயர் எங்களுக்குத் தெரியாது என்பதையே பின்னால் நாங்கள் மறந்து விட்டோம். எங்களுக்கு அவன் கண்ணன்தான்.

கண்ணனுக்கும் எனக்கும் என்ன உறவோ? ஒருநாள் அவனைப் பார்க்காமல் இருந்து விட்டால் என் மனம் ஏன் வாட வேண்டும்? காலையில் ரயிலில் புறப்படுகிற வேளையிலேயே எனக்கு ஏன் அவன் ஞாபகம் வருகிறது? உலகத்துக் குழந்தைகளையெல்லாம் எதற்காக நான் அவனுடன் ஒப்பிட்டுப் பார்க்க வேண்டும்? அவனை ஒவ்வொரு தடவை பார்க்கிறபோதும் என்னுடன் என் மனைவி குழந்தைகள் அருகில் இல்லையே என்ற குறை உணர்ச்சி எனக்குத் தோன்றக் காரணமென்ன? தெய்வமே, எனக்கு எதற்கு இந்த விசாரமெல்லாம் என்று நொந்து கொள்வேன்.

கண்ணனுக்கு நன்றாக வால் முளைத்துவிட்டது. வாசல் கதவு திறந்திருந்தால் போதும்; நொடிப் பொழுதில் அவன் முற்றத்தில் இறங்கி ஓடி விடுவான். பின்னால் பிடிக்க வரும் அவன் தாயாரை அவன் ஓட ஓட அடிப்பதை எத்தனையோ தடவைகள் பார்த்திருக்கிறேன். அவள் அவனைக் கையால் எட்டி எடுத்து தன்னுடைய தலைக்கு மேல் தூக்கிக் கீழே விட்டெறிவது போல் பாவனை காட்டிவிட்டு அப்படியே அவனை மார்புறத் தழுவிக் கன்னத்தில் முத்தமிடுகிற போதெல்லாம் அந்த பட்டுக் கன்னத்தின் ஸ்பரிச சுகத்தை நானும் அனுபவிப்பது போல் ஆனந்தத்தில் திளைப்பேன்.

அவன் தாயாருக்கு வீட்டு வேலைகள் இல்லையா என்ன? நாள் முழுதும் கண்ணனுடன் மல்லுக்கு நின்று கொண்டிருந்தால் சோறும் கறியும் எங்கிருந்து வரும்? கிணற்றடியில் ராட்டினத்தின் கிரீச்சென்ற ஓசை எழும்போதும், துணி துவைக்கும் சத்தம் தப்தப்பென்று கேட்கும் போதும் வாசல் கதவு சாத்தியிருக்கும். அப்போதெல்லாம் கண்ணன் முன்னறையில் சிறைப்பட்டுக் கிடக்கிறான் என்று அர்த்தம். ஆனால் ரயில் வருகிற சத்தத்தைக் கேட்டால் நாற்காலியைப் பற்றி ஏறி ஜன்னல் விளிம்பில் நின்றபடி வலது கையைக் கம்பிகளிடையே நீட்டிக்கொண்டு என்னைப் பார்த்துக்

சுந்தர ராமசாமி சிறுகதைகள்

கையை விசிறுவான்; கையை மேலும் கீழும் இழுத்துக் காட்டுவான். ரயில் கத்த வேண்டுமாம். விசையை இழுத்து ரயிலைக் கத்த வைப்பேன். அவனுக்கு உற்சாகம் கரை புரண்டு விடும். அவன் குதிப்பதைப் பார்த்து ஜன்னலிலிருந்து உருண்டுவிடக் கூடாதே என்று நான் கவலைப்பட ஆரம்பித்து விடுவேன்.

ஒருநாள் கண்ணன் தோப்புக்குள் வந்துவிட்டான். அவனுக்கு வெகு சமீபத்தில் மாடுகள் மேய்ந்து கொண்டிருந்தன. 'உள்ளே போ, போ' என்று இரண்டு கைகளாலும் சைகை காட்டினேன். என்னுடைய யோசனையை அவன் கொஞ்சமேனும் மதிக்கவில்லை. 'கிடக்கிறான்கள், பயந்தாங்கொள்ளிகள்' என்று எண்ணி அலட்சியம் செய்தானோ என்னவோ? உதட்டைச் செம்பருத்தி மொக்கு மாதிரி குவித்துக் கொண்டு 'ஊஊ' என்று கத்தினான். ரயில் கத்த வேண்டு மாம். சில மாடுகள் அவனுக்கு வெகு சமீபமாக நின்று மேய்ந்து கொண்டிருந்தன. அபாயச் சங்கிலி எல்லாம் பிரயாணிகளுக்குத் தான். மேலும் ஒரு குழந்தையை மாடு முட்டாமல் காப்பாற்றுவதற் காக ரயிலை நிறுத்தினேன் என்று சொன்னால் ரயில்வே இலாகா வுக்கு அந்தப் பாஷை புரியுமா என்ன? ரயில் வெகுதூரம் சென்ற பின்னும் என் பார்வை தோப்புக்குள்ளேயே தங்கி நின்றது. கண்ணன் பார்வையிலிருந்து மறையும் வேளையில் அவனுடைய தாயார் படியிறங்கி வருவதைக் கண்டு ஆசுவாசம் அடைந்தேன். ரயில் அன்று எக்களிப்போடு கூவிக்கொண்டு சென்றது.

தாயார் பக்கத்தில் நின்றுகொண்டிருந்ததில் ஏற்பட்ட துணிச்சலோ என்னவோ, ஒருநாள் கண்ணன் என்னைப் பார்த்து மீசையை முறுக்குவது போல் பாவனை காட்டிக் கண்ணை உருட்டி விழித்தான். நான் பயந்து நடுங்குவது போல் நடித்தேன். அவனுக்குச் சந்தோஷம் தாங்கவில்லை. வயிறு குலுங்கக் கடகட வென்று சிரித்தான். அவன் தாயார் அவன் முதுகில் இலேசாகத் தட்டி முகத்தால் கண்டித்து விட்டு என்னைப் பார்த்தாள். 'குழந்தைதானே!' என்று முணுமுணுத் தேன். நான் சொன்னது அவளுக்கு எங்கே கேட்டிருக்கும், இந்த ரயிலின் பேய்ச் சிரிப்பில்?

திருவோணப் பண்டிகை அன்று ஏற்பட்ட அனுபவத்தை ஒரு நாளும் நான் மறக்க முடியாது.

அன்று கண்ணன், அவனுடைய தாயார், தகப்பனார் மூவரும் புத்தாடைகள் அணிந்து வாசலில் இறங்கி நின்று கொண்டிருந்தார்கள். ரயிலை வரவேற்க வந்து நிற்பது போலத்தான் இருந்தது. அவர்கள் மூவரும் அங்கு நின்று சொண்டிருந்த கோலத்திலேயே பண்டிகையின் நறுமணம் நன்றாக வீசியது. ஓணம் அங்கிருந்துதான் ஆரம்பமாகிறது என்று எண்ணிக் கொண்டேன்.

அன்று கண்ணனுடைய தகப்பனாரும் என்னைப் பார்த்துச் சிரித்தார். நான் அவருடைய குழந்தையின் உயிர்த்தோழன் என்பதை மனைவி சொல்லத் தெரிந்து கொண்டிருக்கிறார் போலிருக்கிறது.

கண்ணன் அன்று டேப் வைத்துத் தைத்த அழகான பட்டு நிஜார் அணிந்து கொண்டு வேடிக்கையாகக் காட்சியளித்தான். நான் எங்கே அவனுடைய ஆடையலங்காரத்தைப் பார்க்காமலே சென்று விடுவேனோ என்ற எண்ணத்தில் அவனுடைய தாயார் அவனை முன் பக்கம் எடுத்து நிறுத்தினாள். கண்ணன் என்னைக் கண்டதும் தன் சின்னஞ்சிறு கைகளை முன்னால் நீட்டினான். இரண்டு கைகளிலும் தங்கக் காப்பு ஒளி வீசியது. அவனுடைய தகப்பனார் அவனுக்கு ஆசையாகச் செய்து போட்டிருக்கிறார்.

ரயில் அவர்கள் எதிரே வந்ததும் கண்ணனின் காதருகே அவன் தாயாரின் முகம் குனிந்தது. மறு நிமிஷம் குழந்தை என்னைப் பார்த்துத் தன் சின்னஞ் சிறு கையை வாய் அருகே கொண்டு சென்று சாப்பிட வரவேண்டும் என்று சைகை காட்டி அழைத்தான். என்னையும் மீறிக்கொண்டு வந்த உற்சாகத்தில் ‘வருகிறேன்’ என்று வாய்விட்டுக் கத்தினேன். மனசை என்னவோ செய்தது. அப்படியே ரயிலிலிருந்து குதிக்க முடியவில்லையே என்னால்! அன்று ரயில் நன்றியுடன் ஒரு மணி நேரம் கத்தியது.

இத்தனை உறவு கொண்டாடிய பின்பும் ஒரு நாள் கூட நான் அவர்கள் வீடு தேடிச் செல்லவில்லை. கை நிறைய வாங்கிக்கொண்டு ஒருநாள் போக வேண்டுமென்று எத்தனை தடவையோ எண்ணியிருக்கிறேன். நான் போகாமலே நாட்கள் போய்க்கொண்டிருந்தன.

இதற்கு மேல் எனக்குச் சொல்வதற்கு ஒன்றுமில்லை. என் மனத்திலிருப்பதை முழுதும் சொல்ல எனக்குத் தெரியவும் தெரியாது. சொல்லவும் முடியாது. இருந்தாலும் ஒரே ஒரு சம்பவத்தை மட்டும் சொல்லிவிட்டு முடித்துக் கொள்கிறேன்.

ஓணப் பண்டிகைக்குப் பின் சில மாதங்கள் சென்றன. ஒருநாள் திடீரென்று கண்ணனைக் காணமுடியவில்லை. அன்றும் அதற்கு அடுத்த நாளும் அவனைப் பார்க்காமலே சென்றேன். காலையில் இஞ்சின் பெட்டிக்குள் நுழைகிறபோதே அவன் நினைவுகள் வரும். இன்றாவது அவனைக் காண முடியுமா என்று கேட்டுக்கொண்டு செல்வேன். அந்த வீட்டுக்கு ஒரு மைல் இருக்கும்போதே ரயிலை முடிந்த மட்டும் உரக்கக் கத்த வைப்பேன். ஆனால் என்றும் ஏமாற்றம்தான் காத்திருந்தது. வீட்டு வாசல் கதவு சாத்தியிருக்கும். முற்றம் வெறிச்சென்றிருக்கும். சன்னல்களில் சூன்யம் தேங்கிக் கிடக்கும்.

என் மனைவியிடம் சொன்னபோது, ‘உடம்புக்கு ஏதாவது வந்து விட்டதோ என்னவோ, மழையும் தண்ணீருமாக இருக்கிறதே’ என்று சந்தேகப்பட்டாள். அப்படியும் இருக்கலாம் என்றுதான் நானும் எண்ணினேன்.

ஒருநாள் அவர்கள் வீட்டைத் தாண்டிச் சென்று கொண்டிருக்கும் போது கொடியில் உலர்த்தியிருந்த ஒரு பட்டுச்சொக்காய் காற்றில் உயரப் பறந்து இஞ்சின் பெட்டிக்குள் வந்து விழுந்தது. அதைக்

கையில் எடுத்துப் பார்த்தேன். கண்ணனின் அழகிய பட்டுச் சொக்காய். அதைத்தான் அவன் ஓணப் பண்டிகையன்று அணிந்து கொண்டிருந்தான்.

வீட்டில் என் மனைவியும் குழந்தைகளும் ஒவ்வொருவராகச் சட்டையைப் பிரித்துப் பார்த்ததும் மடித்து வைத்துக் கொண்டதும், மீண்டும் கைவிரல் நுனியில் தூக்கி முகத்துக்கு எதிரே விரித்துப் பிரித்தபடி ரசித்துச் சிரித்ததும் உடம்பிலும் நெஞ்சிலுமாக அணைத்துக் கொண்டதும்... அப்போது அனுபவித்த இன்பத்தை என்னால் வருணிக்க முடியாது.

எனது இரண்டாவது பெண்ணுக்குச் சட்டென்று ஒரு யோசனை தோன்றியது. அவள் அந்த சட்டையில் அழகிய பூ வேலை செய்யத் தொடங்கினாள். அதே சட்டையைத் தீபாவளி அன்று கண்ணனுக்கு எங்கள் உளம் கனிந்த அன்புடன் திரும்ப அளித்து விடுவது என்றும் தீர்மானம் பண்ணிக் கொண்டோம்.

ஒரு மாதம் வேலை செய்து தனது கைவண்ணத்தை முழுதும் காட்டிச் சொக்காயில இரண்டு பெரிய சிவப்புப் பூக்களைப் பொறித்தாள் என் பெண்.

தீபாவளிப் பண்டிகைக்கு ஒரு மாத காலத்துக்கு மேல் இருந்தது. அந்த நாட்களில் கண்ணனை நான் ஒரு நாள் கூடப் பார்க்கவில்லை. நடுவில் சில நாட்கள் அந்த வீடு பூட்டிக் கிடப்பதைப் பார்த்தேன். பின்னால் பூட்டுக் கழன்று விட்டதென்றாலும் வாசல் கதவு அநேகமாகச் சாத்தப்பட்டிருக்கும்.

ஒரே ஒருநாள் கண்ணனின் தாயாரை மட்டும் பார்த்தேன். கூடைக்காரியிடம் பேரம் பேசிக்கொண்டு வாசலில் நின்றாள். உடம்பு பாதியாய் இளைத்து விட்டது. முகத்தைப் பார்க்கவே சகிக்கவில்லை. அவள் ரயிலை ஏறிட்டுப் பார்த்தாள் என்றாலும் என் பார்வையைத் தவிர்த்து விட்டு முகத்தைக் கவிழ்த்துக் கொண்டாள். என் மனைவி சொன்னது அப்போது என் நினைவில் ஓடியது. படுக்கையோடு படுக்கையாய்க் கிடக்கும் குழந்தை ரயில் கத்துவதைக் கேட்டாவது சந்தோஷப்படட்டும் என்று எண்ணி ரயிலை உரக்கக் கத்தச் சொன்னேன். எவ்வித சஞ்சலமும் இன்றி அன்றும் ரயில் கத்திற்று.

தீபாவளி அன்று கண்ணன் சட்டையை எடுத்துச் செல்ல நான் ரொம்பவும் தயங்கினேன். என் மனைவிதான் வற்புறுத்திக் கையிலெடுத்துக் கொடுத்தாள். அந்தச் சட்டையில்தான் அவனுடைய ஐசுவரியம் அடங்கியிருப்பதாகவும் மீண்டும் அணிந்து கொண்டு விட்டால் அவன் உடம்பை வருத்தும் பீடைகள் பனிபோல் விலகிப் போகும் என்றும் அவள் சொன்னாள்.

வழவழப்பான காகிதத்தில் சிவப்பு ரிப்பனால் கட்டப்பட்டிருந்த பொட்டலத்தை எடுத்துச் சென்றேன். நல்ல வேளை கண்ணனின் தாயார் அன்று வாசலில் நின்று கொண்டிருந்தாள். யாரையோ

எதிர்பார்த்து நிற்பது போலிருந்தது. முடியாத தலைமயிர் காற்றில் கண்ணிலும் முகத்திலுமாக விழுந்து கொண்டிருந்தது. ரயிலை ஏறிட்டுப் பார்த்த அவள் முகத்தில் பிரேதக்களை தட்டியது. படி இறங்கி வரும்படி சைகை காட்டினேன். நான் வீசியெறிந்த பொட்டலம் அவள் கைக்குள் சென்று விழுந்தது.

பெட்டியின் வாசல் கைப்பிடியைப் பிடித்துத் தொங்கியவாறு நான் கண் இமைக்காமல் பார்த்துக்கொண்டு நின்றேன். அவசரம் அவசரமாய்ப் பொட்டலத்தைப் பிரித்த அவளுடைய முகம் பயங்கரமாகக் கோணியது. அப்படியே அந்தச் சட்டையில் முகத்தை மூடிய படி உள்ளே நோக்கி ஓடினாள். எனக்குப் புரிந்து விட்டது.

படைத்து மண்ணில் விட்ட பின்புதான் அதன் அருமை தெய்வத்துக்கேப் புரிந்தது போலும். மனிதன் அதை அள்ளியெடுத்து அணைத்து முத்தமிட்டுக் கொஞ்சுவதைப் பார்த்துப் பார்த்து எத்தனை நாட்கள்தான் அவர் பொறாமைத் தீயில் வெந்து கொண்டிருக்க முடியும்?

அதற்கு மேல் எனக்குத் தாளவில்லை. வயசும் அனுபவமும் அவை கற்றுத் தந்த பாடங்களும் என்னை விட்டு அகன்று சென்று விட்டன. பதினாறு வயசில் சந்நியாசம் வாங்கிக்கொள்ள நான் ஆசைப்பட்டது உண்மைதான். ஆனால் இன்று நான் அழுது விட்டேன்.

சில நாட்களுக்கெல்லாம் பழையபடி அந்த வீட்டு வாசலில் ஒரு துருப்பிடித்த பூட்டுத் தொங்கியது. கயிற்றுக் கொடி அப்படியேதான் இருந்தது. என்றாலும் அதில் துணிகள் தொங்குவதை நான் காணவில்லை. முற்றத்தில் நின்ற பிச்சி ஆயிரம் பற்களைக் காட்டிச் சிரித்தது. அது சிரித்ததும் மொக்கு அவிழ்ந்ததும் உதிர்ந்ததும் கருகியதும் என்னைத் தவிர வேறு யாருக்கும் தெரியாது. ராட்டின் கரகரத்த ஓசையோ, துணி துவைக்கும் சத்தமோ அதற்குப் பின்னால் என்றுமே நான் கேட்கவில்லை. இரவில் அந்த வீட்டுக்குள் அந்தகாரம் தேங்கிக் கிடந்தது.

என் மனசில் அந்தப் புண் ஆற நீண்ட நாட்கள் ஆயிற்று. என்னைப் பொறுத்த வரையில் நான் எதற்கும் ஒரு வியாக்கியானம் தேடிப் பிடித்துத் திருப்தி அடைகிறவன். பிறருக்கு அது அசட்டுத்தனமாகக் கூடப் படலாம்.

கண்ணன் எங்கும் போய் விடவில்லை என்றும், அனுபவித்த இன்பத்தை என்னால் வருணிக்க முடியாது என்றும், ரயிலின் ஆரவாரத்தில், கரகரப்பற்ற அந்த ஓசையில் அவன் கலந்து நிற்பதாகவும் சமாதானம் தேடிக்கொண்டேன். அந்த நினைப்பும் ஏதோ ஒரு விதத்தில் மனச்சாந்தியைத் தருகிறது.

அதற்குப் பின்னால் அந்த வீட்டைத் தாண்டிச் செல்லுகிற ஒவ்வொரு நாளும் ஒவ்வொரு தடவையும் ரயிலைக் கூவ வைப்பேன். அந்தக் குரலில் அவன் முகத்தையே பார்க்கிறேன்.

ரயிலுக்கு அவன் வந்ததும் தெரியாது; போனதும் தெரியாது. மாதவ பணிக்கர் தனது எருமையை இழந்ததும் கண்ணனை அவனுடைய தாய் இழந்ததும் அதற்கு ஒன்றுதான். அது இன்றும் தன் போக்கில் ஓடியவண்ணமாய் இருக்கிறது. அதுதானே முக்கியம்? அந்த ஞானம் என்றுதான் நமக்கு வரப்போகிறதோ?

பேச்சை முடித்துக் கொள்கிறேன். வணக்கம்.

கல்கி தீபாவளி மலர், 1961

மெய்க்காதல்

கல்யாணம் என்ற பூதம் புறப்பட்டு அவனை ஓடஓட விரட்டும் என்று வரதன் எதிர்பார்க்கவில்லை. அன்று வரையில் அவன் கனவிலும் எண்ணாத, அவனுடைய பிரக்ஞையிலேயே இடம் பெற்றிராத, விஷயம் அது. கல்யாணமா? பேஷ். இதற்கு முன்பும் எத்தனை பெண்களைக் காதலிக்கவில்லை அவன்? கணக்கு வழக்கு உண்டா? அப்போதெல்லாம் இந்தப் பூதம் கும்பகர்ண சேவை செய்துகொண்டிருந்ததா, என்ன? அப்படியானால் இப்போது மட்டும் என்ன வந்துவிட்டதாம் அதற்கு?

காதல் என்பது ஒரு முள்பாதை. அன்றிலிருந்து இன்று வரையிலும் அப்படித்தான். உலகில் ஒரு ரோடு பாக்கியில்லாமல் சிமென்ட் போட்டுவிட்டார்கள். அல்லது தாரையாவது பூசி வைத்திருக் கிறார்கள். ஆனால் இந்த முள்பாதை முள்பாதைதான். ஏதோ ஒரு வைராக்கிய உணர்வில் ஊசியை ஏற்றி வருத்திக் கொள்ளும் தவமுனிவர்கள் போல் துன்பத்தையும் துயரத்தையும் திருணமென மதித்து இந்த முள்பாதை வழியாக நடந்துசெல்லத் துணிந்தால் உடனே அது மணப்பந்தலுக்கா இழுத்துச் சென்று தள்ளவேண்டும்? என்ன பித்தலாட்டம் இது!

வரதன் காதலித்தான். உண்மைதான். அவன் ஜோஸ்வினை மனமாரக் காதலித்தான். கணப்பொழுதும் இறக்கி வைக்காமல் இரவும் பகலும் அவளை நெஞ்சில் சுமந்துகொண்டு திரிந்தான். அதுவும் உண்மைதான். சரி, காதலித்தாகிவிட்டது. அப்புறம்? இதென்ன கேள்வி! அப்புறம் என்ன? அதற்கு அப்புறமும் காதல்தான். திவ்யமான காதலுக்கு முற்றுப்புள்ளி என்பது உண்டா? இடையறாது பெருக்கெடுத்துப் பாயும் கங்கை அது. நெல்லைக் காயப்போட நடுவில் இம்மி இடம் காலி பண்ணித் தர வேண்டும் என்றால் தண்ணீர் விலகுமா? மேலும் காதலுக்காகவே காதல் என்று இருந்து விட்டுப் போகட்டுமே! 'கலைக்காகக் கலை' என்று அடிவயிற்றிலிருந்து கத்துகிறார்களே படிப்பாளிகள் எல்லாரும். அது மாதிரி இதுவும்

ஒன்று. மூட சமூகத்துக்கு நிலையான ஓர் அளவுகோல் உண்டா? எல்லாம் ஆளுக்கு ஏற்றபடி; தக்காருக்குத் தக்கபடி!

வரதனுக்கு ஊரில் படிப்பு முடிந்துவிட்டது. அவன் கிராம வாழ்க் கைக்கு ஒரு முழுக்குப் போட்டுவிட்டு நகரத்தை அடைந்து, அங்கு ஒரு கல்லூரியில் சேர்ந்தான். பிறவிப்பயனை அடைந்துவிட்ட பேரானந்தம் அவன் மனத்தில். நகரத்தில் அவனுக்கென்றே தன்னந் தனியாக ஓர் அறை. ஏகாந்த வாழ்வு. அதுதானே அருமையான விஷயம். இங்கு மாதா, பிதா, சொந்தம், சுற்றம் ஆகியோரின் கண் காணிப்பு என்ற பொன் விலங்கு இல்லை. வேறு தெரிந்த சத்துருக் களும் கிடையாது. அவனை இனம் கண்டுகொள்ள முடியாத குருட்டு ஜனம்தான் சுற்றுமுற்றும். வரதன் என்பது அவர்களைப் பொறுத்த வரையில் ஒரு வெறும் பெயர். அனந்தகோடிப் பெயர்களில் அதுவும் ஒன்று. மற்றப்படி அதற்கு விசேஷ அர்த்தம் எதுவும் கிடையாது. இன்னார், இன்னாருக்கு இன்னார் என்பதெல்லாம் இல்லை. என்ன அற்புதமான விஷயம்!

வரதனுடைய நெடுநாள் கனவு நிறைவேறிவிட்டது.

நடுத் தெருவில் வரதன் ஆனந்தமாகச் சிகரெட் பிடித்துக் கொண்டு சென்றான். அவனுக்கோ சும்மா நடந்து செல்வதுகூட ஏதோ ஒரு விதத்தில் அடிமைத்தனத்தை ஒப்புக்கொள்வது போல் இருந்தது. கைகால்களை அகல வீசிக் கோணப் போட்டு அம்மன் கொண்டாடி போல் ஆடியாடிச் செல்ல வேண்டும். எதிர்ப்படுகிறவர் மூஞ்சியி லெல்லாம் சிகரெட் புகையை ஊதி விட்டுக்கொண்டே சென்றால்... ஆஹா!

அவன் சேர்ந்தது ஆண்களும் பெண்களும் படிக்கிற கல்லூரியில். அதே ஊரில் பெண்கள் மட்டும் படிக்கிற கல்லூரியும் இருந்தது. அதுவும் அவன் அறைக்கு அருகிலேயே. அங்கு அவனைச் சேர்த்துக் கொள்ள மாட்டார்கள். ஆகவேதான் இந்த இரண்டையும் தவிர, ஆண்கள் மட்டும் படிக்கிற தனிக் கல்லூரி ஒன்று இருப்பது தெரிந்தி ருந்தும் அந்தப் பக்கம் திரும்பாமல், ஆண்கள் படித்தாலும் பெண் களும் படிக்கிற இந்தக் கல்லூரியில் சேர்ந்தான் அவன். இருக்கிற சூழ்நிலையில் இதற்குமேல் செய்வதற்கு எதுவுமில்லை.

கல்லூரி இப்போதுதான் திறந்திருக்கிறது. உடனே படிப்பா? அதெல்லாம் இறுதிப் பரீட்சைக்கு ஒரு மாதத்துக்கு முன்னாலிருந்து. ஒரு மாதம் இரவில் டீ குடித்து கண் விழித்துப் படித்தால் பாஸ் பண்ண முடியாத பரீட்சை இந்த ஜகத்தினில் இல்லை. அதுவரை யிலும் பேராசிரியர்களின் வாய் ஓயாத அரற்றலைச் சகித்துக்கொள்ள வேண்டியதுதான். என்ன செய்ய? வேறு வழியில்லை. கண்களைப் போல் காதுக்கும் மூடி போடாமல் விட்ட கடவுளின் கைக்கு ஒரு

முத்தம். அதனால் தானே பேராசிரியர்களுக்குத் தங்களுக்குத்தாங் களே ஒரு மணிநேரம் பேசிக்கொள்வது தெரியாமல் இருக்கிறது?

வரதன் ஒரு நாள் பஸ் ஸ்டாண்டில் வந்து நின்று கொண்டிருந்தான். கல்லூரி விட்ட சமயம். எங்கு பார்த்தாலும் மயில்கள். வழக்கமாக இரவு வரும் சலிப்புணர்ச்சி அன்று பொழுதோடு வந்து விட்டது. பாதிகூடக் கருகியிராத சிகரெட்டைத் தூக்கி வீசியெறிந்தான். எதிரே சினிமா விளம்பரத்தில் ஒரு ஜோடி. யுவதி இளைஞனின் கண்களில் விழுந்திருக்கும் துரும்பை ஊதி அகற்ற முயற்சி செய்து கொண்டிருக்கிறாள். சினிமாவுக்குச் சென்றால் என்ன?

அப்போது என்ன காரணத்தாலோ - முதுகு குறுகுறுத்தது என்று அறுதியிட்டுச் சொல்ல முடியாது - வரதன் சடக்கென்று பின்பக்கம் பார்க்கவும் ஜோஸ்வின் அவனையே விழுங்கிக் கொண்டிருப்பது தெரிய வந்தது. மெய்மறந்து போனான். ஏனெனில் அது சாதாரண பார்வையல்ல - பாராட்டு! 'அபயம், ஆட்கொள்ள வேண்டும்' என்று வியாக்கியானம் பண்ணுவது வலிந்து பொருள் கொள்வதாக இருக்க லாம். ஆனாலும் கிட்டத்தட்ட அதற்கான ஆரம்பம்தான். அப்படியே இல்லை என்று கொண்டாலும் கண்களில் சகோதரத்துவம் மிளி ராமல் இருப்பதே பெரிய விஷயம். அது போதும். நாட்பட வசக்கி விடலாம்.

வரதனுக்கு இது முற்றிலும் புதிய அனுபவம். அந்த ஊரில் குடியேறிய தினத்திலிருந்து, தினமும் காலையில் அறையை விட்டு வெளியேறுவது முதல் அர்த்த ஜாமத்தில் பழையபடி அங்கு நுழைந்து தொப்பென்று படுக்கையில் சோர்ந்து விழுவது வரை, தெருவில், பஸ் ஸ்டாண்டில், கல்லூரியில், ஓடுகிற பஸ்களில், பாய்கிற கார்களில், காம்பவுண்டு சுவர்களில், மேல் மாடிகளில், கடை வாசல்களில், கோயில் முகப்புக்களில் இன்னும் எங்கெங்கோ அங்கெல்லாம் கண் வட்டத்துக்குள் தப்பாமல் அகப்படும் கிளிகளுக்கெல்லாம், நாலு அப்பத்தை ஒரு பட்டாளம் குழந்தைகளுக்கு நகத்தால் கிள்ளிப் பங்கு போட்டுக் கொடுத்துவிடும் கோயில் அர்ச்சகரின் சாமர்த்தி யத்தையும் விஞ்சும்படி, தன்னை ஆளுக்குக் கொஞ்சமாய்ப் பிய்த்துப் பிய்த்துக் கொடுத்துக்கொண்டே செல்வது அவனுடைய அன்றாட அலுவலாகும். பதிலுக்கு அவர்களிடம் எதையும் எதிர்பார்க்கிறவனும் அல்ல. அதெல்லாம் அவரவர்களுடைய சௌகரியத்தை, நம்பிக் கையைப் பொறுத்த விஷயம். இந்தச் சுதந்திர தேசத்தில் யாரையும் காதலிக்க அவனுக்கு உரிமையுண்டு. அவனுடைய உள்ளம் அதற்குரிய மதிப்புக் கொடுத்து ஏற்றுக் கொள்கிறது. இதில் என்ன தப்பு? ஆகவே அவனுடைய காதல் உணர்வு தினத்துக்கு ஓராயிரம் தடவை மூண்டு, தடவைக்கு ஒரு செகண்டிலிருந்து சமயங்களில் அபூர்வமாக இரண்டு நிமிடங்கள் வரையிலும் கூட நீண்டு நிற்கும் தன்மையது. அவசர உலகில் அவ்வளவுக்குத்தான் அவகாசம் உண்டு. மேலும் இன்றையச்

சமூக அமைப்பு அத்தகையது. அது மாறுவது வரையிலும் இந்தத் தொல்லைதான்.

இருந்தாலும் எத்தனை இடையூறுகள்! எண்ணத்தான் தொலையுமோ? ஆற அமரப் பார்ப்பதற்குள் பஸ் புறப்பட்டுச் சென்றுவிடும். அநியாய வேகத்தில் நடந்து வந்து கணப்பொழுதில் தாண்டிச்சென்று மறைந்து விடுவது ஒரு தனி ஜாதி. இந்த அழகில் திரும்பிப் பார்ப்பது அநாகரிகம் என்று வேறு வைத்துக் கொண்டிருக்கிறார்கள். சில சமயம் ஒரு பரட்டைத் தலை குறுக்கே நின்று மறைக்கும். தூண்கள் மறைக்கும். விருட்சங்கள் மறைக்கும். அந்த இடத்தில் ரோடு அக்கிரமமாகத் திரும்பிச் செல்லும். இல்லை, படக்கென்று அவள் ஒரு கடைக்குள் நுழைந்துவிட்டால் என்ன செய்ய முடியும்? ஏறிச் சென்ற கடை வளைக் கடையாகவும் இருந்துவிட்டால் பின்தொடர முடியுமோ? பெரும் தடைகளெல்லாம் ஏகோபித்துக் கூட்டு முன்னணி அமைத்துக்கொண்டு சதிகள் செய்யும். ஒருநாள், கொள்ளுமட்டும் வைக்கோலை ஏற்றிக்கொண்டு வந்த லாரி ஒன்று சொல்லி வைத்தாற் போல் பெண்கள் கல்லூரியின் வாசலில் வந்து நின்று நூற்றுக்கணக்கான சந்திர பிம்பங்களைப் பார்க்கவொட்டாமல் செய்துவிடவில்லையா? ஒரு தீக்குச்சியை கிழித்துப் போட்டுவிட்டு ஓடிவிடலாமா என்று வந்தது வரதனுக்கு. இது தவிர, தர்மத்தை நிலைநாட்டவென்றே அவதரித்திருக்கும் தூய ஆத்மாக்களின் விமர்சனப் பார்வைகள். வயதாகிவிட்டதென்றால் எந்தத் தர்மத்தைத்தான் ஏற்றுக்கொள்ள முடியாது!

இவ்வாறெல்லாம் நாட்கணக்கில் முயன்று, தோல்வியுற்று, மனத்தில் சலிப்பு என்ற சாம்பல் குவியல் ஒரு பக்கமும், மோகம் எனும் தழல் மனச்சுவர்களை வெந்த இடத்திலேயே மேலும் தகிக்கும் வேதனை மறுபக்கமுமாக அவன் அவஸ்தைப்பட்டுக் கொண்டிருக்கும்போது, ஒரு யுவதி பின்னாலிருந்து தன்னைக் கண்களால் விழுங்கிக் கொண்டிருந்தால் ஒருவனுக்கு எப்படி இருக்கும்! தலை சுற்றாதா அவனுக்கு? அன்றிரவு தூக்கம் ஏது? விடிய விடிய அவள் ஸ்மரணை தான்.

விடிவெள்ளி நேரத்தில் தூக்கச் சடைவோ சோர்வோ இல்லாமல் தனது அறை ஜன்னல் கம்பிகளைப் பிடித்துக்கொண்டு நின்றான் அவன். வாழ்நாளில் இயற்கைக் காட்சிகளைப் பார்த்து ரசிக்க வேண்டிய சந்தர்ப்பம் கூடிவிட்டது. வானம் வெளிறிப் போயிருந்தது. சந்திரனும் அப்படியே. தெருவில் நாய்கள் எதுவும் குரைக்கவில்லை. (இப்போது அவை அவசியமில்லாமல் குரைப்பதெல்லாம் கதைகளில் தான்!) காற்று மட்டும் இதமாக வீசிக்கொண்டிருந்தது. அதுவரையிலும் அவளையே எண்ணி நெக்குருகிப் போனதில் மனம் ஒரு திரவப்பொருளாக மாறிவிட்டது போலும்! கிழக்கு வானத்தின் ஒரு மூலையில் செடி கொடிகளின் இடையினூடே ஒரு கைவிளக்கு ஒளி தெரியலாயிற்று. இருள் அகல ஆரம்பித்துவிட்டது.

அந்தப் புனித வேளையில் வானத்தையும், மண்ணையும், செடி கொடிகளையும் சாட்சிகளாகச் சங்கற்பித்துக் கொண்டு, 'இந்த ஜென்மத்தில் மற்றொரு பெண்ணை மனத்தாலும் எண்ணேன்' என்று அவன் சபதமிட்டபோது அவனது விரல்கள் ஜன்னல் கம்பிகளை மேலும் இறுகப் பற்றியதோடு கண்களும் பனித்தன.

சலியாத உழைப்பாலும் விடாமுயற்சியாலும் வரதன் ஜோஸ் வினைப் பற்றி எத்தனையோ தகவல்களைச் சேகரித்துக் கொண்டான். இது என்ன சுளுவான வேலையா? அந்த ஒரு வார காலம் அவன் பட்டபாடு, அசுவமேத யாகம் ஒன்றை வெற்றிகரமாக நடத்தி முடிப்பதற்குப் போதுமானதாகும். மணிக்கணக்காக வெயிலில் நின்று வாடினான். அவளுடைய வீட்டைக் கண்டுபிடிப்பதற்காகவே அவன் அந்த ஊருக்குள் எத்தனை காதம் சுற்றிச் சுற்றி வந்திருக் கிறான்? அதையெல்லாம் எண்ணி இப்போது அவன் வருந்தவில்லை. அவளுடைய வாழ்க்கை வரலாற்றைச் செவ்வனே எழுதி முடிப்ப தற்குப் போதுமான குறிப்புக்களைச் சேகரித்துக்கொண்டுவிட்டானே, அதுதான் பெரிய விஷயம்!

வரதன் தினமும் காலையில் கல்லூரிக்குச் செல்ல வேண்டிய பாதைக்கு நேர் எதிரான பாதையில் ஒரு மைல் தூரம் வரையில் நடந்து செல்வான். இதில் ஆயாசமுண்டு என்றாலும் ஜோஸ்வினை எதிர்கொண்டு அழைத்து வர வேண்டுமென்பதே தலையாய நோக்கம். அவனைக் கண்ட மாத்திரத்தில் அவளுடைய முகத் தாமரை மலருவதை அவன் கவனித்திருக்கிறான். இது அவன் தனக்குத்தானே கற்பனை செய்துகொள்வதும் அல்ல. உண்மை யிலேயே அப்படித்தான். தொடர்ந்து அவளுடைய மெய்க்காப்பாள னாக அவள் பின்னாலேயே - ஆனால் பாதையின் மறுபுறமாக - நடந்து செல்வான். போகிற வழியில் ஒரு பங்களாக் காம்பௌண்டுச் சுவருக்கு வெளியே தலை நீட்டிக் கொண்டிருக்கம் சூரியகாந்தி மலரை அவள் ஒரு கணம் நின்று ரசித்துவிட்டுப் போவதற்கு என்ன அர்த்தம்? 'அந்த மலரைப் போல் உன்னையும் நேசிக்கிறேன்' என்பதா? அல்லது 'உன் முகத்தைக் கண்ட பின்பு இதிலென்ன அழகு' என்பதா? ஏதோ ஒன்றுதான். இந்தமாதிரி இடங்களில் கவிஞர்கள் சக்கைப்போடு போடுவார்கள். இருந்தாலும் இதில் அடங்கியுள்ள சூட்சுமத்தை வரதனாலும் அவனுடைய அறிவுக்கு எட்டுகிற அள வுக்குப் புரிந்துகொள்ள முடியாதா, என்ன?

ஜோஸ்வின் அவனை மனமாரக் காதலிக்கிறாள் என்பதில் வரதனுக்குச் சிறிதும் சந்தேகமில்லை.

ஒருநாள் ஜோஸ்வின் தனது தாயாருடனும் தங்கையுடனும் கடைத்தெரு வழியாக நடந்து சென்றுகொண்டிருந்தாள். அவர்களைப் பின்தொடர்ந்து வந்த வரதன், திடீரென்று ஒரு பக்கவாட்டுச் சந்தினுள் நுழைந்து தொடர்ந்து மேலும் பல முடுக்குகள் வழியாக

வளைய வளைய ஏறியிறங்கி வெளிப்போந்ததின் விளைவாக, ஜோஸ்வின் குடும்பத்தை ஒரு பர்லாங் தூரம் பின்தங்க அடித்துவிட்டு, பழையபடி அந்த இடத்திலிருந்து திரும்பி, அவசர அலுவல் நிமித்தம் எங்கோ செல்கிற பாவனையில் அவர்களுக்கு எதிராக வர ஆரம்பித் தான். மிகவும் நெருங்கி வருவது வரையில் அவர்கள் பக்கம் திரும்பா மலே வந்தவன் கை வளையல்களின் ஒலியைச் செவி பற்றிக்கொண்ட கணத்தில் அவர்கள் பக்கம் திரும்பியதும் முகத்தை ஆட்கொண்ட ஆச்சரிய பாவம் பூரணத்துவம் பெறுவதற்கு முன்னாலேயே சரே லென்று குறுக்கிட்ட பண்பாடு அவனைப் பாதையின் ஓரத்துக்கு இழுத்துச் சென்று தள்ளிவிட்டது.

அன்று வரையிலும் ஜோஸ்வின் அவனைப் பார்த்துச் சிரித்திருப்ப தெல்லாம் கண்ணால்தான். உதட்டை அசைத்து ஓசைப்படுத்தினால் தான் பேச்சா?

வரதனை ஜோஸ்வின் அன்று தனது தாயாருக்கு அறிமுகம் செய்து வைத்தாள். உலகத்திலுள்ள பவ்யத்தையெல்லாம் நொடியிடை யில் உடம்பில் வரவழைத்துக்கொண்டு கரம் குவிக்கிறான் வரதன். ஜோஸ்வினின் தாயாரைப் பார்த்துப் பெற்றெடுத்த தனயன் சிரிப்பது போல் சிரிக்கிறான். ஜோஸ்வினின் இளைய சகோதரியைப் பார்த்துச் சிரிக்கிறான். சிரித்துக்கொண்டே நிற்கிறான்.

அவர்கள் அவனைத் தாண்டிச் சென்றபோது ஜோஸ்வினின் தாயார் அவனை, 'தங்கமான பிள்ளை, என்ன அடக்கம், என்ன பண்பு!' என்று வியந்து பாராட்டியிருப்பாள் என்பதில் அவனுக்குச் சிறிதும் ஐயமில்லை. ஆமாம். அதிலென்ன சந்தேகம்? அப்படியே சொன்னாள் அவள். சில வார்த்தைகள் கூடக் காற்றுவாக்கில் அவனுடைய காதில் விழவில்லையா?

ஜோஸ்வினின் தாயாருக்கு அவன்மேல் நல்லெண்ணம் விழுந்து விட்டது.

வரதன் அன்று ஜோஸ்வினைப் பார்க்கவேயில்லை. மாலையில் வெகுநேரம் கடைத்தெருவில் எதிர்பார்த்துக் காத்துக் கிடந்தான். காணோம். ஒரு தடவை அவளைக் கண்ணாரப் பார்த்துவிட்டுச் சினிமாவுக்குப் போகவேண்டும். எண்ணம் கைகூடாததால் சலிப்பும் விரக்தியும் மேலிட்டன. என்ன சினிமா! நேராக அறைக்கு வந்து சேர்ந்தான். அன்று ஞாயிற்றுக்கிழமை!

மனத்துள் மண்டியெழுந்த சலிப்புணர்ச்சி ஒவ்வொரு மயிர்க் காலிலும் கசந்தது. உள்ளூறக் குமட்டிக்கொண்டிருந்த ஏதோ ஒன்றை வாய்க்குள் பிண்டமாக வரவழைத்துக் கக்கித் தொலைத்து விட்டால் எவ்வளவோ ஆசுவாசமாக இருக்கும். அல்லது தூக்கம் என்ற இயற்கையான போதையில் ஆழ்ந்துவிட்டாலும் விமோசனம் உண்டு. தற்கால சாந்தியாவது கிடைக்கும். வரதன் கண்களை இறுக மூடிக்

கொண்டு முடிந்த மட்டும் முயன்று பார்த்தான். தூக்கம் ஏணிப்படி யோடு நின்றுகொண்டுவிட்டது.

கையிலிருந்த 'குரூப்' போட்டோவில் ஜோஸ்வினுடைய முகம் ஒரு நயா பைசா வட்டத்துக்குத் தெரிந்தது. அதை ஆதாரமாகக் கொண்டே அவனுடைய கற்பனை ஐந்தேகால் அடி உயரத்துக்கு எழுந்தது. அவனுக்கு அவளுடைய கால் கட்டை விரல்கூட எப்படி யிருக்கும் என்பது தெரியும்!

கற்பனையில் அவளுடைய சௌந்தர்யத்தைக் கண்டானோ இல்லையோ, அந்தக் கணமே அவளை நேரில் காணவேண்டும் என்ற துடிப்பு அவன் நெஞ்சில் மூண்டுவிட்டது. அப்போது இரவு மணி பத்து.

பதினோரு மணிக்கு வரதன் ஜோஸ்வின் வீட்டுக்கு முன்னால் வந்து சேர்ந்தான். அந்த வீடு பின்னால் அவனுக்குச் சௌகரியமாக இருக்க வேண்டும் என்ற முன்யோசனையுடன் எழுப்பப்பட்டது போலும். ரோட்டைப் பார்க்க ஜன்னல்கள்.

வரதன் ஜன்னலைப் பார்த்தான். யாரது? ஜோஸ்வினுடைய தகப்பனாரா? விசாலமான முதுகு, குட்டையான கழுத்து. பர்லாங் கல்லின் மேல் ஏறி நின்றுகொண்டு பார்த்தபோது ஜோஸ்வினுடைய இடது காது மட்டும் தெரிந்தது. அடி சக்கை! புதிய குண்டலமா? பப்பாவின் பரிசா? பேஷ்!

உள்ளேயிருந்து மெல்லிய சங்கீதம் எழுந்தது. ஜோஸ்வின்தான். என்ன அற்புதமான குரல்! 'எனதுயிர் ஈஜிப்ற்று' என்ற சாஹித்தியம். கொஞ்சும் குரலில் குழைகிறாள். சில இடங்களில் அதிஅற்புதமாகக் கொஞ்சி வழிந்தபோது, வரதனுக்கு மனச்சுவர்களில் சந்தனத்தைப் பூசி வெண்சாமரத்தால் வீசுவது போல் இருந்தது.

பாட்டு முடிந்ததும் ஜோஸ்வினுடைய தகப்பனார் நீண்டநேரம் கரகோஷம் செய்தார். அவருடைய முதுகும் தோள் பட்டையும் குலுங்குவதைப் பார்த்துக்கொண்டு நின்றான் வரதன். மீண்டும் பர்லாங் கல்லின்மேல் ஏறிப் பார்த்தபோது ஜோஸ்வினுடைய இடது காது தெரியவில்லை.

தெரு விளக்கு அணைந்துவிட்டது. 'பீட்' போலீஸ் சுற்றி வரும் வேளை. சந்தேகப்பட்டு காவலில் இருக்க நேர்ந்தால் அவமானம். ஜோஸ்வின் மனம் புண்படும். வரதன் விறு விறுவென்று நடந்தான்.

படுக்கையில் விழுந்து நெடுநேரமான பின்பும் வரதனால் தூங்க முடியவில்லை. அவனுடைய மனத்துக்குள்ளிருந்து சன்னமான ஒரு குரல் 'எனதுயிர் ஈஜிப்ற்று' என்ற அந்தப் பல்லவியை இடைவிடாது பாடிக்கொண்டிருந்தது. எனதுயிர் ஈஜிப்ற்று! 'ஜோஸ்வின், நீ என்ன அற்புதமாய் பாடுகிறாய்!'

காலையில் காப்பி சகிதம் உள்ளே நுழைந்த பையன் அவனுடைய உள்ளங்காலைச் சொறிந்தபோது கண் விழித்த வரதன் அந்தப் பையனுடைய முகத்தையே இமைக்காமல் பார்த்துக்கொண்டு

சுந்தர ராமசாமி சிறுகதைகள்

இருந்துவிட்டு, அவனுடைய கன்னத்தில் செல்லமாகத் தட்டியபடி 'எனதுயிர் ஈஜிப்ற்று' என்று தலையைச் சரித்துக்கொண்டே முனகினான். அன்றைக்கெல்லாம் சூயிங்கம் மாதிரி அந்த இரண்டு வார்த்தைகளையும் குதப்பிக்கொண்டே இருந்தான் அவன்.

மறுநாள் ஜோஸ்வின் வரதனைப் பார்த்தபோது அவளாகவே அவன் அருகில் வந்தாள். அவனுடைய முகத்தை ஏறிட்டுப் பார்த்துத் தாராளமாகச் சிரித்துக்கொண்டே, "எங்க பப்பா வந்திருக்காங்க" என்றாள்.

"தெரியுமே!" என்று கணமும் சிந்திக்காமல் பதில் சொன்னான் வரதன்.

"எப்படித் தெரியும்?"

இனிமேல் மறைக்க முடியுமா? மறைக்க வேண்டிய அவசியம்தான் என்ன? வரதன் விஷயத்தைச் சொன்னான்.

"ஜோஸ்வின், நீ ரொம்பவும் அற்புதமாகப் பாடுகிறாய்" என்று தொடர்ந்து சொன்னான் வரதன்.

ஜோஸ்வின் காதில் அவ்வார்த்தைகள் விழுந்ததாகவே தெரியவில்லை.

"இரவு பதினோரு மணிக்கு வெளியே நின்று கொண்டிருந்தீர்களா?" என்று ஹீனமான குரலில் கேட்டாள் ஜோஸ்வின். அழுது விடுவாள் என்றுகூடத் தோன்றியது.

"பதினோரு மணியா? கூட இருக்கும் . . . இருந்தாலும் இப்படிப் பாடுவாய் என்று நான் எதிர்பார்க்கவேயில்லை" என்றான் வரதன்.

"நீங்கள் உள்ளே வந்திருக்கலாமே. பப்பா கூட ரொம்ப சந்தோஷப் பட்டிருப்பார்" என்றாள்.

இருவரும் பேசிக்கொண்டு வருகிறபோது வரதனுடைய அறைக்குத் திரும்பும் சந்து வந்துவிட்டது.

"ஜோஸ்வின், அறைக்கு வந்துவிட்டுப் போகலாமே. உடனே திரும்பிவிடலாம்" என்றான் வரதன்.

ஜோஸ்வின் வரதன் முகத்தைப் பார்த்துச் சிரித்துக்கொண்டே "இன்னொரு நாள் வருகிறேன். நீங்களும் ஒருநாள் எங்கள் வீட்டுக்கு வாருங்களேன்" என்றாள்.

வரதனால் பதில் சொல்ல முடியவில்லை. ஜோஸ்வின் அவனைத் தன் வீட்டுக்கு அழைக்கிறாள்! தலையை மட்டும் வேகமாக அசைத்தான்.

வரதனுக்கு ஒரே ஆசை. ஜோஸ்வினுடைய வீட்டுக்குச் செல்ல வேண்டும். அவளுடைய தகப்பனார் வந்திருக்கிறார். அதனால் என்ன? அவரிடம் எப்படி நடந்துகொள்ள வேண்டும் என்பது அவனுக்குத் தெரியாதா? அன்று ஜோஸ்வினுடைய தாயார் அவனைப் பற்றி

என்ன சொன்னாள்? இவரும் அதைத் திரும்பப் படிக்கப் போகிறார். வேறு என்ன? ஜோஸ்வினே அவனை அழைத்தாள். ஆனால் அவள் அவனைக் கண்டிப்பாய் எதிர்பார்க்கிறாளா? அல்லது உபசார வார்த்தைதானா ...? உபசார வார்த்தையா? ஒருநாளும் இல்லை. ஜோஸ்வினுடைய தகப்பனார் 'எங்கே வந்தாய்?' என்று கேட்டுவிட்டால்? கேட்டால் என்ன? உடனே மூர்ச்சைபோட்டு விழுந்து விடுவார்களா? கல்லூரி மாணவர்கள் ஒருவருக்கொருவர் நோட்ஸ் வாங்கிக் கொள்வதில்லையா? ஒரு மாணவன் ஒரு மாணவி வீட்டுக்குச் சென்றால் உடனே ... என்ன தேசம் இது!

மறுநாள் மாலையில் நிகழ்ந்தது தான் எல்லாவற்றிலும் பெரிய ஆச்சரியம். ஜோஸ்வினுடைய தகப்பனார் அவனுடைய அறைக்கே வந்துவிட்டார். வரதனுக்குத் திக்கென்றது. விஷயம் அவருடைய காதுக்கு எட்டிவிட்டதா?

ஆனால் உள்ளே வந்தவர் தணிந்த குரலில், "மிஸ்டர் வரதன் என்பது நீங்கள்தானே? என் பெயர் லாரென்ஸ். ஜோஸ்வினுடைய அப்பா" என்றார். வரதன் அவரை மலர்ந்த முகத்துடன் வரவேற்று ஆசார உபசாரம் பண்ணினான். அருமையான சந்தர்ப்பம் வாய்த்திருக்கிறது. அவனுக்குத் தெரியாததா?

மிஸ்டர் லாரென்ஸ் சிறிது நேரம் தாம் வேலை பார்த்துவரும் எஸ்டேட்டைப் பற்றித் தமிழ் கலந்த ஆங்கிலத்தில் பேச, வரதன் ஆங்கிலம் கலந்த தமிழில் அவர் சொன்னதற்கெல்லாம் ஆமோதித்துப் பதில் சொல்லிக்கொண்டிருந்தான். இருவருக்கும் இருமொழிப் பரிச்சயமும் இருந்ததால் ஒருவாறு பேசிக்கொள்ள முடிந்தது.

பேசிக்கொண்டே வந்தவர் திடீரென்று தொண்டையைக் கனைத்துக்கொண்டே, "மிஸ்டர் வரதன்! நான் உங்களிடம் முக்கியமான ஒரு விஷயம் பேசிவிட்டுப் போக வந்திருக்கிறேன்" என்றார்.

வரதனுக்கு ஒன்றும் புரியவில்லை.

லாரன்ஸ் ஒரு நிமிஷ நேரம் ஜன்னலையே வெறிக்கப் பார்த்துக் கொண்டிருந்துவிட்டு மீண்டும் பேச ஆரம்பித்தார்.

"சுருக்கமாகச் சொல்கிறேன். ஜோஸி அவளுடைய 'மம்மா'விடம் எல்லா விஷயத்தையும் மனம்விட்டுப் பேசியிருக்கிறாள் என்பது தெரிகிறது. எங்களுக்கெல்லாம் ரொம்பவும் சந்தோஷம். ஒருவிதத்தில் ஜோஸியை ரொம்பவும் அதிர்ஷ்டசாலி என்றுதான் சொல்லவேண்டும். மேற்கொண்டு நான் என்ன செய்யவேண்டும் என்பது தெரிந்தால் நல்லது. லீவு நாட்கள் தீருவதற்குள் ஒருவாறு பேசி முடித்து விடலாம் என்று எண்ணுகிறேன். இனிமேல் அவள் படிப்பதும் படிக்காததும் உங்கள் இஷ்டம் ..."

வரதன் நாற்காலியின் கைகளைப் பலமாகப் பிடித்துக்கொண்டான். அவன் கனவிலும் எதிர்பார்த்திராத பூதம் புறப்பட்டுவிட்டது!

“யோசித்துச் சொல்கிறேன்” என்ற இரண்டு வார்த்தைகளைக்கூட எப்படித்தான் சொல்ல முடிந்தது அவனால்!

லாரன்ஸ் போய்ச் சேர்ந்தார்.

அன்று முழுவதும் படுக்கவும் முடியாமல், உட்காரவும் முடியாமல், மனப் புழுக்கத்தில் தவியாய்த் தவித்தான் வரதன். பேராபத்தான ஒரு சூழ்நிலை கைகோர்த்து அவனைச் சுற்றி வந்துகொண்டிருக்கிறது. முடிவில் அது அவன்மேல் கவிந்து அவனை ஒரே அமுக்காய் அமுக்கிவிடும்.

மேற்கொண்டு செய்யவேண்டிய காரியங்கள் தெரிய வேண்டுமாம்! அழகுதான். இவருடைய பெண்ணைக் கல்யாணம் செய்து கொண்டு போகத்தான் இங்கு வந்திருக்கிறானோ? நல்ல ஆசாமி. புறப்பட்டு வந்துவிட்டார். ஜோஸ்வின், நீ எவ்வளவு புத்திசாலி! இருந்தாலும் நீ இதை உன் அம்மா காதில் போடுவாய் என்று நான் நினைக்கவேயில்லை. நீ என்ன குழந்தையா? அந்தப் பழைய காதல் என்று நினைத்துக்கொண்டு விட்டாயா? அடி அசடே! காதல் என்றால் காதல்தான். கல்யாணத்துக்கு அங்கு என்ன வேலை? இது ஏன் உனக்குத் தெரியாமல் போய்விட்டது . . .?

மறுநாள் வரதன் நேராகக் கல்லூரிக்குச் சென்றுவிட்டான். ஜோஸ்வின் முகத்தில் ஒரு பெரிய கேள்விக்குறியைத் தாங்கிக்கொண்டு அவனைப் பார்த்தாள்.

“காலையில் எழுந்திருக்கிறபோதே ஒன்பதுமணி ஆகிவிட்டது. அப்படியே அவசரமாகக் கல்லூரிக்கு வந்துவிட்டேன்” என்றான் வரதன்.

“சாயங்காலம் பார்க் வழியாகப் போகலாமே?” என்றாள் ஜோஸ்வின்.

வரதன் தலை அசைத்தான்.

ஆனால் கல்லூரி விட்டதும் தன் நண்பன் ஒருவனின் சைக்கிளை இரவல் வாங்கிக்கொண்டு ஒரு நொடியில் அறைக்கு வந்து சேர்ந்தான். மனத்தில் மட்டும் ஜோஸ்வினின் கையைப் பிடித்துக்கொண்டு பூங்கா வழியாக வருவது போலவும், இருவரது தலையிலும் சின்னஞ் சிறிய மஞ்சள் பூக்கள் உதிர்வது போலவும் பல காட்சிகள் டெக்னிக் கலரில் ஓடிக்கொண்டிருந்தன.

இரண்டொரு நாட்களை இப்படியே கழித்தான். அன்று ஞாயிற்றுகிழமை. காலையில் ஒரு பையன் வந்து வரதன் கையில் ஒரு கடிதத்தைக் கொடுத்துவிட்டுச் சென்றான். லாரென்ஸ்தான் எழுதியிருந்தார்.

அன்று ஜோஸ்வினுக்குப் பிறந்த தினமாம். மாலையில் விருந்தாம். அவன் அவசியம் வந்து கலந்துகொள்ள வேண்டுமாம்.

பின்குறிப்பு : 'மிஸ்டர் வரதன், உங்கள் உடம்பைப்பற்றி எனது மனைவி மிகவும் கவலைப்படுகிறாள். நீண்ட நேரம் இரவில் கண் விழித்துப் படிக்க வேண்டாம் என்றும் கேட்டுக் கொள்ளச் சொல்கிறாள். அதோடு இன்றிலிருந்து இரவு உங்களுக்கு ஒரு தம்ளர் பால் கொண்டுவர ஏற்பாடு செய்திருக்கிறோம். அதைத் தாங்கள் தயவு செய்து ஏற்றுக்கொள்ள வேண்டும். உங்கள் உடல் நலத்தை உத்தேசித்தே இந்த ஏற்பாடு.'

விஷயம் சீரியஸாகி விட்டது!

வரதன் படுக்கையில் விழுந்து கண்களை இறுக மூடிக்கொண்டான். அவன் மனத்தில் பல பயங்கரமான காட்சிகள்:

லாரென்ஸூம் அவரது மனைவியும் தம் வீட்டு வராண்டாவில் நின்றுகொண்டு இரு கரங்களையும் முன்னால் நீட்டியபடி கடைசிப் படியில் நின்று கொண்டிருக்கும் வரதனைப்பார்த்து, 'மாப்பிள்ளே, மாப்பிள்ளே' என்று கத்திக்கொண்டேயிருக்கிறார்கள். கணத்துக்கு கணம் அவர்கள் குரல் வலுத்து உச்சஸ்தாயிக்குச் சென்று கொண்டிருக்கிறது. அதே சமயம் முகம் சிவந்து கண் விழி வேறு பிதுங்க ஆரம்பித்துவிட்டது. ஜோஸ்வின் வெள்ளை ஸாட்டின் பாவாடையும் சிவப்புத் தாவணியும் அணிந்துகொண்டு தடதடவென்று படியிறங்கி வந்து அவனது இரு கால்களையும் இறுகப் பற்றியபடி, "மை டியர்! என்ன என்று ஒரு தடவை கேட்டு விடுங்கள். எனது பப்பாவும் மம்மாவும் தொண்டை வெடித்து மரித்துப் போகவேண்டும் என்றா நினைக்கிறீர்கள்? ஐயோ, உங்களுக்கு இத்தனை கல் நெஞ்சா!" என்று அலறுகிறாள்.

மற்றொரு காட்சி:

"போ வெளியே!" என்று கத்துகிறார் அவனுடைய தகப்பனார்.

ஆட்டுக்குட்டி போல் வரதனுடைய முகத்தைப் பரிதாபமாகப் பார்க்கிறாள் ஜோஸ்வின்.

"என் வயிற்றில் நெருப்பைக் கொட்டிவிட்டாயே, பாவி" என்று கத்துகிறாள் அவனுடைய தாயார்.

வீட்டில் ஒரே ஓலம்!

தெருவில் வருவோர் போவோர் எல்லோரையும் வலியக் கூப்பிட்டு, "எனக்கு ஒரு பிள்ளை இருந்தானே, வரதன். அவன் செத்தே போய்விட்டான்" என்று சொல்லிவிட்டுச் சிரிக்கிறார் அவனுடைய தகப்பனார்.

"அப்பா, அப்பா" என்று முனகிக்கொண்டே முகத்தை மூடிக் கொண்டு எழுந்து உட்கார்ந்தான் வரதன். கண்ணை விழித்துப் பார்த்தபோது நன்றாக இருட்டியிருந்தது. இந்நேரம் ஜோஸ்வின் வீட்டில் விருந்து நடந்து முடிந்திருக்கும். எவ்வளவு அருமையான விஷயம்! அவனுக்குக் கலந்து கொள்ளக் கொடுத்துவைக்கவில்லை.

கடைத்தெருவுக்குச் சென்றால் பிறந்த தின அலங்காரத்தோடு ஜோஸ்வினைப் பார்க்கச் சந்தர்ப்பம் கிடைக்கலாம். ஹோட்டல்

மூன்றாவது மாடியில் முன்னதாகவே ஏறி நின்றுகொண்டுவிட்டால் அவர்களுடைய பார்வைக்கு இலக்காகும் துரதிருஷ்டம் நேராமல் தப்பித்துக் கொள்ளலாம்; அவளைப் பார்க்கவும் செய்யலாம்.

வரதன் அவசர அவசரமாக உடைகளை அணிந்து கொண்டான். தலை சீவிக்கொள்ள ஜன்னலோரம் சென்றபோது மெயின் ரஸ்தாவில் ஜோஸ்வினும் அவளுடைய தகப்பனாரும் நடந்து செல்வது தெரிந்தது. ஜோஸ்வின் தனது தகப்பனாரின் கவனத்தைக் கவராமலே அடிக் கொருதரம் அவனுடைய அறை ஜன்னல்களைப் பார்த்துக்கொள் கிறாள். அவனுக்கு மெய் சிலிர்த்தது.

வரதன் பின்னால் நகர்ந்துகொண்டே 'ஜோஸ்வின் உனக்குத்தான் என் மீது எத்தனை அன்பு' என்று மனத்துள் சொல்லிக்கொண்டான்.

என்ன ஆச்சரியம்!

ஜோஸ்வினும் அவளுடைய தகப்பனாரும் அவனுடைய அறைக்கு வரவேண்டிய சந்தில் திரும்புகிறார்கள்.

வரதன் சட்டென்று வாசல் கதவைச் சாத்தித் தாளிட்டான். அப்படியே சாய்வு நாற்காலியில் மெதுவாக உட்கார்ந்து கொண்டான்.

மாடிப்படியில் பூட்ஸ் ஓசை கேட்டது.

தட் . . . தட் . . . தட் . . . தட்.

"மிஸ்டர் வரதன்!"

வரதன் கண்ணை இறுக மூடிக்கொண்டான்.

"மிஸ்டர் வரதன் . . ."

தட் . . . தட் . . . தட்.

"பப்பா! அவர் வெளியே போயிருக்கக் கூடும். அல்லது தூங்கு கிறாரோ என்னவோ?" என்கிறாள் ஜோஸ்வின்.

என்ன இனிமையான குரல்!

இரண்டு நிமிடங்களுக்குப் பின்னால் வரதன் ஜன்னல் வழியே எட்டிப் பார்த்தான்.

ஜோஸ்வின் மெயின் ரஸ்தாவில் தன் தகப்பனாரை இடித்துக் கொண்டே அழகாக நடந்து சென்றுகொண்டிருந்தாள்.

மறுநாள் காலையில் லாரன்ஸிடமிருந்து பழையபடியும் ஒரு கடிதம் வந்தது.

அவன் விருந்தில் கலந்து கொள்ளாமல் இருந்துவிட்டது அவருக் கும் அவருடைய குடும்பத்துக்கும் பெரும் ஏமாற்றமாக இருந்ததாம். அதையே இரண்டு பக்கங்களுக்கு எழுதியிருந்தார். சரி, இது வரதன் எதிர்பார்த்ததுதான். ஆனால் இதென்ன? நாளை மீண்டும் அவனைப் பார்க்க வரப்போகிறாரா? எதற்கு? 'இரண்டொரு நாட்களில் லீவு முடிவடைகிறது!' . . . முடியட்டுமே! எனக்கு என்ன? 'தங்கள்

தகப்பனாரைச் சந்தித்துப் பேசலாம் என்று எண்ணுகிறேன். தாங்களும் உடன் வரவேண்டும். நாளை நின்று மறுநாள் புறப்படலாம். எதற்கும் நாளை தங்களைச் சந்திக்கிறேன் . . .'

கடிதத்தைத் துண்டுதுண்டாகக் கிழித்துப் போட்டான் வரதன்.

அன்று அவன் கல்லூரிக்குச் செல்லவில்லை; ஹோட்டலுக்கும் செல்லவில்லை. இரவு ஏழு மணிவரையில் அன்ன ஆகாரமில்லாமல் அறைக்குள்ளே அடைந்து கிடந்தான். படுக்கையில் புரண்டு அலுத்து விட்டது. கண்ணாடியில் முகத்தைப் பார்த்தபோது அவன் வெருண்டு போனான்.

அவன் ஒரு முடிவுக்கு வந்தாக வேண்டும். அல்லது விபரீதம் விளைந்துவிடும்.

கையால் தலையைப் பிடித்துக்கொண்டு யோசித்தான். நீண்ட நேரம் அப்படியே உட்கார்ந்து கொண்டிருந்தான்.

நடுநிசியில் ஒரு யோசனை பளிச்சிட்டது. மேற்கொண்டு ஒருநிமிஷம் கூட வீணாக்காமல் துரிதமாகப் பல காரியங்களைச் செய்து முடித்தான் அவன்.

விடியற்காலம், நாலரை மணி ரயிலில் மூன்றாம் வகுப்புப் பெட்டியில் உட்கார்ந்து கொண்டிருந்தான் வரதன்.

ரயில் ஊர் எல்லையைத் தாண்டிச் சென்றபோது வரதனுக்குத் துக்கம் பொத்துக்கொண்டு வந்தது. இயன்ற மட்டும் அடக்கிப் பார்த்தான். அவனையும் மீறி அது பொங்கிப் பாய ஆரம்பித்து விட்டது.

தன்னைச் சுற்றியிருந்த பிரயாணிகளையும் பொருட்படுத்தாமல் முகத்தைத் துண்டால் மூடிக்கொண்டு விக்கி விக்கி அழுதான். அதற்குக் காரணம் அவனுக்குத் தெரிந்தது போலவும் இருந்தது; தெரியவில்லை போலவும் இருந்தது.

கல்கி, 1961

மெய் + பொய் = மெய்

உண்மையும் பொய்யை அண்டித்தான் வாழமுடிகிறது.

டாக்டர் ஜோஷுவா மதுவிலக்குக் கேஸில் கைதாகி விசாரணை நடந்துகொண்டிருக்கையில், அவருடைய வக்கீலிடம் ஜூனியராக இருந்த பத்மனாப பிள்ளை சில ரகசியத் தகவல்களை, 'சபை' பேரில் நம்பிக்கை வைத்து வெளியிட்டபோது மேலே சொன்ன உண்மை எனக்கு எட்டியது.

இரவு பத்து மணிக்குமேல் நாங்கள் நாலு பேர் வைக்கோல் புரையில் கூடுவதை, 'சபை' என்று எங்களுக்குள் குறிப்பிட்டுக் கொள்வோம். 'வைக்கோல் புரை' எனது பால்ய நண்பர் முத்தையா குடிவந்திருந்த புதுவீட்டின் பெயர். கட்டிய மலையாளி மிச்சம் பார்த்தது வைக்கோலில். ஆங்கில எழுத்துக்களில் அப்படியே செதுக்கி முகப்பில் பதித்துவிட்டான்.

பத்திரிகையில் செய்தி வந்தது.

ஊருக்கு வெளியில் ஆறாவது மைலில் போலீஸ் படை டாக்டர் ஜோஷுவாவின் காரை வழிமறித்துப் பிடித்தது. இருபது புட்டிகள் வரை எடுக்கப்பட்டன. ஜோஷுவா ஜாமீனில் வெளியேறினார்.

...வழுக்கைத் தலையும், சட்டைக்கு மேல் வேஷ்டி எடுப்பாகக் காட்டும் தொந்தியும், கை அகலம் பச்சை பெல்ட்டும், கறுப்பு பூட்ஸும், சுருட்டு நெடியும், கணுக்காலில் சருமம் உரிந்த வெள்ளையும், லேடீஸ் ஸைக்கிளும் ... மிஷன் ஆஸ்பத்திரி கம்பௌண்டராக வகைதொகையில்லாமல் சுரண்டி ... புதுத் துரையின் கை ஜோஷுவாவின் பிடரியில் விழவும், ஊருக்குள் 'டாக்டர் ஜோஷுவா' என்ற போர்டை மாட்ட, அன்றிலிருந்தே மக்களும் டாக்டர் ஜோஷுவா, டாக்டர் ஜோஷுவா என்றே அழைத்து வரலாயினர்.

ஊசி வேணும் என்றால் வேணும், வேண்டாம் என்றால் வேணாம்.

பென்சிலின் போடணுமே ...

போடுவோம்.

இன்ஸுலின் போட்டால் என்ன?

போடலாம்.

கேட்ட கைக்குக் கள்ள சர்டிபிக்கேட். கருவழிக்க மருந்து. கடன் வசதி. மருந்துக் கடையில் வாங்க ஒன்று அரை கைமாற்று. ஒரு வார்த்தை : நடு இரவிலும் சைக்கிளில் அழைத்த இடம் செல்ல ... பத்து வருஷம் நல்ல போடு. சைக்கிள் போய் கார் வந்தது டும்டும், கூரை வீடு போய் மாடி வீடு வந்தது டும்டும் ...

சபையில் பேச்சு அடிபட்டது.

"டாக்டர் காரில் இருந்தாரா?" என்று முத்தையா கேட்டார்.

பத்மனாப பிள்ளை "இருந்தார்" என்றார்.

"என்ன துணிச்சல் ... நம்ப முடியவில்லையே" என்ற முத்தையா ஆச்சரியம் ததும்ப எங்களைப் பார்த்து, அதே வார்த்தைகளை மீண்டும் ஒருமுறை சொல்லியவாறு சாய்வு நாற்காலிக் கான்வாஸில் புதைந்து யோசனையில் மௌனியானார்.

எதிரேயிருந்த முக்காலியில் நாவலின் கையெழுத்துப் பிரதி இருந்தது. அதில் ஒரு பகுதியை அவர் வாசிக்க, நான் கேட்டுக் கொண்டிருந்தபோதுதான் பத்மனாப பிள்ளை உள்ளே பிரவேசித்தார்.

அவர் நுழைந்ததும் நாங்கள் அந்த வேலையிலிருந்து பின் வாங்கி, அவரும் தாத்பரியம் கொள்ளும்படி ஒரு விஷயத்துக்குத் திரும்பிய போது, ரசனையற்றவன் என்று அவரை நாங்கள் மதிப்பதாக அவர் எண்ணுகிறாரோ என்று நான் சந்தேகப்பட்டேன். முகத்தில் வெளிப் பட்ட அசுவாரஸ்ய உணர்ச்சி வேறு ஏதேனும் காரணம் கொண்ட தாகவும் இருக்கலாம்.

கையெழுத்துப் பிரதியில் கண் விழுந்த பகுதியைப் பார்த்துக் கொண்டிருந்தார் பத்மனாப பிள்ளை.

அருள்ராஜ் பொன்னப்பாவும் வந்துவிட்டார்.

பத்மனாப பிள்ளை குரல் கொடுத்து வாசிக்க ஆரம்பித்தார். கவனித்தவர் அருள்ராஜ் பொன்னப்பா. வாசிப்பவரும் அவருக்காக வாசிப்பது போலவே வாசித்தார்.

"வரிக்கு வரி பொய் சொல்லி, உண்மையென்று வாசகனை மயங்க வைத்து லாபம் பெறுவதும், பாங்கு கணக்கில் பணம் இருப்பில் இல்லாதபோது ஒருவரிடம் 'செக்' கொடுத்து பணம் பெற்றுக் கம்பிநீட்டிவிடுவதும் ஒன்றுதானே?" என்று தலையைத் தூக்கிக் கேட்டார் பத்மனாப பிள்ளை - எங்களைப் பார்த்து அல்ல; நானும் வக்கீல் நீயும் வக்கீல், நாமிருவரும் ஒன்று என்ற தோரணையில், அருள்ராஜ் பொன்னப்பாவைப் பார்த்து.

"செக்ஷன் ஞாபகமில்லை ... வித்தியாசமுண்டு" என்றார் அவர்.

"திறமையான வக்கீலின் வாய்வீச்சில் வித்தியாசம் ஓடிப் போய் விடும்" என்ற பத்மனாப பிள்ளை, முத்தையாவைப் பார்த்து, "கம்பி எண்ணவும் நேரலாம்" என்றார்.

“ஜெயில் காற்றோட்டமாக இருக்கும்” என்றார் முத்தையா.

“நிரபராதிகளான எழுத்தாளர்களிடம் நீதிபதிகள் இரக்கம் காட்டு வார்களாக” என்று நான் சொன்னேன்.

யாரும் ஒன்றும் பேசவில்லை.

“டாக்டர் ஜோஷுவா அநேகமாக எண்ணத்தான் போகிறார். ஸீனியருக்கும் நம்பிக்கையில்லை.”

‘குற்றவாளிகள் தண்டிக்கப்படுவார்கள்’ என்ற உண்மை ஞாபகப் படுத்தப்பட்டது.

“இல்லை. ஜோஷுவா நிரபராதி. அவர் காரில் புட்டிகள் இருக்கவில்லை. காரில் புட்டிகளை வைத்துக் கைதுசெய்தது போலீஸ் தந்திரம்” என்றார் பத்மனாப பிள்ளை.

“அவர் சென்றுகொண்டிருந்தது . . . ?”

“ஒரு நோயாளியைப் பார்க்க” என்று சொன்ன பத்மனாப பிள்ளை தொடர்ந்து, “ஒரு நோயாளியைப் பார்க்கச் சென்று கொண்டிருப்ப தாகத்தான் அவர் எண்ணியிருந்தார் அப்போது. அவரை அவசரமாக அழைத்துச் சென்றவனும் போலீஸின் கையாள்தான்” என்றார்.

“என்ன அநியாயம்!” என்றார் முத்தையா.

“இதையெல்லாம் உனக்கு யார் சொன்னது?” என்று கேட்டார் அருள்ராஜ் பொன்னப்பா.

“ஜோஷுவா. ஸீனியரிடம் சொல்லும்போது நானும் இருந்தேன்.”

“நோயாளி டாக்டரிடமும், கட்சிக்காரன் வக்கீலிடமும் முழு உண்மையைச் சொல்லமாட்டான், கழுத்தை அறுத்தாலும்.”

“விதிவிலக்குக் கிடையாதோ?”

அருள்ராஜ் பொன்னப்பா கொஞ்சம் யோசித்தார்.

“உண்டு. எனக்கே ஒரு அனுபவம் உண்டு. ஒரு கொலைக்காரனுக் காக வாதாட நேர்ந்தது. சத்தியவான் நடந்ததை ஒன்று விடாமல் சொன்னான். என் மனசுக்கும் உண்மை என்று பட்டது. கத்தி, சுண்டு விரல் நீளம்தான். ஒரே குத்து. ஆள் குளோஸ். நம்ப முடியாது. நடந்தது அதுதான். குறுக்கு விசாரணையில் கவர்மெண்டு டாக்டர் வாயில் சந்தேகத்தைத் திணித்து விடுதலை பெறலாம் என்ற எக்களிப் பில் இருந்தேன். போலீஸ் நாய்களைப் பாராட்ட வேண்டும். கேசை வெகு ஜோராக ஜோடித்திருந்தார்கள்.”

“ஜோடனை எதற்கு? உண்மைதானே” என்று குறுக்கிட்டுக் கேட்டேன்.

அருள்ராஜ் பொன்னப்பா என் முகத்தை ஏறிட்டுப் பார்த்தார் - ‘உன் அனுபவமின்மை மன்னிக்கப்பட்டது’ என்ற அர்த்தத்தில். வெட்கமாக இருந்தது.

“ஜோடனை இல்லாவிட்டால் உண்மை மங்கிவிடும். போலீஸ் கோர்ட்டில் ஆஜர் செய்த அரிவாள் ஒன்றரை முழம் நீளம் இருக்கும்.

நீதிபதி முன் ஒரு வேஷ்டியும் சட்டையும் பிரித்துக்காட்டப்பட்டது. கசாப்புக்கடைத் தரையில் மெழுகியெடுத்த மாதிரி ரத்தக்கறை. குற்றவாளியோ கொலை செய்துவிட்டு அதே உடையில் இரண்டாம் காட்சி சினிமாவுக்குச் சென்றிருக்கிறான். அரிவாளுக்குக் கொல்லன் சாட்சியம். வேஷ்டிக்கு வண்ணான் சாட்சியம். டாக்டர் சாட்சியம் வெகு சாதகம். அவ்வளவுதான் ...” அருள்ராஜ் இடது கை விரலை தம் கழுத்தில் அழுத்திக் காட்டினார்.

“என்ன ஆச்சரியம்!” என்றார் முத்தையா.

“உலக அனுபவம் குறையக் குறைய அடிக்கடி ஆச்சரியப்பட நேரிடும். ஒன்றும் பிரமாதமில்லை. நான் ஒரு உண்மையைச் சொல்லி இன்னொரு உண்மையை மறைத்து குற்றவாளியை நிரபராதி ஆக்கி விடலாம் என்று பார்த்தேன். போலீஸ் பொய்யைச் சொல்லி உண்மையை நிரூபித்து குற்றவாளிக்குத் தண்டனை வாங்கிக் கொடுத்து விட்டது.”

“பேஷ் பேஷ்” என்றார் முத்தையா கிண்டலாக.

“உம்முடைய அப்பா உமக்கு வயலும் தோப்பும் தந்திருக்கிறார். லட்சியவாதியாக இருக்கட்டும்” என்றார் அருள்ராஜ் பொன்னப்பா.

“இவரா லட்சியவாதி? சரடு திரிக்கிறவர் ...” என்று கையெழுத்துப் பிரதியைத் தொட்டுக் காட்டிவிட்டு எழுந்தார் பத்மனாப பிள்ளை.

சபை கலைந்தது.

தீர்ப்பு வெளியாயிற்று. இரண்டு வருஷம் சிறைவாசம் ஜோஷுவாக்கு. நல்லவேளை, ‘அல்லது’ இருந்தது. அல்லதைக் கட்டிவிட்டு வெளியே வந்தார்.

“உங்க ஸீனியருக்கு என்ன கிடைத்தது?” என்று கேட்டார் அருள்ராஜ் பொன்னப்பா.

பத்மனாப பிள்ளை, “இரண்டாயிரம்.”

முத்தையா, “திருப்பிக் கொடுக்க வேண்டாமே?”

பத்மனாப பிள்ளை, “டாக்டருக்கும் அப்படித்தானே?”

நான், “ஆசிரியருக்கும் அப்படித்தானே?”

“மாம்பழ வியாபாரிக்கு அப்படியில்லை. அழுகிய பழத்தை விற்க முடியாது” என்றார் முத்தையா.

“எழுத்தாளனுடைய தீஞ்சுவைக் கனி, கடித்த பின்புதான் அழுகல் என்பது வெளியாகும்” என்றார் முத்தையா.

“பிரம்மாவும் முடிந்த மட்டும் அழுகின பழங்களை வெளியே தள்ளிக்கொண்டுதான் இருக்கிறார்” என்றார் முத்தையா.

“என்ன கோர்ட்டு, என்ன நீதிபதி, என்ன சட்டம், என்ன வக்கீல், என்ன உலகம், என்ன கொசு” என்று அலுத்துக் கொண்டார் அருள்ராஜ்.

முத்தையா சாய்வு நாற்காலியில் எழுந்து உட்கார்ந்தபடி பத்மனாப பிள்ளையின் குரலில், அவரைப்போல் வலது கை ஆள் காட்டி விரலை அசைத்தவாறு, "நூறு குற்றவாளிகள் தப்பித்துக்கொள்ள நேரினும் ஒரு நிரபராதி தண்டனை அடைந்து விடக்கூடாது என்பதே எங்கள் சட்டத்தின் அடிநாதம் என்று சிலர் முழங்குவதிலும் குறைவில்லை'' என்றார்.

"நிரபராதி தண்டிக்கப்படவில்லையே'' என்றார் பத்மனாப பிள்ளை.

"வேளைக்கு ஒரு பேச்சா?''

"இல்லை. எப்போதும் உண்மை என்ற தாரக மந்திரம். ஜோஷுவா புட்டி புட்டியாக விற்றார். லகாரமாகக் குவித்தார். அகப்பட்டார். தண்டிக்கப்பட்டார். தர்மம் வென்றது" என்றார் பத்மனாப பிள்ளை.

"ஸீனியர் வாதாடியது?''

"உண்மை. அன்று அவர் காரில் ஒன்றும் இருக்கவில்லை. அவர் சென்றது நோயாளியைப் பார்க்க. அதாவது அந்த எண்ணத்தில். அன்று அவர் நிரபராதி. இதுதான் ஸீனியரின் வாதம். போலீஸோ அவரை உள்ளே தள்ள ஒரு தந்திரம் கையாண்டது. கள்ள சாட்சி தயாரித்து, கள்ளக்கேஸ் எடுத்தது. குற்றவாளி தண்டிக்கப்பட்டார்."

"பொய் சொல்லி, தந்திரங்களைக் கையாண்டு, மீண்டும் உண்மையை நிரூபித்துவிட்டது போலீஸ்'' என்றார் அருள்ராஜ் பொன்னப்பா.

"நானும் அதைத்தான் செய்து பார்க்கிறேன், என்னால் முடிந்தவரையிலும்" என்று சொல்லியவாறு முத்தையா கையெழுத்துப் பிரதியை எடுத்துக்கொண்டு உள்ளே சென்றார்.

சபை கலைந்தது.

எழுத்து, ***1962***

எங்கள் டீச்சர்

அந்தக் காலத்து மகாராஜாக்கள்தான் கல்வித் தேவதைக்கு எத்தனை பெரிய மனசுடன் ஆராதனை செலுத்தியிருக்கிறார்கள்! இல்லாவிட்டால் இந்த பிரம்மாண்டமான கட்டடம் இங்கு எழும்பி விடுமா? ஒரு ஹைஸ்கூல் என்று சொன்னதும் 'ஆ!' என்று வியந்து போகிறார்கள். கல்லூரிகள் கூட எங்கும் இப்படி இல்லையென்று அயலூர்வாசிகள் சொல்லக் கேட்டிருக்கிறேன்.

அப்பொழுது நான் இந்தப் பள்ளியில் எட்டாவது வகுப்பு படித்துக்கொண்டிருந்தேன் - இரண்டாவது வருஷமாக. நான் தோற்க ஆரம்பித்தது அந்த வருஷத்திலிருந்துதான் என்று ஞாபகம்.

அந்த நாட்களில்தான் எலிசபெத் தாமஸ் வந்து சேர்ந்தார். வட திருவிதாங்கூரைச் சேர்ந்தவர். வருகிறார் வருகிறார் என்று கிடந்தது. வந்துவிட்டார்.

பத்மாவதி டீச்சருக்கு ஒரு பெண் துணையில்லாமல், முப்பது நாற்பது ஆசிரியர்கள் மத்தியில் ஒற்றைக்கு ஒருத்தியாய் வேலை பார்ப்பது நரக வேதனையாகத்தான் இருந்திருக்கும். வகுப்பிலேயே குறைபட்டுக் கொள்வாராம். 'பி' பிரிவைச் சேர்ந்த மாணவர்கள் எங்களிடம் சொல்வார்கள். "எப்படியும் இந்த ஸ்கூலை விட்டுப் போய்விட்டால் போதுமென்றாகி விட்டது" என்பாராம். இன்ஸ்பெக்டர் வருகிறபோது டீச்சர் தம்முடைய குறையை முறையிடப் போவதாகவும் அவர்கள் பேசிக்கொண்டனர். "எனக்கு என்னவோ பத்மாவதி டீச்சர் ராஜினாமா செய்துவிட்டுப் போய்விடுவார் என்றுதான் படுகிறது" என்று நிலைமையைப் பல கோணங்களில் ஆராய்ந்ததின் விளைவாக முடிவுக்கு வந்த பாவனையில் சொன்னான் சேஷன். அவன் பாவங்களில் பெரியவன். உயரத்திலும் பெரியவன் தானே? சண்டை மூண்டு விட்டால் பென்சிலைத் தரையில் தேய்த்துக் கூராக்கி எதிரியைக் குத்திக் கிழிக்க வருவதில் வல்லவன். அந்த நாட்களில் அவனுடைய பெயர் ஸ்கூல் வட்டாரங்களில் மிகவும் பிரபலமாக இருந்தது.

பத்மாவதி டீச்சரின் குறை நிவர்த்தியாகி விட்டது. இன்ஸ்பெக்டரின் விஜயம் வீண்போகவில்லை. எலிசபெத் தாமஸ் வந்து சேர்ந்தார்.

அசெம்பிளி ஹால் முன்னால் மாணவர்கள் கும்பலாகக் கூடி விட்டனர், புது டீச்சரைப் பார்க்க. பெண்களோ, ஹாலுக்குள் பக்கவாட்டிலிருந்து கம்பீரமாக மேலே செல்லும் ஏணியின் விசாலமான படியின் விளிம்பில் நடுப்பாகத்தை மட்டும் அழுத்திப் பிடித்துக் கொண்டு, ஒருவர் மேல் மற்றொருவர் துவண்டு விழுந்தும், அருகில் நிற்கும் பெண்ணை விஷமத்தனமாகக் கீழ்ப்படிக்குத் தள்ளியும், கிலுகிலுவென நகைத்தும் அமர்க்களப்படுத்தியவாறு நின்றுகொண்டே உள்ளே பிரவேசித்த வாத்தியாரம்மாவை வெகு நுணுக்கமாக ஆராய்ந்தார்கள்.

பத்மாவதி டீச்சர், எதிர்சாரி ஏணிப்படி வழியாக, படிகளில் கால் இடறாது சாக்லேட் கலர் பட்டுச் சேலையை இடது கை விரலால் நாசூக்காகத் தூக்கிப் பிடித்தபடி இறங்கி, மிடுக்குடன் நடந்துவந்து எலிசபெத்தின் கைகளை அன்புடனும் முகத்தில் செட்டான சிரிப்புடனும் பற்றி, ஒரு குழந்தையை அழைத்துச் செல்வது போல் வெயிட்டிங் ரூமுக்கு அழைத்துச் சென்றார். நிகழ்ந்தது இவ்வளவுதான். அந்த வேளையின் சாமர்த்தியம்தானோ என்னவோ! எல்லாம் கடவுளின் ஜோடனை போல் கண்கொள்ளாக் காட்சியாக அமைந்து விட்டது.

“யாரடீ அழகு?” என்று ஒரு குட்டி, தோழியின் தோளைச் சுரண்டிக் கேட்டது. ஹெட்மாஸ்டர் பின்னால் நிற்பதை அது கவனிக்கவில்லை. அவர் கையை உயர்த்தி “இங்கே என்ன கூட்டம்?” என்று கத்தியதும், முட்டு வரையிலும் பாவாடையைச் சுருக்கியவாறு தெறித்தன அத்தனையும். (அடி அசடுகளே, எத்தனை நாட்கள்தான் இப்படியே இருக்கப் போகிறீர்கள்!)

ஆனால் அவ்விருவரும் ஜோடியாய் வருகையில், அந்தக் குட்டி கேட்ட கேள்வி யாருடைய மனசில்தான் எழவில்லை? பதிலோ நாளுக்கு ஒன்றாக, வேளைக்கு ஒன்றாக, கோணத்துக்கு ஒன்றாக மாறி மாறித் தோன்றும். இருந்த அழகு அத்தனையும் பாரபட்சமின்றி ஆளுக்குப் பாதியாகப் பங்கு வைக்கப்பட்டிருக்கையில் அதற்கு மேல் மனிதனுடைய குதர்க்கத்துக்கு விடை ஏது? ஆனால் பத்மாவதி டீச்சரின் அலங்காரம் ரொம்பவும் பகட்டாகி விட்டது.

இருவருக்கும் ஏறத்தாழச் சம வயது. ஜோடியாக அவர்கள் வந்தால் சந்தோஷமும் துக்கமும் நெஞ்சை நிரப்பும். காலை இளம் வெயிலில் இருவரும் மெல்ல அசைந்தாடி வருவார்கள். பூவும் சிரிப்பும் மெல்லிய வார்த்தைகளுமாக இருக்கும். காம்பௌண்டைத் தாண்டி, கட்டடத்தை வந்தடைய வெகு நேரமாகும். இடைவெளித் தூரம் குறையக்குறைய, முடிந்த மட்டும் ஒன்றாகப் பொழுதைக் கழிக்க விழையும் மனசின் உள்ளுணர்வில் கால்கள் பின்னிட்டு நடை பம்மும். இரண்டு எட்டுக்கு ஒரு தடவை நிற்பதும், பேசுவதும், நகர்வதும், நகர்வதுபோல் பாவனை கொள்வதும், நின்ற இடத்தி

லேயே நிற்பதுமாக எத்தனை பொழுதைக் கழித்துவிட முடியும்? மாடி வராண்டாவின் தூவானக் கூரை ஜோடிக்கால்களை மறைக்கும் வரையிலும் அங்கேயே நிற்போம். அவர்கள் மறைந்த சில வினாடிகளுக்கெல்லாம் 'பரீட்சை ஹால்' ஏணியின் வாயிலில் ஜோடிப் பூவும் தலையும் முளைத்தெழும் காட்சியின் வினோதம் எங்களுக்கு ஒரு நாளும் அலுத்ததில்லை.

எங்கள் மனசும் எண்ணமும் அவர்களைச் சுற்றிப் படிய, எங்கள் மேல் அவர்கள் கொண்டிருந்த பாசமும், பாடம் கற்றுத் தருகையில் வெளிப்பட்ட அவர்கள் திறமையும் மட்டுமல்ல காரணங்கள். அவர்கள் ஒருவருக்கொருவர் கொண்டிருந்த நேசமும் தோழமை உணர்ச்சியும் எங்கள் மனசை வெகுவாகக் கவர்ந்தன. அவர்கள் மனசுக்குள் மலர்ந்திருந்த அந்தரங்கம் எங்கள் இதயங்களிலும் எதிரொலித்தது. அவ்வெண்ணமே சுகந்தமாக இருந்தது. அவர்கள் மனப் பிணைப்புக்குத் தெய்வ சௌந்தரியம் ஏற்ற நிஜமும் கற்பனையுமாக மாணவர் உள்ளம் புனைந்த கதைகள் அநேகம்.

நட்பின் சுருதி கலையாமல் அப்படியே அவர்கள் இருந்திருந்தால் எவ்வளவோ நன்றாக இருந்திருக்கும். எனினும், எதுவும் நாம் ஆசைப்படுகிறபடி நடந்துவிடக் கட்டாயம் இல்லை.

எலிசபெத் தாமஸுக்கும் பத்மாவதிக்கும் நடுவில் வெப்பக் காற்று வீச ஆரம்பித்து விட்டது.

எங்களுக்கும் 'பி' பிரிவு மாணவர்களின் தரத்துக்கும் ஏணி வைத்தாலும் எட்டாது. எல்லாப் பரீட்சைகளிலும் சிகர எண் குத்தகை அவர்களுக்குத்தான். இதற்கு 'பி' பிரிவு தலையாய மூளைகளின் சேமிப்புக் கிடங்கு என்பது அர்த்தமல்ல. அவர்களுடைய விடைத் தாள்கள் பத்மாவதி டீச்சரின் திறமைக்கு அத்தாட்சி. மண்டை ஓட்டைக் கழற்றிப் பாடங்களை உள்ளே வைத்து மூடி விடுவதில் அவர் காட்டுகிற சாமர்த்தியம் அலாதியானது. அவருடைய திறமையை ஆசிரியர்கள் அனைவருமே - பொறாமை அவர்கள் மனத்தைக் களங்கப்படுத்தியிராத வரை - ஒப்புக் கொள்வார்கள். சென்ற வருஷம் 'சீதாலக்ஷ்மி அம்மாள் நினைவுப் பரிசு' வழங்குகையில், "ஸ்ரீமதி பத்மாவதி அம்மாள் மனசு வைத்தால் ஒரு பெருச்சாளிக்குக் கூட 'பித்தக்கோரஸ் தீர'த்தைக் கற்றுக் கொடுத்துவிடுவார்" என்று ஹெட்மாஸ்டர் சொன்னது முக்காலும் உண்மை.

அந்த ஆண்டும் கால் வருஷப் பரீட்சையில் பத்மாவதி டீச்சரின் மாணவனான பி. ராமன்தான் கணக்கில் முழுசாக நூறு மார்க்கையும் தட்டிக்கொண்டு சென்றான். எங்கள் வகுப்பில், படிப்பில் சூடிகை என்று கருதப்படும் கண்ணாடிக்காரி சரோஜினிக்கு எழுபதுக்கு மேல் எம்பவில்லை. மொத்த மாணவர் நாற்பத்தியேழு பேரில் நான் உள்பட முக்கால்வாசி பெயில். ஒற்றை இலக்கம் ஒரு டஜனுக்கு மேல். இரண்டு மூன்று பேர்களுக்கு சைபர்!

இந்த நிலமையில்தான் நாங்கள் எலிசபெத் டீச்சரிடம் எங்களை ஒப்படைத்துக் கொண்டோம். வகுப்புக்கு வந்த முதல் நாளே, கால் வருஷப் பரீட்சையில் எங்களுக்குக் கிடைத்த மார்க்குகளை வரிசையாகக் கேட்டுக் கொண்டு வந்தார். அவமானமாகத்தான் இருந்தது. எவ்வளவு ஏமாற்றம் ஏற்பட்டிருக்கும்! இருந்தாலும் வெளியே காட்டிக் கொள்ளாமல் 'ஒரு சுலபமான கணக்கு' என்று சொல்லியவாறு கரும்பலகையில் எழுத ஆரம்பித்தார். அந்தச் சுலபமான கணக்கும் எங்களைப் பெரும் பாடு படுத்திவிட்டது. அநேகருக்கு வழி வழியாய் வந்தும் விடை வரவில்லை. தொடர்ந்து சோதித்ததில் ஏழாம் வகுப்புக் கணக்குகள் கூடப் பலருக்கு எட்ட வில்லை என்பதும் வெளிச்சமாயிற்று. எலிசபெத் தாமஸ் சிரித்தவாறு, "கீழ்வகுப்பிலிருந்து கைகளைத் தரையில் ஊன்றி நகர்ந்து நகர்ந்து வந்திருக்கிறீர்கள் போலிருக்கிறது" என்றார்.

அசட்டுச் சிரிப்புச் சிரித்தோம்.

"போனது போகட்டும். மேல் வகுப்புக்கு உங்கள் அத்தனை பேரையும் சிப்பாய் மாதிரி அணிவகுத்துப் போகவைக்க என்னால் முடியும்" என்றார்.

கை தட்டாத குறைதான். மகிழ்ந்து போனோம்.

கணநேர மௌனத்துக்குப்பின், "உங்கள் ஒத்துழைப்பும் கொஞ்சம் தேவை" என்று சொல்லி முடித்தார். வெகு அழகாக இருந்தது.

தலைகள் பலமாக அசைந்தன.

முதல் நாளே அவர் எங்களை முந்தானையில் கட்டிக் கொண்டு விட்டார்.

அன்றிலிருந்து அவர் மேற்கொண்ட உழைப்பு கடினமானது. அடியைப் பிடித்துச் சொல்லித்தர ஆரம்பித்தார். எத்தனை தடவை வேண்டுமென்றாலும் ஒரே பாடத்தைத்தான், திரும்பத் திரும்பச் சொல்லித் தர அலுக்காத மனசு அவருக்கு. வாரம் தவறாமல் வகுப்புப் பரீட்சைகள் நடந்தன. ஒவ்வொரு நாளும் வீட்டுப் பாடம். இதற்குமுன் கடமையிலிருந்து தவறிவிட்ட ஆசிரியர்களுக்காகவும் எங்களுக்காகவும் அவரே தண்டனை அனுபவித்துக்கொண்டார் போலும். அவர் மேற்கொண்ட சிரமமும் சிரத்தையும் எங்களைக் கடைத்தேற வைப்பதில் அவர் காட்டிய கரும வைராக்கியமும் அவர் பேரில் மிகுந்த அனுதாபத்தை ஏற்படுத்தின. அவருடைய திட்டம் வெற்றி பெறுவதற்காகவே நாங்கள் மனசைக் கொடுத்துப் படிக்க ஆரம்பித்தோம் என்றும் சொல்லலாம். அத்துடன் அவர் பாடம் சொல்லித் தந்த முறையும் கவர்ச்சிகரமானது. எண்களை ஜீவகாருண்யத்துடன் பார்க்கத் தெரிந்து கொண்டோம்.

ஒரு நாள் டீச்சர் பேசிய பேச்சு எங்களைத் திகைப்பில் ஆழ்த்தி விட்டது. "இந்த வருஷம் 'சீதாலக்ஷ்மி அம்மாள் நினைவுப் பரிசு' நமக்குத்தான் கிடைக்கப்போகிறது" என்று ஒரே போடாய்ப் போட்டு விட்டார். என்ன இது! எங்களால் அதைப் பெற முடியுமா? இறுதிப்

பரீட்சையில் கணக்கில் முழுசாக நூறு மார்க்கையும் வாங்கிவிடுவது இலேசான காரியமா?

நாங்கள் வாயைத் திறக்கவில்லை.

"என்ன ஒருவரும் பேசக் காணோம் . . . சரோஜினி . . . என்ன?" என்று தூண்டினார் டீச்சர்.

சரோஜினி குண்டலம் அசையத் தலையைக் கவிழ்த்துக் கொண்டாள்.

"பரிசு இந்த வருஷம் நமக்குத்தான் கிடைக்கப்போகிறது. சர்வ நிச்சயம்" என்றார் மீண்டும்.

நாங்கள் குளிர்ந்துபோனோம். ஏன், அவர் வாக்கு பலிக்கக்கூடாது என்பதுண்டா? உறுதியினாலும் உழைப்பாலும் எதைத்தான் சாதிக்க முடியாது?

நாள் ஆகஆகப் பரிசு அந்தத் தடவை எங்களுக்குத்தான் என்ற நம்பிக்கை எங்கள் மனத்திலும் பலத்துவிட்டது. 'பி' பிரிவு மாணவர் கள் எதிர்ப்பட்டால் தலை நிமிர்ந்து நடந்தோம்.

இது காரணமாக ஒரு தடவை சண்டைகூட மூண்டது.

ஒருநாள் காலையில் எங்கள் வகுப்புக்கு முன்னால் நான், ரவீந்திரன் தம்பி, தேவேச சர்மா, கோலப்பன், கிருஷ்ணசாமி, அப்புக்குட்டன், சாமு ஆகியோர் நின்று கொண்டிருந்தபோது சேஷனும் அவனுடைய சகாக்களும், பி. ராமனும் அவனுடைய விசிறிகள் சிலரும் அங்கு வந்து சேர்ந்தனர்.

ஏதோ பேச்சுவாக்கில் கிருஷ்ணசாமி, "இந்த வருஷம் பரிசை நாங்கள் கொத்திக் கொண்டு போகப் போகிறோம்" என்று சொல்லி வைத்தான். அவ்வளவுதான், சேஷன் ஆயத்தமாகிவிட்டான்.

"யார் சொன்னது?"

"டீச்சர்தான் சொன்னார்."

"உங்கள் டீச்சருக்கு ஜோஸ்யம் தெரியுமோ?"

கோலப்பன் முன்னால் வந்தான்.

"ஜோஸ்யம் தெரியாது. நன்றாகப் பாடம் சொல்லித்தரத் தெரியும். மாணவர் திறனை மதிக்கத் தெரியும். போய் விட்டு வா" என்றான்.

கோலப்பன் ஆகஸ்டு தியாகி. பிரிட்டிஷ் சாம்ராஜ்யத்தை எதிர்த்துப் புரட்சிசெய்ததையொட்டி ஒருநாள் இரவு சிறைவாசம் செய்தவன். அவன் வார்த்தைகளில் சொல்வதென்றால் 'தமிழின் ஓர் எளிய காதல'னும் கூட. அவனுக்கு எதிராக வருகிறவனை மாணவர் சமூகம் பகிஷ்கரிக்கும் நிலை அந்நாளில் இருந்தது.

சண்டை முற்றிவிட்டது.

"பி. ராமனைக் கணக்கில் முறியடிக்க இந்தியாவில் ஒரு பயலும் இல்லை" என்றான் சேஷன்.

"பி. ராமன் சாப்பிட்டான்" என்று கீச்சுக் குரலில் கத்திய சாமு, தொடர்ந்து "சாப்பாட்டு ராமன்" என்று திருத்தமும் செய்தான்.

"பல்லை உடைத்துவிடுவேன்" என்றான் சேஷன்.

"உடை, பார்ப்போம்" என்று சொல்லியவாறு அவன் அசௌகரியப்பட வேண்டாம் என்று எண்ணியது போல் சாமு தன் முகத்தை சேஷன் முகத்தருகே கொண்டு சென்றான்.

சேஷன் சாமுவின் பல்லை உடைக்கவில்லை. சும்மாவும் இருந்தானில்லை. சாமுவை பிடித்துத் தள்ளியவாறு "பத்மாவதி டீச்சருக்கு ஜே!" என்று கத்தினான். அவனுடைய சகாக்களும் "ஜே!" என்று கத்தினார்கள். இதற்கு மேல் ஆகஸ்டு தியாகியால் சும்மா இருக்க முடியவில்லை. அந்த பள்ளிக்கூடமே அதிரும் குரலில் "எலிசபெத் டீச்சருக்கு" என்றான். நாங்கள் அடிவயிற்றிலிருந்து "ஜே!" என்று கத்தினோம்.

"மகாத்மா காந்திக்கு...!"

"ஜே!"

சேஷன் பென்சிலை உருவித் தரையில் தேய்க்க ஆரம்பித்துவிட்டான். ரத்தம் சிந்தப்பட்டிருக்கும் என்றுதான் எண்ண வேண்டியதாக இருக்கிறது. நல்லவேளை, மணி அடித்து விட்டது. நாங்கள் வகுப்புக்குள் புகுந்தோம்.

இந்த விஷயம் எலிசபெத் டீச்சர் காதில் விழுந்ததும், "எதற்கு அவசியமில்லாத சண்டை?" என்று எங்களை கடிந்து கொண்டார். அதுமட்டுமல்ல. நாங்கள் பத்மாவதி டீச்சரை கேலி செய்தோமென்று அவரே புகார் செய்ததாகவும் டீச்சர் சொன்னார்.

கோலப்பன் எழுந்து நின்று, "நம்மால் பரிசு பெற முடியாது என்கிறார்கள். இழிவுபடுத்துகிறார்கள்" என்று உரக்கச் சொல்லிவிட்டு "ரத்தம் கொதிக்குது" என்று முணுமுணுத்தான்.

எலிசபெத் டீச்சரின் தன்னம்பிக்கையும் எங்களுடைய உழைப்பும் வீண்போகவில்லை. அரை வருஷப் பரீட்சையில் மார்க்குகளை அள்ளிக்கொண்டு வந்துவிட்டோம். சரோஜினிக்கு நூற்றுக்கு நூறு. கண்ணாடிக்காரி கொடியை நட்டுவிட்டாள். விடைத்தாள்களைத் திருத்திய பத்மாவதி அம்மாளே தன் கையால் போடும்படி ஆகி விட்டது.

கணக்கு மன்னன் பி. ராமனுக்கு அந்தப் பரீட்சையில் கிடைத்த மார்க் இப்போது என் நினைவில் இல்லை. ஆனால் நூற்றுக்கு நூறு பெறவில்லை என்பது நிச்சயம். ஏனெனில் பி. ராமனும் அவனுடைய விசிறிகளும் சேஷன் கூட்டாளிகளும் எங்கள் டீச்சர் ரொம்பவும் கடினமாகக் கேள்வித் தாளை அமைத்துவிட்டதாகக் குற்றம் சாட்டினார்கள்.

"மூளை வேணும்டா, மண்டுகளா!" என்றான் கோலப்பன்.

மீண்டும் சண்டைக்கும் சச்சரவுக்குமான சூழ்நிலைதான் நிலவி வந்தது.

“ஸ்கூல் விட்டு வெளியிலே வாங்க. அப்பொழுது தெரியும்” என்று கறுவினான் சேஷன்.

“ஹா, மூட்டை! ஹா, கொசு! ஐயோ பயமாயிருக்கே!” என்று கோலப்பன் ‘பி’ பிரிவு மாணவர்களின் வயிற்றெரிச்சலைக் கிளப்பி விட்டான்.

விடைத்தாள்களை விநியோகம் செய்த அன்று தலைமையாசிரியர் எங்கள் வகுப்புக்கு வந்து, எங்கள் முன்னிலையிலேயே டீச்சரை வெகுவாகப் பாராட்டினார். ஒரு ஆசிரியைக்கு இதை விடவும் மகிழ்ச்சி அளிக்கும் விஷயம் ஏது? பூரித்துப்போய் விட்டார். நாணத்தால் முகம் சிவந்து பார்வை காலடியில் லயித்து விட்டது. தலைமையாசிரியரை வழியனுப்ப எழுந்து நின்ற எங்களை மீண்டும் உட்காரச் சொல்லவும் பிரக்ஞையின்றி, விழிகள் எங்கள் திசை பார்த்திருக்கையிலும் எதையும் உணராத ஒன்றாகி, காலமும் இடமும் மன வெளியிலிருந்து கழன்று போய்ச் சுயலயிப்பில் மிதந்தபடி நின்று கொண்டிருந்தார். பெருமிதம் கண்களிலும் முகத்திலும் பிரவாகம் எடுத்து ஓடியது.

விழிகளில் பார்வை திரும்பியதும் டீச்சர் சிரித்தார். போகப் போகக் குழந்தை மாதிரி வாய்விட்டே சிரிக்க ஆரம்பித்து விட்டார். நாங்களும் சிரித்தோம். சிறந்த மாணவர்களுக்கு உதாரணமாக நாங்கள் திகழ்கிறோம் என்று தாராளமாகப் பாராட்டினார். சரோஜினியின் அருகே சென்று அவள் முதுகில் தட்டிக் கொடுத்தார். சரோஜினி எழுந்து நின்றாள். அப்பொழுது சரோஜினி முணுமுணுத்தது எங்கள் காதில் விழவில்லை. ஆனால் அவளுடைய உதடுகள் அசைய அசைய டீச்சரின் முகம் கோரமாக மாறியது. அவரால் நிற்கவும் முடியவில்லை. அப்படியே நாற்காலியில் உட்கார்ந்து கொண்டார். எங்கள் முன்னால் உடைபட்டுவிடக் கூடாது என்ற வீம்பில் துக்கத்தை விழுங்கிப் பார்த்தும் அது திமிறிக்கொண்டு வந்தது. கழுத்தும் முகமும் உப்பிச் சிவந்து விட்டன. டீச்சர், என்ன இது?

மணி அடித்தது.

டீச்சர் எழுந்து நின்றார்.

“சரோஜினி, டீச்சர் சொன்னதாகவா அந்தப் பெண் சொன்னாள்?”

டீச்சரின் முகத்தையே பார்த்துக் கொண்டிருந்தோம்.

“ஆமாம், டீச்சர்!”

டீச்சரின் கண்கள் நிறைந்துவிட்டன. அவர் கண்கள் எங்கள் முகங்களைச் சந்திக்காமல் எதிர்ச் சுவரில் படிந்தன.

ஈனசுவரத்தில், “கேள்விகளைச் சொல்லித் தந்தேனா?” என்று கேட்டார். அந்தக் குரலே மனத்தைத் தொட்டது.

அவர் கேட்ட கேள்வியின் பொருள் அப்பொழுது எங்களுக்கு மட்டுப்படவில்லை. ஒன்றும் பேசக்கூடாமல், பிண்டம் பிண்டமாய் விழித்தபடியிருந்தோம்.

"சொல்லித் தந்தேனா?" என்று கேட்டார் மீண்டும்.

அவர் எங்கள் பதிலை எதிர்பார்த்து நிற்கையில், அமைதியில் கரைந்த அந்த ஒரு நிமிஷமும் மனத்தைப் பிழிந்து விட்டது. "உண்மை கடவுளுக்குத் தெரியும்" என்று முனகியவாறு அவர் வெளியேறிச் சென்று விட்டார்.

எங்கள் டீச்சர் மேல் மலை போல் ஒரு அபாண்டத்தைச் சுமத்த பத்மாவதி டீச்சருக்கு எப்படித்தான் மனசு வந்ததோ? கேள்விகளைப் பரீட்சைக்கு முன்னாலேயே எங்களிடம் சொல்லியிருக்கிறாராம். என்ன கொடுமையான வார்த்தை!

உண்மை எங்கள் மனச்சாட்சிக்குத் தெரியும். எங்களிடம் அவர் எதுவுமே சொல்லவில்லை. சொல்லப்போனால் எங்கள் டீச்சர்தான் கேள்விகளை அமைத்தார் என்பதுகூட அன்றுவரை எங்களுக்குத் தெரியாது. மறந்தும் இதுபற்றி அவர் பிரஸ்தாபித்தது இல்லை. மாதிரிக் கேள்விகளைப் போட்டுக் கோடி காட்டியதாகவும் நினைவு இல்லை. வெறும் அபாண்டம். முன்னால் சொல்லித்தந்து பின்னால் தட்டிக் கொடுத்துத் தன்னையே ஏமாற்றிக்கொள்ளும் அசடா எங்கள் டீச்சர்! மண்ணைப் பொன்னாக்கத் தெரிந்தவர் அவர். அவர் தண்ணீர் வார்த்தால் எருக்கில் ரோஜா மலராதா? ஆள் ஆளாய் வந்து எங்களைப் பார்த்து உதட்டைப் பிதுக்கிவிட்டுச் சென்ற ஆசிரிய சிகாமணிகள் எத்தனை பேர்? 'எடுத்த எடுப்பிலேயே உங்களால் எதைத்தான் சாதிக்க முடியாது?' என்று கேட்டு நம்பிக்கையின் ஒளியை எங்கள் இதயங்களில் பாய்ச்சியவரல்லவா அவர்! தலை நிமிரச் சொன்னார். நிமிர்ந்தோம். இது ஒரு தவறா?

நன்றாகச் செய்து விட்டோம் என்பதால் நம்ப முடியாமல் ஆகிவிடுமா? சாட்சாத் சரஸ்வதி, உங்கள் மாணவர்கள் அத்தனை பேரையும் மடியில்போட்டுக் கொண்டிருக்கிறாள் என்றே இருக் கட்டுமே. எங்களையும் அவள் ஓரக்கண்ணால் பார்க்கக்கூடாது என்பதுண்டா? சொன்னவர் திறமையும் கேட்டவர் உழைப்பும் காற்றிலா போய் விடும்? அசூயை... வெறும் அசூயை... இல்லை டீச்சர், நீங்கள் சொல்லித்தரவில்லை.

மறுநாள் எலிசபெத் டீச்சர் வரவில்லை. இனிமேல் அவர் வரமாட்டார் என்று ஹேஷ்யம்கூட குப்பென்று கிளம்பி விட்டது. அப்படியானால் எங்கள் கதி என்னாகும்? பழையபடி 'ரிங் மாஸ்டர்' களிடம் அகப்பட்டு அல்லல்பட வேண்டும் என்பதுதான் எங்கள் தலைவிதியா?

நல்லவேளை. மறுநாள் மணி அடித்துக்கொண்டிருக்கையில், அலை அலையாய் எழுந்த மணியின் நாதத்துக்கு ஆட்பட்டு வரவேண் டாம் என்றிருந்த மனவுறுதி தளர்ந்து ஓடிவந்தவர் போல், டீச்சர் உள்ளே நுழைந்தார்.

அன்றும் சரி, அதற்குப் பின் வந்த நாட்களிலும் சரி, அவரையும் பத்மாவதி டீச்சரையும் எந்த சந்தர்ப்பத்திலும் நாங்கள் ஒன்றாகப் பார்த்ததில்லை. அவர் வேறு இவர் வேறு என்றாகிவிட்டது. பள்ளிக் கூடத்திலும் நடமாட்டம் ஆளுக்கொரு இடமாய்ப் பதிந்துவிட்டது. ஜோடிக்கால்கள் மறைந்ததும், ஜோடித்தலைகள் முளைத்ததும், நின்று நின்று பேசியதும், சேர்ந்து சிரித்ததும் ... எல்லாம் பழங்கதைகள் ஆகிவிட்டன.

அன்று வகுப்புக்குள் நுழைந்த டீச்சர் ஒரு துயர சம்பவம் நடந்த சுவட்டையே காட்டிக்கொள்ளவில்லை. எப்பொழுதும் போல் சிரத்தையோடும் உற்சாகத்தோடும் பாடங்கள் எடுத்தார். கொப்புளிக்கும் பேச்சாகவே இருந்தது.

இறுதிப் பரீட்சை நெருங்கிக் கொண்டிருக்கும்போது டீச்சர் மீண்டும் ஒருநாள் அந்தப் பழைய பேச்சையே தூக்கிப் போட்டார். ஒரு துயர சம்பவத்தையும் ரசாபாசமான தூஷணையையும் ஞாபகப்படுத்தக் கூடிய அப்பேச்சு, சிறிதும் தயக்கம் இன்றி அவர் வாயில் பிறக்குமென நான் எண்ணவே இல்லை.

சீதாலக்ஷ்மி அம்மாள் நினைவுப் பரிசு எங்கள் வகுப்புக்குக் கிடைக்க வேண்டுமாம்!

“நமக்குத்தான் கிடைக்கும். வேண்டுமென்றால் பாருங்களேன்.” எங்களுக்கு எதிராகச் சவால் விடும் பாவனையில் சொன்னார்.

‘‘இந்தத் தடவை பரிசு நமக்குத்தான் டீச்சர்'' என்றான் கிருஷ்ணசாமி.

“உனக்கும் அப்படித்தான் தோன்றுகிறதா? பேஷ், பேஷ்!” என்று சொல்லி சந்தோஷப்பட்டார்.

என்ன வேடிக்கை! இந்த அசட்டுக் கிருஷ்ணசாமி சொல்வதைக் கூடத் தேவ வாக்கு மாதிரி எடுத்துக் கொண்டு சந்தோஷப்படுகிறாரே!

“ஆனால் ஒரு விஷயம்” என்று சொல்லிவிட்டு, தம் கை நகத்தைப் பார்த்தபடி ஒரு கணம் மௌனத்தில் ஆழ்ந்தார். “கேள்வித் தாள்கள் இந்தத் தடவை வெளியூரில் தயாராகின்றன. முன்புபோல் சொல்லித் தர முடியாது'' என்று சொல்லிவிட்டுத் துயரம் தோய்ந்த சிரிப்புச் சிரித்தார்.

நெஞ்சில் தைத்த முள் அப்படியேதான் இருக்கிறது என்பதை அன்று அவ்வார்த்தைகள் எனக்கு உணர்த்தின ... காலம் முள்ளைப் பிடுங்க விட்டுவிடாமல் கையால் பொத்திப் பேணுகிறார் போலும்.

இறுதிப் பரீட்சையில் நாங்கள் பரிசு பெற்று விட்டோமென்றால் அவருடைய திறமையும் எங்களுடைய தரமும் நிருபணமாகிவிடாதா? அவ்வாறு நிகழ்ந்து, பரிசைத் தலைமையாசிரியர் எங்கள் டீச்சரின் கரங்களில் அளிக்கும்போது எழும் கரகோஷம், அபாண்டத்தை உமிழ்ந்த ஆத்மாவை எத்தனை வலுவாய்த் தாக்கும்? அந்த கணத்தி லேயே சத்தியம் வெளிப்பட்டு அவர்மீது படிந்திருக்கும் களங்கமும்

ஓடிப்போய்விடாதா? இத்தனைக்கும் அவர் எங்களை அல்லவா அப்போது நம்பிக்கொண்டிருக்கிறார்?

பரீட்சையும் வந்துவிட்டது.

போர்முனைக்குச் செல்லும் யுத்த வீரர்களின் மனநிலையை டீச்சர் எப்படியோ எங்களுக்கு ஏற்படுத்தி விட்டார். எங்களுடைய வீரத்தையும் சாகசத்தையும் கடைசிக் கண்ணியாக நம்பி ஒரு தேசமே காத்துக்கொண்டிருப்பதுபோல் ஒரு பிரமை. பழைய பாடங்களைப் புரட்டிப் புரட்டிச் சொல்லித்தருவதும் தனித் தனியாக எங்கள் சந்தேகங்களைத் தீர்த்து வைப்பதும், சனிக்கிழமைகளைக்கூட விட்டுவைக்காமல் வகுப்புகள் நடத்துவதுமாகச் சதா சர்வ காலமும் இதே வேலையில் அழுந்திக் கிடந்தார் டீச்சர்.

எந்தக் கோணத்தில் அலசிப் பார்த்தாலும், அவருடைய ஆசை அவசியம் நிறைவேறியிருந்திருக்க வேண்டிய ஒன்று என்ற முடிவுக்குத் தான் வரமுடியும். அதிலிருந்து பிறக்கும் சந்தோஷத்தை அடைய அவர் முற்றிலும் தகுதியானவர். அவரைப் போன்ற ஒருவரின் ஸ்பரிசம் படுகிறபோதுதான் கிண்ணமோ தம்ளரோ பரிசாகிறது. அவர் கையில் அதை அளிப்பதற்கும், அந்தக் காட்சியை பார்ப்பதற்கும், அந்த நிமிஷத்தில் கரகோஷம் செய்வதற்கும் ஒருவருக்குச் சந்தர்ப்பம் கிடைப்பது கூட ஒரு விதத்தில் அதிர்ஷ்டம் என்றுதான் சொல்ல வேண்டும்.

எங்களுக்கு அந்த அதிர்ஷ்டம் வாய்க்கவில்லை.

இறுதிப் பரீட்சை என்பதே எங்களைவிடவும் எலிசபெத் டீச்சரை சோதிக்க வந்த ஒன்றாகிவிட்டது. கனவு பொய்த்துவிட்டது என்பது கூடப் பெரிசல்ல; அதைத் தாங்கிக்கொள்ளலாம். எல்லோர் முன்னிலையிலும் அவமானப்பட்டு, தலை கவிழ்ந்து நிற்கும்படி ஆகிவிட்டது. அந்தக் கணநேரப் பலவீனத்துக்கு அவர் ஆட்பட்டுவிட்டதை விதி என்று சொல்லலாம்; பலவீனம் என்றும் சொல்லலாம். இங்கும், எங்கும் போல் வார்த்தைகள் அர்த்தமற்றவைகளாகவே ஒலிக்கின்றன. ஆனால் எலிசபெத் டீச்சர் போன்ற ஒருவரின் வாழ்வில் இதுபோன்றதொரு அற்ப நிகழ்ச்சி ஊடுருவி விடுவதில் அமைந்திருக்கும் சோகம், இருபது ஆண்டுகளுக்குப் பின்னால் இன்று எண்ணிப் பார்க்கையிலும் மனசைத் தொடுகிறது.

கடைசி நாள் கணக்குப் பரீட்சை நடந்துகொண்டிருக்கையில் அந்தச் சம்பவம் நடந்தது.

பரீட்சை சமயம் முடிய ஐந்து நிமிஷங்கள்தான் இருந்தன. அப்பொழுது விடைத் தாள்களைக் கொடுப்பதற்காக சரோஜினி எழுந்து நின்றாள். அவள் அருகே வந்த எலிசபெத் டீச்சர் "இன்னும் ஐந்து நிமிஷம் இருக்கிறதே, மீண்டும் பாரு" என்று மெல்லிய குரலில் சொன்னது இரண்டொரு மேஜைகள் தள்ளியிருந்த என் காதில் விழுந்தது. டீச்சர் குரலில் வித்தியாசம் தொனித்த உணர்வில் நான் அவர் முகத்தைக் கவனித்தேன். முகம் எதையோ இழந்துவிட்டிருந்தது.

டீச்சர் சொன்னதற்காக மீண்டும் அமர்ந்து விடைத்தாள்களைப் புரட்டினாள் சரோஜினி.

கடைசி மணியும் அடித்தது.

எலிசபெத் டீச்சர் அவசரமாகச் சரோஜினி அருகில் வந்து, "கடைசிக் கணக்கு வரையும் பார்த்தாயா? என்ன அவசரம்?" என்று குளறியபடி, அருகே அமர்ந்திருந்த மாணவர்களிடம் விடைத் தாள்களை வாங்கிக்கொண்டே சென்றார்.

சரோஜினி சர்ரென்று கடைசிப் பக்கம் திருப்பி, கீழுதட்டைப் பல்லால் கடித்தபடி, ஏதோ திருத்தம் செய்வதை பார்த்தேன்.

"உங்கள் நடவடிக்கையை நான் ஆட்சேபிக்கிறேன்" என்ற குரல் ஹால் நெடுகிலும் எதிரொலித்தது.

பத்மாவதி டீச்சர் பத்ரகாளி மாதிரி நின்றுகொண்டிருந்தார். எலிசபெத் டீச்சர் அவர் நின்ற பக்கம் திரும்பிப் பார்க்கவில்லை. அவர் தம் முகத்தை யாரும் பார்க்க விடாமல் ஜன்னலைப் பார்த்தபடி நின்றுகொண்டிருந்தார்.

தடதடவென்று ஓசையெழப் பத்மாவதி டீச்சர் மேலே சென்றார். எலிசபெத் டீச்சர் முதல்நாள் வந்த அன்று அதே ஏணிப்படியில் பத்மாவதி டீச்சர் இறங்கி வந்த சித்திரம் என் மனசில் விரிந்தது.

விசாரணை ஆரம்பமாயிற்று.

ஆரம்பத்தில் ஹெட்மாஸ்டர் கேட்ட கேள்விகளுக்கு எலிசபெத் டீச்சர் பதில் ஏதும் சொல்லாமல் அப்படியே சிலையாய் நின்று கொண்டிருந்தார். அவருடைய மனசு பாறையாய் உறைந்து விட்டாற் போல் இருந்தது.

"இதுதான் என்னுடைய கடைசிக் கேள்வி" என்று கூறிவிட்டு தலைமையாசிரியர், "கடைசிக் கணக்கு வரையிலும் பார் என்று சரோஜினியிடம் கூறியபோது அவள் தவறாக எழுதியிருந்த விடையைத் திருத்திவிட வேண்டும் என்ற எண்ணம் உங்கள் மனசில் இருந்ததா?" என்று கேட்டார்.

நீண்ட நேர மௌனத்துக்குப் பின் டீச்சர், "இருந்தது" என்று சொன்னார்.

ஹெட்மாஸ்டர் மாடிக்குச் சென்றுவிட்டார்.

நான் வராண்டாவுக்கு வருகையில், எங்கள் டீச்சர் கிழக்கோரச் சுவரண்டையில் ஒரு நிழல் மாதிரி நகர்ந்து கொண்டிருப்பதைப் பார்த்தேன்.

அதற்குப் பின் நான் அவரை சந்திக்கவில்லை. வேலையை ராஜினாமா செய்துவிட்டுக் கோட்டயத்துக்கே சென்றுவிட்டதாகப் பையன்கள் பேசிக்கொண்டனர்.

கல்கி தீபாவளி மலர், 1962

பக்த துளசி

துளசியின் பக்தியை நான் வியந்து பாராட்டுகிற போதெல்லாம் எனக்கு எதிராகப் பெண்கள் படை திரளும்.

"ஐயே, பெரிய பக்தி!" என்று முகத்தை வலித்து நெஞ்சில் அடித்துக்கொள்வாள் கமலா.

"வாயை மூடிக்கொண்டிரு. வண்டவாளம் உனக்குத் தெரியாது" என்று அதட்டுவாள் அம்மா.

ராஜம், மீனா, சாரதா எல்லோரும் சேர்ந்து கொண்டு என்னை எதிர்ப்பார்கள். "வண்டவாளம் ஊர் சிரிக்கிறது" என்பார்கள்.

'வண்டவாளம்' என்ற வார்த்தைக்குள் அடங்கியிருப்பது துளசியின் ஒழுக்கம் சம்பந்தமான சில விமர்சனங்கள் ஆகும்.

வதந்திகள் என் வீட்டாருக்குத் தெரிந்த அளவுக்கு எனக்கும் தெரியும். துளசியை சீதைபோல், அருந்ததிபோல், நளாயினிபோல் கற்புக்கரசி என்றா நான் சொன்னேன்? தெரியாததை நான் ஏன் சொல்லப்போகிறேன்? அவர்களுடைய பக்திக்குச் சற்றும் சோடை போகாத பக்திதான் துளசியின் பக்தியும் என்றுதானே சொன்னேன். நுட்பமான வேற்றுமைகளை இந்தப் பெண்களால் எங்கே புரிந்து கொள்ள முடிகிறது!

கடைசியில் இப்போது என்னாயிற்று?

இன்று காலை துளசி என் அபிப்பிராயத்தை அசைக்க முடியாமல் நிரூபித்துவிட்டுச் சென்று விட்டாள்.

நன்றியுணர்ச்சியுடன் அவள் முகத்தைப் பார்க்கக் கொடுத்து வைக்காமல் நிற்கிறேன் நான்.

சற்று விரிவாகச் சொன்னால்தானே உங்களுக்குப் புரியும்.

ஆடிட்டர் தாணுபிள்ளை எங்கள் அடுத்த வீட்டுக்காரர். போன வருஷம் மனைவி காலமாகிவிட்டாள். பெரிய பையன்கள் இருவரும் டாக்டர்களாகத் தேவிகுளம் கண்ணன் தேவன் தேயிலைத் தோட்டத்தில் வேலை பார்க்கிறார்கள். பெண் குழந்தைகள் கிடையாது. மூன்றாவது மகனும் மருமகளும் அவரும் ஒன்றாகக் குடியிருந்து

வருகிறபோது, திடீரென்று பையனுக்கு எர்ணாகுளத்தில் வேலை மாற்றம் வந்துவிட்டது. தகப்பனாரைக் கருதி அவன் மனைவியை அழைத்துச் செல்லவில்லை. விடுமுறை நாட்களில் வருவான்; போவான். இப்படி இருந்தது.

தாணுபிள்ளைக்கு ஆடிட்டர் என்பது அநேகமாக கௌரவப் பட்டம்தான். நாள்வழி பேரேடுகளுடன் அவருக்கு விசேஷ உறவு எதுவும் கிடையாது. அவர் ஒரு பாங்கன். வியாபாரிகளின் காதல் வேட்கையை, வருமானவரி ஆபீஸர்கள் ஆகிய தலைவிகளுக்கு உணர்த்தத் தூது செல்லும் யுக்தியும் உண்மையுணர்ச்சியும் உள்ள பாங்கன் அவர். நல்ல ஆதாயமுள்ள வேலை. பணத்திற்குப் பணமாக வும் சாமானுக்குச் சாமானமாகவும் வரும்.

தாணுபிள்ளைக்கு அறுபது தாண்டிவிட்டது. ஷஷ்டியப்த பூர்த்தி கூட வியாபாரிகள்தான் கோலாகலமாக நடத்திவைத்தார்கள். தலை எப்போதும் பக்கவாட்டில் ஆடிக்கொண்டே இருக்கும். அலாரிப்பு அல்ல; ஏதோ நரம்புக் கோளாறு. சுறுசுறுப்பாகவும் சுத்தமாகவும் இருப்பார். நான் பல் தேய்க்காமல் காபி குடித்துவிட்டு மொட்டை மாடி வேனல் பந்தலில் இரண்டாவது தூக்கத்துக்கு அச்சாரம் கூட்டுகிற போது, குளி, காலை உணவு இத்யாதி முடித்து, நெற்றியில் பளீரென்று விபூதிப் பூச்சுடன் கைத்தடி குடை சகிதம் கோட்டுப் பாக்கெட்டிலிருந்து கடிகாரத்தை எடுத்துப் பார்த்தபடி பேஷான சகுனத்துக்கு அவர் கேட்டண்டையில் காத்து நிற்பது தெரியும். வயோ திகத்தில் அவரைப்போல் சுறுசுறுப்பாக இருக்க வேண்டுமென்று எண்ணி அவர்மீது பிரியம் கொள்வேன்.

மாமனார் காலை ஏழு மணிக்குப் போய் விடுகிறார். இதற்குமேல் கிருஷ்ணம்மா வாசல் கதவை இழுத்துச் சாத்திவிட்டு, வீட்டுக்குள் தன்னந்தனியாக இருந்தாக வேண்டும். மாமனார் உபதேசப்படி யாராவது வந்து வாசல் கதவைத் தட்டினால் பக்கவாட்டு அறை ஜன்னல் கதவைப் பாதி திறந்தபடி எட்டிப் பார்ப்பாள். தபால், பேப்பர், கவர்கள், ஃபைல்கள் எல்லாம் ஜன்னல் கம்பி வழியாக வாங்கி வைத்துக்கொள்வாள். மாமனார் வெளியூர் போயிருந்தால் விசாரிக்கிறவர்களிடம் மாமனார் வெளியூர் போகவில்லை என்றும், உள்ளூரில் கூப்பிடு தூரத்தில் எங்கேயோ சென்றிருக்கிறார் என்றும், எந்த நிமிஷத்திலும் அவர் வந்துவிடலாம் என்றும் சொல்வாள். வருகிற ஆசாமி அவளுக்கு ஒரு தினுசாகப்பட்டுவிட்டதென்றால் - அதாவது முக்கியமாக அவன் மீசை வைத்துக் கொண்டிருந்தான் என்றால் - மாமனார் குளித்துக்கொண்டிருப்பதாகவே சொல்லி விடுவாள்.

''கிருஷ்ணம்மை இவ்வளவு பயப்படுகிறாளே, அவள் தன் முகத்தைக் கண்ணாடியில் பார்த்துக்கொண்டது இல்லையோ?'' என்று என் மனைவியிடம் ஒருநாள் கேட்டேன்.

''ஆண்கள் யோக்யதை தெரியும்'' என்று சொல்லிவிட்டாள்.

அதுவும் வாஸ்தவம். ஆசைக்கும் அழகுக்கும் என்ன சம்பந்தம்? இல்லாவிட்டால் துளசி பேரில் இவ்வளவு வதந்திகள் கிளம்பியிருக்க முடியுமா?

"ஓய் ராமசாமி அய்யர்" என்று ஒருநாள் மதிலண்டையில் நின்றுகொண்டு கூப்பிட்டார் ஆடிட்டர் தாணுபிள்ளை.

மாடியை விட்டுக் கீழே வந்து மதிலோரம் சென்றேன்.

"ஓய், பெரும் பிரச்சனையாயிட்டு ஓய்" என்றார்.

"என்ன?" என்று கேட்டேன்.

"எனக்குன்னு சொன்னா இப்பம் ஒண்ணரவாடம் அசலூரு போக வேண்டி வந்துருது. இது தனியா இருக்க மாச்சப்படுது" என்றார்.

இது என்றால் முன்னால் மனைவி. இப்போது மருமகள்.

"சொந்தத்திலே கிழடு கட்டை ஏதாவது கிடக்கா?" என்று கேட்டேன்.

"ஒண்ணு ரெண்டு கிடக்கு. எடம் கொடுத்தா பின்னாலே ரொம்ப இடைஞ்சலு ஓய். உமக்குத் தெரியாது" என்றார்.

"ஒரு அல்சேஷன் வளர்த்தால் என்ன? வேண்டாம் என்றால் விரட்டிவிடலாமே" என்றேன்.

"அசைவ மூதியெப் படி தாண்ட விடக்கூடாது" என்று சொல்லி விட்டார்.

யோசித்துச் சொல்வதாகச் சொன்னேன்.

"சரி" என்று சொல்லிவிட்டுச் சென்றார் தாணுபிள்ளை. ஒரு சுமையை இடம் மாற்றிவிட்ட நிம்மதி அவர் நடையில் தெரிந்தது.

ஆடிட்டர் தாணுபிள்ளையின் பிரச்னையை என் தாயாரிடம் பிரஸ்தாபித்த வேளையில், சமையல் சீதை அம்மாளும் பக்கத்தி லிருந்தாள்.

"ஒரு அறையைக் காலிசெய்து தரட்டும். என் தாயாரையும் தங்கையையும் கொண்டு வந்து வைக்கிறேன்" என்றாள் சீதை அம்மாள்.

பிள்ளைவாளிடம் சொன்னேன்.

"கார் ஷெட்டுக் காலியாகத்தானே இருக்குது. நல்ல கதவு போட்டு தரையிலும் சிமிண்டு போட்டுக் கொடுக்கிறேன்" என்றார் அவர்.

சீதை அம்மாள் சரி என்று சொல்லிவிட்டாள்.

மராமத்து வேலை ஒரு வாரத்திற்குள் முடிந்தது. சீதை அம்மாளின் தாயாரான ஒரு கிழவியும் தங்கை துளசியும் கரியமாணிக்கபுரத்தை விட்டு அடுத்த கார் ஷெட்டில் குடியேறினார்கள்.

அப்போதுதான் நான் துளசியை முதன்முதலாவதாகப் பார்த்தேன். முதலில் அவளைக் கவனித்தபோது நான் அவளுடைய பக்தியுள்

ளத்தைத் தெரிந்துகொள்ளத் தவறிவிட்டேன் என்பது மட்டுமல்ல, அவளுடைய புறத்தோற்றத்தை மட்டும் கண்டு, அவலக்ஷணம் என எண்ணி வெறுக்கவும் செய்தேன் என்பதை இங்கே மன வருத்தத்துடன் ஒப்புக் கொள்கிறேன். அவளுடைய பக்தியும் சிரத்தையும் போகப் போகத்தான் என்னால் உணர்ந்துகொள்ள முடிந்தது. வெளித்தோற்றத்தைக் கண்டு எவ்வளவு சுலபத்தில் நாம் ஏமாந்து விடுகிறோம்!

துளசியின் குடும்ப வரலாற்றை இங்கு சுருக்கமாக கூறிவிட வேண்டும்.

கிழவிக்கு மொத்தம் ஏழு பெண்கள். இந்தக் கதை நிகழும் காலத்தில் அவர்களில் சீதை அம்மாள் மட்டும் சுமங்கலி; துளசி கன்னிப்பெண். விதவைகளில் சிலர் வடஇந்தியாவில் பெரிய பட்டணங்களில், பெரிய குடும்பங்களில், உயர்ந்த சம்பளத்தில் வேலை பார்த்து வந்தார்கள். 'அவாள்ளாம் கழுத்திலே மஃப்ளர் சுத்திண்டு காலிலே செருப்புப் போட்டுண்டுதான் சமைப்பா' என்பாள் சீதை மாமி. ஒரு விதவை திருச்சூரில் ஒரு நம்பூதிரியின் இல்லத்தில் வேலை பார்த்து வருகிறாள். விதவா விவாகத்தை ஆதரித்துவரும் நாம், மேற்படி நம்பூதிரிக்கு மேற்படி அம்மாள் பேரில் ஏற்பட்டுவிட்ட விசேஷ சிரத்தையை விமர்சிப்பது சரியல்ல என்றே சொல்வேன்.

சீதை அம்மாளை சுமங்கலி என்றும் துளசியைக் கன்னிப் பெண் என்றும் குறிப்பிட்டேன். இரண்டுமே சந்தேகாஸ்பதமான விஷயங்கள் தான்.

சீதை அம்மாளின் பதினான்காவது வயதில், ருது சாந்தி முஹூர்த்தத்திற்கு முந்தின நாள், மாமியின் கணவன் ஓடிப்போய் விட்டானாம். இன்று வரையிலும் துப்பில்லை. அவன் காலம் கங்காதீரத்தில் எங்கோ ஒரு இடத்தில் ஆகிவிட்டது என்பதுதான் பொதுவான நம்பிக்கை. ஆனால் சீதை மாமி இதை ஏற்றுக் கொள்ளவில்லை. சீதை மாமி விதவையா சுமங்கலியா என்ற கேள்விக்கு, சீதை மாமி தான் ஒரு சுமங்கலி என்று நம்புகிறாள் என்று மட்டுமே நான் பதில் சொல்ல முடியும்.

துளசி கன்னிப் பெண்தானா? இதற்கு விடை பின்னால் சொல்கிறேன்.

கிழவியும் துளசியும் அடுத்த வீட்டுக் கார்ஷெட்டில் குடியேறிய பின்னர் எனக்குப் பொழுது வெகு சுலபமாகப் போய்க் கொண்டிருந்தது. மொட்டை மாடி வேனல் பந்தலில், நார்க்கட்டிலில் படுத்துக் கொண்டிருந்தால் போதும், கார் ஷெட்டு நன்றாகத் தெரியும். எனக்கும் வேறு வேலை?

கார் ஷெட்டுக்கு முன்னால் ஒரு துளசிமாடம் முளைத்தது. தினசரி காலையில் துளசிபூஜை செய்வாள் துளசி. சாயங்காலம் ஒருநாள் தவறாமல் செட்டித்தெரு பிள்ளையார் கோவிலுக்குப் போவாள். ஞாயிற்றுக்கிழமை என்றால் நாகராஜா கோவிலுக்குப்

போவாள். வெள்ளி, செவ்வாய் என்றால் அழகம்மன் கோவிலுக்குப் போவாள். சனிக்கிழமை என்றால் கிருஷ்ணன் கோவில். நாலுமைல் தானே சுசீந்திரம்? நினைத்துக் கொண்டுவிட்டாள் என்றால் விறுவிறு என்று நடந்து போய்விட்டு வந்துவிடுவாள். பணக்கார மாமிகள் சினேகத்தில் கன்னியாகுமரிக்குக் காரில் தொத்திக்கொண்டுவிடுவாள்.

கார்ஷெட்டு பின் சுவர் பூராவும் ஸ்வாமி படங்கள். ஒன்றா இரண்டா? இருபது முப்பதுக்குக் குறைவில்லை. தர்ம சாஸ்தாவின் பெரிய படம் நடு ஆணியில் எடுப்பாகத் தொங்கிக்கொண்டிருந்தது. அடுத்தாற்போல் கன்னியாகுமரி அம்மனின் மூவர்ணப் படம். அப்புறம் சின்னச்சின்னப் படங்கள் சுற்றிவர. காலையில் ஒரு தடவை, மாலையில் ஒருதடவை ஒவ்வொரு படத்தையும் தனித் தனியாகத் தொட்டுக் கண்களில் ஒற்றிக்கொள்வாள்.

"துளசிக்கு என்ன பக்தி!" என்று என்னையுமறியாமல் ஒருநாள் சொன்னேன். பின்னால் தினம் பல தடவை அவ்வார்த்தைகளை என்னால் சொல்லாமல் இருக்க முடியவில்லை. கிடைத்த சந்தர்ப்பத்தி லெல்லாம் சொல்ல ஆரம்பித்தேன். ஏதோ சிறிய வயதிலிருந்தே நல்ல விஷயங்களைப் பாராட்டிப் பழகிவிட்டேன். ஆனால் என் வீட்டுப் பெண்களுக்கு என் பேச்சு முதலிலிருந்தே கட்டோடு பிடிக்கவில்லை.

"போதும், சொன்னதையே சொல்லிக்கொண்டிராதே. காது புளிச்சுப் போச்சு" என்பார்கள்.

வேறு என்ன சொல்லமுடியும்? ஒருவார்த்தை மறுத்துக் கூற முடியுமா? துளசியின் பக்தி சிரத்தை அவர்கள் கண்ணில் விழாமலா போய்விட்டது?

மொட்டைத்தலைக்கும் முழங்காலுக்கும் முடிச்சுப் போட்டது போல் கடைசியில் என் வாயை அடக்க அவர்களுக்கு ஒரு சந்தர்ப்பம் கிடைத்தது. வேலைக்காரி ஒரு மூட்டையைச் சுமந்துகொண்டு வந்து வீட்டுப் பெண்கள் முன்னால் அவிழ்த்துவிட்டாள்.

"சாயம் வெளுத்துப்போச்சு" என்று பெண்கள் குதித்தார்கள்.

ஏது சாயம்? என்ன சாயம்? விசேஷமாக ஒன்றுமில்லை. சமையல் சீதை அம்மாள் தனது சகோதரி துளசியைப்பற்றி வேலைக்காரி சீதையிடம் சொன்ன ஒரு சிறு தகவல்.

அதையும் சொல்லிவிடுகிறேன்.

சில நாட்களுக்கு முன்னால் ஒருநாள் அதிகாலையில் ஆஸ்துமா உபாதை தாங்க மாட்டாமல் என் தாயார் எழுந்திருந்து கோழை துப்புவதற்காக ஜன்னலைத் திறந்தபோது ஒரு பெரிய பூசணிக்காயை ஒரு கை சுவர் மேல் ஏற்றிவிட, மறு பக்கத்திலிருந்து மற்றொரு கை அதை இறக்குவதைக் கண்டாள். உடனே அவள் காய்கறிக் கூடையண்டை சென்று, "பூசணிக்காய் எங்கே?" என்று கத்தினாள். நான், கமலா, ராஜம், மீனா, சாரதா எல்லோரும் மௌனமாக நின்றோம். சீதை மாமியும் மௌனமாக நின்று கொண்டிருந்தாள்.

உடனே என் தாயார், "இன்னிக்குக் காலம்பற ஒரு பூசணி மதிலேறிக் குதிச்சதைப் பார்த்தேன்" என்றாள். சீதை மாமி சரேலென்று இரண்டு எட்டு முன்னால் வந்து, "மாமி! மறைமுகமாகக் கிண்டல் பண்ணாதேங்கோ. ஒரு அழுகல் பூசணிக்கு என்ன உண்டு? நால ணாவா அஞ்சணாவா? போகட்டும், சம்பளத்திலே எட்டணா குறைச்சுக்குங்கோ" என்றாள்.

"அந்தச் சிறு கிண்ணம் . . ."

"அதுக்கு ஒரு ரூபாய் குறையுங்கோ."

"குங்குமச் சொப்பு . . ."

"எட்டணா குறையுங்கோ."

தொடர்ந்து என் தாயார் மேலும் ஐந்தாறு அயிட்டங்கள் அடுக்க வும் அவற்றிற்கெல்லாம் அன்றைய மார்க்கெட் நிலவரப்படி விலை தந்துவிடுவதாக சீதை மாமி சொன்னாள். "ஒரு பொய் சொல்லப் படாது; ஒரு சாமான் திருடப்படாது. உள்ள விலையைக் கொடுத்து சாமான் வாங்குவதில் என்னடீ தப்பு?" என்று சீதா மாமி அங்க லாய்த்துக் கொண்டதாகவும் பின்னால் என் காதில் விழுந்தது.

சீதை அம்மாளைக் கணக்குத் தீர்த்து அனுப்பி வைத்து விட்டாள் என் தாயார்.

சுமார் ஒரு வார காலம் சீதை அம்மாள் தன் தாயாருடனும் தங்கை துளசியுடனும் கார் ஷெட்டில் குடியிருந்தாள். சீதை அம்மாளும் உடன் வந்து ஒட்டிக்கொண்டது கட்டோடு பிடிக்கவில்லை கிழவிக்கு. கரித்துக் கொட்டிக் கொண்டிருந்தாள். சண்டை ஒரு நிமிஷம் ஓயாது. நடு இரவு இருவரும் அகஸ்மாத்தாக ஒரே சமயத்தில் முழித்துக் கொண்டுவிட்டால் உடனே ஆரம்பித்து ஒரு ஆவர்த்தனம் சண்டை போட்டுவிட்டுத்தான் தூங்குவார்கள். வசவுக்குத் தமிழில் மணி மணியான வார்த்தைகள் பல இருப்பதே அப்போதுதான் எனக்குத் தெரிந்தது.

ஒருநாள் கிழவி சீதை அம்மாளின் ஈரப்புடவையைச் சுருட்டி சந்தில் விட்டெறிந்து விட்டாள்.

"ஒன்பது நாளைக்குள்ளே உன்னெ பாம்பு பிடுங்காட்டா நான் தலை மயிரை எடுத்துடறேண்டீ!" என்று அன்னையை நோக்கிக் கூறிவிட்டு சீதை அம்மாள் கார் ஷெட்டை விட்டு வெளியேறினாள். இந்த சம்பவத்திற்குப் பின்னால் ஒருநாள் வேலைக்காரி சீதையை சீதை அம்மாள் தெருவில் சந்தித்தபோது முன்னவளிடம் பின்னவள் கூறிய தகவல்தான், துளசியின் பக்தியைப் பாராட்டும் என் வாயை அடக்க எங்கள் வீட்டுப் பெண்கள் கைக்கு வந்து சேர்ந்த ஆயுதம்.

அதன் சாராம்சம் வருமாறு:

துளசி ஐந்தாவது பாரத்தில் இரண்டு தடவை முட்டை போட்டு விட்டு, கரியமாணிக்கபுரத்தில் இருந்த காலத்தில் அர்ஜுனன் நாடார் என்பவரிடம் ஹோமியோபதி வைத்தியம் கற்றுக்கொண்ட

தாகவும், ஒரு குழந்தை பெற்றெடுத்ததாகவும், அந்தக் குழந்தையை ராஜாக்கமங்கலம் பஞ்சாயத்து யூனியன் தலைவரிடம் (இவர் பெயர் தெரியவில்லை) ரூபாய் பதினேழரைக்கு விற்றுவிட்டதாகவும் சீதை அம்மாள் தன்னிடம் கூறியதாக வேலைக்காரி சீதை வந்து சொன்னாள்.

"பதினேளரைன்னு சொல்லுது சுத்தப் பொய்யி. இருபத்தோரு ரூபாயாம்! எனக்கு வேற வளியாட்டு துப்புக்கெடச்சு" என்றும் சொன்னாள் வேலைக்காரி சீதை.

இந்தச் சிறிய தகவல் கிடைத்த நிமிஷத்திலிருந்து என் வாயை அடைக்க ஆரம்பித்தார்கள் பெண்டுகள். அதிலிருந்து நான் துளசியின் பக்தியைப் பாராட்டி ஒரு வார்த்தை சிமிட்டிவிடக் கூடாது. வாயைத் திறந்தால் வேட்டை நாய் மாதிரி பாய ஆரம்பித்து விடுவார்கள்.

மீனா : "ஐயோ, பக்த மீரா! போரும் வாயை மூடு."

அம்மா : "வெட்கம் கெட்டுப் போயுட்டயே! போகலாமா?"

ராஜம் : "ஐயோ, சந்தி சிரிக்கிறது!"

சாரதா : "அண்ணா போரும். இதுக்கு மேலே ரொம்ப அவமானம்."

கமலா : "ஜன்மாந்தரத்தில் உங்க மச்சினியா?"

போகப் போக நானும் வாயை மூடிக்கொண்டுவிட்டேன். தீர்மானமாக இல்லாவிட்டாலும் என்றாவது ஒருநாள் உண்மை வெளியாகும் என்று உள்ளூர ஒரு நம்பிக்கை ஏற்பட்டது.

இன்று காலை உண்மை வெளியாகி விட்டது. இவ்வளவு விரைவாக வெளிப்படும் என்று நான் நம்பவே இல்லை.

ஒரு நாள் இரவு என்னைத் தேடிக்கொண்டு மொட்டை மாடிக்கே வந்துவிட்டார் ஆடிட்டர் தாணுபிள்ளை.

"ஓய் ராமஸ்வாமி அய்யர், குடிகெட்டுப் போச்சே ஓய்" என்றார் பிள்ளை.

"என்ன?" என்று கேட்டேன்.

"ஷெட்டிலே புதுசா ஒரு ஆள் நடமாட்டம் இருக்காமே."

"ஆணா பெண்ணா?"

"ஆண்."

"சின்னக் குழந்தையா . . . எப்படி?"

"ஆறடி உசரத்திலே கப்டா மீசையை காது வரையிலும் ஒதுக்கிக்கிட்டு வாறானாம் ஓய்!"

"கவனிப்போம்" என்று சொல்லி அனுப்பிவைத்தேன்.

ஒரு வாரம்கூட சென்றிராது. நடுநிசியில் வந்து கதவைத் தட்டினார் தாணுபிள்ளை.

"உள்ளே ஆள் இருக்கு. போலீசுக்கு தகவல் கொடுக்கணும்" என்றார்.

எனக்குத் தீர்மானம் இஷ்டமில்லை. சில பெண்களுக்குக் கற்பு இருக்கும். சில பெண்களுக்குக் கற்பு இராது. சில பெண்களுக்குக் கற்பு இருப்பதாகவே எண்ணிக் கொண்டிருப்போம். பல விதம். இப்படி இருக்கையில் . . .

"இப்போது ரகளை பண்ணுவது நல்லது அல்ல. விடிய ஆளைப் பிடித்து விடுவோம்" என்று சொல்லி அனுப்பி வைத்தேன்.

காலை ஐந்தரை மணிக்கு "ஓய்! ஓய்! என்ற கூப்பாடு கேட்டது. கீழே ஓடிச் சென்றேன்.

"இந்தப் பக்கம் வாரும்."

சந்துவழி ஆடிட்டர் வீட்டுக்குள் நுழைந்தேன்.

"ஷெட் காலி ஓய்!" என்றார் பிள்ளை.

கதவைத் திறந்துகொண்டு ஷெட்டுக்குள் நுழைந்தோம்.

ஒரு பழைய கிழிசல் பாய் மட்டும் தரையில் விரித்தபடி கிடந்தது. கொடியில் ஒரு துணியில்லை. வேறு சாமான்கள் எதுவும் இல்லை.

பின்பக்கம் சுவரைப் பார்த்தேன். ஸ்வாமி படங்கள் இருந்த இடத்தில் துருப்பிடித்த தகரத் துண்டுகளாகத் தொங்கிக்கொண்டிருந்தன.

பக்கத்தில் நெருங்கி கூர்ந்து கவனித்தேன்.

ஸ்வாமி படங்கள் அனைத்தும் சுவரைப் பார்க்கத் திருப்பி மாட்டப்பட்டிருந்தது.

எனக்குப் புல்லரித்தது.

ஆடிட்டர் கூப்பிடுவதையும் காதில் வாங்கிக்கொள்ளாமல் சுவரண்டையில் ஓடிவந்து, "கமலா, ராஜம், மீனா" என்று கூப்பிட்டேன்.

எல்லோரும் ஜன்னல்முன் வந்து நின்றார்கள்.

"துளசி என் வயிற்றில் பாலை வார்த்துவிட்டாள்!"

அவர்களுக்குப் புரியவில்லை. புரியாவிட்டால் போகிறது. எனக்கு புரிந்துவிட்டது. அது போதும்.

இலக்கிய வட்டம், 1964

ஒரு நாய், ஒரு சிறுவன், ஒரு பாம்பு

அன்று காலை பாத்ரூமில் மணி ஒரு ஹிந்திப் பாடலை உரக்கக் கத்தியபடி குளிக்கும் சத்தம் கேட்டுத்தான் கண்விழித்தேன். ஆச்சரிய மாக இருந்தது. என் தகப்பனார் இந்த அதிகாலை வேளையில் எங்கே போய்விட்டார்? பெண்கள் பின்கட்டில் அமர்க்களம் பண்ணிக் கொண்டிருந்தார்கள். சரிதான். திண்ணைக்கு வந்தேன். செருப்பைக் காணவில்லை. ஆபீஸ் அறைக்குள் நுழைந்தேன். கருப்புக் கோட்டைக் காணோம். தலைப்பாகையும் இல்லை.

யாரோ ஒரு கட்சிக்காரர் தகப்பனாரை டாக்சி அமர்த்தி திரு வனந்தபுரத்திற்கு அழைத்துச் சென்றுவிட்டாராம். அன்று ஞாயிற்றுக் கிழமையும்கூட. கல்லூரியும் இல்லை.

கண்ணாடியில் முகத்தைப் பார்த்தேன். ஷேவ் பண்ணிக் கொள்ள வேண்டிய அவசியத்தைக் கண்ணாடி அவ்வளவாக வற்புறுத்த வில்லை. என்றாலும் ஷேவ் பண்ணிக்கொள்வது என்றே தீர்மானித் தேன். அலமாரியைத் திறந்து மனசுக்கு மிகவும் பிடித்த சட்டையை வெளியே எடுத்து வைத்தேன்.

எட்டு மணிக்குள் காலைக் கடன்களை முடித்துவிட்டுக் காரை எடுத்துக்கொண்டு கிருஷ்ணன் கோவிலுக்கும், வடிவீசுரத்துக்கும் சென்று நண்பர்களிடம் விஷயத்தைச் சொல்லி, முடுக்கி, புறப்படச் செய்து வீட்டுக்கு அழைத்துவந்தேன். ஜமுக்காளத்தை போர்டிக்கோ வில் விரித்துச் சீட்டைக் கலைத்துப் போடுகிறபோது மணி ஒன்பது கூட இராது. தம்பி ஞாபகமாக சிகரெட் வாங்கிவைத்து விட்டுத்தான் வெளியே சென்றிருந்தான்.

அன்று வெயில் வெயிலாக அடிக்கவில்லை. சைபர் வாட்ஸ் பெட்ரூம் லைட் மாதிரி எரிந்துகொண்டிருந்தான் சூரியன். மத்தி யானத்துக்கு மேல் மழை எதிர்பார்க்கலாம் என்று தோன்றியது.

வடக்கே மலைகள் தெரியாமல் மேகம் இறங்கிக்கொண்டிருந்தது. முன் பக்கத்தில் நின்ற வேப்ப மரங்களின் நிழல் விளிம்பு தேய்ந்து மங்கிக் கிடந்தது.

“வெட்டு, கொல்லு” என்று மாறிமாறிக் கத்திக் கொண்டிருந்தோம்.

டிரைவர் பெஞ்சமின் வந்தான். சைக்கிளை வேப்பமரத்தில் சாய்த்தான். ஜன்னலுக்குள் கையை விட்டுக் கார் சாவியை எடுத்துக் கொண்டான். விளையாட்டைப் பார்க்கப் பின்னால் வந்து நின்றான். காரைக் கழுவித் துடைக்க வேண்டிய நாள். “இதோ வந்து விட்டேன்” என்று சொல்லியவாறு அவன் அவசரமாக உள்பக்கம் சென்றான்.

விளையாட்டு சூடு பிடித்துக்கொண்டிருந்தது. கத்தலும் உச்சஸ்தாயியை எட்டிவிட்டது. அதற்கு மேலும் கத்தத்தான் ஆசை.

கனகம் குளித்துவிட்டு வாசலில் வந்து நின்றாள். நெற்றியில் பளிச்சென்று குங்குமப்பொட்டு. பட்டுப் பாவாடை, பட்டு ஜம்பர் - கான்வெண்டு பச்சையின் ஆறு நாள் அலுப்புத்தீர. ஈரம் காயாத தலையில் நுனிக் கட்டு.

அவள் இமைகள் விரிய, யு. மணியன் முகத்தையும், சர்மா முகத்தையும், செல்லக்குட்டி முகத்தையும் பார்த்தாள். அவர்கள் பாபம் செய்துகொண்டிருந்தனர். பாபம் புகை ரூபத்தில் வெளியேறிக் கொண்டிருந்தது. கனகம் என் முகத்தைப் பார்த்தாள். நானும் பாபிதான் என்றும் வீடு என்ற மரியாதைக்கு ஒதுங்கி இருக்கிறேன் என்றும் அவள் எண்ணுவது போலிருந்தது.

சீட்டுக்கள் நாலு நாலாகப் பிரிந்தன. எட்டு எட்டாகக் கைகளில் விரிந்தன. ஒவ்வொன்றாக விழுந்தன. மீண்டும் ஒன்று சேர்ந்து ஏறுக்கு மாறாய்க் கூடிக் குலவின. மீண்டும் பிரிந்து மீண்டும் விரிந்து விழுந்தன.

“வலது கை உயரக் கிட்டிவிட்டது” என்றான் யு. மணியன். சீட்டைக் கலைத்துப் போட்டான்.

“யாருடைய கை என்பது பின்னால் தெரியும்” என்றான் சர்மா.

“யு. மணியனை உனக்குத் தெரியாது” என்றான் யு. மணியன்.

“தெரியும்” என்றான் சர்மா.

செல்லக் குட்டி எதுவும் பேசவில்லை. அவன் கனகம் சிரிப்பதைப் பார்த்துச் சிரித்தான்.

‘தப் தப்’ என்று சத்தம் கேட்டது. மிஸ் மேரி வெயிலில் நின்று முகத்தை உசுப்பியது. அதன் உடம்பிலிருந்து ஈரம் தெறித்தது. இரண்டு கைகளாலும் சங்கிலியைப் பிடித்திருந்தான் பெஞ்சமின். அவன் முதுகும் முகமும் பின்பக்கம் தணிந்திருக்க முன்னால் இழுபட்டுக் கொண்டிருந்தான். அதற்குள் வந்துவிட்டான். மனசு சீட்டிலேயே நின்றிருக்கிறது.

“மேரி, மை டியர் மேரி” என்று அழைத்தவாறு கனகம் வேப்ப மரத்தடிக்கு ஓடினாள்.

பெஞ்சமின் நாயைக் கட்டிவிட்டு என் பின்னால் வந்து நின்றான். அவன் முகத்தின் நிழல் மீது சீட்டுகள் விழுந்து கொண்டிருந்தது.

மேரிக்கு ஒரே குஷி கனகத்தைப் பார்த்ததும். இரண்டு கால்களில் நின்றது. முன்னங் கால்கள் கனகத்தின் உயரத்துக்கு எழும்பின. நாக்கை ஒரு முழம் தொங்கப்போட்டு அவளுடைய பாதங்களில் விழுந்து குழைந்தது. கோடிப் பட்டுப் பாவாடையை ஆசையோடு மோப்பம் பிடித்தது. முதுகைத் தணித்து தலையைத் தூக்கி சூரியனைப் பார்த்துக் கொட்டாவிவிட்டது. மீண்டும் கால்களைத் தூக்கி அவளுடைய தோள்பட்டையில் வைக்க முயன்றது.

"மேரி, மை டியர் மேரி. டோண்ட் பி ஸோ மிஸ்சிவஸ்" என்றாள் கனகம். கையால் அதன் முதுகைத் தடவினாள். கீழே முட்டுக் குத்தி அமர்ந்து வலது கையால் அதன் கழுத்தை அணைத்துக் கொண்டாள். மேரியின் முகம் அவளுடைய கழுத்துக்கு வலது பக்கம் தலையில் வைத்திருந்த பூக்களை ஒட்டித் தெரிந்தது. முகம் மட்டுமே தெரிந்தது. மேரியின் உடம்பைக் கனகத்தின் உடம்பு மறைத்த வண்ணம் இருந்தது.

"கனகத்துக்குக் கொஞ்சம்கூட பயம் இல்லை" என்றான் யு. மணியன்.

நானும் சர்மாவும் மரத்தடியைப் பார்த்தோம். கனகம் மிஸ் மேரியை அணைத்துக் கொண்டிருந்தாள். செல்லக்குட்டி சீட்டைப் பிரித்துப் போட்டுக் கொண்டிருந்தான்.

"ம் ம் . . . பயம் இல்லை . . . முன்னால் இது வந்த புதிசில் . . . அடேயப்பா, என்ன பயம்! பெஞ்சமின், பிடித்துக்கொள்ளடா, நான் ஸ்கூலுக்குப் போகப்போகிறேன். பெஞ்சமின், பிடித்துக்கொண்டு விட்டாயா? ப்ளீஸ் . . . ப்ளீஸ்." பெஞ்சமின் கனகத்தின் முதுகைப் பார்த்துச் சிரித்தான். கனகம் முகத்தைத் திருப்பி எல்லோரையும் பார்த்துச் சிரித்தாள்.

பெஞ்சமினுக்கு யோசனைகள் சொல்ல வாய் துடித்தது. எல்லோருடைய கைகளையும் பார்த்தவனின் யோசனைகள். அவன் எதிர்பார்த்த தரம் எங்கள் விளையாட்டில் இல்லை என்ற பாவனையில் முகத்தை வைத்துக்கொண்டான். 'குழந்தைகள் தானே' என்று அவன் எண்ணுவது போலவும் இருந்தது.

"இரண்டு கோட்டை விதைப்பாட்டையும் ஒரு வீட்டையும் இந்த இழவில் காலி செய்தவன் சாமீ நான்" என்றான் பெஞ்சமின்.

அவன் சொன்னது எல்லாருடைய காதிலும் விழுந்தது. பதில் சொல்கிறவர்கள் சொல்லட்டும் என்று சும்மா இருந்தேன். யாரும் பதில் பேசவில்லை. யு. மணியன்கூட பதில் சொல்லவில்லை.

நான் கனகத்தை அழைத்து காதோடு 'ஷர்பத்'துக்கு ஆர்டர் கொடுத்தேன்.

நாய் வேப்பமரத்தடியில் படுத்துக் கிடந்தது. சைக்கிள் ஹாண்டில் பாரில் சூரிய ஒளி பின்னித் தெறிப்பதை வேடிக்கை பார்த்துக்கொண்டிருந்தது. வாசல் கதவின் அடிப்பக்க இடைவெளியினூடே தெருவில் செல்வோரின் பாதங்களையும் குனிந்து குனிந்து பார்த்தது. தயங்கிய பாதங்களுக்குக் குரைத்தது.

நானும் யு. மணியனும் சலாம் போட்டோம். நான் சலாம் போட்ட காட்சியை பெஞ்சமின் வெகுவாக ரசித்தான்.

“இந்த விளையாட்டில் அவர்களைக் கொன்றுவிடலாம் சாமீ” என்றவாறு என் பின்னால் வந்து சேவைகளை எனக்கு அளிக்க முன்வந்தான்.

ஷர்பத் குடித்து முடித்தோம். மேரி குரைத்தது. தபால்காரன் வந்துவிட்டுப் போனான்.

மேரி எழுந்து நின்று முன்னால் குதித்துப் பாய ஆரம்பித்தது. சங்கிலி அதன் கழுத்தை வெட்டி இழுத்தது.

“கனகம், மேரியை அடக்கு” என்றான் சர்மா.

பெஞ்சமின் மேரியைக் கூர்ந்து கவனித்தான். மேரி கொல்லையைப் பார்க்கத் தாவிற்று. “இறைச்சி வந்துவிட்டது” என்றவாறு பின்னால் ஓடினான் பெஞ்சமின்.

கனகம் நாயை அவிழ்த்துவிட்டாள். பின்னங்காலால் புழுதியைக் கிளப்பியபடி கொல்லையைப் பார்க்கப் பாய்ந்தது.

வாசல் கதவு திறக்கும் ஓசை கேட்டது. எல்லோரும் திரும்பிப் பார்த்தோம். பாம்பை இரண்டு வடம் கழுத்தில் சுற்றியபடி நின்றான் குழுவச் சிறுவன். அதற்கு மேலும் ஒரு வடம் சுற்றிக்கொள்ள பாம்புக்கு நீளம் இருந்தது.

“போடா போ” என்றாள் கனகம். எங்கள் கவனமும் விளையாட்டில் திரும்பியது. கனகத்தின் அதட்டல் காதில் விழுந்ததாகவே சிறுவன் காட்டிக்கொள்ளவில்லை. அவன் சிறிது சிறிதாக நகர்ந்து திண்ணைப் பக்கம் வந்துகொண்டிருந்தான்.

கனகம் திண்ணையில் ஏறினாள்.

“கனகம், அந்தப் பாம்பை அவன் மாதிரியே போட்டுக்கொள் பார்ப்போம். ஐஸ் கிரீம் வாங்கித் தருகிறேன்” என்றான் யு. மணியன், அவள் முகத்தைப் பாராமலே.

“சரி ஸார். நீங்களே எடுத்து என் கழுத்தில் சுற்றி விடுங்கள்” என்றாள் கனகம்.

“சபாஷ்!” என்றான் செல்லக் குட்டி.

“நாயை அணைத்துக் கொள்கிறாயே” என்றான் யு. மணியன்.

கனகம் பதில் சொல்லவில்லை.

சிறுவன் பாம்பைக் கழுத்திலிருந்து கையில் எடுத்து நீளமாகப் பிடித்துக்கொண்டான். பாம்பு மண்ணை முகர்ந்தது. பெருமூச்சு விட்டது. தலையை மேலே தூக்கி எம்பி உயர்ந்தது. பாதிக்குமேல் சோர்ந்து விழுந்து மீண்டும் மண்ணை முகர்ந்தது. கனகத்தின் முகத்தில் ஆச்சரியமும், பயமும், அருவருப்பும் ஒருங்கே தோன்றின. அவள் எச்சல் துப்பினாள், ‘தூ தூ’ என்று.

“அரிசி போடு மாராசி” என்றான் சிறுவன்.

"பெட்டிக்குள் வை. அரிசி போடுகிறேன்" என்றாள் கனகம்.

"பெட்டி இல்லை" என்றான் சிறுவன். பாம்பைக் கழுத்தில் வரித்து வால் வரையிலும் சுற்றிவிட்டு, தோளில் கிடந்த வேஷ்டியால் கழுத்தைப் பன்முறை சுற்றிக்கொண்டான். வேஷ்டிக்குப் பின்னால் பாம்பு புடைத்து நெளிந்துகொண்டிருந்தது.

"அடுத்த சலாம் நெருங்குகிறது" என்று அறிவித்தான் சர்மா.

கனகம் அரிசி கொண்டுவந்தாள். திண்ணைப் படியில் தயங்கி நின்றாள். சிறுவன் குவளையைக் கோலத்தின் மீது வைத்துவிட்டுப் பின்னால் விலகி நின்றான். கனகம் வாணத்துக்கு நெருப்பு வைப்பது மாதிரி எட்டி நின்று அரிசியைப் போட்டுவிட்டுத் திரும்பியதும், "பாம்பு, பாம்பு!" என்று கத்தினான் யு.மணியன்.

பாவாடை படபடக்க திண்ணையில் ஏறினாள் கனகம். இரு கைகளையும் நெஞ்சில் கூட்டிக் கொண்டு முதுகு வளையச் சிரித்தாள்.

"ஒரு பழைய வஸ்திரம் கொடுங்க சாமீ" என்று கத்தினான், குளுவச் சிறுவன்.

"அடப் பாவி!" என்றான் செல்லக்குட்டி.

"அரிசி போட்டுவிட்டோம், போ" என்றேன் நான்.

நாயை அழைத்தவாறு பெஞ்சமின் வந்தான். மசாலா நெடி அடித்தது.

சிறுவன் நாயைக் கண்டதும் இரண்டு எட்டு தன்னுணர்வின்றிப் பின்னால் சென்றான்.

பெஞ்சமின் நாயை வேப்பமரத்தடியில் கட்டினான்.

சிறுவன் பழையபடி கோலத்தின்மீது நின்றான். ஒரு நிமிஷம் அவன் கவனம் சீட்டு விளையாட்டிலேயே நின்றது. மறுநிமிஷம் நினைவு திரும்ப, "சாமீ ஒரு பழைய வஸ்திரம்" என்று இரண்டு முறை அடுத்தடுத்து உரக்கக் கத்தினான்.

நாய் அவனைப் பார்த்துக் குரைத்தது.

"போடா, போடா" என்றான் பெஞ்சமின்.

"அரிசி போட்டாச்சு, வஸ்திரம் வேணுமாம்" என்றாள் கனகம், பெஞ்சமினிடம்.

பெஞ்சமினின் பார்வை விளையாட்டில் லயித்திருந்தது.

"அரிசி பாம்புக்கு, வஸ்திரம் அவனுக்கு" என்றான் சர்மா.

பெஞ்சமின் குளுவச் சிறுவனுடைய கழுத்தைப் பார்த்தான். பாம்பு துணிக்குள் புடைத்து நெளிந்துகொண்டிருந்தது.

"சாமீ, ஒரு பழைய வஸ்திரம்" என்று மேலும் குரலை உயர்த்தினான்.

நாய் 'வள் வள்' என்று உரக்கக் கத்தியது.

"லேய், போகமாட்டியா, அவ்வளவு திமிரா!" என்று அதட்டிய வாறு பெஞ்சமின் ஓங்கிய கையுடன் அவன் அருகே விரைந்தான்.

சிறுவன் ஒரு அடிகூட பின்னால் நகரவில்லை. பெஞ்சமின் முகத்தையும் அவன் பார்க்கவில்லை. என் முகத்தையையேதான் அவன் பார்த்துக்கொண்டிருந்தான். வீட்டுக்காரன் நான்தான் என்பது அவனுக்குத் தீர்மானமாகத் தெரிந்திருந்தது.

“போ அப்பா, பிராணனை வாங்காதே” என்றேன்.

யு. மணியன் கைச்சீட்டைக் கீழே வைத்துவிட்டு பெஞ்சமின் அருகே சென்று அவன் காதோடு ஏதோ முணுமுணுத்தான். கனகம் ஒரு ரசமான விஷயத்தை எதிர்பார்க்க ஆரம்பித்துவிட்டாள்.

பெஞ்சமின் காம்பௌண்டு சுவர் அண்டையில் சென்றான். சிறுவன் பக்கம் திரும்பிப் பார்த்து விட்டு மதிலேறி வெளியே குதித்தான்.

கேட்டின் அடிப்பக்க இடைவெளியில் பெஞ்சமின் கால்கள் தெரிந்தன.

யு. மணியன் குளுவச் சிறுவனுடன் பேச்சுக் கொடுத்துக் கொண்டிருந்தான்.

பெஞ்சமின் பழையபடி மதிலேறிக் குதித்து உள்ளே வந்ததும் ஓடிச் சென்று நாயை அவிழ்த்து விட்டான்.

நாய் சிறுவனை நோக்கி ஒரே பாய்ச்சலாகப் பாய்ந்தது. வெட வெடத்து அலறியபடியே சிறுவன் ஓடிச்சென்று கேட்டைத் திறந்தான். கதவு திறக்கவில்லை. இதற்குள் நாய் இரு கால்களையும் தூக்கி சிறுவனின் தோள் மேல் வைத்துவிட்டது. அவன் ‘ஐயோ’ என்று அலறியவாறே கட்டிடத்தின் இடதுபக்கமாகக் கொல்லையைப் பார்க்க ஓடினான். நாய் அவனைத் துரத்தியது. பெஞ்சமினும் யு. மணியனும் நாய் பின்னால் ஓடினார்கள்.

“ஐயோ பாவம்!” என்றாள் கனகம்.

அவள் கட்டிடத்தின் வலது புறம் சென்று நின்றாள்.

கொல்லையில் தாயி கத்தும் குரல் கேட்டது.

அம்மாவும் அக்காளும் வாசல் திண்ணைக்கு வந்தனர்.

“இதோ வருகிறான்” என்று கத்தியவாறு கனகம் திண்ணையில் ஓடி ஏறினாள்.

சிறுவன் வாசலுக்கு வந்தான். அவனுக்கு மேல் மூச்சு வாங்கியது. பாம்பை புடலங்காய் மாதிரி வளைத்துப் பிடித்திருந்தான். அவனுடைய மேல் வேஷ்டி எங்கே விழுந்தது என்று தெரியவில்லை. அவன் கண்கள் இமைக்காமல் கொல்லையைப் பார்த்துக் கொண்டிருந்தன.

மேரியைக் காணவில்லை.

பெஞ்சமினும் யு. மணியனும் வாசலுக்கு வந்தனர். யு. மணியன் அட்டகாசமாகச் சிரித்தபடி வந்தான்.

“மேரி எங்கே?” என்று கேட்டாள் கனகம்.

பெஞ்சமின் விசில் அடித்தான்.

“மேரி, மை டியர் மேரி” என்றாள் கனகம்.

மேரி மெதுவாக பெஞ்சமின் பக்கம் வந்தது. யு. மணியன் நாயைப் பார்த்துச் சிரித்தான். அவனை எரித்துவிடுவதுபோல் ஆத்திரத்துடன் பார்த்தான் பெஞ்சமின்.

“பிடி, பிடி! மேரி பிடி!” என்று உரக்க அதட்டியவாறு ஆள்காட்டி விரலால் சிறுவனைச் சுட்டினான் பெஞ்சமின்.

சிறுவன் நாயை இமைக்காமல் பார்த்தான்.

“சீ போ.” என்று நாயை காலால் தள்ளினான் பெஞ்சமின்.

“பெஞ்சமின், பாவம் அது!” என்றாள் கனகம்.

“இந்தப் பயலை நல்ல உதைக்கணும்” என்றான் சர்மா.

“போடா வெளியே” என்று கத்தினான் பெஞ்சமின்.

சிறுவன் “கதவைத் திறந்துவிடும்” என்றான்.

மேரி கொல்லையைப் பார்க்கச் சென்றுவிட்டது.

“மேரிக்கு ரொம்ப சோர்வாக இருக்கிறது. உத்ஸாகமே இல்லை” என்றாள் கனகம்.

இலக்கிய வட்டம், 1964

தயக்கம்

ஏணிப்படி கிறீச்சிட்டதும் குழந்தையின் பிஞ்சுக்கால்கள் இரண்டை யும் தூக்கித் துணியை மடித்துச் சொருகிக்கொண்டிருந்த வேலு திரும்பிப் பார்த்தான்.

பனங்கையிலிருந்து கீழே தொங்கும் கயிறு பிரம்புபோல் விறைப்புற்றது.

"வேலு!"

"அண்ணேய் . . . ன்னா வந்துட்டேன்."

சிறு தலையணைகளைக் குழந்தையின் பக்கவாட்டில் அணைத்து வைத்துவிட்டு நாலு படிகள் இறங்கி வேலு, உமைதாணு பிள்ளை முன்னால் வந்து நின்றான். அப்போது இருவர் உயரமும் சமமாக இருந்தது.

"கோயில்லயே வெச்சுக்கிடலாமே, நல்ல நாளு பார்க்கட்டுமான்னு கேக்காரு அவரு."

வேலு பதில் சொல்லவில்லை. மூக்கால் முட்டைத் தொடப் போவதுபோல் முதுகை வளைத்துத் தலையைத் திருப்பிப் பார்த்தான். வாசல் திண்ணை ஜன்னல் வழியாகப் பாதி முதுகு தெரிந்தது. உடற்கட்டைப் பறைசாற்றும் முதுகு அது.

குழந்தை சிணுங்கும் ஓசை எழுந்தது.

"பாலு குடிச்சா?"

"இல்லே."

"என்ன சொல்ல?"

வேலு வாய் திறவாமல் நின்றான்.

"வேலு, வளைய வளைய யோசிக்குதுக்கு ஒண்ணுமில்லே. அலை ஓஞ்சு நீராடக் களியுமா? ஒவ்வொரு தூணாட்டு இடிஞ்சு வுளுது. நாம் என்ன செய்ய? அதுக்காகச் சுட்டி . . ."

உமைதாணு படியிறங்கி வாசல்திண்ணையை நோக்கிச் சென்றார். அவன் மேலே வந்தான். இதற்குள் அழுகை வலுத்துவிட்டது.

வேலு குழந்தை எதிரே வந்து நின்று கொண்டு, "லேய்! மாமன் கிட்டேப் போயி ரெண்டு வார்த்தை பேசுதுக்குள்ளே கத்துதியா நீ? படுக்காளி! ஒனக்கு அவ்வளவு குறும்பா? உங்கம்மை இப்படி கண்ணுக்குள்ளே வெச்சுப் பாப்பாளாலே உன்னே?" என்று இரைந்தான். குழந்தை வீரிட்டுக் கத்த ஆரம்பித்தது.

"லேய், லேய்! தமாஷுக்கு லேய்! காரியமாட்டு எடுத்துக்கிட்டியா? அட பயித்தாரப் பயலே!" குழந்தையை இரு கைகளிலும் ஏந்தியெடுத்து உடம்பைப் பக்கவாட்டில் ஆட்டி அசைத்தபோது, "என்ன ரோஸம் பயலுக்கு!" என்று அவன் வாய் முணுமுணுத்தது.

"அப்பம் நான் வறேன்" என்று அடித்தொண்டைக் கரகரப்பில் ஒரு குரல் கேட்டது. வேலு ஜன்னலோரம் சென்று கீழே பார்த்தான்.

வேலாயுதப்பெருமாள் பிள்ளை சந்து வழியாக விறுவிறுவென்று நடந்து தெருவில் இறங்குகிறார். நடையில் உற்சாகத்தின் மிதப்பு. சலவை செய்த ஒற்றை வேட்டியோடும், தோளில் சுத்தமான துவர்த்து முண்டோடும் வேலுவுக்குக் காட்சி கிடைத்தது இன்றுதான். பேஷய்யா பேஷ்! அவர் என்ன செய்வார்? அவருடைய வேலைக்கு அழுக்குக் கோலம் தானே சாத்தியம்? அழுக்காய் இருந்தால்தான் என்ன? குளித்தால் ஆயிற்று. அல்வா கிளறிக் கிளறி புஜங்கள் பருத்து முதுகு அபாரமாய் விரிந்து விட்டதே. தொந்தி சரியாது உடம்புக்கும் அங்கங்களுக்கும் சௌகரியமான இணக்கத்தோடு ஒரு ஆத்மாவை ஓட்டல் பின் கட்டில் காண முடிவது அபூர்வம் தானே? பெண்ணழகை அண்ணன் கவிதையில் பன்னிப்பன்னி வருணிக்கிறபோதெல்லாம் சலிக்காமல் குறிப்பிட்டுவரும் இடையின் உரல் ஒடுக்கம், அந்த வட்டாரத்திலேயே எந்த பெண்ணுக்கும் இல்லாமல் வேலாயுதப்பெருமாள் பிள்ளை ஒருவருக்குத்தான் கிடைத்திருக்கிறது. சொர்ணத்துக்குக்கூட கிடைக்கவில்லை. இருந்தாலும் பீப்பாய் இல்லை, சொர்ணம். அப்பாவுடைய ஆகிருதி பெண்மைக்குத் தோதாய் மகளுக்கும் கிடைத்துவிட்டது. முதுகு விரிசலும், வாழைக் கன்றுபோல் புறங்கழுத்தும், தோளின் திட்பமும், கொஞ்சம் நறுவிசாய்ப் பெண்மையின் காந்தியோடு அச்சு அசல் அப்பாவுடையது தான். வடிவழகு மனசில் படரும் மாத்திரத்தில் ரத்தம் உஷ்ணமேற்றிக் கொண்டுவிடுகிறது. என்ன துல்லியம்! இடுப்புக்கு மட்டும் தாயைக் கொண்டுவிட்டதோ? யாருக்குத் தெரியும்?

வேலாயுதப்பெருமாள் பிள்ளையிடம்தான் கேட்க வேண்டும். இந்த அண்ணனும் விட்டானில்லை. சரம காவியத்தில் மதனிக்கும், "கைப்பிடி ஒன்றுக்குக் காணாச் சிற்றிடை" என்று ஒரு போடு போட்டுவிட்டானே. பேஷய்யா பேஷ்! பொய் என்று சொல்லிவிடலாமா? கற்பனை. கவிஞனின் கற்பனை. மற்றபடி மதனிக்கு என்ன, அழகிதானே! அபார அழகி. எல்லா மதனிகளைவிடவும் - கோசலை அக்காள், பாப்பா எல்லோரைவிடவும். கல்யாணம் கழிந்த புதிசில் அண்ணன் காற்றோடு மிதக்க அல்லவா ஆரம்பித்துவிட்டான். பாவம் அண்ணன். துக்கமும் சரி, சந்தோஷமும் சரி, நெஞ்சோடு நிற்காது

அவனுக்கு. சேரச் சேர எதிர்பட்டவர்கள் முன்னெல்லாம் வாரி இறைத்து நெஞ்சைக் காலிசெய்து கொண்டிருந்தால்தான் நிம்மதி. அண்ணன் துள்ளின துள்ளலைப் பார்த்துவிட்டுப் பொன்னையா அண்ணனும் சுப்பையா அண்ணனும் மறைமுகமாக எவ்வளவு கேலி செய்திருக்கிறார்கள்! அப்போதுகூட அண்ணனுக்கு விளங்க வில்லை. மதனிக்குத்தான் விளங்கிற்று. அப்படி அமையும் என்று அண்ணன் என்ன, யாருமே எதிர்பார்க்கவில்லை. மரச்சீனி நட மண் எடுத்தவனுக்கு புதையல் கிடைத்த மாதிரி ஆகிவிட்டது. ஏற்கனவே ரொம்பவும் கற்பனை செய்து கொண்டிருந்திருப்பான் போலிருக்கிறது. கேட்பானேன்? காவிய நாயகிகள் அத்தனை பேரோடும் ரொம்பவும் கிட்டிய உறவுதானே! கவியில் பெண்மையை வடிக்கத் திண்ணையில் அமர்ந்து தலையைப் பிய்த்துக்கொண்டிருந்த வன் முன்னால் பெண்மையே கவிதையாகப் படியேறி வந்தால் திம்திம்மென்று குதிக்கத்தானே செய்வான்! பின்னால் அம்மை சொன்னாள். பாவி, குதிச்சுக் குதிச்சு இப்பம் கொட்டிப்புட்டியே! வார முடியுமா, அள்ள முடியுமா?

யோசனையில் ஆட்டம் நின்றுவிட்டதைக் குழந்தை லேசாகச் சிணுங்கி ஞாபகப்படுத்தியது. கைகளை மேலும் கீழும் அசைத்தவாறு இடதுபக்க ஜன்னலைவிட்டு வலதுபக்க ஜன்னல் முன் சென்று வெளியே பார்த்தான் வேலு.

சிறு முற்றம். எதிரே, தெருவைப் பார்க்க இருந்த வீட்டின் பின் வாசல்படிகள். வலது காலை ஒரு தடவை மண்ணில் ஊன்றி மறுபக்கம் தாவிவிடலாம். குஞ்சு அணில்கூட இந்தக் கூரையிலிருந்து நூல் கண்டுபோல் சுருண்டு உயர்ந்து அப்பால் குதித்துவிடுகிறது. இறப்புக் கைக்கு இறப்புக் கை இழுத்துக் கட்டப்பட்ட கொடிகள். ஒரு அடி ஒன்றரை அடி அகலத்தில் வரிசையாக ஏழெட்டு. சொல்லச் சொல்லப் பல நாட்கள் யாரும் காது கொடுத்துக் கேட்காமல் ஈரத் துணியெல்லாம் ஏணிமேல் உலர்த்தி, கொல்லை மண் சுவரில் அழுக்குப் படியப்போட்டு, தாழ்வாரத்தில் குறுக்கும் மறுக்குமாக - பச்சையும் கறுப்பும் கலந்து ஒளி தண்ணென்று கண்ணுக்குக் குளிர்ச்சி யாகவும் மனசுக்கு இதமாகவும் இருந்தாலும் - நடமாட்டத்துக்கு அசௌகரியமாய்க் கட்டி, முருங்கை மரத்தில் சுற்றியதில் கம்பளி பூச்சி ஊர்ந்துவிட்டதோ என்னமோ. மதனி இரண்டு கைகளையும் முழங்கால்களையும் மாறிமாறிச் சொறிந்து கொண்டு ஒரு நாள், 'கேட்பார் இல்லையா, நாதி இல்லையா?' என்று கத்தியபோது, அவள் முகத்தை ஏறிட்டுக்கூடப் பார்க்காமல் குத்திட்டு உட்கார்ந்து கொண்டிருந்த பொன்னையா அண்ணன் இரவு வந்தபோது, நல்ல வேளை கம்பிச் சுருளோடு வந்தான்.

மறுநாள் காலை - வெள்ளிக்கிழமை, கடையில்லை அவனுக்கு - இழுத்துக்கட்ட ஆரம்பித்துவிட்டான். மதனி கிளிப்பச்சைச் சேலையும் கறுப்புப் பட்டு ஜம்பருமாக இரண்டு கைகளையும் இடுப்பில் ஜம்மென்று வைத்தபடி நின்று - நின்ற நிலையும், எண்ணெய்க்

குளியல் காய்ந்த முடியும், முந்தானை நுனியும் காற்றில் பறந்த தினுசும் கண்முன் நிற்கிறது - மேற்பார்வையிட ஆரம்பிக்கிறாள். "இளுத்துக் கட்டுடேய், பொன்னையா. வேலு, நின்றுகிட்டு உறங்காதே. கம்பியெ எதமா விட்டுக்கொடு." எதிர்வீட்டுப் பின்திண்ணையில் அமர்ந்து புரூஃப் பார்த்துக்கொண்டிருந்த அண்ணன் "கொடியைப் பார்க்கின் றாள் கொடி" என்கிறான். மதனி முகத்தில் ஏவி வேலை வாங்குவதன் மிகையான கற்பனையின் பெருமிதம். வேலை முடிந்ததும், "பொன் னையா, சொவத்திலே எளுதிப்போடு மயினி சொன்னான்னு. அடுத்த வருஷம் உனக்கு ஆம்புளெப் புள்ளே, போ" என்கிறாள். பொன்னையா அண்ணன் காலைத் தட்டியவாறு எவ்வித பாவமு மின்றி உள்ளே நுழைந்து நிலைப்படிமேல் மட்டையைத் துழாவுகிறான். கூடியமட்டும் செவிடாக இருந்து விடுவது அவன் கொள்கை. சிரிப்பதும் பலவீனம். ஏழெட்டுக் குழந்தைகளை முகம் பாராமல் வரிசையாகத் தாண்டிச் சென்று விடக்கூடியவன் அவன். மதனி வாக்குப் பலிக்கவில்லை. "இந்த வீட்டில் இருக்கிற வரைக்கும் பிஞ்சுக் காலெக் கண்டுக்கிட முடியாது" என்று முத்தாய்ப்பாகக் கத்திவிட்டுத் தான் இறங்கிச் சென்றாள் பொன்னையா மதனி. பொன்னையா அண்ணன் தையல் பிரிக்காத உதடுகளோடு கை வண்டி பின்னலே சென்றான். வருஷந்தோறும் ஆசுபத்திரிக்குப் போவதிலும் குறை வில்லை; யாராவது வந்து 'காய் விளுந்து' என்று சொல்லிவிட்டுப் போவதிலும் குறைவில்லை.

செட்டிக்குளத்தில் தண்ணீர் இருந்தால் ஆறு மணிக்கெல்லாம் இடைவெளியில்கூடக் கம்பி தெரியாமல் கொடி நிறைந்து விடும். மதனியின் சேலையும் ஜம்பரும் முதலில் வந்து விழுந்து காலை வெயிலுக்குத் தோதான இடத்தைப் பிடித்துக்கொண்டு விடும். துணியின் ஆயுளை நீடிக்க வைப்பதில்தான் எத்தனை அக்கறை கொண்டிருந்தாள்! மடிப்பதிலும், கொசுவி விசுறுவதிலும், உதறுவதி லும், ஈரத்தோடு தடவி நலுங்கல் எடுப்பதிலும் எத்தனை பதபாகம்! அரைக் குழந்தையை ஆளுவது போலவே இருக்கும். பின்னால் அம்மையின் கண்டாங்கி, கடும் பச்சையாக, மறுநாள் கடும் நீலமாக, எல்லாம் 'கடும் கடும்' தான். அடுத்தாற் போல் பொன்னையா மதனியின் உடுமாற்றுச் சேலை; சுப்பையா மதனியின் சேலை, ஜம்பர்கள்; கோசலையின் வாயில் ஸாரி, வாயில் ஜம்பர்; பாப்பாவின் தாவணி, டேப் பாடீஸ், ஸாட்டின் பாவாடை; வள்ளியின் குஞ்சுப் பாவாடை, குஞ்சு ஜம்பர்; சுபாஷின் குட்டி நிக்கர், குட்டிச் சட்டை . . .

இப்பொழுது கொடி காலியாகிவிட்டது. ஒரு ஓரத்தில் எதிர்வீட்டு ஆத்தாள், பாழை அடைக்கும் விருதா முயற்சியில் அழுக்கு நிறச் சேலையை விட்டெறிந்திருக்கிறாள். ஆங்காங்கே மண் புழுவை உள்ளே வைத்துவிட்ட மாதிரி கிழிசல்களின் தையல்கள். வண்ண வண்ண மாய்க் காற்றில் ஆடியாடி அலை பாய்ந்து, பாய் மரமாய் உப்பி விரிந்த அழகு அழிந்துபோய் வெறுமையின் பாழ் பரவிவிட்டதை ஆத்தாளின் வைதவ்யப்படுதா நன்றாகத் துலக்கிக் காட்டுகிறது. பேஷ்!

குழந்தை தூங்கிவிட்டது. தூளியை முழங்கையால் விரித்து சின்னத் தலையணையைக் கால் கட்டைவிரலில் இடுக்கி தூளிக்குள் தூக்கிப் போட்டு, அசைத்துச் சரிப்படுத்தி, குழந்தையைப் பதமாக உள்ளே கிடத்தினான். வேலுவின் இடது கை குழந்தையின் முதுகிலிருந்து நழுவி வெளிவந்த வினாடியில் குழந்தை வாழைமட்டைக் கைகளைக் குப்பென்று மேலே தூக்கி முதுகை நெளித்து முகத்தைச் சுளித்துச் சிணுங்கியது. "தூங்கப்போவ் தூங்கு. என் ராசால்ல தூங்கு" என்று முனகியவாறே தூளியை லேசாக ஆட்டினான்.

ஏணிப்படி கிறீச்சிட்டது. உமைதாணு மேல்படியில் வந்து நின்றார்.

"உறங்கிட்டா?"

"ம்."

"வாற இருந்தவன் மறந்து அந்தால குளிக்குதுக்குப் போயுட்டேன்" என்று சொல்லியவாறு தூளிக்கு முன்னால் வந்து குழந்தையைப் பார்த்தார். அவர் முகம் மலர்ந்தது. அப்படியே ஆழ்ந்து நின்றார் ஒரு நிமிஷம்.

"பாப்பாவுக்குச் சாடைதானோவ்?"

"மாப்ளைக்குச் சாடையாட்டுப் பொறந்திருந்தா சில்லற அவலச் சணமா வளியும்?"

உமைதாணு சிரித்தார். "மாப்ளே வாறானாம், கடுதாசி வந்துது இப்பம்" என்று மடியில் நாலாக மடித்துச் செருகியிருந்த கார்டை வேலு முன்னால் நீட்டினார்.

வேலு கை நீட்டி வாங்கிக்கொண்டவன், படித்துப் பார்க்க அக்கறை காட்டாமல், "இப்பம் எதுக்கு வாறாராம்?" என்று கேட்டான்.

உமைதாணு பதில் சொல்லவில்லை.

"அப்டீன்னு சொன்னா அண்ணைக்கே எங்கூட வாறதுக்கு என்ன?"

உமைதாணு மௌனமாக நின்றார்.

"பத்துநாப் புள்ளெயெத் தூக்கிக்கிட்டு ஒத்தேல வந்தேம்லா . . ."

"யாருட்டெக் கேக்குதுக்கு டேய்?" - குரலும் விரிந்த கைகளும் அலுப்பைத் தாராளமாகக் காட்டின.

"மதுரேலே ராவு பத்து மணிக்கு ஏறினவன் கோவில்பட்டி வாறது வரையிலும் ரெண்டு கையிலே ஏந்திக்கிட்டு நின்னுக்கிட்டே வந்திருக் கேன், அண்ணேய். நெனச்சுப் பாரு. பாவம் பாத்து ஒரு பொம்புளெ சித்த நாளி வெச்சுக்கிட்டிருந்தா. ஒரு சங்கு வென்னியும் குடுத்தா. 'மனுசா, கூட வாரும்'னு கெஞ்சாத வண்ணம் கெஞ்சினேம்லா. இப்பம் என்ன . . ."

"அப்பன் கொளந்தயெப் பார்க்கக் கூடாதுன்னு நாம சொல்லக் களியுமா? கேக்குதுக்கு நல்லாருக்குமா டேய்?"

"இப்பம் கேக்குதுக்கு நல்லாருக்கோவ்? என்ன அண்ணேய் நீ அவருக்கு வக்காலத் . . ."

"வக்காலத் இல்லேடேய், வக்காலத் இல்லே. எனக்கு ஒண்ணும் சொல்லத் தெரியலே . . ."

"இப்பம் ஏன் வாறான்னு கேக்கேன். அதுக்கு நீ பதில் சொல்லு."

உமைதாணு யோசிக்கும் பாவனை காட்டிவிட்டுத் தணிந்த குரலில் தயக்கத்துடன், "கொளந்தயெத் தேடுதோவ்?" என்றார்.

"தேடும். நல்லாத் தேடும். அன்பு வளியற மனுஷன் பாரு. அண்ணைக்குத் தங்கச்சி 'நா வரளுது, நா வரளுது'ன்னு ரா முச்சூடும் கத்தினா பாத்துக்க. தண்ணின்னு சொன்னா கொடம் கொடமாட்டுக் குடிச்சாச்சு, காலு ரெண்டும் ஐஸ் கட்டியா சில்லிட்டுப்போச்சு. மனுசா, சரேர்னு போயி ஒரு டாக்கிட்டரேக் கூட்டிக்கிட்டு வாய் யான்னு சொன்னா, எனக்கு யாரையும் தெரியாதேன்னு கம்பு கணக்கா நிக்கான். எனக்குப் புதுசா? அங்கென இங்கென அலைஞ்சு வீடு வீடாத் தட்டிக் கண்டுபிடிச்சுக் கூட்டிக்கிட்டு வாறதுக்குள்ளே . . ."

வெட்டுப்பட்ட மரம்போல் குபுக்கென்று உமைதாணுவின் கண்கள் பொங்கின. சில நிமிஷங்கள் மௌனமாக நின்றார். அப்புறம் தனக்குத்தானே கூறிக்கொள்வதுபோல், "விதி டேய்" என்றார்.

வேலு ஜன்னல் கம்பிகளைப் பிடித்தவாறு வெளியே பார்த்துக் கொண்டிருந்தான். உமைதாணு கொடியிலிருந்து காவிக் கதர் ஜிப் பாவை, அதன் இரு கைகளையும் பிடித்து பட் பட் என்று உதறி அணிந்துகொண்டு, ஜேபியிலிருந்து சிறு சீப்பை எடுத்து தலையை வெகு வேகமாகப் பின்பக்கம் வாரிவிட்டுக்கொண்டார். சில கணங்கள் வேலுவின் முதுகைப் பார்த்தபடி நின்றார். அப்புறம் டிபன் காரியரை எடுத்துக்கொண்டு படியிறங்கிச் சென்றார்.

வேலு பின்னால் திரும்பிப் பார்த்தான். அறை ஒரே சூன்யமாய் இருந்தது. தூளிக்குள் கண்ணோட்டமிட்டுவிட்டுப் பார்வையை மீண்டும் வெளியே திருப்பினான். பவ்வியத்தின் கூனலோடு அண் ணன் தெருவோரம் வேகமாக நடந்துசெல்வது தெரிந்தது. எப் போதும்போல் பாதங்களுக்கு மூன்றடி முன்னால் பார்வை பதித்துச் செல்கிறான் அவன். வேலுவின் கண்கள் கலங்கின.

அபாயச் சங்கு ஊதிவிட்டது போலிருந்தது தெரு. வெயிலின் உக்ரம் அப்படி. குழாயடி காய்ந்து கிடந்தது. பள்ளிக்கூட மணியடிக்க நேரம் கிட்டிவிட்டது போலவே இருந்தது. அந்த ஓசைக்குப் பயந்து ஓடிக்கொண்டிருந்தாள் ஒரு கூடைக்காரி ஆத்தாள். ஒரு குட்டி முள் குத்திய காலோடு அவள் பின்னால் ஓடிக்கொண்டிருந்தது. தோளிலும் முழங்கையிலும் செம்மண் பொடியோடும் இருள் புகுந்த முகத்தோடும் வேலையாட்கள் போய்க்கொண்டிருந்தனர். வெறுப்பு ஏற்படும்படியும் ஈவிரக்கமின்றியும் காய்ந்துகொண்டிருந்தது வெயில்.

முற்றம் வெறிச்சென்றிருந்தது. துளசி கருகிச் சரிந்து கிடந்தது. எப்போதோ மாடத்துக்குள் விழுந்து விட்ட காலி பவுடர் டப்பா துருப்பிடித்துக் கண்விழுந்து பொக்காகிக் கொண்டிருந்தது.

முற்றத்தில் கோலமில்லை. முன்னால் என்றால் உள்ளே வருகிற பெண்கள் அப்படியே நின்று, 'என்ன?' என்று கேட்பார்கள். இப்போது யார் கேட்கப்போகிறார்கள்? கேட்க யார்தான் வரப்போகிறார்கள்? எப்பொழுதாவது ஒரு தடவை எதிர்வீட்டு ஆத்தாள், "ஏட்டி வள்ளி, உனக்கு ஒம்போது வயசு ஆகுதில்லா? காணாதா, பொடியெடுத்து ரெண்டு இளுப்பு இளுக்குதுக்கு?" என்கிறாள். குழந்தைக்கு அதில் சிரத்தையில்லை. பாவாடையைத் தானே தோய்த்துக் கொள்ளவும், தலை பின்னிக்கொள்ளக் கையில் நாடாவுடன் வீடு வீடாக ஏறியிறங்கவும்தான் பொழுது சரியாக இருக்கிறதே! இப்போது கொஞ்ச நாட்களாகச் சொர்ணம் அந்தப் பொறுப்பை ஏற்றுக்கொண் டிருக்கிறாள். "வள்ளி, இன்னும் கொஞ்சம் நாளு அங்கே போயி பின்னிக்கிட்டு வா, அப்புறம் இங்கேயே பின்னிக்கிடலாம்" என்கிறான் அண்ணன்.

"ஏன் அப்பா?"

"சொர்ணம் இங்கே வந்துடுவால்லா?"

"சொர்ணமக்காளா?"

"அக்காளில்லே, சித்தி"

"எனக்கு?" என்று கேட்கிறான் சுபாஷ்.

"உனக்கும் சித்திதான்."

"எப்படி அப்பா?" என்று சுபாஷும் சேர்ந்து கொள்கிறான்.

அண்ணனுக்குச் சந்தோஷம் தாங்கவில்லை. கடகடவென்று வில்லன் சிரிப்புச் சிரிக்கிறான்.

மறுநாளும் குழந்தைகளிடம் இதே புதிர் போடுகிறான். கடகடவென்று சிரிக்கிறான்.

கோலப்பொடி, தகர டப்பாவில் சொர்ணத்தின் விரல்களை எதிர்பார்த்துக் கொண்டிருக்கிறது. சில்லிட்டுப் போய்விட்ட அடுப்பும் கதகதப்புக்குச் சொர்ணத்தை எதிர்பார்த்துக் கொண்டிருக்கிறது.

"சொர்ணம் சின்ன லெச்சுமியாட்டு வரப்போறா" என்கிறான் அண்ணன். "விடிஞ்சுட்டு டேய்!" என்கிறான். யாரோ சந்தேகம் கொண்டதுபோல், "நீ வேணாப் பாரேன். இனி நமக்கு வருதுக்கு ஒண்ணுமில்லேடேய்" என்கிறான்.

அண்ணன் மனசு சந்தோஷம் கொள்ள ஆரம்பித்துவிட்டது. கடைசித் தண்டனையும் அனுபவித்து முடிந்தாகிவிட்டது. அண்ணனு டைய 'கப்பல்' என்ற பாட்டு மாதிரிதான். வழி தப்பி எங்கோ சென்றுவிட்டது கப்பல். கையிலிருந்த உணவும் கரைந்து விட்டது. எண்ணெயும் ஆகிக்கொண்டிருந்தது. பலர் நோய்வாய்ப்பட்டுவிட்டார் கள். பசியால் இறந்து போகிறவர்களைக் கடலில் தூக்கிப்போட்டு விட்டு மேலே செல்கிறார்கள். ஒருநாள் விடிவெள்ளியில் விழித்த குழந்தை, சாளரம் வழி பார்த்துவிட்டு, "அம்மா வெளிச்சம்" என்கிறது. எல்லோரும் எழுந்து பார்க்கிறார்கள். கரும்பாறையில்

வைர மணிகள் சிந்தியதுபோல் ஒளிவிளக்குகள் தெரிகின்றன. எல்லோரும் எழுந்திருந்து கூத்தாட ஆரம்பித்து விடுகிறார்கள்.

சொர்ணமும், மதனியைப்போல் வெளிச்சத்தோடு வரப்போகிறாள் என்கிறான் அண்ணன். மதனி ஆனந்தத்தை வாரி இறைத்துக் கொண்டிருந்தாள். மதனி எனும் தைரியம் - அப்போது யாரும் வாய்விட்டுச் சொல்லிக் கொள்ளாவிட்டாலும் - எதற்கும் தாங்கலாக நின்றிருக்கிறது. அவள் மறைவில் எல்லோரிடமும் கவிந்த பலஹீனத்தில்தான் ஒவ்வொருவருமே மதனியை உணர்ந்து கொண்டார்கள். அவள் இருக்கையில் எல்லோருக்கும் ஒவ்வொன்றிலுமே துணைப் பொறுப்புத்தான் இருந்தது என்பதே பின்னால்தான் தெரிந்துகொள்ள முடிந்தது. இப்போது மதனியின் நினைப்பு கண்களுக்குப் புலப்படாத தென்றலின் சுகம் போலிருக்கிறது. நிஜம் என்று நம்ப முடியவில்லை. சொல்லப் போனால் இப்போது நினைவில் அரும்புவதே மதனி அல்ல; மதனியின் நிழல். அண்ணன் வடித்தெடுத்த நிழல். வேஷம் போட்டுக்கொண்டு நிற்கும் சரம காவியத்தின் கதாநாயகி. சொன்னால் தாங்கமாட்டான் அண்ணன். மனசு நொடிந்து போய்விடுவான். "அண்ணேய், உன்னைவிடக் கொஞ்சம் பெரியவன் - ஒரு சின்ன மேதை - தெரிஞ்சா? ஆளவேண்டிய விஷயம் பாத்துக்க. 'ஒருத்தி போனா, இந்தா ஆயிரம் மதனி'ன்னு சொல்லி, கூலிக்காரன் தலையிலேருந்து பொஸ்தகக் கட்டெத் தூக்கி, கூடம் பூரா மதனி படமாப் பரப்பிப் போட்டே. மறுபிறப்புக் கொடுத்துப்போட்டோம்னு தானே இந்தப் பேச்சுப் பேசினே? ஆனா உன் கையிலே மதனி திரும்பவும் பொறக்கணும்னா, கடவுள் இன்னும் உன்னை இறுக்க அணைச்சு உச்சி மோந்திருக்க வேண்டாம்? உன் பேரிலே தப்புல்லே. வார்த்தெ மணிமணியா வருது உனக்கு. தனித் தனியா வித்தை ஒவ்வொண்ணும் தெரியுது. ஆனா என்ன வித்தையின்னே தெரியாத இந்திர ஜாலமில்லே அண்ணேய், தொழில்படணும்? உன்னாலே அவ்வளவுதான் முடிஞ்சுது. அளுது கண்ணீர் வடிக்குதுக்கு அவ்வளவு போறும் உனக்கு. நல்லா அளு. நானும் கூட அளறேன்."

கீழே ஏதோ ஓசை கேட்டது. சரேரென்று ஏணிப்படியோரம் விரைந்து, "யாரு?" என்று கேட்டான் வேலு. எதிரொலி எதிர்பார்த்ததற்கு மேல் கிளம்பி அவனைத் தாக்கிற்று. படிகள் பெரும் ஓசையெழுப்பத் தடதடவென்று கீழே வந்தான்.

கூடம் ஒரே இருட்டாக இருந்தது. கதவு வெளியே தாளிடப்பட்டிருந்தது. பாதி திறந்திருந்த ஜன்னல் வழியாக ஒளி, சரிந்து விழுந்துவிட்ட பளிங்குத் தூண் மாதிரி சதுரமாக உள்ளே வந்து புத்தகங்கள் பிதுங்கும் ஜாதிக்காய்ப் பெட்டிமேல் வந்து விழுகிறது.

"ஸார்."

வேலு திடுக்கிட்டுத் திரும்பிப் பார்த்தான். ஜன்னல் விளிம்பில் இரண்டு சின்ன மண்டை உச்சிகள் தெரிந்தன.

"ஸார், பாடம் உண்டா ஸார்?"

வேலு ஜன்னல் அருகே நகர்ந்தான்.

ஒரு பெண் குழந்தையும் கீழ்ப்படியில் நின்று கொண்டிருந்தது. இரண்டு குழந்தைகள் சிலேட்டுடன் துளசி மாடத்தைத் தொட்ட வண்ணம் முற்றத்தில் நின்றன.

"ஸார், பாடம் உண்டா ஸார்?"

"இல்லே."

"ஸார், உங்க ஊட்டுக்குக் குஞ்சுப் பாப்பா வந்திருக்கா?"

"ம்."

"யாரு ஸார் பாலு கொடுப்பா?"

"ம்."

"ஸார், சாருக்குக் கல்யாணமா?"

"டேய்" என்று அக்கா தம்பியை அதட்டினாள். "வாடா இங்கே."

"போங்க போங்க" என்று எல்லோரையும் வேலு விரட்டினான்.

குழந்தைகள் சந்து வழியாக ஒன்றன்பின் ஒன்றாக மறைந்தன.

நார்க்கட்டில் துளசிமாடத்தையொட்டிக் கிடந்தது. அதில்தான் மதனியைப் போட்டுக் குளிப்பாட்டினார்கள். அம்மை, சதை கரைந்து எலும்பு குறுகிய பின்பும் உயிர் பிரியாமல் நரகவேதனைப்பட்டுச் சீரழிந்ததும் இந்தக் கட்டிலில் கிடந்துதான். புலப்பமும் அரற்றலுமாகக் குளிப்பாட்டினார்கள், ஐந்தாறு பெண்களாகச் சுற்றிவர நின்று கொண்டு. பழஞ்சீலைத் திரை நாற்புறமும் கட்டப்பட்டிருந்தது. ஒரு சிறு கிழிசல் வழியாக மதனியின் முகம் பாதி தெரிந்தது. சாம்பலைக் குழைத்துப் பூசிய வெண்கலப் பானை போலிருந்தது முகம். உதடுகள் நாகப்பழம் போல் கறுத்து அடிபட்டவைபோல் வீங்கிக் குவிந்திருந்தன. விஷத்தைத் தின்றுவிட்ட சடைநாய்மாதிரி அம்மை படியில் விழுந்து புரண்டு கொண்டிருந்தாள். சிறு பெண் களால் அவளைத் தூக்க முடியவில்லை. பலவந்தமாக ஆண்பிள்ளை கள்தான் தூக்கி உள்ளே கொண்டுவந்து போட்டார்கள். குழந்தையைத் துண்டு துண்டாகப் பீங்கான் தட்டில் வெட்டிப் போட்டுவிட்டுச் சென்றுவிட்டார் டாக்டர். நஞ்சு ரத்த நாளத்தைப் பார்க்கத் திரும்பிவிட்டது. முகம் நீலம் பாரித்ததும், 'சுபாசு, சுபாசு" என்று கூப்பிட்டாள் மதனி. சுப்பையா அண்ணன் சுபாஷைத் தூக்கிக் கொண்டு அறைக்குள் நுழைந்து மதனியின் மார்புமேல் குழந்தையைப் போட்டான். மதனியின் தலை அம்மையின் கொழுத்து உயர்ந்திருந்த மடிமீது கழுத்து ஒடியும்படி வளைந்து கிடக்கிறது. "லெச்சுமி . . . லெச்சுமி . . . என்னைப்பாரு. என் ராசாட்டியில்லா?" என்று அழுது கொண்டே மோவாயைத் திருப்பிக்கொண்டிருந்தாள் அம்மை. "வள்ளிக்கு அப்பா எங்கே?" என்று முனகினாள் மதனி. வீடுபூராத் தேடியும் அண்ணனைக் காணவில்லை. மச்சிலில் கவிழ்ந்து படுத்துக் கொண்டிருந்தான் அவன். சுப்பையா அண்ணனும் ஆத்தாளும் சென்று ஆனமட்டும் கையைப் பிடித்து இழுத்தார்கள். "உன்னைக்

கடேசியாட்டுப் பாக்குதுக்குக் கூப்பிடுதா. சண்டாளா, இனிமே கிடைக்காது உனக்கு” என்று ஆத்தாள் கத்தினாள். அண்ணன் முகம் உருக்குலைந்து போயிருந்தது. சித்தப்பிரமை தட்டிவிட்டதுபோல் விழித்தான். அவனால் வர முடியவில்லை. “மாட்டேன்” என்று குழந்தைபோல் குழைந்து தரையில் விழுந்தான். எப்போதும் வேலு அப்படித்தான். வள்ளிக்கு மாந்தவலி வந்துவிட்டாலே மச்சிலுக்குச் சென்று கதவைக் கீழே தள்ளிவிட்டுக் கவிழ்ந்து படுத்துக் கொண்டு விடுவான். டாக்டரிடம் போகிறவர்கள் போகவேணும். மருந்து கொடுப்பவர்கள் கொடுக்கவேணும். பின்னால் மாடிக்கதவை உச்சி மண்டையால் தள்ளித் தூக்கிக்கொண்டு மதனி, “உங்களைத் தானே, வள்ளி முளிச்சுப் பேசிக்கிட்டு இருக்கு” என்பாள். “முளிச்சுட்டாளா?” என்று கேட்டுக்கொண்டே வாசற் கதவோரம் ஒட்டிக்கொண்டு எட்டிப் பார்ப்பான். குழந்தை சிரித்தாள் என்றால் தானும் பெரி தாகச் சிரித்துக் குழந்தையிடம் வந்து கொஞ்சுவான். அன்று பூராவும் அண்ணனை எல்லோரும் கேலி செய்வார்கள். நன்றாகப் பொறுத்துக் கொள்வான். அண்ணனால் மதனியை வழியனுப்ப வர முடிய வில்லை. அம்மையை வழியனுப்பவும் அவனால் வர முடியவில்லை. அன்று கோயில் முகப்பில் போய்ப் படுத்துக்கொண்டுவிட்டான். மதனியின் நினைவில் சில நாட்கள் வரையிலும் அவனும் அம்மையும் படுக்கையை விட்டு எழுந்திருக்கவில்லை. கூடியமட்டும் முயன்று அவர்களை உற்சாகப்படுத்தவோ, அவர்களுடைய கவனத்தை வேறு விஷயத்தில் திருப்பவோ முடியவில்லை. அண்ணன் பின்னால் எழுந் திருந்தான். பேசினான். சிரித்தான். அம்மை எழுந்திருக்கவேயில்லை.

குழந்தை சிணுங்குவது கேட்டு மாடிக்குச் சென்றான். குர்குர் ரென்று மெல்லிய குறட்டையொலி கேட்டுக்கொண்டிருந்தது. வேலு தூளிக்குள் எட்டிப்பார்த்தான். குழந்தை வாயைத் திறந்து சுவாசம் விட்டுக்கொண்டிருந்தது. “ரயில்லே காத்து என்னண்ணு அடிச்சு” என்று முணுமுணுத்தான்.

“சித்தப்பா” என்று கூப்பிட்டுக்கொண்டே படியேறி வந்தார்கள் வள்ளியும் சுபாஷும். புத்தகப் பைகளைத் தரையில் தொம்மென்று போட்டுவிட்டு இருவரும் ஒருவரையொருவர் முந்தும் எண்ணத்தோடு ஓடிவந்து தூளிக்கு முன்னால் நின்றார்கள். தம் நினைவு அழிந்து போக, அங்க சேஷ்டைகள் ஏகமாகக் காட்டிக் குழந்தையிடம் கொஞ்ச ஆரம்பித்தார்கள்.

ஊமைதாணு டிபன் காரியரோடு மேலே வந்தார்.

“அப்பா வந்திருக்காரு” என்றார் உமைதாணு.

“எங்கே?”

“முக்குக் கடையிலே பளம் வாங்கிட்டு நிக்காரு, கொளந்தெங் களுக்கு.”

“அழுதாரா?”

“ஊஹூம். கண்ணீரு வத்திப்போயிட்டு அவருக்கு. அதுக்கு விதி அவ்வளவுதான்னு சொல்லிப்போட்டார்.”

“நான் கண்டேன் தாத்தாவே, வள்ளி காணலே” என்றான் சுபாஷ்.

“கையைக் காலெக் கழுவிப்போட்டு வாங்கடா” என்றார் உமை தாணு. இலையைக் கிழித்து வரிசையாகப் போட்டார்.

“அப்பாவுக்கு?”

“சாப்புட்டாச்சாம்.”

“எங்கிருந்து வாறாகளாம் இப்பம்?”

“பணவுடிலேருந்து. திருநா நேத்தோட முடிஞ்சாம். அடுத்தாலே கடை ஸ்ரீவில்லிபுத்தூருக்கு போகுதாம். முன்னாலே போறாராம் முதலாளி. இவுரு தட்டுப்பட்ட சரக்குகளேக் கொள் முதலு பண்ணிக்கிட்டு, ராவு நின்னு, விடிய போறாரு போலிருக்கு.”

“அளலியா?”

“என்னைக் கண்டதும் பொசுக்கன கண் நெறஞ்சுட்டு. பேசுதுக்கு வரலே. முகத்தே பக்கவாட்டிலே திருப்பிக்கிட்டு ஒரு அசட்டுச் சிரிப்புச் சிரிச்சுப்போட்டு நின்னாரு. பாவமாருந்து.”

குழந்தைகள் ஈரக் கையைப் பரஸ்பரம் முகங்களில் மாறி மாறி உதறிக்கொண்டே இலை முன்னால் வந்தார்கள்.

“என்னைக்கு முகூர்த்தம்னு கேட்டாரு.”

“அந்த வாயாலே இதையும் கேட்டுப்போட்டாரா?”

உமைதாணு வேலுவின் முகத்தைக் கவனித்தார். பாதி திறந்த வாய் அப்படியே இருந்தது.

“இல்லே, கேட்டேன்” என்றான் வேலு தாழ்ந்த குரலில், அவர் பக்கம் திரும்பாமலே.

உமைதாணு சிறிது நேரம் தயங்கிவிட்டு, “இல்லே, நான்தான் பேச்சை ஆரம்பிச்சேன்னு நெனக்கேன். வாற வெள்ளிக்கிளமே வெச்சுப் போடலாம்னு இப்பம்தான் சொன்னாரு வேலாயுதப்பெரு மாள் பிள்ளை; இருந்துபோட்டுப் போங்களேன் அப்படீன்னு சொன்னேன். இல்லே, நின்னுக்கிட முடியாது; வியாளக்கிளமே ராவு அந்த வளியாட்டுக் கன்யாகுமாரி வந்து சேருதேன்னு சொன்னாரு. நான்தான் ஒண்ணாப் பேசிப் போட்டேன்னு நெனக்கேன். தெரிஞ்சா? நான்தான் ஏதோ நெனப்பிலே . . . தெரிஞ்சா . . .”

“சரி, கேட்டேன். அப்புறம்?”

“சட்டுப்புட்ன முடிச்சுப்புட வேண்டியதுதான். அடுக்காளைக்கு ஆளில்லாம சீரளியக் கூடாதில்லா அப்படின்னாரு.”

“வீட்டு வேலைக்காகச் சுட்டித்தான் . . . இல்லியா?”

“என்னடேய் நீ இண்ணைக்கு எடுத்ததுக்கெல்லாம் தப்பர்த்தம் பண்ணிக்கிடுதே?”

வேலு பதில் சொல்லவில்லை.

"உன் மொகம் ஏண்டேய் இப்படிச் சுண்டிக்கெடக்கு?"

"இல்லே, நீ இலை முன்னுக்கு இரி."

வேலு ஒவ்வொரு இலையிலும் கறியும் சோறும் எடுத்து வைத்தான்.

வேலு கண்விழித்துப் பார்த்தான். பக்கத்தில் உமைதாணு மறுபக்கம் ஒருக்களித்து உறங்கிக் கொண்டிருந்தார். பெருமூச்சில் அண்ணன் உடல் உயர்ந்து தாழ்வதை ஒரு நிமிஷம் கவனித்துவிட்டுத் தூளி சுருங்கிக் கிடப்பதைக் கண்டு எழுந்து நின்றபோது அண்ணன் பக்கத்தில் குழந்தை தூங்குவது தெரிந்தது. ஈரத்துணியைக் காலால் மூலைக்குத் தள்ளிவிட்டு, நார்ப் பெட்டியிலிருந்து துண்டுத் துணி எடுத்து, அதை நாலாக மடித்துக் குழந்தைக்கு விரித்தான்.

ஜன்னல் வழி வெளியே பார்த்தபோது பொழுதை நிதானிக்க முடியவில்லை. வெயிலின் கடுமை தணிந்திருப்பது போலவேபட்டது. செம்மான்குளத்தில் குளித்துவிட்டு எருமை மந்தை வீடு நோக்கித் திரும்பிக் கொண்டிருந்தது. சைக்கிள் பால்காரனின் இடைவிடாத மணியோசையை அது அலட்சியம் செய்த தோரணை வெகு ரஸமாய்த்தான் இருந்தது. இருந்தாலும் அவன் மந்தைக்குள் புகுந்து, வளைந்து திரும்பி, வெட்டி முறித்து வெளியேறி சுணக்கத்தை ஈடுகட்ட உயிரைவிட்டு மிதிக்க ஆரம்பித்தான். கொல்லைச் சுவர் களில் காகங்கள் கரைந்து கொண்டிருந்தன. வேலுவின் உதடுகளில் புன்னகை நெளிந்து முகம் மலர்ந்தது. அவசரமாகப் பின் சுவரண்டை சென்று ஆணியில் தொங்கிக்கொண்டிருந்த புகை படிந்த கைக்கடி காரத்தைப் பார்த்தான். மணி இரண்டரைதான் ஆகியிருந்தது. சமயம் தாண்டி விடவில்லை.

படிகளை ஓசைப்படுத்தாது கீழே வந்து பின்கட்டை நோக்கி நகர்ந்தான். வாழைக் கூட்டத்தையொட்டி அவன் தகப்பனார் நார்க்கட்டிலுக்கு வெந்நீர் விட்டுக்கொண்டிருந்தார். பின்திண்ணை யில் இடதுபக்கச் சுவரில் சாத்தப்பட்டிருந்த ஏணி, தகப்பனாரின் முதுகை இடுப்பிலிருந்து தோளுக்கு வெட்டிக் காண்பித்தது. நிலை தாண்டியதும் தலையைக் குனிந்து ஏணியின் மறுபக்கம் சென்று படிகள் ஏறி நடுப்படியில் சௌகரியமாக அமர்ந்து கொண்டான். எண்ணெய் படிந்த மேல்படியில் தலை சாய்ந்தது. கைகள், தலைக்கு மேல் சென்று மேல் படிகளைப் பிடித்துக் கொண்டன. முதுகு படிகளின் மேல் அழுத்தமாகச் சரிந்தது.

"வேலு, என்னா மூட்டை டேய்?"

வேலுவின் பார்வை பின்பக்கச் சந்தைத் தாண்டி, வாழைத் தோட்டத்தைத் தாண்டி, ஒரு சிறு வீட்டின் கொல்லைப் படிகளில் படிந்தது. ஒற்றைக் காக்கையும் வந்து சுவர் மேல் உட்கார்ந்து

விட்டது. இவ்வளவு துல்லியமாக ஓடும் கடிகாரம் யாரிடம்தான் இருக்கிறது!

"அநியாய மூட்டை டேய்!"

சிரட்டை அகப்பையைக் கீழே வைத்துவிட்டு இடுப்புத் துண்டை அவிழ்த்து, கழுத்தோடு வாயையும் மூக்கையும் சுற்றிக் கட்டி, மூக்குக்கோரியில் வெந்நீரை மொண்டுகொண்டு மீண்டும் கட்டி லண்டை சென்றார் கிழவர்.

பளிச்சென்று அரக்குக்கலர் புடவை பளபளத்துக்கொண்டு முன்னே வந்தது. கீற்று இலை, தளிர்ப் பச்சையாக மிக ஒயிலாய் உயர்ந்து, மடிப்பு விரிந்து கீழே இறங்கிய நிமிஷத்தில் அதை நோக்கி அஸ்திரம்போல் பாய்ந்து உள்ளே அமிழ்ந்தது காகம். படியில் நின்றவாறே வாழைத் தோட்டத்தைப் பார்த்தாள் சொர்ணம். அன்று அவளுடைய அலங்காரத்தில் விசேஷ கவனம் தெரிந்தது. புதுசாக உருவாகியிருந்த நெற்றிச் சுருள்களைப் பின்னால் தள்ளிவிட்டுக் கொண்டாள். கண்கள் குதூகலம் குதூகலம் என்று கோஷித்தன. சொர்ணம் செம்பில் நீரை மொண்டு கையைக் கழுவினாள். குனிந்து பளபளத்துக் கொண்டிருந்த சேலையின் அடிப்பாகத்தை விலக்கி, பாவாடையின் ஓரம் தூக்கி, வாயையும் கைவிரல்களையும் நிதான மாகத் துடைத்துக் கொண்டாள்.

சொர்ணம் தலையைத் தூக்கி மேலே பார்த்தாள். கைகள் இரண்டையும் முன்னால் நீட்டி மடக்கினாள். கை விரல்களைச் சுருட்டிப் பெருமூச்சு இழுத்து உடம்பை உப்ப வைத்துக்கொண்டாள்.

வேலு நிமிர்ந்து உட்கார்ந்தான்.

எம்பிக் குதித்து அவள் மேலே மூங்கிலைப் பிடித்துக் கொண்டாள்.

"சபாஷ்!"

ஆட்டம் ஆரம்பமாகிவிட்டது.

"காணாது . . ."

வேகம் அதிகரித்தது. ஸாரியும் பாவாடையும் புஸ் புஸ்ஸென்று நெளிநெளியாய் ஆடி அசைந்தன. பின்னல் சவுக்கு மாதிரி மிதந்தது.

கீழே குதித்து, இரு கரங்களையும் பின்னால் வீசி அனாயாசமாய்த் துள்ளி எழுந்திருந்து உள்ளே சென்றாள்.

வேலு வாழைக் கூட்டத்தைப் பார்த்தான். அண்டா, மூலையில் துருப்பிடித்த பெட்பானுக்கு அருகில், கவிழ்த்து வைக்கப்பட்டிருந்தது. வேலுவின் கவனம் மூலையிலிருந்து நார்க்கட்டிலுக்குத் திரும்பியது. நார்க்கட்டில் சொட்டிக்கொண்டிருந்தது.

. . . கடைசியில் கோசலைகூட ஒரு தினுசாகக் கையைக் கழுவி விட்டுப் போய்விட்டாள். அவளுடைய யுக்தி பின்னால்தான் தெரிய வந்தது. "அம்மா, இப்டிக் கிடையிலே கிடத்திப் போட்டே. என்னை யாரு ரச்சிப்பான்னு சொல்லி நீ ஏங்காதே. கைக்கொளந்தே கணக்கா

உன்னைப் பாக்கேன் …" என்று சொல்லிக் கொண்டிருந்தவள்தான் … சுப்பையா அண்ணனுக்கு வேலை கிடைத்துவிட்டது. வள்ளியூர் பஞ்சாயத்தில் அம்பர் சர்க்காவைப் பரப்ப வேண்டிய வேலை. அவன் புறப்பட்டான். மதனியும் பின்னால் போகவேண்டியவள் தானே? "இங்கிருந்து சட்டியெத் தூக்க வந்துபோச்சேன்னு நான் அளலே. நீங்க பாயும் படுக்கையுமாட்டு கெடக்கேலை உங்களை தாண்டிக்கிட்டு நான் போகலாமா? என் பெத்த தாய் கணக்க மூணு பேறு பார்த்துவிட்டேளே. போகலாமா நான்? அடுக்குமா கடவுளுக்கு?" என்று சுப்பையா மதனி அழுதாள். "ஏட்டி, என்ன இதூன்னு கேக்கேன். சின்னப் புள்ள கணக்க மொகத்தேக் கசக்கிட்டு நிக்கயா? காடோ மலையோ, புருஷனுக்கு பொறத்தாலெ போ. அது வெறும் துர்வாசர். இலையிலே போட்டதே ஒளுங்காத் திங்கத் தெரியாது. அதுக்கு உடம்பு வாடாம பாத்துக்க …" என்று அம்மையும் சொன்னாள். கடைசி வரையிலும், நாக்கைக் கொஞ்சமேனும் அசைக்க முடிந்தவரையிலும், அம்மை சுப்பையா மதனியைப் பற்றியும், கோசலை அக்காளைப் பற்றியும் அடிக்கடி சொல்லிக் கொண்டுதான் இருந்தாள் … அது சரி சுப்பையா மதனி, நான் ஒண்ணு கேக்கறேன் உங்கிட்டே, நெஞ்சிலே கை வெச்சுப் பதில் சொல்லுவயா? அண்ணைக்கு உன் கண்ணிலேருந்து வளிஞ்ச ஒவ்வொரு சொட்டும் கண்ணீர்தானோ? அதுக்கு முன்னுக்கு ஒரு நா, "இங்கே நின்னுக்கிட்டு பங்கோசம், பங்கோசம்னு கூப்பிட்டுக்கிட்டு இருக்கேளே. அங்னெ தோட்டிச்சி வேலை பாக்குதுக்கும் நான் ஒருத்திதான் உண்டும் எங்குது தெரியுதா உங்களுக்கு? இந்த வேலையை முனிசிபாலிட்டிலே செய்தாலும் நூறு ரூவா சம்பளம்போட்டுத் தருவானே" என்று சுப்பையா அண்ணனிடம் சொன்னதும், மதனி, நீதானே? … விடுதலை பெற்றுவிட்டதில் பொங்கி வழிந்த ஆனந்த பாஷ்பத்தையும் கண்ணீராகக் காட்டிவிட்டுப் போய்விட்டாயே, மதனி, உன் சமர்த்தியம் யாருக்கு வரும்? மதனி, உன்னைச் சொல்லக் குற்றமில்லை. அக்கா, உன் பேரிலும் தப்பு இல்லை. நீ மதினியை விடவும் கெட்டிக்காரி என்பதையும் ஒத்துக்கொள்கிறேன். அத்தான் வெளியூர் போய் ஆறு மாசம் கழிந்த பிறகுதானே … அவர் ஒற்றைக் காலில் நின்று இடமாற்றம் கேட்டு வாங்கிக் கொண்டு போனார் என்பதே தெரிய வந்தது … அக்கா, அத்தானை ரொம்பவும் குடைஞ்சு எடுத்துப் போட்டியா நீ? அப்பாவி மனுசனாச்சே அவர் …

இல்லை. யாரையும் சொல்ல வேண்டிய அவசியமில்லை. அம்மையின் ஜீவன் தேவாங்குமாதிரி தேய்ந்துவிட்ட அந்த உடலில் எங்கேயோ ஒட்டிக்கொண்டு, எப்படியோ காற்றை உள்ளே இழுத்து வெளியே விட்டுக் கொண்டிருந்துவிட்டது. அரைச்சங்குப் பாலிலும் அரைச்சங்கு வெந்நீரிலும் எப்படி அது ஒரு வருஷம் வரையிலும் முணுக் முணுக்கென்று எரிந்து கொண்டிருந்தது? ஒரு கையும் காலும் துணியாய்த் தொங்க, படுக்கையில் விழுந்தாள். வலது கண் சிறுத்து பாதி மூடிக்கொண்டுவிட்டது. மறுவருஷம் முதுகு பூராவும்

குங்குமத்தை வாரிப் பூசியதுமாதிரி படுக்கைப் புண். "வேலு, உன்னைத் தெனம் உசிரோட கொல்லுதேனே அப்போவ்? அடுக்குமா எனக்கு? ஆண் காரியம் பார்க்கலாம்டேய் நீ. பொண் காரியம் பாக்குதுக்கு உன்னெ விடலாமா? என்னெ இந்த மேனிக்குக் கொண்டு வெச்சுப் போட்டாலும் பாவம் கிடையாது டேய் உனக்கு..." பின்னால் வாயும் கட்டிவிட்டது; காதும் கேளாது. இருந்தாலும் உடம்பைத் துடைத்து, தலைமுடி ஒதுக்கி இரு கரங்களுக்குள் ஏந்தியெடுத்துப் படுக்கையில் போட்டுவிட்டுத் தலை நிமிர்ந்து அம்மையின் முகத்தைப் பார்த்ததும், வெள்ளி உருகி அருவியாய்ப் பாய்ந்தமாதிரி கடகடவென்று ஒரு சிரிப்புச் சிரிப்பாள். மயிர் கூச்செறியும். அப்போது அண்ணனும் அங்கு வருவான். அவன் கண்கள் கலங்கும்.

குழந்தைகள் படியேறி உள்ளே வந்தார்கள். கூடத்தில் நடமாட மட்டும் இடம்விட்டு அழகாய்ப் புள்ளி குத்திய செம்புப் பாத்திரங்கள் பரப்பப்பட்டிருந்தன. கைவண்டி மேல் நின்று ராகம் போட்டு எண்ணி, கூலியாள் தலையில் பாத்திரங்களை ஏற்றிவிட்டுக் கொண்டிருந்தார் கிழவர். சுபாஷும் வள்ளியும் பைகளை ஆணியில் தொங்க விட்டுவிட்டு, இரண்டு பெரிய அண்டாக்களில் ஏறி மறைந்து கொண்டார்கள். சுபாஷ் தலை தூக்குகிறபோது வள்ளியைக் காணவில்லை. வள்ளி எழுந்திருக்கிறபோது சுபாஷைக் காணவில்லை. சிரிப்பு மட்டும் இரண்டு தினுசாக விட்டுவிட்டு எழுந்து கொண்டிருந்தது.

வேலு பெரிய அண்டாவை நோக்கி நகர்ந்தான்.

"வள்ளி, தலை பின்னிக்கிடப் போவாயில்லே, சித்தெப் பொறுத்து?"

"ஆமா."

"அப்பம் சொர்ணத்துக்கிட்டே, சித்தப்பா ஒரு சர்க்கஸ் கம்பெனி ஆரம்பிக்கப் போறாராம் அப்டீன்னு சொல்லிப் போட்டு பொசுக்கன ஓடிவந்துபோடணும் என்னா?"

"என்ன சொல்லுதிய சித்தப்பா?"

"நீ சொல்லு; பெறவு சங்கதியெச் சொல்லுதேன்."

"வேலூ!"

"...ன்னா வந்துட்டேன், அண்ணேய்." வேலு மச்சிலுக்குச் சென்றான்.

"வேலு, கொளந்தே ஒரு குப்பிப் பாலையும் மடமடான்னு குடிச்சுப்போட்டுடேய்! பய நல்ல உறிஞ்சுக் குடிக்கான் பாத்துக்க" என்றார் உமைதாணு.

வேலு குழந்தை முன்னால் குந்தி உட்கார்ந்து கொண்டான்.

காற்று சில்லென்று அடிக்க ஆரம்பித்துவிட்டது. தெருவில் முதல் காட்சி பார்த்துவிட்டு, தன்னை மறந்து கலை விமர்சனங்களைக்

கத்திக்கொண்டு போகிறவர்களின் இரைச்சல் கேட்டது. நார்க்கட்டி லில் ஈரம் உலர்ந்துவிட்டது என்றாலும் வெகு சீதளமாக இருந்தது. சட்டை அணியாது படுக்க வெகு சுகமாக இருந்தது.

வேலு எழுந்திருந்து தூளிக்கு எதிரேயிருந்த வடக்கு ஜன்னலைச் சாத்தினான். வள்ளியும் சுபாஷும் கோரைப்பாயில் தூங்கிக் கொண் டிருந்தார்கள். அதற்குள் வள்ளி உருண்டு தரைக்கு வந்துவிட்டிருந் தாள். ஒரு மணி நேரத்திற்கு முன், "சித்தப்பா, இண்ணேலிருந்து ராவு கண்முளிச்சு நான்தான் கொளந்தையைப் பாத்துக்கிடப் போறேன்" என்று சொன்னவள் அவள்.

"ஏன்?" என்று கேட்டான் வேலு.

"அப்பா சொல்லிட்டாரு. இனி எனக்குப் பொறுப்பாம் அது."

"ஓஹோ!"

வேலு பாவாடையை இழுத்துச் சரி செய்துவிட்டு அவளைத் தூக்கமாட்டாமல் இழுத்துப் பாயில் போட்டான். அப்படியே அவள் முகத்தைப் பார்த்தபடி நின்றான்.

'ஏட்டி, உங்கப்பன் எனக்காகச்சுட்டி ரொம்ப சிரமப்படுதான்.'

வேலு தனக்கும் அண்ணனுக்கும் ஜன்னலோரம் பாயை உதறி விரித்தான். அரிக்கன் லாந்தரை ஒளியைத் தணித்துத் தலைமாட்டில் கைக்கு எட்டும் தூரத்தில் வைத்துவிட்டு, ஏணிப்படியோரம் நகர்ந் தான். கீழே இறங்கியதும் அப்படியே நின்றான்.

"உமைதாணு, என் மகட்டேயிருந்து கடுதாசி வருமட்டும் நான் இங்கே வந்து படுத்துக்கிடுதேன்டேய். இன்னா பாரு, நான் படுக்க மட்டும் கொளந்தை அளுதுன்னு சொல்லி ஒரு நாளாவது அவ எறங்கி வந்தாங்குது உண்டும்னா காதெ அறுத்துத் தாறேண்டேய். தட்டளியாம இரி."

"ஆத்தா, நான் எதுக்குச் சொல்லுதேன்னு . . ."

"நீ சொல்லித்தான் தெரிஞ்சிக்கிடணுமாக்கும்! சும்மா இரிடேய். சிறிசுக . . ."

"வேலு வாறானோவ்?"

பேச்சு நின்றது.

வேலு நிலைப்படியில் வந்து நின்றான். கோழி முட்டை விளக்கில் உருவங்களும் நிழல்களும் தெரிந்தனவே தவிர முகம் தெரியவில்லை.

"என்னடேய் வேலு?" என்று கேட்டார் உமைதாணு.

வேலு தலையை அசைத்தான்.

"என்னடேய்?"

"இது கொள்ளாமே. அவன் வந்து நிக்கான். என்னடேய், என்னடேய்னு கேட்டா என்ன பதில் சொல்லுவான்? சொர்ணத்தெ நெனச்சுக்கிட்டு நிக்கான், அவன் போக்கிலே" என்றாள் ஆத்தாள்.

மதுரை மாப்பிள்ளை கடகடவென்று சிரித்தார். அரும்பு மீசையும், புஸ்ஸென்று செங்குத்தாக மேலே சென்று கொண்டிருந்த சுருள்முடியும் மங்கலாகத் தெரிந்தன. கிழவருக்கும் சிரிப்பு வந்து விடவே அவர் தலையை உயர்த்தியவாறு திண்ணைக்குச் சென்று வெற்றிலையைத் துப்பிவிட்டுச் சிரிக்க ஆரம்பித்தார்.

"சின்ன உடுப்பே எடுத்துக் காட்டுடேய்" என்றாள் ஆத்தாள்.

"பாத்துட்டேன்" என்றான் வேலு.

"சிலுக்கு உடுப்பு. அளகா இருக்கு. நாளைக் காலையில் குளுப் பாட்டிப் போட்டுக் காட்டுதேன்" என்றாள் ஆத்தாள்.

"பயலுக்குத் தணுப்பு ஆகலே" என்றார் உமைதாணு.

"பாண்டிக்காரமில்லா. விறைக்கானோவ்?"

"என்ன வெச்சுக்கிட்டேக் கிண்டல் பண்றீங்களே" என்றார் மதுரை மாப்பிள்ளை.

"உள்ளதைச் சொன்னாக் கிண்டலா? வேலு சொன்னானே, கொளந்தயெ எடுத்துக்கிட்டுப் பொறப்படுகையிலே மாப்ளேயும் கூட வாறேன்னு சொன்னாரு. கடோசிலே வாடை ஆகாதுன்னு நின்னுக்கிட்டாரு அப்டீன்னு ..." ஆத்தாளின் கை அண்ணனின் துடையைக் குத்தியதை வேலு கவனித்தான். மதுரை மாப்பிள்ளையின் முக பாவத்தை இருட்டில் வேலுவால் கண்டு கொள்ள முடியவில்லை.

"அவட்டெப் பேச்சுக்கொடுத்து மீள முடியுமா? கலெக்டரெ கிராஸுபண்ணிப்போடுவாளே" என்றார் கிழவர்.

"ஆமா, கிராஸுபண்ணிப் போடுவா! கேளுடேய் உமைதாணு, வேலாயுதப்பெருமாள் பிள்ளைக்கு மகளெ மூட்டை கடிச்சிரக்கூடா தாம்! உங்கப்பா இண்ணைக்கு வேர்க்க வேர்க்க வெந்நி காச்சி ஊத்துதா, கண்டயா? மாமனாரு இப்படி வாய்க்குதுக்குக் கொடுத்து வைக்கணுமே" என்றாள் ஆத்தாள்.

"அம்மாடி! என்னாலெ உனக்குப் பதில் சொல்லக் களியுமா. நான் போறேன்."

கிழவர் சரேலென்று எழுந்திருந்து திண்ணைக்குச் சென்று துண் டால் தூசியைத் தட்ட ஆரம்பித்தார்.

"ஏண்டேய், மேலே போறியா?" என்று கேட்டார் உமைதாணு.

"ம்" என்றான் வேலு.

"குஷியெக் காணமே" என்றார் மதுரை மாப்பிள்ளை.

"ஒண்ணுமில்லே. தங்கக்கிளி மனசிலே நுழைஞ்சுட்டால்லா? அந்த நெனப்பு" என்றாள் ஆத்தாள்.

"நில்லு. நானும் வாறேன்" என்றார் உமைதாணு.

"நீங்களும் படுங்களேன்" என்றார் மதுரை மாப்பிள்ளை.

"மாப்ளே?"

"நான் இங்கேயே படுக்கறேன்."

"பாயும் தலையாணையும் எடுத்துப் போடுடேய்" என்றார் உமைதாணு.

வேலு ஒற்றைக்கை நாற்காலியில் ஏறிக் கோரைப் பாயையும் தலையணையையும் இழுத்துக் கீழே போட்டான்.

"யெம்மா ... யெம்மா ..." முட்டைத் தடவியவாறு ஆத்தாளும் எழுந்தாள்.

உமைதாணு வேலு பின்னால் மாடியேறிச் சென்றார்.

"ஆத்தாளுக்கு உஜாரு உண்டும். பளய காலத்து மனுசிகளே தனி. என்னத்தான் காத்தடிச்சாலும் சரியாம, இலையைக் கிளிய விட்டுக்கிட்டு நிப்பாங்க, வாளைமரம் கணக்க. நம்மை மாதிரி அவங்க இடிஞ்சு போயுடறதில்லே. முக்கியமாட்டு அதுதாண்டேய் தெரியணும்."

"ம்."

"அவுங்களைப் பாத்து நாம சமாதானப் படணும் டேய். மனுசன் ஜென்மம் எடுத்துட்டான்னு உண்டும்னா நல்லதும் பொல்லாததும் மாறிமாறி வந்து ... என்ன நான் சொல்லுது?"

"சரிதான்."

வேலு படுத்துக் கொண்டான். உமைதாணு தன் படுக்கையில் அமர்ந்து இடது கையூன்றி முட்டிக்கால் மடக்கிக்கொண்டார்.

"உறக்கம் வந்துட்டாடேய்?"

"ஊஹூம்."

"நாளைக்குக் காலையிலே தாலிக்குப் பவுன் கொடுக்கணும்."

வேலு ஒருக்களித்துப் படுத்துக் கொண்டான்.

"பின்ன எனக்கு ஒரு சின்ன வருத்தம் உண்டும் ..."

"என்ன?"

"உன் மதனி இருந்தா ..."

"ஆமா ..."

"தரையிலே நின்னுக்கிட மாட்டா. உன் பேரிலே அவளுக்கு ரொம்பப் பச்சமில்லா?"

"ஆமா."

"என்ன நான் சொல்லுது?"

"சரிதான் அண்ணேய். இன்னிக்குப் பூரா எனக்கும் நெனப்புத் தட்டிக்கிட்டே இருந்தது ..."

"நான் நெனச்சால ... நீயும் ....?"

"அது இல்லே. மதனி இருந்ததும் வெச்சதும் ஞாபகம் வந்துட்டு."

"ஏண்டேய்?"

"ஏனோ."

"என்ன நெனச்சே?"

"எனக்கு வயசும் அப்பம் கொறவுதானே? இருந்தாலும் நல்ல ஞாபகம்தான் அண்ணேய். உனக்குக் கல்யாணம் களிஞ்சதும், மதனி ஊட்டுக்குள்ளே வளைய வந்துக்கிட்டு இருந்ததும், நீ அவளெப் பரிகாசம் பண்ணுதும், சில சமயம் அவ உன்னை நைஸாக் கிண்டலுப் பண்ணிப்போடுதும் . . ."

உமைதாணு உரக்கச் சிரித்தார்.

"அண்ணேய், நீயும் மதனியும் இருந்தாலே இனிமே கண்டுக்கிட முடியுமா?"

"அதேண்டேய் அப்படிக் கேட்டுப் போட்டே?"

"இல்லே, கேக்கேன்."

"நான் இனி பார்க்கப் போறேம்லா."

மீண்டும் உரத்த குரலில் சிரித்தார் அவர்.

"அது சரி அண்ணேய். கேட்டதுக்குப் பதில் சொல்லு."

"அமைஞ்சுக்கிட்டா அவ்வளவுதான்டேய்."

"நீ சொல்லுது சரி. இருந்தாலும் . . ."

"அது சரி, அது சரி."

"ஆனா ஆம்புளையும் அதே கணக்கிலே வந்து அமையணுமில்லா? ராவும் பகலும் ஒரே நெனப்பாக் கட்டினவளெ நெனச்சுக்கிட்டு . . ."

"ம்."

"சீ'னு ஒரு வார்த்தை சொல்லாம . . ."

"ம்."

"அந்த விஷயத்திலே மதனியும் அதிர்ஷ்டசாலின்னுதான் சொல்லணும் . . ."

"ம்."

"என்ன அண்ணேய்?"

"நேரம் ரொம்ப இருக்குமாடேய்?"

"பன்னெண்டு இருக்காது?"

"இருக்கும். அதுக்கு மேலேயே இருக்கும்."

உமைதாணுவும் தலை சாய்த்தார். அப்போது அமைதி பரிபூர்ண நிலையை எட்டியிருந்தது. காற்றும் நின்றிருந்தது. அறைக்குள் இருள் தன்னைத் தவிர எதையும் காட்டுவதாய் இல்லை. இடதுபக்க ஜன்னல் விளிம்பில் மட்டும் கையகலம் இருள் வெளிறிக் கிடந்தது. ராந்தலில் ஒளியைக் கூட்டித் தூளியையும் குழந்தைகளையும் பார்த்த போது ஓரக்கண் போட்டு அண்ணன் கண்களையும் கவனித்தான் வேலு.

“உறங்கு அண்ணேய், நேரமாயிட்டு.”

வேலு ஒளியைத் தணித்துவிட்டுத் தூங்கப்போகும் முடிவை ஒரு பெருமூச்சுவிட்டு உணர்த்தியவாறு திரும்பிப் படுத்துக்கொண்டான்.

“வேலூ.”

“என்ன அண்ணேய்?”

“நானும் உன் மதனியும் மூணு வருஷம் விலகி இருந்தோம்டேய்.”

“என்ன?”

“மூணு வருஷம்.”

வேலு அண்ணன் பக்கம் திரும்பினான்.

“பொதுவா வேலைவெட்டி பார்க்காம நான் எளுதிக்கிட்டு இருக்குது இளப்பம்தானே . . .?”

“ம்.”

“அப்படீன்னுதானே எல்லாரும் எடுத்த வாய்க்குக் கேக்குதா? நம்ம ஊட்டுக்குள்ளேயும் அவ புருஷன் மட்டும் கொண்ணாந்து போடாம, கொட்டிக்கிட்டுப் போலாமோவ்னு புகைச்சல். லெச்சுமி ஒரு வார்த்தை சொன்னது கிடையாது. நான் வலியப் பேச்செடுத்தாலும் அதெ என் பொறுப்பிலே விட்டுடுங்க. ஒரு பால் மாடு வாங்கிக் கட்டிக்கிடுதேன். இல்லேன்னு சொன்னா ஒரு பத்துக் கோளி வாங்கி விட்டுக்கிடுதேன்னு சொல்லி வாயை அடக்கிப் போடுவா. அதெ ஒண்ணெ நெனச்சே பூரிச்சுக்கிட்டு இருந்தேன்டேய் நான் . . . அவ அண்ணனுக்குக் கொளந்தே பிறந்ததும், தலைக்கொளந்தே, பத்து ரூபா அனுப்பணும்னு சொன்னா. சரீன்னு சொல்லிப் போட்டேன். என் சீருதான் தெரியுமே? எப்படியோ உருட்டி புரட்டி அவளே பத்து ரூபாக்காசு சேத்துப் போட்டா. ஒரு நாக் காலையிலே, மணியார்டர் பண்ணிப் போட்டு வந்திருங்களேன்னு சொன்னா. பிரஸ்ஸு பாக்கிக்குக் கொடுத்துப் போட்டேனே அப்டீன்னு சொன்னேன். அந்தாலை பொசுக்கன, நீங்க பாட்டு எழுதிக் கிளிச்சது போதும். உங்களெக் கட்டிக்கிட்டு யாராலே மாரடிக்கக் களியும்னு சொல்லிப் போட்டா . . . விர்ர்னு பொருத்திலே புடிச்சுட்டுடேய் எனக்கு. கைவிஷம் தின்னவன் கணக்க தெருத்தெருவா அலைஞ்சுட்டே இருந்தேன். ராவு பன்னெண்டு மணிக்கு வந்து படுக்கையைச் சுருட்டினதும், கையை ஏறிப்புடிச்சா. சீ போன்னு உதறிப்போட்டு திண்ணெயிலே வந்து படுத்தேன். மூணு வருஷம் . . .”

“அப்புறம்?”

“அம்மை சாடை மாடையாச் சொல்லிப் பாத்தா. அளுதா. நான் அசையலே. ஒரு நா ராவு. நடு நிசி. படுக்கேலே வந்து உக்காந்து என் தாடையைத் தாங்கிக்கிட்டு, உமைதாணு, ரொம்பப் படுதாடேய் அவ, கண் கொண்டு பாக்க முடியலேடேய். கொண்ணு போடாதடேய் அவளை. அவ வேதனைப்பட்டா இந்தக் குடும்பம் கட்ட மண்ணாட்டுப் போயிரும்டேய் . . . அப்டீன்னு சொல்லி அள

ஆரம்பிச்சா ... மறந்துபோட்டு ஒட்டணும்னுதான் நானும் பாத்தேன். ஒட்டலேடேய், ஒட்டலே. கலைக்கக் கலைக்க உள்ளேயிருந்து விஷம் தான் கலங்கிக் கலங்கி வந்துக்கிட்டு இருந்து. பெறவு அந்த வருசம் பிரசவத்திலே ...''

அறை அமைதியில் ஆழ்ந்துவிட்டது.

ஒரு மணி நேரமோ, ஒன்றரை மணி நேரமோ வேலு கவிழ்ந்து படுத்துக் கொண்டிருந்தான். மனசின் புகைப்போக்கிகள் அடைபட்டுவிட்டன என்றே தோன்றியது. புகை சூழ்ந்த இருளில் எண்ணங்கள் பரஸ்பரம் இனம் கண்டுகொள்ள முடியாதபடியும், இணைப்புக் கொள்ள முடியாதபடியும் குமைந்து போக்கிடம் தேடிக் கொண்டிருந்தன. வளைய வளைய வந்து குமைந்தன. மனசு இடைவிடாது புகைந்து கொண்டிருந்தது. குறியற்று, ஓய்வற்று, கடலில் வீசியெறியப்பட்ட இயந்திரம் உப்பை உற்பத்தி செய்வதுபோல், மனசு எண்ணங்களை உற்பத்தி செய்து தள்ளுகிறது. மனசு முடங்காத வரையிலும் ஓய்வேது, நிம்மதியேது? சிந்தனையை ஒருமுனைப்படுத்தவும் முடியவில்லை. உத்தரவுகளின் தும்பை அறுத்துக் கொண்டு ஓடுவதில்தான் அவற்றுக்கு என்ன உற்சாகம்!

இரவு, தற்காலிகமாகவேனும் அழிந்து ஒழிந்துவிடுமென்று அப்போது நம்ப முடியவில்லை.

எழுந்து மணி பார்த்தபோது மணி மூன்றுதான் ஆகியிருந்தது. படுக்கையில் திரும்பவும் உட்கார்ந்தான். திரும்பவும் சுவரில் தலையணை வைத்துச் சாய்ந்து கொண்டிருந்தான் கொஞ்ச நேரம். எழுந்தான். நடந்தான். கொஞ்ச நேரம் ஜன்னல் வழி வெளியே பார்த்துக் கொண்டிருந்தான்.

உடம்பிலிருந்து வெளியே குதித்துத் தாவி ஓடிவிட வேண்டும் என்று ஒரு ஆசை அப்போது அவன் மனசில் மூண்டது. 'போதும் போதும் ரொம்ப சந்தோஷம்' என்று அவன் மனசு முணுமுணுத்தது.

அரிக்கன் ராந்தலைத் தூக்கிப் பிடித்து அண்ணன் முகத்தைப் பார்த்தான். அவனுடைய காதோரம் நரை கண்டிருந்தது. பழைய போட்டோ ஒன்றில் அவனுடைய முகம் எவ்வளவு இளமையாக இருக்கும்! வெகு நாட்களுக்கு முன் எடுத்தது அல்ல அது. ஐந்து வருஷங்கள், ஆறு வருஷங்கள் இருக்கலாம். ஒன்றுக்கு ஐந்தாக வருஷங்களை விழுங்கிக்கொண்டு ஓடுகிறான் அண்ணன். அண்ணியைச் சந்தித்து அவள் காலில் விழவா, அண்ணியின் கன்ன ஸ்பரிசத்தைப் பாதங்களில் ஏற்றுக் கொள்ளவா. அண்ணனுக்கும் கிட்டிக்கொண்டிருக்கிறது எனத் திடீரென்று அவனுக்குப் பட்டது. அப்போது அவனால் அணைத்துக்கொள்ளப்பட வேண்டும் என்று அவன் மனசு ஏங்கியது.

காலத்தைக் காகிதத்தில் கட்டிப்போட வந்தேன் என்பான் அண்ணன், முன்னெல்லாம். இளமையில் அவனும் கர்ஜித்துக்

கொண்டிருந்தான். சபைக் கூச்சம் பாராது தன்னை யுகக் கவிஞன் என்று சொல்லிக் கொள்வான். தன் நெஞ்சில் கை வைத்தபடி, 'இது வெறும் உருவம் அல்ல: உதாரணம்' என்பான். எவ்வளவோ சொன்ன வன் அவனும். அர்த்தப்பட்டுவிட அரும்பாடு பட்டான் அவனும்.

கீழே லேசாக அரவம் கேட்டது. செருப்போசையும் கேட்டது.

"வேலு."

வேலு ராந்தலை ஜன்னல் முன் தூக்கிப்பிடித்தான்.

"நான் போறேண்டேய்."

"சரி அப்பா."

"வந்து சேந்துருதேன்டேய்."

"ம்."

"மாடக்குழியிலே முழு ரூபா வெச்சிருந்தேன். போற பாதையிலே சுசீந்திரத்திலே இறங்கிக் காணிக்கை போட்டிருங்கடேய்."

"ம்."

அப்போது மணி நாலு.

வேலு, பிளாஸ்கிலிருந்து வெந்நீரைக் குப்பியில் அடைத்து, குழந்தையைத் தூக்கி மடியில் கிடத்திக்கொண்டான். வழக்கத்திற்கு மாறாகக் கனத்தது குழந்தை. குழந்தையின் முகத்தைக் கூர்ந்து பார்த்தான். வெந்நீர் கன்னம் வழி வழிவதைப் பார்த்ததும் மனசு துணுக்கென்றது.

விளக்கைத் தூக்கி முகத்தைப் பார்த்தான். இடது உள்ளங்கையைக் குழந்தையின் உச்சியில் அழுத்தினான். குழிக்குள் துடிப்பைக் காணோம். அவன் வாய், "அண்ணேய்" என்று கத்திற்று. உமைதாணு வந்து பார்த்தார். குழந்தை முகத்தைப் பார்த்தார். அவருடைய முகம் பயங்கரமாக மாறிற்று. மிகுந்த பயம் அடைந்தவர்போல் தடதடவென்று படியிறங்கினார்.

"அண்ணேய், போகாதே அண்ணேய்."

எதிர்வீட்டுக் கதவைத் தட்டும் ஓசை கேட்டது.

"ஆத்தா . . . ஆத்தா . . ."

ஆத்தாள் குழந்தையை முந்தானையில் இழுத்துக் கட்டிக்கொண்டு ஏணிப்படிகளில் இறங்கினாள். மடி கொளகொளத்து இருபக்கமும் விகாரமாக ஆடியது. நிலைப்படியோரம் நின்றுகொண்டிருந்த உமை தாணு "மாப்ளையைக் காணலே" என்றார். அவருக்கு வாய் உளறியது. அவர் முகத்தை ஏறிட்டுப் பார்த்த ஆத்தாள் "நீ சிவனேனு போயி திண்ணையிலே இரி" என்று அதட்டினாள்.

முனிசிபல் பூங்கா சங்கு ஐந்து ஊதி ஓய்ந்தது. வீடுகளில் பின்கட்டு களில் கூரைக்கும் சுவருக்குமுள்ள இடுக்கு வழியாக மங்கிய ஒளி ஓணான் மாதிரி எட்டிப்பார்க்க ஆரம்பித்து விட்டிருந்தது. தணுப்பில் கரகரத்துப்போன பெண்களின் பேச்சில் ஒன்றிரண்டு சொற்கள்

தெளிவாகக் காதில் விழுந்தன. பின்பக்கத் தெரு மலையாளி வீட்டிலிருந்து குழந்தைகள் ஏற்ற இறக்கத்தோடு ராம நாமம் ஜெபிப்பது உரக்கக் கேட்டது.

ஆத்தாள் ஏணியை ஒட்டி உட்கார்ந்திருந்தாள். அவள் அருகே கவிழ்த்துப் போடப்பட்டிருந்த வெந்நீர் அண்டா மேல் ராந்தல் வைக்கப்பட்டிருந்தது. குழந்தையின் தலை ஆத்தாளின் மடிக்கு வெளியே மல்லாந்து பூமயிர் தரையைத் தொடும்படி தொங்கியது. இடதுகை தரையில் ஊன்றியிருக்க, ஆத்தாளின் வலதுகை விரல்கள் குழந்தையின் கணுக்கால்களை இணைத்து முரட்டுத்தனமாய்ப் பிடித்துக் கொண்டிருந்தன. ஆத்தாள் தூக்கக் கிறக்கத்தில் ஆடியாடி ஏணியில் சாய்ந்தாள்.

வேலு குழி எடுத்துக்கொண்டிருந்தான். சதையைக் குதறி எறிவது மாதிரி புசுபுசுவென்று செம்மண் வெளியே வந்துகொண்டிருந்தது.

ஆத்தாள் எழுந்து வந்து பார்த்தாள். "போதும் டேய்" என்றாள். குழந்தையை உள்ளே வைத்துவிட்டு, "மண்ணைத் தள்ளு" என்றாள்.

வேலு குழந்தையைப் பார்த்தான். அதன் விழிகள் பாதி திறந்திருந்தன. தூங்குகிறபோதுகூட அப்படியேதான் தூங்கும் அது. குருவியின் நாக்குப்போன்ற உதடுகளும் லேசாக விரிந்திருந்தன.

கீழேயிருந்து இரண்டு பழுத்த பலா இலைகளைப் பொறுக்கி இருகண்கள் மீதும் வைத்துவிட்டு வேலு மண்ணைத் தள்ளினான்.

கொல்லைக் கதவைத் திறந்துகொண்டு இருவரும் குளத்தை நோக்கிச் சென்றார்கள்.

வெயில் ஏறிக்கொண்டிருந்தது.

வேலு ஜன்னல் வழி முற்றத்தைப் பார்த்துக் கொண்டிருந்தான். அண்ணன் ஈர வேட்டியையும் துண்டையும் கொடியில் தூக்கிப் போட்டு, கம்பால் விரித்துக்கொண்டிருந்தான்.

தாழ்ப்பாள் ஓசை கேட்டது. ஆத்தாள் வெளிப்பட்டாள்.

"உமைதாணு, கேட்டியா கதையே! மதுரைக்காரன் அடுத்த தெருவிலே பொண்ணு பாக்குதுக்குல்லா வந்திருக்கானாம்!"

"ம்."

அண்ணன் பாதி திறந்த வாயோடு ஆத்தாள் முகத்தையே பார்த்தபடி நின்றான். சந்தில் வேலாயுதப்பெருமாள் பிள்ளை நுழைவது தெரிந்தது. வேலு நார்க்கட்டிலில் சென்று படுத்துக் கொண்டான். இமைகளை மூடினான். அடைமழைக்குப் பின் வானம்போல் மனம் வெம்பரப்பாய் மாசு மறுவின்றி விரிந்து கிடந்தது. தூக்கம் கண்ணைச் செருகியது.

மாடிப்படி கிறீச்சிட்டது.

"வேலூ."

உமைதாணு கட்டில் அருகே நின்றுகொண்டிருந்தார்.

"அடுத்த முகூர்த்தம் பாக்குதுக்குச் சொல்லிப்போட்டேன் டேய்."

"வேண்டாம்" என்றான் வேலு.

"ஏண்டேய்?"

"பெறவு பாத்துக்கிடலாம்."

"ஏன்னு கேக்கேன்?"

"அண்ணேய், என்னைக் கேக்காதே. வேண்டாம்."

"வேலு!"

வேலு மறுபக்கம் திரும்பிப் படுத்துக்கொண்டான்.

சுதேசமித்திரன் தீபாவளி மலர், 1964

லீலை

"அப்பா, நான் புறப்பட்டாச்சு, பிள்ளை பார்க்க" என்று சொல்லிக் கொண்டே அலமேலு வாசல் திண்ணையில் வந்து நின்றாள்.

மகாதேவ அய்யர் அவள் முகத்தை ஏறிட்டுப் பார்த்தார். அவர் முகத்தில் பார்வை பதித்தபடி கூச்சமில்லாத பாவனையில் சிரித்துக் கொண்டு நின்றாள் அவள். அவள் அப்பட்டமாக உடைத்துப் பேசிவிட்டது அவரிடம் ஓர் அசுவாரசியத்தை ஏற்படுத்தி, தொடர்ந்து மனவேதனையைக் கிளறுவது போலவே இருந்தது. இருந்தாலும் அவளோடு சேர்ந்துகொண்டு அவரும் மேலுக்குச் சிரிக்க முயன்றார்.

"அவா நமக்குத் தூர உறவு, தெரியுமா?"

"நேத்து ராத்திரிதான் தெரியும், நீங்க சொல்லி. தூர உறவான அந்த மாமிக்கு உடம்பு சரியில்லை. அவளைப் பார்த்துவிட்டு வரத்தான் நாம போறோம். பிள்ளை பார்க்க இல்லை அப்பா, பிள்ளை பார்க்க இல்லை. தமாஷுக்குச் சொன்னேன்" என்று சொல்லிவிட்டு மேலும் சிரித்தாள் அலமேலு.

இப்பொழுது அவரால் அவளோடு சேர்ந்துகொண்டு சிரிக்க முடியவில்லை. அவளுக்கு எதிராக ஒரு கோப அலை அவர் மனசில் மூண்டது. அதை வெளியே காட்டிக்கொள்ளாமல் ஒரு குற்ற வாளியைப் பார்ப்பதுபோல் அவள் முகத்தைப் பார்த்தார். அவரு டைய மன உணர்வுகளைப் புரிந்துகொண்டு, அதை வாங்கிக் கொள்ளாத பாவனையில் தலையைத் திருப்பி வாசலை வெறித்தபடி நின்றுகொண்டிருந்தாள் அவள்.

வாசலில் ஒரு கார் வந்து நின்றது.

"அப்பா, டாக்சி வந்தாச்சு" என்றாள்.

மகாதேவ அய்யர் எழுந்திருந்து சரேரென்று உள்ளே விரைந்து, வெற்றுடலில் அங்கவஸ்திரத்தைப் போர்த்தியபடி வெளியே வந்த போது, செருப்பும் காலுமாக அலமேலு பின்சீட்டில் ஏறிக்கொண்டிருந் தாள். அவள் முகம் மௌன விரதம் பூண்டு யுகாந்திரங்கள் ஆகிவிட்

டதுபோல் கல்லாக இருந்தது. அவர் ஏறிக்கொள்ளவும் வண்டி புறப்பட்டது.

"என்னைத் தெரிகிறதா?" என்று கேட்டார் மகாதேவ அய்யர். சாய்வு நாற்காலியில், அரைவேஷ்டியைத் தளர்த்திவிட்டுக் கொண்டு, அடிவயிற்றை இடது கையால் தடவியபடி, ஆங்கிலத் துப்பறியும் நாவலுக்குள் அமிழ்ந்து போயிருந்த கிழவர் திடுக்கிட்டு எழுந்து உட்கார்ந்தார். எதிரே ஒரு வயதானவரும் குண்டாக ஒரு பெண்ணும் நின்று கொண்டிருந்தனர்.

"நான்தான் கரமனை மகாதேவ அய்யர். லக்ஷ்மிக்கு ஒன்று விட்ட மாமா பிள்ளை."

"அது யாரு, லக்ஷ்மி?"

"உங்க சம்சாரம்."

"ஓ, எச்சுமியா! அவளுக்கு...?"

"ஒன்றுவிட்ட மாமா பிள்ளை."

"ஒன்றுவிட்டா ரெண்டுவிட்டா?"

"ஒன்றுவிட்டு."

"ஒன்றுவிட்டா? அப்பொ ரொம்பக் கிட்டின உறவாச்சே. வாங்கோ வாங்கோ. யாரு குழந்தை?"

"என் பெண்."

"நமஸ்காரம் மாமா!" என்று கையைக் கூப்பினாள் அலமேலு.

"இதெல்லாம் என்னது... வேண்டாத வழக்கம்" என்று சொல்லிக் கொண்டே சுயஉணர்வின்றிக் கையைத் தூக்கிச் சலாம் போட்டு விட்டு, "உள்ளே வாங்கோ. எச்சுமி... எச்சுமி... உன்னுடைய ஒன்றுவிட்ட மாமா பிள்ளை கரமனை மகாதேவ அய்யர், அவர் பெண்ணோட நம்ம வீடு தேடி..." என்று குழறியபடியே அறிவித்துக் கொண்டு காற்றால் அடித்துச் செல்லப்படுவது போல் உள்ளே சென்றார் கிழவர். கூனல் முதுகும், ஒட்டிய வயிறும் ஒரு புராதன வில் உயிர் பெற்று ஓடுவது போலவே இருந்தது. மகாதேவ அய்யரும் அலமேலுவும் பரஸ்பரம் பார்த்து சிரித்தபடி முன் வாசல் நிலையை ஒட்டி நின்றுகொண்டிருந்தனர். அய்யர் ஜன்னல் வழி பக்கவாட்டு அறைக்குள் எட்டிப் பார்த்துவிட்டு தம் பெண்ணின் முகத்தைப் பார்த்தார். அலமேலுவும் எட்டிப் பார்த்தாள். அறைமுழுவதும் ஒரே புத்தகக் காடாக இருந்தது.

"காலேஜிலேயிருந்து இன்னும் வரவில்லை போலிருக்கு" என்று முணுமுணுத்தார் மகாதேவ அய்யர்.

அலமேலு அதைக் காதில் வாங்கிக்கொண்ட பாவனையே காட்டிக் கொள்ளவில்லை. அவளுடைய கண்கள் அந்த அறையை இரண்டு மூன்று முறை பக்கம் பக்கமாக நோட்டம்விட்டன.

"என்னா, அங்கேயே நிக்கறாப்லே ..." இரண்டாம் கட்டிலிருந்து கிழவரின் குரல் கேட்டது.

"கூப்பிடுகிறார்" என்று தணிந்த குரலில் சொல்லிக் கொண்டே அநுசரணையோடு ஒரு பள்ளி மாணவி மாதிரி வேகமாக நடந்து சென்றாள் அலமேலு. அய்யரும் அவளைப் பின் தொடர்ந்தார்.

லக்ஷ்மி அம்மாள் ஒரு கட்டிலில் படுத்துக் கொண்டிருந்தாள். காலை பூஜை புனஸ்காரம் முடிந்து ஒரு சிறு பூனைத் தூக்கம் போட்டுவிட்டுக் கண் விழித்தது போலிருந்தது. மூக்கில் வைர பேசரி. காதில் வைரத் தோடு. சாண் அகலம் சரிகை போட்ட காஞ்சீபுரம் சேலை. கால் விரல்களில் வெள்ளி மெட்டி. உள்ளங்கால் வெள்ளை வெளேரென்று உள்ளங்கை மாதிரியே இருந்தது.

"மூணு வருஷமாச்சு. இதே படுக்கை. முதுகெலும்பில் ஏதோ கோளாறாம்" என்றார் கிழவர்.

லக்ஷ்மி அம்மாள் அலமேலுவைப் பார்த்துப் புன்னகை பூத்தாள்.

"மாமி, நமஸ்காரம் பண்ணறேன்" என்று சொல்லிக் கொண்டே கட்டிலோரம் தரையில் குனிந்து நமஸ்காரம் பண்ணினாள் அலமேலு.

"பாவாடை கட்டிண்டு பார்த்தது. ஒரு தடவை லக்ஷ தீபத்துக்கு அழைச்சுண்டு வந்திருந்தா உங்கம்மா. இருபத்தஞ்சு வருஷம் இருக்கும். நாங்க ரெண்டு பேரும் பேசிண்டிருந்தோமா? நீ எங்கேயோ சித்த நகர்ந்து போய்விட்டே. பதறிப்போச்சு! 'என் மாட்டுப் பெண்ணாக் கும். எங்கேயாவது தவற விட்டயோ ஜவாப் சொல்ல வேண்டி யிருக்கும்' அப்டீன்னு சொன்னேன். உங்கம்மா சிரிச்சது கூடக் கண் முன்னாலே நிக்கறது. நல்ல சரசி. அநியாயமா அற்பாயுசுலே ..."

கிழவர், மகாதேவ அய்யர் முகத்தைப் பார்த்தார். அவர் எதிர் பார்த்த சோகரேகைகள் அவர் முகத்தில் தெரியவில்லை. வேறு எதையோ எண்ணி அவர் மனசு தளும்புவதை முகம் காட்டிக் கொண்டிருந்தது.

"அன்னிக்கே மாட்டுப்பெண்ணாக வரிச்சுண்டுட்டேளாக்கும்" என்றார் அய்யர்.

"நாம என்ன வரிச்சுக்கறது? நம்ம கையிலேயா இருக்கு. லகான் அவர் பிடிச்சுண்டிருக்கார். நாம சவுக்கெ சொடுக்கிண்டிருக்கோம். நெனச்ச இடத்துக்குப் போய் சேர்ந்தாப்லேதான்! ஆசை, சொல்றோம். அப்புறம் ஐயோன்னு அழறோம்."

"ரொம்ப நன்னாச் சொன்னேள்" என்றார் மகாதேவ அய்யர்.

கிழவர் தமது வேலை முடிந்து விட்டது என்ற பாவனையில் முக்காலியைக் கட்டிலருகே இழுத்து, "உட்காருங்கோ" என்று சொல்லிவிட்டு வாசல் திண்ணையைப் பார்க்க நகர்ந்தார்.

மகாதேவ அய்யர் முக்காலியிலும் அலமேலு தரையிலுமாக உட்கார்ந்து கொண்டனர்.

“பேரன் பேத்திகள் இருக்காளோல்லியோ?” என்று அய்யரைப் பார்த்துக் கேட்டுவிட்டு அலமேலு முகத்தைப் பார்த்தாள் லக்ஷ்மி அம்மாள்.

அலமேலு சிரிக்கும் பாவனையில் முகத்தைக் குனிந்து கொள்ள, அய்யர், “அவளுக்கு இன்னும் கல்யாணம் ஆகவில்லை” என்றார்.

“அப்படியா?” என்றாள் மாமி. அசட்டுத்தனமாக வாய் நழுவவிட்ட கேள்வியின் பச்சாதாபம் மாமியின் முகத்தில் தெரிந்தது.

“என்ன வயசாறது?”

“நிறைய ஆயுடுத்து.”

“நிறையன்னா?”

“முப்பத்திரண்டு தாண்டிடுத்து” என்று அலமேலு சற்று உரக்கச் சொன்னாள். தகப்பனாரின் தயக்கத்துக்குச் சவால் விட்டது போலிருந்தது.

“பிந்தித்தான் போச்சு” என்றாள் மாமி.

“நானும் அவளுக்குப் பதினாறு வயசிலே ஜாதகத்தைத் தூக்கினது. பாலக்காட்டிலிருந்து கன்னியாகுமரி வரையிலும் பார்த்துட்டேன். ஒண்ணும் அமையலை.”

“பாப ஜாதகமோ?”

“ஊஹூம். பாபம் புண்ணியம் எல்லாம் அளந்து வச்சாப்லதான் இருக்கு. ஆகலை. ஆயிரம் காரணம்.”

“ஆண் பிள்ளைகளுக்கே தட்டித் தட்டிப் போயுடறது. எங்க ராஜாவுக்கு மாசிக்கு நாற்பது தாண்டிடுத்து. பெண் குழந்தைகளுக்குக் கேட்பானேன்?”

“என்னைப் பார்த்தால் தெரியலையா மாமி, ஏன் கல்யாணம் ஆகலைன்னு?”

மாமி சடேரென்று திரும்பி அலமேலுவைப் பார்த்தாள். அலமேலு சிரித்துக் கொண்டிருந்தாள். கொல்லை வாசல் வழியாக உள்ளே விழுந்திருந்த துண்டு வெயிலின் வெளிச்சத்தில் அவள் கண்களில் ஈரம் பளபளத்தது. மகாதேவ அய்யர் இன்ஸ்பெக்டர் முன்னிலையில் தவறான பதில் சொல்லும் குழந்தையை வகுப்பு வாத்தியார் முறைப்பதுபோல் முறைத்தார்.

“ஏன் அப்படிச் சொல்றே?” என்றாள் மாமி.

“அசடு, அசடு. இப்படித்தான் எதையாவது உளறிண்டிருக்கும்” என்றார் மகாதேவ அய்யர்.

“ஏன் அப்படிச் சொன்னா? நிறமாயில்லேன்னுட்டா? சித்த மங்கல். அதனால் என்ன? அதுவும் ஒரு அழகுதான். ராமர், கிருஷ்ணர் எல்லாம் அழகு இல்லையா?”

“குண்டா இருக்காளாம். குண்டா இருக்கிறது தூக்குப் போட்டுக்க வேண்டிய விஷயமா இப்பொ? பல் மேலே பாத்துண்டிருக்காம்.

பழையபடி அது முத்தாப் படிஞ்சு முளைக்கணும்னு சொல்றா. நடக்குமோ?''

அலமேலு மேலுதட்டை விரிய விடாமல் சிரித்தபடி தலையைக் குனிந்து கையில் ஏந்திக் கொண்டாள். இடது கை சுண்டு விரல் அவள் கன்னத்தை வழித்துவிட்டுக் கொள்வதைக் கவனியாத மாதிரி பாவனை செய்துகொண்டாள் மாமி.

''என் கண்ணுக்கு ஒரு குறையும் தெரியலைடீ அம்மா. உடம்பு சேர்ந்துண்டு அழகா இருக்கு. இப்பொ இதுமாதிரி பார்க்கறதே அபூர்வமாப் போச்சே. ஒரு வியாதி வெக்கை இருக்கப்படாது. முக்கியமா உடம்பு கல்லா இருக்கணும்.''

''நன்ன தோசைக்கு அரைப்பேன் மாமி. ரெண்டுபடி அரிசியைப் போட்டுப் பாருங்கோ. அரைமணி நேரத்திலே மாவா வழிச்சிடுவேன் ...''

''ஏன்? நன்னப் பாட மாட்டாயா? அதைச் சொல்லேன்'' என்றார் மகாதேவ அய்யர்.

''பாட்டுச் சொல்லி வச்சிருக்கேளா?''

''பாட்டா? மியூசிக் அகாடமியிலே நாலு வருஷம் படிச்சிருக்கா. சங்கீத பூஷணம்னு பட்டம். எனக்கும் சங்கீதத்துக்கும் காது செவிடு. கேட்டவா கேட்டவா நன்ன பாடறா, ஞான பாவம் திவ்வியமா இருக்குன்னு சொல்றா. மாமிக்குப் பாடிக் காட்டேண்டீ.''

''இங்கே எல்லாருக்கும் அதுக்கு மேலே காது செவிடு. தெரிஞ்சவா நன்னப் பாடறான்னு சொன்னா சரிதான்'' என்றாள் மாமி.

''ரேடியோவிலே அடிக்கடி சான்ஸ் வரது. இந்த மாதம் பத்தொன்ப தாம் தேதிகூட புரோகிராம் இருக்கு. சாயங்காலம் இருபது நிமிஷம்.''

''அப்படியா! தேவலையே. அப்போ ரேடியோப் புகழ் அலமேலு அப்படீன்னு சொல்லுங்கோ.''

''இப்போ ரேடியோப் புகழ். அப்புறம் டெலிவிஷன் புகழ்'' என்று ஒரு குரல் கேட்டது.

அப்பாவும் பெண்ணும் திரும்பிப் பார்த்தார்கள். நிலையின் மேல் படியில் இரு கைகளையும் தூக்கி வைத்தபடி நின்று கொண்டிருந்தார் கிழவர்.

''டெலிவிஷன் வந்துட்டா எனக்கு சான்ஸே கிடைக்காது மாமா!'' என்றாள் அலமேலு.

கிழவர் இதைக் காதில் வாங்கிக் கொள்ளவேயில்லை. மகாதேவ அய்யருக்கு அர்த்தமாகவும் இல்லை. மாமி மட்டும் செல்லமாகக் கடிந்துகொள்ளும் பாவனையில் அலமேலுவைப் பார்த்து முறைத்தாள்.

''திருவனந்தபுரம் எக்ஸ்பிரஸ் வந்தாச்சோ?'' என்று கேட்டார் கிழவர், கட்டில் பக்கம் திரும்பி.

''வரலை, வரலை. கைகாட்டி விழுந்தாச்சு. இப்பொ வந்திடும்'' என்றாள் மாமி.

கிழவர் திரும்பி வாசல் திண்ணையைப் பார்க்கச் சென்றார்.

"சாயங்காலம் காபி போட்டுத்தர ஒரு மாமி வருவாள். அவளைத்தான் கேக்கறார்" என்றாள் மாமி.

அலமேலு சிரித்துக்கொண்டே "காபிக்கு வேளை ஆயுடுத்தா?" என்றாள்.

"வேளை ஒண்ணும் ஆயிடலை. அவருக்கு இப்படித்தான் கைக்குழந்தை மாதிரி அரை அரை மணிக்கு எதையாவது விட்டுண்டே இருக்கணும். என்னையோ பகவான் காலை முறிச்சுப் போட்டிருக்கார்."

"நான் போடறேனே மாமி!" என்றாள் அலமேலு.

"சீச்சீ! வந்தவாளுக்குக் காப்பி போட்டுத்தரணும். முடியலை. அடுக்களைக் காரியம் வேறே பார்க்கச் சொல்லணுமா?"

"லக்ஷ்மி, அந்த மாதிரியெல்லாம் சொல்லாதே. நாங்க என்ன தூரப்போனவளா?" என்றார் மகாதேவ அய்யர்.

"வித்தியாசமா நெனச்சுக்காதேங்கோ மாமி" என்றாள் அலமேலு.

வாசலில் சைக்கிள் சத்தம் கேட்டது.

"ராஜா வந்தாச்சு" என்றாள் மாமி.

மகாதேவ அய்யர் எழுந்திருந்து வாசல் பக்கம் நகர்ந்தார்.

அலமேலு திரும்பிப் பார்த்தபொழுது, கரையேறும் மீனவன் மாதிரி இடது கையில் இரு பூட்ஸ்களைத் தொங்கவிட்டுக் கொண்டு ஒரு நெடிய உருவம் தலையை இடதுபக்கம் சாய்த்தபடியே பக்கவாட்டு அறைக்குள் நுழைவது தெரிந்தது.

"ராஜாதானா?" என்று மாமி அலமேலுவைப் பார்த்துக் கேட்டாள்.

அலமேலு பதில் சொல்லாமல் மாமி முகத்தைப் பார்த்துக் கொண்டே நின்றாள்.

"இந்தப் பக்கம் சித்தெ நகர்ந்து நின்னுண்டு பாரு, அந்த அறைக்குள்ளே" என்றாள் மாமி.

மாமியின் பார்வை வட்டத்தை மீறிச் சென்று விடாதபடி அலமேலு சற்று விலகி நின்று அறையைப் பார்த்தாள்.

"ராஜா" என்று கூப்பிட்டாள் மாமி.

"ஓ!"

"அவன்தான்" என்றாள் மாமி. "காப்பியை நெனச்சுண்டே வருவன்" என்றாள்.

அலமேலு கட்டிலருகே நகர்ந்து மாமியின் முகத்தைப் பார்க்கக் குனிந்துகொண்டு "நான் போடறேன், மாமி" என்றாள் அழுத்தமான குரலில்.

மாமி அலமேலுவின் கைகளைப் பற்றித் தன் நெஞ்சில் தூக்கி வைத்துக்கொண்டு, "போடறேன்னு சொல்றியா?" என்று தாழ்ந்த சுருதியில் கேட்டாள்.

“ம்.”

“சரி” என்றாள் மாமி.

மாமி கட்டிலில் படுத்தபடியே சொல்லச் சொல்ல அதன்படியே அலமேலு காரியங்களைக் கவனிக்கலானாள். பத்து நிமிஷங்களுக்குள் காப்பி தயாராகி விட்டது.

“முதல்லே உங்கப்பாவுக்கும் அவருக்கும் கொண்டுபோய்க் கொடு” என்றாள் மாமி.

அலமேலு திரும்பி வந்தபோது அவள் பின்னாலேயே கிழவரும் வந்தார்.

“எச்சுமி, காப்பி அமிர்தம்!” என்றார் கிழவர்.

“உங்களுக்கு யோகமிருந்தா தினசரி இந்த மாதிரி காப்பி சாப்பிடலாம்” என்றாள் மாமி.

“அதுக்கு நான் என்ன செய்யணும்னு சொல்லு. இப்பவே செய்யறேன்.”

“வாசல்லே போயி அவரிட்டே பேசிண்டிருங்கோ.”

கிழவர் மிகவும் அனுசரணையுள்ள குழந்தை மாதிரி வாசலைப் பார்க்கச் சென்றார்.

“ராஜாவுக்குக் கொஞ்சம் ஸ்ட்ராங்காப் போடு, சர்க்கரை கம்மியா” என்று அடுக்களைப்பக்கம் பார்த்துச் சொன்னாள் மாமி.

கையில் காப்பியுடன் அலமேலு வெளியே வந்து மாமி முன்னால் நின்றாள்.

“ராஜா!”

“ஓ.”

ஒரு நிமிஷம் வரையிலும் காப்பியும் கையுமாக அலமேலு அப்படியே நின்றுகொண்டிருந்தாள். ராஜா வரவில்லை.

“புதுசா ஒரு தலப்புத் தெரிஞ்சுட்டா அப்புறம் பின் கட்டுக்கே வரமாட்டான் என் கண்ணு” என்றாள் மாமி.

அலமேலுவின் முகத்தில் ஒரு குறுநகை மலர்ந்தது.

“இல்லை, ஏதாவது புஸ்தகத்தைத் திருப்பிட்டானோ என்னவோ, அப்புறம் இந்த உலக ஞாபகமே போயிடுமே.”

“இதிலே வெச்சுடட்டுமா?” என்று கேட்டுக்கொண்டே முக்காலியைப் பார்த்துக் குனிந்தாள் அலமேலு.

“அவன் அறையிலே முன்னாடி ஒரு மேஜை கிடக்கு. அதிலே கொண்டு போய் வெச்சுடேன்.”

“வெச்சுட்டு வந்துரவா?”

“வெச்சுட்டு ‘காப்பி வெச்சிருக்கேன்’னு சொல்லேன். குடிச்சுட்டான்னா தம்பளரையும் கையோட எடுத்துண்டு வந்துடலாமே!”

முக்காலியில் வைத்துவிட்ட காப்பியை அலமேலு குனிந்து கையில் எடுத்துக்கொண்டாள்.

"அந்தப்பக்கம் திரும்பிண்டு சிரிக்கறயா?" என்று கேட்டாள் மாமி.

"இல்லையே, ஏன்?"

"ஒண்ணுமில்லே. காப்பியைக் கொண்டு போ" என்று கட்டளையிட்டாள் மாமி.

அலமேலு அறைக்குள் நுழைந்தாள். மேஜைமேல் காலுறை அணிந்த இரண்டு பெரிய பாதங்கள் தெரிந்தன. சாய்வு நாற்காலியில் கீழ் நகர்ந்து தலையைச் சரித்து உடலைக் குறுக்கி, கர்ப்ப சிசு மாதிரி படுத்துக் கொண்டிருந்தான் ராஜா. அவன் முகத்தைக் கையிலிருந்த புத்தகம் மறைத்துக் கொண்டிருந்தது. தான் அறைக்குள் நுழைந்த நிமிஷத்தில்தான் புத்தகம் நகர்ந்து முகத்தைப் பூராவாக மறைத்ததாகத் தோன்றிற்று அலமேலுவுக்கு.

"காப்பி" என்றாள் அவள்.

சாய்வு நாற்காலிக்குள் முகத்தை மறைத்துக்கொண்டு கிடந்த உருவம் அசையவில்லை.

"காப்பி" என்றாள் மீண்டும்.

திடுக்கிட்டு விட்டதுபோல் ராஜா எழுந்திருந்து உட்கார்ந்தான். அவனால் அவள் முகத்தை இங்கிதத்தோடு பார்க்க முடியவில்லை. ஏதோ ஒரு விதத்தில் முறைப்பது போலத்தான் இருந்தது அது. அலமேலுவின் இமைகள் தாழ்ந்து பார்வை காப்பியிலிருந்து கிளம்பும் ஆவியில் படிந்தது.

"யாரு நீ?" என்றான் ராஜா.

"அலமேலு!"

"ஆயிரம் அலமேலு. அதிலே நீ எந்த அலமேலு?"

அலமேலு பதில் சொல்லாமல் சிரித்தாள்.

ராஜாவும் சிரித்தபடியே காப்பியை எடுத்து அவள் முகத்திலிருந்து பார்வையை அகற்றாமல் தம்ளரை உதட்டோரத்துக்குக் கொண்டு சென்று நாசூக்காக உறிஞ்சினான்.

"பேஷ்!" என்றான் ராஜா.

அலமேலு அவன் முகத்தைப் பார்த்தாள்.

"மூணு வருஷமாச்சு இந்த மாதிரி காப்பி சாப்பிட்டு."

"சும்மாச் சொல்றேள்."

"இந்தப் பாரு, நான் காலேஜுலே கணக்கு வாத்தியார். பொய் சொல்லாத பிழைப்புன்னா இது ஒண்ணுதான். நாலும் மூணும் ஏழு. உலகம் பூரா அப்படித்தான்."

“கதையெல்லாம் எழுதுவேளாமே.”

“யாரு சொன்னா?”

“அலமேலு.”

“நீதானே அலமேலு?”

“நான் இல்லே. சின்ன அலமேலு. உங்க மாணவி.”

“வி. அலமேலுவா? ஓ, கரமனைக்காரி. அவ என் ரசிகையாச்சே. ஒவ்வொரு கதையும் படிச்சுட்டு, ஸார், வர வர நன்ன எழுதறேளேனு சொல்றாளே, அவதானே?”

“கதை எழுதறதுன்னா எப்படி? நெனச்சா ஆச்சரியமாயிருக்கே.”

“எனக்கே ஒவ்வொண்ணும் எழுதி முடிச்சதும் ஆச்சரியமாத்தான் இருக்கும். எப்படி எழுதிப்புட்டோம்னு நெனச்சு அப்படியே அசந்து போயிடறேன். அது சரி, நீ புஸ்தகமெல்லாம் படிப்பியா?”

“ஆசைதான்; ஆன படிக்கிறது இல்லே. சோம்பலா இருக்கு. அப்படியே ஒண்ணு எடுத்து வெச்சுண்டா தூக்கம் தூக்கமா வரது. சின்ன வயசிலே, மீனாவின் மாயத் தற்கொலை அல்லது சந்திர காந்தாவின் காதல் வெற்றீனு ஒண்ணு படிச்சேன். படிச்சுட்டு ரொம்ப அழுதேன் . . .”

“ஏன்?”

“ஏனோ, மனசை உருக்கிடுத்து.”

“அம்மாடி!”

“கேலி பண்றேளா?”

“இல்லையே. சில புத்தகம் ரொம்ப உருக்கிப்புடும். நிஜமாத்தான். விளையாட்டில்லே” என்று குரலில் உண்மையின் தொனி ஏற்றிச் சொன்னான்.

“இவ்வளவு புத்தகமும் நீங்க படிச்சதா?” அறையை விழிகளால் வளைத்துக் கட்டினாள் அலமேலு.

“அநேகமா.”

“உடம்பு என்னத்துக்கு ஆகும்! மூளை வீங்கிடாதோ?”

ராஜா உரக்கச் சிரித்தான். “பொம்புளைகள்னா ஏக ஜாதி. எங்க அம்மாவும் இப்படித்தான் சொல்லுவா. மூளை ரெண்டா வெடிச்சே போயிடும் அப்படீன்னு ஒரேயடியா சபிச்சுடுவாள். சாதத்தை மட்டும் போறும்னு சொன்னாலும் தட்டச் சொல்லிண்டே யிருப்பள். ஏன், வயிறு மட்டும் வெடிக்காதோவ்?”

அலமேலு சிரித்தாள். “புஸ்தகமெல்லாம் இறைஞ்சு கிடக்கே.”

“இறைஞ்சுதான் கிடக்கு.”

“அழகா அடுக்கி வைச்சுக்கணும்.”

“அடிக்கடி அடுக்கி வைப்பேன். பழையபடி நாலு நாளிலே இறைஞ்சு போயிடும்.”

அலமேலு அவன் முகத்தை அனுதாபத்துடன் பார்த்தாள்.

"இதுமாதிரி இன்னொரு தர்மசங்கடம்."

"என்ன ?"

"கதை எழுதினதும் பிரதி செய்யற வேலை."

"கஷ்டமா ?"

"மகா கஷ்டம். மகா சீண்டரம். காலேஜிலேருந்து வர்றதுக்குள்ளே யாராவது ஒரு தேவதை ரகஸ்யமாக வந்து பிரதி செய்து வெச்சுட்டுப் போயிருக்கப்படாதான்னு தோணும்."

ஒரு நோய்வாய்ப்பட்ட குழந்தையைப் பார்ப்பது மாதிரி அவன் முகத்தைப் பார்த்தாள் அலமேலு. சில விநாடிகள் தலையைக் குனிந்து கொண்டு நின்றாள். அப்புறம் தலையைத் தூக்கி, "என் கையெழுத்து முத்து முத்தாக இருக்கும்" என்றாள்.

விழிகளை அகல விரித்து ஆச்சரியத்துடன் அவள் முகத்தைப் பார்த்தான். எதையோ சொல்ல வாயெடுத்து இரண்டு மூன்று முறை முயற்சி செய்தும் அவன் வாயிலிருந்து வார்த்தைகள் ஏதும் வெளிவரவில்லை. நல்லவேளை, அலமேலுவே பேசினாள்.

"அது என்னது அது? மூடி வைச்சிருக்கு" என்று அறையின் ஒரு மூலையை நோக்கிக் கையைச் சுட்டினாள்.

"ஒண்ணுமில்லே, டைப்ரைட்டர்."

அவன் சொல்லி முடிப்பதற்குள், "எனக்கு டைப் அடிக்கத் தெரியாது" என்று இரு கைகளையும் விரித்துக் காட்டினாள்.

ராஜாவால் மீண்டும் எதுவும் பேச முடியவில்லை. சில விநாடிகள் மௌனம் நிலவியது.

மேஜை மேலிருந்த தம்ளரை எடுத்து, அதன் அடிப்பாகத்தை உள்ளங்கையால் தேய்த்துக் கொண்டே, "வரட்டுமா ?" என்றாள்.

"ம்."

அவள் தயங்கியபடியே நின்றுகொண்டிருந்தாள். அவள் கை தம்ளரை வைத்துவிட்டு மேஜை மேல் கிடந்த சில புத்தகங்களை ஓர் ஓரத்தில் சாவதானமாய் அடுக்குவதில் முனைந்திருந்தது. தலையை உயர்த்தி மீண்டும் "வரட்டுமா" என்றாள்.

"ம்."

அவள் நடந்து சென்று உள்ளே மறைவதைப் பார்த்துக் கொண்டேயிருந்தான் அவன்.

"மட மடான்னு விட்டுண்டான்னு கிடையாது. துரை மாதிரி சொட்டுச் சொட்டா ஆறு நாழி உறுஞ்சுவன்" என்றாள் மாமி.

அலமேலு குழாயில் பாத்திரங்களைக் கழுவ ஆரம்பித்தாள்.

“அங்கே போடுடீ அதை. வேண்டாத காரியம் செய்யப் புறப் படறியா? வேலைக்காரி வருவள்னு சொல்றேன். காதிலே விழலியா?” என்று பெரிதாக அதட்டல் போட்டாள் மாமி.

அலமேலு திரும்பிக்கூடப் பார்க்காமல், “இதோ முடிஞ்சுதே” என்று சொல்லிக் கொண்டே மீதிப் பாத்திரங்களையும் கழுவி அடுக்களைக்கு எடுத்துச் சென்றாள்.

“ரொம்ப நேரம் காக்க வெச்சுட்டானா?”

“இல்லையே.”

“என்ன சொன்னான்?”

“ஒண்ணும் சொல்லலியே. காபி குத்தமா இல்லைன்னார்.”

“பேச்சிலே என்ன சாதுரியம்டீ அம்மா! குத்தமா இல்லைன்னார்! தேவா அமிருதமா இருக்குன்னு சொல்லியிருப்பன்.”

“அம்புட்டு மேலே போயுடலை மாமி. நன்னாருக்குன்னு சொன்னார்.”

“சொல்லாம இருப்பானாக்கும்? இந்த மாதிரி காப்பியை இப்ப யாரு அவன் கண்ணிலே காட்டறா? அலமேலு, இதோ பாரு, வத்தக் காச்சின பால், ஜோரான காப்பிப் பொடி, ஜாவா சர்க்கரை இந்த மூணுலேருந்தும் மோசமான காப்பியை வரவழைக்க முடியு மோடி உன்னால?”

“கஷ்டமாச்சே மாமி.”

“எங்கள் சமையல் மாமியைக் கேளு, சொல்லித் தருவள்.”

அலமேலு குலுங்கிக் குலுங்கிச் சிரித்தபடி, கட்டிலோரம் நெருங்கி, தலையணையில் மாமியின் தோள்பட்டையை யொட்டிக் கைகளை ஊன்றி, “வேடிக்கை வேடிக்கையாப் பேசறேளே மாமி. கேட்டுண்டே இருக்கணும் போல இருக்கு” என்றாள்.

“கேட்டுண்டே இருக்கணுமா? சட்னு போய் சேரணும்னு சொல்லு.”

“ஏன் மாமி அப்படிச் சொல்றேள்?”

“பின்னென்ன? நான் எல்லாம் இருக்கலாமோடி? எனக்கும் இம்சை, மத்தவாளுக்கும் இம்சை.”

“அப்படிச் சொல்லாதேங்கோ மாமி. எனக்குக் கேக்கக் கஷ்டமா இருக்கு.”

“கஷ்டமா இருக்குன்னு சொல்றாய். வேணும்னா மேலுக்கு ஒரு சொட்டுக் கண்ணீரும் விடுவாய். இன்னும் அரை மணி நேரத்திலே அப்பா பின்னாலே கிளம்பிடுவயே. என்னை கவனிச்சுக்க யாரு இருக்கா, சொல்லு. புருஷனா இருக்கட்டும், பிள்ளையா இருக்கட்டும். பொம்புளைகளெக் கவனிக்கிறதுன்னா கஷ்டம்தானே ஆம்புளைகளுக்கு.”

கட்டில் அருகே மாமியின் பாதங்களைப் பார்த்தபடி நின்று கொண்டிருந்தாள் அலமேலு.

"வாயடைச்சுப்போச்சு பாத்தியா? அதுதான் சொன்னேன், போய்ச் சேரணும்னு வாழ்த்திடு அப்படீன்னு."

"என்ன சொல்றதுன்னே தெரியலை, மாமி. மனசுக்கு கஷ்டமா இருக்கு."

"இதோ பாரு, இங்கே வா."

அலமேலு கட்டிலோரம் மேலும் நகர்ந்தாள்.

"இதோ, இப்படி உட்காரு, என் பக்கத்திலே."

மாமி அலமேலுவின் இரு கரங்களையும் ஒன்றாக இணைத்து இறுகப் பிடித்துத் தன் நெஞ்சில் தூக்கி வைத்துக்கொண்டாள்.

"ஒண்ணு கேப்பேன். டக்ன பதில் சொல்லணும். எங்க ராஜாவைப் புடிச்சிருக்கோ, உனக்கு?"

அலமேலுவின் தலை குனிந்தது. அவள் பார்வை மாமியின் கண்களில் படிந்து, மறு வினாடி தலையணையில் படிந்தது.

மாமி அலமேலுவின் கைகளை அழுத்தினாள்.

"இங்கிருந்து உங்களைக் கவனிச்சுக்க முடிஞ்சா அதை ஒரு பாக்கியமா நெனப்பேன் மாமி" என்றாள் அலமேலு.

"பேச்சுலேதான் என்ன சாதுரியம்டீ அம்மா உனக்கு!" என்றாள் மாமி.

"நீங்க என்ன சொல்றேள்?" என்று கேட்டாள் மாமி.

கிழவர் முன்னால் நின்று கொண்டிருந்தார்.

தட்டில் முல்லை அரும்போடு கொல்லைப்படி ஏறி வந்த அலமேலு, அப்படியே நின்று மீண்டும் செடியைப் பார்த்துச் சில அரும்புகள் கண் தப்பிப் போய்விட்ட பாவனை காட்டி, திரும்பிப் படியிறங்கி வெகு வேகமாகச் செடியை நோக்கிச் சென்றாள்.

கிழவர் வாய் திறவாமல் நின்றார்.

"தங்கமான பெண்" என்றாள் மாமி.

"நன்ன காப்பி போடறா. அந்த ஒண்ணுக்காகவே ராஜா பண்ணிக்கலாம்" என்றார் கிழவர்.

"எதுக்கு எடுத்தாலும் விளையாட்டுத்தானா? கூப்பிட்டுக் கேளுங்கோளேன்."

"ராஜா, இங்கே வா" என்று பெரிய குரலில் அதட்டல் போட்டார் கிழவர்.

ராஜா வந்து கட்டிலோரம் நின்றான்.

"ராஜா, இந்தப்பெண்ணை உனக்குப் புடிச்சுருக்கோடா?" என்று கேட்டாள் மாமி.

"புடிச்சுருக்கு அம்மா, ரொம்ப நல்லபெண்."

"பண்ணிக்கறயா?"

"என்ன?"

"பண்ணிக்கறயாடா?"

"அம்மா!"

"என்னடா?"

"ஓ, தூத்தல் போடறதே!"

"துணியெல்லாம் கொடியிலே கிடக்கே?" என்றாள் மாமி.

தோளிலும் நெஞ்சிலுமாகத் துணியை இழுத்துப் போட்டுக் கொண்டு கொல்லைப்படியேறி உள்ளே வந்தாள் அலமேலு.

அவள் நுழைவதைக் கண்டு ராஜா அங்கிருந்து தன் அறைக்குச் சென்றான்.

அலமேலு உள் திண்ணைக் கொடியில் துணிகளைப் போட்டு விட்டுக் கட்டிலைத் தாண்டி, வாசல் திண்ணையில் தனியாக உட்கார்ந்திருந்த தன் தகப்பனாரை நோக்கிச் சென்றாள்.

அவள் வாசல் திண்ணைக்குப் போய்ச் சேருவது வரையிலும் அவளையே பார்த்துக் கொண்டிருந்த மாமி, "என்ன சொல்றான்?" என்று கேட்டாள்.

"தெரியலையே. நீதானே கேட்டிண்டிருந்தே" என்றார் கிழவர்.

"ராஜா... ராஜா!" மாமி கூப்பிட்டாள்.

"ராஜா... ராஜா!" என்று கிழவரும் கூப்பிட்டார்.

பதில் இல்லை.

கிழவர் ராஜாவின் அறைக்குச் சென்று உள்ளே எட்டிப் பார்த்து விட்டு, "அவனைக் காணோமே" என்றார்.

"என்ன? எங்கே போயுட்டான்?"

கிழவர் கொல்லைத் திண்ணையில் வந்து நின்றுகொண்டு, "ராஜா, ராஜா!" என்று கூப்பிட்டார்.

"சைக்கிள் இருக்கா பாருங்கோ" என்றாள் மாமி.

கிழவர் வாசல் திண்ணைக்குச் சென்றார். "சைக்கிளைக் காணோமே!" என்ற குரல் மாமியின் காதில் விழுந்தது.

டாக்சிக்குப் பணத்தைக் கொடுத்து அனுப்பி விட்டு உள்ளே வந்தார் மகாதேவ அய்யர்.

அலமேலு தன் அறைக்குள் நுழைந்து மாற்று உடைகள் உடுத்திக் கொள்வதில் முனைந்தாள்.

"மாமிக்கு உன்னை ரொம்பப் பிடிச்சுப் போச்சு."

"மாமாக்கும்தான்" என்றாள் அலமேலு.

“சந்தேகமா?”

“போன காரியம் முடிஞ்சுது” என்றாள் அவள்.

“என்ன?”

‘இல்லெ, மாமியெப் பாக்கணும்னு போனோம். பாத்தாச்சு, வந்தாச்சு” என்றாள்.

“நீ தான் அவனுக்குக் காப்பி கொண்டு போய்க் கொடுத்யா?”

“மாமி சொன்னா, கொடுத்தேன்.”

“அதுக்குச் சொல்லலை. ஏதோ ரொம்ப நாழி விசாரிச்சுண்டு இருந்த மாதிரித் தோணித்தேன்னு கேட்டேன்.”

“ஆமாம், வக்கணையாத்தான் பேசிண்டிருந்தார்.”

“என்ன விஷயம்?”

“ஒண்ணுமில்லே. கதை எழுதறவா இல்லையா? நம்ம வாயைப் பிடுங்கினா, நாம எதையாவது உளரறோம். அதை எழுதிப்போட்டா அவாளுக்குக் காசு கிடைக்கும், புகழ் கிடைக்கும்.”

“ஏன் இப்படி விட்டெறிஞ்சு பேசறே.”

“நீங்க மடீலே கட்டிண்டு பேசுங்கோளேன். உங்களுக்குப் பைத்தியம்.”

“எனக்கா?”

“உங்களுக்குத்தான்.”

“எதுக்கு இப்போ அழறே?”

“அழறேன். உங்களை வயசுக் காலத்திலே பிடுங்கிண்டு இருக் கேனேன்னு.”

“ஐயோ, அழாதேடீ அலமேலு!... என்னது இது, குழந்தையாட் டமா? உடம்புக்கு ஆகாதுடீ. இன்னிக்கு எண்ணெய் தேய்ச்சு வேற குளிச்சிருக்காய்.”

“உங்களுக்கு கொஞ்சமாவது புத்தி இருக்கோ?”

“ஏன்?”

“நான் நன்னப் பாடுவேன்னு எதுக்கு அங்கே பீத்திண்டேள்?”

“பீத்திக்கலயே.”

“எனக்குத் தங்கமான குணம்னு மாமி சொன்னதும் அப்படியே அரை நாழி இளிச்சுண்டு நின்னேளே, எதுக்கு?”

“இளிக்கலியே.”

“உங்க குணத்தையும் பாட்டையும் கொண்டுபோய்க் குப்பையிலே கொட்டுங்கோ.”

“ஏன்?”

“செடியிலே பூப்பூவாய்ப் பூக்கறதே, பாத்திருக்கேளோ?”

“பாத்திருக்கேனே. நீ அழாதே ... நிறையப் பாத்திருக்கேனே.”

"ஒவ்வொண்ணுக்கும் நிறத்தையும் மணத்தையும் அள்ளிண்டு போறாப்ல கொடுத்திருக்காரே பகவான், எதுக்கு?"

"எதுக்கு?"

"அதுதான் பைத்தியம்னு சொல்றது. அப்பா, இது மனுஷா செய்த சதியில்லை. கடவுளே செய்த சதி" என்று சொல்லிக்கொண்டே தன் அறைக்குள் நுழைந்து கதவைச் சாத்திக் கொண்டாள் அலமேலு.

"அலமேலு, அலமேலு" என்று கதவைத் தட்டினார் அய்யர்.

கதவு தாழிடப்பட்டிருந்தது. அப்படியே முற்றம் வழியாக வீட்டைச் சுற்றி வந்து அலமேலுவின் அறை ஜன்னல் வழியாக உள்ளே பார்த்தார். அலமேலு சுருட்டி வைத்திருந்த படுக்கையின் மேல் குப்புறப் படுத்துக் கொண்டிருந்தாள்.

இரவு பத்து மணி வரையிலும் அய்யர் வாசல் திண்ணைக் கட்டிலிலேயே சுவரில் சாய்ந்தபடி உட்கார்ந்து கொண்டிருந்தார். அப்புறம் தம்மை அறியாமலே கண் அயர்ந்தார்.

அலமேலு எழுந்திருந்தபோது வீடு இருளில் ஆழ்ந்து கிடந்தது. கூடத்துக்கு வந்து விளக்கைப் போட்டாள். மணி பத்து நாற்பது. வாசல் திண்ணைக்கு வந்து சுவரில் தலை சாய்த்து உறங்கிக் கொண்டிருந்த தகப்பனாரின் முகத்தை சில கணங்கள் வெறித்துக் கொண்டு நின்றாள். கூடத்துக்கு வந்து கண்ணாடியைப் பார்த்தாள். தலை மயிர் பரட்டையாக புஸ்புஸ்ஸென்றிருந்தது. முகம் வீங்கிக் கிடந்தது. குழாயில் முகத்தைக் கழுவி விட்டு, ஈரக் கையோடு தலைமயிரைத் தேய்த்து விட்டுக் கொண்டாள். அடுக்களைக்குள் நுழைந்து அடுப்பை மூட்டினாள்.

"இந்தாருங்கோ, எழுந்திருங்கோ. உப்புமா தின்னுட்டுப் படுத்துக் குங்கோ" என்று தகப்பனாரை எழுப்பி, அவருக்கு இலைபோட்டுப் பரிமாறினாள்.

"உனக்கு?"

"வேண்டாம்" என்று சொல்லிக்கொண்டே தன் அறையை நோக்கிச் சென்றாள்.

"அலமேலு, கதவைச் சாத்திக்காதேடீ."

"இல்லை."

மறுநாள் அவள் எழுந்திருந்தபொழுது வெயிலேறித் தகிக்கத் தொடங்கியிருந்தது.

மகாதேவ அய்யர் பொழுதோடு எழுந்திருந்து காப்பி போட்டு வைத்திருந்தார். தம்ளரில் காப்பியை எடுத்துக்கொண்டு கூடத்துக்கு வந்தார் அவர்.

அலமேலு ரேடியோ முன்னால் கால்மேல் கால் போட்டபடி உட்கார்ந்து கொண்டிருந்தாள்.

“பாட்டைக் கேட்டேளா அப்பா? சகிக்கலை.”

தன் இரு செவிகளையும் பொத்திக்கொள்ளும் பாவனை காட்டி முகத்தை வக்கிரமாகச் சுளித்துக் கொண்டாள்.

“ரொம்ப கண்டறாவியா இருக்கே” என்றார் மகாதேவ அய்யர்.

“கண்ட கத்துக்குட்டிகளையெல்லாம் காசைக் கொடுத்துச் சாதகம் பண்ணக் கூப்பிட்டுடறா.”

“இந்தா, காப்பி குடி.”

“பல் தேய்க்கலேயே அப்பா.”

“பரவாயில்லை. தேய்ச்சுக்கறது. குடி.”

அலமேலு தம்ளரை வாங்கி வாயருகே கொண்டு சென்றாள். பளிச்சென்று ஏதோ நினைவுக்கு வந்த பாவனையில், “அப்பா, இதோ பாருங்கோ, இப்படியாக்கும் அவர் காப்பி குடிப்பர்” என்று ராஜாவைப்போல் முகத்தை வைத்துக்கொண்டு காப்பியை உறிஞ்சிக் காட்டினாள்.

மகாதேவ அய்யர் சிரித்தார்.

தம்ளரை வாயிலிருந்து அகற்றி சிரித்தபடியே, “கதை எழுதறாராம் கதை. சொந்தமா எழுதறாரோ இல்லை, காப்பி தான் அடிக்கிறாரோ, கடவுளுக்குத்தான் வெளிச்சம்” என்று சொல்லிவிட்டு மேலும் பெரிதாகச் சிரித்தாள்.

பத்து மணிக்கு ஆரம்பித்த குளி பதினொன்று அடித்த பின்புகூட முடியவில்லை. ஸ்நான அறைக்குள் ராகம், தானம், பல்லவி முழு நேரக் கச்சேரியாக நடந்துகொண்டிருந்தது.

“தாயே! வெளியே வாடீ அம்மா. பக்க வாத்தியங்களுக்குக் கைசோர்ந்து போயாச்சு” என்று ஸ்நான அறை வாசலில் நின்று கொண்டு பிச்சைக்காரக் குரலில் கெஞ்சினார் மகாதேவ அய்யர்.

ஒரு மணி நேரத்துக்குப்பின் அவரே அலமேலுவின் அறை வாசலில் ஒருக்களித்த கதவுக்கு முன்னால் நின்றபடி “ஏது, இன்னிக்கு டிரஸ் பண்ணி முடியாது போலிருக்கே” என்று கூறினார்.

அலமேலு தன்னிடமிருந்த ஒரே நைலான் ஸாரியை அன்று கட்டிக்கொண்டாள். உள்ளே ரகசியமாக வைத்திருந்த ரெடிமேடு பாடீஸை அன்று முதல் தடவையாக வெளியே எடுத்தாள். அது சற்று விசித்திரமாகத் தைக்கப்பட்டது. அதை அணிந்துகொண்டு கண்ணாடியில் பார்த்தபோது அவளுக்கு என்னவோ போலிருந்தது. ‘நன்றாகத்தான் இருக்கிறது’ என்று முணுமுணுத்துக் கொண்டாள். அவ்வளவாகப் பளிச்சென்று தெரியாதபடி உதட்டுச் சாயமும் போட்டுக்கொண்டாள். பவுடர் பூச்சு வழக்கத்தை விடச் சற்றுத் தாராளமாகவே இருந்தது. கடைசியில் அந்தக் கொண்டை போட்டு முடிவதற்குள் அவளுக்குக் கழுத்தும் கையும் வலியெடுத்து விட்டன. போட்டு முடிந்ததும், பிடரியை அழுத்தித் தடவியபடி கண்ணாடியில் பார்த்தபோது ஏதோ சினிமாவில் காட்சியளித்த நாக கன்னிகையின்

சாடை அப்படியே தனக்கு வந்துவிட்டது போலிருந்தது. கையைப் பாம்புப் படம் மாதிரி வைத்துக்கொண்டு, கண்ணாடியைப் பார்த்துச் சீறிவிட்டுப் பின்னால் நகர்ந்த உருவத்தை ராஜாவின் உருவமாகக் கற்பனை செய்து கொண்டபோது அவளுக்குச் சிரிப்பு பொத்துக் கொண்டு வந்தது.

அலமேலு வாசல் திண்ணைக்கு வந்தாள். மகாதேவ அய்யர் வாசல் கட்டிலில் உட்கார்ந்துகொண்டிருந்தார். கால் அரவம் கேட்டு அவர் தன் பக்கம் திரும்பவும், அலமேலு முகத்தைத் திருப்பி முன் பக்கம் பார்த்தபடி, “நான் வெளியிலே போறேன் அப்பா” என்றாள்.

மகாதேவ அய்யர் வைத்த கண் வாங்காமல் அவளையே பார்த்தார்.

“வரட்டுமா?” என்று சொல்லிக்கொண்டே அலமேலு முதல் படியில் இறங்கினாள்.

“சின்ன அலமேலுவைப் பாத்துட்டு வறேன் அப்பா.”

“அங்கே யாரோ புதுசா வந்திருக்கிற மாதிரி இருக்கே.”

“அவ மாமாவாம் அப்பா. ஊரிலேருந்து வந்திருக்கானாம்.”

“இப்போ என்ன அவசரம்? சாவகாசமாப் போகலாமே.”

“இல்லேப்பா, சித்த நாழி அவளோடெ பேசிண்டிருந்துட்டு வறேன்” என்று சொல்லிக்கொண்டே அலமேலு படியிறங்கிச் சென்றாள்.

அவள் உருவம் மறையும் வரையில் அவளையே வெறித்துக்கொண் டிருந்தார் மகாதேவ அய்யர். அவள் உடம்பிலிருந்து ஆயிரக்கணக் கான ஊசிகள் கிளம்பி அவருடைய இரு கண்களையும் சல்லடை யாகத் துளைப்பது போல் இருந்தது. பீதியும் துக்கமும் நெஞ்சை வந்து அடைத்தன.

கூடத்துக்கு வந்து அங்கு சுவரில் மாட்டியிருந்த சக்தியின் படத்துக்கு முன்னால் நின்று கொண்டு, “தாயே, என்ன சோதனை இது?” என்று பிரலாபித்தார். அதற்குமேல் அவரால் சுதாரித்துக் கொள்ள முடியவில்லை. கட்டிலில் விழுந்து குழந்தை மாதிரிக் கேவிக்கேவி அழ ஆரம்பித்தார்.

கல்கி, 1964

தற்கொலை

தற்கொலை செய்து கொண்டுவிடும் உத்தேசத்தில் பலதடவை நான் கன்னியாகுமரி சென்றிருக்கிறேன். போகிற பொழுதே அவ்வாறு செய்துவிடத் துணிந்துவிட மாட்டேன் என்பது என் அடி மனசுக்குக் கொஞ்சம் தெரிந்திருக்கும். இந்தப் பிரக்ஞை உள்ளூர இருந்தபடியால் தான் புறப்பட்டுச் செல்வதே சாத்தியமாக இருந்தது என்றும் சொல்லலாம். இருந்தாலும் மெய்யாகத் தற்கொலை செய்துகொள்ளு கிறவன் போகிற தோரணைக்குப் பழுதில்லாமல் போவேன். கால் ஜோடுகள் கிடையாது. தலை பரட்டையாக இருக்கும். கைக்கடிகாரம் கட்டிக் கொள்வதில்லை.

தாங்க முடியாத துக்கம் இரண்டு மூன்று நாட்கள் பிடுங்கித் தின்கிறபொழுது, காரணம் தெரியாத கவலைக்கு நிவர்த்தி மார்க்கமும் இல்லாத நிலையில்தான் கடலின் நினைவு வரும். அந்நாட்களில் சவரம் செய்துகொள்ள அக்கறைப் பட்டிருக்க மாட்டேன். ஆதலால் கரியைப் பூசியதுபோல் தாடியும் இலேசாக இருக்கும். மேலும், பெண்களைக் கூர்ந்து பார்க்க விரும்ப மாட்டேன். அகஸ்மாத்தாகப் பார்வை படிந்துவிட்டாலோ அல்லது அபூர்வ தினுசுகள் தலையைச் சொடுக்கி இழுத்து விட்டாலோ 'இவள் நம் சோதரிதானே' என்று முணுமுணுத்துக் கொள்ளுவேன். ராமகிருஷ்ண பரமஹம்சர் நினைவு வரும். அரை நிமிஷம் பார்வையால் அவளைத் தின்றுவிட்டுத் தலையை மறுபக்கம் திருப்பிக்கொண்டேன் என்றால், பின்னால் எக்காரணம் கொண்டும் அந்தத் திசையில் திரும்பமாட்டேன். என் விழிகளைச் சந்திக்கலாம் என்று அவள் என்னையே பார்த்துக்கொண் டிருந்தாள் என்றால் பார்த்துக் கொண்டிருக்க வேண்டியதுதான்! ஏமாற்றம்தான் மிஞ்சும்.

இது போன்ற சந்தர்ப்பங்களில் வீட்டுப் படியிறங்கி, காம் பௌண்டுக் கதவைச் சாத்துகிற பொழுது, உள்ளேயிருக்கும் என் ரத்த பந்தங்களுடன் மானசீக விடைபெற்றுக் கொள்வேன். 'என்னை என்ன பாடு படுத்தினீர்கள். நன்றாகக் கண்ணீர் விடுங்கள். நாங்கள் தான் குற்றவாளிகள்; நாங்கள்தான் அவனைக் கொன்றோம் என்று கதறிக் கதறி அழுங்கள்!' என்று மனசுக்குள் சொல்லிக்கொண்டே

ரோட்டில் கால் வைப்பேன். பின்னால் அந்த நிமிஷத்திலிருந்து கன்னியாகுமரி கடற்கரை சென்று சேருவது வரையிலும் 'ராம ராம' என்று ஜெபித்துக் கொண்டேயிருப்பேன். சில சமயம் என்னை அறியாமலே ஜெபம் நடுவில் நின்றுவிடும். மீண்டும் நினைவு வருகிற வேளையில் எப்பொழுது அறுப்பட்டுப் போயிற்று என்பதே தெரிய வராது. ஆனால் நினைவு திரும்பிய மாத்திரத்திலிருந்து மீண்டும் முன்னைவிட அழுத்தமாகவும் அட்சர சுத்தமாகவும் ஜெபிக்க ஆரம்பிப்பேன்.

இவ்வாறு பலதடவை சென்றிருக்கிறேன்.

சொல்ல வந்தது கடைசியாக சென்ற ஞாயிற்றுக்கிழமை சென்றதைப் பற்றித்தான்.

வழக்கம்போல் அன்றும் நான் தற்கொலை செய்து கொண்டுவிட வில்லை. மூன்று இடங்களையும் பார்த்துவிட்டு வந்தேன். ஒன்று, மணற்குன்று தாண்டி சிறிது தூரத்திற்கு அப்பால். மற்றொன்று, நீச்சல் குளத்தை ஒட்டி. இன்னொன்று சிலுவைப் பாறை. மூன்றுமே அருமையான இடங்கள்தாம். காரியம் பலிக்கிற இடங்கள். மூச்சுத் திணறுகிறபொழுது ஏற்படுகிற சபலத்தால் தப்பித்துக்கொள்ள முடியாத இடங்கள். இருள் படர்ந்து ஆள் நடமாட்டமும் இல்லை யென்றால் வெளிக்குவெளி தெரியாமல் சிவபதம் நிச்சயம்.

நான் வழக்கமாகவே இந்த மூன்று இடங்களுக்கும் போவேன். ஒவ்வொரு இடத்திலும் சிறிது நேரம் நின்று தண்ணீரைப் பார்த்துக் கொண்டிருப்பேன். தண்ணீர் பாறையில் மோதி, கட்டித் தயிராய் உடைந்து சிதறும். அப்புறம் தலையைத் திருப்பி அக்கம் பக்கம் பார்ப்பேன். கையைப் பின்னால் கட்டிக்கொள்வேன். கால் விரல் களை ஊன்றி பாதத்தை லேசாக உயர்த்தி முன்பின்னாக இரண்டு மூன்று தடவை லேசாக ஆடுவேன். அப்பொழுது உண்மையாகவே தற்கொலை செய்து கொண்டுவிட நினைக்கிறேனோ என்ற பீதி மனசைக் கவ்வும். 'செய்து கொள்ள வேண்டியது தானே' என்று சொல்லிக்கொள்வேன். 'இந்த உலகில் பிறந்து என்ன சுகத்தைக் கண்டோம்... துக்கம்... துக்கம்... நினைவு தெரிந்த நாளிலிருந்து... ஓய்வில்லை ஒழிச்சலில்லை... ஒன்றன் பின் ஒன்றாக...' 'ராம ராம' என்று மீண்டும் ஜெபிப்பேன்... இதற்குமேல் கற்பனையில் காட்சிகள் ஓடும். என் உடம்பு நீச்சல் குளத்து நீச்சலாளி மாதிரி தலை குப்புற விழுகிறது. சில்லறை அவஸ்தைகள். அலை ஓங்கி பாறையோடு அறைவதில் சில்லறைக் காயங்கள். விழுந்திருக்க வேண்டாமே என்ற எண்ணம். மனசு 'ஓ' வென்று கதறி அழுகிறது. சடலம் அடிமட்டத்தை நோக்கி இறங்குகிறது. இரண்டு மூன்று குமிழிகள் நீரின் மேற்பரப்பில் உடைகின்றன. இவ்வாறு மூன்று இடங்களுக்கும் முறையே சென்றுவிட்டு வருவேன். திரும்பி வருகிற பொழுது வந்த வேலை முடிந்த மாதிரித்தான் இருக்கும். குறை யுணர்ச்சி இராது. மனசு கழுவிவிட்டது போலிருக்கும். இலேசாக இருக்கும். சந்தோஷமாகக்கூட இருக்கும்.

சென்ற ஞாயிற்றுக் கிழமை சென்றபோது தீர்மானமாகத்தான் சென்றேன். காரியத்தை முடித்துவிடுகிற வைராக்கியத்தோடு சென் றேன். மனக்கஷ்டம் என்னால் தாங்கக்கூடியதாய் இருக்கவில்லை. எப்படியேனும் விடுதலை பெற்றால் போதுமென்றாகிவிட்டது. மலையில் பெய்த மழை அடிவாரத்து அணைக்கட்டில் தேங்குவது மாதிரி துக்கம் இடைவிடாமல் தேங்கித் தேங்கி மனசு வெடித்துவிடும் நிலையை அடைந்துவிட்டேன். நானும் எவ்வளவோ ஆசைப்பட்ட வன்; எவ்வளவோ கனவுகள் கண்டவன். கடைசியில் எல்லாம் இப்படியா முடியப் போகிறது என்று எண்ணியபொழுது எனக்கே என்மீது இரக்கம் கவிந்தது. ஆனால் என் கடந்த கால வாழ்வை எண்ணிப் பார்க்கிறபொழுது இம்முடிவே பொருத்தமானது என்றும் தோன்றிற்று. ஒரு துன்ப நாடகத்தின் கடைசிக் காட்சிதான் இது. மிகவும் பொருத்தமான அமைப்புத்தான்.

வீட்டை விட்டுக் கிளம்பினேன்.

மீனாட்சிபுரம் பஸ் நிலையத்தில் எனக்கு முன்னால் அவள் ஏறினாள். அவளை எனக்குத் தெரியும். வீட்டு வாசலில் சபலம் காரணமாக நான் நின்றுகொண்டிருந்த சந்தர்ப்பங்களில், பல தடவை அவள் ரேஷன் வாங்கப் பையைத் தூக்கிக்கொண்டு போவதைப் பார்த்திருக்கிறேன். பெரிய சாவியை இடுப்பில் சொருகிக் கொண்டி ருப்பாள். வயிற்றுச் சதையில் சாவி அழுந்தியிருக்கும். சாவியின் கைப்பிடித் துவாரம் வழி சதை பிதுங்கிக் கொண்டிருக்கும். சிலசமயம் எட்டு ஒன்பது வயசுப் பெண் ஒன்று கூடவரும். அவள் ஒரு மாதிரி என்பது எனக்கு எப்படியோ தெரியும். நானும் அப்படித்தான் என்பது அவளுக்கும் தெரியும். அர்த்த புஷ்டியோடு பார்த்துவிட்டுப் போவாள். ரேஷன் கடைக்குத் திரும்புகிற சந்தில் நுழைகிற பொழுது கடைசியாக மீண்டும் பார்ப்பாள். எப்போதும் அப்படித்தான்.

அவளை அங்கு பார்த்ததும் ஒரு சந்தோஷம் எனக்கு. நாட்கணக் கில் நினைத்துக் கொண்டிருந்தது கூடிவந்துவிட்ட மாதிரி. இன்று பலிக்கும் என்று எண்ண ஆரம்பித்துவிட்டேன். பஸ் புறப்பட்டது. அவள் முகத்தைக் கவனித்தேன். வழக்கத்திற்கு மாறாக அன்று அவளுடைய முகம் வெறிச்சென்றிருந்தது. கடுமையாக வைத்துக் கொள்கிறாள் என்றுகூடப் பட்டது. தெரிந்த பாவம் காட்டிக்கொண் டாள் என்றாலும் முகத்தில் புன்சிரிப்பின் சாயல்கூட இல்லை. ஆச்சரியம்தான்! ஆண்பிள்ளைகள் யாரேனும் உடன் வந்திருப்பார் களோ என்றால் அப்படியும் தோன்றவில்லை. என்னுடன் பெண்கள் யாரேனும் வந்திருப்பதாகத் தவறாகக்கூட நினைத்துக்கொள்ள முகாந்திரமும் இல்லை. கடைசி சீட்டில் இடது ஓரம் மூலையில் உட்கார்ந்திருந்த காய்கறிக்காரக் கிழவி எனக்கு யாராகவும் இருக்க முடியாது என்பதை அவளால் வெகு சுலபமாகவே ஊகித்துக்கொள்ள முடியும். நான் அவள் முகத்தையே விடாமல் பார்த்துக் கொண்டிருந் தேன். அவளோ நான் உட்கார்ந்து கொண்டிருந்த திசைக்கு எதிர்த் திசையில் பார்வையை ஓட்டிக் கொண்டிருந்தாள். யாராவது ஏற

இறங்க, பஸ் நின்று மீண்டும் புறப்படுகிற நிமிஷத்தில் மட்டும் ஒரு மின்னல் பார்வை என் பக்கம் - சாமான் வைத்த இடத்தில் இருக்கிறதா என்று கண்காணிப்பது மாதிரி. அந்தக் கணத்தில் சில அர்த்தங்களை அவள்பால் தள்ளிவிட நான் முயன்றேன். என்றாலும், அவள் அதையெல்லாம் வாங்கிக்கொள்ளும் மனநிலையில் இல்லாததால் ஒன்றும் பலிக்கவில்லை.

கன்னியாகுமரி சேருவது வரையிலும் விசேஷமாக எதுவும் நிகழ்ந்துவிடவில்லை. பஸ் கடல் முன்னால் நின்றதும், பக்கத்துக் கடையோரம் நின்றுகொண்டிருந்த ஒரு கிழவன் விரைந்து வந்து வண்டியின் வாசலையொட்டி நின்று தலையைத் தூக்கி உள்ளே பார்த்தான். நான் அவசரமாக வெளியே இறங்கினேன். மடமட வென்று கடலைப் பார்க்க நடந்து சென்றேன். சிறிது தூரம் சென்று திரும்பிப் பார்த்தபோது அவள் கிழவனுடன் பேசிக் கொண்டிருந்தாள். என்னைப் பார்த்து அவள் கையைக் காட்டுவதாகக்கூடத் தோன்றிற்று. வேகமாக நடந்து சென்றேன்.

எதற்கோ புறப்பட்டு வந்துவிட்டு அதை அறவே மறந்து, ஏதேதோ அற்பக் காரியங்களில் மனசைச் செலுத்துகிறோமே என்று எண்ணி விசனம் அடைந்தேன். மீண்டும் மீண்டும் இப்படியே இருந்து வருகிறோமே என்று எண்ணிப் பார்த்தபொழுது ஒரு சுய வெறுப்பும், தாங்கமுடியாத மனக்கசப்பும் ஏற்பட்டன. இன்று வந்த காரியத்தை முடித்துவிடுவது என்று வெகு உறுதியாகத் தீர்மானம் செய்து கொண்டேன். காரண காரியத்தையும், பலாபலன்களையும் பற்றிச் சிந்தனை செய்ய ஆரம்பித்தோமென்றால் பின் நழுவிச் சென்று விடுவோமோ என்று பயந்து, எதைப் பற்றியும் அலட்டிக் கொள்ளாமல் முடிவைத் தேடிக்கொண்டு விடுவது என்று உறுதி செய்து கொண்டேன். ஏதாவது ஒரு இடத்தைத் தேர்ந்தெடுத்து அங்கேயே விழுந்து விடுவது என்று எண்ணினேன். மணற்குன்றுக்கு அப்பாலுள்ள இடமே சௌகரியமான இடமாகப் பட்டது. அங்குதான் முதலில் வெறிச்சோடும். சூரியன் மறைந்ததும் புசுபுசுவென்று கூட்டம் கலைந்து கோவிலைப் பார்க்க நகரும். இப்படியெல்லாம் நினைத்தேன் என்றாலும் பழக்கத்தோஷத்தால் ஒவ்வொரு இடமாகப் போக ஆரம்பித்தேன். நீச்சல் குளத்தைத் தாண்டுகிறபொழுது மணற்குன்றில் ஏகக் கூட்டமும், அடிவாரத்தில் ஏகக் கார்களும் தெரிந்தன. கூட்டம் கலைவது வரையிலும் மறைவாக இருக்க எண்ணி நீச்சல் குளத்தின் மதிற்சுவரையொட்டி கீழே இறங்கி, சுவர் கடலுக்குள் இறங்கும் இடத்தில் சுவர்மீதேறி கடலைப் பார்க்கச் சம்மணங்கூட்டி அமர்ந்து, ‘ராம, ராம’ என்று ஜெபிக்க ஆரம்பித்தேன்.

ஒரு மனசு ஜெபித்துக்கொண்டிருந்தது. ஒரு மனசு கடவுளிடம் பேசிக்கொண்டிருந்தது . . . கடைசியில் இப்படி முடிகிறது . . . தாங்க முடியவில்லை . . . எவ்வளவோ பொறுத்துப் பார்த்தேன் . . . முடியவில்லை . . . முடிவு வரவேண்டும், வரவழைக்கக் கூடாது என்பது தெரியும் . . . மகா பாவம் . . . முடியவில்லை. நினைப்பு ஒன்றாகவும்,

நிஜம் ஒன்றாகவும் இருக்கிற அவலத்தைத் தாங்க முடியவில்லை ... எதற்கு ஒவ்வொரு மனிதனுக்குள்ளும் ஒரு நீதிபதி ...? மனச்சாட்சி இட்டுச்செல்லவும் தெரியாத, பின் தொடர்ந்து வரவும் தெரியாத நாய் ... எதற்கு அது? ... பாப புண்ணியங்களைப் பற்றிய எண்ணங் களை எதற்குத் தோன்ற வைத்தாய் ...? போகிறேன் ... முடித்துக் கொண்டு விடுகிறேன் ... அலுத்து விட்டது ... இனிமேல் எதுவும் கூடிவரப் போவதில்லை ...

என்னை அறியாமலே கண்ணீர் விட ஆரம்பித்தேன். கேவிக்கேவி அழ ஆரம்பித்தேன். பழைய நினைவுகள், தோல்விகள், துன்பங்கள், பிறர் வெறுத்த வெறுப்பு, முகத்தெதிரே வீசிய நெருப்புத் துண்டுகள், பட்ட அவமானம், செய்த பாவங்கள், சிதறிப்போன கனவுகள் ஒவ்வொன்றையும் நினைத்து நினைத்து வெகுநேரம் அழுதேன்.

இருள் கவிய ஆரம்பித்து விட்டது.

எழுந்து நின்று கரம்கூப்பி முதுகை வளைத்துத் தொழுதேன். 'எனக்கு யார்மீதும் கோபமில்லை. எல்லோரும் என்னை மன்னித்து விடுங்கள்' என்று மனசுக்குள் சொல்லிக் கொண்டேன்.

கீழே இறங்கி, மனசையும் மூளையையும் சூன்யமாக்கிக் கொண்டு வெகு வேகமாக மணற்குன்றைப் பார்க்க நடந்தேன்.

சிறிது ஆச்சரியமாகவே இருந்தது. என்னுடைய முனையில் ஒரு பெண்ணுருவம் நின்று கொண்டிருப்பது தெரிந்தது. கூர்ந்து கவனித்தேன். சந்தேகமில்லை, அவள்தான்!

எனக்குப் புரிந்துவிட்டது. நெஞ்சு துணுக்கென்றது. பீதி பிடித்து ஆட்ட ஆரம்பித்தது. பஸ்ஸில் பார்த்த அவளுடைய முகம் நினைவுக்கு வந்தது. சந்தேகமேயில்லை. அடி பாவி! என்னை அறியாமலே பின்திரும்பி ஓட்டமும் நடையுமாகச் சென்றேன். திரும்பிப் பார்க்கக்கூட மனசு வரவில்லை. நீச்சல் குளத்தருகே வந்தேன். பிறர் என்னைப் பார்ப்பதே பயத்தை ஊட்டிற்று. வம்பில் மாட்டிக்கொள்ள நேருமோ என்றும், சாட்சிக்காக அகப்பட்டுக் கொண்டு அல்லற்படும்படி ஆகிவிடுமோ என்றும் பயந்தேன். திரும்பிப் பார்த்தபோது நிலவொளியில் மணற்குன்று தான் தெரிந்தது. முனை தெரியவில்லை. கதை இதற்குள் முடிந்திருக்குமென்று நினைத்துக்கொண்டேன். கடைசி அவஸ்தையைக் கற்பனை செய்து பார்த்தபொழுது வயிற்றைக் கலக்கிற்று. ஒரு நிமிஷத்தில் துணிந்து விட்டாளே! விரலைக் கடித்து கையை உதறிக்கொண்டே வேகமாக நடந்தேன். இருளில் நிற்பது விவேகமல்ல என்று தோன்றிற்று. காந்திஜி நினைவுச் சின்னத்தை ஒட்டி ஒரு பெஞ்சில் வந்து உட்கார்ந் தேன். கடைகளிலிருந்து ட்யூப்லைட் ஒளி லேசாக பெஞ்சுகளின் மீது விழுந்துகொண்டிருந்தது. ஏதேதோ யோசனைகளில் மனசை அலையவிட்டு, எவ்வளவு நேரம் அப்படியே இருந்தேன் என்பது எனக்கே தெரியாது.

"இன்னும் போகலியா நீங்க" என்ற குரல் கேட்டது.

திரும்பிப் பார்த்தேன். பெஞ்சோரத்தில் அவள் நின்று கொண்டிருந்தாள்.

"என்ன அப்படிப் பாக்கிறீங்க?" என்று கேட்டாள்.

"மணல்குன்றில் உன்னைப் பார்த்தேனே!"

"அங்கெ வந்திருந்தீங்களா?"

"ம்."

"என்னப் பாத்து பயந்து திரும்பிட்டீங்களா?"

"பயந்துதான் ... ஆனால் உன்னை ..."

"நியாயம்தான். தப்பு இல்லை" என்றாள்.

"உனக்கு இருட்டில் பயமா இராதா?"

"நான் இருட்டுக்குப் பயந்தா முடியுமா?"

பலே கைக்காரிதான் என்று மனசுக்குள் முணுமுணுத்துக் கொண்டேன்.

"இப்படி பெஞ்சில் உட்காரலாமே" என்றேன்.

"உங்களுக்கு ஆட்சேபணை இல்லைன்னா சரிதான்" என்று கூறிக்கொண்டே, குனிந்து உட்காரும் இடத்தை ஊதிவிட்டு அமர்ந்து கொண்டாள்.

"கிழவனிடம் என்னைக் காட்டி எதையோ ... என்னைக் காட்டித் தானா?"

"நீங்க சொல்றது சரிதான். ஒரு ஆளுக்காக நான் வந்தேன். அம்மாவுக்கு உடம்பு சரியில்லைன்னு செய்தி வந்து அந்த ஆளு ஓடிப்போயிட்டான். அதுதான் உங்ககிட்டே வேணும்னா கேட்டுப் பாக்கலாமேனு கிழவன்கிட்டே சொன்னேன் ..."

"கிழவன் வரலியே."

"இல்லை, வந்தான். திரும்பி வந்து வேண்டாம்னு சொல்லிட்டான். அவன் சொன்ன காரணத்தைச் சொன்னா நீங்க கோபப்பட மாட்டீங்களே?"

"ஊஹூம். சும்மாச் சொல்லு."

"உங்களுக்குப் பைத்தியம். வேண்டாம். சிரமப்படுவாய்னு சொன்னான்."

சிரிக்கவேண்டுமே என்பதற்காக நானும் சிரித்தேன். நெஞ்சில் ஓங்கி உதைத்தது போலிருந்தது.

"அந்த ஆளுக்கு ஏன் தோணிச்சாம் அப்படி?"

"தனக்குத்தானே பேசிக்கிறாரு. அழறாரு. என்னன்னமோ கோணாங்கி எல்லாம் காட்டுறார்னு சொன்னான்."

"அவன் சொன்னது சரிதான். உனக்கும் நான் பைத்தியம்னுதான் நினைப்பா?"

“இல்லை. நான் அந்த மனுஷன்கிட்டே சொன்னேன், அப்படி யொண்ணும் இல்லையேன்னு. திரும்பவும் போய்ப் பாக்கட்டுமான்னு கேட்டான். அழுதுக்கிட்டிருக்கிறபோது குறுக்கிடறது நல்லாருக்காது, வேண்டாம்னு சொல்லிப்பிட்டேன்.”

“நேரா மணல் குன்றுக்குத்தான் வந்தயா?”

“இல்லை. வந்த காரியம் பலிக்கலை. கோவிலுக்குப் போயிட்டு வருவோம்னு போனேன். என்ன அற்புதமான அலங்காரம்! நின்னு பார்த்துக்கிட்டே இருக்கலாம். சுய ஞாபகமே அத்துப் போகுது.”

“இப்பத்தான் முதல் தடவையாப் பாக்கறியா?”

“இல்லை . . . இல்லை . . . பாத்து ரொம்ப வருஷம் ஆச்சு. எத்தனையோ தடவை வந்துட்டுப் போயிருக்கேன். வேற ஜோலியா வந்தா கோவிலுக்குப் போறதெ வெச்சுக்கறது கிடையாது.”

“ஓஹோ” என்றேன்.

என்னைப்பற்றி ஏதாவது அவள் விசாரிக்கக்கூடுமென்று எதிர் பார்த்தேன். ஊஹூம். கிழவனிடம் கேட்டுவிட்டதை இப்பொழுது நேரிலேயே என்னிடம் அடிபோட்டுப் பார்க்கலாம் அல்லவா? எதற்கு அழுதுகொண்டிருந்தேன் என்று தெரிந்து கொள்ளவுமா ஆவல் இராது?

“எதற்காக மணல் குன்று முனையில் போய் நிற்கிறாய்?”

“சும்மாதான்.”

“பொய்.”

“பொய்யா? ஏன்? எதுக்குப் பொய் சொல்லணும். சூர்யாஸ்த மனத்தைப் பார்க்கணும்னு கோவிலிலேருந்து அவசர அவசரமாக வந்தேன். நான் வந்து சேர்ரதுக்குள்ளே முக்காப் பங்கு மறைஞ்சு போச்சு. நின்னு பாத்துக்கிட்டே இருந்தேன். என்ன அற்புதமா இருக்கு. சொல்லவே வாய்வர மாட்டேன் என்குது. அப்புறம் அப்படியே நடந்து அந்த முனை வரையிலும் போனேன். இருட்டினதும், எல்லோரும் போனதும் எனக்குத் தெரியவே தெரியாது. அங்கேயே நின்னுக்கிட்டு இருந்தேன். எனக்கு முழுசா மூணு பாட்டுத்தான் தெரியும். மூணுமே சின்ன வயசிலே எங்க அம்மா சொல்லித் தந்தது. அந்த மூணையும் ஒவ்வொண்ணாப் பாடினேன். அவ்வளவுதான் . . .”

“நான் என்ன என்னவோ சந்தேகப்பட்டேன்.”

“வேறெ யாராவது எங்கூட . . .”

“அப்படியில்லை. கடலிலே குதிக்கப் போறியோன்னு நெனச்சேன்.”

“சீச்சீ!” என்றாள் அவள்.

ஏதோ செத்துப்போய் அழுகிக் கொண்டிருந்த பிராணியைப் பார்ப்பது மாதிரி முகத்தை வைத்துக் கொண்டாள்.

“ரொம்ப லேசாச் சொல்லிட்டீங்களே.”

“நினைச்சு நினைச்சு ரொம்ப லேசாப் போச்சு எனக்கு” என்றேன்.

“அந்த மாதிரி எண்ணம் உண்டா உங்களுக்கு?”

“ரொம்ப உண்டு. அநேகமா ஒவ்வொரு நாளுமே ...”

“ஏன்?”

“கவலை.”

“என்ன காரணம்?”

“எனக்கேத் தெரியாது.”

“பணக் கஷ்டமா?”

“ஊஹூம். அப்படி ஒண்ணுமில்லே. வீடு, வாசல், வயல் எல்லாம் இருக்கு. எனக்கே ஏன்னு தெரியலே ...”

“தெரியாம இருக்காது. சொல்ல முடியாம இருக்கும்.”

“சொல்லவும் சொல்லலாம். ரொம்பக் கஷ்டம். சின்ன வயசிலே ருந்து சொல்லிண்டே வரணும். நெனச்சதையும் நடந்ததையும் ஒண்ணுவிடாமச் சொல்லணும். இப்பொ ரொம்ப சுமை சேர்ந்து போச்சு. ஒண்ணாத் தாங்க முடியலை.”

“நடந்து போனதை மறந்துடணும்.”

“முடியலையே. மறக்க வேண்டியதை ஒண்ணைக்கூட மறக்க முடியலையே.”

“கஷ்டம்தான். ஒவ்வொருத்தருக்கும் ஒவ்வொரு விதி” என்றாள்.

“ஹோட்டல் அறை ஏதாவது தெரியுமா?”

“அவனுக்காக எடுத்துப் போட்டது இருக்கே ...”

“போலாமா?”

“காசு இருக்கா?”

அதை அவள் வெடுக்கென்று கேட்ட தோரணை என்னை ஒருகணம் அதிரவைத்தது.

என் கையில் பணம் இருக்கவில்லை. நான் வேண்டுமென்றே அன்று கொண்டுவரவில்லை. வந்து சேருவதற்கான பஸ் கட்டணத்தை மட்டும் எண்ணி எடுத்துக்கொண்டு வந்திருந்தேன். எவ்வளவு வைராக்கியத்துடன் தீர்மானித்துக்கொண்டு வந்தேன்!

“இல்லை, பணம் இல்லை” என்றேன்.

“வேண்டாம்” என்றாள் அவள்.

நான் அவள் முகத்தைப் பார்த்தேன். அவள் முந்தானை ஓரத்தில் நூலிழைகளை விரல்களால் முறுக்கிக்கொண்டிருந்தாள்.

“திரும்பிப்போக டிக்கெட்டுக்குக் கூடக் காசு இல்லை” என்றேன்.

“கொண்டு வரலியா?”

“வேணும்னு எடுத்துக்காம வந்தேன்.”

“ஏன்?”

"திரும்பிப் போறதுக்காக வரலை. கடலிலே விழுந்துடலாம்னு வந்தேன்."

"ஏன் விழலே?"

"உனக்குக் கொஞ்சம்கூட நெஞ்சிலே ஈரம் கிடையாது போலிருக்கே" என்று சொல்லிவிட்டு அவள் முகத்தைப் பார்த்தேன்.

"இந்த ரகம் எனக்கு ரொம்பத் தெரிஞ்ச ரகம். என் தொழிலிலே அடிக்கடி தட்டுபடற ரகம். ஆசை இருக்கும்; சாமர்த்தியம் இராது. சும்மா சுத்திச் சுத்தி வந்து பல்லைக் காட்டும். நெருங்கிக் கேட்டா ஒண்ணுமில்லேன்னு சிரிச்சு மழுப்பும். எதை ஆசைப்படறதுன்னு தெரியணும். ஆசைப்படறதை நிறைவேத்திக்கிற துணிச்சல் இருக்கணும். இல்லேன்னா கஷ்டம்தான்."

"உனக்குக் கஷ்டமே கிடையாதா?"

"நிறைய உண்டே."

"நீ அழறதுண்டா?"

"அழுதது உண்டு. ஆனா அதை ஒரு வேலையா வெச்சுக்கிற வழக்கம் கிடையாது. ஒருதவா ஒருத்தன் கிட்டே கஷ்டத்தின்பேரிலே கூட ஒரு ரூபாய் கேட்டேன். வெடுக்குனு, உன் குரங்கு மூஞ்சிக்குக் காணாதோன்னு கேட்டுப்புட்டான். அறைஞ்சுடுவோமானு தோணிச்சு. அடக்கிட்டேன். கதவைச் சாத்திப்புட்டு அவன் தந்திருந்த அஞ்சு ரூபாய் நோட்டை சுக்குநூறாகக் கிழிச்சு எறிஞ்சேன். ரொம்ப நேரம் ஏங்கி ஏங்கி அழுதேன். என்கூட வருமே ஒரு பெண்... அவனுடையதுதான். சந்தேகமே இல்லை. குரங்கு மூஞ்சியைப் பார்த்தாலே தெரியும்; அவன் சாடைதான்."

"நீ நல்ல அழகுதானே?"

"சரி சரி, சும்மா அலட்டிக்கிட வேண்டாம். நான் வரட்டுமா?"

அவள் பெஞ்சைவிட்டு எழுந்தாள். "பஸ்ஸு சார்ஜு வேணும்னா தந்துவிட்டுப் போறேன்" என்று சொல்லிவிட்டு நின்றாள்.

கூச்சமாக இருந்தது. அவளிடமிருந்து பெற்றுக் கொள்வதில் தவறு இல்லை என்றும் தோன்றிற்று.

"காசு இருக்கா?" என்று கேட்டேன்.

"ம். கிழவன் அஞ்சு ரூபாய் தந்தான். அவன் கொடுத்துவிட்டுப் போயிருக்கான். கோவிலிலே அம்மன் பேருக்கு ஒரு அர்ச்சனை பண்ணினேன். மீதி அப்படியே இருக்கே" என்று சொல்லிக்கொண்டே முந்தானை முடிச்சை மிகச் சிரமப்பட்டு அவிழ்த்து அரை ரூபாய் நாணயத்தைத் தூக்கித் தந்தாள்.

"திருப்பித் தந்துவிடுகிறேன்" என்று சொல்லி வாங்கிக்கொண்டேன்.

"திருப்பித்தரதுன்னு சொன்னா நான் வட்டியோடதானே வாங்கிக்க முடியும். வேண்டாம். இல்லை கடன்பட்டுட்டோம் என்கிற நெனப்பு உண்டாயுடும்னா ஏதாவது கோயிலிலே உண்டியல் பெட்டியிலே போட்டுடுங்க" என்றாள்.

312   சுந்தர ராமசாமி சிறுகதைகள்

"சரி" என்றேன்.

அவள் புறப்பட்டாள்.

"என்னைப் பத்தி என்ன நினைக்கிறாய்?" என்று கேட்டேன்.

அதற்கு அவள் பதில் சொல்லாமல் என் முகத்தைப் பார்த்து இலேசாகச் சிரித்தாள்.

இரண்டு எட்டு எடுத்துவைத்தவள், மீண்டும் நின்று என் பக்கம் தலையைத் திருப்பி "இடங்கெட்ட இடத்திலே பாத்தா சிரிப்பேன்னு நினைக்காதீங்க. அப்படி ஒருநாளும் செய்யமாட்டேன்" என்று சொல்லிவிட்டுச் சென்றாள்.

கடைசி பஸ்ஸில் நானும் ஊர் வந்து சேர்ந்தேன்.

தற்கொலை சுபாவம் என்னை விட்டு அவ்வளவு எளிதில் கழன்றுவிடுமோ என்பது சந்தேகம்தான். ஆனால் இனிமேல் அந்த நினைப்போடு கன்னியாகுமரி செல்வது சாத்தியமில்லையென்றே தோன்றுகிறது.

கதிர், 1965

முட்டைக்காரி

ஏழகரம் நாராயண அய்யருக்கு ஆஸ்பத்திரியிலிருந்து டவுண் பஸ் ஸ்டாண்டுக்கு வந்து சேருவதற்குள் மூச்சுமுட்டித் திணற ஆரம்பித்து விட்டது. முதற் படியில் கால் வைத்ததும் கை விரல்கள் முன் நீண்டு சிமிண்டுத் தூணைத் தொட, மேல் படியேறியதும் தூணோடு சாய்ந்து கொண்டார். இடது கை நழுவவிட்ட விரிந்த குடை காலடியில் கவிழ்ந்து சரிந்தது. கம்பிகளில் அவருடைய வேஷ்டி நுனி மாட்டி இழுபட்டுக் கொண்டது.

தலையை உயர்த்தி அட்டவணை போர்டில் பார்வையைப் பதிக்க முயன்றார். ஏதோ இருட்டில் வெள்ளைப் பூச்சிகள் வட்ட மிடுவது போலிருந்தது. கண்களை வெகு இறுக்கமாக மூடி ஒரு நிமிஷம் தலையைத் தூணோடு ஆயாசத்துடன் சாய்த்தபடி நின்று விட்டு, மீண்டும் போர்டை வெறித்துப் பார்க்கலானார். வெள்ளை எண்கள் கருமையிலிருந்து விடுபட்டு முன் நகர்ந்து அந்தரத்தில் ஸ்தம்பித்துவிட்ட தோற்றம் அளித்தது. தானும், தான் காலூன்றி நிற்கும் பூமியும், தூணும் மெதுவாகச் சுழன்றுவர, இன்னும் சில கணங்களுக்குள் சுழற்சியின் வேகம் பயங்கரமாக அதிகரித்து, தூண் தனது பிடிப்பை முற்றிலும் தளர்த்தி, தன்னை வெகு தூரத்தில் விட்டெறிந்து விடுமென அவருக்குத் தோன்றிற்று. பஸ் புறப்படும் வேளையை அறிந்து கொள்வதும் தன்னால் ஆகக்கூடிய காரியமாகப் படவில்லை.

விரிந்த குடை இழுபட்டுப் பின் நகர, சுவரைத் தொட்டவாறே எதிர் அறைக்குள் புகுந்து சிமிண்டு பெஞ்சியில் உடலைச் சரித்தார். தலை முன்னைவிடவும் இப்பொழுது கன வேகமாகச் சுழன்றது. கண்டத்தில் சுருக்கு இறுக்கப்படுவது போல் குருதி முகத்தில் விண் விண்ணெனத் தெறித்தது. அது ஸ்திரீகள் அறை. அங்கு அப்பொழுது சில முதிய யுவதிகளும் சில கிழவிகளும்தான். கன்னிப் பெண்களின் நடமாட்ட வேளையுமல்ல அது. அங்கிருந்த ஸ்திரீகளின் கண்களில் ஒரு ரோகிக்கான அனுதாபம் தவிர வேறு எதுவும் வெளிப்படவில்லை. முற்றிய ரோகி லிங்க பேதமற்றது போலும்! இடம் மாற்றிக் கொள்ளும் சிரமத்திற்கு அவசியமில்லையென்று பட்டது அவருக்கு.

உதட்டிலிருந்து தொண்டைக் குழி வரையிலும் உலர்ந்து விட்டது. மெல்லிய துணியில் கூழ் வற்றல் மாதிரி ஒட்டிக் கொண்டு விட்ட நாவை இனி உரித்துத்தான் எடுக்க இயலும் போலும். தொண்டை ஈரத்துக்கு இரண்டு சொட்டு நீர் ஊற்றப்படுமானால் பிராணன் சற்றுக் குளிரக்கூடும். கையில் எதையோ ஏந்தி விசித்திரமாகக் கூவி விற்றுக்கொண்டிருந்த சிறுவனின் முகத்தை ஏறிட்டுப் பார்த்தார் அவர். அவனுடைய பார்வையில் வெளிப்பட்ட அருவருப்பு அவரை வலுவாகத் தாக்கிற்று. நழுவி அப்பால் அவன் சென்று விடுவானோ என்ற பீதியில் தலை சரித்து முகத்தில் கெஞ்சல் காட்டி ஏதேதோ சொன்னார். அவருடைய குமுறல் அவனுக்கு அர்த்தமாகவில்லை. எதிர் பெஞ்சுக் கிழவியின் ஆண்மை அதட்டலுக்கு உட்பட்டு சிறுவன் சோடா வாங்கிவர எதிர்சாரியை நோக்கி ஓடினான்.

அப்பொழுது பஸ்ஸும் வந்து நின்றது.

அவர் பரபரப்படைந்து எழுந்து குடையைச் சுருக்கினார். குடை ஏறி குதிரையில் விழவில்லை. இருந்தும் அவசரத்துடன் தொள தொளவென்று அதை மார்போடு அணைத்தவாறு, வலது கையில் மருந்துக் குப்பியுடன் திண்ணையைப் பார்க்க நகர்ந்தபோது அரை வேஷ்டி நெகிழ்ந்தது. குடையைத் தூணில் சாய்த்தார்.

பஸ்ஸிலும் வெளியிலும் ஜன நெரிசல். மேல் கம்பியில் கடைசி வரையிலும் கை கையாக காய்த்துத் தொங்கிக்கொண்டிருந்தது. கூட்டம் சீட்டின் இடைவெளியில் காலூன்றிவிட முண்டியடித்துக் கொண்டிருந்தது. இப்பொழுது அவரால் முண்டியடிக்க ஏலாது. ஒரு நிறைமாத முஸ்லீம் யுவதி இடுப்புக் குழந்தையுடன் சற்று விலகி நின்றிருந்தாள். கடைசியில் அவருக்கு காட்டப்படும் உதார சௌஜன்யத்தில் ஒண்டிக் கொள்ளலாமென எண்ணி அவள் பின் நகர்ந்து நின்றார் அவர். மோதிச் சாயும் கூட்டத்தை மேலும் முடுக்க, இஞ்சினை டிரைவர் குப்பென்று அலற வைத்து கையெடுக்காமல் ஹார்னையும் பிழிய ஆரம்பித்தான். மோதலும் தள்ளலும் அதி உக்கிரம் அடைந்தன. எப்படியோ எல்லோரும் உள்ளே திணித்துக் கொண்டு விட்டார்கள். அவர் பஸ்ஸின் முன் படியில் நின்றுகொண்டி ருந்தார். கையில் வாங்கிய சோடாவை நிம்மதியாக வாயில் ஊற்றிக் கொள்ளவொட்டாமல் அனைவரும் ஆளுக்கொரு விதமாய்ப் பர பரப்புக் காட்டினார்கள். பஸ் அதிர்விலும், அவசரத்திலும் சோடா தாடையிலும் கன்னத்திலுமாக வழிந்தது. விரல் நடுக்கத்தைக் கட்டுப்படுத்த முயல முயல, அம்முயற்சி காரணமாகவே அவை மேலும் நிதானமிழந்து அதிக நடுக்கம் கொண்டன. பஸ்ஸுக்குள் எங்கும் ஏளன பாவம் வழிந்தது. இனி பொறுப்பது அவமானம் என கண்டக்டர் முகபாவம் காட்டி மறுபக்கம் திரும்பி விசிலை அழுத்தமாக ஊதினான். பஸ் நகர்ந்தது. அவர் எவ்வாறோ உள்ளே சாய்ந்து மேல் கம்பியைப் பற்றிக் கொண்டார். உடல் தள்ளாடி சகப் பிரயாணி ஒருவர் மேல் மோதியது. இது அவருக்கு ஒரு

பாதுகாப்பான இடமே. இங்கு அவர் சரிந்து விழுந்துவிடுவது சிறிதும் சாத்யமில்லை.

புளியமர ஜங்ஷனைத் தாண்டி பஸ் சிறிது தூரம்கூட சென்றிராது. அவர் திடீரென்று அக்கம்பக்கம் திரும்பி வெறித்தபடி, ‘குடை, குடை’ என அரற்ற ஆரம்பித்தார். கண்டக்டரோ அவ்வார்த்தைகள் காதில் விழுந்த பாவமே காட்டிக் கொள்ளவில்லை. வண்டி முதல் நிறுத்தத்தில் நிற்கவும் அவர் கீழே இறங்கும் வேளையில், கண்டக்டர் அவரை வார்த்தைகளால் பின் நின்று தாக்க, பஸ்ஸே கொல்லென்று நகைத்தது.

அப்பொழுது மணி பதினொன்று தாண்டியிருக்கக்கூடும். வெயில் அதி உக்ரமாகக் கொளுத்திக் கொண்டிருந்தது. கொல்லனின் உலை இரும்பாய்ப் பழுத்துக்கிடந்த சிமிண்டு ரோடு அனல் அலைகளை உமிழ்ந்த வண்ணமாய் இருந்தது. எதிர்பாராத உஷ்ணத்தின் தாக்குதலால் அவர் ஒருகணம் ஸ்தம்பித்து நின்றார். எவ்வாறு பஸ் நிலையத்தை அடையப்போகிறோம் என மலைப்புத் தட்டியது. ஆனால் தூணில் சாய்த்த குடையின் நினைவு எழுந்து, பறி போவதற்குள் அதை கைவசப்படுத்திவிட வேண்டுமென்ற ஆசை மூண்டு விடவே வெகு வேகமாக விரைய மனத் தயாரிப்புகளில் ஆழ்ந்தார்.

இதற்குள் குடை பறிபோயிருக்கக்கூடுமோ என்ற சந்தேகமும் தோன்றி வலுப்பெற்றது. சிமிண்டு ரோட்டைத் தாண்டினால் எதிரே பூங்கா மதிலோரம், வெள்ளை வேட்டியின் கறுப்புக்கரை போன்ற நிழலில் ஒண்டியபடியே சென்றுவிடலாம். அந்நிழலும் இன்னும் சில நிமிஷங்களில் சுவரின் அடித்தளதில் புதையுண்டு போய்விடக்கூடும். அதற்குள் பஸ் நிலையத்தை அடைந்துவிட வேண்டுமென எண்ணி அவர் சிமிண்டு ரோட்டைத் தாண்டி இப்பால் வந்தார்.

பூங்காப் பூவரசு ஒன்று குடைவட்ட நிழலை வெளியே நடைபாதையில் பரப்பிக் கொண்டிருந்தது. அந்நிழலின் குளுமை இவ்வுலகை இழந்தும் அங்கு விழுந்து கிடக்கும் பேரானந்தத்தில் லயிக்கத் தக்கது என்று பட்டது. எனினும் அதற்குள் தோல்விகளின் உருவகமாக மனசில் திரண்டுவிட்ட குடையை எப்படியும் மீட்டு விடுவது என்று ஒரு சவால் மூண்டு விடவே, வைராக்கியத்தால் உடல் சோர்வையும் மனச்சோர்வையும் ஒடுக்கி இரண்டு மூன்று எட்டுக்கள் வெகு வேகமாக எடுத்து வைக்கலானார்.

அப்போது அசைப்பில் பூங்காவிற்குள் அசைந்தாடி நகரும் அவளுடைய பிம்பம் அவருடைய பார்வையில் விழுந்தது. நின்று, மரஞ்செடிகளூடே கூர்ந்து பார்க்கலானார். இலைக்கூட்டங்களின் வெளியினூடே அவளுடைய உடல் துணுக்குகள் தெரிவதும் மறைவதுமாக இருந்தன. தலைமீது நார்ப்பெட்டியை இடது கை பற்றியிருக்க, வலது கையை அதி லாவகத்துடன் உடலசைவுக்கு அனுசரணையாக வீசியபடி, தன்னிகரில்லையென நெளிந்து அசைந்தாடிச் சென்று கொண்டிருந்தாள் அவள்.

பூங்காவிற்குள் பார்வையைச் செலுத்தியவாறே அடியெடுத்து வைத்தார். தலையும் கையும் அதிக அவசரம் காட்டின. ஆனால் அதற்கு ஏற்பக் கால்களில் துரிசம் கூடவில்லை. கை அசைவில் புட்டியின் கழுத்து வழியே மருந்து வழிந்தது. புட்டியை இடது கைக்கு மாற்றி வலது கையை விரித்து ஒரு முறை பார்த்துவிட்டு மிகுந்த அருவருப்புடன் வேஷ்டியில் துடைமீது பிசைந்து துடைத்தார். ஆயாசமூண்டு மூச்சுத்திணறத் தொடங்கிவிட்டதென்றாலும் இப் பொழுது எதையும் பொருட்படுத்தாமல் கொஞ்சம் துரிதமாக நடந்துவிட்டால் பூங்கா முன் வாசலில் அவளைப் பிடித்துவிடலா மென்ற நம்பிக்கை ஏற்பட்டது. பார்வையில் மறைந்துவிட்ட அவள் அப்பொழுது பூங்கா நூல் நிலையக் கட்டிடத்தின் முன்னால் அசைந்தாடி சென்றுகொண்டிருக்கக் கூடும் எனக் கற்பனை செய்து, முன் வாசலை அடைய அவள் தாண்டவேண்டிய தூரத்தை மனசால் அளந்தபடி அசைந்து கொண்டிருந்தார். சற்று விரைந்து செல்வது சாத்தியமாயின் அவள் முன்வாசலை எட்டுவதற்குமுன், எதிர் நின்று மறித்துவிடலாமென்ற நம்பிக்கை ஏற்படவே, மிகுந்த பிரயாசை யுடன் கால்களை அதிக வேகத்துடன் இழுத்துப் போடலானார். நடை பயிலும் குழந்தைக்குத் தன் பொறுப்பின்றிச் சில எட்டுக்களில் வேகம் கூடுவது போலவே, படபடவென சில எட்டுக்கள் அவருக்கும் சாத்தியமாகிவிட்டன.

முன்னால் எனில் இச்சிறுதூரம் அவருக்கு ஒரு பொருட்டல்ல தான். சிபார்சுகளுக்கும் சிநேக தாட்சண்யத்துக்கும் அவர் அலைந்திருக்கும் அலைச்சல் ஒரு தெரு நாய் அலைந்திருக்கக் கூடியதல்ல. புது அறிமுகங்களைத் தேடியும், பரிச்சயங்களை அவ்வப் போது புதுப்பித்துக் கொள்ளவும் அவர் அலையாத வண்ணம் அலைந்திருப்பவர்தான். ஒரு தும்மல், தலைவலி தெரிந்தவர் அல்ல அவர். ஊளைச் சதையும் தொந்தி பெருத்தும் இருந்தென்ன? ஸ்தூலத்தை சதா வதைத்து ஏளனம் பண்ணும் சுறுசுறுப்பு அவரு டையது. வந்து நின்றால், பந்தயக் குதிரை பின்னங்காலில் எழுந்து நிற்பது மாதிரி ஆளை அசத்தும் கம்பீரம் எப்பேர்ப்பட்ட கோடீசுவர னையும் நாற்காலியைவிட்டு எழுப்பி அடித்துவிடும். இளைஞனாகத் தன்னைப் பாவித்து பஸ் புறப்பட்ட பின் தாவித் தொற்றுவதிலும், பின்னங்கை கட்டியபடி ஏணிப்படிகள் ஏறி இறங்குவதிலும் எவ்வளவு பெருமிதம் காட்டியவர் அவர். நாலு கம்பித் தூண்களுக்கு முன் நடந்து செல்கிறவனைக் குறி வைத்து, மேலும் இரு தூண்கள் அவன் தாண்டிவிடுவதற்குள் எட்டிப் பிடித்துவிடுவது அவருக்கு சுலப சாத்தியமாகத்தானே இருந்திருக்கிறது. இப்பொழுது கை தட்டினால் கேட்கும் பூங்கா வாசலை எட்டுவது, சித்ரவதைப்படும் காரியமாகப் போய்விட்டது.

முன்வாசலை அடைந்ததும் அவருடைய பார்வை நாலு திசை யிலும் வட்டமிட்டுத் துழாவியது. எங்கும் அவளைக் காணோம். பூங்காவிற்குள்ளும் அவளுடைய தோற்றம் தென்படவில்லை. அக்

குறுகிய நேரத்திற்குள் நின்ற நிலையில் அவள் மறைந்திருக்கக்கூடு மெனப் பட்டதே தவிர அடியெடுத்துத் தாண்டிச் சென்றிருக்கக் கூடுமென நம்பமுடியவில்லை. அவள் நடந்து வந்த பூங்கா பாதை செப்பிடு வித்தைக்காரன் கை தட்டிக் காட்டியதுபோல வெறிச் சென்றிருந்தது.

க்ஷணப்பொழுதில் அவள் அவ்விடம் தாண்டி மறைந்திருந்தாலும் ஆச்சயப்படுவதற்கில்லைதான். ஆரோக்கியம் திமிர் பிடித்து உருளும் உடற்கட்டு அவளுக்கு. வில்லிலிருந்து புறப்பட்ட அஸ்திரம்போல் காரியம் நோக்கி விரையத் தெரியுமே தவிர அவள் பராக்கு பார்க்கிறவளும் அல்ல. அனுதினமும் சுற்றி வரும் இப்பாதையில் அவளுக்கு ஒரு இசைவு கூடியிருக்கும். மேலும் அவள் சீக்காளியும் அல்ல. ரத்த அழுத்தம், நீரிழிவு கிடையாது. சோகை இல்லை. அண்ணாந்து பார்த்தால் தலை சுற்றாது அவளுக்கு. அவள் பாக்கியவாட்டி.

பூங்காவின் முன்வாசல் ஒரு முச்சந்தி. மூன்று வழிகளும் கண்ணெட்டும் தூரம் அவருக்குக் காட்சி தந்து கொண்டிருந்தன. எப்பாதையில் அவள் முன்னேறியிருக்கக்கூடும் என்பதும் அவருடைய அனுமானத்திற்கு அப்பாற்பட்டதல்ல. ஏனெனில் அவளுடைய அன்றாட சஞ்சார மார்க்கத்தை ஒன்பது வருஷங்களுக்கு முன்னா லேயே அவருடைய மனசு தொகுத்து வைத்திருக்கிறது.

அன்றாடம் காலை புனித சவேரியார் கோயில் வாசல் முன்னின்று வெளிப்படும் அவள், பூங்கா தாண்டி டவுனுக்குள் நுழைந்து பங்களாத் தெருக்கள் சுற்றி மண்டபம் வழி பொழுது சாயும் வேளையில் வடசேரி மேட்டில் தன் கூடு அடைய விரைந்து செல்வதைக் காணலாம்.

இப்பொழுது பின் தொடர்ந்து சென்று அவளை எட்டுவது ஆகாத காரியமாகப்பட்டது அவருக்கு. அவள் சிறகு முளைத்தவள். குறுக்கு வழியில் இறங்கி நேராக மண்டபம் சென்று விட்டால் பிற்பகலில் அவளை அங்கே சந்தித்து விடலாம். அங்கு கொஞ்ச நேரம் காத்திருக்க நேர்ந்தால் அதுவும் இளைப்பாறலாக அமையும். ஆனால் மண்டபம் கூப்பிடுதூரமல்ல. ஒன்றரை மைல். இல்லை யெனில் நிச்சயம் ஒரு மைலுக்குக் குறைவில்லை.

தனக்குத்தானே கிளப்பி விட்டுக்கொண்ட ஒரு மூர்க்கவெறியுடன் அவர் நடக்கலானார். உடலும் சிறு தெம்பு கொண்டுவிட்டது போல் தோன்றிற்று. தலைச்சுற்றல் சிறிதுமில்லை. மனச்சோர்வு, அதுகாறும் உடல் உபாதையை மிகைப்படுத்தி உணரச் செய்து கவலை கொள்ள வைத்துவிட்டதை எண்ணியதும் அவருக்குச் சிறிது நாணமாகக்கூடப் பட்டது. அன்று காலையிலும் அதிகத் தெம்போடு இருந்திருக்கக்கூடுமே என எண்ணினார். உடல் உபாதையைவிட, அது காரணமாகப் பிறரிடம் அதிக இரக்கம் பெற வேண்டுமென்ற ஆசையே ஓரளவு நடிப்புக்கும் தன்னை ஆளாக்கிவிட்டதாகப்

பட்டது. இப்பொழுது அவர் நடையில் இவ்வளவு விசை கூடிவிட்டது அவரிடமே ஒரு ஹாஸ்ய உணர்வை ஏற்படுத்தியது. மண்டபத்திற்கு இட்டுச் செல்லும் குறுக்குப் பாதைத் திருப்பத்தில் க்ஷணப் பொழுதில் மிதந்து வந்துவிட்ட மாதிரி ஒரு மயக்கம்கூட ஏற்படலாயிற்று.

அவர் குறுக்குப் பாதையில் திரும்பும் நிமிஷத்தில் எதிர் வீதியில் ஒரு வீட்டுக் கொல்லை மதிற் சுவரோடு ஒரு நார்ப்பெட்டி மறு கொல்லையைத் தாண்டுவது அவருடைய பார்வைக்கு இலக்காயிற்று. அப்படியென்றால் மேலும் சில நிமிஷங்களில் அவள் அவ்வீட்டி லிருந்து வெளிப்படக் கூடும். பார்வை அப்படியே அவ்வீட்டு வாசலில் படிந்துவிட, கால்கள் முன் நோக்கித் தானாக அசைய ஆரம்பித்தன. அவ்வீட்டு முன்வாசலில் ஒரு படுதா, வயசுப்பெண் சுற்றிக்கொண்ட ஏறிப்போன பாவாடை மாதிரி தொங்கிக் கொண்டி ருந்தது. படுதாவின் அடியில் பாதங்கள் குறுக்கும் மறுக்கும் சுறுசுறுப் பாய் இயங்கிக்கொண்டிருந்தன. வெகு நேரம் அப்படுதாவில் திருஷ்டி பதித்தபடியே, எதிர் வீட்டின் துளியூண்டு நிழலில், சுவரில் சாய்ந்தபடி வேர்த்து வழிய நின்றுகொண்டிருந்தார்.

ஒரு சிறுவன் குரோட்டன்ஸின் மறைவிலிருந்து வெளிப்பட்டான். திருட்டு விழிகளோடு வாயைப் புறங்கையால் துடைத்துக்கொண்டே வந்தான் அவன். அவனருகே நகர்ந்து அக்கம் பக்கம் உணர்ந்தபடி, "முட்டைக்காரி இங்கு வந்தாளா?" எனக் கேட்டார் அவர்.

"அன்னா போறாளே" என்றான் சிறுவன்.

"எங்கே? எங்கே?"

"அன்னா . . . அன்னா."

சிறுவன் ஆள்காட்டி விரலால் சுட்டிக் காட்டினான். 'அன்னா, அன்னா' வென அவன் வாய் முணுமுணுத்தபடி இருந்தது. தட்டெ ழுத்துப் பள்ளியிலிருந்து புஸ்புஸ்ஸென வர்ணக் காகிதங்களை வாரியிறைத்தது போல் பெண்கள் வெளிப்பட்டுத் தெரு அடைத்து நிறைந்து கொண்டிருந்தனர்.

'அன்னா . . . அன்னா . . .'

அவர் சுயப் பிரக்ஞையிழந்து விறுவிறுவென முன்நோக்கி நகர்ந் தார். கும்பல் தாண்டி கண்முன் தெரு வெறிச்சிட்ட பின்பும் அவர் பார்வைக்குப் புலனாகவில்லை. நின்று பின் திரும்பியும் வீடுகளின் சுற்றுப் புறங்களில் நோட்டமிட்டபடியும் அவர் நகர்ந்து கொண்டி ருந்தார். மீண்டும் பின் திரும்பி குறுக்கு வழி தேடிச் செல்வது அவருக்கு ஆயாச வேலையாகப்பட்டது. அவ்வளவு தூரம் முன்னால் சென்று விட்டால் மிஷன் பள்ளிக் காம்பௌண்டை அடைந்து, அங்கு புன்னை மரச்சோலையில் இளைப்பாறிக் கொண்டிருக்கலாம். பங்களாத் தெருவுக்குள் நுழைய எப்படியும் அவள் அந்த இடம் தாண்டித்தானே ஆக வேண்டும். வார்த்தையாடவும் அது மிகவும் தோதான இடம்.

அவளிடம் எப்படி ஆரம்பிப்பது என்பது பற்றிய கற்பனையில் அவர் ஆழ்ந்தார். ஒன்பது வருஷங்களுக்கு முன் அவளுக்கு அளித்த வாக்குறுதியைக் காப்பாற்ற முடியாமல் போனது பற்றித் தற்போது பிரஸ்தாபிக்காமலிருப்பதே விவேகம் என எண்ணிக் கொண்டார். அதை நினைவுறுத்துவது போல் மோசமான துவக்கம் வேறு இல்லை. அன்று அவள் அழைப்பை அலக்ஷியம் செய்து உதறி விட்டதை எண்ணிய பொழுது அவருக்கு துக்கமும் ஆழ்ந்த பச்சாதாபமும் ஏற்பட்டன. அதற்கு முழுப்பொறுப்பும் தான் அல்ல; ஈசுவர சித்தம் அவ்வாறு அமைந்தது என ஒருவித சமாதானம் அடைந்தார்.

ஒன்பது வருஷங்களுக்கு முன் முனிசிபல் தலைவரின் வீட்டு வாசலில் அச்சம்பவம் நிகழ்ந்தது. சிபார்சுக்காக உடன் வந்தவர்கள் உள்ளே சென்றிருக்க, காரில் தன்னந்தனியாக அமர்ந்திருந்தார் அவர். வெகு நேரமாகியும் நண்பர்கள் வந்து சேராததில் சலிப் படைந்து இருக்கை கொள்ளாமல் பட்டுக் கொண்டிருந்த பொழுது, எதிரே தலையில் நார்ப் பெட்டியுடன் அவள் அசைந்தாடி வரும் தோற்றம் அவர் பார்வையில் விழுந்தது. அக்கணமே அவர் ஒரு மனப் பதட்டத்துக்கு ஆளாகிப் போனார். வெகு காலம் எதிர்பார்த்து நின்ற வேளை அன்று கூடிவிட்டது.

அவளுடைய தோற்றம் அங்குமிங்குமாக அதற்கு முன்பும் அவர் கவனத்தில் விழுந்ததுண்டு. அப்பொழுது பார்வை வட்டத்திற்குள் அவள் விழுந்து, தூரத்தால் மறைவுற்று விடுவது வரையிலுமோ, கூட்டத்தில் கரைந்துபோய் விடுவது வரையிலுமோ வெற்றுடல் நின்ற இடம் நின்றிருக்க அவருடைய மனமும் பிராணனும் அவளைப் பின்தொடர்ந்து ஓடிக்கொண்டிருக்கும். அவளுடைய பின்னழகு அவரை மூர்க்க வெறிகொள்ளச் செய்து விடும். அந்நாட்களிலிருந்தே ஒரு சந்தர்ப்பத்திற்காகத் தவம் செய்து கொண்டிருந்தார் அவர்.

ஒரு ராக்ஷசச் செடி முனிசிபல் தலைவரின் வீட்டு காம்பௌண்டுச் சுவரேறி கொடி படர்த்தி காடாய் மண்டிக் கிடந்தது. முட்கொடிகள் வெகு அடர்த்தியாய் வெளியே தொங்கிக் கிடந்தன. காருக்கும் சுவருக்குமான அந்த இடைவெளியில் வந்து நின்றாள் அவள். ஒரு நிமிஷம் அவருடைய விழிகளை அவள் கூர்ந்து நோக்குவதுபோல் பட்டது. மறுகணம் அவள் உதட்டோரம் ஒரு புன்முறுவல் நெளிந்தது. அது ரொம்பவும் வேதாந்தபரமாகத் தொனித்தது அவருக்கு. லீலா வினோதங்களின் விசாரணை முடிவில் வெளிப்பட்ட தாத்பரியம் போல் ஒரு மயக்கம் ஏற்பட்டது. ஆனால் அவருடைய ஆச்சரியமோ திக்பிரமையோ அடைந்த தன்மை சிறிதும் அவள் முகத்தில் வெளிப் படவில்லை. தனது உடன்பாடு அவளுக்கு விழுந்த அதிருஷ்டப் பரிசு என எண்ணிய மமதையை அடிநுனியில் கத்தரிக்கும் முகத்தோற்றம் அது. அவளுடைய முகபாவம் பள்ளத்தைப் பார்க்க வழியும் ஜலத்தை ஒரு குழந்தை வேடிக்கை பார்ப்பது போலிருந்தது.

“அபிப்பிராயமுண்டோ?” என்று மட்டும் அவள் கேட்டாள்.

அவர் தலையை அசைத்தார்.

இடமும் வேளையும் குறிப்பிட்டுவிட்டு அவள் அப்பால் நகர்ந்து சென்றாள்.

நினைத்துப் பார்க்கையில் இப்போது நம்ப முடியவில்லை. மறுநாள் வேளை வந்த பொழுது ஏனோ ஒரு விசித்திரமான அசிரத்தைத் தோன்ற, சோம்பி முடங்கிவிட்டார் அவர். உடன்படுமென ஏற்பட்டு விட்டதிலேயே அவருக்குத் திருப்தி பிறந்து விட்டதுதான் பூராவும் காரணமெனச் சொல்வதற்கில்லை. மேலும் எங்கே எங்கேயெனக் கொட்டாவி விட்டுக்கொண்டிருந்த நாட்கள் அல்ல அவை. இன்பங்கள் சூழ்ந்து வந்து தாக்குகிற தினுசுகளுக்கு பதில் சொல்ல அவகாசப் படாமல் திணறிக்கொண்டிருந்த நாட்கள். தலைக்கு நாள் நண்பர்களுடன் வெளியூர் சென்றிருந்தவர் அங்கு வழக்கமான கேளிக்கைகளில் ஈடுபட்டு நடுநிசி தாண்டிய பின்னர்தான் வீடு வந்து சேர்ந்தார். விளக்கை அணைத்ததும் அவருடைய மனைவி அவர் படுக்கையில் வந்து தொம்மென்று சரிந்து அவர் முகத்தை தன் மார்போடு இழுத்து அணைத்துக் கொண்டாள். தன் முகம் தவிரப் பிறர் முகம் நோக்காப் பேராண்மை தனது கணவர் ஒருவருக்குத்தான் சொந்தமெனக் கருதும் அவளுடைய பேதைமையை எண்ணுகிற போதெல்லாம் அவர் மனசு தழுதழுக்கும். அவ்வாறு மனம் நெகிழும் வேளைகளில் அவளையும் ஒரு வேசியாகப் பாவித்து தன்னால் இயன்ற சந்தோஷங்களை அவளுக்கு வழங்குவது அவருக்கு சுபாவமாகப் படிந்திருந்தது. அன்றும் அவ்வாறே நடந்தது. விடிவது வரையிலும் அவளைப் பலவாறு தீவிரமாகச் சந்தோஷப்படுத்தலானார்.

காலையில் கண் விழித்தபோது வெயிலேறிவிட்டது. முதல் நினைவாக முளைத்தது முந்தைய நாள் சம்பவம்தான். அவள் குறித்த வேளை அப்போது நெருங்கிக் கொண்டிருந்தது. ஆனால் உடலும் மனசும் ஆயாசப்பட்டுக்கொண்டு வந்தது அவருக்கு. கை கால் துவண்டு தொய்ந்தன. அப்படியே மீண்டும் படுக்கையில் சரிந்தார். மனமோ பலவிதமான கற்பனைகளில் லயிக்க ஆரம்பித்து விட்டது. சர்வ அலங்காரங்களோடும் அசைந்து செல்லும் அவள், பெந்தக்கொஸ்தே சங்க போர்டில் இடது பக்கம் பள்ளத்தாக்கு போன்ற சரிவில் இறங்குவது போலவும், சுமைதாங்கியில் நார்ப் பெட்டியை அடையாளம் காட்டி வைத்துவிட்டு, மேலும் கிடுகிடு பள்ளத்தில் இறங்கிப் புறம்போக்குக் குடிசைகள் தாண்டி ஓடு வேய்ந்த ஒரு ஒற்றைக் கட்டிடத்தினுள் நுழைவது போலவும், சுவரில் மாட்டப் பட்டிருக்கும் சிறு கண்ணாடியில் தன் முகம் பார்த்துக் கொண்டை தட்டி முடிந்துகொள்வது போலவும், அவள் திருஷ்டி சிமிண்டுப் பாதையிலேயே படிந்துவிட்டது போலவும் பலவாறு கற்பனைகள் செய்து ஒரு விசித்திரமான சந்தோஷத்துக்கு ஆட்பட்டுக் கிடந்தார். காரியத்தைவிடவும் கனவே அப்பொழுது அவருக்கு இதமாக இருந்தது. ஆனால் அன்று மாலை இழப்பின் பச்சாதாபம் அவர் மனசில் கனிய ஆரம்பித்தது. கடந்த ஒன்பது ஆண்டுகளிலும் அந்த

நஷ்டத்தின் பாதிப்பு அவர் மனசில் வளர்ந்ததே தவிரக் குறைய வில்லை.

மிஷன் பள்ளிக் காம்பௌண்டில் புன்னை மரத்தடியில் தலை சாய்த்தபடி ரோட்டையே வெறித்துப் பார்த்துக் கொண்டிருந்தார் அவர். அவள் வாடைகூட அடிக்கக் காணோம். மணி அடித்தது. பச்சை மாணவிகள் வெளிப்பட்டு எங்கும் நிறைந்து கொண்டிருந்தனர். முதல் வகுப்பைச் சேர்ந்த ஐந்தாறு குழந்தைகள் சற்று எட்ட வந்து நின்று கண் கொட்டாமல் அவரைப் பார்த்துக் கொண்டிருந்தன. அவரைப் பார்த்தபடியே ஒன்றுக்கொன்று குசுகுசுத்துக்கொண்டன. அவருடைய கோலம் அக்குழந்தைகள் மனசில் ஒரு வேடிக்கை உணர்வையும் சிறு பீதியையும் ஏற்படுத்தின எனத் தோன்றிற்று. அவர் இதை உணர்ந்து குழந்தைகளைப் பார்த்து ஒரு அருமை பாவத்துடன் சிரிக்க முயன்றார். அவர் எதிர்பார்த்தது போலவே குழந்தைகள் மேலும் பயந்து பின் நகர்ந்தன. அவர் இரு கையூன்றி எழுந்திருந்து பள்ளியைவிட்டு வெளியே வந்தார்.

எப்படியும் நடந்து சென்று மண்டபத்தை அடைந்து விடுவது என்ற எண்ணம் இப்போது அவரிடம் வலுப்பெற்றது. இம்முடிவுக்கு மாற்றமில்லையென திடசங்கல்பம் கொண்டார். பங்களாத் தெருக் களுக்கு இட்டுச் செல்லும் பாதை அதள பாதாளமாகக் கீழ் நோக்கிச் சென்றுகொண்டிருந்தது. அப்படியே நடந்து சென்றால் திரும்பி ஒரு பனை உயரம் செங்குத்தாய் ஏறும் மேட்டுப் பாதையின் உச்சியே மண்டபம். நடந்தும் ஒதுங்கி அமர்ந்து இளைப்பாறியும் அங்கு சென்று சேர்ந்துவிட முடியுமென்றே அவருக்குத் தோன்றியது. பள்ளத்தை நோக்கி அடியெடுத்து வைக்கலானார்.

பள்ளத்தில் இறங்குவது சற்று ஏந்தலாக இருந்தது. உடலை முடிந்த மட்டும் தொய்த்துத் தள்ளாட விட்டுக்கொண்டதில், தன்னு டலை இட்டுச் செல்லும் பொறுப்பை காற்றுக்கும் பாதையின் சரிவுக்கும் ஒப்படைத்து விட்டதுபோல் ஒரு மயக்கம் ஏற்படுத்திக் கொண்டார். இது மிகவும் அனுசரணையான புத்தியாகப் பட்டது. ஆனால் சிறிது தூரம்கூட அவ்வாறு நகர்ந்திருக்கவில்லை; அவருக்கு மூச்சுத்திணற ஆரம்பித்துவிட்டது. திறந்த வாயை மூட முடியவில்லை. உதடுகளை அசைத்தும் நாக்கைத் துருத்தியும் அவஸ்தையை வெளி யேற்ற முயன்றார். தலையும் சுற்ற ஆரம்பித்தது. சரிவதற்குள் திண்ணையில் ஒதுங்கிவிடலாமென்ற எண்ணத்தில் சுற்று முற்றும் வெறித்தார். அந்த நண்பகல் வேளையில் முன் வாசல்கள் அடைத்துக் கிடந்தன. எதிரே குழாய் ஓரம் நகர்ந்து மின்சாரத் தூணை அணைத்துக்கொண்டார்.

தொண்டை வறட்சியும் தாங்க முடியவில்லை. முகத்தைக் கழுவி, இரண்டு மடக்குக் குடித்தால் ஒரு ஆசுவாசம் பிறக்குமென்று தோன்றிற்று. அவருடைய விரல்களால் குழாயை அழுத்த முடிய வில்லை. அவர் மீண்டும் மீண்டும் பலனின்றி முயலுவதை கவனித்த ஒரு பெண் குடத்தைக் கீழேவைத்துவிட்டு அவருக்கு உதவி செய்தாள்.

வாயை குழாய் அருகே சரித்து, கையேந்தி இரண்டு மடக்கு குடித்தார். அதற்குள் வயிற்றை வாரிச் சுருட்டிக் குமட்ட ஆரம்பித்தது. மீண்டும் தலையைத் தூணோடு சாய்த்தபடி கண்களை மூடியவாறு நின்றார். அப்பொழுது ஒரு வயோதிகக் குரல் 'முட்டைக்காரி வந்தாளா?' எனக் கரகரக்கவும், ஒரு இளங்குரல், 'இப்பம் வந்து போட்டு, அன்னாப் போறாளே' என்று பதில் சொல்லிற்று. அவர் கண்களை விழித்துப் பார்த்தார்.

மண்டபத்தைப் பார்க்க அசுர வேகத்தில் புழுதி அலைகள் வாரிச்சுருட்டி ஏறிக்கொண்டிருந்தன. காட்சி செம்மண் திரையில் மங்கி விட்டது. அதன் நடுவே இடுப்புக்குமேல் ஒரு பெண்ணுருவம் புழுதி அலைகளால் ஏந்தப்பட்டுச் செல்வது போலிருந்தது. மீண்டும் கண்ணைக் கொட்டிவிட்டுப் பார்த்தபோது அது வெறும் மனமயக்கம்தான் என்பது புலனாயிற்று. தலைசுற்றல் மேலும் மேலும் அதிகரித்த வண்ணமாய் இருந்தது. பையிலிருந்து ஒரு மாத்திரையை எடுத்து வாயில் ஒதுக்கிக் கொண்டார். ஏதாவது குதிரைவண்டி காலியாக அந்த வேளையில் அங்கு வந்து சேராதா என்று அவர் மனசு ஏங்கியது. ஆனால் அவ்வாறு வாய்ப்புகள் தனக்கு ஏற்படக்கூடியதல்ல என்ற கசப்பும் உடன் எழுந்து, கொட்டும் மழையில் நனைந்ததுபோல் தலையும், முகமும், ஆடையும் ஈரம் சொட்ட அடியெடுத்து முன்னால் செல்ல முயன்றார்.

அன்று அந்தி சாய்வதற்குள் எப்படியும் அவளைச் சந்தித்து விடுவதுதான் நேரவிருக்கும் விதி என்பது அவருக்குத் தீர்மானப் பட்டுவிட்டது. தான் பின் தொடர்ந்து வருவது அறியாது, விலகியும் மறைந்தும் செல்லும் அவளுடைய அஞ்ஞானத்தை எண்ணியபோது அவருக்கு அவள்மீது இரக்கம் கவிழ்ந்தது. அவளைச் சந்தித்ததும், அவள் பொருட்டுத் தான் எடுத்துக்கொண்ட சிரமங்களைச் சொல்லவேண்டுமென எண்ணினார். கொஞ்சம் அழுத்தமாகவே சொல்லிவிட வேண்டியது அவசியம் என அவருக்குப்பட்டது. ஒரு பெண் ஜென்மத்திற்கு இதை விடவும் சந்தோஷம் அளிக்கும் விஷயம் எதுவும் இருக்க முடியாது என்றும் எண்ணிக் கொண்டார்.

ஒரு கணம் ஒதுங்கி விடுவோமா என்ற எண்ணம் ஏற்பட்டது. ஆயாசம் அதற்குள் அவ்வளவு அதிகமாகிவிட்டிருந்தது. ஆனால் அவ்வெண்ணத்தை ஒப்புக்கொள்ளவே நாணமாக இருந்தது அவருக்கு. நடுவில் சோர்ந்து, அறைகுறையாய் விட்டுக் காரியம் கெட்ட காரியங்கள் கொஞ்சமா அவர் வாழ்வில்? மீண்டும் இந்த வேளையிலும் அப்பேய் தன்னைப் பதம் பார்க்கப் பதுங்குவதை உணர்ந்தபொழுது அவர் மனசு ஆக்ரோஷம் கொண்டு நிமிர்ந்தது. தன்னை ஆயாசப்படுத்தி நல்வழியில் திருப்ப முயல்கிறது போலும். தான் பின்திரும்புவது கண்டு மறைந்திருந்து நகைக்க மீண்டும் அதற்கு ஆசை போலும்! அவ்வாறு கணக்கற்ற தடவை நகைத்தா யிற்று. மீண்டும் மீண்டும் விதியின் வெற்றிகண்டு மார்தட்ட எத்தனை ஆசை. சோர்வும் உபாதைகளும் ஏவிவிடப் பட்டவையே என்பது

இப்பொழுது அவருக்குப் புரிந்துவிட்டது. கடைசி வரையிலும் தன்னைப் 'பின் திருப்புவதே சதியின் சூட்சுமம் என்பது அவருக்குத் தெரிந்தது.

இரு கரைகளிலும் இம்மி நிழல் கிடையாது. ரத்தம், வேக்காட்டில் சரும துவாரங்கள் வழி ஆவியாக வெளியேறிக் கொண்டிருப்பதுபோல் பட்டது. வாய் உலர்ந்து கசப்புத்தட்ட ஆரம்பித்துவிட்டது. மண்டபம் சமீபித்துக்கொண்டிருந்தது என்றாலும் தாண்டத் தாண்டப் பின் நகர்ந்து சிறுத்துக் கொண்டிருப்பது போல்தான் தெரிந்தது. நடக்க நடக்க நடைவழியும் தீரக்கூடியதாய் இல்லை.

மண்டபத்தை அடைந்தபோது நின்று, தான் ஏறி வந்த பாதையைத் திரும்பிப் பார்த்தார். தன்னுடைய வைராக்கியத்தை அவரால் நம்ப முடியவில்லை. அதுகாறும் வீண் அலைச்சல் அலைந்து கொண்டிருந்த தனக்கு வைராக்கிய மார்க்கம் தட்டுப்பட்டு விட்டதை எண்ணி இந்த உணர்வுகளுக்கு ஆட்பட்டார். ரோட்டோரம் பெந்த கொஸ்தே போர்டு பார்வைக்கு இலக்காகிவிட்டது. சற்றுக் கூர்ந்து கவனித்தபோது தன் பார்வைக்குப் பின் காட்டி நிற்கும் ஒரு கிழவர் ஒரு பெண்ணுருவத்தை மறைத்து நிற்பது தெரிந்தது. இருவரும் மிக நெருங்கி நிற்பதானது, நார்ப்பெட்டி யாருடைய தலையில் என்பது அவருக்கு மட்டுப்படவில்லை. மனம் மாற்றி மாற்றி வைத்து விளையாடுவதை எண்ணி அலுப்புற்று முகஞ்சுளித்தும் எதிர் வெயிலுக்கு இடது கையை நெற்றியில் பொருத்தியும் கூர்ந்து கவனிக்க லானார். கூர்ந்து பார்க்கப் பார்க்கப் பார்வை மங்கிக்கொண்டே வந்தது.

இரு கைகளையும் இடுப்பில் ஊன்றி காற்றில் கிளைபோல் அலையும் உடலாட்டத்தை லவலேசமும் பொருட்படுத்தாமல் நகர ஆரம்பித்தார். கற்பனைப் பெயரொன்று சொல்லிக் கத்தலாமா என்று வந்தது அவருக்கு. அப்போது அவருடைய மனக்கிலேசத்தில் எப்பெயரும் உதயமாகவுமில்லை. மனசை வைராக்கியத்துடன் குவித்து, கற்பனையில் உடலின் ஏதோ ஒரு மூலையில் மிஞ்சியிருக்கும் ஜீவசக்தியை உறிஞ்சியெடுத்து சரீரத்தை முன்னகர்த்த முயன்றார். அவள் தனது இடம் நோக்கி சென்று கொண்டிருக்கிறாள் என்பதில் அவருக்குத் துளியும் சந்தேகமில்லை. தன் வருகை உணர்ந்து முன்சென்று ஆயத்தம் கொள்ளவே அவள் பின் திரும்பாது விரைந்து வந்திருக்கிறாள் என்பதும் இப்போது அவருக்குத் தெளிவாகவே புரிந்துவிட்டது. மீண்டும் ஒரு முறை அவளை ஏமாற்றத்தில் ஆழ்த்த தனக்கு எவ்வித உரிமையும் இல்லை என்பதையும் உணர்ந்தார். அக்கொடிய பாவத்தைச் செய்யக்கூடியவராக கணமும் தன்னை எண்ண முடியவில்லை அவருக்கு. தன்னுடைய அலைக்கழிப்பு வீணல்ல என உணர்ந்ததும் அவருக்கு மிதமிஞ்சிய மனசந்துஷ்டி ஏற்படலாயிற்று. இவ்வாறு மிகையாக அமையவே சற்றுத் திக்கு முக்காடுவது போன்ற பாவனை ஏற்பட்டது போலும்! கடவுளின் அனாதியான லீலைகள் எப்போதும் இவ்வாறுதானே என முணு முணுத்துக் கொண்டார்.

ஓரடியும் எடுத்து வைப்பது சாத்தியமல்ல என்ற நிலைமை ஏற்பட்டுவிட்டது. கைக்கு எட்டும் நிலையில் வைராக்கியத்தைக் குறைக்கும் கடைசி சோதனை இது என்பது அவருக்குப் புரிந்துவிட்டது. நெஞ்சில் ஒரு சம்மட்டி அடி விழுந்ததுபோல் அப்படியே ரோட்டோரம் புழுதியில் உட்கார்ந்தார். நெஞ்சுக்குள் இரு தூண்டில்கள் ஒன்றில் மற்றொன்று மாட்டிக்கொண்டு எதிர் திசைகளுக்கு இழுபடுவதுபோல் பட்டது. இரு கரங்களையும் முட்டில் ஊன்றி எழுந்தபோது முதுகு நிமிரவில்லை. பாதையைப் பாதத்தால் அளந்து திட்டப்படுத்த முற்பட்டதுபோல் கால்கள் பின்ன ஒவ்வொரு எட்டாக எடுத்து வைத்தார். ஒரு எட்டு வைத்து மறு எட்டு முன் நகர மிகுந்த பிரயாசை கொள்ள வேண்டி வந்துவிட்டது.

இப்பொழுது அவளுடைய மோகன உருவம் அவருடைய மனத் திரையில் தோன்றிற்று. மனக் கண்ணால் அவ்வுருவத்தைக் கண்ட மாத்திரத்தில் அவருக்கு ஒரு உற்சாகமும் எழுச்சியும் பிறந்தன. தான் பட்ட கஷ்டங்கள் அனைத்தும் ஒருமுறை அவள் முகத்தை ஏறிட்டுப் பார்த்ததும் பனிபோல் விலகிப் போய்விடுமென உணரலானார். தனது துயரங்கள் அப்பொழுது அவருக்கு அற்பமாகவே படும். அப்பேர்ப்பட்ட அழகுக்கு இந்த அற்ப துன்பங்களின் காணிக்கையேனும் செலுத்திப் பெறாதவரை அதற்கு மவுஸு இல்லையென்று பட்டது. அந்தத் துன்பமும் அந்த அழகின் ஒரு பகுதியே என்றும் உணர்ந்தார். ஒன்றிலிருந்து மற்றொன்றைப் பிரிக்க இயலுமென்று அவருக்குத் தோன்றவில்லை.

மீண்டும் மனக்கண் முன் அவ்வுருவத்தைக் கொண்டு வந்து, அதைக் கண்ணாரக் காண ஒரு வேட்கை பிறந்தது. உருவம் கூடி வரவில்லை. அவ்வுருவம் உருண்டு திரளுகையிலேயே அதன் பின்னணியில் புகை மூட்டம் ஒன்று கவிய, அரைகுறையான அவ்வுருவமும் பின்னணி மூட்டத்தில் கரைந்து விடுவதாக இருந்தது. கடந்த பல ஆண்டுகளில் இந்த நிஜ உலகில் இங்கும் அங்கும் தட்டுப்பட்ட அவளுடைய உருவத்தை மீண்டும் நினைவுகூர ஆன மட்டும் முயன்று பார்த்தார். ஒரு நிறைமாத கர்ப்பிணி பிருஷ்டம் பிதுங்க அவலக்ஷண நடை போட்டுச் செல்லும் சித்திரம் மனசில் எழுந்தது. அவ்வாறு அவர் அவளை ஒரு முறை பார்க்க நேர்ந்தது அவருடைய நினைவில் மின்னியது. அவ்விடத்தின் பின்னணியும் வேளையும்கூட இப்போது அவருடைய நினைவில் விரிந்தன. அப்பொழுது அவளுடைய தோற்றம் கொஞ்சம் ஆபாசமாகவே பட்டது. அடுத்து அடுத்துப் பல உயிர்கள் அவளிடம் காய்ந்து வெளிப்பட்டதில், உடலும் கட்டுவிட்டு இறகு உரித்த கோழி போல் ஆகிவிட்டிருந்தாள். இன விருத்தியின் கேவல உபயோகத்திற்கு அவளும் கருவியாகிப் போன அக்கிரமத்தை எண்ணிய பொழுது நெஞ்சு குமுறத்தான் செய்தது. முலைகள் வௌவால்கள் மாதிரி தொங்கிவிட்டிருந்தன. பிருஷ்டங்கள் வெயிலில் காய்ந்த நுங்கு போல் சுண்டிப்போயிருந்தன.

ஒன்பது வருடங்களுக்கு முன் தனது மனத்திரையில் பதிந்த சித்திரத்தைத் தேடியா உடல் வருந்திக் குலைய இவ்வளவு தூரம் வந்தோம் என எண்ணியபொழுது ஒரு ஏமாற்ற உணர்ச்சி பந்துபோல் மேலே கிளம்பி அவர் நெஞ்சை அடைத்தது. முன்னால் எனில் அவளுடைய அழகு சிகரத்தை எட்டியிருந்த கோலம். அப்பொழுது அவள் சொன்னபடி அவளுக்குக் கல்யாணமாகி சில நாட்களே ஆகியிருந்த ஆண் வாடையில் அது பூர்ணமாய் பொலிவுற்றிருந்த வேளை. காலம் இதற்குள் அவளுடைய ஜீவ சக்தியைப் பிழிந்து விட்டிருந்தது என்பதே இப்போதுதான் அவருக்குத் தட்டுப்பட்டது.

அன்று காலையில் பூங்காவுக்குள் காட்சி அளித்தது அவள் உருவம்தானா என்ற சந்தேகமும் இப்போது அவர் மனசில் இழைய ஆரம்பித்தது. தன் பார்வையில் விழுந்த பிம்பம் இன்றைய அவளா, அன்றைய அவளா என யோசித்துக் குமைய ஆரம்பித்தார். அவளு டைய இன்றைய தோற்றம் அவ்வாறு மதி மருள வைப்பதல்ல எனில் இன்றைய தோற்றத்திலே அன்றைய அவளைப்போல் வேறு யாரையோ காண நேர்ந்துவிட்டதே தனக்கு ஏற்பட்டிருக்கக் கூடிய பிசகோ என சந்தேகம் கொண்டார்.

கண்ணுக்குப் புலனாகாத சக்தி ஒன்று திரும்பி வந்து தன்னை ஏந்தியெடுத்து தன் வீடு சேர்க்காதா என்ற ஆசை மனசைப் பிழிந்து வாட்ட ஆரம்பித்தது. வீட்டின் நடுக்கூடத்தில் அவரை ஒரு நொடியில் கிடத்த ஒரு திவ்விய சக்தி உதவி புரியாதா? அது ஒன்று மட்டும் தனக்கு லபித்துவிட்டால் போதுமென எண்ணினார்.

திடீரென்று மனசுக்குள் ஒரு அருவருப்பு மூண்டது. அவளுடைய நிர்வாணத் தோற்றம் அவர் மனசில் எழுந்தது. அம்மனக் காட்சியின் மேல் அவளுடைய பழைய தோற்றத்தைப் பதிக்க முயன்ற அவரு டைய அத்தனை முயற்சிகளும் பாழ்பட்டுப் போயின. தலைவரின் வீட்டு முகப்பு வாசலும், தான் காரில் அமர்ந்திருக்கும் கற்பனையும், முட்கொடிகள் சுவர் மீது படிந்து கிடக்கும் கோலமும் மனசில் உருவான பின்பும், தோல் போர்த்த எலும்புருவமாய், அங்கங்கள் ஒவ்வொன்றும் அவலக்ஷணம் உமிழ முட்டுத் தட்டியபடி அவள் தள்ளாடி வரும் கோரச் சித்திரமே அவர் மனசில் மூண்டது.

தலை சுற்றி உடல் சரியவே பெந்தகோஸ்தே சங்க போர்டை எட்டிப் பிடித்துக்கொண்டார் அவர். அங்கிருந்து கீழே பார்த்த போது சுமைதாங்கியில் ஒரு நார்ப்பெட்டி தெரிந்தது. அதைக் கண் ணுற்றதும் அவருக்கு உடலில் ஒரு புளகாங்கிதம் பரவிற்று. சுய நினைவுகள் இழந்து மீண்டும் ஒரு வெறி அவர் உடலில் புகுந்து விளையாட ஆரம்பித்தது. கீழே முட்டுக்குத்தி உட்கார்ந்தபடி பள்ளத் தில் முளைத்திருந்த செடிகளை பிடித்துக்கொண்டே கால்களை ஆபாசமாக அகற்றி முன்னால் வைத்துக் கீழே இறங்கிச் சென்றார்.

சமதளத்தை எட்டியதும் மீண்டும் எழுந்து நடக்க முயன்றார். குடிசை வாசலில் பல பெண்கள் நின்று தன்னையே வெறிப்பதுபோல்

அவருக்குப் பட்டது. அவர்கள் பக்கம் திரும்பாது நகர்ந்து முன்னால் சென்றார். அவள் நிலையின் மேல்சட்டத்தில் கரங்கள் தூக்கி, உடலை ஒயிலாய் சரித்து, வலது காலைப் படியில் ஏற்றி, தன் வருகை எதிர் நோக்கிக் காத்திருக்கும் மனச்சித்திரத்தை நோக்கி அவர் சென்று கொண்டிருந்தார். அடர்ந்து கிளை பரப்பியிருந்த மரக்கிளைகளுக்குப் பின்னால் ஓடு வேய்ந்த ஒற்றைக்கூரை கண்களுக்குப் புலனானதும் உள்ளங்காலிலிருந்து பேரின்ப அலைகள் கிளம்பி அங்கங்கள் தோறும் பரவுவதாகத் தோன்றிற்று. அதற்கு ஈடான ஒரு பரவச உணர்ச்சிக்கு தான் எக்காலத்திலும் ஆளானது இல்லையென உணர்ந்ததும், கால காலமாகப் புதையுண்டு கிடந்த துயரங்கள் அலை அலையாய் மேலே வந்து, மனசு கேவிக் கேவி மோனக் கண்ணீர் வடிக்க ஆரம்பித்தது.

முன்வாசல் சாத்தியிருந்தது. விரல்கள் நடுக்கமெடுத்தன. ஆவல் நெஞ்சைப் பிளந்துவிடக் கூடுமெனத் தோன்றிற்று. கதவை மெதுவாகத் திறந்தார்.

அறை வெறிச்சென்றிருந்தது. செங்கல் பாவியிருந்த தரை பெருக்கப் படாமல் தூசு படிந்து கிடந்தது. ஒரு மூலையில் ஒரு அழுக்குக் கோரம்பாய் சுருட்டி வைக்கப்பட்டிருந்தது. உள்ளே நுழைந்து தரையில் சாய்ந்தார்.

கண்களைத் திறக்க இயலவில்லை. திக்கென்று பார்வை மறைந்தது போலிருந்தது. மார்பில் மூச்சு சுருட்டிச் சுருட்டி அடைக்க ஆரம்பித்தது.

பின் பக்கத்தில் யாரோ பாய் முடைவதுபோல் ஓலைகளின் சலசலப்பு அவர் காதில் விழுந்தது. கவனம் திருப்ப எண்ணி, வாய் விட்டுக் கத்த முயன்றார். குரல் அவர் மனசுக்குள் எழுந்து மனசுக்குள் ளேயே அடங்கிவிட்டது. நாவரட்சியும் தாங்க முடியவில்லை. இரு கைகளையும் செங்கல் தரையில் சில கணங்கள் அடித்துத் தேய்த்தார்.

பார்வையில் மூட்டம் படர்ந்து கொண்டிருந்தது. ஜன்னல் வழி புலனாகிக் கொண்டிருந்த காட்சிகள் பின் நகர்ந்து, உருவம் நிறம் இழந்து, வானத்தின் மூட்டப் பின்னணியில் கரைந்து கொண்டிருப்பது தெரிந்தது. அதன் நடுவே சுமைதாங்கியில் நார்ப்பெட்டி மட்டும் தெளிவுறத் தெரிந்தது. நார்ப்பெட்டியின் பின்னலும் விடுபட்டுச் சிலிர்ப்பது மாதிரியே இருந்தது. ஆனால் முற்றிலும் விடுபட்டு அவிழ்வதற்குள் இரு கரங்கள் மேல் எழுந்து அப்பெட்டியை எடுத்து சிரசில் ஏந்திக் கொண்டன. நார்ப்பெட்டி, மேட்டில் கோணக் கோண ஏறிச் சென்றுகொண்டிருந்தது.

இதற்கு மேல் அவருக்கு எதுவும் புலனாகவில்லை. இமைகள் வெகு சாவதானமாய் மூடிக்கொண்டன.

தீபம், 1965

திரைகள் ஆயிரம்

முன்வாசல் திறக்கப்படும் ஓசை காதில் விழுந்தது. என் இமைகள் தாமாக மூடிக்கொண்டன. இந்த முன்னெச்சரிக்கை உணர்வு சமீப காலமாக என்னிடம் படிந்துவிட்ட ஒன்று. தினவெடுக்கும் எருமைகள் அடிமரம், மண்சுவர், பந்தல்கால் இத்யாதிகளைத் தேடிப்போவது போல் சிலருக்குப் பொழுதுபோகாத வேளைகளில் நான் ஒருவன் இருப்பது நினைவுக்கு வந்துவிடுகிறது. நான் சிந்தித்துக் கொண்டிருப்பதானது வேலை மெனக்கிட்டு சோம்பியிருப்பது மாதிரி அவர்களுக்குத் தோன்றவும் செய்கிறது. வந்து இரண்டு மணி நேரம் என்னைச் செம்மையாய் வசக்கிவிட்டு எனது தனிமைக்கு அற்ப சாந்தி தேடித்தந்த உபகாரத்திற்கு ஒன்றிரண்டு 'தாங்ஸ்'களும் பிடுங்கிக் கொண்டு போய்விடுகிறார்கள்.

'தப்' - பேப்பர் சிமிண்டுத் தரையில் விழும் ஓசை; தொடர்ந்து புழுதியைத் தேய்த்து வழுக்கியோடும் சரசரப்பு. 'ஹிந்து' வந்துவிட்டது. முன்வாசல் சாத்தப்பட்டுவிட்டதா என்பதை ஆராய்ந்துவிட்டு அறைக்கதவைத் திறந்தேன். வராண்டாவில் அப்பா. நாற்காலியோரம் 'திருவிதாங்கூர் நேசன்' ஒரு பஞ்சையின் அழுக்குத் துண்டு மாதிரி விழுந்து கிடக்கிறது. என்ன பரிதாபமான கோலம்! 'அழாதே ராஜா' என்று தேற்றவேண்டும் போலிருக்கிறது. அப்படியே கசக்கிச் சுருட்டி வெந்நீர் அடுப்பில் திணித்துவிட வேண்டுமென்றும் தோன்றுகிறது. என்ன கருமமோ? அதையும் வாரத்திற்கு ஒருநாள் கையால் தொட்டு நாலு பக்கங்களையும் புரட்டிவிட்டுக் கீழே போட்டால்தான் அந்த உபாதைத் தீருகிறது. இருபத்தைந்து வருஷப் பழக்கம். என் அப்பா வுக்கு ஐம்பது வருஷப் பழக்கம். என் தாத்தா புனித சூசையப்பர் கல்லூரியில் படிக்க வந்த காலத்தில் ஆயுள் சந்தா கட்டினாராம். தொடர்ந்து அப்பாவின் ஆயுள்சந்தா. அன்றிலிருந்து தொடர்பு. அருட்பா - மருட்பா கட்சிகளின் வாதப் பிரதிவாதங்களை வெளியிட்ட பத்திரிகை. வேதநாயகம்பிள்ளை, கால்டுவெல் ஐயர் போன்ற அநேக பத்தொன்பதாம் நூற்றாண்டுத் தமிழ்த் தொண்டர்களின் மரணச்

செய்திகளையெல்லாம் வெளியிட்ட பத்திரிகை. 'திருவிதாங்கூர் நேசன்' ஆரம்பிக்கப்பட்ட காலத்தில்தான் சென்னையிலிருந்து 'ஜன சிநேக'னும் ஆரம்பிக்கப்பட்டது. 'ஜன சிநேகன்' மறைந்து எண்பத்தியேழு ஆண்டுகள் ஆகிவிட்டன. 'நேசன்' இதோ வாசல் திண்ணையில் விழுந்து பனிக்கட்டிமீது மேல்நாட்டு மாதுபோல் நர்த்தனம் செய்கிறது.

பத்திரிகையை எடுத்துக்கொண்டு கட்டிலுக்குத் திரும்பினேன். லோக்கல் அரசியல் தலைவரின் முனிசிபல் திடல் சங்க நாதம் - முன் பக்கத் தலைப்பு. லின்லித்கோவுக்கு சவால்! தைரியமிருந்தால் என் முன்னால் இந்த முனிசிபல் திடலுக்கு வா பார்ப்போம்! மோறையில் குத்திடுவேன் . . . டாக்டர் ஹென்றி உயில்லியம்ஸின் கருப்புச் சடை நாயைக் காணோம் - விளம்பரம். கண்டு பிடித்துத் தருவோருக்கு 'பிரசன்று' உண்டு. புதிய வேதாகமம் (பழைய - புதிய ஏற்பாடுகள் அடங்கியது) அல்லது மூன்றரைப் பணம் 'கியாஷ்'; கடுக்கரை மூத்த பிள்ளையின் மகள் உமையம்மையை (செல்லப்பெயர் வெள்ளைக் குட்டி) விவாஹம் முடித்திருக்கும் பேஷ்கார் பிள்ளையின் பேரனும், கொட்டாரம் வெண்ணெய் காண்ட்ராக்ட் மாராயக்குட்டிப் பிள்ளை யின் அனந்தரவனுமான முத்தம்பெருமாள் பிள்ளையின் மறுவீட்டுக்கு வந்து சேரும்படி மணமகனின் அம்மாச்சனான அனந்தன் பிள்ளை பப்பனாப பிள்ளை 'இந்த உலக ஜனத்தொகை' பூராவையும் அழைக் கிறார் . . . அமெரிக்கப் புருஷன்மார்களுக்குத் தங்களுடைய பாரிய மாரை சமனப்படுத்த முடியாதபடி ஆகிப்போனதால் அவடம் பாரியமாரான ஸ்திரீகள் நீக்ரோக்களைத் தங்களுடைய கிடக்கை அறைகளில் கட்டிலுக்குத் தாழே ஒளித்துவைத்துக் கொள்கிறார்களாம். அதிபயங்கரம்! அதிபயங்கரம்! - ஆராய்ச்சிக் கட்டுரை . . .

நாலாவது பக்கத்தில் இடதோரமாக ஒரு பெண்ணின் புகைப்படம் பார்வையில் விழவே கூர்ந்து கவனித்தேன். 'திருவிதாங்கூர் நேச'னின் சாணித் தாளில் படம் கரியைக் குழைத்துப் பூசியது மாதிரி இருந்தது. பறட்டைத் தலையுடன் ஒரு கிராமீய முகத்தின் பக்கவாட்டு முகம். செய்தியைப் படிக்க ஆரம்பித்தேன். 'சர்வதேச நட்புறவு சங்கமா அல்லது காமதேவனின் களியாட்டக் கூடமா?' என்பது தலைப்பு. இசக்கியின் பேனாதான். சந்தேகமேயில்லை. இரண்டு பத்திகளில் அக்கினித் திராவகத்தைக் கொட்டியிருந்தான். இசக்கி என்று சொன்னாலே நிரந்தர, முழுநேரப் புரட்சி என்பதுதானே பொருள்! அவனுடைய ஜனன விசேஷம் அது. (சொல்வதே, 'புறட்சி' என்று தானே 'ற'கரத்தில் அழுத்தி நாவை ஒரு புரட்டுப் புரட்டி!) ஊர் வாயைப் பரபரப்புடன் மெல்லவைக்கிற செய்திதான். பச்சையாக அம்பலப்படுத்திவிட்டானே விஷயத்தை. என்ன தைரியம், என்ன துணிச்சல்! குரியன் ஜார்ஜை விரோதம் பண்ணிக் கொள்கிற மன பலம் வந்துவிட்டதா அவனுக்கு!

இரண்டு பேருடைய ஆகிருதிகளையும் எண்ணிப் பார்த்த போது சிரிப்பு வந்தது. தாரதம்மியத்தைக் காட்டுவதற்காகவே வரைந்த

கேலிப் படங்கள் மாதிரி உருவங்கள் கண்முன் எழுந்தன. இசக்கியைப் பார்த்தால் துணி உலர்த்தும் மூங்கில் குச்சி ஒன்று, யதேச்சையாய் அதன்மேல் உறைபோல் நழுவி விழுந்துவிட்ட ஜிப்பா பைஜாமா வுடன் நடமாடத் தொடங்கி விட்டதுபோல் தோன்றும். கண்கள் பாதாளத்தில் கிடக்கும். மேல் மண்டை விரிந்து, தாடை ஒட்டி சைக்கிள் சீற்று மாதிரி மூஞ்சி. சூரியன் ஜார்ஜு ஒரு மாமிச பர் வதம். கைக்குழந்தையாக இருந்த காலத்தில் ஒருகால் அவன் தன்னுடைய பாதங்களை பார்த்துக் கொண்டிருப்பானோ என்னவோ, எனக்குத் தெரிய பதினைந்து இருபது ஆண்டுகளாகச் சாத்திய மில்லை. படுத்தபடிகூட ஒரு பார்வை பார்த்துவிடத் தன் காலைத் தூக்கிவிட முடியாது அவனால். இருந்தாலும் சோம்பேறி இல்லை அவன். சோம்பேறியாக இருந்திருந்தால் இவ்வளவு வயசுக்குள் இவ்வளவு ஸ்திரீகளை ஊர் ஊராகவும் தேசம் தேசமாகவும் அலைந்து அனுபவிக்க முடிந்திராது அவனால். ஜப்பானிய வேசை களைப்பற்றிப் படிக்க நேர்ந்தபோது தன்னுடைய இருபத்து மூன்றா வது வயதில் ஜப்பானுக்கே சென்றவன் அவன்.

படத்தைப் பார்த்தேன். இப்போது அதே படம் எவ்வளவோ பாவங்களையெல்லாம் காட்ட ஆரம்பித்துவிட்டது. என்ன சாதுத்தனம் முகத்தில். பாவம், ஏழைப்பெண்! எப்படியோ வந்து அகப்பட்டுக்கொண்டு விட்டது. குதறப்பட்டிருக்கும். சந்தேகமே இல்லை. ஒரு அறைக்குள் இருபத்தியொரு நாட்கள் சிறைவாசமா? என்ன பாடுபட்டதோ . . . அதிலும் முப்பது நாற்பதுபேர் மாலை வேளைகளில் தினசரி கூடிச் சிரித்து விளையாடி ஆர்ப்பாட்டம் பண்ணுகிற பொது இடத்தில்! இதற்குப் பங்காளிகள் வேறு. அவ்வளவு பேரும் வி. ஐ. பி - ஸ். பெருந்தலைகள். இசக்கியின் பேனா முனையில் மறு வாரத்திலிருந்து வரிசையாக ஒவ்வொருவருடைய முகத்திரையும் கிழிப்படப்போகிறது. துணிந்துவிட்டான் இசக்கி.

என்னுடைய ஹாஸ்ய உணர்வை நண்பர்கள் முன் பிரகடனப் படுத்திக் கொள்வதற்காக எத்தனை தடவை இசக்கியையும் அவன் பேப்பரையும் பேச்சில் இழுத்துக் கொண்டிருக்கிறேன். இப்போது, இதைப் போன்ற ஒரு சந்தர்ப்பத்தில் என்ன செய்யவேண்டும் என்று நான் ஆசைப்படுவேனோ, கோழைத்தனம் காரணமாக எதை ஆசைப்படுவதுடன் நிறுத்திக்கொண்டிருப்பேனோ, அதைக் காரி யாம்சத்தில் செய்து காட்டுகிறான் இசக்கி.

மீண்டும் ஒருமுறை படத்தைப் பார்த்தேன்.

மகாபாரதத்தில் ஒரு வாசகம். அடிக்கடி என் நினைவுக்கு வருகிற வாசகம் அது.

'மைதானத்தில் வீசியெறியப்பட்ட மாமிசத் துண்டைக் கழுகுகள் கூடி எப்படி வட்டமிட்டுக் கொத்துமோ, அவ்வாறே இவ்வுலகில் ஆண் துணையில்லாத ஸ்திரீயும் புருஷர்களின் இம்சைக்கு ஆளாகிறாள்.'

படத்தில் மரியம்மையின் முகம் பார்க்கப் பார்க்கப் பரிதாபமாகக் காட்சி தந்துகொண்டிருந்தது.

வழக்கம்போல் வெயில் புறங்கழுத்தில் அடித்து வேர்வை துளிர்த்து தலையணை கிசுகிசுத்ததும் கண்விழித்தேன். எதிர் சுவரில் சப் போட்டோ மரத்தின் கொத்து இலைகளின் நிழலும் ஒளியுமான கோலம். சிறு வயசிலிருந்தே நான் காலையில் கண் விழித்ததும் பார்க்க ஆரம்பிக்கும் சினிமா அது. காற்றில் மரம் லேசாக அசைய, நிழலும் ஒளியும் இழைத்த சுவர்க்கோலம் படபடவென்று விறைத்து கணப்பொழுதில் நூறாயிரம் தினுசுகளில் உருமாறித் தோன்றும் காட்சி மனோரம்மியமான ஒன்றாகும். காற்றின் வேகம் சற்று அதிகரித்து மரம் தலைவிரித்தாடுகிறபோது சுவர்க்கோலம் தாங்க முடியாதபடி படபடத்து, நிழலுருவங்கள் தேய்ந்து, மங்கிய ஒளி பூசிவிட்டாற்போல் படர்ந்து, மரத்தின் ஆட்டம் நிதானப்படுகையில் பழையபடி சுவரில் கோலங்கள் கூடிவருவது அற்புதமாக இருக்கும். எவ்வளவு நேரம் பார்த்துக் கொண்டிருந்தாலும் அது மனசுக்குள் வகைப்படுத்த முடியாதபடி நிமிஷத்திற்கு நிமிஷம் அழகு அழகாக உருமாறும். அதன் சஞ்சல புத்தியே அது ஊட்டும் கவர்ச்சியின் அடிப்படையாக எனக்குப்படும்.

மணி எட்டு எட்டரை இருக்குமென்று தோன்றிற்று. அப்பா அவருடைய மந்திரங்களை முழங்க ஆரம்பித்துவிட்டார். காலை உணவைத் திணித்து உடைகளை மாட்டிக் குழந்தைகளைப் பள்ளி களுக்குத் தள்ளிவிடுவதற்கான முஸ்தீபுகள் பின்கட்டில் ஆரம்பமாகி விட்டன. மாமனாருக்குப் போட்டியாய் மாட்டுப்பெண் தமிழிலேயே மந்திரங்களை உச்சரிக்கத் தொடங்கி விட்டாள். கழுதைகளா, செத்தச் சவங்களா, நாய்களா, சனியன்களா, பன்றிகளா . . . சில வருடங்கள் முன்னால் வரையிலும் ஒருமை விளியாக இருந்தது. இப்போது ஒவ்வொருவரையும் தனித்தனியாக வையப் போதுமான சாவகாசம் இல்லைதான்.

எனக்குக் காபி இன்னும் வந்து சேரவில்லை. அதனால் விழிகள் திறந்திருக்க இடுக்கியால் இமைகளை இழுத்துப் பிடித்துக் கொள்ள வேண்டுமோ என்று தோன்றுகிறது. ஒரு வண்டி குப்பை விழுந்து அடைபட்டுவிட்டது மாதிரி இருக்கிறது தொண்டை.

முன்வாசல் திறக்கப்படும் இரும்போசை. மந்திரம் நிற்கிறது. தொடர்ந்து அப்பாவின் அறைக்கதவு கீறிச்சிடுகிறது.

"உள்ளே போகலாமே."

அப்பாவின் குரல்.

சாத்தப்பட்டிருக்கும் ஜன்னல் கதவைச் சுண்டுவிரலால் தள்ளி இடுக்குவழி எதிரி யார் என்று ஆராய்ந்தேன்.

பேஷ், அண்ணாச்சி!

பழையபடி மூர்ச்சையாகி விடுவோமோ என யோசித்துச் செயல்படுவதற்குள் அறைக்கதவு திறக்கப்பட்டுக் கதவிடுக்கில் பவித்திரமான வணக்கம் தெரிகிறது. கூப்பிய கரங்கள் முழங்கையாலேயே கதவைப் பேஷாய்த் திறந்துகொள்கின்றன. வணக்கமும் என் தூக்கக் கண்களுக்குத் தெளிவுறப் புலப்படும் பொருட்டு ஒரு ஸ்டில் ஷாட் மாதிரி சில கணங்கள் வரையிலும் நெஞ்சிலேயே ஸ்தம்பித்து நிற்கிறது.

"யாரு? அண்ணாச்சியா? வாங்க வாங்க."

பின் விளைவுகளின்றி சர்வ சுதந்திரத்துடன் ஒரே ஒரு தடவை யாரையேனும் சுடுவதற்கு எனக்கு அதிகாரம் லபிக்குமென்றால் நான் அண்ணாச்சியைத்தான் தேர்ந்தெடுப்பேன். அதற்குக் காரணம் உண்டு.

ஒருநாள் தவறாமல் நூற்றாண்டுக் காலமாய் 'திருவிதாங்கூர் நேசன்' வந்து விழுந்து கொண்டிருப்பதற்கு, நம் கையால் ஒரு முற்றுப்புள்ளி வைத்துவிட வேண்டும் என்ற யோசனையின் பேரில், அண்ணாச்சியை ஒரு நாள் அகஸ்மாத்தாக ரோட்டில் சந்திக்க நேர்ந்தபோது "அண்ணாச்சி, பேப்பரை நீங்கபாட்டுக்கு போட்டுண்டே இருக்கேளே. எத்தனை வருஷமாச்சு!" என்று பேச்சை ஆரம்பித்தேன்.

அதற்கு அண்ணாச்சி, "நீரு என்ன எளவுக்குக் கவலைப் படுதேரு. சந்தா பிரிக்க வேண்டியது எனக்குப் பொறுப்பில்லா. ஒரு நா வாறேன்" என்றார்.

"அதுக்குச் சொல்லல்லே அண்ணாச்சி! படிக்கத்தான் எனக்கு டயமே இல்லை. எங்களுக்குப் போடற பேப்பரே அடுத்த ஆளுக்குப் போட்டா பிரயோசனப்படுமேனு சொல்றேன்."

"சலம்பாமக் கெடவும் வேய்! வெட்டிப் பொளக்கேரு தெரியும்."

இதுதான் அண்ணாச்சியின் பதில்.

இது என்னை பப்ளிக் ரோட்டில் அவமானப்படுத்திய காரியமாகத் தான் எனக்குப் பட்டது.

இன்றும், அண்ணாச்சியைத் தீர்த்துக்கட்டிவிட வேண்டும் என்ற ஆசை மிகவும் நியாயமான ஒன்றாகவும் குறைந்தபட்சக் காரியமாகவுமே எனக்குப் படுகிறது.

"இன்னும் பள்ளியெழுச்சி ஆகலையாக்கும்!"

அண்ணாச்சி நாற்காலியில் உட்கார்ந்து கொண்டார்.

அவருடைய பார்வை புத்தக அலமாரியில் படிந்தது. முகத்தைச் சுளித்துக் கூர்மையாய் ஆராயும் பார்வை. குறிப்பாக ஏதோ ஒரு புத்தகம் இடம் பெற்றிருக்கிறதா என்று தேடுவது போல் பார்த்தார். முகத்தில் அசுவாரசியம் தொடர்ந்து வெளியாகிக் கொண்டிருந்தது. சட்டென்று முகம் என் பக்கம் திரும்பியது. அதில் வெகு குளிர்ச்சியாக ஒரு குறுநகை.

“என்ன, வாய் பேசாம இருக்கேரு. உலக அரசியலு எப்படி இருக்கு?”

கறுப்புத் தோல்பையிலிருந்து ரசீது புத்தகம் வெளியே வருவதில் முடிவுறப்போகும் காரியம் உலக க்ஷேம விசாரணையில் ஆரம்பமாகி விட்டது! உலகம்; அப்புறம் இந்தியா; இந்திய சமஸ்தானங்கள்; அப்புறம் இந்தியாவிற்குள் திருவிதாங்கூர்; அப்புறம் தென் திருவிதாங்கூர்; எங்கள் ஊர்; எங்கள் ரத்தமும் சதையுமாக ஒட்டிக் கொண்டு கிடக்கும் ‘திருவிதாங்கூர் நேசன். . .!’

“இருக்கு, ஒரு தினுசா.”

“ஹிட்லர்ப் பய காலைவாரிவிட்டுப் போடுவானோவ்?”

யாருடைய காலை? எதற்கு? ஒன்றும் தெரியவில்லை.

நான் சிரித்தேன்.

“நம்ம நேரு போற லைன் எனக்குச் சரியாட்டுப் படலே. நீங்க என்ன நினைக்கிய?”

நான் அண்ணாச்சியின் முகத்தைப் பார்த்துப் புன்னகை பூத்தேன். பேசுவதிலிருந்து வேறு எந்த விதத்திலும் தப்பித்துக் கொள்ள முடியுமென்று தோன்றவில்லை.

“இப்பம் நமக்கு நல்ல சான்ஸு இல்லா? ரகசியமாட்டு ஹிட்லர்ப் பயகிட்டே ஒரு ஒப்பந்தம் செய்துகிட்டாப் போருமே. வெள்ளைக் காரப் பயக்களெ ஈஸியாத் தூக்கி எறிஞ்சு போடலாமே. நம்ம ஆளுகளுக்கு ஐடியா காணாது. என்ன நான் சொல்லது?”

தொடர்ந்து புன்னகை.

திடீரென்று ஏதோ ஒரு முக்கிய சமாசாரம் நினைவுக்கு வந்துவிட்ட பாவத்தை அண்ணாச்சியின் முகம் காட்டிற்று. அண்ணாச்சி தலையைப் பின்னால் திருப்பிக் கதவு திறந்திருக்கிறதா என்று பார்த்தார். எழுந்திருந்து முதுகை வளைத்துப் பம்மிப் பம்மி நடந்து சென்று எதிர் அறையிலிருந்து அப்பாவின் பார்வை இந்தப் பக்கமாக வீசிக்கொண்டிருக்கிறதா என்பதை ஆராய்ந்து விட்டுக் கதவை ஓசைப்படுத்தாமல் நெருக்கி, திரும்பி வந்து உரிமையுடன் படுக்கையில் என்னருகே உட்கார்ந்து கொண்டார். தலை குனிந்தது. அவருடைய விழிகளும் என்னுடைய விழிகளும் நேர் கோட்டில் சந்தித்துக் கொண்டன.

“ஒண்ணுமில்லை. ரொம்ப நாளாட்டு உங்ககிட்டே ஒரு விஷயம் கேக்கணும்னு நெனச்சுக்கிட்டு இருக்கேன். இந்த ஹிட்லர் பயலுக்கு பொம்பளை விவகாரம் கிடையாதுன்னு சொல்லுதாங்களே, ஃபாக்ட் எப்படி?”

“சரியாத் தெரியலையே?”

“நான் சொல்லுதேன் பொய்யின்னு. நல்லா இருந்தானே பிள்ளை யாண்டன். சொடக்குப் போட்டா நூறு குட்டிக நெளிஞ்சுக்கிட்டு வந்து நிக்குமே. விட்டுவைப்பானாக்கும். பயித்தாறனோவ்?”

சிரிப்பு மாதிரி ஒன்றை முகத்தில் வரவழைத்துக் கொண்டேன்.

“இந்த வாரம் நேசன் பாத்துட்டேளா? தம்பி இசக்கி ணைணைனு நச்சுப்போட்டான். உயிரெ வெறுத்துப்போட்டான் தம்பி. என்னா எழுத்து ... என்னா எழுத்து! தலையெச் சீவிப் போடுவேன், மறுகை மறுகால் வாங்கிப்போடுவேன்னு மொட்டைக் கடுதாசி வந்து குவிஞ்ச வண்ணமாட்டு இருக்கு ஆபீசிலே. திருவனந்தபுரத்துக்கு திவான்ஜிக்கு தந்தி கொடுத்தாச்சு. ‘உயிருக்கு ஆபத்து! பாதுகாப்பு, பாதுகாப்பு’னு சொல்லி. அடுத்த செகண்டிலே போனிலே நம்மூரு இன்சுபெக்டரெக் கூப்பிட்டு ‘பத்திரிகைக்காரனுகளுக்கு உயிர்னு சொன்னா அது தேசத்துக்கு சொத்து. அவனுகளுக்கு ஏதாவது வந்துபோச்சுன்னா சீட்டெ கிழிச்சுப்போடுவேன். ஜாக்கிரதை!’ அப்டீனு சொல்லிப் போட்டாரு - பொறுக்குமாக்கும்! நல்ல கதெ! திவான்ஜி அய்யரு தம்பி இசக்கிக்கு ரொம்ப பச்சமில்லா. ‘மிஸ்டர் இசக்கி, கமான், ஸிட் டவுன்’னு சொல்லுவாரே எப்பம் போனாலும். அண்ணாடம் காலையில் மொத ஜோலியாட்டு ‘நேசன்’ பார்த்து சிவப்புப் பென்சிலாலே மார்க் பண்ணித் தீருமே. உண்மையெ உயிரெ வெறுத்துக்கிட்டு எழுதுவான்குதெ நல்ல மனசிலாக்கித்தான் வச்சிருக்காரு. லேசான மூளையா? அம்மாடி! என்ன இருந்தாலும் நாங்க இப்பம் இருட்டினம் பெறவு அவனெ வெளியிலே லாந்துதுக்கு விடுதுல்லே. ‘என்னெச் சிறைப்படுத்தாதீங்க. நான் சுதந்திரப் பட்சீ’னு சொல்லிக்கிட்டு திங்கு திங்குன்னு குதிக்கான். அவன் குதிக்கான்னு சொல்லி நாங்க விட்டுப் போடுவோமாக்கும். நல்ல கதெ!”

“என்ன விஷயம்? ஒண்ணும் புரியலியே.”

“என்ன கேக்கிய நீங்க. லண்டனுக்குப் போயிருந்தேளோவ்?”

“என்ன விஷயம்னு சொல்லிடலாமே.”

“சாக்கடையைத் தோண்டச் சொல்லுதேரா வெள்ளிக்கிழமையும் அதுவுமாட்டு?”

“இல்லை, கேட்டேன்.”

“வேய், அது பெரிய ராமாயணம் வேய்! ஆனா ராமன் கிடையாது. ராவணன் ஒருத்தன். அவனுக்குக் கூட்டாளி ஒரு பத்து காகாசுரன். அவனுகளுக்குச் சேக்காளிக விராதன் ஒரு பத்து. ‘சர்வ தேச நட்புறவு சங்கம்’னு ஒண்ணு வெச்சு நடத்திக்கிட்டு, பாவிப் பயக் களுக்குப் பொறந்த பயக்க ....அவனுகளுக்கு அட்டூழியம்! ரொம்ப நாளாட்டு ‘நேசனு’க்கு ரிப்போட்டு வந்துகிட்டுத்தான் இருக்கு. பின்னே கையில் புரூஃப் இல்லாம எளுதிப்போட்டா கொண்டா மான நஷ்டம் லச்சத்தி அம்பதினாயிரம்னு நிப்பானுவளே. வசமாட்டு வந்து ஆம்புடுவானுவ, விளாசிப் போடணும்னு தம்பி சொல்லிக் கிட்டுத்தான் இருந்தான். வந்து மாட்டிக்கிட்டாங்க. கொண்ணே போட்டான்! காகிதம் தீ புடிக்கால எழுதிப் போட்டானே மன்னன். ஊரைக் கலக்கிப்போட்டானே. இப்பம் ஓடுதானுவ தெக்கையும்

வடக்கையும். வக்கீலெப் புடி, அமுக்கு. துணியெப்போட்டு மூடு. மரியம்மை எங்கே? புளிமத் காரிலே கூட்டிக்கிட்டு வா. நீ ஸ்டடி பேக்கரெ எடுத்துக்கிட்டு பொறத்தால போ. பணத்தெ அள்ளிட்டுப் போ. இந்தா ஐயாயிரம். இந்தா பத்தாயிரம்னு தெரு நாயி அலைஞ் சால அலையுதானுவ. இப்பம் ரெண்டு நாளாட்டு ஊர் முச்சூடும் அதுதான் பேச்சு. 'அண்ணாச்சி, ஒரு ரூபா தாறேன். போன கௌமப் பேப்பர் இருக்கா?' அப்படீன்னு கேட்டுக்கிட்டு நம்ம ஆபீசு சன்னல் முன்னுக்குக் கூட்டம். 'இல்லை டேய், போங்க டேய்'னு சொன்னாக் கலையமாட்டானுவ. 'படிச்சாவது காட்டுங்களேன்', 'அண்ணாச்சி, மத்தவரு உண்டுமா?', 'அண்ணாச்சி, நம்ம டாக்டர் சாமி உண்டுமா?', 'தோலன் உண்டுமா? துருத்தி உண்டுமா' . . . என்ன செய்யச் சொல்லுதிய?''

"விஷயத்தெக் கொஞ்சம் விட்டுச் சொல்லக்கூடாதா?''

"விஷயத்தெ நல்லா விட்டுச் சொல்லணும் இல்லையா உமக்கு? சப்புக்கொட்டிக்கிட்டே கேட்டுக்கிட்டு இருப்பேராக்கும். ஒரு குப்பியிலே லோஷன் கலக்கிக் கொண்டாரும் வேய், நடுவிலே நடுவிலே வாய் கொப்புளிக்கதுக்கு. போட்டோ பாத்தேருல்லா? அவதான் ஆளு. பஞ்சப் பாவம் வேய். வயத்துக்கில்லாத பாவம். அதுக்கு வீடு அங்கே எங்கேயோ மேக்கே. திங்கள்சந்தையோ மேக்காமண்டபமோ காணும் . . . அண்ணன்காரன் இங்க கொண்ணாந்து விட்டிருக்கான் வீட்டு வேலைக்கு . . .''

"எங்கே?''

"பங்களாத் தெருவிலே . . . கொழும்புச் சீமோன் வீட்டிலே.''

"எஸ்டேட் சைமன்தானே?''

"அவரேதான். நாங்க கொளும்புச் சீமோன்னு சொல்லுது. அவருக்கு பெஞ்சாதி எஸ்தர் அக்காவெ எனக்கு நல்லாத் தெரியுமே. என் தலையெக் கண்டுபோட்டாள்னு உண்டும்னா 'அண்ணாச்சியா?' அப்டீன்னு கேட்டுப்போட்டு ஒண்ணாங்கிளாஸ் டீ போட்டுக் கொணாந்துடுவா. கொளும்பு டீ வேய்! நீரு கண்ணாலெ கண்டிருக்க மாட்டேரு . . .''

"சரி.''

"அவங்க வீட்டிலேதான் இந்தக் குட்டி வேலை செய்துக்கிட்டு இருந்தது. குசினி வேலை. பாவம்! கன்னம் கரவு தெரியாத குட்டி. கொஞ்சம் பாக்குதுக்கு ஷோக்கா இருக்கும். அந்தஸ்தும் உண்டும். நீட்டா இருக்கும். நான் இப்ப தினசரி வக்கீல் ஆபீசிலே மீட் பண்ணுதமில்லா. எங்களெக் கண்டாலே மூலையிலே போயிப் பம்மிக்கிடும். வக்கீலு ப்ளானாட்டு ஒண்ணு செய்தாரு. வீட்டுக்குக் கூட்டிட்டுப் போயி பெஞ்சாதியெ விட்டு எல்லாம் கேட்டு மனசி லாக்கிப் போட்டாரு. தாசில்தாரும் ரேஷன் ஆபீசர்மாரும் இஞ்சினி யர்மாரும் அஸிஸ்டண்டு கமீஷ்ணர்மாரும் ஏ. எஸ். பியும் டி. எஸ். பியும் டாக்டர்மாரும் . . . ஐயோ, ஐயோ! இவங்களுக்கு வண்ட

வாளங்களையெல்லாம் மரியம்மை அவிழ்த்து விடுதாளே பார்க்கணும்! வேய், உம்மாண சொல்லுதேன், எனக்கு இங்கென வெச்சுப் பேசுதுக்கு அறப்பாட்டிருக்கு. ஆபீசுக்கு வாரும். வெளக்கே அணைச்சுப்போட்டுப் பேசுவோம் . . . 'நேசன்' கடைசி வரையிலும் ஒரு கை பாக்கத்தான் போகுது. ரெண்டு பாத்திரம் தேய்ச்சு வீட்டெப் பெருக்கி வாசலை மொழுகினா நாலு பருக்கை ஒட்டாதாண்ணு நெனச்சுக்கிட்டு வாறதுகளும் இந்த லோகத்துலே பொழைக்கணுமில்லா? என்ன சொல்லுதேரு?"

"சந்தேகமா? நீங்க செய்யறது ரொம்ப நல்ல காரியம். துணிச்சலான காரியம். நமக்கு எதுக்கு வம்பு அப்படின்னு எல்லாரும் ஒதுங்கிப்போற காரியம் இது. இந்த மாதிரியெல்லாம் ஒண்ணு ரெண்டு பேர் துணியாட்டா உலகத்திலே யாருமே வாழ முடியாத நிலைமை ஏற்படும். நானும் இசக்கியும் ஒண்ணாப் படிச்சோம், அஞ்சாறு வருஷம். அவன் இப்படியெல்லாம் துணிச்சலான காரியத்தைச் செய்யறபோது எனக்கே அது பெருமையா இருக்கு. இதையெல்லாம் நான் உங்ககிட்டே சொன்னாப் போராது. அவனையே சந்திச்சுப் பாராட்டணும். நான் ஒருநா ஆபீசுக்கு வறேன். கண்டிப்பா எனக்கு அவனெப் பாக்கணும்" என்று நான் அண்ணாச்சியிடம் சொன்னேன்.

இவ்வாறு சொன்னதில் எனக்கு மிகுந்த திருப்தி ஏற்பட்டது. அவனை எப்போதும் தரக்குறைவாகவே நினைத்து வந்திருக்கும் பழக்கத்தை இனிமேலும் காப்பாற்றிக்கொண்டிருக்க வேண்டாம் என்றும் எனக்குத் தோன்றிற்று. வாழ்க்கையில் எந்த ஒரு நிமிஷத்திலும் நான் இவ்வாறு நடந்து கொண்டதில்லையே என்று நினைத்தபொழுது வெட்கமாகக்கூட இருந்தது எனக்கு.

அன்று அண்ணாச்சி கையில் சந்தாப் பணத்தை மனப்பூர்வமாக சந்தோஷத்துடன் கொடுத்தேன்.

மறுநாளோ அல்லது அதற்கு அடுத்த நாளோ - இப்போது சரியாக நினைவில்லை - வீட்டுக் கொல்லையில் பின்பக்கக் காம்பௌண்டு சுவரையொட்டிக் கருவேப்பிலை மரத்தடியில் நின்றபடி பல் விளக்கிக் கொண்டிருந்தேன். அடுத்த காம்பௌண்டில் குடிசைக்கு அருகில் கீழே செம்புழுதியில் ஒரு மரப்பலகையைப் போட்டு அதன் மேல் குனிந்து நின்றபடி, பக்கத்திலிருந்த சிமிண்டுத் தொட்டியிலிருந்து ஒரு பெண் தண்ணீரைக் கைகளில் ஏந்தி நெற்றியில் வார்த்து முகத்தைக் கழுவிக் கொண்டிருந்தாள். புது முகமாகப் பட்டது.

பின்பக்கக் காம்பௌண்டு வெகுநாட்கள் வரையிலும் காலிமனையாகத்தான் கிடந்தது. இந்த இடம் சம்பந்தமான தகராறு ஒரு பிள்ளைக்கும் ஒரு நாடாருக்குமிடையே பல வருடங்கள் நடந்தது. ஊரறிந்த விவகாரம் இது. கடைசியில் திருவனந்தபுரம் ஹைகோர்ட்டில் நாடாருக்குச் சாதகமான தீர்ப்பு வழங்கப்பட்டது என்று

சொல்லிக் கொண்டார்கள். மேற்படி நாடாருக்குப் பொன்னம்மை நாடாத்தி தூர பந்து. இவர்கள் இருவருக்கிடையிலும் விவகாரம் உண்டு. ஒரு பிறவி விவகார மூளையால்தான் அதைப் புரிந்து கொள்ளமுடியும். அவ்வளவு சிடுக்கு. அவ்வளவு முடிச்சு. அவ்வளவு பாரம்பரியம். என் மனைவி எப்போதாவது ஒரு தடவை பின்பக்கம் எட்டிப் பார்த்தால் பொன்னம்மை வெடுக்கென்று பிடித்துக் கொண்டு கோர்ட்டு விவகாரங்களை விரிவாகச் சொல்ல ஆரம்பித்து விடுவாள். பொன்னம்மை முதல் வகுப்பு வாசல் படி மிதித்தவள் அல்ல. இன்று வரையிலும் அவளுக்குப் பத்துக்கு மேல் எண்ணவும் தெரியாது. இருந்தாலும் கோர்ட்டு விவகாரங்களையும், சம்பிரதாயங்களையும், லா பாயிண்டுகளையும் புரிந்து கொள்வதில்தான் என்ன லாவகம்! கோர்ட்டு பாஷையும் சொற்றொடர்களும் தான் அவள் நாக்கில் எவ்வளவு சுகமாக ஒட்டிக்கொள்கின்றன! அந்த அந்த இடத்தில் அதற்கென்றே உருவாகியுள்ள வார்த்தைகளைப் போட்டுப் பேசுவதில்தான் அவளுக்கு என்ன உற்சாகம்! அவள் சொல்வதை ஒரு மணி நேரம் கேட்டுக்கொண்டிருந்து விட்டுத் திரும்ப வீட்டுக்குள் நுழைகிற என் மனைவி, "அவ ஆசையாச் சொல்றாளேனு 'உம்' கொட்டிண்டு கேக்கறேனே தவிர, ஒரு வார்த்தை எனக்குப் புரியலை. தலைவலிதான் வறது" என்பாள்.

பின்பக்க மனையில் பத்து சென்டு இடம் பொன்னம்மைக்குக் கிடைத்தது. ஒரு சிறிய குடிசையைப் போட்டுக் கொண்டு குடியேறினாள் அவள், பதினைந்து வருஷங்களுக்கு முன்னால். உழைப்பின் தெய்வம் அவள். இந்தப் பதினைந்து ஆண்டுகளில் அவள் அங்கு செய்து காட்டியிருக்கும் ஜாலங்களை விவரிப்பதற்குத் தனிப் புத்தகம் ஒன்று எழுதவேண்டும். தன்னுடைய புருஷன் அப்பாவி என்றும், எவ்வளவுதான் பட்டாலும் தெரியாமல் பிறரை நம்பி ஏமாறக்கூடிய வன் என்றும் என் மனைவியிடம் பொன்னம்மை சொல்வாளாம். கொத்த வேலைக்குக் கையாளாகப் போய்க்கொண்டிருந்தான் அவன். நாற்பது வருஷம் கையாளாக இருந்த பின்பும் கரண்டி பிடிக்க அவனுக்குக் கைவரவில்லை. பொன்னம்மையின் குடும்ப சாம்ராஜ்ஜியத்தில் இவன் ஓட்டு உரிமையில்லாத ஒரு தாழ்த்தப்பட்ட பிரஜை. அன்றாடம் கிடைக்கிற காசை மனைவி கையில் கொடுத்து விட்டு, இலையில் போடுவதை முணு முணுக்காமல் தின்றுவிட்டு அதற்கு மேல் எதிலும் பங்கெடுத்துக் கொள்ளாமல் இருக்கவேண்டி யதுதான் அவனுடைய வேலை. ஒரே ஒரு தடவை மட்டும் அவன் தன் மனைவியை வீராவேசத்துடன் எதிர்த்தான். அது அவர்களுடைய பெண்ணின் 'லவ்' விஷயமாக நடந்த சண்டையா, அல்லது வேறு முகாந்திரங்கள் இருந்தனவா என்பது எனக்குத் தெரியாது. மனைவி என்னை அழைத்துக் காட்டினாள். பொன்னம்மையும் அவளுடைய மூத்த பெண்ணும் அவனைக் குடிசையிலிருந்து பலாத்காரமாக வெளியே பிடித்துத் தள்ளுவதைப் பார்த்தேன். பின்னால் இரண்டொரு நாட்களில் எல்லாம் சமரசமாகிவிட்டது என்றும் என் மனைவி சொன்னாள்.

பொன்னம்மையின் குடிசையில் அவளும் அவளுடைய மூத்த பெண்ணும்தான் சேலை கட்டும் நபர்கள். அப்படியானால் யார் இந்தப் பெண்? மகள் அல்ல. அது காய்ந்துபோன கொத்தவரைக்காய். காதல் கல்யாணத்திற்குப்பின் இப்பொழுது உடம்பு சற்றுத் தேறி எலும்பு முடிச்சுகள் கொஞ்சம் மறைந்திருக்கின்றன என்றாலும், இந்த மதமதப்பு ஏற்பட்டுவிடவில்லை.

அந்தப் பெண் முழு ஆகிருதியும் தெரிய நிமிர்ந்து நின்றாள். நல்ல வசீகரமான தோற்றம். கையும் காலும் வாழைத்தண்டு மாதிரி கட்டி கட்டியாய் இருந்தன. நல்ல எடுப்பு. சிலர் வீட்டுக் கொல்லை யில் - மண்வாசியோ அல்லது குப்பையும் சொத்தையும் சாக்கடைத் தண்ணீரும் நல்ல உரமாய் அமைந்து விடுவதனாலேயோ அகலமாய் இலை வீசி - தூண்போல் தண்டு உருண்டு மதமதவென்று நிற்கும் வாழை மரத்தைப் பார்த்திருக்கிறேன். அந்த பெண்ணைப் பார்த்த போது எனக்கு அந்த காட்சிதான் நினைவுக்கு வந்தது.

பொன்னம்மையின் குழந்தைகள் காலைக் கடன்களைத் தீர்த்துக் கொள்ள அந்த மனையில் ஒரு மூலையில் அகலமாக ஒரு குழி வெட்டிப்போடப்பட்டிருந்தது. அந்தக் குழிக்குப் பக்கத்தில் ஏதோ சலசலப்புக் கேட்கவே அந்தப் பெண்ணின் பார்வை அந்தப் பக்கம் திரும்பிற்று. ஓணானோ அரணையோ தெரியவில்லை. அந்தத் திசையிடையே கூர்ந்து கவனித்துக்கொண்டிருந்த அவளுடைய கண்கள் குழந்தையின் கண்கள்போல் ஆச்சரிய பாவத்தில் மெல்ல மெல்ல விரிவதைக் கண்டேன். சுவரை நெருங்கி மறு பக்கம் எட்டிப் பார்த்தேன். பெரிய வண்ணாத்திப் பூச்சி ஒன்று அந்தரத்தில் இந்திரஜாலம் பண்ணிக்கொண்டிருந்தது. என்ன அழகு! என்ன அற்புதமான வண்ணக் கலவை! பளிச் பளிச்சென்று நினைக்காத நிமிஷங்களில் இடமும் வலமும் வெட்டி வெட்டித் திரும்பி என் னென்ன ஜாலங்களெல்லாம் காட்டுகிறது அது! அவளுடைய விழிகள் அதன்மேல் படிந்து அதன் அசைவுக்கு அனுசரணையாய் அங்குமிங்கும் ஓடின. முகத்தில் ஒரு குறுநகை மலர்ந்தது. கடைசியில் உட்கார்ந்துவிடுமென்று எதிர்பார்த்த நிமிஷத்தில் மீண்டும் அது அவளை ஏமாற்றிவிட்டது போலும்!

அங்கு நின்றுகொண்டிருப்பது உணர்வில் தட்டவே அவசரமாகக் கிணற்றடியை நோக்கித் திரும்பினேன். கண்ணாடியில் பல்லைப் பார்த்தபோது அன்று பல் வழக்கத்தைவிட வெளுத்திருந்தது. வெற் றிலைக் காவி கூட கொஞ்சம் கனத்தை இழந்து விட்டது போலிருந்தது.

மறுநாள் காலையில் கையில் பிரஷுடன் கொல்லைப்புறம் சென்றபோது அவளுடைய முகம் மனசில் நிழலாடிக் கொண்டிருந் தது. நேராகக் கருவேப்பிலை மரத்தடிக்குச் செல்லாமல் பல்தேய்த்த படி சுற்றிச் சுற்றி வந்துவிட்டு, என்னை அறியாமலே கருவேப்பிலை மரத்தடிக்கு வந்துசேர்ந்துவிட்ட மாதிரி பாவித்துக்கொண்டு, அடுத்த காம்பௌண்டை எட்டிப் பார்த்தேன்.

கொடியில் துணி உலர்த்திக்கொண்டிருந்தாள் அவள். குளி அதற்குள் முடிந்துவிட்டிருந்தது; நல்ல பழக்கம்தான். ஈரப்பசை அகலாத மயிர் தலையோடு ஒட்டிப் படிந்து, பாதி முதுகை மறைத்த படியிருந்தது. குதிரை வாலை அடர்த்தியான பகுதியிலேயே குறுக்கி வெட்டிவிட்டது போலிருந்தது அது. வேஷ்டியும் ஜம்பரும் அணிந் திருந்தாள். சுவரில் அந்தப் பெண்ணின் நிழலுருவம் பெண்மையின் வடிவத்திற்கு இலக்கணமாகத்தான் இருக்கும். பொன்னம்மையின் சொந்தக்காரியா அல்லது புதிய மாப்பிள்ளையின் சகோதரியா என்றெல்லாம் பலவாறு யோசித்து அனுமானிக்க முயன்றேன்.

ஈரத்துணியைக் கொடியில் தூக்கிப் போடும்போது அவளுடைய பார்வையில் நான் விழுந்தேன். துணியை விரித்துவிட்டு வேஷ்டியின் பெரிய முந்தியைத் தூக்கி நெஞ்சுக் குவட்டில் சொருகிக் கொண்டாள் அவள். மற்றப்படி நிர்மலமான பார்வை. ஒரு பெண் மற்றொரு பெண்ணைப் பார்க்கும் சாதாரண ஆச்சரியம்தான் முகத்தில் தெரிந்தது. நான் பார்வையை வேறு திசைக்குத் திருப்பி ஒரு தீர் மானத்துடன் இயற்கைக் காட்சிகளை ரசிக்க ஆரம்பித்தேன். என்னைப்பற்றி மிகவும் கவுரவமான எண்ணம் அவள் மனசில் ஏற்பட வேண்டுமே என்ற கவலை பிறந்தது. அப்படித்தான் ஏற்பட்டி ருக்கும் என்றும் எண்ணினேன். உண்மையும் அதுதானே?

"ஸாரே, உங்க கிட்ட போன கிழமே பேப்பர் இருக்குதா?"

சுவருக்கு அப்பால் என் எதிரே அவள் நின்றுகொண்டிருந்தாள்.

ஆச்சரியமாக இருந்தது. அவள் முகத்தைப் பார்த்தேன். 'இது என்ன பெரிய விஷயம்? நான் பேசுகிற பாஷை உங்களுக்குப் புரியுமே' என்பதுபோல் ஒரு சாதாரணத் தன்மை முகத்தில். அவளுடைய இயற்கையான தன்மையை நானும் ஒரு நொடியில் வாங்கிக்கொண்டு, "என்ன பேப்பர்?" என்று கேட்டேன்.

"திருவிதாங்கூர் நேசன்னு ஒண்ணு எறங்குதாமே, அது இருக்குதா? கஸ்டம்னு சொன்னா வேண்டாம். கைவசம் உண்டுமா?"

"இருக்கு."

"பாக்கணும். கஸ்டம்னு சொன்னா வேண்டாம்."

நான் வீட்டிற்குள் வந்து பேப்பரைத் தேடினேன்.

எங்கள் காம்பௌண்டு மேட்டுப் பாங்கான இடம். பின்பக்க மனை சற்றுப் பள்ளம். அவள் சுவரையொட்டி நகர்ந்து கையை மேலே தூக்கினாள். அவளுடைய ஐந்து விரல்கள் மட்டும் சுவருக்கு மேலே தெரிந்தன. உள்ளங்கையில் ஆழமான ரேகைகள். உருண்டு திரண்ட விரல்கள். குட்டை விரல்களும் அல்ல. நகம் ஒட்ட வெட்டப்பட்டிருந்தது.

அவள் பேப்பரைப் புரட்டிப் பார்த்தாள். புரட்டுகிற தினுசே அது அன்றாடம் புரட்டும் விரல்கள் அல்ல என்பதைப் பறை சாற்றுவது போலிருந்தது.

"ஸாரே, இந்த படம் யாருன்னு தெரியுதா?"

"பார்த்தேனே, யாரோ மரியம்மைன்னு போட்டிருந்தது" என்று அக்கறையற்ற தன்மையைக் குரலில் வெளிப்படுத்திக்கொண்டு சொன்னேன்.

"எனக்குப் படம் ஸாரே ... தெரியலையா?"

நான் சற்றும் எதிர்பாராத விஷயம் இது. நாடகத்தில் ஒரு கெட்டிக்காரத்தனமான காட்சியின் ஆரம்பம் போலிருந்தது எனக்கு.

"போட்டோவுக்கும் உனக்கும் சம்பந்தமே இல்லையே!"

அவள் பார்வை படத்திலேயே படிந்திருந்தது. பார்வையை அதிலிருந்து அகற்றவே முடியவில்லை அவளால். குனிந்த தலை நிமிரவே இல்லை. பெரிய உதடுகள் ஒரு குறுநகையில் விரிந்தன.

"ஸாரே, அண்ணு நான் டிரஸ் பண்ணிக்கிடலே. வக்கீல் ஸாரு திடீர்னு வெயில்லே போயி நில்லுன்னு சொன்னாரு. யாரோ ஒருத்தன் வந்து ணச்னு படமெடுத்துப்போட்டான். தலை சீவலே, பொட்டுத் தொடலே, சீலை மாத்தலே. ஒண்ணும் செய்துக்கிடலே. கம்மலும் மாலையும் இருக்கு ஸாரே. போலீசு ஸ்டேஷன்லே இருக்கு. நாலேமுக்கா ரூபாயும் அவனுக கையிலே இருக்கும். வக்கீலு போயிக் கேட்டதுக்கு இப்பம் தர முடியாதுன்னு சொல்லிப் போட்டானுவளாம். ஒரு சேலையும் சம்படும் இருக்கு ஸாரே அதுக்குக்கூடே. பச்சேலே வெல்வட்டு சம்பரு. போன வருஷம் கப்பலு ஏறுதுக்கு முன்னுக்கு கிறிஸ்துமஸையொட்டி எஸ்தர் அக்கா எடுத்துத் தந்தாவ. கெஜம் ஒன்பது ரூபா ஸாரே. புல்லுப்போல பச்சே. தொட்டா குளத்துப்பாசி கணக்க குளுகுளுணு இருக்கும். ஒரு தடவெ போட்டுக்கிட்டு சவேரியாரு கோவிலுக்கு திருவிழாவுக்குப் போனதுதான் உண்டு. எடுத்துக்கிடுவானுவளா ஸாரே, போலீசுக்காரனுவ? நான் விடமாட்டேன். எனக்கு என்ன ஸாரே பயம் அவனுவளே. கடிச்சு முழுங்கியா போடுவானுவ? ஸாரே, நான் கடுவாக் கூண்டுலேந்து தப்பிச்சு வந்தவ. நான் எப்படியும் வாங்கிப்போடுவேன். இப்பம் மூணு நாளாட்டு இந்த வேட்டியைக் கட்டிக்கிட்டு நிக்கேன். எங்க ஊரிலே கட்டுது உண்டும் சாதாரணமாட்டு. ஆனா இங்கேன்னு சொன்னா கொறச்சிலாட்டு இருக்குது. கோர்ட்டுக்குப் போகுதுக்கு ஸாரி இருக்குது. வக்கீலுக்கு பெஞ்சாதி தந்தாவ ஸாரே. இந்தப் பேப்பரே எல்லா ஜனங்களும் பாப்பாங்களா ஸாரே? ஸாரே, உங்க படம் பேப்பரிலே அடிச்சு விட்டிருக்கானுவளா? நல்லாப் படம் புடிக்கிற ஆளெத் தெரியுமா ஸாரே? சொல்லி அனுப்புவேளா? இதெ இருட்டாட்டு எடுத்துப்போட்டான். மண்டூஸ¬. இன்னைக்கு ஸ்கூலு காம்பௌண்டிலே ஏறி வாறேன், எதிர்த்தால ரெண்டு பையன்மாரு வந்தானுவ. அதில ஒருத்தன், கூட வாறவன் கிட்டே கேக்கான். 'இவ சாடையிலே பேப்பரிலே வந்தால இருக்குல்லா ...?' அப்படீனு. நான் நின்னு பேசலே. வக்கீலு ஸாரு சொல்லியிருக்கு ஒரு மாதிரிப்பட்ட கச்சிக யாரிட்டேயும் வாயெக் குடுக்கப்

படாதுன்னு. உங்ககிட்டேப் பேசினா என்னா ஸாரே? நீங்க அந்தஸ் தான ஆளுதானே? போட்டோ நல்லா எடுத்தாமில்லே பொடிப்பய. எங்க அக்காளுக்குக் கல்யாணத்துக்கு எடுத்திருந்து. குழித்துறைக்காரன் மலையாளி வந்து பல்புத் தட்டி எடுத்தான். என்னண்ணு இருந்து! இதெக் கண்டா நான் கரிக்கறுப்புன்னுதானே ஆளுக நெனக்கும் ஸாரே? ஸாருக்கு குழந்தைக உண்டுமா? பிஸினஸ் உண்டுமா, ஸாரே? நேத்து ஒரு வயசான அம்மா - மூக்குத்தி போட்டிருந்தாவ - பூ பறிச்சுக்கிட்டு நின்னாங்களே அந்திக்கு, தாயாரா? தாயாருதான். சாடெ அச்சுப்போல தெரியுதே. நீங்க மீன் எடுப்பேளா ஸாரே? எடுக்க மாட்டிய, அப்படித்தானே? ஸாரே... நீங்க பந்தடிக் கிளப்புலே மெம்பரா? மெம்பர்னு சொன்னா பேரெ வெட்டிப் போடச் சொல்லுங்க. உங்களெ மாதிரி அந்தஸ்தான ஆளுக்கு அந்த இடம் கொள்ளாது ஸாரே. நீங்க வீட்டிலேயே மேடை போட்டு ஆடலாமே, புருஷனும் பெஞ்சாதியுமாட்டு. தாராளம் இடம் கெடக்கே. என்ன ஸாரே, நான் சொல்லுது மிஸ்டேக்கா? மி ஸ்டேக்குன்னு சொன்னா சொல்லிப்போடுங்க...''

எனக்கு அப்படியே அவளை என் வீட்டுக்கு வரச்சொல்லி அவளுடைய வாழ்க்கை வரலாற்றை நினைவு தெரிந்த நாளிலிருந்து அன்று வரையிலும் நுணுக்கமான விவரங்களுடன் கேட்டுத் தெரிந்து கொள்ள வேண்டுமென்ற எண்ணம் ஏற்பட்டது. மூடை மூடையாய் அபூர்வமான கற்கள் வைத்திருக்கும் ஒரு வியாபாரி ஒரு பிடி எடுத்துக்காட்டி நிறுத்திக்கொண்டது போலவே இருந்தது அவள் பேசி முடித்தது. என் மனசில் கணக்கற்ற கேள்விகள் முளைத்தன. பல கேள்விகள் கேட்க முடியாதவை. அதுவும் கேட்கக் கூடியவர் களுக்குக் கேட்கக்கூடியதாகவே படலாம். எனக்குப் பழக்கமில்லை. அக்கேள்விகளைக் கேட்கக் கூடியவனாகப் பிறர் என்னை நிதானிக்க மாட்டார்கள் என்பதனாலேயே என்னால் கேட்கமுடியாத கேள்விகள் அவை. எதிரே பெண்மையின் வடிவில் ஒரு அனுபவச் சுரங்கமே நின்றுகொண்டிருப்பதுபோல் பட்டது எனக்கு. அந்த இருபத்தியோரு நாட்களிலும் எத்தனையெத்தனை விசித்திரமான அனுபவங்களுக் கெல்லாம் ஆளாகியிருப்பாள் அவள்? மனிதனின் சல்லித்தனமான பலகீனங்கள் எவ்வளவு அப்பட்டமாகத் தன்னை அவள்முன் காட்டிக் கொண்டிருக்கும்! நினைத்து நினைத்து அழும்படியானதும், சிரிக்கக் கூடியதுமான எத்தனை அனுபவங்கள் அந்தக் குறுகிய காலத்திலேயே ஏற்பட்டிருக்கும். அவற்றையெல்லாம் நான் ஓர் ஆண் என்பதை மறந்து அவளால் என்னிடம் சொல்ல முடியுமா?

அவளிடம் என்ன கேட்கவேண்டுமென்பதையோ, எதிலிருந்து ஆரம்பிக்கும்படியாகக் கேட்டால் சுருளைச் சுலபமாக விரிக்க அவளுக்கு ஏந்தலாக இருக்குமென்பதையோ என்னால் தீர்மானிக்க முடியவில்லை. பேச்சின்றி நிலவும் மௌனம் அவளை விடை பெற்றுக்கொள்ளத் தூண்டிவிடுமோ எனற பயமும் ஏற்பட்டது.

"கேஸ் போட்டாச்சா?'' என்று கேட்டேன்.

“போட்டாச்சு ஸாரே, குரியன் ஜார்ஜு ஒண்ணாம் பிரதி. பலவந்தப் படுத்தினாருன்னு சொல்லி இருபதினாயிரம் ரூபா கேட்டிருக்குன்னு வக்கீல் ஸாரு சொன்னாரு. கூட ஒன்பது பிரதிகள் உண்டும். இனிமேதான் இருக்கு ஸாரே, நாடகம். நான் ஒரு பொம்பு ளைன்னு சொன்னா குரியன் ஜார்ஜெ ஒரு பாடம் படிப்பிச்சிப் போடுவேன், ஸாரே. நான் இதோட அழிஞ்சி போயுட்டாலும் சாரமில்லை. உடுக்கத் துணியில்லாம பத்து வீடு எரந்து குடிச்சாலும் சரி. அவன் வாய்க்கு வயத்துக்கில்லாம வற பாவங்களெக் கெடுக்குது இதோட நிக்கணும். நாங்க பட்டினி பாவங்கதான் ஸாரே, இல்லேன்னு சொல்லலே. ஆனா மானம் மரியாதயோடெ பட்டினி கெடக்கறவங்க ஸாரே. எங்க ஊருக்கு மூணு மைலு கெழக்கே, பரப்புவிளைனு கேட்டிருக்கேளா, ஸாரே? வீட்டிலே பெரிய மனிஷி யாட்டு இருந்த புள்ளே ஸாரே, அந்தஸ்தான குடும்பம்தான். ஒரு கொறை சொல்லிக்கிட முடியாது. தாயும் தகப்பனும் சோதர சோதரிகளும் கண்ணுக்குள்ளேதான் வச்சுப் பாத்துக்கிட்டுருந்தாவ. அந்தப் புள்ளே எப்படியோ பெசகிற்று. ஆளு யாருன்னு தெரியாது. தூணிலே கட்டிவெச்சு அடிச்சாரு தந்தெ. கை காலும் ரத்தம் கக்குது. அவ பேரைச் சொன்னாளில்லே. பாருங்க ஸாரே, இந்த மாதிரி குடிசை. அதுக்கு பின்னாலே கையும் காலையும் கட்டிப் போட்டு வாயிலே துணியடைச்சு தாயும் தந்தையும் கூடப்பிறப்புகளும் சுற்றிவர நின்னுக்கிட்டு மண்ணெண்ணையை விட்டு எரிச்சுப்போட் டாங்க ஸாரே! எட்டு மாசம் வயத்திலே! ‘என் மவளே, என் கண்ணு, என் ராசாத்தி, இப்பம் ஒனக்குச் சதை வேகுது சொகமாட்டு இருக்கா? இப்படித் தான் இருந்து மகளே எனக்கும், உன்னை வாயும் வயிறுமாட்டுப் பார்க்கயிலே’ அப்படீனு தாயாரு சொல்லிற் றாம். பதினாறாம் பக்கம் செத்துப் போயிட்டு ஸாரே அவளுக்க அம்மா. நான் அந்தப் பக்கத்துக்காரி. என்ன ஒருத்தன் கெடுக்கணும்னு நெனச்சா நடக்குமா ஸாரே? பணத்தைக் காட்டினா நான் பல்லைக் காட்டிருவேன்னு நெனச்சுக்கிட்டு இருக்கானுவ. இன்னா பாத் தேளா . . .?” என்று முகத்தைத் தூக்கிக் காட்டினாள்.

தாடையில் ஒரு அங்குலத்திற்கு ஒரு காயம் பொருக்காடியிருந்தது.

“புடிச்சுத் தள்ளினது ஸாரே. கட்டிலுக் காலு பட்டு ரத்தம் கொட்டிச்சு. நான் சொல்லிப்போட்டேன். ஒண்ணுலே நான் ஒன்னக் கொல்லணும். இல்லைன்னு சொன்னா நீ என்னக் கொல்லணும். குஞ்சு பிள்ளை கதவுக்கு வெளியிலே நின்னுகிட்டுக் கத்துதான், ‘மரியம்மே, மொதலாளிக்கு இஷ்டமாட்டு நடந்துக்கோ. இல்லைன்னு சொன்னா ரொம்பக் கஷ்டப்பட்டுப் போவே. சொல்லிப்புட்டேன்’ அப்படீன்னு. நான் சொன்னேன், ‘நீ வீட்டுக்குப் போயி உன் கூடப் பொறப்பே கூட்டிக்கிட்டு வா’ன்னு. நான் சொன்னது மிஸ்டேக்கா ஸாரே?”

“ரொம்ப சரி.”

பொன்னம்மையின் தலை குடிசைக்கு வெளியே தெரிந்தது. "வா அத்தே" என்றாள் மரியம்மை. பொன்னம்மை வெளியே வந்தாள். அவளுடைய முகம் ஆச்சரியத்தில் விரிந்தது. அன்று வரையிலும் நான் அவளுடன் ஒரு வார்த்தைகூடப் பேசியவன் அல்ல. பெண்களைக் கண்டாலே ஒதுங்கிப் போய்விடக்கூடிய சுபாவம் எனக்கு. மரியம்மையிடம் நான் பேசிக்கொண்டிருந்தது அவளுக்கு மிகுந்த வியப்பை அளித்திருக்கும். அதை அவ்வளவாக வெளியே காட்டிக் கொள்ளாமல் சமாளித்தபடி அவள் பேச ஆரம்பித்தாள்.

"செல்லத் தங்கம், சாமிகிட்ட உனக்குக் கதையெல்லாம் சொல்லு தையாக்கும். நீ பொண்ணாட்டுப் பொறந்த கதை. உனக்குத் தாய்க்கு நல்ல நேரத்திலேதான் வயிறு திறந்து. கடவுளே! பூச்சியாட்டுப் பொறந்தாலும் பொண்ணாட்டு பொறக்கக் கூடாதுன்னு சொல்லு துண்டும். இவ எடுத்த ஜென்மம் இனிமே உலகத்திலே எந்தப் பொண்ணும் எடுக்கப்படாது சாமீ. அவளுக்குக் கதையைக் கேட் டாலே புல்லரிக்கு. மாரும் நெஞ்சும் படபடனு வருது. எப்படித்தான் அந்த இடத்திலே தன்னந் தனியாட்டு இருபத்தியோரு நாள் இருந்து போட்டாளோ? ஆனா தங்கக் காப்பு செய்து போடணும் சாமீ அவளுக்குக் கையிலே. ஒரு அப்பனுக்கும் ஒரு அம்மைக்கும் பொறந்தவதான்னு காட்டிப் போட்டா. ஆயிரம் அவிசாரி திரிஞ்சுட்டுப் போட்டும், சாமீ. இவ பேரைச் சொல்லிக்கிட்டே இன்னும் நூறு வருசத்துக்குப் பொம்புளைங்க தலை நிமுந்து நடக்க லாம். நான் சொல்லுது எப்படி சாமீ?"

"சந்தேகமா?"

'இந்தப் பொண் உங்கிட்டே எப்படி வந்து சேர்ந்தது' என்ற கேள்வி நாவின் நுனி வரையிலும் வந்தது எனக்கு. ஆனால் என்னால் அதைக் கேட்க முடியவில்லை. மரியம்மை விஷயத்தில் எனக்குத் தோன்றிவிட்ட அக்கறையைப் பொன்னம்மையிடம் காட்டிக்கொள் வது விவேகமல்ல என்று பட்டது.

பொன்னம்மை குடிசைக்குள் போய்விட்டாள்.

விடைபெறும் முகமாய் என்னைப் பார்த்துச் சிரித்துவிட்டு மரியம்மையும் குடிசை வாசலில் போடப்பட்டிருந்த நார்க்கட்டிலைப் பார்க்கச் சென்றாள்.

நான் கிணற்றடிக்கு வந்து வாயைக் கொப்புளித்துவிட்டு வீட்டிற் குள் நுழைந்தேன்.

குழந்தைகள் பள்ளிக்கூடம் போய்விட்டன. அப்பா கடைக்குச் சென்றுவிட்டார். சீக்காளியான அம்மா இன்னும் எழுந்திருக்கவே இல்லை. அரவமில்லாமல் இருந்தது வீடு. மழை பெய்து ஓய்ந்தது போலிருந்தது. கூடமும், வாசல் திண்ணையும், பின்கட்டும் விஸ் தாரத்தை விளம்பரப்படுத்திக் கொண்டிருப்பதுபோல் இருந்தன.

அடுக்களைக்குள் நுழைந்தேன். தோசைக் கடை ஓய்ந்து விடக்கூடிய தறுவாயிலிருந்தது. இனிமேல் ஒரு மணி நேரம் இடை வெளி. அடுத்த பரபரப்பு பத்து மணிக்கு மேல் ஆரம்பம். மனைவி குளிப்பதற்கு ஆயத்தமாகிக் கொண்டிருந்தாள்.

“கேட்டாயா விஷயத்தை’’ என்று சுவரில் சாய்ந்து குந்தி உட்கார்ந்துகொண்டேன்.

“ரெண்டாவது காபி ஆயாச்சுல்லியா?’’

“அதுக்குச் சொல்லலே இப்பொ. இந்த வாரம் திருவிதாங்கூர் நேசன் பார்த்தியா?’’

“மரியம்மை விஷயம்தானே?’’

பொட்டுப் போட்டாற்போல் அவள் கேட்டுவிட்டதை நான் சாதாரணமாகக் காட்டிக்கொண்டே, “படிச்சயா?” என்று கேட்டேன்.

“படிச்சேன். அம்மாவுக்கும் படிச்சுக் காட்டினேன். நேத்து மத்தியானம் பெரிய சர்ச்சை அதைப்பத்தி.’’

“யாருக்கும் யாருக்கும்?’’

“அப்பாவுக்கும் அம்மாவுக்கும்தான்.’’

மத்தியானம் இரண்டு இரண்டரை மணிவாக்கில் அப்பாவுக்கும் அம்மாவுக்கும் ஒரு பேச்சு ஆரம்பமாகும். நல்ல இணக்கமாக ஆரம்பித்துச் சில நிமிஷங்களில் கரகரத்துச் சர்ச்சை சம்வாதம் ஆகிய நிலைகளைப் படபடவென்று தாண்டி அப்பா போடும் கூப்பாட்டோடு முடிவுறும் ஒரு அன்றாட அயிட்டம் அது.

“ஏழைப் பொண்ணெப் பத்துத் தடியன்களா என்ன பாடு படுத்தியிருக்கான் பார்த்தேளா? இருந்தாலும் கலி முத்திப்போச்சு. லேசான ஆட்களா அப்படீனு அம்மா ஆரம்பிச்சா. அதுக்கு அப்பா, அந்தப் பெண்ணெப்பத்தி உனக்கு என்ன தெரியும்? எப்பேர்பட் டதோ யாரு கண்டா? கெட்டுச் சீரழிஞ்ச கழுதையா இருக்கும். நாம் என்னத்தைக் கண்டோம் அப்டீன்னு சொன்னார். அம்மா விடுவளா? பேப்பரிலே பத்தி பத்தியாப் போட்டிருக்காளே பாக்க லையா? இதுக்கு மேலே என்ன வேணம்? இருந்தாலும் பணக்காரத் தடியன்களுக்கும் படிச்ச தடியன்களுக்கும் கொழுப்பு மிஞ்சித்தான் போச்சு. தட்டிக்கேட்க ஆளில்லை என்கிற கொழுப்பு அப்டீனு சொன்னா. அதுக்கு அப்பா, இந்தப் பேப்பர்காரங்களுக்கு வேறு என்ன ஜோலி? பேனா கையிலே இருக்கு. நம்ம மாதிரி பத்து சும்பன்கள் காசு கொடுத்து வாங்கிப் படிக்கத் தயாரா இருக்கான். எதையாவது எழுதுவன்கள், பேச்சை விடு அப்டீனு ஒரே போடாய்ப் போட்டுட்டார். அம்மா வாய் அடங்கிப் போச்சு.

“ஆமாம், உங்ககிட்டே ஒண்ணு கேக்கணும்னு நெனச்சேன். இது சம்பந்தமா இன்னும் பெரிய மனுஷா பேர் எல்லாம் அடி படறதேன்னு சொல்றாளே, யாராருனு உங்களுக்குத் தெரியுமா?’’ என்று கேட்டாள் மனைவி.

“எனக்குப் பயமா இருக்கு.”

“எதுக்கு?”

“என்னையும் பெரிய மனுஷா லிஸ்டுலே சேத்துடுவானோன்னு.”

“நீங்கதான் தங்கக் கம்பியாச்சே!”

“ஒவ்வொரு பெண்டாட்டியும் இப்படியேதான் நெனச்சுண்டிருக்கா. சூரியன் ஜார்ஜு சம்சாரத்துட்டேக் கேட்டுப்பாரு. அவளும், ‘என் புருஷனா ராமச்சந்திர மூர்த்தியின்னா’ன்னு சொல்லிடுவள். இங்கே முச்சந்தியிலே சீரழியறது அவளுக்குத் தெரியாது ...”

“பொம்புளைகள் என்ன செய்வா? சாது ஜென்மங்கள். ஆம்புளைகள் வெளியிலே பண்ற திரிசமன் அவாளுக்கு எப்படித் தெரியும்?”

“பொம்புளைகள் வீட்டோடதானே இருக்கா. ஒண்ணும் தப்பா நடந்துடாதுன்னுதான் ஆம்புள்ளைகளும் நம்பிண்டிருக்கா. எவ்வளவோ நடந்தாச்சு. அனேகர் நம்பி நம்பி ஏமாந்து கட்டமண்ணாப் போயாச்சு. புத்தி வரமாட்டேன் என்கிறது. எவ்வளவு பட்டாலும் தெரிய மாட்டேன் என்கிறது. என்னதான் இருந்தாலும், என் பொண்டாட்டியா, ஊஹூம், ஒரு நாளும் இருக்காதுன்னே நெனச்சுடரான்கள் மன்னன்கள். அடுத்த வீட்டுக்காரன் பொண்டாட்டி, பின்வீட்டுக்காரன் பொண்டாட்டி, எதிர்வீட்டுக்காரன் பொண்டாட்டியெல்லாம் முன்பின்னா ஒரு தினுசா இருக்கலாம். தெரிஞ்சது பாதி தெரியாதது பாதீனு இருக்கும். என் பொண்டாட்டி சீதா தேவி. வில்லை ஒடிச்சுப் பண்ணிண்டு வந்திருக்கேன். பேசப்படாது அப்படின்னே கடைசிவரையிலும் நம்பிண்டு இருந்துடரான்கள் ...”

“பிலாசபி ஆரம்பமாச்சு! நான் பேச்சை நிறுத்திக்கறேன்.”

“இந்தப் பாரு, அதுக்குச் சொல்லலை. இந்த அப்பா இருக்காரே, உலகத்திலே எதையாவது உண்மைனு நம்புவாரோ? குடலை அறுத்துக் காட்டினா வாழைநார்னு சொல்லட்டும். வாழை நாரையே வாழை நார்தானோன்னு கேக்காமலாவது இருப்பாரோ? அவருக்குன்னு தனியா ஒரு புத்தி இருக்கத்தான் இருக்கு. அதை அப்பழுக்கில்லாம அந்த மேனிக்கு அவர் இன்னிவரையிலும் காப்பாத்திண்டு வர ஆச்சரியம்தான் எனக்கு தீர்ந்தபாடாய் இல்லை. கடைக்காவூர் பக்கம் ரயில் கவிழ்ந்து இருபத்தி மூணுபேர் செத்துப் போயுட்டான்னு சொன்னவுடனே, பிராமணா யாராவது உண்டோடா அதிலேனு கேட்டவர்தானே இவர். நன்னாப் பாருடா, இந்த அசடுகள்தான் முதல்லே போயி ஏறும் கவிழப்போற ரயில்லே. கூட இருக்கிறவனும், சாமி இது ஒரு மணி நேரத்துக்கு முன்னாலே போயுடும்னு ஏத்தி விட்டுடுவன்கள். பிராமண விசுவாசம் கம்பிளீட்டாப் போயுடலைனு இதுவும் உள்ளூர சந்தோஷப்பட்டுண்டு அந்த வண்டியிலே ஏறித் தொப்ன விழுந்து சாகும்.”

“எல்லோரும் கம்யூனிஸ்டா இருப்பாளா?”

“என்ன கேட்டே? எல்லாரும் கம்யூனிஸ்டா இருப்பாளான்னா? கம்யூனிஸம் இங்கே எங்கே வந்தது?”

“இப்படியெல்லாம் கரால் பண்ணினா எனக்குப் பதில் சொல்லத் தெரியாது. நான் பி. ஏ. இல்லை; எம். ஏ. இல்லை; வெறும் ஐ. ஸி. எஸ். தான்” என்று தன்னுடைய வழக்கமான ஹாஸ்யத்தை உதிர்த்தாள்.

நான் கடகடவென்று சிரிக்க ஆரம்பித்து நிறுத்த வேண்டிய இடத்தில் நிறுத்தாமல் தொடர்ந்து சிரித்துக்கொண்டே இருந்தேன்.

பேச்சை நிறுத்திக் கொள்வோம் என்ற பாவனையை எனக்கு உணர்த்தும் பொருட்டு முகத்தில் கடுகடுப்பு ஏற்றியபடி கொல்லைத் திண்ணைக்குச் சென்று மட்டிக்கால் போட்டு அமர்ந்து கீழே கிடந்த பத்திரிகையை எடுத்துப் புரட்ட ஆரம்பித்தாள்.

நான் எழுந்து பின்திண்ணைக்குச் சென்றேன்.

“அப்பாவுக்கு அதில்லே. இவ்வளவு பெரிய மனுஷாள்ளாம் இதிலே அகப்பட்டுக்கொண்டு முழிக்கும்படியா ஆயுடுத்தேன்னு வருத்தம் அவருக்கு. குரியன் ஜார்ஜுனு சொன்னா லேசா? முந்திரிப் பருப்பு ஏற்றுமதியிலே லக்ஷம் லக்ஷமா வாரிண்டிருக்கான். திருவனந்த புரம், கொல்லம், கோட்டயம்னு ஊர் ஊரா பங்களா இருக்கு. நாலு கார் இருக்கு. எட்டு நாய் இருக்கு. பதினாலு வேலைக்காரன் இருக்கான் . . .”

“முப்பத்திரண்டு பல் இருக்கு . . .”

“ஃபோன், ஃபிரிஜ், ஏர் கண்டிஷன், டேப் ரிக்கார்டர், கான்வென்டு குழந்தைகள், பெரிய தொந்தி எல்லாம் இருக்கு. வீடு மகாராஜா கொட்டாரம் மாதிரி இருக்கு. அவனே ராஜா மாதிரியிருக்கான். ரெண்டு ராஜா சேர்ந்து நிக்கற மாதிரி. அவன் பெண்டாட்டி விக்டோரியா மகாராணி மாதிரி ரெண்டு கன்னத்திலேயும் ரெண்டு ஆப்பிள் பழத்தை ஒட்ட வெச்சுண்டு நிக்கறா. இப்படி வந்து அகப்பட்டுக் கொண்டுவிட்டானேனு அப்பாவுக்குக் கனவருத்தம். அவன் பாட்டுக்கு அவளைக் கூட்டிக்கொண்டு பம்பாய்க்கோ கல்கத்தாவுக்கோ போயிருக்கப்படாதோனு தன் மனசுக்குள்ளே நெனச்சுக்கறார் . . .”

“ஆனா அது எப்படியோ உங்களுக்குத் தெரிஞ்சுடறது . . .”

“பெரிய மனுஷன்னு சொன்னா சில சில பலஹீனங்கள் இருக்கத் தான் செய்யும். அதெக் கண்டுக்காம இருக்கிற புத்திசாலித்தனம் இந்தப் பாழாப்போன உலகத்துக்கு என்னிக்குத்தான் வரப்போற தோன்னு விசாரப்படறார். இன்னும் கேஸு பெரிசாச்சுன்னா, சாஸ்திரிகள் சர்மாக்கள் பண்டித சிரோமணிகள் தாத்தாச்சாரியார் கள் தீக்ஷிதர்கள் எல்லோரையும் மரியம்மை புசு புசுன இழுத்து முச்சந்தியிலே தூக்கி எறிஞ்சுடுவளோனு நெனக்கறதே வயத்தெக் கலக்கிண்டு வறது அவருக்கு. குடுமியும் பூணூலுமா கூண்டுலே ஏறி நின்னான்னா தெரியும்! சன்னம் சன்னமாக் கிழிச்சி எறிஞ்சுடு வன் வக்கீல். ஸமஸ்கிருதத்திலே ஒரு கொட்டேஷனைச் சொல்லித் தப்பிச்சுக்க முடியாது. ஆனா, போன வருஷம் நம்ம சொந்தத்திலே, மன்னிக்கணும், என் சொந்தத்திலே - இப்பொ அவாளெ சொந்தம்னு

அப்பா சொல்லிக்கிறதில்லை; இருந்தாலும் - ஒரு பெண்ணை ஒரு நாயர் பையன் கொத்திண்டு போயுட்டான்னு காதிலே விழுந்ததும் ரத்தம் கொஞ்சம் கொதிக்கத்தான் செய்தது அப்பாவுக்கு. போன ரத்த அழுத்தம் திரும்பிடுமோன்னு பயமாக்கூட இருந்தது. இதுக்கெல்லாம் காரணம் என்னன்னு கேட்டா அவர் கம்யூனிஸ்டா இல்லாததுதான் என்கிறதான ரகசியத்தைத் தெரிஞ்சுக்கும்படியா ஒரு சந்தர்ப்பமும் இப்போத்தான் ஏற்பட்டது . . .''

"தெரியாமச் சொல்லிட்டேன்; வாபஸ் வாங்கிக்கறேன்.''

"மரியம்மை சொல்றா உயிரைக் கொடுத்தாவது ஒரு கை பார்க்கப் போறேன்னு. எனக்கு ரெண்டு கோட்டை விதைப்பாட்டை வித்தாவது அந்தப் பணத்தை அவ கையிலே திணிச்சு, விடாதே . . . பிடி . . . ஓட ஓட விரட்டுனு சொல்லணும்போல ஆசையா இருக்கு.''

"ஆமாம், மரியம்மை உங்களெப் பாத்துச் சொல்லாமலிருப்பாளா? வந்துட்டுப் போறதப் பாத்தேனே! இந்த ரெண்டு கண்ணாலையும் பார்த்தேன்.''

"இதுக்கு முன்னாலையும் சொல்லியிருக்கேன்; இப்பவும் சொல்றேன். பார்க்காதது எல்லாம் நடக்காததுன்னு நெனச்சுக்காதே. பார்க்கறதுதான் உண்மைனும் நெனச்சுக்காதே. நம்மால கொஞ்சம் போலதான் பார்க்க முடியும். மலையெப் பாத்தா மலைக்குப் பின்னாலே என்ன இருக்குன்னு தெரியாது நமக்கு. ஒரு எலுமிச்சம் பழத்தைக் கண் முன்னாலே நீட்டிப்பிட்டா மலையே மறைஞ்சு போயுடறது நமக்கு. இதுக்கு மேல கொஞ்சம் எட்டிப் போய்ச் சொல்றதுன்னு சொன்னா, ஒண்ணெப் பாத்தா, சரிதான், இது இப்படி இருக்கு. அதனாலே இது இப்படிப்பட்டது. அப்படீன்னு நெனச்சுக்காதே. இது இப்படி இருக்கிறதாக இப்பொ என் கண்ணுக்குத் தெரியறது; ஆனா எப்படிப்பட்டதோ அப்படீனு நெனச்சுக்கோ. கண்ணுக்குத் தெரியறதும் நிஜம்தான். ஆனா அது ஒரு நிஜம். அதுக்கு மேலே இன்னொண்ணு, அதுக்குமேலே இன்னொண்ணு, இப்படியே நிஜங்கள் வரிசையா வந்துண்டே இருக்கு. பாம்புதான் சட்டை உரிச்சுக்கும்னு நெனச்சுக்காதே. இந்த உலகத்திலே உயிர்களும் பொருள்களும் ஒண்ணு பாக்கியில்லாமப் பூராவும் சட்டை உரிச்சுண்டேதான் இருக்கும். பாக்கப் பாக்கச் சட்டைகள் கழன்றுபோறது தெரிஞ்சுண்டேதான் இருக்கும். இதுக்கு மேலேயும் கொஞ்சம் எட்டிப்போய்ச் சொல்லலாம்தான். ஆனா தாத்பரியம் உள்ளவளா, சொன்னாப் புரிஞ்சுக்கக் கொஞ்சம் மூளையும் உள்ளவளாப் பாத்துச் சொல்லூனு பெரியவா சொல்லியிருக்கா. அதனாலே இதுக்கு மேல போக வேண்டாம்னு படறது . . .''

"எல்லோரும் உங்கள் மாதிரி மூளை உள்ளவளா இருந்துட்டா இந்த உலகம் தாங்கணுமே . . .''

"அதனாலே என்ன சொல்ல வந்தேன்னு சொன்னா, கண்ணாலே பாக்காட்டாலும், எப்பவுமே ரொம்ப விஷயங்கள் நடந்துண்டுதான்

இருக்கு, நடந்துண்டுதான் இருக்கும்னு நெனச்சுக்கோ. மரியம்மையெப் பாத்துக் கொஞ்சம் பேசறியா? புரியாதது எல்லாம் புரிய ஆரம் பிக்கும்...''

“நீங்க சந்திச்சுப் பேசியாச்சில்லையா? அது போரும்...''

“சந்திச்சுண்டோம். ரொம்ப நேரம் பேசிண்டிருக்க முடியலை. பாரத தேசம். அதிலேயும் தென்கோடி. நானோ சநாதன ஹிந்துக் குடும்பத்து ஏக வித்து. கூடப்பிறந்த சகோதரி சின்ன வயசுக்காரியா இருந்தா வெளியிலே கூட்டிண்டு போகப்படாதுன்னு நெனக்கிற தேசம். பாக்கறவா பெண்டாட்டீன்னு நெனச்சுடுவாளாம். ஆணும் பெண்ணும் சாட்சிகள் இல்லாம சந்திச்சுக்க முடியாதபடி எப்படியோ ஒரு ஏற்பாட்டை நெடுகப் பின்னி வெச்சிருக்கா பெரியவா. முள் வேலிகளைக் குறுக்கும் மறுக்குமா வளைச்சு வளைச்சுக் கட்டித்தான் கற்புனு சொல்ற ஜ்வாலையெ அணையாமக் காப்பாத்த முடியும்னு தெரிஞ்சுண்டிருக்கா பெரியவா. புருஷன் செத்துப்போயுட்டா அவன் பெண்டாட்டியின் ஜ்வாலையெக் காப்பாத்தறதுக்கு அவளையே ஜ்வாலையிலே தள்ளிப்புடறது என்கிற சுலபமான வழியெக் கண்டுபிடிச்சிக் கையாண்ட தேசம். அதனாலே அதிகமா நின்னு பேச முடியலே. மேலும் அவள் காட்டுஜாதி. நாகரிகம் இல்லாதவள். நானோ பூலோக தேவன். இருந்தாலும் ரெண்டொரு வார்த்தை பேசினா. கேக்கவே கஷ்டமா இருக்கு. கைக் குழந்தையைப் பத்துக் கழுகுகளாகத் தூக்கிண்டு மலையுச்சிக்குக் கொண்டுபோய்க் கொத்திக் கொத்தித் தின்ன கதையா இருக்கு. ரொம்பக் கேட்டுக்கவும் பயமா இருக்கு. அவ உடம்புக்குத்தான் வயசாயிருக்கே தவிர மனசு நம்ம மீனாக்குட்டி மாதிரிதான் இருக்கு. சினிமாவுக்குக் கூட்டிண்டு போகமாட்டேன்னு சொல்றீயே, அப்பொ தோசையாவது வார்த்துத் தானு சொல்லதே மீனாக்குட்டி, அந்த தினுசாத்தான் இருக்கும். இறைச்சியும் மீனும் வயத்திலே வஞ்சகமில்லாம விழுந்ததிலேயும், நன்னாக் குனிஞ்சு நிமுந்து வேர்வை கொட்டினதிலேயும் உடம்பு மதமதனு வளர்ந்திருக்கே தவிர மனசு பத்து வயசுக்கு இந்தப்பக்கம் இன்னும் தாண்டி வரலே. அதனாலே பச்சை விஷயங்களையும் வெள்ளையா நெனச்சுண்டு பேசிடுவாளோன்னு பயமா இருக்கு. நீ அவளைச் சந்திச்சுப் பேசினா அது ரொம்ப அழகான காரியமாக இருக்கும். இருபத்தியோரு நாளும் இந்தத் தனி அறையிலே அடைச்சுக் கிடக்கிற காலத்திலே வந்துசேர்ந்த தாசீல்தார்களும், கம்மீஷனர்களும், ஏ. எஸ். பிக்களும், டி. எஸ். பிக்களும், டாக்டர்களும் நாடியைத் தாங்கினாளா, இல்லை, யாரும் பாத்துண்டிருக்கலையேன்னு பாதத்தைப் பலமாப் பிடிச்சுண்டு அழ ஆரம்பிச்சுட்டாளா, என்ன என்னப் பேசினா, எப்படி எப்படிப் பேசினா, படபடன காதல் வசனங்கள் பேசறத்தே யார் யாருக்குப் பல்செட்டு கழந்து விழுந்தது, பிராயச்சித்த மந்தரங்களை முன்னாடியே ஜெபிச்சுண்டவர் உண்டா அந்தக் கூட்டத்திலே, இவ்வளவு பேருக்கும் இடம்கொடுக்காம அந்த அபலையால் எப்படி சமாளிச்சு நிக்க முடிஞ்சது, இவ பல் கடிபட்டு

யாராவது அழுதாளா, கடிச்சாலும் சுகமாகத்தான் இருக்குனு அதையே காதல் வசனமா மாத்திண்ட புத்திசாலித்தனத்தைப் பார்க்க முடிஞ்சுதா என்கிறதான விஷயங்களையெல்லாம், தாழ்ந்த குலத்திலே பிறந்தவளும், மாமிச பக்ஷிணியும், அடிக்கடி நகத்தைக் கடிப்பவளுமான அவளை தீக்ஷதர் குடும்பத்துக் குல விளக்கும், வைதீக ரத்னாகர சுந்தர கனபாடிகளின் பௌத்திரியும், கர்மானுஷ்ட சம்மன்னரான மகாதேவ சாஸ்திரிகளின் சீமந்த புத்திரியுமான நீ, உன் கவுரவத்திற்கு ஹானியில்லைன்னு சொன்னாப் பார்த்துப் பேசி, நம்ம பேசற கொச்சைக்கு அவ பேசற கொச்சை வித்தியாசமா இருக்கிறதேனு அவ்வளவாய்ப் பொருட்படுத்தாமல், விஷயத்தை மட்டும் நைஸா கிரகிச்சுண்டு வந்து, உன் பர்த்தாவான என்னிடமும் சொல்லக் கூடுமென்றால் அது எவ்வளவு உத்தமான காரியமாக இருக்கும்! திருவுளம் எப்படியோ?''

“சப்ளாக்கட்டை உள்ளே இருக்கு. எடுத்துண்டு வரட்டுமா?''

“ரொம்ப தூரமில்லே. டாக்சி ஜட்கா வண்டி வேண்டாம். இதோ இந்தக் கொல்லைக் கருவேப்பிலை மரத்தடியிலே நின்னுண்டு மரியாக்கான்னு கூப்பிட்டா என்னான்னு கேட்டுண்டு வந்துட்டுப் போறா. இல்லை எட்டிப்பார்த்தாலும் போரும். மதமதனு அந்தக் குழந்தை நார்க்கட்டிலே படுத்துண்டு, தேடி வந்து கொஞ்சிப் பேசி அசடு வழிஞ்ச மூஞ்சிகளையெல்லாம் இப்பொ சாவதானமா நெனச்சுப் பாத்துண்டு, தனக்குத்தானே சிரிச்சுண்டிருக்கிற மதன மோஹன ரூப லாவண்யம் கண்களுக்குப் புலனாகும்...''

என் மனைவி வெடுக்கென்று எழுந்திருந்து கொடியில் தொங்கிய துண்டை உருவித் தோளில் போட்டுக்கொண்டு ஸ்நான அறைக்குள் நுழைந்து கதவைச் சாத்திக்கொண்டாள்.

அன்று மாலை ‘திருவிதாங்கூர் நேசன்’ காரியாலயத்திற்குப் போனேன்.

“வேய்! வாரும். வழி தப்பிட்டாக்கும். நம்ம ஆபீசுக்கெல்லாம் வாறத்துக்குப் பயப்படுவேரே வேய்! துணிஞ்சு வந்து போட்டீரே! அப்பம் இன்னைக்கு மழை உண்டும்'' என்றான் இசக்கி.

“ஒண்ணுமில்லே. உன்னைப் பார்க்கணும்னுதான் வந்தேன்.''

“இரியும்'' என்றான்.

உட்கார்ந்தேன்.

இசக்கி என் முகத்தையே பார்த்தான்.

“உன்னைப் பார்த்துப் பாராட்டணும்னுதான் வந்தேன்.''

“பாக்குது சரி. பாராட்டு எதுக்கு?''

“என்ன அப்படிக் கேட்டுப்புட்டே? பாராட்டும்படியான காரியம் ஒண்ணும் செய்யலேன்னுதான் உன் எண்ணமா?''

“ஓ, மரியம்மை விஷயத்தைச் சொல்லுதேரா? அதுலே என்ன இருக்கு வேய் பாராட்டுதுக்கு! இதெல்லாம் பத்திரிகைக்காரனுக்குக் கடமைதானே.”

“கடமைனு நீ சுலபமாச் சொன்னது சரி. ஆனா இது எத்தனைபேர் ஞாபகத்திலே இருக்கு?”

“சரி, நமக்குத் தோணுது; செய்வோம். அடுத்தவனைப்பத்தி நமக்கு என்ன?”

“உன் முன்னாலே நான் சொல்லக்கூடாது. சொல்லக் கஷ்டமாத் தான் இருக்கு எனக்கு. இருந்தாலும் சொல்றேன். ரொம்பத் துணிச்சலான காரியம் நீ செய்திருப்பது.”

“நானும் பொறுத்துப் பொறுத்துத்தான் பார்த்தேன். எல்லாரும் ஒழுங்கா இருந்துடுவானுங்களா; கொஞ்சம் முன்பின்னா இருக்கும்; கண்ணை மூடிக்கிடுவோம்னுதான் இருந்தேன். லிமிட்டில்லாமக் கூத்தடிக்கதுக்கு ஆரம்பிச்சுட்டாங்க. வேற எங்கெங்கயோ புக் பண்ணிப் போற குட்டிகூட போலீசு புடிச்சா, பந்தடி கிளப்புக்குன்னு பொய்யெச் சொல்லித் தப்பிச்சிட்டுப் போகுதுக்கு ஆரம்பிச்சுட்டு வேய்! அங்கே போறதாகச் சொன்னா போலீசு பிடிக்க பயப்படுதான். டி. எஸ். பி. க்குப் போகுதோ, ஏ. எஸ். பி. க்குப் போகுதோனு நெனச்சுடு தான். இதெத் தெரிஞ்சு வச்சுக்கிட்டுக் குட்டிக எத்திட்டுப் போயிடுது. இருட்டினப் பெறவு அண்ணாடம் அங்கே போற குட்டிகளுக்கும் புட்டிகளுக்கும் கணக்குக் கிடையாது. யாரைக் கேட்டாலும் நாக்கை ஒரு முழத்துக்கு நீட்டி விமர்சனம் பண்ணிப்போட்டுப் போயுடறானுங்க. மணி கெட்டுதுக்கு ஆளில்லே. பின்னெ நான் பார்த்தேன். வந்தது போல வரட்டும்னு சொல்லி எழுதிப்போட்டேன். அவனுகளுக்கு இப்பம் எங்கிட்டேதான் கன கோபம். மொட்டைக் கடுதாசி வந்தவண்ணமாட்டு இருக்கு. குரியன் ஜார்ஜு கொலையே பண்ணிப் போடணும்னு ப்ளான் போடுதானாம். அப்படி ஏதாவது ஏற்பட்டுப் போச்சுன்னா பத்து பேராட்டுச் சேர்ந்து நம்ம குளந்தை குட்டிக ஒப்பேறுதுக்கு ஒரு வழி பண்ணி வையிங்க, தெருவிலே விட்டுப் போடாதீங்க.”

சிரித்துக்கொண்டே சொன்னாலும்கூட வெறும் ஹாஸ்யமாக மட்டும் கருதி இசக்கி அவ்வார்த்தைகளைச் சொல்லவில்லை என்று தான் எனக்குப் பட்டது.

“அப்படியெல்லாம் முடியுமா? என்ன இது, கத்தரிக்காய் வெண்டைக்காய் வெட்டுகிற விஷயமா?”

“அவனுகளுக்கு இது புதுசு இல்லை வேய்! உம்ம மாதிரி நெனச்சுக்கிட்டு இருக்கேரா எல்லோரையும். பின்னென்ன, போலீசுலேருந்து பலத்த பாதுகாப்பு தந்துகிட்டு இருக்காங்க. விசாரணை கமிட்டி முன்னுக்கும் வாக்குமூலத்திலே சொல்லியிருக்கேன். முடிஞ்சா இன்னும் ரெண்டு நாளிலே திருவனந்தபுரத்துக்குப் போயி திவான்ஜியையும் ஒண்ணு பார்த்துப்போட்டு வரணும்.”

"ஏது விசாரணை கமிட்டி?"

"நேசன் விஷயத்தை ரிப்போர்ட் பண்ணினதும் திருவனந்தபுரத்தில் பெரும் பரபரப்பு உண்டாயிட்டு வேய். மலையாள பேப்பர் எல்லாம் நான் போடற நியூசெ கவர் பண்ணதுக்கு ஆரம்பிச்சுட்டாங்க. நம்ம எடிட்டோரியல்லேருந்து பிட்ஸ் எடுத்துப்போடுதான். நிருபர்கள் கூட்டத்திலே திவான்ஜிகிட்டே சரமாரியா கேள்வி கேட்டிருக் கானுங்க. சரி, விஷயம் பெரிசாகும்னு தோணுது. வளரவிட வேண் டாம்னு திவான்ஜி ஒரு விசாரணை கமிட்டியெ நியமிச்சுப்போட் டாரு. நான் கமிட்டி முன்னுக்கு வாக்குமூலம் கொடுத்திரப்படா துன்னு சொல்லி குரியன் ஜார்ஜு கூட்டாளிக என்னென்னவோ செய்து பார்த்தாங்க. எனக்குப் போலீசு வான் வந்து அதிலே போய்க் குடுத்துப்போட்டு வந்தேன். நம்ம வாக்குமூலம் மட்டும் நாப்பது பக்கம் குறிப்பெடுத்திருக்கிறதாகச் சொன்னாங்க."

"எதுக்கும் கொஞ்சம் கவனமா இரு. அகால வேளைகளிலே சுத்த வேண்டாம்."

"என்னத்தை வேய் கவனிக்கச் சொல்லுதேரு. பொதுஜன சேவைனு சொன்னா இந்தக் கதைதாலா! இருந்தாலும் பயங்கரப் பரபரப்பு உண்டாயிற்று. நேத்து அந்தப் பொண்ணு கோர்ட்டுக்கு வாறயிலே கூட்டம்னு சொன்னா சுசீந்திரம் ஏழாம் திருவிழா மாதிரி இருக்கு வேய்! பாதி பயக்க நேத்து காலேஜுக்குப் போகலை. இப்பம் டாக்சியெ வெச்சுல்லா அவளெக் கூட்டிக்கிட்டு வரவேண்டியிருக்கு. நடந்து வந்துக்கிட முடியாது. அவ திருதிருன்னு முழிக்கா. ஞானமணி வக்கீலையும் சும்மா சொல்லப்படாது. அந்தரங்கமா உழைக்கான் மனுசன். இந்த மாதிரி எந்தக் கேஸையாவது அவருக்கு ஆயுசிலே படிச்சுப் பாத்திருப்பாரானு கேட்டா டவுட்டுதான். வைராக்கியம் வந்துட்டு. இல்லைன்னு சொன்னா ஒரு நாள் கோர்ட்டுக்கு வாறதுக்கு ஐநூறு ரூபா வாங்கறவரு பீஸு இல்லாம, அவளுக்கும் தன் கையிலேயிருந்து செலவு செய்துகிட்டுக் கேஸை நடத்துவாரா? அவருக்குப் படத்தெ வெச்சுக் கும்படணும். போலீசு கேஸை அமுக்கிப் போட்டானுவ, வாய்க்கரிசி போட்டு. இப்பம் இதுக்கு பலம்தான் பாக்கணும். கேசு செயிச்சுப்போட்டா பூரா ரூபாயும் எடுத்துக்கிடுங்க. எனக்கு மானம் ஜெயிச்சுருமில்லா, உங்க புண்ணி யத்திலே. அது போதும் அப்டீனு சொல்லுது அந்த பொண்ணு வக்கீலுக்கிட்ட. ரூபாய அவரு எடுத்துக்கிடவா செய்வாரு? அந்தப் பொண்ணுக்கு மனசைப் பாருங்களேன்!"

"இந்த விஷயம் சம்பந்தமா நான் ஏதாவது ஒத்துழைக்க முடியுமா? ஒரு சின்னக் காரியமாவது நாம் செய்தோம்னு இருக்கணும்கிற ஆசை . . ."

"உம்மக் கொண்டு என்ன எளவுக்கு கழியும் வேய்! புத்தகப் பூச்சிகளைக் கொண்டு உலகத்துக்குப் பிரயோசனம் ஏற்பட்டதாட்டுச் சரித்திரமே கிடையாதே." இசக்கி எழுந்து வந்து என் முன்னால் நின்று இரு கைகளையும் என் தோள்பட்டை மீது வைத்துக்கொண்டு,

“நீரெல்லாம் வந்து உற்சாகப்படுத்திப் போட்டுப் போறதே போருமே. யானை பலம் வந்தால இருக்கே!” என்றான்.

இசக்கியிடம் விடைபெற்றுக்கொண்டு வெளியே வந்தேன்.

மறுநாள் சாயங்காலம் என் அறையில் ஏதோ ஒரு புத்தகத்தைப் படித்துக் கொண்டிருந்தேன்.

மனைவி உள்ளே வந்தாள். என் எதிரே நாற்காலியில் அமர்ந்தாள்.

அவள் வந்த தினுசும் உடலசைவும் கொஞ்சம் கனமான விஷயத்தோடுதான் வந்திருக்கிறாள் என்ற எண்ணத்தை எனக்கு ஏற்படுத்திற்று.

பேச்சை அவளே ஆரம்பிக்கட்டும் என்ற எண்ணத்தில் அவள் முகத்தை ஏறிட்டுப் பாராமல் புத்தகத்திலேயே பார்வையை ஓட்டிக் கொண்டிருந்தேன்.

அவளிடமிருந்து ஒரு பொய் இருமல் வெளிப்பட்டது. அவ்வளவாக அதை நான் பொருட்படுத்தவில்லை.

“பூணூல்லே ஜேப்புக் கடிகாரத்தை மாட்டிண்டு அதை வேஷ்டி மடியிலே கட்டிக்கொண்டிருக்கிற ஒரு ஆசாமியை உங்களுக்குத் தெரியுமோ?”

“சட்டை போட்டுண்டிருப்பாரா?”

“ஊஹூம்.”

“நல்ல உசரமா?”

“ம்.”

‘ப்ளக் உண்டா?”

“உண்டு, சின்னக் குடுமி.”

“மாங்கா பரணி மூடி மாதிரி இருக்குமா?”

“அப்படீனு வெச்சுக்கோங்களேன்.”

“தெரியும்.”

“ஆள் எப்படி?”

“வேத வித்து.”

“வேத வித்தா?”

“வேதம், உபநிஷதம், கீதை எல்லாம் கரதலபாடம். பெரிய வாக்மி.”

“வாக்மீன்னா?”

“பிரசங்கி. சொற்பொழிவாளர். ஆரட்டர்.”

“போரும், போரும்.”

“என்ன விஷயம்?”

"இல்லே, கேட்டேன்."

"சரிதான்."

நான் புத்தகத்தில் பார்வையைத் திருப்பினேன்.

"என்ன படிக்கறேள்?"

"நாவல்."

"தேவலையா?"

"எங்கே போனாலும் மரியம்மை வந்துடறா. கதை ஆரம்பமாகி அஞ்சு பக்கம்தான் ஆயிருக்கு. அதுக்குள்ளே மரியம்மை வந்தாச்சு. இவ ஜெர்மன் தேசத்து மரியம்மை."

"மரியம்மையை மறக்க மாட்டேள் போலிருக்கே!"

"முடியலையே. ஆயிரம் பக்கத்திலே அவ சரித்திரத்தையே படிக்கணும்னுன்னா தோணறது."

"ஏன்?"

"அந்த சரித்திரமே பல சரித்திரங்களைச் சொல்லிடும்னு படறது."

"என்னன்ன தெரிஞ்சுக்கணுமோ கேளுங்கோ, சொல்றேன்."

"அடுக்களை வேலை ஒண்ணுமில்லையா? பத்துப் பொய் சொல்ற நேரத்திலே உபயோகமா ஏதாவது செய்யலாமே."

"ஏன் தெரிஞ்சுண்டிருக்க முடியாதா?"

"உன் கிளாஸ் மேட்டா அவள்? ரெண்டு பேரும் ஒண்ணாப் படிச்சேளா மெடிக்கல் காலேஜுலே?"

"இதெல்லாம் எதுக்கு? கேளுங்கோ சொல்றேன்."

"இதென்ன அசட்டுத்தனமான பேச்சு. அவ யாரோ நீ யாரோ? அவ எங்கேயோ இருக்கா, நீ எங்கேயோ இருக்கே. உனக்கு அவ கதையெல்லாம் தெரியுமாம். நான் அதை நம்பணுமாம். இன்னிக்கு இந்த நாவலைப் படிச்சு முடிச்சுடலாம்னு பார்க்கறேன். உனக்கு ஆக்ஷேபனையுண்டோ?"

"இருக்கட்டும். ரொம்ப மேல போயுடாதேங்கோ. கொஞ்சம் மிச்சம் வச்சுக்க வேண்டாமா நாளைக்கும். நான் பார்த்தேன் அவளெ."

"நிஜம்மாவா? பாத்தயா?"

"நீங்க பாத்தாப்பல நானும் பார்த்தேன். ஒரு பொம்பளைட்டே பேசுதுக்கு என்னா பயம் பயப்படறாரு உங்க புருஷன் அப்டீனு கேட்டா. துப்பறியும் நாவல் படிச்சுப் படிச்சு எதைக் கண்டாலும் பயப்படறார் இப்போ. முன்னாலே தைரியசாலியா இருந்தார்னுதான் அவ அம்மா இப்பவும் சொல்லிண்டிருக்கான்னு சொன்னேன்."

"ஆஹா, என்ன அழகான அறிமுகம்! எங்கே பார்த்தாய் அவளை? எப்படிப் பாக்க முடிஞ்சுது?"

"லேசுலே கீழே இறங்கி வரமாட்டேள் போலிருக்கே. நீங்க எந்த இடத்திலே பார்த்தேளோ அந்த இடத்திலேதான். மூணுநாளா

தினம் பாத்துண்டிருக்கேன், சாயங்காலம். முகத்துக்கு முகம் தெரியற வரையும் நின்னு பேசிண்டிருக்கோம். கதை கதையாச் சொல்றா.''

"எப்படிப் பார்க்க முடிஞ்சது? கருவேப்பிலை மரத்தடியிலே நின்னுண்டு ரொம்ப நேரம் 'மரியம்மே, மரியம்மே'னு கூப்பிட்டயோ? தொண்டை கட்டறதுக்குள்ளே வந்தாளா அவள்?''

"நான் எதுக்குக் கத்தறேன்? கன்னுக்குட்டியெப் பிடிச்சுக் கட்டப் போனேன். என் தலையெப் பாத்துட்டு அவதான் நார் கட்டில் மேலே ஏறி நின்னுண்டு, அம்மா, அம்மானு கூப்பிட்டா. போனேன். பேசிண்டிருக்கறத்தே ரொம்ப அந்தரங்கமா ஒரு இடம் வந்ததும், அண்ணன் நிக்கா? அப்டீனு கேட்டா. எனக்குப் புரியலை. முழிச்சேன். இல்லே, அண்ணன் பின்னால நிக்கா? கேட்டா கொறச்சி லுல்லா அப்டீனு சொன்னா. அப்புறம்தான் நீங்கதான் அண்ணன் என்கிறது தெரிஞ்சுது.''

"உறவு ரொம்ப நெருங்கியாச்சே!''

"நான் அண்ணி.''

"பேஷ்! ஆனா எனக்குப் பயமா இருக்கு.''

"அதுதான் எப்பவுமே இருக்கே. இப்போ எதுக்கு?''

"மாட்டிண்டுடுவோமோன்னு.''

"எதுலே?''

"இதுலே ஏதாவது . . .''

"சீச்சீ! அதெல்லாம் ஒண்ணுமில்லே. அவ மகா சாது. நீங்க வெறும் குழந்தைன்னு சொன்னேளே, அது ரொம்ப சரி.''

"அப்படியேதான் தோணறதா உனக்கும்?''

"ஆமாம். ஆம்புளையெவிட ஒரு பொம்பளையாலே இன்னொரு பொம்புளெயே ரொம்ப சுலபமா நிதானிச்சுட முடியும். உங்களுக்குத் தோணினது முக்கியமில்லே, நீங்க எல்லாரையுமே ஆஹா ஓஹோனு தூக்கிச் சொல்ற ஜாதி. யாரையுமே சட்ன நம்பிடறது உங்க சுபாவம். உடனே ரொம்ப மோசம்னு நெனச்சுக்க வேண்டாம். தாருக்கும் பாலுக்கும் உங்களுக்கு வித்தியாசம் தெரியும். பாலையும் பவுடர் பாலையும் ஒண்ணா நெனச்சுப்பேள், ரெண்டுமே வெளுப்பா இருக்கிறதனாலே . . .''

"போடு சக்கே! பொன்னம்மைக்கு அவ புருஷனைப் பத்தி என்ன அபிப்பிராயமோ அதே அபிப்பிராயம்தான் உனக்கும் என்னைப் பத்தி என்கிறது தெரியறது . . .''

"அவ சொல்லிக்கிற மாதிரி நான் சொல்லிக்கலாமா? கேக்க நன்னாருக்குமா?''

"அப்பொ அசடுன்னே நெனக்கறயா என்னை?''

"அசடுகளிலேயே மூணு தினுசு இருக்கு.''

"மூணு தினுசா?''

இடது கை விரல்களை மடக்குவதற்கு வசதியாய் விரித்து முன்னால் நீட்டிக்கொண்டாள்.

"ஆமாம். முதல் ரகம் அசடு; ஆனா இதுக்கு தான் அசடுனு தெரிஞ்சுருக்கும். ரெண்டாவது அசடு; ஆனா இதுக்கு தன்னைப்பத்தி எதுவுமே தெரியாது. மூணாவது; அவாள மாதிரியே இதுவும் அசடுதான். ஆனா இதுட்டே ஒரு விசேஷ அம்சம் என்னன்னு சொன்னா இது தன்னை மகா புத்திசாலீனு நெனச்சுக்கும். இப்படி மூணு தினுசு."

"கல்யாணம் ஆனதுக்குப் பின்னாலே கொஞ்சம் வக்கணையா பேசத் தெரிஞ்சுண்டிருக்காய் நீ. கொஞ்சம் புத்திசாலித்தனம்கூட வந்துவிட்ட மாதிரி தோணறது. நல்ல சகவாசத்தைத் தேடு, நல்ல சகவாசத்தைத் தேடுன்னு பெரியவா அடிச்சுக்கறதுதான். மத்தது எப்படியிருந்தாலும் சரிதான். மரியம்மை விஷயத்திலே நான் சொன்னது சரிதான்னு சொல்றியே அந்த மட்டும் சந்தோஷம்தான்."

"நூத்துக்கு நூறு சரி. மகா சாது. கேட்டேளா? அவ சொன்ன விஷயங்கள் எல்லாம் மனசெ விட்டு அகல மாட்டேங்கறது. நடுராத் திரி அசப்பிலே முழிக்கிறத்தே பளிச்னு அவ சொன்ன ஒரு வார்த்தை நினைவுக்கு வந்துட்டா, அப்புறம் அப்படியே கண் முன்னாலே அவ ரெண்டு கையையும் ஆட்டி முகத்தைச் சுளித்துப் பேசற மாதிரியும் அந்தச் சத்தம் எனக்குள்ளே எங்கிருந்தோ புறப்பட்டு என் காதிலே மட்டும் விழற மாதிரியும் பிரமை தட்டறது. அப்புறம் சரியாத் தூங்கவே முடியறதில்லை ... இந்தப் பெண் ஜென்மம்னு ஒரு ஜென் மத்தை பகவான் படச்சிருக்காரே, அதுக்கு என்ன அர்த்தம்? இந்த ஜென்மங்கள் உலகத்திலே பிறந்து என்ன சுகத்தைக் கண்டுடுத்துகள்? இவா படற கஷ்டங்களுக்கும் சங்கடங்களுக்கும் விமோசனமே கிடையாதா?"

"எதுக்கு இப்போ? விஷயத்தைச் சொல்லேன்."

"இல்லே, ராமாயணத்திலே சீதை பட்ட கஷ்டங்களையும் பாரதத் திலே பாஞ்சாலி பட்ட கஷ்டங்களையும் வாய்க்கு வாய் சொல்லிக் கண்ணீர் வடிச்சுண்டே இந்த ஆம்புளைகள் ஸ்திரீ ஜென்மங்களை இன்னும் எத்தனை யுகங்களுக்கு மிதிச்சுண்டிருக்கலாம்னு நெனச் சுண்டிருக்கா ..."

"விஷயத்தைச் சொல்லேன்."

"ரொம்பக் கஷ்டம் அவ கதை."

"அப்படியா?"

"கேட்டுண்டு நிக்க சகிக்கலை. ஏன் இப்படி ஈவு இரக்கமில் லாதவளா இருக்கா இந்த ஆம்புளைகள்! ஒரு பொண்ணுக்குப் பிரியமில்லைன்னு சொன்னா விட்டுட வேண்டியது தானே ...துப் பாக்கியெக் காட்டியே பயமுறுத்தறதா? துப்பாக்கியைக் காட்டியே ..."

"என்ன நகத்தையே பாத்துண்டிருக்கே! விஷயத்தைச் சொல்லேன்."

“அவளுக்கு குளி தப்பியாச்சாம்.”

“அப்படியா?”

“பின்னென்ன? வேற என்ன செய்யச் சொல்றேள்? இதைவிட செத்துப் போயிருக்கலாமேனு சொல்லுவேள். செத்துபோக அவளுக்கு இஷ்டமில்லை. அப்புறம்? என்ன செய்யணும்னு சொல்லுங்கோ.”

“கடைசி வரையிலும் எதிர்த்து நின்னு சமாளிச்சுப்புட்ட மாதிரித் தானே எங்கிட்டே சொன்னா.”

“நீங்க ஆம்புளை. உங்ககிட்டே வேற என்னதான் சொல்லமுடியும் அவள்? ஒன்பது மாசம் கழிஞ்சா குரியன் ஜார்ஜு குழந்தை அவ கையில இருக்கும்.”

“இன்னும் யார் யாரல்லாமோ வந்தாளாமே.”

“நல்லவேளை. அவா கையிலே எல்லாம் துப்பாக்கியில்லை. கடிகாரத்தைப் பூணூல்லே கட்டித் தொங்க விட்டுக்கறவர் துப் பாக்கிக்கு எங்கே போவர்? அந்த மட்டும் க்ஷேமம்.”

“ஏமாந்துட்டாளே! சீ, என்ன சங்கடமான விஷயம்.”

“அவ என்ன செய்ய முடியும்? கழுகு குருவியெத் தூக்கிண்டு போயுட்டா குருவி கழுகைக் கொத்தி விரட்டறதுக்கு என்னான்னு கேட்டா என்ன பதில் சொல்ல முடியும்?”

“அந்த மாதிரி நான் நெனக்கலை. கடைசியிலே இவ மானம் தெருவுக்கு வந்திடுத்தேன்னுதான் நான் நினைக்கிறேன்.”

“அவா மானமும் தெருவுக்கு வந்தாச்சு. இன்னும் அவா என்ன என்ன படப்போறாங்கறது போகப் போகத் தெரியும். கடவுள் இவ பக்கத்திலேதான் இருக்கார். ரொம்பப் பெரிய வக்கீலாமே இவ கேஸை எடுத்துண்டிருக்கிறது.”

“ஆமாம். ரொம்பப் பெரிய வக்கீல்.”

“பார்த்தேளா? இனிமே ஒவ்வொண்ணும் அவளுக்கு அனுகூல மாகத்தான் நடக்கும். நாம ஏதாவது அவளுக்குக் கொடுக்கணும். நான் ஒரு ஸாரி குடுக்கப்போறேன். உங்க கையிலே பணம் இருக் குமோ? ஏதாவது கொடுக்கலாம். நாம வேற என்ன செய்ய முடியும்? எனக்கு என்னென்னவோ செய்யணும்னு தோணறது. என்ன செய்ய ணும்னு தெரியவுமில்லை. இங்கேயே கூப்பிட்டு வெச்சுக்கலாம்னுகூட நினைக்க ஆரம்பிச்சுடறேன். நடக்காத விஷயங்களைப் பேசி எதற்கு? எதுக்கு உலகத்திலே இந்த மாதிரி ஜென்மங்களுக்கு ஒரு உபகாரமும் இல்லாம இருக்கோம்னுகூட வெறுப்பா இருக்கு.”

“கொடுப்போம். ஆமாம், இவ எப்படி அங்கே போய் அகப் பட்டுண்டாளாம்?”

“ஒரு வீட்டுலே வேலை பார்த்துண்டு நின்னிருக்கா. அவா சிலோனுக்குப் போயுட்டா. அப்போ ஒருத்தன் . . . அவன் பேர் சொன்னாளே . . .”

"குஞ்சுபிள்ளையா?"

"ஆமாம். குஞ்சுபிள்ளைதான்."

"அவன் யாரு?"

"அவன் யாருன்னு அவ சொல்லலே. அவ சொல்றதிலேருந்து சூரியன் ஜார்ஜுக்குக் கூஜான்னு தோணறது."

"சரி."

"அவன் வந்து இவளெக் கூப்பிட்டிருக்கான். இந்த மாதிரி சூரியன் ஜார்ஜுன்னு ஒருத்தர் இருக்கார். பெரிய பணக்காரர். பெண்டாட்டி இருக்கா. ஒன்பது குழந்தைகள் இருக்கு. அவா வீட்டுக்கு ஒரு ஆள் தேவை. ரொம்ப வேலையில்லை. மடவேலை செய்யறதுக்கெல்லாம் வேற ஆள் இருக்கு. குழந்தைகளை கான்வெண்டுக்குக் காரிலே கூட்டிண்டு போகணும். சாயங்காலம் அம்மா ஷாப்பிங் கிளம்பினா கூடப் போணம். தினமும் காலையிலே ஜீப்லே போய் மீன் வாங்கிண்டு வரணும். குழந்தைகளை சாயங்காலம் கார்டனிலே விளையாட்டுக் காட்டணும். முப்பது ரூபா தருவர், சாப்பாடு போக. வருஷத்துக்கு ஆறு ஸாரியும் ஆறு ஜம்பரும் தருவர்னு சொல்லிக் கூப்பிட்டிருக்கான். சரீனு இவ போயிருக்கா. இவன் என்ன செய்திருக்கான், இவளெ அழைச்சுண்டு பந்தடி கிளப்புக்கே போயிருக்கான். இந்த இடம் வீடு மாதிரியில்லையே. பந்தாடற இடம் மாதிரியின்னா இருக்குன்னு இவ கேட்டிருக்கா. அதுக்கு அவன், இது முன் பக்கம், பின்னாலே பங்களா இருக்குன்னு சொல்லிக் கூட்டிண்டு போயிருக்கான். அவ உள்ளே நுழைஞ்சதும், அவனும் பின்னாலே வந்துண்டு படீர்ன கதவெச் சாத்திப்புட்டான். பின்பக்கம் ஓடியிருக்கா. அந்தக் கதவு ஏற்கனவே சாத்தியிருக்கு. அகப்பட்டுண்டா. அப்புறம் பயமுறுத்தியிருக்கான். விஷயத்தை விட்டுச் சொல்லியிருக்கான். என்ன என்ன சாகசமெல்லாமோ செய்து பார்த்திருக்கா, பாவம்! ஒண்ணும் பிரயோஜனப்படலே . . ."

"எப்படித் தப்பிச்சுண்டாளாம் அங்கிருந்து?"

"அவ ஒண்ணும் தப்பிச்சுக்கலே. ஒரு நா ராத்திரி ஐ. ஜி. யாமே, அவர் திடும்ன திருவனந்தபுரத்திலிருந்து இங்கே வந்தாராம். யாரோ ஒரு கம்யூனிஸ்டு ஆசாரிப்பள்ளம் ஆஸ்பத்திரியிலே சிகிச்சைக்குக் கொண்டுவந்தவர், தப்பிச்சுண்டு ஓடிட்டாராம். அதைப்பற்றி விசாரணை செய்ய வந்தவர், வற வழியிலே பந்தடி கிளப்லே எதுக்காக ராத்திரி ரெண்டு மணிக்கு விளக்கு எரியணும்னு சந்தேகப்பட்டுக் கதவைத் தட்டியிருக்கார். போலீஸ் ஆபீசர்னு தெரிஞ்சதும் சூரியன் ஜார்ஜு பின்பக்கம் வழியாக காரையெடுத்துக்காமலே ஓடிப் போயுட்டானாம். ஆபீசர் இவளைக் கைதுசெய்து இந்த ஊர் ஸ்டேஷனுக்கு அனுப்பியிருக்கார் . . . அப்புறம் இந்தப் பெரிய வக்கீல் வந்து இவளை ஜாமீனிலே கூட்டிண்டு போயிருக்கார். ஒரு நா அவர் வீட்டிலேயே இருந்திருக்கா. அப்புறம் அவர்தான் பொன்னம்மைகிட்டே - இவளுக்கு அவர்தானாமே வக்கீல் ரொம்ப வருஷமா -

கொண்டுவந்துவிட்டு கேஸு நடக்கிற காலம் பூராவும் இவளெப் பார்த்துக்கோன்னு சொல்லியிருக்கார். பணமும் கொடுத்திருக்கார். சரீனு வச்சுண்டிருக்கா . . .''

''ரொம்ப கஷ்டப்பட்டாளா அங்கே?''

''கொஞ்சம் கஷ்டமா? தினசரி ராத்திரி பன்னிரண்டு மணிக்கு வருவானாம் குரியன் ஜார்ஜு. குடிச்சுட்டு வந்து அடிப்பானாம். உதைப்பானாம். ஆசை வார்த்தையெல்லாம் பேசுவனாம். அப்புறம் ஒவ்வொருநாளும் புதுசுபுதுசா ஆட்கள் வந்துண்டே இருந்தாளாம். யார் யார்னு அவளுக்குத் தெரியாது. ஆனா பெரிய பெரிய மனுஷாளும் படிச்ச மனுஷாளும்தான்னு சொல்றா. நான் யாரைப் பாத்துருக்கேன்? இருந்தாலும் எனக்குத் தெரிஞ்சுருக்கிறதிலே அவாளோ இவாளோனு சந்தேகம் வந்துடறது. நம்மாத்து வாசலோட தினமும் ஒரு வக்கீல் போவார் கவனிச்சிருக்கேளா? நடை மிலிட்டரி மார்ச் தினுசா இருக்கும். இரும்பால அடிச்ச கழுத்து - திருகாணி போட்டு ஃபிட் பண்ணினாப்பில . . .''

''ஓ, அவரா? தெரிஞ்சுது, தெரிஞ்சுது . . .''

''அவருக்குப் பொருந்தும்படியா அடையாளம் சொல்றா. கடவுளுக்குத்தான் வெளிச்சம். ரொம்ப ஆச்சரியமான விஷயம் என்ன தெரியுமா? அவ சொல்றா. அம்மா, மொத நா கோர்ட்டுக்குக் கூட்டிக்கிட்டுப் போனாங்க. எனக்கானா நெஞ்சு படபடன அடிக்கு. பேரு சொல்லிக் கூப்பிட்டாங்க. வக்கீலு ஸாரு கூண்டிலே ஏறி நில்லுனு சொல்லிப்போட்டாரு. போதம் கெட்டு விழுந்து போடுவேனோனு நெனச்சேன். உள்ளுக்கு ஏறி நின்னதும் கண்ணு இருட்டிற்று. வக்கீலு என்னமோ கேக்காரு. அவரு கேக்கால இருக்கே தவிர என்ன கேக்காருன்னே வெளங்கமாட்டேங்கு. பயப்படாதே அம்மா, நிதானமா பதில் சொல்லு அப்டீனு ஒரு குரல் கேட்டு எதிர்த்தால பார்த்தேன். மேடையிலே பெரிய மேசைக்குப் பின்னாலே ஒரு ஆளு கண்ணாடியெப் போட்டுக்கிட்டு உக்காந்திருக்கு. எங்க வக்கீலு ஸாரு அவருக்கு முன்னுக்குப் பள்ளத்திலே நின்னுக்கிட்டு இருக்காரு. அந்த ஆள எங்கேயோ கண்டால இருந்து எனக்கு. ரோசிச்சு ரோசிச்சுப் பார்த்தேன். இங்கிலீஷுப்பாட்டுப் பாடினாருனு சொன்னேம்லா அந்த ஆளுதான் அம்மா அவரு. ராத்திரி வக்கீலுட்டே விஷயத்தைச் சொன்னேன். இந்தா பாரு, எங்கிட்டேச் சொன்னது போட்டும். வெளியிலே சிமிட்டிரப்படாது. அவருதான் நியாயம் எழுத வேண்டிய ஆளு அப்படீன்னாரு. பொசுக்குன வாயைப் பொத்திக்கிட்டேன். அப்புறம் இண்ணு வரையிலும் யாருகிட்டேயும் சொல்லலே அம்மா. உங்க மொகத்தப் பாத்தா எனக்கு ஒண்ணும் மறைச்சு வைக்குதுக்குத் தோண மாட்டேங்குது அப்டீன சொல்றா மரியம்மை.''

மனசுக்குள் விஷயத்தின் பரபரப்பு அடங்கவே சில நிமிடங்கள் ஆயின. பின்னால் விஷயம் முழுமையாக மனசில் உருவானபோது பேசவே முடியவில்லை.

“நீங்க என்ன நெனக்கறேள்? இந்த மாதிரி விஷயங்கள் எல்லாம் என்னிக்கும் உலகத்திலே நடந்துண்டுதான் இருக்குமா? இல்லை ஒரு நா உலகம் இதையெல்லாம் தாண்டி மேலே போயுடுமா?”

“எனக்கு ஒண்ணும் சொல்லத் தெரியலை. நாம இவ்வளவு பேச்சுப் பேசியும், வண்டி வண்டியா தர்மங்களை உண்டு பண்ணியும், பாபம் புண்ணியம்னு காலங்காலமாகக் கத்தியும் இந்த நிலைமையிலே தான் இன்னும் இருந்துண்டிருக்கோமானுதான் நானும் யோசிச்சுண்டி ருக்கேன்.”

“இவாள்ளாம் இதுக்கெல்லாம் சேத்து வட்டியும் முதலுமா அனுபவிப்பா என்கிறதிலே எனக்குக் கொஞ்சமும் சந்தேகமில்லை. இவா ஒருத்தருக்கும் நல்ல சாவு கிடைக்கப்போறதில்லே.”

“அனுபவத்திலே நேர்மாறாக்கூட இருக்கு. இந்த மாதிரி ஆட்கள் எல்லாம் மாரடைப்பிலே ஆனந்தமாச் செத்துப்போறா. ரிஷி மாதிரி வாழ்ந்த ஆட்கள் எல்லாம் புற்று, கட்டி, பெருநோய் எல்லாம் வந்து அழுகிச் சொட்டி உயிர்போக மாட்டாம அவஸ்தைப் படறா. ஒன்னும் நிச்சயமா சொல்ல முடியலே. ஒரே குழப்பமா இருக்கு.”

“விளக்கேத்தணம்.” அவள் நாற்காலியை விட்டு எழுந்தாள். “பணத்தே இந்த டிராயரிலே வைச்சுடறேளா? நாளைக்குச் சாயங் காலம் கொடுத்துடறேன்.”

அவள் உள்ளே சென்றாள்.

நான் நாவலைப் படிக்க முடியுமா என்ற பரீட்சையில் முனைந்தேன்.

வெளியில் காலாறச் சுற்றிவிட்டுச் சோர்வுடன் வீட்டுக்குள் நுழைந்தேன். முன்வாசலைத் தாண்டுகிற கணத்தில் தெரு விளக்குகள் எரிந்தன. வீடு நிர்மானுஷ்யமாய் இருந்தது. திண்ணை விளக்குக்கூடப் போட்டிருக்கவில்லை. குழந்தைகளைக் காணோம். விளக்கைப் போட்டுவிட்டுப் பின்கட்டுக்குச் சென்றேன். மனைவியையும் காணோம். பின்திண்ணையில் துளசிமாடத்துக்கு முன்னால் நின்ற போது, கொல்லையில் வைக்கோல் போருக்குப் பின்னாலிருந்து சத்தங்கள் கேட்டன. மரியம்மையின் குரல், மனைவியின் பேச்சு, குழந்தைகளின் கூப்பாடு எல்லாம் கலந்து வந்து காதில் விழுந்தது. அவர்களுக்குத் தெரியாமல் பார்த்துவிட்டுப் போய்விட எண்ணி ஓசையெழுப்பாமல் சென்று வைக்கோல் போரின் ஓரத்தில் நின்று பார்த்தேன்.

சுவரையொட்டிக் கவிழ்ந்து கிடந்த குரோட்டன்ஸ் சட்டிமேல் ஏறி நின்றுகொண்டிருந்தாள் மனைவி. காக்காய்கள் மாதிரி குழந்தை கள் சுவரில் உட்கார்ந்து கொண்டிருந்தன. மீனாக் குட்டியை மட்டும் மனைவி இடது கையால் சேர்த்து அணைத்துக் கொண்டிருந்தாள். மரியம்மையின் முகம் எனக்குத் தெரியவில்லை.

ஓரடி முன்னால் வைத்தேன். ஆச்சரியமாக இருந்தது. மரியம்மையா இது! என்ன அலங்காரம்! அழகான ஸாரி. புதுசு. வழக்கம் போல் தலையைக் கொண்டை போடாமல் நேர்த்தியாய்ப் பின்னி விட்டுக்கொண்டிருக்கிறாள். இரண்டு கையிலும் வளையல்கள். வெகு சிரத்தையுடன் செய்துகொள்ளப்பட்ட அலங்காரம்தான்.

நடுவில் புதுசாய்ச் சென்று சேர்ந்துகொள்வதில் எனக்குள்ள இயற்கையான தயக்கம் காரணமாகத்தான் வீட்டுக்குள் வந்தேன். மரியம்மையின் பேச்சைக் கேட்க வேண்டுமென்ற ஆசை உள்ளூர இருந்தது.

கொல்லைத் திண்ணையில் முன்வாசல் வரையிலும் பார்வைக்குள் விழும் இடத்தில் உட்கார்ந்துகொண்டேன். தனிமையாக இருந்தது. மனைவியை - அவள் அங்கு நின்றிருப்பதை அறியாத பாவத்தில் - கூப்பிடுவோமா என்றும் தோன்றிற்று.

மனைவி வேகமாக வந்தாள்.

''மரியம்மை இங்கிருந்து போறாளாம்.''

''ஏன்?''

''சண்டை, அவளுக்கும் பொன்னம்மைக்கும். நீங்க இருந்தா கூப்படணும்னு சொன்னா. சொல்லிக்கணுமாம். நான் போய் கவரையும் ஸாரியையும் எடுத்துக்கொண்டு வருகிறேன்'' என்று சொன்னவாறே உள்ளே சென்றவள், மீண்டும் என் முன்னால் வந்து, "பிரமாதமா மேக்கப் பண்ணிண்டிருக்கா இன்னிக்கு" என்றாள்.

''என்ன விஷயம்?''

"குஷி கிளம்பிடுத்து போலிருக்கு. கொஞ்சம் ஜாஸ்தி. சொல்லணும் அவகிட்டே. என்னா இப்பொ அவ இந்த மாதிரி பண்ணிண்டா பலவிதமான பேச்சுக் கிளம்பிடும். ஒண்ணும் தெரியமாட்டேன் என்கிறது அதுக்கு.''

அவள் உள்ளே சென்றாள்.

நான் பின்பக்கம் சென்றேன்.

சின்னக் குழந்தைகளையெல்லாம் மனைவி கீழே இறக்கிவிட்டிருந் தாள். எல்லாரையும் சத்தம்போட்டு வீட்டுக்குள் விரட்டினேன். பெரிய குழந்தைகளுக்குப் பின்னால் சிறிய குழந்தைகளும் சென்றன.

மரியம்மை என்னைப் பார்த்ததும் கும்பிட்டுவிட்டு, ''போறேன் ஸாரே'' என்றாள். இவ்வளவு சுலபமாக எடுத்த எடுப்பிலேயே அவள் விடைபெற்றுக் கொண்டுவிட்டது எனக்கு ஆச்சரியமாகக் கூட இருந்தது.

''ஏன் என்ன விஷயம்?''

''எனக்கும் இவளுக்கும் புடிக்கலை.''

''யாருக்கும்?''

"இந்தக் குடிசையிலே இருக்காளே கெழவி, அவளுக்கும் எனக்கும் தான். சண்டைக்கு வாறா. இன்னா பாருங்களேன், குடிசையைப்

பூட்டிக்கிட்டு எங்கேயோ தொலஞ்சுட்டா. நேத்தும் இப்படித் தான். அந்திக்கு வாறேன்னு பிரத்யேகம் சொல்லிப் போட்டுப் போயிருக்கேன். வாறயிலே பூட்டிக் கெடந்து. கட்டிலையும் தூக்கி உள்ளுக்குப் போட்டுட்டா. அதிலே சித்த நாழி இருந்துபோட்டா அழுகியா போகும். எட்டு மணி வரையிலும் இங்கேயே நின்னுக்கிட்டி ருந்தேன். எனக்குக் கூட்டுக்காரி ஒருத்தி மிஷன் ஆஸ்பத்திரியிலே வேலைபாத்துக்கிட்டு இருக்கா. அவ, வா அக்கா வானு கூப்பிடுதா. நான் போறேன். என்ன எளவுக்கு இவ கூட மண்டையை முட்டிக் கிட்டு இருக்கணும்? எனக்கு வேற நாதியில்லேன்னு நெனச்சிக்கிட்டு இருக்கா போலிருக்கு. நா வாறேன். போனாலும் ஒரு நாள் வீட்டுக்கு வருவேன் ஸாரே. கொழந்தைகளைப் பார்க்கணும்னு மனசு தேடும்" என்று சொல்லிக்கொண்டே மீண்டும் கும்பிடு போட்டாள்.

என் மனைவி வந்தாள். நான் வீட்டிற்குள் வந்து என் அறைக்குள் நுழைந்தேன்.

சுமார் ஒரு மணி நேரமாகியும் என் மனைவி வந்து சேரவில்லை. இரண்டு தடவை நான் கொல்லைத் திண்ணை வரையிலும் போய் விட்டு வந்தேன். உண்மையில் அப்போது எனக்குப் பொறுமையே இருக்கவில்லை. பசிகூட எடுக்க ஆரம்பித்துவிட்டது. மரியம்மை சொல்கிற விஷயங்கள் என்னுடைய குறுக்கீட்டால் நடுவில் அறுபட்டுப்போய்விட வேண்டாம் என்பதற்காக மட்டும் பல்லைக் கடித்துக்கொண்டிருந்தேன்.

மனைவி ஒருமட்டும் வந்துசேர்ந்தாள்.

"ஏன் இவ்வளவு நேரம்?" என்று கேட்டேன்.

"பொன்னம்மை சரவர்ஷமா பொழிஞ்சுப்புட்டா ..."

"அவகிட்டயா பேசிண்டிருந்தாய் இவ்வளவு நேரம்?"

"ஆமாம். மரியம்மை நீங்க இந்தப் பக்கம் வந்ததும் போயாச்சு."

"பொன்னம்மைக்கிட்டே கேஸ் விஷயம் பேசறது எனக்குப் பசிக்காத சமயத்திலே வெச்சுக்கலாமே."

"கேஸ் விஷயமில்லே. மரியம்மை விஷயம்தான்."

"அப்படி என்ன சொல்றா அவ, அவளைப்பத்தி?"

"ஐயோ கூத்து! பேசி அசத்திப்புட்டா."

"என்ன விஷயம்?"

"அவளுக்கும் இவளுக்கும் சண்டை."

"சொன்னாளே ..."

"லேசான சண்டையில்லே. ரெண்டு பேரும் கன்னாப் பின்னான்னு பேசிண்டிருக்கா. ரெண்டு நாளா நடந்திருக்கு. அவளை ஒழிச்சுக்கட்ட ணும்னுதான் குடிசையெப் பூட்டிண்டு போனேன்னு சொல்றா பொன்னம்மை ..."

"அவ்வளவு பெரிய சண்டையா? இவ பெரிய ராக்ஷஸீன்னா. வக்கீல் கூடத் தரணும்னு எதிர்பார்த்திருப்பாள்."

"அதில்லை. அவ மரியம்மையைப்பத்தி ஒரு தினுஸா சொல்றா."

"தினுசான்னா?"

"ரொம்ப ஒண்ணும் நல்லவ இல்லையாம் அவ."

"இவளுக்கு எப்படித் தெரியுமாம்?"

"அவ சொல்றாளே, காரண காரியங்களோடே."

"என்ன சொல்றா?"

"அவளெத் தேடி யார் யாரோ வறாளாம். இண்ணைக்குக் காலையிலே ஒருத்தன் வாறாம்மா. அந்தால ரெண்டு பேரும் கொல்லா மரத்தடியிலே நின்னு பேசிக்கிடறாவ. யாருன்னு கேட்டா, என் அண்ணன்னு சொல்லுதா. அந்திக்கு இன்னொருத்தன் வாறான். சிரிச்சுச் சிரிச்சுப் பேசிக்கிடுதாவ. யாருன்னு கேட்டா, தம்பி, சித்தப்பன், மாமன்னு ஒவ்வொரு வேளைக்கும் ஒவ்வொண்ணைச் சொல்லுதா. அம்மா, ஒரு பொம்புளைக்கு எத்தன அண்ணன்மாரு தான் இருப்பான், எத்தனை தம்பிமாருதான் இருப்பான்னு கேக்கேன். இருந்தாலும் வேலையத்தா கெடக்கானுவ, அன்னாடம் இவள வந்து பாக்குதுக்கு. எனக்கு ஒண்ணும் சரியாட்டுப்படலே - அப்டீனு சொல்றா அவ."

"ஏதோ விரோதத்திலே பேசற பேச்சாத்தான் படறது எனக்கு. சண்டை வந்துடுத்து, உடனே இந்தப் பழம் புளிக்கும்னு ஆரம்பிச்சுட்ட மாதிரிதான் இருக்கு . . ."

"அதுவும் கொஞ்சம் இருக்கலாம். ஆனா பூராவும் அதுதான்னு தோணலை. பாயிண்ட் பாயிண்டா அலசறா அவ. நீங்க கேட்டிருக்கணும் . . ."

"என்னதான் சொல்றா, அப்படி விசேஷமா?"

"பொதுவா மரியம்மையை அவ நம்பலை. அவ சொல்றது எல்லாம் சரியில்லைன்னு சொல்றா."

"இவளுக்கு ஜோசியம் தெரியுமோ?"

"அவ சொல்றா, அம்மா, நான் சொல்ற விஷயத்தை நீங்க நல்லா எட்டி ரோசிச்சுப்பாருங்க. ஒரு புள்ளே ஒரு எடத்திலே வேலை செய்துக்கிட்டு இருக்குன்னு வையுங்க. வீட்டுக்காரங்க வெளியூர் போயிட்டாங்க. வேலையில்லாம நிக்கு. சரி. வேலையில்லாம நிக்குன்னு சொல்லி ஒரு மூணாம் மனுசன் வந்து கூப்பிட்டா ஒரு பொண்ணு அவனுக்குப் பொறத்தால போகுமா? அண்ணன் இல்லையா? தம்பி இல்லையா? தந்தை இல்லையா? தாய் இல்லையா? அவங்க யாராவது போயிப் பாத்துட்டு வந்து போனு சொன்னாத்தானே அம்மா போகணும். அதுக்கு மொறை அதுதானே? சரி, பஞ்சப் பாவம் நம்பித் தெரியாமப் போயுட்டான்னே வெச்சுக்கிடுவோம். எப்பம் நீ அவனுக்குக் கூடப் போனே? உனக்குக் காலையிலே போகப்படாதா? உச்சிக்குப் போகப்படாதா? சாயங்காலம் போகப் படாதா? உனக்கு அந்திக்கு வெளக்கு வெச்சப் பெறவுதான்

அவனுக்குக்கூடப் போணமோ? சரி, போயிட்டேன்னு வய்யி. ஒரு வீட்டுக்கும் பந்தடி கிளப்புக்கும் வித்தியாசம் தெரியாமக் கண் அவிஞ்சா போச்சு உனக்கு? வீட்டுக்காரி உள்ளேயிருக்கான்னு சொல்லிக் கூட்டிக்கிட்டுப் போயுட்டான்னு சொல்லுதியே, முத்தத் திலே நிக்கேன், வீட்டுக்காரியே வெளியிலே கூப்பிடுன்னுல்லா நீ சொல்லியிருக்கணும். அப்பம் நீ தைரியமாட்டு உள்ளே போனேன்னு சொன்னா, உனக்கு மாப்பிள்ளை உள்ளுக்கு இருக்கான்னுதான் நீ போயிருக்கே. சரி, உள்ளே போயுட்டெ. குருவியா மைனாவா நீ கூண்டிலே அடைச்சுப் போடுதுக்கு? ஒரு கண்ணுக்குட்டி கெட் டுலே நிக்கதுக்கு இஷ்டமில்லைன்னு சொன்னா என்னா பாடு படுத்திப்போடுது! கத்துது, துள்ளுது, கயித்தே அறுத்துக்கிட்டுப் போயிருதே. உன்னை இருபத்தியோரு நாளும் போதம் கெடுத்தா போட்டிருந்து? இல்லை, உனக்கு வாயிலே ஈர மண்ணை அடைச்சு வெச்சிருந்தா? பந்தடி கிளப்பு காட்டுக்குள்ளயா இருக்கு? எனக்குத் தெரியாதுன்னு நெனச்சுக்கிட்டுப் பேசுதியா நீ? இதுக்காகச் சுட்டி செவ்வாக்கிளமே மேற்றிராணியார் கோயிலுக்குப் போயுட்டு வாற பாதையிலே அதையும் பாத்துப்போட்டுத்தான் வந்தேன் நான். இந்தப் பக்கம் வீடு இருக்குது. அந்தப் பக்கம் வீடு இருக்குது. முன்னே ஒரு பணிக்கர் வெத்தலைப்பாக்குக் கடை வெச்சுருக்கான். எதுத்தாலே மைதானத்திலே விடியலேருந்து அந்தி வரையிலும் எப்பமும் பத்து பையம்மாரு கூடிநின்னுக்கிட்டு சைக்கிள் மிதிச்சுப் படிக்கானுவ. நீ போட்ட சத்தம் பொட்டுப்போல அவனுக காதிலே விளுந்தா? எப்படி விளும்? நீ ஏன் சத்தம் போடுதே? உனக்குக் கிறுக்கா புடிச்சிருக்கு, சத்தம் போடுதுக்கு? ஒவ்வொரு நாளும் அங்கே மட்டை தட்டுதுக்கு எத்தனை பேரு வாறான்? எளவு ஒண்ணுபோல எல்லாருமா ஒத்துக் கூடிட்டானுவ? ரொம்பப் பேரு பெஞ்சாதிமாரையும் கூட்டிக்கிட்டுல்லா வாறான்? அவங்க காதிலே விளுந்தா நீ போட்ட சத்தம்? சன்னலைச் சாத்திப் போட் டான்னு சொல்லுதியே. வெளியிலே தாள்போடற சன்னல் இந்த உலகத்திலே இண்ணு வரையிலும் எங்கேயும் கண்டதில்லையே! உன்னெக் கொண்டு சிறை வைக்குதுக்குன்னு சொல்லி பெஷலாட்டு ஒரு கட்டிடத்தைக் கட்டி எளுப்பிப் போட்டானுவளா? ஒரு முறியிலே அடைச்சுக் கெடந்தேன்னு சொல்லுதியே. அங்கதான் நீ தின்னயோ? அங்னெதான் நீ குளிச்சு எடுத்து இருந்தயோ? நீ காத்தா குடிச்சுக்கிட்டு இருந்தே? துப்பாக்கியக் காட்டினாம்னு சொல்லுதியே. இருபத்தோரு நாளும் ராவும் பகலும் துப்பாக்கியப் பிடிச்சுக்கிட்டா நின்னான் அவன்? குளிமொறை தப்பிட்டுன்னு சொல்லுதியே. நான் கேக்கேன், உனக்குக் குளிமொறை தப்பி எவ்வளவு நாளாச்சு? ஒரு மாசமா ஆச்சு? இன்னா பாரு, நான் பத்துப் பெத்தவா, நூறு பிரசவம் பாத்தவா, நாப்பது வயசு வரையிலும் கூட்டுக் குடும்பத்திலே கெடந்து நாலும் தெரிஞ்சு அடிபட்டு வந்தவா. நான் சொல்லுதேன், உனக்கு மூணு மாசமாச்சுன்னு! ஒரு நாளு அந்தப் பக்கமே தவிர இந்தப் பக்கமில்லே. நான் சொல்லுது தப்பிட்டா, இன்னாபாரு,

பாம்படத்தோட இந்தக் காதெ அறுத்துத் தாறேன். இன்னா பாரு, நீ வந்து ரெண்டு நாளிலே உனக்கு ஜாதகத்தே எழுதியாச்சு நான். பின்னென்ன நீ நம்ம பக்கத்துக்காரியாயிருக்கே, வக்கீல் ஐயா கொண்ணாந்து விட்டிருக்கு, திருந்துதுன்னு சொன்னா திருந்திட்டுப் போட்டும்னு நெனச்சேன். திருந்துதுக்குள்ள லச்சணம் உங்கிட்டே இல்லை. கடவுளுக்கு மேல ஆணெ போட்டுக்கிட்டுச் சொல்லுதேன், இந்த வயசுக்குள்ளுக்கு நீ பாக்காதது ஒண்ணும் பாக்கியில்லே. நீ என்னா நட நடக்கே? என்னா மினுக்கு மினுக்குதே? என் மகளுக்குப் பவுடர் டப்பாவெ - ஒரு முழம் நீளத்துக்கு இருக்கு அது - ரெண்டு நாளிலே காலியாக்கிப் போட்டயே. நீ பவுடர் போடு, வேண்டாம்னு சொல்லலே. நாழி பவுடரே கையிலே தட்டிக்கிட்டுக் கழுத்திலே போடுதே, கக்கத்திலே போடுதே, வயத்துலே போடுதே, அங்ஙனே போடுதே, இங்ஙன போடுதே . . . குடும்பத்திலே பொறந்தவளா நீ? சரி, உனக்கு டிரங்குப் பெட்டியிலே ஒண்ணுக்கு மேலே ஒண்ணா அடுக்கி வெச்சிருக்காயே சிலுக்குச் சேலை, உனக்கு ஏது? இல்லே, தெரியாமத்தான் கேக்கேன். நடந்து வாறயிலே காலிலே தட்டுதா? வாயெக் கட்டி வயத்தைக் கட்டி மிச்சம் புடிச்சா வருஷத்துக்கு ரெண்டு கண்டாங்கி வாங்க முடியலே. உனக்கு எங்கிருந்து கிடைக்குன்னு கேக்கேன்? இங்ன வேற திரியாவரத்துக்கு அச்சாரம் கூட்டாமே, கழுதே இந்த மட்டோட தொலஞ்சே, கடவுளுக்குப் புண்ணியம் - அப்டீனு சொல்றா பொன்னம்மை.''

இரண்டு மூன்று நிமிட மௌன இடைவெளிக்குப் பின் நான் வாயைத் திறந்தேன்.

"நீ என்ன சொன்னே?''

"அவ ஒவ்வொண்ணா சொல்லிண்டு வரத்தே அவ சொல்றதும் சரீனுதான் படறது. இன்னிக்கு சாயங்காலம் மொதல்லே அவளெப் பாத்ததுமே எனக்கு என்னவோ மாதிரி இருந்தது.''

"ஆடம்பரமா இருந்ததா?''

"இல்லை, இன்னிக்குத் தனியா ஒரு களை தெரிஞ்சுது முகத்திலே . . .''

"இவ இவ்வளவும் சொன்னதும் அப்படித் தோணறது.''

"இல்லே அப்பவே மனசுக்குப் பட்டாச்சு. அப்பொ நானே அதெ ஏத்துக்கலை. அந்த எண்ணத்தைக் கலைச்சுண்டேன்.''

"அப்படியா?''

"எனக்கு அவமானமா இருக்கு.''

"இதிலே நாம் அவமானப்பட என்ன இருக்கு?''

"உங்களுக்கும் அவமானமாத்தான் இருக்கு. மறச்சுக்கறேள்.''

நான் பதில் சொல்லவில்லை.

"ஆச்சரியமாயிருக்கு அவளெ நெனச்சா.''

"நீ பேசறதைப் பாத்தா பொன்னம்மை சொல்றது பூராவையும் அப்படியே எடுத்துண்ட மாதிரியின்னா இருக்கு . . .''

“அவ சொல்றது நிஜம்தான். அவ கொஞ்சம் ஆங்காரத்தோடே சொல்றா. மத்தப்படி விஷயம் உண்மைதான் ...”

“மொதல்லே மரியம்மை சொன்னதைப் பூராவும் உண்மைனு எடுத்துண்டாச்சு. இப்போ ...”

“இல்லே. பொன்னம்மை எனக்குத் தெரியாத விஷயத்தைச் சொல்லலே. அவ சொன்னது ஒவ்வொண்ணும் என் மனசுக்கும் படத்தான் செய்தது. அவ நல்லவள்னு தீர்மானம் பண்ணிண்டதனாலே அதை நானே பொருட்படுத்தாம, என் மனசுக்குள்ளேயே அலட்சியப்படுத்திட்டேன். எனக்கு அவ நல்லவளா இல்லாம இருக்கிறதை ஏத்துக்கப் பிடிக்கலே அப்பொ. நம்ப நெனக்கிற மாதிரியே அவ இருக்கட்டும்னு தோண்றது. நான் சொல்றது உங்களுக்குப் புரியறதா? சரியாச் சொல்லத் தெரியலை எனக்கு. உங்களாலே நன்னாச் சொல்லமுடியும். ஆனா சொல்லமாட்டேள். தோல்விகளை லேசுலே ஒப்புக்கொள்ள மாட்டேள். எனக்கு என்னமோ மனசுக்கு கஷ்டமா இருக்கு. அநேக தடவை இப்படியே நம்பி நம்பி ஏமாந்தாச்சு. இருந்தாலும் முன்கூட்டி ஒண்ணப்பத்தி கற்பனை பண்ணிக்கிற புத்தியெ ஒழிச்சிக்கட்ட முடியலே என்னாலே.”

“விட்டுத் தள்ளு. மரியம்மை விஷயம் என்னவோ நம்ம வாழ்க்கையே பாதிக்கப்போற விஷயம் மாதிரி பேசறியே.”

“நான் மரியம்மை விஷயத்தைப் பற்றிச் சொல்லலே. இந்த தினுசான புத்தியைப் பத்திச் சொல்றேன். இந்த விஷயத்திலே திரும்பவும் அது வெளிப்படாமப் போக பழசும் சேர்ந்துவந்து மனசைக் கஷ்டப்படுத்தறது ...”

“நாம ஆசைப்படற மாதிரி இந்த உலகம் இருந்துட்டா எல்லாம் சப்ன ஆயுடும். அப்புறம் ...”

அவள் எழுந்திருந்து நான் சொல்வதைக் காதில் வாங்கிக் கொள்ளாமல் ஒரு நிமிஷம் மௌனமாக வெறித்தபடி நின்று கொண்டிருந்தாள். அப்புறம் சாவதானமாக உள்ளே சென்றாள். என்னுடைய பார்வை அவளுடைய காலடிகளைத் தொடர்ந்து பின்கட்டு வரையிலும் சென்றது.

எனக்கு நாற்காலியில் இருப்புக்கொள்ளவில்லை. காற்றாட நடந்துவிட்டு வருவோம் என்று வெளியே சென்றேன்.

வாரா வாரம் ‘திருவிதாங்கூர் நேசன்’ வந்து விழுந்து கொண்டுதான் இருந்தது. ஒவ்வொரு தடவையும் அதை ஆவலுடன் எடுத்து மரியம்மை வழக்கு சம்பந்தமான செய்திகள் ஏதாவதுண்டா என்று பார்ப்பேன். இரண்டு மூன்று வாரங்களாகவும் செய்திகள் எவையும் கண்ணில் படாதது எனக்கு மிகுந்த ஆச்சரியத்தை அளித்தது. வழக்கு பற்றிய விபரம் எதுவுமே தெரியவில்லை.

'திருவிதாங்கூர் நேசன்' ஆபீசுக்கு இரண்டு நாட்கள் சென்றேன். இசக்கி, அண்ணாச்சி இருவரையுமே பார்க்க முடியவில்லை. "அண்ணாச்சிக்கு உடம்பு சரியில்லை" என்று முதலில் சொன்ன ஆபீஸ் பையன், பின்னால் "அவர் ஆபீசுக்கு இப்போது வாறதில்லை" என்றான். காரணம் எதுவும் அவன் சொல்லவில்லை. இசக்கி கிராமத்திற்குச் சென்றிருப்பதாயும் திரும்பி வர ஒரு வாரம் பத்து நாட்கள் ஆகுமென்றும் அவன் சொன்னான். அவனுடைய பதில் எதுவுமே எனக்குச் சரியாகப் படவில்லை. ஏதோ கற்றுத் தந்திருந்த பதில்களை ஒப்பிப்பது போலவே இருந்தது. அவனிடமும் கேட்டு வைப்போமென்று புறப்படும் நேரத்தில், "மரியம்மை கேஸ் விஷயமாகச் செய்திகள் ஒண்ணும் காணோமே" என்றேன். "எனக்கு அதெப்பத்தி ஒண்ணும் தெரியாது ஸார்" என்றான் பையன்.

ஏதோ மர்மமாக இருந்தது. வேறு யாரிடமும் விசாரிக்க எனக்கு விருப்பமும் இல்லை. எனக்கு அந்த வழக்கு விஷயத்தில் ஏன் இவ்வளவு அக்கறை என்று பிறர் எண்ண இடம் கொடுக்க வேண்டாம் என்று பட்டது. விசேஷ அக்கறை இருந்ததனாலேயே அதைக் காட்டிக்கொள்ளத் தயங்கினேன்.

ஆனால் இந்த மர்மத்தை அதிக நாட்கள் சுமக்கும்படி ஏற்படவில்லை. குஞ்சுபிள்ளையைச் சற்றும் எதிர்பாராமல் சந்தித்து, அவனுடன் ஒரு மணி நேரம் பேசவும் ஒரு சந்தர்ப்பம் ஏற்பட்டபோது அவன் எல்லா முடிச்சுகளையுமே அவிழ்த்துவிட்டான். "நான் மகா அயோக்கியன்தான். ஆனா எனக்கு மத்தவங்க என்னை யோக்கியன்னு சொல்லணும் என்கிற ஆசை லவேசம் கிடையாது. அந்த ஒரு யோக்கியதை எனக்கு உண்டு" என்று பேசிக்கொண்டு வரும்போதே ஒரு இடத்தில் அவன் சொன்னான். அவன் இதற்கு விசேஷ அழுத்தம் கொடுத்துச் சொல்லவில்லை. என்னுடைய மனநிலைதான் அதைத் தனியாகப் பிரித்தெடுத்து மனசுக்குள் சிவப்பு அடிக்கோடு கிழித்துப் பார்த்துக் கொண்டது.

அயோக்கியனான ஒருவன் பிறர் தன்னைப்பற்றி என்ன வேண்டுமென்றாலும் எண்ணிக்கொள்ளட்டும் என்ற முடிவுக்கு வந்து விடுவானானால் அவன் எவ்வளவோ அரிய உண்மைகளை நமக்குச் சொல்லக்கூடும். அவர்களை நாம் சந்திக்க நேருவது ஒரு விதத்தில் நம் பாக்கியம்தான்.

எனக்கு அந்த பாக்கியம் கிடைத்தது.

குழந்தைக்கு மருந்து வாங்குவதற்காக ஒரு நாள் எங்கள் குடும்ப டாக்டரின் ஆஸ்பத்திரிக்குப் போயிருந்தேன். திருவனந்தபுரத்துக்குச் சென்றிருந்த டாக்டர் வந்து சேர ஒரு மணி நேரமாகலாம் என்று சொன்னதால் அவர் வருகையை எதிர்பார்த்து ஆஸ்பத்திரி வராண்டா பெஞ்சில் உட்கார்ந்து கொண்டிருந்தேன். பக்கத்தில் குஞ்சுபிள்ளையும் கையில் ஒரு குப்பியுடன் உட்கார்ந்து கொண்டிருந்தான். காலர் இல்லாத சட்டை. தொண்டைக்குழியில் பெரிய அலுமினியப் பித்தான். பெரிய ஜேப்பு பொதி சுமக்க முடியாமல் கீழே இழுபட்டுத்

தொங்கிக் கிடந்தது. கறுப்புச்சுட்டி போட்ட ஈரிழை வடசேரி துவர்த்து முண்டு ஒன்றைச் செவிகளை மறைத்துத் தலையில் சுற்றியிருந்தான்.

அவன்தான் குஞ்சுபிள்ளை என்பதே எனக்குத் தெரியாது. ஒரு கம்பௌண்டர் இன்னொரு கம்பௌண்டரிடம் இவனைச் சுட்டிக் காட்டி இன்னார் என்று சொல்லப்போகத்தான் எனக்கே தெரிந்தது. இந்த அறிமுகக் குசுகுசுப்பு அப்போது தாண்டிப் போய்க்கொண்டிருந்த ஒரு நர்ஸு காதில் விழ, அவள் நின்று கவனித்து, அவசரமாக நர்ஸுகள் அறைக்குள் செல்லவே, நாலைந்து நர்ஸுகள் கூட்டமாக வந்து குஞ்சுபிள்ளையின் முதுகுப்புறமாக நின்று அவனைப் பார்த்து விட்டுப் போனார்கள். குஞ்சுபிள்ளையின் புகழும் அவ்வளவு மோசமல்ல என்று எண்ணிக் கொண்டேன்.

எனக்கு அவனிடம் பேச்சை விட்டுப் பார்ப்போமா என்ற எண்ணம் ஏற்பட்டது.

ஒரு குறிப்பிட்ட நிமிஷத்தில் 'வெற்றிலை போட்டுண்டு வரலாமே. டாக்டரும் வரவில்லை' என்று எனக்கு நானே கூறிக்கொள்வதுபோல் சொல்லிவிட்டு எழுந்திருந்து சோம்பல் முறித்தேன்.

"நானும் அந்தப் ப்ளான்தான் போட்டுக்கிட்டு இருக்கேன். எழுந்திருக்க மடியாக இருக்கு" என்று கூறிக்கொண்டே குஞ்சுபிள்ளை எழுந்திருந்து தலைப்பாவை உருவி, உதறித் தோளில் போட்டுக் கொண்டான்.

வெற்றிலை போட்டுக்கொண்டு ஆஸ்பத்திரி வாசலையொட்டி வேப்பமரத்து இருட்டில் வந்து நின்றோம். தன்னுடைய மனைவியின் தேக உபாதையைப்பற்றி விஸ்தாரமாகச் சொல்லிக்கொண்டே வந்தான் அவன். "கேஸுக்கு ஒரு மாசம் நாயாட்டு அலைஞ்சு அது ஒரு வழியா முடிஞ்சது. இப்பொ ஆஸ்பத்திரி அலைச்சல் விடமாட்டேங்குது" என்றான் அவன்.

"கேஸு முடிஞ்சு போச்சா?"

"அது முடிஞ்சு நாளாயிட்டே. சாமிக்குத் தெரியாதா?"

"தெரியாதே. 'திருவிதாங்கூர் நேசன்' விடாமப் பாக்கறேனே."

"அதுலே எப்படிப் போடுவான்? இந்தக் கேஸு சம்பந்தமா ஒரு வரி எழுதப்படாதுன்னு சொல்லித்தானே பணம் கொடுத்திருக்கு. எழுத்துக் குத்து ஒண்ணுமில்லே. வாக்கால சத்தியம். பின்னே கேஸு முடிஞ்சு போச்சுன்னு எழுதினா முதலாளி என்ன சொல்லப் போறாரு. தூக்கிப் பிடிச்சுது அவங்கதானே? அதனாலே வேண்டாம்னு விட்டிருப்பாங்க."

"யாருக்குப் பணம்?"

"அந்தப் பேப்பர் நடத்தற ஆளுக்கு."

"நடத்தற ஆளுக்கா, இல்லே எடிட்டருக்கா?"

"ஓ, அப்படி ரெண்டு இருக்கா? அது எனக்குத் தெரியாது. அந்த சல்லி மனுசனுக்கு."

"இசக்கியா?"

"பேரு எனக்குத் தெரியாது. ஒல்லி ஆளு. பென்சில் மாதிரி இருப்பான்."

"ரூபா கொடுத்தது நிஜம்தானா?"

"கண்ணால நான் பாக்கலே. முதலாளிதான் சொன்னாரு. நாலாயிரம் ஐயாயிரம்னு கேட்டுக்கிட்டு இருந்தான். கடைசியிலே மூவாயிரத்திலே முடிஞ்சுதுனு சொன்னாரு. ஒத்துக்கிட்ட படிக்கு அந்த ஆளு ஒண்ணும் எழுதவுமில்லே. இதிலே முதலாளிக்கு ரொம்பத் திருப்தி."

"கேஸு என்னாச்சு? ரொம்ப சீரழிஞ்சுடுத்து இல்லையா?"

"எல்லாரும் சேர்ந்து பெரிசாக்கினதுதான். விஷயம் ரொம்ப சாதாரணம். ஒண்ணும் புதுசில்லே. அந்தப் பொண்ணைக் கூட்டிக்கிட்டு வந்ததே நான்தான். ஒரு நாள் மீன்சந்தைக் கிட்டே வெச்சுப் பாத்தேன். அமையும்னு பட்டுது. நெருங்கிக் கேட்டேன். வீட்டுக்காரங்க இன்னும் ஒரு வாரத்திலே சிலோன் போறாங்க. அப்பொ பாத்துக்கிடலாம். இப்பொ முடியாதுன்னு சொல்லிச்சு. அந்த விஷயத்தை நானும் மறந்து போயுட்டேன். நம்ம கையிலே வேற ஆளுகளும் அப்பொ இருந்து. நல்ல உசத்தியான தினுசுகள். முதலாளி திடீர்னு ஒரு நா 'என்னப்பா என்னா'ன்னு கேட்டாரு. நம்ம கையிலே இருந்தது எல்லாம் ஆளுக்கு ஒரு பக்கமாப் போயிட்ட நாளு அது. அவருக்குன்னு சொன்னா பொறுக்காது. இதப் பார்ப்போம்னு போனேன். ரெண்டு நாள் இருக்கணும்னுதான் கூட்டிக்கிட்டு வந்தேன். நல்ல யோகக்காரப் பொண்ணு அது. நல்ல கலக்ஷன் அடிச்சு எடுத்துட்டு. அவ இதெல்லாம் கண்டதில்லே. ரொம்ப சாதாரணம்தான். அஞ்சு பத்துக்கு மேல தாண்டியே இருக்காது ஆயுசுலே. அநியாய லக்கு. இங்கே வந்ததும் லக்ஷாதிபதிகள் எல்லாம் என்னமோ காணாததே கண்ட மாதிரி பட ஆரம்பிச்சாங்க. இது வம்பூனு எனக்குத் தெரியும். போயிரு அப்டீன்னேன். இல்லை இன்னும் ரெண்டு நாளிலே போயிருதேன். நல்ல வருது. வாறெத கட் பண்ணாதீங்கன்னு சொல்லிச்சு. சரீனு நான் விட்டுட்டேன். அதுதான் நான் செய்த தப்பு. பின்ன ஒண்ணு, எனக்கும் நிறையத் தந்தா. அதிலேல்லாம் கணக்குப் பாக்காது. தாராள மனசுதான். நல்ல மாதிரீனு சொல்லணும். அப்பழுக்குச் சொல்ல முடியாது. வந்தவங்க முன்னப் பின்ன இருந்தாலும் அட்ஜெஸ்டு பண்ணிக்கிடும். அனாவசியமாப் பேசாது. பிசினஸ்லைக்கா நடந்துக்கிடும். எல்லாம் உண்டு. இருபது நாளிலே மடி கனத்து வழிஞ்சுட்டு அதுக்கு. ஊரிலே போய் கல்யாணம் கெட்டி இருக்கப் போறேனு சொல்லித்து. சரீனு சொன்னேன். மறந்துடப்படாது. அண்ணனுக்கு சிநேகம் எப்பவும் வேணம்னு சொல்லித்து. சரீனு சொன்னேன். திருவனந்தபுரத்திலேருந்து ஐ. ஜி. வருவான்னு சொல்லியோ, அவன் ராத்திரி ரெண்டு மணிக்கு வந்து கதவைத் தட்டுவான்னு சொல்லியோ எதிர்பார்க்க முடியுமா? ஸ்டேஷனிலே போய் பெரிய வக்கீலு

வலிய வந்து ஜாமினிலே எறக்கினதும் அவளுக்கு இப்படி ஒரு ஐடியா தோணிச்சு. வயத்திலே மூணு நாலு மாசமிருக்கும் அப்பொ. அதெ முதலாளி தலையிலே போட்டுட்டா அவருக்குக் கீப்பா சௌகரியமா இருந்துடலாம்னு ப்ளான் பண்ணிப்புட்டா. வக்கீல் தங்கமான மனுசன். இவள் சொன்னதை அப்படியே நம்பினார் அவர். முதலாளி முதல்லே கொஞ்சம் கொறச்சல்பட்டாரு. பணத்தெக் கொடுத்து ஒதுக்கிருவோம்னு சொன்னேன். தினமும் ராத்திரி என் வீட்டுக்கு வருவா அவ. மொதல்லே வைப்பாட்டியாட்டுச் சேத்துக்கிடணும்னு சொன்னா. நடக்காத காரியத்தைச் சொல்லாதே. பணம் எவ்வளவு வேணும் சொல்லு, வாங்கித்தாறேன் அப்டீனு சொன்னேன். ஒரு பெரிய தொகை கேக்குதுக்கு என்ன வார்த்தை சொல்லணும்னு அவளுக்குத் தெரியலே. நான், பத்தாயிரம்னு சொன்னேன். பெரிய தொகைதானானு கேட்டா. ஆமாம். இரண்டு கோட்டை விதைப்பாடு வாங்கலாம். ஜாதி எருமையாப் பதினைஞ்சு இருபது எருமை வாங்கலாம். ஒரு வீடு வாங்கலாம்னு சொன்னேன். உள்ளூர இஷ்டமில்லை அவளுக்கு. முதலாளி கூடவே சேர்ந்திடணும்னு ஆசை. கடைசிலே சரீனு சொன்னா. எனக்கு ஆயிரம் ரூபா கமிஷன் தரணும்னு சொன்னேன். ஒத்துக்கிட்டா. முதலாளிட்டேப்போய்ச் சொன்னதும், அவர் தொகை கூடுதல்னு சொன்னார். நான் அதோட விஷயத்திலிருந்து ஒதுங்கிட்டேன். இந்தப் பொறுக்கி நாய் என்ன செய்யும்னு கேட்டாரு. கூட பத்து நாயைக் கூட்டிக்கிடும்னு சொன்னேன். கேசு பெரிசாச்சு. என்னை கூப்பிட்டுவிட்டுப் பத்தாயிரத்துக்கு ஒப்புக்கொள்ளச் சொல்லுனு சொன்னாரு. ட்ரை பண்ணினேன். இதுக்குள்ளே அது கொப்புலே ஏறிட்டு. கடைசியிலே ஒரு நா ராத்திரி முதலாளியைப் பார்க்கணும்னு சொல்லித்து. இங்கிருந்து அம்பது மைலுக்குத் தள்ளி ஒரு இடத்திலே மீட் பண்ண வெச்சோம் ரெண்டு பேரையும். முதலாளி வந்து விஷயம் முடிஞ்சு போச்சு அப்படீனு சொன்னார். தொகை எவ்வளவுனு நான் கேக்கலே. முதலாளி எனக்கு ஐநூறு ரூபாய் தந்தாரு. அந்தப் பொண்ணப் பாத்தா அதுவும் ஏதாவது தந்திருக்கும். பாக்க முடியலே. மெட்றாஸுக்குப் போயுட்டு. இதைவிட கொஞ்சம்கூட சௌகரிய மான மார்க்கெட் அது. ஆனா நிறம் கொஞ்சம் மங்கல். சுமாரா நடக்கும். ஒண்ணும் மோசம் போயுடாது. அது அதிருஷ்டமுள்ளது. ஒரு அடி அடிச்சாலும் அடிச்சிடும். ஒண்ணும் சொல்ல முடியாது. அதுக்கு ராசி அப்படி. சரி, போறேன். டாக்டருக்குக் காரு வாறாப்லே இருக்கு. நான் உங்ககிட்டே ரொம்ப நேரம் பேசிக்கிட்டிருக்குது வேண்டாம்'' என்று சொல்லிவிட்டு ஆஸ்பத்திரி திண்ணையைப் பார்க்கச் சென்றான் குஞ்சுபிள்ளை.

நானும் மருந்து வாங்கிக்கொண்டு வீடு வந்து சேர்ந்தேன்.

குஞ்சுபிள்ளை சொன்ன விஷயங்களை நான் என் மனைவியிடம் சொல்லவில்லை. மரியம்மை விஷயம் அவள் மனசின் ஒரு மூலையில் ஊமைக் காயமாக நீலம் பாரித்துவிட்டது என்று தோன்றிற்று.

ஏனெனில் அதற்குப் பின்னால் இந்த இருபது வருடங்களில் ஒரு தடவைகூட மரியம்மையின் பெயரையோ அந்தச் சம்பவங்களையோ அவள் நினைவு கூர்ந்தது இல்லை.

குஞ்சுபிள்ளையைப் பார்த்துப் பேசியபின் நானும் அந்த விஷயத்தை மனசிலிருந்து கத்தரித்துக் கொண்டேன்.

எப்பொழுதாவது அவளுடைய பெயரும் புகழும் நினைவுக்கு வருமென்றாலும் அதையொட்டி சிந்தனைகளை மனசில் வளர விட்டுக்கொள்ள வேண்டாம் என்பதில் கண்டிப்பாய் இருந்தேன்.

கடந்த இருபது வருடங்களில், சொல்லப்போனால் போன மாதம்தான், மரியம்மையின் கதையை எனக்குத் தெரிந்த வரையிலும் முதலிலிருந்து கடைசி வரை மீண்டும் சொல்லும்படியான ஒரு சந்தர்ப்பம் ஏற்பட்டது.

என் நண்பரான மலையாள நாவலாசிரியர் ஒருவரிடம் பேசிக் கொண்டிருந்தபோது மரியம்மையின் கதையை எழுத்தாளரான அவர் வேண்டுமென்றால் பயன்படுத்திக் கொள்ளட்டும் என்று எண்ணி - ஆனால் அந்த யோசனையை வாய்விட்டுச் சொல்லாமலே - அவரிடம் சொன்னேன்.

கதை முடிவது வரையிலும் உம் கொட்டாமல் என் கண்களையே பார்த்துக்கொண்டிருந்த அவர், "அந்தப் பெண்ணைச் சந்தித்த அன்றே நீ அவளை எங்கேயாவது ஒரு ஹோட்டலுக்கு அழைத்துச் சென்று தங்கியிருந்தாய் என்றால் இந்த விஷயம் உன்னை இவ்வளவு அலட்டி யிராது" என்றார்.

என்னால் அந்த அடியை அப்பொழுது தாங்கமுடியவில்லை. என் முகமே அதைக் காட்டிக்கொடுத்துவிட்டது அவருக்கு.

அவர் சிரித்துக்கொண்டே, "அப்பட்டமாகச் சொல்லி விட்டதற்கு மன்னிக்கணும். ஆனால் அதுதான் உண்மையென்று தோன்றுகிறது" என்றார்.

வெகுநாட்கள் வரையிலும் அவர் சொன்னதை நினைத்துப் பார்க்க எனக்குக் கசப்பாக இருந்தது. மறக்கவும் முடியவில்லை. உண்மையான தால்தான் அதை மறக்க முடியாமலிருக்கிறதோ என்றும் எண்ணினேன்.

இதுபற்றி இன்னும் தீர்மானமான எந்த முடிவுக்கும் நான் வந்து விடவில்லை. ஆனால் சுய கௌரவ அகந்தையைக் கொஞ்சம் கழற்றி வைத்துவிட்டு யோசிக்கும்போது அவருடைய விமர்சனம் அடிப்படை யில்லாத ஒன்று என்று என்னால் இப்பொழுது எண்ண முடிய வில்லை. அவர் சொன்னதும் உண்மைதானோ என்ற சந்தேகமும் ஏற்படுகிறது.

தீபம் ஆண்டுமலர், 1966

இல்லாத ஒன்று

ராஜசேகரன் ஓர் இலக்கிய ரசிகன். அவனுடைய ரஸாநுபவம் நிர்மலமானது; சுருதிபேதம் அனேகமாய்த் தட்டாதது. அவ்வாறு அமைவது வெகு அபூர்வம். இதில் சிறிதும் சந்தேகமில்லை.

அவன் தீக்ஷண்யமான பார்வை கொண்டவன். சம்பாஷணையில் ஈடுபட்டு நிற்கும்போது அறிவுச் சுடரைச் செம்மையாகத் தூண்டி, மனசைத் தேடித் துழாவி, எட்டாத கிளைகளுக்கு எம்பிக் குதித்து ஓரொரு சொற்களாய்க் கோத்துக் கோத்துப் பேசுவான். அவனுடைய மனக்கைகள், பற்றியதையே சதமெனக் கொள்ளாமல் அடைந்தவற்றையெல்லாம் திடுமெனத் திரஸ்கரித்து உச்சாணிக்கு மேலே வானவெளியைத் துழாவிப் பார்க்க அலையும் முனைப்புக் கொண்டவை. அவை கொடிகள்போல் அந்தரத்தில் துவள்வதும் பற்றுவதும், பற்றியதை விட்டு மீண்டும் துவள்வதும் தேடுவதும், அவன் வாய் வார்த்தைகளின் வழி வெளியாகும் விதத்தை அவனுடைய நண்பர்கள் மனசுக்குள் ரசிப்பதுண்டு. அவன் மிகுந்த தேட்டம் கொண்டவன். அவனை உணர்ந்து கொண்டவர்கள் அவனிடம் கவரப்பட இதுவும் ஒரு காரணம்.

இலக்கிய நூல்களை மெய்வருத்தம் பாராமல் அலைந்து கண்டெடுத்துப் படித்து மகிழும் பழக்கம் ஓரளவு சிறு வயதிலேயே அவனிடம் படிந்துவிட்டது எனலாம். எல்லோரையும்போல் இவனும் சிறு வயதில் பேதாபேதம் உணராமல் அச்சேறிவிட்ட கௌரவத்தை அர்த்தமற்று மதித்து அகப்பட்டதை யெல்லாம் கூசாது விழுங்கினான் என்றாலும், ரசனை எனும் விதை துளிர்த்து இரண்டு இலை விட்டதும் உண்மைக்கும் போலிக்குமான வேற்றுமை அவன் பிரக்ஞையில் படர்ந்து வரலாயிற்று. வாசகன் என்ற நிலையில் அவசியம் உணர்ந்துகொள்ள வேண்டியவற்றைக் காலம் தாழாமல் அவன் தெரிந்துகொண்டான் என்று சொல்ல வேண்டும். குப்பைகளை நிர்தாக்ஷண்யத்துடன் ஒதுக்கத் தைரியம் வந்தது அவனுக்கு. போகப் போகக் குப்பைகளே அதிகம் என்பதையும் அவன் புரிந்து கொண்டான்.

தன்னை மறந்து இலக்கிய இன்பத்தில் கரையும் வேளைகளே பயனுள்ள, ஜென்மம் சாபல்யம் பெறுகிற வேளைகளாக அவனுக்குப் படும். பிற யாவும் லௌகீக அர்த்தத்தில் - அவை எவ்வளவுதான் முக்கியமான காரியங்களாக இருக்கட்டும் - வெறும் பாழ் அவனுக்கு; ஆயுள் வீணே தேயும் பொழுது. எனவே உண்ணும்போதும் காரியால யத்தில் டைப் அடிக்கும்போதும் தாயாரிடம் அவசியத்தை முன்னிட்டு இரண்டொரு வார்த்தைகள் பேசும்போதும் அவன் முகத்தில் ஒரு பொறுமையின்மையும் அசுவாரசியமும் படரும். இதன் காரண மாகவே அக்கம் பக்கம் வேற்றுமை கற்பித்து அவனை ஒதுக்கியது. தேவையற்ற ஒன்றை எவ்வாறு அவன் இழக்க முடியும்? இதில் அவன் பெற்றது ஏகாந்தம் எனும் சௌகரியம்தான்.

தன்னுடைய நாட்களுக்காகக் காத்துக்கொண்டிருந்தான் அவன். தன் மனத்தில் பதிவாகியுள்ள வாழ்வின் கோலத்தை, அதன் ஜீவ ரசத்தை எழுத்தில் வடித்துவிட வேண்டுமென்ற கனவு அவனை அரித்துத் தின்றுகொண்டிருந்தது. தன் காலம் ஆரம்பமாகக் காலாவதி யின்றி ஏன் பிந்துகிறது என்பது அவனுக்குத் தட்டுபடாமலே இருந்தது. தன்னைப் பற்றிய அவனுடைய மதிப்பீடு பட்டவர்த்தனப் படுத்தத் தகுந்தது அல்ல. அடக்கத்தின் வெளித்தோற்றத்துக்குள் அகங்காரத் தின் விசுவரூபமென யாருமே அதை எடுத்துக்கொண்டுவிடக்கூடும். எனினும், கலையின் ஜீவ ஊற்றில் அவனது மனக் குகையின் சுவர்கள் விம்முவதை அவனால் ஒவ்வொரு கணமும் உணர முடிந்தது. எதிலும் அவநம்பிக்கைப்படும் தனக்கு இந்த உணர்வில் மட்டும் சஞ்சலமற்ற உறுதி தோன்றியதால் மாயத் தோற்றமென அவனால் எண்ணவும் முடியவில்லை. தன்னுடைய பேனா சலிக்க முற்படும் போது அதன் பிரயாண மார்க்கம் உலக இலக்கியத்தில் சிகரம் விட்டுச் சிகரம் தாண்டும் காரியமாகவே அமையுமென எண்ணினான். இதற்குத் தணிந்த கனவுகள் கலைஞனுக்கு உரியன அல்ல என்றே அவனுக்குப்பட்டது.

கனவிலேயே காலம் கரைந்து கொண்டிருந்ததை எண்ணி அவஸ்தைப்பட ஆரம்பித்தான். மகத்தான சாதனை ஒரு மகத்தான ஆரம்பத்துக்காக ஏங்கி நிற்கிறது எனச் சில சமயம் சமாதானம் அடைவான். அனைத்தும் கூடிவரும் வேளை அருகணைந்துவிட்டது என எண்ணவும் ஆரம்பித்தான். தன்னுள் பேயுறக்கம் கொண்டி ருக்கும் கலை ராக்ஷஸனை எழுப்பவல்ல மந்திரவாதியாக ஆத்மானந்த ஸாகரின் உருவம் அவன் மனத்தில் படிந்தது. அவருடைய விஜயம் அவனுக்காகவே நிகழ்வதுபோல் பட்டது. அவரைச் சந்திக்கும் வேளை ஓர் அபூர்வ வேளையாகப் பரிணமிக்கும் என்பதை அவன் உணர்ந்தான்.

அவர் எழுத்தில் தான் கவரப்பட்ட நாட்களின் நினைவுகள் இனித்தன. அரிக்கன் லாந்தரின் மஞ்சள் ஒளியில் அவர் கவிதைகளை மனம்விட்டு வாசித்த நாட்கள் - பரவசப்பட்டு, உறங்கும் தாயை எழுப்பி அவளையும் கேட்க வற்புறுத்தி வாய்விட்டு வாசித்து,

தாயைக் கருதி மொழிபெயர்த்துச் சொல்ல முனைந்து, மறுகணம் சாத்தியமற்ற சாகசமென உணர்ந்து தனக்குள் ஏற்படும் இன்ப அனுபவங்களையெல்லாம் அவளிடம் வெளிப்படுத்த முடியாமல் திணறி - இரவு வந்ததும் போனதும் உணராமல் படித்த நவீனங்கள் - தன்னுடைய வேளை, வாசல் கதவைத் தட்ட வந்துவிட்டதை எண்ணி அவன் மனசு பரவசப்பட்டது. ஸாகரின் வருகை தெரியவந்த பின்னர் ஓடிய நாட்களை அவன் உடல் கரைந்துபோயிருந்த நாட்கள் என்று சொல்ல வேண்டும்.

மிகுந்த ஏமாற்றத்துடன் அவன் வீடு திரும்பிக் கொண்டிருந்தான். அவன் பறக்கப் பறக்கச் சென்றும் பிந்திவிட்டது. அவன் போய்ச் சேர்ந்த நிமிஷத்தில் கும்பல் கலைந்து வெளியே நகர ஆரம்பித்து விட்டிருந்தது. தேன் கூட்டைக் கலைத்தாற் போன்ற இரைச்சலை வாங்கிப் பிரக்ஞையில் நிறைத்தபடியே ஆவேசமாய் வெளியே வழியும் கூட்டத்தில் நசுக்குண்டு உள்ளே நுழைந்து சென்றான் அவன். மொத்தத்துக்கு எதிராய் ஊடுருவும் அவன் சோனித்தனம் பலரிடம் மிகுந்த எரிச்சலை ஏற்படுத்திற்று. பலர் கொச்சையாய் அலுத்துக் கொள்வதையும் அலட்சியம் செய்தபடி கையில் குடையுடன் கூட்டத்தில் நசுக்குண்டு அவன் மண்டபத்தைப் பார்க்க நகர்ந்து கொண்டிருந்தான். கார்கள் கிளம்பிக்கொண்டிருந்தன.

ரிஷீசுவரனுக்கு விலகும் நதிபோல் கும்பல் பிளவுண்டு ஒதுங்கியது. கப்பல் போன்ற கார் ஒன்று மிதந்து வந்துகொண்டிருந்தது. ரோஜா ஆரம் அணிந்த கார் அது. அதன் சாந்நித்தியத்தில் அங்குள்ள காற்றே மெய்சிலிர்ப்பது போலிருந்தது. இரு சக்கர வண்டிகளில் கணவன்மார் களின் வயிற்றை இறுக்கியபடி பெண்கள் குறுக்கே பாய்ந்து வெளிப் பட்டுக் கொண்டிருந்தனர். கப்பல் போன்ற காரின் பின்சீட்டில் வியர்வை வழிந்த இரண்டு மூன்று திராவிட முகங்களுக்கு மத்தியில் உப்பிய கன்னத்துடன் ஒரு வடநாட்டு முகம் தெரிந்தது. பக்கவாட்டுப் பார்வையில் அந்த முகத்தின் மழுங்கல் தன்மை வெளியாகிக் கொண்டிருந்தது. நேர் பார்வைக்குக் கூரான முகமாகவே இருக்கலாம் - மாறான தன்மை மிகையாகவும் வெளிப்படலாம். அந்த உருவம் லாங் கோட்டு அணிந்து கொண்டிருந்தது. ராஜசேகரன் இந்த உருவத்தைப் பார்த்ததும், ‘அவர் தானா?’ என மனசுக்குள் உரக்கக் கேட்டுக் கொண்டான். கார் அவனைத் தாண்டி ஊர்ந்து சென்றது. ஒரு குழப்பமான நிலையில் கையில் குடையுடனும் படபடப்புடனும் மண்டபத்தைப் பார்க்க ஓட்டமும் நடையுமாகச் சென்றான் அவன்.

மண்டபம் ஒரு பெரிய கீற்றுக் கொட்டகைபோல் காட்சி தரக் கூடியது. கல்லும் மண்ணும் சிமிண்டும்தான் என்றாலும் மூங்கில் தூண்களும் அண்ணாந்து பார்த்தால் கூரையில் பிளந்த மூங்கில்களும் அலங்காரமாய்ப் பொருத்தப்பட்டிருப்பது தெரியும். மேடை முன் னால் காலி நாற்காலிகளின் முடிவில்லா வரிசை பார்வை எட்டும் வரையிலும். இக்காட்சி அவன் மனதுக்குப் பிரீதியாகவும் பீதி

தரக்கூடியதுமாக இருந்தது. அதுபோன்ற ஓர் உணர்ச்சிக்கு அவன் அதுகாறும் இலக்கானதில்லை என்பதை உணர்ந்தான். அநுபவம் வகைப்படாமல் குமைந்தபடி நின்றான். இவ்வாறு அவன் ஸ்தம்பித்து, நாற்காலிகள் உமிழ்ந்துகொண்டிருந்த சூன்யத்துக்கு ஆட்பட்டு நிர்சீவனாய் நின்றிருந்தபோது தந்திரக்காட்சிபோல் நாலைந்து வேலையாட்கள் பக்கவாட்டிலிருந்து முளைத்துப் படபடவென்று நாற்காலிகளை மடக்கி அடுக்க ஆரம்பித்தனர். வெட்டாந்தரை வெடித்தெழுந்து வந்தது போலவே பட்டது. பின்பக்கத்திலிருந்து நாலைந்து வேலைக்காரிகள் அவர்கள் பின்னால் இறங்கிச் சர்சர்ரென்று பெருக்க ஆரம்பித்தனர். மேடையின் மீதிருந்த நாற்காலிகள் அரசர்களின் சரித்திர நாற்காலிகளாய் இருந்தன. ஒவ்வொன்றும் கிழடு தட்டிப் பளபளத்துக் கொண்டிருந்தது. ஒரு நாற்காலிமீது மட்டும் ரோஜா மாலை ஒன்று கிடந்தது. அது கசங்கி வாட ஆரம்பித்திருந்தது. முன்வரிசை நாற்காலி ஒன்றில் ஒருவர் ஒரு துண்டுப் பிரசுரத்தை விட்டுச் சென்றிருந்தார். அவன் அதை எடுத்துப் பார்த்தான். முகப்புப் படம் ஆத்மானந்த ஸாகருடையது. காருக்குள் காட்சி தந்த முகத்தை விட இளமையான முகத்தோற்றம். படத்தில் வழுக்கையின் ஆரம்ப தசை. காருக்குள் பலமான வழுக்கை. அவன் அவருடைய சிருஷ்டிகளை எண்ணியவாறு மனம் அதில் தோயத் தோய, உடலில் படர்ந்த இன்பானுபவத்துடனும் குடையுடனும் தன் குடியிருப்பு நோக்கி நடக்க ஆரம்பித்தான்.

முன்தினம் தனக்கு ஏற்பட்ட ஏமாற்றத்தை மறுநாள் நூல் நிலையத்தில் அலமேலு இருந்த இடம் தேடிச்சென்று சொன்னான் அவன். பேச்சின் நடுவே அலமேலுவின் கல்லூரித் தோழன் - சட்ட மாணவன் - குறுக்கிட்டுப் பேச ஆரம்பித்து சம்பாஷணையை வேறு திசைக்குத் திருப்பிக்கொண்டு சென்றான். பரீட்சை முடிவுகள் மறுநாள் வெளிவரப் போவதாகவும், அலமேலுவின் வெற்றி உறுதி என்றும், அது போலவே தன்னுடைய தோல்வியும் நிச்சயம் என்றும் பலவாறு பேசிக்கொண்டு சென்றான் அவன். என்றாலும் ராஜசேகரனுடைய ஏமாற்றத்தை அலமேலு உணர்ந்து கொண்டாள் என்பதை அவள் தன்னுடைய பார்வைகளால் அவனுக்குக் காட்ட முயன்று கொண்டிருந்தாள். இருவர் காதிலும் சட்ட மாணவனுடைய பேச்சு விழவில்லை. ராஜசேகரன் தன்னுடைய வழக்கமான மூலைக்கு வந்து குடையைப் பெஞ்சில் வைத்துவிட்டுப் புத்தக அலமாரியை நோக்கிச் சென்றபோது அலமேலு தன்மீது மிகுந்த பரிவுகொள்வதை எண்ணி சந்தோஷம் அடைந்தான். அவள் தரப்பிலும் இதற்கு மிகுந்த நியாயம் இருப்பதாக அவனுக்குப் பட்டது. பிறர் கண்களுக்குப் பட்டதெல்லாம் அவளுடைய தோற்றத்தின் அவலட்சணமாயிருக்க, அவளுடைய புத்தியின் தீக்ஷண்யத்தையும் மனசின் சாரலையும் அவன் உணர்ந்து அவற்றின் உன்னதத்தை அவளுக்கே மறைமுகமாகக் காட்டினான் அல்லவா? கடவுள்மீது அவன் கொண்டிருக்கும் கொடிய பகை தணிந்தது அவளால்தான். இருந்தாலும் தன்னைவிடவும் வயதில்

முதியவளான அலமேலுமீது தான் கொள்ளும் ரகசிய ஆசைகள் அவள் மனசுக்கு உகந்ததாய் இராது என்றே அவன் எண்ணினான். தன்னை எவ்வாறு சகோதரனாக எண்ண முடிகிறது அவளால்? கண்களுக்கு அவள் புலனாகாமல் இருக்கும் வேளைகளில் - அவ்வப்போதும் சில சமயம் அடிக்கடியும் - அவளைப்பற்றி எண்ணும் அவன், அவள் முன் தன் உருவம் மறைந்த நிமிஷத்திலேயே தன்னைப்பற்றி எண்ணுவ தையும் அவள் கைவிட்டு விடுவாள் என எண்ணி மனக்கஷ்டம் அடைந்தான். இருந்தாலும் அந்தரங்கத்தில் அவளைப் பற்றிய மதிப்பீடு உயர்ந்து கொண்டேயிருந்தது.

மறுநாள் காரியாலயம் சென்றதும் அவன் மேஜைமீது ஒரு தபால் கார்டு கிடந்தது. ஆத்மானந்த ஸாகர் இன்ன ஹோட்டலில் தங்கியிருப்பதாயும் அவன் விரும்பினால் அவரை நேரில் சென்று சந்திக்கலாம் என்றும் இரண்டு வரிகளில் அலமேலு அதில் கிறுக்கியிருந்தாள்.

அவளுடைய கடிதம் கிடைப்பது வரையிலும் ஆத்மானந்த ஸாகரை நேரில் சென்று சந்திப்பது எனும் யோசனையே அவன் மனசுக்கு வரவில்லை. அப்போது அதுபற்றி வெகு தீவிரமாக எண்ண ஆரம்பித்தான். அவரை நேரில் சந்திக்க வேண்டுமென்ற ஆசை தனக்குத் தெரியாமல் தன்னுள் இருந்துவந்திருப்பது இப்போது அவனுக்குத் தெளிவுபட்டது. அது மிகவும் லகுவான காரியம், பிரமாதமல்ல என்ற தோரணையில் அவள் எழுதியிருந்தது ஒன்றே அவனை வெகுவாகத் தூண்டிற்று. அன்று நண்பகலுக்குமேல் அரை நாள் லீவு பெற்று, கொளுத்தும் மே மாத வெயிலில் நடந்து சென்றான் அவன்.

வெளிவாசலைத் தாண்டி உள்ளே நுழைந்ததும் உலகமே வேறாகத் தெரிந்தது அவனுக்கு. ராக்ஷஸன் ஒருவன் தனது கடுந்தவத்தினால் பெற்றுவிட்ட வரத்தை துஷ்பிரயோகம் செய்து தனது கேளிக்கைக்காக எழுப்பிய இடம் போலவே அது இருந்தது. திரைகள் படபடத்த நூற்றுக்கணக்கான சன்னல்களை அண்ணாந்து பார்த்தபடி நின்றான் அவன். தட்டழிந்து அங்குமிங்கும் அலைந்த பின், கட்டடத்தின் நுழைவாயிலினுள் நுழைந்து படியேறி மேலே சென்றான். பக்க வாட்டில் அறைகள் வந்த வண்ணமாய் இருந்தன. ஆட்கள் அவ்வறை களில் நுழைந்து மறைந்துகொண்டிருந்தனர். சன்னல் திரைகளுக்குப் பின்னால் பெண்களின் கெக்கிலி இடைவிட்டு எழுந்தவண்ணமாய் இருந்தது. முடிவற்றதாய்த் தோன்றிய பாதையில் மிகுந்த தயக்கத்துடன் முன்னால் சென்றான். அவன் நுழைந்து திரும்பி ஏறி வந்த பாதை அவன் நினைவில் குழம்பியது. சுயேச்சையாய்த் திரும்பி வெளியேறு வது சாத்தியமற்ற காரியமென எண்ணினான். இரண்டு பஞ்சாபிப் பெண்கள் கரங்களைப் பிணைத்து வீசி ஆட்டியபடி கொடிபோல் மனோரம்மியமாய்த் துவண்டு சென்றனர். அவர்களுடைய சம்பாஷ ணையில் ஆத்மானந்த ஸாகர் எனும் பெயர் அடிபட்டது. யாரிட

மேனும் விசாரிக்க எண்ணியவன் விசாரிக்காமலேயே மேலே சென்றான்.

இப்போது முதன்முதலாக அவரிடம் என்ன பேசுவது என அவன் எண்ண ஆரம்பித்தான். திரும்பிச் சென்றுவிடுவது எனில் அதற்கான கடைசிச் சந்தர்ப்பம் அவனுக்கு இப்பொழுதே. எனவே, நின்று தீவிரமாகச் சிந்திக்க ஆரம்பித்தான். அரைகுறை மனசுடன் புறப்பட்டு வந்திருக்க வேண்டியதில்லை என்று அவனுக்கு அப்போது தோன்ற ஆரம்பித்தது. தன் மனசிலுள்ள எல்லையற்ற ஆர்வமே இவ்வாறு தன்னைச் சஞ்சலத்துக்கு ஆட்படுத்துவதாக எண்ணினான். இதில் பிசகு என்று எண்ண ஒன்றுமில்லை. வாசகன் என்ற நிலையில் அவன் அவரைப் பார்க்கப் பூரண யோக்கியதை உடையவன்தான். சிறிதும் சந்தேகமில்லை. அவருடைய சிருஷ்டிகளைத் தொட்டே வெகுநேரம் பேச இருந்தது அவனுக்கு. அவருடைய கவிதைகளில் அவன் படிக்காதவை புத்தக உருவம் பெறாதவையே. எந்த ஆசிரியரும் கேட்ட மாத்திரத்தில் மனம் குளிர்ந்துபோகும் செய்தி ஒன்றும் அவனால் அவரிடம் சொல்ல முடியும். மொழிபெயர்ப்பில் அவருடைய நூல்களைப் படித்து மோகமுற்று மூலத்தைப் படித்துவிட வேண்டுமெனப் பொங்கிய ஆசையே ஹிந்திமொழி கற்றுக்கொள்ளக் காரணமாயிருந்தது என்று சொன்னால் அதற்குரிய கௌரவத்துடன் அவ்விஷயத்தை வாங்கிக் கொள்வாரா அவர்? தான் அவருடைய படைப்புகளில் கொண்டுள்ள காதலை எவ்வாறு வார்த்தைகளால் அவருக்கு உணர்த்த முடியும்? அவருடைய சமீப கால எழுத்துக்களில் அவன் அடைந்திருந்த ஏமாற்றத்தை வாய்விட்டுச் சொல்லக்கூடிய அளவுக்குச் சுதந்திரம் தந்து பழகக் கூடியவராக இருப்பாரா அவர்? இதற்குமேல் சமய சந்தர்ப்பம், மனநிலை என்றெல்லாம் இருக்கிறது. பல கூட்டங்களில் கலந்துகொண்டு பெரிய மனுஷ அந்தஸ்துகளுக் கெல்லாம் ஈடுகொடுத்துச் சமாளிக்க நேர்ந்ததில் உடலும் மனசும் ஆயாசமுற்றிருக்கலாம். அசட்டு வாசகர்களின் அசட்டு இளிப்புகளைக் கண்டும், அவர்கள் சலிப்பின்றித் தொடுக்கும் அசட்டுத்தனமான கேள்விகளுக்குப் பதில் சொல்லியும் பொறுமையிழந்து போயிருக் கலாம். அவருடைய சிருஷ்டிகளைப் பற்றித் தன் மனதிலுள்ள இலக்கிய ரீதியான சந்தேகங்களை விரிவாக எடுத்துச் சொல்ல முடியுமா அவனால்? உலக இலக்கியத்தில் யார் யாருடைய நூல்கள் அவருடைய மனத்தைக் கவர்ந்தனவாக இருக்கும்? சம கால இந்திய எழுத்தாளர்களைப் பற்றி என்ன கருதக்கூடும் அவர்? தனது தாய் மொழியில் உள்ள சிறந்த நூல்களையும் ஆசிரியர்களையும் தனக்குத் தெரிந்த வரையிலும் அவருடைய கவனத்துக்குக் கொண்டுவரும் வாய்ப்பு அவனுக்குக் கிடைக்குமா? அவருடைய ‘தாக்ஷாயணி’யில் வரும் எழுத்தாளன்தான் எத்தனை இனிய பண்புகள் கொண்டவ னாகக் காட்சி தருகிறான்! அப்படித்தானே எழுதுவார்கள்! எப்பொழு துமே அப்படித்தான். வரிக்கு வரி உண்மை உண்மையெனப் புலம்பிக் கொண்டு பொய்யைச் சன்னமாகத் திரிக்கும் கூட்டம் தானே

இது! ஆனால் இந்த மனோபாவத்தையும் தாண்டி அந்த நாவலின் கடைசிப் பகுதிகளில் அபூர்வமான இலக்கிய அமைதி கூடிவிடுவது மனசுக்கு எத்தனை உவப்பாக இருக்கிறது! அவருடைய எதிர்காலக் கனவுகள் எப்படி இருக்கும்?

அறைக்கதவு சாத்தியிருந்தது. சஞ்சலத்துக்கு ஆட்பட்டு நிற்பதில் மிகுந்த வெறுப்படைந்து லேசாகக் கதவைத் தட்டினான்.

கதவு திறந்தது.

ராஜசேகரன் உள்ளே நுழைந்தான்.

மிகப் பெரிய அறை அது. எதிரே விசாலமான கட்டில். தரையிலிருந்து ஒன்றரை அடி உயரமே கொண்டது. சுத்தமான கொசுவலை மேலே சுருட்டிக் கட்டப்பட்டிருந்தது. தலையணை உறையும் படுக்கை விரிப்பும் பால் வெள்ளையாய்க் காட்சி தந்தன. அறையின் சுத்தம் மிகுந்த சந்தோஷத்தைத் தரக்கூடியதாய் இருந்தது.

கட்டிலுக்கு அப்பால் சுவரெல்லாம் சன்னல். கரடுமுரடான விலையுயர்ந்த துணி திரையாய்த் தொங்கிக்கொண்டிருந்தது. வாசலையொட்டிப் போட்டிருந்த மூன்று நாற்காலிகளில், இரண்டில் பெண்கள் உட்கார்ந்து கொண்டிருந்தனர். மத்திய வயதான ஸ்திரீ ஒருத்தி கட்டிலோரத்தில் அமர்ந்திருந்தாள். அவள் தலையில் ஒன்றிரண்டு நரை தெரிந்தது. அவள் சற்று ஸ்தூலம். பெண்களில் ஒருத்தி ஒல்லியாக இருந்தாள்; மற்றொருத்தி மிகவும் ஒல்லியாக இருந்தாள். ஒல்லிக்குச்சி கண்ணாடிக்காரி. அவளுக்குக் காசநோய் இருக்கலாகாதே என மனசுக்குள் பிரார்த்தனை உருவத்தில் கடவுளிடம் வேண்டிக்கொண்டான் ராஜசேகரன். உடம்பு தேறும் எதிர்காலம் அவளை அதிரூபவதியாகக் காட்டும் என்பதில் அவனுக்குத் துளியும் சந்தேகம் தோன்றவில்லை.

பாத்ரூம் கதவு சாத்தியிருந்தது. ஷவர் கொட்டும் ஓசையும் கேட்டுக் கொண்டிருந்தது. ராஜசேகரன் ஊகித்துவிட்டதை உணர்ந்து விட்டதுபோல் யாரும் எதுவும் சொல்லவில்லை.

அறையில் பூக்களின் நறுமணம் கமழ்ந்து கொண்டிருந்தது. பெண்கள் மூவர் தலையிலும் பூ இல்லை. மத்திய வயதான ஸ்திரீ மட்டும் நெற்றிக்கு இட்டுக் கொண்டிருந்தாள். வகிட்டிலும் குங்குமம் அப்பிக் கொண்டிருந்தாள். வளைகளும் அவளுடைய கையில்தான். அவளுடைய முந்தானைதான் எப்போதாவது ஒரு தடவை நழுவி விழுந்து கொண்டிருந்தது.

ராஜசேகரனின் கண்கள் அறையைத் துழாவின. சன்னலோரத்தில் ஒரு கூடை வழியப் பூ வைக்கப்பட்டிருந்தது. இதை மிகவும் ரசித்தான் அவன்.

"நான் வந்திருக்கும் வேளை அசௌகரியமான வேளையோ?" என்று கேட்டான் அவன்.

கண்ணாடி பதில் சொன்னாள் :

"அசௌகரியம் எதுவுமில்லை. குளியல் முடிந்ததும் பிரார்த்தனை. ஐந்து மணிக்குக் கவர்னர் மாளிகையில் விருந்து. நடுவில் வேறு புரோகிராம் எதுவும் இருப்பதாகத் தெரியவில்லை."

ராஜசேகரன் சன்னலை வெறித்தபடியிருந்தான்.

பெண்கள் இருவரும் ஏதோ ஒரு விஷயத்தைப்பற்றி ரகசியச் சாயலுடன் பேசிக்கொண்டிருந்தனர். வார்த்தைகள் எல்லாம் கால் வார்த்தை, அரை வார்த்தை. சில சமயம் ஒரு முனகல், ஓர் ஆமோதிப்பு, குறுநகை - இப்படியே பேச்சு.

பாத் ரூமில் துண்டை உதறும் ஓசை கேட்டது. உள்ளேயிருந்து வார்த்தைகள் புறப்பட்டு வெளிப்பட்டன. குழாய் நின்றதும் குரல் கனமேறித் தெளிவாய் ஒலித்தது. மத்திய வயதான ஸ்திரீ பதில் சொன்னாள். ஆனால் அது தனக்குத்தானே பேசிக்கொள்வதுபோல் இருந்தது.

கதவு படீரென்று திறந்தது. கவிஞர் பிரத்தியக்ஷப்பட்டார். மத்திய வயசான ஸ்திரீ எழுந்து சென்று அவர் கையிலிருந்து டவலையும் சோப்பையும் வாங்கிக்கொண்டாள்.

ஆத்மானந்த ஸாகர் அறைக்குள் நுழைந்ததும் ராஜசேகரன் இருந்த பக்கம் திரும்பி வெகுநாட்கள் பழக்கம்போல் சிரித்தார். ராஜசேகரன் எழுந்திருக்க முற்படுவதை உணர்ந்து இரு கரங்களையும் கூடம் ஒத்திக்கொள்வதுபோல் விரித்து "வேண்டாம், வேண்டாம். அப்படியே இருங்கள்" என்று கூறிவிட்டு, மீண்டும் ஒரு முறை முகத்தில் பிரகாசம் காட்டி, அறை மூலையில் போய்ச் சம்மணங் கூட்டி உட்கார்ந்தார். மத்திய வயசான ஸ்திரீ, "சீ, இந்தக் காற்று!" என முணுமுணுத்தவாறு மூலையிலிருந்த சிறிய குத்துவிளக்கை ஏற்றினாள்.

கவிஞர் கண்களை மூடிக்கொண்டார்.

நாற்காலியில் அமர்ந்திருந்த ஒல்லிகள் இரண்டும் உட்கார்ந்த மேனிக்குச் சிரம் தாழ்த்திக் கரம் கூப்பிப் பக்திப் பரவசத்துடன் கண்ணிமைகளை மூடி, பழையபடி நாற்காலியின் முதுகில் படிந்து கொண்டனர்.

ராஜசேகரன் எழுந்திருந்து அறைக்கு வெளியே வந்தான். அவனைப் பின் தொடர்ந்து கண்ணாடிக்காரியும் வந்தாள்.

அரைச்சுவரைப் பற்றியபடி கீழே பார்த்துக்கொண்டு நின்றனர் இருவரும்.

சுருள் சுருளாய் மேலே வந்துகொண்டிருந்த ஏணிப்படியின் அடித்தட்டில் கும்பல் கும்பலாய் ஆட்கள் புகுந்த வண்ணம் இருந் தனர். என்றாலும் ஓரிருவரே மேலே வந்துசேர்ந்தனர். பிறர் நடு வழிகளில் மறைத்து விடுகிறார்கள் போலும்.

"நான் மிகுந்த ஆவலுடன் இவரைப் பார்க்க வந்திருக்கிறேன்" என்றான் ராஜசேகரன்.

அறைக்குள் சங்கீதம் எழுந்தது. ஓர் ஆண்குரலைத் தொடர்ந்து பெண்குரல் இசைக்கும் பஜன்.

“அது இயற்கைதான். அவருடைய நூல்களில் மனசைப் பறிகொடுத் தவர்களுக்கு அவரை நேரில் சந்திக்கவேண்டுமென்ற எண்ணம் ஏற்படத்தான் செய்யும்.”

ராஜசேகரன் குனிந்தபடி கீழே பார்த்துக் கொண்டிருந்தான். இசை நின்றது. உள்ளேயிருந்து ஆண் குரல் கேட்டது. கண்ணாடிக்காரி, “உள்ளே போகலாமே” என்றாள்.

ராஜசேகரன் அந்த அறைக்குள் நுழைந்தான்.

ஸாகர் கட்டிலில் படுத்துக் கொண்டிருந்தார். தலைமாட்டில் ஒரு முக்காலியில் அமர்ந்தபடி அவருடைய தலைமயிரைச் சிரத்தையு டன் சீவிக்கொண்டிருந்தாள் மத்திய வயசான ஸ்திரீ.

“ஆனந்த ஸபையில் நடந்த கூட்டத்துக்கு வரவேண்டுமென்றி ருந்தேன். இல்லை; வந்தேன். வரும்போது கூட்டம் முடிந்துவிட்டது. ஏமாற்றத்துடன் திரும்பினேன்” என்றான் ராஜசேகரன்.

“நீங்கள் அவசியம் வந்திருக்க வேண்டிய கூட்டம் அது. அன்று உங்களுடைய அமைச்சர் எவ்வளவு அற்புதமாகப் பேசினார்! அவ்வளவு இலக்கியத்தரம் வாய்ந்த பேச்சை நான் சற்றும் எதிர்பார்க்கவில்லை. மதராஸிகள் . . .”

“கல்வி மந்திரி இலக்கியத் தரம் வாய்ந்த . . .”

“அவரல்ல. தில்லியிலிருந்து அன்று அவருக்கு அவசர அழைப்பு வந்துவிட்டதாம். நான் குறிப்பிடுவது மதுவிலக்கு மந்திரியை . . .” என்று கூறியபடியே “பிரதர், பிரதர்!” என்று உரக்கக் கூவினார் ஆத்மானந்த ஸாகர்.

கண்ணாடிக்காரி ராஜசேகரன் இருந்த பக்கம் திரும்பித் தணிந்த குரலில், கவிஞர் காதில் விழ வேண்டாம் என்ற பாவனையில் அவருடைய முகத்தையும் திருட்டுத்தனமாகக் கவனித்தபடி, “பிரதர் என்று கூப்பிடுவது குடும்ப வேலைக்காரனை. அப்படியே பழக்கம்” என்று கூறினாள்.

ஒரு ஜர்னலிஸ்டாக இருப்பான் என்றால் அவரைச் சந்தித்தது பற்றிக் கட்டுரை ஒன்று எழுத, ருசிகரமான ஆரம்பம் ஒன்றை அளித்து உதவுவோம் என எண்ணியது போலவே இருந்தது அவளுடைய பேச்சு.

‘பிரத’ரைக் காணவில்லை.

ஆத்மானந்த ஸாகர், ராஜசேகரன் பக்கம் திரும்பிச் சந்தேக நிவிர்த்தி செய்துகொள்வதுபோல், “உங்கள் ஊர் மதுவிலக்குப் பிராந்தியம்தானே?” என்று கேட்டுவிட்டுச் சட்டென்று பெண்கள் பக்கம் திரும்பி “அப்படியானால் காப்பி குடிக்கத்தான் போயிருப் பான்” என்று சொன்னதும் இரண்டு பெண்களும் ஒரு ஹாஸ்யத் துக்குக் காத்துக் கொண்டிருந்ததுபோல் மிகுந்த ஆர்ப்பாட்டத்துடன்

சில நிமிஷங்கள் வரையிலும் சிரித்து ஓய்ந்தார்கள். ராஜசேகரன் முகத்தை சந்தோஷமாக வைத்துக்கொள்ள வேண்டியவன் ஆனான். தலைசீவிக் கொண்டிருந்த அம்மாள் மட்டும் தன்னைக் கட்டுப் படுத்திக்கொண்டு உதடுகளை நெளித்துப் புன்முறுவல் பூத்தாள். தனக்கே முற்றிலும் சொந்தமான ஒன்றின் பிரதாபத்தைத் தானே எண்ணி மகிழ்வது உசிதமல்ல என எண்ணியது போலிருந்தது.

மதுவிலக்கு மந்திரியின் பேச்சைப் புகழ்ந்து பேச ஆரம்பித்தார் ஆத்மானந்த ஸாகர். அதைத் தொடர்ந்து தன்னுடைய உலகச் சுற்றுப் பிரயாணத்தில் நிகழ்ந்த சில சுவையான நிகழ்ச்சிகளைச் சொல்ல ஆரம்பித்தார். ரசமான சம்பவங்களைச் சங்கிலியாய் கோர்த்து வைத்திருந்தார் அவர். இடையிடையே விகடத் துணுக்கு களும் பளிச்சிட்டன. பெண்கள் வாயை மூட முடியாமல் நிமி ஷத்துக்கு ஒருதரம் வெடித்துச் சிரித்தபடியே இருந்தனர்.

"அன்னதான் என்ற தங்களுடைய நாவலைத்தான் நான் முதன் முதலில் படித்தேன். அந்த நாவலில் ஓர் இடத்தில்..."

"அது என்னுடைய முதல் நாவல் அல்ல..."

"நான் அவ்வாறு சொல்லவில்லையே?"

"ஆமாம். அது என்னுடைய மூன்றாவது நாவல் - முதல் நாவல் அல்ல. காஷ்மீரில் தங்கியிருந்தபோது அந்த நாவலை எழுதினேன். அது ஒரு ருசிகரமான கதை!" என்று சொல்லித் தமக்குத்தாமே மகிழ்ந்து வாய்விட்டுச் சிரித்துவிட்டு, தலையை வெடுக்கெனப் பின்பக்கம் திருப்பி விழிகளை மேலே ஏற்றி, "நினைவிருக்கிறதா?" என்று கேட்டார்.

"ம்...ம்" என்றாள் அந்த அம்மாள். "அப்பொழுது பல்வலியால் நீங்கள் என்ன பாடுபட்டீர்கள்!" என்றாள்.

"ஆமாம். சொல்லப் போனால் பல் வைத்தியர் இல்லாத ஓர் இடத்தில் மாட்டிக்கொண்டு வேதனையைப் பொறுத்துக் கொள்ள வேறு வழி தெரியாமல் அதை எழுத ஆரம்பித்தேன்."

"அந்த நாவலில் என் மனசைக் கவர்ந்த இடம்... அதாவது..."

"உங்களை மட்டுமென்ன மேல்நாட்டிலும் நம்ப முடியாதபடி வரவேற்புப் பெற்ற நாவல் அது. இதுவரையிலும் அந்த நாவல்..." என்று இழுத்தபடி கண்ணாடிக்காரியின் முகத்தைப் பார்த்ததும் அவள் சுதாகரித்து எச்சில்கூட்டி விழுங்கிவிட்டுப் படபடப்புடன், "இருபத்தி மூன்று மொழிகளில் மொழி பெயர்க்கப்பட்டுவிட்டது. கிழக்கு ஐரோப்பாவில், கடந்த ஐந்து ஆண்டுகளில் அந்த நாவல்தான் வேறு எந்தக் கிழக்கு ஆசிய சிருஷ்டியையும்விட அதிக விற்பனையாகி யிருக்கிறது என்று பாரீஸிலிருந்து எங்களுடைய விற்பனையாளர்கள் எழுதியிருக்கிறார்கள்" என்று சொல்லிவிட்டு, 'தொடரவா?' என்ற பாவனையில் ஸாகர் முகத்தை ஏறிட்டுப் பார்த்தாள்.

கவிஞர் தொடர்ந்தார்: "அது ஒன்றும் அவ்வளவு முக்கியமல்ல. ஒரு நூல் விற்கும்; விற்காமலும் இருக்கும். படைப்பின் தரம். ஆமாம்,

தரம், அதுதான் முக்கியம் . . . அது சரி, சிறந்த சிருஷ்டிகளை மக்கள் ஏற்றுக்கொள்ளத்தான் செய்கிறார்கள். தோல்வி கண்ட கலைஞன் தன்னை எதிர்கால மனிதனாகக் கற்பனைசெய்து சந்தோஷப்பட்டுக் கொள்ளலாம். மனிதன் உயிரோடிருக்கிற காலத்தில்தான் வாழ முடியும். எதிர்கால வாழ்வு அவனுடையது அல்ல; பிறருடையது. இவன் வாழ்வு இவன் இல்லாத காலத்தில் நிகழ்கிறது என்பதற்கு அர்த்தம் என்னுடைய பசி ஆற நீங்கள் உண்பது என்பதே ஆகும். இதைக் கோபுரத்தின் மீது நின்று சொல்லத் தயாராக இருக்கி றேன் நான். பலருக்கு இப்படி உடைத்துப் பேசுவது பிடிப்பதில்லை. எனக்கு எதிராக இந்தியாவில் இப்போது ஓர் இலக்கிய கோஷ்டி உருவாகியிருக்கிறது தங்களுக்குத் தெரியுமோ? . . . சரி சரி. அது ஒன்றும் அவ்வளவு முக்கிய விஷயமல்ல'' என்று கூறி, உணர்ச்சி வசப்பட்டு அதிகமாக வார்த்தைகளைக் கொட்டிவிட்டதுபோல் பட்டென்று வாயைக் கட்டிக்கொண்டார்.

ஆத்மானந்த ஸாகர் இவ்வாறு பேசியது அவர் மனைவிக்கு ருசிக்க வில்லை என்று தோன்றியது. முகத்தைச் சுளித்துக் கொண்டார் அவர்.

ராஜசேகரன் தன் மனசில் ஓடிக்கொண்டிருந்த எண்ணங்களை ஒருமுனைப்படுத்திப் பல கேள்விகளாகத் தயாரித்துக் கொண்டிருந்த போது டெலிபோன் மணி அடித்தது.

ஒல்லிப் பெண் ரிசீவரை எடுத்துக் காதில் வைத்துக் கொண்டாள். மறுகணம் ரிசீவரின் வாயை இறுகப்பற்றி மூடியபடி, "நீங்கள் இருக்கிறீர்களா என்று கேட்கிறார்கள் எஃப். எஃப். எஃப். டப்ளியூ. காரியதரிசி'' என்றாள்.

கண்ணாடிக்காரி டயரியை அவசரமாகப் புரட்டினாள். அவள் தலை நிமிர்ந்து, ஆத்மானந்த ஸாகரைப் பார்த்ததும், "நாலுக்கு மேல் நாலரைக்குள் பார்க்கலாம் என்று சொல்லு'' என்று தமது மனைவியின் மணிக்கட்டைத் திருப்பி அவளுடைய கைக்கடி காரத்தைப் பார்த்தபடி சொன்னார் கவிஞர்.

கவிஞர் ராஜசேகரனைப் பார்த்துத் தொடர்ந்தார்:

"எஃப். எஃப். எஃப். டபிள்யூ. ஒரு சர்வதேச ஸ்தாபனம். 'பேனா பிடிக்கும் கரத்தைப் பற்றாதே' என்பது அவர்களுடைய முத்திரை வாக்கியம். அந்த சங்கத்தின் சார்பில் சென்ற வருஷம் எனக்கு இலக்கியப் பதக்கம் அளிக்கப்பட்டது தெரியுமா உங்களுக்கு? நான் என்னுடைய சிருஷ்டிகளில் எந்தக் கதையிலும் எந்தக் கதாபாத்திரமும் தற்கொலை செய்துகொண்டதாக எழுதியது இல்லையாம். பரிசு அளிக்கப்பட இதுவும் ஒரு காரணமென்று அறிவிக்கப்பட்டது. பெர்லினில் நடைபெற்ற கூட்டத்தில் இந்தத் தகவல் வாசிக்கப்பட்ட தும் நான் வாய்விட்டுச் சிரித்துவிட்டேன். எனக்கே இந்த விஷயம் தெரியாது.''

ராஜசேகரன் எதுவும் சொல்லத் தெரியாமல் அவருடைய முகத்தையே பார்த்துக் கொண்டிருந்தான்.

"அந்த சங்கத்தாரின் கொள்கை இந்தியாவின் வெளிநாட்டுக் கொள்கைக்குப் பாதகமாக இருக்கிறது. அவர்களோ நான் எங்கே சென்றாலும் விடாமல் பிடித்துக்கொண்டு விடுகின்றனர். இது எனக்குத் தர்மசங்கடமான நிலை. பிலிப்பைன்சில் நடைபெற்ற மகாநாட்டில் அவர்களுடைய பிரதிநிதிகள் மிகவும் மோசமாக நடந்துகொண்டார்கள். நான் பரிசு பெற்ற நன்றியுணர்ச்சியை மௌனத்தில் காட்டுவேன் என்று எதிர்பார்த்திருக்கலாம். ஆனால் தக்க தருணம் வாய்த்தபோது பாரதத்தாய் என் உடம்பில் புகுந்து கொண்டு வீராவேசமாகப் பேசினாள். அன்று நான் சற்று மீறிப் பேசிவிட்டதாக என் சகோதர எழுத்தாளர்கள் - எனது அருமை நண்பர்கள் (இதைச் சற்று அழுத்தமாக உச்சரித்தார் அவர்) - குறை பட்டுக் கொண்டார்கள். புதுதில்லியும் என் பேச்சில் அதிருப்தியுற் றிருக்கிறது என்பதை இங்கு வந்ததும் தெரிந்து கொண்டேன். இதற் காக நான் விசனப்படவில்லை. எனது அன்றைய பேச்சு இந்தியா விடம் அமெரிக்காவின் கண்ணோட்டத்தை மறுபரிசீலனைக்கு வற்புறுத்தியது என்ற உண்மையை இன்று எல்லோருமே ஏகமனதாக ஒப்புக்கொள்கின்றனர். இதில் எனக்குப் பெருமைப்பட உரிமையுண்டு என்பதை அடக்கத்துடன் தெரிவித்துக் கொள்கிறேன் . . ."

வாசல் கதவு தட்டப்படும் ஓசை கேட்டது.

கண்ணாடிக்காரி கதவைத் திறந்தாள்.

இளம் தாடியுடன் எஃப். எஃப். எஃப். டப்ளியூ. காரியதரிசி உள்ளே நுழைந்தார். அவர் பின்னால் மூன்றுபேர் வந்தார்கள். உட்கார்ந்திருந்தவர்கள் எழுந்திருந்து நாற்காலிகளைக் காலிசெய்து கொடுத்தனர்.

'கிளிக் கிளிக்' எனக் காமிரா ஓசைப்பட ஒளிக்கற்றை கோணத் துக்குக் கோணம் ஓடியது.

ராஜசேகரன் விடைபெற்றுக்கொண்டு வெளியே வந்தான்.

மாடிப்படிச் சுரங்கத்தின் வழியாக வெளியே வந்ததும் மீண்டும் உலகத்தின் தலைவாசலுக்குள் நுழைந்தாற்போலிருந்தது. வெளியே தென்றல் அடக்கமாக வீசியது. வேனில் கால மாலை நேரங்களில் தான் கடற்காற்று எத்தனை அன்புணர்ச்சியுடன் சேவகம் செய்ய விரைந்தோடி வருகிறது! உடல்வலியைப் பல்லைக் கடித்துக்கொண்டு மௌனமாகப் பொறுத்துக்கொள்வது போலவே மனஉணர்ச்சிகளைத் தலையெடுத்து ஆடவிடாமல் அமுக்கியவாறு போர்ட்டிகோவைத் தாண்டி வெளியே வந்தான். விரும்பியதையும் அடைந்ததையும் எதிர்பார்த்ததையும் ஏமாற்றத்தையும் அவற்றிலிருந்து தப்பி வேறாக நின்று சாவதானமாய் அலச அவன் மனம் துடித்தது. அவன் அவ்வெண்ணத்தை வலுக்கட்டாயமாய் ஒத்திப்போட்டான். மனசு கம்மென்றிருந்தது. விடிவிளக்கின் திரியை இறக்கி ஒளியைத் தணிப்பது போலவே பிரக்ஞை நிலையை ஒரு தாழ்ந்த சுருதிக்குக் கொண்டுவந்து, 'எதுவும் லட்சியமில்லை, எதுவும் நிகழ்ந்துவிடவில்லை, எப்படியும்

தொலைந்துபோகட்டும்' என்றெல்லாம் தனக்குத்தானே முணு முணுத்தவாறே ஹோட்டலின் பின்பக்கம் சென்றான்.

பிரம்மாண்ட சொரூபத்துடன் மண்டபம் ஒன்று புலனாயிற்று. அதன் பிரம்மாண்டமான தூண்கள் திக்பிரமை ஊட்டின. காக்கி உடை அணிந்த குற்றேவல் ஜீவன்கள் தூணுக்குத் தூண் நின்று கொண்டிருந்தன. ஊழியத்துக்கு விரைய ஏவல் வரும் திசை தேடிப் பரபரக்க நின்றுகொண்டிருந்தன. கையிலிருந்து நழுவிப் பறந்தோடும் காகிதத்தைப் பிடித்துவிட ஒருவர் கோமாளித்தனமான வேகத்துடன் ஓடுவது தெரிந்தது. அவர் கை வைத்துப் பொத்தும் கணத்தில் அது நழுவி அப்பால் பறந்து விழுந்தது. அவர் பின்தொடர்ந்து ஓடி கை பொத்திப் பிடிக்க, மீண்டும் பறந்து போக்குக்காட்டி இழுத்துச் சென்றது அது. காகிதம் அப்பால் மறைந்தது. அவரும் அப்பால் மறைந்தார்.

மண்டபத்துக்குள் கிறிஸ்தவர்கள் கூட்டம் நடந்து கொண்டிருந்தது. மேல் நாட்டுப் பாதிரியார் யந்திர உணர்ச்சியுடனும் தங்கு தடையின்றியும் வார்த்தைகளைக் கொட்டிக் கொண்டிருந்தார். பக்கத்தில், அவர் பேசப்போவதை முன்கூட்டி அறிந்திருந்த ஓர் ஆத்மா அவர் பேசப்போவதையும் மொழிபெயர்த்து விடாதபடி மிகுந்த கவனத்துடன் அவர் பேசியதை மட்டும் மொழிபெயர்த்துக் கொண்டி ருந்த ஹாலில் இடம் கிடைக்காத ஒரு நிறைமாத கர்ப்பிணி வராந்தா வில் நின்றபடி அவளுடைய பெரிய வயிற்றுக்கு மேலே விரல்களைக் கூட்டிக் கைகளை வசதியாய் வைத்தபடி கண்களை மூடியபடி நின்றிருந்தாள். அவள் கன்னத்தில் புளியங்கொட்டை போல் ஒரு மச்சம். அங்கு ரோமம் அடர்த்தியாக முளைத்திருந்தது. மேனாட்டுப் பாதிரியாரின் பேச்சு அவளுடைய சுகப் பிரசவத்துக்கு அநுகூலமாக இருக்குமென்றால் அது எவ்வளவோ நல்லதே. அவள் நம்பினால் அவளுக்கு அநுகூலம் கிடைக்கத்தான் செய்யும். நம்பக் கூடிய வளாகவே பட்டது அவளைப் பார்த்தபோது.

அழகு அழகாகப் பெண்கள் ஊர்ந்து கொண்டிருந்தனர். குழந்தை கள் ஆள்காட்டி விரல்களைப் பிடித்து இட்டுச் சென்று கொண்டிருந் தனர். ஆப்பிள்களாக இருந்தன குழந்தைகள். அஞ்ஞான சந்தோஷம் முகத்தில் கொப்பளித்துக் கொண்டிருந்தது. பல பாஷைகள் காதில் விழுந்தன. அநேக நடை உடை பாவனைகளும் கண்களுக்குப் புலனாயிற்று. பாரதப் பெண்கள்தான் எத்தனை அழகாக இருக்கிறார் கள்! மகாராஷ்டிரப் பெண்கள் நாலைந்துபேர் உயரமாகவும் வாளிப் பாகவும் பெரிய திலகங்களைத் தீட்டிக்கொண்டு உலகத்தை விழுங்கும் கண்களுடன் கிலுகிலுவென எதையோ பேசியபடி நகர்ந்து சென்றனர். தெய்வங்களே எனக் கூவி அவர்களுடைய காலடியில் விழ வேண்டும் போலிருந்தது. அவர்களோ அவர்கள் எழுப்பும் கனத்த எண்ணங் களை உணராமலே காற்றில் சஞ்சரித்துக் கொண்டிருந்தனர்.

லாண்டரியும், தையல் கடையும், பூக்கடையும், பத்திரிகைக் கடையும் வந்தன. சுற்றுச்சூழ விருட்சங்கள் அடர்த்தியாய்க் கவிந்த

ஓர் இடத்தில் சுவரையொட்டி ஒரு சிறு கோயில்கூட தெரிந்தது. இங்கு இல்லாதது எதுவும் இருப்பதாகத் தெரியவில்லை. இரவில் பெண்களை அழைத்து வரவும் வைகறைப் பொழுதில் அவர்களை அழைத்துச் செல்லவும் ஆட்களும் டாக்சியும் இல்லாமலா இருக்கும்? குடும்ப ஸ்திரீகளின் பரவலான பலஹீனம் தாசிகளின் வம்சா வளியைக் குறுக்கிவிட்டது மிகுந்த வருத்தத்தை உண்டுபண்ணும் காரியமாகவே இருக்கலாம். எனினும் என்றும் இப்படியே இருந்து ஒவ்வொரு சமயம் இப்படி இல்லாமலும் இருந்து, இன்று வரையிலும் உலகம் நகர்ந்து வந்துவிட்டது எவ்வளவோ நல்ல விஷயம். நம் தயவை எதிர்பாராமல் நாளைக் காலையிலும் சூரியோதயம் ஆகுமென்றே எதிர்பார்க்கலாம். ஒருக்கால் அப்படி ஆகவில்லையென்றால் நாம் அவனை வரவழைக்கச் செய்யக்கூடியது எதுவுமில்லை.

இந்தியாதான் இது. இந்தியாவின் சிற்றுருவம் இது. இந்தியாவின் பரிபூர்ணத் தன்மை மிளிர இந்த இடம் அத்தனை சுத்தமாக இல்லாமல் இருப்பது அவசியம்தான். தண்ணீர் வசதியில்லாத பாத்ரூம்களுக்கும் அகண்ட சாக்கடைகளுக்கும் நினைத்த மாத்தி ரத்தில் எங்கே போவது? ஒரு மூலையில்,

தர்மக்ஷேத்ரே குருக்ஷேத்ரே
ஸமவேதா யுயுத்ஸவ
மாமகா பாண்டவாஸ்சைவ
கிமகுர்வத ஸஞ்ஜய

என்று ஆரம்பித்து கீதா பிரவசனம் செய்ய ஒரு சாஸ்திரியும் அவசியம்தானே? மகாத்மா காந்தியின் அவலட்சணமான சிலை ஒன்றை, பிரதிஷ்டைபண்ணிவிட வேண்டியதும் அவசியம்தான். இந்தியாவைச் சுற்றிப்பார்க்க வருபவர்கள் வீணே சுற்றி அலைய அவசியம் இராது என்றே தோன்றுகிறது. இந்த ஹோட்டலில் ஏறி இறங்கிவிட்டால் போதும். இத்தனையும் பார்த்த பின்னர் அவர் ஓர் இந்திய பிரஜையைப் பேட்டி காண விரும்பினால் 253ஆம் நம்பர் அறைக்கு அனுப்பி வைக்கலாம். மாபெரும் கவிஞரான ஓர் இந்தியப் பிரஜை அங்குதானே தங்கியிருக்கிறார்.

மறுநாள் நூல்நிலையத்தில் அலமேலுவைச் சந்தித்தபோது ராஜசேகர னால் முதலில் அவளுடன் வாய்திறந்து பேசமுடியவில்லை. இரண்டு மூன்று தடவை விசாரித்துவிட்டு சம்பாஷணையை வேறு விஷயத் துக்குத் திருப்பிச் சமாளித்துக் கொண்டாள் அவள்.

இருவரும் வெளியேறிப் பூங்கா சிமிண்டுப் பெஞ்சில் அமர்ந்தனர்.

"என்ன பேச்சே காணோம்!"

ராஜசேகரன் சிரித்தான்.

எங்கிருந்து ஆரம்பிப்பது, எவ்வாறு சொல்வது என்பது மட்டுப் படாமல் திணறிக் கொண்டிருந்தான் அவன். சில நிமிஷங்களுக்குப் பின், முன்தினம் நடந்த சம்பவங்களின் மொத்த அனுபவத்தையும் ஒரே வரியில் சொன்னான். பின்னர் விஷயத்தைப் பிரித்துப் பகுதி பகுதியாகச் சொன்னான். கடைசியில் முதலிலிருந்து ஆரம்பித்துக் கடைசி வரையிலும் ஒரே மூச்சாகச் சொல்லி 'மறக்க முடியாத ஒருநாள்' என்று சொல்லிப் பேச்சை முடித்தான்.

"மறக்க முடியாத ஒரு நாளாக இருக்க வேண்டுமென்றுதானே நீயும் ஆசைப்பட்டாய்!" என்றாள் அலமேலு.

ராஜசேகரன் முகத்தில் ஒரு புன்னகை. சோகம் மண்டிய அப் புன்னகை அலமேலுவின் மனசை வாட்டியது.

அலமேலு தொலைவானத்தில் தெரிந்த ஒரு கரும் திட்டை வெறித்தபடியிருந்தாள். பின்னால் சட்டென்று ராஜசேகரன் பக்கம் திரும்பி, "உனக்கு விஷயம் தெரியுமா? . . . எனக்குப் பாஸாகிவிட்டது" என்றாள்.

ராஜசேகரனுக்கு ஏற்பட்ட அதிர்ச்சியை அவன் முகம் காட்டிக் கொடுத்து விட்டது. மறுகணம் மிகுந்த வெட்க உணர்ச்சியுடன் சமாளித்தபடி, "அப்படியா! ரொம்ப சந்தோஷம்" என்றான்.

"வாசலில் போர்டை மாட்டிவிட்டேன்."

ஒரு நிமிஷ இடைவெளிக்குப்பின் ராஜசேகரன் சொன்னான் :

"உனக்கு வழி ஆரம்பமாகிவிட்டது."

அலமேலு சிரித்தபடி அவன் பக்கம் நெருங்கி அமர்ந்து, குரலில் கனிவுடன், "இதோ பார், இல்லாததைத் தேடி ஏன் அலைகிறாய்? உன் வாசல்களை நீதான் தட்டித் திறக்க வேண்டும். பேனாவில் மையை நிரப்பு. அதன் ஆரம்பம் அதுதான்" என்றாள்.

ராஜசேகரன் அவள் முகத்தைப் பரிவுடன் பார்த்தான்.

கல்கி வெள்ளிவிழா ஆண்டுமலர், 1966

காலிப் பெட்டி

"அண்ணைக்கே கையோடு சொர்ணத்துக்கும் ஒரு தடுப்பு ஊசியைப் போட்டு விட்டிருக்கலாம்" என்றாள் கிழவி. யார் மனசிலும் பளிச்சிடாத ஒரு விஷயம் அவள் மனசில் பளிச்சிட்டது. கிழவியின் வார்த்தைகள் அதுவரை நடைபெற்று வந்த சம்பாஷணையைப் பட்டென்று அறுத்து, குமாரசாமிப் பிள்ளையையும் கிருஷ்ணம்மாவையும் திடுக்கிட வைத்துவிட்டன.

கிழவி சொன்ன வார்த்தைகளின் உட்பொருளை வாங்கிக் கொள்ள ஒரு கணம் தன்னுள் ஆழ்ந்து பார்க்க வேண்டியிருந்தது கிருஷ்ணம்மாவுக்கு. பொருள் மனசில் படர்ந்ததும் அவள் முகம் 'குப்'பென்று சிவந்து, மறுகணம் வெளிறிட்டது.

குமாரசாமிப் பிள்ளையும் அசந்துதான் போனார்.

நீட்டிய கால்கள் ஹால் வாசற்படியை மறிக்க உட்கார்ந்திருந்தாள் பாட்டி. குமாரசாமிப் பிள்ளை காரியாலயத்திலிருந்து வீடு வந்து, சாய்வு நாற்காலியில் இளைப்பாறியபடி பேசிக்கொண்டிருந்த போது தான் சொன்னார்: "சொர்ணத்துக்கு நல்ல காய்ச்சலாம்."

பக்கவாட்டு வாசல் வழியாக ஹாலுக்குள் நுழைந்த கிருஷ்ணம்மா, "யாருக்கு... நம்ம சொர்ணத்துக்கா?" என்று படபடப்புடன் உரக்கக் கேட்டாள். அவள் கையில் தட்டும், தட்டில் முறுக்கும், இடுப்பில் குழந்தையும் இருந்தது.

"ஆமாம்" என்றார் குமாரசாமி.

"சொர்ணத்துக்கா காய்ச்சல்?" என்று அதே கேள்வியைத் திருப்பிக் கேட்டாள் அவள்.

"லேசுப்பட்ட காய்ச்சல் இல்லை. நொறுக்கி வாங்குகிறதாம் ஒரு வாரமாக."

"யாரு சொன்னாக?"

"அருணாசலம்தான் சொன்னான். ஒரு வாரமா அவன் ஆபீசுக்கு வரவில்லையாம்."

"ஐயோ பாவம். தாயில்லாக் குழந்தை!" என்றாள் கிருஷ்ணம்மா.

குமாரசாமிப் பிள்ளை சொன்ன சேதியைக் கேட்டுக் கேட்டுத் தீரவில்லை கிருஷ்ணம்மாவுக்கு. கேள்விமேல் கேள்வியாக அடுக்கினாள்.

அவர்களைக் கவலையில் ஆழ்த்தும் சேதிதானே இது! ஏதோ ஆபீஸ் சேவகனின் குழந்தைக்குக் காய்ச்சல் என்று அவர்கள் வாளாவிருந்துவிட முடியுமா? சொல்லப்போனால் சொர்ணம் அருணாசலத்துக்கு மட்டும் குழந்தை அல்லவே? அவர்களுக்கும் அவள் குழந்தைதானே? சின்னஞ்சிறு பிஞ்சாக வந்து, பாதி நாட்களை யும் அந்த வீட்டிலேயே கழித்த பெண் அல்லவா அவள். தன் சொந்த கையால் கிருஷ்ணம்மா பண்ணிப்போட்ட தோசையும் பிட்டும் கீரையும் கறியும் உண்டு வளர்ந்து, சரோஜாவுடன் கைகோர்த்துக் கொண்டு அந்த வீடெங்கும் துள்ளித் திரிந்த குழந்தையாயிற்றே அவள். சரோஜாவுக்கு அவள்தானே உயிருக்கு உயிர். இவைகளெல் லாம் கூடப் பெரிதில்லை; சரோஜா விஷக் காய்ச்சலில் விழுந்து உயிருக்கு மன்றாடிக் கொண்டிருந்தபோது, அவளை எழுப்பிவிடுவது முழுக்க முழுக்கத் தன் பொறுப்பு என்ற நினைப்போடு சொர்ணம் பட்ட கஷ்டமும், அனுபவித்த அவஸ்தைகளும் கொஞ்சமா? காக்க வந்த தெய்வம் மாதிரி அல்லவா கட்டிலருகே பழிக் கிடையாய்க் கிடந்தாள். அந்த இரண்டு மாத காலத்தில் கிருஷ்ணம்மா மனசிலும், குமாரசாமிபிள்ளை மனசிலும் கையெடுத்துக் கும்பிடத்தக்க தெய்வ மாக ஏறி இருந்து கொண்டுவிட்டாள் சொர்ணம். அவள்பால் அத்தனை அன்பு பெருக்கெடுத்துப் பொங்கிய சந்தர்ப்பம் அதற்கு முன் என்றுமே அந்தத் தம்பதிகளுக்கு ஏற்பட்டதில்லை.

ஆனால் கிழவி திடுமென்று ஒரு பேச்சை இப்போது தூக்கிப் போடுகிறாளே, அதன் பொருள் என்ன? சொர்ணத்துக்குப் பெரும் தீங்கு அவர்களால் இழைக்கப்பட்டு விட்டது என்கிறாளா? சொர்ணம் நோய்வாய்ப்பட்டு அழுந்துவதற்கே அவர்கள்தான் காரணம் என்று பொருளா கிழவியின் அந்தப் பேச்சுக்கு?

“தாயில்லாக் குழந்தை. வறளுகிற தொண்டைக்குச் சொட்டுத் தண்ணீர்விடக்கூட நாதி இல்லை” என்றாள் கிருஷ்ணம்மா.

“சொர்ணத்துக்குத் தலைக்குத் தண்ணீர் விட்ட பிறகு ஆபீசுக்கு வந்தால் போதும் என்று அருணாசலத்திடம் சொல்லி விட்டேன்” என்றார் குமாரசாமிப் பிள்ளை.

“என்ன இருந்தாலும் பெற்றவள் பக்கத்தில் இருப்பதுபோல் வருமா? ஐயோ பாவம் சொர்ணம்” என்றாள் கிருஷ்ணம்மா.

“வேறு என்னதான் நாம் செய்ய முடியும்?” என்று கேட்டார் பிள்ளை.

அப்போதுதான், அதுவரை வாயை மூடிக்கொண்டிருந்த கிழவி அந்த பேச்சைத் தூக்கிப் போட்டாள்.

“அண்ணைக்கே கையோடு சொர்ணத்துக்கும் ஒரு தடுப்பு ஊசியைப் போட்டு விட்டிருக்கலாம்.”

கிழவி இப்படிச் சொன்ன பின்பு யாராலும் பேச முடியவில்லை. மூளைக்குள் 'விர்'ரென்று பாய்ந்து புறப்படுவது போலிருந்தது. அந்த வார்த்தைகளின் பொருள் அலை அலையாக விரிந்து எங்கும் வியாபித்து, மீண்டும் மீண்டும் மனசுக்குள் குவிந்து எதிரொலித்தது.

குமாரசாமிப் பிள்ளை தன்னுள் ஆழ்ந்து எதையோ தேடிக் கொண்டிருந்தார். மனசைக் குண்டூசி முனை பதம் பார்ப்பது மாதிரி ஒரு வேதனை. கூண்டில் ஏற்றிவிட்டாளே கிழவி! முதுகுப்புறம் வியர்வை பொங்கித் திட்டுதிட்டாகப் பனியனில் உறைந்தது.

ஹாலின் ஒரு ஓரத்தில் குழந்தை மணி படுத்துத் தூங்கிக் கொண்டிருந்தான். மேசை விசிறி அவனைப் பார்க்கச் சுழன்று கொண்டிருந்தது, பக்கத்தில். பிள்ளை எழுந்து போய் ஒரு விசையை அழுத்திவிட்டு மீண்டும் சாய்வு நாற்காலியில் வந்து சாய்ந்தார். இப்போது விசிறி அப்பாவையும் குழந்தையையும் மாறிமாறிப் பார்க்கத் தொடங்கிற்று.

தாணு அப்போது உள்ளே வந்தான். அவன் கக்கத்தில் இரண்டு புத்தகங்கள். ஹாலில் அமைதியின் தேக்கம் கனக்கிறது. உள்ளே நுழைந்ததும் இடதுபுறம் முகத்தைத் திருப்பிச் சாய்வு நாற்காலியைப் பார்த்தான். அப்பா இருக்கும் இடத்திலா இந்த அமைதி!

காப்பித் தம்ளரை உள்ளே கொண்டு போய் வைத்துவிட்டு மீண்டும் அங்கு வந்த கிருஷ்ணம்மா, தாணுவைக் கண்டதும், "தாணு, சொர்ணத்துக்குக் காய்ச்சலாம்!" என்றாள்.

"யாரு சொன்னது அம்மா?"

"அருணாசலம்."

"அதுதான் அவளைக் காணோம் கொஞ்ச நாளாக."

"அதைக் கேட்டதிலிருந்து நான் நானாகவே இல்லைடா தாணு" என்றாள் தாய்.

"ஜலதோஷக் காய்ச்சலாகத்தான் இருக்கும் அம்மா!" என்றான் தாணு.

"ஊஹூம். ஒரு வாரமா அனலாய் வாட்டி எடுக்கிறதாம். கண்ணைத் திறக்கவில்லையாம் அந்தக் குழந்தை" என்று படபடத்தாள் கிருஷ்ணம்மா. தாணுவுக்கும் இதில் ஆதங்கம் இல்லாமல் இல்லை. ஆனால் அம்மாவின் படபடப்பு அவசியமற்றது என்று அவனுக்குத் தோன்றிற்று.

"எல்லாம் சரியாகப் போய்விடும் அம்மா. இதுக்கு நாம என்ன செய்யமுடியும்?" என்று கேட்டான் தாணு.

"நாம் செய்யறதென்ன என்ன? அண்ணைக்குக் கையோட அவளுக்கும் ஒரு ஊசியைப் போட்டுவிட்டிருக்கலாம்" என்று மீண்டும் சொன்னாள் பாட்டி.

தாணுவின் காதில் பாட்டியின் பேச்சு விழவில்லை. அவன் அடுக்களையை நோக்கிச் சென்றான்.

அதே சமயம் படுக்கை அறையில் இருந்து "ஹாலுக்கு நான் வரணும், அம்மா" என்று ஒரு குரல் வந்தது. குரலில் பலவீனம் அதோடு அதிகார மிடுக்கின் அழுத்தம்.

ஹால் வாசலை மறித்துக் கொண்டிருந்த கிழவியின் கால்கள் மடங்கவும், சரோஜாவைத் தன் உடம்போடு உடம்பாகச் சேர்த்து அணைத்தவாறு கைத்தாங்கலாகக் கூட்டிக்கொண்டு வந்தாள் கிருஷ்ணம்மா.

குமாரசாமிப் பிள்ளை தம் குழந்தையைப் பார்த்ததும் அவசர அவசரமாகச் சாய்வு நாற்காலியை விட்டு எழுந்து, "குழந்தையை இப்படிப் படுக்க வை" என்று சொல்லிக்கொண்டே, பக்கத்தில் தூங்கிக் கொண்டிருந்த மணியின் அருகில் தரையைத் துண்டால் தட்டி விட்டுப் படுத்தார்.

அம்மா கையில் தொங்கியபடி சரோஜா அடிமேல் அடியெடுத்து வைத்து ஹாலுக்குள் வந்தாள். எலும்பு மட்டுந்தானிருந்தது அவள் உடம்பில். கைத்தாங்கலில் வீட்டுக்குள் நடமாடலாம் என்று டாக்டர் சொல்லிவிட்டார். பட்ட அவஸ்தைக்குப் புனர்ஜன்மம்தான் இது. ஒரு முறையா, இரு முறையா? மூன்று முறை திரும்பத் திரும்ப வந்து கவ்விக் கொண்டது விஷ ஜுரம். இத்தனை சிக்கலான கேஸ் பார்த்ததில்லை என்று டாக்டரே மண்டிபோட்டு விட்டார். கடைசி யில் சரோஜா ஒரு மட்டும் பிழைத்து எழுந்தாள். ஆகாரம் கொடுக்க லாம் என டாக்டர் உத்தரவாகி விட்டது. காலையில் பாதி இட்டிலி. காபிக்கு முழுசாக ஒரு பிஸ்கட். குஷிதான் சரோஜாவுக்கு. பிடிவாத மும் முரண்டும்கூடச் சற்றுக் குறைந்து விட்டது - ஆச்சரியத்திலும் ஆச்சரியம்! ஒரே குறை, தலையை மொட்டை அடித்து விட்டதுதான். பெரிய குறைதான் அது. அகஸ்மாத்தாகக் கண்ணாடியில் முகம் விழுந்து விட்டால் சரோஜாவின் கன்னம் எல்லாம் நனைந்துவிடும்.

குழந்தையைச் சாய்வு நாற்காலியில் பதனமாக அமர்த்தி, தலை யணையைப் பின்புறம் வைத்துத் தலையைச் சாய்த்து வைத்தாள் கிருஷ்ணம்மா.

"அப்பா, சொர்ணத்துக்குக் காய்ச்சலா?" என்று கேட்டாள் சரோஜா.

முக்காலியைத் தூக்கிக்கொண்டு வந்த கிருஷ்ணம்மாவின் முகம் வியப்பில் விரிந்தது.

"உனக்கு யாரு சொன்னா?" என்று கேட்டார் குமாரசாமிப் பிள்ளை.

"நீங்க பேசறபோது கேட்டுக் கொண்டிருந்தேன்" என்றாள் சரோஜா. பிள்ளை தம் உதட்டைச் சுழித்துக் கொண்டார்.

"அப்பா, யாரப்பா சொர்ணத்துக்கு மருந்து கொடுப்பாங்க?"

"குழந்தைக்குத் தெரிவதுகூட நமக்குத் தெரியவில்லை" என்று முணுமுணுத்தாள் கிருஷ்ணம்மா.

"என்னங்க நம்ம டாக்டரைக் கொண்டு சொர்ணத்தைப் பார்க்கச் சொல்லலாமே!" என்று தொடர்ந்து சொன்னாள் அவள்.

"செய்வோமே" என்றார் பிள்ளை.

கிருஷ்ணம்மா தட்டத்தில் ஒரு பிஸ்கட்டை வைத்தபோது, "அம்மா ஒரே ஒரு பிஸ்கட்தான் தராங்க அப்பா!" என்று சிணுங்கினாள் குழந்தை.

"எத்தனை வேணும் உனக்கு?"

"ஒண்ணரை."

பிள்ளை முகத்திலும் கிருஷ்ணம்மா முகத்திலும் ஏக காலத்தில் முறுவல் அரும்பிற்று.

"அவள் கேட்பது போல் கொடேன்" என்றார் அவர்.

மீண்டும் பாதியைப் பிட்டு வைத்தபோது சரோஜா வெட்கத்துடன் சிரித்துக்கொண்டாள்.

"சாப்பிடு அம்மா" என்றார் அவர்.

பாதி பிஸ்கட் கூடத் தின்றாகவில்லை. அதற்குள் சரோஜா மீண்டும் கேட்டாள்.

"யாரப்பா சொர்ணத்துக்கு பிஸ்கட் வாங்கி கொடுப்பாங்க?"

"பிஸ்கட் தின்னக் கூடாதம்மா அவளுக்கு!" என்றார் அவர்.

"ஆரஞ்சு?"

"தின்னலாம்."

"யாரு வாங்கிக் கொடுப்பாங்க?"

"ஆரஞ்சுப் பழம் வாங்கிக் கொடுத்தனுப்புங்க," என்று கிருஷ்ணம்மாளும் குழந்தையின் விருப்பத்தில் ஒன்றினாள்.

"ஆகட்டும்" என்றார் அவர்.

சரோஜா தலையணையில் சாய்ந்து கொண்டாள். முக்காலியைத் தூக்கிக்கொண்டு உள்ளே சென்றாள் கிருஷ்ணம்மா. தாணு பாட்மின்டன் மட்டையை மணிக்கட்டு மடிப்பில் தட்டியவாறு வெளியே சென்றான்.

மணியின் இடுப்பைத் தொட்டும் தொடாமலும் அணைத்தவாறு கண்ணயர்ந்தார் பிள்ளை.

அவமானமாகத் தானிருந்தது. சரோஜாவுக்குத் தெரிந்ததுகூடத் தெரியவில்லையே பெரியவர்களுக்கு. என்ன மனசு இது. கல்லா? அப்படியும் சொல்ல முடியவில்லையே! பாவம் சொர்ணம்! படுக்கையில் விழுந்து விட்டாளா? என்ன வியாதியோ? விஷ ஜுரம் தானோ? அப்படி இராது. யார் சொல்ல முடியும்? அப்படியே இருக்கலாம். அப்படி இருக்கக் கூடாது தெய்வமே! பெரிய சோதனைகளெல்லாம் கொடுக்காதே என்று கேட்கும்போதுதான் கொடுக்கும் அது. அம்மா சொல்வது நூற்றில் ஒரு வார்த்தை. அவளுக்கும் ஒரு தடுப்பு ஊசி

போடச் சொல்லியிருக்கலாம். என்னது, போடச் சொல்லியிருக் கலாம்? போடச் சொல்லியிருக்க வேண்டும். தெய்வமாக நின்று சரோஜாவின் உயிரையே மீட்டுத் தந்த குழந்தை அவள். அவளுக்குத் தான் முதலில் ஊசி போட்டிருக்க வேண்டும். சரோஜா தலைமாடே சரணம் என்று பழியாய்க் கிடந்ததே! இரவு பதினோரு மணிக்கு அருணாசலம் வந்து கூப்பிடும்போதும், கடைசி வேளை மருந்தை ஊற்றிக் கொடுத்துவிட்டு மனசில்லா மனசோடுதானே போகும் அந்தக் குழந்தை! மீண்டும் காலையில் வாசல் தெளிக்கும் நேரத்தில் சரோஜா தலைமாட்டில் வந்து உட்கார்ந்து விடுமே. ஒரு வேலையை மற்றவர்கள் செய்ய விடுமா? பெற்ற தாய் தன் மனத்திலிருக்கும் கவலையைக் குழந்தைக்குச் சிசிருஷை செய்வதில் கரைக்க முடியாத படி தன்னை முன்னே நிறுத்திக் கொண்டதே அந்தப் பெண்! சொர்ணம் மட்டும் இல்லாவிட்டால் ஒரு வாய் மருந்து செலுத்த முடியுமா? பிறவி முரண்டு சரோஜாவுக்கு. அதோடு, காலம் தாமதித்து, இந்த ஜன்மத்தில் குழந்தை இல்லை என்று தீர்மானமும் ஆனபின் அவதரித்த குழந்தை. என்னபாடு படுத்திற்று! எதிர் வார்த்தை பேசினால் அலறல்தான். சொர்ணத்தின் சொல்லுக்கு சரோஜா கட்டுப்பட்டது தெய்வ அருள். அவள் மட்டும் இல்லாவிட்டால், சரோஜா தலையை உசுப்புகிற உசுப்பலில் 'ஐஸ் பாக்' கீழே விழுந்து சிதறி விடாதா? வாய் விலக்குமா தெர்மா மீட்டரை வைக்க? பத்து வயசுப் பெண்ணின் அறிவுக்கு எட்டுகிற சிச்ரூஷையா அது? பத்தே வயசுச் சிறுமிக்கு எப்படி இத்தனை பொறுமை வந்தது? அதே வயசுதான் சரோஜாவுக்கும். ஒப்பிடவே யோக்யதை இல்லையே! வறுமையும் வாழ்க்கையின் குரூரங்களும் நெடுநேரம் உள்ளங்கையில் வைத்து உருட்டப்பட்ட சொடக்குத் தக்காளி மாதிரி ஆக்கி விட்டதா அந்த மனசை? பொறுமையின் அழுத்தத்தைப் பார்க்கும்போது கோபம்கூட வந்துவிடும். காலை எட்டி எத்தனை தடவை உதைத்தி ருக்கிறாள் சரோஜா. ஜுர வேகத்தில்தான். உயிருக்கு உயிர்தான் என்றாலும், உடம்பை வாட்டி வதைக்கும் அவஸ்தையைத் தாளாது சொர்ணத்தை எத்தனை முறை திட்டி நொறுக்கியிருக்கிறாள். ஆனால் வசையை வாங்கிக் கட்டிக் கொள்கிற குழந்தைக்கு இப்படி ஞானம் இருக்குமா? இருந்ததே! பேராச்சரியம் தான். மனசில் மண்டிக்கிடந்த பாசத்திலிருந்து பிறந்த ஞானமா அது? இருந்தாலும் பரிபக்குவம் இந்த அளவுக்கு வேண்டியதில்லை என்று தோன்றும். சில சமயங்களில் பொறுமையின் அசமந்தத்தைப் பார்க்கிறபோது எரிச்சல்கூட ஏற்படும். தன்னுடம்பு ஆவது வரை ஏவிவிட்ட காவல் தெய்வமாக உடனிருந்து சரோஜாவை சம்ரட்சித்துவிட்டு அவசரமாய்த் தன் வீட்டுக்குப் போய்ப் படுக்கையில் விழுந்துவிட்டதே சொர்ணம்! எழுந்து வளைய வருவதைக்கூட பார்க்கவில்லை. இரண்டு வார்த்தை சரோஜாவிடம் பேசவில்லை. தன் கருமம் முடிந்ததும் அது ஒதுங்கிவிட்டது. அவதி யினிடையே உடம்பைக் கரைத்தது; எக்களிப்பில் பங்குபெற நிற்கவில்லை. அந்தக் குழந்தைக்கு என்ன கைம்மாறு செய்யப் போகிறோம்?

கைம்மாறு! கைம்மாறு எதுவும் செய்ய வேண்டியதில்லை. அதுவும் ஓர் உயிர் என்று மதித்துக் கையோடு கையாக அவளுக்கும் ஊசி போடச் சொல்லப் புத்தி இல்லாமலா போய்விட்டது? அடகா வைத்திருந்தோம் புத்தியை? அட, ஒருவருக்கு இல்லாவிட்டால் மற்றொருவருக்குத் தோன்றி இருக்கக்கூடாதா? தாணுவுக்கு வாய் எங்கே போச்சு? சுகாதாரம் கிழிக்கிறான் காலேஜில்!

டாக்டர் வந்த அன்று ஊசியையும் கண்ணாடிக் குழாயையும் சுத்தம் செய்ய சொர்ணம் தானே வெந்நீர் கொதிக்கவைத்துக் கொண்டு வந்தாள். டாக்டர் கூட ஊசித் துவாரம் வழி விட்டிருக்கிறதா என்று பார்க்க நிலைப்படியில் சாய்ந்து நின்றிருந்த சொர்ணத்தின் முகத்தை நோக்கித் தானே தண்ணீர் பீச்சினார். வெண் பற்களையும், நீல ஈறையும் காட்டியபடி சரேலென்று பாவாடையின் விளிம்பைத் தூக்கி முகத்தைத் துடைத்துக் கொண்டதே குழந்தை. அப்போதாவது தோன்றியிருக்கக் கூடாதா? வரிசையாக எல்லாருக்கும் போட்டாரே டாக்டர். கிருஷ்ணம்மா பின்வாங்குவதைப் பார்த்து பிள்ளைக்கு முதலில் போட்டார். பிறகு தாணு சட்டைக் கையை மடக்கிக் கொண்டு வந்தான். கிருஷ்ணம்மாவுக்குப் போடும்போது, "முகத்தை இந்தப்புறம் திருப்பு" என்று செல்லமாக அதட்டினார் பிள்ளை. மணி, வீரன் போல் முன்னால் வந்துவிட்டு, டாக்டரின் ஊசி சருமத்தில் தைக்கும் முன்பே 'ஓ' என்று அலறினான். கையையும் காலையும் பிடித்துக் கொண்டுதான் போட வேண்டியிருந்தது சின்ன குழந்தைக்கு. "அம்மா" என்று கத்தினார் பிள்ளை. "கட்டையிலே போற கட்டைக்கு ஊசியும் வேண்டாம், ஒன்றும் வேண்டாம்" என்று பதில் வந்தது உள்ளே இருந்து. டாக்டர் சிரித்தபடி வெளியேறினார்.

டாக்டராவது ஒரு வார்த்தை கேட்டிருக்கக் கூடாதா? அப்படிக் கேட்டு, வீட்டுக்காரனின் சின்னப் புத்தியை அம்பலப்படுத்தக் கூடாது என்ற சாதுர்யமா? இல்லை, அப்படி எண்ண இடமில்லை. இங்கே யாருக்கு அந்தமாதிரிச் சின்னப் புத்தி? கிருஷ்ணம்மாவும் அப்படிப் பட்டவள் அல்ல. கொஞ்சம் சிக்கன புத்திதான் என்றாலும் சொர்ணத்தின் விஷயத்தில் அம்மாதிரி எல்லாம் இருக்கமாட்டாள். சொல்லப் போனால் அப்படியொரு எண்ணம் பிறந்து யாருமே அதை அமுக்கி விடவில்லை. அந்த எண்ணமே யாருக்கும் தோன்றாமல் போய்விட்டது. அந்தப் பிரக்ஞையே ஏற்படவில்லை. தொழுவில் நிற்கும் எருமைக் கன்றுக்கு ஊசி போட வேண்டும் என்று சொல்ல எப்படி நினைவு வராதோ, அதே போலத்தான் சொர்ணத்தின் விஷயமும் நினைவில் தட்டாமல் போய்விட்டது.

இந்த எண்ணம் முளைத்ததும் குமாரசாமிப் பிள்ளைக்கு உடம்போடு தூக்கிவாரிப்போட்டது.

"அப்பா, சொர்ணத்தின் வீட்டில் தெர்மா மீட்டர் இருக்குமாப்பா?" என்று ஆரம்பித்தாள் சரோஜா. குழந்தையும் அதையேதான் நினைத்துக் கொண்டிருக்கிறாள்! என்ன பதில் பேசுவது? தெரிந்த

பதில்தான். "இருந்தாலும் இருக்கும்" என்று சொல்லி வைத்தார் பிள்ளை.

"சொர்ணம் தலையிலே யாரப்பா ஐஸ் வைப்பாங்க?" - அடுத்த கேள்வி.

பிள்ளை மௌனமாக இருந்தார். டாக்டரிடம் இன்னும் காட்டவில்லை என்றுதான் அருணாசலம் சொன்னான். அடுத்த தெருவிலிருந்து ஒருவர் வந்து கஷாயம் கொடுக்கிறாராம். அவருடைய அப்பா வைத்தியராம். அவருடைய மூதாதையர்கள் எல்லாருமே வைத்தியர்கள்தான் என்று அருணாசலம் திருப்தியோடு சொன்னான்.

கிருஷ்ணம்மா கைக்குழந்தையைத் தொட்டிலில் கிடத்திவிட்டு வந்தாள். "டாக்டரைப் பார்த்துச் சொல்ல வேண்டாமா?" என்று கேட்டாள்.

பிள்ளை எழுந்திருந்து ஸ்டாண்டில் தொங்கிய சட்டையைக் கையில் எடுத்தார்.

குமாரசாமிப் பிள்ளை டாக்டரைச் சந்தித்தார். டாக்டருக்கு என்ன ஆட்சேபணை? "தாராளமாகப் போய்ப் பார்க்கிறேன். பார்த்து என்னால் ஆனதைச் செய்கிறேன்" என்று ஒப்புக்கொண்டார்.

"சரோஜாவைப் பார்த்தது போல் பார்க்க வேண்டும், டாக்டர்."

"ஓ, தாராளமாக!"

இத்துடன் நிறுத்திக்கொண்டு விடை பெற்று வரமுடியவில்லை பிள்ளைக்கு. அவர் எதற்கோ தயங்குவது கண்டு டாக்டர் கேட்டார் :

"என்ன வேண்டும், சொல்லுங்களேன்?"

"ஒன்றுமில்லை, ஒரு சந்தேகம். நீங்கள் வித்தியாசமாக நினைத்துக் கொள்ளக் கூடாது. நான் இந்த விஷயங்களெல்லாம் தெரிந்து கொள்ளாதவன்" என்று ஆங்கிலத்தில் பீடிகை போட்டார் பிள்ளை. இதைத் தொடர்ந்து இருவரும் ஆங்கிலத்திலேயே பேசிக் கொண்டார்கள்.

"எது வேண்டுமென்றாலும் கேளுங்கள்" என்றார் டாக்டர்.

"இந்த விஷ ஜுரம் வருகிறதே..."

"ஆமாம்!"

"தடுப்பு ஊசி போட்டுக் கொண்டால் வராதோ?"

"வராது" என்றார் டாக்டர்.

"நிச்சயம் தானா?"

"ஆமாம்."

"சிலருக்கு ஊசி போட்டும் வந்திருக்கிறது என்று சொல்லக் கேட்டிருக்கிறேனே!"

"வந்திருக்லாம். ஆனால் அது மிகவும் அபூர்வம்."

"அபூர்வமாகவாவது வந்திருக்கிறது என்று சொல்லுங்கள்" என்றார் பிள்ளை.

"அபூர்வமாக வரலாம். ஆனால் லேசாக வந்துவிட்டுப் போய்விடும். சீரியஸாக இராது."

"அப்போ...நான் வருகிறேன்" என்று எழுந்தார் பிள்ளை.

"ஆமாம், என்ன சமாசாரம்? வீட்டில் எல்லாரும் சௌக்கியம் தானே?" என்று டாக்டர் விசாரித்தார்.

"ஒன்றும் இல்லை. சும்மாதான் கேட்டேன். எல்லோரும் சுகம் தான்."

டாக்டரைக் கண்டு பேசியதில் மிகுந்த மனச்சமாதானம் உண்டா யிற்று பிள்ளைக்கு. அதே வேளை, அடிமனசில் ஒரு அதிருப்தியும் ஊடாடிக் கொண்டிருந்தது.

பிள்ளை வீட்டினுள் நுழைந்ததும் "டாக்டரைக் கண்டு சொன்னீர் களா?" என்று கிருஷ்ணம்மா கேட்டாள்.

"சொல்லிவிட்டேன். இனிமேல் எல்லாம் அவரே கவனித்துக் கொள்வார். நாம் கவலைப்பட வேண்டியதில்லை" என்றார் பிள்ளை.

"அந்தப் பெண்ணை எப்படியாவது எழுப்பி விட்டுவிட வேண்டு மென்று சொன்னீர்களா?"

"சொன்னேன்."

"அவரென்ன கடவுளா? அவரால் முடிந்ததைச் செய்வார்" என்று இடையே சொன்னாள் கிழவி.

"இதோ பாரு, ஊசி போட்டாலும் வர உடம்புக்கு விஷ ஜுரம் வரத்தான் செய்யும் என்று டாக்டர் சொன்னார்."- இதைத் தன் தாயார் காதிலும் விழும்படி சற்று உரக்கச் சொன்னார் பிள்ளை.

"அப்படியா?" என்று கேட்டாள் கிருஷ்ணம்மா. அவள் பேச்சில் ஆறுதல் தெரிந்தது.

"அப்படியானால் ஏன் ஊசி போட்டுக் கொள்கிறோம்? உடம்பைப் புண்ணாக்கிக் கொள்ளவா?" என்று கேட்டாள் கிழவி.

பிள்ளையால் பதில் சொல்ல முடியவில்லை.

"சொர்ணத்துக்கு இன்னும் என்ன காய்ச்சல் என்பதே தெரிய வில்லை. அதற்கு முன்னால் இப்படி ஏன் மனசைப் போட்டு அலட்டிக்கொள்ள வேணும்?" என்று புத்தகமும் கையுமாக வந்து கேட்டுவிட்டுப் போனான் தாணு.

"நாளைக்குத் தெரிந்துவிடும்" என்றார் பிள்ளை.

மறுநாள் ஆபீசிலிருந்து குமாரசாமிப் பிள்ளை டாக்டருக்கு போன் பண்ணினார்.

"விஷஜுரம்தான்" என்றார் டாக்டர்.

"என்னது . . .?"

அதே பதிலைத் திரும்பிச் சொன்னார் டாக்டர்.

அன்று வீட்டுக்கு வந்தபோது பிள்ளையின் முகமே கிருஷ்ணம் மாவுக்குப் பல விஷயங்களைச் சொல்லி விட்டது.

"டாக்டரைக் கேட்டீங்களா?" என்று வாசல் திண்ணையில் நின்றபடி கேட்டாள்.

"கேட்டேன்."

"என்ன சொன்னார்?"

"சரோஜாவுக்கு வந்தது போலத்தான் வந்திருக்கிறது அவளுக்கும்!"

"அப்படியா?" என்று கேட்ட கிருஷ்ணம்மாவின் குரல் அலறலாகத் தானிருந்தது.

சில வினாடிகள் இருவரும் பேசவில்லை.

"அம்மா சொல்வது சரிதான். அப்போதே டாக்டரிடம் அவளுக்கு ஒரு ஊசி போடச் சொல்லியிருக்கலாம்" என்றாள் கிருஷ்ணம்மா.

"உனக்கு அப்போ வாய் எங்கே போச்சு?" என்று அதட்டினார் பிள்ளை. உள்ளே பீறிட்ட ஆத்திரம் வெளியேயும் குதித்தது.

"எனக்கும் தோணாமல் போய்விட்டதே! அதை நினைத்து நினைத்து ஆறவில்லை எனக்கு."

"வேலைக்காரக் குழந்தை என்றால் அவ்வளவுதான்" என்றார் பிள்ளை.

கிருஷ்ணம்மாவின் கண்கள் துளித்தன.

"நீங்களே இப்படிச் சொல்கிறீர்களே? அப்படிச் சொல்ல வாய் வருதே உங்களுக்கு" என்று சொல்லும் போதே தொண்டை அடைத்து விட்டது.

பிள்ளை பேசவில்லை.

"என் வயத்திலே பிறந்த குழந்தை மாதிரித்தான் அவளையும் நெனச்சிருக்கேன். ஒரு நாளாவது அவள் வயிறு வாட விட்டிருப்பேனா? ஒரு நாளாவது நாம் ஒன்று சாப்பிட்டோம், அந்தப் பெண்ணுக்குக் கொடுக்கவில்லை என்று உண்டா? தீபாவளிக்கு அவளுக்கு எடுத்துக் கொடுத்த பாவாடைத் துணியைப் பார்த்து விட்டு இந்த விலைவாசியில் எதற்கடி வேலைக்காரக் குட்டிக்குப் பாவாடை என்று அடுத்த வீட்டு லட்சுமி கேட்டாள். சொர்ணம் என் மகள் என்று பதில் சொன்னேன். என் மனசு உங்களுக்கு எங்கே தெரிகிறது?"

"அது சரி, உன்னை இப்போ நான் குற்றம் ஒன்றும் சொல்ல வில்லையே!" என்றார் பிள்ளை.

“இப்போ நீங்களே சொல்றீங்க. நாளைக்கு அந்தப் பொண்ணுக்கு ஏதாவது விபரீதமா வந்து போச்சின்னா, ஊர் கூடி என்னைத் திட்டுவார்கள். என் மகளை எழுப்பிவிட அந்தப் பெண்ணைக் கொன்றுவிட்டேன் என்று எல்லோருமா சொல்வார்கள் . . .”

பிள்ளை தாடையில் கை வைத்துக்கொண்டு சாய்வு நாற்காலியில் சாய்ந்து கொண்டார்.

“இதோ, இப்போது சொல்லிவிட்டேன். அந்தப் பெண்ணுக்கு எதுவும் வரக்கூடாது. அவளுக்கு ஏதாவது வந்தால் நானும் என் குழந்தைகளும் சுகமாக இருக்க முடியாது. குழந்தையை இடுப்பில் வைத்துக்கொண்டு சொல்கிறேன்” என்றாள் கிருஷ்ணம்மா.

“இந்தாப் பாரு, பைத்தியம் மாறி உளறாதே” என்று கடிந்தார் பிள்ளை.

அதே சமயம் கிழவியின் குரலும் கேட்டது.

“கிருஷ்ணம்மா, என்ன பேசுதே? சின்னக் குழந்தை மாதிரி மனசை அலட்டிக்காதே. இப்பொ நாம் என்ன செய்ய முடியும்? பின்னே எதுக்கு சொல்றேன்னா, அண்ணைக்கே கையோட அதுக்கும் ஒரு ஊசியை போட்டிருந்தோம்னா, சொல்லவும் நல்லா இருக்கும், கேக்கவும் நல்லா இருக்கும்” என்றாள் கிழவி.

“அண்ணைக்கு ஊசி போட்டிருந்தா சொர்ணத்துக்குக் காய்ச்சல் வந்திருக்காதாப்பா?” என்று முடிந்தவரை சத்தம்போட்டுக் கேட்டாள் சரோஜா, படுக்கை அறையிலிருந்து. பிள்ளை எழுந்து படுக்கை அறையை நோக்கி நடந்தார். கிருஷ்ணம்மாவும் பின் தொடர்ந்தாள்.

“எவ்வளவு நேரமாச்சு? இன்னும் நீ தூங்கலியா?” என்று கிருஷ்ணம்மா கேட்டாள். சரோஜா அதைக் கவனித்ததாகவே தெரியவில்லை.

“அண்ணைக்கு ஊசி போட்டிருந்தா சொர்ணத்துக்குக் காய்ச்சல் வந்திருக்காதாப்பா?” என்று மீண்டும் அதே கேள்வியைத் திருப்பிக் கேட்டாள்.

“வந்திருக்காது” என்றார் பிள்ளை.

“அண்ணைக்கு எனக்கு ஊசி போடறபோது சொர்ணத்துக்கும் போடுணும்னு நான் கையை காட்டினேன். அப்பா அம்மா கவனிக் கல்லே” என்றாள் சரோஜா.

கிருஷ்ணம்மா அதிர்ந்து போனாள்.

“என் கண்ணூ, நீ சொன்னயா? எப்போ சொன்னாய்? நான் கவனிக்காமல் போய்விட்டேனே!” என்று பதறினாள் அவள்.

“என்னாலே அண்ணைக்குப் பேச முடியல்லே அம்மா. கையைக் கையைக் காட்டினேன். யாரும் கவனிக்கவே இல்லை. உடம்பை

அசைக்காதேண்ணு சொல்லி, என் கையைப் பிடிச்சுத் தலையணையிலே இருத்திட்டா சொர்ணம்" என்றாள் சரோஜா.

கிருஷ்ணம்மா அடக்க முடியாத துயரத்துடன் உள்ளே சென்றாள்.

ஒரு வாரம் ஓடிவிட்டது. அருணாசலம் அவ்வப்போது ஆபீசுக்கு வந்து குமாரசாமிப் பிள்ளையைப் பார்த்துவிட்டுச் சென்றான். பிள்ளை வேண்டிய உதவிகளைத் தாராளமாகச் செய்து கொண்டிருந்தார். 'முன்னே இருந்ததுக்கு இப்போது தேவலை' என்றுதான் அருணாசலம் சொன்னான்.

அன்றும் வழக்கம்போல் டாக்டருக்குப் போன் செய்தார் பிள்ளை. டாக்டரின் கருத்து அருணாசலம் சொன்னதற்கு நேர் மாறாக இருந்தது. மிகவும் சிக்கலாக இருக்கிறது என்றார் அவர்.

மறுவாரம் அருணாசலம் வந்தபோது, டாக்டர் நாலைந்து நாட்களாக வரவில்லை என்றும், காய்ச்சல் அதிகமாக இருப்பதாகவும் சொன்னான். பிள்ளை மீண்டும் டாக்டருக்குப் போன் பண்ணினார். டாக்டரின் பேச்சு அவரைச் சோர்வில் ஆழ்த்திவிட்டது.

அருணாசலம் முறைப்படி மருந்து கொடுப்பதில்லை என்றும் பத்தியம் பார்ப்பதில்லை என்றும் டாக்டர் புகார் கூறினார். 'என் யோசனைப்படி நடக்காத கேஸுக்கு நான் எப்படி சிகிச்சை செய்யமுடியும்?' என்று டாக்டர் கேட்டபோது பிள்ளையால் பேச முடியவில்லை. அதுமட்டுமல்ல. அருணாசலம் வீட்டில் ஒரு முக்காலி கூடக் கிடையாது. தரையில் படுத்துக் கிடக்கும் குழந்தையின் முகவாய்க் கட்டையை நோக்கி பூட்ஸ் கால்களை நீட்டி இடது கையைக் குழந்தையின் மறுபுறம் ஊன்றியவாறு ஒருக்களித்துப் படுத்தபடி சோதனை செய்வது சிரமம் என்றார் டாக்டர். 'இருந்தாலும் எனக்காக அந்தச் சிரமத்தை எல்லாம் பொறுத்துக்கொண்டு அந்தக் கேஸைப் பார்க்க வேண்டும்' என்று பிள்ளை கேட்டுக் கொண்ட போது டாக்டர் ஆட்சேபம் எதுவும் தெரிவிக்கவில்லை. 'அருணாசலத்துக்குப் புத்திமதி சொல்கிறேன்' என்று பிள்ளை சொன்னார்.

அன்று தொங்கிய முகத்துடன் வீடு வந்தார் பிள்ளை. இரவு உணவே செல்லவில்லை. தன் அறைக்குப் போய் உட்கார்ந்தபடி தினசரி பத்திரிகையைக் கையில் ஏந்தியிருந்தாரே தவிர, எழுத்தில் எண்ணம் செலுத்த முடியவில்லை.

கிருஷ்ணம்மா உள்ளே வந்து இலேசாகக் கதவைச் சாத்திக் கொண்டாள். பிள்ளை அவள் முகத்தைப் பார்த்தார்.

"கடவுள் நம்மை இப்படிச் சோதிக்கக்கூடாது!" என்றாள் கிருஷ்ணம்மா.

"வருவது எல்லாம் வரட்டும்" என்றார் பிள்ளை.

சுந்தர ராமசாமி சிறுகதைகள் 397

"நான் அதைச் சொல்ல வரவில்லை. இப்போ புதிசா ஒரு இடி விழுகிறது" என்றாள்.

பிள்ளையின் புருவம் உயர்ந்தது.

"சரோஜா சொர்ணத்தைப் பார்க்க வேண்டும் என்கிறாள்."

பிள்ளை பேசவில்லை.

"இண்ணைக்கு அவள் டானிக் குடிக்கவில்லை."

"ஏன்?"

"அவளை சொர்ணத்திடம் கூட்டிக்கொண்டு போணுமாம். அப்புறம்தான் டானிக் குடிப்பாளாம்."

"உதைபடணும் கழுதைக்கு" என்று இரைந்தார் பிள்ளை. எழுந்து படுக்கை அறையை நோக்கி நடந்தார்.

"நீங்க பேசாம இருங்க, இப்போதான் அதுக்கு உசிர் வந்திருக்குது." கட்டில் அருகில் சென்று நின்றார் அவர்.

"எனக்கு சொர்ணத்தைப் பார்க்கணும் அப்பா!' என்று அழுத்த மாகச் சொன்னாள் சரோஜா.

"இதோப் பாரு சரோஜா. இப்போத்தானே உன் உடம்பு கொஞ்சம் குணமாகியிருக்கிறது. இன்னும் ஒரு வாரம் கழித்து நான் கூட்டிக் கொண்டு போகிறேன் உன்னை."

"வேண்டாம்; நாளைக்கே பார்க்கணும்" என்று சிணுங்கியபடி தலையணையை ஒரு உதை உதைத்தாள் சரோஜா.

"இந்தப் பாரு, இப்படியெல்லாம் உடம்பை அலட்டிக்கக் கூடாது" என்று காலைப் பற்றிக் கொண்டாள் கிருஷ்ணம்மா.

சரோஜா 'ஓ' வென்று அழத் தொடங்கிவிட்டாள்.

"நாளைக்குக் கூட்டிக்கொண்டு போகிறேன், போதுமா?" - பிள்ளை பல்லைக் கடித்துக் கொண்டு சொன்னார்.

டானிக் குடித்துவிட்டுச் சற்று நேரத்தில் நித்திரை போனாள் சரோஜா.

மறுநாள் இரவு எட்டு மணிக்குப் பிள்ளை வீட்டு வாசலில் ஒரு டாக்சி வந்து நின்றது. ஆபீசிலிருந்து முன்னதாகவே இரண்டு சிப்பந்திகளைத் தம் வீட்டுக்கு வரச் சொல்லியிருந்தார் பிள்ளை.

சரோஜா ஸ்வெட்டர் அணிந்து கழுத்தில் மப்ளரைச் சுற்றிக் கொண்டு சாய்வு நாற்காலியில் தயாராக உட்கார்ந்திருந்தாள். சிப்பந்திகள் இருவரும் மெதுவாக அவளைத் தூக்கிக் காரின் பின்சீட்டில் படுக்க வைத்தார்கள். கிருஷ்ணம்மா இரண்டு தலை யணைகளை எடுத்து வந்து தலைக்கும் காலுக்கும் வைத்தாள். சிப்பந்திகள் இருவரும் முன் சீட்டில் ஏறிக்கொள்ள, தம் பெண்ணின் தலைமாட்டில் அமர்ந்தார் பிள்ளை. கார் நகர்ந்தது.

வீட்டுக்கு முன்னால் காத்திருந்தான் அருணாசலம். முன்னமே தம் வரவை பிள்ளை அவனுக்கு அறிவித்திருந்தார். கார் வந்து நின்றதும் "நம்ம கொளந்தை வரப் போகுதுன்னு சொன்னதிலிருந்து சொர்ணம் சந்தோஷமா இருக்குங்க. வந்தாச்சா வந்தாச்சான்னு கேட்டுக்கிட்டே இருந்ததுங்க'' என்றான்.

சரோஜாவைக் கைதாங்கலாக உள்ளே அழைத்துச் சென்றபோதே, உள்ளே இருந்து "சரோஜா'' என்று ஒரு குரல் முனகிற்று.

குமாரசாமிப் பிள்ளை சுற்று முற்றும் பார்த்தார்.

சின்னஞ்சிறு அறை. தரையில் கோரைப்பாய்ப் படுக்கை. சொர்ணத்தின் அரையில் ஒரு பாவாடை. நெஞ்சில் ஒரு பழந்துணி. ரத்த ஓட்டமே அந்த உடம்பில் இருந்ததாகத் தெரியவில்லை. வியாதி பெண்ணைக் குதறித்தான் போட்டிருந்தது. உதட்டில் பாளம் பாளமாகக் கீறல். பல்லிலும் வாயோரத்திலும் நாய்க் குடையை அரைத்துத் தீர்த்தாற்போல் அசிங்கம். ஜுர வேகத்தில் முகம் சுண்டிப்போய் கண்களும் இறுகியிருந்தன.

'சரோஜா, இப்படி உக்காரு' என்று சைகை காட்டினாள் சொர்ணம். சரோஜா அவள் தலைமாட்டில் அமர்ந்தாள். பிள்ளையும் அருணாசலமும் அடுத்தடுத்து நின்று கொண்டிருந்தார்கள்.

"சரோஜா, உடம்பு தேவலையா?'' என்று கேட்டாள் சொர்ணம்.

தலையை அசைத்தாள் சரோஜா.

"உன் உடம்பு துரும்பா இளைச்சுப் போச்சு!'' என்று சொன்ன போது, சொர்ணத்தின் முகம் வாட்டமுற்றது.

"தலையையும் மொட்டை அடிச்சிட்டாங்களா?'' என்று சொர்ணம் கேட்டாள். சரோஜாவின் கண்கள் துளும்பின. அதைப் பார்த்ததும் சொர்ணமும் கண்ணீர் உகுத்தாள்.

"இப்போ நீ இட்லி திங்கலாமா?'' என்று கேட்டாள் சொர்ணம்.

"திங்கலாம். காலையிலே பாதி இட்லி. சர்க்கரை கூட தொட்டுக் கிடலாம்'' என்றாள் சரோஜா.

"இட்லி, இட்லீன்னு அழுதாயே, நல்லாச் சாப்பிடு." சந்தோஷத்தில் சொர்ணத்தின் முகம் மலர்ந்தது. சிரிப்பது கூட அவளுக்குக் கஷ்ட மாக இருந்ததோ, என்னவோ, உடம்பை நெளித்துக் கொண்டாள்.

"சரோஜா, இப்போ உனக்கு ஒண்ணும் வராது!'' என்றாள்.

பிள்ளைக்குப் புல்லரித்தது. தன்னைப் பற்றி, தன் அவஸ்தைகளைப் பற்றி, ஒரு பேச்சில்லை. அந்த பிரக்ஞையே இல்லை.

பிள்ளையால் நினைத்துப் பார்க்கக் கூட முடியவில்லை.

"இந்தப் பாரு சரோஜா!'' என்று அழைத்தாள் சொர்ணம்.

"என்ன வேணும்?'' என்று கேட்டார் பிள்ளை.

சொர்ணம், பிள்ளையின் முகத்தைப் பார்த்தபடியே, "ஒன்றும் இல்லை'' என்றாள்.

"சும்மா தயங்காமல் சொல்லம்மா" என்றார் பிள்ளை, நெகிழ்ந்த குரலில்.

"காதைக் காட்டு!" என்றாள் சொர்ணம். சரோஜாவின் முகம் குனிந்தது. சொர்ணத்தின் வாய் அசைய அசைய, சரோஜா பலமாகத் தலையை ஆட்டினாள்.

"போவோம் சரோஜா!" என்றார் பிள்ளை. அவருக்கு அங்கு நிற்கவே கஷ்டமாக இருந்தது. சொர்ணத்தைப் பார்த்து என்ன சொல்ல வேண்டும் என்றே அவருக்குத் தெரியவில்லை. எதுவும் வாய்திறந்து சொல்ல யோக்கியதை இல்லை என்றுதான் பட்டது. என்ன சொன்னாலும் அது போலிதான். பொய், வஞ்சனைதான்.

காரில் வருகிறபோது "சரோஜா, உன் காதிலே சொர்ணம் என்ன சொன்னாள்?" என்று கேட்டார் பிள்ளை.

"ஒண்ணுமில்லேப்பா. சொர்ணத்துக்கு ஒரு சாமான் வேணுமாம்."

"என்ன சாமான்?"

"கொடுக்கலாமா அப்பா?"

"கொடுக்கலாம்."

"அண்ணைக்கி டாக்டர் வந்து எல்லாருக்கும் ஊசி போட்டாரே, அப்போ மருந்து வெச்சிருந்த காலிப் பெட்டியைக் கீழே போட்டிருந்தாராம். அதைக் கண்ணாடி அலமாரிக்குப் பின்னாலே சொர்ணம் வெச்சிருக்காளாம். அது அவளுக்கு இப்போ வேணுமாம். கொடுத்தனுப்பணுமாம்!" என்றாள் சரோஜா.

பிள்ளையின் நெஞ்சு விண்டு உருகியது. துயரம் கண்களில் முத்திட்டது. காருக்குள் ஒரே இருளாக இருந்ததால் அவர் ஆசுவாசப் பட்டார். தம் அப்போதைய நிலையை யாரும் பார்க்க வேண்டாமென்று எண்ணினார் அவர்.

"கொடுத்தனுப்பலாமா, அப்பா?" என்று ஆவல் பொங்கக் கேட்டாள் சரோஜா.

"..."

"என்னப்பா?"

"ம்...ம்" என்று முனங்கினார் பிள்ளை.

வீட்டுக்குள் வந்ததும் சரோஜா அப்பாவைப் பிடித்துக் கொண்டே கண்ணாடி அலமாரியை நோக்கிச் சென்றாள். அதற்குள் பிள்ளை அவசர அவசரமாக அலமாரிக்கு அடியில் குனிந்து காலிப் பெட்டியை எடுத்தார். பெட்டியின் மேல் தூசி படிந்திருந்தது. அதை தனது மேல் துண்டால் துடைத்தார்.

"சொர்ணத்துக்கு எப்படி இருக்குது?" என்று கேட்டாள் கிருஷ்ணம்மா. அவள் குரலில் மிதமிஞ்சிய வேதனை இழைந்திருந்தது.

பிள்ளை பதில் பேசவில்லை.

அப்பா கையிலிருந்து பெட்டியை வாங்கிக் கொண்டு, "அம்மா, இந்தப் பெட்டி சொர்ணத்துக்கு" என்றாள் சரோஜா.

பிள்ளையின் நெஞ்சில் வலித்தது.

"சரோஜாவைப் படுக்க வை" என்றார் பிள்ளை.

சிறிது நேரத்தில் அவள் தூங்கிப் போனாள். அவள் தலைமாட்டில் அந்தக் காலிப் பெட்டி இருந்தது.

"சொர்ணத்துக்கு எப்படி இருக்குது?" என்று மறுபடியும் கேட்டாள் கிருஷ்ணம்மா.

"எனக்கு ஒன்றுமே சொல்லத் தோன்றவில்லை."

"இந்தப் பாவம் நம்மைச் சும்மா விடுமா?" என்று கிருஷ்ணம்மா கேட்டபோது, பிள்ளையால் அவள் முகத்தைப் பார்க்க முடியவில்லை.

"பயித்தியம் மாதிரி உளறாதே!" என்று அதட்டினார் அவர்.

"நாம என்ன செய்ய முடியும்? போற உசிரைப் பிடிச்சு நிறுத்த முடியுமா? வேணுமின்னிருந்தா அண்ணைக்கே கையோட அதுக்கும் ஒரு ஊசியைப் போட்டு வெச்சிருக்கலாம்" என்றாள் கிழவி.

"வாயை மூடிக்கிட்டிரு. திருப்பித் திருப்பி அதையே சொல்லி மனசைப் புண்ணாக்காதே. உனக்கு ஊசியா போட்டுது?" என்று ஒரே கூப்பாடாகப் போட்டார் பிள்ளை. வாயை விட்டு வார்த்தைகள் குதித்த பிறகுதான் பிள்ளைக்குத் தன்னுணர்வு வந்தது. அப்படியே முகத்தை மூடிக்கொண்டு தன் அறைக்குச் சென்றார்.

அவர் தூங்கிப் போனது அவருக்கே தெரியாது.

அதிகாலை ஐந்து மணிக்கெல்லாம் வாசற் காவைத் தட்டும் ஓசை கேட்டது. கலங்கிய வயிற்றை ஒரு கையால் அமுக்கிப் பிடித்துக் கொண்டு கதவைத் திறந்தார்.

தலையில் கைவைத்து அழுதுகொண்டு நின்றான் அருணாசலம்.

உமா

அழைப்பு

அழைப்பு அத்தனை உக்கிரமாக அதற்குமுன் என் மனவெளியை மோதியதில்லை. அன்று, விளையாட்டரங்கில் விட்டு விட்டு எழுந்து வானவெளியைத் தாக்கும் ஆரவாரம்போல் என் மனவெளியில் மோதல்கள் அதிர்ந்தன. சில்லென்ற அருவி உச்சந் தலையைப் பெயர்த்துக்கொண்டிருந்த அந்நேரத்தில் நரம்புகளில் வெந்நீரை ஏற்றியதுபோல் ரத்தம் வெதுவெதுப்படைந்து கொண்டிருந்தது. அந்த நிமிஷம் தாண்டாது என் மனதில் உறைந்துபோக, வாய் விட்டுப் பிரார்த்தனை செய்தேன். மனவெளியில் கற்குழவிபோல் விதைகள் தொங்கும் ஒரு எருதின் பீறிட்ட கத்தலைப் பின்தொடர்ந்து எழுந்த சித்திரங்கள் . . . அவற்றை விவரிப்பதே கஷ்டமான காரியம்.

மேலே சொன்ன அனுபவத்திற்குச் சமீபத்தில்தான் ஆளானேன். ஒரு காட்டருவி என் மண்டையைப் பெயர்க்க நின்று கொண்டிருந்த போது, அன்று கிராமப் பாதைகளில், ஊருக்கு வெளியே வெகுவாக எட்டி, தெரியாத முகங்கள் தாண்டி, முகங்கள் அருகிப்போன தடங்களில் போய்க்கொண்டிருந்தேன். கேள்விப்பட்ட ஊர்களே தவிர எல்லாம் பார்த்திராதவை. பெயர் கிளப்பியிருந்த கற்பனைகளை ஏமாற்றும் ஊர்க்கோலங்களைப்பார்த்தபடி சென்றேன். நான் போகப் புறப்பட்ட ஊர் என் நினைப்பை விடவும் தூரத்திலிருந்தது. முன்னெண்ணங்கள் எல்லாம் தப்புத் தப்பாக முடிந்துகொண்டிருந் தன. நின்று விசாரித்தபோது 'இதோ' என்று கை காட்டினார்கள். கிராமங்களில் தூரங்கள் மிதிபட்டு வசப்பட்டுவிட்டதுபோல் இருக்கி றது. நடந்து, பாதங்களில் செம்மண் புழுதியின் காலுறைகள் முட்டு வரையிலும் படர்ந்தபோது, கடைசியாகக் கணித்ததை விடவும் சற்று முன்னாலேயே அருவியின் ஓசை கேட்டது. அருவியின் இரைச்சல் அந்தரீக்ஷத்தின் மடுவை முட்டிக்கொண்டிருந்தது. அதிலிருந்து சுரந்த பால் என அருவி முன் வளைந்து கொட்டிக் கொண்டிருந்தது. நீர்ப்புகை சர்ப்பக் காற்றுபோல் உடல் நெளித்துப் புரண்டு கொண்டி ருந்தது. சுற்றிவர ஜீவனற்றுக் கிடந்தது. மரங்களில் அணில்களின் அசைவோ, கரிச்சான் தத்தி எழும் சருகோசையோ இல்லை. சுன்னத் செய்த குறிபோல் மாம்ச நிறக் கற்கள் வழவழவென்று பிதுங்கி நிற்க,

செம்மண் சரிவில் செருப்புக்குப் பயந்து வேஷ்டியைச் சுருட்டியபடி ஆபாசமாய் இறங்கிச் சென்றேன். ஒரு பள்ளம் தாண்டி மறுமேடு ஏறியதும் அருவியும் பின்னணியும் நாடகத் திரைபோல் வானத்தில் எழுந்தன. சாயங்காலத்திற்குச் சற்று முன்னேரம். அருவிமேல் விழுந்த கிரணங்கள் கண்கூச வைத்தன. உப்பு வயல்போல் தெரிந்தது அருவி. சூழ்நிலை கக்கும் அதிர்வுகளை ஏற்க ஏற்க மனம் கனம் பெற்று நாளங்களில் பந்தயக் குதிரைகள் ஓடுவதுபோல் உணர்வு தட்டிற்று. நாலு ஆல விருக்ஷங்களை அடிவயிற்றில் கட்டிக்கொள்ளும் படியான செழுமை அந்த அருவிக்கு. மனசில் பீதி ஊடாடிற்று. தனிமை அமைதியைப் பிளக்கும் அருவியின் இரைச்சல். வானம் உருகி வழிவதுபோல் அருவியின் பெரிய சொரூபம். எவ்வாறு என்று சொல்ல முடியாத ஒரு பயங்கரமான ஆபத்து என் முதுகுக்குப்பின் உருவாகி வருவதுபோல் பிரமை தட்டியது. குளிக்கப் பயந்து பின் திரும்பிச் செல்வேன் என்று தோன்றியபோது, தோற்றுப்போக மறுத்து, அவசரமாகச் சட்டையைக் கழற்றினேன். என்னால் நான் தோற் கடிக்கப்பட மீண்டும் முகாந்திரம் அமையும் என்றால் அக்கணமே என் உயிர் கழன்று தெறித்துவிட வேண்டுமென்று அன்று காலையில் - லக்ஷத்தியோராவது தடவையாகவா அல்லது அதுவும் தாண்டியா, கடவுளுக்குத்தான் வெளிச்சம் - சபதமேற்றிருந்தேன். என் மனம் என்ற குப்பைத் தொட்டி மீண்டும் என் நினைவில் கொட்ட ஆரம்பித்தது. நினைக்க நினைக்கப் பச்சாதாபம் தவிர வேறு லாப மில்லை. சபதங்களின் சவக்கிடங்கு - ஒவ்வொரு நாளும் உய்ய நினைத்து, சபதமிட்டு சரிந்துபோன நினைவுகளின் சவக்கிடங்கு - ஆகாது என மறுத்துத் தாண்டி பின் அதிலேயே பழையபடி அழுந்திப் போன குற்ற உணர்வுகள் . . . அறிவை மனமும், மனதை உடலும் தோற்கடித்ததில் காயமேற்ற அறிவும் மனமும் . . . அற்ப சந்தோஷங் கள் . . . பாவங்கள் . . . புண்ணியங்கள் . . . சுயதண்டனைகள் . . . நினை வின் எந்தப் பக்கத்தைப் புரட்டினாலும் பிழைகள் மலிந்து கிடக்கும் அவமானம் . . .

அருவியின் அடியில் துருப்பிடித்த கம்பிகள். துருப்பிடித்து, அள்ளிப் பிடித்தால் கழன்று கையோடு வந்துவிடுவதுபோல் ஜீர்ணித்து - உண்மையில் அப்படியில்லை. ஜீர்ணித்தும் பிடிப்புவிடாதவை அவை - லேசான அசைவு தட்டிவிட்டது. கழன்றுவிடாது என்பது குளிக்கை யில் தெரிந்தது. அருவி அதன் மண்டையை உடைத்துக்கொள்ளும் இடத்தில் பாசியின்றிச் சொரசொரப்பாகவும் சுத்தமாகவும் இருந்தது. இதுபோல் சதா ஒரு அருவி கொட்டி என் மனமும் இதுபோல் சுத்தப்படாதா என அசட்டுத்தனமாக எண்ணினேன். என்னிடம் போலித்தனமான உணர்வுகள்தான் விளையாடுகின்றன என்ற எண் ணம் ஏற்படலாயிற்று. சப்தமிட்டு, சரிந்து, சரிந்ததற்கான கசப்பைத் தனக்குத்தானே கொட்டிக்கொண்டு, நிந்தித்துக்கொண்டு, கற்பனைச் சுவரில் தலையை மோதிச் சுயவெறுப்புக்கு ஆளான நினைவுகள் எழ மனம் புரட்டியது. சுனை கொப்புளித்த மனசை எனது பேதமையால் ஊற்றுக்கண் அவித்துக்கொண்டதாக எண்ணினேன். கழிந்துபோன

நாட்களின் நினைவுகள் எனும் ரம்பம்... முடிவற்ற சித்ரவதைகள்... எதிர்கால பயங்கள்... ஒன்று மற்றொன்றைத் தட்டிவிடும் அபஸ்வர நினைவுகள்...

சுற்றிவர பாசியின் வெல்வெட். உரித்து ஜமுக்காளம்போல் சுருட்டிவிடலாம். கால் கட்டை விரலால் வெல்வெட்டின் ரோம ஸ்பரிசத்தை அழுத்தினேன். கட்டை விரலை எடுத்ததும் பள்ளத்தில் தண்ணீர் ஊறிற்று. அருவி மண்டையைத் தாக்கியபோது மூச்சுத் திணறியது. செத்த எருமைகள் முதுகில் விழுவது போலிருந்தது. ஓசையை மன ஒடுக்கத்தோடு அனுபவித்தபோது லயம் கூடி மெய்மறக்கச் செய்தது. நான் நிற்கும் பூப்பரப்பின் வெளிவட்டம் உதிர்ந்து, சுருங்கி, பாதம் நெருங்கி குறுகுவதுபோல் தோன்றிற்று. அருவியால் இழுக்கப்பட்டு ஓர் திகம்பர வெளியில் மேலூர்ந்து செல்கிறேன். இச்சந்தர்ப்பத்தில்தான் அவ்வழைப்பு எழுந்தது. அப்போதுதான் சில்லிட்ட தசைகளினூடே வெந்நீர் குத்தி வைக்கப்படுவதுபோல் உணரலானேன். வானமும் வளைவு நிமிர்ந்து கீழிறங்கி ராக்ஷசத் திரைபோல் அனைத்தையும் மறைத்தபடி முன்னால் பரந்தது. வெள்ளை வானில் வெளிறிப்போன நிறங்கள் தோன்றின. அவை மாறி மாறி மறைந்து பிரம்மாண்டமான சித்திரம் போல் உருவாகிக்கொண்டிருந்தன. மேல்வாரியான பார்வைக்கு அசிரத்தையாகவும் நகாசு அற்றும் தோன்றியது என்றாலும் கூர்ந்து நோக்கியபோது ரொம்பவும் யோசனைகள் கொண்டதாகவும் பிரக்ஞையின் செறிவு கலந்தும் புலப்பட்டது. பழைய மரபைச் சேர்ந்த சித்திரம் அது. நீண்ட நெடும் பரப்பான அரைவானம் கடலில் முட்டளவு ஆழத்தில் இறங்கி நிற்கும் காட்சி. ராக்ஷச நாய்க்குடைகள்போல் கரும்பாறைகள் கடலோரம் பூத்திருந்தன. கடற்கரை மணலுக்கு அப்பால் கற்றாழைக் காடு. வெகுதூரத்திலிருந்து நாடி பிடித்து வந்து மண்ணில், எளிமையில் வேர்விடத் தோற்று செழுமையும் ஆக்கிரமிப்புத்தன்மையும் காட்டிக் கொண்டிருக்கிறது அக்காடு. கடலில் பாரித்த வெம்பரப்பு, மனிதனின் சகல கஷ்டங்களையும் ஏற்று நீலம் பாரித்தது போலிருக்கிறது. என்ன என்றோ, இன்னது என்றோ யோசிக்கத் தராமல் நம்மை சுவீகரித்துக் கொள்ளக் காத்துக் கிடக்கிறது அது. கடற்கரையில் கற்றாழையின் முட்கள், சித்திரத்தில் கண்களுக்குப் புலனாகவில்லை. எனினும் கணக்கற்று, பொடி மணலால் அவை மூடப்பட்டுக் கிடப்பதாகவும் அழுந்த வரும் பாதங்கள் காத்துக் கபட நேர்த்தியுடன் அவை புதையுண்டு கிடப்பதாகவும் மனதில் ஓர் எண்ணம் ஏற்படுகிறது. அலைகள் இன்றிக் குளம்போல் பரந்து கிடக்கிறது கடல். ஒரு திவ்வியாத்மாவின் ஆக்ஞைக்குக் கட்டுண்டு அலைகள் அடங்கிப் போனது போலிருக்கிறது. மணலின் ஈரப்பரப்பில் நாம் சற்றும் எதிர்பாராத இடத்தில், எதிர்பாராத நிமிஷத்தில் நீர்க்குமிழிகள் வெடித்து மரிக்கின்றன. கற்றாழைக் காட்டோரம் தேளின் பெரிதுபடுத்தப்பட்ட கோலம் போல், கட்டிதட்டி உரித்து எடுக்கும்படியான மைச்சிந்தல்போல்

ஒரு கருந்தேள் அப்பிக் கிடக்கிறது. நான் கடலுள் இறங்கிச் செல்கிறேன். நீர்ப்பரப்பு பாதமும், கால் முட்டும், இடுப்பும், கழுத்தும் தாண்டி என்னை உள்ளே இழுத்துக்கொள்கிறது. படீரென்று காட்சி மறைய, தலையில் இறந்துபோன மிருகங்கள் விழுந்து தாக்கிக்கொண்டிருந்தன.

அன்றிலிருந்து அக்காட்சி - அவ்வப்போது சில சமயம் அதன் துணுக்குகள் - மனதில் படர்ந்து மின்னி மறையும். பாலைவனத்தில் ஓடி வந்து சுடு மணலால் உறிஞ்சப்படும் நீர்போல் தோன்றி மறையும். பழையபடி மனம் மணலாகச் சுடும். அதன் வெம்மை மனச்சுவர்களைக் கருக்கிக்கொண்டிருக்கும். ரொம்பவும் மனம் உன்னி பலவந்தம் பண்ணினால் வர்ணமற்று, தரம் குறைந்த ஓர் சைத்ரிகனின் அபஸ்வரம் போல் வெளிறிப்போன காட்சிகள் அகமனதில் எழும்.

பின்னால் என்று, எவ்வாறு அந்த எண்ணம் ஏற்பட்டது என்பது தட்டுப்படவில்லை. ஒரு நீண்ட நடைப்பயணத்துக்கு நான் மனதில் ஆயத்தமாகிக் கொண்டிருந்தேன். என்னை இட்டுச் செல்லும் சாகசத்துக்குத் தன்னை ஆளாக்கிக்கொள்ளப் போகும் கால்களை மிகுந்த வாத்சல்யத்தோடு அணைத்தபடி மொட்டை மாடியில் அநேக சமயங்களில் உட்கார்ந்து கொண்டிருப்பேன். ஒருநாள் சாயங்கால நேரத்தில் தரை சுடும் மொட்டை மாடியில் சிறு மணல் பொடிகள் முதுகு உறுத்த, வானம் பார்த்துப் படுத்திருக்க, மீண்டும் மனமொக்குகள் சில அவிழ்ந்தன. மரங்களும், வெட்ட வெளியும், வானமும் ஏதோ பலத்த விஷத் தாக்குதல்களுக்கு ஆட்பட்டு ஸ்தம்பித்துக் கிடந்தன. மீண்டும் அவற்றின் நாசித் துவாரங்களில் மூச்சு ஊடாடும் என நம்புவதே சாத்தியமில்லாதபடி ஓர் பிண மயக்கம். ஏதோ ஒரு துக்கம் வானப் பரப்பிலிருந்து கீழ்நோக்கிக் கவிழ்ந்து இறங்கிக் கொண்டிருந்தது. அந்த துக்கம் தங்கள் மேல் கவிழ்ந்து அமுக்குவதற்குமுன் கூடு அடைய விரைவது போல் பட்சிகள் தெற்கு வானம் நோக்கிப் பறந்து சென்றன. பின்தங்கிப் போகும் பயத்துடன் இரண்டு மூன்று வரிசைகள் அடி வயிறு எக்கிச் சிறகு வீசி முன் பாய முண்டின. அவற்றின் நிம்மதியற்ற நிலை என் மனதைப் பிழிந்தது.

பின் என்ன என்ன நிகழ்ந்தன என்பதில் எனக்குத் தெளிவில்லை. அன்று மனக்கண்ணில் கண்ட சித்திரக் காட்சியைப் பிரத்தியட்ச மாகப் பார்த்து விடலாம் என்ற எண்ணம் ஏற்படலாயிற்று. அவ் விடத்திற்கு இட்டுச்செல்லும் திசையும் பாதையும் உள்ளுணர்வால் உந்தப்பட்டு மங்கிய ரேகைகள் போல் தோன்றலாயின. அதற்குமேல் அடைய எதுவுமில்லை என்றும் தோன்றிற்று. அதன்பின் வினாவும் இல்லை; வருத்தமும் இல்லை. வெளியேறி விறுவிறு என்று நடந்து சென்றேன். இரவு பூராவும் நடந்ததில் பல ஊர்கள் பின் நகர்ந்து ஓடின. பாதை மேலே முன்னோடிக் கொண்டிருந்தது. அதையும் தீர்த்துவிட என் பாதங்கள் விரைந்து கொண்டிருந்தன. ஏந்தியெடுத்துச் செல்லப்படுவதுபோல் அனாயாசமாய்ச் சென்று கொண்டிருந்தேன்.

இரு பக்கங்களிலும் ஆலும் விழுதும் காற்றைக் கள்ளாகக் குடித்து ஆட்டம் போட்டுக் கொண்டிருந்தன.

பாதைகளின் சரிவுகளில் ஆட்டு மந்தைகள் பாதம் ஊன்ற இடமில்லாமல் நெருக்கிக்கொண்டு ஒன்று மற்றொன்றில் புகுந்து கொள்ளச் சிரமப்படுவது போலிருந்தது. அவ்வாறு எதில் புகுந்து சுத்தப்படப்போகிறேன் என்று நினைத்தபோது மனம் கரைந்தது. எனக்குப் பிந்திப்போயிற்று என்றாலும் என் தகுதிக்கு ஏற்பத்தான் என்ற நியாயம் பிறந்தது. மனதில் அப்போது ஓர் கனிவும் நன்றியுணர்ச்சியும் சமர்ப்பிக்கக் குறி தெரியாது விழித்துக்கொண்டு வந்தன. அவ்வழைப்பின் பின் நிற்கும் கருணையை எந்த இரு பாதங்களிலாவது நெற்றி முட்டித் தேம்பித்தான் ஏற்றுக்கொள்ள முடியுமென்று பட்டது. ஜோடிப் பாதங்கள் சக்கர வண்டியில் இழுபடுபவை போல மனக்கண் முன் நகர்ந்து கொண்டிருந்தன. எல்லாம் வெண்கல பீடங்களில் உறைந்த வெண்கலப் பாதங்களாக இருந்தன.

பேரண்டத்தின் முடிவற்ற தன்மை அப்போது என் கற்பனையில் விரியலாயிற்று. ஆகாயங்கள் அடுக்கு அடுக்காகத் தோன்றின. ஒவ்வொன்றின் தூரமும் ஆகிருதியும் அவற்றின் மதிப்பும் சலனங் களும் இவ்வாறு மனம் வெகுதூரம் எட்டிப்பாய்ந்த பின்பும் தாண்ட வேண்டியது மலையாகவும், தாண்டியது மஞ்சாடியாகவும் இருப்பதை உணர்ந்தேன்.

கையும் காலும் சோர்ந்து போய்விட்டன. பாதங்களும் வீங்கி விட்டன. இன்னும் சிறிது நேரத்தில் சுய உணர்வு இழந்துவிடக்கூடும் என்று பட்டது. நரம்புகள் தெறித்தன. எனினும் எந்த சித்ரவதை யையும் தாங்கும் தெம்பை மனம் அப்போதும் இழந்திருக்கவில்லை. அனைத்தும் தீர்மானிக்கப்பட்ட புனித சோதனையாகவே பட்டது. மண்ணின் துன்ப வாடைகளில் மீண்டும் சரிந்து விடாமலிருக்க எப்பேர்ப்பட்ட சோதனைகளையும் புன்னகையுடன் ஏற்றுக்கொள் ளும் மனநிலையிலேயே அப்போதும் இருந்தேன். கடந்த கால நினைவுகள் அருவருப்போடு குமட்டியபடி வந்தன. எத்தனை தலை குனிவுகள். தீ சுட்ட புண்கள். வழுக்கி விழுந்து, எழுந்து முட்டுக்குத்தி, சபதமேற்று, மீண்டும் சரிந்து. போதும் தண்டனை. என்னையே சுகந்தம்போல் சுவாசித்து உய்யும் இன்பம்தான் இனி வேண்டியது. என் மன ஆகாசத்தில் கவியும் நிர்மலமும் நிஷ்களங்க மும் என் கண்களின் நிழலை உரித்து எடுத்துவிடும். பாசி அகல மீண்டும் சுரக்கும் சுனைகள். வாழ்க்கை என்பது குழந்தைகளும், பூக்களும், சுகந்தமுமாய் கொழிக்கும். இழுபறி என்பது இனிமேல் இல்லை. நினைப்பும் செய்கையும் ஒரே தாரையாய்ப் பாய்ந்து கொண்டிருக்கும். பலகீனங்கள் காலை இடறிவிட்டு முதுகுக்குப்பின் நின்று கெக்கலிக்கும் போது, வாய் கிழித்துச் சாகத் துடிக்கும் சுய வெறுப்பு இனி இல்லை. நான் சரிந்தவன் என்றாலும் நன்றாக ஏங்கியவன். ஏக்கத்தின் கனிகள் எனக்குக் கிடைக்கும். பரிபூர்ணத்தின்

புகார் என் காதில் ஓய்வுற்ற நிமிஷங்கள், எனக்கு நினைவு தெரிந்த நாளிலிருந்து ஏற்பட்டதில்லை. நான் அணைத்துக் கொள்ளப்படுவேன். அழுந்த மறுத்துக் கரையேற நான் அடித்த நீச்சல் உலகின் எந்த சக்தியையும் ஓய்வுகொள்ள விடாது.

மூர்ச்சை தெளிந்ததும் மீண்டும் இருண்டுகொண்டிருந்தது. கடலின் ஓசை காதில் விழுந்தது. கடல் செம்மண் குழம்பாகக் கிடந்தது. அலை ஆள் உயரம் எழுந்து மறித்துக்கொண்டிருந்தது. அத்தனை அருவருப்பான கடலை அதற்கு முன் நான் எங்கும் கண்டதாக நினைவில்லை. வெறும் மணல் பரப்பு. புதரோ காடோ இல்லை. மணலுக்குப்பின் அகலமான பாதையும், பாதைக்குப் பின் கட்டிடங்களும் தெரிந்தன. மீண்டும் கடலைப் பார்த்தேன். பாறைகள் எதுவும் இல்லை. செம் படவத் தோணிகள் கரிக்கோடுகளாய் அசைந்து கொண்டிருந்தன. மணற்பரப்பில் ஆரோக்கியம் மிகுந்த செம்படவர்கள் சிலர் தங்கள் தோணிகளில் ஏதோ பழுது பார்த்துக் கொண்டிருந்தனர். வேலையில் மூழ்கிப்போயிருந்த அவர்களுடைய முகங்களில் சிரத்தையும் நிம் மதியும் தெரிந்தன. அம்முகங்களில் பயமில்லை. அந்நேரக் காரியத்தில் தங்களை மிச்சமின்றி மூழ்கடித்துக் கொண்டதில் கவலைக்குத் தர அவர்களிடம் பாக்கி எதுவுமில்லை என்று தோன்றியது. அவர்கள் பேசிக்கொள்ளவில்லை. பேச அவர்களுக்கு இருப்பதாகப் படவில்லை. தோணியை மண்ணில் இழுத்து நீருக்குள் தள்ளினார்கள். எந்த நிமிஷத்தில் தோணியைத் தண்ணீர் ஏந்திக்கொண்டதோ அந்த நிமிஷத்தில் அதனுள் அவ்வளவு பேரும் ஏறிக்குதித்து முடித்திருந்தனர். மிகவும் அனாயாசமாகவும் லாவகமாகவும் அவர்கள் அதைச் செய்தனர். தோணி கரும்புள்ளியாகி, அப்புள்ளி மறைவது வரையிலும் பார்த்துவிட்டு, சோர்வு தாங்காமல் நான் மண்ணில் படுத்தேன்.

ஞானரதம், 1973

போதை

அன்று அலுவலக விடுமுறை நாள். நபி தினமாம்.

அதிகாலையில் கண்விழித்ததுமே அன்று எனக்கு ஒரு மோசமான அனுபவம் ஏற்படக்கூடும் என்று தோன்றிற்று. ஸ்திரீ விவகாரம் சம்பந்தப்பட்டு வந்தது. விஷயம் என்னவென்றால் எதிர்பாராத நேரத்தில் கணவன் வந்துவிடுகிறான். முன்வாசல் மட்டும் கொண்ட வீடு. லபக்கென்று அகப்பட்டுக் கொள்கிறேன். மார்பு புடைத்து புஜங்கள் பருத்தவன். என் நடு நெஞ்சில் சட்டையை அள்ளிப் பிடித்துத் தூக்குகிறான். பயங்கரமாகக் கத்துகிறான். அவமானத்தாலும் துக்கத்தாலும் என் முகம் வலித்துப்போக, கூட்டம் குரூர சந்தோஷத்தில் திளைக்கிறது. என் திரைகள் கிழிக்கப்படுகின்றன. எனக்கு மட்டும்தான் தெரியும் என்று நான் எண்ணியிருந்தவை இவ்வளவு தூரத்துக்கு இவனுக்குத் தெரிவதால் என்னில் ஒரு பகுதி கழன்று இவனாகியிருக்கிறது என்று எண்ணினேன். கும்பலுக்குப் பேரானந்தம். என் அம்பலம் இப்போதைக்கு அவர்கள் ஆகாமலிருப்பதை நினைவுறுத்துவதாலா சந்தோஷம்?

எப்படித்தான் இப்படிச் சரிந்து போனேனோ? யோசிக்கும்போது சிறு பிராயத்திலேயே மனதால் அழிய ஆரம்பித்துவிட்டேன் என்று தெரிகிறது. காலையில் விழிப்புத்தட்ட, பூனைபோல் நுழையும் முதல் எண்ணங்களே பெண்களை வாரித்தட்டி விடுகின்றன. இன்று ஏன் இந்தப் பெண்கள்? நேற்று ஏன் அந்தப் பெண்கள்? கடவுளுக்குத்தான் வெளிச்சம். படக்காட்சி மனதில் ஓட ஆரம்பிக்கிறது. தத்ரூபம் ... தத்ரூபம் ... பேச்சும், பேசும்போது சுழியும் உதடுகளின் பாங்கும், நுனி நாவின் சிவப்பும் ... நளினங்கள், உடல் வளைவுகள் ... பின்னல் குஞ்சலத்தின் அசைவுகள். ஜாலங்கள் ... வெட்கங்களை மாறி மாறி ஜன்னல் வழி விட்டெறிந்து உடல் களைத்து முடிகிறது ... கற்பனையின் ஓட்டம் முறிந்ததும்தான் மனம் களியாட்டம் கொண்டு அலைந்த அலைச்சலே தெரிய வருகிறது. அப்போது சுயவெறுப்பு மூண்டு கழுத்தை நெரித்துக்கொள்ள வருகிறது. மீண்டும் மீண்டும் எனக்குத்

தெரியாமலேயே நான் கழன்றுபோய் பெண் மேய்ந்து, மீண்டும் அலுத்து, மீண்டும் . . .

அன்று ஓய்வு நாள். ஓய்வு நாட்கள் எவ்வளவு பயங்கரமானவை என்பதை அநுபவத்தால் அறிந்திருந்தேன். நினைவுகள் புறப்பட்டு ஹிம்சிக்க ஆரம்பித்துவிட்டால் ஒரே அவஸ்தைதான். தனியாக உட்கார்ந்து ஏங்கி அழக்கொண்டு விட்டுவிடும். சித்ரவதை ஆரம்ப மாவதற்குள் என் கவனத்தைப் பறித்து என் சுய சிந்தனைகளை அறுக்க எங்கேயாவது என்னைச் சட்டென்று சொருகிக்கொண்டுவிட வேண்டும். ஜிவ் ஜிவ்வென்று முகத்தில் ரத்தத்தின் சூடேறவேண்டும். உடல் பூராவும் ஒரு கிளர்ச்சி. அப்படியே ஒன்றிப்போகிறேன். அசைவுகள் கனவு போலிருக்கும். எத்தனையோ வருடங்களாகிவிட் டன. இப்படித்தான் இருக்கிறேன்.

அன்று காலை விழிப்புத் தட்டியதும் பதட்டத்துடன் புறப்பட்டு இந்த ஊரை அடைந்து பல இடம் சுற்றித் திரிந்துவிட்டு, இந்த மலையாளத்துக் கோயிலுக்கும் வந்து சேர்ந்துவிட்டேன். தும்பு அறுக்கும் இந்த மனதைக் கடவுளிடம் கொடுத்துவிட்டு நாள் பூராவும் இங்கேயே கழித்துவிடவேண்டும். இந்த யோசனை உருவான போதே மனதின் தந்திரத்தை நினைத்துச் சிரித்துக் கொண்டேன். என்ன என்ன போர்வைகள்! பத்து வருஷங்களுக்கு மேலேயே இருக்கும். எனது தூரத்து உறவினர் ஒருவரிடம் அவருடைய சவடால் நண்பர் இஷ்டம்போல் மனம் விரித்து உடலுறவில் திளைக்கும் ஒரு சாகஸக்காரியின் பெயரை உச்சரித்த மாத்திரத்தில், அன்று அருகிலிருந்த என் மனதில், கூடுவிட்டுச் சிறகடித்து மேலே உயரும் புறாக்கள்போல் கற்பனை விரிந்து, அவளுடைய மனச்சித்திரம் மனதில் படிந்தது. அவளை அடைவதற்கான திட்டங்களை வெகு கெட்டிக்காரத்தனமாக நான் மனதில் பின்னிக் கொண்டிருந்ததால் பாக்கிப் பேச்சு என் காதில் விழவில்லை. சொன்னவரும் கேட்டுக் கொண்டிருந்தவரும் இவ்வுலகை விட்டே போய்ச் சேர்ந்துவிட்டார் கள். எனக்குக் காதோரம் நரைத்துவிட்டது. முகமும் பழுத்துவிட்டது. இருந்தாலும் அவள் . . . அந்த மனச் சித்திரம் . . . அதற்குத்தான் எத்தனை உயிர்த் துடிப்பு, என்ன ஜீவகளை! என்னுடன் இணைந்து கைவீசி நடந்துவருவது போலவே இருக்கிறது. பெரிய உடல். முறம் மாதிரி முகம். காளி போல் முகத்தில் ஒரு வசீகரமான குரூரம். பெரிய நெற்றியில் பொட்டு என்ற பெயரில் குங்கும அப்பல். கண்களில் மை இட்டுக் காதுவரையிலும் இழுத்துவிட்டுக் கொண்டி ருக்கிறாள். நடக்கையில் சதை உருளும் வயிறும் முதுகும். வெற்றிலைச் சிரிப்பு. சடைதட்டி விழுதுபோல் - இரண்டு பெரிசு, ஒன்று சிறிசு - மூன்று பிரிவாய்த் தொங்கும் தலைமயிர்க் கற்றை. அறையோரம் அதைத் தூக்கிச் சுவரில் குத்திட்டுச் சாய்த்து வைத்துக்கொண்டுதான் தூங்குவாளாம். இந்தக் கோயிலில் அவள் வேலை பார்ப்பதாகத்தான் அன்று அவர் சொன்னார். நன்றாக ஞாபகம் இருக்கிறது. பெயர்கூட ஞாபகம் இருக்கிறது.

மேலும் என் மனதுக்கு இது ஒன்றுதான் கோயில். நான் எங்கெங்கோ சுற்றியலைந்தாலும் என் கனவுகள் இந்தக் கோயிலைச் சுற்றிக் கவிந்து இருக்கிறது. எனக்கு எதுவும் வேண்டாம். இங்கு, இக்கோயிலில், அதோ அந்த மடப்பள்ளி வாசற்படிகளை ஒட்டியோ, அதோ சந்தனக்கல் பதித்திருக்கும் மூலையிலோ, வெற்றுடம்புடன் அரைத் துண்டோடு விழுந்து கிடந்து காலத்தைக் கழித்துவிட வேண்டும் என்று மனதுள் சபலத்துடன் பேசிக்கொள்வேன். ரிஷிகளும், மரவுரி தரித்த அழகிகளும், பாண்டவர்களும், கண்வரின் ஆசிரமும், குதிரைகளும் கண்ட காலப்பகுதியின் தெய்வீக நிமிஷங்கள் ஒன்று சேர்ந்து இந்தக் கோயிலுக்குள் இளைப்பாறிக் கிடக்கிறது. தூணும், கல்பாவிய பிரகாரங்களும், ஓடும் செம்புத் தகடும் வேய்ந்த தணிந்த கூரைகளும், அங்கு பொந்துகளிலிருந்து சிறகடித்து மேலெழும் புறாக்களும், வானம் தெரியும் முற்றங்களில் பரப்பியிருக்கும் வெள்ளை மணலும் சரித்திரத்தை ஏகமாய் விழுங்கி விட்டுப் பரிசுத்தம் பரிசுத்தம் என்று கத்துகின்றன. சாயங்கால நேரங்களில் ஈரம் சொட்டும் முடியாத தலைமயிருடன் உள்ளே நுழையும் ஒவ்வொரு மங்கையும் தன் எளிமையாலும், சுத்தத்தாலும், நளினத்தாலும், ஈரத் தலைமயிராலும் ஆடம்பரத்தையும், நிரீசுவர இரைச்சல்களையும் உடை நலுங்காமல் கொன்றுவிட்டு வரும் அமுக்கிகள் மாதிரி இருக்கிறது.

ஒருவிதத்தில் என் துரதிருஷ்டம் என்றுதான் சொல்ல வேண்டும். அன்று பார்த்து உற்சவ நாளாம். வழக்கத்திற்கு மாறாகச் சந்தடியும் கொஞ்சம் பரபரப்பும் இருந்தது. பெண்களும் குழந்தைகளும் பிரகாரங்களில் கூட்டம் கூட்டமாய் நகர்ந்து கொண்டிருந்தார்கள். சீவேலிக்கான ஆயத்தங்கள் நடைபெறுவதாகத் தெரிந்தது. தூய வெள்ளை வேஷ்டியும், இடுப்பில் முக்கோணமாய் மடித்த மஞ்சள் அரைத் துண்டும், நீண்ட நாசிகளுமாய் சிப்பந்திகள் ஆயத்தமாகிக் கொண்டிருந்தபோது, இவர்கள்தான் குருக்ஷேத்திரத்திலும் திரண்டார்கள் என்பது தெரிகிறது. தீவட்டிகள் தயாராகிக் கொண்டிருந்தன. ஜ்வாலை படரும் தீவட்டிகள் பக்கத்திற்குப் பக்கம் மேலெழும்பிக் கொண்டிருந்தன. தீவட்டிகளின் அமைப்பும் அவற்றில் துணி சுற்றியிருந்த நேர்த்தியும், ஏந்திக் கொண்டிருந்தவர்களின் நீண்ட முகங்களும் ஒன்றுக்கொன்று வெகு இசைவாய் இருந்தன. தீவட்டியிலிருந்து எண்ணெய் சொட்டுமென்று எச்சரித்துப் பெண்களையும் குழந்தைகளையும் பின்னால் விரட்டினார்கள் சேவகர்கள். ஒருவருக்கொருவர் பிணைந்து நின்றுகொண்டிருந்த பெண்களும் குழந்தைகளும், பட்டும் பொன்னும் இறைத்து ஜோடனை செய்த அலங்கார வேலி மாதிரி சுய உணர்வின்றிப் பின்னும் முன்னும் நகர்ந்தார்கள். மகாராஜா வந்துவிட்டார் என்றும் பிரகாரம் சுற்றி வந்து கொண்டிருக்கிறார் என்றும் பேசிக்கொண்டார்கள். கோயிலில் வேலை பார்க்கும் பெண்கள் வெள்ளைச் சலவைத் துணியை வெகு நேர்த்தியாகக் கட்டிக்கொண்டு, எண்ணெய் மினுமினுப்புடன் தலையைச் சீவி,

அவர்களுடைய இயக்கம் ஆரம்பம் கொள்வதற்கான கண் சமிக்ஞைக்காகத் துடித்துக்கொண்டிருந்தார்கள். அவர்கள்தான் ஒவ்வொரு நாள் விடியற்காலையிலும் அதற்கு முந்திய நாளைப் பெருக்கி வெளியே தள்ளி, அக்கோயிலைப் புராதனத்தில் நிறுத்தி வைத்துக் கொண்டிருப்பவர்கள். பனித்துளிகளாய் தங்கள்மீது படியப் பார்க்கும் காலத்தைப் புறங்கையால் தள்ளிக்கொண்டு அதே கோயிலில் அதே வேலைகளில் நூற்றாண்டுகளாய்க் கழித்துக் கொண்டிருக்கிறார்கள்.

என் உறவினரின் நண்பர் பிரஸ்தாபித்தவளும் இங்கு எங்கேயாவது இருக்கக்கூடும். நெல் குத்திப் புடைக்கும் இடத்திலோ அல்லது தவிடும் உமியும் அளந்து கட்டும் இடத்திலோ அவள் இருக்கக்கூடும். நம்பூதிரிக்கு அப்பம் சுட சீராய் பிய்த்துக் கொடுத்துக் கொண்டிருக்கக்கூடும். அல்லது எனது உறவினரும் அவருடைய நண்பரும் இன்னும் பலரும் மறைந்து போனது போலவே அவளும் கண் மூடியிருக்கக்கூடும். இப்போது இங்கு எல்லாம் அந்தரத்தில் பொறித்துள்ள நிலையில் இயங்குகையில், அவளும் அதன் ஓர் உறுப்பாக இருக்கையில், என்னுடைய மோகத்தால் அவளைக் கழற்றுவது பாப காரியம் என்று படுகிறது. கோளங்கள், கிரகங்கள் இவற்றுள் ஓர் தப்பெண்ணத்தை ஏற்படுத்தி மனஸ்தாபப்படுத்தலாகாது எனத் தோன்றிற்று. அவளை நான் அழைத்தால், அவளும் அந்த எண்ணத்தோடு என்னைப் பார்த்தால், இங்கு அமுலிலிருக்கும் சரித்திர ஒத்திசைவு குலைந்து பெரும் விநாசம் விளையும். விரைந்து இயங்கும் ஓர் ராக்ஷச யந்திரத்திலிருந்து அந்த யந்திரத்துக்குத் தெரியாமல் ஓர் உறுப்பைக் கழற்றி ஒன்றுக்கொன்று மோதிச் சிதறும் விபரீதத்தை உண்டுபண்ணுவது போலாகும். இவ்வாறு நான் என்ன என்ன யோசித்துக் கொண்டிருந்தேன் என்பதைக் கோர்வையாகச் சொல்லத் தெரியவில்லை.

புசுபுசுவென்று கூட்டம் கலைய ஆரம்பித்திருந்தது. ராஜா வந்துவிட்டுப் போய்விட்டாராம். குழந்தைகளும் பெண்களும் அணைக்கட்டை உடைத்தாற்போல் கோயிலின் நான்கு வாசல் வழியாகவும் வெளியே வழிந்துவிட்டார்கள். பணிப்பெண்கள் ஒருத்தியைக்கூடக் காணோம். சிப்பந்திகளையும் காணோம். கோயிலின் நான்கு வாசல்களிலும் சிப்பாய்கள் மட்டும் மிடுக்குடன் எதுவும் நிகழாததுபோல் நின்றுகொண்டிருந்தார்கள். நுழைவு வாசல்களின் நீண்ட கற்படிகள், அதன் மேல் அப்பியிருந்த குழந்தைகளின்றி பெண்களின்றி தனது ஆபரணங்களைக் கழற்றியதுபோல் நீளமூளிகளாய்த் தெரிந்தன. கோயில் முற்றங்களின் மணற்பரப்பில் ஒன்றை மற்றொன்று சிதைத்த பாதச் சுவடுகள் ஒன்றுகூட முழுசாய் இல்லை. கோயிலுக்குள் ஓர் ஆழ்ந்த அமைதி இறங்கிவிட்டது.

இருட்ட ஆரம்பித்திருந்தது. தெருவிளக்குகளின் வெளிறல் இன்னும் நீங்கவில்லை. என் மனதில் சங்கடம் கவிய ஆரம்பித்தது. எல்லாம் வீணாகப் போய்விட்டதாக எண்ண ஆரம்பித்தேன். அதிலிருந்து

பச்சாதாபங்களும், பாபங்களும், ஆற்றாமைகளும் தொடர்ந்தன. கோயிலைவிட்டு விலகி நகர்ந்து சென்றுகொண்டிருந்தேன். அரை நினைவோடு, யோசனைகளைத் தணித்து, மேல் என்ன என்ற கேள்வியை எழவிடாமல் அமுக்கி வைத்தவாறு சென்றுகொண்டிருந்தேன். இவ்வுலகில் எனது ஸ்தானத்தைப் பற்றிப் பச்சாதாபம் எழுந்தது. மனதின் பாழ்பட்ட குகைகளிலிருந்து ஒவ்வொரு பேயாகப் புறப்பட்டு என்னைக் கிளறி துவசம் பண்ணுவதற்குள் அடுத்தாற்போல் எங்கேயாவது என்னைச் சொருகிக் கொண்டுவிட வேண்டும் என்ற யோசனை ஆரம்பித்தது. என் முழுக்கவனத்தையும் இழுத்து என் நினைப்பின்றி என்னைச் சுருட்டி மடியில் வைத்துக் கொள்ளக்கூடிய அனுபவம் ஒன்று எனக்கு அவசரத் தேவையாக இருந்தது. எங்கே அது? அவள் எங்கே? என் முகத்தில் ஜிவ் ஜிவ்வென்று ரத்தம் ஏற வேண்டும். என் நரம்புகள் முறுக்கேறி, கிளர்ச்சி உடலெங்கும் பரவ வேண்டும். காலத்திலிருந்து நான் அறுபட்டு எதனால் ஆகர்ஷிக்கப் படுகிறேனோ அதிலேயே ஒன்றி, ஒன்றும் தெரியாமல் போய்விட வேண்டும். என்னை ஏற்றுக்கொள்ள, எனக்குத் தெரியாமல் இப்போது என்ன உருவாகிக்கொண்டிருக்கிறது? அவள், இஷ்டங்களை விரித்து மனம் போல் எல்லாருடனும் படுத்துக்கொண்டவள் எங்கே இருக்கிறாள் இப்போது? அவள் அளித்ததெல்லாம் எந்தப் பெண் ஜென்மமும் ஒரு ஆணுக்கு அளித்தது இல்லையென்றாரே அவர். முடியவும் முடியாதாம். அனுபவித்தவர்களின் அனுபவங்களை அந்தரங்கமாய் செவி நிறையக் கேட்டு ஏங்கி, அடையாததை எல்லாம் அடைந்ததாகக் கற்பனை செய்து, மனதால் தன் கற்பனைகளை நக்கிக் கொண்டே அன்று பேசினார் அவர். ராக்ஷஸி இறந்து போயிருக்கக் கூடும். அவளுக்கு மிகவும் பிரியமான புருஷர்களில் பிரியமானவனைத் தழுவிக் கிடக்கையில் அவள் உயிர் பிரிந்திருக்கும்.

'ஓ' என்ற ஆரவாரம் கேட்டது. கடல் அலைகள் கரையில் மோதிச் சிதறுவது மாதிரி. பெரிய வீதிக்கு என் கால்கள் என்னை நகர்த்திக்கொண்டு வந்திருப்பதை உணர்ந்தேன். லக்ஷக்கணக்கானவர்கள் ஒன்றுசேரக் கத்துகிறார்கள். அதுபோல் ஓர் ஊர்வலத்தை நான் அதற்குமுன் எப்போதும் பார்த்ததில்லை. பெரிய வீதியின் அகலத்துக்கு ஒரு கோட்டைச் சுவர் நகர்ந்து வருவது போலிருக்கிறது. தலைகள் - மயிர் வழித்த பச்சைப்பாசி படர்ந்ததுபோல் தலைகள். குல்லாய்கள். பட்டுச் சட்டைகள். அழுக்குச் சட்டைகள். வெளிநாட்டுக் குடைகள். உடல் போர்த்திய ஜரிகைக் கரை போட்ட அங்கவஸ்திரங்கள். வெற்றுடம்புகள். பூட்சுகள். தங்க ஃப்ரேம் மூக்குக் கண்ணாடிகள். கட்டம் போட்ட லுங்கிகள். தங்கப் பற்கள். முண்டாசுத் தலைகள் . . .

வீதியும் கட்டிடங்களும் ஸ்தம்பித்துவிட்டன. பாதசாரிகள் ஸ்தம்பித்து ரோட்டோரம் ஒதுங்கிவிட்டார்கள். கார்கள் வீதியில் ஓரங்கட்டி ஒன்றன்பின் ஒன்றாய் ஒதுங்க, அதன் வரிசை நீண்டுகொண்டே போகிறது. பஸ்கள் ஒதுங்கி நிற்க, ஊர்வலம் முடிந்து பின் கிளம்பும்

நேரம் வரையிலும் காத்திருக்கப் பொறுமையற்ற விவேகத்துடன் பிரயாணிகள் தொப் தொப்பென்று வெளியே குதித்து நடைபாதையில் ஏறி விரைகிறார்கள்.

லக்ஷக்கணக்கானவர்கள் இதுபோல் கத்துவதையும் இதற்கு முன் நான் கேட்டது கிடையாது. இந்தக் குரலின் தாக்குதலால் ஜன்னல்களிலும் கடை விளம்பரப் பெட்டிகளிலுமுள்ள கண்ணாடிகள் வெடித்துச் சிதறும் என்று தோன்றுகிறது. வயது வந்த பெண்கள் பூப்பெய்திவிடக் கூடும். ஊர்வலம் முடிவடைவதற்குள் அதில் அனேகர் மார்பு வெடித்து உயிர் துறக்கவோ அல்லது தொண்டை வெடித்து ரத்தம் கக்கவோ கூடும். எல்லோருடைய முகமும் ஒரே பாவத்துடன், ஒரே விதமான கோபத்துடன், கடுகடுப்புடன் இருக்கிறது. ஒருவருக்கொருவர் எவ்வித மன வித்தியாசங்களையும் கொள்ளாதது போலவும், ஆபாசமான ஒற்றுமையுடனும் மங்கலான கட்டுப்பாட்டுடன் நகர்ந்துகொண்டிருக்கிறார்கள்.

இப்போது நான் நடைபாதையில் ஒரு கார் ஓரம் வந்து விட்டேன். பழைய கறுப்புக்கார் அது. காரில் இரண்டு பெண்கள் இருந்தார்கள். முன் சீட்டில் ஒரு சின்னக்குட்டி. கெட்டிக்காரத்தனம் வழியும் குஞ்சு முகம். இரட்டைப் பின்னல். காலை பின்னால் மடித்து சீட்டில் முட்டை ஊன்றி ஊர்வலம் பார்த்துக் கொண்டிருக்கிறது. அப்பெண்ணின் கத்தலிலிருந்து அவர்கள் தமிழ் பேசக் கூடியவர்கள் என்பதை நான் தெரிந்து கொண்டேன். பின் சீட்டில் ஆரோக்கியத்தைக் காட்டும் விரிந்த முதுகுடன், சதுரமான முகமும், கறுப்பு உதடுகளும், கோணல் வகிடும், தங்க வளையல்கள் அணிந்த நீண்ட அழகான கறுப்புக் கைகளும் கொண்ட ஒரு பெண் உட்கார்ந்திருந்தாள். ஊர்வலக் காட்சி அவளை ரொம்பவும் துன்புறுத்துவது அவளுடைய நிம்மதியற்ற உடல் அசைவுகளாலும் முக பாவங்களாலும் எனக்குத் தெரிந்தது. அவளுடைய எரிச்சலைப் பகிர்ந்துகொள்ள ஆதரவு தேடி அவள் என் முகத்தைப் பார்த்தாள். நான் நடைபாதை மேட்டில் நின்று கொண்டிருந்தபடியால் அவளுடன் பேச்சுத்தர வாய்ப்பான கோணமாக இருந்தது. அவள் பூரண கர்ப்பிணி. முன் சீட்டிலிருந்த குட்டி, "அக்கா அதோ அண்ணா . . . அதோ அண்ணா . . ." என்று ஒருவரைக் களேபரத்தில் கண்டுபிடித்துவிட்ட உற்சாகத்தில் பயங்கரமாகக் கத்திற்று. "சனியனே, ஏன் கத்தறே?" என்று பெரியவள் குழந்தையின் மண்டையில் தட்டினாள். "கேக்காது அக்கா" என்றது குட்டி. "எதுக்கு இப்படி கத்தறாங்க? பயித்தியம் புடிச்சுப்போச்சா?" என்றாள் பெரிய பெண். அப்புறம் வலது கையை முன்னால் நீட்டி, முகத்தைச் சுருக்கி அலுத்துக்கொண்டே, "என்ன ஸார் இது? . . . என்ன ஸார் இது?" என்றாள். நரம்புத் தளர்ச்சிக்கும் மனப் பதட்டதுக்கும் அவள் ஆளாகிக்கொண்டிருந்தாள் . . .

குழந்தை 'அண்ணா' என்று காட்டியவர் எதிர்சாரியில் ஒரு பெரிய கடை வாசலில் காகித உறைபோட்ட புதுக்குடையைத் துப்பாக்கி மாதிரி தோளில் வைத்தபடி நின்றுகொண்டிருந்தார்.

அவர் ஒல்லியாகவும், ரொம்பவும் சிவப்பாகவும், பெரிய வழுக்கையுடனும், சுத்தமாகச் சவரம் செய்த கன்னங்களுடனும் இருந்தார். அவருடைய முகத்தையும் வாயின் அமைப்பையும் பார்த்தபோது சரளமாக இங்கிலீஷ் பேசக்கூடியவர் மாதிரித் தோன்றிற்று. வரதக்ஷணைக்கு ஆசைப்பட்டுக் கறுப்பியும் ஸ்தூலியுமான ஒரு பெண்ணை அந்தக் காலத்தில் இந்த வழுக்கைக்குக் கட்டிவைத்ததின் விளைவுதான் காரிலுள்ள குழந்தைகள் என்று நான் எண்ணிக்கொண்டேன். தனது வாழ்வின் மொத்தமான நிலையில் ஒரு திருப்தியுடன், 'இந்த ஊர்வலம் என்னை என்ன செய்துவிட முடியும்' என்ற முக பாவத்துடன், ஓர் விமர்சனப் புன்னகையுடன் அவர் நின்று கொண்டிருந்தார். கூடிய சீக்கிரம் வந்துவிடுவதாகச் சமிக்ஞை காட்டிக் கொண்டே இருந்தார்.

"அண்ணாவுக்குத் தாண்டி வந்தால் என்ன? எனக்கு இங்கிருந்து போணம்" என்றாள் பெரிய பெண்.

"தாண்ட முடியாதக்கா."

"ஏன் முடியாது? இவங்க யாரு? ஊரை விலைக்கு வாங்கியிருக்காங்களா? எதுக்கு இப்படி ஸ்தம்பிச்சுப் போகணும்? எதுக்கு இந்தக் காரெல்லாம் நிக்கணும்? பஸ்ஸெல்லாம் நிக்கணும்? மத்தவங்களைக் கஷ்டப்படுத்த இவங்க யாரு?"

ஊர்வலம் போய்க்கொண்டிருந்தது. எத்தனை மைல் அது இன்னும் வந்துகொண்டிருக்கும் என்று சொல்லவே முடியாது போலிருந்தது. லாரியில் ஒலிபெருக்கியைப் பொருத்திப் பயங்கரமாகக் கத்திக் கொண்டே போனார்கள். சிலர் இப்பெண்கள் இருந்த காரைக் கையால் தட்டிவிட்டுப் போனார்கள். காரைத் தாண்டிப் போகிறவர்கள் ஒவ்வொருவருடைய வாயும் கத்திக்கொண்டிருக்க, தாண்டி முடிவது வரையிலும் காருக்குள் பார்த்துக்கொண்டே போனார்கள். அனேகமாக ஒவ்வொருவரும் இப்படிச் செய்தார்கள். சிலர் தாண்டிப் போனபின் திரும்பி காரின் கண்ணாடி வழியாக அவளுடைய முகத்தின் பக்கவாட்டைப் பார்த்துவிட்டுப் போனார்கள். எல்லோருக்குமே அவளைப் பிடித்திருக்கிறது. அவளைப் பார்த்துப் புன்னகை செய்துகொண்டே, 'தராத உரிமைகளைத் தட்டிப் பறிப்போம்' என்று உரக்கக் கத்திவிட்டு, மீண்டும் புன்னகை செய்தவாறே தாண்டி மறைந்தான் ஒருவன். "என்ன கத்தறாங்க?" என்று அவளை நான் கேட்டேன். அவள் தமிழில் மொழிபெயர்த்துச் சொல்லிக் கொண்டே வந்தாள். அது பாட்டு மாதிரி இருந்தது. 'வாலை ஆட்டினால் வாலை நறுக்குவார்களாம்'. 'நெரிக்கிறவன் குரல்வளையை நெரிப்பார்களாம்'. 'தராத உரிமைகளைத் தட்டிப் பறிப்பார்களாம்'.

"எதுக்கு இந்த ஊர்வலம்?"

அவள் தனது வலது கையை சீட்டில் ஊன்றிச் சரிந்துகொண்டே, ஊர்வலத்தில் சென்றுகொண்டிருந்த ஒரு சிறுவனைப் பார்த்து ஏதோ கத்திக் கேட்டாள். அப்புறம் என் பக்கம் திரும்பி "நபி

நாயகத்தின் தினம் கொண்டாடுகிறார்களாம்" என்றாள். "அத்தனை பேரையும் எனக்குச் சுட்டுக் கொல்லணும்னு தோண்றது" என்று அவள் கத்தினாள்.

"உங்களுக்கு அரசியல் உண்டா?" என்று கேட்டேன்.

"ஊஹூம்" என்றாள்.

"நியூஸ் பேப்பர் படிப்பேளா?"

"படிக்கிறதே இல்லை."

"எதுக்கு உங்களுக்கு இப்படி கோபம் வரணும்?"

அதற்கு அவள் பதில் சொல்லாமல், "என்ன ஸார் இது? என்ன ஸார் இது?" என்றாள்.

"நான் போன மாசம் வடக்கே போயிருந்தேன், எங்க ஆபீசிலிருந்து அனுப்பியிருந்தாங்க ..."

அக்கா சீட்டில் நகர்ந்து வந்து முகத்தில் ஆவல் வெளிப்படக் கேட்க ஆரம்பித்தாள். சின்னக் குட்டியும் பின்னால் திரும்பிக் கொண்டது.

"...ஒரு நவராத்திரி. பன்னண்டு ஒரு மணி இருக்கும், டீ சாப்பிட ஒரு ஓட்டலுக்குப் போனேன். சர்வர்கள் யாரையும் காணோம். தேடிண்டே கிச்சன் பக்கம் போயிட்டேன். ரகஸ்யமா ரேடியோ வெச்சுக் கேக்கறாங்க. இவங்கதான். எல்லையில் சண்டை நடக்கிற சமயம். நம்ம படை பின்வாங்கித்து, உதைபட்டுதுனு நியூஸ் சொன்னதும் கைதட்டிண்டு எழுந்து குதிச்சாங்க ..."

"நிஜமாகவா?"

"நிஜம்மா. கண்ணாலே பார்த்தேன் ..."

அந்தப் பெண் அவசரமாய் சீட்டின் வலது ஓரத்துக்கு நகர்ந்து சென்றாள். வெளியே அப்போது போய்க் கொண்டிருந்தவர்களைப் பார்த்து ஏதோ கத்த ஆரம்பித்தாள். ஒரு கிழவன் நின்று கேட்டான். அவள் என்னைக் காட்டிக்காட்டி அவனிடம் பேசினாள். அவன் அவள் பேச்சை முடிப்பதற்குள் என் பக்கம் திரும்பி ஏதோ கத்திக் கேட்டான். எனக்குப் புரியவில்லை. எனக்குப் பதிலாக அவள் பதில் சொல்லிக்கொண்டிருந்தாள். நாலைந்து பேர் கிழவனைச் சுற்றிச் சேர்ந்துவிட்டார்கள்.

எதிர் சாரியிலிருந்து அந்தப் பெண்களின் அப்பா வந்து டிரைவர் சீட்டில் ஏறி அமர்ந்துகொண்டார்.

"எத்தனை நேரமா கால்கடுக்க நிண்ணுண்டு இருந்தேள்? ஊர் வலத்தை முறிச்சுண்டு வந்தா என்ன?"

"எதுவும் இப்பொப் பேசாதே" என்றார் அவர்.

இரண்டு மூன்று பேர் காரைச் சுற்றி ஓடி வந்து என்னைப் பிடித்துக்கொண்டு மாறிமாறி அடிக்க ஆரம்பித்தார்கள்.

"காரிலே ஏறிடுங்கோ" - அந்தப் பெண் தலையை வெளியே விட்டுக் கத்தினாள்.

கார் அவசரமாய்க் கிளப்பப்பட்டு நகர ஆரம்பித்தது.

உடல் வலிக்குப் பயந்து அவர்களிடம் அளவுக்கு மிஞ்சி யாசித்து விட்டதைப் பின்னால் பலதடவை எண்ணி நான் வெட்கப்பட்டிருக்கிறேன். ஆனால் அப்போது எப்படியாவது தப்பித்துக் கொள்ள வேண்டும் என்றுதான் இருந்தது. சிறுபையன்களின் கால் பிடித்துக் கெஞ்சும் அளவிற்குப் பயந்துபோய்விட்டேன். அடியும் சற்று பலம் என்றுதான் சொல்லவேண்டும். தோள்பட்டையிலும் பிடரியிலும் மாறிமாறி விழுந்தது. அதில் ஒருத்தனின் ருசி ரொம்பவும் அலாதி யானது. என் மூக்கிலும் வாயிலும் மட்டும் சேர்ந்து படும்படியாக அவன் அடித்துக்கொண்டிருந்தான். வேறு எந்த இடத்திலும் படவே இல்லை. அவன் கையெல்லாம் ரத்தம் ஆகிவிட்டது. அதை கைக் குட்டையால் துடைத்துக்கொள்ள அவனுக்கு விருப்பமில்லை. குழாய் இருக்கிறதா என்று சுற்றிலும் பார்த்தான். கடைசியில் புழுதியை அள்ளி இரு கைகளையும் அதில் தேய்த்துக்கொண்டான். ஊர்வலம் வெகுதூரம் நகர்ந்துவிட்டதை நல்லவேளை யாரோ ஞாபகப்படுத்தினார்கள். ஆளுக்கு ஒரு கடைசி அடி தந்துவிட்டு, ஊர்வலத்தின் வாலைப் பிடிக்க எல்லோரும் ஓடினார்கள்.

சதங்கை, 1973

பல்லக்குத் தூக்கிகள்

மனசு ரொம்பவும் சங்கடப்பட்டுக் கொண்டிருந்தது. ஓயாமல் ஒரு துக்கம். மனம் சதா அழுதுகொண்டிருக்கும். எதற்கு என்பது தெளிவாகவில்லை. 'எல்லாம் முடிந்தது, அவ்வளவுதான்' என்று மனசுக்குள் கசந்த முணுமுணுப்பு வெளிப்பட்டுக் கொண்டிருக்கும். இருந்தாலும் வெளிக்குச் சாதாரணமாக நடமாடிக் கொண்டிருந்தேன். நண்பன் சொன்னமாதிரி இதில் ஒரு பயிற்சி இருந்தது. எவ்வளவுதான் தேற்றியும் தேறாமல், விஷம் தின்ற சடைநாய்மாதிரி மனம் புரண்டு புரண்டு துடித்தது. ஊர்விட்டு அலைவோமா என்று தோன்ற ஆரம்பித்தது. கஷ்டமான நாட்களை அலைந்து உடம்பை இம்சித்துக் கழித்திருந்தேன். இதில் நிவர்த்தியும் சொல்லும்படி இருந்தது இல்லை. இருந்தாலும் மூச்சுத்திணறிக் கிளம்பிச் சென்றேன். எங்கெல்லாம் சுற்றினேன் என்பது குழம்பிவிட்டது. உடம்பு க்ஷீணித்து, மனசும் தளர்ந்து, கடைத்திண்ணைகளில் உட்கார்ந்து போகிறவர்கள் வருகிறவர்களை இடுப்புக்குக் கீழ் பார்த்துக்கொண்டு கழிப்பேன். கடைசியில் ஒரு மலைக்கோயில் போய்ச் சேர்ந்தேன்.

அங்கு போகக் காரணம் தூரத்து நண்பன் ஒருவன் மனக்கஷ்டம் ஏற்பட்டபொழுது அங்கு சென்றதாக மற்றொரு நண்பனிடம் எந்தக் காலத்திலோ சொன்னது நினைவில் முளைத்ததுதான். ஒரு ஜேஜே ஊர். அதுதான் ரொம்பக் கஷ்டமாக இருந்தது. ஒதுங்கி ஒதுங்கிப் போனாலும் கால்களும் கைகளும் கொத்துக் கொத்தாய் என் முகத்தில் வந்து சரிந்து கொண்டிருக்கும். புயல் வரப்போவது மாதிரி சதா ஒரு இரைச்சல். படிக்கட்டுகளிலும் மண்டபங்களிலும் பெண்கள் தாறுமாறாய்க் கிடந்தார்கள். தள்ளித் தள்ளிப் போனதில் ஒரு மண்டபம் வந்து சேர்ந்திருந்தது. பக்கத்தில் ஒரு சுடுகாடு இருப்பது மாதிரியும், பிணத்தைப் பொசுக்க வந்தவர்கள்தான் மண்டபத்தில் காத்துக் கொண்டிருக்கிறார்கள் என்றும் ஒரு எண்ணம். அப்படி இல்லை. சாதா இடம்தான்.

ஆட்களுக்கு வாட்ட சாட்டமான உடம்பு. பயில்வான்கள் மாதிரி. பக்கடா மீசைகள். முண்டாசு தார்பாய்ச்சிக் கட்டு. தொடைகளில்

எல்லாம் அட்டைகள் சுருண்ட மாதிரி ஒரே கறுப்பு மயிர். மொத்தத்தில் எனக்கு ஒரு அருவருப்பு ஏற்பட்டது. பொல்லாதவர்கள் என்ற எண்ணம் ஏற்பட்டது. பாதங்களில் நரம்பு புடைத்துத் தெறித்துக் கொண்டிருந்ததால் நிற்க முடியவில்லை. படியில் உட்கார்ந்தேன். பின்னாலிருந்து முரட்டுத்தனமான குரலில் எச்சில் தெறிக்கக் கத்திக்கொண்டிருந்தது எரிச்சலாக இருந்தது. பிரியத்துடன் கெட்ட வார்த்தைகள் சேர்த்து சேர்த்துப் பேசினார்கள். அவர்களுக் கும் எனக்கும் ஏதாவது உரசல் ஏற்படும் என்று எனக்கு மணத்துக் கொண்டிருந்தது. ஒரு சிலேடையும் சில கெட்ட வார்த்தைகளும் என் ஜாதியைக் குறிப்பது மாதிரி வந்தன. நான் எங்கள் ஊரில் இருப்பது மாதிரி இல்லாமல் சரியான ஊர் சுற்றி மாதிரி இருந்ததால் அப்படி ஏதாவது கிறீச்சிட்டால் கெட்ட வார்த்தைகளைக் கத்தித் தீர்க்கவேண்டுமென்று தீர்மானித்துக்கொள்ள விரும்பினேன். என்னி டம் தோற்றோம் என்ற எண்ணம் ஏற்பட்டால் அவர்கள் என்னை வெட்டிப் புதைத்துவிடக்கூடும். இடமும் தோதாக இருந்தது.

ஒருவன் என் பின்பக்கத்திலிருந்து என் மணிக்கட்டில் உரசிக் கொள்வது மாதிரி நெருங்கி இறங்கி மண்தரையில் சாடினான். அவன் அனாவசியமாகக் கால்களை தொம்தொம் என்று வைத்து இறங்கினான். தூசி கூடுதலாகக் கிளம்பி காலை வெயிலில் அந்தரத் தில் மஞ்சள் குளித்த மார்பில் தூண்கள் மாதிரி உருண்டன. அவன் சாமர்த்தியசாலி மாதிரி நின்றான். அவன் சாமர்த்தியம் என்ன என்று நான் கேட்டுக்கொண்டேன்.

அவன்மேல் மனசுக்குள் ஒரு கெட்ட வார்த்தை போட்டேன். இதனால் சிறிது சந்தோஷம் ஏற்பட்டது. அவனுடைய அசைவுகளும் முகபாவங்களும் தரங்கெட்ட நாடகப் பாங்காக இருந்தன. அவனு டைய கால்களுக்குப் பின்னால் கள்ளிப் புதர் பக்கம், வற்றல் கூழ் மாதிரி மலம் கழித்திருந்த வரிசைக்கு முன்னால் ஒரு பெரிய சாமான் தெரிந்தது. படுதாத் துணி போட்டுப் பெரிதாக மூடி வைத்திருந்தது அந்தச் சாமானை. என்ன அது தெரியவில்லை. வயிற்றோடு முகத்தைச் சேர்த்துக் கொண்டு தூங்கும் ஒரு ஒட்ட கத்தைப் போர்த்தி வைத்திருந்த மாதிரி இருந்தது. குரலில் வாடை கலந்து வந்தது. எல்லோரும் குடித்திருந்த மாதிரி இருந்தது. வார்த் தைக்கு வார்த்தை கெட்ட வார்த்தை. ஒட்டகம் வாயாலும் கால் களாலும் படுதாத் துணியை பலாத்காரமாக இடுக்கிக் கொண்டிருப் பது மாதிரி, கைகளால் தேர்வடம் இழுப்பதுபோல் நடித்துக்கொண்டு அவன் படுதாத் துணியைச் சுருட்டி இழுத்தான். என் பின்பக்க மிருந்து பெரிய சிரிப்புக்கள் அருவருப்பாக வந்தன. ஒரு பல்லக்கு. அந்தக் காலம் வழிகிறது அதில். ஆகப்பழசு. தடித்தடியாகப் பழைய காலத்துக் கட்டைகள். கட்டைகளின் தொலியை சில இடங்களில் பூச்சி அரித்திருந்தது. அது சட்டையில் நூலைப் பிரித்த இடம் மாதிரி இருக்கிறது. உளுத்திருக்கவில்லை. சேர்மானங்கள் நல்ல நெருக்கம். ஊதுவத்தி குத்த முடியாது. ஒரு பக்கத்துக்கு எத்தனை பேர் தூக்குவார்களோ தெரியவில்லை.

“கிளம்புங்க அப்பா'' என்று கத்தினான் பல்லக்கை வெளிப் படுத்தியவன். எல்லோரும் ஆடியாடி வந்தார்கள். முழங்காலிலும் பாதங்களிலும் ரத்த ஓட்டம் ஸ்தம்பித்து சற்று மரப்புத் தட்டி விட்டதுபோல் ஒரு தினுசாக ஆடியாடி வந்தார்கள். மண்டபத்தின் இன்னொரு பக்கத்திலிருந்து ஒருவன் ஒரு அம்மியைத் தலைக்கு மேல் தூக்கிக்கொண்டு வந்தான். பாரம் அழுந்த உயர்ந்திருந்த அவன் கைகள் நடுங்கின. அம்மி கையை மடக்கி விடும்போல் இருந்தது. கழுத்து நரம்புகளும் ஒரு மண் புழுவை நுழைத்தது போல் கவனத்தைக் கவரும்படி ஒரு நடுநெற்றி நரம்பும் புடைத் திருந்தன. அசப்பில் பின்பக்கம் திரும்பிய ஒருவன் இதைக் கவனித்து “விலகுங்கப்பா விலகுங்கப்பா'' என்றான். பலர் தவறாக விலகிக் கொண்டார்கள். அவன் அம்மியை மண்ணில் போட்டுவிட்டுப் பின்பக்கம் நகர்ந்தான். மண் கிழித்து புழுதி பறந்தது. சிலர் ஹூம் ஹூம் என்று ஒரு மூச்சுக் கலந்த அசட்டுச் சத்தத்தை ஏற்படுத்தினார் கள். அவன் ஓடிப்போய் ஒரு பெரிய குழவியை தூக்கிக்கொண்டு வந்தான். அது அம்மிக் குழவியல்ல. ஒரு ராக்ஷஸ ஆட்டுக்கல் குழவி. தலை பருத்து இடை ஓடித் தேய்ந்து பள்ளம் வழவழவென்று நிறங்குறைந்து இருந்தது. இதுபோக இன்னும் இரண்டு சாமான் களையும் அவன் கொண்டுவந்து போட்டான். ஒரு மைல் கல். மேல் வளைவு உடைந்து, உடைந்த பகுதி அழுக்குப்படாமல் புதுசாக இருந்தது. இன்னொன்று என்னவோ ஒன்று. இது இரும்பு ஏர் மாதிரி இருந்தது. அதைப் பார்க்கும்போது அதன் கனம் நம் மனசை அழுத்தும். அது ஏதோ ஒரு யந்திரத்தின் உடைந்துபோன உறுப்பு. ரொம்ப விசித்திரமானது. அதை இழுத்துக்கொண்டுதான் வந்தார்கள். எல்லாவற்றையும் கயிற்றால் கட்டி ரொம்ப சிரமப்பட்டுப் பல்லக்குக்குள் தூக்கி வைத்தார்கள். நான் எழுந்திருந்து அவர்கள் பக்கம் சென்று என் முகம் பார்த்தவனை எதற்கு என்று முகத்தால் கேட்டேன். அதற்கு அவன் ஒரு தினுசாகச் சிரித்தான். அது செவிடனின் சமாளிப்பு மாதிரி இருந்தது. ஆனால் அவன் காது கேட்கிறவன்தான். எனக்குத் தெரிந்தது. எல்லோரும் முண்டாசை உதறினார்கள். அப்போது மாறி மாறி எழுந்த உதறல் சத்தத்தில் யாருக்கு அதிக சத்தம் என்ற போட்டி ஏற்பட்டு ஆங்காரத்துடன் வீசினார்கள். அதில் பல கெட்ட சத்தங்களின் நினைவுகள் அவர் களுக்கு உண்டாகி அதை உறுதிப்படுத்துவதுபோல் முனகல்களும் முகக்கோணல்களும் எழுந்தன. அவர்கள் எல்லோரையும் ஸ்திரீ தாகம் வாட்டி எடுப்பது மாதிரி தோன்றிற்று. அதற்காக அவர்களு டைய சதை அவர்களைக் கிள்ளிக்கொண்டிருப்பது மாதிரி இருந்தது. பல்லக்கு தோள் ஏறிற்று. நித்திய பழக்கம்போல் முன்பின் பிரிந்து கொண்டார்கள். தோள் மாற்ற கட்டைகளும் இருந்தன. அதைப் புழுதி பறக்கப் பொத் பொத்தென்று மண்ணில் ஊன்றிச் சென்றார் கள். நானும் அவர்கள் பாதங்களைப் பார்த்தபடி பின்னால் சென்றேன்.

மலைமேல் கோயில் போய்ச் சேரத்தான் புறப்பாடு என்று தோன்றிற்று. ஆனால் எத்தனை படிகள். காரை பெயர்ந்து செங்கல் உடைந்து அகலம் குறைந்த படிகள். நடு நடுவே தங்கி இளைப்பாற ஓடு வேய்ந்த கூரைகள். உடைந்து உதிர்ந்த ஓடுகள். இடையே பனங்கம்புகள். எத்தனையோ தடவை சுற்றிச்சுற்றி வந்திருந்தும் படிக்கட்டின் நுழைவு வாசல் எங்கே என்பது எனக்குத் தெரிந்திருக்க வில்லை. மலையில் ஆங்காங்கு மனித உருவங்கள் அசைந்தன. பெண்களின் சிவப்புப் புடவைகள் வெயிலில் பளபளத்து இங்கும் அங்கும் காட்டுத்தீ போல் தெரிந்தன. நுழைவு வாசல் எனக்குப் புலப்படாமல் போனது ஒரு குறையாக எனக்குப் பட்டது. ஏதோ மனசில் கற்பனை செய்து கொண்டேன். அங்கு ஒரு வளைவும் அதனடியில் யானையும் நிற்கும் என்று தோன்றிற்று. யானையைப் பிச்சையெடுக்கப் பண்ணிக்கொண்டிருப்பான் யானைப்பாகன். பிச்சை எடுக்கிறோம் என்பது யானைக்குத் தெரியாததால் யானை பிச்சையெடுக்கவில்லை என்றும், பிச்சை எடுப்போனும் பிச்சை கொடுப்போனும் ஒரே அம்சம் ஆதலால் யானைப்பாகனும் பிச்சை எடுக்கமுடியாது என்றும் எங்கள் அண்டை வீட்டு வை. மு. சாஸ்திரி சொல்லக்கூடும். சில சமயம் நான் அவரிடம் பேசிக்கொண்டிருப் பேன். இருந்தாலும் இந்தப் பல்லக்குத் தூக்கிகள் நுழைவு வாசலை எப்படி வெளிப்படுத்தப் போகிறார்கள் என்பதில் எனக்கு ஏனோ கணத்திற்குக் கணம் ஆர்வம் பெருகிற்று. அவர்கள் சந்துசந்தாக ஏறி இறங்கிக் கொண்டிருந்தார்கள். புறப்பட்ட இடத்திற்கு இனிமேல் போக முடியாது. நான் சற்றும் எதிர்பாராத கணத்தில் வாசல் பளிச்சென்று முன்னெழும் என்ற எண்ணம் ஏற்பட்டு ஒரு கலவர உணர்ச்சி தோன்றியது.

அவர்கள் கள் நாற்றத்துடன் பேசிக்கொண்டிருந்தார்கள். மேலதிகாரிகளையும் போதனைகளையும் புனிதத்துவத்தையும் எள்ளி நகையாடுவதில் ரொம்பவும் சந்தோஷம் வெளிப்பட்டது. பார அழுத்தத்தால் குரல் அமுங்கி வந்ததால் காற்றை எதிர்த்து மிகுந்த ஆயாசப்பட்டுப் பேசினார்கள். மலையும், பெண்களின் சேலை நிறங்கள் தீ மாதிரியும் மீண்டும் தென்பட ஆரம்பித்தன. தெரிந்த கும்பல் மறைந்து தெரியாத கும்பல் தெரிய ஆரம்பித்தது. பல்லக்குத் தூக்கிகள் முதுகுகளில் வியர்வை துளிர்த்தது. துளிகள் சேர்ந்து வியர்வைக் கோடுகள் இணைந்து கீழ் நோக்கி வேகமாக வழிந்து வேட்டிக்குள் இறங்கின. கனம் தாள முடியாமல் இறக்கக் கேவின அவர்களுடைய அங்கங்கள் என்பது நடையின் தள்ளாட்டத்தில் தெரிந்தது. “முருகா, சோதிக்காதே அய்யா” என்று ஒருவன் கத்தினான். ஒரு முனிவரின் முதுகில் அஸ்திரம் பாய்ந்தபோது வெளிப்பட்டது போல் உருக்கமாக இருந்தது. “வந்தாச்சு, வந்தாச்சு” என்றான் ஒருவன். படக்கென்று ஒரு திரும்பு திரும்பியது பல்லக்கு. ஒரு நுழைவு வாசல் வெளிப்பட்டது. நுழைவு வாசலில் ஒரு குட்டிக் கோவில். என்ன சாமி என்பது தெரியவில்லை. சாஷ்டாங்க நமஸ் காரம் செய்துதான் பார்க்கவேண்டும். குட்டிக் கோவிலிலிருந்து

சில கஜ தூரத்தில் ஒரு மண்டபம் தெரிந்தது. சிறுநீர் கழிக்க முட்டிப்போனது மாதிரி அவர்கள் அவசரத்துடன் பொறுமை இழந்து பல்லக்கை இறக்கினார்கள். பல்லக்கை நேர்த்தியாகத் தரைதட்ட வைத்துவிட வேண்டுமென்று ஆசைப்பட்டு முயன்றும் மண்டபத் தரையில் அது இடித்துக்கொண்டு உட்காரும்படி ஆயிற்று. “முருகா, சோதிக்காதே” என்று ஒருவன் கூவினான்.

எதிர்சாரி டீக்கடையிலிருந்து ஒரு ஒல்லி ஆசாமி வெளிப்பட்டான். டீக்கடை வாசலில் கறுப்புப் புதுசீட் பளபளப்பு சைக்கிளை அதன் சீட்டில் பிரியத்துடன் தட்டி முன் தள்ளி உருட்டிக்கொண்டு வந்தான். ஒரு பல்லக்குத்தூக்கி அவனைப் பார்ப்பதைப் பார்த்து, எல்லோரும் திரும்பிப் பார்த்தார்கள். எல்லோரும் தன்னைப் பார்த்துக் கொண்டிருக்கும் கஷ்டத்தினால், இடைவெளி அசிங்கப்பட்டு அழுத்த, அவர்களைக் கவனியாதுபோல் அவன் பராக்குப் பார்த்துக்கொண்டே வந்தான். வேப்ப மரத்தடியில் சைக்கிளைத் தூக்கி நிற்க வைத்து மீண்டும் சீட்டில் தட்டினான். சைக்கிள் அவனுக்குச் செல்லம். அதைச் செலுத்தித் தீராதவன் அவன். மண்டபத்தின் முன்னால் வந்ததும் முகத்தைத் துடைத்துக் கொண்டான். நல்ல பவித்திரமாக இருந்தான். கனைத்துவிட்டுப் பேச ஆரம்பித்தான்.

“எண்ணைக்கும் சொல்றத இண்ணைக்கும் சொல்றேன். அழுக்கத் தந்து சலவையை வாங்கிக்கிங்க.”

“அப்புறம்?”

“முகத்தை வளிச்சிட்டு வாங்க. எச்சிலைத் துப்பாம இருங்க. புட்டியெச் சொறியாதீங்க.”

“அண்ணைக்கு மட்டும்தானா?”

“மகாராஜா வந்து போறவரை . . .”

“மகாராஜாவா?”

“இல்லை பெரியவர். அதுதான் சரி. பெரீஈஈயவர். மாத்தி மாத்திச் சொல்றாங்க. ராஜான்னு சொல்றாங்க. கவர்னர்னுடறாங்க. திவான் டோய் என்கிறாங்க. குளப்பறாங்க. பொதுவாகச் சொல்றேன், பெரியவர்னு . . .”

“பொதுவாகப் பேசினா வம்பில்லே. பெரியவர்னு சொன்னா பெரியவர்தானே? என்னா எடை இருக்கும்?”

தமாஷுக்கு இழுத்து கேலிக்கூத்தாக அடிக்கும் முனைப்புத் தெரிந்தது. சீரழித்துப் பார்க்க ஆசைப்படுவதை உணர்ந்து, பேசியவன் முகத்தைக் கடுகடுப்பாக வைத்துக்கொண்டான்.

“கும்பிடுங்க. கும்பிடறது நல்லது. பவ்வியம். பவ்வியம். ரொம்ப முக்யம். முதுகை வளைச்சு வாயைப் பொத்தி . . .”

“வாயைப் பொத்தி முதுகை வளைச்சு . . . முதுகை ஒடிச்சு . . .”

“பெரியவர் பல்லக்கிலே ஏறிக்கிறார் . . .”

“விதானத்தைத் தூக்கணும்னு சொன்னீங்க . . .?”

“உட்கார்ந்து நகர முடியுமானு பாக்க, அசைவும் நடமாட்டமும் பாத்துவர, முந்திவர ஊருக்குப் போயிருக்காங்க. வந்தாத் தெரியும்.”

“என்னப்பா . . . முருகா . . . பழனியாண்டவா . . .”

“முருகான்னு கூப்பிட வேண்டாம். இப்பொ இல்லை. பெரியவர் முன்னாடி. சுப்ரஹ்மண்யா . . . சுப்ரஹ்மண்யா அப்படீன்னு . . .”

“ரொம்பப் கஷ்டம் . . . சோதிக்காதீங்க . . .”

“கஷ்டமில்லை. பழகணும். பழகினா நாக்கு வளையும். உடம்பும் அப்படித்தான். மனசும் அப்படித்தான். புத்தியும் அப்படித்தான் . . .”

“சரி, அப்புறம்?”

“சொன்னதைச் சொன்னதைச் சொல்லச் சொல்றீங்க.”

“கேட்டதைக் கேக்கறதுக்கு சுகமா இருக்கு . . .”

“பல்லக்குத் தோளை அழுத்தறதுன்னா வழக்கம்போல ஆய்ஊய்னு கத்தப்புடாது. பெரியவருக்கு சத்தம் ஆகாது. இறக்கணும்னா, ‘வள்ளி வந்தாச்சு’ன்னு சொல்லுங்க. மறுபக்கத்துக்காரங்களுக்கும் சரீனுபட்டு துனா, அவங்க, ‘அதுக்கென்ன தெய்வானையும் வந்தாச்சே’ அப்ப டீன்னு சொல்லணும். இறக்கி தோள் ஆத்திக்கிடலாம். இறக்கிப்புட்டு எப்பவும் செய்யறாப்லே பல்லக்குக்குள்ளே எட்டிப் பாக்கப்படாது. வேர்வையை கட்டை விரலாலே வழிக்கப்படாது . . .”

“அண்ணைக்கு மட்டும் தானே?”

“அவரு எண்ணைக்கு வாறார்னு தெரியலே.”

“அப்படீன்னா எண்ணைக்கும் இதே வேலையா?”

“ஆயுள் பரியந்தம் செய்யணும்னாலும் செய்யவேண்டியதுதான். இது இல்லைன்னாலும் இது மாதிரி இன்னொண்ணத்தான் செய்ய வேண்டியிருக்கு. பழகிக்கிட்டா எல்லாம் சுலபமாகத் தெரியும். பழக்கம் விட்டுப்போனா உடம்பு வலி எடுக்கும் . . .”

அவன் மண்டபத்திலிருந்து இறங்கி வேகமாகப் படியேறினான். குழந்தைபோல் அனாயாசமாய் ஏறினான். சுமார் இருபது இருபத் தைந்து படிகள் ஏறியபின் சடேரென்று பின்னால் திரும்பினான். பல்லக்குத் தூக்கிகள் அவனைப் பார்த்துச் சிரித்தபடி நின்று கொண்டி ருந்தார்கள். அவன் முகத்தில் கடுகடுப்புடன் அவர்களை வெறித்தான்.

“ஐயா, ஐயா” என்று கத்தியபடி ஒருவன் டீக்கடை வாசலிலிருந்து வந்தான். அவன் கையில் செய்திப் பத்திரிகை ஒன்று படபடத்துக் கொண்டிருந்தது. சாக்கடையில் விழுந்த ஒன்றை இருவிரல்களால் ஓரம் பிடித்துத் தூக்கிவருவது மாதிரித் தூக்கிவந்தான். படியேறி மேலே சென்றான். அவன் அருகில் சென்று, பத்திரிகையை அப்படி யும் இப்படியும் திருப்பி ஒரு இடத்தை விரல்சுட்டிக் காட்டினான். அவன் செய்தித்தாளைக் கையில் வாங்காமல் கண்ணோட்டம் விட்டான்.

"என்ன விஷயம்?" என்று கேட்டார்கள் பல்லக்குத் தூக்கிகள்.

"ஒண்ணுமில்லே. பெரியவர் யாத்திரை ரத்தாகியிருக்குன்னு போட்டிருக்காங்க."

"விடிஞ்சுதுடா அப்பா, முருகா, என் அய்யனே!"

கீழே சளசளவென்று பேச்சு ஆரம்பமாயிற்று.

"இதாப் பாருங்க. நமக்கு அதிகார பூர்வமாத் தெரிவிக்கலே. தூக்குங்க."

எல்லோரும் தயங்கியவாறு நின்றார்கள். "பழக்கம் விட்டுப் போச்சுன்னா உங்களுக்குத்தான் கஷ்டம். நாளைக்கே வாறார்டா அப்படீனு மாத்திச் சொல்லுவாங்க. நாம நம்ம வேலையைச் செய்துக்கிட்டே இருக்கணும்."

"அந்தக் கலப்பையை மட்டும் தூக்கி வெளியிலே வச்சுடலாமா? அளுத்துது."

"இருந்துட்டுப் போவுது. ஜாஸ்தி தூக்கிப் பளகறது பின்னாலே ஏந்தல்."

"வழக்கம் போல முருகானு கூப்பிடறோமே..."

"உங்க இஷ்டம்."

"முருகா முருகா" என்று கத்தியபடி பல்லக்கைத் தூக்கித் தோளில் வைத்துக்கொண்டார்கள். வெயில் உச்சியில் ஏறி இருந்தது.

ஞானரதம், 1973

வாசனை

சாம்பசிவன் தன் மனைவி லலிதாவுடன் அந்தப் புண்ணிய ஸ்தலம் வந்து சேர்ந்தபோது காலை வெயில் உக்ரம் கொள்ள ஆரம்பித்திருந்தது. அவர்கள் அதிகாலையில் சேர இருந்ததை எண்ணி வந்தவர்கள். வாகனங்கள் ஏமாற்றிப் பிந்திப்போனதில் அலுப் படைந்து, வேறு பல அசௌகரியங்களையும் வழி நெடுக வார்த்தை யாடி மனதில் உப்பவைத்து வந்து சேர்ந்தனர். ரயிலிலிருந்து வெளிப் பட்டது தப்பித்து விரையக் குதிப்பது போலிருந்தது.

எதிர் வெயிலில் உடல் முன் சரிய, ஒருவர் முகம் ஒருவர் பாராமல் துரிதமாக நடந்தனர். ஆடைகள் வேர்வையில் நனைந்து முதுகில் ஒட்டிப் பிசுபிசுத்து வெறுப்பூட்டிற்று. கோயிலில் அப்பொழுது நடை சாத்தியிருக்கக்கூடும். இருந்தாலும் வெளிப் பிரகாரத்தில் விச்ராந்தியாய்ச் சுற்றி மண்டபத்தில் படுத்துப் பேசி கடற் காற்றில் இளைப்பாறலாம் என்பதை ஓரிரு வார்த்தைகள் விட்டுக்கொண்டதி லேயே அவர்கள் மனதில் சுகந்தரும் காட்சிகள் விரிந்தன. ஓட்டல் அறை ஒன்றை அமர்த்தி, குளித்துப் புதுசு உடுத்திக்கொண்டு கிளம்பிய போது பார்ப்போர் இஷ்டப்படும்படி இருவரும் இருக்கிறோம் என்ற எண்ணமும், பரஸ்பரம் பிரியமும் அதனால் ஒரு மிதப்புணர்ச்சி யும் ஏற்பட்டன.

லலிதா மாடிப்படிகளில் நாகரிகப் பாங்காக இறங்க ஆரம்பித்தாள். சாம்பசிவனின் அடிகள் அவளுடைய அசைவுகளுக்கு அனுசரணைப் படாமல் வேறுபட்டு லலிதாவின் கற்பனையை உறுத்திற்று. பூண் கட்டிய அவன் ஊன்றுகோல் வெற்று மரப் பலகைப் படிகளில் மிகையாக சப்தித்தது அவளுக்கு மனக்கூச்சம் உண்டாக்கிற்று. லலிதாவின் உணர்ச்சி இதனால் பாதிக்கப்பட்டு, கீழே நிற்காத பலர் அவளைப் பார்த்துப் பரிதாபம் கொள்வது போல் மனக்காட்சி கள் விரிய தன்னிரக்கம் கொண்டாள். இக்கற்பனை மறுகணம் கலையவும் விபத்தில் ஊனமாகிவிட்ட கணவனுக்கு சிச்ரூஷை செய்து நலியும் திரைப்பட நாயகியாகத் தன்னை பாவனை செய்துகொண் டாள். இப்போது பலர் சேர நின்று அவர்களைப் பார்க்கவேண்டும்

என்று அவளுக்குத் தோன்றியது. நிகழவிருக்கும் விபத்தைத் தடுக்க ஜாக்கிரதை கொள்வது போல் அவன் அருகில் அவள் நெருங்கிக் கொண்டாள். தன்னுணர்வின்றி அவளிடம் ஒரு புன்சிரிப்பு வெளிப் பட்டது. சாம்பசிவன் இதை கவனித்ததும், எதற்கு என்ற அர்த்தத்தில் "ம்?" என்று கேட்க, "ஒண்ணுமில்லை" என்றாள். அவன், "எதற்குன்னே தெரியாத சந்தோஷமா? நான் தேடறது உனக்குக் கிடைச்சுட்டுதா?" என்றான். லலிதா சிரித்தாள். மிதப்பும், திரைப்பட உணர்வுகளும் அவள் மனதில் குழம்பி, போலி சந்தோஷத்தை அளித்தன.

வெளியே வெயிலின் பிரகாசமும், உஷ்ணக் காற்றும் சகிக்க முடியாமல் இருந்தது. அந்த அக்கிரகாரம், கோயிலின் புதுபிராபல்யத் தில் கடைத்தெருவாய் மாற்றமடைந்து, சொற்ப வீடுகளே மிஞ்சியிருந் தன. அங்கு குடும்பக் காட்சிகள் வியாபாரச் சந்தடியில் குழம்பிக் கொண்டிருந்தன. கடையோரச் சிறு நிழல்களில் ஆண்கள் கூடி அரசியல் கத்திக்கொண்டிருந்தனர். எளிய வீடுகள்முன் போடப் பட்டிருந்த கோலங்களை முரட்டுப் பாதங்கள் மிதித்துச் சிதைத் திருந்தன.

உடம்பில் படாமல் கீழ் மட்டத்தில் அடித்துக்கொண்டிருந்த உஷ்ணக்காற்று புழுதி சுருட்டிக் குப்பைகளைச் சிதறத் தள்ளிக் கொண்டிருந்தது. மறுகாற்றுக்குக் குப்பைகள் மீண்டும் மேலெழுந்து பறந்தன. நின்று, தெருவின் இருபக்கமும் பார்த்துவிட்டு, சாம்பசிவன் தன் அசைவுகளைத் துரிதமாக்க ஆரம்பித்தான். அவன் கைக்கழி அவன் முன் குத்திப் புழுதி கிளறிப் பின்னகர்ந்து அவனை முன் பக்கம் நகர்த்திற்று. இரு கைகளும் கைத்தடி பிடித்திருக்க, அடி வயிற்றை அதன் மேல் சாய்த்து உன்னி அவன் சென்றுகொண் டிருந்தான். "எத்தனை மைல் வேணும்னாலும் இப்படியே போகலாம். ஒண்ணும் சிரமம் இல்லை" என்று அவன் லலிதாவிடம் சொல்லி யிருக்கிறான். கூடாது என்று எப்பொழுதும்போல் நினைத்துக் கொண்டபோதே, அன்றும் அவள் பார்வை அவன் பதித்துச் செல்லும் ஒற்றை அடிச்சுவட்டில் பதிந்தது. தனக்கும் தன் கணவனுக் குமான இடைவெளி விரியப் பயப்படுவதுபோல் தன் வேகத்தை அனுசரணைப்படுத்திப் பின்னால் நகர்ந்து கொண்டிருந்தாள். அவள் தலை மயிர் ஈரம் காய காற்றில் பறந்தது. குங்குமத்தின் சில சிதறல்கள் அவள் புருவத்தின் மேல்பக்கமும் மூக்கின் நுனியிலும் உதிர்ந்திருந்தன. மங்கல உணர்வையும், ஆலிங்கனம் செய்து கொள்ள வேண்டும் என்ற ஆசையையும் பார்ப்போருக்கு எழுப்பும் விதமாய் அவள் தோற்றம் இருந்தது.

"பாப்பாத்தி, வாடீ ராஜாத்தி."

ஒரு காட்டு மிருகத்தின் சப்தம்போல் மற்ற இரைச்சலினின்று தூக்கலாயும் கரகரத்தும் அவ்வார்த்தைகள் சாம்பசிவன் காதில் விழுந்தன.

சாம்பசிவனின் அசைவு நின்றுபோக, அவன் பக்கவாட்டில் பார்த்தான்.

“பாப்பாத்தி, வாடீ ராஜாத்தி.”

குரல் கீழ் ஸ்தாயியில் இறங்கி, இம்முறை அதில் இளப்பமும் கொஞ்சலும் கலந்திருந்தது.

டீக்கடை முன் அந்த ஆசாமி நின்று கொண்டிருந்தான். நாலைந்து சிறுவர்கள் அவன் முன்னால் சிதறியிருந்தனர். மொட்டைக் கைகளை அந்தரத்தில் அசைத்து, பார்வைக்குப் புலனாகாமல் பறக்கும் ஈக் களைச் சாகடிப்பதுபோல் அவன் கைகள் சேர்த்துத் தட்டிக் கொண்டி ருந்தான். நாசித் துவாரம் சிதைந்து வாய் மடையில் வழிந்திருந்தது. முகத்தில் பல இடங்களில் இளஞ்சிவப்பு நிறத்தில் ஈரத் தொளைகள் தெரிவதுபோல் தோன்றிற்று. பாதங்கள் வீங்கி அழுகிக்கொண்டிருந் தன. கட்டுப் போட்டுச் சுற்றியிருந்த துணியில் சீழ் பட்டுக் கறை படிந்திருந்தது. கால் விரல்கள் திருகி ஒன்றின் மேல் ஒன்று ஏறிக் கொண்டிருந்தன. கழுத்தில் அழுக்குக் கயிற்றில் தொங்கிய தகரக் குவளை விலாவுக்கும் தொப்புளுக்கும் ஆடிக்கொண்டிருந்தது.

சாம்பசிவத்தின் பார்வையைச் சந்தித்ததும் ஓர் இயந்திரத்தின் முடுக்கல்போல் அவன் சிரித்தான். அச்சிரிப்பு வெட்கம் கெட்டதாய், பரிகாசமாய் எடுத்துக்கொள்ளும்படி இருந்தது.

சாம்பசிவனின் கவனம் லலிதா பக்கம் திரும்பியது. அவன் நின்றபோது அவள் கால்களும் நின்றுபோயிருந்தன. அவள் மனம் அந்தப் பிராந்தியத்தில் இல்லை. அவள் பார்வை கோயில் வாசலில் நுழைவோர் மீது படிந்திருந்தது. லலிதாவின் கவனமின்மை சாம்பசிவ னுக்கு ஆறுதல் அளித்தது. நின்றதற்குச் சாக்குப்போல் கோபுரத்தைக் காட்டி, “நியான் போட்டுக் கெடுத்து விட்டார்கள்” என்று தேசலாகச் சொல்லிவிட்டுப் புறப்பட்டான். தன் அங்கஹீனத்தை அவன் பயன் படுத்திக் கொண்டதாக சாம்பசிவன் மனதுக்குப்பட்டது. எதற்கு என்பது யோசித்துப் பார்த்தும் அவனுக்குப் பிடிபடவில்லை. லலிதா காதில் விழுந்திருந்தால் அருவருப்பு ஏற்பட்டிருக்கும். அப்படி அவள் காதிலும் விழுந்திருந்தால் என்ன செய்ய முடியும் என்று அவன் யோசித்துப் பார்த்தான். கெட்ட வார்த்தைகளில் தன்னால் அவனை மிஞ்சமுடியும் என்று எண்ண இடமில்லை. மேலும் கெட்ட வார்த்தை களை ஒன்றின் பின் ஒன்றாய் தடங்கல் இல்லாமலும் விஷ ஊசி போலவும் அக்ஷர சுத்தமாயும் பயன்படுத்தச் சிறு வயதிலேயே பயிற்சி பெற்றிருந்தால்தான் முடியும் என்று அவனுக்குப்பட்டது. அப்படியே சொல்ல முயன்றாலும்கூட தன் உச்சரிப்புகள் தன்னையே நாண வைக்கும் என்று தோன்றியது. தான் மறைத்து வைத்திருந்த வார்த்தைகளை ஏக காலத்தில் லலிதா கேட்க நேர்ந்து தரக்குறை வாய்த் தன்னை எண்ணிவிடுவது அவனைச் சங்கடப்படுத்தும். தான் ஊர்விட்டுப் போவதற்குள், அந்தப் பிச்சைக்காரன் தன்னை மீண்டும் ஒருமுறை அவன்முன் வெளிப்படுத்திக் கொள்வான் என்று சாம்பசிவனுக்கு உறுதியாய்ப்பட்டது. அவ்வாறு நிகழ்ந்தால் மனங்கூசி ஒதுங்காமல் தைரியமாய் அதைச் சமாளிக்க வேண்டும் என்று அவன் நினைத்தான். லலிதா தன்னுடன் இருப்பது சாம்பசிவனுக்கு

இடையூறாய்ப்பட்டது. லலிதா மீது வைத்திருக்கும் பிரியத்தை வெளிப்படுத்தவும், அவள் உள்ளூர சந்தேகப்பட்டுக் கொண்டிருப்பதற்கு நேர் மாறாக, நெருக்கடி ஏற்பட்டால் அவனால் அவளுக்குப் போதிய பாதுகாப்புத் தர இயலும் என்பதை நிரூபிக்கவும் இச்சந்தர்ப்பத்தைப் பயன்படுத்திக் கொள்ளலாம் என்ற யோசனை அவனுள் மூண்டது.

லலிதா எத்தனை பிரியத்துடன் தன் மீது ஒட்டிக்கொண்டிருக்கிறாள் என்பதை சாம்பசிவன் நினைக்க ஆரம்பித்திருந்தான். மன ஒதுக்கம் என்பதே அவளிடம் இல்லை. அதுபோல் இறுக்கமாக அவள் மீது கவிய அவனால் முடியவில்லைதான். அவள் இயல்புக்குத் தன் குணம் சமமாய் அமையவில்லை என்று அவனுக்குப்பட்டது. "வார்த்தைகளில் வெளிப்படுத்தத் தெரியவில்லையே தவிர மற்றபடி லலிதா . . . மற்றபடி . . ." என்று சில சமயம் அவளிடம் அவன் இழுப்பான். "சரி, சரி. யாரு இல்லைனு சொன்னா இப்போ . . ." என்று அடக்குவாள் அவள். அது சாதாரண சரியாகவும் இருக்கும். பிரியமாகவும் தெரியும். கேலி மாதிரியும் அர்த்தம் கொடுக்கும். லலிதா தன் மீது கொண்டுள்ள பிரியம் உடல் உறவை மையமாக வைத்து வேர்விட்டு வேறுபல மையங்களைக் கிளை வீசி இணைத்துக் கொண்டுள்ளதாக சாம்பசிவன் எண்ணினான். அவளுடைய வேட்கை மிகுதியானது என்பதை விடவும் குருட்டுத்தனமான வெறி என்பதில் அவனுக்குத் திருட்டு சந்தோஷமுண்டு. உடலுறவு கொள்ளும்போது பின்னால் நினைத்துக் கூசும்படி அவளிடம் உணர்ச்சியின் கற்பனைகள் வெடிக்கும். அதிகாலைகளில் அவள் மீது வெட்கம் பல சமயம் கவிந்திருக்கும் என்றாலும் வாய்விட்டு எதுவும் பிரஸ்தாபித்து அவளை அவன் நாண அடித்தது கிடையாது. இது தன்னை ஒத்த கனவானின் இயல்பு என்று அவன் மனதில் கூறிக்கொண்டாலும், உண்மையான காரணம் அதைப்பற்றி பிரஸ்தாபித்தால் அவள் வெட்கம் அடைந்து காதல் விளையாட்டில் தன் உணர்ச்சியைத் தணித்துக்கொண்டு விடுவாளோ என்ற பயம்தான். இவ்வளவு ஆசைகளுக்கும் நடுவில் லலிதாவால் தன் உடற் குறையை மிச்சமின்றி விழுங்கவும் முடியவில்லை என்பதும் சாம்பசிவனுக்குத் தெரிந்திருந்தது. இருவரும் ஒன்றாகத் தெருவில் நடக்கிறபோது (இதுபோன்ற சந்தர்ப்பங்கள் உருவாவதற்கு முன்னாலேயே லலிதா சாதுரியமாகக் கலைத்துவிடுவதுண்டு) தன் குறையைக் கவனிக்கும் பார்வைகளைத் தவிர்ப்பதற்காகத்தான் அவள் தூரத்தில் பார்வை குத்தி விறைப்புற்றுச் செல்கிறாள் என்பதும் அவனுக்குத் தெரியும்.

சாம்பசிவனை ஒரு விசித்திரப் பிறவி என்று கற்பனை செய்து கொள்ள லலிதாவுக்குப் பிடித்திருந்தது. வேறு யாருக்கும் அடங்காத அவன் தன் மந்திரத்துக்குக் கட்டுண்டு கிடப்பதாக எண்ணம் கொள்வாள். சாம்பசிவனைப் பற்றித் தன் தாயாரிடம் "இரண்டு ஜென்மம் அதுகூட வாழ்ந்தாலும் இன்ன சமயத்தில் அதுக்கு இன்ன மாதிரி மூளை வேலை செய்யும்னு கண்டுக்கவே முடியாதம்மா . . ."

என்பாள். இவ்வார்த்தைகளை அப்படியே வெள்ளையாக எடுத்துக் கொண்டு அவள் தாயார் அலுத்துப் பேசும்போது அவளுக்கு உள்ளூர ஒரு சந்தோஷம் கிளம்பும். இதுபோன்ற மன விளையாட்டு களில் ஈடுபடும் நாட்களாகவே லலிதாவுக்கு வந்துகொண்டிருந்தன என்பதில்லை. சாம்பசிவன் சிறுகச் சிறுக பல மன மாற்றங்களுக்கு உட்பட்டுக் கொண்டிருந்தான். அவனது ஆசையும் கவனமும் ஆத்மீ கப் பாதையில் திரும்பிக் கொண்டிருந்தன. பிரம்மச்சரிய நெறியை மிகுந்த வைராக்கியத்தோடு அவன் பின்பற்றினான். இதில் சில சறுக்கல்கள் அவ்வப்போது ஏற்பட்டுப்போயின என்றாலும் அவன் வயதுக்கு அவன் கொண்டிருந்த வைராக்கியங்கள் சாதாரண மானவை என்று சொல்லமுடியாது. இதற்கு அனுசரணையாக வேறு பல மனப் பயிற்சிகளும் உடல் அப்பியாசங்களும் அவன் அன்றாட வாழ்வில் இடம்பெற்று நீண்டநேரங்களை விழுங்கிக் கொண்டிருந்தன. வீட்டில் தனது ஆத்மீகப் பயிற்சிகளுக்கென மேலும் ஒரு தனி அறை ஒதுக்கிக் கொண்டான். லலிதாவுக்கு அவ்வறையில் பிரவேச னம் கிடையாது என்பது வழக்கத்தில் ஆகியிருந்தது. அவனுடைய ஆத்மீக விசாரம் அவனை முழுசாக ஸ்வீகரித்துக்கொண்டு தன்னை ஒதுக்கிவிடுமோ என்ற உள்பயம் அவளுக்குத் தட்ட ஆரம்பித்திருந்தது. முதல் குறைப் பிரசவத்துக்குப்பின் அவள் கருவுறவில்லை. “மாசா மாசம் போய் உக்காந்துக்கோ பெத்தேனே பெண்ணை” என்று அவளையே முழுப் பொறுப்பாக்கி அவள் அம்மா நெஞ்சில் தட்டிக் கொள்வாள். அவனுடைய ஆத்மீக வாழ்க்கைபற்றி சிலசமயம் சாம்பசிவனே அவளிடம் மறைமுகமாக அபிப்பிராயம் ஆராய்வான். “உங்க குடும்பத்துக்கு இது புதுசா? பெரிய அண்ணா உங்களை ‘இருகிளை வாரிஸு’ அப்டீனு சொல்வாராமே” என்பாள் லலிதா.

பெரிய அண்ணா என்று லலிதா குறிப்பிட்டது அவளுடைய மாமனாரை. தெரிந்தவர்கள் எல்லோருக்கும் அவர் பெயர், வித்தியா சம் இல்லாமல், அதுதான். எஸ். எஸ். அய்யர் என்பது தஸ்தாவேஜு களில் இடம்பெற்றிருந்ததோ என்னவோ - ஊரில் தனி கவுரவமும் வித்தியாசமான வாழ்க்கை முறைகளும் பெற்றுப் புகழடைந்த குடும்பம் அது. நிலபுலன்கள் இருந்தன. ஆனால் இரண்டு தலைமுறை களில் அவர்கள் வீட்டில் யாரும் லௌகீகம் பார்க்கவில்லை. விளைந்துவந்த வரையிலும் சரிதான் என்று விட்டிருந்தார்கள். இந்தக் குடும்பத்தில் தலைமுறைக்கு ஒருவர் சந்நியாசியாகச் சென்று கொண்டிருந்தார்களாம். பெரிய அண்ணாவின் தகப்பனார் கணபதி அய்யர் தனது நாற்பதாவது வயதில் ஞானவாழ்க்கை தேடி வடக்கே சென்றுவிட்டார். பின்னால் அவரை உறவினர் யாரும் பார்க்க வில்லை. அவரைப்பற்றி யாரோ எழுதிய ஆங்கிலப் புத்தகத்தையும் அதனுள்ளே பழுப்பேறிய ஆர்ட் தாளில் அவர் படத்தையும் லலிதா சாம்பசிவனின் புத்தக அலமாரியில் பார்த்திருக்கிறாள். பெரிய அண்ணா தன் வாழ்நாளின் சத்தான பகுதியைப் பூராவும் காந்தி அடிகளைப் பின்பற்றிச் செலவழித்தவர். அவர் குடும்பம் கைதுசெய்து

அழைத்துச் செல்லப்படுவதை லலிதா தன் வீட்டில் சாத்தப்பட்ட வாசல் கதவுக்குப் பக்கத்திலுள்ள ஜன்னல் வழி பார்த்திருக்கிறாள்.

பெரிய அண்ணாவின் குடும்பம் தெருக்காரர்களின் மானசீக ஒதுக்குதல்களுக்கு ஆளாகியிருந்தாலும் லலிதாவின் சிறுவயது நினைவு களில் இக்குடும்பம் விசேஷக் கவர்ச்சி பெற்றிருந்தது. அவளுக்கு அந்த வீட்டுக்காரர்கள் பேரில் ரொம்பவும் ஆசையாக இருந்தது. அவர் குடும்பத்தைச்சுற்றி நடைபெறும் நிகழ்ச்சிகளிலும், அவர்கள் ஒருவருக்கொருவர் கொண்டிருந்த உறவுகளிலும், அந்த வீட்டின் பகுதிகள் மீதும் அவளுக்கு ஆசையாக இருந்தது. பெரிய அண்ணா வீட்டில்தான் லலிதா அத்தனை பெரிய புத்தக அலமாரியைப் பார்த்தாள். படித்துப் படித்து அவர்கள் வீட்டில் எல்லோரும் - மாமியைத் தவிர - சிறுவயதிலேயே குருடாகிவிடுவார்கள் என்று அவள் நினைத்திருந்தாள். பின்னால், சாம்பசிவன் அவளை மணந்து கொண்டபின், அவனுக்குத் தெரியாத - மறைந்துபோயிருந்த - அவன் குடும்பக் காட்சிகளையும் விஷயங்களையும் செய்திகளையும் அவள் நினைவுறுத்தியிருக்கிறாள். பல காட்சிகளை நடித்தும் காட்டியிருக் கிறாள். பெரிய அண்ணா சிறுவயதில் விதவையாகிவிட்ட தன் தங்கை ஜானகியை மேல்படிப்பு படிக்கவைத்துத் தன் கிறிஸ்தவ நண்பருக்குக் கல்யாணம் செய்துவைத்திருந்தார். அவர்கள் இருவரும் திருச்சியில் கல்லூரியில் ஆசிரியர்களாக வேலை பார்த்தனர். விடு முறை நாட்களில் சாம்பசிவனின் ஜானகி அத்தை அவர்களுடைய காரை அவளே ஓட்டியபடி பெரிய அண்ணாவின் வீட்டுவாசலில் வந்து இறங்குகிறபோது, கூடி வேடிக்கை பார்க்கும் குழந்தைகளில் லலிதாவும் நின்றிருக்கிறாள். ஜானகி மாமியின் உடற்கட்டும், தோற்ற மும், காரிலிருந்து திண்ணைக்கு இறக்கப்படும் பெட்டிகளும், தலையணை உறைகளும், மாமியின் கைப்பையும், செருப்பும், சங்கிலி தொங்கும் தண்ணீர்ப் புட்டியும் - ஒவ்வொன்றுமே - லலிதாவிடம் விவரிக்க முடியாத கனவுகளை விரிக்கும். வராண்டாவிலும் நடுக் கூடத்தின் வாசலிலும் குழந்தைகளின் அடைசல் பெரிய இம்சை யாகிப் போகிறபோது, உள்ளே இருந்து யாராவது வந்து "போயுட்டு அப்புறமா வாங்கோ" என்று குழந்தைகளை வெளியே நகர்த்தி விடுவார்கள். தான் பார்த்ததை எல்லாம் தாயாரிடம் சொல்ல லலிதா ஓடிப்போவாள். அவள் சொல்ல ஆரம்பித்ததுமே, "போகச் சொல்லு அந்த முண்டையை" என்பாள் லலிதாவின் தாயார். அப்போது தன் தாயாரின் முகம் வெளிப்படுத்திய வெறுப்பையும் வலிப்பையும் லலிதா சாம்பசிவனிடம் நடித்திருக்கிறாள். அதைப் பார்த்து அவன் கடகடவென்று சிரிக்கிறபோது நிஷ்களங்கமான அவன் குணத்திற்காக அவனை அங்கேயே அணைத்துக்கொள்ள அவள் மனதில் ஆசை எழும். நாவிதன் ராமசாமியை பெரிய அண்ணா 'வாங்க, போங்க' என பன்மையில் அழைத்துப் பேசுவதை ஊர்க்காரர்கள் கேலிசெய்து பேசுவார்கள். வெற்றிலைப் பெட்டியை அவனுக்கு முன்னால் நகர்த்துவாராம் பெரிய அண்ணா. பெரிய

அண்ணாவின் தம்பி சின்னண்ணா தன் தகப்பனாரைப் பின்பற்றி, மேலும் சற்றுத் தீவிரமாக, கல்யாணத்திற்கு முன்பே புதுச்சேரி சென்று அரவிந்த யோகியுடன் இணைந்து கொண்டார். அப்போது சாம்பசிவன் சிறு குழந்தை. சாம்பசிவன் கல்லூரியில் படித்துக் கொண்டிருந்தபோது அவனுக்கும் சின்ன அண்ணாவுக்கும் விட்டுப் போயிருந்த தொடர்பு கடிதம் மூலம் புதுத் துவக்கம் கொண்டது. அவ்வப்போது சின்ன அண்ணா அனுப்பிவைத்த புத்தகங்களும் அவனுக்குத் தபாலில் வந்தன. நாள் செல்லச் செல்ல சாம்பசிவனின் ஈடுபாடு ஆத்மீகத் துறையில் வளர்ந்து விடவே, சிவராத்திரிதோறும் அரவிந்தர் தரிசனத்துக்கு அவன் புதுச்சேரி போய் வந்தான். ஊர் திரும்பியதும் சாம்பசிவனிடம், "சித்தப்பாவைப் பார்த்தேளா?" என்று லலிதா கேட்பாள். "இப்போ அவர் எனக்கு சித்தப்பா இல்லேடீ, அசடே" என்று அவன் பதில் சொல்வான். "நான் உன் புருஷன் இல்லேடீ அசடே அப்டீனு என்கிட்டேச் சொல்லக் கத்துத் தந்தாரா?" என்று லலிதா தொடர்ந்து கேட்பாள். அதற்கு அவன், "இது கத்துத் தெரிஞ்சுக்கற சமாசாரம் இல்லேடீ அசடே" என்பான்.

சுதந்திரம் கிடைப்பதற்கு முன்னரே ஓய்ந்து வீட்டோடு ஒதுங்கி விட்டார் பெரிய அண்ணா. வயோதிகம் கவிந்து உடல் கட்டுவிட்டு ஆட்டம் கண்டிருந்தது. ஒருநாள், வாடிக்கைப் பாலைப் பித்தளைச் செம்பில் வாழை இலைபோட்டு மூடி எடுத்துக் கொண்டு லலிதா பெரிய அண்ணா வீட்டுக்குப் போனாள். ஹாலில் நுழைய முடியாத படி வழிமறித்து உட்கார்ந்தபடி சீட்டுக் கச்சேரி நடந்து கொண்டிருந் தது. பெரிய அண்ணாவும் மூத்த மாட்டுப்பெண் சுசியும் ஒரு கட்சியாகவும், மூத்த பிள்ளையும் கடைசிப் பெண்ணும் மறு கட்சி யாகவும் ஆடிக்கொண்டிருந்தனர். தைலம் பூசியிருந்த தன் காலை நீட்டி வைத்துக்கொண்டிருந்தார் பெரிய அண்ணா. மாட்டுப் பெண்ணைச் சமமாக உட்கார வைத்துச் சீட்டு விளையாடும் பெரிய அண்ணா மீது லலிதாவுக்கு மிதமிஞ்சிய பிரியம் கவிந்து அவருக்குப் பணிவிடை செய்வதில் தன்னைப் புகுத்திக்கொள்ள வேண்டும் என்று தோன்ற ஆரம்பித்தது. சாம்பசிவன் ஊஞ்சலில் கவிழ்ந்து படுத்தபடி புத்தகம் படித்துக் கொண்டிருந்தான். அவன் வலது கால் வேஷ்டிக்கு வெளியில் தெரிந்தது. கால் சூம்பியிருந்தது. மற்ற இடங்களை விடவும் அது பெரிய மறுபோல் கறுத்தும், சொரசொரப்பாகவும் ரோமம் படர்ந்தும் இருந்தது. பாதம் குறுகி சிறு குழந்தையுடையது போலிருந்தது. அவள் வந்து நின்றுகொண்டி ருந்தது யாருடைய பார்வையிலும் விழவில்லை, அப்படியே நின்று கொண்டிருக்கத்தான் அவளுக்கும் ஆசையாக இருந்தது. தன் கற்பனையில் பெரிய அண்ணாவின் பிள்ளையும் மாட்டுப்பெண்ணை யும் தள்ளிவிட்டு, தன்னையும் சாம்பசிவனையும் அந்த இடங்களில் இருத்தி அவள் பார்த்துக் கொண்டிருந்தாள். அவள் பெரிய அண்ணா கட்சி. அவளுடைய இறக்கம் ஒன்று வெகு வாய்ப்பாக அமைந்து போக, "சபாஷ்டீ பெண்ணே, இந்தப் பயலைத் தொலச்சுப்புடறேன்" என்று அவர் சாம்பசிவனைப் பார்த்துக் கூத்துகிறார். சாம்பசிவனை

அடைந்துவிட வேண்டும் என்று தான் முடிவுசெய்தது அநேகமாக அந்த நிமிஷமாகத்தான் இருக்கும் எனப் பின்னால் லலிதா நினைத்துக் கொள்வதுண்டு.

சாம்பசிவனும் லலிதாவும் கோயிலிலிருந்து திரும்பி வந்து கொண்டிருந்தனர். சாம்பசிவனுக்கு அவசியமில்லாமல் அந்தப் பிச்சைக்காரன் நினைவாகவே இருந்தது. அவன் மீண்டும் தன் முன் எதிர்ப்படப் போகிற இடத்தையும் நிமிஷத்தையும் எதிர்பார்த்துக் கொண்டே வந்தான். அவன் மனம் வெளிப் பிரக்ஞை குறைந்து உறைந்துபோயிருந்தது. லலிதா மிகவும் நெகிழ்வாகவும் கலகலப்புடனும் இருந்தாள். நிறையப் பேச ஆசைப்பட்டு சிறு விஷயங்களை விரித்தும் நீட்டிக்கொண்டும் இருந்தாள். நீடித்த குடும்ப வாழ்க்கை தனக்கு அளிக்கப்பட வேண்டுமென்ற பிரார்த்தனையை தெய்வ சந்நிதியில் சமர்ப்பித்த பின், தன் மனச்சுமையைச் சேரவேண்டிய இடத்திற்குத் தள்ளி விட்டோம் என்ற நிம்மதியில் அவள் இலேசாகியிருந்தாள். சாம்பசிவனுக்குக் காதில் ஏதோ சத்தம் விழுந்து கொண்டிருந்ததே தவிர, அதன் பொருளை கிரகித்துக்கொள்ள அவன் மனம் ஒத்துழைக்கவில்லை. தன் கவனக் குறைவு பட்டவர்த்தனமாகாதபடி, அவள் பேசி நிறுத்தும்போதெல்லாம், “சரிதான்”; “நீ சொல்வது ரொம்ப சரி”; “இல்லாவிட்டாலும் அப்படித்தானே” என்றெல்லாம் பொதுப்படையாக உளறிக்கொண்டிருந்தான்.

டீக்கடை வாசலில் இப்போது ஒரு சிறுகூட்டம் கூடியிருந்தது. வயது வந்தவர்களும் நின்றுகொண்டிருந்தனர். வியாதிக்காரன் வாய்கிழியக் கத்திக் கொண்டிருந்தான். சில கெட்ட வார்த்தைகள் சாம்பசிவன் காதில் விழுந்தன. அவன் தெருவின் மறுபக்கம் நகர்ந்து விட உத்தேசித்து குறுக்காகத் தாண்டுவது தோல்வி என்று நினைத்து, இயற்கையாய் நகரும் பாவனையில் சரிவாகத் தாண்டி இடதோரம் சென்றான். அவனும் லலிதாவும் பிச்சைக்காரனுக்கு நேராக எதிர்ப் பக்கம் வந்தபோது, “பாப்பாத்தி ஒதுங்கிப்போறா பாரு . . . ஒதுங்கி போறாப்லே ஒதுங்கிப்போய் . . .” மீதி சாம்பசிவன் காதில் விழவில்லை. கூட்டத்தில் பலர் சிரித்தனர்.

சாம்பசிவன் அறைச் சாவியை லலிதா கையில் கொடுத்து, “நீ போய் ரூமைத் திற, பின்னாலே வறேன்” என்றான். தாண்டி எதிர்ப் பெட்டிக் கடைக்கு அவன் போகப்போவதாக அவள் அனுமானித்து, “பெட்டியிலே சிகரெட் இருக்கு” என்றாள். “இல்லே, நீ போ, வறேன்” என்று சொல்லிவிட்டு அவன் தெருவைத் தாண்ட ஆரம்பித்தான். நடுவில் வந்ததும் திரும்பிப் பார்த்தான். லலிதா லாட்ஜில் நுழைந்து கொண்டிருந்தாள்.

கூட்டத்தின் பின்வரிசையை அடைந்ததும் சாம்பசிவன் தலையை உயர்த்திப் பிச்சைக்காரனின் கண்களைப் பார்த்தான்.

“எப்படி இந்த வியாதி வந்ததுன்னா கேக்றீங்க. இப்பொப் போனா பாரு அதே மாதிரியா ஒரு பாப்பாத்தி ஆசையாக் கூப்பிட்டா . . . போனேன். ஒரே ஒரு நா ராவுதான். இதைத் தந்துப்புட்டா சண்டாளி.”

அவன் தன் மொட்டைக் கைகளை அரைவட்டத்தில் கூட்டத்தினர் முன் நகர்த்திக் காட்டினான். சிரிப்பொலிகள் எழுந்தன. சிலர் பின்பக்கம் திரும்பி சாம்பசிவன் முகத்தைப் பார்த்தனர்.

"தந்தையே தேவிடியா, திரும்ப எடுத்துண்டு போயேன்னு வாற போற பாப்பாத்தி ஒவ்வொருத்தியையும் கொஞ்சிக் கொஞ்சிக் கூப்புடறேன். தேவிடியா தாண்டித் தாண்டிப் போறாளே ஒழிய வரமாட்டேங்கறாளே ... யாருகிட்டெச் சொல்லி அழ."

சாம்பசிவன் அறைக்குள் நுழைந்ததும், "எங்கே போனேள்?" என்று லலிதா கேட்டாள்.

சாம்பசிவன் சட்டையைக் கழற்றி நாற்காலிமேல் போட்டான். கண்ணாடியில் முகத்தைப் பார்த்துக் கொண்டான். முகம் சிவந்து நெற்றியிலும் மூக்கிலும் வேர்வை அரும்பியிருந்தது. மார்பும் கழுத்தும் மிகவும் உஷ்ணமாக இருப்பதாக உணர்ந்தான். துண்டால் முகத்தையும் மார்பையும் துடைத்துக் கொண்டான்.

"என்ன விஷயம்?"

"என்னது என்ன விஷயம்? ஒண்ணுமில்லை."

சாம்பசிவன் நாற்காலியை வராண்டாவில் இழுத்துப் போட்டுக் கொண்டான். அறைப்பக்கம் பார்த்து, "நீ தூங்கறதுன்னா தூங்கு" என்றான்.

"நீங்க ராத்திரி கண் கொட்டலியே."

"தூக்கம் வரலே."

"படுத்துண்டு ரெஸ்ட் எடுத்துக்கலாமே."

அவன் பதில் சொல்லவில்லை.

"அங்கே என்ன பாக்கறேள்?"

லலிதா அறையிலிருந்து வெளியே வந்தாள். டீக்கடை முன் பிச்சைக்காரனுடைய கத்தல் உச்சக்கட்டத்தில் ஏறி களைகட்டிக் கொண்டிருந்தது. கூடியிருந்தவர்கள் நெகிழ்ந்து சிரித்துக் கொண்டிருந்தனர்.

"என்ன சொல்றான் அவன்?"

"நீ போய்ப் படு" என்றான் சாம்பசிவன்.

அவன் சொன்ன தோரணை அவளுக்கு உறைத்துவிட்டது. தன் எதிர்ப்பைப் பின்திரும்பிச் சென்ற அசைவுகளில் காட்டியபடி அறைக்குள் நுழைந்தாள். பெட்ஷீட்டைத் தரையில் விரித்து, லைட்டை அணைத்துவிட்டுப் படுத்துக்கொண்டாள்.

திடீரென்று விழிப்புத் தட்டியபோது வெகுநேரம் அடித்துப் போட்டாற்போல் தூங்கிய சுகம் தனக்குக் கிடைத்திருந்ததை லலிதா உணர்ந்தாள். எழுந்திருந்து பாத்ரூம் போய்விட்டு வந்தபோது பாத்ரூம் விளக்கொளியில் கட்டில் காலியாக இருப்பது தெரிந்தது. பரபரப்புடன் அறை விளக்கைப் போட்டாள். கட்டில் மெத்தையில் ஒரு

உடல் சரிந்த அடையாளமே இல்லை. மேஜை மீதிருந்த கைக்கடி காரத்தைப் பார்த்தாள். மணி ஒன்று. சாம்பசிவனின் சட்டையைக் காணவில்லை. கதவுப் பக்கம் நகர்ந்து வந்தாள். அடித்தாழ்ப்பாள் கீழே தள்ளப்பட்டு வெளியே இழுத்து கதவு சாத்தப்பட்டிருந்தது. கதவைத் திறக்கலாமா என்ற தயக்கத்திலேயே சில நிமிஷங்கள் சென்றன. இருமிக்கொண்டே கதவைச் சிறிது திறந்து எட்டிப்பார்த் தாள். வராண்டா விளக்கில் பல்பு பொருத்தப்பட்டிருக்கவில்லை. வீதியில் ஒரு லாறியின் டயரைக் கழற்றி ஏதோ ரிப்பேர் செய்துகொண் டிருந்தனர். ஒரு சிறுவன் குப்பையைக் கூட்டி எரித்து அவர்களுக்கு வெளிச்சம் தந்துகொண்டிருந்தான். காற்றுக்காக சாம்பசிவன் வராண்டாவில் படுத்திருக்கலாம் என்ற நம்பிக்கையும் இப்பொழுது குலைந்துவிட்டது. நாலைந்து அறைகள் தாண்டி ஒரு ரூமில் ஜன்னல் வழி விளக்கொளி வராண்டாவில் விழுந்துகொண்டிருந்தது. மன உந்துதலை வரவழைத்துக்கொண்டு அரைச் சுவர் ஓரமாய் ஏணிப்படி கள் வரையிலும் அவள் நடந்து வந்தாள். விளக்கு எரிந்த அறையில் ஒருவன் அண்டர்வெயர் அணிந்து வேஷ்டியின் கிழிசலுக்குத் தையல் போட்டுக் கொண்டிருந்தான்.

ஜன்னல் வழி அவன் லலிதாவை பார்த்தபோது அவள் மனதில் பீதி புகுந்துகொண்டது. விரைவாக நடந்து அறைக்குள் நுழைந்து கதவைச் சாத்தினாள். தைத்துக் கொண்டிருந்தவன் இப்பொழுது தன் அறைக்குள் நின்றுகொண்டிருப்பது தெரிந்தது. விளக்கைப் போட்டு மேஜையைப் பார்த்தாள். மணிபர்ஸ் இரவு வைத்த இடத்திலேயே இருந்தது. தலையணைகளை ஒன்றன் மீது ஒன்றாக வைத்து அதில் சாய்ந்துகொண்டாள். விளக்கொளியில் தனிமையில் அப்படி உட்கார்ந்து கொண்டிருக்கவும் கஷ்டமாக இருந்தது. பலர் பார்க்கத் திறந்த வெளியில் படுத்துக்கிடப்பது மாதிரி இருந்தது. தைத்துக் கொண்டிருந்தவனிடம் போய் விஷயத்தைச் சொல்லலாமா என்று யோசித்தாள். அவன் மீது சந்தேகமாக இருந்தது. தன்னை எழுப்பிச் சொல்லிவிட்டுப் போயிருக்கவேண்டியதுதான் எந்த விதத்தி லும் நியாயமாகப்பட்டது. தன்னுடைய உணர்ச்சிகளை அவன் எப்போதுமே மதித்ததில்லை என்று நினைத்துக் கொண்டாள். இது பற்றிப் பேச்சு எழும்போது இவ்வாறு கலவரம் அடைந்தது ரொம்பவும் அசாதாரணம் என்று அவனால் ஆக்கிவிட முடியும். அதற்கு அவசியமே இருக்கவில்லை என்று வாதாடவும் அவனால் முடியும். என்ன அவசரம் என்பதை அவளால் யோசித்துத் தெரிந்து கொள்ள முடியவில்லை. அவளால் யோசிக்கவே முடியவில்லை. 'இப்படிச் செய்திருக்க வேண்டாம்' என்ற ஒரு வாக்கியத்தையே அவள் மனம் ஜபித்துக் கொண்டிருந்தது. சாம்பசிவனின் தாத்தாவும், சின்ன அண்ணாவும் ராத்திரியில் காணாமல் போனார்கள். ஆனால் அவர்கள் வீட்டிலிருந்து மறைந்து போனார்கள். வெளியூரில் ஒரு ஓட்டல் அறையில் தன்னைச் சாத்திப்போட்டுவிட்டு அவள் கணவன் மறைந்து போவான் என்று அவளுக்குத் தோன்றவில்லை.

அவளுக்குத் தூக்கம் வந்தது. அது எப்போதும் வரும் தூக்கமல்ல என்றும் மயக்கம் தான் வருகிறது என்றும் அவள் நினைத்துக்கொண்டாள். கதவு சாத்தியிருக்கும் நிலையில் மயக்கம் போட்டுவிட்டாலும் கூட ஆபத்து எதுவுமில்லை என்று அவளுக்குத் தோன்றிற்று. அவளுக்குப் பெரிய அண்ணாவின் நினைவு வந்தது. இன்று அவர் உயிரோடு இருந்து இதுபற்றி அவள் சொல்லியிருந்தால், "மடையன், மடையன் ... படிச்ச முட்டாள்" என்று சாம்பசிவனைத் திட்டியிருப்பார். அவர் அந்த அறையில் அவளுடன் தன் கண்களுக்குத் தெரியாமல் இருப்பது மாதிரித் தோன்றிற்று. வீட்டு ஹாலிலிருந்த அவருடைய படத்தை மனசுக்குள் கொண்டு வந்து, அவர் உயிரோடு இருந்தபோது எப்படி இருந்தார் என்பதை நினைத்துப் பார்க்க முயன்றாள்.

கதவை விரலால் சுண்டும் ஓசைகேட்டது.

"யாரு?"

"நான் தான்."

சாம்பசிவன் குரல்.

லலிதா கதவைத் திறந்தாள்.

சாம்பசிவன் உள்ளே வந்து தன் ஊன்றுகோலை உயர்த்தி, "இதால் அவனைத் தாக்கினேன்" என்றான்.

லலிதாவுக்குச் சட்டென்று புரிந்தது.

என்ன அசட்டுத்தனம்! ஏன் ...? எதுக்கு ...?

சாம்பசிவம் விளக்கை அணைத்துவிட்டு அவளை இறுகத் தழுவியவாறு கட்டிலில் சாய்ந்தான். அவனுடைய அந்த இரவு நடத்தைகள் தன் கணவனுடையதாக அவளுக்குப் படவில்லை. ஒரு தாக்குதலாகவே அது ஆரம்பமாயிற்று. ஒரு முரட்டு ஜென்மம் அவன் உடலில் புகுந்துகொண்டு வந்திருப்பது மாதிரிப் பட்டது. அவனுள் ஏதோ ஒன்று உடைபட்டது போலிருந்தது. அவனும் அவன் தாத்தாவும் சின்ன அண்ணாவும் கட்டிக்காத்த எல்லா விரதங்களையும் அவன் அவள் உடல் மூலம் கிழித்துக்கொண்டிருப்பது மாதிரிப் பட்டது. மூச்சுத்திணறித் தான் இறந்துபோகக்கூடும் என்று அவளுக்குத் தோன்றியது. தன் உடலில் பல இடங்களில் ரத்தம் கசிந்து கொண்டிருப்பதுமாதிரி அவளுக்குப் பட்டது. தன் கைகளால் அவன் மார்பைப் பலங்கொண்ட மட்டும் பிடித்துத் தள்ள முயன்றாள். அவளால் அவனைத் தள்ள முடியவில்லை.

அறைக் கதவை யாரோ தட்டினார்கள்.

விடிய ஆரம்பித்திருந்தது.

லலிதா எழுந்திருந்து பாத்ரூம் கதவுக்குப் பின்னால் மறைவாக நின்று கொண்டாள்.

அவன் பாத்ரூம் வாசலில் வந்து நின்றான். அவள் சாரியைச் சுற்றிக்கொண்டிருந்தாள்.

"போலீஸ் ஸ்டேஷனிலிருந்து போன் வந்திருக்கிறதாம். பேசிவிட்டு வறேன்" என்று சொன்னான் அவன்.

அவன் வராண்டா வழி செல்வதைப் பார்த்துக்கொண்டே இருந்துவிட்டு அவன் உருவம் மறைந்ததும் லலிதா அறைக்கதவைச் சாத்திக்கொண்டாள்.

ஞானரதம், *1973*

அலைகள்

அன்று இரவு என்னைக் கைதுசெய்துவிடுவார்கள் என்று என் பரிச்சயக்காரன் எதிர்பார்த்தான். என்னிடம் அவன் கொண்ட கவர்ச்சி - என் அனுமானம் தான் இது - மிகையான கற்பனையை விரிக்கிறதோ என்று நான் யோசித்தேன். இம்சையற்றுக் கடற்கரையில் திரியும் ஒரு பூச்சி கைதுசெய்யப்பட என்ன இருக்கிறது? "அப்படி யல்ல" என்றான் அவன் மீண்டும். இது நடந்து மூன்று நாட்கள் (பின்னிரவும் சேர்த்தால் நான்கு) ஆகிவிட்டிருந்தன.

சரி. மறுபக்கம், எதுவும் நிகழக்கூடிய இருள் கவியும் நாட்கள் உருவாகி வருவதாயும் எனக்குப் பட்டுக்கொண்டிருந்தது. அதன் முதல் தாக்குதல்போல் மிகுந்த சங்கடத்தைத் தரும் அலைக்கழிப்பு நாட்களாகக் கழிந்துகொண்டிருந்தன. மனக்கஷ்டம் ஒருபுறமிருக்க சரீர உபாதைகள் - நாய் அலைச்சலும், பட்டினியும், உடம்பொடுக்கி உறக்கமும் - தாங்க முடியவில்லை. பாதங்களில் வீக்கம் கண்டிருந்தது. காலையில் வற்றி, மாலையில் மீண்டும் பொதியாய் வீங்கும். என் உடன்பாடோ முன்னுணர்வோ இல்லாமல் திடும் திடுமென விரியும் மனக்காட்சி வேறு என்னைத் தொய்ய வைத்துக் கொண்டிருந்தது. இரண்டு மூன்று காட்சிகள் மாறி மாறி ஒரே விதமாய் . . . சில சமயம், கோலத்தின் வரைகள் மிதிபட்டு அழிந்துபோய் புள்ளிகளும் அரைகுறையாய் மிஞ்சிப்போன மூளித்தனமும் மனதில் விரியும். இதைத் தொடர்ந்து விவசாயிகள் ராப்பகல் பாடுபட்டு நிமிர்த்த பயிரை நடுநிசியில் பள்ளத்தாக்கிலிருந்து துஷ்ட ஜந்துக்கள் கூட்டம் கூட்டமாய் இறங்கி மிதித்து துவம்சம் செய்துவிட்டு விடியக் கருக்கில் அமைதியாய்த் திரும்பும் காட்சிகளும் மனதில் விட்டுவிட்டுத் தோன்றும். இன்னபடி இது என்றில்லாமலும் இதற்காக இது என்றில் லாமலும் எதுவும் நிகழலாம் என்று தோன்றிக்கொண்டே இருந்தது. ஆனால் உருக்கொள்ளும் அலங்கோலம் என்மீதும் கவியும் எனும் எளிமையான உண்மை அப்போது எனக்குத் தெரிந்திருக்கவில்லை.

அன்று நடுநிசி தாண்டியதும் நடக்கத் தொடங்கி வெயில் ஏறும் முன் அடுத்த ஊர் சேர்ந்துவிடவேண்டியது என்று எண்ணியிருந்தேன்.

அதுதான் தப்பு என்று அடித்துச் சொன்னான் பரிச்சயக்காரன். "பயணம் கிளம்புவது பற்றி முன்கூட்டி யாரிடமும் சொன்னதற்கு ருஜு இல்லையே" என்றான் அவன். "கைதாவதிலிருந்து தப்பிக்க நழுவியதாகும்" என்றான். அவன் வாதம் எனக்கு உள்ளூர உறைக்க வில்லை என்றாலும் உதாசீனப்படுத்த முடியாத சுட்டல் இருப்பதாகப் பட்டது. அதிசய ருஜுக்களும், தடயங்களும், சாட்சிகளும் நிரம்பிய உலகம் அதிகாரிகளுடையது. மனதின் கோணங்கியைத் தருக்கத்தில் அளந்து காட்ட வேண்டிய நிர்ப்பந்தத்தில் தோல்வியே நிம்மதியாகி விடும். தண்டனையும் ஆசுவாசமாகத் தெரியும். பயணம் புறப்படு வதைக் கைவிட்டேன். கைதாகக்கூடும் என்ற செய்தியே நடமாட் டத்தைக் கட்டுப்படுத்திவிட்டதே என்று நினைத்துக் கொண்டேன்.

இவ்வாறு ஒரு சூழ்நிலை உருவாகும் என இரண்டு தினங்களுக்கு முன் யாராவது சொல்லியிருந்தால் சிரித்திருப்பேன். எல்லாவற்றையும் முழுகிவிட்டு அங்கு வந்திருந்தேன். தெரியாத ஊர்களில் மனம் போனபடி திரிந்து, சாவிடம் என்னை ஏற்றுக்கொள்ளும்படி அரற்றியபடி அலைந்து கொண்டிருந்தேன். நினைவுகளை என்னால் சகித்துக் கொள்ள முடியவில்லை. என்மீது அவை கவிந்து பிடுங்காமல் தடுத்துக்கொள்ளவும் தெரியவில்லை. தூக்கம்தான் ஒரு இடை வெளியை, ஓய்வை, விடுதலையைத் தந்து கொண்டிருந்தது. என்றாலும் தூக்கத்தில் நினைவுகளின் பிடுங்கல் அற்ற விச்ராந்தி எனக்குத் தெரியாமல் கழிந்துபோய் மீண்டும் பிடுங்கல் ஆரம்பிக்கும்போதுதான் கழிந்துபோனதே தெரிகிறது. உண்மையில் விச்ராந்தியை எனக்குச் சில கணங்களேனும் பிரக்ஞையுடன் சுவாசிக்க ஆசையாக இருந்தது. என்னதான் வேண்டித் தவம் கிடந்தாலும் அது எனக்கு லபிதமாகாது என்றும் பட்டது. மலபார் கோயில் பிரகாரத்தில் தற்செயலாய்ச் சந்தித்த ஆத்மஞானி சொன்னார்: "வேஷ்டியைக் காவியில் முக்கி எடுத்துவிடலாம் க்ஷணப்பொழுதில். க்ஷணப்பொழுதில் மனதை முக்க? பரமேச்வரா!" என்று தன் இரு கரங்களையும் வானத்தை நோக்கி விரித்தார். மனதை வெகு நன்றாகக் காவியில் முக்கப் போகிறேன் என்று நம்பிக்கொண்டிருந்தபோது பதுங்கியிருந்து தாக்குவது மாதிரி இச்சம்பவம் நிகழ்ந்திருக்கிறது.

வழக்கம்போல் அன்று சாயங்காலமும் மணல் மேட்டில் உட் கார்ந்து கொண்டிருந்தேன். அது கடற்கரையின் ஊர் தாண்டிய பகுதி. கும்பலின் சலசலப்பு இராது முன்னெல்லாம். சமீபமாக அந்த இடத்துக்கு சூரியனைப் பார்க்கத் தோது என்ற திடீர் மவுஸு ஏற்பட்டுக் கூட்டத்தை ஆகர்ஷிக்க ஆரம்பித்திருந்தது. இப்போது அங்கும் கசகசவென்று கூட்டம். அன்று மேகம் குறைந்த வானம், வழக்கத்தைவிடவும். இருந்தாலும் நம்ப முடியாது. கடைசி நிமி ஷத்தில் ஒரு துண்டு மேகம் புறப்பட்டு வந்து மறைத்துக்கொண்டு நிற்கும். சதிக்கு ஏவிவிட்டது போலிருக்கும். சில சமயம் குழந்தைகள் கைப்பொருளை மறைத்துக் கொள்வதுபோல் மேகத்தின் மறைவும் வெகுளித்தனமாகவும் அழகாகவும் இருக்கும். மறைக்கப்பட்டுத்

தெரிவதும் சூரியனுக்கு அழகாகத்தான் இருக்கிறது. ஒரே விதமாய் இருதடவை இதுநாள்வரை சூரியன் அஸ்தமித்ததில்லை என்பதை ஒரு வாக்கியமாக நினைத்துச் சந்தோஷப்பட்டுக் கொண்டேன்.

சூரியன் மறைந்தது. மறுகணம் கூட்டம் பிசுபிசுத்துக் கலைய ஆரம்பித்தது. சூரியன் அற்ற வானத்தைப் பார்ப்பது பாவம் என்பது போலவும், அடுத்து முக்கியமான வேலையைச் செய்து முடிக்கக் கணமும் பொறுக்க முடியாது என்பது போலவும் கூட்டம் பிசுபிசுக்க ஆரம்பித்தது. மணல் மேட்டின் கடல் நோக்கிய சரிவில் நான் இறங்கிக்கொண்டிருந்த இடத்திலிருந்து பார்ப்பதற்குக் கும்பலின் அசைவு வேடிக்கையாக இருந்தது. ஒரு பெரிய மேடையில் அனைவரையும் திணித்து நிற்கவைத்துக் கயிற்றால் கட்டியிழுப்பது போலிருந்தது.

சூரியன் மறைந்த பின்பு கடற்கரையில் மிஞ்சியிருக்கும் வெளிச்சத்துக்கு ஆயுள் சொற்பம். கணத்துக்குக் கணம் இருள் ஊடுருவிக் கறுத்துக்கொண்டிருக்கும்; வெளியிடமுடியாத பெரும் துக்கத்துக்கு ஆட்பட்டுக் கலங்கும். மானசீகமாக அந்தத் துக்கத்தில் பங்கெடுத்துக் கொண்டு நிற்பது எனக்குப் படிந்து போயிருந்தது.

கடலின் ஆழத்திலிருந்து ராக்ஷஸத் தடி உருண்டைகளை மேலே உதைத்துத் தள்ளுவதுபோல் நீரோட்டம் திமிறியெழும். மேற்பரப்பு குலுங்கி அதிரும். காற்றுப் பிடித்து உன்னியெழும் அலைகள் கரை நோக்கி வரும். சர்ப்ப வீரர்களின் குதிரைப்படை குதித்துக் குதித்து நம்மை நோக்கி நெருங்கும். பக்கவாட்டுக்களிலிருந்து நாம் எதிர்பாராத இடத்தில், எதிர்பாராத நிமிஷத்தில் வேறு படைக்கலங்களின் நீள் வரிசை இணைந்து, மேலும் கம்பீரம் பெற்றுக் குதித்து முன் நகர்ந்தோடிவரும். இவ்வாறான ஒரு ஆக்கிரமிப்புக்கு இந்த அசட்டு ஈர மணல்கரை எப்படிப் பதில் சொல்லப்போகிறது என்று நாம் யோசிக்கும்போது, கரையோரம் படைகள் சின்னாபின்னப்பட்டுச் சிதறிப் பின் திரும்பி ஓடும். இதைவிட அழகானது எதுவுமில்லை. இந்த அலைகளை விட, இவற்றின் எழுச்சியும், ஆர்ப்பாட்டமான சொற்ப நேர வாழ்வும், மண்டை மோதிச் சின்னாபின்னப்பட்டு உருத்தெரியாமல் வீழ்ச்சி அடைவதையும் விட. இன்ன உயரத்தில் எழுந்து ஆர்ப்பாட்டத்துடன் வரும் அலை, கரையில் இவ்வளவு தூரம் ஏறி ஈரம் பண்ணும் என்று கணக்குப் போட்டு எப்போதும் அதில் தோற்றுக் கொண்டிருப்பேன். இவ்வாறு மீண்டும் மீண்டும் தோற்பது மிகுந்த சந்தோஷத்தைத் தரும்.

அப்போது மணல் மேட்டிலிருந்து அதட்டல் கேட்டது. அடி வயிற்றை எக்கிக்கொண்டு கத்தினால்தான் இந்தக் காற்றில், இந்த அலை இரைச்சலில் இவ்வளவு சத்தத்தை வெளியே தள்ள முடியும். என் காதில் வார்த்தைகள் எதுவும் தெளிவாய் விழவில்லை. என்னைப் போலவே ஈரமணலில் நின்றபடி பாதங்களைக் கடல் அலைகளில் நனைத்துக் கொண்டிருந்த புதுத் தம்பதிகள் அவசரமாய்த் திரும்பி

மேலேறிச் சென்றனர். மீண்டும் சத்தம் கேட்டது. அப்பெண் தன் கையைக் கணவன் கையிலிருந்து விடுவித்து முன்னால் அசைத்து, "உங்களைத்தான்" என்று காட்டினாள். திரும்பிப் பார்த்தேன். மணல் மேட்டில் காக்கி உடை அணிந்த காவல்துறை அதிகாரிகள் நாலைந்து பேர், "கரை ஏறு, கரை ஏறு" என்று கத்தியபடி கைகளை மிதமிஞ்சிய வேகத்துடன் வீசிச் சைகை செய்தார்கள். அவர்களைப் பார்த்த போது எனக்கு உள்ளூறச் சிரிப்பு வந்தது. ஒரு நாட்டிய மேடையின் பின்னாலிருந்து எட்டிப் பார்க்கும் கோமாளிகள் போலவும், பள்ளிச் சிறுவர்களின் நாடகத்துக்குச் சிறுவர்களே சிப்பாய்கள் வேஷம் போட்டுக்கொண்டு நிற்பதுபோலவும், போலீஸ் கார மண்பொம்மைகளுக்கு ஒருமணி நேரம் ஆயுள் கொடுத்ததில், நழுவி வந்து இங்கு நிற்பதுபோலவும் பலவாறாகத் தோன்ற ஆரம்பித் தது. "ஏன் சிரிக்கிறே? கரையேறு" என்று ஒருவன் கத்தினான். கரையில் நிற்கும் நான், கரையேறுவது எப்படி என்று வேண்டு மென்றே மிகையாக விழித்துக்கொண்டு நின்றேன். அப்படி நின்று கொண்டிருந்தபோதே திடீரென்று என் மனதில் விசனம் கவிந்தது. முப்பது முப்பத்தைந்து வருஷங்களுக்கு முன்னால் என் தாயார் என்னை முதன் முதலாவதாக இங்கு அழைத்து வந்ததும், கடல் ஏற்படுத்திய பயமும் திக்பிரமையும் அழுகையும் நினைவுக்கு வந்தன. பின்னர் இந்நாள் வரையிலும் எத்தனையோ தடவை கடலோரம் நின்றதும் எதிர்பாராத வேளைகளில் அலை கீழே தள்ளியதும் நனைந்ததும், ஈரத்தில் ஒட்டிக்கொண்ட மணலைக் கையிலும் தொடையிலும் தட்டிக் கொண்டதும் நினைவுக்கு வந்தன. அன்றி லிருந்து இன்று வரையிலும் மானசீக உறவுகொண்டு என்னுடன் பிணைந்துபோய்விட்ட இந்தக் கடலுக்கு என் பாதத்தைத் தந்து நிற்கும் எளிமையான சந்தோஷம்கூட . . . சட்டை போட்டிராத என் முதுகில் ஒரு குத்தலை உணரவே திரும்பிப் பார்த்தேன். காக்கி உடை அணிந்த சேவகன் ஒருவன் கைத்தடியுடன் நின்றுகொண்டிருந் தான். 'ஏன் குத்தினாய்?' என்று எனக்குக் கேட்கத் தெரிவதற்குள் "காது மந்தமா?" என்று அவன் கேட்டான்.

"இல்லை" என்றேன்.

இந்த நேர் பதில் அவன் மண்டையில் ரத்தத்தை ஏற்றியது அவன் முகத்தில் தெரிந்தது. மற்ற சேவகர்களும் என்னைச் சூழ்ந்து கொண்டார்கள். நான் பயப்பட மறுத்துக்கொண்டு நின்றதில் மிகுந்த கஷ்டம் அடைந்த அத்தனை பேரும் இமைக்காமல் என்னையே விழித்துக் கோபத்தை வெளியே தள்ளிக்கொண்டிருந் தனர். இன்னும் ஐந்தாறு நிமிஷங்களுக்குள் பொழுது தீர்ந்து அவர்கள் மீண்டும் மண் பொம்மைகள் ஆகிவிடுவார்கள் என்ற கற்பனை மனதில் விரியவே என் முகத்தில் சிரிப்பின் குறிகள் படர்ந்தன.

என் எதிரே நின்ற சேவகன் தலையை உயர்த்தி இரு கை விரல்களையும் வாயோரம் குவித்துக்கொண்டு, மணல் மேட்டைப் பார்த்து, "கரையேற மறுக்கிறான்" என்று கத்தினான்.

அதிகாரிகள் மணலில் இறங்கிவர ஆரம்பித்தார்கள். அழகான பூட்ஸ் தடங்களைப் பின்னால் தள்ளிக்கொண்டு, அவசரத்தின் தள்ளாட்டத்துடன் மணல் சரிவில் வந்துகொண்டிருந்தார்கள். அவர்கள் எத்தனைபேர் என்பது இப்போது நினைவில்லை. நாலு பேருக்கு மேல் என்று ஒரு சித்திர உணர்வு இருக்கிறது. அவர்களில் தலைமை அதிகாரி சற்று ஸ்தூலமாகத் தள்ளாடும் உடலுடன் இருந்தார். அவருடைய தொப்பி வித்தியாசமாக இருந்தது. கைகளையும் கைத் தடியையும் அதிகமாக அசைத்துக்கொண்டு மிகுந்த சிரமத்துடன் உடலைத் தூக்கி நாட்டி வந்துகொண்டிருந்தார். அவர் அதிகமும் நாற்காலியில் புதைந்து, மின் விசிறி நின்றால் தவித்து, சிவப்பு மையால் தாளில் வெட்டியும், சுழித்தும், போனில் கத்தியும் தன் பதவிக்கு ஈடுகொடுத்துக் கொண்டிருப்பவர் என்பதும், மிகவும் விசேஷமான காரணத்தை முன்னிட்டே இன்று கிளம்பியிருக்கிறார் என்றும் தோன்றிற்று.

சற்று தூரத்தில் நின்றவாறே என்னைப் பார்த்து அவர் "என்ன ...? என்ன ...? என்ன ...?" என்று கத்தினார். ஒவ்வொரு 'என்ன'வுக்கும் முன்னதைவிடக் குரலை உயர்த்த, சிப்பாய்கள் விறைப்புற்று என் முகத்தைப் பார்த்தபடி நின்றனர். என் பதிலுக்குப் பின் அதிகாரி பிறப்பிக்கக்கூடிய ஆணையை நொடிப்பொழுதில் நிறைவேற்றத் துடிப்பது அவர்களுடைய விறைப்பில் வெளிப்பட்டது.

"ஒன்றுமில்லை" என்றேன்.

"பின் ஏன் கரையேற மறுப்பது?"

"கொஞ்சம் நிற்க ஆசை."

"பிடித்துத் தள்ளு அவனை" என்று அதிகாரி கத்தினார். சேவகர்கள் என்னை விரைந்து சூழ்ந்து குண்டுக்கட்டாகத் தூக்கி பத்துப் பதினைந்து அடிகள் மணல் மீது ஏறி மண்ணில் தொப்பென்று போட்டார்கள்.

நான் எழுந்திருந்து கைகளிலும் வலது கன்னத்திலும் காதிலும் படிந்திருந்த மணலைத் தட்டியவாறு மணல் மேட்டைப் பார்த்து நடக்க ஆரம்பித்தேன். சுரணை கெட்டதனம் என் உடம்பிலிருந்து வழியும்படி மிகவும் சாவதானமாக அசைந்தேன். பின், வானத்தைப் பார்த்து, வியப்பதுபோல் பாவித்து, சிப்பாய்கள் பக்கம் திரும்பி, "என்ன அற்புதமான நிலா" என்றேன். ஒரு அதிகாரி ஓடிவந்து என் முதுகில் ஓங்கிக் குத்தினார். "கொல்லு அவனை" என்று ஆங்கிலத்தில் மற்றொரு அதிகாரி கத்தினார்.

மணல்மேடு தாண்டி, கடற்கரை தார் ரோட்டை அடைந்தபோது அந்த இடம் சற்று முன் காட்சியளித்ததற்குக் கொஞ்சமும் சம்பந்தமில்லாததுபோல் இருந்தது. நாடகத்தின் புதிய காட்சியில், பின் திரை ஜோடனை, பாத்திரங்கள் எல்லாம் மாறியது போலவும், களேபரமாகவும் இருந்தது. ஆங்காங்கு பல சேவகர்கள் காக்கி உடையணிந்து குண்டாந்தடியுடன் நின்று கொண்டிருந்தனர். கார்

களும், ஜீப்புகளும், கண்ணாடி ஜன்னல்களுக்குப் பட்டுத்திரை போட்டிருந்த உயர் அதிகாரிகளின் வாகனங்களும் நின்று கொண்டிருந்தன. இரண்டு நிமிஷங்களுக்கு ஒன்று என்று நினைக்கும்படி ஜீப்புகள் அதிவேகமாய்ப் பாய்ந்து வந்து, சர்ரென்று தூசி கிளப்பி ஓரம் கட்டி நிற்கவும், நின்று முடிப்பதற்கு முன்னரே பின்பக்கம் வழியாக அதிகாரிகள் மாறி மாறிக் குதித்து, குதித்த இடத்தில் விரைப்புற்று சல்யூட் செய்தார்கள். எல்லாம் வேறு யாராலோ இயக்கப்படும் எந்திர பொம்மைகளின் இயக்கம் போலவே பட்டது. சுமார் நாற்பது வயது மதிக்கத்தகுந்த ஒரு அதிகாரி மிக உயரமாக நின்று - மிகப் பெரிய புராதன முன் முகப்புக் கொண்ட ஓட்டலின் முன்பக்கப் பாதை தார்ரோட்டில் இணையும் இடம் அது - சிப்பாய்களின் வணக்கங்களை மிகுந்த தோரணையோடு பெற்றுக் கொண்டிருந்தார். அவரைச் சுற்றி வேறு அதிகாரிகளும் நின்று கொண்டிருந்தனர். ஏதோ விதமான ஒழுங்கு முறையில் சிப்பாய்கள் இடம் மாறித் தங்களுக்குரிய ஸ்தானங்களைப் பிடித்துக்கொண்டிருந்தனர். அவர்களுடைய மனக்கணக்கின் கூறு என்ன என்பதை என்னால் அனுமானிக்க முடியவில்லை. இருந்தாலும் ஒவ்வொருவருடைய மனசிலும் இருந்த வரைபடத்துக்கு அனுசரணையாக இயங்கியதால்தான் இத்தனை விரைவாகத் தங்களுக்குள் மோதிக்கொள்ளாமல் ஒழுங்காவது சாத்தியமாயிற்று என்பது தெரிந்தது. ஒரு உயர்மட்ட அதிகாரியின் வருகைக்கு எல்லோரும் ஆயத்தம் கொள்ளுவதாய்ப் பட்டது. ஏனெனில் எல்லோருடைய பார்வையும் மணல்மேட்டில் எதிர்பார்க்கும் தன்மையுடன் குத்திட்டு நின்றது. விறைப்பும் நிசப்தமும் கூடி நிலைத்ததில் சிறு சத்தம்கூட பெரிய அபஸ்வரமாய் முனைக்க ஆரம்பித்தது. பூட்ஸின் அடியில் மணல் நெரியும் ஓசைகூட நின்றுவிட்டது. இனிமேல் யாராலும் தங்களுடைய தொண்டையைக் கனைத்துக் கொள்ளவோ, வசக்கேடாய் ஊன்றப்பட்டுவிட்ட பாதத்தைச் சரி செய்துகொள்ளவோ முடியாது. அப்படிச் செய்யத் தேவையுள்ளவர்கள் இரண்டு மூன்று நிமிஷங்களுக்கு முன்னாலேயே அதைச் செய்து முடித்திருக்க வேண்டும். இல்லாத வரையிலும் கொஞ்ச நேரம் பொறுத்துக்கொண்டுதான் ஆக வேண்டும்.

இப்போது மணல்மேட்டிலிருந்து ஒரு சிறு கூட்டம் முன்னால் நகர்ந்து வருவது தெரிந்தது. முதலில் தலைகள் மேலெழுந்து பின்னால் முழு ஆகிருதிகளும் தெரிய ஆரம்பித்தன. ஏழெட்டு பேர் வடிவமற்ற ஒரு ஒத்திசைவோடு அழகாக, வேகமாக, தங்கள் உடல் பாரங்களைக் காற்றின் மீது நகர்த்திவிட்டதுபோல் ஆயாசமற்று வந்துகொண்டிருந்தார்கள். நடுநாயகமாக வந்துகொண்டிருந்தவர்தான் உயர்மட்ட அதிகாரி என்பது வெகு சுலபமாகத் தெரிந்தது. ஒரு பெரிய நடிகன் போல் மிகவும் வசீகரமாக இருந்தார் அவர். படிப்பாளியின் களையை வெளியே தள்ளும் மூக்குக் கண்ணாடி. அடர்த்தியான கேசம். வெள்ளை வெளேரென்று மிக மெல்லிய ஆடைகள். சிறு வயதிலேயே உயர்மட்டப் பதவியில் நேராக ஏறிவிட்டதாலோ என்னவோ

முகத்தில் பெருமிதம் வழிந்துகொண்டிருந்தது. இச்சிறு கூட்டம் நெருங்க நெருங்கக் காத்துக்கொண்டிருந்த சிப்பாய்கள் மேலும் விறைப்புற்று, முறுக்கேற்றும் நரம்புகள் அறுபட்டுத் தெறித்துவிடும் என நம் மனம் பயந்து துடிக்கும் நிமிஷத்தில் பட்டென பூட்ஸ்காலால் தட்டி சல்யூட் அடித்தனர். ஆக்ஞை கோஷம் அடங்கிப்போன பின்பும் வெகுநேரம் ரீங்கரித்துக் கொண்டிருந்தது. இந்த ஓசையின் முரட்டு ஒலியிலும் பூட்ஸ் ஓசையிலும் மரங்களிலிருந்து ஆயிரக்கணக் கான பறவைகள் மேலெழுந்து பறந்ததுபோல் கற்பனைக் காட்சி என் மனதில் எழுந்தது. உண்மையில் அங்கு மரங்களும் இல்லை; பட்சிகளும் இல்லை.

அப்போது கடலோரத்திலிருந்து என்னை விரட்டிய அதிகாரி, பாதையோரம் நின்றுகொண்டிருந்த பெரிய அதிகாரியிடம் சென்று என்னைக் காட்டி ஏதோ சொன்னார். பெரிய அதிகாரி என்னைக் கை காட்டி அழைக்கவும் அருகே சென்றேன்.

“இப்போது போனவர்தான் எங்கள் துறையிலேயே உயர்ந்த பதவியில் இருப்பவர். பெரிய மேதை” என்றார்.

“சந்தோஷம்” என்றேன். ஒரு அசட்டு வார்த்தை உச்சரிக்கப்பட்ட தில் நாணம் ஏற்பட்டது.

தன் கீழ் அதிகாரிகள் அவர்களுடைய விவேகக் குறைவால் எனக்கும் அவர்களுக்குமான உறவைச் சிடுக்காக்கி வைத்திருப்பார்கள் என்ற முன்தீர்மானமும், பக்குவமாக அணுகினால் அநேக முடிச்சுக் களை அவிழ்த்துவிடலாம் என்ற நம்பிக்கையும் அவருடைய பீடிகை யில் வெளிப்பட்டன.

“ஒரு வாரம் முன்னால் ஒரு பெண்ணை கடல் கொண்டு போய்விட்டது. மேலதிகாரி வந்திருக்கும் வேளையில் அனர்த்தம் எதுவும் நிகழக்கூடாது என்பதற்காகத்தான்...”

நான் எதுவும் பேசவில்லை.

“உங்கள் நடவடிக்கைக்கு வருந்துகிறீர்கள் அல்லவா? அதுதான் விஷயம். எனக்குப் பெரிசுபடுத்துவது பிடிக்காது.”

நான் பதில் சொல்லவில்லை.

“எங்களிடம் மன்னிப்புக் கேட்பது அவமானமல்ல. சட்டத்துக்குத் தலை வணங்கும் பெருமிதமான விஷயம் அது.”

நான் கல்தூண் மாதிரி நின்று கொண்டிருந்தேன்.

“நான் கணித்ததுபோல் நீர் எளிமையான மனிதர் அல்ல.” அவருடைய குரலும் முகபாவமும் மாறிற்று.

ஒரு சிப்பாய் இரண்டு அடி முன் நகர்ந்து விறைப்புற்று, சல்யூட் அடித்து, பூட்ஸ்கால் தட்டி ஓசையெழுப்பி மேலும் விறைப்புற்றான். முகத்தைப் பார்த்தபோது அவன் உறைந்து போய்விட்டான் என்றும், மீண்டும் உயிர்க்களை ஏற்படுத்துவது சாத்தியமில்லை என்றும் தோன்றிற்று.

முகத்தை மேலே அசைத்துக் கேள்விகுறி எழுப்பினார் அதிகாரி.

"நேற்று இவர் என்னை எதிர்த்துப் பேசினார். நீச்சலடித்து மரணப்பாறைக்குச் சென்றதைக் கண்டித்ததற்குக் கேலி செய்தார்."

"உண்மையா?"

"உண்மைதான். சிரித்துவிடக்கூடிய வார்த்தைகள்தான், நகைச் சுவை உணர்ச்சி இருந்தால்."

"எங்களுக்கு நகைச்சுவை உணர்ச்சி இல்லை என்கிறீர்களா?"

"பொதுப்படையாகச் சொல்லத் தெரியவில்லை. இருந்தாலும் நீங்கள் - அதாவது உங்கள் துறையினர் - சிரிக்கப் பயப்படுகிறீர்கள். மெய்யாகவே உங்களுக்கு அதற்கான சுதந்திரம் இல்லையா? சிரிப்பும் கட்டுப்பாடும் ஏககாலத்தில் ஜீவிக்க இயலாது என இன்னும் நம்பிக்கொண்டிருக்கிறீர்களா?"

"மரணப் பாறைக்கு ஏன் சென்றீர்கள்?"

"சங்கிலித்துறையில் குளித்துக் கொண்டிருந்தேன். மரணப் பாறை யின் மறுபக்கம் பள்ளத்தாக்கு போலிருக்கும். நண்பன் சொல்லியிருந் தான். அங்கு அலைகளும் சுழிப்புகளும் பாறை மேலிருந்து வழியும் நீரின் அழகு, பாறையின் இடுக்குகளில் அவை நிகழ்த்தும் ஜாலங் கள் . . . சொல்ல முடியாது. அற்புதம், இனம் கூற முடியாத துக்கம் மனதில் வியாபித்து, நாம் பொருட்படுத்துவதெல்லாம் அற்பம் என்ற எண்ணம் ஏற்பட்டு, மாசுமறுவற்ற ஆகாசம் மனவெளியில் விரிந்துவிடும். ரொம்பவும் லேசாக இருக்கும். பாறை இடுக்கில் முளைத்திருக்கும் சிறு தாவரங்களைக் குனிந்து முத்தமிடத் தோன்றும்."

"அது தடை செய்யப்பட்ட இடம் என்பது தெரியுமா?"

"தெரியாது."

"தடுத்த பின்?"

"வெறும் கெடுபிடி என்று எடுத்துக்கொண்டேன். கடலில் நீச்ச லடிப்பதைச் சட்டம் தடுக்குமா?"

அதிகாரி என் முகத்தையே வெறிக்க, அந்த நிமிஷங்கள் எல்லோருடைய நெஞ்சிலும் கனத்துக்கொண்டிருந்தது.

"போங்கள், இந்த இடத்தைவிட்டு" என்று அதிகாரி ஆங்கிலத்தில் கத்தினார்.

நான் அந்த இடத்தைவிட்டு நகர்ந்தேன்.

பரிச்சயக்காரனின் சந்தேகம் சரிதான் என நினைக்கும்படியான காரியங்கள் அன்று அதிகாலையிலிருந்தே தொடங்கியிருந்தன. அவ்வப்போது யாராவது வந்து என்ன ஏது என்று என்னிடம் விசாரித்துக் கொண்டிருந்தார்கள். ஏன் எதற்கு என்று கேட்டார்கள். அவர்களுக்கு அர்த்தமாகிற மாதிரி என்னால் பதில் சொல்ல முடியவில்லை. எல்லாம் யாரோ ஏவிவிட்டமாதிரிப் பட்டது. வெறும் பிரமைகள் தானோ என்றும் சந்தேகப்பட்டுக் கொண்டேன்.

மத்தியானச் சூடு தணிந்து கொண்டிருந்தது. சங்கிலித்துறை மண்டபத்தில் படுத்தபடி கடலைக் கவனித்துக் கொண்டிருந்தேன். கடல் தூங்குவது மாதிரியும், விழிப்புற்றுச் சோம்பல்பட்டு காலை அசைத்தபடி படுத்துக் கிடப்பது மாதிரியும் தோன்றிக் கொண்டிருந் தது. படியோரம் பதுங்கியிருந்தவன் நிமிர்ந்த மாதிரி ஒரு சேவகன் தோன்றிக் கைத்தடியினால் கல்படியில் தட்டினான். அந்த உயர் அதிகாரி என்னைக் கூப்பிடுவதாகச் சொன்னான். அவர் மணல்மேட் டில் தீர்க்கதரிசிபோல், காற்றில் மிதந்தபடி, ஆடைகள் பறக்க, முகத்தில் பிரகாசத்துடன் நகர்ந்து வந்த உருவம் என் மனதில் விரிந்தது. அவரை மீண்டும் சந்திக்கப்போகிறோம் என்பதில் சந்தோ ஷம் ஏற்பட்டது. ஏன் எதற்கு என்றெல்லாம் கேட்டுக்கொண்டேன். மன அமைதியைக் கெடுப்பதற்கான சமாசாரம் தயாரிக்கப்பட்டு வருவதாகத் தோன்றிற்று.

என்னைக் கண்டதும் உறைந்து போயிருந்த பெரிய அதிகாரியின் முகம் விளக்கை தூண்டியது போல் பிரகாசப்பட்டது. அவருடைய பற்களிலிருந்த ஒரு வெளிர்த்தன்மை முகம் எங்கும் பரவுவதாகத் தோன்றிற்று. அறையின் பின் வாசலில் நின்று கொண்டிருந்த பட்லரை அவர் பார்த்ததும், அவன் மறைந்து தேநீர்க் கோப்பையுடன் தோன்றி என் முன் வைத்தான்.

“சாப்பிடுங்கள்” என்றார் அதிகாரி என்னைப் பார்த்து. “நீங்கள் ஏன் நிறுத்திவிட்டீர்கள்? ரொம்பவும் ரசமாய் இருக்கிறது” என்று எதிரே அமர்ந்திருந்த சந்நியாசியிடம் சொன்னார்.

அதிகாரியால் மனம் நிறைந்து பாராட்டப்பட்டதில் எங்கு நிறுத்தினோம் என்பதை மறந்து தத்தளித்துக் கொண்டிருந்தார் சந்நியாசி. தலை ஒட்டச் சிரைக்கப்பட்டிருந்தது. அநேகமாக முந்தின நாள். சிறு பிராயம்தான். சிவப்பாகவும், அழகாகவும், பொம்மைத் தனத்துடனும் - அந்த தளதளப்பான உப்பிய கன்னங்கள்! - இருந்தார். இடது கண்மணி சொல்லுக்கு நகர்ந்திருந்தது அசட்டுத்தனத்தை - முக்கியமாக தன்முன் சொல்லப்படுவதைக் கிரகித்துக் கொள்ளமுடி யாத மந்தத்தை - அவருக்கு அளித்துக் கொண்டிருந்தது.

“ஸ்வாமிஜி இங்கு வந்து சேர்ந்ததைப்பற்றிச் சொல்லிக் கொண்டி ருந்தீர்கள் . . .” என்று அடியெடுத்துக் கொடுத்தார் அதிகாரி.

“ஆமாம் ஆமாம்” என்று தலையை அதிகமாக அசைத்தபடி உற்சாகமாய் ஆரம்பித்தார் சந்நியாசி. “எனக்கு வருஷம் ஞாபக மில்லை. அப்போது அவருக்கு என்ன வயசு இருக்கும் . . . 25? 26? சின்ன வயசு. கால் நடையாகவே இந்தியா பூராவும். கிடைத்த இடத்தில் படுக்கை. கிடைத்த ஆகாரம் . . . பிச்சை எடுத்து அலைச்சல். ஊர் ஊராய் அலைச்சல். ஒரே அலைச்சல் . . .”

“எத்தனை உருக்கமான விஷயம்” என்றார் அதிகாரி.

“எத்தனை நாட்கள் இங்கு தங்கினார் . . . எங்கு, யாருடன், எப்படி . . . ஒன்றும் தெரியவில்லை. பாறையில் தியானம் மூணுநாள்.

இல்லை, இரண்டு நாள். இரவு பகல் அன்ன ஆகாரமில்லாமல். எப்படிப் போனார் அங்கே? தோணியிலே - ஒரு கட்சி. இல்லை நீச்சலடித்துத்தான் - இன்னொரு கட்சி."

"இல்லை இல்லை. நீச்சலடித்துத்தான் போனார். நீச்சலடித்துத்தான் போனார்..." என்று உற்சாகமாகப் பெரிய குரலில் முஷ்டியை மேஜைமீது குத்திக்கொண்டே சொன்னார் அதிகாரி. "நான் படித்திருக்கிறேன். எனக்கு நன்றாக ஞாபகம் இருக்கிறது" என்று கத்தினார்.

அதிகாரி படித்திருக்கும் செய்தியில் மிகுந்த ஆச்சரியம் அடைந்த சந்நியாசி, "அப்படியா படித்திருக்கிறீர்கள்? அப்படியா? அப்படியென்றால் சரி, நீச்சலடித்துத்தான் போயிருக்கிறார்" என்றார். "என்ன தைரியம், என்ன சாகசம்!"

நிசப்தமாகியதில் அறையின் சூழ்நிலை கனத்துக் கொண்டிருந்தது. அதிகாரி தொண்டையைக் கனைத்துக்கொண்டே என் பக்கம் திரும்பினார்.

"தங்களைப் பார்த்தால் படித்தவர் மாதிரி தெரிகிறது. எதற்கு அதிகாரிகளுடன் அவசியமில்லாத மோதல்...?"

"மோதவில்லை" என்றேன்.

அதிகாரி சாமியாரைப் பார்த்து, விரலை என் எதிராகச் சுட்டிக்கொண்டே, "மரணப் பாறைக்கு நீச்சலடித்துப் போயிருக்கிறார். நம் ஆட்கள் தடுத்ததற்கு எதிர்த்துப் பேசியிருக்கிறார்" என்றார்.

"மரணப் பாறைக்கு நீச்சலடித்துச் சென்றார்" என்று பிரகடனம் போல் சொல்லிவிட்டு கடகடவென்று சிரித்தார் சந்நியாசி. அதிகாரியும் சிரித்துக்கொண்டார். திடீரென்று, நான் சற்றும் எதிர்பாராத ஒரு நிமிஷத்தில் சந்நியாசியின் முகம் அதிகாரியின் முகம்போல் மாறிக் கடுகடுப்படைந்து சிவந்தது.

"அது சரியில்லை... சரியே இல்லை" என்று சந்நியாசி ஆங்கிலத்தில் சொன்னார். அவர் தன் குரலில் அவசியமற்ற வலு ஏற்றுவது போல் இருந்தது. பின் குரலைத் தணித்துக்கொண்டு கண்டிப்புக்காட்டும் தன்மையுடன், "சட்டத்தையும் ஒழுங்கையும் காப்பாற்ற நீங்கள் ஒத்துழைத்திருக்கவேண்டும். அதுதான் உங்களிடம் எதிர்பார்த்திருக்கக்கூடியது."

"எனக்கு நம்பிக்கை இல்லை."

"எதில்?"

"உங்கள் சட்டத்தில்... உங்கள் ஒழுங்குகளில்."

"சரி, உங்கள் நம்பிக்கைதான் என்ன? அவரவர் விருப்பம் போல் அவரவர் நடந்துகொள்ளும்..."

"தயவு செய்து என்னை எதுவும் கேட்காதீர். நான் ஒரு குழப்பம் ... எனக்கு எதுவும் தெளிவில்லை. உங்கள் இருவருக்கும் வெவ்வேறு மட்டத்தில் அது சரி இது தப்பு, இது சரி அது தப்பு என்பது தெரிந்திருக்கிறது. ரொம்பவும் தெளிவாக இருக்கிறீர்கள். உங்கள்

தெளிவு ரொம்பவும் ஆபாசமாக இருக்கிறது... எப்படிச் சந்தேக மில்லாமல், தெளிவாய் கூச்சமில்லாமல் பேச முடிகிறது!"

"நீங்கள் மிதமிஞ்சிப் பேசுவதாக எனக்குத் தோன்றுகிறது" என்றார் அதிகாரி. "தனக்குத்தான் எதுவும் தெரியும் என்ற அகந்தையுடன் பேசுவதாகப் படுகிறது."

"இல்லை. எனக்கு அகந்தையில்லை. நான் வெறும் ஓட்டை. சூன்யம். தக்கவைத்துக்கொள்ள என்னிடம் எதுவும் இல்லை. என் வழியாக எல்லாம் வெளியே ஒழுகிக்கொண்டிருக்கிறது. என்னை அலைய விடுங்கள். தொந்தரவு செய்யாதீர்கள். தயவு செய்து... தயவு செய்து..." நான் மிகப்பெரிய குரலில் கத்த ஆரம்பித்தேன்.

"இவர் மனநிலை சரியில்லை" என்றார் சந்நியாசி. "இவரை வைத்திய சோதனைக்கு அனுப்பவேண்டும்."

"வேண்டாம் வேண்டாம்" என்று கத்தினேன். "அலைவது ஒன்று தான் எனக்கு சந்தோஷத்தைத் தருகிறது. அதையும் இல்லாமல் ஆக்கிவிடாதீர்கள்."

"உங்களை நான் கைது செய்திருக்கிறேன்" என்றார் அதிகாரி. மேஜை மணியின் பித்தானை அவர் கட்டைவிரல் அழுத்திற்று.

கொல்லிப்பாவை, 1976

ரத்னாபாயின் ஆங்கிலம்

தில்லியிலிருந்த தன் உற்ற சிநேகிதியான அம்புஜம் ஸ்ரீனிவாசனுக்கு வழக்கம்போல் ரத்னாபாய் ஆங்கிலத்தில் ஒரு கடிதம் எழுதினாள். அதன் கடைசிப் பாராவை "அம்பு, இந்தப் பட்டுப்புடவையை நீ பார்த்தால் என் கையிலிருந்து அதைப் பிடுங்கி உன் நெஞ்சோடு சேர்த்துக்கொண்டு, 'எனக்கு, ஐயோ எனக்கு' என்று குதிப்பாய். சந்தேகமே வேண்டாம். ராதையின் அழகையும் கண்ணனின் வேணுகானத்தையும் குழைத்து இதைப் படைத்திருப்பவனைக் கலைஞன் என்று நான் கூசாமல் அழைப்பேன். வண்ணக் கலவை களில் இத்தனை கனவுகளைச் சிதறத் தெரிந்தவன் கலைஞன்தான்" என்று முடித்திருந்தாள். அந்தக் கடிதத்தைத் தபாலில் சேர்க்கும்போது அதனுள் வினையின் விதைகளும் அடங்கியிருந்தன என்பதை ரத்னாபாய் ஊகித்திருக்கவில்லை. அம்புவிடமிருந்து வந்த பதிலில், "ரத்னா, உனது ஆங்கிலம்! எத்தனை தடவை அதை வியந்தாயிற்று! வியந்ததைச் சொல்லத் தெரியாமல் விழித்தாயிற்று! ஒன்றாய்த்தானே படித்தோம்? எங்கிருந்து கிடைத்தது உனக்கு மட்டும் இப்படி ஒரு பாஷை? கடிதங்கள் மனப்பாடம் செய்யப்படுவதுண்டோ? செய்கிறேன். சில சமயம் மறு பாதியை அவர் திருப்பிச் சொல்லு கிறார். பரதநாட்டியம் மனக்கண்ணில் வருகிறது, உன் பாஷையின் நளினத்தை உணரும்போது. நானும் கல்லூரி ஆசிரியை, அதுவும் ஆங்கிலத்தில். நினைக்கவே வெட்கமாக இருக்கிறது . . . ஆமாம் அப்படி என்ன அதிசயம் அந்தப் புடவையில்? வாங்கி வை எனக்கும் ஒன்று. அதே மாதிரி. என் சக ஆசிரியைகளுக்கு இரண்டு. வெட்கப் படட்டும் அவர்களும் என எண்ணி உன் கடிதத்தைக் காட்டப்போக - பயப்படாதே. முழுவதுமல்ல; சில பகுதிகளைத்தான் - இப்படி ஒரு கோரிக்கை வந்து சேர்ந்தது. தொந்தரவுதான் உனக்கு" என்று எழுதியிருந்தாள்.

"தொந்தரவுதான்" என ரத்னாபாய் கடிதத்தைப் படித்து முடித்த தும் முணுமுணுத்தாள். "அம்பு, என் கண்ணே. நீ நினைப்பதைவிடவும் பெரிய தொந்தரவு" என்று கற்பனையில் அம்புவின் வாட்டசாட்ட மான முழு உருவத்தையும் - இடது கைவிரல் நுனிகளால் அடிக்கொரு தரம் மூக்குக்கண்ணாடியின் இரு ஓரங்களையும் தொட்டு அசைத்துக் கொள்ளும் அவளுடைய தன்னுணர்வற்ற செய்கையோடு - கண்முன்

நிறுத்திச் சொன்னாள். "சிக்கலான பொறி, சிக்கலான பொறி" என்று அவள் வாய் ஆங்கிலத்தில் முணுமுணுத்தது.

மில்டன் நழுவி விட்டிருந்தான். ஒவ்வொரு தடவை உணவுக்குப் பின்னும் இப்போதெல்லாம் இப்படி ஒரு நழுவல். இன்னும் பதினேழு வயது முடியவில்லை. அதற்குள் இந்தப் பழக்கம். வசதியாக புதுப் பெட்டிக்கடையும் பக்கத்திலே வந்தாயிற்று. ஆமாம் . . . எங்கிருந்து காசு? பப்பாவிடமிருந்து திருடிக்கொள்வான் போலிருக்கிறது. பப்பா, மம்மியிடமிருந்து திருடிக்கொள்ளும்போது இதில் என்ன தப்பு? ரோஸியும் மேரியும் தையல் வகுப்புக்குப் போயிருந்தார்கள். இருவருக்குமே படிப்பு வரவில்லை. பள்ளிக்கூடத்தில் ரத்னாபாய் டீச்சரின் பிள்ளைகளா என்ற கேலியை வாங்கிக் கட்டிக்கொண்டதுதான் மிச்சம். ஒவ்வொரு வருடமும் அக்காவும் தங்கையும் மாறி மாறித் தோற்றுக் கொண்டிருந்தார்கள். "அவமானம் . . . அவமானம்" என்று ரத்னாபாய் ஆங்கிலத்தில் முணுமுணுத்தாள், "என் குழந்தைகளா இவை? இல்லை. இல்லவே இல்லை. ஜாண்சனின் குழந்தைகள். வேட்டைக்காரனின் குழந்தைகள். வலிக்கிற பல்லை, ஊசிபோட்டு உணர்வு இழக்கச் செய்யாமல், வலியோடு பிடுங்குகிறவனின் குழந்தைகள். அவனுடைய சதா ரத்தச் சிவப்பேறிய கண்களும், முரட்டுக் கைகளும், கைகளிலும் மார்பிலும் கரடிக்கு முளைத்திருப்பதுபோல் கரு மயிரும் . . . கடவுளே, ஏன் என் மனத்தில் வசையைப் புகுத்துகிறாய்?" என்று வாய்விட்டு அரற்றினாள் ரத்னாபாய். ஏன் இவ்வாறு துரதிருஷ்டம் பிடித்துப்போனேன்? அம்மா சொல்வாள் உலகம் வயிறெரிந்துவிட்டது என்று . . .

ரத்னாபாயைச் சிறுவயதில் அவளுடைய தாயார் மீராபாய் டீச்சர் வெளியே அழைத்துச் செல்லும்போது, அவளைப் பார்த்த ஒவ்வொரு ஆணும் பெண்ணும் வயிறெரிந்துவிட்டார்களாம். ரத்னாபாயின் அழகு அவர்களிடத்தில் தாங்க முடியாத பொறாமையை ஏற்படுத்திற்றாம். மீராபாய் டீச்சரின் வாதம் இது.

அம்புவுக்குப் பதில் எழுத எத்தனை நாட்கள் கடத்துவது? மீண்டும் கடிதம் வந்துவிட்டது. "மறந்துவிட்டயா ரத்னா? லீவு தானே? மசக்கையோ? டூவா . . .?"

ரத்னாபாய் எழுந்திருந்து மாடிக்குச் சென்றாள். மொட்டை மாடியில் தரையில் ஒரு கிழவர் உட்கார்ந்து கொண்டிருந்தார். வழுக்கைத் தலை. அழுக்குத் துண்டால் கன்னங்களைச் சுற்றி கழுத்தில் கட்டிக்கொண்டிருந்தார். கன்னம் வீங்கிய வீக்கத்தில் கண்கள் இடுங்கிப் புதைந்துகிடந்தன. முகம் 'ஜிவ் ஜிவ்'வென்று சிவந்து கிடந்தது. ரத்னாபாய் எதிர்ப்பட்டதும் கிழவர் சாத்தியிருந்த மாடி அறைக் கதவைச் சுட்டிக்காட்டி 'கவனிக்கச் சொல்லுங்கள்' என்று சமிக்ஞை காட்டினார். ரத்னாபாய் முகம் கோபத்தில் கடுகடுத்தது. விரல் நுனியால் மிகுந்த நாசுக்குடன் கதவைச் சுண்டி

னாள். கதவு திறக்கப்படவில்லை. பலமாகத் தள்ளிக்கொண்டு உள்ளே நுழைந்தாள். நோயாளிகளை உட்கார்த்தும் நாற்காலிக்குப் பக்கத்தில், பல்லை ராவும் கருவியின் பெரிய இரும்புச் சக்கரத்தின டியில் தலை வைத்து லுங்கி விலகிக் கிடக்க அலங்கோலமாகத் தரையில் கிடந்தான் ஜாண்சன். "அசிங்கம், வெட்கமாய் இல்லையா?" என்று கத்தினாள் ரத்னாபாய். "காலால் உதைப்பேன்" என்றாள். லேசாக ஒரு முனகல் கேட்டது. "எனக்குக் கொஞ்சம் பணம் வேணும். அவசரம். பத்துப் பதினைந்து நாட்களில் திருப்பிக் கொடுத்துவிட முடியும்" என்றாள். மீண்டும் முனகல் எழுந்தது. "உங்களிடம் ஒரு உதவியை நாடி வந்திருக்கிறேன். எனக்குப் பைத்தியம். எப்பொழு தாவது நீங்கள் எனக்காக உங்கள் சுண்டு விரலை அசைத்திருக்கிறீர் களா?" என்று ஆங்கிலத்தில் பேசினாள். நாடகத்தில் ஒரு கதாபாத்தி ரம் பேசுவதுபோல் இருந்தது. வெளியே கிழவர் தன் இருப்பிடத்தை விட்டு எழுந்திருந்து கதவுக்குப் பின்னால் வந்து நிற்பதாக ரத்னா பாய்க்குத் தோன்றிற்று. 'சாத்தியிருக்கும் கதவுக்குப் பின்னால் ஏன் இவ்வாறு நிகழ்ந்திருப்பதாக எனக்குத் தோன்ற வேண்டும். அதிக உணர்வுகள் வேலை செய்வதாலா? கற்பனையின் திமிறி னாலா? என்னுடைய நுட்பமும், நகாஸூம், பதவிசும், லளிதமும் முரட்டுத்தனத்தால் சூறையாடப்பட்டு விட்டதா?' கதவைத் திறந்து பார்க்கிறபோது கிழவர் அங்கு நின்று கொண்டிருந்தால், தனது காரியங்கள் சுமாரான வெற்றிக்குத் திரும்பும் என்றும், அப்படியில் லாத வரையிலும் இப்போது இருப்பதுபோலவே இருக்கும் எனவும் கற்பனை செய்து கொண்டு கதவைத் திறந்தாள். கிழவர் இருந்த இடத்திலேயே உட்கார்ந்து கொண்டிருந்தார். ரத்னாபாய் மீண்டும் உள்ளே நுழைந்து, "நான் சொல்வது காதில் விழுகிறதா?" என்று உரக்கக் கத்தினாள். மீண்டும் முனகல் கேட்டது. முகம் லேசாகத் திரும்பியதும் கடைவாயிலில் எச்சில் வழிவது தெரிந்தது. "மிருகம், மிருகம். மிருகத்திலும் கேவலம்" என்று அவள் வாய் முணு முணுத்தது. சிறு சுவர் அலமாரியைத் திறந்து இரண்டு மாத்திரைகளை ஒரு புட்டியிலிருந்து எடுத்துக்கொண்டு கிழவர் முன்னால் வந்தாள். "இதை விழுங்கிவிட்டு உட்கார்ந்து இரும்" என்று சொல்லிவிட்டுப் படியிறங்கிக் கீழே வந்தாள்.

இப்போதே போய், காரியத்தை முடித்துவிட்டால் என்ன என்று ரத்னாபாய்க்குத் தோன்றியது. இன்று இரவு எப்படியும் அம்புவுக்குப் பதில் எழுதவேண்டும் என்பதும், அந்த அந்த இடத்திற்கு என்ன என்ன வார்த்தைகளை உபயோகிக்கவேண்டும் என்பதும் அவள் மனதில் உருவாகியிருந்தன.

வாசல் கதவைச் சாத்திவிட்டு உள்ளே வந்தாள் ரத்னாபாய். மாடியிலிருந்து ரேழிக்கு வரும் மாடிப்படிக் கதவையும் சாத்தினாள். இப்போது உள்ளே ஒரே இருட்டாகிவிட்டது. விளக்கைப் போட்டாள். இரண்டு கைகளிலும் சோப்பை நுரைத்துக் கைவளையல்களைக் கழற்றினாள். முகத்தைக் கண்ணாடியில் பார்த்தாள். முன் நரையை

உள்ளே தள்ளிக் கருமயிரை மேலே இழுத்துவிட்டாள். "காலம் குதிரை மீது ஏறிவந்து என்னைத் தாக்குகிறது" என்று ஆங்கிலத்தில் சொல்லிக்கொண்டாள். "இருபத்தைந்து வருடங்களுக்கு முன் நான் ஒரு பேரழகி என்பது உங்களுக்குத் தெரியுமா?" என்று ஒரு சபையைப் பார்த்து கேட்பதுபோல் கற்பனை செய்துகொண்டு கேட்டாள். வளையல்களைக் கைப்பையில் வைத்துக்கொண்டு தெருவில் இறங்கினாள்.

இருபது இருபத்தைந்து வருடங்களுக்கு முன்னர், ரத்னாபாய் தன் தாயார் மீராபாயுடன் தெருவழியாக நடந்து செல்வது இளைஞர் உலகில் ஒரு முக்கியமான சம்பவம். இந்த வாய்ப்பை எதிர்பார்த்து அவர்கள் ஏமாறுவதும், எதிர்பாராத நேரங்களில் கிடைத்துவிடுவதும் இளைஞர் உலகின் முக்கியமான செய்திகள். 'என்னுடைய பொக்கிஷம் எப்படி?' என்று பெருமிதம் வழியும் முக பாவத்துடனும், 'என் பொக்கிஷத்தை எப்படி உங்களிடமிருந்து காப்பாற்றப் போகிறேனோ?' என்ற கவலை தெரியும் முகத்துடனும் மீராபாய் ரத்னாபாயுடன் இடைவெளிவிடாமல் நடந்து போவாள். தன் பெண்ணைக் கல்யாணம் செய்துகொள்ளச் சில டாக்டர்களும் இன்ஜினியர்களும் முன்வந்துள்ளனர் என்றும், தான் இன்னும் எந்த முடிவும் எடுக்கவில்லையென்றும் மீராபாய் அடிக்கடி சொல்லிக் கொண்டிருந்தாள். இது உண்மையா இல்லையா என்பது தெரியாது. ஆனால், தபாலில் ரத்னாபாய்க்குக் காதல் கடிதங்கள் வந்தன. அக்கடிதங்களை ரத்னா பாயின் தாயாரே தபால் சேவகனிடமிருந்து பெற்று, படித்து, சந்தோஷப்பட்டு அவற்றை மறைவாக வைத்துக்கொண்டாள். எங்கள் ஊரில் அந்தக் காலத்திலிருந்த பெரிய வீட்டுப் பிள்ளைகளில் அநேகர் அவளுக்குக் காதல் கடிதங்கள் எழுதியிருக்கிறார்கள். ரத்னாபாய் ஒரு ஆங்கிலப் பிரியை என்ற செய்தி அப்போதே அடிபட்டுக் கொண்டிருந்ததால், ஒவ்வொருவரும் தங்களுக்குத் தெரிந்த கடுமை யான ஆங்கில வார்த்தைகளை எல்லாம் தாங்கள் எழுதிய காதல் கடிதங்களில் திணித்து, அதற்குமேல் தங்களுக்குத் தெரிந்த ஆங்கிலக் கவிதைகளையும் சேர்த்திருந்தார்கள். இவ்வாறு காதல் கடிதங்களை எழுதியுள்ள பையன்களில் எந்தப் பையனைத் தேர்ந்தெடுப்பது புத்திசாலித்தனமானது என மீராபாய் டீச்சர் தனது மனத்தில் ஓயாமல் கணக்குப் போட்டு வந்தாள். அவள் மனத்தில் தன் பெண்ணுக்குத் தெரியாத பெரிய பிரச்சினையாக இது வளர்ந்து வந்திருந்தது. நாள் போகப்போக இந்தப் பிரச்சினையின் தீவிர நிலை தளர்ந்தது. இதற்குக் காரணம், ரத்னாபாய்க்குக் காதல் கடிதங்கள் எழுதிய பையன்களில் அநேகர் தங்கள் படிப்பை முடித்துக் கொண்டு தங்கள் மாமன் மகளையோ அல்லது அத்தை பெண்ணையோ அல்லது தாய் தகப்பன் தேடிச் சேர்த்த வேறு உறவுப் பெண்ணையோ கட்டிக்கொண்டு பம்பாய், கல்கத்தா என்று மறைந் தார்கள். இந்த இளைஞர்களில் யாரையாவது, விடுமுறை நாட்களில்

எங்கள் ஊர் திரும்பும்போது மனைவி சகிதம் மீராபாய் டீச்சர் பார்த்துவிட்டால், அன்று இரவு ரத்னாவிடம், "அந்த மயில் வீட்டுக் காரர் பிள்ளை அவன் பெண்டாட்டியைக் கூட்டிக்கொண்டு போகிறான், பார்த்தேன். இதைவிட அவன் ஒரு கருங்குரங்கைக் கட்டிக் கொண்டிருக்கலாம்! வெட்கம் கெட்ட பயல்" என்று திட்டுவாள். "அம்மா, அவர் பெண்டாட்டி எப்படி இருந்தால் நமக்கு என்ன? எனக்கு வம்பு பிடிக்காது" என்பாள் ரத்னாபாய். "உன் புத்திக்குத்தான் யாரும் உன்னைக் கட்டிக்கொள்ள வரவில்லை" என்று கொதிப்பாள் தாயார். "அது உன்னுடைய பிரச்சினை அல்ல; என்னுடையது" என்று ஆங்கிலத்தில் பதில் சொல்லுவாள் ரத்னாபாய்.

ரத்னாபாய்க்கு அவளுடைய நெருங்கிய தோழிகள் பலரைப்போல் ஆங்கிலம் எடுத்து எம்.ஏ. சேர முடியாமல் போயிற்று. "நாங்கள் படித்து எதற்குடீ? நீ அல்லவா படிக்க வேண்டும்" என்றார்கள் தோழிகள். "கடன்காரங்க கத்துவதை நீ ஏன் பொருட்படுத்த வேண்டும்? கத்து வாங்க; நீ படி. நான் படிக்க வைக்கிறேன் உன்னை" என்றாள் மீராபாய் டீச்சர். பிடிவாதமாய் பி. டி. படித்து ஆசிரியை ஆனாள் ரத்னாபாய்.

'எம். ஏ. படிக்க முடியாமற்போனது தான் எனது கேடு காலத்தின் ஆரம்பம்.' இந்த ஆங்கில வாக்கியத்தைப் பல தடவை ரத்னாபாய் பின்னால் சொல்ல நேர்ந்தது. ரத்னாபாய்க்கு வயதாகிக்கொண்டிருப்பது இப்போது அவள் முகத்தில் தெரிந்தது. "என்ன, ஏதாவது பார்த்தாயா?" என்று தெரிந்தவர்கள் கேட்பதைச் சகித்துக்கொள்ள முடியாமல் மீராபாய் டீச்சர் வெளியே போவதைக் குறைத்துக்கொண் டாள். இந்த விசாரிப்புகளில் லேசான பரிகாசம் கலந்திருப்பதையும் இப்போது அவளால் உணர முடிந்தது. "எந்த டாக்டருக்கும் அதிருஷ் டம் அடிக்கவில்லையா இன்னும்?" என்று மீராபாயிடம் சக ஆசிரியைகள் கேட்டுக்கொண்டிருந்தனர். "எனது திருமணத்தை ஒரு சமூகப் பிரக்ஞையாக்கிவிட்டாய். இது நீ எனக்கு இழைத்த மாபெரும் தீங்கு" என்றாள் ரத்னாபாய் தன் தாயாரிடம். "இப்போ தெல்லாம் நீ பேசுவதே எனக்குப் புரியமாட்டேன் என்கிறது. நீ வேறு யாரோ மாதிரி பேசுகிறாய்" என்றாள் மீராபாய் டீச்சர்.

அநேகமாக ஒவ்வொரு நாளும் ரத்னாபாய் பள்ளிக்கூடம் போகும் வழியில் ஜாண்சனைப் பார்ப்பது வழக்கம். பல் ஆஸ்பத்திரி முன் னால் லுங்கியைக் கட்டிக்கொண்டு அவன் சந்தோஷமாக நின்று கொண்டிருப்பான். காலையில் அவள் பள்ளிக்குப் போகும்போது, அவன் தன்னுடைய பழைய மாடல் குட்டிக்காரைக் கிளப்ப முயன்று கொண்டிருப்பான். நாலைந்து கூலிச் சிறுவர்கள் பின்னாலிருந்து தள்ளுவார்கள். கார் கிளம்பியதும் அத்தனை சிறுவர்களும் கார் கதவைத் திறந்துகொண்டு உள்ளே சாடி ஏறி விழுவார்கள். கார் ஒரு ரவுண்டு சுற்றிவிட்டு வந்து ஆஸ்பத்திரி முன் நிற்கும். "அந்தச்

செய்கை - அதில் நான் கண்ட எளிமை - அந்த ஏழைச் சிறுவர்களும் உங்களை அன்னியோன்னியமாக பாவித்த விதம் - அதற்காக உங்களை நேசித்தேன்” என்று ஆங்கிலத்தில், திருமணம் முடிந்த அன்று இரவு ஜாண்சனிடம் சொன்னாள் ரத்னாபாய். “உன்னைவிடவும் அழகாக இருக்கிறது உன் ஆங்கிலம்” என்றான் ஜாண்சன்.

ஜாண்சனுடன் வாழ்க்கையைப் பகிர்ந்துகொள்ளுவது சாத்திய மில்லை என்பது ஒரு சில வாரங்களிலேயே ரத்னாபாய்க்குத் தெரிந்து போயிற்று. அன்றாடம் அவன் குடித்தான். கிடைக்கும் சந்தர்ப்பங் களில் எல்லாம் நண்பர்களுடன் வேட்டைக்குச் சென்றான். மனைவி, வீடு எனும் உணர்வுகள் அவன் ரத்தத்தில் கிஞ்சித்தும் கிடையாது என்பது ரத்னாபாய்க்கு உறுதியாயிற்று. “நான் ஒரு பொறுக்கி. என்னை நீ கட்டுப்படுத்த முடியாது. நீ சீமாட்டி என்றால் உன் அம்மாவிடம் போய் இரு” என்று குடி வெறியில் கத்துவான் ஜாண்சன். “நீர் ஒரு எளிமையான மனிதர் என்று நினைத்து நான் ஏமாந்து போய்விட்டேன். வாழ்க்கை எவ்வளவு பயங்கரம்” என்றாள் ரத்னாபாய். “உன் ஆங்கிலத்தை நான் வெறுக்கிறேன்” என்று கத்துவான் ஜாண்சன்.

அன்று பேங்கில் அவள் எதிர்பாராத செய்தி கிடைத்தது. புதன் கிழமை மட்டும்தான் தங்கத்தின் பேரில் பணம் கடன் கொடுப்பார் களாம். ரத்னாபாய் ஜவுளிக்கடைக்குச் சென்றாள். பட்டுச்சேலைகளை எடுத்து வைத்துவிட்டு, கையிலிருக்கும் சிறு தொகையை முன் பணமாகக் கொடுத்துவிட்டுப் போனால், பின்னால் பேங்கிலிருந்து பணம் பெற்று பாக்கியை அடைத்து, சேலைகளையும் எடுத்துச் சென்றுவிடலாம் என்று எண்ணினாள். கடைப்பையன்கள் முன்னால் வந்து நின்றதும், “அன்று நான் எடுத்துக்கொண்டு போன மாதிரி சேலை வேண்டும்” என்றாள். அவள் மனம் குறுகுறுத்தது. “கடவுளே, எதற்காக இப்படி நான் சொல்கிறேன்? எனக்கும் புத்தி பேதலித்து விட்டதா” என்று மனதிற்குள் முணுமுணுத்துக் கொண்டாள். பையன் கள் விழிக்க ஆரம்பித்தார்கள். ஒவ்வொருவராய் வந்து அவளைப் பார்த்துவிட்டுப் போனார்கள். “யார்ரா அண்ணைக்குக் கொடுத்தது?” என்று முதலாளி அதட்ட ஆரம்பித்தார். ‘நான் எடுக்காத சேலையை எப்படி இவர்கள் காட்ட முடியும்? இதற்கு மேலும் இவர்களை தண்டிப்பது என்னைப்போன்ற ஒரு ஸ்திரீக்கு அழகல்ல’ என்று ரத்னாபாய் ஆங்கிலத்தில் நினைத்துக்கொண்டே, “நல்லதா எதையா வது காட்டுங்கப்பா?” என்றாள். ‘எனக்கு புத்தி பேதலித்துவிட்டது. கற்பனையே நிஜம் என்று நம்ப ஆரம்பிக்கிறேனா?’ பையன்கள் பட்டுச்சேலையை எடுத்துவர அறைக்குள் சென்றார்கள். “உண்மையில் அப்படி எழுதியிருக்க வேண்டிய அவசியமில்லை. அதிலும் என் அருமை அம்புவுக்கு” என்று ரத்னாபாய் மனத்திற்குள் சொல்லிக் கொண்டாள். அகஸ்மாத்தாய்ப் படிக்க நேர்ந்தது அந்த ஆங்கிலக் கவிதையை. அற்புதமான கவிதை. ஒவ்வொரு வார்த்தையும் வைரத் தோட்டில் கற்கள் பதித்த மாதிரி இருந்தது. அதில் சில வார்த்தைகள்

ரத்னாவிடம் ஏதோ விதமான மயக்கத்தை ஏற்படுத்திற்று. அந்த வார்த்தைகளைப் பயன்படுத்தி ஒரு பட்டாடையை வருணித்தால் வர்ணனை மிக அற்புதமாய் அமையும் என்று அவளுக்குத் தோன்றிற்று. அந்த வருணனையை அன்றே - அப்போதே - அம்புவுக்கு எழுதுவதை அவளால் கட்டுப்படுத்த முடியவில்லை. "பொல்லாத பொறிதான் அது" என்று ரத்னாபாய் முணுமுணுத்தாள். "அது சரி, எடுக்காத சேலையை எடுத்ததாக இப்போது நான் ஏன் சொல்லுகிறேன். எதற்காக? ரத்னா, சொல்லு, எதற்காக?" என்று ரத்னா கேட்டுக் கொண்டாள். சேலைகளைக் கவுண்டரில் பரப்பிவிட்டார்கள். "எதைத் தேர்ந்தெடுப்பது? அம்பு, உனக்கு எது பிடிக்கும்? உன் சிநேகிதிகளுக்கு எது பிடிக்கும்? உன் சிநேகிதி ஆங்கிலத்தில் ஒரு மேதை; ஒப்புக்கொள்கிறோம். ஆனால் புடவை தேர்ந்தெடுப்பதில் அவள் ஒரு அசடு என்று அவர்கள் உன்னிடம் சொல்லும்படி ஆகுமா? அல்லது ஆங்கிலத்தில் வெளிப்பட்ட ருசி புடவைத் தேர்வில் அழுத்தம் பெறுகிறது என்பார்களா? பின்வாக்கியத்தை அவர்கள் சொல்லவேண்டுமெனில் நான் தேர்ந்தெடுக்க வேண்டிய சேலை எது? எனக்கு ஏன் இன்று ஆங்கில வார்த்தைகள் அதி அற்புதமாய் ஓடிவருகின்றன? அம்புவுக்கு ஒரு நீண்ட கடிதம் எழுதுவதற்கான வேளை நெருங்கிவிட்டதா?" மூன்று சேலைகளைத் தேர்ந்தெடுத்தாள் ரத்னாபாய். புதன்கிழமை காலையில் மீதிப்பணம் தந்து எடுத்துக்கொள்வதாய்க் கடைமுதலாளியிடம் சொல்லி, சிறிது முன்பணமும் கொடுத்துவிட்டு வெளியேறினாள்.

அன்று இரவு ரத்னாபாய் அம்புவுக்கு ஒரு நீண்ட கடிதம் எழுதினாள். அதன் கடைசி பாராவில் "சேலைகள் எடுத்து அனுப்பிவிட்டேன். உனக்கும் உன் சிநேகிதிகளுக்கும். நீயும் உன் சிநேகிதிகளும் அதைக் கட்டிக்கொண்டு கல்லூரி முன்னால் (அதன் வெளிச்சுவர், கல்லால் எழுப்பப்பட்டது) நிற்பதாய் கற்பனையும் பண்ணியாயிற்று. ஒன்று சொல்லிவிடுகிறேன். நீ உன் சேலைக்குப் பணம் அனுப்பினால் எனக்குக் கெட்ட கோபம் வரும். எனக்குத் தரவேண்டியது உன் புகைப்படம், அந்தப் புடவையில். ஐயோ! என் சிநேகிதிக்கு என்னால் நஷ்டம் என்று இளைத்துப்போய்விடாதே. இங்கு பிள்ளைகள் தோற்றுக்கொண்டுதான் இருக்கிறார்கள். பல்வலிக்கும் குறைவில்லை" என்று எழுதியிருந்தாள்.

தான் எழுதிய கடிதத்தை ஏழெட்டுத் தடவை படித்துப் பார்த்தாள் ரத்னா. அவளுக்கு ரொம்பவும் பிடித்திருந்தது. "பாஷை ஒரு அற்புதம். கடவுளே உனக்கு நன்றி" என்றாள். "இதைவிட்டால் எனக்கு வேறு எதுவுமில்லை" என்றாள். மீண்டும் கண்ணாடி முன் நின்று சிறு அபிநயத்துடன் அந்தக் கடிதத்தைப் படித்தாள்.

புதன்கிழமைக் காலையில் பேங்குக்குப் போகவேண்டும் என்ற சிரத்தையே ரத்னாபாய்க்கு ஏற்படவில்லை.

அஃக், 1976

குரங்குகள்

குரங்குகளின் துஷ்டத்தனம் பொறுத்துக் கொள்ள முடியாததாகி விட்டது. ஒவ்வொரு நிமிஷமும் அவற்றின் இருப்பை பிரக்ஞையில் வைத்துக்கொள்ள வேண்டும் என்றாகிவிட்டது. அசந்தால் போச்சு. ஒரு கணம் தப்பினால் போச்சு. இரவாவது நிம்மதியாகத் தூங்குமா அதுகள்? நேரம் வீணாகிவிடுமே. எவ்வளவு விஷமங்கள் பாக்கி கிடக்கு!

சமீப காலமாகத்தான் இப்படிக் கிளம்பிவிட்டன இவை. எல்லாம் கூடிப் பேசிக்கொண்டு, ஊர்க்காரர்களை விரட்டிவிடலாம் என்ற தீர்மானத்திற்கு வந்துவிட்ட மாதிரி, விஷமங்களில் இறங்கிவிட்டன. கொடியில் துணி உலர்த்த முடியாது. பற்றுப் பாத்திரத்தை வெளியே போட முடியாது. வாளியையும் கயிறையும் ஒவ்வொரு தடவையும் உள்ளே கொண்டு வைக்க வேண்டும். ரொம்பவும் இம்சைதான். “எங்கள் ஞாபகத்தில் ஒருபோதும் இந்தத் தொந்தரவு இருந்ததில்லை” என்று வயதானவர்கள் சொன்னார்கள். அப்போது அவை இப்படிப் பெருத்திருக்கவும் இல்லையாம். தங்கள் கீர்த்திக்கு ஹானி வந்துவிடக் கூடாதே என்ற கவலையில் செய்வது மாதிரி, அப்போதெல்லாம் சின்ன விஷமங்கள் செய்து வைக்குமாம்.

குரங்குகள் விஷமங்கள் செய்ய வேண்டியவைதாம். விஷமங் களைப் பூராவும் விட்டுவிட்டதென்றால் ஒவ்வொன்றும் வைதவ்யத் திற்கு ஒப்புக்கொடுத்தமாதிரி ஆகிவிடும். அவற்றைப் பார்க்கவே சங்கடமாய்ப் போய்விடும். ‘விஷமம் செய்’ என்றுதான் கடவுள் அவற்றிடம் சொல்லியிருக்கிறார். இல்லையென்றால் அதன் உறுப்பின் ஒவ்வொரு பகுதியும், இப்படி விஷமத்தைக் கடைந்தெடுத்த சாரத்தால் செய்திருக்க வேண்டியதில்லை.

ஆனால் எதற்கும் ஒரு வரன்முறை இருக்கிறது. கொஞ்சம் பொறுத்துக் கொள்ளலாம். அவையும் ஜீவன்கள். கூடக் கொஞ்சம் பொறுத்துக் கொள்ளலாம். லபக்கென்று பிடுங்கிக்கொண்டோ எடுத்துக்கொண்டோ ஓடுவதிலிருந்தும், எதிர்பாராத நிமிஷத்தில் குதித்து இறங்குவதிலிருந்தும், ஊர்வாசிகளை அற்பமாய் நினைத்து

வலித்துக் காட்டுவதிலிருந்தும் அவற்றை இப்போதைக்கெல்லாம் பின்திரும்பச் செய்ய முடியாது. அவை அவற்றின் காரியங்களில் ஊறிப்போய், அக்காரியங்களிலிருந்து செய்யப்பட்டவை.

இந்த அழகில் குரங்குகள் அவற்றின் கோணல்களை விருத்திசெய்ய வேறு ஆரம்பித்துவிட்டால் விபரீதம்தான். அபாய எல்லைகளைத் தாண்டிச் சென்றுகொண்டிருந்தன விஷமங்கள். குளிக்கும் பெண் களை அவைகள் எட்டிப் பார்ப்பதாக ஒரு பேச்சு கிளம்பிற்று. முதலில் இதை யாரும் நம்பவே இல்லை. தற்செயல் நிகழ்ச்சியைக் காரணபூர்வ மாக்கிவிட்டார்கள் என்றுதான் எண்ணினார்கள். குளிக்கும் போது வயசுப்பெண்களுக்கு யாரோ பார்த்துவிட்டதுபோல் சந்தேகம் தட்டுவது சகஜம் என்றார்கள். ஆனால் இந்தச் சமாதானங்கள் ஒரு சில நாட்களில் குலைய ஆரம்பித்துவிட்டன. கிராமத்திலேயே மிக அழகான பெண் ஸ்நான அறையிலிருந்து அம்மணமாக ஓடிவரும் படி ஏற்பட்டுவிட்டது. பளிங்கும் கனவும் குழைத்துச் செய்யப்பட்டி ருந்த அவளுடைய சிறிய முலைகளில் சிறிய நகப்பிராண்டல்கள் இருந்ததாம்.

ஊரின் மொத்த ரத்தமும் கொதிக்க ஆரம்பித்துவிட்டது. 'இப்படி யும் உண்டா? கேள்விப்பட்டதே இல்லையே' என்று கொதித்தார்கள். பிராணிகளின் பழக்கஇயல் பற்றி வாசித்திருந்த இளைஞர்கள், விலங்கியலில் இதற்கு ஆதாரம் இல்லை என்றார்கள். குரங்குகளுக்கு இக்குணம் ஏற்படும் என்றும் வடமொழியில் ஒரு பெரிய கவி இதுபற்றிப் பாடி இருக்கிறான் என்றும் பண்டிதர் சொன்னார். "அறிஞர்களுக்கு அல்ல; கவிஞனுக்கே இந்த நுட்பம் தெரியும்" என்றார் அவர். குரங்குகளின் இயற்கையான குணம் அல்ல இது என்றும், நீண்டகால மனித சகவாசத்தால் அவற்றின் மனத்தில் ஊறும் புதிய ரசம் இது என்றும் கவிஞன் நேராகச் சொல்லாமல் தொனித் திருப்பதாக அவர் சொன்னார். அப்படியானால் பெண்களைக் குரங்குகள் பிடுங்கிக் கொள்ளும் காலம் வருமோ என்ற சந்தேகம் ஆண்கள் மனத்தில் ஊசலாட ஆரம்பித்தது.

உண்மையில் அவற்றிற்கு இந்தப் புத்தி ஏற்பட்டிருக்க வேண்டிய தில்லை. அவை கூடிவாழ்ந்த இடம் மனோரம்மியமானது. பழையாற் றின் கரை. கட்டைவிரல் போல் நகரைவிட்டு விலகியும் ஒட்டியும் இருந்த இடம். தட்பவெட்பநிலைகள் வெகு இதமாக இருந்தன. சிவன் கோயில் பின்புறம் அரளிக்காடு, பலாமரங்கள். சன்னதித்தெருவின் ஒரு வரிசையின் பின்பக்கம் தென்னந்தோப்பு. அதன் பின் வாய்க்கால். அதன் பின் மிஷன் ஆஸ்பத்திரி வரையிலும், அப்பால் மலையடி வாரம் வரையிலும் வயல் வெளிகள். பரவசத்தால் குனியும் பயிரின் தலையைக் கோதிக்கொண்டு காற்று ஓடுவதை எப்போதும் பார்க்க லாம். தெருவோரம் நீராழி, அதையடுத்துச் சில காலி மனைகள். பின் மீண்டும் மரக் கூட்டம். ஆற்றின் கரை வரையிலும், வெகு அழகான செழிப்பான ஊர். அங்கு சில்லறை விஷமங்களுடன் சில்லறைத் திருட்டுக்களுடன் அவைகள் சந்தோஷமாக வாழலாம்.

அப்படித்தான் வெகுகாலமாக வாழ்ந்துவந்து கொண்டிருந்தன. சந்தோஷத்தின் ஒரு பகுதியாக, லாவக அசைவுகள் மூலம் மனித மனத்திற்கு எப்போதும் ஒரு கிளுகிளுப்பைத் தரக்கூடியவைகளாக, அசௌகரியத்தின் ஒரு பகுதியாக அவற்றை ஊர் ஏற்றுக்கொண்டு தான் இருந்தது. அவைகளும் அங்கு வந்து களித்துக்கூடி விருத்தியாகி, எத்தனையோ காலம் ஆகிவிட்டது. அப்படியே தொடர்ந்து போயிருக்கலாம்.

ஊர்வாசிகளை மனவருத்தம் கொள்ளும்படிச் செய்துவிட்டன அவை. இவ்வளவு ஆழ்ந்த வருத்தத்திற்கு அவர்களை ஆளாக்கிவிட்டோம் என்பதுகூட அவற்றிற்குத் தெரியும் என்று தோன்றவில்லை. தங்கள் விஷமம் அவற்றிற்குத் தெரியாதது போலவே பிறர் வருத்தமும் அவற்றிற்குத் தெரியவில்லை. ஒருக்கால், ஊர்வாசிகள் அவற்றால் படுத்தப்பட்டுக் கொண்டிருந்ததுபோல், விஷமங்களால் அவையும் படுத்தப்பட்டுக் கொண்டிருந்தனவோ என்னவோ!

இதுவரையிலும் என்ன என்ன செய்யும் என ஊர்வாசிகள் புரிந்துவைத்திருந்தார்களோ, அநேகமாய் அவற்றையே அவை செய்துவந்தன. தற்காத்துக்கொள்ளவும், விட்டுக்கொடுக்கவும், சிலபோது எதிர்க்கவும்கூட இப்புரிதல் அவர்களுக்கு உபயோகமாய் இருந்தது. இப்போது இந்த வாழ்க்கைநெறியிலிருந்து அவை சரிய ஆரம்பித்துவிட்டன. சரிவுகள், சரியும் நேரத்தில் உணரத்தக்கவை அல்ல போலும். எந்தப் பண்டத்தை அவர்கள் இறுகப் பற்றிக் கடைவாயில் சதா எச்சில் வழியும் படி தின்றுகொண்டிருந்தார்களோ, அந்தப் பண்டத்தில் கைவைக்கும் பயங்கரம் தங்களுக்குள் வளர்ந்து கொண்டிருப்பது அவைகளுக்குத் தெரியவில்லை. இளம் பெண்கள் ஒரு கோயில் குளம் என்று போய் வருவது நிம்மதிக் குறைவான காரியம் ஆகிவிட்டது. அசைவில் மார்புத்துணி சற்றே விலகும் போதுகூட அவை உற்றுப்பார்க்க ஆரம்பித்துவிட்டன. அம்மணத்தை ஆண்களுக்குக் காட்டியிருந்த பெண்கள், அந்நேரத்திய மனிதப் பார்வையைக் குரங்குகளின் கண்களில் கண்டு திடுக்கிட்டார்கள். தங்களை ஆடைகளைத் தவிர்த்து அவை பார்க்கும் பார்வையின் பச்சை அவர்களுக்கு நிச்சயமாகிவிட்டது.

குரங்குகளை ஒழிப்பதற்கான அந்த உபாயம் எப்படி அவர்களுக்குத் தெரியவந்தது என்பதை இப்போது யாருக்குமே சரியாகச் சொல்லத் தெரியவில்லை. யாரோ ஒரு பைராகி - சிவன்கோவில் மண்டபத்தில் சோம்பிக் கொண்டிருந்தவன்- தன்னிடம் சொன்னான் என நாலைந்து பேர்கள் உரிமை கொண்டாடினார்கள். பைராகி அல்ல, பாம்பாட்டி என்றும் ஒரு பேச்சு இருந்தது. எப்படி இருப்பினும், மிக அவசியமான ஒரு உபாயம், மிக நெருக்கடியான நேரத்தில் அவர்களை வந்தடைந்துவிட்டது. அதைப் பயன்படுத்திப் பார்க்கவேண்டும். பயன்படுத்தினால் வெற்றி கிடைக்குமா என்று பார்க்க வேண்டும்.

இதற்கு முன்னும் சில நாடோடி உபாயங்களையும், ஆயுதங்களையும், தந்திரங்களையும் அவர்கள் கையாண்டு பார்த்து தான் இருந்தார்கள். சொல்லும்படி பிரயோசனம் ஒன்றிலும் கிடைக்கவில்லை. குளுவர்களைக் கொண்டு கல்கட்டி நாண் எறியச் செய்தார்கள். சிறுவர்களும் இவர்களுடன் சேர்ந்துகொண்டு கல்லெறிந்தார்கள். பயங்கர வெறியுடன், அட்டகாசத்தடன், பசி வருத்தும் பிரக்ஞைகூட அற்று, ஓட ஓட எறிந்தார்கள். விஷமம் எனச் சிறுவர்கள் ஒளிந்து செய்த ஒரு காரியத்திற்கு, பெரியவர்களின் வெளிப்படையான ஊக்கம் பெற்ற சந்தோஷத்தில் மதி மயங்கி, அவர்கள் குரங்குகள் மீது கற்களை வீசினார்கள். "ஜீவ ஹிம்சை வேண்டாண்டா" என்று ஒரு பாட்டிகூட பிரலாபிக்கவில்லை. சிறுவர்கள் கத்திப் பின் தொடர, குளுவர்கள் தென்னந்தோப்புகளிலும் வாழைத் தோட்டங்களிலும் புகுந்து குரங்குகளைக் கற்களால் தாக்கினார்கள். ஊர் பார்த்துக்கொண்டிருந்தது. இந்தக் கூட்டத் தாக்குதலில் அதிர்ச்சியடைந்து, காயங்களில் ரத்தம் கசிய, கத்தி, சபித்து, பின் திரும்பி வலித்துக் காட்டிவிட்டு ஓடின குரங்குகள்.

அவை வெகுகாலத்திற்கு முன்னால் உலக்கை அருவியிலிருந்து இறங்கி, சிற்றூர்கள் தோறும் பரவி, இங்கும் வந்து சேர்ந்தவை. காலத்தால் மறைந்துபோன வந்த பாதையின் உள்ளுணர்வுகள், நெருக்கடியில் மீண்டும் தளிர்த்தது போல், வந்த பாதை நோக்கி அவை ஓடின. அவற்றின் முன்னோர்கள் வந்த அப்பாதை வழி அவை மிகுந்த கோபத்துடன், ஆக்ரோஷத்துடன், மனிதனின் சில அங்க அசைவுகளைப் போலிசெய்து கேலிகாட்டி, நின்று, பின் திரும்பி மீண்டும் வலித்துக்காட்டிவிட்டுச் சென்றன. வயல்வெளிகளில் அடிவானத்தைப் பார்த்து அவைகள் விரைந்து கொண்டிருந்ததை தென்னந்தோப்பில் நின்று ஆண்களும் பெண்களும் பார்த்தபோது, கம்பிளிப் போர்வையின் பெரிய சுருட்டுகள் உருண்டு போவதுபோல் தோன்றின. அக்காட்சி சிறுத்த பின்பும், அந்த சந்தியா சமயத்தில் அவற்றின் கோபமும் கேலியும் கலந்த குரல் காற்றில் மிதந்து வந்து கொண்டிருந்தது. தோப்பில் இருள் கவிழ்ந்தபோது, "இனிமேல் இங்கு இருக்க முடியாது என்பதை அவை தெரிந்து கொண்டுவிட்டன" என்று அவர்கள் பேசிக்கொண்டார்கள்.

ஆனால், அவர்கள் எதிர்பார்ப்பு வீணாகி விட்டது. ஒரு சில நாட்களில் இரண்டொன்று தென்பட ஆரம்பித்தன. சத்தங்களும் கேட்டன. அவ்வப்போது கூரையின் மேல்புறமும் மரங்களின் பச்சை இலை இடுக்குகளிலும் அவை வெளிப்பட ஆரம்பித்தன. சில நாட்கள் வரையிலும் பதுங்கியும் ஒளிந்தும் அவை ஊரைச் சுற்றி வந்தன. ஊர்வாசிகளை, அவை தங்கள் விரோதிகளாக பாவித்து விட்டது வெகு தெளிவாகத் தெரிந்தது. அவைகளின் உடம்புக் காயங்களும் சீழ்கட்டிப் புண்ணாகியிருந்தன.

ஆனால் அவர்களுடைய சங்கடத்தைக் கண்டு வருந்தி இயற்கை அளித்த பரிசு போல், ஒரு உபாயம் அவர்களைத் தேடி வந்துவிட்டது.

வெற்றி தரும், நிச்சய பலனை ஏற்படுத்தும் உபாயம் இது. இப்போது அவை ஓடி ஒளிவது சாத்தியமில்லை. திரும்பி வருவதும் சாத்திய மில்லை. பூண்டோடு அழிந்துவிடப் போகின்றன அவை. ஊர்ப் பெரியவர்கள் கூடி யோசித்தார்கள். அமுல்படுத்தும் நேரத்தில் பிழைகளைத் தவிர்க்கும் காரியத்தை அவர்கள் நன்றாக யோசித்தார் கள். நேர்த்தியாக அவர்களால் செய்துவிட முடியும். எத்தனையோ சோதனைகளைத் தாண்டி வந்தவர்கள்தானே அவர்கள். ஆமாம், சோதனையில் வெற்றி கண்டவர்கள். அதிலிருந்தே பலம் பெற்றவர்கள்.

அன்று அதிகாலையில் இருந்தே வேலைகள் ஆரம்பமாகி விட்டன. ஊருக்குள்ளிருந்தும் சுற்றுப்புறங்களிலிருந்தும், நீராழி, குளங்கள், ஓடைகள் சகல நீர் நிலைகளிலிருந்தும் எங்கெங்கிருந்து கிடைக்குமோ அங்கிருந்தெல்லாம் தண்ணீர்ப் பாம்புகளைப் பிடித்தார்கள். இந்த பாம்புகளைக் காகிதப் பொட்டலங்களாக, வெகு நேர்த்தியாக மடித்துக் கொண்டார்கள். கோவிலின் பின்னால் அரளிக் காட்டில், சன்னதித் தெருவின் பின்னால் தென்னந்தோப்பில், வாய்க்கால் ஓரங்களில், மிஷன் ஆஸ்பத்திரியின் முன் பக்கம் பரந்து கிடந்த வயல்வெளிகளின் வரப்புகளில், நீராழிக் கரையில், அதையடுத்த புளியந்தோப்பில், பழையாறுக்கு இட்டுச் செல்லும் பாதையோரங் களில், வாழைத் தோட்டங்களில் அவர்கள் நின்றுகொண்டிருந்தார்கள்.

குரங்குகளின் மனித ஆவலுக்கு ஒரு எல்லையே இல்லை. பொட்ட லங்களில் அவை பார்வைகள் குத்தி விட்டன. அவற்றுள் என்ன? இனிமேல் தாண்டிப் போகவோ அலட்சியப்படுத்தவோ மறக்கவோ அவற்றால் முடியுமா? கண்களில் ஆவலின் ஒளி பொங்க, மிகுந்த ஜாக்கிரதை உணர்வுடன், அவை மனிதர்களை நெருங்கி வந்தன. மரங்களிலிருந்து மண்ணில் இறங்கின. ஊர் கூடி எறிந்த கற்களின் காயங்கள் அவற்றின் உடம்பில் நன்றாகத் தெரிந்தன. மோசமான இடங்களில் கூட சீழ் கட்டிப் புண்ணாகியிருந்தது. கண்ணோரங்களி லும் மர்ம உறுப்புகளிலும்கூட காயம் பட்டுப் புண்ணாகியிருந்தது. அக்காயங்களுடன் அவை மனிதர்களை நெருங்கி வந்து இருகால் களில் நின்று கெஞ்சும் பாவனையை முகத்தில் மிகையாகக் காட்டி அப்பொட்டலங்களைக் கை நீட்டி வாங்கிக் கொண்டன. கிட்டத் தட்ட ஏக காலத்தில் என்று சொல்ல வேண்டும். எல்லா இடங்களி லும் இந்த விநியோகம் நடைபெற்றது. இது முதல் வெற்றி. உபாயத்தின் பிற அம்சங்களும் அவர்கள் எதிர் பார்த்தது போலவே நடந்தன.

பொட்டலம் கைக்குக் கிடைத்ததும் யாருக்கும் அதைத் தரக் கூடாது என்ற எண்ணத்துடனும், யாரேனும் அதைப் பிடுங்கி விடுவார்களோ என்ற பயத்துடனும், வெகு அவசரமாக மரக் கிளைகளில் தாவி ஏறிப் பொட்டலத்தை மனிதனைப் போலவே விரல்களை அசைத்துப் பிரித்தன. பிரித்த நிமிஷத்தில் உடம்பில் மின்சாரம் ஊடுருவித் தாக்கிற்று. மறுகணம் வெடுக்கென்று பாம்பின்

வாயை விரல்களால் அள்ளிப் பிடித்துக்கொண்டு கத்த ஆரம்பித்தன. உபாயம் பூரண வெற்றி அடைந்துவிட்டது.

அன்று காலை எட்டு மணிக்கெல்லாம் தோப்பிலிருந்தும் அரளிக் காடுகளிலிருந்தும் வயல்வெளிகளிலிருந்தும் பழையாற்றுக்குப் போகும் பாதைகளிலிருந்தும் குரங்குகளின் கூட்டக் கத்தல்கள் எழுந்தன. பின் நாட்களில் மூன்று நாட்கள் அக்கத்தல்கள் ஓயவில்லை. அந்த ஊர் கொஞ்சம் கலங்கத்தான் செய்தது. அடிவயிற்றைத் திருகும் கத்தல் அது. அவை ஒரு நிமிஷம் ஓயாமல், நிலைகொள்ளாமல் கிளைக்குக் கிளை தாவின. அவற்றின் அலைக்கழிப்பை யாராலும் நின்று பார்க்க முடியவில்லை. வீட்டுக்குள் எல்லோரும் ஒடுங்கிக் கொண்ட மாதிரி இருந்தது. அறியாது விழுங்கிவிட்ட கண்ணாடித் துகள்கள் ஜீரண உறுப்புகளைக் கிழிப்பது மாதிரி அவைகள் கத்தின. ஆனால், அப்போதும் பிடி தளரவே இல்லை. கைப்பிடிப்பை மீண்டும் ஒரு தடவை அவை பார்க்கக்கூட இல்லை. கண்களை இடுக்கிக் கொண்டு, வானக் கூரையைப் பார்க்க முகத்தை உயர்த்தியபடி கத்தின. நாலாவது நாள் அநேகக் கத்தல்கள் ஓய்ந்திருந்தன. ஒரு சில கத்தல்கள் மட்டும் ஹீனசுரத்தில், வயோதிக நோயாளியின் அந்திம காலத்தில் வெளிப்படுவதுபோல் கேட்டுக்கொண்டிருந்தன.

சன்னதித் தெருவில் தென்னந்தோப்புகளைக் கொல்லையில் கொண்ட வலது பக்க வரிசையில், கோவிலோரம் மூன்றாவது வீட்டில் பண்டிதர் குடியிருந்தார். அவருக்கு வயோதிகம். அதோடு, மூச்சுப் பேச்சில்லாமலும் அன்ன ஆகாரம் இல்லாமலும் நாட்கணக்கில் படுக்கையில் விழுந்து கிடப்பார். சுவாசம் மட்டும் சீராக ஓடிக் கொண்டிருக்கும். அவருடைய வீட்டுக்காரர்கள் உள்ஜுரம் என்றார் கள். அன்று காலையில் அவர் கண் விழித்தார். வெகு இதமாக இருந்தது அவருக்கு. மூளை வெகு குளிர்ச்சியாக, மனம் அகண்ட பள்ளத்தாக்கின் மூலையில் தேங்கிய சிறு குட்டையாக ஜில்லென்றிருந் தது. அப்போது அவர் காதில் அந்த ஹீனசுரம் கேட்க ஆரம்பித்தது. அவர் எழுந்திருந்து மெதுவாக நகர்ந்து கொல்லையில் இறங்கினார். சத்தமே இல்லை - அந்த ஹீனசுரத்தைத் தவிர. இரண்டு எட்டுகள் நடந்ததும் அதிர்ச்சியுற்று நின்றார். ஒரு குரங்கு இறந்து கிடந்தது. சிறிது பார்வையைத் திருப்பியபோது, தொலைவில் மற்றொன்று. பின் அங்கும் இங்குமாக பல குரங்குகள். "அட ஜீவன்களா, உங்களுக்கு என்ன ஆச்சு?" என்று அவர் வாய்விட்டுக் கேட்டார். அந்தக் கேள்விக்குப் பதில் சொல்ல அங்கு காற்றுக்கூட இல்லை. அந்த ஹீனசுரத்தின் ஊற்றைத் தேடி, அலங்கோலங்களைத் தாண்டிய வாறே, அவர் கோவிலின் பின்பக்கம் சென்றார். வெளிப் பிரகாரத்தில், கல் தளத்தின் ஓரத்தில், அரளிச்செடியின் அடியிலிருந்து அந்த ஹீனசுரம் வந்து கொண்டிருந்தது. அந்தப் பெரிய குரங்கை அவருக்கு நன்றாகத் தெரியும். பத்துப் பதினைந்து வருடங்களாகவே தெரியும்.

அவர்களுக்குள் ஒரு அன்னியோன்னியம் ஏற்பட்டிருந்தது. "என்னாச்சு உனக்கு? என்னாச்சு?" என்று கிழவர் கேட்டார். தன் பெரிய உடம்பின் முதுகு பூராவையும் மண்ணில் பரப்பி, அடிவயிற்றின் பூ மயிரில் ஒளிக்கிரகணங்கள் படும்படிக் கால்களை ஆகாசத்தைப் பார்க்கத் தூக்கிக் கொண்டிருந்தது அது. வால், ஈர நாடாபோல் மண்ணில் பதிந்து கிடந்தது. அதன் தொண்டை நரம்புகள் அறுந்து விட்டன. வாய் ஓரங்களிலும் நாசித் துவாரத்திலும் ரத்தம் வழிந்து உறைந்திருந்தது. இடது கையில், முறிந்த வாழைத் தண்டு போல், ஒரு தண்ணீர்பாம்பின் குறை உருவம் ஆடிக்கொண்டிருந்தது. கிழிந்து, துண்டு துண்டாக அறுபட்டுக் குறைந்து, பல்லியின் வால் அளவு தொங்கிக் கொண்டிருந்தது அது.

"அப்பா, உனக்கு எவ்வளவு பலம், எவ்வளவு அறிவு! இந்த சின்ன விஷயம் உனக்குத் தெரியலையா? பகவானே, என்ன மாயை!" என்று பிரலாபித்தார் கிழவர்.

சில வினாடிகளில் அந்த ஹீனசுரமும் ஓய்ந்தது. விறைப்புத் தளர்ந்து, உடம்பு குழைந்தது. கை விரல்கள் நிமிர்ந்தன. பாம்பின் சிதைந்த உருவம் நழுவிக் கீழே விழுந்தது.

யாத்ரா, *1978*

ஓவியம்

அபூர்வமான காலை நேரம். பிரபஞ்ச வெளியில் ஒரு குதூகலம் குமிழியிட்டுப் பொங்குவதை என் மனம் லேசாக உணர ஆரம்பித் திருந்தது. உந்துதலை நான் உணராது, என் உடல் தெருவில் இறங்கி யிருக்க, விரைந்து செல்ல ஆரம்பித்தேன்.

முன்னிரவில் கூடிவிட்டிருந்த லகரியின் மயக்கத்தில் ஆழ்ந்தது போல் திக்கும் திசைகளும் காட்சிகளும் மயங்கிக் கிடந்தன. உக்கிரத் தில் சலித்து, தனது நிழலையே அனுப்பிவைத்துள்ளது இன்றைய சூரியன். மங்கல் ஒளியில் காட்சிகள் திரவ ரூபம் பூண்டு, என் மனத்தில் வழியும் உவகையும், அவற்றின் உறைந்த வெளித் தன்மையும் ஏக காலத்தில் அனுபவமாயின. மண்வாடை துறந்த அனுபவங்களில் நகர்ந்து கொண்டிருப்பதாய்ப்பட்டது. காட்சிகளின் வனப்பும் லகரியும் பூமியைவிட்டு என்னைப் பிடுங்கும் கிளர்ச்சியும் கடவுள் கண்டு கொண்டிருந்த கனவை நான் விழிப்புடன் பார்த்துக்கொண்டிருப்பது போல் இருந்தது. அப்போது இந்த மழையும் கூடியது. உண்மையில் மழை அல்ல, துளிகள். தடிமன் துளிகள். தடிமன் பேனாவை உதறியதுபோல். ஒவ்வொரு சொட்டும் சுக்காய் உலர்ந்து போயிருந்த புழுதியைப் போர்த்திக்கொண்டு சுருண்டது.

அந்த கம்பீரமான பள்ளியின் வெளிக் கற்சுவர் வாசல் வழியாக நுழைந்தேன். கம்பீரமே பள்ளிக்கூடமாய் எழுந்து நிற்கும் தோற்றம். நான் படித்த பள்ளி. கல்வியை வெறுக்க எனக்குக் கற்றுத்தந்த பள்ளி. ஞானத்தின் எலும்புக் கூடுகளை ஜீரணிக்கத் தெரியாமல் இன்றும் அது விழிக்கிறது.

கட்டிடத்தின் மேற்புறம் பூமி சரிந்து வழிகிறது. அதில் இறங்கி வலப்பக்கம் மேட்டில் ஏறி சமதளத்துக்கு வந்து, பின் அடுக்கடுக்காய் இறங்கும் கால் பந்தாட்ட மைதானங்களை நோக்கி விரைந்துகொண் டிருந்தேன். இந்நேரங்களில் பல சமயம் போலீஸ் வண்டிகள் விரைந்து புகுந்து, காக்கிகளை மைதானங்களில் கொட்டிவிட்டுப் போகும். பின் அவர்களின் உடற்பயிற்சி அட்டகாசக் கத்தல்கள் கட்டிடத்தில் எதிரொலித்து எங்கும் பரவும். இன்று தூசி கிளப்ப அவர்கள்

வரும் சுவடு இல்லை. இன்றைய காலையின் மனோரம்மியம் அவர்களை முடக்கி விட்டது என்று தோன்றுகிறது.

அப்போது அந்தப் பெரிய கால் பந்தாட்ட மைதானத்தில், தொலைவில் மூன்று பெண்கள் குறுக்காக வந்து கொண்டிருப்பது தெரிந்தது. மங்கல் ஒளி அவர்கள் மேல் என்ன ரகசியத்தைப் பூசுகிறது! இந்தப் பெண்கள் விரைந்து வரும் சாதாரணத்தில் எவ்வாறு இந்த அமானுஷ்யம் கூடிற்று என்பதைக்கூட யோசிக்கத் தெரியாமல் ஈர்ப்பில் கரைந்து நின்றேன். அந்தப் பெண்களில் ஒருத்தியும் அழகல்ல என்று நான் நிச்சயமாய்ச் சொல்லக்கூடும். ஆனால் இப்போது அழகு தவிர வேறு எதுவும் அவர்களிடத்தில் இல்லவும் இல்லை. அதிகாலைக் குளியலில் அவர்கள் பெற்றிருந்த புத்துணர்வு, அடிமுடிச்சிட்டுத் தொங்கும் தலையின் ஈர நைப்பு, சற்றே துவண்டுபோன - முன்மாலையில் வாங்கியது என எண்ணும் படி - பூவின் சரிவு, கை நெசவுச் சேலையின் மொடமொடப்பு, அவர்களுடைய கோணல்கள், ஒடிசல்கள், கருமைகள் எல்லாம் கூடிக் கலந்து என்னை ஆட்கொண்டன.

அவர்களுக்குச் சில எட்டுகள் முன்னால் மத்திய வயதைத் தாண்டிய, ஒடிசலான, கறுப்புத்தடிமன் கண்ணாடிச் சட்டம் அணிந்தவனும், ஒல்லிக் கைகளில் அதிக ரோமங்கள் கொண்டவனுமான ஒருவன் - கதர்ச் சட்டைக்காரன் - விரைந்து வந்துகொண்டிருந்தான். பெண்களை அழைத்துச் சென்றவன் இவன்தான் என்றாலும் வழி நடத்துபவனின் மானசீகத் தொடர்போ, பிரக்ஞையோ, கனமோ, விரைப்போ இன்றி லேசாக விரைந்து கொண்டிருந்தான். பின் தொடர்ந்தவர்களை முலைகளாய்க் காணாமல் ஜீவன்களாக உணரும் தசையை எய்தி விட்டான் என நான் நினைத்து, சுய வெறுப்பும், அவன்மீது மரியாதையும் கொண்டேன். அவனுடன் பேச - அப்போது அவர்களும் வந்து இணைந்து கொள்ள - என் மனம் துடித்தது. அன்றையக் காலைப் பொழுதின் அழகுக்கு அனுசரணையாக அச்சந்திப்பு நிகழக்கூடும் என்றும், நிமிஷங்களே எனினும் அந்நிமிஷங்களுக்குள் கட்டுப்பட மறுக்கும் பிரியத்தை நாங்கள் ஒருவருக்கொருவர் கொள்ளக்கூடும் என்றும் நினைத்தேன். இவ்வெண்ணம் உருக்கொள்ள சற்றே பிந்தி விட்டது. நான் முடிந்த மட்டும் விரைந்தும் எங்கள் கோணங்கள் இணையாமல் அவர்கள் தாண்டிச் சென்று விட்டார்கள். என் இருப்பையும் அசைவையும் கவனிக்க நேராமல் அவர்கள் தாண்டிச் சென்றுவிட்டதானது எனக்கு விசனத்தைத் தந்தது.

பள்ளிக் கட்டிடத்தை இரண்டாவது - மூன்றாவது அல்லது நான்காவதாகக்கூட இருக்கலாம் - சுற்றிவரும்போது படபடவென்று புதிய காட்சிகள் தென்பட ஆரம்பித்தன. பல மாணவ மாணவிகள் கையில் பெரிய பலகைகளை ஏந்தியபடித் தோன்ற ஆரம்பித்தார்கள். அவற்றை மார்பில் தழுவிக்கொண்டு வந்த சிலரின் முகமும் செருப்புக் கால்களுமே தெரிந்தன. பள்ளியின் இரண்டாவது மாடியில் என்னு

டைய அந்த பிரத்தியேக இடத்துக்கு நான் செல்லக்கூடுமென்றால், பள்ளியின் மூன்று வாசல்கள் வழியாகவும், இவர்களின் தோற்றங்களிலும் ஆடைகளிலும் வேறுபட்ட வர்ணச் சேர்க்கையின் இயக்கத்தை வெகு நன்றாகப் பார்க்க முடியும். என் மனத்தில் இன்றும் ஒட்டிக் கொண்டிருக்கும் இடம் அது. ஆனால், மீண்டும் அந்த ஏணிப்படிகளில் ஏறிச் செல்ல என் பாதங்கள் தயங்கின.

இப்போது புகைமூட்டமாய் மனத்தில் சங்கடம் கவிந்து பரவுவதை உணர ஆரம்பித்தேன். இவர்களில் ஒருவனாக நானும் இருக்கலாகாதா என்ற எண்ணம் ஏற்பட்டு மனத்தை நெருட ஆரம்பித்தது. எவ்வளவு பெரிய அதிருஷ்டசாலிகள் இவர்கள்! தங்கள் மனத்திற்கு இசைந்த பாதையைத் தேர்ந்தெடுத்துவிட்ட அதிருஷ்டசாலிகள்.

நானும் வரைய ஆரம்பித்தவன் என்ற எண்ணமும் அதை ஒட்டிய அனுபவங்களின் நினைவுகளும் மனத்தில் படர்ந்தபோது மனமூட்டம் மேலும் கறுத்தது. ஒரு ஆசானைத் தேடி நான் அலைந்த அலைச்சல். தேடாத ஆசானை மீண்டும் மீண்டும் அடைந்ததில் மாறி மாறி ஏற்பட்ட ஏமாற்றம். சலித்து, தேடலை விட்டு, என்னையே நம்பி முயன்று பட்ட அவஸ்தைகள். என் மனக்காட்சிகளின் அருகில்கூட நெருங்க மறுதலித்துவிட்ட என் விரல்களின் முரட்டுத்தனம். குடும்பமே கூடி நின்று என்னை எள்ளி நகையாடிய காட்சிகள் . . . மனத்தைப் பிழிந்து கொட்டிய நேரங்களில்கூட, கடைசியில் பழைய படி நாய் வாலாக, “சரி, என்ன கிடைக்கும்?” என்று என்னைத் தாக்கி விழிக்கச் செய்த அந்தக் கேள்வி. கடவுளே, போதும் எனக்கு இந்த ஜென்மத்துக்கு!

பலர் ஆங்காங்கு மரத்தடிகளிலும், அடுக்காய் இறங்கும் விளையாட்டுத் திடல்களின் படிக்கட்டுகளிலும், அவற்றின் பக்கவாட்டுச் செம்மண் சரிவுகளிலும் அமர்ந்து சர்ச்சைகளில் ஈடுபட்டிருந்தார்கள். அவர்களுடைய ஓவியங்களைப் பார்க்க விரும்பும்போதே எப்படி அவர்களை அந்த அளவு கிட்டத்தில் நெருங்குவது என்று தெரியாமல் தயங்கி நின்றேன். ஆனால் பார்வையை - ஓவியத்திலிருந்து கண்ணில் பட்டு, மீண்டும் ஓவியத்தின் மீது படியும் எதிரொலியை - உண்டு தானே ஓவியங்கள் மரிக்காமல் புத்துயிர் கொள்கின்றன என்ற தொடர் என் மனத்தில் ஓடியதும் சிறிது உற்சாகம் பெற்றேன். ஒரு சில பலகைகளேனும், என் தோல்வியில் வெற்றியின் விகசிப்புகளைக் காட்டி, எனக்கு சந்தோஷத்தின் பெருமூச்சுகளைத் தரக்கூடும் என்று தோன்றிற்று.

கட்டிடத்தின் முன் பக்கம் முள்வேலியைத் தாண்டி, பூங்காச் சுனையின் சுற்றுச்சுவரில் சாய்ந்தபடி, சில இளைஞர்கள் புகை பிடித்துக் கொண்டிருந்தார்கள். தொலை தூரங்களிலிருந்தும் - நகரங்களிலிருந்தும் கிராமங்களிலிருந்தும் - வந்திருந்தார்கள். “கடுமையான சோதனையாக இருக்கும்” என்றார்கள். “தேறுவது கடினம்” என்றார்கள். இருந்தும் கலவரமின்றி, நம்பிக்கையுடன் அவர்கள் தங்களைச் சிதறாமல் காத்துக்கொண்டிருந்தது என்னைக் குறுகச்செய்தது.

என்னிடம் இல்லாததுதான், இவர்களை இங்கு வரையிலும் கொண்டு வந்துவிட்டது போலிருக்கிறது என்று எண்ணினேன்.

அங்கிருந்து நகர்ந்து மீண்டும் கிழக்கு முகமாக வந்தேன். அந்த என் ஏணிப்படிகளின் நுழைவாசல். அதன் விசாலமான வெளிப் படிகள். அவற்றை, அவற்றை மட்டுமே, அன்றாடம் மிதித்து அவற்றை மிதிப்பதை விட்ட பின்பும், மாலை வேளைகளில் சிறு இருட்டும் பேரமைதியும் சூழ, நண்பனுடன் அதில் உட்கார்ந்திருந்து . . . வெகு காலம் இந்தப் படிகள் எனக்கே எனக்காக . . . நினைவுகள் மீண்டும் மனத்தில் புரண்டன.

அப்போது, ஓவியத்துக்கே பொருளாக உறைந்து விட்டது போன்ற மிக அழகான கோலம் என் பார்வையில் விழுந்தது. என் படியில் வயோதிகர் ஒருவர் உட்கார்ந்து கொண்டிருந்தார். அவருடைய வலதுபக்கம் சற்றே பின் நகர்ந்து, அவர் உடலில் தான் முக்காலும் மறைந்துபோகும்படி ஒரு பெண் - உடல் வளர்ச்சியில் சிறுமி - ஒண்டிக் கொண்டிருந்தாள். அவர்களுடைய தோற்றம் என் மனத்தை அள்ளிற்று. வயோதிகத்தில் இந்தியக் கலைஞர்கள் தங்களைக் காட்டிக்கொள்ள விரும்பிய தோற்றத்தில், ரிஷிபோல் ஒளிமயமாக அவர் இருந்தார். வெண்தாடி. மஞ்சளும் தவிடும் கலந்த சிகை. தும்பைப்பூ போன்ற கதர்ச் சட்டை. தொடர்புக்கு திராவகத் தன்மை யுடன் ஒழுகி வருகிறவர் என உணர்ந்து, அருகில் நெருங்கி, அவரை மிகவும் நேசித்து விட்ட மனத்தால் சிரித்தேன். அவர் முகம் விகசித்தது. “என் பேத்தி. கூட்டிக்கொண்டு வந்திருக்கிறேன், பரிட்சைக்கு” என்றார். அந்தப் பெண் மேலும் கூச்சமடைந்து, உடலை இன்னும் குறுக்கிக் கொண்டு பராக்குப் பார்த்தது. அந்த இருவருடைய தோற்றமும் - வெளியை அவர்கள் அடைத்துக்கொண்டிருந்த அளவு மற்றும் ஆகிருதி, ஆடைகளின் நிற வேறுபாடு ஆகிய அனைத்திலும் ஒன்று மற்றொன்றைத் துலக்கும் நோக்கம் மட்டுமே அபோதமாய்க் கொண்டிருந்தது - வெகு அபூர்வமாய் இருந்தது. ஓவியமாகி உயிர் பெறவா அல்லது ஓவியத்திலிருந்து உதிர்ந்து மரணத்தைக் காத்துக் கொண்டா? - எது இவர்களுடைய இப்போதைய நிலை என்ற வியப்பு ஏற்பட்டது.

தாம் வரைந்திருந்த சில ஓவியங்களை வயோதிகர் என்னிடம் விரும்பிக் காட்ட ஆரம்பித்தார். படங்களின் இலக்கணம் என்னை லேசாக உறுத்த, இதுவன்றி வேறு ஏதோ ஒரு காரணத்தால் - காட்டியவற்றைவிட, காட்டப்பட்டவர் மீது என் ஆகர்ஷணம் கட்டுப்பட்டுப் போனதால் என்று இப்போது தோன்றுகிறது - அப்படங்களில் என் மனம் படியாமல் வழிந்தது. பாம்பு விரலால் நடு நெஞ்சைத் தொட்டுக்கொண்டு, “நம்ம சிட்சைதான் இவளுக்கு” என்றார்.

வயோதிகரிடத்தில் பேச்சுக் கொடுத்ததில், அவர் தம் வாழ்நாளை வரைவதற்கே செலவு செய்திருந்தார் என்பது வெளிப்பட்டது. அவர்மீது எனக்கு ஏற்பட்ட ஈடுபாடு, தன்னை நினைத்துக்கொண்டு

பேச அவரைத் தூண்டிற்று. "இப்போது பிரஷைத் தொட்டு வெகு காலமாகிவிட்டது" என்றார் அவர். "ஏன்?" என்று கேட்டேன். தாளை உருவி, பலகைமேல் வைத்து, பேத்தியின் மடியிலிருந்த பெட்டியைத் திறந்து கறுப்புப் பென்சிலை வெளியே எடுத்தார். பென்சிலைப் பற்றிக்கொண்டதும் விரல்கள் நடுங்க ஆரம்பித்தன. கை, காகிதத்தை நெருங்க, விரல்கள் மேலும் நடுங்கின. கிழவர் என் முகத்தைப் பார்த்து வெதும்பிய சிரிப்புடன், "நடுங்காமல் இருக்க எந்த அளவு முயல்கிறேனோ அந்த அளவுக்கு அதிகம் நடுங்கும்" என்றார். அவருக்கும் எனக்கும் நடுவில் சுவர்போல் எழுந்துவிட்ட சங்கடத்தின் அவலட்சணத்தைக் கலைப்பதற்கு என்பதுபோல், தன் பேத்தி பக்கம் திரும்பி, அவள் பின்தலையைத் தடவியவாறே "மிக நன்றாக வரைவாள்" என்றார். வெட்கம் பிடுங்கக் கூசிக் குறுகிக் கொண்டது அது.

கிழவரின் பார்வை பூந்தோட்டத்தில் படிந்தது. மாணவர்கள் நின்ற காட்சியை உள்ளடக்கி வரைய அவர் மனம் பரபரப்பதுபோல் தோன்றிற்று. பென்சிலை எடுத்து நீச்சல் குளத்தில் குதிப்பதுபோல் அதைக் காகிதத்தில் குத்திக் கீச்ச ஆரம்பித்தார். அரத்தின் வாய்கள் போல் கோடுகள் நெளிந்தன. மிகுந்த சலிப்படைந்து, பாதியில் கை விட்டு, இடது கை விரல்களால் படத்தைத் தூக்கிப் பிடித்துக் காட்டினார். நோயுற்ற கலையின் பழைய பிரகாசம் கொஞ்சம் தெரிந்தது.

மணி அடித்தது. ஆசிரியர்போல் தோற்றம் கொண்ட இருவர் வயோதிகர் பக்கத்தில் வந்து, தயங்கி நின்றார்கள். மிகுந்த சங்கோசத்துடன் ஆங்கிலத்தில் "மன்னிக்க வேண்டும், தவறாக எடுத்துக்கொள்ள மாட்டீர்கள் என்று நம்புகிறோம்" என்றார்கள்.

"இல்லை, ஒரு நாளும் மாட்டேன்" என்றார் வயோதிகர்.

"ஏற்பாடு செய்திருந்த மாடல் வரவில்லை; மணியும் அடித்துவிட்டது" என்றார்கள்.

கிழவரின் தாடியில் புன்னகை நெளிந்தது. "நான் வரவா?" என்று கேட்டார் அவர். அழைக்க வந்தவர்களுக்கு சந்தோஷம் பொங்கி வழிந்தது. என்ன சொல்வது என்று தெரியாமல் கும்பிடுவதுபோல் செய்கை காட்டிக் கரைந்தார்கள். வயோதிகர் எழுந்து அவர்கள் பின்னால் சென்றார். சிறுமியும் கூச்சத்துடன் ஒட்டிக்கொண்டு அவர் பின்னால் நகர்ந்தது.

யாத்ரா, 1979

பள்ளம்

அன்று எங்கள் கடைக்கு விடுமுறை. வாரத்தில் ஒரு நாள். ஆனால், அன்றும் போகவேண்டி வந்தது. அடக்கமில்லாத முரட்டுச் சாவியைத் தூக்கிக்கொண்டு புறப்பட்டேன். மனத்திற்குள் அழுதுகொண்டே தெருவில் இறங்கி நடந்தேன்.

இந்த ஒரு நாளையாவது எனக்கே எனக்கென்று வைத்துக்கொள்ள வேண்டுமென்று ஆசை. நாட்களை எண்ணி, பொறுமை கெட்ட பின், சாவகாசமாக வரும் ஏழாவது நாள். நான் ஒத்திப் போட்டவை களையும், செய்ய ஆசைப்பட்டவைகளையும் தன்னுள் அடக்கிக் கொள்ள முடியாமல் திணறும் நாள். மொட்டைமாடிப் பந்தலின் சாய்ப்பில், வெறுந்தரையில், எதுவும் செய்யாமல், எதுவும் செய்ய இல்லை என்ற சந்தோஷத்துடன் வானத்தைப் பார்த்தபடி மனோ ராஜ்யத்தில் மிதப்பது. வேலை, அல்லது அப்பா, அல்லது வாடிக்கை என்னை தீர்மானித்துக் கொண்டிருக்க, தீர்மானமே அற்ற சுதந்திரத் தில் திளைக்க ஒரு நாள். பகற்கனவு என்கிறார்கள். ஆனால், ஆசைகள் லட்சியங்கள் அங்குதானே வர்ணச் சித்திரங்களாக மிளிர்கின்றன. அதுவும் வேண்டாம் என்றால் எப்படி?

மொட்டைமாடி வெறுந்தரையில் கிடந்து வானத்தைப் பார்க்க ஆரம்பிக்கிறேன். பின் எப்போது என்று தெரியாமல், வானமும் மொட்டைமாடியும் செடிகொடிகளும் என் ரத்தபந்தங்களைச் சுற்றி உழலும் நினைவுகளும் அற்றுப்போய் மனக்காட்சியில் நான் கதாநாயகனாகச் சுழல, என்னைச் சுற்றி சூரிய சந்திர மண்டலங்கள் கும்மியடிக்கின்றன. பூத்துச் சொரிகின்றன ஆசைகள். மாலை தொடுக்க மெல்லிய மேகங்களை உடுத்திக்கொண்டிருக்கும் பெண்கள் மிதந்து வருகிறார்கள். பின்னால் நினைத்துப் பார்த்தால் வெட்கமாய் இருக்கும். இப்படிக் கேவலப்பட்டுப் போய்விட்டோமே என்றிருக்கும். சில சமயம் வருத்தம் பொத்துக்கொண்டு வரும். நல்ல வேளை, என் பகற்கனவுகள், அந்த வர்ணத் திரைக் காட்சிகள், வேறு யாருக்கும் தெரிவதில்லை. அதில் ஒரு 'ரீல்' பார்த்தால்கூட எல்லோ ரும் என்னைக் காறி உமிழ்ந்து விடுவார்கள். பத்து சட்டம் பார்த்தால்

போதும், "இந்த நாயை வீட்டில் வைத்துக்கொண்டிருக்க யோக்யதை இல்லை'' என்பார் அப்பா.

"நீங்கள் நினைப்பது சரிதான் அப்பா, சரிதான். என் கற்பனைகள் ஒன்றும் நிறைவேறமாட்டேன் என்கிறதே. நான் என்ன செய்யட்டும்? ரொம்ப வேண்டாம்; கால்பங்கு நிறைவேறினால் போதும்... அப்புறம் ஒரு வார்த்தை சிணுங்கமாட்டேன். உங்களைப்பற்றியோ, அம்மாவைப் பற்றியோ, கடவுளைப் பற்றியோ - நான் வேலை செய்யும் போது சந்தோஷமாக இருந்தால், கடவுள் இருந்தால் என்ன, இல்லாமல் போனால் என்ன - ஒரு வார்த்தை முணுமுணுக்க மாட்டேன். எந்த நுகத்தடிக்கு வேண்டுமென்றாலும் புன்னகையுடன் தோள் கொடுப் பேன். கால் பங்கு நிறைவேறினால் போதும் அப்பா, வெறும் கால் பங்கு!''

ஒருநாள் முழுசாக என் கையில் வந்து விழுவது; அதைக் கொஞ்சம் கொஞ்சமாக, தீர்ந்து விடுமே என்ற கவலையில் நான் கொறித்துக் கொண்டிருப்பது. பொறுக்குமா அப்பாவுக்கு? விடுமுறை நாளில் இரத்தமும் சதையுமாய் அவர் வீட்டில் உட்கார்ந்து கொண்டிருப்ப தற்கு ஒரு அர்த்தம் வேண்டாம்? "போடா, போய் அந்த சேலம் கட்டை உடைத்து விலை போடு'' என்றார் அவர்.

எனக்கு மிகவும் கஷ்டமாக இருந்தது. அது ஒன்றும் அப்படி பெரிய வேலை இல்லை. அந்த உருப்படிகள் விற்பனைக்கு அவசர மாகத் தேவையுமில்லை. மறுநாளோ அதற்கு மறுநாளோ கூட போட்டுக்கொள்ளலாம். அரைமணி நேரத்தில் - சரியான கையாள் நின்றால் இன்னும் குறைவாகக் கூட - செய்துவிடக் கூடிய வேலை. அது போதும் என்று வைத்துக்கொண்டால் நான் வீட்டில் அல்லவா இருப்பேன். சும்மா இருந்துவிட்டால் கூடக் குற்றமில்லை. சும்மாவும் இருக்கமாட்டேன் என்கிறேனே. அதுதான் கஷ்டமாக இருக்கிறது அப்பாவுக்கு. என் புத்தக அலமாரியை அடுக்க ஆரம்பிக்கிறேன். தரை பூராவும் பரந்து கிடக்கும் புத்தகங்கள் அப்பாவை என்னென் னவோ செய்துவிடுகின்றன. என்ன செய்வது இவ்வளவு பெரிய துன்பத்துக்கு அவரை ஆளாக்குகின்றன என்பதைக் கண்டு பிடிக்கவும் முடியவில்லை. இலக்கிய நண்பன் என்னைத் தேடிக்கொண்டு வந்துவிடுகிறான். அறைக்குள்ளேயே அடைந்து கிடந்து இருள் சூழ்ந்த பின்பும் விளக்குப் போட்டுக்கொள்ளாமல், மிதமிஞ்சிய லகரியுடன், வெறியுடன் பேசிக்கொண்டிருக்கிறோம். அவ்வப்போது நண்பன் வெளியேபோய் 'தம்' இழுத்துவிட்டு வருகிறான். பேச்சு. பேச்சு. என்னதான் பேசிக்கொள்கிறார்களோ என்று அப்பா அம்மா முதல் கைக்குழந்தை வரை கேட்டிருக்கிறார்கள். யாரும் இந்தக் கேள்விக்குச் சரிவரப் பதில் சொல்லவும் மாட்டேன் என்கிறார்கள். அப்படியே என் நண்பன் வரவில்லை என்றாலும் - அவன் அநேகமாக வராமல் இருப்பதில்லை - அம்மாவைத் தேடிக்கொண்டு போகிறேன். அவளுடைய கட்டிலின் ஒரு மூலையில் ஒண்டிக்கொண்டு, நோபல் பரிசைப் பிடுங்கிக்கொள்ளப்போகிற என் நாவலின் கதையை

நான் சொல்ல, அவள் சுவாரஸ்யமாகக் கேட்க, அந்த இடத்தில் அக்காக்கள், தங்கை, அக்கா குழந்தைகள் எல்லோரும் கூட, பேச்சும் சிரிப்பும் கலகலப்புமாகி, அங்கு நான் ஒரு கதாநாயகன் மாதிரி ஜொலித்துக் கொண்டிருக்கும்போது, அப்பா தனியறையில் தனிமை வதைக்க படித்து முடித்த 'ஹிந்து' பத்திரிகையை மாறி மாறி மடித்துக்கொண்டு, நாற்காலியில் உட்கார்ந்து கொள்வதும் மீண்டும் வராண்டாவில் உலாவுவதும்... அப்பப்பா. ஒரு விடுமுறை நாள் என்னென்ன பிரச்சனைகளைக் கிளப்புகின்றன!

"டேய் போ. போய் சேலம் கட்டை உடைத்து விலை போடு" என்கிறார் அப்பா. "கூட?" என்கிறேன். "மதுக்குஞ்சுவை வரச்சொல்லி யிருக்கிறேன்" என்கிறார். இதைக்கேட்க கேட்க எனக்கு மிகச்சங்கட மாக இருக்கிறது. இது ஒரு தந்திரம். எனக்குத் தெரியாமல், வேண்டாம் என்று சொல்லக்கூட சந்தர்ப்பம் தராமல், மதுக்குஞ்சுவை வரச் சொல்லியிருக்கிறார். வீட்டுக்கு வரச்சொல்லியிருந்தால் இப்போதுகூட வேண்டாம் என்று நான் அவனை அனுப்பிவைக்க முடியும். இது தெரியாதா அப்பாவுக்கு? அதனால்தான் நேராகக் கடைக்கு வரச் சொல்லியிருக்கிறார். இப்போது அவன் வந்து காத்துக் கொண்டி ருப்பான். இனிமேல் ஒன்றும் செய்ய முடியாது - சேலம் கட்டை உடைப்பதைத் தவிர.

தெருவழியே உடம்பையும் சாவியையும் தூக்கிக்கொண்டு, மனத் திற்குள் அழுதுகொண்டு, என் வாழ்க்கையை உருவாக்கிக்கொள்ளத் தெரியாத என்னையே நிந்தித்துக்கொண்டு, என்னை இப்படித் தொடர்ந்து சங்கடப்படுத்தும், யாரென்று தெரியாத எதிரியை சபித்துக்கொண்டு போனேன்.

வெளிப் பிரக்ஞை ரொம்பவும் மங்கிப்போனதில், மற்றொரு அசையும் பொருளில் என் உடலேறி உட்கார்ந்து கொண்ட மாதிரி நகர்ந்து கொண்டிருந்தேன். ஒரு கல்தூணைக் காலால் உதைத்து எலும்பை முறித்துக்கொண்டு விழுந்து கிடக்க வேண்டும் போலிருந்தது.

வெள்ளிக்கிழமைகளில்தான் புதுப் படங்கள் போடுகிறார்கள். பதிமூன்று கொட்டகைகளிலும் புதுப் படங்கள். காலை ஒன்பது மணிக்குக் களை கட்டியாயிற்று. பெண்களையும் குழந்தைகளையும் தெருவில் வாரிக் கொட்டியாயிற்று. இடுப்புக் குழந்தைகளுடன் விரைகிறார்கள். இவர்கள் உடம்பில் இந்த நேரங்களில் ஏறும் விறுவிறுப்பைப் பார்த்தால், வருடக் கணக்கில் சிறையிலிருந்துவிட்டு விடுதலை பெற்று வரும் கணவன்மார்களைக் கொட்டகைகளில் சந்திக்கப்போவது மாதிரிதான் இருக்கிறது. வெளியே காட்டிக்கொள்ள முடியாத நாணத்தால் அமுக்கப்படும் சந்தோஷத்தில்தான் முகத்தில் இந்தப் போலிக் கடுகடுப்பு ஏற முடியும். இந்த ஒன்பது மணிக்கு, தங்கள் வேலைகளைப் பரபரக்கப் பாதி முடித்தும், போட்டது

போட்டபடியும் தெருக்களில் குதித்து விரைகிறார்கள். தெரிந்தவர்களைக் குறுக்கிட்டுத் தாண்டும்போது, பார்த்தும் சரியாக பார்க்காதது போல் சிரித்துக்கொண்டு விரைகிறார்கள். வெயில் விளாச ஆரம்பித்து விட்டது. இப்போதே இப்படி அடித்தால் நண்பகலுக்கு அதன் கைச்சரக்கை நினைத்துப்பார்க்க முடியவில்லை. கழுத்துகளிலும் கன்னங்களிலும் வியர்வை வழிந்துகொண்டிருக்கிறது. குங்குமப் பொட்டுகளின் ஓரங்கள் கலங்கிவிட்டன. இடுப்புக் குழந்தைகளின் தலைகள், பெண்களின் அவசர உடல் அசைவுகளில் குரங்காட்டம் ஆட, நெற்றிப் பொட்டுகளிலும் தாடைகளிலும் வியர்வை வழிகிறது. குழந்தைகளின் முகங்கள் ரொம்பவும் வாடிவிட்டன. பெண்கள் தங்கள் இயற்கையான வேகத்தில் நகராதது மாதிரியும், உருத்தெரியாத ஒரு லகரியைக் கடைவாயில் ஒதுக்கிக்கொண்டு அதிலிருந்து ஊறும் ஒரு ரசத்தை விழுங்கி தங்கள் நாளங்களில் பரப்பிக் கொள்வதால் தான் இவர்களால் இத்தனை அமானுஷ்ய வேகம் கொள்ள முடிந் திருக்கிறது என்றும் தோன்றுகிறது. அவர்கள் மூளையில் ஊறப் போகும் இன்ப உணர்வுகளுக்குப் பாஷை இல்லை.

நானும் சிறுவயதிலிருந்தே இவர்களைப் பார்த்துக் கொண்டிருக் கிறேன். இவர்கள் எல்லோரையும் எனக்குத் தெரியும் - அவர்களுக்கு என்னைத் தெரியாவிட்டாலும். காலத்தாலும், நாகரிகங்களாலும், நான் அறியாது அவர்கள்மீது சரியும் கஷ்டங்களாலும், சில சமயம் சந்தோஷங்களாலும் இவர்கள் அடையும் மாற்றங்களை நான் மிக உன்னிப்பாக மிகுந்த ஆசையுடன் கவனித்து வந்திருக்கிறேன். நான் சிறு பையனாக இருக்கும்போது வெள்ளிக்கிழமைகளின் மகோன்னதக் காலைக் காட்சிகளுக்கு, தங்கள் தாயார்களின் அவசரத் துக்கு ஈடுகொடுக்கப் பதறிக்கொண்டு, பாவாடையைச் சுருக்கிக் கொண்டு ஓடிய குட்டிகள், வயிற்றுக் குழந்தையுடனும் இடுப்புக் குழந்தையுடனும் இப்போது ஓட, அன்று இவர்கள் இருந்ததுபோலவே இப்போதிருக்கும் இவர்களுடைய குழந்தைகள் இவர்களை எட்ட விரைகின்றன. காலங்கள், எத்தனை வருடங்கள். இன்னும் எத்தனை வருடங்களுக்கு இவர்கள் இப்படி ஓடிக்கொண்டிருப்பார்களோ?

வித்தியாசத்திற்காக, வேண்டுமென்றே பாதையை மாற்றுகிறேன். ரொம்பவும் சுற்று இது. அப்பாவுக்குத் தெரியாத சந்துகள். கண்களைக் கட்டி இதில் எதிலாவது ஒன்றில் கொண்டு அவரை விட்டால், "இது எந்த ஊர்?" என்று நிச்சயம் கேட்பார். அவருக்கு, கடைக்கு ஒரு பாதைதான் உண்டு. அந்தப் பாதை வழியாகத்தான் அவர் இருபத்தி மூன்று வருடங்களாக - அதற்கு மேலும் இருக்கும் - போய்க் கொண்டிருக்கிறார். நான் சுற்றிப் போகிறேன். சந்துகள் வழியாக, மோசமான சந்துகள் வழியாக. இந்தச் சந்திலுள்ள குடியிருப்புகள், ஆட்கள் - முக்கியமாகப் பெண்கள் - இந்தத் தெருக்களிலுள்ள வேசிகள், அரை வேசிகள் - அவர்கள் ஒவ்வொருவருடைய முகங்களும் - அவர் களுடைய குழந்தைகளின் முகங்களும் - எனக்குத் தெரியும். இந்த வீடுகள், முன்வாசல்கள் (அன்னம்மை நாடாத்திக்கு ஒரு கோலம்தான்

தெரியும். மூன்று ஜிலேபிகள் பிழிந்துவைத்துவிடுகிறாள், கோலப்பொடி யில்), சண்டைகள், சச்சரவுகள், கெட்ட வார்த்தைகள் - அவர்களு டைய முகங்கள் எனக்கு அலுக்கவே இல்லை. இவர்களுடைய ஒழுங்கற்ற தன்மையை நம்பித்தான் நான் என் ஜீவனைச் சுமந்து கொண்டிருப்பதாக, அப்பாவுடைய ஒழுங்கிலிருந்து என்னைத் தற்காத்துக்கொண்டு வருவதாகப் படுகிறது.

அப்பா காலையில் ஐந்து மணிக்கெல்லாம் எழுந்து நடக்கப் போய்விடுகிறார். ஏழு மணிக்கெல்லாம் காலைக்கடன்கள், குளியல், காலை உணவு எல்லாம் முடிந்துவிடும். ஹாலின் நடுவில், வெளி வாசல் கதவை யாரேனும் திறந்தால் தெரியும்படி, சம்மணங்கூட்டி தரையில் உட்கார்ந்துகொள்கிறார். காலையில் முதலில் எழுந்த ஒரு கைக்குழந்தை அவசரமாகத் தலை சீவி பவுடர் போட்டு, கண்ணுக்கு மையிட்டு, சட்டைக்குள் திணித்து ரெடி பண்ணப்பட்டிருக்கும். அக்கா அல்லது தங்கை, அல்லது சமையல் மாமி, கதவின் பின்பக்கம் காத்துக்கொண்டிருந்து குழந்தையை அவர் மடியில் கொண்டுவந்து போடுகிறார்கள். குழந்தையுடன் கொஞ்ச ஆரம்பித்து, அந்த கொஞ்ச லில் ஒரு வெறி ஏறி, லகரி பிடித்து, தன்னை மறந்து தன் உடம்பை மறந்து தன் பெயரை மறந்து, கொஞ்சுகிறார். எத்தனையோ விதமான சப்தங்களை அவர் எழுப்புகிறார் - தோள் துண்டு நழுவி விழுந்துவிட் டால் கூசிக் குறுகி உள் வருத்தம் கொள்கிறவர். மணி எட்டு அடிக் கிறது. அவருடைய சந்தோஷம் கலைகிறது. விரல்களை நீட்டி மணி சரியாக அடிக்கிறதா என்று சரிபார்க்கிறார். ஒவ்வொரு காலத்துக்கு ஒவ்வொருத்தன் என்றாலும் எப்போதும் ஒரு சிஷ்யன் அவருக்குக் கனகச்சிதமாக அமைந்து கொண்டிருக்கிறான். கேட்டைத் திறந்துகொண்டு அவன் உள்ளே வருகிறான். இப்போது யாராவது அவசரமாகப் போய்க் குழந்தையை வாங்கிக்கொள்ள வேண்டும். அப்பா சாவியை எடுத்துக் கொள்கிறார். எட்டரை மணிக்குக் கடை திறக்கப்படுகிறது. சிஷ்யன் பின்னறையைச் சுத்தப்படுத்துகிறான். அந்தப் பின்னறைக்குள் நுழைந்து அவருடைய நாற்காலியைப் போய் அடைந்ததும், அவருக்கு ஒரு இதம் ஏற்படுகிறது. அந்த அறையில் அவர் வேலை பார்க்கும்போது, பேரேடுகளைத் திருப்பும்போது, ஃபைல்களைப் புரட்டும்போது, கடிதங்கள் எழுதும்போது, கவலையில் ஆழ்ந்திருக்கும்போது, கோபத்தில் கொதித்துக் கொண்டிருக்கும்போது, எத்தனையோ தடவை அவரை மிகக் கூர்மையாகக் கவனித்திருக் கிறேன். எந்த மனநிலையிலிருந்தாலும் அந்த அறை அவருக்கு மிக அவசியமான ஒரு பாதுகாப்பைக் கொடுப்பது மாதிரி எனக்குத் தோன்றுகிறது. அங்கு வந்து சேருவதற்கும், அந்த அறையின் சூழ்நிலை யில் தன்னை முடிந்த மட்டும் கரைத்துக்கொள்ளவும்தான் மற்ற சகல காரியங்களையும் அவசர அவசரமாகவும் படபடப்புடனும் அவர் செய்து முடிப்பதாக எனக்குத் தோன்றுகிறது. அந்த அறைக்கு அவருக்கு வர முடியாமல் போகும் நாளை என்னால் நினைத்துப் பார்க்க முடியவில்லை. அதுதான் அவருடைய உண்மையான

மரணமாக இருக்கும். அப்பாவுக்குத் தெரியாத சந்துகள் வழியாகப் போகும்போது எனக்கு மிகவும் சந்தோஷமாகத்தான் இருக்கிறது. இங்கிருந்துதான், இதுபோன்ற சந்துகளிலிருந்துதான், பெண்கள் ஒழுக ஆரம்பிக்கிறார்கள். ஒழுகி, தெரு முனைகள் தாண்டி, வேறு பலரையும் சேர்த்துக்கொண்டு வீங்கி, ரஸ்தாக்களில் வழிந்து கட்டி தட்டியும், திராவகத் தன்மையுடனும், சேறும் குழம்புமாக இரு கரைகளையும் பிடுங்கிக்கொண்டு ஓடும் பிரவாகம்போல் அவர்கள் விரைகிறார்கள். இந்தச் சந்தின் கடைசியில்தான் ரஸ்தாவைப் பார்க்கத் தாலுகா ஆபீசின் பழைய கட்டிடம் இருக்கிறது.

இந்தக் கட்டிடத்தின் வினோதமான தன்மையை வார்த்தைகளில் விவரிப்பது கடினம். அவ்வளவு விசித்திரமானது. பொறியியல் கணக்குப்படி இந்தக் கட்டிடம் பத்தொன்தாம் நூற்றாண்டின் பின் பாதியில் - தேசிகவிநாயகம் பிள்ளை கைக்குழந்தையாக இருந்தபோது - சரிந்து விழுந்திருக்க வேண்டும். சுவாசகோசங்கள் முற்றிலும் பழுதாகி விட்ட ஒரு காச நோயாளி, வேப்பமரத்தடியில் தலை சாய்ந்துக் கிடப்பதான சித்திரமே இந்தக் கட்டிடத்தைப் பார்க்கும்போது ஏற்படுகிறது. இந்தக் கட்டிடத்தில்தான் அந்தக் காலத்தில் அபின் கொடுப்பார்கள். ஒவ்வொரு மலையாள மாதத்திலும் முதல் சனிக் கிழமை பிற்பகல் மூன்று மணிக்கு. தாலுகா ஆபீசின் வெளிச்சுவரின் உட்பக்கம் போதிய உயரம் கொண்டது. வெளிப்பக்கமும், அதாவது ரஸ்தாவைப் பார்க்க இருக்கும் முன்பக்கம், போதிய உயரத்துடன் இருக்கும். இடது பக்கம் மட்டும் - வெளிப்பக்கம் - ஒரு பெஞ்சுபோல் மிகவும் குட்டையாக இருக்கும் பக்கவாட்டுக் காலிமனை மிகவும் மேட்டுப்பாங்கானது. அபின் வாங்க வருகிறவர்கள் - நான் பார்த்த காலங்களில் அநேகமாகப் பஞ்சடைந்த கிழவர்கள் - எல்லோரும் ரஸ்தாவிலிருந்து செம்மண் ஓடையில் இறங்கி, கவனமாகக் கீழே பார்த்துக்கொண்டே திடலில் ஏறி - எங்களூரிலுள்ள மூன்று திறந்த வெளி கக்கூசுகளில் இது மிக உபயோகமானது - காம்பௌண்டு மதிற்சுவர் பெஞ்சில் வரிசையாகக் கழுகுகள்போல் உட்கார்ந்து கொண்டிருப்பார்கள். தாலுகா ஆபீசின் பின்னாலுள்ள கக்கூஸ் சுவரில் சாய்ந்தபடி வேப்பமரத்தடி நிழலில் சிலபெண்கள் - சில கிழவிகள் - யாரையும் முகமெடுத்துப் பார்க்காமல், ஆழ்நிலை தியானத்தில் ஈடுபட்டிருப்பதுபோல் உட்கார்ந்து கொண்டிருப்பார்கள். நான் ஒரு சைத்திரிகனாக இருந்திருந்தால் இந்தக் காட்சிகளைப் பல ஓவியங்களாகச் சேமித்திருப்பேன். அங்கு வருபவர்களின் முகங்களிலிருந்தும் உடம்பின் ஒவ்வொரு பகுதியிலிருந்தும் அங்கங்களிலும் கசிந்து, வராண்டாவின் ஓரங்களிலும் படிகளிலும் வேப்ப மரத்தடிகளிலும் வழியும் தள்ளாமையை, இயலாமையை, அனைத்தும் ஒடுங்கிய பின்பும் அபினை நம்பிக் கொடுக்கில் கொஞ்சம் ஜீவனை வைத்துக்கொண்டிருக்கும் பிடிவாதத்தை, முக்கியமாக, பஞ்சடைந்து பீளைசாடி போதையில் மயங்கி மிதக்கும் கண்களையெல்லாம் வரைந்து காட்டியிருப்பேன்.

கடையைத் திறந்தேன். கடையின் எதிர்ப்பக்க, சற்றே கோணலான, சினிமாக் கொட்டகையின் வாசலிலிருந்து மதுக்குஞ்சு வெளிப்பட்டான். முன்பக்கம் காட்சிக்கு வைத்திருந்த புகைப்படங்களைப் பார்த்துக்கொண்டிருந்தான் போலிருக்கிறது. எனக்காகக் காத்துக் கொண்டிருந்தது அவனுக்கு அலுப்பைத் தந்திராது. எனக்காக வர நேர்ந்ததே என்னைப் பார்த்த பின்புதான் அவன் நினைவில் துளிர்த்திருக்கும். நான் அவசரப்பட்டு வந்துவிட்டதுபோல் அவனுக்குத் தோன்றியிருக்கலாம். நான் வந்து சேராத அந்த இடைவெளியை, பள்ளத்தை, பொறுமையின்மையை, எரிச்சலை, அந்தப் புகைப்படங்கள், துடைகள், முலைகள், பிருஷ்டங்கள், முத்தமற்ற தமிழ் முத்தங்கள் அனைத்தும் மிக நன்றாக நிரப்பிக் கொண்டிருந்திருக்க வேண்டும்.

தகரப் பட்டைகளை வெகு லாகவமாகக் கிழித்து, பண்டிலைப் புரட்டி உடைக்கிறான் மதுக்குஞ்சு. கைதேர்ந்தவன். எந்த இடத்தில் அடி விழ வேண்டும் என்பது எத்தனை துல்லியமாக அவனுக்குத் தெரிகிறது! சற்றுமுன், காலத்திற்கும் அசைந்து கொடுக்காது என்ற எண்ணத்தை ஏற்படுத்திய பண்டில், இதோ பரிதாபமாகச் சிதறிக் கிடக்கிறது. நான் பட்டியலையும் கணக்குப் பார்க்க ஒரு பக்கம் எழுதாத தாள்களையும் எடுத்து வைத்துக்கொண்டேன். அவன் ஊசி, நூல், விலைச்சீட்டு முதலியவற்றை எடுத்துக்கொண்டு வந்தான். உருப்படிகளை கவுண்டரில் வைத்து, மொத்த எண்ணிக்கையைச் சொல்லி ஒத்துக்கொண்டுவிட்டு - எண்ணம் முதல் தடவையே சரியாக வந்துவிட்டது - தரம் பிரிக்க ஆரம்பித்தான். நான் ஒரு பக்கத் தாளில் விற்பனை விலையைக் கணக்குப் பார்க்க ஆரம்பித்தேன். மதுக்குஞ்சு ஆர்டர் ஃபைலிலிருந்து ஆர்டரைத் தனியாக எடுத்து, சரக்கு சரியாக வந்திருக்கிறதா என்று பார்த்துக்கொண்டிருந்தான். காதில் சொருகியிருந்த ஆட்டுப்புழுக்கைப் பென்சிலால் 'டிக்' போட்டுக்கொண்டு வந்தான். நான் விலைச் சீட்டுகளை எழுதி அவனிடம் தந்தேன்.

மின்சாரம் இல்லை. எங்கோ பழுது பார்க்கும் வேலை நடக்கிறது போலிருக்கிறது. காலைத் தூக்கி நாற்காலியில் வைத்துக் கொஞ்சம் இதப்படுத்திக்கொண்டேன். தலையைத் திருப்பி 'ஷோ கேஸ்' கண்ணாடியின் பின்னால் தொங்கிக்கொண்டிருந்த சேலைகளின் இடைவெளி வழியாகத் தெருவைக் கவனித்தேன். நெரிசல் தளர்ந்துவிட்டது. எல்லோரையும் இழுத்து, தன் அடிவயிற்றில் அமுக்கிக்கொண்டுவிட்டன இந்தக் கொட்டகைகள். உடல் பூராவும் எண்ணற்ற முலைகள் கொண்ட மலைபோல் விழுந்து கிடக்கும் ஒரு ராட்சசியின் உடம்பில் லட்சக்கணக்கான மூஞ்சூறுகள் கொசு கொசுவென்று ஒன்றின் மேல் ஒன்று புரண்டு கொண்டு பால் குடிப்பதுபோல் தோன்றிற்று. மடக்கு நாற்காலிகளை ஓரத்தில் ஒதுக்கி, தூசி தட்டிய இடத்தில் வாகன முண்டை ஒற்றையாக விரித்தான் மதுக்குஞ்சு. சேலை எடுத்து வாகன முண்டில் பரப்பி, விலைச்சீட்டைத் தைப்பதற்கு வசதியாக

வைத்துக்கொண்டிருந்தான். சம்மணங்கூட்டி உட்கார்ந்து தைக்க ஆரம்பித்தான்.

"நீ நம்மகிட்ட வந்து எத்தனை வருஷம் இருக்கும் டேய், மதுக் குஞ்சு" என்று கேட்டேன்.

"வருஷம் தெரியலே. பத்து வருஷம் இருக்கும். ஒரு சித்திர மாசம் இருபத்தியொண்ணாம் தேதி." மதுக்குஞ்சு லேசாகச் சிரித்தான். அவன் ஏன் சிரித்தான் என்பது எனக்குப் புரியவில்லை. அவனே சொன்னான்:

"அண்ணைக்குத்தான் பெரிய சாமிக்கு பொறந்த நாளு. வீட்டிலேருந்து கடைப் புள்ளைகளுக்குப் பாயாசம் வந்தது. நான் காலையிலே வந்தேன். ராகு காலம் போயுட்டு பத்தரை மணி தாண்டி வானு பெரிய சாமி சொன்னா. நான் வந்து பாயாசம் குடிச்சேன்."

அவன் சொன்ன விஷயங்கள் எல்லாம் சரிதான். தேதி வருஷம் ஒன்றும் எனக்கு நினைவில்லை. ஆனால், ஒரு சம்பவம் நினைவுக்கு வந்தது. எல்லோரும் சேர்ந்து உட்கார்ந்து சாப்பிட்டுக் கொண்டிருந் தோம். அப்பா சொன்னார்: "இன்னிக்கு ஒரு சின்னப் பயல வேலைக்கு எடுத்தேன். என்னடா பேர்னு கேட்டேன். முருகன்னு சொன்னான். ஏற்கனவே ரெண்டு முருகன்கள் இருந்துண்டு, இவனைக் கூப்பிட்டா அவன் வரதும், அவனைக் கூப்பிட்டா இவன் வரதும், ரெண்டு பேருமே தன்னை இல்லைன்னு வராம இருக்கறதும் போறாதா, நீ வேறயானு கேட்டேன். அப்பொத்தான் இசக்கி, மில் பெயிலை உடைச்சு, மதுக்குஞ்சு 7 பீஸ்னு ஒத்துண்டான். இந்தப் பயலுக்கு, நம்மகடையிலே மதுக்குஞ்சுனு பேர் அப்படீன்னேன்." அப்பா தனக்குத்தானே சிரித்துக்கொண்டது இப்போதும் என் மனத்தில் தெரிகிறது.

"மதுக்குஞ்சுவா! பெயர் ரொம்ப ஜோரா இருக்கப்பா" என்று நாங்கள் சொன்னோம்.

"அப்படீன்னா அந்தப் பேரை எனக்கு ஏன் வைக்கலை?" என்று கேட்டான், என் மூத்த அக்காளின் சின்னப்பிள்ளை.

எல்லோரும் சிரித்தோம்.

இந்த ஞாபகங்கள் மனத்தில் ஓடவே மதுக்குஞ்சுவைப் பற்றி அப்பா சொல்லியிருந்த மற்றொரு விஷயம் என் மனத்தில் ஓடிற்று. ரொம்பவும் அதிர்ச்சி தரும் வித்தியாசமான விஷயம் என்பதாலேயே என் மனத்தில் பதிந்து போயிருந்தது. இப்போது அந்த விஷயத்தை மதுக்குஞ்சுவிடம் கேட்கலாமா? அப்படிக் கேட்பது அவன் மனத்தைச் சங்கடப்படுத்துமா? எப்படி ஆரம்பிப்பது? நான் அப்பா சொல்லி யிருந்த விஷயத்தைப் பூசி மெழுகிச் சொல்ல ஆரம்பித்தேன்.

"சாமி சொன்னது சரிதான். என் வலது கண் எங்க அம்மாவோடது தான்" என்றான் மதுக்குஞ்சு.

“இப்படிச் சொல்றான் அந்தப் பயல். அதுக்கு மேலே எப்படிக் கேக்கறது? அதுக்கு மேலே எப்படிக் கேக்கறது?” என்று அப்பா திரும்பத் திரும்பக் கேட்டது என் நினைவுக்கு வந்தது.

கேட்கக்கூடிய விஷயம் இல்லைதான். இருந்தாலும் இந்த மாதிரி விஷயங்களைத் தெரிந்துகொள்ளத்தானே மனம் துடிக்கிறது.

“என்ன மதுக்குஞ்சு, ஏதேனும் விபத்தா?” என்று கேட்டேன்.

“சின்ன வயசிலே நடந்தது. கிராமத்திலே சொல்லக் கேள்விதான். எங்கம்மா ஒரு சினிமாப் பைத்தியம். ஆத்து மணல்லே உக்காந்து சினிமாப் பாத்துக்கிட்டு இருக்கா. நான் மடியிலே படுத்துக் கெடக்கேன். கீள கெடக்கற கூழாங்கல்லே எடுத்து வாயிலே போட்டுக்கறதும் அவ விரலைப் போட்டு நோண்டி எடுக்கறதுமா இருந்திருக்கு. ஒரு தவா கண்ணை நோண்டிட்டா தெரியாம, அப்டினு சொல்றாங்க” என்றான்.

மதுக்குஞ்சு, மிகவும் அமைதியாக முகத்தை வைத்துக் கொண்டிருந்தான். இருந்தாலும் முகம் உறைந்து போனது போலிருந்தது. அவன் மனத்தில் ஓடும் எண்ணங்களை அனுமானிக்கத் தெரியாமல் குழம்பிக் கொண்டிருந்தேன்.

“செலவங்க சொல்றாங்க, அவங்க உடனே செத்தப்போயுட்டாங்கனு சொல்றாங்க. செலவங்க சொல்றாங்க, நான்னுக்கிட்டாங்கனு. அண்ணைக்கே அவங்க கண்ணை நோண்டி எனக்கு வச்சுட்டாங்களாம், ஆஸ்பத்திரியிலே” என்றான் மதுக்குஞ்சு.

“உனக்கு ஏதாவது கஷ்டமிருக்கா அதனாலே” என்று கேட்டேன்.

“ஒண்ணுமில்லே. ஆனா பார்வை இல்லே. பள்ளம்தான் ரொம்பிச்சு” என்றான் அவன்.

போன் மணி அடித்தது. ரிசீவரை காதில் வைத்துக்கொண்டேன். அப்பாதான்.

“வேலை முடிஞ்சுதா? என்ன சேத்துப் போட்டே?”

சுவடு, *1979*

கொந்தளிப்பு

அந்த நாளை நினைக்கும்போது, எனக்கு நடுக்கம்தான் ஏற்படுகிறது. அன்று என் கபோலம் சிதற, என் கபோலத்தால் ஒரு விரோதியின் கபோலம் சிதறிற்று. மரணத்தைத் தேர்ந்தெடுத்துக்கொண்ட விதத்தில் முழு வாழ்வுக்குமே ஒரு அர்த்தம் கிடைத்து விட்டது. அன்று நடந்ததை எல்லாம் ஏதோ அரைகுறையாகச் சொல்ல முடியுமே தவிர, தெளிவாக வர்ணிக்க முடியும் என்று தோன்றவில்லை. அன்றைய விடியலே அதற்கான விடியல் மாதிரிதான் பட்டது. வானத்து மூட்டம் எங்கும் கவிந்து பூமியை நோக்கிப் படர்ந்து கொண்டிருந்தது. ஒரு முகத்துக்கு மறு முகமோ, ஒரு மரத்துக்கு மறு மரமோ தெரியவில்லை. மண்ணை ஒட்டிக் கொஞ்சம் வெளிச்சம் புழுப்போல் நெளிந்து கொண்டிருந்தது. கட்டிடங்களும் தாவரங்களும் உள்ளூர உருகிக்கொண்டிருந்தன. பறவைகள், மிகுந்த கலவரம் கொண்டிருந்தன. மின்னல் வீச்சுகளில் வரவிருக்கும் காலத்தின் துணுக்கு பயங்கரங்கள் அவற்றிற்குப் புலப்பட்டனவோ என்னவோ? அவற்றிற்குப் புலனாகும் ஒன்று எனக்கு ஆகவில்லை என்று தோன்றிய போது கலவரம் என்னையும் பிடித்து ஆட்டத் தொடங்கிற்று. புலப்படுபவைகூட மங்கிப்போகட்டும் எனச் சோர்வு கொள்ளும் படி இருந்தது சூழல்.

பேரெழுச்சி பற்றிய செய்திகள் காலங்காலமாக என் காதில் விழுந்துகொண்டிருந்தன. என் முன்னோர்களும் அவர்களின் முன் னோர்கள் இதுபற்றித் தங்களிடம் கூறியிருப்பதாகச் சொன்னார்கள். என் காலத்தைச் சேர்ந்தவர்களும் இப்படியே நம்பினார்கள். ஆனால் இதுகாறும் பொதுமையாக இருந்தது இப்போது முனைப்பு தட்டி விட்டது என்று தோன்றிற்று. காலங்காலமாகக் கொண்ட பிரயாசை களின் அவ்வளவு முகங்களும் இப்போது ஒன்று சேர்ந்து விட்டன என்றார்கள். ஆனால், அப்போதும் எழுச்சி இன்னவிதம் என்று யாருக்கும் கூறத் தெரிந்திருக்கவில்லை. கற்பனையால் பார்த்துக் கொண்டிருந்ததை வார்த்தைகளால் வர்ணித்துக் கொண்டிருந்தார்கள். விவேகிகளுக்கு அப்போதும் சந்தேகம் ஏற்பட்டது. இதற்குமுன் குறித்திருந்த நேரங்களில் எல்லாம் பிசுபிசுத்துப் போனதுபற்றி

அவர்கள் சரித்திர ஞானத்துடன் பேசினார்கள். ஆனால், மனுஷர்களில் பலரும் வரும் என்றுதான் நம்பினார்கள். மனுஷிகளும் நம்பினார்கள். இன்றும் துக்கம், இனிமேலும் துக்கம் என்பதை அவர்களால் ஏற்றுக்கொண்டு தொடர முடிந்திருக்கவில்லை. அவர்களுடைய துக்கங்கள் விளிம்புகட்டிவிட்டன.

நான் ஊர்விட்டுக் கிளம்பும்போது உள்ளூரப் பயந்துகொண்டே கிளம்பினேன். மனித உள்ளங்களிலிருந்து பீறிடும் நெருப்பு என்னைப் பொசுக்கிவிடுமோ என்ற அச்சம் என்னை வாட்டிக் கொண்டிருந்தது. எனக்கு இன்னும் பார்க்க வேண்டும் என்றிருந்தது. பார்த்துப் பதிவுசெய்ய வேண்டும் என்றும் இருந்தது. கொந்தளிப்பில் நானும் ஆவேசம் பெற்று என்னை அழித்துக்கொள்ளும் தருணம் கூடும் எனில், அப்படியே நடக்கட்டும். புற எழுச்சியில் ஆவேசம் பெற்று மோசமான கோழைகளும் துணிச்சலான காரியங்களை ஆற்றியிருக்கிறார்கள். அன்று நிகழ இருப்பவற்றை மிக நுட்பமாக மூளையில் பதித்துக்கொள்ள வேண்டும் என எண்ணி, பிரக்ஞையால் மூளையை உருட்டிவிட்டுக் கொண்டிருந்தேன். என் ஜாக்கிரதைகள் இன்னும் சில கணங்களில் குலைந்து போய்விடும் என அப்போது என்னிடம் யாரேனும் கூறியிருந்தால் நம்பியிருக்க மாட்டேன். என் உடைமைகள் என் பையிலிருந்து பறிபோய் விட்டன. உடையில் உரசி, உடம்பில் உரசாமல் என்ன கள்ளத்தனமான விரல்கள்! விழிப்பு நிலையை நான் முற்றாக இழந்திருந்தேன் என்பதற்கு இது நிரூபணமாயிற்று. அப்போது வாகனத்தின் இரும்போசைகளும் எனக்குக் கேட்கவில்லை. மனிதச் சந்தடிகள் ஏதும் என் காதில் விழவும் இல்லை.

நான் ஏறிய வாகனங்களும் சரியில்லை. சரியான போதைக் கூட்டம் அங்கு - அட, பாவிகளா! இவ்வளவு பகிரங்கமாகவா? - குடித்து, கஞ்சா அடித்து தலைசுற்றிச் சுழலும்போது, மீண்டும் கஞ்சா அடிக்கும் கூட்டம். பெண்கள் வேறு இடங்களுக்கு நழுவியிருந்தார்கள். நான் சரியாக மாட்டிக்கொண்டு சரிய ஆரம்பித்து விட்டேன். ஒரு நாளும் நான் அவ்வளவு குடித்ததில்லை. என் உடமைகளைத் திருடிக்கொண்ட கள்ள விரல்கள் என்னை ஒரு பூச்சிபோல் மாற்றி புட்டிகளில் இறக்கி குலுக்கியெடுத்து வெளியே வீசிவிட்டன. என் கடிவாளங்கள் எல்லாம் அறுந்துபோய்விட்டன. அதுகாறும் நான் அவற்றை இழுத்துப்பிடித்துக் கொண்டிருந்ததற்கு எந்தப் பொருளும் இல்லை என்றாயிற்று. தடை பழுதுற்ற வாகனம் பள்ளங்களில் உருளுவதுபோல் நான் சரிய ஆரம்பித்தேன். இனி நடக்க இருப்பவற்றைப் போதைப் பொறிகள் என்ன பதிவு செய்யும்? இந்தப் போதைப் பொறிகள் அளிக்கும் செய்திகளை, இந்த பிரக்ஞை இனி எப்படித் தொகுக்கும்? இதற்கு முன்னர் நடந்தது போலவே இப்போதும் நடந்துவிட்டதே. பொறிகளில் கசியும் போதைகளை முற்றாகத் துடைக்க எண்ணி நான் எடுத்துக்கொள்ளும் பிரயாசைகளும் பொறிகளைப் போதையில் முக்கும் காரியங்களாகச் சரிகின்றன. இதனால் எனக்கு ஏற்படும் மன ஆயாசம் கொஞ்ச நஞ்சமல்ல.

இவ்வாறு மனமுறிந்த ஒரு நேரத்தில், “தற்கொலை தவிர வேறு மார்க்கமில்லை எனக்கு” என நான் கூறியபோது நீங்கள் என்னிடம் மிகுந்த கோபம் கொண்டீர்கள். கயிற்றிலிருந்து விடுபட்ட பம்பரத்தின் துக்கத்தை நான் சொல்ல முற்படும்போது, சொல்லச் சொல்ல பம்பரத்திற்கும் கயிறுக்குமான உறவைப் பற்றியே சொல்லிக் கொண் டிருக்கிறேன். இந்த துக்கமும் சேர்ந்ததில்தான் நான் தற்கொலையைப் பற்றிச் சொன்னதே.

நான் எதிர்பார்த்ததைவிடச் சீக்கிரமாகவே அந்த ஊருக்கு வந்து சேர்ந்துவிட்டேன். தெரு விளக்குகள் எரிந்து கொண்டிருந்தன. அவை விடிந்தும் எரியும் விளக்குகளா? அல்லது வரப்போகும் இருட்டை விரட்டவா? நான் எப்போது கிளம்பினேன்? எல்லாக் காலங்களிலும் நடந்திருந்த காரியங்கள் அப்போதும் நடந்து கொண்டி ருந்ததால், காரியத்தை வைத்துக் காலத்தை எப்படி நிர்ணயிப்பது? அந்தக் கற்கட்டிடத்தின் படிகளில் மூன்று பெண்களைக் காவல் வீரர்கள் பிரம்பால் அடித்துக்கொண்டிருந்தார்கள். இவ்வாறு இவர்கள் பிரம்பால் அடிப்பதை வெவ்வேறு இடங்களிலும் வெவ்வேறு காலங்களிலும் நான் பார்த்திருக்க, இங்கு இவர்கள் இப்போது அடிப்பதை வைத்து இது எந்த இடம் என்றோ, எந்தக் காலம் என்றோ, எப்படிச் சொல்வது? அந்தப் பெண்களைப் போலவே இந்தப் பெண்களும் அசையாமல் உட்கார்ந்து கொண்டிருக்கிறார்கள். இருந்த இடத்தில் இருந்தே உடம்பை நெளிக்கிறார்கள். ரவிக்கையின் கீழே ஒருத்திக்கு தோல் உரிந்து ரத்தம் துளிர்த்திருந்தது. சுற்றிவர மனிதர்கள் நின்று கொண்டிருந்தார்கள். ஆடை அணிந்திருந்தார்கள். தாடி மீசை இருந்தன. முகங்கள் இறுகிப் போயிருந்தன.

எனக்கு மயக்கமும் வயிற்றுப் புரட்டலும் வந்தன. ஒரு ஆவேச வாந்தி ஆரம்பம் கொள்கிறது என்று நினைத்தேன். குப்பைத் தொட் டியைப் பிடித்தவாறே நின்று கொண்டிருந்தேன். அப்படியானால் என் சாட்சியம் என்ன? என் பதிவுகள் எவ்வாறு? என் பங்களிப்பு எப்படி? சரித்திரம் எனக்காக எவ்வளவுதான் கதறித் துடித்தாலும், குப்பைத் தொட்டிப் பிடியைத் தளர்த்த முடியாது. அங்கு நின்று வாந்தி எடுத்தவாறு, வாந்தியெடுப்புகளின் இடைவேளைகளில் என்னென்ன பார்க்கமுடியுமோ அவற்றைப் பார்த்து என்னென்ன புரிகிறதோ அவற்றைப் பதிவு செய்யலாம். குப்பைத் தொட்டியை விட்டுத் தெருவில் குதித்து, தெருத் தெருவாக வாந்தியெடுத்து, வாந்தி எடுத்ததையெல்லாம் சரித்திரம் என்று சொல்லக்கூடாது என்று நினைத்தேன். நான் குடிக்காமல் இருந்திருந்தால் இன்னும் தெளிவாக இருந்திருக்க முடியும்.

அடர்த்தியான காடு ஊருக்குள் புறப்பட்டு வருவதுபோல் ஜனக்கூட்டம் வந்து கொண்டிருந்தது. தேனீக்களின் எண்ணற்ற கூடுகள் ஏக காலத்தில் கலைக்கப்பட்டது போல் பரவெளியில் ஹுங்காரம். போர் முழக்கத்தின் பீதியை விரோதிகளின் மனத்தில் ஆழப் பாய்ச்சும் ஹுங்காரம் அது. மிகப் பெரும் சாகஸம் கொள்ள

இருப்பதை சரித்திரம் எவ்வளவு வலுவாக வெளிப்படுத்திவிட்டது. திட நிச்சயம் கொண்டிருக்கவில்லையெனில் அது இவ்வளவு பெரிய ஹூங்காரத்தை எடுத்த எடுப்பில் எழுப்பியிருக்க முடியாது. ஆக, இதற்கு முன் எப்போதும் வராமல் போன எழுச்சியல்ல இது. உருத்திரண்டு வந்துகொண்டிருக்கும் எழுச்சி. சரித்திரத்தில் மிகப் பெரிய கொந்தளிப்புக்கு சாட்சியம் அளிக்கும் பாக்கியம் எனக்குக் கிடைத்திருக்கிறது.

நான் வாந்தி எடுக்க ஆரம்பித்தேன். இதுபோல் ரோஷம் கெட்டு நான் ஒருபோதும் வாந்தி எடுத்ததில்லை. என் குடல்கள் புறஉலகில் இழுக்கப்பட்டு, கண்ணுக்குப் புலப்படாத எந்த அசுத்தத் தொட்டி களுடன் இணைக்கப்பட்டிருக்கின்றன? என்ன இது! இவ்வளவு அசுத்தங்களைக் குடலுக்குள் வைத்துக்கொண்டு சரித்திரத்தை எப்படிப் பதிவு செய்யப் போகிறேன்? ஜனக்கூட்டம் என்ன இப்படித் திரள்கிறது! ரோகிகள் இலட்சக் கணக்கில் கூடிவிட்டார்கள். மருத் துவர்களுக்கு எதிராக அவர்கள்தானே கலகத்தை முதலில் ஆரம்பித் தார்கள். ஆமாம். துக்கத்தின் எரிவாயுக் கிடங்குகளில் அவர்கள்தான் முதல் நெருப்பு கிழித்தார்கள். நாற்றிசையும் பரந்து பிடித்துவிட்டது ஜ்வாலை. கடல் அலைகள் ஜ்வாலைகளாக மாறிக் கரையேறி வருகின்றன. தென்னந் தோப்புகள் பற்றி எரிந்தன. என்னைச் சுற்றி எங்கும் நீக்கமற நோயாளிகள். கண்ணுக்குப் புலப்படும் உறுப்புகள் அனைத்திலும் நோய் கொண்டவர்கள். புலப்படும் உறுப்புகள் பளபளவென்று இருக்க, புலப்படா உறுப்புகள் உள்ளூர அழுகிக் கொண்டிருப்பவர்கள். இவர்கள் மத்தியில் எனக்குப் பெரும் சகஜம் கிடைத்தது. சத்தத்தை அமுக்குவதற்குப் பதிலாக, ஊக்குவித்துக் கொண்டு ஓங்கார வாந்தி எடுக்க ஆரம்பித்தேன். வாந்தியில் தான் எத்தனை நிவர்த்தி! குடல் மட்டும் எடுக்க இவ்வளவு நிவர்த்தி என்றால் சகல உறுப்புகளும் எடுக்கத் தொடங்கினால் எவ்வளவு நிவர்த்தி ஏற்படும்! இந்த ரோகிகள் உருவாக்கும் சூழல்தான் எவ்வளவு சுதந்திர வாந்திக்கு இட்டுச் செல்கிறது!

ஒரு வயோதிக ஸ்திரீ என் தலையைப் பிடித்துக்கொண்டாள். அவள் ஏதும் என்னை விசாரிக்கவில்லை. உடற்பிரயாசையுடன் பலர் நகர்ந்து வந்து என்னை அரவணைக்க முற்படுகிறார்கள். என் உடல் குழைந்து, தலை சரிய முற்பட்டபோது, என் சிரத்தின் அடியே ஒரு மடி வந்தது. அது யாருடைய மடி என்று ஆராய எனக்குத் தெம் பில்லை. அங்கு ஒவ்வொருவரும், ஒவ்வொருவருக்காகவும் நெகிழ்ந்து கொண்டிருப்பதை நான் உணர்ந்தேன். ஒரு முந்தானை என் முகத்தைத் துடைத்தது. என்னால் நான் வாந்தியெடுக்கப்பட்டது போல் அவ்வ ளவு அசுத்தமாக இருந்தேன். ஆனால், என்னை சுச்ருஷித்த விரல் களின் குளிர்ச்சி என் உடல்பட்டு ஜில்லிட்டது. ஜீவன்கள் அங்கு அவற்றின் பிறப்பின் கூறுகளையும் வளர்ப்புக் கோலங்களையும் தோற்ற குணங்களையும் வீசி உதறி, மூலப் பண்புகளில் முயங்கப் பேராவேசம் கொண்டிருந்தன. ஒரு தடவை நான் லேசாகக் கண்

திறந்து பார்த்தேன். விழி ஓரங்களில் இருளின் ஒரு பெரிய துண்டு ஒட்டிக்கொண்டிருந்தது. அதை ஊடுருவிப் பார்த்தபோது தேன் கூட்டை பூதக்கண்ணாடியில் பார்ப்பதுபோல் திக்பிரமை அடைந் தேன். என்ன இப்படி கூட்டம் திரள்கிறது! புசுபுசுவென்று எங்கிருந்து வந்து கொண்டிருக்கிறார்கள் இப்படி! ஊர் ஊராகக் காலி செய்து வருகிறார்களா? ஆறுகள் தாண்டி, மேடு பள்ளங்களில் ஏறி இறங்கி, காட்டுப்பாதைகளில் புகுந்து புறப்பட்டு வருகிறார்கள் போலிருக்கிறது. சகல பேதங்களையும் அழித்துக்கொண்டு சகல ஜீவன்களும் ஒன்றாகத் திரண்டுவிட்டன. ஜீவன்கள் ஒன்றுகூடித் தங்கள் மொத்த வடிவத்தை நீளமாக அமைத்துக்கொண்டு அதற்கு மேல் அவர்கள் இல்லாமல் இருக்கும்போதுதானே ஊர்வலம் என்பது சாத்தியம்? இங்கு காலூன்ற இடமில்லாமல் ஒவ்வொருவரும் மற்றவர் மீது புதைந்துகொண்டு நிற்கும்போது எங்கு அவர்கள் ஒதுங்குவது? காடுகள் புறப்பட்டது போலவும், மலைகள் நகர்வது போலவும் இவர்கள் வந்துகொண்டே இருந்தால் கொள்ளிடம் ஏது?

எனக்கு மயக்கம் போட்டுவிட்டது. அப்போதும் ஒரு பிரகாசமான மெழுகுவர்த்தி என் மனவெளியில் எரிந்து கொண்டிருப்பதை உணர்ந்தேன். மஞ்சளும் ஊதாவும் கலந்த அந்தச் சுடரின் அழகை எப்படி வர்ணிப்பது? பதட்டம் இல்லாமல் உடம்பைச் சுருக்கிக் கொண்டு அது மேலெழப் பார்க்கிறது. அதன் துடிப்பைப் பார்க்கும் போது நிமிர்ந்து வானக்கூரையை முட்டினாலும் அது அடங்காது என்று தோன்றுகிறது. அதன் வெளிச்சத்தில் எனக்குச் சகல காட்சி களும் தெளிவாகப் புலப்பட்டன. முன்னால் மூளை மட்டும் பிரக்ஞை யாக இருக்க, இப்போது உடம்பின் ஒவ்வொரு உறுப்பும், ரோமக்கால் களும் பிரக்ஞையாகி விட்டன. என் கைகள் தடவி விடப்படுவதையும், என் நெற்றி அமுக்கப்படுவதையும், என் தலைமயிர் கோதிவிடப்படு வதையும் உணர்ந்தேன். காற்றின் ஸ்பரிசங்களையும் என் ரோமக் கால்கள் வழி, மிகுந்த ஆத்ம நிறைவுடன் சுவீகரித்துக் கொண்டேன். என் மனவெளியைப் பனித்துளிகளால் மெழுகுவதுபோல் இருந்தது.

ஒவ்வொருவரும் அவர்களுக்குரிய பள்ளத்தாக்குகளைக் காலி செய்துகொண்டு வந்துவிட்டார்கள். சுதந்திரம் இல்லை எனில், பொன் கொண்டு, பெண் கொண்டு, பெற்றெடுக்கும் குழந்தைகள் கொண்டு ஏதும் புண்ணியமில்லை என்பது அவர்களுக்குத் தெளி வாகிவிட்டது. இந்த எளிய உண்மையை இவர்களுக்குக் கற்றுத்தரும் முயற்சியில் கோடானு கோடி வருஷங்கள் தோல்வி கண்ட சரித்திரம் இப்போது வெற்றி கண்டுவிட்டது. அவர்களுடைய சகல இருப்பிடங் களையும் இனி வன விலங்குகள் எடுத்துக் கொள்ளட்டும். அவர்கள் உடல் வருந்திச் செழிக்க வைத்த பயிர்கள் எல்லாவற்றையும் கொடிய மிருகங்கள் மேயட்டும். அவர்கள் காலங்காலமாகக் கட்டியெழுப்பிய வீடுகள் மீதும், பண்புகள் மீதும், ஊர்வனவோ இழைவனவோ புகுந்து புறப்படட்டும். அவர்களுடைய குழந்தைகளின் தொட்டில்களில் இனி பாம்புகள் குஞ்சு பொரிக்கட்டும். மரணங்களுக்குப் பயந்து

அவர்கள் இதுகாறும் சகித்துக் கொண்டு வந்திருக்கிறார்கள். இனியும் சகிப்பது சாத்தியமில்லை. எந்த மரணத்துக்கு அவர்கள் இதுகாறும் பயந்து வந்தார்களோ, அந்த மரணத்தைக் கொடியாகப் பிடித்துக் கொண்டு இவர்கள் இப்போது புறப்பட்டுவிட்டார்கள். இனி, கத்தியைக் காட்டியோ, அம்பைக் காட்டியோ, வேலைக் காட்டியோ அவர்களைப் பயமுறுத்த முடியாது.

எனக்குப் பலர் விசிறினார்கள். நான் நகர்ந்து கொண்டிருப்பதும் எனக்கு அப்போது தெரிந்தது. தோளில் தூக்கிக்கொண்டு போகிறார்கள்போல் இருக்கிறது. விரிந்து, வியாபித்து, பரந்து கிடக்கும் ஒரு மலை, பூமியின் உறவில் மனம் கசந்து அடிவயிற்றை உருக்கிக்கொண்டு புறப்பட்டதுபோல் ஜனக்கூட்டம் நகர்ந்து கொண்டிருக்கிறது. அடி வானத்தில் தெரியும் பள்ளத்தாக்கை நோக்கி நகர்கிறது இந்தக் கூட்டம். கழுகுகள் மட்டுமே வாசம் செய்யும் பள்ளத்தாக்கு அது. அங்கு பல கொடிய விலங்குகள் எதிர்வினை தெரியாமல் கத்தி, அந்தக் கத்தலின் பயங்கரமான எதிரொலிச் சுழற்சியால் தாக்கப்பட்டு இறந்திருக்கின்றன. தலையால் வானத்தை முட்டி, பாதங்களால் மேகத்தைத் துவைத்துக் கொண்டிருக்கும் பள்ளத்தாக்குகள் அவை. கீழே இருந்து நெடிதுயர்ந்து மேலோங்கும் மரங்கள் எதுவும் அதன் பாதங்களைத் தொட்டதில்லை. அந்த ராக்ஷஸ மரங்களின் அடர்த்திக்கு வானவெளி போதாமல் ஒன்று மற்றொன்றுள் பாய்ந்து கிழித்துக்கொண்டு வெளியே வந்துகொண்டிருந்தன. கீழேயிருந்து தனித்தனியாகப் புறப்பட்டவை மேலே பந்தலாகி ஒன்றுடன் ஒன்று பின்னிக்கொண்டிருந்தன. பள்ளத்தாக்கின் சிரசு என்று சொல்லும்படி இருந்தது ஒரு வழுக்கை மலை. அதில் சாய்ந்து இளைப்பாறிக் கொண்டிருந்தது வானம்.

தூரத் தொலைவிலேயே நான் கவனித்துவிட்டேன். பள்ளத்தாக் கின் கீழே நெடிதுயர்ந்த மரங்களிலெல்லாம் இலை காய் தெரியாமல் ஜீவன்கள் தொங்கிக் கொண்டிருந்தன. குரங்குகள் என்றுதான் முதலில் நினைத்தேன். அப்படியானால் வால்கள் எங்கே? குரங்குகள் அல்ல. ஆடையற்ற மனிதர்கள். ஆடைகளை வழி நெடுகக் களைந்து கொண்டு வந்திருக்கிறார்கள். ஆடைகளைக் களைந்து தொங்கிக் கொண்டு கிடந்தால் இனங்காண முடியாது என்ற கற்பனை போலும்.

அட பாவிகளா! நீங்கள் செய்த கொடுமைகளை எல்லாம் உங்கள் ஆடைகளா செய்தன? நீங்கள் செய்த அவ்வளவு கொடுமை களும் உங்கள் விழிகளில் பிதுங்கி நிற்கும்போது, எங்கு அந்த விழிகளைப் பறித்து எறிவீர்கள்? ஒவ்வொரு முகத்தையும் நான் கூர்ந்து கவனித்தேன். எல்லோருக்கும் தெரிந்த விரோதிகள் அவர்கள். சிறிது காலம் அங்கு தொங்கிக்கொண்டு கிடந்தால், தலைகளைத் தப்ப வைத்துக்கொண்டு மீண்டும் ஊருக்குள் வரலாம் என்ற சப்புக் கொட்டல் போலிருக்கிறது. அது இனி நடக்காது. இப்போது நீங்கள் வெட்டவெளிச்சமாகி விட்டீர்கள். மனிதகுலம் இதுகாறும் பேணிக் காத்து வந்த சகல பயிர்களையும் நீங்கள் அழித்துவிட்டீர்கள்.

முழு ஜனமும் இப்போது மழுங்கல் பாறையில் ஏறி விட்டது. அப்போது சற்றும் எதிர்பாராதவிதமாக ஒரு காரியம் நடந்தது. இதுபோன்ற ஒரு யோசனை அவர்களுக்கு இருக்கக்கூடும் என்று நான் அறியவேயில்லை. மலையிலிருந்து ஒவ்வொருவராகப் பள்ளத் தாக்கை நோக்கிக் குதித்தார்கள். கணந்தோறும் குதித்தவர்களின் எண்ணிக்கையை மதிப்பதுகூடச் சாத்தியமில்லை. நீரில் குதிப்பது போல் அவர்கள் குதித்தார்கள். மரணத்தின் கொடியை ஏந்திப் பிடித்துக்கொண்டு அவர்கள் குறி தப்பாமல் குதித்தார்கள். தலை கீழாக வந்த சிரங்கள், மரத்தில் தொங்கிக் கொண்டிருந்த சிரங்களில் மோதின. கபாலங்கள் மோதிப் பிளந்து தெறித்தன. அந்த மோதலில் வெளிப்பட்ட சத்தம் மலை முகடுகளில் எதிரொலித்துச் சுருண்டு சுருண்டு வந்தது. அந்தச் சத்தம் வன விலங்குகளுக்குக் கேட்டிருக்கும். காட்டைத் தாண்டி அந்தச் சத்தம் ஊருக்குள் புகுந்து, ஊர்வனவற்றிற் கும் பறப்பனவற்றிற்கும் கிலியை மூட்டியிருக்கும். ஊர் தாண்டி, மலை தாண்டியும் கடல் தாண்டியும் எங்கேனும் மனித ஜீவன்கள் மிஞ்சியிருந்தால் அவர்களை அந்தச் சத்தம் சென்று அடைந்திருக்கும்.

கடைசி ஜீவனாக மிஞ்சிவிடக் கூடாது என்று நான் பயந்தேன். அப்படி மிஞ்சினால் அதுபோல் அவமானம் வேறு ஒன்றும் இல்லை. அப்போது எனக்கு வாழ்க்கையும் இல்லை. மனித ஜீவன்கள் அற்ற இடத்தில் உடல் மிஞ்சிக் கிடப்பது வாழ்க்கை ஆகாது என்பதை நான் நன்றாக அறிவேன். ஜீவன்களுடன் ஜீவன்கள் கொள்ளும் உறவு சாத்தியமில்லை எனில், மரணத்துடன் ஜீவன்கள் கொள்ளும் உறவே வாழ்க்கை. நானும் குதித்தேன். எனக்கும் குறி தப்பவில்லை. ஒரு கபாலத்தைச் சிதறடித்துக்கொண்டு என் கபாலம் சிதறிய சத்தம், என் காதில் விழுந்தது. நான் சிதறடித்த கபாலம் யாருடையது என்று எனக்குத் தெரியாது. ஆனால், அது சிதறடிக்கப் பட வேண்டிய கபாலம் என்பதில் எனக்கு எவ்விதச் சந்தேகமும் இல்லை.

மீட்சி, 1985

ஆத்மாராம் சோயித்ராம்

ஆத்மாராம் சோயித்ராம் இந்தியாவுக்கு சுதந்திரம் கிடைத்து பத்து வருடங்களுக்குப் பின், ராஜஸ்தானில் பிக்கானீரில் பிறந்தான். சிறு வயதில் சிற்றன்னையின் - தகப்பனாரின் இரண்டாவது மனைவி - குத்தல் பேச்சுக்களைச் சகித்துக்கொள்ள முடியாமல் தகப்பனார் அவனைக் கூட்டிக்கொண்டு தெற்கே வந்தார். தாகூர்தாஸ் சோயித் ராமின் சுய சம்பாத்தியங்கள் அவருடைய பெயரில் இருந்ததால் அவர் தன் மனைவியைத் துரத்தியிருக்கவும் முடியும். ஆனால், "சொத்து அவளுக்கு, சுகம் எனக்கு" என்று ரயிலில் சக யாத்ரீகர்களிடம் தன் தலையெழுத்தைக் கூறி அழுதுகொண்டே வந்தார் அவர். அப்போது ஆத்மாராமுக்கு ஏழு வயது.

தாகூர்தாஸ் இலக்கிய ஈடுபாடுகள் கொண்டவர். பிரேம்சந்தின் எழுத்தில் மனத்தைப் பறி கொடுத்து, சுயமாக ஹிந்தி கற்று எழுத ஆரம்பித்தார். கவியாகி விடவேண்டும் என்பது அவர் கனவு. சென்னை கிடங்குத் தெருவுக்கு, தூரஉறவினர்களின் மொத்த ஜவுளிக் கடையில் இரண்டாம் கணக்கு எழுத அவர் புறப்பட்டு வந்த விதியை நொந்துகொண்டு, முற்றுப்பெறாத ஒரு நாவலும் அவர் எழுதியிருக்கிறார். 'தெற்கே புல்வெளியைத் தேடி' என்பது அந்த நாவலின் தலைப்பு. அந்த நாவலில் ஓர் ஒட்டகமும் கதாபாத்திரமாக வருகிறது. நாவலில் தாகூர்தாஸ் தனக்குக் கொடுத்திருக்கும் பெயர் விஷ்ணுராம். ஒட்டகமும் விஷ்ணுராமும் நாவலில் நெடுகப் பேசிக்கொள்கிறார்கள். விஷ்ணுராம் தன் குழந்தைகளுடன் ஒட்டகத் தின் மீது அமர்ந்து தெற்கே வரும்போது, தான் பட்ட கஷ்டங்களை எல்லாம் அதனிடம் கூற, ஒட்டகமும் தன் துன்பங்களைக் கூறி, மன வியாகூலங்களைத் தணித்துக்கொள்ளும் வகையில் சில அறிவுரைகளைக் கூறுகிறது. புராதன கிரந்தங்களை மூலத்திலேயே கற்ற ஒட்டகம் என்பதால் வடமொழி சுலோகங்களைச் சொல்லி, பதவுரை சொல்லி, அர்த்தமும் சொல்கிறது. பாவம் ஒட்டகங்கள்! அவையும் மனிதனைப் போலவே துன்பப்படுகின்றன.

சோயித்ராம் தனது பதினேழாவது வயதில், தற்செயலாக ஒரு நாள் தகப்பனாரின் கையெழுத்துப் பிரதிகளைப் படித்தான்.

கவிதைகள், முதல் மனைவிக்கு அவள் இறந்தபின் தன் கஷ்டங்களைச் சொல்லி எழுதிய கடிதங்கள், முற்றுப்பெறாத நாவல் முயற்சிகள். அது அவன் வாழ்க்கையில் ஒரு முக்கியமான தினம். ஒரு திருப்பு முனை. ஆமாம். அன்றும் அதற்கு முன்பு போல அந்தத் தூறல்... சாய்வாக, வலுவான ஊசி முனைகள் போல் சாய்ந்து, தேங்கி நிற்கும் தண்ணீரில் பூக்கள் பொரிக்கின்றன. தன் உள்ளங்கையில் ஓடும் விதி ரேகைக்கும் அந்தச் சாரலுக்கும் ஏதோ தொடர்பு இருந்துவரு கிறது. தகப்பனாரின் கையெழுத்துப் பிரதியிலிருந்து ஆவேசமும் பரவசமும் உள்ளுருகலும் பெற்றுக்கொண்டிருந்தபோது சாரலின் பளபளப்பைக் கவனித்தான். அவன் திரும்பவேண்டிய பாதைகளுக்கு அவை எப்போதுமே வழிகாட்டி இருக்கின்றன. குளித்து சொட்டச் சொட்ட நிற்கும் மரங்களும் பூமியின் ஈரமும் சிறு குட்டைகளும் அழுந்திய பாதங்களின் சுவடுகளும் - கடவுளே, எவ்வளவு அழகாய் இருக்கின்றன ஒவ்வொன்றும்! கையெழுத்துப் பிரதிகளுக்கு இடையே, தன்னிகரற்றவர் எனக் கருதப்பட்ட ஒரு நாவலாசிரியருக்கு அவனு டைய தகப்பனார் எழுதிய கடிதமும் கிடைத்தது. என்ன மனந்திறந்த பாராட்டு! தன் தகப்பனார் பெரிய மனத்துடன் வாழ்ந்திருக்கிறார். அவருடைய பிழைப்பு அவரைக் கணக்குப் புத்தகங்களில் அடை யாளத்துக்கு வைக்கும் தாள்போல் சொருகிவிட்டது. ஆனால், தன் சிறு வயதில்கூட ஏதோ வித்தியாசமான ஓர் அம்சம் - கிடங்குத் தெரு புதுத் துணி நெடிகளுக்கு சம்பந்தமில்லாத ஒரு வாசனை - அவரிடம் இருந்ததை அவன் உணர்ந்திருக்கிறான். நினைவுகளைத் தொகுக்கும் போது அந்தச் சுகந்தம் மீண்டும் இப்போது மூக்கோரம் வருகிறது. பக்கத்தில் படுத்துக்கொண்டு அவர் பேசிய பேச்சுகள் நினைவுக்கு வந்தன. அவனுடைய தலை மயிருக்குள் விரல்களை விட்டுச் சற்றே முரட்டுத்தனமாகப் பிசைவார். கட்டுக்கடங்காத அன்பிலிருந்து வரும் முரட்டுத்தனம் அது. அவற்றின் அருமை அப்போது தெரிய வில்லை. அவர் வாயிலிருந்து வந்த பாக்குத் தூளின் மணம்தான் அப்போது பிரதானமாக இருந்தது. இப்போது எல்லாமே புரிந்துவிட் டது. என்ன கற்பனை அவரிடம்! ஜீவராசிகளிடம்தான் எவ்வளவு தயை! எப்படி இந்த கேடுகெட்ட மனிதர்களிடம் இவ்வளவு பிரி யத்தை வைத்துக்கொண்டிருந்தார். எப்படி இரண்டாம் கணக்குகளை ஜோடித்துக்கொண்டிருக்கும்போதே, சிறகடித்துப் பறந்துகொண்டி ருந்தன அவரது இறக்கைகள்! துரதிர்ஷ்டம் என்றுதான் சொல்ல வேண்டும். அவருடைய ஒரு கவிதை, ஒரு கதை, ஒரு கடிதம் பிரசுரமானதாகத் தெரியவில்லை. எவற்றையேனும் அவர் தபாலில் சேர்த்தாரா என்பதுகூடத் தெரியவில்லை. அந்தத் தன்னிகரற்ற நாவலாசிரியருக்கு அவர் எழுதிய கடிதத்தைக்கூட அநேகமாக அவர் தபாலில் சேர்த்திருக்க மாட்டார். கிடங்குத் தெரு ஏர்கண்டி ஷன் ஜம்பங்களுக்கு அவரது ஆத்மா தெரியாது. கடவுளே, என்ன கொடுமை இது! கன்னத்தில் புற்றுநோய் துளைத்த துவாரம் வழி வெத்திலைத் தாம்பூலம் வழிய அவர் இறந்து போனார். கடையோரம் சதா புகையிலையை அடக்கிவைத்துக் கொண்டிருந்தது போலவே,

தன்னுடைய பிரகாசத்தையும் தன் உடம்பால் அவர் மூடி மறைத்துக் கொண்டிருந்திருக்கிறார்.

சோயித்ராம் சாரலில் நனைந்துகொண்டே ஓடினான். ஹிந்தி கிதாப் மந்திர் நோக்கி ஓடினான். அவன் வாங்கிய முதல் புத்தகம் அது. தன் தகப்பனை நெகிழ வைத்த ஊற்றை அவன் தெரிந்துகொள்ள வேண்டும். அன்றிரவு அந்த நாவலைப் படித்துவிட்டு, விடியலில் தோட்டிகள் தெரு கூட்டும்போது, ஏதும் டீக்கடைகள் திறந்திருக்கிறதா என்று அவன் தேடிக் கொண்டே, ஈரத்தில் தன் சுவடு படியப் போனதை அவனால் என்றுமே மறக்க முடியாது.

தெற்கத்திய ஜில்லாக்களில் தனது ஒன்றரை வருட மாதந்தோறுமான யாத்திரைகளில் சோயித்ராமின் தடங்களும் தங்கலும் நடமாட்டங் களும் நிர்ணயமாயிருந்தன. இரண்டு சூட்கேஸ் சாம்பிள்கள். தன் சொந்தப் பெட்டி ஒன்று. தோள் பையில் புத்தகங்கள். எக்மூரில் மாலை ரயில் ஏறி மதுரையில் காலை வந்து இறங்குவான். அங்கு வழக்கமான ஹோட்டலில் தங்கி, மனத்தடங்கலுக்கு ஏற்ப வேலைகள் பார்த்து, சுற்றுப்புற ஊர்களில் உள்ள கடைகளையும் பார்ப்பான். அடுத்து நெல்லை தங்கல். அங்கும் சுற்றுப்புற ஊர்கள். அடுத்த தங்கல் நாகர்கோவில். அங்கும் சுற்றுப்புற ஊர்கள். வேலைகளைத் தட்டி நெருக்கி ஒருநாள் முற்பகலோடு முடித்துவிடும் வெப்ராளம் அவனுக்கு ஏற்படும். எவ்வளவுதான் அமுக்கினாலும் துருத்திக் கொண்டு பீறிடும் வேலைகளைக் குற்ற உணர்ச்சியுடன் கத்தரித்து விட்ட பின்பு அவனுக்குக் கன்னியாகுமரி பஸ் ஏறவும் முடியும்.

அப்போது மனதுக்கு ஒரு லகரியை ஊட்டத் தொடங்குவான். எந்தப் பொறியைத் தட்டி மூளை அதை ஏற்படுத்துகிறதோ! மனம் பரபரப்புக் கொள்ளும். சகல ஜீவராசிகளின் மீதும் இயற்கை மீதும் மனத்தில் இருந்து அன்பின் வெள்ளம் பீறிட்டு 'ஜோ' மழையாக அவற்றை நனைக்கும். எப்போதும் விவகார உலகத்திலிருந்து விடுபட வைத்த தாண்டலை அவன் உணரும் வகைக்கு வருவது, சில கவித்வ வரிகள். இரவு அங்கு தங்கல். அங்கிருந்து திருவனந்தபுரம் மெயில் பிடித்து, சென்னைக்குப் போவான். வீண்சுற்று என்று முதலாளிக்கு வருத்தம்தான். சொல்லிப் பார்த்தார். சோயித்ராம் காதில் போட்டுக்கொள்ளவில்லை. சில விஷயங்களை விட்டுக் கொடுக்க முடியாது. சாவகாசம் இருந்தால் ரயில் ஏறுவதற்குமுன் கொஞ்சம் குடிப்பான். அவ்வப்போது குடிப்பவர்களின் மீது, சில பெண்கள்போல் அவ்வூர் பிரியம் கொள்கிறது என்று அவனுக்குத் தோன்றும். இயற்கையின் களியாட்டங்களையும் செழுமைகளையும் ஊர்வலம் கொள்ள கோஷிப்பதுபோல் ரயில் பாய்ந்து முன்னேறும். அடிவானம் வரையிலும் விரிந்து கிடக்கும் நீர்ப் பரப்புகள். படுத்து இளைப்பாறலாம் என்று நம்பிக்கை கொள்ளும் அளவுக்குக் கட்டில் மாதிரி கனமான பச்சைப் பாசி, கரையோரங்களில் சொதசொத

வென்று. நீர் நிலைகளில் மர நிழல்களின் மென்மையான நெளிவுகள். இந்தப் பயணங்கள் அவனிடம் தப்பாமல் சில கவிதைகளைத் தோற்றுவித்திருக்கின்றன. இந்த ரயில் கவிதைகள் மனதுக்கு உகந்த பத்திரிகையில் ஓடிப்போய் பிரசுரமாகிக்கொள்ளும் ராசிகளும் கொண்டவை. இயற்கையின் கோஷங்களின் மீது அமர்ந்து முன் பாய்ந்து செல்வதை முதலாளிக்காக விட்டுக்கொடுக்க முடியாது. எண்ணற்ற மனங்களில் தன் கவிதைகளின் சலனங்கள் கடித வரி களாகி கைகுலுக்க வருவதை விட்டுக்கொடுக்க முடியாது. என் தகப்பனைப் போலவே நானும் கவித்வம் கொண்டவன். கவித்வம் கொண்டவன் என்ன! கவிஞன். காலம் தன் வாழ்க்கையை உருக் குலைத்துவிடுமோ என்று அவர் பயந்தார். இளமையில், நாசியில் ரத்தம் கக்க முகத்தில் விழுந்த சில அறைகள், மிக மோசமான ஆயுதங்களை எதிர்காலம் அவருக்காகப் பதுக்கி வைத்துக் கொண்டி ருக்கிறதோ என்ற கிலியை அவருக்கு ஏற்படுத்தியிருந்தன. நான் அப்புராணி அல்ல. பயந்தாங்கொள்ளி அல்ல. கவிதைக்காக நான் சாகத் தயார். காலமே, ஒரு மோசமான தாக்குதலை என் மீது நிகழ்த்து. என்னை உருக்குலை. சின்னாபின்னப் படுத்து. நீ பார்த்து வெட்கப்படும் அளவுக்கு உனக்குக் கவிதையில் பதில் சொல்கிறேன்.

எனக்கு முகங்கள் பிடிக்கின்றன. இந்த உலகத்தில் உள்ள அவ்வளவு பெண்களையும் பார்க்க எனக்கு ஆசையாக இருக்கிறது. ஹோட்டல் ரூம் பாய்கள் அவ்வளவு பேரையும் எனக்குப் பார்க்க வேண்டும். அந்தஸ்துக்குப் பின்னால் மறைந்துகொண்டிருக்கும் சகல கொடுமை களையும், மானங்களுக்குப் பின்னால் மறைந்து கொண்டிருக்கும் அவமானங்களையும், மனித மனத்தின் சகல அழுக்குகளையும் சகல புனிதங்களையும். அதற்காகத்தான் இந்த சூட்கேஸ்களைச் சுமக்கிறேன். முதலாளி நினைத்துக்கொண்டிருக்கிறான் சோற்றுக்கு என்று. அவன் வயிற்றை நன்றாக நிரப்பி மிச்சம் நான் உண்பதற்கு என்று. இது வேலை அல்ல. ஒரு இளைப்பாறல். ஒரு தயார் எடுப்பு. அணைத்துக்கொள்ள இருக்கும் காலம் அழைப்பதற்காகக் காத்திருக் கிறேன். மரங்கள் போல், செடிகள் போல், கொடிகள் போல், தடாகங்கள் போல், குன்றுகள் போல், மான்கள் போல், பசுக்கள் போல், மனித ராசியும் அம்மணமாக இருப்பதில் எவ்விதத் தவறும் கிடையாது. அந்த விவேகம் இனி மனிதனுக்குக் கூடும் சாத்தியம் இல்லை என்பதால் உன் பிழைப்புக்குக் கேடு இல்லை. ஆனால், உன்னுடைய சேமிப்புக்குப் பின்னால் சைபர்கள் சேர்த்துக்கொண்டு போவதல்ல என்னுடைய வேலை. நான், காலொடிந்து சேற்றில் புரளும் ஜீவன்களுக்கு அவர்களுடைய சிறகுகளைக் காட்ட வந்தவன். இப்போது பதுங்கிக்கொண்டிருக்கிறேன்.

நான் யார் என்று உங்களுக்குத் தெரியாது. என் தகப்பனை உங்கள் வர்க்கத்துக்குத் தெரியாதது போலவே என்னையும் உங்கள் வர்க்கத்துக்குத் தெரியாது. கடைசி வரையிலும் இது இப்படித்தான் இருக்கும். நம் ஊரை வைத்து, நாம் பேசும் மொழியை வைத்து,

நம்மவர்கள் கட்டும் பஞ்சகச்சத்தை வைத்து, "நாம் நாம்" என்பாய் நீ. உங்களில் ஒருவன் அல்ல நான். இன்று நான் அதைச் சொல்லாம லேயே இருக்கிறேன். ஒருநாள் நான் அதைக் கத்திச் சொல்வேன். உங்கள் சங்கத்தின் உறுப்பினர் கூட்டம் நடந்துகொண்டிருக்கும்போது மேடையேறிக் கத்திச் சொல்லிவிட்டுப் போவேன். உன்னதங்களை நீங்கள் அறிந்ததில்லை என்று நான் சொல்வேன். உங்கள் சிதைகளை நீங்களே எரித்துக்கொண்டிருக்கிறீர்கள்.

நான் விஷ்ணுராம் என்ற பெயரில் கவிதைகள் எழுதுகிறேன் என்பது உங்களுக்குத் தெரியாது. அது தெற்கு நோக்கி வந்த என் தகப்பனின் வருத்தத்தின் பெயர். அதே பெயரில் இந்தியா புளகாங் கிதம் கொள்ளும் காலத்தை நான் உருவாக்குவேன். எனக்கு புத்தி போதவில்லைதான். என் உடலும் மகா ஒல்லியாக இருக்கிறது. என் கூடுகட்டிய மார்பை மறைக்கவும் முடியவில்லை. சில சாம்பிள் களுக்கு சில வேளை எனக்கு கொள்முதல் விலை மறந்து போகிறது. சில பெரிய புள்ளிகளை ஐஸ்புட்டியில் இறக்க என்னால் முடிய வில்லை. தொலைபேசி எண்களை நினைவு வைத்துக்கொள்வதில் கிடங்குத் தெருவிலேயே நான்தான் மிக மோசம். இவை எல்லாம்தான் உங்களுக்கு என்னைப்பற்றித் தெரியும். இதனால் நான் ஆளாகும் அவமானங்களும் கொஞ்ச நஞ்சமல்ல. காலமே, பொறு.

மதுரையில் அந்தப் பிரபலமான கடையில் பெரிய முதலாளியிடம் நான் பேசிக்கொண்டிருக்கும்போது, அந்த ஒல்லியான உயரமான பெண் பரபரப்புடன் வந்து "தாத்தா, இந்தக் கவிதையைப் படித்துப் பாருங்கள். எவ்வளவு அற்புதம்!" என்றாள். அவர், "இப்போ எனக்கு நேரமில்லை" என்றார். உனக்குத் தெரியுமா? அவள் காட்டியது விஷ்ணுராமின் கவிதை. அந்தக் கவிதையிலேயே மிக உயிரான வரியை அவள் சொன்னாள். நான்தான் எனச் சொல்லத் துடித்தது என் நாக்கு. சொன்னால் அன்றைய மதிய விருந்து அவர்கள் வீட்டில் - அவள் பரிமாற. அந்தப் பெண் நிச்சயமாக ஆட்டோகிராப் வாங்கிக்கொள்வாள். "உடனடியாக ஒரு கவிதை எழுதிக் காட்ட முடியுமா?" என்று பரீட்சை வைப்பாள். அது அவளைப்பற்றி இருக்க வேண்டும் போலும்! ஆனால் பிரபஞ்சத்தைப் பற்றியது என்ற தோரணையில் படித்துவிட்டு வெகுவாகப் புகழ்ந்து பேசுவாள். பெண்களே, உங்களை என்னவென்று சொல்ல? உங்கள் வெகுளித் தனங்கள், உங்கள் அழகுகள்!

சென்னை கிடங்குத் தெருவில் வென்சிமால் கலாசந்த் கடையின் கதவிலக்க எண் 119. அந்த இலக்கத்தில் கடந்த நூறு வருடங்களில் தொழில் நடத்திய பலரும் கோடீஸ்வரர்கள் ஆகியிருக்கிறார்கள். கிடங்குத் தெருவில் மூன்று ராசியான கடைகளில் அதுவும் ஒன்று என்று கருதப்படுகிறது. பலருடைய அபிப்பிராயத்தில் அதுதான் முதன்மையானது. முதலில், பூமியிலிருந்து படியேறி - ஏணிப்படி

ஏறாமல் - கடைக்குச் செல்லலாம். பெரிய அதிருஷ்டம். அங்கு ஒவ்வொரு கடையும் ஒரு கௌபீனம். இதுவோ, விசாலமான ஹால். வித்தியாசமான பழக்க வழக்கங்களை அந்தக் காலத்திலிருந்தே கொண்ட கடை. பிற கடைகளை ஒன்பது மணிக்குத் திறக்கும்போது இந்தக் கடையை ஏழுமணிக்குத் திறக்கிறார்கள். முதலில் இதில் தொழில் நடத்திய சிமன்லால் மோதி தனது 26 வயதிலிருந்து 76 வயது வரையிலும் சரியாக ஏழு மணிக்கு இந்தக் கடையைத் திறந்திருக்கிறார். அவர் முன்னே வர, பின்னே ஒரு ஆயா வந்துகொண் டிருப்பாள். அவர் கடையைத் திறந்து இரண்டு பலகைகளைத் தூக்கி ஓரம் வைப்பார். அவர் உள்ளே நுழைந்ததும் ஆயாவும் நுழைந்து அவருடைய இருக்கைகளையும், கணக்குப் புத்தக அலமாரி களையும், வெளியே வைத்திருக்கும் ஃபைல்களையும் தூசி தட்டுவாள். அவர், டிராயரைத் திறந்து வெள்ளைத் துணிகளை எடுத்துக்கொடுக்க ஸ்வாமி படங்களை - நெற்றிப்பொட்டுகள் உதிராமல் - துடைப்பாள். அப்போது தெரு தூங்கிக்கொண்டிருக்கும். இரண்டு மணி நேர அமைதியில், கணக்கு எழுதுதல், கடிதம் எழுதுதல் எல்லாவற்றையும் முடித்துவிடுவார் சிமன்லால் மோதி. அவருடைய பெண் வயிற்றுப் பேரன்தான் இப்போது கடை நடத்திக்கொண்டிருக்கிறான். பெயர் வித்தல்தாஸ். வயது 47. வித்தல்தாஸ் பிசானி என்ற பெயரில் மற்றொரு பெரியவரின் கடை 289ஆவது இலக்கத்தில் இருக்கிறது. அதுவும் பெரிய கடை. இவரைப் பிரித்துச் சொல்ல வித்தல்தாஸ் பிசானி ஜூனியர் என்று சொல்ல ஆரம்பித்து, இப்போது ஜூனியர் என்றே அவருடைய பெயரும் அந்தக் கடைக்குப் பெயரும் ஆகிவிட் டது. ஆத்மாராம் சோயித்ராம் தொலைபேசியில் பேசும்போது, "ஜூனியர் கடையில் இருந்து பேசுகிறேன்" என்றுதான் சொல்வான். அவ்வாறு ஒரு பெயர் ஏற்பட்டது அந்தக் கடையின் அதிருஷ்டம். நினைவில் ஒட்டிக்கொள்ளும் பெயர்கள் நம்மைக் கைதூக்கிவிடும் பாங்கை நாம் உணருவதில்லை.

அன்றும் வழக்கம்போல் ஆத்மாராம் சோயித்ராம் ஒன்பது மணிக்குக் கடைக்குச் சென்றான். காக்கி உடை அணிந்து வெள்ளைத் தொப்பி வைத்துக் கொண்டிருந்த பையன்கள் கடையைச் சுத்தம் செய்ய, விற்பனையாளர்கள் அட்டம் அடுக்கிக்கொண்டிருந்தார்கள். ஜூனியர் முதலாளியின் தம்பியர் இருவரும் வந்திருந்தார்கள். கடைக்குள் மூன்று பேருக்கும் தனித் தனியாகக் கண்ணாடி அறைகள் இருந்தன. மூன்று பேரும் மிகவும் ஒற்றுமையாகத்தான் இருந்தார்கள் - சென்ற விஜயதசமிக் கணக்கை முடிப்பது வரையிலும். மூன்றாவது தம்பியை பம்பாய்க்கும் அகமதாபாதுக்கும் சூரத்துக்கும் தொடர்ந்து கொள்முதலுக்கு அனுப்ப வேண்டிய ஒரு சூழ்நிலை ஏற்பட்டது. ஜூனியருக்கு ஒரு மாரடைப்புத் தாக்குதல் வந்தது. கிடங்குத் தெரு முதலாளிகளுக்குப் பொதுவாக 47வது வயதில் மாரடைப்பு வரும் என்று ஒரு பேச்சு உண்டு. அந்த வயதில் அவர்கள் அதிகப்படி யான செக்குகளில் கையெழுத்து போட்டுவைப்பார்களாம். ஏதும்

ஏற்பட்டுவிட்டால் பேங்கிலிருந்து பணத்தை எடுக்க. ஜூனியருக்கு 47ஆவது வயதில் மாரடைப்பின் முதல் தாக்குதல் வந்தது. ஒரு முத்தமும் ஒரு கிள்ளலும் போன்ற தாக்குதல். அது வரையிலும் தென்னிந்தியா பூராவும் சூறாவளியாகச் சுற்றிக்கொண்டிருந்த ஜாம்ப வான் அவர். கடையிலிருந்துதான் அவர் காரியங்களைப் பார்க்கமுடி யும் என்றாகிவிட்டது. இந்தச் சந்தர்ப்பத்தைக் கடைசித் தம்பி பயன் படுத்திக் கொண்டான். இரண்டாவது தம்பிக்கு ஏற்கனவே நிர்வாகத் திறனும் இரண்டாம் கணக்கும் நன்றாகவே படிந்திருந்தன. இரண்டு பேருடைய மனைவிகளும் கஜக் கெட்டிக்காரிகள். ஒவ்வொரு நாளும் இருவரும் சேர்ந்து காரில் வந்து கடையை நோட்டம் போட்டுவிட்டுப் போவார்கள். ஜூனியரின் கண்ணாடி அறையைத் தாண்டி அவர்கள் போகும்போது அவரைப் பார்த்து லேசாக புன்முறுவல் பூத்துவிட்டுப் போவார்கள். ஒரே மாதிரியான கோணத்தில் முகத்தைத் திருப்பி, ஒரே மாதிரியான புன்முறுவலை எப்படி இருவராலும் பூக்க முடிகிறது? சரி. அது புன்முறுவல்தானா? ஆத்மாராம் சோயித்ராம் தீர்க்கமாக யோசித்திருக்கிறான், அது புன்முறுவல் போலவும் தோன்றும். வலிப்பு போலவும் தோன்றும். ஆனால், ஒன்று நிச்சயம். அவர்கள் ஒவ்வொரு முறை கண்ணாடி அறையைத் தாண்டிப் போகும்போதும், ஒருநாள் ஆயுள் ஜூனியருக்குக் குறைகிறது. தம்பிகளுக்கு வயதாகிக்கொண்டிருப்பதும் ஜூனியருக்குப் புரிவ தில்லை. அவர் கல்லூரிக்குப் போகும் நாட்களில் தம்பிகள் இருவரை யும் சைக்கிளின் பின்பக்கம் ஏற்றிக்கொண்டுபோய்ப் பள்ளிகளில் இறக்கிவிடுவாராம். அந்த வயதுகளில்தான் அவர்கள் இப்போதும் இருக்கிறார்கள் என்ற நினைப்பு. இதுதான் பெரிய பிரச்சினை.

சோயித்ராம் நடுநிலைமை வகித்துவிடுவது என்று நினைத்தான். நமக்கென்ன, அடித்துக்கொள்வார்கள்; பிரிந்துகொள்வார்கள். அடுத்தவனை ஏமாற்ற ஒன்றாகச் சேர்ந்துகொள்வார்கள். ஆனால், அவன் அறியாமலே அவனுக்கு ஜூனியரின் பெயரில் ஒரு மனச் சாய்வு ஏற்பட்டது. அவர் சில ஜனநாயகப் பண்புகள் கொண்டவர் என்றும், தம்பிகள் சர்வாதிகாரிகள் என்றும் அவன் மனம் சொல் லிற்று. அப்படியானால் சர்வாதிகாரத்துக்கு எதிராக ஜனநாயகத் தைத்தானே ஆதரிக்க வேண்டும். மூத்தவரின் மனைவி தம்பிகளின் மனைவியரைவிட மெத்தப் படித்தவள். ஆனால், அவள் ஒருபோதும் கடைக்கு வந்ததில்லை. இந்த குணம் சோயித்ராமுக்குப் பிடித்திருந்தது. அதோடு அவள் மெல்லிசான கலை வாசனைகள் கொண்டவள். தியேட்டர்களில் பல சமயங்களில் ஜூனியருடன் சோயித்ராம் அவளைப் பார்த்திருக்கிறான். ஏ. சி. பால்கனிகளில். அந்தப் படங்கள் அவரால் தேர்ந்தெடுக்கப்பட்டவை அல்ல என்றும் அவளால் தேர்ந்தெடுக்கப்பட்டவை என்றும் சோயித்ராமுக்குத் தோன்றும். அவளுக்காக அவர் அந்தப் படத்தைச் சகித்துக்கொண்டிருந்து விட்டு, மறுநாள் சோயித்ராமிடம், “மோசமில்லை, நன்றாகவே இருந்தது” என்பார். தன் மனைவியிடம் இருந்த ஒரு கோணங்கி, தூக்கலாக

சோயித்ராமுக்கும் உண்டு என்பதும், ஜனங்களுக்குப் பிடிப்பது இருவருக்கும் பிடிக்காது என்பதும் அவருக்குத் தெரிந்திருந்தது. சோயித்ராம் ஜூனியர் பக்கம் நெருங்குகிறான் என்று உணர்ந்ததும் தம்பிகள் அவனை அசட்டைசெய்ய ஆரம்பித்தார்கள். தம்பிகளின் அசட்டைப்பற்றித் தெரிந்ததும் ஜூனியர் மேலும் சற்று அவனை அணைத்துக்கொண்டார். கலையரங்குகளில் ஜூனியரின் மனைவி இப்போது அவனைப் பார்த்துக் கையசைத்துச் சிரிக்கும்போது ஒரு அதிகப்படியான அன்பையும் அவன் உணர்ந்தான்.

காலை மணி பத்து இருக்கும். ஜூனியர் முன்னால் அமர்ந்து சோயித்ராம் பேசிக்கொண்டிருந்தான். மலபார் போய்க் கொண்டி ருந்த கௌதம் பிசானிக்கு மஞ்சள் காமாலை கண்டிருந்தது. அதனால் அவனுக்குப் பதிலாக இவன் போய்விட்டு வந்திருந்தான். இவனுக்குப் பழக்கம் இல்லாத தடம் என்பதால் பெரும் திணறல் இருந்தது. ஆர்டர் தரும் வியாபாரிகளுக்குக் கசங்கல் இருக்கக் கூடாது என்ப தற்கு அவன் எவ்வளவோ கவனம் எடுத்துக்கொண்டான். ஜூனியரும் மலபார் வியாபாரிகளைப்பற்றித் தனித்தனியாகச் சொல்லியிருந்தார். கௌதம் பிசானி மலையாளம் மாதிரி ஒன்றை முனகுவான். அந்த முனகல் சோயித்ராமுக்கு வரவில்லை. ஒரு சுருட்டுப்பெட்டி நிறைய வார்த்தைகள் இருந்தால் போதும்; யாருடனும் பேசி எந்தக் காரியத் தையும் சமாளிக்கலாம் என்று கிடங்குத் தெரு பிரதிநிதிகள் சொல் வார்கள். அதுகூட அவனுக்கு இல்லாமற் போயிற்று.

"எனக்கு திருப்தி இல்லை" என்று சற்று வருத்தத்துடன் சொன் னான் சோயித்ராம். ஜூனியர், "அது சரிதான். ஆர்டர்கள் போதாது. பிசானி அள்ளிக் கொண்டு வருவான். ஆனால் கலெக்ஷன் செக்குகள் மோசமில்லை; அவனுக்கு முக்கால் கொண்டு வந்திருக்கிறாய். நீ போகவில்லை என்றால் அவர்கள் போய் சில ஆர்டர்களைப் பிடுங்கிக்கொண்டிருப்பார்கள்" என்றார். அவர்கள் என்று ஜூனியர் சொன்னது இவர்களுடன் போட்டியிடும் ராதேஷ்யாம் பிசானி என்ற கடையை. அவர் ஜூனியரின் மூத்த மைத்துனியை மணம் முடித்திருந்தார். அவர்களுக்குள் கடுமையான போட்டி இருந்தது. பேச்சு வார்த்தையும் முறிந்திருந்தது. கண்ணயர்ந்தால் வயிற்றில் குத்து விழும் என்று இருவரும் மிகுந்த விழிப்புடன் இருந்தார்கள். இந்த விரோதம்தான் சகோதரர்களுக்குள் - உள்ளூரக் கசப்பு மண்டிக் கொண்டிருந்தாலும் - மேலோட்டமான ஒரு ஒற்றுமையைப் பின்னிக் கொண்டிருந்தது.

தொலைபேசி மணி அடித்தது. ஜூனியர் பேசினார். முதலில் அவருக்கு ஒன்றும் சரிவரப் புரியவில்லை. தனக்கு முற்றிலும் அப்பாற்பட்ட விஷயத்தை எதிர்கொள்ளும் திணறல் ஏற்பட்டது. அதன் பின் அவர் திடீரென தன்னை சந்தோஷமாக்கிக்கொண்டு உற்சாகமாகப் பேசினார். அப்போது அவர் அடிக்கடி சோயித்ராமைப்

பார்த்துக்கொண்டே பேசினார். இமைகளை உயர்த்தி சோயித்ராமை யும் இமைகளைத் தாழ்த்தி மோதிரவிரல் புஷ்பராகத்தையும் மாறி மாறிப் பார்த்துக் கொண்டே பேசினார். "சோயித்ராம் இங்குதான் இருக்கிறார், பேசுகிறீர்களா?" என்று அவர் கேட்டார். முதன் முதலாக ஜூனியர் தன்னைப் பன்மையில் குறிப்பிடுவதைக் கேட்டு சோயித்ராம் கூச்சம் அடைந்தான். "என்ன? என்ன?" என்று அவன் பதறினான். ரிசீவரை மடிமேல் வைத்துக்கொண்டே ஜூனியர், "ஒரு மிகப் பெரிய மனுஷர் உன்னுடன் பேசவேண்டும் என்று சொல்லுகிறார்" என்றார். முகத்தை அகலமாக்கிக்கொண்டு இரு கைகளையும் விரித்துக் காட்டினார். சோயித்ராமுக்கு சரியாகப் பேச முடியவில்லை. விஷயம் அவனுக்கு சந்தோஷத்தைத் தந்தது என்றாலும் அவர்கள் தன்னைப் பாராட்ட வரும் நேரம் சரியில்லை என்று எண்ணினான்.

பத்து நிமிடங்களுக்குள் ஐந்தாறு கார்கள் வாசலில் நின்றன. முதியோர்கள், யுவதிகள், இளைஞர்கள், மாணவர்கள், மாணவிகள், குழந்தைகள். விதவிதமான ஆடை அலங்காரங்கள். எல்லோருமே அவர்களுடைய மிகச் சிறந்த தோற்றத்தில் வந்திருந்தார்கள் என்று தோன்றிற்று. பஞ்சகச்சம் கட்டி, லாங்கோட் அணிந்து, தலையில் கறுப்பு குல்லாவும், வெள்ளி விளிம்பு கொண்ட கண்ணாடியும் வைத்துக்கொண்டிருந்த ஒரு எண்பது வயது முதியவர் ஒரு அழகான புன்னகையை முகத்தில் நிறுத்தி வைத்துக்கொண்டே ஒரு ரோஜா மாலையை அந்தரத்தில் பிடித்தவாறு முன்னேறி வந்தார். அவருக்குப் பின்னால் கூட்டம். ஜூனியர் கண்ணாடி அறையிலிருந்து வெளியே வந்தார். தம்பிகளும் கண்ணாடி அறையிலிருந்து வெளியே வந்தார்கள். அவர்களுக்கு விஷயம் தெரியாததால் மிகுந்த பரபரப்புடன் வந்தார் கள். சற்று நேரத்துக்கு முன்னால் அங்கு வந்திருந்த அவர்களுடைய மனைவியரும் தத்தம் கணவர்களை உரசிக்கொண்டே வந்தார்கள்.

பெரியவர், ஜூனியரைப் பார்த்து "சிரேஷ்ட கவி எங்கே?" என்று கேட்டார். பம்பாயிலிருந்து வெளியாகும் 'நவ கவிதா' என்ற பத்திரிகை ஒவ்வொரு வருடமும் முப்பது வயதுக்குக் குறைவான சிரேஷ்ட கவியைத் தேர்ந்தெடுத்துக் கொண்டிருந்தது. அந்த வருடம் சோயித்ராமை அது தேர்ந்தெடுத்திருக்கிறது. அன்று காலை ஹிந்தி தினசரிகளில் அவனுடைய புகைப்படமும் வாழ்க்கைக் குறிப்பும் ஒரு விமர்சனக் கட்டுரையும் வெளியாகி இருந்தன. சிரேஷ்ட கவி சென்னையைச் சேர்ந்தவர் என்ற செய்தி அன்றைய காலை பத்திரிகை யில் வெளியானதும் 'ஹிந்தி சாகித்ய சம்மேளன்' நிர்வாகிகள் சிலிர்த்துக்கொண்டு எழுந்துவிட்டார்கள்.

"இவர்தான் சோயித்ராம்" என்றார் ஜூனியர். பெரியவர் அவன் கழுத்தில் பவித்ரமாக மாலையை இறக்கித் தோளில் வைத்தார். அடிவயிற்றில் மாலையைச் சரிசெய்தார். கூட்டம் கரகோஷம் செய்தது. தொடர்ந்து எல்லோரும் அவனை மொய்த்துக்கொண்டார் கள். வயதான ஸ்திரீ ஒருத்தி அவனை அணைத்து உச்சி முகர்ந்தாள். இளைஞர்கள் கை குலுக்கினார்கள். பெண்கள் கை குலுக்கினார்கள்.

குழந்தைகள் அவனுக்கு ரோஜாப் பூக்களைத் தந்தன. சோயித்ராமுக்கு மிகுந்த கூச்சமாக இருந்தது. அவன் ஒரு கை விரலை மறு கை விரலோடு முறுக்கிக்கொண்டு நெஞ்சுக் குவட்டில் அதைப் பதித்துக் கொண்டிருந்தான். அவன் உடல் ரொம்பவும் கோணியிருந்தது. அசந்தர்ப்பமாக எல்லாம் நடப்பதுபோல் உணர்ந்தான். புகைப்படக் காரர்கள் எதிர்பார்த்ததற்கு மாறாக அவன் முகம் இறுகிக்கொண்டு போயிற்று. "நீங்கள் சந்தோஷமாகவே இல்லையே" என்று அவர்கள் குறைபட்டுக்கொண்டார்கள். உண்மையில், உள்ளூர அவன் சந்தோஷ மாகவே இருந்தான். மாலையில் 'சாகித்ய சம்மேளன்' அலுவலகத் திற்கு வந்து எல்லோருக்கும் ஆட்டோகிராப் தருகிறேன் என்றான். அவன் உடம்பைக் குத்திக்கொண்டு சுற்றிவர டைரிகள். பிஞ்சுக் கரங்கள். பாராட்டுக் கூட்டம் ஒன்று நடத்தப் போவதாகவும், தலைமை வகிக்க கவர்னரை அழைக்கப்போவதாகவும் பெரியவர் சொன்னார். கூட்டத்தின் பின்னால் உணர்ச்சிவசப்பட்டுக் கொண்டி ருந்த ஒருவர் மேற்கொண்டு தன்னைக் கட்டுப்படுத்திக் கொள்ள முடியாமல் ஆனபோது, அவனுடைய கவிதையைக் கோஷம்போல் உச்சாடனம் செய்துகொண்டே கூட்டத்தைச் சற்று முரட்டுத்தனமாக இரு கைகளாலும் விலக்கிப் பிளந்து முன்னேறி வந்து அவனை அணைத்துக்கொண்டார். கூட்டத்தின் நடுவில் இருந்து ஒருவர், "ஜகதாம்பிகா வாயில் சாரி இருக்கிறதா?" என்று கேட்டார். அவருக்கு வெளியே வர முடியவில்லை. சின்னத் தம்பி கையை உயர்த்தி, "இருக்கிறது; நீங்கள் இப்படி வந்துவிடுங்கள்" என்று கடையின் மறுபக்கத்தைக் காட்டினார். "அவரை விடுங்கள், தயவு செய்து" என்றார். கூட்டம் கலைந்தது. சோயித்ராம் தம்பிகளின் முகத்தைப் பார்த்தான். அவர்கள் முகங்கள் மிக மோசமாகச் சிவந்திருந்தன. அவர்களை உசுப்புவதுபோல் மனைவிகள் ஏதோ அவர்களிடம் பேசிக்கொண்டிருந்தார்கள். சோயித்ராமுக்கு மனம் மிகவும் சோர்ந்தது. அவன் ஒரு ஆறுதல் தேடி ஜூனியர் பக்கம் போனான். "என் பாராட்டுகள்" என்றார் அவர். அவன் அவருடைய உதடுகளைக் கவனித்தான். அந்த வார்த்தைகளைச் சொல்லும் உதடுகள் மாதிரியோ, அவற்றைச் சொல்ல அசையும் தாடைகள் மாதிரியோ அவை அவனுக்குப் படவில்லை. "நான் இன்று லீவு எடுத்துக்கொள்ளட்டுமா?" என்று கேட்டான். "எடுத்துக்கொள்ளேன், தம்பிகளிடம் சொல்லிவிட்டுப் போ" என்றார் அவர். பின்புறம் திரும்பி, தம்பியின் கண்ணாடி அறைகளைப் பார்த்தான் சோயித்ராம். "வேண்டாம்; ஒன்றுமில்லை" என்றான். "பஜார் பார்த்துவிட்டு வருகிறேன்" என்று சொல்லிக்கொண்டே தன் சிறிய கைப் பெட்டியைத் தூக்கிக் கொண்டு வெளியே போனான்.

அன்று மதுரையில் மிகக் கடுமையான வெயில். சூட்கேசுடன் ஹோட்டல் ஏணிப்படி வழியாக சோயித்ராம் இறங்கித் தெருவுக்கு வந்ததும் சுப சூசகங்கள் எப்படி என்று ஆராய்ந்தான். வேலைக்குக்

கிளம்புவதற்கு முன் இப்படி ஆராய்வதும், இரவு அதைச் சரிபார்த்துக் கொள்வதும், அவனுடைய ரகசியப் பழக்கம். வெயிலுக்கு ஒரு சூட்டுக்கோல் தன்மை இருந்தது. அது நல்ல அறிகுறி அல்ல. தெருவில் அலையும் மாடுகளின் கண்களைப் பார்த்தான். அவை வருத்தம் கொண்டிருந்தன. அதுவும் நல்ல அறிகுறி அல்ல. பக்கத்து பார்பர் ஷாப்பிலிருந்து கத்திரிகளின் சுறுசுறுப்புச் சத்தங்கள் வந்து கொண்டிருந்தன. இந்தச் சத்தம் அவனுக்கு மிகவும் பிடிக்கும். பல தலைகள் வேனிற்காலத்தை ஒப்புக்கொண்டு பவ்யம் கொள்கின் றன. இல்லையென்றால் இவ்வளவு உற்சாகம் கொள்ள வேண்டிய தில்லை கத்திரிகள். இரவு அறைக்குத் திரும்பியபோது, அந்தக் கத்திரிக்கோல்களின் சத்தம் தவிர, தான் சந்தோஷம் கொள்ளும் காரியம் ஒன்றுகூட பகலில் நடக்கவில்லை என்று மனத்திற்குள் சோயித்ராம் நினைத்துக்கொண்டான். வெயில் வறுத்தெடுத்து விட்டது. இவ்வளவு கடுமையான வெயில், மாலையில் ஒரு சாரலைக் கொண்டுவந்திருக்க வேண்டும். கொண்டு வரவில்லை. போன பல கடைகளில் முதலாளிகள் இல்லை. முதலாளிகளுடன் நிகழ்ந்த அமர்வுகளும் சுகப்படவில்லை. ஒன்று, கடைகளில் அதிகக் கூட்டம். அல்லது, அவர்களை வேறு விதத்தில் பிடுங்கும் தொலைபேசி அழைப்புகள். பேங்க் மிச்சங்களும் சரி இல்லை. அது நன்றாகவே தெரிந்தது. மோசமான தினம். அதைத் திரும்பிப் பார்க்காமல் இருப்பது நல்லது என்று மனத்திற்குள் சொல்லிக்கொண்டான். உள்ளாடைகள் உடம்பிலும், மேலாடைகள் உள்ளாடைகளிலும் ஒட்டிக்கொண்டிருந்தன. அனைத்தையும் அவிழ்த்துக் கட்டிலில் எறிந்துவிட்டு அம்மணமாக ஓடிப்போய் ‘ஷவரு’க்குக் கீழே உட்கார்ந் தான். தலை சீவி, சுத்தமான ஆடைகள் அணிந்து அதிகமாகப் பவுடர் தட்டிக்கொண்டான். வெளியே வெகுதூரம் நடந்து சென்று, ஆள் அரவம் குறைந்த ஒரு இடத்தில், வித்தியாசமான சுத்தமான ஏதேனும் உணவுகள் கிடைக்குமா என்று பார்க்க வேண்டும் என்று தோன்றிற்று.

கதவை லேசாகத் தட்டும் சத்தம் கேட்டது. திறந்தான். ஒரு சூட்கேசுடன் ஒரு இளைஞன் உள்ளே வந்தான். சுருட்டைத் தலை. வாயில் சிகரெட். கிடங்குத் தெருவில் பல சமயங்களில், சந்தடிகளில் அந்த முகத்தை அவன் பார்த்திருக்கிறான். “இந்தக் கடிதம் உனக்கு” என்று அவன் ஒரு கவரை நீட்டினான். சோயித்ராம் மனத்தைப் பீதி கவ்விக்கொண்டது. அவனுடைய உள்ளுணர்வுகள் எழும்பிப் பாய்ந்து அவனிடம் எதையோ கூறத் தத்தளித்தன. கவரின் ஓரத்தை அவனால் நிதானமாகக் கிழிக்க முடியவில்லை. அவன் வேலையில் இருந்து நின்றுகொள்ள வேண்டும் என்றும், சாம்பிள் பெட்டிகளைக் கடிதம் கொண்டுவரும் அர்ஜுன் சிங்கிடம் ஒப்படைத்துவிட வேண் டும் என்றும் இருந்தது. சின்னத் தம்பியும் நடுத் தம்பியும் கையெ ழுத்துப் போட்டிருந்தார்கள்.

“நான் ஜூனியரால் வேலைக்குச் சேர்க்கப்பட்டவன். அவர்தான் என்னைப் போகச் சொல்லவும் வேண்டும்” என்றான் சோயித்ராம்.

“அவர் நேற்று முன்தினம் காலமாகிவிட்டார்” என்றான் அர்ஜுன் சிங். உணர்ச்சிவசப்படாமல் இதைச் சொல்ல அவன் முன்தயாரிப்பு எடுத்திருந்தான்.

“அட பாவி!” என்று கத்திக்கொண்டே நாற்காலியில் அமர்ந்தான் சோயித்ராம். “என்ன இது? என்ன இது?” என்றான். அவனுடைய கண்கள் கலங்கி முகமும் கோணிவிட்டது. அர்ஜுன் சிங் முன்னால் அழக்கூடாது என்று அவனுக்குத் தோன்றிற்று. அவன் ஆவேசத்துடன் எழுந்திருந்து சாம்பிள் பெட்டிகளைத் திறந்து சாம்பிள்களை அள்ளிக் கட்டிலின் மீது வீசிக்கொண்டே “இந்தா எடுத்துக்கொள்” என்றான். ஆர்டர் புத்தகங்களைக் கட்டிலில் வீசி எறிந்தான். பால் பாயின்ட் பேனா, கார்பன் தாள்கள், ரப்பர் ஸ்டாம்பு எல்லாவற்றையும் ஒவ்வொன்றாகக் கட்டிலை நோக்கி வீசினான். “நான் போகிறேன்” என்று சொல்லிக்கொண்டே அவன் தன் கைப்பெட்டியை எடுத்துக் கொண்டு வெளியேறினான்.

மறுநாள் காலையில் எழும்பூரில் இறங்கியதும் ஒரு ஆட்டோ அமர்த்திக்கொண்டு ஜுனியர் வீட்டை நோக்கி சோயித்ராம் விரைந்தான். அவருடைய மனைவியை அவனுக்குப் பார்க்க வேண்டும் என்றிருந்தது. எப்படி அவளை எதிர்கொள்ளப்போகிறோம் என்றும் இருந்தது.

1985

மீறல்

ஒரு கணம் கவனக்குறைவாக இருந்துவிட்டது பின்னால்தான் படீரென்று பொறியில் தட்டிற்று. புறங்கழுத்தைச் சொறிந்து கொள்ள இடது கையைத் தூக்கிவிட்டேன். கையிருக்கைக்கு மீண்டும் என் கையைக் கொண்டு சென்றபோதுதான் - அந்த ஒரு நொடிக்குள் - பக்கத்து ஸீட் இளைஞன் அவனது வலது கையைக் கையிருக்கையின் மேல் நகர்த்திக்கொண்டுவிட்டது தெரிந்தது. உட்காரும் ஸீட்டுகள் ஆளுக்கு ஒன்றாக இருப்பதுபோல், நடுவில் கையிருக்கைகளையும் இரண்டாக வைத்துத் தொலைக்க வேண்டியதுதானே. இதற்குக் கூட வக்கில்லை என்றால் அப்புறம் என்ன பெரிய சொகுஸு பஸ்!

தூரத்து உறவினர் ஒருவர் - சென்ற நூற்றாண்டின் கடைசிப் பத்தில் பிறந்தவர் - இறந்துபோய்விட்டதாக அன்று அதிகாலை தந்தி வர, நாகர்கோவிலிலிருந்து மதுரையைப் பார்க்கப் போய்க் கொண்டிருந்தேன். இருள் விலகிக்கொண்டிருந்தது. சுகமான தென்றல். நானும் அதிகாலையில் குளிர்ந்த நீரில் குளித்து, கஞ்சிப் பசையில் விறைத்துக்கொண்டிருந்த ஆடைகள் அணிந்து - பச்சைக் கரை வேட்டியும், பொடிக் கட்டம் சட்டையும் என் மனதுக்கு மிகவும் பிடித்தமானவை - நல்ல புத்துணர்ச்சியுடன் இருந்தேன். வீட்டையும் ஊரையும் விட்டுத் தப்பித்துக்கொள்ளும்போது எப்போதும் கூடும் திருப்தியும் சந்தோஷமும் மனதில் நிறைந்திருந்தன. என் இருக்கையில் உடலை நன்றாகப் பின்னகர்த்திச் சாய்ந்து ஆற்றுப்படுத்திக்கொண்டு, இனி பொழுதை வீணாக்காமல் இந்தியாவின் எதிர்காலம் பற்றித் தீவிரமாகச் சிந்திக்க வேண்டும் என்று முடிவெடுத்திருந்தபோதுதான், அந்த மீறல் நிகழ்ந்தது. மணி ஆறே முக்கால் கூட ஆகியிருக்கவும் இல்லை.

நாகர்கோவிலில் நான் என் இருக்கையைத் தேர்ந்தெடுத்தபோது இடது பக்க ஜன்னலோர ஸீட் காலியாகத்தான் கிடந்தது. அதில் நான் உட்காரவில்லை. மிக மோசமான பஸ் விபத்து ஏற்பட்டாலும் முழுசாகத் தப்பித்துக்கொள்ள அதிக வாய்ப்புள்ள வலது பக்க ஸீட்டில் - ஒரு அமெரிக்க இதழில் படம் போட்டு விளக்கியிருந்த

கட்டுரை மூலம் தெரிந்து கொண்டது - அமர்ந்துகொண்டேன். நான் உயிரோடு இருக்கும் காலத்திலேயே எவரும் எனக்குப் போட்டி யாக வர வேண்டாம் என்று நான் இந்த ரகசியத்தை யாரிடமும் சொல்லியிருக்கவில்லை. பஸ்ஸுக்குள் ஏறி வருபவர்களை ஒவ்வொரு வராகக் கவனித்துக்கொண்டிருந்தேன். நான் தேர்ந்தெடுக்கும்படி அந்த இளைஞன் நுழைந்ததும் அவனுடைய ஒல்லிக்கும் பளிச்சென்ற தோற்றத்துக்கும் சலுகை அளித்து - என்னைத் தாண்டி அவன் பின்பக்கம் போக முடியாதபடி என் கால் முட்டுக்களை வலது பக்கம் நகர்த்தி - அவனை உள்ளே இழுத்துக்கொண்டேன். கட்டுரை யாசிரியரின் கருத்துப்படி அவனுக்கும் 80 சதமானம் தப்பித்துக் கொள்ள வழி இருந்தது. எனக்கு அடுத்தபடியாக அவனுக்குத்தான் அதிகச் சந்தர்ப்பம். அவனுடைய இளம் வயதுக்கு அவ்வளவு உத்தரவாதம் அவசியம் தானே! இவ்வாறு அன்புடனும் பரிவுடனும் அவனைப்பற்றி யோசிக்க நான் தயாராக இருக்கும்போது, நான் முன்கூட்டி கை வைத்து ஸ்தாபித்திருந்துங்கூட, அவன் அந்த அத்துமீறலைச் செய்தான். ஏசு பிரானின் மறைவுக்குப் பின் 1986 வருடங்கள் ஓடிவிட்டன. டிரைவர் வளைவுகளை வெண்ணை போல் பேரம் செய்து முன்னேறிப் போய்க் கொண்டும் இருந்தார்.

'இனி நாம் செய்ய வேண்டியது யாது?' என்ற லியோ டால்ஸ் டாயின் புத்தகத் தலைப்புத்தான் என் நினைவுக்கு வந்தது. ஒன்று மட்டும் நிச்சயம். எக்காரணம் கொண்டும் ஒரு மயிரிழைகூட விட்டுக்கொடுக்கக் கூடாது. அதற்கு முன், பிரக்ஞை பூர்வமான மீறலா அல்லது தற்செயல் நிகழ்வா என்பதைக் கண்டுபிடிக்கவும் வேண்டும். தார்மீக பலம் இருந்தால்தான் நடவடிக்கைகள் வெற்றி யடையும். விளைவுகளைவிட நோக்கங்கள் முக்கியமானவை. இளைஞ னுடைய முகத்தை - மிக அழகான முகம் - அவனுக்குத் தெரியாமல் கூர்ந்து கவனிக்க ஆரம்பித்தேன். அவன் கண்கள் வழியாக ஊடுருவி, அவன் மூளைக்குள் முக்குளித்து, புகைமூட்டமாக அங்கு ஸ்புரிக்கும் எண்ணக் குமிழிகளை உள்ளங்கையில் ஏந்திப் பார்ப்பது என்றால் அது எவ்வளவு கடினமான காரியம்! இந்த உலகத்தில் நின்று நிலைக்க என்னென்ன ஜகஜ்ஜாலங்கள் எல்லாம் தேவைப்படுகின்றன!

திட்டமிட்டுச் செய்துவிட்டு எதுவும் தெரியாத மாதிரி அவன் முகத்தை வைத்துக்கொண்டிருக்கலாம். இந்த ஆனிக்கு எனக்கு வயது 59 தாண்டிவிட்டது என்பதும், என் வாழ்க்கையின் ஒவ்வொரு கட்டத்திலும் கில்லாடிகளான என் சொந்தங்களுக்கும் தொந்தங்களுக் கும் எனது அலுவலகத் திமிங்கலங்களுக்கும் அண்டை கொடுத்து, ஒவ்வொரு அங்குலமாகப் போராடி முன்னேறி வந்திருக்கிறேன் என்பதும் அந்த இளைஞன் அறிந்திருக்கக்கூடிய விஷயங்கள் அல்ல. அவனுக்கும் எனக்கும் நடுவில் கிடக்கும் அந்த நாற்பது வயது வித்தியாசம்தான் அவன் கண்களுக்குப்படுகிறது போலும். என் முன் வழுக்கையையும் பின் நரையையும் பார்க்கிறான். உடனே லகுவாகக் 'கிழம்' என்று நினைத்துவிட்டிருக்கிறான். தான் போட்டிருக்

கும் கணக்குகளுக்காக அவன் வருந்த வேண்டிய நேரம் அதிக தூரத்தில் இல்லை என்று மனதுக்குள் சொல்லிக் கொண்டேன். நான் ஒரு நடவடிக்கை எடுக்கும்போது அதற்கு தார்மீக பலம் இருக்க வேண்டும் என்பதற்கு மேலாக, விஞ்ஞான பூர்வமாக இருக்கிறதா என்றும் பார்ப்பேன். அது என் பழக்கம். இதனால்தான் செயலில் இறங்கச் சற்று அதிக அவகாசம் தேவைப்படுகிறது.

என் இடது கையை என் மடிமேல் வைத்துக்கொண்டேன். திடீரென்று என்ன கனம் கனக்கிறது அது! லேசாக ஒரு உளைச்சலைக் கூட அது தனக்கு ஏற்படுத்திக்கொள்வது போலத் தோன்றிற்று. கையிருக்கைக்கு உடனே அதற்குப் போக வேண்டுமாம்! என்ன முரண்டு! 'கொஞ்சல் ரொம்ப வேண்டாம்' என்று அதற்கு ஒரு அவசரச் செய்தியை மூளைவழி அனுப்பினேன்.

இளைஞனின் மீறலைத் தற்செயல் என்று கருத முடியவில்லை. இது மிகவும் வருந்தத்தக்கது. எவ்வளவோ இலக்கிய ஆசிரியர்கள் உள்ளூறைந்து கிடக்கும் மனிதனின் நற்குணங்களை ஊடுருவிக் கண்டு சொல்லியிருந்தும், அவற்றுக்கு முற்றிலும் மாறாக, இன்றும் இவ்வாறு இவன் சிறுமைப்பட்டுக் கிடப்பது எவ்வளவு வருந்தத்தக்கது. தற்செயலான பாவனையில் என் கையை கையிருக்கைக்குக் கொண்டு போனேன். அவன் தன் கையை எடுத்துக்கொள்வதாக இல்லை. அவனது மனத்தடையும் திடமாகவே வெளிப்பட்டது. அதோடு தனது இடது கையில் வைத்துக் கொண்டிருக்கும் சஞ்சிகைகளின் பக்கங்களையும் தனது இடது கை விரல்களாலேயே மிகவும் செயற் கையாக அவன் திருப்புகிறான். அப்போது அந்த அத்துமீறல் திட்டமிட்ட செயல்தானே?

நான் ஓய்வு பெறாமல் இப்போதும் அரசாங்கப் பதவியில் இருந்திருந்தால் இந்த ஆக்கிரமிப்பு சம்மந்தமாக, கோப்புகளில் என்ன குறிப்பு எழுதுவேன் என்று சிந்திக்கத் தொடங்கினேன். ஆங்கில வாக்கியங்கள் மனதுக்குள் ஓடிவர ஆரம்பித்தன. "பிரயாணி வயதானவர் என்பது மிக முக்கியமானது. வயதுக்கு மதிப்புக் கொடுப்பது ஒரு இந்திய மரபு என்பதும் ஏற்றுக் கொள்ளப்பட்ட ஒரு கருத்து ஆகும். மனுதார் முதலிலேயே அந்தப் பிராந்தியத்தைப் பற்றியிருந்ததோடு, ஏறத்தாழ முக்கால் மணி நேரம் தனது கையை அங்கு வைத்து, தன் உரிமையை ஸ்தாபித்தும் இருக்கிறார். நடுவில் அவ்வுரிமை சகப் பிரயாணியால் பறிக்கப்பட்ட பின்னர் உடல்ரீதி யான அவசியத்தினாலோ அல்லது மனரீதியான அவசியத்தினாலோ மீண்டும் தன் கையை அந்தக் கையிருக்கையில் வைத்துக்கொள்ளும் விருப்பத்தை மனுதார் சூசகமாகத் தெரிவித்துமிருக்கிறார். அப்போதும் விட்டுக் கொடுக்கல் நிகழவில்லை. இதிலிருந்து நான் என்ன முடிவுக்கு வருகிறேன் என்றால்..." என்று மனதுக்குள் எழுதிக்கொண்டே போனேன்.

ஒரு மோசமான சண்டைக்கான அறிகுறிகள்தான் உருவாகிக் கொண்டிருந்தன. சண்டையின் போக்குகளைப் பற்றி மனதில்

விரிவாகச் சிந்தித்துக்கொண்டு போனேன். கையிருக்கை சம்பந்தப் பட்ட பிரச்சினை, பெரிதாக வளர்த்திக் கொண்டுபோக இடம் தரக்கூடியது அல்ல. சில பிரச்சினைகளின் வெளித்தோற்றம் அவ் வாறு. சண்டை வலுக்கிறபோது, அலுப்பிலிருந்து தப்பித்துக்கொள்ளக் காத்திருப்பவர்கள் பலரும் சட்டென்று குறுக்கிட்டு, தங்களுடைய அற்பத்தனங்களைப் பற்றி லவலேசம் ஸ்மரணையில்லாமல் உபதேசிகளாக மாறுவார்கள். இது எப்போதும் நிகழும் ஒரு இந்திய விளைவு. சாவகாசமும், இன்னல்களும், தாழ்வு மனப்பான்மையும், அலுப்பும் முடிச்சாகத் திரள்வதில் ஏற்படும் தவிர்க்க முடியாத விளைவு. சண்டையைத் துவக்குவதற்கு முன்னரே, அந்த உபதேசி களுக்கு வலுவான பதில்களை கையிருப்பில் வைத்துக்கொள்ளவேண் டும். 'மிகவும் அற்பவிஷயம்' என்று அவர்கள் சொல்ல முற்படும் போது, 'இளைஞன் காலை மிதித்தான்' என்றும் சொல்ல வேண்டி யிருக்கும். ஒரு சண்டை என்று ஏற்படும்போது எப்போதும் சில அழுத்தங்கள் தேவைப்படத்தானே செய்கின்றன. ஒன்று நிச்சயம். ஒரு வயோதிகனின் காலை இளைஞன் மிதிப்பதை ஏற்றுக் கொள்ளக் கூடிய அளவுக்கு இந்தியா இன்னும் சீரழிந்து போய் விடவில்லை. 'பல தடவை எச்சரித்தும் மீண்டும் மீண்டும் காலை மிதித்தான்' என்றும் சேர்த்துச் சொல்ல நேரலாம். அப்போது என் இடது காலையும் தூக்கிக் காட்ட வேண்டியிருக்கும். காலில் காயங்கள் எதுவும் இருக்காது என்றாலும் வெறுங்காலை முட்டு வரையிலும் வேட்டியைத் தூக்கிக் காட்டுவதில் நிச்சயமாக ஒரு பலன் ஏற்படத் தான் செய்யும். கூட்டத்தில் ஒரே ஒருவனை, 'கண்ணவிஞ்சா போச்சு, மூதி. எதுக்கு அவர் காலை மிதிக்கிறே?' என்று கேட்கவைத்துவிட் டால் போதும். எனக்குத்தான் வெற்றி. அவ்வளவு பேரும் அவன் மேல் பாய ஆரம்பித்துவிடுவார்கள். அதற்கு மேல் அந்த இளைஞன் எவ்வளவு கத்தினாலும் எடுபடாது.

அன்று திங்கட்கிழமை. ராகு காலத்தில் துவக்கப்பட்டால் சண்டை எனக்குப் பாதகமாகத் திரும்பக்கூடும் என்று தோன்றிற்று. ஒரு முதல் நடவடிக்கையாகக் கையிருக்கையின் முன்பக்கம் என் கையைத் தூக்கி வைத்துக்கொண்டேன். அப்போது கையிருக்கையின் முன் பாதி எனக்கும் பின்பாதி அவனுக்கும் சொந்தமாக இருந்தது. அந்த அளவுக்கேனும் உரிமையை நிலைநாட்டி வைத்துக்கொள்வது நல்லது. அவன் சஞ்சிகையைப் பிடித்துக்கொண்டிருக்கும் அலட்சி யத்தைக் கவனிக்கும்போது, காற்றில் சிறகடித்து எந்த நிமிஷமும் அது அவன் காலடியில் விழலாம். அப்போது இச்சைக்கு உட்படாத தானியக்கத்தில், அவன் வலது கை முன்னே பாய்ந்துவிடச் சாத்தியக் கூறு உண்டு. இச்சைக்கு உட்படாத தானியக்கத்தின் வேகம், பொது வாக வீட்டைவிடவும் பஸ்ஸுக்குள் ஒரு ஐம்பது சதமானமேனும் அதிகமாக இருக்கும். அப்படி நிகழும் என்றால் காரியம் வெகு சுலபம். என் கையை அப்படியே பின்னால் நகர்த்திக்கொள்ள வேண்டும். அவ்வளவு தான். அதன்பின் மதுரை போய்ச் சேரும்

வரையிலும் அந்தக் கையிருக்கையிலிருந்து எனது கையை, இவனல்ல, எம்.ஜி.ஆர். நினைத்தாலும் அசைக்கமுடியாது. நான் தாசில்தாராக இருந்து ஓய்வு பெற்றவன். மொட்டைக் கடிதாசிக்குப் பெயர்போன ஒரு மாவட்டத்தில், ஒரு கரும்புள்ளி இல்லாமல் சர்வீஸிலிருந்து வெண்ணையாக வெளியே வந்தவன். இளைஞனுக்கு இதெல்லாம் தெரிந்திருக்க நியாயமில்லை.

பஸ் ஒரு குழியில் விழுந்து எழுந்த குலுக்கத்தைப் பயன்படுத்திக் கொண்டு, என் கை முட்டைப் பின்னால் நகர்த்தினேன். சற்று வலுவாகவே என் முட்டு அவன் புறங்கையை அழுத்திற்று.

அவன் வெடிக்க ஆரம்பித்தான் :

"என்ன எழவுக்கு முட்டாலே குத்தியிட்டு இருக்கேரு?"

இதுதான் அவனுடைய முதல் வாக்கியம். எங்கள் ஊர் ஆசாமி தான். அதன் பின் கண் இமைக்காமல் அவன் என் முகத்தை வெறித்தான். மிக மோசமான, மனிதத் தன்மையற்ற, கோபம் கண்களில் தெறித்தது. ஒரு சிறு விஷயத்துக்கு என்ன கோபம்! என்ன ஆத்திரம்!

இரண்டு பேர் திரும்பிப் பார்த்தார்கள். இதில் இளைஞன் உற்சாகம் அடைந்து தன் குரலை மேலும் உயர்த்திக்கொண்டு கத்த ஆரம்பித்தான் :

"நானும் 'வாச்' பண்ணிக்கிட்டே வாறேன். புழு மாதிரி நெளிய றான் ஐயா, மனுஷன். நம்மளும் காசு கொடுத்துதானே டிக்கெட் வாங்கியிருக்கிறோம். எழவு, அடுத்தவன் கூட வரப்பிடாதுன்னு நெனப்பிருந்தா தனியா டாக்ஸி வச்சுப் போக வேண்டியதுதானே ..."

பலரும் பஸ்ஸுக்குள் எழுந்து நின்று பார்க்க ஆரம்பித்தார்கள். எனது எதிர்கொள்ளலுக்கான சந்தர்ப்பம் வந்து விட்டது. என் காரியத்தை வித்தியாசமான தன்மையில் செய்யும் பொருட்டும், சிறிது கௌரவத்தை ஏற்படுத்திக்கொள்ளும் பொருட்டும், நான் சாவதானமாக ஸீட்டிலிருந்து எழுந்து நின்று, முன் ஸீட்டைப் பிடித்தவாறு சிறிது தள்ளாட்டத்துடன் - ஆனால் மிக அமைதியாக - பேச ஆரம்பித்தேன் :

"ஐயா, நல்ல கேட்டுக்கிடுங்க ஐயா, அசப்பிலே என் கை அவன் முழங்கையிலே பட்டுட்டு. அதுக்கு என் முகத்தைப் பார்த்து கூசாம புழுன்னு கூப்பிடறான்" என்றேன். பின் ஒரு சிறு இடைவெளி விட்டு என் குரலை உயர்த்தி, "என்ன வார்த்தை போடறான் பாருங்க. புழுவாம் புழு!" என்று மிக வருத்தம் வெளிப்படக் கூறி, ஆட்காட்டி விரலைப் புழு மாதிரி நெளித்துக் காட்டினேன்.

முன்ஸீட்டில் இருந்த, கண்ணியமான தோற்றம் கொண்ட ஒருவர், பதட்டத்துடன் அந்த இளைஞனைப் பார்த்துத் தன் கையை வீசி, "உனக்கு மூளை இருக்கா? உன் தகப்பனுக்கு காணுமே. புழுன்னு கூப்பிடறியே, நாக்கு அழுகிப்போகும்" என்றார்.

இப்போது பஸ்ஸில் அநேகமாக எல்லோரும் எழுந்து நின்றார்கள். ஓட்டுநர் திரும்பிப் பார்த்து பஸ்ஸின் வேகத்தை மட்டுப்படுத்தினார். நடத்துநர் எங்களை நோக்கி வர ஆரம்பித்தார். அவருடைய விசார ணைக்கு நான் உள் தயாரிப்புக் கொள்ளும் போதே, மிக முக்கியமான வர் என்று எல்லோராலும் கருதப்பட்ட ஒருவர், பின்பக்கம், ஆகக் கடைசி ஸீட்டிலிருந்து புறப்பட்டு, இடது கையாலும் வலது கையாலும் பக்கவாட்டு ஸீட்டுகளை மாறி மாறிப் பிடித்துக்கொண்டே முன்னேறி வந்துகொண்டிருந்தார். நடத்துநரைக் கைகாட்டி அவர் அமர்த்தி விட்டு, தன்னுடைய விசாரணையை ஆரம்பிப்பதற்காகத் தொண் டையைக் கனைத்துக்கொண்டார்.

சற்றுக் குள்ளமான மனிதர் அவர். அகலமான உடலுடனும் சிறு தொந்தியுடனும் இருந்தார். நாற்பது வயதிற்குள்தான் இருக்கும். ஆனால் முன் வழுக்கை ஏகமாக ஏறி இருந்தது. அரைக் கைச் சட்டை. எங்கோ பார்த்த முகம் மாதிரிப்பட்டது. ஆனால் சட்டென்று என்னால் நினைவுகூர முடியவில்லை.

எல்லோரையும் மீண்டும் ஒரு முறை சுற்றிவரப் பார்த்துவிட்டு, விரிவாகவே தன் விசாரணையை மேற்கொள்ள இருக்கும் பாவனை யில், "என்ன விஷயம்?" என்று அவர் என்னைப் பார்த்துக் கேட்டார். பின் எல்லோரையும் பார்த்து, "முதல்லே பிரச்சினையைத் தெரிஞ்சுக் கணும் இல்லையா? ஆளுக்காள் விருதா சத்தம் போட்டு என்ன பிரயோஜனம்?" என்றார்.

எங்கள் ஊரில் ஏதோ ஒரு வார்டில் முனிசிபல் தேர்தலில் வெற்றி பெற்றவராக அவர் இருப்பாரோ? அல்லது குறைந்த பட்சம் தேர்தலுக்கு நின்று தோற்றவராகவேனும் இருக்க வேண்டும். நகரசபை உறுப்பினராக அமருவதற்கு அவசியமான கண், மூக்கு, காதுகள், உதடுகள், கை கால்கள், மூளை எல்லாம் கணக்காகச் சேர்க்கப்பட்டு உருவாக்கப்பட்ட ஜென்மம்போல் எனக்குத் தோன்றிற்று.

நான் அவர் விசாரணை செய்ய முன்வந்ததைப் பாராட்டி "அது தான் பெரிய மனுஷனுக்கு அடையாளம்" என்ற முன்னுரை யுடன் ஆரம்பித்தேன். கையிருக்கையில் ஆட்காட்டி விரலால்இரண்டு வெவ்வேறு புள்ளிகளைச் சுட்டிக்காட்டிக்கொண்டே சொன்னேன்.

"ஐயா, நல்ல கேட்டுக்கிடுங்க. நான் என் கையை இங்க வச்சிக்கிட்டி ருந்தேன், அவன் அங்க வச்சுக்கிட்டுருந்தான். பஸ்ஸு தூக்கிப்போட்ட திலே என் கை அசப்புல அவன் மேல இடிச்சுட்டு. இது ஒரு பெரிய குத்தமா? என் முகத்தைப் பார்த்துக் கூசாம புழுன்னு கத்தறான் அவன். நியாயம் கேளுங்க." கடைசி வாக்கியத்தைச் சற்று உரக்கவே சொன்னேன்.

குள்ளமான நீதிபதி இளைஞனைப் பார்த்துச் சொன்னார்:

"தம்பீ, உன் கையை எடுத்துருப்பா. ஒண்ணரை ஸீட் ஸாருக்கு கொடுத்துட்டுப் பாதி ஸீட்டில் நீ ஒடுங்கிக்கோப்பா. தம்பீ, ஸாரு பெரிய கவர்மெண்ட் உத்தியோகத்தில் இருந்தவரு பாத்துக்க.

எல்லாத்தையும் போல ஒரு ஸீட்டில அவருக்கு இருந்துட்டு வரக் கழியுமா?''

அவருடைய குரலின் ஏற்ற இறக்கமும், நடிப்பும், வெகு கச்சிதமாக இருந்தது. சுற்றிவர இருந்தவர்கள் எல்லோரும் என்னைப் பார்த்துச் சிரித்தார்கள்.

இரண்டு ஸீட் முன்னாலிருந்து ஒருவர், ''ஸார், இப்போ உங்களுக்குப் பென்ஷன் ஆயாச்சு. அதனால கொஞ்சம் அடங்கி இருங்க'' என்றார்.

''நான் உத்தியோகத்தில இருந்த காலத்திலயும் அடங்கித்தான் இருந்தேன். வாயை மூடு'' என்று கத்தினேன். ''வாயை மூடு'' என்பதை வழக்கப்படி ஆங்கிலத்தில் சொன்னேன்.

குள்ளமான 'நீதிபதி', துணிந்து அவர் கையால் என் நாடியைத் திருப்பிக்கொண்டே, ''ஸார், என்னைப் பாருங்க. அடங்கி இருந்தேளா? என்னை உங்களுக்கு ஞாபகம் இருக்கா?'' என்று கேட்டார்.

நான் மௌனமாக இருந்தேன்.

குள்ளமானவர் எல்லோரையும் பார்த்து, ''முக்குறுணி நிலத்துக்கு பட்டா மாத்தறதுக்கு இந்த மனுஷன் என்னைப் படுத்தின பாடும், அலைச்ச அலைச்சலும், என் காலை ஒடிச்சதும், கடவுளுக்குப் பொறுக்காது'' என்று பெரிதாகக் கத்தினார். ஓடும் பஸ்ஸில் தன் சமன் நிலையைக் காப்பாற்றிக் கொண்டே, பஸ்ஸின் கூரையைப் பார்த்தவாறே, இரண்டு கைகளையும் எடுத்துக் கும்பிட்டார்.

என் நிலை மோசமாவதை நான் உணர்ந்தேன்.

''தள்ள வேண்டியதைத் தள்ளியிருந்தா ஒரு நிமிட்டிலே காரியம் முடிஞ்சிருக்குமே'' என்று சொல்லிவிட்டு இளைஞன் பெரிதாகச் சிரித்தான்.

எனக்குப் பயங்கரமான கோபம் வந்து விட்டது. உத்தியோகத்தில் இருந்த காலத்தில், எங்கள் ஜில்லாவிலேயே, மிகக் குறைவாக அன்பளிப்பு வாங்கியவர்களில் நானும் ஒருவன். ஒவ்வொருத்தனும் அடித்த கொள்ளைக்கு வகை தொகை கிடையாது. காரியங்களை மிக நன்றாகவும் அரசாங்கத்துக்குப் பாதகம் இல்லாமலும் (இது மிக முக்கியமான விஷயம்!) செய்து கொடுத்ததில் சிலர் வற்புறுத்தித் திணித்த அன்பளிப்புகளை மட்டும் பெற்றுக் கொண்டு அதையும் ஒரு பீடி சிகரெட்டுக்கோ, சூதாட்டத்துக்கோ, மதுவுக்கோ மற்றபடிகளுக்கோ செலவு செய்யாமல் உயர்ந்த புத்தகங்களாக வாங்கிப் படித்தவன் நான்.

நான் மிக மோசமான வார்த்தைகளில் அந்த இளைஞனைத் திட்டத் தயாராகிக் கொண்டிருக்கும்போது, சற்றும் எதிர்பாராத அந்த சம்பவம் நடந்தது. டிரைவருக்குப் பின் ஸீட்டில் இருந்த ஒருவன், மிகப் பயங்கரமான ஆவேசத்துடன் என்னைப் பார்க்க ஓடி வந்தான். அவன் என்னைத் தாக்குவதிலிருந்து தப்பித்துக்கொள்ள நான் ஆயத்தமாகிக் கொண்டிருந்தபோது, அவன் என் மடிமீது விழுந்து,

அந்த இளைஞனின் தலை மயிரை ஏறிப் பிடித்துக்கொண்டான். அவன் தலையை உலுக்கிக்கொண்டே, "தள்ள வேண்டியதைத் தள்ளினா காரியம் செய்து கொடுப்பாரு இல்லையா?" என்று அவன் கேட்டான். எனக்கு ஆதரவாகத் திரண்டுவந்த மகா சக்தியை நான் சரிவரக் கவனிப்பதற்கு முன்னாலேயே, அவன், அந்த இளைஞ னின் தலைமயிரை பிடித்து வெளியே இழுத்து, "சைக்கிள் வாடகை பாக்கியைக் கீழே வைடா, நாயே! அதற்கு அப்புறம் அடுத்தவனை விமர்சனம் பண்ணிப் பேசலாம்" என்று கத்தினான். பலரும் களத்தில் பாய்ந்து அந்த மகா சக்தியையும் அந்த இளைஞனையும் ஆளுக்கொரு பக்கமாக இழுத்தார்கள். பஸ் நின்றுவிட்டது. குழப்பமும் சந்தடியும் முடிந்து, கெட்டவார்த்தைகளின் வேகமும் தணிந்து பஸ் மீண்டும் புறப்படுவதற்கு அரைமணி நேரத்துக்கு மேல் ஆயிற்று.

நான் ஆழ்ந்து உறங்குவது போல் பாவனை செய்ய ஆரம்பித்தேன். அந்த சந்தர்ப்பத்தில் நான் செய்ய வேண்டிய காரியம் அதுதான் என்று எனக்குத் தோன்றிற்று. எதிர்பாராமல் நடந்த குளறுபடிகள் ஒரு பக்கம் இருக்க, சமூகத்தில் எனக்கு இருக்கும் என்று நான் நம்பிக்கொண்டிருந்த படிமம் இல்லை என்று தோன்றியபோது மிகுந்த மனச்சோர்வு ஏற்பட்டது. தூக்கம் கிறுக்கிக்கொண்டு வந்தது.

நான் கண் விழித்தபோது பஸ் மேம்பாலத்தில் ஏறிக்கொண்டிருந் தது. மதுரை வந்துவிட்டது. இமைகளை விரிக்காமல் ஓட்டைக்கண் போட்டு பஸ்ஸை நோட்டமிட்டேன். எல்லோரும் இறங்குவதற்கு ஆயத்தமாகிக் கொண்டிருந்தார்கள். இடது பக்கம் திரும்பினேன். இளைஞன் தன் இரு கைகளையும் தொடை நடுவே இடுக்கிக் கொண்டு, தன் மடி மீது ஒடிந்து தூங்கிக்கொண்டிருந்தான். ஏதோ ஒரு தெய்வீக சக்தியின் காலடியில் அவன் விழுந்து மன்னிப்புக் கோருவது போல் இருந்தது. அவன் முகம் வாடி வதங்கி, தலைமுடி கலைந்து அலங்கோலமாக இருந்தான்.

நான் கை இருக்கையைப் பார்த்தேன். மரத்தினால் செய்யப்பட்ட மிகச்சிறிய வெற்றுப் பிரதேசம் அது. ஒன்றிரண்டு இடங்களில் திட்டுத் திட்டாக அழுக்கு அப்பியிருந்தது. புத்தம் புதிசில் அதற்கும் மெத்தைக் குல்லா இருந்திருக்கும். காலத்தின் கோலத்தில் அது மூளியாகப் போய்விட்டது போலிருக்கிறது.

பஸ் நின்றது. ஒவ்வொருவராக இறங்கிப் போனார்கள். ஓட்டுநரும் நடத்துநரும்கூட இறங்கிப் போய்விட்டார்கள். இளைஞன் அப்போதும் தூங்கிக் கொண்டிருந்தான். ஒரு பாவிக்காவது இந்த இளைஞனை எழுப்பிவிடுவோம் என்று தோன்றவே இல்லை. எவ்வளவு பொறுப்பற்ற உலகம் இது!

"தம்பீ, எழுந்திருப்பா. மதுரை வந்தாச்சு" என்று நான் அவன் முதுகில் லேசாகத் தட்டினேன்.

இனி, 1986

இரண்டு முகங்கள்

சுமார் நாற்பது வருடங்களுக்கு முன்னால் பார்க்க நேர்ந்த அந்த இரு முகங்களும் இன்றுகூட என் மனதில் நிழலாடுகின்றன. இத்தனைக்கும் தாயின் முகத்தை ஒரு சில நாட்களும் குழந்தையின் முகத்தை ஒரு சில கணங்களுமே நான் பார்த்திருந்தேன். இந்நினைவுகள் தோன்றும்போது கூடவே ஒரு ஊமைச் சோகமும் என் மனதில் படர்கிறது. மரணத்தின் முகமும் ஜனனத்தின் முகமும் ஒன்றுதானோ என்று என்னைத் திகைக்க வைத்த முகங்கள் அவை.

அப்போது எனக்குப் பத்தொன்பது வயதுகூட ஆகவில்லை. மிக மோசமான நோயாளி ஆனதில் என் படிப்பும் பாதியில் நின்றுபோய் விட்டது. குரல்வளையில் சிறிது ஜீவனை விட்டு வைக்க என்பதுபோல் கடுமையான பத்தியம். பொழுது என்மீது மிக பயங்கரமாகச் சுமந்து கொண்டிருந்த காலம். அப்பா, அம்மா, அக்கா, தங்கை யாரைப் பார்த்தாலும் எனக்குக் கஷ்டமாக இருந்தது. யாரேனும் ஒரு நண்பன் என்னைத் தேடி வந்தால்கூட நான் மிகுந்த வெட்கமும் சங்கடமும் அடைந்தேன். வகுப்புக்கள் தாண்டிப்போய் விட்டிருந்தார்கள் என் நண்பர்கள் எல்லோருமே.

எங்கள் வீடு சிறிது என்றாலும் அதில் ஒரு மொட்டை மாடி இருந்தது. ஒரு நார்க் கட்டில் போடும் அளவுக்கு அங்கு இட விஸ்தாரம். அதை ஒரு பெரிய வெகுமதியாக நினைத்துத்தான் நான் சகல கஷ்டங்களையும் பொறுத்துக்கொண்டு வந்தேன். அந்தச் சிறிய மொட்டை மாடி எனக்கு அப்போது தந்த விடுதலையையும் சுதந்திர உணர்வையும் வார்த்தைகளால் இப்போது விவரிப்பது மிகக் கஷ்டம்.

காலையில் கண் விழிக்கும்போது என்னுடைய ஒரே வேலை ஏறும் வெயில் எப்பொழுது விழும் என்று காத்துக்கொண்டிருப்பது தான். சதா ஜன்னல் வழி பார்த்துக்கொண்டிருப்பேன். கூசும் வெயிலின் உக்ரம் சற்றுத் தணிவதுபோல் தோன்ற ஆரம்பித்துவிட்டால் போதும்; சுவரைப் பிடித்துக்கொண்டே மாடிப்படியில் ஏறிச்

செல்வேன். அதள பாதாளத்திலிருந்து வானவெளிக்குப் போனது போல் இருக்கும்.

அப்போது எங்கள் வீடு இருந்த பிராந்தியம் முழுக்க ஒரே புன்னைக்காடாக இருந்தது. வட பக்கம் மட்டும் ஆங்காங்கே காட்டுக்குள் வெள்ளை வேட்டிகளை காயப் போட்டதுபோல் சிறிய வீடுகள். பின் பக்கங்களில் சிறிய வாழைத் தோட்டங்கள். அதற்கு அப்பால் மிகப் பெரிய தென்னந்தோப்பு.

அந்த நாட்களில் என் கஷ்டங்களைச் சரிவரப் புரிந்து கொண்டு செயல்பட்டவர் என்று என் மாமாவைத்தான் சொல்ல வேண்டும். அம்மா என் உடல்நிலை பற்றி மிகவும் வருத்தப்பட்டு அவருக்கு எழுதியிருக்கக்கூடும். சோட்டா நாக்பூரிலிருந்து ஒருநாள் ஒரு பார்சல் வந்து சேர்ந்தது. அதில் ஒரு அருமையான தொலைநோக்கி. வரை படங்களும் வர்ணப் படங்களும் போடுவதற்குக் கற்றுத்தரும் சில அருமையான புத்தகங்கள். வரைவதற்கான உபகரணங்கள். ஒவ்வொன் றும் அழகு அழகாக இருந்தன. காலை நேரம் முழுக்க மாறி மாறி அவற்றைப் பார்த்துக்கொண்டிருப்பதிலும் அளைந்துகொண்டிருப்பதி லுமே என் பொழுது நகர்ந்துகொண்டிருந்தது. அவை வெறும் புத்தகங்களோ உபகரணங்களோ அல்ல. நாலுதிசைகளிலிருந்தும் என்னை வந்து தாக்கிக் கொண்டிருந்த ஈவிரக்கமற்ற கட்டுப்பாடுகளை முறியடித்து, சுதந்திரத்தையும் விமோசனத்தையும் எனக்கு மீட்டுத் தந்த வரப்பிரசாதங்கள்.

மொட்டை மாடி மேலும் என்னை ஈர்க்க ஆரம்பித்தது. தொலை நோக்கியில் என் உலகம் இவ்வளவு தூரம் விரியும் என்றோ, கோடுகளிலும் வர்ணங்களிலும் இவ்வளவு நெகிழ்வுகள் எனக்குக் கூடும் என்றோ நான் அனுமானித்திருக்கவில்லை. அடிவானத்தி லிருந்து ஒரு புள்ளி விடாமல் பார்க்க ஆரம்பிப்பேன். பக்கத்து வீட்டிலிருந்து ஆரம்பித்து எங்கள் வீட்டு மொட்டை மாடியில் வந்து முடியும் பலாவின் ஒவ்வொரு கிளையையும் இலையையும் மொட்டையும் பார்ப்பேன். கைவிரல்களில் சிறிது வீக்கம் இருந்ததால் நான் ஆசைப்பட்ட அளவுக்கு என்னால் வரைய முடியவில்லை. இருந்தாலும் வரைய வரையக் கோடுகளில் ஏறிய நேர்த்தியும், முகங் களில் இறங்கிய சாயல்களும், கண்களில் கூடிய ஒளியும் என்னை மனம் நெகிழச் செய்தன.

ஒருநாள் தென்னந்தோப்பைப் பார்த்துக்கொண்டிருந்தபோது ஒரு மரம் சரிவதைக் கவனித்தேன். ஓசையின்றித் தெரிந்ததாலோ என்னவோ அந்தக் காட்சி என் மனதைத் தாக்கிற்று. மனிதர்களோ கோடாரிகளோ என் கண்களுக்குத் தென்படவில்லை. வெட்ட வெளியில், அந்த மரத்தின் மறைவு ஏற்படுத்தியிருந்த சிறிய இடை வெளியைக் குறித்து வைத்துக் கொண்டிருந்தேன். மறுநாள் பார்த்த போது ஒரே அதிர்ச்சியாக இருந்தது. அந்த இடத்தைச் சுற்றிவர வெளிச்சம் குரூரமாக இறங்கிக் கொண்டிருந்தது. என்ன நடக்கப் போகிறது என்று என்னால் அனுமானிக்க முடியவில்லை. அந்த

அரிப்பைத் தாங்க முடியாமல் காலை நேரங்களில்கூட - அப்போது உடல்நிலை இன்னும் மோசமாக இருக்கும் - வீட்டில் யாருக்கும் தெரியாமல் மொட்டை மாடிக்குப் போக ஆரம்பித்தேன்.

மரங்களை வெட்டிச் சாய்க்கிறார்கள். அந்த நீசத்தனத்தின் வேகத்தைப் பார்க்கும்போது மூன்று நாட்களில் தென்னந்தோப்பே மறைந்துவிடும் என்று தோன்றிற்று. வயோதிக மண்டையில் வழுக்கை ஏறுவது மாதிரி தென்னந்தோப்பு பின்னகர்ந்து ஒடுங்குகிறது. அந்த வெட்ட வெளியின் குரூர வெளிச்சத்தை எனக்குப் பார்க்கச் சகிக்க வில்லை. என் வரைபடத்திலோ சிறிய வீடுகளும் எளிய வாழைத் தோட்டங்களும் அடர்த்தியான தென்னந்தோப்பும் அப்படியே இருந்தன. வெகு சமீபத்தில் நான் பூர்த்தி செய்த படம் அது. அதற்குள் அந்தப் படத்தின் ஆதாரத்தையே அழிக்கிறார்கள். நேற்றைய நிஜம்கூட இன்றைய கற்பனை என்றாகப் போகிறது.

ஒரு பத்து நாட்களில் எனக்கு எல்லாம் புரியத் தொடங்கிற்று. தென்னைகள் மறைந்த இடத்தில் மூங்கில் கம்புகளின் நுனிகள் தெரிந்தன. கட்டிடம் எழுப்புவதற்கான ஆயத்தங்கள்தாம். சந்தேக மில்லை. மூங்கில்களின் மொட்டை நுனிகளை வெறித்துக் கொண்டி ருப்பேன். அடர்த்திகளில் தெரிந்துகொண்டிருந்த தென்னை ஓலை களும் குலைகளும் இருந்த இடத்தில் இப்போது மொட்டை நுனிகள்! சில சமயம் அந்த மூங்கில் நுனிகள் யாரோ அவற்றின் அடியைப் பிடித்துக் குலுக்குவதுபோல் அசையும். நாள் போகக்போக நீண்ட கம்பிகள் மேலே எழுந்து வந்தன. செங்கல் சுவர்கள் வளர்ந்து வந்தன. பெரிய பெரிய தூண்களாக முளைத்தன. ஒவ்வொரு தடவையும் கட்டிடத்தின் வளர்ச்சியை என் கற்பனைக்கு ஏற்றபடி படம் போட்டு வைத்துக்கொள்வேன். என் கற்பனையைக் கலைத்துக் கொண்டு அது வேறு விதமாக உருப்பெற்று வரும். அது ஒரு வீடோ அலுவலகமோ அல்ல என்பது நிச்சயமாகிவிட்டது. மிகப்பெரிய தொழிற்சாலையாக இருக்கலாம். ராட்சசத் தூண்கள். அகலமான வராண்டாக்கள். பெரிய அறைகள். பெரிய ஜன்னல்கள்.

அப்போதுதான் அந்த ஒல்லி ஏணி உருவாயிற்று. அதன் அடிப் பாகம் எனக்குத் தெரியவில்லை. மாடி ஜன்னலையும் தாண்டி அது ஏறிப்போய்க் கொண்டிருப்பதுதான் தெரிந்தது. பனங்கட்டை களையும், மூங்கில் தூண்களையும், செங்கல்களையும் வைத்து இரண்டே நாட்களில் அதை மந்திர ஜாலம்போல் கட்டிவிட்டார்கள். ஒரு பெரிய கருநாகம் போல் அது கட்டிடத்தின் மீது விழுந்து கிடக்கிறது.

மேல்தள வேலைகள் மும்முரமாக நடக்கத்தொடங்கின. வேலை யாட்கள் ஒல்லி ஏணியில் சாரி சாரியாகப் போய்க்கொண்டிருந் தார்கள். சிற்றாள் பெண்கள், சிறுவர்கள், கொத்தனார்கள். கம்பிகளும் செங்கல்களும் சிமிண்டு மூடைகளும் கட்டிட உபகரணங்களும் தண்ணீர்ப் பானைகளும் மேலே சென்ற வண்ணம் இருந்தன. ஞாயிற்றுக்கிழமைகளில் சொகுசு உடைகள் தரித்த ஆண்களும்

பெண்களும் அந்தக் கட்டிடத்தின் மேல் தளத்தில் நின்று கொண்டிருக்க, ஒரு சிலர் பல விஷயங்களை அவர்களுக்கு விளக்குவதுபோல் சைகைகள் காட்டிக்கொண்டிருப்பார்கள். கட்டிடத்தின் சொந்தக்காரர்களுக்கு இன்ஜினியர்கள் விவரம் சொல்வதாக நான் எடுத்துக் கொண்டேன்.

ஒருநாள் பார்த்துக்கொண்டிருந்தபோது அந்தச் சிற்றாள் பெண்ணின் முகம் என் மனதில் விழுந்தது. என்ன ஏது என்று எனக்குச் சரிவரச் சொல்லத் தெரியவில்லை. கும்பலிலிருந்தும் சந்தடிகளிலிருந்தும் செங்கல் சுவர்களிலிருந்தும் உபகரணங்களிலிருந்தும் அவள் முகம் தனியாகப் பிரிந்து வந்தது. அவள் முகத்தை நான் சூட்சுமமாகக் கவனித்தேன். சிறுமி என்றோ யுவதி என்றோ சொல்ல முடியாத உடல் வாகு அவளுக்கு. ஒல்லிக்குச்சி. கழுத்து தனியாக உடம்பிலிருந்து விட்டுக்கொண்டிருந்தது. நீண்ட முகம். அவள் கட்டிடத்தின் மேல் தளத்திற்கு வந்து சேரும் நிமிஷத்துக்காக நான் காத்துக்கொண்டிருப்பேன். அவள் கீழே சென்று மேலே வருவதற்கு ஒரு சில கணங்கள்தான் ஆகும் என்றாலும் அந்தக் கணங்கள்கூட என் மனதில் கனக்க ஆரம்பித்தன. நாள்பட இரும்புச் சட்டியின் மேல் அவள் விரல்களைப் பார்த்ததுமே அவள்தான் என்று இனங்கண்டு கொள்ளக்கூடிய அளவுக்கு என்மனதில் அவள் பதிந்து போயிருந்தாள். மேல்தளத்தில் சிமிண்டைத் தட்டிவிட்டு ஒரு சில வினாடிகள் அவள் ஸ்தம்பித்து நிற்பதுபோல் தோன்றும். அப்போது நேர் கோணத்தில் அவள் முகம் எனக்குப் பார்க்கக் கிடைக்கும். சோர்வும் துக்கமும் அமைதியும் கூடிய ஒரு அழகு. அவளுடைய வேலை அவளுக்குக் கஷ்டமாகத்தான் இருந்தது. அவளால் ஆகாத பாரத்தை அவள் சுமப்பது போலவே எனக்குப் பட்டது.

நான் அவளுடைய படத்தை வரைய ஆரம்பித்தேன். படத்தில் அவளுடைய இடைவெளிகளை என் மனம் பூர்த்தி செய்திருந்தது. முகத்தில் பளிச்சென்று ஒரு புத்துணர்ச்சி கூடியிருந்தது. கண்களிலும் வசீகரம் ஏறியிருந்தது. படத்தில் அவளை மிகைப்படுத்தினேன் என்று எனக்குத் தோன்றவில்லை. அந்தச் சின்னஞ்சிறு மூக்குத்தியை நான் அவளுக்கு அணிவித்தது சற்று அதிகப்படியாக இருக்கலாம். அந்தப் பொட்டுத் தங்கத்தின் சுடர்ப் பிரகாசம் அவளுடைய முகத்தில் ஏறிற்று என்பது உண்மைதான். சகஜ வாழ்வு அவளுக்குக் கொடுத்திருக்கக் கூடிய துணுக்கு அழகுகளைத்தான் நான் ஏற்றியிருந்தேன். அந்தத் துணுக்கு அழகுகள் நிச்சயமாக அவளுக்கு அந்நியமானவை அல்ல. காலங்கள் அவளுக்கு அனுகூலமாகத் திரும்பக் கூடும் என்றால் இந்தப் படத்தையும் தாண்டி அவள் எவ்வளவோ அழகுகளை அடையக்கூடியவள்தான். என் படத்திற்கு ஒரு பெயர் தேவைப்பட்டது. 'மேரியின் கஷ்ட நாட்கள்' என்று நான் அடியில் எழுதினேன்.

நாள் போகப்போக நான் சற்றும் எதிர்பாராத கஷ்டங்கள்கூட அவளை நோக்கி வருவதுபோல் தோன்ற ஆரம்பித்தது. ஏணியில்

அனாயாசமாக ஏறிக்கொண்டிருந்தவள் இப்போது மிகுந்த ஆயாசம் அடையத் தொடங்கினாள். ஏறுவதற்கு முன், அவள் பாதங்கள் படிகள் மீது அவநம்பிக்கை கொண்டு அவற்றை உறுதி செய்து கொள்ள ஆரம்பித்தன. அவளால் அவளுடைய உடலைத் தூக்கிக் கொள்ள முடியாமல் ஆகிக்கொண்டிருந்தது. அப்போதெல்லாம் செங்கல்லை இறக்கிவிட்டு சுயஞாபகம் இல்லாமல் அவள் சில நிமிஷங்கள் நிற்க ஆரம்பித்தாள். இரும்புச் சட்டியை இரு கைகளாலும் பிடித்தபடி ஏறிக்கொண்டிருந்தவள் இப்போது வலது கையால் ஒவ்வொரு மூங்கிலாகப்பற்றிக்கொண்டு ஒவ்வொரு படியிலும் நின்று நின்று ஏற ஆரம்பித்தாள். அவளுக்குப் பின்னால் வந்த சட்டிகள் பொறுமையிழந்து அவளைத் தாண்டிச் செல்ல ஆரம்பித்தன. சில சமயம் கொத்தனார்கள் அவளை நோக்கிக் கத்துவதை நான் கவனித்தேன். கோபத்தின் முகக்கோணல்களும் கைவீசல்களும் என்னைச் சங்கடப்படுத்தின. இப்போது மேரி இரண்டு எட்டுகள் வேகமாகப் போவாள். உடம்பில் தெம்பில்லாதபோது என்ன செய்ய முடியும்? மீண்டும் அவளுடைய எட்டுக்கள் சோர்ந்துவிடும். எனது சந்தேகம் நாட்பட உறுதியாயிற்று. இவ்வளவு சிறிய வயதில் ஒரு பெண்ணுக்குக் கல்யாணம் முடிந்திருக்கும் என்பதை என்னால் ஊகிக்கவே முடியவில்லை.

அதன்பின் மேரியைப் பார்க்கவே முடியவில்லை. இது நான் எதிர்பார்த்ததுதான். ஏற்றுக்கொள்ளக் கஷ்டமாகத்தான் இருந்தது. ஒரு சமயம் அவள் உடல் நிலையைக் கருதிக் கீழேயே அவளுக்கு ஏதேனும் வேலை தந்திருப்பார்களோ என்று நினைத்தேன். அப்படி யென்றால் அது மிகவும் சந்தோஷப்பட வேண்டிய விஷயம். ஒரு பெண் ஜென்மத்தின் கஷ்டங்களைக் கணக்கில் எடுத்துக் கொள் ளும் விவேகம் அங்கு யாருக்கோ இருக்கிறது என்று அர்த்தம். நான் அவளைப் பார்ப்பதைவிட அந்த விவேகம் அங்கு இருக்குமென்றால் அதுதான் முக்கியமானது. என்னுடைய வரைபடத்தில் நான் எப்போதும் அவளைப் பார்த்துக்கொள்ள முடியும்.

மிகச் சிறிய தூரம் மாலை நடை போய் வரலாம் என்று சொல்லக் கூடிய அளவுக்கு என் உடல் நிலையில் முன்னேற்றம் கண்டது. வைத்தியர் வார்த்தையைச் சாக்காக வைத்துக்கொண்டு நான் ஒருநாள் மாலை தென்னந்தோப்புக்குப் போனேன். நான் போய்ச் சேர்ந்த நேரத்தில் வேலையாட்கள் கரையேறிக் கொண்டிருந்தார்கள். சிற்றாள் பையன்கள் சாமான்களையும் உபகரணங்களையும் பொறுக்கி ஒரு இடத்தில் சேர்த்துக் கொண்டிருந்தார்கள். மிக உயரமான பீப்பாய்களிலிருந்து சிரட்டைகளில் தண்ணீர் அள்ளி சிற்றாள் பெண்கள் முகங்களையும் கைகளையும் கால்களையும் சுத்தப்படுத்திக் கொண்டிருந்தார்கள். அவர்கள் என்னைக் கவனிக்காதபடி நான் அவர்கள் எல்லோரையும் கவனித்தேன். அந்தக் கூட்டத்தில் மேரி இல்லை. வேலைக்கு வர முடியாத நிலையை அவள் அடைந்துவிட் டாள் போலிருக்கிறது. நான் மனச்சோர்வுடன் வீடு திரும்பினேன்.

மொட்டை மாடி மீது எனக்கிருந்த மோகம்கூடக் குறைந்துவிட்டது. ஆனால் வானத்தையும், வெட்ட வெளியையும், பச்சை பசேல் என்ற தென்னந்தோப்பையும், ஆங்காங்கே பாதைகளிலும் வீட்டு முகப்புகளிலும் தெரியும் முகங்களையும் நான் இழந்துவிட்டேன் என்றால் அப்புறம் எனக்குப் பற்றிக்கொள்ள ஒன்றுமில்லை. கண்கள் வழியாக ஏதேனும் சிறிய உணவுகள் கிடைத்துக் கொண்டிருந்ததால் தான் காகிதங்களில் வர்ணங்களை ஏற்றி, இல்லாத வாழ்க்கை இருப்பதாகக் கற்பனை செய்துகொள்ளவேனும் எனக்கு முடியும். இந்த உலகத்துக்கும் எனக்குமான தொடர்பை ஒரு நூலிழை போல் பின்னிக்கொண்டிருந்தது இந்த மொட்டை மாடிதான். அதையும் இழந்துவிட்டால் அதன்பின் எனக்கு ஒன்றுமில்லை.

அன்று நான் தொலைநோக்கியில் கண்ட காட்சியை என்னால் நம்ப முடியவில்லை. மேரியை ரெம்பவும் நினைவுக்குக் கொண்டு வரும் மற்றொரு பெண் செங்கல் கூடையுடன் மேலே ஏறிச் சென்றுகொண்டிருந்தாள். முதலில் மேரி என்றே நான் நினைத்துக் கொண்டுவிட்டேன். கூர்ந்து பார்த்தபோதுதான் தெரிந்தது இவள் வேறு என்று. அவ்வளவு உயரமும் இல்லை. அவ்வளவு ஒல்லியும் இல்லை. மற்றபடி உடல்வாகு அதிகமும் மேரியை நினைவூட்டுவது போலவே இருந்தது. என்னால் ஆவலை அடக்கிக் கொள்ள முடியவில்லை.

அன்று மாலை மீண்டும் வேலை நடைபெறும் இடத்துக்குச் சென்றேன்.

புன்னை மரத்தடியில் ஒரு கிழவர், உடைந்துபோன செங்கல்களைப் பொறுக்கிக்கொண்டிருந்தார்.

எதிரே மற்றொரு மரத்தில் சாய்ந்தபடி நான் அவரிடம் பேச்சுக் கொடுத்தேன். எனக்கும் அவருக்கும் நல்ல இதம் கூடி வந்தது.

நான் மேரியின் அங்க அடையாளங்களைச் சொல்லி, ''அவள் எங்கே? காணோம்'' என்று கேட்டேன்.

"அந்தப் பொண்ணு பிரசவத்தில் செத்துப்போயிடுச்சுங்க" என்றார் கிழவர். "அதுக்கு தங்கச்சிதான் பிஞ்சுக் குளந்தையைத் தூக்கிக்கிட்டு வருது'' என்றார். ''அதோ'' என்றார்.

தொலைவில் புன்னை மரத்தில் ஒரு தூளி தொங்கிக்கொண்டிருந்தது.

நான் அந்த மரத்தைத் தாண்டி வரும்போது நின்று தூளிக்குள் பார்த்தேன்.

மேரியேதான். மேரியின் சின்ன உருவம். அதே முகம். அதே கண்கள்.

தன்னைப் போலவே ஒரு ஜீவனைத் தந்துவிட்டு அவள் விடைப் பெற்றுக்கொண்டிருக்கிறாள்.

வீடு, *1986*

வழி

வழி தொலைந்துவிட்டது. சந்தேகமே இல்லை. அலைக்கழிப்பின் ஏதோ ஒரு கணத்தில் எனக்குத் தெரியாமலேகூட இழந்துபோன வழி மீண்டிருக்கக்கூடும் என இனி கற்பனை செய்துகொள்ளச் சாத்தியம் இல்லை. துஷ்ட மிருகங்களின் உறைவிடமான இந்தக் காட்டில் மிக மோசமாகச் சிக்கிக்கொண்டு விட்டேன். சதை மடிந்து பிதுங்கும் இடுப்புகளும் தொடைகளும் கொண்ட அம்மண ஸ்தூலி களான மரங்கள் பீதியைக் கிளறுகின்றன. திமிரில் பட்டைகள் வெடித்து, பூமிக்குள் வாய்வேர்கள் பரப்பி, வானத்தை முட்டப் பாயும் மரங்களின் திடகாத்திரமும் வீச்சும் என்னை அச்சுறுத்தின. அவற்றின் அடர்த்தியும் நெரிசலும் சூரிய ஒளியை நாணயங்களாக மாற்றி நெடுகிலும் விசிறியிருக்கின்றன. அவ்வளவு பெரிய வெளிச் சத்தை அந்தகாரமாக மாற்றும் அவற்றின் கூட்டாட்சி என்னைக் கதிகலங்க அடித்தது. இனி என்ன என்று சிந்திக்க முயன்றேன். குழம்பி மறிந்த மனம் யோசனையின் பாஷையை உதறித் தள்ளி விட்டுச் சுருக் சுருக்கென்று குத்திக்கொண்டிருக்கிறது. பிணம்போல் நான் விழுந்து கிடக்க துஷ்ட மிருகங்களும் துஷ்டப் பறவைகளும் என்னைக் கொத்திக் கிழிக்கின்றன. இந்தக் கார்ட்சி ஒன்றுதான் மீண்டும் மீண்டும் என் மனதில் வந்து போயிற்று.

அப்போதும் மிஞ்சியிருந்த ஒரே ஆசுவாசம் தூரத்தொலை விலிருந்து கேட்டுக் கொண்டிருந்த அருவியின் ஓசைதான்.

உண்மையில் இப்போது அது வெறும் ஓசை அல்ல. புற உலகத்துக் கும் எனக்குமான ஒரே இழை. நான் தக்கவைத்துக் கொள்ளத் துடிக்கும் நம்பிக்கையின் குறியீடு. என் உயிர் அணுக்கள் முழுவதையும் என் செவியில் குவித்து அந்த ஓசையின் திசைவாயைக் கிரகிக்க முயன்றேன். அந்தத் திசை நிச்சயப்பட்டுவிட்டால் இப்போதுகூட எனக்கு விமோசனத்துக்கு வழியுண்டு. அந்த ஓசை மீது அடி வைத்துச் சென்று நான் அருவிகளுக்கெல்லாம் அரசியான அந்தத் தலை அருவியை அடைந்துவிடலாம். காலம் காலமாகக் கொண்டிருக் கும் மனித உறவில் இணக்கமும் இசைவும் கூடியுள்ள அந்த

அருவியைத் தேடி ஜீவன்கள் வரத்தான் வெய்யும். ஒரு சமயம் நான் அதிக நேரம் அங்கு காத்திருக்க நேரலாம்.

அந்த அருவியின் ஓசையில் இப்போது ஒரு சுருதி மாற்றம் நிகழ்வதுபோல் உணர்ந்தேன். அருவியின் ஓசைபோலவே கேட்டுக் கொண்டிருந்த அந்த ஓசை இப்போது கொடிய மிருகங்கள் புணர்ச்சி யின் பரவசத் தணிவில் எழுப்பும் உறுமல்களின் அவரோகணம் போல் தேய்ந்துகொண்டு வந்தது. விட்டுவிட்டு இப்படிக் கேட்கும்படி துஷ்ட மிருகங்கள் தொடர் புணர்ச்சியில் வரிசைப்பட்டு நிற்குமா என்ன? ஓசை கேட்பது போல் தோன்றுவதுகூட பிரமையோ என்னவோ. ஒரு நூலிழை உறவேனும் புற உலகத்தோடு மிஞ்ச வேண்டும் என்று அரற்றும் மனதின் கற்பனையோ என்னவோ.

மிகப் பெரிய தவறு செய்துவிட்டேன். குளித்து முடிந்ததும் நானும் மற்றவர்களைப் போல் மலையிறங்கிச் சென்றிருக்க வேண்டும். நான் தலை துவட்டிக் கொண்டிருந்தபோது அந்த வயசாளியும் அந்த இளைஞனும் - அவன் அவருடைய பேரனாக இருக்கக்கூடும் - என்னையே பார்த்துக்கொண்டு நின்றார்கள். உண்மையில் அது பார்வையல்ல; அழைப்பு. எவ்வளவு அழகான வயசாளி! ஒடுங்கிய உடல்வாகும் சீராக நரைத்த தலையும் இடுப்புக் குறுகலும் தசை நார்களின் தொய்வான இறுக்கமும் என் மனதை ஆட்கொண்டன. அவர்களுடன் இறங்கியிருந்தால் நானும் இதற்குள் ஊர் போய்ச் சேர்ந்திருப்பேன். உண்மையில் அந்த வயசாளியுடன் ஆகர்ஷணக் கலப்புக் கொள்ள விரும்பி அவரைப் பின்தொடர நான் படபட வென்று உடலைத் துடைத்துக்கொண்டிருந்த போதுதான், துரதிர்ஷ் டம் என்று சொல்ல வேண்டும், அந்த விசித்திர உறுமல் என் காதில் விழுந்தது. தப்பட்டையின் உறுமலில் வீணையின் மேல் ஸ்தாயி மீட்டலைக் கோத்து இழுத்ததுபோல் அதன் விசித்திரம் என் மனதை ஆட்கொண்டது. கொடிய விலங்குகளின் புணர்ச்சிகள் மனதில் காட்சி ரூபம் கொள்ள என் முகம் ஆவலில் விரிந்து, அருவியின் பின் பக்கம் நான் நகர்ந்தபோது, நான் முன்பின் அறிந்திராத அந்த வயசாளி, 'வேண்டாம் ஐயா' என்றார். அந்தக் குரலும் அதில் தோய்ந்திருந்த வேண்டுதலும் அன்பும் இப்போதும் என் மனதில் ஒலித்துக்கொண்டிருக்கின்றன. அந்தக் குரலைத் தாண்டி நான் சென்ற நிமிஷத்தில் பிசகு நிகழ்ந்தது. அதன்பின் என் அடிச்சுவடுகள் குரங்குகள் விளையாடிய நூல் கண்டு மாதிரிச் சிடுக்காகி விட்டன.

ஒரு சில எட்டுகளில் புணர்ச்சியின் காட்சி சொரூபம் கிடைத்து விடும் என்ற கிளுகிளுப்பின் எச்சிலை மனது நக்கியது எவ்வளவு தவறு என்பது இப்போது தெரிகிறது. நெருங்க நெருங்க அழுத்தம் பெற வேண்டிய ஓசை, விதியின் என்ன விசித்திரமோ, தேய்ந்து கொண்டே போயிற்று. இதோ இதோ என்று நான் விரைந்து கொண்டிருந்தேன். எண்ணற்ற கொடிய மிருகங்களின் காம சொரூபங் களும் ஆக்ரோஷங்களும், தன்னிலிருந்து தன்னைப் போன்ற

மற்றொன்றைப் பயிரேற்ற அவை கொள்ளும் ஆவேசங்களும் மனக்கண்களில் விரிய, மூச்சிரைக்க, காலோசை எழுப்பாமல் ஓடினேன். மிகப் பெரிய மரங்கள் மீது நொடியிடையில் தாவி ஏறிவிடுவதில் நான் கொண்டிருந்த சாதுரியம் மிருகங்கள் மேல் எனக்கு இருந்த பயத்தை மட்டுப்படுத்தியிருந்ததுகூட ஒரு துரதிருஷ்டம் என்றாகிவிட்டது இப்போது.

மலையின் புதர் மண்டிக் கிடந்த சரிவுகளை சூரிய ஒளி கடுமை யாகத் தாக்கிக் கொண்டிருந்தது. ஒரு மரத்தில் ஏறித் தொலைநோக்கி வழியாகப் பார்த்தேன். வயசாளி அவருடைய அற்புதமான உடற் கட்டை காற்றுக்கு ஏந்தவிட்டுக் கரங்களை மட்டும் லாவண்யமாக அசைத்தபடி இறங்கிக்கொண்டிருந்தார். தலை குனிந்திருக்க வெண் சடை காதோரம் சாடிக் கிடந்தது. என்ன அற்புதமான முதுகு! புகைப்படக்கருவி கைவசம் இருந்துங்கூட படம் பிடித்துக்கொள்ளத் தவறிவிட்டேன். மிகப் பெரிய இழப்புத்தான். அதுபோன்ற மனிதப் பதிவுகள், மன அழகுகள் உடலில் பிரதிபலிக்கும் பாங்குகள் மிக அபூர்வம். இனி மீண்டும் அவரைச் சந்திக்கக்கூடும் என்று நம்பு வதற்கோ எனக்கு எவ்வித நியாயமும் இல்லை.

சிறிய பள்ளத்தாக்குப் போல ஒரு பிரதேசம் எதிர்ப்பட்டது. அதன் அடி ஆழத்தில் புல்வெளிப் பரப்பு. அங்கு இருள் கரும்பாசி போல் அப்பிக் கிடந்தது. அந்தப் புல்வெளியைக் கூர்ந்து கவனித்தேன். தவித்து இடந்தேடி உடல் உரசிக் காமம் முகர்ந்து வரும் விலங்கினங் கள் வாய்ப்பாகக் கருதும் இடம் அது. தங்கள் உடலேறி விரையும் தென்றலுக்குக் கொள்ளும் இங்கித பவ்வியம் தவிர, செயற்கைக் குலைவுகள் எதுவுமே புல்வெளியில் தென்படவில்லை. அப்போது தொலைநோக்கியில் வந்த வழியை - அவ்வாறு நான் நினைத்துக் கொண்டிருந்ததை - மீண்டும் பார்த்தேன். மலைச் சரிவு தெரிய வில்லை. புதரும் ஒற்றையடிப் பாதையும் வயசாளியின் அழகிய முதுகும் சூரிய ஒளியின் பளிச்சென்ற தாக்குதலும் மறைந்துவிட்டன. புதர்கூடத் தெரியவில்லை. நான் வெகுதூரம் உள்ளே வந்துவிட்டேன் என்பதில் எவ்வித சந்தேகமும் இல்லை.

அப்போதும் அந்த ஓசை கேட்டுக்கொண்டிருந்தது.

மேட்டுப் பாங்கிலிருந்து சமவெளிக்கு வந்துவிட்டேன். கானகத்தின் யோனி நெருங்கிக்கொண்டிருந்தது. மரங்கள் மேலும் தடித்துப் பெருத்திருந்தன. எனக்கு வழி பிசகிவிட்டது. ஆனால் நிச்சயமாக அதிகப் பிசகு ஏற்பட்டுவிடவில்லை என்று அப்போதும் நம்பினேன். மிகுந்த விழிப்புக்கொண்டுவிட்டால் முன்னெடுத்து வைத்த அடிச்சுவடுகளை இப்போதும் பின்னெடுத்து வைத்துவிடலாம். இப்போதேனும் விழித்துக்கொண்டது இயற்கையின் கருணை. மேலும் என் அடிச்சுவடுகளை அதிகப்படுத்திக் கொண்டிருந்தால் பிசகில் முடிச்சுகள் ஏறி விமோசனம் என்பதே அற்றுப் போயிருக்கும். இப்போது மன மூட்டங்களைச் சுத்தமாகக் கலைத்து நிதானத்துக்கும் தெளிவுக்கும் வந்தாக வேண்டும். சிந்தனைகள் தெளிவடையாமல்

செயல்பாடு ஒரு நாளும் தெளிவடையப் போவதில்லை. இனி மீண்டும் என் மார்க்கம் குழப்பம் அடையலாம். ஆனால் இப் போதைய என் அடிச்சுவடுகள் தெளிவாக இருக்க வேண்டும். மரத்தின் ஒரு வசதியான கிளைப் பிரிவில் கால் நீட்டிச் சாய்ந்து கொண்டேன். மறுபரிசீலனையில் ஆழ்ந்தேன்.

அன்று விடிந்த பொழுதை மனதில் பிரிக்க ஆரம்பித்தேன். ஒவ்வொரு நிகழ்வுகளையும் மனதில் சுருக்கெழுத்தில் எழுதிக் கொண்டுபோனேன். என் தயாரிப்புகளிலோ மதிப்பீடுகளிலோ சொல்லும்படி விடுதல்கள் எதுவும் இருந்ததாக எனக்குப் படவில்லை. என் ஆயத்தங்களும் சரியாகவே இருந்தன. லங்கோடு கட்டி, காக்கி அரை நிஜாரும் காக்கி அரைச் சட்டையும் அணிந்திருந்தேன். முதுகில் இணைக்கப்பட்ட பை. அதில் காமரா, தொலைநோக்கி, துண்டுகள், ரொட்டி, சிறிது நொறுக்குத் தீனி, கத்தி, வலுவான நூல் கயிறு, ஒரு ஜோடி காலணிகள் எல்லாம் இருந்தன. என் கவிதைச் சொத்தின் பைண்ட் வால்யூமையும் நினைவாக எடுத்துவைத்துக் கொண்டிருந்தேன். கடைசியாக விடைபெற கானகங்களில் மட்டுமே எஞ்சியிருக்கும் பேரமைதியில் பல தடவை வாய் உரக்கக் கவிதை படித்திருந்த எனக்கு அதன் ருசிகள் ரத்த நாளங்களில் ஏறியிருந்தன. அருவியில் வெகு ஆனந்தமாகக் குளித்தேன். அதுவரையிலும் எல்லாம் சரிதான். உறுமலைப் பற்றிய என் கற்பனைகளால் ஆகர்ஷிக்கப்பட்டு உள்ளே புகுந்ததுகூட பிசகு என்று சொல்ல முடியாது. கவிதையும் இயற்கையும் தவிர வேறொன்றும் இல்லாத நான், சிறுவயதிலிருந்தே காடுகளையும் மிருகங்களையும் பறவைகளையும் கனவுகண்டு வரும் நான், அபூர்வமாக வாய்க்கும் கொடிய மிருகங்களின் புணர்ச்சிக்குச் சாட்சி கொள்ள வந்தது தவறு என்று சொல்ல முடியாது.

பிரதிகூலங்களுக்கு எதிராக அனுகூலங்களை யோசிக்க ஆரம்பித் தேன். இப்போதும் வந்த திசை பற்றி - ஒரு நிச்சயமின்மை ஊடுருவி யிருந்தாலும் - முற்றாக மறந்துபோய்விடவில்லை என்றுதான் தோன் றிற்று. அருவியின் ஓசையைப் பிரமை என்றே வைத்துக்கொள்வோம். வந்த திசை பிரமை அல்ல. வந்த திசை பிரமை அல்ல என்றால் திரும்பும் திசையும் பிரமையாக இருக்க வேண்டும் என்பது இல்லை. இந்தக் கானகம், இந்த அம்மண மரங்கள் பிரமைகள் அல்ல. இப்போதும் கைக்கடிகாரம் ஓடிக்கொண்டிருப்பது பிரமை அல்ல. அது எக்காரணம் கொண்டேனும் முடங்கி, இடங்களோடும் திசை களோடுமான என் உறவு பரிதவித்திருப்பதுபோல், காலத்துக்கும் எனக்குமான உறவும் பரிதவித்துவிடும் என்ற கிலியை ஏற்படுத்துகிறது என்றாலும், இப்போதும் அது ஓடிக்கொண்டிருக்கிறது என்பதோ, நான் அதற்கு அதிகாலையில் சாவிகொடுத்தேன் என்பதோ பிரமை அல்ல. இப்போதுதான் சுள் வெயில் ஆரம்பித்திருக்கிறது. இங்கேயே நான் சிறிது உணவருந்தி சிறிது ஓய்வும் எடுத்துக்கொள்ள போதிய அவசாகம் இருக்கிறது. என் பொறிகள் வெகு துல்லியமாக இயங்கு கின்றன. கற்பனைக்கும் யதார்த்தத்திற்குமான வேற்றுமையைப்

பகுத்துணரும் ஆற்றல் என்னிடம் இப்போதும் மிகக் கூர்மையாகத் தொழில்பட்டுக் கொண்டிருக்கிறது. அருவிகளுக்கெல்லாம் அரசியான அந்தத் தலை அருவியை நான் சென்றடைந்துவிடுவேன். மனித உறவுகளில் இணக்கப்பட்டுக் கனிந்து கிடக்கும் அந்த அருவி முகங் களை ஆகர்ஷித்துக்கொண்டுதான் இருக்கும்.

இவ்வளவு அனுகூலங்களுக்கும் எதிரான பிரதிகூலம் அந்தப் பிராந்தியங்களில் எண்ணற்ற அருவிகள் இருக்கின்றன என்பதுதான். இன்னும் இணங்க மறுக்கும் காட்டருவிகள் அவை. மனித உறவின் துவட்சி கூடாதவை அவை. ஒவ்வொரு அருவிக்கும் அதற்கான இடமும் பின்னணியும் உயரமும் பருமனும் முக லாவண்யங்களும் அவற்றுக்கே உரித்தான ஜொலிப்புகளும் மனித மனங்களை வசீகரிக்கும் தொடைகளும் இருக்கின்றன என்பது உண்மைதான். என்றாலும், ஒரே பிராந்தியத்திற்குள் அவை சதா சாடிக் குதித்துக் கொண்டிருக்கும்போது, ஒன்றின் முகவிலாசம் மற்றொன்றில் கூடிக் கலந்து அவற்றுக்கே உரித்தான அடையாளங்களை அவை இழந்துபோய் நிற்பதுபோன்ற பிரமையை அவை அளிக்கக்கூடும் என்பதுதான் வெகு பிரதிகூலமாக இருக்கிறது.

வந்த திசையில் - அதாவது வந்த திசை என்று நான் அனு மானித்துக்கொண்ட திசையில் - அரை நாழிகை சீராக ஓடினால் தலை அருவிக்குரிய பிராந்தியத்தை நான் சென்றடைந்து விடுவேன். தலை அருவியைப் போலவே மனித உறவுக்கு இணக்கம் கொள்ளும் குரங்குகள் ஒன்றிரண்டேனும் அதற்கு முன்பு தென்பட்டுவிடும். மனிதன் தங்கி இளைப்பாறி உணவு சமைத்து உண்ணும் இடங்களைச் சுற்றிக் குரங்குகள் வளைவது இயற்கைதானே? நான் எனது சகல பலங்கயையும் மனதில் திரட்டிக்கொண்டேன். உடல் பலம் எனக்குக் குறைவாக இல்லை என்பதும் மனச்சோர்வினால்தான் உடல் தொய்கிறது என்பதும் எனக்கு நன்றாகத் தெரிந்தது. நம்பிக்கையைக் கைவிட்டால் என் சகல பலங்களும் தொய்ந்து விடும். நான் சீராக ஓடத் தொடங்கினேன். சப்த ஜாலங்கள் ஏற்றப்பட்டிருந்த, எனது மனதுக்கு வெகு உவப்பான ஒரு கவிதையை அழுத்த உச்சரித்துக் கொண்டே ஓடினேன். பின்னிரவின் இருளில் நம்பிக்கைகள் முற்றாக விலகிச் சிதறிப்போகும் மனம், விடியலின் வெளிச்சத்தில் மீண்டும் திரள்வது என் நினைவுக்கு வந்தது. அப்படித்தான் நிகழ்ந்திருக்கிறது. இருளின் திட்பம் கூடும்போது அதில் ஒளி ஊடுருவி ஏறும். இருளும் ஒளியும் இருளோ ஒளியோ அல்லாத ஒன்றின் இரு பக்கங்கள்தான். மிகுந்த எக்களிப்புக் கொண்டேன். ஆத்ம நம்பிக்கையை ஒருபோதும், உடல் இரு கூறாகப் பிளந்தாலும், கைவிட மாட்டேன் என்று கத்திக்கொண்டே ஓடினேன்.

சரித்திரத்தின் உன்னதங்கள் என் நினைவுக்கு வந்தன. உன்னத ஆளுமைகள் எவ்வளவு கடுமையான சோதனைகளுக்கு ஆட்பட்டு உள்ளன. அந்த ஆளுமைகளின் ஆத்ம பலத்தை நினைக்கும்போது உடல் புல்லரித்தது. என்னென்ன சோதனைகள், என்னென்ன

சாதனைகள் ! ஓட்டைத் தோணியில் அவை முதுகெலும்பை உருவித் துடுப்புப் பிடித்திருக்கின்றன. நெருப்பில் செடிகளாக முளைத்து மொக்கு விட்டிருக்கின்றன. காலம் ஒரு குட்டிச் சோதனையைத் தந்து என்னைப் பரீட்சிக்கிறது. என்னைத் தோற்கடிக்க முடியாது என்று கத்தினேன். அந்தக் கத்தல் சகல அம்மண மரங்களுக்கும் கேட்டது. அந்த அம்மண ஸ்தூலிகள் எனக்கு உதவாமல் இருக்கலாம். ஆனால் காய்த்து உலுப்பும் ஆவேசத்தை நோக்கியே அவை சகல இயக்கங்களையும் முடுக்கிக்கொண்டு போகின்றன. சக்தியின் திராவக மான அவற்றுக்கே ஒரு குறிக்கோள் இருக்கும்போது மூளையின் திட்பமான எனக்கு அதைவிட மகத்தான குறிக்கோள் இருந்துதான் ஆக வேண்டும். மிக உரக்க அந்தக் கவிதை அடிகளைக் கத்திக் கொண்டே ஓடினேன். என் உடலில் தசை நார்கள் சீராக இயங்குவது சந்தோஷத்தைத் தந்தது. மிகுந்த வலுவுடன் இருக்கிறேன். அடிச் சுவடுகளில் இடைவெளியை எந்த நுட்ப இயந்திரம் அளந்தாலும் ஒரே சீராக அவை இருப்பதைக் குறித்துவிட்டு வியப்பில் ஸ்தம்பித்து விடும். அவ்வளவு ஒத்திசைவோடு இயங்குகிறது உடல். இரு கன்னங் கள் வழியாக ஒழுகும் வேர்வையில் காக்கிச் சட்டை பாசிப் பச்சையாகி விட்டதும் மிகுந்த சந்தோஷத்தைத் தந்தன. இன்னும் சில நொடிகளில் நான் தலை அருவியை அடைந்துவிடுவேன். மகத்தான குறிக்கோளுக்காகப் படைக்கப்பட்டிருக்கும் நான் இந்தக் கானகத்தில் விழுந்து கிடந்து துஷ்டைகளின் கொத்தலுக்கும் பிடுங் கலுக்கும் ஆளானேன் என்றால் இயற்கை தன் அவலத்தை நிரூபித்துக் கொள்கிறது என்றுதான் அர்த்தம். சகல ஜீவன்களும் சகல அணுக் களும் துகள்களும் அவை அவற்றிற்கான யோசனை கொண்டிருக்கும் போது அவற்றின் பகுதியான - தவிர்க்க முடியாத பகுதியான - எனக்கு மட்டும், என் ஜீவனுக்கு மட்டும் யோசனை என்று ஒன்று இல்லாமல் இருக்க முடியுமா? எனக்குத் தெரியாமல் என்னிடம் உறைந்து கிடக்கும் ஆற்றலின் யோசனை என்ன?

வெகு நேரம் ஓடிவிட்டேன். நான் எதிர்பார்த்த காரியங்கள் கூடி வரவில்லை. என் உடல் துவண்டுவிட்டது. ஒரு எல்லை வரையிலும் நான் என் உடல் மீது ஏற்றும் கற்பனைச் சக்தியை அது ஏற்றுக்கொள் ளும். என்னுடன் கூடி முயங்க அது துடிக்கும். என்னை நிறைவேற்ற அது பரபரக்கும். ஆனால் அதன் இயல்பை நான் கணக்கில் எடுத்துக்கொள்ளாமல் என்பாட்டுக்குக் கற்பனையை ஏற்றிக் கொண்டுபோனால் தன் துவட்சியை அது பகிரங்கப்படுத்திக் கொண்டு விடும். இப்போது நான் என் உடலைச் சமாதானப்படுத்த வேண்டியிருக்கிறது. மரக்கிளைகளில் தூங்கும் பயிற்சியைப் பெற்றிருந்த நான், ஏற்ற கிளை ஒன்றில் மிக வசதியாக ஓய்வெடுத்துக் கொள்ள முடியும். அங்கிருந்து பார்த்தபோது நாலுதிசையும் காடுகள்தாம். நான் ஓடிய திசை தலை அருவி இருந்த திசை அல்ல என்று தோன்றிவிட்டது. இப்போது அருவியின் ஓசையும் முற்றாகக் கேட்கவில்லை என்பது நிச்சயமானதும் பீதி மனதைக்

கவ்விற்று. வேறுபட்ட திசைகளிலோ அல்லது நேர் எதிரான திசையிலோ ஓடிக்கொண்டிருக்கிறேன் போலிருக்கிறது. இனி தலை அருவியைச் சென்றடைவது சாத்தியம் இல்லை. அது, அதன் ஓசையுடன் என்னைக் கைவிட்டுவிட்டது. ஆனால் காடு, அது எவ்வளவு பெரிய காடு என்றாலும் சரி, ஒரு இடத்தில் முடிந்துதானே ஆகவேண்டும் என்று யோசித்தேன். அதன் அடிவயிற்றிலிருந்து அதன் பாதங்களைச் சென்றடைவது எப்படி என்பதுதான் இப்போது பிரச்சினை. எந்தத் திசையில் அதன் பாதங்களைச் சென்றடைவதற்கான இடைவெளி ஆகக் குறைவாக இருக்கும் என்பதுதான் இப்போது பிரச்சினை. மரங்களின் திட்பத்தையும் அடர்த்தியையும் பார்க்கும்போது வனாந்திரத்தின் கருப்பைக்குள் இருக்கிறேன் என்று தோன்றிற்றே தவிர அங்கங்களில் நகர்ந்திருக்கிறேன் என்று தோன்றவேயில்லை.

இத்தனைக்கும் இந்தக் காட்டுப் பகுதியைப் பற்றி எனக்கு நன்றாகத் தெரியும். இந்தப் பிராந்தியத்தின் இயற்கை, மரங்கள், மிருகங்கள், அருவிகள், நீரோடைகள் இவை பற்றி நிறையப் படித்திருக்கிறேன். இரவு வேட்டையாடும் கரடிகள் இங்கு அதிகம். ஆந்தைகள் அதிகம். நீரோடைகளில் வரும் காற்றின் குளிர்ச்சியை சுவாசித்துக் கொண்டு புல்வெளிகளின் இருட்பகுதிகளில் உஷ்ண மிருகங்கள் மூச்சிரைத்துக்கொண்டு கிடக்கும். இந்தக் காட்டுப் பகுதியைப் பற்றி நான் படித்தபோது இங்குள்ள மரங்கள் பற்றியும், மிருகங்கள் பற்றியும், பறவைகள் பற்றியும், மொத்த அடர்த்தி பற்றியும், பள்ளத் தாக்குகள் பற்றியும், நீரோடைகள் பற்றியும் என் மனதில் எவ்வளவோ சித்திரங்கள் எழுந்திருந்தன. இயற்கையை நேசித்து வாழும் அந்த மகோன்னத ஆசிரியர்கள் எழுதிய குறிப்புகள் சூட்சுமமானவை. நுட்பம் கூடியவை. மிகை அற்றவை. இருப்பினும் அவற்றைப் படித்தபோது எனக்கு ஏற்பட்ட அனுபவத்திற்கும் இப்போது எனக்கு ஏற்பட்டுக் கொண்டிருக்கும் அனுபவத்திற்கும் எவ்வித சம்பந்தமும் இல்லை. புத்தகத்தில் ஆதாரங்களை நேரடியாக மறுக்காமலே இவை ஒவ்வொன்றும் வேறு விதமாக இருக்கின்றன. நாற்புறமும் சுற்றிப் பார்த்தேன். மரங்கள்! மரங்கள்! மரங்கள்! இவற்றை விட்டால் பறவைகளின் மெல்லிய ஓசைகள். அந்தப் பேரமைதியோடு அவை கொள்ளும் உறவுகள் மிகுந்த எக்களிப்பை ஏற்படுத்துகின்றன. மரங்கள் விட்டெறிந்திருந்த வானத்தின் துண்டு துணுக்குகள். கொடிய மிருகங்களில் ஒன்றைக்கூட நான் இன்னும் கண்ணால் பார்க்கவில்லை. அவை வெகு அருகில் இருக்கும்போதுகூட தம் இருப்பைக் காட்டிக்கொள்ளும் தன்மை இல்லாதவை. அவை காடுகளின் இருள் சூட்சுமங்களில் கரைந்துகொண்டிருப்பவை. அவற்றின் மணங்கள் எனக்குத் தெரியும். மணங்களை இனம் பிரித்துக் குறித்துக் கொள்ளவும் எனக்குத் தெரியும். பறவைகளின் மணங்கள் தவிர மிருகங்களின் மணங்களை நான் உணர்ந்திருக்கவில்லை. நீரோடைகள் எதிர்ப்படும்போது நான் மிகக் கவனமாக இருக்க வேண்டும்.

துஷ்ட மிருகங்கள் அங்கு தாகம் தீர்த்துக்கொள்ள வரும். ஆனால் ஒரு நீரோடைகூட எதிர்ப்படவில்லை. எண்ணற்ற அருவிகளின் குழந்தைகளான இந்த நீரோடைகள் பாய்ந்தோடி ஊர் நோக்கி இறங்கும் சரிவுகள் வெகுதொலைவில் இருக்கின்றன என்று பட்டது.

உலகப் பரப்பில் எந்த இடத்தில் என் பாதம் ஒட்டிக் கொண்டிருக்கிறது என்பது தெரியாதது ஒரு பெரும் அவஸ்தை. இந்தக் காட்டின் பெரிய வரைபடமும் அதில் என் பாதங்களின் புள்ளிகளும் தெரிந்தால் எவ்வளவு நன்றாக இருக்கும். அப்போது கூட காட்டின் வரைபடம் மட்டும் இருந்து பயன் ஒன்றும் இல்லை. ஊரோடு சேர்ந்த வரைபடம் வேண்டும். ஊருக்கும் காட்டுக்குமான உறவு இருந்தால்தான் விமோசனத்துக்கான மார்க்கங்களை உருவ முடியும். திட்டவட்டமாக உணராமல் கற்பனை செய்துகொண்டிருப்பதில் ஒரு பயனும் இல்லை. வேரூன்றி நிற்கும்போது கற்பனையின் பூக்களும் தளிர்களும் ரம்மியமாக இருக்க, வேரற்ற நிலையில் அவையே அசிங்கங்கள் ஆகிவிடுகின்றன. தேங்காய்துருவி வைத்து என் மூளையைத் துருவுவதுபோல் ஆகிவிடுகிறது. என் யோசனைகளைத் தரையிறக்க முயன்றேன். எனக்கு இப்போது வேண்டியவை மிகக் குறைவான யோசனைகளே. நடைமுறைச் சாத்தியமான சின்ன யோசனைகளே. நான் விடுதலை அடைய வேண்டும். தவறிய வழிகள் எனக்கு மீண்டும் கைகூடி வர வேண்டும்.

வெயில் உச்சி கண்டுவிட்டது. அதன் தாட்சண்யமற்ற பயணம் சீரான போக்கின் கடுமை மிகக் கொண்ட பயணம். அதன் வழியில் அதன் வினாடியில் அது மறைந்துவிடும். மரத்தின் மீது அமர்ந்து ரொட்டியைத் தின்ன ஆரம்பித்தேன். சோர்வும் பசியும் இருந்துங்கூட ரொட்டி வாயில் அரைந்து அரைந்து வந்தது. உணவைக் காலி செய்யலாமா என்ற கேள்வி எழுந்ததும் பின் மண்டையில் அடித்தது போல் இருந்தது. நான் இங்கு மாட்டிக்கொண்டு விட்டேன் என்றால் இந்த உணவை வைத்துத்தான் நான் சமாளிக்க வேண்டும். புட்டியிலிருந்து நீரைக் குடித்தேன். தண்ணீர் தீர்ந்தாலும் ஓடைகள் நிச்சயம் எதிர்ப்படும். அந்த நீர் பருக ஏற்றதல்ல என்றும் அவை ஊரை அடைந்ததும் பருக ஏற்றதாகி விடுகின்றன என்றும் படித்த ஞாபகம். இதுபோன்ற சிறு விஷயங்களுக்காக இப்போது அலட்டிக்கொண்டிருக்க முடியாது. சரியான வழியில் முன்னேறுவதற்கான உபாயங்களை நான் இப்போது கண்டுபிடித்தாக வேண்டும். அம்புபோல் வானத்தை நோக்கிப் பாய்ந்து கொண்டிருந்த ஒரு மரத்தில் ஏறினேன். சூரியன் உச்சியில் நின்றதால் அதன் திசையை அனுமானிக்க முடியவில்லை. ஆனால் காலத்தைக் கைநழுவவிட எனக்கு அவகாசம் இல்லை. சூரியன் மிகுந்த வேகத்துடன் பாய்ந்துகொண்டிருக்கிறது. அதன் சீரான ஓட்டம் ஈவிரக்கம் அற்றது.

தொலைநோக்கி வழியாகக் கூர்ந்து கவனித்துக்கொண்டிருந்தேன். அடிவானத்தை முழுசாக ஒரு சுற்று என் பார்வையால் அவதானித்தேன். தூரத் தொலைவில் புல்வெளி தெரிவதுபோல் இருந்தது.

அந்தப் புல்வெளியைச் சென்றடைந்து விட்டேன் என்றால் நம்பிக்கை தரும் இடத்திற்குப் போய்விட்டேன் என்று அர்த்தம். அப்போது இருள் படர்ந்தாலும் அதிக ஆபத்தின்றி அங்கு இருக்க முடியும். அந்தப் புல்வெளியின் மறுபக்கம் என்ன என்று அனுமானிக்க முடியவில்லை. அநேகமாக அங்கு ஓர் ஊர் இருக்கச்கூடும். அந்தப் புல்வெளியைச் சென்றடைந்து, மேயும் கன்றுகாலிகளைப் பார்த்து விட்டால் போதும். வயிற்றில் பால்வார்த்தது போல் ஆகிவிடும். கன்று காலிகளின் வாலோரத்தில் எப்போதும் மனித முகங்கள் தட்டுப்படும். அந்தப் புல்வெளியைக் கூர்ந்து கவனித்தபோது, அதன் செழிப்பும் உயரமும் அடர்த்தியும் பச்சைப்பசேல் என்ற அதன் புத்துணர்வும், மனித உறவில் கூடும் கசங்கல் அற்ற தன்மையும், வாகனத்தின் தரிசனத்துக்கு மட்டுமே அவை தங்களை அர்ப் பணித்துக் கொண்டிருப்பவைபோல் பட்டது. அந்தப் புல்வெளியின் மறுபக்கம் மிக மோசமான சரிவாகக்கூட இருக்கலாம். மாடுகளை அங்கு அழைத்து வர முடியாமல் இருக்கலாம். அப்போதுகூட ஆடுகள் வரச் சாத்தியம் இருக்கிறது. காடுகளின் மிக மோசமான பகுதிகளில் - அல்லது அவ்வாறு நான் நினைத்துக் கொண்டிருந்தவற் றில் - ஆடு மேய்த்துக்கொண்டிருக்கும் சிறுமிகளைச் சந்தித்திருக்கிறேன். சற்றும் எதிர்பாராத நிமிஷத்தில் கூடிய அந்த முகங்கள், மீண்டும் கூடிவிட்டால் போதும். தப்பித்துக்கொண்டு விடுவேன்.

நொடிகளுக்குள் மிக மோசமாக மனம் தளர்ந்துபோனேன். அந்த மரத்தின் உச்சாணிக் கிளையில் நின்றுகொண்டு வனாந்திரம் முழுக்கக் கேட்கும்படி என் முழுச்சக்தியையும் தொண்டையில் திரட்டி,"யாராவது என்னைக் காப்பாத்துங்க ஐயா" என்று கத்தினேன். 'தெரியாத்தனமா வந்து மாட்டிக்கிட்டேன் ஐயா' என்று எனக்கு நானே புலம்ப ஆரம்பித்தேன். என் அலறல்கள் எதிரொலித்தபோது அவற்றின் சுருதி குலைந்து கீழ் ஸ்தாயியில் கேலி கலப்பதுபோல் பட்டது. யாரோ என் அவஸ்தையைக் கேலி செய்வதுபோல் இருந்தது. மீண்டும் "யாராவது வந்து காப்பாத்துங்க ஐயா" என்று முன்னை விடவும் உரக்கக் கத்தினேன். 'யாராவது, யாராவது' என்று எனக்கு நானே முணுமுணுத்துக் கொண்டேன். யாரும் அங்கு வந்து சேருவதற்கான சாத்தியமே இருப்பதுபோல் படவில்லை. எனக்குச் சாதகமாக நான் கற்பனை செய்து கொள்வதுபோலவே இருந்தது. அதை விடவும் அருவருக்கத் தகுந்த சீக்கு மற்றொன்றில்லை. கற்பனைகளால் பிரத்தியட்சத்தை மாற்ற முடியுமா? பிரத்தியட்சம் எனக்குப் பாதகமாகவும் இல்லை; சாதகமாகவும் இல்லை. ஒரு உறவை ஏற்படுத்திக்கொள்ளும் வகையில் நான் அதை எனக்குச் சாதகமாகத் திருப்பிக்கொள்கிறேன். இப்போது மோசமான உறவு ஒன்றை யதார்த்தத்துடன் ஏற்படுத்திக் கொண்டுவிட்டேன். மிக மோசமாக. இப்போது நான் கற்பனையில் தப்பித்து என்ன பயன்? நான் கற்பனையில் தப்பித்துக் கொண்டிருந்தாலும் சூரியன் அடங்கத்தான் அடங்கும். சூரியன் அடங்கிய பின் அந்தகாரத்தை அழைக்க வேண்டியிருக்குமா? இருளில் வேட்டையாடும் ஜீவராசிகள்

அதன்பின் ஓய்ந்திருக்குமா? அவற்றின் பார்வையும் இதர பொறி களும், அவற்றின் சக்திகளும் தந்திரங்களும், அவற்றின் உடல் வலுக் களும் அந்தகாரத்தின் சக்தியை உறிஞ்சத் திடம் பெற்றவை. எந்த இருள் என்னை முடக்குகிறதோ அதே இருள் அவற்றின் பொறிகளில் ஜீவ சக்தியைப் பெய்கிறது. என்ன விந்தை! அவை என்னைக் குதறும். உணவுக்காக வாழ்பவை அவை. எனக்குச் சாதகமான கற்பனைகள் என்னை ஒரு நாளும் காப்பாற்றப் போவதில்லை. பிரத்தியட்சத்தைத் தெரிந்துகொண்டு நான் இயங்க வேண்டும். நான் மிக பயங்கரமான ஆவேசத்தை என் உடலில் ஏற்றிக் கொண்டேன். எனக்கு இப்போது வழியும் தெரியவில்லை; திசையும் தெரியவில்லை. யோசிக்கவும் கணக்குப் போடவும் அவசியமான தகவல்கள் எனக்குக் கைநழுவி விட்டன. ஆதார ஞானங்களைக்கூட என் பொறிகளுக்கு அளிக்க முடியாத நிலையில் என் மூளை என்ன செய்ய முடியும்? மூளையால், மூளையை இயங்க வைக்கும் ஒரு சொட்டு எண்ணெயைக்கூட உருவாக்க முடியாது.

நாற்புறமும் மரங்கள் சூழ்ந்ததில், அந்த அம்மண ஸ்தூலிகள் உருவாக்கிய அந்தகாரத்தில், என் சகல அறிவுகளும் பொய்த்துவிட் டன. நான் இதுகாறும் கற்றவற்றுக்கும் அறிந்தவற்றுக்கும் ஆராய்ந்த வற்றுக்கும் பகுத்துண்டு வாழ்ந்த அனுபவங்களுக்கும் எந்தப் பொரு ளும் இல்லாமல் ஆகிவிட்டது. சகல அறிவுகளும் சதி செய்துவிட்டன. நான் மரத்திலிருந்து உடல் சிராய்த்துக்கொள்ளும் அவசரத்தில் இறங்கித் தலை தெறிக்க ஓட ஆரம்பித்தேன். உணர்வின் உன்னதத்தை நோக்கித்தான் இனி என்னால் செல்ல முடியும். அந்த உணர்வு உன்னதம் கொள்ள மறுத்தால், ஊருக்கு அழைத்துச் செல்வதற்குப் பதில் அது என்னை காட்டின் கருப்பப் பைக்குள் அழைத்துச் சென் றால், மரங்களுக்குப் பின் புல்லும் சருகும் கூடிக்கிடக்கும் இடத்தில் இருளின் செறிவில் துஷ்ட மிருகங்களின் வாயில் சென்று நான் விழ நேரலாம். “எப்படி வேண்டுமென்றாலும் முடியட்டும்” என்று நான் கத்திக்கொண்டே ஓடினேன். இனிமேல் என்னால் யோசிக்க முடியாது. யோசித்து யோசித்து என் மூளை நரம்புகள் புண்ணாகி விட்டன. இப்போது எனக்கு வழி தெரியாமல் போனாலும் போகட் டும்; யோசிக்கும் அவஸ்தையிலிருந்து விடுதலை கிடைத்தாலே போதும்.

நான் அழிவை நோக்கித்தான் ஓடிக்கொண்டிருக்கிறேன். கட்டிக் காத்து, பூ வேலைகள் செய்து தங்க ரேக்குகளும் இழைத்த என் வாழ்க்கைத் திட்டங்கள் இன்றோடு அழியப்போகின்றன. என் நட்பையும் சுற்றத்தையும் ஏமாற்றிவிட்டு, ஒரு எச்சரிக்கைகூட அவர் களுக்குத் தராமல், நான் மரணத்தை நோக்கி ஓடிக்கொண்டிருக் கிறேன். பெரும் அபத்தத்தை நோக்கி ஓடுகிறேன். மரணம்கூடப் பெரிதல்ல. இந்த அபத்தச் சாவுதான் அசிங்கமானது. மரணம் அழகானது. வரும் நிச்சயமும் எப்போது எனத் தெரியாத அழகும் கொண்டது. உண்மையில் மரணத்துடன் இன்முகம் கொள்ள அர்த்த

பூர்வமான ஆயத்தங்களைத்தான் நான் உருவாக்கிக்கொண்டுவந்தேன். அந்த ஆயத்தங்களில் அர்த்தம் கூடிவிட்டது என்றால் - அர்த்தம் கூடிவிட்டதான மனநிறைவு எனக்கு ஏற்பட்டுவிட்டதென்றால் - அப் போது மரணம் மரணம் அல்ல; விடைபெறுதல்தான். பணி முடிந்து சகஜீவனுக்கு இடம் தந்து விடைபெறும் இங்கிதம் அது. இப்போது நான் விடைபெற்றுக் கொள்ளப்போவதில்லை. செத்து சவமாகிக் கொடிய மிருகங்கள் கடித்துக் கிழிக்க, இங்கு விழுந்துகிடக்கப் போகிறேன். மரணத்தைக் கொல்ல முற்பட்ட நான் இப்போது சாவால் அழிக்கப்படப் போகிறேன்.

உடலில் தசைநார்கள் தாறுமாறாக இழுத்துக்கொள்ள ஆரம்பித் தன. நான் துவள ஆரம்பித்தேன். கவலையும் குழப்பமும் பயமும் என் சக்தியை உறிஞ்சுகின்றன. கால் குதிரைச் சதைகள் ஓய்வுக்காகக் கெஞ்சின. என் பாதங்களுக்கும் பூமிக்குமான உறவு புகை மூட்டமாகி விட்டது. களைப்புற்ற உடலைத் தாங்கத் தெரியாமல் நான் எந்த நிமிஷத்திலும் சரியலாம். அப்படிச் சரிந்து விட்டால் மீண்டும் நிலை கொள்வதற்கு அவசியமான சக்தியை என் உடலிலிருந்து திரட்ட முடியாது. என் நடை தள்ளாட்டமாகி விட்டது.

திடுக்கிட்டு நின்றேன். கண் முன் பூமி இரண்டாகப் பிளர்ந்து கிடக்கிறது. ஒரு ராக்ஷஸ மாதுளையைப் பிளந்து வைத்தது போலிருக் கிறது. அந்தப் பிளப்பின் உள் நாக்கும் தொண்டையும் செக்கச் செவேல் என்று சிவந்திருந்தன.

மூர்ச்சை தெளிந்தபோது கண்முன் காட்சிகள் கறுப்புச் சல்லாவால் போர்த்தப்பட்டிருந்ததுபோல் இருந்தது. வலியைப் பொறுத்துக் கொள்ள முடியவில்லை. குரலெடுத்துக் கத்த ஆரம்பித்தேன். எந்தக் கட்டுப்பாடும் இல்லாமல் அழ ஆரம்பித்தேன். அலங்கோலமாக இந்தக் குழிக்குள் விழுந்து கிடக்கிறேன். உடல் முழுவதும் மிக மோசமான காயங்கள். சட்டையும் நிஜாரும் முற்றாகக் கிழிந்துவிட் டன. தோள்பை எங்கு தெறித்தது என்பதே தெரியவில்லை. கன்னங் களிலிருந்து ரத்தம் வழிந்துகொண்டிருந்தது. கால்களிலும் தொடை களிலும் தெரிந்த மோசமான சிராய்ப்புகளைப் பார்க்கச் சகிக்க வில்லை. உடல் பூராவும் செம்மண் அப்பிக்கொண்டிருந்தது. கிழிந்த சட்டையையும் நிஜாரையும் அவிழ்த்து உடல் மண்ணைத் தட்டிக் கொண்டேன். குழியின் ஊடே மண் சுவரைப் பற்றிக்கொண்டே சிறிது தூரம் செல்ல, பிளப்பின் வாய் நெருங்கி பெரிய கற்களின் குவியல் அங்கு தென்பட்டது. அவற்றின் மேல் ஊர்ந்து வெளியே வந்தேன்.

என் கண்கள் என்னை ஏமாற்றிவிட்டன. இப்போது பிளப்பின் வாயகலம் தெரிவதுபோல் அப்போது தெரியாமல் போய்விட்டது. ஓடி வந்து தாண்டி விடலாம் என்று நினைத்தது பைத்தியக்காரத்தன மாகப் போய்விட்டது. உண்மையில் நான் இதற்குள் இறந்து போயிருக்கலாம். இந்த மட்டோடு பிழைத்தது, பெரும் அதிருஷ்டம்

என்றுதான் சொல்ல வேண்டும். ஜோடுகள் இல்லாமல் என்னால் அடியெடுத்து வைக்க முடியவில்லை.

அதலபாதாளத்தில் ஆழ்ந்துபோகும்போது எப்போதும் கூடும் அந்தத் தெளிவு, இழப்பதற்கு இனி ஒன்றும் இல்லை என்றாகும்போது மனம் கொள்ளும் விழிப்பு, என்னிடம் கூடுவதை உணர்ந்தேன். இவ்வளவு மோசமான நிலையிலும் காலம் என் கையில் ஒட்டிக் கொண்டிருக்கிறது. கழுத்தில் தொங்கிக்கொண்டிருந்த தொலை நோக்கியை நான் இழந்துவிடவில்லை. இதைவிட மோசமான பள்ளங்களை நான் லகுவாகத் தாண்டியிருப்பவன்தான். அப்போ தெல்லாம் அந்தப் பள்ளங்களை என்னால் நிதானிக்க முடிந்தது. இப்போது என் கண்களில் புகுந்திருந்த இருள், அந்தப் பள்ளத்தின் வாயகலத்தைக் காட்டுவதுபோல் காட்டி உண்மையில் காட்டாமல் ஏமாற்றிவிட்டது. இப்போது மிகக் கொடுமையான வலியிலும் ஆக இழிவிலும் ஒரு தெளிவு கூடி வருகிறது. மரணத்தை நெருங்கிவிட் டேன் என்ற தெளிவுதான் அது. இனி தப்பித்தலுக்கான அவஸ்தை அவசியம் இல்லை. இனி மரணத்தை தவிர்க்க முடியாத இயற்கை யாக, கற்பாந்த காலமாய் உறுதிப்படுத்தியிருக்கும் அதன் மகத்தான வருகையை ஏற்றுக்கொண்டுவிடுவதுதான் விவேகம். கூரான கற்கள் என் பாதங்களைப் பதம்பார்த்து அக்காயங்களில் ரத்தம் கசிகிறது. ஒவ்வொரு அசைவிலும் மரணவலி. அப்போதும் மரண சாந்நித் தியத்தைக் கருதி நிதானமாகவே போய்க்கொண்டிருந்தேன். அடிச் சுவடுகளின் இடைவெளி மிகக் குறைந்துவிட்டது. மரணத்தின் மெல்லிய மின்சாரம், புணர்ச்சியின் உச்சம் போன்ற அந்த மின் சாரம், நரம்புகளில் பரவுவதுபோல் இருந்தது. ஒரு சந்தோஷ அரற்றல் வாயில் வெளிப்பட ஆரம்பித்தது. சிறிதும் கூச்சமோ வெட்கமோ இன்றி, உள் வருத்தத்தின் பூக்கள் வார்த்தையாக வாயில் மலர்ந்தன. குளிர்ந்த நீர் கிடைத்தால் நாவறட்சியை தீர்த்துக் கொள்ளலாம். தலைசுற்றிக்கொண்டுவர, ஒரு மரத்தில் சாய்ந்தேன். இனி நடப்பது சாத்தியம் இல்லை. இதுதான் கடைசி இளைப்பாறல். இங்குவந்து முடியும் என்பது இன்று காலைகூட தெரிந்திருக்கவில்லை. இனி கத்துவதோ பேசுவதோ அழுவதோ ஒன்றும் சாத்தியமில்லை. சகல பொறிகளிலும் பேரமைதி கூடுகிறது.

திடீரென்று நாய் குரைக்கும் சத்தம் கனவில் கேட்பதுபோல் தோன் றிற்று. என்னை அறியாமல் மரக்கிளையைப் பற்றிக்கொண்டு எழுந் தேன். கூர்ந்து கவனித்தேன். ஆழக் கிணற்றுக்குள்ளிலிருந்து நாய் குரைப்பதுபோல் கேட்கிறது. உடலில் ஒரு பெரும் ஆவேசம் புகுந்து கொள்ள மரக்கிளையில் பற்றி ஏறினேன். அவ்வளவு நிர்க்கதியான நிலையிலும் எப்படி உச்சி வரையிலும் தொற்றி ஏறினேன் என்பது தெரியவில்லை. நம்பிக்கையின் ஆவிபோல் சக்திவாய்ந்தது எதுவும் இல்லை. சற்று இளைப்பாறினால் மீண்டும் நடந்துபோக முடியும்

என்று தோன்றிற்று. ஒரு மரத்தின் மீது ஓய்வெடுத்துக் கொள்ளலாம். இதற்கு முன் பலரும் இது போன்ற இக்கட்டுகளில் மாட்டிக் கொண்டிருக்கிறார்கள். அவர்களுடைய விதவிதமான அனுபவங் களை நான் படித்திருக்கிறேன். அந்த இக்கட்டிலிருந்து அனேகர் வெளியே வந்திருக்கிறார்கள். மிக மோசமான ஆபத்து அருகணை யும்போது, ஆபத்தின் கோரத்தில், கூடவே ஒரு புன்னகையும் நெளியும். காடு அந்தகாரத்தின் அடர்த்தி கொண்டிருந்தாலும் ஆபத்துகளின் களி நிலம் என்றாலும், ஊர்களைவிட அவை மோச மானவை என்று சொல்ல முடியாது. அறிய அறிய மிருகங்களும் பறவைகளும் நியதிகளும் ஒழுக்கங்களும் நேர்மையும் கொண் டவையாக மாறும்போது, அறிய அறிய மனிதர்கள் அறிய முடியாத சிக்கல்களைக் கொண்டிருக்கிறார்கள் என்றுதான் படுகிறது. மிருகங் களுக்கு வழிவிட்டு மனிதன் காடுகளிலும் வாழத் தெரிந்துகொள் ளும்போதுகூட, மனிதர்களுக்கு வழிவிட்டு ஊர்களில் எப்படி வாழ்வது என்பது மனிதனுக்குத் தெரியவில்லை. இனி முக்கியமான விஷயம் நான் மூர்ச்சையாகிவிடக்கூடாது என்பதுதான். மூர்ச்சையாகி விட்டால் உயிர் இருக்கும்போதே அபோதம் இறங்கிவிடுகிறது. அப்போது காப்பாற்றிக்கொள்ளவோ, கற்றுக்கொள்ளவோ, கவனங்கள் கொள்ளவோ, யாத்திரையைத் தொடரவோ சாத்தியம் இல்லாமல் போய்விடும். சிராய்ப்புகளில் வழிந்த வியர்வையின் எரிச்சல்கூட என் விழிப்புகளை ஊக்குவித்தது. சகல கஷ்டங்களையும் நான் போஷாக்காக மாற்றிக்கொள்ள ஆரம்பித்தேன். என் உள் மனதில் எரிந்துகொண்டிருக்கும் ஜ்வாலை அணையாமல் இருந்தால் உணவற்ற நிலையிலும் உடல் வலியிலும் ரணங்களிலும் நான் நடந்துகொண்டு தான் இருப்பேன். மீண்டும் நாய்க் குரைப்பு கேட்டது. நான் வாழ்ந்தாக வேண்டும். நான் என் வாழ்க்கையை யாருக்காகவும் இழக்க முடியாது.

மரத்தின் உச்சியிலிருந்து தொலைநோக்கியால் பார்த்துக் கொண்டே இருந்தேன். செக்கச் சிவந்த சூரியன் அடிவானத்துக்கு வந்துவிட்டது. அவற்றிலிருந்து கிரணங்கள் நேர்க்கோடாய் என்னை நோக்கி வந்துகொண்டிருக்கின்றன. அந்த ஒளியினூடே எனக்கு நகரத் தெம்பிருந்தால் வெகு தொலைவுக்கு அந்தக் கிரணங்கள் என்னை எடுத்துச் செல்லும். காட்டின் புறத் தோற்றம் கட்டுக் குலைந்ததுபோல் இருந்தது. மரங்கள் சகஜம் கொண்டிருந்தன. தொலைநோக்கியின் ஊடே அடிவானத்தின் ஒரு புள்ளியிலிருந்து ஒரு நூலிழை விடாமல் சுற்றிவரப் பார்த்துக்கொண்டே வந்தேன். கோபுரத்தின் உச்சி என்று சந்தேகப்படத்தக்க ஒரு கரும்புள்ளி அடிவானத்தில் தெரிந்தது. ஒளியை ஊடுருவி அங்கு படர்ந்து கொண்டிருந்த புழுதியில், காட்சி தெளிவுபடவில்லை. அந்தத் திசையில் நான் சென்றால் நம்பிக்கைக் குரிய அறிகுறிகள் மேலும் புலப்படும் என்று நிச்சயமாகத் தோன்றிற்று. மெல்லிய மின்சாரம் உடல் முழுவதும் ஒரு ஆவேசம்போல் பரவியது. மீண்டும் விரைந்து நடக்கத் தொடங்கினேன். சீராக நடந்தேன்.

எனது காயங்களும் எனது சிராய்ப்புகளும் உடல் உபாதைகளும் வலிகளும் என்னை ஹிம்சைப்படுத்தினாலும் என் ஆதார சுருதியைச் சார்ந்தவை அல்ல அவை என்று கற்பனை செய்துகொண்டு அவற்றால் முடங்கிவிட மறந்து விரைந்துகொண்டிருந்தேன். ஒரு சிறு குன்று எதிர்ப்பட்டது. அந்தக் குன்றைத் தாண்டி இறங்கும்போது கோபுரத்தின் கலசமும் அந்தக் கலசத்தின் பின் சில கோடுகளும் தென்படுவது போல் தோன்றின. நாய்க் குரைப்பு சற்று வலுப்பதுபோல் தோன்றிற்று. மிகுந்த ஆவேசத்துடன் ஓடினால் இன்னும் அரை நாழிகை நேரத்தில் நான் ஊர் வாயிலை அடைந்துவிடலாம். அவ்வளவு மோசமான நிலையிலும் பலம் எங்கிருந்துதான் ஊற்றெடுத்து வருகிறது என்பது தெரியவில்லை. வேகமாக ஓடத் தொடங்கினேன். "நான் தோற்க மாட்டேன்" என்று கத்திக்கொண்டே ஓடினேன். சமவெளியிலிருந்து சரிந்த சரிவுக்கு வந்துவிட்டேன் என்று தோன்றிற்று. கற்கள் பதம் பார்த்ததில் அடிப்பாதங்கள் பல இடங்களில் மோசமாகக் கிழிந்து அவற்றில் மண் புதைந்தது. எவற்றையும் பொருட்படுத்தாமல் நான் ஓடிக்கொண்டிருந்தேன். காட்டின் சரிவுகள் தோன்றிவிட்டன. மீண்டும் தொலைநோக்கியால் பார்த்தேன். மங்கி வரும் ஒளியில் இரு கரிய உருவங்கள் தெரிந்தன. பச்சைச்சேலை கட்டியபடி ஒரு பெண் போய்க்கொண்டிருந்தாள். அவள் தலைமீது ஒரு பித்தளைப் பாத்திரம். பளபளவென்று அதில் சூரிய ரச்மிகள் பட்டுத் தெறித்தன. அவள் பின்னால் ஒரு ஆண். அவனுடைய தோள்களில், கழுத்தின் இருபுறமும் கால்களைப் போட்டபடி, அவன் தலையைப் பிடித்துக்கொண்டு, ஒரு குழந்தை சவாரி செய்கிறது. கண்களிலிருந்து தொலைநோக்கியை எடுக்காமல், "ஐயா என்னைக் காப்பாத்துங்க ஐயா" என்று மிகப் பயங்கரமாகக் கத்தினேன். என் சத்தம் அவர்களைச் சென்றடைய வில்லை. தொலைநோக்கியை எடுத்தபோது அவர்களை எந்த வட்டத்தில் பார்த்தேன் என்பதைக் கூட என்னால் அனுமானிக்க முடியாதபடி புகை மூட்டமாய் இருந்தது. காட்சிக்குள் விழுந்த வானவெளியின் பரப்பு அவ்வளவு அதிகமாக இருந்தது. ஆனால் அவர்கள் சென்று கொண்டிருந்த திசை எனக்குத் தெரிந்துவிட்டது. அந்தத் திசையில் சாய்வாகக் கோணமெடுத்து ஓட ஆரம்பித்தேன். நான் ஓடி இறங்குவதற்கும் அந்த இடத்தில் அவர்கள் வந்து சேருவதற்கும் சரியாக இருக்கும் என்று நம்பினேன்.

கொல்லிப்பாவை, 1986

கோலம்

ஜன்னல் என்று அதைச் சொல்ல முடியாது. இரண்டடிக்கு ஒரு அடிச் சவுக்கத்தில் ஒரு காற்றுப்போக்கி அது. சட்டம்கூட இல்லாமல் கம்பிகளைச் சுவரில் குத்தியிருப்பது தரித்திரமாக இருக்கிறது. மேலே கீல்களும் கழி நாட்டித் தூக்கிவைத்துக்கொள்ளும்படி ஒற்றைக் கதவும். கம்பிகளின் ஓரங்கள் துருப்பிடித்து சிலந்திக் கால்கள்போல் எழும்பிக்கொண்டிருக்கின்றன, இலேசாகத் தட்டினால் தெறித்துவிடும் படி. கிழவர் நல்ல உயரம். கண் மட்டத்திற்கும் மேலே இந்தக் காற்றுப்போக்கி தோண்டப்பட்டுவிட்டது சிறு பிராயத்தில் அவருக்கு மூச்சு முட்டலாக இருந்திருக்கக்கூடும். இந்த எண்பது வருடங்களில் அந்தக் காற்றுப் போக்கியுடன் அவருக்கு அபார இணக்கம் கூடிவிட்டது. ஒவ்வொன்றாகச் சகல பொருட்களும் அவரைவிட்டு ஒழுகிப் போன பின்பும் முன் ஜென்ம ஞாபகங்கள் போல் ஒரு சில அவரிடம் மிஞ்சி விட்டிருந்தன. இளமை நாட்களில் வென்னீர்க் குளிக்கு உதவிய இந்தச் செம்பு அண்டா அதில் ஒன்று. கரி படிந்த பழங்காலத் திடம் கொண்டது. கவிழ்த்துப் போட்டு அதில் நின்று கிழவர் பார்க்க ஆரம்பித்த நாட்களில் தென்னந்தோப்பும் இருக்கவில்லை; மாந்தோப்பும் இருக்கவில்லை. அதற்குப்பின் மூன்று தலைமுறைகள் வந்துவிட்டன.

இருள் படிந்த தோப்பின் விளிம்புகளில் ஒன்று இரண்டு என்று பள்ளிப்பிள்ளைகள் முளைக்கத் தொடங்கிவிட்டார்கள். வெள்ளைச் சட்டைகள். காக்கி நிக்கர்கள். பைகளை முதுகிலேந்தி உச்சந்தலையில் மாட்டிய வார்களுடன் முன் தணிந்து கை துழாவிப் போவார்கள். சிறிது ஜாக்கிரதையாக இருக்க வேண்டிய நேரம் கிழவருக்கு இது. அவருடைய விசித்திரமான முகத்தைப் பார்த்து யாரேனும் ஒரு பையன் கத்த ஆரம்பித்துவிட்டால் கணப்பொழுதில் பல பையன்கள் சேர்ந்து கொண்டுவிடுவார்கள். கேலிப் பேச்சுக்களிலும் சில சமயம் வெடிக்கும் கெட்ட வார்த்தைகளிலும் என்ன கற்பனை வளம்! அப்போது காய்ந்த இளவங்காயில் எண்ணெய் தேய்த்தது போன்ற தலையைத் தாழ்த்தி அண்டாவில் உட்கார்ந்து கொண்டுவிட வேண்டும். அவர் முன்னால் மண் தரையில் சிறு கற்கள் வந்து விழும். கட்டிதட்டிய மண் உருண்டைகளும் காய்ந்த சாணிப் பொருக்குகளும் வந்து விழும். அன்று சிறுவனாக நிக்கரைத் தூக்கிக் காட்டியவன்

இப்போது சீட்டில் பிருஷ்டம் பிதுங்க வழுக்கைத் தலையுடன் தோப்பின் ஒற்றையடிப் பாதையில் மெது அசைவுச் சைக்கிள் போட்டிக்காரன் மாதிரி நகர்ந்துகொண்டிருக்கிறான். அவனுக்கு மறந்துபோயிருக்கலாம். அவன் அன்று காட்டிய கரிய மொக்கின் அழகு இப்போதுகூட கிழவருக்குத் துல்லியமாக நினைவிருக்கிறது.

காலை ரயில் போய்விட்டது. அவுட்டரிலேயே பையன்கள் தொற்றிக் கொண்டுவிட்டார்கள். விடிந்ததும் குதிர்க்க ஆரம்பித்துக் கணந் தோறும் பரவும் பரபரப்பையும் அந்தக் காலை ரயில் ஏற்றிக்கொண்டு போய்விடும். இனி இயற்கையின் முற்பகல் தூக்கம்தான். கரிச்சானும் மைனாவும் தோப்புக்குள் அம்மணக் கொட்டமடிக்க ஆரம்பித்து விடும். குடிசைப் பகுதிகளிலிருந்து எழும் ஐஸ் பெட்டிகளின் ‘டப் டப்’ என்ற சத்தம் தோப்புக்குள் ஊடுருவி வரும். ஆனால் அது நிசப்தத்தை அளக்க மட்டுமே வரும் குறுக்கீடு போலதான் இருக்கும். வெளிச்சம் வெயிலாக உக்கிரம் பெறுவதை மனஸ்பரிசம் கொண்டபடி லயித்துப் போய் இருப்பார் கிழவர். வெகு தொலைவில் ஆகாசமும் அதன் கீழ் விளிம்புகளில் மலைத் தொடர்களும் நோயுற்ற ரயில்களின் நீண்ட கிடங்கும் தெரியும். கிடங்கின் தகரக்கூரையை வெளிச்சத்தை எரித்து சூரியன் தாக்கிக்கொண்டிருக்கிறது. எப்படியும் சூரியனின் கிரணங்கள் ரயிலடி தாண்டித்தான் வரவேண்டும். ஜங்ஷன் தாண்டி, ரயில்வே குடியிருப்புகள் தாண்டி, வயல்கள் தாண்டி வர வேண்டும். அதன் பின் பல மேடு பள்ளங்கள், ஏக்கரா ஏக்கராவாக வெட்ட வெளிக் கழிப்பிடங்கள். மலக்காடுகளின் பிரளயம். சூரியனே அசுத்தப் பட்டுப்போகும். வாய்க்கால் தாண்டிவிட்டால் ஏதோ கொஞ்சம் ஒழுங்கும் நியதியும் கூடிவருவதுபோல் இருக்கும். அதன்பின் மாந்தோப்புக்கள். தென்னந்தோப்பைப் பார்க்க வளைந்தோடும் செம்மண் பாதை, கட்டி தட்டிப்போன மேடு பள்ளங்களுடன். மாந்தோப்புக்கு மேற்கே பாதை ஓரங்களில் பொதுக் கழிப்பிடங்கள். அதன்பின் குடிசைகளின் ஆரம்பம். காய்கறித் தோட்டங்கள். அந்தப் பாதை நேராகப் போய்ப் பள்ளத்தில் வழிந்து தண்டவாளத்தில் முட்டுகிறது. அல்லது அதற்குமுன் இடது பக்கச் சந்தில் திரும்பினால் குடியிருப்புகளின் நெரிசலின் ஊடே கனக மூலம் சந்தையின் விளிம்புக்குப் போய்ச் சேரலாம்.

முகம் பார்க்கும் கண்ணாடியின் மூலையைத் தட்டியது போல் ஒரு வெளிச்சத்துண்டு காற்றுப்போக்கி வழியாக சாணி மெழுகிய தரையில் வந்து விழும். வெறும் மங்கல் கண்ணாடியாக விழுந்து விரைவில் ரசம் ஏற்றிக்கொள்வதில் விளிம்புகள் துல்லியப்படும்போது பதினோரு மணி ரயில் புறப்பட்டுப்போகும். இடது கை அண்டாவின் மேலிருக்க கால் நீட்டிச் சுவரில் சாய்ந்தபடி கண்ணாடித்துண்டின் நகரலைக் கவனிக்க ஆரம்பிப்பார் கிழவர். இயற்கையின் மிகச்சிறிய வித்தையில்கூட அழகின் புதிர் எப்படிக் கூடிவிடுகிறது! இன்னும் சிறிது நேரத்தில் அது மடிந்து படியிறங்க ஆரம்பித்துவிடும்.

அந்த நொண்டிக் காகம் தோப்புக்கு வந்துவிட்டது. கிழவரின் கணக்குப்படி அன்று கொஞ்சம் பிந்தித்தான் வந்தது. வழியில் ஏதாவது தடங்கல் இருந்ததோ என்னவோ. துண்டு வெளிச்சம் நாலு கட்டின் முதல் படியில் இருக்கும்போதே அது வந்துவிடும். அதே மாமரத்தில் அதே கிளையில் வந்து உட்காரும். வலது காலில் அதற்கு ஒரு இழுப்பு. தப்பித்ததே மறுபிழைப்பு என்று சொல்லும்படி மோசமான விபத்தில் சிக்கிக் கொண்டதில் இடுப்பு ஒடிந்து போய் விட்டது. இல்லையென்றால் அதன் வால் இப்படிக் கோண வேண் டியதில்லை. அதன்பின் மற்ற காகங்கள் அதைச் சேர்த்துக்கொள்வ தில்லை. அல்லது இது சேர்ந்து கொள்ளவில்லையோ என்னவோ. தனிமையைப் பரம சந்தோஷத்துடன் அளைய ஆரம்பித்துவிட்டது. சிறகுகள் இருக்கும்போது அதற்கு என்ன குறை? அலகும் வலு. எக்கி எச்சம் விடுவதைக் கவனித்தால் ஜீரண உறுப்புகளின் சுக இயக்கம் தெரியும். அதன் பின் என்ன?

அந்த இட்லிக் கடையை நம்பித்தான் அது உயிர் வாழ்ந்து கொண்டிருக்கிறது. கடையின் கொல்லையில் அந்த ராட்சசப் பலா மரத்தடியில் சிமிண்டுத் தொட்டி. மாம்பலகையில் ஏறி நின்று கொண்டு கை கழுவிக்கொள்ள வேண்டும். தாழ்ந்த ஓட்டுக் கூரையில் அடி வழியாகக் குனிந்து வரும் முண்டாசுத் தலைகள் மேலே உயர்ந்தபடி இருக்கும். சென்ற நூற்றாண்டைச் சேர்ந்த முண்டாசுகள், எச்சில் கைகளுடன் சாவகாசமாகப் புறவெளியை ஆராயத் தொடங் கும். வெகுநேரம் ஆராயும். மாந்தோப்பின் காய்ப்பைத் துழாவும். வெகுநேரம் துழாவும். பலா மரத்தை அண்ணாந்து பார்க்கும். பலா மரத்தின் ராட்சச உடலைத் தடவிக் கொடுக்கும். முண்டாசுகள் வெளிப்படாமல் போகும் இடைவெளி ஒன்று வரும். அந்த இடை வெளி நீடிக்கும் என்று தோன்றும்போது கிழவர் காகத்திடம், "சரி. இனி நீ போகலாமே" என்பார். காகம் நேராகக் காய்ந்த முட்களை குத்திக்கொண்டிருக்கும் மண் சுவர்களுக்கு மேலாகப் பறந்து மாம்பலகையின் ஈரத்தில் போய் இறங்கும். முண்டாசுத் தலைகளிடம் ஒன்றும் அதற்குப் பயம் கிடையாது. விலகி இருப்பது ஒரு நாகரிகம் கருதித்தான். மேலும் அது ஒரு பெண் ஜென்மமாக இருக்கக்கூடும் என்பது கிழவரின் அனுமானம்.

சமையல், சாப்பாடு என்றெல்லாம் சொல்வதற்கு ஒன்றும் இல்லை. ஒரு சிறு வெள்ளரித் துண்டு இருந்தது. அதைத் தொலி சீவி நறுக்கி வைத்தாயிற்று. இரண்டு பிடி அரிசி இருந்தது. அதில் கஞ்சி. இந்த வேலைகள் விடியற்காலை நான்கு மணிக்கு முன்னே முடிந்துவிட்டன. பின் அவர்கள் இருவரும் நாலுகட்டிற்குள் இறங்கிச் சுத்தம் செய்ய ஆரம்பித்தார்கள். ஓட்டு குத்துவிளக்கு கைப்பிடிச்சுவரில் இருந்தது. எல்லா இடங்களுமே வெகு சுத்தமாக இருந்தன. சுத்தத்தையே சுத்தம் செய்வதில் என்ன வெறி! பித்தளை லோட்டாவால் கிழவி தண் ணீரைப் பளிச் பளிச்சென்று சிக்கனமாக விசிறினாள். கையால்தான்

தேய்க்க வேண்டியிருந்தது. துணி தரித்திரம் வதைத்துக் கொண்டிருந் தது. வலது காலைக் கிழவர் வாகாக படிமேல் தூக்கி வைத்துக் கொண்டிருந்தார். பாதத்தின் மேல் ஒரு சிலந்திப் புண். காலங்காலமாக ஆறாமல் இருக்கும் புண். அதன் துணிக்கட்டு நனைந்து விடக்கூடாது! குத்துவிளக்கின் வெளிச்சம் சீராக விழாமல் காற்றில் பதறித் துடித்துக் கொண்டிருந்தது. ஒரு கட்டில் அளவுதான் முற்றம். அதை மாறி மாறி எவ்வளவு நேரம்தான் சுத்தம் செய்ய முடியும்? இரு பக்கமாக சுத்தம் செய்துகொண்டு வந்ததில் இடம் முடிந்து இருவர் கைகளும் மடைக்கு வந்துவிட்டன. சாகித்யத்தில் நிரவலுக்கான இடம் மாதிரி அந்த மடைவாய். சுத்தம் செய்ய சின்ன அழுக்குத் தோதுகள் அங்கு கிடைக்கும். அவசரமாக அதை இருவரும் பங்கிட்டுக் கொள்வார்கள். வழக்கம் போல் எல்லா பந்தாக்களும் நடந்தன. ஆனால் அன்றுதான் கவனிக்கக் கிடைத்தது. மடைவாயிலில் கிழவரின் புறங்கையில் ஒரு குளிர்காற்று வாயால் ஊதியதுபோல் வந்து அடிக்கிறது. என்ன இதம்! இது வரையிலும் கவனிக்கவே இல்லையே. வெட்கமாகப் போய் விட்டது. அந்தக் காற்றின் ஸ்பரிசத்தை விதவிதமாக அனுபவித்தார் கிழவர். கிழவியின் கையை இழுத்துப் பிடித்துக் கண்களால் அந்த ஆச்சரியத்தை அவளுக்கு உணர்த்த முயன்றார். எழுபது வருடங் களாக அவருடன் முயங்கும் ஜென்மம் ஆயிற்றே. அவளுக்குத் தெரி யாதா அவருடைய பாஷை. அவள் கண்கள் பிரகாசம் அடைந்தன. கிழவர் கிழவியை அணைத்துக்கொண்டார். தன் கழுத்தோடு அவள் முகத்தை இறுக்கிக் கொண்டார். அதன் பின் மடி மீது அவளைச் சாய்த்துக்கொண்டார். கிழவருக்கு கௌபீனமும் கிழவிக்கு இடுப்பில் ஒரு சிறு துண்டும் தான் இருந்தன. கால் புண்ணுக்கே துணி இல்லை. உடம்புக்கு ஏது? குத்துவிளக்கின் பிரகாசம் கிழவியின் முகத்தை மிகக் கோரமாகக் காட்டிக்கொண்டிருந்தது. காகிதத்தை அனலில் நன்றாக வாட்டி முகம் நெடுக ஒட்டியது மாதிரி. அங்கங்கே அசட்டுச் சிவப்பு நிறச் சதையை இழுத்துத் தைத்ததுபோல் இருந்தது. நாடியின் நுனியிலிருந்து குரல்வளைக்கு நரம்பும் தோலுமாக ஒரு இழுத்துக் கட்டல். பாவம், ஐம்பது வருடங்களுக்கு மேலாக இந்த முகத்தை மறைத்துக் கொண்டிருக்க வேண்டியிருக்கிறது. அப்படியிருந்தும் அதன் கோரம் பலரையும் எட்டிவிட்டது. பள்ளிச் சிறுவர்களுக்குக் கூடத் தெரிந்துவிட்டது. அவர்களுடைய கேலிப் பேச்சில் அந்த கோரத்தின் வர்ணனை தப்பாமல் இடம் பெறும். கிழவரும் கிழவியும் நாலு கட்டின் சுவரிலேயே சாய்ந்துகொண்டிருந்தார்கள். இன்னும் விடிய வெகுநேரம் இருக்கிறது.

சூரியோதயம் காற்றுப்போக்கியில் தெரியும் நாட்கள் முடிந்து விட்டன. அது நோயுற்ற ரயில் கிடங்குக்குத் தெற்கே நகர்ந்துவிட்டது. இப்போது வெளிச்சம் பரவுவதைத்தான் பார்க்க முடிகிறது. நாலு கட்டுக் கைப்பிடிச்சுவரில் காயப்போட்டிருந்த கௌபீனத்தையும் இடுப்புத் துண்டையும் புறங்கையால் தொட்டுப் பார்த்தார் கிழவர். முக்கால்

காய்வில் ஈரப்பசையோடு உடுத்திக் கொள்வது அவருக்குப் பிடிக்கும். தென்றலின் கொஞ்சல்கள் முடிந்து காற்றின் ஆவேசம் ஆரம்பமாகி விட்ட நாட்கள். அம்மணமாக ஒரு பெண் குழந்தை நாலு கட்டைச் சுற்றி ஓடுவதுபோல் காற்று வீசிக்கொண்டிருந்தது. அதற்குத் துணை போகும் ஏற்பாடுகள் ஒன்றும் அங்கு இல்லை. இருந்தும் காற்றின் ஆவேசம் சதா. தோப்புக்கும் கூரைக்குமான இடைவெளியில் இரு கரை பிடுங்கி ஓடும் ஆறுபோல் ஒளி வெள்ளம் பாய ஆரம்பித்துவிட்டது. உக்கிரமான ஒளி வெள்ளம். அன்று எப்படியும் அவர்கள் வெளியே போய் ஆக வேண்டும். இயற்கையின் சகல உன்னதங்களும் கூடித் திரண்டது போன்ற அந்தச் சிறுமியை அதற்கு மேலும் அவர்களால் பார்க்காமல் இருக்க முடியாது. ஆசை மனதின் சுவரை முட்டி மோதிய வண்ணம் இருக்கிறது.

கிழவி தன் சாய்ப்பில் நின்று அவளுடைய கிழிந்த வெள்ளைச் சேலையை, அதன் கிழிசல்களைப் பிரித்துப் பிரித்து வெயிலுக்குக் காட்டிக்கொண்டிருந்தாள். சிலந்திப்புண் கட்டுக்கான துணி நொடியில் காய்ந்துவிட்டது. கௌபீனமும் காய்ந்துவிட்டது. இடுப்புத் துண்டு இன்னும் அவருடைய பதத்துக்கு வரவில்லை. சூரியனின் மனோபாவங்கள் அன்று எப்படியோ? காற்று எப்படியோ? இயற்கையின் பெரும் வீச்சுக்கள் பரஸ்பரம் எப்படி அன்று உறவு கொள்ளப் போகின்றன என்பதும் தெரியவில்லை. வெளிப்படையான நாளா? மூடி மறைவான நாளா? நிதானிக்க முடிந்துவிட்டால் அதைச் சார்ந்த பல குணங்களையும் கிழவரால் அனுமானித்துக் கொண்டு போக முடியும். புன்னகை, சலசலப்பு, வருத்தம் தோய்ந்த தலை குனிவு. கண்ணில் துளிர்க்கும் நீரை இடது கைச் சிறு விரலால் சுண்டும் ஒரு பெண்ணின் வருத்தம் எல்லவாற்றையும் இயற்கையின் முகத்தில் பார்த்திருக்கிறார். அன்று ஒரு வருத்தம் தோய்ந்த நாள் என்றுதான் தோன்றிற்று. வெறுந்தரையில் கவிழ்ந்து கிடந்து தன் வைதவ்யத்தில் வேகும் பெண்ணின் புலம்பலைப் போன்ற ஒரு நாள்.

பளீரென்று மூக்கையும் சேர்த்து முகத்தில் அந்த அடி விழுந்தது. வழக்கமானதுதான் என்றாலும் அன்று கிழவர் எதிர் பார்க்கவில்லை. அதற்கு முன் தினம் விழுந்திருந்தால் இரண்டொரு நாட்கள் ஆசுவாசம் கிடைக்கும் என்ற நப்பாசை இருந்தது. அன்று அவருடைய ஈனஸ்வரமே வேறு மாதிரி இருந்தது. அடி மிகக் கடுமை என்பது கிழவிக்குத் தெரிந்துவிட்டது. கை முட்டைக் கால் முட்டில் குத்தி விரல்களால் நெற்றியை ஏந்தியபடி கிழவர் அண்டாவின்மேல் சுருண்டுவிட்டார். மூக்கிலிருந்து ஒரு சொட்டு ரத்தம் உதடு வழியாகத் தரையில் சொட்டிற்று. கிழவி "அடடா" என்றாள். கௌபீனத்தின் கீழ் விளிம்பைக் கிழித்துக்கொண்டு வந்தாள். மூக்கைத் துடைத்தாள். உதட்டையும் பற்களையும் மாறி மாறித் துடைத்தாள். தரையில் அமர்ந்து கிழவரை இழுத்து தன் மடிமீது சாய்த்துக்கொண்டாள்.

"ஆண்டவரே, இந்தக் கொடுமைக்கு முடிவில்லையா?" என்று வாய்விட்டு அங்கலாய்த்தாள் கிழவி.

அவருடைய கண்கள் மூடி இருந்தன. அடக்க முடியாத விசும்பல் அவர் நெஞ்சை அடைத்தது. கண்ணுக்குத் தெரியாத அந்தக் கைகளின் உக்கிரம் கூடிக்கொண்டே வருகிறது. இனி கிழவரால் மௌனமாகப் பொறுத்துக்கொள்ள முடியாது. காலங்காலமாக அவர் பொறுத்துக்கொண்டு வந்திருக்கிறார்.

கிழவரின் கைகள் கிழவியின் முதுகைத் தடவின. சவுரி போன்ற அவளுடைய தலை மயிரைத் தடவின. கிழவர் தேம்ப ஆரம்பித்து விட்டார். பாறாங்கல்போல் இருந்த அவருடைய முகத்தில் கண்கள் நிறைந்து வழிந்தன.

அதற்கு மேல் கிழவியாலும் தாங்க முடியவில்லை. வாய்விட்டு அரற்ற ஆரம்பித்து விட்டாள்.

வாசல் கதவைச் சாத்தினார் கிழவர். கிழவி சிறு பூட்டால் பூட்டினாள். கைப்பைக்குள் சாவியைப் போடும்போது பையை முகத்தருகே தூக்கி சாமான்கள் சரியாக இருக்கிறதா என்று பார்த்தார். உர மூடையின் ஒரு துண்டை வெட்டித் தைத்த பை அது. அசட்டு வெண்மை. அசட்டுப் பளபளப்பு. அவ்வளவு கிழிசலான சேலையைக் கிழவி பொத்தல் தெரியாமல் கட்டிக்கொண்டுவிட்டது பெரிய வித்தைதான். ஐம்பது அறுபது வருடத் தேர்ச்சி. இப்போது இந்த ஒன்றுதான் மிஞ்சி இருக்கிறது. உள்ளாடை என்பது ஒரு துண்டத்தைத் தார்பாய்ச்சிக் கட்டிக்கொள்வதுதான். சேலையின் ரோஸ் பார்டர் சாயம் போனதில் அது ஒரு மோஸ்தர் கலர் மாதிரி ஆகிவிட்டது. சேலைக்கு நீளம் பற்றாததால் முந்தானை வரவில்லை. முன் பக்கம் விழாதபடி இடது தோள்பட்டையில் ஒரு பெரிய ஊக்குப் போட்டுக் குத்தியிருந்தாள். தோலுறை போட்டுக்கொண்டிருந்ததில் கண்களும் நாசித் துவாரமும் வாயும் மட்டுமே வெளியே தெரிந்தன. காலப் பழக்கத்தால் அந்த உறையின் விளிம்புகள் கிழிந்து எண்ணெய்ப் பிசுக்கு ஒட்டிக்கொண்டிருந்தது. சுத்தம் செய்தால் பிய்ந்து கையோடு வந்துவிடும். தோலுறைக்கு மேல் அழகான பச்சைத் துணியைச் சுற்றிக்கொண்டிருந்தாள். ஏதோ ஒன்றிரண்டு சின்ன கிழிசல்கள்தான். இன்னும் வெகு நாளைக்கு வரும்.

தென்னந்தோப்பின் ஒற்றையடிப் பாதை வழியாகப் போனார்கள் அவர்கள். மூன்று வித்தியாசமான ஒற்றையடிப் பாதைகள் இணைந்தும் வேறுபட்டும் போய்க் கொண்டிருந்தன. விடுமுறை நாட்களில் ஒற்றையடிப் பாதைகள் புல் முளைப்பில் சோபை இழந்து பள்ளிக் கூடங்கள் திறந்ததும் மீண்டும் துலங்கத் தொடங்கும். கிழவி குள்ளம். அதிலும், கிழவர் பின்னால் போகும்போது ரொம்பக் குள்ளமாகி அவருடைய மார்புக்கூண்டுக்குத்தான் வந்தாள். வற்றிப்போன அவர் உடம்பின் ஏணிக்கால் அசைவை, அவருடைய முதுகுச் சுருக்கங்களில் கண்வைத்தபடி எவ்வளவு காலமாக அவள் நடந்து

செல்கிறாள்! எவ்வளவு தூரம் நடந்து சென்றாயிற்று! அவரைப் பின்தொடர்ந்து செல்வது அவளுக்கு இன்னும் அலுக்கவில்லை.

வாய்க்காலில் தண்ணீர் ஓடிக்கொண்டிருந்தது. ஸ்படிகத் தெளிவு. அடியில் அரிசியையும் உளுந்தையும் வாரி வீசியதுபோல் பொடி மணல். பளபளக்கும் கறுப்புக் கற்கள். கூழாங்கற்கள். வெயில் தண்ணீருக்குள் பளிச்சென்று விழுந்து கொண்டிருந்தது. கண்ணுக்குப் புலப்படாத ஏதோ ஒன்று உதிர்வதில் தண்ணீர் அவ்வப்போது சிலிர்ப்புக் கொள்கிறது. கிழவரின் கண்கள் காட்சியின் முழு விரிவை யும் நுட்பமாகப் பருகின. காலமும் உடலும் கழன்றுபோகவைக்கும் கற்பனைகள் அவருக்குள் மண்டத் தொடங்கிவிட்டன. அவருக்கு நினைவு தெரிந்து எவ்வளவோ வருஷங்களாகப் பார்த்துக்கொண்டிருக் கும் இடங்கள். ஆனால் அவற்றின் முக விலாசமோ கணத்துக்குக் கணம் மாறிக்கொண்டே வருகிறது. கடைசிப் பதிவை மனதில் அழித்துப் புதுப் பதிவுகள் கொள்ளும் இந்த மாற்றங்களின் நாடகத்தில் இன்று வரையிலும் ஒரு கணம்கூட அவருக்கு அலுக்கவில்லை. ஊடுருவிப் பரவும் பழுப்பின் திட்பம் கள்ளிச் செடிக்கு நேற்றுப்போல் இன்று இல்லை. ஒளியின் ஒப்பனைகள் கணத்துக்கு கணம் மாறிவிடு கின்றன. வாய்க்காலின் மட்டத்தை அளக்கும் அவருடைய ரகசிய அடையாளங்கள் நீருக்குள் அமிழ்ந்துவிட்டன.

இருவரும் கைகோர்த்தபடி வாய்க்காலுக்குள் இறங்கினார்கள். அது ஒரு மோசமான சரிவு. ஆனால் ஒருவரையொருவர் பிடித்துக் கொள்ளும்போது சரிவின் துஷ்டத்தனம் குறைந்துவிடுகிறது. கிழவர் இரு கைகளாலும் நீரை முகத்தில் அள்ளி விட்டுக் கொண்டார். ஆசை தீர்ந்து அந்தக் காரியத்தை அவருக்கு நிறுத்த முடியாது. தோள் பட்டை கடுக்கும்போது நிறுத்திக்கொள்ள வேண்டும். ஈரக் கைகளால் வெற்றுடம்பைத் துடைத்துக்கொண்டார். முதுகில் நீரைத் தெளித்துக்கொண்டார். சுற்றுமுற்றும் மனித இயக்கம் என்பதே இல்லை. கிழவியின் கண்களை அர்த்தத்தோடு பார்த்தார். கிழவியும் சுற்றுமுற்றும் பார்த்துவிட்டு தோலுறையை மேலே தூக்கினாள். கிழவர் அதை வாங்கிப் பையில் வைத்துக்கொண்டார். கிழவிக்கு நிம்மதி இல்லை. அந்த உறை கழற்றப்பட்டுவிட்டால் பின் அவளுக்குப் பதட்டம்தான். கிழக்கு வெயில் கிழவியின் முகத்தில் பளிச்சென்று அடிக்கிறது. என்ன கொடுமை! எந்தக் காலத்திலோ ஏற்பட்ட தீக்காயம். நேற்றுதான் ஆஸ்பத்திரியிலிருந்து வெளி வந்ததுபோல் இருக்கிறது. வாயைக் கொப்பளித்துவிட்டு தலை உறையைக் கவிழ்த்துக்கொண்டு பச்சைத் துணியையும் சுற்றிக்கொண்டாள்.

வாய்க்காலின் மறுபக்கம் வந்துவிட்டார்கள். இங்கு திடீரென்று காட்சிப் பரப்பு ஒரு ஜால வித்தைபோல் விரிகிறது. உடலை அணைத்துக் கொஞ்சும் காற்று. தலை அசைக்க புல்லுக்கு உயரம் கூடவில்லை என்றாலும் இளம் பச்சை உதிர்த்துக் கனத்துக்கொண்டி ருக்கிறது. பனித் துளிகளுக்குப் போதுமான சௌகரியம் கிடைத்து விட்டது. புல் உரச, பனித் துளிகள் பாதங்களில் சில்லிட அவற்றின்

மீது நடந்து போகும் சுகத்தைக் கற்பனை செய்து கொண்டிருந்தார். வெகு தொலைவில் மாடுகளும் எருமைகளும் மேய்ந்து கொண்டிருந்தன. அவற்றின் முகச்சாடைகள் அவருக்கு அத்துப்படி. எல்லாம் அன்று ஆஜராகி இருக்கின்றனவா என்று ஆராய்ந்தார். எல்லாம் அவசரச் சுறுசுறுப்புடன் மேய்ந்து கொண்டிருந்தன. வெயிலினூடே ஒரு குளிர்ச்சியும் இருந்தது. மேய்ச்சல் மாடுகளுக்குப் பூச்சிகளின் தொல்லையில்லாத காலம். இப்போது அவை வால்களை மோஸ்தருக்குத்தான் அசைத்துக் கொண்டிருந்தன. உடல்களைப் பிரித்து, வழக்கம்போல் வால்களின் அசைவுகளை மட்டும் பார்க்க ஆரம்பித்தார். அது குழந்தைகளின் கூட்டு நடனம் போலிருக்கும். ஒன்றிலிருந்து மற்றொன்று மௌன சமிக்ஞை பெற்று ஆடும் நடனம்போல். கிழவர் கிழவியின் கண்களைப் பார்த்தார். அவளும் அப்போது அந்தக் கற்பனையைப் பிடித்து விட்டிருந்தாள். அவர் இதைப் பற்றிச் சொல்லியிருந்தது அவளுக்கு இப்போது நினைவுக்கு வந்துவிட்டது. தோலுறையின் விளிம்பில் கிழவியின் உதடுகள் நெளிந்தன. அவ்வளவு புன்னகைதான் அவளுக்குச் சாத்தியம். இருவரும் ஒரே அலையில் இணைந்தது கிழவருக்குப் பெரும் ஆனந்தத்தைத் தந்தது. பள்ளித் தோழனை அணைத்துக்கொள்வது போல் அவளை அணைத்துக் கொண்டார்.

மாந்தோப்புகள் வர ஆரம்பித்துவிட்டன. முன்னெல்லாம் தோப்பு வழியாகப் போகமுடியும். அது ஒரு அற்புத அனுபவம். தாழ்ந்து தொங்கும் காய்கள் தலையில் இடிக்கும். அபாரக் காய்ப்பு. சல்லிக் கிளைகள் பாரம் தாங்காமல் தாழ்ந்து கிடக்கும். சிவந்த காம்புகளில் மா பூசிக்கொண்டு ஒன்றையொன்று இடித்தபடி தொங்கும் கொத்துகள். இப்போது மண் சுவர் வைத்து வளைத்து விட்டார்கள். சுற்றித்தான் போக வேண்டும். ஆனால் இப்போதும் பேய்க் காற்றில் மரங்கள் போடும் ஆட்டங்களையும் காய்களின் துள்ளல்களையும் பார்த்துக்கொண்டு போக முடிகிறது. ஒற்றையடிப் பாதை முடியும் போது பொதுக் கழிப்பிடங்கள் ஆரம்பமாகின்றன. அங்கிருந்து வெகுதூரம் படபடவென்று போய்விட வேண்டும். காற்று மலத்தையே ஏந்தி மூக்கின் மீது வாரித் தட்டுவதுபோல் இருக்கும். அதன்பின் வரிசையாகக் குடிசைகள். குழந்தைகள் எல்லோரும் ஸ்கூலுக்குப் போய்விட்டார்கள். இல்லையென்றால் இதற்குள் அவர்கள் இருவரையும் சூழ்ந்து கொண்டு கத்த ஆரம்பித்து விடுவார்கள். அவுட்டரில் ரயில் போன பின்பு கிளம்பினால் அதிகத் தொந்தரவு இல்லை. அதே மாதிரி மாலையில் பள்ளிக்கூடம் விடும் நேரத்தில் மேம்பாலத்தில் இருந்தாலும் சொல்லும்படி தொந்தரவு இல்லை.

குடிசைகளில் வியாபாரம் ஒரு தினுசாகச் சூடுபிடித்துக்கொண்டிருந்தது. கஞ்சாவும் அபினும் கைமாறிக் கொண்டிருக்கின்றன. அந்த அழகான குடிசை வந்துவிட்டது. என்ன சுத்தம். பக்கவாட்டில் இளஞ்செடிகள் விற்பனைத் தோட்டம். ஒரு பருமனான ஸ்திரீ ரோஜாப் பதியன்களைப் பொறுக்கி வைத்துக்கொண்டிருக்கிறார். அவர் யாரென்று கிழவருக்குத் தெரியும். கிழவரும் கிழவியும்,

வேலியோரத்தில் நின்றார்கள். அவர் வேலை செய்யும் பள்ளியும், அமர்ந்திருக்கும் அறையும், ஜன்னல் வழித் தெரியும் அந்தக் கை வைத்த நாற்காலியும், நாற்காலியின் முதுகில் பள்ளியின் பெயரின் முதலெழுத்துக்கள் ஆங்கிலத்தில் வெள்ளைச் சாயத்தில் எழுதப்பட்டி ருப்பதும் தெரியும். அந்தச் சிறுபெண் மிகுந்த பக்தி சிரத்தையுடன் பதியன்களை எடுத்துத் தன் தலைமையாசிரியைக்குக் கொடுத்துக் கொண்டிருந்தாள். அந்தப் பெண்ணின் அம்மாவும் தலைமையாசி ரியையின் மனம் குளிரும்படி முகத்தில் மறையாத சிரிப்போடு பவ்வியமும் குழைதலுமாக நெகிழ்ந்துகொண்டிருந்தாள். பெண் அம்மாவின் முகத்தையும் தலைமையாசிரியையின் முகத்தையும் மாறிமாறிப் பார்த்துக்கொண்டே இருந்தது. அதை அவள் அம்மா உணர உணர அவளுக்குப் பதட்டம் கூடிக்கொண்டே வந்தது. தலைமையாசிரியையைத் திருப்திப்படுத்துவதில் அம்மாவின் பங்கு அவளுக்குப் பிடிக்கவேயில்லை. “விலையே வேண்டாமுங்க” என்றாள் அம்மா. “அப்படிச் சொல்வது சரியில்லை” என்றார் தலைமையாசி ரியை சிறிது கண்டிப்புடன். “உங்க விருப்பம்போல் தாங்க” என்றுதான் அம்மா சொல்லியிருக்க வேண்டும் என்று அந்தப் பெண் நினைத்தாள். மொத்தத்தில் ஒன்றும் சரியாக வரவில்லை. தலைமையாசிரியையும் அவளுடனிருந்த குழந்தைகளும் ஆளுக்கொரு பதியன்களைத் தூக்கிக் கொண்டு விரைந்தார்கள். கொழுத்த வாத்து ஒன்று தன் குஞ்சுகளு டன் போவது மாதிரி இருந்தது. பதியன்களை வாங்கி முடிக்க அவர் நினைத்திருந்ததைவிட அதிக நேரமாகிவிட்டது.

முதல் மணி அடித்துவிட்டது. குழந்தைகள் பார்க்க அந்த நேரத்தில் தெருவில் நடந்து போவது தலைமையாசிரியைக்குச் சங்கடமானது தான். தலைமையாசிரியையின் தலை மறைந்ததும் அம்மாவுக்கும் பெண்ணுக்கும் தோட்டத்தில் சண்டை மூண்டது. இது கிழவர் எதிர் பார்த்ததுதான். மிக மோசமான சண்டை. இவ்வளவு நல்லபடியாக நடந்துகொண்ட பின்பும் தன் மீது குற்றம் காணத் தன் பெண்ணால் எப்படி முடிகிறது என்பதை அம்மாவால் புரிந்துகொள்ளவே முடிய வில்லை. இரண்டாவது மணியும் அடித்துவிட்டது. அந்தப்பெண் அவர்கள் விட்டுப் போயிருந்த ஒரே ஒரு பதியனை எடுத்துக்கொண்டு பாவாடை விளிம்பால் கண்ணீரைத் துடைத்தபடி ஓடிற்று. பள்ளிக் கூடத்தை தலைமையாசிரியை போய் எட்டுவதற்கு முன்னால் அந்தப்பெண் அவர்களுடன் இணைந்துகொண்டுவிட வேண்டுமே என்றிருந்தது கிழவருக்கு. அது சாத்தியமா? சாத்தியமென்றால் எந்த இடத்தில் அவள் அவர்களுடன் இணைந்து கொள்வாள்? அந்தக் குடிசையிலிருந்து பள்ளிக்கூடம் வரையிலான இடத்தை அவர் மனதிற்குள் ஓட்டியபோது கழுதைச் சந்தை தாண்டியதும் அந்தப் பெண் அவர்களைப் பிடித்துவிடுவாள் என்று தோன்றிற்று. அப்படிச் சேர்ந்துகொள்ள முடியாமல் போனால் அவள் மனம் மிகவும் சோர்ந்துவிடும். தலைமையாசிரியை பிள்ளைமார்தெரு தாண்டியதும் ஊத்தாங்கரை வழி குறுக்குப் பாதையில் இறங்கிவிட்டால், இவளால் அவர்களை எட்ட முடியாமலே போய்விடலாம்.

ஆற்றின் கரையோரம் வந்துவிட்டது. கிழவர் நின்று நின்று நடந்துகொண்டிருந்தார். நடப்பதைவிட நிற்கும் நேரம் தான் அதிகமா யிருந்தது. ஆகாயத்தின் வெளிர் நீலம் வெகு சீராக இருந்தது. மங்கிய வெள்ளை நிற மேகங்களின் பிசிர் கூட இல்லை. இப்போதெல் லாம் வெகு நேரம் பார்த்த பின்புதான் அவருக்குக் கரும்புள்ளிகளின் பரப்பு தெரிகிறது. அவை தாழ்ந்து வந்து கீற்றுகளாகின்றன. பறந்து பறந்து தூங்கியபடியே பறக்கக் கற்றுக்கொண்டு விட்டன பறவைகள். காலத்தின் நீட்சியில் வானவெளிக்கும் அவற்றுக்கும் சொல்ல முடியாத ரகசிய உறவுகள் ஏற்பட்டுவிட்டன. இல்லையென்றால் இந்த லயம் ஒரு நாளும் கூடமுடியாது. மண்டிக்கிடக்கும் மணத்தக் காளிக் காட்டுக்குள் நுழைந்தார் கிழவர். இப்போது ஆறு தெரியாமல் அவை வளர்ந்துவிட்டன. மணத்தக்காளியை சாவகாசமாகப் பறிக்க ஆரம்பித்தார். அவர் பறிப்பதைத் தோப்பில் உட்கார்ந்தபடியே பார்த்துக்கொண்டிருந்தாள் கிழவி. நெசவாலைக்கு அன்று அவர் போகப்போகிறார் என்பது ஊர்ஜிதமாகிவிட்டது. மூன்று நாட்கள் ஆகிவிட்டன. கிழவிக்கும் முட்டிக்கொண்டுதான் இருந்தது.

தண்டவாளத்தின் ஓரம் வழியாக சீராக ஒற்றையடிப் பாதை போய்க்கொண்டிருந்தது. குளிக்கப் போகிறவர்கள் உருவாக்கிய ஒற்றையடிப்பாதை அது. இவ்வளவு கால வெளிச்சுற்றல்களில் விதவிதமாக எவ்வளவோ பாணிகளை அவர் உருவாக்கியிருந்தும் ஓரளவு இப்போது கிழவிக்கும் அவருடைய தினுசுகள் புரியத் தொடங்கியிருந்தன. மொட்டைப்பாலம் வந்தது. ரயில் வந்து புதிய பாலம் கட்டியதில் மையத்திலிருந்து பாலம் ஓரத்தில் நகர்ந்து பிரயோஜனம் இல்லாமலே போய்விட்டது. ஆறும் தோப்பும் நிழல் களும் அந்த மொட்டைப் பாலத்துக்கு ஒரு ரகசிய அழகைக் கொடுத்திருந்தன. இப்போது அது சூதாடிகளின் கூடாரம். புதிய பாலம் வழி மெயின் ரஸ்தாவுக்கு வந்து சுக்குநீர் ஓட்டலின் முன்னால் நின்று பாலத்தின் அடியில் பார்த்தார் கிழவர். அந்தக் கோணத்தில் தான் பாலத்தின் கீழ்பகுதி சுத்தமாகத் தெரியும். கொப்புளான், தங்கராஜ், தாவீது எல்லோரும் வந்திருந்தார்கள். கொச்சுகிருஷ் ணனைக் காணவில்லை. ஆட்டம் வெகு சுறுசுறுப்பாக இருக்கிறது. தோப்புக்குள் அவன் சாராய போதையில் விழுந்து கிடக்கிறானோ என்னவோ. இனிமேல் எப்படிப் போகப் போகிறார் கிழவர் என்பது ஒரு கேள்வி. அந்த மணத்தக்காளியை சேர்க்க வேண்டிய இடத்தில் சேர்த்துத்தான் ஆகவேண்டும். ஆனால் அதற்குக்கூட பல வழிகளில் போகலாம். ரஸ்தாவிலிருந்து தாழ்ந்த பள்ளம் வழியாகச் சந்தில் இறங்கினார். சுற்றிவர அலை அலையாக நெசவாளிகளின் குடியிருப்பு கள். அகலம் குறைந்த சந்தில் வாசல்படிகள் இடித்துக்கொள்வது போலிருக்கின்றன. சைக்கிளைத் தூக்கி இறக்கிக்கொண்டு போக வேண்டியிருக்கிறது. தறிகள் சீரான சத்தத்துடன் இயங்கிக் கொண்டி ருக்கின்றன.

மெயின் ரஸ்தாவுக்குப் போகாமலே சந்து பொந்துகள் வழியாக - ஒரே ஒரு இடத்தில் மட்டும் குறுக்காக ரஸ்தாவைத்தாண்டி - சிங்க

ராஜா தெருவின் கடைசி வீட்டை நெருங்கி விட்டார்கள். அந்தத் தெருவிலேயே பெரிய வீடு அதுதான். முன்னால் கொட்டாரமாக இருந்தது இப்போது நெசவாலையாகி விட்டது. அழகான கட்டிட அமைப்பு. கூரையிலும் முன் விதானங்களிலும் பழமை வழிந்து கொண்டிருந்தது. முன்பக்கம் இரண்டு அழகான வேப்ப மரங்கள். நீண்ட வராந்தாவில் கம்பி அழி பாய்ச்சியிருந்தது. வேப்ப மரத்தடியில் இரண்டு பேரும் சற்று மறைவாக நின்றுகொண்டார்கள். தறிகளின் சத்தம் ஆக்ரோஷமாக இருந்தது. அந்தக் கட்டிடத்தின் பின்பக்கம் கிணற்றடியிலேயே இருவருடைய கண்களும் பதிந்திருந்தன. ஒரு தெரிந்த முகம் வராமல் போகாது. இசகுபிசகாக மானேஜர் முன்னால் போய் விழுந்தால் கண்டபடி கத்திவிடுவார். வயோதிகம் கூட அவர் கண்ணுக்குத் தெரியாமல் போய்விடுகிறது. கிணற்றடிக்குப் பின்னால் ஒரு பெண் தென்பட்டாள். நல்ல வேளை அவள் திரும்பிப் பார்த்தாள். அவளை ஜாடை காட்டி அழைத்தாள் கிழவி. “அவர் இல்லை; வரலாம்” என்று கத்திச் சொல்கிற முகச் சுழிப்போடு மௌனமாக கைகாட்டி பின்னால் அழைத்தாள் அந்தப்பெண்.

கிழவரும் கிழவியும் பின்னால் நகர்ந்தார்கள். கொல்லையும் கிணற்றடியும் வெகு சுத்தமாக இருந்தன. கிணற்றைச் சுற்றி அரை அடி உயரத்தில் தரை எழுப்பிக் கட்டியிருந்தார்கள். தேய்த்துக் கழுவப் பட்டுச் சுத்தமாகக் காய்ந்திருந்த அந்த இடம் மிகுந்த புத்துணர்வை ஏற்படுத்திற்று. கிணற்றின் கைப்பிடிச் சுவரின் நிழல் மேற்கே ஒரு நீளப் பீப்பாய்போல் விழுந்து கிடந்தது. துவைக்கும் கல்லும் வெகு சுத்தமாக இருந்தது. கிணற்றடியில் இரண்டொரு முருங்கை மரங்கள். அதன்பின் வாழைத் தோட்டம். வலது மூலையில் காரைச் சுவரில் பாசி படிந்திருந்த கழிப்பறை தெரிந்தது. வாழைத் தோட்டத்திலிருந்து கழிப்பறைக்கு ஒற்றையடிப் பாதை போய்க்கொண்டிருந்தது. வாழைகளைச் சுற்றிச் சுற்றி கைப்பிடிச்சுவரின் நிழலில் அவர்கள் உட்கார்ந்து கொண்டார்கள்.

ஜன்னல் வழியாக ஒரு பெண் கிழவரையும் கிழவியையும் பார்த்து விட்டு “சுபத்ரா” என்று கத்தினாள். அதன்பின் தன் கத்தல் உரிய இடத்துக்குப் போய்ச் சேரவில்லை என்ற எண்ணத்தில் உள்ளே பார்க்க ஓடினாள். கிழவரும் கிழவியும் கொல்லை வாசலையே பார்த்துக் கொண்டிருந்தார்கள். கிழவிக்கு மனசு பொங்கிப் பொங்கி வந்தது. வினோதமாக அவள் தலை அசைந்துகொண்டிருந்தது. சுபத்ராவின் முகம் அன்று எப்படி இருக்கும்? காலைக்குளி முடித்து ஈரத் தலையில் நுனி முடிச்சா? இல்லை ஒற்றைப் பின்னலா? தாவணியும் பாவாடையும் என்ன நிறமோ?

பின்வாசல் வழியாக ஒரு பெண் வெளியே குதித்தது. பதினைந்து பதினாறு வயது இருக்கும். ஒல்லிக்குச்சி. கழுத்துக்குக் கீழ் எலும்பு முடிச்சுக்கள் புடைத்துக்கொண்டிருந்தன. கோண வகிடு எடுத்திருந்தது. பிஸ்கட் கலரில் பாவாடையும் பிளவுசும். வெள்ளை வெளேர் என்று தாவணி. ஓடிவந்து கிழவியைக் கட்டிக்கொண்டது. கிழவரின்

இரண்டு கைகளையும் பிடித்துத் தன் தோள் மீது வைத்துக்கொண்டது. மூன்றுபேருடைய முகங்களிலும் சந்தோஷம் வழிய ஆரம்பித்துவிட்டது. கிழவர் இடது கையால் அந்தப் பெண்ணின் தலையைத் தடவினார். கிழவி அந்தப் பெண்ணைத் தன் பக்கம் இழுத்துக் கொண்டாள்.

"ஏன் தாத்தா முகம் ஒரு மாதிரியா இருக்கு? இண்ணைகுமா . . .?" என்று கேட்டாள் அந்தப் பெண்.

"இண்ணைக்கு மோசமா விழுந்திருச்சு சுபத்ரா, ரத்தம் கொட்டிருச்சு'' என்றாள் கிழவி.

அந்தப் பெண்ணின் முகம் பட்டென்று சுருங்கிற்று. அவள் தாத்தாவின் முகத்தை தன் இரு கைகளிலும் ஏந்தினாள்.

"கடவுளே, இந்த அக்கிரமத்துக்கு முடிவில்லையா?'' என்றாள்.

"தப்பிச்சுக்க முடியலையே சுபத்ரா. இண்ணை வரைக்கும் என்ன ஏதுன்னும் தெரியலையே. யார் கைன்னும் தெரியலையே'' என்றாள் கிழவி.

"கண்டு சொல்ல ஒரு ஆள் இல்லாமப் போச்சே பாட்டி, இவ்வளவு பெரிய லோகத்திலே'' என்றது அந்தப் பெண்.

கிழவரின் முகம் வாடிற்று. அவர் எழுந்திருந்து துவைக்கும் கல்லின் மேல் வாழைத் தோட்டத்தைப் பார்க்க உட்கார்ந்து கொண்டார்.

கிழவியின் மடியில் கவிழ்ந்து படுத்துக்கொண்டாள் அந்தப் பெண். அவள் முதுகு அதிர்ந்தது. அவள் பொருமலைக் கூட்டி விழுங்குகிறாள். கிழவி அவள் முதுகைத் தடவினாள்.

அவள் தலையைத் தூக்கி கலங்கிய கண்களுடன், 'நானும் உங்களோட வந்துடறேன் பாட்டி'' என்றாள்.

"அப்படிச் சொல்லாதே தாயே. நீ குடும்பத்தில நிக்கற பொண்ணு. ஒத்தைக்கொரு மக. கண்ணுக்குள்ள வச்சுப் பாக்குறாங்க உன் தாயும் தகபபனும். நீ நல்ல இடம் போய்ச் சேரணும். ராப்பகல் அதே நினைப்புத்தான் எனக்கு'' என்றாள் கிழவி.

ஜன்னல் வழியாக, "சுபத்ரா, மானேஜர் வாறாரு'' என்ற கத்தல் வந்தது.

சுபத்ரா தலையைத் தூக்கியபடி, "வந்தா வரட்டும் சுமதி. இந்த வேலை தொலையட்டும்னுதான் நான் இருக்கேன்'' என்றாள்.

"வேண்டாம் தாயே. அப்படிச் சொல்லாதே. போயிரும்மா. நாங்க மனசால எப்பவும் உன்னோடதானே இருக்கோம்'' என்றாள் கிழவி.

கைப்பையிலிருந்து டப்பாவையும் மணத்தக்காளிப் பொதியையும் எடுத்து அந்தப் பெண்ணிடம் கொடுத்தார் கிழவர். அந்தப் பெண் டப்பாவைத் திறந்து பார்த்தது. மஞ்சாடிகள், குன்றுமணிகள்,

சோழிகள், ஒரு புரூச், சாவிச் சங்கிலி, ஒரு இமிட்டேஷன் ஒற்றைக் கல் மூக்குத்தி, துண்டுப் பென்சில்கள், சாக்பீஸ், குச்சிலிப் பொட்டு, கண்ணாடிக் கோலிகள். டப்பாவை ஒருதடவை குலுக்கிற்று. கீழே இருந்த பொருட்கள் மேலே வந்தன. சிலேட் குச்சி, ஒரு சிறு மணி பர்ஸு, ஒரு ரோல்டு கோல்டு செயின், இரண்டொரு கண்ணாடி வளையல்கள், சிறு வாசனைத் திரவியப் புட்டிகள்.

"இவ்வளவும் எனக்கா?" என்றாள் அந்தப் பெண்.

"உனக்கே உனக்கு. கீழே இருந்து கிடச்சது எல்லாம். ஐம்பது அறுபது வருஷத்தில சேத்தது."

கிழவி சுபத்ராவைப் பின் வாசல் பக்கமாக நகர்த்தினாள்.

நெசவாலையின் பின்பக்கம் பள்ளங்களில் வேறு தெருக்கள் ஆரம்பமாகின்றன. தீப்பெட்டிகள் தாறுமாறாகக் கொட்டப்பட்ட மாதிரி. வீடுகளில் தறிகளின் முடுக்கம் உச்ச கட்டத்தை எட்டிக் கொண்டிருக்கிறது. உழைப்பின் உன்னதமான சப்தங்களுடன் அதன் சீரும் லயமும் காதை நிறைக்கின்றன. கிழவர் போகும் வழி மிஷன் ஆஸ்பத்திரிக்குப் பின்பக்கம் கொண்டு விடும் என்று கிழவி அனு மானித்தாள். வெகுநாட்களுக்கு முன், பல தடவை கிழவர் அப்படிப் போயிருக்கிறார். மிஷன் ஆஸ்பத்திரியில் கிணற்றின் அரைச்சுவர் போன்ற பின் கேட் வழியாக உள்ளே நுழைந்து வெள்ளைக்கார டாக்டர்களையும் வெள்ளைப் புறாக்கள் போன்ற நர்ஸிங் மாணவி களையும் பார்த்துக்கொண்டே மறுபக்கம் ரஸ்தாவில் இறங்குவார்கள். மிஷன் ஆஸ்பத்திரிக்குப் போகிற வழியில் வரும் பாசிக்குளத்துக்கு வந்தார்கள். பக்கத்தில் ஒரு பாழடைந்த மண்டபம். கிழவருக்கு மிகவும் பிரியமான இடம் அது. இடிந்த படிக்கட்டுக்கள். இருள் கவிந்து ஆள் அரவம் இல்லாத இடம். காட்டுச் செடிகளும் புதர்களும் மண்டிக் கிடக்கும் அந்தப் பிராந்தியம் ஏன் மலக்காடாக மாறவில்லை என்பது புதிர். பிருஷ்டங்களை பாம்புகள் பிடுங்கும் என்ற கற்பனைப் பயமாக இருக்கலாம். இயற்கையின் கழிவுகளான சுள்ளிகளும் சருகும் முட்களும் எவ்வளவுதான் மண்டிக்கிடந்தாலும் சுத்தத்துக்குக் குறைவில்லை. அழகுக்குக் குறைவில்லை. ஒரு மனிதனின் கழிவு இறங்கிவிட்டால் அந்தப் பிராந்தியத்தையே அருவருக்கும்படி ஆக்கி விடுகிறது. கிழவர் இடது பக்கம் திரும்பவில்லை. மிஷன் ஆஸ் பத்திரிக்குப் போகும் யோசனை அவருக்கு இல்லை போலும். அவர் நடை தளர்ந்துவிட்டது. பசியும் சோர்வும் அவரை ஆட் கொண்டுவிட்டன. கிழவிக்கும் கால் குழைந்து கொண்டு வந்தது. நின்று அவள் வந்து சேர்ந்த பின் மீண்டும் நடக்க வேண்டியிருந்தது கிழவருக்கு. தூரம்கூட கிழவிக்குப் பொருட்டில்லை. வெயில் ஒத்து வருவதே இல்லை. பல சமயம் கிழவரின் இடது கைச் சுண்டு விரலைக் கிழவி குழந்தை மாதிரி பிடித்து இழுப்பாள். கிழவர் ஒரு முனகலோடு ஆமோதிப்பார் என்றாலும் கிடைத்த இடத்தில் அவரால் உட்கார்ந்து

விட முடியாது. பார்த்துப் பார்த்துக் கழித்தபடி தேடிக்கொண்டு போவார் அவர். அவருக்கு இடம் சுலபமாக அமைவதே இல்லை.

மீண்டும் ரயில்வே தண்டவாளங்கள் வந்துவிட்டன. தண்ட வாளங்களைத் தாண்டி கிழக்கே சென்றார்கள். திரும்பி வயல் ஓரங்கள் வழியாகத் தெற்கே நடக்க ஆரம்பித்தார்கள். அவர்களுடைய நிழல்கள் கள்ளிகளிலும் பள்ளங்களிலும் மனித மலங்களிலும் விழுந்து நகர்கின்றன. இப்போது அவர் எங்கே போவார் என்பது கிழவிக்குத் துல்லியமாகத் தெரியும்.

தூரத் தொலைவிலேயே ரயில் கூடம் வெறிச்சென்று தெரிந்தது. பயணிகளே இல்லை. காக்கி ரயில்வே ஊழியர்கள் பெஞ்சுகளில் நலுங்கிய கோலத்துடன் சளசளத்துக் கொண்டிருந்தார்கள். பெட்டிக் கடையும், இரண்டாவது வகுப்புப் பெண்கள் ஓய்வு அறையும் சாத்திக் கிடந்தன. ஓய்வு அறை வாசலில் ஒரு பரட்டை நரை மயிர்க் கிழவி விபூதிப்பை போல் இடது மார்பு வெளியே தெரிய தூங்கிக்கொண்டி ருந்தாள். அங்குதான் குளிர்நீர்ப் பெட்டி. முன்னால் ஒரு ஒல்லி பெஞ்சு. வரிசையிலிருந்து பின்னகர்ந்து கம்பி வலைக்குள் கையை விட்டு அலுமினிய தம்ளரில் தண்ணீர் பிடித்தார் கிழவர். இணைப்புச் சங்கிலி பற்றாமல் இருந்ததால் காலை நகர்த்தி முட்டை மடக்கிக் கொண்ட போதும் வாயோரம் சங்கிலி இழுப்பில் தம்ளர் தடுமாறிற்று. அவருடைய பசி ஆறும்படி ஏதும் வாங்கித் தரவேண்டும். இல்லை யென்றால் அது பெரிய கொடுமை. சிறு உணவில் வெகு நேரம் துள்ளும் சுடர் அவருடையது. அதற்குக்கூட எண்ணெய் விட முடியவில்லை. கிழவரும் கிழவியும் மேம்பாலத்தில் ஏறி உட்கார்ந்து கொண்டார்கள். அவர்களுடைய தலைகள் பதிந்து கிராதியில் எண்ணெய்ப் பிசின் படிந்துவிட்ட இடம் அது. என்ன காற்று! மலையிலிருந்து ஓடி வந்து மனித உடலை முதல் தடவையாக முத்தமிடும் காற்று. உலக்கை அருவி வரையிலும் தெரிகிறது. அதற்கு மேல் வானமும் பூமியும் பெரிய பரப்பாகத் தெரிகின்றன. மலைத் தொடர்கள் முழுக்கத் தெரிகின்றன. இயற்கையின் முக விலாசம் இவ்வளவு நளினமாகத் தெரியும் கோணம் அந்த ஊரிலேயே வேறு இருக்கமுடியாது என்றுதான் தோன்றுகிறது.

மாலை ரயில் வரும் வரையில் அந்தப் பிராந்தியம் தூக்கத்தில் ஆழ்ந்து கிடக்கும். தாண்டிப் போகிறவர்களின் கண்களைச் சந்திக்கா மல் இருக்க அவர்கள் பழகி விட்டார்கள். இல்லையென்றால் பார்வை வழி பேச்சுத் தொடர்ந்து குறுகுறுப்புகளுக்கெல்லாம் தீனி போடும்படி ஆகிவிடுகிறது. சில சமயம் காசு விழும். அது அங்கேயே கிடக்கும். சுடர் படர்ந்து திரி எரிவது போல் பசி குடலைக் கருக்கும்போது கூட காசு அங்கே கிடக்கும். சபலத்தை அடி ஆழத்தில் வைத்து மனுஷத்துவம் காட்டிப் பேச வருவார்கள். ஒன்றிலிருந்து மற்றொன்று குதிர்த்து கடைசியில் ஒரு பெண் உறவு குதிர்த்து விடும் என்ற கனவு. மனித மனங்களின் ஓரங்கள் கூட தன் கைப்பிடியில் இன்னும் சிக்கவில்லை என்றுதான் கிழவருக்குத் தோன்றிற்று.

எதேச்சையாகக் கிழவி பைக்குள் கையை விட்டாள். என்ன இது? வெளியே இழுத்துப் பார்த்தாள். பழந்துணி. பிரித்துப் பார்த்தாள். நைந்துபோன ஒரு உள் பாவாடை. ஒரு துணித்துண்டு இல்லாமல் தவித்திருக்கும் தவிப்பு கடவுளுக்குத்தான் வெளிச்சம். கிழவரிடம் தூக்கிக் காட்டினாள். "சுபத்ராதான் வச்சிருக்கு. அமுக்குப் போல. என் செல்லம், என் கண்ணு" என்றாள். கிழவரும் துணியைப் பிரித்துப் பார்த்தார். துணியால் முகத்தையும் மார்பையும் துடைத்துக் கொண்டுவிட்டு மடித்துப் பைக்குள் வைத்துக்கொண்டார். அவரது இடது பாதத்தைத் தன் பக்கம் நகர்த்தித் துணியை அவிழ்த்துச் சிலந்திப் புண்ணை முகம் தாழ்த்திக் கூர்ந்து பார்த்தாள் கிழவி. ஒரு நாளைக்கு மூன்று தடவையேனும் இப்படிப் பார்த்தால்தான் கிழவிக்குத் திருப்தி. புண்ணின் வாய் அநேகமாக மூடி விட்டது. ஒரு ரூபாய் வட்டம் இருந்தது புண்.

வானம் இருண்டுகொண்டுவந்தது. மலைத் தொடர்களின் உச்சிகளில் கரிய மேகங்கள் படர்கின்றன. கணத்துக்குக் கணம் வானத்தின் முகவிலாசம் மாறிக்கொண்டு வந்தது. பெரும் மழையின் வருகையை எண்ணிக் காடுகளும் தோப்புத் துரவுகளும், புதரும், மணத்தக்காளிகளும், கள்ளிகளும் குதூகலம் கொள்வதுபோல் தோன்றிற்று. ரயிலடி உலோகங்களுக்கு இந்தக் குதூகலத்தில் பங்குகொள்ளத் தெரியவில்லை. வர இருக்கும் மழை பற்றிய பிரக்ஞையே அவற்றுக்கு இல்லை. நன்றாக இருண்டுவிட்டது. முதல் துளிகளின் வெளிப்பாட்டைத் துல்லியமாகப் பிடிக்கக் கிழவர் விழிப்புடன் இருந்தார். எண்ணற்ற மழைகளின் முதல் தோற்றங்கள் அவர் மனப் பதிவில் இருந்தன. ஆனால் ஒவ்வொரு தடவையும் பழைய மழையைப் போலி செய்யும் யோசனை சிறிதும் இன்றிப் புது மாதிரியாக வந்திருக்கிறது மழை. மங்கிய வெளிச்சத்தில் வீணைக் கம்பிகளின் தெறிப்புகள் கீழ்நோக்கி வருகின்றனவா என்று பார்த்தார். அந்த தெறிப்புகள் தோன்றுவதற்கு முன்னேயே தோன்றிவிட்டதான பிரமையை இல்லாத அவை எப்படி ஏற்படுத்துகின்றன! ஆனால் இப்போது பிரமை அல்ல. ஜாலம் அல்ல. துண்டுகள் இணைந்து சன்னக் கம்பியாக இறங்க ஆரம்பித்துவிட்டன. கூட்ஸ் வண்டித் தொடர்களின் ஓரங்களில் ஈரம் படிந்துகொண்டிருக்கிறது. வயலில் வேலை செய்து கொண்டிருந்த பெண்கள் சிரித்துக்கொண்டே ரயில் கொட்டடியில் வந்து ஏறினார்கள். இந்த தூற்றல் வலுக்கப்போகும் விதம் அவர்களுக்குத் தெரியும். மழையை நனைந்து தெரிந்துகொண்டிருப்பவர்கள் அவர்கள்.

பள்ளிக்கூடங்கள் விடும் நேரம் நெருங்கிவிட்டதாகக் கிழவருக்குத் தோன்றிற்று. அந்த நேரம் நெருங்கும்போது வெட்ட வெளியில் ஒரு விம்மல் கூடும். மாலை நேரங்களில், அநேக சந்தர்ப்பங்களில் பள்ளிக் குழந்தைகளைப் பார்ப்பதற்கே மழை வருகிறது. அவ்வளவு சந்தோஷம் தன்னால் ஏற்படுத்த முடியும் என்பதை மழை தெரிந்து கொண்ட தருணங்கள் இவை. புல்வெளிகளில் மேய்ந்துகொண்டிருந்த

எருமைகளுக்குக் கருமை கூடி வந்தது. அவற்றைச் சுத்தப்படுத்தும் பெரிய சவாலையும் மழை ஏற்றுக்கொண்டுவிட்டது. மேம்பாலத்துக் குள் இரு பக்கமுமாக மழை நுழைந்தது. இருபுறமும் ஈரம் பண்ணி நடுவில் நடைபாதை ஒன்றை உருவாக்கி அந்த அகலத்தையும் இப்போது குறைத்துக் கொண்டிருக்கிறது. இன்னும் சிறிது நேரத்தில் அதை அழித்துப் பார்க்கும்.

கிழவரும் கிழவியும் ஏணியின் கீழ்ப்படிக்கு நகர்ந்தார்கள். உள்பாவாடையால் போர்த்திக்கொண்டு ஒருவருக்கொருவர் நெருக்கமாக உட்கார்ந்து கொண்டார்கள். குழந்தைகள் மிக மோசமாக நனைந்துவிட்டன. புத்தகத்தை அடி வயிற்றில் வைத்துக்கொண்டு ரயில் கொட்டடியில் வந்து ஏறுகிறார்கள். ஒரே நிமிஷத்தில் ஏக களேபரமாகிவிட்டது. ஈரத் தலைகளுடன், ஈர முகங்களுடன், ஈரச் சட்டைகளுடன், கூச்சலிலும் கத்தலிலுமாகக் குதிக்கிறார்கள். ரயில் உள்ளே நுழைந்தது. கிழவர் எழுந்திருந்தார். இப்படி மழை கொட்டிக்கொண்டிருக்கும் போது எங்கே புறப்பட்டிருக்கிறார் இவர்? என்ன புதிர்? கிழவி வலது கையால் முட்டாக்கை அகற்றிக் கிழவரின் கண்களைப் பார்த்தாள். 'வா' என்று சமிக்ஞை காட்டி விட்டுக் கிழவர் நகர்ந்தார். பெண்கள் பெட்டிக்கு அடுத்த பெட்டியில் ஏறி உட்கார்ந்துகொண்டார் அவர். அப்படிக் காலிப்பெட்டியில் ஏறி உட்கார்ந்து கொண்டிருந்துவிட்டு ரயில் புறப்படும் நேரத்தில் இறங்கியிருக்கிறார். அப்படித்தானா இன்றும்? கிழவிக்கு வலுத்த சந்தேகம் வந்துவிட்டது. இது, புறப்படும்போது இறங்குவதற்காக ஏறியது அல்ல என்று தோன்றிற்று. கிழவர் இருக்கையில் சாய்ந்து கால்களைப் பெஞ்சின் மீது மடித்து வைத்துக்கொண்டார். இரு கைகளையும் தூக்கிப் பெட்டி வைக்கும் பலகையைப் பிடித்துக் கொண்டார். வெளியே நின்றபடி ஜன்னல் வழி அவரை இமைக்கா மல் பார்த்துக்கொண்டிருந்தாள் கிழவி. அவளுக்குப் பிடிபடவில்லை. ஏகமாகப் பெட்டியில் பிள்ளைகள் ஏறின. ஆண் குழந்தைகளும் பெண் குழந்தைகளும் முண்டியடித்துக் கொண்டு ஏறின. ஒரு நிமிஷத்தில் நடைபாதை, பெஞ்சுகள், தரை எல்லாம் - பெட்டி முழுக்க - ஒரே ஈரக்கசம். கிழவி ஏறி வந்தாள். சில குழந்தைகளை நகர்த்திக்கொண்டுதான் கிழவி தன்னைச் சொருகிக்கொள்ள வேண்டி யிருந்தது. குழந்தைகள் சட்டைகளை அவிழ்த்துப் பிழிந்துகொண்டிருந் தன. பெண் குழந்தைகளும் ஜம்பரை அவிழ்த்துப் பிழிந்துகொண்டிருந் தன. ஒன்று மற்றொன்றைப் பார்த்துக் காப்பியடித்துச் செய்தன. பாதங்களில் பிழிந்துகொண்டன. காலை மடக்கி வெண்மையான பாதங்களைப் பார்த்துச் சந்தோஷப்பட்டுக்கொண்டன. இவ்வளவு சுத்தமாக அவர்களுடைய பாதங்களை அவர்கள் பார்த்ததே இல்லை. அதிகமும் கண் தெரியாதோர் பள்ளியிலிருந்தும், செவிட்டூமைப் பள்ளியிலிருந்தும் வீடு திரும்பும் குழந்தைகள். ஒருவரையொருவர் பிடித்துத் தள்ளி மூர்க்கத்தனமாக விளையாட ஆரம்பித்து விட்டார் கள். "வேண்டாய்யா, கையக் காலை ஒடிச்சிக்கிடுவீங்க" என்றாள் கிழவி. கிழவி சொன்னது ஒருவர் காதில்கூட விழவில்லை.

ரயில் நகரத் தொடங்கிற்று. குழந்தைகள் ஆட்டம் போட்டு ஓய்ந்துவிட்டன. பக்கத்திலிருந்த சிறுவனைத் தூக்கி மடியில் வைத்துக் கொண்டார் கிழவர். அவன் முகத்தைத் தூக்கிப் பார்த்தார். பார்வை இல்லாத பையன். அவன் நண்பர்களுடைய சத்தங்கள் காதில் விழ, சிரித்துக்கொண்டே இருந்தான். தொந்தி தொப்பையுடன் குண்டாக இருந்தான். கிழவர் அவனை இதமாக அணைத்துக்கொண்டிருந்தார். எதிர்ச்சாரியிலிருந்து கிழவரையும் அந்தப் பையனையும் பார்த்துக் கொண்டிருந்த ஒரு பெண், கிழவருக்கும் கிழவிக்கும் நடுவில் வந்து தன்னைச் சொருகிக் கொண்டது. கிழவர் இடது கையால் அவளையும் சேர்த்துக்கொண்டார். ரயில் ஆசிராமம் தாண்டிப் போகும்போது ரஸ்தாவில் ஒரு யானை வந்துகொண்டிருந்தது. “ஆனை, ஆனை” என்று சில குழந்தைகள் கத்தினார்கள். கிழவர் மடியிலிருந்த பையனும் “ஆனை, ஆனை” என்று குதிக்க ஆரம்பித்தான். யாரோ ஒரு பையன் “தும்பிக்கையெத் தூக்குது” என்றதும் இந்தப் பையனும் “தும்பிக் கையெத் தூக்குது” என்றான். முகம் கோண கிழவர் தன் முகத்தைத் துடைக்கும் பாவனையில் மூடிக்கொண்டார். “என்ன, என்ன?” என்று கேட்டாள் கிழவி. கிழவரால் பதில் சொல்ல முடியவில்லை.

கிழவரும் கிழவியும் கடற்கரையின் மேற்கே பார்க்க நடந்து கொண்டிருந்தார்கள். நன்றாக இருட்டிவிட்டது. முன்னால் மணல் குன்று இருந்த இடத்தைத் தாண்டிப் போய்க்கொண்டிருந்தார்கள். ஒரு பனை உயரம் இருந்த குன்று அது. இப்போது தரை மட்டம் ஆகிவிட்டது. வெட்டாந்தரையாக இருந்து அவர் காணக் காண வளர்ந்த குன்று. அதை வளர்த்த காற்று மாறி வீசி அதைக் கரைத்தது. நாலு வயதில் அவருடைய தாயாரின் இடுப்பிலிருந்து அந்த கடற் கரையைப் பார்த்தது இப்போதும் அவருக்கு நினைவிருக்கிறது. காலத்திற்கும் காட்சிக்கும் என்ன பொருள் என்றே தெரியவில்லை. அவருடைய சிறு பிராயத்தில் அந்தக் கடற்கரையில் மனித காரியம் என்று எதுவும் இல்லை. காலமும் இயற்கையும்தான் அங்கு புணர்ந்து கிடந்தன. அதைப் பார்க்கக்கூட எவரும் இல்லை. வானமும், கடலும், பாறைகளும், மணற் காடும், ஓய்வொழிவில்லாமல் அடித்துக்கொண்டி ருந்த காற்றும், எப்போதேனும் யாரேனும் வந்து தம் காலடிச் சுவடுகளை அங்கு பதிப்பார்கள். அவர்கள் நகர்ந்ததும் அவர்களு டைய அடிச்சுவடும் அழிக்கப்பட்டுவிடும். இப்போது கட்டிடங்கள், நொறுங்கிக் கிடக்கும் விமானங்கள் மாதிரி. கற்சுவர். கடலுக்கும் கரைக்கும் நடுவே. அந்தப் பிரிவின் கொடுமையைத் தாங்க முடியாமல் அவர் அந்தப் பக்கம் பார்க்காமலே நடந்தார். கற்சுவர் தாண்டி அவர்கள் வெகுதூரம் போனார்கள்.

அன்று பௌர்ணமிக்கு மறுநாள். கடல் ஆக்ரோஷமாக இருந்தது. மஞ்சள் பூச்சொன்று சல்லாத் திரையாக எங்கும் வியாபிப்பதுபோல் இருந்தது. மிகுந்த எக்களிப்புடன் இருந்தது கடல். சுற்றிவர அமைதி

யின் இருள். தொலைவில் நீரின் சமமான பரப்பில் உருண்டோடி வருவதில் கொழுக்கும் அலைகள் கரைமோதிச் சிதறுகின்றன.

கிழவர் கிழவியை அணைத்துக் கொண்டார். அவர் முகம் பரவசத்தில் ஆழ்வதுபோல் அவளுக்குத் தோன்றிற்று. "என்ன, என்ன?" என்று மீண்டும் கேட்டாள் கிழவி.

கிழவர் ஏதோ பேச முயன்றார். தழுதழுப்பில் பேச முடியவில்லை. அவர் காட்டிய சமிக்ஞையும் கிழவிக்குப் புரியவில்லை.

கிழவர் கடலில் இறங்கினார். அலைகளில் தடுமாறியபடி முன்னால் போய்க்கொண்டே இருந்தார். "நானும்" என்று சொல்லிக் கொண்டே கிழவியும் அவர் அருகில் விரைந்தாள். கிழவியின் கையைப் பிடித்துக்கொண்டார் அவர். இருவரும் உள்ளே இறங்கிச் சென்றுகொண்டிருந்தார்கள்.

கொல்லிப்பாவை, 1987

பக்கத்தில் வந்த அப்பா

ராஜு பெரியப்பா என் அப்பாவுக்கு ஒன்றுவிட்ட அண்ணாதான். ஆனால் உடன்பிறந்த சகோதரர்களைவிட இருவரும் மிக நெருக்கம். எங்கள் அப்பாவின் குடும்பம் நொடித்து இளம் மனைவியாக இருந்த என் அம்மாவுடன் எங்கள் அப்பா வாழ வழி தெரியாமல் நிர்க்கதியாக நின்றபோது, ராஜு பெரியப்பாதான் கைகொடுத்தாராம். தன் பெயரில் இருந்த, நல்ல வருமானம் வந்துகொண்டிருந்த, ஒரு ஏஜென்சியை அப்பா பெயருக்கு மாற்றித் தந்தாராம். அதிலிருந்து தான் முன்னுக்கு வரவும், நாலு காசு சம்பாதிக்கவும் மனிதன் மாதிரி தலை தூக்கி நடமாடவும் முடிந்தது என்பது என் அப்பாவின் எண்ணம். இந்த நன்றிக் கடனை அப்பா தன் நடுநெஞ்சில் வைத்துக் கொண்டிருந்தார். அம்மாவும் முழுமையாக இதை ஏற்றுக் கொண்டிருந்தாள். ராஜு பெரியப்பாவைப் பற்றிப் பேசும்போது இருவரும் நெகிழ்ந்து போவார்கள். அம்மா பல தடவை இந்த விஷயங்களை எல்லாம் எங்களிடம் சொல்லியிருந்ததால் ராஜு பெரியப்பாவை நானும் ரமணியும் தெய்வம்போல நினைக்க ஆரம்பித்தோம்.

ராஜு பெரியப்பா அநேகமாக வருடத்திற்கு ஒருமுறைதான் எங்கள் வீட்டுக்கு வருவார். அவர் வரப்போகும் கடிதம் வந்ததுமே வீடே மாறிப்போய்விடும். நார்க்கட்டிலில்தான் பெரியப்பா படுத்துக் கொள்வார். கொல்லையில் அதைத் தூக்கிப்போட்டுக் கொதிக்கக் கொதிக்க வென்னீர் ஊற்றி மூட்டையை ஒழிக்கும் காரியம் நடக்கும். பெரியப்பாவுக்கு மிகவும் பிடிக்கும் சுண்டைக்காய் வற்றல், மணத் தக்காளி வற்றல் தயார் செய்து அவருக்குப் பிடித்தமான ஊறுகாய் களும் போட்டு வைப்பாள் அம்மா. அப்பா ஜிகினா வைத்த புதிய விசிறிகள் வாங்கிப் போடுவார். மத்தியானம் நன்றாகச் சாப்பிட்டு விட்டு நார்க்கட்டிலில் அவர் படுத்துக்கொண்டதும் நானும் ரமணியும் ஆளுக்கு ஒரு பக்கமாக நின்று வீசுவோம். கால் பக்கம்தான் ரமணி எனக்குத் தருவாள். முகத்தில் படாமல் எனக்கு வீசத் தெரியாதாம்! நடுவில் ரமணியை அம்மா கூப்பிடும்போது நான் பெரியப்பா முகத்துக்கு ஏகமாக வீசுவேன். இந்த யுக்தி பெரியப்பாவுக்குத் தெரியும் என்பதால் அவர் கண்களை மூடியபடியே புன்னகை

540 சுந்தர ராமசாமி சிறுகதைகள்

பூப்பார். அந்தப் புன்னகையின் வெற்றிலைச் சிவப்பு ரொம்பவும் அழகாக இருக்கும். வடசேரி தாணுமாலயன் என்ற தறிக்காரரின் வேஷ்டிகள்தான் நீளம் அகலம் சுமாராக ஒத்துவருகிறது என்பார் பெரியப்பா. கறுப்புக் குண்டஞ்சிக் கரை நூறாம் நம்பர் வேஷ்டி களுக்கு ஆர்டர் தந்து வைப்பார் அப்பா. பின்பக்கம் வாழைகளில் எந்தெந்த நுனி இலைகளை வெட்டலாம் என்று அம்மாவும் ஆனந்த மாமியும் போய்ப் பார்ப்பார்கள். பசு கன்று போட்டிருக்கும் காலங் களில்தான் எப்படியோ சொல்லிவைத்ததுபோல் பெரியப்பா வருவார். "அவனுடைய பால் யோகத்தை நம்மால் பிடிக்க முடியுமா?" என்று அப்பா பெருமையுடனும் சந்தோஷத்துடனும் சொல்வார்.

ராஜு பெரியப்பாவின் குடும்பம் கொஞ்சம் பெரியதுதான். 'ஒண்ணேகால் டஜன்' என்பார் பெரியப்பா. அது உயர்வு நவிற்சி. உண்மையில் பதினாலு குழந்தைகள்தான். பெரியப்பாவுக்குச் சுமார் முப்பது பேரன் பேத்திகள் இருந்தார்கள். ஒரே அடுக்களை, ஒரே சமையல். இந்தப் பின்னணியில் இருக்கும் பெரியப்பாவுக்கு எங்கள் வீட்டுத் தங்கல் மிகுந்த ஆசுவாசமாக இருக்கும் என்பதில் அப்பாவுக் கும் அம்மாவுக்கும் சிறிதும் சந்தேகமில்லை. பெரியப்பா கிளம்பினால், "போகலாம், என்ன அவசரம்" என்று அப்பா சொல்லித் தங்க வைத்துவிடுவார். இருவரும் பால்யகால நினைவுகளைப் பேச ஆரம்பித்து, "இப்போ காலம் கெட்டுக் குட்டிச் சுவராகப் போச்சு" என்று முடிப்பார்கள். இரவில் வெகு நேரம் கண்விழித்துப் பேசுவார் கள். திரும்பவும் அதிகாலை எழுந்து பேச ஆரம்பிப்பார்கள். தன் முழு நேரத்தையும் ராஜு பெரியப்பாவுடன் செலவிட முடியாதபடி பிழைப்புப் பிடுங்குகிறதே என்று வருத்தப்பட்டுவிட்டுத்தான் அப்பா கடைக்குப் போவார்.

தொலைபேசிகள் பிரபலமாகாத காலம். ஒருநாள் விடியற்காலை தொலைபேசி நிலையத்திலிருந்து எங்கள் வீட்டுக்கு ஒரு சேவகன் வந்தான். கொச்சியில் இருந்து எங்கள் அப்பாவுக்கு ஒரு அழைப்பு வந்திருக்கிறதாம். நிலைகுலைந்து போய்விட்டார்கள் அப்பாவும் அம்மாவும். ராஜு பெரியப்பா கொச்சியில்தான் குடியிருந்தார். எனக்கு அப்பாவின் முகத்தைப் பார்க்கவேண்டும்போல் இருந்தது. நேரில் போய் அவர் முன்னால் நிற்க முடியாது, அவர் ஒரு பெரிய ஜுவாலை. எண்ணற்ற நாக்குகளாகப் பிரிந்து கூரையை நக்க எழும்பிப் பாய்ந்துகொண்டிருக்கும் ஜுவாலை. இந்த மாதிரி சந்தர்ப் பங்களில் நான் எப்போதும் செய்வதுபோல் பக்கவாட்டு அறைக்கு வெளியே பச்சைப்பசேல் என்று காம்பவுண்ட் சுவரையொட்டி நின்று கொண்டிருந்த வேப்பமரத்தில் ஏறி உட்கார்ந்துகொண்டேன். பக்கவாட்டு அறையின் ஜன்னல் படுதாவை காற்று விசிறி அடிக்கும் போது வராந்தாவில் கை வைத்த நாற்காலியில் ஜுவாலை மாதிரி அப்பா முகம் தெரியும். இப்படி விட்டுவிட்டு அவர் முகத்தைப் பார்த்து அவர் மன நிலையை ஆராய்ச்சி செய்துகொண்டிருந்தேன். ரமணிக்கு இந்தச் சங்கடம் எதுவும் கிடையாது. அவள் நினைத்தால்

நேராக வாசலுக்குப் போய்விடுவாள். அப்பாவின் காலடியில் போய்க்கூட நிற்பாள். சில சமயம் அவர் அங்குமிங்கும் பார்த்துவிட்டு, யாரும் இல்லை என்பதை நிதானித்துக் கொண்டு அவளை இழுத்து அணைத்தபடி முன் தலையைத் தடவிவிடுவார். வேப்பமரத்தில் இருந்தபடி நான் எத்தனையோ தடவை இந்தக் காட்சியைப் பார்த்திருக்கிறேன். நான் அங்கு உட்கார்ந்து கொண்டிருப்பேன் என்பது ரமணிக்குத் தெரியும் என்பதால் என்னை ஒரு தினுசாகப் பார்த்து முகச்சேஷ்டை காட்டுவாள். அப்பா அவளிடம் கொஞ்சு கிறாராம். என்ன பவிஷு! நான் நன்றாக முகத்தை வலிப்பேன். காற்று சரிவரப் படுதாவைத் தூக்கவில்லை என்றால் என்னுடைய ஒரு வலிப்பை அவள் பார்ப்பதற்கு நான் பத்துப் பன்னிரண்டு தடவைகள் வலிக்க வேண்டியிருக்கும்.

அப்பாவின் முகத்தை நான் கூர்ந்து கவனித்துக்கொண்டே இருந்தேன். அவர் முகம் சிவந்துவிட்டது. அவருக்குக் கவலையும் மனக்கஷ்டமும் ஏற்படும்போது அவருடைய இடது கை விரல்கள் அடி உதட்டுக்குக் கீழே அழுந்திக் கன்னத்துச் சதைகளை அழுத்தி மேலே தூக்கிக்கொண்டிருக்கும். ஒரு புள்ளியில் பார்வை நிலைகுத்தி விடும். சில சமயம் கண்களை மூடிக்கொண்டு நீண்ட மூச்சுவிடுவார். கவலையைக் காற்றாக மாற்றி வெளியேற்றுவது போலிருக்கும். ஆனால் இவ்வளவு மனக்கஷ்டம் அவர் முகத்தில் இதற்குமுன் நான் பார்த்ததில்லை. கடுமையான நெஞ்சு வலியை மவுனமாகச் சகித்துக்கொள்வதுபோல். நான் இறங்கி வாசல் பக்கம் வந்தேன். திண்ணையில் ஏறித் தூணில் சாய்ந்துகொண்டு நின்றேன். அப்பா என்னை ஒன்றுமே சொல்லவில்லை. வழக்கம்போல் அவர் சீறி விழமாட்டார் என்பது எனக்கு நிச்சயமாகத் தெரிந்தது. இன்னும் பக்கத்தில்கூட நான் போய் நிற்கலாம். ஒன்றும் ஆகப்போவதில்லை. "அம்மாவைக் கூப்பிடு" என்றார் அப்பா. இவ்வளவு மிருதுவாக அவர் சொன்னதே இல்லை. நான் படியிறங்கி சமிட்டியில் காலைத் துடைத்தேன். எவ்வளவு விவரமான பிள்ளை என்று அப்பா என்னைக் கண்டிப்பாக நினைத்துக்கொள்வார். சிறிது இடம் தந்தால்தானே நானும் என் சமர்த்தைக் காட்ட முடியும்? ரமணிக்குத்தான் மூளை யிருக்கிறது என்று இல்லை. பல சமயம் என் மூளையும் அருமையாக வேலை செய்கிறது. ஆனால் அதைக் காட்ட இடம்தர மாட்டேன் என்கிறார்கள். நான் உள்ளே ஓடினேன். அம்மா வந்து வாசல் திண்ணையைப் பார்க்க இருந்த ஜன்னலின் பின்னால் நின்றபடி தொண்டையைக் கனைத்தாள். அதுதான் அவளுடைய ஸ்தானம். அவள் வந்துவிட்டாள் என்பதற்கு அந்தக் கனைப்பு. இனிமேல் அப்பா தெருவையும், செடி கொடிகளையும், தென்னை மரங்களையும், பட்சி ஜாலங்களையும் பார்த்துப் பல கேள்விகளைக் கேட்க, அப்பாவின் பின் மண்டையைப் பார்த்தபடி அம்மா பதில் சொல் வாள். அவர் ஏடாகூடாமாகச் சில கேள்விகள் கேட்கும்போது எங்களுக்காக முகத்தில் சில நொடிப்புகள், பாவனைகள் காட்டிவிட்டு மிகச் சாதுவான குரலில் பதில் சொல்வாள்.

"யாருமே இல்லையே இப்போ. நான்தானே போகவேண்டி யிருக்கு" என்று சற்றுப் பெரிதாகக் கத்தினார் அப்பா. நானும் ரமணியும் அம்மா பக்கத்தில் மெதுவாக நகர்ந்து கொண்டோம். ஜன்னல் படுதாவின் இடுக்கு வழியாக அப்பாவின் முதுகில் தெரிந்த கரும்புள்ளிகளையும் மச்சங்களையும் எண்ண ஆரம்பித்தேன். ஒருவிதத்தில் அப்பாவின் கத்தல் நியாயமானதுதான். அவர் எங்கும் போனவர் இல்லை. அவருடைய காரியங்களுக்காகவும் எங்களுடைய காரியங்களுக்காகவும் சீனு மாமா அல்லது நடராஜ மாமாதான் போவார்கள். விறகை இழுத்து அணைத்துவிட்டு அடுக்களைக் காரியத்தைப் பாதியில் போட்டபடி ஆனந்த மாமி போயிருக்கிறாள். ஒரு தபால் நிலையத்துக்கோ, ஒரு மின்சார ஆபீஸுக்கோ, இல்லை ஒரு பலசரக்குக் கடைக்கோ, குழந்தைகள் காரியமாகப் பள்ளிக் கூடங்களுக்கோ, ஆஸ்பத்திரிக்கோ போனவர் இல்லைதான் அப்பா. வெற்றிலைப் பாக்குக் கடைக்குக்கூட அவர் போனது இல்லை. "யாராவது வருகிறாளா பார்ப்போம்" என்றாள் அம்மா. "ஒரு அவசரத்துக்கு இதுவரையிலும் யாராவது வந்திருக்கிறாளா? ஒவ் வொன்றுக்கும் நான்தானே போக வேண்டியிருக்கு" என்று பெரிதாகக் கத்தினார் அப்பா. அந்த நேரத்தில்கூட அம்மாவுக்குச் சிரிப்பு பொத்துக்கொண்டு வந்தது. அவள் கையால் வாயைப் பொத்திக் கொள்ள, அம்மாவைப் போல் ரமணியும் கையால் வாயைப் பொத்திக்கொண்டாள். ரமணியைவிட அதிகச் சிரிப்பு வருபவனாகக் காட்டிக்கொண்டு நான் இரு கைகளாலும் வாயை இறுக்கப் பொத்திக் கொண்டேன். இல்லை என்றால் ரமணி எனக்கு சூட்சுமம் புரிய வில்லை என்று நினைத்துக் கொண்டுவிடுவாள். தக்க நேரத்தில் சொல்லியும் காட்டுவாள். இப்படிக் கிடைத்த போதெல்லாம் என்னை மட்டம் தட்டாவிட்டால் அவளுக்குத் தூக்கம் வராது. "எங்கிருந்து போன்?" என்று மூன்றாவது தடவையாக அம்மா கேட்டாள். அவளுக்குத் தெரியும் என்றாலும் பதட்டத்துக்கு ஒரு நிவாரணம் ஏற்படட்டும் என்று இந்தக் கேள்வியைக் கேட்டாள். அப்பா அதற்குப் பதில் சொல்லவில்லை. இதற்கு அர்த்தம் புத்தி கெட்ட ஜென்மங்களுடன் பேச முடியாது என்பதுதான்.

திடீரென்று ஆவேசம் வந்ததுபோல் செருப்பை மாட்டிக் கொண்டு படியிறங்கி விரைந்தார் அப்பா. அம்மா பதறிப் போய்விட்டாள். "நீயும் கூடப் போடா" என்று என்னைப் பார்த்துக் கத்தினாள். ஒரு காசுக்குப் பிரயோஜனமில்லை என்று அப்பாவாலும் அம்மாவாலும் சொல்லப்படுகிற என்னை, அம்மாவே இப்போது அப்பாவுடன் போகச் சொன்னது மிகுந்த ஆச்சரியத்தைத் தந்தது. இதற்குள் 'கேட்' வரையிலும் போய்விட்ட அப்பா, திரும்பி அம்மாவைப் பார்த்து, "எதுக்குடீ அவன்?" என்று கத்தினார். "குடையைத் தூக்கிண்டு வருவன்" என்றாள் அம்மா. அம்மாவின் சமயோசித புத்திக்கு ஈடு இணை இல்லை. ஒரு முக்கியத்துவம் இல்லாத விஷயத்துக்கு நான் உதவியாக இருப்பேன் என்று சொன்னால்தான்

அப்பா என்னை வரவிடுவார் என்பது எப்படித்தான் இந்த அம்மா வுக்குத் தெரிகிறதோ! நான் அப்பாவின் அறைக்குள் ஓடி அவர் குடையை எடுத்து நெஞ்சில் இறுக்கிக்கொண்டேன். இதுவரையிலும் யாருடைய கையாலும் தொடப்பட்டிராத குடை அது. அப்பா வெகுதூரம் போயிருந்தார். நான் அவருடன் சென்று சேர முடியாத படி விரைந்து கொண்டிருந்தார். என்னிடமா நடக்கும்! காற்றுபோல் பறந்தேன். பெரிய பள்ளிக்கூடத்தின் காம்பௌண்டிற்குக்கூட அவர் இன்னும் போய்ச் சேர்ந்திருக்கவில்லை. கஷ்டப்பட்டு எனக்குப் பிரேக் போட்டுக்கொண்டதில்தான் அவர் மேல் மோதாமல் அந்த மட்டோடு நிற்க முடிந்தது என்ற பாவனையில் தள்ளாட்டம் காட்டி நின்றேன். என்னைப் பார்த்ததும், "சட்டையைப் போட்டுக்கொள்வ தற்கு என்னடா மண்டு" என்று அவர் கேட்டார். அது அவர் வழக்கமாகச் சொல்லும் 'மண்டு' அல்ல. அன்பில் தோய்ந்தெடுத்த 'மண்டு.' "இதோ போட்டுண்டு வரேன்" என்று சொல்லிவிட்டுப் பின் திரும்பிப் பாய ஆயத்தமானேன். "சரி, சரி, வேண்டாம். சின்னப் பயல்தானே நீ" என்றார். "சின்னப் பயல்" என்று அவர் என்னைச் சொன்னது ரொம்ப சந்தோஷமாக இருந்தது. பற்றி எரிந்துகொண்டி ருந்த ஒரு ஜுவாலை பனிக்கட்டியாக மாறுவது போலவும், அந்தப் பனிக்கட்டி என்னை அழுத்தி அணைத்துக் கொள்ளுவது போலவும் இருந்தது. அது வெறும் கற்பனை ஒன்றும் அல்ல. நிஜமாகவே அப்பா என் கைகளைப் பற்றிக்கொண்டார். என்ன நெகிழ்ச்சி, என்ன இதம்! அந்தப் பனிக்கட்டிக்குள் மேலும் விழுந்து புரள வேண்டும்போல் இருந்தது. அவருடைய ஸ்பரிசம் ஒரு மெல்லிய மின்சார உணர்வை எனக்கு ஏற்படுத்திக் கொண்டிருந்தது. அவர் வேகத்துக்கு ஈடு கொடுத்து இடைவெளியில்லாமல் அவருடன் விரைந்து கொண்டிருந் தேன். குடையும் என் கையில்தான் இருந்தது.

பெரிய பள்ளிக்கூடத்திற்கு அடுத்தாற்போல் இருந்தது தொலை பேசி நிலையம். உள்ளே நுழைந்ததும் சற்றே அகலமான வராந்தா. வலதுபுறம் ஒரு நீள பெஞ்ச். இடதுபுறம் தொலைபேசியை உள்ளே வைத்துக்கொண்டிருந்த கண்ணாடிக் கூண்டு. அதற்குள் நின்றுதான் அப்பா பேச வேண்டியிருக்கும். நான் எல்லாவற்றையும் சூட்சுமமாகக் கவனிக்க ஆரம்பித்தேன். அப்பாவுக்கு ரொம்பவும் உதவியாக இருந்து, என்னை மெச்சி சில வார்த்தைகள் அவர் அம்மாவிடம் சொல்லும்படி என்னால் செய்துவிட முடியும். அப்பா மிகுந்த ஆயாசத்துடன் பெஞ்சில் உட்கார்ந்து கொண்டார். அவர் முகம் மேலும் சோர்ந்துவிட்டது. கழுத்தில் வியர்வை வழிந்துகொண்டிருந் தது. குடையை விரித்துப் பிடித்துக்கொள்ளும்படி அவரிடம் சொல்ல இருந்த சந்தர்ப்பத்தை இழந்துவிட்டேனே என்று மனதுக்குள் வெட்கமாக இருந்தது. 'மண்டு' என்று சொல்வதற்கு ஏற்றாற்போல் ஆகிவிட்டது. ஆனால் அதைச் சரிக்கட்டிவிடலாம். இதமான வார்த்தைகள் சொல்லி அப்பாவைத் தேற்ற வேண்டும்போல் இருந்தது. இந்த மாதிரி சந்தர்ப்பங்களில் அம்மா என்ன வார்த்தை

சொல்வாள் என்று யோசிக்க ஆரம்பித்தேன். கொச்சியிலிருந்து வந்திருந்த அழைப்பு அப்பாவுக்கு இல்லையென்று ஆகிவிட்டால் எவ்வளவு நன்றாக இருக்கும்!

தொலைபேசி நிலையத்துக்குள் எட்டிப்பார்த்தேன். முதல் ஸீட்டில் இரட்டைப் பின்னலுடன் ஒரு பெண் உட்கார்ந்திருந்தாள். யார் யாரை அக்கா என்று கூப்பிட வேண்டும் யார் யாரை மாமி என்று கூப்பிட வேண்டும் என்பதை அம்மா எனக்குச் சொல்லித் தந்திருந்தாள். அம்மாவின் போதனைப்படி பார்த்தபோது அந்தப் பெண் அக்காவுக்கு மேலே மாமிக்குக் கீழே இருப்பதுபோல் பட்டது. காதோரம் விமானிபோல் ஒரு கருவியை இணைத்துக் கொண்டு தன் முன்னால் இருந்த போர்டுகளின் துவாரங்களில் பித்தான்களைப் பிடுங்கி மாறி மாறிச் சொருகிக் கொண்டிருந்தாள். நான், "அக்கா" என்று கூப்பிட்டேன். என் அப்பா பெயரைச் சொன்னேன். காத்துக் கொண்டிருக்கும்படி வாயைத் திறக்காமல் இடதுகையால் சமிக்ஞை காட்டினாள் அக்கா. நான் அப்பா பக்கத்தில் போய் உட்கார்ந்து கொண்டேன். ஒவ்வொரு விநாடியும் ஒரு மணி நேரமாக நகர்ந்து கொண்டிருந்தது.

என் அப்பா பெயரைச் சொல்லிக் கத்தி, 'பேசுங்க ஸார்" என்றாள் அந்தப் பெண். அப்பா மிகுந்த கலவரத்துடன் சாடி எழுந்து கண்ணாடிக் கதவைத் திறந்து மிகுந்த பதட்டத்துடன் ரிஸீவரை காதில் எடுத்து வைத்துக்கொண்டு, "நான்தான், நான்தான்" என்று மிக உரக்கக் கத்தினார். "ஐயோ கத்தாதீங்க ஸார். ஒரு செகண்ட் வெயிட் பண்ணுங்க. லைன் வந்துக்கிட்டு இருக்கு" என்று அந்தப் பெண்மணி சொன்னாள்.

கண்ணாடிக் கதவைத் திறந்து நான் தலையை உள்ளே விட்டுக் கொண்டிருந்ததால் அப்பாவின் கத்தல் உரக்கவே எல்லோருக்கும் கேட்டது. வராந்தாவில் நின்று கொண்டிருந்தவர்கள் சிரிப்பதுபோல் எனக்குப்பட்டது. தூணில் சாய்ந்து சிகரெட் பிடித்தவாறு தன் நண்பனிடம் பேசிக் கொண்டிருந்த ஒரு இளைஞன் "நான்தான், நான்தான்னா என்னப்பா அர்த்தம்? பெயரில்லே சொல்லணும்" என்றான். எனக்கு அழகாகப் புரிந்துவிட்டது. "அப்பா, பெயரைச் சொல்லுங்கோ" என்றேன். அப்பா ஏழெட்டுத் தடவை "நான்தான் சங்கரன்" என்று கத்தினார். அப்பா என்னைப் பார்த்து, "ஒண்ணும் கேட்கலையேடா பாலு" என்று மிகுந்த வருத்தத்துடனும் கசப்புடனும் சொன்னார். தன்னுடைய சங்கடத்தை அவர் என்னிடம் வெளிப் படுத்தியது எனக்கு மிகுந்த சந்தோஷத்தைத் தந்தது. "நான் பேசட்டுமா அப்பா?" என்று கேட்டேன். என்ன துணிச்சல் எனக்கு! அவர் குழந்தை மாதிரி, "பேசு, பேசு" என்று ரிஸீவரை என் கையில் தந்தார். நான், "ஹலோ, ஹலோ" என்று சொன்னேன். 'ஹலோ' என்ற வார்த்தையையே அப்பா உபயோகப்படுத்தவில்லை என்பதும், எடுத்த எடுப்பில் நான் அதை உபயோகப்படுத்துவதும் அவருக்குப் பெரும் ஆச்சரியம் அளித்திருக்கும் என்று நினைத்துக்கொண்டேன்.

“ஜோராகக் கேக்கிறதே அப்பா. சீனு அண்ணா பேசறான்” என்றேன். “பேசு, பேசு” என்று அப்பா என்னை உற்சாகப்படுத்தினார். அவரது வலது கையை என் முதுகின்மேல் இதமாக வைத்துக்கொண்டார். “பெரியப்பா செத்துப் போயிட்டாராம். அண்ணா அழறான்” என்றேன். அப்பா பதறியடித்துக்கொண்டு ரிஸீவரை என் கையி லிருந்து பிடுங்கி “ராஜு அண்ணா போயிட்டானா?” என்று பெரி தாகக் கத்தினார். “மூணு நிமிஷம் முடிந்தது ஸார்” என்று அறை யிலிருந்து அக்காவின் குரல் வந்தது.

பெரிய பள்ளிக்கூடக் கட்டிடத்தைத் தாண்டும்போது அப்பா வராந்தாவில் சோர்ந்துபோய் உட்கார்ந்துவிட்டார். அவரால் நடக்க முடியவில்லை. கண்கள் நிறைந்து கன்னத்தில் வழிய ஆரம்பித்தது. மூக்குக் கண்ணாடியை மடித்து ஜேபியில் தள்ளிவிட்டுத் துண்டால் முகத்தை மூடிக் கொண்டார். ஒரு கையால் என்னை இழுத்து அணைத்துக்கொண்டார். எனக்கு வருத்தமும் அப்பாமேல் பிரியமும் ஏற்பட்டது. பெரிய காரியம் ஒன்று செய்ய வேண்டும்போல் இருந்தது. ஆனால் அது என்ன என்று எனக்குத் தெரியவில்லை. சுசீந்திரம் கோவிலில் இருக்கும் ஹனுமார் போல் நான் வளர்ந்து அப்பாவை அப்படியே தோள்மேல் தூக்கிப் போட்டுக்கொண்டு வானத்தில் பறந்துசென்று எங்கள் வீட்டு மொட்டை மாடியில் இறங்க வேண்டும் போலிருந்தது. அவர் கையைப் பிடித்து இழுத்தேன். மந்திரத்துக்குக் கட்டுப்பட்டவர்போல் எழுந்து அவர் நடக்க ஆரம்பித்தார்.

வீட்டின் பக்கவாட்டின் வழியாகப் பின்னால் சென்று அப்பா கிணற்றடியில் குளித்தார். என் தலையிலும் தண்ணீர் விட்டார். கொஞ்சம் கொஞ்சமாகத் தன்னை அறியாமல் என்னைக் குளிப் பாட்டிவிட ஆரம்பித்துவிட்டார். எனக்கு ரொம்பக் கூச்சமாக இருந்தது. ரமணி பின் திண்ணையில் உட்கார்ந்து பார்த்துக்கொண்டே இருந்தாள். சுயஞாபகம் இல்லாமல் ஆவேசமாக அவர் குளித்துக் கொண்டே இருந்தார். குளிப்பதை நிறுத்த வேண்டிய நேரம் தாண்டி ரொம்ப நேரம் ஆகிவிட்டிருந்தது.

அம்மா எவ்வளவோ வற்புறுத்தியும் கேட்காமல் சாப்பிடாமலேயே படுத்துக்கொண்டார் அப்பா. “வேளா வேளைக்குக் கொட்டிக் கொண்டு என்னத்தைக் கண்டோம்” என்றார். வழக்கத்துக்கு மாறாக, தரையிலேயே பாயை விரித்துப் படுத்துக்கொண்டார். நான் அவருக்கு விசிறியால் வீசினேன். வெகு இதமாக வீசினேன். ரமணி என்னையே பார்த்துக் கொண்டிருப்பதை என்னால் உணர முடிந்தது. நான் அவளைக் கவனிக்கவே இல்லை. இனி அவளைக் கவனிக்க வேண் டிய அவசியமும் இல்லை. அவளுக்கு அப்பா என்றால் எனக்கும்தான் அப்பா.

அப்பா எழுந்திருந்ததும், “சாப்பிடுகிறீர்களா?” என்று அம்மா கேட்கவே இல்லை. இலையைப் போட்டுப் பரிமாற ஆரம்பித்துவிட் டாள். சாதத்தைப் போட்டுக்கொண்டிருந்தபோது அப்பா வந்து இலைமுன் உட்கார்ந்தார். அவர் சாப்பிடுவதை நான் பார்த்துக்

கொண்டே இருந்தேன். அவர் ஒன்றுமே பேசவில்லை. வழக்கம்போல் நன்றாக அனுபவித்துச் சாப்பிடுவது மாதிரிதான் தெரிந்தது. அப்பா திண்ணையில் போய் உட்கார்ந்து கொண்டதும் அம்மாவும் ஜன்ன லின் பின்னால் வந்து நின்றாள். "பள்ளிக்கூடத்துக்குப் பக்கத்தில் தானே இருக்கு டெலிபோன் ஆபீஸ்?" என்று கேட்டாள். இப்படிக் கேட்டால் முதலிலிருந்து எல்லாவற்றையும் சொல்லுங்கள் என்று அர்த்தம். அப்பா ஒரு பெருமூச்சு விட்டுவிட்டுச் சொல்ல ஆரம்பித் தார். நான் திண்ணையிலிருந்து முற்றத்தில் இறங்கி வீட்டைச் சுற்றி வந்து அப்பாவுக்குத் தெரியாமல் அம்மா காலடியில் உட்கார்ந்து கொண்டேன். என்னுடைய சாகசங்களை அவரே அம்மாவிடம் சொல்லப் போகிறார்!

அவர் சொல்லச் சொல்ல, பேச்சு முற்றிலும் வேறு தினுசில் போய்க்கொண்டிருந்தது. டெலிபோனில் நான் பேசியதை அவர் சொல்லவில்லை என்பது மட்டுமல்ல, எல்லாவற்றையுமே ரொம்பவும் திறமையாக அவரே சமாளித்தது மாதிரி சொல்ல ஆரம்பித்துவிட் டார். நானோ என்னுடைய சாமர்த்தியங்களைப் பற்றியெல்லாம் அம்மாவிடமும் ரமணியிடமும் பெரிதாகச் சொல்லியிருந்தேன். நான் அம்மாவின் காலைக் கிள்ளினேன். "பாலு குடையைத் தூக்கிண்டு வந்தானா?" என்று அம்மா கேட்டாள். "அவன் எதுக்கு? என்னால் தூக்கிக்கொள்ள முடியாதா? அவனுக்கு என்னடீ தெரியும்? குழந்தை. டெலிபோனைக் கண்டானா? கவர்மெண்ட் ஆபீசைக் கண்டானா? பின்னாலே ஓடிவந்தது பாவம்" என்றார்.

அன்று மாலை நடராஜ மாமாவும் சீனு மாமாவும் வந்தபோது அவர்களிடம் மீண்டும் பெரியப்பா இறந்துபோன செய்தி வந்த விஷயத்தை விஸ்தாரமாகச் சொல்ல ஆரம்பித்தார் அப்பா. "சாவு வந்துதான் தீரும். அதுக்காக வருத்தப்பட்டுப் பிரயோஜனமில்லை" என்றார். நான் வராந்தாவில் நிற்பதுகூட அவருக்கு தர்ம சங்கடமாக இருந்ததுபோல் பட்டது. "போடா உள்ளே. புஸ்தகத்தை எடுத்துப்படி" என்று ஒரு கத்துக் கத்தினார். அந்தப் பழைய அப்பா. மீண்டும் அந்தப் பழைய கத்தல்.

நான் பின்பக்கம் வழியாகச் சென்று வேப்பமரத்தில் ஏறி உட்கார்ந்து கொண்டேன். ரமணி அங்கு வந்தாள். வழக்கம்போல் மேல் கிளையைப் பிடித்துக்கொண்டு ஒரு காலைக் கீழே தொங்கவிட்டேன். அந்தக் காலைப் பிடித்துக்கொண்டு ரமணி மேலே வந்தாள். பாவா டையைச் சரிசெய்து கொண்டே, "புளுகு மூட்டை எல்லாம் அவிழ்த்து விட்டால் ரொம்ப நேரத்துக்கு நிக்காது" என்றாள்.

"ஹனுமார் சத்தியமாச் சொல்றேன். நான் டெலிபோனில் பேசினேன். அப்பா என்னை அணைச்சுண்டார்" என்று கத்தினேன்.

"உன்னுடைய லொட்டு லொடசுக்கெல்லாம் ஹனுமாரை இழுக் காதே" என்றாள் ரமணி. ரொம்ப ஏளனமாக உதட்டைச் சுழித்துக் கொண்டாள்.

சற்று நேரம் பேசாமல் இருந்தேன். எனக்கு மனதுக்குள் பொங்கிப் பொங்கி வந்தது.

"இன்னொரு பெரியப்பா வருவாரே ரமணி, அவர் ராஜு பெரியப்பாவைவிடச் சின்னவரா பெரியவரா?" என்று கேட்டேன்.

"ரொம்பப் பெரியவர்" என்றாள் ரமணி.

"அவர் செத்துப்போகும்போதும் போன் வரும். அப்பவும் நான் அப்பாக்கூடப் போவேன். வந்து பாரு, அப்பத் தெரியும் உனக்கு" என்று நான் கத்தினேன்.

"முட்டாள், உளறாதே" என்றாள் ரமணி.

புதுயுகம், 1987

எதிர்கொள்ளல்

அந்த மூன்று மோசமான வியாதிகளில், இரண்டிற்கு மட்டுமே தொலைபேசி இணைப்பில் முன்னுரிமை இருந்தது. என் மனைவிக்கு அந்த மூன்றில் ஒன்றுதான் என்ற முடிவுக்கு மருத்துவர்கள் வந்திருக் கிறார்கள். எது என்று முடிவு கட்ட சில சோதனைகள் பாக்கியாக நின்றிருந்தன. அந்த மூன்று நோய்களுக்கும் மருத்துவமனைகளில் சிகிச்சை அளிப்பதைச் சட்டம் தடுத்திருந்தது. நெருங்கிய தாயாதி களான அந்த நோய்கள் நச்சுக் காற்றை வெளிப்படுத்தும் பொதுத் தன்மை கொண்டிருந்தன. அதனால் வேறு நோயாளிகளின் பாது காப்புக் குறித்துச் சட்டம் கவலை கொண்டிருந்தது இயற்கைதான்.

மோசமான வியாதி ஒன்றால் தாக்கப்பட்டுவிட்ட துரதிருஷ்டம் கவிழ்ந்து விட்ட நிலையில், தொலைபேசிக்கு முன்னுரிமை கிடைக்கும் வியாதியாக அது இருக்கும் பட்சத்தில் விரைவுச் சிகிச்சையேனும் அளிக்கலாமே என்று என் மனம் நினைக்கத் தொடங்கியிருந்தது. காற்றிலிருந்து பிராண வாயுவைச் சரியாகவே பிரித்து எடுக்கும் என் மனைவியின் சுவாசகோசங்கள் சில சமயம் - நல்ல வேளை சில சமயங்களில்தான் - ஏன் பிராண வாயுவை நச்சுக்காற்றாக மாற்ற முயலுகிறது என்பது மருத்துவ ஆராய்ச்சிக்குச் சிக்காத புதிராக இருந்தது. அவளுடைய நீலம் பாரிக்கும் முகமும், துருத்தும் நாவும் என் நெஞ்சுக்குவட்டை அழுத்த மருத்துவமனை நோக்கி சைக்கிளில் விரைவது தாங்கமுடியாத மன உளைச்சலை எனக்குத் தந்து கொண்டி ருந்தது. அதுபோன்ற சந்தர்ப்பங்களில் என் பொறிகளின் ஒத்துழைப்பு மிகவும் பலவீனமாக இருந்ததால், நான் வாகன நெரிசலில் தாக்குண்டு இறந்து போகவும் வாய்ப்பு இருந்தது. இளம் வயதிலிருந்தே மனித முகங்களை வெள்ளையாக எடுத்துக் கொண்டிருந்ததில் பெற்றிருந்த ஏமாற்றங்களிலும் அவை பரிசளித்திருந்த அவமானங்களிலும் சலிப்பு மிகுந்து சருகுபோல் உதிரக் காத்துக்கொண்டிருந்தேன். ஆனால் நோயுற்ற மனைவிக்காக வாழ்நாளை முடிந்தவரையிலும் நீடிக்க வேண்டும் என்ற வைராக்கியம் இப்போது தலை தூக்கிவிட்டிருந்தது. அவள் தனித்துவிடக்கூடாது என்று இருந்தது.

மருத்துவர்களின் ஒத்துழைப்பை மனதாரப் போற்ற வேண்டும். என் தலை தெரிந்ததுமே அவர்கள் தீயணைப்புப் படையினரைப் போல் விரைவு ஆயத்தம் கொள்வார்கள். விரைவு வண்டியும் ஆயத்தம் கொள்ளும். உண்மையில் அது ஒரு குட்டி மருத்துவமனை யும் கூட. கொண்டையில் சிவப்பு விளக்குச் சுழல, சங்கு அடித் தொண்டையில் அலற, அது வாகன நெரிசலை இருபக்கமும் பெருக்கித் தள்ளியபடி இடைவெளியில் குண்டு போல் பாயும். அப்போது என் மனதின் துடிப்பை விவரிக்கவே முடியாது. பிராண வாயுவை அவள் நாசியில் இணைக்கும் வரை, நாளங்களில் ஊசி மருந்துகள் இறங்கும் வரை அவள் தாக்குப் பிடிக்க வேண்டுமே என்று மனம் பதறும். அவளுக்கு எதும் விபரீதம் நேர்ந்துவிட்டால் நானும் அவளுடன் சேர்ந்து போய்விடவேண்டும். இந்த வாழ்க்கை யின் கொடுமைகளை என்னால் தன்னந்தனியாக எதிர்கொள்ள முடியாது. இந்தப் பின்னணியில் தொலைபேசியை ஒரு வெறும் கருவி என்று என்னால் நினைக்க முடியவில்லை. நச்சுக் காற்றிலிருந்து என் மனைவியை மீட்டு, ஜீவனுக்குள் அவளைத் தள்ளும் மகா சக்தியின் குறுகிய வடிவமாகவே அதை நினைக்க ஆரம்பித்திருந்தேன்.

அன்றுதான் தீர்ப்பு நாள். நான் காலையிலிருந்தே சோதனைச் சாலையின் வாசலில் நின்று கொண்டிருந்தேன். அன்று எனக்குச் சோறு தண்ணீர் இறங்கவில்லை. சோதனையின் முடிவு! தாங்க முடியாத துன்பத்தில் அது என்னைத் தள்ளப் போகிறது. குறைந்தபட் சம் குணப்படுத்தக் கூடிய நோய்களில் ஒன்றாகவேனும் அது இருக்கலாம். மருத்துவர்களின் கணக்குகளை நோயாளிகள் சுழித்து விட்டுத் தப்பியிருக்கிறார்கள். மருத்துவ தஸ்தாவேஜுகளில் இவை பதிவாகியிருக்கின்றன. அப்படியென்றால் அந்த அதிசயம் என் மனைவி மீதும் இறங்கக் கூடாது என்பதில்லை. நான் பிரார்த்தனை செய்ய ஆரம்பித்தேன். அமைதியின் பயங்கரமான கூக்குரலை என் மனம் எழுப்பிக் கொண்டிருந்தது. என் முறையீடுகளுக்கு நான் ஓசை வடிவம் அளித்திருந்தேன் என்றால் சோதனைச் சாலைகளின் கண்ணாடி ஜன்னல்கள் நொறுங்கித்தெறித்திருக்கும்.

கண்ணாடி ஜன்னல்களுக்கு இளம் சாம்பல் வண்ணம் பூசியிருந் தார்கள். அன்று மப்பும் மந்தாரமுமான ஒருநாள். காலை மழையில் தென்னை மரங்கள் புத்துணர்ச்சி பெற்றிருந்தன. இளம் வெயிலில், எண்ணெய் ஸ்நானங்களை அப்போதுதான் முடித்திருப்பது போல் பளபளப்பு. சிறுவயதிலிருந்தே நான் தென்னை மரங்கள் மீது மிகுந்த பிரியத்தோடு வளர்ந்து வந்தவன் என்பது என் நினைவுக்கு வந்தது. ஆனால் அந்தப் பிரியத்தை என் மனம் விரும்பும் விதத்தில் வெளிப்படுத்த எனக்கு சாவகாசம் கிடைக்கவில்லை. என் பிடுங்கல் கள் என்னைத் துரத்திக்கொண்டே வருகின்றன.

மருத்துவர்களின் நிழல்கள் கண்ணாடிக்குப் பின்னால் தெரியத் தொடங்கின. பின்னறைகளிலிருந்து முன்னறைகளுக்கு அவர்கள் நகர்கிறார்கள். நிழல்களின் அசைவில் எனக்குக் கவர்ச்சியும் பயத்தின்

குறுகுறுப்பும் ஏற்பட்டன. வாதிடும் நிழல்கள். விளக்கும் நிழல்கள். விளக்கங்களை ஏற்க மறுக்கும் நிழல்கள். அவற்றின் அசைவுகளில்தான் எங்கள் விதி ஊசலாடிக் கொண்டிருந்தது. நான் சற்றும் எதிர்பார்த் திராத ஒரு நிமிஷத்தில் வாசல் கதவு திறந்தது. மருத்துவர் புன்னகை முகத்துடன் வெளிப்பட்டு, "தொலைபேசி இணைப்பு உங்களுக்குக் கிடைக்கும்" என்றார். நான் மருந்துச் சீட்டைப் பெற்றுக் கொண்டு சைக்கிளில் விரைந்தேன்.

தொலைபேசித் துறையினரின் சிவப்பு ராட்சஸக் கட்டிடம் அன்று வரையிலும் இங்கிதமாக என்னை வதைத்திருக்கும் வதைப்பைப் பற்றி நான் அப்போது நினைக்க விரும்பவில்லை. நினைவுகளின் கிடங்கில் கசப்பு அனுபவங்களைச் சதா மிதித்துக்கொண்டே இயங்கு வது எனக்கு உடம்போடு ஒட்டிய பழக்கமாகி இருந்தது. இன்று இந்த மருத்துவச் சீட்டின் முன் சிவப்புக் கட்டிடத்தின் ராட்சஸக் கதவுகள் எனக்காக மலக்கத் திறக்கப் போகின்றன! சிறு புழுக்களுக்கும் குறைந்த பட்சம் சம்போக சுகமேனும் இருக்கும் என்று நினைக்கிறேன்.

கடைநிலை ஊழியர் ஒருவரும் இடைநிலை ஊழியர் ஒருவரும் உதவி செய்ய அந்தப் பெரிய அதிகாரி விதிகளின் தடிமன் புத்த கத்தைக் கொண்டு வந்தார். அதை விரிக்கவும் அவர்கள் உதவி செய்தார்கள். இடது பக்கத்திலிருந்து வலது பக்கத்திற்கு சைக்கிளில் ஏறிச்செல்ல வேண்டும் என்று நினைக்கும் அளவுக்கு அந்தப் புத்தகம் சற்றுப் பெரிதாகவே இருந்தது. வசதி கருதி எல்லா விதி களையும் ஒரே இடத்தில் திணிக்க முற்பட்டதில் மிகுந்த அசௌகரி யத்திலும் நெரிசலிலும் விதிகள் தத்தளிப்பது போல் இருந்தது. பிரஸ்தாப விதியை அவர் எப்படிக் கண்டு பிடிக்கப்போகிறார் என்று நான் மலைத்துக் கொண்டிருந்தபோது, சில நிமிடங்களில் அவற்றைக் கண்டறிந்து ஆட்காட்டி விரலால் அவற்றை ஸ்பரிசித்தும் விட்டிருந்தார் அவர். வியாதியின் எழுத்துக்களை மருத்துவச் சீட்டி லும் விதிகளிலும் அவர் ஒப்பிட்டுப் பார்த்தார். சிறு தவறு நேர்ந்தா லும், தான் பெரும் விசாரணைக்கு உட்பட வேண்டியிருக்கும் என்றார். வியாதியின் பெயரைத் தெளிவாக உச்சரித்தார். மோசமான வியாதிகள்தான் எவ்வளவு கம்பீரமாக ஒலிக்கின்றன! எவ்வளவு மோசமோ அவ்வளவு கம்பீரம் அவற்றுக்கு! வியாதியின் பெயர் தன்னிடம் அறிவிக்கப்பட்டு இரண்டு மணி நேரம் ஐம்பது நிமி ஷத்திற்குள் தொலைபேசி இணைப்பு முடிக்கப்பட்டிருக்க வேண்டும் என்று விதி வற்புறுத்துகிறது என்றும், அவ்வளவு குறுகிய காலத்தில் முடிப்பது நடைமுறைச் சாத்தியம் அல்ல என்றும், அதனால் நான் அறிவித்த நேரத்தைப் படிவங்களில் நாற்பது நிமிடங்கள் பிந்தி எழுதிக்கொள்ள அனுமதி தரவேண்டும் என்றும் அதிகாரி கேட்டுக் கொண்டார். உரிய கௌரவங்கள் பெறுவதில் என் மனப்புழு நெளிந்தது. அவர் ஒரு கட்டுப் படிவங்களை என்னிடம் தந்து, நான் அவற்றில் கையெழுத்துக்கள் போட வேண்டும் என்றும் பணியைத் துவக்க தான் விரையப் போவதாகவும் சொல்லிவிட்டுச் சென்றார்.

நான் வீடு திரும்பிய போது இணைப்பு மும்முரமாக நடந்து கொண்டிருந்தது. மனைவியின் வலதுகைப் பக்கம் வசதியாகப் பொருத்தியிருந்தார்கள். ஒரு போதும் பழுதுபடாத, இறக்குமதி செய்யப்பட்ட தொலைபேசி அது. சப்பை நாய் போல் அது அமுங்கிக் கிடந்தாலும், அதன் வலு, பாதகமான சூழ்நிலைகளிலும் முடங்கி விடாத ஊக்கம், உயர்குடி இங்கிதம் இவை பார்த்த மாத்திரத்தில் தெரிந்தன. எங்களுக்குத் தெரிந்தவர்கள் எவரிடத்திலும் தொலைபேசி இல்லை என்பதைப் பேசிக்கொள்ள கஷ்டம் ஆக இருந்தது. நான் தொலைபேசி நிலையத்தை அழைத்து மணி என்ன என்று கேட்டேன். மனைவி புகை வண்டி நிலையத்தை அழைத்து ஒரு விரைவு வண்டி பற்றி விசாரித்தாள். புகை வண்டி அதிகாரி, கட்டிலுக்கு அடியிலிருந்து பதில் சொல்வது போல் அவ்வளவு தெளிவாக இருக்கிறது என்றாள். வாழ்க்கையின் மீது சிறிய நம்பிக்கை ஏற்பட நாங்கள் பரஸ்பரம் கொண்டிருந்த பிரியமும் புதிய தளிர்களை விடுவதுபோல் உணர்ந் தோம். நான் அவளருகே அமர்ந்து அவள் கேசத்தைப் பின்பக்கம் ஒதுக்கத் தொடங்கினேன்.

இவ்வாறு உடல் நெருங்கி நாங்கள் இருக்கும் போதெல்லாம் எங்கள் மன ஆலிங்கனங்களில் கரையும் சுகம் பற்றியே நாங்கள் கற்பனை செய்து கொள்கிறோம் என்று எப்போதும் எனக்குத் தோன்றும். ஒரு இணைப்புச் சக்தி எங்களுக்குத் தேவையாக இருந்தது. வாழ்க்கையில் எங்களுக்குக் காயங்கள் ஏற்பட்டிருந்த இக்கட்டான இடங்கள் மற்றொருவரின் உதவி மூலமே கட்டுப்போட்டுக் கொள்ளக் கூடியனவாக இருந்தன. சவுக்கின் சொடுக்குகள் எங்கள் முதுகுகளை ருசி பார்க்க நாங்கள் ஒரு மோசமான நுகத்தடியில் பிணைக்கப்பட்டி ருப்பதான மனச்சித்திரம் எங்கள் இருவருக்குமே இருந்தது.

அவளும் என்னைப் போலவே இயற்கைமீது மிகுந்த பைத்தியம் கொண்டிருந்தாள். கடல்கள் அவளுக்கும் பிடித்திருந்தன. சிப்பிகள், கண்ணாடிக் கோலிக்குண்டுகள், வாசனை சீசாக்கள் இவற்றின் மீது அவளுக்கும் பிரியம் இருந்தது. இயற்கை கொட்டிக் கிடக்கும் மலைப் பிராந்தியங்களைப் பார்க்க எங்களுக்குக் கிடைக்கவில்லை. துண்டுதுணுக்குகளாக அவற்றை எங்கள் ஊரிலும் எங்கள் ஊரைச் சுற்றியுள்ள பகுதிகளிலுமே பார்க்கக் கிடைத்தது. அவற்றை என்னைப் போலவே என் மனைவியும் அனுபவித்திருந்தாள். இவற்றில் எங்கள் மனதைக் கொள்ளை கொண்ட இடங்கள் ஏகதேசமாக ஒத்து வந்ததில் நாங்கள் மிகுந்த சந்தோஷம் கொண்டோம். இவை எங்கள் பிரியத்தைப் போஷித்தன. தென்னை மரங்கள் மீது நான் கொண்டி ருந்த விசேஷ பிரியம் அவள் பூக்கள் மீது கொண்டிருந்தது ஒரு வித்தியாசம். அன்றாடம் மாலை சிறிது பிச்சிப்பூ - சிறிது போதும் - திறந்து பார்க்கும்போது ஒரு கிண்ணத்துக்குள் இருந்தால் எவ்வளவு நன்றாக இருக்கும் என்பாள். சிறிது போதும் என்ற வார்த்தைகள் என்னை அழுத்த என் கண்கள் கலங்கும்.

அப்போது தொலைபேசி மணி அடித்தது. திடுக்கிட்டு நான் தொலைபேசி வாங்கியில் கை வைக்க, என் கை மீது தன் கையை வைத்தாள் என் மனைவி. அவளே பேசட்டும் என்று என் கையை விடுவித்துக்கொண்டேன். எதிர்முனையில் கர்ண கடூரமான குரல் எனக்கும் கேட்கும்படி அலறிற்று.

"எங்களுக்கு ஒரே எண் தான் தரப்பட்டிருக்கிறது" என்றாள் என் மனைவி.

அது உண்மைதான். நோயாளியின் வசதியைக் கருதி வகுக்கப் பட்டிருந்த கவனங்களில் இதுவும் ஒன்று.

"ஒன்பது என்று சொல்லுகிறேனே, காதில் விழவில்லையா?" என்றாள் மீண்டும்.

கர்ணகடூரம் பதிமூன்று எண்களை வேகமாக ஒப்பித்துவிட்டு "சரிதானா?" என்று கத்திற்று.

என் மனைவியின் முகத்தில் இலேசான கலவரம் முளைத்தது. "அவர்கள் பேசுவது எனக்குக் கேட்கிறது; ஆனால் நான் பதில் சொல்வது அவர்களுக்குக் கேட்கவில்லையே" என்றாள் அவள். குரல் பரிதாபமாக ஒலித்தது.

சில்விஷமம் ஒன்று ஊடுருவுகிறதோ என்ற சந்தேகம் எனக்கு ஏற்பட்டது. வாசல் கதவு சாத்தியிருக்கும் நிலையிலேயே அது உள்ளே ஊடுருவி எங்கள் ஆத்மீக நிம்மதியைக் குலைக்கிறது. ஒரு புதிய ஆபத்துக்கு நாங்கள் திறந்து விடப்பட்டிருப்பதான பதற்றம் எனக்கு ஏற்பட்டது.

நான் வாங்கியைப் பெற்று, "தவறான எண் ஐயா" என்று கத்தினேன்.

"தவறான எண்ணா அல்லது தவறான எண்ணமா?" என்று கேட்டுவிட்டுச் சிரித்தது அந்தக் குரல். பேசும்போது அடித் தொண்டை; சிரிக்கும்போது பெண்குரல்!

நான் குப்புறத் தள்ளப்பட்டதுபோல் உணர்ந்தேன்.

"வாங்கியைத் தொலை பேசியில் வைத்து விடுங்கள்" என்றாள் என் மனைவி.

நான் எந்திரம் போல் அப்படியே செய்தேன். வாங்கியின் மீது தன் விரல்களை வைத்து அழுத்திக் கொண்டாள் அவள். சில்விஷமம் ஊடுருவுவதை அவளுடைய மென்மையான விரல்கள் தடுக்கும் என்பது போல்.

சிக்கலான நேரங்களில் எப்போதும் என்னை விடுவிக்க முயன்றி ருக்கும் என் மனைவியிடம் அந்தச் சில்விஷமத்தின் தத்துவக் கேள்வியைப் போட்டேன்.

"தவறான எண்ணா? தவறான எண்ணமா?" என்று கேட்டேன்.

"கொழுப்பு. அதன் அலகைத் திருப்ப ஆளில்லை!" என்றாள் என் மனைவி.

சுந்தர ராமசாமி சிறுகதைகள்

மீண்டும் மணி அடித்தது.

"எடுக்க வேண்டாம்" என்று அவள் கத்தினாள்.

நான் தொலைபேசியை வெறித்தபடி நின்று கொண்டிருந்தேன். நான் அதை எடுக்கவில்லை என்றால் சில்விஷமம் எங்கள் அனுமதியின்றி ஊடுருவ முடியாது என்று நினைக்க சற்று ஆறுதலாக இருந்தது. தொடர்ந்து மணி அடித்துக் கொண்டிருந்தது. சில கணங்களிலேயே அது வெறும் மணியோசை மட்டும் அல்ல என்பது எனக்குத் தெரியத் தொடங்கியது. அதைப் புறக்கணிக்க நான் திரட்டிக்கொள்ளும் வலிமையைத்தான் எவ்வளவு நீசத்தனமாக அது தாக்குகிறது! நான் அதற்கு விட்டுக் கொடுத்து விடுவேன் என்று எனக்குத் தோன்றிற்று. என்னைத் தள்ளிக்கொண்டு எனக்கு அப்பாற்பட்ட ஒன்று அதற்கு ஆட்படப் பாய்கிறது. மணியோசையும் நிமிடத்திற்கு நிமிடம் வளர்ந்து செவிப்பறையைக் கிழிப்பது போல் தோன்றியது. என் மனைவியின் குறுக்கீட்டைப் புறக்கணித்து நான் வாங்கியை எடுத்து காதில் வைத்துக்கொண்டேன். நான் கோழை அல்ல என்பதையும், இக்காலங்களுக்குரிய எதிர்கொள்ளும் மனோதிடம் கொண்டவன் என்பதையும் அந்தச் சிறு எந்திரத்திடம் நான் நிரூபித்துக்காட்ட வேண்டி இருந்தது.

"யாரு?" என்று நான் பலமாகக் கத்தினேன்.

என் குரலில் இலேசான உதறல் இருந்தது.

"தளவாய் சத்திரத்திலிருந்து பெரிய பழிவேட்டரையரின் உத்தரவு. உடனே இங்கே வா. ஜல்தி" என்றது அந்தக்குரல்.

நான் திடுக்கிட்டேன்.

"தவறான எண் ஐயா" என்றேன்.

"சரியான எண்ணத்தில்தான் பேசுகிறேன். உத்தரவை மீறினால் கூறு போட்டுவிடுவேன்" என்றது அந்தக்குரல்.

என் கை நடுங்கிற்று. மனைவி வாங்கியை இழுத்துத் தன் காதில் வைத்துக்கொண்டாள். சில நொடிகளில் அவள் முகம் சிவந்தது.

"சீ நாயே, நாக்கை இழுத்து அறுத்து விடுவேன்" என்று கத்தினாள் அவள்.

நான் வாங்கியை அவள் கையிலிருந்து பிடுங்கித் தொலைபேசியின் மீது அதை அழுத்தினேன்.

"ஒரு அசிங்கம் உள்ளே வந்துவிட்டதே" என்றாள் என் மனைவி. அவள் தலையைக் குனிந்து தன் கை விரல்களைப் பார்த்துக் கொண்டே சொன்னாள்.

"ஒரு ஆபத்தின் வளையம் நம்மைச் சூழ்ந்து இறுகுவது போல் எனக்குத் தோன்றுகிறது" என்றேன் நான்.

அவள் தன் மெல்லிய விரல்களால் என்னைத் தொட்டபடி, "உங்கள் கட்டுக்கடங்காத கற்பனைகள், உங்கள் புத்தகப் படிப்பு ... எதிர்கொள்ளவே உங்களை முடியாமல் ஆக்கிவிட்டது" என்றாள்.

படிப்பையோ கற்பனைகளையோ எனக்குக் குற்றம் சொல்ல முடியவில்லை. அவற்றைக் குற்றம் சொல்லத் தொடங்கினால் என் அடிப்படை நம்பிக்கைகள் தகர்ந்து போய்விடும். மனைவியின் கூற்றை எனக்குச் சாதகம் ஆக்கிக் கொள்ளவே நான் விரும்பினேன்.

“காலத்தின் சாராம்சத்தை நாம் உணரும்போது திக்பிரமைக்கு ஆளாய்விடுவோம்” என்று ஏதோ சொல்லத் தொடங்கினேன். அதற்குமேல் எனக்குச் சொல்ல வரவில்லை.

நான் திக்பிரமைக்கும் மனப்பதற்றத்துக்கும் ஆளானேன். காலத்தின் புதிய கோலங்களை எதிர்கொள்ளத் தயங்கி மீண்டும் மீண்டும் நான் ஒதுங்கியதும் அதனுடன் போரிட்டு என் புஜங்களை வலுப்படுத்திக்கொள்ளத் தவறியதும் என் மனதை அழுத்தின.

நான் என் மனைவியிடம் சிதறும் மனதைச் சேர்த்துக் கொண்டு சொல்லத் தொடங்கினேன். “கண்களுக்குப் புலனாகாத ஒரு பொறியின் வியாபகத்தில் நாம் சிக்கிக்கொள்ளக்கூடும். எந்த நிமிஷமும் இது நிகழலாம். அதிலிருந்து விலக நாம் விரையும் போதும் அதை நோக்கித்தான் நாம் விரைகிறோம் என்று எனக்குத் தோன்றுகிறது. என் கற்பனைப் பயங்களுக்கு ஏற்பக் காலம் கொடுமையாக நம் மீது இறங்குகிறது என்றே நினைக்கிறேன். நான் மன நோய்க்கு ஆளாகிவிட்டேனோ என்று நீ நினைக்கலாம். ஆனால் எனக்கோ எனது நோய் கண்டுபிடிப்புத் திறனில் நம்பிக்கையும், என் தீர்க்கதரிசன உள்உணர்வுகளை மெச்சிக் கொள்ளும் தன்மைகளும்தான் உருவாகின்றன. காலத்தின் கொடுமையை நேருக்கு நேராக எதிர்கொண்டு சுக்கு நூறாக உடைந்து போகவும் நான் தயாராக இருக்கிறேன். அஞ்ஞானத்தில் உழன்று கொண்டிருப்பதைப் பார்க்கிலும் காலத்தால் சாகடிக்கப்படுவதையே நான் விரும்புகிறேன். ஆனால் நோயுற்றுவிட்ட நீ . . . உன் தனிமை . . . எனக்கு நினைத்துப் பார்க்க முடியவில்லை.”

மீண்டும் மணி அடித்தது. என் பதற்றமும் மறைக்க முடியாத அளவுக்கு அதிகரித்தது. என்னைவிடவும் நன்றாகத் தன்னால் எதிர் கொள்ள முடியும் என்ற பாவனையில் என் மனைவி வாங்கியைக் கையில் எடுத்தாள். அவளிடம் ஒரு செயற்கையான விறைப்பு ஏற்பட்டிருந்தது. வலியின் கொடுமையில்கூட மிகவும் இயற்கையாகக் கதறும் அவள் அருவருப்பான ஒரு விறைப்புக்கு ஆளாகிவிட்டிருந்தது எனக்குக் கஷ்டமாக இருந்தது.

என்னைப் பார்த்து, மருத்துவர் பேசுகிறார் என்றாள் சந்தோஷத்துடன். நன்றாக இருக்கிறேன், ஒரு தொந்தரவும் இல்லை என்றாள். மூச்சுத் திணறல் இல்லவே இல்லை என்றாள். சிறிது இடைவெளிக்குப் பின், நான் ஒன்று கேட்டால் தவறாக எடுத்துக்கொள்ளமாட்டீர்களே என்று கேட்டாள். எங்கள் பிரச்சனையைப் பற்றித் தயங்கித் தயங்கிச் சொல்லத் தொடங்கினாள். எங்களுக்கு பயமாக இருக்கிறது என்றாள். கவனமாகக் கேட்கும் பாவனையில் அவள் தலை அசைந்தது. அப்படியே செய்கிறேன் என்றாள்.

மருத்துவர் சொன்னபடி காவல் நிலையத்துடன் தொடர்புகொள்ள முடியவில்லை. காவல்நிலையத் தொலைபேசிகள் இணைப்பில் இருந்துகொண்டே இருந்தன. தொடர்ந்து முயன்றும் இணைப்புகளின் இடைவெளிக்குள் எங்களால் ஊடுருவ முடியவில்லை. ஆனால் அதிருஷ்டவசமாகத் தொலைபேசி நிலையத்துடன் தொடர்பு கொள்ள முடிந்தது. விஷமத்தனமான ஊடுருவல் என்பதை நாங்கள் உறுதி செய்து புகார் எழுதித் தர வேண்டும் என்றார்கள் அவர்கள்.

"உடனே எழுதுங்கள்" என்றாள் என் மனைவி.

"எனக்கு விஷமத்தனமான ஊடுருவல்தானா என்பது பற்றி சந்தேகம் இருக்கிறதே" என்றேன் நான்.

"ஏன் இப்படி ஆகிவிட்டீர்கள்? கற்பனைகளை உண்மையென்று நம்பத் தொடங்கிவிட்டீர்களா? உங்களை நினைக்கும்போது எனக்கு அடிவயிற்றில் சொல்லத் தெரியாத கவலை ஊடுருவுகிறதே" என்றாள்.

"உனக்குத் தெரியாது எப்படி கற்பனைகள் உண்மைகள் ஆகி யிருக்கின்றன என்பது. விளையாட்டான கற்பனைகள், விபரீதமான கற்பனைகள், அதிகாரத்தின் கற்பனைகள், மனநோயாளிகளின் கற்பனைகள், துவேஷத்தின் கற்பனைகள் எல்லாம் உண்மைகள் ஆகிவிட்டன. நினைத்துப் பார்க்கும்போது மனம் பதறுகிறது. தளவாய் சத்திரம் என்று ஒன்று இருக்கக்கூடும். பெரிய பழுவேட்டரையர் என்று ஒருவர் இருக்கக்கூடும். என்னைக் கொல்லுவதற்கான விசேஷ அதிகாரம் அவர்களுக்கு இருக்கக்கூடும். நிஜங்களாக இவை இருக்கக் கூடும் என்று என் உணர்வுகள் சொல்கின்றன. நான் ஒரு குற்றவாளி யாக இருக்கக்கூடும்."

"ஒரு பாவமும் அறியாத நீங்கள் எப்படி குற்றவாளியாக இருக்க முடியும்?"

அவள் என் கரங்களை அன்புடன் பற்றிக் கொண்டாள்.

"தவறான கற்பனைகளில் உங்களை மாய்த்துக் கொள்ளாதீர்கள்."

அவள் என் கரங்களைத் தூக்கித் தன் கழுத்தின் மீது வைத்துக் கொண்டாள்.

"நான் ஏதேனும் குற்றத்திற்காகத் தேர்ந்தெடுக்கப்பட்டிருக்கக்கூடும். என்மீது குற்றம் சுமத்தும் வாதங்களை நான் புரிந்து கொள்ளும்போது தான் என்னைப் பற்றி எனக்குச் சந்தேகம் தோன்றக்கூடும். அந்த வாதங்களின் அதிர்ச்சியைத் தாங்காமல் நானே என்னைக் குற்றவாளி என்று ஒப்புக்கொள்ளக் கூடும். நான் வெறுத்து ஒதுக்கியவற்றை உன்னதப்படுத்திவிட்டால், நான் அவற்றை வெறுத்து ஒதுக்கியதே குற்றமாகிவிடும். பொய்யின் சாமர்த்தியங்களை விளக்குவது சாத்திய மில்லை. சரித்திர அஞ்ஞானத்தில் வாழ்ந்து கொண்டிருக்கும் சுகத்தை - சுகமோ மூடசுகமோ எனக்குத் தெரியாது - நான் முற்றாக இழந்து விட்டேன். காலத்துக்கு நான் ஆட்பட்டுவிட்டேன். எவரு டைய பாதரட்சைகளைத் தொடக்கூட எனக்கு அருகதை இல் லையோ அவர்கள் எல்லாம் குற்றம் சுமத்தப்பட்டு ஈசல்கள் போல்

பைசல் செய்யப்பட்டிருக்கிறார்கள். என்னைப் பைசல் செய்ய விரும்பும் சக்தியிலிருந்து தப்பித்துக் கொள்வது எனக்குச் சுலபமல்ல என்றே தோன்றுகிறது.''

என் நெஞ்சு இலேசாகப் படபடப்பதுபோல் இருந்தது. அவளிடமிருந்து சிறிதுநேரம் என்னை விடுவித்துக்கொள்ளப் பலாமரத்தடிக்குச் சென்றேன். அந்தப் பலா மீது எனக்கு மிகுந்த பிணைப்பு இருந்தது. என் தாய் வைத்த பலா என்பதால் அவள் மறைவுக்குப் பின் அவளாகவே அதைக் கற்பனை செய்து வளர்த்திருந்தேன். ஒரு காலத்தில் அது எங்கள் வீட்டுக் கூரையை முற்றாக மறைத்துக் கொண்டு பரந்திருந்தது. அன்று 'ஆரோக்கியம்' என்ற தலைப்புக் கொண்ட ஓவியம்போல் இருந்தது. அதன்பின் மிக மோசமாக நோயுற்றுவிட்டது. எவ்வளவோ சிகிச்சைகள் அளித்தும் ஒன்றையும் அது ஏற்றுக்கொள்ளவில்லை.

தொலைபேசி மணி அடிப்பது கேட்டது. என் மனைவியின் தைரியம்! அவளே அதை எதிர் கொள்ளட்டும். காலம் அறியாத தைரியங்கள் சோதனைகளுக்கு ஆட்பட்டுச் சிதறுவதைத் தவிர்க்க முடியாது. அவள் இயற்கையின் பெரிய உபாசகிதான். ஆனால் உருக்கொள்ளும் காலம் அவளை நிர்மூலம் செய்து விடக்கூடியது.

நான் உள்ளே வந்தேன்.

"ஒரு நாழிகை என்றால் எவ்வளவு?'' என்று கேட்டாள் என் மனைவி.

எனக்குத் தெரியாது. பழைய கணக்குகள் எனக்கு மறந்து போய் விட்டிருந்தன.

"ஒரு நாழிகைக்குள் நான் அங்குவர வேண்டும் என்று அவர்கள் உத்தரவிட்டிருந்தால் உடனடியாக நான் அங்கு போவதுதான் நல்லது. நான் போய் மன்னிப்புக் கேட்டுக்கொண்டால் ஒரு சமயம் அவர்கள் என்னை விடுவிக்கலாம்'' என்றேன் நான்.

"செய்யாத எந்தக் குற்றத்திற்கு நீங்கள் மன்னிப்புக்கேட்க முடியும்?''

"நீ நியாயத்தைப் பற்றி பேசிக்கொண்டிருக்கிறாய். என்னுடைய நம்பிக்கைகள் குழம்பிவிட்டன. நான் உயிர்வாழ வேண்டும் என்று ஆசைப்படுகிறனே். நான் உயிரைத் தக்க வைத்து கொண்டால் இன்று அல்லது நாளை எனக்கு விமோசனம் கிடைக்கக் கூடும். கொடுமைகளைப் பதிவு செய்யும் சரித்திரம் கொந்தளிப்புகளையும் பதிவு செய்திருக்கிறது. கொந்தளிப்புகள் எனக்குச் சாதகமாக நிகழலாம். நான் போய்விட்டு வருகிறேன்'' என்றேன்.

"நீங்கள் போகவேண்டாம். அவர்கள் உங்களைக் கொன்றுவிடுவார்கள். எனக்கு உங்களை விட்டுப் பிரிய விருப்பம் இல்லை. உங்களை வைத்துத்தான் நான் எல்லாவற்றையும் சகித்துக் கொண்டிருக்கிறேன். வேறு எதை மறந்தாலும் இயற்கையோடு என்னை நீங்கள் பிணைத்த நேர்த்தியை ஒருபோதும் என்னால் மறக்க முடியாது.''

எனக்கு அழுகை முட்டிக்கொண்டு வந்தது. நான் அழ ஆரம்பித்தால் கத்தி புலம்ப ஆரம்பித்து விடுவேன் என்று நினைத்தேன். எனக்கு நினைவு தெரிந்த நாளிலிருந்து சுற்றம் என்னைப் படுத்தியிருக்கும் பாட்டைச் சொல்லிப் புலம்ப ஆரம்பித்து விடுவேன். சுற்றம் எதை எனக்குத் தந்திருக்கிறதோ அதைத்தான் சரித்திரம் மனித ராசிக்குத் தந்திருக்கிறது என்பதை நினைக்கும்போது என் புலம்பல் கட்டுக்கடங்காமல் போய்விடும்.

தொலைபேசி மணி அடித்தது. நான் வாங்கியை நிதானமாகக் கையில் எடுத்தேன்.

"ஜல்தி" என்றது அந்தக் குரல்.

"எனக்கு மூச்சுத் திணறுகிறது" என்றாள் என் மனைவி.

நான் மருத்துவரின் எண்களைச் சுழற்றினேன்.

"ஜல்தி" என்றது எதிர்முனைக் குரல்.

மற்ற இணைப்புக்கள் ஊடுருவ முடியாமல் தன் இணைப்பை அது ஸ்தாபித்துக் கொண்டுவிட்டது.

"எனக்கு மூச்சுத் திணறுகிறது."

அவள் முகம் நீலம் பாரித்துவிட்டது.

நான் மீண்டும் மருத்துவரின் எண்களைச் சுழற்றினேன்.

"ஜல்தி" என்றது அந்தக் குரல்.

"ஐயோ உங்களை விட்டுப் போகிறேனே."

"மருத்துவரை ஒரு நொடியில் அழைத்து வருகிறேன்" என்று கத்திக்கொண்டே நான் தெருவில் இறங்கி ஓடத் தொடங்கினேன்.

காலச்சுவடு, ஜூலை - செப்டம்பர் 1988

காணாமல் போனது

ராகுலை அழைத்துக்கொண்டு மேம்பாலம் போவதுதான் எனக்குக் கடைசியாக மிஞ்சிய சந்தோஷம்போல் இருந்தது. சிறுவயதில் மனதை ஆட்கொண்ட கவிதையின் மறக்காமல் இருந்த ஒரு வரி போல். வெள்ளிக்கிழமை மட்டும்தான் எனக்கு விடுமுறை. அதனால் ஒவ்வொரு மாதமும் பள்ளிக்கூட விடுமுறை வெள்ளிக்கிழமை வருகிறதா என்று பார்ப்பேன். போன வருடம் பல தடவை அவனை அழைத்துக் கொண்டு போக முடிந்திருக்கிறது. அப்போது அவனும் பரம சந்தோஷமாக இருந்தான். பின்னால்தான் அவனைக் கால் கிளாஸில் போட்டது. அதன் பின் அவனைப் பார்த்தபோது அவன் முகமே வேறு மாதிரி இருந்தது. கண்களுக்குத் தெரியாமல் கழுத்தில் தொங்கும் குழவியை அவன் தூக்கிக்கொண்டு நிற்பது மாதிரி இருந்தது. அவனைப் பார்க்கும் போதெல்லாம் எனக்குத் தாங்க முடியாத சங்கடம் ஏற்படும். ஆனால் நான் யாரிடமும் ஒன்றும் சொல்லவில்லை. என் பாஷை புரியாத காலம் ஊர்ஜிதமாகிவிட்டது என்பது தெரிந்திருந்தது.

மேம்பாலத்தை நான்தான் கண்டு பிடித்தேன். நோயுற்ற வயோதிகம் சில்லறைக் கண்டுபிடிப்புகளுக்கு என்னை நிர்ப்பந்தப்படுத்திக் கொண்டிருந்தது. நானும் என்னை ஆற்றுப்படுத்திக்கொண்டு கடைசி வரையிலும் போகவேண்டுமே. அங்கு மிகப் பெரிய திறந்தவெளி. நாற்றிசையிலும் வெளிச்சம் அருவி போல் கொட்டும். வானம் பூமி மேல் உட்கார்ந்திருப்பதை ஒரு முழு வட்டத்துக்கும் பார்க்கலாம். பூமி வானத்தைத் தாங்கிக்கொள்ள ஒரு பக்கம் மலைகளும் மறுபக்கம் மரக்கூட்டங்களின் அடர்த்தியும் உதவுவதுபோலவும் இருக்கும். புகைபோக்கிகளோ, கூரைகளோ, ஒலி பெருக்கிகளின் சத்தங்களோ இல்லாத இடம். அங்கு போகும்போது இருள் படிந்த இடுக்குகளிலிருந்து விசால விமோசனத்தை நோக்கிப் பறந்து கொண்டிருப்பது போல் உணர்வேன்.

அந்த இடத்தைக் காட்ட ராகுலைத்தான் முதலில் அழைத்துக் கொண்டு போனேன். மேம்பாலத்தில் உச்சிக்குப் போய் இரும்புக்

கிராதியைப் பிடித்துக்கொண்டு நின்றோம். காற்று அவனைத் தூக்கி வயல்வெளியில் வீசிவிடும் போல் தோன்றிற்று. தாங்கமுடியாத சந்தோஷத்தில் திளைத்தபடி கண்களை இடுக்கிக்கொண்டு குதிக்க ஆரம்பித்தான். அவனைத் தூக்கிக் கிராதிக் கம்பியில் நிறுத்தியபடி இறுக அணைத்துக்கொண்டேன். மரக்கூட்டங்களின் அடர்த்திக்குள் சூரியனின் சிமிட்டல்கள் தெரிந்து கொண்டிருந்தன. வானவெளியின் மங்கலில் சோகப்பூச்சுப் படரத் தொடங்கியிருந்தது.

ரயிலின் விசில் கேட்டது. அதை எதிர்கொள்ளும் உற்சாகத்தில் ராகுல் துள்ளத் தொடங்கினான். மரச்செறிவுகளின் ஊடே மறைந்தும் வெளிப்பட்டும் அது முன்னேறுகிறது. ரயில் நெருங்க, நெருங்க பிடிகொள்ளாமல் துள்ளத் தொடங்கினான். இவனுடைய சந்தோஷத்தை ரயில் முழுமையாக உணர்ந்து கொண்டதுபோல் இருந்தது. அது மேம்பாலத்திற்குள் நுழையும்போது தலையைத் தூக்கி இவனைப் பார்த்து அட்டகாசமாகச் சிரித்தது போல் இருந்தது. மேம்பாலத்தின் மறுபக்கத்துக்குப் போனேன். ரயிலின் நீளம் குறைந்து முன்னும் பின்னும் ஒட்டி ஒரு புள்ளியாக அது வானத்தில் கரைந்தது.

ராகுல் என் முகத்தைப் பார்த்துச் சிரித்தான். "இன்னும் வருமாப்பா?" என்றான்.

"வராது" என்றேன்.

"வரும்" என்றான் உரத்த குரலில்.

இப்படி மாறுபட்டுச் சொல்ல ஆரம்பித்தால் உடனடியாக அவன் கவனத்தைத் திருப்பிவிட வேண்டும் என்று சுந்தரி - என் பெண் - சொல்லியிருந்தது நல்லவேளை நினைவுக்கு வந்தது. இல்லை என்றால் அதையே மீண்டும் மீண்டும் சொல்லி, பின்னர் அடக்க முடியாத வெறிக் கத்தலில் போய் முடிந்துவிடும் என்பாள்.

"அதோ பார் வாத்து" என்றேன்.

வாத்துகளின் ஒரு பெரும் கூட்டம் வயல் தாண்டி வந்து கொண்டிருந்தது. ஒரு சிறுவனும் சிறுமியும் கைகளில் நீளக்கோலுடன் அவற்றை மேய்த்துக்கொண்டு வந்தார்கள். ராகுலின் கவனம் திரும்பிற்று.

"இங்கே வருமாப்பா?" என்று கேட்டான் ராகுல்.

"நிச்சயமாய் வரும்" என்றேன்.

ரோடருகே ஒரு சிறு குட்டை இருந்தது. ஒவ்வொன்றும் அந்தக் குட்டையில் நழுவி பனிக்கட்டியில் வழுக்குவது போல் விறுக்கென்று நகர்ந்து கரையேறின. எல்லா வாத்துக்களும் ரோட்டில் ஏறிவிட்டன. நீளமான வெள்ளைச் சேலைகளைக் காற்று அடித்துக்கொண்டு வருவது மாதிரி இருந்தது.

"ஏம்பா ஒண்ணு மட்டும் தள்ளி வறது?" என்றான் ராகுல்.

அவன் சொன்னபின்தான் நானே அதைக் கவனித்தேன். ஒரு குண்டு வாத்து பின்னால் வந்து கொண்டிருந்தது. கூட்டத்தோடு சேர்ந்துகொள்ள அது மூச்சு முட்ட விரைவது போல் இருந்தது. அதன் உடல் வலது பக்கம் சாய்ந்து சாய்ந்து உயர்ந்தது.

"அது நொண்டி வாத்து" என்றேன்.

அந்தக் கூட்டத்திலேயே குண்டு அதுதான். ராகுலின் முழுக் கவனமும் அந்த வாத்து மேலேயே படிந்தது. வாத்துக்கூட்டம் நெருங்கியதும் இரும்புக் கம்பியோரம் அவன் குத்திட்டு உட்கார்ந்து கொண்டான். அவனுக்கு காலில் என்ன பிசகு என்று பார்க்கவேண்டும்! குண்டு வாத்து அவன் பக்கமாகத்தான் வந்து கொண்டிருந்தது.

வாத்துக் கூட்டம் எங்களைத் தாண்டிப் போயிற்று.

"எப்படிப்பா கால் ஒடிஞ்சது அதுக்கு?" என்றான் ராகுல்.

கால் எப்படி ஒடிந்தது?

எனக்குப் பதில் சொல்லத் தெரியவில்லை.

அன்று வெள்ளிக்கிழமை. பள்ளிக்கூட விடுமுறையும் கூட. கடைசியாக நாங்கள் மேம்பாலத்துக்குப் போய்ப் பல மாதங்கள் ஆகிவிட்டன. ராகுல் இப்போது உடம்பு மெலிந்து உயரமாகிவிட்டான். நம் இஷ்டத்திற்குக் கொஞ்சக் கூடிய குழந்தையாக இல்லாமல் அவன் மாறி விட்டது; கஷ்டமாக இருந்தது. இப்போது அவனுக்கு மேம்பாலம் பற்றி நன்றாகத் தெரியும். என்னை அவன் அழைத்துக் கொண்டு போய்க் காட்டுவது போல் பேசிக்கொண்டே இருப்பான். அது இருக்கும் இடம். அந்தப் பேய்க் காற்று. மரக்கூட்டங்களுக்குள் கண் சிமிட்டும் சூரியன். இருள் பரவும்போது வரும் ரயில். அந்த வாத்துக்களை மேய்க்கும் குழந்தைகளுக்கு ரயில் போவதுதான் கணக்கு. உடனே வாத்துக்களை கரையேற்றத் தொடங்கி விடுவார்கள். அந்தக் குட்டை நீரில் வாத்துக்கள் பனிக்கட்டியில் சறுக்குவதுபோல் வரும். நொண்டி வாத்து கடைசியாக ரோட்டில் ஏறும். அது குண்டாகவே இருந்தது.

அன்று ஏனோ அந்தப் பையனைக் காணோம். அந்தப் பெண் குழந்தை 'ஓ' என்று அழுதுகொண்டே ரோட்டில் ஏறிற்று. அவளுடைய மூக்கையும் வாயையும் சேர்த்து யாரோ அமுக்கிப் பிடித்துக் கொண்டிருப்பது போல் பிரலாபம் விட்டுவிட்டு வெளிப்பட்டது. ஒரு பாதசாரி நின்று விசாரித்தான். வேறு இரண்டு பேர்களும் நின்றார்கள். நானும் ராகுலை அழைத்துக்கொண்டு அங்கு போனேன்.

விசாரிப்பில் கிடைத்த ஆறுதலினாலோ என்னவோ அந்தப் பெண் அழத் தொடங்கிற்று. அழுதுகொண்டே பேசிற்று. எனக்கு ஒன்றும் புரியவில்லை. காற்று வேறு ஊளையிட்டுக் கொண்டிருந்தது.

ஒரு பாதசாரியைப் பார்த்து, "என்னப்பா விஷயம்?" என்று கேட்டேன்.

"ஒரு வாத்தைக் காணலியாம்" என்றான் அவன்.

"எங்கப்பா என்னைக் கொண்ணு போடுவாரே, நான் என்ன செய்வேன்" என்று அது பிரலாபித்தது.

சுந்தர ராமசாமி சிறுகதைகள் 561

அந்தப் பெண்ணின் குரல் வானவெளியில் முட்டி மோதுவது போல் எனக்குத் தோன்றியது.

"என்னப்பா என்னப்பா?" என்று நச்சரித்தான் ராகுல்.

"ஒரு வாத்தைக் காணலியாம்" என்றேன்.

"எங்கப்பா என்னைக் கொண்ணு போடுவாரே..."

"எப்படி ஒரு வாத்தைக் காணலைனு தெரியுது?" என்று நான் பாதசாரியைப் பாத்துக் கேட்டேன்.

"அது அவங்களுக்குத் தெரிஞ்சுடுது" என்றான் பாதசாரி. அவனுக்கும் வியப்பாக இருந்தது அவன் குரலில் தெரிந்தது.

ராகுலின் முகத்தைக் கவனித்தேன். சில நொடிகளில் அவன் அழத்தொடங்கிவிடுவான் என்று எனக்குத் தோன்றிற்று. அதுதான் வழக்கம். அவனைத் தூக்கிக் கொண்டேன். "நாம போயுடலாம்" என்றேன்.

"எப்படி அவ அப்பாவுக்குத் தெரியும் ஒண்ணக் காணலைனு?" என்று கேட்டான் ராகுல்.

"அவளுக்கு தெரியற மாதிரி அவ அப்பாவுக்கும் தெரியும்" என்றேன்.

ராகுலின் முகம் மிகவும் வாடிவிட்டது. அவன் என் தோள்களில் சாய்ந்துகொண்டான். கண்களை மூடிக்கொண்டான். தூங்குவதென்றால் தூங்கட்டும் என்று நான் அவன் முதுகைத் தட்டிக் கொண்டிருந்தேன். ஒவ்வொரு தடவையும் மேம்பாலத்திலிருந்து திரும்பும்போது நாங்கள் மிகந்த சந்தோஷத்துடன் திரும்புவோம். இன்று வேறு மாதிரி ஆகிவிட்டது.

ராகுல் விசும்புவது மாதிரி எனக்குத் தோன்றிற்று.

அவன் வீட்டை நெருங்கினால் இந்த விஷயத்தை எல்லாமே ஒரு நொடியில் மறந்துவிடக்கூடும். வீடும் நெருங்கிக் கொண்டு இருந்தது. திடீரென்று அவன் தலையைத் தூக்கி, "அப்பா" என்று என் மோவாயைத் தன் பக்கம் திருப்பினான்.

"நொண்டி வாத்து இருக்கே அப்பா! அப்புறம் எதுக்கு அவளைக் கொல்லணும்?" என்றான்.

காலச்சுவடு, ஜனவரி - மார்ச் 1989

விகாசம்

அம்மா கட்டிலில் படுத்துக்கொண்டிருந்தாள். நான் கட்டிலை ஒட்டிக் கீழே படுத்துக்கொண்டிருந்தேன். பிந்தி எழுந்திருப்பதை நானும் அம்மாவும் வழக்கமாக்கிக் கொண்டிருந்தோம். நாங்கள் சிறிது போராடிப் பெற்றிருந்த உரிமை இது. சூரியோதயத்திற்கு முன் குளியலை முடித்து விடும் தர்மத்தை யுகாத்திரங்களாகக் காப்பாற்றி வரும் குடும்பம். நாங்களோ நோயாளிகள். அம்மாவுக்கு ஆஸ்துமா. எனக்கு மூட்டுவலி. இரண்டுமே காலை உபாதைகள் கொண்டவை.

குதிரை பிடரியை உதறும் மணிச்சத்தம் கேட்டது. வண்டியைப் பூட்டியாயிற்று. அப்படி என்றால் அப்பா கடைச் சாவிக்கொத்தை எடுத்துக்கொண்டுவிட்டார் என்று அர்த்தம். கடிகாரம் எட்டரையை நெருங்கிவிட்டது என்றும் அர்த்தம். இனி செருப்பு அணிதல். கிரீச் கிரீச். படி இறங்கியதும் குடையைப் படக்கென்று ஒரு தடவை திறந்து மூடல். குடையின் அன்றாட ஆரோக்கிய சோதனை அது.

கதவு லேசாகத் திறந்தது. இடைவெளியில் பாய்ந்த சூரிய ஒளி கண்ணாடிக்குழாய் போல் உருப்பெற்று உயர்ந்தது. ஒளித்தூணில் தூசி சுழல்கிறது. அப்பா! கண்ணாடி, ஒரு கண், பாதி விபூதிப் பூச்சு, சந்தனப்பொட்டு, அதற்குமேல் குங்குமப்பொட்டு.

“டேய் அம்பி, எழுந்திரு” என்றார் அப்பா.

நான் கண்களை மூடிக்கொண்டேன். ஆழ்ந்த நித்திரைக்கு வசப்பட்டுவிட்டதுபோல் அசையாமல் கிடந்தேன்.

“டேய் எழுந்திருடா தடியா. அப்பா கூப்பிடறார்” என்றாள் அம்மா.

ஓரக்கண்ணால் அப்பா முகத்தைப் பார்த்தேன். அது அன்பாக இருந்தது. மிருதுவாக இருந்தது. கடுமையான தூக்கத்தைத் தகர்த்துக் கொண்டு வெளிப்படும் பாவனையில் கண்களைத் திறந்தேன்.

“டேய், குளிச்சு சாப்பிட்டுட்டு ஆனைப்பாலம் போ” என்றார் அப்பா. “போய் ராவுத்தரைக் கையோட கடைக்குக் கூட்டிக்கொண்டு வந்துடு. நான் போய் வண்டி அனுப்பறேன்” என்றார்.

நான் அப்பா முகத்தையும் அம்மா முகத்தையும் மாறி மாறிப் பார்த்தேன். கடையில் முன் தினம் ராவுத்தருக்கும் அப்பாவுக்கும் நடந்த மோதலைப்பற்றி அம்மாவிடம் சொல்லியிருந்தேன். "அவர் இல்லாம உங்களுக்கு முடியுமா முடியாதா?'' என்று கேட்டாள் அம்மா. "எத்தனை வருஷமாச்சு இந்தக் கூத்து" என்றாள். "விலகறதும் சேத்துக்கறதும்'' என்றாள்.

அப்பாவின் முகம் சிவந்தது. மேலும் சிவந்தால் மூக்கு நுனியில் ரத்தம் கசிந்துவிடும் என்று தோன்றிற்று.

"ஓணம் வர்றது ... நீ கடைக்கு வந்து பில்போடு" என்றார் அப்பா. கோபத்தின் உக்கிரத்தில் உதடுகள் கோணி வலித்துக் காட்டுவதுபோல் வார்த்தைகள் தேய்ந்தன.

"இந்த லோகத்திலே ராவுத்தர் ஒருத்தர்தான் பில்போடத் தெரிஞ்சவரா?'' என்றாள் அம்மா.

"வாயை மூடு" என்று கத்தினார் அப்பா. சடேரென்று என்னைப் பார்க்கத் திரும்பிக்கொண்டே, "எழுந்திருடா" என்று ஒரு அதட்டல் போட்டார். நான் படக்கென்று எழுந்திருந்து வில் மாதிரி நின்றேன். "போ, நான் சொன்ன மாதிரி செய்'' என்றார். என் காலில் கட்டியிருக்கும் சக்கரத்தை யாரோ இழுத்ததுபோல் வேகமாக வெளியே நகர்ந்தேன்.

குதிரைவண்டி கிளம்பும் சத்தம் வாசலில் கேட்டது.

காலைக் காரியங்களைப் பம்பரமாகச் செய்து முடித்தேன். என்ன சுறுசுறுப்பு! வழக்கத்திற்கு மாறாக அரை நிஜாருக்கு மேல் வேட்டியைக் கட்டி, முழுக்கைச் சட்டையும் அணிந்து கொண்டேன். இரண்டும் சேர்ந்து சற்றுத் தெம்பாக என்னைப் பேசவைக்கும் என்று ஒரு நம்பிக்கை. அப்பாமீது வழக்கமாக வரும் கோபம் அன்று வரவில்லை. வருத்தமும் இல்லை. கொஞ்சம் பிரியம்கூட கசிவது போல் இருந்தது. பாவம், ஒரு இக்கட்டில் மாட்டிக்கொண்டுவிட்டார். முன்கோபத்தில் முறித்துப் பேசிவிட்டார் ராவுத்தரிடம். சிறிது சாந்தம் கொண்டிருக்கலாமே என்று சொல்லலாம். அவர் ஒரு முன்கோபி என்றால் சிறிது சாந்தம் கொண்டிருக்கலாம். முன்கோபமே அவர் என்றால் எப்படி சாந்தம் கொள்ள முடியும்? இந்த மனப் பின்னல் தந்த குதூகலத்தில், அம்மா முன் சென்று அவள் முகத்தைப் பார்த்து "முன் கோபமே அவர் என்றால் எப்படி சாந்தம் கொள்ள முடியும்?'' என்று கேட்டேன். அம்மா சிரித்தாள். மறுகணம் சடக்கென்று முகத்தைக் கடுமையாக்கிக்கொண்டு, "ரொம்ப இலட்சணம் தான். புத்தியுள்ள பிள்ளை என்றால் ராவுத்தரைக் கூட்டிக் கொண்டு கடைக்குப் போ'' என்றாள். தன்நெஞ்சின் மீது வலது கையை வைத்துக்கொண்டு "அவர் என்ன பேசியிருந்தாலும் அதற்காக நான் வருத்தப்படறேன்னு சொல்லு'' என்றாள்.

நான் போய்க் குதிரைவண்டியில் ஏறிக்கொண்டேன்.

ஓணம் விற்பனையை ராவுத்தர் இல்லாமல் சமாளிக்க முடியாது என்றுதான் எனக்கும் தோன்றிற்று. அவர் மாதிரி யாரால் கணக்குப்

போடமுடியும்? மனக்கணக்கில் ஒரு மின்னல் பொறி அவர். அவரும் சரி, வரிசையாக ஐந்து பேர் உட்கார்ந்து காகிதத்தில் கூட்டிக் கழிப்பதும் சரி. மனித மூளையா அது! அமானுஷ்யம். பில்போடும் பகுதியில் கூடிநிற்கும் வாடிக்கையாளர்கள் பார்த்து வியக்கும் அமானுஷ்யம். ஆச்சரியத்தில் விக்கித்துப் போய் "மனுஷ ஜென்மம் தானா இது!" என்று பலர் வாய்விட்டு கேட்டிருக்கிறார்கள். "காதாலே கேட்டே இப்படி போடுறாரே மனுஷன்; கண்ணால் பார்க்க முடிஞ்சா எப்படிப் போடுவாரோ?" என்று கேட்டிருக்கிறார்கள். இத்தனைக்கும் ஸ்கூல் படிப்பு மூணாம் க்ளாஸ். கடையைப் பெருக்கிப் பாய் விரித்து தண்ணீர் பிடித்து வைக்கும் கோமதியைவிட இரண்டு வருஷம் படிப்புக் குறைவு.

அன்று இதமாகத்தான் பேச்சுத் தொடங்கிற்று. "கடனை இப்படி மேலே ஏத்திண்டே போனா எப்படி ராவுத்தர்? தொகை ஏகமா ஏறிப்போச்சே" என்றார் அப்பா. தனக்கு வேண்டிய துணிகளையெல் லாம் பொறுக்கித் தன்பக்கத்தில் குவித்து வைத்துக்கொண்டுவிட்டு அதன்பின் கடன் கேட்டது அப்பாவுக்குப் பிடிக்கவில்லை என்று தோன்றிற்று. "என்ன செய்யச் சொல்றீங்க ஐயா? வீடு முழுக்க பொட்டைக. மகன்க கூறில்லே. மாப்பிள்ளைக கூறில்லே. மக நாலு. மருமக நாலு. பேத்திக எட்டு. பேரன்க எட்டு. எத்தனை ஆச்சு? ஆளுக்கொண்ணு எடுத்தாலும் தொகை ஏறிப் போகுதே" என்றார் ராவுத்தர். ராவுத்தரின் முகத்தை அப்பா கூர்ந்து பார்த்துக் கொண்டிருந்தார். 'இளக்காரம் கொஞ்சம் கூடிப்போச்சு. அத மட்டுப்படுத்திக் காட்டறேன் இப்போ' என்று அவர் தனக்குள் கறுவிக்கொள்வதுபோல் இருந்தது. "கோலப்பா, துணிக்கு பில் போட்டுக் கட்டித் தந்துரு" என்றார் ராவுத்தர். தான் சம்மதம் தருவதற்குமுன் அவரே எடுத்துக் கொண்டு விடுவதா? அப்பாவின் முகம் சிவந்தது. "இந்தத் தவா கடன் தர சந்தர்ப்பம் இல்லை" என்றார் அப்பா. குரலில் கடுமை ஏறி இருந்தது. "அப்படீன்னா நம்ம உறவு வேண்டாம்னுதானே ஐயா சொல்றீங்க? குட்டீ, என்னெ ஊட்ல கொண்டுபோய் சேர்த்துடு" என்று சொல்லிக்கொண்டே எழுந்திருந்தார் ராவுத்தர். கோமதி, ராவுத்தரின் வலது கையைத் தனது இடது தோளில் தூக்கி வைத்துக்கொண்டது. படி இறங்கிற்று. ராவுத்தரும் படியிறங்கினார். கடை சாத்தும்போது ஒவ்வொரு நாளும் 'வரேன் ஐயா' என்று அப்பா இருக்கும் திசையைப் பார்த்து ராவுத்தர் கும்பிடுவது வழக்கம். அன்று அவர் விடை பெற்றுக் கொள்ளவில்லை. அதாவது விடைபெற்றுக் கொண்டுவிட்டார்.

கோமதியைக் கூட்டிக்கொண்டு ராவுத்தர் வீட்டுக்குப் போகலாம் என்று நான் யோசித்தேன். அப்படிச் செய்தால் ராவுத்தர் மனதில் இருக்கும் வெக்கை சற்றுத் தணியும் என்று எனக்குத் தோன்றிற்று.

ஆனால் கோமதி வீட்டில் இல்லை. "ராவுத்தர் வரலேன்னு சொல்லிட்டாரு. இப்பத்தான் போகுது கோமதி கடைக்கு" என்றாள் அவள் தாயார்.

தோப்பைக் குறுக்காகத் தாண்டி, சந்து வழியாக நுழைந்து, ராவுத்தரின் வீட்டு முன்னால் போய் நின்றேன். ஓட்டு வீடு. தணிந்த கூரை. முன் முற்றத்தில் வலதுபக்கம் கிணறு. காரைப் பூச்சு இல்லாத கைப்பிடிச் சுவர் இடிந்து கிடந்தது. சுவரிலும் கிணற்றைச்சுற்றித் தளத்திலும் வெல்வெட் பாசி புசுபுசுவென்று. வீட்டின்முன் வெட்டுக் கல் படிகள். நிலையில் சாக்கு விரிப்புத் தொங்கிக் கொண்டிருந்தது.

"அம்பி வந்திருக்கேன்" என்றேன் நான் உரக்க.

ஒரு சிறுமி வெளிப்பட்டாள். இரட்டையில் மற்றொன்று என்று தோன்றிய இன்னொரு சிறுமியும் அவள் பின்னால் வந்தாள். உள்ளேயிருந்து "யாரம்மா?" என்று ராவுத்தரின் குரல் கேட்டது.

"நான்தான் அம்பி" என்றேன்.

"வா, வா" என்றார் ராவுத்தர். உற்சாகத்தில் கொப்பளிக்கும் குரல்.

நான் படுதாவைத் தள்ளிக்கொண்டே உள்ளே போனேன். சாணி மெழுகிய தரையில் வஸ்தாத் மாதிரி ராவுத்தர் சப்பணம் கூட்டி உட்கார்ந்து கொண்டிருந்தார். இரு கரங்களும் அந்தரத்தில் உயர்ந்திருந் தன. "வா, வா" என்று வாய் அரற்றிக்கொண்டே இருந்தது. நான் அவர் முன்னால் போய் முட்டுக்குத்தி நின்றேன். துழாவிய கரங்கள் என் மீதுபட்டன. கண்கள் மலங்க மலங்க விழித்தன. என்றோ இழந்து விட்ட ஜீவ ஒளியை மீண்டும் வரவழைக்க அவை துடிப்பதுபோல் இருந்தன. என் தோள்பட்டையை அழுத்தி என்னைத் தன்பக்கத்தில் இழுத்து உட்கார வைத்துக்கொண்டார் அவர். உணர்ச்சி வசப்பட்ட தில் அதிகம் நெகிழ்ந்துவிட்டது போல் இருந்தது.

"இன்னிக்கு என்ன, வேட்டி கட்டிக்கிட்டாப்ல!" என்றார்.

"தோணிச்சு" என்றேன்.

"என்ன கரை?"

"குண்டஞ்சி."

"ஐயர் மாதிரியே. பாக்கவும் ஐயர் மாதிரியே இருக்கேன்னு கடைப்பையன்க சொல்வானுக. எனக்குத்தான் கொடுத்து வைக்கல பாக்க." இப்படிச் சொல்லிவிட்டு என் கன்னம், கழுத்து, நாடி, வாய், மூக்கு, கண், நெற்றி, காது எல்லாம் தடவிப் பார்த்தார். "எல்லாம் கணக்கா வச்சிருக்கான்" என்று சொல்லிலிட்டுச் சிரித்தார்.

வந்த விஷயத்தைச் சொல்ல இதுதான் சந்தர்ப்பம் என்று தோன் றிற்று. ஆனால், கண்ணுக்குத் தெரியாத ஒரு கை மென்னியைப் பிடித்துக்கொண்டிருக்கிறது. நாக்கு புரள மறுக்கிறது.

"அம்மா . . ." என்று பேச்சைத் தொடங்கினேன்.

ராவுத்தர் குறுக்கிட்டு, "எப்படி இருக்கு அவங்களுக்கு உடம்பு?" என்றார்.

"அப்படியேதான்" என்றேன்.

"நம்மட்ட தூதுவளை கண்டங்கத்திரி லேகியம் இருக்கு. இழுப்புக்கு அதுக்கு மேலே மருந்து இல்லே. ஐயருக்கு புட்டி மேலே இங்கிலீஷ்ல எழுதியிருக்கணும். நம்மகிட்ட இங்கிலீஷ் இல்லே. மருந்துதான் இருக்கு" என்று சொல்லி விட்டுப் பெரிதாகச் சிரித்தார்.

விஷயத்தைச் சொல்ல இதுவும் நல்ல தருணம்.

"அம்மா உங்களைக் கடைக்குக் கூட்டிண்டு போகச் சொன்னா. அப்பா ஏதாவது முன்பின்னா பேசியிருந்தாலும் அதுக்காக அம்மா வருத்தப்படறதாகச் சொல்லச் சொன்னா. தப்பா எடுத்துக்கப்படா தாம். தட்டப்படாதுன்னும் சொன்னா" என்றேன்.

ராவுத்தரின் முகம் பரவசத்தில் மலர்ந்தது. இரு கரங்களையும் மேலே உயர்த்தி, "தாயே நீ பெரிய மனுஷி" என்று கூவினார். "எழுந்திரு, இப்பவே போறோம் கடைக்கு" என்றார்.

அந்த வருடம் ஓணம் விற்பனை நன்றாக இருந்தது. படு உற்சாகமாக இருந்தார் ராவுத்தர். தன்னைச் சுற்றி முண்டி மோதும் கடைப் பையன்களை எப்போதும்போல் அனாயாசமாகச் சமாளித்தார். அபிமன்யு தன்னந்தனியாகப் போரிட்டது போல் இருந்தது. துணியின் அளவும் விலையும் காதில் விழுந்த மறுகணம் விடை சொல்கிறது வாய். என்ன பொறி மூளைக்குள் இருந்ததோ அந்த தெய்வத்துக்குத் தான் வெளிச்சம். விடை சொல்ல ஒரு கணம்கூடத் தேவையில்லாத அந்தப் பொறி என்ன பொறியோ? பதினாறு அயிட்டங்களுக்குப் பெருக்கி வரிசையாக விடை சொல்லி விட்டு, "அயிட்டம் பதினாறு, கூட்டுத்தொகை ரூபா *1414*, பைசா *25*" என்று கூறும் அந்தப் பொறியை மனித மூளை என்று எப்படிச் சொல்ல முடியும்? அவ்வளவும் கரும்பலகையில் எழுதிப்போட்டிருந்தால்கூடப் பார்த்துக்கூட்ட எனக்கு அரை மணி நேரம் பிடிக்கும். இங்கோ விடை மின்னல் அடிக்கிறது. ஒரு பிசகு விழுந்ததில்லை அன்று வரையிலும்.

அம்மா சொல்லியிருந்தாள். முன்னெல்லாம் அப்பா இரவில் கண் விழித்து ராவுத்தரின் விடைகளைச் சரி பார்ப்பாராம். "துள்ளல் கொஞ்சம் கூடிப்போச்சு அந்த மனுஷனுக்கு. ரெண்டு தப்பைக் கண்டுபிடிச்சு ஒரு தட்டுத் தட்டி வைக்கணும்" என்பாராம். ஆனால், இரவில் கண் விழித்ததுதான் மிச்சம். ஒரு தவறைக் கூட கண்டுபிடிக்க முடியவில்லை அப்பாவால்.

ஒருநாள் ஓர் ஒற்றைக்காளை வண்டி கடை முன்னால் வந்து நின்றது. முன்னும் பின்னும் வெள்ளைப் படுதா போட்டு மூடிக் கட்டிய வண்டி. வண்டிக்குள் இருந்து 'ஓ'வென்று பெண்களின் ஓலம். குஞ்சு குளுவான்களின் கத்தல்கள்.

"நம்ம வூட்டுப் பொட்டைப் பட்டாளம் இல்லா வந்திருக்கு" என்றார் ராவுத்தர்.

ராவுத்தரின் வீடு ஏலத்திற்கு வந்து விட்டதாம்! சாமான்களைத் தூக்கி வெளியே வீசுகிறானாம் அமீனா.

"எனக்கு என்ன செய்யணும்னு தெரியலியே, ஆண்டவா" என்று கதறினார் ராவுத்தர்.

குழந்தை மாதிரி அழத் தொடங்கி விட்டார். அப்படி அவர் அழுது கொண்டிருந்தபோது, கடைச் சிப்பந்தி கோலப்பன் பில்லுடன் வந்து, "13 ரூபா 45 பைசா; 45 மீட்டர் 70 சென்டி மீட்டர்" என்றான். அழுகையை ஒரு நிமிஷம் நிறுத்தி விட்டு "எழுதிக்கோ, 614 ரூபா 66 பைசா" என்றார் ராவுத்தர். இப்படிச் சொல்லிவிட்டு அப்பா இருந்த கல்லாப் பெட்டி பக்கம் திரும்பி, "ஐயா, வட்டியும் முதலுமா ஐயாயிரம் ரூபாய்க்கு மேல் கோர்ட்டிலே கட்டணுமே... நான் எங்கே போவேன் பணத்துக்கு" என்று கதறினார்.

ராவுத்தரும் அப்பாவும் குதிரைவண்டியில் வக்கீலைப் பார்க்கச் சென்றார்கள்.

அடுத்த நாள் ராவுத்தர் கடைக்கு வரவில்லை. செட்டியார் ஜவுளிக்கடையில் அவர் பில் சொல்லிக் கொண்டிருப்பதைத் தன் கண்ணால் கண்டதாகக் கோலப்பன் அப்பாவிடம் சொன்னான்.

"என்ன அநியாயம்! இப்பத்தானே அவருக்காக கோர்ட்ல பணத்தைக் கட்டிட்டு வரேன். காலை வாரிவிட்டுட்டாரே நன்றி கெட்ட மனுஷன்" என்று கத்தினார் அப்பா.

கடைக் கோலப்பனுக்கு மிதமிஞ்சிய கோபம் வந்து விட்டது. "கணக்குப் போடத் தெரியுமே தவிர, அறிவுகெட்ட ஜென்மமில்லே அது" என்றான். "இதோ போய்த் தரதரன்னு இளுத்துக்கிட்டு வாறேன்" என்று சைக்கிளில் ஏறிச் சென்றான்.

அப்பா சோர்ந்து தரையில் உட்கார்ந்து விட்டார். அவர் வாய் புலம்பத் தொடங்கிவிட்டது. "ரொம்பப் பொல்லாதது இந்த லோகம்" என்றார். "பெத்த தாயை நம்ப முடியாது இந்தக் காலத்திலே" என்றார்.

சிறிது நேரத்தில் கோலப்பன் திரும்பிவந்தான். சைக்கிள் கேரியரில் உட்கார்ந்து கொண்டிருக்கிறார் ராவுத்தர்!

ராவுத்தரைக் கல்லா முன்னால் கொண்டுவந்து நிறுத்தினான் கோலப்பன்.

"புத்தி மோசம் போயிட்டேன் ஐயா" என்றார் ராவுத்தர் இரு கைகளையும் கூப்பியபடி.

"உம்ம கொட்டம் அடங்கற காலம் வரும்" என்று அப்பா கத்தினார்.

"அப்படிச் சொல்லாதீங்க ஐயா ... வேலைக்கு வா, நான் பணம் கட்டறேன்னு சொன்னார் செட்டியார். புத்தி மோசம் போயிட்டேன் ஐயா" என்றார் ராவுத்தர்.

"உம்ம கொட்டம் அடங்கற காலம் வரும்" என்று மீண்டும் சொன்னார் அப்பா.

ஆச்சரியம்தான். அப்பாவின் வாக்குப் பலித்ததுபோல் காரியம் நடந்தது. அந்தத் தடவை கொள்முதலுக்கு பம்பாய் போய்விட்டு வந்திருந்த அப்பா, ஒரு சிறு மிஷினை அம்மாவிடம் காட்டினார். "இது கணக்குப் போடும்" என்றார்.

"மிஷினா?"

"போடும்" என்றார் அப்பா.

அம்மா ஒரு கணக்குச் சொன்னாள். அப்பா பித்தான்களை அழுத்தினார். மிஷின் விடை சொல்லிற்று.

நான் காகிதத்தை எடுத்துப் பெருக்கிப் பார்த்தேன். "விடை சரிதான் அம்மா" என்று கத்தினேன்.

"ராவுத்தர் மூளையை மிஷினா பண்ணிட்டானா?" என்று கேட்டாள் அம்மா.

நான் அன்று பூராவும் அதை வைத்து அளைந்து கொண்டே இருந்தேன். இரவு தூங்கும்போது கூட பக்கத்தில் வைத்துக் கொண்டு தூங்கினேன். ஆகக் கஷ்டமான கணக்குகளை எல்லாம் அதற்குப் போட்டேன். ஒவ்வொன்றுக்கும் விடை சரியாகச் சொல்லிற்று அது. கோமதி சொன்னது நினைவுக்கு வந்தது. 'தாத்தா எப்படி நிமிட்ல போடறீங்க கணக்கை?' என்று கேட்டதாம் கோமதி. 'மூளையில் மூணு நரம்பு அதிகப்படியாக இருக்கு' என்றாராம் ராவுத்தர். அந்த அதிகப்படியான நரம்புகள் எப்படி இந்த மிஷினுக்குள் வந்தன? ஆச்சரியத்தை என்னால் தாங்கிக்கொள்ள முடியவில்லை. கோமதியிடம் கொண்டுபோய்க் காட்டினேன். கோமதியும் மாறிமாறிக் கணக்குப் போட்டுப் பார்த்தது. "எனக்கும் சரியா வருதே" என்றது. "தாத்தாவை விட இது பொல்லாதது" என்றது.

ஒருநாள் மாலை. ராவுத்தர் விடை சொல்லிக் கொண்டிருந்த நேரம். கோமதி பாவாடையின்மீது கால்குலேட்டரை வைத்து விடைகளைச் சரிபார்த்துக் கொண்டிருந்தது. தன்னையறியாமல் ஒரு தடவை "சரிதான் தாத்தா" என்றது. "நீயா சொல்றது சரின்னு?" என்று கேட்டார் ராவுத்தர். "கணக்குப் போட்டுத்தான் சொல்றேன் தாத்தா" என்றது கோமதி. "இப்போ போடறேன் சொல்லு" என்று ராவுத்தர் ஒரு கணக்குப் போட்டார். கோமதி விடை சொல்லிற்று. இன்னொரு கணக்கு. அதற்கும் விடை சொல்லிற்று.

வெளிறிப் போய்விட்டது ராவுத்தர் முகம்!

"ஆண்டவனே, இந்த மூட ஜென்மத்துக்கு ஒரு சூச்சுமமும் விளங்கலியே" என்று கதறினார் ராவுத்தர்.

"நான் போடலே தாத்தா. இந்த மிஷின் போடுது" என்றது கோமதி. கால்குலேட்டரைத் தாத்தாவின் கையில் திணித்தது.

கால்குலேட்டரை வாங்கிய தாத்தாவின் கை நடுங்கிற்று. விரல்கள் பதறின. அதை முன்னும் பின்னும் தடவிப் பார்த்தார். "இதா கணக்குப் போடுது?" என்று திரும்பத் திரும்பக் கேட்டார். "ஆமா" என்றது கோமதி. "நீயே வச்சுக்கோ" என்று அதைத் திருப்பிக் கொடுத்தார்.

அதன்பின் அன்று ராவுத்தரால் பேசமுடியவில்லை. அவருக்கு வாயைக் கெட்டிவிட்டது. உடலசைவுகூட இல்லை. ஸ்தம்பித்துப் போய் சுவரில் சாய்ந்துகொண்டிருந்தார். அன்று நானும் கோமதியும் தான் மாறிமாறி பில் போட்டோம். நீண்ட நேரம் கழித்து தாத்தாவின் தொடையை நோண்டி, "ஏன் தாத்தா பேசமாட்டேங்கறீங்க?" என்றது கோமதி. அதற்கும் அவர் பதில் சொல்லவில்லை.

நடைப்பிணம் போல் ஒவ்வொரு நாளும் ராவுத்தர் கடைக்கு வந்து போய்க்கொண்டிருந்தார். சிரிப்பு, சந்தோஷம், இடக்கு, கிண்டல், குத்தல் எல்லாம் அவரைவிட்டு உதிர்ந்து போய் விட்டிருந்தன. குரல் இறங்கிப் போய்விட்டது. உடம்புகூட சற்று இளைத்ததுபோல் இருந்தது.

அப்பா அவரை பில் போடச் சொல்லவே இல்லை.

ஒருநாள் பிற்பகல் நேரம். கடை கலகலப்பாக இருந்தது. முருகன் வெட்டியிருந்த துணிகளுக்கு நான் கணக்குப் போட்டுச் சொல்லிக் கொண்டிருந்தேன். நடுவில் "இந்தாப்பா நில்லு" என்று குறுக்கிட்டார் ராவுத்தர்.

முருகன் சொல்வதை நிறுத்திவிட்டு ராவுத்தர் முகத்தைப் பார்த்தான்.

"பாப்ளின் என்ன விலை சொன்னே?"

"மீட்டர் 15 ரூபா 10 பைசா."

"தப்பு. பீஸை எடுத்துப்பாரு. 16 ரூபா 10 பைசா."

அப்பா எழுந்திருந்து ராவுத்தர் பக்கம் வந்தார்.

பீஸைப் பார்த்த முருகன் முகம் தொங்கிவிட்டது. "நீங்க சொன்னது தான் சரி" என்றான்.

"பத்து மீட்டர் கொடுத்திருக்கே. பத்து ரூபாய் போயிருக்குமே. ஐயர் முதல அள்ளித் தெருவுல கொட்டவா வந்திருக்கே?" என்று அதட்டி னார் ராவுத்தர்.

"உங்களுக்கு விலை தெரியுமா?" என்று கேட்டார் அப்பா.

"ஒரு ஞாபகம்தான் ஐயா" என்றார்.

"எல்லாத்துக்கும்?" என்று கேட்டார் அப்பா.

"ஆண்டவன் சித்தம்" என்றார் ராவுத்தர்.

"ஆக சின்ன டவல் என்ன விலை?" என்று கேட்டார்.

"4 ரூபா 10 பைசா."

"ஆகப் பெரிசு?" என்று

"36 ரூபா 40 பைசா."

அப்பா கேட்டுக்கொண்டே போனார்.

பதில் வந்துகொண்டே இருந்தது.

ஆச்சரியத்தில் விரிந்து போயிற்று அப்பாவின் முகம். நம்ப முடியவில்லை அவரால். நீண்ட பெருமூச்சுவிட்டார். பெருமூச்சுக் களை அடக்க முடியவில்லை.

"அப்படீன்னா ஒண்ணு செய்யும். பில் சொல்லறச்சே விலை சரியாயிருக்கான்னு பாத்துக்கும்" என்றார் அப்பா.

"முடிஞ்ச வரையிலும் பார்ப்பேன் ஐயா" என்றார் ராவுத்தர். இப்படிச் சொல்லிவிட்டுத் தலையைத் தூக்கி "ஐயா, மின்சாரக் கட்டணம் கட்டிட்டேளா? இன்னிக்குத் தானே கடேசி நாள்" என்றார்.

"ஐயோ, கட்டலியே!" என்று சொன்ன அப்பா, "கோலப்பா" என்று கூப்பிட்டார்.

"இன்னிக்கு அவன் வரலியே ஐயா" என்றார் ராவுத்தர்.

"உமக்கு எப்படித் தெரியும்?" என்று கேட்டார் அப்பா.

'ஒவ்வொருத்தருக்கும் ஒரு குரல் இருக்கு. ஒரு மணம் இருக்கு. இன்னிக்கு அவன் குரலும் இல்லே, மணமும் இல்லே." இப்படிச் சொல்லிவிட்டு, "முருகா" என்று கூப்பிட்டார் அவர்.

முருகன் வந்தான்.

"நேத்து இவன் ஒரு வாடிக்கைக்கு ரெட்டை வேட்டி இல்லைன்னு சொன்னான். கண்டியுங்க ஐயா" என்றார் ராவுத்தர்.

"என்ன சொல்றீர்னு புரியலையே" என்றார் அப்பா.

"ஐயா, பத்து வேட்டிக்கு விலை போட்டு வச்சீங்க. ஏளு வேட்டி தானே வித்திருக்கு. மீதி மூணு இருக்கணுமில்லே?" என்றார்.

அப்பா வேஷ்டியை எடுத்துக்கொண்டு வரச் சொன்னார்.

மூன்று சரியாக இருந்தது.

ராவுத்தர் தன் குரலைச் சற்றுக் கோணலாக மாற்றிக் கொண்டு, "முருகப் பெருமானே, இருக்கறத இல்லைன்னு சொல்லி ஆளை நைசா அனுப்பி வைக்கிறீரே ... வியாபாரத்துக்கு உக்காந்து இருக்கோமா, இல்ல தர்மத்துக்கு உக்காந்து இருக்கோமா?" என்று கேட்டார்.

அன்று மாலை பில்போடும் பகுதியிலிருந்து அப்பாவின் பக்கம் போய் உட்கார்ந்துகொண்டார் ராவுத்தர்.

"உங்க பக்கத்துலே இருந்தா இன்னும் கொஞ்சம் உபயோகமா இருப்பேன் ஐயா" என்றார். அதன்பின், "உங்க மின்விசிறியே சித்த கூட்டி வைச்சா அடியேனுக்கும் கொஞ்சம் காத்து வரும்" என்றார்.

அப்பா மின்விசிறியைக் கூட்டிவைக்கச் சொன்னார்.

"வருமானவரி முன்பணம் கட்ட நாள் நெருங்குதே ஐயா. ஆடிட்டரெ பாக்க வேண்டாமா?" என்று கேட்டார் ராவுத்தர்.

"பாக்கணும்" என்றார் அப்பா.

கடை சாத்தும் நேரம்.

"ஐயா, அம்மாவுக்கு மருந்து வாங்கணும்னு சொன்னீங்களே... வாங்கிட்டீங்களா?" என்று கேட்டார்.

"வாங்கறேன்" என்றார்.

சாத்திய கடையின் பூட்டுக்களை இழுத்துப் பார்த்துக் கொண்டிருந்தார் அப்பா.

"ஐயா, தாயாருக்கு திதி வருதுன்னு சொல்லிட்டிருந்தீங்களே. முருகன் கிட்ட சொன்னா போற பாதையிலே புரோகிதர்கிட்ட ஒரு வார்த்தை சொல்லிடுவானில்லே" என்றார்.

"சொல்றேன்" என்றார் அப்பா.

கடைச் சிப்பந்திகள் ஒவ்வொருவராகக் கலைந்து போய்க் கொண்டிருந்தார்கள்.

கோமதி, தாத்தாவின் கையைத் தூக்கித் தோளில் வைத்துக் கொண்டு நகரத் தொடங்கிற்று. "தாத்தா, இனிமே கணக்குப் போட வரவே மாட்டீர்களா?" என்று கேட்டது அது.

"இப்போ இப்ராஹிம் ஹசன் ராவுத்தர் கணக்கு மிஷின் இல்லே. மானேஜர். ஆண்டவன் சித்தம்" என்றார் ராவுத்தர்.

இந்தியா டுடே, *1990*

காகங்கள்

'அப்படியென்றால் நொண்டிக் காகம் செத்துத் தொலைந்து போகவேண்டும் என்று நீங்கள் சொல்கிறீர்களா?' என்று நான் பெரிதாகக் கத்தினேன்.

மார்பு படபடக்க தலைச்சுற்றலில் உடல் தள்ளாடிற்று. ஆகஸ்ட் தியாகி கும்பலிங்கம் பிள்ளை என்னை அணைத்துக்கொண்டார். அன்றைய காலைக் கூட்டத்தில் என்னை கவனித்துக்கொள்ளும் பொறுப்பை அவரிடம் ஒப்படைத்திருந்தாள் என் மனைவி. எம். ஆர். உமையொருபாகன் கலெக்டர் அருகே நகர்ந்து தன் தந்திர விழிகளால் சபையைச் சுழற்றிப் பார்த்தபடி அவர் காதில் ஏதோ முணுமுணுத்தார். அதைத் துல்லியமாக அனுமானித்தது என் மனம். சமீபமாக எனக்கு மனநிலை சரியில்லை என்றும், என் கத்தலைப் பொருட் படுத்த வேண்டாம் என்றும் அவர் சொல்லியிருக்கக்கூடும். என் உற்ற நண்பரான ஆகஸ்ட் தியாகியிடமிருந்து இந்தத் தகவலை அவருக்குத் தெரியாமலேயே இவர் கொத்தி எடுத்திருக்கக்கூடும்.

மனநோய் மருத்துவரின் முடிவில் நான் சங்கடப்பட்டு வந்த நாட்கள் அவை. ஒவ்வொரு காரியம் ஆற்றும்போதும் தெளிவான சிந்தனையின் பலத்தை நான் உணர்ந்து வந்ததில் மருத்துவரின் முடிவை என் மனம் மறுத்துக்கொண்டிருந்தது. மன ஆரோக்கியம் பற்றிய என் உள்ளுணர்வை நான் மருத்துவரிடம் சொல்லவில்லை. அதுவும் மனநோயின் ஒரு கூறு என்று அவர் சொல்லிவிடக்கூடும் என்றால் அதன்பின் எனக்கும் பூமிக்குமான கடைசி இழையும் அறுந்து போய்விடக்கூடும். படிமங்களை உடைத்து மனித நறுமணங் களைக் கண்டெடுக்க வேண்டும் என்பதில் நான் கொண்டிருந்த ஈவிரக்கமற்ற வெறி பிறர் பார்வையில் நோயாளியாக என்னைக் காட்சிகொள்ள வைக்கிறது என்று நம்பத் தொடங்கியிருந்தேன்.

அழகிய கருநிற இளைஞரான கலெக்டர் பேசத் தொடங்கினார். சபையின் உணர்ச்சி கொதி நிலையில் இருந்த நேரம் அது. 'ஒருவழிப் பாதையை முறியடிப்போம்' என்று வணிக சங்கத்தின் பெருந்தலைவர் குரலெடுத்துக் கத்தி ஒரு சில கணங்கள்தான் ஆகியிருந்தன. சாந்தமும்

தந்திரமும் மென்மைத் தோற்றமும் கன்னக் கதுப்புகளும் கொண்டவர் அவர். ஊரின் ஆகப் பெரிய சரீரி என்பதால் குழந்தைகள் மத்தியில் விநோதப் புகழ் பெற்றிருந்தார். குழைவான தென்றல் வார்த்தைகளை தர்க்கத்தின் அறுபடா இழையில் கோத்துக் கொண்டு போனார் கலெக்டர். புள்ளி விபரங்கள் வரத் தொடங்கியிருந்தன. இனி விழுக்காடுகள் பின்தொடரும். ஒருபோதும் சோதனை செய்யப்படாத வலுவை ஆசீர்வாதமாகக் கொண்டவை அவை. வணிகர்களின் சிரமங்களை வணிகர்களை விடவும் திறம்பட வரிசைப்படுத்திக் கொண்டு போனார் கலெக்டர். எதிராளியின் அம்பறாத்தூணியைக் காலியாக்கும் உபாயம்தானே அது! அதன்பின் பொதுமக்களின் சிரமங்கள். அவர்கள்தானே வாக்காளப் பெருமக்கள். எனினும் என்ன செய்ய! காலம் மாறி வருகிறது. கொடிய முடிச்சுக்களை அவிழ்க்க சில சமயம் அறுவைச் சிகிச்சை தேவைப்பட்டு விடுகிறது. நவீனச் சிடுக்குகளில் ஆகப்பெரிய சிடுக்கு போக்குவரத்து. பாதைகளின் அகலங்கள் விரிவதில்லை. வாகனங்களின் எண்ணிக்கையோ கணம் தோறும் பெருகிக் கொண்டிருக்கிறது. உருளைச் சக்கரங்கள் மீது மத்திய தர வர்க்கத்தின் காமம் அளவிட முடியாதது. நேற்றோ பணம் வேண்டும் பொருள் வாங்க. கடன் பெறும் திட்டம் இருந்தால் போதும் இன்று. காலத்தின் கோலம் தன் கரங்களைக் கட்டுப்படுத்துவ தாகச் சொன்னார் கலெக்டர். ஒரு மணிக்கட்டின்மீது மற்றொரு மணிக்கட்டைக் குறுக்காக வைத்துக் காட்டினார். கண்களுக்குப் புலப்படாத தேர்வடம் ஒரு கணம் அவர் கரங்களைச் சுற்றிவிட்டு மறைந்தது.

கூட்டம் சமனப்பட்டு நெகிழத் தொடங்கியிருந்தது. கலெக்டரின் திறமையை ரசிக்கும் முகபாவங்கள் மிளிரத் தொடங்கின. ஆகஸ்ட் தியாகி முற்றாகக் கரைந்திருந்தார். சில நிமிடங்களுக்கு முன் பெருந் தலைவருடன் சேர்ந்து கத்தியவர்தான் அவரும். என் வீட்டில் இருந்து என்னை கைத்தாங்கலாக அழைத்துக்கொண்டு வரும்போது, 'போற உசிருதாலா, மயிரு, இதில போட்டுமேங்கேன்' என்று சொன்னவர் அவர்.

எம். ஆர். உமையொருபாகன் கலெக்டரின் சொல்ஜாலத்தை சபையின் முகங்களின் கண்டு புளகாங்கிதத்தில் வழிந்துகொண்டிருந் தார். அவர் ஒரு பிறவி ஜால்ரா.

தனிமைப்படுத்தப்பட்டுவிட்டோம் என்ற உள்ளுணர்வு தோன்றிய தும் என் ரத்த அழுத்தம் ஏறிற்று.

'காகங்களைப் பற்றி என்ன சொல்கிறீர்கள்?' என்று நான் மிகப் பெரிதாகக் கத்தினேன்.

கலெக்டரின் வதனத்தில் ஒரு புன்முறுவல். புத்தனையும் வெட்கப் படச்செய்யும் சாந்தம். என் முகத்தைப் பார்த்தபடி அவர் சொன்னார்:

'உங்கள் உணர்ச்சிகளை நான் வெகுவாக மதிக்கிறேன். நீங்கள் எழுதிவரும் கவிதைகள் என் மனதைக் கவர்கின்றன. 'காகங்கள்' என்ற கவிதை வரிசையில் ஆறாவதை நேற்றுப் படித்தேன்.'

கவிதையை அவர் சொல்லத் தொடங்கினார். என்ன நினைவாற்றல்! என்ன சொற்சுத்தம்! எவ்வளவு இசைவான ஏற்ற இறக்கங்கள்! ஆச்சரியம்தான். இடைவெளிகளின் மௌனங்களில் அர்த்தங்கள் பூத்துக் குலுங்குகின்றன. எனக்கே வியப்பாக இருந்தது. கூட்டம் மேலும் கரைந்தது.

'கவிதைகளால் காகங்கள் வாழ்வதில்லை' என்று நான் மேலும் உரக்கக் கத்தினேன்.

'அவர் சொல்வதைத்தான் கேட்டுத் தொலையுங்களேன் ஐயா' என்ற குரல் கேட்டது பின்னாலிருந்து. அந்தக் குரலின் முகம் எனக்குத் தெரியும். எங்கள் ஊரில் அரை நூற்றாண்டாக என்னை எதிர்த்து வரும் குரல் அது. நான் இரண்டும் இரண்டும் நாலு என்று சொன்ன நேரங்களில் எல்லாம் அது ஐந்து என்று சொல்லியிருக்கிறது. நான் ஐந்து என்று சொல்லும்போது மூன்று என்று சொல்லியிருக்கிறது. தர்க்கத்திற்கு அடங்காத ஜென்மப் பகை அது.

பின்னால் திரும்பி, 'உங்கள் உபதேசம் எனக்குத் தேவையில்லை' என்று கத்தினேன்.

கலெக்டரைப் பார்த்து, 'நீங்கள் தந்திரமாகப் பேசுகிறீர்கள். நான் கூட்டத்தைவிட்டு வெளியேறுகிறேன்' என்று சொல்லிவிட்டுக் கைத்தடியை எடுத்துக்கொண்டேன். ஆகஸ்ட் தியாகி என் தோள் களைப் பற்றியவாறு பின்னால் வந்தார்.

'மனிதனுக்கு நாதியில்லை; நொண்டிக் காகமாம். புத்திகெட்ட முண்டம்' - இது ஜென்ம விரோதியின் குரல்.

நான் பின்னால் திரும்பி என் அடிவயிற்றிலிருந்து என் உயிரை எடுத்து, 'மனிதன் வேறு காகம் வேறு அல்ல' என்று கத்தினேன். எனக்கு மூச்சு இரைத்தது. 'நொண்டிக் காகங்களைப் பற்றிய உணர்வு கள் இல்லாததால்தான் நொண்டி நாகரிகத்தை உருவாக்கி வைத்துக் கொண்டிருக்கிறீர்கள்' என்று கத்தினேன்.

ஜென்ம விரோதி நாக்கின் அடியில் விரலைக் கொடுக்காமலே சீழ்க்கை ஒன்று எழுப்பினார். கூட்டம் ஓவென்று சிரித்தது.

'அவர் கவிஞர்' என்றார் கலெக்டர்.

நான் கலெக்டரைப் பார்த்து, 'நான் கவிஞன் அல்ல; வெறும் மனிதன்' என்றேன்.

அப்போது இளமை. ஓட முடிந்திருந்த காலம். அந்த நாட்களில் சவேரியார் கோவில் சந்திப்பிலிருந்து ஓடத் தொடங்கி பார்வதிபுரம் அனந்தன் கால்வாயைப் போய் அடையும்போது அதிகாலை ஐந்து நாற்பதுதான் ஆகியிருக்கும். நாற்பது நிமிடங்களில் நான்கு மைல்களை சுலபமாகத் தாண்டிவிடுவேன். மனம் காலத்தைப் பற்றிச் சதா குழம்பி மறிவதும், அதே காலத்தை உடல் துல்லியமாக வரையறுத்துக் கொண்டிருப்பதும் நாள்தோறும் என்னை வியப்பில் ஆழ்த்தும். அந்த

நாட்களில் அனந்தன் கால்வாய்க்கு அரைச்சுவர் இருந்தது. அன்றாடம் உட்கார்ந்து அதன் சொரசொரப்பை எண்ணற்ற நாட்கள் தடவியிருந்ததில் அதன்மீது மிகுந்த பிரியம் ஏற்பட்டிருந்தது. காலத்தின் களிம்பு ஏறியிருந்த சுவர். அதில் உட்கார்ந்து இளைப்பாறும் போது முன்பக்கம் தொடுவானம் வரையிலும் வயற்காடுகள் தெரியும். கவிந்து இறங்கும் வானத்தின் முழு வீச்சும் தெரியும். அன்றைய காற்றின் ஸ்பரிசம் வேறாக இருந்ததை இப்போதும்கூட என் மயிர்க்கால்கள் நினைவுவைத்துக் கொண்டிருக்கின்றன. வேர்வையில் உடலோடு ஒட்டிக் கிடக்கும் துணி மீது அது படும்போது ரத்த நாளங்களில் பனிக்கட்டிகள் கரையும். சவேரியார் கோவிலிலிருந்து ஓடத் தொடங்கும் போதே பாரமேற்றிய அரிசி மூட்டைகளைச் சுமந்துகொண்டு வரும் காளை வண்டிகளை எண்ணிக்கொண்டே வருவேன். அன்று மனதில் பதிந்த காளைகளின் முகங்கள் இப்போதும் நினைவில் இருக்கின்றன. வண்டிக்காரர்களின் முண்டாசுக் கட்டுகளும், இருளும், இருளில் கரையும் வண்டிக்காரர்களின் முகங்களும், காளைகளின் முகங்களும் அரூப ஓவியங்களாக இப்போதும் மனதில் நிழலாடுகின்றன. வண்டியோசைகளை வைத்து வண்டிக்காரர்களின் முகங்களை முன்கூட்டி அனுமானித்து சரிபார்த்து மனதிற்குள் சபாஷ் போட்டுக்கொண்டு போவேன். அந்த நாட்களில் வண்டிக்காரர்கள் இருளைக் கிழித்துக் கொண்டு பாடுவார்கள். அவர்களுடைய குரல்வளம் குடியிருப்புகளின் கூரைகளில் மோதிச் சிதறும்.

காலங்கள் மாறின. மாறிய காலத்தின் கோலங்கள் அந்த நீண்ட பாதையிலும் இறங்கின. வண்டிகள் மறைந்து லாரிகள் ஓடத் தொடங்கின. மஞ்சள் விளக்கின் கை அகலத்தில் தங்கள் பாதங்களை மட்டுமே பார்த்துக் கொண்டிருந்த கல்தூண் விளக்குகள் மறைந்து, நிலவை அள்ளித் தரையில் தெளிக்கும் மோஸ்தர் விளக்குகள் காலத்தின் நவீனத்தை நினைவு படுத்தத்தொடங்கின. இந்த மாற்றங்களினால் காகங்களின் காலை உணவு சிறிதும் பாதிக்கப்படாதது எனக்கு ஆசுவாசமாக இருந்தது. வண்டிகளிலிருந்து சிந்தும் அரிசிகளின் அளவைவிட லாரிகளிலிருந்து சிந்தும் அரிசியின் அளவு குறைவாக இருந்தாலும்கூட வண்டிகளைவிட லாரிகள் எண்ணிக்கை பெருகியதில் சிந்தும் அரிசிகளின் அளவும் கூடிக்கொண்டே போயிற்று. கபடமின்றி விருத்தியாகிக் கொண்டிருந்த காகங்களின் கூட்டத்திற்கு இதனால் உணவுத் தட்டுப்பாடு என்பது இல்லாமல் இருந்தது. அதிலும் காலத்தால் உறுதியாகியிருந்த உணவு அது. கிராமங்களிலிருந்து நகரங்களுக்குப் பெயரும் குடியானவர்களைப் போலவே உண்டியின் உறுதியை நம்பி எங்கெங்கோ இருந்து வந்து குவிந்திருந்தன காகங்கள். புன்னைக் காடுகளின் அடர்த்திக்குப் புகழ்பெற்ற பிராந்தியம் என்பதால் குடியிருப்புப் பிரச்சினை இல்லாது போயிற்று அவற்றுக்கு.

காலப்போக்கில் ஓட முடியாமல் ஆயிற்று எனக்கு. ஆனால் அப்போதும் முடிந்த மட்டும் விரைவாக நடந்து போவேன். புழுதிப் பாதை தார்ச் சாலையாகி அதன்பின் சிமிண்டால் இழைக்கப்படவே

தூசியின்றி நடக்க இதமாக இருந்தது. இந்த நாட்களில்தான் புன்னைக் காடுகள் அழிபடத் தொடங்கின. கான்கிரீட் தூண்களின் உச்சியில் கம்பிகள் தெரியத் தொடங்கின. நவீன மருத்துவமனைகள் வரிசையாக முளைத்தன. அதிகாலையில் நான் நடந்து போகும்போது விரைவு சிகிச்சைக் கூடங்களிலிருந்து தொலைபேசியின் மணியோசை கேட்ட வண்ணம் இருக்கும். அந்த நாட்களில், வண்டிகளை எண்ணிக்கொண் டிருந்தது போலவே லாரிகளையும் எண்ணிக்கொண்டிருந்தேன். வண்டிகளை நான் அதிகம் நேசித்தேன் என்றோ லாரிகளைக் குறைவாக நேசித்தேன் என்றோ சொல்ல முடியாது. பொதுவாக லாரிகளின் பெயர்கள் எனக்குப் பிடித்திருந்தன. நவீன மோஸ்தர் சற்றுக் குறைவாக இருந்தாலும் மண்ணின் மணம் இருந்தது அவற் றுக்கு. அது மிகவும் மேட்டுப் பாங்கான பாதை. காலத்தின் நீட்சியில் அதன் மேட்டுத்தனத்தை லாரிகள் ஓடித் தகர்க்கின்றனவோ என்ற சந்தேகம் எனக்கு ஏற்பட்டுக் கொண்டிருந்தது. காலம் போகப் போகக் கிழட்டு லாரிகளின் மூச்சுத் திணறல்கள்கூடக் குறைந்து கொண்டே வந்தன. அந்த நாட்களில் அரிசி லாரிகளை இளமையிலேயே தொற்றும் ஆஸ்துமாவை போகப் போக எனக்குப் பார்க்கவேக் கிடைக்கவில்லை. மேட்டில் நகரும் லாரியின் சுருதியை கவனித்து கியர் மாற்றும் நிமிஷத்தை அனுமானிப்பதில் துல்லியம் கூடிக் கொண்டே போயிற்று. ஓசையின் அதிகபட்ச உச்சியில் நான் என் மனதிற்குள் 'மாற்று' என்று சொல்லிக்கொள்ளும் நிமிஷத்தில் கியர்கள் மாறி விழும். அப்போது நான் எனக்குள் சபாஷ் போட்டுக் கொள்வேன்.

அனந்தன் கால்வாய் தாண்டி இப்போது மேம்பாலம் இருக்கு மிடத்தில் அப்போது குளம். குளத்திற்கு எடுப்பான சுவர் இருந்ததால் முங்கி முங்கி எழும் பெண்களின் வெற்று முதுகுகளையோ நீரின் மீது பரந்து துழாவும் தலைமயிர்க் கற்றைகளையோ நான் பார்த்த தில்லை. அவர்களுடைய முக்குளியிலிருந்து எழும் நீரோசைகளும் பெண்பாலைச் சேர்ந்தவை என்று எனக்குத் தோன்றும். அந்த ஓசைகளும் அரிசி மணிகளைப் பொறுக்க அதிகாலையில் கூட்டமாக வந்து இறங்கும் காகங்களின் அழகுகளும் ஒரே அழகின் காட்சிப் படிமமும் ஓசைப் படிமமுமாகப் பட்டுக் கொண்டிருந்தன.

பஸ்கள் ஓடத் தொடங்கியிருந்த காலத்தில் மருத்துவர்களின் உபயங்களாக அந்தப் பாதையில் பஸ் நிறுத்தச் சாவடிகள் தோன்றி யிருந்தன. மருத்துவமனைகளின் புகழுக்குக் குறையாத கலைப்பாங் கான சாவடிகள். அவற்றின் நூதன பெஞ்சுகளில் உட்கார ஆசைப் பட்டு அனந்தன் கால்வாய் சுவரிலிருந்து சாவடிக்கு என் காலை இளைப்பாறலை மாற்றிக்கொண்டேன். அருளானந்தம் பிரான்சிஸின் எண்ணெய்க் கடையை ஒட்டியிருந்த முதல் பஸ் நிறுத்தச் சாவடி என்னுடையது என்ற எண்ணம் எனக்கு ஏற்பட்டிருந்தது. ஒருநாள் தவறாமல் வெகுகாலம் உட்கார்ந்திருந்த உரிமை அது. அதிகாலையில் அங்கு வந்து சேரும்போது இரண்டு சிகரெட்டுகளும், நெருப்புப்

பெட்டியும் என் ஜேபியில் இருப்பது எனக்கு சந்தோஷத்தைத் தரும். (இப்போது சிகரெட்டைத் தொடக்கூடாது என்றுவிட்டார் மருத்துவர்.) ஒன்றை ஆசையாகப் பற்ற வைத்துக் கொள்வேன். அந்த நிமிஷம் வரையிலும் எந்தக் காகமும் அந்த பிராந்தியத்தில் வெளிப்பட்டிருக்க முடியாது என்பது எனக்கு நிச்சயமாகத் தெரியும். நரைத்துவரும் இருளின் எந்தக் குறிப்பிட்ட கணத்தில் அவை வெளிப் படும் என்பதும் எனக்குத் தெரியும். அந்த நிமிடம் கூடும்போது ஆவலில் என் மார்பு விரியும். இருளின் முகமாற்றங்களை நான் உன்னிப்பாகக் கவனித்துக் கொண்டிருப்பது போலவே ஆயிரக்கணக் கான காகங்களும் அவற்றின் கூடுகளிலிருந்து கவனித்துக் கொண்டி ருக்கும் என்று நினைக்கும்போது சந்தோஷமாக இருக்கும். கண்களுக் குள் மங்கிய முதல் ஒளி ஊடுருவும் கணத்தில் அவற்றின் சிறகுகள் விரியும். வெகுதூரத்தில் அவை இல்லையென்றாலும்கூட வெகு விரைவில் வந்து சேர வேண்டியவை அவை. போதிய அளவு இருள் நரைக்கவில்லை என்றால் அரிசி மணிகளைப் பொறுக்குவது அவற் றிற்குக் கடினம். விடிவு தெளிந்து விட்டதென்றால் வாகனங்களின் நெரிசல் மணிகளைப் பொறுக்க முடியாமல் அடித்துவிடும். ஆக, கூடிவரும் முதல் கணத்திற்காக அவை துடித்துக்கொண்டிருப்பது இயற்கையானதுதான். கோட்டாறிலிருந்து பார்வதிபுரம் வரை ஆயிரக்கணக்கில் அவை வந்திறங்கும். அப்போது கத்தும் பிரக்ஞை கூட அவற்றுக்கு இருப்பதில்லை. குறிக்கோளின் கவனம் உடம்பில் ஊடுருவி அவற்றின் உடல்கள் கூட அப்போது ஒடுங்கித் தெரியும். முதலில் தெரியும் காகம் என் மனதில் மிகுந்த துள்ளலை ஏற்படுத்தும். விடிவின் குளிர் தென்றல், சிறிது சிகரெட் சுகம், காகங்களின் முதல் தோற்றம் இவை கூடும் லயத்தில் எனக்கு வாய்ப்பான கவிதை வரிகள் தோன்றியிருக்கின்றன. என் கவிதைகளின் தரத்திற்கு நான் அந்த நிமிஷங்களுக்கு நன்றி சொல்ல வேண்டும்..

ஐம்பது வருடங்கள் என்பது சற்று நீண்ட காலப்பகுதிதான். ஆனால் இவ்வளவு நாட்கள் பரவசப் பரபரப்புடன் கவனித்த பின்பும் தாங்கள் வெளிப்படும் கோணம் சம்பந்தமாகவோ, திசை சம்பந்தமாகவோ காகங்கள் எனக்கு எந்த உறுதியையும் அளிக்க வில்லை என்பதையும் நான் சொல்லவேண்டும். மாறி மாறி வெளிப் படும் சுதந்திரத்தை அவை தக்கவைத்துக் கொண்டதில் ஒவ்வொரு நாளும் அவற்றின் முதல் வெளிப்பாட்டைக் காண நான் பரவசப் பரபரப்புடன்தான் இருக்க வேண்டியிருந்தது. வானவெளியின் முழுப்பரப்பையும் நான் விழிப்போடு பார்த்துக் கொண்டிருக்க வேண்டியிருந்தது. காகங்களின் சுதந்திர வெளிப்பாட்டுக்கு உதவும் வகையில் வானமும் இந்தக் காலங்களில் தன் விஸ்தீரணத்தை விரிவுபடுத்திக் கொண்டே போவதுபோல் எனக்குத் தோன்றிற்று. ஒன்று தோன்றி, மறுகணம் பத்து நூறு எனப்பெருகி ஒரு சில கணங்களில் ஆயிரக்கணக்கான சிறகுகள் வெளியில் விரிந்து மௌனத் தில் துழாவி மெதுவாகவும் மென்மையாகவும் தரை வந்து இறங்கும்.

அவை இறங்கத் தொடங்கியதும் நான் என் சிகரெட்டை வீசியெறிந்து விட்டு நடக்கத் தொடங்குவேன்.

இரண்டு பக்கங்களிலும் சுறுசுறுப்பாகக் காலை உணவை முடித்துக் கொண்டிருக்கும் காகங்களைக் கவனித்தபடி நடப்பேன். ஒவ்வொன் றின் வேறுபாடுகளையும் கவனித்து அவற்றைத் தனித்தனியாக இனம் கண்டு நான் விரும்பும் பெயர்களை அவற்றுக்கு வைத்து உறவாட நான் எடுத்துக் கொண்ட பிரயாசை கொஞ்ச நஞ்சமல்ல. முப்பது முப்பத்தைந்து வருடங்கள் தொடர்ந்து முயன்ற பின்பும் காகங்கள் தங்கள் சாயல்களின் வேற்றுமைகளை மனிதனுக்கு ஒருபோதும் உணர்த்தாது என்ற முடிவுக்கு வந்தேன். அதன்பின் காகம் என்று சொல்வது தவறு என்றும், காகங்கள் என்று சொல் வதுதான் சரி என்றும் பட்டது. ஆனால் நுட்பமான அவதானிப்பில் அவற்றின் அங்கங்களின் அழகு ஏறிக்கொண்டே போயிற்று. அவற்றின் அசைவுகளிலும் அற்புதம் கூடிவந்தது. என் மூளையின் மரபில் அவை காலங்காலமாக தாழ்த்தப்பட்டிருந்தன. அந்த மரபு எனக்கு உதிர்ந்தது. உதிர்ந்த வடுவில் இருந்து எண்ணற்ற பூக்கள் பூத்தன. காகங்களை நேசிக்கத் தொடங்கும்போது நமக்கும் உலகத்துக்குமான உறவில் இங்கிதம் கூடும் என்று தோன்றிற்று. மனிதர்கள் தங்கள் மீது ஏற்றியிருந்த அழுக்கைப் பற்றி அறிந்திருந்தும் என்மீது அவை நம்பிக்கை கொண்டன. இது மிகப் பெரிய அங்கீகாரம் எனக்கு. அரிசிமணிகளை பரபரப்புடன் அவை கொத்தும்போது என் பாதங் களின் சலனங்களுக்காக அவை ஒருபோதும் பறந்து மாறியதில்லை. வெகு அழகாக அவை நகர்ந்து கொள்ளும்.

முதிய காகங்களுக்கு என்னை மிக நன்றாகத் தெரியும். அவை சொல்லி இளைய காகங்களும் என்னை அறிந்திருந்தன. உறவின் நீட்சியில் என்னை அவை மற்றொரு காகமாகக் கருதும் நாட்கள் தூரத்தில் இல்லை என்று எண்ணத் தொடங்கினேன். முதிய காகங் களிடம், ‘நான் ஒரு கவிஞனும்கூட’ என்று சொன்ன போதெல்லாம் சிறு புன்முறுவலுடன் அவை என் முகத்தைப் பார்த்தன. எங்களுக்கு அது அவ்வளவு முக்கியமல்ல என்று சொல்வதுபோல் தோன்றிற்று. அவர்கள் உலகத்தில் இருக்கும் கவிதையைப் பற்றி நான் அக்கறை கொள்ளாத வரையிலும் என் உலகத்துக் கவிதையைப் பற்றி அவை அக்கறை கொள்ளாமல் இருப்பது நியாயம்தான் என்று தோன்றிற்று. நீண்டகால முயற்சி இருந்தும்கூட ஒரு விஷயத்தில் நான் அடைந்த தோல்வி என் மனதை அரித்துக் கொண்டே இருந்தது. அங்கங்களை வைத்து அவற்றை அடையாளம் காண நான் முயன்றது அங்கஹீனர் களை அடையாளம் காணும் அவலத்தில் முடிந்திருந்தது. இது எனக்குப் பெரிய தோல்விதான். நான் முற்றாகக் காகமாக முடியாது என்பதற்கு அடையாளமாக இருந்தது இது.

பந்தடி மேடையை நான் தாண்டிச் செல்லும் போது காகங்கள் காலை உணவை முடித்திருக்கும். உயர்ந்து எழும் பந்தும், பந்து தரையில் மோதும் ஓசையும் மட்டுமே பொறிகளுக்குப் புலனாகும்.

அங்கு சில கணங்கள் நின்று காட்சிக்கும் ஓசைக்கும் ஆன இடை வெளியைத் துல்லியப்படுத்த முனைவேன். அப்போது என்னைச் சுற்றிக் காகங்கள் இரா. அவை முற்றாகப் பறந்து மறைந்திருக்கும். அந்த நேரத்தில்கூட அபூர்வமாகக் காகங்களில் நோயாளிகளையும், அங்கஹீனர்களையும் பாதையில் பார்த்திருக்கிறேன். பாதையில் ஒரு மணி அரிசி கூடத் தெரியாது. அப்போதும் அவற்றிற்குக் கொத்த இருக்கும்.

காகங்களுக்கும் எனக்குமான உறவு ஐம்பது வருடங்களைத் தாண்டியிருந்த நேரத்தில் இந்தப் புதிய கலெக்டர் எங்கள் ஊருக்கு வந்து சேர்ந்தார். அவர் மூளைக்குள் என்ன திரும்பிற்று என்று எனக்குத் தெரியாது. உலகம் மேம்பட்ட மனிதர்களுக்கு மட்டுமே சொந்தம் என்ற எண்ணம் அவருக்கு இருந்திருக்கலாம். உலகத்தை மேம்படுத்த மனிதனால் மட்டுமே கூடும் என்ற கற்பனையும் அவருக்கு இருந்திருக்கலாம். அவர் ஒரு உத்தரவில் கையெழுத்திட்டார். மறுநாள் மிக மோசமான அதிர்ச்சி எனக்குக் காத்திருந்தது.

அன்று கனவு சார்ந்த கற்பனைகளில் ஒரு சில நிமிஷங்களை இழந்து விட்டிருந்த நான் பிரக்ஞை திரும்பியதும் தீவிரமான மனதுடன் வானவெளியைப் பார்த்தேன். வெகு தொலைவில் இருந்து காகங்கள் வந்து கொண்டிருந்தன. அவற்றின் முதல் வெளிப்பாட்டைச் சற்றே பிந்தி கவனிக்க நேர்ந்தது எனக்கு ஏமாற்றத்தைத் தந்தது. அதற்குள் நடுவானத்திற்கு வந்து விட்டிருந்தன அவை. வழக்கத்தை விடவும் கிழக்கில் ஒதுங்கி வந்தன. அவை பறந்து வரும்போது எச்சமிடக்கூடும் என்றால் என் பரிச்சயங்களை வைத்து அவை விழும் இடங்களை அனுமானித்து மனக்காட்சிகளாக அந்தப் பிராந்தியங்களைப் பார்த்துக்கொண்டிருந்தேன். அன்று என் மனம் குவிய மறுத்தது. காகங்கள் மீது சிறிது வருத்தத்துடன் நான் இருந்தேன் என்பது உண்மைதான். நெருக்கமானவர்கள் மீது உருவாகும் மிகைப்படும் பராதி ஒன்று என் மனதில் உருவாகிக் கொண்டிருந்தது.

காகங்கள் மீது நான் வைத்திருக்கும் அபிமானத்துக்கு அனுசரணையாக அவை என்னிடம் நடந்து கொள்ளவில்லையோ என்று தோன்ற ஆரம்பித்தது. என் கஷ்டங்கள் அவற்றுக்குப் பொருட்டு இல்லையா? வயோதிகமும் விசித்திர நோயும் என்மீது கவிந்து கொண்டிருக்கின்றன. என்மீது நம்பிக்கை கொள்ள முடியாத நிலை என் மனைவிக்கே உருவாகியிருக்கிறது. இவை பற்றி ஏதும் விசாரம் இல்லாமல் ஏன் மூடங்களாக இருக்கின்றன இந்தக் காகங்கள்? அவற்றில் முதுமை எய்திய காகங்களேனும் என்னிடம் 'இப்படித்தான் வாழ்க்கை' என்று சொல்ல முன்வந்திருக்க வேண்டாமா? அவற்றிடமிருந்து ஆறுதல் எதிர்பார்க்க எனக்கு உரிமை இல்லையா? அவற்றின் மீது உள்ளூர நான் கொண்டிருந்த வருத்தத்தில்தான் அவற்றின் முதல் வெளிப்பாட்டை அன்று கவனிக்கத் தவறினேன் என்று தோன்றிற்று.

ஏதோ ஒரு வித்தியாசமான தன்மை மனதை அழுத்திற்று. இனம் தெரியாத ஒரு பதற்றம் என்னைச் சுற்றிப் புகைந்துகொண்டு வருவது போல் தோன்றிற்று. அன்று அதிகாலை சிறிது தூறல் இருந்ததால் குளித்த பின் துவட்டிக் கொள்ளாதது போல் இருந்தது பூமி. சோம்பல் சூரியனும் அன்று மேகங்களில் புரண்டு கொண்டிருந்தான். தொலை தூரங்களிலிருந்து காகங்களின் கூட்டக் கத்தல்கள் அப்போது கேட்கத் தொடங்கின. இந்தவிதமான கத்தலை நான் ஒருபோதும் கேட்டதில்லை. தொலைதூரத்தில் இருந்து எழுந்த கத்தலைக் கேட்ட காகங்கள் வரிசையாகக் கத்தத் தொடங்க, சூறை சுருட்டிக்கொண்டு வரும் புழுதிபோல் கத்தல்கள் என்னை நோக்கி வந்து தாக்கத் தொடங்கின. அவற்றின் கத்தல் என் உடம்பைக் குதறுவது போல் எனக்குத் தோன்றிற்று. அவற்றின் கத்தல்களில் காகங்களின் கத்தல்கள் மறைந்து விடியற்காலைகளில் பசியால் துடிக்கும் கைக்குழந்தைகளின் கத்தல்கள் உருவாகிவந்தன. அதன்பின் பசியின் கத்தல் ஏமாற்றத்தின் கத்தலாக மாறிற்று. தொடர்ந்து ஏமாற்றத்தின் கத்தல் கோபத்தின் கத்தலாக வெடித்துக்கொண்டு கிளம்பிற்று. முதிர்ந்த காகங்களின் கத்தல்களில் வெளிப்பட்ட கோபத்தைக் குஞ்சுகள் எதிரொலித்தன. என் மனதில் உள்ளூர ஒரு பயம் ஏற்பட்டது.

திடீரென்று மண்ணைக் கூர்ந்து கவனித்தேன். என்ன இது! ஒரு மணி அரிசிகூட இல்லை. மண்ணைக் கூர்ந்து கவனித்தபடியே வேகமாக நடக்க தொடங்கினேன். அலைபாயும் காகங்களைத் தாண்டிக்கொண்டே ஓடினேன். அவை முன்னும் பின்னும் பறந்து துள்ளுகின்றன. ஒரு நதியின் சுழற்சியில் மாட்டிக்கொண்டதுபோல் சுற்றிச் சுற்றி வருகின்றன. அன்று ஒன்றுகூட என் முகத்தை ஏறிட்டுப் பார்க்கவில்லை. ஒன்று எனக்கு நிச்சயமாகத் தெரிந்தது. அன்று அந்தப் பாதையில் லாரிகள் ஏறவில்லை.

நான் சவேரியார் கோவில் ஜங்ஷனுக்கு வரும்போது எனக்கு மூச்சுத் திணறிற்று. ஜேப்பில் இருந்து ஒரு மாத்திரை எடுத்து நாக்கின் அடியில் வைத்துக் கொண்டேன். காகங்கள் முற்றாக மறைந்துவிட்டன. பசியுடன் வந்தவை அவை. பசியுடன் ஏமாற்றமும் கோபமும் துக்கமும் சேர அவை திரும்பிச் சென்றிருக்கின்றன. சுவர் ஓரங்களிலும் வீட்டுக் கூரையிலும் அப்போதும் நோயாளிகளும் அங்கஹீனர்களும் கத்திக்கொண்டிருந்தன. அவற்றின் கத்தல் மிகப் பரிதாபமாக இருந்தது.

ஜங்ஷனில் விசாரித்தபோதுதான் எனக்கு விஷயம் தெரிந்தது. இனி இந்தப் பாதைகளில் லாரிகள் ஏறாது. நள்ளிரவிலிருந்து ஒருவழிப் பாதை அமுலாகிவிட்டது.

ஆச்சரியம்தான். மறுநாள் காலை அந்த நீண்ட நெடும்பாதையில் ஒரு காகம் கூட இறங்கவில்லை. அவற்றில் ஒரு சிலவேனும் அன்று வரக்கூடும் என்றுதான் நான் எதிர்பார்த்திருந்தேன். காலங்காலமாக

அனுசரித்து வந்த பழக்கத்தை ஒரே நாளில் அவற்றால் எப்படி அறுத்துக்கொண்டு விட முடியும்? என்னால் நம்பவே முடியவில்லை. இது மனிதனின்மீது அவற்றிற்கு நப்பாசை பாக்கி இல்லை என்பதையே காட்டிற்று. அப்படியென்றால் மனித இதயத்தின் இறுக்கங்கள், தன்னையே உலகமாகக் காணும் அவர்களின் பொய்மைகள் காகங்களைச் சென்று எட்டிவிட்டன என்றுதானே பொருள்? அவை எடுத்த முடிவு எனக்கிழைத்த அவமானம் போல் எனக்குத் தோன்றத் தொடங்கிற்று. மனிதப் பதர்களில் அற்பமான பதராக என்னைக் கருதி, கத்தி, முகம் திருப்பி, என்னை ஒதுக்கிவிட்டுப் பறந்ததுபோல் தோன்றிற்று. அப்போதும் காற்றின் வழியாக என் செய்திகளை அவற்றிற்கு நான் தொடர்ந்து அனுப்பிக் கொண்டிருந்தேன். நான் வெறும் மனிதன் மட்டுமல்ல; கவிஞனும் கூட என்ற செய்தியை மட்டுமாவது சென்றடையச் செய்ய முடிந்திருந்தால் எவ்வளவோ சந்தோஷப்பட்டிருப்பேன். ஆனால் என் மொழி என்னிடம் இருந்ததே தவிர அவற்றின் மொழி என்னிடம் இல்லை. அதுமட்டுமல்ல; வீசியடித்த காற்றில் அவை கத்தித் துப்பிய ‘உங்கள் உறவு எங்களுக்குப் போதும்’ என்ற செய்தி வந்து கொண்டேயிருந்தது. ஒரு காகத்தையேனும் பார்க்க நேர்ந்தால் மிகுந்த ஆசுவாசமடைவேன் என்று எனக்குத் தோன்றிற்று. செய்தி அறியாத ஒன்றேனும் இருக்கக்கூடும் அல்லவா? அந்த ஒன்றேனும் எதிர்பார்த்து வரக்கூடும். மனிதன் மீது இப்போதும் நம்பிக்கையைத் தக்க வைத்துக்கொண்டிருக்கும் ஒரு காகமேனும் இருக்கக்கூடும் அல்லவா? நான் மிக மெதுவாக நடந்து போய்க்கொண்டிருந்தேன்.

கல்வாரி கோவிலின் சுவரில் ஒரு காகம் உட்கார்ந்து கொண்டிருந்தது. அந்த காகத்தை எனக்கு நன்றாகத் தெரியும். ஊனமுற்ற காகம் அது. அதன் வலதுகால் பூமியில் பதியாமல் சற்று மேலே தூக்கிக் கொண்டிருக்கும். மிக எளிய இரணச்சிகிச்சையில் அதை சரி செய்துவிட முடியும். ஆனால் அதற்கான விவேகம் மனிதனுக்கு இன்னும் கூடவில்லை. தன்னைச் சிகிச்சை செய்து முடித்துக்கொண்ட காலத்தில்தான் அவனுக்கு இதெல்லாம் தட்டுப்படும். அந்தக் காகம் என் முகத்தைப் பார்க்கவில்லை. என் முகத்தை வலுக்கட்டாயமாகத் தவிர்க்கிறது அது. அதன் உடல் இளைத்துப் போனதுபோல் தோன்றிற்று. அதன் அலகு வெளிறி இருந்தது. உடம்புக்குள் தன் கழுத்தை இழுத்துக் கொண்டு தன்னையே குறுக்கிக் கொண்டுவிட்டது அது.

‘அரிசி மணிகளை இந்தப் பாதையில் மீண்டும் சிந்தவைக்க என்னால் முடியும்’ என்று நான் சொன்னேன். என் சொற்கள் தன் காதில் விழுந்த பாவனையே அதற்கு இல்லை. அலகை லேசாக மேலே தூக்கி, சூன்யத்தைப் பார்ப்பதுபோல் பார்த்துக் கொண்டிருந்தது அது.

‘உங்களுக்காக நேற்றுப் பேசினேன்’ என்றேன்.

‘உங்களுக்காக’ என்று அது திருப்பிச் சொன்னதுபோல் தோன்றிற்று.

'இல்லை, இல்லை' என்று கத்தத் தொடங்கினேன்.

அதன் சூன்ய வெறிப்பில் அப்போதும் எந்தச் சலனமும் இல்லை. மிகுந்த மனசோர்வுடன் நகரத் தொடங்கினேன்.

அன்றைய கூட்டத்தில் நான் கலந்து கொள்ளக் கூடாது என்று என் வைத்தியரும், மனநோய் மருத்துவரும் உறுதியாகச் சொல்லியிருந்தார்கள். 'கலந்து கொள்ளப் போகிறேன்' என்று நான் சொன்னதும் என் மனைவி அழத் தொடங்கினாள். 'அங்கு நான் என்ன சொல்லப் போகிறேன் என்பது எனக்குச் சுத்தமாய்த் தெரியவேண்டும்' என்றேன். நான் கத்துவதில் பிரயோசனமில்லை என்ற ஆகஸ்ட் தியாகியின் அபிப்பிராயத்தை என் மனைவி என்னிடம் சொன்னபோது பதிலாக என்னிடம் வெளிப்பட்ட வாக்கியம் அது. அதன் பின், 'அவர் என்னை அழைத்துக் கொண்டு போகப் பயப்படுகிறார். நீ வா' என்று நான் என் மனைவியிடம் சொன்னேன்.

அன்று நான் என் வரிசைக்காகக் காத்துக் கொண்டிருக்கவில்லை. எடுத்த எடுப்பிலேயே கத்தத் தொடங்கினேன். என் முன் உருவாக்கப் பட்டிருந்த ஜோடனைகளின் பொய்மை இளிப்புகளைக் கிழித்தெறிய வேண்டும் என்று எனக்குத் தோன்றிற்று. அப்போதும் கலெக்டர் புன்னகை செய்து கொண்டிருந்தார். மனிதனை ஒடுக்கும் சகல அதிகாரங்களையும் இழிவுகளையும் சுட்டும் குறியீடுபோல் இருந்தது அது.

'நீ யாருடைய பிரதிநிதி?' என்று பின் பெஞ்சிலிருந்து என் ஜென்ம விரோதி கேட்டார்.

என்னை ஒருமையில் அழைக்கிறார் அவர்! நோயுற்றுச் சிதைந்து போன ஒரு அவலத்திற்கு என்ன பன்மை வேண்டிக் கிடக்கிறது!

'நான் காகங்களின் பிரதிநிதி' என்றேன். 'உங்கள் ஜாலங்களைக் கிழித்து, உங்கள் சொரூபங்களை காகங்களுக்குக் காட்ட வந்திருக்கிறேன்' என்றேன்.

எல்லோரும் பெரிதாகச் சிரித்தார்கள்.

'நீங்கள் பேசுங்கள்' என்றார் கலெக்டர்.

'காகங்களின் இருப்பைக் கணக்கில் எடுத்துக் கொள்ளாமல் முடிவுகள் எடுக்க உங்களுக்கு அதிகாரம் தந்த சக்தி எது?' என்று நான் கலெக்டரைப் பார்த்து கேட்டேன்.

கலெக்டரின் முகத்தில் புன்னகை மறையத் தொடங்கிற்று.

'பின் விளைவுகளை யோசிக்கத் தெரியாதவர்களுக்குக் கையெழுத் திட அதிகாரம் இல்லை. இப்போது வணிகர்கள் அல்ல; காகங்கள் தான் பாதிக்கப்பட்டிருக்கின்றன. கூடும் செலவுகளை வணிகர்கள் விலையில் ஏற்றிவிடுவார்கள். காகங்களுக்கோ உணவில்லை. மனித குலத்திற்கு அவை ஆற்றியுள்ள பங்கை நினைக்கும்போது மனம் விம்முகிறது. அவற்றின் உன்னதங்கள் காற்றில் கலந்து கிடக்கின்றன.

உங்களுடைய செத்த வரலாறு, செத்த நாகரிகம் எல்லாம் உங்களைப் பற்றித்தான் பேசிக் கொண்டிருக்கின்றன. இருகால் பிராணிகள் மட்டுமே உருவாக்கிய எந்த உன்னதமும் இந்த உலகத்தில் இல்லை. இருகால் பிராணிகள் உருவாக்கித் தந்திருப்பவை திமிர், கடைந் தெடுத்த அதிகாரம், ஆக்கமும் அழிவும் தங்கள் கைகளில்தான் என்ற அஞ்ஞான அகங்காரம். இந்தத் திமிரிலிருந்துதான் சகல நோயுற்ற முடிவுகளும் உருவாகி வருகின்றன. புல்லும், பூண்டும், செடிகளும், கொடிகளும், புழுவும், பூச்சிகளும், காற்றும், ஒலியும், பறவைகளும், மிருகங்களும் இந்த நாகரிகத்தை உருவாக்க மனிதனுக்கு நிகரான பங்கை ஆற்றியுள்ளன. தனக்கான உலகத்தை உருவாக்கும் திமிரில் உலகத்தை உருவாக்கப் பங்காற்றியுள்ள அனைத்துச் சக்திகளையும் ஈவிரக்கமின்றி மனிதன் அழித்துக்கொண்டுவருகிறான். இந்த நன்றி கெட்ட தனத்திற்குத் தண்டனை வழங்க இந்த உலகத்தில் நீதிமன்றம் எதுவும் இல்லை.

'காகங்கள் உங்களிடமிருந்து கற்றுக்கொள்ள எந்த நாகரிகமும் இல்லை. பறவைகளில் அவை அதிக சங்கடம் அடைந்தன எனில் பறவைகளில் அவைதாம் உங்களுடன் அதிகம் உறவாட விரும்பின. ஆயிரக்கணக்கான கைக்குழந்தைகள் ஒரு பாதையில் கிடந்து பசியால் துடித்துக் கதறினால் என்ன செய்வீர்கள்? அழுகையின் குரலைப் புரிந்துகொள்ள முடியாத அதிகாரம் ஒருபோதும் நன்மையை விளை வித்தது இல்லை. இன்று ஒரு நொண்டிக் காகம்கூட உங்களை நம்பத் தயாராக இல்லை. இதனால் நீங்கள் காகங்களை அழித்து விடமுடியும் என்பதல்ல. ஒருக்காலும் உங்களால் அவற்றை அழிக்க முடியாது. தனக்காக மட்டுமே இந்த உலகம் படைக்கப்பட்டிருக்கிறது என்ற அஞ்ஞான அகந்தை அவற்றுக்கு இல்லை. மேலும் அவற்றின் அலகுகள் திட்பமானவை. சிறகுகள் வலிமையானவை. பார்வை கூர்மையானது. இவற்றின் வலுக்களால் அவை வாழ்ந்து கொண்டிருக் கும். மனிதனை நம்பும் மடமையை அவை துறக்க வேண்டும். அவை பெரும் சக்தியாகத் திரண்டு ஒன்றாகப் பறக்கத் தொடங்கும்போது வானம் உங்கள் கண்களுக்குத் தெரியாமல் போகக்கூடும். அவற்றின் ஆற்றலை அன்று உணர்ந்து கொள்வீர்கள். ஆனால் அன்று உங்களைத் திருத்திக்கொள்ள உங்களுக்கு அவகாசம் இருக்காது...'

எனக்குக் கண்கள் இருண்டு கொண்டு வந்தன.

'அவரைத் தாங்கிக் கொள்ளுங்கள்' என்று கலெக்டர் கத்துவது என் காதில் விழுந்தது.

வராந்தாவில் உட்கார்ந்துக்கொண்டிருந்த என் மனைவி ஓடோடி வந்து என்னைத் தாங்கிக்கொண்டாள்.

அப்போதும் உள் விழிப்பு எனக்கு நன்றாகவே இருந்தது. பொய் முகங்களைப் பார்க்கக் கூசி நான் கண்களை மூடிக்கொண்டேன்.

காலச்சுவடு ஆண்டுமலர், 1991

மேல்பார்வை

ஓர் உயர்நிலைப் பள்ளி என்று பார்க்கும்போது கம்பீரமான கட்டிடம் அது. மிகப் பெரிய நிலப்பரப்பில் மையம் விட்டுச் சற்று மேற்கோரம் நகர்த்தி எழுப்பப்பட்டிருக்கிறது. வெளியூரைச் சேர்ந்தவர்கள் பார்க்க நேர்ந்தால், 'பள்ளிக் கூடமா? நம்ப முடியவில்லையே' என்பார்கள். பள்ளியைச் சுற்றித் தட்டுத் தட்டாக இறங்கும் மைதானங்களில் விஸ்தீரணத்திற்கு ஏற்ப விளையாட்டு அரங்குகள் அமைக்கப்பட்டிருக்கின்றன. மைதானங்களைப் படிக்கட்டுகள் இணைக்கின்றன, சிறியவையும் பெரியவையுமாக. அலங்கார வளைவுகள் கொண்ட பள்ளியின் முகப்பு நெடுஞ்சாலையைப் பார்க்க இருக்கும். பள்ளியின் பின்பக்கம், தொலை தூரம் விரிந்து கிடக்கும் குடியிருப்புப் பகுதிகளுக்கு இட்டுச் செல்லும் மற்றொரு சாலை. இந்த இரு சாலைகளையும் இணைக்கும் அளவுக்கு விஸ்தீரணம் கொண்டது பள்ளியின் நிலப்பரப்பு. ஒரு சாலையிலிருந்து மற்றொரு சாலையை அடையக் குறுக்குப் பாதையாகப் பள்ளி வழியாகப் போவார்கள், பாதசாரிகள். பள்ளியின் முன்பக்க கேட் காலை ஐந்தரை மணிக்கெல்லாம் திறக்கப்படும். அப்போதே ஒரு சிறு கூட்டம் வெளியில் காத்துக் கொண்டிருக்கும். அதிகமும் வயோதிகர்கள். காலை நடை பயில தினமும் பள்ளிக்கூடம் வருகிறவர்கள் அவர்கள். 'கேட்' திறந்ததும் பள்ளியைச் சுற்றி வரும் சீரான பாதைகளில் முதுமையைச் சுழற்றி எறிந்தவாறே அவசரமாக நடக்கத் தொடங்குவார்கள். ஒவ்வொரு நிமிடமும் அவர்களுக்கு முக்கியம். தேர்வு செய்துகொள்ளும் பாதைகளும் அவர்களுக்கு முக்கியம். ஆறு மணிக்கெல்லாம் போலீஸ் வேன்கள் வரத் தொடங்கிவிடும். கால்பந்தாட்ட மைதான அணி வகுப்புகளில் வெளிப்படும் அதிகார கோஷங்கள் பள்ளிக் கற்சுவரில் மோதி எதிரொலிக்கும். தரை வெளுக்கும்போது காவல் படைப் பெண்கள் பிரிவு பள்ளியின் பின்பக்கம் இயக்கம் கொள்ளத் தொடங்கும். என். சி. சி. அணிவகுப்பு என்றாவது ஒரு நாள்தான். கிழக்குப் பக்கம் வரிசையாக இறங்கும் மைதானம் ஒன்றில் ஒதுங்கிக்கொள்வது அவர்கள் வழக்கம்.

பள்ளிக்கூடத்தின் முன் பக்கம் மேற்கோரம் கோட்டை போல் உயரமாகத் தொடங்கும் வெளிச்சுவர் கிழக்கோரம் முடிகிறபோது குள்ளமாகி விடுகிறது. சுவரின் வெளிப்பக்க உயரம் சீராக இருக்க உட்புற நிலப்பரப்பு மேற்கிலிருந்து கிழக்கே நகரும்போது கால் பனை உயரம் ஏறி விடுகிறது. பள்ளி முடியும் இந்தப் பகுதிதான் ஆக அழகானது. மேட்டிலிருந்து பள்ளத்தில் விழுந்து கிடக்கும் சிறிய மைதானம். கூடைப்பந்தாட்ட அரங்கு அது. அரங்கிற்குக் கிழக்கே நிறைய வேப்பமரங்கள். இடைகலந்து புன்னை மரங்கள். காலை வெயிலைத் தம் கிளைகளாலும் இலைகளாலும் அவை வாரி இறைத்துக் கொண்டிருக்கும்.

கூடைப்பந்தாட்ட மைதானத்திற்கு இட்டுச் செல்லும் படிக்கட்டு சாய்மானம் குறைந்தது. சுவரோடு சேர்த்து வைத்த ஏணி போல் இருக்கும். படிகளின் அகலம் அதிகம். செப்பனிடப்பட்ட ஒரு படியின் மீது சிமெண்ட் காய்வதற்கு முன் கெட்ட வார்த்தை ஒன்றை ஒரு கை எழுதி வைத்திருக்கிறது. அதன் இருப்பு கஷ்டம். அதைப் பார்ப்பதைத் தவிர்ப்பதில் அடையும் தோல்வி அதைவிடக் கஷ்டம். காலை வேளைகளில் மைதானம் காலியாக இருப்பதில்லை. மாணவர்கள் விளையாடிக் கொண்டிருப்பார்கள். குழுவாகப் பிரிந்து விளையாட எண்ணிக்கை பற்றாமல் போகும்போது பந்தை முன்னெடுத்துச் செல்லும் பயிற்சியை மேற்கொள்வார்கள். அல்லது வளையத்திற்குள் பந்தை விட்டெறியும் பயிற்சியில் ஈடுபட்டிருப்பார்கள். படிக்கட்டில் அமர்ந்து பார்க்கும்போது அந்த இடம் வேப்பமரங்களுக்கும் புன்னை மரங்களுக்கும் சொந்தமானது போலவும், ஆட்டக்காரர்கள் இரவல் வாங்கிக் கொண்டிருப்பது போலவும் படும். விளையாட்டு வீரர்கள் வெளிச்சுவர் முடியும் மூலையில் உள்ளே தாண்டிக் குதிப்பார்கள். திறந்து கிடக்கும் கேட் வழியாக வர அவர்கள் மரபு இடம் தருவ தில்லை. பொற்கொடி எப்படி வருவாள்? வீரர்களுக்கு இணையாகத் தாண்டும் வீராங்கனை என்று அவளை உறுதியாகச் சொல்லலாம். இரு கைகளையும் கட்டியவாறே அவள் தாண்டிவிடக்கூடும் - அவளிடம் அதிகப்படியாக இருந்த உயரம் தாண்டும் திறனைத் தனக்கும் உலகத்திற்கும் நிரூபித்துக் கொள்ளும் வகையில்.

விளையாட்டு வீரர்கள் அரங்கிலும் மரத்தடியிலும் நின்று எளிய உடற்பயிற்சிகளில் ஈடுபட்டிருக்கின்றனர். என்ன சரீர வாகுகள்! என்ன உயரங்கள்! துவளும் உடல் வளைவுகளில் ஆரோக்கியத்தின் அழகுகள் வழிகின்றன. அன்று மோத இருந்த கோஷ்டிகள் வெகு வாகப் புகழ் பெற்றவை. நீலச்சட்டைகளும் சிவப்புச்சட்டைகளும். இரு கோஷ்டியினருமே வெள்ளை அரை நிஜார் அணிந்திருந்தனர்.

வேப்பமரத்தடியில் கைக்கடிகாரத்தை அடிக்கடி பார்த்தபடி நிற்கும் பொற்கொடி மஞ்சள் மேல்சட்டை அணிந்திருக்கிறாள். இறுகி இறங்கும் அந்த ஆடை உடற் பயிற்சி கடைந்த உடம்பை வெளிப்படுத்துகிறது. விளையாட்டு வீரர்களோடு ஒப்பிடும்போது அவளுக்கு நாலைந்து வயது குறைவாகவே இருக்கும். உயரமும்

மட்டு - அந்த வயதுப் பெண்களின் சராசரி உயரத்தை விடவும்கூட. வலது கை விரல்கள் சட்டையின் கீழ் விளிம்பிலிருந்த ஜேபியிலிருந்த விசிலை வெளியே எடுப்பதும் உள்ளே தள்ளுவதுமாக தன்னுணர்வற்ற சேட்டையில் ஈடுபட்டிருக்கின்றன. முதல் விசிலுக்கான தருணத்தை எதிர்நோக்கிக் காலம் துடித்துக் கொண்டிருக்கிறது. அவளுடைய கறுப்பு நிற அரைப் பாவாடை கம்பளியின் தோற்றம் கொண்டது. அதன் சொரசொரப்புத்தான் அதன் அழகு. வெள்ளை நிறத்தில் தடித்த முரட்டுத்தனமான காலணி. மஞ்சள் காலுறைகள். தலை மயிரைக் குட்டையாக வெட்டிக் கொண்டிருப்பது ஆண்களின் கிராப் அளவுக்கு வந்து விட்டது. கிராப்பை வலது பக்கம் வகிடெடுத்து வாரி விட்டுக்கொண்டிருக்கிறாள்.

படிக்கட்டுகளிலும் சரிவுகளிலும் கூட்டம் சேர்ந்து கொண்டிருக் கிறது. மாணவிகள், இளைஞர்கள், மாணவர்கள். வேடிக்கைதான், உடற்பயிற்சிக்கு வரும் முதியவர்கள் முகங்கள்கூடத் தெரிகின்றன. காலை நடைச் சுற்றுக்களைக் குறைத்துக் கொண்டுவிட்டார்களா என்ன! ஒரு சுற்றைக் குறைத்துக் கொண்டிருந்தால்கூட அவர்கள் மனதில் அன்றைய போட்டி பெற்றிருக்கும் முக்கியத்துவத்தை அது காட்டுகிறது. ஒருக்கால் அவர்கள் மனங்களிலும் பொற்கொடி தான் கவர்ச்சியின் மையமோ என்னவோ? இருக்கலாம். இளம் மனங்களில் மட்டுமே அவள் நட்சத்திர ஜொலிப்புக் கொள்ள வேண்டும் என்பது சட்டமா என்ன! சகல மனங்களையும் கவரும் தகுதிகள் கொண்டவள்தானே அவள். இல்லையென்றால் இந்தச் சிறு வயதில் ஏன் இவ்வளவு புகழ்? போட்டிகளைப் பாரபட்ச மின்றி நடத்துபவள் என்ற புகழ். பயமற்றவள் என்ற புகழ். விளை யாட்டுக்குரிய சட்ட திட்டங்களில் நிபுணி என்ற புகழ். நொடிகளில் முடிவெடுப்பவள் என்ற புகழ்.

பொற்கொடி அரங்கைப் பார்க்க நிதானமாக வந்து கொண்டிருக் கிறாள். அரங்கின் வெளி விளிம்பில் காலை வைத்தபோது முதல் விசிலும் ஒலித்தது. ஆட்டக்காரர்கள் குழுக்களாகப் பிரிந்து தத்தம் பகுதிகளுக்கு நகர்ந்து உரிய ஸ்தானங்களில் தங்களை நிலை நாட்டிக் கொள்கின்றனர். பார்வையாளர்களிடையே சளசளப்பு அமுங்கி விட்டது. பந்து மையத்திற்கு வந்தாயிற்று. இயக்கம் துவங்கும் அந்த வினாடி மையத்திலிருந்து மின்னல்கள் மோதி வான வெளியில் தெறிப்பதுபோல் இருக்கும். போட்டியின் முதல் நிமிடங்கள் மிக முக்கியமானவை. நுட்பமான பார்வையாளர்கள் ஆட்டக்காரர்களின் திறன்களை மதிப்பிடும் நேரம் அவை. ஒவ்வொரு அசைவும் அவர் களுக்கு எண்ணற்ற செய்திகளைச் சொல்லும். பின் நிகழ்வுகள் சார்ந்த முன் கணிப்புகள் அவர்களின் மனங்களில் உருவாகும்.

இரண்டாவது விசில். இயக்கம் பாய்ச்சல் கொண்டு விட்டது.

சந்தையிலிருந்து கறிகாய்களை வாங்கிக்கொண்டு விற்பனையை முன்னிட்டுக் குடியிருப்புப் பகுதிகளுக்குப் போகும் பெண்கள் பள்ளிக் கூடத்திற்குள் நுழைந்து கொண்டிருந்தனர். தரை வெளுப்பதிலிருந்து

வெயில் சூடேறும் வரையிலும் சாரிசாரியாக வந்து கொண்டிருப்பார்கள். சிறுமிகளிலிருந்து கிழவிகள் வரையிலும். சிறுமிகள்கூட தங்கள் வயதிற்கோ தோற்றத்திற்கோ ஒவ்வாத பெரிய கூடைகளில் அ்திகச் சுமையோடு வருவார்கள். ஏறும் கனம் தாளாது வட்டவடிவமான பனை ஓலைக் கூடைகள் அவர்கள் நாசி வரையிலும் தொய்ந்து விடுகின்றன. பாதங்களின் முன்பக்க வட்டம் பார்த்து நடந்து போவது அவர்களுக்குப் பழக்கத்தில் படிந்திருந்தது. கசங்கிய கோலங்கள். வெயிலும் வாழ்க்கையின் கடுமையிலும் கருகிப்போன உடல்கள். வேர்வை வழியும் நெற்றிகளும், கழுத்துக்களும். தூக்கிச் சொருகிக் கொண்டிருக்கும் வெளிறிய புடவைகள். அதிகம் தெரியும் கால்கள். எலும்பு துருத்தும் தட்டைப் பாதங்களும் கோணிப்போன விரல்களும்.

மாறிமாறி வளையத்தின் வலையில் பந்து விழுந்து சர்ரென்று இறங்குகிறது. நெட்டை ஆட்டக்காரர்கள் வெட்ட வெளிகளில் தங்கள் சாம்ராஜ்யங்களை உருவாக்கிக் கொண்டிருந்தனர். ஆர்ப்பரிப்பு அலைஅலையாக எழுந்த வண்ணம் இருக்கிறது. ஒவ்வொரு முறை ஆரவாரம் எழும் போதும் எண்ணற்ற பூச்செண்டுகள் வானத்தை நோக்கி வீசப்படுவதைப்போல் தோன்றி விடுகிறது. ஆட்டம் சூடு பிடித்துவிட்டது. அதோடு ஆரவாரம் செய்வதில் மாணவர்களுக்கும் மாணவிகளுக்கும் உள்ளூர ஒரு போட்டி உருவாகி விநோதமான பதட்டத்தையும் உருவாக்கி வருகிறது. தொண்டை கிழியக் கத்தி மாணவர்களை முறியடிக்கத் தீர்மானித்துவிட்டார்கள் மாணவிகள். பள்ளியின் கம்பீரம் இந்த ஆர்ப்பரிப்புகளை வாங்கிப் பன்மடங்காய்ப் பெருக்கி வேப்பமரங்களின் அடர்த்தியில் வீசுகிறது.

பொற்கொடியின் அசைவுகள் பார்வையாளர்களின் மனங்களை விவரிக்க இயலாத அனுபூதிக்குள் ஆழ்த்துகிறது. தன்னுடல் மற்றொரு உடலில் படாமலும் பந்தில் படாமலும் எப்படித்தான் இவ்வளவு லாவகமாகச் சுழல முடிகிறதோ? வலது கையை உயர்த்தி கைஜாடை காட்டுவதும், விரல்களின் அசைவுகளும், ஆங்கில உச்சரிப்பும் மாணவிகளைக் கிறங்க அடிக்கின்றன.

படிகளிலும் சரிவுகளிலும் கறிகாய்க் கூடைகள் அந்தரத்தில் அசைந்துகொண்டிருக்கின்றன. வெள்ளரியும், கத்திரியும், பூசணியும் அசைகின்றன. கோழிகள் அசைகின்றன.

கூடைகள் ஓரிடத்தில் நிற்க நிதானித்து மறுகணம் வாகான இடம் பிடித்துக்கொள்ள மற்றொரு இடம் நகர்கின்றன. பார்வையை மறைத்து முன்பக்கம் தொங்கும் கூடைகளை அவர்களுடைய வலது கை தூக்கிப் பிடித்துக் கொண்டிருக்கிறது. எல்லாக் கூடைக்காரிகளின் கண்களும் பொற்கொடி மீதுதான் படிந்திருக்கின்றன. ஆச்சரியம் கொள்ளும் கண்கள் விரிகின்றன. இனம் தெரியாத சந்தோஷத்தில் முகங்கள் பிரகாசம் கொள்கின்றன. எது மறந்தாலும் அவசரம் அவர்களுக்கு மறக்கக்கூடியதல்ல. இப்போது அதுவும் அவர்களுக்கு மறந்து போயிற்று. கூடை கனமும் தெரியவில்லை. சரிவுகளில் இனி

ஊடுருவ இடம் இல்லை என்றானபோது கூடைகள் மைதானத்தைச் சுற்றி மறுபக்கம் நகரத் தொடங்கின.

படிக்கட்டின் மேற்பகுதியில் கூடைக்காரிகளின் கூட்டம் அடைச லாக அப்பிக்கொண்டிருக்கிறது. அவர்கள் பார்வையில் பொற்கொடி எனும் அதிசயம் விழுந்த நிமிஷத்தில் தன்னுணர்வு நின்று போனவர் கள் அவர்கள்.

“என்னா அளகு?” என்றாள் கூட்டத்தில் ஒரு பெண். அவளுக்கு சுமார் இருபது வயதிருக்கும். அவளுடைய கூடை நிறைய வாழைத் தார். விழிகள் பொற்கொடியின் அசைவுக்கு ஏற்பச் சலிக்கின்றன. வாய் திறந்திருக்கிறது. முகத்தில் குதூகலம். அவள் பக்கத்தில் அவள் உடலில் சாய்ந்தபடி நின்றிருந்த சற்று முதியபெண், “பந்தெ தட்டுதக் காங்கலெ?” என்றாள்.

அதே வட்ட முகம் அவளுக்கும். ஜாடையும் ஒரே மாதிரி. தாயும் மகளுமாக இருக்க வேண்டும். முகம் வயதிற்கு மீறிப் பழுத்துக் கிடந்தது.

“தட்டாது. அதுக்கு மேல்பார்வை” என்றாள் மகள்.

அவர்களுக்குப் பின்னால், பெண்கள் வரிசைக்குப் பின்பக்கம், தனியாக, உயரமாகத் தெரிந்த கிழவி, ‘மேல்பார்வையா?’ என்று கேட்டாள். முதுமை கூடிவிட்ட உடல். பொக்கை வாய், சுருக்குப் பையை இழுத்ததுபோல். நீலம் பாரித்த உதடுகள். பாம்படங்கள் தோளில் ஓய்வெடுத்துக் கொண்டிருந்தன. கிழவி சிரித்தவாறே, “ஒத்தைக்குத் தடியன்களெ மேய்க்காளே” என்றாள்.

சுற்றி வர நின்றுகொண்டிருந்த ஆண்களும் பெண்களும் சிரித்தா கள். கிழவியும் பெரிதாகச் சிரித்தாள்.

சரிவுகளில் நின்றுகொண்டிருந்த பெண்கள் தலைக் கூடைகளைப் படிக்கட்டுகளில் இறக்கத் தொடங்கினர். இவர்கள் செயல்பாடு உட்கார்ந்திருந்த வயோதிகர்களுக்குப் பிடிக்கவில்லை. ஏதோ ஆகாத பொருள் தங்கள் உடலோடு பலாத்கார நெருக்கம் கொள்வதுபோல் எரிச்சல்பட்டார்கள். தூய வெள்ளை வேட்டியின் நுனிகளை மேலே இழுத்துத் தங்கள் கால் முட்டுக்களை ஒடுக்கிக்கொண்டார்கள். பல பெண்கள் சரிவுகளில் குத்திட்டு உட்கார்ந்துகொண்டனர். அவர்களின் உடல் அசைவுகளில் கட்டி தட்டிப்போன செம்மண் சரிவில் உருண்டு தூசியை எழுப்பிற்று.

முன்பக்கம் பெரிய மீசையுடன் நின்றுகொண்டிருந்த ஒருவர், “இவங்களுக்கு இங்க என்ன சோலி? வேலையப் பார்த்துக்கிட்டுப் போகாம” என்றார். தன் வெள்ளை வேட்டியில் படிந்த செம்மண் தூசியைத் தட்டிவிட்டுக்கொண்டார்.

“அவங்களுக்கும் பாத்து ரசிக்காண்டாமா? இது கொள்ளாமே” என்றார் மற்றொருவர். அவருடைய கிண்டல் குரலில் சிரிப்பு அமுத்தலாக வெளிப்பட்டது. இக்கட்டில் இருப்பவர்களின் இளிப்புப் போல். சரிவில், கால் மூட்டுக்களின் மீது கைகளை நீட்டித் தங்களை

சௌகரியப்படுத்திக் கொண்டார்கள் பெண்கள். இரு பாதங்களின் இடையே வெற்றிலை துப்பவும் வசதியாக இருந்தது. உடல்களின் இடைவெளிகள் வழியாக அவர்கள் ஆட்டத்தைப் பார்த்துக் கொண்டிருந்தனர். யாராவது அசைந்தால் "ஒரே கணக்கா நில்லுங்களேன், சும்மா ஆடிக்கிட்டு" என்றார்கள்.

சிவப்புச்சட்டைகளும் நீலச்சட்டைகளும் இயக்கத்தில் கலப்பதும், பிரிவதும் கண்கொள்ளாக் காட்சியாக இருந்தது. சிவப்புச்சட்டையினரின் கை இப்போது நன்றாகவே ஓங்கிவிட்டது. திறமையான ஆட்டக்காரர்கள் என்பதற்கு மேலாக அன்று அவர்களின் மனங்களும் இசைவாகக் கலந்து கொண்டிருந்தன. பிசிறு இல்லாமல் ஆடிக் கொண்டிருந்தார்கள். கூட்டத்தின் ஆதரவு அவர்கள் பக்கம் குவிந்து கொண்டிருந்தது. இதை உணர்ந்த அவர்கள் மேலும் பலம் பெற்றுக் கொண்டிருந்தனர். தங்களை வெற்றிபெறச் செய்யக் கூட்டம் எடுத்திருக்கும் தீர்மானத்தை இப்போது அவர்கள் நிறைவேற்றிக் காட்ட வேண்டும்.

நீலச்சட்டையினர் சோர்வில் ஆழ்ந்து கொண்டிருந்தனர். அவர்கள் தங்கள் தத்தளிப்பை மறைக்க முயன்ற முயற்சிகளிலும் தத்தளிப்பு கசிந்து வெளிப்பட்டது. ஒடுங்கும் தங்கள் மனங்களை மீண்டும் நிமிர்க்கக் கடும் பிரயத்தனங்களை மேற்கொண்டனர். சிவப்புகள் வீசி எறியும் பந்து கணக்குத் தப்பாமல் வளையத்திற்குள் விழும் நேர்த்தியைப் பார்க்கும் போது கண்களுக்குப் புலனாகாத இயற்கை அந்தப் பொறுப்பை அவர்களுக்காக ஏற்றுக் கொண்டிருப்பது போல் இருக்கிறது. அவ்வப்போது நீலச்சட்டையினரும் பந்தை வளையத்திற்குள் தள்ளத்தான் தள்ளினார்கள். அப்போது எழும் கைத்தட்டுகள் ஏன் பிசுபிசுப்பில் தேய்ந்து போக வேண்டும்? ஆரவாரம் ஏன் புழுதியில் இழைய வேண்டும்? எதிர்நிலையில் விளையாடுபவர் மட்டுமல்ல, பார்வையாளர்களும் எதிரணியாக மாறுவதை அவர்கள் உணர்ந்தார்கள்.

கங்கு கரையற்றுப் பாயும் ஆர்ப்பரிப்பு இப்போது இளைஞர்களைத் தாண்டி, மாணவிகளைத் தாண்டி, கூடைக்காரிகளையும் தொற்றிக் கொண்டாயிற்று. சுற்றிச் சூழ இருந்த பொது மனத்தின் இசைவில் அவர்கள் அறியாமலே அவர்களும் கரைந்து கொண்டிருந்தனர். மாணவிகளின் குரல்களுக்குத் துணை நின்று அதை ஓங்கச் செய்வதில் தங்கள் பங்கை ஆற்றத் தொடங்கியிருந்தனர். பார்வையாளர்களின் மனங்களில் தோன்றும் ஊடுபாவுகளின் அர்த்தங்கள் இப்போது அவர்களுக்கும் புரிந்துகொண்டு வந்தன. ஆனால் கிழவிக்கு இன்னும் இசைவில் கலந்த திருப்தி ஏற்படவில்லை.

"எனக்கொண்ணும் விளங்கல" என்றாள் கிழவி.

"நீயும் போய் ஆடு. அப்பம் விளங்கும்" என்றாள் பேத்தி.

சிரிப்பு.

இரு உடம்புகளுக்கு இடையே இருந்த இடுக்கு வழியாக நுழைந்து தன் வரிசைக்கு முன்னால் வந்தாள் அந்தச் சிறுமி. பக்கத்திலிருந்த பெண்ணின் முழங்கையை நோண்டியவாறே, "அந்த அக்கா சொல்லுதத்தான் எல்லா அண்ணன்களும் கேக்கணுமா?'' என்றாள்.

"ஆமா.''

"கேக்காட்டி?''

"கழுத்தப் பிடிச்சுத் தள்ளிப் போடுவா எல்லா தடியன்களையும்."

"அவ்வளவு பவ்வரா அந்தக் குட்டிக்கு?'' என்றாள் கிழவி.

இப்போது பெண்களோடு ஆண்களும் சேர்ந்து சிரித்தார்கள். கிழவிக்கு ரசிகர்கள் உருவாகி வருவது அவளுக்கு திருப்தியைத் தந்தது. அப்போது பந்து வளையத்திற்குள் விழுந்தது. அதை கவனிக்கத் தவறியிருந்தாள் கிழவி. இருந்தாலும் தன் குரலை மாணவிகளின் குரலோடு இணைத்துக் கொண்டு முடிந்த மட்டும் அடிவயிற்றிலிருந்து கத்தினாள். அவளுடைய கத்தலில் புதிய யுக்தி முளைத்துக் கொண்டிருந்தது. வெறும் கத்தலாக இருந்தது இப்போது குரவைபோல் சாடை கொள்ளத் தொடங்கிற்று. இரு கைகளையும் வாயோரம் குவித்துக் கொண்டாள்.

ஆண்களில் பலர் கிண்டல் முகத்தில் வழியும் ஆசசரியத்துடன் கிழவியைப் பார்க்கத் திரும்பினர். ஒருவர், "இதென்ன, சமைஞ்ச வீடா? எந்தப் புள்ளெ சமஞ்சு இப்பம்?'' என்று கேட்டார்.

"இந்தப் புள்ள, இந்தப் புள்ள'' என்று கிழவி தன் நெஞ்சில் பட்பட்டென்று அடித்துக்கொண்டாள்.

மீண்டும் சிரிப்பு.

சற்றும் எதிர்பாராமல் நீண்ட விசில்.

கூட்டத்தில் சளசளப்பு. பார்வையாளர்கள் விளையாட்டு அரங்கிற்குள் நுழைய ஆட்டக்காரர்கள் அரங்கிலிருந்து வெளியேறி மரத்தடியை நோக்கி நகர்ந்து கொண்டிருந்தனர். "முடிஞ்சா?'' என்று ஏமாற்றத்துடன் கேட்டாள் மேல்படியில் அமர்ந்திருந்த ஸ்தூலமான பெண். கோழிக்கூடைகளின் மத்தியில் உட்கார்ந்து கொண்டிருந்தாள் அவள். புற உலகம் அறியாத மக்குக் கோழிகள் வெட்டி வெட்டி அங்குமிங்கும் பார்த்துக்கொண்டிருந்தன. "தொடங்கதுக்குள்ள முடிஞ்சிற்றே" என்று சொல்லிக்கொண்டே சரிவிலிருந்து எழுந்தனர் சில பெண்கள். கரங்களை மேலே தூக்கி சமநிலை குலைந்துவிடாமல் உடலை ஒரு தினுசாக அசைத்தபடி எழுந்தார்கள்.

"முடியல. இன்டர்வெல். பாதியிருக்கு இன்னும்'' என்றான் ஓர் இளைஞன்.

மரங்களின் நிழலில் சுற்றிவர நிற்கும் மாணவிகள் கூட்டத்தில் பொற்கொடியின் முகம் தனியாகத் தெரிந்தது. மரத்தடியில் சாய்த்து வைத்திருந்த மடக்கு நாற்காலிகளை ஐஸ் பெட்டியை ஒட்டிப் பிரித்துப் போட்டுக்கொண்டிருந்தார்கள் இரு மாணவிகள். ஒட்டகச்

சிவிங்கி போல் உயரமாக இருந்த ஒரு பெண் பொற்கொடியின் பின் கழுத்தையும் கன்னங்களையும் இரு கைகளாலும் ஒரே நேரத்தில் துடைத்தவாறே அவள் பின்னால் நகர்ந்து கொண்டே சென்றாள். வலது கையை இடது பக்கத்தோளுக்குப் பின்னால் கொண்டு சென்று தன் முகத்தைத் திருப்பாமலே துண்டை வாங்கித் தன் கன்னங்களையும் நெற்றியையும் ஒற்றிக்கொண்டாள் பொற்கொடி. இரு சிறுமிகள் அவள் முன்னால் வந்து மறிப்பதுபோல் நின்றனர். ஒருத்தி கையில் குளிர்பானம். மற்றொரு பெண் கையில் இளநீர். பொற்கொடி இரு பெண்களின் முகங்களையும் மாறிமாறிப் பார்த்து மிகையான வியப்பை முகத்தில் வெளிப்படுத்தி நவீனச் சிரிப்புச் சிரித்தாள். மாணவ மாணவிகளும் அவளுடன் சேர்ந்து சிரித்தனர்.

சரிவில் நின்று கொண்டிருந்த சிறுமி தன்னுணர்வு இல்லாமல் இறங்கிச் சென்றுகொண்டிருந்தாள்.

“ஏட்டி எங்க போற?'' என்று அதட்டினாள் அக்கா.

குரல் சிறுமியின் காதில் விழவில்லை. அவளுக்குப் பொற்கொடியை பக்கத்திலிருந்து பார்க்க வேண்டும்.

சிறுமியைப் பின்தொடர்ந்து வேறு பல பெண்களும் சரிவில் இறங்கினர்.

“கூடைகளை அங்கன அங்கனெ போட்டுட்டுப் போகுது எல்லா மூதிகளும்'' என்றாள் கிழவி.

அவள் சுற்றும் முற்றும் பார்த்தாள். கூடைக்காரிகளில் பலரும் மரத்தடிக்கே சென்றுவிட்டிருந்தனர்.

கிழவிக்குத் தன் கண்களை நம்ப முடியவில்லை. அவள் பார்த்துக் கொண்டிருக்கும்போதே சிறுமி தன்னுணர்வு இல்லாமல் பொற்கொடியின் கையைத் தொட்டாள். பொற்கொடி திரும்பிப் பார்த்தாள். சிறுமியின் கையைத் தூக்கித் தன் இரு கைகளாலும் பிடித்துக்கொண்டாள் பொற்கொடி. கூடைக்காரிகள் ஒவ்வொருவராக அவளைத் தொடத் தொடங்கினார்கள். அவள் எல்லோருடைய கைகளையும் பிடித்துக் குலுக்கினாள்.

“எனக்கு மட்டும் பாக்காண்டாமா குட்டிய'' என்று கத்திக் கொண்டே சரிவில் செம்மண் கட்டிகள் உருண்டோட ஓடினாள் கிழவி. ஆனால் கிழவி மரத்தடிக்குப் போய்ச் சேருவதற்குள் அங்கு சூழல் பெரிதும் மாறி விட்டிருந்தது.

சிவப்புச் சட்டையினர் குழுவின் தலைவன் பொற்கொடியிடம் உஷ்ணமாக முறையிட்டுக் கொண்டிருந்தான். அவனுடன் அவன் கோஷ்டியைச் சேர்ந்த பலரும் சேர்ந்து ஏக காலத்தில் பேசினர். நீலச்சட்டைக்காரர்கள் முறைகேடாக நடந்து கொள்கிறார்களாம். அவர்கள் தங்களை மோதித் தள்ளுவதாகப் புகார் செய்தனர். மாணவிகள் அப்போது சிவப்புச்சட்டைகளுக்கு ஆதரவாகப் பேசினர். நீலச்சட்டையினர் எந்த ஒழுங்கையும் கடைபிடிக்கவில்லை என்றனர் அவர்கள்.

“அவர்களுடைய விஷமம் என்னிடம் பலிக்காது” என்றாள் பொற்கொடி. “உங்கள் நலன்களைப் பாதுகாப்பது என் பொறுப்பு” என்றாள்.

சுமுகமான சூழல் குலைந்து கொண்டிருந்தது.

சிவப்புச்சட்டையினர் முறையிடுவதை நீலச்சட்டையினர் வெறித்துப் பார்த்துக்கொண்டிருந்தனர். திடீரென்று கரங்களை நீட்டிக் கத்தத் தொடங்கினர். அவர்கள் கண்களில் கோபம் பொங்கிக் கொண்டிருந்தது. அவர்களைத் தாண்டிச் சிவப்புச்சட்டையினர் போனபோது இரு கோஷ்டியினரிடையே வாக்குவாதம் வெடித்தது. குரலிலும் கையசைவுகளிலும் உக்கிரம் வெளிப்பட்டது. சில நொடி களில் கைகலப்புக்கூட உருவாகியிருக்கலாம். நல்ல வேளை அப்போது நீண்ட விசில் சத்தம் எழுந்தது. இரு கோஷ்டியினரும் முணுமுணுத்துக் கொண்டே அரங்கிற்குத் திரும்பினர்.

இடைவேளைக்குப் பின்னும் சிவப்புச் சட்டையினருக்குச் சாதக மாகவே ஆட்டம் வளர்ந்து கொண்டிருந்தது. இப்போது தங்கள் முழுத் திறனையும் குவித்து பயங்கரமான வெறியுடன் விளையாடினர் நீலச்சட்டையினர். அவர்கள் தள்ளிய பந்து அவ்வப்போது கூடைக் குள் விழுந்து கொண்டுதான் இருந்தது. ஆனால் அப்போதெல்லாம் எழுந்த மந்தமான ஆர்ப்பரிப்பு அவர்கள் உற்சாகத்தைப் பொசுக்கிக் கொண்டிருந்தது. ஒரு தடவை அவர்கள் பந்தைக் கூடைக்குள் தள்ளியபோது கிழவிகூட, “தப்பித் தவறி விளுந்திற்று” என்றாள். அவளுக்கு ஆட்டம் புரியத் தொடங்கியிருந்தது. இதனால் அவள் அதிக உற்சாகம் அடைந்து தன் ரசிகர்களை அதிகச் சுதந்திரத்துடன் மகிழ்விக்கத் தொடங்கினாள். விட்டுவிட்டு விமர்சனக் கீற்றுக்களை விட்டெறிந்து கொண்டிருந்தாள். “ஒழுங்கா ஆடுங்கடேய்” என்றாள் அவள். அதன்பின், “தப்பாட்டம் ஆடி ஜெயிச்சுக்கிட முடியாது” என்றாள். “குட்டிய எத்தலாம்னு பாக்கேளா, அது நடந்துக்கிடாது” என்றாள். “கடனேறிக் கிடக்கு நீலச்சட்டைக்கு. அதுதான் நிலகுலஞ்சு போறானுவ” என்றாள். அவளுடைய ஒவ்வொரு வாக்கியத்திற்கும் அவள் எதிர்பார்க்கும் ஆமோதிப்பு கிடைத்துக் கொண்டிருந்தது. முதலில் முறுக்காக இருந்த ஆண்களில் பலரும் இப்போது அவளு டைய ரசிகர்களாக மாறி விட்டிருந்தனர்.

அடுத்த இரண்டு மூன்று நிமிடங்களுக்குள் மூன்று முறை சிவப்புச் சட்டையினர் பந்தை கூடைக்குள் தள்ளினர். ஒவ்வொரு முறையும் தாங்கள் அதற்குமுன் எழுப்பியிருந்த ஆர்ப்பரிப்பின் உச்சத்தை தாங்களே முறியடிக்கும் விதமாகக் கத்தினர் பார்வையாளர்கள்.

சற்றும் எதிர்பாராத ஒரு நிமிடத்தில் சிவப்புச்சட்டை ஆட்டக் காரன் ஒருவன் பந்தை முன்னெடுத்துச் சென்று கொண்டிருந்தபோது கீழே விழுந்து மணலில் உருண்டான். பயங்கரமான வீழ்ச்சி அது. அவன் எழுந்து நின்று ஆவேசமாகக் கத்தத் தொடங்கினான். தன் கால் இடறி விடப்பட்டது என்றான். தன்னை இடறிவிட்ட நீலச் சட்டையைச் சுட்டிக் காட்டிக் கத்தினான்.

சூ"ஏன் அவன் காலை இடறி விட்டீர்கள்?" என்று கேட்டாள் பொற்கொடி.

நீலச்சட்டைக் குழுவில் அவன்தான் ஆக நெட்டையன். அவன் குழுவில் பலரும் இப்போது அவனைச் சுற்றிச் சூழ்ந்து கொண்டார்கள். "நான் எந்தத் தவறும் செய்யவில்லை" என்றான் அவன்.

சிவப்புச்சட்டைக்காரர்களிடமிருந்து "பொய், பொய்" என்ற கத்தல் எழுந்தது.

"நீங்கள் இடறுவதை நான் பார்த்தேன்" என்றாள் பொற்கொடி.

"பொய், பொய்" என்ற கத்தல்.

திடீரென்று கிழவி அரங்கிற்குள் வந்தாள். பின்னால் பல பெண்கள் அவளோடு சேர்ந்து வந்தனர். அதிகமும் கூடைக்காரிகள். ஒரு சில மாணவிகள்.

"லே, நீ காலெ இடறி விடுத எங் கண்ணால கண்டேம்லே. பொய் சொன்ன நாக்கு அளுகிப் போகும்" என்று கிழவி கத்தினாள்.

"நாங்கப் பார்த்தோம், நாங்கப் பார்த்தோம்" என்று பல பெண்கள் சேர்ந்து கத்தத் தொடங்கினர்.

"லே, வெளயாடத் தெரியாட்டா அளிச்சான் குளிச்சான் ஆக்கிட்டுப் போகலாம்னு பாக்கேளா?" என்றாள் கிழவி.

நீலச்சட்டைக்காரர்கள் ஏதேதோ கத்தியபடி அரங்கை விட்டு வெளியேறிக் கொண்டிருந்தனர்.

"சிவப்புச்சட்டையினர் வென்றதாக அறிவிக்கிறேன்" என்றாள் பொற்கொடி ஆங்கிலத்தில்.

"மக்கா, என்ன சொன்னே?" என்று கேட்டாள் கிழவி.

"சிவப்புச்சட்டைக்கு ஜெயம்னு சொல்றாங்க" என்றாள் ஒரு மாணவி.

"அப்படிச் சொல்லு என் தங்கம், என் ராணி" என்று பொற்கொடியின் தாடையைத் தடவினாள் கிழவி. மாணவிகளும் மாணவர்களும் 'ஓ'வென்று கத்திக் கரகோஷம் செய்தனர்.

நீலச்சட்டையினர் பள்ளியை விட்டு வெளியேறத் தொடங்கினர். கூட்டமும் கலைந்து கொண்டிருந்தது.

இந்தியா டுடே இலக்கிய ஆண்டுமலர், 1994 - 95

பட்டுவாடா

அவளுடைய பெயர் நிலைபெறாமல் இருந்தது. சிறு வயதில் கிராமத்தில் அவள் வேலை செய்துகொண்டிருந்த வீட்டு அம்மாள் நகரப்பெயர் வைத்து அவளை அழைத்தாள். வேலை முடிந்து குடிசை திரும்பியதும் பழைய பெயர் வந்துவிடும். அரசியல் இளைஞன் அவளைத் திருமணம் முடித்தபோது சீர்திருத்தப் பெயர் வைத்து அழைப்பிதழ் அடித்தான். துப்பாக்கிச் சூட்டில் அவன் இறந்தபோது அன்றைய விலைவாசியையொட்டி ஒரு தொகை அவளுக்குக் கிடைத்தது. அவளுடைய குடும்பம் குறுகிய காலத்தில் அதைச் சூறை யாடித் தீர்த்தது. அரசாங்கத்திடமிருந்தும் நிறுவனங்களிடமிருந்தும் அவ்வப்போது சிறு சிறு தொகைகள் அவளுக்கு வந்து சேரும். மறுமணம், குழந்தைப் பேறு, கடுமையான நோய்கள், கைத்தொழில் கள், விபத்துகள் தரும் மரணம் அல்லது ஊனம் இவற்றில் எவற்றுக் கெல்லாம் உதவிப் படிவங்கள் தனித்தனியாக அச்சாகி இருந்தன என்பது அவளுக்கு ஏகதேசமாகத் தெரியும். சில படிவங்களின் எண்களும் அவள் நினைவில் இருந்தன. பூர்த்தி செய்யாத படிவங் களில் அவள் தொடர்ந்து கையெழுத்துப் போட்டுக்கொண்டிருந்தாள். பட்டுவாடா ஆகும்போது கால் பங்குக்குக் குறையாமல் அவளுக்குக் கிடைக்கும். அதற்கு மேலும் சில சமயங்களில் கிடைத்திருக்கிறது. பெண்களுக்கு கர்ப்பப்பையில் வரும் புற்று நோய்க்கு ஜெர்மன் துரை ஒருவர் பணம் ஒதுக்கியிருந்தார். நபருக்கு ஒரு லட்சம். நோய் மூன்றாவது நிலையை எட்டிவிட்டதாகச் சான்றிதழ் வேண்டும். தாய்மொழி தமிழாகவும் வயது எண்பதுக்குக் குறைவாகவும் இருக்க வேண்டும். அவளுக்கு இரண்டு தகுதிகள் இருந்தன. அவள் கணவ னின் நண்பன் இதைச் சொல்லும்போது அவளுக்குக் கோபம் வரும். ‘கோபப்படாதே தாயி, ஒரு லட்சம் ரூபாய்’ என்பான் அவன். குபேரா அடுக்குமாடிக் கட்டடங்களில் வேலைக்குப் போகத்தொடங்கிய பின் அவளுடைய அரசியல் தொடர்புகள் தேய்ந்து போய்விட்டன. வேலை தண்டவாளத்தில் விழுந்திருந்தது. சிறுசிறு எரிச்சல்கள் இருந்தாலும் கிரீச்சிடாத வாழ்க்கை. வீட்டுக் குழந்தைகள் மீது ஒட்டுதல் அடர்த்தி கண்டு தன் வீட்டுக்குக்கூட போக மனமில்லாமல் அவளை ஆக்கி விட்டிருந்தது.

ஒருநாள் அவளுடைய பெயருக்குப் பதிவுத் தபாலில் கடிதம் வந்தது. ராஜ வீதியில் 119ஆம் எண் கட்டடத்துக்கு வந்து ரூபாய் 500

வாங்கிக்கொண்டு போகும்படி கேட்டுக்கொள்ளப்பட்டிருந்தாள். எதற்கு என்பது அவளுக்குத் தெரியவில்லை. எஜமானி அம்மாளுக்கு ஆங்கிலம், தமிழ் தெரியாது. 119ஆம் எண் கட்டடத்தைப் பற்றிக் கேள்விப்படாதவர்கள் அந்த நகரத்திலேயே இருப்பதாகத் தெரிய வில்லை. கடிதத்தில் தட்டச்சுப்பொறியின் பதிவு மங்கலாக இருந்த தால் தொகை ஐயாயிரமோ என்ற சந்தேகம் எஜமானிக்கு வந்தது. ஒரு பூஜ்யத்திற்குரிய இடைவெளி இருந்தது என்பதில் சந்தேகமில்லை. யாருக்கும் தெரிவிக்காமல் முழுத்தொகையையும் தானே பெற்றுக் கொண்டுவிட வேண்டும் என்ற ஆசை அவளுக்கு ஏற்பட்டது.

119ஆம் எண் கட்டடத்திற்குப் போய்ச் சேருவது சுலபமாக இருக்க வில்லை. வெகுதூரம் நடக்க வேண்டியிருந்தது. இரண்டு விதமான வாகனங்களில் ஏறி இறங்க வேண்டியிருந்தது. மீண்டும் நடக்க வேண்டியிருந்தது. மாறி மாறி விசாரிக்க வேண்டியிருந்தது. உயரமும் பருமனுமாய் வானவெளியை மலை போல் அடைத்துக்கொண்டு கிடக்கும் கட்டடம். கதவிலக்கம் ஒன்று என்றாலும் உட்பிரிவுகள் முடிவற்றவை. கடைகளும் அலுவலகங்களும் திரையரங்குகளும் இருந்தன. மிக உயரமான தளத்தை மேகங்கள் சூழ்ந்து கொண்டிருப் பதுபோல் தோன்றிற்று. அந்தத் தளத்திற்குள் எண்ணற்ற கூடங்கள் இருக்கின்றன என்றார்கள். கட்டடத்தின் மிக உயரமான முகப்பைப் பார்க்க முன் வாசலின் எதிர்த் திசையில் ஐந்தாறு நிமிஷங்களேனும் நடந்து போக வேண்டியிருக்கும்.

மேல் தளங்கள் புத்தம் புதிதாக இருக்க அடித்தளங்கள் பாசிபடிந் தும் பழுதுபட்டும் கிடந்தன. அன்றும் முன்வாசலில் வெகுநேரம் அலுப்புடன் நின்றுவிட்டுத் திரும்பினாள் அவள். குழப்பம் மிகுந்து நெருக்கடியில் மனம் வெடித்துவிடும் என்று தோன்றும்போது அவள் திரும்பிவிடுவாள். மூன்றாவது தடவையாகவா நான்காவது தடவை யாகவா என்பது அவளுக்கு நினைவில்லை. வரும்போது மனம் தெளிவாகவே இருக்கும். உடல் இறுக்கமில்லாமல் தளர்ந்திருக்கும். ராஜவீதிக்குள் நுழைந்ததும் சிறுகச் சிறுகக் கலவர உணர்ச்சி தோன்றத் தொடங்கும். அதை அமுக்க முயலும்போது உணர்ச்சிகள் மேலும் கூர்மையாகிக் கூத்தாடத் தொடங்கிவிடும். அதன்பின் பீதி உருத் திரண்டு நடு நெஞ்சில் தூண்போல் விட்டம் வைத்து வீங்கும். 119இன் நெரிசலின் உள்ளிழுப்பில் செருகிக் கொள்ளவும், உருவி வெளியே வரவும் ஒரு வாசலே இருந்தது. நெரிசல், படம் முடிந்த நேரத்தைய திரையரங்கு வாசல்களை நினைவுபடுத்தின. விஷமச்சிறுவர்கள் தெருவிலிருந்து நெரிசலை நோக்கிக் காகிதச் சுருள்களை விட்டெறி வார்கள். அவை உடல்களில் தங்கித் தளம் தளமாகப் போய்க் கொண்டிருக்கும் என்பது அவர்களுடைய நம்பிக்கை.

ரவிக்கைக்குள் மார்புக்குவட்டில் சிறிய பணப் பையில் கடிதத்தை மடித்து வைத்துக்கொண்டிருந்தாள் அவள். உடலால் அதன் இருப்பை உணர்ந்துகொண்டே நெரிசலுக்குள் தன்னைச் செருகிக் கொண்டாள். வெயில், உஷ்ணம், வேர்வை நாற்றம் சகிக்க முடியாமல் இருந்தன.

முதல் தளத்தில் சுவர்கள்மீது தன் உடல்களை வரிசையாகப் பதித்துக் கொண்டிருந்த ஜீவன்கள் ஒற்றைக் கேள்வியைத்தான் திரும்பத் திரும்பக் கேட்டுக் கொண்டிருந்தன. ‘வாங்கியாச்சா, வாங்கவா?’ மேலே போகிறவர்களின் நெரிசலும் கீழே வருகிறவர்களின் நெரிசலும் ஒன்றுடன் ஒன்று மோதி மனிதச் சுழிப்புகள் உருவாகிக்கொண்டிருந் தன. சுழற்சியில் அகப்பட்டுத் தட்டாமாலை சுற்றும்போதும் குறிக் கோள் சார்ந்துதான் தடுமாறினார்கள். கூரைக் கீறல்கள் எந்த நிமிடத்திலும் பொத்துவிடும் என்ற அச்சத்தைத் தந்துகொண்டிருந்தன. வெடித்து விரிசல்விட்டு சாயப்பூச்சு முற்றாக அழிந்துபோயிருந்த மர ஏணிகள் வந்துகொண்டேயிருந்தன. சிறுநீர் நாற்றம் பரவிக் கொண்டிருந்தது. குழாய்கள் ஒழுகிக்கொண்டிருந்தன. கசிவுகள் பூவாளியில் நீர் வெளிப்படுவது போலவும் நீண்ட வெள்ளி ஊசிகள் போலவும் கோமாளித்தனமான உருவங்களில் வெளிப்பட்டுக்கொண் டிருந்தன. கழிப்பறைகளிலிருந்து விசித்திரமான முனகல்கள் கேட்டுக் கொண்டிருந்தன. வெட்கங்கெட்ட கதவுகள் காணாமல் போயிருந்தும் உள்ளே இருந்தவர்களின் லட்சியங்கள் சிதறாமலே இருந்தன. ஏக மாகக் கடைகள். மிகச் சிறியவை அதிகமும். அடைபட்டுக் கிடக்கும் நெரிசலைப் பார்க்கும்போது, இலவசமாகப் பொருட்களைப் பெறு கிறார்கள் என்று தோன்றும். பாதங்களை அறுத்துப் பதம் பார்க்கும் அளவுக்குச் சிமிண்ட் தரை உடைந்து கிடந்தது. உடையாத இடங் களில் விழுதுகள் போல் கீறல்கள் சுவர்கள் வரையிலும் சென்றடைந் தன. ஆனால் தரை மிக வழவழப்பாக இருந்தது.

ஒருவன் மானசீக இணைப்பொன்றை வெட்டவெளியில் உரு வாக்கி அவளைப் பின்தொடர்ந்து வரத் தொடங்கியிருந்தான். நெரிசலை முறித்து முன்னேறுவதில் தேர்ச்சி கொண்டவன் என்பது தெரிந்தது. தன் இரு கைகளாலும் துழாவி, தோணிபோல் தன் உடலை நகர்த்திக்கொண்டு வருகிறான். அவன் அவளைத் தாண்டிப் போகும்போது பராக்குப் பார்த்தபடியே வாய் குழறலை உருவாக்கிக் கொண்டு, ‘கொஞ்சம் பார்த்துப் போடு’ என்றான். நெரிசலுக்கு விட்டுக்கொடுத்து பின்னகர்ந்து மீண்டும் சிறிது முன்னேறுவதற்குள் அடுத்த தளம் வந்திருந்தது. அப்போது அவன், ‘இருக்கு கடல்போல, ஒண்டியா முடியுமா?’ என்றான். இன்னொரு குறுகலான ஏணியில், ‘மனசு வை. என் தங்கச்சி மாதிரி’ என்றான். அவன் தன்னைத் தொடர்வது அவளுக்கு இம்சையாக இருந்தது. ஆனால் அவனை வெட்டிவிட முயன்றால் வாக்குவாதத்தில்தான் முடியும் என்று நினைத்தாள். அந்த வாக்குவாதத்தின் மூலம் 119ஆம் எண் கட்ட டத்தை நோக்கித்தான் அவள் போய்க்கொண்டிருக்கிறாள் என்பது வெளிப்பட்டு மேலும் பலர் அவளை அரண்கொள்ள வாய்ப்புண்டு. ‘விளக்குமாறுக்குப் போறேன்’ என்றாள். நினைத்த அளவுக்கு உறுதி யாகச் சொல்ல வரவில்லை. அவன் கடைவாயில் வழியும் எச்சில் போல் சிரித்து எதிர்த் திசையைப் பார்த்தவாறு ‘நானூறு பேர் பெருக்கறாங்க. காணாதா?’ என்றான். நானூறு பேர் ஏக காலத்தில்

பெருக்குவதுபோலவும் விளக்குமாறுகள் தரையை உரசும் சப்தம் சீராகக் கேட்பது போலவும் அவளுக்குத் தோன்றிற்று. 'ரெட்டைக் குழந்தையா? கூட தொண்ணூறு. நம்ம அண்ணன்தான்' என்றான்.

தாண்டிச் சென்றபோது அவன் உடம்பு தன் இடுப்பில் அர்த்தத்து டன் உராய்ந்தது போல் அவளுக்குத் தோன்றிற்று. அவன் கண்களைக் கவனித்தாள். மனப்பூர்வம் இல்லை. நெரிசல்தான். தன் உடல் ஞாபகம் அவன் மனதில் இல்லை என்று தோன்றியதும் ஒற்றைக் கயிறுதான் வீசியிருக்கிறான் என்ற ஆசுவாசம் ஏற்பட்டது. அதைத் துண்டித்துவிட்டால் தன் வழி போய்விடலாம். ஒரு நகைக் கடையில் நிற்பதுபோல் அவள் பாவனை காட்டத் தொடங்கியபோது பின் திரும்பிப் பார்க்காமல் அவனுடைய வேகம் மட்டுப்பட்டுவிட்டது அவளுக்கு வியப்பைத் தந்தது. 'பெரிசு 67ஆவது தளத்தில இருக்கம்மா' என்றான். அவனிடமிருந்து கணத்திற்குக் கணம் ஆச்சரியங்கள் வெளிப்படுவதுபோல் தோன்றின. அவனுக்குப் பின்பக்கமும் பார்வை இருப்பதுபோலவும் உரக்கப் பேசினாலும் விரும்பும் நபருக்கு மட்டும் கேட்கும்படி அவனால் பேசமுடியும் என்றும் அவளுக்குத் தோன் றிற்று. உள்ளாடையை இழுத்துவிட்டுக் கொண்டேயிருந்தான். அவன் அறியாமல் அவனிடம் படிந்திருந்த பழக்கமாகத் தோன்றிற்றே தவிர உள்நோக்கம் கொண்டதாகப்படவில்லை. தோள்பட்டை கடுக்கத் தொடங்கிற்று. கடைகளுக்கு முன்னால் கிடந்த இருக்கை களில் ஒன்றுகூடக் காலி இல்லை. இளம் வயதுப் பெண்கள் ஒரே இருக்கையில் இருவரும் மூவருமாக தங்களைத் திணித்துக்கொண்டி ருந்தார்கள். ஒரு முக்காலியில் ஒண்ட அவளுக்கு இடம் கிடைத்தது. அவளைச் சுற்றிச் சூழ்ந்திருந்த வாளிப்பான உடல்களின் இடைவெளி வழியாகப் பார்த்தபோது அவன் பார்வையில் அகப்படவில்லை. இந்த இடைவெளியைப் பயன்படுத்திக்கொண்டு அவள் ஒன்றிரண்டு தளங்கள் கீழே இறங்கிவிடலாம். அப்போது மானசீகக் கயிறு அறுந்துபோய்விடலாம். தன் எண்ணத்தை நிறைவேற்ற அதுதான் ஏற்ற தருணமா என்று அவள் யோசித்தாள். சில ஏணிப்படிகளில் ஒரு படிவிட்டு மறு படிகளில் விநோதச் சிறுபொருட்கள் விற்பனைக்குப் பரப்பப்பட்டிருந்ததால் படிவிட்டுப் படிதாண்டிப் போய்கொண்டிருந் தது கூட்டம். சட்டை அணியாத சிறுவர்களும் சிறுமிகளும்தான் விற்பனையில் ஈடுபட்டிருந்தார்கள். சில ஏணிப்படிகள் முழுமையாகக் கடைகளாகவே மாறியிருந்தன. முகப்புப் பக்கத்தை ஒட்டியிருக்கும் ஏணிப்படிகள் வழியாக மேலே போய்க் கொண்டிருக்கிறோமா அல்லது நடுப்பகுதி அல்லது எதிர்ப்பகுதி ஏணிப்படிகள் வழியாக நகர்கிறோமா என்பதை அவளால் நிதானிக்க முடியவில்லை. நெரிச லில் இழுபட்டுப் போகும்போது ஜன்னல்களின் சிறு வெளிச்சங்களை நோக்கி நெருங்கவே முடியவில்லை. சுழிப்பில் சிக்கும்போது அருகில் தென்படும் ஏணிப்படிகளின் கைப்பிடிகளைத் தாவிப்பிடித்து உருவி வெளியே விழுந்து படியிறங்கிச் செல்ல வேண்டும்.

ஜன்னல்வழி பார்க்க முடிந்தால் மண்ணும் மரங்களும் தெரியும். அப்போது வானவெளியில் எழும்பியிருக்கும் உயரத்தையும்

நிதானித்துக்கொள்ள முடியும். முகப்புப் பகுதிகளை ஒட்டியிருப்பது உறுதிப்பட்டுவிட்டால் எதிர்த்திசையைப் பார்க்க ஒழுகும் நெரிசலில் தன்னைச் சிக்கவைத்துக் கொண்டுவிட்டால் பிறர் ஏந்தலில் தொடர்ந்து போய்க்கொண்டிருக்கலாம். மறுபக்கம் சென்று அடித் தளங்களுக்கு இறங்குவதுதான் புத்திசாலித்தனம். அப்போது எங்கி ருந்தோ கூர்மையான ஊசி ஒன்றை அவள் காதை நோக்கி விட்டெறிந் ததுபோல் ஒரு குரல் வந்தது: 'என்னை வெட்டிவிட்டா இன்னோர்த் தன் ஒட்டிப்பான்' என்றது அந்தக் குரல். தன் நினைப்பு ஒவ்வொன் றும் தனக்குத் தெரிவதற்குமுன் அவனுக்குப் போய்ச் சேருவதில் அவள் மனதில் கிலி படர்ந்தது. தட்ட வேண்டிய பொறிகளை அந்தந்த வினாடிகளில் அவன் தட்டிவிடுவது அவள் மனதை உலுக்கிற்று. எதிர் நின்று அவன் பேசுவதை அதிக அளவு கேட்க நேர்ந்தால் அப்போது அவன் தாடையும் உதடுகளும் பற்களும் கொள்ளும் அசைவுகள் மனதில் படியப்படிய பயம் குறைந்து சிறிது நிம்மதி ஏற்படலாம். ஆனால் சாரம் சார்ந்து ஒற்றைச்சொல் பூடகங்களையே அவன் தட்டிவிடுவது அவளை நிலைகுலையச் செய்துவிடுகிறது. பழைய அவமானங்கள் அவள் மனதில் தேங்கிக் கிடந்தன. தன் மனதின் பொருக்காடாத புண்களை மீண்டும் குத்த இடந்தரக் கூடாது என்று அவள் கறுவிக்கொண்டாள். பயங்கரமாகக் கத்தத் தொடங்கினால் சாதக பலன் கிடைக்குமா என்று யோசித்தாள். பின்தொடர்பவர்கள் இடையே இணைப்பில்லாத இணைப்பு வலு வாக இருப்பதுபோல் அவளுக்குப்பட்டது. மன விசையை அழுத்தி ஒரு புள்ளியில் அவர்கள் குவியச் சில கணங்களே ஆகும் என்று தோன்றிற்று.

திடீரென்று 'என்னவிதம், என்னவிதம்' என்று அவன் கேட்டான். வேறொரு மூலையிலிருந்து அச்சொற்களுக்குரிய எதிரொலி குழற லாகக் கேட்பதுபோல் அவளுக்குப் பிரமை தட்டிற்று. அவன் முகத்தை அவள் கவனித்தபோது இந்த வினாடியில் தன்னைக் கவனிப்பாள் என்பதை முன்கூட்டி உணர்ந்து கூரையை ஆராய்ந்து கொண்டிருந் தான். அப்போது அவன் நுனிநாக்கு வெளியே எட்டிப்பார்த்துக் கொண்டிருந்தது. ஓசையோடு இணைந்து இந்த நடிப்பும் அவள் கலவரத்தைக் கூட்டவே என்றுபட்டது. அவளுடைய கணவனின் நண்பர்களும் தலாலிகளும் நடுவர்களும் தாகரிகளும் கைக்கொள்ளும் ஜாலங்களைப்பற்றி அவர்களுக்குள் பேசிச் சிரித்துக்கொள்வதை அவள் பலசமயம் கேட்டிருக்கிறாள். இக்கட்டான ஒரு சந்தர்ப்பத்தில் ஒரு தாகரி தன் ஆண்குறியின் நுனியைக் காட்டி ஒருவனை அச்சத்தில் கரைத்ததைப் பற்றி அவர்களுக்குள் சிரித்திருக்கிறார்கள். 'எச்சிக்கலை நாய்களா, உங்க வண்டவாளம் தெரிஞ்சவள்டா நான்' என்று அவள் கத்தினாள். தன் எதிர்ப்பு கூர்மையாக வெளிப்படவில்லையென்றும் தன் குரலைப் பிசுபிசுக்கச் செய்துவிடும் நச்சு வெளிக் காற்றில் கலக்கப்பட்டிருப்பது போலவும் பட்டது. அவன் திரும்பிப் பார்ப்பான் என்ற அவள் எதிர்பார்ப்பும் வீணாயிற்று. அவன் கைவிரல்களால்

பிடரியில் தாளம் போட்டுக்கொண்டே முன்பக்கம் மிதந்து போய்க் கொண்டிருந்தான். இப்போது நெரிசலின் அடர்த்தி கூடிக்கொண்டே வருவதுபோல் தோன்றிற்று. அவள் வீட்டு எஜமானி பேசுகிற மொழியில் ஒருவன், 'இங்கேயே இவ்வளவு நெரிசல் என்றால் போதைத் தளங்களில் மரணம்தான்' என்றான். அதே மொழிக்குரிய ஓசையில் மற்றொருவன், 'மரணம் எவ்வளவோ தேவலாம்' என்றான்.

இப்போது அவன் ஒரு ஏணிப்படிக்குரிய குறுகிய சுழற்சியில் சிக்கிக் கொண்டுவிட்டது தெரிந்தது. இன்னும் சிறிது நேரத்திற்கு அவனால் கைகளை மட்டுமல்ல விரல்களைக்கூட அசைக்க முடியாது. அவள் பக்கத்திலிருந்த ஏணிப்படியின் கைப்பிடியைத் தாவிப் பற்றிக் கொண்டாள். இரு கைகளுக்குமிடையே முகத்தைச் செருகிப் பல்லைக் கடித்து, துடைகளையும் இறுக்கிக் கொண்டு நின்றாள். வசைகளை இறைத்தபடி நெரிசல் தாண்டிப் போகிறது. அவள் முதுகில் அதன் அகலத்தைப் பாராட்டுவதுபோல் பலர் குத்திவிட்டுப் போகிறார்கள். அவளுடைய கைப்பிடி தளர்ந்தால் மரணத்தின் பள்ளத்தில் அவள் சரிந்துவிடுவாள். எலும்புகள்கூட கூழாகிவிடும். அப்போது அவளு டைய ஒரு கை இழுப்புக்கு ஈடுகொடுக்க முடியாமல் தளர்ந்து விடுபட அவள் விரல்கள் பதற்றத்துடன் நீண்டு கைப்பிடியை மீண்டும் பற்ற முயன்றன. வலிமையான இரு கரங்கள் அவளை இதமாக அணைத்துப் பின்னகர்த்திப் படிகளில் ஏறிப் போய்க்கொண் டிருக்கும் ஒழுக்கில் அவளை இணைத்தது. அவன்தானா? நொடியில் இங்கு எப்படி வரமுடியும்? மரணத்தின் வாயிலிருந்து தப்பித்துக் கொண்டிருந்தாலும் கூட அவளுக்கு அவமானமாகத்தான் இருந்தது. ஆனால் இப்போது திமிறுவது என்பது மரணத்தை அணைத்துக் கொள்வதுதான். அவனுடைய வலக்கை அவளுடைய இடக்கையை இறுகப் பற்றியிருந்தது. உதவி கருதியா உடல் 'கருதியா என்று அவள் மூளையின் சிறு நரம்புகளைக்கூட புடைக்கச் செய்து ஆராய்ந்து கொண்டிருந்தாள். அவன் கைவிரல்களின் நுனிகளில் விஷமம் துளிர்க்கிறதா என்பதைச் சூட்சுமமாக உணர முற்பட்டுக்கொண்டிருந் தாள். பிடிமானத்தைத் தக்கவைத்துக் கொள்ளவே அந்த விரல்கள் மேலும் இறுகுகின்றன. சிறிது இடைவெளிக்குப் பின்னால் அந்த முகத்தின் பக்கவாட்டுக் காட்சி அவளுக்குக் கிடைத்தது. அது அவன் அல்ல, வேறொருவன். அவள் நினைப்பு அவனுக்குத் தெரிந்து விட்டதுபோல், 'எல்லாரும் ஒண்ணுதான் மகளே' என்றான். அவள் கையை விடுவித்துக்கொண்டபோது தடையின்றி விட்டுக் கொடுத் தான். அதே அளவுக்கு நெரிசல் இருந்தும்கூட ஏனோ மூச்சுத் திணறல் குறைவாக இருந்தது. தளங்களின் வெளிப்பக்கம் நூதனமாக வும் நவீன முறையில் மறு ஆக்கம் செய்யப்பட்ட தன்மையிலும் இருந்ததால் மேல்தளத்தைப் பார்க்கப் போகிறோம் என்பது உறுதி ஆயிற்று. இன்னும் எத்தனை தளங்கள் தாண்டினால் சிமிண்டும் காரையும் முற்றாக மறைந்து பளிங்கின் ஆட்சி அமுலாகும் என்பது தெரியவில்லை. காற்று மண்டலத்தை வரவேற்கும் பெரிய ஜன்னல்

கள் தெரியத் தொடங்கிவிட்டன. நரையிருள் மறைந்து வெளிச்சமும் துளிர்க்கிறது. ஹூங்காரம் கூடிக்கொண்டே போகிறது. இதயத் துடிப்பின் வேகத்தை முடுக்கும் ஹூங்காரம் அது. தளம் தாண்டிப் போகப் போக ஹூங்காரமும் கூடிக்கொண்டேதான் போகும். அப்போது செவிகள் சுத்தமாக அடைத்துவிடும். அதற்கான ஆரம்பம் போல் சிறு வண்டுகள் காதுக்குள் சுழல்வதுபோன்ற கிறுகிறுப்புத் தொடங்கிவிட்டது. இதில் ஆபத்தில்லை. ஆனால் ஹூங்காரம் ஓங்க ஓங்க இதயத் துடிப்பு முடுக்கப்படுவதில் விபரீதங்கள் இருக்கின்றன. வாந்தி, மயக்கம், வயிற்றுப்போக்கு இவற்றால் தாக்கப்படாதவர்கள் மிகக் குறைவு. பளிங்குக் கழிவறைகளும் பளிங்குத் தொட்டிகளும் இருக்கின்றன என்றாலும் தண்ணீர் வசதி குறைவு என்பதால் மலம், வாந்தி ஆகியவற்றின் குவியல்கள் உயர்ந்துகொண்டே போவதைத் தடுக்க முடியாமல் போய்விடுகிறது. மேல் தளம் நெருங்கும்போது காற்றில் நறுமணம் கலக்கப்படுவது ஒரு ஆசுவாசம். துர்நாற்றமானியின் ஊசிகள் சிவப்புப் புள்ளிகளைத் தொடும்போது தானியங்கி நறுமண விசிறிகள் சுழலத் தொடங்கும். நுட்பமான ஏற்பாடுகள் பல இருந்தும்கூட ஒருவர்மீது மற்றொருவர் வாந்தி எடுப்பதையோ கட்டுப்படுத்த முடியாமல் மலங்கழிப்பதையோ தவிர்க்க முடிவதில்லை.

வாய்க்குள் துணியைத் திணித்துக்கொள்வது சிறிது ஆசுவாசத்தைத் தரும் என்று அவளுக்குத் தோன்றிற்று. கண்களை மூடிக்கொண்டாள். எதையும் பார்க்கத் தேவையில்லாமல் அவள் நெரிசலின் இழுப்பில் சீராகப் போய்க்கொண்டிருப்பதற்கு குந்தகம் எதுவும் இல்லை. தன் வைராக்கியத்தை மொத்தமாகத் திரட்டி உடம்பின் ஒவ்வொரு அணுவுக்கும் விநியோகம் செய்தபடி போய்க்கொண்டிருந்தாள். தலைச்சுற்றலும் குமட்டலும் இருந்தன. நல்ல வேளை பெருங்குடல் சிறுகுடல் ஒத்துழைப்பு நிறைவாக இருந்தது. இரு கைகள் தன் தோள்களைப் பற்றியிருப்பதை அவளால் உணர முடிந்தது. தன் உடலிலும் மனதிலும் நிகழும் மாற்றங்களை அந்த விரல்களின் நுனிகள் நுட்பமாக உணர்வது அவளுக்குத் தெரிந்தது. மயக்கமுறும் நிலையில் கணக்கற்ற உடல்களைத் தாங்கிப் பழக்கங்கொண்ட கரங்கள் அவை. அவன்மீது சாய்ந்து கொள்ள வேண்டும் என்ற கட்டாயம் அவளுக்கு ஏற்பட்டுவிட்டது. இப்போது அவளால் இமைகளைத் திறக்க முடியவில்லை. அவளைப் பற்றிய கரங்களுக் குரியவன் அவனா இன்னொருவனா மற்றொருவனா என்பது அவளுக்குத் தெரியவில்லை. ஆனால் மிகவும் வலுவான கரங்கள் அவை என்பது மட்டும் நிச்சயம். இதமாகப் பற்றிக்கொண்டிருப்பதன் மூலமே அவன் தன் வலுவை எப்படி உணர்த்திவிடுகிறான். 'மயக்கம், மயக்கம்' என்று அவள் வாய் முணுமுணுத்தது. 'நான் செத்தேன்' என்றாள். ஈனமான குரல் அவள் உதடுகளில் வழிந்தது. விரிந்த மார்பின் சதைப்பற்று அவள் முதுகை ஏந்திக்கொள்வதை அவளால் உணர முடிந்தது.

உண்மையில் அவன், அவனோ இன்னொருவனோ மற்றொருவனோ அல்ல. அவன் மேல் தளங்களுக்கு மட்டுமே உரிய இடையீட்டாளன். மயக்கமுற்றவர்களை ஏந்திச் செல்ல அவனிடம் அநேக இலகுப் பிரமாணங்கள் இருந்தன. ஒரு சிறு பொம்மையைக் கோட்டின் பெரிய ஜேபியில் வைத்து எடுத்துச் செல்வதுபோல் அவன் அவளுடன் அனாயாசமாக மேல்தளங்களுக்குச் சென்றுகொண்டிருந்தான். மூர்ச்சையுற்ற ஜென்மங்கள் கையாள எவ்வளவு சுலபம் கொண்டுவிடுகின்றன. இந்தச் சுலபம் கூடிவிட்டதென்றால் அதன்பின் இக்கட்டில்லை. இழப்பில்லை. ஆக வேண்டிய காரியங்களை ஒரு மனம் சார்ந்து துரிதம்கூட்டிச் செய்துகொண்டு போகலாம்.

அவன் ஒரு நொடியில் மேல் தளத்தின் நடுக்கூடத்திற்குப் போய்ச் சேர்ந்துவிட்டான். அதற்குள் பலரும் அவனைச் சூழ்ந்து நெருக்கினார்கள். ஒவ்வொருவருடைய கண்களிலும் துருத்தப்பட்டு மடிந்து கிடக்கும் நாக்குகளைப் பார்க்க முடிந்தது. ஹூங்காரத்திற்கு இசைவான ஒலிகளை அவர்கள் எழுப்பியவண்ணம் இருந்தார்கள். தங்கள் குரல்வளையிலிருந்து வெளிப்படும் ஓசைக்கு உடல் சார்ந்த புற அடையாளங்கள் எதுவுமின்றி ஹூங்காரத்தை மேல் ஸ்தாயிக்கு அவர்களால் எடுத்துச்செல்ல முடிந்திருந்தது. பெருங்கூடத்தின் நடுப்பகுதிக்கு மேல்நிலை இடையீட்டாளருக்கு மட்டுமே அனுமதி உண்டு என்பதால் இடையீட்டாளர்களும் தரகர்களும் தலாலிகளும் அடத்திதாரன்களும் நடுவன்களும் தாகரிகளும் பின்னகர்ந்து கொண்டு விட்டார்கள். இதற்குள் அவள் உடலும் இடையீட்டாளர் கையிலிருந்து மேல்நிலை இடையீட்டாளர் கைக்கு மாறி இருந்தது.

முதல் வட்டக் குழு ஆர்ப்பரிக்கத் தொடங்கியிருந்தது. நீண்ட உணவுமேஜையில் கிடத்தியிருந்த அவளைப் பின்வட்டங்கள் கால் பெருவிரல் உன்னி தோள்கள் வழி எட்டிப் பார்த்துக்கொண்டிருந்தன. புணர்ச்சியில் வெளிப்படும் முனகல்களைப் பலர் இசையாக்கிப் பெண் குரலில் கத்திப் பாடிக்கொண்டிருந்தார்கள். பழக்கப்பட்ட கைகள் பாய்ந்து அவளுடைய ஆடைகளைச் சரசரவென்று அகற்றின. குவட்டிலிருந்து பணப்பையை எடுத்து ஒருவன் காகிதத்தை இழுக்க மற்றொருவன் அதைப் பிடுங்கித் தன் ஜேபியில் திணித்துக்கொண்டான். பல கைகள் முலைகளை நீவிவிட்டுக் கொண்டிருந்தன. ஒருவன் காம்பைச் சுண்டினான். புதுக் கரங்கள் அவளுடைய அடிவயிற்றைத் தடவத் தொடங்கியிருந்தன. 'ஆனந்த அல்குல்' என்ற ஆர்ப்பரிப்புடன் விரல்கள் துடித்துக் கீழிறங்கி வந்தன. 'புரட்டிப் போடவா?' என்று ஒருவன் கேட்டான். புரட்டிப் போட்டுக்கொண்டிருந்தபோது விளக்கு அணைந்தது. ஹூங்காரம் உச்சம் கண்டது. இருள் ஒலிகள் குழம்பி மறிந்தன.

காலச்சுவடு, ஏப்ரல் - ஜூன் **1995**

நாடார் சார்

இப்போதெல்லாம் அடிக்கடி நாடார் சாரைப் பற்றிய ஞாபகம் வருகிறது. எனக்கும் முதுமை ஏறிக்கொண்டிருப்பதால் அவரை அள்ளிக்கொண்டு போன மரணம் போகிற போக்கில் என் மீதும் உரசிவிட்டு, மீண்டும் வரப் பதுங்கிக் கொண்டிருப்பதுபோல் ஒரு கற்பனை தோன்றிக்கொண்டிருக்கிறது. உறவிலும் நட்பிலும் நெருக்கமான எவ்வளவோ ஜீவன்களை இழந்துவிட்டேன். அரைமணி நேரப் பயணத்தில் சந்தித்துவிடும்படி இருந்தும் - அதிகம் பார்த்துக் கொள்ளவில்லை என்ற பச்சாதாபம் இப்போது மனதில் கவிழ்கிறது என்றாலும் - சார் கிராமத்தில் இருந்துகொண்டிருக்கிறார் என்ற எண்ணமே எனக்கு எவ்வளவோ ஆறுதலைத் தந்து கொண்டிருந்தது. இப்போது நானும் தனிமையும் கடந்தகால நினைவுகளும் மட்டும்தான்.

ஐம்பது வருடங்களுக்கு முன் நடந்த சம்பவங்கள். நான் சேது பார்வதி பாய் பள்ளியில் பத்தாம் வகுப்புப் படித்துக்கொண்டிருந்த காலம். இ. ஆர். எஸ். தான் எங்களுக்கு கணக்கு வாத்தியார். (பட்டப் பெயர் காராப்பூந்தி.) அந்த மாதம் கணக்குப் பரிட்சையில் பதிமூன்று மாணவர்கள் - நான் உட்பட - பூஜ்யம் வாங்கி இருந்தோம். 'கேடு கெட்ட சனியன்களா! இந்த வாரத்தோட உங்களைக் கையைக் கழுவிடறேன். ஏகாம்பர நாடார் வர்றார். உங்களைக் கட்டிண்டு அவர் மாறடிக்கட்டும்' என்று கத்தினார் இ. ஆர். எஸ்.

நாடார் சாரை பற்றிப் பல கற்பனைகள் எங்கள் மனங்களில் ஓடத் தொடங்கின. அவர் சைக்கிளில் வருவார் என்றான் ஒரு மாணவன். நம்பவே முடியவில்லை. எங்கள் ஆசிரியர்கள் பலரும் குடையைப் பிடித்தபடி நடந்துதான் வருவார்கள். குடையை விரித்தால்தான் அவர்களால் நடக்கவே முடியும். ஒரு சில சோனி ஆசிரியர்கள் குதிரை வண்டியில் வருவார்கள். போரில் காயமடைந்ததுபோல் காலில் பெரிய கட்டுப் போட்டுக்கொண்டிருக்கும் எஸ். பி. சார் ஒற்றைக்காளை வண்டியில் வந்து வராண்டாவில் தவழ்ந்து நாற்காலியில் சிரமப்பட்டு ஏறுவார். தெருவில் சைக்கிளை மிதித்துக்கொண்டு போவது ஒரு ஆசிரியருடைய கௌரவத்திற்குக் குறைவல்லவா? ஏன் நாடார் சாருக்கு இதுகூடத் தெரியவில்லை?

நாடார் சார் வகுப்புக்கு வந்தார். அவரைப் பார்ப்பதற்கே வேடிக்கையாக இருந்தது. எங்கள் மனங்களில் படிந்திருந்த ஆசிரியர் களின் தோற்றங்களே வேறு. குடுமி அல்லது கிராப். சந்தனப்பொட்டு அல்லது விபூதிப்பூச்சு. கோட்டும் பஞ்சகச்சமும் அல்லது இரட்டை வேட்டி. தலைப்பாகை. மணிக்கட்டின் அடிப்பக்கம் கைக்கடிகாரம் அல்லது சங்கிலியில் தொங்கும் பாக்கெட் கடிகாரம். முகத்தில் கடுகடுப்பு. குத்தல் பேச்சு. மதிப்பெண்கள் எவ்வளவு வாங்கினாலும் திருப்தியில்லாத விமர்சனங்கள். கட்டைவிரலின் கீழ் எங்கள் எல்லோ ரையும் அமுக்கி வைத்துக்கொண்டிருக்கும் சாமர்த்தியம்.

நாடார் சார் வகுப்புக்குள் நுழைந்ததுமே எல்லோரும் சிரித்தார்கள். மாணவிகள்கூட இடது கையால் வாயைப் பொத்தித் தலையைக் கவிழ்த்தபடி சிரித்தார்கள். தெருவழியாகப் போய்க்கொண்டிருந்த யாரோ ஒருவர் நுழைகிற இடத்தின் கௌரவம் தெரியாமல் வந்து நிற்பது மாதிரி இருந்தது. குச்சி குச்சியாக நிற்கும் தலைமயிர். வலதுகைக் கட்டைவிரலுக்கும் ஆட்காட்டி விரலுக்கும் இடையே நெற்றியைக் கொடுத்துக் கையை அழுத்திப் பின்னால் நகர்த்திக் கொண்டு போகும்போது நிமிர்ந்து விடுதலைபெறும் குச்சி மயிர்கள் முன்னால் ஓடி வருவதுபோல் தோன்றும். ஆனால், தான் வேடிக்கை யாக இருப்பது சாருக்கு மட்டும் தெரியவில்லை. மேலே பார்க்கத் துடித்துக் கொண்டிருக்கும் முறுக்கிய மீசையின் ஊசி முனைகளை மூக்கோரம் விழிகளை ஒதுக்கிப் பார்க்க முயல்வார். கதர் வேட்டி, கதர் ஜிப்பா, முரட்டு டயர் செருப்பு. கைக்கடிகாரம் இல்லாத மணிக்கட்டின் வெறுமையைத் தாங்கிக் கொள்ளவே முடியவில்லை. பேனாவுக்குப் பதில் இருபுறமும் சீவிய பென்சில். (மறுபக்கம் பென்சிலைச் சீவக்கூடாது என்று எத்தனை முறை எங்களை அடித்திருக்கிறார்கள் ஆசிரியர்கள்.)

"முன்னப்பின்னச் சொல்லாம கணக்குல தூக்கிப் போட்டுட்டாங்க. சுத்தமா மறந்து போய்க் கிடக்கு. இப்பம் நான் படிக்கணும் முதல்ல" என்று சொல்லிவிட்டுச் சிரித்தார் சார்.

நாங்களும் சிரித்தோம்.

"உன் கணக்கு நோட்டெ எடம்மா" என்று முன்னால் உட்கார்ந் திருந்த விலாசினியிடம் கையை நீட்டினார்.

மாணவியை அவர் 'அம்மா' போட்டு அழைத்தது எங்களுக்கு நூதனமாக இருந்தது. மீண்டும் சிரிப்பலைகள் எழுந்தன.

"என்னைக் கண்டாலே சிரிப்பாணி பொங்குதா உங்களுக்கு?" என்று கேட்டபடி அவரும் சிரித்தார்.

கணக்கு நோட்டை ஒவ்வொரு பக்கமாகத் திருப்பிக்கொண்டே வந்தார். "என்னடேய் இது? ஒவ்வொண்ணும் பயங்கரமாட்டு இருக்கு" என்றார்.

சிரிப்பலைகள் நாற்புறமும் சுவரில்போய் மோதின. சார் எங்களைப் பார்த்துத் திருதிருவென்று விழித்தபடி நின்று கொண்டிருந்தார்.

"அவ்வளவு கஷ்டம் இல்லே சார். ஈசியா போட்டுப் பளகிக்கிட லாம்'' என்றான் நாகராஜன்.

சார் நாகராஜனின் முகத்தைக் கூர்ந்து கவனித்தார்.

"கணக்குல எவ்வளவு மார்க் எடுப்பே தம்பி?'' என்று கேட்டார்.

"நூறு'' என்றான் நாகராஜன்.

"எப்பமும்?''

"எப்பமும்.''

"நூறுக்குக் குறைவாட்டு அவன் எடுத்தது இல்லே சார்'' என்று கத்தினான் திருமலை.

"அப்போ உனக்கு லகுவாட்டுத்தானேடேய் இருக்கும்'' என்றார் சார்.

ஏதோ ஒரு அதிசயத் திரவத்தில் வகுப்பே கரைந்துகொண்டிருப்பது போல் எங்களுக்குத் தோன்றத் தொடங்கிற்று.

"நீங்க பத்தாம் வகுப்புல எவ்வளவு வாங்கினீங்க சார்?'' என்று கேட்டான் சக்ரபாணி.

வகுப்பிலேயே பெரிய கோழை அவன். என்ன கேள்வி போடு கிறான்! நம்பவே முடியவில்லை. ஒரு நிமிடத்தில் ஒரு யுகம் தாண்டி விட்டதா? ஆசிரியரிடம் அவர் வாங்கிய மதிப்பெண்ணைக் கேட் கிறான் மாணவன். அதுவும் சேது பார்வதி பாய் பள்ளியில். அதுவும் தலைமையாசிரியர் ராஜம் அய்யரின் தூள் பறக்கும் ஆட்சியில்!

"வெளில சொன்னா கொறச்சலு'' என்றார் சார்.

மீண்டும் மாணவர்கள் சிரித்தார்கள்.

"இன்னிக்குக் கணக்குப் பாடம் எடுத்துக்கிடுவேன்னு தோணல. சில வெளயாட்டுக்களைப் பத்திச் சொல்லுதேன். கணக்கு நாளைக்கு'' என்றார்.

"வகுப்புல வெளயாட்டைப் பத்திப் பேசலாமா சார்?'' என்று கேட்டான் சேஷன்.

"அதுல ஒண்ணும் தப்பில்லேடேய். வெளயாட்டும் ஒரு படிப்புத் தானே!''

கால்பந்து விளையாட்டைப் பற்றிச் சொல்ல ஆரம்பித்தார். வெகு உற்சாகமாகச் சொல்லிக்கொண்டு போனார். சொல்லச் சொல்ல அவருக்கு வகுப்பு என்பதே மறந்து போய்விட்டது. இரு கைகளையும் வேகமாக ஆட்டத் தொடங்கினார். அந்தரத்தில் வந்த பந்தை தலையால் முட்டுக்கொடுத்துத் தள்ளினார். அது மாடியிலிருந்து தோட்டத்துக்குள் போய் விழுந்ததுபோல் வெட்டவெளியைப் பார்த்து முறைத்தார். காலை உதைத்து எதிர்க் கட்சிக்குத் தொடர்ந்து கோல் போட்டபோது அவர் கதர் வேட்டி கிழிந்துவிடுமோ என்று எங்களுக்குப் பயமாக இருந்தது.

பையன்களால் உற்சாகத்தைக் கட்டுப்படுத்த முடியவில்லை. 'கோல்', 'கோல்' என்று கத்தத் தொடங்கிவிட்டார்கள். சார் ஒரு

சிறுவனைப்போல் வகுப்பின் வாசலை நோக்கிப் பதுங்கிப் பதுங்கிச் சென்று தலையை நீட்டி எட்டிப் பார்த்தார்.

மாடியில் முன் பக்கம் பெரும் தூண்கள் மீது நிற்கும் கற்களில் கம்பீரமான கட்டுமானம் அது. தன் உறுதியை வானத்துக்குப் பறைசாற்றுவதுபோல் நிற்கும் பெரிய அறை. மூன்று பக்கங்களிலும் திடமான உருட்டு கம்பிகளைக் காட்டிக் கொண்டிருக்கும் மிகப் பெரிய ஜன்னல்கள். அதில் கடும் பச்சை நிறப் படுதாக்கள். தலைமை யாசிரியரின் அறையின் வாசல் முன்னும் அகன்ற உயரமான பச்சைத் தட்டி இருக்கும். ஒரு ஆள் நெளிந்து நுழையும்படி சுவரோடு ஒட்டிப் போடப்பட்டிருக்கும்.

சார் கூர்ந்து கவனித்து விட்டு எங்களைப் பார்த்து குறும்பாகச் சிரித்தார்.

"சத்தம் போடாதீங்கடேய். கண்ண நோண்டி எடுத்துடுவாரு" என்றார் தலைமையாசிரியரின் அறையைப் பார்த்து கையைக் காட்டியபடி.

"எங்களால கால்பந்துலே கார்மல் ஸ்கூலே தோக்கடிக்க முடிய லையே சார்" என்றான் கோவிந்தன் குட்டி.

"ஏண்டேய்? அவுங்களுக்குக் கொம்பு இருக்கா?" என்று கேட்டார் சார். அப்படிக் கேட்டபோது இடது கை ஆட்காட்டி விரலையும் பாம்பு விரலையும் விரித்து நெற்றிக்கு மேல் வைத்துக்கொண்டார்.

"பயிற்சி வேணும்டேய். நெஞ்சுல வைராக்கியமும் வேணும்" என்றார்.

"கார்மல் ஸ்கூலே எங்களால தோக்கடிக்க முடியுமா சார்?" என்று மீண்டும் கேட்டான் கோவிந்தன் குட்டி.

"வெளயாட்டுக்கு மூளையும் ஒளுங்கும் வேணும்டேய். உங்ககிட்டே என்ன இருக்கு? மூளை இருக்கா? ஒடம்பு இருக்கா? ஒளுங்கு இருக்கா? வைராக்கியம் இருக்கா?" என்றார் சார்.

ஒவ்வொரு கேள்வியும் எங்கள் உச்சி மண்டையைத் தாக்குவது போல் இருந்தது.

"நீங்க சொல்லித் தந்தா நாங்க அளகாட்டு வெளயாடுவோம் சார்" என்றான் வள்ளிநாயகம்.

"எல்லாரும் மேலிடத்திலே உத்தரவு வாங்குங்கடேய், மொதல்ல" என்று தலைமையாசிரியரின் அறையைப் பார்த்துக் கையைக் காட்டினார்.

"பயமாயிருக்கு சார்" என்று எல்லாப் பையன்களும் கத்தினார்கள்.

"அப்பம் பயந்தாங்கொள்ளிகளுக்கு ஒரு வெளயாட்டு கண்டு பிடிக்கட்டு. பெறகு பார்த்துக்கிடலாம்" என்றார் சார்.

சாருக்குக் கோபமும் வரும் என்பது அப்போது எங்களுக்குத் தெரிந்தது. மணியடித்தது. சார் கையை விசிறியபடியே வேகமாக விடைபெற்றுச் சென்றார்.

எங்கள் மனங்களை உசுப்பிவிட்டுப் போய்விட்டார் நாடார் சார். நாங்கள் எவ்வளவு அவமானங்கள் பட்டிருக்கிறோம். விளையாட்டு என்று சொன்னாலே கோபம் பொத்துக்கொண்டு வரும் ஆசிரியர்கள் நிறைந்த பள்ளியில் நாங்கள் எப்படி அந்தக் கலையைக் கற்றுக்கொள்ள முடியும்? நாங்கள் ரோஷம்கூட இல்லாமல் ஆகிவிட்டோமே. அதுதான் எங்களுக்கு மிகப்பெரிய கஷ்டமாக இருந்தது.

ஒவ்வொரு வருடமும் கிறிஸ்துமஸ் விடுமுறை விடுவதற்கு முந்திய நாள் எங்களுக்கு அவமானம் காத்துக்கொண்டிருக்கும். கார்மல் பள்ளி எங்களை விளையாட்டுப் போட்டிக்கு அழைக்கிறது என்றால் அவர்களுக்கு அதற்குத் தகுதி இருக்கிறது. எங்கள் தலைமையாசிரியர் எதற்கு ஒப்புக்கொள்கிறார்? இந்தக் கேள்விக்கு எங்களுக்கு விடையே தெரியவில்லை. குமாரவேல் சாரிடம் போய்ச் சொன்னோம்.

"போட்டி வேண்டாம் சார். அவமானம் தாங்க முடியலே" என்றோம்.

"அது எப்டிடா முடியும்? திருவிதாங்கூர்லேயே நம்ம ஸ்கூல்தானே பெரிசு. ராணியம்மா ஆசைப்பட்டு வெள்ளிக் கோப்பையெ நமக்குத் தானே அனுப்பி வைக்கிறாங்க. ஜெயிக்கிறவங்களுக்கு அதைக் கொடுக்க வேணாமா?" என்று கேட்டார் குமாரவேல் சார்.

"கார்மலுக்குக் கோப்பையைத் தூக்கித் தாறதுக்காக நாங்க வருஷம் தோறும் தோத்துக்கிட்டே இருக்கணுமா சார்?" என்று நாங்கள் கேட்டோம்.

"அவுங்க அளகாட்டு வெளயாடுறாங்க. கோப்பையெத் தட்டிட்டுப் போறாங்க. சோனி உடம்பெ வச்சுக்கிட்டு வெளயாடக் களியுமாலே உங்களாலே" என்றார் குமாரவேல் சார்.

"இந்த வருஷம் நாங்க வெளயாட வரலே சார்" என்று நாங்கள் சொன்னோம்.

"உங்க பேரை எல்லாம் ஹெச். எம். நோட்டீஸ் போர்டுல போட் டாச்சே. மறுத்துப்பேசதுக்கு ஒரு மீசை மொளச்ச பயல் இருக்கானா உங்க கூட்டத்திலே" என்று சத்தம் போட்டுக் கேட்டார் சார்.

"மறுத்துச் சொல்லுதுக்கும் பயமாட்டு இருக்கு சார். நீங்க சொல்லுங்க சார்" என்றோம் நாங்கள்.

"நான் போய் சொன்னா, 'அப்போ வெள்ளிக் கோப்பையை நீங்க உங்க வீட்டுக்குத் தூக்கிட்டுப் போகப் போறீங்களா?'னு திருப்பிக் கேட்பாரே" என்றார் சார்.

போட்டி நடக்கும் தேதியும் முடிவாகிவிட்டது.

"என்ன சார் இது? என்ன சார் இது?" என்று நாங்கள் குமாரவேல் சாரிடம் முறையிட்டுக்கொண்டே இருந்தோம்.

"முழுசாட்டு மூணு நா கோச்சிங் தாரேன்டேய். போதுமா?" என்றார் குமாரவேல் சார்.

"பந்தில்லையே சார்" என்றோம்.

“பந்து ஒருபாடு இருக்குடேய். எளவு ரூம் சாவி தொலஞ்சி போச்சு. பூட்ட உடைக்கலாமான்னு கேட்டு ஹெச். எம். திருவனந்தபுரம் இன்ஸ்பெக்டர் ஆபீஸுக்கு எளுதியிருக்காரு. பாவிக பதில் தாரா மில்லே. ஒரு பந்தெ இரவல் வாங்கிட்டு வாறதுக்கு உங்களுக்கு சாமர்த் தியமில்லே. வாய் கிளியுது” என்று இரைந்தார் குமாரவேல் சார்.

“அஞ்சு வருஷம் கோச்சிங் எடுத்துட்டு வாராங்க. மூணு நா கோச்சிங் தாரேனு சொல்றீங்களே சார். ‘எண்ணிக்கோ’, ‘எண் ணிக்கோ’ன்னு சொல்லிக்கிட்டே வருஷம் தோறும் கோலைத் தட்டறாங்களே.”

“டேய் ஒண்ணு சொல்லுதேன் கேட்டுக்கிடுங்க. படிப்பு வாரவங் களுக்கு வெளயாட்டு வராது. வெளயாட்டு வாரவங்களுக்குப் படிப்பு வராது. திருவிதாங்கூர்லேயே படிப்புல நம்ம ஸ்கூல்தானேடே முதல்ல நிக்கு” என்றார் குமாரவேல் சார்.

நாங்கள் பதில் சொல்லத் தெரியாமல் நின்று கொண்டிருந்தோம்.

குமாரவேல் சார் சொன்னார் : “நான் ஒரு ஐடியா சொல்லுதேன் கேளுங்க. பூப்போல கார்மல் ஸ்கூலுக்குப் போய் அங்கன கோச்சிங் தாராங்கள்ளா அந்த டெக்னிக்க படிச்சிக்கிட்டு வாங்கடேய். ஒரு மண்ணும் செய்யவும் களியாது. செயிக்கவும் வேணும். நல்ல கதெ” என்றார்.

மறுநாள் நாங்கள் மூன்று பேர் சென்றோம். நான், சுப்பிரமணிய சர்மா, இம்மானுவேல். கார்மல் பள்ளியில் நுழைந்ததுமே ஐந்தாறு பையன்கள் எதிரே வந்தார்கள். அவர்களைப் பார்ப்பதற்கே பயமாக இருந்தது. ஒவ்வொரு பையனும் எங்களைவிட ஒரு அடி அதிக உயரம். முகத்தைத் தூக்கிப் பார்க்க வேண்டியிருந்தது. நெஞ்சு விரிசல்களில் அவர்கள் அணிந்திருந்த பனியன்கள் கிழிந்து விடுமோ என்று தோன்றும். மொந்தன் வாழைத் தண்டு மாதிரி நல்ல சதை திரண்ட தொடைகள். இரும்பால் அடித்தது போல் முழங்கால்கள். பூட்ஸ் அணிந்திருந்தார்கள். அடிப்பக்கம் முள்ளாணிகள் இருக்கும் என்று கேள்விப்பட்டிருந்தோம்.

“கீரத்தண்டு ஸ்கூல் பிள்ளைகள்தானே?” என்று கேட்டான் அவர்களில் தலைவன் போலிருந்தவன்.

நாங்கள் மௌனமாக இருந்தோம்.

“கோச்சிங்கை கண்காணிக்க வந்தீங்களோ?” என்றான்.

கிண்டல், குரலிலும் முகத்திலும் வழிந்தது.

எங்கள் மனதிலிருந்ததை அந்தப் பாவியிடம் யார் போய்ச் சொல்லிவிட்டார்கள்.

தலைவன் தொண்டையைக் கனைத்துவிட்டுச் சொன்னான் : “கை கால் ஜாயிண்டை அக்கக்கா களட்டிருவேன். மரியாதையா ஓடிப்போயிடுங்க.”

நானும் சர்மாவும் இம்மானுவேலின் முகத்தைப் பார்த்தோம். இம்மானுவேலுக்குச் சிறிது குஸ்தி தெரியும். அவன் முகம் சிவந்திருந்தது.

"வசமாட்டு ஒரு நா என் கையில சிக்குவே. அண்ணைக்குக் காட்டித் தாறேன் நான் யாருன்னு" என்றான் இம்மானுவேல்.

"போலே நாய்க்குப் பொறந்த பயலே" என்றான் தலைவன்.

நான் இம்மானுவேலின் சட்டையை இலேசாக இழுத்தேன். மூன்று பேரும் நிதானமாக நடந்து வெளியே வந்தோம்.

"ஒரு துக்கடாக் காரியத்தைச் செய்யக் களியல மடசாம்பிராணி களுக்கு. வெள்ளிக் கோப்பை மட்டும் வேணும்" என்று குமாரவேல் சார் எங்களைத் திட்டினார்.

எங்கள் பள்ளியில் ஆறேழு கால்பந்து விளையாட்டு மைதானங்கள் இருந்தன. திருவிதாங்கூரிலேயே சிறந்த மைதானங்கள் அவைதான். பந்துகளும் எங்களிடம் ஏராளமாக இருந்தன. அறைச் சாவி தொலைந்து போயிருந்ததால் எங்களால் அந்தப் பந்துகளை நெடுங் காலமாகவே பார்க்க முடியாமல் இருந்தது.

இரவல் பந்து வாங்கி நாங்கள் மூன்று நாட்கள் காலையிலும் மாலையிலும் விளையாடினோம். எங்கள் விளையாட்டைப் பார்க்க சமஸ்கிருத முன்ஷிகூட ஒரு நாள் வந்திருந்தார். நெய் ஜாடியின் மூடிபோன்ற தன் குடுமியைத் திருகி விட்டபடியே பார்த்துக் கொண்டிருந்தார். நாங்கள் வேகமாக ஓடும்போது 'பாத்து, பாத்து.' கீழே விழுந்து கையைக் காலை ஒடிச்சுக்கப்படாது' என்று கத்துவார். ஆசிரியர்களுக்குக்கூட கொஞ்சம் ரோஷம் வந்ததுபோல் இருந்தது. குமாரவேல் சார் மூன்று நாளும் கூடவே இருந்தார். அவருக்கு அதிக ரத்த அழுத்த நோய் இருந்ததால் எங்களுடன் சேர்ந்து விளையாட முடியவில்லை. ஆனால், 'பந்தை வெட்டியெடு, தட்டு, மூதேவி அடிடேய் கோலுக்குள்ளே' என்றெல்லாம் கத்துவார். ஜோஸப் சாரும் வந்திருந்தார். அவர் சிறுவயதில் கார்மல் பள்ளியில் கால்பந்தில் பயிற்சி பெற்றிருந்தவர். அந்தக் காலத்தில் அவர் கொடுத்திருந்த கோல்களைப் பற்றி எப்போதும் பேசிக்கொண்டிருப் பார். ஆச்சரியம். தலைமையாசிரியர்கூட வந்து பார்த்தார். ஆனால் அவர் வராண்டாவில் நின்றபடி பார்த்துக்கொண்டிருந்தார். விளை யாட்டு முடிந்ததும் நாங்கள் தலைமையாசிரியர் முன்னால் போய் நின்றோம்.

"எல்லோரும் நன்றாக விளையாடினீர்கள்" என்று ஆங்கிலத்தில் சொன்னார் தலைமையாசிரியர்.

சந்தர்ப்பத்தைப் பயன்படுத்திக்கொண்டு "எங்களுக்கு ஒரு பந்து வேணும் சார்" என்று நாங்கள் சொன்னோம்.

தலைமையாசிரியர் ஜோஸப் சாரைப் பார்த்தார். "நாளைக்கே ஸ்கூல் இன்ஸ்பெக்டருக்கு ஞாபகப்படுத்தி ஒரு அஞ்சல் எழுதணம். மறந்துடப்படாது" என்றார்.

போட்டி நடக்கிற அன்று எல்லோரும் மாலையில் நேந்திரம் பழம் சாப்பிட்டிட்டு வர வேண்டும் என்று குமாரவேல் சார் சொல்லியிருந்தார். அப்போதுதான் ஊக்கமாகப் பந்தை அடிக்க முடியுமாம். நாங்கள் எல்லோரும் ஒரு குலை நேந்திரம் பழம் வாங்கி ஆளுக்கு இரண்டு சாப்பிட்டுவிட்டு மைதானத்துக்கு வந்தோம். மைதானத்தை ஒட்டி விஸ்தாரமான, மேட்டுப்பாங்கான ஒரு திடல் இருந்தது. அதில் நாற்காலிகளை எடுத்துப் போட்டுக்கொண்டிருந்தார்கள் பியூன்கள் அருணாச்சலமும் சொக்கலிங்கமும். சமஸ்கிருத முன்ஷி, ஜோஸப் சார், குமாரவேல் சார், மலையாள முன்ஷி உன்னிக்கிருஷ்ணன் நாயர், இ. ஆர். எஸ்., வீரபத்திரன் செட்டியார், சிவராமகிருஷ்ண அய்யர், ஆர். எல். கேசவ அய்யர், அரபி முன்ஷி, சர்வோத்தம ராவ், சிவன் பிள்ளை, பன்னிருகைப் பெருமாள், அச்சம்மா தோமஸ், காந்திமதி டீச்சர் என்று நிறைய ஆசிரியர்கள் நின்று கொண்டிருந்தார்கள். பள்ளியின் முன்பக்கக் கேட்டுக்கு முன்னால் போட்டியில் கலந்துகொள்ளும் கார்மல் பள்ளி மாணவர்கள் ஒரு குழுவாக நின்று கொண்டிருந்தார்கள். சீருடை அணிந்திருந்தனர். நீலநிற அரை நிஜாரும் மஞ்சள் பனியனும். அவர்கள் நின்று கொண்டிருந்த இடத்திலிருந்து வெளிப்பட்ட கட்டுப்பலம் எங்கள் நெஞ்சைக் கரைத்துக் கொண்டிருந்தது.

"போட்டி தொடங்கப் பத்து நிமிஷம்தான் இருக்கு. ஏன் அங்கேயே நின்னுண்டிருக்கா?" என்று அதட்டலாகக் கேட்டார் தலைமையாசிரியர்.

"அவங்களுக்குப் பயிற்சி கொடுக்கும் ஃபாதர் சேவியர் வந்தம் பொறவுதான் அவங்க வருவாங்க" என்றார் குமாரவேல் சார்.

'என்ன ஜபர்தஸ்து' என்று முகத்தை வலித்தார் தலைமையாசிரியர். மோட்டார் சைக்கிள் சத்தம் கேட்டது. முன்வாசல் கேட்டில் நுழைந்து மேட்டில் ஏறி வேப்பமரத்தடியில் வந்து நின்றது அந்த மோட்டார் சைக்கிள். அதிலிருந்து இறங்கிய சேவியர் பாதிரியார் அவருடைய அங்கியின் அடி நுனி காற்றில் புஸ்ஸென்று அழகாகப் பறக்க, ஒல்லியாக விரைந்து வந்து எங்கள் தலைமையாசிரியர் வணங்குவதற்குக் கைகளைத் தூக்குவதற்குள் அவருடைய வலது கையைப் பிடித்துக் குலுக்கினார். இப்போது விளையாட்டில் கலந்து கொள்ளும் பையன்கள் அணிவகுத்து உள்ளே வந்தனர். அந்த அணிவகுப்பின் கச்சிதத் தன்மை எங்கள் மனச்சுவர்களை மேலும் இடித்தது.

"உட்காருங்கள் ஃபாதர்" என்றார் தலைமையாசிரியர்.

தலைமையாசிரியரும் ஃபாதரும் அடுத்தடுத்து உட்கார்ந்து கொண்டார்கள். நாங்கள் தலைமையாசிரியர் பக்கமும் கார்மல் பள்ளி வீரர்கள் ஃபாதர் பக்கமும் நின்று கொண்டிருந்தோம். அந்தப்

பழைய தலைவன் எங்களைப் பார்த்து ஒரு தினுசாக முறைத்துக் கொண்டிருந்தான். எங்கள் ஆசிரியர்கள் முன்னால் எங்களைச் சுட்டு விரலால் சுண்டக்கூட அந்தப் பயலுக்கு தைரியம் இருக்காது.

"முதல் விசில் கொடுக்கலாமா?" என்று கேட்டார் குமாரவேல் சார்.

"கொடுக்கலாம்" என்றார் தலைமையாசிரியர்.

அப்போது தலைவன் பாதிரியாரைப் பார்த்து, "ஃபாதர், எவ்வளவு கோல் கொடுக்கணும்?" என்று கேட்டான்.

ஃபாதர் ஒயிலாகத் தலையைத் தூக்கி, "போன தடவை எவ்வளவு கொடுத்தோம்?" என்று கேட்டார்.

"ஒம்பது" என்றான் தலைவன்.

"அப்படீனு சொன்னா அதே கணக்குல போட்டு. கூடவும் வேண்டா கொறையவும் வேண்டா" என்றார் பாதிரியார்.

நாங்கள் தலைமையாசிரியரின் முகத்தையும் ஆசிரியர்களின் முகத்தையும் பார்த்தோம். தலைமையாசிரியர் அசட்டுச் சிரிப்புச் சிரித்துக்கொண்டிருந்தார். அவருடைய உதட்டில் ஒரு கொசு ஒட்டிக் கொண்டிருப்பது போல் ஏதோ சேஷ்டைகள் காட்டினார். எங்கள் பள்ளி ஆசிரியர்கள் தலைகளைக் கவிழ்த்தபடி ஒருவருக்கொருவர் ஏதோ முணுமுணுத்துக் கொண்டிருந்தார்கள்.

இடைவேளைக்கு முன்னால் எட்டு கோல்கள் எங்களுக்குக் கிடைத்தன. இடைவேளையின்போது ஒரு பெரிய தோல் பெட்டியைத் திறந்து சலவை செய்த தேங்காய்ப்பூத் துண்டுகளை ஆளுக்கொன்றாக எடுத்து தங்கள் முகங்களையும் கைகளையும் துடைத்துக் கொண்டார் கள் கார்மல் பள்ளி வீரர்கள். பாட்டில்களை டப் டப்பென்று உடைத்து கலர் குடித்தார்கள். எங்களுக்குத் தகர வாளியில் தண்ணீர் வைக்கப்பட்டிருந்தது. நாங்கள் தகரக் குவளையில் தண்ணீரை மொண்டு குடித்துக்கொண்டிருக்கும்போது கார்மல் தலைவன் எங்களிடம் வந்து, 'கடைசி கோலை வெளயாட்டு முடியதுக்கு மூணு நிமிஷம் முன்ன போடுவோம். கீரத்தண்டுகளா, ஓடியோடிச் செத்துப் போயிடாதீங்க' என்று சொல்லிவிட்டுப் போனான்.

அவனுடைய வாக்கு நாணயத்தை மெச்ச வேண்டும். போட்டி முடிந்து பார்த்தபோது தலைமையாசிரியரும் ஆசிரியர்களும் உட்கார்ந்திருந்த நாற்காலிகள் எல்லாம் காலியாக இருந்தன. குமார வேல் சாரையும் காணவில்லை.

"நம்ம ஸ்கூலே இடிச்சித் தரை மட்டமாக்காட்டா என் நெஞ்சு வேகாது" என்று கத்தினான் இம்மானுவேல்.

அன்று வகுப்பில் சில புகைப்படங்களையும் நற்சான்றிதழ்களையும் எங்களிடம் காட்டினார் நாடார் சார். அவர் கல்லூரி நாட்களில் ஆடிய கால்பந்தாட்டக் குழுக்களின் படங்கள். ஒவ்வொன்றிலும் கோப்பையை கையில் வைத்துக்கொண்டிருக்கிறார் அவர். ராணியின்

பக்கத்தில் பெரிய கோப்பையுடன் அவர் நிற்கும் படத்தைப் பார்த்த போது எங்கள் கண்களையே நம்ப முடியவில்லை. என்ன அழகான சிரிப்பு ராணியின் முகத்தில்.

சார் சொன்னார் : "இன்னிக்கு மதியத்துக்கு மேல் மூணு மணிக்கு ஹெச். எம். என்னைப் பாக்குதாட்டுச் சொல்லியிருக்கிறாரு. கால் பந்தாட ஆசைப்படற பிள்ளைகளெல்லாம் பேரைத் தாங்கடேய்' என்றார்.

"என்ன தகுதி சார்?" என்று நாங்கள் கேட்டோம்.

சார் சொன்னார் : "இரண்டு காலும் முட்டுத் தட்டாம ஒளுங்கா இருக்கணும். கடுமையா ஒளைக்கணும். இந்த வருஷம் தோத்துப் போனா உசிர் அந்த மைதானத்துலேயே பிரிஞ்சு போட்டு அப்பிடீங் கற வைராக்கியம் வேணும். அவுங்க எல்லாம் பேரைத் தரலாம்" என்றார்.

பிற்பகல் இரண்டே முக்காலுக்குப் பச்சைத் தட்டியின் முன்னால் வந்துவிட்டார் சார். நாங்களும் காத்துக்கொண்டிருந்தோம். தலைமை யாசிரியர் அறையில் மின்விசிறியின் சிறகுகள் பயந்து பயந்து மெதுவாகச் சுற்றுவது போல் தோன்றிற்று. சுவரில் பெண்டுலம் இல்லாத பெரிய கடிகாரம். நீள விநாடி முள் துள்ளித் துள்ளிப் போகிறது. நாங்கள் யாருமே அன்று வரையிலும் தலைமையாசிரிய ரின் அறையைப் பார்த்ததில்லை. இன்னும் சில விநாடிகளில் அந்த அறையின் தரையில் எங்கள் பாதங்கள் பதிந்து முன்னேறும் என்பதை யும் அங்கு கையைக் கட்டியபடி நாங்கள் நின்று கொண்டிருக்கும் போது முழு அறையும் எங்கள் கண்களில் வழியும் என்பதையும் நினைத்தபோது பீறிட்ட உணர்ச்சியை எங்களால் கட்டுப்படுத்திக் கொள்ள முடியவில்லை.

சரியாக மூன்று மணிக்கு 'ஏகாம்பரம், ஏகாம்பரம்' என்ற குரல் கேட்டது.

"சார், சார்" என்று சொல்லிக்கொண்டே சார் தட்டியின் இடை வெளியில் உடம்பை நுழைக்கத் தொடங்கினார். சட்டென்று பின் திரும்பி "யாரும் ஒரு வார்த்தை பேசப்படாது" என்றார்.

தலைமையாசிரியர் சொன்னார் : "ஏகாம்பரம், இந்த வருஷம் சில்வர் கப்பை நாம தட்டி எடுத்துடணும். என்ன செய்வீளோ, ஏது செய்வீளோ எனக்குத் தெரியாது. செலவப் பத்தித் துளி விசாரம் வேண்டாம். உங்க பின்னால நான் நிக்கறேன்; நின்னுண்டே இருக் கேன்" என்றார்.

"சார், போட்டோவும் சர்ட்டிபிக்கட்டும் கொண்டு வந்திருக்கேன்" என்றார் சார்.

"எனக்கு ஒண்ணும் பாக்க வேண்டாம். புட்பால்னு சொன்னா ஏகாம்பர நாடார். ஏகாம்பர நாடார்னு சொன்னா புட்பால். இது திருவிதாங்கூர் முழுக்கத் தெரியும்" என்றார். எங்களைப் பார்த்து, "சார் சொல்றதெக் கேட்டு ஒழுங்கா வெளயாடலைன்னா காலை ஒடிச்சுடுவேன்" என்றார்.

“வெளயாட்டுல ரொம்ப ஆசையுள்ள பையன்ங்க” என்றார் சார் எங்களைப் பார்த்து. அதன்பின் தலைமையாசிரியரைப் பார்த்து, “ஒரு விண்ணப்பம் சார்” என்றார்.

“என்ன?” என்று கேட்டார் தலைமையாசிரியர்.

“ஒரு நல்ல நா பார்த்துச் சொன்னீங்கன்னா அண்ணைக்கே கோச்சிங்கை ஆரம்பிச்சிருவேன்.”

“நல்ல நாளாவது கெட்ட நாளாவது. இன்னிக்கே இந்த நிமிஷமே கோச்சிங்கை ஆரம்பிக்கிறேள். கடைசி வகுப்பு என்னடா?” எங்களைப் பார்த்தார் தலைமையாசிரியர்.

“சரித்திரம்.”

“யாரு? சர்வோத்தம ராவ் தானே?”

“ஆமா.”

“அவனைப் பாத்து நான் சொல்லிக்கறேன். ஓடுங்கோ மைதானத்துக்கு. இந்த வருஷம் மட்டும் விளையாட்டுல தோத்துட்டு வந்தேள்னா ஒரு கழுதையைக்கூட பரிட்சையில் ஒக்கார விடமாட்டேன்” என்றார்.

ஏகாம்பர சார் வராண்டா வழியாக நிதானமாக நடந்து சென்றார். நாங்களும் பின்னால் சென்றோம். பெரிய படிக்கட்டுகளில் இறங்கி ஏணிப்படியின் அடியில் இருந்த குட்டி அறை முன்னால் வந்து நின்றார். பூட்டை இழுத்துப் பார்த்தார். இரண்டு எட்டுப் பின்னால் சென்று ஓடிவந்து வலது காலால் கதவை எட்டி மிதித்தார். பூட்டுத் தெறித்தது. “பந்தெயெல்லாம் அள்ளி வெளில போடுங்கடேய்” என்றார். ஒவ்வொன்றாக வெளியே எடுத்துப் போட்டோம். சிறிதும் பெரிதுமாகப் பதினேழு பந்துகள் இருந்தன.

என் வீட்டிலிருந்து பள்ளிக்கு வரும் வழியில்தான் நாடார் சார் வீடு இருந்தது. இம்மானுவேல் சாந்தான்செட்டிவிளையிலிருந்து காலையில் சூரியோதயத்திற்கு முன்னால் எங்கள் வீட்டுக்கு முன் வந்து வாயில் விரலைக் கொடுத்து ஒரு விசில் அடிப்பான். காத்துக் கொண்டிருக்கும் நான் பாய்ந்து வெளியே குதிப்பேன். சார் அரை காக்கி நிஜாரும் வெள்ளைப் பனியனும் அணிந்து அவர் வீட்டு வாசலில் நின்று கொண்டிருப்பார். தொலைவில் எங்களைப் பார்த்ததுமே படியிறங்கி நிதானமாக ஓடத் தொடங்குவார். உடற்பயிற்சி ஓட்டம். அவர் கற்றுத் தந்த விதமாகத்தான் நாங்கள் ஓடுகிறோமா என்பதை அறிய அடிக்கடி பின்னால் திரும்பிப் பார்ப்பார். ‘தலையைத் தூக்கி’ என்று கத்துவார். பள்ளி மைதானத்துக்குப் போய்ச் சேரும்போது ஏழெட்டு சைக்கிள்கள் வேப்பமரத்தடிகளில் நின்றுகொண்டிருக்கும். இருபது பையன்களுக்குக் குறையாமல் வந்திருப்பார்கள். சாரும் கூடவே விளையாடுவார். சிலசமயம் நாங்கள் விளையாடுவது அவருக்கு முழுமையாகத் தெரிய கோலில் போய் நின்று கொள்வார்.

விளையாட ஆரம்பித்ததிலிருந்து கடைசி நிமிஷம் வரை எங்களு டைய ஒவ்வொரு அசைவும் எப்படித்தான் அவருடைய மூளையில் பதியுமோ அந்த ஆண்டவனுக்குத்தான் வெளிச்சம். விளையாட்டு முடிந்ததும் ஒரு மைதானத்திலிருந்து மற்றொரு மைதானத்துக்கு இறங்கும் பெரிய படிக்கட்டுகளில் வரிசையாக உட்கார்ந்துகொள் வோம். பந்தை மாறி மாறி இரு கைகளுக்கும் நகர்த்தியபடியே படிக்கட்டின் முன்னால் நின்று அரை மணி நேரம் பேசுவார் சார். சுய ஞாபகமே இருக்காது. நாங்கள் ஒவ்வொருவரும் விளை யாடும்போதும் என்ன என்ன தவறுகள் செய்தோம் என்பதையும் அவற்றைச் சரி செய்து கொள்வது எப்படி என்பதைப் பற்றியும் சொல்வார். ஒரு வசை, ஒரு திட்டு இருக்காது.

'வெளயாடுது கால்க மட்டுமில்லேடேய். ஒடம்பு முளுக்க வெளயாடுது. கண் வெளயாடுது. மூளெ வெளயாடுது. காது வெள யாடுது. இன்னொன்ணு. வாற இருப்பதெ முன்னால காணணும். நொடியில வியூகம் வகுக்கணம் மனசு. நாம சொல்லுத கேக்கக் காத்துக்கிட்டு இருக்குடேய் பந்து. காட்டாத ஒரு பலம் கையிருப்பிலே இருந்துகிட்டே இருக்கணும். எதிரியை இவ்வளவுதான்னு அளக்க விட்டிரப்படாது.'

குண்டு குண்டாகச் சொற்கள் வந்து கொண்டே இருக்கும்.

கிறிஸ்துமஸிலிருந்து பொங்கல் விடுமுறை வரையிலும் ஒரு நாள் தவறாமல் விளையாடினோம். காலையிலும் மாலையிலும். இதற்கு மேல் வாரத்தில் மூன்று நாட்கள் உடற்பயிற்சி. ஓட்டப் பயிற்சி. எங்களாலேயே எங்களுடைய விளையாட்டை நம்ப முடியவில்லை. உடலுக்கும் எங்களுக்குமான இணக்கமும், எங்களுக்கும் பந்துக்குமான இணக்கமும் வெகு இங்கிதமாகக் கூடிக்கொண்டிருந்தது. பந்து மாதிரி ஒரு அனுசரணை உள்ள பொருளைக் கடவுள் படைத்ததேயில்லை என்று சார் சொல்வது எவ்வளவு உண்மை. நாங்கள் ரொம்பவும் தாண்டிச் சென்றுவிட்டோம் என்று நினைக்கும்போதெல்லாம் சார் சொன்னார் : 'இப்பதான்டேய் மொத படியிலே காலை வச்சிருக் கோம். நினைப்பு வந்துரப்படாது. இன்னும் கடக்க ஒருபாடு தூரம் இருக்குடேய்.' விளையாடும்போது எங்களுக்குள் உருவான மனமொழி வெட்ட வெளியில் நாள்தோறும் கனம் பெற்று வந்தது. எதிரே வருபவனிடம் மோதி பந்தை எடுத்து பக்கத்தில் தட்டினால் அந்த இடத்தில் பந்தை அணைக்க நாங்கள் விரும்பும் கால்கள் கட்டாயம் இருக்கும். அங்கிருந்து அந்த பந்து நேராக கோலைப் பார்த்துப் பறக்கும். அங்கு எங்கள் தலைகளில் ஒன்று அதை முட்டி கோலுக்குள் கணக்காகத் தள்ளும்.

ஒருநாள் சேஷன் சாரிடம் சொன்னான் : 'சார் வெளயாட்டுங்கறது வெளயாட்டில்லை சார். அது வேறென்னமோ ஒண்ணா இருக்கு.' அவனுக்கு அதற்கு மேல் சொல்ல வரவில்லை.

சார் சொன்னார் : "வெளயாட்டுங்குது ஒரு தங்கச் சுரங்கம்டேய். பாளம் பாளமாக வெட்டி எடுத்துக்கிட்டே இருக்கலாம்.'

அவர் அப்படிச் சொன்னது எங்கள் மனதிலும் இருந்ததைக் கண்டு சொன்னது போல் இருந்தது.

மாலைப் பயிற்சியைப் பார்க்க சக ஆசிரியர்களை சார் ஒவ்வொரு நாளும் அழைப்பார். ஆசிரியர்களுக்கு ஏற்பட்ட வியப்புக்கு அளவே யில்லை. எல்லோரும் எங்களை உற்சாகப்படுத்தினார்கள். 'ஈர்க்குச்சி களையெல்லாம் ராமபாணங்களாக மாத்திட்டேளே ஏகாம்பரம். செப்பிடுவித்தையான்னா இருக்கு' என்று சமஸ்கிருத முன்ஷி சாரைப் புகழ்ந்தார்.

பள்ளிக்கு அது இருபத்தி ஐந்தாவது வருடம் என்பதால் வெள்ளி விழா கொண்டாடுவதற்கான ஏற்பாடுகளைச் செய்து கொண்டிருந் தார் தலைமையாசிரியர். ராணியை எப்படியும் வரவழைத்துவிட வேண்டும் என்பது அவருடைய திட்டம். அதற்கான முயற்சிகளை ரகசியமாகச் செய்து கொண்டிருந்தார். ராணி கையிலிருந்தே கோப் பையை வாங்கிவிடவேண்டும். அதைவிடப் பெருமை தரும் விஷயம் வேறு என்ன இருக்க முடியும்?

போட்டி நாள் அன்று பிற்பகல் ஒரு காலி வகுப்புக்கு வரச்சொல்லி எங்களிடம் பேசினார் சார். இன்னும் சிறிது நேரத்தில் சாமி வந்து தீ மிதிக்கத் தொடங்கிவிடுவோம் என்று எல்லோருக்குமே தோன்றத் தொடங்கியிருந்தது. எங்களுக்கு ஊக்கம் அளித்துப் பேசிக்கொண்டே வந்தார்: 'இண்ணைக்கி கண்டிப்பா ஜெயிக்கப் போறேங்கடேய். எள்ளுப்போல சந்தேகம் இல்லே எனக்கு' என்றார். 'திரும்பவும் சொல்லுதேன். மன தைரியம்தான் முக்கியம்டேய். அசரவே அசரப் படாது. வெளயாட்டுத் தொடங்கி அஞ்சு நிமிஷத்துக்குள்ளே ஒரு கோலைத் தட்டிப்போடணும். உசிரு போனாலும் சரி அதை அடைக்கவிடப்படாது' என்றார்.

மைதானத்தில் இறங்கும்போது எங்களுக்கு உடல் பற்றிப் பிரக்ஞை இருக்கவில்லை. காற்றில் மிதப்பதுபோல் இருந்தது. கிளர்ச்சியூட்டும் மின்சாரம் உள்ளங்காலில் இருந்து உச்சந்தலை வரை வியாபிப்பது போலிருந்தது. தோற்றால் உயிர் பிரியட்டும் என்று மனம் புலம்பிக் கொண்டே இருந்தது.

போட்டி ஆரம்பித்து மூன்று நிமிஷத்திற்குள் முதல் கோல் கொடுத்தோம். அந்தச் சூழலே - மரங்கள், கட்டிடங்கள், ஆட்கள், ஆகாயம் எல்லாம் - எகிறிக் குதிப்பது போல் இருந்தது. நாற்காலியில் உட்கார்ந்து கொண்டிருந்த ஃபாதர் ஆங்கிலத்தில் ஏதோ கத்தியபடி மைதானத்தைச் சுற்றி ஓடினார். பெரிய விஷயம் நடந்த மாதிரியே எங்களுக்குத் தோன்றவில்லை. எதிராளிகள் அறுந்து தொங்கும் சிலந்தி வலைபோல் எங்கள் கால்களுக்குத் தெரிந்தார்கள். உடனடியாக ஒரு கோலைத் தந்து தீர்க்க ஆவேசம் கொண்டு ஆடினார்கள். பந்தை எங்கள் பகுதிக்கே கொண்டு வர முடியவில்லை அவர்களால். அவர் களுடைய ஆவேசத்திற்குள்ளேயே ஆட்டம் கண்டுவிட்ட நிலையை எங்களால் உணர முடிந்தது. எங்கள் மனங்கள் எஃகு குண்டுகள்போல் இருப்பதையும் அந்த குண்டுகளிலிருந்து வெளிவரும் ஆவியைத் தாங்க

முடியாமல் எதிராளிகள் வாடுவதையும் எங்களால் நன்றாக உணர முடிந்தது. பந்தை எடுக்க அவர்கள் உடலோடு உரசிய போதெல்லாம் அந்த உடல்களிலிருந்து பலவீனத்தின் செய்திகள்தான் எங்கள் உடல்களுக்குள் ஊடுருவின.

இடைவேளையின்போது சாரால் பேசவே முடியவில்லை. அவர் கண்கள் நிறைந்திருந்தன. தட்டுத்தடுமாறி 'அளகாட்டு ஆடினீங்கடேய்' என்றார். 'கூட ஒண்ணு கொடுத்துரணம். வசக்கேடா ஒண்ணு வாங்கிட்டாலும் நெளிச்சிக்கிட்டு போக விட்டிடப்படாது' என்றார்.

'இன்னொண்ணு கொடுக்லாம்னு நிச்சயமா நம்பிக்கை இருக்கு சார்' என்றான் இம்மானுவேல்.

சார் எங்கள் முகங்களையெல்லாம் பார்த்தார். எங்கள் கண்களிலிருந்த நம்பிக்கையின் ஒளி அவரைத் தாக்குவது போல் தோன்றிற்று.

இடைவேளை முடிந்து போட்டி தொடங்கி ஐந்தாவது நிமிஷத்தில் மீண்டும் ஒரு கோல் கொடுத்தோம்.

கூட்டம் பயங்கரமாக ஆர்ப்பரித்தது. எங்கள் ஆசிரியர்கள் தங்கள் கௌரவங்களை மறந்து துள்ளிக்கொண்டிருந்தார்கள். சின்னக் குழந்தைகள் மாதிரி நாற்காலிகள் மேல் ஏறி நின்று கத்தத் தொடங்கி விட்டார்கள். தலைமையாசிரியர் இரண்டு கைகளையும் தூக்கி வீசிக்கொண்டிருந்தார். போட்டி முடிந்ததும் தலைமையாசிரியரும் ஆசிரியர்களும் மைதானத்துக்குள் ஓடி வந்தார்கள். கூச்சமில்லாமல் எங்களை மாறி மாறித் தழுவிக் கொண்டார்கள்.

'ஏகாம்பரம், முழு கௌரவமும் உங்களைச் சார்ந்தது' என்று தலைமையாசிரியர் ஆங்கிலத்தில் கத்தினார்.

'பையன்ங்க நல்ல வெளயாடினாங்க' என்றார் சார்.

எங்கள் பள்ளி மாணவர்கள் நின்றுகொண்டிருந்த மூலையிலிருந்து 'ஏகாம்பர சாருக்கு ஜே' என்று சத்தம் கேட்டது. அப்படி கத்திய பகுதியில் மாணவர்கள் மேலும் திரண்டு அந்தக் கூட்டம் ஒரு ஊர்வலமாக மாறி மைதானத்தைப் பார்க்க வந்துகொண்டிந்தது. ஏகாம்பர சார் தலைமையாசிரியரின் முகத்தைப் பார்த்தார். ஆசிரியர்களின் முகங்களையும் பார்த்தார். அவர் உரத்த குரலில் 'சேது பார்வதி பாய் ஸ்கூலுக்கு ஜே' என்று கத்தினார். ஆனால் அவருடைய கத்தல் பையன்களுடைய காதில் விழவில்லை. அவர்கள் தங்கள் கோஷத்தை மாற்றவுமில்லை.

அந்த வாரம் திருவனந்தபுரத்திலிருந்து பள்ளி இன்ஸ்பெக்டர்கள் வந்தார்கள். அவர்களுடைய வருகையை எதிர்கொள்ள எங்களை இரண்டு மூன்று நாட்கள் தயார் படுத்தினார்கள் ஆசிரியர்கள். சுத்தமாகத்தான் இருந்தது பள்ளி. அதை மேலும் எப்படி சுத்தப்படுத்த முடியும்? ஜன்னல் ஓரங்களிலும் அறைகளின் மூலைகளிலும் இருந்த சிறு சிறு அழுக்குகளை ஆசிரியர்கள் கண்டுபிடித்து எங்களை சுத்தம்

செய்யச் சொன்னார்கள். மாலை நேரங்களில் நாங்கள் தோட்டங்களில் பாத்தி பிடித்து விட்டோம். ஒரு களை இல்லாமல் பிடுங்கினோம். தோட்டத்து மர வேலியில் கறுப்புச் சாயம் புதுசாகத்தான் இருந்தது. அமங்கல நிறம் என்று சொல்லிப் பச்சை வர்ணம் பூசச் சொன்னார் தலைமையாசிரியர்.

எங்கள் வகுப்பாசிரியர் இ. ஆர். எஸ். அன்று பதற்றமாக இருந்தார். முதல் வகுப்பில் ஆங்கிலம் எடுத்துக் கொண்டிருந்தபோது எங்கள் அறைக்கு இன்ஸ்பெக்டர்கள் வரவிருக்கிறார்கள் என்று அவர் சொன்னார். ஆனால் அவர்கள் வருவதற்கு முன் முதல் மணி அடித்துவிட்டது. பன்னிருகைப் பெருமாளின் தமிழ் வகுப்பின்போது இன்ஸ்பெக்டர்கள் வந்தார்கள். அவர்கள் மூவருக்குமே தமிழ் தெரியாது. அவர்களில் ஒருவர் 'திருவள்ளுவர் எழுதியுள்ள திருக்குறளை நன்றாகப் படிக்கிறீர்களா?' என்று ஆங்கிலத்தில் கேட்டார். நாங்கள் 'ஆமாம்' என்று சொன்னோம். எங்களுக்கு பாடத்தில் மூன்று குறள்கள் இருந்தன. 'சரி' என்று சொல்லிவிட்டு மூன்று இன்ஸ்பெக்டர்களும் போய்விட்டார்கள்.

பிற்பகல் ஏகாம்பர சார் கணக்கு எடுத்துக்கொண்டிருக்கும்போது மூன்று இன்ஸ்பெக்டர்களும் மீண்டும் வந்தார்கள். இதை சாரோ நாங்களோ எதிர்பார்க்கவே இல்லை. இன்ஸ்பெக்டர்களுடன் தலைமையாசிரியரும் வந்தார்.

'உங்களிடம் சில விஷயங்களைச் சொல்வதற்காக வந்தோம்' என்றார் ஒரு இன்ஸ்பெக்டர் சாரைப் பார்த்து. அவர் அதைச் சொன்ன முறையில் கண்டிப்புத் தொனித்தது.

'ஏன் கணக்கில் எல்லாப் பிள்ளைகளும் குறைவான மார்க் வாங்குகிறார்கள்?' என்று இன்ஸ்பெக்டர் கேட்டார்.

'அப்படியில்லையே சார்' என்றார் ஏகாம்பர சார்.

மூன்றாவது இன்ஸ்பெக்டர் கையில் ஒரு பெரிய வெள்ளைத் தாளை வைத்துக் கொண்டிருந்தார். அவர் அதை மேஜைமீது விரித்தார். அதைப் பார்த்தபடியே அவர் சொல்லிக்கொண்டே போனார்: 'இதற்கு முன் இந்த வகுப்பில் நூற்றுக்கு நூறு வாங்குபவர்கள் ஏழு. இப்போது ஆறு.'

மூன்று இன்ஸ்பெக்டர்களும் சாரின் முகத்தைப் பார்த்தார்கள். மிகுந்த ஆச்சரியத்துடன் தலைமையாசிரியரும் சாரின் முகத்தைப் பார்த்தார்.

'இதற்கு முன் சராசரி மார்க் 54. இப்போது 51.'

சார் தலைமையாசிரியர் முகத்தைப் பார்த்தார்.

'எப்போதும் 90க்கு மேலே வாங்கக்கூடிய பல பிள்ளைகள் இப்போது 85க்கு மேல் தாண்டவே இல்லை.'

சார் தலையைக் கவிழ்த்தபடி நின்றார்.

முதல் இன்ஸ்பெக்டர் சாரைப் பார்த்து 'இன்னும் நீங்கள் பொறுப்புடன் சொல்லிக் கொடுக்க வேண்டும்' என்றார்.

சார் மிகுந்த அவமானத்துடன் தலையைத் தூக்கிப் பார்த்தார்.

ஏன் தலைமையாசிரியர் ஒன்றுமே சொல்லவில்லை? அவருக்குச் சொல்ல ஒன்றுமே இல்லையா?

'இன்னும் இரண்டு மாதம் அவகாசம் தருகிறோம். பழைய இடத்துக்கு மாணவர்களைக் கொண்டு வந்துவிட வேண்டும்' என்று முதல் இன்ஸ்பெக்டர் எச்சரிக்கை செய்தார்.

சார் தலையை அசைத்தார்.

இன்ஸ்பெக்டர்கள் போனபின்பு சாரால் அன்று சரியாகப் பாடம் எடுக்கவே முடியவில்லை.

'நான் நல்லா பாடம் எடுக்காதது போல உங்களுக்குத் தோணுதா டேய்?' என்று எங்களைப் பார்த்துக் கேட்டார் அவர். குரல் பரிதாபமாக இருந்தது.

'இல்லே சார். நல்லாதானே எடுக்குறீங்க' என்றோம்.

நாங்கள் ஆமோதித்தபோது சாருக்கு மேலும் வருத்தம் வந்தது. அவர் ஜன்னல் வழியாக வெட்ட வெளியை வெறித்துப் பார்த்தார்.

அன்று பள்ளி முழுக்க ஏகாம்பர சாரைப் பற்றித்தான் எல்லா ஆசிரியர்களும் பேசிக் கொண்டிருந்தார்கள்.

அன்று மாலை சாரைத் தலைமையாசிரியர் கூப்பிட்டு விட்டாராம்.

'எல்லாரைப் பற்றியும் நல்ல குறிப்பு எழுதியிருக்கிற இன்ஸ்பெக்டர்கள் உங்களைப் பற்றி மட்டும் சரியா குறிப்பு எழுதலை' என்றிருக்கிறார் தலைமையாசிரியர்.

'நீங்க என்னைப் பற்றி என்ன நினைக்கிறீங்க சார்?' என்று கேட்டாராம் ஏகாம்பர சார்.

'அவர்கள் புள்ளி விபரம் தரும்போது நாம் அதை ஏற்றுக் கொள்ளதானே வேண்டியிருக்கிறது, ஏகாம்பரம்' என்றாராம் தலைமையாசிரியர்.

பள்ளிக்கூடமே பார்ப்பதற்கு ஜெகஜ்ஜோதியாக இருந்தது. மாலை மாலையாகத் தொங்கும் வண்ண விளக்குகள். எங்கு பார்த்தாலும் தோரணங்கள். இருபுறமும் வாழைக்குலைகள் கட்டிய பல வளைவுகள். ஒரு தூசி துரும்பு பார்க்கக் கிடைக்கவில்லை. கால்பந்தாட்ட மைதானத்தில் மிகப் பெரிய பந்தல். மிகப் பெரிய மேடை. ராணி மேடையில் உட்கார்ந்துகொண்டிருக்கிறார் சிரித்தபடி. தலைமையாசிரியர் அவருடைய நாற்காலியை ஒட்டி நின்று கொண்டிருக்கிறார். ஒன்றுக்கு இரண்டு தடவை தலைமையாசிரியரை உட்காரச் சொல்லியாயிற்று அவர். சொன்னது தன் காதில் விழாததுபோல் பாவித்தபடி நின்று கொண்டிருக்கிறார் அவர்.

நிகழ்ச்சி நிரல்படி காரியங்கள் வரிசையாக நடந்து கொண்டிருக்கின்றன. இசைப் போட்டிகள். நடனங்கள். மாறுவேடப் போட்டிகள். பேச்சுப் போட்டிகள். குழந்தைகளுக்குப் பரிசுகள்.

ராணி திடீரென்று தலைமையாசிரியரைப் பார்த்து 'ஸ்ரீமான் ஏகாம்பர நாடார் எங்கே?' என்று மலையாளத்தில் கேட்டார்.

தலைமையாசிரியர் சுற்றும் முற்றும் பார்த்தார். 'மிஸ்டர் ஏகாம்பரம், மிஸ்டர் ஏகாம்பரம்' என்று கத்தினார் அவர். முன் வரிசையில் உட்கார்ந்திருந்த ஆசிரியர்களைப் பார்த்து 'ஏகாம்பரம் எங்கே?' என்று அதட்டினார். ஆசிரியர்கள் சுற்றும் முற்றும் பார்த்தார்கள். ஏகாம்பர சாரை காணவில்லை. தலைமையாசிரியர் இ. ஆர். எஸ். ஐ பார்த்து 'இன்னும் ஒரு நிமிஷத்துல அவர் இங்கே வரணம்' என்றார். இ. ஆர். எஸ். நாங்கள் இருக்கும் பக்கம் ஓடி வந்து இம்மானுவேலிடம், 'நீ சைக்கிளில் போய் சாரைக் கூட்டிண்டு வா' என்றார். இம்மானுவேல் சைக்கிளில் ஏறியபோது நானும் பின்னால் ஏறிக்கொண்டேன். 'சைக்கிளை சாருட்ட கொடுத்து அவரை வரச்சொல்லு முதல்ல' என்று கத்தினார் இ. ஆர். எஸ்.

சாரின் வீட்டுக்குள் நுழைந்தோம். நார்க்கட்டிலில் சட்டையணியாமல் படுத்துக்கொண்டிருந்தார் சார்.

'என்ன சார் இது?' என்றான் இம்மானுவேல்.

'தலை நோவு. அதான் வரலே' என்றார் சார்.

'கோப்பையை யார் சார் வாங்குது?' என்றான் இம்மானுவேல்.

'ஹெச். எம். வாங்கலாம். தப்பில்லே' என்றார் சார்.

'சார், ராணி உங்களைக் கேட்டாங்க சார்' என்றேன் நான்.

'ஞாபகம் வச்சிக்கிட்டிருக்காங்க போல' என்றார் சார்.

'நீங்க வராம எப்படி சார்?' என்றான் இம்மானுவேல். அவனுக்குத் தொண்டை அடைத்தது.

'நல்லா படிங்கடேய். அதான் முக்கியம்' என்றார் சார்.

நாங்கள் இருவரும் சாரின் முகத்தைப் பார்த்தோம். அது அவருடைய முகமாகவே இருக்கவில்லை. இருள் அப்பிக் கிடந்தது.

'சார், வேறு யாருக்காக இல்லையின்னாலும் எங்களுக்காக வாங்க சார்' என்றான் இம்மானுவேல்.

படிக்கட்டில் நிழல்கள் ஆடின. திரும்பிப் பார்த்தோம்.

சேஷன், வள்ளிநாயகம், கோவிந்தன்குட்டி, மணிகண்டன் எல்லோருடைய முகங்களும் தெரிந்தன. ஜன்னல் வழியாக இன்னும் சில முகங்கள் தெரிந்தன. ஒவ்வொரு முகத்திலும் ஏமாற்றம் வழிந்தது.

சாரின் மனைவி அடுக்களை நிலைப்படியில் சாய்ந்தபடி நின்று கொண்டிருந்தாள்.

'இந்தப் பிள்ளைங்களுக்காகத்தானே ராப்பகல் உசிரே விட்டீங்க. கூப்பிடறாங்க இல்லே' என்றாள்.

சார் அமைதியாகப் படுத்தபடி இருந்தார்.

‘அப்டீனு சொன்னா நாங்களும் போகல சார்’ என்றான் இம்மானுவேல்.

சார் எங்கள் முகங்களை ஒவ்வொன்றாகப் பார்த்தார்.

சாரின் மனைவி சுவரில் ஆணியில் தொங்கிக்கொண்டிருந்த ஜிப்பாவை எடுத்து சார் கையில் தந்தாள்.

சார் எழுந்திருந்தார்.

*தினமணி பொங்கல் மலர், **1996***

நெருக்கடி

பிறப்பிலும் பின்னணியிலும் நம்பிக்கை இல்லாதவர் அவர். அதனா லேயே ஆவல் மேலிட்டுக் கால அவகாசத்தில் அவரைப்பற்றி அடை யாளம் சார்ந்து நான் தொகுத்திருந்த சொற்பச் செய்திகளைத் தரத் தயக்கமாக இருக்கிறது. அவை அவர் திரட்டிக் கொள்ள விரும்பும் சாரத்திற்கே எதிரானவை. அவரை என் நண்பர் என்று சொல்ல சிறு மனத்தடை இருக்கிறது. எங்களுக்குள் உருவாகியிருந்த நெருக்கத் தில் கிடந்த பாக்கி அது. நன்கு பழகிய பின்னரும் தன்னைப் பற்றிய வியப்பைத் தக்கவைத்துக் கொள்ளும் திறன் அல்லது யோசனை அவரிடம் இருந்தது. அவருடைய வாழ்க்கை முறையில் எனக்கிருந்த விநோதமும் நீடித்து வந்தது. இதன் மூலம் என் மனத்திற்கு ஏற் பட்டிருந்த விலகலைச் சிறிது யோசித்திருந்தால் அவரால் அகற்றி யிருக்க முடியும். ஏனோ அவர் செய்யவில்லை.

தன் வீட்டிற்கு நான் தாமதமின்றி வரவேண்டும் என்று அன்று காலை அவரிடமிருந்து செய்தி வந்தது. அவருடைய சுபாவத்திற்கு இது மாறானது. என்னை அங்கீகரிப்பதில் அவருக்கிருந்த கடைசித் தயக்கம் நீங்கி விட்டதற்கு அடையாளமாக இதை எடுத்துக்கொண் டதில் உள்ளூரக் களிப்புப் பிறந்தது. இதை நினைத்துப் பின்னால் வெட்கப்பட்டேன். அவர் என்னை அழைத்திருந்தது நிர்ப்பந்தத்தின் பெயரில்தான்.

சளசளவென்று மழை. இரண்டு மூன்று நாட்களாக. உலகை மூழ்கடிக்கக் கங்கணம் கட்டிக் கொண்டிருப்பது போல். மிகச் சிறிய பாதுகாப்புக்குக் கூட குடையை நம்பமுடியும் என்று தோன்ற வில்லை. 'தாமதமின்றி' என்ற சொல் என் மனத்தில் படபடப்பைத் தோற்றுவித்திருந்தது. அவருடைய மனஅகராதியில் பொதுவாக இல்லாதிருந்த சொல் அது. கம்பிகள் பின்னந்தலையில் அழுத்தும்படி குடையின் கைப்பிடியைக் கீழ்நோக்கி இழுத்துப் பிடித்தவாறே பாதங்கள் அளையும் மழைநீரைப் பார்த்துக் கொண்டே போனேன். வெள்ளக் காட்டில் பாதைகள் மூழ்கிக் கிடந்தன. ஒவ்வொரு அடி வைக்கும் போதும் பாதத்தைப் பதம் பார்க்கப் போகும் கற்பனை

முள் மீது கவனமாகக் கால் வைத்து ஏமாறுவதில் சந்தோஷப்பட்டுக் கொண்டே சென்றேன்.

அவருடைய இடம் சற்று ஒதுக்குப் புறமானது. குடியிருப்புகள் முடிந்த பின்பு வந்து சேரும் தனி வீடு அது. அவரைப்பற்றி நிம்மதியில்லாத சித்திரங்கள் ஏனோ மனதில் வந்துகொண்டிருந்தன. அவருடைய மேல்மாடி ஒற்றை அறைக்கு இட்டுச் செல்லும் குறுகிய ஏணியின் ஈரப் படிகளில் மேலிருந்து சறுக்கிச் சர்ரென்று அலங்கோலமாக மண் வரையிலும் அவர் வந்து விழும் காட்சி மனத்தை சங்கடப் படுத்திக் கொண்டிருந்தது. எனக்குத் தெரிந்து அவருக்கு நண்பர்கள் இல்லை. எனக்குத் தெரியாமல் அதிகபட்சம் ஒன்றிரண்டு பேர் இருக்கவும் கூடும். அவர் பூடகமாகத் தன்னை வைத்துக் கொண்டிருப் பவர் என்று சொன்னால் அவரிடம் பழகாமல் மனம் விலகி வியந்து கொண்டிருப்பவர்கள் அதை நம்ப எப்போதும் விருப்பப்படு வார்கள். பூடகத்தில் இருள் வட்டம் ஒன்று அவரைச் சுற்றிக்கிடப்பது போல் தோன்றும். இரண்டு எட்டு வைத்து அந்த வட்டத்தைத் தாண்டி அவருடைய கைகளை ஸ்பரிசிக்கும் போது விரல் நுனிகளில் இதம் கசிவதை யாரும் உணர்ந்து கொள்ளமுடியும். அந்த இதம் தான் அவருடைய இயற்கை. பேச்சு மிகக் கொஞ்சம்.

மதம், ஜாதி, மரபு, ஊர், நடை உடை பாவனைகள், பேச்சு இவை சார்ந்த அடையாளங்களை அவரிடம் உணர முடியாமல் போயிருந்தது மட்டுமல்ல; இவற்றின் சொச்சங்கள் மறைந்துபோய் அவரைப்பற்றிப் பிடிமானம் கிடைக்காமல் இருந்தது உறுத்தலையும் வெறுமை உணர்ச்சியையும் ஏற்படுத்தின. வெறும் மனிதனாக மட்டும் ஒருவன் இருப்பது ஏன் நிம்மதியைக் குலைக்க வேண்டும்? ஆனால் மனக்குலைவுகளைச் சமனப்படுத்தும் புன்னகை அவரிடம் இருந்தது. இயற்கையின் கொடை. அழகான புன்னகை. அதுவும் மனிதனுக்குரிய அடையாளம்தானே? உதடுகள் இலேசாகக் கோணி பல் வரிசையின் மேலரும்புகள் தெரியும்போது, 'நான் மனிதன் மட்டுமே' என்பதை அவர் நுனி நாக்கு உறுதிப்படுத்துவது போல் தோன்றும்.

முதலில் நான் அவரைப் பார்த்தது உள்ளூர்ப் பூங்காவில். அன்றாட இருப்பு மூலம் காலம் எனக்கு பாத்தியப்படுத்தியிருந்த சில மூலைகளை அவரும் விரும்பித் தேர்வு செய்ததுபோல் தோன்றிய போது எனக்கு அவர்மீது இணக்கம் கூடிற்று. மொத்தப் பூங்காவும் தெரியும் அந்த அரிய மூலைகளை மொத்தப் பூங்காவும் உதாசீனப் படுத்துவதை நினைத்து நகைக்காமல் இருக்க முடியாது. அவர் கறுப்பு அரை நிஜாரும் வெள்ளைப் பனியனும் மிக எளிமையான செருப்பும் அணிந்திருந்தார். வெண்மையான உள்ளாடை அடித் தொடையை இறுகப் பற்றிக்கொண்டிருக்கும். கைக்கடிகாரம் கட்டு வதில்லை. காலத்தைத் துரத்திப் பிடித்து ஓடும் மனப்பாய்ச்சலை அவரிடம் நான் ஒரு சமயம்கூட உணர்ந்ததில்லை. கேசம் அடர்த்தி யானது. விரல்களை உள்ளே விட்டால் உருவி எடுக்க முடியாது

என்று தோன்றும். நாள் தோறும் வெகு சிரத்தையாக முகச்சவரம் செய்து கொள்வார். தாடையின் வழவழப்பு தொட்டுப் பார்க்கத் தூண்டும். ஐயா என்று தங்களை அழைக்கலாமா என்று முதல்நாள் அவரிடம் கேட்டேன். அவர் முகத்தில் புன்னகை தோன்றிற்று. அவர் ஏற்கும் விளிச்சொல் அதுவாகத்தான் இருக்கும் என்ற என் அனுமானம் சரி என்று பட்டது. அவரை என் மனத்தில் ஒட்ட வைக்க முடியாமல் தவித்துக்கொண்டிருந்த நேரம். ஒருமுறை அவர் தங்கும் இடத்திற்குப் போய்விட்டால் வரலாற்றின் வண்ணச் சுவரில் அவரை அழுத்தி கதிர்வீச்சினூடே அவருடைய எலும்புகளின் ஒரு சிலவற்றையேனும் எண்ணிவிட முடியும். அதற்கான அழைப்பைப் பெறாத நிலையில் அவருடனான பழக்கம் வெள்ளை உயர்ரகக் காகிதம் ஒன்று என் தலையைச் சுற்றிப் பறந்து கொண்டிருப்பது போலவே இருந்தது. ஆறுதலுக்காகவும் சிறிது பிடிமானம் கொள்ளவும் அவருக்கும் எனக்குமான ஈடுபாடுகளின் பொதுமையைத் திரட்டத் தொடங்கினேன்.

நோக்கமின்றி கால்போன திசையில் நடப்பது இருவருக்குமே விருப்பமான ஒன்று. ஊருக்கு வெளியே ஊரைச் சுற்றி வருவது. இதிலிருந்த ஆசை குறையவோ தீரவோ செய்யாது என்ற நம்பிக்கை யும் இருவருக்கும் பொதுவாக இருந்தது. தொலைவிலிருந்த தென்னந் தோப்புகள், பெரிய குளங்கள், கரைகளில் வழிந்த நீரோடைகள். தென்னந்தோப்புகளிலிருந்து நீரோடைகளைப் பார்த்துக் கொண்டே இருப்பது என்னை விடவும் கூடுதலாக அவருக்குப் பிடித்திருந்தது. மடைகளில் துணிகளைத் துவைத்துப் புல்தரைகளில் அவற்றைக் காயப்போடும் வண்ணார்களின் உடலசைவுகளை வெகுநேரம் பார்த்துக்கொண்டிருப்பார். ஈரத் துணிகளின் ‘தப்’ ஓசை அவருக்கு அலுக்காது.

மழை மூர்க்கமாகக் கொட்டிக்கொண்டிருந்தது. என் தள்ளாட்டம் எனக்கே கூச்சமாக இருந்தது. இவ்வளவு கொடிய மழையில் இவ் வளவு விரைவாக நான் வருவேன் என்பதை அவர் எதிர்பார்த்திருக்க முடியாது. அவருடைய இருப்பிடத்திற்குப் போகும் சந்தர்ப்பங்கள் மற்றொரு விதத்திலும் எனக்கு முக்கியமாக இருந்தன. இதுபற்றி அவருக்குத் தெரியாது.

எந்தப் பெண் மீது நான் என் வாழ்நாளிலேயே அதிக மோகம் கொண்டேனோ அவள்தான் அவருடன் இருந்தாள். அவள் மீது நான் கொண்டிருந்த இச்சையும் அதன் வெறி எனக்குத் தந்திருந்த வேதனையும் என்னைத் தவிர இன்றுவரையிலும் வேறு யாருக்கும் தெரியாது. அப்போது அவள் ஒரு வீட்டில் - அந்த வீடும் ஏழ்மை யானது - சொற்பக் காசுக்காக மிகக் கடுமையாக உழைத்துக் கொண்டி ருந்தாள். அவளை நேசிக்கிறேன் என்று நான் அன்று சொல்லியிருந் தால் மனநிலை குலைந்துவிட்டது என்ற முடிவுக்கே என் தாயும் சகோதரிகளும் வந்திருப்பார்கள். அவள் அழகற்றவள் என்பது எனக்கும் தெரிந்துதான் இருந்தது. அழகற்றவளிடமிருந்த கவர்ச்சியின்

அளவு சுழற்றி அடித்துக்கொண்டிருந்தது. அவளை அடையாத துக்கம் இன்றும் என் மனதில் இருக்கிறது. அவள் தோற்றம் எனக்கு ஊட்டிய ஆசையைப் பற்றியோ அதிலிருந்து நான் பெற்ற வேதனையைப் பற்றியோ அவளுக்குத் தெரியாது. அதனால்தான் என்னைத் தன் இருப்பிடம் அழைக்க, அவருக்குத் தெரியாமல் அவரை நான் நகர்த்திக்கொண்டு வந்தது வெற்றிபெற்றபோது, அவர் அழைப்பை ஏற்று, என்னைச் சந்திப்பது அவளைத் துன்புறுத்தாது என்ற எண்ணத்தில் எனக்கு அவர் இருப்பிடம் போக முடிந்தது. உடல் வருந்தி உழைத்துக் கொண்டிருந்த அவளை எங்கு அவர் சந்தித்தார்? முதல் சந்திப்பில் அவளிடம் என்ன பேசியிருக்க முடியும்? எப்படி இருவரும் இணைந்தார்கள்? அந்த நாட்களில் அவளுக்கிருந்த கொடிய வறுமையும், வறுமை சிராய்க்க முடியாத அவள் உடலும் என் நினைவுக்கு வந்தன.

உங்களை நன்கு தெரியும் என்று இவள் என்னிடம் சொல்லியிருக்கிறாள் என்று அவர் என்னிடம் சொன்னார். நான் ஒரு பாயிலும் அவர்கள் இருவரும் மற்றொரு பாயிலுமாக உட்கார்ந்திருந்தோம். அவளுடைய உடலில் பீறிடும் புஷ்டியை தன் உடல் கொள்ளும் மட்டும் வாங்கித் திணித்துக்கொண்டிருந்த அவர்களுடைய பெண் குழந்தை அந்த அறையின் மையத்திலிருந்து சற்றே விலகிய ஒரு இடத்தில் தூங்கிக்கொண்டிருந்தது. உள்ளாடை மட்டும் அணிந்திருந்ததில் சிறு தொந்தியும் துடைகளின் மடிப்பும் மனதில் பதிந்தன. முகம் மறுபக்கம் திரும்பியிருந்ததில் வலது கன்னத்தில் சதைப்பற்று மட்டும் தூக்கலாகத் தெரிந்தது. தெருவைப்பார்க்க இருக்கும் ஜன்னல் வழியாக வீசும் காற்று முதலில் அந்த இடத்தைத் தழுவிய பின்னர் தான் மற்ற இடங்களுக்கு நகரும் என்பதைத் அவர்கள் கண்டு பிடித்திருந்தார்கள்.

அவர்களுடைய முகங்களில் சந்தோஷம் வழிந்து கொண்டிருந்தது. உடனடியாகச் செய்ய அவர்களுக்குக் காரியம் ஒன்றுமில்லை. சற்றுப் பிந்திச் செய்ய வேண்டிய காரியம்கூட அவர்களிடம் அடங்கிக் கிடப்பதை உணர முடிந்தது. ஒவ்வொரு காரியத்தையும் அவர்கள் இணைந்தும் தங்கள் விருப்பத்திற்கு ஏற்றாற்போலும் செய்து வந்ததில் காரியங்கள் பின்னகர்ந்து அழைத்த பின் ஓடிவரப் பதுங்கிக் கிடந்தன. அந்த அறைக்கு வெளியே இருந்த சிறிய வராண்டாவின் ஒரு பகுதியைச் சிறிய அறையாக மாற்றியிருக்கிறார்களோ என்ற சந்தேகம் கொள்ளும்படி நிலை வழியாக ஒரு சாய்மானம் தெரிந்து கொண்டிருந்தது. ஒருவர் முகத்தை ஒருவர் பார்த்து சந்தோஷப்பட கொஞ்ச நேரமேனும் முகம் பாராமலும் இருக்க வேண்டியிருக்கிறது. அவர் தன் துணையுடன் எதையும் பகிர்ந்து கொள்ளக்கூடியவர் அல்ல என்ற என் முன்தீர்மானம் மிகவும் அபத்தமானது என்பதை உணர்ந்தேன். சிரித்துக்கொண்டிருந்த அவர் துணையின் கண்களைப் பார்த்த போது, உங்களைப் பற்றி எல்லாமே தெரியும் என்ற செய்தி கண்களில் மின்னிக்கொண்டிருப்பதை உணர்ந்தேன்.

என் முகமும் கழுத்தும் நீங்கலாக என் உடல் பூராவும் நனைந்து விட்டது. என் ஆடைகளைப் பிழிந்து மீண்டும் அணிந்துகொண்டு தான் நான் அவர் அறைக்குள் காலை வைக்க வேண்டும். அந்த அகலம் குறைந்த ஏணிப்படியின் முடிவில் சாத்தியிருக்கும் கதவுக்குப் பின்னால் இருந்த அகலமான படி நினைவுக்கு வந்தது.

ஒருநாள், அம்மா உங்களுக்கும் அவரைப் போன்ற ஆசை உண்டா என்று நான் கேட்டேன். அவள் சிரித்தபடி புருவத்தை உயர்த்தி தன் முகத்தில் ஒரு வினாவை எழுப்பினாள்.

வீடு மாடியாக இல்லாமல் கொஞ்சம் மண்ணும் வீட்டைச் சுற்றி இருக்க வேண்டும் என்ற ஆசை, தோட்டம் போடும் ஆசை அல்லது குறைந்த பட்சம் வீட்டின் முன்பக்கமோ பின்பக்கமோ ஒன்றிரண்டு வேப்பமரங்களேனும் இருக்கவேண்டும் என்று ஆசை இவை உண்டா என்றேன்.

அவரைவிட எனக்கு அதிகம் என்றாள் அவள். ஏன் அதைப் பூர்த்தி செய்து கொள்ளக்கூடாது என்று கேட்டேன். பார்த்துக் கொண்டுதான் இருக்கிறோம், அமையவில்லை என்றார். நானும் பார்க்கட்டுமா என்று கேட்டேன்.

அதற்கு அவர், என் மனதிலிருக்கும் சித்திரம் உங்களுக்கு எப்படித் தெரியும் என்று கேட்டார். விளக்கவும் கஷ்டம் என்றார்.

வேறு யாராவது இப்படிச் சொல்லியிருந்தால் என் மனதில் சிறிது நெருடியிருக்கும். அவர் சொல்வதில் வெளிப்படும் சகஜம் எல்லாவற்றையுமே இயற்கையாக்கி விடுகிறது.

அறை வெகு சுத்தமாக இருந்தது. இருவரும் இணைந்து சுத்தப் படுத்தியிருப்பார்கள். ஆண் வேலை, பெண் வேலை என்ற பாகுபாடு அவர்களுக்குள் இருக்கவில்லை.

குழந்தைகளுக்குப் பாடம் சொல்லித் தருவதைத் தவிர எந்தப் பணியிலும் தனக்கு நாட்டம் இல்லை என்று அவர் என்னிடம் சொல்லியிருந்தார். குழந்தைகளின் வீடுதேடிப் போய்க் கற்றுத் தருவார். அவர் தன் பணிக்கு அடிப்படையாக வருமானத்தை வைத்துக் கொள்ளவில்லை என்பதையும் பலசமயம் நான் உணர்ந்திருந்தேன். அவர் வீட்டில் மிகச் சொற்பமான சாமான்களே இருந்தன என்பதும் என் நினைவுக்கு வந்தது. பொருளைப் பார்த்து பொறிகள் போல் அவர் விலகுவதையும் நான் கவனித்திருக்கிறேன்.

ஞாயிற்றுக்கிழமைகளில் அவர்கள் அதிகாலையிலேயே வீட்டைப் பூட்டிக் கொண்டு வெளியே போய்விடுவார்கள். திரும்புவது இரவு பிந்தி. பகல் நேரத்தை எப்படிக் கழிப்பார்கள்? அவர் சில விஷயங் களைச் சொல்லியிருந்தும் கூட எனக்குக் குறுகுறுப்பு அடங்காமலே இருந்தது.

ஞாயிறு தோறும் குழந்தையை நதியில் குளிப்பாட்ட அவர்கள் அழைத்துச் செல்வார்கள். எந்த நதி? எந்தத் துறை? எப்படி அங்கு போய்ச்சேருவார்கள்? ஞாயிறுதோறும் குழந்தைக்குக் கடலைக்

காட்டுவார்களாம். எந்தக் கடற்கரையில்? ஒவ்வொன்றையும் அவர்கள் சௌகரியமாக அமைத்துக்கொள்ளும் விதம் எப்படி? சுதந்திரத்தைக் கண்டெடுத்ததுகூட ஆச்சரியமில்லை. சுருங்காமல் அதைத் தக்கவைத்துக் கொள்வதுதான் ஆச்சரியம். அவரிடமிருந்து நான் கற்றுக்கொள்ள வேண்டிய ரகசியங்களின் அளவு என் மனதில் கூடிக் கொண்டே போயிற்று.

அன்று ஞாயிறு என்பது நினைவுக்கு வந்ததும் மனம் மேலும் பதற்றம் அடைந்தது.

கதவு திறந்தது. என்னைப் பார்த்ததும் அவர் முகம் கோணிற்று. துண்டால் முகத்தை மூடியபடி தள்ளாடி தரையில் சரிந்து சுவரில் சாய்ந்தார். அவர் மார்புக்கூடு விம்மிப் புடைத்து சுருங்கி மீண்டும் புடைத்தது. அவர் அழும் காட்சியை என்னால் பார்க்க முடிய வில்லை. தரையின் மையத்தை ஒட்டிக் குழந்தை கிடந்தது. அருகில் சென்று குனிந்து பார்த்தேன். உயிர் இல்லை. குழந்தையின் தாய் நிலைப்படியில் தலை வைத்துக் கிடந்தாள்.

பேச முடியாமல் அவருக்கு வாய் குளறிற்று. சொற்களை என் மனதிற்குள் இணைத்துப் புரிந்துகொள்ள முயன்றேன். தூக்கத்தில் இறந்து போய்விட்டது குழந்தை. முன்தினம் இரவுகூட நன்றாக விளையாடிக் கொண்டிருக்கிறது. நோய் நொடி இருக்கவில்லை.

குழந்தையின் பக்கம் திரும்புவது எனக்கு மிகக் கஷ்டமாக இருந்தது. பார்க்காமலும் இருக்க முடியவில்லை. அது எப்போதும் விரும்பி அணியும் பூப்போட்ட சட்டை அணிந்திருந்தது. கூர்ந்து கவனிக்காத வரையிலும் தூங்குவதுபோல் தோன்றிற்று.

அவருக்கு இனி என்ன செய்ய வேண்டும் என்பது தெரியவில்லை. அப்போது அவருடைய ஒரே ஆசை குழந்தை தங்கள் கண் பார்வை யிலிருந்து மறைந்து போய்விட வேண்டும் என்பது. இனி அவரால் குழந்தையைப் பார்க்க முடியாது. அதை ஸ்பரிசிக்க முடியாது.

நான் அவருக்கு உதவ வேண்டும் என்று அவர் மன்றாடத் தொடங்கினார்.

எல்லாக் காரியங்களையும் நானே பார்த்துக்கொள்கிறேன் என்றும் அவர்கள் இருவரும் சம்பந்தப்பட்டுக்கொள்ள வேண்டாம் என்றும் தான் புலம்பிக்கொண்டே இருந்தேன். இதைச் சொல்லும் போது என் மனதிற்குள் பீதி பந்துபோல் திரண்டு நடு நெஞ்சுக்குள் வந்து முட்டுவதுபோல் தோன்றிற்று.

என்னால் என்ன செய்ய இயலும்? குழந்தை எப்படி மறைந்து போகும்? அதற்கு வழி என்ன? அவர்களுடைய உறவினர்களுக்குத் தெரிவிக்கலாம். ஆனால் உறவினர் என்று இவர்களை ஏற்றுக் கொண்ட எவரும் அவர்களுக்கில்லையே. நாங்கள் ஒதுக்கப்பட்டு வெகு காலம் ஆயிற்று என்று அவர் ஒருமுறை சொல்லிருக்கிறார்.

இப்போது எதையும் நான் அவரிடம் கேட்டுத் தெரிந்துகொள்வதை அவர் விரும்பவில்லை. நான் இறந்து போய் விடுவேன் என்று அவர் புலம்பிய போதெல்லாம் மனதைத் தேற்றிக்கொள்ளுங்கள் என்று நான் சொன்னேன். ஒரு நெருக்கடியில் யாரையும் என்னால் தேற்ற முடியாது என்பது அப்போது எனக்குத் தெரிந்தது. தேற்றும் காரியத்தைச் செய்ய முடியாதபடி கூச்சம் உடம்பைக் குத்திற்று. குழந்தையின் தாய் அப்படியே கிடந்தாள்.

எனக்குள் எண்ணற்ற கேள்விகள் தோன்றின. மதச்சடங்குகள் உண்டா? ஜாதிச்சடங்குகள் உண்டா? செய்தியைத் தெரிவிக்க ஒரு சிலரையாவது கண்டு பிடிக்க வேண்டாமா? டாக்டரை அழைத்து வந்து மரணத்தை உறுதிப்படுத்த வேண்டாமா? விசித்திரமான மரணமாக இருக்கிறது. அதனால் ஒரு டாக்டர் பார்த்து ருசுவை உருவாக்கிக் கொள்வது நல்லது அல்லவா?

அவரிடமிருந்து அழுகையின் முனகல் மட்டும் வெளியாகிக் கொண்டிருந்தது.

எனக்கு பயமாக இருக்கிறது என்று நான் சொன்னேன். மழை என் மனநிலையை மிக மோசமாக பாதித்துக்கொண்டிருந்தது. எனக்கு மிகக் கஷ்டமாக இருக்கிறது என்றேன்.

நீங்கள் உங்களைத் தேற்றிக்கொண்டு எனக்கும் சிறிது ஆறுதல் தரவில்லையென்றால் நான் முறிந்து போய்விடக் கூடும் என்று சொல்லி வெவ்வேறு விதங்களில் புலம்பத் தொடங்கினேன்.

அவரிடமிருந்து தொடர்ந்து முனகல் வெளிவந்து கொண்டிருந்தது என்றாலும் என் சொற்கள் எதுவும் அவர் காதில் விழுவதாகத் தோன்றவில்லை.

நான் இப்போது என் நண்பனைத் தேடிப்போக வேண்டியிருக்கிறது. மழையில் நனைந்து கொண்டே ஓடப்போகிறேன். அவன் வெகு சமீபத்தில் தான் இருக்கிறான். ஆனால் தேடும் இடத்தில் அவன் அகப்படுவது அபூர்வம். அவன் இருந்தால் உடனடியாக என்னுடன் வருவான். சகலப் பிரச்சனைகளுக்கும் விடையும் சகல நெருக்கடிகளுக்கும் ஆறுதலும் தருகிறவன் அவன். இந்தச் சொற்களை அவரிடம் இரண்டு மூன்று தடவை சொன்னேன். தாய் தலையைத் தூக்கி என்னைப் பார்த்தாள்.

நான் மழையில் ஓடத்தொடங்கினேன்.

நானும் நண்பனும் அந்த அறைக்குத் திரும்ப வந்தபோது அங்கு எந்த மாற்றமும் சொல்லும்படி நிகழ்ந்திருக்கவில்லை. இருவரும் சுவரோரம் அடுத்தடுத்துப் படுத்துக் கொண்டிருந்தார்கள். காலோசை கேட்டுக் கண்களைத் திறந்து பார்த்தார்கள்.

குழந்தை குளிர்ந்துவிட்டது போல் தோன்றிற்று.

ஐயா, நாங்கள் இருவரும் கலந்து பேசி ஒரு முடிவுக்கு வந்திருக்கிறோம். குழந்தையைத் தூக்கிக்கொண்டு வருவதில் என் நண்பனுக்குப் பதற்றமோ கூச்சமோ இல்லை. இந்த நெருக்கடியில் உதவக்

கிடைத்தது பெரும் பாக்கியம் என்று அவன் சொல்கிறான். சுமார் நூறு மைல் தொலைவில் மின்சார மயானம் இருக்கிறதாம். அங்கு நாங்கள் குழந்தையை எடுத்துச் செல்லப் போகிறோம். இதைத் தவிர குழந்தையின் உடலை அழிப்பதற்கு வேறு எந்த வழியும் தெரிய வில்லை. நான் சொல்வது உங்களுக்குக் கேட்கிறதா ஐயா என்று நான் உரக்கக் கேட்டேன்.

என் நண்பன் குழந்தையைத் தூக்கித் தன் தோள்மீது போட்டுக் கொண்டான். மழை மிக மோசமாகக் கொட்டிக் கொண்டிருந்தது.

சதங்கை, ஏப்ரல் – ஜூன் 1996

இருக்கைகள்

ஒரு காலத்தில் திருவிதாங்கூர் மகாராஜா எங்கள் ஊருக்கு வந்து வேனிற்காலங்களில் ஓய்வெடுக்கத் தங்கும் கொட்டாரம் அது. என் பள்ளி நாட்களில் அதைத் தாண்டிப் போகும்போது உள்ளூரக் கிலி படரும். முன்வாசலில் பக்கடா மீசையுடன் இரு காவலாளிகள் துப்பாக்கி ஊன்றியபடி நின்றுகொண்டிருப்பார்கள். செழுமையான பூந்தோட்டத்தின் முன்பகுதி மட்டும் தெரியும். பூந்தோட்டத்தின் நடுவில் செல்லும் பாதை வழியாக வெகுதூரம் நடந்தால்தான் கொட்டாரத்தின் முகப்பு மண்டபத்தை அடையமுடியும்.

இப்போது தோட்டம் இல்லை. எங்கும் உடைமரங்கள் வளர்ந்து மண்டிக்கிடந்தன. அரண்மனையின் முகப்பு மண்டபம் ஆர்.டி.ஓ. அலுவலகமாக மாறியிருந்தது. பிற பகுதிகளில் பல அரசு அலுவலகங்கள்.

நான் ஒரு முறை ஆர்.டி.ஓ. அலுவலகத்திற்குப் போயிருந்தபோது அங்கு கடைநிலைச் சிப்பந்தியாகப் பணியாற்றிக்கொண்டிருந்த என் வகுப்புத் தோழன் மரியதாஸிடம், 'என்ன டேய், உடைமர மாட்டுக் கிடக்கு' என்றேன். அதற்கு அவன், 'வெட்ட வெளியாட்டுக் கிடந்தா சுவரோரம் ஒண்ணுக்கு இருந்தராங்கடேய்' என்றான்.

எனக்கு ஆர்.டி.ஓ.வைச் சந்தித்து ஒரு தலைவலிக்கு நிவாரணம் தேட வேண்டியிருந்தது. அதனால் அன்று முன்கூட்டியே போய்விட்டேன். திங்கள்கிழமை. ஆர்.டி.ஓ. காலையில் சற்றுக் கூடுதல் நேரம் அலுவலகத்தில் இருக்கும் நாள் அது. மாவட்ட ஆட்சியரிடம் இருந்து அழைப்பு வராத வரையிலும் அவரை உறுதியாக எதிர்பார்க்கலாம்.

முன் ஜன்னல்கள் சாத்திக் கிடந்தன. திறந்து கிடந்த பக்கவாட்டு ஜன்னல் வழியாக இடைநிலைச் சிப்பந்திகள் இருவர் கோப்புகளைப் புரட்டிக்கொண்டிருப்பது தெரிந்தது. மின்சாரம் இல்லாததால் இருட்டாக இருந்தது அந்த அறை. ஒரு தொலைபேசி மணி தொடர்ந்து அடிப்பது கேட்டுக் கொண்டிருந்தது. அவர்களிடம் ஏதும் விசாரிக்கலாமா என்று தயங்கினேன். என்னைப் பல முறை அவர்கள் அங்கு பார்த்திருக்கக்கூடும். தெரிந்த விஷயத்தையே விசாரிக்கிறேன்

சுந்தர ராமசாமி சிறுகதைகள்

என்று - அவ்வாறு விசாரிப்பவர்கள் அரசாங்க அலுவலகங்களில் அதிகம் - அவர்களுக்குத் தோன்றினால் பதில் சொல்லும் முறை ஒரு தினுசாக இருக்கும். பதில் வரும் தினுசை வைத்துதான் நாம் பெறும் மதிப்பை உணரமுடியும்.

மரியதாஸ் ஒன்பதே முக்காலுக்கு முன்னால் வந்து மண்டபத்தின் முன் வாசலைத் திறப்பது வழக்கம். அவன் அலுவலகத்திற்குள் நுழையும் வழியை மர்மமாக வைத்துக்கொண்டிருந்தான். அதில் அவனுக்கு சந்தோஷம் இருந்தது. குக்கிராமத்திலிருந்து ஐந்து மைல்கள் சைக்கிள் மிதித்து வருவதாகவும், அதிகாலை விழித்து, தான் பாட்டம் எடுத்திருக்கும் வயலில் இரண்டு மணி நேரம் கடுமையான உடலுழைப்புச் செய்துவிட்டுத்தான் புறப்படுவேன் என்றும் மரியதாஸ் சொல்லியிருக்கிறான். ஒவ்வொரு தடவை இதைச் சொல்லும்போதும் உள்ளங் கையை உயர்த்திக் காட்டுவான். மண்வெட்டி பிடிப்பதில் காய்ந்து தழும்பேறிக் கிடக்கும் உள்ளங்கை. அவற்றைப் பார்த்துக் கொள்வதில் அவனுக்கு மிகுந்த சந்தோஷம் உண்டு.

'ஒரு நாளைக்கு என்ன படியேறும்?' என்று நான் ஒருமுறை மரியதாஸிடம் கேட்டேன். இது நான் அவனிடம் முன்பே கேட்டிருந்த கேள்விதான்.

'பிச்சைக்காசு. யாருக்கு வேணும்? தெரிஞ்ச புள்ளிகள் அஞ்சு பத்து திணிச்சிட்டுப் போயிரும். தூக்கி எறியக்களியுமா?' என்றான் அவன்.

'வருகிறவர்களை அவமதிக்காம இருக்கதுதான் நியாயம்' என்று நான் அவனிடம் சொல்லிவிட்டு, 'ஆர்.டி.ஓ.க்கு என்ன தேறும்?' என்று கேட்டேன்.

'பொதுவாட்டு அவர் வாங்குறது இல்லை' என்றான்.

'பொதுவாட்டுன்னு சொன்னா?'

'சில்லறையில ஆசை கிடையாது. வசமாட்டு வந்து சிக்கினா ஒரு தட்டுத் தட்டுவாரு' என்றான்.

மண்டபத்தைச் சுற்றி ஆட்கள் முளைத்துக் கொண்டிருந்தார்கள். படிக்கட்டுகளில் சிலரும் உடைமரங்களைச் சுற்றிப் பலரும் முளைத் திருந்தார்கள். வராண்டாவில் நின்று கொண்டிருந்தவர்களில் ஒருவர் கூட அரைச் சுவரில் உட்கார முற்படவில்லை. 'ஆர்.டி.ஓ. பார்த்தால் கத்துவார்' என்று சொல்லி தடையை மரியதாஸ் உறுதிப் படுத்தி வைத்திருந்தான். அதோடு அரைச்சுவரின் மேற் பகுதியிலும் ஜன்னல் களின் ஓரங்களிலும் தூசு படிந்து கிடந்தது.

பழைய ஆர். டி. ஓ. - ஆக்கிரமிப்புகளை புல்டோசர் வைத்து இடித்து துணிச்சலுக்குப் பெயர் பெற்றிருந்த பொன். தனலக்ஷ்மி - மண்டபத் தின் முகப்பு அறையில் வைத்துதான் மனுதாரர்களைச் சந்தித்து வந்தார். புதிய ஆர்.டி.ஓ. நெப்போலியன் ராஜசேகருக்கு அது பிடிக்கவில்லை. விசாரணை அறையை வரவேற்பறையாக மாற்றி

பக்கவாட்டில் இருந்த அறையை விசாரணை அறையாக ஆக்கிக் கொண்டிருந்தார்.

விசாரணை அறையில் சுமார் முப்பதடி நீளத்தில் ஒரு நீண்ட மேஜை. பச்சை மேல்விரிப்பு இரண்டு பக்கமும் தரையைத் தொடும் படி போடப்பட்டிருந்ததால் அது ஒற்றைமேஜையா அல்லது பல மேஜைகளின் இணைப்பா என்பதைக் கண்டுபிடிக்க முடியவில்லை. ஆனால் மேல்தளத்தில் வெளிப்பட்ட சீரற்ற தன்மை பல மேஜை களின் இணைப்பாக இருக்கக்கூடும் என்ற சந்தேகத்தை ஏற்படுத்திற்று. பலவிதமான நாற்காலிகள் போடப்பட்டிருந்தன. பத்தொன்பதாம் நூற்றாண்டைச் சேர்ந்த தமிழ் நாற்காலிகளின் வகை மாதிரிகளைக் காட்டும் அருங்காட்சியகம்போல் தோன்றியது. பழுதுபட்ட நாற்காலி களில் அதிகம் உறுத்திக் கொண்டிருந்தவை ஒற்றைக்கை நாற்காலிகள் இரண்டு. அவற்றுக்குப் புதிய கைகளைப் பொருத்த மேற்கொள்ள வேண்டிய அலுவலக நடவடிக்கைகள் சற்றுச் சிக்கலாகவே இருக்கக் கூடும். ஆனால் இருக்கும் ஒற்றைக்கையைப் பிடுங்கிப் போட்டு விடுவதில் எந்தச் சிக்கலும் இருக்க முடியாது. புதிய ஆர்.டி.ஓ. ஏன் இதைச் செய்யவில்லை? பொன். தனலக்ஷ்மி உடனடியாகச் செய்து விடும் காரியம் இது.

நாங்கள் எல்லோரும் வராண்டாவில் நின்றபடியே வரவேற் பறையைப் பார்த்துக்கொண்டிருந்தோம். மரியதாஸ் என் காதில், 'நீ உக்காந்தா எல்லாரும் உக்காந்துருவாங்க' என்றான்.

அவனுடைய பிரச்சினை எனக்குச் சரிவர விளங்கவில்லை. ஆனால் விளங்காத விஷயங்களை அரசாங்க மொழிக்குள் கொண்டு வந்து கேள்விகள் கேட்பது அப்படி ஒன்றும் சுலபமானதல்ல. எனக்கு ஏதும் விளங்கவில்லை என்ற பாவனையைத்தான் என்னால் காட்ட முடிந்தது.

'மாந்தையனுக்கு சூக்ஷ்மமாட்டுச் சொன்னா வெளங்காது' என்று கோபித்துக் கொண்டான் மரியதாஸ்.

அவனுடைய கோபம் முற்றிலும் நியாயமானது.

'எல்லாரும் வரிசையா ஒக்காந்துட்டிருந்தா ஐயா தாண்டிப் போகும்போது அசிங்கமாட்டு இருக்காதா?' என்று கேட்டான் அவன்.

அசிங்கமாக உட்கார்ந்து கொண்டிருப்பவர்களைத் தாண்டி ஆர்.டி.ஓ. தன் பக்கவாட்டு அறையில் நுழையும் காட்சியை ஒரு சித்திரமாகப் பார்க்க நான் முயன்று கொண்டிருந்தேன்.

'தெக்க ஒரு ஜன்னலு கெடக்கு. அதை நடையாட்டு மாத்திட்டா அது வளியாட்டு ஐயா அளகா உள்ளுக்கு நொளஞ்சிரலாம். இங்கன ஒக்காந்திட்டிருக்கவங்களுக்கும் கரைச்சல் இல்லே' என்றான் மரியதாஸ்.

'நாக்காலிகளை மொத்தமா மாத்திப்புட்டா எப்படி?' என்று கேட்டேன்.

'ஓங்கிட்டப் பேச எனக்கு ஆவியில்லை' என்றான் மரியதாஸ்.

அவன் கோபத்தை இதப்படுத்தி இணக்கத்தை உருவாக்கும் வகையில் நான் சிரிக்க முயன்றேன்.

அப்போது படியேறி வந்த ஒரு முதியவர் ஜன்னல் வழியாக வரவேற்பறையைப் பார்த்தார். அவருடைய அசைவுகளை உடனடி யாகக் கவனித்தான் மரியதாஸ். அந்த அசைவு எதில் போய் முடியும் என்பதில் மரியதாஸுக்கு ஒரு முன்தீர்மானம் இருந்தது. அவனுடைய தீர்மானத்தை ஆமோதிக்கும்படி பெரியவரின் அசைவுகளும் இருந் தன. ஜன்னல் வழியாகப் பார்த்துக் கொண்டிருந்தவர் நடைதாண்டி உள்ளே போய்விட்டார்.

மரியதாஸ் 'அண்ணாச்சி, அண்ணாச்சி' என்று கத்தினான்.

அண்ணாச்சி திரும்பிப் பார்த்தார். முகத்தில் எந்த பாவமும் இல்லை.

'ஒக்காரத்தான் நாக்காலி. ஏன் பாயிறீங்க?' என்றான்.

அண்ணாச்சிக்கு விளங்கவில்லை.

'இங்கே வாங்க' என்றான்.

அண்ணாச்சி மிகச் சாவகாசமாக வந்தார்.

'ஐயா வரட்டு' என்றான்.

பெரியவர் வராண்டா தாண்டி படிக்கட்டில் இறங்கும்போது, 'எல்லா நாக்காலியிலேயும் நீங்களே படுத்துக்கிட்டுக் கெடங்க' என்றார்.

சுருக்கென்று ஏதாவது சொல்ல வேண்டும் என்று தோன்றியது மரியதாஸுக்கு. ஆனால் அப்போது கேட்ட ஜீப் சத்தம் அவன் கவனத்தைத் திருப்பிவிட்டது.

உடம்பை முன்னால் தணித்து இரு கைகளாலும் கால் முட்டு களைப் பிடித்தபடி உடைமுள் காடு வழியாகப் பார்த்தான் மரியதாஸ். ஒரு ஜீப் வந்துகொண்டிருந்தது.

'ஒரு கரையாட்டு ஒதுங்கி நில்லுங்க' என்று கத்தினான்.

ஆர்.டி.ஓ. இறங்கி பக்கவாட்டையோ முன்னேயோ பார்க்காமல் முன்னகரும் தன் பாதங்களை ஒட்டித் தன் பார்வையைப் பதித்தபடி சென்றார்.

அந்த அலுவலகத்திற்கு இரண்டு தொலைபேசிகள் இருந்தன. ஒன்று வரவேற்பறையிலும் மற்றொன்று ஆர்.டி.ஓ.வின் தனி அறை யிலும். இரண்டும் சற்று நீண்ட காலமாகவே நோயுற்றிருந்த தொலை பேசிகள். சில நாட்களில் என்ன காரணம் என்பது தெரியாமல் இரண்டுமே இயங்கத் தொடங்கிவிடும். அவற்றின் உடல்நிலை பற்றி முன்கூட்டிக் கணிக்க இயலாத நிலை இருந்ததே தவிர அரசாங்க அலுவல்கள் முறையாக நடக்கத் தாங்கள் ஆற்ற வேண்டிய பங்கு பற்றிய கடமை உணர்ச்சி அவை இரண்டுக்குமே இருந்தது.

ஆர். டி. ஓ. முதல் வேலையாகத் தன் அறையிலுள்ள தொலை பேசியைச் சோதனை செய்தார். ஒலிவாங்கியை காதில் வைத்துக் கூர்ந்து கவனித்தார். சப்த நாடிகளும் ஒடுங்கிவிட்டதுபோல் தோன்றிற்று. பொத்தான்களை டப் டப்பென்று அடித்தார். சிறிது இடம் மாற்றி வைத்தார். 'வயரை' லேசாகக் குலுக்கினார். வாங்கியில் சப்தம் வரவில்லை. காலையில் இந்த அறிகுறிகள் தென்பட்டால் அன்று பூராவும் இயங்குவதற்கு வாய்ப்பில்லை. பழுது பார்க்காமலே மறுநாள் புதிய நம்பிக்கையுடன் பணியாற்றத் தொடங்கவும் செய்யும்.

அப்போது தொலைபேசியின் அழைப்பு மணி கேட்டது. எந்தத் தொலைபேசியின் அழைப்பு என்று அறியாமல் ஆர்.டி.ஓ. தடுமாறினார். அதன்பின் தன் அறையின் பச்சை அரைக் கதவை வலது தோளால் நகர்த்தியபடி வரவேற்பறைக்குள் பாய்ந்தார். அவருடைய திடீர் வருகையும் அவருடைய வருகையில் இருந்த வேகமும் வரவேற்பறையில் உட்கார்ந்து கொண்டிருந்தவர்கள் அனைவரையும் நிற்கும் படி செய்தன. தாங்கள் மேற்கொண்டிருப்பது நிரந்தர நிலை அல்ல என்ற தோரணையில் எல்லோரும் முன்னால் சற்றுத் தணிந்து மேஜைமீது கை ஊன்றியபடி நின்று கொண்டிருந்தார்கள். வரவேற் பறைத் தொலைபேசி அழகாக வேலை செய்துகொண்டிருக்கிறது. தன்னை மறந்து சிரித்தும் வலது கையை ஆட்டியும் நகைச்சுவை கலந்தும் பேசிக்கொண்டிருந்தார் ஆர். டி. ஓ. அவசரத்தினாலோ அல்லது தான் உட்கார்ந்தால் பிறரும் உட்கார்ந்து விடக்கூடும் என்பதனாலோ அவர் நின்றபடியே பேசிக்கொண்டிருந்தார். அவர் சுதந்திரமாக இயங்கிக் கொண்டிருந்தார் என்றாலும் அவருடைய கண்கள் நீள மேஜையின் முன்னால் நிற்கும் இரு வரிசை ஜீவன் களைப் பார்ப்பது நீங்கலாகப் பிற சுதந்திரங்களை மட்டுமே அனுபவிப்பதாகத் தோன்றிற்று.

ஆர். டி. ஓ. மேற்கொண்டது சற்று நீண்ட பேச்சுதான். அவர் அந்தப் பேச்சின் மூலம் தன் மனநிலையை இதப்படுத்திக் கொள்வது போலவும் தோன்றிற்று.

வரவேற்பறை சற்று உஷ்ணமாக இருந்தது. பெரிய அறை என்ப தால் மூன்று மின்விசிறிகள் போடப்பட்டிருந்தன. மின்விசிறிகள் சாவகாசமாகச் சுழன்றால்கூட புழுக்கம் சற்றுக் குறையத்தான் செய்யும். ஆனால் விசையை யார் போடுவது என்ற சிக்கல் பார்வை யாளர்களின் உளவியல் மண்டலத்தில் ஊடாடிக் கொண்டிருந்தது. வேறு அலுவலகங்களில் வேறு சந்தர்ப்பங்களில் யாரோ ஒருவர் துணிந்து விசையை இயக்கியபோது மின் விசிறிகள் சுழலத் தொடங்கி யிருக்கின்றன. அது இப்போது சிலருக்கு நினைவுக்கு வந்தது. ஆனால் விசையை அழுத்தும் தைரியத்தைத் திரட்ட அந்த அனுபவங்கள் அவர்களுக்குப் போதுமானதாக இருக்கவில்லை. அத்துடன் ஆர். டி. ஓ.வைப் பார்க்க அனுசரிக்கப்படும் வரிசைக்கிரமம் பற்றியும் அவர்களால் அனுமானிக்க முடியவில்லை. அதிகாரியின் வாசலை ஒட்டியிருக்கும் பெஞ்சிலிருந்து துவங்கலாம். அதிகாரியின் வாசலிலி

ருந்து முகம் பார்க்கக் கிடைப்பவர் என்று எடுத்துக்கொண்டால் எதிர் பெஞ்சிலிருந்தும் துவங்கலாம். ஒவ்வொரு பெஞ்சுக்கும் இரண்டு ஓரங்கள் இருந்தன. முதலில் செல்லும் வாய்ப்பு நான்கு பேர்களில் யாரோ ஒருவருக்கு இருக்கிறது.

தொலைபேசி மணி அடிக்கும் சத்தம் கேட்டது. அது வரவேற்பறைத் தொலைபேசி அல்ல. வெகு சமீபத்தில் இருக்கும் மற்றொன்று. அது எங்கிருக்கிறது என்பதைத் தீர்மானிக்க முடியவில்லை.

ஆர். டி. ஓ. அறையில் பேச்சுக்குரல் கேட்டது. ஒன்றுக்கு மேற்பட்டவர்கள் நுழைந்திருக்கிறார்கள். அவர்கள் எப்படி நுழைந்தார்கள் என்பது தெரியவில்லை. கட்டிடத்தின் மறு பகுதியிலிருந்து அந்த அறைக்குள் நுழைய வாசல் இருக்கலாம். அரசர்கள் அந்தக் காலத்தில் நிறைய வாசல்களை வைத்துத் தங்களுக்கு சௌகரியப்படுத்திக் கொண்டிருக்கிறார்கள்.

எல்லோரும் மரியதாஸ் முகத்தைத்தான் பார்த்துக் கொண்டிருந்தார்கள். என் முகத்தையும் சிலர் பார்த்தார்கள். நான் மரியதாஸுக்கு நெருக்கமானவன் என்பதை உணர்ந்திருந்த ஒரு சிலர், மரியதாஸின் முகம் வழியாக ஊடுருவும் ரகசியச் செய்தியை என் முகத்தில் துழாவுவதுபோல் தோன்றிற்று.

ஒரு குறிப்பிட்ட நிமிஷத்தில் மரியதாஸ் மனுதாரர்களை உள்ளே விடத் தொடங்குவான். அந்த நிமிஷத்தை ஆர்.டி.ஓ.வின் உதவியில்லாமலே மரியதாஸால் சரிவரக் கண்டு பிடிக்க முடியும் என்ற உணர்வு எல்லோருக்குமே இருந்தது. மரியதாஸ் அங்குமிங்கும் போய்க்கொண்டிருந்தான். அவனுக்கு உண்மையாகவே உடலசைவுகள் தேவைப்பட்டுக் கொண்டிருந்தன. ஆனால் அசைவுகளில் ஒரு வேகத்தையும் விறைப்பையும் அவன் கூடுதலாக ஏற்றிக்கொண்டிருந்தது பார்வையாளர்களின் குறுக்கீடுகளைத் தவிர்ப்பதற்குத்தான் என்று தோன்றிற்று.

முதல் ஆளை விடும் நேரம் அதிகாரியின் அறைக் கதவின் முன் கண்களுக்குப் புலனாகாமல் துடிக்கத் தொடங்கிவிட்டது.

அப்போது வரவேற்பறைத் தொலைபேசி அடிக்கத் தொடங்கிற்று. இம்முறை அதிகாரியும் அவருடன் பேசிக் கொண்டிருந்தவர்களும் அடுத்தடுத்து வேகமாக வந்ததில் அரைக்கதவுகள் தன் இயற்கை நிலைக்குத் திரும்ப முடியாமல் முன்னும் பின்னும் அலைக்கழிந்தன.

உடன் வந்திருந்தவர்களின் விஷயமாகத்தான் செய்தி வந்திருந்தது. அதனால் அவர்களுடைய முகங்களைப் பார்த்தபடியே ஆர். டி. ஓ. தொலைபேசியில் பேசினார். அது ஒரு மோசமான ஊர்ச் சண்டையைப் பற்றிய விஷயம். மதச்சண்டையும் சாதிச்சண்டையும் கலந்திருந்த சண்டை அது.

மனுதாரர்கள் எல்லோரும் நின்றபடியே ஆர். டி. ஓ. வின் முகத்தைப் பார்த்துக்கொண்டிருந்தார்கள்.

‘இப்போ உடனே வந்து கலெக்டரைப் பார்க்கவா?’ என்று கேட்டார் ஆர். டி. ஓ.

மறுமுனையிலிருந்து என்ன பாதகமான பதில் வந்தது என்பதை மனுதாரர்களால் ஊகிக்க முடியவில்லை.

பேச்சு முடிந்ததும், 'ஜீப், ஜீப்' என்று கத்தினார் ஆர்.டி.ஓ. அவர் வராண்டாவைப் பார்க்க ஓடினார். மரியதாஸும் பின்னால் ஓடினான். நல்ல வேளை, ஜீப் டிரைவர் எங்கும் போயிருக்கவில்லை.

ஜீப் மறைந்ததும் மரியதாஸ் முகப்புக் கதவின் ஒரு பாதியைச் சாத்தியபடியே, 'எல்லோரும் வெளில வாங்க. ஐயா வரட்டு' என்றான்.

எல்லோரும் வெளியே வந்தார்கள். முதியவர் கோபத்துடன் விறுவிறுவென்று படியிறங்கிச் செல்வதை நான் கவனித்தேன். அவருடைய வலது கையில் நாற்காலியின் ஒரு கை இருந்தது. அதை அவர் பகிரங்கமாக வைத்துக் கொண்டிருந்தார்.

காலச்சுவடு, ஏப்ரல் – ஜூன் 1997

டால்ஸ்டாய் தாத்தாவின் கை

பாலுவின் படம் இரண்டு துண்டுகளாகக் கிழிந்துவிட்டது. பெர்னாண்டஸூம் கண்ணப்பனும் பார்த்துக் கொண்டிருந்தபோது அதை சத்யசீலன் பிடுங்கினான். விலை மதிப்பற்ற படம் என்ற எண்ணம் பெர்னாண்டஸூக்கும் கண்ணப்பனுக்கும் இருந்ததால் அவர்கள் விரல்கள் அதை அழுத்தமாகப் பிடித்துக்கொண்டிருந்தன. படம் கிழிந்து ஒரு பாதி பெர்னாண்டஸ் கைக்கும் மறுபாதி சத்யசீலன் கைக்கும் போய்விட்டது.

பாலு அழுதுகொண்டே ஓடத் தொடங்கினான். பள்ளிக்கூடம் முடிய ஒரு வகுப்பு பாக்கி இருந்தது. அதுகூட அவனுக்கு நினைவில்லாமல் போய்விட்டது. அலங்கோலமாக அழுதபடி பெரிய மாடிப்படி வழியாக இறங்கி ஓடினான். எதிராக வந்து அவனைத் தாண்டிப் போன மாணவர்களின் பார்வை அவனைக் கூசிக் குறுக வைத்திருக்க வேண்டும். ஒன்றிரண்டு மாணவிகள்கூட வெட்கம் கவிய முகத்தைத் திருப்பியபடித் தாண்டிச் சென்றார்கள். அவனுக்குச் சுய ஞாபகமே இல்லை.

‘அளகாத்தான் கிளிஞ்சிருக்குடா, சேத்து ஒட்டிரலாம்’ என்று கத்தியவாறு அவன் பின்னால் ஓடிவந்தான் ஆண்டியப்பன். அவன் கையில் படத்தின் இரு துண்டுகளும் இருந்தன. ‘டேய் பாலு, அளாதே. பள்ளிக்கூடம். கொறச்சலு’ என்றான்.

பாலுவின் காதில் எதுவும் விழவில்லை. அவன் நீளமான வராண்டாவில் உடல் துவள ஓடிக்கொண்டிருந்தான். அப்போது அவன் அழுகை ஊளை மாதிரி ஆகிவிட்டிருந்தது. வராண்டாவிலிருந்து, காலை ஒடித்துக்கொள்ள ஆசைப்பட்டது போல், படியிறங்காமல் கிரவுண்டில் குதித்தான். காற்று அவனை இழுத்துத் தள்ளியதில் நிலைகுலைந்து விழப் போனான். செம்மண் கிரவுண்டு முழுவதையும் குறுக்காகத் தாண்டி மேட்டுக்குப் போகப் படியேறினான். புன்னைமர நிழல் தாண்டி ட்ரில் புரை வாசல் வந்ததும், ‘ஐயோ

சார், என் படத்தக் கிழிச்சிட்டாங்க சார்' என்று கத்தினான். அதற்குள் ஆண்டியப்பன் அவன் பின்பக்கம் வந்து சேர்ந்துவிட்டிருந்தான்.

'பாலு, கோணாமாணாக் கிளியலடா, ரெண்டு முகமும் முழுசா இருக்கு' என்றான். இரண்டு படத்தையும் சேர்த்து வைத்துக் காட்டினான்.

ஆண்டியப்பன் சொன்னது சரிதான். லியோ டால்ஸ்டாயின் முகம் கிழிந்திருக்கவில்லை. மாக்ஸிம் கார்க்கியின் முகமும் கிழிந்திருக்கவில்லை.

'சார், என் படத்தக் கிழிச்சிட்டாங்க சார்' என்று மீண்டும் பிரலாபித்தான் பாலு.

ட்ரில் புரையில் வகுப்பு நடந்துகொண்டிருந்தது. பையன்கள் மணலில் அட்டகாசமாக விளையாடுகிறார்கள். அரைச்சுவருக்கு மேல் மூங்கில் பிளாச்சு போட்ட கொட்டடி. ஓட்டுக் கூரை. வெள்ளை அடிக்கப்பட்ட சுவரின் மீது வெயில் பளீரென்று கண்ணைக் கூசிற்று.

புது ஹெட்மாஸ்டர் பணியை ஏற்றுக்கொண்ட பின் செய்த சீர்திருத்தங்களில் மிக முக்கியமானது ட்ரில் புரைக்குள் பத்து வண்டி மணலைப் பரப்பியது. பழைய ஹெட்மாஸ்டர் மாணவ மணிகளைக் கட்டாந்தரையில் முட்டுச் சிராய்க்கும்படி விட்டிருந்ததில் அவருக்கு அசாத்திய வருத்தம் இருந்தது. ஆற்று மணல் கிளப்பியிருந்த புழுதி மண்டலத்திற்குள் செல்லையா சாரும் மாணவர்களும் எங்கே இருக்கிறார்கள் என்பதே தெரியவில்லை.

'நில்லுடேய், ஒரு நிமிஷம் நில்லு' என்று சாரின் கணீரென்ற குரல் மட்டும் கேட்டது. சத்தம் மூளையில் பரவியதும் 'ஐயோ சார் ...' என்று பாலுவின் வாய் புலம்பிற்று. அதற்கு மேல் வார்த்தை வரவில்லை.

வகுப்பு நடக்கும்போது அந்த வகுப்பைச் சேராத மாணவன் ட்ரில் புரை படி மேல் காலை வைத்தால் பிரம்பால் கால் கட்டைவிரலில் ஒரு போடு போடுவார் செல்லையா சார்.

'ஐயோ என் படம் போச்சே.'

'டேய் இதப் பாரு, கிளிஞ்சது தெரியாம ஒட்டிரலாம்.'

பாலு படத்தைப் பார்த்தான். கண் தெரியவில்லை. தலையைக் குலுக்கினான். கண்ணீர் தெறித்தது. குனிந்து சட்டை விளிம்பால் கண்களைத் துடைத்துவிட்டு மீண்டும் பார்த்தான்.

'ஐயோ, டால்ஸ்டாய் தாத்தா பெல்ட்டுக்குள்ளெ விட்டிருக்கிற கையெக் கிழச்சுப்புட்டாங்களே' என்று அலறினான். 'ஆண்டியப்பா, இனிமெ எனக்கு அந்தப் படத்த என் கண்ணாலெ பாக்க முடியாது. சுக்கு நூறாக் கிழிச்சுப்போட்டுடுடா' என்று கத்தினான்.

ட்ரில் புரைக்குள்ளிருந்து 'டாங்கடி' என்று ஒரு சத்தம் கேட்டது. பள்ளிக்கூடத்தின் அஸ்திவாரத்தைப் போய்த் தாக்கும் முரட்டுக் கத்தல். வெவ்வேறு டாங்கடிகளுக்கு வெவ்வேறு அர்த்தங்கள். இந்த டாங்கடிக்கு வகுப்பு முடிந்துவிட்டது என்று அர்த்தம்.

தூசி மண்டலத்திலிருந்து பையன்கள் அணிவகுத்து வெளிச்சத்துக்கு வந்து பெரிய பள்ளிக்கூடத்தின் ராட்சசக் கட்டிடத்தைப் பார்க்க எறும்புச்சாரி போல் படிகளில் இறங்கிப் போய்க் கொண்டிருந்தார்கள். போகிறவர்கள் ஒவ்வொருவரின் தலையும் பாலுவைத் தாண்டும்போது திரும்பி இளித்துவிட்டுப் போயிற்று. அட கடவுளே! எத்தனை விதமான இளிப்புகள். இளிப்புகளில் வெளிப்படும் கேலி. கிண்டல். நக்கல். பரிகாசம். இது காணாது என்று தொண்டைகளுக்குள் உருளும் விசித்திரக் கமுக்கங்கள் வேறு. வரிசையில் போன கடைசிப் பையன், 'மாந்தையா, ஓம் படத்த ஒருத்தன் கிளிச்சான்னு உண்டும்னா அந்த எடத்திலெ அவன் கைய நச்சுன்னு முறிக்க வேண்டாமாலே' என்று கேட்டுவிட்டுப் போனான்.

'ஆண்டியப்பா, ஏண்டா என்னை எல்லாரும் இப்படிப் படுத்தறாங்க?' என்று கேட்டான் பாலு.

செல்லையா சார் வெளியே வந்தார். ஆடியாடி வரிசை குலைந்து கிரவுண்டில் போய்க் கொண்டிருக்கிறார்கள் மாணவர்கள். 'டாங்கடி' என்று ஒரு கத்து கத்தினார் அவர். பொறிக்கு வசப்பட்ட ஒரு யந்திரம் மாதிரி வரிசை, கீற்றுபோல் ஒடுங்கிற்று.

சார் பாலுவின் முகத்தையும் ஆண்டியப்பன் முகத்தையும் மாறி மாறிப் பார்த்தார். அவர் முகத்தில் விறைப்பும் கௌரவமும் ஏறின. மூக்கும் கண்களும் சிறிது கோபம் கொண்டன. விசாரணை என்று வந்தால் சாரின் முகம் மாறும் தினுசு ஆண்டியப்பனுக்கும் பாலுவுக்கும் தெரியும். கௌரவமும் கோபமும் ஏறும் அந்த முகத்தில் ஒரு கோமாளித்தனமும் கூடவே ஏறுவது மாணவர்களுக்கு மட்டுமே தெரிந்த ரகசியம். அவர்களைக் குதூகலத்தில் ஆழ்த்தும் ரகசியம் இது.

சார் நெருங்கி நின்றதும் பாலுவின் அழுகை தணிந்து கேவல் கூடிற்று. நாடி வெட்ட, முகம் இழுத்துக்கொண்டு போயிற்று.

'இவனுக்கப் படத்தப் பயக்கக் கிளிச்சுப்புட்டாங்க சார்' என்றான் ஆண்டியப்பன்.

'டாங்கடி' என்றார் அவர். 'தாள் கிளியத்தானடேய் செய்யும்' என்றார். புன்னை மரத்தைப் பார்த்து 'இரும்புத் தகடா?' என்று கேட்டார்.

'பெரிய சொத்துக் கணக்கக் காப்பாத்திக்கிட்டு வந்தான் சார்' என்றான் ஆண்டியப்பன்.

'சொத்து அளிஞ்சு சீமான் ஓட்டாண்டியாகறான். சொத்துச் சேந்து ஓண்டாண்டி சீமான் ஆகறான். அதுக்கு நான் என்ன செய்யட்டும்' என்றார் சார்.

ஆண்டியப்பன் இலேசாகச் சிரித்தான்.

சாருடைய பேச்சுப் பாணி ஆரம்பமாகிவிட்டது. இப்படித் தொடங்கினால் அது கடைசியில் கம்யூனிஸத்தில்தான் போய் முடியும் என்பது எல்லோருக்கும் தெரியும்.

'எதுக்குடா அழறே?' என்று கேட்டார் சார்.

'எதுக்கெடுத்தாலும் இப்படித்தான் அளுவான் சார்' என்றான் ஆண்டியப்பன்.

'என்ன எளவு செய்ய? அளுதுதுக்குன்னே அவதாரம் எடுத்து வந்திருக்கானே' என்றார் சார்.

மற்றொரு வரிசை அணிவகுத்துப் படியேறி வந்து ட்ரில் புரைக்குள் நுழையத் தொடங்கிற்று. புழுதி மண்டலம் தணிந்து பையன்கள் கரணம் அடிக்கும் இரும்பு பாரும், தத்தித் தத்திச் செல்லும் மர பாரும் வெளிப்பட்டுக்கொண்டிருந்த உட்காட்சிகள் மீண்டும் மங்கத் தொடங்கின. வரிசை புரைக்கு வெளியே அவசரமாகக் குறுகிப் புழுதி மண்டலத்திற்குள் முற்றாக மறைந்ததும் சந்தை இரைச்சல் போல் சளசளப்புக் கேட்கத் தொடங்கிற்று.

திடீரென்று செல்லையா சார் ஆவேசம் வந்தாற்போல் 'டாங்கடி' என்று கத்திவிட்டுப் பிரம்பால் மரக்கதவுக்கு ஒரு அடி போட்டார். ட்ரில் புரைக்குள் கப்சிப் அமைதி. ஆண்டியப்பனைக் கோபத்துடன் சார் முறைத்தார். 'ஓடுடா வகுப்புக்கு, புறப்பட்டு வந்திருக்கான் சப்போட்டுக்கு' என்றார்.

ஆண்டியப்பன் அவசரமாகப் பாலுவின் வலது கையில் ஒரு துண்டையும் இடது கையில் ஒரு துண்டையும் கொடுத்துவிட்டுப் படியிறங்கி ஓடினான். ஓடும்போது அவன் திரும்பிப் பார்க்கவே இல்லை. வராண்டாவில் ஏறியதும் அவன் உடல் மறைந்தது.

இப்போது செல்லையா சாரின் முகபாவம் மாறிற்று. அவரது இடது கை பாலுவின் தோளுக்கு வந்தது. அவன் தோளை இதமாகக் கசக்கிற்று.

'டேய் பாலு, இண்ணைக்கு நாஞ்சில் நாட்டிலேயே பெரிய ஆர்ட்டிஸ்ட் யாருன்னு உனக்குத் தெரியுமாடேய்?' என்று கேட்டார் சார்.

பாலு சாரின் முகத்தைப் பார்த்தான். அவனுக்குப் பேச்சு வரவில்லை. ஆனால் விடைபற்றிச் சந்தேகம் இல்லை. ஆட்காட்டி விரலால் சாரின் சட்டைப் பித்தானைத் தொட்டான்.

'தெரிஞ்சிருக்குல்லே உனக்கு, பின்னெ என்ன எளவுக்கு அழறே, பயித்தியாரப் பயலே' என்றார்.

பாலு வலது கைத் துண்டையும் இடது கைத் துண்டையும் மாறி மாறிப் பார்த்தான்.

'நான் நெனைச்சேன்னு உண்டும்னா இதே படத்தை ஒரே நாளிலே ஆளுயரத்துக்கு வரைஞ்சுருவனேடேய். இந்த வெரலுக்குள்ளே

எவ்வளவு வித்தை இருக்குதுனு தெரியுமா உனக்கு?' என்று அவர் தன் வலது கை விரல்களை விரித்துக் காட்டினார்.

பாலு குள்ளம் குள்ளமாக இருந்த விரல்களைப் பார்த்துக்கொண்டேயிருந்தான். அவன் முகத்தில் சந்தோஷம் இறங்கிவிட்டது. இவ்வளவு அலங்கோலமாக அழுதபின் உடனடியாகச் சந்தோஷத்தைக் காட்டலாமா? அவன் தன் உதட்டைக் குவித்து முகத்தை உம்மென்று வைத்துக்கொண்டிருந்தான்.

'வீட்டப் பாத்துப் போ, துண்டுகளப் பத்திரமா வச்சுக்கோ' என்றார் செல்லையா சார்.

பாலுவின் அதிர்ஷ்டம். சற்றும் எதிர்பாராமல் அவனுக்கு அந்தப் படம் கிடைத்தது. 'கம்யூனிஸ்ட் அண்ணாச்சி என்றால் உலகம் பூராவும் தெரியும்டேய்' என்பார் செல்லையா சார். பேச்சே கிடையாது. கர்ஜனைதான். மேடையிலும் சரி, வெளியிலும் சரி. உலகம் புகழும் தலைவர். அவர் பாலுவைத் தன் உடம்போடு அணைத்தவாறு அந்தப் படத்தை அவனுக்குத் தந்தார். சொன்ன போது யாருமே இதை நம்பவில்லை. ஏன், அவன் அம்மாவே நம்பவில்லை. 'சொப்பனம் பாத்துட்டுப் பேத்தறையா?' என்று கேட்டாள் அவள். அம்மா பேரில் தப்பில்லை. அவ்வளவு அதிசயமான காரியம்.

அன்று ஞாயிற்றுக்கிழமை. கண்டபடி அலைந்துவிட்டுப் பாலுவும் ஆண்டியப்பனும் கடைசியாகத் தெருவிளக்குப் போடுகிற நேரத்தில் முனிசிப்பாலிட்டி மைதானத்திற்கு வந்து சேர்ந்தார்கள். ஞாயிற்றுக்கிழமை என்றால் எப்படியும் ஒரு கூட்டம் நடக்கத்தான் நடக்கும். என்ன ஆயிற்று இன்று? மைதானம் காலி. ஈ, காக்காய் இல்லை. கம்யூனிஸ்ட் கூட்டம் இல்லை. காங்கிரஸ் கூட்டம் இல்லை. திராவிடக் கழகக் கூட்டம் இல்லை. தமிழரசுக் கட்சிக் கூட்டம் இல்லை. எல்லா அரசியல் தலைவர்களும் எங்கே ஓடி ஒளிந்துகொண்டிருக்கிறார்கள்?

பாலுவின் முகத்தை ஆண்டியப்பன் பார்த்தான். அவன் முகம் தொங்கிவிட்டது. தான் செய்த ஏதோ ஒரு பிசகினால்தான் கூட்டம் நடக்காது போனதுபோல் பாலு முகத்தை வைத்துக்கொண்டிருந்தது அவனுக்கு எரிச்சலாக இருந்தது. சிறிது உற்சாகமூட்டிக்கொள்ள அவன் எல்லா அரசியல் தலைவர்களின் பெயர்களையும் பாரபட்சமில்லாமல் கடகடவென்று ஒப்பித்துக்கொண்டே போனான். உள்ளூர்ப் பிரசங்கிகளைத் தள்ளி அவனுக்கு இருபது முப்பது பெயர்கள் வரையிலும் தெரிந்திருந்தன. மிக விருப்பமான தலைவர்களுடைய பெயர்களுக்கு மட்டும் 'ஜே' போட்டான். அவர்கள் எதிரெதிர் கட்சிகளைச் சேர்ந்தவர்கள் என்றாலும்கூட நன்றாகக் கர்ஜிப்பவர்கள் என்பதால் பாரபட்சம் காட்டாமல் 'ஜே' போட்டான்.

ஆண்டியப்பனின் அரசியல் அறிவு பாலுவுக்குப் பிரமிப்பாக இருந்தது. சகல ஊடுபாவுகளும் அறிந்தவன். மேடைப் பேச்சு படிப் படியாக மேலே போய் உச்சஸ்தாயியை அடையும்போது மிகச் சரியான நொடியில் கை தட்டுவான். அப்போது பாலுவும் அவனுடன் சேர்ந்து கை தட்டுவது வழக்கம்.

ஆண்டியப்பன் ஒரு புது யோசனை சொன்னான். நாகராஜா திடலுக்குப் போய்ப் பார்ப்போம் என்றான். வெகு பக்கத்தில் இருக்கும் திடல் அது. இருவரும் நடக்கத் தொடங்கினார்கள். அதுவும் காலி. அங்கு கோவில் முகப்பிலிருந்து தேரடி வரையிலும் விரிந்து கிடந்த வெறுமையைத் தாங்க முடியவில்லை.

அப்போது 'டாங்கடி' என்ற சத்தம் கேட்டது. செல்லையா சார் வெளிப்பட்டார். நாகராஜா கோவிலின் முகப்பில் அவர் வெளிப்பட் டது தந்திரக் காட்சி போல் இருந்தது. அவருக்குச் சாமி, சாத்தான் கிடையாது என்பது பையன்கள் எல்லோருக்கும் தெரியும். ஒழுகின சேரியிலிருந்து குறுக்குப் பாதையாக வரக் கோவிலுக்குள் நுழைந் திருக்கிறார்.

இவர்களைப் பார்த்ததும் சார் அதிசயம் முகத்தில் வழியச் சிரித்தார். சாருக்கே உரித்தான முல்லைப்பூச் சிரிப்பு அது. பள்ளிக் கூடக் காம்பவுண்டுக்குள் என்றால் சார் ஒரு மனிதர். இரும்பால் அடித்து வைத்ததுபோல் இருப்பார். வெளியே என்றால் மற்றொரு மனிதர். பனை ஓலையால் முடைந்ததுபோல் இருப்பார். தெருவில் பார்க்க நேர்ந்தால் சிரிப்பும் கும்மாளமும் குமிழியிடும். அப்போது சாரை ஒரு கிள்ளுக் கிள்ளினால்கூட அதையும் தமாஷாக எடுத்துக் கொண்டு விடுவார் என்று தோன்றும்.

'எங்கே வலம் வந்தாப்ல இரண்டு சீமைகளும்' என்று கேட்டார் சார்.

சாருக்குப் பிடித்த விஷயங்கள் இரண்டு. ஒன்று அரசியல். சளைக்காமல் பேசுவார். மற்றொன்று படம் வரைவது. தூங்காமல் விடிய விடிய வரைவார்.

ஆண்டியப்பன், 'ஒவ்வொரு மைதானமாப் பாத்துக்கிட்டு வாறோம் சார், மீட்டிங் ஒண்ணும் இல்லெ சார்' என்றான்.

'தேசபக்தி சும்மா விடுமா' என்றார் சார். பக்கத்திலிருக்கும் சந்தைப் பார்க்க முகத்தைத் திருப்பியபடி 'கம்யூனிஸ்ட் அண்ணாச்சியைப் பாக்க வாறேளா?' என்று கேட்டார்.

ஆண்டியப்பனின் முகத்தில் தோன்றிய பரபரப்பைப் பாலு கவனித்தான். அவன் முகம் ஜிவ்வென்று சிவந்துவிட்டது. 'நிஜமாவா சார்?' என்று கேட்டான்.

'சலம்பாம வாங்கடேய் பின்னாலே' என்று சொல்லிக்கொண்டே சார் சந்துக்குள் நுழைந்தார்.

கண்களை நம்ப முடியவில்லை. கம்யூனிஸ்ட் தலைவர் சட்டை அணியாமல் வெறுந்தரையில் உட்கார்ந்துகொண்டிருந்தார். கன்னத்

சுந்தர ராமசாமி சிறுகதைகள்

தில் படர்ந்திருந்த அந்தச் செழுமையான மீசையை வைத்துத்தான் தங்கள் உள்ளங்களைக் கவர்ந்த பெரும் தலைவர் என்பதை உறுதிப் படுத்திக்கொள்ள வேண்டியிருந்தது.

தலைவரின் முகமன் தென்றலாக ஆரம்பித்துப் பேச்சு சண்ட மாருதமாகச் சுழலத் தொடங்கிற்று. தகரக் கொட்டகையில் அடை மழை பெய்தது போல் பேச்சு, பேச்சு, பேச்சு . . .

செல்லையா சாருக்கு உற்சாகம் தாங்கவில்லை. அவர் சிரித்த சிரிப்பில் உருண்டு தரையில் சாய்ந்துவிடுவார் போலிருந்தது. ஆண்டி யப்பனும் சிரித்துக்கொண்டே இருந்தான். சகல சூட்சுமங்களும் தனக்கும் எட்டுவது போல் அவன் பாவனை செய்தான் என்றாலும் அவனுக்குச் சில விஷயங்கள் தெரியத்தான் செய்கின்றன. விடை பெற்றுக்கொள்ளும்போது செல்லையா சார் கும்பிடுவதைக் கவனித்து அதே போல் ஆண்டியப்பனும் பாலுவும் கும்பிட்டார்கள்.

'ஏ, செல்லையா! இந்தப் பையன்களுக்கு ஏதாவது தர வேண்டா மாடேய்?' என்று கேட்டார் தலைவர். லொடக்கு மேஜையின் டிராயரைத் திறக்க முயன்றார். எந்தெந்த இடங்களில் குத்து விட்டால் அது திறக்கும் என்பது அவருக்கு அத்துப்படி. கால் பங்கு கரைந்திருந்த ஒரு பென்சில் கிடைத்தது. பின்பக்கம் அதிகம் கரைந்திராத ரப்பர். அதை ஆண்டியப்பனிடம் தந்தார். பாலுவுக்குத் தர அங்குமிங் கும் பரபரப்பாகக் கண்கள் தேடின. பொருள்கள் அதிகம் இல்லாத அறை என்பதால் அதிகம் தேடவும் அவசியம் இல்லை. எதையாவது லபக்கென்று எடுத்துவிடவேண்டும் என்ற ஆத்திரத்தில் தலைவருக்கு உடம்பு இரைப்பதுபோல் தோன்றிற்று.

மேஜை மீது கிடந்த புத்தகத்தை எடுத்து முகப்புப் படத்தைப் பாலுவிடம் காட்டினார். எல்லோரும் பார்க்கும்படி வலது கையில் அந்தப் புத்தகத்தைத் தூக்கிப் பிடித்துக்கொண்டிருந்தார். 'டால்ஸ்டாய் தாத்தாவும் கார்க்கி மாமாவும்' என்றார் தலைவர். அவருக்குச் சந்தோஷம் தாங்க முடியவில்லை. படத்தைப் பார்த்துக் கடகட வென்று சிரித்தார். செல்லையா சார் பக்கம் முகத்தைத் திருப்பி 'இவங்கள மாதிரி எளுதுதுக்கு உலகத்திலெ எவன்டேய் பிறந்திருக் கான்?' என்று கேட்டார். செல்லையா சாரின் தலை ஆமோதிப்பாக அசைந்தது. புத்தகத்தைச் சரேரென்று பாலுவின் முகத்துக்கு முன்னால் இறக்கி, 'தம்பி, உனக்கு இந்தப் படம் பிடிச்சிருக்கா?' என்று கேட்டார்.

பரபரப்பில் பாலுவால் படத்தைச் சரிவரப் பார்க்க முடியவில்லை. அவன் பார்வை முதலில் விழுந்த இடம் தாத்தாவின் வலது கை. தாத்தா தன் வலது கையைப் பெல்ட்டுக்குள் நுழைத்துக்கொண்டி ருக்கிறார். இப்படியும் ஒரு தாத்தா இருக்க முடியுமா இந்த உலகத்தில்? போட்டோ பிடிக்கும் நிமிஷத்தில் இப்படிக் கையை பெல்ட்டுக்குள் சொருகிக்கொள்ள வேண்டும் என்று எப்படி அவர் மூளையில் உதித்தது? இந்த மாதிரி ஒரு மூளை வேறு யாருக்கு இருக்க முடி யும்? ஐயோ தாத்தா, என் தாத்தா என்று அவன் மனதுக்குள்

சொல்லிக்கொண்டான். 'படம் எனக்கு ரொம்பப் பிடிச்சிருக்கு' என்றான் பாலு.

தலைவருக்குச் சந்தோஷம் தாங்கவில்லை. 'அப்படியா, அப்படியா' என்று கூவிவிட்டு மேலட்டையைக் கழற்றிப் படத்தை அவனிடம் கொடுத்தார். அவர் முகத்தில் சிரிப்பு அப்படியே உறைந்துவிட்டது. 'தம்பி, திடீர்னு ஒரு நா உங்க வீட்டிலெ வந்து குதிப்பேன். அண்ணைக்கு நீ காட்டணும் இந்தப் படத்தை' என்றார்.

பாலுவுக்கு உற்சாகம் தாங்கவில்லை. 'என்னிக்கும் இந்தப் படம் என்னோட இருக்கும்' என்றான்.

பாலுவுக்கு ஒரே ஓட்டமாகத் தன் வீட்டை அடைய வேண்டும் என்று தோன்றிற்று. அம்மாவிடம் படத்தைக் காட்ட வேண்டும். இனி ஒரு நிமிஷம்கூடப் பொறுக்க முடியாது. எந்த மைதானத்தில் எந்தக் கூட்டம் வேண்டுமென்றாலும் நடந்துவிட்டுப் போகட்டும். யாருடைய கர்ஜனையையும் அவனுக்குக் கேட்கவேண்டாம்.

வேப்பமூடு தாண்டி வந்ததும் செல்லையா சார் முனிசிப்பல் வாசிப்புச்சாலைக்குப் போக நகரப் பூங்காவுக்குள் நுழைந்துவிட்டார். மாலை இதழ்களை அவருக்குக் கரைத்துக் குடிக்க வேண்டாமா? இனி ஆண்டியப்பனிடமிருந்து சுழன்றுகொள்ள வேண்டியதுதான் பாக்கி. பாலுவுக்குப் பேச்சு வரவில்லை. ஒவ்வொரு முனிசிபல் லாந்தரைத் தாண்டும்போதும் படத்தைப் பார்த்துக்கொண்டே போனான். அப்போது அவன் நடையின் வேகம் தானாகக் குறைந்து விடும். முதலில் தன்னுடையதுதான் நல்ல பரிசு என்று தோன்றிய ஆண்டியப்பனுக்கு இப்போது பாலுவுடையதுதான் மேலானதோ என்ற சந்தேகம் தோன்றத் தொடங்கிற்று. எப்படி இந்தப் பயலுக்கு இவ்வளவு ஆசை வந்தது இந்தப் படத்தின் மேல்? உண்மையாகவே முக்கியமான படமாக இருக்குமோ அது? தலைவர் சிரித்தது காதில் கேட்டது. ஏன் அந்தப் படம் அவ்வளவு சந்தோஷத்தை அவருக்குத் தந்தது?

செட்டிக்குளம் வந்ததும் ஆண்டியப்பன் தன் வீட்டுக்குப் போக இடது பக்கம் திரும்பினான். மறுகணம் வலது பக்க ரோட்டில் பிய்த்துக்கொண்டு ஓடினான் பாலு. 'டால்ஸ்டாய் தாத்தா, கார்க்கி மாமா' என்று மனதுக்குள் ஜெபித்துக்கொண்டே ஓடினான். வீட்டை அடைவது வரையிலும் குரலை ஏற்றியும் இறக்கியும் ஜெபித்துக் கொண்டேயிருந்தான். அம்மாவிடம் பேரைச் சொல்லும்போது தடுமாறாமல் சொல்ல வேண்டும்.

'நான் சொல்றத நம்பு அம்மா. அவர் கையால எனக்குத் தந்த படம் அம்மா' என்றான் பாலு.

பாலுவின் அம்மா படத்தைக் கூர்ந்து பார்த்தாள். பொடி எழுத்தில் மேலே எழுதியிருந்த பெயர்களை வாசித்தாள்.

'பிடிச்சிருக்கா அம்மா?' என்று கேட்டான் பாலு. பிடித்திருக்கிறது என்றோ பிடிக்கவில்லை என்றோ அம்மா சொல்லவில்லை. 'மகான்

கள்' என்றாள். 'பத்திரமா வச்சுக்கோ' என்றாள். 'பத்து வருஷங் கழிஞ்சு அவர் வந்து கேட்டாலும் டக்குனு எடுத்துக்காட்டணும்' என்றாள்.

'ஒரு நிமிஷம் இதை வச்சுண்டிரு அம்மா, இதோ வந்துட்டேன்' என்று சொல்லிவிட்டுப் பாலு துணி அலமாரியைப் பார்க்க ஓடினான்.

அலமாரியைத் திறந்து பெல்ட்டை எடுத்தான். நிக்கரின் பித்தான் களைத் தளர்த்திச் சட்டையை நிக்கருக்குள் திணித்தான். முன்னும் பின்னும் கையை உள்ளே விட்டுச் சட்டையைக் கீழே இழுத்துவிட்டுக் கொண்டான். பித்தான்களைப் பொருத்தி நிக்கர் மீது பெல்ட்டைப் போட்டு இறுக்கினான். பெல்ட்டுக்குள் வலது கையைச் சொருகி னான். சுவரில் தொங்கியிருந்த கண்ணாடியை எடுத்து வயிற்றுக்கு எதிரே வைத்துப் பார்த்தான். பெல்ட்டுக்குள் விட்டிருக்கும் கையை மட்டும் கண்ணாடி காட்டிற்று. அதற்கு மேலோ கீழோ காட்ட அந்தக் கண்ணாடியில் இடமில்லை. ஆளுயரக் கண்ணாடி இருந்தால் எவ்வளவு நன்றாக இருக்கும் என்று தோன்றிற்று.

அம்மா முன் வந்தான். 'பாரு, எப்படி இருக்கு அம்மா?' என்று கேட்டான். மேலும் இலேசாக நெளிந்து நின்றுகொண்டான். அம்மா வுக்கு ஏதோ வித்தியாசமாகப் பட்டது. என்ன என்று புரியவில்லை.

'என்னதுடா லூஸ்?' என்றாள் அம்மா.

'படத்தக் கூர்ந்து பாரு, அப்பத் தெரியும்' என்றான்.

அம்மா படத்தைப் பார்த்தாள். அவளுக்குப் புரிந்துவிட்டது. அவள் பாலுவின் வலதுகையைப் பார்த்தாள். அவளுக்குச் சிரிப்பு வந்தது.

'சிரிக்காதே, ஒரு போட்டோ எடு' என்றான் பாலு.

அம்மா பெரிதாகச் சிரிக்கத் தொடங்கினாள்.

'ஸ்டைல், தாத்தா மாதிரி வந்திருக்கா?' என்றான்.

'சாப்பிடக் கையை வெளியிலே எடுப்பியா?' என்று கேட்டாள் அம்மா.

அன்றிலிருந்து பள்ளிக்கூடம் விட்டு வந்ததும் அந்த நாடகம் ஒரு வழக்கமாகிவிட்டது.

'டால்ஸ்டாய் தாத்தா போல் தாடி நரைப்பது வரையிலும் இப்படிக் காட்டிண்டே இரு' என்றாள் அம்மா.

ஆனால் பாலுவுக்கு அலுக்கவில்லை.

பாலு துண்டுப் படங்களைப் புத்தகத்துக்குள் வைத்துக்கொண்டான். ரோட்டில் கால் வைப்பதற்கு முன் முகத்தைச் சட்டையால் அழுத்தித் துடைத்தான். ஜிவ்வென்று முகம் வீங்கியிருப்பதை உணர முடிந்தது.

தெருவில் ஒரு காலிக் குதிரை வண்டி போய்க்கொண்டிருந்தது. தூங்கிக்கொண்டே போகிறது குதிரை. வண்டியின் பின்னால் நெருங்கி

கால்வைத்தேறும் படியில் புத்தகப் பையை இலேசாக வைத்தான். கனம் குதிரைக்குத் தெரியவில்லை. வீங்கிப் போயிருந்த தன் முகத்தை வண்டியின் மறைவில் இப்போது யாரும் பார்க்க முடியாது.

சும்மா சொல்லக்கூடியவர் அல்ல செல்லையா சார். படத்தை வரைந்து தந்துவிடுவார். நாளைக் கடத்தாமல் கொஞ்சம் முடுக்க வேண்டியிருக்கும். ஆண்டியப்பன் செல்லமாகக் கறார் செய்யக்கூடிய வன்தான். அவனை இன்று சாயங்காலமே பார்த்துவிடவேண்டும். இந்த அளவு மோசமாக அழுததற்குக் கேலி செய்வான். திட்டுவான். கேட்டுக்கொள்ள வேண்டும். அழுகை வரும்போது அடக்க முடியாமல் போய்விடுகிறது.

அம்மாவிடம் கிழிந்த படத்தைக் காட்டிவிட்டு அதற்குமேல் ஒன்றுமே சொல்லக்கூடாது. அம்மா திட்டும்போது, தப்பெல்லாம் என் மேல்தான் அம்மா என்று சொல்லிவிடவேண்டும். அம்மா உள்ளூர வருத்தப்பட்டுக்கொண்டிருக்கும்போது சார் வரைந்து தரும் படத்தை அவளிடம் காட்ட வேண்டும். ஆச்சரியம் தாங்காமல் மூர்ச்சை போட்டு விழுந்துவிடுவாள்.

பாலு வீட்டிற்குள் நுழைந்தான். திண்ணையில் உட்கார்ந்தான். மனசு கலங்கத் தொடங்கிற்று. அம்மாவிடம் துண்டுப் படங்களைக் காட்டவே கூச்சமாக இருந்தது. தொட்டுத் தொட்டு அழுக்காகிவிடும் என்று புத்தகத்துக்குள் வைத்தே பார்த்து வந்த படம். பள்ளிக் கூடத்துக்குக் கொண்டு போகாதே என்று அம்மா அன்றே சொன்னாள். வகுப்பு நடக்கும்போதும் தாத்தாவை அவ்வப்போது ரகசியமாகப் பார்க்கத் தோன்றுவதை அம்மாவிடம் சொல்லக் கூச்சமாக இருந்தது. எல்லாவற்றிற்கும் காரணம் ஆண்டியப்பன்தான். அவன் தான் படம் பரிசாகக் கிடைத்ததை 'ஒரு பையனிடம் மட்டும் சொன்னேன்டா' என்று சொல்லியே ஒவ்வொரு நாளும் பல பையன்களிடமும் சொல்லிக்கொண்டிருந்தான். பள்ளிக்கூடம் முழுக்கப் பரவிவிட்டது. வினை பிடித்தது படத்துக்கு.

பாலு வீட்டிற்குள் நுழைந்தான்.

அம்மா கட்டிலில் உட்கார்ந்திருந்தாள். அம்மா என்று கூப்பிட முடியவில்லை. தொண்டையைக் கனைத்தான். அம்மா தலை நிமிர்ந்து பார்த்தாள். கைக்கு ஒன்றாக இருந்த இரண்டு துண்டுகளையும் அம்மாவின் முகத்துக்கு முன்னால் காட்டினான்.

'அடப் பாவி!' என்று கத்தினாள் அம்மா.

பாலுவுக்குக் கண்ணீர் வழியத் தொடங்கிற்று. கத்தவோ விம்மவோ கூடாது என்று தீர்மானித்துக்கொண்டான். ஒரு விஷயத்தை அம்மா விடம் சொல்லிவிட வேண்டும்.

'அம்மா, இனிமே பெல்ட் போட்டுண்டு வரமாட்டேன்' என்றான். மனதுக்குள் செல்லையா சார் வரையும் படத்தை அம்மாவிடம் காட்டும்போது மீண்டும் தன் கை பெல்ட்டுக்குள் இருக்கவேண்டும்

சுந்தர ராமசாமி சிறுகதைகள்

என்று தீர்மானித்துக்கொண்டான். அன்று அவன் நிற்கப்போவது தாத்தாவைவிட ஸ்டைலாக இருக்கும். அது மட்டும் நிச்சயம்.

பள்ளிக்கூடம் நடக்கும் நாட்களில் செல்லையா சாரை அவர் வீட்டில் போய்ப் பார்ப்பது நடக்கக்கூடிய காரியம் அல்ல. அவர் ராப்பட்சி. சுற்றி அலைந்துவிட்டு சினிமா இரண்டாம் காட்சி விடுகிற நேரத்தில்தான் வீட்டுக்கு வந்து 'அம்மா அம்மா' என்று கதவைத் தட்டுவார். கதவைத் திறக்கும்போது மீனாச்சி ஆச்சியிடமிருந்து அவர் வசையை வாங்கிக் கட்டிக்கொள்ளாத நாளே கிடையாது. ஒரு வார்த்தை பதில் சொல்லாமல் வாயைத் தைத்ததுபோல் கம்மென்று இருப்பார். மாணவர்கள் முன்னால் தன்னை ஆச்சி திட்டினால்கூட அவர் துளியும் பொருட்படுத்துவதில்லை. அவருடைய மௌனம் பச்சாதாபம் சம்பந்தப்பட்டது என்றுதான் அவர் முகத்தைப் பார்த்தால் தோன்றும். உண்மையில் யார் என்ன சொன்னாலும் தான் போகிற போக்கிலேயே போய்க்கொண்டிருக்க வேண்டும் என்ற உறுதிதான் அது.

சாரின் வீட்டை நெருங்கிக்கொண்டிருந்தபோது ஆண்டியப்பன் சொன்னான் : 'டேய் பாலு, சாரை அரிச்சுப் பிடுங்கிக் காரியத்தெக் கெடுத்துப்புடாதே. படத்தை அளகாட்டு வரஞ்சு வாங்கித் தாறது என் பொறுப்பு.'

பாலு ஆண்டியப்பனின் கையைப் பிடித்துக்கொண்டான். 'எப்படியும் படம் கெடைச்சாப் போரும்டா. வாயைத் தொறக்க மாட்டேன்'. பாலுவின் விரல்கள் அவன் உதடுகளை அழுத்திக்கொண்டன.

'ஆச்சியத்தான் முடுக்கச் சொல்லணும். சார் நாளக் கடத்திட்டேப் போவாரு' என்றான் ஆண்டியப்பன்.

சார் வீடு வந்துவிட்டது. படியேறி முற்றத்தில் நின்றபடி 'ஆச்சி ஆச்சி' என்று கத்தினான் ஆண்டியப்பன்.

கிணற்றடியில் நின்றுகொண்டிருந்த ஆச்சி பாம்படம் குலுங்க ஈரக்கையுடன் இரைக்க இரைக்க ஓடி வந்தாள். பாலுவையும் ஆண்டியப்பனையும் பார்த்ததும் சந்தோஷம் தாங்கவில்லை ஆச்சிக்கு. 'மக்கா, இண்ணைக்குத்தான் வளி தெரிஞ்சா?' என்று கேட்டுவிட்டு கோபப்படுவதுபோல் முகத்தை வைத்துக்கொண்டாள்.

ஒருநாள் விட்டு ஒருநாள் போய்ப் பார்த்தாலும் இப்படித்தான் ஆச்சி முதலில் கேட்பாள். 'இந்தக் கெழடுக்கு ஞாபகம் வரவா செய்யும்' என்பாள். இப்படியே அடுக்கிக்கொண்டு போய்த் தன் பேச்சைப் பிள்ளைகள் தவறாக எடுத்துக்கொண்டுவிடுவார்கள் என்ற கவலை வரும்போது 'பிஞ்சு மொகங்களைப் பாத்துக்கிட்டே இருக்கணும்போல் இருக்குடேய், வேறென்ன' என்பாள்.

ஆண்டியப்பன், படம் கிழிந்துபோன கதையை வக்கணையாகச் சொல்லத் தொடங்கினான். துண்டுப் படங்களை ஆச்சியின் கையில் தந்தான்.

ஆச்சி படங்களை இணைத்து இரு கைகளையும் முன்னால் நீட்டிக்கொண்டே போனாள். முடிந்த அளவு நீட்டிய பின்பும் பார்வை படிய இடைவெளி காணவில்லை ஆச்சிக்கு. தலையைப் பின்னால் கொண்டு போகத் தொடங்கினாள். படம் பார்வையில் விழத் தொடங்கிவிட்டது கண்களில் தெரிந்தது. உதடு சிரித்தது.

'அப்பனும் மகனுந்தானே?' என்று கேட்டாள் ஆச்சி.

அந்தக் கேள்விக்குப் பாலுவாலோ ஆண்டியப்பனாலோ பதில் சொல்ல முடியவில்லை. 'அப்பனும் மகனுந்தான். நல்லாத் தெரியுதே சாடை' என்றாள். ஆண்டியப்பன் முகத்தைப் பார்த்து 'நம்ம ஊர்க் காரங்க மாதிரித் தெரியல' என்றாள்.

'இந்தப் படம் கிளிஞ்சண்ணையிலிருந்து மூக்கால அளுதுகிட்டு இருக்கான் ஆச்சி. வரஞ்சுத் தாரேன்டேய்னு சார் சொல்லியாச்சு, சமாதானப் படமாட்டேங்கான் பய' என்றான் ஆண்டியப்பன்.

ஆச்சி பாலுவின் முகத்தைப் பார்த்தாள். அவன் தன் முகத்தைத் திருப்பி முற்றத்தில் நின்ற மாமரத்தையே பார்த்துக்கொண்டிருந்தான்.

ஆச்சி உள்ளே போய் ஒரு வெள்ளரிப் பிஞ்சை எடுத்துக்கொண்டு வந்தாள். அதை முறித்து ஆளுக்கொரு துண்டைக் கொடுத்தாள்.

'மக்கா என்னப் பாரு' என்றாள் ஆச்சி.

பாலு ஆச்சியின் முகத்தைப் பார்த்தான். 'என் ராசா, இதுக்காகச் சுட்டி நீ அளாண்டாம். செல்லையாவை உட்டு நானில்லா ஒனக்கு வரஞ்சுத் தரச் சொல்றேன் இந்தப் படத்தெ' என்றாள்.

பாலு ஆண்டியப்பனின் முகத்தைப் பார்த்தான். நான் ஏதாவது பேசலாமா என்று கேட்பதுபோல் இருந்தது.

'சாரு மனசு வச்சா ஒரே நைட்ல வரச்சுப்புடுவாரு. அசால்டா, இருந்தா மாசக் கணக்கிலெ இளுத்தும்புடுவாரு ஆச்சி' என்றான் ஆண்டியப்பன்.

'கோணப்புத்தியில்லா அவனுக்கு. எங்கிட்ட வெளையாடினா பொடதியைத் திருப்பிருவேன்' என்றாள் ஆச்சி.

ஆச்சிக்குத் தெரியாமல் ஆண்டியப்பன் பாலுவின் காதோரம் 'காரியம் பலிச்சிட்டுடேய்' என்றான். பாலுவின் உதட்டோரம் ஒரு புன்னகை நெளிந்தது.

'வாறோம் ஆச்சி' என்றான் ஆண்டியப்பன்.

ரோட்டுக்கு வந்ததும் ஆண்டியப்பன் பாலுவின் பின்தொடையைக் கிள்ளினான்.

ஞாயிற்றுக்கிழமை வந்து சேர மாசக்கணக்கில் நாட்கள் போவதுபோல் இருந்தது பாலுவுக்கு.

அம்மாவைப் பார்க்கும்போதெல்லாம் நெஞ்சு குறுகுறுத்தது. ஒரு முக்கிய விஷயத்தை ஈவிரக்கமில்லாமல் அம்மாவிடம் மறைப்பது

போல் தோன்றிற்று. படத்தைப் பார்த்ததும் அம்மா செல்லமாகத் திட்டுவதில் கிடைக்கும் சந்தோஷத்தை அடையவேண்டும் என்றால் கொஞ்சம் கல்நெஞ்சோடு இருக்க வேண்டியதுதான்.

நடுவில் ஒரு நாள் பாலுவிடம் சொல்லாமல் ஆண்டியப்பன் செல்லையா சார் வீட்டுக்குப் போய்விட்டு வந்தான். 'கீச்சத் தொடங் கிட்டான்டேய்' என்று ஆச்சி ஆண்டியப்பனிடம் சொன்னாள். 'நான் சொன்ன கணக்கிலெ முடிஞ்சிரும்' என்றாளாம் ஆச்சி.

சார் படம் வரையும் செய்தியைப் பள்ளிக்கூடப் பையன்களிடம் சொல்லக்கூடாது என்று பாலுவிடம் சொன்னவனே ஆண்டியப்பன் தான். இப்போது என்னவென்றால் அவனே ஒவ்வொரு பையன் களிடமும் சொல்லிக்கொண்டும் இருக்கிறான்.

'என்னடேய் இது?' என்று கேட்டான் பாலு.

'பல்லைக் கடிச்சுக்கிட்டு இருந்தாலும் மனசெப் பொத்துக்கிட்டு வந்துருதுடேய்' என்றான் ஆண்டியப்பன்.

'ஒரே ஒரு தடவை படத்தக் கொண்டாந்து எல்லாரிட்டயும் காட்டுடேய்' என்று பெர்னாண்டஸூம் சத்யசீலனும் சொன்னார்கள். 'எங்க கையில தராண்டாம்' என்று அவசரமாகச் சேர்த்துக்கொண் டார்கள்.

'என்ன கொன்னாலும் நான் படத்தக் கொண்டுவர மாட்டேன்' என்று கத்தினான் பாலு.

'அப்படிச் சொல்லாதடேய் பாலு, ஒருதடவை அவங்க பாத்துக் கிட்டுப் போவட்டும்' என்றான் ஆண்டியப்பன்.

ஞாயிற்றுக்கிழமை காலை ஆண்டியப்பனும் பாலுவும் செல்லையா சார் வீட்டுக்குப் போனார்கள். சார் தூங்கிக்கொண்டிருந்தார்.

'நேத்து நா அவனெ ஒறங்க விடலெ. படத்த முடிச்சிட்டு நீ தலை சாச்சாப் போரும் அப்டின்னு மென்னியெப் புடிச்சுட்டேன்.' சந்தோஷமும் பெருமிதமும் ஆச்சியின் முகத்தில் வழிந்தன. 'என் ஏச்சுக்குப் பயந்து வரச்சு முடிச்சிட்டான்.' ஆச்சிக்குச் சிரிப்பு வந்தது.

பாலுவுக்கும் ஆண்டியப்பனுக்கும் படத்தைப் பார்க்கத் துடித்துக் கொண்டு வந்தது.

'படத்த எங்கயோ ஒளிச்சு வச்சிருக்கான். அவன்தான் எடுத்துக் காட்டுவானாம் உங்களுக்கு' என்றாள் ஆச்சி.

ஆண்டியப்பன் திண்ணையைத் தாண்டிப் போய்த் தலையை நீட்டி இலேசாக எட்டிப் பார்த்தான். லுங்கியைக் கட்டிக்கொண்டு வெற்றுடம்புடன் பாயில் கவிழ்ந்து படுத்தபடித் தூங்குகிறார் சார். சார் தூங்குவதைப் பார்க்கப் பாலுவையும் சாடை காட்டிக் கூப்பிட் டான் ஆண்டியப்பன்.

பாலுவும் ஆண்டியப்பனும் படியில் உட்கார்ந்திருக்க அவர்கள் பார்வை மாமரத்தில் நிலைகுத்தியிருந்தது. அவர்களால் பேசிக்

கொள்ள முடியவில்லை. கை கால்களை அசைக்க முடியவில்லை. ஆச்சியிடம் ஏதோ ஒன்றைச் சொல்லவேண்டும் என்று தோன்றிற்று. என்ன என்பது தெரியவில்லை.

'மக்கா எந்திரி. படத்த எடுத்துக்குடு' என்று ஆச்சியின் குரல் உள்ளே கேட்டது. சாரை உசுப்புகிறாள் ஆச்சி.

ஆச்சி எப்படியும் எழுப்பிவிடுவாள். ஆண்டியப்பன் எழும்பி மரத்தடிக்குப் போனான். பாலுவும் அவன் பின்னால் போனான்.

தொண்டையைக் கனைக்கும் சத்தம் கேட்டது. பாலுவும் ஆண்டியப்பனும் திரும்பிப் பார்த்தார்கள்.

சார் வராண்டாவில் நின்றுகொண்டிருந்தார். கையில் படம். தன் மார்பின் மீது படத்தை மறைத்து வைத்துக்கொண்டிருந்தார்.

பாலுவும் ஆண்டியப்பனும் ஓடிப்போய் படியில் ஏறினார்கள். சார் முகத்தையே பார்த்துக் கொண்டிருந்தார்கள். ஆச்சி பின்னால் நின்றுகொண்டிருந்தாள். முகத்தில் சிரிப்புப் பொங்குகிறது.

'டாங்கடி' என்று ஒரு கத்துக் கத்தினார். படம் திரும்பிற்று. இருவர் உடம்பும் மேலும் ஒரு அடி முன்னால் பாய்ந்தது.

பாலுவின் முகம் சரேரென்று சுருங்குவதை சார் கவனித்தார். அவன் அழுதுகொண்டே படியிறங்கி ஓடத் தொடங்கினான்.

'என்னடேய், என்னடேய்' என்று கேட்டவாறே சார் அவன் பின்னால் ஓடினார்.

'என்ன உசிரோட கொன்னுட்டீங்களே சார்' என்று கத்திக்கொண்டே தெருவில் இறங்கி ஓடினான் பாலு.

சார், ஆச்சி, ஆண்டியப்பன் மூன்று பேரும் தெருவுக்கு வந்துவிட்டார்கள்.

பாலு தெருவில் ஊளையிட்டபடியே ஓடிக்கொண்டிருந்தான்.

'என் ராசா, ஆச்சி கேக்கேன் என்னண்ணு சொல்லிட்டுப் போ' என்று உரக்கக் கத்தினாள் ஆச்சி.

பாலு திரும்பி நின்றான். ஒரு கணம் வெறித்தான். 'தாத்தாவுக்குக் கையெ பெல்ட்டுக்கு வெளிலே விட்டுட்டீங்களே சார். என்ன கொன்னுட்டீங்களே சார்' என்று சொல்லிவிட்டு மீண்டும் அழுது கொண்டே ஓடத் தொடங்கினான்.

சார் திருதிருவென்று முழித்தார்.

ஆச்சி படத்தைப் பார்த்தாள்.

'கோணப்பயலே, தாத்தாவுக்கு கைய வெளியிலெ வைக்க நீ யாருலே?' என்று கத்தினாள் அவள்.

பாலுவின் உடல் தெருவின் திருப்பத்தில் மறைந்துவிட்டது.

*தினமணி தீபாவளி மலர், **1999***

மயில்

என்னுடைய இருபதாவது வயதில் பார்த்த சம்பவம். என் கண் முன்னால் நடந்தது. இப்போது ஐம்பது வருடங்கள் ஆகிவிட்டன. இதற்குள் மறந்து போய்விட்டிருக்க வேண்டும். ஆனால் வெட்டுக் காயத்தின் தடம் போல் மனதிலேயே இருக்கிறது. இவ்வாறு கூறுவதை ஒரு கதை உத்தி என்று வாசகர்கள் எடுத்துக்கொண்டு, இதைப் பாராட்டினால், எனக்கு அது தோல்விதான். மாறாக, கதையாக இது தோல்வி என்றாலும், சம்பவம் பச்சை ரத்தத்தின் வாடையுடன் இருக்கிறது என்று அவர்கள் சொன்னால் அதுதான் எனக்கு வெற்றி.

நான் சிறு வயதில் நீண்ட காலம் நோய்வாய்ப்பட்டிருந்தது என் வாசகர்களுக்குத் தெரியும். பல தடவை சொல்லியிருக்கிறேன். அப்போது ஒடுக்கப்பட்டவனாகவும், ஏக்கத்தில் கன்னம் ஒட்டிப் போனவனாகவும் இருந்தேன். பாதி என்னுடைய கற்பனையாகவும் இருக்கலாம். துக்கத்தைக் கூடுதலாக கற்பனை செய்து கொண்டு, பரிதாபப்பட்டுக் கொள்வதிலும் உள்ளூர ஒரு சந்தோஷம் இருக்கத் தான் செய்கிறது.

அந்தக் காலத்தில்தான் அந்த சம்பவம் நடந்தது. சுசீந்திரம் கோவிலுக்குள்ளே வைத்து. சம்பவம் நடந்த இடத்திற்குப் பக்கத்தில் தான் தாணுமாலய சுவாமியின் கர்ப்பக் கிருகம். அந்தக் குழந்தையின் வீறிடல் தாணுமாலையனுக்குக் கேட்கவில்லையென்றால், செவிட்டுத் தெய்வம் என்று பெண்கள் அவனை அன்று வயிறெரிந்து திட்டியதில் தவறில்லை. அன்று அந்தப் பெண் கதறி அழுதபோது, சுய உணர்வு இல்லாமல் வைத்தியரின் வீட்டைப் பார்த்து நான் ஓடத் தொடங்கி விட்டேன். நான் எவ்வளவு பெரிய கோழை என்பது உங்களுக்குத் தெரியாது. வெளியே காட்டிக்கொள்வது இல்லை. கோழைகளுக்கு எந்த நெருக்கடியிலும் தங்கள் விஷயம்தான் முக்கியம் என்று தோன்றிவிடுகிறது. அது கோழைத்தனத்தின் குணம். அவர்களைச் சொல்லிக் குற்றமில்லை.

சுசீந்திரத்தில் அப்போது ஒரு பிரபல வைத்தியர் இருந்தார். அவரது குடும்பத்தினர் இப்போதும் அங்கு இருப்பதால், குடும்பப் பெயரைச் சொல்ல வேண்டாம் என்று நினைக்கிறேன். நாக்கில் புரண்டு பழகிவிட்ட பெயர் என்பதால் மாற்றிச் சொல்லவும் மனம் வரவில்லை. அங்கு அடிக்கடி மருந்து வாங்கப் போவேன். மூத்த வைத்தியர் வெளித்திண்ணையிலோ, மருந்து அலமாரிகள் இருக்கும் முன் அறைகளிலோ இல்லை. அவரை அவ்வளவு சுலபத்தில் பார்த்துவிட முடியாது. நாலுகட்டின் வெளிச்சத்தில், சாய்வு நாற்காலி யில் சாய்ந்தபடி, வைத்திய சாஸ்திர ஆராய்ச்சியில் மூழ்கி இருப்பார். அவரைப் பார்க்க முடிவதில்லையே என்று குறைப்பட்டுக் கொள்ளும் நோயாளிகளிடம், அவர் ஒரு மணி நேரம் சாய்வு நாற்காலியில் இருந்தால், கூடுதலாக ஒரு உயிர் பிழைக்கும் என்பார்கள் குட்டி வைத்தியர்கள். அது உண்மையாகவே இருக்கலாம். வைத்திய சாஸ்திரத்தைப் பற்றி எனக்கு என்ன தெரியும்? ஆனால் என் கண் முன் ஒன்று நடந்தது. அன்று அந்தக் குழந்தையை முகம் முழுக்க ரத்தத்துடன், நாடி நுனியில் ரத்தம் சொட்டத் தூக்கிக் கொண்டு வந்தபோது, குழந்தையை இங்கிலீஷ் டாக்டரிடம் எடுத்துக் கொண்டு ஓட வேண்டும் என்று பெரிய வைத்தியர் சொன்னது எனக்கு அதிர்ச்சியாகத்தான் இருந்தது. அப்படி என்றால் ஏன் அவரை தன்வந்தரியின் மறுபிறப்பு என்று சொல்ல வேண்டும்?

2

நான் படுத்த படுக்கையாக மூன்று வருடங்கள் கிடந்த பின், என் பதினெட்டாவது வயதில், பெரிய வைத்தியர், மிகுந்த கருணை யுடன் எங்கள் வீட்டிற்கு வந்து, என் நாடி பிடித்துப் பார்த்துவிட்டு மருந்துக் குறிப்பெழுதித் தந்தார். அன்றிலிருந்து, இரண்டு வருடங்கள் அதே மருந்துதான். படுக்கையில் கிடந்தவன் வெளியே நடமாடத் தொடங்கி இருந்தேன். சிறு நொண்டல் மட்டும் பாக்கி இருந்தது. யாராவது கேட்டால் முள் குத்திவிட்டது என்று சொல்வேன். குட்டி வைத்தியர்கள், பெரிய வைத்தியர் எழுதிய மருந்துக் குறிப்பை மாற்றாமல் அப்படியே வைத்துக்கொண்டிருந்தார்கள். மருந்துச் சீட்டில் வியர்வை பட்டு, மை படர்ந்த எழுத்துக்கள் ஆறுகால் பூச்சிகள் போலவும், வானத்தில் பளிச்சிடும் குட்டி நட்சத்திரங்கள் போலவும் தெரிந்தன. காகிதத்தை, தூசி படிந்திருந்த எண்ணெய்க் கறைகள் புராதனமாக்கிவிட்டிருந்தன. ஒரு நகல் எடுத்து வைத்துக் கொள்வது பாவ காரியம் போல் குட்டி வைத்தியர்களுக்குத் தோன்றும் போலிருக்கிறது.

அன்று மருந்துப் புட்டியையும், பொடிகளின் பொட்டலங்களையும் குட்டி வைத்தியர் செய்தித் தாளில் சுருட்டித் தந்ததும், வழக்கம்போல், திரும்ப அவரிடமே அதைத் தந்து, கொஞ்சம் வெளியே போய்விட்டு வருகிறேன் என்று சொல்லிவிட்டு வந்தேன். சுசீந்திரம் போய் விட்டு மருந்தை மட்டும் வாங்கிக்கொண்டு இயந்திரம் போல்

வீடு திரும்பிவிட்டேன் என்றால் மனது ரொம்பவும் சங்கடப்படும். நம் இஷ்டத்திற்கு இனிப்புத் தருவதுபோல் ஒன்றும் செய்யவில்லையே என்று வருத்தமாக இருக்கும்.

அம்மாவுக்குத் தெரியாமல் நிறைவேற்றிக்கொள்ள ஆசைப்படும் எத்தனையோ விஷமங்களை மனம் சதா கனவு கண்டிருந்த காலம். ஆசைகள் முன்னுக்கு நின்று, மோசமான பலாபலன்களைப் பற்றிய யோசனைகளைத் தலைகாட்ட விடாமல் நுனியிலேயே கிள்ளி எறிந்துவிடும். விதவிதமான ஆசைகளை எந்த ஆபத்தும் இல்லாமல், அம்பலப்படாமல், வெகு அழகாக, என் கனவுகளும் நிறைவேற்றித் தந்துகொண்டிருந்தன. இதை நம்பி மனமும் அநேக அந்தரங்க ஆசைகளை, பட்டு நூலில் பின்னிப் போட்ட வண்ணம் இருக்கும். தெய்வம் மனம் வைத்தால் என்னதான் நடக்காது? நமது நடமாட்டம் நாம் ஆசைப்படும் பெண்களுக்கு மட்டும் தெரியும்படிகூட தெய்வத்தால் ஆக்கிவிட முடியுமே. தெருவில் நடமாடும்போது யார் மேலும் உரசாமல் பார்த்துக்கொள்ள வேண்டும். அதுகூடப் பெரிது இல்லை. தனக்குத் தானே பேசிக்கொள்ளாமல் இருக்க வேண்டும். அதுதான் கஷ்டம்.! தாணுமாலயன்: தாணு, மால், அயன். ஒவ்வொருவருக்கும் கொள்ளை ஆசை அவர்கள் தேவியர் களிடம். வயதான பின்பும், ஆசை பொங்கத்தானே அவர்களைப் பார்க்கிறார்கள். பேசுகிறார்கள். காட்டுகிறானே சினிமாவில் வெட்டவெளிச்சமாக. அவர்களுக்கே அப்படியென்றால் மனித ஜென்மங்களுக்கு எப்படி இருக்கும்?

அன்று தோழர் சந்திரனைத் தேடிக்கொண்டு போனேன். அவனிடம் விலகலும் நெருக்கமும் கொண்ட உறவு. நாலைந்து வருடங்களாகப் பழகியும், ஆளைப் பிடி கிடைத்த நிம்மதி ஏற்படவே இல்லை. ஆனால் அவனைப் பார்க்க வேண்டும் என்று தோன்றும். காரணம், சிறு வயதிலேயே சந்திரன் ஆங்கிலத்தில் கில்லாடி ஆகிவிட்டிருந்தது தான். திமிர் பிடித்த அந்த மொழியை எப்படி வசப்படுத்தினான் என்பது கற்பனை செய்து பார்க்க முடியாத ஆச்சரியமாகத்தான் இருந்தது. அந்தக் காலத்திலேயே நான் அவனிடம் ஆங்கிலம் கற்றிருக்கலாம்: நாலு புத்தகங்கள் படிக்க முடிந்திருக்கும். அவன் எனக்கு ஆங்கிலம் தெரியும் என்று நினைத்துக்கொண்டிருந்தது, தெரியாது என்று அவனிடம் சொல்லப் பெரிய தடையாகப் போய்விட்டது.

சந்திரனுடைய ஆங்கிலக் கியாதியை வைத்துத்தான், சுசீந்திரத்தில் எல்லா ஆண்களையும் தலை கிறுங்க அடித்துக்கொண்டிருந்த அந்தப் பெண்ணின் குழந்தைக்கு வீட்டுப் பாடம் எடுக்கிறேன் என்ற போர்வையில், ஆண் வாடை இல்லாத அவளுடைய வீட்டிற்குள் அவனால் நுழைய முடிந்தது. அப்போது எங்களுக்கு நடு நெஞ்சில் தீ போல் மூண்ட பொறாமையை, ஐம்பது வருடங்களுக்குப் பின், இப்போது நினைத்துப் பார்க்கிற போதும் நியாயம் என்றுதான் தோன்றுகிறது. இப்படி ஒரு பெண் இருந்தால், தீ மூளத்தான்

மூளும். அவளுக்கும் சந்திரனுக்குமான தொடர்பு முறிய வேண்டும் என்று நண்பர்கள் எல்லோருக்குமே ரகசிய ஆசை அரித்துக்கொண்டிருந்தது. உறவு முறிவது மட்டுமல்ல, அவமானமும் அடைவான் சந்திரன் என்று நண்பர்கள் அடிக்கடி சொல்வார்கள். அப்படி நடக்குமா என்ற சந்தேகம் இருந்தாலும், நடக்க வேண்டும் என்ற ஆசை எங்களுக்கு அடித்துக்கொண்டிருந்தது.

அன்றும் சந்திரன், வழக்கம் போல் தூங்கி விழித்த முகத்துடன், கரகரப்பான தொண்டையில் பேசினான். இலேசான காய்ச்சல் இருக்கிறது என்றான். கைகளை மார்புக்குக் குறுக்காகக் கொண்டு போய், தோள்களை விரல்களுக்கு வெளியே சதை பிதுங்கும்படி பிடித்துக்கொண்டிருந்தான். எங்கள் ஆசைகளில் முக்குளி இடுவதற்கு முன், அதற்குச் சம்பந்தம் இல்லாமல், எப்போதும் முன்னுரையாகக் கொஞ்சம் பேச வேண்டியிருந்தது. நான் அன்று ஆர்வத்தை அடக்கிக் கொள்ள முடியாமல், பொருத்தமான சந்தர்ப்பம் கூடி வருவதற்கு முன்பே கேட்டேன்: எப்படிப் போய்க்கொண்டிருக்கிறது? நெருக்கம் தானா? தாணு சிரத்தையுடன் படிக்கிறானா?

சந்திரனுக்குச் சிரிப்பு வந்தது. சந்திரன் மிகப் புராதனமான ஒரு கல்லூரியில் அப்போது ட்யூட்டராகச் சேர்ந்திருந்தான். ஆங்கிலம் எம்.ஏ.யில் மாகாணத்திலேயே இரண்டாவதாக வந்தவன். ஒரு குழந்தைக்கு எபிசிடி சொல்லிக்கொடுக்கப் போய்க்கொண்டிருக் கிறான். பேச்சை, கோலம்மையைப் பார்க்க நகர்த்துவது எப்படி என்று எனக்குத் தெரியவில்லை. எல்லாம் நெருக்கமாகப் போய்க் கொண்டிருக்கிறதா என்று மீண்டும் கேட்டேன். அவன், தாணுவின் முகத்தைச் சகித்துக்கொள்வதுதான் ரொம்பக் கஷ்டம் என்றான். இப்போதும் இரத்தக் கசிவின் பளபளப்பு உலரவில்லை. கடைசி வரையிலும் உலராதோ என்னவோ. குழந்தைக்குத் தன் பார்வையைப் பறி கொடுத்த பிரக்ஞையே இல்லை. சதா தெருவில் கண்தலை தெரியாமல் விளையாடிக்கொண்டிருக்கும். கத்துக் கத்தென்று கத்தும். தெருப் பிள்ளைகள் ஒற்றைக் கண்ணன் என்று கூப்பிடுவதுகூட அவனுக்கு சகஜமாகிவிட்டிருக்கிறது. அவன் அம்மாவுக்குத்தான் அது காதில் விழும்போது, மேகத்தின் ஓட்டம் புல் தரையில் நகர்த்தும் நிழல் முகத்தில் படரும். இப்படி சந்திரன் சொல்லிக் கொண்டே போனான்.

கோலம்மைக்கும் அவனுக்குமான உறவு தடத்தில் வந்துவிட்டதா என்று கேட்க என் மனம் துடித்தது. என்ன சொற்களில் கேட்டால், எனக்கு இங்கிதம் குலைந்துவிட்ட உறுத்தல் அவன் மனதில் ஏற்படாமல் இருக்கும்? என் மனதின் துடிப்பு தனக்குத் தெரிந்துவிட்டது போல் சந்திரன் சொன்னான்: வழிக்கு வருவது கஷ்டம்தான். நாம் நடக்கும்போது, தேய் பிறையும் நம் முன்னால் போய் விடுவதைப் போல், நகர்ந்துகொண்டே இருக்கிறாள். (ஆங்கிலத்தில் என்ன துல்லியமாகச் சொன்னான்!) அவளுக்கும், ஆசை பொங்கி வழிந்து கொண்டுதான் இருக்கிறது. அதில் சந்தேகமே இல்லை. குழந்தைக்கு

இப்படியானது என் துரதிருஷ்டம். நான் கொஞ்சம் முன்னாலேயே நெருங்கி இருக்க வேண்டும் என்றான்.

எனக்குப் புரியவில்லை. அதற்கும் இதற்கும் என்ன சம்பந்தம் என்று கேட்டேன். சொல்லத் தெரியவில்லை. சம்பந்தம் இருக்கிறது. அதுதான் இவளைத் தடுக்கிறது. அவளைப் பார்த்துக்கொண்டு இருக்கிறேனே, அதே என் பாக்கியம்தான். சிரிக்கும்போது பல் வரிசையும், உதடுகளின் நெளிவும் எங்கேயோ தூக்கிக்கொண்டு போய்விடுகிறது. உடல் அசைவுகள் வழியாகவும், மன அசைவுகள் வழியாகவும் தன்னை வெளிப்படுத்திக்கொள்ளும் தோரணைகளில் தான் என்ன சமத்காரம்! இப்படி சந்திரன் வியந்துகொண்டே போனான். முன்பெல்லாம் அவளைப் பார்க்கக் கோவிலுக்குத் தவறாமல் போவேன். ஊரில் புசுபுசுவென்று பேச்சு வரவே ஒதுங்கிக்கொண்டேன் என்று முடித்தான் அவன்.

3

என் பங்குக்குரிய பெருமையை நான் பெறுவதே இல்லை. சந்திரன் உட்பட, ஊரில் ஒருவருக்குக்கூட அன்று நடந்த சம்பவத்திற்கு நான் தான் ஒரே சாட்சி என்பது தெரியவில்லை. எனக்குரிய மரியாதையைக் கேட்டுக் கேட்டு வாங்குவது எனக்கு அலுத்துப்போய் விட்டது.

அன்றும் வழக்கம்போல் கோயில் பிரகாரத்தில் சுற்றிக்கொண்டே இருந்தேன். ஒரு சுற்றை முடிப்பதற்கு முன், மின்னல் போல் அவள் மறைந்துவிடக்கூடாதே என்று மனம் பதைபதைத்துக்கொண்டிருந்தது. ஒவ்வொரு சுற்று முடிந்ததும் முகப்பிற்கு வந்து எட்டிப் பார்த்தேன். ஒரே இடத்தில் நின்றுகொண்டிருந்தால், சில சந்தேகப் பார்வைகள் முளைத்துவிடும். பழைய அனுபவங்களில் இருந்து எனக்கு இது தெரிந்திருந்தது. தர்மம் குலைந்துவிடக் கூடாது என்பதில்தான் சிலருக்கு என்ன கவலை! என்ன பொறுப்பு!

சந்திரன் சொல்லி இருந்தது ஒவ்வொன்றும் மனதில் பதிந்திருந்தது. அவளைப் பார்த்தது இல்லை என்றாலும், பார்த்திருப்பது போல்தான் உணர்ந்தேன். கோலம்மையை அடையாளம் கண்டுகொள்வதில் எந்தப் பிரச்னையும் இருக்கமுடியாது. அவளைப் பார்த்த மாத்திரத் தில் என் மனம் சொல்லிவிடும். மனிதனைக் கிறுங்க அடிக்கும் அழகுகள் சல்லிசாகத் தெருவிலா இறைந்து கிடக்கின்றன. மாநிறம் தான். சற்றுக் குள்ளம் என்றுகூடச் சொல்லிவிடலாம். கண்கள் கத்தரிப் பூ போல இருக்கும். பக்கவாட்டுகளில் மேயாத படபடப்பான நடை. பார்த்ததும் தோகை மயில்தான் நினைவுக்கு வரும். தோகையை விரிக்காமல், நிம்மதியில்லாமல் அலக்கழியும் மயில் என்றெல்லாம் சந்திரன் வருணித்திருந்தது நினைவுக்கு வந்தது. அவள் நினைப்பால் கலங்கி மறிந்துகொண்டிருந்த மனதுடன், பிரகார முகப்பில், விசால மான கூண்டில் அடைத்திருந்த மயிலைப் பார்த்துக்கொண்டிருந்தேன்.

தரை முழுக்கச் சுண்ணாம்பு தெறித்தது போல் எச்சம். அசையும் கழுத்தில் வெளிப்படும் நிறங்களில், உள்ளிருந்து ஊடுருவும் ஒளி மினுமினுப்பு ஏற்றுகிறது. தோகையைச் சுமக்க முடியாமல் சுமந்தபடி கர்வத்தின் நளினத்தைச் சுற்றிலும் பரப்பியபடி சுற்றிச் சுற்றி வருகிறது. பிரகார வாசல் என்பதால், எல்லோரும் அந்த வழியாகத்தான் போகவேண்டும். அடுத்த சுற்றில் தோன்றிவிடுவாள் என்று மனம் சொல்லிக்கொண்டிருந்தது. அன்று அவளைச் சந்திக்காமல் திரும்ப நேர்ந்தது என்றால் தெப்பக்குளம் தாண்டுவதற்குள் என் உயிர் பிரிந்துவிடும்.

கடவுளின் கருணை. வடக்குப் பிரகாரத்தின் முடிவுக்கு வந்து கொண்டிருந்தபோது மயிலின் கூண்டிற்கு முன்னால் அவள் குத்துக்காலிட்டு உட்கார்ந்து இருப்பது நிழல் போல் தெரிந்தது. தொந்தியில் இறுக்கிய சிவப்புப் பட்டு வேட்டியுடன் பக்கத்தில் அவளுடைய குட்டிப் பயல். பட்டை பட்டையாக விபூதி பூசி சிவப்பழமாக இருக்கிறான். கோயிலில் விநியோகம் செய்யும் நெய் அப்பம் போல் புசுபுசுவென்று சதை. கோடிப் புடவையை அன்றுதான் அவள், மடிப்புக் கலைத்துக் கட்டிக்கொண்டிருக்கிறாள். உடம்பில் இருந்து திமிறும் அந்த மேக வர்ணப் புடவை, அவள் உடலை விட்டே நழுவி வெளியேறி விட்டதுபோல் ஒரு கணம் பிரமை தட்டிற்று.

அவளையொட்டி நிற்காமல், அவளுடைய பின் பக்கம் படிக்கட்டில் உட்கார்ந்து, பராக்குப் பார்ப்பது போல் பாவனை செய்துகொண்டிருந் தேன். மடித்த முட்டின் மீது, தலை மயிரின் அடர்த்தி ஒரு சுமையாய் உட்கார்ந்துகொண்டிருந்தது. இறுக்கமும் அகலமும் கொண்ட முதுகில், ரவிக்கையில் முடியின் ஈரம் படர்ந்திருந்தது.

மயிலைப் பார்த்த சந்தோஷத்தில் குழந்தை நிலை கொள்ளாமல் துள்ள, அவளும் அந்தப் பூரிப்பில் குலுங்கக் குலுங்கக் கரைந்து கொண்டிருந்தாள். அப்போதுதான் அந்தச் சம்பவம் நடந்தது. மயிலுக்குத் தர குழந்தை கையில் என்ன பணியாரத்தை அவள் வைத்தாள் என்பது என் பார்வையில் விழவில்லை. மயில் இரும்பழி யில் தன் கழுத்தை நுழைத்து, நொடிப் பொழுதில் அதைக் கொத்தி எடுத்துக் கொண்டது. அம்மாவுக்கும் குழந்தைக்கும் சந்தோஷம் தாங்க முடியவில்லை. இரண்டாவது தடவை குழந்தை கையை நீட்டியதும், இமை மூடித் திறக்கும் நொடியில், மயில் குழந்தையின் இடது கண்ணைப் பிடுங்கிவிட்டது. குழந்தை வீறிட்டபோது, நுங்கு போல் கண் விழி வெளியே தொங்குவதை நான் பார்த்தேன்.

4

சந்திரன் பல வருடங்கள் கிழக்கு ஜெர்மனியில் இருந்தான். அவன் சிறு வயதிலேயே திருவிதாங்கூரில், கம்யூனிஸ்ட் இன்டெலக்சுவல் என்று பெயர் பெற்றிருந்தான். ஈ.எம்.எஸ். நம்பூதிரிபாடுக்கு அவன் செல்லப்பிள்ளை. அவருடைய நேர்மையான சிபார்சுகள் அவனைக்

கவனித்துக்கொண்டன என்று கம்யூனிஸ்டுகளே சொல்வார்கள். கிழக்கு ஜெர்மனி விழுந்ததும், இந்தியாவுக்கு வந்த சந்திரன், தில்லி ஜவாகர்லால் நேரு பல்கலைக்கழகத்தில் பணியாற்றினான். இடதுசாரி அரசாங்கத்தின் ஆட்சியின்போது, கேரளாவில் கல்வித் துறையில் மேல் நிலை அதிகாரியாகப் பதவி பெற்றான். அவன் பதவியிலிருந்த காலங்களில் எனக்கும் அவனுக்கும் சொல்லும்படி உறவு ஒன்றும் இருக்கவில்லை. நமக்கு நண்பர்கள் என்றாலும் சரி, உயர் பதவிகளில் அவர்கள் இருக்கும்போது போய்ப் பார்த்தால் நமக்கு ஏமாற்றம் ஏற்படத்தான் செய்யும். ஏமாற்றம் அடைவதற்கான ஆசையும் உள்ளூர நமக்கு இருக்கலாம். குசேலருக்கு அப்படி ஏற்படவில்லையே என்றால், அது வேறு சமாச்சாரம்.

முதுமையில் சந்திரன் சுசீந்திரத்திலேயே கரை ஒதுங்கினான். அப்போது எங்கள் நட்பு சற்று அவசரமாகவே துளிர்த்தது. அதிகமும் எங்களுக்கு இல்லாமல் இருந்த ஆரோக்கியத்தைப் பற்றித்தான் பேசுவோம். இருமுறை இதயத் தாக்குதலுக்கு இருவரும் ஆளாகி இருந்தோம். சந்திரனுக்கு என் மீது சிறிது பொறாமை இருந்தது. காலையில், அவனைவிட ஒன்று குறைவாக, எட்டு மாத்திரைகளே எனக்குச் சாப்பிட வேண்டியிருந்தது.

வெளியே காட்டிக்கொள்ளக் கூச்சப்பட்டான் என்றாலும், கோலம்மையைச் சந்திரனால் மறக்க முடிந்திருக்கவில்லை. அவளது தற்கொலையும் அவன் மனதில் ஆழமான கீறலை ஏற்படுத்தியிருந்தது. தாணுவுக்கு ஜோசியத்தில் நல்ல வருமானம் என்றும், சொந்த வீடு வாங்கியிருக்கிறான் என்றும் சொன்னேன். என் குழந்தைகள் எல்லோருக்கும் ஜாதகப் பொருத்தமும் அவன்தான் பார்த்தான் என்றும் சொன்னேன். பஸ் நிறுத்தத்திற்கு எதிரேதான் வீடு என்றேன். சந்திரன் மனதில், தாணு, அப்போதும் குட்டிப் பயலாகத்தான் இருந்தான் போலிருக்கிறது. உண்மையில் அவனுக்கு வயது 55 ஒட்டி இருக்கலாம் என்று நான் சொன்னதும் அப்படியா என்று கத்தினான்.

ஒரு நாள் சந்திரனைப் பார்க்கப் போனபோது, அவனுடைய மேஜை மேல் கிடந்த ஆங்கிலப் புத்தகத்தின் மேலட்டை என் மனதைக் கவர்ந்தது. அதன் தலைப்பு: ஐயமும் உறுதியும். ஜார்ஜ் சுதர்சனும் டோனிரோத்மனும் இணைந்து எழுதிய அறிவியல் ஆராய்ச்சி. சுதர்சன் இந்தியாவைச் சேர்ந்தவர் என்று சந்திரன் சொன்னதும், புத்தகத்தை ஆர்வத்துடன் எடுத்துப் பிரித்தேன். கணித சூத்திரங்கள் கண்ணில் படவே படக்கென்று மூடி வைத்துவிட்டேன்.

அந்தப் புத்தகத்தைப் பற்றிக் கேட்டதும் சந்திரன் சொன்னான்: சாராம்சத்தை இப்படிச் சொல்லலாம். ஒவ்வொரு நிகழ்வுக்குமே நமக்கு இன்னும் புலப்படாத காரணங்கள் இருக்கின்றன. பலரும் நடமாடும் இடத்தில் ஒரு பஸ் விபத்து நடந்துவிடுகிறது. ஒரே ஒரு உயிர் அழிகிறது. அந்தக் குறிப்பிட்ட உயிர் மட்டும் அழிந்தது

ஏன் என்பது கேள்வி. வருங்காலத்தில் இவற்றுக்கு எல்லாம் காரணம் சொல்லிவிடலாம் என்ற நம்பிக்கையில் ஆராய்ச்சி நடந்துகொண்டிருக்கிறது. எல்லாவற்றுக்கும் அடிப்படையே ஏன் என்ற கேள்விதான்.

எனக்கு உடனடியாக ஞாபகம் வந்தது தாணுவுக்கு ஏற்பட்ட விபத்துதான். தனக்கு ஏற்பட்ட விபத்தைப் பற்றி, இப்போது தாணு என்ன நினைக்கிறான்? போகும்போது தாணுவைப் பார்த்துவிட்டுப் போக வேண்டும் என்று நினைத்துக்கொண்டேன்.

நான் போனபோது, தாணு, தன் பேரன் தாணுவுக்கு வீட்டுப் பாடம் எடுத்துக்கொண்டிருந்தான். பக்கத்தில் படபடத்துக்கொண்டிருந்த ஜாதகங்கள் மீது முரட்டுக் கல் ஒன்றை வைத்திருந்தான். ஒரு நிமிஷம் என்றான். என்னிடம் உட்காரும்படி சமிக்ஞை காட்டினான். நான் கை வைத்த லொடக்கு நாற்காலியில் உட்கார்ந்தேன். தாத்தா தாணு, உரக்க, இந்தியாவின் தேசீயப் பறவை எது என்று கேட்டான்.

பேரன் தாணு, மயில் என்றான்.

தோகை விரித்து ஆடுவது?

மயில்.

பஸ் உறுமும் சத்தம் கேட்கவே, அவசரமாக வெளியே வந்தேன்.

ரோட்டைத் தாண்டும் போதும் பின்னால் இருந்து குரல் வந்துகொண்டிருந்தது.

முருகப் பெருமானின் வாகனம்?

மயில்.

வீட்டுப் பாடம் அதற்குமேல் எனக்குக் கேட்கவில்லை.

ஆகஸ்டு 2002 கலிஃபோர்னியா

ஆனந்த விகடன் பவழவிழா மலர், நவம்பர் 2002

பையை வைத்துவிட்டுப் போன மாமி

சரஸ்வதியின் வீட்டு வராண்டாவில் கால்வைக்கவே கோமதிக்குக் கூசிற்று. வயதான சேவகர் வாசலில் ஒரு முக்காலியில் உட்கார்ந்து கொண்டிருந்தார். நாய் இருப்பது மாதிரித் தெரியவில்லை. அவர் வழியை மறித்து ஏதாவது கேள்வி கேட்பாரோ என்ற சந்தேகம் கோமதிக்கு வந்தது. சரஸ்வதி அம்மாவின் தாய் வீட்டில் சமையல் வேலை செய்திருக்கிறேன் என்று சொல்லிவிடலாம். அது பொய் யில்லை. இருபத்தைந்து வருடங்களுக்கு முன் சரஸ்வதிக்கு ஆறு வயதாக இருக்கும்போது என்று இப்போது எதற்காக அவசியமில்லா மல் சொல்ல வேண்டும்? ஆனால் சேவகர் ஒன்றும் குறுக்கிடவில்லை. 'அம்மாவைப் பார்க்க வேண்டுமா?' என்று கேட்டார். கோமதி தலையை அசைத்ததும், உள்ளே போங்க என்று கையைக் காட்டினார். ரொம்பவும் தன்மையானவர் என்பது தெரிந்தது.

ஹால் கொஞ்சம் இருட்டாக இருந்தது. பெரிய மனிதர்களின் வீடுகள் அப்படித்தான். மென்மையான இருள் அவர்களுக்குப் பிடிக்கும் போலிருக்கிறது. கண்கள் மயங்கின. மத்தியான வெயிலில் எவ்வளவு தூரம் நடந்து வர வேண்டியிருந்தது. ஊதிக்கிடந்த சோபா மெத்தைகளும், நாற்காலி மெத்தைகளும் அவை கிடந்த இடத்தின் அந்தஸ்திற்கு அழுத்தம் தருவதுபோல் இருந்தன. காத்துக் கொண்டிருக்கக்கூட சொற்ப நேரம் அதில் உட்காரக் கூடாது என்ற உணர்வு ஏற்படுகிறது. கோமதியின் கால்கள் ஹாலைத் தாண்டிச் சென்றன.

ஹாலைத் தாண்டியதும் வேகம் நிதானப்பட்டது. நின்று சுற்று முற்றும் பார்த்தாள். பக்கவாட்டுக் கதவு வழியாக பெட்ரூம் கட்டிலின் தலைப்பக்கம் மட்டும் தெரிந்தது. கொழுத்த தலையணைகள் மீது மிகப் பெரிய வயலட் பூக்கள் துண்டு துண்டாகத் தெரிந்தன.

கட்டில்கள் இவ்வளவு அகலமாக இருக்குமா? தூங்கவா, உருளவா? பக்கத்தில் இருந்த சிற்ப வேலைப்பாடு கொண்ட முக்காலியும், புராதன வஸ்துபோல் காட்சியளித்த மேஜை மின்விளக்கும் பரபரப்பைக் கூட்டின. அப்படியே திரும்பிப் போனால்கூட வந்த சுவடு தெரியாமல் போய்விடலாம்.

சிறுவயதில் சச்சு என்று பெயர் சொல்லிக் கூப்பிட்ட பெண்தான். நேற்று சச்சு. இன்று கலெக்டர். சின்ன வயதில் பருப்புச் சாதம் ஊட்டுகிறபோது முரண்டு பண்ணினால் அவள் அம்மாவே, கோமதி ஒண்ணு போடு அந்தச் சனியனுக்கு என்று கத்துவாள். சமையற் காரிகளுக்குக்கூடச் சில சுதந்திரங்கள் இருந்த காலம். இப்போது எல்லாருமே வேலைக்காரிகள்தான்.

ஆரோக்கியம் ததும்பும் ஒரு பெண் நின்றவாறு தரையை மெழுகுகிறாள். வேலைக்காரி இல்லை நிச்சயம். கல்யாணம் முடிந்த வாசனையுடன் இருப்பது மாதிரி இருந்தது. எப்படிக் கூப்பிட்டால் சரியாக இருக்கும் என்று தெரியவில்லையே. அடி பெண்ணே என்று கூப்பிட்டால் தன் மனசுக்குச் சரியாக இருக்கும். அவளுக்குச் சரியாக இருக்குமோ என்னவோ. அம்மா என்று கூப்பிட, ரொம்பக் கொஞ்சம் வயசு. நல்ல வேளை, அந்தப் பெண்ணே திரும்பியபோது பார்த்துவிட்டாள். ஒரு நொடிகூடத் தயங்கவில்லை. வாய் தானாகவே, வாங்கம்மா, உக்காருங்கம்மா என்று சொல்லிற்று. என்னது! எப்படி இவ்வளவு தன்மையான மனசுகளை ஒன்றாகச் சேர்த்து வைத்திருக் கிறாள் இந்த சரஸ்வதி. சுவரோடு சேர்த்துப் போட்டிருந்த மர நாற்காலியை அந்தப் பெண் கொஞ்சம் முன்னால் தூக்கி வைத்தாள். கோமதி அந்தப் பெண்ணின் முதுகைத் தொட்டபடி, இருக்கட்டும்டீ அம்மா, நான் தூக்கிப் போட்டுக்க மாட்டேனா? என்று கேட்டுக் கொண்டே நின்றபடியே, கலெக்டர் அம்மா இருக்காங்களா? என்று கேட்டாள். இருக்காங்க, பாக்கணுமா? கோமதி தலையை அசைத்ததும் யாரு வந்திருக்காங்கனு சொல்றதம்மா? என்று கேட்டாள்.

கோமதி மாமி வந்திருக்கேன்னு சொல்லுங்க. கலெக்டர் அம்மாவின் சின்ன வயசிலே அவங்க வீட்டிலே சமையல் காரியம் பார்த் திருக்கேன் என்றாள். அந்தப் பெண் கதவு சாத்தியிருந்த பக்கவாட்டு அறையின் கதவுகளைத் திறந்து நுழைந்து, சத்தம் கேட்காமல் கதவைப் பொருத்திவிட்டுப் போனாள்.

கோமதி நாற்காலியில் உட்கார்ந்தாள். படபடவென்று இருந்த மனம் அடங்கி ஆசுவாசப்பட்ட மாதிரி இருந்தது. வந்த காரியம் நடக்காமல் போனால்கூடப் பாதகமில்லை. கலிகாலத்தில் இந்த அளவுக்கு மனிதர்களுக்கு ஒட்டுதல் இருக்கிறதே அதே பெரிய காரியம். சந்தேகமே இல்லை, நல்ல பொழுதாகத்தான் அன்று விடிந்திருக்கிறது. எங்கு பார்த்தாலும் நினைத்து வந்த காரியம் கூடிவிடும் சமிக்ஞைகளாகத் தெரிகிறது. அப்படி நினைப்பதில் தவறே இல்லை. பை நிறைய சாமான்களுடன் தன் வீட்டுக்குள்

நுழையும் போது மீனாட்சிக்கு ஆச்சரியமாகத்தான் இருக்கும். முகம் சந்தோஷத்தில் பூப்போல் தன்னறியாமல் மலரத்தான் வேண்டும். ஆனால் மலராது. ஒரு கணம் அம்மாவை இங்கிதமில்லாத பேச்சால் புண்படுத்தியதை நினைத்து வெட்கம் தோன்றத்தான் தோன்றும். ஆனால் கடுகளவு காட்டாமல் முகத்தை இறுக்கமாக வைத்துக் கொள்ளத் தெரியும் அவளுக்கு. உடம்பு முழுக்க அவள் அப்பாவின் ரத்தம். தன் ரத்தம் ஒரு சொட்டுக்கூடக் கலக்கவே இல்லை.

காலையில் மீனாட்சிக்கும் கோமதிக்கும் பேச்சுத் தடித்தபோது, என்ன கிடைக்கும் எங்கே கிடைக்கும்னு பிச்சைக்காரி மாதிரி அலையாதே என்று மீனாட்சி சொன்னதை கோமதியால் தாங்க முடியவில்லை. யாருக்காகப் பிச்சை எடுக்கப் போகிறேன்? அவள் வயிற்றில் வைத்துக்கொண்டிருக்கும் குழந்தைக்காகத்தானே? விதவிதமான பொம்மைகளையும் விதவிதமான சட்டைகளையும் வாங்கிக் கொடுக்க வக்கிருக்கிறதா? அந்த யோசனைகூட அவளுக்கு இல்லை. அறிவுகெட்ட ஜென்மம்.

ரொம்ப வெயிட் பண்ணிட்டீங்களா அம்மா என்று கேட்டுக் கொண்டே அந்தப் பெண் வந்தாள். கோமதி எழுந்து நின்றாள். உக்காருங்கம்மா, இன்னும் ஒரு அஞ்சே நிமிஷம் என்றாள். போனிலே இருந்திட்டுருக்காங்க அம்மா என்றாள். சரஸ்வதியைப் பார்க்கப் போகிறோம் என்பது சந்தேகமில்லாமல் உறுதியாகிவிட்டது. எனக்கு என்ன அவசரம்? காரியம் முடிஞ்சு ஆற அமரப் பாக்கட்டும் என்று பதற்றமாகச் சொன்னாள் கோமதி. நாற்காலியில் சௌகரியமாகச் சாய்ந்து உட்கார்ந்துகொண்டாள்.

அந்தப் பெண் விட்ட இடத்திலிருந்து தரையை மெழுகத் தொடங்கினாள். கன்னங்கரேலென்று கறுப்பு பளிங்குத் தரை. முக்கால் பங்கு ஈரத்தில் மேலும் பளபளத்துக்கொண்டிருந்தது. கால் பங்குதான் பாக்கி. கை வாகுக்கு ஒரு நொடியில் முடித்து விடும். அழகான பெண் என்பதைத் தாமதமாகக் கவனிக்கிறோமே என்று தோன்றிற்று. முகத்தில் என்ன கம்பீரம். கூர்ந்து பார்த்த போது குழந்தையும் பெற்றுக்கொண்டு விட்டாள் என்றுதான் மனசுக்குப் பட்டது.

என் பெண்ணுக்கு இன்னும் ஒரு வாரத்திற்குள்ளே பிரசவம் இருக்கணும் என்றாள் கோமதி.

எத்தனை குழந்தைகள் அம்மா?

இதுதான் தலைச்சன்.

ஆண் குழந்தையாகப் பிறக்கட்டும்.

ஜாதகப்படியும் அப்படித்தான்.

எத்தனை குழந்தைகள் வேண்டும் என்றாலும் இருக்கட்டும் அம்மா. பேரன் பேத்திகள் என்றால் தனிதான்.

அந்தப் பெண் தன் மனதைத் தொட்டுச் சொன்னது போல் இருந்தது.

சந்தேகமா? என்றாள்.

மின்சார மணி அடித்தது. தான் உட்கார்ந்திருக்கும் நாற்காலியின் தலைமாட்டில் இருந்து வருவது போலிருந்தது.

போங்கம்மா.

கோமதி மடமடவென்று உள்ளே சென்றாள். சமர்த்துக் கதவுகள். துளி சத்தம்கூட எழுப்பவில்லை.

கோமதி எதிர்பார்க்கவில்லை. சரஸ்வதி தன் இருக்கையில் இருந்து எழுந்து அறையின் இரண்டாவது வாசல் முன் வந்து நின்றுகொண் டிருந்தாள். கோமதியைப் பார்த்ததுமே முகம் மலர்ந்தது. வாங்க மாமி என்று சொல்லியபடி அவளுடைய இரு கரங்களையும் இறுக்கமாகப் பற்றிக்கொண்டாள். அவள் முகத்திலிருந்த சந்தோஷம் மறையாமல் அப்படியே இருந்தது. மாமியின் மனம் நெகிழ்ந்து போனதில் பேசினால் வாய் குழறிவிடும் என்று தோன்றியது. ஒருவர் முகத்தை ஒருவர் பார்த்துக்கொண்டிருந்த போது மனம் தழுதழுத்ததில் மாமிக்குப் பேச்சே வரவில்லை.

பார்த்து எவ்வளவு நாளாச்சு, சௌக்கியமா மாமி என்று கேட்டாள் சரஸ்வதி.

தன் கதையை எதிலிருந்து தொடங்கி எப்படி முடிக்க முடியும்? சொல்லத் தொடங்கினால் பாதியில் அழுகை முட்டிக்கொண்டு வந்துவிடும். கண்ணைத் துடைத்து மூக்கைப் பிழிந்துகொள்ள வேண்டிய இடமில்லை இது. சனியனை எதற்கு உள்ளே விட்டோம் என்று நினைக்கும்படி ஆக்கிவிடக் கூடாது.

என்ன விவேகம்! என்ன அன்பு இந்தப் பெண்ணிற்கு!

போன் மணி அடித்தது. மீசை நரைத்திருந்த ஒரு பெரியவர் மடமடவென்று வெளியிலிருந்து ஓடி வந்து ரிஸீவரில் ஏதோ குசுகுசுத்து விட்டு வெளியே போனார். சரஸ்வதி வந்தவர் முகத்தைப் பார்க்கவோ, ஒன்றும் விசாரிக்கவோ இல்லை. கோமதியின் முகத்தைப் பார்த்துக் கொண்டிருந்த பார்வையில், பேசுங்க மாமி என்ற பிரியம் வழிந்து கொண்டிருந்தது.

மிகுந்த வேலையும் பொறுப்பும் உள்ளவள். தன் மனசிலிருக்கும் குப்பையை எல்லாம் கொட்ட வேண்டிய இடமல்ல. மாமி தன் கதையைச் சுருக்கமாகச் சொன்னாள். தன் கதையில் இருந்த சோகத்தை எல்லாம் கூடுமான வரையிலும் சொல்லாமல் கடவுள் அளித்திருந்த சிறு பரிசுகளை மட்டும் காட்டினாள். ஒரு வாழ்க்கை என்றால் அதில் எவ்வளவோ கஷ்டம் இருக்கும் எவ்வளவோ பொருமல் இருக்கும் எல்லாவற்றையும் மூடி மறைத்துவிட்டால் கேட்கிறவர்களுக்குத் தன்னை அன்னியமாகப் பார்ப்பது போலத் தானே இருக்கும்? சில துக்கங்களையும் கலந்து சொன்னாள்.

சுந்தர ராமசாமி சிறுகதைகள்

அவளுடைய கடைசி வாக்கியம் வந்த விஷயத்தைத் திறப்பது போல் இருந்தது.

பெண்ணுக்கு ஒரு வாரத்திலே பிரசவம் இருக்கும் என்றாள்.

அப்படியா! உங்களுக்கு எத்தனை குழந்தைகள்?

ஒரே குழந்தை, ஒரே பெண் என்று சொல்லிவிட்டு ஒரு இடை வெளிக்குப்பின், உங்க செய்தி எல்லாம் காதிலே விழுந்தது. நொந்து போயிட்டேன் என்றாள்.

என்ன மாமி அவங்க இவங்க எல்லாம். கேட்கவே கூச்சமாக இருக்கு.

என்னாச்சு குழந்தைக்கு? எட்டு மாசத்திலே எழுந்து நடந்துவிட்ட குழந்தைனு கேள்விப்பட்டேன். இந்த மாதிரிக் கொடுமை இந்த வயசிலே என் காதிலே விழுந்ததில்லை.

சொல்லும்படி ஒன்றுமே இல்லை மாமி. ராத்திரிக்கூட சிரிச்சு விளையாடிவிட்டுத் தூங்கின குழந்தைதான். ஏன் இன்னும் முழிக்கலேனு போய் பாத்தா ... சரஸ்வதிக்கு மேற்கொண்டு சொல்ல முடியாதபடி தொண்டை அடைத்தது.

கோமதி தன் கண்களைப் புடவையால் துடைத்துக் கொண்டாள்.

சரஸ்வதி அவசரமாக எழுந்து தன் மேஜைமீதிருந்த புகைப் படத்தையும் ஒரு முயல் பொம்மையையும் எடுத்தாள். புகைப்படத்தை கோமதி கையில் தந்தாள். குழந்தை அடக்க முடியாத சிரிப்புடன் எல்லோரும் வரலாம் என்று அழைப்பது போல் கையைத் தூக்கிக் கொண்டிருந்தான். கோமதி படத்திற்கு ஒரு முத்தம் தந்தபடியே, கடவுள் மனசு கல் என்றாள்.

இந்தப் பொம்மைதான் அவனுக்கு உசிர் என்று சொல்லியவாறே முயல் பொம்மையை கோமதி கையில் தந்தாள். தவிட்டு நிறத்தி லிருந்தது முயல். உதடுகள் அழகாகப் பிளந்திருந்தன. கறுப்புக் கண்கள் மின்னின. காதுகள் நீளமாகப் போய்க்கொண்டே இருந்தன. கோமதி முயலின் முதுகைத் தடவினாள். கொள்ளை விலை இருக்கும் என்று மனதில் நினைத்துக்கொண்டாள். பேச்சை ஆரம்பிக்க இது நல்ல தருணம் என்று தோன்றியது.

கவலைப்படாதே சரஸ்வதி, எதது எல்லாம் போச்சோ அதெல் லாம் பத்து மடங்கா திரும்ப வரும். ஏழைகளுக்குப் படியளக்கறாய் என்று ஊரிலே கோடி வாய் புகழ்ந்துண்டு இருக்கு. உனக்கு ஒரு குறையும் வராது, என்று சொல்லியவாறு தனது வலது கையால் சரஸ்வதியின் தலையில் கை வைத்தாள். அப்படியே பின் தலையைத் தடவி முதுகு வரையிலும் கையைக் கொண்டு வந்தாள்.

சரஸ்வதி அழுகையை அடக்கிக்கொண்டாள். இந்தப் பதவி மட்டும் இல்லாமல் இருந்தால் மாமியின் மடியில் தலைவைத்துக் கதறி அழலாமே என்று முட்டிக்கொண்டு வந்தது.

ஒண்ணு சொல்றேன் சரஸ்வதி, மனசைக் கல்லாக்கிண்டு சொல்ல றேன். இல்லாத குழந்தையெ நினச்சு நினச்சு ஏங்காதே. இந்த விளையாட்டுச் சாமான்களை எல்லாம் மூட்டை கட்டி தலையைச் சுத்தி எறிஞ்சுடு. இல்லை, வேண்டியவாளுக்குக் கொடு. இப்போ நிறஞ்ச மனசோட சொல்றேன். இன்னும் ஒரு வருஷத்திலே லோகத் திலே இருக்கற பொம்மை எல்லாம் உனக்கு வாங்க வேண்டி இருக்கும். இன்னும் பத்து பெத்துக்கொள்ள உனக்கு வயசிருக்கு. நீயே ஒரு குழந்தை. பகவான் மூளையைப் பெரிசாகத் தந்துட்ட தனாலே குழந்தை இல்லாம ஆயுடுவயா? என்றாள்.

மாமி சொல்வது சரிதான். அனுபவம்தான் மாமியிடம் பேசுகிறது. தன் அம்மா உயிரோடு இருந்தாலும் இப்படியே சொல்லியிருக்கலாம். மறைந்த குழந்தையின் துக்கம் பிறக்கிற குழந்தை மூலம்தான் தீரும் என்று மாமி சொன்னது சரஸ்வதியின் மனதில் ஆழமாக இறங்கிற்று.

அற்புதமான விளையாட்டுப் பொம்மைகள்! அழகான சட்டை கள்! எவ்வளவு இருக்கின்றன. மாமிக்கே தந்தால் என்ன? கண்ணால் பார்க்காமலாவது இருக்கலாம்.

உங்களிடமே தந்துவிடறேன் மாமி. வேண்டியவா இருந்தா நீங்களே பார்த்துத் தந்துடுங்கோ. எனக்கு எங்கே இருக்கு மாமி பொழுது, இதெல்லாம் பாத்துச் செய்யறதுக்கு என்றாள் சரஸ்வதி.

கோமதி ஒரு கணம் மௌனமாக இருந்தாள். சரஸ்வதி தரும் பொறுப்பைத் தனக்கு நிறைவேற்றத் தெரியுமா என்று கவலைப் படுவது போல் மாமியின் முகம் இருந்தது.

நீங்களே வச்சிண்டா அதைவிட எனக்கு சந்தோஷம் என்றாள்.

மீனாட்சிகிட்டே கொண்டு போய்க் கொடுத்தடறேன். அவ மனசு போல செய்யட்டும். வெறும் கோணல் அது, அவ அப்பாவை மாதிரி என்றாள் மாமி.

சரஸ்வதி சிரித்தபடியே, ஒரு நிமிஷம் என்று சொல்லிவிட்டு வேகமாக வெளியில் போனாள்.

மாமிக்கு எதற்கு சரஸ்வதி போகிறாள் என்பது புரிந்தது. இனிமேல் வளவளவென்று பேசிக்கொண்டிருக்கக் கூடாது என்று நினைத்துக் கொண்டாள்.

சரஸ்வதி வெளியே போய்விட்டு தன் மேஜை முன்னால் வந்து உட்கார்ந்தாள். அவள் தன் வேலையில் ஈடுபட விரும்புகிறாள் என்பது கோமதிக்குத் தெரிந்தது.

நான் கிளம்பட்டுமா சரஸ்வதி. உன்னை வந்து பார்த்தது உன் அம்மாவைப் பிரத்தியட்சமாகப் பார்த்தது போல இருக்கிறது.

மாமி அடிக்கடி வாங்கோ. கூடத்திலே ஒரு பெண்ணைப் பார்த்தேளே, அவகிட்ட எல்லாம் சொல்லிட்டு வந்திருக்கேன். அவள் பார்த்துத் தருவள் என்றாள்.

கோமதி மீண்டும் ஒரு தடவை விடைபெற்றுக்கொண்டு வெளியே வந்தாள்.

கூடத்தில் யாருமே இல்லை. நாற்காலியில் உட்கார்ந்துகொண்டாள். நடந்த காரியம் அவளுக்குத் திருப்தியாக இருந்தது. தன் கௌரவத்தை விட்டுக் கொடுக்காமலே நடந்தது. தன்னால், பிறக்கப் போகும் மீனாட்சியின் குழந்தைக்கு வேறு என்ன செய்ய முடியும்? அவள் அப்பாவுக்கோ பெண் நிறைமாத கர்ப்பிணியாக நிற்கும் விசாரமே கிடையாது. குழந்தை பிறக்கிறபோதே அதிருஷ்டத்துடன் பிறக்கப் போகிறது. பொம்மைகளையும் சட்டைகளையும் வாரி இறைத்துவிடக் கூடாது. அவ்வப்போது வாங்கியதுபோல் ஒவ்வொன்றாக எடுத்து வைத்துக்கொள்ள வேண்டும். இந்தச் சமர்த்து எல்லாம் மீனாட்சிக்குக் காணவே காணாது. சொன்னாலும் இங்கிதமாகப் புரிந்துகொள்ளத் தெரியாது. வெறும் சிடுசிடுப்பு.

அந்தப் பெண் ஒரு பையுடன் வந்தாள். பெரிய பை என்றாலும் வயிறு புடைத்துக்கொண்டிருந்தது. பையின் வாயைத் தான் ஆர்வத்துடன் பார்க்கக் கூடாது என்ற தீர்மானம் மனதிற்குள் வந்தது. சந்தோஷத்துடன் பையை வாங்கிக்கொண்டாள். உன் பெயர் என்னம்மா என்று கேட்டாள் மாமி.

வசந்தா.

தங்கமான பெண். எல்லா சௌகரியங்களும் என்னிக்கும் இருக்கும். சந்தேகமே இல்லை என்றாள்.

உங்க வாழ்த்து நிறைவேறட்டும்.

எத்தனை வருஷமா இந்த அம்மாவோட இருக்கே?

சின்ன வயசிலேயே அம்மாவோடதான் வளர்ந்தேன்.

கல்யாணம்?

அம்மாதான் பாத்து நடத்தி வச்சாங்க.

குழந்தைகள்?

ரெட்டைக் குழந்தைகள். ஒரு ஆண் ஒரு பெண்.

மாராசியா இருக்கணம். உன்னைப் பாத்தா பகவானுடைய செல்லக் குழந்தை மாதிரி இருக்கு. ஒரு விஷயம் கேக்கணம். கேக்கலாமா?

தாராளமா.

அம்மா குழந்தைக்கு என்னாச்சு?

வசந்தா முகம் சுண்டிப் போய்விட்டது.

நினைக்கவே மனசு வரதில்லையம்மா? சதா என் பொறுப்பிலே இருந்த குழந்தே. அம்மா வேலைதான் உங்களுக்குத் தெரியுமே. குழந்தையைக் கவனிக்க விடாதபடி ஆட்கள் வந்து பிடுங்குவாங்க. குழந்தைக்கு ஒரு காய்ச்சல் இருமல்கூட வந்ததில்லை. ஒரு மருந்து

டானிக் சாப்பிட்டதில்லே. பகல் பூரா பேயா விளையாடும். சிரிப்புன்னா அப்படி. எப்பேர்ப்பட்ட கல் மனசும் கரஞ்சுடும். தூங்கி எழுந்தா முதல்லே பொம்மைகளைத்தான் கேக்கும். வழக்கம் போல தொட்டில்லே இருந்து குழந்தையெ எடுக்க பொம்மையோட போனேன். ஒவ்வொரு பொம்மைக்கும் ஒரு பெயர் வச்சிருந்தான். அந்தப் பெயரெல்லாம் வரிசையாகச் சொல்லிண்டு போனேன். திடீரென்று ஒரு சந்தேகம் வந்தது. மனசுக்குள்ளே வந்துவிட்ட தீர்மானத்தில் ஒடம்பு வெடவெடத்தது. தூக்கினேன். தலை அப்படியே குழைஞ்சு சரிஞ்சது. அதற்கு மேல் சொல்ல முடியாமல் வசந்தா அழத் தொடங்கினாள்.

கோமதிக்குப் படபடவென்று வந்தது.

அழாதே வசந்தா அழாதே என்று அவள் முதுகை அணைத்து தன் உடம்போடு சேர்த்துக்கொண்டாள்.

முகத்தைக் கழுவிட்டு வந்துடறேன் அம்மா.

நான் கிளம்பறேன்.

சரி அம்மா.

கோமதி பையைத் தூக்கிக்கொண்டு கிளம்பினாள்.

வாசலுக்கு வந்ததும் பெரியவர் உட்கார்ந்திருந்த முக்காலி காலியாக இருந்தது. சுற்றும் முற்றும் பார்த்தாள். யாருமே இல்லை.

கைப்பையைத் திண்ணையின் மூலையில் வைத்தாள். படபட வென்று வெளிகேட்டைத் திறந்துகொண்டு வெளியே சென்றாள். அதன் பின் அவள் பின்னால் திரும்பிப் பார்க்கவே இல்லை.

ஜூலை 2003 கலிஃபோர்னியா

தனுவும் நிஷாவும்

தாங்கள் ஆரம்பிக்க இருக்கும் புது கம்பனியை நான்தான் திறந்து வைக்க வேண்டுமென்று திடீரென்று தனுவும், குட்டி நிஷி என்ற செல்லப் பெயரில் அழைக்கப்படும் நிஷாவும் என்னைக் கேட்டுக் கொண்டார்கள். அவர்கள் கிரான்பா என்றுதான் என்னை அழைப் பார்கள். தமிழோ இங்கிலீஷோ தாத்தா என்று அழைப்பதைவிட எனக்குப் பிடித்திருந்தது. தாத்தா என்று அழைக்கிறபோது எனக்கு பொக்கை வாய் – உண்மையில் அப்படியில்லை – இருப்பது போன்ற எண்ணம், கிரான்பா என்று அழைக்கிறபோது ஏற்படுவது இல்லை.

தனுவுக்குப் பன்னிரெண்டு வயது. குட்டி நிஷிக்கு ஏழு வயது. கம்பனியா? நான் திறந்து வைத்ததே இல்லையே என்று சொன்னேன். நமக்கு ஆகாத விஷயத்திற்குள் மாட்டிக்கொள்ளக் கூடாது. அமெரிக் காவில் பிறந்து வளர்ந்த குழந்தைகள். எப்படி எல்லாம் மூளைகள் வேலை செய்யுமோ? தனுவும் நிஷியும் இங்கிதமாகச் சிரித்தார்கள். அதன் பொருளை, என்னைப் பற்றி அவர்கள் மனதில் இருந்த அபிப்பிராயத்தை வைத்து ஊகிக்க முடிந்தது. அமெரிக்காவிலேயே கௌரவமான பணிக்கு அழைத்தால் இப்படிப் பதில் சொல்கிறவர் களும் இருப்பார்களா?

குட்டி நிஷ் அரை நிஜாரில் முக்கால் பங்கு வெளியே துருத்திக் கொண்டிருந்த பெரிய டிராயிங் தாளின் சுருளை மேஜை மீது விரித்து ஓரங்களைப் பிடித்துக்கொண்டாள். நான் குனிந்து பார்த்தேன். அவளுடைய கைவண்ணம்தான். வழக்கம் போல் அரூப ஓவியம். அவள் எந்த ஜீவராசிகளை வரைந்தாலும் சரி அவற்றிற்கெல்லாம் பாரபட்சமில்லாமல் சிறகுகளைப் போட்டு விடுவாள். முயல், எலி, மான், கட்டெறும்பு, நாய், பூனை எல்லாவற்றிற்கும். மரம் செடி கொடிகளின் சிறகுகளில்தான் இலைகள் முளைத்திருக்கும். சிறகுகளில் பழங்களும் தொங்கும். இவள் வரைவதற்கே அவசியம் இல்லாமல் பறவைகள் சிறகுகளுடன் இருப்பதில் அவளுக்கு ஏமாற்றமோ

என்னவோ. இவளுடைய பங்காக அவற்றின் சிறகுகளைக் கண்டபடி பெரியதாக்கி விடுவாள். குருவிகள், கழுகுகளைவிட பெரிய சிறகு களை வைத்துக்கொண்டிருக்கும்.

டிராயிங் தாளின் நாலு ஓரங்களிலும் பல தாவரங்களும் பல ஜீவராசிகளும் சிறகுகளின் களேபரத்தில் மூழ்கிக் கிடக்க, மையத்தில், *Plants and Pets* என்று நவீன கோணல் எழுத்துக்கள் பெரிதாகத் தெரிந்தன. பங்குதாரர்கள்: தனு ராம்; நிஷா ராம் என்றிருந்தது. தனுவின் பெயருக்கு முன் அவளுடைய புகைப்படமும், நிஷாவின் பெயருக்கு முன் அவளுடைய புகைப்படமும் ஒட்டப்பட்டிருந்தன. கம்பெனியைத் திறந்து வைக்கிறவர் பெயர் காலியாக விடப்பட்டிருந் தது. தனு அவளுடைய பான்ட் பாக்கெட்டிலிருந்து என் புகைப் படத்தை எடுத்து, மென்மையாகச் சிரித்தபடி, ஒட்டிக்கொள்ளவா, கிரான்பா? என்று கேட்டாள். குழந்தைகளின் ஆசை. இரண்டு பேரின் வயதைக் கூட்டினாலும்கூட பத்தொன்பதுதான். என்ன தன்னம்பிக்கை! என்ன தைரியம்! மனசு தழுதழுத்தது. சரி என்று என் வாயே சொல்லிவிட்டது. இருவரும் உணர்ச்சிவசப்பட்டு என்னை அணைத்துக்கொண்டார்கள்.

காரியங்கள் மடமடவென்று நடந்துகொண்டிருந்தன. அழைப்பிதழ் ஒவ்வொன்றையும் சிறிய ஓவியங்களின் நடுவில் எழுதித்தான் சிநேகிதி கள் எல்லோருக்கும் தர வேண்டுமே தவிர கணினியில் அச்சுப் போட்டுத் தரக் கூடாது என்பது அவர்கள் தீர்மானம். படங்கள் ஒவ்வொன்றும் ஒவ்வொரு விதமாக இருக்க வேண்டும் என்று குட்டி நிஷியிடம் சொல்லத் தேவை இல்லை. இரண்டு படங்கள் ஒரே மாதிரியாக வேண்டும் என்று சொன்னால்தான் அவளுக்குப் பிரச்னையே.

குழந்தைகளுக்கு நேரம் மிகக் குறைவு. பள்ளிக்கு அதிகாலையில் போய்விட்டு பின்மாலையில் களைப்பில் சுருண்டு போய் வருவார்கள். அதன் பின் வீட்டுப்பாடச் சுமைகள். தவிர வெவ்வேறு நாட்களில் வெவ்வேறு இடங்களுக்கு விளையாடச் செல்ல வேண்டும். ஸாக்கர், கூடைப் பந்து, நீச்சல், கராத்தே என்று வரிசையாக. தனுவுக்கு வாரத்தில் இரண்டு நாட்கள் வயலின். குட்டிக்கு வாரத்தில் மூன்று நாட்கள் பியானோ. எப்படித்தான் ஈடு கொடுக்கிறார்களோ. அவர்கள் ஒவ்வொரு வாரமும் செய்ய வேண்டிய பணிகளின் பட்டியலைக் குளிர்சாதனப் பெட்டியில் ஒட்டி வைத்திருப்பதைப் படித்தாலே எனக்குத் தலை சுற்றும். நல்ல வேளை. இந்தியாவில் பிறந்து வளர்ந்த தால் சாயம் வெளுக்காமல் எழுபத்திரெண்டு வயது வரையிலும் சமாளித்துக் கொண்டு வந்துவிட்டேன். எப்போதாவது குளிர்சாதனப் பெட்டியைப் பார்த்து, ஸாக்கர் 5 மணிக்கு. நேரமாகிவிட்டது. ஓடு, ஓடு என்று குட்டியை விரட்டும் போது என் மனசே வெட்கம் கலந்து சிரிக்கும்.

அது ஹைவேயை விட்டு ஒதுங்கியிருந்த தனி வளைவு. ஒரு குன்றும் அதைச் சுற்றியிருந்த பிரம்மாண்டமான சரிவுகளில்

மரக்காடுகளும். ஆங்காங்கு வீடுகள். மொத்தம் பதினெட்டு. அதற்கு மேல் கட்ட கவுண்டி உரிமை அளிக்காது. அவ்வளவு பேரும் வெள்ளை அமெரிக்கர்கள். நாங்கள் மட்டும்தான் கறுப்பு இந்தியர் கள்.

தனுவும் குட்டியும் வீட்டுக்காரரர்களின் சங்கக் கட்டடத்தின் அறிக்கைப் பலகையில் பெரிய ஓவிய அழைப்பிதழை பின் பண்ணி யிருந்தார்கள். நான் காலைநடை போகிறபோது கட்டடத்தின் வராண்டாவில் ஏறி என் புகைப்படத்தைப் பார்ப்பேன். அமெரிக்க நீலக்கண்களுக்கு என் கறுப்பு மூஞ்சி எப்படிக் காட்சி அளிக்கும் என்று கற்பனை செய்து பார்ப்பேன். சிம்பன்சியை அளவுக்கு அதிகமாக நேசிக்கும் இவர்களுக்கு என் முகத்தை ஏற்றுக்கொள்ள எந்தத் தடையும் இராது என்றுதான் எனக்குத் தோன்றியது. அத்துடன் நான் லொடக்கு இந்தியக் கிழவனும் அல்ல. வளைவினுள் ஏகப் புகழ்பெற்றிருந்த தனுவுக்கும் நிஷிக்கும் கிரான்பா. தைலாவின் அப்பா. தைலா ஒருத்திதான் அந்த வளைவினுள்ளிருந்து பணிக்குப் போகிறவள். பிற பெண்கள், வீட்டு நிர்வாகத்தைத்தான் தேர்ந்தெடுத் திருந்தார்கள். டாக்டரான தைலாவின் நட்புக்கு அவர்கள் மனங்களில் மிகுந்த மதிப்பு இருந்தது. யார் வீட்டில் உடல் பிரச்னை என்றாலும் அவசரத்திற்கு அவளிடம் ஒரு ஆலோசனை கேட்கலாம். அதற்கு மேலும் நெருக்கடி என்றால் தங்கள் வீட்டிற்கு உரிமையுடன் அழைத்துச் செல்லலாம். மேலும் தைலாவின் வீடுதான் குன்றின் ஆக உச்சியில் இருந்தது. நிலநடுக்கத்தில் அந்த வீடு சிதிலம் அடைந்த போது அதன் பழைய உரிமையாளர் அந்த வீட்டை ராம் – தைலா தலையில் கட்டிவிட்டுப் போய்விட்டார். அவர்கள் தங்கள் விருப்பத் திற்கு ஏற்ப அந்த வீட்டைக் கட்டி எழுப்பிக்கொண்டார்கள். இப்போது பதினேழு குடும்பத்தினருக்கும் மனதிற்குள் அந்த வீடுதான் வேண்டும். மீண்டும் நிலநடுக்கம் வந்து வீடு தங்கள் தலையில் சரிந்தாலும் பாதகமில்லை. அது தவிர தைலா வீட்டில் மூன்று கார்களும் இருந்தன. அவளுக்கு லெக்ஸஸ். ராமிற்கு நாவிகேட்டர். குழந்தைகளுக்காக க்ரைஸர் வான். கார்கள் எல்லாமே தெருவில் உருள்பவைதான். அமெரிக்காவில் தாய்ப்பால் குடிக்கும் குழந்தை களுக்குக்கூட இவை கார்கள் மட்டுமல்ல என்பது தெரியும்.

தனுவும் நிஷாவும் தங்கள் வீட்டு நீச்சல் குளத்தின் கரையில் வைத்துத்தான் கம்பனியின் திறப்பு விழாக் கூட்டம் என்று சொன் னார்கள். கம்பனியைத் திறந்து வைக்கப் போகிறவன் என்ற அளவில் என்னிடம் சில யோசனை கேட்பார்கள் என்ற எதிர்பார்ப்பு எனக்கு இருந்தது. ஒரு வார்த்தைகூடக் கேட்கவில்லை. தைலாவிடமும் கேட்கவில்லை. ராமிடமும் கேட்கவில்லை. அவர்களுக்குள் விவாதித்து முடிவெடுத்துக் காரியம் செய்துகொண்டிருந்தார்கள். சூரியாஸ்தமனம் இரவு ஒன்பது மணி வாக்கில் ஆகிக்கொண்டிருந்ததால் எட்டு மணிக்குத் திறப்பு விழா. ஆனால் அவர்களுடைய சிநேகிதிகள் எல்லோரும் மாலை ஐந்து மணிக்கே வந்து விடுவார்கள்.

முதலில் நீச்சல் குளத்தில் அட்டகாசமான குளியல். அதன் பின் குளத்தின் கரையிலேயே எல்லோருக்குமாக எல்லோரும் சேர்ந்து உணவு தயாரித்தல். அதற்கு பார்பக்யு என்றார்கள் குழந்தைகள். அந்தச் சொல்லின் ஓசைக்காகவாவது ஒரு துண்டு இறைச்சியைத் தின்று பார்க்கலாமா என்று எனக்குத் தோன்றியது. என் சாகஸம் பற்றி குழந்தைகளுக்குத் தெரியாதா என்ன? உங்களுக்கு வெஜ் தனியாக என்று முதலிலேயே சொல்லி ஆசுவாசப்படுத்திவிட்டார்கள்.

டெக்கில் வைத்துத்தான் கூட்டம் என்றும், நான் எட்டு மணிக்கு வந்தால் போதும் என்றும் தனுவும் நிஷாவும் சொன்னார்கள். நான் டை கட்டிக்கொள்ள வேண்டியிருக்குமா? என்று கேட்டேன். இருவருக்கும் வந்த சிரிப்பை அடக்கத் தெரியவில்லை. வழக்கம் போல் வேஷ்டி கட்டிக்கொண்டு வந்தால் போதும், கிரான்பா என்றாள் தனு. அவர்களைச் சிரிக்க வைக்க நான் ஹாஸ்யம் எதுவும் சொல்லத் தேவையில்லை. வாயைத் திறந்து பேசினாலே போதும் என்றாகிவிட்டிருந்தது.

சிநேகிதிகள் வர வர ஒவ்வொருவரும் தங்களுக்குள் பேசிக் கொண்டு வேலைகளில் ஈடுபட்டார்கள். நாற்காலிகளை டெக்கில் கொண்டு வந்து போட்டார்கள். என் நாற்காலி சற்று கௌரவமானதாக இருக்கும் என்று நினைத்தேன். அப்படி எதுவும் இல்லை. அவற்றை வரிசைப்படுத்திப் போடாததும் எனக்குக் குறையாக இருந்தது. சொன்னால் சிரிப்பார்களோ என்ற எண்ணத்தில் நான் ஒன்றும் சொல்லவில்லை.

நான் மணியைப் பார்த்தபடி என் அறைக்குள் உட்கார்ந்து கொண்டிருந்தேன். என்னுடைய பேச்சு ஒன்றரை வாக்கியம்தான். அதை முப்பதாவது தடவையாக மனதில் மீண்டும் ஒரு தடவை சொல்லிப் பார்த்துக்கொண்டேன். ஒவ்வொருவராக ஏகப்பட்ட பெண்கள் வந்துவிட்டார்கள் போலிருக்கிறது. புதுப் புதுப் பெயர்களாக காதில் விழுந்துகொண்டே இருந்தன. சோபியா, அலெக்ஸி, கெல்ஸி, சிட்னி, நிக்கேல், நயோமி, மிஷல். சமையலறை ஜன்னல் வழியாகப் பார்த்தபோது பலரும் கரையிலிருந்து கரணமடித்து விழுந்து நீச்சல் குளத்தை இரண்டுபடுத்திக்கொண்டிருந்தார்கள். தலைகால் புரியாத சந்தோஷத்தில் கத்தினார்கள். ஈரத்தலையுடன் கரையில் டான்ஸூம் நடந்தது.

ஒரு மணி நேரம் கழித்து மீண்டும் பார்த்தபோது பார்பக்யு ஆரம்பமாகிவிட்டிருந்தது. பார்க்கவே விசித்திரமாக இருந்த அடுப்பு கபகபவென்று எரிய காரியங்கள் வேகமாக நடந்துகொண்டிருந்தன. சாப்பிட்ட இடத்தை எல்லோரும் சேர்ந்து சுத்தப்படுத்தினார்கள். சமையல் செய்து சாப்பிட்ட இடமாகவே அது தெரியவில்லை. அதன் பின் டெக் ஏணியில் சாடிக் குதித்தேறி கோணல் மாணலாக உட்கார்ந்துகொண்டார்கள்.

கிரேஸியின் அக்கா சோபியா டெக்கின் விளிம்பில் மரக் கைப்பிடி மீது உட்காந்துகொண்டிருந்தாள். சரி, அது அவள் விருப்பம். ஆனால் மேல் சட்டத்தைப் பிடித்துக்கொள்ளாமல் இரண்டு கைகளையும் விசிறியபடி பேசிக்கொண்டிருந்ததுதான் வயிற்றைக் கலக்கிற்று. என்னை அறியாமலேயே அவளை அடிக்கடி கவனித்துக் கொண்டிருந்தேன். பின் பக்கம் விழுந்துவிட்டால் உருண்டு குன்றின் அடிவாரத்திற்கே போய்ச் சேர்ந்துவிடுவாள். திடீரென்று அந்தப் பெண் என்னிடம், என் சட்டை உங்களுக்குப் பிடித்திருக்கிறதா, கிரான்பா? என்று கேட்டாள். முன் பின் பேசியிராத பெண்ணிடம் எடுத்த எடுப்பிலேயே என்ன சகஜம். நான் அமெரிக்கப் பாணியில், இவ்வளவு அற்புதமான சட்டையை நான் வேறு எங்குமே பார்த்ததே இல்லை என்றேன். நீங்கள் அடிக்கடி கவனித்ததில் இருந்தே தெரிந்து கொண்டுவிட்டேன், கிரான்பா என்று தலையை உயர்த்திப் பெரிதாகச் சிரித்துக்கொண்டாள்.

கம்பனியின் நோக்கத்தைப் பற்றி தனு சுமார் ஐந்து நிமிஷம் பேசினாள். நிஷாவின் பார்வை தனுவின் முகத்தின் மீது படிந்திருந்த தோடு அவளுடைய ஒவ்வொரு வாக்கியத்தையும் நிஷாவும் ஆமோதிப்பது போல் சுய நினைவின்றி அவளுடைய தலை அசைந்து கொண்டிருந்தது. நான் எழுந்திருந்து, கம்பனியைத் திறந்து வைக்கிறேன், தனுவும் நிஷியும் ஆரம்பிக்கும் இந்த கம்பனி மிகச் சிறப்பாக வளர வேண்டும் என்று வாழ்த்துகிறேன் என்றேன். இதைச் சொல்லி முடித்ததும் எல்லாப் பெண்களும் எழுந்திருந்து கையைத் தட்ட ஆரம்பித்தார்கள். தனுவும் நிஷாவும்கூட கரவொலியில் கலந்து கொள்ளுவதைப் பார்த்ததும் நானும் கையைத் தட்டத் தொடங் கினேன். கைதட்டல் என் எதிர்பார்ப்புகளை மீறி நீண்டுகொண்டே போயிற்று. ஓசை தேய்ந்திறங்காமல் தாளகதியை எட்டிய போது பல யுகங்கள் அவை நீடித்து விடும் என்ற பிரமை மனதில் தோன்றியது.

சந்தேகங்கள் இருந்தால் கேட்கலாமா? என்று ஒரு பெண் கேட்டாள்.

தாராளமாக என்றாள் தனு.

எனக்கு தனு பிரச்னையில் மாட்டிக்கொள்ளக் கூடிய கட்டம் முதலிலேயே உருவாகிவிட்டதே என்று தோன்றியது. பட்டுக்கொள் ளாமல் பதில் சொல்ல அவளுக்குத் தெரியும் வயதா?

மணிக்கு எவ்வளவு பணம்? என்ற அடிப்படையான கேள்வி முதலில் வந்தது.

ஒரு நபருக்கு ஒரு மணி நேரத்திற்குப் பன்னிரெண்டரை டாலர் என்றாள் தனு.

நாய், பூனை போன்றவற்றிற்கு உணவு அளிப்பது, தோட்டத்திற்குத் தண்ணிர் பாய்ச்சுவது போன்ற பணிகளை கம்பனி கவனித்துக் கொள்ளும் என்று சொன்னாய். செல்லப்பிராணிகளையும் கவனித்துக்

கொள்ளுமா? என்னிடம் ஒரு வெள்ளைப் பன்றி இருக்கிறது என்றாள் ஒரு பெண்.

கினிபிக், வெள்ளை எலி, சுண்டெலி, கிளி, முயல், ஹாம்ஸ்டர் போன்ற கூண்டில் வளர்ப்பவற்றையும் கம்பனி கவனித்துக்கொள்ளும். பாம்பு, பல்லி, இக்வானா போன்ற ஒரு சிலவற்றை கம்பனி இப் போதைக்கு எடுத்துக்கொள்ளாது. வினியோகிக்க இருக்கும் இந்த அறிக்கையில் எல்லாவற்றையும் விபரமாகச் சொல்லியிருக்கிறோம் என்றாள் தனு. ஒரு காகிதக் கட்டைத் தூக்கிக் காட்டினாள்.

பாம்புகளைக் கவனித்துக்கொள்வதில் என்ன பிரச்னை? என்று கேட்டாள் மற்றொரு பெண்.

எந்தப் பிரச்னையும் இல்லை. தகுதி வாய்ந்த நபர் இன்னும் அமையவில்லை. அத்துடன் மற்றொன்றும் நான் சொல்ல வேண்டும். கூண்டுப் பிராணிகளைக் கவனித்துக்கொள்ளத் தருகிறவர்கள் எங்கள் வீட்டில் கொண்டு வந்து அவற்றை, அவற்றின் உணவுகளோடு தரவேண்டும். வெளியூரில் இருந்து வந்ததும் அவர்கள் பொறுப்பில் பெற்றுக்கொண்டு போக வேண்டும் என்றாள்.

அக்காள் நன்றாகவே விஷயங்களை விளக்குகிறாள் என்ற பாராட்டுணர்வு நிஷாவின் முகத்தில் தெரிந்தது.

தனு சொல்ல விட்டுப் போன ஒரு விஷயம் நிஷியின் நினைவுக்கு வந்தது. அவள் அவசரமாக, செல்லப் பிராணிகளைக் கொண்டு தருகிறவர்கள் அவற்றின் பொம்மைகளையும் கையோடு தந்துவிட வேண்டும் என்றாள்.

தனுவின் கை தன்னையறியாமலே நிஷியின் முதுகைத் தொட்டது. நிஷி என் முகத்தைப் பார்த்தாள்.

வெளியூர் போகிறவர்கள் எத்தனை நாட்களுக்கு முன்பாகத் தெரிவிக்க வேண்டும்? என்று ஒரு பெண் கேட்டாள். தனு ஒரு நிமிஷம் தயங்கினாள். அக்காவும் தங்கையும் விவாதித்து முடிவெடுக் காத விஷயம்போல் பட்டது. நிஷ், தனுவின் காதில் ஏதோ சொல்லிற்று.

குறைந்தது ஒரு வாரத்திற்கு முன்னர் என்றாள் தனு.

ஆமாம், குறைந்தது ஒரு வாரம் என்று நிஷுூம் சேர்ந்து சொல்லிற்று.

கம்பனியை ஆரம்பித்த பின் ஒரு சில மாதங்கள் சான்டாக்ரூ ஸிலேயே இருந்தேன். தனுவும் நிஷியும் கம்பனியை மிக நன்றாக நடத்தினார்கள். சில சமயம் சண்டை போட்டுக்கொண்டு விடுவார் கள் இருவரும். நிஷ் முன் கோபக்காரி என்பதால், இனிமேல் உன்னிடம் பேசவே மாட்டேன் என்று சொல்லிவிட்டு புத்தகப் பையுடன் தனியாகப் போய் காரில் ஏறிக்கொள்வாள். தொழிலைக் கவனிக்க வேண்டிய நேரம் மாலை ஐந்தரை மணியிலிருந்து ஆறரை மணி வரையிலும். சரியாக தனு ஐந்தரை மணிக்கு வீட்டை விட்டு

வெளியே வந்து விடுவிடு என்று நடந்து போவாள். அவளுக்காக வெளி பெஞ்சில் காத்துக்கொண்டிருக்கும் நிஷா சோர்ந்து போன நடையில் அவள் பின்னால் போகும். இருவரும் ஒருவர் பக்கத்தில் ஒருவர் வந்ததும் தொழில் சம்பந்தமான விஷயங்களைக் கொஞ்சம் கொஞ்சமாகப் பேசிக் கொள்ளத் தொடங்குவார்கள். இது பற்றி நான் ஒரு நாள் தனுவிடம் பேசியபோது அவள் நேரான அர்த்தத்திலேயே அதை எடுத்துக் கொண்டு, கிரான்பா, ஒரு மணி நேரத்திற்கு இருபத்தைந்து டாலர் கம்பனி பில். வாடிக்கையாளர்கள் நலங்களைக் கவனிக்கவில்லை என்றால் கம்பனி மூழ்கிவிடும். இப்போதே என் சிநேகிதிகளில் பத்துப் பேருக்கேனும் இதே போல் ஒரு கம்பனியை ஆரம்பிக்கலாமா என்ற யோசனை இருக்கிறது என்றாள்.

உனக்குப் போட்டியாகவா? என்று நான் கேட்டேன்.

அப்படி நான் அதை எடுத்துக்கொள்ளவில்லை, கிரான்பா. யார் வாடிக்கையாளர்களின் நலங்களைப் பாதுகாக்கிறார்களோ அவர்கள் கம்பனிதானே வளரும் என்றாள்.

மாலை நடை போகிறபோது எனக்குக் குழந்தைகள் செய்யும் காரியத்தைப் பார்க்க வேண்டும் என்று ஆசையாக இருக்கும். ஆனால் அவர்கள் கண்ணில் படுவது சுலபமாகவே இருக்கவில்லை. எந்த வீட்டைத் திறந்து எந்தப் பூனைக்கு அல்லது நாய்க்கு உணவு ஊட்டிக்கொண்டிருக்கிறார்கள் என்பது யாருக்குத் தெரியும்.

வெளியூரிலிருந்து வீடு திரும்புகிறவர்கள் தவறாமல் தனுவையும் நிஷாவையும் போனில் அழைத்து அவர்களைப் பாராட்டுவார்கள். அவர்கள் அம்மாவிடமும் தனியாகப் பாராட்டுவார்கள். ஒரு நாள் மிகுந்த வசதி படைத்த லோரா என்பவர் – வக்கீலாகக் கணவனுடன் சேர்ந்து தொழில் நடத்தி, குழந்தைகளைக் கவனித்துக்கொள்வதற்காகத் தொழிலை முற்றாக விட்டவர் – தைலாவை அழைத்து, உன் பெண்கள் என்ன செய்திருக்கிறார்கள் தெரியுமா, தைலா? ஒரு நாள் பள்ளியிலிருந்து டிராபிக் ஜாமினால் வீடு திரும்பப் பிந்திவிட்டதால் டைகருக்கு அரை மணி நேரம் பிந்தி உணவு தரவேண்டியதாகிவிட்டதாம். அதற்காக அவர்களாகவே பில்லில் ஐந்து டாலர்கள் குறைத்துப் போட்டிருக்கிறார்கள். என்ன பொறுப்பு! உணர்ச்சிவசப்பட்டதில் எனக்கு அழுகையே வந்துவிட்டது, தைலா என்று சொல்லியிருக்கிறார்.

தனுவும் நிஷாவும், தோட்டங்களில் ஸ்ப்ரிங்கலரைத் திறந்து விட்டு செடிகளை நனைப்பதையும், சில வீடுகளில் ரப்பர் குழாய் வழியாகத் தண்ணீர் பாய்ச்சுவதையும் இரண்டொரு தடவை பார்த்திருக்கிறேன். அப்போதெல்லாம் நான் கண்ணில் பட்டால் முகத்தைத் திருப்பாமல் இடது கையை லேசாகத் தூக்கி ஒரு 'ஹை' மட்டும்தான் எனக்கு. அதற்கு மேல் பேச்சுக் கிடையாது.

வளைவிலேயே உருவத்திலும் மூர்க்கத்தனத்திலும் பெயர் பெற்ற நாயாக இருந்தது, டெரீஸா வீட்டு பாஞ்சா. தனு பாஞ்சாவைக்

கவனித்துவிட்டு வரும் ஒவ்வொரு நாளும் ஒன்றிரண்டு விஷயங்களாவது என்னிடம் சொல்வாள். ஒரு ஜெர்ஸிப் பசுவின் கன்றுக்குட்டியின் உயரத்தில் இருக்கும் அது என்றார் ராம். அதற்குத் தனியான அவுட் ஹௌஸ் இருந்தது. ஹீட்டரும் ஏர்கண்டிஷனரும் இருந்தன. அதற்கு உஷ்ணம் ஆகவே ஆகாது. அரை முழத்திற்கு தொங்கும் நாக்கிலிருந்து வெளியே வழியும் எச்சில் அறையை முழுக்க ஈரமாக்கி விடும். ஆஸ்த்மா நோயாளியைப் போல் மூச்சு இரைக்கும். ஆனால் எவ்வளவு கொடுமையான குளிரும் அதற்குப் பிடிக்கும். குளிர் பூஜ்யத்திற்குக் கீழே போனால் மட்டும் டை இல்லாமல் கம்பளி கோட்டு போட்டுக்கொண்டிருக்கும். சங்கிலியில் கட்டிப் போட்டு தோலாலான வாய்க்கூடையையும் அணிவித்திருந்தார்கள். சங்கிலியை அறுத்துக் கொண்டு காற்று வாங்கக் கிளம்பிற்று என்றால் எதிர்ப்படும் முதல் மனிதரைக் குதறுகிற குதறலில் மண்டையோடு மட்டும்தான் மிச்சமிருக்கும். இதெல்லாம் தெரிந்த போது இனிமேல் வாக்கிங்கை டெக்கிலேயே வைத்துக்கொள்ளலாமா என்று நான் யோசித்துக் கொண்டிருந்தேன்.

அந்த நாட்களில் தனு நிஷாவைப் பற்றி ராமிடம் ஒரு புகார் சொன்னாள். நீங்கள் சொல்லுங்கள் டாடி. நிஷ் ஒவ்வொரு நாளும் பாஞ்சாவை முத்தமிடுகிறாள். நிஷாவும் பக்கத்தில் நின்றுகொண்டிருந்தது. ராம் நிஷியைப் பார்த்து, நாளொன்றுக்கு எத்தனை முத்தம்? என்று கேட்டார். ஐந்து அல்லது ஆறு, அதற்கு மேல் இல்லை என்றாள் நிஷா. பாஞ்சா இவளிடம் அதிக முத்தம் கேட்கிறது டாடி என்றாள் தனு. கொடுத்துப் பழக்கியிருக்கிறாள் என்றாள். ராம், நிஷியின் முகத்தைக் கூர்ந்து கவனித்தார். அதிகம் பேசுவதில் நம்பிக்கை இல்லாத நிஷி இமைகளைக் கொட்டாமல் மௌனமாக நின்றாள். முகத்தைப் பார்க்கப் பாவமாக இருந்தது. இவளைப் பார்த்ததும் பாஞ்சா மேலே பார்த்து மின்விசிறியைப் போடச் சொல்கிறது, என்று தொடர்ந்து முடுக்கினாள் தனு. ராமின் உள்சிரிப்பு முகத்தில் தெரிந்தது. இந்த வாரக் கடைசியில் எல்லோரும் உட்கார்ந்து பேசி நாம் ஒரு முடிவுக்கு வரலாம் என்றார் அவர்.

அன்று தனுவுக்குக் காய்ச்சல். எந்த உடல் கஷ்டத்தையும் வெளியே சொல்லும் பழக்கமே இல்லாத அவள் சோபாவில் சுருண்டு படுத்துத் தூங்கிக்கொண்டிருந்தாள்.

பாஞ்சாவுக்கு உணவு தர கிரான்பாவை அழைத்துக்கொண்டு போ. தனியாகப் போகக் கூடாது என்று நிஷிடம் சொல்லிவிட்டு காரில் ஏறி மருத்துவமனைக்குப் போய்விட்டாள் தைலா. என்னிடம் ஒரு வார்த்தை கேட்டிருக்கலாம். என்னுடைய துரதிருஷ்டம் அவளுக்குக் கேட்கத் தோன்றவில்லை.

மாலையில் நிஷ் முன்னே போக நான் பின்னால் போய்க் கொண்டிருந்தேன். நிஷ் மிகத் தைரியமான பெண். அவளை நம்பி சிங்கத்தின் கூண்டுக்குள்கூடப் போகலாம் என்று மனதிற்குள்

சொல்லிக்கொண்டேன். பாஞ்சாவைச் சந்திக்க இன்னும் ஐந்து நிமிடங்கள் நடக்க வேண்டியிருந்த நேரத்திலேயே, அதன் குரைப்புக் கேட்கத் தொடங்கிற்று. நான் வருகிறேன் என்பது பாஞ்சாவுக்குத் தெரிந்துவிட்டது என்றாள் நிஷ். கம்மிங் பாஞ்சா, கம்மிங் என்றாள் நிஷ் தனக்குத்தானே. பாஞ்சாவிற்குக் கேட்பது போல் தொடர்ந்து பேசிக்கொண்டே போனாள். தனுவைப் பார்க்க முடியாததால் ரொம்பவும் வருத்தப்படும் கிரான்பா என்றாள்.

நிஷ் கதவைத் திறந்துகொண்டு உள்ளே நுழைந்ததும் அவள் காலில் விழுந்து கொஞ்சத் தொடங்கிற்று பாஞ்சா. நான் ஜன்னல் வழியாகப் பார்த்துக்கொண்டிருந்தேன். நிஷா தியானம் செய்ய உட்காருவது போல் பாஞ்சா முன்னால் அமர்ந்துகொண்டாள். பாஞ்சா நிஷியின் காதை நக்கத் தொடங்கிற்று. வலது காதை நக்கிவிட்டு இடது காதை நக்க ஆரம்பித்தது. நிஷி அதன் கழுத்தை ஆவேசமாகக் கட்டிக்கொண்டு அதன் நெற்றியில் முத்தங்கள் சொரிந்தாள்.

நான் ஜன்னலிலிருந்து கதவின் பக்கம் வந்து எட்டிப் பார்த்தேன்.

நிஷ் சுவரோரம் இருந்த பெரிய அலமாரியை மலக்கத் திறந்து போட்டிருந்தாள். ஏகப்பட்ட டப்பாக்கள். பெரிது பெரிதாக. கண்ணாடிப் புட்டிகள். அலமாரியைத் திறந்ததும் பாஞ்சா சங்கிலியை அறுத்துவிடும் அளவுக்கு அதற்குச் சாத்தியமான விட்டத்திற்குள் மாறி மாறிக் குதிக்கத் தொடங்கிற்று. பேபி, ஒழுங்காக நடந்து கொள்ளாவிட்டால் எனக்குக் கெட்ட கோபம் வரும் என்று செல்லக் கோபத்தில் சொன்னாள் நிஷ். பாஞ்சா முன் காலை நீட்டிப் படுத்துக் கொண்டு அழுவது போல் குரல் எழுப்பிற்று. நிஷ் என்னைப் பார்த்து சின்னக் குழந்தை என்றாள். குழந்தையா? என்று நான் கேட்டேன். குழந்தைதான். இன்னும் எட்டு மாதம்கூட ஆகவில்லை என்றாள். எனக்கு ஒரு மனிதக் குழந்தை தவழ்ந்து தவழ்ந்து வந்து எழுந்து உட்கார முயல்வது போல் ஒரு சித்திரம் மனதில் வந்து போயிற்று.

அந்த வருடம் நான் சற்று முன்கூட்டியே சாந்தா க்ரூஸில் இருந்து ஊருக்கு வந்துவிட்டேன். ஒரு நாள் தைலா போனில் அழைத்தபோது அவளிடம் பேசிய பின் தனுவிடம் பேசினேன். நிஷியும் லைனில் இருந்தாள்.

கம்பனி எப்படி நடக்கிறது அம்மா? என்று கேட்டேன்.

மிக நன்றாக நடக்கிறது கிரான்பா என்றாள் தனு.

முதல் ஆறு மாதத்தில் நல்ல லாபமா?

நல்ல லாபம், கிரான்பா என்று இருவருமே உரக்கச் சொன்னார் கள்.

தனு, என்னையும் ஒரு பார்ட்னராகச் சேர்த்துக்கொள்ள முடியுமா அம்மா? என்று நான் கேட்டேன்.

சில வினாடிகள் மௌனம்.

உங்கள் சேவையைப் பெற்றுக்கொள்ளும் சந்தர்ப்பம் இன்னும் கம்பனிக்கு வரவில்லை, கிரான்பா என்றாள் தனு.

சரியம்மா, உங்கள் விருப்பம்.

கிரான்பா, கம்பனி கணக்கில் உங்கள் பெயரில் பன்னிரெண்டரை டாலர் வரவாக இருக்கிறது என்றாள் தனு.

அது ஏன்?

பாஞ்சாவுக்கு உணவு கொடுக்க ஒரு நாள் எனக்குப் பதில் நீங்கள் போனீர்கள், நினைவிருக்கிறா கிரான்பா? ஒரு மணி நேரத்திற்கு பன்னிரெண்டரை டாலர்கள்.

கொஞ்சம் சேர்த்துப் போடக்கூடாதா, அம்மா?

இருவரும் ஒரே நேரத்தில் சிரிக்கும் சத்தம் கேட்டது.

மிகக் கௌரவமான சம்பளம் அது, கிரான்பா என்றாள் தனு.

சரி, உங்கள் இஷ்டம் அம்மா என்றேன் நான்.

ஆகஸ்டு 2003 கலிஃபோர்னியா

காலம் 9, மார்ச் 2004

களிப்பு

குளிர் சிறிது அடங்குவது போல் இரண்டு நாட்களாகவே தோன்றத் தொடங்கியிருந்தது. அடர்த்தி இழந்த பனிமூட்டத்தின் வழியாக முதல் முறையாக ரெட்வுட் மரக்கிளைகள் தெரிந்தன. கண்விழித்த காலை நேரம். மெத்தைகளின் மீது கம்பளிப் போர்வைகளின் அடியில் குளிரில் புதைந்து கிடந்தேன். நேற்று யதேச்சையாகப் பார்க்கக் கிடைத்த காட்சி ஒருகணம் மின்னல்போல் மனதில் தெறித்ததும் உதறியெழுந்து ஒற்றை ஐஸ் கட்டியாக உறைந்திருந்த நீச்சல்குளத்தை ஜன்னல் வழியாகப் பார்க்கப் போனேன். இளம் வெயிலில் கசகசத்திருந்த ஐஸ்கட்டியின் மேற்பரப்பில் ஒருகரையி லிருந்து மறுகரைவரை வைரக்கற்களின் ஒளிச் சிதறல் குறுக்காக ஓடிக்கொண்டிருந்தது. இப்போது குளத்தின் மேற்பரப்பில் நடந்தால் பூட்ஸ் காலின் அழகான தடங்கள் விளிம்பு கட்டிப் பதியும்.

தொலைபேசி மணி அடித்தது. தைலாதான். அலுவலகத்திற்குப் போகும் வழியில் கேட்க நேர்ந்த ரேடியோச் செய்தியைச் சொல்லத் தான் அழைத்திருக்கிறாள். அப்பா, சனியும் ஞாயிறும் குளிர் மிக மட்டாகி விடுமாம். தோல் கோட்டோ, கம்பளிக் குல்லாவோ, கையுறையோகூட வேண்டியதில்லை. சாதா ஸ்வெட்டரே போதும். இந்த வானிலை அறிக்கையைச் சொன்ன தைலாவின் குரலில் துள்ளல் தெரிந்தது. செய்தி தெரிந்த நேரத்தில் தனுவும் நிஷாவும் காரில் இருந்தார்களா என்று கேட்டேன். இல்லை, அவர்களைப் பள்ளியில் ஏற்கனவே விட்டிருந்தேன் என்றாள். வாரக்கடைசியில் குழந்தைகளை வெளியே அழைத்துச் சென்று பல ஆண்டுகள் கடந்துவிட்டதுபோல் தோன்றிக்கொண்டிருந்தது. பாவம் குழந்தைகள். அவர்கள் சிறிய மூச்சுத் திணறலுடன் வீட்டிற்குள் நடமாடிக் கொண்டிருந்தார்கள்.

அன்றிரவு உணவு முடிந்ததுமே மறுநாள் போகவேண்டிய இடம் பற்றிய அலசல் ஆரம்பமாயிற்று. தனுவும் நிஷாவும் தங்களுக்குள்

ஏற்கனவே பேசி ஒரு முடிவுக்கு வந்திருந்தார்கள். அவர்களுக்கு வெந்நீர் நீச்சல் குளத்தில் ஆசை தீர கரணம் அடித்துக் குளிக்க வேண்டும். தனு சொல்லத் தொடங்கியதுமே வழக்கம் போல் ஜால்ரா போட ஆரம்பித்துவிட்டாள் நிஷ்.

தைலா கலிஃபோர்னியாவின் வரலாற்றில் உணர்வுபூர்வமான இடத்தைப் பிடித்துக்கொண்டிருந்த ஒரு புராதனக் கிணற்றைப் பார்க்கப் போகலாம் என்று சொன்னாள். அது எங்களை – முக்கியமாக அவளுடைய அம்மாவை – மனதில் வைத்துச் சொன்னது. அடர்த்தியான வீடுகள் கொண்ட ஒரு பெரிய கிராமமாக அந்த ஊர் இருந்தபோது மொத்த ஜனங்களுக்குமே நீர் வார்த்த வற்றாத கிணறாம் அது. என் மனதில் இந்தியக் கிணறொன்றில் முக்காடு அணிந்த ஒல்லிப்பெண்கள் நீர் மொள்ளும் காட்சியைச் சித்தரிக்கும் புகழ்பெற்ற அந்த ஓவியம் நினைவுக்கு வந்தது.

கிணறு என்றதும் கமலா கண்களில் சிறிது பிரகாசம் தெரிந்தது. ராம் யாருடைய முகத்தையும் கவனிக்காமல் தரையில் அமர்ந்து சஞ்சிகையைப் புரட்டிக்கொண்டிருந்தார். அவர் தனக்கென்று அபிப் பிராயம் எதுவும் வைத்துக்கொள்பவர் அல்ல. கடைசியில் தைலாவின் முடிவுதான் உறுதிப்பட்டது. தனு அவசரமாகப் பயண நூல்களையும் வரைபடங்களையும் புரட்டி, போக வேண்டிய பாதைகளின் எண் களையும் இதர விவரங்களையும் டயரியில் குறித்துக் கொள்ளத் தொடங்கினாள். எந்திரம் போல் அவள் சொல்வதற்கேற்ப காரை இடமோ வலமோ சர்ரென்று வெட்டித் திருப்பி ஓட்டிக் கொண்டு போவது மட்டும்தான் அவள் அப்பாவின் வேலை. ஓய்வெடுத்துக் கொள்ளும் இடத்திற்கோ அல்லது எக்ஸ்ப்ரஸோ காப்பி கிடைக்கும் இடத்திற்கோ விலகிச்செல்ல வேண்டிய பக்கவாட்டுப் பாதையின் எண்ணைச் சொல்வதும் அவளுடைய பொறுப்புத்தான்.

நான் வர வேண்டுமா என்று தயக்கத்துடன் தைலாவிடம் கேட்டேன். அவள் கோபப்படுவாள் என்பது தெரியும். தைலா முகம் சிவந்தது. கடுகடுப்புடன் உதடுகளை இறுக்கிக்கொண்டாள். அதுதான் அவளுடைய அதிகபட்சக் கோபம். கமலா என் முகத்தைப் பார்த்தாள்.

அதிகாலையில் காப்பி மட்டும் குடித்துவிட்டுப் புறப்பட்டோம். போகும் வழியில் காலை உணவை முடித்துக்கொண்டதும் தனு தேர்ந்தெடுத்திருந்த ரெஸ்ட்ராண்டுக்காக எல்லோருமே அவளைப் பாராட்டினார்கள். முட்டை சேர்க்காத சைவ உணவுகள் அங்கு கிடைத்தன. பாலையும் அவர்கள் அசைவத்தில் சேர்த்துவைத்திருந்தது வெறும் விஷமம் என்றாள் கமலா.

அப்போது கமலா என் பக்கம் நகர்ந்து, மாத்திரைகளைப் போட்டுக் கொண்டுவிட்டீர்களா என்று காதோரம் கேட்டாள். வழக்கம்போல் நான் போட்டுக்கொள்ள மறந்துபோயிருந்தேன். என்னுடைய மறதியும் அவளுடைய நினைவும் ஒவ்வொரு நாளும் என்னைத் துன்புறுத்திக்

கொண்டிருந்தன. விரைவில் அவளுக்குத் தெரியாமல் விழுங்கிவிடலாம் என்ற தீர்மானத்தில் போட்டுக்கொண்டுவிட்டதாகச் சொன்னேன். என்னுடைய நோயின் பெயரை என்னிடம் சொல்லக்கூட அவளுக்குக் கஷ்டமாக இருந்தது. பிறரிடம் நான் அதைச் சொல்லும் போது அவள் வேதனைப்படுவதையும் உணர முடிந்தது. மனச்சோர்வு என்று சொன்னால் போதுமே என்று பலதடவை சொல்லியிருக்கிறாள்.

கிணறு வரையிலும் காரில் போக முடியாது. இரண்டு மைல்கள் நடக்க வேண்டியிருக்கும். காரை நிறுத்த வேண்டிய வளைவின் பின்னணி ஒரே மரச்சோலையாக இருந்தது. மரங்களுக்குப் பின் பக்கம் ஒரு குன்று. அந்தக் குன்றின் மீது சாய்ந்துகொண்டிருந்தன வேறு சில சிறிய குன்றுகள். குன்றுகளின் மீதும் ஆங்காங்கு அடர்த்தியான கிளைவீச்சுக் கொண்ட குட்டை மரங்கள் தெரிந்தன. அடிமரங்கள் முண்டோ முடிச்சோ சொரசொரப்போ இல்லாமல் ரோமம் மழித்த தொடைகளில் எண்ணெய் பூசிவிட்ட பளபளப்புடன் இருந்தது எனக்கு அருவருப்புணர்ச்சியை ஏற்படுத்தியது.

வகைவகையான இனிப்புகளும் சிற்றுண்டிகளும் கிடைக்கும் நவீனத் தோற்றம் கொண்ட ஒரு பெட்டிக்கடை முன்னால் ஐந்தாறு நாற்காலிகள் போடப்பட்டிருந்தன. அதில் உட்கார்ந்துகொள்ள என் மனம் என்னை வற்புறுத்தத் தொடங்கியது. தாவரங்களின் மணமும் ஈரம் உலராத வைக்கோலின் மணமும் காற்றில் கலந்து வந்தன. குழந்தைகளும் பெரியவர்களும் ரெஸ்ட் ரூம் போய்விட்டு வந்தார்கள்.

கிணற்றுக்கு இட்டுச்செல்லும் மண்பாதையின் முன் பக்கம் ஒரு பெரிய போர்டு தெரிந்தது. அதில் கிணற்றின் கடந்தகால வாழ்க்கையும், அதன் நெருக்கடிகளும், இன்றைய துர்ப்பாக்கிய நிலையும் சிக்கனமான சொற்களில் விவரிக்கப்பட்டிருந்தன. அத்துடன் கிணற்றின் இப்போதைய நீரின் பரப்பளவு, ஆழம், படிகளின் எண்ணிக்கை, அவற்றின் அகலம், கைப்பிடிச் சுவரின் உயரம், தவிர்க்க வேண்டிய ஆபத்தான மூன்று இடங்கள் பற்றியெல்லாம் எழுதப்பட்டிருந்தன.

எனக்குத் திடீரென்று கட்டுப்படுத்த முடியாத சோம்பல் பாலில் ஆடைபோல் மனதில் படர்ந்தது. மேகங்கள் கருமை கொள்ள மனதில் பீதி பதியத் தொடங்கிற்று. இனி அதை அகற்றி நிறுத்த முடியாது. ஆட்பட மட்டுமே முடியும். கால்கள் கணந்தோறும் இறுகுவதுபோலத் தோன்றியது. கண்ணாடியின் முன் என்றால் இப்போது என் முகம் நீலம்பாரிக்கத் தொடங்கியிருக்கும். ஒருசில விநாடிகளில் முழு உடம்பும் முகபாவமும் மாறி இறுக்கம் கொண்டுவிடுகிறது என்று திரும்பத் திரும்பச் சொல்லியிருக்கிறாள் கமலா.

காலை நீட்டி கண்ணடைத்துக் கிடக்க அங்கு வசதியாக ஒரு இடமில்லை. மட்டான குளிரில் மென்மையான காற்றை அனுபவித்த

படி, முடிந்தளவு தலையைப் பின்பக்கம் சாய்த்து, அரைத் தூக்கத்தில் மயங்க வேண்டும் போலிருந்தது.

கிணற்றைப் பார்ப்பதற்கான ஆர்வம் சூடான மணலில் சிந்திய தண்ணீர்போல் எப்படியோ ஒரு நொடியில் வற்றிப்போய்விட்டது. தொலைவில் நின்ற கமலா என் நிலையை உணரத் தொடங்கிவிட்டாள். எனக்காக எல்லோரும் காத்துக்கொண்டு நிற்பது சங்கடமாக இருந்தது. என்னைப் பார்க்க ஒன்றிரண்டு அடிகள் அவள் கால்கள் எடுத்து வைத்தன. நான் அவளைப் பார்த்துச் சிரிக்க முயன்றேன். ஆனால் சகஜமாக ஒரு தடவை சிரித்துக்காட்ட என்னால் அப்போது முடியாமல் போயிற்று.

உண்மையில் அதிகம் கவலைப்பட ஒன்றும் இல்லை. நான் முற்றிலும் குணமாகிவிடுவேன் என்றுதான் டாக்டர் சொல்லிக் கொண்டிருந்தார். கஷ்டங்கள் இருக்கத்தான் இருக்கும். தாங்க முடியாத தத்தளிப்பும் இருக்கும். விசித்திர பீதியைக் கிளறக்கூடியவை அவை. கமலாவைப் பார்த்து, நீங்கள் போகலாம், பின்னால் நான் வருகிறேன் என்று சமிக்ஞை காட்டினேன். கமலா தைலாவிடம் ஏதோ பேசுவதை கவனித்தேன். தைலா தேர்ச்சி பெற்றிருந்த மருத்துவத்துறை வேறு என்றாலும் என்னுடைய சிக்கல்களின் அடிப்படை அவளுக்குத் தெரியும். என்னை இரண்டு மூன்று முறை திரும்பிப் பார்த்துவிட்டு மரக்கிளைகளின் அடர்த்தியில் எல்லோரும் மறைந்தார்கள்.

தொடர்ந்து பல வாகனங்கள் வந்த வண்ணம் இருந்தன. கருக்கிருட்டில் கூண்டுக்குத் திரும்பும் தேனீக்கள் போல் சிறு இடைவெளிகளில், அனுமானிக்க முடியாத திசையிலிருந்து ஒரு வாகனம் சர்ரென்று திரும்பி நிற்க, பலரும் அதிலிருந்து புசுபுசுவென்று இறங்கினார்கள். அவர்கள் எல்லோருமே உற்சாகமாக இருப்பதுபோலவும் அந்த உற்சாகத்தைக் கிளறும் வகையில் காற்றும் வெளியும் இயற்கையும் இயங்குவதுபோலவும் எனக்குத் தோன்றிற்று.

ஒரு நீண்ட பஸ் மிக மென்மையாக வந்து ஒதுங்க மிச்சமிருந்த கடைசித் தடத்திற்குள் நுழைந்தது. அதன் கண்ணாடி ஜன்னல் வழியாகத் தெரிந்த முகங்கள் ஆர்வத்தைத் தூண்டின. வரிசையாகப் பழுத்து வெதும்பிப்போன முதுமையின் முகங்கள். பெரிய பெரிய மாம்பழங்களில் தோல் சுருங்கிச் சிறுத்துப்போனவற்றை மட்டும் பொறுக்கிச் சேர்த்துக்கொண்டு வந்திருப்பதுபோல்பட்டது. பிஞ்சாகவோ காய்ப் பருவத்திலோ ஒரு முகம்கூடத் தெரியவில்லை.

பஸ் நின்றதும் பின்வாசலைத் திறந்தபடி நேர்த்தியான கருப்புக் கோட்டும், பூட்ஸ்களின் மீது நுனி மடிந்து கிடக்கும் பான்டும், பிரம்புக் கீற்றினால் பின்னப்பட்ட தொப்பியும் அணிந்திருந்த அமெரிக்க வெள்ளையினப் பெண் கீழே குதித்தாள். பான்ட் பையிலிருந்து ஒரு சாவியை எடுத்து இறங்கி வந்து கதவைப் பூட்டினாள். அதை இழுத்துப் பார்த்தாள். பஸ் அடையாளப்படுத்தி

இருந்த தடத்திற்குள் கனகச்சிதமாக பஸ்ஸை ஓரம் கட்டியிருந்தது அவளுக்கு மகிழ்ச்சியைத் தந்தது. பஸ்ஸைச் சுற்றி வந்தபோது ஒவ்வொரு டயர் மீதும் கால் பூட்ஸால் ஒரு குத்து விட்டாள். டிரைவர் இருக்கையின் பக்கம் வந்து தலையைத் தூக்கி, மேரி, பஸ்ஸை நீ நன்றாக ஓட்டுவதை விடவும் நன்றாக நிறுத்துகிறாய் என்றாள். அந்த ஆப்பிரிக்க – அமெரிக்கப் பெண் குன்றுகளில் தன் குரல் எதிரொலிக்கும்படி அட்டகாசமாகச் சிரித்தாள். நான் எவ்வளவு கெட்டிக்காரி என்பது உனக்குத் தெரியாது ஜானி என்றாள். நீ பல விஷயங்களிலும் கெட்டிக்காரி என்பது எனக்குத் தெரியும் மேரி என்று சொல்லிவிட்டு ஜானி சிரித்தாள்.

ஜானி தன் கைக்கடிகாரத்தைப் பார்த்தாள். மேரி மணி என்ன என்று கேட்க அவள் பத்தாக ஐந்து நிமிஷங்கள் இருக்கின்றன என்று சொன்னதும், பாவம் அவர்களைத் திறந்து வெளியில் விடு, காற்றாட உட்கார்ந்துகொண்டிருக்கட்டும் என்றாள். நாற்காலிகளை நான் ஒரு நொடியில் எடுத்து வெளியே போட்டுவிடுவேன் என்று சொல்லியபடி ஜானியின் தோள்பட்டையில் ஒரு குத்து விட்டாள் மேரி. ஐயோ என்னைக் கொல்கிறாள் என்று கத்தினாள் ஜானி. ஜன்னல் வழியாகப் பார்த்துக்கொண்டிருந்த ஒரு வயோதிகர் இன்னும் ஒரு குத்து விடு, அவள் பிழைத்துப் போகட்டும் என்றார். பக்கத்தில் இருந்தவர்கள் பெரிதாகச் சிரிப்பது கேட்டது.

மடக்கு நாற்காலிகளை வெளியே எடுத்து விரித்துப் போட்டு முடிந்ததும் முதியவர்கள் இருக்கைகளில் எழுந்து தள்ளாடியபடியே இறங்கத் தொடங்கினார்கள். உதவி தேவைப்படுகிறவர்கள் தயவு செய்து இருக்கையிலேயே இருங்கள் என்றாள் ஜானி. பஸ்ஸின் வாசல் முன் தரையில் நின்றபடி ஒரு காலைத் தூக்கிப் படியில் வைத்துக்கொண்டிருந்த ஜானி ஒவ்வொருவரையும் இடது தோளில் கைகொடுத்து இறக்கிவிட்டாள். என்னைச் சுற்றிப் போடப்பட்ட நாற்காலிகளில் ஒவ்வொருவராக வந்து உட்கார்ந்துகொண்டதில் நான் நடுவில் அகப்பட்டுக் கொண்டதுபோல் கூச்சமடைந்தேன்.

முதியோர்கள் பஸ்ஸின் வாசலில் இருந்து விலகி வந்ததும் சுற்றும் முற்றும் பார்த்தார்கள். அந்தக் குன்றுக்குப் படிக்கட்டுகள் இருக்கும் என்று நம்புகிறேன் என்றார் ஒரு வயோதிகர். அவர் பரக்கப் பரக்கப் பார்த்தார். தங்கள் சட்டைகளைப் பலரும் பான்டுக்குள் தள்ளிச் சரி செய்துகொண்டார்கள். கோட் அணிந்தவர்கள் சட்டையின் விளிம்புகளை மணிக்கட்டில் இழுத்து விட்டுக்கொண்டார்கள். மணியைப் பார்த்தார்கள். கோட் பாக்கெட்டிலிருந்தோ அல்லது பான்ட் பாக்கெட்டிலிருந்தோ சிறு சீப்பை எடுத்து வெள்ளை முடியை ஒதுக்கிவிட்டுக்கொண்டார்கள். வழுக்கைத் தலையர்கள் தொப்பியை அகற்றிக் கைக்குட்டையால் தங்கள் தலைகளுக்குப் பளபளப்பு ஏற்றுவதுபோல் துடைத்துக்கொண்டார்கள். ஒருவர் பின் ஒருவராக ரெஸ்ட் ரூமைப் பார்க்கப் போகத் தொடங்கினார்கள். ரெஸ்ட் ரூமின் வாசலில் நொடிகளில் வரிசை உருவாகிவிட்டது.

பஸ்ஸிலிருந்து இறங்கியவர்களில் ஐந்து பேர் பெண்கள். அதில் ஒருத்தி தவிர பிறர் தங்கள் இருக்கைகளில் எப்படி அமர்ந்து வந்தார்கள் என்று அதிசயிக்கும்படி ஸ்தூல உடல் கொண்டவர்களாக இருந்தார்கள்.

மேரியும் ஜானியும் பஸ்ஸிற்குள் நுழைந்தார்கள். அவர்கள் இருவரும் தோள் தாங்கலாகக் கடைசிப் பெண்ணை அழைத்துக்கொண்டு வந்தார்கள். அவள்தான் வயதில் குறைந்தவள். மத்திய வயதுகூட அவளுக்குத் தாண்டியிருக்கும் என்று தோன்றவில்லை. அவள் பஸ்ஸிலிருந்து இறங்கியதும் சக்கர வண்டி மீது அவள் பின்னால் வந்துகொண்டிருந்த பிராணவாயுக் கூண்டை எடுத்துப் பதமாகத் தரையில் வைத்தாள் மேரி. கூண்டிலிருந்து வெளியே கொண்டுவரப் பட்டிருந்த இரண்டு ரப்பர் குழாய்களும் அந்தப் பெண்மணியின் நாசித் துவாரங்களில் பொருத்தப்பட்டிருந்தன. குழாய்கள் கன்னங்களில் பிளாஸ்திரி போட்டு ஒட்டப்பட்டிருந்தன. சக்கரங்களின் மீது பொருத்தப்பட்டிருந்த கூண்டு அகலமான ஒரு நாடாவால அந்தப் பெண்ணின் இடுப்போடு பிணைக்கப்பட்டிருந்தது. ஜானி அந்தப் பெண்ணின் முகத்தெதிரே வந்து, கிறிஸ்டி எப்படி இருக்கிறீர்கள் என்று கேட்டாள். நன்றாகவே இருக்கிறேன் என்றவள் சுற்று முற்றும் பார்த்தவாறே அழகான இடம் என்றாள். குன்றை வலது கை நீட்டிச் சுட்டியவாறு அதுதானே நம் பரீட்சை ஹால் என்றாள். அதேதான் என்றாள் ஜானி. ரெஸ்ட் ரூம் போய்விட்டு வந்துவிடுவோமே என்றாள் மேரி. உன் யோசனைக்கு நன்றி என்றாள் அந்தப் பெண்மணி. வலது கையால் கிறிஸ்டியை மேரி அணைத்துக்கொண்டாள். அவர்கள் இருவரும் மெதுவாக நடந்து சென்றார்கள்.

நாற்காலிகளில் உட்கார்ந்துகொண்டிருந்தவர்களில் சிலர் சிகரெட் பிடித்துக்கொண்டிருந்தார்கள். ஒருவர் தடித்த சுருட்டுக் குடித்துக் கொண்டிருந்தார். ஜானி அவர்கள் முன்னால் வந்து என் அருமை மாணவர்களே நீங்கள் எல்லோரும் நன்றாக இருக்கிறீர்களா என்று கேட்டாள். நாங்கள் எல்லோரும் நன்றாக இருக்கிறோம் யங் மேடம் என்று வயோதிகர்கள் கத்திச் சொன்னார்கள். உங்களுக்கு ஏதும் தேவையிருந்தால் சொல்லுங்கள் என்றாள் ஜானி. எங்களுக்குத் தேவையானது எல்லாம் எங்கள் கைகளிலேயே இருக்கின்றன என்றார்கள் அவர்கள். இங்கு ஒரு கால் மணி நேரம் ஓய்வெடுத்துக் கொள்ள விரும்புகிறீர்களா என்று கேட்டாள் அவள். மிகவும் நன்றி என்று பல குரல்களும் ஒலித்தன.

வயோதிகர்கள் ஒவ்வொருவராகத் தங்கள் முதுகுப் பையை கீழே இறக்கி அதிலிருந்து அப்போது அவர்களுக்குத் தேவையான உணவுகளை எடுத்துக்கொண்டார்கள்.

நண்பர்களே, படம் வரைய போர்டுகள் இருக்கிறதா என்பதைச் சரிபார்த்துக்கொள்ளுங்கள். கொண்டுவராதவர்கள் கவலைப்பட வேண்டாம். நாங்கள் அதிகப்படியாகக் கொண்டுவந்திருக்கிறோம்.

அத்துடன் சாயங்கள், தாள்கள் எல்லாம் கொண்டுவந்திருக்கிறோம் என்றாள் ஜானி. சாக்லேட் கொண்டுவந்திருக்கிறீர்களா என்று முதியவர் ஒருவர் கேட்டார். எல்லோரும் சிரித்தார்கள். குழந்தைகளை அழைத்து வரும்போது சாக்லேட் எடுத்துக்கொள்ள வேண்டாமா என்றார் அவர். மீண்டும் எல்லோரும் சிரித்தார்கள். நண்பர்களே, ஓய்வெடுத்து முடிந்ததும் சொல்லுங்கள், அவசரமில்லை என்றாள் ஜானி. எனக்கு இதயம் படபடக்கிறது. பரீட்சை கடுமையாக இருக்குமா என்று கேட்டார் ஒரு மூதாட்டி. உங்கள் திறமைகளுடன் ஒப்பிடும் போது பரீட்சை கடுமையானதே அல்ல. விளையாட்டுப் போக்கில் நீங்கள் செய்து முடித்துவிடக்கூடியதுதான். எப்போது குன்று ஏறலாம் என்று தோன்றுகிறதோ அப்போது சொல்லுங்கள் என்று சொல்லிவிட்டு ஜானி மரத்தடியை நோக்கி நகர்ந்தாள்.

மரத்தடியில் மேரி சிகரெட் பிடித்துக்கொண்டிருந்தாள். அரை மணி நேரத்தில் ஏறி முடித்துவிடலாம் என்று கருதுகிறாயா என்று கேட்டாள் மேரி. அதுவே அதிகம். மொத்தம் முப்பத்தாறு படிகள் தான். நேற்று நம் பள்ளியிலிருந்து ஆசிரியர்களும் உதவியாளர்களும் வந்து படிகளையும் குன்றின் மேல் பகுதியையும் சுத்தம் செய்துவிட்டுப் போயிருக்கிறார்கள். கிறிஸ்ட்டியானாவின் கூண்டை மட்டும் நீ அவர் பின்னால் தூக்கியபடி வர வேண்டியிருக்கும். அவரிடம் போதுமான அளவு பிராண வாயு இருக்குமா என்றாள் மேரி. நான்கு மணி நேரத்திற்குப் போதுமான பிராண வாயு வைத்துக் கொள்ளும்படி பள்ளி முதல்வர் அவரிடம் முன்பே சொல்லிவிட்டார் என்றாள் ஜானி.

ஜானி, அவர்கள் முன்னால் வந்து நின்றாள். மாணவர்களே, இன்னும் இருபது நிமிடங்கள் ஓய்வெடுத்துக்கொள்வது உங்களுக்குப் போதுமானதாக இருக்குமா என்று கேட்டாள். காலத்தை வீணாக்குவது எனக்குப் பிடிக்காது. பத்தொன்பது நிமிடங்களே போதும் என்றார் ஒரு வயோதிகர். எல்லோரும் அதிகமாகவே சிரித்தார்கள். ஒருவர் ஜாண்சனின் நகைச்சுவை உணர்வு அலாதி யானதுதான் என்றார். இளமை ததும்பும் அவரது முகமே அதைச் சொல்கிறதே என்றார் மற்றொரு முதியவர். தினமும் என் தோழி என்னிடம் சொல்வதை நீங்கள் திரும்பிச் சொல்வது அலுப்பாக இருக்கிறது என்று பொய்க் கோபத்துடன் சொன்னார் ஜாண்சன்.

எல்லோரும் கிளம்ப ஆயத்தமாகிவிட்டார்கள். வந்த வேலையில் முனைய வேண்டும் என்ற எண்ணம் அவர்களுக்கு ஏற்பட்டுவிட்டது. அவசரமில்லை, படிகளில் நிதானமாக ஏறுங்கள். அவசியமென்றால் நீங்கள் ஓய்வெடுத்துக்கொள்ள விரும்பும் படியிலேயே உட்கார்ந்து கொள்ளுங்கள். பரீட்சைக்கு நேரம் குறித்துத் தரவில்லை. எல்லோரும் மேலே வந்து சுதாரித்துக் கொண்ட பின் உங்கள் வசதியைக் கேட்டுத்தான் பரீட்சையைத் தொடங்க வேண்டுமென்று முதல்வர் சொல்லியிருக்கிறார் என்றாள் ஜானி. உங்கள் முதல்வரிடம் எங்கள் எல்லோருடைய சார்பிலும் நன்றி சொல்லுங்கள். நாங்கள் அவருக்கு

என்றென்றும் கடமைப்பட்டிருக்கிறோம் என்றார் பின் வரிசையில் அமர்ந்திருந்த ஒரு பெண்மணி. நான் என்னை அறியாமலேயே நாற்காலியிலிருந்து எழுந்து நின்றேன். அந்த முதியோர்களுடன் நானும் குன்றுக்குப் போகலாமே என்று தோன்றிற்று. அவர்கள் மட்டுமே போகும்போது நான் அவர்களுடன் சேர்ந்து போனால் உறுத்தலாக இருக்குமோ என்று நினைத்தேன். குன்றுகளைப் பார்த்த போது பல சுற்றுலாப் பயணிகள் குன்றின் மீது இருந்ததைக் கவனித்தேன். ஆண்கள், பெண்கள், குழந்தைகள் என்று பலர் இருந்தார்கள். அவர்களுடன் கலந்துகொள்ளலாம் என்ற சுதந்திரம் மனதுக்கு வரவே நானும் படியேறத் தொடங்கினேன்.

வயசாளிகளின் சம்பாஷணைகள் காதில் விழுந்தவண்ணம் இருந்தன. திடீரென்று ஒரு மூதாட்டி, எனக்கொரு கேள்வி. நாம் எல்லோரும் உத்தியோகங்களில் இருந்த காலத்தில் நம் முன் வந்தவர் களிடம் கனிவாக நடந்துகொண்டோமா? கடவுளுக்கு நம் காரியங்கள் பற்றித் திருப்தி இருக்குமென்று நினைக்கிறீர்களா என்று கேட்டார். தயவு செய்து பழைய விஷயங்களை நினைவுபடுத்தாதீர்கள். எல்லாவற்றையும் மறந்துவிட்டுச் சற்று நிம்மதியாக இருக்கிறோம். நமக்கு நினைவு இருக்கிறதோ இல்லையோ கடவுளுக்கு எல்லாம் நினைவிருக்கும் என்றார் ஒரு முதியவர்.

பலரும் பின்னால் மரச்சோலையைத் தாண்டி வந்துகொண்டிருந் தார்கள். மூட்டு வலி கொண்டவர்கள், நடையில் தள்ளாட்டம் கண்டுவிட்டவர்கள், பார்வை மங்கிப் போனவர்கள் எல்லோரும் சாவகாசமாகப் பேசிக்கொண்டு வந்தார்கள். குன்றின் உயரத்தில் எல்லோருக்கும் முன்னால் ஜானி பள்ளியின் பெயர் பொறித்திருந்த கொடியுடன் நடந்து போய்க்கொண்டிருந்தாள். கொடி காற்றில் சடசடத்தது. முதுமை ஏறிப்போயிருந்தாலும் நல்ல ஆரோக்கியத்துடன் இருந்தவர்கள் என்னைத் தாண்டி முன்னே படிகளில் ஏறிப் போய்க் கொண்டிருந்தார்கள். அருமையான காற்று என்றார் அதில் ஒரு முதியவர். கூட வந்துகொண்டிருந்த முதியவருக்கு இவருடைய பேச்சு காதில் விழவில்லையா அல்லது மனம் அலைபாய்ந்து கொண்டிருந்ததா என்பது தெரியவில்லை. உங்களுக்குக் கை நடுக்கம் இருக்கிறதா என்று கேட்டார். வலது கையில் நடுக்கம்தான். இடது கையால் படம் போட்டுப் பழகிவிட்டேன். வெற்று இடங்களை வண்ணங்களால் நிரப்ப வேண்டுமென்றால் வலது கையிடம் பிரஷ்ஷைக் கொடுத்துவிடுவேன். நான் எதுவும் செய்யாமலே வெற்றிடங்களில் வண்ணம் நிரம்பி வேலை முடிந்துவிடும். எனக்கு அதிக மதிப்பெண் கிடைப்பது அதில்தான். கேட்டுக்கொண்டிருந்த கிழவர் பெரிதாகச் சிரித்தார். உங்கள் மீது எனக்குப் பொறாமையாக இருக்கிறது என்றார்.

என்னால் எவ்வளவு படிகள் வேண்டுமென்றாலும் ஏற முடியும், ஆனால் மூட்டுவலிக்கு ஏறத் தெரியவில்லை. அதை விட்டுவிட்டுப் போகவும் முடியாது என்று சொல்லிவிட்டுச் சிரித்தார் ஒரு கிழவர்.

குன்றின் மீது எல்லோரும் வெவ்வேறு திசைகளைப் பார்த்து உட்கார்ந்துகொண்டார்கள். பலருக்கு முழங்காலை மடித்து உட்காரவே சிரமமாக இருந்தது. தங்கள் அசௌரியத்தைத் தெரிவிக்கும் வண்ணம் பல விசித்திர சத்தங்களை எழுப்பினார்கள். ஒருவர் தன் முழங்கால் மீது பலமான ஒரு குத்து விட்டார். சொன்னதைக் கேளு என்றார். ஒவ்வொருவருமே அவர்களுக்கு எதிரே தெரியும் காட்சியை வரைய வேண்டும். தொலைவில் ஆகாயம் தெரிந்தது. மேகங்கள். அதற்குக் கீழே அடர்த்தியான முரட்டுத்தனமான மரங்கள். அதன் முன் பெரும் புதர் போல் மண்டிக் கிடந்த செடிகள். குன்று களையும் ஆகாயத்தையும் பிரிக்கும் அற்புதமான பச்சைப் புல்வெளி. எல்லோரும் அவரவர் பார்வைக்குப் பட்டதை வரையத் தொடங்கினார்கள். ஒருவர் வரைந்துகொண்டிருக்கும் படத்தைப் பிறர் உற்றுப் பார்ப்பதை விரும்பமாட்டார்கள் என்று தோன்றியதால் நான் பக்கத்திலிருந்த மற்றொரு குன்றில் உட்கார்ந்துகொண்டேன். வர்ணப் பெட்டிகளைக் குலுக்கும் சத்தம் கேட்டுக்கொண்டிருந்தது. ஒவ்வொரு வரும் அவர்களுக்குத் தேவையான வண்ணங்களைப் பொறுக்கிக் கொண்டிருக்கிறார்கள். அனைவருக்கும் அவரவர் பணியில் கவனம் குவியத் தொடங்கிவிட்டது. அவர்கள் கொள்ளும் தீவிரம் முகத்தில் பரவி உடல் முழுக்கக் கவிவதுபோல் இருந்தது. சுமார் அரை மணி நேரம் ஒருவருமே பேசவில்லை. சிறு சத்தம்கூட இல்லை. அதன் பின் உடல் தந்த அசௌகரியங்களால் பலருடைய கவனமும் சிதறுவதை உணர்ந்தேன். பலர் கால்களை நீட்டிக்கொண் டார்கள். கைகளால் சிறு உடற்பயிற்சி செய்தார்கள். பொதுவாக எல்லோருக்கும் இருந்த பிரச்சினை உடல்வலி என்று தோன்றிற்று.

ஜானியும் இதைக் கவனித்திருக்க வேண்டும். அவசியமென்றால் எல்லோரும் சிறிது ஓய்வு எடுத்துக்கொள்ளலாம்; ஒரே மூச்சில் வரைய வேண்டும் என்பதில்லை என்றாள்.

ஜானி, எனக்குச் சூரியனை நன்றாகத் வரையத் தெரியும். ஆனால் இன்று சூரியனைக் காணோமே என்றார் ஒரு கிழவர். அந்தக் கேள்வியை ஜானி காரியார்த்தமாக எடுத்துக்கொண்டு, இருப்பதை அப்படியேதான் வரைய வேண்டும் என்ற கட்டாயமில்லை. உங்கள் கற்பனைக்கேற்றபடி வரையலாம் என்றாள்.

மற்றொரு பெண்மணி எனக்குச் சூரியனையும் சந்திரனையும் நன்றாக வரைய வரும் என்றாள். உங்கள் விருப்பம் என்றாள் ஜானி.

மீண்டும் எல்லோரும் வரைவதில் முனைந்தார்கள். ஃப்ளாஸ்க்கில் தேநீர் கொண்டுவந்திருந்த ஒரு சிலர் அதை விட்டு விட்டு உறிஞ்சிக் கொண்டே படம் வரைந்துகொண்டிருந்தார்கள். பலருக்கும் சிகரெட் ஆறுதலைத் தந்துகொண்டிருந்தது. ஆசையுடன் இழுத்துப் புகையைச் சிறுகச் சிறுக வெளியே விட்டுக்கொண்டிருந்தார்கள்.

என் வேலை முடிந்துவிட்டது என்று சொல்லியவாறே ஒரு கிழவர் பாறையின் மீது படுத்துக்கொண்டார். தன் கால்களை

முழுமையாக நிமிர்த்திப் பாதங்களைச் சற்று அகல வைத்துக் கொண்டார். அவருடைய கால் பூட்ஸ்கள் சுழன்றன. உடல்வலியை வெளியே தள்ள அவர் கண்டுபிடித்திருந்த பிரத்தியேக வழிபோல் தோன்றியது.

வேலை முடிந்ததை உணர்த்த ஏற்ற சமிக்ஞையாக பலரும் அதை ஏற்றுக்கொண்டார்கள். ஒவ்வொருவராக முதுகைப் பாறை மீது பதித்தும் ஒருக்களித்தும் படுத்துக்கொண்டார்கள். பலரும் ஆண்டவரின் பெயரை உரக்கச் சொன்னார்கள். கொட்டாவி விட்டார்கள்.

மேரி படங்களைச் சேகரிக்கத் தொடங்கினாள். பிளாஸ்டிக் வாளியில் அவள் கனத்த ரூல் தடிகள் போலிருந்த அட்டைக் குழாய் களைத் தூக்கிக்கொண்டு வந்தாள். படங்களை வெகு லாவகமாகச் சுருட்டிக் குழாய்க்குள் போட்டாள். எல்லா ஓவியங்களும் ஒரு நிமிடத்தில் வசதியாகப் பத்திரப்படுத்தப்பட்டது எனக்கு சந்தோ ஷத்தைத் தந்தது. ஜானி மற்றொரு பிளாஸ்டிக் கூடையுடன் வந்தாள். அதில் காற்றுப் படாத ஐஸ் கிரீம்கள் இருந்தன. ஒவ்வொருவருக்காக அதை விநியோகித்துக்கொண்டே போனாள். இந்த நிமிஷத்தைத்தான் நான் ஆரம்பத்திலிருந்து எதிர்பார்த்துக்கொண்டிருக்கிறேன் என்று கனத்த சரீரம் கொண்ட ஒரு பெண் சொல்லவும் எல்லோரும் அளவுக்கதிகமாகச் சிரித்தார்கள். புறப்படுவோமா, எப்படி உணரு கிறீர்கள் என்று கேட்டாள் ஜானி. எங்கள் மாணவர்களை நான்தான் தலைமை தாங்கி அழைத்துச் செல்வேன் என்றார் ஒருவர். அவரிடம் நடக்க எந்திரம் போன்ற ஒரு ஊன்றுதடி இருந்தது. அது அவர் கையிலிருக்கும் வரையும் யாராலும் பிடித்துத் தள்ளி அவரைக் கீழே விழச் செய்ய முடியாது என்ற பெருமிதத்துடன் அவர் எழுந்து நின்றார். நீங்களே தலைமை வகித்துப் போங்கள் என்றாள் ஜானி.

எல்லோரும் இறங்கத் தொடங்கினார்கள். ஒருவர் பின் ஒருவராக எழுந்து ஒரு வரிசையைத் தமக்குள் உருவாக்கிக்கொண்டார்கள். கடைசி நபராக நான் இறங்கி வந்தேன்.

என் பழைய நாற்காலியில் வந்து அமர்ந்துகொண்டேன். கீழே வந்தவர்கள் பலரும் ரெஸ்ட் ரூமுக்குச் சென்றுவிட்டு பஸ்ஸில் ஏறத் தொடங்கினார்கள். பிராணவாயுக் கூண்டுடன் வந்திருந்த பெண்மணி கடைசியாக ஏறினார். கூண்டில் மேல்பகுதியில் கைக் கடிகாரம் போலிருந்த பொறியில் ஊசி நிற்கும் எண்ணைப் பார்த்துச் சொல்ல மேரியிடம் கேட்டுக்கொண்டார் அவர். அவள் அந்த எண்ணைச் சொன்னதும் எனக்கு இரண்டு மணி நேரத்திற்குக் கவலை இல்லை என்றார். கவனமாகவே வந்திருக்கிறீர்கள் என்றாள் மேரி.

பஸ் பின்பக்கம் நகர்ந்து அவர்கள் ஏற வசதியாக நின்றுகொண்டது. நான் பஸ் முன்னோக்கி நகர்வதைப் பார்த்துக்கொண்டிருந்தேன். பலருக்கும் என் முகம் பரிச்சயமாகிவிட்டிருந்ததால் கையசைத்து விடைபெற்றுச் சென்றார்கள். பலர் மீண்டும் சந்திப்போம் என்றார்கள்.

எவ்வளவு நேரம் நான் அந்த நாற்காலியில் கண்களை அடைத்து தியானம் செய்வதுபோல் அமர்ந்து இருந்தேன் என்பது எனக்கே தெரியவில்லை. திடீரென்று நிஷியின் குரல் கேட்கவே திடுக்கிட்டு விழித்தேன். குழந்தை என்னைப் பார்க்கத் தொலைவில் ஓடிவந்து கொண்டிருந்தது. உடன் வந்த எல்லோரையும் வெகு பின்னால் தள்ளிவிட்டு என்னை வந்தடைய அவள் மூச்சிரைக்க வந்திருக் கிறாள். பின்னால் வந்துகொண்டிருப்பவர்களுடன் சேர்ந்துகொள்ள அவள் என்னை இழுத்துக்கொண்டு போனாள். இரண்டொரு நிமிடங்கள் நடந்ததும் தொலைவில் எல்லோரும் வந்துகொண்டிருப் பது தெரிந்தது.

என் முகத்தைக் கவனித்ததுமே கமலா சற்று ஆறுதலடைந்தது போலிருந்தது. என்ன செய்துகொண்டிருந்தீர்கள் என்றாள் தைலா. நான் நடந்த விஷயங்களைச் சொன்னேன். கிரான்பா, நீங்களும் பரீட்சை எழுதினீர்களா என்று கேட்டாள் நிஷ். நான் அவளை என் உடலுடன் அணைத்துக்கொண்டேன்.

மார்ச் 2004 நாகர்கோவில்

நண்பர் ஜி. எம்.

மதுரை ரயில் நிலையத்தில் இறங்கியதும் பயந்து கொண்டேதான் ஊருக்குள் காலடி எடுத்து வைத்தேன். ரயிலடி, மங்கம்மாள் சத்திரம், காலேஜ் கஃபே ஆகிய பிராந்தியங்கள் ஜி.எம்.மின் ஆட்சிக்கு விசேஷமாக உட்பட்டவை. இங்கெல்லாம் அவர் எப்போது வேண்டுமென்றாலும் தோன்றலாம். பகலில் பணி, இரவில் உறக்கம் என்ற பிரிவின்மீது ஜி.எம்.முக்கு எந்தக் காலத்திலும் நம்பிக்கை இருந்ததில்லை.

நான் ரயிலடியில் இறங்கிய நேரம் இரவு பதினொன்றரை. எந்தெந்த ரயிலில் அவருடைய சிநேகிதிகள் வந்து இறங்குவார்கள் என்பதைப் பற்றி ஜி.எம்.முக்கு மனதில் ஒரு கணக்குண்டு. அவர்களைப் பார்க்க அவர் வரலாம்.

என்னுடன் வரும்போது அவர் சந்தித்துப் பேசும் பெண்களின் முகங்கள் எனக்குச் சாதாரணமாகத்தான் தெரியும். உங்களுக்கு எப்படிக் கூடுதலாகத் தெரிகிறது என்று ஜி.எம்.மைப் பலமுறை கேட்டிருக்கிறேன். ஒவ்வொரு பெண்ணின் முகத்திலும் ஒரு 'ஹிந்து' நாளிதழ் அளவுக்குச் செய்திகள் இருக்கின்றன என்பார் அவர். எனக்குத் தெரியவில்லையே என்றால் இங்கிலீஷ் தெரியாமல் 'ஹிந்து' படிக்க முடியுமா என்பார்.

வழக்கமான ஓட்டலில் அறை அமர்த்திக்கொண்டேன். வேட்டியை மாற்றி லுங்கியைக் கட்டிக்கொண்டதும் பதுங்கியிருந்த பசி மூர்க்கமாகப் படுத்தத் தொடங்கிற்று. பழமும் பாலும் சாப்பிடலாம் என்ற எண்ணத்தில் வெளியே வந்தேன். சாப்பிட்டு முடிந்து ஒரு சிகரெட்டைப் பற்றவைத்துக் கொண்டிருந்தபோது இடது தோள்மீது விரல்கள் அழுந்தவே கலவரத்துடன் திரும்பிப் பார்த்தேன். ஜி.எம்.தான்.

'தட்டுப்படுவீங்கனு நினைச்சபடிதான் வந்தேன்' என்றேன்.

'அது கதெ' என்றார் ஜி.எம். 'பயந்துகிட்டே வந்திருப்பீங்க.'

'நான் வருவது தெரியுமா?'

‘தெரியும்’

‘எப்படி?’

‘இதெல்லாம் கேட்டுக்கிட்டு இருக்கக் கூடாது தோழர். யோசிச்சுப் பார்க்கணும்’ என்றார்.

‘சரி, ரூமுக்குப் போகலாமா’ என்று கேட்டேன்.

‘போயிட்டே இருங்க, வந்துடறேன்’ என்று சொல்லிவிட்டு இரண்டடி எடுத்து வைத்தபின், ‘அறை எண்?’ என்றார். சொன்னேன். காதில் விழுந்துவிட்டதற்கு அடையாளமாகத் தன் முதுகுக்குப் பின்னால் கையை அசைத்துக்காட்டிவிட்டுப் போனார். நடையின் கம்பீரத்தையும் அழகையும் பார்த்துக்கொண்டே இருந்தேன். கூட்டத்தில் எவர் மீதும் தன் உடல் உரசாமலும் வேகத்தைக் கூட்டிக்கொண்டும் போய்க்கொண்டிருந்தார். ஜனம் எவ்வளவு திரண்டு போய்க்கொண்டிருந்தாலும் வழிவிட்டு வழிவாங்கும் முறை அவருக்குக் கைவந்த கலையாக இருந்தது. நான் கவனமாக நடக்கிற போதுதான் அதிக அளவு மோதிக்கொள்வேன்.

அறைக்குள் நுழைந்தேன். ஜி. எம். தம் வேட்டியை இடது கையால் பிடித்துக்கொண்டு விரையும் சித்திரம் மனதிற்குள் அசைந்து கொண்டே இருந்தது. இந்த நேரத்தில் அப்படிப் போனால் அதன் அர்த்தம் என்ன என்பது எனக்குத் தெரியும். என் மனதில் கவலை அட்டைபோல் நெளியத் தொடங்கிற்று.

என்னைப் பார்த்த சந்தோஷம். உட்கார்ந்து பேசவும் கும்மாளம் போடவும் ஒரு அறை. தோன்றும் நேரத்தில் வெளியே போகலாம். வரலாம்.

படுக்கையில் படுத்துக்கொண்டேன். மிகுந்த சோர்வாக இருந்தது. தன்னையறியாமல் தூங்கிவிடுவோம் என்று தோன்றிற்று. மறுநாள் காலையிலிருந்து மாலை வரையிலும் கழுத்தைப் பிடிக்கும் அளவுக்கு வேலைகள் இருந்தன. ஜி.எம். மறுநாள் லீவு ஃபோட்டுவிடுவாரோ என்று நினைத்தபோது மனம் கலங்கத் தொடங்கிவிட்டது.

கதவைத் தாழ் போட்டால்தான் என்னால் நிம்மதியாகத் தூங்க முடியும். இன்னும் ஒரு நிமிடத்திற்குள் ஜி.எம். வரலாம். ஒரு மணி நேரத்திற்குள்ளும் வரலாம். வராமலும் போய்விடலாம். போகிற வழியில் யார் யாரைச் சந்திக்க நேர்கிறதோ. எதிர்பாராத சந்திப்புகள் நிகழ்ந்து ஒரு நொடியில் ஒப்பந்தங்கள் உருவாகிவிடலாம். அப்போது அவர் தனி அறை ஒன்றை அமர்த்திக்கொண்டு போய் விடுவார். கூடுதலோ குறைவோ வந்த கிராக்கியை வீணாக்கிவிடக் கூடாது என்பதில் கரிசனை உள்ளவர்.

தூக்கத்தின் பெரிய தடாகத்திற்குள் என்னை அறியாமலே அமிழ்ந்து கொண்டிருந்தேன். எப்போது அதன் கருப்பையில் கரைந்தேன் என்பது எனக்கே தெரியாது.

'என்ன தூக்கம் அதற்குள்ளே?' என்ற அதட்டல் கேட்டு உடல் நடுக்கத்துடன் விழித்தேன்.

ஜி.எம். எதிரே நின்றுகொண்டிருந்தார்.

நான் எதிர்பார்த்தது போல் ஜி.எம்மின் முகம் பளபளத்தது. முகத்தில் பூத்து நிற்கும் அசட்டுப் புன்னகை கன்னத்துச் சதைகளைத் தூக்கிப் பிடித்துக்கொண்டிருந்தது. இருந்தாலும் வழக்கம்போலவே இப்போதும் தள்ளாட்டம் இல்லை. 'நாலு பாட்டில் சாப்பிட்டாலும் ஸ்டெடினெஸ் ஊசியிலேயே நிற்கும் ராமசாமி' என்று அவர் பெருமையடித்துக்கொள்ளும் வாசகம் நினைவில் ஓடிற்று. மணக் கோலத்தில் வராமல் தனியாக வந்ததே ஒரு பெரிய விஷயம்தான்.

'ஒரு சிகரெட் பிடியுங்க தோழர்' என்று சொல்லியபடியே என் உதட்டில் ஒரு சிகரெட்டைப் பொருத்தினார். தீக்குச்சியை வழக்க மான ஜாலத்துடன் கிழித்தார். என் மூக்கோரம் சுடர் நகர்ந்து வரவே அந்தச் சுடரால் இயக்கப்பட்டதுபோல் சிகரெட்டைச் சரிவர உதட்டில் பொருத்திக்கொண்டே எழுந்து உட்கார்ந்தேன்.

'என்ன கைக்குழந்தை கணக்காத் தூங்கிறீங்க?' என்று கிண்டல் தொனியில் ஆரம்பித்தார் அவர். அவருடைய மனநிலை பெருங் காற்றில் வானத்தின் முகட்டைத் தொட ஏறும் பட்டம்போல் இருக்கிறது. இனிமேல் விடிய விடிய பேச்சைத் தொடர வேண்டியிருக்கும். இதற்கு முன் என்னுடன் அறையில் தங்கிய இரவுகளில் அடித்த லூட்டிகள் படம் படமாக மனதிற்குள் வந்தன.

அவர் அறைக்கு வந்தால் அழைப்பு மணியை அடித்துக்கொண்டே இருப்பார். இரவு இரண்டு மணிக்கு ரூம் பாய் எப்படி வருவான் என்று கேட்பேன். வரவழைக்கிறேன் ராமசாமி, நீங்க எதுக்குப் பதட்டப்படறீங்க என்று சொல்லிக்கொண்டே மீண்டும் அழைப்பு மணியை அழுத்துவார். நெடிய வராண்டாவில் உறைந்து கிடக்கும் இருள் வலி தாங்காமல் கதறுவதுபோல் இருக்கும். ப"ம் கலந்த மனக்கூச்சம் ஏற்படும்.

ஜி. எம். தியானத்தில் ஆழ்ந்திருப்பதுபோல் ஒரு கணம் கண்களை மூடிக்கொண்டிருந்தார். ஒன்றை மற்றொன்று பிடித்தபடி இரு கைகளும் பின் தலையில் அழுந்திக்கொண்டிருந்தன. 'போயிட்டு அஞ்சு நிமிஷத்துலெ வரேன். முழிச்சிட்டிருங்க. உங்களுக்கு மூடு இருந்தால் ஒரு ரவுண்டு சுத்திட்டு வரலாம்' என்றார்.

யோசனை விஸ்தாரமாக இருப்பது என் மனதைக் கலங்கடித்தது.

'நாளைக்குப் பார்க்கலாம் ஜி.எம். ஒரு நாள் முழுக்க வேலை யிருக்கு. கூட ஒரு நாள் தங்கிட்டுப் போறேன்' என்றேன்.

'தங்கிட்டுப் போங்க தோழர். நாலு நாள் தங்கிட்டுப் போங்க' என்று சொல்லிக்கொண்டே தன் வெள்ளை உடையினால் இருளைக் கிழித்துக்கொண்டே போனார்.

நான் சிறிது மயங்கினேன். இன்றிரவு சந்திப்பதற்குப் பதில் நாளையிரவு சந்தித்திருந்தால் பெரிய பிரச்சினை ஒன்றுமில்லை. நாளை மறுநாள் வேலையை வைத்துக்கொள்வோம் என்றால் ஞாயிற்றுக்கிழமை. சரியான பொறியில் அகப்பட்டுக்கொண்டது போல் இருந்தது.

இலேசாக மயங்கியிருப்பேன் போல் இருக்கிறது. தொலைவில் ஜி.எம்மின் அலறல் கேட்டு திடுக்கிட்டு எழுந்தேன்.

வரவேற்புக் கூடத்தில் என்ன நடந்தது என்பது தெரியவில்லை. மிகப் பெரிய சண்டைபோல் சத்தங்கள் கேட்டன. ஜி. எம். ஆங்கிலத்தில் கத்திக்கொண்டிருந்தார். வராண்டாவில் நின்று பார்க்கவே எனக்குப் பிடிக்கவில்லை. நீள மேசையின் பின்னாலிருந்து மூன்று பேர் பயங்கரமாகக் கத்திக்கொண்டிருந்தார்கள். 'போலீசுக்கு போண் ப்ணணுங்க' என்று உரத்த குரலில் ஒருவர் கத்தினார்.

ஜி.எம். ஒரு வில்லன் சிரிப்புச் சிரித்தார். அவர் கூடத்தை விட்டு வெளியேறுவதும், கத்திக்கொண்டே திரும்ப வருவதுமாக இருந்தார்.

'போலீஸ் வந்தா என்னப்பா செஞ்சிடுவாங்க? கொலையா? கொள்ளையா? பேசிக்கிட்டிருக்கோம் அவ்வளவுதானே? ஓட்டல் பொதுவிடமுங்க. நாலு பேர் வருவாங்க. போவாங்க. கொஞ்சம் முன்ன பின்ன இருக்கத்தான் செய்யும். காந்திக்கு மட்டும்தான் ரூம் தருவீங்களோ?' ஜி.எம். மீண்டும் வெளியே போகப் புறப்பட்டார்.

'அந்த ஆளெ இப்பவே ரூமெ காலி பண்ணச் சொல்லுங்க' என்று அந்தப் பருத்த ஆசாமி கத்தினார். அவருடைய தோரணை அவர்தான் மானேஜர் என்பதைக் காட்டிற்று. ஒருவர் வரவேற்பறையிலிருந்து வெளியே வந்தார்.

'குமாரசாமி நீயும் போ' என்றார் பருத்த ஆசாமி. அவர்தான் ஹோட்டல் சண்டியர் போலிருந்தது.

எனக்கு நடக்கப்போகிற காரியங்கள் மனதில் வந்தன. வந்த காரியம் பாழ்பட்டுப் போவதற்கான அறிகுறிகள் வலுத்துக்கொண்டே இருந்தன.

வெளியே போய்க்கொண்டிருந்த ஜி.எம். மீண்டும் திரும்பி வந்து வரவேற்பறை மேஜையில் விரல்களைத் தட்டி மிருதங்கம் வாசித்துக்கொண்டே, 'பிஸினஸ் என்பதே வளஞ்சு கொடுத்து துட்டடிக்கறது தானுங்களே. எதுக்கு பிரதர் கோபப்படுறீங்க' என்று சொல்லியவாறே எதிரே நின்றவரின் தோள்ப்பட்டையில் வாஞ்சையுடன் தட்டிவிட்டுப் போனார்.

சுருக்குச் சரியாக விழுந்துவிட்டது. பல சந்தர்ப்பங்களில் பல உபாயங்களை நான் கையாண்டிருக்கிறேன். வடக்கு மாசி வீதியில் ஒரு பஞ்சப் பாடாவதி ஓட்டலில் அறையை அமர்த்திக்கொண்டு தங்கியிருக்கிறேன். அதிகமும் யாத்ரீகர்கள் மட்டுமே தங்கும் மங்கம்மாள்

சத்திரத்தில் இருந்திருக்கிறேன். வட இந்தியப் பெண்கள் நாலுகட்டு போன்ற இடத்தில் சப்பாத்தி தட்டுவார்கள். ஈரப் புடவைகளைத் தூணுக்குத் தூண் கட்டி வைத்திருப்பார்கள். வெளியே வர வேண்டு மென்றால் முன்னும் பின்னும் போய் ராவணன் கோட்டையிலிருந்து வெளியேறுவதுபோல் வர வேண்டியிருக்கும். வேறு எங்குமே முகரக் கிடைக்காத மணம் நாசியைத் தாக்கிக் கொண்டிருக்கும். அப்போதும் ஒரு நாள் வெளியே வரும்போது ஜி.எம். எதிர்ப்பட்டார். அந்த நிமிஷத்தையும் அந்த இடத்தையும் என்னால் அதற்குப் பின் மறக்கவே முடிந்ததில்லை.

குமாரசாமியும் கூட வந்த ஆளும் என் அறைக்குள் நுழைந்தார்கள். உச்சக்கட்ட தாக்குதலில்தான் ஆரம்பமே கொள்ளவேண்டும் என்று இருவருமே தீர்மானத்துடன் வந்திருப்பதுபோல் இருந்தது.

'ஏன்? எதற்கு? நான் என்ன தவறு செய்தேன்?' என்று கேட்டேன்.

'நீங்க வர ஒவ்வொரு வாட்டியும் பிரச்சனைதான். பெட்டியத் தூக்குங்க. மானேஜர் உத்தரவு' என்றார்.

மீண்டும் நான் காரணம் கேட்டேன்.

காரணம் சொல்ல வேண்டியதில்லையாம். சுவரில் சட்டம் போட்டு மாட்டப்பட்டிருந்த விதிகளை எடுத்து ஏழாவது எண்ணில் ஆட்காட்டி விரலை வைத்துக் காட்டினார்கள். எந்த நேரத்திலும் அறையைக் காலி செய்யச் சொல்ல அவர்களுக்கு உரிமை உண்டாம்.

மேற்கொண்டு மடக்கத் தெரியாமல் நான் நின்றுகொண்டிருந்தேன்.

'என்ன சத்தம்?' என்று கேட்டுக்கொண்டே ஜி.எம். உள்ளே வந்தார்.

'நான் இப்ப வெளியேறணுமாம்.'

'யார் சொல்றாங்க?'

ஜி.எம். வந்திருந்தவர்களின் முகத்தைப் பார்த்தார்.

'ரூமுக்கு வெளியே நின்னு பேசுங்க. கெட் அவுட்' என்றார்.

அவர்கள் ஜி.எம்மின் முகத்தைப் பார்த்தார்கள்.

'வெளியே இருந்து மணியை அடிக்கணும். அழைத்தால்தான் உள்ளே வரலாம்' என்று சொல்லிவிட்டு சில விநாடிகளுக்குப் பின் மீண்டும் 'கெட் அவுட்' என்று கத்தினார்.

அவர்கள் இருவரும் அறையிலிருந்து வெளியே போனார்கள். அவர்கள் போகிறபோது ஜி.எம்., *'Sons of a bitch. I will kick them in their asses'* என்று வலது காலைத் தூக்கினார். கதவைச் சாத்தித் தாளிட்டார். சாத்தியக் கதவைத் திறந்து தலையை வெளியே நீட்டி, 'இந்தப் பக்கம் தலயெக் காட்டாதீங்க. ஒதெ விழும், ஒதெ' என்றார்.

சிரித்துக்கொண்டே நாற்காலியில் உட்கார்ந்துகொண்டார். அந்தச் சிரிப்பு எனக்குப் பிடிக்கவில்லை. ரயிலடியிலிருந்து ஊருக்குள்

காலை வைத்து இரண்டு மூன்று மணி நேரங்கள் ஆகியிருக்கலாம். வந்த பின் ஒரு நிமிடம்கூட என்னால் நிம்மதியாக இருக்க முடிய வில்லை. ஜி.எம். சிகரெட் பாக்கெட்டைத் திறந்து என் முன் நீட்டினார். *'Black-guards'* என்றார். நான் வேண்டாம் என்ற அர்த்தத்தில் தலையசைத்தேன்.

'இதையெல்லாம் பெரிசா எடுத்துக்கிடாதீங்க தோழர். ஒரு *game* தானே? *Sportive* ஆகப் பாருங்க. ஒரு டீ குடிச்சிட்டு வருவோமா?' என்றார். அதன் பின், 'ஸ்டேஷனுக்குப் போய்ப் பார்ப்போம். குருக்ஷேத்திரத்திலே எல்லாரும் வீரமரணம் அடைந்து கிடப்பதைப் பார்க்க வேண்டாமா?' என்றார். என் கையைப் பிடித்துத் தூக்கினார். நான் லுங்கியை மாற்ற முயன்றேன்.

'வேண்டாம் தோழர். இந்த நேரத்துக்கு லுங்கிதான் களையா யிருக்கும்' என்றார்.

அவர் வழக்கப்படி ஜி.எம். ரவுண்ட் அடித்துக்கொண்டே இருந்தார். எத்தனை சந்துகள், பொந்துகள். நாங்கள் அறைக்கு வரும்போது தெரு வில் மாடுகளுடன் பால் வியாபாரிகள் போய்க்கொண்டிருந்தார்கள்.

நன்றாக விடிந்தபின் தூக்கம் கிறுகிறுத்தது. சற்று மயங்கினேனோ என்னவோ. பெரிய தவறு செய்துவிட்டதுபோல் எழுந்ததும் பக்கத்தில் தரையில் சுருட்டி வைக்கப்பட்டிருந்த படுக்கையின்மீது ஒரு குறிப்புத் தெரிந்தது. ஜி.எம்.மின் ஆங்கில எழுத்து. 'மாலை வருகிறேன், ஒரு முக்கிய விஷயம் பேச இருக்கிறது' என்று எழுதியிருந்தார். தொய்ந்து போய் கிடந்த என் மனதில் மிகுந்த அலுப்பு ஏற்பட்டது. *Bait,* வெறும் *bait.* எத்தனை முறை சாயம் வெளுத்த வித்தைகள் இவை.

குளித்து உடை மாற்றிவிட்டு வெளியே வந்தேன். அன்றைய பகல் நேரப் பணிகளைத் தந்திரமாகச் செய்து முடித்துவிட வேண்டும் என்று தீர்மானித்துக்கொண்டேன். மதியத்தில் கடைகள் அடைக்கப் படும்போது அறைக்கு வந்து சிறு தூக்கம் போட்டுவிட்டுப் போனால் புத்துணர்ச்சியுடன் பிற்பகல் வேலையை கவனிக்க முடியும். ஆனால் அன்று அறைக்குத் திரும்பாமல் விளக்குத்தூண் பக்கமே சுற்றிக் கொண்டிருந்தேன். கடைவாசல் படுதாக்களைத் தளர்த்தி விட்டுக் கொண்டு சிப்பந்திகள் மதிய உணவை உள்ளே தள்ளிக்கொண்டிருந் தார்கள்.

மாலையில் ஒரு சினிமாவிற்குச் சென்றேன். என்ன சினிமா என்பதைக்கூட கவனித்துக்கொள்ளவில்லை. மின்விசிறிக்குக் கீழ் ஒரு ஓரத்தில் சுவரில் தலைசாய்க்கத் தோதான இருக்கையைத் தேர்ந்தெடுத்துக்கொண்டேன். முடிந்த அளவு விரைவாகத் தூங்க வேண்டும் என்ற அவசரம் மனதில் இருந்தது. ஆங்கிலப் படம். தமிழ்ப் படமென்றால் இன்னும் அதிக நேரம் தூங்கியிருக்கலாம்.

அறைக்குத் திரும்பும்போது, வரவேற்புக் கூடத்தில் ஜி.எம்மைப் பற்றி ஏதாவது புகார் கூறுவார்கள் என்று எதிர்பார்த்தேன். நல்ல

வேளை, ஒன்றும் கூறவில்லை. போக்கிரிகளைப் பற்றிப் பேசாமல் இருப்பதுதான் விவேகம் என்பதுபோல் முகத்தை வைத்துக்கொண் டிருந்தார்கள்.

அன்று வேலையை முடித்துவிட்டது சந்தோஷத்தைத் தந்தது. மறுநாள் ஞாயிற்றுக்கிழமை. அதிகாலையில் எழுந்து சூரியோதயத் திற்கு முன்பே அடுத்த ஊருக்குப் போய்விட வேண்டும் என்று யோசனை செய்தபோது மனதிற்குள் ஒரு தவிப்பு திரள்வதுபோல் தோன்றிற்று. பாவம் ஜி.எம். எனக்கு உள்ளூர அவர்மீது ஒரு கவர்ச்சி இருந்தது. உண்மையாக அவரைப் பிடித்தும் இருந்தது. என் நண்பர் களிலேயே அவர்தான் மிகவும் நல்லவர், திறமையானவர், தைரிய சாலி. வாழ்க்கையின் சூட்சுமங்களைப் பற்றி அறிந்தவர். மூளையை அறுவைச்சிகிச்சை செய்து அந்தக் கோணல் நரம்பை மட்டும் நேர் செய்துவிட்டால் அவருடன் ஒப்பிடவே யாரும் இருக்கமாட்டார்கள்.

காலையில் கண் முழித்தபோது மணி ஒன்பது. மனம் மேகங்களற்ற வானம்போல் ஒரே பிரகாசமாக இருப்பதை உணர்ந்தேன். ஜி.எம். வராமல் இருக்கமாட்டார். அவருக்கே சொந்தமான தெருக்களைக் காட்டுவதாகச் சொல்லியிருந்தார். ‘ஒண்ணு ரெண்ட பாத்துப் பேசுங்க தோழர். பயப்படாதீங்க, வெறும் அறிமுகம்தான்’ என்றார். அவருடன் போக ஆசையாக இருந்தது. அவருடைய துணையில் போகும்போது கிடைக்கும் பாதுகாப்பை வேறு யாரிடமிருந்தும் பெற முடியாது என்பது எனக்குத் தெரியும்.

காலை பத்து மணி வாக்கில் வராண்டாவில் நின்று கீழே பார்த்துக்கொண்டிருந்தேன். இரவு இலேசான தூறல் போட்டிருக்கும் போலிருக்கிறது. சுத்தம் செய்யப்படாத கார்களின் மேற்கூரையில் தண்ணீர்த் துளிகள் வைரக்கற்கள்போல் மின்னின.

ஜி.எம். உள்ளே வருவது தெரிந்தது. சீராக வாரப்பட்டிருந்த தலை பளபளத்தது. பளீரென்று வெள்ளை ஜிப்பா அணிந்து கொண்டிருந்தார்.

ஜி.எம். அறைக்கு வந்ததும் அன்றைய பகல் பொழுதை எப்படிக் கழிக்க வேண்டும் என்று திட்டம் போடத்துவங்கினார். ‘இப்ப மணி பத்து. பதினொண்ணு மணிக்கு இங்கிருந்து கிளம்பறோம் . . .’ என்று ஆரம்பித்தார்.

மணியோசை கேட்டது.

நான் ஜன்னல் வழியாக எட்டிப் பார்த்தேன். குட்டியானை ஓட்டலுக்குள் நுழைந்துகொண்டிருந்தது. நெற்றியில் பட்டை பட்டை யாக விபூதி. நடுநெற்றியில் அப்பிய சந்தனத்திற்கு மேல் குங்குமம். பலமுறை நான் பார்த்திருந்த குட்டியானை அது. அதன் முகச்சாடை எனக்கு நன்றாகத் தெரியும்.

‘என்ன தோழர், பாப்பா மாதிரி குட்டியானையைப் பாத்துக் கிட்டு . . .’

அறையிலிருந்து குழந்தைகள் கூக்குரலிட்டுக்கொண்டு வராண்டாக் களுக்கு வந்தன. மூன்று வராண்டாக்களிலும் குழந்தைகள் திரண்டு விட்டன.

குட்டியானை துதிக்கையை உயர்த்தி ஒரு காரின் டிரைவரை ஆசீர்வதிக்கப் போயிற்று. அதற்குள் மற்றொரு காரின் பின் கதவைத் திறந்து பிடித்துக்கொண்டு நின்றான் அந்த வண்டியின் காரோட்டி. யானையின் தலை ஒரு அரை வட்டத்தில் புறச்சக்தியால் இயக்கப் பட்டதுபோல் திரும்பிற்று. பட்டுச் சொக்காயும் பட்டு உத்தரியமும் அணிந்து காரிலிருந்து இறங்கி வந்துகொண்டிருந்தவரின் முன் யானை நகர்ந்தது. பட்டுச் சொக்காய்க்காரர் யானையைக் கும்பிட் டார். 'கணேசா' என்று கூறியபடி அதன் நெற்றியில் தொட்டு கண்களில் ஒற்றிக்கொண்டார். குட்டியானை தன் துதிக்கையைத் தூக்கி அவரை சமத்காரமாக ஆசீர்வதித்தது. பட்டுச் சொக்காய்க் காரர் மணிபர்சைத் திறந்து பத்து ரூபாய் நோட்டொன்றைத் துதிக்கையின் நுனியில் வைத்தார். அவர் கைகள் பர்சை மடித்தன. பின் என்ன தோன்றிற்றோ அவசரமாக ஐந்து ரூபாயை உருவிப் பத்து ரூபாயின் மேல் வைத்தார். பாகன் மடித்துக் கட்டியிருந்த தன் வேஷ்டியை அவிழ்த்துவிட்டபடியே பட்டுச் சொக்காய்க்காரரைக் கும்பிட்டான்.

நான் அறைக்குள் நுழையும்போது ஜி.எம். அறைக்கு வெளியே நின்றபடி பக்கத்து அறையைக் கவனித்துக்கொண்டிருந்தார். நான் அவரைத் தாண்டிச் சென்றபோது என் காதில் விழும்படி, *'something is happening here'* என்றார். என் கவனம் அதில் படியவில்லை. யானையின் தலை சரேரென்று திரும்பிய விதத்தில் தேங்கியிருந்த துக்கம் மனதைக் கலக்கிற்று.

'அங்கெ என்ன செஞ்சிக்கிட்டு இருக்கீங்க?' என்று கேட்டார் ஜி.எம்.

வெண்டிலேட்டர் வழி பார்த்துக்கொண்டிருந்த குழந்தை, *'We are locked inside'* என்றது.

'என்ன சொல்றே பாப்பா?'

'கதவை வெளில பூட்டிட்டுப் போயிட்டாங்க. அங்கிள், எங்களுக்கு யானையைப் பாக்கணும்' என்றது அந்தப் பெண் குழந்தை.

'கூட யாரு?'

'என் தம்பி. அவனால ஜன்னல்ல ஏற முடியாது. அங்கிள், எங்களுக்கு யானையைப் பாக்கணும்.'

தென்னிந்தியக் குழந்தைகள் போல் தெரியவில்லை. அந்தப் பெண்ணின் ஆங்கில உச்சரிப்பு அதன் பெற்றோர்களின் முகங்களைப் பற்றியும், வீட்டின் தோற்றத்தைப் பற்றியும் என் மனதில் பல கற்பனைகளை ஏற்படுத்தின.

'யார் உங்களை அடச்சுப் போட்டது?'

'டாடியும் மம்மியும். அவுங்களுக்குக் குட்டியானை வரும்னு தெரியாது.'

குட்டியானையின் மணியோசை கேட்டது.

'*We need help*' என்றது அந்தப் பெண்.

'நீங்க யானையைப் பாத்ததில்லே?'

'ஆறு மாசத்துலெ பாத்தேனாம். எனக்கு நினைவில்லே.'

ஜி. எம். அறையின் பூட்டை இழுத்துப் பார்த்தார். காலால் கதவை உதைத்துப் பார்த்தார்.

'மாத்துச் சாவி இருக்கும். நான் வாங்கிட்டு வரேன்' என்றேன்.

'அந்தப் பிச்சைக்காரங்ககிட்ட நீங்க ஒண்ணும் போய்க் கெஞ்ச வேண்டாம்' என்றார் ஜி.எம்.

மீண்டும் கதவை உதைத்தார். அதிக சத்தத்துடன் கதவு பின்னால் நகர்ந்து அதிர்வுடன் மீண்டும் நிலையில் வந்து ஒட்டிக்கொண்டது.

பக்கத்து அறைகளிலிருந்து பலரும் வெளியே வந்தனர். பெண்களும் குழந்தைகளும் விலகி அறை வாசல்களிலேயே நின்றார்கள். ஆண்கள் முகத்தில் கிளர்ச்சி தெரிந்தது. அதிரடியாக ஏதோ நடக்கப் போகிறது. ஆனால் அதன் பலாபலன்களில் அவர்களுக்குப் பங்குமில்லை.

அறைப்பையன் ஒருவன் வராண்டாவில் வந்துகொண்டிருந்தான். ஜி.எம். கதவை உதைப்பதை ஒரு தடவை பார்த்ததுமே வேகமாகத் திரும்பி ஓடினான். ஏணிப்படிகளில் அவன் பின்னந்தலை இரண்டிரண்டு படிகளாக இறங்கிச் சென்றது.

சில நிமிஷங்களிலேயே வரவேற்புக் கூடத்திற்குள் இருந்து நாலைந்து பேர் ஆவேசமாக வந்தார்கள். பின்னால் வேகமாக மானேஜரும் வந்துகொண்டிருந்தார்.

'நிறுத்துடா' என்று அவர் கத்தினார்.

அவர் சொல்லி முடித்ததும் ஜி.எம். வராண்டாவின் தடுப்புச் சுவரிலிருந்து வேகமாகப் பாய்ந்து வந்து கதவை உதைத்தார்.

'இந்த நாயைப் பிடிச்சு வெளில தள்ளுங்க.' மானேஜருக்குக் கோபத்தில் பேச்சுக் குழறியது.

'பக்கத்துலெ யாராவது வந்தால் கழுத்தை நெரிச்சுக் கொன்னுப் புடுவேன்' என்றார் ஜி.எம். மீண்டும் ஒரு உதை விட்டார்.

அறைவாசி ஒருவர், 'என்ன சார் கலாட்டா பண்றீங்க' என்றார்.

ஒரு பெண் தன் கணவரைக் கூட்டிவரும்படி பையனைக் கீழே விரட்டினாள்.

‘இப்ப போலீசுக்கு போன் பண்றேன்’ என்று சொல்லிக்கொண்டே மானேஜர் ஓடினார்.

‘தம்பி தப்பா நினைக்காதீங்க. ஏன் கதவை உடைக்கிறீங்க?’ என்று ஒரு முதியவர் கேட்டார்.

‘குழந்தைகளை உள்ளார போட்டு பூட்டிட்டுப் போயிருக்காங்க. அவங்களுக்கு யானையைப் பார்க்கணும். அது அவங்க அடிப்படை உரிமை’ என்றார்.

‘குழந்தைகளின் பத்திரத்தை நெனச்சுத்தானே சார். காலம் கெட்ட காலம்’ என்றார் முதியவர்.

‘அப்டீன்னா உள்ளெ தாழ் போட்டுக்கணும். உள்ளே தீ புடிச்சிட்டா நீங்க குழந்தைகளெக் காப்பாத்துவீங்களா?’

அடுத்த உதையில் நாதாங்கி பிய்த்துக்கொண்டு தொங்கிற்று.

குழந்தைகள் இருவரும் வெளியே வந்தார்கள்.

‘கீழே போய்ப் பாத்துட்டு வாங்க’ என்றார் ஜி.எம். குழந்தைகள் ஓடின.

ஜி.எம். கைக்குட்டையால் முகத்தைத் துடைத்துக்கொண்டார்.

இரண்டு போலீஸ்காரர்கள் வராண்டாவில் வந்து கொண்டிருப்பது தெரிந்தது. அருகில் வந்ததும் ஒருவர், ‘புரபஸர் சார், எங்களுக்கு உங்களெ நல்லாத் தெரியும். உங்களெ விசாரிக்க நாங்க வரலெ. இன்ஸ்பெக்டருக்கு உங்களெப் பாக்கணுமாம். கூட்டிக்கிட்டு வரச் சொல்லியிருக்கிறாரு. வாங்க, பேசுங்க, அப்புறம் உங்களுக்குள்ள’ என்றார்.

நான் கீழே பார்த்தேன். போலீஸ் வேன் நின்றுகொண்டிருந்தது.

ஜி.எம். என்னைப் பார்த்து, ‘போயிட்டு அரை மணிநேரத்திலே வந்துடறேன்’ என்று சொல்லியபடி தன் கைக்கடிகாரத்தைப் பார்த்தார். அவர்கள் நடந்து போகும்போது திரும்பிப் பார்த்து, ‘அறையைக் காலி பண்ணச் சொன்னா மாட்டேன்னு சொல்லுங்க தோழர்’ என்றார்.

போலீஸ்காரருடன் ஜி.எம். பேசியபடி படியிறங்கிச் செல்வதைப் பார்த்துக்கொண்டிருந்தேன்.

மார்ச் 2004 நாகர்கோவில்

காலச்சுவடு, மே 2004

ஒரு ஸ்டோரியின் கதை

பிற்பகல் நான்கு மணிக்கு முனிவர் சந்திப்பில் அந்த அதிசயம் தோற்றம் தந்தது. மிகச்சரியாகச் சொன்னால் 3.58க்கு. அங்கு பூமி வெடித்து ஒரு நொடிக்குள் எழும்பியிருந்தது ஒரு பிரம்மாண்டமான ஸ்தூபி. அந்த ஸ்தூபிமீது அந்த மங்கை உயிர்த் துடிப்புடன் காட்சி தருகிறாள். சுண்டி வசீகரிக்கும் அழகு அவளுக்கு.

அந்தச் சந்திப்பில் முதலில் அந்த அழகியைப் பார்க்கக் கிடைத்த, படித்தவரின் தோற்றம் கொண்ட ஒரு பெரியவர் அந்த மாயத் தோற்றத்தைக் காண நேர்ந்ததும் பயம் மனதைக் கவ்வ, வாய் குழறக் கத்தியபடி ஓடியதாகவும் அப்போது தன்னிச்சையாகத் தன் கைக்கடிகாரத்தைப் பார்த்ததாகவும் அவரை மொய்க்கத் தொடங்கியிருந்த பத்திரிகை நிருபர்களிடம் சொன்னார். அவரால் அப்போதும் அந்த சொரூபத்தைக் கண்ட அதிர்ச்சியில் கலங்கிப் போயிருந்த தன் பார்வையை அகற்ற முடிந்திருக்கவில்லை. அது உண்மையா பொய்யா என்று அவர் விடாது புலம்பியபடியே கேட்டுக்கொண்டிருந்தார். அழுவதுபோல் அவர் குரல் கம்மியது பரிதாபமாக இருந்தது. அந்த உருவத்தை அவர் இடது கை ஆட்காட்டி விரலால் விட்டுவிட்டுச் சுட்டுபவராகவும், நிருபர்களின் முகங்களை மாறி மாறிப் பரிதாபமாகப் பார்ப்பவராகவும் இருந்தார். அவரது ஆட்காட்டி விரல் விறைத்தபடி இருந்தது. படபடக்கும் மார்பை வலது கை அழுத்திப் பிடித்துக் கொண்டிருந்தது.

வினாடிக்கு வினாடி அங்கு கூட்டம் சேர்ந்துகொண்டிருந்தது. காற்றுக்குத் தீப்பிடித்ததுபோல் அந்தப் பெருநகரம் முழுக்கச் செய்தி பரவத் தொடங்கிவிட்டது. மக்கள் பதறியடித்துக்கொண்டு முனிவர் சந்திப்பை நோக்கி ஓடி வந்துகொண்டிருந்தனர். வாகனங்கள் வந்த வேகம் விபத்துக்கள் பற்றிய சித்திரங்களை நினைவில் பளிச்சிட வைக்கக்கூடியவையாக இருந்தன. மோட்டார் சைக்கிள்களிலும் கார்களிலும் நிருபர்களும் புகைப்படக் கலைஞர்களும் பெரும்

பாய்ச்சலாக வந்துகொண்டிருந்தனர். அதற்குள் அவர்களுக்கு எப்படி மணத்துவிட்டது என்பது தெரியவில்லை.

ஐயா, அந்த அம்மணியைப் பார்ப்பதை விட்டுவிட்டு எங்கள் கேள்விகளுக்குக் கொஞ்சம் பதில் சொல்லுங்கள் ஐயா என்று பெரியவரைப் பார்த்துக் கேட்டுக்கொண்டிருந்தனர் நிருபர்கள். அந்த அதிசய மங்கையை முதலில் பார்த்தவரைக் கண்டுபிடிக்க முடிந்துவிட்டதில் மிகுந்த மகிழ்ச்சியும், அவர் ஏதாவது ஒரு காரணத்தைச் சொல்லிக் கலைந்துபோய்விடக் கூடாதே என்ற கவலையும் அவர்கள் மனங்களை ஆட்கொண்டிருந்தன.

சிறிதும் தளர்ச்சியின்றி மூங்கில் கழிபோல் செங்குத்தாக நின்ற அந்த முதியவருக்கு அந்த மாய உருவத்தைப் பற்றிச் சொல்லச் சொல்லச் சிறிது போதையேறி அவரது வர்ணிப்பில் சுயப்பிரக்ஞை இல்லாமலே கற்பனைகளின் தங்க ரேக்குகளும் மிகையின் அத்தர் வாசனையும் இடைகலந்து வரத் தொடங்கின. தன்னால் இவ்வளவு சுவாரசியமாக வர்ணிக்க முடிவதை உணர்ந்ததும் அவருக்குப் பெருமிதம் பொங்கிற்று. திக்குவாய்க்காரரான அந்த வயசாளி, தன் பால்யத்திலிருந்தே தன் மூச்சுடன் கலந்து போயிருந்த, அளவுக்கு அதிகமான வெட்க உணர்ச்சியுடன் பேசத் தொடங்கியவர்தான். சில நொடிகள் கேட்பவர் சங்கடப்படும்படி அவஸ்தைப்பட்டவருக்கு கிடுகிடுவென்று பேச்சு நிதானத்திற்கு வந்துவிட்டது. அந்த மகிழ்ச்சியில் தனது தன்னம்பிக்கை முனைப்பாக வெளியே தெரியும்படி அவர் பேசத் தொடங்கினார்.

என்ன இது? நிருபர்களும் புகைப்படக்காரர்களும் இப்படி வந்து குவிந்துகொண்டிருக்கிறார்கள்! மாயத்தோற்றத்தைக் கண்ணாரக் கண்டு புகைப்படங்களும் மாறி மாறி எடுப்பவர்கள் எதற்காக என்னை மொய்க்கிறார்கள்? அவர்கள் பார்ப்பதையும் மற்றொருவர் வர்ணிக்க வேண்டுமா என்ன? நான் இப்போது சொல்வதும் என் புகைப்படங்களும் நாளைக் காலை எல்லாப் பத்திரிகைகளிலும் வெளிவரப்போகின்றனவா?

கிழவரால் தன் இருப்பையோ சூழலையோ நம்ப முடியவில்லை.

நிருபர்கள் அவர்களின் தொழில் தந்திரப்படி அரும்பு விட்டுக் கொண்டிருந்த பெரியவரின் கற்பனைகளை நுட்பமான கேள்விகள் வழியாக இதழ் மலரச் செய்துகொண்டிருந்தனர். அவர்கள் உருவாக்க விரும்பும் ஸ்டோரியை அதிக அளவுக்கு அவர் வாய் வழியாகவே வரவழைக்க முடிந்துவிட்டது அவர்களுக்கு வெற்றிதானே! அந்தப் பிரபல நாளேட்டின் கண்ணாடி அணிந்திருந்த இளம் வயது நிருபர் – அவரை ஏன் சக நிருபர்கள் 'ஈகிள்' என்று அழைக்கிறார்கள் என்பது தெரியவில்லை – ஆங்கிலத்தில், இரண்டாவதோ அல்லது மூன்றாவதோ முறையாக, ஐயா, தாங்கள் முதலில் பார்க்கும்போது அந்தப் பெண்ணின் மார்புகள் மறைவற்றவையாகத்தான் காட்சி தந்தனவா எனக் கேட்டார். திடீரென்று முதியவருக்குத் தனக்கிருந்த ஆங்கில

மொழியில் பேசும், கேட்போரை வியக்க வைக்கும் பழைய திறன் நினைவுக்கு வந்தது. அவர் தன் தொண்டையைக் கனைத்தபடி, ஆங்கிலத்தில் பதில் சொன்னார்: அந்த மேடத்தின் வளமான மார்பு கள் எந்தக் காலத்திலேனும் ஒரு நூலிழையையேனும் பார்த்திருக்குமா என்பது சந்தேகமாகவே இருக்கிறது. இந்தப் பதிலில் நிருபர்கள் மிகுந்த மகிழ்ச்சி அடைந்தனர். அவர் ஆங்கிலத்தில் பேசியது நம்பகத் தன்மைக்கு அதிகப்படியான ஒரு சான்றாகவும் அவர்களுக்குத் தோன்றிற்று.

நடந்தது இதுதான்: உலக அளவில் அவர்களின் இருப்பிற்கு ஒரு நவீன அடையாளமாகத் துலங்குவது தலைநகரமாகிய அந்தப் பெருநகரம்தான் என்பதை அனைவரும் ஒப்புக்கொள்வர். அவர்கள் வாழ்க்கைக்கே ஒரு அடிப்படையை உருவாக்கித் தந்த பெருந்தகையின் சிலை எங்கு தனது உறுதியான இருப்பை ஸ்தாபித்துக்கொண்டிருக் கிறது என்பதை யாரும் யாருக்கும் நினைவூட்ட அவசியமும் இல்லை. நாகரிகத்தின் குறியீடாகவும் மக்களின் செயல்பாடுகளை மேற் பார்வையிடுபவராகவும் அவர் வீற்றிருக்கும் அந்த இடத்தை என்ன பெயர் சொல்லி அம்மக்கள் அழைத்து வருகிறார்கள் என்பதும் சொல்லித் தெரிய வேண்டியதல்ல. அவர் கம்பீரமாக வடதிசையை நோக்கி அமர்ந்திருப்பது மக்களின் மனங்களிலிருந்து என்றும் மறையாத ஒரு காட்சி அல்லவா? அவருடைய இருப்புக்குப் பின்னால் தெற்கே பார்த்தபடி நான்கு மணிக்கு சரியாகச் சொல்லப்போனால் 3.58க்கு அந்த அதிசயம் தோற்றம் கொண்டது.

அந்தப் பேரழகி ஐரோப்பிய நாடுகளைச் சேர்ந்த அரச வம்சங் களில் உதித்த இளவரசி போலவே காணப்பட்டாள். அந்த மாதரசி யின் சாயலையொத்த பல பேரழகிகளைத் தடிமன் ஓவியப் புத்தகங் களில் நூல் நிலையத்தில் தான் பார்த்திருப்பதாக அந்த முதியவர் நிருபர்களிடம் சொன்னார். அவளுக்கு இறுகிய சதைப்பற்றுக் கொண்ட நீண்ட கழுத்து. ஆண்மையின் திரட்சியையொத்த திரண்ட தோள்கள். லகரியில் சொருகி மயங்கி மீளும் கண்கள். இமைகள் தாழ்ந்து கண்மணிகளை மூடும் அசைவில் பறவையின் சிறகுகள் விரிவதுபோல் தோன்றுவது மனதை அள்ளிக்கொண்டுபோகிறது. பற்களின் நுனிகளில் மாலை வெயில் பட்டு வெண்மை தெறிக்கிறது.

அவள் முழுமையான நிர்வாணிதான் என்பது எல்லா மனங்களி லும் பட்டது. மிகுந்த விட்டம் கொண்ட அந்த அலங்கார ஸ்தூபிக் குள் அவள் தன் இடுப்பு மறைய நின்றுகொண்டிருக்கிறாள். அவளு டைய வெட்கம் அந்த அளவுக்குத்தான் அவளுக்குச் சுதந்திரம் அளித்திருந்தது போலிருக்கிறது.

ஆண்டவரே, அவளுடைய ஸ்தனங்கள்! படைப்பு தன் சிகரத்தைக் கண்ட வெற்றியில் கெக்கலித்துக்கொண்டிருக்கிறது. அவற்றின் எடுப்பு. திடத்தன்மை. ரோஜாவின் நிறத்தையொத்த, கழுத்திலிருந்து வழுக்கிக் கொண்டிறங்கும் சருமம்தான் அவற்றைத் தூக்கி நிறுத்திக்கொண்டிருக்

கிறது. வாடாமல்லிப் பூக்களையொத்த முலைக் காம்புகள் விரல் நுனிகளின் ஸ்பரிசத்தைத் தேடி மேல் நோக்கித் துடித்துக்கொண்டிருக்கின்றன.

காட்சிப் படிமம் மேலெழுந்த சில நொடிகளுக்குள்ளேயே முனிவர் சந்திப்பில் திரளத் தொடங்கிய கூட்டம் கணத்திற்குக் கணம் தடித்துக்கொண்டேவந்தது. அதன் அடர்த்தி அகலத்தில் புடைக்க இடமின்றி கணத்துக்குக் கணம் நீண்டு பின்னகர்ந்து போயிற்று. பின் பக்கம் தேங்கிக்கொண்டிருந்தவர்களுக்கு அந்த மோகன வடிவம் பார்வையில் படாமல் போனபோது அவர்கள் முண்டியடித்து முன்பக்கம் வரத் தொடங்கினர். பின்னாலிருப்பவரை முன்னால் விடுவது என்பது, தான் பின்னகர்ந்து போவதுதானே? கூட்டத்தின் மோசமான மோதலில் சிற்றலைகள் உருவாகிக்கொண்டிருந்தன. கூட்டம் நெரிசலில் தட்டழிந்து சாக்கடைகளில் சரியத் தொடங்கிய போது படபடவென்று பாதங்கள் கடைப்படிகளைப் பிடித்துக் கொள்ளத் தொடங்கின. பாதங்களின் அடைசல் பூர்ணமானதும் கடைத் திண்ணைகள் தலைகள் மயமாகத் தெரியத் தொடங்கின.

முனிவர் சந்திப்புக்குக் காவல் படையினர் வரத் தொடங்கியிருந்தனர். கம்பி வலை போட்ட கரிய வேன்கள் வரிசையாக வந்துகொண்டிருந்தன. கூட்டத்தின் வாலுக்கு வெகுவாகப் பின்னால் வண்டிகள் வரிசையாக ஓரங்கட்டப்பட்டன. அப்போது விவேகமான ஒரு காரியத்தைச் செய்வதாகத்தான் காவலர்கள் நினைத்துக்கொண்டிருந்தனர். ஆனால் சிறிது நேரத்திலேயே எல்லா வாகனங்களையும் சிறுமைப்படுத்துவதுபோல் கூட்டம் தன்னுள் அவற்றை இடுக்கியபடி மேலும் தடித்துக்கொண்டு போயிற்று. ஒரு அவசரத்திற்குக்கூட நகர்த்த முடியாதவையாக அவை சிறைபட்டுக் கிடந்தன. அவற்றின் கதவுகளைத் திறப்பதுகூடச் சாத்தியமில்லை. இருப்பினும் வண்டிக்குள் மாட்டிக்கொண்டிருந்த காவல் படையினர் தங்கள் ரேடியோக் கருவிகள் மூலம் சகல காவல் நிலையங்களுக்கும் உயர் அதிகாரிகளுக்கும் இடைவிடாமலும் சிறிது உணர்ச்சி வயப்பட்டும் செய்திகளைத் தெரிவித்துக்கொண்டிருந்தனர். வண்டிக்குள் சிக்காமல் தப்பிய காவல் படையினர் கடை கடையாக நெரிசலூடே நுழைய முயன்றதில் கசங்கிக் கேவலப்பட்டுக் கடைகளை உடனடியாகச் சாத்தச் சொல்லி வரிசையாகக் கேட்டுக்கொண்டுவந்தனர். ஜனம் மதங்கழன்று சூறையாடத் தொடங்கிவிட்டால் தங்களால் பாதுகாப்புத் தர இயலாது என அவர்கள் கடைக்காரர்களை எச்சரிக்கை செய்தனர்.

பெருநகரமே காலியாகிவிடும் அளவுக்கு அங்கு மக்கள் கூட்டம் சாய்ந்துகொண்டிருந்தது. மாணவர்கள், ஜேப்படித் திருடர்கள், ஆசிரியர்கள், திரைப்படத் துறையினர், எத்துவாளிகள், அரசியல் வாதிகள், குண்டர்கள், சாமியார்கள், வியாபாரிகள், முடிச்சுமாறிகள் எழுத்தாளர்கள், வேசிகள், ஓவியர்கள், தொழிலாளர்கள், மாணவிகள், சகல ஊடகங்களையும் சேர்ந்த பணியாளர்கள் . . . யார்தான் அங்கில்லை? அரசாங்க ஊழியர்களுக்குத்தான் பணிநேரம் முடிந்தும்

பணி முடிந்திருக்கவில்லை. இருப்பினும் அவர்களும் பாக்கிக் கழுத்தறுப்பை மறுநாளைக்கு மாற்றி வைத்து, கோப்புகளைச் சிவப்பு நாடாவால் சுருக்குப்போட்டுக் கட்டிவிட்டு விரைந்து வெளியேறத் தொடங்கினர். காலியாகிவிட்ட விடுதிகள் இருட்கிடங்கில் ஆழ்ந்து கிடந்தன. திரையரங்குகளில் சீட்டுத் தருவதற்கு ஜன்னல்களைத் திறக்க வேண்டிய அவசியம் ஏற்படவில்லை.

பார்க்கப் பார்க்க அந்த சொரூபம் ஒரு பிரமைதானோ என்ற சந்தேகம் பலர் மனங்களிலும் முளைத்து வலுப்பட்டுவந்தது. திடத் தன்மையற்ற ஆவியும், ஒளியும், மேகமும், நறுமணங்களும், தென்றலும், நீரும் இணைந்து இயற்கையில் நிகழ்ந்த ரசாயன மாற்றத்தில் இந்த மாயத் தோற்றம் உறைந்துவிட்டதோ என்று அவர்கள் சந்தேகம் கொண்டனர். இந்த சந்தேகம் அடக்கி வைத்துக்கொள்ள முடியாத மனஅரிப்பானபோது சிறிய பேச்சுக்களாக வெளிப்படத் தொடங்கியது. இந்தப் பேச்சுப் பரவத் தொடங்கியதும் அவர்கள் சொன்னவற்றை ஏற்றுக்கொள்ளாதவர்கள் அவர்களுக்குக் கத்திப் பதில் சொல்லத் தொடங்கினர். ஜடம் கண்ணைக் கொட்டுமா என்று அவர்கள் கேட்டார்கள். அந்தக் கேள்வியிலும் உண்மை இருந்தது. அந்த அழகு சொரூபம் – அதிக இடைவெளி விட்டேனும் – கண்களைக் கொட்டத்தான் செய்தது. அது மட்டுமல்ல, கூர்ந்து கவனித்தால் அந்த பிம்பம் சிறு புன்னகை பூத்துக்கொண்டிருப்பதையும் உணர முடிந்தது. மாறி மாறி வாதங்கள் வெடித்துக் கூட்டத்தினர் வெறியேறிக் கத்தத் தொடங்கியபோது சலசலப்புத் தோன்றிற்று. எந்த நிமிடத்திலும் அந்தச் சலசலப்பு கைகலப்பாக மாறலாம் என்ற செய்தி வெட்டவெளியில் அச்சுறுத்துவதுபோல் பரவிற்று.

ஆனால் அந்த மோகினியின் முகத்தில் சதா தங்கி நிற்கும் வியப்புணர்ச்சிக்கு யாராலும் விளக்கம் தர இயலவில்லை. அங்குக் கூடியிருந்தவர்களில் புகழ்பெற்ற உளவியல் அறிஞரும் ஒருவர். அவர் தன்னைச் சுற்றியிருந்த மாணவர்களிடமும் மாணவிகளிடமும் தான் சொல்லவிருப்பது தனது அனுமானம்தான் என்ற பீடிகையுடன் ஒரு விளக்கம் தர முற்பட்டார்: அந்த மாதரசி இதுபோன்ற மக்கள் கடலை இதற்கு முன் பார்த்தவராக இல்லாமல் இருக்கலாம். அந்தத் திரளில் ஒவ்வொருவரும் கண்ணிமைக்காமல் தனது மார்பகங்களையே பார்த்துக்கொண்டிருப்பது அந்த அம்மையாருக்குப் புரியாத புதிராக இருக்கலாம். எல்லோர் முகங்களிலும் ஏன் பரவசம் வழிந்தபடியிருக்க வேண்டும் என்பது அந்த மங்கைக்கு மிகப் பெரிய கேள்வியாகி அது பூதாகாரமாக வளர்ந்துகொண்டிருக்கலாம். இவற்றை மனதில் கொண்டு இந்த மக்கள் எல்லோரும் முதன் முதலாக இப்போதுதான் ஸ்தனங்களைப் பார்க்கிறார்கள் என்ற தவறான முடிவுக்கு அவள் வந்திருக்கலாம். அந்தச் சீமாட்டியின் மனதில் என்னென்ன எண்ணங்கள் ஓடுகின்றன என்பதை யாராலும் துல்லியமாகச் சொல்ல முடியாது என்று தன் பேச்சை முடித்தார் அந்தப் பேராசிரியர்.

நாளிதழ்கள், வார இதழ்கள், வாரத்திற்கு மும்முறை இதழ்கள் போன்றவற்றின் அலுவலகங்களில் மிகுந்த பரபரப்பு ஏற்பட்டு நிமிடத்திற்கு நிமிடம் அங்குப் பதற்றம் கூடிக்கொண்டேபோயிற்று. தொலைபேசிகள் இடைவிடாது இயங்கிக்கொண்டிருந்தன. தேவையான இணைப்புகளைத் தராமல் தொலைபேசிகள் படுத்தத் தொடங்கியபோது பொறுமையிழந்த பணியாளர்கள் ரிஸீவரை வைக்கும் சாக்கில் தொலைபேசியின் தலையை முரட்டுத்தனமாக மோதினார்கள். அந்தப் பெருநகரத்தில் இருந்த அத்தனை எண்களுக் கும் ஏக காலத்தில் இணைப்புகள் கேட்டால் தொலைபேசிகள்தான் என்ன செய்ய முடியும்? நேரமோ ஒளியின் இயக்கத்தைத் தழுவிப் பாய்ந்து செல்கிறது. சகல இதழ்களின் நிருபர்களும் இன்னும் அரை மணி நேரத்திற்குள் – அல்லது அதிகபட்சம் நாற்பது நிமிடங் களுக்குள் – தம் தம் ஸ்டோரிகளை ஆசிரியர்கள் மேஜைக்கு அனுப்பி யாக வேண்டும். அவர்கள் அதைப் படித்து ஓ.கே. சொல்ல வேண்டும். இல்லாதவரையிலும் திருத்தங்கள் செய்துதர வேண்டியிருக்கும். ரசம் ஊறியது காணாதென்று ஆசிரியர்களுக்குத் தோன்றிவிட்டால் மீண்டும் முழுமையாகவே எழுதும்படி ஆகிவிடும்.

ஆசிரியர்களுக்கு இதுபோன்ற ஒரு நாள் விடிந்ததேயில்லை. அவர்களுடைய மூளைகள் கொதித்துக்கொண்டிருந்தன. வரலாற்றில் எங்கும் நிகழ்ந்திராத அதிசயம் நம் பெருநகரத்தைத் தேடி வந்திருக் கிறது. கண்களால் அதனைக் கண்டுகளிக்கக் கொடுத்து வைத்திருக் கிறார்கள் மக்கள். நாளை உலக இதழ்கள் அனைத்திலும் வெளிவரப் போகிறது இச்செய்தி. அதனைச் சிறப்பாகப் பயன்படுத்திக்கொள்வது ஒரு ஆசிரியரின் திறனைப் பொறுத்தது; கற்பனையைப் பொறுத்தது. வாய்ப்பு வாசலில் வந்து நிற்கிறது.

மார்புகள் பெரிய விஷயமில்லை. ஆனால் அவற்றின் இருப்பும் மறைவின்மையும்! அந்த அபூர்வ நிலைதான் ரத்தத்தைச் சூடேற்று கிறது. ஆக அதுதான் ஸ்டோரியின் மையம். இதில் நிருபர்களுக்குள் கருத்து வேற்றுமை இல்லை. எப்போது மறைவின்மை மையம் கொண்டுவிட்டதோ அப்போதே அந்த ஸ்டோரிக்குக் காட்சிப் படிமம் எழுத்தைவிட முக்கியமாகிவிடுகிறது. ஆனால் இந்தப் பார்வை யில் நிருபர்களுக்குள் கருத்து வேற்றுமை இருந்தது. ரசம் ஊட்டுவதில் காட்சிப் படிமம் முக்கியம் என்றாலும் எழுத்துத்தான் அதிக ரசத்தை உறிஞ்சும் திறன் கொண்டது என்று அவர்கள் அன்றாடம் சந்திக்கும் பாரில் விவேகமான சில நிருபர்கள் வாதிட்டிருக்கிறார்கள். உடலுறவின் சகல அம்மண இயற்கைகளையும் சகல அம்மணப் பிறழ்வுகளையும் பச்சையாகச் சித்தரிக்கும் புகைப்படத் தொகுப்புக்களைவிடவும் இடுக்குகளில் கற்பனைத் திறன் கொழிக்கும் போர்னோக்கள் ஏன் அதிக அளவில் விற்கின்றன என்று அவர்கள் கேட்டதற்கு யாராலும் பதில் சொல்ல முடியவில்லை.

இந்தக் கோட்பாடுகளை எல்லாம் கரைத்துக் குடித்தவர்கள்தான் ஆசிரியர்களும். ஏனோ அன்று அவர்கள் புகைப்படங்களைப்

பார்ப்பதில் வெறித்தனமான அவசரம் காட்டினார்கள். பணியமுத்தத் தால் அவர்களுக்கு நகர முடியாமலாகிவிட்டது. மங்கையைக் கண்டு களிக்க வேண்டும் என்ற துடிப்பு அவர்களுக்கும் இருக்கத்தானே செய்யும் என்று நிருபர்கள் தங்களுக்குள் கேலி பேசிக்கொண்டனர்.

கூட்டத்தினரிடையே பெரும் குழப்பம் உருவாகியிருக்கிறது என்றும் அந்தக் குழப்பம் துப்பாக்கிச் சூடு வரையிலும்கூடப் போகலாம் என்றும் செய்தி கிடைக்கவே எல்லா இதழ்களிலிருந்தும் நிருபர்கள் தங்கள் மோட்டார் சைக்கிள்களில் சம்பவ இடத்திற்கு மீண்டும் பாய்ந்து சென்றனர்.

தொடர்ந்து அந்த மாய உருவத்தையே பார்த்துக்கொண்டிருந்தவர் களின் மனங்களில் அந்தப் பெண்பிறப்பு மீது தன்னுணர்வின்றியே அன்பு சொட்டுச் சொட்டாகத் தேங்கத் தொடங்கியிருந்தது. ஆடை அணிதல் பற்றிய அந்தச் சகோதரியின் கொள்கை சிறிது வேறுபட்ட தாக இருக்கலாம். இருந்தாலும் பூமிப்பந்தின் எந்த இடத்தையும் மதியாது நேராக நம்மைத் தேடி வந்திருக்கும் பெண்ணரசி அவள். அதை நாம் மதித்துத்தானே ஆகவேண்டும்? தோன்றிய கணத்தி லிருந்து அந்தப் பெண்மையின் முகவிலாசத்தில் உறைந்திருக்கும் புன்னகைக்கு உங்களை நான் நேசிக்கிறேன் என்ற பொருளன்றி வேறென்ன கூற முடியும்? அவளை நோக்கி நமது பண்புக்கு உகந்த சொற்களைத் தெரிவு செய்து பலரும் – முக்கியமாக இளைஞர்கள் – அவளிடம் சில கேள்விகளைக் கேட்டார்கள். அவளுக்குப் புரியும் மொழி எதுவாக இருப்பினும் அதையும் கற்றுத் தேர்ந்தவர்கள் அந்தப் பெருங்கூட்டத்தில் சிலரேனும் இருந்ததில் ஆச்சரியப்பட என்ன இருக்கிறது? ஆனால் அந்த மங்கை எந்தக் கேள்விக்கும் பதில் சொல்லாமலும் முகத்தில் எளிய பாவபேதங்களைக்கூடக் காட்டாமலும் இருந்தது அன்பு செய்வோரை அலட்சியம் செய்வது என்பதாகக் கூட்டத்தினர் புரிந்துகொண்டதைத் தவறு என்று எப்படிச் சொல்ல முடியும்? பொறுமையிழந்த கூட்டத்தினர் முரட்டுத் தனமான கேள்விகளைக் கேட்கத் தொடங்கினர். சொல்லவோ எழுதவோ இயலாத மிக ஆபாசமான சொற்களில் அவளைக் கேலி செய்யவும், தளிர் போன்ற அவளது மென்மையான மனதைப் புண்படுத்தவும் தொடங்கிவிட்டார்கள். ஆபாசச் சொற்களை மேலும் தோண்டி ஆபாசமாக்குவதில் கற்பனைத் திறன்கொண்டவர் களிடையே ஒரு போட்டா போட்டி ஏற்பட்டுவிட்டதைத் துரதிருஷ் டம் என்றுதான் சொல்ல வேண்டும்.

ஈகிளின் அலுவலகத்தில் ஓர் உதவியாசிரியர் நிருபரிடம் மக்கள் எழுப்பிய கேள்விகளைத் தரும்படி கேட்டபோது நிருபர் அவரிடம் ஒரு கத்தைக் காகிதத்தை எடுத்துத் தந்தார். ஆணித்தரமான கேள்வி கள் என்றாலும் அவற்றை அப்படியே வெளியிட்டால் அச்சேற்றும் காகிதம் அழுகத் தொடங்கிவிடும் என்று தோன்றியதால் உதவியாசிரி யர் ஆசிரியரிடம் கத்தையை எடுத்துச் சென்றார். ஆசிரியர் புரட்டிப் பார்த்துவிட்டு, ஆபத்தானது; தந்திரமாகப் பயன்படுத்த வேண்டுமென்று

தனக்குத்தானே சொல்லிக்கொண்டார். திடீரென்று தன் நினைவுக்கு வந்ததுபோல் அவர் ஏன் புகைப்படங்கள் இன்னும் என் மேஜைக்கு வந்து சேரவில்லையென்று கத்தத் தொடங்கினார்.

ஈகிள் தன் மனதைக் குடைந்துகொண்டிருந்த அரிப்பை உதவியா சிரியரிடம் சொன்னார். போலீஸ் குறுக்கீடு இருக்குமோ என்ற தனது சந்தேகம் அடங்குவதாக இல்லை என்றார் அவர். ஏன் என்று கேட்டார் உதவியாசிரியர். முனிவர் சந்திப்புச் செய்தியை தொலைக்காட்சிகளின் இரவுச் செய்தியில் ஒளிபரப்பவில்லை என்று சொன்ன ஈகிளின் முகம் இறுகிப்போயிருந்தது. விஷயத்தை விசாரித்துத் தெரிந்துகொள்ள வேண்டியதுதானே என்றார் உதவியாசிரியர். தொனி குற்றம் சாட்டுவதுபோல் இருந்தது. செய்தி வந்ததால்தான் சொல்கிறேன் சார் என்றார் ஈகிள். ஒளிபரப்பவில்லையா? ஏன், என்னாயிற்று என்று தனக்குத் தானே கத்தியபடி அந்தச் செய்தியைத் தெரிவிக்க அவர் ஆசிரியர் அறையை நோக்கி ஓடினார்.

ஈகிள் புகைப்படங்கள் கழுவும் அறையை நோக்கி நகர்ந்தார். போகிற வழியில் சந்திக்க நேர்ந்த சக அலுவலர்களைப் பார்த்து சம்பிரதாய விசாரிப்புகள் செய்துகொண்டே போனார். அலுவலகம் முழுக்கத் தொலைக்காட்சியில் முனிவர் சந்திப்புச் செய்தி காட்டப் படவில்லை என்பது ஒரே பேச்சாக இருந்தது. தொலைக்காட்சிகள் விற்பனை செய்யும் கடைகளின் முன்பெல்லாம் தெருவடைக்கக் கூட்டம் காத்துக் கிடந்தது என்று அவர்கள் சொன்னபோது, எல்லோரும் நேரில் பார்த்துத் தொலைத்தவர்கள்தானே என்று பொறுமை இல்லாமல் சொன்னார் ஈகிள். சரிதான் சார், ஆனால் தொலைக்காட்சியில் ஒரே நேரத்தில் பல கோணங்களில் பார்க்க ஒரு சந்தர்ப்பம் கிடைக்கிறதல்லவா? ஒருபோதும் ஜனங்களை முட்டாள்கள் என்று மட்டும் நினைக்காதீர்கள் சார் என்று உபதேச மும் அளித்தார் ஒருவர். மற்றொரு நிருபர், ஈகிளுடன் மனநெருக்கம் கொண்டிருந்தவர், அவர் காதில், சார், போலீஸ் குறுக்கீடு என்ற புரளியை டிவிக்காரர்கள் திட்டமிட்டுக் கிளப்பிவிட்டிருக்கிறார் கள், அதை நான் நம்பவில்லை என்றார். தொடர்ந்து, உங்களுக்குத் தெரியுமா சார், நம் புகைப்படக்காரர்களும் முனிவர் சந்திப்புக்கு மீண்டும் கிளம்பிப் போயிருக்கிறார்கள் என்றார். ஏன் என்று முகபாவனையில் கேட்டார் ஈகிள். ஏதோ டெக்னிக்கல் பிரச்னை என்கிறார்கள், நிச்சயமாகத் தெரியவில்லை என்றார் அந்த நண்பர்.

ஆசிரியர் குழுக் கூட்டம் ஆசிரியரின் அறையில் நடந்துகொண் டிருந்தது. போலீஸ் நெருக்கடியிருந்தாலும் ஸ்டோரியையும் புகைப் படத்தையும் பெரிய அளவில் முன் பக்கத்திலேயே வெளியிடுவது என்று நீண்ட விவாதத்திற்குப் பின் அவர்கள் தீர்மானித்தனர். இதழாசிரியர்களுக்குரிய தர்மங்களையும் நினைவுகூர்ந்து புதுப்பித்துக் கொள்ள ஒரு சந்தர்ப்பத்தை அவசரக்கூட்டம் அவர்களுக்கு ஏற் படுத்தித் தந்தது. செய்தியிதழ்களுக்குரிய அடிப்படை உரிமையை

அவர்கள் விட்டுத்தர முடியுமா? செய்திகளை மறைக்காமல் உடனுக்குடன் தருவதுதானே இதழ்களின் சமூகப் பொறுப்பு?

ஈகிள் புகைப்படங்களைக் கழுவும் அறைக்குச் சென்றபோது அங்கு யாருமில்லை. லாப் அறையின் கதவுகள் ஒருக்களித்திருந்தன. எல்லோரும் அலுவலகக் காரை எடுத்துக்கொண்டு விரைந்திருக்கிறார்கள். ஈகிள் விரைவாகச் சென்று ஆசிரியரிடம் விஷயத்தைச் சொன்னார். அவர் மௌனமாகத் தன் அறையின் கண்ணாடி ஜன்னல் வழியாக வெளியே பார்த்தபடி, இந்த அடைமழையில் அவர்கள் முனிவர் சந்திப்புக்குப் போய்ச் சேர முடியுமா? என்றார். ஈகிள் மௌனமாக இருந்தார்.

ஈகிள் அறையை விட்டு வெளியே வந்து தெருவைப் பார்த்தபோது தான் அவருக்கு மழையின் உக்கிரம் தெரிந்தது. நாலைந்து மணிநேரம் இப்படி மழை பெய்தால் பெருநகரத்தின் நெடுஞ்சாலைகளில்கூடத் தோணியில்தான் போக வேண்டியிருக்கும். ஈகிளுக்கு என்ன செய்வதென்று தெரியவில்லை. மனம் ஏனோ பதைபதைத்துக் கொண்டிருந்தது. அவர் மேல்மாடியை நோக்கிச் சென்றார். ஐந்தாவது மாடிக்குச் சென்று ஜன்னல் வழியாகத் தெருவைப் பார்த்தார். தெருவில் மனித நடமாட்டம் முற்றிலுமாக நின்றுபோய்விட்டிருந்தது. ஓட்டிச் செல்ல முடியாமல் போனதாக இருக்கலாம். ஓரங்கட்டி நிறுத்தப்பட்ட கார்கள் வரிசையாக மழையில் ஊறிக் கூசிக்குறுகி நின்றுகொண்டிருந்தன. ஈகிள் தன் செல்போன் வழியாகத் தன் அலுவலகப் புகைப்பட நண்பர்களைத் தொடர்புகொள்ள முயன்றார். இணைப்புக் கிடைக்கவில்லை. பிற ஊடகங்களில் பணியாற்றும் தன் நண்பர்களை மாறி மாறி அழைத்துப் பார்த்தார். எந்தத் தொடர்பும் கிடைக்கவில்லை. திடீரென்று ஜன்னலை இருள் கவ்விற்று. மின்சாரம் துண்டித்துக்கொண்டுவிட்டது. அவர் அங்கேயே ஏணிப் படியில் உட்கார்ந்துகொண்டார். தன்னைச் சிறிது ஆசுவாசப்படுத்திக் கொள்ள வேண்டிய அவசியம் இருப்பதாக அவருக்குப் பட்டது.

சிறிது இடைவெளிக்குப் பின் அவருடைய செல்போன் கிணுகிணுத்தது. காரில் தாங்கள் போகும் வழியில் பெருநகரச் செய்தி இதழ்களின் புகைப்படக்காரர்கள் பலரையும் பார்க்க முடிவதாக புகைப்படக்காரர்கள் சொன்னார்கள். ஏன் என்றார் ஈகிள். நமக்கு ஏற்பட்ட டெக்னிக்கல் பிரச்னை அவர்களுக்கும் ஏற்பட்டிருக்குமோ என்ற சந்தேகம் வருகிறது சார் என்று பதில் வந்தது. நம் பிரச்னை என்ன என்று கேட்டார் ஈகிள். தயவு செய்து இப்போது கேட்காதீர்கள் சார், இன்னும் ஒரு நிமிஷத்தில் பிரச்னை தீர்ந்துவிடும், முனிவர் சந்திப்பை நெருங்கிவிட்டோம் என்று பதில் வந்தது. அப்படியென்றால் . . . என்று ஈகிள் தொடர்ந்து பேச முயன்றபோது தொடர்பு அறுந்துவிட்டது. தொடர்பு அறுபட்டது அல்ல என்றும் முறிக்கப் பட்டது என்றும் அவருக்குச் சந்தேகம் தட்டிற்று.

ஈகிள் ஏணிப்படிக் கைப்பிடியில் தன் கையை வழுக்கவிட்டவாறே படிகளில் பாதங்களைத் தேய்த்து இறங்கினார். முதல் தளத்தை

நெருங்கிக்கொண்டிருந்தபோது ஆசிரியரின் கத்தல் கேட்டது. தாங்க முடியாத களைப்பு ஏற்பட்ட பின்பும் நிறுத்தத் தெரியாமல் கத்திக் கொண்டிருப்பது அவரது சுபாவம். அப்போது ஈகிளின் செல்லில் மீண்டும் அழைப்பு வந்தது. குரல் பதற்றமாக இருந்தது.. சார், சார் என்று கத்தல் வந்தது. சொல்லப்பா என்றார் ஈகிள். முனிவர் சந்திப்புத் தோற்றம் மறைந்துவிட்டது. ஒன்றுமே இல்லை சார் இங்கு என்றார் புகைப்படக்காரர். மறைந்துவிட்டதா, எப்போது எப்படி என்று கத்தினார் ஈகிள். சார் இங்கு யாருமில்லை. ஒரு பைத்தியம் மட்டும் மழையில் உட்கார்ந்து அழுதுகொண்டிருக்கிறது. அதற்கு மேல் செல் கரகரத்து எதுவும் கேட்காமல் நின்றுவிட்டது.

நல்ல வேளை ஜெனரேட்டர் இயங்கத் தொடங்கிவிட்டது. ஈகிள் புகைப்பட அறையைப் பார்க்கச் சென்றார். அறைக்குள் நுழைந்ததும் சுற்றுமுற்றும் பார்த்தார். நீண்ட மேஜையில் பல புகைப்படங்கள் சிதறிக் கிடந்தன. ஒரு படத்தை எடுத்துப் பார்த்தார். படம் துல்லியமாக இருந்தது. ஆனால் படத்தில் அந்த மங்கையின் மார்புகளைக் காணவில்லை. பரபரப்புடன் கிண்டியபடி ஒவ்வொரு படமாக எடுத்துப் பார்த்தார். எந்தப் படத்திலும் மங்கைக்கு மார்புகள் இல்லை. அவர் பதறியடித்துக்கொண்டு ஆசிரியர் அறையை நோக்கி விரைந்தார்.

மே 2004 கலிஃபோர்னியா

காலச்சுவடு, ஆகஸ்ட் 2004

கூடிவந்த கணங்கள்

நான் என் அமெரிக்க நண்பன் மார்ட்டினுடன் அவனுடைய நண்பன் விக்டர் வீட்டிற்குப் போவது என்றாகிவிட்டது. உள்ளூர எனக்கு விருப்பமில்லை. நண்பனின் பிரியமான வற்புறுத்தலுக்கு விட்டுத் தந்ததாக மனச்சமாதானம் செய்துகொண்டேன். மார்ட்டின் என்னைத் தொலைபேசியில் வரும்படி அழைத்தபோது, மார்ட்டின், எனக்கு உன் நண்பனைத் தெரியாதே என்றுதான் சொன்னேன். அந்தத் தயக்கமே உனக்கு வேண்டாம். விக்டரிடம் சொல்லியும் ஆயிற்று. அவனுக்கு நீ வருவதில் மிகுந்த மகிழ்ச்சி என்ற மார்ட்டின், வா சேர்ந்து போகலாம் என்று சொல்லிவிட்டுப் பேச்சை அவசரமாக முடித்துக் கொண்டுவிட்டான்.

கலிஃபோர்னியாவில் எல் கெமினோவில் நானும் மார்ட்டினும் பக்கம் பக்கம் இருந்தோம். ஜிம்மில் சந்தித்தது. அவனுடைய ருசிகளும் என்னுடைய ருசிகளும் வடக்கும் தெற்குமாகப் போகிறவை. இருந்தாலும் நாள்பட நன்றாகவே ஒட்டிக்கொண்டுவிட்டோம். இருவருக்கும் நடுவில் நீசத்தனமான சுதந்திரம் உருவாகிவிட்டிருந்தது.

அவன் காரில் நான் ஏறிக்கொண்டதும், மார்ட்டின், விக்டர் வீடு போக எவ்வளவு நேரமாகும் என்று கேட்டேன். விக்டர் வாட்ஸன்வில்லில் இருக்கிறான். மிஞ்சிப்போனால் அரைமணி நேரம். அங்கு உனக்கு ஒரு அதிசயம் காத்திருக்கிறது என்றான். என் பிற்கால மனைவியைச் சந்திக்க அங்கு வாய்ப்பிருக்கிறதா என்று கேட்டேன். மார்ட்டின் கழுத்தைப் பின் பக்கம் வளைத்து அவன் வழக்கப்படி காரின் கூரையைப் பார்த்தபடி பெரிதாகச் சிரித்தான்.

விக்டரின் வீடு ஆடம்பரமானதல்ல என்பது முதல் பார்வையிலேயே தெரிந்தது எனக்கு ஆசுவாசமாக இருந்தது. பெரிய வீடுகளின் உள்வெளிகளுக்கு நான் கொஞ்சமாக இருப்பதாகத் தோன்றும் கஷ்டம் இங்கில்லை என்ற ஆசுவாசம் அடைந்தேன். விக்டர் நாற்பது வயது முகமும் ஆறரையடியுமாக போர்ட்டிக்கோ வளைவில்

தலையை உரசப் போவதுபோல் நின்றுகொண்டிருந்தான். மார்ட்டின் அவனைக் கண்டதும் கார் நிற்பதற்கு முன்பே அவனது பின்னந் தலையை சீட்டில் மோதியபடி அட்டகாசமாகச் சிரித்தான். என்னைப் பார்த்து, உன்னைப்போல் அவனும் ஒரு நட்ஸ் என்றான். கார் போர்ட்டிக்கோவில் நுழைந்ததும் விக்டர் என் பக்கக் கதவைத் திறந்து நான் இறங்கியதும் அவனுடைய மொத்த சந்தோஷமும் என் கை வழியாக என் உடம்பில் பரவும்படி கை குலுக்கினான்.

முதலில் சிறிது நேரம் வரவேற்பறையில் பேசிக்கொண்டிருந்தோம். மார்ட்டினுக்கு நேர்மாறாக மிக மென்மையான குரலில் வார்த்தைகளுக்கு வலிக்காமல் பேசுகிறவன் விக்டர். பூமி அதிராமல் நடந்து, சோபா கசங்காமல் அமர்ந்துகொள்ளக்கூடியவன் என்பதையும் சில நொடிகளிலேயே உணர்ந்துகொண்டேன். மனதிற்குள் விக்டரின் மனைவி வரவேற்பறைக்கு வருவாள் என்ற எதிர்பார்ப்புடன் சுற்று முற்றும் பார்த்துக்கொண்டிருந்தேன். வரும் வழியிலேயே அந்த எண்ணம் வந்து அடிக்கடி மேலெழும் விசாரமாகி இருந்தது. இனி அவள் காட்சி தருவதுவரையிலும் அது மனதைக் குடையும் ஒரு புதிராகத் தொடரும். ஒரு முகம், அதிலும் ஒரு பெண் முகம் என்றால் காத்திருப்பு ஏன் இவ்வளவு பரபரப்பைத் தருகிறது? அவள் வெளிப்படும்போது இதுவரையிலும் பார்க்கக் கிடைத்திராத ஒரு புது வகையில் தோற்றம் தந்து, அதன் பின் சில நிமிஷங்களிலேயே காலங்காலமாக இங்கு நிலைத்து நிற்கும் ஒரு வகையாகத் தன்னை ஸ்தாபித்துகொண்டுவிடுவது, முன் அனுபவம் சார்ந்து வேறு மனைவிகளின் வெளிப்பாடுகள் மூலம் ஆச்சரியங்களின் ஒரு பகுதியாகத்தான் எனக்கு எப்போதும் இருக்கிறது.

சுற்றிவர ஆற அமரப் பார்த்தேன். ஆவல் மிகுந்த என் பார்வை மார்ட்டினுக்கு சந்தோஷத்தையும் விக்டருக்கு எதிர்பார்ப்பையும் தருவதை என் மன அதிர்வே உணர்த்துவதுபோல் தோன்றியது. ரொம்பவும் அற்புதமாக இருக்கிறது என்று வாய்விட்டுச் சொன்னேன். விக்டரின் மனம் குளிர்ந்தது அவன் புன்னகையில் வெளிப்பட்டது. எல்லாம் என் தாத்தா சேர்த்தவை. என் அப்பா அதில் ஒன்றைக்கூட விற்கவில்லை. நானும் அப்படித்தான் என்றான் விக்டர்.

அவ்வளவும் முற்பட்ட நூற்றாண்டுகளைச் சேர்ந்த பொருட்கள். ஓவியங்கள், அலங்காரப் பொருட்கள், சிற்பங்கள், சிறிய பெரிய கண்ணாடிப் புட்டிகள், செம்பில் வேலைப்பாடு கொண்ட கிண்ணங்கள், விதவிதமான மண் ஜாடிகள், சிவப்பிந்தியர்கள் பயன்படுத்திய சில ஆயுதங்கள், கன்னங்கரிய மரச் சாமான்கள், நாற்காலிகள் . . . ஒரு பழங்காலத்துத் தொட்டிலைத் தடவிப்பார்த்தேன். ஸ்பரிசம் வழியாகவே நான் காலத்தில் பின்னகர்ந்து போவதை உணர்ந்தேன். கன்னங்கரேலென்று ஒரு குழந்தை தன் இரு கைகளையும் வெறியோடு வீசுவதுபோல் ஒரு காட்சி பார்வையில் தெறித்து மறைந்தது. அங்கிருந்த ஒவ்வொன்றும் காலத்தை விழுங்கிவிட்டுப் பார்வையற்ற பேரழிகள் போல் புறம் தெரியாத அமைதியில் உறைந்து கிடக்கின்றன.

அவற்றில் ஒவ்வொன்றையும் தழுவிக்கொள்வதன் மூலமே இன்று நான் கொள்ளும் பேருணர்வை அவற்றுக்குத் தெரிவிக்க முடியும் என்று தோன்றிற்று. மார்ட்டின் என்னைப் பார்த்துச் சிரித்தான். நான் சொன்ன அதிசயம் எப்படி என்ற கேள்வி அது. நான் சிரித்து என் ஆமோதிப்பை அவன் முகத்தில் பதிவு செய்தேன். மார்ட்டினுக்கு இப்படிச் சில மனிதர்கள் வித்தியாசமான, ஆனால் அவனால் புரிந்துகொள்ள முடியாத சில விசித்திர ருசிகளுடன் அவற்றின் ஸ்மரணையிலேயே வாழ்ந்துவருவது தெரியும். எதுவும் புரியாத நிலையிலும் அவனுக்கு அவர்கள்மீது பிரியமும் தன் நண்பர்களாக அவர்கள் இருப்பதில் பெருமிதமும் இருந்தன.

மாடிக்கு வா, மற்றொரு அதிசயம் காட்டுகிறேன் என்று மார்ட்டின் மாடியேறிப் போனான். விக்டர் புன்னகையுடன் எழுந்தான். இரு கட்டைவிரல்களையும் பெல்ட்டுக்குள் விட்டு உடையை அசைத்து வாகாகச் சரிசெய்துகொண்டே மாடிப்படி ஏறினான். நான் பின்னால் போனேன்.

வீட்டிற்குள்ளிருந்து அதுவரையிலும் எந்தச் சத்தமும் இல்லை. என் மனம் புதிருக்குக் குஞ்சம் கட்டிக்கொண்டிருந்தது. விக்டருக்கு மனைவியும் குழந்தையும் – அல்லது குழந்தைகளா? – உண்டு என்று மார்ட்டின் சொன்னது நினைவிருக்கிறது. ஆனால் காலோசைகூடக் கேட்கவில்லை. அந்நியன் தன் வீட்டிற்குள் நுழைந்ததும் தம்மைப் படுக்கையறையில் சிலையாக மாற்றிக்கொண்டு விடுகிற பெண்களை எனக்குத் தெரியும். ஆனால் குழந்தைகளுக்கென்ன? புதிய மனிதர் களைப் பார்க்க அவர்கள் ஆவல்கொள்கிறவர்கள்தானே.

மார்ட்டின் நடந்துகொள்வது அவன்தான் அந்த வீட்டின் அதிபதி என்ற தோரணையில் இருந்தது. அதில் விக்டரும் முகத்தில் திருப்தியைக் காட்டியபடி வந்தான். மார்ட்டினே சாவியை எடுத்துப் புராதனமான ஒரு மர அலமாரியைத் திறந்தான். பல விதமான பொருட்கள் உள்ளே தெரிந்தன. விக்டர், இவையனைத்தும் கடந்த இருபது வருடங்களில் மண்ணிலிருந்து பொறுக்கியவை. சொந்தக் காரர்கள் இல்லாத பொருட்கள் என்றான். கிளிஞ்சல்கள், சங்குகள், காலத்தின் நீட்சியில் அற்புத வடிவங்கள் எடுத்துள்ள கற்கள், மரக்கிளைகளின் அரூப ஓவியங்கள், கடலின் அடிவயிற்றில் வாழும் ஜந்துக்களின் வினோதமான வீடுகள் என்று தட்டுக்கள் நிறையத் தெரிந்தன. அபூர்வங்களை முற்றாக அகற்றிவிட்டு, அபூர்வத்திலும் அபூர்வம் மட்டுமே சேர்க்கப்பட்டிருப்பதாக உணர்ந்தேன்.

என்ன சொல்லி விக்டரைப் பாராட்ட வேண்டும் என்பதே எனக்குத் தெரியவில்லை. நான் அவன் முகத்தைப் பார்த்தேன். என் முகத்தில் நிறைந்திருந்த ஆச்சரியமே அவனுக்கு மிகுந்த திருப்தியைத் தந்துவிட்டதை அவனது புன்னகை காட்டியது. மார்ட்டினின் முகம் மீண்டும் ஒரு விளையாட்டுப் போட்டியில் அவன் வெற்றி வாகை சூடியது போல் இருந்தது.

மார்ட்டினுக்கும் விக்டருக்கும் ஒரு அலுவலை முடிக்க வெளியே போக வேண்டியிருப்பதை மார்ட்டின் என்னிடம் சொன்னான். அவனுடைய திட்டத்தில் முதலிலேயே அந்த யோசனை இருந்திருக்கலாம் என்று நினைத்தேன். நீயும் வருகிறாயா என்று மார்ட்டின் கேட்டான் என்றாலும் நான் எடுக்க வேண்டிய முடிவு பற்றிய சூசனை அவன் குரலில் வெளிப்பட்டது. அவர்கள் அலுவல் நிமித்தமாகப் போகும் போது சேர்ந்துகொள்ள அவசியம் இல்லை என்பது தான் என் எண்ணமுமாக இருந்தது. நான் இங்கு இருக்கலாமா என்று கேட்டேன். எந்தப் பிரச்சினையும் இல்லை என்று உற்சாகமாகச் சொன்னான் விக்டர். மற்றொரு அலமாரியில் சில அபூர்வ நூல்கள் இருக்கின்றன. விருப்பமிருந்தால் பார்க்கலாம் என்றான் அவன். மாடியிலேயே முன் முகப்பு அறைக்கு என்னை அழைத்துச் சென்று இங்கிருந்து பார்த்தால் மறைவே இல்லாமல் அரைவட்டத்திற்கு அடிவானம் தெரியும் என்றான். இருவரும் விடைபெற்றுக்கொண்டு போனார்கள்.

நான் அங்கிருந்த சாய்வு நாற்காலியில் அமர்ந்தேன். ஒரு வித்தியாசமான இதம் உடம்பில் கூடுவதுபோல் இருந்தது. அந்த இருக்கை யாரையேனும் ஒருவரை அணைக்கக் காத்துக் கிடந்திருக்கிறது போலிருக்கிறது. நான் அதன் அரவணைப்புக்கு முழுமையாக என்னை நெகிழ்த்தித் தந்தேன். முதுகு அழுந்தப் பின் பக்கம் சாய்ந்துகொண்டேன். நீண்டு நின்ற நாற்காலியின் திடமான இரு கைகளும் காலைத் தூக்கி மேலே வைத்துக்கொள்ள என்னைக் கெஞ்சின. தூக்கி வைத்துக் கொண்டு என் உடலை மேலும் நீட்டி முழு நீளம் ஆக்கிக்கொண்டேன்.

விக்டரின் வீடு நாற்புறமும் மரங்கள் சூழ்ந்த ஒரு காட்டில் உள்வாங்கியிருந்தது. வட்டக் கண்ணாடி ஜன்னல் வழி பார்வையைச் சுழற்றியதில் அக்கம் பக்கம் எந்த வீடும் தெரியவில்லை. அமைதி சிறுகச் சிறுக என் நெஞ்சில் நிறைவதை உணர்ந்தேன். பேரமைதியை இப்போதுதான் முதல் தடவையாக உணர்கிறேன் என்று தோன்றிற்று. அமைதி என்று இதற்கு முன் நான் எண்ணியது எல்லாம் சத்தத்தை பயங்காட்டி அமுக்கி வைத்திருந்த வெருட்டல்கள்தான். சுற்றிவர நிரம்பியிருந்த பிரகாசம் வெயிலின் அதிகாரத்தைக் காட்டாமல் சாதுவாகத் தெரிந்தது. ஒவ்வொன்றிலும் உயர்வானவை ஒன்று சேர அச்சாரம் கூட்டுவதுபோல் எனக்குப் பட்டது. மாடியின் வட்டக் கண்ணாடி வழி தெரியும் உலகத்தின் வியாபகத்தைப் பார்த்துத் தீர்க்க என்றும் நம்மால் முடியப்போவதில்லை. பாதி பார்த்துக்கொண்டிருக்கும்போதே பார்த்துக்கொண்டிருப்பது நமக்கு மறந்து போய்விடும். விடாது பார்ப்பது என்ற முடிவுக்கு மனப்பூர்மாக நாம் வரும் நாள் மரணம் பக்கத்தில் வந்து முகத்தில் கரி பூச நிற்பது தெரியும். மனித வாழ்க்கையின் அற்ப அலைச்சல்களையும் சிறுமைகளையும் மனது நினைவுகொள்ளத் தொடங்கியதும் மிகுந்த வருத்தம் ஏற்பட்டது.

அமைதியின் நீட்சியில் மனம் பிரபஞ்சம்போல் விரிந்துகொண்டே போகிறது. இது போன்ற தருணங்களில் பெருமூச்சு விடுவதுதான் சிறிது நிவாரணத்தைத் தருகிறது. மரத்தின் உச்சாணியில் சல்லிக் கிளைகளில் பூப்போல் தெரியும் வெளிறிய தளிர் இலைகள் எவ்வளவு அமைதியாகக் காற்றிற்கு அசைந்து தருகின்றன. விதவிதமான பறவைகளின் காட்டுத்தனமான கத்தல்கள். சிறுத்துப் போனதில் அழகு பெருகும் குருவிகள். சாமரம் போன்ற வால்களைத் தூக்கிப் பிடித்திருக்கும் கொழுத்த அணில்கள் இவற்றுடன் பயந்து பயந்து மறையும் முயல்கள் சருகின் மீது நகரும் ஓசையும் சேர்ந்துகொண் டால் எவ்வளவோ இசைவாக இருக்கும்.

நான் கண்களை மூடிக்கொண்டேன். சலனமற்றிருந்த மனக்கடலின் மேற்பரப்பை இளம் குளிரோடு வரும் தென்றல் உரசியபடியே சென்றுகொண்டிருந்தது. பிரகாசம் மட்டுப்பட்டு நிலா காய்வது போன்ற பிரமை தோன்றியது.

அப்போது மெல்லிய ஓசையொன்று கேட்கத் தொடங்கிற்று. தோல் கருவியொன்றில் காற்றுப் புகாத இறுகிய விரல்கள் நாதத்தைச் சோதித்து நிதானப்படுத்திக்கொள்வது போலிருந்தது அந்த ஓசை. தொடர்ந்து வந்த தப்தப்பென்ற ஓசை மனதில் நிரம்பி அதை தன் பக்கம் சுருட்டிக்கொள்கிறது. ஓசையின் திட்பம் ஏறிவந்தபோது சற்றுப் பெரிய பந்து கான்க்ரீட் தரையில் மோதியெழும் ஓசை என்பது தெரிந்தது. சத்தம் துல்லியமாக இடைவெளி விட்டுச் சீராகக் கேட்டுக்கொண்டிருந்தது. மனம் சிதறாமல் நின்றதால் அதைக் காதுகொடுத்துக் கேட்டுக்கொண்டிருக்க முடிந்தது. இதற்கு முன்னும் பல முறை இந்தச் சத்தம் காதில் விழுந்திருக்கிறது என்றாலும் தருணங்களின் ஒத்துழைப்புக் கூடாமல் அதை மதித்து வாங்கிக் கொள்ளத் தெரியாமல் போய்விட்டது. மனம் வாங்கி உணர்வில் கலக்கும் ஓசைகள் ஆடு மாடுகள் போலவும், தோப்புத் துரவுகள் போலவும் மனிதனுக்கு விலை மதிப்பற்ற சொத்துக்கள் என்றெண்ணத் தெரிந்ததை நினைத்து மனம் மிகுந்த களிப்புக் கொண்டது.

வீட்டின் பின் பகுதியிலிருந்து பியானோ இசை மொட்டு விரிவது போல் கேட்கத் தொடங்கிற்று. என்ன இது! யார் இந்த இசையை எழுப்புகிறார்கள்? விக்டரின் மனைவியா? வரவேற்பறையிலும் மாடி அலமாரியிலும் பார்க்கக் கிடைத்த அபூர்வத்தின் அபூர்வமாகத் தான் இதுவும் இருக்கப்போகிறதா? எல்லா அழகுகளும் ஒரே இடத்தில் மையம்கொண்டால் மனித இதயத்தால் அதைத் தாங்கிக் கொள்ள முடியுமா? உற்றுக் கேட்கும் மனதில் புகுந்துகொள்ளக்கூட இசை அவகாசம் கேட்கிறது. அது என் மனதிற்குள் வந்து சேருவதற் காகக் காத்துக்கொண்டிருந்தேன்.

பந்து எழுப்பிய முதல் ஓசை மனதில் உருவாக்கிய சித்திரம் ஏழெட்டு வயதான பெண் குழந்தையுடையது. அது அரை நிக்கரும்

கைகளற்ற பனியனும் போட்டுக்கொண்டிருக்கிறது. கை பந்தைத் தட்டும் ஒவ்வொரு முறையும் முன்னே சரியும் தன் தலைமயிரை அது தலையை உலுப்பிப் பின்னகர்த்திக்கொள்கிறது. அவளைப் பார்க்க வேண்டும் என்ற ஆவல் மிகுந்ததும் வட்டக் கண்ணாடி ஜன்னல் முன் போய் ஒட்டியபடி நின்றேன். அவளைப் பார்க்க முடியாமல் கட்டடத்தின் முகப்பு மறைக்கிறது. அதற்குமேல் எனக்கு என்னை முன்னால் நகர்த்திக்கொள்ளவும் முடியாது. கால் அங்குலம் நகர்ந்தால்கூட அந்தக் குழந்தை தெரியக் கிடைக்கலாம். அடைய முடியாத குறிக்கோள்கள் பல சமயங்களில் எவ்வளவு குறைவான தூரத்தில் இருக்கின்றன. அந்தப் பெண்ணைப் பார்ப்பது என்றால் இப்போது பார்க்க வேண்டும். ஓசையோ, கை லாவகமோ, தலை மயிரைப் பின்னகர்த்தும் வெட்டலோ இல்லாமல் எனக்கு அவளைப் பார்க்க வேண்டாம். அசைவும் ஓசையும் கூடிய தன் அழகுகளோடு நான் அவளைக் கற்பனையில் பார்த்துக்கொள்ள வேண்டும் என்பதற் காகத்தான் அவள் காட்சிதராமல் இருக்கிறாளோ என்னவோ. அப்படியென்றால் அவளுடைய முடிவை விலை மதிப்பற்றது என்று தான் சொல்வேன்.

பியானோவின் ஓசை இப்போது மேலெழுந்துவிட்டது. அனாயாச மாக வாசிக்கும் விரல்கள். மனதின் சூட்சுமமான தேடல்கள், எந்த மொழியாலும் உச்சரிக்க முடியாதவை, ஓசை வடிவம் எடுத்து வருகிறபோது மனங்களைப் பின்னிக்கொண்டு விடுகின்றன. அப்போது இசையில் என் மட்டமான ஞானம் குறித்து வெட்கப்படத் தொடங்கினேன். பேரனுபவங்களைக் கைநழுவ விட்டுக்கொண்டே போகிறேன். ஆனால் இசை, மேக சஞ்சாரம் கொள்ளும்போது எந்த ஞான சூன்யங்களையும், தன் மார்போடு அணைத்துக் கொண்டுவிடுகிறது. நான் உணர்ச்சிவசப்படத் தொடங்கினேன். இதற்கு முன் இயற்கை எனக்கு எப்போதும் தராத நொடிகளை இப்போது வழங்குகிறது. இனி இதுபோன்ற தருணம் அமையுமா என்பது எனக்குத் தெரியவில்லை. அமையாவிட்டாலும் நான் இயற்கையில் கூடிவரும் அற்புதங்களுக்கு நன்றிக்கடன் பட்டவனாகவே இருக்க முடியும். என் இருப்புக்கு நான் நன்றி தெரிவிக்க வேண்டும். இழந்தவற்றை எண்ணி ஏங்கும் என் மனதிற்கு நான் நன்றி சொல்ல வேண்டும். சகல ஓசைகளுக்கும் சகல அசைவுகளுக்கும் நான் நன்றி தெரிவிக்க வேண்டும்.

பந்தின் சத்தம் தேய்ந்துகொண்டு வந்தது. விளையாட்டுக்கு விடை கூற அந்தப் பெண் தன்னை ஆயத்தப்படுத்திக் கொள்வதுபோல் உணர்ந்தேன். விளையாட்டு முடிந்ததும் அவள் முன்னகரக்கூடும். அப்போது அவள் பார்க்கக் கிடைக்கலாம். இப்போது எவ்வளவோ முயன்றும் பார்க்க முடியவில்லை. வீட்டின் முகப்புத் தடுத்துவிடுகிறது.

அப்போது – முதல் தடவையாக என்றே சொல்ல விரும்புகிறேன் – முகப்பின் கற்களும் கட்டுமானங்களும் கட்டுமானத்தின் சாய்வுகளும் மனதிற்குள் சென்றன. அந்தத் தூண்கள்! கடவுளே, எதற்கு இவ்வளவு

உறுதி அவற்றிற்கு. எதற்கு இந்த அளவுக்குப் பிரயாசை. யானைகள் தான் கொத்தனார்களாக மாறி இதைக் கட்டி முடித்திருக்க வேண்டும். நிலநடுக்கம் வந்தால் அதன் மீது அந்தக் கட்டுமானம் விழுந்து நில நடுக்கத்தையே கொன்று தீர்க்க வேண்டும் என்பதுதான் யோசனையா? எப்படி ஒவ்வொன்றுமே பியானோ இசையாக மாறுகிறது? இசையிலிருந்து எப்படி உருவங்கள் எழும்பி வருகின்றன?

எனக்கு பியானோ இசைக்கும் அந்தப் பெண்மணியின் முகத்தைப் பார்க்க வேண்டாம். அவள் விரல் நுனிகளைத்தான் பார்க்க வேண்டும். என்ன அசட்டுத்தனம். அவளுடைய இசை அவள் விரல் நுனிகளில் இல்லை என்பதுகூட எனக்கு மறந்துபோய் விட்டதா? அந்தப் பெண் – மூட ஜென்மமே, பெண் என்று யார் உன்னிடம் சொன்னார்கள்? – வழியாக வரும் இசையின் ஊற்றுக்கண் எது? ஓசை எப்போது இசையாக மாறுகிறது? தேய்ந்து வரும் இந்தப் பந்தின் சத்தம் எப்படி இசையாக மாறிற்று?

பந்தின் ஓசை நின்றது. அப்போதும் பியானோ இசை மேகத்தைத் தாண்டிப் பிரபஞ்ச வெளியை நோக்கி விரிகிறது. இனி அது தோன்றிய வானவெளியில் மீண்டும் அந்த இசை கரைந்து விடலாம். ஆனால் நல்ல வேளை! மறைவதற்கு முன், சென்று கடக்க வேண்டிய சஞ்சாரத்தின் தூரம் அதற்குக் கோடிக்கணக்கில் பாக்கி கிடக்கிறது.

கார் போர்ட்டிக்கோவில் வந்து நிற்கும் ஓசை கேட்டது. நான் படியிறங்கி போர்ட்டிக்கோவிற்கு வந்தேன். தனிமையை மீண்டும் விரைவில் சென்றடைய என் மனம் துடித்தது. வெற்றுப் பேச்சிற்கு இடமின்றி வாய் கட்டிவிட்டிருந்தது. மௌனத்தை முடிந்த அளவுக்குக் கசங்காமல் வைத்துக்கொள்வதுதான் பெற்ற எழுச்சியைக் கலையாமல் காப்பாற்ற வழி என்று நினைத்தேன். என்னைத் தனியாக விட்டுவிட்டுப் போனதற்காக நான் இருவருக்கும் நன்றி சொல்ல வேண்டும். மனதார அதைச் சொன்னேன். என்னை அவன் தன்னுடன் அழைத்து வந்ததில் பெற்ற சந்தோஷத்தைப் போகும் வழியில் மார்ட்டினிடம் சொல்லிக் கொள்ளலாம். நான் சொல்வது அவனுக்குப் புரியாமல் இருக்கலாம். ஆனால் அவனுக்கு சந்தோஷத்தைப் பகிர்ந்துகொள்ளத் தெரியும்.

ஜூன் 2004 கனக்டிகட்

கதவுகளும் ஜன்னல்களும்

வெளியே போவதற்காக உடுத்திக்கொண்டு படபடவென்று அய்யாக் குடம் வாசலுக்கு வந்தார். திண்ணையில் அலி உட்கார்ந்து கொண்டிருந்தான். வாசல் படிகளை ஒட்டி ஒரு சைக்கிள் நிறுத்தப்பட்டிருந்தது.

'தம்பி, உன் சைக்கிளா?'

அலி குல்லாத் தலையை அசைத்தான்.

'அடப்பாவி! சைக்கிள் படிச்சிட்டியா? பாத்து ஓட்டு வாயாடேய்? வாகனங்களிலே விளுந்து சாகுதுக்குன்னே ஒரு கூட்டம் கிளம்பி வந்துகிட்டிருக்கு தெரியுமா?'

அலி தன் பலாச்சுளைப் பற்களைக் காட்டிச் சிரித்தான். அய்யாக்குடம் மாமா சைக்கிள் ஓட்டத் தெரியுமா என்று கேட்டது தன் தன்மானத்தைக் கிள்ளிவிட்டதுபோல் அலிக்குத் தோன்றிற்று.

'சைக்கிள்ளே பால் அடிச்சிக்கிட்டிருக்கேன் மாமா, நாகர்கோவில் கிராமத்துக்கு' என்றான்.

'நீயா?' என்று கேட்டபடி அவன் முகத்தைச் செல்லமாக முறைத்துப் பார்த்தார் அய்யாக்குடம். சைக்கிள் காரியரில் கட்டியிருக்கும் அலுமினியக் கான்களும், ஏறும் போது சமன் குலைந்து வெட்டும் ஹாண்டில்பாரும், சைக்கிளோட்டி அதைப் பலாத்காரமாக வழிக்குக் கொண்டுவருவதும் அய்யாக்குடத்தின் நினைவில் சித்திரங்களாக வந்தன. கல்லூரியில் இந்த வருடம் சேர்ந்திருக்க வேண்டிய பையன். பால் அடித்துக் காசு பார்க்க வேண்டும் என்று ஆகிவிட்டது. கான் அண்ணனின் குடும்பம்தான் எப்படி மடமடவென்று சரிந்து போய் விட்டது! வந்திருக்கும் பையனை விசாரிக்கவே அவருக்குச் சில கணங்கள் மறந்துபோய்விட்டது.

'மாமா, உம்மா உங்களை வீட்டுக்கு வர முடியுமான்னு கேக்கச் சொன்னாங்க' என்றான் அலி.

'என்ன விஷயம்?'

'ரயிலு வள்ளியூர் வந்திடிச்சுனு வாப்பா அழுதுகிட்டே இருக்காரு.'

'அட மனுஷா!' என்றார் அய்யாக்குடம்.

கோர்ட்டில் தனக்கு ஒரு அவசர வேலை இருப்பதாகவும் அதை முடித்துக்கொண்டு வருவதாகவும் அவர் சொன்னதும் அலி சைக்கிளில் ஏறி சீட்டில் புட்டியைப் பதிக்காமல் நின்றபடி வெகு வேகமாக மிதிக்கத் தொடங்கினான். அய்யாக்குடம் தனது காரில் வெளியே புறப்பட்டுச் சென்றார்.

○

அய்யாக்குடத்திற்கும் முகம்மது கானுக்கும் நாற்பது வருட சிநேகிதம். அப்போது கானுக்கு இருபத்தைந்து வயதிற்குள்தான் இருக்கும். அய்யாக்குடம் அவரைவிட ஐந்தாறு வயது சிறியவர். அவர் தென்னிந் தியப் பள்ளியில் அப்போது பத்தாம் வகுப்புப் படித்துக்கொண்டிருந் தார். அது பெரிய பள்ளி. அவ்வளவு பெரிய பள்ளி தென்னிந்தியா விலேயே கிடையாது என்று ஆசிரியர்கள் வகுப்புகளில் பெருமை அடித்துக்கொள்வார்கள்.

ஒரு நாள் காலை அய்யாக்குடம் பள்ளிக்கூடத்திற்குள் நுழைந்த போது மாடிப்படியோரம் மாணவர்களும் மாணவிகளும் கூட்டமாகக் கூடியிருப்பதைப் பார்த்தார். அவர் பின் வரிசையில் நின்று உன்னிப் பார்த்தபோது ஒரு இளைஞர் முக்காலியில் அமர்ந்து சரசரவென்று மாணவ மாணவிகளுக்குப் பென்சில் சீவித் தந்துகொண்டிருந்தார். பென்சிலைத் தரும் ஒவ்வொரு கைக்கும் ஒரு புன்னகை கிடைத்துக் கொண்டிருந்தது. அவருக்கு வியப்பாக இருந்தது. நேற்றுவரை இல்லா தவர் எப்படி இன்று வந்து முளைத்தார்? விடை அன்றைய வகுப் பிலேயே கிடைத்தது. இந்தியாவிலேயே முதல் தடவையாக நம் பள்ளியில்தான் பென்சில் சீவித்தரத் தனியாக ஒருவரைத் தலைமை ஆசிரியர் ஏற்பாடு செய்திருக்கிறார் என்றார் ஆசிரியர். அவர் முகத்தில் பெருமை வழிந்தது.

அய்யாக்குடத்திற்கு ஆசை பொங்கிற்று. என்ன அருமையான வேலை! கூர்மையான கத்தியால் பென்சில்களை க்றிச் க்றிச் சென்று சீவித் தருவது. வெட்டப்படும் சாயம் பூசிய நகங்கள்போல், ஓரங்களில் மட்டும் வண்ணங்கள் தெரியும்

சீவல்கள் நாலா பக்கமும் தெறித்தபடி இருக்கும். பையன்களைக் கண்டதும் அரண்டதுபோல் ஒதுங்கும் பெண்கள்கூடப் பவுடர் மணம் போதை தரும்படி பக்கத்தில் வந்து நின்று பென்சில்கஎளச் சீவி வாங்க முண்டியடிக்கும். வகுப்பு நடக்கும்போது ராஜாதான்; ஒரு வேலை கிடையாது. ஒரு வருடம் தலைமையாசிரியர் பொறுத் திருந்தால் நானே இந்த வேலைக்குச் சேர்ந்திருக்கலாமே. அவசரப் பட்டு வழுக்கை மண்டை கெடுத்துவிட்டது.

மறுநாள் அய்யாக்குடம் மணியடித்த பின் பள்ளிக்குள் நுழைந்த தால் முக்காலியில் தனியாக அகமது கான் கம்பீரமாக உட்கார்ந்திருப் பதைப் பார்க்க முடிந்தது. அணிலின் வால் நுனிபோல் புஸ்ஸென்று புருவங்கள். பிசிறில்லாத சவரத்தைக் கவனப்படுத்தும் செழுமையான கன்னங்கள். எடுப்பான நாசி. ஆச்சரியமாக இருந்தது, மஞ்சள் முழுக்கைச் சட்டை போட்டுக்கொண்டிருந்ததுதான். ஆசிரியர்களின், பார்த்துப் புளித்துப்போன வெள்ளைச் சீருடை ஜிப்பாக்கள் கேவலப் பட்டு, ஓரங்களில் வியர்வை அழுக்கு மேலும் அப்பலாக அய்யாக் குடத்தின் மனக்கண்ணுக்குத் தெரிந்தது.

அன்றுதான் அய்யாக்குடத்திற்கும் அகமது கானுக்கும் பரிச்சயம் ஏற்பட்டது. ஒன்றாகக் கூடிக் கலந்துவிடும்படி இருவர் உடல்களிலும் என்ன ரசாயனம் பொதுவாக ஓடிக்கொண்டிருந்ததோ, ஒரு சில நாட்களிலேயே அவர்கள் பரம சிநேகிதர்களாகிவிட்டார்கள். இருவரும் சேர்ந்து ஊர் சுற்றுவது, சினிமா பார்ப்பது, நகரப் பூங்காவின் வாகான மூலைகளில் செடிகள் மறைய உட்கார்ந்து தம் அடிப்பது, வாரக்கடைசி என்றால் ஒருவர் வீட்டிற்கு மற்றொருவர் போவது என்று குலவல் கும்மாளம்போடத் தொடங்கிவிட்டது. தன் வீட்டில் ஏதாவது பணியாரம் செய்தால் அதைப் பொட்டலம் போட்டுக் கொண்டு வந்து கானின் முக்காலியின் அடியில் வைத்துவிட்டுப் படியேறித் தன் வகுப்புக்குப் போவார் அய்யாக்குடம்.

நாட்கள் தென்றலாகப் போய்க்கொண்டிருந்தன. அந்த வருடத் தோடு தான் படிப்பை நிறுத்துவதாகவும் மறுவருடம் இருவரும் சேர்ந்து ஒரு பழக்கடை வைக்கலாம் என்றும் அய்யாக்குடம் கானிடம் சொல்லிக்கொண்டே இருந்தார். அய்யாக்குடத்தின் மூத்த பெரியப்பா தான் வடசேரி கனகமூலம் சந்தையை மொத்த மாகக் குத்தகைக்குப் பிடித்திருந்தவர். அதனால் பழங்களை சல்லிசாகக் கொள்முதல் செய்து சல்லிசாக விற்று நாகர்கோவிலில் ஒரு பழப் புரட்சியை உருவாக்கலாம் என்று அய்யாக்குடம் கானிடம் சொல்வார். தன் மனதிற்குள் கான் என்ன நினைத்தார் என்பது தெரியாது. ஆனால் தவறாமல் ஒரு புன்னகையை அய்யாக்குடத்திற்குத் தந்து கொண்டிருந்தார்.

பத்துப் பன்னிரண்டு வருடங்களுக்கு மேல் ஓடிவிட்டன. இருவருக் கும் திருமணங்கள் எப்போதோ முடிந்துவிட்டிருந்தன. ஏகதேசமாக, ஒரு வருடம் விட்டு மறு வருடம் இருவருக்கும் குழந்தைகள் பிறந்து கொண்டிருந்தன. ஒரு வருடம் கானுக்கு இரட்டைக்குழந்தைகள் பிறந்தன. ‘அண்ணேய். அவமானப்படுத்திட்டீங்களே’ என்று கத்தினார் அய்யாக்குடம்.

அய்யாக்குடம் சந்தையில் தேங்காய் வியாபாரம் செய்துகொண் டிருந்தார். அவர் மகன் ராஜபாண்டி அந்த வருடமும் வகுப்பில் குட்டி போட்டதால் அவன் காதை முறுக்கித் தன்னுடைய தேங்காய்க் கடைக்கு இழுத்துக்கொண்டு போனார் அய்யாக்குடம். அந்த

வருடம் தான் கானின் மூத்த பெண் பாத்திமா பெரிய பெண் ஆனாள்.

ஒரு நாள் கான் சற்றும் எதிர்பார்த்திராத நேரத்தில் அய்யாக்குடம் தனது ஜாவாவின் காரியரில் பாண்டியை வைத்துக்கொண்டு மாலையில் பள்ளி விடும் நேரத்தில் அவரைப் பார்க்க வந்தார். ஜாவாவின் சீட்டில் அமர்ந்தவாறே, 'அண்ணேய் ஒரு யோசனை. இது வரையிலும் ஒரு லச்சம் பென்சில் சீவியிருப்பீங்களா? ஒரு விழா வச்சிரலாம். என் கிளாஸ் மேட் தாணுமாலையன் பய மந்திரி ஆயுட்டான்' என்றார். 'பென்சில் சீவற வேலைக்கே ஆபத்து வந்துக் கிட்டிருக்கே' என்றார் கான். 'என்னண்ணேய்?' என்று கேட்டார் அய்யாக்குடம்.

ஆபத்து வந்து கொண்டு தான் இருந்தது. மாற்றலாகி வந்திருந்த புதிய தலைமையாசிரியர் இம்மானுவேலுக்கு ஒரு ஆள் முக்காலியில் அமர்ந்து பென்சில் சீவித் தருவது, மற்ற நேரங்களில் அரசாங்கச் சம்பளத்தில் அரைத்தூக்கம் போட்டுக்கொண்டிருப்பது போன்ற அக்கிரமங்களைப் பொறுக்க முடியவில்லை. புதிய தலைமையாசிரியர் பழைய தலைமையாசிரியருக்கு வலது கை, இடது கையாக இருந்த ஆசிரியர்களை எல்லாம் கூப்பிட்டு விட்டு, 'மாணவ மாணவிகளுக்குப் பல் தேய்த்துவிட ஒரு ஆளைப் போடலாம் என்று நினைக்கிறேன். உங்கள் அபிப்பிராயங்கள் எப்படி?' என்று கேட்டார்.

மாடசாமி வாத்தியார், 'சார், கானுக்கு நம்ம 'மனமகிழ் மன்ற'த்தி லிருந்துதான் சம்பளம் போய்க்கொண்டிருக்கிறது. பழைய தலைமை யாசிரியர் சொக்கலிங்கம் சார் அப்பம் எழுதிக் கேட்டதற்கு பென்சில் சீவ ஆள் போட அனுமதி தரவில்லை அரசாங்கம்' என்றார்.

தன்னுடைய இன்றைய முடிவைப் பல வருடங்களுக்கு முன்பே அரசாங்கம் ஆமோதித்திருப்பது தெரிந்ததும் இம்மானுவேல் சாருக்கு உடனடியாகக் காரியத்தில் இறங்கலாம் என்ற ஊக்கம் கிடைத்தது. அன்றே ஏணிப்படியோரம் போடப்பட்டிருந்த முக்காலி, தலைமையா சிரியர் அறைக்கு வந்ததோடு, கானுக்கு விளையாட்டு ஆசிரியரின் எடுபிடியாகவும் 'பதவி உயர்வு' தரப்பட்டது.

அன்று மாலை அய்யாக்குடம் பள்ளிக்கு வந்தபோது ஏணிப்படி யின் அடியைத் தோண்டியெடுத்து உருவாக்கப்பட்டிருந்த இருட்டறை யில் தலையிடிக்காத பக்கத்தில் தரையில் அமர்ந்து கால் பந்து பிளாடர்களைச் சாக்குப்பொடியால் கான் குளிப்பாட்டிக்கொண்டிருப் பதை அவர் பார்த்தார். 'அடப்பாவி, பிடுங்கிட்டியா? குங்குமப் பொட்டு மாதிரி ஒரு சின்னச் செலவிலே பள்ளிக்கூடத்திற்கே பெருமை தந்துக்கிட்டிருந்த வேலையைக் கெடுத்திட்டியே' என்றார்.

அய்யாக்குடம் சொன்னது சரிதான். சிறிய செலவுதான். எல்லோ ருடைய வாயிலும் அடிபடக் காரணமாக இருந்த ஒரு தனி அந்தஸ்து அது. புதிதாகப் பொறுப்பை எடுத்துக்கொள்ளும் தலைமையாசியர் தன் அதிகாரத்தைக் காட்டித்தானே ஆசிரியர்களைப் பயமுறுத்தி

வைத்துக்கொள்ள வேண்டும் என்பது எப்படி ஒரு தேங்காய் வியாபாரியின் மூளைக்குப் புரியும்?

கான் தன்னுடைய பணிகளைச் சரிவரப் பார்த்துக்கொண்டிருந் தார். போகப் போகப் பள்ளியில் பிறரைப் போல் அவரும் ஒரு ப்யூண் என்றாகிவிட்டிருந்தது. புதிய மாணவர்களுக்கு, கான் ஒரு காலத்தில் பென்சில் சீவித் தந்துகொண்டிருந்த செய்தியே தெரியாது.

விளையாட்டு ஆசிரியருக்கு உதவியாக முன்பிருந்த ப்யூண் அருணாசலம் இப்போது இம்மானுவேல் சாரின் வீட்டிற்குப் போய்க் கொண்டிருந்தான். காலையில் அவன் பள்ளிக்கு வந்து எல்லா வகுப்புகளையும் திறந்து வைப்பான். மாலையில் வந்து சாத்துவான். மிச்ச நேரம் எல்லாம் அவனுக்கு சாரின் வீட்டில்தான் வேலை. குழந்தைகளைக் குளுப்பாட்டுவதிலிருந்து சந்தைக்குப் போவது வரையிலும் எல்லாம் அவன்தான். அதனால் அவனுக்கு இம்மானு வேல் சாரிடமும், அதைவிட அதிகமாகத் திருமதி இம்மானுவேலிட மும் நெருக்கம் உருவாயிற்று.

பள்ளிக்கூட இன்ஸ்பெக்டர் அலுவலகத்திலிருந்து இம்மானுவேல் சாருக்கு ஒரு 'கொரி' வந்தது. அருணாசலத்திற்குப் பள்ளிக்கூடத்தில் முழு நேர வேலையிருக்கிறதா, இல்லையா என்று அதில் கேட்டிருந் தார்கள். ஒரு மொட்டைக் கடுதாசியின் விளைவுதான் 'கொரி' என்பது இம்மானுவேல் சாருக்குத் தீர்மானமாகப்பட்டது. அவருக்கு உடனடியாக நினைவுக்கு வந்தது கானுடைய முகம்தான். அவனு டைய விஷமமாகத்தான் இருக்க வேண்டும். ராஸ்கல்!

ஒரு நாள் இம்மானுவல் சாரிடம் சுருதிசேர்ந்து பேசிக்கொண் டிருந்தபோது அருணாசலம், பள்ளிக்கூட வேலையையும் வீட்டு வேலையையும் பார்ப்பது தனக்குச் சிரமமாக இருக்கிறது என்றான். 'மனுஷனெ வேலெ வாங்கியே கொன்னுடாதீங்க' என்றாள் சாரின் மனைவி.

மறு நாள் இம்மானுவேல் சார் கானைக் கூப்பிட்டுவிட்டார். மிகுந்த அன்புடன், 'விளையாட்டு ஆசிரியருக்கு உதவியாக இருப்பது சிரமமாட்டு இருக்குதோ?' என்று கேட்டார். 'இல்லே சார், இல்லே' என்று பதற்றத்துடன் பதில் சொன்னார் கான். 'பள்ளிக்கூடத்தைத் திறந்து மூடற வேலையை எந்தப் பயலும் பொறுப்பாட்டுப் பாக்க மாட்டேங்கான். பெரிய தலைவலியாட்டு இருக்குது' என்றார் இம்மானுவேல். கான் அதற்கு மௌனமாக இருந்தார். இம்மானுவேல் சார் சட்டென்று தன் குரலை இலேசாக உயர்த்தி, 'உங்களுக்கு மற்ற ப்யூண்களுக்குத் தாற சம்பளம் தந்துக்கிட்டிருக்கோம், தெரியுமா?' என்றார். எதற்கு இதைச் சொல்கிறார் தலைமையாசிரியர் என்பதே கானுக்கு விளங்கவில்லை. 'நாளையிலேருந்து நீங்க அந்த வேலையெப் பாருங்க' என்றார். 'குளந்தை குட்டிக்காரன், வீட்டு விஷயங்களெப் பாக்க முடியாம முடக்கிப் போட்டுடும்' என்றார் கான். 'புதிசாட்டு ஒரு ப்யூண் வராமலா இருப்பான்? வந்தாம்னா அவன் தலையிலே

வச்சுக் கட்டிப்போடலாம்' என்றார் இம்மானுவல் சார். சிறிது இடைவெளிக்குப் பின் உத்தரவு தரும் குரலில், 'நாளையிலேருந்து அந்த வேலையைப் பாருங்க' என்றார்.

இந்த விஷயத்தைக் கான் அய்யாக்குடத்திடம் சொன்னபோது, 'என்னண்ணேய் இது. ஏற்கனவே வாதக்கூறு, பக்கவாதத்திலே கொண்டுபோய் விட்டுப்போடும்னு சொல்லி ஒரே அடியாட்டு நிமுந்திட வேண்டியதுதானே' என்றார். கான் அதற்குப் பதில் சொல்லவில்லை.

வகுப்பறைகள் எழுபதுக்கு மேல் இருந்தன. தொலைவில் இருந்தது ட்ரில் புரை. மற்றொரு கோடியிலிருந்தது சாப்பாட்டுப் புரை. பாதுகாப்பை உத்தேசித்துப் பையன்களின் சாப்பாட்டுப் புரைக்குச் சம்பந்தமில்லாமல் விலகி இருந்தது பெண்களின் சாப் பாட்டுப் புரை. கக்கூசுகள் எண்ணிக்கையில் குறைவுதான். பத்துக்குள்தான் இருக்கும். அவற்றின் பூட்டுக்கள் துருப்பிடித்துப் போய்விட்டதால் அவற்றைத் திறந்து சாத்த வேண்டியதில்லை. அதே மாதிரி நூல் நிலையம். அதற்குள் என்ன இருக்கிறது என்று இது வரையிலும் யாரும் பார்த்ததேயில்லை. ஒரு கிணறுக்கு வலை போட்டுப் பூட்டி யிருந்தது. இவை தவிர முன் கேட், பின் கேட். ரைட்டர் அறையிலுள்ள வர்கள் வேலை முடிந்து முன் பின்னாகத்தான் போவார்கள். அதற்குப் பின்தான் அந்த அறையைப் பூட்ட வேண்டும்.

ஒரு நாள் அய்யாக்குடம் தனது காரில், பாண்டி காரை ஓட்டி வர, மாலை பள்ளிக்கூடம் விட்டதும் வந்து சேர்ந்தார். 'தினமும் எழவெடுத்த வேலை என்ன செய்யறீங்கனு தெரிஞ்சுக்கிடலாமில்லா? அதுக்குத்தான்' என்று போர்ட்டிக்கோவிலிருந்து வராண்டாவில் ஏறி வந்தார்.

அவருக்கு முன்னால் தனது வேலையைச் செய்யவே கானுக்குக் கஷ்டமாக இருந்தது. ஒரு சாக்குப் பை நிறைய சாவிக் கொத்துகள், குத்தூசிகள், பிற ஆயுதங்கள். முதல் பாரம் சி டிவிஷன் முன் கதவோடு சேர்த்து வைக்கப்பட்டிருந்தது. அதைத் தூக்கிப் பார்த்தான் ராஜபாண்டி. 'அம்மாடி! தூக்கக் களியலயே' என்றான். 'சீவனத்த பய' என்று சொல்லிக்கொண்டே அய்யாக்குடம் வந்து தூக்கிப்பார்த்தார். அவராலும் தூக்க முடியவில்லை. 'குறுக்கிலெ பிடிச்சுக்கிட்டா சந்தைக்குப் போகக் களியாது' என்று சொல்லியபடியே விலகிக் கொண்டார்.

கான் மௌனமாகத் தன் வேலையைத் தொடங்கினார். ஜன்னல் கள் மிக உயரமானவை. டெஸ்கின் மேல் ஏறி நீண்ட நுனி வளைத்த கம்பியால் கொண்டிகளைத் தட்டிக் கழற்றிவிட்டார். கண்ணாடிக் கதவுகள் கொண்ட ஜன்னல் கதவுகளை இழுத்துச் சாத்தியபோது கிண்ணங்களை வாரியிறைத்தது போல் சத்தம் கேட்டது. இரண்டு ஜன்னல்லையும் சாத்திய பின், கதவுகளைச் சாத்தத் தொடங்கினார். கதவுகளின் கீழ்க் கொண்டிகளைத் தரையிலிருந்த தொளைகளில்

தள்ள முடியாதபடி பொடி மண் அடைத்துக்கொண்டிருந்தது. அன்றாடம் சேரும் மாணவர்களின் காலடி மண். அதற்குத் தனி ஆயுதம் இருந்தது. சாக்குப் பையிலிருந்து அதை எடுத்தார். ராட்சசச் செவித் தோண்டி போலிருந்தது அது. 'தொரட்டு வேலை கண்ட மேனிக்கு இருக்கும் போலிருக்கே' என்றார் அய்யாக்குடம். 'ம்' என்றார் கான். திடீரென்று கோபம் வந்தவர்போல், பாண்டியைப் பாத்து, 'பாத்துக்கிட்டு நிக்கயா, முட்டாப் பயலே, மாமாவுக்கு தொளைகளைத் தோண்டிக் கொடு' என்றார் அய்யாக்குடம். பாண்டி படபடவென்று வேட்டியை மடித்துக் கட்டிக்கொண்டான். 'சீ சீ அவன் பாட்டுக்கு ஒரு ஓரத்திலே இருக்கட்டும்' என்று ஆவேசத்துடன் வந்த பாண்டியைத் தடுத்து வராண்டாவில் உட்கார வைத்தார் கான்.

'அண்ணேய், சோலியெத் துவக்கதுக்கு முன்னாலே வயத்துக்கு ஏதாவது போட்டீங்களா?' என்று கேட்டார் அய்யாக்குடம். 'இப்பம் சோலி முடிஞ்சிரும். கடைசிப் பையன் போனதுமே சாத்தத் தொணங்கிடணம்னு ஹெட்மாஸ்டர் உத்தரவு' என்றார். 'அண்ணேய், ஒரு நாளைக்கு அவரெச் சாத்தச் சொல்லுங்க' என்றார் அய்யாக்குடம். ராஜபாண்டி சிரித்தான்.

வகுப்பறைகள் எல்லாவற்றையும் சாத்தி முடித்ததும் டார்ச் விளக்கை எடுத்துக்கொண்டு கான் பையன்களின் சாப்பாட்டுப் புரை, பெண்களின் சாப்பாட்டுப் புரை, கிணற்றின் கம்பி வலைக் கதவு, மெயின் கேட்டுகள் இரண்டு எல்லாவற்றையும் பூட்டிவிட்டு வரும்போது மணி ஏழு. 'காலையிலே எப்பம் சோலியெத் தோக்கணம்?' என்று கேட்டார் அய்யாக்குடம். 'காலையிலே ஆறு மணிக்கு' என்றார் கான். 'இண்ணையப் பாடு முடிஞ்சிட்டில்லா. வாங்க, போவோம். போயி வயத்துக்குள்ளதெப் பாப்போம்' என்றார் அய்யாக்குடம்.

ஓட்டலிலிருந்து வெளியே வந்ததும், 'காரிலே ஏறுங்க, வீட்டிலே எறக்கிவிடுதேன்' என்றார் அய்யாக்குடம். 'காலைத் தூக்கி வச்சா நாலு எட்டு. நான் போறேன்' என்றார் கான். டிரைவர் சீட்டில் ஏறிய பாண்டி காரை ஸ்டார்ட் செய்தான். 'தம்பி, ஒரு விஷயம். சொல்ல நினைச்சுத் தள்ளிப் போட்டுக்கிட்டே இருக்கேன். என்னைத் தேடிக் காரிலே ஸ்கூலுக்கு வராதிங்க' என்றார் கான். அய்யாக்குடத்திற்குப் புரிந்தது. என்றாலும், 'ஏன்' என்று கேட்டார். கான் மௌனமாக இருந்தார். அய்யாக்குடத்திற்குச் சங்கடமாக இருந்தது. 'சரியண்ணேய், வீட்டுக்குப் போங்க, நாளப் பாக்கலாம்' என்று சொல்லிவிட்டு கார் முன் சீட்டில் ஏறினார் அவர்.

அந்த வருடம் அய்யாக்குடத்தின் மகள் வசந்திபார்வதிக்கு அமோகமாக திருமணம் நடந்தது. பையன் எம். பி. பி. எஸ். முடித்து, தோல் மருத்துவத்தில் எம். டி.யும் வாங்கியிருந்தான். ஒரு வாரம் லீவு போட்டுவிட்டு, கான் அய்யக்குடம் வீட்டோடு இருந்து உழைத்தார். கல்யாணத்தன்று அவர்தான் ஸ்டோருக்குக் காவலாக நின்றார்.

தேங்காய் வியாபாரிகள், தென்னந்தோப்புக்காரர்கள், அரசியல்வாதி கள், முனிசிபாலிட்டி ஊழியர்கள் என்று கண்டமேனிக்குக் கூட்டம்.

பாத்திமாவுக்கு 27 வயது தாண்டிவிட்டிருந்தது. கானின் மனைவிக்கு எலும்புருக்கி நோய் வந்ததுபோல் உடல் வற்றிக்கொண்டிருந்தது. அய்யாக்குடம் ஒரு நாள் கானின் வீட்டிற்கு வந்தபோது அடுக்களை வாசலில் நின்ற அவரது மனைவியின் காது பட, ‘அண்ணேய் தரம் கிரம் பாத்துக்கிட்டு இருக்கியளா. நாள் ஓடிட்டே இருக்கு’ என்றார். ‘பாத்துக்கிட்டுத்தான் இருக்கேன். லாறியில போற தண்ணி போடற பய ஐம்பது பவுன் நகையைக் கொண்டா எங்கான்’ என்றார். கானின் மனைவியின் கண்கள் நிறைவதை அய்யாக்குடம் பார்த்தார். ‘மரியாதைக்காரனா ஒரு பையனெப் பாருங்க. தொழில்லே நேக் இருந்தா போதும். மொதல் போட்டுக் கொடுத்து சந்தையிலே இருத்தியிரலாம்’ என்றார் அய்யாக்குடம். அதற்குக் கான் ஒன்றும் பதில் சொல்லவில்லை.

ஒரு நாள் ப்யூண் அருணாசலம் கான் வகுப்பறைகளைச் சாத்திக் கொண்டிருக்கும்போது அங்கு வந்தார். கானுக்கு ஏந்தல்போல் அவரும் இரண்டொரு ஜன்னல்களைச் சாத்தினார். தொளையில் மண்ணெடுத்துக் கொண்டிருந்த கானைப் பார்த்து ‘அண்ணேய், ஸ்கூல் உங்களுக்குச் சொந்தமில்லே, மேலாகப் பறண்டிட்டு கொண்டியை உள்ளே அமுக்குங்க’ என்றார். அதற்கு முந்திய நாள்தான் சம்பளத் தேதி. ‘அண்ணேய், நேத்து என்ன வாங்கினீங்க?’ என்று கேட்டார் அருணாசலம். கான் தலையைத் தூக்கிப் பார்க்காமல் கிடைத்த பணத்தைச் சொன்னார். ‘புதிய ஹெட்மாஸ்டர் தங்கமான மனுஷன். எனக்குத் தாறதெ உங்களுக்கும் தாறாரு பாத்தீங்களா?’ என்றார். அருணாசலம் என்ன சொல்லுகிறான் என்பதே கானுக்குப் புரியவில்லை. தலையைத் தூக்கி அருணாசலத்தைப் பார்த்தவாறே, ‘என்னண்ணேய்? என்ன சொல்றீங்கன்னே விளங்கலயே’ என்றார். ‘அப்பம் அண்ணனுக்கு இண்ணைக்கு வரைக்கும் விசயம் தெரியாதா? மறச்சில்லா வச்சுக்கிட்டிருக்கானுக. அடப் பாவிகளா! கடைத்தேறு வீங்களா?’ என்று கத்தினார் அருணாசலம்.

அருணாசலத்திடமிருந்து தெரிந்து கொண்ட விஷயங்கள் கானைக் கதிகலங்க வைத்தன. அவர் அரசாங்க ஊழியரே இல்லை. ஒரு மாதம்கூட அரசாங்கச் சம்பளம் அவருக்கு வந்ததும் இல்லை. கான் சுருண்டுபோய்விட்டார். இரு கேட்டுகளையும் பூட்டிவிட்டுப் போர்டிக்கோ படிக்கட்டில் இருளில் அமர்ந்து மனப்பாரம் தீர அழுதார். அய்யாக்குடத்திடம் சொல்வது பற்றி இரண்டு மனசாக இருந்தது. உடன்பிறந்த ஜீவனுக்கு மேலானவன். அவனிடம் மறைக்கலாமா? அவனை ஏமாற்றியது போல் ஆகிவிடுமே.

தன் வீட்டுக்கு அய்யாக்குடம் வந்தபோது கான் விஷயத்தை அவரிடம் சொன்னார். ‘அப்படியா?’ என்றார் அய்யாக்குடம். அதற்கு மேல் அவர் பரபரப்புக் காட்டாதது கானுக்குப் புதிராக இருந்தது. அவர் விடை பெற்றுக்கொண்டு போனார்.

மறுநாள் தலைமையாசிரியர் அறையில் பெரிய கலாட்டாபோல் சத்தம் கேட்டது. அங்குக் கோப்புகளைச் சுத்தம் செய்துகொண்டிருந்த அருணாசலம் வெளியில் வந்து கானிடம், 'அண்ணேய், கெடுத்துப் புட்டீங்களே. அந்த தேங்கா வியாபாரிகிட்டே நான் சொன்னதெ ஏன் அவுத்து விட்டீங்க? அவன் சட்டம்பியில்லா? சாருகிட்டே திண்டுக்கும் முண்டுக்கும் பேசிக்கிட்டு இருக்கானே' என்றார்.

அன்று காலை பள்ளிக்கூடத்தில் முதல் மணி அடிப்பதற்கு முன்னாலேயே புன்னை மரத்தடி நிழலில் நின்று தம்மடித்துக் கொண்டிருந்த அய்யாக்குடம் தலைமையாசிரியர் வருகிறாரா என்று கவனித்துக்கொண்டிருந்தார். முதல் மணி அடித்துச் சில நிமிடங்களில் தலைமையாசிரியர் பள்ளி முன் வாசல் கேட் வழியாக நுழைவது தெரிந்தது. மஜிஸ்ட்ரேட்டாக வேலை பார்த்து வந்த அவரது மனைவி காரைப் பள்ளி முன் நிறுத்தி அவரை இறக்கிவிட்டு விட்டுப் போனார். காலையில், 'நீராடும் கடலுடுத்த', மாணவர்களுக்கு அசெம்பளியில் உபதேசங்கள், ஆசிரியர்கள் சிலரிடம் செல்லக்கோபம், சிலரிடம் ஆங்காரக் கோபம், ரைட்டர் அறைக்குச் சென்று எல்லோரையும் ஒரு விரட்டல் ஆகியவை முடித்துவிட்டு அவர் தன் அறைக்குள் நுழைய பத்தரைக்கு மேல் ஆகலாம் என்று கணக்குப் பண்ணினார் அய்யாகுடம்.

தலைமையாசிரியர் தன் அறையில் ஆசிரியர்களின் வருகை நோட்டைப் பார்த்துக்கொண்டிருந்த போது மடாரென்று உள்ளே நுழைந்தார் அய்யாக்குடம். தலைமையாசிரியருக்கு அய்யாக்குடத்தின் முகத்தைப் பார்த்ததுமே ஏதோ விபரீதம் என்று தெரிந்துவிட்டது. தென்னிந்தியப் பள்ளித் தலைமையாசிரியர் அறைக்கு அனுமதியின்றி நுழைய ஒருவருக்கு என்ன தைரியம்! வந்தவருக்கு அரசியல் பின்னணி இருக்கலாம் என்று தோன்றவே, 'உக்காருங்க, ஐயா' என்றார் தலைமையாசிரியர்.

'உக்காந்து பேசுதுக்கு நான் வரலே. கான் அண்ணனுக்கு வயத்தில அடிச்சுப்போட்டீளே, அதுக்கு நியாயம் கேக்க வந்திருக்கேன்' என்றார் அய்யாக்குடம்.

'உக்காருங்க, சொல்லிப் புரிய வைக்கறேன். கவர்மெண்டு பள்ளிக்கூடம். ரிக்கார்டு இருக்கு. சட்டங்கள் இருக்கு. என் இஷ்டத்துக்கு ஆட முடியுமா? முதல்லே நீங்க கானுக்கு எப்படி?'

'அவரு எனக்கு அண்ணன்.'

'உடன்பிறப்பா?'

'ஆமா.'

'உங்க பெயரெப்படியோ?'

'பால்குடம் நாடார்.'

'பால்குடம் நாடாரா?'

‘ஆமா.’

‘அப்படீனு சொன்னா . . .’

‘அந்தக் கதெ எல்லாம் உங்களுக்கொண்ணும் தெரிய வேண்டாம். கேட்டதுக்குப் பதில் சொல்லுங்க.’

‘தம்பீ, கானுக்கு, ‘மனமகிழ் மன்றத்தி’லேருந்து சம்பளம். துவக்கத் திலிருந்தே. ஆனா கவர்மெண்டு ப்யூண் வாங்கற சம்பளம்தான் அவருக்கும். அந்தப் பாயிண்டையும் நீங்க கவனிக்கணும்.’

‘அது, சம்பளம் யார் தாறதுனு அவருக்குத் தெரியாம இருக்குதுக் காக. ஏமாத்து.’

‘எதுக்கு அவர ஏமாத்தணும்? பாபத்தை வாங்கிக் கட்டிக்கவா?’

‘அவர்கிட்டே வாங்கிக்கிட்டிருக்க வேலயெ நீங்க கவர்மென்ட் ப்யூண்கிட்டே வாங்கிக்கிட முடியாது. அண்ணனெ ஏமாத்தி அவரெ ஒட்டப் பிளிஞ்சுக்கிட்டு இருக்கீங்க.’

‘தம்பீ . . .’

‘நீங்க என்னெ மொற வச்சு ஒண்ணும் கூப்பிட வேண்டாம். அவரை அரசாங்கப் ப்யூண் ஆக்க ஆக்ஷன் எடுங்க. செய்து முடிக்கலே, தாணுமாலையின்கிட்டெச் சொல்லி இருபத்திநான்கு மணிக்கூறுக் குள்ளே உங்களைத் தண்ணியில்லாக் காட்டுக்கு மாத்திப்போடுவேன், ஜாக்கிரதை’ என்று சொல்லி விட்டு வெளியேறினார்.

மூன்று நாட்களுக்குப் பின் கானின் வீட்டிற்குச் சென்ற போதுதான் அவர் வேலைக்கே செல்லவில்லை என்பது அய்யாக்குடத்திற்குத் தெரிந்தது. வீட்டிற்கு மூத்த குழந்தை இறந்துபோன மாதிரி வெளி விழுந்து கிடந்தது வீடு.

‘கவலைப்படாதேங்க அண்ணேய், அவன் ஆர்டர் வாங்கித் தரலைன்னா அவன் சங்கைக் கலக்கிப்போடுவேன்’ என்றார் அய்யாக் குடம்.

‘அய்யாக்குடம் நீ இல்லே, குடியரசுத் தலைவர் நெனச்சாலும் இனிமே எனக்கப் பேப்பரை சரி செய்ய முடியாது. என் தலையெழுத்து அவ்வளவுதான்’ என்றார் கான்.

நாலு நாட்கள் அலைந்து திரிந்து பல வக்கீல்களையும் அரசியல் வாதிகளையும் சந்தித்துப் பேசிய பின், கான் சொன்னதுதான் சரியென்ற முடிவுக்கு அய்யாக்குடம் வந்தார்.

சுமார் ஒரு வாரத்திற்குப் பின் தலைமையாசிரியரின் வலது கையும், மாநில ஆசிரியர் சங்கத்தின் துணைத் தலைவருமான சண்முகவடிவேலு சார் கானைப் பார்க்க அவர் வீட்டிற்கு வந்தார். அவர் கையில் ஒரு ஹார்லிக்ஸ் பாட்டிலும் இருந்தது.

‘உடம்பு சரியில்லை பாத்துட்டு வான்னு ஸார்தான் அனுப்பி வச்சாரு. மாநில அளவிலே உங்களுக்கு ஒரு நிதி திரட்டித் தரணும்னு

ஸார் சொல்லிக்கிட்டிருக்காரு. ஆசிரியர் சங்கம் பலரையும் தூக்கி விட்டிருப்பது வரலாறு' என்றார் வடிவேலு.

'நான் இனி வேலைக்கு வரலே' என்றார் கான்.

மிக மெதுவாகத்தான் அவர் சொன்னார் என்றாலும் இனி எந்த சக்தியாலும் அவரது முடிவை அசைக்க முடியாது என்பது வடிவேலு சாருக்குத் தெரிந்துவிட்டது.

○

அய்யாக்குடம் காரை ஓட்டியபடி கானின் வீட்டைப் பார்த்துப் போகும் போது, என்ன பாடு பட்டாலும் சரி, எவ்வளவு லஞ்சம் கொடுத்தாலும் சரி, அலிக்கு ஒரு அரசாங்க வேலையெடுத்துத் தர வேண்டும் என்று தீர்மானத்துடன் போனார்.

கான் ஒரு படுக்கையில் படுத்திருந்தார். கட்டில் பக்கமிருந்த முக்காலியில் அய்யாக்குடம் உட்கார்ந்ததும் கான் பெரிதாக அழ ஆரம்பித்தார்.

'மனசத் தளர விடாதீங்க, அண்ணே. ஒரு வளி பொறக்காமலா போகும்' என்றார் அய்யாக்குடம்.

'ரயிலு வள்ளியூரு வந்திடிச்சு தம்பீ. இனி அவ்வளவுதான்' என்றார் கான்.

'இப்படியேதான் நாலு நாளாப் பொலம்பிக்கிட்டு இருக்காரு, மாமா' என்றான் அலி.

அய்யாக்குடத்திற்கு வாய் கட்டிவிட்டது.

ஒரு நாள் விட்டு மறுநாள் அய்யாக்குடம் போனபோது, 'தம்பீ, ரயிலு நாகர்கோவில் வந்தாச்சு, அவுட்டரிலே கெடக்கு' என்றார் கான். அவர் கன்னங்களில் கண்ணீர் வழிந்தபடி இருந்தது.

'மாமா, வாப்பா கிட்டெ உள்ளங்கையைக் காட்டச் சொல்லுங்க' என்றான் அலி.

அப்போதுதான் கையை கான் மறைத்து வைத்துக்கொண்டிருப்பது தெரிந்தது.

'கையெக் காட்டுங்கண்ணே' என்றார் அய்யாக்குடம்.

கான் உள்ளங்கையை விரித்துக் கட்டினார். இரு உள்ளங்கை களிலும் குத்தப்பட்ட குண்டூசிகள் எழும்பி நின்றுகொண்டிருந்தன. வலது கையின் இடதோரத்திலும் இடது கையின் வலதோரத்திலும் ஊக்குகள் தொங்கிக்கொண்டிருந்தன. கான் கைகளை இலேசாக அசைத்துக் காட்டினார். ஊக்குகள் பெண்கள் காதின் தொங்கட்டான் போல் அசைந்தன.

'அண்ணே, உங்களுக்கே இது நல்லா இருக்கா?' என்றார் அய்யாக் குடம். அவர் குரல் தேய்ந்துவிட்டிருந்தது.

'உம்மாதான் இப்பொ சோறு ஊட்டி விடறாங்க, மாமா' என்றான் அலி.

'நீ செய்து காட்டு பாப்போம். ஒரு வலியில்லே. ஒரு சொட்டு ரத்தமில்லே. கையிலே தளும்பேறணும்னா அதுக்குண்டான வேலையைச் செய்யணும். தேங்காயெ எண்ணிப் போட்டுக் கிட்டிருந்தாப் போதாது' என்றார் கான்.

பூரிப்பதுபோல் அவர் சிரித்ததை அய்யாக்குடத்தால் சகிக்க முடியவில்லை.

'அண்ணனுக்கு என் மேலே எள்ளுப் போல அன்பு இருந்தா, இந்தக் கண்றாவியெப் பிடுங்க விடுங்க' என்றார் அய்யாக்குடம்.

'என் உசிரே நீதானே தம்பீ. பிடுங்கிடுதேன். ஒரு உபகாரம் மட்டும் செய், காரிலே போய் கைகாட்டி அவுட்டரிலே விளுந்துட்டான்னு மட்டும் பாத்திட்டு வந்திரு. அது போதும்' என்றார் கான்.

ஜுன் 2004 கலிஃபோர்னியா

புதியபார்வை, நவம்பர் 1, 2004

மறியா தாமுவுக்கு எழுதிய கடிதம்

அன்புள்ள மிஸ்டர் தாமு,

முதலிலேயே சொல்லிவிடுகிறேன். நீங்கள் எதிர்பார்த்திராத ஒரு நிமிடத்தில் உங்களை அணைத்து, உதடுகளில் முத்தமிட்டதற்காக வருத்தம் தெரிவிக்கவோ மன்னிப்புக் கேட்கவோ நான் இந்தக் கடிதம் எழுதவில்லை. என்னிலிருந்து வேறுபட்ட கலாச்சாரப் பின்னணி கொண்டவர் நீங்கள். மேற்கத்திய வாழ்வின் நிழல்கள் தன்மீது பட்டுவிடக் கூடாது என்ற எண்ணத்தோடு இங்கு வாழ்ந்து வருகிறீர்கள். நான் நடந்துகொண்ட விதம் உங்களுக்கு அதிர்ச்சியாகவும் புதிராகவும் இருந்திருப்பது இயற்கைதான். அப்போது சிவந்து போய்விட்டிருந்த உங்கள் முகமே உங்கள் மனவோட்டங்களை எனக்கு உணர்த்தின. எனக்கு உங்கள் முகத்தைப் பார்க்கவே கூச்சமாக இருந்தது.

அதன் பின் எங்கள் வீட்டு வரவேற்பறையில் இருந்து வெளியேறி, முதுகு குனிய உங்கள் அவுட் ஹௌசிற்குள் சென்று வாசல் கதவையும் சாத்தித் தாளிட்டுக்கொண்டீர்கள். நீங்கள் உங்கள் படுக்கையில் கவிழ்ந்து படுத்துப் பொருமிக்கொண்டிருப்பது போன்ற சித்திரம் என் மனதில் வந்தது. அன்றிரவு வழக்கம்போல் லூதரைத் தேடிக்கொண்டு நீங்கள் வரவில்லை. லூதர் வெகுநேரம் காத்துக் கொண்டிருந்தார். ‘ஏன் தாமுவைக் காணோம்?’ என்று கேட்டார். அவுட் ஹௌசின் வாசலுக்கு ஒன்றிரண்டு முறை வந்து பார்த்தார். அவரது தவிப்பு என் மனதை நெருடிற்று.

மறுநாள் காலையில் நீங்கள் பணிக்குப் போகும்போது வழக்கம் போல் கொட்டடிக்கு வந்து இரண்டொரு வார்த்தைகள் என்னுடன் பேசிவிட்டுப் போக வேண்டும் என்னும் எதிர்பார்ப்பு எனக்கு இருந்தது. அதேசமயம் வராமல் போய்விடுவீர்களோ என்று என்

மனது அடித்துக்கொண்டும் இருந்தது. வராமல் போய்விட்டால் அது வரவிருக்கும் விபரீதங்களுக்கு அறிகுறி என்று தீர்மானம் செய்துகொண்டிருந்தேன்.

அன்று காலை என் வளர்ப்புப் பிராணிகளை வழக்கம்போல் என்னால் கவனிக்க முடியவில்லை. மனம் எதிலும் பதிய மறுத்ததால் யந்திரம்போல் வேலைகளை முடித்துவிட்டு வீட்டிற்குள் போய்ப் படுத்துக்கொண்டேன். பகல் முழுக்க மனம் நிலைகொள்ளாமல் தவித்தது. இது போன்ற நெருக்கடிகளில் இரவு சோதனையாகத்தான் இருக்கும். அன்றிரவு இருளின் கருமையும், அதன் அமைதியும், காற்றின் ஊளையும், மரக்கிளைகளின் கள் வெறி கொண்ட ஆட்டமும் என் உளைச்சல்களை முடுக்கி, வருத்தங்களுக்கு விமோசனமில்லை என்று நான் தீர்மானிக்கும்படிச் செய்தன.

நீண்ட இரவென்றாலும் சரி இருள் வெளிறித்தானே ஆக வேண் டும் என்று படுக்கையில் புரண்டுகொண்டே கிடந்தேன். எப்போதும் போல் அன்றும் விடியலின் ஊடுருவல் என் மனதில் சிறிது நம்பிக்கைப் பொறியை உருவாக்கிற்று. காலையில் நீங்கள் என்னைச் சந்தித்து விட்டுத்தான் செல்வீர்கள் என்று நம்பினேன். ஆனால் உங்கள் மோட்டார் சைக்கிள் இயக்கத்தின் முதல் ஓசை வெடிப்புகள் மாடி யில் எனக்குக் கேட்டன. அவை தொலைவில் தேய்ந்து அமைதியில் கரைந்துவிட்டபோது மீண்டும் என் மனம் சோர்ந்துபோயிற்று.

இக்கடிதத்தை எழுதும் இந்த நேரத்தில் பல எண்ணங்கள் வந்து என் மனம் நிம்மதியில்லாமல், லூதர் தவிர வேறு எவரும் எனக்கு நினைக்க இல்லையே என்று நீண்ட காலம் உள்ளூர வருந்தியிருக் கிறேன். அப்போது என்னை மதித்து நீங்கள் என்னுடன் உறவுகொண் டது எனக்கு உற்சாகத்தைத் தந்தது. அதன் பின் என் வாழ்க்கைக் குறிக் கோள் மீதும் நீங்கள் மதிப்புக்கொள்வதை நான் உணர்ந்தேன். இம்மாற்றங்களுக்கு எல்லாம் சூழல் தந்த உந்துதல்தான் முக்கியக் காரணம் என்றாலும், உங்கள் மனவார்ப்பிற்கும் பெரிய பங்குண்டு என்றுதான் நினைக்கிறேன். நாள்பட என் வளர்ப்புப் பிராணிகள்மீது நீங்கள் காட்டத் தொடங்கிய சிரத்தைதான் எனக்கும் உங்களுக்கு மான உறவை மேலும் நெருக்கிற்று. என்மீது கொண்ட கவனமாக மட்டுமே உங்கள் அக்கறை நின்றுபோயிருந்தால், உங்கள் மீது ஆவேச மான அன்புகொள்ள எனக்குத் தோன்றியிராது என்றுதான் நம்புகிறேன். என் பிராணிகள்மீது எனக்கு நிகரான அக்கறை நீங்கள் கொண்டது மிகப் பெரிய விஷயம். எனக்கு வாய்த்த உறவுகள் ஒன்றிலிருந்துகூட நான் இந்த ஆதரவைப் பெற்றதில்லை. இப்படிப் பார்க்கும்போது நம் உறவு நெருங்கியதற்கு உங்களிடம் நாள்பட ஏற்பட்ட மனமாற்றம் தான் காரணம் என்று நான் கருதுவதில் தவறுண்டா?

நீங்கள் மிகுந்த சிரத்தையுடன் இக்கடிதத்தைப் படிக்க வேண்டும் என்பது என் ஆசை. ஒரு சமயம் நீங்கள் என் கடிதத்தைப் பார்க்கவே விரும்பவில்லை என்றாலும்கூட நான் இதைத் தொடர்ந்து எழுதிக்

கொண்டுபோக வேண்டும் என்றே தீர்மானித்திருக்கிறேன். ஏனெனில் இந்தச் சந்தர்ப்பத்தில் நான் என் வாழ்க்கையைத் திரும்பிப் பார்த்துக் கொள்ள வேண்டும் என்று எனக்குத் தீர்மானமாகப் படுகிறது.

என்னைச் சிறு வயதிலிருந்தே ஒரு ஏமாற்றம் தொடர்ந்து விரட்டிக் கொண்டுவருகிறது. சிக்கலும் மாயத்தன்மையும், புகைமூட்டமும் நிறைந்த ஏமாற்றம் அது. அதை என்னால் தெள்ளத் தெளிவாக உணரவோ, உணர்ந்ததைக்கூடச் சரிவரச் சொல்லவோ முடியாது. எல்லோருடனும் நான் அன்பாக நடந்துகொள்ளும்போதும் பிறர் ஏன் என்னை வெறுக்கிறார்கள் என்பது என் மனதில் பூதாகரமான கேள்வியாக உருவாகி என்னைச் சதா சங்கடப்படுத்திவருகிறது. இந்தச் சிக்கலை நான் புரிந்துகொள்ள எவ்வளவோ முயன்று பார்க்கிறேன். காலம் போகப் போக, முன்னைவிட கவனமாகவும் பரிவுடனும் பிறரிடம் நடந்துவரும்போதும் முடிச்சு இறுகிக்கொண்டு போகிறதே தவிர சிறிதும் நெகிழவில்லை. மீண்டும் மீண்டும் எனக்கு வந்து சேரும் இந்த அனுபவத்தை இளமையிலிருந்தே நான் ஆண்டவரிடம் புகாராகக் கூறிவருகிறேன். நாள் போகப் போக எனக்குச் சுய அலுப்பு மிஞ்சிவருகிறது.

இதிலிருந்து என்னை நான் உலகம் கண்டிராத உத்தமி என்றும், பிறரை அற்ப ஜென்மங்களாக மதிக்கிறேன் என்றும் நீங்கள் கருதிவிடக் கூடாது. என்னிடம் பலவீனங்கள் இருக்கின்றன. அவற்றில் பலவற்றை நானே அறிந்திருக்கிறேன். நான் அறியாத பலவீனங்கள் இன்னும் எவ்வளவோ இருக்கும். ஆனால் இந்த அளவு எனக்குச் சங்கடத்தை ஏற்படுத்தும்படி பிறரை நான் துன்புறுத்துவதாக என்னைப் பற்றி நினைக்க முடியவில்லை.

உலகத்தின் போக்கைத் திட்டவட்டமாகப் புரிந்துகொள்ள வேண்டும் என்று ஆசைப்படும் அளவுக்கு நான் படிப்பாளியோ கூர்மையான சிந்தனை கொண்டவளோ அல்ல. ஆனால் என் அனுபவங்கள் வழியாக இந்த உலகத்தைப் பற்றி எனக்குச் சிறிய புரிதலேனும் ஏற்பட்டிருக்கக் கூடாதா? இந்த மனிதர்களின் உயர்வை என் அனுபவத்தின் வழியாகவே அறிந்து எந்தயெந்த நேரங்களில் மனம் நெகிழ்ந்துபோயிருக்கிறேனோ அப்போதெல்லாம் விரைவிலேயே என் முடிவு அபத்தமானது என நானே நினைக்கும்படி ஒரு கசப்பான அனுபவம் ஏன் எனக்கு ஏற்பட வேண்டும்?

வாழ்க்கைமீது நம்பிக்கை இருந்தால் வாழ வேண்டும். இல்லையென்றால் விடை பெற்றுக்கொண்டுவிட வேண்டும். (என் அம்மாவின் முடிவை அவளே தீர்மானித்துக்கொள்ளவில்லையா?) வாழ்க்கை மீது சிறிதும் மதிப்பில்லாமல் நாட்களைத் தள்ளிக்கொண்டுபோவது வாழ்க்கையை அழுக்காக்குவதுதான். அதை நான் ஒரு நாளும் செய்ய விரும்பவில்லை.

அன்புள்ள தாமு, உங்களுக்கு என் மீது கோபமோ, வருத்தமோ, வெறுப்போ ஏற்பட்டிருந்தால், அதை என்னிடம் கோடி காட்டி

விடுங்கள் போதும். அதன் பின் உங்கள் வழிக்கே நான் வர மாட்டேன். மூன்று ஆண்டுகள் நாம் நண்பர்களாக இருந்திருக்கிறோம் அல்லவா? அந்தக் காலத்தில் எனக்குக் கிடைத்த இனிய அனுபவங்களையார் நினைத்தாலும் என்னிடமிருந்து இனி தட்டிப் பறிக்க முடியாது. அவை என்றும் என் மனதிலேயே இருக்கும்.

ஆனால் தயவுசெய்து நான் இந்தக் கடிதத்தில் எழுதுவதை நம்புங்கள். எனக்காகவும் நான் எழுதிக்கொள்ளும் கடிதத்தில் என்னையே நான் ஏமாற்றிக்கொள்ள முடியுமா? என் மனமும் என்னை இழிவாக நினைக்கத் தொடங்கிவிட்டால் அதன் பின் எதை நம்பி நான் வாழ முடியும்?

நம் பேச்சு என் வாழ்க்கையைச் சுற்றிப் படர்ந்த ஒரு நாள், என் நிறை குறைகளை நான் தெரிந்துகொள்ள விரும்புகிறேன் என்று உங்களிடம் சொன்னேன். அதற்கு நீங்கள் மிக லகுவாக, 'பிறர் நம் நிறைகளைச் சொல்ல வேண்டும் என்பதற்காகத்தான் குறைகளையும் தெரிந்துகொள்ள விரும்புவதாக நாம் அவர்களிடம் சொல்லுகிறோம்' என்றீர்கள். ஏற்கனவே யோசித்து வைத்திருந்தவர்போல் நீங்கள் அதைச் சொன்னது என் மனதைக் கவர்ந்தது. இதுபோல் பல அடிப்படையான உண்மைகளை, முக்கியமான உண்மைகளைச் சொல்கிறோம் என்ற உணர்வே இல்லாமலே சொல்லியிருக்கிறீர்கள். ஆனால் உங்கள் முகம் எதையும் சிந்திப்பதில் நம்பிக்கை இல்லாதவர் என்ற எண்ணத்தைதான் முதலில் எனக்கு ஏற்படுத்திற்று. உங்களுடைய அறிவு ஒரு தேசத்தின் பொதுச் சொத்திலிருந்து வேர் பிடித்து வளருவதாக இருக்கலாம்.

என் இன்றைய மனநிலை பற்றி யோசித்துப் பார்க்கிறேன். லூதர் என்னை விட்டு விலகிச் செல்கிறாரோ என்ற கவலையும் அரிக்கிறது. இதை லூதருக்கே தெரியாமல் நான் மறைத்து வைத்துக் கொண்டிருக்கிறேன். மறைத்து வைத்துக்கொண்டிருப்பதால் இல்லை யென்று ஆகிவிடுமா? துரதிருஷ்டவசமாக நாங்கள் இணைந்து செய்யும் காரியம் எதுவுமே இன்று இல்லாமல் ஆகிவிட்டது. நான் இங்கு என் மாட்டுக்கு வைக்கோல் வைத்துக்கொண்டிருக்கும்போது அவர் அவரது மருத்துவமனையில் கடினமான மூளை ஆப்பரேஷன் ஒன்றைச் செய்துகொண்டிருக்கிறார். நான் அவருக்கு ஏற்ற மனைவி தானா என்று என்னையே நான் கேட்டுக்கொள்ளும்போது, ஆமாம் என்ற விடை எனக்குக் கிடைப்பதில்லை. இது என்னைச் சங்கடத்தில் ஆழ்த்துகிறது. என்னைச் சுற்றியிருப்பவர்கள் என்னை விட்டு விலகிய வருத்தமும் இத்துடன் சேர்ந்துகொள்கிறது. அப்போதெல்லாம் எனக்கு என்மீதே பச்சாதாபம் ஏற்படும். சங்கடம் சிறுகச் சிறுக என் மனதில் தேங்கி மனம் வெடித்துவிடும் என்ற நிலையில் அணைக்கட்டு உடைப்பெடுத்ததுபோல் மனம் சிதறும்படி அழுகிறேன். அந்த அழுகை அப்போதைக்கு ஒரு நிம்மதியைத் தந்தாலும் அது நீடிப்ப தில்லை. அதை நீடிக்கவிடாதபடி மீண்டும் ஒரு சங்கடத்தை உருவாக்கி என்னைக் குலைப்பதில் வாழ்க்கை வெகு குறியாக இருக்கிறது.

என் தோழிகள் எவரும் இப்போது என்னைத் தொடர்புகொள்வ தில்லை. தற்செயலாக காஸ் ஸ்டேஷனிலோ, ஜிம்மிலோ, மாலிலோ, ஃபார்மர்ஸ் மார்க்கட்டிலோ அவர்களைச் சந்தித்தாலும்கூட அவர் களுடன் பேசுவதில் என் மனம் எந்த சந்தோஷத்தையும் அடைவ தில்லை. அவர்களுடைய விசித்திரமான சாதனைகளைப் பற்றி அவர்கள் என்னிடம் பீற்றிக்கொள்கிறார்கள். அவை கூச்சமோ, தயக்கமோ இன்றி அவர்கள் வாரியிறைத்த பணத்திற்கான நிரூபணம் போலவே என் மனதில் பதிகின்றன. உலகெங்கும் ஒவ்வொரு நிமிஷத் திலும் இல்லாமையில் கசங்கி உயிரையே இழக்கும் ஜீவன்கள் கோடிக்கணக்கில் இருக்கும்போது எப்படி இவர்களால் இவ்வளவு தடித்தனத்தோடு பணத்தை வாரி இறைக்க முடிகிறது? இது நான் வந்து சேர்ந்து வாழ்ந்துகொண்டிருக்கும் தேசம் என்றாலும் எனக்கு இந்த மக்களோடும், இங்குள்ள விலங்குகள், ஜீவராசிகள், காட்டாறு கள், இலையுதிர்க்கும் மரங்கள், செடி கொடிகள், குளிர், குளிரைத் தாக்குப்பிடிக்கும் உள்ளாடைகள் எல்லாவற்றின் மீதும் மட்டற்ற காதல் இருக்கிறது. இருந்தாலும் இந்த மக்கள் வீணடிக்கும் செல்வங் களைப் பற்றி நினைக்கும்போது இந்த தேசம் அதன் சுய நலத்தால் அழிந்து போகும் காலம் வந்துதான் தீரும் என்று தோன்றுகிறது.

ஒரு சமயம் என் பசு ஒன்று நிறைமாதத்துடன் இருந்தது. அதன் கறுப்புடலின் எண்ணெய் மினுமினுப்பு நம் பார்வையை ஈர்க்கும். இளம் வெயிலில் அதற்கென்று ஒரு தனி அழகு கூடும். மை தீட்டப் பட்ட அதன் நீண்ட கண்கள் குளுமையைப் பரப்பியபடி இருக்கும். அவளைக் கறுப்பழகி என்று அழைத்துவந்தேன். என் சிநேகிதி மெலின்டாவை ஒரு நாள் ஒரு பழைய புத்தகங்கள் விற்கும் கடையில் பார்த்தபோது 'கறுப்பழகிக்குப் பிரசவம் ஆகிவிட்டதா?' என்று கேட்டாள். இவ்வாறு என் அக்கறைகளைத் தொட்டு யார் விசாரித் தாலும் அதில் கிண்டல் தொனி இருக்கிறதா என்றுதான் என் மனம் ஆராயும். மெலின்டாவின் குரலில் இல்லையென்று படவே, 'ஆகிவிட்டது' என்றேன். 'ஒற்றையா அல்லது இரட்டையா' என்று கேட்டாள். அப்போதுதான் அவள் மனதிலிருப்பது கிண்டல் என்பதை நான் உணர்ந்தேன். 'உன்னுடைய ஆசையை எல்லாம் என் மாட்டின் மீது ஏற்றிச் சொல்லாதே' என்றேன். எனக்கும் அவளுக்கும் பெரிய சண்டையே வந்துவிட்டது. 'வேறு எந்தப் பணியும் செய்யத் தெரியாத தால்தான் நொண்டிக் குதிரையையும் குருட்டு நாயையும் வைத்து மாரடித்துக்கொண்டிருக்கிறாய்' என்று அவள் சொல்லிவிட்டுக் காரில் ஏறினாள். 'அவற்றிற்கு உன்னைப் போல் ஆணவம் கிடையாது' என்று நான் திருப்பிக் கத்தினேன். என் உறவுகளை நூலின் மேல் நடப்பது போல் கவனமாகப் பேணி வரும்போதுகூட எதோ ஒரு நொடியில் தோற்றுப்போய்விடுகிறேன்.

மற்றொரு சமயம் நானும் என் தூரத்து உறவினளான சாராவும் ஸ்கை பார்க்கில் அமர்ந்து பேசிக்கொண்டிருந்தோம். சுற்று முற்றும் குழந்தைகள் பல்வேறு விளையாட்டுக்கள் விளையாடிக்கொண்டிருந்தன.

ஒரு மூலையில் மாணவ மாணவிகள் கராத்தே கற்றுக்கொண்டிருந் தனர். சாரா மாதவிலக்கு நின்ற பின், வரிசையாக அவளைப் பய முறுத்திவரும் உபாதைகளை அளவுக்கு அதிகமாக விரித்தும் சிறிது ரசாபாசமாயும் சொல்லிக்கொண்டிருந்தாள். என் கையில் வெளிறிய ரத்தம் பூசப்படுவதுபோல் எனக்கு அருவருப்பாக இருந்தது. பார்க்கில் நாங்கள் சிறிய குழந்தைகள் விளையாடும் பகுதியில் இருந்தோம்.

அப்போது எங்களைப் பார்க்க ஏகதேசமாகப் பதிமூன்று வயதிருக் கும் ஒரு பெண் கட்கத்தில் இடுக்கியிருந்த ஊன்று கோல்களின் துணையுடன் முன்னகர்ந்து தன் இடது காலை மட்டும் மண்ணில் ஊன்றியபடி நடந்து வந்துகொண்டிருந்தாள். அவளுக்கு வலது முட்டு மடங்கி இறுகிப் போயிருந்ததால் அது பூமியில் படாமல் ஒரு அங்குலம் மேலே நின்றது.

என்னைப் பார்த்து அந்தப் பெண், 'நான் இங்கு உட்காரலாமா ஆன்டி?' என்று கேட்டாள். 'தாராளமாக' என்று நான் சொன்னேன். அந்தப் பெண்ணைப் பார்க்க நேர்ந்ததும், அவள் என் பக்கத்தில் வந்து அமர்ந்ததும் ஒரு இன்ப உணர்ச்சியை என் உடலில் பரப்பிற்று. என்றும் அவள் என்னுடனேயே இருக்க வேண்டும் என்ற ஆசை ஏற்பட்டது. கடவுளின் படைப்பில் அவள் எந்த மாதிரியானவள் என்பதை அறிய ஆசையாக இருந்தது. அவள் நான் இன்று வரையிலும் பார்த்திராத ஒரு பூவின் மொக்குப் போல் தோன்றி, அவளுடன் உறவுகொள்ளும்போது அவளுடைய இதழ்கள் எப்படி விரியும் எனபதை அறிய ஆவலாக இருந்தது. இந்த உலகம் இதுவரையிலும் கண்டிராத ஒரு உலகத்தை அவள் விரிப்பது அதிசயமானதுதானே? அவளுடைய மணமும் எனக்குப் பிடித்திருந்தது. வாஷிங் மிஷினில் காய்ந்து முறுமுறுக்க இருக்கும் துணிகளை மடிக்கும்போது வரும் நெடி அது. பொதுவாக ஏழைக் குடும்பங்களில் வயதுக்கு வந்த பெண்கள் இந்த மணம்தான் கொண்டிருக்கிறார்கள். என் வலது கையால் அவளுடைய தோளைத் தொட்டேன். அவள் என்னைப் பார்த்துச் சிரித்தாள். பற்களைச் சரி செய்வதற்கான கம்பிக் கட்டுகள் அவள் வாய்க்குள் ஏகமாகத் தெரிந்தன.

அப்போது, 'பற்கள் ஒழுங்காக இருந்துவிட்டால் மட்டும் போதுமா?' என்று சாரா என் காதில் முணுமுணுத்தாள். எனக்கு அவளுடைய கன்னக் கதுப்பைக் கடித்து ரத்த விளாறாக்க வேண்டும் என்று தோன்றியது. கடவுளே! என்ன விஷம் உடம்பில்! இவர்கள்தான் நம் நாகரிகமான மக்களா? நினைத்துப் பார்க்கவே வெட்கமாக இருந்தது. குழந்தைகள் விதவிதமான ஊஞ்சல்களில் ஆடுவதும் கம்பி வளையங்களில் தொங்கிக் கரணம் அடிப்பதும் சறுக்குகளில் சறுக்கு வதும் ஏணியில் ஏறிப் பெரிய குகைகள் வழியாக வெளியே வருவதும் அலுப்புத் தராத காட்சிகளாக இருந்தன. குழந்தைகளின் உடல் அசைவுகள். அதிலும் சின்னஞ்சிறு குழந்தைகளின் தள்ளாட்டங்கள். இந்தக் குழந்தைகளின் அசைவுகள் ஏன் இந்தளவுக்கு நம் மனதைக் கவர வேண்டும் என்ற யோசனையில் ஆழ்ந்துபோனேன்.

சாரா குழந்தைகளின் பெற்றோர்களை ஒரு உளவுப் பணியாளி போல் கூர்ந்து பார்த்துக்கொண்டிருந்தாள். அவள் முகபாவம் எனக்கு வெறுப்பை ஏற்படுத்திற்று. 'அவர்களில் யார் யார் மாத விடாய் நின்று அவஸ்தைக்கு ஆளாகிக்கொண்டிருக்கிறார்கள் என்று யோசிக்கிறீர்களா ஆன்டி?' என்று நான் கேட்டதும், ஆன்டி என்னைத் தன் மார்போடு அணைத்தபடி, 'எப்படி நான் நினைத்துக்கொண்டிருப் பதை அப்படியே சொல்கிறாய்? எப்போது மனவோட்டங்களை வாசிக்கக் கற்றுக்கொண்டாய்?' என்று உரக்கக் கேட்டாள்.

நான் அந்தப் பெண்ணுடன் சிறிது பேச்சுக் கொடுத்தேன். அவள் தன்னுடைய தம்பி தங்கைகளைப் பார்க்கிற்கு அழைத்து வந்திருக் கிறாள். கூட்டமாக விளையாடும் குழந்தைகளின் மத்தியில் தன் தம்பி தங்கைகளை எனக்குக் காட்டித்தர மிகுந்த முயற்சி எடுத்துக் கொண்டாள். நான் தவறாகக் கண்டுகொள்ளக் கூடாது என்னும் நினைப்பில் ஒரு குழந்தைக்கே பல அடையாளங்கள் சொன்னாள். இந்த முயற்சியிலேயே தன் தம்பி தங்கைகள்மீது அவள் மிகுந்த அன்பு வைத்திருப்பவள் என்பதை எப்படியோ நான் உணர்ந்தேன். அவளுடைய அன்பு ஒரு சகோதரிக்குரிய அன்பு மட்டும் அல்ல, ஒரு தாய்க்கும் உரியது என்று தோன்றிற்று. அப்போது எனக்கே சொந்தமான என் குழந்தை எனக்கு வேண்டும் என்ற அவசரம் மனதை நிறைத்தது.

நானும் அந்தப் பெண்ணும் எங்கள் உணர்வுகள் கலக்கும்படி பேசிக்கொண்டிருந்தது, தானும் அவளுடன் பேச வேண்டும் என்ற எண்ணத்தை ஆன்டிக்கு ஏற்படுத்திற்று போலிருக்கிறது. தனக்கென்று எதுவும் இல்லாமல் பிறர் ஆசையாகச் செய்யும் காரியங்களில் எல்லாம் தான் பெற வேண்டிய லாபத்தைக் கோட்டைவிட்டுக் கொண்டிருப்பதாகப் பதைப்பவள் ஆன்டி.

அந்தப் பெண்ணின் முகத்தைப் பார்த்து ஆன்டி, 'இரண்டு கால் களுக்கும் ஏன் செருப்புப் போட்டுக்கொண்டிருக்கிறாய்? அவசியம் இல்லையே' என்றாள். எனக்கு ரத்தம் தலைக்கேறிற்று. நான் பெஞ்சில் இருந்து எழுந்து நின்று, 'உங்களுக்குக் கொஞ்சமேனும் அறிவிருக் கிறதா? அந்தக் குழந்தையைப் பார்த்து எப்படி இவ்வளவு குரூரமான கேள்வியைக் கேட்கலாம், வெட்கமாக இல்லையா உங்களுக்கு?' என்று கத்தினேன். அந்தப் பெண், எங்கள் சண்டையைச் சமரசம் செய்யும் தோரணையில், 'டாடி ஜோடியாகத்தான் வாங்கித் தந்தார், ஆன்டி' என்று உரக்கச் சொல்லிற்று. அவளுடைய வெகுளியான சுபாவம் மேலும் சாராவின் மீது எனக்குக் கோபத்தை ஏற்றியது. ஆன்டி, உடனடியாகத் தன் பேச்சை மிகத் தந்திரமாகத் திருப்பினாள். மறியா உன்னை மனதில் வைத்துத்தான் நான் அந்தக் கேள்வியை அவளிடம் கேட்டேன். உனக்கு எதற்கு அனாதைப் பிராணிகளை வளர்க்கும் வேலை? அது மண்ணைத் தொடாத காலுக்குச் செருப்புப் போட்டுக் கொள்வதுபோல்தான்' என்றாள். நான் என் காலில் அணிந்திருந்த செருப்பைக் கழற்றி அவள் முகத்தில் அடிக்கப்போனேன்.

அந்தக் குழந்தை, 'சண்டை வேண்டாம். நான் ஒற்றைச் செருப்பையே போட்டுக்கொள்கிறேன்' என்று கத்திற்று. இந்த நாயை அடிப்பதைவிட இந்தக் குழந்தையை அணைத்துக்கொள்ளலாம் என்று நான் அந்தப் பெண்ணை அணைத்துக்கொண்டேன்.

மறுநாள் நான் வளர்க்கும் பிராணிகளிடம் வெகு நேரம் புலம்பினேன். அவ்வாறு புலம்பும்போதெல்லாம், உங்களைவிட மேலான நண்பர்கள் எனக்கு வேறு யாரும் இல்லை என்று அவற்றிடம் வாய் விட்டுச் சொல்வேன். என்னுடன் என்றும் இதே உறவுடன் இருக்க வேண்டும் என்று கெஞ்சுவேன். 'எனக்கு என்ன கஷ்டம் வந்தாலும் சரி, உங்களை அனாதைகளாக விட்டுவிட்டு ஒரு நாளும் போக மாட்டேன்' என்று அவற்றுக்கு உறுதி அளிப்பேன். நான் சொல்கிற ஒவ்வொரு சொல்லும், மனிதர்களுக்குப் புரிகிறதோ இல்லையோ கடவுளுக்குத்தான் வெளிச்சம், எனது நான்கு கால் நண்பர்களுக்குப் புரிகிறது என்பதில் எனக்குச் சந்தேகம் வந்ததில்லை.

அன்புள்ள தாமு, துரதிருஷ்டவசத்தால் நீங்கள் என் உறவை உதற நேர்ந்தாலும் எங்கள் அவுட் ஹௌசிலிருந்து குடிமாறிப் போகவோ, லூதருக்கு உதவியாக நீங்கள் பணியாற்றுவதை நிறுத்திக்கொள்ளவோ கூடாது என்று உங்களைக் கேட்டுக்கொள்கிறேன். நீங்கள் எங்கள் வீட்டின் ஜன்னல் வழி பார்த்தால் தெரியும்படி இருப்பது லூதருக்கு மிகுந்த நம்பிக்கையையும் திருப்தியையும் தந்துகொண்டிருக்கிறது. இன்று தொழில் சார்ந்த தனிமை அவரிடமிருந்து மறைந்துவிட்டது. லூதர் அவரது மருத்துவ அறையை விட்டுப் பொழுதோடு வீடு திரும்பிவிட்டால் – உங்களுக்குத்தான் தெரியுமே, அப்படி அவர் வருவதற்கான வாய்ப்பு மிக அபூர்வம் – உங்கள் வருகையை எதிர் பார்த்து வரவேற்பறையில் காத்துக்கொண்டிருப்பார். அத்துடன் சில நோயாளிகளின் சிக்கலான உடல்நிலைபற்றி உங்களுடன் விவாதிப்பது தனக்கு மிகவும் உபயோகமாக இருக்கிறது என்று அவரே என்னிடம் பல முறை சொல்லியிருக்கிறார். உங்கள் வயதிற்கு நரம்பியல் நோய்கள் பற்றி நீங்கள் கொண்டிருக்கும் அறிவு ஆச்சரியமானது என்றும் அவர் நினைக்கிறார். உங்களால் இப்போது பெற்று வரும் நிம்மதியை அவர் எந்தக் காலத்திலும் இழக்கும்படி ஆகிவிடக் கூடாது. நானே அது போன்ற துரதிருஷ்டம் நிகழக் காரணமாகிவிட்டால் என்னால் அதைத் தாங்கிக்கொள்ள முடியாமல் போய்விடும்.

லூதர் தன் தொழிலில் என்னிடமிருந்து எதிர்பார்க்கக்கூடிய உதவி என்று இன்று எதுவும் இல்லை. கலிஃபோர்னியாவில் கணவர் கள் டாக்டராக இருந்தால் அவர்களுடைய மனைவிமார்களில் அதிகம் பேரும் தங்கள் கணவருடைய அலுவலகத்திற்குச் சென்று, டாக்டரைச் சந்திக்கத் தொலைபேசியில் தொடர்புகொள்ளும் நோயாளிகளுக்கு நேரம் நிச்சயித்துத் தரவோ, வரவேற்பறைகளில் பணியாற்றவோ, நல்ல அனுபவம் கொண்டவர்கள் என்றால் ஆயுள் காப்பகத்திலிருந்து சிகிச்சைக்குரிய பணத்தை விரைவில் பெறுவதற் கான முயற்சிகளில் ஈடுபடவோ செய்வார்கள். ஆனால் இது

சுந்தர ராமசாமி சிறுகதைகள் 733

போன்ற எந்த உதவியும் அவர் என்னிடமிருந்து எதிர்பார்க்க முடியாத இடத்திற்கு நான் இப்போது வந்துவிட்டேன்.

நானும் லூதரும் காதல் வாழ்க்கையில் ஈடுபட்டிருந்த காலத்தில் அவர் நரம்பியியலில் எம்.டி. தேர்ச்சி பெற்று, தனது இறுதித் தேர்வில் மிகச் சிறப்பான வெற்றியையும் ஈட்டியவர் என்பதை அறிந்ததும் மிகுந்த மகிழ்ச்சி அடைந்தேன். நான் உணவளிப்பவளாக வேலை பார்த்த ரெஸ்டாரண்டில் என்னுடன் பணியாற்றிவந்த எல்லாப் பெண்களுக்கும் நான் லூதரை அறிமுகம் செய்து எங்கள் காதலைப் பற்றியும் அவர்களிடம் சொன்னேன். அப்போது ஒருத்தி பாக்கி யில்லாமல் எல்லோருமே என் அதிருஷ்டத்தை எண்ணி வியந்ததுடன், இது போன்ற ஒரு ஆளைப் பிடிப்பதற்கு எங்கு தூண்டில் போட்டாய்? எனக் கேட்டுக் கேலியும் செய்திருக்கிறார்கள்.

அப்போது லூதர் பார்க்க மிக அழகாகவும் கண்ணியமான தோற்றம் கொண்டவராகவும் இருந்தார். அவரைப் பார்த்த உடனேயே அற்பத்தனம் அவரது நிழலைக்கூடத் தொடாது என்று என் மனதிற்குப்பட்டது. (அந்தக் கணிப்பு இன்று வரையிலும் சரியாகவே இருக்கிறது.) அவர் என்னை விரும்புவது எனக்குச் சற்றுப் புதிராகவே இருந்தது. பல சமயம் அவரது புகைப்படத்தை என் கைகளில் வைத்தபடி அவர் முகத்தை என் முகத்தோடு கண்ணாடியில் நீண்ட நேரம் ஒப்பிட்டுப் பார்த்திருக்கிறேன். அவர் பின்னால் ஏமாற்றம் அடைந்துவிடக் கூடாது என்பதற்காக என் குடும்பப் பின்னணி, படிப்பு, என் இனம், மதம், நான் பார்த்த பணிகள் பற்றியெல்லாம் அவரிடம் நினைவு வரும் அளவில் அவ்வப்போது சொல்லிக்கொண்டே வந்தேன். நான் என் தாய்க்கு ஒரே குழந்தை என்றும், தந்தையைப் பார்த்த நினைவு எனக்கில்லையென்றும், வீடுகளைச் சுத்தம் செய்யும் பணியிலிருந்த என் தாய் என் பதினைந்தாவது வயதில் தற்கொலை செய்துகொண்டார் என்றும், நான் மெக்சிக்கோவிலிருந்து சரியான தஸ்தாவேஜுகள் எதுவுமில்லாமல் காட்டு வழியாக நடந்து என் தாய் மாமன்களால் கலிஃபோர்னியாவுக்கு அழைத்து வரப்பட்டவள் என்றும் அவரிடம் சொன்னேன்.

நான் என்னைப் பற்றி, வாய்த்த சந்தர்ப்பங்களில் எல்லாம் குவித்த தகவல்கள்மீது அவர் சிறிதும் கவனம்கொள்ளவில்லை. என்னை மட்டுமே கருதி அவர் காதலிப்பதை நினைத்துப் பூரித்துப் போனேன். அவரது அந்த முடிவு என் மனதிற்குள்ளிருந்த லட்சிய வேகத்தைத் தூண்டிற்று. போற்றத்தக்கவர்கள் உலகில் இல்லாமல் ஆகிவிட வில்லை. இன்றும் அவர்கள் அபூர்வமாகவேனும் காணக் கிடைத்துக் கொண்டுதான் இருக்கிறார்கள் என்று நம்பிக்கைகொண்டேன்.

அந்த நாட்களில் என் மனதில் விவரிக்க முடியாத ஆவேசம் பொங்கிக்கொண்டிருந்ததே தவிர எந்தத் திசையைப் பார்த்து அது குவியப்போகிறது என்பது எனக்குத் தெரியாமல் இருந்தது. இவ்வாறு பிராணிகளைக் கவனிப்பதிலேயே என் முழுக்கவனமும் கவியும்

என்பதோ, அதைத் தவிர வேறு நோக்கங்கள் எதுவும் இல்லாமல் போகும் என்றோ நான் நினைத்துக்கூடப் பார்த்ததில்லை.

நினைவிருக்கிறதா, ஒரு தடவை நீங்கள், 'மறியா, தவறாக எடுத்துக் கொள்ளாதீர்கள், இவ்வாறு பிராணிகளுடன் இணைந்து தானும் அவற்றில் ஒரு ஜீவனாக உழல்வது உங்கள் ஆரோக்கியத்தைச் சீரழித்து விடுமோ என்று அஞ்சுகிறேன்' என்று சொன்னீர்கள். அதற்கு நான், 'என் மனதிற்கு விருப்பமான இந்தப் பணி என்னுடைய ஆரோக்கி யத்தை மேம்படுத்துமே தவிர ஒரு நாளும் சீர்குலைக்காது' என்று சொன்னேன். அதற்கு நீங்கள், 'அது சரிதான், ஆனால் பிராணிகளிட மிருந்து உங்களுக்கு மோசமான நோய்கள் வர வாய்ப்பிருக்கிறது' என்றீர்கள். அப்போது நான், 'லூதரும் இதையேதான் சொல்லுகிறார். ஆனால் தாமு, எந்தத் தவறும் செய்யாத பச்சிளம் குழந்தைக்கு அதன் தாயே எய்ட்ஸ் நோயைத் தந்துவிடுகிறாளே, அதற்கு என்ன சொல்கிறீர்கள்?' என்றேன். அப்போது உங்கள் முகத்தில் ஒரு வறண்ட சிரிப்பு வெளிப்பட்டது. சிலர் பட்டால்தான் உண்மையை உணர்ந்து கொள்வார்கள் என்று நினைக்கிறீர்களோ என்று எண்ணினேன்.

இந்தக் காலங்களில் உங்கள் மனதில் என் அனாதைப் பிராணி களைப் பற்றிய நினைவு அறவே இல்லாமல் இருந்தது எனக்கு ஒரு குறையாக இருந்தது. என் குறிக்கோளைதான் நீங்களும் கொண்டிருக்க வேண்டும் என்று நினைக்கும் அளவுக்கு நான் அறிவு கெட்டவளாகி விட்டேனா என்று என்னையே கேட்டுக்கொள்வேன். லூதருக்குத் துணையாக இங்கு பணிக்கு வந்து கணிசமான காலம் ஓடிய பின்பும் என்னுடைய நாய்களையோ, பூனைகளையோ, குதிரைகளையோ, ஒட்டகத்தையோ, பசுக்களையோ ஒரு முறைகூட நீங்கள் கையால் தொட்டுக்கூடப் பார்க்கவில்லை. அவற்றின் முகத்தை ஏறெடுத்துப் பார்த்தீர்களா என்பதுகூட சந்தேகம்தான்.

உங்கள் கண் முன்னாலேயே அவை புண்கள் ஆறாமல் அவதிப் பட்டிருக்கின்றன. வாரக் கணக்கில் காய்ச்சலில் துன்பப்பட்டிருக் கின்றன. ஒரு நாய் கண் நோய் குணமாகாமல் அதன் பார்வையை இழந்தது. அதன் நோயைப் பற்றியும் அது பார்வையற்றுப்போனது பற்றியும் டாக்டர் என்பதால் உங்களுக்குச் சில அபிப்பிராயங்கள் தோன்றியிருக்கும். அதை என்னிடம் சொல்ல வேண்டுமென்றுகூட உங்களுக்குப்படவில்லை.

லூதர், என் வளர்ப்புப் பிராணிகள் அவஸ்தைப்பட நேர்ந்த நோய்கள் பற்றிச் சில விளக்கங்களை அவ்வப்போது என்னிடம் சொல்லியிருக்கிறார். நான் அவரிடம், என் பிராணிகளின் சிகிச்சையில் உதவும்படி பல முறை கேட்டுக்கொண்டிருக்கிறேன். தேர்ச்சி பெறாத ஒரு துறையில் நுழைவது தன் நம்பிக்கைகளுக்கு எதிரானது என்று சொல்லி அவர் மறுத்துவிட்டார்.

நான் விக்டர் என்று அழைத்து வந்த அந்த நாய் பார்வையற்றுப் போனது பற்றி எனக்குக் குற்றவுணர்வு இருக்கிறது. என்னளவில்

நான் அதை நன்றாகத்தான் கவனித்தேன். ஆனால் என் கவனிப்பு மருத்துவ விஞ்ஞானப்படி அமையவில்லையோ என்ற சந்தேகம் இன்றும் மனதை அரித்துக்கொண்டிருக்கிறது. ஒரு நாள் அதன் பார்வை பற்றி எனக்கு மிக மோசமான சந்தேகம் வந்தது. அன்று அதற்குப் பால் தர வேண்டிய நேரத்தில் வெற்றுக் கிண்ணத்தை அதன் முன்னால் வைத்தேன். அந்தக் கிண்ணத்தை அது வெகு நேரம் நக்கியதைப் பார்த்ததும் மிகுந்த அதிர்ச்சி அடைந்தேன். மிருகங்கள் பார்வையை இழந்துவிட்டால் அதன் பின் அவற்றிற்கு என்ன பாதுகாப்பிருக்கிறது?

ஒரு நாள் என் சிறிய தோட்டத்திற்குத் தண்ணீர் பாய்ச்சிக்கொண் டிருந்தேன். அசப்பில் மேலே பார்த்தபோது விக்டர் மாடி பால்கனி யின் அரைச்சுவரில் ஏறி நின்றுகொண்டிருப்பதைப் பார்த்தேன். பதற்றத்தில், 'விக்டர்' என்று அழைத்தேன். அது உள்ளே பார்த்துக் குதிக்காமல் என்னைப் பார்க்கக் குதித்துக் கீழே கிடந்த கற்சுவரில் தலைமோதி இறந்தது. நான் கூப்பிட்டபோது அதன் உடலசைவில் வெளிப்பட்ட சந்தோஷம் என் மனதில் இன்றும் இருக்கிறது.

விக்டர் என்பது என் மாமனாரின் பெயர். அவர் மத்திய வயதிலேயே காலமாகிவிட்டிருந்தார். ஒரு வருடம் மதர்ஸ் டேக்கு என் வீட்டிற்கு வந்திருந்த என் மாமியார், தான் தன் கணவரைச் செல்லமாக விக் என்று அழைத்து வந்ததாகச் சொன்னதும் நானும் அந்த நாயின் பெயரை விக் என்று மாற்றிக்கொண்டேன். அதன் பின் அதை அழைக்கும் போதெல்லாம் நான் பார்த்திராத என் மாமனாருக்கு நான் என் மனதில் தந்த கற்பனை உருவம் நினைவுக்கு வரும். விக் மாடியிலிருந்து விழுந்து அந்தரத்தில் வந்துகொண்டிருந்த போது அதன் உருவம் பான்ட் கோட்டுடன் மாறி மிகவும் அழகான மனிதர் ஒருவர் கல்லில் தலைமோதி ரத்த வெள்ளத்தில் இறந்து கிடப்பது போன்ற சித்திரம் என் மனதில் வந்தது.

நான் என் வாழ்க்கையைப் பற்றி நிறைய உங்களிடம் சொல்ல வேண்டும் என ஆசைப்பட்டிருக்கிறேன். என் மனம் சதா பதற்றத்தில் நிம்மதியற்ற புறாவின் சிறகடிப்புப் போல் தோன்றும் போதும் உங்கள் மனம் அலைகளே அற்ற தடாகம் போல் எனக்குத் தோன்றும். உங்கள் மன நிலையை நான் அடைய உங்களுடனான நெருக்கம் எனக்கு உதவும் என்று நம்பினேன். எப்போது என்னை முழுமையாக வும் கூச்சமில்லாமலும் உங்களிடம் வெளிப்படுத்திக்கொள்ளலாம் என்ற நம்பிக்கை வந்ததோ அதன் பின் அதிக நாட்கள் கழிவதற்கு முன் நீங்கள் என் மீது மனத்தாங்கல் கொள்ள நேர்ந்துவிட்டது எனக்குப் பெரிய துரதிருஷ்டம்தான்.

நம் உறவு நம் இருவர் மனங்களிலுமே கவர்ச்சியோ பரபரப்போ இல்லாமல்தான் ஆரம்பமாயிற்று என்பது உங்களுக்கு நினைவிருக் கலாம். அது முதலில் வெறும் தொழில் சார்ந்த உறவு போல் வறட்சியாக வெகு நாட்கள் இருந்தது. நீங்கள் யாரிடமும் ஆரம்ப உறவு தரும் சந்தோஷத்தில் விழுந்து பழகக்கூடியவரும் அல்ல.

அந்தக் காலங்களில் என்னை உங்கள் மனதில் எந்த இடத்தில் வைத்திருந்தீர்கள் என்ற கேள்வி அடிக்கடி என் நினைவில் வரும். ஒரு டாக்டராக உங்களைப் பற்றி லூதர் பாராட்டிப் பேசப் பேச என் மனதில் உங்கள் மீதான மதிப்பு உயர்ந்துகொண்டேபோயிற்று. அந்த மதிப்பிலிருந்துதான் உங்கள்மீது கொண்ட அன்பு வேர்விட்டது. நான் உங்கள்மீது நீங்கள் நினைத்திருந்ததை விடவும் ஆவேசமான அன்பு கொண்டுவிட்டேன் என்றால் அதற்கு ஒரு வகையில் நீங்கள் தான் பொறுப்பு. நாள் போகப்போக உங்களிடம் எவ்வளவோ மாற்றங்கள் ஏற்பட்டன. உங்கள் நம்பிக்கைகளில் ஏற்பட்ட மாற்றங்கள் என்னைக் கவர்ந்தது தவறு என்று நான் நினைத்ததே இல்லை.

நான் சிறு வயதிலேயே நொந்துபோனவள் என்பதைப் பல முறை துண்டுத் துணுக்காகவேனும் உங்களிடம் கோடிகாட்டியிருக்கிறேன். ஆனால் என் கடந்த கால வாழ்க்கையை விரிவாகப் பேசத் தொடங் கினால் துக்கம் தாளாமல் அழுது புலம்பத் தொடங்கி விடுவேனோ என்ற பயம் எனக்குண்டு. சில நாட்களில் நீங்கள் மருத்துவ அறை யிலிருந்து பொழுதோடு திரும்பி வந்துவிடுவீர்கள். அப்போதெல்லாம் என்னுடன் பேசிக்கொண்டிருக்க வேண்டும் என்ற ஆசையினாலோ (இப்படித்தான் நேற்று வரையிலும் நினைத்து வந்திருக்கிறேன்) அல்லது அவுட் ஹவுசில் தனியாக இருப்பதில் சலிப்பு அடைவதாலோ நான் இருக்கும் இடம் தேடி வந்திருக்கிறீர்கள். சில நாட்களில் நீங்கள் கொட்டடிக்கு வரும்போது, ‘மறியா, இன்னும் கொட்டடியலா இருக்கிறீர்கள், பகல் உணவை முடித்துக்கொண்டுவிட்டீர்களா?’ என்று உரிமையுடன் கேட்டபடி வருவீர்கள். இவ்வாறு நீங்கள் கேட்பது என் மனதிற்கு மிக முக்கியமாகப் பட்டிருக்கிறது.

ஒரு நாள் எனக்கு என் தோழி ஜெசிக்காவிடமிருந்து ஒரு போன் வந்தது: ‘மறியா, நாம் நேற்றுப் பேசிய பணியை இன்றே ஆரம்பிக்க வேண்டும் என்பது ஆண்டவனின் சித்தம் போலிருக்கிறது. சான்டா க்ரூஸ் நூல் நிலையத்தின் அருகே தெருவில் ஒரு நாய் விபத்தில் அடிபட்டுக் கிடப்பதாக எனக்குச் செய்தி வந்திருக்கிறது’ என்றாள். அவளுடைய சொற்கள் என் காதில் விழுந்த மாத்திரத்திலேயே நான், ‘ஜெசி, இதோ வந்துவிட்டேன்’ என்று சொல்லிவிட்டுக் கட்டி யிருந்த ஆடைகளோடு அப்படியே புறப்பட்டுப் போனேன். காரில் போகும்போது காத்திருந்த தருணம் கூடிவிட்டது என்றும், எவ்வளவு பெரிய தியாகத்திற்கும் நான் என்னைத் தயார்படுத்திக்கொள்ள வேண்டும் என்றும் மனதிற்குள் சொல்லிக்கொண்டேன். ஜெசி போனில் சொன்னதுபோல் காஸ் ஸ்டேஷனில் காத்துக்கொண்டிருந் தாள். என் முகத்தை அவள் கவனித்ததும் அவள் இரு கரங்களையும் தன் கன்னத்தோடு சேர்த்து வைத்தபடி தன் உடலை நெளித்தாள். அது அடிப்பட்ட நாய் எவ்வளவு மோசமான நிலையில் இருக்கிறது என்பதை எனக்கு உணர்த்திற்று. அவள் பின்னால் போனேன்.

அந்த நாய் ரத்தத்தில் தோய்ந்து கிடந்ததைப் பார்த்ததுமே நான் என் கண்களை இரு கைகளாலும் பொத்திக்கொண்டேன். என்னால்

பக்கத்தில் வந்து பார்க்க முடியாது என்று உரத்த குரலில் கத்தத் தொடங்கினேன். நாயின் குரல் கத்தி ஓய்ந்த நிலையில் ஈன சுரத்தில் தேய்ந்துகொண்டிருந்தது. கதறியழும் கைக்குழந்தைகள் தூங்குவதற்கு முன் சுருதி இறங்கி முனகுவதுபோல் அது முனகிற்று.

ஜெசி என் கைகளை என் கண்களிலிருந்து அகற்ற முயன்றாள். நாயின் வலது கால் துண்டாக முறிந்து, முறிந்த பகுதி அதன் சருமத்தில் முறுகிப் பை போல முதுகுக்கு மேல் கிடந்தது. வலி பொறுக்காமல் அது ஒரு தடவை புரண்டபோது பை மேலும் தொள தொளத்து முதுகிலிருந்து நழுவி மண்ணில் விழுந்தது. 'ஜெசி, நாம் என்ன செய்ய வேண்டும்?' என்று பதற்றத்துடன் கேட்டேன். என்னால் எதிர்கொள்ள முடியாத ஒரு காரியத்தில் தலையைக் கொடுத்துவிட்டது போல் பதறத் தொடங்கிவிட்டேன். நல்ல வேளை ஜெசிக்கா சற்றுத் தைரியமாக இருந்தாள். அவள் முன்யோசனையுடன் ஒரு அட்டைப் பெட்டியைக் கொண்டுவந்திருந்தாள். திடீரென்று என் லட்சியம் வீறுகொண்டு நிமிர்ந்தது. அந்த நாயை அந்த அட்டைப் பெட்டியில் வைத்தோம். அப்போதும் அது ஈனசுரத்தில் முனகியபடி இருந்தது.

நாங்கள் கால்நடை மருத்துவமனைக்குச் சென்றோம். முன் டெஸ்கிலிருந்த பெண், 'டாக்டரின் சந்திப்புக்கு நேரம் பெற்றிருக்கிறீர்களா?' என்றாள். எங்களுக்கு எதிரான ஒரு மனோபாவம் அவளிடம் வெளிப்படுவதுபோல் எனக்குத் தோன்றியது. அப்போது டாக்டர் அவரது அறையிலிருந்து, 'ஏன் அந்த நாய் இப்படி அழுகிறது?' என்று கேட்டார். அதற்கு அந்தப் பெண், 'தெரு விபத்தில் சிக்கிய நாய், மதிய உணவுக்கு உங்களுக்கு நேரமாகிவிட்டது அல்லவா?' என்றாள். டாக்டர் அவள் பேச்சைக் காதில் வாங்கிக்கொள்ளாதது போல் வெளியே வந்து நாயைப் பார்த்தார். காலை எக்ஸ்ரே எடுக்கச் சொன்னார். அதற்குப் பின் சுமார் இரண்டு மணி நேரம் அதற்கு அறுவைச் சிகிச்சை நடந்தது. ஸ்டெச்சரில் வெளியே கொண்டு வந்தபோது அதன் காலில் மாவு போட்டுக் கட்டியிருந்தது. அதற்குப் பிரக்ஞை திரும்பியிருக்கவில்லை. அதன் மொட்டை வால், போர்த்தியிருந்த துணிக்கு வெளியே தெரிந்தது. ஒரு வாரம் அதைக் கவனித்துக்கொள்ள வேண்டும் என்றும் அதன் பின் தன்னைப் பார்க்கும்படியும் டாக்டர் சொன்னார்.

ஜெசிக்கா நாயைத் தூக்கிக்கொண்டு காருக்குப் போய்விட்டிருந்தாள். நான் கட்ட வேண்டிய பணத்தைக் கட்டிவிட்டு வரும்போது, டாக்டர், 'உங்கள் நாய்தானா அது?' என்று என்னிடம் கேட்டார். அவரது சாந்தமான முகத்தில் மெல்லிய புன்னகை அரும்பிற்று. நான், 'இல்லை' என்று சொன்னேன். 'அனாதைப் பிராணிகளுக்கு ஆதரவு தந்துவருகிறீர்களா?' என்று கேட்டார். 'ஆமாம்' என்றேன். 'நல்ல பணி, பாராட்டுகிறேன்' என்றார். நான் நன்றி தெரிவித்துவிட்டுக் காரை நோக்கி விரையும்போது பெரிய சிரிப்பலை பின்னால் கேட்டது.

திரும்பிப் பார்த்த போது உதவி டாக்டர் ஒருவர் ஒரு தனி தினுசாகச் சிரித்துக்கொண்டிருந்தார். பெரிய டாக்டர் என்னைக் கேலி செய்திருக்கிறார் என்றும் அதற்குத்தான் உதவி டாக்டர் சிரிக்கிறார் என்றும் எனக்குத் தோன்றியது. நகைச்சுவை கருதிச் சிறிதும், டாக்டரைத் திருப்திப்படுத்த அதிகமாகவும் அவர் சிரிக்கிறார் என்றும் நினைத்தேன். நான் திரும்பிப் பார்ப்பதைக் கவனித்ததும் பெரிய டாக்டர் ஏதோ கவலையில் ஆழ்ந்திருப்பவர்போல் தன் முகத்தைக் கடுமையாக மாற்றிக்கொண்டார்.

அப்போது நானும் லூதரும் வின்ஸெண்ட் தெருவில் ஒற்றைப் படுக்கையறை கொண்ட அபார்ட்மென்றில் குடியிருந்தோம். மூன்றாவது மாடி. ஜெசிக்கா, என் கையைப் பிடித்தவாறு, 'மறியா, நீ இதைக் கொண்டுபோனால் பல விதங்களிலும் சங்கடப்படுவாய். உனக்கு புறா போன்ற மனது. என் வீட்டில் போதிய இடம் இருக்கிறது. நர்ஸ் பணியில் சிக்கலான மனிதர்களைச் சமாளித்துவரும் எனக்கு இது ஒரு பொருட்டல்ல' என்று காரில் போகும்போது சொன்னாள். நான் செய்ய விரும்புகிற பணிக்கு உற்ற சிநேகிதி கிடைத்திருப்பதை எண்ணி அப்போது மிகுந்த சந்தோஷம் அடைந்தேன். 'மறியா, நான் இதை என் குழந்தைபோல பார்த்துக்கொள்வேன்' என்றாள் ஜெசிக்கா. 'நீ அவ்வப்போது வந்து பார்த்துவிட்டுப் போ, போதும்' என்றாள். அத்துடன், 'மறியா, எந்தப் பெயரில் இதை அழைப்பது? அதன் பழைய பெயரை அதற்குச் சொல்லத் தெரியுமா? மறியா, நாய்களின் பெயர்களைத் தொகுத்திருக்கும் புத்தகம் ஒன்று என்னிடமிருக்கிறது. அதிலிருந்து ஒவ்வொரு பெயராக அழைத்து அதன் பெயரைக் கண்டுபிடித்துச் சொல்கிறேன் பார்' என்று சந்தோஷம் பொங்கச் சொன்னாள்.

ஜெசியின் வீட்டை அடைந்ததும் என்னை வரவேற்பு அறையில் இருக்கச் சொல்லிவிட்டு அவள் உள்ளே சென்றாள். காலடியிலிருந்த காகிதப் பெட்டியை மூடியிருந்த துணியை இலேசாக விலக்கிப் பார்த்தேன். நாய் நிம்மதியாகத் துங்கிக்கொண்டிருந்தது எனக்கு ஆறுதலாக இருந்தது. அதன் முகத்தைப் பார்த்து அதன் ஜாடையைத் தெரிந்துகொள்ள வேண்டுமென்று தோன்றிற்று. ஆனால் முகம் தெரியவில்லை. அது ஆண் நாய். அதன் வால் துண்டிக்கப்பட்டிருந்ததால் மனிதத் தொடர்பு அதற்கு இருந்திருக்க வேண்டும் என்று நினைத்துக்கொண்டேன்.

வீட்டின் பக்கவாட்டறையில் ஜெசியும் அவளது கணவரும் தங்கள் குரல்களை பலாத்காரமாகத் தணித்தவாறு பேசிக்கொள்வது கேட்டது. அவர் பேசியதில் வெளிப்பட்ட பதற்றம் என்னைத் தொற்றிக் கொண்டது. போகப் போக அவர்கள் குரல்கள் தடிக்கத் தொடங்கின. ஒரு குறிப்பிட்ட நொடியில் பேச்சில் தீப்பற்றிக்கொண்டுவிட்டது. நாகூசும் கெட்ட வார்த்தைகளை மாறி மாறி வீசிக்கொள்வது கேட்டது.

நான் காகிதப்பெட்டியுடன் போர்டிக்கோப் படிகளில் இறங்கி நின்றேன். ஜெசி அழுதுகொண்டே வந்தாள். நான் அவளிடம்,

‘ஜெசி, நான் இதை எங்கள் வீட்டிற்கே கொண்டுபோகிறேன். நாளை உனக்கு போன் செய்கிறேன், அழாதே’ என்றேன். அவளால் பேச முடியவில்லை. ‘மறியா, மறியா’ என்று என் கைகளைப் பற்றி அவற்றைத் தன் கண்களின் ஈரத்தில் தேய்த்துக்கொண்டாள். என்னைத் தன் மார்போடு அணைத்து என் காதோடு, ‘உனக்கு எல்லா உதவிகளும் நிச்சயம் செய்வேன்’ என்றாள். அவள் ரொம்பவும் உணர்ச்சிவசப்படுவதுபோல் எனக்குத் தோன்றவே, ‘கவலைப்படாதே ஜெசி, நாம் சேர்ந்தே இந்தப் பணியைச் செய்யலாம்’ என்றேன். ‘ஜெசி, உன் கஷ்டத்தை நான் சரிவரப் புரிந்துகொண்டிருக்கிறேன்’ என்றும் சொல்லிவிட்டு வந்தேன்.

என் வீட்டிற்குள் மிகுந்த பதற்றத்துடன் நுழைந்தேன். லூதர் வேறு எதைச் சொல்லாவிட்டாலும் வீட்டின் இடவசதிக் குறைவை நினைவுகூர்ந்தாலே சங்கடப்படத் தொடங்கிவிடுவேன் என்று தோன்றியது. அவர் எதுவும் சொல்லவில்லை. நாயின் காலைப் புறங்கையால் தொட்டுப்பார்த்து விட்டு, ‘மறியா, கவலைப்படாதே, சரியாகிவிடும். காலை அதிகம் அசையாமல் பார்த்துக்கொள்’ என்றார்.

அந்த நாய்க்கு என்னை கலிஃபோர்னியாவுக்கு அழைத்து வந்த என் தாய் மாமனின் பெயரை வைத்தேன். அவர் பெயர் சாண்டியாகோ. ஒவ்வொரு நாளும் அதன் கால் குணமாகிவருவதை அதன் முகத்தைப் பார்த்தே என்னால் உணர முடிந்தது. பக்கத்தில் அமர்ந்து அதன் முதுகைத் தடவித்தந்துகொண்டிருப்பேன். தன் கண்களில் நன்றி வழிய அது என்னைப் பார்த்தபடி இருக்கும். கையை அகற்ற எனக்கு மனமே வரவில்லை. கையை அகற்றினால் அதன் மீதான பிரியத்தைக் குறைத்துக்கொண்டு விட்டேனோயென அது சந்தேகப் படும் என்று கற்பனை செய்துகொள்வேன். அது எகிறிக் குதித்தும், முகத்தை என் கைகளில் தேய்த்தும், விரல்களை நக்கியும் அதன் பிரியத்தை வெளிப்படுத்தும். அதனிடம் மொத்தம் எவ்வளவு பிரியம் இருக்கும் என்று யோசிப்பேன். அதன் வால் மொட்டையாக இருந்தாலும் எந்த அளவுக்கு எந்த வாலை அசைக்க முடியுமோ அந்த அளவுக்கு அசைத்துத் தன் அன்பை வெளிப்படுத்தும்.

ஒரு நாள் அதன் பக்கம் நான் போனபோது ஈரம் ததும்பிய தன் கண்களால் அது என் இதயத்தைத் துழாவுவதுபோல் இருந்தது. ‘சாண்டி, என்ன சொல்ல வேண்டும் உனக்கு, என்னிடம் தயங்காமல் சொல்லு’ என்றேன். ‘நன்றாகக் குணமாகிவிட்ட சந்தோஷம்தானே?’ என்று கேட்டேன். ‘கண்ணே, செல்லமே’ என்று அதைக் கொஞ்சினேன். அதன் பின் எந்தப் பொருளுமில்லாத ஒரு மொழியை என் மனம் உருவாக்க, அந்தப் பேத்தலை அலுப்பில்லாமல் சொல்லிக்கொண்டே இருந்தேன். என் அன்பை அது மனப்பூர்வமாக ஏற்றுக்கொண்டது. சிரமத்துடன் பெட்டிக்கு வெளியே தன் தலையை நீட்டி என் கையை முகர்ந்துகொண்டிருந்தது. அப்போது அது அடைந்த உற்சாகத் தாலோ என்னவோ எழுந்து நின்று தன் இரு கால்களையும் தூக்கி

என் தோள் மீது வைத்தது. அதன் உடல்நிலை முற்றிலும் குணமாகி விட்டது என்பது சந்தேகமில்லாமல் புரிந்தது.

அன்று மாலை மீண்டும் அதை ஆஸ்பத்திரிக்கு எடுத்துச் சென்றேன். டாக்டர், 'கால் நன்றாக ஒட்டிக்கொண்டுவிட்டது' என்று சொல்லி எஃகுக் கவசம்போல் இறுகியிருந்த மாக்கட்டையை மின்சார வாளால் அறுத்துவிட்டார்.

நான் மிகுந்த மகிழ்ச்சியுடன், 'லூதர், லூதர்' என்று அழைத்த படியே எங்கள் வீட்டுக்குள் ஓடி வந்தேன். லூதர் சாண்டியாகோவைப் பார்த்த மாத்திரத்தில் சந்தேகக் கண்ணோடு அதன் வலது காலைக் கூர்ந்து கவனித்தார். 'மறியா, நாயைக் கீழே விடு' என்றார். அது நின்றபோது அதன் புட்டி ஒரு பக்கமாகத் தாழ்ந்து கிடந்தது. ஒவ்வொரு எட்டு வைக்கும் போதும் அதன் புட்டி அரைவட்டத்தில் சுழலுவது என் உடம்பைக் கூச வைத்தது. லூதர் முகத்தைப் பார்த்தேன். அவர் ஆயாசமாக மூச்சு விட்டபடியே, 'மறியா, இனி ஒன்றும் செய்வதற்கில்லை' என்றார். அதன் வலது பின்னங்கால் கால் அங்குலம் கட்டையாகிவிட்டது. அந்தக் கால் மண்ணைத் தொடாமல் அந்தரத்தில் காய்ந்த விறகுபோல் இருந்தது. மூன்று காலில் அது குதித்து நடக்கத் தொடங்கியபோது அந்தக் காட்சியை என்னால் சகித்துக்கொள்ளவே முடியவில்லை.

மறுநாள் டாக்டருக்கு போன் செய்தேன். 'டாக்டர், நாய் ஊன முற்றிருப்பதே உங்களுக்குத் தெரியாதா?' என்று கேட்டேன். 'நேரில் பார்க்கிறேன், ஒரு சமயம் மற்றொரு அறுவைச் சிகிச்சை தேவைப் படலாம்' என்றார். 'அப்போதேனும் அது ஊனமில்லாமல் ஆகிவிடுமா?' என்று கேட்டேன். 'உறுதி தருவதற்கில்லை, மறியா, முடிந்த வரையில் பார்க்கலாம்' என்றார். லூதருக்கு விருப்பமில்லை. 'எந்த நன்மையும் இல்லாமல் அதை மேலும் சங்கடப்படுத்தாதே' என்றார். 'லூதர், அது நடப்பதைப் பார்ப்பவர்கள் அதன் மீது தீராத வெறுப்புக் கொள்ள மாட்டார்களா?' என்று கேட்டேன். 'மறியா, நான் ஒரு மருத்துவ விஞ்ஞானி. மூளைகளை ஆப்பரேஷன் செய்வது என் தொழில். ஆனால் மூளைகளை நான் முற்றாகப் புரிந்துகொண்டவன் அல்ல என்பது எனக்கு நிச்சயமாகத் தெரிகிறது' என்றார்.

ஜெசிக்காவுக்கு போன் செய்து விஷயத்தைச் சொன்னேன். 'மறியா, கலங்காதே, நாளை அவசியம் உன் வீட்டிற்கு வருகிறேன்' என்றாள். சொன்னது போல் அவள் வரவில்லை. அதன் பின் அவளுடன் போனில் பேசுவதுகூட எனக்குச் சாத்தியமில்லை என்று ஆகிவிட்டது. அழைக்கும் போதெல்லாம் அவள் இல்லை யென்ற பதில்தான் யந்திரத்தனமாக வந்தது. பின்னால் ஜெசியை இத்தனை வருடங்களில் நான் ஒரு முறைகூடப் பார்க்கவில்லை. ஆனால் என் மனதிற்கு மிகுந்த நிறைவைத் தந்துகொண்டிருக்கும் இந்தப் பணியில் என்னை ஈடுபடுத்தியவள் என்பதால் அவள் பெயரை ஒரு பூனைக்கு வைத்து அழைத்துவருகிறேன்.

சுந்தர ராமசாமி சிறுகதைகள்

நாய்களுக்குப் பெயர் வைப்பது பற்றி ஒரு நாள் நாம் பேசத் தொடங்கினோம். மருத்துவ அறையிலிருந்து அவசர அழைப்பு வரவே நீங்கள் புறப்பட்டுச் சென்றுவிட்டீர்கள். அதன் பின் பல சமயம் அது பற்றி யோசித்திருக்கிறேன். அவற்றிற்குப் பெயர் வைக்கும்போது, நீங்கள் எங்களுக்கு இணையான ஜீவராசிகள் அல்ல என்ற செய்தியைத் தான் வெளிப்படுத்திக்கொள்கிறோம். என் வக்கீல் சிநேகிதியான மிலின்டாவிடம் உயர்ந்த ஜாதி நாய்கள் மூன்று இருக்கின்றன. ஒவ்வொன்றும் கொழு கொழுவென்று காட்டுப் புலிகள் போல் இருக்கும். அந்த மூன்று நாய்களுக்குமே அவள் மனிதகுலத்தையே உருக்குலைத்த மூன்று சர்வாதிகாரிகளின் பெயர்களை வைத்திருக் கிறாள். அந்தக் கொடுங்கோலர்களுக்கும் இந்த நாய்களுக்கும் என்ன சம்பந்தம் என்று நான் கேட்டேன். அவள் அதற்கு, 'மறியா, அதைப் பற்றி நான் யோசித்துப் பார்த்ததே இல்லை' என்றாள். அதே நேரத்தில் கூர்மையாக எனக்கு என்ன பதிலடி தரலாம் என்று அவள் யோசிப்பது போல் தோன்றிற்று. 'தந்தை, மேரி, ஜீஸஸ் என்றெல்லாம் வைத்திருக் கலாமே' என்று நான் சொன்னேன். அவளுக்குத் தாங்கிக்கொள்ள முடியாத கோபம் வந்துவிட்டது. அவள் வீட்டிற்குள் திரும்பி, 'நோயல் டியர், மறியா சொல்வதைக் கேளுங்கள்' என்றாள். அவர் கணவர் குட்டையாக, அகலமாக, புறச்சக்தியொன்று அவரைக் கயிற்றால் கட்டி இழுப்பதுபோல காலைத் தேய்த்தபடியே வந்தார். சோபாவில் தொந்தியுடன் முழங்காலை மடக்காமல் சரியப் போனவர் தன் மனைவியின் பேச்சு காதில் விழுந்ததும் தானாகவே உயரம் அதிகரித்ததுபோல் நிமிர்ந்து நின்றார். சுயஉணர்வின்றி நானும் எழுந்து நின்றேன். அவர் மிக மென்மையான குரலில், 'மறியா, நீங்கள் இங்கிருந்து வெளியேறலாம். அத்துடன் இனி இங்கு வருவதை யும் தயவுசெய்து நிறுத்திக்கொண்டுவிடுங்கள்' என்றார்.

நான் வளர்க்கும் எல்லாப் பிராணிகளுக்குமே, என் தந்தை, என் தாய், என் பள்ளித்தோழிகள், என் உணவக சிநேகிதிகள், ஆசிரியர்கள், ஆசிரியைகள் ஆகியோரின் பெயர்களைத்தான் வைத்திருக்கிறேன். நான் ஆறாவது படிக்கும்போது என் வகுப்பு ஆசிரியை மீது எனக்கு கண்மூடித்தனமாக பிரியம் – காதல் என்றே சொல்லலாம் – ஏற்பட்டு விட்டது. அல்லது அதை ஒரு விதப் பைத்தியம் என்றும் சொல்லலாம்.

வெனிசா டீச்சர் வயதில் மிகச் சிறியவர். எங்களுடன் அவரும் சேர்ந்து கூடைப் பந்து விளையாடும்போது அவரை எங்களில் சற்றுப் பெரியவர் என்று தோன்றுமே தவிர ஆசிரியை என்று தோன்றவே தோன்றாது. அவரிடம் நாங்கள் ஒரு கேள்வி கேட்டு, அதற்குப் பதில் சொல்ல அவருக்கு யோசிக்க வேண்டியிருந்தால், அவருடைய கண்கள் இடுங்கி, தாடை தானாகவே உயர்ந்து கூரையும் சுவரும் இணையும் இடத்தை வெறித்துப் பார்க்கத் தொடங்கிவிடும். அப்போது எனக்கு அவர் மீது மேலும் பிரியம் பொங்கும். அவரை அப்படியே அணைத்து முத்தமிட வேண்டுமென்று தோன்றும்.

அவர் கூரையைப் பார்க்கும் பொருட்டு எனக்கு விடை தெரிந்த கேள்விகளைக்கூட அவரிடம் கேட்பேன்.

ஒரு விபத்தில் மிகக் கோரமாக உருக்குலைந்து வெனிசா டீச்சர் இறந்துபோய்விட்டார். அவருடைய பெயரைப் பல வருடங்களுக்குப் பின் நான் என் ஆட்டுக்குட்டிக்கு வைத்தேன். அந்த ஆட்டுக்குட்டியை என் ஆசிரியையாகவே கற்பனை செய்துகொண்டிருந்தேன். என் கற்பனையோ என்னவோ தெரியாது, அதன் உடலசைவு, மினுமினுக்கும் அதன் சர்மம், சில சமயம் அது நாசூக்காக இருமுவது இவையெல்லாம் டீச்சரை நினைவுபடுத்துவதுபோலவே இருக்கும்.

வெனிசாவின் மரண நினைவு நாளன்று அவர்களது குடும்ப இடுகாட்டிற்கு நானும் போவேன். பிற்பகலில் திரும்பும்போது கழுவிவிட்ட மனதுடன் மிக இலேசாக வீடு திரும்புவேன். வெனிசா வின் குடும்பத்தினரும், அவருடைய பாய் பிரண்டாக இருந்த பீட்டரும், ஆச்சரியப்படும்படி ஒவ்வொரு வருடமும் உயரமாகிக் கொண்டேபோன அவரது பிள்ளைகளும், அழகு வேகமாக அழிந்து கொண்டிருக்கும் அவருடைய மனைவியும் அங்கு வருவார்கள். வெனிசாவின் தாய் ராபினின் முகத்தில் காலம் உழுதிருக்கும் கோடுகள் என் மனதை மிகவும் தாக்கும்.

அவர்கள் வரும் நேரத்தில் நானும் வர வேண்டும் என்று அவர்கள் ஆசைப்பட்டார்கள். நான் தவறாமல் அவர்களுடன் கலந்துகொள்வதில் அவர்கள் எல்லோருக்கும் மிகவும் சந்தோஷம் இருந்தது. வெனிசாவின் நினைவும், அவளுடைய கள்ளங்கபடற்ற தன்மையும், அவை ஆட்படுத்தும் உணர்ச்சியும் அந்த நேரத்தை ஆத்மீகமான தளத்துக்கு உயர்த்தும். வெனிசாவின் தாயும் நானும் பார்த்துக்கொண்ட மாத்திரத்திலேயே எங்கள் கண்கள் கலங்கிவிடும். அவர் என்னை அணைத்து என் காதில், ‘கண்ணே, நீதான் இன்று என் மனதில் வெனிசா’ என்பார். அவர்கள் வந்த காரியங்கள் முடிவதுவரையிலும் அவர்களுக்கு உதவிகள் செய்வேன். வெனிசா வின் பாய் பிரண்டு கல்லறையின் மீது பூக்களை வைக்கும்போது அடக்க முடியாமல் பொருமுவார். அப்போது அவர் மனைவியும் அழுதபடி தன் கணவனை அணைத்துக்கொள்வார். கடைசியில் நான் என் கையிலிருக்கும் உதிரிப்பூவைக் கல்லறை மீது தூவுவேன்.

ஒரு வருஷம், வெனிசாவின் தாய் ராபின், ‘என் அன்பான வெனிசா, நீ வரும் ஒவ்வொரு முறையும் எதற்காக இந்த ஆட்டையும் இழுத்துக்கொண்டு வருகிறாய்?’ என்று கேட்டாள். அவர் மிகுந்த அக்கறையோடுதான் அந்தக் கேள்வியைக் கேட்டார் என்றாலும், அவர் பயன்படுத்திய, இழுத்துக்கொண்டு என்ற சொல் என் மனதைப் புண்படுத்திவிட்டது. நான் என்ன சொல்வது என்று யோசித்தேன். அவரது கேள்வி எங்கள் பிணைப்புக் கயிற்றின் இழைகள் அறுபடப் போவதின் ஆரம்பமோ என்று சந்தேகப்படத் தொடங்கினேன். குப்பைத்துணி எரியும்போது எழும் தீய்ந்த மணம்

நாசியைத் தாக்கிற்று. மௌனமாக இருப்பதுதான் புத்திசாலித் தனமானது என்று, ‘ஆன்டி, உங்களுக்கு நான் வெனிசாவாக இருப்பது போலவே, எனக்கு அந்த ஆடுதான் வெனிசாவாக இருக்கிறது’ என்று அவரது கண்களைப் பார்த்துச் சொன்னேன். ‘ஒரு ஆட்டை மனதில் வைத்தா எங்கள் கண்மணியைப் பார்க்கிறாய்?’ என்று அவர் தாள முடியாத வருத்தத்தில் கேட்டார்.

மறு வருஷம் வெனிசாவின் நினைவு நாளைக்கு முன் தினம் ராபி ஆன்டியிடமிருந்து எனக்கு ஒரு செய்தி வந்தது. ‘மறியாக் கண்ணே, வழக்கம்போல இந்த வருடமும் உன்னைச் சந்திக்க விரும்புகிறோம், உன்னை மட்டும்’ என்று அவர் எழுதியிருந்தார். நான் எதிர்பார்த்தது மற்றொரு விதத்தில் நடந்திருப்பதுபோல்பட்டது. இடுகாடுகளில் அல்ல, மனிதர்களின் மனங்களில்தான் நினைவுகள் உயிர்கொண்டு வாழ்கின்றன என்று நான் சொல்லிக்கொண்டேன். இருந்தாலும் அழுகை வருவதைத் தடுக்க முடியவில்லை. அந்த அழுகையின் நடுவே, ‘ஆன்டி, உங்கள் அன்பை நான் ஒரு நாளும் மறக்கமாட்டேன்’ என்று புலம்பியது நினைவிருக்கிறது.

இந்தக் காலகட்டத்தில் என் உடல் நிலை பாதிக்கப்பட்டு நான் படுக்கையில் விழுந்தேன். என் நடமாட்டத்தை முடக்குவது மூலம் தான் என் ஆயுளை நீடிக்கச் செய்ய முடியும் என்று என் உடலறிவு செய்த ஏற்பாடுபோல் இது தோன்றிற்று. லூதர் விரும்பினாரோ இல்லையோ, என் வளர்ப்புப் பிராணிகளைப் பார்த்துக்கொள்ளும் சுமையும் அவர் தோளில் விழுந்தது.

அவர் வெளியே காட்டிக்கொள்ளக்கூடியவர் அல்ல என்றாலும் உள்ளூர அவர் உற்சாகமாக இருந்த நாட்கள் அல்ல அவை. அதற்கு முக்கியக் காரணமாக இருந்தது அவருடைய தொழில் அன்றிருந்த நிலைதான். நீங்கள் பணிக்குச் சேர்ந்திராத காலம் அது. தொழிலில் அவர் கடினமாக உழைத்தும்கூட முன்னேற்றம் இருக்கவில்லை. வருமானம் போதாமல்தான் இருந்தது. எளிமையான வாழ்க்கையைப் பின்பற்றினோம். குழந்தை இல்லை. அப்படியிருந்தும் பற்றாக்குறை இருந்தது.

அந்தக் காலத்தில்கூட அவர் தன் வாழ்க்கையைப் பற்றிக் குறை பட்டுக் கொண்டதில்லை. வளர்ப்புப் பிராணிகளைக் கவனிக்கும் பணியைக் கைவிட்டால் சிறிது மிச்சம் பார்க்கலாமே என்று என்னிடம் சொன்னதில்லை. அவ்வாறு அவர் சொல்லாமல் இருந்தது எனக்கு ஏமாற்றத்தையும் வருத்தத்தையும்தான் தந்தன. என் சிநேகிதிகளான டாக்டர்களின் மனைவிமார்களிடம் அவ்வப்போது விசாரித்திருக் கிறேன். லூதரைப் பற்றி அவர்களுடைய கணவர்களுக்கு என்ன அப்பிராயம் என்று தெரிந்துகொள்வதில் அளவுக்கதிகமான ஆர்வம் இருந்தது. எல்லோருக்கும் லூதர் திறமையானவர் என்ற எண்ணம் தான் இருந்தது. இருந்தாலும் நோயாளிகளின் மனதில் அவருக்குத் தனியாக ஒரு படிமம் உருவாகவில்லை. தொழிலை வளர்க்கும்

இயல்புகள் இயற்கையாகவே அவரிடம் இல்லாமல் இருந்தன. அவர் அடிக்கடி சிரிப்பவரோ, கலகலப்பாகப் பேசக்கூடியவரோ அல்ல. அவர் திறமையாகச் செயல்பட்டு நோய்களுக்குத் தீர்வு காணும்போதும் தனது பங்கை அவர்களுக்குச் சொல்லிப் புரிய வைக்கக்கூடியவர் அல்ல. எந்த நேரத்திலும் அவர் தன்னைத் தவிர்க்க முடியாதவர் என ஆக்கிக்கொண்டதே இல்லை.

நோய்க்குச் சிகிச்சை செய்வது என் பொறுப்பு, ஆனால் என் மருத்துவத் திறனைப் பற்றி அவர்களிடம் சொல்வது என் வேலை யல்ல என்பார் அவர். 'மறியா, நீ மற்றொன்றையும் புரிந்துகொள்ள வேண்டும். நோயாளிகள் என் விருந்தாளிகள் அல்ல. நான் செய்வது வணிகப் பணியல்ல. நான் கற்ற கல்வியை அவர்களது நன்மைக்காகப் பயன்படுத்துகிறேன்' என்பார்.

வெளிப்படையாகச் சொல்கிறேன், திருமணம் முடிந்து சில வாரங்களுக்குள்ளாகவே உள்ளூர எனக்கு அவர்மீது ஏமாற்றம் வருவதை உணர்ந்தேன். நான் சிறு வயதில் கிராமத்தில் வளர்ந்தவள். எங்கள் கிராமத்தில் ஒருவர்கூட நக்கலோ, கிண்டலோ, குறும்போ, குத்தலோ இல்லாமல் பேச மாட்டார்கள். ஒருவர் வாயைத் திறந்தால் அவர் வாக்கியத்தை முடித்ததும் சுற்றியிருப்பவர்கள் சிரிக்காமல் இருக்க மாட்டார்கள். வெகு காலத்திற்கு முன் வாழ்ந்த ஒருவரின் வக்கணையான பேச்சை பல ஆண்டுகளுக்குப் பிறகும் யாரேனும் சொல்லிப் பெரும் சிரிப்பு மூட்டிவருவார்கள். மிக மோசமான சங்கடத்தில் இருக்கும்போதுகூட அவர்களிடமிருந்து கிண்டலும் கேலியுமாகத்தான் பேச்சு வரும்.

இந்த இயல்புகள் அறவே இல்லாதவர் லூதர். நான் விளை யாட்டுக்கு அவரைக் கேலி செய்வதற்காகக் கோணலாகப் பேசினா லும் அவர் அதை நேராக எடுத்துக்கொண்டுதான் பதில் சொல்வார். எப்போதும் தீவிரமான மனநிலையில் இருப்பார். எங்களுக்கு வெளியே போவதற்கான சந்தர்ப்பங்கள் மிகக் குறைவு. நினைத்த பொருட்களை எல்லாம் வாங்கிக் குவிக்கும் எண்ணம் இருவருக்குமே இல்லை. விதிவிலக்காகக்கூட ஆசை சார்ந்து ஏதேனும் வாங்க வசதியும் இல்லை. கிளாசிக்கல் சங்கீதத்தில் மட்டும் அவருக்கு ஈடுபாடு உண்டு. கிடைக்கும் நேரத்தில் எல்லாம் அதை ஆசையோடு கேட்பார். இசையில் ஆழ்ந்த பற்றுக்கொண்டிருந்த அவருடைய தாயாரிடமிருந்து அவர் பெற்ற சொத்து அது. ஆனால் நவீன இசைக் கலைஞர்களின் பெயர்கள்கூட அவருக்குத் தெரியாது. இது தவிர மிச்ச நேரத்திலெல்லாம் அவர் நரம்பியல் சிகிச்சைச் சார்ந்த புதிய புத்தகங்களைப் படித்துக்கொண்டிருப்பார். இரவு மூன்று மணி நேரம் படித்தும் புதிய கண்டுபிடிப்புகளை முழுமை யாகத் தெரிந்துகொள்ள முடியாத நிலையிலேயே தான் இருப்பதாக வும் சொல்வார். அறியாமை காரணமாகக் குறையான சிகிச்சை செய்வது இழிவு. அது என் மேல் படியக்கூடாது என்பார்.

சுந்தர ராமசாமி சிறுகதைகள்

நான் பகல் முழுக்கக் கடுமையாக வேலை செய்கிறேன். உடலை முறிக்கும் வேலை. அதனால் லூதர் வீட்டிற்கு வரும்போது களைத்துப் போயிருக்கும் நாங்கள் இருவருமே எங்களுக்குப் புத்துணர்ச்சி ஊட்டிக் கொள்ள வேண்டும். ஆனால் இது போன்ற யோசனையே லூதருக்கு இருப்பதில்லை. இதையாவது அவருடைய இயற்கை என்று என்னால் பொறுத்துக்கொள்ள முடிந்தது. ஆனால் ஒரு சந்தர்ப்பத்தில்கூட என் வளர்ப்புப் பிராணிகளைப் பற்றி, நான் வலிந்து சொல்லாத வரையிலும் அவர் கேட்டதேயில்லை. இதை நினைத்தாலே எனக்கு நெஞ்சை அடைத்துவிடுகிறது. காலையிலோ, மாலையிலோ அல்லது வாரக் கடைசியிலோ என் கொட்டடிக்கு வந்து அந்தப் பிராணி களைப் பார்க்க வேண்டும் என்று அவருக்குத் தோன்றியதில்லை. என் குறையை நான் சொல்ல அவர் தெரிந்துகொண்டு அதைத் தீர்க்க முயல்வதை நான் விரும்பவில்லை. என் குறையை அவரிடம் பகிர்ந்துகொள்ள வேண்டாம் என்ற வீம்பு எனக்கு வந்துவிட்டது. ஆனால் அதை மறந்துவிட்டு இருப்பது எனக்கு ஒருநாள்கூடச் சாத்தியப்பட்டதும் இல்லை.

வெளித் தொடர்புகள் அநேகமாக எனக்கு அறுந்து போனபின் லூதரை விட்டால் நான் பார்க்கும் மற்றொரு முகம் உங்களுடையது மட்டும்தான். உங்கள் வருகையின் மூலம் எனக்கு ஒரு தோழமை கிடைக்கும் என்று நான் நினைத்தேன். நான் எதிர்பார்த்ததுபோலவே எனக்கு அது கிடைக்கவும் செய்தது. ஆனால் லூதரைப் போலவே நீங்களும் என் பணிகளில் சிறிதும் அக்கறை காட்டாதது எனக்கு ஏமாற்றத்தைத் தந்தது. நான் செய்யும் காரியத்திற்கு யாரும் உதவி செய்யாவிட்டால்கூடப் பொறுத்துக்கொள்ள முடியும். எந்த ஜீவனும் அக்கறை காட்டாவிட்டால் என்னால் எப்படி அதைப் பொறுத்துக் கொள்ள முடியும்? இவ்வளவும் எழுதியபோது லூதர்மீது தவறான எண்ணம் கொண்டுவிடுவீர்களோ என்ற சந்தேகம் எனக்கு வருகிறது. என்மீது அவருக்கு ஆழ்ந்த அன்பு உண்டு. அதை ஒரு நாளும் நான் மறக்க மாட்டேன். நான் விரும்பும் சுதந்திர வாழ்வை லூதர் மதிப்பது போல் எத்தனை பேர் அவர்களுடைய மனைவிமார்களின் சுதந்த ரத்தை இந்த தேசத்தில் மதிக்கிறார்கள் என்று யோசித்துப் பார்க் கிறேன். நாங்கள் சேர்ந்து வாழ்வதில் எனக்குக் குறையாகப்பட்டது வாழ்க்கை உருவாக்கும் சுழற்சியின் இறுக்கம் மட்டும்தான். என் வாழ்க்கை எப்போதும் நான் கணிக்கக் கூடியதாகச் சுருளவிழ்வது எனக்கு அலுப்பைத் தருகிறது. எங்கள் வாழ்க்கையில் அற்புதமான ஒழுங்கு இருக்கிறது. ஆனால் கொண்டாட்டம் இல்லை. நாங்கள் கடகடவெனச் சிரித்து எங்கள் வீட்டுச் சுவர் கேட்டதே இல்லை.

இவ்வாறு யோசிக்கும் எனக்குப் பிறக்க வேண்டிய குழந்தையின் நினைவு இயற்கையாகவே வருகிறது. அந்தக் குழந்தையின் முகமும் தலைமயிரும் சிரிப்பும் விளையாட்டும் என் மனதில் அடிக்கடி வந்துவிடுகிறது. ஒரு குழந்தை வளர்ந்து ஆளான பின்பும்கூட அந்தக் குழந்தையின் இளம் பருவம் அதன் தாய்க்கு நினைவுக்கு வந்து

எண்ணற்ற கனவுகளும் சித்திரங்களும் அவள் மனதில் ஓடிவரு மல்லவா? அது போல்தான் எனக்கு வந்துகொண்டிருக்கிறது. இது, அலுப்பைச் சிறிது குளிர்விக்க என் மனம் கண்டு பிடித்த உபாயமாக இருக்கலாம். ஒரு குழந்தையின் வருகை எங்கள் வாழ்க்கைக்கு ஒரு புத்துணர்வை நிச்சயம் ஊட்ட முடியும். என் அலுப்பைத் தீர்த்துக் கொள்ளக் கடவுள் எனக்கு இரட்டைக் குழந்தைகளைத் தர வேண்டியிருக்கும்.

'மார்னிங் ஸ்டார்' நாளிதழில் நீங்கள் தந்திருந்த விளம்பரத்தைப் பார்த்துவிட்டு 'உங்களைப் பணிக்கு எடுத்துக்கொள்ளலாமா' என்று நான் லூதரைக் கேட்டபோது, 'என்னுடைய வருமானத்தில் எப்படி அவருக்குச் சம்பளம் தர முடியும்?' என்று கேட்டார். நியாயமான கேள்வி அது. 'அது சாத்தியப்படும், என்னை நம்பி இதைச் செய்யுங்கள்' என்று நான் சொன்னேன். உங்களுடைய திறமையை வெளிப் படுத்துவதுடன், அவருடைய திறமையையும் பிரகாசிக்கச் செய்ய முடியும் என்று நான் நம்பினேன். லூதர் என் தோளில் கை வைத்துத் தன் உடலோடு என்னை அணைத்தவாறு, 'எதுவுமே அவரைப் பற்றித் தெரியாத நிலையில் எப்படி நாம் நம்பிச் செயல்பட முடியும்?' என்று கேட்டார். லூதருக்கு மனதிற்குள் சந்தேகமாகத்தான் இருந்தது.

என்னிடம் உங்களைச் சந்தித்துப் பேசச் சொன்னார். நினைவு வைத்திருப்பீர்கள். ஒரு வெள்ளிக்கிழமை மருத்துவ அறையைச் சாத்தும் நேரத்தில் லூதரின் அறையில் சந்தித்துக்கொண்டோம். உடல் நிலை சரியில்லாமல் இருந்தது என்று சொன்னேன் அல்லவா? அந்த நாட்களில்தான் இந்தச் சந்திப்பு நிகழ்ந்தது. எதையும் பொருட் படுத்தாமல் அன்று வந்தேன். உங்களைப் பார்த்ததும் எனக்கு ஏமாற்றமாகவே இருந்தது. மேல் வரிசைப் பற்கள் உயர்ந்திருப்பவர்கள் சிரிப்பதைப் போல் நீங்கள் சிரித்தீர்கள். பரிதாபமான ஒரு களை உங்கள் முகத்தில் இருந்தது. நாங்கள் தேடிய நபர் நீங்கள் அல்லவோ என்ற சந்தேகம் வந்தது. உங்கள் வாழ்க்கைக் குறிப்பை மனப்பாடம் செய்து வைத்திருந்தேன். நான் கேட்கும் கேள்வியை வைத்து என்னைக் குறைவாக மதிப்பிட்டுவிடக்கூடாதே என்ற கவலையுடன் இருந்தேன். எங்களுடன் இணைந்துகொள்வதன் மூலம் பெரிய வருமானம் இல்லாமல் போனாலும் மரியாதைக்குரிய வாழ்க்கை கிடைக்கும் என்ற உண்மையையேனும் உங்கள் மனதில் ஆழமாகப் பதிய வைக்க வேண்டுமென எண்ணினேன். நான் சொல்லி முடித்ததும் மேற்கொண்டு எந்தக் கேள்வியும் கேட்காமலும் சிறிதும் யோசிக் காமலும் நீங்கள் சொன்ன பதில் என் மனதில் ஆழமாகப் பதிந்தது. கடைசியில் விடைபெறும்போது பெரிய திறமைகள் லூதரிடமும் சிறியவை என்னிடமும் இருப்பதாகச் சொல்லி விட்டுச் சென்றீர்கள். இந்தப் பதில் எப்படிச் சுலமாக வெளிப்பட்டது என்று யோசித்த படியே இருந்தேன்.

உங்களைப் பற்றி இன்று நாங்கள் – முக்கியமாக நான் – நினைப்ப தையும் சொல்ல வேண்டும். தாமு, நீங்கள் பணியில் சேர்ந்ததனால்

தான் எங்களுடைய ஆசைகள் ஓரளவேனும் நிறைவேறின. லூதரின் தொழில் நிலைபெற்றுவிட்டது என்னும் எண்ணம் எனக்கு வந்த போது நான் அறியாமலே என் லட்சியமும் விரியத் தொடங்கிற்று. காலம் போகப் போக என் பொறுப்பில் வந்து சேர்ந்த அனாதைப் பிராணிகளின் எண்ணிக்கை கூடிக்கொண்டேபோயிற்று. தனியாக ஒரு கொட்டடியை உருவாக்க வேண்டும் என்பது தவிர்க்க முடியாத ஒரு காரியமாகிவிட்டது.

இதனால்தான் ஸ்காட்வாலியை விட்டு நாங்கள் இந்தக் காட்டுக்கு வரத் தீர்மானித்தோம். இங்கு நிலம் மலிவாக இருந்தது. தண்ணீருக்கும் பஞ்சமில்லை. அக்கம் பக்கம் குடியிருப்பு என்று ஒன்றும் கிடையாது. அன்று இங்கு மின்சாரமும் வந்திருக்கவில்லை என்பதால் மெழுகு வத்திகளையே பயன்படுத்திவந்தோம்.

எங்கள் வீட்டையும் கொட்டடியையும் கட்டி முடித்தோம். நாங்களேதான் வேலை செய்தோம். கட்டுமானம் பற்றிப் படிக்கவும் அடிப்படை ஆயுதங்களைச் சேர்க்கவும் லூதருக்கு அவரது கடுமை யான பணியின் நடுவில் ஆறுமாத காலம் ஆயிற்று. ஒரு குருவி தன் வீட்டைக் கட்டுவதுபோல் மிகுந்த பொறுமையுடன் இதைச் செய்தார். அவருடைய வைராக்கியம் என்னை மலைக்க வைத்தது. கற்றுக்கொள்வதில்தான் என்ன உறுதி! இந்தக் காலங்களில் மௌனம் கண்ணுக்குத் தெரியாத நிழல்போல் அவரைப் பின்தொடர்ந்து வந்துகொண்டிருந்தது. எனக்கு அவரைப் பற்றி ஒரு அதிசயமே மனதில் வந்துவிட்டது. இந்த உடலா நாம் நினைத்தால் அணைத்துக் கொள்ளும்படி நம் பக்கத்திலேயே இருக்கிறது என்று பல தடவை நினைத்திருக்கிறேன். இரவு ஒன்பது மணியிலிருந்து மறுநாள் காலை இரண்டு மணிவரையிலும் நாங்கள் சந்திர ஒளியை நம்பி வேலை செய்வோம். பிறை தேய்ந்து வரும் நாட்களில் எங்கள் வேலையும் குறைந்துவிடும். மிகச் சிரமமான நாட்கள் அவை. கவனிப்பும் உணவுமின்றி பிராணிகள் மெலிந்துபோய்விட்டன. அப்போது எங்களிடம் கார் இல்லை. லூதர் தன் பணிக்குப் போகும் பொருட்டு ப்ளூ ஹவுண்டு பஸ்ஸைப் பிடிக்கக் காலை ஆறு மணிக்கு ஹைவேயை நோக்கி நடக்கத் தொடங்குவார். இரண்டு மணி நேரம் அவர் நடக்க வேண்டியிருக்கும். மெலிந்து போன தன் உடம்புடன் அவர் நடந்து போவதைப் பார்த்துப் பல சமயம் கண் கலங்குவேன்.

அதன் பின் நாட்கள் நன்றாகப் போய்க்கொண்டிருந்தன. எங்கள் காட்டில் நாங்கள் இருந்துகொண்டிருந்தோம். இப்போது எங்கள் பெரியம்மாவைப் பற்றி என் அம்மா அடிக்கடி சொல்வது நினைவுக்கு வருகிறது. மெக்ஸிக்கோவில் ஒரே ஏழைகளின் கூட்டம். அதிலும் நாங்கள் பரம ஏழைகள். ஏழைகளுக்கு வந்து சேரும் துக்கங்களைப் பற்றி வார்த்தைகளால் சொல்ல முடியுமா? குடும்பத்தில் தாங்க முடியாத கஷ்டம் ஏற்படும்போது என் பெரியம்மா மாதாகோவி லுக்குச் சென்று மாதாவின் அருகில் படுத்துக்கொண்டு விடுவாளாம். மூன்று நாட்கள் நான்கு நாட்கள் ஆகிவிட்டால் அம்மா போய்

அவளைக் கைத்தாங்கலாகக் கூட்டிக்கொண்டு வருவாளாம். இதை எதற்குச் சொல்லவந்தேன் என்றால் இந்தக் காட்டிற்குள் எவருடைய வாழ்க்கையிலும் குறுக்கிடாது, நாங்கள் – என் பிராணிகளையும் சேர்த்துச் சொல்கிறேன் – இங்கிருப்பதுகூடத் தெரியாமல் வாழ்வது பெரியம்மா கோவிலில் மாதாவின் அருகில் விழுந்து கிடப்பதைப் போன்ற ஒரு காரியம்தான் என்பதைச் சுட்டவே.

அம்மாவின் நினைவு அடிக்கடி வருகிறது. அவள் பெயர் க்ரிஸ்டீனா. ஏழை மெக்ஸிக்கோப் பெண்கள் இன்றுவரையிலும் அனுபவித்திருக்கும் சகல துக்கங்களையும் ஒரு சிற்பி ஒரே முகத்தில் வடித்தெடுத்ததுபோல் இருக்கும் என் அம்மாவின் முகம். அவள் ஒரு வேலைக்காரியின் வயிற்றில் வேலைக்காரியாகப் பிறந்தாள். அவள் அனுபவித்த கஷ்டங்கள் பற்றி என்னால் சொல்ல முடியாது. அவள் அது பற்றி எதுவுமே என்னிடம் சொன்னது இல்லை. அவள் வசதியான ஒரு அமெரிக்கப் பெண்மணியிடம் 'நானி'யாக வேலை பார்த்தாள். காலையில் போனால் இரவுதான் வீடு வருவாள். அந்த அமெரிக்கப் பெண்மணி தனது கரேஜில் போட்டிருக்கும் எந்தப் பொருளையும் – தனது கார்கள் நீங்கலாக – எடுத்துக்கொண்டு போகலாம் என்று சொல்லிவிட்டாள். கரேஜில் இல்லாத பொருளே இல்லை என்பதுபோல இருந்ததாம். குளிர் சாதனப்பெட்டிகள், மிக்சிகள், சலவை யந்திரம், பாத்திரம் கழுவும் யந்திரம், சோபாக்கள், மேஜைகள், நாற்காலிகள் என்று ஏகப்பட்ட பொருள்கள். எப்படி என் அம்மாவால் அவள் விரும்புகிறவற்றை எங்கள் வீட்டிற்குக் கொண்டுவந்து சேர்க்க முடியும்? காரியர்கள் கேட்கும் பணத்தை எங்களால் நினைத்துக்கூடப் பார்க்க முடியாது. என் அம்மா அந்த அமெரிக்கப் பெண்மணி வீட்டுப் பணிக்கு வரும் கான்டிராக்டர் களிடம் எல்லாம் கெஞ்சிக்கொண்டிருந்தாள். கடைசியில் எங்கள் வீட்டிற்குப் பக்கத்திலிருந்து அங்கு வேலைக்குச் சென்றிருந்த காண்டி ராக்டர் ஏற்றி இறக்குபவர்களுக்கான சம்பளத்தை மட்டும் வாங்கிக் கொண்டு அந்தச் சாமான்களை எங்கள் வீட்டிற்குக் கொண்டுவந்து சேர்ந்தார். ஒரு குளிர்சாதனப் பெட்டியை அது போய்ச் சேர வேண்டிய மூலைக்கு நானும் அம்மாவும் காலையில் நகர்த்தத் தொடங்குவோம். சுமார் ஒரு அங்குலம் நகர்த்தியதும் அம்மாவுக்கு வேலைக்குப் போக வேண்டிய பஸ் புறப்படும் நேரம் ஆகிவிடும். அதன் பின் மறுநாள் ஒரு அங்குலம் நகர்த்துவோம். எங்கள் வீட்டைப் பார்த்தால் வேடிக்கையாக இருக்கும். போதுமான அளவுக்கு கரண்டிகள், போர்க்குகள், கத்திகள் கிடையாது. மறுபக்கம் குளிர் சாதனப் பெட்டி, மிக அழகான டைனிங் டேபிள், நாற்காலிகள் என்று பல பொருட்கள். நான் என் இளமைக் காலத்தில் ஸ்நாக்ஸ் சாப்பிட்டது கிடையாது. என் பள்ளித் தோழிகள், தோழர்கள் தந்தவை தான். நான் மூன்றாவது வகுப்போ அல்லது நாலாவது வகுப்போ படிக்கும்போது மார்ட்டின் என்ற பையன் எனக்கு நிறைய இனிப்பு கள் தருவான். இனிப்பைத் தரும்போது, 'ஏன் தருகிறேன் தெரியுமா? நான் உன்னைக் காதலிக்கிறேன், அதுதான்' என்பான். நானும்,

'உன்னைக் காதலிக்கிறேன்' என்று அவனிடம் சொல்வேன். அவன் தந்த இனிப்புகளின் ருசி இப்போதும் என் நினைவில் இருக்கிறது. நான் வாக்களித்திருந்தும் அவனை மணந்துகொள்ளாதது என் தவறுதான்! ஆண்டவர் என்னை மன்னிப்பாராக!

அமெரிக்காவுக்கு வந்த பின் மிகப் பெரிய வசதியைத் தேடிக் கொண்டவளும் அபூர்வ குணங்கள் கொண்டவளுமான என் சிநேகிதி அனுசூயா வீட்டில் நடந்த சம்பவத்தைப் பற்றியும் நான் எழுத விரும்புகிறேன். ஒரு சமயம் நீங்கள் இப்போது இருக்கும் குழம்பிய மனநிலையில் இதையெல்லாம் படிப்பது ஒரு தண்டனையாகக்கூட இருக்கலாம். என் மனதைச் சிதற அடித்த ஒரு சம்பவம் என்பதால் அதைப் பற்றி யோசித்துப் பார்க்க வேண்டும் என்று தோன்றுகிறது.

அனுசூயா என் பள்ளித் தோழி. நானும் அவளும் ஹை ஸ்கூலில் ஒன்றாகப் படித்தோம். அவளுக்கு இயற்பியலில் அளவு கடந்த ஈடுபாடு இருந்ததால் அவள் மேற்கொண்டு படித்து பிஎச்.டி. பட்டம் பெற்று கலிஃபோர்னியாப் பல்கலைக்கழகத்தில் பேராசிரியராகப் பணியாற்றும் வாய்ப்பைப் பெற்றாள். அவளது கணவர் சரத்சந்திரர் யேல் பல்கலைக்கழகத்தில் சட்டம் பயின்று மிகுந்த வருமானம் ஈட்டக்கூடிய வக்கீலாக இருந்தார். அவர்கள் இருவருமே வங்காளிகள். அவர்கள் ஆசைப்பட்டபடி அவர்கள் இருவரையும் வங்காளியில் அக்கா, அண்ணா என்று அழைத்து வந்தேன். அவர்கள் எங்கள் உற்ற நண்பர்களாகிவிட்டிருந்தனர். அனுசூயாவைத் தெரிந்தவர்கள் அவளுடைய கலைத்திறனுக்காக அவளுடைய நட்பைப் பெரிதும் விரும்பினார்கள். பல்கலைக்கழக நாடகங்களில் ஒரு இயக்குனராகவும் நடிகையாகவும் அவள் வெளிப்படுத்திய ஆற்றல் தேசீய மரியாதைக் குரியது என்றுகூடச் சொல்வேன். ஒருமுறை பல்கலைக்கழகத்தில் ராமாயண நாடகத்தில் அவள் மண்டோதரியாக நடித்ததை யாராலும் மறக்க முடியாதுபோனதுடன் பல்கலைக்கழக வட்டங்களில் அது அவளுக்குப் பெரும் புகழையும் ஈட்டித் தந்தது.

அனுசூயா தம்பதியர் லிவர்மூர் டௌன்டவுன் பக்கம் மூன்று படுக்கையறைகள் கொண்ட ஒரு காண்டோவை வாங்கினார்கள். அவர்களுடைய நீண்ட நாள் கனவு அது. அதைக் கொண்டாட ஒரு பார்ட்டிக்கு ஏற்பாடு செய்து அவசியம் வர வேண்டும் என்று எங்களை அழைத்திருந்தார்கள். லூதருக்கு நேரம் ஒத்துவரவில்லை. நான் பார்ட்டிக்குப் போகும்போது அனுசூயா விரும்பும் வேலைப் பாடு மிகுந்த பரிசுப் பொருள் ஒன்றை வாங்கிக்கொண்டு போக வேண்டுமென்று ஆசைப்பட்டேன். அந்த நேரத்தில் எங்கள் கையில் போதிய பணம் இல்லை. நினைவிருக்கிறதா, உங்களிடமிருந்துதான் – எதற்கு என்று சொல்லாமல் – கைமாற்று வாங்கிக்கொண்டு போனேன்.

என் வீட்டிலிருந்து அனுசூயாவின் வீட்டிற்கு ஒரு மணிநேரம் தூரம். காரில்தான் போயாக வேண்டும். பஸ் வசதிகூட இல்லை. மேலும் நான் சாண்டியாகோவை வீட்டில் விட்டுவிட்டுப் போக

விரும்பவில்லை. நான் இல்லாத நேரத்தில் அது ஏதேனும் ஆபத்தில் சிக்கிக்கொண்டுவிடும் என்ற கவலை எனக்கு. அதே சமயம் அதற்கு வெளியே போவதற்கான வாய்ப்பே இல்லாதிருந்ததும் எனக்குக் குறையாக இருந்தது. எப்படிப் போய்விட்டு வரப்போகிறேன் என்று மலைத்துக்கொண்டிருந்தபோது அனுசூயாவின் சிநேகிதியும் மனநோய் மருத்துவத்தில் கலிஃபோர்னியாவில் பரவலாகத் தெரிய வந்திருந்த வளுமான தாரா பானர்ஜிடமிருந்து எனக்கு ஒரு போன் வந்தது. அனுசூயாவின் பார்ட்டிக்குத் தான் போகவிருப்பதாகவும் என்னை யும் தன் காரில் அழைத்துச் செல்வதாகவும் பார்ட்டி முடிந்ததும் திரும்பக்கொண்டு விட்டுவிடுவதாகவும் பானர்ஜி சொன்னாள். இது அனுசூயாவின் ஏற்பாடு என்பதை நான் உடனடியாகப் புரிந்து கொண்டேன். இது தாராவுக்கு எவ்வளவு அசௌகரியம் என்ற எண்ணம் என்னை உறுத்திற்று. அனுசூயா தாராவிடம் தனக்கு இருக்கும் உரிமையிலும் சுதந்திரத்திலும் இது போன்ற உதவியைக் கேட்கலாம் என்று எனக்குச் சமாதானம் சொன்னாள். புதிதாக வருபவர்களுக்கு எங்கள் குடியிருப்புக்கு அடையாளம் சொல்வது மிகவும் சிரமமானது. எங்கள் வீடு தவிரச் சுற்றியிருந்தவை எல்லாம் மரங்கள். மரங்களின் இடையினூடே வீடுவரையிலும் மண்பாதை. சுமார் மூன்று மைல் தூரம். பாதையில் சந்தேகம் வந்து விசாரிக்க அவசியம் ஏற்பட்டால் மரங்களிடம்தான் விசாரிக்க வேண்டும்.

ஆச்சரியமாக இருந்தது. எப்படியோ சட்டர்ஜி சொன்ன நேரத்திற்கு வந்துசேர்ந்துவிட்டாள். காரில் இருந்தபடி செல் போனில், 'ஒரு மெலிந்த ஒட்டகம் தெரிகிறது மறியா, அது உன் வீடுதானே?' என்று கேட்டாள். 'நேராக வாருங்கள், இரண்டு மெலிந்த ஒட்டகங்கள் தெரியும்' என்று நான் சொன்னேன். கொட்டகையின் கூரை தொலை வில் தெரிந்ததே என்று பானர்ஜி கூறும்போதே கார் மேட்டில் முதல் கியரில் ஏறும் அடித்தொண்டைச் சீறல் போனில் கேட்டது. அவள் சொன்னதை அப்படியே எடுத்துக்கொள்ளாமல், நேரில் பார்த்ததும், 'வீட்டைக் கண்டுபிடிக்கச் சங்கடப்பட்டீர்களா?' என்று கேட்டேன். தாரா வறட்சியாகச் சிரித்தாள். 'மறியா, முழுக் காட்டை யும் சுற்றிப் பார்க்க முடிந்தது; மிக அபூர்வமான இடத்தைத் தேர்ந்தெடுத்திருக்கிறாய்' என்றாள். அவளுடைய நகைச்சுவை நான் விரும்பும் வகையைச் சேர்ந்ததுதான். அன்று ஏனோ அது எனக்கு உவப்பாக இருக்கவில்லை. அத்துடன் அனுசூயா என்னைத் தாராவிடம் அறிமுகப்படுத்திப் பேசும்போதே, கேலியாகச் சில சொற்களையும் சேர்த்துச் சொல்லியிருக்கலாம் என்ற கற்பனை என் மனதில் ஓடியது. யார், வேறு யாரிடம் என்னை அறிமுகப்படுத்தி னாலும் அவர்கள் பேச்சில் என்னைப் பற்றிச் சில கேலிச் சொற்களும் இடம்பெற்றிருக்கும் என்று நினைப்பு எனக்கு மனதில் உறுதியாக இருக்கிறது. இவ்வாறு ஒருவர் மற்றொருவரைப் பற்றிச் சொல்லும் எதிர்மறையான விஷயங்கள் எக்காலத்திலும் மங்காமல் ஏன் நம் மனதில் இடம் பிடித்துக்கொள்ள வேண்டும்? பிறரைப் பற்றித்

தாழ்வாக நினைப்பதுதான் நம் மனதிற்கு உவப்பான விஷயமாக இருக்கிறதா? இனி என்னைப் பற்றித் தாராவிடம் கேலி கலக்காத ஒரு நேர்மையான பேச்சை, அனுசூயாவால்கூடக் கேட்க முடியாது என்று நினைத்துக்கொண்டேன்.

மனதில் படரத் தொடங்கியிருந்த இலேசான கசப்பு தாராவின் ஒப்பனையை அவளுக்குத் தெரியாமல் கவனிப்பதில் ஒரு சந்தோஷத்தைத் தந்தது. தாராவுக்கு அறுபது வயதுக்குக் குறைவில்லை. தலையின் முன் பக்க நரையைப் பேருக்கு விட்டுவைத்து, கணிசமான பகுதிக்குப் பிசிறில்லாமல் கருமை பூசியிருந்தாள். அந்த முயற்சியில் குறைந்தது பத்து வயதையேனும் குறைக்க முடித்திருக்கும் என்பதில் சந்தேகமில்லை. படுக்கைக்குப் போவதை விட்டு, முன் தினம் இரவே அவள் தன் வயதைக் குறைத்துக்கொள்ளத் தொடங்கியிருக்கலாம்.

தாராவின் காரின் முன் சீட்டில் ஏறி அமர்ந்த நொடியிலிருந்து சாண்டியாகோவுக்கும் அவளுடைய நாய்க்கும் ஒத்துவரவில்லை. அவற்றின் உறவு கிறீச்சிடத் தொடங்கியது. தாரா அவளுடைய நாயை, ‘கமாண்டோ’ என்று அழைக்கிறாள் என்றும் அது ஜெர்மனியின் உயர்ந்த குடிப்பிறப்பில் தோன்றிய நாயின் மகள் வழிப் பேத்தி என்றும் சொன்னாள். தன் யஜமானியின் காரில் சாண்டியாகோ போன்ற ஒரு அற்பம் ஏறி கமாண்டோ பார்த்திருக்க சந்தர்ப்பம் அமைந்திராது என்று நினைத்தேன். சாண்டியாகோவின் இருப்பைப் பொறுத்துக்கொள்ள முடியாமல் அடிவயிற்றிலிருந்து ஆங்காரம் தாங்காமல் அது குரைக்கத் தொடங்கிற்று. தாரா கமாண்டோவைச் செல்லமாக அதட்டினாள். ‘எல்லோரிடமும் பிரியமாக இருக்க வேண்டும் என்று எத்தனை முறை உன்னிடம் சொல்லியிருக்கிறேன்?’ என்று கமாண்டோவிடம் கேட்டாள். அது அவளுடைய உலகப் பார்வையை வெளிப்படுத்தக்கூடியதாக ஒரு காலத்தில் இருந்து, இப்போது சாயம்போன சம்பிரதாயமாகத் தேய்ந்துபோயிருப்பது போல் எனக்குப் பட்டது. காய்ந்த ரொட்டி மட்டுமே தின்று வளரும் நாய்களுக்குரிய மணம் சாண்டியாகோவிடம் வெளிப்பட்டுக் கார் முழுக்கப் பரவியது கமாண்டோவின் வயிற்றைக் குமட்டிற்றோ என்னவோ.

அனுசூயா பார்ட்டிக்குப் பெரிய ஏற்பாடாகச் செய்திருந்தாள். வாசலில் நின்று சிநேகிதிகளுக்குச் சிரித்து, அவர்களை அணைத்து, கன்னத்தில் முத்தமிட்டு வரவேற்றாள். அவளுடைய உழைப்பும் ருசியும் எளிமையான ஆடம்பரமும் அவள் உடம்பில் பூசிக்கொள்ளும் அலாதியான நறுமணமும் என் மனதில் அவள்மீது நான் கொண்டிருந்த பிரியத்தை என் உடலெங்கும் பரவச் செய்தது. உயர்வு தாழ்வு பார்க்கக்கூடியவள் என்ற சந்தேகம்கூட எவர் மனதிலும் நிழலாடாமல் அணைப்பையும் சிரிப்பையும் விசாரிப்பையும் சமவிகிதத்தில் கலந்து விநியோகிக்கப் பெரும்பாலும் அவளால் முடிந்தது. அத்துடன் காரியங்களின் சுழற்சியில் அவள் தனது பங்கைப் பட்டுக்கொண்டும் சில சமயம் பட்டுக்கொள்ளாமலும்

செய்துகொண்டிருந்தாள். அவளுடைய சுறுசுறுப்பும் லாவகமாகக் காரியங்களைக் கவனிக்கும் ஆற்றலும் எல்லோர் மனங்களையும் கவர்ந்தன. அவளுடைய கணவர் சரத்சந்திரருக்கு முந்திய தினம் சற்றும் எதிர்பார்க்காமல் உடம்புக்கு வந்துவிட்டது. அவர் ஒரு போர்வைக்குள் அவரது கம்பளிக் குல்லாவுடனும் அதிகப்படியாக வந்து சேர்ந்த இந்தியக் களையுடனும் ஒரு சாய்வு நாற்காலியில் உட்கார்ந்துகொண்டிருந்தார்.

பெரும்பான்மையான பெண்களும் சில ஆண்களும் மாடி வரவேற்பறையில் உட்கார்ந்திருக்க, நிறைய ஆண்களும் ஒரு சில பெண்களும் இளம் நீலக் கண்ணாடியால் கூரை போட்டிருந்த டெக்கில் அமர்ந்திருந்தனர். பிஞ்சு வெயில் இருந்ததால் டெக்கின் கீழ் அமர்ந்திருந்தவர்கள் வெளிர் நீல நிறத்தில் காட்சி அளித்தனர். செய்யப் பாக்கியிருந்த பணிகளின் சுமை மனதின் பின் பகுதியிலிருந்து அனுசூயாவை அழுத்திய வண்ணமிருந்தது. இருந்தாலும் அவள் எந்தப் பதற்றமும் இல்லாதது போல் சிரித்துக்கொண்டிருந்தாள். அவள் அவசியமற்ற நேரங்களிலும் சிரித்தது அவளது பதற்றத்தை எனக்கு உணர்த்திற்று. அனுசூயா தன் நகைச்சுவைத் திறனால் எல்லோரையும் மகிழ்விக்க முயன்றுகொண்டிருந்தாலும் அவளது திறனை அறிந்திருந்த எனக்கு அன்று பார்த்து அவள் திறன் அவளைக் கைதூக்கிவிட மறுப்பதாகத் தோன்றியது. பார்ட்டிக்கு வந்திருந்த எல்லோருடனும் பேசியதாக இருக்க வேண்டும் என்பதற்காகப் பரக்கப் பரக்கப் பாய்ந்தாலும் சிலருடன் பேச அவளுக்கு விட்டுப் போய்க்கொண்டுதான் இருந்தது. பேசியவர்களுடனும் பிறரது குறுக்கீடுகளால் பேச வேண்டியவற்றைப் பேசவும் முடியவில்லை.

பலரும் வீட்டைச் சுற்றிப் பார்த்துக்கொண்டிருந்தனர். விசாலமான கூடமும் தம்பதியர் நித்திரைகொள்ளும் மாஸ்டர் அறையும் அந்த வீட்டின் மகுடங்களாக இருந்தன. சமயலறையை ஒரு தொழிற்சாலை என்றே சொல்லிவிடலாம். வீட்டைச் சுற்றிப் பார்த்தவர்களுக்கு மாஸ்டர் அறை, சமயலறை, டாய்லட்டுகள் ஆகியவற்றின் மீதுதான் அக்கறை இருந்தது. நான் பேருக்குப் பின்னால் போனேன். மாஸ்டர் அறையில் புராதனத் தோற்றம் கொண்ட மிக அகலமான கட்டில். அந்தக் கட்டிலைப் பார்த்தவர்கள் அனுசூயாவையும் சரச்சந்திரரையும் அந்தப் படுக்கையில் பொருத்திப் பார்ப்பதுபோல் எனக்குத் தோன்றியது. எனது கெட்ட புத்தியாகக்கூட இருக்கலாம்.

பெரிய கூடத்தில் முக்கியமான விருந்தினர்கள் சற்று அசட்டையாக, ஒருவரின் தோள் மற்றொருவர் மீது உரசுவது போல் நெருக்கமாக அமர்ந்திருந்தனர். இந்தியர்களைவிட அமெரிக்கர்கள் எண்ணிக்கையில் அதிகம் தென்பட்டார்கள். அனுசூயா பல பேராசிரியர்களையும் மாணவ மாணவிகளையும் அழைத்திருந்தாள். அங்கு வந்திருந்தவர்களில் அதிகம் பேரும் வாழ்க்கையைவிடக் கலைகளில் ஈடுபாடு கொண்டவர்களாகத் தங்களைக் கற்பனை செய்து கொண்டிருந்தவர்கள். இனிப்புகளுக்கும் சரி, காரவகைகளுக்கும்

சரி கலையின் தனிப்பெரும் உலகில் என்ன ஸ்தானம் இருக்க முடியும் என்ற அலட்சியத்தில், எதைப் பற்றியுமே அக்கறைப்படாமல் முகத்தில் அலட்சிய பாவத்துடனும் இருக்கைகளில் உடலைக் கசக்கிப் போட்டுத் தொளதொளப்பாகக் கிடந்தனர்.

தாமு, சாண்டியாகோ என் பின்னால் வரவில்லை என்பதையே நான் சில நிமிடங்களுக்குக் கவனிக்கத் தவறிவிட்டேன். நான் உள்ளே நுழைந்ததும் என் சமூக சேவையை எல்லோரும் பாராட்டிப் பேசினார்கள். ஏனோ சமூக சேவை என்பது நான் விரும்பாத சொல்லாக இருந்தது என்றாலும் அவர்கள் அப்படித்தான் அழைக்க விரும்பினார்கள். அவர்களது பாராட்டு எனக்கு மிகுந்த அருவருப்பு உணர்வைத் தந்தது. பெண்களும் குழந்தைகளும் பிறர் கேட்க விரும்புகிறார்களோ இல்லையோ கத்திப் பேசியும் பிறர் பேச்சுக்களில் குறிக்கிட்டும், சிரித்தும், தாங்கள் சொல்ல நினைப்பதை முழக்குவதில் குறியாக இருந்தார்கள். அதே நேரத்தில் மனதைப் பிழியும் அழுகையும் முனகலும் கலந்த ஒரு பெண் குரலும் என் காதில் விழுந்து கொண்டிருந்தது.

என்னை அறியாமலேயே டெக்குக்குப் போனேன். விலையுயர்ந்த கறுப்பு நிறத் தோலால் புஸ்ஸென்று புடைத்துக்கொண்டிருந்த மெத்தை தைக்கப்பட்டிருந்த ஒரு சாய்வு நாற்காலியில் பதினைந்து அல்லது பதினாறு வயது கொண்ட ஒரு பெண் தலையை இருபுறமும் மாறி மாறி மோதியபடி தேசல் வார்த்தைகளும் ஈன சுரமும் வெளிப்பட அழுதுகொண்டிருந்தது. அது மனதைக் கசக்கிப் பிழிவதாயும் இருந்தது. அந்தக் குழந்தை அனுசூயாவின் குடும்பத்திற்கு மிக நெருக்கமான குடும்பத்தைச் சேர்ந்த பெண்ணாக இருக்கவேண்டும். அந்தக் குழந்தையின் பக்கத்தில் மட்டும்தான் ஒரு நாற்காலி காலியாக இருந்தது. நான் அந்தக் குழந்தைமீது என் கவனம் பதியாததுபோல் விரைவாகச் சென்று அந்த நாற்காலியில் உட்கார்ந்தேன்.

குழந்தை ஏதோ நரம்பு மண்டலக் கோளாறால் நோயுற்று வாழ்நாள் முழுக்க அவதிப்படுவதாகத் தோன்றியது. நோயில் அந்தக் குழந்தையின் ஜீவன் உருக்குலைந்துவிட்டது. மறுநாள் அமாவாசை இருளில் மறைந்து போகவிருக்கும் பிறைக் கீற்றுப்போல் தேய்ந்துவிட்டிருந்தது. வாயிலிருந்து எச்சில் வழிந்தபடி இருந்தது. கண்களை ஒட்டிய சதைகள் கீழ் நோக்கி இழுத்துக் கட்டப்பட்டதுபோல் இருந்ததால் விழிகளின் அடிப்பக்கங்கள் அறுத்து வைத்த மாம்பழக் கீற்றுப் போல் தெரிந்தன. அந்தக் குழந்தையைக் கவனித்துக்கொள்ளும் பெண்ணிடம் இலேசாகப் பேச்சுக் கொடுத்தேன். அது தன்னுணர்வின்றி மலமும் சிறுநீரும் கழித்துவிடும் என்பதால் அதற்கேற்ற உடை அணிவிக்கப்பட்டிருப்பதாகச் சொன்னாள்.

தொலைவிலிருந்து ஒரு பெண் என்னை விடாது பார்த்தபடி விரைந்து வந்தாள். பருவத்தின் வீச்சில் உடலெங்கும் திரண்ட பின்னும், மிச்சமிருந்த சதை, மார்புகளாகக் கால் பந்துபோல் திரண்டு கொண்டிருந்த அந்தப் பெண், ‘மன்னிக்க வேண்டும், எங்கே

உங்கள் நாய்?' என்று என்னிடம் கேட்டாள். சாண்டியோகாவின் நினைவிலிருந்து நான் சுய உணர்வின்றிக் கழன்று போயிருந்தது அப்போதுதான் என் நினைவைச் சுட்டது. கடைசியாக என் முன்னால் அது ஏணிப்படியை முகர்ந்தபடியே புட்டி அசையப் படியேறி வந்தது என் நினைவுக்கு வந்தது. அந்தப் பெண், தான் கூறியது என் காதில் சரிவர விழவில்லையென்ற நினைப்பில் சொன்னதையே மீண்டும் உரக்கச் சொன்னாள். நான் ஒரு நிமிஷம், யோசனை எதுவுமில்லாமல், 'தாராவின் கமாண்டோ இங்கிருக்கிறதா?' என்று ஆவேசமாகக் கேட்டபடியே கூடத்தின் குறுக்காக ஏணிப்படி வழியே கீழே இறங்கி தெரு வழியாக ஓடத் தொடங்கினேன். கூடத்தில் எனக்குத் தெரிய வந்திராத ஒரு பரபரப்பு உருவாகியிருப்பதை என் முதுகு உணர வெளியேறி ஓடினேன். நான் கூடத்தைத் தாண்டி வரும்போது பலரும் பின்னால் என்னைத் துரத்திக்கொண்டு வருவது போல் தோன்றியது. அவர்களுடைய காலடிச்சுவடுகள் பெரும் புழுதிப்படலத்தைக் கிளறும் கற்பனை மனதில் எழ பின் திரும்பிப் பார்க்காமல் ஓடினேன்.

'மறியா, மறியா' என்று கத்தியபடி அனுசூயா என் பின்னால் ஓடி வந்தாள். அவளது காலோசைகள் ஏணிப்படியில் முரட்டுத்தனமாகக் கேட்டன. அவள் கத்தல் காதில் விழாததுபோல், 'சாண்டி, சாண்டி' என்று கத்தியபடி ஓடினேன். எனக்கு எதிராக ஏதோ சதி உருவாகிறது என்றும் அந்தச் சதியை ஆணவத்தோடு முறியடிக்க வேண்டும் என்றும், அந்த முறியடிப்பில் என் உயிர் பிரிந்தால் அதுவும் எனக்குப் பெருமையே என்றும் நினைத்தேன். உடலெங்கும் உஷ்ணம் பரவிற்று. எப்போதும் நான் தள்ளி ஒதுக்கப்படுவதில் அனுபவிக்கும் வேதனைகளுக்கு மொழி தரும் விளக்கங்களைவிடவும் என் மனதில் பீறிடும் கற்பனைகளே நான் ஏற்கத்தக்கவை என்று எண்ணினேன். மனிதன் தன் போலி வாழ்க்கையில் சுயப் பெருமைகளில் திளைக்கும் களிப்பில்தான் சக ஜீவராசிகளை நேசிக்கத் தெரியாமல்போனான் என்ற எண்ணம் பளிச்சிட்டது. அப்போது இன்னும் உரக்க, 'சாண்டி, சாண்டி' என்று கத்தியபடி ஓடினேன். ஹைவேயும், அதை எதிரும் புதிருமாக வெட்டிச்செல்லும் குடியிருப்புகளுக்குக் கொண்டு சேர்க்கும் பாதைகளும் சீராக வந்துகொண்டிருந்தன. நான் ஓடும் பாதையை ஹைவே என்று நினைத்ததே தவறு என்பது சில நிமிஷங்களிலேயே எனக்குத் தெரிந்துவிட்டது. அது குடியிருப்புகளை நோக்கிச் செல்லும் ட்ரை வேக்கள்தான். எங்கும் மனித நடமாட்டமின்றி அமைதியாக இருந்தது. வெயில் இல்லாமல் வாடும் ரோட்டோரக் குட்டை மரங்களும் செடிகளும் கண்களில் பட்டன. அவ்வப்போது சில குழந்தைகளும் இளைஞர்களும் ரோட்டோரம் நடமாடும் தளத்தில் ஸ்கேட்டர்களில் வழுக்கியபடி வந்து, பல வித்தைகள் நிகழ்த்தித் தங்கள் திறமைகள்மீது மீண்டும் நம்பிக்கைபட்ட திருப்தியுடன் போய்க்கொண்டிருந்தனர். காற்று தன் மென்மையான சுழற்சியில் சருகுகளை விட்டுவிட்டுக் கலைத்துக்

கொண்டிருந்தது. அவற்றை நடைபாதைகளிலிருந்து கீழே தள்ளி ரோட்டின் எல்லையோரங்களில் சேர்த்துக்கொண்டிருந்தது. ‘சாண்டி’ என்ற பைத்தியக்காரத்தனமான என் கத்தல் எல்லையை மீறிவிட்டது என்பதை நானே உணர்ந்தேன். பைத்தியக்காரத்தனமாக நடந்துகொள் ளும் வெறியின் உச்சிக்குப் போய்விட்டால் பைத்தியம் ஆகிவிட முடியும் என்று நான் நம்பத் தொடங்குவதுபோல் உணர்ந்தேன். பைத்தியங்கள் மட்டுமே சந்தோஷமாக இருக்கச் சாத்தியமான உலகம் இது என்று நினைத்தேன். இதைவிட அவமானம் ஆண்டவனுக்கு வேறு எதுவும் இல்லை. நான் நிச்சயம் கடவுள் அளவிற்கு அவமானப் பட்டவள் அல்ல. ‘ஹனி, என்ன விஷயம் என்று என்னிடம் சொல்லு’ என்று வானத்தைக் கிழிப்பதுபோல் பின்னாலிருந்து ஒரு குரல் கத்திற்று. ஒரு தடித்த கறுப்பினப் பெண், இடுப்புச் சதை திரண்டு விரிந்ததில் குட்டைப் பாவாடை மேலும் ஏறி அடித்தொடை தெரிய, வயோதிகச் சுருக்கங்களுடன் வந்து கொண்டிருந்தாள். இவளைப் போல் எந்தச் சிந்தனைகளும் இன்றி, தாங்கள் மனிதர்கள் என்ற நினைவுகூட இல்லாமல், மனிதர்களை எப்போதும் நினைவில் கொள்பவர்களைப் போற்றக் கற்றுக்கொள்ள வேண்டும் என்று சொல்லிக்கொண்டேன். என் கற்பனைகள் அவசியமற்ற அளவுக்கு எனக்கு உண்மையாகத் தெரிந்தன. சாண்டி மிக மோசமாகத் தாக்கப்பட்டிருக்கும். குதறப்பட்டிருக்கும். அதற்கு எதிர்த்துக் குதறத் தெரியாது. அதற்கான பலமும் அதற்கில்லை. ஒவ்வொரு ஜீவராசி களுக்குள்ளும் குதறத் தெரிந்தவையும் குதறத் தெரியாதவையும் இருக்கின்றன. குதறத் தெரியாதவை எப்படி வாழ வேண்டும் என்பது ஆண்டவனின் வசனங்களில் எங்கு சொல்லப்பட்டிருக்கிறது? இன்று வரையிலும் சிந்தித்துத் தங்கள் சிந்தனைகளை மலைபோல் குவித்திருப்பவர்களின் நூல்களில் எங்கெங்கு சொல்லப்பட்டிருக் கிறது? அதன் ரத்தம் தோய்ந்த முகத்தையும் கிழிந்து தொங்கும் காதுகளையும் பார்த்த மாத்திரத்தில் என் தன்மானம் தாக்கப்பட்டு என் சீற்றம் பொங்கும் என்று எனக்குத் தோன்றத் தொடங்கிற்று. மிகப் பெரிய நாடகம் ஒன்றை ஆட வேண்டும் என்று தீர்மானித்துக் கொண்டேன். அந்த நாடகம் அனைவரையும் நடுங்க வைத்து அவர்கள் நடந்து வந்த பாதையைத் திரும்பிப் பார்க்கச் செய்ய வேண்டும்.

சாண்டியாகோவைக் குதறுவது கமாண்டோவுக்கு நகைச்சுவை கலந்த ஒரு பொழுதுபோக்காக இருந்திருக்கும். ஆனால் சாண்டி என்னால் வளர்க்கப்பட்டிருந்த நாய் என்றால் விரைவில் அது தன் ஜீவனைத் துறக்கக்கூடியதாக இருக்க முடியாது. அது வதை படலை நீண்ட நேரம் தாங்கக்கூடியதாகவே இருக்கும். வதைபடலும் வாழ்க்கையும் பிரிந்து கிடக்கும் இரு காரியங்களாக அதற்கு இருக்க முடியாது. தான் ஊனப்படுத்தப்படுவது புதிதல்ல என்பது அதற்குத் தெரியாமல் இருக்கலாம். ஆனால் தன்னையொத்த ஒரு சகஜ நாயின் எந்தத் தாக்குதலிலும் இழக்க எதுவுமில்லை என்று அதற்குத்

தெரிந்திருக்கும். அது மனித மூளை இல்லாததுதான். அதனையொத்த நாய்களின் நீண்ட வரலாறு நிச்சயமாக பிழைப்பதற்கான சில ஜீவ விதைகளை அதன் மூளையில் ஒட்ட வைத்துதான் இருக்கும்.

அப்போது அனுசூயாவிற்காக வாங்கி வைத்திருந்த பரிசை எடுத்து வர மறந்துவிட்டது என் நினைவுக்கு வந்தது. இனி அவ்வளவுதான். இனி அது பற்றிச் சொல்ல என்ன இருக்கிறது? ஒன்றுமில்லை. என்னிடம் பரிசை எதிர்பார்த்திராத அனுசூயாவை, என் ஏழ்மை மௌனம் கொள்ள வைத்து, அந்த மௌனம் அவளுடைய நாகரிகத் தின் அடையாளமாகவும் ஆகிவிடும். அவளுக்கு அன்று வந்திருக்கும் பரிசுப் பொருட்களை நான் சரிவரப் பார்க்கவில்லை. இருப்பினும் நான் வாங்கியது சற்றுக் குறைவான விலை கொண்டதென்றாலும் அதன் தனித்தன்மை அபூர்வமானது. அது செம்பில் வார்க்கப்பட் டிருந்த ஒரு விசித்திர விக்கிரகம். அதை நான் வாங்க நினைத்தபோது அந்த உலோகத்தின் பழமையில் ஒரு தேசத்துக்குரிய முழு மரபும் பிரதிபலிப்பது போல் எனக்குத் தோன்றியது.

எந்த நோக்கமுமின்றித் தெரு வழியாக நான் ஓடிக்கொண்டிருக் கிறேன் என்று நினைக்கத் தொடங்கினேன். உண்மையான காரணம் சாண்டியைக் கண்டடைவது என்பதல்ல என்றும் சாண்டியை மதிக்காத – அதற்கான நிரூபணம் எதுவுமே அந்தச் சந்தர்ப்பத்தில் வெளிப்பட்டிருக்கவில்லை என்றாலும்கூட – அற்ப நாய்களைச் சங்கடத்திற்கு உள்ளாக்குவதுதான் என்றும் என் மனம் என்னிடம் சொல்லிற்று. சாண்டியை யார் யார் மதிக்கவில்லையோ அவர்கள் தான் என்னையும், சாண்டி போன்று புழுதியில் புரளும் கோடிக்கணக் கான ஏழைகளையும், கபோதிகளையும், ஊனமுற்றவர்களையும், நோயாளிகளையும், தீமையைத் தவிர்க்க எண்ணி நன்மையைத் தேடிக்கொண்டுபோகும் உத்தம ஜீவன்களையும் கால் கூசாமல் மிதித்துக்கொண்டு போகிறார்கள். எல்லோரையும் ஒரேயடியாகப் பழிவாங்க வேண்டிய நேரம் நெருங்கிக்கொண்டிருக்கிறது. நான்கூட அதை நிறைவேற்றும் பாத்திரமாக இருக்கலாம். நான் சிந்தனையோ, தத்துவ அறிவோ, புரட்சிக்கான யத்தனங்களோ அற்றவள் என்றாலும் புரட்சிக்காரர்களைப் போலவே நானும் ஒரு வெகுளிதான். தன்னை விட்டு இந்தச் செத்த உலகத்திற்கு உயிரூட்டுவதைப் பற்றி யோசிப் பவர்கள் எல்லோரும் உன்னதமான வெகுளிகள் தவிர வேறென்ன என்று எனக்கு நானே கேட்டுக் கொண்டேன்.

எதையும் உணராமல் எதிரே தெரிந்த மது விற்கும் கடைக்குள் நான் நிற்பதை அங்கு நுழைந்த பின்தான் உணர்ந்தேன். ஸ்தம்பித்து நிற்க நமக்கு அவகாசமில்லை என்பதால், என் வருகைக்கு உடனடி யாக அர்த்தத்தை உருவாக்கிக் கொள்வதற்காக முன் டெஸ்கில் இருந்த பெண்ணிடம், 'குதறப்பட்ட நாயொன்றின் ஓலம் காதில் விழுந்ததா?' என்று கேட்டேன். அவளுடைய பதில் என் காதில் விழவில்லை. அந்தப் பெண்ணின் முதுகுக்குப் பின்னால் கண்ணாடி அலமாரியிலிருந்த மதுப் புட்டிகள் என் பார்வையில் பட்டன.

மது வகைகள் வேண்டும் என்று சொல்லிக்கொண்டே என் கைப்பையில் இருந்த கசங்கிய டாலர் நோட்டுக்களை எண்ணாமலேயே கவுண்டர்மீது உருவிப் போடத் தொடங்கினேன். சில நொடிகளுக்குள் என் வலது தோளில் விரல்களின் ஸ்பர்சத்தை இதமாக உணர்ந்தேன். பின் பக்கம் அனுசூயா நின்றுகொண்டிருந்தாள். என் தவிப்பில் அவளுடைய விரல்கள் இன்ப லகரியை என் உடம்பில் பாய்ச்சின. என் அணைப்பில் அவள் மூச்சுத் திணறிற்று. இது போன்ற மூச்சுத் திணறல்களின் வழியாக மட்டுமே அன்பின் நொடிகளை நாம் உணருகிறோம். உருகிப்போயிருந்த என் மனம் கட்டுடைந்து விம்மத் தொடங்கியது. 'மறியா, எதற்கு வருந்துகிறாய்?' என்று குழந்தையை அதட்டுவதுபோல் கேட்டாள் அனுசூயா. அந்த அதட்டலில் என் உணர்ச்சி மேலும் பொங்கியெழுந்தது. ஆழ்ந்த திருப்தியுடன் அழுது கொண்டே, 'என் சாண்டி இறந்து போயிருக்கும்' என்றேன். அனுசூயா மிகுந்த கோபத்திற்கு ஆட்பட்ட பாவனையில் என்னை உலுக்கினாள். நான் தொடர்ந்து, 'கமாண்டோ சாண்டியைக் கொன்றிருக்கும், இதற்கான சமிக்ஞை தாராவிடமிருந்து அதற்குக் கிடைத்திருக்கும், சந்தேகமே இல்லை' என்று கத்தினேன். 'மறியா, சந்தேகமே இல்லை, உனக்குப் பைத்தியம் பிடித்துவிட்டது. இரண்டும் வீட்டுக்கு வந்து சேர்ந்துவிட்டன. சாண்டியாகோவைக் கமாண்டோ துன்புறுத்தியதற்காக தாரா ரொம்பவும் வருந்துகிறாள்' என்றாள் அனுசூயா, 'வா, வீட்டிற்குப் போவோம்' என்று என்னை இழுத்தாள். 'எனக்குக் கொஞ்சம் மது வாங்கப் பணம் வேண்டும்' என்றேன். 'மறியா, வீட்டில் நிறைய வாங்கி வைத்திருக்கிறேன். வா, போவோம்' என்று கையைப் பிடித்தபடி நடக்கத் தொடங்கினாள். நடுவில் அனுசூயாவைத் தேடிக்கொண்டு வந்த காரில் நாங்கள் இருவரும் அவள் வீட்டிற்குப் போனோம்.

அனுசூயாவின் வீட்டிற்குள் நுழைந்தபோது என் மனம் ஸ்தம்பித்தது. அந்த வெளியே என்னை அழுத்திற்று. நான் மாடி ஏறி வருவதை உணர்ந்ததும் நொடிகளுக்குள் அவர்கள் மனங்களில் உறைந்த ஸ்தம்பிப்பு அது. எல்லோரும் என்னை விசித்திரமாகப் பார்த்தார்கள். என்னைப் பற்றித் தாறுமாறாகக் கற்பனை செய்துகொள்வதில் அவர்களுக்கு ஒரு உற்சாகம் பொங்குவதுபோல் எனக்குப்பட்டது. பலரும் கூடியிருக்கும் ஒரு விருந்தில் ஏளனமாக எதுவும் நிகழாது இருப்பது ஒரு அலுப்பைத் தருவது போலவும் அதற்கு மாற்றாக என்னைப் பார்ப்பது போலவும் எனக்குத் தோன்றிற்று.

நான் யாரையும் பார்க்க விரும்பாமல் அந்த நோயுற்ற பெண்ணைத் தேடிக்கொண்டு போனேன். அந்தப் பெண்ணை டெக்கிலிருந்து எடுத்துக் கூடத்தின் சாப்பாட்டு மேஜையை ஒட்டியிருந்த சோஃபாவில் கிடத்தியிருந்தார்கள். அவள் சிறு சத்தத்தைக்கூட எழுப்பாமல் அலங்கோலமாகப் படுத்திருந்தாள். அவள் கண்கள் மனம் கூசும்படி செந்நிறச் சதைக் கீற்றாக வெளியே தொங்கிய நிலையில் இருந்தது. ஆனாலும் அவள் ஆழ்ந்து தூங்குகிறாள் என்பது என் மனதிற்குத்

தெரிந்தது. விலகும் உடையைத் திருத்திக்கொள்ளும் சுய உணர்வு அந்தப் பெண்ணிற்கு இல்லாமல் இருந்ததால் அவளுடைய தாய் அவ்வப்போது அவள் பக்கம் ஓடி வந்து அவளைக் கவனித்துக் கொள்ள வேண்டியிருந்தது.

நான் அவளைப் பார்த்துக்கொண்டிருந்தேன். அவளை வைத்துத் தத்தளித்துக் கொண்டிருப்பவளுடன் எனக்கு பரிசயம் ஏற்பட வேண்டும் என்று தோன்றியது. கூடத்தில் மனித உடல்களின் அடர்த்தியில் அவசரமாக இடைவெளிகள் உருவாகிக்கொண்டிருந் தன. அனசூயா அந்தக் குழந்தையின் தாயை அங்கு அழைத்து வந்து என்னை அறிமுகப்படுத்தினாள். அவள் இளம் பிராயம் கொண்டவளாக, இன்னும் திருமணமாகாதவள் போல், தன் உடலையோ, மனதையோ சிதறடிக்காதவள்போல் இருந்தாள். அவள் முகம் சிறிதும் கசங்கல் இல்லாமல் இருந்தது என்னை ஆச்சரியத்தில் ஆழ்த்தியது. நான் அந்தப் பெண்ணிடம் அவளது குழந்தையைப் பற்றி எதுவும் விசாரிக்கவில்லை. எந்தக் காரணத்தை முன்னிட்டும் அதைச் செய்யக்கூடாது என்று முன் கூட்டியே தீர்மானம் செய்திருந் தேன். அவள் தன் குழந்தையின் ஆடையை மாற்றத் தொடங்கினாள். குழந்தையின் உடல் அதன் வயதை ஏற்றுக்கொண்டிருந்ததால் அதன் அக்குள்களிலும், பெண்குறியிலும் ரோமம் முளைத்திருந்தது. பெண்குறியில் தெரிந்த ரோமம் எண்ணெய் வழுவழுப்பில் சிறு குழந்தையின் முன் தலைபோல் சருமத்தோடு ஒட்டிக்கொண்டிருந்தது. மார்புகள் வளர்ச்சி குன்றி ஜாதிக்காய் அளவே இருந்தன. ஒரு கைக்குழந்தைபோல் தூக்கம் கலையாமல் படுத்திருந்த அந்தப் பெண்ணின் மறைவிடங்களைப் பார்த்ததும் அவள்மீது ஆழ்ந்த அக்கறையும் அவளுடைய பராமரிப்புத் தரும் துன்பத்தில் பங்கெ டுத்துக் கொள்ளாத என் இருப்பை நினைத்து வருத்தமும் ஏற்பட்டன.

அனுசூயா அங்கு வந்தாள் என்றாலும் அந்தக் குழந்தையைப் பற்றி வார்த்தைகளைப் பரிமாறிக்கொள்ளும் மனநிலையில் நான் இல்லை என்பதை உணர்ந்து மௌனமாக இருந்தாள். அந்த மௌனம் கம்பீரமாக இருந்தது. பார்ட்டியிலிருந்து விடைபெற்றுக்கொண்டு போகிறவர்கள் அங்கு வந்து குழந்தையை அணைத்து அதன் கன்னத் தில் முத்தம் தந்து அதன் தாயின் முதுகை மார்போடு அணைத்து விட்டுப் போனார்கள். அதற்கு மேல் எனக்கு அந்த இடத்தில் செய்ய எதுவுமில்லை. நான் உடல் ரீதியாக உறைந்திருப்பது அர்த்தமற்றது போல் உணர்ந்தேன். அங்கிருந்து டெக்கிற்கு வந்தேன். அங்குக் கூட்டம் இருந்தது. நீண்ட சாப்பாட்டு மேஜையில் உணவு வகைகள் வரிசையாக இன்னும் மிச்சமிருந்தன. இந்திய உணவுகளும், அதிலும் முக்கியமாக வங்காள இனிப்புகளும், வெள்ளை அமெரிக்கர்களுக்கும் ஆப்பிரிக்க அமெரிக்கர்களுக்கும் வேறு கலப்பினங்களுக்கும் நன்றாகவே பிடித்திருந்தன. அனுசூயா வாங்கி வைத்திருந்த மது வகைகளும் ஒப்பிற்கோ, அழகு வரிசைக்கோ வாங்கி வைக்கப் பட்டவை அல்ல. அவை உயர்வகையைச் சேர்ந்தவை. நிறையக்

குடித்திருந்தவர்களில் பலராலும் வீட்டைச் சுற்றிப் பார்க்கப் போகவே முடியவில்லை. இதற்கு மேல் இப்போதைக்கு நகர வேண்டாம் என்று அவர்கள் தீர்மானித்திருந்ததால் அவர்களுக்கு மேலும் கொஞ்சம் குடிக்க சந்தர்ப்பம் இருப்பதுபோல்பட்டது. அங்கு வந்ததிலிருந்து யாரோடும் ஒட்ட வேண்டிய சந்தர்ப்பம் இல்லாமல் விலகியிருந்து எனக்குப் புரியாத நாடகத்தைப் பார்த்துக் கொண்டிருப்பதுபோல் தோன்றியது.

ஒரு வயோதிகர் என்னிடம் உறவாடுவதில் விருப்பம்கொண்டு இரண்டு கோப்பை மதுவுடன் என் பக்கம் வந்து ஒரு கோப்பையை உரிமையுடன் என்னிடம் தந்துவிட்டு மறு கோப்பையைத் தன் உலர்ந்த உதடுகளில் ஒட்டியவாறே சோபாவில் அமர்ந்தார். உட்கார்ந்த மறுகணம், 'இந்த உலகத்தின் கொடுமைக்கு முடிவே இல்லை' என்றார். உலகக் கொடுமையில் அவருக்குச் சிறிதும் அக்கறை இல்லை என்றும் அவ்வாறு அவர் சொன்னது ஒரு பேச்சுக்கான தூண்டில் என்பதும் எனக்குப்பட்டது. நீங்கள் சொல்வது சரிதான் என்று நான் சொல்ல வந்தபோது தொலைவில் அனுசூயாவும் அவளுடைய இரண்டு சிநேகிதிகளுமாக சாண்டியாகோவைத் தூக்கிக் கொண்டு வந்து என் பக்கத்து மேஜைமேல் கிடத்தினார்கள். அதன் உடம்பில் ஒன்றுக்கு மேற்பட்ட கட்டுக்கள் போடப்பட்டிருந்தன. காயங்களில் போடப்பட்டிருந்த கட்டுக்களிலிருந்து ரத்தம் திட்டாகத் துணியில் கசிந்திருந்தது. சாண்டியாகோ என் முகத்தைப் பார்த்து மென்மையாக அழுவதுபோல் முனகிற்று. வெகு தூரம் ஓடிவிட்டு வந்ததுபோல் அதற்கு இரைத்துக்கொண்டிருந்தது. அதன் அடி வயிறு பள்ளத்தில் விழுவதும் எழுவதுமாக இருந்தது. நான் என் விரல்களால் அதன் முதுகைத் தொட்டேன். அப்போது அது மேலும் நெகிழ்ச்சியுடன் முனகிற்று. அதன் மொட்டை வாலை வேகமாக அசைத்தது. என்னிடமிருந்து கட்டுங்கடங்காத கோபத்தின் பீறிடலை எதிர்பார்த்து அனுசூயா என் முகத்தையே பார்த்துக்கொண்டிருந்தாள். நான் அமைதியாக இருந்தேன். அப்போது நான் பார்த்துக் கொண்டிருந்த அலங்கோலத்தை அதற்கு முன்னும் ஒன்றுக்கு மேற்பட்ட முறை நான் பார்த்திருப்பதுபோல் இருந்தது. இதற்கு முன் சாண்டி எதிர்கொள்ள நேர்ந்த உடல் வாதனைகளில் அது மீண்டும் மீண்டும் இறந்துபோயிருந்ததும் நானே கொட்டடியின் பின்பக்கம் குழியெடுத்து அதை மீண்டும் மீண்டும் புதைத்திருப்பதும் நிகழ்ந்து முடிந்திருந்த காரியங்கள்போல் எனக்குத் தோன்றின. என் கொட்டடியில் பிற பிராணிகளின் பார்வையில் அதைப் புதைக்க நேருவது உணர்வுகள் மழுங்கிப்போன ஒருத்தியின் அநாகரிகமான காரியமாக எனக்குத் தோன்றியிருக்கிறது. இந்தத் தடவை ஏன் அது சாகடிக்கப்படவில்லை என்று எனக்கு நானே கேட்டுக் கொண்டிருந்தேன். உலகத்தின் வழிகளில் என்னால் உணர இயலாத மாற்றங்கள் ஏதேனும் நிகழ்ந்துகொண்டிருக்கின்றனவா? என்னதான் சொன்னாலும் சாண்டி ஆளாகியிருந்த கொடுமையிலிருந்து அது

ஒரு நாளும் தப்பித்துக்கொண்டிருக்க முடியாது என்று தோன்றியது. 'நான் போகட்டுமா?' என்று அனுசூயாவைப் பார்த்துக் கேட்டேன். 'மறியா, நீ என் வீட்டைச் சரிவரச் சுற்றிப் பார்க்கவில்லை. உண்ண வில்லை. என் சிநேகிதிகளைக் கூட நான் அறிமுகம் செய்து வைக்க வில்லை. என் குழந்தைகளின் முகங்களைப் பார்க்க வேண்டுமென்ற ஆசைகூட உனக்கு இல்லையா?' என்று தொடர்ந்து சொல்லிக் கொண்டே போனாள். நான் அவளிடம் இணக்கமாக மட்டுமே பேசியிருக்கிறேன். அதற்கு அனுசரணையாக அந்த நேரத்தில் என்ன சொற்களைத் தேர்ந்தெடுப்பது என்பது எனக்குத் தெரியவில்லை. 'மறியா, நீ வருத்தப்பட வேண்டியதில்லை. நானும் சாண்டியாகோ வுடன் டாக்டரிடம் போயிருந்தேன். அவர் மிக நன்றாகக் கவனித்து எல்லாவற்றையுமே செய்து முடித்துவிட்டார். இன்னும் சாண்டியாகோ ஒரு வாரத்தில் சரியாகிவிடும் என்றார்' என்றாள் அனுசூயா. அப்போது கிழவர் குறுக்கிட்டு, 'நாயின் கழுத்தில் நீங்கள் ஏன் பட்டை போடவில்லை?' என்று கேட்டார். 'போடாதது சட்டப்படி தவறு என்பது உங்களுக்குத் தெரியுமா?' என்று சற்று உரக்கக் கேட்டார். அப்போது, நான், 'உங்கள் கழுத்தில் பட்டை இல்லாதது சட்டப்படி தவறா இல்லையா?' என்று அவரைப் பார்த்துக் கேட்டேன். அவர் கோபம் தலையுச்சிக்கேற மிக மோசமான வார்த்தைகளில் என்னைத் திட்டத் தொடங்கினார். அனுசூயா பலாத்காரமாக அவரை இழுத்துக்கொண்டு போனாள். சில சிநேகிதிகளும் முன் வந்து உதவினார்கள். அவரின் பூட்ஸ் காலின் அடிப்பக்கம் தரையில் படாமல் அதன் பின் விளிம்பு மட்டும் படும்படி இழுத்துக்கொண்டு போனாள். தரை விரிப்பில் ஒரு கோடு உருவாகிக்கொண்டே போயிற்று. அந்தக் கோடு அனுசூயாவிற்கு அவர் மேலிருந்த உரிமையைத்தான் காட்டுகிறது என்று நினைத்தேன். அவள் வங்காளியில் கத்திக்கொண்டே அவரை இழுத்துக்கொண்டுபோய் அவளுடைய படுக்கைமீது அவரைச் சரித்தாள்.

அப்போது ஒரு சிறிய பெண் என்னிடம் வந்து, பானர்ஜி அத்தை கீழே வந்திருப்பதாகவும் என்னைப் பார்க்க இங்கு வரலாமா என்று கேட்டுவிட்டதாகவும் சொன்னாள். முதலில் எனக்கு விஷயம் சட்டெனப் பிடிபடவில்லை. வருத்தம் தெரிவிக்க வரப்போவதற்கான பீடிகை என்பது மட்டும் பட்டது. நான் எதுவும் பதில் சொல்ல வில்லை. அப்போது அங்கு வந்த அனுசூயா அந்தப் பெண்ணிடம் என்ன விஷயம் என்று விசாரித்ததும், நான் போய் அவளை அழைத்து வருகிறேன் என்று சொல்லியவாறே மாடிப்படி இறங்கிச் சென்றாள்.

சகல துன்பங்களையும் இந்த உலகத்திற்கு நான் இழைத்துக் கொண்டிருப்பது போன்ற பிரமை எனக்கு வந்தது. என்னை மட்டும் அனுசூயா அழைக்காமல் விட்டிருந்தால் இதற்குள் எவ்வளவு அழகாக இங்கு பார்ட்டி நடந்து முடிந்திருக்கும் என்று நினைத்துப் பார்க்கத் தொடங்கினேன். சாண்டி மீது பிணைப்புக்கொண்டுள்ள நான் எதற்காக இங்கு வந்தேன்? எதற்காக சாண்டியை இங்கு

அழைத்து வந்தேன்? உடனடியாக அங்கிருந்து நழுவிச் செல்வதுதான் புத்திசாலித்தனம் என்று எனக்குத் தோன்றியது. அனுசூயாவிடம் சொல்லிக்கொள்ள வேண்டும் என்ற அவசியம்கூட இல்லை. என்னை அவள் தேடலாம். அவள் திகைக்கலாம். என்மீது ஆழ்ந்த வருத்தம் கொள்ளலாம். ஒரு மனுஷ ஜீவியை எல்லோரும் உதறும்போது அதற்கு எதிரான ஒரு நாகரிகத்தை உருவாக்க, தான் கொண்ட வீம்பைச் சம்பந்தப்பட்டவளே உணரவில்லை என்றெண்ணி அவள் தன் மனதிற்குள் என்னை உதறலாம்.

அனுசூயா மிகுந்த நம்பிக்கை கொண்டவள் போல் முன்னால் மிடுக்குடன் நடந்து வர பின்னால் பானர்ஜி அனசூயாவின் ஆவியை உள்வாங்கியபடியே வந்துகொண்டிருந்தாள். பானர்ஜி என் கைகளைப் பற்றிக்கொண்டே அழ ஆரம்பித்தாள். எப்படிப் பார்த்தாலும் அதை மீண்டும் ஒரு பெண் அழுத வீண் அழுகை என்று சொல்லிவிட முடியாது. தன் மார்புக் கூண்டை அவள் வெடி வைத்துத் தகர்த்துக் கொள்வது போல் இருந்தது. அனுசூயா என் கண்களைப் பார்த்துக் கொண்டிருந்தாள். பானர்ஜியைத் தான் தேற்ற வேண்டிய நேரத்தை மேலும் தள்ளிவைக்கக் கூடாது என்று அவள் என்னிடம் கெஞ்சுவது எனக்குப் புரிந்தது. மறியா, நீ தேற்றத் தொடங்கு, போதும், நான் தேற்றுகிறேன் என்று அவள் அவளுடைய அழகிய கண்களின் ஓரங்கள் வழியாக எனக்குச் செய்தி அனுப்பிக்கொண்டிருக்கிறாள். இந்தியப் பெண்ணான பானர்ஜிக்கு நிகழ்ந்தது மனித துக்கம் என்ற உணர்வு இருக்கிறது. என்னை ஆறுதல்படுத்த வேண்டும் என்று அவள் நினைக்கிறாள். சட்டம் எனக்குப் பணம் கறந்து தரக்கூடிய சந்தர்ப்பம் இது. அதைப் பற்றி என் மனம் திட்டமிடும் என்ற உணர்வே அவளிடம் இல்லை. எனக்கு அவள் தந்த மிகப் பெரிய கௌரவம் அதுதான் என்று தோன்றியது. 'பானர்ஜி, எனக்கு உங்களிடம் சொல்ல ஒன்றுமில்லை. நீங்கள் வருந்த வேண்டாம். உங்கள் நாய் குதறவில்லை என்றாலும் மற்றொரு நாய் என் நாயைக் குதறத்தான் செய்திருக்கும்' என்றேன். அதற்கு பானர்ஜி, 'கடிக்கக் கூடாது என்று அரும்பாடுபட்டு அதற்குக் கற்றுத் தந்திருக்கிறேன். ஏன் இவ்வாறு இன்று நடந்துகொண்டது என்பதை என்னால் விளங்கிக்கொள்ள முடியவில்லை, மறியா' என்றாள். அதற்கு நான், 'சக நாய்களையோ, பிற மனிதர்களையோ கடிக்கக் கூடாது என்றும், குரைக்க வேண்டும் என்றும், அது குரைத்து உங்கள் கவனம் திரும்பியதும் குரைப்பதை நிறுத்த வேண்டும் என்றும்தான் ஒவ்வொரு வரும் தன் நாய்களுக்குக் கற்றுத் தரும் பாடங்கள். ஆனால் என் நாயை, சக நாய் என்ற கணக்கில் எடுத்துக்கொள்வதற்கான சந்தர்ப்பம் உங்கள் கமாண்டோவுக்கு இன்று வரையிலும் வாய்த்திராது என்றே நினைக்கிறேன்' என்றேன்.

தாமு, சிறிது யோசித்துப் பாருங்கள், நாய்கள் உலகெங்கும் கோடிக்கணக்கில் இருக்கின்றன. உலக நாய்களின் வாழ்க்கையைப்பற்றி நாம் ஒரு நாளும் சிந்தித்துப் பார்த்ததில்லை. சிந்திக்கும்போதும்

நாம் அறிய வந்த சில நாய்களைப் பற்றி மட்டுமே சிந்திக்கிறோம். அறிய வந்த நாய்களோ மனித உறவு பெற்றவை. மனிதனால் சீரழிக்கப்பட்ட நாய்கள் அவை. ஒவ்வொரு நாயின் உடலையும் ஆத்மாவையும் நாம் காலால் மிதித்துக் கூழாக்கி அதிலிருந்து மற்றொரு தோல் நாயை உருவாக்கி வைத்துக்கொண்டிருக்கிறோம். தன்னாலேயே அழிக்கப்பட்ட ஒரு நாயின் பெரும் வீழ்ச்சியைப் பாராட்டி ஒரு மனிதன் தானே பெருமை பேசிக்கொள்கிறான். அதிலிருக்கும் குரூரம், பொறுப்பின்மை, அகங்காரம், அஞ்ஞானம் பற்றி சற்று யோசித்துப் பாருங்கள். நான் பேசிய மொத்த வார்த்தை களுக்கும், பானர்ஜி, 'என்னை மன்னித்துவிடு' என்று மீண்டும் சொன்னாளே தவிர நான் கூறியவற்றைப் புரிந்துகொள்வதில் அவளால் கவனம்கொள்ள முடியவில்லை.

தாமு, உங்களுக்கு இது பற்றி ஏதேனும் தெரியுமா? நாய்களுக்குள் ஜென்மப்பகை என்று ஒன்றுண்டா? நிரந்தர விரோதம் அவற்றிற்குத் தெரியுமா? நமது எதிரிகள் இறந்து போய்விட வேண்டும் என்ற நினைப்பு நாய்களுக்கு உண்டா? இவ்வாறு பல கேள்விகள் என் மனதில் வந்தன.

அனுசூயாவின் வீட்டு பார்ட்டிக்குச் சென்றது எனக்கு மோசமான அனுபவம். ஆனால் அதை விடவும் மோசமான அனுபவம் மறுநாள் உங்களிடமிருந்து எனக்குக் கிடைத்தது. மிகச் சிறிய சம்பவம் என்று உங்களுக்குத் தோன்றலாம். என் கற்பனையாலும் சற்றுத் தடம் புரண்ட மனநிலையாலும் ஊதிப் பெருக்குகிறேன் என்று நீங்கள் நினைக்கலாம்.

அன்று ஞாயிற்றுக்கிழமை காலை நேரம். ஒருவருக்கொருவர் முகம் பார்த்துக்கொள்ள முடியாமல் பனிமூட்டம் எங்கும் பரவி யிருந்தது. நீங்கள் என்னைத் தேடிக்கொண்டு கொட்டடிக்கு வந்தீர்கள். நான் சாணியை அகற்றிவிட்டு ரப்பர் குழாயால் தண்ணீர் பீச்சிக் கொட்டடியைச் சுத்தப்படுத்திக்கொண்டிருந்தேன்.

நீங்கள் வந்ததும் ஏற இறங்கப் பார்த்தீர்கள். உங்கள் முகபாவம் முற்றாக மாறிற்று. ஒரு நொடியில் உங்கள் மனதில் ஓடும் எண்ணங்கள் என் மனதைத் தொற்றின. நீங்கள் என் கோலத்தைப் பார்த்து மிகுந்த அருவருப்பு உணர்ச்சி அடைந்தீர்கள். நான் கேவலமான ஒரு அழுக்கு உருண்டையாக இருப்பதை உங்கள் மனம் வெறுத்தது. அதைத் தொடர்ந்து வேறு பல சிந்தனைகள் உங்கள் மனதில் ஓடின. எல்லாமே அருவருப்பு உணர்ச்சியிலிருந்து தோன்றியவை. என் கற்பனையில் உங்கள் சிந்தனைகளைச் சொல்வது முறையல்ல. ஆனால் கமாண்டோ சாண்டியாகோவைக் குதறியதைவிட உங்களால் நான் குதறப்பட்டதாக உணர்ந்தேன். சுத்தமான உடல்களைத்தான் நீங்கள் மதிப்பீர்கள் என்றால் நீங்கள் மதிக்க வேண்டியவற்றில் என் உடல் ஒன்றல்ல.

தாமு, சாண்டியாகோ குணமாகி ஒரு வாரம்கூட ஆகவில்லை. காலூனம் தவிர மேலும் ஒரு சில ஊனங்களுக்கு அது ஆளாகியிருக்கும் என்ற எண்ணம் எனக்கு இருந்தது. ஆனால் நல்ல வேளை அப்படி எதுவும் ஆகவில்லை. எனக்கு அதன்மீதும் சரி, பிற வளர்ப்புப் பிராணிகள்மீதும் சரி, உள்ளூர ஒரு உதாசீனம் வளர்ந்துவருகிறதோ என்று நினைத்தேன். எல்லாவற்றிலிருந்தும் அலுப்புச் சேர்ந்துகொண்டிருந்த எனக்கு என் வளர்ப்புப் பிராணிகள்மீதும் அலுப்பு ஏற்படாமல் இருந்துவிடுமா? இனி வேண்டவே வேண்டாம் இந்தப் பணி என்று நான் நினைக்கத் தொடங்கிவிடுவேனா? அவற்றைத் தொலைத்துக் கட்டுவதற்கு ஒரு கற்பனைக் கதையை ஜோடித்து அதையே பல தினுசுகளில் எல்லோருடனும் சொல்லத் தொடங்கிக் கடைசியில் நானே அந்த ஜோடனைதான் உண்மை என்று நம்பத் தொடங்கி விடுவேனா?

ஒரு நாள் லூதர் என் கண்களைப் பார்த்தபடியே கேட்டார்: ‘மறியா, முன்னைப் போல் உன்னால் வேலை பார்க்க முடியவில்லையா? ஏன் களைப்பு இவ்வளவு மோசமாக உன்னைத் தாக்குகிறது? நீ முன் எப்போதையும்விட ஆரோக்கியமாக இருக்க வேண்டிய நேரம் அல்லவா இது?’ லூதர் சொன்னது என் மனதில் பல விதமான எண்ணங்களையும் சித்திரங்களையும் உருவாக்கின. அவர் சொன்னதற்குச் சம்பந்தமில்லாமல் என் சிந்தனைகள் வேறு திசையைப் பார்க்கச் சென்றன. எனக்குக் குழந்தை பிறந்தால் என் குழந்தைக்கும் உங்களுக்கும் எந்த விதமான உறவும், உணர்வும் ஏற்படும்? உங்கள் கவனத்தைக் கவர்ந்து உங்களைச் சந்தோஷப்படுத்தும்படியும், அந்தக் குழந்தையுடன் விளையாட வேண்டும் என்று நீங்கள் விரும்பும்படியும் அது இருக்குமா? லூதருக்கு என்ன தோன்றியதோ, ‘மனச்சோர்வு இருந்தால் உடனடியாகக் கவனிக்க வேண்டும். கவனக்குறைவாக இருந்துவிடாதே’ என்றார்.

என் மனநிலை சரியாக இல்லையென்றுதான் எனக்குத் தோன்றியது. அதற்கான காரணமும் எனக்குத் தெரிந்தது. நான் ஓயாமல் பிராணிகளையும் மனிதர்களையும் இணைத்து ஒப்பிட்டுப் பார்த்துக் கொண்டிருக்கிறேன். ஜீவராசிகளுக்கும் மனிதனுக்குமான பகையுணர்வு அழிந்து போகாத வரையிலும், அழிந்துவரும் வாழ்க்கையைத் தடுக்க முடியாது என்று எனக்குத் தோன்றுகிறது. மொழியால் விளக்க முடியாத ஒரு மௌனத் துரோகம் சகல ஜீவராசிகளுக்கும் எதிராக இங்கு நடந்துகொண்டிருக்கிறது.

எனக்கு உடல் பிரச்னை எதுவுமில்லை என்று லூதரிடம் சொன்னேன். அதற்கு முக்கியக் காரணம் அவரைச் சங்கடப்படுத்த வேண்டாம் என்பதால்தான். அத்துடன் எந்தச் சிகிச்சையும் மேற்கொள்ளாத நேரத்திலும் அநேக வியாதிகள் தானே மறைந்துவிடும் என்ற குருட்டு நம்பிக்கை எனக்குண்டு. ஒவ்வொன்றைப் பற்றியும் லூதர் கூறுகிற கருத்துக்கள்தான் அறிவுபூர்வமானவை என்பது எனக்குத் தெரிந்த போதிலும் என்னுடைய வழிகள் ஒரு ரகசிய தளத்தில் லூதர்

கூறுவதைக் காட்டிலும் நடைமுறைக்கு ஒத்து வருபவை என்றும் நான் நம்பினேன். அதைத்தான் நடைமுறையில் பின்பற்றினேன்.

ஆனால், தாமு, நான் மனச்சோர்வில் ஆழ்ந்துவிட்டேன் என்பதை நீங்கள் புரிந்துகொண்டிருந்தது எனக்குத் தெளிவாகத் தெரிந்திருந்தது. எனக்குச் சிரமமாக இருந்தால் நான் லூதரிடம் சொல்லலாமே என்று பல தடவை நீங்கள் என்னிடம் சொன்னீர்கள். அதற்கு நான் அசைந்து தரவில்லை என்று உங்களுக்குப்பட்டதும் பிரச்னைகள் இருந்தால் தன்னோடு பகிர்ந்துகொள்ளும்படி சொன்னீர்கள். இவ்வாறு நீங்கள் சொன்னது எனக்குப் பெரிய ஆறுதலைத் தந்தது. ஆனால் என் எண்ணத்தை வெளிப்படையாக உங்களிடம் சொல்ல நான் தயங்கினேன். லூதருடன் நான் பகிர்ந்துகொள்வதைவிடவும் உங்களுடன் அதிகமாக என்னால் பகிர்ந்துகொள்ள முடியும் என்று நீங்கள் எண்ணிவிடக் கூடாது என்பதில் எனக்குக் கவனம் இருந்தது.

என்னால் முன் போல் வேலை செய்ய முடியாது என்றானபோது லூதர் எனக்கு உதவி செய்யத் தொடங்கினார். அவர் என் வளர்ப்புப் பிராணிகளைப் பராமரிக்கும் காரியத்தை எந்த நாளும் செய்து பழகியவர் அல்ல. இருந்தாலும் அதிகாலையில் எழுந்திருந்து கொட்டடிக்கு வரும் பழக்கத்தைப் பின்பற்றத் தொடங்கினார். என்னால் மிக இலேசான வேலைகளைத்தான் அப்போது கவனிக்க முடிந்திருந்தது. நான் சொல்லச் சொல்லக் கடினமான வேலைகளை அவரே செய்தார். சிறிய பணிகளைக்கூடச் செய்ய அவர் தத்தளித்தது எனக்குச் சங்கடத்தைத் தந்தது. மூளையில் மிக நுட்பமான அறுவைச் சிகிச்சை செய்து பல நோயாளிகளைக் காப்பாற்றிவருகிறவருக்கு ஒரு பசுவின் கழுத்தில் இறுகிப்போயிருந்த கயிற்றைத் தளர்த்தி அதற்குச் சிறிது சுவாசம் தர முடியவில்லை. எனக்கு அவர்மீது அதிக நெகிழ்ச்சியும் விவரிக்க முடியாத ஒட்டுதலும் அப்போது ஏற்பட்டன. கொட்டடியைச் சுத்தம் செய்ய மட்டுமே அவருக்கு ஒரு மணி நேரம் ஆயிற்று. அதைச் செய்துதருவதே பெரிய ஏந்தலாகவும் இருந்தது.

இருந்தாலும் அவர் என் வேலைகளில் எனக்கு உதவி செய்யத் தொடங்கியது பல குழப்பமான எண்ணங்களை எனக்குள் ஏற்படுத்தியது. அவர் எனக்குச் செய்யும் உதவியாகத்தான் இதைக் கருதுகிறாரே தவிர தனிப்பட்ட முறையில் அவர் இந்த ஜீவராசிகளைப் பராமரிப்பதில் ஆசையுள்ளவர் அல்ல என்ற என் முன் கணிப்பு சரிதான் என்று தோன்றியது. அப்படியென்றால் நிச்சயம் விரைவிலேயே அவருக்கு இந்தப் பணி அலுப்புத் தரத் தொடங்கிவிடும். அத்துடன் இந்தப் பிராணிகள் தரும் பிரச்னைகள் பல சமயம் அவருக்கு எரிச்சலைத் தருகின்றனவோ என்று சந்தேகப்பட்டேன். அது இயற்கை தான் என்று தோன்றிற்று. எனக்கே இவை தாங்க முடியாத எரிச்சலை பல சந்தர்ப்பங்களில் தந்திருக்கின்றன. அது போன்ற சந்தர்ப்பங்களில் அவற்றைத் தண்டிக்க வேண்டும் என்ற எண்ணம்தான் எனக்கு முதலில் வரும். பல்லைக் கடித்துக்கொண்டு பாதியிலேயே வேலையைப் போட்டபடி போட்டுவிட்டுப் படுக்கையறைக்குச் சென்று படுத்துக்

கொண்டுவிடுவேன். நான் கூடுமானவரை அவற்றின் விரும்பம்போல் வாழட்டும் என்று எண்ணியதால் சில சமயம் அவை இஷ்டத்திற்கு ஆட்டம்போட்டுக் கொட்டடியையே அலங்கோலப்படுத்திவிடும். அப்போதெல்லாம் சுதந்திரத்திற்குள்ளேயே சுதந்திரத்தை அளித்ததற்கான தண்டனை ஒளிந்துகொண்டிருப்பதாகத் தோன்றும்.

உங்கள் மொழி உங்கள் நாய்க்குப் புரிகிறதா என்ற ஒரு முறை நீங்கள் என்னைக் கேட்டது நினைவுக்கு வருகிறது. நம் மொழி ஒரு எல்லை வரையிலும்தான் நாய்களுக்குப் புரிகின்றது என்பது உண்மைதான். நம் மொழி அவற்றிற்குப் புரியும் அளவை நம்மால் குறைத்துத்தான் மதிப்பிடவும் முடிகிறது என்பது என் எண்ணம். அவற்றின் மொழி நமக்குப் புரிவதைவிட நம் மொழி அவற்றுக்குக் கூடுதலாகப் புரிகிறது என்பதே என் அனுபவ அறிவு. இதை நான் உறுதியுடன் சொல்ல முடியும். நமக்கும் அவற்றுக்குமான இணைப்பு மொழியை எதிர்காலத்தில் அறிவியல் உருவாக்கும். அதை நாமும் அவையும் கற்றுக்கொள்ளும் காலம் வரும். அன்று நமக்கும் அவற்றிற்குமான உறவு இன்றிருப்பதைப் பார்க்கிலும் மேம்பட்ட ஒன்றாக இருக்கும் என்றெல்லாம் நான் நம்புகிறேன்.

ஒரு நாள் என் சிநேகிதியான டாக்டர் ஜோவான் பார்பருடன் பேசிக்கொண்டிருந்தேன். பார்பர் கலிஃபோர்னியாவிலேயே, நாய்கள் மீது மனித முதிர்ச்சியின் அடையாளமாகக் கொள்ளும் அன்பிற்கு முதல் பரிசு பெற்றவர். அப்போது எங்கள் பேச்சு நாய்களுக்குத் திரும்பிற்று. நாய்களின் அன்பைக் குறித்துப் பேச்சு விரிந்தது. நாய்களுக்கும் மனிதனிடம் ஒரு எதிர்பார்ப்பு இல்லாமலா இருக்கிறது என்று தன் சிநேகிதிகள் பலரும் தன்னிடம் கேட்பதாக பார்பர் குறிப்பிட்டுவிட்டு, தொடர்ந்து பேசினார்: 'நாய்கள் எதிர்பார்ப்பு இல்லாமலில்லை என்பது உண்மைதான். ஆனால் அவை நமக்குத் தரும் அன்பின் அளவைப் பார்க்கும்போது உணவைக் கருதியே அவை அன்பு செலுத்துகின்றன என்று என்னால் நம்ப முடியவில்லை' என்றார் அவர். நாய்களின் அன்பு. அதைப் பற்றி நாய்களுடன் நீண்ட கால நேரடி உறவு இல்லாதவர்கள் பேசத் தகுதியில்லாதவர்கள் என்றும் பார்பர் சொன்னார். என் அனுபவங்களுடன் அவரது கணிப்புகள் நன்றாக ஒத்துப்போவதை எண்ணி நான் மிகவும் சந்தோஷம் அடைந்தேன்.

மற்றொன்று: குறிப்பாக எனது கொட்டடிக்கு வந்து சேரும் பிராணிகள் இயற்கையாகவே பலவீனமானவை. நோய் நொடிகள் கொண்டவை. பிராணிகள்மீது மனிதர்கள் கொள்ளும் அன்பைப் பற்றியோ அல்லது ஈடுபாட்டைப் பற்றியோ எதுவும் அறியாதவை. ஆனால் மனிதர்கள் தங்கள்மீது கொண்டிருக்கும் துவேஷத்தைப் பற்றி மட்டும் அனுபவபூர்வமாக அறிந்தவை. தங்களை இம்சிப்பதிலும், தங்களிடம் மிகக் குரூரமாக நடந்துகொள்வதிலும் அவர்களுக்குக் கிடைக்கிற கிளர்ச்சியை அவற்றால் புரிந்துகொள்ளவே முடிந்ததில்லை. சகல பிராணிகளும் இணைந்து செயல்படும் உலகசபை

அவற்றிற்கு இருந்தால் மனிதப் பதர்களைப் பூண்டோடு அழிப்பது தான் நாம் குறைந்தபட்ச சந்தோஷத்துடன் வாழ்வதற்கான ஒரே வழி என்ற முடிவை அவை லட்சக்கணக்கான நூற்றாண்டுகளுக்கு முன்னரே எடுத்திருக்கும். அது போன்ற முடிவை எடுக்க முடிந்திருந் தால் அவற்றால் மனித குலத்தை ஒரு எல்லை வரையிலும் அழிக்க முடிந்திருக்கும் என்றுதான் நான் நினைக்கிறேன். இன்று வரையிலும் நாம் கண்டுபிடித்திருக்கும் ஆயுதங்கள்கூட அவற்றைப் பூண்டோடு அழிக்கப் போதுமானதல்ல. ஆனால் இது போன்ற மனித துவேஷங் கள் இயற்கையாகவே அவற்றின் மூளையில் உதிப்பதில்லை.

நானும் லூதருமாகப் பிராணிகளைக் கவனிக்கும் காலத்தில்தான் நான் உங்களிடம் சில மாற்றங்களைக் கவனிக்கத் தொடங்கினேன். உண்மையில் அவை நீங்கள் பெருமைப்படத் தக்க மாற்றங்கள். ஆனால் ஏனோ நீங்கள் அந்த மாற்றங்கள் என் கவனத்தைக் கவராமல் இருக்க விரும்பி மறைத்துக்கொள்வது போல் இருந்தது. என் பிராணி களைப் பற்றிக் கணிசமான காலம் கவனமின்றி இருந்துவிட்டது எந்த விதத்தில் உங்களுக்குக் கௌரவத்தைச் சேர்க்கக் கூடியது? அவற்றின்மீது படிப்படியாக அக்கறை கொண்டது எந்த விதத்தில் கௌரவக் குறைவானது?

தாமு, உங்களுக்கு நினைவிருக்கிறதா, ஒரு நாள் உங்கள் அவுட் ஹௌசின் வெளிப்படியில் நான் ஒரு அழுக்குத் தலையணையைத் தலைக்கு வைத்தபடி சாய்ந்து கொண்டிருந்தேன். அன்று திடீரென்று நீங்கள் கதவைத் திறந்துகொண்டு, என்னை அசௌகரியப்படுத்த விரும்பாததாலோ என்னவோ, வராண்டாவிலிருந்து மண்ணில் குதித்துக் கொட்டடியைப் பார்க்கச் சென்றீர்கள். காலை நேரங்களில் தபாலில் வரும் இந்திய நாளிதழ்களையும் வார இதழ்களையும் படித்துக்கொண்டு – கரைத்துக் குடித்துக்கொண்டு என்று சொல்வது இன்னும் பொருந்தும் – இருப்பதே உங்கள் பழக்கம். முந்திய தினம் உங்களுக்குத் தபால் வந்து சேரவில்லையோ என்னவோ, திடீரென்று காலையிலேயே வெளிப்பட்டீர்கள். அப்போது நீங்கள் அலுவலகம் போக ஏற்ற உடை உடுத்தியிருக்கவில்லை. (தாமு உடை உடுத்திக் கொள்ளும் நேர்த்தி அமெரிக்கப் பிரசிடெண்டையே தலை குனிய வைக்கக்கூடியது என்று லூதர் ஒரு முறை என்னிடம் சொல்லியிருக் கிறார்.) உங்கள் கண்களில் முதலில் விழுந்த காட்சி லூதர் அவரைவிட உயரம் கொண்ட துடைப்பக் கம்பைப் பிடித்துக் கொட்டடியைச் சுத்தம் செய்வதுதான். சாணியை அகற்றும் வேலையை அவர் ஏற்கனவே செய்து முடித்திருந்தார். அப்போது உங்கள் பின் பக்கம் மட்டும்தான் என் பார்வைக்குத் தெரிந்தது. எப்படி என்று சொல்லத் தெரியவில்லை, சில நொடிகளுக்குள் உங்கள் உடல் உறைந்துபோன தாகவும் அதிர்ச்சிக்கு ஆளாகிய நிலையில் நீங்கள் ஸ்தம்பித்து நிற்பதுபோலவும் இருந்தது. சில நொடிகளுக்கு என்ன செய்வது என்பது தெரியாததுபோல் நீங்கள் அங்குமிங்கும் போய்க்கொண்டிருந் தீர்கள். இவ்வளவும் என் கற்பனையாகவே இருக்கலாம். கடைசியில்

நீங்கள் லூதரிடம் சென்றீர்கள். மிகக் குறைந்த நேரத்தில் சில சொற்களை நீங்கள் பரிமாறிக்கொள்வதை உங்கள் இருவரது உடல் மொழியை வைத்து அனுமானிக்க முயன்றேன். சிறிது நேரத்தில் நீங்கள் ரப்பர்க் குழாய் வழி தண்ணீர் பாய்ச்சிக் கொட்டடியின் தரையைச் சுத்தப்படுத்தத் தொடங்கினீர்கள். லூதரிடம் அவர் செய்துகொண்டிருந்த வேலையை நீங்கள் செய்வதாகச் சொன்னதற்கு அவர் இசைவு தெரிவித்திருக்க மாட்டார் என்பதை நான் ஊகித்துக்கொண்டேன்.

மறுநாள் காலையில் என்னைச் சந்தித்தபோது, 'எங்கே லூதர்?' என்று கேட்டீர்கள். முந்திய தினம் இரவு தலைவலியால் லூதர் சரிவரத் தூங்கவில்லை என்றும் அவர் எழுந்து வரச் சற்றுப் பிந்தலாம் என்றும் சொன்னேன். அன்று லூதர் முழுமையாக ஓய்வு எடுத்துக் கொள்ளட்டும் என்றும், மருத்துவ அறைப் பணிகளைத் தான் கவனித்துக்கொள்வதாகவும், ஏதும் சந்தேகங்கள் இருந்தால் போனில் விசாரித்துத் தீர்த்துக்கொள்வதாகவும் சொல்லிவிட்டுச் சென்றீர்கள்.

அதன் பின் நீங்கள் கொட்டடியில் வேலை செய்யும்போது நானும் லூதரும் இணைந்து உங்களுக்கு உதவி செய்யத் தொடங் கினோம். நீங்கள் வேலை செய்வது லூதருக்கு நிம்மதியைத் தரவில்லை என்பது தெரிந்தது. உங்களுடைய வேலையைக் குறைக்க அவர் தனது உழைப்பால் முடிந்தவரையிலும் முயன்றுகொண்டிருந்தார். அதன் பின் நாம் ஒருவருக்கொருவர் பேசிக்கொள்ளாமலேயே இன்ன வேலை இன்னார் செய்வது என்ற ஒழுங்கு ஏற்பட்டுவிட்டது. என் மனதில் புதிய நம்பிக்கைகள் கிளர்ந்ததாலோ என்னவோ என் உடல் நிலையும் சற்றுத் தேறியது. கர்ப்ப காலத்தின் ஆரம்ப மாதங்கள் தரும் உபாதைகளும் மட்டுப்பட்டுவந்தன.

எல்லாக் கர்ப்பிணிகளைப் போலவே நானும் வரவிருக்கும் குழந்தையைப் பற்றிய என் கனவுகளில் ஈடுபட்டிருந்தேன். எவ்வளவு கண்டாலும் திருப்தி வராத கனவுகள் அவை. என் வாழ்க்கை தண்ட வாளத்தில் போய்க்கொண்டிருந்த காலம் அது. அந்த வாழ்க்கை எனக்குத் தந்த திருப்தியே அந்தக் காலம் அதிக நாட்களுக்கு நீடிக்கக் கூடியதல்ல என்ற எச்சரிக்கை உணர்வையும் என்னிடம் உருவாக்கிற்று.

என் கொட்டடியில் நின்ற பிராணிகளில் அதிக வயது கொண்ட அந்த ஒட்டகத்தை நான் பாட்டி என்றே அழைத்து வந்தேன். அதற்கு எத்தனை வயதாகியிருக்கும் என்பதை என்னால் கணக்கிட்டுப் பார்க்க முடியவில்லை. எந்த சர்க்கஸ் கம்பெனியரை விசாரிக்க நேர்ந்தாலும் அது தங்களிடம் ஒரு காலத்தில் இருந்திருக்கிறது என்பார்கள். கடைசியில் அது மாட்டிக்கொண்டிருந்த சர்க்கஸ் கம்பெனியார் வெளியூர் போகும்போது அரிசோனாவில் அதைத் துரத்திவிட்டுவிட லாம் என்று திட்டமிட்டிருக்கிறார்கள் என்று எனக்குச் செய்தி கிடைத் ததும் நான் அதை அவர்களிடம் இருந்து பெற்றுக்கொண்டேன்.

ஒட்டகத்தை அதன் தாய்நாடான பாலைவனத்தில் சேர்த்துவிடு வது இரக்கம் மிகுந்த செயல் என்றுதான் தோன்றும். ஆனால் ஒரு மிருகத்தின் இருப்பை நீடிப்பது வேட்டையாடும் கலையில் அது கொண்டிருக்கும் தேர்ச்சிதான். சிங்கத்திலிருந்து எறும்பு வரையிலும் வேட்டைக் கலையில் அவை கொண்டிருக்கும் ஆற்றல் மூலம்தான் மரணத்தை ஒரு எல்லை வரையிலும் தள்ளிப்போட்டுக் கொண்டு வருகின்றன. மனிதன் ஒரு பிராணியைத் தனது வளையத் திற்குள்கொண்டு வருவது என்பது அதன் வேடையாடும் கலையை ஈவிரக்கமின்றி அழிப்பதுதான். அவ்வாறு அழிக்கப்படாவிட்டால் மனிதனின் சுயநலன்களைப் பிராணிகள் ஒரு நாளும் நிறைவேற்றித் தரா. மனித உறவுகளால் பிராணிகள் பெறும் பயன் மனிதனுக்குக் குற்றேவல் செய்யும் அடிமைகளாக அவை மாறுவதுதான். தனக்காக சகல சக்தியையும் வீணாக்க வைத்த ஒரு பிராணியை அதன் சக்தி வற்றியதும் அதனுடனான உறவைக் குரூரமாகத் துண்டித்துக் கொண்டுவிடுகிறான் மனிதன். இதெல்லாம் உங்களுக்குத் தெரியாத விஷயங்களல்ல. நான் என் வாழ்க்கையில் வந்து சேர்ந்திருக்கும் சிக்கலைச் சிறிதேனும் புரிந்துகொள்ள எனக்குப் பல விஷயங்களைத் திரும்பவும் சொல்லிப் பார்த்துக்கொள்ள வேண்டியிருக்கிறது.

என்னிடம் வந்து சேர்ந்த பின் பாட்டி கொட்டடிக்குள் நுழைய விரும்பியதே இல்லை. அது குளிரிலும் மழையிலும் வெயிலிலும் கொட்டடியின் வெளியில் மண்ணிலேயே இருக்க விரும்பிற்று. எதற்காக இவ்வாறு பிடிவாதம் செய்கிறது என்பதைப் புரிந்துகொள் ளாமல் அதன் மீது நான் அலுப்புடன் இருந்தேன். குளிரில் விறைத்து ரத்தமற்ற அதன் உடல் மரத்து இறந்துபோய்விடக் கூடாது என்பதற் காக இரவு அதைக் கொட்டடியில் வற்புறுத்தித் தள்ளிவிடுவேன். ஒரு நாள் காலையில் கொட்டடியில் அது விழுந்து கிடந்தது. அதன் முன்னங்கால் இரண்டும் முழுமையாக நீண்டு கிடந்தன. பார்க்க மிகக் கஷ்டமாக இருந்தது. அன்று பூராவும் அப்படியே கிடந்தது. நான் எவ்வளவு முயன்றும் என்னால் அதைத் தூக்கிவிட முடிய வில்லை. நீங்களும் நானுமாக முயன்றோம். முடியவில்லை. எனக்கு மிகுந்த மனக்கஷ்டம் ஏற்பட்டது.

மனக்கஷ்டத்தைப் வேலை செய்வது மூலம் தணித்துக்கொள்ள எண்ணிப் போலி உற்சாகத்தை உருவாக்கிக்கொண்டு நானும் உங்களுடன் இணைந்து வேலை செய்யத் தொடங்கினேன். பலமும் சுறுசுறுப்பும் எங்கிருந்தோ என் உடலுக்குள் பாய்ந்தது போலிருந்தது. அன்று நீங்கள் லூதர் கொட்டடியில் வேலை செய்வது மனதிற்குச் சங்கடத்தைத் தருகிறது என்றும் நான் சிறிய அளவு உதவினால் மீதி வேலையைத் தானே பார்த்துக் கொள்வதாகவும் சொன்னீர்கள். அன்று நாம் பேசிக்கொண்டபடி வேலைகள் மிக ஒழுங்காக நடக்கும் என்ற நம்பிக்கை எனக்கு ஏற்பட்டது.

நீங்கள் மருத்துவமனைக்குப் போன பின் மனம் கேட்காமல் நான் தனியாக எவ்வளவோ முயன்று பார்த்தேன். என்னால்

பாட்டியை எழுப்ப முடியவில்லை. மாலை வரையிலும் அப்படியே படுத்தபடி இருந்தது. அதற்கு உணவு தர முயன்றேன். எவ்வளவு தூண்டியும் அது உண்ணவும் இல்லை, தண்ணீரும் குடிக்கவில்லை. கண் விழிகளைக்கூடத் திறக்காமல் அப்படியே கிடந்தது. என்னென்ன கஷ்டங்களில் அது துன்பப்படுகிறதோ என்று எண்ணி மனம் கலங்கியபடி இருந்தேன். எனக்கு அது படுத்தபடியே இறந்து போய் விடுமோ என்ற கவலை வந்தது.

மாலையில் லூதர் வந்த பின் நானும் அவரும் வெகுநேரம் முயன்று அதை எழுப்பி நிறுத்தினோம். அவ்வாறு எழுப்பி நிறுத்துவதற்கு அதை மனம் ஒப்பாத அளவு இம்சைப்படுத்தவும் வேண்டியிருந்தது. அதை எழுப்பி நிறுத்தும் முயற்சியில் லூதர் மிக மோசமாகக்களைத்துப் போய்விட்டார். அவரது வெளிர் நீலச்சட்டை வேர்வையில் நனைந்து கடும் நீல நிறமாகிவிட்டிருந்தது. 'சிமிட்டித் தரை வழுக்குவதால்தான் அது கொட்டடிக்குள் நுழைய மறுத்து அடம் பிடித்ததோ என்னவோ, இனிமேல் அது மண்ணிலேயே நிற்கட்டும்' என்றார் லூதர். அவர் சொல்வது சரிதான் என்று எனக்கும் தோன்றியது.

மறுநாள் அதிகாலை எழுந்திருந்து நான் போய்ப் பார்த்தபோது ஒட்டகத்தைக் காணவில்லை. ஒரு ராந்தல் விளக்கை ஏற்றி வந்து சுற்றி வரப் பார்த்தேன். எங்குமே இல்லை. சிமிண்டுத் தொட்டில் தண்ணீரின் மட்டம் சற்றுக் குறைந்திருப்பதுபோல் பட்டது.

ஒட்டகத்தின் அடிச்சுவடுகளைத் தேடினேன். பிராணிகளின் மிதிபட்டு ஏற்கனவே மண்முற்றம் இறுகிப்போய்விட்டிருந்தது. சோர்வு என் மனதையும் உடலையும் ஒன்று சேரத் தாக்கித் தள்ளாட்டத்தை ஏற்படுத்துவதுபோல் உணர்ந்தேன். அப்படியே அவுட் ஹவுசின் படிகளில் அமர்ந்து மூடியிருந்த கதவுகளில் சாய்ந்துகொண்டேன். யோசனையின் ஒரு இழையைக்கூட நிம்மதியாகச் சிந்திக்கவிடா மல் புதிய யோசனைகள் முன்னிழையில் பின்னிக்கொண்டன. புதிய யோசனைகளை அவற்றின் நிழல்கள் மேலும் துரத்தி வர ஒவ்வொன்றும் பெரும் புகை மூட்டத்தினுள் என்னை ஆழ்த்தின.

லூதரை எழுப்புவது கொடுமையிலும் கொடுமையாகப்பட்டது. மருத்துவப் பணியை நிம்மதியாகப் பார்க்கவிடாமல் சதா அவரை நான் பிடுங்கிக்கொண்டிருப்பதுபோல் இருந்தது. 'எந்தப் பணியை நான் பார்க்க வேண்டும், இப்போதே சொல்லி விடு, இரண்டையும் சேர்த்துப் பார்க்க முடியாது' என்று அவர் என்னை நோக்கி ஏன் கத்தவில்லை என்ற எண்ணம் வந்தது. அப்படிக் கத்தினால்கூட ஒரு விதத்தில் எனக்கு அது ஆறுதலாகவே இருக்கும். ஈடுபாடில்லாத பணிகளை அவரால் கடனுக்குச் செய்ய முடியாது. அவர் விரும்பாத பணிகளுக்கு அவரை வற்புறுத்துவது ரம்பத்தால் அவரைத் துண்டு போடுவது போல்தான்.

கதவைத் தட்டி உங்களைக் கூப்பிடுவதும் முறையில்லை. இயற்கையாகவே நீங்கள் வெளியே வருவீர்கள் என்று எதிர்பார்த்து

அவுட் ஹௌசின் படிகளில் உட்கார்ந்துகொண்டிருந்தேன். சிலருக்கு இது போன்ற நெருக்கடிகளில் எதிர்பாராத தீர்வுகள் அதிசயமாக நடந்துவிடுகின்றன. தங்கள் வாழ்க்கையில் இவ்வாறு நடந்திருப்பதைப் பலரும் என்னிடம் சொல்லியிருக்கிறார்கள். ஏன் எனக்கு அதுபோல் நடப்பதில்லை என்று ஆண்டவனிடம் முறையிட்டுக்கொண்டிருந்தேன். வேறு காரணத்தை முன்னிட்டு இப்போது நீங்கள் வெளியே வந்தால், உடனடியாகப் பிரச்னை தீர்ந்துவிடாது என்றாலும், எனக்குச் சிறிது ஆறுதலேனும் ஏற்படுமே, அந்த ஆறுதலைத் தருவது என்பது ஆண்டவன் மனது வைத்தால் எவ்வளவு சிறிய விஷயம்.

படியிலிருந்து எழுந்து மீண்டும் கொட்டடியைச் சுற்றிப் பார்த்தேன். கழுதைகளும் மாடுகளும் நாய்களும் காலடியோசையில் உசுப்பிக் கொண்டு எழுந்திருந்து அரைக்கண் போட்டு என்னைப் பார்த்தன. பாட்டியைக் காணவில்லை என்பது உங்களுக்குத் தெரியுமா என்று அவற்றைப் பார்த்துக் கேட்டேன். என் கேள்வியைத் துளிகூடக் காதில் வாங்கிக்கொள்ளாமல் அவை நின்றபடி நின்றன. நின்ற நிலையிலேயே கண்களை மூடிக்கொண்டன. சாண்டியாகோ மட்டும் குனிந்த தலையுடன் அது படுத்திருந்த இடத்திலிருந்து என் பாதம் வரையிலும் தரையை வேகமாக முகர்ந்துகொண்டே வந்து என் பாதத்தில் அதன் முதுகு சரியும்படி படுத்துக்கொண்டது. என் மனம் குமுறிக்கொண்டு வந்தது. பிராணிகளைப் பார்த்து எந்த நெருக்கடியின்போதாவது நீங்கள் எனக்குச் சிறிது ஆறுதலைத் தந்திருக்கிறீர்களா என்று கேட்டேன். ஒரு வார்த்தைகூட ஒன்றும் பதில் சொல்லவில்லை.

திடீரென்று மற்றொரு விசாரம் மனதில் வரத் தொடங்கிற்று. திட்டமிட்டு அந்த ஒட்டகம் வீட்டைவிட்டுப் போய்விட்டதோ என்ற சந்தேகம் வந்தது. முந்தைய தினம் அதனால் எனக்கும் லூதருக்கும் மிகுந்த துன்பம் ஏற்பட்டது அதன் மனதைப் புண்படுத்திவிட்டதா? வயது காரணமாக அது நெகிழ்ச்சிகொள்ளும் இடத்திற்கு வந்திருக்கலாம். மேலும் எங்களுக்குப் பாரமாக இருக்க வேண்டாம் என்றெண்ணி அது இரவோடு இரவாக மறைந்துவிட்டதா? நாங்கள் அதை இம்சிக்க நேர்ந்ததும் அதற்கு வருத்தத்தையும் அதிர்ச்சியையும் ஏற்படுத்திருக்கலாம். எங்களிடம் துன்பப்படாமல் செல்லமாக வளர்ந்த பிராணி அது. பிறந்ததிலிருந்து தன் வாழ்க்கையில் பட்டிருந்த குரூரங்களும் தண்டனைகளும் மீண்டும் வந்துவிட்டதென அது எண்ணிக்கொண்டு விட்டதோ என்னவோ? இனி எங்களிடமிருந்தும் வெறுப்பை மட்டும் தான் எதிர்பார்க்க முடியும் என்று அது தவறாகப் புரிந்துகொண்டு விட்டதா என்றெல்லாம் எண்ணி மனம் குழம்பிக்கொண்டிருந்தேன்.

இது போன்ற ஒரு அவசர முடிவுக்கு அது வராமல் இங்கேயே இருந்திருந்தால் அதன் தவறான எண்ணத்தைக் குறுகிய காலத்திலேயே என்னால் மாற்றியிருக்க முடியும். ஆனால் அதற்கான சந்தர்ப்பத்தையே எனக்கு அது தரவில்லை. சிறிது பொறுத்துப் பார்ப்போம் என்று அதற்குத் தோன்றவில்லை. இயற்கையாகவே

அது ரோஷம்கொண்டதாக இருக்கலாம். முதுமை அதன் ரோஷத்தை மேலும் கூர்மைப்படுத்தியிருக்கலாம்.

தாமு, நீங்கள் மருத்துவ அறைக்குப் போகும்போது பார்க்கலாம் என்று காத்துக்கொண்டிருந்தேன். மாடியிலிருந்தே சாய்ந்து நிற்கும் உங்கள் மோட்டார் பைக்கை அடிக்கடி பார்த்துக்கொண்டிருந்தேன். வழக்கத்தைவிட அது பார்க்கச் சிக்கென்று ஒல்லியாகவும் அழகாகவும் இருந்தது. அதற்கு வயது குறைந்ததுபோலிருந்தது. நான் அதன் பக்கத்தில் வந்து அதைப் பார்க்காமல் கொட்டடியைப் பார்த்துக் கொண்டே இருந்தேன். என் பொறுமையைச் சோதிக்காமல் நீங்களும் வந்து சேர்ந்தீர்கள். எனக்குக் குறிப்பிட்ட வேலை எதுவும் அங்கு இல்லையென்றும் நான் என் வழக்கப்படி நிற்பதாகவும் நீங்கள் எண்ணிக்கொள்ள வேண்டுமென்ற எதிர்பார்ப்பு எனக்கு இருந்தது. நின்று பேசாமல், 'இன்று கொஞ்சம் அவசரம்' என்று சொல்லிவிட்டு மோட்டார் பைக்கின் சீட்டைத் தட்டிக்கொடுத்துவிட்டு அதிலேறிக் கொண்டீர்கள். 'தாமு, ஒரு நிமிஷம், அதிகாலையிலிருந்து பாட்டியைக் காணவில்லை' என்றேன். சிறிதும் பதறாமல், 'அப்படியா?' என்று கேட்டுவிட்டு, 'நீங்கள் ஓய்வெடுத்துக் கொள்ளுங்கள். காலையில் ஒரு அறுவைச் சிகிச்சை. வேலை முடிந்து வந்ததும் கவனிக்கிறேன்' என்று சொல்லியவாறு என்னைப் பார்த்தீர்கள்.

நீங்கள் பொறுப்பை எடுத்துக்கொண்டு பேசியது உங்களிடம் ஏற்பட்டிருந்த மன மாற்றத்தைத்தான் எனக்கு உணர்த்தியது. ஒரு நிமிஷம் நான் யோசனையில் ஆழ்ந்து நின்றேன். மறு நிமிடம் காட்டுப்பாதையில் இருந்து புழுதிப் படலம் மேலெழுந்து மரக்கூட்டங் களை மறைக்கும்படி உங்கள் பைக் போய்க்கொண்டிருந்தது.

என்னால் நிம்மதியாக வீட்டிற்குள் இருக்க முடியவில்லை. ஒரே தவிப்பாக இருந்தது. பாட்டி ஒரு பெரிய குழியில் தன் உடல்மீது கழுத்தை மடக்கிப்போட்டு இறந்து கிடக்கும் காட்சியை எனக்கு விரைவிலேயே பார்க்கக் கிடைக்கப்போகிறது என்ற திகில் மனதில் படர்ந்துகொண்டிருந்தது. ஒரு டார்ச் லைட்டை எடுத்துக்கொண்டு மரக்கூட்டங்களுக்குள் நுழைந்து சென்றேன். மனதில் ஏதோ தயக்கம்தடுத்தது. நான் இப்போது செய்கிற காரியத்தைப் பற்றி லூதர் வருந்திப் பேசலாம். வெகு தூரம் போக வேண்டாம் என்றும் முன்னாடியிலேயே எங்காவது ஒரு இடத்தில் அதைப் பார்க்கக் கிடைத்துவிடும் என்றும் நம்ப விரும்பினேன். மிகவும் பாவப்பட்ட ஜீவன். அது கீழே விழுந்துவிடலையென்றால் அதன் முதுகைத் தொட்டுக்கொண்டே வந்தால் என் பின்னாலேயே வந்துவிடும். ஏதாவது பள்ளத்தில் விழுந்துவிட்டதோ என்னவோ. அந்த இடத்தைப் பார்த்துக்கொண்டு வந்துவிட்டால் யாரையேனும் உதவிக்கு அழைத்துச் சென்று அதை மீட்டு வரலாம். ஆனால் உதவிக்கு யாரை நான் அழைக்க வேண்டும்?

காட்டிற்குள் அடர்த்தியாக வரும் இருட்டு எனக்கு அச்சத்தைத் தந்தது. நடுநிசி போல் ஆகிவிட்டது. டார்ச் லைட்டின் பிரகாசம்

பளிச்சென்றாகிவிட்டிருந்தது. மரங்கள் நெரிசலாக நின்றுகொண்டிருந்தாலும் இடைவெளிகளில் நுழைந்து அவற்றைத் தாண்டிப் போய்க் கொண்டிருக்க முடிந்தது. பறவைகள், அணில்கள், முயல்கள், மான்கள் போன்ற பிராணிகள் தவிர மற்ற எவற்றையும் பார்க்க நேரவில்லை. மான்களைப் பார்த்தபோது சிறிது நம்பிக்கை ஏற்பட்டது. இவ்வளவு நேரம் வரையிலும் இடைவிடாது கேட்டுக்கொண்டிருந்த காற்றின் சுருதி தணிவதுபோல் இருந்தது. நான் மரங்களை அடையாளம் வைத்துக்கொள்ளலாம் என்றெண்ணி அவற்றைக் கூர்ந்து கவனித்துக் கொண்டே போனேன். சிறிது நேரத்திலேயே அது சாத்தியமில்லை என்பதை உணர்ந்துகொண்டேன். திசைகள் குழம்பிவிட்டன. வளப்பு நாய் என்றால் அவற்றின் பெயரை உரக்கக் கூவுவதில் அர்த்தமுண்டு. காந்த சக்திக்கு ஆட்பட்டது போல் அது நம்மை நோக்கிப் பாய்ந்து வரும். அவற்றின் உடலியக்கம் அவற்றின் சிந்தனையைக் கணக்கிலெடுத்துக் கொள்ளாமலே இழுத்துக்கொண்டு தள்ளிவிட்டது போலிருக்கும்.

சன்னமாக ஒரு மனிதக் குரல் காதில் விழுவது போலிருந்தது. வெகு தொலைவிலிருந்து புறப்பட்டுத் தேய்ந்துகொண்டே வரும் அந்தக் குரல் என் காதில் விழுந்து சாகிறது. அந்தக் குரலை இனங்கண்டு கொள்ள முடியாத நிலை என்னை மேலும் சோர்வில் ஆழ்த்தி, திரும்பிவிடத் தூண்டிற்று.

நான் வந்த திசை என்று எதை நம்பினேனோ அந்தத் திசையைப் பார்த்து விரையத் தொடங்கினேன். என் அனுமானம் தவறாக இருக்கும் என்றுதான் தோன்றியது. அடக்க முடியாத ஒரு பதற்றம் ஏற்பட்டது. காட்டை விட்டு வெளியேறும்போது என் வீட்டின் பக்கம் போய்ச் சேர மாட்டேன் என்பதும் ஏதாவது ஒரு மண் ரோட்டிற்குப் போய்விட்டால் அங்கிருந்து நடந்து வீட்டிற்குப் போய் விடலாம் என்றும் நினைத்தேன். இப்போது அந்த மனிதக் குரல் காதில் விழவில்லை என்பது தீர்மானமாகத் தெரிகிற போதும் மனதுக்குள்ளிருந்து அந்தக் குரல் கேட்டுக்கொண்டிருந்தது. அது லூதருடைய குரல் அல்ல. இருந்தாலும் லூதருடைய குரலாக இருக்கக்கூடும் என்ற கற்பனையான கவலையை என் மனம் உருவாக்கிக் கொண்டது.

மரக்கூட்டங்களுக்கும் மனிதக்குரல்களுக்குமான உறவு எப்படி? அவை மனிதக் குரல்களை மாற்றக்கூடியவை என்றால் எந்த விதமான மாற்றத்தைச் செய்யக்கூடியவை? கைக்கடிகாரத்தைப் பார்த்தேன். பிற்பகல் 3.30 மணி. லூதர் வீடு திரும்பும் நேரமே அல்ல. அன்று ஏதோ ஒரு காரணத்தால் அவர் முன்னேரத்திலேயே வந்து என்னைக் காணாது திகைத்தாலும் மரக்கூட்டங்கள் முன்னால் நின்று என் பெயரைச் சொல்லிக் கத்துகிறவர் அல்ல அவர். திடீரென்று ஒருகுன்று எதிர்கொள்ளவே, வரும்போது இல்லாத மேடு இப்போது எப்படி முளைத்தது என்று யோசனை தோன்றியது. நான் போன வழியை ஒட்டித் திரும்பவில்லை என்பது உறுதியாகத் தெரிந்துவிட்டது.

மண் ரோடு தொலைவில் இருந்தது. முதலில் புழுதிப் படலம்தான் தெரிந்தது. புழுதி எப்படிக் கிளறிவிடப்படுகிறது என்பது எனக்குத் தெரியவில்லை. காற்று மட்டும்தான் பொறுப்பு என நினைக்கவேண்டி இருந்தது. நான் புழுதிப் பாதையில் ஒரு மணி நேரம் உழுதுகொண்டே நடந்தேன். புழுதி குளிர்கால பூட்ஸ்போல் இரண்டு முட்டுக்கள் வரையிலும் தடித்துக்கொண்டேபோயிற்று. வீட்டை அடைந்ததும் கழுவ வேண்டியதாகவோ அல்லது உரித்து எடுக்க வேண்டியதாகவோ இருக்கலாம். மண் ரோட்டில் ஏறி ஏறத்தாழ ஒரு மைல் நடந்திருப் பேன். அப்போது பின் பக்கம் மோட்டார் பைக் சத்தம் கேட்டது. நிச்சயமாக அது உங்களுடைய வண்டிதான் என்று எண்ணினேன். திரும்பிப் பார்த்ததும் பாய் மரம் மாதிரிப் புகைப்படலம் முன்னேறி வந்துகொண்டிருந்தது. புகைப்படலம் உங்களை மூடி மறைக்கத் துரத்துவதுபோலவும் அதன் பிடியில் அகப்படாமல் நீங்கள் தப்பித்து வருவதுபோலவும் தோன்றியது. நீங்கள் நெருங்கி வந்ததும் ரோட் டோரம் விட்டு விலகி நான் புல் தரையில் பின்னகர்ந்துகொண்டேன்.

நீங்கள் பைக்கில் அமர்ந்து என்னைப் பார்த்தபோது என்னுடன் பேசும் மனநிலையிலேயே நீங்கள் இல்லை என்பது வெளிப்பட்டது. நீங்கள் சமிக்ஞை காட்டவே பின் சீட்டில் ஏறி அமர்ந்துகொண்டேன். மனம் மிகுந்த துக்கத்தில் ஆழ்ந்திருந்தது. என்னைச் சுற்றியிருந்த மரங்களும் ஒளியும் வானமும் என் மனதில் நிழல் போல் பின்ன கர்ந்து, இனி என்ன செய்யப்போகிறோம் என்ற சிந்தனையில் ஆழ்ந்ததும், பாட்டியை மையமாக வைத்துப் பல சோகச் சித்திரங்கள் என் மனதில் ஓடத் தொடங்கின. பின்னால் திரும்பிப் பார்த்தபோது ரோடு என்னை விட்டுப் பின்னகர்ந்து ஓடுவதுபோலவும் அதன் இரு கரைகளும் முறுகும் தடித்த ஒற்றை வடம்போல் ஆகி அந்த முறுகலிலேயே மரக்கூட்டங்கள் மறைந்து போய்க்கொண்டிருப்பது போலவும் தெரிந்தன.

கூரான ஒரு இடது பக்க வளைவில் திரும்பும் பைக் பூமியில் உரசப்போவதுபோல் சரிந்து சென்றபோது என் நினைவு சூழலுக்குத் திரும்பிற்று. மரக்கிளைகளின் இடைவெளிகளில் நம் கொட்டடிக் கூரையின் மூலை தெரிந்தது. அப்போது நீங்கள் காற்றைக் கிழிப்பது போல் உரத்த குரலில், 'பாட்டி வந்துவிட்டதா?' என்று கேட்டீர்கள். எனக்குப் பேச்சு வரவில்லை. உங்கள் முதுகில் ஒரு பெருக்கல் சின்னத்தை வரைந்தேன். வண்டியை வழக்கம் போல் அவுட் ஹவுஸ் பக்கம் நிறுத்திவிட்டு, 'மறியா, நான் உடையை மாற்றிக்கொண்டு இப்போதே தேடிப் பார்க்கிறேன்' என்றவாறு கதவைத் திறந்தபடி உள்ளே சென்றீர்கள்.

லூதர் வரவேற்பறையில் இருப்பார் என்றும் பைக் சத்தம் கேட்டதும் வெளியே வருவார் என்றும் மனத்தின் கற்பனைச் சித்திரத்தோடு உள்ளே நுழைந்தேன். அந்தச் சித்திரம் உடைந்து சிதறிற்று. வரவேற்பறையில் அவர் இல்லை. பின்கட்டிலும் அவர்

இல்லை. மாடிக்குப் போனேன். படுக்கை அறை இருள் சூழ்ந்து கிடந்தது. லூதர் கட்டிலில்படுத்துக் கிடந்தார். 'லூதர், ஏன் விளக்கைப் போட்டுக்கொள்ளவில்லை?' என்று கேட்டேன். ஒரு ஆசிரியை சொல்வதைக் குழந்தை கேட்பதுபோல் அவர் தலைமாட்டில் இருந்த ஸ்விச்சைத் தட்டினார். என் மீது பொறுத்துக்கொள்ள முடியாத வருத்தத்தில் அவர் இருக்கிறார் என்று என் மனம் சொல்லிற்று. அவர் நான் சொன்னதை அனுசரித்த தன்மையில் அவரது வருத்தம் தெரிந்தது. அந்த வருத்தம் இப்போது உடைபடப்போகிறது என்றால் இன்றுவரையிலும் நான் அறிந்திராத லூதரின் புதிய முகங்களைப் பார்க்கப்போகிறேன் என்றுதான் பொருள். நான் கட்டிலில், அவர் உடல் மீது என் உடல் அழுந்தும்படி படுத்துக்கொண்டேன். சுதந்திர மற்ற என் குழந்தைபோல் அவர் தன்னைக் கற்பனை செய்து கொண்டிருக்கிறார். அதைத் தலைகீழாக மாற்றி அவருடைய குழந்தை நான் என்று அவர் உணரும்படி செய்ய வேண்டும். அவர் விளக்கைப் போட்ட முறையில் நான் முகமற்றுப்போய்விட்ட ஒரு மனிதன் என்ற அவரது ஆற்றாமை வெளிப்பட்டது. அது உள்ளூரச் சேர்ந்து கொண்டுவருவதை நான் பல மாதங்களாகவே உணர்ந்து வருகிறேன். ஆனால் அவர் அதை வெளிப்படுத்தாது தள்ளிப்போட்டுகொண்டே இருந்தார். இன்று அது வெளிப்படப்போவது நல்லதுதான் என்று எண்ணினேன். அவரிடமிருந்து வெளிப்படப்போவது என்னைப் பற்றிய விமர்சனம்தான் என்பது எனக்குத் தெரிந்தது.

லூதரின் முகத்தை என் முகத்தின் அருகே பலாத்காரமாகத் திருப்பினேன். எத்தனையோ முறை கட்டுப்படுத்த முடியாத ஆவேசத் துடன் முடிவென்பதே இல்லாமல் என்னை மீண்டும் மீண்டும் முத்தமிட வரும் அவருடைய முகம் அன்று இறுகிய கழுத்தில் அசைக்க முடியாமல் இருந்தது. முகத்திலும், முக்கியமாகக் கன்னங் களிலும், ஈரப் பளபளப்புத் தெரிந்தது. மௌனமாகக் கண்ணீர் விட்டுக்கொண்டிருந்த அவர் மாடிப்படிகளில் என் காலடியோசை கேட்டதும் விரைவாகக் கன்னங்களைத் தேய்த்துக் கொண்டிருக்கிறார் போலிருக்கிறது. அவர் அழுதிருக்கிறார் என்றால் அது உலக அழிவின் ஆரம்பம்தான். அவர் போர்க்களத்தில் தனது வலது கை அறுந்து தொங்கினாலும் மனம் தளராதவர். அந்தத் தைரியத்திற்கு இன்று வரையிலும் அடையாளமே இல்லையென்றால் அவருக்கு இன்று வரையிலும் தன் தைரியத்தைக் காட்ட போர் நடக்காத வெற்றுக்களம் கூடக் கிடைத்ததில்லை என்பதால்தான்.

அவர் வீடு திருப்பியதும் என்னைக் காணாதது எற்கனவே மூட்டம் போட்டிருந்த அவர் மனத்தைக் கலங்க அடித்திருக்கும். என்னைப் பற்றி விசாரிக்கக்கூட அவரைச் சுற்றி நாதி இல்லை. 'லூதர், என்ன விஷயம் என்றாலும் என்னிடம் சொல்லுங்கள். நாம் யோசித்து ஒரு நல்ல முடிவுக்கு வந்துவிட முடியுமென்ற நம்பிக்கையும் சோதனைகளைத் தாங்கும் மனபலமும் எனக்கு இருக்கிறது' என்று நான் சொன்னேன்.

‘நீதான் என் பிரச்னை’ என்றார் லூதர். பிரச்னை என்ற சொல் அவரறியாமலே அழுத்தமாக வெளிப்பட்டது. ‘லூதர், எனக்கே அது தெரிகிறது. நான் உணராததையும் உங்களுக்குத் தெரிந்திருக்கும். லூதர், ஒரு வேண்டுகோள். என்ன கஷ்டம் என்றாலும் என்னிடம் வெளிப்படையாகச் சொல்லுங்கள். முடிந்தளவு சந்தோஷமாக இருக்க வேண்டுமென்று எனக்கு நானே அடிக்கடி சொல்லிக்கொள் கிறேன்’ என்றேன். ‘அது சரிதான், ஆனால் உன்னை நீ கவனித்துக் கொள்வதில்லை. முதலிலிருந்தே இப்படித்தான் இருக்கிறாய்’ என்றார். நான் மௌனமாக அவர் முகத்தைப் பார்த்துக்கொண்டிருந்தேன். அப்போது என் மனதில் உருவான சிற்றலைகள் ஒரு கேள்வியாகத் திரண்டு அவர் வாசிக்கும்படி என் முகத்தில் வெளிப்பட்டிருக்க வேண்டும். ‘உன் இன்றைய நிலைகூட உனக்குத் தெரியவில்லை. எனக்கு மிகவும் சங்கடமாக இருக்கிறது’ என்றார். இவ்வாறு சொல்லி விட்டு அவர் தன் கண்களைச் சாய்த்து என் தலைமாட்டிலிருந்து பாதங்கள் வரையிலும் பார்த்தார். நான் என் கண்களைத் தாழ்த்தி என் உடலைப் பார்க்க முயன்றேன். என் பாதங்கள் எனக்குத் தெரியவில்லை. என் வயிறு ஒரு மலைபோல் வளர்ந்துவிட்டதைப் பார்த்ததும் எனக்குக் கூச்சமும் என் மீதே அருவருப்புணர்ச்சியும் தோன்றின. பார்ப்பவர்களுக்குக் கோபத்தையோ அல்லது வெறுப் பையோ ஏற்படுத்தும்படி என் வயிறு வளர்ந்து ஒரு பெரிய தூண் போல் நான் படுக்கையில் விழுந்து கிடக்கிறேன் என்று நினைத்துக் கொண்டேன். அப்போது ஒரு குழந்தை வெட்ட வெளியிலிருந்து தன் மெல்லிய சிறகுகளை இலேசாக அசைத்தபடி அள்ளி எடுத்துக் கொள்ளத் துடிக்கும் என் கைகளைப் பார்க்க வருகிறது. அந்த நேரத்தில் ஏற்பட்ட பரவச உணர்ச்சி எல்லாக் குறைகளிலிருந்தும் என்னை மேலெடுத்துச் சென்றது. யார் எப்படிப் பார்த்தாலும், என்னதான் நினைத்தாலும் அவற்றை அலட்சியப்படுத்துவது சந்தோ ஷத்தைத் தரக்கூடியது என்று மனதிற்குள் சொல்லிக்கொண்டேன்.

‘உனக்குப் பிரசவ காலம் மிகவும் நெருங்கிவிட்டது’ என்றார் லூதர். ‘இந்த நிலையிலும் நான் பொறுப்பில்லாமல் நடப்பதுபோல் உங்களுக்குத் தோன்றுகிறது, சரிதானே?’ என்று நான் கேட்டேன். அவர் தலையை அசைந்தார். எனக்கு உடனடியாக என்ன பதில் சொல்வது என்று தெரியவில்லை. இனிமேல் கவனமாக நடந்துகொள் கிறேன் என்று சொல்லக் கூச்சமாக இருந்தது. அது ஒரு பொறுப்பற்ற வாக்கியம். யாரும் சொல்லக் கூடியது. அந்த வாக்கியத்தை அவரால் நம்ப முடியுமா? ‘பாட்டியைத் தேடிக் காட்டுக்குள் நீ எப்படிப் போகலாம்?’ என்றார் அவர். அவர் சொன்னது சரிதான். ஆனால் யார் போயிருக்க வேண்டும்? ‘மறியா, இனிமேல் உன் வாழ்க்கையை எப்படி அமைத்துக்கொள்ளப்போகிறாய் என்பதை இப்போதே என்னிடம் சொல்லிவிடு’ என்றார். இதுதான் ஆகக் கஷ்டமான கேள்வி. என் உற்ற ஜீவன்களைக் காட்டுக்குள் துரத்திவிடுகிறேன் என்று என்னால் சொல்ல முடியுமா? ‘லூதர், லூதர்’ என்று திரும்பத்

திரும்பச் சொல்லிக்கொண்டிருந்தேனே தவிர என்ன சொல்வது என்பது எனக்குத் தெரியவில்லை.

எனது லட்சியங்களுக்கும் எனது வாழ்க்கைக்கும் நடுவிலிருந்த முரண்பாடு கூர்மைப்பட்டுவிட்டது. இப்போது என் பிரச்னைகள் எவற்றையும் இல்லாதது போல் பாவித்துக்கொள்ளவோ, என் பொறுப்புக்களைப் பற்றி யோசிக்கத் தைரியமில்லாமல் அவற்றைப் புதைத்துக்கொண்டுபோகவோ என்னால் முடியாது. நான் மலையின் விளிம்பிற்கு வந்துவிட்டேன். இப்போது நான் அடியெடுத்து வைத்தாக வேண்டும். ஒன்றில் முன்னால். அல்லது பின்னால். இந்த நிலையில் லூதரிடம் அவகாசம் கேட்பதைத் தவிர வேறு வழி எனக்கு இருக்கவில்லை.

களைப்புத் தாங்காமல் லூதர் சிறிது நேரத்தில் தூங்கிவிட்டார். மணியைப் பார்த்தேன். இரண்டு மணி தாண்டியிருந்தது. நான் மிகவும் அழுக்காக இருப்பது என் நினைவுக்கு வந்து அருவருப்பாக உணர்ந்தேன். காட்டிலிருந்து வரும்போது குளித்துவிட்டுத்தான் படுக்கை அறைக்கே வர வேண்டும் என்று நினைத்திருந்தவள்தான். அவசரமாக ஷவர் ஸ்டாலுக்குச் சென்றேன். பகலில் என்னை வாட்டியிருந்த பல அனுபவங்களையும் தண்ணீர் மனதிற்குள்ளிருந்து கழுவிக்கொண்டு போனதுபோல் இருந்தது. தூங்கும் நேரம் என்றாலும்கூட நல்ல உடைகள் உடுத்திக்கொள்ள வேண்டும் என்று தோன்றிற்று. அதே போல் உடுத்திக்கொண்டு கீழே போய், நீங்கள் வந்துவிட்டீர்களா என்று பார்க்க வந்தேன். பாட்டியுடன்தான் திரும்புவேன் என்று நீங்கள் சவால் விட்டுச் சென்றிருக்கிறீர்கள் என என் ஆசைக்கு ஏற்பக் கற்பனை செய்துகொண்டு வெளி வாசலுக்கு வந்தேன். கொட்டிலில் விளக்கு வெளிர் மஞ்சளாக எரிந்துகொண்டிருந்தது. பரபரவென்று சருமத்தைத் தேடி ஆடைகளை ஊடுருவி இறங்கும் குளிர். மந்தமான காற்றிற்கு அசைய மறுத்து மரங்கள் நின்றுகொண்டிருந்தன. அமைதி மனதின் மூச்சைப் பிடிக்கிறது. இரண்டொரு எட்டுக்கள் வைத்து முன்முற்றத்திற்குச் சென்றேன். அங்கு பாட்டி நின்றுகொண்டிருந்தது. பக்கத்தில் போய் பார்த்தேன். எந்தக் காயங்களும் அதன் உடலில் தென்படவில்லை.

அவுட் ஹவுஸ் முன் வந்தேன். என் காலடிச் சுவடுகள் வேறு யாரோ ஒருவருடையது போல் ஒலித்தன. உங்கள் வாக்கிங் ஷூக்கள் திண்ணையில் கிடந்தன. உடனடியாக உங்களைப் பார்க்க வேண்டுமென்று தோன்றிற்று. அலைந்துவிட்டு வந்து தூங்கிக்கொண்டிருப்பவரை அப்போது எழுப்புவது ஈரமில்லாத செயலாகப்பட்டது. மறு நாள் நீங்கள் பணிக்குப் போக வேண்டும். மாடிக்குச் சென்று படுக்கையில் படுத்தேன். லூதர் இரு கைகளையும் தலைமேல் குவித்து ஒருக்களித்துப் படுத்துத் துங்கிக்கொண்டிருந்தார். அவர் பக்கத்தில் படுத்துக்கொண்டதும் அவர் முகத்தோடு என் முகத்தை இணைத்துக் கொண்டேன். அவர் காது மடல் என் உதடுகளில் உரசியபடி

இருந்தது. எனக்கு நானே பேசிக்கொள்ள வேண்டும் என்று தோன்றியது. 'லூதர், உங்களைச் சிறிதும் சங்கடப்படுத்தக்கூடாது என்பதுதான் என் எண்ணம். நீங்கள் மிகப் பெரிய பொறுமைசாலி. தான் நல்லவன் என்பதைப் புரிந்துகொள்ளக் கூடப் பிறருக்குச் சந்தர்ப்பம் தராதவர்' என்று ஆரம்பித்து தொடர்ந்து என் மனம் நெகிழும்படி பேசிக்கொண்டே இருந்தேன். அவர் அசையாமல் படுத்திருந்தார். நான் பின்னும் வெகு நேரம் விழித்துக்கொண்டிருந் தேன். மனம் குடைந்துகொண்டே இருந்தது.

மறுநாள் லூதர் விழித்தபோது எழுந்த படுக்கை அசைவில் நானும் விழித்துக்கொண்டேன். முன் தினம், அவரோடு எழுந்திருந்து அவர் மருத்துவ அறைக்குப் போகும்வரை அவருக்குத் துணையாக இருக்க வேண்டும் என்று தீர்மானம் செய்து வைத்திருந்தேன். நானும் லூதருடன் கீழே போனேன். அவர் வரவேற்பறையைத் தாண்டி முன் வாசலுக்குப் போனார். நானும் பின்னால் போனேன். முதலில் முற்றத்தைப் போய்ப் பார்த்தார். 'மறியா, பாட்டி வந்துவிட்டது, வரும் என்று நான் சொன்னேன் அல்லவா?' என்றார். 'தாமு தேடிப்பிடித்துக் கொண்டுவந்திருக்கிறார்' என்றேன் நான். நீங்கள், நாங்கள் இருவரும் அங்கு வந்ததையே கவனிக்கவில்லை. நீங்கள் பாட்டியின் தொடையில் ஒரு ஊசியை விட்டெறிந்து விட்டு, குத்திட்டு நிற்கும் ஊசியின் மீது குழாயைப் பொருத்தி ரத்தம் எடுத்துக் கொண்டிருந்தீர்கள். நான் லூதரின் முகத்தைக் கவனித்தேன். 'என்ன செய்கிறார் இவர்?' என்று லூதரின் வாய் அலுப்புடன் முணுமுணுத்தது. ஒரு கணம் எனக்கு அவருடன் ஒரு இடைவெளி ஏற்பட்டது. லூதர் ஒரு விளக்கத்தை எதிர்பார்ப்பதை அவரது முகத்தைக் கவனிக்காமலேயே உணர்ந்த நீங்கள், 'சோதனைக்காக ரத்தம் எடுத்தேன்' என்றீர்கள். 'பாட்டியின் பலவீனத்தைக் குறைக்க ஏதாவது செய்ய முடியுமா?' என்று யோசிப்பதாகவும் சொன்னீர்கள். மறு கணம் லூதர், 'தாமு, அதைச் செய்யத் தனி மருத்துவர்கள் இருக்கிறார்களே?' என்றார். 'ரத்தசோதனையின் முடிவை அவர் களிடமே தந்து ஆலோசனை கேட்கப் போகிறேன்' என்று சொன்னீர் கள். 'ரத்தசோதனை செய்ய வேண்டும் என்று யார் தீர்மானித்தார்கள் தாமு?' என்று கேட்டார் லூதர். தன் குரலில் காரம் ஏறுவதை மட்டுப்படுத்தவே அவர் அப்போது உங்கள் பெயரைச் சேர்த்துக் கொண்டதாக எனக்குத் தோன்றியது. 'உங்கள் நோயாளிக்குக் கால்நடை மருத்துவர் ஒருவர் ரத்தம் எடுத்தார் என்றால் நீங்கள் அதை விரும்புவீர்களா?' என்று கேட்டார் லூதர். அவர் மனதில் உஷ்ணம் ஏறுவதை நான் உணர்ந்தேன். அங்கிருந்து நான் மறைந்து போய்விட வேண்டும் என்று எனக்குத் தோன்றிற்று. நீங்கள் பதில் சொல்லவில்லை. லூதரின் கோபத்திற்கு உங்களைப் புண்படுத்த வேண்டும் என்று தோன்றிவிட்டதா? 'கால்நடை டாக்டரைவிட உயர்ந்த டாக்டர் என்ற எண்ணம் உங்கள் மனதில் இருப்பதுபோல் தெரிகிறது' என்றார் லூதர். 'லூதர், உங்கள் மனநிலை சற்றுச்

சரியில்லையென்று நினைக்கிறேன். இரவு பேசிக் கொள்ளலாமே' என்று நீங்கள் சொன்னீர்கள். உங்கள் நிதானம் வியப்பைத் தந்தது. 'என் மனநிலை சரியாகவே இருக்கிறது. இப்போது உங்களால் பதில் சொல்ல முடியவில்லை என்றால் உங்களிடம் பதில் இல்லை யென்றுதான் அர்த்தம்' என்றார் லூதர். நான் மென்மையாக லூதரின் கையைத் தொட்டேன். அவர் என்னைப் பார்த்து முறைத்துவிட்டு மாடியை நோக்கிச் சென்றார். நான் அவர் பின்னால் சென்றேன்.

நான் அப்போது ஏதாவது உங்களைச் சார்ந்து பேசியிருந்தால் லூதரின் கோபம் தீப்பிழம்பாக எழுந்திருக்கும் என்பதில் சந்தேகமே இருக்கவில்லை. உள்ளூர அவர் வருத்தத்தில் தோய்ந்துபோய்க் கிடக்கிறார். அதிலிருந்து ஒரு இழையை மட்டும் அப்போது இழுத்துக் காட்டினார். மறைக்கப்பட்ட பல இழைகள் அதற்குப் பின்னால் இருக்கலாம். சிடுக்கும் முடிச்சுமாக அவை கிடக்கலாம். இருந்தாலும் இரவு பூராவும் அலைந்து பாட்டியைத் தேடிக் கண்டுபிடித்துக் கொண்டுவந்த ஒருவரிடம் நன்றி சொல்வதற்குப் பதில் கோபப்படுவது முகத்திலடிப்பது போன்ற காரியம் என்று நான் நினைத்தேன். 'லூதர், பாட்டியைக் காட்டில் தேடி அலைந்து தாமுதான் அழைத்து வந்திருக்கிறார்' என்றேன். 'மறியா, அதை எனக்கு நினைவுபடுத்த வேண்டிய சந்தர்ப்பம் இதுவல்ல. நான் உரிய நேரத்தில் அவருக்கு நன்றி தெரிவித்துக்கொள்கிறேன்' என்றார். 'நான் கேட்கிறேன் என்று கோபித்துக்கொள்ளாதீர்கள், நாளை தாமு பணிக்கு வருவார் என்று நம்புகிறீர்களா?' என்று கேட்டேன். அதற்கு லூதர், 'அந்த யோசனையே எனக்கு வரவில்லை. கற்ற மருத்துவத்திற்கு விசுவாச மில்லாத ஒருவர் பணிக்கு வரவில்லை என்றால் அதற்காக நான் வருந்த மாட்டேன்' என்றார். அவர் குரல் அவரது கோபத்தை அடக்கிக்கொள்ள முடியாத கூர்மை பெறுவது மாதிரித் தோன்றிய தால் நான் அதற்கு மேல் ஒன்றும் பேசவில்லை. உங்களை உடனடி யாகச் சந்திக்க வேண்டும் என்ற எண்ணம் என் மனதில் ஆவேசமாகத் தோன்றியது. நான் மனதிற்குள் அந்த ஆசையைத் துண்டித்துக் கொண்டு படுக்கையில் சாய்ந்து விழுந்தேன்.

வருத்தத்திற்கு ஆட்பட்டிருக்கும் சந்தர்ப்பங்களில் லூதர் முன்கூட்டி மருத்துவ அறைக்குச் சென்றுவிடுவது வழக்கம். நான் கண்விழித்துப் பார்த்தபோது மணி எட்டுக்கூட ஆகியிருக்கவில்லை என்றாலும் அவரைக் காணவில்லை. எனக்கு மிகவும் ஆயாசமாக இருந்ததால் சற்று நேரம் மேலும் உறங்கிவிட்டு அதன் பின் கொட்டடிக்குச் சென்றேன். அன்று எனக்கும் அந்தப் பிராணிகளுக்குமான உறவு சற்று வித்தியாசமாகத் தோன்றியது. அந்தப் பிராணிகளும் அவற்றைச் சுற்றியிருந்த பிராந்தியங்களும் ஜீவனற்று வறண்டு போய்விட்டது போல் தெரிந்தது. வழக்கமாக நான் கொட்டடிக்குள் நுழைந்ததும் எல்லாப் பிராணிகளும் என்னை ஆவல் பொங்கப் பார்க்கும். அப்போதுதான் அவற்றின் கண்கள் மிகப் பெரிதாகத் தெரியும். கண்ணாடிபோல் பளபளக்கும் நீர்மை அவற்றின் விழிமீது தேங்கி

யிருப்பதை அப்போது மட்டும்தான் எனக்குப் பார்க்கக் கிடைக்கும். அந்த ஈரத்தின் தேக்கத்தில்தான் என்மீது அவை கொண்டிருக்கும் அன்பு கரைந்து கிடப்பதாக நான் கற்பனை செய்துகொள்வேன். கட்டிப் போடாத நாய்கள் என்னைப் பார்க்க ஓடிவரும். அப்படி ஓடி வரத் தெரிந்தவை நாய்களும் பன்றிகளும்தான். படுத்திருக்கும் மாடுகள் அலறியடித்து எழுந்திருந்து நிற்கும். வாலைத் தூக்கி அவசர மாகச் சாணி போடும். அவை தங்கள் கழுத்துக்களைக் கயிறு அழுந்த மடித்து என்னைப் பார்க்க நிற்கும்போது அவற்றின் காதுகள் விடைத்துக் கொள்ளும். இவை ஒவ்வொன்றுமே, அன்றாடம் நான் பார்க்கிற காட்சிகள்தான் என்றாலும் எனக்கு மிகுந்த சந்தோஷத்தைத் தருபவை யாகத்தான் இருந்தன. திடீரென்று கொட்டிலுக்குள் விழித்துக்கொள் ளும் ஜீவசக்தி தூக்கத்திலாழ்ந்து கிடக்கும் காலைப் பொழுதைத் தட்டியெழுப்பிப் பணிக்குப் புறப்படச் சொல்வதுபோல் இருக்கும்.

அன்றும் அந்தச் சம்பிரமங்கள் எல்லாம் நடந்தன என்றாலும் அவை என் மனதில் எந்தக் கிளர்ச்சியையும் ஏற்படுத்தவில்லை. எல்லாப் பிராணிகள் மீதும் அசிரத்தை தோன்றுவதை நினைத்து வருத்தம் வந்தது. அவற்றிற்கு உணவு தருவதற்கான காரியங்களில் ஈடுபடத் தொடங்கினேன். சிறிதுதான் வேலை செய்திருப்பேன். அதற்குள் களைப்பு மேலிட்டு நெற்றியில் வேர்வை அரும்பத் தொடங்கிற்று. குளிர் மிகுந்த அந்த நாளில் கொட்டகைக்கே சூடேற் றியதுபோல் புழுங்கி மூச்சுத் திணறுவதுபோலவும் தோன்றியது. வெளியே திறந்த வெளிக்கு வந்தேன். அப்போதுதான் கவனித்தேன். உங்கள் பைக் வழக்கமாக நீங்கள் நிறுத்தும் இடத்தில் நின்று கொண்டிருந்தது. நான் லூதரிடம் கேட்ட கேள்வி எவ்வளவோ வருந்தும்படி உண்மையாகிவிட்டது. மாடிக்குச் சென்று லூதருக்கு போன் செய்து கேட்டேன். 'வரவில்லை, லீவும் கேட்டிருக்கவில்லை' என்றார். உங்கள் அவுட் ஹவுசின் முன் வந்தேன். ஜன்னல் திறந்திருந் தது. ஆனால் உள்ளே எந்த அரவமும் இல்லை. என் மனம் குழம்பி விட்டது. நடப்பதுபோல் நடக்கட்டும் என்று மீண்டும் மீண்டும் சொல்லிக்கொண்டிருந்தேன். நான் எந்தத் துன்பமும் யாருக்கும் இழைத்துவிடவில்லை. என்றாலும் எல்லாப் பழிகளும் என்மீது சரிவது போலவும் அவ்வாறு சரிவது நியாயமானதுதான் என்றும் கடும் தண்டனையை நோக்கிச் சிறுகச் சிறுக நான் தள்ளப்படுவதுபோலவும் தோன்றியது. நான் அங்கில்லாத வரையிலும் லூதரும் சரி நீங்களும் சரி, இப்போதிருப்பதைவிடவும் சந்தோஷமாக இருந்திருப்பீர்கள் என்று தோன்றியது. என் தோழிகளைப்பற்றி நினைத்துப் பார்த்தபோது அவர்கள் எல்லோருமே என்னைவிட லூதருக்கு இணக்கமான மனைவிகளாக இருந்திருப்பார்கள் என்று நினைத்தேன். தனது கணவர் எங்குமே காணக்கிடைக்காத நரம்பியல் மருத்துவர் என்ற பெருமை யுடன் அவரது ஆற்றல்களைச் சரியும் தவறுமாகவும் மிகையாகவும் சில சமயம் பொய்யாகவும் சொல்லிக்கொண்டே தங்கள் நடையையே வேறு தினுசிற்கு மாற்றியபடி கணவரின் மருத்துவ அறைக்குச்

சென்று தன் அதிகாரத்தை நர்ஸுகளுக்குக் காட்டிக்கொண்டு இருந்திருப்பார்கள். பாவம் லூதர். என்னைக் காதலித்தார். வேறு எதைப் பற்றியும் சிந்தித்துப் பார்க்காமல் கண்ணை மூடிக்கொண்டு என்னைத் திருமணம் செய்துகொண்டார்.

லூதர் யாரையும் துன்பப்படுத்தும் நோக்கம் கொண்டவரல்ல. நீங்களோ எங்கள் இருவருக்கும் நல்லதுதான் செய்திருக்கிறீர்கள். எங்களுக்கு வாழ்க்கையைப் பற்றி ஒரு நம்பிக்கையே உங்கள் மூலம் தான் ஏற்பட்டது. உணர்வுபூர்வமாக நீங்கள் என்னிடம் கலந்து கொண்டே வந்திருக்கிறீர்கள். உங்கள் யாருக்குமே எந்தப் பங்கும் இல்லை; நடக்கிற ஒவ்வொரு துன்பத்திற்கும் நான்தான் பொறுப்பு என்றே என் வாழ்நாள் முழுவதும் நினைத்துவந்திருக்கிறேன். இப்போது நான் அப்படி நினைக்கப்போவதில்லை. இவ்வாறெல்லாம் மனம் கண்டபடி புலம்பிக்கொண்டிருக்க நான் படுக்கையில் படுத்துக்கொண் டிருந்தேன். எப்போது தூங்கினேன் என்பது எனக்கே தெரியாது.

அழைப்பு மணி கேட்டுத் திடுக்கிட்டு விழித்தேன். கீழே வந்தபோது நீங்கள் வரவேற்பறை சோபாவில் உட்கார்ந்திருந்தீர்கள். லூதர் இல்லாத ஒரு சந்தர்ப்பத்தில் நீங்கள் அவ்வளவு உரிமையுடன் வரவேற் பறையில் வந்து உட்கார்ந்திருந்தது ஆச்சரியத்தைத் தந்தது. தயக்கத் துடன் 'என்ன?' என்று கேட்டேன். என்னை உட்காரும்படி கை ஜாடை காட்டினீர்கள். நான் உட்கார்ந்தேன். 'மறியா, எனக்குக் காய்ச்சல். உங்களிடம் நிவாரண மருந்து ஏதேனும் இருக்கிறதா?' என்று கேட்டீர்கள். உங்கள் நெற்றியை நீங்களே தடவிக்கொண்டீர்கள். ஸ்வெட்டருக்குள் கையை விட்டு தொட்டுப் பார்த்துக்கொண்டீர்கள். சட்டென்று உங்கள் நெற்றியைத் தொட்டுப் பார்க்க வேண்டும் என்று எனக்குத் தோன்றிற்று. முன்னால் வரத் துடித்த கையைப் பின்னால் இழுத்துக்கொண்டேன். நீங்கள் ஒரு அமெரிக்கராகவோ கனடியராகவோ அல்லது ஐரோப்பியராகவோ இருந்து நான் அவர்களைத் தொட்டுப் பார்த்திருந்தால் அது அவர்களுக்கு முற்றிலும் இயற்கையான காரியமாகவே இருக்கும். லூதர் முன் வைத்தும் நான் இந்தக் காரியத்தைச் செய்யலாம். ஆனால் நீங்கள் இந்தியர். அதனால்தான் என் கை பின்னால் வந்தது என்று நினைக்கிறேன். இந்தியர்களைப் பற்றி சரியோ தவறோ எனக்குச் சில அறிவுகளும் நிறைய உள்ளுணர்வுகளும் இருக்கின்றன.

'தாமு, லூதருக்கு போன் செய்கிறேன், அவர் வந்து உங்களை அழைத்துக்கொண்டு போய்விடுவார்' என்றேன். 'கலவரப்படுத்தும்படி ஒன்றுமே இல்லை, மறியா' என்றீர்கள். எந்த விஷயம் என்றாலும் அதை மேல் ஸ்தாயியிலிருந்து தாழ்ந்த சுருதிக்குக் கொண்டுவந்து விடுவது உங்கள் வழக்கம். இது நீங்கள் உங்கள் தாயின் கர்ப்பப் பையிலிருந்தபோது கற்றுக்கொண்டதாகவே இருக்க வேண்டும். ஆனால் நானோ தென்றலைப் புயலாக மாற்றுகிறவள். 'உங்களிடம் மருந்து இருக்கிறதா என்று பாருங்கள்' என்றீர்கள். நான் போய்

லூதரின் அலமாரியைத் திறந்து ஒரு வட்ட டப்பாவை எடுத்து வந்து உங்கள் கையில் தந்தேன். நீங்கள் மாத்திரைகளைக் கிளறிப் பார்த்துவிட்டு ஒன்றிரண்டைப் பொறுக்கிக்கொண்டீர்கள். பால் கொண்டுவருகிறேன் என்று சொல்லிவிட்டு நான் உள்ளே போகப் போனேன். 'பால் வேண்டாம், ஜூஸ் போதும்' என்று சொன்னீர்கள்.

நான் திரும்பி வந்ததும், 'நேற்று காட்டில் மிகவும் சிரமப்பட்டீர் களோ?' என்று கேட்டேன். 'கொஞ்சம் சிரமம்தான் மறியா. பாட்டி கிடைத்ததுதான் சந்தோஷத்தைத் தந்தது' என்றீர்கள்.

நீங்கள் மிக அதிகளவுக்குச் சிரமப்பட்டிருப்பீர்கள் என்று எனக்குத் தோன்றிற்று. பட்ட சிரமங்களைப் பற்றி இந்தச் சந்தர்ப்பத்தில் விவரிக்க உங்களுடைய உணர்வுகள் இடந்தராது என்று எண்ணினேன். சில நாட்களுக்குப் பின் இயற்கையாகக் கூடி வரும் பேச்சுக்களின் வழியாக அவ்வப்போது துண்டுத் துணுக்காக நான் இதுபற்றிய முழு விபரங்களையும் தெரிந்துகொண்டுவிட முடியும். வெற்றிகளை முழக்கு வது அநாகரிகம் என்று நினைக்கிறீர்கள். உங்களைப் பற்றி இவ்வாறு நினைத்தபோது என் மனம் மேலும் உங்களுடன் நெருங்கிற்று.

உங்கள் தேடலில் நீங்கள் பட்ட சிரமங்கள் லூதருக்குத் தெரிய வேண்டும் என்ற ஆசைகூட உங்களிடம் இல்லை என்பதை என்னால் உணர முடிந்தது. பாட்டியை மீட்க நீங்கள் மேற்கொண்ட அலைச்சல் கள் பற்றியும் அனுபவித்த கஷ்டங்கள் பற்றியும் நான் லூதரிடம் சொல்லாதவரை உங்கள் வழியாக லூதர் இவற்றைத் தெரிந்து கொள்ளும் வாய்ப்பே ஒருபோதும் கூடிவரப்போவதில்லை என்று நினைத்தபோது என் மனம் நெகிழ்ந்தது. பாட்டியை மீட்கவேண்டும் என்பது உங்கள் குறிக்கோள். பாட்டி மீட்கப்பட்டுவிட்டாள். முயற்சி தரும் மகிழ்ச்சியும் கிடைத்தாயிற்று. அதன்பின் என்ன பேச்சு? அதன்பின் எதற்காக அதை மனதில் சுமந்துகொண்டிருக்க வேண்டும்?

உங்களைப் பற்றி இவ்வாறான எண்ணங்கள் எனக்கு ஏற்பட்ட போது என் உறவு சார்ந்து வேறு பலருடைய மனநிலைகளும் என் மனதிற்கு வந்தன. பலரும் குறிக்கோளைச் சார்ந்த முயற்சியை மேற்கொள்வதே அம்முயற்சியில் கிடைக்கும் வெற்றியை விளம்பரப் படுத்திக் கொள்ளத்தான். இந்த விளம்பரம் அவர்களுடைய வாழ்க்கை எனும் வணிகத்திற்கான ஒரு முதலீடு.

அன்று உங்கள்மீது என் மனம் கட்டுக்கடங்காமல் கவிழ்ந்தது. தொடர்ந்து உங்களுடன் பேசிக்கொண்டிருக்க வேண்டும் என்று ஆசையாக இருந்தது. உங்களைப் பற்றி ஒரு சில விஷயங்கள்தான் எனக்குத் தெரியும். அவை மிக மேலோட்டமானவை. உங்களுடைய குடும்பம், பின்னணி, நீங்கள் பிறந்தது, வாழ்ந்தது பற்றியெல்லாம் எனக்குத் தெரியாது. நீங்கள் வாழ்க்கையில் அனுபவித்திருக்கக்கூடிய சங்கடங்கள் பற்றி எனக்குக் கடுகளவுகூட தெரியாது. இந்தியாவில் நீங்கள் பிறந்த ஊரைப்பற்றி எப்போதோ ஒரு முறை சொல்லியிருக் கிறீர்கள். அந்த ஊரின் பெயரை என்னால் நினைவில் வைத்துக்

கொள்ள முடிந்ததே இல்லை. நீங்கள் பக்கத்தில் இருக்கும்போது வரைபடத்தில் அந்த ஊரைத் தொட்டுப் பார்க்க வேண்டும் என்று எவ்வளவோ முறை நினைத்திருக்கிறேன். அவ்வாறு தொட்டுப் பார்ப்பது உங்களை ஆழமாகத் தெரிந்துகொள்வதற்கான ஆரம்பமாக இருக்கும் என்று நம்பியிருக்கிறேன். உங்கள் தாயைப்பற்றிக்கூட நான் உங்களிடம் கேட்டுத் தெரிந்துகொண்டதில்லை. இவ்வாறு தொடர்ந்து யோசித்துக்கொண்டு போனபோது என்னைப் பச்சாதாபத்தில் ஆழ்த்தும் மனநிலைதான் உருவாயிற்று.

உங்களைப் பற்றி என் மனம் உள்ளூரச் சேர்த்துக்கொண்டே வந்த பாராட்டுணர்வை இந்தக் கடிதத்தில் சொல்ல எனக்குக் கூச்சமாக இருக்கிறது. ஆனால் முதன் முதலாக வாழ்க்கையில் எனக்கு ஏற்பட்ட ஒரு புதிய அனுபவத்தை உங்களிடம் கண்டிப்பாகச் சொல்ல வேண்டும். என்னுடன் வெகுதூரம் வர ஒருவர் தயாராக இருக்கிறார் என்பதை நான் அறிந்துகொண்டது முற்றிலும் எனக்குப் புதிய அனுபவமாக இருந்தது.

சோபாவில் அமர்ந்து ஒரு சம்பாஷணையைத் தொடங்கி நீண்ட நேரம் அதை வளர்த்திப் பேசிக்கொண்டிருப்பது உங்கள் இயல்பல்ல என்பது எனக்குத் தெரியும். ஆனால் அன்று சற்று நிம்மதியில்லாமல் நீங்கள் இருப்பதுபோல் தோன்றிற்று. உடல்சார்ந்த கஷ்டத்தினால் இருக்கலாம் என்று எண்ணினேன்.

என் மனதில் முன்னால் நின்று விம்மிக்கொண்டிருந்த கேள்வியைக் கேட்கவா வேண்டாமா என்ற தத்தளிப்பு அப்போது எனக்கு ஏற்பட்டது. உங்கள் பதில் என் எதிர்பார்ப்புக்கு மாறாக இருந்தால் என்ன செய்வது என்ற கலக்கம் மனதைத் தொற்றிக்கொண்டது. ஆனால் அந்தக் கேள்வியைக் கேட்கத் தள்ளிப் போடவும் எனக்குப் பொறுமையிருக்கவில்லை.

'இன்னும் இரண்டு மூன்று நாட்களுக்கு மருத்துவ அறைக்கே போகவேண்டாம் தாமு' என்று நான் சொன்னேன். இப்படிச் சொன்னபோது உங்கள் பார்வையை நான் தவிர்த்தேன். நீங்கள் வழக்கம்போல் வறட்சியாகச் சிரித்தீர்கள். 'அவசியமில்லை மறியா, நாளையே போய்விட முடியும். உடம்புக்கு ஒன்றும் பெரிதாக இல்லை' என்றீர்கள். என் சந்தேகம் நொடிப்பொழுதில் நிவர்த்தியான போது என் மனம் மிகவும் லகுவாயிற்று.

உங்கள் பதிலிலிருந்து நீங்கள் லூதருடன் தொடர்ந்து பணியாற்றப் போகிறீர்கள் என்பது எனக்கு உறுதியாகிவிட்டது. அப்படியென்றால் லூதரின் விமர்சனத்தை நீங்கள் சிறிதுகூடத் தவறாக எடுத்துக்கொள்ள வில்லையா? அவர் பேச்சை நீங்கள் இவ்வளவு சகஜமாக எடுத்துக் கொள்ள எப்படி முடிந்தது? உங்கள் மனதில் இருக்கும் லூதரின் பிம்பம் மற்றொன்றா? என்னுடைய கற்பனை சார்ந்த பிம்பம் அல்லவா அது? இதற்குப் பின்னால் நிற்கும் புரிதல் என்ன?

நானும் லூதரும் பரஸ்பரம் பேசிக்கொள்ளாவிட்டாலும்கூட உங்களைப் பற்றி எங்கள் மனதில் ஒரு பதற்றம் இருந்தது என்பது மறைக்கக்கூடாத உண்மை. அதை நினைத்து நாங்கள் இருவருமே இப்போது வெட்கப்பட வேண்டும்.

'லூதரின் பேச்சு உங்களுக்கு வருத்தம் அளிக்கவில்லையா?' என்று வெளிப்படையாக உங்களை கேட்கக்கூடிய தைரியம் எனக்கு வந்தது. நீங்கள் வருத்தம் அடைந்திருந்தீர்கள் என்றால் லூதரின் மனைவி என்ற தகுதியில் நான் உங்களிடம் மன்னிப்புக் கோரவேண் டும் என்றிருந்தேன். எந்தெந்த வார்த்தைகளை இணைத்து அந்த மன்னிப்பைக் கேட்க வேண்டும் என்பது பற்றி யோசித்துமிருந்தேன்.

'வருத்தம் உண்டு' என்றுதான் நீங்கள் பேச்சைத் தொடங்கினீர்கள். மீண்டும் என் மனதில் கலவரம் சூழ்ந்து கொண்டது. அதன் பின்னால் நீங்கள் கூறிய வார்த்தைகள் மிகைப்படுத்தாமல் சொன்னால் நான் உங்கள் மீது கொண்டிருக்கும் மதிப்பைப் பன்மடங்கு உயர்த்திவிட்டது.

'வருத்தம் இருந்தாலும் ஆதாயமான விஷயங்களில்கூட லூதர் மருத்துவ நியதியை விட்டுக்கொடுக்க மாட்டார் என்பது அன்று வெளிப்படவில்லையா மறியா' என்று நீங்கள் கேட்டீர்கள். நான் எதுவும் சொல்லக்கூடாது என்று என்னை அடக்கிக்கொண்டேன்.

நீங்கள் சிறிது இடைவெளிக்குப் பின் மீண்டும் தொடர்ந்து பேசினீர்கள்.

'ஆனால் மறியா, நீங்கள் ஒன்று தெரிந்துகொள்ள வேண்டும். லூதரின் அளவுகோல்களைவிட என்னுடைய அளவுகோல்கள் தாழ்ந்தவையல்ல. மிகக் கண்ணியமான டாக்டர் என்றுதான் நான் என்னைப் பற்றி நினைக்கிறேன். உடம்பிலிருந்து நோயைப் பிரிக்க மிகக் கடுமையாகத்தான் போராடி வந்திருக்கிறேன். எனது போராட் டத்திற்கு வலுச்சேர்க்கும் பேரறிவை விடாமல் சேர்த்துக்கொண்டிருக் கிறேன். இருந்தாலும் மறியா, இன்று நமக்கு ஆயிரம் அசௌரியங்கள். ஆயிரம் அவசரங்கள். இந்த நிலையையும் நான் யோசித்துப் பார்க்கிறேன். நம் கொட்டிலில் நிற்கும் ஜீவராசிகளுக்கு சிறிதேனும் ஆறுதல் தரவேண்டும் என்ற எண்ணம் எனக்குத் தத்தளிப்பைத் தந்துவிட்டது.'

நீங்கள் 'நாம்' என்று சொன்னது என் மனதில் ஆழமாகப்பதிந்தது. அது வெறும் ஒரு சொல்லா? உறவின் எவ்வளவு பெரிய பிணைப்பு அது!

நீங்கள் என் கண்களையேப் பார்த்துக்கொண்டிருந்தீர்கள். என் மனவோட்டத்தை வாசிக்க நீங்கள் முயல்வது தெரிந்தது.

'மறியா, அன்று லூதர் உணர்ச்சி பொங்கக் கேட்டது உங்களுக்கும் நினைவிருக்கும். உன்னுடைய நோயாளிக்குக் கால்நடை மருத்துவர் ரத்த சோதனை செய்தார் என்றால் அதை நீ ஏற்றுக்கொள்வாயா என்று அவர் கேட்டார். அந்தக் கேள்வி என் மனதில் ஆழமாகப்

பதிந்தது. அதிலிருந்து பல முடிவுகளை நான் உருவாக்கிக்கொண்டு வருகிறேன்.'

'நீங்கள் இன்று பேசுவது எனக்கு மிகுந்த ஆறுதலைத் தருகிறது. பெரிய மன எழுச்சியை ஒருவரிடமிருந்து அடையும்போதுகூட அவரை வாய்திறந்து பாராட்ட ஏதோ ஒன்று என்னைத் தடுத்துவிடு கிறது. இந்த விஷயத்தில் அமெரிக்கப் பெண்கள் என்னைப் பாதிக்க வில்லை' என்று நான் சொன்னேன்.

'சரி மறியா, நான் அறைக்குச் சென்று ஓய்வெடுத்துக் கொள்கிறேன்' என்று சொல்லிவிட்டு எழுந்தீர்கள். உங்கள் பின்னால் நானும் வந்தேன். வாசல் படிக்கட்டு வந்தபோது நீங்கள் என் முகத்தைப் பார்த்தீர்கள். அது சாதாரணமான பார்வையாக எனக்குத் தெரிய வில்லை. என் மீது உங்கள் மனம் கவிழ்வதுபோல் நான் உணர்ந்தேன். அப்போதுதான் நீங்கள், 'ஒன்று தெரியுமா மறியா? நான் கால்நடை வைத்தியம் படிக்க மாலை வகுப்பில் சேர்ந்திருக்கிறேன்' என்று சொன்னீர்கள்.

இவ்வாறு நீங்கள் சொன்னதும் என் மனதில் உணர்ச்சி பொங்கிற்று. அதன்பின் நான் நடந்துகொண்டது உங்களுக்கே தெரியும். அன்று நான் நடந்துகொண்டது சரியில்லையென்றால் என் மனதில் பொங்கிய உணர்ச்சிமீதுதான் நான் குற்றம் காணவேண்டும்.

பதற்றத்துடன் சில கீற்றுக்களை எழுதி உங்களுக்கு அனுப்புகிறேன். நான் செய்த காரியத்திற்காக வருந்துகிறேன் என்று எடுத்துக்கொள்ளா தீர்கள். வருந்தவில்லை. சந்தோஷப்படவே செய்கிறேன். என் இயற்கைப் படி நான் செயல்பட்டேன். நான் ஒரு பெண். இப்போதைக்கு எனக்கு இதற்குமேல் சொல்வதற்கு ஒன்றுமில்லை.

அன்புடன்,

மறியா.

ஜூலை 2004 கனக்டிகட்

அந்த ஐந்து நிமிடங்கள்

இப்போது எனக்கு வயது எழுபத்திமூன்று. அறுபது வருடங்களுக்கு முன் நடந்த சம்பவம் இது. சம்பவம் என்று எப்படி பூசி மெழுகிச் சொல்லமுடியும்? அசலான அவமானம். இந்த வயதிலும் அதை மூடி மறைக்கத் தோன்றுகிறது. வாழ்க்கையில் நடந்த எவ்வளவோ விஷயங்களை நான் மறந்துவிட்டேன். அவற்றோடு நான்பட்ட இந்த அவமானமும் மறந்துபோயிருக்கலாம். ஆனால் மறந்துபோக மாட்டேன் என்கிறது. இன்றும் அது ஒரு புண்தான். அதைத் தழும் பாக்க முடியவில்லை.

அந்த ஒரு அவமானம் மட்டும் தனியாக நினைவுக்கு வந்தால்கூடப் பொறுத்துக்கொள்ளலாம். நான் பின்னால் பட நேர்ந்த பல அவமானங் களையும் இந்த அவமானம் கட்டி இழுத்துக்கொண்டு வந்து விடுகிறது. அவமானங்கள் மட்டுமல்ல, இழப்புகள், துக்கங்கள், மனமுறிவுகள் எல்லாவற்றையும்தான். அதன் பின், அவற்றின் சுமை தாங்காமல் பலநாட்கள் மனச்சோர்வில் ஆழ்ந்துபோய் விடுகிறேன்.

அந்த வருடம் எட்டாம் வகுப்புப் பரீட்சையில் தோற்றுப்போய் விட்டேன். அதற்காக எந்தத் தண்டனை வேண்டுமென்றாலும் சரி அனுபவிக்கத் தயாராகவும் இருந்தேன். ஒரே ஒரு வேண்டுகோள்தான் மனதில் இருந்தது. பள்ளிக்கூடம் திறந்து முதல்நாள் வந்து சேரும் அவமானமான அந்தக் கணங்கள் மட்டும் வராமல் இருக்கவேண்டும். சுற்றியிருப்பவர்கள் அதற்கான கருணையேனும் என்னிடம் காட்ட வேண்டும்.

ஆனால் அப்பா அன்று நான் பள்ளிக்கூடத்திற்குப் போய்தான் ஆக வேண்டும் என்று முரண்டு பிடித்தார். எனக்குக் கிடைக்க இருக்கும் அவமானம் பற்றி அவருக்குத் தெரியும். நான் தோற்றதற்கு அது எனக்குத் தண்டனையாக வந்து சேரவேண்டுமாம். நன்றாக அனுபவிக்கட்டும் அவன் என்கிறார்.

‘என்ன தண்டனை வேண்டுமென்றாலும் ஏற்றுக்கொள்கிறேன் அம்மா. இது மட்டும் வேண்டாம்’ என்று அம்மாவிடம் கெஞ்சினேன்.

பள்ளிக்கூடம் திறக்கச் சரியாக இரண்டு நாட்கள்தான் இருந்தன. அந்த இரண்டு நாட்களிலும் நான் பட்ட வேதனை தெய்வத்திற்குத் தான் தெரியும். என்னை வாட்டி வதைக்கும் மனக்கஷ்டத்தைச் சகித்துக்கொள்ள முடியாமல் போனபோது என் வகுப்புத் தோழன் இம்மானுவலைத் தேடிக்கொண்டு போனேன். அவன்தான் தோற்றிருந்த மற்றொரு மாணவன். அவன் பள்ளி திறந்த அன்றே வகுப்பிற்கு வரப்போவதாகச் சொன்னான். என்ன துணிச்சல்! அவனைப் பற்றிய விஷயங்களை எல்லாம் அவன்தான் தீர்மானிக்கிறான் போலிருக்கிறது.

‘இம்மானுவல், மரக்குரங்குக்கு வருவயா?’ என்று கேட்டேன்.

‘தோத்துப்புட்டா மரக்குரங்கைக் கட் பண்ணணுமா?’ என்று கேட்டான். எவ்வளவு தெளிவாக இருக்கிறான்.

மரக்குரங்கு விளையாடுவது பெரிய விஷயமில்லை. பள்ளிக்கூடத் திற்குள் நிற்கிறது அந்த மாமரம். மாணவர்களுக்கு மரக்குரங்கு விளையாடுவதற்கென்றே அது தன் கிளைகளை விரித்திருக்கிறது.தான் வளருவதற்கு முன்பே மரக்குரங்கு விளையாட்டின் நுட்பங்களை எல்லாம் அது எங்கு கற்றுக்கொண்டதோ!

எனக்கு அன்று மரக்குரங்கு விளையாட முடியும் என்று தோன்ற வில்லை. தாவுகிறபோது கிளைகள் அகப்படாமலும், அகப்பட்ட கிளைகள் வழுக்கிக்கொண்டுபோய்விடும் என்றும் தீர்மானமாகத் தோன்றிற்று. மிக மோசமாகக் கீழே விழுந்து கோரமான காயங்கள் பட்டுக்கொள்ளும்படி ஆகிவிடும். இருந்தாலும் அவன் வருவேன் என்று சொன்னது எனக்குப் பெரிய ஆறுதல்தான். அந்த மட்டிற்கும் எனக்கு ஒரு துணை இருக்கும்.

அம்மா நினைத்தால் முதல் நாள் பள்ளிக்குப் போகாதபடி என்னைக் காப்பாற்ற முடியும். அப்பாவிடமிருந்து கண்டபடி அவள் வசையை வாங்கிக்கட்டிக்கொள்ள வேண்டியிருக்கும். எனக்காக எத்தனையோ தடவை அப்பாவிடம் திட்டு வாங்கியிருக்கிறாள் அவள்.

‘இந்த ஒரே ஒரு தடவை மட்டும் அம்மா. இனிமே இந்த ஜென்மம் முழுக்க அற்புதமாப் படிப்பேன். கையில் அடித்து சத்தியம் பண் ணட்டுமா? சிவராமன் சாரும் முதல்நாள் வர வேண்டாம்னுதான் சொல்லறார். நிஜம்மா.’ என்றேன்.

நான் சொன்னது உண்மைதான். இம்மானுவலைப் பார்த்துவிட்டு வரும்போது சிவராமன் சாரை வழியில் பார்த்தேன். பார்க்க மாணவன் போலிருக்கும் ஆசிரியர் அவர். அவரை போல் என் மீது பிரியம்கொண்டவர் வேறு யார் இருக்கிறார்கள்? நான் தோற்றுப் போனதற்கு நான் மட்டுமே காரணமல்ல என்று நம்புகிற மகான் அவர் ஒருவர்தான். ‘மொத நாள் நீ வர வேண்டாம். உங்க அப்பா கிட்டே சொல்லவா?’ என்று கேட்டார் அவர்.

நான் திரும்பத் திரும்பச் சொல்லியும்கூட அம்மா, 'பார்ப்போம்' என்றுகூடச் சொல்லவில்லை. தன் கால் கட்டை விரல் நகத்தையே பார்த்துக்கொண்டிருந்தாள். மௌனத்தில் உறைந்து போயிருந்தாள். அந்த மௌனத்தின் அர்த்தம் எனக்குத் தெரியும்.

கடைசியில் வேறு வழியில்லாமல் வழக்கம்போல் நான், 'இன்னிக்கு சாயந்தரம் நீ விளக்கேத்தினதும் செத்துப்போய்விடுவேன்' என்று சொன்னேன். இப்படிச் சொல்ல எனக்கு அலுப்பாகத்தான் இருந்தது. இதற்கு முன் எத்தனையோ தடவை இந்த ஆயுதத்தைப் பயன்படுத்தியிருக்கிறேன். சொன்னபடி செய்யவில்லை. அம்மாவுக்கு இது தெரியாதா? அவள் வருத்தத்தில் ஆழ்ந்துபோயிருக்காவிட்டால், 'என்னடா, எப்போதும் சாயங்கலம்தான் முகூர்த்தமா?' என்று கேட்கக்கூடியவள்தான்.

அப்பாவிடம் சிபாரிசுக்குப் போவது அவளுக்குக் கஷ்டமான விஷயம்தானே? அப்பாவுக்கோ தன் ஆட்சியை உறுதிப்படுத்திக் கொள்ள ஒரு சந்தர்ப்பம் அது. அப்போது அவருக்குக் கிடைக்கும் வாய்ப்பில் அவருக்கு ஏற்படுகிற அலாதியான மகிழ்ச்சியில் அவர் முற்றாகச் சமன் நிலையை இழந்துவிடுவார். அது அவருடைய குணம்.

பள்ளிக்கூடம் திறக்கிற அன்று எட்டு மணிக்கே பள்ளிக்கூடத் திற்குப் புறப்பட்டுவிட்டேன். முன்னாலேயே போய்விட்டால் போகிற வழியில் என் வகுப்புத் தோழர்களைப் பார்க்காமல் போய்விடலாம். பள்ளித் தோழர்களைக்கூடச் சகித்துக்கொள்ளலாம். இந்தப் பள்ளித் தோழிகள். அவ்வளவு பேரையும் பாரபட்சம் இல்லாமல் காதலித்துக் கொண்டிருப்பவன் நான். ஏமாற்றுகிற காதல் அல்ல அது. உண்மை யான காதல். எனக்கு நிறையப் பணம் சம்பாதிக்க முடிந்தால் அவர்கள் எல்லோரையுமே கல்யாணம் செய்துகொள்ளத் தயாராகவே இருந்தேன்.

அவர்களுக்கு எங்கே இதெல்லாம் தெரியப்போகிறது. கொஞ்சம் கூட அன்பில்லாதவர்கள். அன்று அவர்களை நான் பார்க்க நேர்ந்தால் ஒவ்வொருத்தியும் என்னிடம் 'முட்டாப் பயலே, என்னைக் காதலிக்க உனக்கு என்னடா தகுதி இருக்கு' என்று கேட்பதுபோல் கோணிக் கொண்டு போவாள்.

அன்று நான் சரியாகத் தலை வாரிக்கொள்ளவில்லை. விபூதியும் பூசிக்கொள்ளவில்லை. பாழ் நெற்றியாகவே என் நெற்றி எப்போதும் இருக்கட்டும். இருப்பதிலேயே பழைய சட்டையையும் பழைய அரை டிராயரையும் போட்டுக்கொண்டேன். செருப்புப் போட்டுக் கொள்ளவில்லை. காலில் முள் நன்றாகக் குத்தட்டும்.

நல்லவேளை. பள்ளிக்கூடம் நுழைவது வரையிலும் யாரையும் பார்க்கவில்லை. உள்ளே நுழைந்ததும் நேராக மாமரத்தைப் பார்க்க ஓடினேன். எந்தக் கிளையில் ஏறி உட்காருவது என்பது பற்றி மனதிற்குள் ஒரு தீர்மானம் இருந்தது. அந்தக் கிளையில் இருந்தால்

தான் நான் இருப்பது பிறருக்குத் தெரியாது. எனக்கு நன்றாக எல்லோரையும் பார்க்கவும் முடியும். கிளையில் உட்கார்ந்து அடிவா னத்திலிருந்து அடிமரம்வரையிலும் நோட்டம்விட்டபடி இருந்தேன். மரக்கிளைகள் – எந்தக் கிளைகள் என்றாலும் சரி – என்னை நிறையப் பார்க்க வைத்துவிடுகின்றன. இது அவை எனக்குச் செய்யும் உபகாரம். பள்ளியைத் தாண்டி எவ்வளவோ தூரத்தைக் காட்டுகின்றன. பவானியை அவளுடைய புதுப் பாவாடையுடனும் தளுக்கு நடையுட னும் நான் பார்த்த பத்து நிமிடங்களுக்குப் பின்தான் அவள் பள்ளிக் கட்டிடத்திற்குள் நுழைந்து தன்னை மறைத்துக்கொள்ள முடிகிறது.

தலையில் ஏதோ ஒன்று விழுந்ததுபோல் இருந்தது. தட்டிவிட்டுக் கொண்டேன். மீண்டும் ஏதோ ஒன்று! என்ன இது? தலையைத் தூக்கிப் பார்த்தேன். உச்சாணிக் கிளையில் இம்மானுவல் உட்கார்ந்து கொண்டிருக்கிறான். யார் பார்த்தாலும் தெரிகிற இடத்தில்! அவனுக் கென்ன பயம்?

‘விதவிதமாச் சட்டைகளைப் போட்டுக்கிட்டு வந்து குட்டிகளை மயக்குவயே, இண்ணைக்கு என்னாச்சுடேய் உனக்கு?’ எடுத்த எடுப்பிலேயே என் அடிமடியைப் பிடிக்கிறான் இம்மானுவேல். என் மனம் கண்ணீர் வடிக்கிறது.

‘டேய், பார்வதி தாவணி போட்டாச்சு, இன்னா வாறா’ என்றான் அவன். எட்டாம் வகுப்பில் போட்டுக்கொள்ளாத தாவணி எதற்கு இவர்களுக்கு ஒன்பதாவது வகுப்புக்கு வந்ததும்?

இதை நான் சொன்னால் பச்சையாக இம்மானுவல் ஏதாவது சொல்வான். பச்சைகளை எல்லாம் தாண்டி இப்போது நான் சுத்தமாகிக் கொண்டிருக்கிறேன். இவன் என்னை மீண்டும் சகதியில் இழுத்துத் தள்ளப்பார்க்கிறான். இப்படியே தொடர்ந்து சுத்தமாகிவிட வேண்டும்.

பல பச்சைகளை எவ்வளவோ தடவை அவனிடம் தூண்டிக் கேட்டிருப்பவன்தான் நான். எப்படிக் குழந்தை பிறக்கிறது என்பதையே அவன்தான் எனக்குச் சொல்லித் தந்தான். மனதின் மிகப் பெரிய நச்சரிப்பில் இருந்து அன்று எனக்கு விடுதலை கிடைத்தது. என் அம்மாவோ அப்பாவோ ஆசிரிய சிகாமணிகளோ எனக்குத் தந்திராத விடுதலை அது. ஆனால் இன்று பச்சையைக் கேட்பதற்கோ, கேட்டு இளிப்பதற்கோ எனக்குத் தகுதியில்லை.

‘டேய் மட்டிப் பழம் வருது’ என்கிறான் இம்மானுவேல். ‘மட்டிப் பழம் குடுமியையும் செரைத்து முகத்தையும் வளிச்சு லச்சணமாட்டு இருக்குடேய்’ என்றான்.

‘ஆசிரியர்களைக் கேலி செய்யக்கூடாது, இம்மானுவல்’ என்றேன் நான்.

நானா இப்படிச் சொல்கிறேன்! என்னாயிற்று எனக்கு?

‘சும்மா கெடடே, ஒனக்குச் சீரெல்லாம் தெரியும்’ என்கிறான் இம்மானுவல். அவன் சொல்வது உண்மைதான். சமஸ்கிருத ஆசிரியருக்கு, ‘முயல்’ என்ற திவ்விய நாமத்தைச் சூட்டியவனே அடியேன்தான். சுவரில் சாணி உருண்டையை அடித்ததுபோல் எப்படி அழகாக அது அவர் மீது ஒட்டிக்கொண்டுவிட்டது. அதன் பின் இன்று வரையிலும் யாரும் அவருடைய பெயரையே உச்சரித்ததில்லை. இது போல் என்னுடைய உபயங்கள் எவ்வளவோ!

இவ்வளவு வருத்தத்திலும் இம்மானுவலின் வசனங்களைக் கேட்டுச் சிரிக்காமல் இருக்க முடியவில்லை. சிரிக்கக்கூடாது எனக் கட்டுப்படுத்திக்கொண்டேன். பல் தெரியக்கூடாது என்று வாயை மூடிக் கொண்டேன்.

‘பெரிய யோக்கிய மயிருதான், சிரிடேய் வாயெத் திறந்து’ என்றான் இம்மானுவல்.

பள்ளியின் முதல் மணி அடிக்கிறது. இரண்டாவது மணி அடித்ததும் மரத்திலிருந்து இறங்கினால் போதும். மனம் பயங்கரமாகக் கத்தி அழத் தொடங்கிற்று. மனம் கட்டுக்கடங்காமல் தத்தளித்தால் அர்ஜுனனின் பெயரைச் சொல்ல வேண்டும் என்று அம்மா சொல்லித் தந்திருந்தாள். அவன் பெயர்களை முடிந்த அளவு வேகமாகச் சொல்லத் தொடங்கினேன். வேகமாகச் சொன்னால்தானே அதிகத் தடவை சொல்ல முடியும்.

இரண்டாவது மணியும் அடித்துவிட்டது. ‘போலாமா இம்மானுவேல்’ என்றேன். அழுகிய பிணத்தைத் தூக்கப் புறப்படுவது போல் தோன்றிற்று. அவன் பதில் இல்லை. தலையைத் தூக்கிப் பார்த்தேன். மரக்கிளையில் அவனைக் காணோம். சுற்று முற்றும் பார்த்தேன். எங்குமே காணோம். பாவி ஏமாற்றிவிட்டான்!

பள்ளி வராண்டாக்கள் காலியாகி விட்டன. சற்றே பிந்தி வந்தவர்கள் கிரவுண்டில் அங்குமிங்கும் புத்தகப் பையைத் தூக்க முடியாமல் தூக்கிக்கொண்டு ஓடி வருகிறார்கள். படிப்பதற்கென்றே உற்பத்தி செய்யப்பட்டிருப்பவர்கள். நன்றாகப் படியுங்கள். படிக்கிற படிப்பில் உயிர் போய்விட வேண்டும். சோடாப்புட்டி கண்ணாடி போட்டுக் கொள்ள வேண்டும்.

பள்ளிக் கட்டடத்திற்குள் நுழைந்தேன். மாடிப்படிகள் காலியாகக் கிடப்பது தாங்க முடியாத வெறுமையை ஏற்படுத்திற்று. மெதுவாகப் படிகளில் ஏறி, அவை தீர்ந்துபோய்விடவே, வராண்டாவில் கால் வைத்து என் அருமை எட்டாம் வகுப்பு வாசலுக்குப் போய் நிற்கிறேன். ஆசிரியர், சி.சி.சி என்று செல்லமாக அழைக்கப்படும் சி.சி. சிதம்பர அய்யர். பெரிய காஞ்சான். என்னைப் பார்த்து ‘வாரும், வாரும்’ என்றார். மாணவிகளும் மாணவர்களும் பெரிதாகச் சிரித்தார்கள். புத்தாடைகள் அணிந்து கல்யாண வீட்டிற்கு வருவது போல் எழுந்தருளியிருக்கும் என் காதலிகள் எல்லோரும் ஈவிரக்கமில்லாமல் சிரித்தார்கள். ‘உங்கள் ஆசனம் பார்த்துப் போகலாமே’ என்கிறார்

சி.சி.சி. பெரிய மனிதர்களுக்குக் காட்டும் பவ்யமான கையைக் காட்டுகிறார். என் சதையை யாரோ பிய்ப்பதுபோல் இருக்கிறது.

அவருடைய அருவருக்கத் தகுந்த இரட்டைப் பெயர் என் நினைவுக்கு வருகிறது. நான் மானம் ரோஷம் உள்ளவனாக இருந்திருந் தால் அந்தப் பெயரை பத்துத் தடவை கத்திவிட்டு வீட்டைப் பார்த்துப் போயிருக்க வேண்டும். மூட்டை தூக்கிப் பிழைத்தாலும் பரவாயில்லை. எனக்கேது மானமும் ரோஷமும். நான் கோழை. கடைந்தெடுத்த கோழை.

டெஸ்குகளின் இடைவெளி வழியாகப் போகும்போது யாருடைய முகத்தையும் பார்க்காமல் விருக்கென்று போனேன். பின்னிருக்கை தானே என் இடம். மிஞ்சிப் போனால் பத்தடிகள். ஒரு பாலைவ னத்தை நடந்து கடந்ததுபோல் இருந்தது. குன்றிக் குறுகிப் போய்விடக் கூடாது என்று மனதிற்குள் சொல்லியவாறு தலை நிமிர்ந்து உட்கார்ந்து கொண்டேன். கடைசியில் இம்மானுவல் முக்குளி போட்டுவிட்டான். கோழைப் பயல்!

தோற்றுவிட்டேன். சரிதான். ஆசிரிய சிகாமணிகளா, நீங்கள்தானே மாங்கு மாங்கென்று சொல்லித் தந்தீர்கள், யுத்தத்தில் தோற்ற அரசன் கடைசியில் சிலந்தியிடமிருந்து பாடம் கற்று மீண்டும் யுத்தம் செய்து ஜெயித்தான் என்று. அறிவு கெட்டவர்களா, தோல்வி என்று ஒன்று உண்டென்றால் வெற்றி என்றும் ஒன்றுண்டு. நான் அசடாகத் தெரிகிறேன். இன்று. ஆனால் இந்த அண்ட சராசரமே கேட்கும்படி சொல்கிறேன், நான் அசடல்ல. நான் ஒரு விஞ்ஞானி. சகல பெண்களும் புகையிலிருந்து விடுதலை பெற ஓமக்குழலுக்குப் பதிலாக ஒரு எளிய கருவியைக் கண்டுபிடிக்க இராப்பகல் ஆராய்ந்து வருகிறேன். இளிக்க வேண்டாம். நான் வெற்றி பெற்று உலகம் கூடி வந்து என்னைப் போற்றும்போது, என்னிடம் கையெழுத்து வாங்க வந்தீர்கள் என்றால் காலால் மிதிப்பேன். அது மட்டும் நிச்சயம். மாணவிகளே, நீங்கள் யாரும் என்னைக் காதலிக்க வேண் டாம். நான் மாடம் க்யூரியின் பேத்தியைத்தான் கட்டிக்கொள்ளப் போகிறேன்.

ஆசிரியர், மாணவர்களை எழுந்திருக்கச் சொல்லுகிறார். அவர்கள் அவரை விட்டுப்பிரிந்து போவதிலுள்ள வருத்தங்களைச் சொல்லி அழ ஒரு சான்ஸ் தருகிறார் அவர். வெட்கம் கெட்டவர். நான் எழுந்திருக்க வேண்டியது இல்லை. நான் பிரிந்து போகவில்லையே.

ஏழாம் வகுப்பிலிருப்பவர்களும் பிரியா விடைபெற்று எந்த நிமிஷமும் வரும் நேரம் நெருங்கிவிட்டது. சி.சி.சி.யிடமிருந்து விடை பெற்றுக்கொண்டு போகும் மாணவிகள் கண்களைக் கைக்குட்டை யால் துடைத்துக்கொள்கிறார்கள். ரப்பர் காணாமல்போனால் அழுகிற ஜென்மங்கள்தானே.

பெண்கள் பாதுகாப்பைக் கருதி வழக்கப்படி முன்னாலேயே வெளியேறிவிட்டார்கள். முதலில் என்னைத் தாண்டிப் போன

என் நண்பனும் என் ஜென்ம விரோதியுமான சி. ஆனந்தன், 'பின்னால் பாக்கலாம்டேய்' என்று சிரித்தபடியே சொல்லிவிட்டுப் போனான். அதையே எல்லோரும் வெவ்வேறு தொனிகளில் வெவ்வேறு சிரிப்புக் களுடன் சொல்லி விடைபெற்றுச் சென்றார்கள்.

வகுப்பறை காலியாக இருந்தது. நானும் ஆசிரியரும் மட்டும் இருந்தோம். எனக்கு ஆசிரியர் முகத்தைப் பார்க்கத் தோன்றவில்லை. மிகப் பெரிய வெளியில் நான் மட்டும் அம்மணமாக நிற்பதுபோல் தோன்றிற்று. வகுப்பறை வாசலைப் பார்த்துக்கொண்டிருந்தேன்.

முதல் மாணவனின் வருகை என்னை உண்டு இல்லையென்று ஆக்கிவிடும். வருகிறவர்கள் குட்டையும் ஒல்லியுமாக வருவார்கள். நோஞ்சான்கள் இருப்பார்கள். சின்னச் சின்னப் பையன்களாக வருவார்கள். இனி எழுந்து நின்றால் வகுப்பில் நான்தான் மிக உயரமாகத் தெரிவேன். நானே என்னை வெறுக்கும்படி கூரையை இடித்துக்கொண்டு நிற்பேன். என் உயரம்கூட நான் ஒரு முட்டாள் என்பதைக் காட்டிக்கொண்டிருக்கும்.

ஆசிரியர் என்னைப் பார்த்துக்கொண்டிருக்கிறார் என்பதை அவரைப் பார்க்காமலேயே நான் உணருகிறேன். சுவர்களைப் பார்க்க முடியவில்லை. வெற்று வெளி என் சதையைத் துண்டாடுகிறது. வெற்று டெஸ்குகள் என் மீது கவிழ்ந்து என்னை நசுக்குவதுபோல் தோன்றுகிறது.

முதல் பையன் சிரித்தபடி உள்ளே நுழைகிறான். பிறரும் ஆர்ப் பாட்டமாகச் சிரித்தபடி புசு புசுவென்று வருகிறார்கள். தனியாக இருக்கும் என்னைப் பார்த்ததும் என்னென்ன நினைப்புகள் அவர்கள் மனங்களில் ஓடுமோ. எதை நினைத்துப்பார்த்தாலும் கேவலமாக இருக்கிறது.

அப்போது என் குட்டிப் பென்சில் கீழே விழுந்தது. சத்தியமாகச் சொல்கிறேன். நான் அதை நழுவ விடவில்லை. அது தானாகவே நழுவி விழுந்தது. அதை எடுக்க நாசூக்காகக் குனிந்து டெஸ்கின் அடியில் சென்றேன். பென்சில் சற்று முன்னே உருண்டு போய் விட்டிருந்ததால் நான் முட்டுக்குத்திப் படுத்துக்கொள்ள வேண்டி யிருந்தது. பென்சிலை எடுத்த பின் அப்படியே உட்கார்ந்துகொண் டிருந்தேன். மற்ற டெஸ்குகளின் அடியில் கால்களின் பரபரப்பான அசைவுகள் தெரிந்தன. எவ்வளவு உற்சாகம் அந்தக் கால்களுக்கு.

அப்போது ஆசிரியரின் குரல் காதில் விழுந்தது:

'எதுக்குடா ஒளிஞ்சுண்டு இருக்கே, எழுந்து நில்லு. எல்லாரும் ஒன் மோறையெப் பாக்கட்டும்.'

நான் முதுகுப் பிடிப்பு இருப்பதுபோல் எழுந்து நின்றேன். நெளியாமல் என்னால் நிற்க முடியவில்லை.

எல்லோரும் என் முகத்தைப் பார்த்தார்கள். நான் எதிர்பார்த்தது போலவே சிலர் சிரித்தார்கள். ஆனால், ஆச்சரியம்தான். அவர்களில்

பலரும் சிரிக்கவில்லை. மௌனமாக என்னைப் பார்த்தார்கள். அவர்களுடைய மௌனத்தை என்னால் தாங்க முடியவில்லை. மாணவிகளில் ஒருத்திகூடப் பின்னால் திரும்பிப் பார்க்கவில்லை. என் முகத்தை தங்களால் எதிர்கொள்ள முடியாது என்று அவர்கள் நினைத்திருக்கலாம்.

அந்த கணங்களின் உக்கிரம் சிறிது மட்டுப்பட்டது. புதிதாக வந்திருப்பவர்களுடன் நானும் என்னுடன் புதிதாக வந்திருப்பவர்களும் வித்தியாசமில்லாமல் இணைவதுபோல் கற்பனை செய்து கொண்டேன்.

அந்த ஐந்து நிமிடங்கள் என்னைத் தாண்டி சென்றுவிட்டது என்று கற்பனை செய்துகொண்டேன்.

அந்த ஐந்து நிமிடங்களை இன்றுகூட நினைத்துப்பார்க்க முடிய வில்லை. அவை நிமிடங்களல்ல. நிமிடங்கள் உருவாக்கிய புண். இப்போதும் மனதின் ஏதோ ஒரு விசித்திரமான மூலையில் அந்தப் புண் பொருக்காடாமல் இருக்கத்தான் செய்கிறது. இனி அதை மறப்பதற்கான காலமும் எனக்கில்லை.

செப்டம்பர் 2004 கனக்டிகட்

ஈசல்கள்

குட்டி பாஸ்கர் தன் வீட்டு வாசல்படியில் உட்கார்ந்து முறுக்குத் தின்றுகொண்டிருந்தான். காக்கி அரை நிக்கர். வெள்ளைச் சட்டை. பள்ளிக்கூடம் விட்டு வந்து அவன் தன் சீருடையை இன்னும் கழற்றவில்லை. முறுக்குகளைக் கண்ணாடிக் கோலிகளுடனும், சிறிதும், சற்றுப் பெரியதுமான இரண்டு சாவிக்கொத்து வளையங் களுடனும் அரை நிக்கர் பாக்கெட்டில் போட்டிருந்தான். முறுக்கு ரொம்ப நேரத்திற்கு வர வேண்டும் என்பதற்காக வழக்கம்போல் ஒவ்வொன்றையும் இரண்டாக்கியிருந்தான். அவன் விழிகள் இலேசான தலையசைவுகளுடன் தெருவைப் பார்த்துக் கொண்டிருந்தாலும் அவன் கண்கள் எதையும் பார்க்கவில்லை. அவன் மூளையின் கிழிந்த திரைகளில் யாரோ புத்தி பேதலித்தவன் எடுத்த திரைப்படம் போல் சில காட்சிகள் ஓடிக்கொண்டிருந்தன. கீழ்ப்படியில் முருகு வந்து உட்கார்ந்து கொண்டதை அவன் கண்கள் பார்த்தன. அவன் கண்களில் வெளிப்பட்ட வெறுமை அவன் மூளைக்கு எதுவும் போய்ச் சேராதது போலிருந்தது. முருகு உட்கார்ந்ததும் அப்படியே உடல் மடிந்து குறுகிப் போனான். கலைந்து கிடந்த அவனுடைய அடர்த்தியான தலைமயிர்தான் மாலை வெளிச்சத்தில் பிரதானமாகத் தெரிந்தது. அவ்வப்போது ஆர்வத்துடன் குட்டி பாஸ்கரை அவன் திரும்பிப் பார்த்தபடி இருந்தான். அது தனக்கு முக்கியமல்ல என்ற பாவனையில் தெருவை முகத்தைச் சுளித்துக் கூர்மையாக்கிக்கொண்டு பார்ப்பதை பாஸ்கர் பார்த்தான். பாஸ்கர் முறுக்கைக் கறுக் முறுக்கென்று கடிக்கும் சத்தம் அவன் காதில் விழுந்துகொண்டிருந்தது. முறுக்கின் அரிசி மணமும் தேங்காய் எண்ணெயின் மணமும் கலந்து வந்தது சுவாசத்துக்கு சுகமாக இருந்தது.

ஒரு தடவை குட்டி பாஸ்கரனின் கவனம் தன்மீது விழுந்ததும் முருகு தன் முகத்திற்கு முன் வெட்டவெளியில் ஒரு பூஜ்யம் போட்டுக் காட்டினான். இதற்கு முன் அவன் இப்படிப் பூஜ்யம் போட்டுப்

பார்த்திருப்பது பாஸ்கருக்கு நினைவுக்கு வந்தது. அவன் மனதிற்குள் கோபம், பிராண்டும் நகங்களுடன் வந்தது. மேல்படியிலிருந்து அப்படியே குதித்து அவன் மீது விழுந்து அவன் தலை மயிரைப் பிடித்துக் கதறக் கதற உலுக்க வேண்டும் என்று தோன்றியது.

'இப்ப எதுக்கு இங்கே வந்தே?' என்று கேட்டான் பாஸ்கர்.

முருகு பதில் சொல்லவில்லை. அப்போது தெருவில் பிரகாசம் குறைந்தது. திடீரென்று மாற்றம் நிகழ்ந்தது பாஸ்கருக்குப் பிடித் திருந்தது. தொடர்ந்து வேறு என்ன நடக்கும் என்று அவன் பார்க்கத் தொடங்கினான். காற்று வேகமாவது தெரிந்தது. சுழன்றடிக்கும் காற்று. அந்த மாதிரிக் காற்று அவனுக்கு ரொம்பவும் பிடிக்கும். குப்பைக் காகிதங்களைக் காற்று சுழற்றியடித்துக் காட்டும் எனக் காத்துக்கொண்டிருந்தான்.

இதற்கு முன் முருகு வெட்ட வெளியில் பூஜ்யம் போட்டபோது என்ன செய்தோம் என்று பாஸ்கர் யோசித்தான். முறுக்கைப் பாதியைப் பிட்டுக் கால் பங்கு அவனுக்குத் தந்தது நினைவுக்கு வந்தது. அப்படியே இப்போதும் கொடுக்க வேண்டியிருக்கும். முறுக்கைச் சிறு சிறு துண்டுகளாகக் கடித்துத் தின்னாமல் அப்படியே வாயில் போட்டு அவன் நொறுக்கிவிடுவது பாஸ்கருக்குப் பிடிக்காமல் இருந்தது. இப்போதும் அப்படித்தான் செய்வான். சொன்னால் அவனுக்குத் தெரிவது இல்லை.

வேறு வேலையை முன்னிட்டு எழுந்திருப்பதுபோல் எழுந்து நின்றான் பாஸ்கர். திடீரென்று நினைவுக்கு வந்ததுபோல் பாதி முறுக்கைப் பிட்டு முருகுக்குப் பாதி தந்தான். உள்ளே வேகமாகச் சென்றான்.

அவன் மீண்டும் வெளியே வருவான் என்று முருகுக்குத் தோன் றியது. முறுக்கை வாயில் போட்டுவிட்டு அப்படியே அசையாமல் உட்கார்ந்துகொண்டிருந்தான். வெளியே பார்க்க எதுவுமே ருசியாக இல்லையென்று அவனுக்குத் தோன்றியது. அந்தப் படியிலேயே படுத்துத் தூங்க வேண்டும் போலிருந்தது. தூங்கினால் பாஸ்கர் வெளியே வருவதைப் பார்க்க முடியாமல் போய்விடுமே என்று நினைத்தான்.

பாஸ்கர் வெளியே வந்தபோது அவன் வேறு சட்டையும் நிக்கரும் அணிந்திருந்தான். அவை தோய்த்து உலர்ந்த முறுமுறுப்புடன் இருந்தன. கையில் புத்தகப் பை இருந்தது. அவன் முருகுவின் பக்கம் பார்க்காமலேயே கிடுகிடுவென்று படியிறங்கிச் சென்றான். முருகு அதிக இடைவெளி விட்டு அவன் பின்னால் போனான்.

ஒரு தடவை பாஸ்கர் திரும்பிப் பார்த்தபோது முருகு, பாஸ்கர் பக்கம் ஓடி வந்து, 'பாஸ்கர் எங்கே போறே?' என்று கேட்டான். 'வீட்டுப்பாடம் படிக்க' என்றான். 'பேசிட்டே போவோமா?' என்று கேட்டான் முருகு. இப்போது அவனுடய உடல் பாஸ்கரின் உடலுடன்

நெருக்கமாக வந்துகொண்டிருந்தது. சிறிது தூரம் சென்றதும், 'குட்டி பாஸ்கர், மழை வரப் போகுது' என்றான் முருகு. பாஸ்கர் வேகமாக நடக்கத் தொடங்கினான். முருகுவும் பின்னால் வந்து சேர்ந்து கொண்டான். 'டீச்சர் வீடு பக்கமா?' என்று கேட்டான் முருகு. மழை வருவது பற்றித் தனக்கு வரும் படபடப்பை மனதில் வைத்து அவன் கேட்பது போல் பாஸ்கருக்குத் தோன்றியது. 'பக்கம்தான்' என்றான் பாஸ்கர். 'நீயும் வரப்போறியா?' என்று கேட்டான் பாஸ்கர். முருகு தலையை அசைத்தான்.

டீச்சர் வீட்டிற்குள் நுழைந்ததும் முன் வராண்டாவில் தரையில் உட்கார்ந்துகொண்டான் பாஸ்கர். முருகு மேல்படிக்கு முந்திய படியில் உட்கார்ந்துகொண்டான். வீட்டிற்குள் சிறு குழந்தை பெரிதாக அழுவது கேட்டுக்கொண்டிருந்தது. அதைச் சமாதானப்படுத்தும் குரலும் கேட்டது. குழந்தை பெரிதாக முரண்டுபிடித்துக் கத்தியபடியே இருந்தது. வெளியே இருள் சூழ்ந்துவருவதற்கும் அந்தக் குழந்தை அழுவதற்கும் சம்பந்தமிருப்பதுபோல் பாஸ்கருக்குத் தோன்றியது. முருகு பின் படியில் முதுகைச் சாய்த்துக் காலை கீழ்ப் படியில் நீட்டி வசதியாக உட்கார்ந்துகொண்டிருந்தான்.

டீச்சர் மார்பில் சாய்த்துக்கொண்டிருந்த குழந்தையுடன் வெளியே வந்தார். தலைமயிர் கலைந்தும் பரட்டையாகவும், மார்புச் சேலை விலகியும் பார்ப்பதற்குக் கஷ்டத்தைத் தரும் அலங்கோலத்துடன் இருந்தார். டீச்சருக்கு மார்பே சொல்லும்படி இல்லாமல் இருந்தது பாஸ்கருக்குக் கஷ்டத்தைத் தந்துகொண்டிருந்த விஷயம். குழந்தை எலும்பெடுத்துப் போயிருந்தது. அப்படி இருந்தாலும் அதால் பயங் கரமாகக் கத்த முடியுமென்பது பாஸ்கருக்கு நன்றாகத் தெரியும். இன்று அது தன் முழு வேகமும் வெளிப்படும்படி கத்தவில்லை. 'யாரு இவன்?' என்று கேட்டாள் கோமதி டீச்சர். 'ஒண்ணாப் படிக்கிறோம். எஸ். முருகன்' என்றான் பாஸ்கர். 'இங்கேயே இருக்கப்போறானா?' என்று கேட்டார் டீச்சர். பாஸ்கருக்குப் பதில் சொல்லத் தெரியவில்லை. முருகுவும் பதில் சொல்லவில்லை. 'டேய், ஒரு ரவுண்டு அப்படியே சுத்திட்டு வா' என்றார் டீச்சர். 'அவன் இருந்தா நீ பாடத்தைக் கவனிக்க மாட்டாய்' என்று பாஸ்கரைப் பார்த்துச் சொன்னார். முருகு சாவகாசமாக எழுந்து போனான். அவன் முதுகைப் பார்த்தான் பாஸ்கர். மேற்கொண்டு அவன் என்ன செய்வான் என்ற யோசனை பாஸ்கருக்கு வந்தது. அவன் அவனுடைய வீட்டிற்குப் போய்விடுவானா அல்லது ஏதாவது கடைத் திண்ணைகளில் உட்கார்ந்துகொண்டிருப் பானா?

பாஸ்கர் தரையில் கவிழ்ந்து படுத்தபடி தன் கணக்கு நோட்டைப் பிரித்தான். டீச்சர் நிறைமாத கர்ப்பிணியாக இருந்ததால் அவருக்குக் குனியக் கஷ்டமாக இருப்பது பாஸ்கருக்குத் தெரியும். அவன் முட்டுக்குத்தி எழுந்திருந்து கணக்கு நோட்டை டீச்சர் முன் நீட்டினான். குழந்தை அழாவிட்டாலும் மிகுந்த திமிறலுடன் டீச்சரின் மார்பில்

புரள முயன்றுகொண்டிருந்ததால் டீச்சர் நோட் புத்தகத்தைக் கையில் வாங்காமலேயே வலது பக்கம் வளைந்து முகத்தை விகாரமாக முன்னால் தள்ளியபடி கணக்கைப் படித்தார். 'நான் ஏற்கனவே சொல்லித் தந்திருக்கும் கணக்கு, ஒழுங்காச் செய்' என்றார்.

அவன் கணக்குச் செய்ய ஆரம்பித்தான். ஆரம்பத்திலேயே ஒரு தப்பு நேர்ந்துவிட்டதுபோல் அவனுக்குத் தோன்றியதால் ரப்பரை எடுத்து அதை அரை நிக்கரில் தேய்த்த பின் முதல் எண்ணை அழித்தான். 'பாஸ்கர், ஸ்டூலை எடுத்துட்டு வா' என்றார் டீச்சர். அது வீட்டிற்குள் மூன்று இடங்களில் ஒன்றில்தான் இருக்கும் என்பது பாஸ்கருக்குத் தெரியும். அவன் நேராகச் சமையலறைப் பக்கம் போனான். அறை வாசலிலேயே முக்காலி இருந்தது. அதை எடுத்துக்கொண்டு வந்து டீச்சர் சாய்ந்து உட்கார வசதியாகச் சுவரோரம் போட்டான். டீச்சர் குழந்தையுடன் கஷ்டப்பட்டு முக்காலியில் உட்கார்ந்துகொண்டார்.

'கணக்கை வாசி' என்றார் டீச்சர். பாஸ்கர் கணக்கை வாசித்தான். எவ்வளவுதான் அவனிடம் கோபித்துக்கொண்டாலும் கடைசியில் கணக்கைத் தான்தான் அவனுக்குச் சொல்லித்தர வேண்டியிருக்கும் என்பது டீச்சருக்குத் தெரியும். டீச்சருக்கு அந்தக் கணக்கை மீண்டும் சொல்லித்தரப் பொறுமையில்லை. வழி வழியாகச் சொல்லத் தொடங்கினார். 'பரீட்சையின் போது நான் பக்கத்தில் இருக்க மாட்டேன். அது மட்டும் ஞாபகத்தில் இருக்கட்டும்' என்றார். இதற்கு முன்னால் டீச்சர் இதே வாசகத்தைப் பல தடவை சொல்லி யிருக்கிறார்.

வராண்டாவில் இருட்டு நுழைந்துவிட்டிருந்தது. டீச்சர் எழுந்திருந்து வராண்டா விளக்கைப் போட்டார். வயரில் தனியாகத் தொங்கிக் கொண்டிருந்த பல்பு அது. எரியும்போது அது வராண்டாவை அப்படியே சோகத்தில் ஆழ்த்திவிடும். குளிர் காற்று அடித்தது. குளிரைக் கொஞ்சம்போலக் கையில் வைத்துக்கொண்டு அவ்வப்போது காற்று விசிறுவது போல் பாஸ்கருக்குத் தோன்றியது. மழை தூறல் போட ஆரம்பித்திருந்தது. கடைசி வெயில் கொஞ்சம் பாக்கி இருந்ததால் மழை அழகாக இருந்தது. பலவீனமாகத் தூறல்கள் விழுந்துகொண்டி ருந்தன. தூறல் தன் சாய்வைக் கூட்டி வைத்துக்கொண்டிருந்தது. புழுதி மணம் குளிரோடு சேர்ந்து வந்தது. 'நல்லா இருக்கில்லே' என்றார் டீச்சர் தன்னுணர்வு இல்லாமல். அவர் தனது மூக்கால் புழுதி மணம் பூராவையையுமே எடுத்துக்கொள்ள முயல்வது போலிருந்தது.

'என்னடா விடை வந்தது?' என்று கேட்டார் டீச்சர். விடை எதுவும் வந்திருக்கவில்லை. விடையின் பக்கத்தில் வந்துவிட்டதை உணர முடிந்திருந்தது. இன்னும் ஒரு வழி எழுதினால் விடை டக்கென்று வந்துவிடும். அந்த வழி தெரியவில்லை. பாஸ்கர் டீச்சர் முகத்தைப் பார்த்தான். டீச்சர் பிரமை பிடித்தாற்போல் வாசலையே பார்த்துக்கொண்டிருந்தார். அவரைக் கீழே விழும்படி பிடித்துத்

தள்ளிவிட்டுப் போய்விட்ட கணவரின் நினைவு அவருக்கு வந்திருக்கும் என்று நினைத்துக்கொண்டான். ஒரு சமயம் கணவனைப் பற்றி டீச்சர் அடிவயிற்றிலிருந்து கத்திப் புகார் கூறும்போது, 'அத்தை, வராமல் ஒழிஞ்சுட்டாலும் தேவலை. திடீரென்று ஒரு நா வந்து நிக்கறாரே' என்று கத்தியது நினைவுக்கு வந்தது. 'இனிமே வந்தா வாசல் கதவெச் சாத்திப்பிடு, ஒண்ணாப் படுக்காதே' என்று அத்தை சொன்னாள். அவர்கள் பேச்சிலேயே, 'ஒண்ணாப் படுக்காதே' என்ற வார்த்தைகள்தான் பாஸ்கருக்கு திரும்பச் சொல்லும்படி பிடித்திருந்தது.

வாசல் விளக்கைச் சுற்றி ஈசல்கள் வந்திருந்தன. சுற்றிச் சுழலும் போது அவை ஒன்றை ஒன்று மோதிக்கொள்வதுபோல் பாஸ்கருக்குத் தெரிந்தது. அவை பிறவியிலேயே பார்வையில்லாமல் பிறந்திருக்கலாம் என்று நினைத்துக்கொண்டான். பார்வையில்லாமல்தான் அவை பிறக்க வேண்டும் என்றால் அவை ஏன் பிறக்க வேண்டும்? அவை களுக்குச் சிறகுகள் எதற்கு?

நிமிஷத்திற்கு நிமிஷம் ஈசல்களின் படையெடுப்பு அதிகமாகிக் கொண்டேவந்தது. 'ஷ்' 'ஷ்' என்று டீச்சர் தன் முகத்திற்குப் பக்கம் வரும் ஈசல்களை விரட்டியபடி இருந்தார். தன் குழந்தையைக் குறி வைத்து அவை தாக்க வருவதுபோல் டீச்சர் எண்ணிக்கொள்வதாகப் பாஸ்கருக்குப் பட்டது.

குழந்தை ஒன்றுக்குப் போகத் தொடங்கவே அதைத் தன் உடம்பி லிருந்து வழக்கம்போல் தள்ளிப் பிடித்து வைத்துக்கொண்டார் டீச்சர். குழந்தையின் சிறுநீரை டீச்சர் இடது காலால் தேய்த்துப் பரப்பினார். சிறுநீரின் அளவு அதிகமாக இருந்ததால் காலை மேலும் தள்ளிக்கொண்டுபோய் அதைப் பரப்ப முடியவில்லை.

ஈசல் கண்மூடித்தனமாகத் தொந்தரவு செய்யத் தொடங்கிவிட்டது. கரு விழியின் மேல் வந்து மோதும் என்று தோன்றியது. 'இப்பொ என்ன செய்யறேன் பாரு' என்றார் டீச்சர். 'இதை வாங்கிக்கோ' என்று குழந்தையை ஒற்றைக் கையில் தொங்கவிட்டார். பாஸ்கர் குழந்தையை வாங்கிக்கொண்டான். 'தள்ளிக் கூட்டிட்டுப் போயுடு' என்றார் டீச்சர். பாஸ்கர் குழந்தையை வாங்கிக்கொண்டு தெருவுக்கு வந்தான். குழந்தைக்குத் தெருவின் களேபரம் பிடித்திருந்தது. இருந்தாலும் அது அழுவதுபோலவும் அதைச் சமாதானம் செய்வது போலவும் அரற்றிக்கொண்டிருந்தான். குழந்தைக்குத் தெரு பிடித்திருப்பது அவனுக்குத் தெரிந்துவிட்டதால் வேகமாகத் தெரு வழியாகப் போனான். சிறிது தூரம் ஓடினான். அவன் ஓடியது குழந்தைக்கு மிகவும் பிடித்திருந்தது. சிறிது நேரத்திலேயே அதிக தூரம் வந்துவிட்டது போலிருந்தது. நின்று டீச்சர் வீட்டைப் பார்த்தான். டீச்சர் வீட்டின் தெரு முனைகூடத் தெரியவில்லை.

பின் பக்கம் ஒரு நிழல் தெரிந்தது. திரும்பிப் பார்த்தான். முருகு நின்றுகொண்டிருந்தான். 'முருகு, வீடு முழுக்க ஈசல். கொழந்தையைக்

காப்பாத்த டீச்சர் எங்கிட்டத் தந்திருக்காங்க' என்றான். முருகுவின் முகத்தில் ஆச்சரியம் எதுவும் ஏற்படவில்லை. குழந்தையை டீச்சர் தேடுவார் என்று பாஸ்கருக்குத் தோன்றியது. அவன் திரும்பி நடந்தான். முருகுவும் கூட வந்தான். 'உனக்காகத்தான் அந்த கடைத திண்ணையிலேயே இருந்தேன்' என்றான் முருகு. 'நீ வீட்டுக்குப் போயிருக்கலாமே' என்றான் பாஸ்கர். 'குட்டி பாஸ்கர், எனக்கு எப்பமும் ஒன்னோடையே இருக்கணும்னு தோணுது' என்றான் முருகு. பாஸ்கர் அவன் முகத்தைப் பார்த்தான். சீக்கிரம் குழந்தையைக் கொண்டுசேர்க்க வேண்டுமே என்ற படபடப்பு பாஸ்கருக்கு வரவே, வேகமாக நடந்தான். 'கொழந்தெயெ எனக்குக் கொஞ்சம் தா' என்றான் முருகு. பாஸ்கர் அவனிடம் தந்தான். டீச்சர் வீடு நெருங்கும்போது திரும்ப வாங்கிக்கொண்டுவிட வேண்டுமென எண்ணிக்கொண்டான். முருகு தன் தோளில் குழந்தையை வைத்துக் கொண்டு வந்தான். அது சந்தோஷப்பட வேண்டுமென்று துள்ளித் துள்ளி நடந்தான்.

'கொழந்தையைத் தூக்கிட்டு எங்கடா போயிட்டே?' என்று சொல்லியபடி டீச்சர் குழந்தையை வாங்கிக்கொண்டார். வராண்டாத் தூணில் எண்ணெயில் முக்கிய தாளில் ஈசல்கள் அப்பிக்கொண்டிருந் தன. மஞ்சள் பல்பைச் சுற்றி ஒன்றிரண்டு ஈசல்கள் வழி தவறிய பார்வை இல்லாதவர்கள் மாதிரி சுழன்றுகொண்டிருந்தன. அவை சிறிது நகர்ந்தால் தாளில் ஒட்டிக்கொண்டுவிடும். வராண்டாப் படிகளில் ஈசல்கள் சிறகுகளை இழந்து கிடந்தன. டீச்சர் வந்து குழந்தையை வாங்கிக்கொண்டதில் சில புழுக்கள் இறந்துபோயிருக் கின்றன. பாஸ்கரும் முருகுவும் குழந்தையைத் தரப் படியேறி வந்தபோதும் சிறகில்லாத பல புழுக்கள் இறந்துபோயிருக்க வேண்டும். இறந்துபோன புழுக்கள் சர்க்கரைப் பாயசம் தெறித்ததுபோலிருந்தது. கலைந்துபோயிருந்த கோலத்தின் மீது புழுக்கள் நெளிந்துகொண்டி ருந்தன. அவற்றைப் பார்த்துக்கொண்டே இருந்துவிட்டு பாஸ்கர் பக்கவாட்டில் பார்த்தபோது முருகுவும் அதையே பார்த்துக்கொண்டி ருந்தான். 'மிச்சம் நாளைக்குப் படிக்கலாம், லீவுதானே' என்று டீச்சர் தன் வாக்கியத்தை முடிக்கும்போது உள்ளே போய்விட்டிருந் தார். பாஸ்கர் புத்தகங்களை ஒவ்வொன்றாகப் பொறுக்கிப் பையில் போட்டுக்கொண்டான்.

அக்டோபர் 2004 சான்டாக்ரூஸ்

கிட்னி

சபேசுவின் வாழ்க்கை கொஞ்சம் துரதிருஷ்டமானதுதான். ஐந்தாறு வயது வரையிலும் தன்னுடைய கைகளையும் கால்களையும் அசைக்காமல் போட்டது போட்டபடி கிடந்தான். கவிழவோ, நீந்தவோ, உட்காரவோ எந்த முயற்சியும் அவன் மேற்கொள்ளவில்லை. வையாபுரி – ராசம்மை தம்பதியினருக்குத் திருமணம் முடிந்து பல வருடங்களுக்குப் பின் பிறந்த குழந்தை என்றாலும் அவனுடைய பிறப்பே ராசம்மைக்கு அருவருப்புணர்ச்சியை ஏற்படுத்திவிட்டது. ஒரு சமயம் அவன் அருகில் வரும்போதே பொங்கி வரும் துக்கம் அவளைச் செயலிழக்கச் செய்திருக்கலாம். மற்றபடி ஒரு தாய் தன் குழந்தையின் உடலைக்கூட ஸ்பரிசிக்காமல் போனதற்கு வேறு என்ன காரணம் சொல்ல முடியும்?

சபேசு துரதிருஷ்டமானவன் என்றாலும்கூட விவரிக்க முடியாத அதிருஷ்டமும் ஒருபக்கம் அவனுக்கு இருந்தது. அவனுடைய தந்தைவழிப் பாட்டி செல்லம்மாள் அவனை வளர்க்கும் பொறுப்பை அவன் பிறந்ததுமே ஏற்றுக்கொண்டு விட்டாள். ராசம்மையிடம் அவள் கடுகளவுகூட உதவி எதிர்பார்க்கவில்லை. செல்லம்மாப் பாட்டியின் அன்பும் அரவணைப்பும் சபேசுவுக்கு கிடைக்காமல் போயிருந்தால் புத்தி பேதலித்த பிள்ளை என்ற பெயரைத்தான் அவன் எடுக்க நேர்ந்திருக்கும். சபேசு பிறந்ததிலிருந்து தனது மரணம் வரையிலும் பாட்டி அவனை ஆளாக்க எடுத்துக்கொண்ட முயற்சிகளை யார் நினைத்துப் பார்த்தாலும் அவர்களுக்கு அவள் ஒரு மனித ஜென்மமாகவே பட்டிருக்கமாட்டாள். இன்று சபேசுவிடம் பார்க்கக் கிடைக்கும் மாற்றங்களே அதற்கு ஒரு நிரூபணம்தான்.

சபேசு எட்டாவது வயதில்தான் பேசத் தொடங்கினான். உடல் ரீதியாக சாதாரணக் குழந்தையின் வளர்ச்சிகளுக்கு சற்றுப் பிந்தியே னும் அவனும் ஆளாகிக்கொண்டுதான் வந்தான். அவன் கற்றுக் கொள்ள வேண்டிய ஒவ்வொன்றையுமே தொடர்ந்து விடாமல்

அவனிடம் சொல்லிக்கொண்டே இருக்க வேண்டியிருந்தது. பாட்டிக்கு அதில் சிறிதும் அலுப்பில்லை. அவன் புரிந்துகொள்ளும்வரையிலும் எத்தனை முறை பாட்டிக்கு ஒவ்வொன்றையும் சொல்ல வேண்டியிருந்தது என்பதற்குக் கடவுளால்கூடக் கணக்கு வைத்திருக்க முடியாது. அதே சமயம் ஒரு விஷயத்தைப் புரிந்துகொண்டுவிட்டான் என்றால் அதற்குப் பின் அதை அவன் மறந்தான் என்பதும் கிடையாது.

பாட்டி எங்கு சென்றாலும் அவனைத் தன்னுடன் அழைத்துச் செல்வாள். சந்தைக்கு. தையல் கடைக்காரர் வீட்டுக்கு. சொந்தக்காரர்கள் வீடுகளுக்கு. மாதம் ஒருமுறை முடிதிருத்தும் கடைக்கு. முக்கியமாக ஒவ்வொரு நாளும் கோவிலுக்கு. அந்த நாட்களில் எல்லாம் அவனுடைய பேச்சு கொழகொழவென்றுதான் இருந்தது. கடவுளிடம் என்ன பிரார்த்தனை செய்ய வேண்டும் என்று பாட்டி அவனுக்குச் சொல்லித் தந்திருந்தாள். அவன் கூப்பிய கைகளுடன் கண்களை மூடியபடி அந்தப் பிரார்த்தனையைச் சொல்வான். 'ஐயனே, உன் கண்ணைத் திறந்து என்னைப் பாரு. ஐயனே, என்னை மனிதக் குழந்தையாக்கு. ஐயனே, நான் நல்ல குழந்தையாக இருப்பேன்.' இந்தப் பிரார்த்தனைகளைச் சொல்லித்தரப் பாட்டிக்கு ஒன்றிரண்டு வருடங்களாயிற்று. ஆனால் அந்தப் பிரார்த்தனையைப் பிடித்துக் கொண்ட பின் செல்லம்மாப் பாட்டி, 'போதும்டா என் ராசா' என்று சொல்வது வரையிலும் அவன் தன் கைகளைக் குவித்து மூடிய கண்களுடன் பிரார்த்தனை செய்துகொண்டே இருப்பான். அதைப் பார்க்கும்போது பாட்டிக்குத் தாங்க முடியாத சந்தோஷம் ஏற்படும். அவனைத் தன் மார்போடு அணைத்துக் கன்னத்தில் முத்தமிடுவாள். அப்போது அவள் கண்கள் கலங்கும்.

பதினைந்தாவது வயதுவரையிலும் பாட்டிதான் சபேசுவைக் குளிப்பாட்டிவிட்டாள். ஒரு நாள், 'வயசாகிவிட்டுது சபேசு, இனிமே கோமணம் கட்டிக்கோ' என்று பாட்டி அவனிடம் சொன்னாள். அதையும் பாட்டி திரும்பத் திரும்ப சொல்ல வேண்டியிருந்தது. ஒரு சில மாதங்களுக்குப் பின் பாட்டி கிழித்துத் தந்திருந்த கோமணத்தை அவன் தானாகவே கட்டிக்கொண்டான். 'இனிமே நானே குளிக்கிறேன் பாட்டி' என்று ஒரு நாள் இரவு பாட்டி சற்றும் எதிர்பாராத நேரத்தில் அவன் சொன்னான். அப்போது பாட்டியின் பக்கத்தில் அவள் வயிற்றின் மீது தனது வலது காலைப் போட்டபடி சபேசு படுத்துக்கொண்டிருந்தான். பாட்டிக்கு சந்தோஷம் தாங்கவில்லை. தன் முயற்சிகளின் பலன்களை ஒவ்வொன்றாகப் பார்க்கத் தனக்குச் சந்தர்ப்பம் கிடைக்கும் என்று அவள் எண்ணியதே இல்லை. 'இப்ப ஒனக்குத் தெரியாதது எந்த ஒண்ணுமே கிடையாதுடா சபேசு' என்று சொன்னாள் அவள். அப்போது அவள் குரல் தழுதழுப்பதை உணர்ந்த சபேசு பாட்டியின் கண்களைத் தடவிப் பார்த்தான். 'அழலேடா, சந்தோஷம்தான்' என்றாள் பாட்டி. 'நீங்க என்ன சொன்னாலும் நான் கேப்பேன் பாட்டி' என்றான் சபேசு.

அந்த வாக்கியத்தை அவன் பாட்டியிடம் ஆயிரம் தடவைக்குமேல் சொல்லியிருப்பான். 'நீ பேசுதெல்லாம் ஐயன் குரல். ஓங்குரல் இல்லெ' என்றாள் பாட்டி.

சபேசுவின் பதினெட்டாவது வயதில் பாட்டி இறந்துபோனாள். 'நானும் செத்துப் போறேன். அப்பத்தான் பாட்டியோடே எனக்கு இருக்க முடியும்' என்று கதறி அழுதான் சபேசு. கூடியிருந்தவர்கள் மரணம் என்றால் என்ன என்று அவனுக்குச் சொல்லித்தர முயன்றார்கள். மரணம் என்பது, 'மீண்டும் கூட இயலாத பிரிவு' என்பதை அவனால் கிரகித்துக்கொள்ளவே முடியவில்லை. 'பாட்டி என்னை விட்டுட்டுப் போகமாட்டாங்க' என்று அரற்றிக்கொண்டே இருந்தான்.

சபேசுவை ஒரு மனிதக் குழந்தை ஆக்கியதும், தனது பணி முடிந்துவிட்டது என்பதால்தான் பாட்டி விடைபெற்றுக்கொண்டு விட்டாள் என்று அவள் மரணத்தின்போது வந்திருந்தவர்கள் எல்லோருமே சொன்னார்கள்.

சபேசு பள்ளிக்கூடம் போகவேயில்லை என்றாலும்கூட தோற்றத்திலும் நடையுடை பாவனைகளிலும், பிறருடன் பழகும்போது வெளிப்படும் இணக்கத்திலும் ஒரு உயர்வான தன்மை அவனிடம் கூடிவிட்டிருந்தது. அவனுடைய உச்சரிப்பிலும் காலப்போக்கில் தெளிவு கூடிவந்தது. அவன் இப்போது யாருக்குமே பாரம் அல்ல. சந்தையில் ஒவ்வொரு வியாபாரியையும், 'வணக்கம் ஐயா' என்று கும்பிட்டுவிட்டு அவன் கறிகாய்களை வாங்கிக்கொண்டு வருவான். வீட்டைப் பெருக்கிச் சுத்தம் செய்யும் வேலையையும் அவன் தன் பொறுப்பில் வைத்துக்கொண்டிருந்தான். பாட்டியுடன் அவன் சேர்ந்து செய்துவந்திருந்த காரியம் இது. அன்றாடம் வைக்கப்படும் கறிக்கு ஏற்றாற்போல் காய்களை நறுக்கித்தரும் வேலையும் அவனுடையதாக இருந்தது. அவன் நறுக்கி வைக்கும் கறிகாய்களைப் பார்த்தால் பாட்டி வந்து நறுக்கி வைத்துவிட்டுப் போனது போலவே இருக்கும். பாட்டி சுத்தம் பற்றி அடிக்கடி அவனுக்குக் கற்றுத்தந்த விவரங்கள் சற்றுக் கூடுதலாகவே அவன் மனதில் படிந்துவிட்டிருந்தன. எப்போதும் தனது சட்டை ஜேபியில் ஒரு பழைய காகிதத்தை மடித்து வைத்திருந்து, உட்கார நேர்ந்தால் அதை விரித்து அதன் மேல்தான் உட்காருவான்.

பாட்டியின் மறைவுக்குப் பின்கூட அவனுக்குத் தன் தாயுடனோ அவன் தாய்க்கு அவனிடமோ நெருக்கம் ஏற்படாமல்தான்போயிற்று. ஆனால் பாட்டியின் பிரிவு தந்த வருத்தமும் வெறுமையும் சபேசுவை அவன் அறியாமலேயே அவன் தந்தை வையாபுரியிடம் நெருக்கிக் கொண்டுபோயிற்று.

வையாபுரியின் மனதில் அவர் தாய் சபேசுவை ஆளாக்க மேற் கொண்ட முயற்சிகள் எல்லாமே பசுமையாகத்தான் இருந்தன. ஆனால் அதைத் தன் வாயால் சொன்னால் அதன் தெய்வாம்சத்தில் மாசு படிந்துவிடும் என்று எண்ணி அவை பற்றி அவர் பேசவேயில்லை.

தன் தாயிடமிருந்த ஒரு அபூர்வமான சக்தியை வெளிப்படுத்தத்தான் சபேசுவைக் குறைக்கோலத்தில் கடவுள் பிறக்கவைத்தார் என வையாபுரிக்கு உள்ளூர ஒரு தீர்மானம் இருந்தது.

பூட்டைப் பழுது பார்ப்பது, தொலைந்த சாவிக்கு மாற்றுச் சாவி அடித்துத் தருவது, புதிய பூட்டைச் செய்வது போன்ற வேலை களைத் தலைமுறை தலைமுறையாகச் செய்து வந்த குடும்பத்தில் தோன்றியவர் வையாபுரி. தன் தந்தையிடமிருந்து அந்தத் தொழிலின் சூட்சுமங்களை அவர் கற்றுக்கொண்டிருந்தார். மொழியால் சொல்ல முடியாத சூட்சுமங்கள் அவை. சபேசுவும் அதை அறிய வேண்டும் என்று வையாபுரி ஆசைப்பட்டது வெகு இயற்கையான காரியம். ஆனால் அவரால் அதைச் சபேசுவுக்குக் கற்றுத்தர முடியவில்லை. தன் தாய் உயிரோடிருந்து தன் தொழில் சார்ந்த நுட்பங்களும் அவளுக்குத் தெரிந்திருந்தால் நிச்சயமாக அவள் அவற்றைச் சபேசு வுக்குக் கற்றுத் தந்திருப்பாள் என்றுதான் வையாபுரி நினைத்தார்.

வையாபுரி ஒவ்வொரு நாளும் தன் பட்டறைக்கு சபேசுவையும் தவறாமல் அழைத்துக்கொண்டு போவார். தன் தந்தையின் தொழிலைக் கற்றுக்கொள்வதற்காக சபேசு மேற்கொண்ட உழைப்பு பல சந்தர்ப் பங்களில் வையாபுரியின் கண்களைக் கலங்க வைத்திருக்கிறது. பத்துப் பனிரெண்டு மணிநேரம் சுய பிரக்ஞையே இல்லாமல் அவன் மாற்றுச் சாவிகளைச் செய்ய முயன்றுகொண்டிருப்பான். ஆனால் அவன் அடித்து ராவிய சாவிகளால் திறக்க வேண்டிய பூட்டுகளைத் திறக்க முடியாமல்தான் போய்க்கொண்டிருந்தது. தான் தோல்வி அடைந்துவிட்டோம் என்று தெரிந்த நிமிஷத்திலேயே ஒரு புதிய சாவியை அடிக்கும் முயற்சியை அவன் மேற்கொள்ளத் தொடங்கி விடுவான். வையாபுரியால் அந்த நிமிஷத்தைச் சகித்துக்கொள்ள முடிந்ததில்லை. 'வீட்டுக்குப் போடா தம்பி, நாளைக்குப் பாத்துக் கலாம்' என்பார் அவர். சபேசுவின் தலை அசையுமே தவிர கை வேலை செய்வதை நிறுத்தாது.

நாகர்கோவில் வட்டாரத்திலேயே தன் துறையில் தன்னிகரற்ற தொழிலாளி என்னும் பெயரைப் பெற்றிருந்த வையாபுரியின் உடல் நிலை யாருமே எதிர்பாராதிருந்த நேரத்தில் குன்றியது. நோய்கள் எந்தத் துறையைச் சார்ந்த விற்பன்னர்களுக்குத்தான் விதிவிலக்குகளை அளித்திருக்கின்றன? வையாபுரி தனக்கு வந்திருந்த நோயின் பெயரைச் சொல்லவே கூச்சப்பட்டார். விசாரித்து வந்தவர்களிடம் 'சிறுநீர் சரியாகப் பிரியலே' என்று மட்டும் சொன்னார். அவர் மருத்துவமனை யில் தொடர்ந்து இருக்கும்படி ஆயிற்று.

சிகிச்சை மும்முரமாக நடந்தாலும் வையாபுரிக்குப் பெரிய நிவாரணம் எதுவும் ஏற்படவில்லை. சோதனை, சோதனை என்று சொல்லி டாக்டர்கள் மேற்கொண்ட காரியங்கள் அவருக்கு பெரும் இம்சையாக இருந்தன. 'இதப் பொறுப்பதப் பாக்க நான் போய்ச் சேந்துடலாம்' என்று புலம்பத் தொடங்கிவிட்டிருந்தார் அவர்.

டாக்டர்கள் வரும்போது தன்து சிரமங்களைச் சொல்லத் தொடங்கும் போதே அவருக்கு அழுகை வந்துவிடும்.

ஒருநாள் மூன்று டாக்டர்கள் ஒன்றாக வந்தார்கள். அவரைச் சோதித்துவிட்டு அவர்களுக்குள் முணுமுணுப்பது போல் ஆங்கிலத்தில் பேசிக்கொண்டார்கள். கடைசியில் தலைமை டாக்டர் வையாபுரியிடம் ஒரு புதிய கிட்னியை அவருக்குப் பொருத்துவதைத் தவிர நோய்க்கு வேறு பரிகாரம் இல்லை என்று சொன்னார். அவர்கள் போகும்போது சபேசுவையும் தங்களுடன் அழைத்துக்கொண்டு போனார்கள். குடும்பத்தின் ஒரே வாரிசு என்ற நிலையில் சபேசுவை டாக்டர்கள் தனி அறைக்கு அழைத்துச்சென்று அவன் தந்தையின் நோய் பற்றிய விபரங்களைச் சொன்னார்கள். அவர்கள் சொன்ன ஒருசொல்கூட சபேசுவுக்குப் புரியவில்லை. ஆனால் அவர்கள் சொல்லத் தொடங்கி, சொல்லி முடிக்கும் வரையிலும் சபேசு தன் இரு கைகளையும் கூப்பியபடியே அவர்கள் முன் நின்றுகொண்டிருந்தான். கிட்னிக்கு அவன்தான் ஏற்பாடுகள் செய்ய வேண்டும் என்று பெரிய டாக்டர் சொன்னார். 'கிட்னி எங்க கெடைக்கும் ஐயா?' என்று சபேசு அவர்களிடம் கேட்டான். டாக்டர்களுக்கு அவனுடைய தோற்றம், முகபாவம், பேச்சு எல்லாமே விளங்கிக்கொள்ள முடியாத சந்தோஷத்தைத் தந்தன. 'உன்னிடமே ஒன்று அதிகப்படியாக இருக்கிறது, நீ விரும்பினால் தரலாம்' என்றார் தலைமை டாக்டர்.

சபேசு தன் தந்தை படுத்திருந்த கட்டிலுக்குப் போனான். தரையில் காகிதத்தை விரித்து உட்கார்ந்துகொண்டான். 'என்னப்பா?' என்று கேட்டான். அவனுடைய குரல் அவனைவிட வயது குறைந்தவரிடம் விசாரிப்பதுபோல் இருந்தது. வையாபுரி தன் கையை அவனை நோக்கி நீட்டினார். அவன் அவர் முகத்தினருகில் தன் முகம் வரும்படி நகர்ந்து உட்கார்ந்துகொண்டதும் கையை அவன் தலைமீது வைத்துக்கொண்டார். அப்போது சபேசு, 'நான் தரேன் அப்பா உங்களுக்கு கிட்னி' என்று சொல்லிவிட்டு, 'என்னிடம் கூட ஒன்றிருக்கு' என்றான். அதற்கு வையாபுரி ஒன்றும் சொல்லவில்லை. கடுமையான வருத்தம் அவருடைய முகத்தில் தேங்கிவிட்டிருந்தது.

அன்று மாலை யாருக்கும் தெரியாமல் சபேசு சுசீந்திரத்திற்குப் போனான். ஐந்து மைல்கள் நடந்தே போனான் அவன். 'தெரு வழியாக நடந்து போவதும் பள்ளிக்கூடத்திற்குப் படிக்கப் போவதும் ஒண்ணுதாண்டா சபேசு' என்று பாட்டி சொல்லியிருந்த சொற்கள் அவன் காதில் கேட்டுக்கொண்டிருந்தன. 'நடந்து போறேன் பாட்டி, நடந்து போறேன்' என்று சொல்லிக்கொண்டே போனான்.

அவன் சிறு பையனாக இருந்தபோது வீரபாகு என்ற பாக்கு வியாபாரி அவர்கள் வீட்டுக்கு அடுத்த வீட்டில் குடியிருந்தார். அந்தக் காலத்தில் அவருடைய மகள் உமாவைப் பார்க்கும் போதெல்லாம் 'வணக்கம் அக்கா' என்று சொல்வது சபேசுவின் வழக்கம். 'வணக்கம், வணக்கம்' என்று இருமுறை திரும்பச் சொல்வாள் உமா. அவளுக்கு

அற்புதமான குரல். சபேசு நடந்து போகும்போது மீண்டும் அந்தக் குரலை தன் மனதிற்குள் வரவழைத்து அதைக் கேட்டுக்கொண்டே போனான்.

முன்தினம் வீரபாகு மாமா தன் தந்தையைப் பார்க்க ஆஸ்பத்திரிக்கு வந்தபோதுதான் உமாவைப் பார்க்க வேண்டும் என்ற யோசனை சபேசுவுக்குத் தட்டுப்பட்டது. படிப்பில் கெட்டிக்காரியான உமா மருத்துவம் படித்து முடித்துவிட்டு வேலை தேடும் முயற்சியில் தன் வீட்டில் இருந்துகொண்டிருந்தாள்.

சபேசுவைப் பார்த்ததும் உமாவுக்கு சந்தோஷம் தாங்கவில்லை. அவனிடம் ஏற்பட்டிருந்த மாற்றங்கள் அவளைத் திகைக்க வைத்தன. பழுதடைந்த ஒரு மூளையை இப்படி ஒரு பாட்டியால் செப்பனிட முடியுமா என்ற கேள்விக்குத் தான் படித்த படிப்பில் விடையில்லை என்றுதான் அவளுக்குத் தோன்றிற்று.

'அப்பாவுக்கு எப்படி இருக்குன்னு சொல்லுடா தம்பி' என்று உமா திரும்பத் திரும்பக் கேட்டுக்கொண்டிருந்தாள்.

'அக்கா, என் கிட்னி என் ஒடம்பிலெ எங்கே இருக்கு?' என்று அவன் அவளைக் கேட்டான். அந்த கேள்வியின் காரணம் உமாவுக்குப் புரிந்தது. பாவம் சபேசு. அவனுக்கு இந்தக் கஷ்டம் வந்திருக்கக் கூடாது.

உமாவிடம் உடம்பை அகலத்தில் அறுத்து வைத்திருந்த வண்ணப் படங்கள் பல இருந்தன. அவற்றை எடுத்து வந்து சபேசுவிடம் கிட்னியைக் காட்டி அது செய்யும் பணி, அது இயங்காவிட்டால் உடலுக்கு ஏற் படுகிற கஷ்டங்கள், மாற்று கிட்னிகளை வைக்கும் அளவுக்கு வைத்தியம் வளர்ந்திருக்கும் நிலை, இவை பற்றியெல்லாம் ஒரு குழந்தைக்குக் கற்றுத்தருவது போல் சொல்லிக்கொண்டேபோனாள் உமா.

'என் கிட்னியைத் தோண்டி எடுத்தா வலிக்குமாக்கா?' என்று கேட்டான் அவன் .

'வலியை மட்டுப்படுத்த இப்போ நெறய வழிகள் இருக்குடா தம்பி' என்றாள் உமா.

'ரத்தம் வருமாக்கா?'

'கொஞ்சம் வரத்தான் செய்யுண்டா தம்பி. ரொம்ப வீணாகாமப் பாத்துப்பாங்க டாக்டருங்க' என்றாள்.

'எனக்கு ஒரே பயமாருக்கு அக்கா' என்றான் சபேசு.

'கிட்னியை எடுக்கற அன்னிக்கு நா வந்து உன் பக்கத்திலேயே இருக்கேண்டா தம்பி' என்றாள் உமா.

கோவில் மணி அடித்தது. உமாவிடம் விடைபெற்றுக்கொண்டு கோவிலுக்குள் போனான் சபேசு. தன்னை அழைத்து வரும்போதெல் லாம் பாட்டி உட்காரும் இடத்தில் அவன் உட்கார்ந்துகொண்டான்.

‘பாட்டி, நீங்க என்ன சொல்றீங்க இப்போ’ என்று கேட்டான் அவன்.

பாட்டி எவ்வளவு தெளிவானவள்! எந்தக் கேள்வியைக் கேட்டாலும் மிகச் சுருக்கமாகப் பதில் சொல்லி விடுவாளே.

‘தந்தை தெய்வம். அவனைக் காப்பாற்று’ என்றாள் பாட்டி.

அவளுடைய குரல் ஒரு உத்தரவு போல் இருந்தது.

‘காப்பாற்றுவேன் பாட்டி’ என்று தன் உள்ளங்கையால் பிரகாரக் கல்லின்மீது ஓங்கி அடித்தான் சபேசு.

மறுநாள் பட்டறையிலிருந்து ஆஸ்பத்திரிக்குப் போகும்போது அவன் கையில் ஒரு பை இருந்தது. தரையில் வையாபுரியின் தலை மாட்டிற்குக் கீழ் உட்கார்ந்துகொண்ட அவன், ‘பாருங்க ஐயா’ என்று சொல்லியபடியே பையிலிருந்து மூன்று பூட்டுக்களை எடுத்துக் கொடுத்தான். வையாபுரி சாவியைத் தொட்டதும் பூட்டின் கொண்டி, தெறிப்பது போல் திறந்து பின்பக்கம் விழுந்தது. அவரால் நம்ப முடியவில்லை. ‘நீயாடா செஞ்செ என் தங்கமே?’ என்று கேட்டார். ‘சாவி தொடப் பொறுக்கலேயேடா பாவி’ என்றார். சபேசு மௌனமாக இருந்தான். தந்தையின் முகத்தையே பார்த்துக்கொண்டிருந்தான். சிறிது இடைவேளைக்குப் பின், ‘நான் தரேன் அப்பா உங்களுக்குக் கிட்னி’ என்றான். ‘வேண்டாண்டா ராசா, நீ தர வேண்டாம்’ என்றார் வையாபுரி. அப்பா ஏன் அப்படிச் சொல்கிறார் என்பது அவனுக்குப் புரியவே இல்லை.

உள்ளூரிலிருந்தும் வெளியூரிலிருந்தும் வையாபுரியின் சொந்தக்காரர்கள் அவரைப் பார்க்க ஆஸ்பத்திரிக்கு வரத் தொடங்கினார்கள். அவர்களுக்குப் பதில் சொல்வதற்காகவே ராசம்மை வீட்டுக்குப் போகாமல் தன் கணவர்கூடவே இருக்கவேண்டி இருந்தது. வையாபுரியைப் பார்க்க வருகிறவர்கள் ஒவ்வொருவருமே சபேசுவிடம், ‘உன் அப்பாவைக் காப்பாத்துவது உன் கையில்தான் இருக்குடா’ என்று சொல்லிவிட்டுப் போனார்கள்.

சபேசுவுக்கு என்ன செய்ய வேண்டும் என்றே தெரியவில்லை. அப்பா தன் கிட்னியைப் பொருத்திக்கொள்ள மாட்டேன் என்கிறார். தன்னிடம் கூடுதலாக ஒன்று இருக்கிறது என்று எத்தனையோ தடவை அவரிடம் சொல்லியாயிற்று. அவர் காதில் வாங்கிக்கொள்வதே இல்லை. அப்படியென்றால் இனிமேல் டாக்டர்கள் என்ன செய்வார்கள்?

மருத்துவமனையில் பக்கத்து அறையில் இருந்த நோயாளியின் மகன் சபேசுவிடம், ‘ராஜமாணிக்கத்தைப் போய்ப் பாருடா’ என்றான். ‘ராஜமாணிக்கமா? அது யாரு?’ என்று கேட்டான் சபேசு. வடசேரியில் அவர் இருப்பதாகவும் விசாரித்தால் வீடு தெரியும் என்றும் அவன் சொன்னான். அவர் கிட்னியை சல்லிசான விலையில் விற்று வருகிறாராம்.

'நான் அவரைப் போய் பார்க்கட்டுமா ஐயா' என்று சபேசு தன் அப்பாவிடம் கேட்டான்.

வையாபுரிக்குக் கோபம் வந்துவிட்டது.

'சொன்னதயே திரும்பத் திரும்பச் சொல்லாதே. எம் முடிவு நான் சொன்னதுதான்' என்றார்.

சபேசுவுக்கு அதிர்ச்சியாக இருந்தது. அவர் அவனிடம் கோபித்துக் கொண்டதே கிடையாது. கோபித்துக்கொண்டாலும் பரவாயில்லை. அவரைக் காப்பாற்றியாக வேண்டும். இல்லையென்றால் பாட்டியை ஏமாற்றியதுபோல் ஆகிவிடும். எந்தப் பிரச்சினை வந்தாலும் அதை எப்படிச் சமாளிப்பது என்று பாட்டி அவனுக்குக் கற்றுத் தந்திருக் கிறாள். நம்பிக்கையை விடவே கூடாது என்று சொல்லியிருக்கிறாள். முயற்சி எடுத்துக்கொண்டே இருந்தால் வழி பிறக்காத காரியம் என்று எதுவுமே கிடையாது என்பாள் பாட்டி. அப்பாவுக்குத் தெரியாமல் சில காரியங்கள் செய்ய வேண்டிய தருணம் வந்துவிட் டது. இப்போது அவருடைய உயிரைக் காப்பாற்றுவதுதான் முக்கியம்.

அன்று மாலை அவன் வடசேரிக்குப் போனான். 'ராஜமாணிக்கம் ஐயா வீடு எங்கே இருக்குது?' என்று கேட்டுக்கொண்டே போனான். ஒருவருக்குமே தெரியவில்லை. ஒரு வீட்டின் திண்ணையில் ஒரு சிறுமி உட்கார்ந்து நூல் சுற்றிக்கொண்டிருந்தாள். 'தங்கச்சி, ராஜ மாணிக்கம் ஐயா வீடு எது?' என்று கேட்டான் சபேசு. அந்தப் பெண் இடது கண்ணை மட்டும் சுருக்கி வாயைக் கோணிக்கொண்டு யோசித்தாள். 'என்னண்ணே நீங்க? கிட்னி புரோக்கர்னு கேளுங்க. ஊர் முளுக்கத் தெரியும்' என்றாள்.

சபேசு ராஜமாணிக்கத்தின் வீடு போய்ச் சேர்ந்துவிட்டான். அவர் பயங்கரமாக வெற்றிலை போடக்கூடியவர் என்பது தெரிந்தது. வாய் அறுத்து வைத்த மாமிசத்துண்டு போல் இருந்தது. அவிழ்ந்து அவிழ்ந்து போகும் தன் வேட்டியைத் தொந்தியில் சுருட்டியவாறே வெளியே போவதும் வராண்டாவில் நின்று தம்பலத்தைத் துப்புவதும் திரும்பி வருவதுமாக இருந்தார். கிட்னி பற்றி விசாரிக்கு முன் அரை மணி நேரம் வாய் ஓயாமல் பேசினார். கடைசியில் சபேசு விஷயத்தைச் சொன்னதும் 'அதுக்கென்ன செஞ்சுப்புடலாம்' என்றார்.

'ஒரு கிட்னிக்கு சுமாரா என்ன ஆகும் ஐயா?' என்று கேட்டான் சபேசு.

'அது ஆகும் ஒரு லட்சம் மட்டும். இளம் கிட்னி, கௌட்டுக் கிட்னி இல்லெ' என்றார் ராஜமாணிக்கம்.

ஒரு லட்சம். அப்பாவிடம் ஏது அந்தப் பணம்? பணம் இருந்திருந் தால் அரசாங்க ஆஸ்பத்திரிக்கு இலவசச் சிகிச்சைக்கு ஏன் அவர் வந்திருக்க வேண்டும்? ஊரில் பெரிய பெரிய ஆஸ்பத்திரிகள் எவ்வளவு இருக்கின்றன!

‘யோசிச்சுச் சொல்றேன் ஐயா’ என்று சொல்லிவிட்டு வெளியே வந்தான் சபேசு.

சந்தை நாள் என்பதால் கூட்டம் நெரித்துக்கொண்டு இருந்தது. ஆனால் தன்னைச் சுற்றியிருந்த நெரிசலோ, களேபரமோ, சத்தமோ ஒன்றையுமே சபேசுவால் உணர முடியவில்லை. அஜாக்கிரதையாகப் போய்க்கொண்டிருந்த அவனை நோக்கி லாரி பின்னகர்ந்து வந்து நெருங்கும் போதெல்லாம் யாரேனும் ஒருவர், ஒரு கெட்டவார்த்தை போட்டுத் திட்டிவிட்டு அவன் சட்டைக் காலரை இழுத்துத் தெரு வோரம் விட்டார். லாரி ஏறிச் சாகவேண்டிய நேரம் தனக்கு நெருங்கிவிட்டதாக சபேசு நினைத்தான். இனிமேல் உயிரோடு இருந்து பிரயோசனம் இல்லை. லாரி ஏறிச் சாகும்போது மண்டை வெடித்துவிடும். தெருவெல்லாம் ரத்தம் கட்டி கட்டியாகக் கிடக்கும். மூளை சிதறிவிடும். முறத்தில்தான் அள்ளிப்போட்டுக்கொண்டு போக வேண்டியிருக்கும். சட்டுவத்தை வைத்துக் கட்டி ரத்தத்தை வழித்து எடுப்பார்கள். ‘யார் வீட்டுப் பிள்ளையோ அடிபட்டுச் செத்துப்போய்விட்டானே’ என்று கறிகாய் விற்கும் பெண்கள் அழுவார்கள். என்னால் அப்பாவைக் காப்பாற்ற முடியவில்லை என்று வெளிப்படையாக பாட்டியிடம் சொல்லிவிட வேண்டியது தான். ஒரு கிட்னி ஒரு லட்சம் ரூபாயாம். பார்க்கத் தவளையைப் புரட்டிப்போட்ட மாதிரி இருக்கிறது. ஒரு சாண் நீளம்கூட இருக்காது. ஒரு லட்சம் ரூபாய். இவ்வளவு குட்டி உடம்பை வைத்துக்கொண்டு எப்படித்தான் அதால் எக்கச்சக்கமாகக் கழிவை அகற்ற முடிகிறதோ? அந்தச் சனியன் சரிவர இயங்கவில்லையென்றால் உயிருக்கே ஆபத்து என்கிறாள் உமாக்கா.

தெருவில் வந்துகொண்டிருந்த ஒருவர்மீது மிக மோசமாக மோதிக் கொண்டுவிட்டான் சபேசு. தலையைத் தூக்கிப் பார்த்தான். ஆறடி உயரத்தில் ஒருவர் நிற்கிறார். வெள்ளை முழுக்கைச் சட்டை. கண்ணாடி. நடுவகிடு எடுத்து அடர்த்தியான தலையை வாரி விட்டிருக்கிறார்.

‘ஐயா, மன்னிச்சிடுங்க ஐயா’ என்று கும்பிட்டான் சபேசு.

‘என்ன தம்பி நீ. சுயஞாபகம் இல்லாமப் போய்க்கிட்டிருக்கே’ என்றார் அவர்.

‘மன்னிச்சிடுங்க ஐயா’ என்று மீண்டும் சொன்னான் சபேசு.

‘சரி போ’ என்று அவன் முதுகைத் தட்டிவிட்டார் அவர்.

மீண்டும் ஒருமுறை கும்பிட்டு விட்டுப் போக நினைத்த சபேசு, நின்று ‘ஐயா, ஒரு சந்தேகம் ஐயா’ என்றான்.

‘கேளு’ என்றார் அவர்.

‘கிட்னி சல்லிசாகக் கிடைக்க ஒரு சான்ஸ் இருக்குமா ஐயா?’ என்று கேட்டான்.

அந்த ஒற்றைக் கேள்வியிலிருந்து பல விஷயங்களையும் கற்பனை செய்துகொண்டுவிட்டார் அந்தப் பெரியவர்.

'தம்பி, எனக்கு முழு நேர வேலெ கண்தானம் வாங்கறது. இந்தப் பங்குனி முடிவதற்குள்ள ஏழாயிரம் ஜோடி கண்கள் வாங்கி முடிச்சிருவேன். கிட்னியைப் பத்தி விசாரித்துச் சொல்றேன் தம்பி' என்றார்.

'ஐயா, அரசாங்க ஆஸ்பத்திரி. கட்டில் நம்பர் 116. பெயர் வையாபுரி. எங்க அப்பா' என்று சொன்னான் சபேசு.

'நாளையே வந்து உங்க அப்பாவைப் பாக்கறேன் தம்பி' என்றார் பெரியவர்.

சபேசுவுக்கு அவர் மீது பாசம் பொங்கிற்று.

'என்ன செய்யணும்னு தெரியாமெத் தவிக்கிறேங்க ஐயா' என்றான் சபேசு.

'நான் இருக்கேன் கவலெப்படாதே. எண்ணைக்கும் உங்கூடவே இருப்பேன்' என்றார் அந்தப் பெரியவர்.

'சரி வரட்டுமா ஐயா' என்றான் சபேசு.

'நீ கண்தானம் தரலாமே தம்பி' என்றார் பெரியவர்.

'தோண்டி எடுப்பீங்களா ஐயா' என்று கேட்டான் சபேசு.

'தோண்டித்தான் எடுக்கணும். ஆனா வலிக்காது. கண்ணத் தாறவங்க இண்ணே வரையிலும் ஒரு கத்துக் கத்தினதாட்டுக் வரலாறு கெடையாது. அவங்க போய்ச் சேந்தப்புறம்தானே கண்ணையே நோண்டுகிறோம்' என்று சொல்லிச் சிரித்தார் பெரியவர்.

சபேசு மௌனமாக இருந்தான்.

'யோசிச்சுப் பாரு தம்பி. நீயோ செத்துப் போயாச்சு. கண்ணோ ஒனக்குத் தேவையுமில்லெ. நோண்டி எடுக்கிறதோ எங்க வேல. பார்வை இல்லாதவங்களுக்கோ பளிச் பளிச்சின்னு கண் தெரியுது. இதைவிடப் பெரிய தொண்டு இந்த ஒலகத்திலெ என்ன தம்பி இருக்க முடியும்?' என்றார் பெரியவர். உணர்ச்சி வசப்பட்டதில அவர் குரல் உயர்ந்துவிட்டிருந்தது.

'நான் கண்தானம் தாரேன் ஐயா' என்றான் சபேசு.

'உன்ன மாதிரி வாலிபப் பசங்கதான் வருங்கால இந்தியாவையே தீர்மானிக்கப் போறாங்க. நீ ஒரு படிவத்தில கையெழுத்துப் போட்டுக் குடு. உங்க அப்பாகிட்ட ஒரு சாட்சிக் கையெழுத்து வாங்கிக்குடு. போதும். முடிஞ்சுது விஷயம் அத்தோட' என்றார் பெரியவர்.

'கண்டிப்பா கையெழுத்துப் போடறேன் ஐயா. அப்பாகிட்டேருந்து கண்டிப்பா ஒகையெழுத்து வாங்கித்தாரேன் ஐயா' என்றான் சபேசு.

‘சரி போயுட்டு வா தம்பி. நாளெக்கு பாப்போம்’ என்றார் அவர்.

சரேரென்று அவர் நடக்கத் தொடங்கிவிட்டார். இன்னும் ஒன்றிரண்டு வார்த்தைகளேனும் பேசிவிட்டு அவர் போகத் தொடங்கியிருக்க வேண்டும் என்று சபேசுவுக்குத் தோன்றிற்று.

‘ஐயா கட்டில் எண் *116*. பெயர் வையாபுரி’ என்று கத்திச் சொன்னான் சபேசு.

அதற்குள் அவர் வெகு தூரம் போய்விட்டிருந்தார். புழுதிக்காற்று வாரிச் சுழற்றி அடித்துக் கொண்டிருந்தது. அவர் காதில் அவன் குரல் விழுந்ததோ என்னவோ.

சபேசு நடக்கத் தொடங்கினான்.

அக்டோபர் 2004 நாகர்கோவில்

பிள்ளை கெடுத்தாள் விளை

'பிள்ளை கெடுத்தாள் விளை' என்னும் ஊரின் பெயர் முதலில் என் காதில் விசித்திரமாக ஒலித்தது. தங்கக்கண் அந்த ஊரின் பெயரைப் பத்து வருடங்களாக ஆராய்ச்சி செய்துவருகிறேன் என்பான். மாடக்குழி, மாங்குழி அதற்கு அடுத்தாற்போல் பிள்ளை கெடுத்தாள் விளையைக் கைநீட்டித் தொட்டுவிடலாம் என்பான் அவன்.

அவன் ஒரு சுதந்திரத் தியாகி. நாற்பத்திரெண்டு புரட்சியில் சிறை சென்றவன். ஐம்பத்தொன்று கசையடிகள் வாங்கினானாம். முதுகில் பூரான்போல் அற்புதமான தழும்புகள் இன்றும் இருக்கின்றன. சுதந்திரப் போராட்டத்தைப் பற்றிப் பேச்சு வந்து அவன் தன் ஜிப்பாவை அவிழ்க்காமல் இருந்தான் என்று வரலாறு கிடையாது. நடுத்தெருவாக இருந்தால் என்ன, சுக்குக் காப்பிக் கடையாக இருந்தால் என்ன, தியாகம் தியாகம்தானே.

இதெல்லாம் பழைய கதை. இன்று அவன் ஒரு ஆராய்ச்சியாளன். அத்துடன் உள்ளூர்த் தினசரி 'சூறாவளி'யில் பிரதம நிருபராகவும் பணியாற்றி வருகிறான். முழுசாக நாற்பது ரூபாய் சம்பளம். தேநீர், சுக்குக் காப்பி, ரசவடை, பஸ் சார்ஜுக்குக் கணக்கெழுதிக் கொடுப்பதில் நாளொன்றுக்கு நிச்சயம் ஒரு ரூபாய் இசுக்கிவிட முடியும். கொடுத்து வைத்தவன். 'இந்த காலேஜ் ஆராய்ச்சியாளனுவ என்னத்தெ வேணாப் புடுங்கட்டும், செல்லத்தொரை, ஒரு மண்ணும் கெடைக்காது. ஊர் பேரிலே கையை வை, அள்ளு தங்கப் பாளத்தெ' என்று முழங்குவான் தங்கக்கண்.

நான் ஜிப்பா தைத்துக்கொண்டிருந்தேன். தங்கக்கண்ணுவுக்குத் தான். இருபுறமும் பாக்கெட்டு, பக்கவாட்டில் மூன்று தையல் என்று சொல்லியிருந்தான். திருப்பூர் சுத்தக் கதர். அவனுக்குத் தீபாவளிக்கு அலுவலக அன்பளிப்பு.

‘பத்து வருஷமாட்டா? என் தங்கமில்லா, ஒரு விதம் நியாய மாட்டுப் பொய் சொல்லு. மேலே இருக்கிறவனும் ஒப்பணுமில்லா’ என்று நான் சொன்னேன்.

தங்கக்கண் கடையைவிட்டுத் தெருவில் குதித்து, அவனுடைய சைக்கிள் சாக்குப் பையிலிருந்து ஒற்றை வரி இருநூறு பேஜ் நோட்டு களை எடுத்துவந்து என் கட்டிங் மேஜையில் ஒவ்வொன்றாக விசிறியவாறே, ‘லேய், செல்லத்தொரெ, படிச்சுப் பாரு, மூணு முனைவர் வாங்குதுக்கான சரக்கு. நீ எளுதற சொத்தக் கவிதையில்லே’ என்றான்.

தங்கக்கண் சொல்வதைக் கேட்கும்போது எனக்கு ஆச்சரியமாகத் தான் இருக்கும். ஊர்ப் பெயர்களில்தான் என்னென்ன புதையல்கள். அவன் கூட்டிச் சொல்கிறவன்தான். கைவசம் கொஞ்சம் பொய்யும் உண்டு. ஆனாலும் அவனுடைய ஆராய்ச்சியில் வெளிப்பட்ட இந்தப் பெண்ணின் கதை எந்தக் கல் மனசையும் உருக்கிவிடக் கூடியது. அதில் சந்தேகம் இல்லை.

சென்ற நூற்றாண்டின் ஆரம்ப காலமாக இருக்கலாம். வில்லுக் குறிக்குத் தெற்கே ஊரே கிடையாது. சாலைகள் என்பது ஒற்றையடிப் பாதைகள். இன்று ரோட்டோரம் வயல்களை அழித்து அடுக்கு மாடிகள் எழும்புகிற இடமெல்லாம் அன்று வெறும் காடு. காடு களுக்குப் பின்னால் மாடக்குழியும், மாங்குழியும்தான் இருந்தனவாம்.

பக்கத்திலிருந்த தாமரைக்குளத்தை நம்பிப் பிழைக்கிறவர்கள் அங்குக் குடியேறியிருந்தார்கள்.

அந்தத் தாமரைக்குளத்தைத் தன் பத்து வயதிலேயே பார்த்திருந் தான் தங்கக்கண். ‘குளமா, கடவுளுடைய மாஜிக்’ என்பான் அவன். சிறிய குளம்தான். தாமரைகள் விரிய இடம் தேடி முண்டுவதில் தண்ணீர் தெரியாது. இலைகளின் நளின அசைவுகளை வைத்தும் அவற்றின் மேல் சறுக்கல் நடனம் புரியும் வைரக்கற்களை வைத்தும் தான் நீரின் இருப்பைத் தெரிந்து கொள்ள முடியும்.

தங்கக்கண்ணின் முன்னோர்கள் மாடக்குழியில்தான் இருந்தார்கள். அன்று அவர்களில் பலரும் நாகர்கோவிலைப் பார்க்காமலே இறந்து போனவர்கள்தானாம். நாகர்கோவில் ஆறு மைல். காலை வீசிப் போடும் அவர்கள் நடைக்கு ஒரு மணிநேரம். ‘நெச மாட்டுத்தான் சொல்லுதயா?’ என்று நான் கேட்டேன். ‘லேய், செல்லத்தொரெ, என்ன எளவிலே உனக்குத் தெரியும், கேளு’ என்று அடுக்க ஆரம்பித் தான் தங்கக்கண்.

அன்று உணவு, மண் சாய்வுகளில் நடும் மரச்சீனி. ஒரு வேளை உணவு, சூரியன் உச்சிக்கு வந்ததும். பானம் கருப்பட்டிக் காப்பி. உடையா கௌபீனம். ‘பொட்டையா? போடாதே மேல்சீலை.’ ஒற்றையடிப் பாதைகளில் புல் முளைத்துவிடாமல் காலால் மிதித்து அழிக்கும் காலம். பள்ளிக் கூடத்திற்குச் சென்ற ஆணே கிடையாது. அப்புறமென்ன பெண்.

'திண்ணைப் பள்ளிக்கூடமாவது இருந்ததா?' என்று நான் கேட்டேன். 'ஆளூரிலே ஒரு பாதிரியாரு, அவரைத் தேடி வாறவங்களுக்கு எளுத்துச் சொல்லித் தந்துக் கிட்டிருந்தாராம்' என்று சொல்லிவிட்டு, 'அந்தப் பாதிரியாருக்குப் பெயர் தெரியுமாலே உனக்கு?' என்று கேட்டான் தங்கக்கண். 'என்னண்ணேய்?' என்றேன் நான். 'அப்படிக் கேளுலே, நல்ல பிள்ளையா லச்சணமாட்டு, ஆண்ட்ரூஸ், சுத்த ஜெர்மன் ரத்தம்' என்றான்.

அந்தப் பெண்ணின் பெயரைத் திட்ட வட்டமாகக் கண்டுபிடிக்க முடியவில்லை. ஆராய்ச்சி வலையில் சிக்காத மீன்கள் தானே அதிகம். சிலர் அவர்கள் ஓர்மையிலிருந்து தாயம்மா என்றார்கள். சிலர் பேச்சியம்மா என்றார்கள். பெயர் என்னவாக இருந்தால் என்ன? அது பெண் ஜென்மம். வயதுக்கு வரும். ஆணை நேசிக்கும். அவனுடன் படுத்துறங்கும். குழந்தைகள் பெறும். அவர்களைக் கடைசி வரையிலும் நேசித்துச் சாகும்.

தாயம்மா தாமரை பறிக்கும் பெண். தகப்பனுக்குப் பின்னால் அதிகாலை இளங் குளிரில் கைகளைக் கழுத்துக்குள் புதைத்த படி கறுப்புக் காகிதத்தில் கத்தரித்த நிழலுருவமாகப் போகும். தகப்பன் தலையில் செம்புப் பாத்திரம் கவிழ்ந்திருக்கும். அதில்தான் தாயம்மா உட்கார்ந்து தாமரை பறிக்கும். வெயிலேறும் முன் நாலு கரையும் சுற்றி, நடுக்குளம் வழியாக வந்து, தாமரைப் பூக்களினுள்ளே கழுத்து வரையிலும் புதைந்து கிடக்கும் உடலை உருவிக் கரையேறி வரும்.

காலத்தின் கூத்து. தாமரை பறிக்கும் பெண். அவளுக்கு எழுத்துப் படிக்க வேண்டுமாம். இப்படியொரு ஆசை எப்படி வந்தது அந்தப் பெண்ணிற்கு? ஆச்சரியத்திலும் ஆச்சரியம். அவளுடைய தலைமுறையில் இன்று வரையிலும் எவரும் ஒரு எழுத்துப் படித்தவர்கள் இல்லை. ஜெர்மன் சுத்த ரத்தப் பாதிரியாரைப் பற்றி யார் அவளிடம் வந்து சொல்லி இருக்க முடியும்! 'லேய் எங்கேயோ ஒரு குடிசையிலே தீ புடிக்கு. ஒரு பொறி பறந்து வந்து உன் குடிசையிலே விளுது. பத்தியெரியுது குடிசை. உண்டா, இல்லையா?' என்றான் தங்கக்கண். 'என்னண்ணே, படிப்பெப் போயி நெருப்புன்னு சொல்லுதே' என்று நான் கேட்டேன். 'நெருப்புத்தாம்லே. பத்தியெரியற நெருப்பு. களைகளெக் கரிக்கும். கரிச்ச இடத்திலே பயிர் முளைவிடும்.' முளைவிடும் பயிர்களை ஆட்காட்டி விரலையும் பாம்பு விரலையும் நெளித்தபடி மேலே கொண்டு போய்க் காட்டினான் தங்கக்கண். எனக்கு உடம்பு புல்லரித்தது.

அந்தப் பெண்ணை ஆளூர் பாதிரியார் வீட்டிற்கு எழுத்துப் படிக்கவிடுமா மாடக்குழி? அநேகமாக அது உண்ணாமல் கிடந்திருக்கும். இறந்து போய்விடும் என்னும் பயத்திற்கு ஆட்பட்டதும் யோசிக்கத் தொடங்கியிருப்பார்கள் பெற்றோர்கள் என்பது தங்கக்கண்ணின் அனுமானம். பிடிவாதமே உடம்பாகப் பிறந்த பெண்கள் அந்தக் காலத்தில் தங்கள் ஆசைகளை இப்படித்தான் நிறைவேற்றிக்கொண்

டார்கள் என்பதற்குத் தன்னிடம் தடையங்கள் பல இருக்கின்றன என்று மார் தட்டினான் அவன். இருக்கலாம். யானையின் மிதிபடும் போதும் எறும்பு கடிக்கத்தானே செய்கிறது!

ஜெர்மன் பாதிரியாரைப் பார்த்ததுமே தாயம்மாவுக்கு மூர்ச்சை போட்டுவிட்டதாம். பாதிரியார் அவளை பெஞ்சில் தூக்கிக் கிடத்தி விசிறினார். நினைவு சிறிது தெளிந்ததும் குசினிக்காரர் கொண்டு வந்த இளநீரைப் பாதிரியார் தேக்கரண்டியில் எடுத்து அவள் வாயில் தந்திருக்கிறார். 'என்னைப் பார்த்த பயம்தான், குழந்தைக்கு வேறு ஒன்றுமில்லை' என்றாராம் பாதிரியார்.

பாதிரியார் பல படங்களைக் கொண்டு வந்து காட்டியிருக்கிறார். பெரிய பெரிய படங்கள். தாயம்மாவுக்குத் தெரியாதா? அவள் பார்த்திருக்கும் பிராணிகள்தானே அவை. காக்காய், புறா, குருவி, நாய், கள்ளப் பூனை. ஒரு எலி இரண்டு பற்களைக் காட்டிச் சிரித்தது. அவளுடைய ஒவ்வொரு பதிலுக்கும் பாதிரியார் கையைப் பலமாகத் தட்டினார். தாயம்மா அது வரையிலும் அறிந்திராத சில விஷ ஜந்துக்களையும் பாதிரியார் அவளுக்கு அறிமுகப்படுத்தினார்.

தன் ஊரில் இருப்பவை தவிர வேறு பிராணிகள் இல்லை என்று நினைத்துக் கொண்டிருந்த தாயம்மாவுக்கு அதிர்ச்சியாக இருந்தது. இவ்வளவு விஷ ஜந்துக்களைக் கடவுள் எதற்குப் படைத் திருக்க வேண்டும்? தாயம்மாவின் தந்தை ராசைய்யாவிற்கு ஆண்ட்ரூஸ் பாதிரியாரைப் பிடித்ததோடு அவர்மேல் நம்பிக்கையும் ஏற்பட்டிருப் பது தெரியவந்தபோது, தாயம்மா, 'அந்த அய்யா ஏன் கையெத் தட்டிக்கிட்டே இருக்காரு?' என்று கேட்டாள். 'தெரியலேம்மா, நான் இப்படிக் கண்டதில்லே' என்றானாம் ராசையா என்று உடனி ருந்து பார்த்தது போல் சொன்னான் தங்கக்கண். அவன் கண்டுபிடித்த உண்மைகளைவிட அவனுடைய கற்பனைகள்தான் என்னைப் பைத்தியமாக அடித்தன.

ஒவ்வொரு நாள் காலையிலும் தாமரைகளோடும் தாயம்மாவுடனும் ஆண்ட்ரூஸ் பாதிரியார் வீட்டிற்குப் போனான் ராசைய்யா. பாதிரி யார் தினமும் அவன் அனுமதிபெற்றுப் பாதி விரிந்த தாமரை யொன்றை எடுத்துத் தன் மேஜையிலிருந்த பூக்கிண்ணத்தில் வைத்துக் கொள்வாராம். தாயம்மாவுக்கு ஒரே சிரிப்பு. ஏன் இப்படிக் குழந்தை மாதிரி? தாமரைக் குளத்தைவிட பெரிய பூக்கிண்ணம் உண்டா?

தாயம்மா வயதுக்கு வந்தாள். என்ன வேடிக்கை இது! நாலு எழுத்துப் படிக்கிறோம் என்பதற்காக அவளால் வயதுக்கு வராமல் இருக்க முடியுமா? ஆனால் மாடக்குழி ஊர் கூடி எதிர்த்தது. தலையும் முலையுமாக நிற்கிற பிள்ளைக்குப் படிப்பு ஒரு கேடா? அவள் தலையை வெளியே நீட்டக் கூடாது. அதன் பின் ஏது ஆளூர், ஆண்ட்ரூஸ் பாதிரியார்.

ஒரு நாள் முற்பகல் நேரம். ஆண்கள் எல்லோரும் வேலைக்குப் போய்விட்டிருந்தார்கள். ஜெர்மன் பாதிரியார் தாயம்மாவின் வீட்டு

முற்றத்தில் வந்து நிற்கிறார். கடவுளே என்ன இது! ஊர்ப் பெண்கள் அவரைச் சூழ்ந்துவிட்டார்கள். குவிந்த அவர்கள் கைகள் மார்பை அழுத்திக் கொண்டிருக்கின்றன. உடலிறுகியதில் விரல்கள் மடங்கிப் புறங்கையை அழுத்துகின்றன. கண்ணீர் ததும்புகிறது அவர்களுக்கு.

காலை வெயில் பாதிரியார்மீது பாதி விழுந்து மறுபாதியை நிழலுக்குக் கொடுத்திருக்கிறது. பின்னால் குடிசைகள். பார்க்கும் இடங்களெல்லாம் தென்னை மரம். தென்னை மரங்களின் அடர்த்தி இறக்கும் இருட்டு. 'நெனச்சுப்பாருலே செல்லதொரை, இதைவிட அற்புத ஓவியம் உண்டா இந்த ஓலகத்திலே' என்று கேட்டான் தங்கக்கண். என்ன கற்பனை. என்ன வாய் ஜாலம்.

'தாயம்மா மிகவும் கெட்டிக்காரி. தினமும் இங்கு வந்து தென்னை மரத்தடியில் உட்கார்ந்து பாடம் சொல்லித் தருகிறேன்' என்கிறார் பாதிரியார். பெண்கள் அழத் தொடங்கிவிட்டார்கள். 'அய்யா, நீங்க போட்டிருக்கிற செருப்பாலே எங்க கன்னத்திலே அடியுங்க அய்யா. இப்பமே புள்ளையைக் கூட்டிக்கிட்டுப் போங்க. ஆசை தீர மட்டும் சொல்லிக்கொடுங்க' என்று எல்லாப் பெண்களும் சேர்ந்து கத்தியிருக்கிறார்கள்.

ஒரு நாள் இரண்டு நாள் அல்ல, பத்து வருடம் படித்தாள் தாயம்மா. ஆங்கிலம், கணக்கு, விஞ்ஞானம் என்று மூன்று பாடங்கள் சொல்லித் தந்தார் பாதிரியார். படிப்பு முடிந்த அன்று ராசைய்யா விடம், ஐரோப்பாவில் மிகப் பெரிய பள்ளியில் இளங்கலை கற்றுத் தேர்ந்த பெண்ணிற்கு நிகராக இருக்கிறாள் தாயம்மா என்று பாதிரியார் சொன்னார். இது பாராட்டு என்பதைத் தெரிந்து கொள்ள முடியாத அளவுக்கு ராசைய்யா என்ன அறிவிலியா? படித்தவர்கள் விபரங்கள் தந்துதான் பேசுவார்கள். நமக்குத் தெரிய வேண்டியது அடிப்படைதானே.

'அய்யா, இதுக்குத் தாய் ஒரு ஆலோசனைக் கேக்கச் சொன்னாங்க உங்ககிட்டே. கேக்கலாமா அய்யா?' என்று கேட்டான் ராசைய்யா.

'கேளு.' இது பாதிரியார்.

'இனி இந்தப் புள்ளெயெ வச்சுக்கிட்டு நாங்க என்ன செய்ய?'

பாதிரியார் முகம் வருத்தத்தில் வாடியது.

ஒரு நிமிடம்கூட அவர் யோசிக்கவில்லை. 'பெரியவங்க எண்ணைக்கும் பெரியவங்கதாம்லே, செல்லத்தொரை' என்கிறான் தங்கக்கண்.

தாய்க்கும் தந்தைக்கும் சம்மதம் என்றால் அவளை மேல் படிப்புக்கு ஜெர் மனிக்கு அனுப்புகிறேன் என்றாராம் பாதிரியார்.

'நெனச்சுப் பாருலே, செல்லத்தொரை, நெனச்சுப் பாரு' என்கிறான் தங்கக்கண். அவனுடைய கண்கள் கலங்குகின்றன.

ராசைய்யா தன் மனைவியிடம் பாதிரியார் சொன்னதைச் சொன்னார்: 'என் பிள்ளையைக் கடலில முக்கிக்கொல்லுதுக்கு வளி பாக்கேளா, எதுக்கு, என் முன்னாலேயே நாலு துண்டாட்டு வெட்டிப் போடுங்களேன்' என்று சொல்லியவாறே குரலெடுத்து அழ ஆரம்பித்தாள் அவள்.

தாயம்மா வீட்டோடு இருந்தாள். அவளுக்கு வாசிக்க ஆசையாக இருக்கும். பாடப் புத்தகங்களை எத்தனை தடவை தான் திரும்பத் திரும்பப் படிப்பது? பக்கங்கள் கசங்கி அழுக்கேறிவிட்டன. எழுத வேண்டும் என்று தோன்றும். தாளுக்குப் பஞ்சம். ஆட்டுப் புழுக்கைப் பென்சில். இருந்தாலும் கொஞ்சம் எழுதுவாள். அதிகமும் ஆண்ட்ரூஸ் பாதிரியாருக்குத் தபாலில் சேர்க்காத கடிதங்கள். ஆங்கிலத்தில் பேச வேண்டும் என்று தோன்றும். மனத்திற்குள் பேசிக்கொள்வாள். தாய் சுள்ளி பொறுக்கப் போயிருக்கும்போது ஆங்கிலக் கவிதைகளை வாய்விட்டுச் சொல்வாள். ஆண்ட் ரூஸ் பாதிரியாரின் உச்சரிப்பைப் போலி செய்து பார்ப்பாள். இந்தக் கிராமத்தில் தனக்கு என்னென்ன தெரியும் என்பது தெரிந்த ஒரு சீவன்கூட இல்லாமல் போய்விட்டதே.

என்றைக்கும் மாடக்குழி மாறாமலேயே இருக்குமா? சில பிள்ளைகள் படிக்க ஆளூருக்கே போகத் தொடங்கிவிட்டன. தாய் மார்களுக்குத்தான் என்ன துணிச்சல்! வயது வருவது வரையிலும் பெண்களும் படிக்கலாமாம். காலத்தின் கூத்து. வீட்டுப் பாடம் இலவசமாகக் கற்றுத் தருகிறேன் என்று சொன்ன பிறகும்கூட ஒரு குஞ்சுக் குளுவான் வரவில்லையே தாயம்மாவிடம். குழந்தைகள் என்ன செய்யும்? தாய்மார்கள் அவர்களை வற்புறுத்தியபோது, 'அக்காகிட்டப் போகுதுக்குப் பயமாட்டு இருக்குதம்மா' என்றிருக் கிறார்கள் அவர்கள்.

இதைச் சொன்னதும் வாய்விட்டுச் சிரித்தான் தங்கக்கண். 'எதுக் கண்ணே சிரிக்கே?' என்று நான் கேட்டேன். 'பிள்ளைகள் சொல்லிச் சாம், அவங்க வேற தினு சாட்டு இருக்காங்கம்மா. நம்மளப் போல இல்லேன்னு'. மீண்டும் சிரிக்கிறான் தங்கக்கண்.

தாயம்மாவுக்குக் கல்யாணம் ஆகவில்லை. படிக்காத பெண்களைக் கொத்திக் கொண்டு போனார்கள் வகுப்புக்கு வகுப்பு முட்டை போட்டுக்கொண்டிருந்த பையன்கள். தாயம்மாவைக் கட்ட ஒரு பயல் இல்லை. 'முட்டாப் பயக்களுக்குப் படிச்ச பிள்ளையைக் கட்டுதுக்குப் பயம்லே, செல்லத்தொரை' என்று சொல்லிவிட்டுச் சிரிக்கிறான் தங்கக்கண்.

தைத்த துணிகளை வாங்க வந்தவர்கள் அப்படியே பெஞ்சில் உட்காரத் தொடங்கிவிட்டார்கள். பெஞ்சில் இடமில்லாமல் ஒருவர் கட்டிங் மேஜையில் சாய்ந்து கொண்டு நிற்கிறார். தங்கக்கண்ணுவின் சொல் ஜாலம் மனித மனங்களைக் கட்டிப் போடுகிறது. கலைஞன் தான் அவன்!

அறிவு கெட்டவர்களா, காலத்தை மரத்திலா கட்டிப் போடுவீர்கள். அது நகர்ந்துகொண்டுதான் இருக்கும். மிக மெதுவாக. அல்லது மிக வேகமாக. நான் சொல்கிறேன். ஒரு நிமிடம் அது உறங்கியது இல்லை. மாடக்குழியில் காலம் நடக்கத் தொடங்கிவிட்டது. நடக்கிற குழந்தைக்கு ஓடுவதற்குத் தனியாகக் கற்றுத் தர வேண்டுமா?

மாடக்குழியிலேயே ஒரு பள்ளிக்கூடம் இருக்க வேண்டுமாம். மாடக்குழி மகான்கள் சொல்கிறார்கள். 'நம்ம ஊரிலே பள்ளிக்கூடம் இல்லைன்னு சொல்லுதுக்குக் குறைச்சலாட்டு இருக்குது.' பெரியவர்கள் கூட்டம் போட்டார்கள். தாயம்மாவைத் தலைமையாசிரியையாகப் போடலாம். இப்படியும் ஒரு யோசனையா? போடலாமாவா? போட வேண்டும். அவளுக்கிருக்கும் யோக்கியதை உங்களில் எந்த நாய்க்கு இருக்கிறது? தாழ்ந்த ஜாதிப் பிள்ளை. தாழ்ந்த ஜாதிப் பிள்ளைதான். அதற்காக? அந்தப் பிள்ளையைத் தலைமையாசிரியையாகப் போடவில்லை என்றால் நான் கமிட்டியிலிருந்து வெளியே போகிறேன் என்கிறார் மோகன்தாஸ். அவர் சுதந்திரத் தியாகி. மூன்று வருடம் கடுங்காவலில் வாடியவர். அவருக்கு ரத்தம் கொதிக்கிறது.

'பாருலே, செல்லத்தொரை, காலம் அடிக்கற கூத்தை.' தங்கக்கண் சிரிக்க, கேட்டுக்கொண்டிருப்பவர்கள் எல்லோரும் சிரிக்கிறார்கள்.

வயல் இருப்பவர்களிடம் பணம் இருப்பதில் என்ன ஆச்சரியம். ஒரு கோட்டை நெல் ஐந்து ரூபாய்க்கு அல்லவா விற்கிறது! பள்ளிக்கூடச் சுவர் நிமிஷத்திற்கு நிமிஷம் எழும்பி வருகிறது. கூரைக்குப் பனங்கம்பு வந்து இறங்கியாயிற்று. ஓடு வந்து இறங்கிக் கொண்டிருக்கிறது.

குடிசையில் கரண்டைக்கு மேல் அடிப்பாவாடையும் அம்மாவின் இழுத்து முடியும் உள்பாடியும்தானே போட்டுக் கொண்டிருந்தாள் தாயம்மா. அதற்கு மேல் அவளுக்கு ஆடை எதற்கு? இப்போது அவள் தலைமையாசிரியை. ராசைய்யா நாகர்கோவிலுக்குப் போய் நல்லபெருமாள் கடையிலிருந்து அவளுக்கு ஜார்ஜெட்டு சீலை வாங்கிவந்தான். வாங்கும்போது, சரி பாதி விலையைத்தான் ஊரில் சொல்ல வேண்டும் என்று நினைத்துக்கொண்டான். தன் மனைவிக்குத் தெரியாமல் சிறிய பவுடர் டப்பாவையும் தன் மகளிடம் தந்தான். 'அம்மா கொன்னுடுவாங்கப்பா.' 'அவ கையெ முறிச்சு அடுப்பிலே வைப்பேன், ஊரு ஒலகம் தெரியாத களுதை'. அவனுடைய வம்சத்தில் அவள்தான் முதலில் பவுடர் பூசிக்கொள்ளப்போகிறாள். 'மகளே, செம்மையாட்டுப் போ, தாயோளிகள் தலை தூக்கிப் பாக்கணும்' என்கிறான் ராசைய்யா.

அவள் தாழ்ந்த ஜாதி. கறுப்பு. ஆனால் அழகுக்கு என்ன குறைவு. தோணி போன்ற கண்கள். சிறிய பேனாக் கத்தியின் அலகு போல் மூக்கு. அவளுடைய உதடுகள் மென்மையானவை. முத்தத்திற்கு அவ்வளவு தோதான உதடுகளை அந்த ஆண்டவன் பயல் அதற்கு முன்னும் படைத்தது இல்லை, பின்னும் படைத்தது இல்லை என்று

ஒரு போடு போடுகிறான் தங்கக்கண். பெஞ்சில் அமர்ந்திருந்த முதியவர் ஆவேசமாக எழுந்து வந்து தங்கக்கண்ணைத் தன் மார்போடு அணைத்துக் கொள்கிறார். 'நான் சொல்லுதேன், நீ கலைஞன்தாம்லே' என்கிறார். எனக்கு என்ன செய்ய வேண்டும் என்பது தெரியவில்லை. துண்டுத் துணிகளை அப்படியே வாரியெடுத்து அவன் தலையில் தூவுகிறேன்.

தாயம்மா ஆத்மார்த்தமாக வேலை பார்த்தாள். நாலு வகுப்புகள். வகுப்புக்கு நாலு பிள்ளைகள். காலப்போக்கில் பிள்ளைகள் கூடும். பள்ளியின் பெயர் பரவும். ஊர்ப் பெரியவர்கள் வீடு வீடாகச் சென்று பிள்ளைகளைப் பள்ளிக்கு அனுப்பச் சத்தம் போட்டார்கள். போய்ப் போய் எங்கு போகிறோம் என்பது தெரியாமல் ஆளூர் பெரிய பள்ளிக்கூடம் முன்னால் போய் விழுந்துவிட்டார்கள். அது பத்து வகுப்புகள் கொண்ட முரட்டுப் பள்ளிக்கூடம். 'ஏம்லே, வடக்க வாறீங்க, தெக்க போங்கலே' என்று ஆளூர் பள்ளி ஆசிரியர்கள் இவர்களை விரட்டினார்கள். ஆறுமுகத்திற்குக் கோபம் தலைக்கேறி விட்டது. 'லேய், எனக்க வயலெ வித்தாவது எங்க பள்ளிக் கூடத்திலே பத்தாம் வகுப்பு வரயிலும் கொண்டு வருவோம்லே. ஒரு குஞ்சுக் குளுவான் உங்க பள்ளிக்கூடத்துக்கு வராது. தூக்குப் போட்டுக்கிட்டுச் சாவுங்கலே' என்று கத்தினார் அவர். அது வெறும் ஆவேசமல்ல. சவால்.

அவர் நினைத்தால் நடக்காத காரியமா? ஆளூரிலிருந்து பார்வதி புரம் வரையிலும் பரந்து கிடக்கின்றன அவர் வயல்கள். அவற்றை அவர் விற்கத் தொடங்கினார். 'எங்க ஊருப் பிள்ளைங்களுக்கு நான் கண் தந்துவிட்டுத்தான் சாவேன்' என்றார். 'நான் அனாதைப் பிணமாட்டுச் சாகணும், அந்த ஒண்ணுதான் எனக்குப் பெருமை' என்று கர்ஜிக்கத் தொடங்கினார்.

மாடக்குழிப் பள்ளிக்கூடம், மாடக் குழி ஹைஸ்கூல் ஆகிவிட்டது. தாயம்மாவுக்கு முந்நூறு ரூபாய் சம்பளம். 'நம்ம மாவட்டத்திலே எந்தப் பய ஒரு ஆசிரியைக்கு முந்நூறு ரூபா அள்ளித் தாறான், கேக்கேன்.' மாடக்குழி ஜனங்கள் பெருமை அடித்துக் கொண்டது நியாயம்தான்.

தாயம்மாவின் உடல் லேசாகக் கனக்கத் தொடங்கிற்று. பெண் களுக்குப் பொறாமை! வண்டல் திரண்டதுபோல் உடம்பு. வீட்டில் மீன் கூடை இறங்காத நாள் கிடையாது. நாளுக்கொரு சேலை. சுதந்திரம் கிடைத்த பின் வந்த முதல் தேர்தலிலே நிற்கக் கட்சிக் காரர்கள் அவள் கையைப் பிடித்து இழுக்கிறார்கள். பார்லிமெண்டு தேர்தலாம். பிரச்சாரக் கூட்டத்தில் இங்கிலீஷில் பேசிக் காட்ட வேண்டுமாம்.

மாடக்குழி தாண்டித் தெற்கே ராசைய்யா ரகசியமாக நிலம் வாங்கிவிட்டான். வீடு கட்ட யோசனை. பணம் கொஞ்சம் குறை. தலைமையாசிரியை கையெழுத்துப் போட்டால் பணம் தருகிறோம்

என்கிறார்கள் கூட்டுறவுச் சங்கத்தினர். அதன்பின் என்ன பிரச்சினை? ராசைய்யா புதிய வீட்டுக்குக் குடிபோனான். அப்போதெல்லாம் அந்தப் பகுதியை, 'தலைமையாசிரியை விளை' என்றுதான் மாடக் குழியினர் சொல்லிக் கொண்டிருந்தார்கள். எவ்வளவு அழகான பெயர்! அந்தப் பெயர் அப்படியே இருந்திருக்கக் கூடாதா? எல்லோ ருக்கும் பெருமையாக இருந்திருக்குமே. அதை விட்டு எல்லோருக்கும் அவமானம் தரும் ஒரு பெயர் ஏன் அவர்கள் வாய்களில் நுழைந்தது?

காலமே, ஏன் இப்படிப் புதிய துக்கங்களைக் கொண்டுவருகிறாய்? தாயம்மா சந்தோஷமாக இருந்தால் உனக்கு என்ன குறைந்துபோயிற்று என்கிறான் தங்கக்கண். ஏன் அவன் தொனி மாறுகிறது? வேலை இருக்கிறது என்று சொல்லிவிட்டு பெஞ்சிலிருந்து எழுந்த பெரியவர் மீண்டும் உட்கார்ந்து கொள்கிறார்.

இந்தக் காலத்தில்தான் தாயம்மாவுக்கு மிகப் பெரிய அபவாதம் வந்து சேருகிறது என்று மென்மையான குரலில் சொல்கிறான் தங்கக்கண். 'என்ன அபவாதம்லே?' என்று கேட்கிறார்கள் பெரியவர் கள். அவர்களால் நம்ப முடியவில்லை.

தங்கக்கண் தன் இரு கரங்களையும் குவித்துக் கொள்கிறான். 'அய்யா, நான் ஒரு எளிய ஆராச்சியாளன். என் ஆராச்சி என்னைப் படுகுளிக்கு இளுத்துக்கிட்டுப் போகுதே, நான் என்ன செய்வேன்' என்று புலம்புகிறான் தங்கக்கண்.

மணிகண்டன் மாடக்குழியில் ஹைஸ்கூலில் நாலாவது வகுப்பில் படித்துக் கொண்டிருந்தான். என்ன அழகு! சற்று வசதியான குடும்பம். அரசியல் வாதியான அவன் தந்தை அவசரமாகச் சம்பாதித்துக் கொண்டிருந்தார். அதோடு நல்ல செல்வாக்கும் அவருக்கு இருந்தது.

மணிகண்டன் கணக்கில் ஓட்டை என்று தாயம்மா அவனுக்குப் பள்ளிக்கூடம் விட்ட பின்பு தனியாகப் பாடம் எடுத்து வந்திருக் கிறாள். அப்படி எத்தனையோ குழந்தைகளைத் தனியாகக் கவனித்துக் கரையேற்றிவிட்டிருக்கிறாள் அவள் என்பது ஊர் அறிந்த செய்திதான்.

அன்று பள்ளி விட்டுத் திரும்பிய மணிகண்டன் அழுதுகொண்டே தன் வீட்டிற்குள் நுழைந்தானாம். அவன் முகம் வீங்கிக் கிடந்ததாம். தன் தாயிடம் என்ன சொன்னான் அவன்?

'ஊர்க் கதெ எனக்குத் தெரியுது. என் வாய் அதெச் சொல்லுதுக்குத் தடையம் கிடைக்கணும்லா? தேடுதேன், தேடுதேன் ஆம்புடலையே' என்று கையை விரிக்கிறான் தங்கக்கண்.

'நடந்ததைச் சொல்லுலே' என்கிறார்கள் பெரியவர்கள்.

தங்கக்கண் சிறிது நேரம் மௌனமாக இருக்கிறான். அவனது மௌனத்தைத் தாங்கிக்கொள்ள முடியவில்லை.

சகல வீடுகளிலும் ஒரே நொடியில் விளக்கை அணைத்துவிட்டால், ஒரே நொடியில் அங்கெல்லாம் இருளும் புகுந்துவிடாதா? மணிகண்டன்

தன் தாயிடம் சொன்ன விஷயம் மாடக்குழி முழுக்க ஒரே நொடியில் பரவிற்று என்றால் அதில் மிகையில்லை.

பள்ளிக்கூட நிர்வாகக் குழுவினர் எங்கு ரகசியமாகக் கூடி விவாதித்தார்கள் என்பது தெரியவில்லை. நடு நிசியில் பள்ளிக்கூடத்திலேயே அவர்கள் கூடிப் பேசியிருக்கலாம். இல்லை, யாராவது ஒரு பிரமாணியின் வீட்டில் கூட்டம் போட்டிருக்கலாம். நாகர்கோவில் சென்று ஒரு ஓட்டலில் அறை அமர்த்திக்கொள்வது கூட, அவர்கள் நினைத்திருந்தால், பெரிய விஷயமில்லை.

எங்குக் கூடினால் என்ன? அன்றிரவு அவர்களில் ஒருவர்கூட உறங்கவில்லை. விடிந்து கோழி கூவும்போது அவர்கள் திட்டம் முழுமை அடைந்திருந்தது. அது மிகக் கொடூரமான திட்டம்தான். இல்லை என்று சொல்ல முடியாது. தாங்கள் அரும்பாடுபட்டுக் கட்டி வளர்த்த பள்ளியைக் காப்பாற்ற அந்தத் திட்டத்தை அமல்படுத்த வேண்டும் என்று அவர்களுக்குத் தோன்றிவிட்டது.

காலமே, உன் கூத்து.

மாலை மணி அடித்து, மாணவ மாணவிகள் வெளியேறியபின் பள்ளிகள் அடையும் வெறுமையின் துக்கத்திற்கு மாடக்குழிப் பள்ளியும் ஆட்பட்டு நின்ற நேரம் அது. அந்த வெறுமையைக் கண்டு எக்களித்து வருகிறது மாலை மயக்கம். பள்ளியையும் எதிரே தென்னந்தோப்பையும் தன் அணைப்புக்குள் கொண்டு வந்து கொண்டிருக்கிறது அது. கணத்திற்குக் கணம் அதன் பிடி இறுகுகிறது.

தன்னுணர்வின்றிப் பணியில் ஆழ்ந்து கிடந்த தாயம்மா தலை தூக்கிப் பார்த்தபோது ஜன்னலோரங்களில் பதுங்குகிறது இருள். அவள் படபடவென்று நோட்டுகளை அடுக்கியவாறே எழுந்திருந்தாள்.

அப்போதுதான் ஆசிரியர்களில் சிலரும் ஊர்ப் பிரமாணிகளில் சிலரும் தெற்குத் தோப்புக்கு வந்து மரத்தின் மறைவுகளில் தங்கள் உடல்களைப் புதைத்துக் கொண்டார்கள்.

வெளி வாசல், வகுப்பறைகள், தஸ்தாவேஜு அலமாரி, தட்டு முட்டுச் சாமான்கள் அறை. எல்லாவற்றின் சாவிகளும் தாயம்மா விடம்தானே இருந்தன.

'மாடம், சாவிக்கொத்தெ எங்க வச்சிருக்கீங்க மாடம்?' என்று கேட்கிறான் ப்யூன் பிச்சாண்டி.

இவ்வளவு நேரமாகியும் அவன் போகாமலா இருக்கிறான்? தாயம்மாவின் கை யந்திரகதியில் சாவிக்கொத்தை அவனிடம் தருகிறது.

தாயம்மா வராண்டா வழி வந்து, படியிறங்கி முற்றத்தில் நின்று பார்க்கிறபோது, என்ன இது, முன் வாசல் பூட்டப்பட்டிருக்கிறது. அவள் ஒரு நிமிடம் ஸ்தம்பித்து நின்றாள்.

பின்னால் காலரவம் கேட்டுத் திரும்பிப் பார்த்தபோது அவள் இறங்கி வந்த வராண்டாவிலும் படியிலுமாக ஆசிரியர்களும் ஊர்ப்

பெரியவர்களும் நிற்கிறார்கள். எப்படி முளைத்தார்கள் ஒரு நொடியில்? அவர்கள் முகங்கள் ஒவ்வொன்றும் கற்குழவிகள்போல் இறுகிக் கிடக்கிறது.

அப்போது ஊர்ப் பெரியவர் கேட்கிறார்: 'மாடம், நேத்து என்ன நடந்தது? சித்தெச் சொல்வீங்களா?'

தாயம்மா ஏதோ சொல்வதற்காக வாயைத் திறந்தபோது, பெரியவர் பின்னால் மறைத்து வைத்திருந்த பிரம்பால் அவள் வாயில் அடித்தார். அவள் உதடுகள் கிழிந்து ரத்தம் வழிந்தது. அதன் பின் ஆளாளுக்குப் பிரம்பால் அவளைச் சாத்தத் தொடங்கினார்கள். கடவுளே, ஒவ்வொரு விளாசலுடனும் என்னென்ன வசைகள்!

'ரவுக்கை அவுக்குதுக்கா ஸ்கூலுக்கு வாறே, தேவிடியா?'

மார்பில் ஒரு அடி.

'இப்பம் நான் உறிஞ்சட்டுமா உனக்கு?'

மீண்டும் மார்பில் ஒரு அடி.

தாயம்மா மதிலேறிக் குதிக்க முயல்கிறாள். அவள சுவரில் கையை வைக்க வைக்க அவள் கைமீது மாறி மாறி அடி விழுகிறது.

தாயம்மா அழவில்லை. கத்தவில்லை. ஒரு சொல் சொல்லவில்லை.

அவள் மண் தரையில் சரிந்தாள்.

'அவ சீலையெ உரிஞ்சு போடுலே.'

'லேய், வேண்டாம்லே, ரவுக்கெயெக் கிளிச்சுப் போடுதேன், அந்த மட்டோடு போட்டு.'

பெஞ்சில் அமர்ந்திருந்த பெரியவர்கள் எழுந்து நின்றது தெரியாமல் கத்துகிறார்கள்:

'பாவிக கைகளெ முறிக்க ஆளில்லையா?'

'படைச்சவனே, நீ பாத்துக்கிட்டிருந்தயா?'

தங்கக்கண்ணின் குரல் தழுதழுக்கிறது. நான் மிஷினைவிட்டு எழுந்திருந்து அவன் பக்கத்தில் போய் நின்றுகொண்டேன்.

'எனக்க மார்பு படபடக்கு. சொல்லுலே சொச்சத்தையும்' என்று ஒரு பெரியவர் முடுக்குகிறார்.

மறுநாள் தாயம்மாவை ஊரில் காணவில்லை. ஒரு நாள், இரண்டு நாள் அல்ல. ஐம்பத்து மூன்று வருடங்கள். எங்குப் போனாள், எப்படி ஜீவித்தாள், ஒரு காக்காய் குருவிக்குத் தெரியாது.

போன வருஷம் அவள் ஊருக்குத் திரும்பி வந்தாள். அப்போது ஊரின் பெயர் 'பிள்ளை கெடுத்தாள் விளை' என்று உறுதிப்பட்டிருந்தது.

'நீ அவளெப் பாத்தயாலே?'

‘பாத்தேன்’ என்கிறான் தங்கக்கண். ‘அவங்களுக்கு வயசு எண்பதுக்கு மேல். தலை தும்பப் பூ. ஒடம்பு எலும்புக் கூடு. கையிலே ஊன்றுகோல்.’

அவளுடைய சொந்த வீட்டை நம்பித் தான் அவள் வந்திருக்கிறாள். அந்த வீடு எப்போதோ கை மாறிவிட்டிருந்தது. ‘வந்த அண்ணு என்ன சொன்னாங்கன்னு நான் அந்த வூட்டுக்காரங்ககிட்டேக் கேட்டேன். சாகுதுக்குக் கொஞ்சம்போல எடம் தா கண்ணு, என்று கெஞ்சினார்களாம்.’

அந்த வீட்டின் ஈசான மூலையில் நாலடிக்கு நாலடி அறையில் அவள் தங்கினாள். அறையின் நடுவில் மூலைக்கு மூலை தலைவைத்துக் கால்நீட்டிப் படுத்துக் கொள்வாளாம்.

ஊரில் சிறுகச் சிறுக அவள் இருப்பு கசியத் தொடங்கிற்று. அவளை அறிந்த வயசாளிகள் ஒன்றிரண்டு பேர் மரணப் படுக்கைகளில் இருந்தார்கள். இருந்தாலும் என்ன. ஒழுக்கத்தைக் காப்பாற்றும் பொறுப்பு சாகிற மட்டும் இருக்கத்தானே செய்கிறது.

அவளுடைய தழும்புகளை அவர்கள் புண்ணாக மாற்றிச் சொல்லில் விரித்து மறுவுருவாக்கம் செய்தார்கள். காலமே, உன் கூத்து.

அந்த ஊர்ப் பெரியவர்கள் கூடி ஆலோசனை செய்தார்கள். அவள் பகலில் வெளியே தலை காட்டக் கூடாது. யாருடனும் உறவு கொள்ளக் கூடாது. குழந்தைகள் அவள் பக்கம் போகக் கூடாது.

‘நீ அவளெப் பாத்து விபரம் கேக்குதுக்கு என்னலே’.

‘பல தடவெ பாத்தேன் அண்ணே. அவங்க எள்ளுப் போல ஒரு சொல் சொல்லலயே’ என்றான் தங்கக்கண்.

தாயம்மா நடுநிசியில் பின்கதவைத் திறந்து வெளியே வந்து, கிணற்றில் தண்ணீர் இறைத்துக் குளித்துவிட்டு அதன்பின் பொங்கிச் சாப்பிடுவாளாம்.

‘என்னத்துக்கலே இந்த வயசிலே அவங்க இப்படித் துன்பப்படணும். நாம ஆளுக்குப் பத்து ரூபா போட்டு அவங்களெ நல்ல மொறையாட்டுக் காப்பாத்தலாம்லே.’

பெரியவர் ஒருவர் சொன்ன யோசனையை மற்றவர்கள் எல்லோரும் தலை குலுக்கி ஆமோதித்தார்கள்.

‘இந்தாலே பத்து ரூபா’ என்று ஒரு பெரியவர் கட்டிங் மேஜைமீது தன் நோட்டை வீசினார்.

‘அவங்க போய்ச் சேந்துட்டாங்க. இண்ணைக்குப் பதினாறு’ என்றான் தங்கக்கண்.

காலச்சுவடு, பிப்ரவரி 2005

கொசு, மூட்டை, பேன்

கொசு, மூட்டை, பேன் பற்றிய படைப்பு இது. இவற்றின் பெயர் களைத் தனித்தனியாகத் துண்டுத்தாள்களில் எழுதிப்போட்டு கண்ணை மூடிக் கொண்டு எடுத்த வரிசைதான் மேலே தந்திருப்பது. மற்றப்படி தலைப்பு வரிசைக்கும் ஏதோ அர்த்தம் இருக்கக்கூடும் என்று வாசகர்கள் குடையக் கூடாது. கொசுவைத்தான் கொசு என்று சொல்கிறேன். அதுபோல் மூட்டையை. அதுபோல் பேனை. இந்த மூன்று ஜீவராசிகளை மட்டும் எடுத்துக்கொள்ளக் காரணம் இவை மனித ரத்தத்தைப் பிரதான உணவாகக் கொண்டிருப்பவை என்ப தால்தான். மற்றபடி எனக்குத் தனிப்பட்ட முறையில் இவற்றின்மீது கோபதாபம் எதுவும் கிடையாது. கொஞ்ச நஞ்சம் இருந்ததும், கொலம்பியாப் பல்கலைக்கழகப் பூச்சியியல் அறிஞர் ராபர்ட் ஈ. ஸிப்கினின் வெகு சமீபத்திய ஆராய்ச்சிக் கட்டுரையைப் பற்றிய செய்தியை, 'பி. பி. சி உலகச் செய்தி'யில் கேட்ட போது காணாமல் போய்விட்டது. ஆக இம்மூன்று பூச்சிகளையும் பற்றிச் சொல்ல வரும் இந்நேரத்தில், வாழ்த்தோ வசையோ பாரபட்சம் இல்லாமல் தராசில் நிறுத்து அவற்றுக்கு அளிப்பேன் என்று என் அருமை வாசகர்களுக்கு நான் உத்தரவாதம் அளிக்க முடியும்.

ஒற்றுமைகள் ஒருபுறமிருக்க, இம்மூன்றுக்குமான வேற்றுமைகளைப் பற்றியும் நான் சிந்திக்காமல் இல்லை. பேனைப்போல் மனிதனைத் தன் வீடாக, மூட்டையோ, கொசுவோ கருதவில்லை என்பதை நினைத்துப் பார்க்கிறேன். கொசுவைப் போல், மூட்டைக்கோ, பேனுக்கோ சிறகுகள் இல்லை. அந்த அளவுக்கு ரத்த உறிஞ்சலுக்கான விரைவும் ஆற்றலும் அவற்றிற்கு மட்டுத்தான். கொசுக்களைக் கேட்க முடிவதுபோல் மூட்டையையோ பேனையோ நம்மால் கேட்க முடிவதில்லை. மனித உடல் சார்ந்த உணவிற்காக மூட்டையும், கொசுவும் இருள் சூழ்ந்து வரப் பொதுவாகக் காத்துக்கொண்டிருக்கும் போது, உணவுக்கும் காலத்திற்கும் தொடர்பு இல்லையென்ற முடிவில்

பேன்கள் வாழ்ந்து வருகின்றன. இது போல் ஆயிரம் வித்தியாசங்கள் இருக்கலாம். பூச்சியியல் அறிஞர்கள் எவ்வளவோ சொல்வார்கள். இப்போதைக்கு நான் அழுத்தம் தந்து பார்ப்பது இம்மூன்றும் முக்கிய மாக மனித ரத்தத்தை உறிஞ்சி உயிர் வாழ்பவை என்பதைத்தான்.

சிறு வயதிலிருந்தே பேன், கொசு, மூட்டை இவற்றின் மீது எனக்கு ஒரு அனுதாபம் – அனுதாபம் அல்ல, அக்கறை – இருந்து வந்திருக் கிறது. கொசு என் முழங்கையைக் கடித்துக்கொண்டிருக்கும் போதே அதன் அழகான கண்ணாடி உடலையும் ஊசி போடலையும் கூர்ந்து கவனிப்பேன். என் தந்தை வேலை மாற்றம் காரணமாக ஊர் ஊராகச் சென்று கொண்டிருந்ததால் என்னை என் தாத்தா வீட்டில் தற்காலிகமாகப் போட்டு வைத்திருந்தார். தாத்தாவுடனான உறவில் சதா மனதில் மகிழ்ச்சி கொப்புளித்துக் கொண்டிருந்தது. அவர் என்னைத் தன் கௌரவம் மிகுந்த உதவியாளராக வைத்துக் கொண்டிருந்தது எனக்குப் பிடித்திருந்தது.

ஒரு நாள், நானும் தாத்தாவும் நார்க் கட்டிலில் படுத்துக்கொண் டிருக்கும் போது அவர் ஆவேசமாக இடது முழங்கையை ஊன்றிப் பாதி எழுந்திருந்து, அந்தர நிலையிலேயே, தன் வலது கையைக் கழுத்துப் புறமாக விட்டு முதுகைப் படீர் படீரென்று அடித்துக்கொண் டார். 'நாளைக்கே இந்த மூட்டை சனியன்களை ஒழிச்சுக் கட்டறேன், பாரு' என்றார். அப்போது நான் குட்டிப் பயல். தாத்தாவின் தோளிலிருந்து கால் முட்டு வரையிலும்தான் நீளம். அதுவே அதிகமாக, என்னவோபோல் தோன்றும். கொஞ்சம் நேரமாகவே புறச் சக்தி ஒன்று தாத்தாவை இம்சிப்பதைக் கவனித்துக்கொண்டு தான் இருந்தேன். ஆனால் நிர்மூலப்படுத்த வேண்டிய சக்தி அது என்று நினைக்கவே இல்லை. அவர் முழுசாக உட்கார்ந்து, இரு கைகளையும் முதுகின் பக்கவாட்டின் வழி பின்னால் கொண்டு போய், முரட்டுத்தனமாகச் சொறிந்து கொண்டார். துண்டைத் தன் பார்வை மட்டத்திற்குத் தூக்கி, முறுக்கி, முதுகுக்குப் பின் குறுக்காக வீசிப் பிடித்துக் கறகறவென்று மேலே இருந்து கீழே வரை இழுத்தார். கட்டிலின் ஓரங்களைப் பார்த்தார். மீண்டும், 'சனியன்' என்றார். 'கண்ணுக்குப் படறதில்லே, கடிக்கறதிலும் குறைவில்லே' என்றார். அந்த வாக்கியம் என் மனதைக் கவ்விக் கொண்டு விட்டது. தாத்தா சொன்னதை ஆசையாகத் திரும்பத் திரும்ப அரற்றிக்கொண்டே இருந்தேன். அதுவே மூட்டையைப் பற்றிய என் முதல் அறிமுகமாக அமைந்தது.

மறுநாள் தாத்தா பெரிய பித்தளைப் பானையில் வெந்நீர் காய்ச்சும்போது, கூட நானும் இருந்தேன். அவருடைய சாதனையை என்னிடம் நிரூபித்துக்காட்ட அவர் விரும்புவது தெரிந்தது. அடுப்பு, ஜுவாலை வீசி அட்டகாசமாகச் சிரித்துக்கொண்டிருந்தது. நான் குனிந்து அடுப்புக்குள் சிரட்டைகளை வீசி எறிந்துகொண்டிருந்தேன். சிரட்டைகள் ஓரங்களில் தீப் பற்றிச் சீறிச் சுழன்றன. தண்ணீர் கும் கும்மென்று கொதித்துக் கொண்டிருந்தது. சிரட்டை அகப்பையால்

தாத்தா வெந்நீரை எடுத்து நார்க்கட்டிலின் ஓரத்தில் விட்டுக் கொண்டிருந்தார். உயிரோடு வேகும் மூட்டைகளின் வாடை காற்றில் பரவத் தொடங்கிற்று. தாத்தா ஏகத்தளமாகச் சிரித்துக் கொண்டார். அன்று எனக்கு மூட்டைகள் வேகும் மணத்தை நுகரக் கிடைத்தது. அப்போதும் நான் அவற்றைப் பார்த்திருக்கவில்லை.

பேன் பற்றி முதலில் தெரிந்துகொண்டது என் சித்தி வீட்டில்தான். சித்தியின் மகள் தலையைத் திடீரென்று பறண்டத் தொடங்கினால் அவளுக்குச் சன்னதம் வந்துவிட்டது போல் இருக்கும். உடல் முழுக்கக் குலுங்கும். யந்திர வேகம் கொள்ளும் கைகளை நிறுத்த முடியாமல் தவிப்பாள். எனக்குப் பார்க்கப் பயமாகக் கூட இருக்கும். 'போதும், அக்கா' என்று கெஞ்சுவேன். அப்போதைய அவளுடைய பயங்கர முகச்சுளிப்பு அப்படியே உறைந்து போய்விடுமோ என்று ஒரே பதைப்பாக இருக்கும்.

ஒரு நாள் சித்தி அக்காவை நீசத்தனமாக அடித்தாள். தொய்வான, முன் வளைவு கொண்ட ஈர்க்குச்சியின் சுளீர்சுளீர்களில் அக்கா துடித்துப் போனாள். அடி ஒரு மட்டோடு நிற்க வேண்டும் என்பதற் காகச் சற்றுக் கூடுதலாகக் குரலெடுத்து அலறினாள். முகம் வெட்டி வெட்டிக் கோணிக்கொண்டிருந்தது. நான் முன் வாசலுக்கு ஓடிவிட் டேன். விசும்பல் வெகு நேரம் கேட்டுக்கொண்டிருந்தது. சிறிது நேரம் கழித்து நான் உள்ளே வந்ததும், சித்தி தன் மடியில் அக்காவை அமுக்கிப்போட்டு பேன் பார்க்கத் தொடங்கி இருந்தாள். அக்கா சித்தியின் மடியில் தன் உடலை அலங்கோலமாகப் பரப்பிக்கொண்டு கிடந்தாள். தலைமயிர் புஸ்புஸ்ஸென்று முதுகில் இடமில்லாமல் தரையெங்கும் பரவிக் கிடந்தது.

முடியை விரல்களால் அகற்றிப் பிடித்துப் பேனைக் கிள்ளி வெளியே எடுக்கும்போது, சித்திக்கு அக்காவின் பேரில் இருக்கும் பிரியம் என் மனதிற்குள் பாய்ந்து கொண்டிருந்தது. பேன் தீர்ந்து போய் விடக் கூடாதே என்று வேண்டிக் கொண்டிருந்தேன். சித்தி, பேனை ஒருகை கட்டை விரல் நகத்தில் வைத்து மறுகை கட்டை விரலால் அழுத்தி, ஒவ்வொரு முறையும் கீழுதடு விரிந்து இறுக, வெகு லாவகமாகக் கொன்று கொண்டிருந்தாள். அப்போது அவள் முகம் ஆனந்த மயமாக இருந்தது. அந்தக் கொலையில் ஒரு சிறிய பங்கைச் சித்தி எனக்கும் தரலாமே என்று ஏங்கியபடி இருந்தேன். சித்தியோ எல்லாம் தனக்கு மட்டும்தான் சொந்தம் என்ற தோரணை யில் முகத்தை வைத்துக்கொண்டிருந்தாள். அவளுடைய பெண்ணின் பேன்கள்தானே அவை. இருந்தும் வெட்கம் இல்லாமல் வாய்விட்டுக் கேட்டேன். எனக்கும் சொடக்கு அழகாக வரும் என்று தோன்றியது. 'கை மாறும் நேரத்தில் மறஞ்சுடும், அதன் பின் ஆம்படவே ஆம்படாது' என்றாள் சித்தி. சில பூச்சிகளைக் கொன்றால் சொடக்குச் சத்தம் கேட்கும் என்றும், தான் அவ்வாறு லட்சக்கணக்கில் சொடக்குச் சத்தத்தை எழுப்பியுள்ளதாகவும் என் நண்பன் ஒருவன் என்னிடம் மார்தட்டியிருந்தான். ஒவ்வொரு சொடக்குக் கேட்கும் போதும்

மன ஊஞ்சல் மேலே மரக் கிளையில் உரசப் போகுமாம். ஒரே ஒரு சொடக்குக்கூட எனக்குக் கிடைத்ததில்லை.

பூச்சிகளின் பெரிய விரோதி என்று அப்பாவைச் சொல்லலாம். இளம் வயதிலிருந்து அவர் உயரத்திற்கு நான் நிமிர்வது வரையிலும் பதினைந்து நாட்களுக்கு ஒரு முறை மொட்டை போட வேண்டும் என்பார். 'மிஷன் மொட்டை போரும் அப்பா, கத்தி மொட்டை வேண்டாம்' என்று சிறு வயதில் கதறுவேன். காதில் வாங்கிக் கொண்டது கிடையாது. பளபளப்பு மொட்டை தவிர வேறு எதையும் ஏற்றுக் கொள்ளவே மாட்டார். அதற்கு மேல் நான் குளித்துவிட்டு வரும்போது அம்மாவிடம், 'கொஞ்சம் எண்ணெய் தடவி விடு' என்று சொல்வது படு க்ரூரமாக இருக்கும். காணாதாம் பளபளப்பு. என்னைப் பார்த்துப் பார்த்து ரசிப்பார். நல்ல 'ஷைனிங்' என்பார். நெஞ்சை நிமிர்த்தியபடி, 'ஒரு பேன் வருமா இனிமேல்' என்று கொக்கரிப்பார். கொசு, மூட்டை, பேன் மூன்றுமே சிறிது தலை மறைவு வாழ்க்கையில் நம்பிக்கை கொண்டவை. இக்கினியூண்டு வயிற்றை ரொப்பிக்கொள்ள என்னென்ன கோலங்கள் அவை போட வேண்டி இருக்கின்றன! அதற்காக இப்படியா அவற்றைப் பழி வாங்குவது?

பின்னால் என் நீண்ட வாழ்நாளில், தாய் மகளுக்கும், அக்கா தங்கைக்கும், மதனி நாத்தனாருக்கும் பேன் பிடுங்குவதைப் பார்க்கும் பாக்கியம் எனக்கு எவ்வளவோ கிடைத்திருக்கிறது. மாமியார் மருமகளுக்கும், மருமகள் மாமியாருக்கும் பேன் பார்ப்பதைப் பார்க்கக் கிடைத்திருந்தால் இன்னும் நன்றாக இருந்திருக்கும். வேலைக்காரி யஜமானிக்குப் பார்ப்பதை ஒரு முறை பார்க்கக் கிடைத்தது. மாற்றிப் பார்க்கக் கிடைத்தது இல்லை. உயர்ஜாதி அம்மையாருக்கு உயர்ஜாதி அல்லாத பெண் பேன் பார்ப்பதைப் பாத்திருக்கிறேன். மாற்றிப் பார்க்கக் கிடைத்தது இல்லை. சுவர்கள் தாண்டி நேசம் வழியக் கூடாது என்பதில்லை. மதம் தாண்டிப்பேன் பார்க்கப்படும் பழக்கம் இன்றுகூட எங்காவது ஓரிரு கிராமங்களில் இருக்கலாம். எனக்குப் பார்க்கக் கிடைத்தது இல்லை. ஆண்கள் ஆண்களுக்கோ, ஆண்கள் பெண்களுக்கோ, பெண்கள் ஆண்களுக்கோ பார்ப்பதை நான் பார்த்ததில்லை. பார்த்ததில்லை என்றுதான் சொல்கிறேனே தவிர, இல்லை என்று சொல்லவில்லை. பார்க்காதது, இல்லாதது என்று கருத நான் ஒன்றும் முட்டாள் இல்லை.

இனி பேன் பார்ப்பதன் அழகியல் பற்றி: இந்தியப் பெண்கள், அதிலும் முக்கியமாக நம் தமிழ்ப் பெண்கள், பேன் பார்ப்பது போன்ற அழகான காட்சியைக் காணக் கிடைப்பது அரிது என்பேன். மனித நேயம் வடித்தெடுக்கும் அந்த அழகியலில் கிறங்கி, பொழுது உறைய நிற்பேன். என் தாய்மொழித் திரைப்படங்கள் எவற்றிலும் இந்த அரிய காட்சியைக் கண்ட நினைவில்லை. ஓவியர்கள் இவ்வழகிய காட்சியில் மனம் பறிகொடுத்திருக்கிறார்களா? மனம்

பறிகொடுத்து, ஓவியங்களைத் தீட்டியிருக்கிறார்களா? ஆதிமூலத்தையோ, அச்சுதனையோ, ட்ராட்ஸ்கியையோ, இல்லை வேறு எந்த ஓவியரையோ குறை சொல்ல விரும்பவில்லை. நான் பார்த்ததில்லை என்கிறேன். அவ்வளவுதான்.

என் வாசகர்களே, சற்றே கவனியுங்கள். கொலம்பியா பூச்சியியல் பேராசிரியர், டாக்டர் ராபர்ட் ஈ. ஸிப்கின் பூச்சிகளை மனிதர்கள் தம் ஜென்மப் பகைகளாகக் கருதும் பார்வை அறிவீனம் சார்ந்தது என்ற முடிவுக்கு வந்திருக்கிறார். வெறும் தத்துப் பித்து அல்ல இது. சுப்பன் சொன்னான், அதையே சுப்பியும் சொன்னாள் என்பதல்ல இது. ஒன்பது ஆண்டுகள் மேற்கொண்ட கடும் ஆராய்ச்சியின் விளைவு. 'பி.பி.சி உலகச் செய்தி'யில் தெளிவாகச் சொன்னார் அவர். ஆக இப்போது நம் நிலை என்ன? இதுதான் கேள்வி. நாம் மறுபரிசீலனை செய்யப் போகிறோமா அல்லது சொன்னதையே சொல்லிக் கொண்டு இருக்கப் போகிறோமா?

அப்பா புது அடுக்கு மாடி வீடு கட்டிக் கொண்டு குடியேறிய காலம். 713 சதுர அடி. பின் பக்கம் ஆட்டோ அளவு ஒரு பால்கனி கிடைத்துவிட்டிருந்தது. முதல் நாளே தன்னுடைய இடமாக அதை ஸ்தாபிக்க அப்பா முயற்சித்தார். மந்தமான வெயில் இருந்த நாள். அம்மா, 'வெயில், வெயில்' என்று சொல்லிக்கொண்டிருந்தாள். 'நிழல் இருக்கு' என்றார் அப்பா. தொலைவில் ஒரு வேம்பு நின்று கொண்டிருந்தது. பெண் வேம்பு என்றால் ருது ஆகாதது. அவ்வளவு குட்டி. அது தன் கிளையை நீட்டி இவர் பக்கம் வரும் என்று தோன்றவே இல்லை.

மாலை இருள் சூழ்ந்து வந்துகொண்டிருந்தது. அப்பா திடீரென்று தனது வலது கையால் தனது இடது கையை அடித்துக் கொண்டார். அதன் பின் இடது கையால் வலது கையை அடித்துக்கொண்டார். 'என்ன, என்ன?' என்று கேட்டாள் அம்மா. 'கொசு' என்றார் அப்பா. 'மணியைப் பாரு' என்று கத்தினார். அவர் குரலில் அவசரம் தெரிந்தது. அம்மா '6.50' என்று சொன்னாள். அப்பா எழுந்திருந்து உள்ளே வந்தார். பேனாவுக்கு மை ஊற்ற வேண்டும் என்று சொல்லிக்கொண்டார்.

அம்மா போய் பால்கனியில் உட்கார்ந்தாள். ஒரு நிமிஷம்கூட அவளால் இருக்க முடியவில்லை. ஒரு பாதத்தால் மற்றொரு பாதத்தைத் தேய்த்துக்கொண்டே உள்ளே வந்தாள். 'உன் அப்பாவைவிட என்னைத் தான் கொசுவுக்குப் பிடிக்கும். எப்பவுமே அப்படித்தான்' என்றாள். கொசு பாரபட்சம் இல்லாமல் கொஞ்சக் கூடியது அல்ல என்பதில் பூச்சியியல் அறிஞர்களிடையே கருத்து வேற்றுமை இல்லை. சில ஜென்மங்களைக் கொசுக்கள் ஏறெடுத்தும் பார்ப்பது இல்லை. என் நண்பர் ஒருவன் கேட்டான், 'கொசு கடிக்க நான் என்ன செய்யணும், ராமசாமி?' என்று. 'பிடுங்கறதே, கடவுளே, நான் என்ன செய்யப் போறேன்' என்றாள் அம்மா.

நாங்கள் பல ஊர்களுக்குரிய கொசுக் கடிகளைப் பார்த்தவர்களாக இருந்தோம். ஊருக்கு ஊர் சொறிச்சலும் தடிப்பும்கூட வெவ்வேறு மாதிரித்தான். வெயில், மழை, பனி எல்லாக் காலங்களிலும் தழைக்கும் கொசுக்களைப் பற்றி அனுபவ ரீதியாக எங்களுக்குத் தெரியும். கொதிக்கும் வெந்நீரிலும் கொடிய பனியிலும் சம்சாரம் நடத்தும் பூச்சிகள் இருக்கின்றன என்கின்றனர் பூச்சியியல் அறிஞர்கள். ஜுவாலைகளில் கூட உயிர்ராசிகள் வாழ்ந்து கொண்டிருக்குமாம். இருப்பினும் எழுபது அடி உயரத்திற்கு மேல் கொசுக்களால் பறக்க இயலாது எனத் தொன்று தொட்டு வந்து கொண்டிருக்கும் தியரியை நம்பித்தான், நாங்கள் பழைய அடுக்கு மாடியை விற்று விட்டு, மிகப்பெரிய நகரத்தில் புதிய அடுக்கு மாடியைத் தேடிச் சென்ற போது, 'லிப்ட் இல்லைன்னாலும் வேண்டாம், எட்டாவது மாடியே போதும்' என்று அம்மா சொன்னாள். குடிபோன அன்று மாலையே, 'கொசு ஏமாற்றிவிட்டதே' என்று அழும் குரலில் அம்மா பிரலாபித்தாள். நான் பால்கனிக்குப் போய்ப் பார்க்கவில்லை. என்னைக் கொசு கடித்தால் அந்த இடம் நீண்ட காலத்திற்குச் சொறிந்துகொண்டே இருக்கும். சிவந்து தடிக்கும். பார்ப்பவர்கள் கேட்டுக்கொண்டே இருப்பார்கள். கடித்த கொசு அதற்குள் ஒரு சில லட்சங்கள் முட்டை போட்டு, குஞ்சு பொரித்து, தம் சந்ததிகளை அலாஸ்காவிலிருந்து நியுஜிலந்து வரையிலும் பரப்பியிருக்கும். அப்போதும் நான் சொறிந்து கொண்டிருப்பேன்.

மறுநாள் அப்பா பால்கனியில் உட்கார்ந்து கொண்டிருந்தபோது முதல் கொசு அவரைக் கடித்ததுமே, 'மணி என்ன?' என்று கேட்டார். '6.50' என்றாள் அம்மா. 'சரிதானே, சரிதானே' என்று கத்தினார் அப்பா. அவருடைய முடிவுக்குத் தடையம் கிடைத்துவிட்டது. நானும் அம்மாவும் உள்ளூரச் சிரித்துக் கொண்டோம். சிரித்துக் கொண்டோமே தவிர 6.50 க்கு முதல் கொசு வரும் தரவை எங்களால் மறுக்க முடியவில்லை.

கிட்டத்தட்ட அரை நூற்றாண்டுக்குப் பின் கொலம்பியா பூச்சியியல் பேராசிரியர், 'பி.பி.சி'யில் கீழ்க்கண்டவாறு சொல்கிறார்:

'பூச்சிகளுக்கு நேரம் காலம் பற்றிய உள்ளுணர்வு அதிகம். காலத்தைப் பற்றி மனிதர்களைவிட நுட்பம் கொண்டவை அவை. அது பற்றி மேலும் ஆராய்ந்தால் காலம் சார்ந்து நவீன மனிதன் எழுப்பும் ஒரு சில கேள்விகளுக்கேனும் விடை கிடைக்கச் சாத்தியம் உண்டு.'

என் தந்தையார் இப்போது இல்லாமல் போய்விட்டாரே.

அப்பா ஒரு நாள் அலுவலகத்தில் இருந்து வரும்போது அழகான ஒரு சிறிய தகர டப்பாவுடனும் பீச்சாங்குழலுடனும் வந்தார். டப்பாவிலிருந்து குழலில் எண்ணெயை ஊற்றும்போது நான் அருகில் முட்டுக்குத்தி உட்கார்ந்து ஆசையுடன் பார்த்துக்கொண்டிருந்தேன்.

அம்மாவும் அப்பாவின் புட்டியில் தன் முழங்கால் உரசுவதுபோல் நின்று முன்னால் கழுத்தை நீட்டிப் பார்த்துக்கொண்டிருந்தாள். பீச்சாங் குழலை மேஜை மீது வைத்துவிட்டு, 'மணி 6.50 ஆகட்டும்' என்று சொன்னார் அப்பா. முதல் கொசு உள்ளே நுழைந்ததும் அப்பா குழலைக் கையில் எடுத்துக்கொண்டார். நான் பார்த்திருந்த ஆங்கிலப்படத்தில் கதாநாயகன் துப்பாக்கியின் விசைக்குள் விரலை நுழைப்பதுதான் நினைவுக்கு வந்தது.

அப்பா வேகமாகப் பீச்சாங்குழலைப் பீச்சத் தொடங்கினார். அம்மா, 'இங்கெ ஒண்ணு இருக்கு, அங்கெ ஒண்ணு இருக்கு' என்று கத்தியபடி வீட்டிற்குள் அலை பாய்ந்து கொண்டிருந்தாள். அப்பாவின் ஆவேசம் கூடிக்கொண்டே வந்தது. பெரிய ராட்சசர்களை ஒற்றைக்கு ஒற்றையாக நின்று விழத்தட்டுவதுபோல் சுழன்று சுழன்று வந்தார். சுட்டுத் தள்ளுவது ஒரு முடிவுக்கு வந்ததும் அப்பா டார்ச் லைட் அடித்துப் பார்த்தார். தரையிலெங்கும் கொசுக்களின் பிணங்கள். 'ஏமாத்து இல்லை, நல்ல மருந்துதான்' என்று சொல்லிக்கொண்டார். அம்மா பெருக்கத் தொடங்கினாள். 'ஆழாக்கு இருக்கும்' என்றாள். அப்பா காகிதத்தில் கொசுக்களின் சடலங்களைச் சிறு பொட்டலமாகக் கட்டி வெளியே கொண்டு போனார். கடற்கரை மண்ணில் புதைத்துவிட்டு வந்ததாகச் சொன்னார். 'எரித்திருக்கலாமே' என்றாள் அம்மா.

புதிய வீட்டை விற்று விட்டு நாங்கள் கிராமத்திற்குப் போனோம். மீண்டும் புதிய நகரமொன்றுக்குச் சென்றோம். எங்கள் கிராமத்திலிருந்து ஆயிரம் இரண்டாயிரம் மைல் தொலைவுகளில் ஏழு மொழிகள் வழியாகச் சுற்றியலைந்தோம். சில பிராந்தியங்களில் கொசு வரும் நேரம் 7.17 ஆக இருந்தது. சிலவற்றில் 7.53. அப்பா மனம் சோராமல் டயரியில் அன்றாடம் குறித்துக் கொண்டு வந்தார். 'என் தாய் நாட்டில் சமய நிஷ்டை கொண்டவை கொசுக்கள் மட்டும்தான்' என்பார். பிந்தி வரும் கொசுக்கள் பொதுவாகத் தோற்றத்தில் சற்றுச் சிறியவையாக இருந்தன. சன்னமான குரலில் கீழ் ஸ்தாயியில் பாடின. நாசூக்காக ஊசி போட்டன. இரவு 12 க்கு மேல் காணாமல் போய்விடக் கூடியவையாக இருந்தன. அதற்குள் அந்தப் பிராந்தியத்திலுள்ள கொசுக்கள் ஒவ்வொன்றுக்குமே ஒவ்வொரு சொட்டு ரத்தம் கிடைத்துவிட்டிருக்கும் என்று என் அப்பா சொல்வார். ஒரு நேரத்தில் ஒரு சொட்டுக்குமேல் அவற்றுக்குத் தேவையில்லை என்பார். உணவை வீணாக்கும் குணம் அவற்றிற்குக் கிடையாதாம்.

ஒரு காலன் எத்தனை சொட்டுக்கள் கொண்டது? இதை எப்படியோ அப்பா கணக்குப் போட்டு வைத்திருந்தார். எங்கள் பிராந்தியத்தில் இருந்த வீடுகளின் எண்ணிக்கை, ரத்தச் சோகையினர் நீங்கலாகக் குடியிருப்போரின் எண்ணிக்கை, இவற்றை வைத்து ஒரு இரவில் எல்லோருமாகச் சேர்ந்து கொசுக்களுக்குத் தாரை வார்க்கும் ரத்தம், ஊர் பொது நீர்த்தொட்டியின் கொள்ளளவை

விட சற்று அதிகம் என்றார். இது போன்ற ஒரு கணக்கை எனக்குத் தெரிந்து அவர் மட்டுமே போட்டிருக்கிறார்.

வேடிக்கைதான். மூட்டைகளின் இம்சைக்கு நாங்கள் ஆளானதே இல்லை. எவ்வளவோ மேடு பள்ளங்கள் இருந்துங்கூட, சந்தடி சாக்கு என்று மூட்டைகள் எங்கள் வாழ்க்கையில் நுழைந்தது இல்லை. வீட்டை, தான் பராமரிக்கும் அழகைப் பற்றிச் சொல்லும்போது அம்மா, 'எங்க ராஜ்ஜியத்திலே ஒரே ஒரு மூட்டையைக் காட்டுங்க பாக்கலாம்' என்று சவால் விடுவாள். அது உண்மைதான். கொசு, மூட்டை, பேன் ஆகியவற்றின் இடையே நிலவி வந்த மரபு சார்ந்த ஒரு புரிதலின் அடிப்படையில் எங்கள் வீட்டைக் கொசுக்களுக்கு விட்டுத் தந்துவிட்டு, மீதம் இரண்டும் நாகரிகமாக ஒதுங்கிக்கொண் டிருக்குமோ என்று நான் சந்தேகப்பட்டேன். அப்படி என்றால் கொசு, மூட்டை, பேன் மூன்றும் ஒன்றின் இருப்பை மற்றொன்று அறிந்தவையா? மரபை மதிப்பவையா? உணவு சார்ந்த மோதலுக்கு அன்றே விடை கண்டவையா?

இப்போது நீண்ட வருடங்களுக்குப் பின் இவ்வாறு சொல்லுகிறார் பேராசிரியர்: கொசு, மூட்டை, பேன் மூன்றும் ஒன்றின் இருப்பை மற்றொன்று அறியும். அவற்றுள் எழுதப்படாத ஒப்பந்தங்கள் நிலவி வருகின்றன என்பது உறுதி. அவற்றை மதித்து அவை வாழ்ந்து வருகின்றன. அவை தங்களுக்குள் உலகைப் பகிர்ந்துகொண்டிருக்கும் விதம், கருணையையும் விவேகத்தையும் வெளிப்படுத்தக் கூடியது.

இதற்கு மேலும் நாம் அவற்றிடம் எதிர்பார்க்கும் நுண்ணுர்வுதான் என்ன என்று கேள்வி எழுப்புகிறார் பேராசிரியர்.

பேராசிரியரின் சொற்கள் எனக்கு ஆறுதலைத் தந்தன. அன்பும் கருணையும் இல்லாது போனதால்தானே அடித்துக் கொண்டு சாகிறோம். மனிதர்களைக் கூறு கட்டி, எல்லைகள் வகுத்து, தமக்குள் பங்கு போட்டு வாழ்ந்துகொண்டிருப்பது எவ்வளவு பெரிய நாகரிகம்? பகுத்துண்டு வாழும் பண்புக்கு அழிவுண்டா? ஆனால் பேன்களை ஒரு விவேகமான ஒப்பந்தத்துக்குள் கொண்டு வருவது ஆரம்ப காலத்தில் இருந்தே சிரமமாக இருந்திருக்கிறது என்று பேராசிரியர் சொல்வதுதான் கவலை தரக்கூடியதாக இருக்கிறது. அவை உணவின் மீதே குடியிருந்து வரும் இனம் அல்லவா? ஒப்பந்தத்தை ஏற்று தங்களை எதற்கு இறக்கிக்கொள்ள வேண்டும் என்று அவை யோசித் திருக்கின்றன. 'நாம் எல்லோரும் ஒரு இனம்' என்றுதான் அவையும் முழங்கி வந்தன. முரண்பட்டு அவை வெளிப்பாடு கொண்டதாக வரலாறு இல்லை. கோட்பாடு சார்ந்து அவை தெளிவாக இருந்திருக் கின்றன என்பதுதானே இதற்குப் பொருள்? ஆனால் நடைமுறை என்று வரும் போது, 'எப்படி இருந்தாலும் நாங்கள் ... எங்கள் வம்சம் ... எங்கள் மூதாதையார் ...' என்று அவற்றால் முணுமுணுக் காமல் இருக்க முடியவில்லை. அது சற்று வலுவான, பிடிவாதமான, நூற்றாண்டுகள் நீடித்திருந்த முணுமுணுப்பாக இருந்தது பூச்சிகளின்

வரலாற்றையே சற்றுக் குலைத்து விட்டதாம். இக்கால கட்டத்தைத் தான், 'முரண்களின் காலம்' என்று வருணிக்கிறார் பேராசிரியர்.

கொசு, மூட்டை, பேன் போன்ற ஜீவராசிகளை மனிதன் தன் விரோதியாகக் கண்டு அழித்துக்கொண்டு வருகிறான் என்றாலும் அவற்றை முற்றாக நிர்மூலம் செய்வது சாத்தியமல்ல என்பது கொலம்பியாப் பேராசிரியரின் திடமான முடிவு. ரத்தவோட்டம் கொண்டவன் மனிதன் என்ற பொது வரையறையை ஒட்டி ஒழுகி, சர்வதேசப் பார்வையுடன் வாழும் ஜீவராசிகளை அழிப்பது சுலபமல்ல என்பது அவர் கருத்து. இதே நாகரிகத்தை மனிதனும் ஒரு நாள் சென்றடைவான் என்று அவர் உறுதி கூறுவது என்னைப் புல்லரிக்க வைக்கிறது. சிருஷ்டியின் முதல் காட்சியை ஆராய்ந்திருக்கும் பேராசிரியர், ஆதாம் தன்னைப் போல் ஏவாளைக் கருதவில்லை என்கிறார். ஏவாளும் தன் பங்கிற்குக் குறைந்தவள் இல்லை என்பது அவர் முடிவு.

ரத்த உணவாளிகளை ('ரத்த உறிஞ்சிகள்' என்ற சொல்லை ஏற்கும் மனித அகராதியைப் பேராசிரியர் ஏற்றுக்கொள்ளவில்லை) முன்னேறியுள்ள சமூகங்கள் துரித நடவடிக்கைகளில் ஒடுக்கும் போது அவை மூன்றாம் உலக நாடுகளைத் தேடிக்கொண்டு போகின்றன. நடை வண்டி, மாட்டு வண்டி, கை ரிக்ஷா, சைக்கிள், ஆட்டோ, கார், பஸ், ரயில், கப்பல், விமானம் போன்ற எல்லா வாகனங்களிலும் ரத்த உணவாளிகள் உலகெங்கும் பயணம் மேற்கொண்டு வருகின்றன. உணவுடன் யாத்திரை என்ற அளவில் அவை சிறந்த வாகனமாகக் கருதுவது மனிதர்களையே. ஆதிகாலத்திலேயே அவை குடிபுகுந்து, வம்ச விருத்தி செய்து, சம்சாரம் நடத்திய நாடுகளில் சிலவற்றைத்தான் ஏ.கே. செட்டியார் சென்ற நூற்றாண்டில் ஒரு முறை சுற்றிவிட்டு வந்து, 'உலகம் சுற்றிய தமிழர்' என்ற பெயர் வாங்கிக் கொள்கிறார்.

வரலாறு இப்படி இருக்க இன்று மூன்றாம் உலக நாடுகளும் வளர்ந்த நாடுகளைப் போலவே பூச்சிகளைப் பொதுவாகவும், கொசு, மூட்டை, பேன் ஆகிய ஜீவராசிகளைக் குறிப்பாகவும் அழிக்க முற்படுகின்றன.

நிலைமை இன்று எவ்வளவு மோசமாக இருந்தாலும் சரி, வசைகள், குழிபறித்தல்கள், முதுகு குத்தல்கள், கரி பூசல்கள், குதர்க்கங்கள், விழத்தட்டல்கள், விவாதங்கள், மதிப்பீடுகள் ஆகியவற்றின் காலங் களைத் தாண்டித் தன் ஆராய்ச்சியின் முடிவுகள் உலகெங்கும் பரவி நிலைகொள்ளும் என்றும், அன்று மனிதர்களுக்கும் பூச்சிகளுக்குமான உறவில் பெரும் மாற்றம் நிகழ்வது உறுதி என்றும் கூறுகிறார் கொலம்பியா அறிஞர். மறைந்து வரும் ஜீவராசிகளுக்குரிய கௌரவத் தையும் பேணலையும் அன்று கொசு, மூட்டை, பேன் போன்ற பூச்சிகளும் பெற்று விட்டிருக்குமாம். அக்காலங்களில் அவ்வினங் கள், புலி, சிங்கவால் குரங்கு ஆகியவையற்றுக்கு மேலானவை யாகக் கருதப்படும். அவற்றின் புனருத்தாரணத்திற்காக அரசாங்கம்

அதன் நிதியாதாரங்களில் பெரும் தொகையை ஒதுக்கும். பேனின் குடியேற்றம் கொண்ட தலைகள் சிறந்த தலைகளாகக் கருதப்பட்டு, நார்க்கட்டிலில் வெந்நீர் ஊற்றுகிறவர்கள் கைது செய்யப்படலாம். அந்த நாட்களில் என் அப்பா போன்றவர்கள் கம்பி எண்ணிக் கொண்டிருப்பார்கள். அன்று கொசு வத்திகள் தடை செய்யப்பட்டு, கொசுவலை தயாரிப்புக்கான உரிமங்கள் ரத்து செய்யப்பட்டிருக்கும். கொசு, மூட்டை, பேன் போன்றவற்றிற்கு அரசு தபால் தலைகள் வெளியிடும். குடியரசுத் தலைவர் பகிரங்க முத்தம் தந்து அவற்றை வெளியிடுவார்.

கொலம்பியாப் பேராசிரியரின் பேட்டியில் என் மனதைப் பாதித்த இடம் அவர் ரத்த உணவாளிகளுக்குள்ளும் இந்நூற்றாண்டின் தொடக்க காலத்தை ஒட்டியே உருவாகக்கூடும் என அவர் கருதும் பெரும் போர் பற்றிய விவரிப்பு ஆகும். தனது ஆராய்ச்சி முடிவுகள் பரவுவதற்கு முன்னரே இவ்வாறு நிகழ சாத்தியம் இருப்பது, நியாய மாகவே, பெரும் வருத்தத்தைத் தருகிறது அவருக்கு. வளர்ந்து வரும் நாடுகளிலும், மூன்றாம் உலக நாடுகளிலும் ஏக காலத்தில் அழிக்கப் படுகிறோம் என்ற வரலாற்று உண்மையை அவை அறிய நேரும் போது, துரதிருஷ்டம் என்றுதான் கூற வேண்டும், அவற்றுள் இருப்புச் சார்ந்து பெரும் நெருக்கடிகள் ஏற்படுகின்றன. மனித உறவு என்பதே தங்களுக்கு இல்லாது போய் விடுமோ என்று அவை கவலை கொள் கின்றன. அருகி வரும் மனித ரத்தத்தைப் பற்றி அவை கூடி விவாதிக்கின்றன. ரத்த வங்கிகளைக் கைப்பற்ற அவை முனைகின்றன. மனித மனத்தில் தாங்கள் இவ்வளவு பெரிய அச்சத்தை உருவாக்கு வோம் என்று அவை கனவிலும் கருதியது இல்லை. இதைப் பூச்சிகளின் வரலாற்றில், 'இருப்பின் மறுப்பு' என்று கூறுகிறார் பேராசிரியர்.

நாம் இங்கு பேசிவரும் மூன்று ஜீவராசிகளுக்குள்ளும் சண்டை மூண்ட போது, முதலில் குடியேறிய ரத்த உணவாளிகள், குடியேற வரும் புதிய ரத்த உணவாளிகளை ஈவிரக்கமில்லாமல் கொன்று குவித்திருக்கின்றன. போர் என்பதே உடல், உடல் என்று நாம் சொல்லி வருபவற்றைச் சடலங்களாக மாற்றுவதுதானே. வானத்தை நோக்கி நிற்பவற்றை –அவை எவையென்றாலும் சரி – நெடுஞ்சாண் கிடையாக மாற்றுவது தானே. முழுசாக இருக்கும் உடம்புகளின் உறுப்புகளை இயன்றளவு குறைப்பதுதானே. இந்தக் காலத்தில் பூச்சிகள் மனிதர்களைப் போலவே நடந்து கொள்ளவிருப்பது வருத்தத்தைத் தருகிறது என்கிறார் பேராசிரியர்.

மரபு சார்ந்த ஒற்றுமை அவற்றுள் நீடித்திருந்தால் அவை எல்லாமே ரத்த உணவுக்குப் பெரிய தட்டுப்பாடு இல்லாமல் வாழ்ந்திருக்க முடியும் என்பது பேராசிரியரின் கணிப்பு. தொற்று நோய்களும், வறுமையும், குடிசைகளும், அழுக்குப் பாய்களும், அழுக்குத் துணிகளும், பறட்டைத் தலைகளும், சோகை பீடித்த ஜென்மங்களும் இருந்து கொண்டுதான் இருக்கும். உலகில் ஏதாவது ஒரு பகுதியில் பஞ்சம் தாண்டவ மாடி நிற்கும். மனித ஜீவன்கள் எலும்பு உருவங்களாக,

மருத்துவ மாணவர்களுக்கு நேரடியாகப் பயன்படும்படி வாழ்ந்து கொண்டுதான் இருப்பார்கள். திடகாத்திரமானவர்களை அழிப்பதை விடவும் கஷ்டமானது நோஞ்சான்களையும், தரித்திரவாசிகளையும் அழிப்பது. பெரிய நாகரிகங்கள் அழிந்து போயிருக்கலாம். நாகரிகமே இல்லாதவர்களிடம் அழிந்து போக என்ன இருக்கிறது? பெரும் போருக்குப் பின் சிறிது விவேகம் கூடிவந்த போது, குடியேறப் புதிய இடங்கள் மிச்சமிருப்பது. அவற்றிற்குப் புலப்படும். இக்காலங்களில் ஓஹோ என்று இல்லையென்றாலும் சுமாராக அவற்றின் பிழைப்பு நடந்து வரும் எனக் கூறுகிறார் பேராசிரியர்.

என் அருமை வாசகர்களே, கொசு, மூட்டை, பேன் ஆகியற்றின் வரலாற்றை விவரிப்பது இங்கு என் நோக்கமல்ல. ஒன்றைச் சொல்லத் தொடங்கும் போது என்னை அறியாமல் மேலும் சில சொல்லிவிடு கிறேன். அவற்றிற்கும் நமக்குமான வரலாற்றின் பொதுத் தன்மையைச் சற்றுச் சிந்தித்துப் பார்க்க வேண்டிய காலத்திற்கு நாம் வந்து சேர்ந்திருக்கிறோம் என்பதைச் சுட்ட விரும்புகிறேன். அவற்றுடன் தோழமை கொள்ள முடியாது போனாலும் இருப்புச் சார்ந்து, கூடி வாழவேணும் நாம் கற்றுக் கொள்ள வேண்டும். ரத்த உணவில் நாம் ஆராய்ந்து வரும் ஜீவராசிகள் கொண்டிருக்கும் நம்பிக்கையைக் கவனித்தோம். மனித ஜென்மங்களுக்கு இதிலிருந்து விலக்கு அளிக்க இயலுமா என்பதில் நான் சந்தேகம் கொள்கிறேன். அந்தச் சந்தேகத்தை உங்களுடன் வெளிப்படையாகப் பகிர்ந்து கொள்ள விரும்புகிறேன்.

கொலம்பியாப் பேராசிரியர் உருவாக்க இருக்கிற கருத்துப் புரட்சிக்கு நாம் முன் தயாரிப்புக்கொள்ள வேண்டும் என்று கேட்டுக்கொள் கிறேன். பின்தங்கிப் போய்விட்டோம் என்ற பழியை மீண்டும் வரலாறு நம் மீது சுமத்தக் கூடாது. விழிப்புடன் இருந்தால் நமக்கும் நெடிய வாழ்க்கையுண்டு. இவ்வெளிய கருத்துக்களை உங்கள் கவனத்திற்குக் கொண்டு வருவதற்காகவே இப்படைப்பை உருவாக்க முயன்றேன் என்று கூறி விடைபெற்றுக்கொள்கிறேன். வணக்கம்.

புதிய பார்வை, செப்டம்பர் 1-15, 2005

ஜகதி

நான் பள்ளிக்கூடத்தில் படித்துக்கொண்டிருந்த காலத்தில் சுமார் பதினைந்து மைல் தொலைவிலிருந்த பள்ளப்படி கிராமத்திற்கு அடிக்கடி போவேன். அங்குதான் வள்ளி அக்காளைக் கட்டிக்கொடுத் திருந்தது. தனியாகப் போகத் தெரிந்துகொண்டிருந்தது பெரிய பெருமையாக இருந்தது.

அக்கா தொலைவில் அனாதையாகத் தவிப்பது மாதிரி அம்மா வுக்கு ஒரு எண்ணம். வெள்ளிக்கிழமை காலையிலேயே சீடை, முறுக்குக்கு அரைக்கத் தொடங்கிவிடுவாள். சனிக்கிழமை காலை பணியாரங்களை என்னிடம் தந்து பள்ளப்படிக்கு அனுப்பி வைப்பாள். சில சமயம் அப்பாவுக்குத் தெரியாமல் சிறிது பணமும் தருவாள். மூன்று நான்கு ரூபாய் இருக்கும். பட்சணங்களுக்கு அடியில் காலி சாம்பிராணிக் குழலில் நோட்டைச் சுருட்டி வைத்திருப்பாள்.

பள்ளப்படி அற்புதமான ஊர். மேடும் பள்ளமுமாக இருக்கும். ஊர் முழுக்கச் செம்மண் புழுதி. காரை பூசாத செம்மண் சுவர்கள். வீடுகள் குறுகிய சந்துகளின் மட்டங்களிலிருந்து கால் பனை, அரைப் பனை உயரத்தில் இருப்பதுபோல் தெரியும். செங்கல்களை அடுக்கி வைத்ததுபோல் காட்சி அளிக்கும் கோணல் மாணலான படிகள் ஏறும்போது காலடியில் நழுவி விடும் என்று உடல் உதறும்.

ஊரில் அநேகமாக எல்லாம் குடிசைகள்தான். அத்தானுடையது சிறிய ஓட்டு வீடு. சாணி போட்டு மெழுகிய தரை. முன் வாசல் கதவை ஒட்டி இருபுறமும் ஜன்னல்கள் இருந்தன. 'ஓட்டு வீடு' என்றால் அத்தான் வீடுதான்.

அத்தான் குடும்பத்தினருக்குத் தொன்று தொட்டு பொன்மாணி வேலை. அத்தான் ஒன்பதாம் வகுப்பு வரையிலும் படித்திருந்தார். அவர் பட்டறையில் உட்கார்ந்து வேலை செய்ய விரும்பவில்லை. ஆள் வைத்து, ஆர்டர் பிடித்து நகை செய்து தருவார். குழித்துறை,

பாலராமபுரம், நெய்யான்றின்கரை போன்ற ஊர்களில் லெட்டர் பிரஸ்ஸுகளுடன் தொடர்பு வைத்திருந்தார். அடிக்கடி அங்கு போய் பூப்பெய்தல், கல்யாணம், மறுவீடு, தொட்டில் போன்ற விசேஷங்களுக்குரிய அழைப்பிதழ்களை வாங்கி வந்து உரிய விலாசங்களுக்குப் போய் ஆர்டர் பிடித்து நகை செய்து தருவார். இன்ன ஜாதிக்கு இன்ன நகை, இன்ன மதத்தினருக்கு இன்ன நகை என்பதெல்லாம் அத்துப்படியாக அவருக்குத் தெரியும்.

பள்ளப்படி கிராமத்தில்தான் ஜகதியை நான் பார்த்தேன். ஒவ்வொரு தடவை அங்கு போகும் போதும் என் சிநேகிதர்கள் ஜகதியைப் பற்றி புதிய செய்தி ஒன்றேனும் சொல்லாமல் இருக்கமாட்டார்கள். ஜகதி, அத்தான் உருக்கும் தங்க நிறத்தில் இருந்தாள். பிருஷ்டம் முழுக்கச் செம்மண்ணில் தோய்ந்த வேட்டியுடன் வெறும் பறட்டை யாகத் தெருவில் அலைந்து கொண்டிருந்தாள். எப்படி இவ்வளவு அழகான பெண் மனநிலை கெட்டவளாக இருக்க முடியும்? எனக்கு நம்ப முடியாமல் இருந்தது.

பள்ளப்படியில் சனிக்கிழமை காலைகளில் எனக்குப் பார்க்கக் கிடைக்கும் காட்சியை நினைத்தாலே உடலெங்கும் உஷ்ணம் பரவும். அன்று காலை பள்ளப்படி குளத்தில் ஜகதி அம்மணமாகக் குளிப் பாள். ஊர்க் குழந்தைகள் முழுக்கக் கூடிப் பார்த்துக்கொண்டிருப் பார்கள். பெரியவர்கள் அன்று காலை ஒன்பது மணிக்குள் தங்கள் குளியலை முடித்துக்கொண்டு குளத்தைக் காலி செய்து கொடுத்து விடுவார்கள்.

சனிக்கிழமை சுப்புச் செட்டியார் கடையில் ஒரு கிண்ணம் நிறைய ஜகதிக்குத் தேங்காய் எண்ணெய் இலவசமாகத் தருவார்கள். குளப்படியில் வந்து உட்கார்ந்ததும் ஜகதி தன் துணிகளைக் களைந்து படிகளில் கண்டபடி வீசியெறிவாள். பையன்கள் ஓவென்று கத்துவார் கள். அதன் பின் சாவகாசமாக எண்ணெய் தேய்த்துக்கொள்வாள். முலைகளைக் கைகளால் ஏந்திப் பிடித்துக்கொண்டு தேய்ப்பாள். அப்போது பையன்கள் குளப்படியில் இறங்கி நிற்பார்கள்..

பொன்மாணிக்காரர்கள் இரவில் சீட்டு விளையாட பாழடைந்த ஒரு வீட்டைப் பிடித்துப் போட்டிருந்தார்கள். இரவு ராந்தல் கட்டித் தொங்கவிடுவார்கள். அந்த நேரத்தில் பப்புத் தம்பியும் சுக்குக் காப்பிக் கடை திறந்து, பீடிக்கட்டுக்களைப் பரப்பி கங்குக் கயிற்றையும் தொங்கவிட்டிருப்பான். ஜகதி அந்த வீட்டின் திண்ணையில் படுப்பாள்.

பீடியும் சுக்குக் காப்பியும் இரவு இரண்டு மணிவரையிலும் எல்லோருக்கும் வாங்கித் தருவாள்.

நான் முதன் முதலாவதாகப் பார்த்த போது ஜகதி நிறைமாதக் கர்ப்பணியாக இருந்தாள். பிரசவம் பட்டப் பகலில் தெருவில் கடைப்படியில் நடந்ததாம். அத்தானுடைய ஒன்றுவிட்ட அத்தையும் அவளுடைய தங்கையும் கொடிகட்டிப் பழஞ்சீலை மறைவில் பிரசவம்

பார்த்திருக்கிறார்கள். ஆண் குழந்தை. ஊர்க்காரர்கள் அனுஜன் என்று அழைத்தார்கள். அனுஜனின் முகச்சாடைக்கு ஊரில் நூறு ஆண்களின் பெயர்களையாவது பெண்கள் மாறி மாறி அடையாளம் சொன்னார்கள். 'உங்க ஊட்டுக்காரருக்குச் சாடை தெரியுதல்லா?' 'போடி மூதேவி, உனக்க ஊட்டுக்காரருக்குச் சாடைதான் தெரியுது. கூட்டித் தந்துட்டு வாய் பேசுதயா?'

வள்ளியக்காளின் மாமியார், ஜகதியிடம், 'யாராச்சும் பக்கத்திலே வந்து படுத்தா படக்கென வேட்டியை அவிழ்த்திருப்படாது, மூதேவி' என்பாள். 'நம்மாலான உபகாரம், அக்கா' என்பாளாம் ஜகதி.

குழந்தைக்கு நல்ல ஊட்டம். ஊர்ப் பெண்கள் போட்டி போட்டுக் கொண்டு அதற்குப் பாலும் முட்டையும் தந்தார்கள். அமுக்கி வைக்கப்பட்ட கை கால்களுடன் சாண்டோவின் சுருக்கம் போல் இருந்தது குழந்தை. 'அனுஜா' என்று யார் கூப்பிட்டாலும் சரி முன்னால் பாய்ந்து இரண்டாக மடிந்து தொங்கும். ஒரே சிரிப்பு. இரு கைகளையும் மேலே தூக்கியபடி பறக்க முயலும்.

குழந்தை இறந்து போன சம்பவத்தைப் பள்ளப்படி பையன்கள் விதவிதமாக என்னிடம் சொல்லியிருக்கிறார்கள். அப்போது குழித்துறை ஜங்ஷனில் ரோட்டுக்குத் தார் போடும் வேலை நடந்து கொண்டிருந்த தாம். ஜங்ஷனில் பத்துப் பனைந்து வெற்றிலை பாக்குக் கடைகளிலே னும் ஜகதியின் குழந்தைக்கு மட்டிப்பழம் இலவசமாகத் தருவார்கள். அன்று அதை வாங்கிக் குழந்தைக்குத் தந்து விட்டு ஒரு கடைப்படியில் உட்கார்ந்து தானும் மிச்சத்தைத் தின்றிருக்கிறாள் ஜகதி.

ரோட்டில் தார்த் தொட்டியில் தார் கொதித்துக்கொண்டிருந்திருக் கிறது. மார்த்தாண்டம் சந்தைக்குப் போகும் பெண்கள் குழந்தை உயிர் பிரியக் கத்தும் சத்தம் கேட்டுத் திரும்பிப் பார்த்தபோது தான் ஜகதி குழந்தையை தார்த் தொட்டியில் சாவகாசமாக முக்கிக் குளுப்பாட்டிக் கொண்டிருப்பது தெரிந்தது. பெண்கள் அலறியபடி அவளை விரட்டினார்கள். குழித்துறையிலிருந்து மார்த்தாண்டம் வரை கற்களை விட்டெறிந்தபடி அவளை விரட்டினார்களாம். முகம், தோள்பட்டை, முதுகு சகல இடங்களிலும் ரத்தம் வழிய, கை கால் துணிபோல் தொங்கிக்கொண்டிருந்த குழந்தையுடன் ஓடியிருக்கிறாள் ஜகதி.

இதெல்லாம் பழைய கதை. பள்ளப்படி ஜனங்கள் கோபித்துக் கொண்டு ஜகதிக்குச் சோறு தண்ணி தராமல் இருந்த காலம் எல்லாம் இப்போது அவர்களுக்கே மறந்து போய்விட்டது.

சென்ற வாரம் நான் பள்ளப்படி சென்றிருந்தபோது புதிய செய்தி ஒன்று கிடைத்தது. அத்தானின் ஒன்றுவிட்ட அத்தை ஒரு நாள் தெருவில் ஜகதியைப் பார்த்திருக்கிறாள். பத்துக் குழந்தை பெற்றவளுக்கு மணக்காமலா இருக்கும்?

‘மூதேவி, திரும்பவும் புள்ளெ உண்டாயிருக்கயா?’ என்று கேட்டாளாம் அத்தை.

ஜகதி வேட்டியைப் பிரித்து அடி வயிற்றைக் காட்டியிருக்கிறாள்.

‘இந்தத் தவா யாருடீ?’

‘பரமசிவம். ஹிமாசல மலயிலே இருக்காமில்லா, அந்தப் பய?’

‘பார்வதி முண்டை எங்க தொலஞ்சுட்டா?’

‘அவளுக்கு மாச விலக்கு. அவசரத்துக்கு.’

‘முன்னப் போலவே குளந்தையெக் குளுப்பாட்டுவயா இப்பமும்?’

‘இந்தத் தவா குளத்தூரரான் பிள்ளை வைத்தியர்கிட்ட மருந்தெண்ணெ வாங்கி, நகச்சூட்டிலே வெந்நி போட்டு, சந்தனக் கட்டிச் சோப்புத் தேய்ச்சு, குட்டிகூரா பவுடர் பூசி, கண்ணெழுதி என் செல்லத்தை . . .’

ஜகதி தன் கைகள் இருண்டையும் முகத்திற்கு முன் உயர்த்தி அந்தக் கையில் இல்லாத குழந்தைக்கு வேகமாக முத்தங்கள் தந்து கொண்டு நின்றாளாம்.

காலம் 25, அக்டோபர் 2005

உணவும் உணர்வும்

வயிற்றில் எரியும் தீயை அணைக்காமல், குழந்தையைச் சமாதானப் படுத்துவது சாத்தியமில்லை என்பதை அந்தத் தாய் உணர்ந்து கொண்டாள். குழந்தை அதையேதான் திரும்பத் திரும்பச் சொல்லி அழுதுகொண்டிருந்தது;

"பசிக்குதம்மா!"

ஒரு குழந்தை பசி பொறுக்கமுடியாமல் அழுதுகொண்டிருப்பதை யாரால்தான் பார்த்துக்கொண்டிருக்க முடியும்? இதைவிட மனத்தை நெகிழவைக்கும் ஒரு விஷயமுண்டா?

குழந்தை கதறித் துடித்துக்கொண்டிருந்தது. கண் முன்னால் குழந்தை பசியால் துடித்து வடிக்கும் ரத்தக் கண்ணீரை, பெற்ற தாய் எப்படிப் பார்த்துக்கொண்டிருப்பாள்? எப்படி அதைப் பொறுத்துக் கொண்டிருப்பாள்?

குழந்தையின் வயிற்றுத்தீ தணியவேண்டும். குழந்தையின் பசி அதன் உயிரையே கசக்குகிறது. எவ்வளவு நேரம்தான் குழந்தையால் பொறுத்துக்கொண்டிருக்க முடியும்?

வயிற்றிலிருந்து கிளம்பும் அக்கினியில் குழந்தை வாடி வதங்கி விட்டது; கருகிச் சுருண்டுவிட்டது.

எண்ணெயில்லையென்றால் விளக்கு அணைந்து போகாதா?

பசி குழந்தையை...

அதைக் கற்பனை பண்ணிப் பார்க்கிறபொழுதே தாயின் உடல் நடுங்கிற்று. அப்புறம் அவள் மட்டும் எப்படி உயிர் வாழ முடியும்? எதற்கு உயிர்வாழ வேண்டும்?

காலையிலிருந்து உச்சிப் பொழுதுவரை அவள் அலைந்தாள். ஊரில் அவள் ஏறி இறங்காத வீடில்லை. தட்டிப் பார்க்காத கதவில்லை.

அவள் கெஞ்சிக் கெஞ்சி, கண்ணீர் விட்டுக் கொண்டே கேட்டாள்; குழந்தையைக் காட்டிக் காட்டிக் கேட்டாள்; குழந்தையின் ஒட்டிய வயிற்றைக் காட்டிக் கேட்டாள். தன் தாய் கையை நீட்டுகிறபொழுது, குழந்தையும் தன் பிஞ்சுக் கைகளை நீட்டிக் கேட்டது தன் குழந்தை மொழியில்; துக்கத்தை வாய்விட்டுச் சொல்லிக் கேட்டது.

எல்லோரும் அவளை விரட்டினார்கள். சில பெரிய மனிதர்கள் 'உனக்கு வேலை செய்தால் என்ன கொள்ளை?' என்று கேட்டார்கள். அதே கேள்வியைத் திருப்பி அவர்களிடம் கேட்க வேண்டுமென அவள் நாக்குத் துடித்தது. அவள் கேட்கவில்லை. அவள் தன்னை அடக்கிக்கொண்டாள். பிறகு பிச்சை கிடைக்க வேண்டாமா? அவள் குழந்தையின் வயிற்றுத்தீ தணிய வேண்டாமா?

"உனக்கெதற்கடி பிரசவமும் பிள்ளையும்?"

கர்ப்பிணியான ஒரு பெண் அவளைப் பார்த்துக் கேட்டாள். அந்தக் கேள்வி அவள் மனத்தில் சுருக்கென்று தைத்தது. இதை விடக் கேவலமாக, ஒரு தாயை அவமானப்படுத்த முடியுமா? அங்கும் பதிலுக்குப் பதில் கேட்க இடம் இருந்தது. கன்னத்தில் அறைந்தாற் போல் கேட்கலாம். அவள் பொறுத்துக் கொண்டாள். அவள் குழந்தையின் பசி தீரவேண்டும்; அவள் குழந்தை உயிர்வாழ வேண்டும்.

குழந்தை மண்ணில் குப்புற விழுந்து அழுதது; புரண்டது. தலையைத் தரையில் முட்டி மோதிக்கொண்டது!

குழந்தைக்கு எட்டு வயதுதானிருக்கும். பசி அதற்குப் புதிய விஷயமல்ல. எட்டு வருஷ அனுபவம். பசியைப் பொறுத்துக் கொள்ளும் குழந்தைதான் அது. அதன் சோனி உடம்பே அதற்குச் சாட்சி. ஆனால் பசியைப் பொறுத்துக்கொள்வதற்கும் ஒரு வரம்பில்லையா?

சிறு கைவிளக்கு எரிவதற்கு எவ்வளவு எண்ணெய்தான் வேண்டும்? சாப்பிடுகிறபொழுது காலடியில் சிந்தும் பருக்கை கூட அதற்குப் போதும். ஆனால் அதற்கும் வழியில்லையென்றால்...?

தாய் குழந்தையை மண்ணிலிருந்து தூக்கினாள். குழந்தை கையிலிருந்து திமிறி மீண்டும் மண்ணில் குப்புறப் படுத்துக்கொண்டது. உடம்பிலுள்ள பலத்தையெல்லாம் ஒன்று திரட்டி, கேந்திரப்படுத்தி, கூப்பாடு போட்டது:

"அம்மா, பசிக்குதம்மா!"

ஒரு கணம் தாய் திடுக்கிட்டாள். அந்தச் சப்தம் அவ்வளவு உக்கிரமாக இருந்தது! அந்தச் சின்னஞ்சிறிய உடம்பிலிருந்து அந்தக் குரல் வெளிவருகின்றதென்றால் யாரும் நம்பமாட்டார்கள்.

"அம்மா, நீ எனக்கொண்ணும் தரமாட்டியா?"

வீதியில் ஒன்றிரண்டுபேர்கள் குழந்தை அழுவதை நின்று கவனித்தார்கள். கூட்டம் கூடிவிடுமோ என்று தாய் பயந்தாள்.

மெல்ல அங்கிருந்து நடந்தாள். குழந்தையும் அழுதுகொண்டே பின்தொடர்ந்தது.

அந்த ஹோட்டலின் பின்புறம் சென்றார்கள். ஹோட்டலில் வேலை செய்பவர்கள் யாராவது வெளியே வருகிறார்களா என்று தாய் எட்டி எட்டிப் பார்த்துக்கொண்டிருந்தாள்.

ஹோட்டலிருந்து தோசை சுடும் வாசனை கம்மென்று எழுந்தது. குழந்தை ஒரு கணம் அழுகையை நிறுத்திவிட்டு, தாயின் முகத்தைப் பார்த்தவாறே, வாசனையை நன்றாக இழுத்து ரசித்தது. குழந்தையின் வாயில் ஜலம் ஊறி வருவதைத் தாய் கவனித்தாள், மறுகணம் குழந்தை 'தோசை' என்று பீறிட்டு அழுதது.

தாய்க்குக் கண்களில் நீர் முட்டிற்று.

"என் ராசால்லெ! சித்தெ பொறுத்துக்கப்பா. நீ அளாம இருக்கணும். தோசை, நான் வாங்கித்தாறேன். என் தங்கக் கொடமில்லா, அளாதே!"

தாய் பரிவோடு சமாதானம் சொன்னாள். குழந்தையை இழுத்து அணைத்துக்கொண்டாள்.

"நீ என்னை ஏய்க்கப் பாக்கறே. எனக்குப் பசிச்சுப் பசிச்சுத் துடிக்குதம்மா. எனக்கு ஒண்ணும் தராமலே இரி; நான் செத்துப் போறேன்."

தாய் சட்டென்று குழந்தையின் வாயைப் பொத்தினாள். "அப்படி யெல்லாம் சொல்லாதேப்பா" என்று பதறினாள். தான் சொல்லத்தகாத வார்த்தையைச் சொல்லிவிட்டோ மென்பதைக் குழந்தை உணர்ந்தது. அந்த வார்த்தையிலுள்ள 'விஷத்தை'த் தெரிந்துகொண்டதும் பசியின் தாள முடியாத, தாங்க முடியாத மரண வேதனையில், தாயின்மேல் கட்டுக்கடங்காது பொங்கிக் குமுறியெழுந்த ஆத்திரத்தைத் தணித்துக் கொள்வதற்கு அந்த விஷ வார்த்தையையே குழந்தை மீண்டும் சொல்லிற்று.

"நான் செத்துப்போறேன், போ. நான் செத்துப்போயிட்டா, பெறகு உனக்குக் கவலை இல்ல. சனி தொலஞ்சிதுன்னு நிம்மதியா இருப்பே!"

தாய் காதைப் பொத்திக்கொண்டாள்.

குழந்தை தொடர்ந்து கூப்பாடுபோட்டது. அதற்கு இன்னும திருப்தி ஏற்படவில்லை. தன் சொல்லம்புகளைத் தாங்க முடியாமல் தாய் அவஸ்தைப்படுவதைக் குழந்தை உணர்ந்தது. ஆனாலும் அது கொஞ்சமும் இரக்கப்படவில்லை; கண்டு மகிழ்ந்தது! தான் சொன்ன வார்த்தை களுக்குக் காரம் காணாது என்று அதற்குப்பட்டது. இன்னும் விஷத்தோடு பேசவேண்டும்; அதைக் கேட்டுத் தாய் பதற வேண்டும்; உலகமே நடுங்க வேண்டும்!

"நான் செத்துத் தொலஞ்சு போகணும்ணுதானே, நீ என்னைப் பட்டினி போடுதே?"

அந்தக் கேள்விக்குத் தாய் பதில் சொல்லியாகவேண்டும். அவள் கடமை அது. அவள் என்ன பதில் சொல்வாள்?

"ஐயோ, பசிக்குதம்மா!"

குழந்தையின் அழுகை மேலும் வலுத்துவிட்டது. ஒரு கணம் அவளுக்குப் பயங்கரமான கோபம் வந்தது. அவளுக்கும் பசிக் கென்ன குறைவா? அவளுக்கும் வாய்விட்டு அழ வேண்டும்; அவள் அனுபவித்த கஷ்டங்களை, ஆளான கொடுமைகளைச் சொல்லிச் சொல்லிக் கதற வேண்டும். ஆனால் அவளால் அழ முடியுமா? அவள் கோபத்தைக் கட்டுப்படுத்திக்கொண்டாள்; துக்கத்தை அடக்கிக்கொண்டாள்.

அவர்கள் முன் ஒரு புதிய கார் வந்து நின்றது. அதிலிருந்து சிலர் இறங்கினார்கள். தாய் மடமடவென்று அங்கு ஓடினாள். வழக்கமான பல்லவியைச் சொல்லிக் கையை நீட்டினாள். குழந்தையும் ஒரு கணம் வாயைப் பொத்திக்கொண்டு பின்னால் ஓடிச் சென்று கையை நீட்டிற்று. யாரும் அவர்களைக் கவனிக்கவில்லை. எல்லோரும் ஹோட்டலுள் சென்றார்கள்.

குழந்தை மீண்டும் கதறி அழுதது.

தாய் குழந்தையின் கவனத்தைத் திருப்ப முயன்றாள். காரின் சக்கரத்தின் நடுவிலுள்ள பளபளக்கும் தட்டில் குழந்தையின் முகத்தைப் பார்க்கச் சொன்னாள். தன்னுடைய முகம் நீளமாக, அவலட்சணமாகத் தெரிவதைக் கண்டு குழந்தை கலகலத்துச் சிரித்தது. தாயின் முகம் அதில் தெரியும் கோலத்தைச் சுட்டிக் காட்டி, கண்களில் நீருடன் குழந்தை வாய்விட்டுச் சிரித்தது. ஒரு கணம்தான்! சட்டென்று, அநியாயமாக ஏமாந்து போனோம் என்ற தோரணையில் குழந்தை முன்னிலும் பெரிதாக அழுதது. தாய் மீண்டும் அந்தப் பிரதிபிம்பத்தைக் காட்டி ஏமாற்றப் பார்த்தாள் – குழந்தை மசியவில்லை. தனது மறுப்பைத் தெரிவிக்கும் பொருட்டு, கண்களைப் பொத்திக்கொண்டது. தன் தாயிடமிருந்து விலகிச் சென்று நின்றுகொண்டு கதறியது. வயிற்றில் ஓங்கி ஓங்கி அடித்துக்கொண்டு அழுதது. தாய் ஓடிச் சென்று குழந்தையின் கைகளைப் பிடித்துக்கொண்டாள்.

"கொஞ்சம் பொறுத்துக்கலே; ஏதாச்சும் வாங்கித் தாறேன்."

"எங்கிருந்து வாங்கித் தருவே?" அழுகையோடு அழுகையாகக் குழந்தை விசாரித்தது.

தாய் திணறினாள். இருந்தாலும் சமாதானத்திற்காக, "ஓட்டலி லிருந்து வாங்கித் தாறேன்" என்றாள்.

"அதுக்குத் துட்டு வேணுமே! ஓங்கிட்டெ இருக்கா?" குழந்தை உலகத்தைப் புரிந்து கொண்டுவிட்டது!

தினம் தினம் பசிக்கும். பசி தணியவேண்டுமென்றால் சோறு வேண்டும். சோறு வேண்டும் என்றால் காசு வேண்டும். இதற்கு மேலாக, இந்த உலகில் புரிந்துகொள்வதற்கு என்ன இருக்கிறது?

தாய் மின்சாரத்தால் தாக்குண்டதுபோல் நடுங்கினாள். இந்த வார்த்தைகளைத் தன் வயிற்றில் பிறந்த குழந்தை சொன்னால் ஒரு தாயால் எப்படி அதைப் பொறுத்துக்கொண்டிருக்க முடியும்? 'என்னைக் காப்பாற்ற முடியவில்லையென்றால் என்னை ஏன் பெற்றாய்?' என்றுதான் குழந்தை கேட்பதாகத் தாய்க்குப்பட்டது. குழந்தை கேட்பதின் சாராம்சமும் அதுதான். தாய் அதற்குப் பதில் சொல்லியாக வேண்டும்.

தாய் தன்னையே வாய்க்கு வந்தபடி மானசீகமாக ஏசிக் கொண்டாள். முகத்தை மூடிக்கொண்டு மோனக் கண்ணீர் உகுத்தாள். அந்தக் கண்ணீர் விலையற்றதாகிவிடுமா?

ஹோட்டலில் ஒரு பந்தி சாப்பாடு முடிந்து இலையைத் தொட்டியில் கொண்டு போட்டார்கள். சுற்று முற்றும் காத்துக்கொண்டிருந்த பொறுக்கிகள் விழுந்தடித்து ஓடி வந்து தொட்டியில் குதித்தார்கள். வயிற்றுக்கும் சோற்றுக்குமுள்ள சம்பந்தத்தில் ஏகக் கூப்பாடு எழுந்தது. போட்டி, சண்டை, வசை – ஒரே களேபரம்!

குழந்தை இதைக் கவனித்ததும் அவர்களை நோக்கி ஓடிற்று. இடுப்புத் துண்டில் கொள்ளுமட்டும் இலையை வாரிக் கட்டிக் கொண்டு வந்த ஒரு பொறுக்கியிடம் குழந்தை சென்று கையை நீட்டிற்று. பொறுக்கி, "நீயும் இங்கெ வந்துட்டியா?" என்ற தோரணையில் ஏற இறங்கப் பார்த்தான். குழந்தையின் கண்களில் ஆவல் துடிக்கிறது. சட்டென்று மடியிலிருந்து சிறிது சோற்றைக் குழந்தையின் கையில் கொடுத்தான், பொறுக்கி. குழந்தை மிகுந்த ஆத்திரத்துடன் சோற்றை வாய்க்குக் கொண்டுபோயிற்று. அப்பொழுதுதான் தாய் தலை தூக்கிப் பார்த்தாள். தாய் அலறிப் புடைத்துக்கொண்டு ஓடிவந்து குழந்தையின் கையைப் படீரென்று தட்டினாள்! குழந்தையின் கையிலிருந்த சோறு, இரண்டு ஆள் உயரம் மேலே சென்றுவிட்டு, தரையில் விழுந்து சிந்திச் சிதறியது. குழந்தை படீரென்று கீழே விழுந்து அழுது துடித்தது. தாய் பொறுக்கியைப் பார்த்துச் சீறினாள்.

"எம் மவன் எச்சிச் சோத்தைத் திம்பான்னா நெனச்செ? உனக்கு என்ன திமிறு! அடுப்புலெ போவான்!" என்று வாய்க்கு வந்தபடியெல்லாம் ஏசினாள்.

குழந்தை எச்சிலுக்காக அழுது புரண்டுகொண்டிருந்தது. தரையில் காலை உதைத்துக் கதறி அழும் குழந்தை தாயின் கையில் வெடுக்கென்று வாய்வைத்துக் கடித்தது! ஒரு கணம்தான். அந்த ஒரு கணத்தில் தாயின் உயிர் பதறிற்று; 'வீல்'லென்று வாய்விட்டுக் கத்தினாள். தாங்க முடியாத வேதனையில் கையை மார்போடு அணைத்துக்கொண்டு கீழே உட்கார்ந்தாள்.

குழந்தையின் உடம்பைவிட்டுப் பிரிந்துகொண்டிருந்த உயிர் மீண்டும் வாய்வரை வந்தது. அதை அவள் தட்டி விட்டுவிட்டாள். குழந்தையால் அதைப் பொறுக்க முடியுமா?'

மேலும் ஆத்திரம் தணியாமல் குழந்தை தாயை ஏசிற்று; தாயின் தாயைச் சொல்லி, தாயின் தகப்பனாரைச் சொல்லி ஏசிற்று. சொல்லும் வார்த்தைகளுக்கு அர்த்தம் புரியாமல் ஏசிற்று. ஒரு குழந்தைக்கு இவ்வளவு கெட்ட வார்த்தைகள் தெரிந்திருக்குமா? ஒரு சிறு குழந்தை தன் தாயை இப்படியும் கூப்பிடுமா?

தாய் தன்னையே சபித்துக்கொண்டாள்.

"உனக்கெதற்கடீ பிரசவமும் குழந்தையும்?" என்று அந்தப் பெரியவீட்டுப் பெண் கேட்டத்தில் அர்த்தமிருக்கிறது என்று அவளுக்குப் பட்டது. பளிச்சென்ற எட்டு வருஷங்களுக்கு முந்திய அந்த இரவை அவள் எண்ணிப் பார்த்தாள். அன்று கூரிருட்டில், அந்தப் பாழ் மண்டபத்தில் நடைபெற்ற எல்லா விஷயங்களும் அவளுக்கு ஞாபகம் வந்தது. அந்த இரவையே அவள் சபித்தாள். தன் வாழ்வில் மீண்டும் ஒருமுறை அந்த 'வலை'யில் விழக்கூடாது என்று அவள் சபதமெடுத்தாள்.

ஹோட்டலின் பின்புறம், கிணற்றடியில், இரண்டு உயிர்கள் இந்த உலகில் யாருக்குமே தெரியாது, யாருமே அறியாது, வெகுநேரம் அழுதுகொண்டிருந்தன.

ஒரு மணி நேரத்திற்குப் பின்னால், ஊருக்கு வெளியேயுள்ள ஒரு குடிசையின் கதவைத் தாய் தட்டிக்கொண்டிருந்தாள். தாய் வெகுநேரம் யோசித்துப் பின் தயங்கித் தயங்கித்தான் இதைச் செய்தாள். அந்தக் குடிசையில் வசித்துக்கொண்டிருந்தவள் தாயுடன் தெருவில் பிச்சை யெடுத்துக்கொண்டிருந்தவள்தான். இப்பொழுது அதைவிட 'உத்தமமான' ஒரு தொழிலை மேற் கொண்டு, வயிற்றைக் கழுவிக்கொண்டிருந்தாள். மானத்தை விற்று வாழும் அவள்மேல் தாய்க்கு வெறுப்புண்டு. இருந்தாலும் அன்று அப்படியொன்றும் நின்று நிதானித்துப் பார்க்க வழியில்லை.

குழந்தை இப்பொழுது அழுதுகொண்டிருந்தது என்று சொல்வதை விட, செத்துக்கொண்டிருந்தது என்று சொல்வதே சரி. குழந்தையின் குரல் தணிந்துவிட்டது. குழந்தை சோர்ந்து துவண்டுவிட்டது. மெல்லிய ஈனமான குரலில் குழந்தை முனங்கிக் கொண்டிருந்தது.

குடிசைக்காரி அழுக்கு உடைதான் உடுத்திக்கொண் டிருந்தாள் என்றாலும், முகத்தில் வெள்ளை அடித்த மாதிரி பவுடரை அப்பிக் கொண்டிருந்தாள். நெற்றியில் பெரிய குச்சிலிப் பொட்டு, நிறைய எண்ணெய் தேய்த்து, பெரிய கொண்டை போட்டுக் கொண்டிருந்தாள். கண்களில் சிவப்பேறி இருந்தது.

அவள் தாயின் பின்னால் ஒட்டிக்கொண்டிருந்த குழந்தையை அணைத்துக்கொண்டு முத்தமிட்டாள்.

"ஐயோ, ஏன் கொளந்தெ இப்படி இருக்குது?" என்று பதட்டத்துடன் விசாரித்தாள். தாய் தடுமாற்றத்துடன் விஷயத்தைச் சொன்னாள்.

சில நிமிஷங்களுக்குப் பின்னால் தாயும் குழந்தையும் குடிசையை விட்டு வெளியேறியபொழுது தாயின் மடி கனத்திருந்தது.

தாயைப் பின்தொடர்ந்து, குழந்தை பொறுமை இழந்து தள்ளாடித் தள்ளாடிச் சென்றுகொண்டிருந்தது. குழந்தையின் முகம் சோர்ந் திருந்ததென்றாலும் இப்பொழுது கண்களில் ஒளி இருந்தது.

தாய் மரத்தடியில் உட்கார்ந்தாள். குழந்தை மிகுந்த ஆத்திரத் துடன் ஓடிவந்து தாயின் மடியை அவிழ்த்தது. மடி நிறையச் சோறு!

குழந்தையின் கண்கள் நக்ஷத்திரங்கள் மாதிரி பளிச்சிட்டன.

"ஒரு பருக்கைகூட நீ எடுக்கப்படாது. அவ்வ்வ்வளவும் எனக்குத்தான்" என்று குழந்தை கட்டளை போட்டது.

குழந்தை அத்துமீறிய ஆத்திரத்துடன் சோற்றை அள்ளி அள்ளி வாயில் திணித்துக்கொண்டது. மடியிலிருக்கும் சோறு முழுவதையும் ஒரே வாயில் திணித்துக்கொள்ள வேண்டுமென்பதுபோல் குழந்தை ஆத்திரப்பட்டது. தாய் 'மெள்ள மெள்ள' என்று எச்சரித்தாள். குழந்தை இதைச் சற்றும் பொருட்படுத்தவில்லை. வயிற்றில் தீ எரிகிறதே! தீ!

குழந்தையின் ஆத்திரம் சற்றுத் தணிந்தது. படபடப்புக் குறைந்தது. குழந்தை இப்பொழுது சோற்றை அடைத்துக்கொண்டு விழுங்க வில்லை; மென்று ருசி பார்த்துத் தின்றது.

திடீரென்று குழந்தை தலைதூக்கிச் சொல்லிற்று:

"சோறு நல்லால்லெ, அம்மா! பளஞ்சோறுதான்!"

தாய் சிரித்தாள்.

சிறிது நேரத்திற்கெல்லாம் குழந்தை சாப்பிடுவதை நிறுத்திற்று. எழுந்து நின்று சோம்பல் முறித்தது. நின்றுகொண்டே கிழிந்து போன தன் சட்டையைத் தூக்கி வயிற்றைப் பார்த்தது. வயிறு சற்று முன்னால் தள்ளி இருந்தது. குழந்தை தன் வயிற்றைப் பார்த்துச் சிரித்துக்கொண்டது.

"சோறு போதும், அம்மா!"

மிஞ்சியிருந்த சோற்றைப் பார்த்துக்கொண்டே குழந்தை சொல்லிற்று.

"இதையும் சாப்பிடேன்" என்றாள் தாய்.

"போதும்மா, வயிறு முட்டிப்போச்சு. இதோ, வயித்தெப் பாரு, பிள்ளையார்சாமி கணக்க இருக்கு!" என்று வியாக்யானம் செய்தவாறே வயிற்றில் தாளம் போட்டது குழந்தை.

குழந்தை தாயின் பக்கத்தில் வந்து உட்கார்ந்துகொண்டது. தாயின் முகத்தைப் பார்த்தது. தாயின் முகம் சோர்ந்து களையிழந்து இருப்பதைப் பார்த்ததும் குழந்தையின் முகம் சுருங்கிற்று.

“ஏம்மா, ஒரு மாதிரியா இருக்கே? பசிக்குதாம்மா? ஐயோ! வயித்தெப் பாரு, ஒட்டிக் கிடக்குது, நீ சாப்பிடம்மா” என்று தாயின் ஒட்டிய வயிற்றைத் தடவிற்று குழந்தை.

“நீ இன்னும் கொஞ்சம் எடுத்துக்க!” என்றாள் தாய்.

“இல்லை. எனக்குப் போதும்; நீ சாப்பிடு” என்று சொல்லிக் கொண்டே குழந்தை சிறிது சோற்றை உருட்டி, தாயின் வாயில் ஊட்டிற்று. தாய் சாப்பிட்டு முடித்தாள். தாய் சாப்பிட்டு முடிப்பது வரை பேசாதிருந்துவிட்டுக் குழந்தை கேட்டது:

“நான் உனக்குக் காணாமெ, அவ்வளவு சோத்தையும் மொக்கிப் போட்டேனாம்மா?” இப்படிக் கேட்கிறபொழுது குற்ற உணர்ச்சியால் குழந்தையின் குரல் கரகரத்தது.

“சேச்சே! அப்படியொண்ணுமில்லை. எனக்குத்தான் வயிறு நெறஞ்சு போச்சே!” என்றாள் தாய்.

குழந்தை, “பொய்!” என்று சொல்லி நம்ப மறுத்தது. நெற்றியில் விழுந்து புரண்ட மயிரை ஒதுக்கிவிட்டுக்கொள்வதற்காக, தாய் கையை நீட்டிய பொழுது குழந்தை திடீரென்று ‘ஐயோ!’ என்று கத்திற்று. தாய் பதறிப்போனாள்.

“ஐயோ! கையிலே –” என்று சொல்லி, முடிக்க முடியாமல் திணறியது குழந்தை.

தாய் கையை நீட்டிப் பார்த்தாள்.

முழங்கையில், குழந்தை கடித்த இடம் கன்றிச் சிவந்து பற்களின் தடம் ஆழப் பதிந்து நீலம் பாரித்துக் கிடந்தது!

அதையே சற்று நேரம் உற்றுப் பார்த்துக்கொண்டிருந்த குழந்தையின் கண்களில் நீர் ததும்பிற்று; முகம் சிவந்தது. திடீரென்று குழந்தை வாய்விட்டு அழுதது!

தாய் சமாதான வார்த்தைகள் எவ்வளவோ சொன்னாள். குழந்தை தன் தவற்றை எண்ணி ஏங்கி ஏங்கி அழுதது.

“வலிக்குதாம்மா?”

தாய் கடிபட்ட இடத்தில் விரலை வைத்து அழுத்தி ‘வலியே இல்லை’ என்று பொய்ச் சத்தியம் பண்ணினாள்.

குழந்தை சற்றுச் சமாதானமடைந்தது.

திடீரென்று குழந்தை தாயைப் பார்த்துக் கேட்டது;

“அம்மா! எம்மேலெ கோவிச்சுக்கிட்டிருக்கியா?”

“கோவமொண்ணுமில்லெ” என்றாள் தாய்.

“நான் உன்னைக் கெட்ட வார்த்தையெல்லாம் சொல்லி ஏசிப் போட்டேன்; இல்லியாம்மா?”

“போனாப் போவுது. எனக்கொண்ணும் ஒங்கிட்டக் கோவ மில்லேடா!”

குழந்தை சற்று நேரம் மௌனமாக, வெட்ட வெளியைக் கண் இமைக்காமல் பார்த்துக்கொண்டிருந்தது. சட்டென்று உணர்வு பெற்றுச் சொல்லிற்று:

“நான் இனி ஒன்னை அடிக்கமாட்டேன்.”

“சரி.”

“அளவும் மாட்டேன்.”

“சரி.”

“பசிக்குன்னும் சொல்லமாட்டேன்.”

தாய் சிரித்தாள்.

தான் சொல்வதைத் தாய் நம்பவில்லையென்று எண்ணி, மீண்டும் அதையே ஊர்ஜிதம் செய்தது குழந்தை.

“இனிமெ, கண்ணாணெ, பசிக்குன்னு அளமாட்டேன்!”

“அட என் கண்ணே!” என்று சொல்லி, தாய் குழந்தையை அணைத்துக்கொண்டாள். தாயின் கண்களில் நீர் பொங்கிற்று.

“எம்மேலெ கோவமாம்மா?” மீண்டும் குழந்தை கேட்டது.

“இல்லேடா ராசா, இல்லெ!”

“கண்ணாணெ?”

“கண்ணாணெ!”

“அப்பம் கொஞ்சம் சிரி” என்றது குழந்தை.

தாய் வாய்விட்டுச் சிரித்தாள்.

குழந்தை தாயின் மடியில் ஏறி உட்கார்ந்துகொண்டு தாயின் கழுத்தை இறுகக் கட்டி அணைத்துக் கன்னத்தில் முத்தமிட்டது.

தாய்க்குப் புல்லரித்தது!

“அம்மா! எனக்குத் தூக்கம் கண்ணெச் சுத்தது!” என்றது குழந்தை.

தாய் கீழே படுத்துக்கொண்டாள். முந்தானையை விரித்தாள். குழந்தை முந்தானையில் படுத்துக்கொண்டது. உச்சிவெயில் கண்ணைக் கூசச்செய்யவே குழந்தை முகத்தைத் தாயின் மார்பில் புதைத்துக் கொண்டது.

குழந்தை தூங்கிய சில நிமிஷங்களில் தாயும் தூங்கிப் போனாள்.

இருள் எங்கும் படர்ந்தது.

திடீரென்று தன்னை உசுப்பி எழுப்பும் அதிர்ச்சியில் தாய் கண் விழித்தாள்.

குழந்தை அழுதுகொண்டிருந்தது.

"என்னலெ?" தூக்கக் கலக்கத்தில் தாய் பதறியபடி கேட்டாள்.

குழந்தை கதறி அழுதது:

"பசிக்குதம்மா!"

1955

கோழை

தற்கொலை செய்துகொண்டுவிடும் உத்தேசத்தில் பலதடவை நான் கன்னியாகுமரி சென்றிருக்கிறேன். போகிறபொழுதே, அவ்வாறு செய்துவிடத் துணிந்துவிட மாட்டேன் என்பது என் அடிமனசுக்குக் கொஞ்சம் தெரிந்திருக்கும். இந்தப் பிரக்ஞை உள்ளூர இருந்தபடியால்தான் புறப்பட்டுச் செல்வதே சாத்தியமாக இருந்தது என்றும் சொல்லலாம். இருந்தாலும் மெய்யாக தற்கொலை செய்துகொள்கிறவன் போகிற தோரணைக்குப் பழுதில்லாமல் போவேன். கால் ஜோடுகள் கிடையாது. தலை பரட்டையாக இருக்கும். கைக்கடிகாரம் கட்டிக்கொள்வதில்லை.

தாங்கமுடியாத துக்கம் இரண்டு மூன்று நாட்கள் பிடுங்கித் தின்கின்றபொழுது, காரணம் தெரியாத கவலைக்கு நிவர்த்தி மார்க்கமும் இல்லாத நிலையில்தான் கடலின் நினைவு வரும். அந்நாட்களில் சவரம் செய்துகொள்ள அக்கறைப்பட்டிருக்கமாட்டேன். ஆதலால் கரியைப் பூசியதுபோல் தாடியும் இலேசாக இருக்கும். மேலும், பெண்களைக் கூர்ந்து பார்க்க விரும்பமாட்டேன். அகஸ்மாத்தாகப் பார்வை படிந்துவிட்டாலோ அல்லது அபூர்வ தினுசுகள் தலையைச் சொடுக்கி இழுத்துவிட்டாலோ 'இவள் நம் சகோதரிதானே' என்று முணுமுணுத்துக்கொள்வேன். ராமகிருஷ்ண பரமஹம்சர் நினைவு வரும். அரை நிமிஷம் பார்வையால் அவளைத் தின்றுவிட்டுத் தலையை மறுபக்கம் திருப்பிக்கொண்டேன் என்றால், பின்னால் எக்காரணம் கொண்டும் அந்தத் திசையில் திரும்ப மாட்டேன். என் விழிகளைச் சந்திக்கலாம் என்று அவள் என்னையே பார்த்துக்கொண்டிருந்தாள் என்றால், பார்த்துக்கொண்டிருக்க வேண்டியதுதான். ஏமாற்றம்தான் மிஞ்சும்.

இதுபோன்ற சந்தர்ப்பங்களில் வீட்டுப் படியிறங்கி, காம்பௌண்டுக் கதவைச் சாத்துகிறபொழுது, உள்ளேயிருக்கும் என் ரத்தபந்தங்களிடம் மானசீக விடைபெற்றுக் கொள்வேன். என்னை என்ன பாடு படுத்தினீர்கள், நன்றாகக் கண்ணீர் விடுங்கள். நாங்கள்தான்

குற்றவாளிகள்; நாங்கள்தான் அவனைக் கொன்றோம் என்று கதறிக்கதறி அழுங்கள் என்று மனசுக்குள் சொல்லிக்கொண்டே ரோட்டில் கால் வைப்பேன். பின்னால் அந்த நிமிஷத்திலிருந்து கன்னியாகுமரி கடற்கரை சென்றுசேருவது வரையிலும் 'ராம ராம' என்று ஜெபித்துக் கொண்டேயிருப்பேன். சிலசமயம் என்னை அறியாமலே ஜெபம் நடுவில் நின்றுவிடும். மீண்டும் நினைவு வருகிற வேளையில் எப்பொழுது அறுபட்டுப் போயிற்று என்பதே தெரியவராது. ஆனால் நினைவு திரும்பிய மாத்திரத்திலிருந்து மீண்டும் முன்னைவிட அழுத்தமாகவும் அட்சர சுத்தமாகவும் ஜெபிக்க ஆரம்பிப்பேன்.

இவ்வாறு பலதடவை சென்றிருக்கிறேன்.

சொல்ல வந்தது கடைசியாகச் சென்ற ஞாயிற்றுக்கிழமை சென்றதைப்பற்றித்தான்.

வழக்கம்போல் அன்றும் நான் தற்கொலை செய்து கொண்டுவிட வில்லை. மூன்று இடங்களையும் பார்த்துவிட்டு வந்தேன். ஒன்று: மணற்குன்று தாண்டி சிறிது தூரத்துக்கு அப்பால், மற்றொன்று, நீச்சல் குளத்தை ஒட்டி, இன்னொன்று, சிலுவைப்பாறை. மூன்றுமே அருமையான இடங்கள்தாம். காரியம் பலிக்கிற இடங்கள். மூச்சுத் திணறுகிறபொழுது ஏற்படுகிற சபலத்தில் தப்பித்துக்கொள்ள முடியாத இடங்கள். இருள் படர்ந்து ஆள் நடமாட்டம் இல்லையென்றால் வெளிக்கு வெளி தெரியாமல் சிவபதம் நிச்சயம்.

நான் வழக்கமாகவே இந்த மூன்று இடங்களுக்குப் போவேன். ஒவ்வொரு இடத்திலும் சிறிதுநேரம் நின்று தண்ணீரைப் பார்த்துக்கொண்டிருப்பேன். தண்ணீர் பாறையில் மோதி, கட்டித் தயிராய் உடைந்து சிதறும். அப்புறம் தலையைத் திருப்பி அக்கம்பக்கம் பார்ப்பேன். கையைப் பின்னால் கட்டிக்கொள்வேன். கால் விரல்களை ஊன்றிப் பாதத்தை லேசாக உயர்த்தி முன்பின்னாக இரண்டு மூன்று தடவை லேசாக ஆடுவேன். அப்பொழுது உண்மையாகவே தற்கொலை செய்து கொண்டுவிட நினைக்கிறேனோ என்ற பீதி மனசைக் கவ்வும். 'செய்து கொள்ள வேண்டியது தானே' என்று சொல்லிக்கொள்வேன். இந்த உலகில் பிறந்து என்ன சுகத்தைக் கண்டோம் . . . துக்கம் . . . துக்கம் . . . நினைவு தெரிந்த நாளிலிருந்து. . . ஓய்வில்லை . . . ஒழிச்சலில்லை . . . ஒன்றன்பின் ஒன்றாக . . .' 'ராம, ராம' என்று மீண்டும் ஜெபிப்பேன். இதற்குமேல் கற்பனையில் காட்சிகள் ஓடும். என் உடம்பு நீச்சல் குளத்து நீச்சலாளி மாதிரி தலைகுப்புற விழுகிறது. சில்லறை அவஸ்தைகள். அலை ஓங்கிப் பாறையோடு அறைவதில் சில்லறைக் காயங்கள் விழுந்திருக்க வேண்டாமே என்ற எண்ணம் . . . மனசு 'ஓ'வென்று கதறி அழுகிறது. சடலம் அடிமட்டத்தை நோக்கி இறங்குகிறது. இரண்டு மூன்று குமிழிகள் நீரின் மேற்பரப்பில் உடைகின்றன . . . இவ்வாறு மூன்று இடங்களுக்கும் முறையே சென்றுவிட்டு வருவேன். திரும்பி வருகிறபொழுது வந்த வேலை முடிந்த மாதிரிதான் இருக்கும்.

குறையுணர்ச்சி இராது. மனசு கழுவிவிட்டது போலிருக்கும். இலேசாக இருக்கும். சந்தோஷமாகக்கூட இருக்கும்.

சென்ற ஞாயிற்றுக்கிழமை சென்றபோது தீர்மானமாகத் தான் சென்றேன். காரியத்தை முடித்துவிடுகிற வைராக்கியத்தோடு சென்றேன். மனக்கஷ்டம் என்னால் தாங்கக்கூடியதாக இல்லை. எப்படியேனும் விடுதலை பெற்றால் போதுமென்றாகிவிட்டது. மலையில் பெய்த மழை அடிவாரத்து அணைக்கட்டில் தேங்குவது மாதிரி துக்கம் இடைவிடாமல் தேங்கித்தேங்கி மனசு வெடித்துவிடும் நிலையை அடைந்துவிட்டேன். நானும் எவ்வளவோ ஆசைப்பட்டவன்; எவ்வளவோ கனவு கண்டவன். கடைசியில் எல்லாம் இப்படியா முடியப்போகிறது என்று எண்ணியபொழுது எனக்கே என்மீது இரக்கம் கவிழ்ந்தது. ஆனால் என் கடந்தகால வாழ்வை எண்ணிப் பார்க்கிறபொழுது, இம்முடிவே பொருத்தமானது என்றும் தோன்றிற்று. ஒரு துன்ப நாடகத்தின் கடைசிக்காட்சிதான் இது. மிகவும் பொருத்தமான அமைப்புத்தான். வீட்டை விட்டுக் கிளம்பினேன்.

மீனாட்சிபுரம் குளம் பஸ்நிலையத்தில் எனக்கு முன்னால் அவள் ஏறினாள். அவளை எனக்குத் தெரியும். வீட்டு வாசலில் சபலம் காரணமாக நான் நின்றுகொண்டிருந்த சந்தர்ப்பங்களில், பல தடவை அவள் சாமான் வாங்கப் பையைத் தூக்கிக்கொண்டு போவதைப் பார்த்திருக்கிறேன். பெரிய சாவியை இடுப்பில் சொருகிக்கொண் டிருப்பாள். வயிற்றுச் சதையில் சாவி அழுத்தியிருக்கும். சாவியின் கைப்பிடித் துவாரம்வழி சதை பிதுங்கிக் கொண்டிருக்கும். சில சமயம் எட்டு ஒன்பது வயசுப் பெண் ஒன்றுகூட வரும். அவள் ஒரு மாதிரி என்பது எனக்கு எப்படியோ தெரியும். நானும் அப்படித்தான் என்பது அவளுக்கும் தெரியும். அர்த்த புஷ்டியோடு பார்த்துவிட்டுப் போவாள். கடைக்குத் திரும்புகிற சந்தில் நுழைகிறபொழுது கடைசியாக ஒரு பார்வை மீண்டும் பார்ப்பாள். எப்போதும் அப்படித்தான்.

அவளை அங்கு பார்த்ததும் ஒரு சந்தோஷம் எனக்கு; நாட்கணக்கில் நினைத்துக்கொண்டிருந்தது ஆடி வந்துவிட்ட மாதிரி. இன்று பலிக்கும் என்று எண்ண ஆரம்பித்துவிட்டேன். பஸ் புறப்பட்டது. அவள் முகத்தைக் கவனித்தேன். வழக்கத்திற்கு மாறாக அன்று அவளுடைய முகம் வெறிச் சென்றிருந்தது. கடுமையாக வைத்துக்கொள்கிறாள் என்றுகூடப் பட்டது. தெரிந்த பாவம் காட்டிக்கொண்டாள் என்றாலும் முகத்தில் புன்சிரிப்பின் சாயல் கூட இல்லை. ஆச்சரியம்தான்! ஆண் பிள்ளைகள் யாரேனும் உடன் வந்திருப்பார்களோ என்றால் அப்படியும் தோன்றவில்லை. என்னுடன் பெண்கள் யாரேனும் வந்திருப்பதாகத் தவறாகக் கூட நினைத்துக் கொள்ள முகாந்திரமும் இல்லை. கடைசிச் சீட்டில் இடது ஓரம் மூலை காய்கறிக்காரக் கிழவி எனக்கு யாராகவும் இருக்க முடியாது என்பதை அவளால் வெகு சுலபமாகவே ஊகித்துக்கொள்ள முடியும். நான் அவள் முகத்தையே விடாமல் பார்த்துக்கொண்டிருந்தேன். அவளோ நான்

உட்கார்ந்துகொண்டிருந்த திசைக்கு எதிர்த்திசையில் பார்வையை ஓட்டிக்கொண்டிருந்தாள். யாராவது ஏற, இறங்க பஸ் நின்று மீண்டும் புறப்படுகிற நிமிஷத்தில் மட்டும் ஒரு மின்னல் பார்வை என் பக்கம்; சாமான் வைத்த இடத்தில் இருக்கிறதா என்று கண்காணிப்பது மாதிரி அந்தக் கணத்தில் அர்த்தங்களை அவள்பால் தள்ளிவிட நான் முயன்றேன் என்றாலும், அவள் அதையெல்லாம் வாங்கிக் கொள்ளும் மனநிலையில் இல்லாததால் ஒன்றும் பலிக்கவில்லை.

கன்னியாகுமரி சென்று சேருவது வரையிலும் விசேஷமாக எதுவும் நிகழ்ந்துவிடவில்லை. பஸ் கடல் முன்னால் நின்றதும், பக்கத்துக் கடையோரம் நின்றுகொண்டிருந்த ஒரு கிழவன் விரைந்து வந்து வண்டியின் வாசலையொட்டி நின்று தலையைத் தூக்கி உள்ளே பார்த்தான். நான் அவசரமாய் வெளியே இறங்கினேன். மடமடவென்று கடலைப் பார்க்க நடந்து சென்றேன். சிறிதுதூரம் சென்று திரும்பிப் பார்த்தபோது அவள் கிழவனுடன் பேசிக்கொண்டிருப்பதைப் பார்த்தேன். என்னைப் பார்த்து அவள் கையைக் காட்டுவதாகக்கூடத் தோன்றிற்று. வேகமாக நடந்து சென்றேன்.

எதற்கோ புறப்பட்டு வந்துவிட்டு அதை அறவே மறந்து, ஏதேதோ அற்பகாரியங்களில் மனசை செலுத்துகிறோமோ என்று எண்ணி விசனமடைந்தேன். மீண்டும் மீண்டும் இப்படியே இருந்து வருகிறோமே என்று எண்ணிப் பார்த்தபொழுது ஒரு சுயவெறுப்பும் தாங்கமுடியாத மனக்கசப்பும் ஏற்பட்டன. இன்று வந்த காரியத்தை முடித்துவிடுவது என்று வெகு உறுதியாகத் தீர்மானம் செய்துகொண்டேன். காரண காரியத்தையும் பலாபலன்களையும் பற்றிச் சிந்தனை செய்ய ஆரம்பித்தோமென்றால் பின்நழுவிச் சென்றுவிடுமோ என்று பயந்து, எதைப்பற்றியும் அலட்டிக்கொள்ளாமல் முடிவைத் தேடிக்கொண்டு விடுவது என்று உறுதிசெய்துகொண்டேன். ஏதாவது ஓர் இடத்தைத் தெரிந்தெடுத்து அங்கேயே விழுந்துவிடுவது என்று எண்ணினேன். மணற்குன்றுக்கு அப்பாலுள்ள இடமே சௌகரியமான இடமாகப் பட்டது. அங்குதான் முதலில் வெறிச்சோடும். சூரியன் மறைந்ததும் புசுபுசுவென்று கூட்டம் கலைந்து கோவிலைப் பார்க்க நகரும். இப்படியெல்லாம் நினைத்தேன் என்றாலும் பழக்கதோஷத்தால் ஒவ்வொரு இடமாகப் போக ஆரம்பித்தேன். நீச்சல் குளத்தைத் தாண்டுகிறபொழுது, மணற்குன்றில் ஏகக்கூட்டமும் அடிவாரத்தில் ஏகக் கார்களும் தெரிந்தன. கூட்டம் கலைவது வரையிலும் மறைவாக இருக்க எண்ணி நீச்சல்குளத்தின் மதிற் சுவரையொட்டிக் கீழே இறங்கி, சுவர் கடலுக்குள் இறங்குமிடத்தில் சுவர் மீதேறிக் கடலைப் பார்க்கச் சம்மணங்கூட்டி அமர்ந்து ‘ராம, ராம,’ என்று ஜெபிக்க ஆரம்பித்தேன்.

ஒரு மனசு ஜெபித்துக்கொண்டிருந்தது. ஒரு மனசு கடவுளிடம் பேசிக்கொண்டிருந்தது. கடைசியில் இப்படி முடிகிறது. தாங்க முடியவில்லை. எவ்வளவோ பொறுத்துப் பார்த்தேன், முடியவில்லை. முடிவு வர வேண்டும்; வரவழைக்கக்கூடாது என்பது தெரியும்.

மகாபாவம் ... முடியவில்லை. நினைப்பு ஒன்றும் நிஜம் ஒன்றாகவும் இருக்கிற அவலத்தைத் தாங்க முடியவில்லை. எதற்கு? ஒவ்வொரு மனிதனுக்குள்ளும் ஒரு நீதிபதி. மனசாட்சி இட்டுச்செல்லவும் தெரியாத, பின் தொடர்ந்து வரவும் தெரியாத நாய். எதற்கு அது? பாவ புண்ணியங்களைப் பற்றிய எண்ணங்களை எதற்குத் தோன்ற வைத்தாய்? போகிறேன். முடித்துக்கொண்டு வருகிறேன்... அலுத்துவிட்டது ... இனிமேல் எதுவும் கூடி வரப்போவதில்லை... என்னை அறியாமலேயே கண்ணீர் விட ஆரம்பித்தேன். கேவிக்கேவி அழ ஆரம்பித்தேன். பழைய நினைவுகள் ... தோல்விகள் ... துன்பங்கள்... பிறர்வெறுத்த வெறுப்பு ... முகத்துக்கெதிரே வீசிய நெருப்புத் துண்டுகள்... பட்ட அவமானம் செய்த பாவங்கள் ... சிதறிப்போன கனவுகள் ... ஒவ்வொன்றையும் நினைத்து வெகுநேரம் அழுதேன்.

இருள் கவிய ஆரம்பித்துவிட்டது.

எழுந்து நின்று கரம்கூப்பி முதுகை வளைத்துத் தொழுதேன். ‘எனக்கு யார்மீதும் கோபமில்லை; எல்லோரும் என்னை மன்னித்து விடுங்கள்’ என்று மனசுக்குள் சொல்லிக்கொண்டேன்.

கீழே இறங்கி, மனசையும் மூளையையும் சூன்யமாக்கிக் கொண்டு வெகுவேகமாக மணற்குன்றைப் பார்க்க நடந்தேன்.

சிறிது ஆச்சரியமாகவே இருந்தது. என்னுடைய முனையில் ஒரு பெண்ணுருவம் நின்றுகொண்டிருப்பது தெரிந்தது. கூர்ந்து கவனித்தேன். சந்தேகமில்லை; அவள்தான்!

எனக்குப் புரிந்துவிட்டது. நெஞ்சு துணுக்குற்றது. பீதி பிடித்து ஆட்ட ஆரம்பித்தது. பஸ்ஸில் பார்த்த அவளுடைய முகம் நினைவுக்கு வந்தது. சந்தேகமே இல்லை. அடிப்பாவி! என்னை அறியாமலே பின்திரும்பி ஓட்டமும் நடையுமாகச் சென்றேன். திரும்பிப் பார்க்கக் கூட மனசு வரவில்லை. நீச்சல் குளத்தருகே வந்தேன். பிறர் என்னைப் பார்ப்பது பயத்தை ஊட்டிற்று. வம்பில் மாட்டிக்கொள்ள நேருமோ என்றும் சாட்சிக்காக அகப்பட்டுக்கொண்டு அல்லற்படும்படி ஆகி விடுமோ என்றும் பயந்தேன். திரும்பிப் பார்த்தபோது நிலவொளியில் மணற்குன்றுதான் தெரிந்தது. முனை தெரியவில்லை. கதை இதற்குள் முடிந்திருக்குமென்று நினைத்துக்கொண்டேன். கடைசி அவஸ்தையைக் கற்பனை செய்து பார்த்தபொழுது வயிற்றைக் கலக்கிற்று. ஒரு நிமிஷத்தில் துணிந்துவிட்டாளே! விரலைக் கடித்துக் கையை உதறிக் கொண்டே வேகமாக நடந்தேன். இருளில் நிற்பது விவேகமல்ல என்று தோன்றியது. காந்திஜி நினைவுச் சின்னத்தை ஒட்டி ஒரு பெஞ்சில் வந்து உட்கார்ந்துகொண்டேன். கடைகளிலிருந்து ட்யூப் லைட் ஒளி லேசாக பெஞ்சுகளின் மீது விழுந்து கொண்டிருந்தது. ஏதேதோ யோசனைகளில் மனசை அலையவிட்டு, எவ்வளவு நேரம் அப்படியே இருந்தேன் என்பது எனக்குத் தெரியாது.

“இன்னும் போகலியா நீங்க?” என்ற குரல் கேட்டது.

திருப்பிப் பார்த்தேன். பெஞ்சோரத்தில் அவள் நின்று கொண்டிருந்தாள்.

"என்ன, அப்படிப் பாக்கிறீங்க?" என்று கேட்டாள்.

"மணல் குன்றில் உன்னைப் பார்த்தேன்!"

"அங்கே வந்திருந்தீங்களா?"

"ம் . . ."

"என்னைப் பாத்து பயந்து திரும்பிட்டீங்களா?"

"பயந்துதான் . . . ஆனால் உன்னை . . ."

"நியாயந்தான். தப்பு இல்லை," என்றாள்.

"உனக்கு இருட்டில் பயமா இராதா?"

"நான் இருட்டுக்குப் பயந்தா முடியுமா?"

பலே கைக்காரிதான் என்று மனசுக்குள் முணுமுணுத்துக் கொண்டேன்.

"இப்படி பெஞ்சில் உட்காரலாமே," என்றேன்.

"உங்களுக்கு ஆட்சேபணை இல்லைன்னா சரிதான்," என்று கூறிக்கொண்டே, குனிந்து உட்காரும் இடத்தை ஊதிவிட்டு அமர்ந்து கொண்டாள்.

"கிழவனிடம் என்னைக் காட்டி எதையோ . . . என்னைக் காட்டித்தானா?"

"நீங்க சொல்றது சரிதான். ஒரு ஆளுக்காக நான் வந்தேன். அம்மாவுக்கு உடம்பு சரியில்லைன்னு செய்தி வந்து, அந்த ஆளு ஓடிப்போயிட்டான். அதுதான் உங்ககிட்டே வேணும்னா கேட்டுப் பார்க்கலாமேனு கிழவன்கிட்டே சொன்னேன்."

"கிழவன் வரலியே,"

"இல்லை, வந்தான். திரும்பி வந்து வேண்டாம்னு சொல்லிட்டான். அவன் சொன்ன காரணத்தைச் சொன்னா நீங்க கோபப்படமாட்டீங்களே . . ."

"ஊஹூம் சும்மா சொல்லு."

"உங்களுக்குப் பைத்தியம். வேண்டாம் சிரமப்படுவாய்னு சொன்னான்."

சிரிக்க வேண்டுமே என்பதற்காக நானும் சிரித்தேன். நெஞ்சில் ஓங்கி உதைத்தது போலிருந்தது.

"அந்த ஆளுக்கு ஏன் தோணிச்சாம் அப்படி?"

"தனக்குத்தானே பேசிக்கிறாரு, அழுறாரு. என்னன்னமோ கோணங்கி எல்லாம் காட்டுறார்னு சொன்னான்."

"அவன் சொன்னது சரிதான். உனக்கும் நான் பைத்தியம்னுதான் நினைப்பா?"

"இல்லை. நான் அந்த மனுஷன்கிட்டே சொன்னேன், அப்படியொண்ணும் இல்லையேன்னு. திரும்பவும் போய்ப் பார்க்கட்டுமான்னு கேட்டான். அழுதுகிட்டிருக்கிறபோது குறுக்கிடறது நல்லாயிருக்காது, வேண்டாம்னு சொல்லிப்பிட்டேன்."

"நேரா மணல் குன்றுக்குத்தான் வந்தாயா?"

"இல்லை, வந்த காரியம் பலிக்கலை கோயிலுக்குப் போயிட்டு வருவோம்னு போனேன். என்ன அற்புதமான அலங்காரம்! நின்று பர்த்துக்கிட்டே இருக்கலாம். சுய ஞாபகமே அத்துப்போயிடுது."

"இப்பத்தான் முதல் தடவையாப் பாக்கறியா?"

"இல்லை... இல்லை... பாத்து ரொம்ப வருஷம் ஆயிடுத்து எத்தனையோ தடவை வந்துட்டுப் போயிருக்கேன். வேற ஜோலியா வந்தா கோயிலுக்குப் போறதே வெச்சுக்கிறது கிடையாது."

"ஓஹோ," என்றேன்.

என்னைப்பற்றி ஏதாவது விசாரிக்கக்கூடுமென்று எதிர்பார்த்தேன். ஊஹூம், கிழவனிடம் கேட்டுவிட்டதை இப்பொழுது நேரிலேயே என்னிடம் அடிபோட்டுப் பார்க்கலாம் அல்லவா? எதற்கு அழுதுகொண்டிருந்தேன் என்று தெரிந்து கொள்ளவுமா ஆவல் இராது?

"எதற்காக மணல்குன்று முனையில் போய் நிக்கிறாய்?"

"சும்மாதான்,"

"பொய்,"

"பொய்யா? ஏன்? எதுக்குப் பொய் சொல்லணும்? சூர்யாஸ்தமனத்தைப் பாக்கணும்னு கோவிலிலேருந்து அவசர அவசரமாக வந்தேன். நான் வந்து சேர்ரதுக்குள்ளே முக்காப்பங்கு மறைஞ்சு போச்சு நின்னு பாத்துக்கிட்டே இருந்தேன். என்ன அற்புதமா இருக்கு சொல்லவே வாய் வரமாட்டேன் என்குது. அப்புறம் அப்படியே நடந்து அந்த முனைவரையிலும் போனேன். இருட்டினதும், எல்லாரும் போனதும் எனக்குத் தெரியவே தெரியாது. அங்கேயே நின்னுக்கிட்டு இருந்தேன். எனக்கு முழுசா மூணு பாட்டுத்தான் தெரியும். மூணுமே சின்ன வயசிலே எங்க அம்மா சொல்லித்தந்தது. அந்த மூணையும் ஒவ்வொன்றாய் பாடினேன். அவ்வளவுதான்."

"நான் என்னவோ சந்தேகப்பட்டேன்."

"வேறே யாராவது எங்கூட,"

"அப்படியில்லை கடலிலே குதிக்கப் போறியோன்னு நெனச்சேன்."

"சீச்சீ," என்றாள் அவள்.

ஏதோ செத்துப்போய் அழுகிக்கொண்டிருந்த பிராணியைப் பார்ப்பது மாதிரி முகத்தை வைத்துக்கொண்டாள் அவள்.

"ரொம்ப லேசாச் சொல்லிட்டீங்களே?"

"நினைச்சு நினைச்சு ரொம்ப லேசாப் போச்சு எனக்கு," என்றேன்.

"அந்த மாதிரி எண்ணம் உண்டா உங்களுக்கு?"

"ரொம்ப உண்டு அநேகமா ஒவ்வொரு நாளுமே?"

"ஏன்,"

"கவலை"

"என்ன காரணம்?"

"எனக்கே தெரியாது."

"பணக் கஷ்டமா?"

"ஊஹூம். ஒண்ணுமில்லே. வீடு, வாசல், வயல் எல்லாம் இருக்கு. எனக்கே ஏன்னு தெரியலே . . ."

"தெரியாம இருக்காது, சொல்லமுடியாம இருக்கும்."

"சொல்லவும் சொல்லலாம். ரொம்பக் கஷ்டம், சின்ன வயசிலேருந்து சொல்லிண்டே வரணும். நெனச்சதையும் நடந்ததையும் ஒண்ணு விடாமச் சொல்லணும். இப்போ ரொம்ப சுமை சேர்ந்து போச்சு. ஒண்ணாத் தாங்க முடியலை . . ."

"நடந்து போனதை மறந்துடணும்,"

"முடியலேயே. மறக்க வேண்டியதை ஒண்ணைக்கூட மறக்க முடியலையே."

"கஷ்டம்தான். ஒவ்வொருத்தருக்கும் ஒவ்வொரு விதி," என்றாள்.

"ஹோட்டல் அறை ஏதாவது தெரியுமா?"

"அவனுக்காக எடுத்துப் போட்டது இருக்கே . . ."

"போகலாமா?"

"காசு இருக்கா?"

அதை அவள் வெடுக்கென்று கேட்ட தோரணை என்னை ஒரு கணம் அதிரவைத்தது.

என் கையில் பணம் இருக்கவில்லை. நான் வேண்டுமென்றே அன்று கொண்டுவரவில்லை. வந்து சேருவதற்கான பஸ் கட்டணத்தை மட்டும் எண்ணி எடுத்துக்கொண்டு வந்திருந்தேன். எவ்வளவு வைராக்கியத்துடன் தீர்மானித்துக் கொண்டுவந்தேன்!

"இல்லை. பணம் இல்லை," என்றேன்.

"வேண்டாம்," என்றாள் அவள்.

நான் அவள் முகத்தைப் பார்த்தேன். முந்தானை ஓரத்தில் நூலிழைகளை விரல்களால் முறுக்கிக்கொண்டிருந்தாள்.

“திரும்பிப்போக டிக்கட்டுக்குக்கூட காசு இல்லை,” என்றேன்.

“கொண்டு வரலியா?”

“வேணும்னு எடுத்துக்காம வந்தேன்.”

“ஏன்?”

“திரும்பிப் போறதுக்காக வரலை. கடலிலே விழுந்துவிடலாம்னு வந்தேன்.”

“ஏன் விழலே?”

“உனக்குக் கொஞ்சம்கூட நெஞ்சிலே ஈரம் கிடையாது போலிருக்கே,” என்று சொல்லிவிட்டு அவள் முகத்தைப் பார்த்தேன்.

இந்த ரகம் எனக்கு ரொம்ப தெரிஞ்ச ரகம். என் தொழிலிலே அடிக்கடி தட்டுப்படற ரகம். ஆசை இருக்கும்; சாமர்த்தியம் இராது. சும்மா சுத்திச் சுத்தி வந்து பல்லைக் காட்டும். நெருங்கிக்கேட்டா ஒண்ணு மில்லேன்னு சிரிச்சு மழுப்பும். எதை ஆசைப்படறதுன்னு தெரியணும். ஆசைப்படறதை நிறைவேத்திக்கிற துணிச்சல் இல்லேன்னா கஷ்டம்தான்.”

“உனக்கு கஷ்டமே கிடையாதா?”

“நிறைய உண்டே.”

“நீ அழறதுண்டா?”

“அழுதது உண்டு. ஆனா அதை ஒரு வேலையா வெச்சுக்கிற வழக்கம் கிடையாது. ஒருக்க ஒருத்தன்கிட்டே கஷ்டத்தின் பேரிலே கூட ஒரு ரூபாய் கேட்டேன். வெடுக்குணு, உன் குரங்கு மூஞ்சிக்குக் காணாதோ’ன்னு கேட்டுப்புட்டான். அறைஞ்சுடுவோமானு தோணிச்சு. அடக்கிண்டேன். கதவைச் சாத்திப்புட்டு அவன் தந்திருந்த அஞ்சு ரூபாய் நோட்டைச் சுக்கு நூறாகக் கிழிச்சு எறிஞ்சேன் ரெம்ப நேரம் ஏங்கி ஏங்கி அழுதேன். என்கூட வருமே ஒரு பெண் . . . அவனுடையதுதான். சந்தேகமே இல்லை. குரங்கு மூஞ்சியைப் பார்த்தாலே தெரியும்; அவன் சாடைதான்.”

“நீ நல்ல அழகுதானே?”

“சரி சரி, சும்மா அலட்டிக்கிட வேண்டாம். வரட்டுமா?”

அவள் பெஞ்சை விட்டு எழுந்தாள் “பஸ் சார்ஜூ வேணும்னா தந்துவிட்டுப் போறேன்” என்று சொல்லிவிட்டு நின்றாள்.

கூச்சமாக இருந்தது. அவளிடமிருந்து பெற்றுக்கொள்வதில் தவறு இல்லை என்றும் தோன்றியது.

“காசு இருக்கா?” என்று கேட்டேன்.

"ம் . . . கிழவன் அஞ்சு ரூபாய் தந்தான். அவன் கொடுத்து விட்டுப் போயிருக்கான். கோவிலிலே அம்மன் பேருக்கு ஒரு அர்ச்சனை பண்ணினேன். மீதி அப்படியே இருக்கே," என்று சொல்லிக்கொண்டே முந்தானை முடிச்சை மிகச் சிரமப்பட்டு அவிழ்த்து அரை ரூபாய் நாணயத்தைத் தூக்கித் தந்தாள்.

"திரும்பித் தந்துவிடுகிறேன்," என்று சொல்லிக்கொண்டே வாங்கிக்கொண்டேன்.

"திருப்பித்தரதுன்னு சொன்னா நான் வட்டியோடதானே வாங்கிக்க முடியும். வேண்டாம். இல்லை கடன்பட்டுட்டோம் என்கிற நெனப்பு உண்டாயுடும்னா ஏதாவது கோவிலிலே உண்டியல் பெட்டியிலே போட்டுடுங்க" என்றாள். "சரி" என்றேன்.

அவள் புறப்பட்டாள்.

"என்னைப் பற்றி என்ன நினைக்கிறாய்?" என்று கேட்டேன். அதற்கு அவள் பதில் சொல்லாமல் என் முகத்தையே பார்த்து இலேசாகச் சிரித்தாள்.

இரண்டு எட்டு எடுத்து வைத்தவள், மீண்டும் நின்று என்பக்கம் தலையைத் திருப்பி, "இடங்கெட்ட இடத்திலே பாத்தா சிரிப்பேன்னு நினைக்காதீங்க. அப்படி ஒரு நாளும் செய்யமாட்டேன்," என்று சொல்லிவிட்டுச் சென்றாள்.

கடைசி பஸ்ஸில் நானும் ஊர் வந்து சேர்ந்தேன்.

தற்கொலை சுபாவம் என்னைவிட்டு அவ்வளவு எளிதில் கழன்று விடுமோ என்பது சந்தேகம்தான். ஆனால் இனிமேல் அந்த நினைப்போடு கன்னியாகுமரி செல்வது சாத்தியமில்லையென்றே தோன்றுகிறது.

சு.ரா.வின் தொகுக்கப்படாத சிறுகதை.
***சதங்கை* இதழில் டிசம்பர் 1971இல் வெளிவந்துள்ளது.**

பிள்ளை வரமா? பிறவா வரமா?

தலைக்குப் பின்னாலுள்ள முடிச்சை அவிழ்த்து, மூக்குக் கண்ணாடியை எடுத்து மடியில் வைத்துக்கொண்டார், பரமசிவம் பிள்ளை. தலையைக் கொக்கு மாதிரி கடைக்கு வெளியே நீட்டி நோட்டம் பார்த்தார். வீதியெல்லாம் வெறிச்சோடிக் கிடந்தது. உயிரியக்கமே இல்லை.

கல்லாப் பெட்டியைத் திறந்து சில்லறையை எண்ணினார். அன்று விற்று முதல் பதிமூன்றரை அணா! "யாவாரம் செஞ்சு பொளந்தாப்லெதான்! எளவெடுத்த யாவாரம்!" என்று முணு முணுத்துக் கொண்டார். வாடிய வெற்றிலையை அப்படியே சுருக்கி வாயில் தள்ளிக்கொண்டு, உலர்ந்த சுண்ணத்தைப் பொடித்துத் தூவிக் கொண்டார். கடை இழுத்துப் பூட்டிவிட்டு, பூட்டை பலமுறை இழுத்து பார்த்தார். பக்கவாட்டுச் சந்தினுள் நுழைந்து வீட்டை நோக்கி பொடி நடை நடந்தார் பிள்ளை.

கணபதி கோயிலைத் தாண்டியதும்தான், மனைவி காலை சொல்லியனுப்பியது ஞாபகத்திற்கு வந்தது. ஒரு பிடி நல்லமிளகு கொண்டு வரும்படி மனைவி சொல்லியிருந்தாள். அவர் மூத்த பெண் பிரசவத்திற்காகத் தாய் வீடு வந்திருந்தாள். ஏழு மாத கர்ப்பம். ஏற்கனவே பெண் நோஞ்சல். சோகை பிடித்த உடம்பு விரலை வெட்டினால்கூட ரத்தம் வராது என்று தோன்றும். அந்த அழகில் வருடம் தப்பினாலும் பிரசவம் தப்புவதில்லை. திருமணம் நடந்து இன்னும் ஐந்து ஆண்டுகள் நிரம்பவில்லை. அம்மாள் நாலாவது பிரசவத்திற்குத் தாய் வீடு வந்திருக்கிறாள்!

அன்று பரமசிவம்பிள்ளையின் மனம் வெந்து கொண்டிருந்தது. ஒரே கசப்புணர்ச்சி. வாழ்வின் அபஸ்வரங்கள் மனத்தில் எதிரொலித்துக் கொண்டே இருந்தன.

சின்னஞ்சிறு பிள்ளையாக இருக்கிறபொழுது பகலில் ஓய்வும், இரவில் தூக்கமும் இல்லாமல் புகையிலை மண்டியில் மாடாய் உழைத்தது ஞாபகத்திற்கு வந்தது. ஏழு ரூபாய்ச் சம்பளத்தில் கணக்குப்பிள்ளை என்ற அந்தஸ்தைப் பெறுவதற்கு முன்பே ஆயுளில்

பதினைந்து வருடம் தாண்டிவிட்டது. வாழ்க்கை என்பது அவருக்கு மேடு பள்ளம் அல்ல, ஒரே பள்ளம்தான்! அப்புறம், அவருக்கும் கல்யாணம் நடந்தது. கல்யாணத்தை நினைத்து விட்டாலே பிள்ளைக்குப் பிரசவந்தான் ஞாபகத்திற்கு வரும். நலுங்கு ஊஞ்சலில் ஆட்டம் நிற்பதற்கு முன்னாலேயே குழந்தை பிறந்து குதித்துவிட்ட மாதிரி தோன்றும். கல்யாணமாகிப் பத்து வருடத்திற்குப் பின்னால் குழந்தை பிறந்தது; இல்லை, குழந்தைகள் பிறந்தன. தாம்பத்திய வாழ்க்கைக்குப் பிள்ளையார் சுழி போட்டதுமே ‘டபிள் பிரசவம்!’ அப்புறம் வருடா வருடம் பிரசவம்... கர்ப்பம்... பிரசவம்... குழந்தை... மீண்டும் கர்ப்பம். ஸ்ரீமதி பிள்ளை மாதாந்திர அவஸ்தை போன்ற தொல்லைகளுக்கொன்றும் ஆளாவதில்லை. இதற்கு நடுவில் பிள்ளை கொழும்புக்கு வேறு போனார். கொழும்புக்குப் போய் எல்லோரும் சம்பாதித்தார்களாம். ஒரு தேயிலைத் தோட்டத்தில் கணக்குப்பிள்ளை யாக வேலை பார்த்தார். ஐந்து வருடத்தில் திரும்பி வந்தார். சம்பாத்தியம் மலேரியா ஒன்றுதான்! மூன்றாவது குழந்தைக்கும் நான்காவது குழந்தைக்கும் ஆறு வருஷம் இடைவெளி. அதுதான் கொழும்பு யாத்திரையில் கண்கண்ட லாபம்!

பிள்ளைக்கு ஐந்து பெண்களும் நான்கு பிள்ளைகளும் உண்டு. சட்டென்று, ‘அவ்வளவு குழந்தைகள் பெயரையும் வரிசையாகச் சொல்லும்’ என்றால் ஒரு நிமிஷம் திணறிப்போவார் பிள்ளை. ஐந்து பெண் பெற்றால் அரசனும் ஆண்டியாம்! பிள்ளை ஏற்கனவேயே ஆண்டி. அஷ்ட தரித்திரம்தான் பிதிரார்ஜிதச் சொத்து. மனைவி வழியில் ஒரு சின்ன வீடு வந்து சேர்ந்தது. மூத்த பெண்ணைக் கல்யாணம் செய்து கொடுத்ததில் அந்த வீடும் மற்றொருவனுக்குச் சொந்தமாகி விட்டது. அவருடையதாக இருந்த வீட்டில்தான் இப்பொழுது அவர் இருக்கிறார். வாடகையை மட்டும் சொந்தக்காரனுக்குக் கொடுத்துவிட வேண்டும்.

“இதுவும் ஒரு வாழ்க்கையா?” என்று பிள்ளை அலுத்துக்கொண்டார். “இது வாழ்க்கை இல்லை. உயிர் போகமாட்டாத அவஸ்தைதான்!” என்று தோன்றிற்று.

“என் பெண்ணிற்கும் இந்தக் கஷ்டம்தானே. நாளைக்கு அவளும் திண்டாடத்தான் போகிறாள். மாப்பிள்ளைதான் என்ன கலெக்டரா?, கலெக்டர்தான். ஏதோ ஒரு ராப்பாடி பாங்கில் பில் கலெக்டராக இருக்கிறான். முப்பது ரூபாய் சம்பளம். இவனுக்குத்தான் எதுக்கு இவ்வளவு குழந்தைகள்? முன் யோசனையே இல்லை...”

ஆனால் பிள்ளையைப் பொறுத்தவரையில் அவருக்கு அய்யங்காரின் சிநேகம் ஏற்படுவதற்கு முன்னால், இந்த மாதிரி சிந்தனையே தோன்றியது கிடையாது. எல்லாம் ஆண்டவன் செயல் என்று நம்புகிறவர் அவர். “என்னய்யா, நேத்து பிரசவமாச்சாமே. தாயும் பிள்ளையும் சவுக்கியமா?” என்று இருபத்தைந்து வருட காலத்தில் எத்தனைபேர் எத்தனை தடவை அவரிடம் விசாரித்

திருக்கிறார்கள்! அப்பொழுதெல்லாம் பிள்ளையின் பதில் ஒன்றுதான்; "என்னமோய்யா, ஆண்டவனாகப் பார்த்துக் கொடுக்கிறான். நம்ம கையிலே என்ன இருக்குது. கொளந்தெ வேணும்னா வருதா? அட, வேண்டாம்னாதான் நிக்குதா? இதெல்லாம் மனுச காரியமா? ஒம்ம குடும்பத்துக்கு தாங்குமான்னு கேப்பிய. மரம் வச்சவன் தண்ணி விடறான்.

ஒருமுறை வழக்கம்போல் சர்வசாதாரணமாக இப்படி பதில் சொல்லப்போய் பிள்ளை அய்யங்காரிடம் அகப்பட்டுக்கொண்டார்.

○○○

செல்லப்பிள்ளை அய்யங்கார் சாதாரண மனிதர்தான். ஆனால் சமீபகாலமாக அவருக்கு கொஞ்சம் மவுஸு ஜாஸ்தி. ஆயிரத்துத் தொள்ளாயிரத்தி நாற்பத்தேழாம் வருடம்வரை 'ரூல் பிரிட்டானிக்கா' பாடிய ராஜவிசுவாசிதான் அவர். இப்பொழுது ஜன கண மன' பாடுவதில் தொண்டை கிழிகிறது. அதோடு ஜில்லா போர்டு தேர்தலிலும் வெற்றி. பொதுநல ஊழியர்தான் என்றாலும், சமீபகாலமாக 'குடும்பக் கட்டுப்பாட்டுத் திட்டம்' என்ற தீவிரச் சீர்திருத்தத்தில் ஐம்புலன் களையும் கேந்திரப்படுத்தி வேலை செய்து வருகிறார். பிரசாரத்தின் வலு ஏற ஏற 'அய்யங்கார் வருகிறார்' என்றாலே எல்லோரும் ஓட்டம் பிடிக்கும் நிலைமை வந்துவிட்டது.

"என்னங்காணும் சொல்கிறீர்? மரம் வச்சவன் தண்ணீர் விடுவானாம். இதெல்லாம் பத்தாம் பசலி! தண்ணீர் எவ்வளவு இருக்கோ, அதுக்கு மரம் வச்சாப் போரும். இப்போ என்ன குடி மூழ்கிப்போயிடும். சொல்லும்! எப்பவும் வீட்டிலெ நாலு தூளி போட்டு ஆட்டினாத்தான் ஜாதில சேத்தியோ? நானெல்லாம் இதை ஒப்புக்கொள்ள மாட்டேன். இதென்னடா இது? ஓயாமல் பிரசவம் . . . இப்படியா வருஷா வருஷம் கொழந்தையெப் பெத்துட்டு ஆலாப் பறப்பீர்! அட, பைத்தியார மனுசா!"

பிள்ளையைத் தாக்குத்தாக்கென்று தாக்கிவிட்டார் அய்யங்கார். அயங்காரின் கர்ஜனையில் அசந்துபோனார் பிள்ளை. பிள்ளையின் மாப்பிள்ளையும் கூட வந்தார். அவர் கேட்டார்:

"அதுக்கு நீங்க என்ன வேணும்றீங்க?"

"அப்படிக் கேளு! என்ன வேணும்னு சொல்றேன்னா, குடும்பத்தை கட்டுப்படுத்தணும். ஆம். ஏன் கட்டுப்படுத்தணும்? நம்ம தேசத்திலே உணவு கம்மி. செழிப்பில்லை. ஊர் விஷயத்தைத் தள்ளு. ஒம்ம விஷயத்தை எடுத்துக்கும். உமக்குப் போதிய வசதி இருக்கா? பணச் சௌகரியமிருக்கா? நீர் டஜன்டஜனா கொழந்தையெப்பெத்து என்ன செய்யப் போகிறேராம்?"

"அப்பொ வசதி இருந்தா புள்ளெ பெறலாம்னு சொல்லுங்க. கம்மிஷன் கடை நாடாருக்கு ஒரு டஜன் தாண்டிட்டுத்தே. அவர்ட்டெ

போயி ‘அட்வைஸ்’ பண்ணப்படாது? அங்கேபோய் வாயைத் திறந்தா . . .”

“திறந்தா என்ன, தலையைச் சீவிடுவானோ? அவன் அப்பன் கிட்டயே சொல்லுவேனே! இந்தப் பேச்செல்லாம் எதுக்கு? அவன் லகாரமா வார்றான். உமக்குத்தான் வக்கில்லையே!”

“அப்போ சம்பாத்தியத்துக்கு தகுந்தாப்போல, கொழந்தையையும் பெத்துக்கிடலாம்னு சொல்லுங்க. அட, மனுசன் துட்டுக்குப் போக்கத்துப் போயிட்டானா, புள்ளை கூட பிறக்கூடாதுன்னு சொல்லுவீங்க போலிருக்குதே. அப்படின்னா . . .”

“சரி, சரி, பேச்சை நிறுத்து” என்று அதட்டினார் பிள்ளை. சண்டை கிளம்பிவிடக்கூடாதே என்ற பயம் அவருக்கு.

மறுநாள் பரமசிவன் பிள்ளையின் வீடு தேடிவந்து மாப்பிள்ளையைத் தன் வீட்டிற்குக் கூட்டிக் கொண்டு போனார் அய்யங்கார்.

இரவு மாப்பிள்ளையிடம் விஷயத்தை விசாரித்தார். பிள்ளை.

“அவரு கூட்டிக்கிட்டுப் போய் கதை அளக்க ஆரம்பிச்சாரு. மனுசன் ‘பிரேக்‘ இல்லாமப் பேசறான். எல்லாத்தையும் பச்சை பச்சையாச் சொல்றாரு. நமக்குத்தான் கேக்கக் கூச்சமா இருக்குது. அவருக்குச் சொல்லிச்சொல்லி குளிர் விட்டுப் போச்சு. ரெண்டு மூணு சின்னப் பொஸ்தகமும் கொடுத்திருக்கிறாரு. எல்லாம் சர்க்கார் வெளிட்டதாம்!”

பிள்ளை இனிமேலாவது பெண் தன் வீட்டிற்குப் பிரசவத்திற்கு வராமல் இருந்தால் போதும் என்று எண்ணினார்.

“அவர் பேச்சைக் கேட்டா என்ன? குடி முளுகியா போயுடும்? அவரு சொல்றதும் சரிதானே. அவரு சொல்றபடி நடந்துகிட்டா எல்லாருக்கும் கயிஷ்டமில்லெ, ஆமா!”

மாப்பிள்ளை மறுநாள் ஊருக்குப் போய்விட்டார்.

இது நடந்து ஒரு வருடமாகவில்லை.

இப்பொழுது பெண் பிரசவத்திற்குத் தாய்வீடு வந்திருக்கிறாள்.

○○○

“என்ன பிள்ளைவாள், கடை பூட்டிப் போறேளாக்கும்!”

பிள்ளை திரும்பிப் பார்த்தார். அய்யங்கார் நின்றுகொண்டிருந்தார். கீற்று நாமம்; கதர் உடை; கையில் தங்கச் செயின்; வாய் நிறைய வெற்றிலை.

“ஆமாம். ஊரிலேருந்து பெண் வந்திருக்காளாமே! நேத்து அப்படி வரச்சே, வாசலிலே நின்னுண்டு இருந்தாப் தோணித்து.”

“ஆமா வந்திருக்கு.”

"என்ன விசேஷம்? பொறந்த நாளோ?"

"கொளந்தைக்குப் பொறந்த நாளு இனிமேதான் வருது. அதுக்குள்ளார இவ வந்தாச்சு.!"

"ஒடம்பு சரியில்லையோ!"

"ஒடம்புக்கு ஒண்ணுமில்ல. இந்தப் பொம்புளைகளுக்கு வேற சோலி? வருஷா வருஷம் வயத்தெ தள்ளிட்டு வந்து என் கழுத்தெ அறுக்குது. சவத்த விட்டு தள்ளுங்க!"

"ஓஹோ, அப்படியா சமாசாரம்? நம்ம மாப்பிளே கிளிப்பிள்ளைக்கு சொல்றாப்லே சொன்னேனே. சேச்சே! மோசம்! கொஞ்சம்! கொஞ்சம் விஷயம் தெரிஞ்ச ஆசாமீன்னா நெனச்சேன்!"

"நம்ம பேச்சே விடுங்க. ஒங்களுக்குத்தான் என்ன? கொளந்தை களுக்கு கொறவா?"

"நாலு!"

"பின்னென்ன?"

"பின்னென்னவா? நாலு. நாலுன்னா நாலுதான். அதுக்கு மேலே பேசப்படாது. அவளுக்கு ஒரு பொண், எனக்கு ஒரு பிள்ளை. எனக்கு ஒரு பொண், அவளுக்கு ஒரு பிள்ளை. அவ அப்பா, அவ அம்மா, என் அப்பா, என் அம்மா, எல்லார் பெயரும் இட்டாச்சு. இனிமே கொழந்தே கிழந்தேன்னு எங்கிற சமாச்சாரமே கிடையாது. என்னா?"

விடு பக்கத்தில் வந்ததும் தப்பினோம் பிழைத்தோமென்று உள்ளே தாவினார் பிள்ளை.

வீட்டில் எல்லோரும் தூங்கி விட்டார்கள். குழந்தைகள் வரிசை யாகப் படுத்துக்கிடக்கிறார்கள். ஒன்று, இரண்டு மூன்று . . . ஒன்பது!

பிள்ளை சாப்பிட உட்கார்ந்தார்.

சம்சாரம் பேசிக்கொண்டே சோற்றைப் பிழிந்து போட்டார்.

". . . மீனாச்சிக்குக் காலிலெ சிரங்கு . . . ராசா பரீச்சையிலே முட்டை போட்டுட்டான் . . . சம்படத்திலே வச்சிருந்த ரூபாயைத் திருடிக்கிட்டு, கோலப்பன் சினிமாவுக்குப் போயுட்டான் . . . பிள்ளைத் தாய்ச்சிக்கு காப்பி போட்டு குடிக்கணும்னு ஆசையா இருக்கு . . . ஆனா வீட்டிலெ காப்பிப் பொடி இல்லை . . . கடைக்குட்டி சுப்பு சிலெட்டை ஒடச்சிட்டு அளுது . . . நாளை பால் பணம் கொடுக்கணும் . . . இனிமே நாளெக் கடத்த முடியாது . . . திங்குதிங்குனு குதிக்கான் . . ."

பிள்ளை ஒரு வார்த்தை பேசாமல் வாசலில் வந்து படுத்துக் கொண்டார். படுக்கை கொள்ளவில்லை. நெஞ்சில் பாரத யுத்தம் நடந்துகொண்டிருந்தது.

திடீரென்று வீட்டினுள் ஏதோ சத்தம் கேட்டது.

உள்ளே பாய்ந்தார். மனைவி கீழே விழுந்து கிடந்தாள்.

"என்ன? என்ன செய்யுது?"

பதிலில்லை.

"என்ன, சொல்லேன்! வைத்தியரெக் கூட்டிக்கிட்டு வரட்டுமா?"

பதிலில்லை.

"அட, வாயைத் திறந்துதான் பதில் சொல்லேன். என்ன செய்யுது?"

மெல்ல கண்ணை விழித்தாள் மனைவி.

"பதறாதீங்க. எல்லாம் வருஷா வருஷம் வர்ற வியாதிதான். பத்து மாச வியாதி!"

❍❍❍

பல மாதங்களுக்குப் பின்னால் ஒருநாள் பிள்ளையை அய்யங்கார் பிடித்துக்கொண்டார்.

"என்ன பிள்ளைவாள், ஆத்திலெ புத்திரன் அவதாரமாகி யிருக்கானாமே. ரொம்ப சந்தோஷம்..."

பிள்ளை பதில் சொல்லவில்லை.

அவர் முகத்தைப் பார்க்க, அய்யங்காருக்குப் பரிதாபமாக இருந்தது.

"அட, இதெல்லாம் மனசிலெ போட்டுக்காதேயும். எல்லா நாம நெனக்கிற மாதிரி நடக்கிறதா? இப்போ..."

பேச்சை முடிக்குமுன் அய்யங்காருக்கு ஒரு தந்தி வந்தது. பிரித்துப் பார்த்தார்.

"என்னய்யா விசேஷம்! தந்தி வந்திருக்குதே!"

"ஊரிலெ நம்ம சம்சாரம் பெத்துருக்காளாம்!" என்றார் ஐயங்கார்.

"அடி சக்கை! நீங்களும் விட்டேளில்லை போலிருக்கே" என்று குதூகலத்துடன் கூறி மகிழ்ந்துகொண்டார், பரமசிவம் பிள்ளை!

பின்னுரை

படைப்பு வெளியில்
சு.ரா.வின் பயணம்
சிறுகதைகள் காட்டும் சுவடுகள்

அரவிந்தன்

நாவல், கவிதை, சிறுகதை, விமர்சனம், பத்தி, உரைகள், நேர்காணல் எனப் பல வடிவங்களில் தன் படைப்பு ஆளுமையை வெளிப்படுத்தி அரை நூற்றாண்டுக்கும் மேலாக இயங்கிவந்த சுந்தர ராமசாமியின் சிறுகதைகளை மட்டும் வைத்துக்கொண்டு அவரது படைப்பு ஆளுமையை மதிப்பிடும் முயற்சி இது. தான் செயல்பட்ட அனைத்துத் துறைகளிலும் தீவிரமும் நேர்மையும் கொண்டு சிறப்பாக இயங்கிய மிக அரிதான தமிழ் ஆளுமைகளில் ஒருவர் சுந்தர ராமசாமி. இத்தகைய ஒரு படைப்பாளுமையின் ஒரு துறை சார்ந்த வெளிப்பாடு களை மட்டும் அடிப்படையாகக் கொண்டு பேசும் போது இதரப் பரிமாணங்கள் கணக்கில் எடுத்துக்கொள்ளப்படாமல் போய்விட வாய்ப்புள்ளது. என்றாலும் சூரியக் கதிர்களைத் தன் சின்னஞ்சிறு குவிமையத்தின்வழி வீரியத்துடன் வெளிப்படுத்தும் குவி ஆடியின் திறனை ஒத்த சிறுகதைக் கலை, ஒட்டுமொத்தப் படைப்பாளுமையின் ஜீவனைத் தன்னுள் அடக்கியிருக்கும் என்பதில் ஐயமில்லை.

வாழ்வு என்னும் மாபெரும் பரப்பின் பின்னணியில் அனுபவம், பார்வை ஆகியவை சார்ந்து மொழியின் உதவியுடன் மேற்கொள்ளும் நீண்ட பயணமாக நாவலைக் கொள்ளலாம் என்றால் வாழ்வெனும் பரப்பினூடே மேற்கொள்ளப்படும் பயணத்தின் திருப்பங்கள், தடு மாற்றங்கள், ஏற்ற இறக்கங்கள் ஆகியவற்றின் படைப்பு சார்ந்த பதிவுகள் என்று சிறுகதைகளை வரையறுக்கலாம். வாழ்வின் முழுமையைத் தன் கரங்களுக்குள் அணைத்துக்கொள்ள நாவ ல் முயல்கையில், பகுதிகளினூடே தெறிக்கும் உக்கிரத்தின் வழியே முழுமையைக் கோடிகாட்ட முயல்கிறது சிறுகதை. பலவித சலனங்கள், பல்வேறு கதை மாந்தர்கள், வெவ்வேறு காலகட்டங்கள், மாறுபட்ட பக்குவ நிலைகள், மாறிவரும் தத்துவ நோக்குகள், பரிசோதனைகள் என்று படைப்புகளின் பன்முகச் சவால்களை எதிர்கொள்வதற்கான

கூறுகள் பலவற்றையும் தன்னுள் கொண்டிருக்கிறது சிறுகதை வடிவம். தொடர்ந்து இயங்கிவரும் எந்த ஒரு படைப்பாளியின் பயணத்தையும் நுட்பமாக நாம் கவனித்தால் மொழி, பார்வை, எழுத்துக் கூர்மை ஆகியற்றில் அந்தப் படைப்பாளிக்குள் நிகழும் மாற்றங்களில் பெரும் பாலானவை அவரது சிறுகதைகளிலேயே வீரியத்துடன் வெளிப்படு வதைப் பார்க்க முடியும்.

அதிகம் பேசப்பட்ட நாவல்களையும் முக்கியத்துவம் பெற்ற கவிதைகளையும் எழுதியிருந்தாலும் சுந்தர ராமசாமியின் படைப்பு ஆளுமையின் முக்கியமான பல கூறுகளை அவரது சிறுகதை களிலேயே தெளிவாக அடையாளம் காண முடிகிறது. பல வழிகளில் பயணம் செய்துவந்த சுந்தர ராமசாமியின் இலக்கிய வெளிப்பாடுகள் சிறுகதைகளின் வாயிலாகவே தொடங்கியது மட்டுமல்ல; சிறுகதை களின் வழியாகவே கூர்மையாகத் தன்னை நிலைநிறுத்திக்கொண்டன. தமிழ் நாவல் வரலாற்றிலேயே அதிக விவாதங்களை உருவக்கியுள்ள 'ஜே.ஜே: சில குறிப்புகள்' நாவலை எழுதியிருந்தாலும் சிறுகதைகளை மட்டுமே வைத்து அவரைத் தமிழின் முக்கியப் படைப்பாளிகளில் ஒருவராகக் கூறிவிட முடியும். எனவே அவரது சிறுகதைகளைப் பற்றிப் பேசுவது ஒருவிதத்தில் அவரது ஒட்டுமொத்த ஆளுமையை யும் பங்களிப்பையும் பற்றிப் பேசுவதாகவே அமையும்.

○

முதலில் அவரது கதைகளின் ஒட்டுமொத்தப் போக்குகளைப் பார்க்கலாம்.

புதுமைப்பித்தனின் 'மகாமசானம்' என்ற சிறு கதையைப் படித்த பிறகுதான் எழுத வேண்டும் என்ற உந்துதல் தனக்கு ஏற்பட்டது என்று சு.ரா. பல சமயங்களில் குறிப்பிட்டிருக்கிறார். சிறு வயதில் இடதுசாரி இயக்கங்களோடு இருந்த தொடர்பு பற்றியும் குறிப்பிட்டிருக் கிறார். அவரது ஆரம்ப காலக் கதைகளில் இந்த இரண்டு அம்சங் களின் தாக்கத்தையும் பார்க்க முடிகிறது. அவற்றை அவரது முதல் கட்டக் கதைகள் என்று கூறலாம். இந்தக் கதைகளில் அவரது சமூக அக்கறையை வெளிப்படையாகக் காண முடிகிறது. எழுத்தின் மூலம் சமுதாயத்தில் மாற்றத்தை ஏற்படுத்திவிட வேண்டும்; ஏற்படுத்திவிட முடியும் என்ற வேகம் – முற்போக்கு எழுத்தாளர் களுக்கே உரித்தான வேகம் – காணப்படுகிறது. ஆனால் இந்தப் பாதை யில் அவர் அதிக தூரம் பயணம் செய்யவில்லை. விரைவிலேயே அவர் எழுத்து ஆழமான விஷயங்களை நோக்கி நகர்கிறது. 'கோவில் காளையும் உழவு மாடும்' என்ற கதை இதற்குச் சிறந்த உதாரணம்.

'பிரசாதம்' முதல் 'இல்லாத ஒன்று' வரையிலான கதைகளை சு.ரா.வின் இரண்டாம் கட்டக் கதைகள் என்று கூறலாம். இந்தக் கதைகளில் அவரது மொழியில் கூர்மையும் அழகும் கூடியிருப்பதைக் காண முடிகிறது. நுட்பமான கவனிப்புகள், சிக்கலான மனப் பதிவுகள், மனித ஆளுமைகளின் விசித்திரங்கள், காலத்தின்

கணக்கற்ற கோலங்கள் ஆகியவை அனாயாசமாகச் சித்தரிக்கப்படு கின்றன. மனித வாழ்வின் பல கூறுகளை மிகுந்த ரசனையுடனும் மிகையற்ற நெகிழ்ச்சியுடனும் இவை கூறுகின்றன. 'பிரசாதம்', 'சன்னல்', 'ஸ்டாம்பு ஆல்பம்', 'எங்கள் டீச்சர்', 'வாழ்வும் வசந்தமும்' என்று பல கதைகளை இதற்கு உதாரணமாகச் சொல்லலாம். மிகவும் கச்சிதமான வடிவம்கொண்ட சிறுகதைகளுக்கான உதாரணங் களாகக் காட்டக்கூடிய கதைகள் பல இந்தக் காலகட்டத்துக் கதைகளில் உள்ளன.

'அழைப்பு' என்ற கதையிலிருந்து தொடங்கும் கு.ரா.வின் இதர கதைகளை அவரது மூன்றாம் கட்டக் கதைகள் என்று வகைப் படுத்தலாம். இதிலுள்ள பெரும்பாலான கதைகளில் அவரது கூறல் முறையும் கையாளும் விஷயங்களும் பெரும் மாற்றத்தை அடைந் துள்ளன. கச்சிதமான யதார்த்தக் கதைகளை வெற்றிகரமாக எழுதி வந்த கு.ரா., வடிவம் சார்ந்த பரிசோதனைகளை இந்தக் கதைகளில் மேற்கொள்கிறார். அந்தப் பரிசோதனைகள், பரிசோதனைகளைப் பிரதான நோக்கமாகக் கொண்ட வலிந்த முயற்சிகளாக இல்லாமல் உள்ளடக்கம் சார்ந்த இயல்பான மாற்றங்களாக இருக்கின்றன. மனித வாழ்வின் மீது படர்ந்திருக்கும் மர்மங்களையும் புதிர்களையும் புரிந்துகொள்ள விழையும் தீவிரமான தேடலை இந்தக் கதைகளில் காண முடிகிறது. வாழ்வின் அடிப்படைகள், அதன் அர்த்தம் அல்லது அர்த்தமின்மை குறித்த தேடலையும் இந்தக் கதைகள் மேற்கொள் கின்றன. இந்த விசாரணை, ஒரு குறிப்பிட்ட காலம், இடம், ஆகிய வற்றின் பின்னணியிலும் அவற்றைத் தாண்டியும் தன் பயணத்தை மேற்கொள்கிறது. தீவிரமான இந்தத் தேடலுக்கு இசைவாக மொழி மேலும் கூர்மையும் தீவிரமும் இறுக்கமும் பெற்று கனமான வாசிப்பு அனுபவத்தைச் சாத்தியமாக்குகிறது. 'அழைப்பு', 'போதை', 'பல்லக்குத் தூக்கிகள்', 'ரத்னாபாயின் ஆங்கிலம்' போன்ற பல கதைகளை இதற்கு உதாரணமாகச் சொல்லலாம்.

கு.ரா. தனது வாழ்வின் இறுதிக் காலத்தில் எழுதிய சில கதை களை என் பார்வையில் அவரது நான்காம் கட்டக் கதைகள் என்று சொல்லலாம். 'மறியா தாமுவுக்கு எழுதிய கடிதம்' என்னும் தொகுப்பில் உள்ள கதைகள் மொழி, கதைப் பொருள்கள், கூறல் முறை ஆகிய அம்சங்களில் கு.ரா.விற்குள் சமீப காலங்களில் ஏற்பட்டுவந்த மாற்றங் களைக் காட்டுகின்றன. இந்தக் கதைகளை ஆழமான பொருளில் கு.ரா.வின் அடுத்த கட்டக் கதைகள் என்று வரையறுத்துவிட முடியாது. ஆயினும் தொடர்ந்து தன்னைப் புதுப்பித்துக் கொண்டே வரும் போக்கு கு.ரா.விடம் இறுதிவரை நீடித்தது என்பதை இக்கதைகள் காட்டுகின்றன. அத்துடன் முக்கியமான ஒரு சில மாறுதல்களும் இவற்றில் தெரிகின்றன, குறிப்பாகக் கூறல் முறையில். ஆவேசம், கூர்மை, நுட்பமான, ஆனால் இரக்கமற்ற அங்கதம், உள்ளார்ந்த தத்துவ விசாரணை ஆகிய அம்சங்கள் தமது இயல்பை இழக்கா மலேயே தம்மை உருமாற்றிக்கொண்டிருப்பதை இக்கதைகள் காட்டு

கின்றன. நிதானம், கனிவு, நெகிழ்வு ஆகிய அம்சங்கள் கூடியிருக் கின்றன. சு.ரா.வின் முந்தைய கட்டத்துக் கதைகளை நினைவு படுத்தும் கதைகளுடன் முற்றிலும் புதிய தடத்தில் கால் பதிக்கும் கதைகளும் இத்தொகுப்பில் உள்ளன. குறிப்பாகத் தலைப்புக் கதை.

இத்தொகுப்பில் வெவ்வேறு வகைமைகளில் அமைந்துள்ள கதைகளில் 'மறியா தாமுவுக்கு எழுதிய கடிதம்' தனித்துத் தெரிகிறது. தனது நேரடி அனுபவ வீச்சிற்குள் வராத வாழ்வின் கூறு பற்றிய கதையை எழுதும்போது புனைவுலகின் நம்பகத்தன்மை சார்ந்த பிரச்சினை உருவாகிவிடுவது இயல்புதான். முழுக்க முழுக்க இன்னொரு வராக உருமாறி வாழ்க்கையை அணுகும் தன்மையின் மூலமாகவே (empathy) இத்தகைய கதைகளை வெற்றிகரமாக எழுத முடியும். விலங்குகளின் நலனுக்காகத் தன் வாழ்க்கையைக் கிட்டத்தட்ட அர்ப்பணித்துவிட்டு அதன் சகல வலிகளையும் அனுபவித்துக் கொண்டிருக்கும் மறியாவை சுரா.வின் கலை, மிகுந்த நம்பகத் தன்மையுடன் நம் முன் காட்டுகிறது. எழுதும் விஷயத்தின்பால் ஆழ்ந்த மனத்தோய்வும் அத்துறை குறித்த அறிவும் உளவியல் ரீதியான உருமாற்றமும் இல்லாமல் இது சாத்தியப்படவே முடியாது. படைப்பாளியின் தனிப்பட்ட வாழ்வுக்கும் பரவலான வாசகர்களின் அனுபவ வீச்சிற்கும் அப்பாற்பட்ட ஒரு உலகை நம்பகத் தன்மை யோடு உருவாக்கிக்காட்டுவதற்குத் தேவையான படைப்புத் திறன் சுந்தர ராமசாமியின் கடைசிக் காலத்திலும் உயிர்ப்புடன் இருந்தது என்பதற்கான அடையாளம் இந்தக் கதை.

அனுபவ எல்லைகளை மட்டுமன்றிக் காலம் வகுக்கும் எல்லை களையும் கடந்து படைப்பின் கூறுகளைக் கூர்மையாக வெளிப்படுத்தும் திறனைப் பறைசாற்றும் 'பிள்ளை கெடுத்தாள் விளை' என்னும் கதையையும் இதோடு இணைத்துப் பார்த்தால் சு.ரா.வின் படைப்புத் திறன் அவர் மறைவதுவரையிலும் வற்றாத ஊற்றாகப் பெருகிக் கொண்டே இருந்தது என்பதை உணரலாம். தேக்கமின்மை என்பது எழுத்து உள்ளிட்ட சு.ரா.வின் ஒட்டுமொத்த ஆளுமையின் பயணத் தையும் சுட்டும் தன்மை என்பதால் இதை உணர்த்தும் இக்கதைகள் சு.ரா. மறைந்துவிட்ட நிலையில் அவரை நினைவுகூரும் தருணத்தில் குறியீட்டு முக்கியத்துவம் பெற்றவையாக ஆகியுள்ளன.

○

இனி அவரது கதைகளை அவற்றின் தன்மையின் அடிப்படையில் வகைப்படுத்திப் பகுத்துப்பார்க்கலாம்.

'ஜே.ஜே: சில குறிப்புகள்' நாவல் வாயிலாகத்தான் சுந்தர ராமசாமி யின் எழுத்துக்களோடு எனக்கு முதலில் பரிச்சயம் ஏற்பட்டது. அதைப் படித்து முடித்த கையோடு 'சுந்தர ராமசாமியின் கட்டுரைகள்' (க்ரியா வெளியீடு) என்ற நூலைப் படித்தேன். இரண்டும் எனக்கு மிகவும் பிடித்திருந்தன. இரண்டு நூல்களுக்கும் பொதுவான சில அம்சங்கள் என்னை மிகவும் கவர்ந்தன. தீவிரமான அணுகுமுறை,

அதைப் பிரதிபலிக்கும் இறுக்கமும் கூர்மையும் கொண்ட மொழி, சமரசமற்ற போக்கு, ஆழம் முதலான அம்சங்கள். அதன் பிறகு அவரது ‘பல்லக்குத் தூக்கிகள்’ என்ற சிறுகதைத் தொகுப்பைப் படித்தேன். அந்தத் தொகுப்பும் எனக்குப் பிடித்திருந்தது. குறிப்பாக அக்கதைகளின் மொழி, தீவிரம், நுட்பம், வடிவப் பரிசோதனைகள் ஆகிய அம்சங்களுக்காக.

‘பிரசாதம்’ என்ற தொகுப்பு அதன் பிறகுதான் எனக்குப் படிக்கக் கிடைத்தது. இந்த மூன்று நூல்களாலும் கவரப்பட்ட எனக்கு அந்தத் தொகுப்பு ஏமாற்றத்தைத் தந்தது. அதிலிருந்த பல கதைகள் நன்றாக இருந்தாலும் எளிமையான கதைகளாக இருந்ததாலேயே என்னை அதிகம் கவரவில்லை. அந்தத் தொகுதி எனக்குத் தந்த அதிருப்தியைத் தெரிவித்து சு.ரா.வுக்கு உடனடியாக ஒரு கடிதமும் எழுதினேன். ஒரு வாசகனாக என் பழைய கதைகளைப் படித்தால் நானும் அப்படித் தான் உணர்வேன் என்று அவர் எனக்கு எழுதியிருந்த பதில் மிகுந்த சந்தோஷத்தைக் கொடுத்தது இப்போதும் நினைவிருக்கிறது.

1951 முதல் எழுதிக்கொண்டிருக்கும் சு.ரா., 1966 முதல் 1973 வரை எதுவும் எழுதாமல் இருந்தார். இந்தக் காலகட்டத்தை மௌனத் தவம் என்றெல்லாம் சிலர் சொல்வதை சு.ரா. அங்கீகரித்ததில்லை. மனித ஜீவன்களுக்கு ஏற்படும் நெருக்கடிதான் காரணம் என்று அவர் தெளிவாகச் சொல்லியிருக்கிறார். இடைவெளிக்கான காரணம் லௌகீகமானதாக இருக்கலாம். ஆனால் இந்த இடைவெளியில் ஏற்பட்டுள்ள மாற்றம் லௌகீகத் தளத்திற்கு அப்பாற்பட்டது. இடைவெளிக்குப் பிறகு அவர் எழுதிய கதைகளுக்கும் அதற்கு முன் எழுதிய கதைகளுக்கும் சொல்லப்படும் விஷயம் சார்ந்தும் விதம் சார்ந்தும் வெளிப்படையான வித்தியாசங்கள் அழுத்தமாக இருக் கின்றன. என்னைப் பொருத்தவரையில் இடைவெளிக்குப் பிறகு எழுதிய கதைகளே என்னை அதிகம் கவர்ந்தவை.

ஆனால், சில ஆண்டுகள் கழித்து அவரது ‘எளிமை’யான கதை கள் பற்றிய என் எண்ணம் மாறியது. 1990 வரையிலான சு.ரா.வின் சிறுகதைகளின் தொகுப்பு க்ரியா வெளியீடாக 1991இல் வெளியான போது எல்லாக் கதைகளையும் ‘கனவு’ சிறப்பிதழுக்குக் கட்டுரை எழுதுவதற்காகப் படித்தேன். அப்போது அவரது ஆரம்பகாலக் கதை களில் முன்பு உணராத நுட்பங்களையும் ஆழங்களையும் உணர முடிந்தது. என்றாலும் தீவிரமும் இறுக்கமும் கவித்துவமும் ஓரள வேனும் இருண்மையும் (அல்லது பூடகத்தன்மையும்) கொண்ட பிற்காலக் கதைகளே என் மனத்திற்கு மிகவும் நெருக்கமாக இருந்தன. நேரடியாகப் பேசும் தன்மைகொண்ட எளிய கதைகளின்பால் அன்றைய சிறுபத்திரிகைச் சூழலில் நிலவிவந்த அலட்சிய மனோபாவம் என்மேல் செலுத்தியிருந்த தாக்கமும் அதற்கு ஒரு காரணமாக இருந்திருக்க வேண்டும் என்று இப்போது தோன்றுகிறது.

காலப்போக்கில் வாசிப்பில் ஏற்படும் மாற்றங்களால் எளிய கதைகள் பலவற்றை மாறுபட்ட கோணத்தில் அணுகியபோது

எளிமையான கதைகளில் பல, எளிமையான தோற்றம் கொண்டவை மட்டுமே என்பது புரிய ஆரம்பித்தது. மகாபாரதக் கதைகளிலிருந்து டால்ஸ்டாய் கதைகள்வரை பல சிறந்த கதைகள் எளிய தோற்றத்துடன் உள்ளதை நினைவுகூர்ந்து எளிமையான கதைகளைக் கவனமான வாசிப்புக்கு உட்படுத்த முடிந்தது. பார்க்கப்போனால் எளிமை என்பதும் சிக்கல் என்பதும் ஒப்பீட்டளவிலேயே அவ்வாறு தோற்றம் கொள்கின்றன. வாசிப்பில் அதிகத் தேர்ச்சி இல்லாத ஒரு வாசகருக்குச் சிக்கலாகத் தோன்றும் ஒரு கதை, தேர்ச்சி உள்ள ஒரு வாசகருக்கு எளிய தோற்றம் தரலாம். உண்மையில் ஒரு நல்ல கதை இந்தப் பாகுபாடுகளைக் கடந்து நிற்கும். டால்ஸ்டாயின் 'அன்னா கரேனினா' எளிதாக வாசித்துவிடக்கூடிய கதைதான். ஆனால் அதே சமயத்தில் அது பன்முகப் பரிமாணங்களும் ஆழமும் கொண்ட கதை.

'பிரசாதம்' முதலான கு.ரா.வின் கதைகள் எளிமையானவை. அதே சமயம் கூர்மையும் நுட்பமும்கொண்டவை. தீவிரத்தன்மையை இழக்காமலேயே சுவாரஸ்யமான வாசிப்பு அனுபவத்தைச் சாத்தியமாக்குபவை. ஆரம்ப நிலையில் உள்ள வாசகரிலிருந்து தேர்ந்த வாசகர்கள் வரை அனைவரையும் கவரக்கூடியவை. புதிதாகக் கதைகள் படிக்க ஆரம்பிக்கும் ஓர் இளம் வாசகர், என்ன படிக்கலாம் என்று என்னிடம் கேட்கும்போதெல்லாம் நான் புதுமைப்பித்தனின் 'ஒரு நாள் கழிந்தது', அசோகமித்திரனின் 'புலிக்கலைஞன்', ஆதவனின் 'ஓட்டம்', கு.ரா.வின் 'பிரசாதம்' போன்ற கதைகளைக் கொடுப்பதுண்டு. கு.ரா. ஆரம்ப காலத்தில் எழுதிய 'பிரசாதம்', 'ஸ்டாம்பு ஆல்பம்', 'எங்கள் டீச்சர்' போன்ற பல கதைகள் இத்தகையவை.

அவரது எளிய கதைகளின் குணாம்சங்களை இப்படித் தொகுத்துக் கூறலாம்:

சித்தரிப்பின் துல்லியம், பூவின் இதழ் விரிவதுபோல் கதை இயல்பாக வெளிப்படும் போக்கு, நுட்பமான அவதானிப்புகள், குரலை உயர்த்தாத தொனி, கூர்மையும் ரசனையும் கொண்ட மொழி, சொல்லி உணர்த்துவதைக் காட்டிலும் சொல்லாமல் உணர்த்துவதற்கான பார்வையும் திறமையும், வாழ்வு மற்றும் வாழ்தல் குறித்த அடிப்படையான கேள்விகள் பற்றிய விசாரணையைத் தூண்டிவிடும் தன்மை, சிறுகதை இலக்கணத்திற்கு உதாரணமாகக் கூறத்தக்க உருவ அமைதி, எல்லாவற்றுக்கும் மேலாக, சுவையான வாசிப்பைச் சாத்தியமாக்கும் கூறல் முறை. தொடர்ந்து கதைகள் எழுதப்படவும் வாசிக்கப்படவும் முக்கியக் காரணங்களாக உள்ள இந்த அம்சங்கள் கு.ரா.வின் எளிய கதைகளின் வலுவாக விளங்குகின்றன.

❍

இடைவெளிக்குப் பிறகு எழுதப்பட்ட அவரது கதைகளின் களமும் மொழியும் பெருமளவில் மாறியிருந்தாலும் இந்த மாற்றத்திற்கான கூறுகள் அதற்கு முன்பே தெரிய ஆரம்பித்துவிட்டன. 'தயக்கம்', 'முட்டைக்காரி', 'இல்லாத ஒன்று' ஆகிய கதைகள் பின்னால் அவரிடத்

தில் ஏற்பட்ட மாற்றத்திற்கான அடையாளங்களைக் கொண்டிருக்கின்றன. அது போலவே, இடைவெளிக்கு முந்தைய காலகட்டத்துக் கதைகளின் சாயல் கொண்ட 'விகாசம்', 'நாடார் சார்', 'பக்கத்தில் வந்த அப்பா' போன்ற சில கதைகள் இடைவெளிக்குப் பிறகு எழுதப்பட்டுள்ளன. சு.ரா. எந்தப் போக்கினோடும் ஆணி அடித்ததுபோல ஒட்டிக்கொள்பவர் அல்ல என்பதையே இந்தக் கதைகள் காட்டுகின்றன. சிறந்த கதை என்பது தோற்றத்தில் காணப்படும் எளிமை அல்லது சிக்கல் ஆகியவற்றைச் சார்ந்ததல்ல என்பதையும் உணர்த்துகின்றன.

'அழைப்பு' முதலான கதைகளின் வடிவமும் பொருளும் எழுத்து பற்றிய சில அடிப்படையான கேள்விகளை எழுப்பிக்கொள்ள வேண்டிய அவசியத்தைக் கோருகின்றன.

எழுத்து என்பது என்ன? இந்தக் கேள்விக்குத் திட்டவட்டமான புறவயமான ஒரு விடையை யாரும் அளித்துவிட முடியாது என்பது வெளிப்படை. எழுத்து என்பது ஒருவிதத்தில் சுயத்தின் வெளிப்பாடு. வாழ்வு பற்றியும் மனிதர்கள் பற்றியுமான அகவயமான விசாரணை. புறவயமான விசாரணையாகவும் இருக்கலாம். எழுத்து என்பது வாழ்வின் அர்த்தத்தை அல்லது அர்த்தமின்மையைப் புரிந்துகொள்வதற்கான வழிமுறை என்று விளக்கலாம். எந்தக் கணக்கிற்கும் அடங்காத வாழ்வின் மர்மங்களையும் எந்தத் தர்க்கத்தாலும் அவிழ்க்க முடியாத வாழ்வின் சிக்கல்களையும் புரிந்துகொள்ளும் முயற்சி என்று வகைப்படுத்தலாம். எளிதில் வகைப்படுத்த முடியாத இந்த வாழ்வைக் காலம், வெளி சார்ந்தும் அவற்றிற்கு அப்பாற்பட்ட தளத்திலும் வைத்து ஆராயும் சவால் என்று வரையறுக்கலாம்.

பன்முக நோக்கங்களும் வெளிப்பாடுகளும் கொண்ட எழுத்து என்ற வசீகரப் புதிரின் தன்மைகளை இனங்காண இப்படி எத்தனை விதமாக முயன்றாலும் முழுமையாக அதை அடையாளப்படுத்திவிட முடியாது. எழுத்து என்ற சிக்கலான செயல்பாட்டில் ஏதோ ஒரு முயற்சி தொடர்ந்து நடந்துகொண்டே இருக்கிறது. வாழ்வெனும் மாயப் புதிரின் சிக்கலை அறிந்து கொள்ளவும் புரிந்துகொள்ளவும் வெளிப்படுத்தவுமான முயற்சி நடந்துகொண்டிருக்கிறது. வாழ்வின் அடிப்படையையும் அதன் பொருளையும் - அல்லது பொருளின் மையையும் - தேடும் முயற்சி நடந்துகொன்டே இருக்கிறது. மனித அறிவு, அனுபவம் ஆகியவற்றின் வீச்சுக்குள் முழுமையாகச் சிக்காத பிரம்மாண்டமான வாழ்வியக்கத்தின் சமன்பாடுகளைச் சற்றேனும் அறிந்துகொள்ளும் முயற்சி பல்வேறு தளங்களில் நடந்துகொண்டிருக்கிறது. எவ்வளவோ மலினமான பயன்பாட்டுக்கு ஆளாக்கப்பட்டாலும் தேடல் என்ற சொல் இந்த முயற்சியின் சாரத்தை உணர்த்துவதற்கான வீரியத்தை இன்னமும் இழந்துவிடவில்லை என்றே தோன்றுகிறது.

எழுத்தை, வாழ்வு குறித்த அல்லது மெய்ம்மையைக் காண்பதற்கான தேடல் என்று - அதன் ஆழமான, விரிவான பொருளில் - சுருக்கமாக வரையறுக்க முடியும் என்றால் எழுத்து என்பது எப்போதும் புதிய விஷயங்களை, அடுக்குகளை, பரிமாணங்களை, பாதைகளைத்

தேடிச் செல்வதாகத்தான் இருக்க முடியும். ஏற்கனவே அறிந்த ஒன்றை, அறிந்த விதத்திலேயே 'கண்டுபிடித்து', பழக்கப்பட்ட விதத்திலேயே வெளிப்படுத்துவது தேடல் ஆகாது. தேடல் என்பது எப்போதும் நம் அறிதலுக்கு அதுகாறும் வசப்படாத விஷயங்களை நாடிச் செல்வதாகவே இருக்கமுடியும். எனில் தேடலின் கருவியான எழுத்தும் புதிய விஷயங்களை, கோணங்களை, பரிமாணங்களை நோக்கிய பயணமாகவே இருக்க முடியும். தமிழில் இத்தகைய எழுத்தை நாம் தேடிச் சென்றால், விரல் விட்டு எண்ணக்கூடிய அளவில் மட்டுமே எழுத்தாளர்கள் தென்படுவார்கள். 'அழைப்பு' முதலான கதைகள் அத்தகைய அரிய எழுத்தாளர்களில் ஒருவராக சுந்தர ராமசாமியை அடையாளம் காட்டும் சிறுகதைகள்.

தொடக்கத்தில் முற்போக்குக் கதைகள் சிலவற்றை எழுதிய சு.ரா., பிறகு அந்தச் சூத்திரத்திலிருந்து விடுபட்ட கதைகளை எழுதினார். இப்படி அவர் எழுதிய 25 கதைகளும் அப்பழுக்கற்ற யதார்த்தவாதக் கதைகளாகவே இருந்தன. நவீனத்துவச் சிறுகதைக்குரிய வடிவ நேர்த்தி, சொற்செட்டு, துல்லியமான சித்தரிப்பு, பகுத்தறிவு சார்ந்த அணுகுமுறை ஆகியவற்றுடன் சுந்தர ராமசாமிக்கே உரிய நுட்பமும், மொழியழகும் கூடியவையாக அந்தக் கதைகள் அமைந்திருந்தன. இவற்றில் பல கதைகள் சக எழுத்தாளர்களாலும் விமர்சகர்களாலும் வாசகர்களாலும் பெரிதும் பாராட்டப்பட்டு வரவேற்கப்பட்டன. ஆனால் ஒரு கட்டத்தில் இந்தப் பாராட்டுக்குக் காரணமான பல கூறுகளைத் தவிர்த்துவிட்டு, புதிய விதத்தில், புதிய பாதையில் தன் எழுத்தைக் கொண்டுசெல்லத் தொடங்கினார் சுந்தர ராமசாமி. வெற்றிக்கு உத்தரவாதம் தரும் சமன்பாடுகளையும் ஏற்கனவே கைவரப்பெற்று, வரவேற்பும் பெற்ற வித்தைகளின் சூட்சுமங்களையும் விட்டுப் பிரக்ஞை பூர்வமாக விலகிச் செல்வது என்பது எந்தத் துறையிலும் அரிதான ஒரு நிகழ்வாகவே இருக்கிறது. நவீனத் தமிழ் இலக்கியத்தைப் பொருத்தவரை மிக அரிதான இந்த நிகழ்வை அழுத்தமாகவும் அர்த்தபூர்வமாகவும் சாத்தியப்படுத்திய முதல் கலைஞன் என்று சுந்தர ராமசாமியைச் சொல்லலாம். இந்த மாற்றம் வடிவம் மட்டு மன்றிச் சாரம் சார்ந்ததாகவும் இருப்பதுதான் முக்கியமான விஷயம்.

காலத்தின் போக்கில் தன்னைச் சதா புதுப்பித்துக்கொண்டே யிருக்கும் ஒரு கலைஞர் வாழ்க்கை பற்றிய தனது விசாரணையையும் புதுப்பித்துக்கொண்டும் கூர்மைப்படுத்திக்கொண்டும் இருக்கிறார். அனுபவம், அனுபவத்தை எதிர்கொள்ளும் முறை, வாசிப்பு, விவாதம் ஆகியவற்றின் அடிப்படையில் வளப்படுத்தப்படும் இந்த விசாரணை, எழுத்தின் மூலம் செறிவும் கூர்மையும் கொள்வதுடன் எழுத்தின் மூலமாகவே வலுவாக வெளிப்படவும் செய்கிறது. விசாரணையின் தீவிரத்தைப் பொறுத்து வெளிப்பாட்டின் தீவிரமும் வலுப்பெறுகிறது. இத்தகைய தீவிரமான நிலையில் விசாரணைக்குட்படுத்தப்படும் வாழ்வின் சிக்கல்களைப் போலவே படைப்பும் சிக்கலானதாக மாறி விடுகிறது. சு.ரா.வின் 'கொந்தளிப்பு', 'பட்டுவாடா' போன்ற கதைகள்

சிக்கலானவையாக இருப்பதற்குக் காரணம் இதுதான். 'அழைப்பு', 'போதை', 'பல்லக்குத் தூக்கிகள்', 'நெருக்கடி', 'காகங்கள்' ஆகிய கதைகள் வழக்கமான வெளிப்பாட்டு முறையிலிருந்து பெருமளவில் விலகி யதார்த்தச் சித்தரிப்பின் எல்லைகளை நெகிழ்த்தியபடி தோற்றம் கொள்வதன் காரணமும் இதுதான். 'பிரசாதம்' முதலான கதைகளோடு ஒப்பிடுகையில் இந்த வடிவ மாற்றம் தெளிவாகத் துலங்கும்.

கதையின் பல்வேறு அம்சங்களுடன் கதையின் வடிவத்தை இணைத்துப் பார்க்கையில் வடிவ மாற்றம் என்பது தன்னளவில் ஓர் இலக்கிய அனுபவம் என்பதை உணர முடியும். உதாரணமாக, 'பல்லக்குத் தூக்கிகள்' கதையின் சாரத்தைக் கண்டடைய விழையும் வாசகர் அந்தக் கதையின் வடிவத்தைப் புறக்கணித்துவிட்டு அதைச் செய்யவே முடியாது. வடிவ மாற்றம் என்பது உத்தி அளவிலான மாற்றம் மட்டும் அல்ல. அது இலக்கிய அனுபவத்தின் தவிர்க்க இயலாத ஒரு பகுதி. வெளிப்பாட்டு முறையில் ஏற்படும் மாற்றமும் ஒரு படைப்பாளியின் தேடலின் விளைவுதான்; பார்வையின் வெளிப் பாடுதான். சுந்தர ராமசாமி இலக்கியத்தை இடையறாத தேடலுக் கான கருவியாகவும் ஊடகமாகவும் கருதுவதால்தான் அவரது கதைகளில் கையாளப்படும் விஷயங்கள் மட்டுமன்றி வடிவமும் மாறிவந்திருக்கின்றது.

இடைவெளிக்குப் பின் சு.ரா. எழுதிய முதல் கதை 'அழைப்பு'. 'பிரசாதம்', 'சன்னல்', 'எங்கள் டீச்சர்' முதலான கதைகளின் வாயிலாக அறியப்பட்டிருந்த சு.ரா.விடமிருந்து வெளிப்பட்ட இந்தக் கதை அவர் அதுகாறும் எழுதியவற்றிலிருந்து முற்றிலும் வேறுபட்டு, தனித்துத் தெரிந்தது. புற உலகைக் கதைக் களனாகக் கொண்டு, மனிதர்களின் பல்வேறு வகைமாதிரிகளை யதார்த்தமாகவும் நுட்பமாகவும் சித்தரித்து, வாழ்வின் பல்வேறு கோலங்களைக் கரிசனத்துடனும் கவனமாகவும் தீட்டிக் காட்டிய சு.ரா., 'அழைப்பு' கதையில் தனது எழுத்து ஆளுமை யின் வித்தியாசமான பரிமாணத்தை வெளிப்படுத்துகிறார். இதில் புற உலகம் வெறும் பின்புலமாக மாறுகிறது. அக உலகம் மையப் படுத்தப்படுகிறது. ஆழ, அகலம் காண இயலாத மனத்தின் சிக்கலான செயல்பாடுகள் கதைக்கான ஆதார முடிச்சாக மாறுகின்றன. உரை யாடல் இருந்த இடத்தை உணர்வுகளும் சிக்கலான மனப் பின்னல் களும் பிடித்துக்கொள்கின்றன. சம்பவங்களுக்குப் பதிலாக மன இயக்கம் சார்ந்த மொழிப் பதிவு கதையை நகர்த்திச்செல்கிறது. கதைசொல்லியைத் தவிர வேறு கதைமாந்தர்களைப் பார்க்க முடிய வில்லை. காலமும் வெளியும் மன இயக்கமும் தர்க்க அறிவும் ஆற்றாமையும் கதாபாத்திரங்களாகின்றன. பகுத்தறிவு சார்ந்த கறாரான யதார்த்தப் பார்வை அமானுஷ்யச் சாத்தியப்பாடுகளையும் உள்ளடக்கியதாக நெகிழ்வடைகிறது. பெரும் துக்கத்திற்கு ஆளாகி, அமைதியிழந்து தவிக்கும் மனத்தின் அலைக்கழிப்பும் எல்லைகளை உடைத்தபடி விரியத் துடிக்கும் உள் மன எழுச்சியும் கதையின் முக்கியக் கூறுகளாகின்றன. கூர்மையான பிரக்ஞையும் தீவிரமான

விசாரணையும் கொண்ட தனிமனிதனின் உளவியலும் சூழல் அவன் மீது செலுத்தும் நிர்ப்பந்தமும் கதையின் போக்கில் வெளிப்படு கின்றன. எல்லைக்குட்பட்ட பிரக்ஞைக்கும் எல்லைக்குட்படாத பிரக்ஞைக்கும் இடையிலான போராட்டம், வரையறைகளுக்குட்பட்ட தாகத் தோற்றம் தரும் புறவெளி, எல்லையற்ற பெருவெளியுடன் கொண்டிருக்கும் உறவினை அடையாளம் காணும் தருணம், செயற்கையான எல்லைகளால் நெருக்கப்படும் பிரக்ஞை, எல்லை யற்ற பெருவெளியோடு இணைத்துத் தன்னை இனம்காணும் தருணம் ஆகியவை கதையில் குறிப்பால் உணர்த்தப்படுகின்றன. ‘அழைப்பு’, சு.ரா.வின் அடுத்த கட்டத்தின் தொடக்கப் புள்ளி மட்டுமல்ல, அவரது எழுத்து ஆளுமையின் பரிணாம வளர்ச்சியின் அழுத்தமான அடையாளமும்கூட.

இந்த அடையாளம் அடுத்தடுத்த கதைகளில் அழுத்தம் பெற்று வருவதைப் பார்க்க முடிகிறது. ‘போதை’, ‘பல்லக்குத் தூக்கிகள்’, ‘ரத்னாபாயின் ஆங்கிலம்’, ‘பள்ளம்’, ‘கொந்தளிப்பு’, ‘வழி’, ‘கோலம்’, ‘எதிர்கொள்ளல்’, ‘பட்டுவாடா’, ‘நெருக்கடி’ ஆகிய கதைகளில் இதைத் தெளிவாகப் பார்க்க முடிகிறது.

❍

இடைவெளிக்குப் பின் சு.ரா. எழுதிய கதைகளில் ‘அழைப்பு’, ‘போதை’, ‘பல்லக்குத் தூக்கிகள்’, ‘வாசனை’ ஆகிய கதைகள் சூழலில் அவை வெளிவந்தபோதே சிறப்பான கவனம் பெற்றன. சு.ரா. என்ற படைப்பாளிக்குள் நிகழ்ந்த மாற்றமும் அவரது படைப்பு ஆளுமை நிகழ்த்திய பாய்ச்சலும் பலராலும் உடனடியாக இனங் காணப் பட்டன. ஆனால் ‘ஜே.ஜே: சில குறிப்புகள்’ வந்த பிறகு, சு.ரா. எழுதிய பல முக்கியமான சிறுகதைகள் போதிய கவனம் பெறவில்லை. தமிழ் நாவல் வரலாற்றில் அதற்குமுன் இல்லாத அளவுக்கு எதிர் வினைகளைப் பெற்ற ஜே.ஜே., அதன் பிறகு சு.ரா. எழுதிய படைப்பு களுக்கு ஒரு விதத்தில் அநீதி இழைத்துவிட்டது என்று தோன்று கிறது. ஜே.ஜே. உருவாக்கிய பரபரப்பின் நிழல் 1981க்குப் பிந்தைய சு.ராவின் படைப்புகள்மீது கவிந்துவருகிறது. ‘ரத்னாபாயின் ஆங்கிலம்’, ‘குரங்குகள்’, ‘விகாசம்’ முதலிய சில கதைகள் மட்டுமே இந்த நிழலின் வீச்சிலிருந்து தப்பி, போதிய கவனத்தைப் பெற்றிருக்கின்றன. ‘கொந் தளிப்பு’, ‘பள்ளம்’, ‘கோலம்’, ‘வழி’, ‘காகங்கள்’, ‘பட்டுவாடா’ போன்ற சில முக்கியமான கதைகள் உரிய கவனிப்புப் பெறவில்லை.

மொழி, கையாளும் விஷயங்கள், கதை சொல்லும் உத்தி ஆகியவை சார்ந்து இந்தக் கதைகள் பற்றிப் பேச நிறைய விஷயங் கள் இருக்கின்றன. ‘அழைப்பு’, ‘போதை’, ‘பல்லக்குத் தூக்கிகள்’ ஆகிய மூன்று கதைகளிலும் கிட்டத்தட்ட ஒரே மாதிரியான மனநிலை சித்தரிக்கப்படுவதைக் காணலாம் (துக்கம், விடுதலைக் கான ஏக்கம் . . .). அதுபோலவே இருப்புக்கும் எதிர்பார்ப்புக்கும் இடையேயான குரூரமான இடைவெளியைப் பற்றிப் பேசும்

'ரத்னாபாயின் ஆங்கிலம்', 'பள்ளம்', 'ஆத்மாராம் சோயித்ராம்' ஆகிய கதைகளையும் ஒரே தளத்தில் வைத்துப் பேச முடியும். இந்த இடை வெளியை வெற்றுக் கனவுகளாலும் பாவனைகளாலும் மொழியின் வசீகரத்தாலும் நிரப்பிவிட ரத்னாபாய் முயல்கிறாள். 'பள்ளம்' கதையின் கதைசொல்லியோ கனவுகளோடு செயல்பாடுகளையும் இணைத்து இந்த இடைவெளியை நிரப்ப முயல்கிறான். ஆத்மாராமின் முயற்சியில் கனவுகளும் செயல்பாடுகளும் பரஸ்பர இசைவு கூடித் தீவிரமடை கின்றன. இவ்வகையில் இந்த மூன்று கதைகளுக்கும் இடையே ஒரு தொடர்பும் படிப்படியான வளர்ச்சியும் இருப்பதை உணர முடியும்.

'வழி' என்ற கதையும் மிகவும் முக்கியமானது. கதையின் மேற்பரப்பை மட்டும் வைத்துக்கொண்டு, வனத்தில் வழி தவறிவிட்ட ஓர் இளைஞன் மீண்டு வருவதற்காக மேற்கொள்ளும் போராட் டத்தைச் சொல்லும் கதையாகவும் இதைப் படிக்கலாம். மாறாக, முழுக்க முழுக்கக் குறியீட்டுத் தளத்தில் வைத்தும் வாசிக்கலாம். ஆனால் 'பட்டுவாடா', 'எதிர்கொள்ளல்' போன்ற கதைகளை அவை வெளிப்படுத்தப்படும் தளத்தில் வைத்துப் புரிந்துகொள்ள முடியாது. அவற்றின் அடியோட்டமாக இருக்கும் சரட்டைப் பிடித்துக்கொண்டு சென்றால்தான் உள்வாங்கிக்கொள்ள முடியும். இந்தக் கதைகளிலும், 'காகங்கள்', 'அலைகள்' ஆகிய கதைகளிலும் தனி மனிதனுக்கும் அமைப்புக்கும் இடையேயான மோதல்கள், முரண்கள், சிக்கல்கள் ஆகியவை பல்வேறு பரிமாணங்களில் எதிர்கொள்ளப்படுகின்றன. புலன்களால் நாம் உணர்ந்துவரும் புற உலகை இக்கதைகளில் பார்க்க முடியவில்லை. புற உலகச் சிக்கல்கள் குறித்த ஆழமான விசாரணையின் விளைவான தரிசனங்களின் பிரதிபலிப்புகள் கதைப் பரப்பில் புற உலகாக உருப்பெறுகின்றன. இந்தச் சித்திரம் நாம் வழக்கமாகக் காணும் புற உலகைப் போல இருக்க எந்த முகாந்தர மும் இல்லை. தோற்றத்தில் தெரியும் மாறுபாடு தோற்றம் சார்ந்த தல்ல. அக தரிசனங்களின் வெளிப்பாடு. இவற்றின் வடிவங்கள் சாரத்தின் புற அடையாளங்கள். இந்த வடிவம் தவிர்த்து அதன் சாரத்திற்கு இருப்பு இல்லை என்னும் அளவுக்குப் பரஸ்பரச் சார்புள் ளவை. வெவ்வேறு விதமான வாசிப்புகளுக்கும் பொருள் விரிவுக்கு மான சாத்தியங்களைக்கொண்ட நுட்பமான படைப்புகள் இவை.

போதிய கவனம் பெறாமல்போன முக்கியமான கதைகளில் ஒன்று 'கோலம்'. கு.ரா.வின் சிறந்த கதைகளில் ஒன்று எனத் தயக்க மில்லாமல் சொல்லிவிடக்கூடிய கதை. இதில் வரும் கிழவருக்கும் கிழவிக்கும் இடையிலான அன்னியோன்யம், இயற்கைக்கும் அவர்களுக்குமான உறவு, இதர மனிதர்களுக்கும் அவர்களுக்குமான உறவு, புற உலகின் கொடுமைகளை அவர்கள் எதிர்கொள்ளும் விதம், ஒரு சிறுமியிடம் அவர்கள் பெறும் ஆசுவாசம், அவர்களது பயணங்கள், பகல்பொழுதுகள் என்று பல்வேறு அம்சங்கள் மிக ஆழமாக, நேர்த்தியாக, நிதானமாக, இறுக்கம் தவிர்த்த கூர்மை யோடு பதிவாகியிருக்கும் பாங்கு இக்கதையைப் படிக்கும்போதெல்

லாம் பிரமிக்க வைக்கிறது. கதையின் முடிவு மிக இயல்பானதாகவும் சோகமான கவித்துவ நாடகத்தின் முடிவாகவும் அமைந்து வாசகரின் மனத்தில் ஆழமான சலனங்களை ஏற்படுத்துகிறது. புதுமைப்பித்த னின் பெரும் அபிமானியான சு.ரா., பு.பி.யின் 'செல்லம்மாள்' கதையை மிகவும் சிறப்பான கதைகளில் ஒன்றாக அடையாளப்படுத்துகிறார். சு.ரா.வின் சிறந்த கதைகள் என்று எவ்வளவு கறாரான ஒரு பட்டியலைப் போட்டாலும் அதில் 'கோல'த்திற்கு ஓர் இடம் இருக்கும்.

இந்தக் கதைகளில் குறிப்பிட்டுச் சொல்ல வேண்டிய இன்னொரு விஷயம் சு.ரா.வின் மொழி. இலக்கிய வடிவம், எழுதுவதற்கான பொருள் ஆகியவற்றில் மட்டுமல்லாமல் மொழி விஷயத்திலும் சு.ரா. முன்னோக்கிய பாய்ச்சலை நிகழ்த்திக்கொண்டிருந்ததை இக்கதைகள் காட்டுகின்றன. சு.ரா.வுக்குத் தொடக்கத்திலிருந்தே அழகான மொழி நடை கைவரப்பெற்றிருந்ததைப் 'பிரசாதம்', 'சன்னல்' முதலான கதை களிலேயே பார்க்க முடிந்தது. ஆனால் தீவிரமும் செறிவும் கவித்துவ மும் நுட்பமும் நிறைந்த மொழிநடையாக அது இருக்கவில்லை. 1977க்கு முன்பு அவரது செறிவான மொழிநடையை அவரது கட்டுரைகளில் மட்டுமே காண முடிந்தது. 1977க்குப் பிறகு எழுதப் பட்ட கதைகளில் தீவிரமான படைப்பு மொழியாக அது பரிணாமம் பெற்றது. அதன் பிறகு அது தொடர்ந்து தன்னைப் புதுப்பித்துக் கொண்டபடி இருக்கிறது. 'ஜே.ஜே: சில குறிப்புக'ளை சு.ரா.வின் உச்சபட்ச மொழி சார்ந்த சாதனையாகச் சிலர் குறிப்பிடுவார்கள். ஆனால் ஜே.ஜே.வுக்குப் பிறகு எழுதப்பட்ட 'வழி', 'கோலம்', 'காகங்கள்' ஆகிய கதைகளில் அவரது மொழி அடுத்த கட்டத்திற்குப் போயிருப் பதை உணர முடிகிறது. பழைய சாதனைகளைத் திரும்ப நிகழ்த்தி, ஏற்கனவே பெற்ற வெற்றிகளை மறுபடியும் பெற்று அதன் மூலம் கிடைக்கும் திருப்தியை அற்பத் திருப்தியாகக் கருதும் கலைஞர்கள் தோல்வி நிச்சயம் என்று தெரிந்தாலும் புதிய முயற்சிகளை மேற் கொள்வார்கள். சு.ரா.வும் இத்தகையதொரு கலைஞன் என்பதை அவரது எழுத்தின் பல்வேறு அம்சங்களிலும் ஏற்பட்டுவந்த மாற்றங் கள் உணர்த்துகின்றன.

○

எழுத்தின் மூலம் மேற்கொள்ளப்படும் வாழ்வு குறித்த விசார ணையைக் கூர்மைப்படுத்திக்கொண்டும் புதுப்பித்துக்கொண்டும் செல்லும்போது கதையின் மூலம் வாசகர் பெறும் ஒட்டுமொத்த அனுபவம் ஒருபுறம் இருக்க, கதையின் பல்வேறு அம்சங்கள் தரும் உதிரியான அனுபவங்களும் முக்கியமானவை. கதைகளினூடே மின்னும் படிமங்களும் வர்ணனைகளும் தரிசனங்களும் வாசகரின் கூரிய கவனிப்புக்கு உரியவை.

அழுத்தமான சில அனுபவங்கள் மொழிவழி வெளிப்படும் பாங்கு அந்த அனுபவங்களின் இயல்பையும் வலுவையும் வாசகரைத் தன்னு டையதேபோல உணரச்செய்வதாக இருக்கிறது. உதாரணமாக,

‘அழைப்பு’ கதையில் காட்டருவியின் கீழ் நிற்கும் அனுபவம், “செத்த எருமைகள் முதுகில் விழுவது போலிருந்தது” என்று பதிவாகியிருக் கிறது. புறக்காட்சி சார்ந்த வர்ணனைகள் சில சமயம் வித்தியாசமான சித்திரங்களாக உருக்கொள்கின்றன: “கடலின் ஆழத்திலிருந்து ராக்ஷஸத் தடி உருண்டைகளை மேலே உதைத்துத் தள்ளுவது போல் நீரோட்டம் திமிறியெழும்” (அலைகள்). ‘பள்ளம்’ கதையில் சாலைகள் மற்றும் மனித நடமாட்டங்கள் பற்றிய வர்ணனை, தேர்ந்த ஓவியரின் சித்திர மாக உருப்பெறுகிறது. ‘வழி’ கதையில் அடர்த்தியான வனப்பகுதியைப் பற்றிய சித்திரம் உயிர்த் துடிப்புடன் தீட்டப்பட்டிருக்கிறது (“மரங்கள் விட்டெறிந்த வானத்தின் துண்டு துணுக்குகள்” என்பது போன்ற வித்தியாசமான கோடுகளும் இந்தச் சித்திரத்தில் உள்ளன). “நரைத்து வரும் இருள்” என்பனபோன்ற வர்ணனைகள் (காகங்கள்), மரங்களை “அம்மண ஸ்தூலிகளாக”க் காணும் படிமங்கள் (வழி) என்று அடுக்கிக் கொண்டேபோகலாம். புற உலகம் மாறுபட்ட தோற்றம் கொள்ளும் ‘பல்லக்குத் தூக்கிகள்’ கதையிலும் புற உலகப் பொருள்களின் சித்தரிப் பில் கூரிய அவதானிப்பின் துல்லிய வெளிப்பாடுகள் காணக் கிடைக் கின்றன. (“கட்டைகளின் தொலியைச் சில இடங்களில் பூச்சி அரித் திருந்தது. அது சட்டையில் நூலைப் பிரித்த இடம் மாதிரி இருக்கிறது. உளுத்திருக்கவில்லை. சேர்மானங்கள் நல்ல நெருக்கம். ஊதுவத்தி குத்த முடியாது.”)

வர்ணனைகள், படிமங்கள், சித்திரங்கள் ஆகியவை ஒருபுறம் இருக்க, கதைகளினூடே வந்துவிழும் சில அற்புதமான வரிகள் கதையின் ஆழத்தைக் கூட்டுவதோடு, தம்மளவில் ஒரு தரிசனமாக வும் விளங்குகின்றன. வாசகரின் அனுபவ உலகுடன் உறவுகொண்டு அவர்களது வாழ்க்கைப் பார்வையைப் பாதிக்கக்கூடியவையாகவும் இருக்கின்றன. சில உதாரணங்கள்:

- நினைவின் எந்தப் பக்கத்தைப் புரட்டினாலும் பிழைகள் மலிந்து கிடக்கும் அவமானம். (‘அழைப்பு’)

- அழுந்த மறுத்துக் கரையேற நான் அடித்த நீச்சல் உலகின் எந்த சக்தியையும் ஓய்வுகொள்ள விடாது. (‘அழைப்பு’)

- மனதின் பாழ்பட்ட குகைகளிலிருந்து ஒவ்வொரு பேயாகப் புறப்பட்டு என்னைக் கிளறி துவம்சம் பண்ணுவதற்குள் அடுத்தாற் போல் எங்கேயாவது என்னைச் சொருகிக்கொண்டுவிட வேண்டும் . . . (‘போதை’)

- கயிற்றிலிருந்து விடுபட்ட பம்பரத்தின் துக்கத்தை நான் சொல்ல முற்படும்போது, சொல்லச் சொல்ல பம்பரத்திற்கும் கயிறுக்குமான உறவைப் பற்றியே சொல்லிக்கொண்டிருக்கிறேன். (‘கொந்தளிப்பு’)

- சுதந்திரம் இல்லை எனில், பொன் கொண்டு, பெண் கொண்டு, பெற்றெடுக்கும் குழந்தைகள் கொண்டு ஏதும் புண்ணியமில்லை என்பது அவர்களுக்குத் தெளிவாகிவிட்டது. இந்த எளிய உண்மையை இவர்களுக்குக் கற்றுத்தரும் முயற்சியில் கோடானு கோடி வருஷங்கள்

தோல்வி கண்ட சரித்திரம் இப்போது வெற்றி கண்டுவிட்டது. அவர்களுடைய சகல இருப்பிடங்களையும் இனி வன விலங்குகள் எடுத்துக்கொள்ளட்டும். அவர்கள் உடல் வருந்திச் செழிக்க வைத்த பயிர்கள் எல்லாவற்றையும் கொடிய மிருகங்கள் மேயட்டும். அவர்கள் காலங் காலமாகக் கட்டியெழுப்பிய வீடுகள்மீதும், பண்புகள்மீதும், ஊர்வனவோ இழைவனவோ புகுந்து புறப்படட்டும். அவர்களுடைய குழந்தைகளின் தொட்டில்களில் இனி பாம்புகள் குஞ்சு பொரிக்கட்டும். மரணங்களுக்குப் பயந்து அவர்கள் இதுகாறும் சகித்துக்கொண்டு வந்திருக்கிறார்கள். இனியும் சகிப்பது சாத்தியமில்லை. எந்த மரணத்துக்கு அவர்கள் இதுகாறும் பயந்து வந்தார்களோ, அந்த மரணத்தைக் கொடியாகப் பிடித்துக்கொண்டு இவர்கள் இப்போது புறப்பட்டுவிட்டார்கள். இனி, கத்தியைக் காட்டியோ, அம்பைக் காட்டியோ, வேலைக் காட்டியோ அவர்களைப் பயமுறுத்த முடியாது. ('கொந்தளிப்பு')

- காலமே, ஒரு மோசமான தாக்குதலை என் மீது நிகழ்த்து. என்னை உருக்குலை. சின்னாபின்னப் படுத்து. நீ பார்த்து வெட்கப்படும் அளவுக்கு உனக்குக் கவிதையில் பதில் சொல்கிறேன். ('ஆத்மாராம் சோயித்ராம்')

- நான், காலொடிந்து சேற்றில் புரளும் ஜீவன்களுக்கு அவர்களுடைய சிறகுகளைக் காட்ட வந்தவன். இப்போது பதுங்கிக் கொண்டிருக்கிறேன். ('ஆத்மாராம் சோயித்ராம்')

- நினைவுகளின் கிடங்கில் கசப்பு அனுபவங்களைச் சதா மிதித்துக் கொண்டே இயங்குவது எனக்கு உடம்போடு ஒட்டிய பழக்கமாகி இருந்தது. ('எதிர்கொள்ளல்')

❍

மிகவும் கவனமாக எழுதுகிறார் என்ற ஒரு 'குற்றச்சாட்டு' சு.ரா. மீது சுமத்தப்படுகிறது. அதாவது, கலை உணர்வின் தன்னியல்பான, திட்டமிடப்படாத, கட்டற்ற பாய்ச்சலுக்கு வழிபட்டு ஒதுங்கிக்கொள்ளாமல் அவரது பகுத்தறிவு சார்ந்த மூளையாலும் தனது ஆளுமை குறித்த, படிமம் குறித்த எச்சரிக்கை உணர்வாலும் கலை வெளிப்பாட்டைக் கட்டுப்படுத்துகிறார் என்ற பொருளில் சிலர் அப்படிக் கூறுகிறார்கள். பிசிரற்ற, நேர்த்தியான மொழிநடையும் வெளிப்பாட்டு முறையும் பெரிய பாவமாகக் கணிக்கப்படுகிறது. மொழி என்பது இலக்கிய வெளிப்பாட்டுக்கான தவிர்க்க முடியாத கருவி என்றால் மொழியைப் பிழையின்றியும் பிசிரின்றியும் எழுத முயற்சிப்பது அந்தக் கருவியின் மூலம் நாம் சாதிக்க நினைக்கும் லட்சியத்தை எய்துவதற்கான தவிர்க்க இயலாத முயற்சி. மொழி சார்ந்த கவனம் கலை ஆவேசத்தின் இயல்பான வெளிப்பாட்டுக்குத் தடையாக இருக்க வேண்டியதில்லை. செவ்விலக்கியப் படைப்புகள் முதல் பின்நவீனத்துவப் படைப்புகள்வரை பல எழுத்துக்களை இதற்கு உதாரணமாகக் காட்டலாம். பிழையின்றி எழுதத் தெரியாதவர்களும் மொழி சார்ந்த கவனத்தை மேற்கொள்ளும் உழைப்பைச் செலுத்தாத

வர்களும் மொழியைப் பொறுப்பின்றிக் கையாள்வது மொழிக்கு இழைக்கும் அநீதி என்பது பற்றிய பிரக்ஞை அற்றவர்களும் முன் வைக்கும் இதுபோன்ற குற்றச்சாட்டுகள் அவர்களது பலவீனங் களையே அம்பலப்படுத்துகின்றன. பிழைபட்ட மொழி என்னும் முகத் தழும்புகளைக் கலை ஆவேசம் என்னும் முகமூடி போட்டு மறைக்கும் முயற்சிகளின் வெற்றி நீடித்திருப்பதில்லை என்பதற்குச் சாட்சியாகக் குவிந்துள்ள பிரதிகளின் மலை ஆயாசத்தை ஏற்படுத்துகிறது.

மொழி சார்ந்து எடுத்துக்கொள்ளும் கவனம் கலையைப் பாதிப்பதில்லை என்பது மட்டுமல்ல; அதை மேலும் செழுமைப் படுத்துகிறது என்பதை 'அழைப்பு', 'ரத்னாபாயின் ஆங்கிலம்', 'காகங் கள்', 'கோலம்', 'வழி' போன்ற கதைகளின் மூலம் உணரலாம்.

தனது படிமம் மற்றும் மதிப்பீடுகள் சார்ந்த கவனம் சு.ரா.வின் கதைகளின் இயல்பான பாய்ச்சலை மட்டுப்படுத்துவதாகச் சொல்லப் படும் குற்றச்சாட்டும் இத்தகையதுதான். 'அழைப்பு', 'போதை', 'வழி', 'பள்ளம்' போன்ற கதைகளில் உள்ள பல வரிகளை முன்வைத்து இந்தக் குற்றச்சாட்டை நிராகரிக்க முடியும். சு.ரா.வின் தலை முறையைச் சேர்ந்த பல எழுத்தாளர்கள் எழுதத் தயங்கும் எத்தனையோ வார்த்தைகளையும் அந்தரங்க உணர்வுகளையும் அவர் தேவை சார்ந்து வெளிப்படையாக எழுதியிருக்கிறார். அதிர்ச்சி மதிப்புக்காகவோ 'துணிச்ச'லைக் காட்டிக்கொள்வதற்காகவோ 'அந்தரங்க'த்தைக் கடை பரப்புபவர்களின் படைப்புகளோடு ஒப்பிட்டால் சு.ரா.வின் எழுத்து 'சுத்தபத்த'மான எழுத்தாகத் தெரியலாம். ஆனால், ஒரு படைப்பாளி தனது கலைத் தேவைக்கு நியாயம் செய்வதற்கான வெளிப்பாட்டு முறையைத் தேர்வுசெய்வதில் எந்தத் தயக்கத்துக்கும் ஆட்படாமல் இருக்கிறாரா என்று பார்க்கையில் சு.ரா.வின் வெளிப்பாட்டு முறை குறித்து நாம் உடன்பாடான முடிவுக்கே வர முடியும்.

○

என் பார்வை சார்ந்து வெவ்வேறு கட்டங்களாகப் பிரித்து வகைப்படுத்தியிருக்கும் சு.ரா.வின் கதைகளை ஒட்டுமொத்தமாக அசைபோடும்போது சில அம்சங்கள் அழுத்தம் பெறுகின்றன. முதலாவதாக, சு.ரா.வின் இடையறாத பயணம். எத்தனையோ முக்கியமான எழுத்தாளர்கள் தாங்கள் எழுத ஆரம்பித்த காலத்தில் மிகச் சிறந்த கதைகளை எழுதிவிட்டு, பிறகு மிகச் சாதாரணமான கதைகளையோ அல்லது தங்கள் பழைய கதைகளின் பலவீனமான பிரதிகளையோ உற்பத்திசெய்து தள்ளிக்கொண்டிருப்பதைப் பார்க்க முடிகிறது. இந்தப் பலவீனத்திற்கு சு.ரா. இரையாகவில்லை என்பதை அவரது கதைகளை மேலோட்டமாகப் படிக்கும்போதுகூட உணர முடியும். பழைய சாதனைகளில் திருப்தியடைய மறுக்கும் மனமும் இடையறாத தேடலும்கொண்ட கலைஞனின் கலைப் பயணம் தேக்கமடைய முடியாது என்பதையே இது காட்டுகிறது.

அடுத்தபடியாக வாழ்வு குறித்த அவரது பார்வையையும் தேடலையும் கலாபூர்வமாகப் பதிவு செய்யும் தன்மை. தமிழில் புதுமைப்பித்தனிலிருந்து தொடங்கும் யதார்த்தக் கதை மரபுக்கு இன்றுவரையிலும் பல வாரிசுகள் உருவாகியிருக்கிறார்கள். சு.ரா.வும் அதற்கு விதிவிலக்கல்ல. ஆனால் வாழ்க்கை இப்படி இருக்கிறது என்பதைக் கலைநயத்துடன் காட்டுவதோடு சு.ரா.வின் கதைகள் நின்றுவிடுவதில்லை. வாழ்க்கை ஏன் இப்படி இருக்கிறது என்பது குறித்த தேடலை மேற்கொள்கின்றன. வாசகரிடத்திலும் இந்தத் தேடலைத் தூண்டிவிடுகின்றன. வாழ்வின் பல்வேறு முரண்பாடுகளுக்கிடையே காணக்கிடைக்கும் இசைவையும் இசைவுகளுக்கிடையே ஊடாடும் முரண்பாடுகளையும் பதிவுசெய்கின்றன. வெறும் பதிவு என்பதை அவர் கதைகளில் பெரும்பாலும் காண முடியாது. இருப்பின் பல்வேறு கோலங்களைக் காட்டுவதோடு, அவற்றின் மூலங்களைத் தேடிச் செல்லும் பயணமும் காணப்படுகிறது. தமிழில் மிக அபூர்வமான அம்சம் இது. அவர் கதைகளின் ஆழத்தைக் கூட்டும் அம்சம்.

கொள்கை சார்ந்தோ வடிவம் சார்ந்தோ ஒரு குறிப்பிட்ட வகைக்குள் சு.ரா. முடங்கிவிடவில்லை என்பதையும் அவரது சிறுகதைகள் காட்டுகின்றன. ஆரம்ப காலங்களில் முற்போக்குச் சாயலுள்ள கதைகளை எழுதி வந்த அவர் அதிலிருந்து விடுபட்டது போலவே பிற்காலத்தில் தீவிரமான கதைகளை எழுதிய பிறகும் அந்த பாணியில் தன்னை முடக்கிக்கொள்ளவில்லை. 'அழைப்பு', 'போதை' போன்ற இறுக்கமும் தீவிரமும் கொண்ட கதைகளை எழுதிய பிறகும் அவரால் ஆரம்ப காலத்தில் எழுதிய 'பிரசாதம்' போன்ற எளிமையான கதைகளை எழுத முடிகிறது. (உதாரணம்: 'விகாசம்', 'பக்கத்தில் வந்த அப்பா'). தேடலுக்கும் சிந்தனையின் தீவிரத்திற்கும் இணையாக, நெகிழ்ச்சி, மனித நேயம், ரசனை ஆகியவற்றுக்கும் அவர் கதைகளில் முக்கியத்துவம் இருக்கிறது. குறியீட்டுத் தன்மைகொண்ட கதைகளும் தம்மளவில் முழுமையான வாசிப்பு அனுபவத்தைத் தருபவையாக உள்ளன. (உம்: 'வழி', 'குரங்குகள்')

என் பார்வையில் சு.ரா.வின் சிறந்த கதைகளில் பெரும்பாலானவை 'பல்லக்குத் தூக்கிகள்', 'பள்ளம்' ஆகிய தொகுப்புகளில் இடம்பெற்ற கதைகளில் உள்ளன. சு.ரா.வின் இலக்கிய ஆளுமையையும் பங்களிப்பையும் எடைபோட இந்தக் கதைகள் பெரிதும் உதவும் என்று நம்புகிறேன். தங்களது பழைய சாதனைகளையும் வெற்றிகளையும் திரும்பத் திரும்ப நிகழ்த்திக்கொண்டிருப்பவர்கள் நிறைந்த ஒரு சூழலில் புதிய சவால்களை நாடிச்செல்லும் ஒரு கலைஞனின் மேல் நோக்கிய பயணத்தின் பதிவுகளாக இவற்றை அடையாளப்படுத்த முடியும் என்று நம்புகிறேன்.

❍

சு.ரா.வின் மொழியைப் பற்றிச் சொல்லாமல் அவரது படைப்புகளைப் பற்றிய பேச்சு முழுமை பெற முடியாது. தமிழில் தனக்கென்று

தனி மொழியை உருவாக்கிக்கொண்ட விரல் விட்டு எண்ணி விடக்கூடிய மிகச் சில படைப்பாளிகளில் இவரும் ஒருவர். மொழியின் நேர்த்தி கெடாமலேயே அதில் தீவிரத்தன்மையை ஏற்ற முடியும்; மிகைப்படுத்தாமலேயே கம்பீரத்தைக் கூட்ட முடியும்; மொழியைச் சிடுக்காக்காமலேயே சிக்கல்களை அதில் பதிவுசெய்ய முடியும் என்பதை இவரது படைப்பு மொழி காட்டுகிறது. வர்ணனைகளில் காட்சித் தன்மையும் கவித்துவமும் இணைந்துள்ளன. சிந்தனையின் வெளிப்பாடுகள் தீவிரத் தன்மைகொண்டவையாக இருக்க, மன அவசத்திற்கு மொழி வடிவம் தரும் போது உணர்ச்சி வேகம் கொப்பளிக்கிறது. வாழ்வை வித்தியாசமான கோணத்தில் பார்ப்பதால் பிறக்கும் நகைச்சுவை வெளிப்படும்போது மொழி உற்சாகமாகத் துள்ளுகிறது. இவை எல்லாவற்றையும்விட முக்கியமானது, கு.ரா. தனது படைப்பின் ஒவ்வொரு வார்த்தையையும் மிகுந்த கவனத்துடனும் பொறுப்புணர்வுடனும் பயன்படுத்துகிறார் என்பதுதான். அவருடைய வெற்றி பெறாத கதைகளில்கூட இந்த அம்சத்தைப் பார்க்க முடியும். தனது வாசகர் தன் கதைகளைப் படிக்கச் செலவிடும் நேரத்தையும் அவரது முதிர்ச்சியையும் மதித்து எழுதும் ஒரு படைப்பாளியால் மட்டுமே இப்படிச் செய்ய முடியும்.

அடுத்ததாகக் காலம் என்ற அம்சம் கு.ரா.வின் கதைகளில் இடம் பெறும் விதத்தைக் குறிப்பிட வேண்டும். கு.ரா.வின் கதைகளில் அவர் வாழ்ந்த காலத்தின் பதிவுகள் அவ்வளவாகக் காணக் கிடைப்பதில்லை. புற உலகத் தோற்றங்களையும் மாற்றங்களையும் கச்சிதமாகச் சித்தரிக்கும் கு.ரா., புற உலக நிகழ்வுகளை அவ்வளவாகப் பதிவுசெய்வதில்லை. அவர் காட்டும் காட்சிகளைக் கொண்டுதான் காலத்தை நாம் ஒருவாறு அனுமானிக்க முடிகிறது, நிகழ்வுகளைக் கொண்டு அல்ல. அவரது கதைகளை வைத்து அவற்றின் கால கட்டங்களை உணர முயன்றால் அது பிடிகொடுக்காமல் நழுவுகிறது. ஆனால் காலம் மனித வாழ்வில் ஏற்படுத்தும் பலவிதமான தடங்கள் காணக் கிடைக்கின்றன. தனி நபர்களிடமிருந்து தொடங்கி குறிப்பிட்ட மக்கள் சமூகத்தின் கலாச்சார வாழ்வு வரையிலும் காலம் ஏற்படுத்தும் நம்ப முடியாத மாற்றங்களைத் துல்லியமாக நம் கண் முன் நிறுத்திவிடுகிறார் கு.ரா. 'வாழ்வும் வசந்தமும்', 'கோலம்', 'கொந்தளிப்பு' என்று பல கதைகளில் காலம் என்பது ஒரு சூட்சுமமான பாத்திரமாகவே இடம்பெறுகிறது. ஆனால் இந்தக் காலம் நமது அன்றாட நிகழ்வுகள், நமது அனுபவத்திற்கு வசப்படும் வெளி ஆகியவற்றைத் தாண்டிய ஒன்றாக அமைகிறது.

❍

ஒரு படைப்பாளியின் வலுவான அம்சமே அவனது பலவீனத்திற்கும் காரணமாக அமைந்துவிடும் என்று சொல்லப்படுகிறது. கு.ரா.வும் இதற்கு விலக்கல்ல. கு.ரா.வின் வலுவான அம்சங்களில் ஒன்றான அவரது பிரத்யேகமான மொழியே சில சமயம் இலக்கிய

அனுபவத்திற்குத் தடையாக அமைந்துவிடுகிறது. மிகுந்த நேர்த்தியு டனும் கவனத்துடனும் கு.ரா. கட்டமைக்கும் மொழி, படைப்பு மொழி யின் சாத்தியப்பாடுகளை விரிவுபடுத்துகிறது என்பதில் சந்தேகமில்லை. அதே சமயம் வாசகரைச் சிரமப்படுத்தும் அளவுக்கு இறுக்கமாகவும் அது சில சமயம் அமைகிறது. இவரது மொழியின் கவித்துவ அம்சம் எவ்வளவுதான் நம்மைக் கவர்ந்தாலும் ஒருசில கதைகளில் அடுக் கடுக்காகக் குவிக்கப்படும் கவித்துவமான படிமங்களைச் சிக்கெடுத்துக் கொண்டு கதையைப் பின்தொடர வேண்டிய சிரமத்திற்கும் ஆயாசத் திற்கும் வாசகர்கள் ஆளாக வேண்டியிருக்கிறது. 'கொந்தளிப்பு', 'பட்டு வாடா' ஆகிய கதைகளை இதற்கு உதாரணங்களாகச் சொல்லலாம். அதேசமயம் 'அழைப்பு', 'போதை' போன்ற சில கதைகளில் கவித்துவ மான படிமங்களும் இறுக்கமான மொழியும் வாசகனை ஆயாசப் படுத்தாத வகையில் இருப்பதையும் குறிப்பிடவேண்டும். அதுபோலவே 'பள்ளம்', 'ரத்னாபாயின் ஆங்கிலம்', 'ஆத்மாராம் சோயித்ராம்' போன்ற கதைகளில் மொழிசார்ந்த அம்சங்கள் சற்றும் உறுத்தாமல் முழுக்க முழுக்கக் கதைக்கு அனுசரணையாகவும் அழகைக் கூட்டுவதாகவும் இருக்கின்றன.

வடிவ ரீதியான பரிசோதனை என்ற அம்சத்திலும் சில பாதகமான அம்சங்கள் கு.ரா.வின் கதைகளில் உள்ளன. 'பல்லக்குத் தூக்கிகள்', 'எதிர்கொள்ளல்' போன்ற கதைகளின் பரிசோதனைகள் வெற்றிகர மான முயற்சிகளாக இருக்கின்றன. இதுவே சற்று எல்லை மீறிச் சென்று 'கொந்தளிப்பு', 'பட்டுவாடா', 'நெருக்கடி' போன்ற கதைகளை அன்னியமாக்கிவிடுகின்றன.

கு.ரா.வின் கதைகளில் காலம் என்ற அம்சத்தைப் போலவே பாத்திரங்களின் அடையாளங்களும் பிடிகொடுக்காமல் நழுவுகின்றன. ஆரம்ப காலக் கதைகளில் வரும் பாத்திரங்களை நாம் தெளிவாக உணரும் அளவுக்குப் பிற்காலக் கதைகளில் - 'அழைப்பு', 'போதை', 'அலைகள்', 'கொந்தளிப்பு', 'எதிர்கொள்ளல்', 'வழி' போன்ற கதைகளில் - பாத்திரங்களின் அடையாளங்களை உணர முடிவதில்லை. இந்தக் கதைகளில் வரும் பலரும் ஒரே நபரின் வெவ்வேறு முகங்களாகக் காட்சியளிக்கிறார்கள். அந்த முகங்களும் தெளிவாகத் துலங்க வில்லை. மிக அந்தரங்கமான தொனியில் பேசும் இவர்களது குரல் நமது மனத்தில் சட்டென்று இடம் பிடித்தாலும் இவர்களது தனி அடையாளங்கள் நமக்குத் தெரிவதில்லை. இவர்கள் அனைவரையும் மனித இனத்தின் ஆதாரமான சில அவஸ்தைகளைப் பிரதிபலிக்கும் பொது மனிதனின் வெவ்வேறு முகங்களாகக் கற்பித்துக்கொள்ளத் தான் நம்மால் முடிகிறது. இது சாதகமான அம்சமா பாதகமான அம்சமா என்பது அவரவர் பார்வையைப் பொறுத்த விஷயம். என்னைப் பொருத்தவரையில் தனி அடையாளங்களை அழித்துவிட்டு அல்லது அடையாளம் தெரியாத அளவுக்குப் புகைமூட்டமாக்கிவிட்டு மனித இயல்பின், இருப்பின் ஆதாரமான அவஸ்தைகளைச் சொல்ல வேண்டிய அவசியம் இல்லை என்று நினைக்கிறேன். காலம், இடம்,

பிரத்யேக அடையாளங்கள் தாண்டிய பொதுவான தளத்தில் மானுட உணர்வுகளையும் அவஸ்தைகளையும் வைத்துப் பார்க்க இந்த அம்சம் உதவுகிறது. இது இதிலுள்ள மிக முக்கியமான சாதகம். ஆனால் தனி அடையாளங்களை அல்லது அவை சார்ந்த சமிக்ஞை களையேனும் அவை கொண்டிருந்தால் அந்தப் பாத்திரங்களுக்கும் வாசகனுக்கும் இடையிலான உறவு மேலும் நெருக்கமாகக்கூடும்.

❍

சு.ரா.வின் சிறுகதைகள் தரும் ஒட்டுமொத்த அனுபவத்தை இப்படிச் சுருக்கமாகத் தொகுத்துப் பார்க்கலாம்: அவை வாசிப்பை ஓர் இனிய அனுபவமாக்கும் அதே நேரத்தில் தீவிரமான அனுபவத்தின் தொந் தரவுக்கும் நம்மை உள்ளாக்குகின்றன. செறிவும் நேர்த்தியும் கொண்ட மொழியோடு உறவுகொள்ளும் சுகத்தை அளிக்கும்போதே உக்கிர மான தேடலின் கனத்தையும் நம் மீது சரியச் செய்துவிடுகின்றன. காலம், வெளி ஆகியவற்றைத் தாண்டிய தளத்தில் மானுட வாழ்வின் மர்மங்கள் குறித்த விசாரணையைச் சாத்தியமாக்குகின்றன. மனித துக்கத்தையும் அவலங்களையும் மட்டுமன்றி நெகிழ்வையும் விகாசத் தையும் பதிவு செய்கின்றன.

வாழ்வுக்கும் நமக்கும், காலத்திற்கும் நமக்கும், மொழிக்கும் நமக்கும் இடையேயான உறவுகளைச் செழுமைப்படுத்துவது ஒரு கலைஞனின் முக்கியமான பங்களிப்பாக இருக்க முடியும். சுந்தர ராமசாமியின் சிறுகதைகள் இதைப் பெருமளவில் நிறைவாகச் செய்திருக்கின்றன.

❍

குறிப்பு

- ‘காகங்கள்’ தொகுப்புக்கு ‘இந்தியா டுடே’யில் எழுதிய மதிப்புரை.
- அதே தொகுப்பைப் பற்றி ‘தீராநதி இணைய இத’ழில் எழுதிய விரிவான விமர்சனக் கட்டுரை.
- ‘இல்லாத ஒன்று’ (சு.ரா.) தொகுப்புக்கு எழுதிய முன்னுரை.
- ‘அழைப்பு’ (சு.ரா.) தொகுப்புக்கு எழுதிய முன்னுரை.

நெய்தல் இலக்கிய அமைப்பு **2005** டிசம்பரில் நாகர்கோவிலில் நடத்திய சு.ரா. நினைவரங்கில் மேற்கண்ட கட்டுரைகளைத் தொகுத்து எழுதி வாசித்த கட்டுரை சில மாற்றங்களுடன் இங்கு வெளியாகியுள்ளது. மேற்படி கட்டுரைகளை எழுத வாய்ப்பளித்த இதழ்களுக்கும் காலச்சுவடு பதிப்பகத்திற்கும் கட்டுரை வாசிக்கக் கேட்டுக்கொண்ட நெய்தல் கிருஷ்ணனுக்கும் நன்றி.

பின்னிணைப்பு 1

தமிழில் சிறுகதை இலக்கியம் வளர்ந்தோங்கித்தான் வருகிறது. உலக இலக்கியத்தோடு ஒப்பிடத்தக்க சிறுகதைகளைத் தமிழ் எழுத்தாளர்கள் சிலர் படைத்துத்தான் தந்திருக்கிறார்கள். இந்த உண்மையை ஒற்றைப் புதுமைப் பித்தனைக்கொண்டு மட்டும் உடுக்கடித்துக் கூறவேண்டியதில்லை. புதுமைப்பித்தனைப் பொறுத்த வரையில் இத்தகைய கதைகள் அளவில் அதிகமாக இருக்கலாம். ஆனால் ஏனைய சில எழுத்தாளர்களுக்கும் இதில் பங்குண்டு என்பதையும் நாம் மறப்பதற்கில்லை. ஆனால் நாம் ஒரு விஷயத்தை மறந்துவிடுவதற்கில்லை. 1930 – 40 ஆண்டுகளுக்கிடையில் சில நல்ல சிறுகதை எழுத்தாளர்கள் தோன்றினார்கள்; 1940 – 50 ஆண்டுகளுக்கு மத்தியிலும் வேறு சில நல்ல சிறுகதை எழுத்தாளர்கள் வெளிப் பட்டார்கள். ஆனால் 1950 – 59க்கிடையில் எத்தனை நல்ல சிறுகதை ஆசிரியர்கள் நமக்குக் கிடைத்தார்கள் என்பதை நாம் சிறிது எண்ணிப் பார்த்தால், அவர்களெல்லாம் ஒற்றைக் கைவிரல்களின் எண்ணிக்கைக்குக் கூடப் பூரணமாகத் தேறவில்லை என்ற உணர்வே என்போன்ற இலக்கிய விமர்சகர்களின் உள்ளத்தில் ஏற்படுகிறது. ஏனைய இரண்டு காலகட்டங்களிலும் இல்லாத ஒரு வறட்சி நிலைமை இந்தச் சமீப காலத்தில் நிலவிவந்திருக்கிறது என்பதை எல்லோருமே ஒப்புக் கொண்டுதான் ஆகவேண்டும். இதற்கான காரண காரியங்களை இங்கு ஆராய முடியாது. எனினும் இந்தப் பத்தாண்டுகளில் நம்மிடையே நிலவிவரும் பல்வேறு சூழ்நிலைகளை நாம் புறக்கணிப்பதற்கில்லை. அந்தக் காலத்துச் சிறுகதை முன்னோடிகளாக இருந்த எழுத்தாளர்கள் பலரும் "மூத்த குடியாள் காலத்திலே . . ." என்று பழம் பெருமை பேசிக்கொண்டு மாஜிப் பெருங்காயப் பாண்டங்களையே மாற்றி மாற்றி முகர்ந்து பார்த்துத் திருப்திப்படுகிறார்கள். வேறு சிலரோ பவணந்தி முனிவர் வகுத்த படிகளைத் தாண்டாப் பத்தினிகளாக இருந்து 'நல்ல தமிழில்' – அதாவது கற்பழியாக் கன்னித் 'தனித்' தமிழில், இலக்கண சுத்தமான தமிழில் – எழுதிவிட்டால் எதுவும் சிறுகதையாகிவிடும் என்று எண்ணிவருகிறார்கள். அச்சு யந்திரத்தின் அசுரப் பசிக்கு இரைபோடப் பழகிவிட்டவர்களோ, சுட்ட தோசையையே கல்லில் போட்டுச் சூடேற்றிக்கொடுக்கும் உடுப்பி விவகாரம் பண்ணிக் கொண்டிருக்கிறார்கள். இன்னும் சிலரோ சரித்திரக் கதை என்ற பெயரால் சரித்திரமாகவும் இல்லாமல், கதையாகவும் இல்லாமல் ஏதேதோ கதைபண்ணி வருகிறார்கள். வியாபார தந்திரத்தில் வித்தகம் பெற்றவர்களோ, நைலான் நாகரிகத்தையே சிறுகதை இலக்கியத்தின் மரபாக்க முயற்சி செய்து வருகிறார்கள். இத்தியாதி இத்தியாதிச் சூழ்நிலையில் அத்தி பூத்தாற்போல் ஒருசில நல்ல சிறுகதை எழுத்தாளர்கள் தோன்றினார்கள். அத்தகைய அத்திப்பூக்களில் ஒன்றுதான் திரு. சுந்தர ராமசாமி.

சுந்தர ராமசாமியின் 'தண்ணீர்' என்ற கதை, நான் வெளியிட்டு வந்த 'சாந்தி' என்ற மாசிகையின் முதல் இதழில் வெளிவந்தது. அது வெளிவந்தவுடனேயே, நண்பர் தி. ஜானகி ராமன், "சுந்தர ராமசாமி உங்களுடைய *New find* போலிருக்கிறது? 'தண்ணீர்' மிக நன்றாக இருக்கிறது" என்று எனக்கு எழுதியிருந்தார். பாம்பின் கால் பாம்பறியும் என்ற பழமொழிக்கு இலக்கணமாக அவரது கூற்று அமைந்தது. 'தண்ணீர்' என்ற அந்தக் கதை திருநெல்வேலியிலுள்ள ஒருசில எழுத்தாள நண்பர்கள் சேர்ந்து நடத்திய புதுமைப் பித்தன் நினைவுச் சிறுகதைப் போட்டியில் முதற்பரிசு பெற்றதாகும். கதையைத் தேர்ந்தெடுத்த ஐவர்களும் இலக்கிய உலகில் தத்தமக்கென்று ஒரு இடத்தையும் வாசகர் கூட்டத்தையும் சம்பாதித்துக் கொண்டிருப்பவர்கள். அவர்களது நம்பிக்கையையும் ஆசையையும் பொய்யாக்காமல் சுந்தர ராமசாமி பல்வேறு நல்ல கதைகளைப் பத்திரிகைகளின் மூலம் நமக்கு அளித்து வந்திருக்கிறார். இந்தத் தொகுதியில் இடம்பெற்றுள்ள பெரும்பாலான கதைகள் நான் வெளியிட்டு வந்த 'சாந்தி' பத்திரிகையில் வெளிவந்தவை. இத்தகைய கதைகளை வெளியிட்டதைப் பற்றிய பெருமை எனக்கு உண்டு. 'சாந்திப் பத்திரிகை என்னத்தைச் சாதித்துவிட்டது – சுந்தர ராமசாமியின் கதைகளை வெளியிட்டதைத் தவிர?' என்று எனது தோழர் ஒருவரே எவரிடமோ ஆற்றாமைப்பட்டதுண்டு. இது ஒன்றுதான் 'சாந்தி'யின் சாதனை என்று கொண்டாலும், இதுவும் ஒரு மகத்தான சாதனை என்றுதான் சொல்ல வேண்டும். அந்த உண்மையைத்தான் இந்தத் தொகுதி உங்களுக்குப் பறைசாற்றி நிற்கிறது. சுந்தர ராமசாமியின் இந்தக் கதைகள் 'சாந்தி'ப் பத்திரிகையில் வெளிவந்ததன் காரணமாக, அவரை நான் 'சாந்தி'ப் பத்திரிகைப் பரம்பரையின் வாரிசு என்று சொல்லும் அளவுக்குச் சுயநலம் கொள்ளவில்லை. பல்வேறு விதமான இலக்கியப் பரம்பரைகளின் வளர்ச்சிப் போக்கிலேதான் 'சாந்தி'யும் சரி, சுந்தர ராமசாமியும் சரி – தோன்ற முடிந்தது என்று கருதுபவன் நான். இந்த உண்மையைச் சரிவர உணராதவர்கள்தான் தமக்கென்று ஒரு கூட்டைக் கட்டிக்கொண்டு குடிவாழ எண்ணுவார்கள்.

இந்தத் தொகுதியிலுள்ள 'தண்ணீர்' என்ற கதை செக் மொழியில் மொழிபெயர்க்கப்பட்டு, செக் நாட்டுக் கீழ்த்திசைக் கல்லூரியார் வெளியிடும் 'நோவி ஓரியண்ட்' என்ற இலக்கியப் பத்திரிகையில் வெளிவந்தது. அதுமட்டுமல்ல; இதில் இடம் பெற்றுள்ள 'கோவில் காளையும் உழவு மாடும்' என்ற கதை செக் நாட்டிலிருந்து வெளிவந்த 'உலக இலக்கியம்' என்ற இலக்கிய மலரிலும் இடம்பெற்றது. தொல்காப்பியர் காலத்திலேயே தமிழில் சிறுகதைகள் தோன்றி விட்டனவே என்று தோள்தட்டி ஆர்ப்பரிக்கும் வீரம் மட்டும் இருந்தால் போதாது. நமது இன்றைய இலக்கியம் பிற நாட்டார் தலைவணக்கம் செய்வதாக அமைய வேண்டும். சுந்தர ராமசாமியின் சிருஷ்டிகள் அந்தப் பெருமைக்கு உரித்தானது தமிழுக்கும் நமக்கும் மகிழ்ச்சியளிக்கும் செய்தியாகும்.

இந்தத் தொகுதியிலுள்ள கதைகள் ஒவ்வொன்றும் ஒரு ரகம். ஒவ்வொன்றும் ஒரு உண்மையை, ஒரு உணர்ச்சியை வெளியிடுகிறது. தண்ணீர் லாரியிலுள்ள ஓட்டையை அடைப்பதற்காக, தன் விரலைக்கூட வெட்டித்தரச் சித்தம்கொள்ளும் கிழவியையும், தனக்கும் மானம் உண்டு என்பதை நிரூபிக்கும் பொறுக்கி வர்க்கப் பிரதிநிதியையும், ஆசார சீலங்களையெல்லாம் தாண்டி நிற்கும் தாய்மைப் பண்பையும், உடம்பின் ரத்தத்தோடு ஊறிவிட்ட உழைப்போடு பாடுபடும் உழவு மாட்டையும், பொருளை மட்டும் சுட்டெரித்துச் சுடுசாம்பலாக்கும் நெருப்பின் மூலம் தனது உள்ளப் புகைச்சலையும், தர்மாவேசத்தையும் தணித்துவிட முயலும் பிஞ்சு உள்ளத்தையும் நாம் இந்தக் கதைகளிலே காண முடியும். இத்தொகுதியிலுள்ள பல்வேறு கதைகளும் வாசகர்களின் உள்ளத்தில் பசுமை குன்றாமல் நின்று நிலவும் என்பதில் ஐயமில்லை.

இத்தகைய கதைகளைப் பத்திரிகை வாயிலாக அறிமுகப்படுத்திய காலத்தில் அடைந்த பெருமையையும் மகிழ்ச்சியையும்விட, இவற்றை நூல்வடிவில் வாசகர்களுக்கு அறிமுகப்படுத்தி வைக்கும் வாய்ப்பை எண்ணி நான் மேலும் மகிழ்ச்சியடைகிறேன். இதே மகிழ்ச்சியை சுந்தர ராமசாமியின் சிருஷ்டிகள் மேலும் மேலும் வாசகர்களுக்கு வரையாது வழங்கிவரும் என்ற நம்பிக்கையும் உறுதியும் எனக்கு உண்டு.

சென்னை
26.12.59

ரகுநாதன்

(‘அக்கரைச் சீமையில்’ தொகுப்பின் முன்னுரை)

பின்னிணைப்பு 2

என் கைவசமிருக்கும் பத்துப்பதினெட்டு கதைகளின் அச்சுப் பிரதி களிலிருந்து நானே பொறுக்கி எடுத்தவை இந்த ஒன்பதும். என் மீது நான் வைத்திருக்கும் நம்பிக்கையை இவை ஆமோதிப்பதாக எனக்குள் ஒரு எண்ணம்.

1951இல் எழுத ஆரம்பித்த நான், மனித குலத்தை உய்விக்கும் பெரும்பணியில் எனது தொண்டையும் செலுத்திவிட வேண்டும் என்ற ஆசையினாலும், புதுமையிலும் புரட்சியிலும் அப்போது என் மனம் கொண்டிருந்த மோகத்தினாலும் மார்க்சீய அரசியல் – இலக்கியக் கொள்கைகளைத் தழுவி, சுருதி சுத்தமான உலகம் மலர கனா கண்டு, தத்துவம் – திட்டம் சுமந்து பிறப்பித்த கதைகளில் சில, என் முதல் கதைத் தொகுதியில் இடம்பெற்றுள்ளன. சும்மா தரையில் உட்கார்ந்து எழுதிய கதைகளும் அதில் உண்டு. 1956ஆம் ஆண்டு உலக நிகழ்ச்சிகள், அன்று வரையிலும் மனவேதனையை அளித்துக்கொண்டிருந்த சந்தேகங்களைச் செம்மையாக ஊர்ஜிதம் செய்து என் முள்முடியைப் பிடுங்கி எறிந்துவிட்டன. இதன் பின் வாழ்க்கைக் கண்ணோட்டமும், அதன் ஒரு கிளையான கலைக் கொள்கைகளும் மாறுதல் உற்றன.

இந்த 'இரண்டாவது' மனநிலையில் எழுதிய கதைகள் இவை.

இப்போது மீண்டும் படித்துப் பார்க்கையில், இக்கதைகள், கலைமீது நான் கொண்டுள்ள பிரேமையை எனக்கு உணர்த்துகின்றன. கலை என்று கிளம்பி, நடுவில் மற்றொன்றில் தாவி, வேறொன்றைத் தழுவி, தழுவியதை எல்லாம் கலை எனச் சாதித்து, எதெற்கோ எழுந்த கரகோஷங்களை எல்லாம் கலைவெற்றி எனக் கருதி ஏமாறுவது என் விதி அல்ல என்பதை இக்கதைகள் எனக்கு உணர்த்துகின்றன.

எனது தளைகள், எனது சஞ்சலங்கள், எனது மீட்சி இவை அல்ல; நான் காணும் அறுவடையே உங்களுக்கு முக்கியம். சொல்லப் போனால் எனக்கும் அப்படித்தான். நான் படைப்பவை என்னை அர்த்தப்படுத் தாத வரையிலும் என் முயற்சி வீண், என்னைப் பொறுத்த வரையிலும்.

என்னை அர்த்தப்படுத்தும் வரிகள் ஏதோ ஒரு வகையில் உங்களுக் கும் அர்த்தமுள்ளதாகப்படும் என்பதே என் நம்பிக்கை. இந்த நம்பிக்கை பொய்த்துவிட்டாலும் இத்தொழிலே என் விதி. ஏனெனில் வேறு யாருக்காக இல்லாவிட்டாலும் எனக்காக நான் இதை மேற்கொண்டாக வேண்டும். வேதனையுடன், அதிருப்தியுடன், பேருவகையுடன், தீராத குறையுணர்ச்சியுடன், கசப்புணர்ச்சியுடன், பழையபடி துளிர்க்கும் நம்பிக்கைகளுடன், சிலுவை சுமக்கப் பிறந்தவன் கலைஞன்.

கைக்கு எட்டாது நிற்கும் கனவும், எட்டிய மறுகணம் புளிப்பது இத்தொழிலின் விதிபோலும். இக் கதைகளை எண்ணி இவை பிறந்த

காலத்தில் நான் அடைந்த உற்சாகம் இப்போது எனக்கு இல்லை. திட்டமிட்டபடி எழுதி முடித்த கதைகள் இவை. சர்வாதிகாரத்தின் கீழ் திட்டங்கள்போல் இவை கறுக்காய் இலக்குகளை எட்டிவிட்டன. இலக்குகளை மட்டுமே எட்டின. நான் எறிந்த கத்திகள் புள்ளிகளில் குத்தி நிற்கும் அழகைக் கண்டு சந்தோஷப்படுகிறேன். 'இருந்தாலும் ....' என இப்பொழுது எண்ணாமல் இருக்க முடியவில்லை.

வாழ்வின் கதி நதியின் பிரவாகம்; அது நம் இச்சைக்கு அப்பாற் பட்டது. தத்துவம், திட்டம், அனுமானம், ஹேஷ்யம், ஜோஸ்யம், இத்தனைக்கும் அது வெற்றிகரமாக 'பெப்பே' காட்டிவிட்டு ஓடுகிறது. கைகுலுக்க வரும் பாவனையில் அருககணைந்து, மறுகணம் புறங்கையைக் காட்டிவிட்டு நழுவிப் போய்விடும் பித்து அதன் போக்கு. அர்த்தத்தை அதன்பால் திணித்துவிடுவது மிகவும் லேசான காரியம்தான். அகப் பட்டதை எல்லாம் தொங்கவிடும்படி ஒரு நீளமான 'கோட் ஸ்டாண்டு' கைவசமிருப்பது எத்தனை ஆசுவாசமானது! இன்றுவரை தோன்றி யுள்ளதும் இனி மேல் தோன்றப்போவதுமான வியாதிகளுக்கு மருந்துச் சீட்டுக்கள் கைவசமிருக்கும் நிலையில் ஆஹா, எத்தனை நிம்மதி! அத்துடன் கைவசமிருக்கும் விடைகளுக்கு ஏற்ற கேள்விகளும் அவ்வப்போது கிளம்பத்தான் செய்கின்றன. நம்பரைப் பார்த்து மருந்துச் சீட்டை எடுக்க வேண்டியது. வேலை முடிந்தது! சில சமயம் கடவுளின் அஜாக்கிரதையால் நடைமுறை, தத்துவத்திற்கு விரோத மாகக் கிளம்பிவிடுகிறது அல்லவா? ஓ! அந்த விஷயமா? அதனால் என்ன? தத்துவவாதிக்கு மூளை இல்லையா? ஒரு கண்ணை லேசாகச் சுழித்துக்கொண்டு 'வால் முளைத்துவிட்ட' நடைமுறையை நாலாக முறித்துத் தத்துவத்திற்குள் திணித்துவிட வேண்டியது. அவ்வளவுதான்! இவர்களுக்குத் தத்துவம் யானைக்கால் மாதிரி. நடைமுறை, தத்து வத்தை மறுப்பதை மனசார உணர்ந்த பின்பும் அதையே விடாமல் சுமந்துகொண்டிருக்கும் முரண்பாடில்லாத கோழைகள் இவர்கள்.

அர்த்தமற்றதாயும், மாறுபட்ட கோலங்காட்டுவதாயும், முரண்படு வதாயும், நன்மை – தீமை எனும் முகங்களை மாறி மாறி அணிவதாயும் அமையும் இவ்வுலகை எவ்வாறு நான் புரிந்துகொள்வது? எனக்கு என் வாழ்க்கை என்றாலே என் அனுபவம் மட்டும்தானே? ஆக, இதுதான் வாழ்க்கை என்று நான் 'பிடித்து' வைத்துக் கோடு கீச்சுகிற போதே, நான் சற்றும் எதிர்பாராதவிதமாய், என்னை ஆச்சரியத்தில் ஆழ்த்தும் வண்ணமாய் எவ்வாறு இவ்வுலகம் புதுக்கோலம் கொண்டு இயங்குகிறதோ அதுதான் வாழ்க்கை என நான் எண்ணவா? என் கைக்கு எட்டாது, எனது காலடியில் நழுவும் அதன் வெற்றியை நான் ஒப்புக்கொள்கிறேன்.

இருந்தாலும் இலக்கியம் சங்கீதம் அல்ல என்பதாலேயே அர்த்தமும் தத்துவமும் அதன் உடன் பிறந்த சங்கடங்கள். எனவே தத்துவத்தின் ஒரு சாயலில், திட்டத்தின் ஒரு நிலையில் நின்றே தொழிலைத் தொடங்க வேண்டியதாக இருக்கிறது. எனினும் கலைஞன், சிருஷ்டி கருமத்தில் முன்னேறும்போது, மனசை ஏற்கனவே பற்றியிருக்கும்

முடிவுகள், தத்துவச் சாயல்கள் இவற்றைத் தாண்டி, சத்திய வேட்கை ஒன்றையே உறுதுணையாய் கொண்டதன் விளைவால், கலை சத்திய வெறி பெற்று, குறுகிய வட்டங்களை 'நிரூபிக்க'க் குறுகாமல், அனுபவத்தின் நானாவிதமானதும், மாறுபட்டதும், முரண்பட்டது மான சித்திரங்களின் மெய்ப்பொருளை உணர்த்தவேண்டும். நான் நம்பும் கலை இது.

இன்றுள்ள மனநிலையில் இத்தொகுதியிலுள்ள 'வாழ்வும் வசந்தமும்' என்ற கதை எனது ஆசையைப் பூர்த்தி செய்வது போல் அமைந்திருக் கிறது. தத்துவம் – திட்டம் இவற்றின் உபாதைகள் நீங்கி, உருவாக்கப் பட்ட தன்மை காட்டாது, ஒரு மண்புழு போல, ஒரு பூப்போல, வானவில் போல, ஒரு வெற்றிலை போல சிருஷ்டியின் முழுமையும், இயற்கையின் அமைதியும் அக்கதை பெற்றுவிட்டது என் அதிருஷ்டம். வாழ்க்கைத் தோட்டத்திலிருந்து ஒரு செடியைப் 'பிடுங்கி' வைக்காமல், செடியை அதன் வேரோடும், வேரடி மண்ணோடும் இடம் மாற்றிய காரியம் ஒன்றையே நான் செய்திருக்கிறேன் என்ற பிரமையை ஏற்படுத்துவதில் இக்கதையில் நான் வெற்றி கண்டிருக்கிறேன். உத்தேசத்தைப் பூர்ணமாக மறைக்கும் பாவனையின் வெற்றி உத்தே சத்தைப் பூர்ணமாக நிறைவேற்றித் தந்திருக்கிறது. இவ்வாறு அமைந்த ஒன்று என் பேனாவுக்குச் சொந்தமாகிவிட்டது என் அதிருஷ்டம்.

மற்ற கதைகள் ஒவ்வொரு விதத்தில் வெற்றி அடைந்த கதைகள்; வெவ்வேறு விதத்தில் வெற்றி பெறாத கதைகள்.

இத்தொகுதியிலுள்ள 'சன்னல்' என்ற கதை மட்டும் 1953இல் எழுதியது. ஒருநாள் பழைய நினைவுகளுக்கு ஆட்பட்டு வீட்டு முற்றத் தில் நின்றிருந்த நான் திடுமென அறைக்குள் நுழைந்து மனவேதனை யுடனும் ஆவேசத்துடனும் ஒரே மூச்சில் எழுதி முடித்த கதை அது. இதுபற்றி இப்போதும் பசுமையான நினைவு. 1958இல் நண்பர் ஸ்ரீ வ. விஜயபாஸ்கரனுக்கு இக்கதையை அனுப்பிக் கொடுத்தபோது நகல் எடுத்த நினைவே தவிர திருத்தம் எதுவும் செய்த நினைவு இல்லை. அதில் வரும் அம்பி நான்தான். இப்பொழுது எவ்வளவோ ஆரோக்கியமாக இருந்து வருகிறேன்.

இந்தத் தருணத்தில் 'சரஸ்வதி'யையும் நண்பர் விஜயபாஸ்கரனை யும் நினைவுகூராமல் இருக்க முடியவில்லை. தனக்குத்தானே பேசிக் கொள்வதுபோல் ஆத்மாவுக்கு அவசியமான சுதந்திரத்தை வழங்கி பேனாவை ஓட்ட நண்பரோ, அவருடைய பத்திரிகையோ தடையாக இருந்தது இல்லை. ஒரு தமிழ்ப் பத்திரிகை ஆசிரியராக இருந்த போதிலுங்கூட நண்பர் விஜயபாஸ்கரனால், என் கதைகள் என் விருப்பப்படி இருந்தால் போதுமென எவ்வாறு எண்ண முடிந்தது என்பதை நினைந்து இன்றுவரையிலும் ஆச்சரியப்பட்டுக்கொண்டிருக் கிறேன். மகான்தான் அவர்.

'மெய்+பொய்=மெய்' என்ற கதைதான் இத்தொகுதியின் பின்னுரை. மூளையால் எழுதிய அக்கதையில் நான் எதிர்பார்த்த அளவு கலை

திரளவில்லை. ஒரு நீண்ட கட்டுரைக்குள் அடங்கும் விஷயத்தை அதில் சுருக்கமாகச் சொல்ல முடிந்துவிட்டது.

அக்கதையில் வரும் அருள்ராஜ் பொன்னப்பா, “பொய் சொல்லி, தந்திரங்களைக் கையாண்டு, மீண்டும் உண்மையை நிரூபித்துவிட்டது, போலீஸ¬” என்றதும் எழுத்தாளர் முத்தையா, “நானும் அதைத்தான் செய்யப் பார்க்கிறேன், என்னால் முடிந்தவரையிலும்” என்று பதில் சொல்கிறார்.

அவர் கட்சி, நானும்.

நாகர்கோவில் சுந்தர ராமசாமி
24 ஆகஸ்டு 1963

(‘பிரசாதம்’ தொகுப்பின் முன்னுரை)

பின்னிணைப்பு 3

சுந்தர ராமசாமி, மௌனத்திற்குப் பின்

சுந்தர ராமசாமி திரும்ப எழுதத் தொடங்கி அவ்வப்பொழுது பிரசுரமாகின்ற அவருடைய கதை, கவிதை, கட்டுரைகளைப் படிக்கும் போதெல்லாம், அவைகளைப் பற்றி எனக்குத் தோன்றுவனவற்றை எழுதிவிட வேண்டும் என்ற எண்ணம் எழுவதுண்டு. இதைச் செயல்படுத்த எனக்கு ஒரு உந்து சக்தி கிடைத்தது.

> 'I confess to a personal prejudice in preferring...... those authors who have dressed fiction, drama or poetry with the problems of philosophy rather than those who sought, by sensitivity, imagination and artistry, to give some passing beauty a form that could be caressed by generations yet unborn.'
>
> Will & Ariel Durant
> Interpretations of Life: A Survey
> of Contemporary Literature

சுந்தர ராமசாமியை நான் அணுகிக் கண்டறிவது மேற்கோள் காட்டப்பட்டிருக்கும் வரிகளின் கண்ணோட்டத்தில்தான் (இந்த வரியை அளவுகோலாக வைத்துக்கொண்டு நான் சுந்தர ராமசாமியின் எழுத்தில் நுழையவில்லை. சுந்தர ராமசாமியின் படைப்புக்களைப் படிக்கிறபோது என் மனதில் எழுகின்ற சிந்தனைகள் இந்த வரிகளோடு ஒத்துப்போகின்றன). இந்த மேற்கோளில் இடம்பெற்றிருக்கிற 'the problems of philosophy' என்கிற சொற்றொடரை சுயமாக தரிசித்த வாழ்க்கையின் அர்த்தங்கள் என்று நான் அர்த்தப்படுத்திக்கொள்கிறேன்.

சுந்தர ராமசாமி ஒருமுறை குறிப்பிட்டார்: 'நாமெல்லாம் எங்கெங்கோ சுற்றிக் கொண்டிருக்கிறோம். மௌனி கோட்டின் அருகே பந்தைக் கொண்டு வைத்து 'கோல்' போட்டுவிடுகிறார்.' சாதனைகளின் எல்லையை அடையாளம் காண முடிகிறவர்களால்தான் தன்னையே நிர்ணயித்துக்கொள்ள முடியும். சுந்தர ராமசாமியால் தன்னைத் திரும்பிப் பார்த்துக்கொள்ள முடிந்திருக்கிறது. புதிதாகவும் பிறக்க முடிகிறது.

சுந்தர ராமசாமியின் மௌனம் அர்த்தம் பொருந்தியதாய் அமைந்து தொடர்ச்சியைச் சிறப்பானதாக்கி உள்ளது. தன் இருப்பு, வாழ்க்கை பாதிப்புக்கள் இவைகளின் தொடர்ந்த போராட்டமாய் கலை, ஓர் ஆத்மபூர்வமான வெளிப்பாடாக சுந்தர ராமசாமியின் புதிய எழுத்தில் உருக்கொண்டிருக்கிறது. இந்த வகையில் இப்பொழுதைக்கு

இவர் ஒருவரே தனித்து நிற்கிறார். இவர் திட்டமிட்டுக்கொண்டு கதைகள் பண்ணுவதில்லை. இவருடைய முந்தைய எழுத்துக்கும் இப்பொழுதைய எழுத்துக்கும் தொடர்பு இல்லை என்று சொல்லிவிட முடியாது. முன்பு கேலியாகவும், எகத்தாளமாகவும் பார்த்துச் சொன்ன விஷயங்களை இப்பொழுது பிரச்னைக்குரிய தீவிரத்துடன் அழுத்தமாக அணுகுகிறார்.

இப்பொழுதைய எழுத்தில் நிதானம் மிகுந்த ஆத்மா கலந்திருக்கிறது. முந்தைய எழுத்தில் புத்திசாலித்தனமான சுந்தர ராமசாமியைக் கண்டோம். அந்த எழுத்துக்குச் சொறிந்து கொடுக்கிற இதம் உண்டென்றால், இந்த எழுத்தில் அலைக்கழிக்கப்படும் ஆத்மாவைக் கண்டு சிலிர்த்து நிற்கிறோம்.

சுவாரஸ்யமான எழுத்தாளர் என்ற நிலையில் எழுதி அலுத்து ஓய்ந்து புதிய தரிசனங்களுடன் வந்திருக்கும் சுந்தர ராமசாமி முதலில் தன்னைத் தெளிவாகப் புரிந்துகொண்டிருக்கிறார் என்பது வெளிப்படை யாகத் தெரிகிறது. ஒருவன் தன்னைத் தன் பலவீனங்களுடன் புரிந்து கொள்கிறபோது அதுவே பலமாகிவிடுகிறது. இது புரியாது பிரமை களிலும், லட்சியங்களிலும் சிக்கித் தடுமாறுகையில் தான் 'யாரோ' வாகிவிடுகின்ற அபாயம் நிகழ்கிறது. பலவீனங்கள் புரிந்து நிதானம் பிறக்கையில் வளர்ச்சி சுபாவமானதாகிறது.

'வாசனை', 'போதை', 'அழைப்பு' என்ற எல்லாச் சிறுகதைகளின் ஆதாரமான மனதை இனங்காட்டும் முகமாகக் 'கண்ணாடி முன் கடவுளையும் சேர்த்து ஒரு புகார்' ('கசடதபற' 31வது இதழ்) என்ற கவிதை இருக்கிறது. கடவுளையும் சேர்த்துப் புகார் என்று இருப்பதால் தலைப்பில் கடவுளுடன் இணைந்திருக்கும் கண்ணாடி பற்றியும் புகார் உண்டு என்று தெரிகிறது. கண்ணாடி பூத உருவைப் பிரதி பலிக்கிறது. நாம் நமக்கு இருப்பதாகக் கற்பனை செய்துகொள்ளும் அழகுகள் கண்ணாடி முன் நின்று நுணுகிப் பார்க்கும்போது இல்லாத தாகிவிடுகின்றன. தலைப்பில் மட்டுமே இடம்பெற்றிருக்கும் கண்ணாடி புற உண்மையைச் சுட்டும் ஒரு மறைமுக உபமானமாகக் கவிதையில் செயல்பட்டிருக்கிறது. அக உண்மை என்ன? நாம் அடைய விரும்புகிற இன்னொரு நான். இதற்காக நாம் நம்முடைய சுவாரஸ்யம், ஈடுபாடு இவைகளின் மூலமாக ஏற்படுத்திக்கொள்கிற ஒன்றையடுத்து இன்னொன்று என்று ஆன பொய் உருக்கள், இவைகள் தகரும்போது ஏற்படுகின்ற தோல்வி என்ற மன அவஸ்தைகளை இந்தக் கவிதை வரிகளில் அர்த்தப்படுத்திப் பார்க்க முடிகிறது. இன்னொரு நான் என்று ஒன்று இருப்பதாகவே கொண்டாலும் அதன் முகத்தைக் காண முடியவில்லை. அதை லட்சியமாகக் கொண்ட பயணத்தில் ஆக்ரமித்துக்கொள்கின்ற பொய் உருக்களே அதைக் காணத் தடையா யிருக்கின்றன. இன்னொரு நான் 'பளிங்கு' எனத் தரிசனமாகப் போகிறது என்றால் (பளிங்கு என்ற வார்த்தை இப்படி அடைய இருக்கிற நிலையை அதன் எல்லா அர்த்தங்களிலும் உணர்த்துகிறது), இதற்காக மேற்கொள்கின்ற முயற்சிகளை மரமும், கடலும், வால்

துடிக்கக் கத்தும் அணிலும் மேவி, சுயமாகப் பாதித்து அசரவைக் கின்றன. இவைகள் ஒழிந்த அகப்பயணம் வெறும் கேலிக்கூத்தா?

'மரமும் கடலும்... என்முன் என்முகம் கக்குவது ஏன்?' என்ற வரிகளில் பொதிந்து வருகின்ற கடவுள் சிருஷ்டி என்ற உண்மை பூத உருவின் பொய்மையைக் காட்டும் கண்ணாடியின் இடத்தை ஏற்று மனதைச் சூழும் பொய் உருக்களின் பொய்மையைக் காட்டுகிறது. 'இன்னொரு நான்' பற்றிய நிச்சயம் தெளிவாகாத நிலையில், இயற்கை சிருஷ்டிகளில் மனம் சுபாவமாகத் தன்னை வெளிப்படுத்திக்கொள்கை யில், வேறு எதுவும் இல்லாவிட்டாலும் பரவாயில்லை, பொய் உருக்கள் அற்ற மனம் வேண்டும் என்கிற தொனியில், 'என்று ஆடை உரித்து அம்மணம் பற்றும் என் பார்வை?' என்று கவிதை முடிகிறது.

ஆன்மீக நெறிகள் மூலமாக அடைய இருக்கும் பரிபூர்ணத்தைப் பற்றிக் கேள்வி எழுப்புவது சுந்தர ராமசாமிக்குத் தொடர்ந்த தேடலாக இருப்பதாகத் தோன்றுகிறது. தென்றலில் மகத்துவ இலைகளுடன் குலுங்கும் துளசிக்குத் துன்பம், பிரச்னை ஏதுமில்லையா? கிணற்று ராட்டினம் ஒரு சொட்டு எண்ணெய்க்கு ஓலமிடுகிறது. காகம் சோற்று உருண்டைக்காக இடம் மாறி அலுக்கிறது. கிணற்றடியில் ரோகக் கிழவிபோல் சரிந்து இருக்கும் ஓட்டை வாளிக்குத் தொடர்ந்து வேலை இருக்கிறது. முன்கவிதையில் இன்னொரு நான் தேடிப் பயணம் மேற்கொள்ளும் மனம் வால் துடிக்கக் கத்தும் அணிலிலும், தமுக்கின் ஓசையிலும் சிலிர்த்து நிற்கிறது என்றால், 'பின் திண்ணை காட்சி'யில், 'இளைய ராணிபோல் பீடத்தில் கொலுக்கொண்டு...' 'மகத்துவமாய் கழியும் அதன் நாட்கள்' என்ற வரிகளில் குறியீடு பெற்றிருக்கும், பௌதீக உலகின் பிரச்னைகளற்ற, ஆன்மநெறி போதிக்கும் ஆசானைச் சாக்கிட்ட பயணத்தில் அதே மனம் இரைச்சல், நியதி வயப்பட்ட எந்திர உலகில் ஜீவனத்திற்காகப் போராடும் மானுடத்தை அர்த்தத்துடன், ஆதரவுடன் பார்க்கிறது.

பரிபூர்ணம் கருதிய பயணத்திற்கான மார்க்கங்கள், பிரத்யட்ச வாழ்வின் உண்மைகள் என்று சிதறும் கலைஞன், மனம் அவ்வப்பொழுது ஸ்வீகரித்துக்கொள்ளும் பொய் உருக்கள் நிதர்சனத்தின் முன் நகர்வதைத் தீர்க்கமாகப் பார்க்கிறான்.

'வாசனை'யில் சாம்பசிவன் ஆன்மீகம் பயிலுவது, கால் ஊனம் காரணமான தாழ்வு மனப்பான்மையைச் சாக்கிட்டுத் தனக்குத்தானே இல்லையென்று ஆக்கிக் கொண்டுவிட்ட ஒன்றை நிலைநிறுத்திக் கொள்ளப் போடுகின்ற வெற்று வேஷம் தானா? பிச்சைக்காரன், 'பாப்பாத்தி, வாடி, ராஜாத்தி' என்று லலிதாவை கூப்பிடும்போது, தன் ஆண்மை பற்றிய சந்தேகமும், அவன் தீண்டாத அவள் உடல் மீதான வெறியும் சாம்பசிவனை ஒருசேரத் தாக்குகின்றன. லலிதாவை வெறிகொண்டு தழுவுவதிலும், பிச்சைக்காரனைத் தாக்கிவிட்டு வருவதிலும் இந்தத் தாழ்வு மனப்பான்மை மிருகத்தனமாக விழித்துக் கொள்கிறது. அந்தக் குடும்பத்தின் சந்நியாசிகளின் வாரிசாகக் கருதப்படும் சாம்பசிவனின் தோல்வி அவன் தலைக்குள் ஏற்படுத்திக்

கொண்ட ஒரு பொய் உருவின் அழிதலில் நிகழ்கிறது. சாம்பசிவன், குடும்பச் சொத்தாக ஸ்வீகரித்துக்கொண்ட ஆன்மீகப் பயிற்சியினால் வெற்றிகொள்ள முடியாத மிருக இச்சையின் முன்னால் தோல்வி காண்கிறான்.

'வாசனை' சிறுகதை எனக்கு இன்னொரு விதத்திலும் அர்த்தம் கொடுக்கிறது. கால் ஊனமுற்ற சாம்பசிவனை நிந்தனைக்குள்ளாக்கப் பட்டு முடமாக்கப்பட்டிருக்கும் பிராம்மணச் சமூகத்தின் குறியீடாகக் காண்கிறேன். இப்பொழுது குஷ்டரோகி இதற்கு எதிரான சக்திகளின் குறியீடு. அறிவை மட்டும் நம்பி மௌனமாகப் புழுங்கிவந்த இச்சமூகம் வன்முறையை நாடவேண்டிய ஓர் அவசியம் நிகழ்ந்துகொண் டிருக்கிறதா என்ற கேள்வி எழுகிறது. சாம்பசிவன் ஆன்மீகம் பயிலுவது, குஷ்டரோகியைத் தாக்கிவிட்டு வருவது ஆகிய இவை இரண்டும் இந்த எல்லைகள். இப்படிக் காணும்போது சுந்தர ராமசாமி என்ற எழுத்தாளரிடத்தில் எழுத்தைக் காரணமாகக்கொண்ட ஒரு பிரமை வெளிப்படையாகவே உடைவது தெரிகிறது. இவருடைய முந்தைய படைப்புகளைச் சார்ந்த 'திரைகள் ஆயிரம்' குறுநாவலில், மஞ்சள் பத்திரிகையில் பரபரப்பாக இடம்பெறுகின்ற மரியம்மையின் சரித்திரத்தை அறியக் கதாநாயகன் தன் மனைவியை ஏவி விடுகிறான்.

'தாழ்ந்த குலத்திலே பிறந்தவளும், மாமிச பக்ஷிணியும், அடிக்கடி நகத்தைக் கடிப்பவளுமான அவளை, தீக்ஷிதர் குடும்பத்துக் குலவிளக்கும், வைதீகரத்னாகர சுந்தர கனபாடிகளின் பௌத்திரியும், கர்மானுஷ்ட சம்பன்னரான மகாதேவ சாஸ்திரிகளின் சீமந்த புத்திரியுமான நீ, உன் கவுரவத்திற்கு ஹானியில்லைன்னு சொன்னா பாத்துப்பேசி...' இந்த வரிகளில் ஓர் எகத்தாளம் தொனிக்கிறது. இந்த எகத்தாளத்திற்குக் காரணம் சாதி, சம்பிரதாயங்களை உதறிவிட்டுக் கொடிகட்டிப் பறந்துவிடலாம் என்ற எழுத்துக்காக மேற்கொண்ட புரட்சி மனம் எனும் பிரமைதான். இந்த பிரமை உடைபடுவதை, 'அவர்களுக்கும் எனக்கும் ஏதாவது உரசல் ஏற்படும் என்று எனக்கு மணத்துக்கொண் டிருந்தது. ஒரு சிலேடையும் கெட்ட வார்த்தைகளும் என் ஜாதியைக் குறிப்பது மாதிரி வந்தன' என்ற 'பல்லக்குத் தூக்கிக'ளின் வரிகளில் வெளிப்படையாகக் காணமுடிகிறது. இந்த இழைதான் 'வாசனை' சிறுகதையைப் பற்றிய என் இரண்டாவது பார்வைக்கு வலுவேற்றுகிறது. எந்த மனிதனின் இரத்தத்தோடும் கலந்த சாதி உணர்வு இப்படி ஓர் உள்ளார்ந்த எழுச்சியைச் சாத்தியமாக்கலாம். சாதி அடிப்படையில் மந்திரி சபையில் பிரதிநிதித்துவம் கொடுக்கிற அரசாங்கம்தான் பரிசளித்து, கலப்புத் திருமணத்தை ஊக்குவித்து சாதிகளற்ற சமுதாயத்தை உருவாக்கத் திட்டமிடுகிறது. இதன் நிதர்சனத்தை உணருகையில் இரத்தத்தில் ஊறிய சாதி உணர்வை இனங்காணுதல் உறுதிப்படுகிறது. இந்த மாதிரியான இனங்காணுதல் இட்டுச் செல்லக் கூடிய இடத்தை சுந்தர ராமசாமியே மொழிபெயர்த்துத் தந்திருக்கும் ஜெ. கிருஷ்ணமூர்த்தியின் அடிப்படைத் தத்துவத்தின் மூலமாகச் சுட்டிவிடலாம்.

'யுத்தத்தின் காரணம் தனிமனிதனின் மனசில் உள்ள எதிரிடைச் சிந்தனைகளே என்றும் இந்த எதிரிடை நிலையைத் தனிமனிதன் தன்னில் முதலில் மௌனமாகக் காணவேண்டும் என்றும் வலியுறுத்துவது ஜெ.கி.யின் அடிப்படைத் தத்துவம்.'

சுந்தர ராமசாமி என்னும் கலைஞன் மௌனமாகக் கண்டு எழுத்தில் திடமாகக் காட்டியுள்ள இன்னொரு எதிரிடைச் சிந்தனை 'போதை' சிறுகதையில் உள்ளது.

'சர்வர்கள் யாரையும் காணோம். தேடிண்டே கிச்சன் பக்கம் போயிட்டேன். ரகஸ்யமா ரேடியோ வெச்சுக் கேக்கறாங்க. இவங்கதான், சண்டை நடக்கிற சமயம், எல்லையிலே நம்ம படை பின்வாங்கித்து, உதைப்பட்டுதுன்னு நியூஸ் சொன்னதும் கை தட்டிண்டு எழுந்து குதிச்சாங்க.' 'போதை'யில் கதாநாயகன் மூலமாக நினைவு கூர்ந்து சொல்லப்படுகின்ற இந்த நிகழ்ச்சி, சலுகைகள் கொடுத்து நாமெல்லாம் ஒன்று என்று அரசாங்கம் சிருஷ்டித்திருக்கிற பிரமை உடைபடுவதைக் காட்டுகிறது. இதைவிட இந்தக் கதையில் முக்கியமாகத் தென்படுகின்ற விஷயம், எப்பொழுதோ நடந்த ஒரு விஷயத்தை ஞாபகம் வைத்துக் கொண்டு சந்தர்ப்பம் பார்த்துக் கிளர்ச்சிக்கு வித்திடும் போக்கில் போட்டு உடைப்பதுதான். ஒரு தனிமனித மனத்தில் ஆதாரம் கொண்டிருக்கும் பிரிவினைச் சிந்தனைதான் இந்தக் கதையில் கலகத்திற்கும் இறுதி விளைவிற்கும் காரணமாக இருக்கிறது. மோசமான ஒரு அனுபவம் ஏற்படக்கூடும், அது ஸ்திரீ விவகாரம் சம்பந்தப்பட்டு இருக்கலாம் என்ற சந்தேகத்துடன் அந்த நாள் கதாநாயகனுக்கு உதயமாகிறது. தலைப்பை இந்த ஆரம்ப வரிகளோடு போட்டுக் குழப்பிப் பெறுகிற அர்த்தம் கதையின் இறுதியோடு சம்பந்தமற்றதாகத் தோன்றக்கூடும். கதாநாயகன் எதிர்பார்க்கிற மோசமான அனுபவம் அவனுக்கு வேறு ரூபத்தில் நிகழ்கிறது. சந்தர்ப்பம் பார்த்து நிகழ்ச்சியை சுவாரஸ்யமாக அவிழ்க்கின்ற போதை அந்தத் தனி மனித மனதின் அடிப்படையான பிரிவினைச் சிந்தனையில்தான் குடிகொண்டுள்ளது.

இப்படித் தன் அனுபவங்களுக்குத் தனக்குள்ளே மையம் காணும் முனைப்பில் பலவனங்கள் பிடிபடுகிறது என்றால், பிரமைகளின் ஊடே செயல்பட்டு அவை தகரும்போது சாத்யமாகின்ற தரிசனங்கள் 'பல்லக்குத் தூக்கிக'ளிலும், 'அழைப்'பிலும் தெரிகின்றன. துக்கப்படும் மனதின் நிவர்த்திக்காகக் கோயிலைத் தேடிப்போகிறவன் கோயிலின் நுழைவு வாசலையே அறிந்துகொள்ள முடியாது மண்டபத்தில் ஒதுங்கி, தான் வந்த நோக்கத்திற்கு எந்தச் சம்பந்தமுமில்லாத ஒரு நிகழ்ச்சியில் ஈடுபட்டு நிற்கிறான். எப்பொழுதோ வந்து நலுங்காமல் அமர்ந்து பயணம் செய்யப்போகிற ஒரு பெரியவருக்காகப் பல்லக்கு தயாராகிறது. ஒத்திகையும் நடக்கிறது. இவர்கள் கள் நாற்றத்துடன் பேசும் கெட்ட வார்த்தைகள், மண்ணில் கால்பதிந்து நடக்கையில், முண்டாசை உதறுகையில் தெரிகிற ஆர்பாட்டம் இவைகள் ஓர் இயலாமையைச் சார்ந்த எரிச்சல்கள். இவர்களின் நடவடிக்கையில் அருவருப்பை

உணர முடிகிறவனுக்கு அவர்களது உழைப்பின் வீர்யத்தையும் அது விரயமாவதையும் காண முடிகிறது. இந்தப் பல்லக்குத் தூக்கிகளில், எப்பொழுதோ காரில் வந்து கடந்துபோக இருக்கிற தலைவருக்காகச் சாலையோரங்களில் வெய்யிலில் வெந்து மணிக்கணக்காகத் தவமிருக்கும் போலீஸ்காரர்கள் முதற்கொண்டு பலரை நாம் அடையாளம் காண முடியும். ஏன், நாம் ஒவ்வொருவருமே ஏதோ ஒரு பயத்தில் அல்லது லாபத்தைக் கருதி போலி மரியாதையுடன் யாருக்கோ பல்லக்கு சுமக்கிறோம்.

'இல்லை பெரியவர். அதுதான் சரி. பெரீஈஈயவர். மாத்தி மாத்திச் சொல்றாங்க. ராஜான்னு சொல்றாங்க. கவர்னர்னுடறாங்க. திவான்டோய் என்கிறாங்க. குளப்பறாங்க. பொதுவாகச் சொல்றேன், பொயவர்னு...' அதிகாரம் வைத்திருப்பவனுக்கு அவனிடத்துக் கைகட்டிச் சேவகம் செய்கிற யாரோ ஒருவன் சுயலாபம் கருதிச் சூட்டிவிடுகிற பட்டப் பெயர்களை என்ன, ஏது என்று அறியாமல் எல்லாருமே செம்மறி யாட்டு மந்தையாக அங்கீகரித்து, ஒரு கட்டத்தில் அப்படிச் சூட்டப் பட்டவனுக்கு அந்தத் தகுதிகள் எல்லாம் இருப்பதாகவே நம்பிவிடுகிற பிரமை இன்று எல்லா மட்டங்களிலும் கண்கூடு.

'கும்பிடுங்க. கும்பிடறது நல்லது. பவ்வியம்; பவ்வியம் ரொம்ப முக்யம். முதுகை வளைச்சு வாயைப் பொத்தி...'

'வாயைப் பொத்தி முதுகை வளைச்சு... முதுகை ஒடிச்சு...' சுயஸ்மரணையற்று சேவகம் என்கிற பெயரில் நாம் படுகின்ற பாட்டை இகழ்ச்சி தொனிக்கும் இந்த வரிகள் சுட்டுகின்றன.

'முருகான்னு கூப்பிட வேண்டாம். இப்பொ இல்லை. பெரியவர் முன்னாடி சுப்ரஹ்மண்யா... சுப்ரஹ்மண்யா அப்படீன்னு...'

'ரொம்பக் கஷ்டம்... சோதிக்காதீங்க...'

'பல்லக்குத் தோளை அழுத்தறதுன்னா வழக்கம்போல ஆய்ஊய்னு கத்தப்புடாது. பெரியவருக்கு சத்தம் ஆகாது. இறக்கணும்னா 'வள்ளி வந்தாச்சு'ன்னு சொல்லுங்க. மறுபக்கத்துக்காரங்களுக்கும் சரீனுபட்டுதுனா, அவங்க, 'அதுக்கென்ன தெய்வானையும் வந்தாச்சே' அப்படின்னு சொல்லணும்.' துக்கத்தை, இயலாமையை வெளிப்படுத்த முடியாமல் நம் சுதந்திரங்கள்தான் எப்படிப் பறிக்கப்படுகின்றன? அதிகாரம், அரசியல், மந்தை மனப்பான்மை என்று இந்தச் சமூகம் அவலப்படுவதை இந்தக் கதையில் கலாரூபமாகக் காணக் கிடைக்கிறது. (இந்த அம்சத்தில் ந. முத்துசாமியின் 'நாற்காலிக்காரர்' என்ற நாடகம், சார்வாகனின் 'கனவுக்கதை' என்ற சிறுகதை ஆகியவற்றோடு இது ஒன்றுபடுகிறது.)

பல்லக்கில் அமர இருக்கின்ற பெரியவரை மகத்துவ இலைகளுடன் குலுங்கும் துளசியின் இடத்திலும், பல்லக்குத் தூக்கிகளைக் கிணற்று ராட்டினம், ஓட்டை வாளி இவைகளில் ஏதோ ஒன்றின் இடத்திலும் வைத்துப் பார்த்தால், 'பின் திண்ணைக் காட்சி' என்ற கவிதையின் தடம் இந்தக் கதையிலும் பதிந்திருப்பதைக் காணலாம்.

அருவியில் குளித்து நிற்கையில் விசேஷ உந்துதல் பெற்ற மன நிலையில் தோன்றுகிற காட்சி தனக்குப் பரிபூர்ணம் விடுகின்ற அழைப்பு என்று நம்புகிறான். இவ்வளவு நாட்கள் மனதுள் மாய்ந்ததற்கு முடிவு வந்துவிட்டதாக, நிறைவு சாத்யம் என்றெல்லாம் தோன்றுகிறது. 'மண்ணின் துன்ப வாடைகளில் மீண்டும் சரியவேண்டிய' அவசியம் இல்லை என்றெல்லாம் கோட்டை கட்டிக்கொண்டு, 'மனக்கண்ணில் கண்ட சித்திரக்காட்சியைப் பிரத்தியக்ஷமாகப் பார்த்துவிடலாம்' என்ற எண்ணத்துடன் புறப்படுகின்ற அவனுக்குக் கிட்டுவது மீண்டும் தோல்வியும், சோர்வும்தான். மனக்கண்ணில் இவன் கண்ட சித்திரத் திற்கும், நிஜத்தில் அவன் கண்ட காட்சிக்கும் உள்ளதாகச் சொல்லப் படுகின்ற வித்தியாசம் பிரத்தியக்ஷத்தின்முன் பிரமை உடைவதை மறைமுகமாகச் சொல்லுகிறது. மனப் புலம்பலுடன் எங்கேயோ அந்தரத்தில் கனியாகத் தொங்குவதாக இவன் நினைத்துக்கொண் டிருக்கிற நிறைவு வேறுயாருக்கோ சர்வ சாதாரணமாகச் சாத்யமாவதைத் தரிசிக்கையில், இவனுக்கு இனி இல்லை என்று நம்பிக்கொண்டிருந்த, 'பலகீனங்கள் காலை இடறிவிட்டு முதுகுக்குப்பின் நின்று கெக்கலிக்கும் போது வாய் கிழித்துச் சாகத் துடிக்கும் சுயவெறுப்பு'தான் மீண்டும் மிஞ்சுகிறது.

'மணற் பரப்பில் ஆரோக்கியம் மிகுந்த செம்படவர்கள் சிலர் தங்கள் தோணிகளில் ஏதோ பழுது பார்த்துக்கொண்டிருந்தனர். வேலையில் மூழ்கிப்போயிருந்த அவர்களுடைய முகங்களில் சிரத்தையும் நிம்மதியும் தெரிந்தன. அம்முகங்களில் பயமில்லை. அந்நேரக் காரியத்தில் தங்களை மிச்சமின்றி மூழ்கடித்துக்கொண்டதில் கவலைக்குத் தர அவர்களிடம் பாக்கி எதுவுமில்லை என்று தோன்றியது. அவர்கள் பேசிக்கொள்ளவில்லை. பேச அவர்களுக்கு இருப்பதாகப்படவில்லை. தோணியை மண்ணில் இழுத்து நீருக்குள் தள்ளினார்கள். எந்த நிமிஷத்தில் தோணியைத் தண்ணீர் ஏந்திக்கொண்டதோ அந்த நிமிஷத்தில் அதனுள் அவ்வளவு பேரும் ஏறிக் குதித்து முடித்திருந்தனர். மிகவும் அனாயாசமாகவும், லாவகமாகவும் அவர்கள் அதைச் செய்தனர். தோணி கரும்புள்ளியாகி, அப்புள்ளி மறைவது வரையிலும் பார்த்துவிட்டு, சோர்வு தாங்காமல் நான் மண்ணில் படுத்தேன்.' இப்படி முடியும் 'அழைப்'பை ஒவ்வொருமுறை படிக்கும்போதும், 'தியானம் என்றும் மோட்சம் என்றும் தனியாக அடைய ஏதுமில்லை. உன்னை அறி. உன் வாழ்வின் ஒவ்வொரு நிமிடத்திலும் உன்னை முழுதாக வை. அதுவே அமைதி, நிறைவு' என்ற ரீதியில் எனக்கு அர்த்தமாகிற ஜெ. கிருஷ்ணமூர்த்தியின் தத்துவத்தை நினைத்துக்கொள்கிறேன்.

துன்பங்கள், பிரச்னைகள், உயர்வுகளின் சன்னிதானத்தில் நிர்வாணமாக நிற்கின்ற ஒரு மனதை சுந்தர ராமசாமியின் எழுத்தில் நான் காண்கிறேன்.

நா. ஜெயராமன்
அ௦ೆ 1974

('பல்லக்குத் தூக்கிகள்' தொகுப்பின் முன்னுரை)

பின்னிணைப்பு 4

நான் 1950இலிருந்து 1990 வரையிலும் எழுதியுள்ள கதைகள் 52. சராசரி ஒரு வருடத்திற்கு ஒன்றேகால் கதை என்பது அவ்வளவு மோசமில்லை என்றே நினைக்கிறேன். இவற்றிலிருந்து 48 கதைகளை இத்தொகுப்பில் சேர்த்திருக்கிறேன். சேர்க்கப்படாத நான்கும் பலவீன மானவையாக இப்போதுபட்டன. அவை பற்றிய விபரம்: 'கடன் கொடுத்தார் நெஞ்சம்போல்' (கல்கி), 'செல்லப்பன்' (கல்கி), 'நானும் மனிதன்' (மனிதன்), 'தபாலில் வேலை வரும்' (தாமரை).

என் வளர்ச்சி, மாற்றங்கள், தடுமாற்றங்கள், கவலைகள் எல்லா வற்றையும் என் வாசகர்கள் தெரிந்துகொள்ள வசதியாகக் கதைகளைக் காலக்கிரமத்தில் தந்திருக்கிறேன். நாற்பதாண்டுகளில் வெகுதூரம் நகர்ந்திருக்கிறேன். உயர்வோ, தாழ்வோ நான் தேர்ந்தெடுத்த பாதைகள் இவை. என் பேனா. என் மை. திரும்பிப் பார்க்கும்போது இந்த நினைப்புதான் முதல் திருப்தியைத் தருகிறது.

இக்கதைகள் வெளிவந்த இதழ்களின் பெயர்களும், வருடங்களும் தந்திருக்கிறேன். கதைகள் எழுதப்பட்ட காலமும் அவை வெளிவந்த காலமும் அதிக இடைவெளி இல்லாதவை. ஆக, வெளிவந்த காலத்தையே எழுதப்பட்ட காலமாக எடுத்துக்கொள்வதில் தவறில்லை. விதிவிலக்காக 'சன்னல்' மட்டும். அது நாலைந்து ஆண்டுகள் கையெழுத்துப் பிரதியாகக் கையில் இருந்தது நினைவிருக்கிறது.

'உமா'வில் அச்சேறிய 'காலிப்பெட்டி' வெளிவந்த வருடம் கிடைக்க வில்லை. வாசகர்கள் யாரேனும் இதைத் தெரிவித்து உதவினால் அடுத்த பதிப்பில் – வெளிவர நேர்ந்தால் – சேர்க்கலாம். 'மெய்க்காதல்' 'கல்கி' 1961இல் வெளிவந்தது. அச்சேற்றம் முடிந்த பின்பே இந்த விபரம் கிடைத்தது.

ஆண்டுகளைக் கண்டுபிடிப்பதில் பலர் உதவினார்கள். முக்கியமாக, நண்பர்கள் வல்லிக்கண்ணன், அரவிந்தன், ஆர். சீனிவாசன், ஆ.இரா. வேங்கடாசலபதி ஆகியோர்.

என் கதைகள், நாவல்கள், கட்டுரைகள் ஆகியவற்றிலுள்ள பிழைகளைத் திருத்தி உதவி வருபவர்கள் நண்பர்கள் கே. நாராயணனும் அ. ஸ்ரீனிவாசனும். நவீன எழுத்தாளனின் மொழிப் பிரச்சினைகளையும் படைப்புப் பிரச்சினைகளையும் புரிந்துகொள்வதில் இவர்களுக்கு இருக்கும் சிரத்தை காரணமாக எழுந்த விவாதங்கள் என்னைச் செழுமைப்படுத்திக்கொள்ள உதவியிருக்கின்றன.

இத்தொகுப்பின் அச்சேற்றத்தை முழுமையாகக் கவனித்துக் கொண்டவர் இளமைக் காலத்திலிருந்தே என் நண்பராக இருக்கும் எம். சிவசுப்பிரமணியன்.

என் ஆரம்பகாலச் சிறுகதைத் தொகுப்புகள் இருபது ஆண்டு களுக்கும் மேலாக மறுபிரசுரம் காணாதவை. நீண்ட இடைவெளிக்குப் பின் இப்போது என் முழுக் கதைகளையும் வாசகர்கள் முன் வைக்கிறேன். இதில் நான் கொள்ளும் மனநிறைவு க்ரியா மூலம் எனக்குக் கிடைத்திருக்கிறது.

என் வாழ்க்கை நலன்களிலும், படைப்பாளியாக என் வளர்ச்சியிலும் மிகுந்த அக்கறை கொண்டு உற்ற துணையாக என்னுடன் நின்று கொண்டிருப்பவர் என். சிவராமன். இந்தத் தொகுப்பு வெளிவருவதில் அவர் பங்கு கணிசமானது.

இந்த நண்பர்கள் எல்லோருக்கும் என் மனப்பூர்வமான நன்றி.

நாகர்கோவில்
21.2.1991

சுந்தர ராமசாமி

(க்ரியா வெளியிட்ட 'சுந்தர ராமசாமி சிறுகதைகள்' தொகுப்பின் முன்னுரை)

பின்னிணைப்பு 5

நான் இன்றுவரையிலும் எழுதியுள்ள கதைகள் 61. இவற்றில் ஐந்தை, பலவீனமான கதைகளாகக் கருதி இத்தொகுப்பில் சேர்க்க வில்லை. அவை: 'கடன் கொடுத்தார் நெஞ்சம் போல்' (கல்கி), 'செல்லப்பன்' (கல்கி), 'நானும் மனிதன்' (மனிதன்), 'தபாலில் வேலை வரும்' (தாமரை), 'சதித்திட்டம்' (சரஸ்வதி).

இந்தத் தொகுதியில் வெளிவந்த இதழ்களின் பெயர்களையும் கால வரிசையில் வருடங்களையும் தந்திருக்கிறேன். 'உமா'வில் அச்சேறிய 'காலிப்பெட்டி' வெளிவந்த வருடம் கிடைக்கவில்லை. எல்லாக் கதைகளும் அதிக இடைவெளியின்றி அவை எழுதப்பட்ட நேரத்திலேயே வெளிவந்தவை. விதிவிலக்கு 'சன்னல்'. அது நாலைந்து ஆண்டுகள் கையெழுத்துப் பிரதியாகக் கையில் இருந்தது.

என் கதைகள், முக்கியமாக, தொ.மு.சி. ரகுநாதனின் 'சாந்தி'யிலும், வ. விஜயபாஸ்கரனின் 'சரஸ்வதி'யிலும், ஜீவாவின் 'தாமரை'யிலும், அ. ராஜமார்த்தாண்டனும் அவருக்குப்பின் ராஜகோபாலனும் ஆசிரியராகச் செயல்பட்ட 'கொல்லிப்பாவை'யிலும், தேவ. சித்ரபாரதியின் 'ஞானரத'த்திலும், வனமாலிகையின் 'சதங்கை'யிலும், வசந்தகுமாரின் 'புதுயுக'த்திலும், இராம. திரு. சம்பந்தம் பதிப்பித்த 'தினமணி மலர்'களிலும், மாலன், வாஸந்தி ஆகியோரின் ஆசிரியப் பொறுப்பில் வெளிவந்த 'இந்தியா டுடே'யிலும் பிரசுரம் பெற்றவை. 'கல்கி'யில் வெளிவந்த எல்லாக் கதைகளையும் வெளியிட்டவர் நா. பார்த்தசாரதி. அவர் ஆசிரியராக இருந்த 'தீப'த்திலும் சில கதைகள் வந்தன.

என் சிறுகதைத் தொகுப்பை முதலில் வெளியிட்டவர் ஸ்டார் பிரசுரம் கண. ராமநாதன். அதன் பின் வந்த தொகுப்புகளைத் தமிழ்ப் புத்தகாலயம் கண. முத்தையாவும், க்ரியா ராமகிருஷ்ணனும் வெளியிட்டுள்ளனர்.

'ரயில் தண்டவாளத்தில் ஓடும்' கதையைப் பெற உதவியவர் நண்பர் புதுக்கோட்டை கிருஷ்ணமூர்த்தி (மீனாட்சி நூல் நிலையம்).

இந்நூலின் தயாரிப்பில் வெவ்வேறு நிலைகளில் பங்காற்றியவர்கள் சி. லீலா, அ. குமார், ஆர். ஜோதி, சி. குமாரி ஆகியோர்.

பிழைதிருத்தம் பார்த்து உதவிய நண்பர்கள் எம். எஸ், பா. மதிவாணன்.

சிறப்பாக முகப்போவியம் வரைந்து உதவியவர் நண்பர் கே.எம். ஆதிமூலம்.

இவர்கள் எல்லோரையும் இப்போது நினைவுகூர்கிறேன். அனைவருக்கும் என் நன்றியைத் தெரிவித்துக்கொள்கிறேன்.

நாகர்கோவில்   சுந்தர ராமசாமி
14.07.2000

('காகங்கள்' தொகுப்பின் முன்னுரை)

பின்னிணைப்பு 6

ஆரோக்கியம் எழுதிய கதைகள்

'மறியா தாமுவுக்கு எழுதிய கடிதம்' எனும் தலைப்புக்கொண்ட இத்தொகுப்பில் நான் 2003, 04 ஆகிய வருடங்களில் எழுதிய பன்னிரண்டு கதைகளைச் சேர்த்திருக்கிறேன். என் 'காகங்கள்' தொகுப்பு வெளி வந்தபின் எழுதியவை இவை.

கடந்த பத்து மாதங்களாக நான் அனுபவித்துவரும் ஆரோக்கி யத்தை என் வாழ்நாளில் இதற்குமுன் எப்போதும் அனுபவித்திருப்ப தாக நினைவில்லை. இப்படியா இருக்கும் ஆரோக்கியம்! எவ்வளவு சந்தோஷத்தைத் தருகிறது அது! இந்த வருடம் நான் சுறுசுறுப்பாக இருந்ததற்கு இதுதான் முக்கியக் காரணம்.

இக்கதைகளில் பெரும்பான்மையானவற்றை கலிஃபோர்னியாவில் என் மகள் தைலா வீட்டில் வைத்து எழுதினேன். நான் இருந்த இடத்திற்கு அரை மணிநேரத் தொலைவில் இருந்தார் நண்பர் கோகுலக் கண்ணன். அவரிடமிருந்து நான் தொடர்ந்து பெற்ற மென்மையான ஊக்கம் நான் பணியாற்றுவதற்கு முக்கியத் தூண்டு கோலாக இருந்தது. இக்கதைகள் அனைத்தையும் எழுதிய நேரத்திலேயே படித்து, இதமான, நுட்பமான, உண்மையை விட்டுக் கொடுக்காத தன் அபிப்பிராயங்களை அவர் என்னுடன் பகிர்ந்துகொண்டார்.

இவற்றை நான் கணினியில் எழுதிவந்தபோது அச்சுப் பிரதியில் திருத்தங்கள் போடவும் அவற்றை அமுல்படுத்தியபின் ஒப்பிட்டுப் பார்க்கவும் எனக்கு உதவியவள் என் மனைவி கமலா.

நான் இக்கதைகளை எழுதிய மாதங்களில் எங்கள் வீட்டில் அதிகமும் இலக்கியம் சார்ந்த பேச்சே அடிபட்டுக்கொண்டிருந்தது. என் மகள் தைலா சிறுகதைகள் எழுத வேண்டும் என்ற முனைப்பில் பல்கலைக்கழகப் படைப்புக்கலைப் பாடங்களைக் கற்றுக்கொண்டி ருந்தாள். பொதுவாக இலக்கியத்தைப் பற்றியும் என் கதைகளைப் பற்றியும் தைலா எழுதிக்கொண்டிருந்த ஆங்கிலக் கதைகள் பற்றியும் நாங்கள் பேசிக்கொண்டிருந்தோம். இந்தப் பேச்சில் இவை பற்றிய கோகுலின் அபிப்பிராயங்களும் விடாமல் அடிபட்டுக்கொண்டிருந் தன. அவர் எங்களுடன் இல்லாமலேயே எங்களுடன் இருந்துகொண் டிருந்தது எங்கள் மூவருக்குமே பிடித்திருந்தது. இந்தப் பேச்சுச் சூழலும் என்னை வெகுவாக ஊக்குவித்திருக்க வேண்டும் என்று நினைக்கிறேன்.

'மறியா தாமுவுக்கு எழுதிய கடிதம்' கதையில் வரும் மறியா மெக்சிகோவைச் சேர்ந்த பெண். அவர்கள் மறியா என்ற பெயரை

வல்லின றகரத்திற்கான அழுத்தம் தந்தே உச்சரிக்கிறார்கள். முதலில் எனக்கு இது அந்நியமாக இருந்தது. எதற்கு இவ்வளவு அழுத்தம் என்றுகூட நினைத்திருக்கிறேன். அந்தப் பெண்களின் கடின உழைப்பைப் பற்றித் தெரிந்துகொண்டபோது எல்லா மெக்சிக்கப் பெண்களுக்கும் சேர்த்து நாம் அளிக்கும் பாராட்டுதான் இந்த அழுத்தம் எனத் தோன்றிவிட்டது.

கதைகளை நான் எழுதிய கால வரிசையில் தந்திருக்கிறேன். இவற்றில் ஐந்து கதைகள் இதழ்களில் வெளிவந்தவை. ஏழு கதைகள் இதில் நேராகச் சேர்க்கப்படுபவை. பிரசுர விவரத்தைத் தனியாகத் தந்திருக்கிறேன்.

இதழாசிரியர்கள் என் கதைகளைச் சிறிதும் 'எடிட்' செய்யாமல் வெளியிட்டார்கள். எவ்வளவு சந்தோஷப்பட வேண்டிய விஷயம் இது! 'ஆனந்த விகடன் பவழ விழா மல'ரில் வெளிவந்தபோது என் கதையின் 'மயில்' என்ற தலைப்பு 'கோலம்மையும் கோயில் பிராகாரமும்' என்று மாறியிருந்தது. நான் புகார்செய்து 'ஆனந்த விகடன்' ஆசிரியருக்கு எழுதினேன். அவர் வருத்தம் தெரிவித்து எனக்கு எழுதினார். இப்படியல்லவா இருக்கவேண்டும் ஆசிரியருக்கும் எழுத்தாளர் களுக்குமான உறவு! விசேஷ சிரமமில்லாமல் கோலம்மையைப் பழையபடி மயிலாக்கிக்கொண்டேன்.

இக்கதைகளைப் படித்துப் பார்த்து தன் யோசனைகளைத் தெரிவித்தவர் என் நண்பர் அரவிந்தன். ஒழுங்குபடுத்த உதவியவர் நண்பர் எம். எஸ்.

இத்தொகுப்பின் உருவாக்கத்தில் பங்குபெற்றவர்கள் நாகம், விஜயகுமார், கனிதா ஆகியோர்.

இவர்கள் எல்லோரும் செய்த உதவிகள் என்றும் நினைத்துப் பார்க்கத்தக்கவை.

நாகர்கோவில்
25.12.2004

சுந்தர ராமசாமி

('மறியா தாமுவுக்கு எழுதிய கடிதம்' தொகுப்பின் முன்னுரை)

பின்னிணைப்பு 7

சுந்தர ராமசாமி சிறுகதைத் தொகுப்புகளின் உள்ளடக்க விவரம்

அக்கரைச் சீமையில்

(மு. பதிப்பு : டிசம்பர் 1959)

சமர்ப்பணம் : **எனது தந்தையார் உயர்திரு. எஸ்.ஆர். சுந்தர அய்யர் அவர்களுக்கு**

முன்னுரை : **ரகுநாதன்**

1. அக்கரைச் சீமையில்
2. அடைக்கலம்
3. முதலும் முடிவும்
4. பொறுக்கி வர்க்கம்
5. தண்ணீர்
6. உணவும் உணர்வும்
7. கோவில் காளையும் உழவு மாடும்
8. கைக்குழந்தை
9. அகம்
10. செங்கமலமும் ஒரு சோப்பும்

பிரசாதம்

(மு. பதிப்பு : ஜனவரி 1964)

முன்னுரை: **சுந்தர ராமசாமி**

1. பிரசாதம்
2. சன்னல்
3. லவ்வு
4. ஸ்டாம்பு ஆல்பம்
5. ஒன்றும் புரியவில்லை
6. வாழ்வும் வசந்தமும்

7. கிடாரி
8. சீதைமார்க் சீயக்காய்த்தூள்
9. மெய் + பொய் = மெய்

திரைகள் ஆயிரம்

(மு. பதிப்பு: நவம்பர் 1975)

1. திரைகள் ஆயிரம்
2. இல்லாத ஒன்று
3. தயக்கம்

பல்லக்குத் தூக்கிகள்

(மு. பதிப்பு: டிசம்பர் 1976)

முன்னுரை: **நா. ஜெயராமன்**

1. அழைப்பு
2. போதை
3. பல்லக்குத் தூக்கிகள்
4. வாசனை
5. அலைகள்

பள்ளம்

(மு. பதிப்பு: டிசம்பர் 1985)

சமர்ப்பணம்: **ராஜு – விசாலத்துக்கு**

1. ரத்னாபாயின் ஆங்கிலம்
2. குரங்குகள்
3. ஓவியம்
4. பள்ளம்
5. கொந்தளிப்பு
6. ஆத்மாராம் சோயித்ராம்

சுந்தர ராமசாமி சிறுகதைகள்

(மு. பதிப்பு: மார்ச் 1991)

சமர்ப்பணம்: **என் குழந்தைகள் சௌந்தரா, தைலா, கண்ணன், தங்குவுக்கு**

முன்னுரை: **சுந்தர ராமசாமி**

'முதலும் முடிவும்' முதல் 'விகாசம்' வரையிலான 48 கதைகள் இத்தொகுப்பில் இடம்பெற்றிருந்தன.

காகங்கள்

(மு. பதிப்பு: ஆகஸ்ட் 2000)

சமர்ப்பணம்: **படைப்பின் உருவாக்கத்திற்கும் நூலின் அச்சேற்றத்திற்கும் இடைப்பட்ட நுட்பங்களையும் பொறுப்புகளையும் எனக்கு உணர்த்திய எஸ். ராமகிருஷ்ணன், என். சிவராமன், கி. நாராயணன் ஆகியோருக்கும் ப. சங்கரலிங்கம் நினைவுக்கும்.**

முன்னுரை: **சுந்தர ராமசாமி**

'முதலும் முடிவும்' முதல் 'டால்ஸ்டாய் தாத்தாவின் கை' வரையிலான 56 கதைகள் இத்தொகுப்பில் இடம்பெற்றிருந்தன.

மறியா தாமுவுக்கு எழுதிய கடிதம்

(மு. பதிப்பு: டிசம்பர் 2004)

சமர்ப்பணம்: **ராமநாதனுக்கும் சங்கீதாவுக்கும்**

முன்னுரை: **சுந்தர ராமசாமி**

1. மயில்

2. பையை வைத்துவிட்டுப் போன மாமி

3. தனுவும் நிஷாவும்

4. களிப்பு

5. நண்பர் ஜி.எம்.

6. ஒரு ஸ்டோரியின் கதை

7. கூடி வந்த கணங்கள்

8. கதவுகளும் ஜன்னல்களும்

9. மறியா தாமுவுக்கு எழுதிய கடிதம்

10. அந்த ஐந்து நிமிடங்கள்

11. ஈசல்கள்

12. கிட்னி